顾问 阮文康（越南）

国家出版基金项目

东南亚国家语言辞书系列

TỪ ĐIỂN VIỆT - HÁN MỚI

新越汉词典

策划与项目负责人 孙 梅

总监制 孙 梅 陈文华

中文整理与统筹 孙 梅 张星华 陈文华 韦 玮

主 编 曾瑞莲

执行主编 罗文青 蔡 杰

审 订 阮文康（越南）

编 写 者 （按编写顺序排列）

蔡 杰 龙海菁 徐智敏 韦长福

罗文青 李建强 温日豪 韦登秀

韦登香 吴宇成 贾精华 曾瑞莲

马金案

GEP

广西出版传媒集团

广西教育出版社

南宁

图书在版编目（CIP）数据

新越汉词典 / 曾瑞莲，罗文青，蔡杰主编. -- 南宁
：广西教育出版社，2011.8（2022.10 重印）
（东南亚国家语言辞书系列）
ISBN 978-7-5435-6312-4

Ⅰ．①新… Ⅱ．①曾… ②罗… ③蔡… Ⅲ．①越南语
-词典②词典-越、汉 Ⅳ．①H446

中国版本图书馆 CIP 数据核字(2011)第 151164 号

新越汉词典 XIN YUE-HAN CIDIAN

总　策　划◎孙　梅

策　　　划◎孙　梅　石立民
组　　　稿◎孙　梅　张星华
责任编辑◎孙　梅　陈文华　张星华　韦　玮　青兆娟　朱　滔
特约编辑◎温秋瑜　黄显瑞　阮晋英勇（越南）
特约校对◎沈鸿杰　温科胜
封面设计◎刘相文　杨若媛
责任技编◎蒋　媛

出　版　人◎石立民
出版发行◎广西教育出版社
地　　　址◎广西南宁市鲤湾路 8 号　　邮政编码：530022
电　　　话◎0771-5865797
本社网址◎http://www.gxeph.com
电子信箱◎gxeph@vip.163.com
印　　　刷◎广西民族印刷包装集团有限公司
开　　　本◎890 mm×1240 mm　1/32
印　　　张◎37.875
字　　　数◎2090 千字
版　　　次◎2011 年 8 月第 1 版
印　　　次◎2022 年 10 月第 6 次印刷
印　　　数◎10001—12000 册
书　　　号◎ISBN 978-7-5435-6312-4
定　　　价◎118.00 元

如发现印装质量问题，影响阅读，请与出版社联系调换。

LỜI GIỚI THIỆU

Cách đây 53 năm, vào năm 1958, một nhóm những nhà Việt ngữ học của Trung Quốc đã tổ chức biên soạn "Từ điển Việt-Hán" và được ấn hành vào năm 1960. Có thể nói, đây là cuốn từ điển song ngữ Việt-Hán đầu tiên được biên soạn công phu, hệ thống và đáp ứng được nhu cầu của người sử dụng. Theo suốt chiều dài của thời gian 50 năm, cuốn từ điển này luôn là công cụ hữu hiệu nhất và không thể thiếu đối với bất cứ ai muốn tra cứu, tham khảo khi đối dịch Việt-Hán. Cũng trên cơ sở của cuốn từ điển này, một số cuốn từ điển song ngữ Việt-Hán đã được biên soạn và xuất bản theo cách hoặc thu nhỏ lại hoặc bổ sung thêm một số ít mục từ.

Tuy nhiên, như đã biết, là một hiện tượng xã hội đặc biệt, ngôn ngữ một mặt phản ánh sự biến động của xã hội và luôn chịu tác động của xã hội. Theo đó, với tư cách là một hệ thống mở, dễ biến động nhất so với ngữ âm và ngữ pháp, hệ thống từ vựng của tiếng Việt và tiếng Hán trong hơn 50 năm qua đã thay đổi rất nhiều: cùng với một số từ ngữ đã trở nên cũ cổ, ít dùng là hàng loạt các từ mới, nghĩa mới, cách dùng mới xuất hiện. Đặc biệt, từ khi Trung Quốc tiến hành "cải cách mở cửa" (cuối thập niên 70), Việt Nam tiến hành "đổi mới" (giữa thập niên 80), cả hai quốc gia cùng bước vào nền kinh tế thị trường, với sự bùng nổ của công nghệ thông tin, sự hội nhập quốc tế sâu rộng của hai quốc gia,...vốn từ vựng của tiếng Việt và tiếng Hán đã có những thay đổi đáng kể. Điều này được phản ánh trong các cuốn từ điển tiếng Hán và từ điển tiếng Việt được xuất bản trong những năm gần đây.

Trước sự biến động của vốn từ vựng tiếng Việt, tiếng Hán và nhu cầu đòi hỏi bức thiết của giao lưu toàn diện Việt-Trung, Nhà xuất bản Giáo dục Quảng Tây Trung Quốc đã đứng ra tổ chức biên soạn "Từ điển Việt-Hán Mới" với sự tham gia biên soạn của các nhà Việt ngữ học của Trung Quốc. Kế thừa thành quả biên soạn từ điển Việt-Hán của những người đi trước, dựa vào các cuốn từ điển tiếng Việt hiện đại và từ điển tiếng Hán hiện đại được xuất bản trong những năm gần đây, tập thể tác giả đã dành toàn bộ tâm sức biên soạn, nhờ đó cuốn "Từ điển Việt-Hán Mới" đã có một diện mạo mới, đó là: a) Cấu trúc vĩ mô của cuốn từ điển (tức bảng từ) đã phản ánh tương đối đầy

1

đủ diện mạo của vốn từ tiếng Việt hiện đại, đáng chú ý là, đã dung nạp một lượng thích hợp các thuật ngữ của khoa học-kĩ thuật-công nghệ, từ ngữ tin học, từ ngữ địa phương và cả từ ngữ lóng; b) Cấu trúc vi mô của cuốn từ điển (tức nội dung của từ ngữ) đã được chú trọng toàn diện như tính đa nghĩa của từ, sắc thái địa phương, khẩu ngữ, ngoại lai, từ loại,... và chú trọng tới các nghĩa mới, cách dùng mới của từ ngữ; c) Các ví dụ được cân nhắc, chọn lọc, góp phần làm rõ nghĩa và cách dùng của từ; d) Hầu hết các từ ngữ Việt đã chọn được chính xác các từ ngữ Hán tương đương, chỉ trong trường hợp "bất khả kháng" mới chọn cách giải thích nghĩa từ; e)Tiếng Việt và tiếng Hán sử dụng trong cuốn từ điển này đều là ngôn ngữ chuẩn mực về văn phong và chính tả.

Tuy nhiên, cũng phải thừa nhận rằng, trong quá trình phát triển và hiện đại hóa, tiếng Việt cũng như tiếng Hán còn không ít hiện tượng "lưỡng khả" tức là hiện tượng song tồn các biến thể (như các biến thể chính tả, các biến thể phương ngữ, các biến thể từ ngữ ngoại lai,...). Đây thực sự là một thách thức đối với tập thể tác giả và người biên tập, vì thế, sự thiếu nhất quán trong một số trường hợp cũng là điều khó tránh khỏi. Thứ nữa, với một công việc "khổ sai" mà lại bị hạn chế bởi nhiều yếu tố chủ quan và khách quan (như thời gian, kinh phí, tài liệu tham khảo,...), cho nên mặc dù các tác giả đã hết sức cố gắng nhưng vẫn còn những sơ xuất khó tránh khỏi. Hi vọng rằng, với sự đóng góp ý kiến của bạn đọc, các tác giả sẽ tiếp tục hoàn thiện để mỗi lần tái bản chất lượng khoa học của cuốn từ điển sẽ được nâng lên một bước.

Là người đọc thẩm định cuốn từ điển này, tôi đánh giá rất cao công của tập thể tác giả, chất lượng khoa học của sản phẩm và công phu tổ chức bản thảo của Nhà xuất bản.

Xin trân trọng giới thiệu cùng bạn đọc.

GS.TS NGUYỄN VĂN KHANG
Chuyên gia cao cấp Viện Ngôn ngữ học
Viện Hàn lâm khoa học xã hội Việt Nam
Tổng biên tập tạp chí Ngôn ngữ & Đời sống

序　言

　　53年前，也就是1958年，中国一批越语学专家开始编撰《越汉词典》，于1960年出版。可以说，这是第一部精心编写，系统性强，能满足使用者需要的越汉双语词典。50多年来，该词典一直是使用者在进行越汉翻译时不可或缺的最为有效的参考书。之后，若干越汉双语词典在该词典的基础上，通过缩减或增补词条、压缩词典篇幅的方式陆续编撰出版。

　　然而，众所周知，语言是一种特殊的社会现象，一方面反映着社会的变化，另一方面又受着社会变化的影响。作为一个开放的系统，词汇系统比语音和语法系统更加容易发生变化。50多年来，越语和汉语的词汇系统均已发生了巨大的变化。一些词语变成了古旧词，已很少使用；与此相对应，大量的新词又不断涌现出来。而在原有的词语中，一些词增加了新义，一些词则增加了新用法。特别是自20世纪70年代末中国实行改革开放、80年代中期越南实行革新开放以来，随着科学技术的迅猛发展和两国与国际接轨的深入，越语和汉语的词汇系统发生了不少的改变，这些改变在近年出版的越语词典和汉语词典均有所体现。

　　在越语和汉语词汇系统发生诸多变化的情况之下，为了满足越中两国各方面交流的迫切需要，中国广西教育出版社组织一批越语专家编写了这本《新越汉词典》。编写组在继承前贤研究成果的基础上，认真参考近年出版的越语词典和汉语词典，精心编写出了本词典。现呈现在读者面前的《新越汉词典》，我认为有以下创新之处：

　　1. 词典的宏观结构即词汇量方面充分反映了现代越语词汇的面貌，特别是适当增补了一批反映信息科学技术和计算机技术的专业术语，收录了不少方言词语和流行语。

　　2. 词典的微观结构即词语内容方面得到了全面关注，如词的多义性、地方色彩、语体色彩、词源、词性等，词的新义以及词的新用法也得到了较好的体现。

　　3. 例词、例句选择谨慎，词的意义和用法解释清楚明白。

　　4. 词典中几乎所有越南语词条都有准确的汉语对译词，只在"不可抗"的情况下才选用解释法。

5. 词典中使用的越语和汉语拼写规范，表述规范。

当然，我们也应该承认，在现代化发展过程中，越语和汉语还存在不少"模棱两可"的现象，也就是变异词共存的现象，如多种拼写法、方言变体、外来词变体等，这对词典编写组提出了极大的挑战，由此造成的局部不统一也就在所难免。而且，这项被公认为"苦差事"的工作还受到时间、经费、参考资料等诸多主观和客观因素的限制，尽管编者尽了最大的努力进行编写，但谬误之处也是在所难免。希望编者根据读者提出的宝贵意见，继续对词典进行修改和完善，以期在将来再版时能进一步提高词典的学术质量。

作为词典的审订者，我对词典的科学性给予高度的评价，对编写组所付出的努力以及广西教育出版社组织编写词典所付出的劳动表示崇高的敬意。

我谨向读者介绍本词典。

越南社会科学院语言研究所高级专家

《语言与生活》杂志总编辑

阮文康博士、教授

MỤC LỤC
目　　录

Hướng dẫn cách dùng

凡例 .... （1）

Bảng chữ cái tiếng Việt

越语字母表 .... （4）

Phần chính của từ điển

词典正文 .... （1–1079）

Phụ lục

附录 .... （1081–1119）

　1. Các tỉnh và thành phố trong toàn quốc Việt Nam

　　越南各省市名称表 .... （1081）

　2. Danh mục dân tộc Việt Nam

　　越南民族名录 .... （1084）

　3. Bảng nguyên tố hoá học

　　化学元素表 .... （1087）

　4. Bảng tên các nước (khu vực), thủ đô (thủ phủ) trên thế giới

　　世界各国家（地区）和首都（首府）名称表 .... （1092）

　5. Bảng viết tắt tổ chức quốc tế

　　部分国际组织缩写表 .... （1111）

　6. Bảng các đơn vị đo lường

　　计量单位表 .... （1117）

Phân loại hình minh hoạ

分类配图 .... （1121–1146）

　1. Đặc sắc Việt Nam

　　越南特色 .... （1121）

1

2. Ẩm thực

食品 .... （1125）

3. Nghề nghiệp

职业 .... （1127）

4. Gia đình

家庭 .... （1128）

5. Thị trấn

城镇 .... （1130）

6. Giao thông vận tải

交通运输 .... （1132）

7. Bến cảng

港口 .... （1134）

8. Thể dục thể thao

体育 .... （1136）

9. Hội chợ

会展 .... （1138）

10. Khách sạn

宾馆 .... （1139）

11. Máy móc

机械 .... （1140）

12. Sản phẩm điện tử

电子产品 .... （1142）

13. Giải trí

休闲娱乐 .... （1144）

14. Cung (chòm sao)hoàng đạo

星座 .... （1146）

Bảng tự chữ Hán âm Việt

汉字越音检字表 .... （1147）

Sách tham khảo chính

主要参考书目 .... （1197）

2

HƯỚNG DẪN CÁCH DÙNG
凡　　例

一、词条与词目

1. 词条指收入词典的一个条目，单独列出的为主词条，收录在主词条内的外来词、变体词为内词条。本词典收有越语单词、复词、成语、俗语和外来语共55000余条。词条的主要部分包括词目、词性、释义、例证。词目用黑正体印刷，词性用白斜体印刷。不成词的语素、非语素字、成语和其他熟语不标注词性。越语词性略语符号如下：

d. 名词或名词词组

đg. 动词或动词词组

t. 形容词或形容词词组

đ. 代词或代词词组

p. 副词或副词词组

k. 连词或连词词组

tr. 助词或助词词组

c. 感叹词或感叹词词组

2. 本词典所收词目，大部分是越语通用词汇，也兼收一部分常用的方言词汇。

3. 词条按词目的字母顺序排列。同一字母下的词条，根据越南现在习惯，按平声、玄声、问声、跌声、锐声、重声的声调顺序排列。如：

sơ→sờ→sở→sỡ→sớ→sợ

4. 词目的变体形式，包括不同拼法、不同读音，在不影响读者查检的情况下，将变体放在括号里排在常用形式后面。如：

a-lu-min(alumin) *d* 氧化铝, 矾土

a men(amen) *c*［宗］阿门

sa lông(xa lông) *d* ①沙龙：sa lông tiếng Anh 英语沙龙；sa lông văn học 文学沙龙②沙发

5. 来源于汉语的词目加注［汉］，并标出相应的汉字，以供参考。如：

á［汉］亚

1

đa [汉] 多

đai [汉] 带

6. 来源于汉语以外的外来词，若没有越语读音或越语读音不常用的，则直接借用外来语作词目，如**halogen**；按外语缩写的，除了越语读音，还标出外来词，例如：**a-lu-min**(alumin) *d* 氧化铝，矾土。凡越南语音化的外来词，有两个或两个以上音节者，按音节加连音号，如**a-dốt，ô-tô，ta-rô**。

7. 关于字母"i"和"y"作单音节在词条拼写中的使用。当"i"和"y"作为单元音韵母出现时，特殊名词保持固定搭配拼写，如**Quy Nhơn**；其余的统一写作"i"，如**công ti**。

二、释义和例证

1. 同音异义词分列条目，在词条左下角下标阿拉伯数字1、2、3···如**băng₁**，**băng₂**。

2. 一个词目有两个或两个以上词性者，分别列出词性，再根据词性分别列出释义，用①②③···加以区别。一种释义中有几个说法的，根据情况分别用逗号或分号隔开，意思相近的用逗号，意思相差较大的用分号。

3. 本词典的释义，以对译为原则，词和例句的译文，力求通俗易懂；难以对译的词或词组，则适当用说明文字加以解释，放在括号内，与对译词相区别。一部分难以直译的成语、俗语或引自文学作品的例句，按意译或另加解释处理。如：

ì ì [拟]（飞机发动机的响声）

cha chung không ai khóc 人多乱，龙多旱（喻公共财物无人爱惜）

4. 释义时，首先列出词的基本意义，然后列出引申意义。词的某一释义需要引例说明的，就在该释义内举例。例证是一个完整句子的，首字母大写，结尾用句号。两个例证之间，用分号隔开。如：

ác₁ *d* [旧] [方] ①乌（乌鸦）②金乌（太阳）：thỏ lặn ác tà 日月如梭

đan xen *đg* 交错，穿插：nhiều cảm xúc đan xen 百感交集；Các tiết học và thực hành được bố trí đan xen. 学习课和实践课穿插安排。

5. 两个词的意义完全相同而只在其中的一个词条解释的，在另一个词条即用"="表示。如：

ái dà=ái chà

an-bum=an-bom

三、略　语

为方便读者理解，对部分词条涉及的学科及使用领域，在释义前面用括号"[ ]"加以注明。略语符号如下：

[工]工业、工学　　　　　　　　[政]政治

[心]心理学　　　　　　　　　　[经]经济

[天]天文学、气象学　　　　　　[军]军事

[无]无线电　　　　　　　　　　[哲]哲学

[化]化学　　　　　　　　　　　[建]建筑学

[戏]戏曲、戏剧　　　　　　　　[理]物理、物理学

[生]生物学、生理学　　　　　　[商]商业

[电]电力、电力学　　　　　　　[植]植物、植物学

[交]交通运输　　　　　　　　　[数]数学

[农]农业、农艺学　　　　　　　[语]语言学、语音学、语法

[地]地理学、地质学　　　　　　[解]解剖学

[乐]音乐　　　　　　　　　　　[药]药物、药物学

[体]体育　　　　　　　　　　　[计]电子、计算机

[机]机械　　　　　　　　　　　[旧]旧用语、旧事物

[矿]矿物、矿物学　　　　　　　[口]口语

[医]医学　　　　　　　　　　　[方]方言

[宗]宗教　　　　　　　　　　　[转]转义

[冶]冶金学　　　　　　　　　　[缩]缩略语

[动]动物、动物学　　　　　　　[拟]拟声词

[法]法律学

BẢNG CHỮ CÁI TIẾNG VIỆT
越语字母表

字母		读音
大写	小写	
A	a	a
Ă	ă	á
Â	â	ấ
B	b	bê
C	c	xê
D	d	dê
Đ	đ	đê
E	e	e
Ê	ê	ê
G	g	giê
H	h	hát
I	i	i
K	k	ca
L	l	e-lờ
M	m	em-mờ
N	n	en-nờ
O	o	o
Ô	ô	ô
Ơ	ơ	ơ
P	p	pê
Q	q	cu
R	r	e-rờ
S	s	ét-sì
T	t	tê
U	u	u
Ư	ư	ư
V	v	vê
X	x	ích-sì
Y	y	i-cờ-rét(i dài)

A a

a₁, A₁ ①越语字母表的第 1 个字母②一，第一：hàng loại A 一等品③纸张规格的表示方式：một tờ giấy khổ A4 一张 A4 纸

a₂ *d* ①一种套着长柄的双刃农具，用来割草、割稻子②公亩（are 的简写，1公亩等于 100 平方米）

a₃ *đg* 冲过去，扑过去：a vào giật cho được 扑上去硬抢

a₄ *tr* 啊，呀，呵（置句首或句尾，表疑问、惊讶、讥讽、欢呼等）：Cứ để mãi thế này a ? 老这么放着啊？ A! Mẹ đã về. 啊，妈妈回来了！

a₅ *c* 啊，呀，呵（表高兴、惊讶或想起某事）

a₆ [汉] 阿，丫

A *d*（ampere）安培

a di đà phật *d* 阿弥陀佛

a-dốt（azote）*d* 氮，氮气

a dua *đg*（盲目或恶意地）模仿：a dua theo bọn xấu làm bậy 跟坏人学坏

a-đre na-lin（adrenalin）*d* 肾上腺素

a giao *d* 阿胶

a ha *c* 啊，啊哈（表高兴、赞赏）：A ha, thắng rồi! 啊，胜利了！

a hoàn *d* 丫鬟

a lô（alô）喂，哈罗（用于电话或广播）：A lô, ai gọi đó ? 喂，谁啊？

a-lô=a lô

a-lu-min（alumin）*d* 氧化铝，矾土

a ma tơ *t*[口] 不羁；随意，马虎：học hành rất a ma tơ 学习很马虎

a men（amen）*c*[宗] 阿门

a-mi-ăng（amian, amianthus）*d* 石棉

a-mi-đan（amygdala）*d* 扁桃体，扁桃腺

a-mi-nô a-xít（amino acid）*d* 氨基酸，胺酸

a-míp（amibe）*d* 阿米巴原虫

a-mô-ni-ắc（ammoniac）*d* 氨，氨气

a-nô-phen（anophèle）*d* 疟蚊

a-nốt（anode）*d* 正极，阳极

a-pa-tít（apatite）*d* 磷灰石

a-pác-thai（apartheid）*d* 种族隔离；种族隔离主义

a phiến *d* 鸦片，鸦片烟

a priori *d* 先验论；臆说

a-sen（asen）*d* 砷

a-tlát *d* 地图册

a tòng *đg* 盲从，胁从：phân biệt kẻ chủ mưu với bọn a tòng 区别主谋和从犯

a-trô-pin（atropine）*d* 阿托品

a-xê-ti-len（acetylen）*d* 乙炔，电石气

a-xê-tôn（aceton）*d* 丙酮

a-xít（acid）*d* 酸

a-xít a-min（acid amin）*d* 氨基酸，胺酸

a-xít a-xê-tích（acid acetic）*d* 乙酸

a-xít các-bo-ních（acid carboni）*d* 碳酸

a-xít clo-hi-đrích（acid chlorhydric）*d* 盐酸

a-xít ni-trích（acid nitric）*d* 硝酸

a-xít sun-fu-rích（acid sulfuric）*d* 硫酸

a-xphan *d* 沥青，柏油

a-xpi-rin（aspirin）*d* 阿司匹林

à *đg* 冲进，涌进：Lũ trẻ à vào vườn. 孩子们涌进院子。 *c* 啊，哟（置句首或句尾，表疑问、亲昵、感叹或忽然记起某事）：Mới đó mà quên rồi à. 这么一会儿就忘了啊。 À, đẹp nhỉ ! 啊，真漂亮！ À, quên. 哟，忘了。

à ơi *c*（睡）吧，（睡）啊（用来哄孩子睡觉）

à uôm *t* ; *đg* ①混淆：à uôm của công với của tư 混淆公私财产②马虎应付：làm à uôm cho xong việc 应付了事

ả *d* ①女郎，女子：ả chức, chàng ngưu 牛郎织女；ả giang hồ 卖淫女②贱人（对女性蔑称）：Nói thế nào ả cũng không nghe. 怎么说那贱人就是不听。③[方] 姐姐

ả đào *d* 歌女

A

á₁ *c* 呀，哎哟 (表惊愕或突然疼痛时下意识叫喊)：Á, đau！哎哟，好痛！

á₂ [汉] 亚

á hậu *d* 选美比赛亚军

á khôi *d* ① [旧] 科举考试第二名，亚元② 选美比赛亚军

á kim *d* 半金属：Asenic, silicium là những nguyên tố á kim. 砷和硅都是半金属元素。

á nguyên *d* (乡试) 第二名

á nhiệt đới *d* 亚热带

á quân *d* 亚军

ạ₁ *tr* (置句尾，表尊重或亲昵)：chào bác ạ 伯伯好

ạ₂ *đg* [口] 叫…好；跟…再见 (仿小孩用语)：ạ bác đi con 叫伯伯好；ạ mẹ đi nào 跟妈妈再见

ạ ơi=à ơi

abscess (áp-xe) *d* 脓肿

ác₁ *d* [旧] [方] ①乌 (乌鸦) ②金乌 (太阳)：thỏ lặn ác tà 日月如梭

ác₂ [汉] 恶 *t* ① (人或事物) 恶，坏：kẻ ác 恶人；làm điều ác 做坏事②严重，恶劣：trận đánh ác 恶战③ [口] 厉害，程度高：Năm nay rét ác hơn mọi năm. 今年比往年冷得多。

ác bá *d* [旧] 恶霸

ác báo *đg* 恶报：làm điều ác sẽ bị ác báo 恶有恶报

ác-bít hối đoái *đg* 炒汇，炒卖外汇

ác cái là [口] 不巧；不料；不走运的是：Đi sớm, nhưng ác cái là xe hỏng giữa đường. 走得早，但不巧车在路上坏了。

ác cảm *d* 恶感，反感，坏印象：gây ác cảm 引起反感

ác chiến *đg* 恶战，激战

ác-coóc-đê-ông (accordeon) *d* 手风琴

ác độc *t* 恶毒

ác đức *t* 损，缺德：ăn ở ác đức 为人缺德

ác giả ác báo 恶有恶报；一报还一报

ác hại *t* 危害大：trận bão ác hại 危害大的风暴

ác hiểm *t* 险恶：mưu mô ác hiểm 险恶阴谋

ác hữu ác báo=ác giả ác báo

ác khẩu *t* 出口伤人的，恶语向人的，说话恶毒的：ác khẩu nhưng không ác tâm 说话恶毒但心不坏

ác là *d* 喜鹊

ác liệt *t* ①惨烈，猛烈：cuộc chiến đấu ác liệt 惨烈的战斗② [口] 恶劣：thời tiết ác liệt 恶劣的气候

ác miệng=ác khẩu

ác mỏ *d* 鹦鹉 (常喻阴狠的人)：quằm quặm như con ác mỏ 阴险的人

ác-mô-ni-ca (acmonic) *d* 口琴

ác mộng *d* 噩梦：cơn ác mộng 一场噩梦

ác một cái là [口] 不料；不巧；不幸：Định đến sớm, nhưng ác một cái là dọc đường hỏng xe. 原想早来，不料路上车坏了。

ác nghiệt *t* 凶狠刻薄：đối xử ác nghiệt 待人凶狠刻薄

ác nhân *d* 恶人

ác ôn *d* 恶霸：diệt ác ôn 消灭恶霸 *t* 暴行的，暴虐的：đồ ác ôn 暴徒

ác quỉ *d* 恶鬼，恶魔

ác-quy (acquy, accu, accumulateur) *d* 电瓶，蓄电池

ác tăng *d* ①恶僧②假僧人

ác tâm *t* 恶毒 *d* 坏心眼：không có ác tâm hại người 没有害人的坏心眼

ác tật *d* 恶疾，重病

ác thần *d* 凶神，恶煞

ác thú *d* 猛兽：con ác thú 一头猛兽

ác tính *t* 恶性，急性：khối u ác tính 恶性肿瘤

ác vàng *d* 金乌，太阳

ác ý *d* 恶意，不良居心：câu nói đùa ác ý 恶意玩笑

A

acbit hối đoái=ác-bít hối đoái

accordeon (ác-coóc-đê-ông) *d* 手风琴

account *d* 户名,账户

aceton (a-xê-tôn) *d* 丙酮

acetylen (a-xê-ti-len) *d* 乙炔

ách₁ [汉] 轭 *d* ①枷锁,桎梏: ách nô lệ 奴隶的枷锁②重压,灾难,祸患

ách₂ [汉] 厄 *đg* ①受阻,停止,中止: công việc bị ách lại 工作受阻②(使)停止,阻拦,阻挡: ách lại hỏi giấy tờ 拦住检查证件

ách₃ *t* 滞胀: ăn no ách cả bụng 吃饱了肚子胀

ách tắc *đg* ①堵塞,阻滞,卡住: giao thông ách tắc 交通阻塞; Lò gang bị ách tắc. 炼铁炉被堵住了。②阻碍,羁绊: Công việc bị ách tắc vì thiếu vốn. 因缺少资金,工作受阻。*d* 阻碍,困难: Công việc đang gặp ách tắc. 工作正遭遇困难。

ách vận *d* 厄运

acid (a-xít) *d* 酸: acid acetic 醋酸 *t* 酸性的

acmonic (ác-mô-ni-ca) *d* 口琴

acquy (ác-quy) *d* 电瓶

acre *d* 英亩 (1 英亩合 4047.87 平方米)

ad hoc *p* 专门,专职,专用: lập uỷ ban ad hoc 成立专门委员会; một giải pháp ad hoc 专门的解决办法

ADN *d* 脱氧核糖核酸

afghani *d* 阿富汗尼 (阿富汗货币单位)

Ag [化] 银的元素符号

agar *d* 琼脂,石花胶

ai₁ *d* ①谁,哪个: Trong nhà có những ai? 屋子里都有谁? ②任何人: không trừ một ai 任何人都不例外③谁,哪个 (可代替第一、第二、第三人称): Ai biết đấy? 谁知道啊?

ai₂ [汉] 哀

ai ai *d* 谁,人人,每人: Ai ai cũng cố gắng. 大家都努力。Ai cũng biết điều đó. 谁都

知道这一点。

ai bảo [口] 谁叫你(他),谁让你(他): Thi hỏng là phải, ai bảo lười học. 考砸了活该,谁叫你学习偷懒。

AIDS *d* 艾滋病 (又称 SIDA)

ai điếu *d* 悼文,悼词 *đg* 悼念,哀悼

ai đời [口] 谁想,谁料到,不想,没料到: Ai đời chuyện vô lí thế mà nó cũng tin. 没料到那么荒唐的事他也相信。

ai khảo mà xưng 不打自招

ai lại [口] 谁会(这么做),没人(这么做),没有谁(这么做): Mới sốt dậy, ai lại ra hóng gió thế. 才刚退烧谁会跑出来吹风呢。Ai lại, bằng ấy tuổi đầu còn ăn bám bố mẹ. 这么大个人了谁还会依赖父母。

ai mượn [口] 谁叫你…,哪个叫你…: Ai mượn mày xen vào việc của nó để cho nó cáu. 谁叫你插手他的事,惹他生气。

ai nấy *d* 人人,每个人: Cả nhà ai nấy đều mạnh khoẻ. 全家人都健康。

ai ngờ 不料,没想到,谁想到,哪知道: Tưởng là mưa, ai ngờ lại nắng đẹp. 以为下雨,不想却晴好。

ai oán *t* 哀怨,幽忧: tiếng đàn ai oán 哀怨的琴声

ải₁ [汉] 隘 *d* ①关隘,要隘: ải Côn Lôn 昆仑关②屏障,阻碍,关卡: Phải qua biết bao nhiêu ải mới xin được chữ kí. 不知经过了多少关才拿到签字。

ải₂ *t* ①朽,腐朽: Lạt đã ải. 竹篾朽了。②(土地)干松: chuyền ải sang dầm 使干松的土地变湿软 *đg* ①腐烂,腐朽,腐败: Cành cây chết đã bị ải. 枯枝腐烂了。②风化,碎: phơi cho ải đất 曝晒使土壤疏松

ải quan *d* 关隘,关口

ải thâm *t* (耕地) 半干的,没干爽的

ái₁ *c* 哎哟: Ái! Đau quá! 哎哟! 痛死了!

ái₂ [汉] 爱

ái ân *d*; *đg* 恩爱

A

ái chà *c* 哎哟,哎呀,哈,好家伙 (表欣喜或惊讶)：Ái chà, gió mát quá. 哎呀，真凉快。 Ái chà! Đông quá nhỉ！好家伙！这么多人呀！

ái dà=ái chà

ái hữu hội *d* 协会,联谊会

ái khanh *d* 爱卿

ái lực *d*[理] 亲和力：Oxygen có ái lực lớn với sắt. 氧与铁有很强的亲和力。

ái mộ *đg* 敬仰,爱慕：Ông ấy được nhiều người ái mộ. 他受到很多人敬仰。

ái nam ái nữ *d* ①阴阳人,半男半女②女性化的男人,嗲里嗲气的男人

ái ngại *đg* 于心不安,于心不忍：Thấy lũ trẻ bơ vơ, ai cũng ái ngại. 看到这些孩子无依无靠,谁都于心不忍。

ái nữ *d* 爱女,令爱：ái nữ của ngài tổng thống 总统先生的爱女

ái quần *đg* 爱民：tinh thần ái quốc ái quần 爱国爱民的精神

ái quốc *đg* 爱国：lòng ái quốc 爱国之心

ái tình *d* 爱情：sức mạnh của ái tình 爱情的力量

Al[化] 铝的元素符号

am₁[汉] 庵 *d* ①庵,小寺庙②隐士居住的茅庵

am₂[汉] 谙

am hiểu *đg* 谙熟,熟知,熟悉,了解：am hiểu tình hình 了解情况；am hiểu kĩ thuật 谙熟技术

am-pe (ampere) *d* 安培：am-pe kế 安培表

am-pli (amplificateur) *d* 放大器,扩音机

am tường *đg* 谙详,谙熟,熟知,熟悉：am tường luật lệ 谙熟法律；am tường lịch sử 通晓历史

ảm đạm *t* ①暗淡,昏暗：nền trời ảm đạm 天际昏暗②（脸色、心情）暗淡,阴沉：nét mặt ảm đạm 脸色阴沉

ám₁ *d*(用整鱼或大段鱼块和香菜煮的) 鱼粥：nấu món ám 煮鱼粥

ám₂ *đg* ①积,沾上：Trần nhà ám khói. 屋顶积灰。②[口] 搅缠,缠磨,纠缠：Người ta đã bận, lại còn đến ám. 人家正忙着,还来纠缠。

ám₃[汉] 暗

ám ảnh *đg* ①困扰,纠缠：nỗi lo âu ngày đêm ám ảnh 日夜被忧虑困扰②（不好的）幻想,臆想

ám chỉ *đg* 暗指,影射：Câu nói có ý ám chỉ anh ta. 话语影射他。

ám hại *đg* 暗害,暗杀,陷害：bị kẻ xấu ám hại 被坏人陷害

ám hiệu *d* 暗号：nhận được ám hiệu liên lạc 收到联络暗号 *đg* 发暗号：ám hiệu cho nhau biết 互发暗号

ám muội *t* 暧昧,含糊,不正当：ý định ám muội 态度暧昧；hành động ám muội 行为不正当

ám quẻ *đg* ①（算命、卜卦时被鬼）搅和,干扰,阻碍②[口] 打搅,搅和,搅乱：Đang định làm nốt việc thì nó đến ám quẻ. 正想把事干完,他就来搅和。

ám sát *đg* 暗杀,杀害：âm mưu ám sát 阴谋暗杀

ám tả *đg* 默写

ám thị *đg* 暗示：ám thị bằng thôi miên 用催眠法暗示

ammoniac (a-mô-ni-ác) *d* 氨,氨气

an[汉] 安 *t* 安,安全：biến nguy thành an 转危为安

an bài *đg*（上天）安排,天定

an bình *t* 平安：cuộc sống an bình 生活平安

an-bom (album) *d* ①相册；邮册②歌碟；歌带：phát hành an-bom nhạc mới 发行新歌碟

an-bu-min (albumin) *d* 蛋白,蛋清；蛋白质

an-bum=an-bom

an-ca-lo-ít (alkaloid) *d* 生物碱

an cư *đg* 安居：Có an cư thì mới lạc nghiệp.

安居才能乐业。

an cư lạc nghiệp 安居乐业

an dưỡng *đg* 疗养, 休养: đi an dưỡng 去疗养

an-đe-hít (aldehyd) *d* 醛, 乙醛 *t* 醛的

an giấc *đg* 安睡, 安眠, 熟睡

an giấc ngàn thu = an giấc nghìn thu

an giấc nghìn thu *đg* 长眠, 与世长辞

an-go-rít (algorithm) *d* 算法

an hưởng *đg* 安享: an hưởng tuổi già 安享晚年

an khang *t* 安康: Kính chúc gia đình an khang, thịnh vượng. 敬祝家庭安康、兴旺。

an lạc *t* 安乐: Đem lại nguồn an lạc cho chúng sinh cả tâm hồn lẫn thể xác. 为众生的心灵和身体带来安宁快乐。

an lành *t* 安稳, 安定, 稳定: cuộc sống an lành 生活安稳

an-ma-nác (almanac, almanach) *d* 历书, 日历本, 年历: an-ma-nác năm 2010 二○一○年日历本

an nghỉ *đg* 安息, 入土为安: đưa đến nơi an nghỉ cuối cùng 送到最后安息地

an nguy *t* 安危

an nhàn *t* 安适, 安恬, 安逸: cuộc sống an nhàn 生活安逸

an nhiên *t* 安然, 自然, 坦然: thái độ an nhiên tự tại 态度坦然

an ninh *t* 安全, 安宁: cơ quan an ninh 安全机关

an-pha (alpha) *d* 阿尔法

an phận *t* 安分, 本分: sống an phận 安分过日子

an phận thủ thường 安分守己

an sinh *t* 民生的, 生活安定: vấn đề an sinh xã hội 社会民生问题

an táng *đg* 安葬: lễ an táng 葬礼

an tâm *t* 安心

an thai *đg* 安胎, 保胎: thuốc an thai 安胎药

an thân *đg* 安身, 栖身: chỉ muốn được an thân 只求能栖身

an thần *đg* 安神, 镇静: thuốc an thần 安神药

an-ti-mon (antimon, antimony) *d* 锑

an-ti-pi-rin (antipirin) *d* 安替比林

an toạ *đg* 就座, 入座: Mời các vị an toạ. 请各位就座。

an toàn *t* 安全, 平安: đi lại an toàn 出入平安; chốt an toàn của lựu đạn 手榴弹的安全栓; an toàn lao động 劳动安全

an toàn khu *d* 安全区 (指越南抗战时期的根据地)

an-tra-xít (anthracit, antraxit) *d* 无烟煤, 硬煤

an trí *đg* 流放, 放逐: đưa đi an trí 流放

an tức hương *d* [药] 安息香

an ủi *đg* 安慰: lựa lời an ủi bạn 找话来安慰朋友

an vị *đg* 入座, 就座

án[1] [汉] 案 *d* ①案, 案子, 案件: án giết người 杀人案 ②案桌, 案条 ③判决书, 裁定书: bản án tử hình 死刑判决书

án[2] [汉] 按 *d* [旧] 提刑按察使 (省级主管司法的官员)

án[3] *đg* ①横挡, 阻挡: núi án trước mặt 山在前面拦着 ②驻扎, 驻守: án quân nằm chờ chi viện 驻守待援

án binh bất động ①按兵不动 ②蛰伏, 潜伏: Bọn buôn lậu án binh bất động chờ thời cơ. 走私分子潜伏下来等待时机。

án gian *d* 供案, 供桌

án mạng *d* 命案: đánh nhau gây ra án mạng 打架出命案

án ngữ *đg* 挡道, 塞道, 阻拦; 把守: Dãy núi án ngữ trước mặt. 山峰迎面挡道。Đóng quân án ngữ các ngả. 派兵把守着每个路口。

án phí *d* 诉讼费

án quyết *d* 判决, 裁定, 决定

A

án sát *d*[旧] 提刑按察使（省级主管司法的官员）

án thư *d* 书案

án treo *d* 缓刑：bị một năm án treo 被判缓刑一年

án từ *d* 案卷

ang *d* ①瓮：ang ành 瓦瓮② (盛槟榔的) 铜罐③ (木制或竹编、容积约为 7~8 升的) 方形量米器

ang áng *đg* 估摸，估计：tính ang áng 估算

ảng *d* 瓮

áng *d* 荒地，荒滩：áng cỏ 荒草地 *t* 绚丽：áng mây hồng 绚丽的云彩；một áng văn kiệt tác 绚丽的篇章 *đg* 约算，估计：Ông già áng ngoài sáu mươi tuổi. 老人估计有六十开外。

áng chừng *đg* 约算，估计：Tính áng chừng xem bao nhiêu. 估算一下有多少。

angorit *d* 算法，运算规则

anh₁ *d* 哥，兄长：anh ruột 胞兄；anh rể 姐夫；anh họ 堂兄

anh₂ *d* ①用于第一人称 (相当于"我")，为男性对弟妹辈、妻子、女友等的自称：Anh yêu em. 我爱你。②用于第二人称 (相当于"你")，用来称呼兄长辈和同辈男性，或女性称呼丈夫、男友：Anh đang làm gì？你在干什么？③用于第三人称 (相当于"他")，用来称呼兄长辈男性，或长辈称呼年轻晚辈男性，常与"ấy" "ta"连用：Anh ấy là bác sĩ. 他是医生。Anh ta không hút thuốc. 他不吸烟。

anh₃〔汉〕英，罂，鹦

anh ách *t* (肚子) 胀鼓鼓的：no anh ách 饱撑；Nói chuyện với nó cứ tức anh ách. 跟他说话生一肚子气。

anh ánh *t* 闪亮的，闪光的，闪烁的：Mái tóc đen anh ánh. 头发黑亮。

anh chàng *d* 家伙 (指年轻男子，有轻蔑或戏谑之意)：một anh chàng vui tính 一个乐观的家伙

anh chị *d* 你们 (用于称呼同辈夫妇俩，或同辈中有男有女的场合) *d* (团伙中的) 老大，把头：một tay anh chị 一个老大

anh chị em *d* 兄弟姐妹：anh chị em trong cơ quan 单位里的兄弟姐妹

anh dũng *t* 英勇：chiến đấu anh dũng 英勇作战

anh đào *d* 樱桃

anh em *d* 兄弟；兄妹：anh em chú bác 叔伯兄弟；các dân tộc anh em 各兄弟民族

anh em cọc chèo *d* 连襟

anh em đồng hao=anh em cọc chèo

anh em thúc bá *d* 叔伯兄弟，堂兄弟，堂兄弟姐妹

anh hào *d*[旧] 英豪

anh hoa *t*[旧] 英华，精华，精髓

anh hùng *d* ①英雄：anh hùng dân tộc 民族英雄②模范：anh hùng lao động 全国劳动模范

anh hùng ca *d* 赞歌，英雄赞歌

anh hùng cá nhân *t* 个人英雄主义的，逞能的：hành động anh hùng cá nhân 个人英雄主义行为

anh hùng chủ nghĩa *t* 个人英雄主义的，冒险的：mang nặng tư tưởng anh hùng chủ nghĩa 有严重的个人英雄主义思想

anh hùng mạt vận=anh hùng mạt lộ

anh hùng rơm *d* 纸老虎 *t* 外强中干

anh kiệt *d* 英杰，豪杰，英豪

anh linh *d* 英灵，英魂：nghiêng mình trước anh linh các liệt sĩ 向英烈们鞠躬 *t* 有灵气的；灵异的

anh minh *t* 英明：vị vua anh minh 英明君主

anh nuôi *d*[口] 炊事员，炊事兵

anh quân *d* 明君，英明君主

anh tài *d* 英才

anh thư *d* 女杰，巾帼英豪，巾帼英雄

anh trai *d* 哥哥，胞兄：Nhà có hai anh trai. 家有两个哥哥。

家里有两个哥哥。

anh tuấn *t* [旧] 英俊: chàng thanh niên anh tuấn 英俊青年

anh túc *d* 罂粟: anh túc xác 罂粟壳

anh vũ₁ *d* 鹦鹉

anh vũ₂ 唇鱼

ảnh₁ [汉] 影 *d* ①像, 相, 影像: chụp ảnh 摄像; kĩ thuật xử lí ảnh 影像处理技术; ảnh ảo 虚像 ②相片

ảnh₂ *d* [方] 他

ảnh âm *d* 底片, 底版

ảnh ẩn *d* 潜影

ảnh dương *d* 照片, 相片

ảnh hưởng *d*; *đg* 影响: ảnh hưởng của khí hậu đối với cây cối 气候对植物的影响; Sự giáo dục của gia đình ảnh hưởng đến trẻ em. 家庭教育影响孩子。

ảnh nổi *d* 立体像, 三维像

ảnh thật *d* 实像

ánh₁ [汉] 映 *d* 光, 光线, 光泽: ánh đèn 灯光; ánh kim loại 金属光泽; Có ánh xanh của lá cây 树叶泛绿光。*t* 亮的, 光亮的: nước sơn rất ánh 油漆很亮 *đg* 闪亮, 发亮: Mặt nước ánh lên dưới trăng. 湖面在月光下熠熠闪亮。

ánh₂ *d* 须根: ánh tỏi 蒜须

ánh kim *d* 金属光泽

ánh ỏi *t* 刺耳: tiếng chim hót ánh ỏi 鸟叫声刺耳

ánh sáng *d* 光, 亮: ánh sáng mặt trời 阳光; căn phòng đầy ánh sáng 明亮的房间 *đg* ① 照耀, 指引: ánh sáng của khoa học 在科学的指引下 ②曝光: đưa ra ánh sáng 给予曝光

ánh sáng lạnh *d* 冷光

ao₁ *d* 塘, 池塘, 水塘: ao rau muống 蕹菜塘; Ao sâu tốt cá. 池深好养鱼。

ao₂ *đg* 估摸, 估量: Chị ao lại dầu xem còn mấy chai. 你估估看还有几瓶油。

ao chuôm *d* 池塘, 水塘: Trời mưa, ao chuôm đầy ắp nước. 天下雨, 池塘积满水。

ao tù *d* 死水潭, 臭水塘: lấp các ao tù 填臭水塘

ao ước *đg* 渴望: Chị ấy ao ước một gia đình ấm êm, hạnh phúc. 她渴望有个温馨、幸福的家庭。

ao xơ (ounce) *d* 盎司

ào *đg* 涌进, 涌入, 扑来: cơn mưa ào đến 大雨浇过来; Vỡ đê, nước ào vào làng. 决堤了, 水涌进村庄。*p* 快速地, 迅速地 (做): trả lời ào đi cho xong 迅速地应付几句算了; Thôi cứ làm ào đi, đắn đo làm gì nữa. 算了, 快做吧, 考虑那么多干吗。

ào ào [拟] 呼呼 (风声); 哗哗 (水流声): nước chảy ào ào 水哗哗地流; gió thổi ào ào 风呼呼地刮 *t* ①喧闹, 鼎沸: ào ào như ong vỡ tổ 喧闹得像炸了马蜂窝; Quân giặc ào ào tràn đến. 敌军蜂拥而至。②急匆匆地 (干): làm ào ào cho xong việc 急急忙忙干完了事; phát biểu ào ào cho hết giờ 急匆匆地说几句应付

ào ạt *t* 凶猛, 声势浩大: ào ạt như nước vỡ bờ 凶猛如决堤的水

ảo₁ *t* 虚幻, 不实, 不现实: con số ảo 虚数; ảo mộng 梦幻

ảo₂ [汉] 幻, 懊

ảo ảnh *d* ①虚像, 幻景: chạy theo ảo ảnh 捕风捉影 ②蜃景, 海市蜃楼

ảo cảnh *d* 幻景

ảo đăng *d* 幻灯

ảo giác *d* 幻觉, 错觉: Sự vật có thật chứ không phải như trong ảo giác. 事物是存在的而并非错觉。

ảo mộng *d* ①虚幻, 梦幻, 幻想 ②愿望, 梦想: Mơ ước vào đại học chỉ là ảo mộng. 上大学的愿望不过是一场梦。

ảo não *t* 烦恼, 懊恼, 幽怨: Giọng hát nghe ảo não. 歌声听起来很幽怨。

A

ảo nhật *d* 幻日（云中透出的日影）

ảo thuật *d* 魔术：nhà ảo thuật 魔术师

ảo tưởng *d* 梦幻，梦想：sống trong ảo tưởng 生活在梦幻中 *đg* 梦想，幻想，妄想，憧憬：ảo tưởng về hạnh phúc gia đình 憧憬家庭幸福；Học hành lớt phớt mà đòi vào đại học thì chỉ là một ảo tưởng. 学习懒散，进大学只是妄想。

ảo tượng *d* 幻影，蜃景，海市蜃楼

áo₁ *d* ①衣服，衣衫②套子，罩子：áo gối 枕套；áo pháo 炮衣③衣，(药的) 糖衣，外层：dùng bột nếp làm áo bánh 用糯米粉做饼的外皮；lớp đường làm áo 糖衣④釉，瓷釉

áo₂ [汉] 懊

áo ấm *d* 冬衣，暖衣，厚衣服：Trời lạnh, phải mặc thêm áo ấm. 天冷，要加厚衣服。

áo ấm cơm no 丰衣足食

áo ba lỗ *d* 背心

áo bà ba *d* (越南南部服饰之一，衣短无领，袖长而阔的) 短衫

áo bào *d* 锦袍：áo bào gặp ngày hội 锦袍遇庙会 —— 恰逢其时

áo bay *d* ①飞行服；宇航服②夹克

áo bìa *d* 书套

áo bò *d* 牛仔服

áo bó *d* 紧身衣

áo bông *d* 棉袄

áo bờ lu *d* 罩衫，工作大褂

áo cà sa *d* 袈裟

áo cánh *d*(越南服饰之一，圆领长袖，衣襟对开，常有两个口袋的) 短衫

áo cánh tiên *d* 宽袖舞蹈服

áo cặp *d* 夹衣

áo cẩm bào *d* 锦袍

áo chầu *d* 朝服

áo chẽn *d* 紧身衣

áo chế *d* 丧服

áo choàng *d* 大褂，工作大褂

áo cộc *d* 短衫

áo cối *d* (春臼的) 竹围

áo cưới *d* 婚纱，婚礼服：cửa hàng cho thuê áo cưới 婚纱服出租店

áo dài *d* 旗袍，长袍

áo đại cán *d* 干部服，中山装

áo đại trào *d* 朝服

áo đan *d* 坎肩

áo đầm *d*(女式) 礼服，礼裙：áo đầm dạ hội 晚礼裙

áo đông xuân *d* 棉毛衫

áo đơn đợi hè 单衣待夏日 (喻什么场合做什么事)

áo đuôi tôm *d* 燕尾服

áo gai *d* 麻衣，孝服，丧衣

áo gấm đi đêm 锦衣夜行

áo gấm về làng 衣锦还乡

áo gi-lê *d* 西装背心

áo giáp *d* 铠甲，盔甲：mặc áo giáp ra trận 穿戴盔甲上阵

áo gió *d* 风衣，大氅

áo gối *d* 枕头套

áo hạt *d*(果类的) 壳，皮，衣

áo kén *d*(蚕茧的) 外层丝

áo kép *d* 夹衣

áo khách *d* 对襟小褂

áo khăn *d* 衣帽，服装，衣着

áo khoác *d* 外套，外衣

áo lá *d* ①蓑衣②背心③ [转] 羽毛初长的禽类

áo làm việc *d* 工作服

áo lặn *d* 潜水衣

áo len *d* 毛线衣

áo long bào *d* 龙袍

áo lót *d* ①内衣，汗衫②背心③胸罩，乳罩，文胸

áo lọt lòng *d* 幼婴服

áo lông *d* 皮袄

áo may sẵn *d* 成衣

áo mền *d* 棉袄

áo mưa *d* 雨衣

áo năm thân *d* 五襟衣（一种越南古代北方妇女服饰）

áo nậu *d* 古代兵勇衫

áo ngắn *d* 短衫

áo ngoài *d* 外衣

áo ngủ *d* 睡衣：Không nên mặc áo ngủ đón khách. 不应穿睡衣接待客人。

áo nhộng *d*（蚕茧的）内层丝

áo nịt *d* 紧身衣

áo nước *d* 水箱，冷却水箱：áo nước của xi-lanh 汽缸的冷却水箱

áo pa-đờ-xuy *d* 大衣

áo phao *d* 救生衣，救生服

áo pháo *d* 炮衣

áo phông *d* 套头衫，T 恤衫，文化衫

áo pull *d* 紧身衣，弹性衣服

áo pun=áo pull

áo quan *d* 棺椁，棺材：cỗ áo quan 一副棺材

áo quần *d* 衣服

áo rách quần manh 衣不蔽体

áo rách tả tơi 衣衫褴褛

áo rét *d* 冬衣，厚衣服：may sắm áo rét 准备冬衣

áo rộng=áo thụng

áo sô *d* 缌麻服，麻衣，丧服

áo sơ-mi *d* 衬衣，衬衫

áo súng *d* 枪衣，枪套

áo tang *d* 素服，丧服

áo tắm *d*（妇女的）泳装，游泳衣：áo tắm hai mảnh 比基尼泳装

áo tế *d*（比较宽大的）祭祀礼服

áo thun *d* 棉毛衫

áo thụng *d* ①祭服②（过于宽大的）衣服

áo tơi *d* 蓑衣

áo trấn thủ *d* 棉背心，棉坎肩儿

áo trong *d* 内衣

áo tứ thân *d* 四襟衣（一种越南古代北方妇女服饰）

áo tứ thân

áo vét *d* 西装，西服

áo vệ sinh *d*（布制的）背心

áo xống *d* 衣裳，衣服：áo xống xộc xệch 衣着臃肿

áp₁ *d* ①电压：trạm tăng áp 加压站②血压：Nếu huyết áp tụt, cho thêm thuốc tăng áp. 如果血压降下来，加些升压药。

áp₂ *đg* ①靠拢，靠近，贴近，临近：kê chiếc tủ áp tường 把柜子靠墙；Thuyền áp bến. 船靠岸。Cậu bé áp má vào ngực mẹ. 孩子把脸贴在妈妈胸口上。Hai đô vật áp vào nhau. 两个摔跤手缠在一起。Xe tăng áp sát trận địa đối phương. 坦克逼近对方阵地。Nhà ở áp bờ sông. 房子靠近河边。②压：trấn áp 镇压；đàn áp 弹压③盖（印）：áp triện 盖章④[旧] 押：áp giải 押解；áp tải 押运

áp₃ [汉] 押，压

áp bức *đg* 压迫，欺压：chịu hai tầng áp bức 受到双重压迫

áp chảo *đg* 煎，油煎：thịt áp chảo 煎肉

áp chế *đg* 压制，强制：压迫：bị áp chế tàn nhẫn 受到残酷压迫

áp chót *t* [口] 倒数第二的；前一批的：xe đời áp chót 上一代的车；Trong 12 anh em, tôi áp chót. 12 个兄弟中，我排倒数第二。

áp dụng *đg* 运用，采用，利用：áp dụng khoa học kĩ thuật vào sản xuất 将科学技术运用到生产；áp dụng kinh nghiệm tiên tiến 运用先进经验

A

áp đảo *đg* 压倒: thắng lợi với số phiếu áp đảo 以压倒多数的票获胜

áp đặt *đg* 强加, 强压, 强制: áp đặt tư tưởng 压制思想; không chấp nhận một cuộc hôn nhân áp đặt 不接受强加的婚姻

áp điện *d* 压电效应

áp điệu *đg* [旧] 护送, 押送

áp giá *đg* (职能机关) 定价, 限价: áp giá cho mặt hàng mới 对新商品定价

áp giải *đg* 押解, 押送: áp giải tù binh 押解俘虏

áp kế *d* 压力计; 气压计; 液压计

áp khí *d* 气压

áp lực *d* ① [物] 压力: áp lực của không khí 气压 ② (生活、工作等) 压力: gây áp lực dư luận 制造舆论压力; dùng quân sự gây áp lực ngoại giao 用军事制造外交压力

áp mã *đg* 规定海关代码, (强制) 使用海关代码: áp mã số thuế 规定海关代码税

áp mạn *đg* 傍岸, 靠岸

áp phe *đg* 倒卖: áp phe hàng lậu 倒卖走私品

áp phích *d* 宣传画, 招贴画: Dán áp phích chỗ đông người qua lại. 把宣传画贴到行人往来多的地方。

áp suất *d* [物] 压强: áp suất khí quyển 大气压

áp tải *đg* 押运: áp tải hàng 押运货物

áp thấp *d* 低气压: vùng áp thấp 低气压区

áp thấp nhiệt đới *d* 热带低气压

áp thuế *đg* 定税, 确定税率: áp thuế doanh thu 对营业收入定税; Thất thu một khoản tiền lớn do áp thuế sai. 由于确定税率失误, 少收一大笔款。

áp tống *đg* ① 押送 (犯人) ② 护送, 押运

áp úc *đg* 压抑, 欺压

áp-xe (abscess) *d* 脓肿, 脓疮

apartheid (a-pác-thai) *d* 种族隔离

apatite (a-pa-tít) *d* 磷灰石

arbit hối đoái = ác-bít hối đoái

are *d* 公亩

arsenic (a-xen) *d* 砷; 砒霜

As [化] 砷的元素符号

át *đg* 掩没, 压过: Nói át tiếng người khác. 说话声盖过了其他人。 *d* 扑克中除大王以外最大的牌

át chủ bài *d* ① [口] (扑克) 大王, 最大的牌 ② [转] 老大, 大佬: Anh ta là át chủ bài của đội tuyển. 他是球队里的老大。

át-lát (atlas) *d* 地图册, 地图集: át-lát quốc gia Trung Quốc 中国地图册

át-mốt-phe (atmophère) = atmosphe

atmosphe *d* 气压, 大气压

ATM *d* 柜员机, 自动取款机

au *t* 泛红, 透红; 透黄: hai má đỏ au 两颊绯红; trái cam vàng au 橙红色的柑子

Au [化] 金的元素符号

audio *d* 声音

automat *d* 自动装置

áy *t* 枯萎: cỏ áy 枯草

áy náy *t* 忧虑, 不安: áy náy vì không giúp đỡ được bạn 为帮不了朋友而不安

azote (a-zốt) *d* 氮

Ă ă

ă, Ă 越语字母表的第 2 个字母

ắc-coóc=ắc-coóc-đê-ông

ắc-coóc-đê-ông (accordeon) *d* 手风琴

ắc-quy (acquy) *d* 电瓶

ăm ắp *t* 溢满的, 满满的: Ruộng ăm ắp nước. 田里水满满的。

ẵm *đg* 抱 (小孩): ẵm con 抱孩子

ẵm ngửa *đg* 抱 (婴儿) *d* [转] 初生儿, 幼小: từ thời thuở ẵm ngửa 还是初生儿的时候; Con còn ẵm ngửa. 孩子尚幼。

ăn *đg* ①吃, 食用, 享受: ăn cơm 吃饭②收纳, 接受: ăn hoa hồng 收受红利③吃酒席, 赴宴; 过 (年): ăn sinh nhật 吃生日宴; ăn cưới 吃婚宴; ăn Tết 过年④赢得, 取得, 胜: ăn giải 夺标; ăn con xe (下棋) 吃了一个车⑤渗入, 深入: Phong trào ăn sâu, lan rộng. 运动广泛深入地开展起来。⑥延伸, 蔓延: Rễ tre ăn ra tới ruộng. 竹根蔓延到田里。Sông ăn ra biển. 江河延伸到海里。⑦ 附属, 属于: Khoảnh ruộng này ăn về xóm trên. 这块田属于上村。Khoản này ăn vào ngân sách của tỉnh. 这是省财政的款。⑧ 腐蚀, 侵蚀: Gi ăn vào dây thép. 锈侵蚀钢丝。⑨折合 (货币兑换): 1đô-la ăn mấy đồng Việt Nam? 一美元折合多少越南盾?⑩挨, 被: ăn đòn 挨揍; ăn đạn 挨枪子儿⑪咬合, 紧贴: Phanh không ăn. 闸刹不住。Hồ dán không ăn. 糨糊粘不住。⑫吸收, 受: Vải ăn màu. 布染上色。Da ăn nắng. 皮肤被晒黑。Gạch không ăn vôi. 砖吃不上浆。⑬上, 加 (油): cho máy ăn dầu mỡ 给机器上油⑭耗, 费 (油): Loại xe này rất ăn xăng. 这种车很费油。⑮上, 装 (货): Tàu đang ăn hàng. 船在装

货。⑯上相: chụp rất ăn ảnh 照得很上相⑰ 相配, 般配: Chiếc áo đen ăn với màu da trắng. 这件黑衣服跟白皮肤般配。

ăn ảnh *t* (摄影) 上相的

ăn bám *đg* 寄生, 吃白饭: sống ăn bám 过着寄生生活; ăn bám cha mẹ 啃老

ăn báo cô *đg* 吃白饭, 吃白食

ăn báo hại=ăn báo cô

ăn bát cơm dẻo, nhớ nẻo đường đi 知恩图报

ăn bẩm *đg* [口] 获利, 得利, 吃利: Trót lọt vụ này, họ sẽ ăn bẩm. 过得这一关, 他们就获利。

ăn bẩn *đg* [口] 用不正当手段获取, 巧取豪夺, 耍赖: chơi trò ăn bẩn 耍无赖; Nó ăn bẩn nên mới được cuộc. 他用了不正当手段才获胜。

ăn bận *đg* [方] 穿着, 衣着, 打扮: ăn bận sang trọng 衣着华丽

ăn bơ làm biếng 好吃懒做

ăn bớt *đg* 揩油, 克扣, 从中渔利: Nhận làm gia công, ăn bớt nguyên vật liệu. 接加工活, 克扣原料。

ăn cám *đg* [口] 干不成事, 一事无成: Làm như vậy thì chỉ có mà ăn cám. 这么做只会一事无成。

ăn cám trả vàng 滴水之恩当涌泉相报

ăn cánh *đg* 勾结, 串通: Ăn cánh với nhau để ăn cắp của công. 互相勾结盗窃公物。

ăn cắp *đg* 偷盗, 盗窃, 窃取: ăn cắp vặt 小偷小摸

ăn cắp ăn nảy *đg* [口] 偷盗, 盗窃, 窃取

ăn cần ở kiệm 克勤克俭: Vợ chồng anh ấy ăn cần ở kiệm. 他们夫妻克勤克俭。

ăn cháo đá bát=ăn cháo đái bát

ăn cháo đái bát 忘恩负义: quân ăn cháo đái bát 忘恩负义的家伙

ăn chay *đg* 吃斋, 吃素: ăn chay niệm phật 吃斋念佛; ăn chay nằm đất 斋戒

ăn chắc *đg* ①必胜，稳操胜券②稳扎稳打

ăn chắc mặc bền 内涵胜于外表；重内涵不重外表

ăn chặn *đg* 克扣：Tiền công của thợ bị cai thầu ăn chặn. 工人的工钱被包工头克扣。

ăn chằng *đg* 多吃多占；占小便宜

ăn chắt hà tiện 节衣缩食

ăn chẹt *đg* [口] 趁火打劫，趁机敲诈勒索：Đừng thấy người ta như vậy mà ăn chẹt. 不要见人家这样就趁火打劫。

ăn chia *đg* [口] 分，分配：ăn chia lợi nhuận 分配利润

ăn chịu *đg* 赊账

ăn chọn nơi, chơi chọn bạn 择友而交；近君子，远小人

ăn chơi *đg* 吃喝玩乐：chỉ ăn chơi, không làm việc 好吃懒做 *t* [口] 玩乐的；时尚的，新潮的：Bộ quần áo trông rất ăn chơi. 这套衣服看上去很新潮。

ăn chung *đg* ①同吃：Mấy sinh viên ở cùng phòng ăn chung. 同住的几个大学生一起吃。②共享：Hai người hùn vốn buôn bán ăn chung. 两个人合资做生意，共同分利。

ăn chực *đg* 蹭食：ăn chực cơm hàng xóm 到邻居家蹭食

ăn chực nằm chờ *đg* 苦等，苦候

ăn có nhai, nói có nghĩ 食须细嚼，言必三思：Ăn có nhai, nói có nghĩ đừng có nói bừa nhất là nói về người khác. 言必三思，不要乱说，尤其是说别人。

ăn cỗ *đg* 吃酒席

ăn cỗ đi trước, lội nước theo sau 享乐在前，吃苦在后

ăn công *đg* 拿工钱

ăn cơm đoàn kết 聚餐，会餐

ăn cuộc *đg* 获胜，取胜

ăn cưới *đg* 吃喜酒

ăn cướp *đg* 抢劫，打劫：vừa ăn cướp, vừa la làng 贼喊捉贼

ăn dày *đg* [口] 获利，得利，吃利

ăn dầm nằm dề 一事无成

ăn dè *đg* 省着吃，缩食：Ít thức ăn nên phải ăn dè. 食物少，所以要省着吃。

ăn diện *đg* 打扮：thích ăn diện 爱打扮

ăn dỗ *đg* 骗吃：Nó ăn dỗ trẻ con. 他骗小孩的东西吃。

ăn dỗ ăn dành=ăn dỗ

ăn dở *đg* 害喜，害口

ăn dưng ngồi rồi=ăn không ngồi rồi

ăn đậm=ăn bẩm

ăn đất *đg* 死，完蛋，一命呜呼：Bọn cướp đang chờ ngày ăn đất. 这帮抢劫犯就要完蛋了。

ăn đậu nằm nhờ 临时寄居

ăn đẽo *đg* 搜刮，白吃白占

ăn đói *đg* 挨饿：ăn đói mặc rách 挨饿受冻

ăn đong *đg* 吃了上顿没下顿，饥一餐饱一餐

ăn độn *đg* 掺食杂粮

ăn đời ở kiếp ①终生相伴：Vợ chồng ăn đời ở kiếp với nhau. 夫妻终生相伴。②终老一处

ăn đợi nằm chờ =ăn chực nằm chờ

ăn đủ *đg* [口] ①赚得盆满钵满，得利，得便宜：Giá cả leo thang, bọn đầu cơ ăn đủ. 价格上涨，让那帮投机者赚得盆满钵满。②（全部）承担，承受：Xe gây tai nạn, tài xế bỏ chạy, một mình chủ hàng ăn đủ. 出了车祸，司机逃逸，货主自己承担（责任）。

ăn đụng *đg* 分摊，分食（肉）：ăn đụng lợn 分食猪肉

ăn đút ăn lót 受贿

ăn được nói nên 能说会道

ăn đường *d* 路费，盘缠：đem theo tiền ăn đường 带上盘缠

ăn đứt *đg* [口] ①超过，胜过，比得过：Tay nghề của anh ăn đứt chúng tôi. 你的手艺胜过我们。Sắc đẹp của cô ta ăn đứt mọi người. 她的美貌没人能超过。②必胜，稳操胜券：Trận đấu này thì đội ấy ăn đứt rồi. 这场比赛该队必胜。

ăn gánh *đg* 承担,担当:ăn gánh việc làng 承担村里的工作

ăn gẫu *đg* 沾光;揩油

ăn gầy *đg*(用余留的钱)养老

ăn ghé *đg* 沾光;揩油,占便宜

ăn ghẹ=ăn ghé

ăn ghém *đg* ①生食(果菜等)②槟榔与京烟一起嚼

ăn giá *đg*[口] 讲价,谈价钱,协商价格:Hàng đã ăn giá xong. 货物价格已经谈好。Hai bên đã ăn giá với nhau. 双方已经谈好价钱。

ăn giải *đg*[口] 获奖,得奖:Tham dự nhưng không được ăn giải. 参加了但没获奖。

ăn gian *đg*[口] 耍奸,耍花招,耍赖(多占),偷奸取巧:chơi bài ăn gian 玩牌耍赖;Nó đếm ăn gian mất mấy trăm. 他耍奸少数了几百。

ăn gió nằm mưa 风餐露宿

ăn gió nằm sương=ăn gió nằm mưa

ăn giỗ *đg* 吃忌辰,参加忌礼

ăn gọ *đg* 沾光;揩油

ăn gỏi *đg* ①生食(鱼、虾、蟹等):ăn gỏi cá 吃鱼生②狼吞虎咽

ăn gởi nằm nhờ =ăn gửi nằm nhờ

ăn gửi *đg* 寄食,搭伙

ăn gửi nằm nhờ 暂居,借住,临时落脚

ăn hại *đg* 白糟蹋粮食:Đơn giản thế mà không làm được, đúng là ăn hại. 这么简单都干不了,真是白糟蹋粮食了。

ăn hại đái nát 忘恩负义

ăn hang ở hốc 穴居

ăn hàng *đg* ① [口] 进货,购货;装货:Tàu đang ăn hàng. 船在装货。②偷,行窃:Bọn cướp chưa kịp ăn hàng đã bị bắt. 这伙小偷还没来得及偷盗就被抓了。③吃小吃

ăn hiếp *đg*[口] 欺负,欺侮:Người lớn mà lại ăn hiếp trẻ con. 大人还欺负小孩。

ăn hiếp ăn đáp=ăn hiếp

ăn hoang *đg* 大吃大喝,花天酒地

ăn học *đg* 养育:được ăn học tử tế 得到很好的抚养和教育

ăn hỏi *đg*(男方家向女方家)提亲:lễ ăn hỏi 提亲仪式

ăn hối lộ *đg*[口] 受贿

ăn hơn nói kém 狡诈,不老实

ăn hớt *đg*[口] 占先,先捞一把:Bọn ăn hớt tay trên. 这帮家伙先捞了一把。

ăn hương ăn hoa *đg* 浅尝,品味

ăn ké *đg* 沾光;揩油

ăn kẹ=ăn ké

ăn kém *đg* 吃得差;食欲不好

ăn keo *đg* 抠搜,一毛不拔

ăn khách [口] 畅销,顾客盈门,生意兴隆:mặt hàng ăn khách 货物畅销;Cửa hàng rất ăn khách. 商店生意兴隆。

ăn khao *đg* 吃犒劳,吃请

ăn khem *đg* 忌口,忌嘴

ăn khoẻ *đg* 食量大,能吃

ăn không *đg* ①坐吃山空②白吃,白拿,巧取豪夺,攫取:Cường hào ăn không mấy sào ruộng của nông dân. 土豪攫取了农民的几分田。

ăn không ăn hỏng=ăn không

ăn không lo, của kho cũng hết 坐吃山空

ăn không ngon, ngủ không yên 寝食不安

ăn không ngồi rồi 好吃懒做,游手好闲,吃闲饭:tầng lớp ăn không ngồi rồi 游手好闲之辈

ăn không ngồi rỗi=ăn không ngồi rồi

ăn không nói có 无中生有:Sao lại dám ăn không nói có, đặt điều cho người khác. 竟敢无中生有,嫁祸于人。

ăn khớp *đg* 吻合,咬合,合适;匹配,相配,协调:Hai đầu ống gắn ăn khớp với nhau. 两条管接起来很吻合。Công việc tiến hành ăn khớp. 工作顺利进行。

ăn kĩ làm dối *đg* 好吃懒做：Mới lớn lên mà đã học thói ăn kĩ làm dối là không được đâu. 刚长大就学好吃懒做的坏习惯很不应该。

ăn kiêng *đg* 忌口，忌嘴，忌食，节食：ăn kiêng để giảm cân 节食减肥

ăn kiêng nằm cữ 坐月子

ăn lãi *đg* 吃利钱，吃利息：ăn lãi năm phân 吃五分利

ăn lái *đg* (船) 顺风顺水：Thuyền mỗi lúc một ăn lái hơn. 船越走越顺。

ăn làm=làm ăn

ăn lấn *đg* 吞并，侵占

ăn lận *đg* 耍奸，耍赖（多占），耍花招，偷奸取巧：ăn lận tiền của khách hàng 耍奸坑客户的钱

ăn lấy chắc, mặc lấy bền 吃求饱腹，穿求耐磨；内涵胜于外表

ăn lễ *đg* 受贿，受礼

ăn liền *t* [口] 即食的，速食的：mì ăn liền 方便面

ăn lông ở lỗ 茹毛饮血，不开化：Cách đây hàng vạn năm loài người còn ăn lông ở lỗ, sống dựa vào tự nhiên. 距今数万年，人类还茹毛饮血，处于原始状态。

ăn lời *đg* ① [口] 听话：Thằng bé khó bảo, không ăn lời cha mẹ. 孩子不好管，不听父母话。②食言，不认账：Nói rồi, rồi lại ăn lời được ngay. 刚说完就不认账。③营利，吃利钱

ăn lừa *đg* 骗吃；赖账：Nợ thì phải trả đừng có mà ăn lừa. 欠钱就要还，不要赖账。

ăn lường *đg* [口] 欺骗，诈骗，赖账：Cẩn thận kẻo bọn xấu ăn lường hết tiền bạc. 小心别被坏人把钱都骗去了。

ăn mảnh *đg* [口] 独吞，独占，独食，独享：bỏ bạn bè đi ăn mảnh 撇开朋友独吞；Nó chuyên chơi lối ăn mảnh. 他专吃独食。

ăn mau đánh chóng 速战速决

ăn may *đg* [口] 走运：Trận ấy thắng được là do ăn may. 那场胜利是因为走运。

ăn mày *đg* ①乞讨，讨饭，要饭：xách bị đi ăn mày 提着篮子去要饭②乞求：ăn mày cửa phật 求佛 *d* 乞丐

ăn mày cẩm tinh bị gậy 命里该有终须有，命里没有莫强求

ăn mày đòi xôi gấc 要饭的还挑食

ăn mặc *đg* 穿，打扮：Ở nhà thì ăn mặc thế nào mà chẳng được. 在家怎么穿都行。Đi chơi không ăn mặc lôi thôi thế được. 出去玩不要穿得那么邋遢。

ăn mặn *đg* ①会餐，聚餐②吃荤

ăn mặn khát nước 咎由自取，自作自受

ăn mặn nói ngay, còn hơn ăn chay nói dối 宁可吃荤诚实，不要吃斋撒谎

ăn mật trả gừng 以怨报德；恩将仇报

ăn miếng chả, trả miếng nem 投桃报李；礼尚往来

ăn miếng trả miếng 以眼还眼，以牙还牙；以其人之道，还治其人之身

ăn mòn *đg* 腐蚀：A-xít ăn mòn sắt. 酸腐蚀铁。

ăn mót *đg* ①吃人剩饭②拾人弃物：Ăn mót được đôi giày rách. 拾到一双破鞋。Ăn mót được ở đâu cái giọng lưỡi cũ rích ấy? 去哪儿捡来的陈词滥调？

ăn mót ăn nhặt=ăn mót

ăn mục *đg* 蛀蚀：Cây gỗ đã bị sâu ăn mục. 木头已被蛀虫蛀蚀。

ăn mừng *đg* 筵庆，吃喜酒，庆祝，欢庆：ăn mừng thi đỗ 庆贺考上（大学等）；Xong nhà mới tổ chức ăn mừng. 建好房后才请酒。

ăn nằm *đg* ①起居：Chỗ ăn nằm sạch sẽ. 起居室很干净。② [口] 同居：Hai người ăn nằm với nhau được hai mụn con. 两人同居，生了两个孩子。

ăn năn *đg* 悔恨，懊悔，追悔，后悔：tỏ ra ăn năn hối lỗi 表示悔过之意；Biết ăn năn thì sự tình đã quá muộn màng. 知道后悔已经

太晚了。

ăn nên làm ra 生意兴隆, 兴旺发达: Từ ngày có chính sách mở cửa, nhiều người ăn nên làm ra. 自从有了开放政策, 许多人兴旺发达起来。

ăn ngay nói thẳng=ăn ngay nói thật

ăn ngay nói thật [口]老实, 诚实: Tôi là người ăn ngay nói thật, hãy tin ở tôi. 我是个老实人, 有什么说什么, 请相信我。

ăn ngay ở thẳng *đg* 善良, 忠厚老实: Bà ấy ăn ngay ở thẳng mong để lại đức cho con cháu. 老太太为人善良老实, 希望给后代积德。

ăn ngon mặc đẹp=ăn sung mặc sướng

ăn ngon ở nhàn *đg* 养尊处优

ăn ngọn *đg* 占便宜: Cùng làm với nhau mà lại định ăn ngọn à? 一起干还想占便宜啊?

ăn ngốn *đg* 狼吞虎咽

ăn người *đg* 占人便宜: Dại gì nó mà dại, dại ăn người đấy. 他哪是笨, 他在占人便宜呐。

ăn nhanh *đg* 即食: Đồ hộp, giăm bông, xúc xích là những đồ ăn nhanh. 罐头、火腿、香肠都是即食食品。

ăn nhạt *đg* 淡食 (低盐或无盐)

ăn nhau *đg* 吻合, 咬合; 协调

ăn nhằm *đg* [方] 起作用, 顶事, 获得结果 (常用于问句及否定句): Chuyến đi này có ăn nhằm gì không? 这次去有什么结果吗? Ngần ấy thì ăn nhằm gì! 就那点儿顶什么事!

ăn nhập *đg* 相关, 相干, 联系: Câu nói đùa của anh ta không ăn nhập gì với câu chuyện nghiêm túc đang bàn. 他那句玩笑话, 与正在讨论的严肃话题毫不相干。Việc đó thì có ăn nhập gì với tôi. 那件事与我有什么相干。

ăn nhậu *đg* 吃喝, 撮 (一顿): Suốt ngày chỉ

chơi bời ăn nhậu. 整天吃喝玩乐。

ăn nhiều nuốt không trôi 贪多嚼不烂

ăn nhín *đg* 省吃俭用

ăn nhịn để dè 节衣缩食: Cái lối ăn nhịn để dè làm giàu không ổn rồi. 用节衣缩食来致富是行不通的。

ăn nhịp *đg*; *t* ① (音调、节奏) 协调, 合拍: Những nhạc công hoà tấu rất ăn nhịp với nhau. 乐师们的合奏很协调。② (行动) 协调, 和谐, 统一: Cả lớp như một cỗ máy, mọi người hành động ăn nhịp với nhau. 全班像一部机器, 大家行动很统一。

ăn nhờ *đg* 寄食

ăn nhờ ở đậu 颠沛流离; 寄人篱下

ăn như mỏ khoét ① [口] 不停嘴地吃②受贿, 吃贿赂

ăn no lo đặng=ăn no lo được

ăn no lo được 能吃能做

ăn no mặc ấm 丰衣足食

ăn no vác nặng 四肢发达, 头脑简单

ăn nói *đg* 谈吐, 言谈, 说话: ăn nói lưu loát 口齿伶俐; Ở đây mọi người đều có quyền ăn nói. 在这里每个人都有说话权。

ăn non *đg* (赌博) 少赢即止, 捞一把就走, 见好就收

ăn ốc nói mò 捕风捉影; 信口开河

ăn ở *đg* ① 食宿: thu xếp ăn ở 安排食宿② 在一起生活: Hai người ăn ở với nhau đã được mấy năm mà chưa có con. 两人在一起生活多年还没有孩子。③ 为人, 待人, 处世: ăn ở hiền lành 为人善良

ăn phải bả 盲从, 听信

ăn phải đũa [口] 被拉下水, 走上歧途

ăn quà *đg* 吃小吃, 吃零食

ăn quả nhớ kẻ trồng cây 乘凉不忘栽树人, 喝水不忘挖井人

ăn quanh *đg* 就近谋生

ăn quẩn=ăn quanh

ăn quỵt *đg* [口] 赖账: ăn quỵt tiền công của

thợ 赖工人的工钱；Vay rồi ăn quỵt luôn, không trả. 借了钱就赖账不还。

ăn rỗi *đg* 吃得又多又快，狼吞虎咽

ăn rơ *đg* [口] 臭味相投，配合默契，互相勾结：Kế toán ăn rơ với giám đốc để rút tiền công. 会计跟经理勾结侵吞公款。

ăn rở *đg* 害口，害喜

ăn sài [口] 花费，用度：ăn sài bừa bãi 花费（挥霍）无度

ăn sáng *đg* 吃早点

ăn sành *đg* 很会吃，很懂吃

ăn sẵn nằm ngửa 坐享其成：Lười lao động, chi chực ăn sẵn nằm ngửa. 好逸恶劳，只想坐享其成。

ăn sỉ *đg* 批发

ăn sống *đg* 生食，生吃

ăn sống nuốt tươi ①生吞活剥②迅速消灭

ăn sung mặc sướng 生活滋润，丰衣足食

ăn sương *đg* [口] 干夜活（指偷盗、卖淫等）：gái ăn sương 卖淫女

ăn tái *đg* 涮着吃，烫着吃

ăn tàn phá hại 挥霍无度

ăn tạp *đg* 杂食：Lợn là động vật ăn tạp. 猪是杂食动物。

ăn Tết *đg* 过年，过春节

ăn thật làm giả 只吃不干；只享受不干活；出工不出力

ăn theo *đg* ①（按供给制得到的）供给：Con nhỏ và mẹ già được hưởng suất ăn theo. 年幼孩子和年迈母亲享受供给份额。②[口] 沾光；蹭食：Các chị đi ăn cỗ, tôi chi là người ăn theo thôi. 姐姐们去吃酒席，我只是去蹭吃而已。

ăn theo thuở, ở theo thì 入乡随俗，与时俱进

ăn thề *đg* 立誓，起誓，发誓：cắt máu ăn thề 歃血立誓

ăn thết *đg* 吃请

ăn thịt người không tanh 丧失人性；丧心病狂

ăn thông *đg* 贯通，相通：Các hang động ăn thông với nhau. 各洞相通。

ăn thông lưng *đg* 串通，勾结

ăn thua *đg* ①输赢：Chơi vui không cốt ăn thua. 只娱乐，不计较输赢。②起作用，顶事，有效果（常用于否定句）：Không bón phân thì không ăn thua. 不施肥不起作用。Cố gắng mãi mà chẳng ăn thua gì. 努力了半天没什么效果。

ăn thừa *đg* 吃剩饭；拾人牙慧

ăn tiệc *đg* 赴宴，吃酒席：Ngày thường mà ăn sang như ăn tiệc. 每天都像吃酒宴。

ăn tiền *đg* ①挣钱，找钱：Làm mướn ăn tiền. 打工挣钱。②受贿：Cần chống thói ăn tiền của cán bộ thuế. 要打击税务干部受贿的行为。③奏效，有效果，有结果：Làm như vậy không ăn tiền. 这么做没效果。

ăn tiêu *đg* 花销，开销，花费：ăn tiêu hoang phí 挥霍无度；Phải làm thêm mới đủ tiền ăn tiêu hàng ngày. 要做兼职才够日常开销。

ăn to nói lớn 有底气，底气十足；无顾忌

ăn trả bữa *đg* （病愈后）食欲大增：Mấy hôm nay khỏi bệnh nó ăn trả bữa nên mới ăn khoẻ như thế. 这几天病好了，他食欲大增，所以胃口才那么好。

ăn trắng mặc trơn 生活安逸，安逸舒适

ăn trầu *đg* 吃槟榔

ăn trên ngồi trốc 高高在上

ăn trộm *đg* 偷，偷窃，盗窃：Đang đêm có kẻ lẻn vào nhà ăn trộm. 半夜有小偷入室偷盗。

ăn tục nói phét 粗俗，粗野庸俗

ăn tụi *đg* 勾结，结伙

ăn tuyết nằm sương 风餐露宿

ăn tươi nuốt sống=ăn sống nuốt tươi

ăn uống *đg* ①吃，吃喝，饮食：ăn uống có điều độ 饮食有度；Mệt quá chẳng ăn uống gì được. 太累了，什么也吃不下。②摆宴

席, 摆酒席: đám cưới ăn uống linh đình 大摆婚宴

ăn vã *đg* 光吃菜 (不吃饭): ăn vã thịt 尽吃肉

ăn vạ *đg* 耍赖, 撒泼: Không vừa ý, thằng bé nằm lăn ra ăn vạ. 因不满意, 小家伙在地上打滚耍赖。

ăn vào gốc [口] 蚀本, 折本

ăn vay *đg* 靠借贷度日: Nhà nghèo phải ăn vay từng bữa. 家穷要靠借贷度日。

ăn vặt *đg* 吃零嘴, 吃零食

ăn vận= ăn mặc

ăn vóc học hay 食物充足身体就健康; 善于学习知识就增长

ăn vụng *đg* 偷吃, 偷嘴: Mèo ăn vụng cá. 猫偷吃鱼。

ăn xài *đg* [方] 花销, 开销: ăn xài hoang phí 花费无度

ăn xin *đg* 要饭, 行乞: dắt nhau đi ăn xin 结伴去讨饭

ăn xó mó niêu ①吃相不雅 (不坐桌椅、不装碗碟就着锅吃) ② (生活) 随随便便, 马马虎虎

ăn xổi *đg* ① (用盐腌一下) 现吃②急于求成: tư tưởng ăn xổi 急于求成的思想

ăn xổi ở thì ①凑合度日, 打发日子②鼠目寸光; 无长远打算

ăn ý *t* ①默契: chuyền bóng rất ăn ý 传球很默契; có sự phối hợp ăn ý 配合默契②合意, 情投意合

ăn yến *đg* 赴宫廷宴会

ăng ẳng [拟] 嗷嗷 (狗被打时的叫声): Con chó bị đánh kêu ăng ẳng. 狗被打得嗷嗷叫。

ăng-ten (anten, antenna) *d* 天线

ẳng ặc [拟] 呃呃, 咕噜

ẳng [拟] 嗷 (狗被打时的叫声): Bị đánh, con chó ẳng lên một tiếng. 挨了打, 狗嗷地叫了一声。

ẳng *t* ①哽塞的, 说不出话的: Cổ ẳng lại không nói được nửa lời. 喉咙哽塞说不出半句话。②杳无音信: Ẳng tin chồng mấy tháng nay. 丈夫几个月都没有音信。③沉寂, 静寂: Tiếng súng ẳng đi một lúc. 枪声沉寂了一会儿。

ẳng cổ *đg* 张口结舌, 无言以对: Chứng cớ rành rành nên ẳng cổ, không cãi được nữa. 证据确凿, 无言以对, 狡辩不了。

ẳng họng=ẳng cổ

ẳng lặng *t* 安静, 静谧: Đêm khuya bốn bề ẳng lặng. 夜深四周静谧。

ẳng tin *đg* 杳无音信

ắp *t* 盈, 满, 盈满: Ruộng ắp nước. 田里灌满了水。

ắt *p* 肯定, 必定: Nếu làm được, ắt anh ta đã làm. 如果能做, 他肯定做了。Quyết chí ắt làm nên. 志坚定成功。

ắt hẳn *p* 势必, 肯定, 必定: Nếu nóng vội, ắt hẳn sẽ hỏng việc. 如果太着急, 肯定坏事。

ắt là *p* 肯定, 必定: Làm thế ắt là không lợi. 这么做肯定不利。

ắt phải *p* 势必, 必定

Â â

â, Â 越语字母表的第 3 个字母

âm₁ [汉] 阴 *d* 阴暗面, 负面 *t* ①阴, 负, 背: âm cực 阴极; thang thuốc bổ âm 滋阴药②负数的; 零下的: -3 là số âm. -3 是负数。Lạnh đến âm 30 độ C. 冷至零下30摄氏度。

âm₂ [汉] 音 *d* 声音: ghi âm 录音; âm hai môi 双唇音 *đg* 回旋: Tiếng gọi âm vào vách núi. 喊声在崖壁上回旋。

âm âm₁ [拟] 轰轰, 嗡嗡 (机器声): Tiếng máy âm âm vang động. 机器轰轰鸣响。

âm âm₂ *t* 阴沉沉, 黑压压, 阴森森: Bầu trời âm âm một màu tro. 天灰蒙蒙一片。Rừng âm âm tối. 树林阴森森的。

âm âm u u *t* 阴森, 阴暗

âm ẩm *t* 有点儿潮的, 潮潮的: Quần áo phơi vẫn còn âm ẩm. 晾的衣服还潮潮的。

âm ấm *t* ①微暖的, 暖暖的: pha nước âm ấm 将水兑暖②柔和的: giọng hát âm ấm 柔和的歌声

âm ba *d* 声波

âm bản *d* 底片, 负片

âm bật hơi *d* [语] 塞音, 破裂音

âm binh *d* 阴兵, 阴府里的兵

âm bộ *d* (女性、雌性哺乳动物的) 阴部, 外生殖器

âm bội *d* 副音, 共鸣音

âm chủ *d* 主音 (七声音阶的第一个音)

âm chuẩn *d* 音准

âm công *d* 阴功, 阴德

âm cơ bản *d* 基音

âm cung *d* 阴司, 阴曹地府

âm cuống lưỡi *d* 舌根音

âm cực *d* 阴极

âm cực dương hồi 阴极阳回; 否极泰来

âm dương *d* 阴阳: âm dương lịch 阴阳历

âm đạo *d* [解] 阴道

âm điếc *d* [语] 清音

âm điệu *d* 音调: âm điệu du dương 音调悠扬

âm độ *d* 音度

âm đức *d* 阴德: nhờ âm đức của tổ tông 托祖宗的阴德

âm giai *d* 音阶

âm gió *d* [语] 摩擦音

âm gốc *d* [无] 基音

âm hạch *d* [解] 阴蒂

âm hành *d* [解] 阳具

âm hao *d* 消息, 音讯

âm học *d* 音学, 声学

âm hộ *d* 阴户, 阴部

âm hồn *d* 阴魂

âm hư *d* [医] 阴虚: thuốc chữa âm hư 滋阴药

âm hưởng *d* ①音响度 ②音质, 音色: âm hưởng của đàn bầu 独弦琴的音色 ③和声: âm hưởng của bản nhạc 乐曲的和声

âm ỉ *t* 隐隐的, 阴阴的: Bụng đau âm ỉ. 肚子隐隐作痛。

âm kế *d* 声强计

âm kêu *d* [语] 浊音

âm khí *d* 阴气

âm khu *d* [乐] 音区

âm láy *d* [语] 颤音

âm lịch *d* 阴历, 农历 *t* 陈旧, 过时: quần âm lịch 旧裤子; người âm lịch 老古板

âm luật *d* 音律

âm lượng *d* 音量: âm lượng kế 音量计

âm mao *d* 阴毛

âm mưu *d*; *đg* 阴谋: âm mưu bị bại lộ 阴谋败露; Chúng âm mưu phá giá thị trường. 他们阴谋破坏市场价格。

âm nang *d* [解] 阴囊

âm nhạc *d* 音乐: buổi biểu diễn âm nhạc dân tộc 民族音乐演奏专场

âm noãn d 睾丸

âm nụy d 阳痿

âm phần d 坟, 坟墓; 墓地

âm phổ d 音谱

âm phổ

âm phủ d 阴府, 地府: Chết xuống âm phủ. 命归阴府。 t 阴府的, 地府的: tiền âm phủ 冥币

âm răng d [语] 齿音

âm sắc d 音质, 音色

âm tạp d 杂音, 噪音

âm tần d 音频

âm thanh d 声音: tốc độ âm thanh 音速; âm thanh nổi 立体声

âm thầm t 暗自, 独自: âm thầm chịu đựng 暗自承受; sống lặng lẽ âm thầm 独自默默生活

âm thần d [解] 阴唇

âm thoa d 音叉

âm ti d 阴司, 地府, 阴间: mất rồi thì xuống âm ti 死了就下阴间

âm tiết d 音节: "Sạch sành sanh" là từ có ba âm tiết. "Sạch sành sanh" 是三音节词。

âm tín d 音信, 音讯: biệt vô âm tín 杳无音讯

âm tính t [医] (呈) 阴性的: Xét nghiệm cho kết quả âm tính. 检验结果呈阴性。

âm tố d [语] 音素

âm trình d [乐] 音程

âm u t 阴暗, 灰暗: căn nhà âm u 屋子阴森森; Trời âm u như sắp mưa. 天阴沉沉像要下雨。

âm vang đg 响彻, 回响: Tiếng cồng chiêng âm vang cả núi rừng. 锣声响彻山林。 d ① 浊音: Các âm m, n trong tiếng Việt là các phụ âm âm vang. 越语中的 m、n 是浊辅音。 ② 回音, 回声; 声响, 声音: Không một âm vang nào ngoài tiếng gió buồn tê tái. 除了凄厉的风声, 没有其他声音。

âm vận d 音韵

âm vật d [解] 阴蒂

âm vị d 音位: âm vị học 音位学

âm vực d 音域

ầm [拟] 轰隆: Cây đổ đánh ầm một cái. 树轰隆一声倒下。 t 震响的, 喧嚷的: Cười nói ầm nhà. 说笑声满屋震响。 đg 轰动: Cả làng đồn ầm lên anh ta trúng xổ số. 他的彩票中奖轰动了全村。

ầm à ầm ừ = ầm ừ

ầm ã t 嘈杂, 震天响: tiếng trực thăng ầm ã 震天响的直升机声

ầm ầm t 喧闹的, 轰鸣的: Họ cười nói ầm ầm. 他们闹哄哄地说笑。

ầm ì t [拟] 轰隆隆, 哗哗: tiếng máy bay ầm ì 飞机轰鸣声; Tiếng sóng ầm ì từ biển vọng về. 哗哗的波涛声从海上传来。

ầm ĩ t 喧闹, 嘈杂, 震天响: quát tháo ầm ĩ 震响的斥骂声; Khua chiêng gõ mõ ầm ĩ. 打锣敲梆震天价响。

ầm ừ đg 支支吾吾, 不置可否: ầm ừ cho qua chuyện 支支吾吾应付

ẩm₁ t 潮湿: không khí ẩm 空气潮湿; Gạo để ẩm dễ bị mục. 大米受潮容易发霉。

ẩm₂ [汉] 饮: ẩm thực 饮食; độc ẩm 独饮; đối ẩm 对饮

ẩm độ d 湿度

ẩm hận đg 饮恨

ẩm kế d 湿度计

ẩm mốc t 霉湿, 潮湿发霉: căn phòng ẩm mốc 房子潮湿发霉

ẩm sì t [口] 湿润, 潮湿, 霉湿: Mưa dầm, quần áo chăn chiếu ẩm sì. 阴雨天, 衣服、被子、席子都发霉了。

ẩm thấp t 潮, 潮湿: nền nhà ẩm thấp 房基潮

湿; khí hậu ẩm thấp 气候潮湿

ẩm thực *d* 饮食: văn hoá ẩm thực 饮食文化; nghệ thuật ẩm thực 饮食艺术

ẩm ương *t*[口] 差劲, 无聊: tính khí ẩm ương 性情乖僻; Toàn chuyện ẩm ương, phí cả thời gian. 全是些无聊的事, 浪费时间。

ẩm ướt *t* 潮湿, 湿: Khí hậu nồm làm nền nhà ẩm ướt. 南风天使房基潮湿。

ẩm xìu *t* 受潮回软的, 受潮皮软的: bánh đa ẩm xìu 米饼受潮发软

ẫm ờ *t*[口] ①装糊涂的, 装蒜的: biết rồi còn cứ ẫm ờ 知道了还装蒜②半开玩笑半认真: trả lời ẫm ờ 半开玩笑半认真地回答

ấm₁ *d* 壶: ấm đồng 铜壶; pha ấm nước 泡一壶茶

ấm₂ (汉) 荫 *d* [旧] 福荫: nhờ ấm tổ tiên 托祖先的福荫

ấm₃ *d* ①衙内, 少爷: cậu ấm cô chiêu 少爷小姐②宠儿

ấm₄ *t* ①暖, 温; 温暖: trời ấm dần 天渐暖; mặc không đủ ấm 穿得不够暖; ấm lòng 心里暖洋洋②(声音) 浑厚, 低沉: giọng đọc rất ấm 朗读声音很浑厚

ấm a ấm ớ *đg*; *t* ①含糊其辞, 模棱两可②不专心, 马虎

ấm a ấm ứ *đg* 含糊不清, 支支吾吾, 结巴

ấm a ấm ức 很憋气, 很憋火

ấm ách *đg*(肚子) 滞胀: bụng ấm ách không tiêu 肚子滞胀不消化 *t* 郁闷, 烦闷: tức ấm ách 生闷气

ấm áp *t* ①暖和, 温暖, 和煦: nắng xuân ấm áp 春天温暖的阳光②(心里) 暖洋洋, 舒坦: Thấy ấm áp trong lòng. 心里感到暖洋洋的。Tình cảm gia đình ấm áp. 家庭和睦。③(声音) 抑扬: giọng nói ấm áp 话语抑扬顿挫

ấm cật *t* 穿得暖的, 温暖的: ấm cật no lòng 丰衣足食

ấm chén *d* 茶具

ấm chuyên *d* 小茶壶

ấm cúng *t* 温暖, 和睦: gian phòng ấm cúng 温暖的房间; gia đình ấm cúng, hạnh phúc 和睦幸福的家庭

ấm đầu *t*[口] ① (幼儿) 低烧的, 低热的: Bé bị ấm đầu. 孩子有点儿发烧。② (情绪) 发烧的, 昏了头的: Ấm đầu hay sao mà đang mưa như thế cũng đi? 你昏了头啊, 下雨还去?

ấm êm *t*(家庭) 和睦: gia đình ấm êm 家庭和睦

ấm lạnh *t*(病情)不稳, 时好时坏: Bấy lâu ấm lạnh khôn lường. 这段时间病情不稳。

ấm no *t* 温饱的; 富足的: xây dựng cuộc sống ấm no, hạnh phúc 创建富足、幸福的生活

ấm oái *t*(话语声) 嘈杂, 喧哗: Suốt ngày bọn trẻ trêu chọc nhau, ấm oái điếc cả tai. 孩子们整天打闹, 吵得耳朵都聋了。

ấm oé *t*(声音) 嘈杂, 震耳, 刺耳: tiếng gọi nhau ấm oé 呼叫声嘈杂; tiếng loa ấm oé 喇叭声震耳

ấm ớ *đg*; *t* ①含糊其辞, 模棱两可: trả lời ấm ớ 回答模棱两可; ấm ớ giả câm giả điếc 装聋作哑②不专心, 马虎: Làm ăn ấm ớ. 生意做得心不在焉。Học hành ấm ớ, buổi đi buổi không. 学习马马虎虎, 爱去不去。

ấm ớ hội tề (态度) 含糊, 暧昧

ấm siêu *d* 煎药、煮水的陶(瓦)壶

ấm tích *d* 大瓷壶, 大茶壶

ấm ứ *đg* 支支吾吾, 含糊其辞: Ấm ứ mãi không thành câu. 支吾了半天不成一句话。Gặng hỏi nó chỉ ấm ứ. 反复追问, 他只是支支吾吾。

ấm ức *đg* 憋气, 憋火: Ấm ức trong lòng mà không nói ra. 心里憋气却不说出来。Nó ấm ức vì không được đi xem tối nay. 他憋火是因为今晚不得去看。

ậm à ậm ạch *t* 沉重难行的

âm à âm ừ 不置可否,含糊其辞

âm ạch *t* 沉重难行的,艰难行进的:làm âm ạch mãi vẫn chưa xong 干了很久还没完; Chiếc xe bò âm ạch lên dốc. 牛车艰难爬坡。

âm oẹ *t* (声音) 时续时断:tiếng loa âm oẹ 喇叭声断断续续

âm ừ *đg* ①呻吟:rên âm ừ 哼哼呻吟 ②支吾,含糊其辞,不置可否:âm ừ lấy lệ 支吾了事

âm ực *đg* 憋气,忍气:âm ực muốn khóc 气得想哭

ân₁ [汉] 恩 *d* [旧] 恩

ân₂ [汉] 殷

ân ái *d*; *đg* 恩爱

ân cần *t* 殷勤:thái độ ân cần 态度殷勤

ân đức *d* 恩德

ân giảm *đg* 恩赦,赦免:làm đơn xin ân giảm 写赦免申请

ân hận *đg* 懊悔,悔恨:Anh ấy ân hận vì không giúp bạn đến nơi đến chốn. 他懊悔帮朋友没有帮到底。Anh ấy ân hận câu nói của mình. 他为自己所说的话感到后悔。

ân huệ *d* 恩惠:được hưởng ân huệ 受到恩惠

ân miễn *đg* 免除,赦免

ân nghĩa *d* 恩义,恩情:ân nghĩa sinh thành 养育之恩

ân nhân *d* 恩人:Bác sĩ là ân nhân của gia đình tôi. 医生是我们家的恩人。

ân oán *d* 恩怨:ân oán rạch ròi 恩怨分明

ân phụ *d* 义父

ân tình *d* 恩情 *t* 恩爱,疼爱:câu chuyện ân tình 爱情故事; giọng nói ân tình 疼爱的口吻

ân xá *đg* 赦免,特赦:Nhân dịp quốc khánh, chủ tịch nước công bố lệnh ân xá cho một số tù nhân. 国庆之际,国家主席颁布对部分犯人的特赦令。

ẩn₁ *đg* 推,驱使 (同 ẩy):ẩn cánh cửa bước

vào 推门而入

ẩn₂ [汉] 隐 *đg* 隐藏,隐蔽:từ quan về ở ẩn 辞官回家隐居; Ngôi nhà ẩn dưới lùm cây. 房屋掩隐在树荫下。Bóng người lúc ẩn lúc hiện. 人影时隐时现。*d* [数] 未知数:Phương trình này có 2 ẩn. 这个方程式有两个未知数。

ẩn bóng *đg* 倚仗,仰仗,依靠庇护

ẩn chứa *đg* 隐藏,隐含:Lời ru ẩn chứa một tâm sự. 摇篮曲里隐含着心事。

ẩn cư *đg* 隐居:về ẩn cư nơi thôn dã 隐居乡野

ẩn danh *đg* 匿名,隐居,隐姓埋名:tác giả ẩn danh 匿名作者

ẩn dật *đg* 隐逸,隐居:nhà nho ẩn dật 隐逸儒生; sống ẩn dật 隐居生活

ẩn dụ *d* 隐喻:Nói "ánh sáng chân lí" là dùng lối ẩn dụ. "真理的阳光"用的就是隐喻法。

ẩn giấu *đg* 隐藏,埋藏:Bao nhiêu điều ẩn giấu trong lòng. 多少秘密埋藏在心里。Nhiều tài nguyên còn ẩn giấu trong lòng đất. 许多资源还隐藏在地下。

ẩn hiện *đg* 隐现,出没,时隐时现:Đỉnh núi ẩn hiện trong sương sớm. 山峰在晨雾中时隐时现。

ẩn hoa *d* 隐花植物,无花植物

ẩn lánh *đg* 隐避,躲避

ẩn mình *đg* ①隐身,隐藏 ②隐居

ẩn náu *đg* 躲藏,藏匿:tìm nơi ẩn náu 找地方藏身; Tên cướp ẩn náu trong hang núi. 抢劫犯藏匿在山洞里。

ẩn nặc *đg* 藏匿,窝藏

ẩn nấp *đg* 躲藏,隐藏,隐蔽:tìm nơi ẩn nấp 寻处藏身; lợi dụng địa hình, địa vật để ẩn nấp 利用地形地物隐蔽

ẩn ngữ *d* 隐语

ẩn nhẫn *đg* 隐忍,抑制,按捺

ẩn núp *đg* 躲藏,隐藏

ẩn sĩ *d* 隐士

ẩn số *d* ① [数] 未知数 ② 谜: Lai lịch của cô ta còn là một ẩn số. 她的来历还是一个谜。 *t* 未知的, 不清楚的

ẩn tàng *đg* 隐藏

ẩn thân *đg* 隐藏; 隐居

ẩn tình *d* 隐情

ẩn ức *d* ①回忆, 记忆: gợi nhớ biết bao ẩn ức của tuổi thơ 勾起多少童年时代的回忆 ②隐痛, 不堪回首: Cuộc đời làm quan đầy ẩn ức. 仕途充满了不堪回首 (的往事)。

ẩn ý *d* 寓意, 隐喻: câu nói đầy ẩn ý 话里充满了寓意; lời nói có ẩn ý 话里有话

ấn₁ [汉] 印 *d* 玺, 印: treo ấn từ quan 挂印辞官

ấn₂ *d* 咒符

ấn₃ *đg* ①摁, 按: ấn nút điện 摁电开关 ②塞入, 装进: ấn quần áo vào ba-lô 把衣服装进背包里 ③压给, 摊派, 塞给: ấn việc cho người khác 给别人摊派工作; ấn gói quà vào tay 把一包礼物塞到手里

ấn₄ 揍: ấn cho một trận 揍一顿

ấn bản *d* ①版, 印版, 版本: các ấn bản khác nhau của Truyện Kiều 《金云翘传》的不同版本 ②印刷品; 印刷材料

ấn cảo *d* ①付排稿件 ②版样, 大样

ấn định *đg* 确定: ấn định nhiệm vụ 确定任务; chưa ấn định ngày làm lễ thành hôn 还没确定婚礼日期

Ấn Độ giáo *d* 印度教

Ấn giáo=Ấn Độ giáo

ấn hành *đg* 印行, 刊行, 印刷发行, 出版发行: ấn hành báo chí 出版发行报章杂志

ấn kiếm *d* 官印和剑 (封建时期权威的象征)

ấn loát *đg* 印刷: ngành ấn loát 印刷行业; ấn loát sách báo 印刷书报

ấn phẩm *d* 印刷品: các ấn phẩm văn hoá 文化印刷品

ấn quán *d* 印书馆, 印刷厂: Cục cảnh sát thường xuyên lục soát các ấn quán. 警察署经常搜查印书馆。

ấn quyết *d* 印诀, 除魔法术

ấn tích *d* 痕迹, 印迹

ấn tín *d* 官印, 印信; 关防

ấn tượng *d* 印象: gây ấn tượng tốt 留下好印象; để lại ấn tượng sâu sắc 留下深刻的印象 *t* 令人印象深刻的, 精彩的: gương mặt rất ấn tượng 令人印象深刻的面庞; một biểu diễn rất ấn tượng 一场精彩的表演

àng ậc=àng ậng

àng ậng *t* 泪汪汪的, 热泪盈眶的: mắt àng ậng nước 眼里充满了泪水

ấp₁ [汉] 邑 *d* ①封地 ②(新开垦区的) 村庄: chiêu dân lập ấp 招募民众建立新村

ấp₂ *đg* ①孵: Ngan ấp trứng. 西洋鸭孵蛋。②贴住, 偎着: Bé ấp đầu vào lòng mẹ. 孩子把脸埋在母亲怀里。

ấp a ấp úng 结结巴巴

ấp cây đợi thỏ 守株待兔

ấp chiến lược *d* 战略村

ấp dân sinh=ấp chiến lược

ấp iu *đg* 搂抱, 怀抱: Bà ấp iu cháu. 奶奶抱着孙子。

ấp ôm=ôm ấp

ấp ủ *đg* ①搂抱 (使温暖): Gà mẹ ấp ủ đàn con. 母鸡护着小鸡。②孕育, 酝酿: đề tài ấp ủ từ lâu 酝酿已久的项目; Tình yêu ấp ủ từ lâu, nay bùng cháy lên. 孕育已久的爱情, 如今爆发出来。

ấp úng *đg* 结巴, 吭哧: ấp úng mãi không trả lời được 吭哧半天回答不上来; Không thuộc bài nên trả lời ấp úng. 没读熟课文, 所以回答时结结巴巴。

ấp ứ *đg* 吞吞吐吐: ấp ứ không nói nên lời 吞吞吐吐说不成句

ấp xóm *d* 村庄

ập *đg* ①突然出现, 突然涌现, 猛然出现: Cảnh sát ập vào phòng. 警察突然闯进房间。Cơn mưa ập đến. 雨骤然而至。②猛

然: Anh ấy đóng ập cửa. 他猛地关上门。

ất [汉] 乙 d 乙 (天干第二位)

ất giáp =mô tê

âu₁ d ①盆: âu sành 瓷盆

âu₂ d ①船闸②船坞

âu₃ đg [旧] 高兴

âu₄ [汉] 忧 đg [旧] 担忧, 忧心, 烦心: âu việc nước 担忧国事

âu₅ p 也许, 或许: âu cũng là một dịp hiếm có 也许是一次难得的机会

âu₆ [汉] 讴, 欧

Âu d [地] 欧, 欧洲: người Âu 欧洲人

âu ca đg 讴歌: âu ca hoà bình 讴歌和平

âu đất d 船台

âu hoá đg 西化, 欧化

âu kép d 双船闸 (坞)

âu là p ①或者, 不如: Âu là hỏi lại xem sao. 不如再问问, 看看如何。②也许是, 或许是: Âu là số phận, đành chấp nhận vậy. 也许是命运, 只好接受了。

âu lo =lo âu

âu nổi d 浮坞, 浮船坞

âu phục d 西服: mặc âu phục 穿西装

âu sầu t 忧愁, 忧郁: nét mặt âu sầu 表情忧郁

âu tàu d 船闸

âu thuyền =âu tàu

âu vàng d 金瓯

âu vàng

âu yếm đg ; t 疼爱, 恩爱: đôi mắt nhìn âu yếm 疼爱的目光; vợ chồng âu yếm nhau

夫妻恩爱

ẩu₁ t 马虎, 粗心, 胡乱: làm ẩu 乱来; nói ẩu 胡说; tính nó rất ẩu 这人生性马虎

ẩu₂ đg 殴打, 斗殴: Trâu bò ẩu nhau ruồi muỗi chết. 城门失火, 殃及池鱼。

ẩu₃ [汉] 呕

ẩu đả đg 斗殴: Bọn chúng xông vào ẩu đả nhau. 他们冲进去群殴。

ẩu tả t [口] ①胡乱, 乱七八糟: làm ăn ẩu tả 生计一团糟②上吐下泻

ấu₁ [汉] 幼 d [旧] 幼儿

ấu₂ d 菱角

ấu chủ d 幼主: theo phò ấu chủ 辅助幼主

ấu chúa =ấu chủ

ấu nhi d 幼儿, 儿童

ấu thơ t 幼年的, 童年的

ấu trĩ t 幼稚: hành động ấu trĩ 行为幼稚; ấu trĩ về chính trị 政治上很幼稚

ấu trĩ viên d 幼稚园, 幼儿园

ấu trùng d 幼虫, 幼体: Bọ gậy là ấu trùng của muỗi. 孑孓是蚊子的幼虫。

ày c 嗯: Ày, đúng rồi. 嗯, 对了。

ẩy đg 猛推: ẩy cửa bước vào 推门而入; ẩy sang một bên 推过一边

ấy d ①那, 那 (个), 那 (位): thời ấy 那个时候; ông ấy 那位先生; anh ấy 他 (那位); Nhớ mang cuốn sách ấy nhé. 记得带上那本书啊。②[口] 你 (一般称呼小于自己的人, 表亲切): Ấy tên là gì? 你叫什么名字? Ấy ơi! Giúp tớ một tay! 你! 来帮我一下! tr [口] 啊, 呀 (语气助词, 置句尾表示强调): Nó đang bận làm việc gì ấy? 他在忙什么呀? Tôi ấy ư, lúc nào đi cũng được. 我嘛, 什么时候去都行。c 哎: Ấy! đừng làm thế! 哎, 别这么干! Ấy, đã bảo mà. 哎, 我说过的嘛。

B b

b,B ①越语字母表的第 4 个字母②做符号表示第二；乙：Xếp theo thứ tự ABC. 按 ABC 顺序排列。Bên B chịu trách nhiệm thi công. 乙方负责施工。

ba₁ *d* [方] 父亲，爸爸，爹（只用于称呼）：Sau giải phóng ba con mới được gặp nhau.1949 年后父子才得相见。

ba₂ *d* ①三，叁：Ba cộng với hai bằng năm. 三加二等于五。②数，几，一些：ăn ba miếng lót dạ 随便扒拉几口③泛指多数：Người ba đấng, của ba loài. 人有三六九等，货有好坏不同。

ba₃ [汉] 波，芭

ba ba₁ *d* 鳖，甲鱼，水鱼

ba ba₂ [拟] 咿呀（幼儿发出的声音）：Đứa trẻ ba ba bô bô. 孩子咿呀学语。

ba bảy *d* 多种，多样：có ba bảy cách làm 有多种做法；Giỏi cũng có ba bảy đường giỏi. 强则许多方面都强。

ba bề bốn bên 四周，四面八方，周围：Giao thừa pháo hoa nổ sáng ba bề bốn bên. 除夕烟花照亮四周。

ba bị *d* ①（用来吓唬孩子的）怪物，妖怪：Nín đi kẻo ba bị đến bắt bây giờ. 快别哭，不然的话怪物马上来抓你。②破烂货，不值钱的东西：Nhà chẳng có gì đáng giá, toàn thứ ba bị. 家里没值钱的东西，全是些破烂。*t* 没用的，不中用的：Có cầm mỗi cái lọ mà cũng đánh vỡ, đúng là đồ ba bị. 拿个瓶子都打碎，真是不中用的家伙。

ba bốn *d* 三四；数，几：Từ đây đến đó cũng phải ba bốn ngày. 从这里到那里也要三四天。

ba chân bốn cẳng [口] 三步并作两步走，急匆匆：ba chân bốn cẳng chạy về nhà 急匆匆跑回家

ba chỉ *d* 五花肉：mua miếng thịt ba chỉ 买一块五花肉

ba chìm bảy nổi 颠沛流离，苦难重重，历尽艰辛：cuộc đời ba chìm bảy nổi 生活颠沛流离

ba chớp ba nhoáng 匆忙应付：Ba chớp ba nhoáng làm xong bài nên sai sót là không tránh khỏi. 匆匆忙忙应付完作业，差错是免不了的。

ba cọc ba đồng [口] ① 微薄：lương ba cọc ba đồng 薪酬微薄；thu nhập ba cọc ba đồng 收入微薄② (做生意) 小里小气，鼠目寸光：Làm ăn bây giờ phải biết thả con săn sắt bắt con cá sộp, nếu chỉ ba cọc ba đồng thì không làm thế nào mà vượt lên được đâu. 现在做生意要舍得下本钱，如果鼠目寸光，永远也翻不了身。

ba cùng 三同 (同吃、同住、同劳动)：ba cùng với nông dân 与农民三同

ba-dan (basalte) *d* 玄武岩

ba dãy bảy khê=ba dãy bảy ngang

ba dãy bảy ngang 过多，很多：Nhà nó sao mà nhiều thóc thế, ba dãy bảy ngang đâu đâu cũng là thóc với gạo. 他家那么多粮食，满屋子堆的都是谷子和大米。

ba-dô-ca (bazooka) *d* [军] 火箭筒

ba-dơ (base) *d* 碱

ba-dơ-đô (basedow) *d* 甲状腺功能亢进

ba đào [旧] *d* ①波涛② [转] 艰辛，苦难：cuộc đời ba đào 生活艰难；cảnh ba đào境况艰难

ba đầu sáu tay=ba đầu sáu tay mười hai con mắt

ba đầu sáu tay mười hai con mắt 三头六臂：Nước đến chân mới nhảy, bây giờ có ba đầu sáu tay mười hai con mắt cũng không

kịp. 水淹到脚才跳起来，就是有三头六
臂也来不及了。

ba đậu d 巴豆

ba-đờ-xuy (pardessus) d 大衣，西式长外衣

ba đời bảy họ 祖宗三代：Làm gì nó mà nó
đào cả ba đời bảy họ mà chửi đổng thế. 这
家伙怎么回事，把祖宗三代都挖出来骂
遍了。

ba gác d 板车：chở hàng bằng xe ba gác 用
板车拉货

ba gai t[口] 顽劣，不羁，放肆：thằng bé ba
gai 小痞子；ăn nói ba gai 谈吐放肆

ba giăng =lúa ba giăng

ba góc d [数] 三角

ba hoa dg；t 夸夸其谈，吹牛皮，说大话：Nó
chỉ ba hoa thế thôi chứ có biết gì đâu. 他
只会吹牛，什么也不懂。Ăn nói ba hoa
một tấc lên trời. 吹牛吹上了天。

ba hoa chích choè 瞎吹牛皮；瞎吹一气；不
着边际地吹

ba hoa thiên địa 吹得天花乱坠

ba hoa xích đế=ba hoa thiên địa

ba hồi d 一会儿，一时：nói dóc ba hồi rồi đi
mất 谈笑一阵便溜了

ba hồn bảy vía d(男性的)魂，魂魄：Sau
khi vớt được thằng bé, bà mẹ đã bát cơm
quả trứng, ba hồn bảy vía luôn miệng gọi
hồn. 孩子打捞上来以后，母亲忙不迭不
停地呼唤招魂。t 惊呆，失魂落魄，魂飞
魄散：Thoát nạn, hắn mặt cắt không còn
hạt máu, ba hồn bảy vía chảy thẳng. 逃
过一劫，他面无血色，失魂落魄地径直跑
了。

ba hồn chín vía (女性的)魂魄

ba-ke-lít (bakélit) d 胶木，电木，酚醛塑料

ba khía d[方] 蟛蜞

ba không 三不（越南战争时期的保密口号：
不听、不看、不知)

ba kích d[药] 巴戟

ba lá₁ d ①小艇 ②三叶稻

ba lá₂ d ①一种赌博游戏 ②卑鄙的人

ba láp t [方] 悖常理的；不可信的，胡乱的：
nói toàn chuyện ba láp 说的全是乱七八糟
的事

ba-lát (ballast) d 碎石，石砾

ba lăng nhăng t[口] ①乱七八糟，毫无意
义：Tưởng đi ra ngoài học được cái hay, ai
dè toàn những chuyện ba lăng nhăng. 以
为到外面能学一些好的，没想到都是些
乱七八糟的东西。②不正经，不正当：ăn
nói ba lăng nhăng 为人不正经

ba lém t 快嘴快舌

ba-lê (ballet) d 芭蕾舞：nhà hát ba-lê 芭蕾舞
剧院

ba lô d 背包：Bộ đội đeo ba lô hành quân. 部
队背着背包行军。

ba lông d ①球 ②气球

ba lơn dg 打诨，逗趣，开玩笑：Họ ba lơn thế
thôi. 他们开玩笑而已。

ba má d[方] 爸妈，爹娘

ba máu sáu cơn 怒不可遏

ba mặt một lời 互相做证；各方对质：Ba mặt
một lời xem ai nói ai không nói. 大家对质
看谁说，谁没说。

ba mũi giáp công (军事、政治、心理) 三面
夹攻

ba mươi d ①三十 ②月末

ba mươi Tết 年三十，除夕

ba pha d[电] 三相

ba phải t 见风使舵的，随风倒的；好好先生
的：thái độ ba phải 见风行事的态度；một
con người ba phải 一个见风使舵的人

ba phổ d[无] 波谱

ba quân d ①三军（陆军、海军、空军）；或前
军、中军、后军；或左军、中军、右军）：ba
quân tướng sĩ 三军将士 ②军队统称：thề
trước ba quân 向军队发誓

ba que t 无赖，狡诈：Mới hôm qua đồng ý

bán, hôm nay đã thay đổi giờ trò ba que. 昨天同意卖，今天又耍赖不认账。

ba que xỏ lá 骗子和无赖：Rặt một bọn ba que xỏ lá. 全是骗子和无赖。

ba-rem (barème) *d* 评卷答案：chấm theo đúng ba rem 按评卷答案打分

ba-ren (barrel) *d* ①木制圆形粗腰桶②一桶 的量 (115~117 千克；或 31~42 加仑)

ba-ri (baryum) *d* 钡

ba-ri-e (barie) *d* 隔栏，栏杆，围栏

ba rọi *d*[方] 五花肉 *t*[口] ①半真半假，虚 虚实实，闪烁其词：lối nói ba rọi 说话闪 烁其词②蹩脚，生涩，糟糕：nói tiếng Tây ba rọi 外语说得糟糕；Cái thứ tiếng Anh ba rọi ấy có trời mà hiểu nổi. 那个蹩脚的 英语，只有天才晓得。

ba sinh *d* 三生（前生、今生和来生）：duyên nợ ba sinh 三生的缘分

ba tháng=lúa ba giăng

ba tấc lưỡi 三寸不烂之舌（喻靠嘴巴而不 是靠真本事）：uốn ba tấc lưỡi để mưu sinh 靠嘴巴谋生

ba-tê (patê) *d* 肉糜；肝糜

ba thể *d*[理] 三态（固态、液态、气态）

ba-ti-nê(batiner) *dg*（车轮）打滑：xe bị ba-ti-nê 车轮打滑

ba-toong (bâton) *d* 手杖，拐杖：Chân yếu phải chống ba-toong. 腿没力要拄拐杖。

ba trăng=lúa ba giăng

ba trọn *t*[方] 人品差，卑鄙：Thằng cha ăn nói rất ba trọn. 这家伙为人很卑鄙。

ba trọn ba trạo 人品很差，很卑鄙

ba tuần₁ *d*（酒）三巡

ba tuần₂ *d* 三旬（上旬、中旬、下旬）

ba vạ *t*[口] ①糟蹋的，不爱惜的，随意用 的：Xe công thành xe ba vạ, mới mua mấy tháng đã hỏng. 单位用车成了随意使用的 车，才买几个月就坏了。②放荡的，不规 矩的

ba vuông bảy tròn 完美，完善

ba xạo *t* 胡乱的，胡来的：toàn nói những chuyện ba xạo 满口胡言

ba xị đế *d*[方] 白酒

ba xu *t* 不值钱的，没价值的，粗劣的：truyện kiếm hiệp ba xu 没价值的武侠小说

ba-zan=ba-dan

ba-zơ =ba-dơ

bà[汉] 婆 *d* ①祖母，奶奶：bà nội 奶奶；bà ngoại 外婆；hai bà cháu 祖孙俩②祖母的 第一、第二、第三人称③置于妇女的职 业、职务或亲属称呼前表尊敬：bà giáo 女 教师；bảo vệ bà mẹ và trẻ em 保护母亲和 儿童；bà chủ tịch xã 女乡长④女士，夫 人：thưa quí ông quí bà 尊敬的先生女士； bà Nguyễn thị Hồng 阮氏红女士 *d* ①女性 的第一、第二、第三人称；老太婆②老娘 （说狠话时自称）：Rồi sẽ biết tay bà. 让你 知道老娘的厉害。Phải tay bà thì không xong đâu. 落入老娘手就别想逃。

bà ba *d*（越南南部服饰之一，衣服短，开襟， 袖宽长，裤子长，没口袋的）短衫

bà chủ *d* 女主人，老板娘

bà chúa *d* ①公主 ②王后：Nhà thơ Xuân Diệu gọi Hồ Xuân Hương là bà chúa thơ Nôm. 诗人春妙称胡春香为喃字诗诗 后。

bà con *d* ①亲戚：một người bà con xa 一个 远房亲戚；có nhiều bà con 有许多亲戚② 乡亲，乡里，乡邻：bà con làng xóm 村里 乡亲

bà cô *d* ①老姑娘（年纪大还没结婚的女子）： Không lấy chồng để làm bà cô à? 不嫁人 要做老姑娘吗?② [口] 刻薄女人

bà cốt *d* 女巫，巫婆

bà cụ *d* 老妇，老大娘；老母；老奶奶

bà dì *d* 姨婆

bà đầm *d* ①洋女人②老婆，妻子（表亲切）

bà đồng *d* 女巫，巫婆

bà đỡ *d* ①接生婆, 助产士②得力帮手, 促进者: Nhà xuất bản phải là bà đỡ cho những cuốn sách có giá trị khoa học. 出版社应该成为有科学价值书籍的促进者。

bà gia *d* 岳母, 丈母娘; 婆婆, 家婆

bà già₁ *d* 母亲, 妈妈: Bà già tôi đã ngoài bảy mươi. 母亲已经七十多岁了。

bà già₂ *d* 老式双翼飞机

bà giần *t* 零碎, 杂乱

Bà La Môn *d* [宗] 婆罗门 (印度的一种等级制度)

Bà La Môn giáo *d* [宗] 婆罗门教

bà lão *d* 老妇, 老太婆

bà lớn *d* 官太太

bà mối *d* 媒婆, 月老, 红娘

bà mụ *d* ①接生婆②修女③民间传说中一位护佑孩童的女神

bà ngoại *d* 外婆, 姥姥, 外祖母

bà nguyệt *d* 媒婆, 月老, 红娘

bà nhạc *d* 岳母, 丈母娘

bà nội *d* 奶奶, 祖母: về quê thăm bà nội 回乡下看祖母

bà phước =bà-xơ

bà trẻ *d* ①姨太太②姨奶奶, 姨姥姥③ (爷爷或外公的) 姨太, 偏房

bà vãi *d* ①外婆, 姥姥②女信徒

bà xã [口] 老婆: Đi đâu cũng có bà xã bên cạnh. 去哪儿老婆都跟在身边。

bà xơ *d* (医院、孤儿院或慈善机构的) 修女

bả₁ *d* ①毒饵: bả chuột 毒鼠药②圈套, 魅力, 诱惑力: bả vinh hoa 荣华富贵的诱惑; Cô cậu ăn phải bả nhau hay sao mà suốt ngày quấn quýt với nhau. 他们是不是互相灌了迷魂汤, 整天缠绵在一起。

bả₂ *d* 丝线, 麻线

bả₃ *d* [方] 她

bả₄ *đg* 涂, 抹 (泥子、油漆等): tường bả mastic 往墙上抹泥子; bả sơn vào mạn thuyền 给船舷上漆

bả lả *t* 不正经, 不雅: cười nói bả lả 谈笑不雅

bả vai *d* 肩胛: Vác nặng, đau hết cả hai bả vai. 扛得太重, 两边肩胛都痛了。

bã *d* ①渣: bã mía 蔗渣; lấy bã rượu nuôi lợn 用酒糟喂猪②空架子: Trông thế như chỉ còn cái bã người. 看上去只剩下一副骨架了。*t* ①糜烂: Thịt nạc luộc chín quá ăn rất bã. 瘦肉煮得太久, 吃起来太糜。②筋疲力尽: Đi bộ không quen, mệt bã người. 不习惯走路, 累得筋疲力尽。

bã bọt mép 费尽口舌: Nói bã bọt mép mà nó vẫn không hiểu gì. 费尽口舌他还是什么也没懂。

bã bời *t* 无力, 疲软, 疲惫: tâm trạng bã bời 神情疲惫

bã chã *t* 松散, 没有条理的: cơm bã chã 饭粒蓬松; câu chuyện bã chã 说话没有条理

bã đậu *d* 豆渣

bã rượu *d* 酒糟

bã trầu *d* 蜂鸟

bá₁ [汉] 伯 *d* [旧] 伯爵

bá₂ [汉] 霸 *d* [旧] ①霸主: làm bá một phương 为霸一方②恶霸: đấu bá 斗恶霸

bá₃ [汉] 百 *d* [旧] (乡村) 富豪, 财主: cụ bá 老财主; bá hộ 富豪 (百户)

bá₄ *d* [方] 姨母 (母亲的姐姐) (同 già)

bá₅ *d* [方] 枪托

bá₆ *đg* 攀搭: bá vai bá cổ 攀肩搭背; bá vai nhau đi chơi 互相攀着肩去玩

bá cáo *d* 布告

bá chiếm *đg* 霸占: bá chiếm bờ cõi 霸占疆土

bá chủ *d* ①霸主: mộng làm bá chủ thế giới 梦想当世界霸主②首领, 头领: Ở đây nó làm bá chủ. 这里他当头。

bá hộ *d* [旧] ①封建时期封给富豪的爵位② (乡村) 富豪, 财主

bá láp *t* [方] 胡乱

bá quan *d* 百官：bá quan văn võ 文武百官

bá quyền *d* 霸权：chủ nghĩa bá quyền 霸权主义

bá tánh *d* [方] 百姓

bá trạo *d* 越南中南部鱼汛开始时表演的一种模仿渔民打鱼的歌舞

bá trạo

bá tước *d* 伯爵

bá vơ *t* 无根据的，不切实际的，瞎闹的：toàn những chuyện bá vơ 全是没根据的事；nói bá vơ 瞎说

bá vương *d* 霸王：nghiệp bá vương 霸业；mộng bá vương 霸王梦

bạ₁ [汉] 簿 *d* [旧] 簿籍，证书：bạ ruộng đất 地契

bạ₂ *đg* ①填补：bạ tường 修墙；bạ bờ giữ nước 填堤蓄水②不顾，逢：bạ ai cũng bắt chuyện 逢谁都聊一通

bạ ăn bạ nói 信口开河

bạ tịch *d* 户籍

bác₁ *d* ①伯父，伯母：bác ruột 亲伯父；bác gái 伯母②[方] (比父母年长的) 姑，姨，舅③[旧] 父亲：bác mẹ 父母④您 (上年纪的人互相尊称)：Mời bác lại nhà tôi chơi. 请您来我家玩。⑤伯父、伯母同辈人的第一、第二、第三人称：bác công nhân 工人伯伯⑥ (大写) 胡伯伯 (胡志明)：vào lăng viếng Bác 进陵墓谒胡伯伯

bác₂ *đg* (用小火) 熬，煮 (成糊状)：bác trứng 煮蛋糊；bác mắm 熬鱼酱

bác₃ *đg* ①驳斥，反驳：bác luận điệu vu cáo 驳斥诽谤言论；bác hết mọi ý kiến qui chụp 反驳无中生有的 (言论) ②驳回，退回：bác đơn 退回申请；đề nghị đưa ra bị bác 提议被驳回

bác₄ [汉] 博

bác ái *t* 博爱的：lòng bác ái 博爱之心

bác bỏ *đg* 驳回，驳斥：bác bỏ luận điệu vu cáo 驳斥诬告；đề án bị bác bỏ 提案被驳回

bác cổ thông kim 博古通今

bác học *d* 博学之士，饱学之士：một bác học nổi tiếng 一位著名学者；ước mơ trở thành nhà bác học 憧憬成为一名大学问家 *t* 晦涩：lối hành văn bác học 行文晦涩

bác ruột *d* 亲伯父；亲舅舅

bác sĩ *d* 医生，大夫：bác sĩ khoa nội 内科医生；bác sĩ thú y 兽医

bạc₁ *d* ①银：nhẫn bạc 银戒指；bức tượng mạ bạc 镀银雕像②银子，银两，银圆③ [口] 钱：vài chục bạc 几十块钱④赌博活动：chơi bạc 赌博

bạc₂ *d* 轴承：bạc quạt máy 电扇轴承

bạc₃ *t* ①白色的：tóc bạc 白发；áng mây bạc 白云②褪色的，发白的：áo bạc màu 衣服褪色

bạc₄ [汉] 薄 *t* 薄：phận bạc 薄命；bạc tình 薄情；lễ bạc lòng thành 礼薄情谊重

bạc ác *t* 刻薄，狠毒：con người bạc ác 狠毒的人

bạc bẽo *t* ①薄情：ăn ở bạc bẽo 无情无义②得到与付出不相称，付出多、回报少：chút tiền công bạc bẽo 微薄的工钱；nghề bạc bẽo 付出多、报酬低的工作

bạc brom-mua *d* 溴化银

bạc bội =bội bạc

bạc cắc *d* ①硬币：đổi một đồng lấy bạc cắc 换一块钱硬币②少量钱：Trong túi không có mấy bạc cắc. 兜里没有几个钱。

bạc đãi *đg* 薄待：bạc đãi với người có công nuôi dưỡng 薄待有养育之恩的人

bạc đầu *t* ①上年纪的,白头的：chung sống đến bạc đầu 白头偕老 ②顶端泛白的：sóng bạc đầu 白头浪

bạc đen *t* 忘恩负义

bạc điền *d* 薄田,瘠田：Vùng trung du có nhiều bạc điền. 中游地区有许多瘠田。

bạc đồng *d* 硬币

bạc đức *t* 缺德：con người bạc đức 缺德的人

bạc giấy *d* 纸币：Trong túi còn hai đồng bạc giấy. 口袋里还有两元纸币。

bạc hà *d* 薄荷：dầu bạc hà 薄荷油；kẹo bạc hà 薄荷糖

bạc lạc *t* 秕：lúa bạc lạc 秕谷

bạc lót *d* 轴承

bạc má *d* (动物面颊上的) 白斑：chim bạc má 白颊鸟

bạc màu *t* 贫瘠：cải tạo đất bạc màu 改造贫瘠的土地

bạc mày₁ *d* 白眉猴

bạc mày₂ *d* 白眉竹

bạc mặt *t* [口] 憔悴：Chạy cho xong thủ tục cũng đủ bạc mặt. 跑完手续,人也够憔悴的了。

bạc mầu=bạc màu

bạc mệnh *t* 薄命：người con gái bạc mệnh 薄命女子

bạc nén *d* (十两重的) 银锭

bạc nghĩa *t* 薄义,薄情：ăn ở bạc nghĩa 为人薄情

bạc nhạc *t*; *d* 囊膪,囊揣

bạc nhược *t* 薄弱,脆弱：tinh thần bạc nhược 意志薄弱；một người bạc nhược 脆弱的人

bạc phau *t* 雪白

bạc phận=bạc mệnh

bạc phếch *t* 褪色发白：Bộ quần áo xanh đã bạc phếch. 这套蓝衣服已经褪色发白了。

bạc phơ *t* (头发、胡子) 全白,银白：Cụ già

râu tóc bạc phơ. 老人家胡子、头发全白了。

bạc tình *t* 薄情：ăn ở bạc tình 为人薄情；trách người quân tử bạc tình 斥夫君薄情

bạc tục *d* 恶习,陋习

bách₁ [汉] 柏 *d* ①柏,柏树 ②[旧] (柏木) 舟

bách₂ [汉] 迫 *đg* [旧] 被迫,被逼 (同 buộc, bức, ép)：bị bách phải làm 被迫做

bách₃ [汉] 百：bách chiến bách thắng 百战百胜；bách niên giai lão 百年偕老

bách bệnh *d* 百病：bách bệnh trong người 百病缠身；thuốc chữa khỏi bách bệnh 治百病的药

bách bổ *t* 大补的：cao bách bổ 大补膏

bách bộ₁ *d* [药] 百部

bách bộ₂ *đg* 散步：bách bộ quanh phố 街头散步

bách chiến *t* 身经百战的,久经沙场的：con ngựa bách chiến 久经沙场的战马

bách chiến bách thắng ①百战百胜②无敌的,战无不胜的：đội quân bách chiến bách thắng 无敌之师

bách công *d* 百业

bách diệp *d* 侧柏

bách gia chư tử 诸子百家

bách hoa *d* 百花

bách hoá *d* ①百货：bán bách hoá 卖百货②国营商店：đi bách hoá mua hàng 到国营商店买东西

bách hợp *d* 百合

bách khoa *d* ①百科；理工科：bách khoa toàn thư 百科全书；Trường Đại học Bách Khoa 理工大学② 理工大学：thi vào Bách Khoa 考进理工大学 *t* 渊博：đầu óc bách khoa 知识渊博

bách khoa thư *d* 百科书,词典,全书,大全：bách khoa thư bệnh học 病理学大全

bách khoa toàn thư *d* 百科全书

bách nghệ *d* 百业；综合专业：trường đào tạo bách nghệ 综合技工学校

bách niên giai lão 百年偕老

bách niên thụ nhân 百年树人

bách phát bách trúng 百发百中：Anh ta là xạ thủ bách phát bách trúng. 他是百发百中的射手。

bách phân *d* (摄氏温度计里的) 计量标，计量格：nhiệt giai bách phân 摄氏温度计 *đg* 按百分计算：tính theo bách phân 按百分计算；ti lệ bách phân 百分比

bách quan *d* 百官

bách tán *d* 南洋杉属树，柳杉

bách thảo *d* 百草（泛指各种植物）：vườn bách thảo 植物园

bách thú *d* 百兽（泛指各种动物）：vườn bách thú 动物园

bách tính *d* 百姓：bách tính lầm than 百姓涂炭

Bách Việt *d* 百越

bạch₁ [汉] 白 *đg* ① [旧] 道白，辩解，说：tự bạch 自白 ② (只用于与高僧的对话) 禀白 *t* 白色的，全白的：hoa hồng bạch 白玫瑰；chuột bạch 白老鼠；trắng bạch 全白

bạch₂ [拟] 噗，啪：ngã đánh bạch một cái 噗地摔了一跤

bạch bạch [拟] 噗，啪：giậm chân bạch bạch 啪啪的跺脚声；Đàn chim vỗ cánh bạch bạch. 鸟群噗噗地拍打翅膀

bạch bích vi hà 白璧微瑕

bạch biến *d* 白癜风

bạch cập *d* 白芨

bạch câu quá khích 白驹过隙

bạch cầu *d* 白细胞

bạch chỉ *d* 白芷

bạch cúc *d* 白菊

bạch diện thư sinh 白面书生

bạch dương *d* ① [植] 白杨 ② [天] 白羊星座

bạch đái =bạch đới

bạch đàn *d* 桉树；白檀

bạch đầu *d* [动] 白头

bạch đầu quân *d* 白头军 (由老人组成的民兵)

bạch đậu khấu *d* 白豆蔻

bạch đới *d* [医] 白带

bạch hạc *d* 白鹤草，白鹤

bạch hầu *d* 白喉

bạch huyết *d* 淋巴液

bạch huyết bào =bạch huyết cầu

bạch huyết cầu *d* 白细胞

bạch kim *d* 白金，铂

bạch lạp *d* 白蜡

bạch lị *d* 白痢

bạch lộ *d* 白露（二十四节气之一）

bạch mao căn *d* [药] 白茅根

bạch mi *d* 白眉仙

bạch nhật *d* 白天 *t* (天) 亮：thức đến tận bạch nhật 熬夜到天亮；Sáng bạch nhật rồi mà nó vẫn còn ngủ. 天大亮了他还在睡。

Bạch Ốc *d* (美国) 白宫

bạch phục linh *d* 白茯苓

bạch quả *d* 白果，银杏

bạch tạng *d* 白化病

bạch thoại *d* 白话（区别于文言）

bạch truật *d* 白术

bạch thược *d* 白芍

bạch tiền *d* [植] 白前

bạch trọc *d* 白浊，淋病

bạch tuộc *d* 章鱼

bạch yến *d* 文鸟

bai₁ *d* [方] 铁锹

bai₂ *d* 灰刀

bai₃ *d* [数] 二进制

bai₄ *đg* 松散，松垮：mép vải bị bai 布边松垮；chài bai ra 网松垮

bai bải *t* 喋喋不休，忙不迭：cứ bai bải cái mồm 嘴巴喋喋不休；chối bai bải 忙不迭

地回绝

bài₁ *d* ①文章：đăng bài trên tạp chí 在杂志上刊登文章②课，功课：bài lịch sử 历史课；bài giảng 上课内容③［方］作业，题目：soạn bài 备课；ra bài 出题；đọc kĩ bài trước khi làm 做题前仔细审题

bài₂ ［汉］排 *đg* ①排泄：bài phân và nước tiểu 排泄大小便②排斥，摒除：chính sách bài ngoại 排外政策

bài₃ *d*（使用某种）方法，手段（来对待）：đánh bài lờ 装聋作哑；tính bài chuồn 打算开溜

bài₄ ［汉］牌 *d* ①纸牌，扑克牌：mua cỗ bài tú-lơ-khơ 买一副扑克牌②（游戏）牌局：đánh bài 玩牌儿

bài bác *đg* 排挤：bài bác lẫn nhau 互相排挤

·**bài bạc** *d* ［口］赌博：tính ham bài bạc 嗜赌成性

bài bản *d* ①剧本；曲谱：bài bản cải lương 改良剧剧本②［口］规范，规矩，条理，章法：làm đúng bài bản 按规矩办；không theo bài bản nào cả 不按规矩 *t* 规范的，规矩：được đào tạo rất bài bản 受到正规培训；Đầu tư tự phát, thiếu bài bản. 随意投资，没计划。

bài báng *đg* 排斥，讥议

bài báo *d* 新闻稿，报刊文章

bài bây *d* 拖延状，延缓状

bài binh bố trận 排兵布阵

bài bông *d* 宫廷舞

bài ca *d* 歌曲

bài chỉ *d*（法属时期的）纳税凭证

bài chòi *d* ①一种玩牌法（过去流行于越南南部和中部）②一种民歌调（由玩牌唱曲形成）

bài dịch *d* 译文，译著

bài giải *d* ①［数］题解，解题方法：Bài toán phải có bài giải rõ ràng. 做数学题要有正确的解法。②解决方法：tìm bài giải cho cuộc gặp gỡ bế tắc này 寻找解决会谈僵局

的方法

bài hát *d* 歌曲

bài học *d* ①课文：nắm vững các bài học 牢牢掌握课文②教训，经验教训：rút ra bài học bổ ích 吸取有益的经验教训

bài khoá *d* 课文（多指外语教材中的综合性课文）：đọc kĩ bài khoá 精读课文；dịch các bài khoá 翻译课文

bài làm *d* 作业，练习：Bài làm chưa đạt yêu cầu. 作业没达到要求。

bài mục *d* 科目，课程：bài mục xạ kích 射击科目；giảng xong một bài mục gồm mười bài 讲完一门有十个单元的课程

bài ngà *d* 牙牌（古代官员进宫凭证）

bài ngắn *d* 短文

bài ngoại *đg* 排外：Chống xâm lược, nhưng không bài ngoại. 反对侵略，但不排外。

bài tập *d* ①练习，作业：bài tập đại số 代数练习；làm bài tập ở lớp 在课堂做作业②（体育）项目，内容，运动：bài tập dưỡng sinh 健身运动

bài tây *d* 扑克牌：bói bài tây 用扑克牌算卦

bài thi *d* 试题，试卷，考卷

bài thơ *d* 诗文，诗篇

bài thuốc *d* 药方：bài thuốc đông y 中药方

bài tiết *đg* ①排泄：bài tiết nước tiểu 排泄尿液②分泌：bài tiết mồ hôi 分泌汗液

bài tính *d* ①［数］算法：bài tính nhân 乘法②计算题

bài toán *d* ①算题，计算题：bài toán hình học 几何题②难题

bài trí *đg* 布置：bài trí sân khấu 布置舞台；bài trí nội thất cho hợp lí 合理布置房间

bài trung *d* 排中律

bài trừ *đg* ①取缔，清除：bài trừ mê tín, dị đoan 取缔迷信和异端邪说；bài trừ tệ nạn xã hội 消除社会恶习②排斥：bài trừ lẫn nhau 互相排斥

bài vị *d* 牌位，祭牌

bài vở *d* ① 功课，课业：Nó lâu nay không động đến bài vở. 他很长时间不学功课了。② 文章，稿件：Gửi bài vở về toà soạn. 把稿件寄回编辑部。Bài vở viết chẳng ra sao cả. 文章写得不怎么样。

bài xích *đg* 排斥，排挤：chính sách bài xích ngoại kiều 排挤外侨政策

bài xuất=bài tiết

bải hải *t* (叫声) 尖厉，惊慌：kêu bải hải như gặp cướp 尖声叫喊像遭到打劫

bải hoải *t* 筋疲力尽：bải hoải chân tay 手脚疲软；người bải hoải 浑身散了架

bãi₁ *d* ①滩，滩地：bãi biển 海滩；trồng hoa màu ngoài bãi sông 在河滩上种杂粮②场，场地：bãi cỏ 草场；bãi mìn 雷场；bãi tha ma 坟场；bãi đỗ xe 停车场

bãi₂ *d* (脏物) 堆，摊：bãi phân 粪堆；bãi nước bọt 一摊口水

bãi₃ [汉] 罢 *đg* ①免除，罢免：bãi sưu thuế 免除税赋；bãi một chức quan 罢免官员②罢，停止：bãi triều 退朝；bãi công 罢工

bãi bắn bia *d* 靶场

bãi bể nương dâu 沧海桑田

bãi binh *đg* 罢兵，停战：ra lệnh bãi binh 下停战令；hai bên bãi binh 双方停战

bãi bỏ *đg* 废除，取消：bãi bỏ qui định cũ 废除旧规定；bãi bỏ các thứ thuế không hợp lí 取消不合理的税赋

bãi cá *d* ①渔场，捕鱼区②鱼集中的区域

bãi chầu=bãi triều

bãi chợ *đg* 罢市：Thương gia ở thành thị tổ chức bãi chợ. 城里的商人组织罢市。

bãi chức *đg* 免职，罢官，撤职：Những viên quan tham nhũng đều phải bị bãi chức. 以权谋私的官员都要免职。

bãi cỏ *d* 草地，草坪

bãi công *đg* 罢工：Thợ bãi công đòi tăng lương. 工人罢工要求增加工资。

bãi khoá *đg* 罢课：Học sinh tổ chức bãi khoá.

学生组织罢课。

bãi miễn *đg* 罢免，免去：bãi miễn một vài đại biểu 罢免部分代表；Cử tri có quyền bãi miễn đại biểu của mình. 选民有权罢免自己的代表。

bãi mìn *d* 雷场，地雷区

bãi nại *đg* 撤诉：Gia đình nạn nhân làm đơn xin bãi nại. 被害人家属递交申请撤诉。

bãi nhiệm *đg* 罢免，免除，免去：Thủ tướng bị bãi nhiệm. 首相被罢免。

bãi tắm *d* 沙滩浴场

bãi tập *d* 操场

bãi tha ma *d* 坟场，墓地

bãi thải *d* 废料场

bãi thị *đg* 罢市

bãi thực *đg* 绝食：Công nhân bãi thực đòi tăng lương. 工人绝食要求增加工资。

bãi triều *đg* 退朝，罢朝

bãi trường *đg* 关闭学校：có lệnh bãi trường 下令关闭学校

bái [汉] 拜 *đg* 揖拜：bái chào người anh hùng 揖拜英雄；chắp tay bái 双手合十揖拜

bái biệt *đg* 拜别

bái đường *d* 厅，厅堂，厅房

bái kiến *đg* 拜见

bái phục *đg* 拜服，佩服，钦服，钦佩：bái phục tài nghệ 佩服 (他人) 才艺

bái tạ *đg* 拜谢，叩谢

bái tổ *đg* ① (中举或高升后) 祭祖，拜谢祖宗② (武士、拳师角斗前后向师傅) 作揖

bái vật *d* 图腾：tục thờ bái vật của người xưa 古人祭祀的图腾

bái vật giáo *d* 拜物教 [口] 迷信，崇拜：bái vật giáo hàng ngoại 迷信洋货

bái xái *t* [方] (输得) 一塌糊涂，一败涂地，狼狈：chạy bái xái 狼狈逃窜

bái yết *đg* 拜谒：Sứ thần bái yết vua. 使臣拜谒国王。

bại₁ [汉] 败 *đg* ①失败，不成功：Trong công

việc, thành hay bại là chuyện bình thường. 工作中，成与败都正常。②打败，击败：đánh bại quân xâm lược 打败侵略军

bại₂ t ①瘫的，瘫痪的（同liệt）：bị bại nửa người 半身不遂②（力）竭尽的，虚弱的：bại sức 力竭；Cái đói ghê gớm làm họ bại hẳn sức. 过度饥饿使他们极度虚弱。

bại binh d 败兵

bại hoại t 败坏的：gia phong bại hoại 家风败坏

bại huyết d 败血症

bại liệt t 瘫痪的：chân tay bại liệt 手脚瘫痪；Bại liệt mấy năm nay, phải ngồi một chỗ. 瘫痪几年，只能待着。d 小儿麻痹症，脊髓灰质炎：tiêm phòng bại liệt 打小儿麻痹症预防针

bại lộ đg 败露，曝光：âm mưu bị bại lộ 阴谋败露；Nếu chẳng may bị bại lộ thì không còn con đường nào thoát. 要是不小心被曝光就没有退路了。

bại quân d 败军：bại quân tháo chạy 败军逃窜

bại sản đg 败家，破产：Lao vào cờ bạc có ngày bại sản. 迷上赌博，总有一天要败家。

bại trận đg 败阵，失败：bị đánh bại trận 被打败

bại tục d 败俗，陋习

bại tướng d 败将

bại vong đg 败亡，灭亡：lâm vào thế bại vong 陷入败亡境地

bakelite (ba-ke-lít) d 电木，胶木，酚醛塑料

ballast (ba-lát) d 碎石，石砾

bám đg ①攀住，抓住：bám vào vách đá trèo lên 攀着石壁往上爬；bám cành cây để đu người lên 抓住树干引体向上②紧跟，紧随：đi đâu bám gót theo sau 去哪儿都跟着；bám gót người đi trước 紧跟着前面的人③盲目：bám vào ý kiến của cấp trên 盲目

听从上级意见④靠，依赖：Không chịu lao động, sống bám vào cha mẹ. 不肯劳动，靠父母养活。

bám bíu đg ①抓住，扒住②投靠

bám càng đg [口] 跟随，追随

bám chắc đg 紧抓着，抓牢，控制：Bám chắc địa bàn, truy quét đến cùng. 控制辖区，彻底肃清。

bám chặt đg 紧抓着，紧附着：bám chặt thị trường truyền thống 紧抓传统市场

bám sát đg ①紧密联系：bám sát quần chúng 密切联系群众②跟踪，盯梢：bám sát tên phản động 跟踪坏分子

bám trụ đg 紧附着，紧贴着：bám trụ trận địa 坚守阵地；Bám trụ trong lòng địch để hoạt động. 潜入敌人内部开展活动。

bám víu = bám bíu

ban₁ d [植] 白花羊蹄甲

ban₂ [汉] 癍 d [医] 斑疹：sốt phát ban 发烧发疹子

ban₃ (balle) d [方][旧] 球：đá ban vào lưới 踢球进网

ban₄ [汉] 班 d ①[旧] 封建朝廷文武官员按次序排成的行列：hai ban văn võ 文武两班②委员会，组，部，处，办公室：ban kịch 剧组；ban biên tập 编辑部；ban văn nghệ 文艺部；ban bầu cử 选举委员会；ban thư kí của hội nghị 会议秘书处；ban giám khảo 监考组③（工作时段）班：nhận ban 接班；họp giao ban 交班会；trực ban 值班④[旧] 班级，专业：tốt nghiệp ban văn sử 文史专业毕业

ban₅ d [旧]（武艺）门类：Nó tinh thông cả thập bát ban võ nghệ. 他精通十八般武艺。

ban₆ d 一天内的一段时间，晌：ban trưa 晌午；ban đêm 晚上

ban₇ đg [方] 推平，铲平：ban mô đất 推平土堆

ban₈ đg [口]（机器设备）熄火，死机（同pan）

ban₉ [汉] 颁 *đg* [旧] ① 颁发，发放，授予：ban thưởng 颁奖 ② 颁布：ban lệnh 颁布命令

ban bệ *d* 组织，机构，科室（贬义）：lắm ban bệ 机构臃肿

ban bí thư *d* 书记处

ban biên tập *d* 编辑部，编辑委员会

ban bố *đg* 颁布，公布：ban bố lệnh giới nghiêm 颁布戒严令

ban cấp *đg* 发放，发给：ban cấp quân dụng cho binh lính 向士兵发放军需

ban chấp hành=BCH *d* 执行委员会，执委会：đại hội bầu ban chấp hành 大会选举执行委员会

ban chỉ huy *d* 指挥部

ban chiều *d* 下午

ban công *d* 阳台：đứng hóng mát ở ban công 在阳台乘凉

ban đầu *d* 起初，初期，开始：những khó khăn ban đầu 初期的困难；tốc độ ban đầu 初始速度

ban đêm *d* 夜间，晚上

ban đồng ca *d* 合唱队，合唱团

ban giám đốc=BGĐ *d* 领导班子，经理委员会，领导小组

ban giám hiệu *d* 校务委员会，校领导班子

ban hành *đg* 颁行，颁布：ban hành lệnh báo chí 颁布报刊法令；thực hiện những qui định đã ban hành 落实已经颁布的规定

ban khen *đg* 嘉奖，奖励：được cấp trên ban khen 受到上级嘉奖

ban liên lạc *d* 联络组，联络办公室

ban mai *d* 清晨，早晨：hít thở không khí ban mai 呼吸清晨的空气

ban miêu *d* 斑蝥

ban nãy *d* 刚才，刚刚：làm xong từ ban nãy 刚刚做完；Ban nãy có người đến chơi. 刚才有人来玩。

ban ngành *d* 国家机关；机关单位（统称）：

ban miêu

các cơ quan ban ngành 各机关单位

ban ngày *d* 白天：Ở đây ban ngày thì nóng, ban đêm thì lại lạnh. 这里白天热，晚上却又凉。

ban ngày ban mặt 大白天，光天化日：Giữa ban ngày ban mặt mà dám làm bậy. 光天化日之下竟敢胡来。Ban ngày ban mặt thì có gì mà sợ. 光天化日有什么好怕的。

ban nhạc *d* 乐队，乐团

ban ơn *đg* 恩赐，施恩，施舍：không cần ai ban ơn cả 不需要任何人施舍；thái độ ban ơn 施舍的态度

ban sáng *d* (当天) 上午，早上：Ban sáng trời nóng quá, bây giờ có gió nên đỡ hơn. 早上天气很热，现在有风好些了。Ban sáng có nhiều người đến tìm anh. 上午好多人来找你。

ban phát *đg* 分发，发放，派发，施舍：ban phát bổng lộc 发放俸禄；Tự kiếm sống, không cần ai ban phát. 自己谋生，不靠别人施舍。

ban sơ *d* 起初，开始，开头：thuở ban sơ 开始阶段

ban sớm *d* 清早，清晨

ban tặng *đg* 颁奖：ban tặng cho những người phục vụ tận tụy 为尽心尽力的人员颁奖

ban thường trực *d* 常务委员会

ban tổ chức *d* 组委会

ban trưa *d* 中午，午间，晌午

bàn₁ *d* 桌子，台：bàn ăn 饭桌；bàn làm việc 工作台

bàn₂ *d* ① 得分，(得或失) 球：ghi thêm một

bàn 又得一分；thua hai bàn 失两球② [旧] [方] 盘：chơi hai bàn 玩两盘 (棋)

bàn₃ *đg* 讨论，交换意见，协商，商量：bàn công tác 商量工作；bàn mãi mà chưa nhất trí 协商半天都不能统一；Công ti họp để bàn về cách làm ăn mới. 公司开会讨论新的经营方式。

bàn₄ [汉] 盘，磐

bàn ăn *d* 饭桌，餐桌

bàn bạc *đg* 商量，讨论，研究，磋商：bàn bạc tập thể 集体讨论；bàn bạc công việc 商量工作；Vấn đề này được bàn bạc kĩ. 这个问题经过仔细研究。

bàn bi-a *d* 台球桌

bàn cãi *đg* 争论，争辩：bàn cãi cho ra lẽ 辩出真理；Bàn cãi để thống nhất ý kiến. 通过辩论来统一意见。Vấn đề đã rõ ràng không cần bàn cãi gì nữa. 问题已经很清楚了，不要再争论了。

bàn cào *d* 刮板 (农具之一)

bàn cát *d* 沙盘

bàn cầu *d* 坐厕，坐便器

bàn chải *d* 刷子：bàn chải giặt 洗衣刷；bàn chải đánh răng 牙刷

bàn chân *d* 脚板，脚掌：gan bàn chân 脚掌心

bàn chè *d* 茶桌，茶几

bàn chông *d* 钉板，竹桩板：làm bàn chông để bẫy thú 装上钉板捕捉野兽

bàn cờ *d* 棋盘：bàn cờ bằng gỗ 木制棋盘 *t* 棋盘形的，棋盘状的：ruộng bàn cờ 棋盘状的水田

bàn cuốc *d* 铁锹的木把 *t* 扁平的：chân bàn cuốc 鸭板脚；răng bàn cuốc 铲子牙

bàn danh dự *d* 贵宾席，主宾席

bàn dân thiên hạ [口] 所有人：普天下：đi khắp bàn dân thiên hạ 走遍天下；nói cho bàn dân thiên hạ biết 告知所有人

bàn đạc *d* 平板仪，平板绘图器

bàn đạp *d* ①马镫：Lắp bàn đạp vào yên. 把镫子装在马鞍上。②脚踏板：bàn đạp máy khâu 缝纫机脚踏板；Xe hỏng bàn đạp. 车的脚踏板坏了。③支点，跳板：Chiếm thị trấn làm bàn đạp tiến vào thành phố. 占领小镇作为进入城市的跳板。

bàn đèn *d* ①鸦片烟具盘②鸦片烟具：Suốt ngày hắn không rời khỏi bàn đèn. 他一天到晚都离不开鸦片烟具。

bàn định *đg* 商定，议定：Kế hoạch đã được bàn định. 计划已经议定。

bàn độc *d* ①书桌②供桌，神台

bàn ghế *d* 桌椅，家具

bàn giao *đg* 移交，交付，交代：lập biên bản bàn giao 移交纪录；bàn giao sổ sách tài liệu 移交材料；bàn giao công tác 交代工作

bàn giặt *d* 搓衣板，洗衣板

bàn giấy *d* ①办公桌，写字桌②办公室：Từ phân xưởng anh ta chuyển lên bàn giấy làm việc. 他从车间调到办公室工作。③文牍，公文，书信：công việc bàn giấy 文案工作；lối làm việc quan liêu, bàn giấy 官僚、文牍作风

bàn hoàn *đg* ①想得多②缠绵

bàn là *d* 熨斗：bàn là điện 电熨斗；bàn là hơi 蒸汽熨斗

bàn luận *đg* 讨论，议论，商讨：bàn luận về thời sự 议论时事；cần phải bàn luận thêm 需要再协商；Nhiều vấn đề được đưa ra bàn luận. 许多问题被拿出来讨论。

bàn lùi *đg* 退缩，畏缩：nhiều ý kiến bàn lùi 许多退缩的意见

bàn mảnh *đg* 私下议论，私下商量：cùng nhau bàn mảnh ở nhà 在家里私下商量；Không thảo luận ở hội nghị, lại đi bàn mảnh. 会上不讨论，却私下议论。

bàn máy *d* 工作台：bàn máy khoan 钻床工作台

bàn mổ *d* 手术台：Các bác sĩ đang tiến hành ca phẫu thuật trên bàn mổ. 医生们正在手术台上做手术。

bàn phím *d* ①键盘：bàn phím máy tính 电脑键盘②琴键

bàn ra *đg* 不同意，反对：có nhiều ý kiến bàn ra 有许多反对意见

bàn ra tán vào *đg* 争论，争执：Thôi các ông không phải bàn ra tán vào! 算了，你们不要吵来吵去了！

bàn rà *d* 抛光器，磨光器

bàn ren *d* 扳牙，螺丝绞扳

bàn rùn=bàn lùi

bàn soạn *đg* 盘算，筹划，合计：bàn soạn công việc 筹划工作；Vợ chồng nên bàn soạn rồi hãy làm. 夫妻应合计一下再做。

bàn tán *đg* 谈论，议论：bàn tán xôn xao 议论纷纷；Dư luận bàn tán nhiều về vấn đề đó. 舆论对那个问题议论颇多。

bàn tay *d* ①手，手掌：nắm chặt bàn tay 紧握手；nắm chặt trong lòng bàn tay 紧攥在手心里②（罪恶之）手：bàn tay tội lỗi 罪恶之手；có bàn tay kẻ xấu nhúng vào 有坏人插手

bàn tay vàng *d* 技艺高超，高手，强手：người thợ có đôi bàn tay vàng 技艺高超的工匠

bàn thạch *d* 磐石：vững như bàn thạch 坚如磐石

bàn thảo *đg* 协商，商讨：bàn thảo những vấn đề hai bên cùng quan tâm 协商双方共同关心的问题

bàn thắng bạc *d* 银球制胜（足球加时赛上半场进球并保持到上半场结束，被视为全场获胜）

bàn thắng vàng *d* 金球制胜（足球加时赛先进球的，被视为全场获胜）

bàn thờ *d* 供桌，神台：bàn thờ tổ tiên 先祖供位

bàn tính *d* ①算盘：làm các phép tính số học

bằng bàn tính 用算盘做数学运算②盘算，合计，商量：bàn tính kế hoạch 商讨计划；Bàn tính kĩ lưỡng trước khi làm. 做之前仔细合计。

bàn trang₁ *d* 房前的供桌

bàn trang₂ *d* 耙子

bàn trang điểm *d* 梳妆台

bàn tròn *d* ①圆桌，椭圆形桌②圆桌会议

bàn ủi=bàn là

bàn vẽ *d* 制图板，绘图板

bản₁ *d* 寨子，村寨：bản Mèo 苗寨

bản₂ [汉] 板 *d* ①片，块：bản kim loại 一片金属②宽度，宽幅：chọn lá to bản để gói bánh 选宽大的叶子包粽子；thắt lưng rộng bản 宽腰带

bản₃ [汉] 本 *d* ①书本，文本：bản nhạc chép tay 手抄歌本；phụ bản 副本②版本，份，册，张（同 bổn₂）：đánh máy hai bản 打印两份；in hàng vạn bản 印上万册

bản₄ [汉] 本（同 bổn₁）：cơ bản 基本；nhân bản 人本；bản năng 本能；bản tính 本性；bản quốc 本国

bản₅ [汉] 版

bản án *d* 判决书，裁定书：thi hành bản án 执行判决书；bản án tử hình 死刑判决书

bản âm *d* 阴极板，负极板

bản báo cáo *d* 报告，报告书

bản bộ *d* 本部

bản chất *d* ①本质：phân biệt bản chất với hiện tượng 区别本质与现象②本性，本质：bản chất hiền lành 本性善良

bản chép *d* 抄本，副本

bản chính *d* 正本：Hắn làm mất bản chính. 他把正本弄丢了。

bản chức *d* 本官

bản dạng *d* 翻版，抄本：Truyện Kiều có nhiều bản dạng. 《金云翘传》有多种抄本。

bản dịch *d* 译文

bản doanh *d* [军] 大本营，指挥部

bản dương *d* [电] 正极, 阳极

bản địa *d* 本地, 当地: dân bản địa 本地人; nền văn hoá bản địa 当地文化

bản đồ *d* 图, 版图, 地图: bản đồ thế giới 世界地图; bản đồ thiên văn 天文图; bản đồ học 地图学

bản ghi nhớ *d* 备忘录, 意向书, 协议书

bản gốc *d* 正本, 原件: phô tô rồi giữ lại bản gốc 复印后收好正本; bản gốc giấy khai sinh 出生证正本

bản in *d* 印版: bản in thử 校样

bản kèm *d* 附本, 附件

bản kẽm *d* 锌版

bản khắc *d* 刻板, 雕版

bản làng *d* 村寨, 山寨: bản làng người Dao 瑶寨

bản lãnh=bản lĩnh

bản lề *d* ①合页, 铰链: Lắp bản lề vào cửa. 把合页装在门上。②枢纽, 交接点, 交合处: vùng bản lề giữa đồng bằng và miền núi 平原与山区的交合处; giai đoạn bản lề của nền kinh tế 处于经济的交接点

bản liệt in *d* (从电脑中打印出来的) 材料

bản lĩnh *d* 本领, 本事: người có bản lĩnh 有本事的人; rèn luyện bản lĩnh chiến đấu 磨炼作战本领

bản mạch *d* 印刷板, 电子印刷板: bản mạch âm thanh 声响印刷板

bản mạch chủ *d* 主板, 电脑主板: sản xuất bản mạch chủ 生产电脑主板

bản mặt *d* 面目, 嘴脸: Không muốn nhìn bản mặt ghê tởm đó. 不想见到那丑恶的嘴脸。

bản mẫu *d* (研究用的) 样品, 试样

bản mường *d* 村寨, 山寨

bản năng *d* ①本能: Ong gây mật, chim làm tổ là hành động theo bản năng. 蜂酿蜜、鸟筑巢都是本能的行为。②下意识, 无意识, 潜意识: bản năng tự vệ 下意识自卫

bản ngã *d* 自我

bản nghĩa *d* 本义, 原意

bản ngữ *d* 母语, 本族语言

bản nhạc *d* ①歌本, 乐谱②歌曲, 乐曲: nghe một bản nhạc 听一首曲子

bản nhạc hiệp tấu *d* 协奏曲

bản nháp *d* 草稿: Hết giờ rồi mà chép chưa xong, nó liền nộp cả bản nháp. 时间到了还没抄完, 他忙把草稿一起交了上去。

bản quốc *d* 本国, 我国: Phong tục bản quốc không giống phong tục quí quốc. 我国的风俗与贵国的不一样。

bản quyền *d* 版权: mua bản quyền 购买版权; vi phạm bản quyền 侵犯版权

bản ráp *d* 草稿

bản rập *d* 拓本

bản riêng *d* 单行本

bản sao *d* 副本, 复印件: bản sao giấy khai sinh 出生证副本; bản sao bằng tốt nghiệp 毕业证复印件

bản sắc *d* 本色: giữ gìn bản sắc dân tộc 保持民族本色

bản tâm *d* 本心, 本愿, 本意: Bản tâm không muốn làm hại ai. 本意并不想害谁。

bản tệ *d* 本国货币

bản thảo *d* 底稿, 原稿, 草稿: Gửi bản thảo đến nhà xuất bản. 把原稿寄到出版社。Tác phẩm còn ở dạng bản thảo. 作品还在写作阶段。

bản thân *d* 自己, 本身, 本人: Bản thân chưa có kinh nghiệm. 自己没有经验。Bản thân sự việc này rất có ý nghĩa. 这件事本身很有意义。Quá trình phấn đấu của bản thân. 本人的奋斗历程。

bản thể *d* [哲] 本体: bản thể luận 本体论

bản thoả thuận *d* 协议, 协议书, 意向书

bản tin *d* 消息, 新闻: bản tin quốc tế 国际新闻

bản tính *d* 本性, 禀性: bản tính thật thà chất phác 本性老实淳朴; Bản tính khó thay đổi nhưng không có nghĩa là không sửa được. 禀性难移但并不意味着不能改。

bản trích *d* 摘录, 摘抄

bản vẽ *d* 图纸, 设计图: bản vẽ thiết kế móng cầu 桥基设计图

bản vị *d* 本位: bản vị vàng 金本位 *t* 本位主义的: tư tưởng bản vị 本位主义思想

bản viết phóng *d* 字帖

bản xứ *d* 本地, 当地: dân bản xứ 本地居民; người bản xứ 当地人

bán₁ *đg* ①卖, 出售: bán hàng 卖货; bán sức lao động 出卖劳动力②出卖: bán rẻ lương tâm 出卖良心

bán₂ [汉] 半: bán cầu 半球; bán kính 半径; bán tin bán nghi 半信半疑

bán bình nguyên *d* 坡地

bán buôn *đg* ①批发: cửa hàng bán buôn 批发店; tính theo giá bán buôn 按批发价格计算②经商

bán cầu *d* 半球: hình bán cầu 半球形; tây bán cầu 西半球

bán cầu não *d* 脑半球

bán chác *đg* [口] 卖: Ngồi phơi mặt cả ngày chẳng bán chác được gì. 干坐一天什么也卖不出去。

bán chạy *đg* ①畅销, 好卖: hàng bán chạy lắm 货物很好卖; Sách hay nên bán chạy. 书好, 所以很畅销。②抛售, 清仓: bán chạy lô hàng kém phẩm chất 抛售次品

bán chịu *đg* 赊售, 赊卖, 赊账: bán chịu cho khách hàng 给客户赊账; không bán chịu 不赊卖

bán công *d* 公私合办的学校: trường đại học bán công 公私合办的大学

bán công khai *d* 半公开: tổ chức hoạt động bán công khai 组织半公开活动

bán dạo *đg* 路边贩卖, 肩挑贩卖

bán dâm *đg* 卖淫

bán dẫn *d* 半导体: đài bán dẫn 半导体收音

机; linh kiện bán dẫn 半导体零件

bán đảo *d* 半岛: bán đảo Đông Dương 印支半岛

bán đắt *đg* 畅销, 好销: Dạo này hàng bán đắt lắm. 近来货很好卖。 *t* 高价, 贵: Bán đắt ngồi lâu không bằng bán rẻ mua hết. 高价久卖, 不如低价快销。

bán đấu giá *đg* 拍卖, 竞卖: bán đấu giá ngôi nhà 拍卖房屋

bán đổ bán tháo *đg* 抛售, 甩卖, 处理: Bán đổ bán tháo để về cho con bú. 赶紧甩卖掉好回去给孩子喂奶。

bán độ *đg* 打假球: Một số cầu thủ bóng đá đã bán độ. 部分足球队员打假球。

bán đợ *đg* 典押, 典当: bán đợ ruộng 典当田地

bán đứng *đg* 出卖: bán đứng tổ quốc 出卖祖国

bán ế *đg* 滞销: ô-tô bán ế 汽车滞销

bán gạt *đg* 原价出让: bán gạt mực máy in 原价出让打印机墨水

bán hạ *d* [药] 半夏

bán hàng *đg* 卖货, 售货; 做生意: bán hàng tại cửa hàng nhà nước 在国营店售货; nghề bán hàng 做买卖

bán hoa *đg* 卖春: gái bán hoa 卖春女

bán hoá giá *đg* 降价出售, 削价出售: Bán hoá giá số quần áo rét năm trước đã lỗi mốt. 降价出售去年款式过时的冬衣。

bán hớ *đg* 贱卖

bán kết *d* 半决赛, 二分之一决赛: lọt vào bán kết 进入半决赛

bán khai *đg* 半开化: dân tộc bán khai 半开化民族

bán kính *d* 半径: bán kính hình tròn 圆体半径

bán lại *đg* 转卖, 转手, 转让

bán lẻ *đg* 零售: cửa hàng bán lẻ 零售店; nhận hàng về bán lẻ 进货回来零售

bán lỗ *đg* 亏本，蚀本

bán mạng *p* 拼命，没命，卖力：chạy bán mạng 没命地跑

bán mặt *đg* 现金交易，付现金：Cửa hàng này bán mặt, không bán chịu. 这个商店要付现金，不赊账。

bán mình *đg* (旧时) 女子卖身

bán nguyên âm *d* 半元音

bán nguyệt *d* ①半圆 (形)：hình bán nguyệt 半圆形；hồ bán nguyệt 半月湖 ②半个月

bán nguyệt san *d* 半月刊

bán non *đg* 卖青苗：Hết tiền phải bán non mất mấy sào lúa. 没钱了被迫卖掉几分地的青苗。

bán nước₁ *đg* 卖国：trừng trị bọn cướp nước và bán nước 惩罚窃国贼和卖国贼

bán nước₂ *đg* 卖饮料

bán nước buôn dân 卖国卖民：Kẻ bán nước buôn dân trước sau cũng bị tiêu diệt. 卖国卖民的家伙终将灭亡。

bán phá giá *đg* 倾销：Bằng cách bán phá giá để chiếm lĩnh thị trường. 用倾销的手段来占领市场。

bán phá giá hối đoái (使本国) 货币贬值：Bán phá giá hối đoái để kích thích xuất khẩu. 用货币贬值来刺激出口。

bán phong kiến *d* 半封建

bán phụ âm *d* 半辅音

bán quán *đg* [口] (在小店铺) 卖货

bán rao *đg* 叫卖，沿街叫卖：đi bán rao báo 叫卖报纸

bán rẻ *đg* 贱卖，低价销售：Bán rẻ còn hơn để lãi. 薄利多销好过高利难卖。

bán rong *đg* 路边贩卖，肩挑贩卖

bán sỉ *đg* [方] ①批发：bán sỉ quần áo 批发服装 ②零售

bán sống bán chết 半死不活：chạy bán sống bán chết 跑得半死不活；Con chó bị một trận đòn bán sống bán chết. 狗被打得半死不活。

bán sơn địa *d* 半山半平地：vùng bán sơn địa 半山半平地地区

bán thành phẩm *d* 半成品，半制品：Mua bán thành phẩm về gia công. 买半成品回来加工。

bán tháo *đg* 甩卖，贱卖：bán tháo lô hàng tồn 甩卖库存

bán thân *d* 半身：tượng bán thân 半身塑像；ảnh bán thân 半身相片

bán thân bất toại ①半身不遂 ②片面，不全面：Chỉ có lí thuyết không có thực tế là bán thân bất toại. 只有理论没有实际是片面的。

bán thịt buôn người 贩卖妇女

bán thoát li *d* 半脱产

bán thuộc địa *d* 半殖民地

bán tiền mặt *đg* 现金交易，现款交易

bán tiền tươi *đg* 现金交易

bán tín bán nghi 半信半疑

bán tống *đg* 抛售，甩卖：Bọn trộm cắp bán tống những thứ vừa lấy được. 盗贼们抛售刚到手的赃物。

bán tống bán táng *đg* 甩卖，急切抛售：Bán tống bán táng để về nhà ăn cơm. 赶紧卖完回家吃饭。

bán tống bán tháo=bán tống bán táng

bán trả dần=bán trả góp

bán trả góp *đg* 分期付款：xe máy bán trả góp 摩托车分期付款

bán trôn nuôi miệng *đg* 卖淫

bán trời không văn tự ①夸夸其谈，胡吹乱牛 ②无法无天，蛮不讲理：Đua xe máy lại đánh nhau với cảnh sát thì đúng là bán trời không văn tự. 飙摩托车还打警察，真是无法无天。

bán trú *t* (白天) 寄宿的，提供午休的：trường tiểu học bán trú 提供午休的小学；học sinh bán trú 白天寄宿的学生

bán tự động *t* 半自动的：thiết bị bán tự động 半自动设备

bán vợ đợ con 卖妻鬻子：Nghiện cờ bạc đến mức phải bán vợ đợ con, tan cửa nát nhà. 嗜赌到卖妻鬻子，家破财尽。

bán vũ trang 半武装的，不脱产的武装，边生产边战斗的武装：lực lượng dân quân bán vũ trang边生产边战斗的民兵组织

bán xới *đg* ①贱卖，抛售② [口] 背井离乡：Cả gia đình ấy bán xới từ lâu rồi. 那一家人背井离乡多年了。

bạn₁ *d* ①朋友，友人：bạn thân 密友；bạn chiến đấu 战友② [旧] [方] 季节工：ở bạn 打季节工③盟友：nước bạn 盟国 *đg* [口] 交朋友：bạn với sinh viên lớp trên 跟高年级同学交朋友

bạn₂ [汉] 伴

bạn bầu *d* 朋友 *đg* 交朋友

bạn bầy=bạn bè

bạn bè *d* ①朋友，伙伴：có nhiều bạn bè 有许多朋友②交情：Không bạn bè gì với nó. 跟他没什么交情。

bạn cọc chèo *d* 连襟

bạn con dì *d* 表兄弟，表姐妹

bạn điền *d* 佃户

bạn đọc *d* 读者：ý kiến bạn đọc 读者意见

bạn đời *d* 终身伴侣：chưa tìm được bạn đời 未找到终身伴侣

bạn đường *d* ①旅伴，同路人：người bạn đường trong chuyến công tác 同去出差的人②同志，有共同志向的人，知音：Tìm bạn đường trong chuyên môn. 在同行业的朋友中寻找知音。

bạn hàng *d* ①生意伙伴，同做买卖的人：bạn hàng ở chợ 市场里的伙伴；Chị em bạn hàng giúp đỡ nhau. 同行姐妹们互相帮助。②熟客，老顾客：Các bạn hàng được ưu tiên với giá rẻ nhất. 老顾客可以优先享受最低价格。

bạn học *d* 同学

bạn hữu *d* 好友，挚友：Ngày vui có mặt đầy đủ các bạn hữu. 喜庆的日子好友们都来了。

bạn lòng *d* ①知己，挚友：thương nhớ bạn lòng 哀悼挚友②情侣，情人

bạn nối khố *d* 密友，挚友：Hai người là bạn nối khố của nhau. 他们俩是挚友。

bạn rượu *d* 酒肉朋友

bạn sinh tử *d* 生死之交，莫逆之交

bạn thân *d* 挚友，好友：Anh ấy là bạn thân của tôi. 他是我的好友。

bạn tình *d* 情侣，情人，对象：chưa có bạn tình 还没有对象

bạn trăm năm *d* 终身伴侣：kết bạn trăm năm 结成终身伴侣

bạn vàng *d* 密友，挚友：cô bạn vàng(女) 密友

bạn vong niên *d* 忘年交

bang₁ [汉] 邦 *d* 联邦，州

bang₂ [汉] 帮

bang biện *d* ①帮办②封建时期县里的小官③法属时期管理几个乡的官

bang giao *d* 邦交：quan hệ bang giao 邦交关系

bang tá *d* 法属时期在小城镇管理治安的官

bang trưởng *d* 帮主，帮会头目

bàng₁ *d* 蒲葵

bàng₂ *d* 蒲草：bao bàng 蒲草袋

bàng₃ [汉] 旁：bàng quan 旁观；bàng thính 旁听

bàng₄ [汉] 磅，彷，榜，膀

bàng bạc₁ *t* ①(雾气) 朦胧，蒙蒙：sương bàng bạc 雾蒙蒙；ánh trăng bàng bạc 月色朦胧②褪色：Bộ quần áo bộ đội đã ngả màu bàng bạc. 这套军装有点儿褪色了。

bàng bạc₂ *đg* 磅礴，震撼：Khí thế chiến đấu bàng bạc khắp non sông. 战斗气势震河山。

bàng bạng *t* (色彩) 朦胧：sương đêm bàng

bạng 夜雾蒙蒙

bàng hệ d 旁系

bàng hoàng t 不知所措的, 慌了神的: bàng hoàng trước tin dữ 听到凶信不知所措

bàng nhân d 旁人

bàng quan đg 袖手旁观, 漠视: bàng quan với mọi việc chung quanh 对周围的事漠不关心

bàng quang d 膀胱

bàng thính đg 旁听

bàng tiếp đg [数] 相交

bảng₁ [汉] 榜 d [旧] [口] 榜眼 (简称)

bảng₂ ①黑板, 告示栏, 公告栏: Dán thông tin lên bảng. 把消息贴到告示栏上。②表, 表册: bảng thống kê 统计表; bảng quyết toán kinh phí trong năm 年度费用决算表

bảng₃ (pound) d 镑 (货币单位)

bảng báo giá d 报价单, 报价表

bảng biểu d 表格

bảng cân đối d 平衡表: bảng cân đối tài chính 财务平衡表; bảng cân đối thu chi ngân sách năm 2010 2010 年财政预算平衡表

bảng chữ cái d 字母表, 字母顺序: xếp theo bảng chữ cái 按字母顺序排列

bảng chi tiết d 明细表

bảng chỉ dẫn d 索引, 使用说明

bảng chu kì d [化] 周期表

bảng cửu chương d 九九表, 乘法口诀表: học thuộc lòng bảng cửu chương 背熟乘法口诀表

bảng danh dự d 光荣榜

bảng đen d 黑板

bảng điều khiển d 控制板, 控制盘

bảng đính chính d 勘误表

bảng giá d 价格表, 价目表, 牌价

bảng giờ tàu chạy d 列车时刻表

bảng hiệu d (商店的) 招牌, 牌匾, 广告牌: trương bảng hiệu 挂招牌

bảng kê d 清单, 一览表

bảng khen d 奖状

bảng lảng t ①朦胧, 沉沉: sương chiều bảng lảng 暮霭沉沉 ②冷漠: nhìn bảng lảng 冷眼相看

bảng log d [数] 对数表

bảng lỗ lãi d 损益表

bảng màu d ①调色板 ②色彩

bảng nhãn d [旧] 榜眼

bảng số d 计算手册

bảng thống kê d 统计表

bảng tổng hợp d 汇总表

bảng tổng sắp d 总表(榜): Đội chủ nhà đứng đầu bảng tổng sắp huy trương. 主队排在奖牌榜的首位。

bảng tuần hoàn d 化学元素周期表

bảng vàng d ①金榜: đậu bảng vàng 金榜题名 ②光荣榜: ghi tên vào bảng vàng của nhà trường 上了学校的光荣榜

bảng yết thị d 布告栏, 公告栏

báng₁ d 腹水: Biết rằng báng nước hay là báng con. Không biết là腹水还是死胎。

báng₂ d (盛水用的) 竹筒: Vác báng ra suối lấy nước. 扛着竹筒到溪边取水。

báng₃ 枪托, 枪把: Tì báng súng vào vai. 枪托抵着肩。

báng₄ đg ①凿栗暴, 打栗暴, 栗凿: báng vào đầu 头挨栗凿 ② [方] (用角) 顶: Hai con trâu báng lộn. 两头牛顶在一起。

báng bổ đg 亵渎: báng bổ thánh thần 亵渎神灵

báng nhạo đg 讥讽, 诽谤

bạng [汉] 蚌: Duật bạng tương tranh, ngư ông đắc lợi. 鹬蚌相争, 渔翁得利。

bạng nhạng t; d 囊膪, 囊揣: miếng thịt bạng nhạng 囊肉

banh₁ d [旧] (法国统治时期的) 重犯监牢

banh₂ d [方] 球: đá banh 踢球

banh₃ đg 张开, 撑开: banh túi ra 撑开袋子

banh₄ t [方] 毁坏的, 破碎的: phá banh đồn

giặc 捣毁敌人据点

bành₁ *d* (安在大象背上的) 扶手椅

bành₂ *t* 宽的,阔的,祖露的,敞露的: to bành 宽大的; mặc áo bành ngực 穿敞胸服

bành bành=bành bạnh

bành bạnh *t* 硕大: bành bạnh cái miệng 大嘴巴

bành tô *d* 大衣: chiếc áo bành tô cũ 一件旧大衣

bành trướng *đg* ① 涨,溢: nước sông bành trướng 河水上涨 ② 扩张: thế lực bành trướng 势力扩张; bành trướng về kinh tế 经济扩张

bảnh *t* ① 华丽,华美,帅气: diện bảnh 打扮得很美; Anh chàng trông rất bảnh. 小伙子看上去很帅。Quần áo mặc rất bảnh. 衣服穿起来很华丽。② [方] 棒,强: tay lao động bảnh 强劳动力; Con gái làm được như thế là bảnh thật. 小姑娘能做成这样真的很棒。

bảnh bao *t* [口] 漂亮,华丽: ăn mặc bảnh bao 衣着华丽

bảnh choẹ *t* ① 正襟危坐: ngồi bảnh choẹ trên ghế 端着架势坐在椅上 ② 整齐,讲究: Đi đâu mà ăn mặc bảnh choẹ thế? 穿这么讲究要到哪儿去啊?

bảnh khảnh=mảnh khảnh

bảnh lảnh *t* 华丽,华美

bảnh mắt *đg*; *d* (清早) 乍醒来,才睁眼: mới bảnh mắt đã đòi ăn 刚睁开眼就要吃; bảnh mắt đã đi làm 一早起床就去干活 *t* 幼小,年幼

bảnh trai *t* 帅气: diện vào trông rất bảnh trai 打扮得很帅气

bánh₁ *d* ① 饼,糕,粑: bánh qui 饼干; bánh đậu xanh 绿豆糕; bánh dày 糍粑 ② 块: bánh xà phòng 一块肥皂; bánh pháo 一封炮仗 *t* 块状的: đóng bao thành bánh 打包成块状

bánh₂ *d* 轮,轮子: bánh xe 车轮; bánh răng 齿轮

bánh bàng *d* (用面粉、鸡蛋、白糖做成橄榄形的) 小面包

bánh bao *d* 包子

bánh bao ngọt *d* 豆蓉包,豆沙包

bánh bẻ *d* 香菇肉馅糍粑

bánh bèo *d* 蒸米糕

bánh bích qui *d* 饼干

bánh bò *d* 发糕,糖糕

bánh bong lan *d* 蛋糕

bánh bỏng *d* 米花糖

bánh cái *d* 主动轮

bánh cầu *d* 蜂巢

bánh chay *d* 汤圆,元宵

bánh chè *d* 膝盖: xương bánh chè 膝盖骨

bánh chẻo *d* 饺子

bánh chuối *d* 香蕉 (芭蕉) 饼

bánh chưng *d* 粽子

bánh chưng ra góc 泾渭分明,一清二楚: Trong cuộc sống thường ngày không phải cứ cái gì cũng bánh chưng ra góc, một với một là hai. 日常生活中并不是什么都是一加一等于二这么泾渭分明的。

bánh cốm *d* (蕉叶包的) 扁米糕

bánh cuốn *d* 卷筒粉

bánh dẻo *d* 糯米软糕

bánh đa *d* ① 薄米饼 (吃时用炭火烤膨胀) ② 米粉干,干米粉

bánh đa nem *d* 春卷皮

bánh đà *d* [机] 飞轮

bánh đà

bánh đai *d* 主动轴

bánh đặc *d* 实心轮胎

bánh đậu xanh *d* 绿豆糕

bánh ếch=bánh ít

bánh gai *d* 麻叶糍粑

bánh giầy *d*(糯米饭舂成的) 糍粑

bánh gio *d* 凉粽, 碱水粽

bánh giò *d*(用沥过水的米粉团做的) 三角小肉粽

bánh gối *d*①煎饺②方形面包

bánh hỏi *d* 米线, 细米粉

bánh in *d* 沙糕, 米糕; 豆糕

bánh ít *d*(蕉叶包的有馅) 糍粑

bánh khảo *d* 沙糕, 米糕

bánh khoai *d*①(用叶子包裹、蒸熟的) 红薯糕②(外面裹浆煎的) 芋头饼

bánh khoái *d*①(把米浆跟肉、菜拌和煎成的) 饼②(把米浆摊成饼放上馅、对折起来的) 煎饼

bánh lái *d* 方向盘: bánh lái tàu thuỷ 舵轮

bánh mài *d* 砂轮

bánh mật *d*①蜜糖糍粑 (用干蕉叶包的、蜜糖拌绿豆仁或花生仁的糍粑)②肤色棕红像蜜糖糍粑 (喻健康): da ngăm ngăm bánh mật 皮肤黝黑健康

bánh mì *d* 烤面包, 法式烤面包: bánh mì gói 方形烤面包; bánh mì pa-tê 夹肉面包

bánh mướt *d* 卷筒粉

bánh mứt *d* 蜜饯

bánh nếp *d*(有馅) 糍粑

bánh ngọt *d* 蛋糕; 糕点

bánh nướng *d* 月饼

bánh phồng *d*(用糯米粉或木薯粉做的) 膨松饼

bánh phồng tôm *d* 虾片

bánh phở *d* 切粉, 米粉, 沙河粉

bánh phục linh *d* 茯苓饼

bánh quẩy *d* 油条

bánh quế *d* 蛋卷 (点心)

bánh qui *d* 饼干

bánh rán *d* 煎堆, 麻团

bánh răng *d* 齿轮: bánh răng chữ V 锥齿轮; bánh răng con(手表等的) 小齿轮; bánh răng xoắn 螺旋齿齿轮

bánh tày *d* 小长粽(小长形粽)

bánh tây *d* 法式烤面包

bánh tẻ *d*①(有馅) 糍粑②(树木等) 不老不嫩: tre bánh tẻ 不老不嫩的竹子

bánh tét *d* 长粽(长形粽)

bánh thánh *d* 圣饼

bánh tổ *d* 年糕

bánh tổ ong *d* 蜂巢

bánh tôm *d* 虾饼

bánh trái *d* 点心, 饼点: Mua bánh trái đi thăm người ốm. 买点心去探望病人。

bánh tráng=bánh đa

bánh tro *d* 碱水粽, 凉粽

bánh trôi *d* 汤圆, 元宵

bánh trung thu *d* 月饼

bánh ú *d* 角粽

bánh ú tro *d*(角形) 碱水粽, 凉粽

bánh ướt *d* 卷筒粉

bánh vẽ *d* 画饼 (喻虚幻的东西): công danh bánh vẽ, sang giàu chiêm bao 画饼功名, 虚幻富贵

bánh vít *d* 螺形齿轮, 蜗轮, 蜗轮蜗杆

bánh xe *d* 轮状物, 车轮: bánh xe lịch sử 历史的车轮; bánh xe kía 齿轮

bánh xèo=bánh khoái

bạnh *t* 宽的, 宽大的: quai hàm bạnh vuông 宽下巴; cổ to bạnh 脖子粗大 *đg* 张开, 张大: Rắn bạnh cổ nuốt con mồi. 蛇张大嘴吞食物。

banjo *d* 五弦琴, 斑卓琴

bao₁ *d*①袋: bao xi-măng 水泥袋; bao đựng gạo 米袋②盒: bao diêm 火柴盒; bao kính 眼镜盒; bao thuốc lá 香烟盒③包, 包袱: một bao thuốc lá 一包烟④(时间) 许多,

多久：làm trong bao lâu 干多久 *đg* 围，包围：Luỹ tre bao quanh làng. 竹林围着村庄。Tường bao xung quanh ngôi nhà. 围墙环抱房屋。

bao₂ *d* 多少：bao ngày mong mỏi 多少天企盼；bao nhớ bao thương 多少思念

bao₃ *đg* ①包干，包圆儿：bao xe 包车；bao hết việc của cả nhóm 包完全组的活；bao việc in ấn sách 包干印书②请（吃喝），包买单：Bao bạn một chầu bia. 请朋友喝一顿啤酒。

bao₄ [汉] 褒，包

bao bang *d* 蒲草袋，蒲草包

bao bì *d* 包装，外包装，外袋：cải tiến mẫu mã bao bì 改进包装款式

bao biếm *đg* 褒贬：lời bao biếm của khách hàng 客户的评价

bao biện *đg* ①包办，大包大揽：bao biện làm thay 包办代替；người nào có việc nấy, không thể bao biện 各司其职，不能包办代替②辩解，狡辩：đã sai lại còn bao biện 错了还狡辩；không bao biện nổi 无可辩驳

bao bọc *đg* 围绕，环绕，笼罩；庇护：Lớp không khí dày bao bọc trái đất. 厚厚的大气罩着地球。Nhà có tường cao bao bọc. 宅子有高墙环绕。

bao bố *d* 麻袋

bao cao su *d* 安全套，保险套，避孕套

bao cấp *d* （分配上的）大锅饭，吃大锅饭，平均主义：cơ chế quản lí quan liêu bao cấp 大锅饭的官僚管理体制

bao che *đg* 包庇，遮盖，掩饰：bao che khuyết điểm của bạn 遮掩朋友的缺点

bao dong=bao dung

bao dung *đg* 包容，宽容，海涵：tấm lòng bao dung 宽容之心；nụ cười bao dung 包容的微笑

bao giá *đg* 保证货物与价钱相符

bao giàn *đg* （演出）包场：bao giàn hai đêm hát 包两晚演出

bao giờ *d* ①几时，何时，什么时候：Bao giờ mới biết kết quả？什么时候才知道结果？②无论何时，什么时候（都）：Bao giờ cũng vậy. 什么时候都这样。

bao gói *đg* 包，打包，包起来：Hàng được bao gói thành từng gói nhỏ. 货物被包成小包。*d* 包，袋，包装：Có đủ các loại bao gói, khách hàng tuỳ chọn. 有各种包装的，客户可以挑选。

bao gồm *đg* 包括，包含：Đối tượng bán vé ưu tiên bao gồm phụ nữ có thai, trẻ em và những người tàn tật. 优先售票的对象包括孕妇、儿童和残疾人。

bao hàm *đg* 包含，包括：câu nói bao hàm nhiều ý nghĩa sâu sắc 话语寓意深刻

bao hành *d* [解] 包皮过长

bao hoa *d* 花朵（包括花托、花瓣、雌蕊、雄蕊、花萼）

bao la *t* 无垠，辽阔，无际，宽广：biển rộng bao la 辽阔的大海

bao lăm *d* [方] 几多，多少（用于否定）：Có đáng bao lăm? 能值多少？Ếch ngồi đáy giếng thấy bao lăm trời？井底蛙能见多大的天？

bao lần *d* 几次，几番

bao lâu *d* 多久，多长时间：Làm bao lâu thì xong? 得干多久才完？Nó đi bao lâu rồi? 他去多长时间了？

bao lơn *d* 阳台

bao mua *đg* 包销：bao mua toàn bộ sản phẩm 包销全部产品

bao nhiêu *d* ①多少，几多（表疑问）：Hiện chưa biết tất cả là bao nhiêu. 现在不知道全部是多少。Cần bao nhiêu thời gian？需要多少时间？②多少，几多（表不可数）：bao nhiêu là người 那么多人；Còn bao nhiêu việc chưa làm. 许多事还没做。

bao nhím *d* 蒲草包，蒲草袋

bao phấn *d* [植] 粉囊

bao phủ *đg* 遮盖,掩盖,笼罩: Mây đen bao phủ bầu trời. 乌云笼罩着天空。

bao quản *đg* 不管,不顾: bao quản nắng mưa 不管晴雨

bao quát *đg* ①包括,涵盖: Nội dung ấy chưa bao quát được mọi vấn đề. 那个内容未涵盖所有问题。②掌握全局,放眼全局: có cái nhìn bao quát có toàn cục观; Bao quát mọi việc trong cơ quan. 统管单位一切事务。

bao sái *đg* 擦拭 (尸体)

bao sân *đg* ①负责,承担,包揽: lối làm việc bao sân大包大揽的工作方式②满场跑着打 (足球、篮球等): lối chơi bao sân满场跑的打法

bao tải *d* 麻袋: vác một bao tải thóc 扛一麻袋谷子

bao tay *d* 手套

bao thầu *đg* 承包,承揽: bao thầu xây dựng 承包工程

bao thơ *d* 信封

bao thưởng *đg* 奖赏: lập công được bao thưởng 立功受奖

bao tiêu=bao mua

bao tời=bao tải

bao trùm *đg* ①覆盖,遮盖,遮蔽,笼罩: Sương mù bao trùm thôn xóm. 雾气笼罩着村庄。②涵盖,囊括: Nội dung vừa báo cáo bao trùm hết thảy mọi vấn đề. 报告内容涵盖了所有问题。

bao tử *d* ①胚胎;幼果 (瓜): lợn bao tử猪胚胎; mướp bao tử丝瓜果②[方]胃: đau bao tử胃痛

bao tưởng *đg* 褒奖,表彰: Lập công được bao tưởng. 立功受到表彰。

bao tượng *d* 腰包,腰袋

bao vây *đg* ①包围,围困,封锁: bao vây căn cứ chỉ huy của địch包围敌人指挥所; bao vây khu rừng封锁林区; bao vây kinh tế经济封锁②冻结: bao vây tiền tệ冻结货币; bao vây tín dụng冻结信用

bao xa *t* ① 多 远: Còn bao xa nữa thì đến nơi? 还要多远才到? ②不远,没多远: Có bao xa! 没多远了!

bào₁ *d* 刨,刨子 *đg* ①刨,削: bào mặt bàn刨平桌面②磨损,侵蚀,研磨,碾: đất bị bào mòn土地被侵蚀; bào ngô nấu chè碾玉米煮糖水

bào₂ [汉] 炮,咆,鲍,胞,孢

bào ảnh *d* 泡影,幻影

bào bọt *đg* ①盘剥,榨取,搜刮: bào bọt từng li từng tí một搜尽刮绝②(饥肠) 辘辘: Đói uống cà phê bào bọt trong bụng. 饿着肚子喝咖啡,肚子咕咕叫。

bào chế *đg* 炮制 (中药),制药

bào chế học *d* 制药学

bào chữa *đg* ①辩护: Luật sư bào chữa cho bị cáo. 律师为被告辩护。②辩解: Bào chữa cho khuyết điểm của mình. 为自己的缺点辩解。

bào cung *d* 子宫

bào dưỡng *đg* 保养,护理,维护

bào đệ *d* 胞弟

bào hao₁ *đg* ①忐忑不安,局促不安②咆哮,吼叫

bào hao₂ *đg* 模仿,学舌: ai nói làm sao bào hao làm vậy人云亦云

bào mòn *đg* 腐蚀,侵蚀: kim loại bị bào mòn金属被腐蚀

bào nạo *đg* 搜刮,搜敛,席卷: Nhân lúc nhà đi vắng, kẻ trộm lèn vào nhà chổi cùn rế rách bào nạo sạch. 趁家里没人,小偷潜入屋里,敝帚破垫全卷光。

bào ngư *d* 鲍鱼

bào thai *d* 胎,胎儿,幼体

bào thư *d* 贿赂

bào tộc *d* 胞族

bào tử *d* 孢子: bào tử nang孢子囊

bào xác d 甲壳

bào xoi d 开槽刨

bảo₁ đg ①告诉，吩咐，劝说：bảo gì làm ấy 怎么说就怎么做；Ai bảo với anh？谁告诉你的？ Bảo con con chẳng nghe lời. 怎么说孩子都不听。②告知：bảo cách làm 告知做法

bảo₂ [汉] 保，宝

bảo an đg 保障安全，保安 d 治安部队，警察部队：lính bảo an 治安部队士兵

bảo ban đg 劝告，教诲，教育：bảo ban con cái 教育孩子；bảo ban nhau cùng làm 劝说一起干

bảo bọc đg 庇护，保护

bảo bối d ①宝贝，宝物：bảo bối của gia tộc 家族的宝贝②法宝

bảo chứng đg 担保，保证：bảo chứng bằng tiền hoặc bằng giao kèo 用钱或合同来担保 d 担保物，保证物，抵押物：không có gì làm bảo chứng 没有抵押物

bảo cô đg ①收养（孤儿）：nhà bảo cô（收养孤儿的）慈善家②（因自己的过错造成对别人的伤害而对其进行）养护，护理

bảo dưỡng đg ①保养，维护：bảo dưỡng theo định kì 定期保养；bảo dưỡng đường bộ 维护道路②抚养，赡养：bảo dưỡng mẹ 赡养母亲

bảo đảm đg ①保证：bảo đảm hoàn thành kế hoạch 保证完成计划②保障，担保：bảo đảm ngân hàng 银行担保；Đường lối đúng đắn là bảo đảm chắc chắn cho thắng lợi. 正确的路线是胜利的可靠保障。t 有保障的，保险的：dây bảo hiểm rất bảo đảm 安全带很保险 d 保障：Thực hiện qui chế là một bảo đảm quan trọng cho tiến trình hoà giải. 遵守规则是和解进程的一项重要保障。

bảo hành đg ①保修：mua đồng hồ có giấy bảo hành 买手表有保修单；máy được bảo hành hai năm 设备保修两年②保养，维护：Máy đã chạy hơn một năm, cần được bảo hành. 机器已经运转一年多，需要保养了。

bảo hiểm đg 防护，保险：mặc áo bảo hiểm 穿防护服；Mang dây bảo hiểm khi làm việc ở trên cao. 高空作业时要带保险绳。d 保险：mua bảo hiểm xe máy 买摩托车保险；thẻ bảo hiểm y tế 医保卡

bảo hiểm bắt buộc d 强制保险

bảo hiểm hỗn hợp d 综合保险

bảo hiểm nhân thọ d 人寿保险

bảo hiểm phi nhân thọ d 非寿险保险

bảo hiểm tài sản d 财产保险

bảo hiểm xã hội d 社会保险

bảo hiểm y tế d 医疗保险

bảo hoàng t 保皇的，保皇派的：tư tưởng bảo hoàng 保皇思想

bảo hoàng hơn vua 盲目拥护

bảo hộ đg 保护，保卫：bảo hộ quyền sở hữu hợp pháp của công dân 保护公民合法所有权

bảo hộ mậu dịch d 贸易保护：Mĩ phải chấp nhận một số cải cách để xoá bỏ các biện pháp bảo hộ mậu dịch. 美国不得不同意进行一些改革以消除贸易保护做法。

bảo kê đg [口]护卫，守卫，看守：bảo kê cho một sòng bạc 看守赌场 d [口]保镖，护从，保安：làm bảo kê ở nhà hàng 在酒楼当保安

bảo kiếm d 剑，宝剑

bảo kiện công đg（自己做的）保健操，保健按摩

bảo lãnh đg 担保：bảo lãnh cho người thân nhập quốc tịch 担保亲属加入国籍

bảo lĩnh=bảo lãnh

bảo lưu đg 保留，保存：bảo lưu ý kiến 保留意见；bảo lưu kết quả thi 保存考试结果

bảo mạng đg 保命：tư tưởng cầu an bảo mạng

求安保命思想

bảo mật *đg* 保密，守密：nội qui bảo mật 保密守则

bảo mẫu *d* 保姆，保育员

bảo mệnh=bảo mạng

bảo nhỏ *đg* 私下交谈，窃窃私语，说悄悄话：Nếu có gì thì trong nhà bảo nhỏ cho nhau. 有什么事就在家里悄悄说。

bảo quản *đg* 保管：bảo quản hồ sơ 保管档案

bảo sanh *đg* 接生，助产 *d* 接生婆，助产士

bảo tàng₁ *đg* 收藏，珍藏：công tác bảo tàng 收藏工作

bảo tàng₂ *đg* 博物馆：thăm bảo tàng lịch sử 参观历史博物馆

bảo tháp *d* 宝塔

bảo thủ *đg* 保守，保留：tư tưởng bảo thủ 保守思想；bảo thủ ý kiến 保留意见

bảo toàn *đg* 保全，保存：bảo toàn danh dự 保全名声；bảo toàn lực lượng 保存实力

bảo tồn *đg* 保存，保护，保管：bảo tồn di tích lịch sử 保存历史遗迹；bảo tồn động vật quí hiếm 保护珍稀动物

bảo tồn bảo tàng 收藏：công tác bảo tồn bảo tàng 从事收藏保存工作

bảo trì *đg* 维护，保养：bảo trì máy tính 维护计算机

bảo trọng *đg* 保重，珍重，珍爱：Ở xứ người, cần hết sức bảo trọng. 处在他乡，最要保重。Xin hãy bảo trọng. 请多保重。

bảo trợ *đg* 帮助，扶助，扶持：quĩ bảo trợ học sinh nghèo vượt khó 贫困学生扶持基金

bảo vật *d* 宝物，宝贝

bảo vệ *đg* ①保卫，保护：luật bảo vệ rừng 森林保护法；bảo vệ đê điều 保护堤坝②辩护，维护：bạo vệ chân lí 维护真理③答辩：bạo vệ luận án 论文答辩 *d* 保安，保卫人员：Anh ta là bảo vệ nhà máy. 他是工厂保安。

bão₁ *d* 风暴，台风，暴风

bão₂ *d* [医]（肚子）绞痛：đau bão 肚子绞痛

bão₃ [汉] 饱

bão bùng *d* 飓风，暴风：gió mưa bão bùng 暴风骤雨

bão cát *d* 沙暴，沙尘暴

bão dông *d* 暴风雨

bão hoà *t* 饱和的；满负荷的；极限的：dung dịch bão hoà 饱和溶液；dòng điện bão hoà trong đèn hai cực 灯两极的饱和电流；Thị trường đã bão hoà. 市场已经饱和。

bão rớt *d* (风、雨或风暴的) 尾

bão táp *d* ①风暴：bão táp cách mạng 革命风暴②（生活）艰辛：Cuộc đời đầy bão táp. 生活充满艰辛。

bão tố=bão táp

bão tuyết *d* 暴风雪

bão từ *d* 磁暴

báo₁ *d* [动] 豹子

báo₂ [汉] 报 *d* ①报纸：điểm báo 报纸摘要②墙报，黑板报，海报：ra báo tường 出墙报；viết bài cho báo của chi đoàn 给团支部板报写文章

báo₃ *đg* ①告诉：báo tin cho bạn 告诉朋友消息②报告：báo công an 报警③通知，通报：giấy báo có bưu phẩm 邮件通知单；chim én báo xuân về 燕子报春归

báo an *đg* 报平安

báo ảnh *d* 画报

báo ân *đg* 报恩

báo biểu *d* 列表，报表（的电子稿）：Xem qua báo biểu trước khi in. 印刷前检查报表的电子稿。

báo bổ *đg* 报答，报偿：Cố gắng học giỏi để báo bổ bố mẹ. 努力学好来报答父母。

báo cáo *đg* 报告，报道，通报：báo cáo thời sự 时事报道；Báo cáo với phụ huynh về kết quả học tập của các em học sinh. 向家长通报学生们的成绩。Báo cáo thủ trưởng, tất cả đã sẵn sàng. 报告首长，一切都准备

好了。*d* 报告：báo cáo tổng kết năm học học
năm总结报告

báo cáo viên *d* 做报告的人，报告人

báo chí *d* 报刊，报章杂志：tin tức biết được
qua báo chí 通过报刊获得的信息

báo cô *đg* 吃白饭，吃白食：nuôi báo cô 养个
吃白饭的

báo công *đg* 报功，请功，报成绩：hội nghị
báo công 成绩报告会

báo danh *đg* 公布考生名单、编号；准考通知：
Thí sinh đã nhận được phiếu báo danh. 考
生拿到准考通知书。

báo đáp *đg* 报答：báo đáp công ơn cha mẹ 报
答父母恩情

báo đền *đg* 报答（大恩大德）：báo đền ơn cha
nghĩa mẹ 报答父母之恩

báo điện tử *d* 电子报，网络报纸

báo động *đg* ①报警，警示：kéo còi báo động
鸣笛报警②备战 *t* 危急，严重：Sức khoẻ
xuống đến mức báo động. 健康恶化到了
危险程度。

báo động đỏ *đg* 亮红灯，告急，拉响警报：Hiện
nay, tình hình nghiện ngập các chất ma tuý
đã đến mức báo động đỏ. 目前，吸食各种毒
品的形势非常严峻。

báo giá *đg* 报价：chọn báo giá hợp lí nhất 选
择最合理的报价 *d* 报价单：Các cửa hàng
gửi báo giá tới tận nhà. 各店把报价单寄
到家里。

báo giới *d* 报界，舆论界，新闻界：Báo giới
có vai trò quan trọng trong việc hướng dẫn
dư luận xã hội. 新闻界在引导社会舆论
方面有重要作用。

báo hại *đg* 牵累，拖累：báo hại cha mẹ 拖累
父母

báo hiếu *đg* 孝顺，尽孝：Con cái báo hiếu cha
mẹ. 孩子孝顺父母。

báo hiệu *đg*①发信号：vỗ tay báo hiệu 击掌
发信号②报信，报知：Hoa nở báo hiệu

xuân đã về. 花开报春归。

báo hình *d* 电视新闻

báo hỉ *đg* 报喜：giấy báo hỉ 喜报

báo liếp *d*（贴在竹篾席墙上的）墙报

báo mộng *đg* 托梦：thần linh báo mộng 神灵
托梦

báo nói *d* 广播新闻

báo oán *đg* 报怨：đền ân báo oán 以德报怨

báo ơn *đg* 报恩：báo ơn cha mẹ 报答父母恩
情

báo quốc *đg* 报国：lòng báo quốc 报国心

báo tang *đg* 报丧：gửi điện báo tang 打电话
报丧

báo thù *đg* 报仇：báo thù cho cha 替父报仇

báo thức *đg* 叫醒，闹醒：đồng hồ báo thức
闹钟；kẻng báo thức 起床钟声

báo tiệp *đg* 报捷

báo tin *đg* 报信，通报

báo tử *đg* 通知阵亡：giấy báo tử 阵亡通知
书

báo tường *d* 墙报

báo ứng *đg* 报应

báo viết *d* 报纸

báo vụ *d* 报务：công tác báo vụ 报务工作

báo vụ viên *d* 报务员

báo yên *đg* 报平安：còi báo yên 报平安的号
角声

bạo₁ *d* 门槛：ngồi ngay bạo cửa 坐在门槛上

bạo₂ *t* 胆大，无顾忌：bé tuổi nhưng nết bạo
年纪小但胆子大

bạo₃ *t*[方] 强，壮

bạo₄ [汉] 暴

bạo ăn bạo nói *đg* 敢直言，不忌言，说话无
顾忌

bạo bệnh *d* 暴病：qua đời sau cơn bạo bệnh
暴病而死

bạo chính *d* 暴政

bạo chúa *d* 暴君：tên bạo chúa 一个暴君

bạo dạn *t* 胆大，勇敢：tính cách bạo dạn 生

性胆大；cử chỉ bạo dạn 行为勇敢

bạo đồ *d* 暴徒

bạo động *đg* 暴动：tổ chức bạo động 组织暴动

bạo gan *t* 胆大，勇敢：Anh ấy bạo gan thật. 他真勇敢。Giữa đêm mưa gió dám đi một mình qua bãi tha ma quả là bạo gan. 风雨交加的夜晚敢一个人走过坟场，真大胆。

bạo hành *d* 暴行：Lên án nạn bạo hành trẻ em của nó. 控告他对孩子实施的暴行。

bạo liệt *t* 暴烈：tính cách mạnh mẽ, bạo liệt 性格强悍、暴烈

bạo loạn *đg* 暴乱：cuộc bạo loạn đẫm máu 流血的暴乱

bạo lực *d* 暴力：dùng bạo lực trấn áp 用暴力镇压

bạo miệng=bạo mồm

bạo mồm *t*[口] 口无遮拦的，敢说的，不忌言的：Con bé rất bạo mồm, gì cũng nói được. 童言无忌，什么都说。

bạo mồm bạo miệng=bạo ăn bạo nói

bạo nghịch *t* 目空一切，毫无顾忌，肆无忌惮：hành động bạo nghịch 肆无忌惮的行为

bạo ngược *t* 暴虐，暴戾：hành động bạo ngược 暴虐行径

bạo phát *đg* 暴发，爆发：cơn bệnh bạo phát 暴发疾病

bạo phong *d* 暴风

bạo phổi *t* 胆大，无可顾忌：ăn nói bạo phổi 言行无忌

bạo quân *d* 暴君

bạo tàn *t* 残暴：Nhân nghĩa thắng bạo tàn. 仁义战胜残暴。

bạp *t* 葱茏

bar *d* 吧台，酒吧

barem (ba-rem) *d* (带详细分数的) 评分答案

ba-ren (barrel) *d* ①粗腰桶②桶 (容量单位，约合 117~159 升)

barie (ba-ri-e) *d* 围栏，围栅，拦道木：Xe chở gỗ lậu vượt barie. 偷运木材的汽车冲过拦道木。

basalt *d* 玄武岩

base *d* 碱，盐基

basedow (ba-dơ-đô) *d* 甲状腺功能亢进

bát₁ *d* ①碗：bát sứ 瓷碗②以碗来计算容积的计量单位 (1 碗 =0.5 升) ③一份会款：Chơi một lúc hai bát họ. 一次接收两份会款。

bát₂ [汉] 八 *d* ①八：chân chữ bát 八字脚②八品官

bát₃ *đg* 打舵：Bát cho mũi thuyền qua bên phải. 打舵让船头靠右。

bát âm *d* 八音：phường bát âm 八音坊

bát chậu *d* 海碗，汤盆；钵

bát chiết yêu *d* 收腰碗，细腰碗

bát chiết yêu

bát chữ *d* 排字盘

bát cổ *d* 八股文

bát cú *d* 八句诗

bát diện *d* 八面，八面体

bát đàn *d* 浅底碗

bát giác *d* 八角：hình bát giác 八角形；lầu bát giác 八角楼

bát hương *d* 香炉

bát kết *d* 篮球鞋：Chân đi một đôi bát kết. 脚穿一双篮球鞋。

bát loạn *đg* 平乱：đem quân đi bát loạn 带兵平乱

bát mẫu *d* 细瓷碗

bát ngát *t* ①辽阔，广阔，无垠，一望无际：

cánh đồng bát ngát 辽阔的田野 ② 放纵：Thằng ấy bát ngát lắm. 这家伙放纵不羁。

bát nháo t[口] 混乱，一团糟，乱七八糟：làm ăn bát nháo 营生上一团糟；ăn nói bát nháo 言谈举止乱七八糟

bát nháo chi khươn 混乱，胡闹，瞎闹：làm bát nháo chi khươn 瞎闹一通；nói bát nháo chi khươn 胡说八道

bát niệm [宗] 八念

bát ô-tô d 大海碗

bát phẩm d 八品（官）：quan bát phẩm 八品官

bát phố₁ đg 逛街：Sau giờ làm việc chúng tôi đi bát phố. 下班后我们去逛街。

bát phố₂ d 普通瓷碗

bát quái d 八卦

bát sành d 粗瓷碗

bát sứ d 细瓷碗

bát tiên d 八仙

bát tuần d 八旬，八十岁

bát tự d 生辰八字

bạt₁ d ①（遮阳挡雨的）帆布，塑料布 ② 棚，棚子，天棚

bạt₂ d 铙钹

bạt₃ d 铢（泰国货币单位）

bạt₄ đg ① 夷平，平整，摊平：Bạt đồi để làm đường. 推山修路。② 拨走，挤走，发落：Giặc giã, mỗi người bạt đi một nơi. (因为) 匪患，人们各奔东西。

bạt búa đg (斧头) 砍滑，砍飞

bạt bứa t 蛮横：Đồ du côn bạt bứa 流氓耍横

bạt chạt t 疏松，松散：cơm khô bạt chạt 饭干松

bạt chúng t 出众，出类拔萃：tài năng bạt chúng 才华出众

bạt hoả quyền đg；d 拔火罐

bạt hồn đg 魂不附体，魂飞魄散

bạt hơi đg (被风吹憋得) 喘不过气来：Xe chạy nhanh nên bị bạt hơi. 车开得太快，让人被 (风) 吹得透不过气来。Mở quạt

số nhỏ để bé khỏi bị bạt hơi. 风扇开到低挡，免得孩子被吹得喘不过气来。

bạt mạng đg 拼命，玩命，不要命：làm bạt mạng 拼命干

bạt ngàn t 无际，广阔，无垠，无边：rừng cao su bạt ngàn 无边的橡胶林

bạt nhĩ đg 掴，批，掌（同 bạt tai）：Đừng trêu chòng mà ăn bạt nhĩ đấy. 不要挑逗，不然要吃耳光的。

bạt núi ngăn sông ① 平山拦河，推山拦河 ② 排山倒海之势，泰山压顶：Khí thế quân đi bạt núi ngăn sông. 排山倒海的行军气势。

bạt tai đg 打耳光，掴耳光

bạt thiệp t 老练，世故：ăn nói bạt thiệp 处事老练

bạt tử =bạt mạng

bạt vía đg 失魂落魄，魂飞魄散：sợ bạt vía 吓得魂飞魄散

bạt vía kinh hồn=bạt vía

batê d 肉糜：肝糜

bàu d 池塘：bàu sen 莲塘

bàu bạu t 愠色的，不快的：mặt bàu bạu 面带愠色

bàu nhàu t 皱巴巴：tờ giấy bàu nhàu 皱巴巴的纸 đg (咬牙切齿地) 说话：hay bàu nhàu với vợ con 经常在老婆孩子面前说狠话

bàu làu t (言谈) 粗俗，粗野：ăn nói bàu làu 谈吐粗鲁

báu t 宝贵，贵重：của báu 宝物

báu vật d 宝贝，宝物：truy tìm báu vật 探寻宝物

bạu mặt đg 板着脸，拉着脸，阴沉着脸：Thấy làm không theo ý là anh ta bạu mặt. 看到不按自己的想法做，他就拉下脸来。

bay₁ d ① 灰刀，批刀：dùng bay trát nhà 用灰刀批房 ② 调色刀

bay₂ đg ① 飞，飞翔：chim bay 鸟儿飞；Đạn bay vèo vèo. 子弹嗖嗖地飞。② 飘扬：Cờ bay trên đỉnh tháp. 旗帜在塔上飘扬。③

褪色：áo bay màu 衣服褪色④挥发,蒸发：Rượu bay hết mùi. 酒味挥发光了。

bay₃ *p*（表快速、利索）：phóng bay về nhà 飞奔回家；Việc này nó làm bay. 这事他干得很麻利。

bay₄ *đ*[方] 你们（卑称）：Tụi bay uống dữ quá. 你们这些家伙喝得太凶了。

bay biến *đg* 消失,飞逝：Quyển sách vừa để đây mà bay biến đi đằng nào rồi. 那本书刚放在这里不知就跑哪里去了。Nỗi phiền muộn bỗng dưng bay biến hết. 烦恼突然全都消失了。*p* 断然（否认）：chối bay biến 矢口否认

bay bổng *đg* ① 飞翔,高飞：Cánh diều bay bổng giữa trời cao. 风筝在天空飞翔。② 舒畅,畅快：tâm hồn bay bổng 心情舒畅

bay bướm *t*（文章）华丽,华美：văn viết bay bướm 文章华丽；lời lẽ bay bướm 辞藻华美

bay-dê *đg* 付款,支付：yêu cầu phải bay-dê trong ngày hôm nay 要求今天内付款

bay hơi *đg* ① 蒸发,挥发：nước bay hơi 水蒸发 ② 失踪,消失：Chiếc cặp trong xe bị bay hơi lúc nào không biết. 车里的公文包不知什么时候不见了。

bay la *đg* 低飞,贴地飞舞

bay lượn *đg* 飞翔：Chim én bay lượn trên cánh đồng. 燕子在田野上飞翔。

bay mùi *đg*（气味）挥发,蒸发：Bạc hà bay mùi hết rồi. 薄荷气味挥发光了。

bay nhảy *đg* 不安分,东跑西颠：Tuổi trẻ thích bay nhảy. 年轻人爱东跑西跑。

bày₁ *đg* ① 摆放,陈列：bày hàng ra bán 摆放商品来卖；tủ bày đồ 陈列柜 ② 布置,安排：bày cỗ 布置筵席；bày việc cho làm 安排工作 ③ 呈现,出现：Cảnh vật này bày ra trước mắt. 这个景象出现在眼前。④（多余）做出：bày chuyện 生事；bày việc ra cho mệt 生出事来找累 ⑤ 说出,道出

bày₂ *đg* 教,传授：bày cách làm ăn 传授谋生技能；Không ai bày cho nên tôi không biết làm. 没人教所以我不会做。

bày biện *đg* ① 摆设,布置,安排：bày biện đồ đạc 布置家具 ② 铺张：Bày biện lắm chỉ tốn tiền, mất việc. 过分铺张只会费钱误事。

bày đặt *đg* ① 捏造,编造,杜撰：Chuyên bày đặt, nói xấu người khác. 专门造谣说别人坏话。② 弄出,搞出：bày đặt ra nhiều thứ lễ nghi 搞出许多烦琐礼节

bày hàng₁ *đg* ① 陈设,摆设,陈列商品 ② 推介产品

bày hàng₂ *d* 平辈

bày mưu đặt chước 谋算,算计

bày mưu đặt kế 出谋划策：Nó chẳng ra tay mà chỉ bày mưu đặt kế cho bọn đàn em thực hiện. 他不动手,只出谋划策让手下去做。

bày phô *đg* 摆设,陈列,展示：bày phô chén ngọc đũa ngà 展示玉盏牙箸

bày qua *đg* 叙述,述说

bày tỏ *đg* 表明,表达,说明：bày tỏ ý kiến 表达意见；bày tỏ lòng biết ơn 表示感谢

bày trò *đg* ① 逗趣,逗乐,玩花样：Anh ấy hay bày trò cho trẻ con cười. 他爱玩些花样逗孩子笑。② 耍花招,搞名堂：Không có thời gian mà bày trò ra đâu. 没时间来耍花招。

bày vai [方]=bằng vai

bày vẽ *đg* ① 出主意,传授,指教：bày vẽ cách làm ăn 传授经营方法 ② 惹出,搞出,弄出：Không nên bày vẽ những việc không cần. 不应该惹出没必要的事。

bảy *d* 七,柒；第七：học lớp bảy 读七年级（初中一年级）；Một tuần có bảy ngày. 一周有七天。

bạy *đg* 支撑,支起：bạy cột nhà 支起房柱

bắc₁ [汉] 北 *d* ① 北,北面,北方：Nhà hướng

bắc. 房子朝北。②越南北部：Cháu công tác ở ngoài Bắc.他在越南北部工作。③（常大写，多指中国或关于中国的东西）：hiệu thuốc Bắc 中药铺

bắc₂ *đg* ①架,支撑：bắc cầu 架桥；Bắc thang leo lên nóc nhà. 架起梯子爬上屋顶。② 放上,搁上；端下,拿下：bắc ghế lên bàn 把椅子放在桌子上；Bắc nồi cơm xuống. 把饭锅端下来。

bắc₃ *đg* 播种：bắc mạ 播秧

bắc₄ *d*[旧] 中学毕业论文

bắc bán cầu *d* 北半球

bắc bậc *t* 自大,自傲,傲慢：thái độ bắc bậc 态度傲慢

bắc bậc kiêu kì 自高自大

bắc bậc làm cao=bắc bậc kiêu kì

bắc cầu *đg* ①连续,不间断：nghỉ bắc cầu 连休②间接：quan hệ bắc cầu 间接关系

Bắc Cực *d* [地] 北极：Bắc Cực quyển 北极圈

Bắc Đẩu *d* 北斗星

bắc hàn đới *d* [地] 北寒带

bắc kế *đg* ①套马车：Ngựa đã bắc kế xong. 马车套好了。②打扮

bắc nam *d* ①南方和北方②天各一方：Bấy giờ bắc nam đôi ngả chồng vợ xa nhau. 那时夫妻天各一方。

bắc ôn đới *d*[地] 北温带

bắc sài hồ *d* [药] 柴胡

bắc sử *d* [旧] 中国历史

bắc vĩ tuyến *d* 北纬,北纬线

bặc hặc *t* 难相处的,性格怪僻的：tính tình bặc hặc 性情怪僻

băm₁ *d* 三十：ở tuổi băm rồi 而立之年；Tuổi đã băm mấy? 三十几岁了？

băm₂ *đg* ① 剁：băm rau lợn 剁猪菜；băm thịt 剁肉② (马碎步) 疾驰：tiếng vó ngựa băm giòn giã 马蹄声脆

băm bổ *đg* ①埋头苦干：băm bổ cuốc đất 埋

头锄地；Suốt ngày băm bổ trên chiếc máy khâu. 整天在缝纫机上埋头劳作。② (生气) 冲冲地说,一字一顿地说：nói băm bổ (气) 冲冲地说

băm lăm₁ *d* 三十五 (ba mươi lăm 的音变)

băm lăm₂ *t* 淫邪的,好色的

băm vằm *đg* 剐,千刀万剐：tội đáng băm vằm 罪当剐；cái đồ chết băm chết vằm 挨千刀万剐的家伙

bằm *đg* 破开,砍开,劈开：bằm nát ra 敲碎；Bằm đất cho kĩ để gieo hạt. 把土敲碎来播种。

bặm₁ *đg* 紧闭嘴,抿嘴：bặm môi suy nghĩ 抿嘴沉思；Bặm miệng cho khỏi bật ra tiếng. 紧闭着嘴不让哭出声来。

bặm₂ *t* 强壮；遒劲：bặm người 身体健壮；nét chữ bặm 字体遒劲

bặm trọn *t* ①凶恶,凶神恶煞：Bộ mặt bặm trọn trông sợ chết khiếp. 凶相看起来吓死人。② 健壮,胖：Đứa trẻ bặm trọn dễ thương. 孩子胖嘟嘟的很可爱。

băn hăn *t* 郁闷,忧虑：trong người băn hăn 心中忧郁

băn khoăn *t* 不安,焦虑：Băn khoăn chưa biết nên làm như thế nào. 心里焦虑不知如何是好。

bằn bặt₁ *t* 寂然,寂静

bằn bặt₂ *đg* 杳无音信,不见踪迹：bằn bặt tin chàng 没有夫君音信

bản *đg* 发脾气,动怒：Đã không chịu nhận lỗi lại còn phát bản. 不肯认错还发脾气。

bản gắt *đg*(无端地) 生气,发火,发怒：Bận quá dễ sinh bản gắt. 太忙了容易发火。Động đến chuyện riêng là anh ta bản gắt. 触动到个人的事他就发火。

bản tính *t* 性急,暴躁：người bản tính 性急的人

bản *đg*①射,射击,发射：hai bên bản nhau 双方对射；bản pháo hoa 发射烟花②撬,

撬动,撬开: bẩn hòn đá tảng 撬动基石③溅,溅射,弹射,激起: Bùn bẩn vào quần. 泥溅到裤子上。Điện giật bẩn người lên. 电把人激了起来。④拨,划拨,转拨: Bẩn khoản tiền đó sang tháng sau. 将那笔款划到下个月。⑤(秘密)传递消息: bẩn tin cho nhau 互相悄悄传递消息⑥吸烟,抽烟: bẩn một bi thuốc lào 抽一锅水烟

bẩn bổng *đg* [方] 朝天开枪

bẩn chác *đg* 放枪,射击(表轻蔑): Súng này thì bẩn chác gì được? 这杆枪怎么能放得响?

bẩn cung *đg* 射箭,放箭

bẩn dò *đg* 试探性射击

bẩn hơi *đg* 试探,打探,探听

bẩn huấn luyện *đg* 射击训练,练习射击

bẩn loạt *đg* (多炮)齐射,齐放

bẩn mìn *đg* 放炮,点炸药: bẩn mìn lấy đá 放炮取石

bẩn nợ *đg* 转移债务

bẩn phá *đg* 击毁

bẩn quét *đg* 扫射

bẩn rơi *đg* 击落: bẩn rơi máy bay địch 击落敌机

bẩn súng *đg* 开枪;开炮

bẩn tập *đg* 练习射击

bẩn tẩy *đg* 炸矿开巷道

bẩn tên *đg* 射箭: bẩn tên không đích 无的放矢

bẩn tỉa *đg* 狙击: xạ thủ bẩn tia 狙击手

bẩn tiếng *đg* 传告,传话,转达: bẩn tiếng qua bà mối 通过媒婆传话; Chị ấy bẩn tiếng là đã đồng ý. 她传过话来说已经同意了。

bẩn tin *đg* ①转达,传达,传告: nói bẩn tin 传话②快速传递消息

bẩn tốc độ *đg* (对行驶的车辆)测速

bặn *đg* 晾,挂(衣服)

băng₁ [汉] 冰 *d* 冰: Nước đóng băng. 水结冰。

băng₂ *d* 团伙: băng buôn lậu ma tuý 毒品走私团伙

băng₃ *d* ①带状物: băng khẩu hiệu 横幅; băng tang 孝带; cắt băng khánh thành 落成剪彩; băng dính 封口胶带②带子,绷带,纱布: thay băng 换纱布; tháo băng 解绷带③卫生带,月经带④打字机色带(ribbon): máy chữ đã thay băng 打字机换打字带了⑤磁带: mở băng nghe nhạc 听音乐磁带; thu tiếng vào băng 录入磁带⑥频率,频道: đài bán dẫn ba băng 三波段半导体收音机 *đg* 包扎: băng vết thương 包扎伤口

băng₄ *d* 子弹带;子弹夹,子弹梭(简写): lắp đạn vào băng 往子弹夹里装子弹; lia một băng tiểu liên 扫一梭冲锋枪子弹

băng₅ *đg* (迅速)穿越: băng qua cánh đồng 穿越田野 *p* ①快速,迅速: chạy băng ra ngoài 飞快跑出去②翻滚,滚滚,滚动: Dòng nước cuốn băng đi. 水流滚滚而下。 *t* 轻易的,不费力的: Việc đó thì nó làm băng đi chứ khó gì. 他干那件事不费吹灰之力。

băng₆ [汉] 崩 *đg* 崩: băng hà 驾崩; băng huyết 血崩

băng bó *đg* 包扎: băng bó vết thương 包扎伤口

băng ca *d* 担架: Đặt nạn nhân vào băng ca. 把伤员放进担架。

băng cát-xét *d* 录音带,磁带

băng chuyền *d* 传送带,传输带: hệ thống băng chuyền ở sân bay 机场传送带

băng dính *d* ①胶布: băng dính y tế 医用胶布②封口胶,不干胶: băng dính hai mặt 双面胶

băng đai *d* 传送带,输送带

băng đạn *d* ①子弹带②子弹梭: bẩn hết một băng đạn 打完一梭子弹

băng đảng *d* 集团,团伙: băng đảng buôn lậu ma tuý 毒品走私集团

băng đảo *d* 冰山

băng đăng *d* 冰灯：triển lãm băng đăng 冰灯展

băng điểm *d* 冰点

băng gầu *d* 链斗

băng giá *d* 冰，冰冻：Mùa xuân băng giá bắt đầu tan. 春天冰开始消融。*t* 冷峭，寒冷，冷冻：miền băng giá 寒冷地区；Nét mặt băng giá, không một chút cảm giác. 脸冻僵了，一点儿感觉都没有。

băng ghi âm *d* 录音带

băng ghi hình *d* 录像带

băng hà *d* ①冰川②冰川期 *đg* 驾崩：Nhà vua đã băng hà. 皇帝驾崩了。

băng hình *d* 录像带

băng hoại *đg* 败坏，沦丧：đạo đức băng hoại 道德败坏

băng huyết *đg* 血崩：sảy thai bị băng huyết 小产导致血崩

băng keo=băng dính

băng kinh=băng huyết

băng lăn *d* 传送辊，传输辊

băng ngàn *đg* 穿过山林：băng ngàn vượt biển 穿山跨海

băng nghiệm *d* 凝固测试仪

băng nhạc *d* 音乐带，音乐磁带

băng nhân *d*[旧] 冰人（媒人）

băng nhóm *d* 团伙，集团：Cảnh sát đã bắt giữ một băng nhóm tội phạm. 警察抓了一个犯罪团伙。

băng phiến *d* 樟脑丸，卫生球，冰片

băng-rôn *d* 标语，横幅：Tất cả những băng-rôn ấy đều rất to tát và rất bắt mắt. 所有横幅都非常巨大和抢眼。

băng rung *d* 运输槽（管）

băng sơn *d* 冰山

băng tải *d* 传送带，运输带

băng thông *d* 频带宽度：băng thông rộng 宽频带

băng tuyết *d* ①冰雪② [转]（冰雪般）纯洁：tấm lòng băng tuyết 纯洁的心灵

băng từ *d* 磁带

băng vệ sinh *d* 卫生带，月经带，卫生巾

băng vi-đê-ô (băng video) *d* 录像带

băng xăng *t* 急急忙忙，手忙脚乱

băng xích *d* 传动机，输送机

bằng₁ *d*[动] 鹏，大鹏

bằng₂ (汉) 凭 *d*[旧] ①凭据：lấy giấy biên nhận làm bằng 以收据为凭②证书（同 văn bằng）：bằng tốt nghiệp đại học 大学毕业证书 *đg* 根据，依据：Anh bằng vào đâu mà nói thế? 你根据什么这么说？

bằng₃ *t* ①相同，一样：cao bằng nhau 一样高 ②如同，相同：bằng chị bằng em 如同姐妹；khoẻ không ai bằng 壮得没人比得上

bằng₄ *t* ①平整：san cho bằng 整平②平：dao bằng đầu 平头刀

bằng₅ *t*(音节) 平：vần bằng 平韵

bằng₆ *k* ①用…：cốc làm bằng thuỷ tinh（用）玻璃做的杯子 ② 以 …，凭 …：ăn bằng đũa（用）筷子吃

bằng₇ *k* …到…，…至…：làm bằng được 做（到）成；ăn bằng hết 吃（到）完

bằng an *t* 平安

bằng bặn *t* 齐平，平整：Hàng rào được cắt xén bằng bặn. 篱笆头修得很平整。

bằng cách 用…方法：Tăng cường sức khoẻ bằng cách tập thể dục. 用体育锻炼的方法来增强体质。

bằng cấp *d* 文凭，毕业证

bằng chân như vại 心静如水，波澜不惊，镇静自若

bằng chứng *d* 证据，凭证：tìm bằng chứng 寻找证据；một bằng chứng đầy sức thuyết phục 具有说服力的证据

bằng cớ *d* 证据，凭据：chưa đủ bằng cớ 证据不足

bằng cứ=bằng cớ

bằng đẳng=bình đẳng

bằng được *p* 一定，务必（做到）：Phải học bằng được tiếng Anh. 一定要学成英语。

bằng giá *t* 等价的，同价的：Hai loại gạo này bằng giá nhau. 这两种米的价格都一样。

bằng hữu *d* 朋友：tình bằng hữu 友情

bằng khen *d* 奖状

bằng khoán *d* 房契；地契

bằng không *k* 否则，要不然：Phải tập trung ôn thi，bằng không sẽ trượt. 要集中（精力）复习，否则考不上。*t* 白搭的，等于零：Nói lắm cũng bằng không. 说多了也白搭。

bằng lặng *t* 平静：mặt nước bằng lặng 平静的水面；cuộc sống bằng lặng 平静的生活

bằng lòng *đg* ①满意，合意：không bằng lòng với thành tích hiện có 不满意现有的成绩②同意，愿意：Hai cô cậu bằng lòng lấy nhau rồi. 他们愿意结为连理。

bằng mặt chẳng bằng lòng 面和心不和

bằng nay *d* 现在，目前

bằng nhau *t* 相等的，相同的

bằng như *p*[口] 如果，要是：Bằng như nó không ăn, chắc là nó ốm . 要是他不吃，肯定是他病了。

bằng phẳng *t* ①平坦：địa hình bằng phẳng 地势平坦②平静，安静：cuộc sống bằng phẳng 平静的生活

bằng sa *d* 硼砂

bằng sáng chế *d* 发明证书，专利证书

bằng sắc *d* 册封诏书

bằng thừa *t* 白搭的，无补的，无益的，没用的：Cấm cũng bằng thừa. 禁止也没用。

bằng trạc *t*(年龄) 相同，相近，差不多：Hai đứa bằng trạc nhau. 两人年龄相近。

bằng trang *t* ①平坦②相同

bằng trắc *d* 平仄：luật bằng trắc 平仄律

bằng vai *t* 同辈的，平辈的：Anh em là những người bằng vai nhau. 兄弟是同辈人。

bằng vai phải lứa 同辈，平辈

bẳng *t* 恰恰好，不差分毫

bẳng chẳng *t* 不着边际的，不靠边儿的：nói bẳng chẳng không đâu vào đâu 说一堆不着边际的话

bặng *t* ①杳然，无消息的，失踪的：bặng tin 杳无音信；Bặng đi một thời gian không gặp. 失踪了一段时间见不着人。②遗忘的，忘却的，忘记的：quên bặng 忘了；Cây đàn bị bỏ bặng, không ai động tới. 这个琴被遗忘了，没人去动。

bẳng *đg*(牛) 对顶，对撞：Hai con trâu bẳng nhau. 两头水牛对顶。

bẳng nhắng *đg* 炫示，炫弄，炫耀：thói bẳng nhắng hách dịch爱拿腔作势；Cái thằng bẳng nhắng ấy, chấp làm gì. 爱炫弄的家伙，理他干嘛。

bặng nhặng=bẳng nhắng

bắp₁ *d* ①棒槌形物体：bắp ngô 玉米②肌肉：cánh tay nổi bắp 胳膊肌肉发达

bắp₂ *d*[方] 玉米：chè bắp 玉米糖水

bắp cải *d* 椰菜，甘蓝

bắp chân *d* 小腿：Nước ngập đến bắp chân. 水淹到小腿。

bắp chuối *d* ①蕉蕾：nộm bắp chuối 凉拌蕉蕾②（臂、腿上的）肿块：sưng bắp chuối 肿块③小腿：Quần xắn lên bắp chuối. 裤脚卷到小腿。

bắp đùi *d* 大腿

bắp ngô *d* 玉米包

bắp tay *d* 臂肌：bắp tay rắn chắc 手臂结实

bắp thịt *d* 肌肉：bắp thịt nổi cuồn cuộn 肌肉隆起

bắp vế *d* ①大腿内侧肌②大腿（同 bắp đùi）

bặp *đg* 咬住：Cá bặp mồi. 鱼咬住饵。

bắt *đg* ① 抓，捕，捉：Mèo bắt chuột. 猫捉老鼠。②收，接：bắt được thư nhà 收到家书；bắt sóng đài phát thanh 接收电台信号③接受，接收，吸收：bắt sóng đài truyền hình 接收电视信号；Vải ít bắt bụi. 布

不易粘灰尘。Da bắt nắng. 皮肤吸收阳
光。Dầu xăng bắt lửa. 汽油易燃。④纠
错，改错：bắt lỗi chính tả 改正听写错误；
Trọng tài bắt rất chính xác. 裁判判决很正
确。⑤逼，迫：bắt trả nợ ngay 强迫立即还
债；Điều đó bắt anh ấy phải suy nghĩ. 这
一点迫使他要考虑。⑥装上，安上：bắt
đinh ốc 装上螺钉；bắt điện vào nhà 拉电
进屋

bắt ấn *đg* 掐指作法

bắt bánh *đg* 扳车轮（来助力）：Bắt bánh
cho xe bò lên dốc. 扳车轮帮助牛车上坡。

bắt bẻ *đg* 非难，指摘，挑刺，挑剔：Bắt bẻ
từng câu từng chữ. 一字一句地挑刺。

bắt bén *đg* ①（火）初燃，刚着：Củi vừa bắt
bén. 柴刚烧着。②得寸进尺：Xin được
một lần bắt bén xin hoài. 讨得一次就不断
来要。

bắt bí *đg* 要挟，敲竹杠，使就范：bắt bí người
mua hàng 敲顾客竹杠

bắt bó *đg* 扎成捆，绑成捆

bắt bóng dè chừng 臆断，瞎推测

bắt bồ *đg* ①交友，结友②结交为情人：bắt
bồ với một vị giám đốc 跟一个经理打得
火热；bắt bồ với sinh viên 勾上大学生

bắt bớ *đg* 滥捕，滥抓：bắt bớ người vô tội 滥
抓无辜

bắt bung=bắt bó

bắt buộc *đg* ①强制，强迫，迫使：chẳng bắt
buộc ai cả 不强迫任何人②被迫，不得不：
Tôi bắt buộc phải ở lại. 我被迫留下来。

bắt cá *đg* ①捉鱼②赌，打赌（同 cá cược）：
Họ bắt cá về trận đá banh chiều nay. 他们
为下午的足球打赌。

bắt cá hai tay 脚踩两只船；做两手准备

bắt cái *đg* 揭庄，开出庄家

bắt chân chữ ngũ *đg* 跷腿，跷二郎腿：nằm
bắt chân chữ ngũ 跷腿躺着

bắt chẹt=bắt bí

bắt chợt *đg* ①表露爱情②不经意，忽然，猛
然（想到，看到）：bắt chợt nghĩ ra một ý
hay 忽然想出好主意；bắt chợt việc làm lén
lút của bạn 不经意看到朋友的隐私

bắt chuồn chuồn 撮空引线（濒危体征）：
Nhìn người bệnh đã bắt chuồn chuồn, bác
sĩ cúi đầu im lặng. 看到病人不行了，医生
默然低下头。

bắt chuyện *đg* ①套近乎，拉近乎：rất muốn
bắt chuyện với cô ấy 很想跟那位姑娘套近
乎②搭理，理睬：Dù nó có nói cũng không
ai thèm bắt chuyện. 即使他说话，也没人
稀罕搭理。

bắt chước *đg* 模仿，效仿：bắt chước người
lớn 模仿大人；bắt chước cách làm của
người khác 效仿别人的做法

bắt cóc *đg* 绑架，绑票：trên đường đi bị bắt
cóc 走在路上被绑架

bắt cóc bỏ đĩa 顾此失彼；丢三落四

bắt cô trói cột 杜鹃鸟，布谷鸟

bắt đầu *đg* 开始，开端：Một ngày mới bắt
đầu. 新的一天开始了。Cuộc họp đã bắt
đầu. 会议已经开始。

bắt đầu từ 从…开始，由…开始：Bắt đầu từ
ngày mai chúng ta sẽ tiến hành. 从明天开
始我们着手进行。

bắt đền *đg* 索赔，赔偿：làm hỏng là bắt đền
đấy 损坏要赔偿

bắt được *đg* ①捉到，捕获②捡到，拾到：bắt
được của rơi 拾到遗失物

bắt ép *đg* 强迫，逼迫：Thích thì làm, nào có
ai bắt ép. 喜欢就干，没人强迫。

bắt gặp *đg* 邂逅，遇见，碰见：Vừa ngẩng lên
thì bắt gặp đôi mắt đang nhìn mình. 刚抬
头就见一双眼睛正看着自己。

bắt giọng *đg*（唱歌）起调，起音：bắt giọng
cho cả lớp hát 给全班起调唱歌

bắt giữ *đg* 关押，羁押，收押，扣押，扣留：bắt
giữ tội phạm 关押罪犯；bắt giữ hàng lậu

扣留走私货

bắt khoan bắt nhặt 挑剔, 找碴儿, 挑毛病: hơi tí là bắt khoan bắt nhặt 动不动就找碴儿

bắt khoán *đg* (按例向村里) 交罚款

bắt lấy *đg* 抓住, 抓到, 捉到, 捉往

bắt lẽ *đg* ①指责, 谴责②责怪

bắt lính *đg* 抓丁, 抓壮丁

bắt lỗi *đg* 归罪

bắt mạch *đg* ①把脉, 号脉: Thầy thuốc bắt mạch kê đơn. 郎中把脉开药方。②判断, 分析: bắt mạch chỗ mạnh yếu của phong trào 分析运动中的优劣

bắt mắt *đg* [口] 入眼, 中看, 吸引眼球: Màu sắc và kiểu dáng bắt mắt. 颜色和款式都很中看。

bắt miệng *đg* 钻空子, 乘隙

bắt mồi *đg* ① (开始) 默契② (鱼) 咬钩

bắt mối *đg* 接 (上) 头, 联系 (上): bắt mối với cơ sở để hoạt động 跟基层联系以便开展工作

bắt nạt *đg* ①恐吓, 恫吓: bắt nạt trẻ con 吓唬小孩②欺负: Không để ai bắt nạt mình. 不让别人欺负自己。

bắt ne bắt nét 抓辫子, 揪辫子: hơi một tí là bắt ne bắt nét 一点点事儿就揪辫子

bắt nguồn *đg* ①发源, 起源: Sông Hồng bắt nguồn từ Trung Quốc. 红河发源于中国。②来源, 源于: Văn học bắt nguồn từ cuộc sống. 文学来源于生活。

bắt nhạy *đg* 及时应变: Doanh nghiệp biết bắt nhạy với thị trường. 企业懂得根据市场及时应变。

bắt nhân tình [口] 婚外恋, 婚外情

bắt nhịp *đg* ①指挥 (合唱团或乐队), 打拍子: bắt nhịp cho cả lớp hát 给全班打拍子②接轨, 跟上节奏, 跟上节拍: Xa tổ quốc lâu ngày trở về, họ không bắt nhịp kịp với cuộc sống thực tại ở quê nhà. 出国多年回来, 他们跟不上家乡现实生活的节奏。

bắt nọc *đg* (猪) 配种

bắt nọn *đg* 套别人的话: bắt nọn nhau 互相套对方的话

bắt nợ *đg* ①逼债② (强制) 抵债: Đến nhà bắt nợ trâu bò. 到家里拉牛抵债。

bắt phạt *đg* 处罚

bắt phu *đg* 抓夫, 拉夫

bắt quả tang *đg* 当场抓获, 人赃俱获: Ăn cắp bị bắt quả tang. 偷东西被当场抓获。

bắt quàng *đg* ①搞乱, 弄乱, 搞错: gài cúc áo bắt quàng 扣错扣子②乱攀关系: thấy người sang bắt quàng làm họ 见富人就乱攀亲戚

bắt quờ =bắt quàng

bắt quyết *đg* 作法, 实施法术

bắt rễ *đg* ①生根, 长根: Mạ đã bắt rễ. 秧苗长根了。Chân như bắt rễ xuống đất. 脚像生了根。②深入, 扎根: bắt rễ trong quần chúng 扎根群众③来源, 源于: Nghệ thuật bắt rễ từ hiện thực cuộc sống. 艺术来源于现实生活。

bắt sống *đg* 活捉, 生擒

bắt tay *đg* ①握手②合作, 携手, 协作: Hai bên bắt tay thành lập công ti liên doanh. 双方合作成立联营公司。③着手, 开始: Bàn xong, bắt tay ngay vào việc. 协商完马上着手实施。

bắt thăm *đg* 抽签, 抓阄儿: bắt thăm trúng thưởng 抽中奖; Bắt thăm xem ai phải đi. 抓阄看谁去。

bắt thóp *đg* 揪辫子, 抓辫子

bắt thường *đg* 索赔, 要求赔偿

bắt tình =bắt nhân tình

bắt tội *đg* ①治罪, 惩罚: Làm điều ác sẽ bị trời bắt tội. 做坏事会被老天惩罚。Thương tình nên không nỡ bắt tội. 心生怜悯, 不忍惩罚。② [口] 折磨, 整治: Đừng bắt tội nhau nữa. 不要再互相折磨了。

bắt tréo *đg* 交叉: ngồi bắt tréo hai chân 交叉

腿坐着

bắt trớn *đg* 就势，就力，顺势：Đẩy mạnh để bắt trớn lăn nhanh. 用力就势快速滚动。

bắt vạ *đg* ①（村里实施的）科罚，处罚，惩罚：Chửa hoang, bị làng bắt vạ. 未婚先孕，被村里处罚。②索赔，耍死狗，"碰瓷"

bặt *t* ①寂然，寂静②杳然，无消息：đi bặt 失踪

bặt tăm *t* 无影无踪，杳无音信：Đi bặt tăm, không có tin tức gì. 走得无影无踪，没有一点音信。

bặt thiệp *t* 老练，世故：một con người bặt thiệp 一个世故的人

bặt tiếng im hơi 无声无息，静悄悄：Gõ cửa khắp nơi nhưng vẫn bặt tiếng im hơi. 到处敲门却都是静悄悄的。

bặt vô âm tín 杳无音信

bấc₁ *d* ①灯芯草：nhẹ như bấc 轻如灯芯草②灯芯：khêu bấc đèn 挑灯芯③（植物松软的）芯，糠芯：bấc mía 甘蔗糠芯

bấc₂ *d* 北，北方：hơi bấc se lạnh 北风干冷

bấc bết *t* 竭力，尽力：làm bấc bết 尽力干

bậc *d* ①台阶，阶梯：bước lên bậc cửa 踏上门阶②级别，等级：thợ bậc bảy 七级工③辈，辈分：các bậc tiền bối 各位前辈④（教育）层次：bậc tiểu học 小学层次；bậc đại học 大学层次⑤音阶

bậc tam cấp *d* 屋前台阶

bậc thác nước *d* 多级瀑布

bâm *đg* 讽刺，讥讽

bâm biếm *đg* 讽刺

bầm₁ *d*[方] 妈妈，娘

bầm₂ *t* 紫黑色，紫青色：áo nâu bầm 棕紫色的衣服；bầm da 皮肤青肿

bầm gan tím ruột 义愤填膺

bầm giập *t* 痛苦：cuộc đời bầm giập 痛苦的生活

bầm sậm *t* 深红的

bẩm *đg* 禀告，禀呈：Có việc phải bẩm quan. 有事要禀告官府。[汉] 禀 *d* 禀性：thiên bẩm 天禀

bẩm báo *đg* 禀报：Không cần phải bẩm báo gì hết. 没什么要禀报的。

bẩm chất *d* 天资，本质：bẩm chất thông minh hơn người 天资聪明过人

bẩm sinh *t* 天生的，与生俱来的：dị tật bẩm sinh 先天畸形

bẩm thừa *đg* 秉承

bẩm tính *d* 本性，天性：bẩm tính hiền lành 本性善良

bẫm *t* ①多的，强的：ăn bẫm 吃得多；bẫm sức 力大②有油水的：vớ được món bẫm 捞到油水

bấm *đg* ①摁，按，揿：bấm nút điện 按电钮②掐，捏：Các chị ấy bấm nhau đứng dậy ra về. 她们互相捏一下（示意）站起来往回走了。③掐指数数：bấm giờ xuất hành 掐指计算出发时间

bấm bách *đg* ①（肠胃）滞胀②憋闷，憋屈，郁闷：có điều bấm bách trong lòng 心里憋得慌

bấm bụng *đg* ①盘算，打算：Bấm bụng làm nhà mới vào dịp đầu năm mới. 盘算着新年初建新房。②忍受，忍住：bấm bụng nhịn cười 忍住笑

bấm chí *đg* 打闹，嬉戏：Suốt ngày bấm chí nhau 整天打闹

bấm cò *đg* 扳枪机

bấm độn *đg* 掐算，掐指算卦

bấm đốt *đg* 掐指计算：bấm đốt ngón tay để tính 掐着指头计算

bấm gan *đg* 抑制怒气，压制怒火

bấm giờ *đg* ①掐表：Trọng tài bấm giờ thi đấu. 裁判掐表计时。②掐算时辰凶吉：bấm giờ đi đón dâu 掐算接媳妇的时辰

bấm ngọn *đg*（给植物）掐尖儿

bấm ra sữa [口] 乳臭未干：mặt bấm ra sữa 满脸稚气

bấm số đg 掐算, 掐指占卜

bậm₁ đg 紧闭嘴, 抿嘴, 咬牙

bậm₂ t 枝繁叶茂, 结实: cây bậm 树木繁茂

bậm bạch t 蹒跚: đi bậm bạch 蹒跚着走; Chiếc xe bậm bạch lên dốc. 车子蹒跚爬坡。

bậm bạp t 大而结实, 粗壮

bậm trợn t 凶恶

bân hân t 生气的, 发脾气的

bân rân t 生气的, 赌气的

bần₁ d 海桑属植物

bần₂ d 栓皮

bần₃ [汉] 贫 t[旧] 贫穷: người có tướng bần 一脸穷相的人

bần bách t 贫寒, 贫苦

bần bật t 发抖的, 颤抖的: Cây cối bần bật theo từng đợt gió. 树木随风摇摆。

bần chùn t 畏难, 畏缩: Chưa làm đã bần chùn. 没做就畏缩了。

bần cố nông d 贫雇农

bần cùng t ①贫穷, 贫困: cứu giúp kẻ bần cùng 救助贫困者; bần cùng hoá 贫穷化; bần cùng khổ bện 贫穷到极点②穷途末路: lâm vào cảnh bần cùng 到了穷途末路的境地

bần đạo d 贫道

bần hàn t 贫寒: cuộc sống bần hàn 生活贫寒

bần huyết d 贫血

bần nông d[旧] 贫农

bần phạp t 穷困, 贫穷

bần phú bất quân 贫富不均

bần sĩ d ①穷学生②寒士, 在下: Bần sĩ này không dám nói như thế. 在下不敢这么说。

bần tăng d 贫僧

bần thần t 无精打采, 萎靡不振

bần tiện t ①贫贱: Bần tiện vô nhân vấn, phú quí đa nhân hội. 贫贱无人问, 富贵多人会。②吝啬, 小气: Giàu có mà bần tiện, giúp ai một đồng cũng tiếc. 有钱却

小气, 帮人一块钱都不舍得。

bẩn t ①脏, 污秽, 腥臊: nước bẩn 脏水②恶心, 不悦: Rác rưởi đầy nhà, trông bẩn mắt. 满屋垃圾, 看着恶心。③坏, 恶: người giàu tính bẩn 为富不仁

bẩn bụng t 心眼坏, 心肠坏, 卑鄙

bẩn mình [口] 月经来潮, 正值经期

bẩn thần bẩn thần 无精打采的, 萎靡不振的

bẩn thỉu t ①脏, 肮脏, 污秽: nhà cửa bẩn thỉu 家居肮脏; mưu đồ bẩn thỉu 肮脏的阴谋②丑恶: tâm địa bẩn thỉu 心地丑恶

bẩn tưởi t 肮脏, 腥臊: kiếm tiền không bẩn tưởi 挣不肮脏的钱

bẫn d 屑末, 细屑

bấn₁ t ①吃紧, 不足: nhà bấn người 家里劳动力不足; Dạo này bấn quá, không biết xoay xở vào đâu. 近来经济很是吃紧, 不知怎么解决。②不知所措, 束手无策: Ai cũng tranh nhau hỏi, làm anh cứ bấn lên. 大家争着提问, 搞得他不知所措。③拮据, 困窘: Nhà ông ta càng ngày càng bấn. 他家越来越困难。

bấn₂ t 稀烂: Khoai luộc nhiều nước bấn hết. 煮红薯放水太多都稀烂了。

bấn bách t 窘迫, 走投无路: gia cảnh bấn bách 家境窘迫

bấn bít [口] 不知所措, 焦头烂额: Mùa màng bấn bít. 农忙搞得焦头烂额。

bấn bíu t 繁忙, 忙乱, 忙得晕头转向: Làm gì mà lúc nào cũng bấn bíu thế? 干什么老这么忙乱?

bấn bịu t 繁忙, 忙碌: công việc bận bịu 工作繁忙

bấn búi t 忙乱, 不可开交: bấn búi suốt ngày 整天忙得不可开交

bấn loạn t 错乱, 慌乱: tinh thần bấn loạn 精神错乱

bận₁ d [方] 次, 趟: một ngày uống thuốc ba

bận 一天吃三次药

bận₂ [方]=mạc

bận₃ *t* ①忙,忙碌,繁忙: bận họp cơ quan 忙于单位开会② [口] 相关的,有关联的: Việc này không bận đến anh đâu. 这事与你不相干。Chuyện người ta bận gì đến mình? 别人的事跟我有什么关系?

bận bịu *t* 忙,忙碌: bận bịu suốt ngày 整日忙碌

bận cẳng =bận chân

bận chân *đg* 缠身,羁绊,忙(于): Tớ bận chân vợ con, không thể nào chơi bời như cánh trẻ các cậu được. 我有妻儿缠身,不能像你们年轻人那样玩耍。

bận dây *đg* (电话) 占线

bận lòng *t* 操心,费心,操劳,担心: Đừng bận lòng vì nó. 不要为他担心。Con hư làm bận lòng cha mẹ. 孩子不成器让父母操心。

bận mọn *t* [口] 忙于哺育幼儿: Bận mọn cả ngày, không đi đâu được. 整天忙着哺育孩子,哪儿都不能去。

bận rộn *t* 忙得不可开交: Ngày mùa mọi người đều bận rộn. 收获季节大家都忙得不可开交。

bận tâm *t* 操心,挂心: Không nên bận tâm vào việc đó. 不要老为那件事儿操心。Bận tâm đến việc con cái. 为孩子的事操心。

bâng *đg* ①捧,端②遮,掩

bâng khuâng *t* 惆怅: bâng khuâng trong dạ 心中惆怅

bâng lâng *t* 有点儿惆怅的,略感遗憾的: Cảm giác bâng lâng khi chia tay. 分手时有点儿惆怅。

bâng quơ *t* 无目的的,没目标的,盲目的: suy nghĩ bâng quơ 胡思乱想; mắt nhìn bâng quơ 无目的地看

bấng=búng

bậng *d* 团,块,股: một bậng khói 一股浓烟;

cuốn lên cả một bậng đất 卷起一阵土

bấp ba bấp bênh 很不稳定,很动荡

bấp bênh *t* ①歪,斜: chiếc ghế kê bấp bênh 椅子斜摆着②不稳定,动荡,摇摆: đời sống bấp bênh 生活不稳定; tư tưởng bấp bênh 思想不稳定

bấp bổng *t* 波动的,动荡的: Giá cả không ổn định, bấp bổng lắm. 价格不稳定,很波动。

bập₁ *d* [方] 叶鞘: bập dừa 椰子树叶鞘

bập₂ *đg* ①砍,劈: Con dao bập vào thân cây. 刀砍进树干。②夹住,扣住: Chiếc còng số 8 bập vào cổ tay tên cướp. 手铐铐住抢劫犯的手腕。③ [口] 陷入,卷入,沉迷于: bập vào cờ bạc 沉迷赌博

bập₃ *đg* 深吸一口 (烟): bập một hơi thuốc dài 深吸一口烟

bập ba bập bềnh 飘飘摇摇,飘飘荡荡

bập ba bập bùng 闪闪烁烁,不断闪耀

bập bạp *t* 肥胖: thân hình bập bạp 身体肥胖

bập bẹ *đg* ①咿呀学语: Đứa trẻ đang bập bẹ nói. 孩子正咿呀学语。②吭哧,结巴: bập bẹ vài câu tiếng nước ngoài 吭哧几句外语

bập bênh *d* 跷跷板

bập bềnh *đg* 飘摇,漂浮,飘荡: Con thuyền bập bềnh trên mặt nước. 船漂浮在水面上。

bập bõm *t* 隐约,模糊,含糊,似乎 (听到、记得、知道): nghe bập bõm 隐约听到; biết bập bõm vài câu tiếng Anh 含糊懂几句英语

bập bồng *đg* 起伏,飘摇: Chiếc cầu phao bập bồng trên sông. 浮桥在河上飘摇。

bập bổng *t* ①摇摇晃晃,一脚高一脚低②起伏不定: Học với hành, cứ bập bổng, khi khá khi kém. 学习总是不稳定,时好时差。

bập bung *t* (鼓、乐声) 阵阵而抑扬的

bập bùng *t* ① (火焰) 闪烁,闪耀: lửa cháy bập bùng 火光闪耀② (鼓、乐声) 悠扬:

tiếng đàn ghi-ta bập bùng 吉他声悠扬

bất₁ [汉] 不: bất hợp pháp 不合法; bất lịch sự 不礼貌

bất₂ *đg* 折弯, 折断: bất đầu đinh trên mặt gỗ 折弯木头上的钉子

bất₃ *đg* 驱赶, 排除, 摒除: Bất nó cho rồi, chơi bời với nó thật khó chịu. 赶他走, 跟他玩真受不了。

bất an *t* 不安, 欠安: ngọc thể bất an 玉体欠安; Thấy trong lòng bất an. 心中感到不安。

bất bạo động *đg* 非暴力: Anh ấy chủ trương bất bạo động trong đấu tranh chính trị. 他主张在政治斗争中使用非暴力手段。

bất bằng *t* 不平, 不公

bất biến *t* 不变, 永恒: nhất thành bất biến 一成不变; Không có hiện tượng thiên nhiên cũng như xã hội nào là bất biến. 没有哪种自然和社会现象是永恒的。

bất bình *t* ①不平, 不公②愤愤不平: tỏ thái độ bất bình 表露出愤愤不平

bất bình đẳng *t* 不平等, 不公平

bất can thiệp *đg* 不干涉, 不干预

bất cần [口] 不屑, 不理睬: tỏ ra bất cần một lạnh 不屑

bất cẩn *t* 大意, 粗心: bất cẩn trong công việc 在工作中粗心大意; canh phòng bất cẩn 防守不严

bất cận nhân tình 不近人情, 不近情理

bất cập *t* ①不及: hối bất cập 悔不及②不足, 不够: Ý đồ thì lớn nhưng tài thì bất cập. 心有余而力不足。*d* 不足之处: khắc phục những bất cập 克服不足之处; Cách giải quyết còn nhiều bất cập. 解决方式还有许多不足之处。

bất chấp *đg* 不顾, 无视, 不管: Bất chấp cả lời khuyên bạn bè. 不顾朋友的劝告。

bất chính *t* 不正, 不正当: thu nhập bất chính 不正当收入; quan hệ nam nữ bất chính 不正当男女关系

bất chợt *p* 忽然, 突然: bất chợt nghĩ ra 忽然想起; bất chợt nảy ra một sáng kiến 突然产生一个新想法

bất công *t* 不公, 不公平: đối xử bất công 不平等待遇

bất cứ *p* 不论, 无论, 不管: Bất cứ ai cũng phải làm như vậy. 不论谁都要这么做。

bất di bất dịch 永恒不变的, 不可动摇的: một chân lí bất di bất dịch 永恒不变的真理

bất diệt *t* 不灭的, 永存的, 不朽的: tinh thần bất diệt 不朽的精神

bất dục *đg* (男性) 不育

bất dựng *đg* (女性) 不孕

bất đắc chí *t* 不得志, 失意: một nhà nho bất đắc chí 一个失意的文人

bất đắc dĩ 不得已: Từ chối không tiện, bất đắc dĩ phải nhận. 不便推辞, 不得已收下。

bất đắc kì tử [口] 非正常死亡, 死于非命, 猝死: Trông tướng mạo như thế mà lại bất đắc kì tử, thật không ngờ. 表面那么强却猝死, 真是没想到。

bất đẳng *t* 不等, 不平等: bất đẳng thức 不等式

bất đề kháng *đg* 不抵抗

bất định *t* 不定, 不安, 不稳定: tâm thần bất định 心神不定; Khắc phục rủi ro, hạn chế độ bất định trong kinh doanh. 消除风险, 控制经营中的不定因素。

bất đồ *p* 不意, 不想, 不料: Trời đang nắng, bất đồ lại đổ mưa. 天正晴, 不料下起雨来。

bất đồng *t* ①不同, 不一样, 不一致: bất đồng ý kiến 意见不一②不一致, 不平衡: sự phát triển bất đồng 发展不平衡

bất động *t* 不动的, 不动弹的, 固定的: nằm bất động trên giường 躺在床上一动不动

bất động sản *d* 不动产, 固定资产; 房地产: kinh doanh bất động sản 经营房地产

bất giác *p* 不觉, 没想到, 不料想: Nghĩ đến

đó, bất giác lo sợ. 想到这儿,不觉害怕起来。

bất hạnh t ①不幸,倒霉: đứa trẻ bất hạnh 不幸的孩子②遇难的,不幸死亡的: kẻ bất hạnh 遇难者

bất hảo t 不好,差,坏: kẻ bất hảo 坏蛋; thành tích bất hảo 成绩差

bất hiếu t 不孝: đứa con bất hiếu 不孝之子

bất hoà t 不和,不和睦: không khí bất hoà 气氛不和睦

bất học vô thuật 不学无术

bất hợp t 不合,不适合: Tính tình của chúng bất hợp. 他们性格不合。

bất hợp lệ t 不符合规定的,违例的,违规的: phiếu bầu bất hợp lệ 选票不符合规定

bất hợp lí t 不合理的: những điều bất hợp lí trong dự thảo kế hoạch 计划草案中不合理的部分

bất hợp pháp t 不合法的,非法的,违法的: làm ăn bất hợp pháp 非法经营

bất hợp tác t 不合作的: thái độ bất hợp tác 不合作态度

bất hủ t 不朽的,永存的: một áng văn bất hủ 不朽的篇章

bất kể p 不论,无论,所有: bất kể người nào 不论谁; làm việc bất kể đêm ngày 不论白天黑夜地干

bất khả chiến bại 战无不胜

bất khả kháng t 不可抗拒的,不可抗力的: lí do bất khả kháng 不可抗力的原因

bất khả thi t 不可行的,行不通的: một kế hoạch bất khả thi 计划不可行

bất khả tri luận d 不可知论

bất khả xâm phạm 不可侵犯: Quyền dân tộc bất khả xâm phạm. 民族的利益不可侵犯。

bất kham t (马) 难驯服的: con ngựa bất kham 难驯服的马

bất khuất t 不屈的,不可屈服的: tinh thần

bất khuất 不屈的精神

bất kì t 随便,随意: vẽ một đường thẳng bất kì 随意画出一条直线; Lấy một câu thơ bất kì trong Truyện Kiều. 从《金云翘传》中随意抽出一句诗。p 无论,不管: Cử bất kì ai đi cũng được. 无论派谁去都行。

bất kính t 不敬,无礼: bất kính với người trên 对上不敬

bất lịch sự t 不礼貌,不文明,不雅

bất lợi t; d 不利,不顺: thời tiết bất lợi 气候不利; gặp bất lợi trong công việc 工作上不顺利

bất luận p 不论,无论,不管: Bất luận là ai cũng đều phải tuân theo pháp luật. 不论是谁都要遵守法律。Bất luận thế nào cũng phải đi. 无论如何都要去。

bất lực t 不力,不胜任,不称职,无能为力: đành khoanh tay chịu bất lực 束手无策; Bất lực trước hoàn cảnh. 在这种环境下无能为力。

bất lương t 不良,不好: người bất lương 不良分子

bất mãn đg; t 不满,不满意: thái độ bất mãn 不满情绪; bất mãn với thời cuộc 对时局不满; Quân sĩ bất mãn sinh biến. 士兵们不满,发生哗变。

bất minh t 不明,不明确: thu nhập bất minh 不明收入; quan hệ bất minh 关系不明确

bất nghì =bất nghĩa

bất nghĩa t 不义: con người bất nghĩa 不义之徒

bất ngờ t 没料到的,意外的: tin vui bất ngờ 意外喜讯; cuộc gặp gỡ bất ngờ 意外相遇

bất nhã t 不雅: cử chỉ bất nhã 举止不雅

bất nhân t 不仁,恶毒: hành động bất nhân 行为不仁 đg 麻木,无感觉

bất nhẫn t ①不忍: cảm thấy bất nhẫn trước cảnh em bé mồ côi 面对孤儿于心不忍 ②残忍: Nói điều đó ra cũng hơi bất nhẫn. 说

出来有些残忍。

bất nhất *t* 不一, 不一致: ý kiến bất nhất 意见不一致

bất nhật *p* 不日, 他日: bất nhật sẽ đến 不日即到; bất nhật thành công 他日成功

bất như ý *t* 不如意, 不称心

bất nhược *k* 不如…, 不若… : Chờ tàu chờ xe lâu, bất nhược cuốc bộ. 车难等, 不如走路。

bất ổn *t* 不安, 不稳: tình hình bất ổn 形势不稳; có điều gì đó bất ổn 有些不安

bất ổn định 不稳定: giá cả bất ổn định 价格不稳定

bất pháp *t* 不法, 非法: việc làm bất pháp 不法行为

bất phân *t* 不分的, 不区分的: bất phân giới tính 性别不分

bất phân thắng bại 不分胜负: Trận đọ sức bất phân thắng bại. 这场角力不分胜负。

bất phục thuỷ thổ 水土不服

bất phương trình *d* 不等式方程

bất quá *p* 不过, 只不过, 仅仅: Điều đó bất quá vài người ủng hộ mà thôi. 那件事仅仅几个人支持而已。Việc này bất quá một tuần là xong. 这件事不过一星期就结束了。

bất quân *t* 不均的: ăn chia bất quân 分配不均

bất quyết *t* 不决, 犹豫, 迟疑

bất rất *t* 心烦, 烦恼

bất tài *t* 没才能的, 没能力的: kẻ bất tài 无能之辈

bất tận *t* 无穷的, 无尽的: kho tàng ca dao bất tận 无尽的民歌宝库

bất tất *p* 不必, 不需: Việc nhỏ, bất tất phải bàn 小事一桩, 不必商量。Điều đó bất tất phải lí giải nhiều. 那件事不必深究。

bất thành *đg* 不成: việc bất thành 事情不成

bất thành cú *đg* 不成句, 不成文: văn viết

bất thành cú 文不成句

bất thành văn *t* 不成文的, 没形成文字的: qui định bất thành văn 不成文的规定; luật bất thành văn 不成文的法律

bất thần *t*; *p* 突然; 忽然: Khẩu súng nhả đạn bất thần. 枪突然射出子弹。Bất thần trời đổ mưa. 天忽然下雨。

bất thình lình *p* 忽然, 出其不意: Đến bất thình lình, không hề báo trước. 突然到来, 事先没告知。

bất thời *p* ①突然, 忽然②不合时宜

bất thu (手脚) 不能弯曲

bất thức thời vụ 不识时务

bất thường *t* ①非常的, 特别的: hội nghị bất thường 非常会议; khoản chi bất thường 特别支出② 无常的, 变化的: Thời tiết bất thường. 天气变化无常。

bất tiện *t* 不便, 不方便: chân tay bất tiện 手脚不便; Nói ở đây thì bất tiện lắm. 在这里说很不方便。

bất tín 失信, 丧失信誉: Một lần bất tín, vạn sự bất tin. 一朝失信, 万事不行。

bất tín nhiệm 不信任: bỏ phiếu bất tín nhiệm 不信任投票

bất tỉnh *t* 不省人事的, 失去知觉的: Bị thương nặng, nằm bất tỉnh. 受了重伤, 不省人事。

bất tỉnh nhân sự =bất tỉnh

bất toàn *t* 不全的, 不完整的

bất trắc *t* ①不测, 意外: chuyện bất trắc 意外事件; phòng khi bất trắc 以防不测②反复无常: người bất trắc 反复无常的人 *d* 意外事件, 突发事件: vượt qua mọi bất trắc 处理了所有突发事件

bất trị *t* ①不治的, 不可救药的②不可教的, 不受教化的: Con nhà bất trị. 竖子不可教。

bất triệt để *t* 不彻底: giải quyết bất triệt để 解决不彻底

bất trung *t* 不忠, 不诚实

bất túc *t* 不足，不够：tiên thiên bất túc 先天不足

bất tử₁ *t* 不死，永存，万古：Những anh hùng bất tử. 英雄们永垂不朽。

bất tử₂ *t* 无顾忌；拼命，不要命：ăn nói bất tử 说话无遮拦；Chạy xe bất tử, có ngày chết không kịp ngáp. 拼命飙车，总有一天死都来不及哼一声。

bất tử₃ *p* 突然，意外：chết bất tử 意外死亡；Sao về bất tử vậy mày? 你怎么突然回来了？

bất tường *t* ①不详，不清楚：Một số vấn đề còn bất tường. 一些问题还不清楚。②不祥，不吉利：điềm bất tường 不祥之兆

bật₁ *đg* ①弹，弹起：bật dây cao su 弹橡皮筋；bật dây đàn 弹琴弦；Đất cứng bật lưỡi cuốc trở lại. 土地坚硬，把锄头反弹回来。②冒出，发出：Cây bật chồi. 树冒芽。③[口]开，打开（同 bụt）：bật đèn điện 开灯；bật bật lửa 打打火机；bật máy tính để làm việc 打开电脑工作；bật ra nắp trai bia 开啤酒瓶盖④使突出，使明显：nêu bật vấn đề 突出问题；Chiếc áo đen làm nổi bật nước da trắng hồng. 黑衣服衬出白皙红润的皮肤。⑤拔起，掀起：Bão làm bật gốc cây. 暴风将树连根拔起。*p* 忽然，冷不丁：bật cười 突然笑出声；Trong đầu bật ra một ý nghĩ. 头脑里突然产生一个想法。*t* 突出，明显，鲜明：màu sắc nổi bật 色彩鲜明

bật₂ *đg* 说出，吐出：Bật toàn những lời thô lỗ. 吐出的全是粗话。

bật đèn xanh *đg* 开绿灯，行方便：Thủ trưởng bật đèn xanh cho nhân viên nhận hối lộ. 领导为工作人员收受贿赂开绿灯。

bật lò xo *đg* 蹦起来，反应强烈

bật lửa *d* ①打火机②火镰

bật mí *đg*[口] 透露；泄露：bật mí bí quyết thành công 透露成功的秘诀；bật mí đời tư của ngôi sao 透露明星的私生活

bật tường *đg*[口]（足球）短传配合

bâu₁ *d* ①[旧] 衣领②[方] 衣袋，衣兜：may áo bốn bâu 缝制四口袋衣服

bâu₂ *đg* ①群集，麇集：ong bâu 蜂群麇集②[口] 聚集，群集（含贬义）：Đám người bâu kín làm tắc nghẽn cả đường đi lối lại. 人群聚集，把往来道路给堵塞了。

bâu bíu *đg* 围住，围观：Bọn trẻ bâu bíu đám rước. 孩子们围着欢迎的人群转。

bầu₁ *d* ①葫芦，葫芦瓜②葫芦瓢，葫芦形的物体：bầu vũ 乳房；bầu đèn 灯泡③花蕊④（移栽带的）泥；（育树苗的）小盒⑤[口] 胎，孕：có bầu 怀孕⑥团，股（指思绪、情感等）：bầu máu nóng 一股热血

bầu₂ *d*[口] 教练，指导；领队：chở thành bầu của đội bóng 成为球队领队

bầu₃ *đg* 选举：bầu đại biểu quốc hội 选举国会代表

bầu₄ *t* 圆嘟嘟：má bầu 圆嘟嘟的脸

bầu bán *đg* 选举（贬义）：Bầu bán gì, chỉ là trò dân chủ giả tạo. 选什么选，不过是假民主的把戏。

bầu bạn *d* 朋友：kết làm bầu bạn 结交朋友 *đg* 结友，交友：bầu bạn với lũ trẻ 与年轻人交友

bầu bậu=bầu bạu

bầu bĩ=bầu bĩnh

bầu bĩnh *t* 圆滚滚，丰满：Em bé có gương mặt bầu bĩnh. 小孩有着一张圆嘟嘟的脸。

bầu chọn *đg* 选举，选出：bỏ phiếu bầu chọn chủ tịch 投票选举主席；được bầu chọn là cầu thủ xuất sắc nhất giải 被选为比赛最出色球员

bầu cử *đg* 选举：quyền bầu cử 选举权；bầu cử tổng thống 选举总统

bầu dục *d* ①肾，腰子：bầu dục lợn 猪腰②[口] 肾形物，椭圆形物：chiếc gương bầu dục 椭圆形镜子

bầu đàn thê tử =bầu đoàn thê tử

bầu đoàn *d* ①随从: Cả bầu đoàn cùng đi theo vị nguyên thủ quốc gia. 所有随从跟着国家元首。②一家大小, 全家人: Cả bầu đoàn đi theo ông bố đến nơi nghỉ mát. 一家大小跟着父亲去度假。

bầu đoàn thê tử 全家老小, 一家大小: Đi đâu cũng kéo cả bầu đoàn thê tử. 去哪儿都带着一家老小。

bầu đông *d* 凝结器, 聚合器

bầu eo =bầu nậm

bầu giác *d* 拔火罐儿, 拔火筒

bầu giời =bầu trời

bầu hâm *d* (液体) 加热器

bầu không khí *d* ①天空, 苍穹②气氛: Cuộc hội đàm tiến hành trong bầu không khí hữu nghị. 会谈在友好的气氛中进行。

bầu nậm *d* 葫芦

bầu ngưng *d* 凝结器, 聚合器

bầu nhầu *đg* 嘟嘟囔囔 *t* 皱巴巴: quần áo bầu nhầu 衣服皱巴巴

bầu rượu túi thơ 酒壶诗囊, 喻逍遥自在

bầu sao *d* 蒲瓜, 瓠瓜

bầu sô *d* [口] (活动) 发起人, 组织者, 穴头儿: Hiện tượng các bầu sô tổ chức sân khấu thời trang xù tiền hoặc ăn chia phần trăm tiền thù lao biểu diễn thời trang là một thực trạng phổ biến. 穴头儿们卷走时装表演的钱款或者抽头表演酬劳是普遍现象。

bầu trời *d* 天空, 苍穹: bầu trời đầy sao 满天星辰

bấu *đg* ①抠住, 扒住: Tay bấu các gờ đá leo lên. 抠住岩石往上攀。Không biết bấu vào đâu mà sống. 不知道靠什么生活。②揪, 捏, 掐: bấu má 掐脸③拈: bấu một miếng xôi 拈一口糯米饭

bấu chí *đg* (捏、掐着) 打闹

bấu véo *đg* ①打闹: bấu véo suốt ngày 成天打闹②公然侵吞, 克扣: bấu véo của công

侵吞公共财产

bấu víu *đg* ①抓住, 扒住: bấu víu vào cành cây leo lên 抓住树枝往上爬②投靠: Bơ vơ không biết bấu víu vào đâu. 到处漂泊, 不知投靠何处。

bấu xấu *đg* [口] 伸手, 瓜分: Miếng bánh đã bé, chỗ nào cũng bấu xấu vào. 这块饼已经小了, 但每个地方都伸手进来。

bấu xén *đg* 蚕食, 侵吞: bấu xén vật tư nhà nước 侵吞国家物资

bậu₁ *d* 槛, 门槛

bậu₂ *đg* 停留, 栖息: Muỗi bậu vào màn. 蚊子停在蚊帐上。

bậu₃ *đ* [方] 你 (对妻子或女友的昵称)

bậu bạn =bầu bạn

bậu cửa *d* 门槛

bậu xậu *d* 喽啰, 狗腿子: Đi đâu cũng kéo theo một đám bậu xậu. 去哪儿都带上一帮喽啰。

bây₁ *đg* ① [方] 弄脏, 搞脏: Quần áo bị bây mực 衣服被墨水弄脏了。②摊开, 铺开 (事情): Cứ bây việc ra rồi chẳng được việc nào nên hồn. 摊开那么多事, 没一样做完的。

bây₂ *t* 明知故犯的, 强词夺理的: biết sai rồi còn cái bây 明知错了还嘴硬

bây₃ *đ* [方] 你们 (卑称)

bây bả *t* ①一塌糊涂: bùn đất bây bả bẩn thiu 灰土脏得一塌糊涂②粗鲁, 无礼

bây bẩy *p* 不停地 (颤抖): Rét quá chân tay run bây bẩy. 太冷了, 手脚不停地颤抖。

bây chừ =bây giờ

bây dừ =bây giờ

bây giờ *d* 现在, 目前, 眼下: Bây giờ là tám giờ. 现在八点钟。

bây hây *t* 疲乏, 疲软: bây hây trong người 浑身疲乏

bây nhiêu *d* 这么, 这些: chỉ có bây nhiêu tiền thôi 只有这些钱了; Tưởng nhiều chứ bây nhiêu thì nhằm nhò gì! 以为很多，只这些能顶什么用！

bầy₁ *d* 群，伙，帮：bầy sói 一群狼；bầy kẻ cướp 一伙小偷

bầy₂ [方]=bày

bầy anh *đ* 你们（男性）

bầy bay *đ* 你们（卑称）

bầy đàn thê tử 一家大小，全家

bầy hầy *t* ①邋遢：nhà cửa bầy hầy 房屋邋遢②不正经

bầy nhầy *t* ①韧：bầy nhầy như thịt bụng 韧得像腩肉②犹豫，迟疑：bầy nhầy không chịu trả lời 犹犹豫豫不回答③黏稠：đòm dãi bầy nhầy 黏稠的痰

bầy ta *đ* 咱们，我们

bầy tôi *d* 仆人，仆从

bầy trẻ *đ*（自己的）孩子：bầy trẻ nhà tôi 我的孩子

bầy tui *đ* 我们

bẩy₁ *d* [方] 七，柒；第七（同 bảy）

bẩy₂ *d* 桁

bẩy₃ *đg* ①撬：bẩy hòn đá 撬石块②排挤：bẩy người ta mất chức 将别人挤下台

bẩy rẩy *t* 发抖的：chân tay bẩy rẩy 打战的手脚

bẫy *d* 陷阱，圈套，罗网：Cẩn thận kẻo sa bẫy của chúng nó. 小心不要落入他们圈套。Chim sa vào bẫy. 鸟儿落入罗网。*đg*①（用陷阱、圈套、罗网）捕捉，猎杀：bẫy được con thú 捕到一只野兽②使上当，使进圈套：Già rồi còn bị chúng nó bẫy. 到老了还中他们圈套。

bẫy cặp *d* 鼠夹

bẫy cần *d* 捕鸟装置

bẫy cò ke *d* ①捕狗装置②毒计

bẫy đạp *d* 翻式捕兽装置

bẫy kẹp *d* 捕兽夹

bấy₁ *t* 幼嫩，幼小：cua bấy 幼蟹；tre bấy 嫩竹②软绵绵：Chuối chín bấy. 香蕉熟软了。

bấy₂ *đ* 那时：từ bấy đến nay 从那时到现在

bấy bá *t* ①破碎，破烂②绵软：bấy bá như cua lột 软得像退壳蟹③幼嫩，幼小

bấy bớt *t* 孱弱，羸弱，虚弱：ốm lâu người bấy bớt 久病身体虚弱

bấy chày=bấy chầy

bấy chầy *đ*（从某时）到现在，从那时起，长久以来

bấy chừ *đ* 那时，那时候：Bấy chừ nơi đây còn hoang vắng lắm. 那时这里还很荒凉。

bấy giờ *đ* 那时，那个时候：Bấy giờ các cháu còn nhỏ lắm. 那个时候你们还很小。

bấy lâu *đ* 从那时起，到现在：bấy lâu đi công tác xa 一直出差在外

bấy nay *đ* 一直，到现在：Bấy nay chẳng thấy anh ấy đến chơi. 一直不见他来玩。

bấy nhấy *t* ①软绵绵，软乎乎：Miếng thịt bấy nhấy. 这肉软乎乎的。②疲软，四肢无力

bấy nhiêu *t* 那么多，这么些：chỉ cần bấy nhiêu thôi 只要这么多

bấy thuở *đ* 长期，长时间：chờ đợi bấy thuở 长期等待 *d* 多少回，多少次：Bấy thuở vào sinh ra tử. 多少回出生入死。

bậy *t* 胡乱：làm bậy 乱来；nói bậy 乱说 *đg* [口] 屙屎，拉尿：Thằng bé bậy lên người cô rồi. 小家伙屙在阿姨身上了。

bậy bạ *t* 胡乱的，乱来的：viết bậy viết bạ lên tường 在墙上乱写乱画

BCH=ban chấp hành [缩] 执委会，执行委员会

be₁ *d* 高脚酒杯

be₂ *d* [方]（船）舷：be thuyền 船舷

be₃ *đg* ①培高，加高：be con chạch 培高捉泥鳅的泥围②用手围住，护住（盛器的沿使盛得更多）：Lấy tay be miệng đấu khi đo. 量的时候用手围住斗沿。

be₄ *đg* [口] 叫喊，叫嚷：Động một tí là mụ

lại be lên. 动一点儿那婆娘就喊起来。

be₅ *đg* ①沿着，顺着：Thuyền be theo bờ sông.船沿着河边走。②靠近，走近：Xuồng be gần bến.小艇向岸边靠拢。

be₆ *t* 浅褐色：cái áo màu be 浅褐色的衣服

be be [拟] 咩咩：Con dê kêu be be. 羊儿咩咩叫。*đg* 紧跟着：Cậu ấy cứ be be con bé hoài. 他老跟着小孩子。

be bé *t* 稍小，略小：căn phòng be bé 小房子

be bét *t* ①破碎，破烂：Trứng nát be bét. 蛋碎了。②完全（坏、错）：Bài làm sai be bét. 作业全错了。Sự việc be bét hết cả. 事情全砸了。③沾满：Chân tay lấm bùn be bét. 手脚沾满了泥。

be he *t* (男性) 嗲里嗲气

be-ri-li *d* 铍

be sườn *d* 胸膜

bè₁ *d* ①筏，排：ghép tre thành bè 扎竹排②团伙，党羽：kết bè với nhau 结为党羽③丛，簇：bè rau muống 蕹菜丛④重（奏），重（唱）：biểu diễn bản nhạc ba bè 三重奏

bè₂ *t* 宽大的，宽横的：mặt bè ra 宽脸；Bàn chân to và bè ra. 脚板又宽又大。

bè bạn *d* 朋友：tình bè bạn 友情

bè bè *t* 横，宽：thân hình bè bè 身材粗横

bè cánh *d* 派系，山头，小团体：Cùng bè cánh bao che cho nhau. 同一山头的互相包庇。

bè đảng *d* 党派，派别：Nhiều bè đảng tranh giành địa vị, quyền lợi lẫn nhau. 许多党派互相争权夺利。

bè lũ *d* 团伙，集团，党羽：bè lũ bán nước 卖国集团；Tên tướng cướp và bè lũ đều bị bắt. 抢劫头目和党羽都被抓起来了。

bè nhè *d* (酒后的) 胡话

bè phái *d* 派系，帮派，派别：chia thành nhiều bè phái 分成许多帮派 *t* 分裂的，分派的，派系的：tư tưởng bè phái 分裂的思想

bẻ *đg* ①折，折断：bẻ gãy chiếc thước kẻ 折断尺子；Bẻ chiếc đũa làm đôi. 把一条筷

子折成两截。②摘，采，掰下：bẻ ngô 摘玉米；bẻ bông 采棉花③折弯，折下：một đầu thanh sắt bị bẻ gập xuống 铁枝的一头被折弯；bẻ cổ áo 折下衣领④反驳，驳斥：Nói có lí không ai bẻ được. 说得在理，没人能反驳。⑤扳：bẻ tay lái sang trái 向左扳方向盘

bẻ bai₁ *đg* 耻笑，诘难：hơi một tí là bẻ bai 一点点儿就诘难；bẻ bai lẫn nhau 互相指责

bẻ bai₂ *t* 婉转，悠扬

bẻ bão *đg* 抻拉背肌 (来治肚子痛或腰痛)：Bẻ bão một vài cái là đỡ đau ngay. 抻拉几下背肌马上不怎么痛了。

bẻ cò *đg* 打折子来计数 (把小枝条等一节节地折弯，用来计数，每节为一个单位)

bẻ gãy *đg* 折断，掰断

bẻ ghi *đg* 扳道岔

bẻ hành bẻ tỏi [口] 挑剔，刁难：hơi một ít là bẻ hành bẻ tỏi 一点事儿就刁难

bẻ họe *đg* 非难，责难，指责，指摘

bẻ khoá *đg* [口] 破解密码：Chương trình đã bị bẻ khoá và sao chép lậu. 程序被破解密码并被偷偷复制。

bẻ khục *đg* 掰响关节：bẻ khục năm ngón tay 掰响五指关节

bẻ lái *đg* 把方向，操纵方向盘

bẽ *t* [口] 羞愧，难为情

bẽ bàng *t* 羞愧，丢脸，难为情

bẽ mặt *t* 羞愧，丢脸：mắng cho bẽ mặt 骂得无地自容；bị bẽ mặt một phen 丢了一回脸

bé *t* ①小：Chữ bé như con kiến. 字小得像蚂蚁。Cá lớn nuốt cá bé. 大鱼吃小鱼。②幼小，年幼：ngày còn bé 小时候；được cưng chiều từ bé 从小受溺爱③ [口] 轻声，小声：Nói bé quá, không thể nghe được. 说得太小声，听不见。*d* ①妾，偏房，小老婆②小弟，小妹：Bé đến đây với chị nào. 小弟（小妹）到姐姐这儿来。

bé bỏng *t* 小不点儿：Con chim non bé bỏng. 幼鸟才丁点儿大。

bé cái lầm [口] 好一个小错（说反语，指大错）

bé cái nhầm =bé cái lầm

bé con *t* 小的：cái bàn bé con 小桌子；mảnh giấy bé con 小纸张 *d* 小孩，小娃仔，小宝贝：bé con của mẹ 妈妈的小宝贝

bé dại *t* 年幼无知：con còn bé dại 孩子还年幼无知

bé hạt tiêu [口] 少年老成，人小鬼大

bé hoẻn *t* 小不点儿，一丁点儿：mảnh sân bé hoẻn 小不点儿的院子

bé mọn *t* 又小又差：bụng dạ bé mọn 肚量又小又差

bé người to con mắt 人小鬼大，人小心大

bé nhỏ *t* 小的：đôi bàn tay bé nhỏ, xinh xắn 一双纤细、娇小的手

bé xé ra to [口] 夸大其词，夸大事实：chuyện bé xé ra to 夸大事实

bẹ₁ *d* 叶鞘：bẹ ngô 玉米叶鞘

bẹ₂ *d* 玉米：cháo bẹ 玉米粥

bẹ mèo *d* 芭蕉、槟榔的嫩叶鞘：Cây cau mới có bẹ mèo. 槟榔刚长嫩叶鞘。

béc-bê-rin (becberin) *d* 黄连素，小檗碱

béc-giê (berger) *d* 狼狗；牧羊犬

bẹc cà na *t* 差，劣，不好：Chiếc xe bẹc cà na. 这部车太差劲儿。

bem *d*；*t* (国家、组织的) 秘密 (bí mật 的变音)

bèm *t* 差，劣

bẻm =bẻm mép

bẻm mép *t* 夸夸其谈；伶牙俐齿；能侃：Thằng cha bẻm mép lắm. 那家伙很能侃。

ben *d* ①分贝②罐，桶，箱

ben bì *đg* 计较，忌妒：tính hay ben bì 喜欢计较

ben-đen (benzene) *d* 苯

bèn₁ *d* 花托，花萼

bèn₂ *p* 便，就，连忙：Thấy thích quá bèn mua ngay. 看到很喜欢，就马上买下来。Thấy không khí trầm lặng quá, ông ấy bèn nói đùa một câu. 见气氛太沉闷，他便讲了一个笑话。

bèn bẹt *t* 扁平：khuôn mặt bèn bẹt 扁平的脸 [拟] 啪

bẽn lẽn *t* 扭捏，羞答答：bẽn lẽn như con gái 扭捏得像个大姑娘

bén₁ *đg* ①碰，沾：Lúc nào cũng vội vã, chân bước không bén đất. 什么时候都急急忙忙的，走路脚都不沾地。②熟悉，习惯：quen hơi bén tiếng 情投意合③开始生根：mạ đã bén rễ 秧苗开始长根

bén₂ *t* ① [方] 锋利：dao bén 刀子锋利②漂亮：Diện bộ quần áo mới, coi bén lắm. 穿上新衣服，看上去很漂亮。

bén bảng *đg* 金榜题名

bén chết *t* 不得了，要死，要命：đau bén chết 痛得要命

bén duyên *đg* 有缘，合缘，结缘

bén gót *đg* ①跟着，紧跟：theo bén gót 紧紧跟随② [口] 跟上，赶得上，比得上：Mày làm sao bén gót được nó. 你怎么比得上他。

bén hơi *đg* 熟悉：Đứa trẻ đã bén hơi mẹ. 婴儿熟悉母亲了。

bén mảng *đg* 凑近，靠近，接近：không dám bén mảng đến đây đâu 不敢靠近这里

bén mùi *đg* 喜欢 (味道)

bén ngót *t* 锐利，锋利：con dao cau bén ngót 锋利的槟榔刀

bẹn *d* 胯：Nước ngập đến bẹn. 水淹到胯部。

beng *đg* 砍，斩：beng đầu 砍头

beng beng [拟] 当当 (锣声)

béng *p* ①干脆利落地，麻利地：làm béng đi 干麻利点儿②（丢失、忘记得）干干净净地：Mất béng cái đồng hồ. 手表无影无踪。Nó quên béng cả công việc. 他把工作忘得

一干二净。

benzene（ben-den）*d* 苯

beo₁ *d* 豹

beo₂ *đg*[方] 捏,掐,拧: beo tai 拧耳朵

beo₃ *t* 干瘦,干瘪: bụng òng, đít beo 肚子鼓屁股瘪

bèo *d* 浮萍 *t*[口] 贱,不值钱: Năm nay vải được mùa nhưng giá lại bèo quá. 今年荔枝丰收,但价格太贱。

bèo bọt *d* 出身寒门,身世卑微（同 bọt bèo）*t* ①（情感）不定,不稳 ②贱,廉价: công cán bèo bọt 低廉的工钱

bèo bồng *d* 水葫芦

bèo cái *d* 水浮萍

bèo cám=bèo tấm

bèo dâu *d* 桑花萍

bèo hoa dâu=bèo dâu

bèo hợp mây tan 萍水相逢

bèo lục bình *d* 水葫芦

bèo mây[旧]（指妇女）漂泊,飘零

bèo Nhật Bản=bèo lục bình

bèo nhèo *t* ①软烂: Miếng thịt bèo nhèo. 肉糜烂了。②缠绵,磨烦,缠磨,哭闹: Thằng bé bèo nhèo đòi ăn suốt ngày. 这孩子整天缠着要吃的。

bèo ong *d*[植] 勺叶槐

bèo tấm *d* 浮萍

bèo tây=bèo lục bình

bèo trôi sóng vỗ 漂泊,飘零,流离

bẻo₁ *d* 叶鞘

bẻo₂ *đg* ①掐,捏: bẻo tai 掐耳朵 ②揩油,占便宜

bẻo beo *t* 小小的

bẻo lẻo *t*[口] 喋喋不休,叽喳不停: Suốt ngày bẻo lẻo cái mồm. 嘴巴整天叽叽喳喳个不停。

béo₁ *đg*[方] 拧,掐,捏: béo vào má 拧了一把脸

béo₂ *t* ①肥,胖: con lợn béo 肥猪 ②油腻:

món xào béo quá 菜太油腻 ③[口] 肥沃: đất béo 土地肥沃 ④[口] 肥（获利）: Chi béo bọn con buôn. 只肥了那帮小贩。

béo bệu *t* 虚胖

béo bở *t* 有利的,有油水的: miếng mồi béo bở 有油水的差事

béo mập *t* 胖,肥

béo mép *t* 嘴上功夫,老说不练,只说不做

béo mỡ *t* 精力过剩: Chúng mày béo mỡ hay sao mà đùa khiếp thế? 你们精力过剩咋的,闹得这么凶?

béo múp *t*[口] 肥大,肥壮: con lợn béo múp 肥壮的猪

béo núc *t*[口] 肥硕: con bò béo núc 肥硕的牛

béo nung núc *t* 肥大,肥胖: người béo nung núc 身体肥胖

béo phệ *t* 大腹便便

béo phị *t* 肥胖,肥头大耳

béo quay *t* 臃肿,滚圆: Người càng ngày càng béo quay ra. 身体越来越圆。

béo sưng *t* 臃肿

béo tốt *t* 健康,壮实: người béo tốt, khoẻ mạnh 身体壮实、健康

bẹo *đg* ①拧,掐: bẹo một cái rõ đau 掐一把真疼 ②引诱,逗引: Đừng có đưa đồ chơi ra để bẹo con người ta. 不要把玩具拿出来逗引别人的孩子。

bẹo gan *đg* 激怒,惹生气: Ai bảo cũng lì lì, bộ mày bẹo gan tao hả? 谁说都不理不睬,你想惹老子生气吗?

bẹo mặt *đg* 激怒,挑衅

bép *d*[拟] 啪,噗: Vỗ đùi bép một cái. 啪地拍了一下大腿。

bép xép *đg* 多嘴,多嘴多舌: tính hay bép xép 喜欢多嘴

bẹp *đg* ①（压）扁,（压）瘪: Lốp xe bẹp hết hơi. 车胎全瘪了。②瘫,动弹不得: bị ốm, nằm bẹp ở nhà 卧病在家

bét *đg* ①张开, 打开: bét cửa 开门②回避, 躲避: Hãy thấy tôi là nó bét mất. 一见我就躲得不见影了。*t* ①最差, 最次: hàng bét 最次品; đứng bét lớp 全班最后一名② 搞砸的, 搞糟的: hỏng bét 搞砸了; Công việc nát bét. 工作全搞糟了。③稀烂, 烂糊

bét bè=be bét

bét nhè *t* 酩酊大醉: uống một trận bét nhè 大醉一餐

bét tĩ *t* 最次的, 最差的, 垫底的: thua bét tĩ 输得垫了底; hạng bét tĩ 最差的

bẹt₁ *t* 扁的, 扁形的: giày mũi bẹt 鞋头宽扁

bẹt₂ *(拟)* 叭, 啪: Đám vữa rơi bẹt xuống nền. 灰浆叭地掉在地上。

bẹt₃ *đg* 打开, 张开: đứng bẹt hai chân 岔开两腿站着

bẹt hiệu *t* 劣等的, 质次的: toàn đồ đạc bẹt hiệu 全是次等货

bê₁ *d* 牛犊: thịt bê 牛犊肉

bê₂ *d*(打人用的) 板子

bê₃ *đg* ①搬, 搬动: Bê hòn đá sang một bên. 把石头搬到一边。②收得, 得到: Buôn bán mỗi ngày cũng bê được vài chục ngàn đồng. 做买卖每天都赚几万盾。③偷, 窃: Kẻ trộm bê mất chiếc xe. 小偷把车偷走了。④ [口] 生搬硬套, 硬塞进: Bê khẩu hiệu vào thơ. 把口号硬套进诗歌里。

bê bê *t* ①工作繁多②脏兮兮: Quần áo bê bê những bùn. 衣服上脏兮兮的尽是泥土。

bê bết *t* ①脏得一塌糊涂: Quần áo bê bết dầu mỡ. 衣服沾满了油渍。②拖沓: công việc bê bết 工作拖沓③糟糕, 窝囊

bê bối *t* ①窘困, 焦头烂额: đang bê bối công việc 被工作搞得焦头烂额②麻烦, 啰唆: vụ bê bối 麻烦事

bê-rê (béret) *d* 贝雷帽

bê-ta (beta) *d* 贝塔 (希腊字母 β 的读音)

bê tha *đg* 沉迷, 醉心: bê tha rượu chè, trai gái 沉迷酒色; t 窝囊, 糟糕: sống bê tha activ được窝囊

bê tông (béton) *d* 混凝土: máy trộn bê tông 混凝土搅拌机

bê tông công nghiệp *d* 大批生产的混凝土, 搅拌站生产的混凝土

bê tông cốt sắt *d* 钢筋混凝土

bê tông cốt thép=bê tông cốt sắt

bê tông tươi=bê tông công nghiệp

bê trễ *đg* 耽搁, 耽误: công việc bị bê trễ 工作被耽误

bề *d* ①(长、宽、厚、高等) 度: bề dài 长度; bề rộng 宽度②面, 方面: ba bề là nước 三面临水; khổ trăm bề 各方面都难

bề bề *t* 多, 众多: Ruộng bề bề không bằng một nghề trong tay. 多田多地, 不如身怀一技。

bề bộn *t* 乱糟糟, 乱成一团: nhà cửa bề bộn 屋里乱糟糟

bề dưới *d* 下级, 下面: Bề dưới phục tùng bề trên. 下级服从上级。

bề mặt *d* 表面, 外表: bề mặt trái đất 地球表面; bằng lòng bề mặt 表面上高兴

bề nào cũng 反正都, 无论如何都: Bề nào cũng phải làm thì làm sớm cho xong. 反正都要做就早点儿做完吧。

bề ngoài *d* 外面, 外表: chỉ được cái bề ngoài 就得个外表; sức mạnh bề ngoài 外部强力

bề phải *d* 正面

bề rộng *d* 宽度

bề sâu *d* 深度

bề sề *t* ①肥胖②杂乱

bề thế *d* ①大规模, 大范围: bề thế của nhà máy 大规模的工厂②权贵, 权势: Họ là những người có bề thế trong xã hội. 他们是社会上有权势的人。*t* 大规模的, 庞大的: gia đình bề thế 庞大的家族; Toà nhà trông rất bề thế. 房子看上去很大。

bề tôi *d* 侍从，仆人：một bề tôi trung thành
忠诚的仆人

bề trên *d* ①上级，上司，上面：thái độ của kẻ
bề trên 上级的态度②上帝，主（大写）：
nhờ ơn Bề Trên 托上帝的福

bề trong *d* ①里面②内情，内幕

bể₁ *d* 海，大海

bể₂ *d* 池，池子：bể nước 水池；bể cá vàng 金
鱼池

bể₃ *đg* ① [方] 打碎，打破：bể chén 打碎杯
子；ngã bể đầu 摔破头②搞糟，搞坏，搞砸：
Làm ăn kiểu này chắc bể. 这么经营肯定
搞砸。

bể bơi *d* 游泳池

bể cả=biển cả

bể cạn *d* （小）池，池子

bể chuyện *đg* 泄露：Bể chuyện thì ta chết cả
lũ. 消息泄露出去我们全都完蛋。

bể dâu *d* 沧桑，沧海桑田

bể khổ *d* 苦海：Đời là bể khổ. 人生是苦海。

bể lắng *d* 沉沙池，沉沙井

bể lọc *d* 滤水池

bể phốt *d* 化粪池

bể phun nước *d* 喷水池

bể treo *d* 储水罐，蓄水罐：Các bể chứa nước
loại to được đập đi, thay vào loại bể treo
nhỏ làm rộng thêm diện tích sinh hoạt. 各
大蓄水池被敲掉，代之以较小的储水罐，
使生活空间增大。

bễ *d* 风箱：kéo bễ thổi lò 拉风箱往炉里送风；
thở như kéo bễ 喘得像拉风箱

bế₁ *đg* 抱：bế con 抱孩子

bế₂ [汉] 闭：bế quan toả cảng 闭关锁国；bế
kinh 闭经

bế ẵm *đg* ①抱②抚养，养育

bế bồng *đg* 抱，怀抱

bế giảng *đg* 散学，学期结束：lễ bế giảng năm
học 学年散学典礼

bế kinh *đg* 闭经

bế mạc *đg* 闭幕：Hội nghị đã bế mạc. 会议
闭幕了。

bế tắc *đg* ①闭塞，停滞，僵化：tư tưởng bế
tắc 思想僵化；công việc bế tắc 工作停滞
②困难，窘困：thoát khỏi tình trạng bế tắc
脱离困境

bệ₁ *d* 台，底座：xây bệ để đặt máy 修建设备
基座

bệ₂ *đg* ① [口] 搬：bệ hòn đá 搬石头②生搬
硬套：Bệ khẩu hiệu vào thơ. 硬把口号套
进诗里。

bệ hạ *d* 陛下

bệ kiến *đg* 朝见，谒见

bệ ngọc=bệ rồng

bệ phóng *d* 发射架：Tên lửa đã được đưa vào
bệ phóng. 火箭装进了发射架。

bệ rạc *t* 邋遢，窝囊：nhà ở bệ rạc 家居邋遢；
sống bệ rạc 生活窝囊

bệ rồng *d* ①御座②天子，皇帝

bệ sệ *t* 大腹便便

bệ tì *d* 枪托

bệ vệ *t* 威严，威武：đi đứng bệ vệ 举止威严

bệ xí *d* 便池

bệch *t* 惨白，煞白：mặt tái bệch 脸色煞白

bệch bạc *t* ①惨白，煞白：nước da bệch bạc
肤色煞白②薄情薄义：ăn ở bệch bạc 为人
薄情

bên *d* ①边，方，面，方面：bên phải 右边；bên
trong 里面；nghĩa vụ của hai bên 双方的义
务；họ hàng hai bên nội ngoại 男女双方的
亲戚②旁边：ở bên sông 住在河边；đứng
bên cửa sổ 站在窗口边

bên ấy=bên

bên bán *d* 卖方

bên bị *d* 被告

bên cạnh *d* ①旁边②同时，与此同时：Bên
cạnh việc ngắm cảnh đẹp, du khách còn có
dịp tham gia các hoạt động thú vị khác. 欣
赏美景的同时，游客们还有机会参加各

种有趣的活动。

bên chồng *d* 男方家，夫家

bên dưới *d* 下面，下方

bên đạo *d* 天主教信徒

bên đây *d* 这里，这儿

bên đời *d* 非天主教信徒

bên kia *d* 那边，那里

bên mặt *d* 右边，右面，右方：quẹo bên mặt 右拐弯

bên mua *d* 买方

bên ngoài *d* 外面，外边

bên nguyên *d* 原告：Bên nguyên xin rút đơn. 原告请求撤诉。

bền *t* ①耐用，坚固，结实，牢固：độ bền của bê tông xi măng 水泥的牢固度；vải bền 结实的布 ②坚定：chỉ sợ lòng không bền 只怕志不坚 ③耐，经久：bền ánh sáng 耐晒的

bền bỉ *t* ①坚韧的，耐心的，刚毅的：sức bền bỉ của con người 人的耐力 ②有恒的，坚持的，不懈的：bền bỉ học tập 不懈地学习

bền chắc *t* 牢固，坚实

bền chặt *t* 牢固，坚固：tình đoàn kết bền chặt 牢固的团结

bền chí *t* 坚韧，坚毅，不懈：bền chí đấu tranh 不懈斗争

bền gan *t* 坚定，坚韧，不懈：bền gan chiến đấu 坚定的战斗；bền gan vững chí 坚持不懈

bền lòng *t* 坚定，不懈，坚持：bền lòng chờ đợi 坚持等待

bền màu *t* 不易褪色的，耐褪色的：Loại vải này bền màu lắm. 这种布不易褪色。

bền nhiệt *t* 耐热的，耐火的

bền vững *t* 牢固，坚实，牢不可破：tình hữu nghị bền vững 牢不可破的友谊

bến *d* [方] 那边，那儿：qua bến chơi 到那边玩儿

bến *d* ①码头：ra bến gánh nước 到码头挑水；bến đò 渡口 ②长途车站：Xe đã vào bến. 汽车已经进站。

bến bãi *d* 码头；长途车站：thu phí cầu đường, bến bãi 收路桥、码头（车站）费；kiểm tra các kho tàng, bến bãi 检查仓库、码头（车站）

bến bờ *d* 岸，岸边

bến đò *d* 渡口

bến lội *d* 泅渡点

bến nước *d* 小码头：Bến nước quê tôi ai qua cũng nhớ. 家乡的小码头，谁经过了都忘不了。

bến tàu *d* ①码头 ②小港口

bến xe *d* 长途汽车站：bến xe liên tỉnh 省际长途汽车站

bện *đg* ①编织，纺织：bện thảm 编织地毯；bện chão 编缆绳 ②绕，绞，缠：Rơm bện vào bánh xe. 稻草绞进车轮。Con bện mẹ. 孩子缠着母亲。

bênh₁ *đg* 袒护，偏袒，庇护，维护（同 binh₂）：Mẹ bênh con. 母亲袒护孩子。

bênh₂ *đg* ①撬起，撬动：Dùng đòn bênh hòn đá lên. 用木棒撬起石头。②反弹，弹起：Cẩn thận kẻo đầu kia bênh lên. 小心那头反弹起来。

bênh vực *đg* 维护，袒护，庇护，保护：bênh vực cán bộ cấp dưới của mình 袒护手下干部；bênh vực cho lẽ phải 维护真理；bênh vực người bị nạn 保护受灾者

bềnh *đg* 漂浮：Chiếc phao nổi bềnh trên mặt nước. 救生圈漂在水面上。

bềnh bệch *đg* 发白，发青：Da bềnh bệch như sốt rét. 肤色发青像得了疟疾。

bềnh bềnh *đg* 漂流

bềnh bồng *đg* =bồng bềnh

bệnh [汉] 病 *d* ①病：bệnh tim 心脏病；buồn rầu quá mà sinh bệnh 忧郁过度而生病 ②毛病，问题：Chiếc máy khâu có bệnh hay hóc chỉ. 这台缝纫机有问题，爱卡线。Chiếc máy tính bị bệnh hay treo. 电脑有

毛病，老死机。③习气，陋习：bệnh chạy theo thành tích(片面) 追求成绩的陋习；bệnh quan liêu 官僚习气 *đg* 生病：Đang bệnh, không đi chơi được. 正生病，不能去玩。

bệnh AIDS *d* 艾滋病

bệnh án *d* 病历，病历本：xem bệnh án 看病历

bệnh bạc cầu *d* 白血病

bệnh bạc lá *d* 白叶病

bệnh bạch hầu *d* 白喉

bệnh bại liệt trẻ em *d* 小儿麻痹症，脊髓灰质炎

bệnh bụi phổi *d* 硅肺，矽肺

bệnh bụi si-lic *d* 矽肺

bệnh cảnh *d* [旧] 病情，病状

bệnh căn *d* 病根

bệnh chứng *d* 病状，病象，病征

bệnh dại *d* 狂犬病

bệnh dịch *d* 疫病

bệnh đạo ôn *d* 稻瘟病

bệnh đốm cây *d* 锈病

bệnh động kinh *d* 癫痫，羊痫疯

bệnh giang mai *d* 梅毒，杨梅疮

bệnh gù *d* 佝偻病

bệnh hen *d* 哮喘病

bệnh ho *d* 咳嗽

bệnh hoại huyết *d* 坏血病

bệnh hoạn *d* 疾病，病痛 *t* ①有病的：Màu da bệnh hoạn. 脸带病态。②有毛病的，有问题的：tâm hồn bệnh hoạn 心理有毛病；đầu óc bệnh hoạn 脑子有问题

bệnh hủi *d* 麻风病

bệnh kín *d* 花柳病，性病

bệnh kinh niên *d* 慢性病：Bệnh kinh niên rất khó chữa trị. 慢性病很难治疗。

bệnh lao *d* 痨病，肺痨

bệnh lí *d* ①病理，病理学②病情，病况：theo dõi bệnh lí 观察病情

bệnh lí học *d* 病理学

bệnh lịch *d* 病史

bệnh liệt dương *d* 阳痿

bệnh lở mồm long móng *d* 口蹄疫

bệnh nạn *d* 病痛

bệnh nghề nghiệp *d* ①职业病：mắc bệnh nghề nghiệp 得了职业病②职业病（以某种职业习惯对待）：Đúng là bệnh nghề nghiệp bác sĩ, nhìn đâu cũng thấy vi trùng. 真是医生的职业病，看哪儿都是细菌。

bệnh nào thuốc ấy 对症下药

bệnh ngoài da *d* 皮肤病

bệnh nhân *d* 病人，患者：thăm bệnh nhân 探望病人

bệnh nhi *d* 病儿

bệnh nhiệt than *t* 炭疽病，癀病

bệnh phẩm *d* [医] 化验标本

bệnh phóng xạ *d* 辐射病

bệnh sĩ *d* [口] 爱面子的毛病，脸皮薄的毛病：mắc bệnh sĩ 患上爱面子的毛病

bệnh sĩ diện=bệnh sĩ

bệnh SIDA=bệnh AIDS

bệnh sốt rét *d* 疟疾

bệnh sử *d* 病史：Trước khi chữa trị cho bệnh nhân, thầy thuốc phải nắm được bệnh sử. 给病人治病前，医生要掌握其病史。

bệnh sưng hạch *d* 淋巴结炎

bệnh sưng hòn dái *d* 睾丸炎

bệnh sưng vú *d* 乳腺炎，奶疮

bệnh tả *d* 霍乱

bệnh tâm thần *d* 精神病

bệnh tật *d* 疾病：Người già nhiều bệnh tật. 老人多疾病。

bệnh tê liệt *d* 麻痹症；瘫痪症

bệnh thiếu máu *d* 贫血

bệnh thiếu ô-xy *d* 缺氧症

bệnh thời khí *d* 时疫，流行病

bệnh thũng *d* 水肿

bệnh thương hàn *d* 伤寒

bệnh tích *d* 病迹 (指疾病在肌体留下的痕迹)

bệnh tim mạch *d* 心血管病

bệnh tinh hồng nhiệt *d* 猩红热

bệnh tình *d* ①病情: theo dõi bệnh tình 跟踪病情②性病

bệnh toi gà *d* 鸡瘟

bệnh trạng *d* 病况, 病情: Bệnh trạng khá trầm trọng. 病情相当严重。

bệnh truyền nhiễm *d* 传染病

bệnh tưởng *d* 臆想症, 幻觉症

bệnh viêm gan *d* 肝炎: bệnh viêm gan A 甲肝; bệnh viêm gan B 乙肝; bệnh viêm gan C 丙肝

bệnh viện *d* 医院: bệnh viện đa khoa 综合医院

bệnh xã hội *d* 社会病, 社会弊病

bệnh xá *d* 医务所, 卫生院

bếp *d* ①炉灶: Đặt nồi lên bếp. 把锅放到灶台上。②厨房: Chị ấy đang ở dưới bếp. 她在厨房里。③厨师

bếp điện *d* 电炉

bếp ga *d* 燃气炉, 煤气灶

bếp núc *d* ①炉灶, 灶台: Bếp núc gọn gàng sạch sẽ. 灶台干净整洁。②炊事, 烹调, 厨艺: thạo việc bếp núc 擅长厨艺③打下手的人, 助手: bếp núc của nhà ăn 饭堂助厨④幕后工作, 默默无闻的工作: Lo việc bếp núc ở toà soạn. 在编辑室里默默地工作。

bếp nước *d* 炉灶, 灶台: dọn dẹp bếp nước 收拾灶台

bếp từ *d* 电磁炉

bết₁ *đg* 缠着, 粘上: Đi đâu nó cũng bết theo. 上哪儿他都缠着。Quần áo bết bùn. 衣服粘上泥。

bết₂ *t*[方]①疲惫不堪, 筋疲力尽: Mới đi bộ được đoạn đường đã bết. 才走了一段路就疲惫不堪。Trâu cày đã bết. 水牛犁地

犁得筋疲力尽。②差劲儿: học bết 学得很差劲儿

bệt₁ *p* 席地 (躺、坐): ngồi bệt xuống thềm 席地坐在廊下

bệt₂ *đg*[方] 缠着, 粘上

bệt₃ *t* 笨, 蠢: Người đâu mà bệt thế. 啥人咋这么笨。

bêu *đg* ①示众: Giặc giết người rồi bêu đầu ở chợ. 敌人杀人后将人头在集市上示众。②扬丑, 揭短, 示丑: Càng nói nhiều càng tự bêu xấu mình. 说得越多, 就越出丑。*t* 丢人, 丢脸: Việc làm ấy bêu quá. 那件事真丢人。

bêu diếu=bêu riếu

bêu nắng *đg* 晒太阳, 顶着烈日: suốt ngày bêu nắng 整天晒太阳

bêu riếu *đg* 揭短, 张扬丑事: Không nên bêu riếu người khác. 不该揭别人的短。

bêu xấu *đg* 揭短, 出人家的丑: Con hư bêu xấu bố mẹ. 孩子不争气, 给父母丢脸。

bều bệu *t* 臃胖

bệu *t* 臃胖, 虚胖, 不结实: Thằng bé to nhưng hơi bệu. 小家伙块头大但不太结实。

bệu bạo *đg* 撇嘴 (想哭)

bệu rạch *t* 脏乱

BGĐ=ban giám đốc[缩] 领导班子

BHXH=bảo hiểm xã hội[缩] 社会保险

BHYT=bảo hiểm y tế[缩] 医疗保险

bi₁ *d* 珠, 珠子, 滚珠, 弹珠: bi xe đạp 自行车滚珠; chơi bắn bi 玩弹珠

bi₂ [汉] 悲 *t* ① [口] 悲观: Cậu ấy nhìn đời bi lắm. 他对生活感到很悲观。②悲: tự bi 自悲; bi ai 悲哀

bi₃ [汉] 碑 *d* 碑: bi chí 碑志

Bi [化] 铋的元素符号

bi-a (billard) *d*[体] 台球: bàn bi-a 台球桌; chơi bàn bi-a 打台球

bi ai *t* 悲哀, 悲伤: tiếng khóc bi ai 悲伤的哭声

bi-ăng-tin *d* 头油，发蜡

bi ba bi bô *đg* 咿呀学语

bi bít *t* 密实，密闭，严实：Nhà bi bít, thiếu ánh sáng. 房屋密闭，缺少阳光。

bi bô *đg* 咿呀学语

bi ca *d* 悲歌，哀曲

bi cảm *đg* 感伤，伤感：lòng bi cảm 内心感伤

bi chí *d* 碑志

bi-da=bi-a

bi-da-ma *d* (男式) 睡衣

bi đát *t* 悲惨：Hoàn cảnh của nó vô cùng bi đát. 他的处境十分悲惨。

bi đình *d* 碑亭

bi đông (bidom) *d* 壶，瓶：bi đông rượu 酒壶；bi đông đựng nước 水瓶

bi hài kịch *d* ①悲喜剧：vở bi hài kịch 一出悲喜剧②悲喜交集的事：Thật là một bi hài kịch. 真是悲喜交集。

bi hoan *t* 悲欢

bi hùng *t* 悲壮

bi khổ *t* 悲苦

bi khúc *d* 悲曲，哀曲

bi-ki-ni (bikini) *d* 比基尼，三点式泳装

bi kí *d* 碑志，碑文

bi kịch *d* ① [戏] 悲剧：bi kịch cổ điển Pháp 法国古典悲剧②悲剧，不幸的事：bi kịch trong gia đình 家庭悲剧

bi lắc *d* 桌上足球游戏

bi lụy *t* 忧伤，忧郁：tình cảm bi lụy 忧伤的情感

bi-mút (bismut) *d* 铋

bi phẫn *đg；t* 悲愤：những ý nghĩ bi phẫn 悲愤的情绪

bi quan *t* ①悲观：đừng bi quan trước cuộc sống 不要对生活悲观；thái độ bi quan 悲观的态度② [口] 不妙，不容乐观：tình hình rất bi quan 情况很不妙

bi sầu *t* 悲愁

bi tâm *d* 同情心，爱心：con người đầy bi tâm

富有同情心的人

bi thảm *t* 悲惨：kết cục bi thảm 结局悲惨

bi thương *t* 悲伤：khúc hát bi thương 悲伤的曲调

bi tráng *t* 悲壮：bài ca bi tráng 悲壮的歌曲

bi-tum (bitume) *d* 沥青，柏油

bi ve *d* 玻璃球，玻璃珠

bì₁ [汉] 皮 *d* ① (食用的) 猪皮、牛皮等：chả bì 烤肉皮②皮 (细胞组织)：biểu bì 表皮③ (某些植物、水果的) 皮：bóc bì xoan 剥苦楝树皮；ăn bì bưởi 吃柚子皮④袋子，外包装：cân chưa trừ bì 连外包装一起过称；đóng gạo bao bì 把米装进袋子

bì₂ *d* (用别的东西替代的) 秤砣：bỏ bì vào bên này 把秤砣拨向这边

bì₃ *đg* 对比，比得上：bì sao được với nó 没法跟他比

bì₄ *t* 臃肿：mặt bì ra 脸臃肿

bì ba bì bõm *đg* 弄得噼里啪啦地响，搞得哗啦啦地响

bì bạch [拟] 噼啪，哗啦：sóng vỗ bì bạch 浪哗哗地拍 *t* (缓慢吃力地) 挣扎；蹚步：Chiếc xe bì bạch mãi trong vũng lầy. 车子在泥坑里挣扎。Mấy con ngỗng bì bạch ở ngoài sân. 几只鹅在院子里摇摇摆摆地蹚步。

bì bì *t* (脸) 臃肿

bì bịch *t* 吃力，费力

bì bõm [拟] 噼啪，哗哗 (划、踩水声)：Mái chèo khua bì bõm. 船桨哗哗地划水。*đg* 涉水，蹚水：Đường ngõ ngập mà mấy đứa vẫn bì bõm đến trường. 巷子被水淹了，但几个孩子还是蹚水来到学校。

bì khổng *d* (植物) 气孔

bì phấn với vôi [口] 一个天一个地，天壤之别

bì phu *d* 皮肤

bì sị=bị sị

bì tải *d* 包装袋，麻袋

bì thơ =bì thư

bì thư *d* 信封: tem dán trên bì thư 粘在信封上的邮票

bỉ₁ *d* 芒族的对歌

bỉ₂ [汉] 鄙 *đg* [旧] 轻视, 鄙视: những ý nghĩ tham muốn đó thật đáng bỉ rồi vì những người đó thật đáng bỉ rồi vì những

bỉ₃ [汉] 彼, 比, 敝

bỉ bạc *đg* 鄙视, 轻蔑

bỉ bai *đg* 取笑, 讥笑: buông lời bỉ bai 出言取笑

bỉ báng *đg* 贬低, 轻视, 轻蔑: bị mọi người bỉ báng 被大家贬低

bỉ nhân *d* 敝人, 鄙人

bỉ ổi *t* 卑鄙, 卑劣: thủ đoạn bỉ ổi 卑鄙的手段

bỉ phu *d* 小人, 卑鄙的人

bỉ tiện *t* 贱, 卑贱, 卑劣: giở trò bỉ tiện 卑劣的手段

bĩ [汉] 否 *t* 厄运, 倒霉

bĩ cực thái lai 否极泰来

bí₁ *d* 瓜, 瓜类

bí₂ *t* ①闭塞, 不通: căn phòng bí hơi 这间房不透气; bí tiểu tiện 小便不通②困境, 窘境: bị dồn vào thế bí 陷入困境; gỡ bí cho bạn 为朋友解难

bí₃ [汉] 秘

bí ẩn *t* 神秘, 莫测: nụ cười bí ẩn 神秘的笑容 *d* 秘密: khám phá bí ẩn của tự nhiên 探索自然的秘密

bí bách *t* ① [口] 封闭, 密封: hoàn cảnh bí bách 封闭的环境② (肚子) 滞胀: Ăn lắm thứ, bụng bí bách. 吃得太多, 肚子胀。③ 困窘, 窘迫: tình trạng bí bách 情况困窘

bí be *d* 抽泣声

bí beng *t* 麻烦, 混乱: Công việc của nhà máy dạo ngày bí beng quá. 工厂的工作最近很麻烦。

bí bét *t* 窘困, 窘迫: Tình hình sản xuất bí bét.

生产形势窘迫。

bí bơ *t* 流里流气, 不正经: Không được bí bơ với phụ nữ. 不许对妇女流里流气。

bí danh *d* 假名, 化名

bí diệu *t* 玄妙, 奥妙

bí đao *d* 冬瓜

bí đỏ *d* 南瓜

bí hiểm *t* 诡秘, 神秘: nụ cười đầy bí hiểm 神秘的微笑; rừng núi âm u bí hiểm 森林阴森诡秘 *d* 秘密: Khu rừng có nhiều bí hiểm. 森林有许多秘密。

bí mật *t* 机密, 秘密: tài liệu bí mật 机密材料; hoạt động bí mật 秘密活动 *d* 机密, 秘密: giữ bí mật quốc gia 保守国家机密; khám phá bí mật của tự nhiên 探索自然秘密

bí mật nhà nghề *d* 行业秘密, 行业机密

bí ngô *d* 南瓜

bí nhiệm *t* 神秘, 奇异

bí pháp *d* 秘诀, 神秘方法

bí phấn *d* 冬瓜

bí phương *d* 秘方

bí quyết *d* 秘诀, 窍门, 诀窍: bí quyết nghề nghiệp 专业诀窍; bí quyết chinh phục nhân tâm 征服人心的秘诀

bí rì *t* 毫无办法, 束手无策, 一筹莫展: công việc bí rì 工作一筹莫展

bí rợ =bí đỏ

bí số *d* 代号, 代码: điệp viên mang bí số T6 代号为 T6 的谍报人员

bí thơ =bí thư

bí thuật *d* 秘术

bí thư *d* ① 书记: bí thư tỉnh uỷ 省委书记 ② (使、领馆的) 秘书: bí thư thứ hai 二等秘书③私人秘书

bí thư thứ nhất *d* ①总书记, 第一书记② (使、领馆) 一等秘书, 一秘

bí ti *p* (醉得) 不省人事: say bí ti 酩酊大醉

bí truyền *t* 秘传的: phương thuốc bí truyền 秘传药方

bí tử *d* 被子植物

bí ử *d* 南瓜的一种

bị₁ *d* 草篮子,草袋子: xách bị đi ăn mày 提着草袋子去要饭

bị₂ *đg* 遭(到),挨,被: bị đòn 挨打; bị mất cắp 被偷; bị người ta chê cười 被别人耻笑 *d* [口] 被告: bên bị 被告方

bị₃ [汉] 备: dự bị 预备; hậu bị 后备

bị án *đg* 备案

bị cảm *đg* 感冒

bị can *d* 犯罪嫌疑人

bị cáo *d* 被告

bị chú *đg* 备注,注上,加注

bị động *t* 被动: rơi vào thế bị động 陷入被动

bị đơn *d* 被告

bị gậy *d* [口] 乞丐,叫花子: lâm vào cảnh bị gậy 沦落为乞丐

bị lây *đg* 传染上

bị oan *đg* 蒙冤,受冤

bị sị *t* 板着脸的,沉着脸的: mặt mày bị sị 板着面孔(的样子)

bị thịt *d* 傻大个,大草包: đồ bị thịt 草包一个

bị thương *đg* 受伤,负伤,挂彩: bị thương ở vai 肩上受伤

bị trị *đg* 被统治,受统治: lớp người bị trị 被统治阶层

bị vì *k* 因为,由于

bị vong lục *d* 备忘录

bia₁ *d* ①碑,石碑: dựng bia kỉ niệm 立纪念碑; bia mộ 墓碑 ②靶,靶子: ngắm bia để bắn 瞄着靶打

bia₂ *d* 啤酒: uống bia 喝啤酒

bia bọt *d* [口] 啤酒 *đg* [口] 喝啤酒: suốt ngày bia bọt rượu chè 整天吃吃喝喝

bia chai *d* 瓶装啤酒

bia danh *d* 芳名

bia đỡ đạn *d* 炮灰,替死鬼

bia hơi *d* 扎啤,散装啤酒

bia lon *d* 听装啤酒,罐装啤酒

bia miệng *d* 遗臭万年,臭名远扬: Trăm năm bia đá thì mòn, nghìn năm bia miệng hãy còn trơ trơ. 石碑百年已销蚀,臭名千年尚且闻。

bia ôm *d* [口] 有小姐陪喝的啤酒: quán bia ôm 有小姐陪喝的啤酒馆

bia tươi *d* 鲜啤,鲜啤酒

bìa *d* ①书皮,封面: sách đóng bìa cứng 硬皮书 ②纸板 ③(豆腐)块: mua mấy bìa đậu 买几块豆腐 ④[方] 边沿,外边: Nhà ở gần bìa rừng. 家住树林边。⑤(植物等的)皮: Gỗ bìa thì dùng làm củi đun. 树皮当柴烧。

bìa giả *d* [口] 扉页

bìa trong =bìa giả

bịa *đg* 捏造,虚构,杜撰: bịa chuyện 捏造事实; bịa cớ để chối từ 杜撰借口推辞

bịa đặt *đg* 捏造,杜撰,编造: những lời xuyên tạc và bịa đặt 歪曲和捏造的言论

bịa tạc *đg* 编造,瞎编

bích₁ *d* 法兰盘: bích nối ống 管道法兰盘

bích₂ [汉] 壁,碧

bích báo *d* 墙报,壁报: viết bích báo 写墙报

bích cốt *d* 面包片

bích hoạ *d* 壁画: bức bích hoạ thời cổ đại 古代壁画

bích ngọc *d* 碧玉

bích qui *d* 饼干

bịch₁ *d* ①囤围,围栏: bịch thóc 谷围 ②[方] 袋,包: mua một bịch trái cây 买一袋水果

bịch₂ *đg* 捶打: bịch vào ngực 当胸一捶

bịch₃ [拟] 啪: Chiếc ba lô rơi bịch xuống đất. 箱子啪地落在地上。

bida =bi-a

biếc *t* 碧绿,翠绿: non xanh nước biếc 山青水绿

biếm *đg* 贬: bao biếm 褒贬 *d* 针砭,石针

biếm hoạ *d* 漫画: tranh biếm hoạ 漫画

biên₁ [汉] 边 *d* ①边：Bóng đã ra ngoài biên dọc. 球出了边线。②边境：chợ vùng biên 边境集市

biên₂ *d* [机] 连杆

biên₃ [汉] 编 *đg* ①用小字批注、做记号等：biên tên 用小字签名做记号②编：vở kịch tự biên tự diễn 自编自演的剧目；cải biên 改编

biên ải *d* 边隘：đóng quân ngoài biên ải 驻军边隘

biên bản *d* 记录：biên bản khẩu cung 口供记录；biên bản cuộc họp 会议记录

biên cảnh *d* 边境

biên chép *đg* 抄录，登录：biên chép mấy dòng 抄下几行

biên chế *đg* 安排，调整（人员）：biên chế lại đội ngũ 重新调整人员 *d* ①编制：giảm biên chế 裁减编制；đưa vào biên chế 纳入编制②（部队）建制

biên cương *d* [旧] 边疆

biên dạng *d* 边线，界线

biên dịch *đg* 编译：biên dịch sách 编译书

biên đạo *đg* 编导舞蹈：biên đạo vở ba lê mới 编导新芭蕾舞剧

biên đầu phong *d* 偏头痛

biên đình *d* 边疆

biên độ *d* 幅度，角度：biên độ dao động của quả lắc 摆锤的摆幅

biên đội *d* 编队：biên đội tàu 舰艇编队；biên đội không quân 航空编队

biên giới *d* 边界，边界线：biên giới Trung Việt 中越边界；đường biên giới 边界线

biên giới hải quan *d* 口岸，海关口岸

biên khảo *đg* 编纂考究：biên khảo Truyện Kiều 编纂考究《金云翘传》

biên khu *d* 边境地区

biên kịch *đg* 编写剧本 *d* 编剧，剧本作者

biên lai *d* 收据，收条，凭证：biên lai nhận hàng 收货收据

biên mậu *d* 边贸：hội chợ biên mậu 边贸展销会

biên nhận *đg* 签收：giấy biên nhận 收据；kí biên nhận vào sổ bàn giao 在交接文件上签字

biên niên *d* 年表：chép sử theo lối biên niên 按年表抄录历史

biên niên sử *d* 编年史

biên phòng *đg* 边防：bộ đội biên phòng 边防部队

biên quan *d* 边关

biên soạn *đg* 编撰，编纂，编辑：biên soạn từ điển 编撰词典；biên soạn giáo trình 编写教材

biên tập *đg*；*d* 编辑，编撰：tham gia biên tập bộ sử Việt Nam 参加编撰越南史；cán bộ biên tập của nhà xuất bản 出版社编辑人员

biên tập viên *d* 编辑，编辑人员：biên tập viên nhà xuất bản 出版社编辑；biên tập viên của đài truyền hình 电视台的编辑

biên thú *đg* 戍边，守卫边疆

biên thuỳ *d* 边陲，边境

biên uỷ *d* 编委，编辑委员会

biển₁ *d* 滩，河滩

biển₂ [汉] 弁：võ biển 武弁

biển₃ [汉] 骈（双，对）：biển văn 对偶句

biển biệt *t* 毫无音信，杳然：đi biển biệt không về 一去杳然

biển ngẫu *d* 对偶，对子：câu biển ngẫu 对偶句

biển thể *d* [旧] 对偶句，骈文

biển văn *d* 对偶句

biển₁ *d* ①海：nước biển 海水；cá biển 海鱼②洋，海洋 *t* 极多（像海一样的）：biển lửa 火海；chiến lược biển người 人海战术

biển₂ *d* ①匾②牌，牌子：biển quảng cáo 广告牌；biển xe 车牌

biển₃ [汉] 褊，骗

biển báo *d* 路牌，路标；指示牌：biển báo

đường một chiều 单行线路标; **biển báo**
cấm hút thuốc 禁止吸烟告示牌

biển cả *d* 大海, 大洋: biển cả mênh mông 无
边的大海

biển chỉ dẫn *d* 指示牌

biển công *d* 公海

biển đậu *d* 扁豆

biển hiệu *d* (店铺广告) 牌匾: treo biển hiệu
挂牌匾

biển hồ 咸水湖: Biển Aral ở Trung Á là
biển hồ. 位于中亚的咸海是咸水湖。

biển lận *t* 奸刁悭吝, 奸贪吝啬

biển ngắm *d* 标杆

biển thủ *đg* 监守自盗: biển thủ công quĩ 监
守自盗公款

biến₁ [汉] 变 *đg* ①变: mặt biến sắc 脸变色;
cải biến 改变②消失, 不见: bao giận hờn
vụt biến hết 多少怨恨瞬间消失; Tiền bị
biến mất. 口袋里的钱不见了。*d* 不测, 意
外, 变故: đề phòng có biến 提防不测; Lúc
gặp biến phải bình tĩnh. 遭遇意外要镇静。
p [口] 快速地, 霍地: chạy biến đi 霍地就
跑没影了; quên biến mất 很快就忘了

biến₂ [汉] 遍: phổ biến 普遍

biến ảo *đg*; *t* 变幻, 变化

biến áp *d* 变压器

biến âm *đg* 音变: qui luật biến âm 音变规律
d 变音: "Chánh trị" là biến âm của "chính
trị". "chánh trị" 是 "chính trị" 的变音。

biến báo *đg* 善于应对, 巧于应对: có tài biến
báo 有急才

biến cách *đg* ①变革②[语] 变格: Bảng biến
cách của danh từ trong tiếng Nga. 俄文中
的名词变格表。

biến cải *đg* 改变, 改造: Nhiều phạm nhân đã
biến cải thực sự. 许多犯人得到真正改造。

biến chất *đg* 变质: một cán bộ thoái hoá biến
chất 蜕化变质的干部; Rượu đã biến chất.
酒变质了。

biến chế = chế biến

biến chủng *d* 变种

biến chuyển *đg*; *d* 改变, 转变, 变化: chưa có
gì biến chuyển cả 还没有什么改变; những
biến chuyển của thế giới 世界的变化

biến chứng *d* 并发症, 合并症: Biến chứng
của bệnh sởi thường là viêm phổi. 麻疹的
并发症通常是肺炎。*đg* (病) 并发, 引发,
延伸: Bệnh thấp khớp đã biến chứng vào
tim. 风湿病延伸到了心脏。

biến cố *d* 变故, 事变, 意外: gây những biến
cố lớn 发生大的变故

biến cứng *d* [理] 硬化, 变硬

biến dạng *đg* 变形: Cái vung bị biến dạng.
盖子变了形。*d* 变种, 变异 (体)

biến dị *đg*; *d* 变异: biến dị di truyền 遗传变
异

biến dịch *đg* 改变, 变化: chẳng biến dịch chút
nào 一点儿也没改变; Sự biến dịch của thời
tiết lúc giao mùa. 季节交替时候的天气变
化。

biến diễn = diễn biến

biến điệu *đg* 调制, 调节

biến đổi *đg*; *d* 变化, 改变, 转变: những biến
đổi sâu sắc trong đời sống xã hội 社会生活
中的深刻变化; Xã hội có nhiều biến đổi
lớn. 社会有了很大改变

biến động *đg*; *d* 变动, 改变, 变化: biến động
của thời tiết 气候的变化; Giá cả biến động
nhanh. 价格变动快。

biến động giá cả 价格浮动

biến hình *đg* 变形, 变样 *t* 变样的, 变形的:
ngôn ngữ biến hình 变形语言

biến hoá *đg* 变动, 改变, 变化: có phép biến
hoá 允许变动; sự biến hoá khôn lường 变
化无常

biến loạn *đg* 作乱, 动乱: Đất nước xảy ra
biến loạn. 国家发生动乱。

biến sắc *đg* 变色, 失色: chột dạ, mặt hơi biến

sắc 惊慌失色

biến số *d* [数] 变数

biến tấu *đg* 变奏：khúc biến tấu 变奏曲

biến thái *đg*[生] 变态：biến thái của sâu bọ 昆虫的变态

biến thể *d* 变体："Nhơn" là biến thể ngữ âm của "nhân". "nhơn" 是 "nhân" 的语音变体。

biến thế *đg* 变压：trạm biến thế 变电站 *d* 变压器：mua cái biến thế 买一台变压器

biến thiên *đg*；*d* 变化，变迁：hàm số biến thiên 函数变化；những biến thiên trong lịch sử 历史的变迁

biến tính =biến chất

biến tốc *đg* 变速：hộp biến tốc 变速箱

biến trở *d* 变阻器

biến tướng *t*；*d* 变相，变形：một tổ chức phản động biến tướng 一个变相的反动组织；biến tướng của chủ nghĩa thực dân 变相殖民主义

biện₁ *đg* 置办：biện rượu 置办酒席

biện₂ *đg* [方] 借口

biện₃ [汉] 辩，办，辨

biện bác *đg* 辩驳，反驳：không dễ biện bác 难以辩驳

biện bạch *đg* ① 辩解，辩护：biện bạch cho sai lầm của mình 为自己的错误辩解②决断

biện biệt *đg* 辨别

biện chứng *t* 辩证的，符合辩证法的：biện chứng pháp 辩证法；sự phát triển biện chứng 辩证的发展；Lập luận hết sức biện chứng. 论证非常符合辩证法。

biện giải *đg* 解析，解释分析：Những mối quan hệ trong cuộc sống đã được biện giải rõ ràng. 生活中的关系已经解析清楚。

biện hộ *đg* ① [法] 辩护：Luật sư biện hộ cho bị cáo. 律师为被告辩护。② 辩解，狡辩：biện hộ cho chế độ độc tài 为独裁制度狡辩

biện lí *d* 检察官

biện luận *đg* ①辩论：Càng biện luận, càng tỏ ra là đuối lí. 越辩越显得理屈。②论证，证明：biện luận chặt chẽ, xác đáng 论证严谨、准确

biện minh *đg* 证明，辩明：Lấy dẫn chứng để biện minh cho kết luận. 用证据来证明结论。

biện pháp *d* 方法，办法，措施：biện pháp kĩ thuật 技术措施；tìm biện pháp giải quyết 找办法解决

biêng biếc *t* 碧绿，翠绿

biếng *t*①懒，懒惰：biếng học 学习懒惰②厌，烦，不想：Thằng bé biếng ăn. 这孩子厌食。

biếng nhác *t* 懒惰：Người mệt mỏi, nên sinh biếng nhác. 身体疲劳，所以懒得动。

biết *đg* ①知道，懂得，认识，了解：đường dài mới biết ngựa hay 路遥知马力；Biết mặt mà chưa biết tên. 见过面但还不知道名字。Tôi biết chuyện ấy. 我知道那件事。②能，会，懂：biết nhiều ngoại ngữ 懂多门外语；biết bơi 会游泳

biết bao *p* 多么，多少：Đẹp biết bao đất nước của chúng ta. 我们的祖国多么美。Biết bao tiền của đã bị lãng phí. 多少财物被浪费了。

biết bao nhiêu=biết bao

biết cho *đg* 体谅，谅解

biết chừng nào *p* 多么；…极了：hạnh phúc biết chừng nào 多么幸福；đau xót biết chừng nào 痛心极了

biết đâu *p* 哪知，谁料，谁知，说不定：Trời đang nắng, nhưng biết đâu chiều lại mưa. 大晴天的，哪知下午下起雨来。Cứ đi xem, biết đâu lại được việc. 尽管去，说不定能行。

biết đâu chừng 哪里知道，谁曾料想：Nắng thế thôi, biết đâu chừng chiều lại mưa. 虽然现在晴，说不定下午下雨。

biết đâu đấy[口] ①哪知道,怎么知道,谁知道:- Có thể cô ta không đến. - Biết đâu đấy. - 可能她不来。- 谁晓得呢。②谁知道是这样,哪知道是这样:Đã bảo tôi thế thì tôi cứ thế, chứ tôi biết đâu đấy. 叫我这么做我就这么做,哪知道会这样。

biết điều *t* 知趣,识时务:nên biết điều một tí 应识时务一些

biết điệu *t* 老练,成熟,老到:ăn chơi biết điệu 待人接物老到

biết mặt *đg* 认识,认清

biết mấy *p* 多么,那么:hạnh phúc biết mấy 多么幸福

biết nghĩ *đg* 会考虑,会想,会判断:Nếu biết nghĩ, hắn đã không bỏ gia đình ra đi. 要是会想,他就不会离家出走。

biết người biết của 了如指掌:Làm cán bộ quản lí thì phải tinh tường, phải biết người biết của trong việc đánh giá và sử dụng nhân viên của mình. 作为管理干部在评价、使用人员上就应该了如指掌。

biết người biết ta 知己知彼

biết ơn *đg* 感恩,感激,感谢:Biết ơn người đã giúp đỡ mình. 感谢帮助过自己的人。

biết tay *đg* (让)知道厉害,(让)知道手段:Phải cho nó biết tay. 要让他知道厉害。

biết thân *đg* ① 自量,自知:Người nào biết thân người đó. 自己了解自己。② [口]接受教训:Có thế mới biết thân.这样才接受教训。Đánh cho một trận cho nó biết thân. 揍他一顿让他接受教训。

biết thân biết phận 自量;自知之明

biết thóm *đg*[方]知道,识破,看破,了解:Biết thóm là ngại nên mới không dám đi. 知道了才害怕,所以才不敢去。

biết thóp *đg* 利用弱点,抓住弱点:Biết thóp là non gan nên càng doạ già. 利用他胆小,更要吓唬他。

biết thời biết thế 审时度势

biết tỏng *đg*[口] 识破,看破;知道,了解:biết tỏng là nói dối 知道是在说谎

biết tỏng tòng tong = biết tỏng

biệt [汉] 别 *đg* 别:li biệt 离别;phân biệt 分别 *t* 杳无音信:Từ dạo ấy biệt tin. 从那时起杳无音信。

biệt dạng *t* ①杳无音信②面目全非

biệt danh *d*[口] 别名;外号

biệt dược *d* 特制药;用商品名命名的药;专利药

biệt đãi *đg* 优待,特别照顾:biệt đãi với những người có công 优待有功人员

biệt động *t*[军] 机动的,别动的:chiến sĩ biệt động 别动队队员

biệt động đội *d* 别动队

biệt động quân *d* 机动部队;别动队

biệt hoá *đg* 异化:tế bào đã được biệt hoá 异化了的细胞

biệt hiệu *d* 别名,别号;绰号,花名

biệt kích *d* 别动队 *đg* 袭击,偷袭

biệt lập *đg* 独处,独立,孤立:Ngôi nhà biệt lập bên kia suối. 房子独立在小河对岸。

biệt li *đg* 分离,远离:cảnh biệt li 离别情景

biệt mù *t*[方]遥远:Con thuyền ở biệt mù ngoài khơi. 小船在遥远的大海上。

biệt ngữ *d* 黑话

biệt phái₁ *đg* 暂调,借调:cán bộ biệt phái 借调的干部

biệt phái₂ *t* 宗派的,派系的:tư tưởng biệt phái 宗派思想

biệt tài *d* 奇才,鬼才,天才:có biệt tài về hội hoạ 有绘画天才;biệt tài về âm nhạc 音乐奇才

biệt tăm *t* 消失的,无踪影的:trốn biệt tăm 躲得无踪影

biệt tăm biệt tích 无影无踪:đi biệt tăm biệt tích 跑得无影无踪

biệt thự *d* 别墅

biệt tích *t* 无踪迹的,销声匿迹:Anh đã biệt

tích rồi. 他已经无踪迹了。

biệt tịch *t* [旧] 隐居：sống biệt tịch trong hang núi 隐居山洞

biệt vô âm tín 杳无音信：Sáu bảy tháng rồi vẫn biệt vô âm tín. 六七个月了仍杳无音信。

biệt xứ *t* ① [口] 背井离乡：bỏ làng đi biệt xứ 远走他乡 ② 流放：bị án biệt xứ 流放判决

biểu₁ [汉] 表 *d* ①表：tính thuế theo biểu thuế 按税率表打税；biểu bì 表皮；đại biểu 代表；hàn thử biểu 寒暑表 ②统计表：lập biểu 制作统计表 ③ [旧] 疏，表：biểu trần tình 陈情表；dâng biểu vạch tội tham quan 上疏弹劾贪官

biểu₂ *đg* 告诉，说，讲：Ba đã biểu rồi mà còn không chịu nghe. 爸爸讲过了还是不肯听。

biểu₃ *đg* 装裱

biểu bì *d* [生] 表皮；膜，壁：tế bào biểu bì 表皮细胞

biểu cảm *đg* 情感表现：sắc thái biểu cảm của từ 词的情感表现色彩；ngôn ngữ giàu sức biểu cảm 充满情感表现力的语言

biểu diễn *đg* ①表演，演出：biểu diễn văn nghệ 文艺表演 ②演示：biểu diễn bằng đồ thị 用图表演示

biểu dương *đg* ①表扬，赞扬：biểu dương cái hay 表扬好的 ②示威，炫耀：biểu dương lực lượng 炫耀实力

biểu đạt *đg* 表达，表示：biểu đạt một cách chính xác 正确表达

biểu đồ *d* 表，图表：biểu đồ phát triển dân số 人口增长表

biểu đồng tình *đg* ①表示同情 ②赞同，同意：Tất cả đều biểu đồng tình với ý kiến đó. 大家都同意那个意见。

biểu hiện *đg* 表现，体现：Hành động biểu hiện phẩm chất con người. 行为表现出人的品质。Văn học biểu hiện cuộc sống. 文学体

现生活。*d* 表现，现象：có nhiều biểu hiện xấu 有许多丑恶现象

biểu huynh đệ *d* 表兄弟

biểu kiến *t* 表面的，外表的；假象的：chuyển động biểu kiến của Mặt Trời 太阳转动的表面现象

biểu lộ *đg* 表露，表示：biểu lộ tình cảm 表露情感；nụ cười biểu lộ sự thông cảm 微笑表示理解

biểu mẫu *d* ①表样，表格样板：biểu mẫu thống kê 统计表格样板 ②电脑设计好的程序：thiết kế biểu mẫu xuất nhập hàng hoá 设计出口货物的程序

biểu ngữ *d* 标语：Đoàn biểu tình trương biểu ngữ. 游行队伍竖起标语。

biểu quyết *đg* 表决：giơ tay biểu quyết 举手表决 *d* [口] 表决结果：lấy biểu quyết 取表决结果

biểu sinh *d* (植物) 寄生

biểu thị *đg* 表示：biểu thị thái độ đồng tình 表示同情

biểu thống kê *d* 统计表：lập biểu thống kê 制作统计表

biểu thuế *d* 税则，税目表

biểu thức *d* 公式，符号：biểu thức đại số 代数公式

biểu tình *đg* 游行，示威：biểu tình chống khủng bố 反对恐怖主义游行

biểu trưng *d*；*đg* 象征，代表：Con rồng là biểu trưng cho một tín ngưỡng. 龙是一种信仰的象征。Cán cân là biểu trưng của công lí. 秤杆是公理的象征。

biểu tượng *d* ①象征：Chim bồ câu là biểu tượng của hoà bình. 鸽子是和平的象征。②印象 ③ (电脑) 图标

biếu *đg* 敬赠，赠送：biếu quà 敬赠礼品

biếu xén *đg* (有企图地) 赠送：tìm cách biếu xén để lợi dụng 设法送礼来拉关系

big bang *d* 宇宙大爆炸

bìm *d* 牵牛花, 喇叭花

bìm bìm=bìm

bìm bịp *d* 褐翅鸦鹃; 毛鸡

bỉm *d* 纸尿布: Đóng bỉm cho bé. 给婴儿包纸尿布。

bím₁ *d* 辫子: Tóc tết thành hai bím. 将头发扎成两条辫子。

bím₂ *d*[方] 肿瘤

bím₃ *d* 荷包, 夹子: bím đựng tiền 钱包

bím₄ *đg* 抓住, 粘住: Con bím áo mẹ. 孩子抓住妈妈的衣服。

bin *d* 电池

bin-đinh (building) *d*[旧] 高楼, 大厦

bín *d* 辫子

bịn *đg* ①攀住, 抓住 ②掩, 捂, 摁: bịn chặt lỗ rò 捂紧漏洞 ③献媚, 讨好: bịn đít quan thầy 讨好主子

bịn rịn *đg* 眷恋, 缠绵, 依依不舍: bịn rịn vợ con 眷恋妻儿

binh₁ [汉] 兵 *d* 兵; [转] 军: binh mã 兵马; tinh binh 精兵; binh bị 军备

binh₂ *đg*[方] 袒护, 偏袒: Ba binh con. 爸爸袒护儿子。

binh bị *d* 军备: tăng cường binh bị 加强军备

binh bích *t*(肚子) 饱胀的

binh biến *d* 兵变: Nghĩa quân làm binh biến. 义军发动兵变。

binh cách *d* ①兵器 ②战祸, 战乱

binh chế *d* 部队建制

binh chủng *d* 兵种: binh chủng pháo binh 炮兵兵种

binh công xưởng *d* 兵工厂

binh cơ *d* 军机: bàn việc binh cơ 商议军机

binh cua tướng ốc *d* 虾兵蟹将

binh dịch *d* 兵役

binh đao *d* ①兵器 ②干戈, 刀兵, 战争: gây việc binh đao 兵戎相见

binh đoàn *d* 混编师; 混编旅

binh đội *d* 独立团; 独立营

binh hùng tướng mạnh 兵强马壮: Quân ta binh hùng tướng mạnh. 咱们的军队兵强马壮。

binh gia *d*[旧] 军事家

binh giới *d* 军械

binh hoả *d*[旧] 战火

binh khí *d* 兵器, 武器

binh khoa *d* 军事科学

binh khố *d*[旧] 军用仓库, 军火库

binh lính *d* 士兵

binh lửa *d* 战火

binh lực *d* 兵力, 军力: tăng cường binh lực 加强军力

binh lược *d* 军事谋略

binh lương *d* 军饷

binh mã *d* 兵马, 军队, 部队: luyện binh mã 训练部队

binh nghiệp *d* 军旅生涯, 军人生活: cuộc đời binh nghiệp 军旅生涯

binh ngũ *d*[旧] 部队, 军队: chinh đốn binh ngũ 整顿部队

binh ngữ *d* 军事术语

binh nhất *d* 一等兵

binh nhì *d* 二等兵

binh nhu *d* 军需

binh nhung *d* ①兵器, 军械 ②兵戎, 战争

binh pháp *d* 兵法: vận dụng binh pháp 运用兵法

binh phí *d* 军费

binh phục *d*[旧] 军服, 军装

binh quyền *d* 兵权, 军权: nắm giữ binh quyền 掌握兵权

binh sĩ *d* 士官和士兵: anh em binh sĩ 士官和士兵弟兄; chỉ huy binh sĩ 指挥战士

binh thư *d*[旧] 兵书, 兵法书: nghiên cứu binh thư 研究兵书

binh tình *d*[旧] ①军情: theo dõi binh tình của đối phương 了解对方的军情 ②部队情况: Bậc chỉ huy phải nắm binh tình. 指挥

部要掌握部队情况。③情况，消息：xem bình tĩnh ra sao 看情况如何

bình trạm *d* 兵站

bình uy *d*[旧] 军威

bình vận *đg* 教育感化，策反（敌军）：Kết hợp đấu tranh chính trị, quân sự và binh vận. 政治、军事斗争与教育感化相结合。

bình vụ *d* 军务

bình₁ [汉] 瓶 *d* ①瓶：bình hoa 花瓶；bình ô-xi 氧气瓶；bình rượu 酒瓶②壶：bình trà 茶壶③罐：bình gas 燃气罐；bình xăng 汽油罐；bình cứu hoả 灭火器

bình₂ [汉] 屏 *d* 屏：bình phong 屏风

bình₃ [汉] 评 *đg* ①吟诵：bình một bài thơ 吟一首诗②评：bình luận 评论；phê bình 批评③[口] 评比：bình công 评功；bình điểm 评分；bình chiến sĩ thi đua 评劳模

bình₄ [汉] 平 *t* 平（与"战时"相对）：thời bình 平时；thái bình 太平

bình₅ [汉] 平 *t* 良（ưu, bình, thứ, liệt 相当于"优""良""及格""不及格"）

bình₆ [汉] 萍

bình an *t*[旧] 平安

bình an vô sự 平安；平安无事

bình bản₁ *d*（唱腔）平板

bình bản₂ *đg* 校阅

bình bán=bình bản₁

bình bát *d* 牛心番荔枝

bình bầu *đg* 评选：được bình bầu là cá nhân xuất sắc 被评为先进个人

bình bịch *d*[口]摩托车：Anh ấy mới mua chiếc bình bịch. 他刚买了一辆摩托车。[拟] 轰轰，啪啪：Chân giậm bình bịch xuống đất. 脚踩地啪啪地响。

bình cầu *d* 烧瓶

bình chân *t* 无动于衷，漠不关心，袖手旁观

bình chân như vại 心静如水，无动于衷，镇静自若：Cháy nhà hàng xóm bình chân như vại. 乡邻失火，无动于衷。

bình chọn *đg* 评选：được bình chọn là doanh nhân tiêu biểu 被评为模范商人

bình chú *đg* 评注：bình chú thơ văn cổ 评注古诗

bình chữa cháy *d* 灭火器

bình cổ cong *d* 曲颈瓶

bình công *đg* 评功，评成绩

bình công chấm điểm 评定功绩

bình cũ rượu mới 旧瓶装新酒（喻用旧形式演绎新内容）

bình dân *d* 平民：tầng lớp bình dân 平民阶层 *t* ①大众化的，平民化的，普通的：ngôn ngữ bình dân 大众化的语言；quán cơm bình dân 普通饭馆（大排档）②随和的，亲民的，平易近人的：tác phong bình dân 亲民作风

bình dân học vụ *d* 平民学务（1945 年越南独立后立即进行的扫盲启蒙运动）

bình dập lửa *d* 灭火器

bình dị *t* ①朴素，朴实：cuộc sống bình dị 朴素的生活②通俗：câu thơ bình dị 通俗的诗句

bình diện *d* ①平面②方面：Xem xét trên các bình diện khác nhau. 从不同的方面考虑。

bình đẳng *t* 平等：đối xử bình đẳng 平等相待

bình địa *d* ①平地：san thành bình địa 整为平地②夷为平地

bình địa ba đào 平地风波

bình điện *d* ①电瓶，蓄电池②小型发电机

bình định *đg*[旧] 平定，平息

bình giá *đg* ①定价，议价②评价：bình giá một tác phẩm 评价一部作品

bình giải *đg* 讲评：bình giải một câu tục ngữ 讲评一句俗语

bình lặng *t* 平静；平稳：mặt hồ bình lặng 湖水平静；cuộc sống bình lặng 生活平静

bình luận *đg* 评论；解说：bình luận thời sự 评论时事；bình luận bóng đá 解说足球

bình luận viên *d* 评论员: bình luận viên thể thao 体育评论员

bình minh *d* 黎明: ánh bình minh 黎明的曙光

bình mới rượu cũ 换汤不换药; 新瓶装旧酒

bình nghị *đg* 评议, 评判, 评估: bình nghị diện tích và sản lượng 评估面积和产量

bình nguyên *d* 平原

bình ngưng *d* 凝结器, 凝结装置

bình nhật *d* 平日, 平时, 日常: Bình nhật nó vẫn dậy sớm. 平时他都早起。

bình nóng lạnh *d* 热水器

bình ổn *đg* 稳定, 平抑: bình ổn giá cả thị trường 稳定市场价格

bình phẩm *đg* 品评, 评价, 评论: bình phẩm về một diễn viên 对一个演员的评价; hay bình phẩm về người khác 喜欢评论别人

bình phong *d* ①屏风: tấm bình phong 一幅屏风②屏障, 遮蔽物: Tạo ra bình phong để che mắt thiên hạ. 制造屏障来遮天下人耳目。

bình phục *đg* 恢复, 康复: Bệnh đã khỏi, nhưng sức khoẻ chưa bình phục. 病已经好了, 但身体还没恢复。

bình phương *d* 平方 (指数是 2 的乘方) *đg* 本数相乘: 3 bình phương là 9. 3 的平方是 9。

bình quân *t* 平均: thu nhập bình quân 平均收入

bình quyền *t* 平等: thực hiện nam nữ bình quyền 实行男女平等

bình sai *đg* (测量) 平差: phần mềm bình sai trắc địa 测地平差软件

bình sinh *d* 平生, 生平: thoả chí bình sinh 了却平生愿望

bình tâm *đg* 平心, 镇定, 镇静: bình tâm trước khó khăn 镇定面对困难

bình thản *t* 平静, 冷静, 坦然: giọng nói bình thản 语调坦然

bình thân *đg* 平身, 起身

bình thông nhau *d* 有管道连接的瓶、罐

bình thời *d* 平时

bình thuỷ *d* [方] 暖水瓶, 热水壶

bình thường *t* ①平常, 一般: Bình thường giờ này anh ấy đã có mặt ở đây rồi. 平常这个时候他已经来了。②正常: thời tiết bình thường 气候正常

bình thường hoá *đg* (关系) 正常化: Bình thường hoá quan hệ ngoại giao giữa hai nước. 两国外交关系正常化。

bình tích *d* [方] 茶壶

bình tĩnh *t* 冷静, 镇静: thái độ bình tĩnh 态度冷静

bình toong *d* 壶; 瓶: bình toong rượu 酒壶

bình tuyển *đg* 挑选, 遴选: bình tuyển giống lúa 挑选谷种

bình vôi *d* ①(盛嚼槟榔石灰的) 陶瓷罐②千金藤

bình xét *đg* 评议, 评论: bình xét chất lượng sản phẩm 评议产品质量; bình xét giải thưởng văn học trong năm 评议年度文学奖

bình xịt *d* [口] 喷罐: bình xịt muỗi 杀蚊剂喷罐; bình xịt thuốc trừ sâu 杀虫剂喷罐

bình yên *t* 平安, 安稳: cuộc sống bình yên 生活安稳

bình yên vô sự 平安无事

bỉnh₁ *đg* 执, 拿

bỉnh₂ [汉] 秉

bỉnh bút *d* 执笔, 作者

bĩnh *đg* [口] 随处拉屎, 随地大便

bính₁ [汉] 丙 *d* 丙 (天干第三位): năm Bính Ngọ 丙午年

bính₂ *đg* 借穿 (别人的衣服、鞋子): áo bính 借来的衣服

bịnh [汉] 病 *d*; *t* 病: mắc bịnh 患病

biôga (biogas) *d* 沼气

BIOS *d* [计] 基本输入输出系统

B

bíp *d* 烟斗

bíp tết *d* 牛排：bánh mì bíp tết 牛排面包

bịp *đg*[口] 诈骗，欺诈：Bị chúng nó bịp mất hết tiền. 被他们骗光了钱。

bịp bợm *t*欺骗的，诈骗的：thủ đoạn bịp bợm 欺骗的手段

bis *t*[旧]（门牌的）乙号，B号：nhà số 32 bis 门牌32号B

bit *d* [数] 二进制

bít *d* ①堵住，塞住，填住：bít miệng hang 堵住洞口②镶，包：bát sứ bít bạc 镶银瓷碗 ③摘，采：bít trái cam 摘橙子

bít bùng=bịt bùng

bít cốt *d* 烤面包片

bít đốc *d* 山墙，房山：xây bít đốc 砌山墙

bít-mút（bismuth）*d* 铋

bít tất *d* 袜子：Chân đi bít tất. 脚穿袜子。

bít tất tay[旧] *d* 手套

bít-tết（beefsteak）*d* 牛排

bịt *đg* ①堵住，填住，塞住，掩住：bịt lỗ rò 堵塞漏洞；bịt miệng cười 掩口笑；lấy vải bịt miệng hũ 用布塞住坛口②封锁，封堵：bịt dư luận 封锁舆论③镶，包：bịt răng vàng 镶金牙；đũa ngà bịt bạc 镶银象牙筷④敷：Bịt khăn lên đầu cho ấm. 用热毛巾敷头。

bịt bùng *t* ①密实，严实：Cửa đóng bịt bùng. 门关得严严实实。②阴沉，阴森：rừng cây bịt bùng 树林阴森

bịt mắt *đg* 蒙蔽，遮掩：bịt mắt thiên hạ 掩人耳目

bịt mắt bắt dê 捉迷藏：chơi trò bịt mắt bắt dê 玩捉迷藏

bitumen *d* 沥青，柏油

biu *d* 衣裤口袋：Bỏ kẹo đầy hai biu. 两个口袋装满了糖。

bìu *d* ①肿块，囊肿②囊，袋

bìu dái *d* 阴囊

bìu díu *đg* 缠身，羁绊：Suốt ngày bìu díu với vợ con. 整天被老婆孩子的事缠着。

bĩu *đg* 撇嘴：bĩu môi chê ỏng chê eo 撇嘴嫌这嫌那

bíu *đg*抓住，拉住，依靠：bíu lấy cành cây 抓住树枝；Ở đây chỉ mình anh là người thân, nên tôi chỉ biết bíu vào anh mà thôi. 这里只有你一个亲人，所以只有依靠你了。

bịu xịu *t* 下垂的，下坠的，耷拉的，苦（脸）的：mặt bịu xịu muốn khóc 苦着脸想哭

bloc *d*①团体，组织，集团②（机械）总成

blog *d*[口] 博客，网上日记

blốc *d*①日历本②块，台：lau chùi blốc máy 擦拭这台机器

bo₁（port）*d* 码头：Tàu rời bo. 船离开码头。

bo₂（pourboire）*d* 小费：tiền bo 小费；được khách bo. 得到客人的小费 *đg* 给小费

bo₃ *d* [化] 硼

bo₄ *đg* ① 坚守，紧护：thằng cha bo của 守财奴②缠着，缠磨：Nó cứ bo riết con bé hoài. 他老缠那小孩子。

bo bíu *đg* 缠着，粘着

bo bo₁ *d* 薏米

bo bo₂ *d* [口] 高粱：cơm trộn bo bo 米饭掺高粱

bo bo₃ *d* [方] 机动艇，汽艇，摩托艇：Bo bo chạy dọc theo bờ sông. 汽艇沿着河边开。

bo bo₄ *t*；*p* 坚守的，紧护的：cứ bo bo theo nếp cũ 总是紧守着旧的一套；bo bo giữ của 坚守钱财

bo mạch *d* 印刷板，电子印刷板，电路板

bo mạch chủ *d* 主板，电脑主板

bo-nê（bonnet）*d* 无边软帽

bo siết *đg*抠搜，抠唆：Đã giàu lại bo siết nữa, thì của để đâu cho hết. 有了钱还抠唆，财产都不知道往哪儿放了。

bò₁ *d* [动] 黄牛

bò₂ *d* [口]（炼乳罐盛的）量：Mỗi bữa thổi ba bò. 每餐煮三罐米。

bò₃ *đg* ①爬，爬行：rắn bò 蛇爬行；Thằng bé

đã biết bò. 小家伙会爬了。Chiếc xe ì ạch bò lên dốc. 车子吃力地往坡上爬。②攀，爬：Mướp bò lên giàn. 丝瓜攀架。

bò₄ *d* [口] 百：ngày kiếm được một bò 每天赚一百

bò biển *d* 儒艮，美人鱼

bò cái *d* 母牛，牝牛

bò cạp₁ *d* [动] 蝎子

bò cạp₂ *p* (牙齿) 打战：lạnh đánh bò cạp 冷得牙齿直打战

bò con *d* 牛犊，小牛

bò đực *d* 公牛，牡牛

bò húc *d* 斗牛

bò lê bò càng *đg* 蹭行，蹒跚行：bị đánh đến bò lê bò càng 被打得蹒跚行走

bò lê bò la *đg* (孩子) 满地滚爬：Để con bò lê bò la cả buổi sáng. 让孩子满地滚爬了一上午。

bò rừng *d* 野牛

bò sát *d* 爬行类动物

bò sữa *d* 奶牛，乳牛

bò thịt *d* 肉牛，菜牛

bò tót *d* 大额牛

bỏ *đg* ① 放，放入，投放：bỏ mì chính vào canh 把味精放进汤里 ②投放，投入：bỏ vốn kinh doanh 投资经营 ③遗，丢，弃：ruộng bỏ hoang 田地丢荒；bỏ quên quyển sách 遗忘了那本书；bỏ súng qui hàng 弃枪投降；Không bỏ bạn bè khi hoạn nạn. 患难时不弃朋友。④脱，脱掉：bỏ giày dép mà lội 脱掉鞋子蹚水 ⑤投下，放下：máy bay bỏ bom 飞机投弹；bỏ màn đi ngủ 放下蚊帐睡觉 ⑥离弃，放弃：bỏ quê ra đi 背井离乡 ⑦丢，丢弃，抛弃：bỏ hạt lép ra 丢掉瘪谷 ⑧放弃，戒，辍：bỏ thuốc lá 戒烟；bỏ học 辍学 ⑨走了，去了（指人死了）

bỏ bà=bỏ mẹ

bỏ bê *đg* 放弃，不管，不理：bỏ bê việc cơ quan 不管单位的工作；bỏ bê trách nhiệm

放弃责任

bỏ bễ=bỏ bê

bỏ bố=bỏ mẹ

bỏ cha=bỏ mẹ

bỏ chạy *đg* 逃跑，逃窜

bỏ cuộc *đg* 放弃，半途而废：Không ai được bỏ cuộc. 谁都不许放弃。

bỏ dở *đg* 干了半拉子，半途而废：tiếp tục câu chuyện còn đang bỏ dở 接着说了半拉子的话

bỏ đời *đg* 死，完蛋：Đánh bỏ đời nó đi. 揍死他。*p* 太，极：Sướng bỏ đời lại còn kêu! 太高兴了，还叫唤什么！

bỏ đực *đg* 配种：bỏ đực cho lợn 给猪配种

bỏ hoang *đg* 丢荒，弃荒，抛荒：đất bỏ hoang (被) 丢荒的土地；Vườn bỏ hoang cho cỏ mọc. (被) 丢荒的院子长满了草。

bỏ lửng *đg* ① 垂下：Tóc bỏ lửng sau lưng. 头发垂到腰部。②干半拉子，说半中腰，半截吊着：bỏ lửng câu nói 话说半中腰；Bỏ lửng công việc. 工作干了半截。

bỏ mạng *đg* 丧命，丢命：Bỏ mạng ngoài chiến trường. 在战场上丢了命。

bỏ mẹ ① 死，完蛋 (骂语)：Tát bỏ mẹ bây giờ. 现在就一巴掌打死去。Làm cho cẩn thận kẻo bỏ mẹ đấy. 小心点儿干，不然的话就完蛋了。②完蛋，糟糕 *p* 太，极：sướng bỏ mẹ 太爽了；chán bỏ mẹ 太烦了

bỏ mình *đg* 舍身，捐躯，牺牲：bỏ mình vì tổ quốc 舍身为国

bỏ mối *đg* [口] 发货，交货 (给零售店)：Sáng sớm chị đã đem hàng đi bỏ mối. 大清早她就给零售店发货了。

bỏ mứa *đg* ①吃剩：Ăn không hết phải bỏ mứa. 吃不完要剩下了。②积压，堆积：bỏ mứa công việc 积压工作

bỏ ngỏ *đg* ① 不设防，不闭户：cửa nhà bỏ ngỏ 门户洞开；Thành phố bỏ ngỏ. 城市不设防。②（研究）空白，未涉及：Một vấn

đề khoa học đầy lí thú nhưng đang bỏ ngỏ.
一个很有趣的科学问题，但在研究上还
是空白。

bỏ ngoài tai [口] 耳边风，耳旁风，不往心里
去，不放在心里：Bỏ ngoài tai những gièm
pha. 别人说三道四的话不放在心里。

bỏ ngũ *đg* (从部队) 逃跑：lính bỏ ngũ 逃兵

bỏ nhỏ *đg* 吊球，吊门

bỏ phiếu *đg* 投票：bỏ phiếu bầu đại biểu quốc
hội 投票选举国会代表

bỏ qua *đg* 放过；错过；漏过：không được bỏ
qua những vấn đề then chốt 不能放过主要
问题；bỏ qua dịp may hiếm có 错过难得
的好机会；Khi làm thủ tục không nên bỏ
qua khâu nào cả. 办手续时不该漏过任何
环节。

bỏ quá *đg* 原谅，放过：Tôi lỡ lời, mong bác
bỏ quá cho. 我失言了，请您原谅。

bỏ rẻ *đg* [口] 至少有，最少得有：Số thóc đó,
bỏ rẻ cũng được triệu bạc. 那些谷子至少
可以得一百万。

bỏ rọ *đg* ①关押②肯定，有把握

bỏ rơi *đg* ①丢下，撇下，甩下：Xe trước chạy
nhanh, bỏ rơi những xe sau. 前面的车跑
得快，把其他车甩在后面。②遗弃，抛弃：
Đứa con bị bỏ rơi. 孩子被遗弃。

bỏ thăm *đg* [旧] 投票

bỏ thầu *đg* 投标，应标：giá bỏ thầu 投标价

bỏ thây *đg* [口] 死亡，丧命

bỏ trầu *đg* 提亲：đi bỏ trầu cho con 为孩子
提亲

bỏ tù *đg* 监禁，关押

bỏ túi *đg* [口] 装进口袋；装进私囊，私吞公
款：Nó không nộp quĩ, mà bỏ túi khoản
tiền ấy. 他不上缴公款，而是私吞了。*t* 微
型的，袖珍的：từ điển bỏ túi 袖珍词典

bỏ vạ *đg* 推卸，推托：Thuế không đóng bỏ vạ
cho ai? 不纳税，想要推给谁？

bỏ vật bỏ vạ *đg* [口] 不管，不理：Máy móc

bỏ vật bỏ vạ ngoài trời. 设备丢在露天不
管。

bỏ xác *đg* [口] 丢命，丧命，死翘翘：không
khéo thì bỏ xác cả nút 弄不好全都死翘翘

bỏ xó *đg* [口] 废弃，遗弃：Máy móc nhận về
bỏ xó hết. 机器领回来就弃之不管。*t* 废
弃的：đồ bỏ xó 废物

bỏ xừ *p* [口] 极，太：mệt bỏ xừ 累极；chán
bỏ xừ 太烦了

bõ₁ *d* ① [旧] 老仆人，老用人②教堂里的工
人

bõ₂ *đg*；*t* 补偿：Lâu ngày mới gặp, nói chuyện
suốt đêm cho bõ. 很久不见面，说了一晚上
的话来补偿。

bõ bèn *t*；*đg* 济事，顶用 (只用于否定)：Chỉ
bấy nhiêu thì chẳng bõ bèn gì. 只这么点
儿不顶用。

bõ già *d* 老仆人，老用人

bó *đg* ①捆，扎：bó mạ 扎秧苗②贴紧：áo bó
thân 衣服贴身③包扎固定 (骨折处)：bó
chỗ xương bị gãy 包扎固定骨折处④困
住，束缚，约束：bó chân ở nhà 被困在家 *d*
束，把，捆：tặng bạn bó hoa 送朋友一束花；
bó đũa 一把筷子；một bó củi 一捆柴

bó buộc *đg* 束缚，约束，限制：do hoàn cảnh
bó buộc 受环境限制；bị bó buộc trong
vòng lễ giáo 受礼教的束缚；không bó buộc
về thời gian 不受时间约束

bó cẳng *đg* [口] 困在，待在：Mưa gió đành
bó cẳng ở nhà. 刮风下雨只好待在家里。

bó chiếu *đg* 草席裹尸 (喻境况穷困)

bó giáp *đg* [旧] 缴械，投降

bó giò *đg* 抱膝坐：bó giò suy nghĩ 抱膝沉思

bó gối *đg* ①抱膝坐：ngồi bó gối 抱膝而坐
②无能为力，束手

bó hẹp *đg* 收缩，缩小

bó rọ *đg* [口] 困，受困：ngồi bó rọ trong xe
困在车中

bó tay *đg* 无能为力，束手无策，放弃：Tưởng

bó tay, nhưng cuối cùng vẫn làm được. 以
为无计可施了,但最终还是做成了。

bó tay chịu chết 坐以待毙

bó trát *đg*(给漆画)上底漆,涂底漆

bó tròn *đg* 局限于,限于: trí thức chỉ bó tròn
trong sách vở 只局限于书本上的知识

bọ₁ *d*[方]父亲

bọ₂ *d*①昆虫②蛆: Mắm để lâu ngày có bọ. 鱼
露放久了生蛆。

bọ cạp *d* 蝎子

bọ chét *d* 蚤虱,虱子

bọ chó *d* 狗虱子

bọ chó múa bấc 自不量力

bọ dừa *d* 金龟子

bọ đa=bọ dừa

bọ gậy *d* 孑孓: diệt bọ gậy 消灭孑孓

bọ hung *d* 屎壳郎,蜣螂

bọ lá *d* 枯叶虫

bọ mát *d* 鸡虱

bọ mạt=bọ mát

bọ nẹt *d* 毛虫,毛毛虫

bọ ngựa *d* 螳螂: bọ ngựa chống xe 螳臂挡车

bọ que *d* 竹节虫

bọ rầy *d* 金龟子

bọ rùa *d* 瓢虫

bọ xít *d* 椿象,蝽

boa (pourboire) *đg* [口]给小费,赏钱: được
khách boa tiền 得到客人赏钱

boa-nha *d* 匕首,短刀

boăng-tơ *d* 考勤员

bobbin *d* 线圈

bóc *đg* ①剥,剥除: bóc quả cam 剥橙子②拆
开,拆除: bóc thư 拆信; Kẻ gian bóc một
đoạn đường ray. 坏人拆了一段铁路。

bóc áo tháo cày 残酷剥削

bóc đất đá *đg*(开露天矿)去掉表面土层

bóc lịch [口]蹲大狱,坐大牢

bóc lột *đg*①剥削: giai cấp bóc lột 剥削阶级
②[口]坑,吃,占便宜: Con buôn bóc lột

người tiêu dùng. 商贩坑消费者。

bóc mẽ *đg*[口]揭穿,揭露,曝光: Ai lại bóc
mẽ nhau thế? 有谁会这么相互曝光?

bóc ngắn cắn dài ①入不敷出②[口]目光
短浅

bóc tem *đg* 拆封,打开包装: Hàng hoá chưa
bóc tem. 货物没拆封。

bóc trần *đg* 揭露,揭穿,戳穿: bóc trần luận
điệu bịp bợm 戳穿谎言

bọc *đg* ①包,裹: lấy tờ giấy bọc lại 用纸包
起来②围,圈: Xây tường bọc quanh nhà.
砌围墙把房子围起来。③镶: răng bọc
vàng 镶金的牙 *d* ①包,袋: mang theo bọc
quần áo 带了一包衣服②被套: Mua vải
may cái bọc chăn. 买布做被套。③胎盘
④卵巢

bọc dầu *d* 油环,油封

bọc hậu *đg* 包抄: đánh bọc hậu 包抄战

bọc lót *đg*(球员)防守: Một pha bọc lót sơ
hở của hậu vệ. 后卫防守疏忽了。

bọc xuôi *đg* 迎合,顺着

bỏi *d* 拨浪鼓

bói₁ *đg*①占卜,算卦②[口]寻觅,寻找: Bây
giờ bói đâu ra những thứ đó? 现在上哪儿
找那些东西?

bói₂ *đg*(第一次)结果实: Cây vải năm nay
mới bói. 荔枝今年刚结果。

bói₃ *t*(水果)零星成熟

bói cá *d* 翡翠鸟

bói đâu ra [口]从哪儿弄,从哪儿来: Bói
đâu ra tiền? 从哪儿弄钱? Đang mùa
đông, bói đâu ra hoa sen? 正值冬天,哪
来荷花?

bói không ra=bói đâu ra

bói toán *đg* 占卜,算命: thuật bói toán 占卜
术; hành nghề bói toán 从事算命

bom₁ (bomb) *d* 弹;炸弹: Máy bay ném bom.
飞机扔炸弹。

bom₂ (pomme) *d* 苹果

bom₃ *đg*(pomper)泵,抽 *d*(pompe)泵

bom A *d* 原子弹

bom ba càng *d* 三角炸弹

bom bay *d* 飞弹

bom bi *d* 珠子弹

bom bươm bướm *d* 蝴蝶炸弹

bom cay *d* 催泪弹

bom cháy *d* 燃烧弹

bom chiếu sáng *d* 照明弹

bom chìm *d* 深水炸弹

bom chống tăng *d* 穿甲弹

bom đạn *d* ①武器弹药②战火：Nhà cửa bị bom đạn tàn phá. 房屋被战火破坏。

bom H *d* 氢弹

bom hàng không *d* 航投弹

bom hạt nhân *d* 核弹

bom hoá học *d* 化学武器

bom khinh khí *d* 氢弹

bom khói *d* 烟幕弹

bom lân tinh *d* 磷弹

bom na-pan (napalm) *d* 凝固汽油弹

bom nguyên tử *d* 原子弹

bom nổ chậm *d* 定时炸弹

bom phá *d* 炸弹

bom phóng *d* 火箭弹

bom thư *d* 邮包炸弹

bom truyền đơn *d* 传单弹

bom từ trường *d* 磁感应弹

bom xăng *d* 汽油弹

bom xuyên *d* 穿甲弹

bỏm bẻm *t*(闭嘴)咀嚼的：Bà cụ bỏm bẻm nhai trầu. 老婆婆抿着嘴嚼槟榔。

bon *đg* 疾驰：Xe bon trên đường. 车子在路上疾驰。*t* 迅捷，快捷，急速：bon về nhà ngay 急速赶回家

bon bon *t* 飞快奔驰

bon chen *đg* ①角逐，争斗：bon chen danh lợi 追名逐利②积攒：bon chen từng xu một 一分一分地积攒

bon-nê (bonnet) *d* 贝雷帽

bòn *đg* ①一点一点地取；收集，积攒：bòn từng đồng một 一元一元地攒；Bòn từng gáo nước tưới vườn. 一勺一勺地取水浇园子。②侵占，蚕食(他人财物)：bòn của他人财物 侵占

bòn bon *d* 兰萨果

bòn mót *đg* 积攒：Bòn mót từng hạt thóc rơi vãi. 一粒一粒地积攒掉下的谷子。

bòn rút *đg* 搜刮，榨取：Quan lại bòn rút của dân. 官吏搜刮民膏民脂。

bỏn xẻn *t* 吝啬，小气

bón₁ *đg* 喂：Bón cháo cho bệnh nhân. 给病人喂粥。

bón₂ *đg* 施，加(肥)：Bón phân cho lúa. 给稻子施肥。

bón₃ *t*[方] 便秘的，大便不通的：trẻ bị bón 孩子便秘

bón đón đòng *đg*(稻子灌浆前)追肥

bón lót *đg* 施底肥

bón thúc *đg* 施肥，追肥

bọn *d* 伙，群，帮：đi thành từng bọn 成群结队地走；bọn cướp 一伙劫匪；bọn tôi 我们；Ý kiến đó được cả bọn tán thành. 那个意见得到大家赞同。

bong₁ *đg* 剥落，脱落：sơn bong từng mảng 油漆一层层脱落

bong₂ *đg*[方]抽打(陀螺等)：chơi bong vụ 打陀螺

bong bóng *d* ①鱼鳔：bong bóng cá 鱼鳔②膀胱，尿泡，小肚：bong bóng lợn 猪小肚③气球：thổi bong bóng 吹气球④气泡，泡泡：bong bóng xà phòng 肥皂泡

bong gân *đg* 扭伤：chân bị bong gân 脚被扭伤

bòng₁ *d* 柚子的一种

bòng₂ *d* 布袋

bỏng *t* ①烫(伤)的，灼(伤)的，烧(伤)的：bị bỏng nước sôi 被开水烫了；bỏng a-xít

被强酸烧伤②热，干，火辣：Mẹ nói bỏng
cả cổ. 妈妈说得嗓子都干了。*d* 爆米花：
bỏng ngô 爆玉米花

bỏng rạ *d* 水痘

bóng₁ *d* ①影子，阴影：có bóng người thấp
thoáng 有人影闪动；nói bóng nói gió 捕
风捉影；Anh ấy ngồi nghỉ dưới bóng cây.
他坐在树荫下休息。②（得到）庇荫，庇
护：núp bóng quan lớn 仰仗高官庇护③阳
光，日光：Bóng nắng đã ra khỏi thềm. 阳
光移出檐廊。④相片，照片：chụp bóng
照相⑤（镜子等照出的）影像：Soi bóng
mình trong gương. 镜子照出自己的影像。
⑥（死人的）魂魄，幽魂：bóng cô孤魂 *t* 亮,
发亮，发光：đánh bóng bàn ghế 擦亮桌椅

bóng₂ *d*(炸) 肉皮

bóng₃ *d* ①球：bóng chuyền排球②气球：mua
cho bé một chùm bóng 给弟弟买了一串气
球

bóng₄ *d* ①油灯的玻璃罩：Đèn vỡ bóng. 油
灯的灯罩破了。②［口］灯泡：bóng 75
watt 75 瓦灯泡③只（灯泡单位）：mua vài
bóng đèn điện 买几只电灯泡④［口］电子
管：máy thu thanh bảy bóng 七灯（电子管）
收音机

bóng bàn *d* ①乒乓球：chơi đánh bóng bàn
打乒乓球②乒乓球运动：thi đấu bóng bàn
乒乓球比赛

bóng bán dẫn *d* 三极管

bóng bánh *d* ①球②打球活动

bóng bay *d* 气球：thả bóng bay 放气球

bóng bảy=bóng bẩy

bóng bầu dục *d* 橄榄球

bóng bẩy *t* 华丽，华美：ăn mặc bóng bẩy 衣
着华丽；Lối văn viết bóng bẩy. 文章写得
很华美。

bóng bì *d* 炸猪皮

bóng câu=bóng câu qua cửa

bóng câu qua cửa 白驹过隙：Thời gian như

bóng câu qua cửa. 时间如白驹过隙。

bóng chày *d* 棒球；垒球

bóng chim tăm cá 水中捞月；可望而不可即

bóng chuyền *d* 排球

bóng chườm *d* ①热水袋②冰袋

bóng dáng *d* 影子，身影：Có bóng dáng một
người đằng xa. 远处有一个身影。

bóng dợn *t*（毛发）光滑：Đầu chải dầu thơm
bóng dợn. 头上了发油很光滑。

bóng đá *d* ①足球运动：cầu thủ bóng đá 足
球运动员②足球

bóng đá mini *d* 五人制足球

bóng đái *d* 膀胱，小肚

bóng đè *d* 梦魇

bóng điện *d* 灯泡

bóng điện tử *d* 电子管

bóng gió *t* ①旁敲侧击的：chửi bóng gió 旁
敲侧击地骂（指桑骂槐）②捕风捉影的：
ghen bóng gió 捕风捉影的妒忌

bóng láng *t* 锃亮，光亮，发亮：nhà lau bóng
láng 屋里擦得锃亮

bóng loáng *t* 锃亮：chiếc ô tô bóng loáng 锃
亮的汽车

bóng lộn *t*［口］锃亮：đầu tóc bóng lộn 锃亮
的头发；giày da bóng lộn 锃亮的皮鞋

bóng ma *d*阴影，阴霾：bóng ma của chiến
tranh hạt nhân 核战争的阴霾

bóng mát *d* 阴凉处：Tìm bóng mát nghỉ một
chút. 找个阴凉处休息一下。

bóng ném *d* 手球：thi đấu bóng ném 手球比
赛

bóng nhoáng=bóng loáng

bóng nửa tối *d* 半隐处，半现处

bóng nước *d* ①凤仙花②［体］水球

bóng râm *d*阴凉处：ngồi nghỉ dưới bóng râm
坐在阴凉处休息。

bóng rổ *d* 篮球：sân bóng rổ 篮球场

bóng thám không *d* 气象气球，高空探测气
球

bóng tối *d* 阴影, 阴处: Cảnh vật chìm trong bóng tối. 景物隐在阴影中。

bóng tròn *d* 足球

bóng vía *d* ①魂, 灵魂, 命运: người yếu bóng vía命水差② [口] 影子, 身影: Không thấy bóng vía một ai. 一个人影都不见。

bọng *d* ① (蓄液体的) 囊: bọng nước đái 膀胱②养蜂箱

bọng đái *d* 膀胱

bọng ong *d* 养蜂箱: Ông nuôi khoảng chục bọng ong. 爷爷养了约十箱蜜蜂。

boong₁ *d* ①甲板: lên boong hóng gió 上甲板兜风② (pont) 船舱隔层

boong₂ *d*① (point) 分数, 点数: Bài được năm boong. 作文得了五分。②句号

boong₃ [拟] 铛铛: chuông kêu boong boong 钟声铛铛

boong boong [拟] 铛铛铛铛 (连续响声)

boong-ke (bunker) *d* 地堡, 暗堡: Bọn lính chui vào những hầm boong-ke. 士兵钻进地堡。

boóng *t*[口] 蹭的;趁便的: ăn boóng 吃蹭饭; đi boóng xe 搭便车

bóp₁ *d* 岗亭, 哨所: bóp cảnh sát 警察岗亭

bóp₂ *d* [方] 钱包, 皮夹: Nó mở bóp lấy giấy tờ trình nhà chức trách. 他打开皮夹拿出证件递交有关部门。

bóp₃ *đg* ①捏, 攥: bóp nát quả thị 捏碎柿子②按, 摁, 拉: bóp chuông 打铃; bóp còi 摁喇叭③ [口] 拌制, 腌制: thịt chó bóp riềng 南姜拌狗肉④束, 收, 束紧: quả bầu bóp ở giữa 葫芦收腰

bóp bụng *đg* ①省吃俭用, 节省: Bóp bụng dành dụm được ít tiền. 省吃俭用攒下一点钱。②忍气吞声, 忍受: bóp bụng, không cãi lại 忍着气不还嘴

bóp chắt *đg* 节俭, 节省: chi tiêu bóp chắt 节省开支

bóp chẹt *đg* ① 制约, 限制: Nước lớn bóp

chẹt công nghiệp của nước nhỏ. 大国制约小国的工业。② 要挟, 敲竹杠, 使就范: Lợi dụng sự độc quyền để bóp chẹt khách hàng. 利用垄断迫使客户就范。

bóp chết *đg* 扼杀, 镇压, 消灭镇压: Bạo lực không thể bóp chết được lòng yêu nước của nhân dân ta. 暴力不能镇压我国人民的爱国热情。

bóp cổ *đg*[口] ①欺压, 欺凌: Bọn quan lại bóp cổ dân. 当官的又欺压百姓。②盘剥, 敲竹杠: Bọn con buôn bóp cổ người tiêu dùng. 奸商敲消费者竹杠。

bóp họng = bóp cổ

bóp méo *đg* 歪曲, 瞎编: cố tình bóp méo sự thật 故意歪曲事实

bóp miệng *đg* 节俭, 节省: bóp miệng để dành 通过节俭来积攒

bóp mồm [口] = bóp miệng

bóp mồm bóp miệng *đg* 很节俭

bóp mũi *đg* 吓唬: Đừng hòng bóp mũi được nó. 别想吓唬得了他。

bóp nặn *đg* 敲诈, 勒索: đe doạ để bóp nặn, vơ vét 敲诈勒索

bóp nghẹt *đg* 限制, 制约, 扼杀: bóp nghẹt quyền dân chủ 扼杀民主权利

bóp óc *đg* 绞尽脑汁: Bố bóp óc tìm cách giải quyết vấn đề. 爸爸想尽办法解决问题。

bóp trán = bóp óc

bóp xổi *đg* 腌酸, 做泡菜

bọp *đg* 捏, 抓 *t* 凹的, 凹陷的: Nồi nhôm bị bọp. 铝锅凹了个坑。

bọp bẹp *t* 低矮: nhà cửa bọp bẹp 低矮的房屋

bọp xọp *t* 绵软: Miếng thịt bọp xọp. 这块肉软绵绵的。

bót₁ *d* 烟嘴儿

bót₂ (poste) *d* 岗亭

bót₃ *d* 刷子: Lấy bót đánh kĩ trước khi giặt. 洗之前用刷子好好刷刷。

bót đánh răng *d* 牙刷

bọt *d* ①泡,泡沫: bọt nước tung trắng xoá 泛起白花花的水沫; Cốc bia sủi bọt. 杯里的啤酒冒泡。②口水,唾沫

bọt bèo *d* 出身寒门,身世卑微: thân phận bọt bèo 出身卑微

bọt biển *d* ①[动]海绵②海绵的骨骼

bowling (bô-linh) *d* 保龄球

box *d* 拳击: đấu box 拳击比赛

bô₁ *d* [旧]老人

bô₂ *d* ①痰盂,便盆: Bé đã biết ngồi bô. 孩子已经会坐便盆。②垃圾桶,垃圾箱: bô rác 垃圾箱

bô₃ *d* [方]排气管: Động cơ bị nghẹt bô. 发动机排气管被堵了。

bô₄ *t* ① (beau) 好,棒: Có một bài đăng ở số báo này thì bô lắm. 有一篇文章登在这期报上就太好了。②帅气,靓仔: Ông bạn tóc quăn tự nhiên và có bộ râu đen nhánh rất "bô"trai. 朋友头发自然卷曲,加上黑亮的胡须很帅气。

bô-bin (bobine) *d* [电]线圈

bô bô *t* ①嚷嚷的,喧哗的,大声的: nói bô bô 说话大声的②狼吞虎咽

bô đê *đg* 弄褶子,缝褶子: bô đê cổ áo 衣领弄上褶子

bô-linh (bowling) *d* 保龄球

bô lão *d* 老人家,老一辈,老前辈: hỏi ý kiến các bậc bô lão 征求老前辈的意见

bô lô ba la *t* 大声喧哗,叽里呱啦: Thằng bé cứ bô lô ba la cả ngày. 这孩子整天叽里呱啦个不停。

bô-rít *d* 硼酸

bồ₁ *d* ①竹筐,笭,囤: bồ lúa 谷筐②竹隔栏 (打谷时防止谷子外飞)

bồ₂ *d* ① [口]情人,男女朋友: cặp bồ 一对情人②小蜜,二奶;二爷③哥儿们: Thỉnh thoảng lại chơi nghe bồ! 常来玩啊,哥儿们!④队,伙,派: chia bồ 分伙 (打球) *t* 亲密,亲近: Hai đứa bồ với nhau lắm. 两人很亲密。

bồ₃ [汉]浦,葡,菩

bồ bịch₁ *d* 筐,篮 (统称): Nhà đan lắm bồ bịch thế. 家里编了那么多篮筐。

bồ bịch₂ *d* ① [口]哥儿们: Mời bồ bịch đến nhà chơi. 请哥儿们到家里玩。②情人;小蜜,二奶;二爷: Cậu ấy nhiều bồ bịch. 他有很多情人。*t* 亲密,密切: Hai đứa bồ bịch với nhau lắm. 他俩关系很密切。*đg* [口] (男女) 勾搭,拉扯: Giám đốc bồ bịch với thư kí. 总经理跟秘书勾勾搭搭。

bồ các *d* [方]喜鹊

bồ cào₁ *d* 耙

bồ cào₂ *d* 蚂蚱

bồ câu *d* 鸽子

bồ côi *d* 孤儿

bồ công anh *d* 蒲公英

bồ dục *d* 肾脏

bồ đài *d* (槟榔箨做的) 水舀子,水勺

bồ đào *d* [旧]葡萄: rượu bồ đào 葡萄酒

bồ đề *d* ①菩提②菩提树

bồ-êt *d* 独轮车

bồ hòn *d* 无患子

bồ hóng *d* (灰尘结成的) 丝网,尘网: Tường bếp bám đầy bồ hóng. 厨房墙上挂满了尘网。

bồ hôi=mồ hôi

bồ kếp=bồ kết

bồ kết *d* 皂荚: Cô ta gội đầu bằng nước bồ kết. 她用皂荚水洗头。

bồ liễu *d* ① [旧]蒲柳② [转]柔弱女子

bồ nhí *d* 小情人,小蜜,二奶: bồ nhí của giám đốc 经理的小蜜

bồ nhìn *d* 稻草人

bồ nông *d* [动]鹈鹕

bồ quân *d* [植]刺篱木属

bồ ruột *d* [口]挚友,死党

bồ sứt cạp [口]身躯臃肥

bổ₁ *đg* 摔跤，跌跤：Đường trơn nó bổ bản hết quần áo. 路滑他摔了一身泥。

bổ₂ *đg* ①劈开，破开：bổ củi 劈柴②开，切开：bổ dưa 切瓜③扑，冲：nhảy bổ vào 扑过去；mọi người bổ đi tìm 大家跑去找

bổ₃ *đg* 摊，分摊：bổ theo đầu người 按人头分摊

bổ₄ [汉] 补 *đg* ①委任，担任：được bổ làm công tác dạy học 担任教学工作②补：tu bổ 修补；bổ cứu 补救；hậu bổ 后补 *t* 滋补：thuốc bổ 补药；chất bổ 补品

bổ âm *đg* 补阴，滋阴

bổ bán *đg* [口] 分摊，摊派：Khoản đó nên bổ bán theo đầu người. 那笔款应该按人头分摊。

bổ chính *đg* 补充修订：Sách in lại, có bổ chính ít nhiều. 书重新印刷，有些补充修改。

bổ chổng cẳng *đg* 摔跤，跌倒，摔得四脚朝天

bổ chửng *đg* 摔跤，跌倒：Trượt chân bổ chửng trên sàn nhà. 脚下打滑，摔倒在地板上。

bổ củi *d* 磕头虫

bổ cứu *đg* 补救

bổ di *đg* 补遗

bổ dụng *đg* 安排，分派，分配（工作）：Mới tốt nghiệp còn chờ bổ dụng. 刚毕业还在等分配。

bổ dương *đg* 补阳，壮阳

bổ dưỡng *đg* 补养，进补，滋补：Bổ dưỡng bằng sâm nhung. 用人参和鹿茸补养。

bổ đề *d* [数]（开头辅助正题的命题）引

bổ đồng *t* 平均：Bổ đồng mỗi tháng được vài trăm bạc. 平均每个月得几百元。

bổ huyết *t* 补血的 *đg* 补血

bổ hư *đg* 补虚

bổ ích *t* 有益的，有好处的：rút ra bài học bổ ích 吸取有益的教训；ý kiến bổ ích cho công tác 对工作有益的意见

bổ khí *đg* 补气

bổ khuyết *đg* ①弥补，补充：bổ khuyết kịp thời 及时弥补；góp ý kiến bổ khuyết 意见②候补

bổ ngữ *d* 补语

bổ nhào *đg* ①俯冲：Máy bay bổ nhào ném bom. 飞机俯冲投弹。②嘴啃泥：ngã bổ nhào 摔个嘴啃泥③拔腿跑，急忙跑：Mọi người bổ nhào đến. 大家急忙跑来。

bổ nháo *đg* 东奔西跑，四下奔走：Mọi người hốt hoảng, bổ nháo đi tìm. 大家慌了神，四下寻找。

bổ nháo bổ nhào=bổ nháo

bổ nhậm=bổ nhiệm

bổ nhiệm *đg* 委任，任用，任命：được bổ nhiệm làm giám đốc 被任命为总经理

bổ sấp bổ ngửa=bổ nháo

bổ sung *đg* 补充：bổ sung giấy tờ 补充材料

bổ thận *đg* 补肾

bổ trợ *đg* 补助，补充，帮助，辅助：môn học bổ trợ 辅助学科；Sách tham khảo bổ trợ cho sách giáo khoa. 参考书对教科书进行补充。

bổ trụ *đg* 砌突出的立柱：Tường nhà xây có bổ trụ. 屋墙砌有突出的立柱。

bổ túc *đg* 补充，补习，充电：bổ túc về nghiệp vụ 补习业务知识；lớp bổ túc ban đêm 晚间补习班

bổ bã *t* ①粗鲁，粗俗：ăn nói bổ bã 谈吐粗俗②粗茶淡饭：Bữa cơm bổ bã, cốt lấy no. 粗茶淡饭，只求填饱肚子。

bố₁ *d* ①父亲，爸爸：Bố nào con ấy. 有其父必有其子。②雄体，种：lựa chọn cá bố 选种鱼③[口]叔叔：Mời bố đến nhà con chơi. 请叔叔到我家来玩。④[口]用于咒骂，表不满、气愤：Nói thế thì bố ai mà biết được. 这么说谁他娘的懂得。Kệ bố nó. 由他去。⑤你（对男性同辈或对男孩）：Các bố đừng nghịch nữa. 你们不要闹了。⑥大：chai bố 大瓶子

bố₂ *d* ① [植] 麻② 麻布：áo may bằng vải bố 麻布衣

bố₃ [汉] 布 *d* [旧] 布政 (简写)

bố₄ *đg* ① 扫荡：Giặc bố suốt ngày. 敌人从早扫荡到晚。② 吓唬，威胁：Nó biết lỗi rồi, đừng bố nữa. 他知错了，别吓唬他了。

bố₅ [汉] 怖：khủng bố 恐怖

bố₆ [汉] 布：bố trí 布置

bố cáo *đg* 布告，通告，通报：bố cáo thành lập công ti 通告成立公司 *d* 布告，告示：dán bố cáo truy nã tội phạm 张贴缉拿罪犯的布告

bố chánh=bố chính

bố chính *d* [旧] ① 布政② 布政司

bố con *d* 父子

bố cu mẹ đĩ [旧] 平民百姓：hạng bố cu mẹ đĩ 平民百姓人家

bố cục *d* 布局：bố cục bài văn 文章布局 *đg* 安排，布置：bố cục lại cho chặt chẽ 重新安排紧凑些

bố dượng *d* 继父

bố đẻ *d* 生父，亲生父亲

bố đỡ *d* ① 新郎② 刚做父亲的人

bố già *d* ① 老爹，大叔 (对男性父辈年长者的称呼) ② 黑手党头目

bố láo *t* ① [口] 无礼的，没礼貌的：thái độ bố láo 态度无礼；đừng có bố láo 不得无礼② 胡乱的，瞎来的：toàn chuyện bố láo 乱来一气

bố láo bố lếu *t* 很无礼的，很没礼貌的

bố lếu=bố láo

bố lếu bố láo=bố láo bố lếu

bố mẹ [方]=cha mẹ

bố nuôi *d* 养父

bố phòng *d* 布防，设防：bố phòng cẩn mật 严密布防

bố ráp *đg* 扫荡，围剿，围捕：Cảnh sát bố ráp cả khu phố để lùng bắt tội phạm. 警察在整个街区围捕抓罪犯。

bố thí *đg* ① 布施：của bố thí 布施的物品② 施舍：thái độ bố thí 施舍的态度

bố trí *đg* 安排，布置：bố trí hợp lí 合理安排；bố trí công việc 布置工作

bố vờ *đg* ① 认义父，认干爹② 捏造：chuyện bố vờ 捏造事实

bộ₁ *d* ① 姿态，姿势：làm bộ 摆架子；làm ra bộ không hiểu 做出不懂的姿态② 样子：Bộ nó thì làm ăn gì? 他那个样子能做什么？

bộ₂ *d* ① 套：bộ quần áo này 这套衣服；bộ máy 一 套 设 备；sách trọn bộ 5 tập 全套书 5 本② 器，仪：bộ nhớ 记忆器；bộ khuếch đại ăng-ten 天线放大器；bộ giảm tốc của ô-tô 汽车减速器③ 目 (生物学分类，在纲和科之间的一项)：Bộ rùa thuộc lớp bò sát. 乌龟是龟目爬行纲。④ (汉字) 部首：cách tra chữ Hán theo bộ 按部首查汉字

bộ₃ [汉] 部 *d* ① 部，部门 (中央组织机关)：Bộ Giao thông 交通部；Bộ Giáo dục 教育部② 部，部门：bộ và các cơ quan ngang bộ 部和各部级机关；chi bộ 支部

bộ₄ *d* ① 陆，陆地：giao thông đường bộ 陆路交通② 徒步 *t* 徒手：Tra tấn bằng các loại đòn bộ. 用徒手拷打的方法拷问。

bộ₅ [汉] 步，簿

bộ biến tần *d* 变频器

bộ binh *d* 步兵，陆军：súng bộ binh 步枪

bộ cánh *d* [口] 华丽的服装：thắng bộ cánh mới 穿着华丽的衣服

bộ cắt dòng *d* 断电器，电路保护器

bộ chế hoà khí *d* 化油器，汽化器

bộ chỉ huy *d* [军] 指挥部

bộ chỉnh lưu *d* 整流器，镇流器

bộ chính trị *d* 政治局：uỷ viên bộ chính trị 政治局委员

bộ chống rung *d* 平衡仪

bộ dàn *d* 音响；组合音响：bộ dàn karaoke 卡

拉 OK 音响

bộ dạng *d* 样子，外表：bộ dạng tiều tụy 形容
　憔悴；Bộ dạng như nó sướng sao được ?
　他那样子怎么能高兴得起来？

bộ duyệt *d* [计] 阅览器

bộ đàm *d* 对讲机，步话机

bộ điều chế *d* 电流调节器

bộ điều giải *d* 调制解调器

bộ điệu *d* 举止，态度，姿态：bộ điệu rụt rè 态
　度畏缩；bộ điệu tự nhiên 举止从容

bộ đồ *d* 衣服：mặc bộ đồ mới 穿新衣服

bộ đội *d* ①部队，军队：bộ đội chủ lực 主力
　部队；bộ đội địa phương 地方部队②军人

bộ gạt nước *d* 雨刮器，雨刷

bộ giải mã *d* 解码器

bộ giảm áp *d* 解压器

bộ giảm thanh *d* 消声器

bộ giảm xóc *d* 减震器，避震器

bộ giàn *d* 音响，组合音响

bộ gõ *d* 打击乐：Trống là nhạc cụ chính trong
　bộ gõ. 鼓是打击乐的主要乐器。

bộ hạ *d* 部下，手下：dung túng cho bộ hạ làm
　càn 纵容部下乱来

bộ hành *dg* [旧] 步行，走路 *d* 行者；行路人

bộ hút gió *d* 排风扇

bộ khuếch đại *d* 放大器：bộ khuếch đại âm
　thanh 扩音器

bộ lạc *d* 部落：các bộ lạc da đỏ 印第安人部
　落

bộ li dầu *d* 油水分离机

bộ li hợp *d* 离合器

bộ lọc dầu nhớt *d* 润滑油滤清器

bộ lọc nhiên liệu *d* 燃油滤清器

bộ luật *d* 法典：bộ luật hình 刑法典

bộ máy *d* ①机关，机构：bộ máy hành chính
　行政机关；bộ máy nhà nước 国家机构②
　器官：bộ máy tiêu hoá 消化器官

bộ mặt *d* ①面目，面容，容貌：bộ mặt tươi
　tỉnh 满面春风②面貌，样子：bộ mặt thông

minh 样子聪明；bộ mặt nông thôn có nhiều
　đổi mới 农村面貌焕然一新

bộ mặt hàng *d*（店里陈列的）商品

bộ môn *d* 组，室，部门，教研室：bộ môn toán
　数学组；bộ môn chèo trong ngành sân khấu
　戏剧专业嘲戏教研室

bộ não *d* 脑，脑部

bộ ngựa *d* 床板：Bộ ngựa này gỗ rất tốt. 这
　副床板的木质很好。

bộ nhiễm sắc thể đơn bội *d* 单倍染色体

bộ nhiễm sắc thể lưỡng bội *d* 双倍染色体

bộ nhớ *d* [计] 存储器

bộ nhớ chết *d* 只读内存储器

bộ nhớ chỉ đọc *d* 只读存储器

bộ nhớ ngoài *d* 外存储器

bộ nhớ sống *d* 随机存储器

bộ nhớ sơ cấp=bộ nhớ trong

bộ nhớ trong *d* [计] 内存储器

bộ óc *d* 脑子，脑袋，头脑：một bộ óc kì diệu
　神奇的脑袋；bộ óc nhạy bén 头脑敏锐

bộ ổn áp *d* 稳压器

bộ phận *d* ①部分：bộ phận của cơ thể 身
　体的一部分②局部：chỉ thấy bộ phận mà
　không thấy toàn cục 只看局部而不看全局
　③部件，总成：các bộ phận của máy 机器
　的各总成

bộ phóng điện *d* 放电器

bộ rung cơ khí *d* 振动器

bộ sậu *d* [口] 班子，集体：bộ sậu lãnh đạo
　của công ti 公司领导班子

bộ thể nhiễm sắc *d* 染色体

bộ tịch *d* 举止，态度，姿态：bộ tịch phách lối
　举止傲慢

bộ tộc *d* 部族：bộ tộc da đỏ ở châu Mĩ 美洲
　的印第安部族

bộ tổng tư lệnh *d* 总司令部

bộ trưởng *d* 部长：bộ trưởng Bộ Quốc phòng
　国防部长

bộ tư lệnh *d* 司令部

bộ tướng *d* ①相貌,仪表: bộ tướng oai phong
  ý tượng威严②部将

bộ vạt *d* 竹床; 售货竹台

bộ vi xử lí *d* [计] 微处理器

bộ vị *d* 部位: bộ vị cấu âm 发音部位

bộ xử lí *d* [计] 处理器

bộ xử lí trung tâm *d* 中央处理器, CPU

bốc₁ *d* ①啤酒杯: uống mấy bốc bia 喝几杯
  啤酒②汽啤酒

bốc₂ *d* [机] 肠道冲洗器

bốc₃ *d* 拳击

bốc₄ *d* (前面留长、其他地方剪短的) 发式

bốc₅ *đg* ① 捧, 掬: bốc gạo 捧把米② 抓药:
  bốc mấy thang thuốc 抓几副中药③ 装 (上):
  bốc hàng lên xe 装货上车④ 殓, 收殓: bốc
  hài cốt 收殓遗体⑤ 掀 (走), 搬 (走), 移
  (走): bốc mộ 移墓; Bão bốc cả mái nhà.
  台风掀翻了整个屋顶。Bốc cả gia đình đi
  nơi khác. 把全家搬到别处。

bốc₆ *đg* ① (烟、火、汽等) 上冒, 上涌, 上冲:
  ngọn lửa bốc cao 火焰上窜; bùi bốc mù
  trời 尘土遮天② (情绪) 上顶, 上涌: máu
  nóng bốc lên đầu 热血冲头③ [口] 激动,
  冲动: tính hay bốc 爱冲动④ [口] 上蹿,
  快速生长: Mưa xuống cây bốc nhanh lắm.
  下雨树蹿得很快。*t* 激昂, 亢奋: Ban nhạc
  chơi rất bốc. 乐队演奏得很激昂。

bốc bải *đg* 用手抓来吃: Bốc bải cho nhanh
  cũng được. 为了快些,用手抓着吃也行。

bốc cháy *đg* 燃烧

bốc dỡ *đg* 装卸: bốc dỡ hàng 装卸货物

bốc đồng *t* [口] 冲动, 心血来潮: tính bốc
  đồng 喜欢冲动

bốc giời=bốc rời

bốc hoả *đg* ① (中医) 上火,热气② [口] 上
  火,冒火: Vừa nói đến đã bốc hoả. 刚一提
  到就冒火。

bốc hốt *đg* ①收拾,清洁②溜须拍马: Bốc
  hốt thượng cấp để mong được tăng chức.

拍上级马屁想得提拔。③无礼对待,粗
暴对待 (女性)

bốc hơi *đg* 蒸发, 蒸腾: nước bốc hơi 水汽蒸
  腾

bốc lửa *t* [口] 激励的, 煽情的, 心动的:
  giọng ca bốc lửa煽情的歌声; Cô ca sĩ có
  thân hình bốc lửa. 女歌手有着让人心动的
  身材。

bốc mã=bốc mộ

bốc mộ *đg* 迁葬, 改葬

bốc mũi bỏ lái *đg* 挖肉补疮

bốc phét *đg* 吹牛, 夸海口: tính hay bốc phét
  喜欢吹牛

bốc rời *đg* 挥金如土, 挥霍无度: có tính bốc
  rời 挥霍成性

bốc thăm *đg* 抽签: Cơ quan tổ chức bốc thăm
  chọn đề thi. 单位组织抽签选考题。

bốc thơm *đg* 吹捧: Sự bốc thơm quá mức có
  thể sẽ phá hỏng sự nghiệp của thần đồng
  bóng đá này. 过分吹捧可能会毁了这个
  足球天才的事业。

bốc trời=bốc rời

bốc vác *đg* (人力) 装卸、堆放货物: công nhân
  bốc vác 装卸工; bốc vác thóc xuống thuyền
  装谷子上船

bốc xếp *đg*装卸、堆放货物: bốc xếp sách vào
  kho 搬书入库

bộc₁ *t* 空的: cây bộc ruột 空心树

bộc₂ *d* 台阶

bộc₃ [汉] 爆, 暴

bộc bạch *đg* 剖白, 坦露: bộc bạch tâm sự 坦
  露心扉

bộc lộ *đg* ①暴露: bộc lộ mâu thuẫn 暴露矛
  盾②坦露, 表露: bộc lộ tình cảm 表露情
  感

bộc phá *đg* 爆破: bộc phá công sự ngầm 爆
  破地下工事 *d* 炸药: đánh bằng bộc phá 用
  炸药攻击

bộc trực *t* 直爽, 耿直: ăn nói bộc trực 为人

直爽

bộc tuệch *t* [口] 憨直, 憨实: tính bộc tuệch 性格憨直

bộc tuệch bộc toạc *t* 很憨直, 很憨直

bôi *đg* ①涂, 抹, 擦, 沾: bôi hồ lên giấy 往纸上涂糨糊; bôi thuốc 擦药; môi bôi son 涂口红; Quần áo bị bôi bẩn. 衣服沾上脏东西。②[口] 拖拖拉拉: Có chút công việc bôi ra mấy ngày liền. 一点儿工作拖拉了几天。③[口] 生事, 惹事: Đừng bôi việc nữa. 不要惹事了。④诬陷, 诬告, 拆台: Anh em thân cận cả, đừng có bôi gần gũi xấu nhau nữa. 都是好兄弟, 不要互相拆台了。⑤擦掉, 抹去

bôi bác *đg* ①马虎, 草率: Làm ăn bôi bác. 营生做得马马虎虎。②[口] 贬低, 丑化, 诋毁: bôi bác nhau 互相诋毁

bôi cung xà ảnh 杯弓蛇影

bôi đen *đg* ①抹黑, 歪曲, 诋毁: bôi đen hiện thực 给现实抹黑②(电脑操作) 选择: bôi đen một đoạn văn bản 选择一段文字

bôi nhọ *đg* 抹黑, 歪曲: bôi nhọ lịch sử 歪曲历史

bôi gio trát trấu [方] 羞辱, 玷污, 使丢脸

bôi gio trét trấu =bôi gio trát trấu

bôi trơn *đg* 上油, 上润滑剂: tra dầu để bôi trơn máy 倒出润滑油给机器上油

bồi₁ *d* 男仆, 男佣; 男服务员, 侍应生

bồi₂ [汉] 培 *đg* ①培加, 添加: đắp đất bồi đê 培土加厚堤坝②淤积: đất bồi 淤泥③裱, 糊裱: bồi tranh 裱画④追加: nói bồi thêm một câu 加上一句话; bắn bồi thêm mấy phát 追加几枪

bồi₃ [汉] 赔: bồi thường 赔偿

bồi₄ [汉] 陪: bồi thẩm 陪审

bồi₅ [汉] 徘

bồi bàn *d* 餐厅侍者, 男服务员, 侍应生: gọi bồi bàn tính tiền 叫服务员结账

bồi bếp *d* 男佣, 男仆

bồi bổ *đg* 增加, 补充: bồi bổ kiến thức 增加知识; bồi bổ sức khoẻ 补充体力

bồi bút *d* 御用文人

bồi dưỡng *đg* ①补养, 滋补: bồi dưỡng sức khoẻ 滋补身体②培养, 培训, 提高: bồi dưỡng cán bộ trẻ 培养年轻干部; bồi dưỡng nghiệp vụ 提高业务水平; mở khoá bồi dưỡng viết văn 开写作培训班③补贴, 补助

bồi đắp *đg* 培高, 加厚: bồi đắp chân đê 培高堤坝; phù sa bồi đắp 冲积层加厚了

bồi hoàn *đg* 偿还, 赔偿, 交还: bồi hoàn tiền tham ô công quĩ 偿还贪污的公款

bồi hồi *t*; *đg* 不安, 躁动, 忧虑: lòng cứ bồi hồi 忧心忡忡

bồi khoản *d* 赔款: bồi khoản chiến tranh 战争赔款

bồi lắng *đg* 淤积, 堵塞: luồng lạch bị bồi lắng 河道淤塞

bồi lấp *đg* 淤积, 淤塞, 堵塞: khai thông những đoạn kênh bị bồi lấp 疏通被淤塞的河道

bồi phòng *d* 客房服务员

bồi thẩm *d* 陪审员

bồi thường *đg* 赔偿: bồi thường bảo hiểm 保险理赔; Bồi thường cho gia đình nạn dân. 向受害人家属赔偿。

bồi tích *d* 淤泥

bồi trúc *đg* 加固 (堤坝)

bồi tụ *đg* 淤积, 冲积: Quá trình bồi tụ lâu dài tạo nên các đồng bằng. 长期冲积形成了平原。

bồi *d* ①干草: đống bồi 堆草垛; Hết củi phải đun bằng bồi. 柴烧完了用干草来烧。②秕谷和稻草屑: Trộn đất lẫn bồi để trát tường. 用泥拌秕谷和稻草屑来抹墙。③蘸料: ít thịt nhiều bồi 肉少蘸料多④赌注: đặt nhiều bồi 押大赌注

bồi hồi *t* [口] 不安: ruột gan bồi hồi 心情不安 *đg* 躁动, 忧虑

bồi hồi bồi hồi *t* 很不安

bồi₁ *d* 护坡; 辅堤

bồi₂ *d* 扎, 把, 捆, 束: bồi tóc 一束头发 *đg* 扎 发髻, 盘发髻

bồi₃ [汉] 背 *d* 背: bồi cảnh 背景

bồi₄ [汉] 贝: bảo bối 宝贝

bồi cảnh *d* 背景, 环境: trong bối cảnh hội nhập với quốc tế 在融入国际社会的背景下; được sống trong bối cảnh hoà bình 生活在和平的环境中

bồi rối *t* 惊慌, 慌乱: trong lòng cứ bối rối 心里惴惴不安 *đg* 不知所措

bội₁ [汉] 背 *đg* 背离: bội nghĩa vong ân 忘恩背 (负) 义

bội₂ [汉] 倍 *t* 成几倍的, 翻几倍的: Thu bội lên đến hơn chục triệu. 收入翻了几倍, 达到上千万。Người đông gấp bội. 人多了几倍。 *d* 乘积 (倍数)

bội₃ *d* 笼子

bội₄ [汉] 佩

bội bạc *t* 忘恩负义的, 无情无义的: con người bội bạc 无情无义的人

bội chi *đg* 透支, 赤字, 入不敷出: Chi tiêu hợp lí, tránh bội chi. 合理支出, 避免透支。

bội chi ngân sách 财政赤字

bội chung *d* 公倍: bội chung nhỏ nhất 最小公倍

bội nghĩa *đg* 负义: bội nghĩa vong ân 忘恩负义

bội nhiễm *đg* [医] 交叉感染; 重复感染: Điều trị dứt điểm để tránh bội nhiễm. 彻底治疗避免重复感染。

bội ơn *đg* 忘恩, 忘恩负义: kẻ bội ơn 忘恩负义的家伙

bội phản *đg* 反叛, 背叛

bội phần *p* 倍加, 加倍: bội phần sung sướng 倍加欣喜

bội số *d* 倍数: 9 là bội số của 3. 9是3的倍数。

bội số chung *d* 公倍数: bội số chung nhỏ 最 小公倍数

bội thu *đg* ①丰收, 大丰收: một vụ mùa bội thu 一个大丰收的季节 ② 盈余: chẳng mấy khi bội thu 从来没有盈余

bội thực *đg* ①暴饮暴食, 吃撑, 吃胀 [转] 膨胀: bội thực thông tin 信息膨胀; Người thì chết đói, người thì chết bội thực. 有人饿死, 有人撑死。

bội tín *đg* 失信, 背信, 没信誉, 背信弃义: việc làm bội tín 做的事没信誉

bội tình *đg* 无情, 负心: kẻ bội tình 负心郎

bội ước *đg* 背约, 背叛, 违约: bội ước với người yêu 背叛情人

bôm bốp [拟] 噼噼啪啪: vỗ tay bôm bốp 噼噼啪啪地鼓掌

bồm bộp [拟] 噗噗: vỗ bồm bộp vào vai 噗噗地拍肩膀

bôn [汉] 奔 *đg* ①奔跑: bôn nhanh về phía trước 快速地向前奔跑 ②私奔, 偷情

bôn ba *đg* 奔波, 奔忙: bôn ba tìm đường sống 奔波谋生

bôn cạnh *đg* 竞争, 追名逐利

bôn chôn *t* 忧虑: bôn chôn trong dạ 心里忧虑

bôn hành *đg* (为自己的事) 奔忙, 忙活

bôn sê vích *d* 布尔什维克 *t* 布尔什维克的: tinh thần bôn sê vích 布尔什维克精神

bôn tập *đg* 奔袭

bôn tẩu=bôn hành

bôn xu *đg* 献殷勤, 谄媚: bôn xu bọn quyền quí 向权贵谄媚

bồn₁ [汉] 盆 *d* ①盆: bồn hoa 花盆; bồn tắm 洗澡盆; bồn rửa bát 洗碗盆 ②垄地: bồn hoa 花垄

bồn₂ *đg* [方] (牛、马等) 奔跃, 奔腾: Con trâu cong đuôi bồn thẳng ra đồng. 水牛夹着尾巴往田里直奔。

bồn binh=bùng binh

bồn cầu *d* 坐厕, 坐便器

bồn chồn *t*; *đg* 忐忑不安, 局促不安: bồn

chồn chờ kết quả thi 忐忑不安地等待考试
结果

bồn địa *d* 盆地：bồn địa Tứ Xuyên 四川盆地

bồn tắm *d* 洗澡盆，浴盆

bổn₁ [汉] 本 (同 bản₄)：vong bổn 忘本

bổn₂ *d* 份 (同 bản₃)：đánh máy nhiều bổn 打
印多份

bổn phận *d* 本分，义务，责任：làm tròn bổn
phận của mình 尽好自己的责任

bổn thân=bản thân

bốn *d* 四，肆：bốn người 四个人；Một năm
có bốn mùa. 一年有四季。

bốn bể=bốn biển

bốn bể một nhà ①四海之内皆兄弟②四海
归一，一统天下

bốn biển *d* 四海，全球，全世界：đi khắp bốn
biển 走完全球

bốn mùa *d* 四季，全年

bốn mươi *d* ①四十②四十岁

bốn phương *d* 四方，各地：đi khắp bốn phương
跑遍各地

bốn phương tám hướng 四面八方

bộn *t* ①[口] 多，繁多，繁杂：cuối năm việc
bộn lên 年底事情繁多起来②[方] 多：kiếm
được bộn tiền 捞得大把钱③岁数大：Anh ta
đã bộn tuổi. 他已经一把年纪了。

bộn bàng *t* 杂乱，繁乱，繁多：công việc bộn
bàng 工作繁多

bộn bề=bề bộn

bộn rộn *t*① [口] 繁乱：Tiếng cười nói bộn
rộn. 说笑声乱成一片。②不安：Ánh mắt
ấy làm chàng trai bộn rộn trong lòng. 那个
目光使小伙子心中不安。

bông₁ *d* ①棉花树：cánh đồng trồng bông
棉田②棉，棉花，棉絮：chăn bông 棉被
③絮状物：ruốc bông 肉松 *t* 蓬松，膨发：
tóc bông 蓬松的头发；đánh trứng cho thật
bông 把蛋打发起来

bông₂ *d* ①穗：bông lúa 稻穗②[方] 花：bông

cúc 菊花；đốt pháo bông 放花炮③枝，朵：
hái một bông hồng 摘枝玫瑰④[方] 耳环：
tai đeo bông 戴耳环

bông₃ *d* ①购物券②购物票：bông mua vải
布票

bông₄ *d* 校样：đọc bông 看校样；sửa bông
hai 修改二校样

bông₅ *đg* 开玩笑：nói bông 开玩笑

bông băng *d* 脱脂棉

bông bênh *t* 孤零，孤单：đứng bông bênh trên
cảnh 孤零零地站在树枝上

bông búp *d* ①花蕾②金耳环

bông cải *d* 菜花

bông cái *d* 雌蕊

bông đá *d* 石棉

bông đùa *đg* 开玩笑：tính hay bông đùa 喜
欢开玩笑；nói bằng giọng bông đùa 用开
玩笑的语气说

bông đực *d* 雄蕊

bông gạo *d* 木棉树

bông giấy *d* 纸花

bông gòn *d* ①棉絮②医用吸水棉

bông hấp *d* 消毒药棉

bông hoa *d* 花朵

bông khoáng *d* 矿棉，矿物纤维

bông hột *d* 籽棉

bông lông *t* ①虚浮，不实：ý nghĩ bông lông
想法不实②游荡的，没着落的，漫无目的
的：đi chơi bông lông 漫无目的地瞎逛

bông lơn *đg* 开不正经玩笑：tính hay bông
lơn 爱开不正经玩笑

bông pháo *đg* 天花乱坠：Nói bông pháo huyên
thiên không có hiệu quả nào. 说得天花乱坠
没有一点儿效果。

bông phèng *đg*[口] 开玩笑：tính hay bông
phèng 爱开玩笑

bông tai *d* 耳环：đôi bông tai bằng vàng 金
耳环

bông thấm nước *d* 医用吸水棉

bông thùa *d* 海葵

bông thuốc *d* 药棉

bông tiêu *d* 航标

bông xơ *d* ①皮棉②纤维

bồng₁ *d* 细腰鼓

bồng₂ *d* 腰包

bồng₃ *đg* [方] 抱：bồng con 抱孩子

bồng₄ *t* 蓬起的，隆起的：tóc chải bồng 梳得蓬起来的头发；áo bồng vai 隆肩衣服

bồng₅ [汉] 蓬：bồng bột 蓬勃

bồng bế *đg* 抱

bồng bềnh *đg* 漂浮，漂荡，起伏，荡漾，飘拂：mây trôi bồng bềnh 云彩漂浮；Thuyền bồng bềnh trên mặt nước. 船漂在水面上。

bồng bột *t* 蓬勃，激奋，活跃，亢奋：tình cảm bồng bột 激情；suy nghĩ bồng bột 思维活跃

bồng lai *d* 蓬莱：bồng lai tiên cảnh 蓬莱仙境

bồng lồng *t* ①蓬松轻飘：gánh rơm bồng lồng 稻草挑起来蓬松轻飘②轻浮，不踏实

bồng mạc *d* (吟唱六八诗的) 调子

bồng súng *đg* (举枪) 致意：bồng súng chào 举枪致意

bồng trống *đg* 拖儿带女，拖家带口：Vợ chồng con cái bồng trống nhau về nhà. 夫妻拖儿带女回家。

bổng₁ [汉] 俸 *d* ①薪俸，金钱：hưu bổng 退休金；học bổng 奖学金②外快：lương ít bổng nhiều 薪金少外快多

bổng₂ *t* ①高亢：giọng nói lên bổng xuống trầm 声音时而高亢时而低沉②升高的，升起的：ném bổng lên 抛高起来；nhấc bổng lên 提升起来

bổng bềnh *d* 那点儿工资：Bổng bềnh ăn thua gì？那点儿工资管什么用？

bổng lộc *d* ①俸禄：được hưởng bổng lộc của triều đình 享受朝廷俸禄②[口] 外快，外水，额外收入：Tính cả lương lẫn bổng lộc cũng được kha khá. 工资加上外快，收入还不错。

bổng ngoại *d* 外快，外水

bỗng₁ *d* ①酒糟②沤酸的菜、草等：ủ bỗng chua cho lợn 喂猪吃沤酸的菜

bỗng₂ *t* 轻 (飘飘)：nhấc bỗng lên 轻轻一提就起来了

bỗng₃ *p* 忽然：trời bỗng nổi gió 天忽然起风

bỗng chốc *p* 霍地，忽然：Bao nhiêu điều lo lắng bỗng chốc tiêu tan. 多少忧虑霍地消散。Trời bỗng chốc tối sầm. 天忽然暗了下来。

bỗng dưng *p* 无缘无故地，突然地：Thắng lợi không phải bỗng dưng mà có. 胜利不会无缘无故地获得。

bỗng đâu *p* 忽然，骤然：Bỗng đâu nó lại đến. 他忽然又来了。

bỗng không *p* 无缘无故地：Làm sao mà người ta lại bỗng không nói oan cho anh. 人家怎么会无缘无故地冤枉你。

bỗng nhiên *p* 骤然，忽然，猛然：Bỗng nhiên trời đổ mưa. 天骤然下起雨来。

bộng *d* 笋壳鱼，刺鰕虎鱼

bộng₁ *d* ①坑，洞：đào bộng trồng cây 挖坑种树；Gỗ bị mọt, có nhiều bộng. 木头被蛀，有许多洞眼。②蜂箱

bộng₂ *d* 大瓦锅：luộc một bộng khoai 煮一大瓦锅红薯

bộng ong *d* 蜂箱

bộng ruột *t* ①中空的：cây gỗ bộng ruột 空树心②饿，腹空：đạc bộng ruột từ sáng sớm 一大早就饿着肚子

bốp₁ *đg* 顶撞，冲撞，不给面子：Bốp mấy câu làm lão ta ngượng chín mặt. 被顶撞几句，老头儿憋红了脸。

bốp₂ [拟] 啪：tát bốp vào mặt 啪地一个耳光

bốp₃ *t* [口] (衣着) 华丽；华美：diện thật bốp 打扮得真华丽

bốp₄ *d* 公文包；钱包

bốp chát *đg* (说话) 冲，无顾忌，顶撞：hơi

một tí là bốp chát luôn 动不动就顶撞起来

bốp phơi *d* ①公文包,文件夹②钱包,钱夹

bốp xốp *t* ①松软②饶舌,多嘴多舌

bộp₁ *đg* (说话) 无顾忌

bộp₂ [拟] 嘭: Quả mít rơi bộp xuống đất. 波罗蜜嘭地掉到地上。

bộp₃ *t* 糠心儿的,酥松的: cam bộp 糠心儿橙子

bộp bạp *t* 真诚老实: ăn nói bộp bạp 为人真诚老实

bộp chộp *t* 轻率,毛躁,浮躁: Tính bộp chộp, làm gì hỏng nấy. 性情毛躁,什么都做不成。

bốt₁ (poste) *d* (小型) 军营;岗亭: bốt cảnh sát 警察亭; bốt gác 岗亭; Giặc đóng bốt trong làng. 敌军在村里扎营。

bốt₂ (botte) *d* 靴子,高筒鞋: đi bốt cao su 穿长筒水鞋; Chân đi đôi bốt trắng. 脚上穿着一双白靴子。

bốt-sét *d* 小布袋

bốt-tin *d* 高帮皮鞋

bột₁ *d* ①粉,粉末: xay bột 磨粉; nghiền thành bột 碾成粉; bột kim loại 金属粉末; bột mài 打磨粉; bột máu 血粉② (婴儿吃的) 米糊: cho bé ăn bột 给孩子吃米糊③石膏,石膏粉: Bị gãy chân phải bó bột. 骨折要打石膏。

bột₂ *d* 小鱼儿,鱼仔: Đi thuyền vớt bột. 坐船在河上捞小鱼。

bột₃ *p* 猛然,骤然

bột₄ [汉] 勃

bột bán *d* 西米

bột bang *d* 桄榔粉

bột cá *d* 鱼粉

bột củ sen *d* 藕粉

bột dong *d* 美人蕉根粉

bột đá *d* 滑石粉

bột đậu xanh *d* 绿豆粉

bột gạo *d* 大米粉

bột giặt *d* 肥皂粉,洗衣粉: bột giặt cao cấp 高级洗衣粉

bột giấy *d* 纸浆

bột kẽm *d* 氧化锌粉

bột khoai *d* 红薯粉

bột khởi *đg* 奋起,崛起,涌起,迸发: Sức mạnh bột khởi của phong trào. 运动迸发出的强大力量。

bột lọc *d* 淀粉

bột mì *d* 面粉

bột nếp *d* 糯米粉

bột nếp lọc *d* 用水沉淀的糯米粉

bột ngọt *d* 味精: Cho tí bột ngọt vào canh. 放些味精到汤里。

bột nhám *d* 抛光沙,打光沙

bột nhão nước *d* 面筋

bột nhẹ *d* 碳酸钙

bột nở *d* 泡打粉,发酵粉,发泡粉

bột nước *d* 米粉浆

bột phát *đg* 突发,骤起: những cơn đau bột phát dữ dội 骤发阵阵剧痛; hành động bột phát 突发行为

bột sắn *d* ①木薯粉②木薯淀粉

bột sắn dây *d* 葛薯粉

bột sơn *d* 漆粉,颜料

bột tan *d* 钛白粉

bột tạt *d* 芥末,芥黄

bột tẩy trắng *d* 漂白粉

bột tề *d* 荸荠,马蹄

bột thịt xương *d* 肉骨粉

bột tương *d* 黄豆粉

bột xương *d* 骨粉

bơ₁ *d* 奶油,黄油: ăn bánh mì với bơ 面包抹黄油吃

bơ₂ *d* ①用做计量的奶油罐②一奶油罐的量: một bơ gạo 一奶油罐大米

bơ₃ *d* 油梨

bơ₄ *đg* 端,捧,提: bơ cái va li lên gác 提着箱子上楼

bơ₅ *đg*[口] 装聋作哑, 装作没看到, 装不知道: Thấy bạn mà cứ bơ đi. 见到朋友像没看到似的走了过去。

bơ₆ *đg* 失望, 失落

bơ bải *t* 匆忙, 急急巴巴: Đi đâu mà bơ bải thế? 上哪儿去这么匆忙?

bơ bơ *t* 无动于衷, 无所谓: Nói thẳng vào mặt nó cứ bơ bơ ra. 被指着鼻子说, 他依然无所谓地往外走。

bơ miệng *đg* ①忍饥挨饿: Cả nhà nằm bơ miệng. 全家人忍饥挨饿。②不吱声, 不吭声: Ai hỏi cũng bơ miệng. 谁问都不吭声。

bơ ngơ *t* 局促, 不知所措: vẻ mặt bơ ngơ trước cảnh lạ 面对陌生环境不知所措

bơ phờ *t* 无精打采: vẻ mặt bơ phờ 脸上没精打采

bơ thờ *t* 怅然, 怅惘

bơ vơ *t* 孤单飘零, 孤苦漂泊: sống bơ vơ 孤苦漂泊的生活

bờ *d* ①堤岸, 岸边: bờ sông 河岸; bờ biển 海岸②围墙, 围栏: bờ giậu 篱笆③田埂④边缘, 凸起部分

bờ bến *d* 岸, 岸边: Biển cả mênh mông, không thấy đâu là bờ bến. 大海辽阔, 望不到边。

bờ biển *d* 海岸, 海滨

bờ bụi *d* 树丛: tìm khắp các bờ bụi 寻遍所有树丛

bờ cõi *d* ①边界, 国界: Quân giặc đã tiến sát bờ cõi. 敌军接近边界。②国土, 领土: xâm phạm bờ cõi 侵犯领土

bờ đập *d* 堤堰

bờ đê *d* 堤, 堤防

bờ đường *d* 路沿

bờ giậu *d*[口] 篱笆, 围栏, 围栅

bờ giếng *d* 井台

bờ hồ *d* 湖滨, 湖畔

bờ khoảnh *d* 田埂

bờ lạch *d* 沟沿

bờ-lu(blouse) *d*(在医院、实验室穿的) 大褂儿: Các y tá bác sĩ đều mặc bờ-lu trắng. 医生护士都穿白大褂。

bờ-lu-dông(blouson) *d* 夹克, 夹克衫

bờ mẫu *d*(田与沟渠之间的) 隔道

bờ mỏ *d* 露天矿

bờ quai *d* 加高堤, 辅堤

bờ rào *d*[口] 篱笆, 围栅: Con chó chui qua bờ rào. 狗钻过篱笆。

bờ-rát-xa *d* 袖标

bờ ruộng *d* 田埂, 阡陌

bờ thửa *d*(排水或保水用的) 田埂

bờ tre *d* 竹篱笆

bờ vùng *d*(洼田的) 排灌堤埂

bờ xôi ruộng mật 好地, 肥地, 肥沃田地

bở *t* ①酥松: đất bở 土地酥松②糜朽: Dây bở, động vào là đứt. 绳子糜了, 一碰就断。③ [口] 有利可图的, 有油水的: vớ được món bở 捞到油水④ [口] 疲劳, 疲乏: mệt bở cả người 全身疲乏

bở hơi tai *t* ①筋疲力尽: chạy bở hơi tai 跑得筋疲力尽②竭尽全力

bở vía *t* 魂不附体, 魂飞魄散: sợ bở vía 吓得魂不附体

bỡ ngỡ *t* ; *d*(因陌生、生疏而) 茫然, 不知所措: bỡ ngỡ với công việc 对工作茫然无知; bỡ ngỡ trước cuộc sống mới lạ 面对新环境不知所措

bố *c* 喂 (呼叫同辈或低辈分人): Bố bà còn, cướp cướp! 喂, 来人啊, 打劫了!

bố ngớ *t* 茫然, 不知所措

bợ *đg* ①托起, 端起: bợ thúng thóc 托起谷筐②奉承, 讨好

bợ đít *đg* 拍马屁, 讨好: bợ đít quan thầy 拍当官的马屁

bợ đỡ *đg* 讨好, 拍马屁: bợ đỡ cấp trên 讨好上级

bợ hơi *đg* 讨好, 阿谀, 奉承: Nó chi bợ hơi người khác thôi. 他就会奉承别人。

bơi *đg* ①游泳, 泅: bể bơi 游泳池; Đàn cá

bơi tung tăng. 鱼群欢快地游着。②划（船）：bơi xuồng đi câu cá 划小艇去钓鱼 ③［口］（工作）繁忙：bơi trong công việc 忙于公务 d 浆，棹

bơi bướm *d* 蝶泳

bơi chó *d* 狗刨式游泳

bơi cơ ren *d* 自由泳

bơi dai sức *d* 长距离游泳

bơi đứng *đg* 踩水

bơi ếch *d* 蛙泳

bơi lội *đg* 游，游水，游泳，泅水：trổ tài bơi lội 卖弄泳技

bơi ngửa *d* 仰泳

bơi nhái *d* 蛙泳

bơi sải *d* 爬泳，自由泳

bơi thuyền *đg* 划船

bơi trải *đg* 划龙舟，赛龙舟：mở hội thi bơi trải 举办划龙舟比赛

bơi tự do *d* 自由泳

bời *t* 纷乱，散乱，混乱：đầu óc rối bời 头脑一片混乱

bời bời₁ *t* 混乱，杂乱：Việc nhà việc nước bời bời. 家事国事堆在一起很混乱。

bời bời₂ *t* 棒，好：Lúa tốt bời bời. 稻子长得很好。

bời rời *t* ①松散，零散：Văn chương bời rời. 文章结构松散。②疲软无力：tay chân bời rời 手脚疲软无力

bởi *k* ①因为，由于：Bởi siêng năng anh ấy nên mới có bát ăn bát để. 因为他辛勤工作，所以才能过上温饱的日子。②由：Các tài liệu thiết kế được cung cấp bởi bên bán cho bên mua như trong phụ lục hợp đồng. 根据合同附件规定，由卖方提供设计资料。

bởi chưng *k*［旧］因为，由于

bởi đâu *k* 为什么，缘何，因何：Bởi đâu có cái buồn này? 缘何有这样的苦闷？

bởi sao *k* 何故，缘何

bởi thế *k* 因此，为此：Bởi thế nó phải ra đi. 他因此必须出去。

bởi vậy *k* 因此，所以：Mình đã xin lỗi, bởi vậy người ta mới bỏ qua . 我道歉了，所以人家才原谅。

bởi vì *k* 因为，由于：Vấn đề phải gác lại, bởi vì ý kiến còn khác nhau nhiều. 问题要先搁置下来，因为意见分歧还很大。

bới₁ *đg* ①挖开，扒开：bới khoai 挖红薯；Gà bới rác tìm mồi. 鸡扒拉垃圾找食物。②翻，兜，揭：bới chuyện người khác 揭别人的短③［方］骂人祖宗三代：Không khéo nó lại bới cho đấy. 搞不好她又来骂了。

bới₂ *đg* ①［方］翻松，扒松：Bới cơm ra bát. 翻松米饭装到碗里②带食物在路上吃

bới bèo ra bọ 吹毛求疵

bới lông tìm vết 吹毛求疵，找茬贬低

bới móc *đg* 揭短，揭丑：bới móc chuyện riêng của người khác 揭别人的短

bới tóc *đg* 梳髻

bới việc *đg* 骚扰，寻衅

bới xấu *đg* 揭短，揭丑

bơm *d* ①泵②打气筒：bơm xe đạp 自行车打气筒 *đg* ①抽，泵：bơm nước 抽水②（用气压）打，喷，施：bơm thuốc trừ sâu 喷农药③充气，打气：bơm quả bóng cho thật căng 给球打足气④［口］增加资金投入、投放：Bơm thêm vốn để phát triển kinh doanh. 增加资金投入以扩大经营。⑤［口］夸大：bơm phồng khó khăn 夸大困难；bơm to chuyện 夸大事实

bơm cao áp *d* 高压泵

bơm chân không *d* 真空泵

bơm dầu *d* ①油泵②手油枪

bơm li tâm *d* 离心泵

bơm lọc *d* 滤油泵

bơm mỡ *d* 黄油枪，黄油唧筒

bơm nén *d* 压缩泵

bơm nước *d* 水泵

bơm phồng *đg* 夸大：bơm phồng thành tích 夸大成绩

bơm thuỷ lực *d* 液压泵，液压机

bơm tiêm *d* 注射器

bơm vòi rồng *d* 消防泵，水炮

bờm *d* ①鬃，鬣：bờm ngựa 马鬃；Sư tử đực có bờm. 雄狮有鬣毛。②蓬乱的头发：tóc để bờm 头发蓬乱

bờm đầu *t* 老大不小：lớn bờm đầu còn làm nũng 老大不小了还撒娇

bờm xơm *đg* 调戏：không được bờm xơm với phụ nữ 不得调戏妇女

bờm xờm *t*（毛发、胡子）蓬乱：tóc tai bờm xờm 头发蓬乱

bợm *d*① [口] 老手：bợm cờ bạc 赌博老手② 干坑蒙拐骗的人 *t* 老练，老到，成熟：xoay xở rất bợm 处理得很老练

bợm ăn cắp *d* 惯偷

bợm bạc *d* 赌棍，赌徒

bợm bãi *d* 骗子，拐子 *t* 善于欺骗的，善于欺诈的：trò bợm bãi 欺骗的手段；tay bợm bãi 诈骗老手

bợm già *d* [口] 诈骗老手，惯骗

bợm rượu *d* 酒鬼，酒徒

bơn₁ *d* 沙洲

bơn₂ *d* 比目鱼

bơn bớt *đg* 略减，稍减：Bệnh mới bơn bớt một chút. 病情略为减轻。

bờn bợt *t* 褪色的，褪白的：Chiếc áo đã bờn bợt màu. 衣服已经褪白。

bỡn *đg* ①玩笑，玩耍；儿戏：nói nửa thật nửa bỡn 半玩笑半认真地说；dễ như bỡn 易如反掌②玩儿似的做，没怎么认真地做：làm bỡn ăn thật 玩儿似的就挣到钱

bỡn cợt *đg* 戏弄，耍笑，玩笑：tính hay bỡn cợt 喜欢开玩笑

bớn *t* 羸弱，孱弱：Bớn thế làm được chi. 这么虚弱的能做什么。

bợn *d* 污垢，污渍，污物，脏东西：Bợn dạt vào bờ sông. 脏东西漂到河边。*t* 脏：nước bợn 脏水 *đg* 牵挂，烦扰：Lòng không bợn những chuyện tư lợi. 心里没有私利的烦扰。

bớp₁ *đg* 批，捆，拍：bớp nhẹ lên đầu 轻拍一下头

bớp₂ *d* [口] 妓女

bợp *đg* 批，捆：bợp tai 打耳光 *d* 耳光：bị ăn mấy cái bợp tai 吃了几个耳光

bớt₁ *d* 斑，斑记；胎记：Có cái bớt trên má. 脸上有斑痕。

bớt₂ *đg* ①减少，降低：thêm bạn bớt thù 添一个朋友，少一个敌人② [口] 匀出，留出：bớt cơm để phần 留一些饭；bớt chút thì giờ 留些时间③ [口] 让出：Anh mua nhiều thế, bớt cho tôi một tí. 你买这么多，让一些给我。

bớt giá *đg* 降价，减价

bớt lời *đg* 少言，少开口

bớt miệng [口] ①节食，节约，节俭：bớt miệng để dành 省吃俭用积攒钱②少说话，少开口：Ở nơi đông người nên bớt miệng. 在人多的地方要少开口。

bớt mồm bớt miệng [口] 很少说话很少开口

bớt xén *đg* 克扣，揩油：bớt xén tiền công của thợ 克扣工人工资

bớt xớ *đg* ① [口] 克扣：bớt xớ vật liệu 克扣材料②磨价，缠磨压价：Như thế là rẻ rồi, không bớt xớ được nữa. 这样已经便宜了，不能再磨价了。

bợt *t*①陈旧快破的：Chiếc áo đã bợt. 衣服旧得要破了。②褪色的：Chiếc khăn quàng đỏ đã bợt màu. 红领巾已经褪色了。③（肤色）苍白，灰白：mặt trắng bợt 面色苍白

bợt bạt *t* 暗淡，暗弱：da dẻ bợt bạt 肤色灰暗

bợt chợt *t* 不正经

Br [化] 溴的元素符号

brôm (brom) *d* [化] 溴

brôm-mua bạc *d* 溴化银

bu₁ *d* [方] 妈妈: thầy bu 父母

bu₂ *d* 竹笼子

bu₃ *đg* [方] 聚集, 扎堆儿: kiến bu đặc 蚂蚁聚集成堆

bu-gi (bougie) *d* ①火花塞②烛光 (亮度单位), 瓦: Chiếc đèn độ 50 bu-gi. 这盏灯亮度约 50 瓦。

bu-lông (boulon) *d* 螺栓

bu lu *d* [方] 锣: đánh bu lu 敲锣

bù₁ *đg* 补偿, 填补, 弥补, 补充: dạy bù ngày nghỉ 补休息日的课; ngủ bù 补睡

bù₂ *t* ①蓬乱: tóc bù 头发蓬乱②头昏脑涨: Làm việc suốt ngày, bù đầu bù óc. 干了一天, 头昏脑涨。③一窍不通: Việc đó thì chúng tôi bù. 那件事我们一窍不通。

bù₃ *k* 一边…一边…, 边…边…: bù làm bù ăn 边做边吃

bù bịt *t* 蓬乱

bù đắp *đg* ①(精神) 弥补, 补偿: bù đắp sự thiếu thốn về tình cảm 弥补精神上的缺憾; Đau thương không gì bù đắp nổi. 心里的痛楚什么也弥补不了。②资助, 帮助: bù đắp cho con cái mới lập gia đình 资助刚成家的孩子③报答: Công ơn ấy không gì bù đắp nổi. 那个恩情无以报答。

bù đầu *đg* [口] 忙, 繁忙: làm bù đầu từ sáng đến tối 从早忙到晚

bù giá *đg* 物价补贴: Bù giá điện vào lương. 把电费补贴打进工资里。

bù hao *đg* 补耗, 填补损耗

bù khú *đg* 说笑, 谈笑: trò chuyện bù khú với nhau 一起说说笑笑

bù loong *d* 螺栓

bù lỗ *đg* 补亏, 补贴亏损: Nhà nước có chủ trương bù lỗ cho một số nhà máy. 国家决定给一些工厂补贴亏损。

bù lu *d* 瓮

bù lu bù loa *đg* 吵闹: hơi một tí là bù lu bù loa lên 动不动就吵吵闹闹

bù nhìn *d* ①稻草人: bù nhìn ở ruộng dưa 瓜地里的稻草人②傀儡: chính phủ bù nhìn 傀儡政权

bù trì *đg* [旧] 扶持, 照顾, 照料, 呵护: công ơn nuôi nắng bù trì 养育呵护之恩

bù trừ *đg* 对偿, 抵消: Các khoản thừa thiếu bù trừ cho nhau vừa đủ. 余缺款项正好对偿。

bù xù *t* 毛发蓬乱的: đầu tóc bù xù 头发蓬乱

bủ *d* [方] 老人家: ông bủ 老爷爷

bú *đg* ①喂奶, 哺乳: bú con 给孩子喂奶②吃奶

bú dù *d* [口] 猴子 (骂语): đồ bú dù 猴子精

bú mớm *đg* 哺育, 养育

bú tay *đg* 吃手, 吮手

bụ *t* 结实, 壮实, 粗壮: chọn những cây bụ mà trồng 选粗壮的树来种; Thằng bé bụ thật. 这孩子真结实。

bụ bẫm *t* 粗壮, 壮实: chân tay bụ bẫm 手腿粗壮

bụ sữa *t* (因奶足而) 壮实, 结实: Đứa bé bụ sữa trông rất kháu. 孩子奶水足结实可爱。

bua *d* (炮眼的) 塞子

bùa *d* 符, 符箓

bùa bả *d* 符箓和魔法

bùa bền *d* 迷魂符

bùa chú *d* 符咒

bùa cứu mạng *d* 护身符

bùa hộ mệnh = bùa hộ thân

bùa hộ thân *d* 护身符

bùa mê bả dột 符箓和魔法

bùa mê thuốc lú = bùa mê bả dột

bùa yêu *d* 爱符, 丘比特之箭

bủa₁ *d* 给蚕作茧的小簸

bủa₂ *đg* 张, 布, 罩: bủa lưới 张网; Sương mù bủa đầy trời. 霜雾罩着天空。

bủa giăng *đg* 张网, 布网

bủa vây *đg* 包围, 合围: bủa vây quân địch 包围敌军

búa₁ *d* ①锤子: nện một búa 砸一锤 ②斧子, 斧头: Lưỡi búa sáng loáng. 斧口闪光

búa₂ *đg* 撒谎: Đừng búa người ta nữa. 不要老是对别人撒谎。

búa chém *d* 锤斧

búa chèn *d* 风钻, 凿岩机

búa đanh=búa đinh

búa đinh *d* 起钉锤 (一头是锤子, 一头是起钉嘴)

búa gió *d* 气锤

búa gỗ *d* 木槌

búa khoan *d* 冲击钻

búa máy đóng cọc *d* 打桩锤

búa rìu *d* 斧钺 *đg* 抨击, 批判: búa rìu dư luận 舆论抨击

búa rung *d* 振动冲压锤

búa tạ *d* 大铁锤

búa xua *t* [方] 乱, 混乱, 杂乱: chạy búa xua 四下奔跑

bục₁ *d* ①台, 坛: bục giảng 讲台 ②箱式床 (床下有储物箱)

bục₂ *đg* 脱落, 剥落, 朽坏: Chiếc thúng bục đáy. 箩筐底脱落了。Con đê bị bục một quãng. 堤坝溃塌了一段。

bùi₁ *d* [方] 橄榄

bùi₂ *t* 味美的, 可口的 (常指带油脂的食物): hạt dẻ ăn rất bùi 坚果很好吃

bùi miệng *t* 味美的, 好吃的

bùi ngùi *t* 忧郁, 伤感: bùi ngùi chia tay nhau 为分手伤感

bùi nhùi *d* ①乱稻草, 乱竹纤维: Tóc rối như bùi nhùi. 头发乱得像杂草。②火绒, 引火物: bùi nhùi rơm 引火的稻草

bùi tai *t* 顺耳, 中听: nghe rất bùi tai 听起来很顺耳

búi₁ *d* 簇, 丛, 把: búi cỏ khô 干草丛; nhổ

mấy búi hành 拔几把葱 *đg* ①扎, 捆, 盘: Búi tóc lại cho gọn. 盘起头发利索些。②缠绕, 缠绞: Tóc búi vào nhau. 头发缠绞在一起。

búi₂ *t* ①乱, 零乱 ②[口] 忙, 繁忙: Công việc búi lên. 工作忙了起来。

búi rễ *d* 根系, 须根: một búi rễ tre 竹根

búi tó=búi tóc

búi tóc *d* 发髻

bụi₁ *d* 植物丛, 树丛, 树蔸, 草丛: bụi gai 苎麻林; bụi tre 竹丛

bụi₂ *d* ①灰尘, 尘土: máy hút bụi 吸尘器; Bụi đường bốc lên mù mịt. 道路尘土滚滚。②粉末, 细末: bụi kẽm 锌粉; bụi ma-giê 镁粉; bụi nước 细水珠 ③[口] 丧事: nhà có bụi 家里有丧事 *t* ①放浪的, 放荡的: sống rất bụi 生活很放荡 ②流浪的: bỏ nhà đi bụi 弃家流浪 ③街边饮食的, 排档饮食的: ăn cơm bụi 吃排档 ④有个性的, 突显个性的: Tóc cắt trông rất bụi. 头发剪得很有个性。

bụi bặm *d* 灰尘, 泥尘, 尘土: Bụi bặm bám đầy xe. 尘土沾满了车。

bụi bậm=bụi bặm

bụi bờ =bờ bụi

bụi đời *d* [口] 流离失所的生活, 流浪的生活 *t* 流离失所的, 流浪的: đứa trẻ bụi đời 流浪儿

bụi hồng *d* 红尘

bụi trần *d* 尘世, 红尘

bùm sùm *t* ①茂密, 葱郁 ②蓬乱, 乱糟糟: Quần áo để bùm sùm. 衣服堆得乱七八糟。

bùm tum *t* 茂密, 葱郁: cây cối bùm tum 植物茂盛

bủm *t* 一头圆尖的: chai bủm miệng 小口瓶

bũm thũm *t* 低矮: Nhà cửa quá bũm thũm. 房子太矮。

bụm *đg* ①捧, 掬: bụm nước rửa mặt 捧水洗脸 ②合拢双手: bụm hai tay làm loa 合

拢双手做喇叭③用手掩或遮：bụm miệng cười 掩嘴笑；bụm mặt khóc 掩面哭④撮嘴，抿嘴：bụm miệng nín cười 抿嘴忍住笑 *d* ①一捧，一掬：lấy mấy bụm gạo 捧了几捧米②一团，一块：bụm khói 一团烟；nhổ một bụm máu 吐出一口血③丛：bụm cỏ 草丛

bùn *d* 烂泥，污泥，稀泥：bùn ao 塘泥；Chân nhoe nhoét những bùn. 脚上沾满了烂泥。

bùn hoa *d* 稀泥，泥浆

bùn hoạt tính *d* 活性泥

bùn lầy *d* 泥潭，泥淖

bùn lầy nước đọng ①污泥浊水；肮脏不堪：Ngày trước nơi đây là vùng bùn lầy nước đọng. 以前这一带肮脏不堪。②生活极度贫困：cuộc sống bùn lầy nước đọng trong xã hội ngày xưa 旧社会极度贫困的生活

bùn nhơ *d* 污泥；污泥浊水：quét sạch bùn nhơ của xã hội 扫除社会的污泥浊水；Cây sen sống nơi bùn nhơ mà vẫn thanh khiết. 荷出污泥而不染。

bùn non *d* 浮泥，淤泥：Bọn trẻ lội đi lội lại làm bùn non nổi lên, cá tôm dưới ao ngoi lên mặt nước. 孩子们在水里蹚来蹚去，淤泥泛起，塘里的鱼虾都浮到水面上了。

bủn *t* 糜，糜烂：thịt bủn 糜肉

bủn nhủn=bủn rủn

bủn rủn *t*；*đg* 疲软，瘫软；发软：mệt bủn rủn cả người 浑身疲软；sợ quá, chân tay bủn rủn 惊得手脚发软

bủn xỉ *t* 糜，糜烂：Cá thịt để lâu quá, bủn xỉ hết cả. 肉、鱼放太久，都糜烂了。

bủn xỉn *t* 吝啬，小气，悭吝：con người bủn xỉn 小气鬼

bún *d* 米线，圆米粉：bún bò 牛肉粉；bún chả 烤肉粉；bún thang 杂烩粉

bung₁ *d* 大铜锅

bung₂ *đg* 崩开，裂开：Nón đã bung vành. 斗笠散了边沿。Xe nổ bung lốp ra. 车子炸了胎。

bung₃ *đg* 水煮：bung ngô 煮玉米

bung bang *t* 张裂的，开裂的：Củ sắn luộc nức bung bang. 木薯煮裂开了。

bung bủng *t*（肤色）暗淡，晦暗：Mặt bung bủng như người ốm. 脸色晦暗得像个病人。

bung búng *t*（腮帮）鼓囊囊的：Miệng bung búng nhai cơm. 腮帮鼓囊囊地嚼着饭。

bung xung *d* ①盾牌，挡箭牌② [转] 替罪羊，替死鬼：đứng ra làm bung xung 出来做替死鬼

bùng₁ *đg* 骤发，爆发，突发：lửa bùng cháy 火爆燃

bùng₂ *đg* 躲起来，消失：lựa thời cơ bùng mất 找机会躲起来

bùng binh₁ *d*（五岔、六岔路）交叉路口，转盘：Xe vòng qua bùng binh để rẽ trái. 汽车绕着转盘向左拐。

bùng binh₂ *d* 储钱罐：Phá bùng binh lấy tiền tiêu đỡ mấy ngày. 砸开储钱罐够几天开销了。

bùng bục *t* 易破碎的，朽糜的：Chiếc áo cũ nát, bở bùng bục. 这件衣服陈旧不堪，都朽糜了。

bùng bùng *t*（火势）呼呼地上蹿：Ngọn lửa bùng bùng bốc lên. 火焰呼呼地往上蹿。

bùng nhùng *t* ①软塌塌，软乎乎②乱作一团，纠缠不清

bùng nổ *đg* 爆发，爆炸：bùng nổ chiến tranh 爆发战争；thời đại bùng nổ công nghệ thông tin 信息技术爆炸的时代

bùng nổ dân số *d* 人口爆炸：hạn chế nguy cơ bùng nổ dân số 防止人口爆炸危机

bùng phát *đg* 暴发：bệnh dịch bùng phát 疫病暴发

bủng *t*（肤色）灰暗，灰白：da xanh bủng 脸色灰暗

bủng beo *t* 面黄肌瘦：mặt bủng beo 面黄肌

瘦

búng₁ *đg* ①弹指: búng mấy cái vào má 弹了几下脸; búng tai 弹耳朵 ②（用手指）旋转，拧转: búng đồng tiền 转硬币 ③（打排球用手指）传球: Búng bóng cao lên cho đồng đội đập qua lưới. 把球传高，让队友扣过网。④（虾）弓身弹行

búng₂ *đg* 塞满嘴: búng cơm 满嘴的饭

búng báng *d* 腹水，腹腔积水: bị bệnh búng báng 得了腹腔积水

búng ra sữa [口] 乳臭未干，满脸稚气: Mấy cậu mặt búng ra sữa mà góp những ý kiến hay đáo để. 几个满脸稚气的青年竟能提出这么好的意见。

bụng *d* ①肚子，腹腔，腔膛: đau bụng 肚子痛; chưa có một hột cơm nào vào bụng 粒米未进肚; bụng lò 炉膛 ②心里，心思，心肠，胸怀: tốt bụng 好心肠; Có gì nói ngay, không để bụng. 有什么马上说，不搁在心里。

bụng bảo dạ *đg* 思忖，思量，心想: Bụng bảo dạ phải cố gắng hơn nữa. 心想要更加努力些。

bụng dạ *d* ① [口] 肚子，肠胃 (指消化系统): bụng dạ cồn cào 肠胃蠕动; Bụng dạ không tốt, ăn khó tiêu. 肚子不好，吃了不消化。②心思，心肠，心胸，肚量: hiểu rõ bụng dạ nhau 互相了解; bụng dạ nhỏ nhen 心胸狭窄

bụng dưới *d* 腹部，小肚

bụng đói cật rét 饥寒交迫

bụng đói miệng khát 又饥又渴；饥渴交加

bụng làm dạ chịu 自作自受；自食其果

bụng nhụng *t* (肉) 软，糜软: miếng thịt bụng nhụng 糜烂的肉

bụng ỏng *đg* 腹胀，鼓腹

bụng thình mình gầy 力不从心

bụng trên *d* 上腹

bunker *d* ①地堡，暗堡，地下工事 ②钢桶

buộc *đg* ①捆，绑，束，扎: dây buộc tóc 扎头绳 ②被迫，不得不，迫使: buộc phải từ chức 被迫辞职 ③强加: không buộc một điều kiện nào cả 不强加任何条件 *d* 束，捆，扎: một buộc sợi 一束纱

buộc chỉ chân voi 无济于事

buộc chỉ cổ tay 发誓不再犯；指天为誓

buộc lòng *t* 不得已的，不得不做的，只好接受的，勉强的: buộc lòng phải nhận lời 不得已答应

buộc tội *đg* 定罪: Chứng cớ không đủ để buộc tội. 证据不足以定罪。

buổi *d* 阴茎，阳具

buổi *d* ①一天内的一段时间，晌: buổi sáng 上午 ②时，时候: buổi chia tay 分手时; buổi đầu gặp gỡ 初次见面的时候

buổi chiều *d* 下午

buổi đực buổi cái 三天打鱼两天晒网: học tập buổi đực buổi cái 学习上三天打鱼两天晒网

buổi giao thời *d* 过渡时期，交替时期

buổi học *d* 学习时间，上课时间

buổi họp *d* 会议期间

buổi mai *d* 清晨

buổi mới *d* 开始，起初

buổi ngày *d* 白天

buổi sáng *d* 早上，上午

buổi sau *d* 后来，之后，其后

buổi sớm *d* 早上，上午

buổi tối *d* 晚上，晚间

buổi trưa *d* 中午

buổi xuân xanh *d* 青年时期

buồm₁ *d* 帆: thuận buồm xuôi gió 一帆风顺

buồm₂ *d* 蒲草盖，蒲草垫

buồm₃ *đg* (偷、抢后) 逃跑，逃遁: Bọn cướp đã buồm từ lúc nào. 劫匪们跑掉了。

buồm câu *d* 副帆

buồm én *d* 三角帆

buồm lộng gió *d* 满帆

buôn₁ *đg* 卖, 贩卖: buôn vải 卖布; đi buôn 做买卖

buôn₂ *d* 村, 寨

buôn bạc *đg* 炒汇, 买卖外币

buôn bán *đg* 买卖, 交易, 贸易, 经营: buôn bán biên giới 边境贸易; buôn bán bù trừ 补偿贸易; buôn bán gia công 加工贸易; buôn bán quá cảnh 过境贸易; buôn bán quốc tế 国际贸易; buôn bán tự do 自由贸易; quan hệ buôn bán giữa các nước 各国家贸易关系

buôn bán chung *d* 进出口贸易总量

buôn buốt *t* 有点痛的, 微痛的

buôn chuyến *đg* 长途贩运: buôn chuyến từ quê lên tỉnh 从农村贩运到城市

buôn dân bán nước 卖国卖民

buôn gánh bán bưng *d* 小商, 小贩

buôn gian bán lận (生意上) 奸诈, 狡诈: Ở ngoài chợ lắm kẻ buôn gian bán lận. 市场上有很多狡诈的商人。

buôn gian bán lậu 投机倒把

buôn hàng xách *đg* 做中介

buôn làng *d* 村寨, 山村

buôn lậu *đg* 走私: chống buôn lậu 反走私

buôn may bán đắt 生意兴隆, 生意兴旺

buôn may bán gió 东一榔头西一棒; 东搞搞西搞搞; 不正经做事

buôn người *đg* ①贩卖人口②操纵卖淫

buôn nước bọt *đg* 做中介: sống bằng nghề buôn nước bọt 靠做中介谋生

buôn phấn bán hương ①卖淫②收容卖淫

buôn phấn bán son =buôn phấn bán hương

buôn sỉ *đg* 批发

buôn tận gốc, bán tận ngọn 直销, 直接销售: Muốn có lời lãi thì phải buôn tận gốc, bán tận ngọn. 要想获利就直接销售。

buôn thần bán thánh 装神弄鬼来牟利

buôn thúng bán bưng 做小买卖

buôn thúng bán mẹt =buôn thúng bán bưng

buôn trầm bán hương 用色相吸引

buôn vạn bán nghìn 生意做得大, 大生意, 大买卖

buồn₁ *t* ①烦闷, 无聊: buồn quá 真无聊②下意识: buồn miệng hát nghêu ngao 下意识地吟唱; buồn tay ngắt hết ngọn cỏ này đến ngọn cỏ khác 下意识不停地揪草

buồn₂ *t* ①忧愁, 忧伤, 郁闷: buồn vì thi trượt 为考砸了而郁闷; gặp phải chuyện buồn 遇到忧伤的事②不幸: tin buồn 噩耗; gặp phải chuyện buồn 遇到不幸的事 *đg* (生理上、心理上) 想, 要, 犯: buồn ngủ 犯困; buồn nôn 想呕

buồn bã *t* 忧愁, 忧伤: tâm trạng buồn bã 内心忧伤

buồn bực *t* 烦闷, 苦闷, 烦恼: buồn bực vì đau ốm luôn 为经常生病烦恼

buồn cười *t* 好笑的, 可笑的, 荒唐的: Sao lại có thể xảy ra chuyện buồn cười ấy. 怎么会发生这么可笑的事。

buồn đái *t* 尿急的, 小便急的

buồn đau *đg*; *t* 哀痛, 哀伤, 痛苦: kí ức buồn đau 痛苦的记忆

buồn hiu *t* 郁闷, 忧郁, 无聊: ánh mắt buồn hiu 忧郁的目光

buồn ỉa *t* 大便急的, 想大便的, 有便意

buồn mình *t* (欲火上升而) 难受, 难耐

buồn mửa =buồn nôn

buồn ngáp *t* 想打哈欠的

buồn ngủ *t* 想睡的, 犯困的, 打瞌睡的: thức khuya nên buồn ngủ 熬夜犯困

buồn như cha chết 沉痛, 深切悲痛

buồn nôn *t* 想呕的, 想吐的, 恶心的: chóng mặt, buồn nôn 头晕, 想吐

buồn phiền *t* 烦心, 烦闷, 烦恼, 苦恼: Con hư làm cha mẹ buồn phiền. 孩子学坏让父

母烦恼。

buồn rầu *t* 郁闷，烦闷，烦恼：mặt buồn rầu 一脸郁闷

buồn rười rượi=buồn rượi

buồn rượi *t* 愁眉不展：Chắc có chuyện không hay, trông ai cũng buồn rượi. 肯定有什么不好的事，个个都愁眉不展。

buồn tẻ *t* 乏味，没趣：Buổi sinh hoạt câu lạc bộ thật buồn tẻ. 俱乐部的活动实在乏味。

buồn teo *t* 凄凉，凄惨：cảnh buồn teo 景色凄凉

buồn tênh *t* 惆怅：lòng buồn tênh 心里惆怅

buồn thảm *t* 凄惨，凄切，悲惨：cuộc đời buồn thảm 悲惨人生

buồn thiu *t* 闷闷不乐，郁郁寡欢，郁闷：Lúc đi thì hồ hởi, lúc về thì buồn thiu. 去时高高兴兴，回来闷闷不乐。

buồn thỉu=buồn thiu

buồn thỉu buồn thiu 很郁闷

buồn tình *t* 无聊：Ngồi không buồn tình cầm tờ báo đọc. 闲坐无聊拿张报纸来看。

buồn tủi *t* 羞愧，愧恨，愧疚：giọt lệ buồn tủi 愧恨的泪水

buồn xo=buồn thiu

buông *đg* ①放下，放手，放开：buông đũa đứng dậy 放下筷子站起来②垂下，垂放：màn đêm buông xuống 夜幕降下；tóc buông xõa 头发下垂③（钟声）响起，回荡：Chuông chùa buông từng tiếng một. 寺庙的钟声阵阵回荡。④垂钓；撒网：buông lưới đánh cá 撒网打鱼

buông bờ *đg* 离岸，起航

buông câu *đg* 下钓，下饵

buông khơi *đg* ①远航②释放

buông lao *đg* 掷标枪

buông lỏng *đg* 放松，松懈：buông lỏng nội qui kỉ luật 放松对守则、纪律的要求

buông lơi *đg* 放松，放纵：không được buông lơi cảnh giác 不能放松警惕；buông lơi

mình vào cờ bạc 放纵自己去赌博

buông lời *đg* 放言，放话，说出

buông lung *t* 放纵，放肆：cử chỉ buông lung 行为放纵

buông màn *đg* ①落幕，下幕②结束，落下帷幕：Tấn bi kịch đã buông màn. 悲剧已经落幕。

buông miệng *đg* 放言，说出

buông quăng bỏ vãi 马虎（行事），胡乱（行事）：làm ăn buông quăng bỏ vãi 胡乱经营

buông rông thả dài 放任，放纵：Không nên vì thương con mà buông rông thả dài, muốn làm gì thì làm. 不要因为爱孩子，就放任其随心所欲。

buông tên *đg* 放箭，射箭

buông tha *đg* 放开，放过：Quyết không buông tha kẻ đã gây bao nhiêu đau khổ cho mình. 绝不放过给自己带来无数痛苦的家伙。Sự khốn khó không chịu buông tha hắn. 贫困缠着他。

buông thả *đg* 释放，解放，自由：lối sống buông thả 自由生活；tự buông thả mình 解放自己

buông thõng *đg* ①垂下，吊，耷拉：ngồi buông thõng hai chân 吊着腿坐着②生硬地说：trả lời buông thõng 生硬地回答

buông trôi *đg* 放任，撒手不管：Không nên buông trôi việc học hành của cán bộ trẻ. 不应该撒手不管年轻干部的学习。

buông tuồng *t* 放纵，放荡，放肆：sống buông tuồng 生活放荡

buông xõng *đg* 生硬地说：Bực mình, buông xõng một câu. 生气了，蹦出一句硬话来。

buông xuôi *đg* 放弃，放任：Còn cứu vớt được, chớ vội buông xuôi như thế. 还可以挽救，不要这么急着放弃。

buồng₁ *d* 房，室，舱：buồng ngủ 卧室；buồng đốt của máy nổ 发动机燃烧室

buồng₂ *d* ①串，梳：buồng chuối 一梳香蕉；

Cây cau có hai buồng. 槟榔树上有两串槟榔。② (内脏的) 叶，片：buồng phổi 肺叶

buồng ăn *d*(家里) 餐厅，餐室

buồng chiếu điện *d* 透视室

buồng chờ *d* ①候诊室②候车室

buồng đào *d* 闺房

buồng gan *d* 肝脏，肝叶

buồng giấy *d* 办公室

buồng hoá nghiệm *d* 化验室

buồng hương=buồng đào

buồng khách *d* 客厅，会客室

buồng không *d* 空室，空房 (指丈夫长期不在身边)

buồng khuê=buồng đào

buồng lái *d* 驾驶室，驾驶舱：buồng lái của máy bay 飞机驾驶舱

buồng lấy số *d* 挂号室

buồng máy *d* 机房，机舱：buồng máy tàu thuỷ 轮船机舱

buồng mổ *d* 手术室，解剖室

buồng ngủ *d* 卧室，寝室

buồng phát thuốc *d*(医院) 药房

buồng phổi *d* 肺叶，肺部

buồng sương *d* 寡妇家

buồng tắm *d* 浴室，洗澡房

buồng the=buồng đào

buồng thêu=buồng đào

buồng tối *d* (摄影) 暗室，暗箱，暗盒：buồng tối của máy ảnh 相机暗盒

buồng trứng *d* 卵巢

buốt *t* ①刺痛的，钻心痛的：đau buốt như kim châm 刺骨痛；buốt răng 牙痛②刺骨冷：trời rét buốt thấu xương 寒风刺骨；buốt cóng 冻僵

buột *đg* ①脱手，脱落，脱开：buột tay đánh rơi cái chén 失手摔落杯子；Xe đạp buột xích. 自行车掉链。②脱口而出：buột ra tiếng chửi 脱口骂出声

buột miệng *đg* 脱口而出，脱口说出：Muốn giấu nhưng buột miệng nói ra mất. 想隐瞒但说漏嘴。

buột tay *đg* 失手，脱手：Buột tay đánh rơi cái chén. 失手打落杯子。

búp *d* ①嫩芽：Chè ra nhiều búp quá. 茶树出了很多芽。②花蕾，花苞：búp sen 荷花苞③圆锥形物体：búp len 毛线团

búp bê *d* 洋娃娃

búp phê *d* 碗柜，橱柜

bụp₁ *đg* ①一饮而尽：bụp hết li đi 干完这杯②打，揍

bụp₂ *t* 肿：mắt bụp 眼肿

bút *d* 笔：ngòi bút 笔尖；nghề cầm bút 耍笔杆的

bút bi *d* 圆珠笔，原子笔

bút chì *d* 铅笔：hộp bút chì màu 一盒彩色铅笔

bút chiến *đg* 笔战

bút chổi *d* 排笔，画笔

bút danh *d* 笔名：Kí tên thật, không dùng bút danh. 签真名，不要用笔名。

bút đàm *đg* 笔谈：bút đàm với người điếc 跟聋哑人笔谈

bút điện *d* 电笔，测电笔，试电笔

bút hiệu=bút danh

bút kí *d* 笔记，札记，随笔

bút lông *d* 毛笔

bút lục *d* 笔录

bút lực *d* 笔力，功底：bút lực tài tình 功底深厚

bút máy *d* 钢笔，自来水笔

bút nghiên *d*①笔墨砚台② [转] 文章；文人：xếp bút nghiên theo việc đao cung 投笔从戎

bút pháp *d* 笔法：bút pháp già dặn 笔法老到；Tác giả đã sử dụng bút pháp tả thực. 作者运用了写实手法。

bút phê *đg* 批，批示：bút phê "đồng ý" 批示"同意"

bút sa gà chết 白纸黑字

bút son *d* 朱笔

bút tích *d* 笔迹，字迹：Gia đình anh ấy còn lưu giữ được bút tích của nhà văn. 他家还留有文学家的墨宝。

bút toán *đg* 笔算 *d* 簿记本，记账本

bút vẽ *d* 画笔

bụt *d* 佛：hiền như bụt 像佛一样善良

bụt mọc *d* ① [植] 佛像树 (树根长出地面像一尊尊佛) ②形状像佛像的钟乳石

buy-rô (bureau) *d* 办公室，写字间，办事处

buy-vét (buvette) *d* 水吧

buýp-phê (buffet) *d* 橱柜，碗柜

buýt (bus, auto bus) *d* 公车，公共汽车，巴士

bư *t* 蠢，蠢笨：Người bư như nó thì biết gì. 像他那么笨懂得什么。

bứ *t* 饱胀，饱腻：ăn nhiều trứng cũng thấy bứ 蛋吃多了也觉得胀

bứ bừ *t* 很胀，很饱：say bứ bừ 喝过头

bứ bự *t* 吃撑的，吃胀的：ăn no bứ bự 吃撑了

bự *t* ①涂厚的，抹厚的：Mặt bự phấn. 脸上涂着厚厚的粉。②大的：xoài bự 大杧果；một thương gia cỡ bự 大商人

bưa *t* 够，合适：cho bao nhiêu cũng không bưa 给多少都不够

bừa₁ *d* 耙，耙子：kéo bừa 拉耙 *đg* 耙地：Bừa hai ba lần cho đất thật nhuyễn. 耙两三遍让地完全松软。

bừa₂ *t* 乱，胡乱：Không làm bừa được đâu. 不能胡来。Giấy má vứt bừa ra nhà. 文件乱丢出门。

bừa bãi *t* 乱七八糟，乱，凌乱的，无序的，胡乱的：Đồ đạc bỏ bừa bãi. 东西放得乱七八糟。Giấy má vứt bừa bãi. 文件乱丢。

bừa bộn *t* 凌乱，乱七八糟：nhà cửa bừa bộn 家里乱糟糟；Giấy má vứt bừa bộn trên bàn. 文件乱堆在桌上。

bừa cào *d* 钉耙

bừa chữ nhi *d* 耙子，"而" 字耙

bừa đĩa *d* 圆盘耙

bừa mứa *t* 太多，过量

bừa phứa *t* 胡乱，乱七八糟：làm bừa phứa 胡乱做；Thức ăn bừa phứa trên bàn. 吃的东西胡乱摊在桌上。

bửa₁ *đg* ①开，分开，打开：bửa củ khoai ăn 掰开红薯来吃②砍，劈：bửa củi 劈柴

bửa₂ *đg* 赖账：ăn bửa 吃霸王餐 *t* 胡乱，蛮横：nói bửa 胡说八道；tính rất bửa 为人霸道

bữa *d* ①一顿，一餐：ngày ăn ba bữa 一日三餐②[口] 次，回，顿：phải một bữa sợ 怕了一回；bị một bữa no đòn 被狠揍了一顿③[口] 天，日：ở chơi dăm bữa nửa tháng 住个十天半个月

bữa chính *d* 正餐

bữa cơm bữa cháo 饥一餐饱一餐

bữa đói bữa no=bữa cơm bữa cháo

bữa đực bữa cái 三天打鱼两天晒网：đi học bữa đực bữa cái 上学三天打鱼两天晒网

bữa kia *d* ① [方] 大后天：Bữa nay đi, bữa kia sẽ tới. 今天去，大后天就到。②某天，那天：Bữa kia có người lạ đến làng. 那天有陌生人到村里来。

bữa mai *d*[口] 明天：Việc này bữa mai sẽ xong. 这件事明天就做完了。

bữa nay *d*[口] 今天：Bữa nay không xong thì để bữa mai. 今天做不完就留明天。

bữa ni *d*[方] 今天

bữa no bữa đói=bữa cơm bữa cháo

bữa qua *d* 昨天

bữa tối *d* 晚饭，晚餐

bữa trưa *d* 午餐

bựa *d* 垢，污垢：bựa răng 牙垢

bức₁ *d* 幅，封，面，张：bức tranh 一幅画；bức thư 一封信

bức₂ [汉] 逼 *đg* 逼，逼迫：bức địch ra hàng 迫敌投降

B

bức₃ *t* 闷热: trời bức 闷热的天气

bức₄ [汉] 辐

bức bách *đg* ①被迫，不得不: bức bách phải làm 被迫做②急，紧急，急迫: đã bức bách lắm rồi 已经迫在眉睫

bức bối *t* ①闷热: thời tiết bức bối 天气闷热 ②着急，焦虑: bức bối trong lòng 心里着急

bức cung *đg* 逼供: bức cung đến chết 逼供致死

bức điện *d* 电报

bức hại *đg* 迫害: Biết ông ấy bị bức hại, nhưng không làm được gì. 知道他被迫害，却没办法。

bức hiếp *đg* 胁迫，威逼: bị địch tra khảo, bức hiếp 被敌人威逼拷打

bức hôn *đg* 逼婚

bức thiết *t* 迫切，紧急: nhiệm vụ bức thiết 紧急任务

bức tử *đg* 逼死; 逼自杀，逼自尽

bức xạ *d* 辐射: bức xạ điện từ 电磁场辐射; bức xạ hồng ngoại 红外辐射

bức xúc *t* 急迫，紧急: vấn đề bức xúc 急迫的问题

bực₁ *d* 阶级，等级，阶层，层次: vượt bực 拾级; bực tiểu học 小学层次

bực₂ *đg* 生气，生闷气: đang bực vì làm sai bài 正为做错题生气

bực bõ *đg* [口] 生气，憋气: có điều bực bõ trong lòng 心中憋气

bực bội *đg* 生气，憋气: Người ốm đau, dễ sinh bực bội. 病人易生气。

bực dọc *đg* 发脾气，发火: bực dọc bỏ đi 愤然离去

bực mình *đg* 生气，恼恨: gặp lắm chuyện bực mình 碰到许多恼人的事

bực tức *đg* 使气愤，使愤怒: Nó làm cho mọi người bực tức. 他让每个人都气愤。

bưng₁ *d* 沼泽地

bưng₂ *đg* 端（起），捧（起）: bưng khay chén 端茶盘

bưng₃ *đg* 掩，遮，捂: bưng miệng cười 掩嘴笑; bưng mặt khóc 掩面而泣

bưng₄ *t* 化脓: vết thương bưng mủ 伤口化脓

bưng bê *đg* [口] 上，端上，捧上（食物、饮料等）

bưng biền *d* ①沼泽地②（抗法、抗美时期的）沼泽根据地

bưng bít *đg* ①[军] 封锁消息②封锁，掩盖: Tin tức bị bưng bít. 消息被封锁。

bưng kín miệng bình 遮掩，掩盖

bưng tai giả điếc 装聋作哑

bưng tai trộm chuông 掩耳盗铃

bừng *t* 猛烈，强烈: lửa bừng cháy 火猛烈燃烧 *đg* 骤起，猛起: bừng tỉnh giấc 猛然醒来; Mặt chợt đỏ bừng. 脸唰地红了。

bừng bừng *t* 蓬勃: khí thế bừng bừng 气势蓬勃

bửng₁ *d* 隔板，挡板: Tháo bửng cho nước chảy. 拆开挡板让水流淌。

bửng₂ *d* ①土块，泥块: bửng đất 一块泥土②（带泥土的）根: Đào cả bửng đem trồng chỗ khác. 连根带泥一起挖了移种别处。

bửng₃ *đg* 蒙蒙亮

bứng *đg* ①（带土）移植: bứng cây 移树②掀翻，摧毁: Quả pháo bứng gọn cái lô cốt. 炮弹将碉堡掀翻。③迁移，搬迁: Bứng cả gia đình đi lên miền núi. 全家迁移到山区。

bựng₁ *d* [方] 团，块，股: bựng lửa 一团火; Từng bựng khói đen bốc lên. 一股股黑烟涌起来。

bựng₂ *đg* 拿起，提起

bước *đg* ①走，移步: bước lên phía trước 向前走; bước vào nhà 走进屋②步入，跨入，进入: bước sang năm học mới 跨入新学年; bước sang tuổi mười tám 步入十八岁 *d* ①步子，步幅: tiến lên hai bước 向前

両步; tiến hành từng bước 逐步进行②阶
段,时期: qua bước khó khăn 度过困难时
期; bước khởi đầu 起步阶段③境况,境遇:
lâm vào bước đường cùng 陷入绝境

bước đầu *d* 初步,第一步,开始,起初: thắng
lợi bước đầu 初步胜利; Bước đầu nó còn
bỡ ngỡ. 起初他还生疏。

bước đi *d* 步子,步伐,进程: định ra đường
lối và bước đi thích hợp 制定恰当的路线
和进程

bước đường *d* 道路: bước đường đời 人生道
路

bước khỏi *đg* 离开

bước lui *đg* 后退

bước ngoặt *d* 转折点,转换点: bước ngoặt
lịch sử 历史转折点

bước nhảy vọt *đg* 飞跃,质变

bước qua *đg* ①步入,跨进,进入: Bước qua
tháng tư, trời bắt đầu nóng. 进入四月天
气开始热。②跨过,越过: bước qua rãnh
nước 跨过水沟

bước sang *đg* 进入,跨入,步入: Bước sang
năm nay đời sống đã khá nhiều. 进入今年,
生活有了很大提高。

bước sóng *d* 波长

bước thấp bước cao 一脚深一脚浅

bước tiến *d*①攻势: Nó không chặn được
bước tiến của đối phương. 他抵挡不住对
方的攻势。②进步,进展: Thắng lợi đã
đánh dấu một bước tiến rõ rệt. 胜利打下
了明显进步的标记。

bươi *d* 扒拉,翻扒: Gà bươi đống rác. 鸡翻
扒垃圾堆。

bưởi *d* 柚子; 柚子树

bưởi đào *d* 红瓤柚子

bưởi đường *d* 一种甜柚子

bưởi rưởi *t* 松散

bươm *t*[口] 破成碎片的: Quần áo rách
bươm. 衣服破成碎片。

bươm bướm *d*①蝴蝶②[口]传单: rải bươm
bướm khắp nơi 到处发传单

bướm *d* ①蝴蝶②毛虫: bắt bướm trừ sâu 去
除毛虫③小孩的外生殖器

bướm chán ong chường (妇女) 遭嫌弃,被
遗弃

bướm hoa *d* 浪荡公子

bướm ong=bướm hoa

bươn *đg*[方] 匆匆地走,急急地走,奔跑:
bươn tới 匆匆赶来; Con trâu giật dây mũi
bươn chạy. 水牛挣脱缰绳奔跑。

bươn bả *t*[方] 匆匆,急忙,匆忙: Anh ta lúc
nào cũng đi bươn bả. 他什么时候都步履
匆匆。

bươn chải *đg* 苦苦挣扎,苦苦煎熬: cuộc sống
bươn chải 生活煎熬

bương₁ *d*①毛竹: rừng bương 毛竹林②竹筒:
xách bương đi lấy nước 提着竹筒去打水

bương₂ *đg*[口] 完蛋,毁掉: Buộc cho chặt,
kẻo gió thổi là bương ngay. 绑紧些,不然
风一吹就完蛋了。

bưởng *d* [口] (金、宝石等的) 采矿区: Nghe
nói muốn vào được một bưởng thì ít nhất
phải nộp góp 3 chỉ. 听说想进采矿区干活
至少要缴 3 钱金子。

bưởng trưởng *d*[口]矿主: Nhiều bưởng
trưởng phất lên nhanh chóng. 许多矿主很
快发了起来。

bướng *t*倔,固执,执拗,犟: Cậu ấy bướng
quá. 他很犟。Đã sai lại còn cãi bướng. 明
明错了还嘴犟。

bướng bỉnh *t* 犟,倔,固执

bướp *t* 破烂,破碎: chiếc áo rách bướp 破烂
衣服

bượp *t* 便宜,廉价: Món hàng bượp quá. 这
批货真便宜。

bưu *d*(长在头上的)瘤子; 肿块,包: Bị ngã
bưu đầu. 头上摔了个包。

bướu *d* ① (身体上的) 凸块,肿块: Cổ nổi

bướu. 脖子起了肿块。② (树干上的) 疙
瘩，眼：Cây gỗ có nhiều mắt bướu. 树上
有许多树眼。

bướu cổ =bướu giáp

bướu giáp *d* 甲状腺肿大，大脖病

bướu lạc đà *d* 驼峰

bứt *đg* ①扯断，揪断，挣断：bứt nắm lá扯了
一把叶子；bứt quả 摘果②割，刈：bứt cỏ
割草③ [口] 抽身，抽空，离开：Việc nhiều
quá, không bứt ra được. 事情太多，抽不
出身。

bứt phá *đg*；*d* 突破，超越；亮点：khả năng
bứt phá của vận động viên 运动员的超强
能力

bứt rứt *t* ①难受，不舒服：Chân tay bứt rứt.
手脚不舒服。Lòng bứt rứt không yên.
心里忐忑不安。②心烦，气恼：Nghĩ đến
chuyện đó là bứt rứt. 想到那件事就气愤。

bựt *đg* 打，扭开：bựt lửa 打火

bưu ảnh *d* 明信片

bưu chánh =bưu chính

bưu chính *d* 邮政

bưu cục *d* 邮局

bưu điện *d* ①邮电，邮政：nghiệp vụ bưu điện
邮政业务②邮电局，邮电所：Mẹ nhận bưu
kiện ở bưu điện. 妈妈在邮局取包裹。

bưu gửi *d* 邮件

bưu kiện *d* 邮件，包裹：giấy báo nhận bưu
kiện 包裹通知单

bưu phẩm *d* 邮件：giấy báo nhận bưu phẩm
邮件通知单

bưu phí *d* 邮费，邮资，寄费

bưu phiếu *d* 汇款通知单

bưu tá *d* 邮递员

bưu thiếp *d* 明信片：Sinh viên gửi bưu thiếp
chúc mừng năm mới. 大学生们寄明信片
祝贺新年。

BXL *d* [计] 处理器

byte *d* [计] 字节

C c

c, C ①越语字母表的第 5 个字母 ②做符号表示第三

ca₁ *d* ①茶缸（用来喝水或漱口）②（带有提把的）量杯

ca₂ *d* ①（车间）班组：trưởng ca 班长 ②（车间）班次：làm ca đêm 上夜班；Mỗi ngày thay đổi 3 ca. 每天 3 班倒。

ca₃ *d* (量词) 场，起：một ca tai nạn giao thông 一起交通事故

ca₄ [汉] 歌 *đg* [方] 唱歌：vừa đàn vừa ca 边弹边唱 *d* ①（旧时越南中、南部的）民歌：bài ca may áo 缝衣歌 ②小调

ca₅ [汉] 哥

CA=công an [缩] 公安

ca-bin (cabin) *d* 驾驶舱

ca-cao (cacao) *d* [植] 可可

ca cẩm *đg* 嘟囔，嘀咕：Vì việc này nó suốt ngày ca cẩm. 因为这件事他整天嘀咕。

ca công tụng đức 歌功颂德

ca dao *d* 歌谣，民谣：những câu ca dao có ý nghĩa sâu sắc 意义深刻的歌谣

ca đêm *d* 夜班

ca-đi-mi (cadmium) *d* [化] 镉

ca hát *đg* 歌唱：buổi dạ hội ca hát 演唱晚会

ca Huế *d* 顺化小调

ca kì *t* 慢腾腾，慢吞吞：làm ca kì 做得慢腾腾的

ca kĩ *d* [旧] 歌妓

ca kịch *d* 歌剧：vở ca kịch 一出歌剧；đoàn ca kịch trung ương 中央歌剧团

ca kiết *đg* 嘟囔，嘀咕

ca-la-thầu *d* [植] 大头菜

ca lam *d* [宗] 伽蓝

ca-lo (calory) *d* 卡路里（热量单位）

ca-lô (calot) *d* 军帽，橄榄帽（球形小帽）

ca-me-ra (camera) *d* 摄像机

ca múa *đg* 歌舞：chương trình ca múa 歌舞节目

ca ngày *d* 日班，白班

ca ngợi *đg* 歌颂，赞美：ca ngợi quân giải phóng 歌颂解放军；Ta ca ngợi cảnh đẹp quê hương. 咱们赞美家乡的美景。

ca nhạc *d* 歌曲，音乐：yêu thích ca nhạc 热爱音乐；nghe chương trình ca nhạc 听音乐节目

ca-nô (canot) *d* 汽船，汽轮

ca nông (canon) *d* [旧] [军] 加农炮

ca-phê-in (cafein) *d* 咖啡因

ca-ra (carat) *d* ① 开（纯金量计量单位）② 克拉（宝石的重量单位）：Tôi có một cái nhẫn kim cương 10 ca-ra. 我有一枚 10 克拉的钻戒。

ca-ra-tê (karate) *d* [体] 空手道

ca-ri (cari) *d* 咖喱：thịt bò nấu ca-ri 咖喱牛肉

ca-rô (carreau) *d* 方格：vải ca-rô 方格布

ca-sê *d* 酬劳：Anh ấy là một ca sĩ nhận tiền ca-sê cao nhất. 他是出场费最高的歌手。

ca-si-nô (casino) *d* 赌场

ca sĩ *d* 歌星，歌手：ca sĩ nổi tiếng 著名歌星；cuộc thi ca sĩ trẻ 青年歌手大赛

ca-ta-lô (catalogue) *d* 产品说明书

ca thán *đg* 嘟囔，埋怨

ca-ti-on (cation) *d* [化] (电子管) 阳极

ca-tốt (cathod) *d* [化] (电子管) 阴极

ca tụng *đg* 歌颂，赞扬：một văn sĩ được người đời ca tụng 一位深得人们赞扬的文艺家

ca từ *d* 歌词

ca-vát (caravat) *d* 领带

ca-ve (cave) *d* [口] 舞女：Cô ta làm ca-ve ở vũ trường. 她在舞厅做舞女。

ca vũ *đg* [旧] 歌舞

ca xướng *đg* [旧] 歌唱

cà₁ *d* 茄子

cà₂ *d*［口］(鸡、鸭等家禽的）睾丸

cà₃ *đg* ①摩擦，蹭：Trâu cà lưng vào gốc cây. 水牛在树干上蹭背。②磨掉③［口］生事，生事端：Hôm nay định cà với nó một mẻ. 今天打算跟他干一架。

cà bát *d* 圆茄

cà chua *d* 西红柿，番茄

cà cộ *t*［口］(物品）破旧，破烂：cái máy ảnh cà cộ 破旧的照相机

cà cuống *d* ①［动］桂花蝉②桂花蝉油：nước mắm cà cuống 桂花蝉油拌鱼露

cà cuống chết đến đít còn cay 至死不改，顽固不化

cà cưỡng *d*［方］白颈八哥

cà dái dê *d* 长紫茄

cà dừa *d*［方］圆茄

cà độc dược *d*［植］曼陀罗

cà đúi *d*［动］鼹鼠

cà gai *d*［植］刺茄（药用）

cà gỉ *t*［口］破旧，破烂：chiếc xe máy cà gỉ 破旧的摩托车

cà kê *t*；*đg* 唠叨，啰唆：Bà ấy ngồi cà kê cả buổi sáng. 她坐着唠叨了整个上午。

cà kê dê ngỗng *t*；*đg*［口］唠叨，啰唆

cà kếu *d*［方］丹顶鹤

cà khẳng cà khiu *t*［口］(形容人）高瘦，细高挑儿的：người cà khẳng cà khiu 身材高挑

cà kheo *d* 高跷

cà khêu［方］=cà kheo

cà khịa *đg*［口］找茬，惹事：Say rượu nên cà khịa lung tung. 醉酒后惹是生非。

cà khổ *t*［口］破旧，破烂：chiếc xe đạp cà khổ 破旧的自行车

cà là gỉ =cà gỉ

cà là khổ =cà khổ

cà là mèng =cà mèng

cà lăm *đg*［方］口吃，结结巴巴：Chỉ giả vờ hỏi thôi, nó đã cà lăm. 只是假装问一下，他就结巴了。

cà lăm cà lắp *đg*［方］结结巴巴：nói cà lăm cà lắp 说话结结巴巴

cà lơ *t*［口］游手好闲的，不务正业的：người cà lơ thất thểu 游手好闲的人

cà-men (gamelle) *d*［口］手提饭盒

cà mèng *t*［口］破旧，破烂：chiếc đồng hồ cà mèng 破旧的手表

cà na *d* 橄榄

cà nhắc *t* 跛瘸的，一瘸一拐的：Chân đau, phải đi cà nhắc. 脚痛，走起路来一瘸一拐的。

cà nhen *d* 小松鼠

cà niễng *d* 龙虱

cà pháo *d* 小圆茄（常用来腌食，极脆）

cà-phê (café) *d* 咖啡：cà-phê chè 小叶咖啡；cà-phê đen 纯咖啡；cà-phê hoà tan 速溶咖啡

cà-phê in *d*［化］咖啡因

cà-phê mít *d* 大叶咖啡

cà-phê nhân *d* 咖啡豆

cà-phê phin *d*（滴漏式）咖啡

cà-phê sữa *d* 牛奶咖啡

cà rà *đg*［方］拖延，拖沓；不愿离开：Cà rà bên cạnh để làm quen. 待在旁边想结识一下。

cà rá *d*［方］戒指：đeo chiếc cà rá 戴戒指

cà ràng *d* 泥炉

cà ri (cari) *d* 咖喱

cà rịch cà tang *t* 磨蹭，拖沓：Làm cà rịch cà tang thế này thì bao giờ mới xong được？做事这么磨蹭，什么时候才能做完？

cà riềng *đg*［方］责骂，责难：Cà riềng suốt ngày, ai mà chịu nổi. 整天被责骂，谁受得了。

cà riềng cà tỏi *đg*［方］责骂，责难：Sao lại cà riềng cà tỏi với tôi？为何又责骂我？

cà ròn *d*［方］草包，席袋

cà-rốt (carotte) *d* 胡萝卜, 红萝卜

cà rỡn *đg*[方] 开玩笑: nói cà rỡn 开玩笑

cà sa *d*[宗] 袈裟: Đi với bụt mặc áo cà sa, đi với ma mặc áo giấy. (见佛穿袈裟, 见鬼穿纸衣衫) 见人说人话, 见鬼说鬼话。

cà tăng *d* 藤竹制谷囤

cà thọt *t*[方] 一瘸一拐的: chân đi cà thọt 走起路来一瘸一拐的

cà tím *d* 紫茄

cà tong₁ *d*[动] 斑鹿

cà tong₂ *t*[方] (形容人) 高瘦, 细高挑儿的: thân hình cà tong 身材高挑

cà tong cà teo *t*[方] 高瘦, 细高挑儿的

cà tum *t* 喧哗, 吵闹

cà uôm [拟] (虎啸声)

cà vạt = ca vát

cà xiêng *t* 游手好闲的: Anh ấy suốt ngày cà xiêng hết chỗ này đến chỗ khác. 他整天游手好闲的。

cà xóc *đg*; *t*[方] (说话) 粗鲁: ăn nói cà xóc 说话粗鲁

cà xốc = cà xóc

cả *t* 年长的, 最大的: anh cả 大哥; chị cả 大姐 *d* 整个, 全部: cả nhà 全家; cả nước 全国 *tr* 都, 连⋯都: Ai cũng biết cả. 谁都知道。Chẳng ai đi cả. 谁都不去。*p* 非常 (轻信), 极为, 过分: một người cả tin 爱轻信人; tính cả ghen 很爱吃醋

cả ăn *t* 大吃大喝的: Ông ấy hay cả ăn cả tiêu. 他总是大吃大喝, 挥霍无度。

cả cục [口] 一次性: trả tiền cả cục 一次性付款

cả cười *đg* 大笑: cùng nhau trông mặt cả cười 相对大笑

cả đàn cả lũ *t* 成群结队的, 一大群的: Kéo cả đàn cả lũ đến nhà người ta. 一大群人拥到别人家里。

cả đêm *d* 整夜, 通宵: thức cả đêm 彻夜不眠

cả đường ương *t* 不吉利, 倒霉: việc cả đường ương 倒霉事儿

cả gan *t* 大胆, 斗胆: cả gan ăn cắp 大胆行窃

cả ghen *t* 醋意大发的: Nghe thấy tin này nó bỗng cả ghen. 听到这个消息他忽然醋意大发。

cả giận *t* 大怒, 大发雷霆的: Chả biết việc gì làm ông ấy cả giận? 不知道什么事令他大发雷霆?

cả hơi *t* 臭气熏人的: Mùi gì mà cả hơi thế? 什么味道这么臭?

cả làng *t* ① 全乡的 ② [口] 大家的, 所有的

cả lo *t* 多虑的: Công việc gặp nhiều khó khăn khiến anh ấy cả lo. 工作上遇到很多困难使他非常忧虑。

cả lũ *d* 成群, 一伙: chết cả lũ 全部倒霉

cả mừng *t* 大喜, 大悦: Được biết con thi đỗ đại học, mẹ cả mừng. 得知孩子考上大学, 母亲大喜。

cả năm *d* 全年, 整年: kế hoạch cả năm 全年计划

cả nể *t* 百依百顺: Hàng ngày cái gì nó cũng được mẹ cả nể. 平时妈妈对他百依百顺。

cả ngày *d* 终日, 全天, 整天: làm cả ngày 做了一整天; chơi cả ngày 玩了一整天; cả ngày cả đêm 整日整夜

cả nghe *đg* 轻信: Đừng có cả nghe lời nói của người lạ. 不要轻信陌生人的话。

cả nghĩ *t* 多愁善感: một người cả nghĩ 一个多愁善感的人

cả người *d* 全身, 周身, 浑身: mỏi cả người 全身疲惫; đau cả người 浑身酸痛

cả nhà cả ổ *d* 全家: kéo cả nhà cả ổ ra 倾巢而出

cả quyết *t*[旧] 果断, 决断: nói rất cả quyết 说话很果断

cả sợ *t* 非常害怕, 非常恐惧: Tai nạn giao thông vừa xảy ra làm cho mọi người cả sợ. 刚发生的交通事故令大家非常恐惧。

cả tháng *d* 整个月: Nhà máy chúng tôi đã

hoàn thành nhiệm vụ cả tháng. 我们工厂
已经完成了整个月的任务。

cả thảy *d*[口] 全体

cả thèm chóng chán 极想得到, 但得到了却
很快就厌烦

cả thẹn *t* 很害羞: Anh ta nói chuyện với cô
gái hay cả thẹn. 他跟女孩子说话总是很
害羞。

cả thể *p*[口] 一块儿, 一道儿, 一起: Mai ta
đi cả thể. 明天咱们一起去。

cả thuyền to sóng 船高浪大 (比喻棋逢对手)

cả tiếng *t* ①大声的 ②粗声粗气的, 恶声恶
气的: Chị lại cả tiếng với tôi. 你又恶声恶
气地跟我说话。③大名鼎鼎的, 闻名的:
cả tiếng thiên hạ 天下闻名

cả tin *t* 轻易相信: Không nên cả tin người
như vậy. 不应该这么轻易相信人。

cả vú lấp miệng em 强词夺理; 盛气凌人

cá₁ *d* 鱼, 鱼类: cá tươi 鲜鱼; cá ươn 烂鱼

cá₂ *d* ①楔子 ②鞋钉

cá₃ *đg*[方] 打赌: Hai người cá nhau xem ai
thắng ai thua. 两个人打赌看谁输谁赢。

cá₄[汉] 个

cá ăn thì giật, để lâu mất mồi 机不可失, 时
不再来

cá bạc *d* 银鱼

cá bay *d* 飞鱼

cá be be *d* 曹白鱼

cá bè xước *d* 白铁鱼

cá biển *d* 海鱼

cá biệt *t* 个别的: thành phần cá biệt 个别成分;
trường hợp cá biệt 个别场合

cá biệt hoá *đg* 个别化

cá bò *d* 牛婆鱼

cá bống *d* 笋壳鱼

cá bống mú *d* 白鲈鱼

cá bột *d* 鱼花, 小鱼

cá bơn *d* 比目鱼

cá cái *d* 雌鱼

cá cảnh *d* 观赏鱼

cá chạch *d* 泥鳅

cá chai *d* 飞鱼

cá chái *d*[动] 大海鲢

cá chày *d*[动] 赤眼鳟

cá cháy *d* 鲥鱼

cá chậu chim lồng 瓮中鱼; 笼中鸟 (喻受约
束, 不自由)

cá chầy *d* 梭鱼

cá chép *d* 鲤鱼

cá chìa vôi *d*[动] 海龙

cá chiên *d* 鲟鱼, 黄鱼

cá chim *d* 鲳鱼

cá chình *d* 鳗鱼

cá chọn nơi sâu, người tìm chỗ tốt 人往高
处走, 水往低处流

cá chuối *d* 乌鱼, 生鱼

cá chuồn *d* 飞鱼

cá cơm *d* 曹白鱼

cá cược *đg*[口] 打赌

cá dại *d* 野生鱼

cá diếc *d* 鲫鱼, 鲋鱼

cá dưa *d*[动] 海鳗

cá đao *d* 锯齿鱼, 狗沙鱼, 旗鱼

cá đối *d* 鲻鱼

cá đối bằng đầu 没大没小, 长幼不分

cá đuối *d* 鳐

cá đực *d* 雄鱼

cá gáy *d*[方] 鲤鱼

cá giếc=cá diếc

cá giống *d* 鱼苗

cá hấp *d* 清蒸鱼

cá hố *d* 带鱼

cá hồng *d* 红鱼, 火鱼

cá kho *d* 红烧鱼

cá khô *d* 鱼干

cá kìm *d* 针鱼

cá kình *d*[旧] 鲸鱼

cá lạc=cá dưa

cá lành canh *d*[动] 鮻

cá lầm *d*[动] 圆腹鲱

cá leo [方]=cá nheo

cá lịch biển *d* 海鳝

cá lóc=cá quả

cá lòng tong *d* 小鱼苗

cá lờn bơn=thờn bơn

cá lớn nuốt cá bé 大鱼吃小鱼

cá lươn *d* 黄鳝

cá lượng *d* 金线鱼

cá mặt trời *d* 大眼鱼

cá mập *d* ①鲨鱼② [转] 大财团,大财阀

cá mè *d* 鲢鱼: cá mè hoa 花鲢; cá mè trắng 白鲢

cá mè một lứa 一丘之貉

cá mòi *d* 沙丁鱼

cá mối *d* 狗母鱼

cá mú *d* 石斑鱼

cá muối *d* 腌鱼

cá mực *d* 墨鱼,鱿鱼

cá mực nan *d*[动] 乌贼

cá mực ống *d* 鱿鱼

cá nằm trên thớt 砧板上的鱼 (比喻任人宰割)

cá ngừ *d* 鲐鱼

cá ngựa₁ *d* 海马 (同hải mã)

cá ngựa₂ *đg* 赌马 (以赛马为赌) *d* 马棋: chơi cá ngựa 下马棋

cá nhâm=cá trích

cá nhân *d* ; *t* 个人,私人: ý kiến cá nhân 个人意见; chủ nghĩa cá nhân 个人主义

cá nheo *d* 鲶鱼

cá nhét *d*[方] 泥鳅

cá nóc *d* 河豚

cá non *d* 小鱼苗

cá nuôi *d* 饲养的鱼

cá nước *d* 鱼和水: mang nặng tình cá nước 带着深深的鱼水之情; duyên tình cá nước 鱼和水般的缘分

cá nước chim trời 海阔凭鱼跃,天高任鸟飞 (喻逍遥自在,无拘无束)

cá nước mặn *d* 咸水鱼

cá nước ngọt *d* 淡水鱼

cá ông =cá voi

cá ông voi =cá voi

cá quả *d* 乌鱼,生鱼

cá róc *d* 黄肚鱼

cá rô *d*[动] 攀鲈

cá rô phi *d* 非洲鲫鱼

cá rô thia *d*[方] 岐尾斗鱼

cá rựa *d*[方] 锯齿鱼,狗沙鱼,旗鱼

cá sạo *d*[动] 石鲈

cá sấu *d* 鳄鱼

cá sấy *d* 熏鱼

cá song *d* 石斑鱼

cá sông *d* 河鱼,淡水鱼

cá sộp *d* 乌鱼

cá sơn *d*[动] 天竺鲷

cá thể *t* 个体的: làm ăn cá thể 个体户; kinh tế cá thể 个体经济

cá thia *d* 岐尾斗鱼

cá thia lia=cá thia

cá thia thia=cá thia

cá thiều *d* 海鲇鱼

cá thờn bơn *d* 比目鱼

cá thu *d* 金枪鱼,马鲛鱼

cá tính *d* 个性: một con người có cá tính 一个有个性的人; cá tính mạnh mẽ 个性强

cá tính hoá *đg* 个性化

cá tràu *d*[方] 乌鱼,生鱼

cá trắm *d* 草鱼

cá trèn *d* 白鳗鱼

cá trích *d* 青鱼

cá trôi *d* 鲮鱼

cá úc *d* 海鲇鱼

cá vàng *d* 金鱼

cá vàng bụng bọ 金玉其外,败絮其中

C

cá voi *d* 鲸

cá vồ *d* 大头鱼

cá vược *d* 鲈鱼

cá xác-đinh *d* 沙丁鱼

cạ *đg*[方] 蹭磨: Con trâu cạ mình vào thân cây. 水牛在树干上蹭身子。

các₁ *d* ①卡片，证件: các điện thoại 电话卡; các ra vào 出入证② [口] 名片

các₂[汉] 阁 *d* 楼阁: các tía lầu hồng 紫阁红楼

các₃ *d* ①各: các ngài 诸位; các ngành 各部门 ②辈，们: các anh 你们; các chị 你们; các cô 姑娘们; các đồng chí 同志们

các₄ *đg* 贴加: các tiền 贴现

các-bin *d*[军] 卡宾枪

các-bo-nát (carbonat) *d*[化] 碳酸盐

các-bon (carbon) *d*[化] 碳: giấy các-bon 复写纸

các-bon di-suyn-phuya *d* 二硫化碳

các-bua-can-xi *d*[化] 电石

các-te dầu *d*[机] 油盘

các-ten (cartel) *d*[经] 卡特尔

các-tông (carton) *d* 厚纸板: thùng các tông 纸皮箱

các tông chun *d* 瓦楞纸

cạc *d*[口]=các₁

cạc-bin[方]=các-bin

cạc cạc [拟] 嘎嘎 (鸭叫声)

cách₁ *d* ①方法: cách làm 做法; cách dùng 用法; Tôi không còn cách nào nữa. 我没有别的办法了。② [语] 格: Tiếng Nga có 6 cách. 俄语有六个格。

cách₂[汉] 隔 *đg* ①距离，间隔: Hai nhà cách nhau một bức tường. 两间房子相隔一堵墙。②隔离: Cao su có khả năng cách điện. 橡胶有绝缘的作用。

cách₃[汉] 革 *đg*[口] 革除: cách chức 革职

cách₄[汉] 格

cách âm *đg* 隔音: phòng cách âm 隔音室

cách bãi *đg* 革除，罢免

cách biệt *đg* ①离别，分开: Chị ấy sống cách biệt với người nhà. 她与家人分开生活。②有差别，有差距: Nền kinh tế giữa hai nước vẫn còn cách biệt. 两国的经济还存在差距。

cách bức *đg*[旧] 阻隔

cách chức *đg* 革职，撤职: Bị cách chức vì tội tham ô. 因贪污被撤职。

cách cổ *đg*[旧][口] 革职，撤职

cách điện *đg*[电] 绝缘: vật cách điện 绝缘体

cách điệu *d*；*đg* 格调: cách điệu hoá 格调化 (格式化)

cách giải *d*[数] 解法

cách li *đg* 隔离: phòng cách li 隔离室; Cách li bệnh nhân mắc bệnh truyền nhiễm. 隔离传染病病人。

cách mạc *d*[解] 横隔膜

cách mạng *d* 革命: làm cách mạng 干革命; cách mạng tháng Tám 八月革命的; tư tưởng cách mạng 革命思想

cách mệnh=cách mạng

cách ngôn *d* 格言

cách nhật *t* 隔日: sốt rét cách nhật 隔日热 (隔日疟疾)

cách nhiệt *đg* 隔热: Trần nhà được chống nóng bằng một lớp cách nhiệt. 楼顶有隔热层隔热。

cách niên *d* 隔年

cách quãng *t* 间断的，不连贯的: Thời gian học bị cách quãng. 学习时间被间断。

cách ra cách rách *t*[口] 很累赘，很麻烦

cách rách *t*[口] 累赘，麻烦: Làm thế này cách rách lắm. 这样做很麻烦。

cách tân *đg* 革新 (常指文化、艺术方面): cách tân nền văn hoá 文化革新

cách thế di truyền *d*[生] 隔代遗传

cách thuỷ *t* 隔水: hấp cách thuỷ 隔水蒸 (烹饪方法)

cách thức *d* 格式, 方法: cách thức làm việc 工作方法

cách trở *đg* 阻隔: Hai người bị cách trở bởi đường sá xa xôi. 两个人被遥远的路途阻隔了。

cách xa *đg* ①远隔: Chúng ta cách xa nghìn dặm. 我们远隔千里。②相距, 间隔, 距离: Hai nhà xây dựng cách xa 200 mét. 两座建筑相距 200 米。

cạch₁ *đg*[口] 教训: cạch cho nó một trận 教训他一顿

cạch₂[拟] 咯咯 (敲门声)

cai₁[汉] 该 *d* ①[旧] 工 头 (法国侵占时期用) ②[方] 区长

cai₂ *đg* 戒除: cai thuốc 戒烟; cai rượu 戒酒

cai đầu dài *d*[口] 中间商, 经纪人, 承包商: cai đầu dài nghề xây dựng 建筑承包商

cai nghiện *đg* 戒毒: trung tâm cai nghiện 戒毒中心

cai quản *đg* 管辖, 统辖: Mọi việc trong nhà đều giao cho vợ cai quản. 家里的事情都交由妻子打理。

cai sữa *đg* (小儿) 断奶

cai thầu *d* 包工头: cai thầu xây dựng 建筑包工头

cai tổng *d*[方][旧] 区长 (三个乡为一区)

cai trị *đg* 统治, 管辖: bộ máy cai trị 统治机构; cai trị nhà nước 统治国家

cài *đg* ①扣: cài khuy áo 扣衣扣②插: Tóc cài hoa. 头发插上花。③闩 (门): cài then 上闩④派遣, 布置: Cài người vào hàng ngũ địch. 派卧底到敌人队伍里。⑤[口] 设置: cài phần mềm nhận dạng chữ Việt 设置越文软件系统

cài đặt *đg* (电脑、手机等) 装, 设置, 设定: Máy tính được cài đặt hệ thống bảo mật. 电脑装了保密系统。

cài răng lược 犬牙交错

cải₁ *d* ①芥菜②青菜 (统称)

cải₂[汉] 改 *đg* 改变: cải tên 改名

cải₃ *đg* (往绸缎上) 织, 绣 (花或字): cải hoa 织花

cải ác hồi lương 改恶从良

cải ác tòng thiện 改恶从善

cải bắp *d* 椰菜, 包菜

cải bẹ *d*[植] 肉芥菜

cải bi-xen *d*[植] 抱子甘蓝

cải biên *đg* 改编: cải biên kịch bản 改编剧本

cải biến *đg* 改变, 变革: cải biến tình trạng lạc hậu 改变落后的状况

cải bổ *đg* 修缮, 修整, 完善

cải cách *đg* ; *d* 改革: cải cách mở cửa 改革开放; Nhà nước đưa ra chính sách cải cách giáo dục. 国家制定教育改革政策。

cải cách điền địa *đg* ; *d*[旧] 土地改革

cải cách ruộng đất *đg* ; *d* 土地改革

cải canh *d* 白菜, 青菜

cải cay *d*[植] 茶菜

cải chính *đg* ①改正②更正

cải củ *d* 萝卜

cải cúc *d*[植] 茼蒿

cải dạng *đg* 乔装: Cô ta cải dạng thành chàng trai. 她乔装成男子。

cải danh *đg* 改名

cải giá *đg* 改嫁

cải họ *đg* 改姓, 换姓

cải hoa *d* 白菜花

cải hoá=cải biến

cải hoán *đg* 改变

cải hối *đg* 悔改

cải làn *d*[植] 芥蓝

cải lão hoàn đồng 返老还童

cải lương₁ *d* 改良戏 (一种越南戏剧)

cải lương₂ *t*[旧] 改良的: tư tưởng cải lương 改良的思想

cải mả *đg* 改葬 *t*[口] 死灰色 (指牙齿): răng cải mả 灰牙

cải nguyên *đg*[旧] 改元 (皇帝年号的改换)

cải nhiệm *đg* 改任

cải phong di tục 移风易俗

cải quá *đg*[旧] 改过

cải soong *d*[植] 西洋菜

cải sửa *đg* 修改：cải sửa qui chế nhà trường 修改校规

cải tà qui chánh[旧]=cải tà qui chính

cải tà qui chính *đg* 改邪归正

cải táng *đg* 改葬

cải tạo *đg* 改造：cải tạo thiên nhiên 改造自然；cải tạo tư tưởng 改造思想

cải thìa *d* 白菜，上海青

cải thiện *đg* 改善：cải thiện môi trường đầu tư 改善投资环境

cải tiến *đg* 改进：cải tiến kĩ thuật 改进技术

cải tổ *đg* 改组：cải tổ nội các 改组内阁

cải trang *đg* 乔装改扮

cải tuyển *đg* 改选

cải tử hoàn sinh 起死回生

cải xoong=cải soong

cãi *đg* ①争吵，争辩：Nó đã làm sai lại còn cãi. 他做错了还狡辩。②[口] 辩护，申辩：cãi cho trắng án 无罪辩护

cãi bướng *đg* 诡辩，狡辩：Đã phạm sai lầm còn cãi bướng. 犯了错误还狡辩。

cãi chày cãi cối [口] 强词夺理

cãi cọ *đg* 争论，争辩

cãi lẫy[方]=cãi cọ

cãi liều *đg* 诡辩，狡辩

cãi lộn *đg*[方]（发生）口角，吵嘴

cãi nhau *đg* 吵架，抬杠：Hai ông bà cãi nhau suốt ngày. 他们老两口成天抬杠。

cãi nhau như mổ bò 大吵大闹

cãi vã *đg*（没有意义的）争吵

cái₁ *d* ① [旧] 母亲② [口] 同辈或晚辈女孩间的亲密称呼③醋母④（赌局）庄家：làm cái 坐庄⑤汤中馔，汤料 *t* ①（动物）雌性：chó cái 母狗②（花或植物）雌性：hoa mướp cái 雌蕊③大的：ngón tay cái 大

拇指；sông cái 大河

cái₂ *d* ①个，件，把，只，张：một cái túi 一个袋子②（用作辅助副名词，将动词或形容词转化为名词）：lo cái ăn cái mặc 为衣食而担忧③（动物的）品种，种类 *tr*（作助词，强调要说明的对象）：Cái cây này rất cao. 这棵树很高。

cái₃[汉] 盖

cái da bọc cái xương 皮包骨

cái ghẻ *d*[动] 疥虫

cái gọi là *t* 所谓的：Cái gọi là nhân quyền của bọn chúng chỉ thế thôi. 他们所谓的人权不过如此。

cái kim sợi chỉ 一针一线：Không lấy cái kim sợi chỉ của tập thể. 不拿集体的一针一线。

cái kim trong bọc có ngày lòi ra 纸包不住火；没有不透风的墙

cái kim trong bọc lâu cũng có ngày lòi ra=cái kim trong bọc có ngày lòi ra

cái mồm làm khổ cái thân 病从口入，祸从口出

cái sảy nảy cái ung 千里之堤，毁于蚁穴

cái thế *t*[旧] 盖世

cái thế anh hùng 盖世英雄

cái thế vô song 举世无双

cái tóc cái tội 罪大恶极；罪恶滔天

cái trước đau lần sau dái 吃一堑，长一智；摔得痛，记得牢

cam₁ *d* ①橙子，柑子②橙黄色：màu da cam 橙色

cam₂ [汉] 疳 *d*[医] 疳症：bị bệnh cam được了疳症

cam₃ *d*[机] 凸轮

cam₄ [汉] 甘 *đg* 甘心：Họ không cam tâm bị thua. 他们不甘心失败。

cam chanh *d* 薄皮柠檬橙

cam chịu *đg* 认，甘受：Họ không bao giờ cam chịu cuộc sống nghèo khổ. 他们从来不甘受贫困的生活。

cam còm *d*[医] 小儿营养不良症

cam du *d*[化] 甘油

cam đoan *đg* 担保,保证: làm giấy cam đoan 写保证书

cam đường *d* 蜜柑

cam giấy *d* 薄皮蜜柑

cam go *t*[方] 艰苦,艰难: Họ rơi vào hoàn cảnh hết sức cam go. 他们陷入非常艰难的境地。

cam kết *đg* 承诺,保证: giấy cam kết 保证书 *d* 保证书,承诺书

cam lòng *đg* 甘心

cam lộ *d* 甘露

cam nhông *d*[旧] 大卡车

cam phận *đg* 甘愿,甘受: sống cam phận 甘守本分

cam sài *d*[医](小儿) 疳症

cam sành *d* 厚皮酸橙

cam tâm *đg* 甘心

cam tẩu mã *d*[医](儿童病) 走马疳: thuốc chữa cam tẩu mã 治疗走马疳的药

cam thảo *d*[药] 甘草

cam thũng *d*[医] 儿童营养不良性浮肿

cam tích *d*[医] 疳积

cam toại *d*[药] 甘遂

cam toan *d* ①甘酸②哀乐

cảm₁[汉] 感 *đg*[医] 感冒: cảm cúm 流行性感冒

cảm₂ *đg* 感动: những bài thơ cảm được người đọc 感动读者的诗歌

cảm₃[汉] 敢

cảm ân=cảm ơn

cảm cách *đg* 感化,感动,打动: Sự dạy dỗ của thầy giáo cảm cách tôi rất nhiều. 老师的教诲深深地感化了我。

cảm động *đg* 感动: Bà ấy cảm động đến rơi nước mắt. 她感动得落泪。*t* 感人的,动人的: Câu chuyện này rất cảm động. 这个故事很感人。

cảm giác *d* ; *đg* 感觉,感触,感受: cảm giác lạ thường 异常的感觉; Cảm giác có điều không lành sắp xảy ra. 感觉有不好的事情要发生。

cảm giác luận *d*[哲] 感觉论

cảm gió *đg*[医] 着凉,风寒

cảm hàn *đg*[医] 感寒

cảm hoá *đg* 感化: cảm hoá bằng tình người 用感情来感化

cảm hoài *đg*[旧] 感怀: cảm hoài nước cũ 感怀故国

cảm hứng *d* 感兴,灵感: Uống rượu lấy chút cảm hứng làm thơ. 喝点酒找点儿诗的灵感。

cảm khái *đg* 感慨: lời cảm khái 感慨之言; cảm khái trước cảnh chia li 离别前的感慨

cảm kháng *đg*[无] 感抗

cảm kích *đg* 感激: cảm kích trong lòng 心存感激; cảm kích sự giúp đỡ của bạn 感激朋友的帮助

cảm mạo *đg*[医] 感冒

cảm mến *đg* 爱戴,爱慕,倾慕: Tài năng của anh ấy được nhiều người cảm mến. 很多人倾慕他的才华。

cảm mộ *đg* 仰慕,倾慕

cảm nắng *đg*[医] 中暑

cảm nghĩ *d* ; *đg* 感想: cảm nghĩ của nhà văn 作家的感想

cảm ngộ *đg*[旧] ①感悟,醒悟②感遇

cảm nhận *đg* 感受,体会,认识: Tôi có thể cảm nhận được nỗi đau của chị. 我能体会到你的痛苦。

cảm nhiễm *đg*[医] 感染

cảm ơn *đg* 感谢,谢谢,感恩

cảm phục *đg* 佩服: Tôi rất cảm phục lòng dũng cảm của anh ấy. 我很佩服他的勇敢。

cảm quyết *t* 果敢,果决,果断: Giải quyết vấn đề này phải cảm quyết. 解决这个问题要果断。

cảm tạ *đg* 感谢, 谢谢

cảm thán *đg* 感叹

cảm thấy *đg* 感觉, 感到: Anh ấy cảm thấy hơi sợ. 他感到有点害怕。

cảm thông *đg* 理解, 产生同感, 谅解: cảm thông với đất nước 与祖国共命运

cảm thụ *đg* 感受: có khả năng cảm thụ tốt 感受能力强

cảm thử *đg* [医] 中暑

cảm thương *đg* 感伤, 伤感: Vì việc này mà cảm thương mãi. 因为这件事伤感了好久。

cảm tình *d* 感情, 好感: Có cảm tình tốt đối với mấy bạn mới đến. 对新来的几个人有好感。

cảm tình cá nhân 个人感情: Làm việc không nên có cảm tình cá nhân. 做事不应带有个人感情。

cảm tính *d* 感性, (主观) 感受: đánh giá theo cảm tính 主观评价

cảm từ *d* 叹词

cảm tử *đg* 敢死: quân cảm tử 敢死队

cảm tưởng *d* 感想: phát biểu cảm tưởng 发表感想

cảm ứng *d* [理] 感应: cảm ứng từ 磁感应

cảm xúc *d* 感触: gây cảm xúc mạnh mẽ 引起强烈的感触

cám₁ *d* ①米糠②粉状物

cám₂ *đg* 感触

cám cảnh *đg* 感触, 触景生情: Hễ nhớ đến quê là anh ấy cám cảnh. 只要想到家乡他就触景生情。

cám dỗ *đg* 诱惑: Không cưỡng được sức cám dỗ của đồng tiền. 抵抗不了金钱的诱惑。

cám hấp *t* [口] 古怪, 固执, 任性: Đồ cám hấp! 古怪的家伙!

cám ơn=cảm ơn

cạm *d* ①陷阱② [转] 圈套, 诡计

cạm bẫy *d* 陷阱: đặt cạm bẫy 设陷阱

can₁ [汉] 肝 *d* 肝脏

can₂ [汉] 干 *d* (历法) 天干

can₃ *d* 罐

can₄ *d* 手杖

can₅ *đg* 连接: Can hai mảnh vải thành một. 把两块布接在一起。

can₆ *đg* 描图: can bản đồ 绘图

can₇ *đg* 劝止: Thấy đánh nhau thì nhảy vào can. 看到打架就去劝止。

can₈ *đg* 关系, 相干: Việc của tôi can gì đến anh. 我的事跟你不相干。

can án *đg* [法] 涉案

can chi *d* (历法) 天干地支, 干支

can cớ *d* 缘由: không biết can cớ gì 不知道什么缘由

can dự *đg* 牵连, 牵涉: can dự vào vụ trộm cướp 牵涉抢劫案

can đảm *t* 勇敢, 大胆: một người can đảm 一个勇敢的人

can-đê-la (candela) *d* [理] 新烛光 (发光强度单位)

can gì 没什么关系, 没事: Chẳng can gì cả. 一点事都没有。

can gián *đg* [旧] 劝谏: không can gián được vua 不能劝谏皇帝

can hệ *đg* (指事情) 牵连, 牵扯, 牵涉: Việc ấy không can hệ gì đến tôi. 那件事不会牵扯到我。

can hoả *d* [医] 肝火

can-ke (canke) *đg* 描图

can khương *d* [药] 干姜

can liên *đg* 牵连, 牵扯, 牵涉

can ngăn *đg* 劝阻, 劝止: Ai can ngăn cũng không được. 谁劝都不行。

can phạm *đg* 犯罪: can phạm tội giết người cướp của 犯抢劫杀人罪

can qua *d* [旧] 干戈

can thiệp *đg* 干预, 干涉: can thiệp vũ trang 武装干涉

can tội *đg*[口] 犯罪: can tội trốn thuế 犯偷税罪

can tràng[旧]=can trường

can trường *d*[旧] 肝肠, 肺腑 *t*[旧] 坚毅, 不畏艰险

can-xi (calcium) *d* 钙

càn₁[汉] 乾 *d* 乾 (八卦之一)

càn₂ *đg* 扫平, 扫荡: du kích chống càn 反扫荡游击 *t* 悖理的: nói càn 强词夺理

càn khôn *d*[旧] 乾坤

càn ngang *t* 蛮横无理: loại người càn ngang 蛮横无理的人

càn quấy *t*[口] 悖逆, 放荡不羁: một bọn thanh niên càn quấy 一帮放荡不羁的年轻人

càn quét *đg* 扫荡: Quân địch đang càn quét làng ta. 敌军正扫荡咱们村。

càn rỡ *t* 悖逆, 不敬: ăn nói càn rỡ 出言不逊

cản[汉] 赶, 捍 *đg* ①阻碍, 阻止　②赶走 (象棋用语): cản mã 赶马 *d*[方] 堤: đắp cản trên sông 在河边筑堤

cản điện *d*[电] 电阻

cản ngăn *đg* 阻止, 阻挡

cản quang *đg* 捍光 (阻挡 X 光射线)

cản trở *đg* ; *d* 阻碍, 妨碍: bị nhiều thế lực cản trở 被很多势力阻碍

cán₁ *d* 柄, 把: cán dao 刀把

cán₂ *đg* ①擀: Bà ấy đang ở nhà cán bột làm bánh. 她正在家里擀面做饼。② (被车) 碾: bị xe cán chết 被车碾死

cán₃[汉] 干

cán bộ *d* 干部

cán bút *d* 笔杆

cán cân *d* ①秤杆②对照, 力量对比: cán cân lực lượng hai bên 双方力量对比

cán cuốc *d* 镉把

cán đẩy *d* 推杆

cán sự *d* 干事

cạn *t* ①浅: mắc cạn 搁浅②枯干: giếng cạn

nước 枯井③竭尽: hút cạn 吸干 *d* 陆地: trên cạn 在陆地上

cạn chén *đg* 干杯

cạn cốc=cạn chén

cạn kiệt *đg* 枯竭: Bể nước đã cạn kiệt. 水池已经枯竭。

cạn lòng *t* 肤浅, 小心眼: Bà ấy là một người cạn lòng. 她是个小心眼儿的人。

cạn lời *đg* 话尽, 言尽

cạn queo *đg* ; *t*[口] (蓄水的容器或地方) 枯竭

cạn tàu ráo máng 无情无义

cạn tiền [口] 钱花光了

cạn túi *t* ①囊空的②倾囊的③身无分文的: Sau khi mua nhà khiến anh cạn túi. 买房之后他身无分文。

cạn xu=cạn tiền

càng₁ *d* ①螯: càng cua 螃蟹螯②辕: càng xe 车辕

càng₂ *p* 更加, 倍加: càng trông càng đẹp 越看越美

càng...càng... *k* 越 ⋯ 越 ⋯ : càng xem càng thích 越看越喜欢

càng cua *d* ①蟹螯② [军] 钳形包围圈③ [植] 草胡椒

càng già càng dẻo càng dai 老当益壮

càng ngày càng 越来越, 日益: Trời càng ngày càng lạnh. 天气越来越冷。

càng thêm *p* 更加, 倍加: càng thêm vui vẻ 更加快乐

cảng[汉] 港 *d* 海港, 港口: cảng biển 海港; cảng gửi hàng 装运港; cảng tự do 自由港

cảng hàng không *d* 航空港: cảng hàng không dân dụng 民用航空港

cảng vụ *d* 港务: cảng vụ hàng không 航空港务

cáng₁ *d* ① 轿子: đi cáng 乘轿子② 担架: cáng cứu thương 担架 *đg* (用担架) 担, 抬: cáng người 抬人

cáng₂ *đg*[口] 肩负,担负,担当 (同 cáng đáng)

cáng đáng *đg* 肩负,担负,担当 (责任): cáng đáng công việc của nhà trường 肩负学校的重任

cáng lệ *d*[旧] 伉俪

canh₁ *d* 汤

canh₂ *d* 织物的横线

canh₃[汉] 更 *d* ①更点: đêm năm canh 五更②一局 (常用于表达夜间的赌博行为): canh bạc 赌局

canh₄[汉] 庚 *d* 庚 (天干第七位)

canh₅ *đg* 看守: canh đêm 值夜班

canh₆ *đg* 煎,熬,煲: canh thuốc 煎药

canh₇[汉] 耕

canh ba nửa đêm 三更半夜

canh cải *đg*[旧] 更改,变革: chính sách canh cải 政策更改

canh cánh *t* (心里放不下的) 念念,耿耿: lo canh cánh 念念不忘; canh cánh bên lòng 耿耿于怀

canh chầy *d*[旧] (寂静的) 深夜

canh cửi *đg*[旧] 织布: nghề canh cửi 纺织业

canh đầu *d* 初更

canh điền *đg*[旧] 耕田

canh gà *d*[旧] 鸡鸣声; 五更: Đã đến canh gà rồi. 已经到五更了。

canh gác *đg* 看守,站岗,警戒,放哨: cử người canh gác 派人站岗

canh giữ *đg* ①镇守,扼守: canh giữ bầu trời tổ quốc 保卫祖国的领空②看守: Cổng thành được canh giữ nghiêm mật. 城门被严密地看守。

canh khuya *d*[旧] 深夜,静夜: canh khuya vắng vẻ 夜深人静

canh ki na *d* 金鸡纳; 金鸡纳树

canh một *d* 初更

canh mục *d*[旧] 耕牧

canh năm *d* 五更

canh nông *đg*[旧] 耕种,耕作: kĩ sư canh nông 农艺师

canh phiên *đg* 轮番,轮流

canh phòng *đg* 防守,守卫,放哨: canh phòng các ngả đường 防守各个路口

canh suông *d* 高汤,白汤

canh tác *đg* 耕作: đất canh tác 耕地; diện tích canh tác 耕作面积

canh tân *đg*[旧] 维新,更新: canh tân nền văn hoá 更新文化

canh thiếp *d*[旧] 庚帖

canh thủ *đg* 守卫

canh ti *đg*[口] 集资,合资,合股: Hai anh em canh ti làm ăn. 两兄弟合股做生意。

Canh Tinh *d*[天] 长庚星

canh tóc *d* (西服上装的) 麻衬

canh tuần *đg* 巡逻,巡更

cành₁ *d* ①树枝②分支③枝状物: cành thoa钗

cành₂ *t*[口] (肚子) 胀: bụng căng cành 肚子鼓鼓的

cành cạch [拟] 咚咚 (硬物撞击声): tiếng gõ cửa cành cạch 咚咚的敲门声

cành cơi *t* 高贵,显贵

cành vàng lá ngọc 金枝玉叶

cành xanh lá thắm 青枝绿叶

cảnh₁ *d* 铙钹 (一种打击乐器)

cảnh₂[汉] 景 *d* ①风景: cảnh tuyết 雪景; cảnh đẹp 美景②章节 (戏剧): kịch một hồi hai cảnh 一回两章的戏③景: dựng cảnh 置景 (电影拍摄)

cảnh₃[汉] 境 *d* ①境地,境况: cảnh nghèo困境②境界,疆界: nhập cảnh 入境; xuất cảnh 出境

cảnh₄[汉] 警

cảnh báo *đg*; *d* 警报: cảnh báo nguy cơ cháy rừng 山林火灾警报

cảnh bị *đg*[旧] 警备: bố trí lực lượng cảnh bị chu đáo 布置周密的警备力量

cảnh binh *d* 警兵

cảnh cáo *đg* 警告: nổ súng cảnh cáo 鸣枪警告

cảnh đặc tả *d* 特写, 特写镜头

cảnh gần *d* 近景: quay phim cảnh gần 近景拍摄

cảnh giác *đg* 警惕, 警觉: mất cảnh giác 失去警觉; đề cao cảnh giác 提高警惕

cảnh giới *đg* 警戒

cảnh huống *d* 境况

cảnh ngộ *d* 境遇: cùng cảnh ngộ với nhau 同样的境遇

cảnh phục *d* 警服

cảnh quan *d* 景观: cảnh quan rừng nhiệt đới 热带雨林景观

cảnh sát *d* 警察: cảnh sát giao thông 交通警察; cảnh sát hình sự 刑事警察

cảnh sắc *d* 景色: cảnh sắc mùa xuân 春天的景色

cảnh sinh thái *d* 生态景观

cảnh tỉnh *đg* 警醒, 使醒悟: chuông cảnh tỉnh 警钟

cảnh trí *d* 景致: cảnh trí phong quang 风光景色

cảnh tượng *d* 景象: hiện ra cảnh tượng mới 出现新景象

cảnh vật *d* 景物: Ông ấy đang ngắm nhìn cảnh vật hai bên đường. 他正在观赏道路两旁的景物。

cảnh vệ *d* ①警卫②警卫员

cảnh vụ *d* 警务

cảnh vừa *d* 中景

cảnh xa *d* 远景

cánh *d* ①翅膀: xoè cánh 展翅; như chim liền cánh 比翼鸟②翼状物: cánh buồm 扁帆③羽翼: kéo bè kéo cánh 集党结羽④瓣: cánh hoa 花瓣⑤[解] 臂膀

cánh bèo *d*[旧] 萍叶 (喻飘零)

cánh bèo mặt nước=cánh bèo

cánh cam *d*[动] 金龟子

cánh chấu *d* 蝗翅 *t* 碧绿的: màu cánh chấu 碧绿色

cánh chỏ *d*[解] 肘

cánh chuồn *d* 蜻蜓翅 *t* 蜻蜓翼状的: mũ cánh chuồn 乌纱帽

cánh cung *d* 弓背

cánh cửa *d* 门扇: Hai cánh cửa đều hỏng. 两扇门都坏了。

cánh đồng *d* 田野, 旷野: cánh đồng màu mỡ 肥沃的田野

cánh gà *d* ①鸡翅②侧幕③ (三轮车等) 车篷两侧的遮雨布

cánh gián *d* ①蟑螂翅②赭色

cánh hẩu *d*[旧][口] 好友: cùng cánh hẩu với nhau 两个好朋友

cánh họ *d* 族系: Ngày xưa hai dân tộc này cùng một cánh họ. 以前这两个民族同属一个族系。

cánh hồng *d* ①鸿翼②少妇

cánh kéo *d* ①剪刀②[经] 剪刀差: cánh kéo giá cả 价格剪刀差

cánh kiến₁ *d*[植] 紫梗

cánh kiến₂ *d* 绯红色

cánh phiên *đg* 轮班, 轮流

cánh quạt *d* ①风扇②[机] 螺旋桨, 引擎: máy bay cánh quạt 螺旋桨飞机

cánh sẻ *t* 交叉: bắn chéo cánh sẻ 火力交叉

cánh sen *d* ① [植] 莲瓣②粉红色: áo cánh sen 粉红色的衣服

cánh tay *d*[解] 胳膊, 胳臂: bị thương ở cánh tay 胳膊受伤了

cánh tay đòn *d*[理] 力臂

cánh tay phải 左膀右臂: Đoàn viên thanh niên là cánh tay phải của Đảng. 青年团员是党的左膀右臂。

cánh trả *d* 翠鸟翅膀 *t* 翠绿色的

cạnh₁ *d* ①旁边: Chị ấy ngồi bên cạnh tôi. 她坐在我的旁边。② [数] 尖角, 直角③ [数]

边角，棱角④［数］边

cạnh₂［汉］竞

cạnh biên d［数］侧棱

cạnh cầu d 桥畔：Cạnh cầu mọc đầy cỏ. 桥畔长满了草。

cạnh đáy d［数］底边

cạnh đối d［数］对边

cạnh huyền d［数］斜边

cạnh khế d［数］星形

cạnh khía d 方面

cạnh khoé t（说话）冷峭：nói cạnh khoé 冷言冷语

cạnh tranh đg 竞争：cạnh tranh về thương mại 商业竞争；cạnh tranh sinh tồn 生存竞争

cạnh xéo d［数］斜边

cao₁ d 十分之一亩（越南南部测量田地的旧单位，相当于 360 平方米）

cao₂［汉］膏 d 药膏：cao hổ cốt 虎骨膏 t 膏腴

cao₃［汉］高 t ①高：núi cao 高山②（身高）高：Cô ta cao một mét bảy mươi. 她身高 1.7 米。③高超：cao cờ 棋艺高超④高昂：giá cao 高价⑤高傲：làm cao 自高自大

cao áp t［电］高压：bóng đèn cao áp 高压电灯

cao ban long d 鹿角胶

cao bay xa chạy=cao chạy xa bay

cao bồi d ①牛仔（指美国西部地区骑马放养家畜的人）②流氓，混混

cao cả t 高尚，崇高：lí tưởng cao cả 崇高的理想

cao cát d［动］巨嘴鸟

cao cấp t 高级：sản phẩm cao cấp 高级产品

cao chạy xa bay 远走高飞

cao chê ngỏng thấp chê lùn 过分挑剔

cao chót vót t 突兀，巍峨

cao cường t 高强：bản lĩnh cao cường 本领高强

cao dán d［药］膏药

cao dày t；d［旧］高厚

cao dong dỏng t（身材）有点高瘦

cao dỏng t（身材）高瘦

cao đài d ①高台②［宗］高台教

cao đàm khoát luận 高谈阔论

cao đan hoàn tán［旧］=cao đơn hoàn tán

cao đạo t 清高：Anh ấy hay làm ra vẻ cao đạo. 他喜欢做出清高的样子。

cao đẳng t ①（生物）高级：loại động vật cao đẳng 高级动物②（文化程度）高等，大专：trường cao đẳng sư phạm 高等师范专科学校；trình độ cao đẳng 大专文化

cao đẳng tiểu học d 高等小学，高小

cao đẹp t 美好，崇高：hành động cao đẹp 崇高的行为

cao điểm d ①高地：chiếm lĩnh cao điểm 占领高地②高峰：giờ cao điểm trong giao thông thành phố 城市交通高峰期

cao độ d 高度 t 高度的：tập trung cao độ 高度集中

cao độ kế d 高度仪

cao đơn hoàn tán 膏丹丸散

cao đường d［旧］高堂：trên có cao đường 上有高堂

cao giá t［口］出名，出色：một diễn viên cao giá 一位出名的演员

cao giọng t 高调：Anh ấy ăn nói cứ hay cao giọng. 他说话总是喜欢唱高调。

cao hoang t 膏肓，病入膏肓

cao học d 研究生班，研究生教育

cao hổ cốt d［药］虎骨膏

cao hôi d 油灰

cao huyết áp d［医］高血压症

cao hứng t 高兴，乘兴：Ông ta cao hứng làm một bài thơ. 他乘兴做了一首诗。

cao kế d 测高计

cao kều t［口］细高挑儿，瘦高个儿：một chàng trai cao kều 一个瘦高个儿的男子

cao khiết *t*[旧] 高洁, 清高

cao không tới thấp không thông 高不成, 低不就

cao kì *t* ①离奇②做作

cao kiến *d* 高见: Thật là một cao kiến. 真是高见。*t* 高明: người cao kiến 高明的人

cao lanh *d* 高岭土

cao lâu *d*[旧] 上档次的中餐馆

cao lầu =cao lâu

cao lêu nghêu *t* 瘦高个儿

cao lớn *t* 魁梧, 高大: một thân hình cao lớn 一个魁梧的身影

cao lương₁ *d* 高粱

cao lương₂ *d*[旧] 膏粱

cao lương mĩ vị [旧] 膏粱美味

cao minh *t*[旧] 高明: vị vua cao minh 高明的皇帝

cao ngạo *t* 高傲

cao ngất *t* 参天, 矗立, 高耸: toà nhà cao ngất 摩天大楼

cao ngất ngưởng *t* 高耸, 岌岌可危

cao ngất trời *t* 高耸云霄, 突兀刺天

cao nghều=cao nghệu

cao nghệu *t* 高得出奇

cao ngút *t* 高耸: kiến trúc cao ngút 高耸的建筑

cao nguyên *d* 高原: cao nguyên Thanh Tạng 青藏高原

cao nhã *t* 高雅

cao nhân *d*[旧] 高人

cao nhiệt *t*[理] 高温, 高热

cao nhòng[口]=cao lêu nghêu

cao niên *t*[旧] 高龄, 高寿: các cụ cao niên trong làng 村里的高龄老人

cao ốc *d*[方] 高楼大厦, 高层建筑: xây dựng cao ốc 建设高楼

cao phân tử *d*[化] 高分子

cao quí *t* 高贵: phẩm chất cao quí của giáo viên 教师高贵的品德

cao ráo *t* ①干爽: nhà cửa cao ráo 干爽的房子②高挑: dáng người cao ráo 高挑的身材

cao sản *t* 高产: lúa cao sản 高产水稻; ruộng cao sản 高产田

cao sang *t* 尊贵, 高贵, 显赫: địa vị cao sang 地位显赫

cao sâu *t* ①高深②天高地厚

cao siêu *t* 高超: tài nghệ cao siêu 技艺高超; nghệ thuật cao siêu 高超的艺术

cao sơn *d* 高山

cao su *d* ① [植] 橡胶, 树胶: cao su mủ (橡胶) 橡乳②橡胶制品: dép cao su 橡胶拖鞋 *t*[口] 弹性, 不固定: giờ cao su 弹性时间

cao su cách điện *d*[工] 绝缘胶

cao su nhân tạo *d*[工] 人造橡胶

cao su tái sinh *d*[工] 再生胶

cao sừng sững *t* 嵯峨挺立: một ngọn núi cao sừng sững 一座嵯峨挺立的大山

cao tay *t* (手艺) 高强: Tôi gặp phải một đối thủ cao tay. 我遇到一个手艺高强的对手。

cao tăng *d*[宗] 高僧

cao tần *t*[无] 高频: dòng điện cao tần 高频电流

cao tầng *t* (建筑) 高层: nhà cao tầng 高层建筑; khu chung cư cao tầng 高层住宅区

cao thâm *t*[旧] 高深

cao thế=cao áp

cao thủ *d* ; *t* 高手: một cao thủ võ lâm 一位武林高手

cao thượng *t* 高尚: con người cao thượng 高尚的人; tấm lòng cao thượng 高尚的情操

cao tổ *d* 高祖

cao tốc *t* 高速: đường cao tốc 高速公路; tàu cao tốc 高速列车

cao trào *d* 高潮: cao trào cách mạng 革命高潮

cao trình *d* 相对高度

cao trở kế *d*[电] 测高电阻计

cao tuổi *t* 高龄, 高寿: xã hội cao tuổi 老龄社会

cao uỷ *d* ①国际组织高级专员: cao uỷ Liên Hợp Quốc về vấn đề người tị nạn 联合国难民署高级专员②一国在他国的高级代表, 相当于大使

cao vòi vòi *t* 高峻, 矗立

cao vòi vọi＝cao vòi vòi

cao vọng *d* 奢望, 高望

cao vọt *t* 暴涨, 猛涨, 飞涨: giá hàng cao vọt 物价暴涨

cao vút *t* 高耸: ống khói nhà máy cao vút 高耸云霄的工厂烟囱

cao xa *t* 高不可攀, 遥不可及, 远而大的: Anh ấy không mơ ước gì cao xa. 他没有什么远大的抱负。

cao xạ *d* 高炮 (高射炮的简称): pháo cao xạ 高射炮

cao xanh *d* 苍天

cào *d* ①钉耙②牌九 (赌具): đánh bài cào 打牌九 *đg* ①耙, 扒: cào cỏ 耙草②抓破, 搔伤 (同quào)

cào ba răng *d*[农]三齿耙, 三齿耘锄

cào bằng *đg*[口] 拉平, 不分高低上下: cào bằng thành tích 成绩不分上下

cào cào *d*[动] 蜞蝗

cào cấu *đg* ①抓伤: Trên người có nhiều vết cào cấu. 身上多处被抓伤。②倾轧: cào cấu nhau 互相倾轧③ [口] 搜括: cào cấu của dân 搜刮民财

cào cỏ *d*[农] 草耙

cào đá *d* 铁耙

cào móc *đg* 挠钩

cảo₁[汉] 稿 *d*[旧] 文稿

cảo₂[汉] 槁

cảo bản *d* 稿本

cảo luận *d* 讨论稿

cảo phục *d* 缟服, 素服

cảo táng *đg*[旧] 槁葬

cáo₁ *d* 狐狸 *t*[口] 狡猾

cáo₂ [汉] 诰 *d*[旧] 诰

cáo₃[汉] 告 *đg* ①控告: nguyên cáo 原告 ② [旧] 禀告, 告知: cáo lui 告退

cáo bạch *đg* ; *d*[旧] 告白: giấy cáo bạch 告白书

cáo bệnh *đg*[旧] 告病

cáo biển *d*[动] 海狸

cáo biệt *đg*[旧] 告别

cáo cấp *đg*[旧] 告急

cáo chết ba năm quay đầu về núi 狐死首丘 (比喻不忘本或怀念故乡)

cáo chung *đg* 终止, 告终, 结束, 终结: Chủ nghĩa thực dân đã đến hồi cáo chung. 殖民主义到了终结的时候。

cáo già *t*[口] 老奸巨猾

cáo giác *đg*[旧] 告发, 检举

cáo gian *đg* 诬告

cáo hồi *đg* ①告辞②辞职

cáo hưu *đg* 告休, 退休

cáo lão *đg* 告老: cáo lão về quê 告老还乡

cáo lỗi *đg* 告罪, 请罪: Xin cáo lỗi với người bạn. 向朋友请罪。

cáo lui *đg* 告退: đứng dậy cáo lui 站起来告退

cáo mệnh *d*[旧] 诰命

cáo mượn oai hùm 狐假虎威

cáo phó *d* ; *đg* 讣告: đọc cáo phó 读讣告

cáo thành *đg* 告成, 落成: lễ cáo thành 落成典礼

cáo thị *d*[旧] 告示: dán cáo thị 贴告示

cáo thoái[旧]＝cáo lui

cáo trạng *d* 状纸, 起诉书: Kiểm sát viên đọc cáo trạng. 检察员宣读起诉书。

cáo từ *đg* 告辞: Cô ấy đứng dậy cáo từ chủ nhà. 她站起来跟主人告辞。

cạo *đg* ①刮: cạo râu 刮胡子; cạo tường 刮墙②剃: cạo đầu 剃头; dao cạo 剃刀

cạo giấy *đg*[旧][口] 磨笔尖 (指从事文案

工作)

cạo gió *đg* [医] 刮痧

cạo gọt *đg* 刮削

cáp₁ *d* ①电缆②一合 (容量)

cáp₂ *đg* 赌东道

cáp bọc cao su *d* 包胶绝缘电缆

cáp dẫn điện *d* 电缆

cáp dưới biển *d* 深水电缆

cáp mắc nổi *d* 架空电缆

cáp ngầm *d* 地下电缆

cáp quang *d* 光纤电缆

cạp₁ *d* 边儿：cạp áo (衣服) 贴边儿；cạp quần 裤头 *đg* 收头，收边：Cạp mép rổ lại. 把篮子收边。

cạp₂ *đg* [方] 啃：cạp củ khoai 啃红薯

cạp nia *d* [动] 银环蛇

cạp nong *d* [动] 金环蛇

cát₁ *d* 沙：bãi cát 沙滩 *t* ①砂状的：đường cát 砂糖②(瓜瓤) 沙：Quả dưa hấu này vừa ngọt vừa cát. 这个西瓜又甜又沙。

cát₂ [汉] 葛 *d* 葛：mây cát 葛藤

cát₃ [汉] 吉 *t* 吉利：đại cát 大吉

cát₄ [汉] 桔，割

cát bá *d* 葛布

cát bồi *d* 淤沙

cát bột *d* 粉沙

cát bụi *d* 细沙

cát cánh *d* [植] 桔梗

cát căn *d* [药] 葛根

cát cứ *đg* 割据

cát đá *d* 沙砾，粒料

cát đằng *d* [旧] 葛藤

cát đen *d* 污泥沙

cát hung *t* [旧] 吉凶

cát két *d* 鸭舌帽：đội cát két 戴鸭舌帽

cát kết *d* 砂岩

cát luỹ [旧] =cát đằng

cát-mi *d* [化] 镉

cát mịn *d* 细沙

cát nhân *d* [旧] 吉人

cát nhật *d* 吉日

cát pha *t* 掺杂沙子的 (土壤)：đất cát pha 沙质土壤

cát sê *d* (演艺人员的) 酬劳，出场费：tiền cát sê của ca sĩ 歌手的出场费

cát thô *d* 粗沙

cát tịch₁ *đg* [旧] 割席 (绝交)

cát tịch₂ *d* [旧] 吉夕，新婚之夜

cát triệu *t* [旧] 吉兆

cát tuyến *d* [数] 割线

cát tường *t* 吉祥：cát tường như ý 吉祥如意

cát vàng *d* 黄沙

cát-xét (cassette) *d* ①收录机②盒式磁带③盒式录音机

cau₁ *d* [植] 槟榔：cây cau 槟榔树

cau₂ *đg* 皱 (同 chau)：Cau mày vì đau bụng. 皱眉，因为肚子疼

cau cảu *t* 暴戾，粗暴

cau có *đg*；*t* 颦蹙，紧皱：nét mặt cau có 愁眉苦脸

càu cạu *t* 气咻咻，气愤愤：nét mặt càu cạu 气冲冲

càu nhà càu nhàu *đg* 嘀嘀咕咕：tính hay càu nhà càu nhàu 喜欢嘀嘀咕咕

càu nhàu *đg* 嘀咕：Chả biết cớ gì bà ấy cứ càu nhàu mãi. 不知道什么原因她嘀咕个不停

càu nhầu = càu nhàu

càu rầu [方] = càu nhàu

cáu₁ *d* 污垢：cáu nước chè 茶垢

cáu₂ *đg*；*t* 发火，动怒，发脾气：Nghe nó nói thì phát cáu. 听他说话就发火。

cáu bẳn *đg*；*t* 动不动就发火：Trong khi làm việc anh ta hay cáu bẳn. 工作中他动不动就发火。

cáu cặn *d* 渣滓，沉淀物

cáu gắt *đg* 动不动就发火

cáu kỉnh *đg* 发急，动怒 *t* 暴躁

cáu sườn *đg* [口] 发火，发怒，气愤，恼火：

Nghe nó nói mà cáu sườn. 听他说话就很气愤。

cáu tiết *đg*[口] 发火,恼火: Bố giận quá, cáu tiết tát cho con một cái. 爸爸很恼火,打了儿子一巴掌。

cay₁ *d* 刀柄 (插入刀把部分): cay dao 刀柄

cay₂ *t* ①辣: vị cay 辣味② [口] 惨痛: bị thua cay 惨败③涩: cay mắt 涩眼

cay cảy *t* ①寒噤,冷战: rét run cay cảy 冷得发抖②毛躁: tính cay cảy 急性子

cay chua=chua cay

cay cú *t* 输红眼的,急了眼的

cay cực *t* 痛苦屈辱

cay đắng *t* ①苦辣②艰辛: thất bại cay đắng 惨败

cay độc *t* 恶毒,毒辣: nói những lời cay độc 说恶毒的话

cay mắt *t* ①眼涩的②催泪的: hơi cay mắt 催泪毒气

cay nghiệt *t* 苛刻,刻毒,阴狠: tính cay nghiệt 刻薄成性; người mẹ ghẻ cay nghiệt 狠毒的继母

cay sè *t* (眼睛) 发涩

cày *d* 犁 *đg* 犁,耕: cày ruộng 犁地

cày ải *đg*[农] 翻犁,初耕

cày ấp=cày úp

cày bừa *đg*[农] ①犁耙: Nông dân đã cày bừa xong rồi. 农民已经犁完地了。②耕作

cày bước *d*[农] 步犁

cày cạy *d*[动] 小蟋蟀 *đg* 忐忑: lòng lo cày cạy 心里忐忑不安

cày cấy *đg*[农] 耕种,耕作: Đã cày cấy xong trước tết. 年前已经耕种完。

cày cục *đg* ①专心致志,集中精力: Anh ta cày cục suốt đêm chữa cái máy. 他整晚集中精力修机器。② [旧] 钻营,钻谋 (同 cậy cục)

cày đảo *đg*[农] 返犁 (第二次重犁将土复原)

cày hai bánh hai lưỡi *d*[农] 双轮双铧犁

cày hai bánh lưỡi đơn *d*[农] 双轮单铧犁

cày lật *đg*[农] 翻土

cày máy *d* 机犁,机耕

cày ngã *đg*[农] 翻地

cày ngang *đg*[农] 横犁

cày ngầm *đg*[农] 深水犁地

cày nỏ *đg*[农] 翻耕 (指翻土曝干)

cày nông *đg*[农] 浅耕

cày sâu bừa kĩ *t*[农] 深耕细作

cày sâu cuốc bẫm= cày sâu bừa kĩ

cày trở *đg*[农] 返犁 (第二次重犁将土复原)

cày úp *đg*[农] 侧犁 (指用犁尖斜翻土地使成畦)

cày vỡ *đg*[农] 开垦

cày xóc ngang= cày ngang

cảy₁ *đg*[医] 产后腹痛: Chị ấy bị đau cảy. 她产后腹痛。

cảy₂ *t* 肿: Anh ấy bị đấm cảy mặt. 他被打肿了脸。

cảy₃ *t* 暴躁,毛躁: Nó cảy tính lắm. 他性子很急。

cảy₄ *t* 极其: giỏi cảy 好极了

cáy *d*[动] 螃蟛

cạy₁ *đg* 撬: cạy cửa 撬门

cạy₂ *đg* 把船驶向左方

cắc *d*[方][旧] 毫,毛,角 (货币单位): một cắc 一毛钱 [拟] 咯咯 (清脆的响声)

cắc ca cắc củm *đg*[方] 节俭,节约

cắc cớ *t* 乖戾

cắc củm *đg*[方] 节俭,节省: cắc củm từng đồng 节省每一分钱

cắc kè *d* [方] 蛤蚧

cắc ké *đg*[动] 变色蜥蜴

cặc *đg*[口] (男性) 阳具

cặc bò *d*[口] 牛筋鞭

căm₁ *d*[机] 辐条: căm xe đạp 自行车辐条

căm₂ *đg* 生气,愤恨

căm₃ *p* (寒冷或冷风) 飕飕, 瑟瑟

căm căm *p* 飕飕, 瑟瑟: gió lạnh căm căm 冷风飕飕

căm gan *đg* 愤恨: căm gan tím ruột 气炸了肺

căm ghét *đg* 憎恶, 憎恨: căm ghét chiến tranh 憎恨战争

căm giận *đg* 恼怒, 气愤

căm hận=căm hờn

căm hờn *đg* 愤恨, 憎恨: căm hờn quân giặc dã man 憎恨野蛮的敌人

căm phẫn *đg* 愤慨, 激愤: Họ căm phẫn lên án tội ác của địch. 他们激愤控诉敌人的罪恶。

căm thù *đg* 仇恨, 仇视, 敌视: căm thù giặc 仇视敌人

căm tức *đg* 气愤, 恼怒, 仇恨: căm tức bọn ác bá 仇恨恶霸

căm uất *đg* 窝火

cằm *d* [解] 颌

cầm cập *t* 抖索 (同cầm cập): run cầm cập 冷得打抖 *đg* 黏着: Anh ấy lúc nào cũng cầm cập cuốn tiểu thuyết. 他什么时候都不肯放下小说。

cằm én mày ngài [旧] 燕颔峨眉

cắm *đg* ①插: Cắm hoa vào lọ. 把花插入瓶子。②驻扎: cắm trại 扎营③停泊④插标: cắm đất 插标圈地⑤低俯: cắm đầu chạy 低头跑

cắm cổ *đg* ①低头② [口] 埋头: cắm cổ xem sách 埋头看书

cắm cúi *đg* 埋头: cắm cúi làm bài tập 埋头做作业

cắm đầu *đg* [口] ①埋头: Cô bé đang cắm đầu chép bài. 小姑娘正埋头抄课文。②俯就, 听从: Ai bảo gì cũng cắm đầu nghe theo. 谁说什么都听从。③俯冲: Máy bay cắm đầu xuống. 飞机俯冲下来。

cắm đầu cắm cổ *đg* 埋头, 低头: Em ấy cắm đầu cắm cổ chạy về nhà. 他低头往家跑。

cắm sào *đg* 停泊

cắm sào đợi nước 守株待兔

cắm sừng *đg* [口] 给 (丈夫) 戴绿帽子: Anh ấy bị vợ cắm sừng mà không biết. 他被老婆给戴了绿帽子却不知道。

cắm thùng *đg* [口] (把衣角塞进裤腰里) 束腰: Chị ấy mặc áo gì cũng hay cắm thùng. 她穿什么衣服都喜欢束腰。

cắm trại *đg* ①扎营②露营: Ngày nghỉ bọn trẻ hay ra ngoại thành cắm trại. 假期年轻人喜欢到郊外露营。

cặm *đg* ① [方] 插② [医] 倒睫

cặm cụi *đg*; *t* 埋头: cặm cụi viết 埋头写

căn₁ *d* ①间: một căn nhà 一间房子② [方] 房间

căn₂ [汉] 根 *d* [数] ①方根②根号

căn₃ *đg* 测量, 校准: căn cho thật chuẩn 要测准

căn bản *d* 根本: nguyên tắc căn bản 根本原则 *t* 基本: căn bản hoàn thành kế hoạch 基本完成计划

căn bệnh *d* ①病因: Đến bây giờ còn chưa tìm ra căn bệnh. 到现在还没找出病因。②病症: Ung thư là một căn bệnh nan y. 癌症是一种难治之症。

căn cắt *p* (冷) 飕飕: trời rét căn cắt 天冷飕飕的

căn cơ *t* 精明: làm ăn căn cơ 精明强干

căn cứ *đg* 根据, 依照: căn cứ theo luật mà xét xử 依法处理 *d* ①依据: Kết luận thiếu căn cứ. 结论缺乏依据。②根据地, 基地: vùng căn cứ kháng chiến 抗战根据地; vùng căn cứ quân sự 军事基地

căn cứ địa *d* 根据地: xây dựng căn cứ địa cách mạng 建立革命根据地

căn cước *d* [旧] ①身份信息 (包括姓名、籍贯、相貌、特征等) ② [方] (法国殖民时期使用) 身份证

căn dặn *đg* 叮嘱，叮咛，嘱托：căn dặn hết điều 再三叮嘱；căn dặn con cái 叮嘱孩子

căn do *d* 来由，来历，缘故：căn do của sự việc 事情的来由

căn hộ *d* 套房，公寓房，单元房：Tôi được phân một căn hộ ba buồng. 我分到了一套三居室的房子。

căn nguyên *d* 根源，起源：hỏi rõ căn nguyên câu chuyện 问清事情的起源

căn số *d* ① [数] 根数，方根：căn số bậc ba 立方根；căn số bậc hai 平方根；căn số hư 虚根；căn số thực 实根② [旧] [宗] 劫数，命运

căn thức *d* [数] 方根

căn tố *d* [语] 词根

căn vặn *đg* 盘诘：căn vặn đến cùng 盘根问底

cằn *t* ① (土地) 贫瘠：mảnh đất cằn 贫瘠的土地② (植物) 生长不良的

cằn cặt *t* 怨愤，尖酸

cằn cọc *t* 枯槁，枯瘠：cây cối cằn cọc 树木枯槁

cằn cỗi *t* ① 贫瘠：ruộng đất cằn cỗi 贫瘠的田地②发育不良的③ (体力、资财、创造力等) 枯竭，穷竭

cằn nhà cằn nhằn *đg* 抱怨，骂骂咧咧

cằn nhằn *đg* 抱怨，骂骂咧咧：Vì ồn ào quá không ngủ được cứ cằn nhằn mãi. 因为太吵睡不着，一直骂骂咧咧。

cằn nhằn=cằn nhằn

cắn₁ *đg* ①咬：bị chó cắn 被狗咬②刺，叮，咬③咬合：Bàn đóng cắn mộng. 桌子的榫头与榫眼紧紧咬合。

cắn₂ *đg* ① [方] 狗吠：Chó cắn ma. 狗乱吠。② [口] 吵架：Hai người cắn nhau. 两人吵嘴。

cắn câu *đg* ①咬钩，上钩② [口] [转] 中计，上圈套：Lão ta đã cắn câu. 他已经中计了。

cắn cấu *đg* 争吵，冲突：Hai vợ chồng cứ cắn cấu suốt ngày. 两夫妻天天吵个没完

cắn chỉ *t* (线状) 红色痕迹的

cắn cỏ *đg* [旧] ①噬草②结草衔环以报

cắn húc *đg* 招惹，挑弄

cắn lưỡi *đg* ①咬舌②自杀

cắn nút *d* [动] 刺螫

cắn ổ *đg* (牲畜) 临产

cắn răng *đg* ①咬牙②咬紧牙关：cắn răng mà chịu 咬牙忍受

cắn rốn [旧] 后悔莫及：Vì không cố gắng học mà thi trượt đại học khiến anh cắn rốn. 由于不努力读书而考不上大学使他后悔莫及。

cắn rơm cắn cỏ *đg* [旧] ①噬草②结草衔环以报

cắn rứt *đg* 自责：lương tâm cắn rứt 良心自责

cắn trắt *đg* ①咬谷子② [转] 做小事 (喻大材小用)

cắn trộm *đg* ①偷咬②偷窃③ [转] 暗箭伤人

cắn xé *đg* 咬扯，你争我夺：Đàn chó sói cắn xé nhau. 一群狼狗互相咬扯。

cặn *d* 渣滓，沉淀物

cặn bã *d* ①渣滓② [转] (社会) 败类：phần tử cặn bã của xã hội 社会败类

cặn kẽ *t* 仔细，详尽：tìm hiểu cặn kẽ 详细了解

căng₁ *d* [旧] (法属时期) 营寨

căng₂ *đg* ①拉，挂：căng dây 挂绳；căng buồm 扬帆②尽力：căng sức làm 尽力做 *t* ① [口] 紧张：Làm việc rất căng. 工作很紧张。②胀满，涨溢：vú căng sữa 奶胀

căng₃ [汉] 矜

căng căng *t* 执拗，顽固：tính hay căng căng 性格执拗

căng đầu nhức óc 头昏脑涨

căng-gu-ru (kangaroo) *d* 袋鼠

căng kiêu *t* 骄矜

căng thẳng *t* 紧张：đầu óc căng thẳng 头脑

紧张；quan hệ căng thẳng 关系紧张

căng tin *d* 小卖部

căng trì *t*[旧] 矜持

cẳng *d* ① [口] (人或牲畜的) 脚或蹄：cẳng trâu 牛蹄 ② 树根：cẳng tre 竹子根

cẳng chân *d*[解] 胫, 小腿

cẳng giò *d*[口] 猪蹄, 猪肘子

cẳng tay *d*[口][解] 肘

cắp₁ *đg* ① 挟住：cắp sách đi học 挟书上学 ② 钳住：bị cua cắp 被蟹钳住

cắp₂ *đg* 偷盗：kẻ cắp 小偷

cắp ca cắp củm =cắc ca cắc củm

cắp củm =cắc củm

cặp₁ *d* ① 皮夹, 书包, 公文夹：cặp tài liệu 资料夹 ② 夹子, 镊子：cặp tóc 发夹 ③ 一夹子, 一串：cặp chả 一串烤肉 *đg* 夹住：Cặp nhiệt kế cho bệnh nhân. 给病人夹体温计。

cặp₂ *d* 一双, 一对：cặp vợ chồng 一对夫妇

cặp₃ *đg* 泊近：Tàu cặp bến. 船靠岸。

cặp ba lá *d* 发夹

cặp bến *đg* ① 靠岸, 停泊 ② 进港, 抵港

cặp chì *đg* 上封铅

cặp chỉ *đg* 按指印, 印指纹

cặp da *d* 皮包, 公文包

cặp díp *t*[口] 一筷夹的：gắp cặp díp 一筷夹俩儿

cặp giấy *d* 纸夹子

cặp kè *d*[乐] 拍板, 云板 *đg* 出双入对：Chúng nó lúc nào cũng cặp kè bên nhau. 他们什么时候都出双入对。

cặp lồng *d* 手提式饭盒

cặp mạch =cặp nhiệt

cặp nhiệt *đg*[口] 测体温, 量体温：Cặp nhiệt cho người ốm. 给病人量体温。*d* 体温计

cặp sốt =cặp nhiệt

cắt₁ *d* 鹰的一种

cắt₂ *đg* ① 剪, 割：cắt cỏ 割草；cắt tóc 剪发 ② 分配：cắt người trực nhật 安排人值班 ③ 中断：cắt đường giao thông 中断交通 ④ 删除：

cắt đi một đoạn văn bản 删掉一段文字

cắt băng *đg* 剪彩：làm lễ cắt băng 举行剪彩仪式

cắt bỏ *đg* 切除：cắt bỏ ruột thừa 切除阑尾

cắt bóng *đg*[体] 削球

cắt canh *đg*[军] 排哨

cắt cổ *t*(价格) 昂贵的, 很高的：giá cắt cổ 高价

cắt cử *đg* 委派, 分配：cắt cử trực nhật 分配值日

cắt dọc *đg* 纵割, 纵剖：mặt cắt dọc 纵切面

cắt đặt *đg* 配置, 安排：Ông ta có quyền cắt đặt mọi việc. 他有权安排一切。

cắt đứt *đg* ① 切断, 割断 ② 决裂, 断绝：cắt đứt quan hệ 断绝关系 ③ [口] 离婚

cắt giảm *đg* 裁减：cắt giảm biên chế 裁减编制

cắt họng =cắt cổ

cắt kéo *đg* 剪割

cắt lượt *đg* 轮班, 轮流：Hai người cắt lượt nhau canh gác. 两个人轮流站岗。

cắt may *đg* 裁剪, 缝制

cắt miếng *đg* 切片, 切块

cắt ngang *đg* 横割, 横剖：mặt cắt ngang 横割面

cắt nghĩa *đg* 说明, 解释, 释义：cắt nghĩa bài 解析文章

cắt ruột *đg* 断肠, 割肠 *t*[转] 刺骨的：rét cắt ruột 寒风刺骨

cắt soạn *đg* 剪辑 (影片)

cắt thuốc *đg* ① 切药 ② 抓药

cắt tiết *đg*(家禽类) 割喉, 割血：cắt tiết vịt 割鸭血

cắt tóc *đg* ① 理发 ② 削发为僧

cắt tuyến *đg*[数] 正割

cắt xén *đg* ① 篡改：bài văn bị cắt xén 文章被篡改 ② 克扣：cắt xén tiền lương 克扣工资

câm *t* ① 哑的：người câm 哑巴；kịch câm 哑剧 ② 缄默的, 不言的：Câm đi! 闭嘴！

câm hầu tắc cổ 张口结舌

câm họng *đg*[口] ①词穷, 没话说②闭嘴, 噤口: Trước mặt chân lí nó đành phải câm họng. 在真理面前他不敢说话。

câm miệng *đg* ①词穷, 没话说②闭嘴, 噤口

câm miệng hến 哑口无言; 噤若寒蝉

câm như hến=câm miệng hến

cầm₁ [汉] 琴 *d* 古琴

cầm₂ *đg* ①执持, 握着: cầm bút 握着笔; cầm tay nhau 握手②拿着: cầm túi 拿着袋子 ③掌握: cầm quyền 掌权; cầm lái xe 握着方向盘④典押, 典当, 抵押: cầm nhà 抵押房子⑤有把握: Trận này đội ta cầm phần thắng trong tay. 这场比赛我们队胜券在握。⑥留客⑦止住: cầm máu 止血; cầm nước mắt 止住泪水⑧控制, 抑制 (感情): Chị ấy không cầm được mối thương tâm. 她控制不了伤心之情。

cầm₃ [汉] 禽, 擒

cầm bằng [旧] 当作, 认作, 算是

cầm cái *đg* (赌博) 坐庄

cầm canh *đg* ①持更, 守更② (声音) 不时地响起: tiếng pháo nổ cầm canh 鞭炮声此起彼伏

cầm cân nảy mực 大权在握; 大权在手

cầm cập *t* 战栗的, 发抖的, 哆嗦的: rét run cầm cập 冷得瑟瑟发抖

cầm chắc *đg* 有把握: cầm chắc phần thắng 胜券在握

cầm chân *đg* 拖后腿

cầm chén *đg* (赌博) 坐庄

cầm chèo *đg* 划桨, 掌橹

cầm chí *đg* 克制; 矢志不移

cầm chừng *đg* 有节制, 有限度, 适可而止: tiêu pha cầm chừng 节约用钱

cầm cố=cầm thế

cầm cữ *đg* ①适当地忌口②适当地节制

cầm cự *đg* 拖延, 相持不下: Bệnh quá nặng, không cầm cự được lâu. 病太重了, 拖不

了多久。

cầm cương *đg* ①执缰②指挥

cầm đầu *t* 为首的, 首脑的, 首领的 (贬义): kẻ cầm đầu 首恶

cầm đồ *đg* 典当, 质押: hiệu cầm đồ 典当行

cầm đợ *đg* 典当

cầm gậy chọc trời 自不量力

cầm giá *đg* [商] 持原价

cầm giữ *đg* 控制, 把握: Chúng tôi phải cầm giữ chân địch. 我们要掌控敌人的行踪。

cầm hãm *đg* 抑制, 抑止, 克制

cầm hơi *đg*[口] 维持生命: Đói quá phải húp cháo cầm hơi. 太饿了, 要喝点粥缓缓神。

cầm khoán bẻ măng 执法犯法

cầm kì thi hoạ 琴棋书画

cầm lái *đg* ①掌舵, 摆舵②指挥, 领导

cầm lòng *đg* 克制

cầm lỏng *đg* 稳操在手: giải nhất cầm lỏng trong tay 头奖在握

cầm lửa đốt trời 狂妄至极

cầm máu *đg* 止血

cầm mực *đg* 循规蹈矩: Làm việc không nên cầm mực. 做事情不应循规蹈矩。

cầm nắm *đg* 掌握, 执掌: cầm nắm chính quyền 掌握政权

cầm như [旧]=cầm bằng

cầm phổ *d* 琴谱

cầm quân *đg* 带兵, 率兵: cầm quân ra trận 率兵出征; cầm quân khiển tướng 调兵遣将

cầm quyền *đg* 掌权, 执政, 当权: các nhà cầm quyền 执政者

cầm sắt *d*[旧] 琴瑟 (多用来比喻夫妻感情融洽)

cầm tay *đg* ①执手②手提: kiểu cầm tay便携式

cầm thế *đg* 抵押: Nhà này dùng để làm cầm thế cho ngân hàng. 这房子用做银行抵押。

cầm thú *d* 禽兽

cầm tinh *đg* 属 (指用十二属相配生年）: Nó cầm tinh con chó. 他是属狗的。

cầm tù *đg* 囚禁: Trước đây ông ta bị cầm tù ở đấy. 以前他被囚禁在那里。

cẩm₁ *d* [旧]（法属时期）警长

cẩm₂ [汉] 锦

cẩm bào *d* [旧] 锦袍

cẩm châu=cẩm nhung

cẩm chướng *d* 锦帐

cẩm kê *d* [动] 锦鸡

cẩm lai *d* [植] 黄檀

cẩm nang *d* ①锦囊（古代用绸缎做的小袋子）②手册: cẩm nang du lịch 旅行手册; cẩm nang sử dụng thuốc 用药手册

cẩm nhung *d* 锦绒（织锦的一种）

cẩm thạch *d* 大理石, 汉白玉石

cẩm tú *d* [旧] 锦绣: non sông cẩm tú 锦绣河山; cẩm tú sơn hà 锦绣山河

cẩm y vệ *d* [旧] 锦衣卫

cấm₁ [汉] 禁 *đg* 禁止: khu vực cấm 禁区; cấm hút thuốc 禁止吸烟

cấm₂ *p* [口] 从未, 从来没有: Cấm bao giờ nó cười. 他从来不笑。

cấm binh *d* [旧] 禁军, 禁兵

cấm ca cấm cảu *t* [口] 发急, 暴躁

cấm cách *đg* [旧] 禁隔, 阻隔

cấm cảu *t* 发急, 暴躁: ăn nói cấm cảu 脾气暴躁

cấm cẳn=cấm cảu

cấm chỉ *đg* 禁止

cấm chợ *đg* 禁市

cấm cố *đg* 禁锢, 幽禁: Anh ta bị chung thân cấm cố. 他被终身监禁。

cấm cung *d* ①[旧] 禁宫②[转] 闺秀

cấm cửa *đg* [口] 禁止入门

cấm dục *đg* 禁欲: chủ nghĩa cấm dục 禁欲主义

cấm địa *d* 禁地, 禁区

cấm đoán *đg* 禁止

cấm khẩu *đg* (病人) 噤口, 噤声: Người bệnh đã cấm khẩu. 病人已说不出话了。

cấm kị *đg* 禁忌

cấm ngặt *đg* 严禁: Khu vực này cấm ngặt mọi người ra vào. 这个地区严禁任何人出入。

cấm nhặt=cấm ngặt

cấm núi giữ rừng 封山育林

cấm phẩm *d* 违禁品: Những thứ này đều là cấm phẩm. 这些都属于违禁品。

cấm phòng *d* [宗] 禁室, 密室 *đg* ①禁止出门②禁止房事

cấm quân=cấm binh

cấm thành *d* [旧] 禁城, 宫城: Tử Cấm Thành 紫禁城

cấm thư *d* 禁书

cấm tiệt *đg* [口] 完全禁止: Cấm tiệt không cho gặp nhau nữa. 完全禁止不让再见面。

cấm vận *đg* 禁运

cấm vệ=cấm binh

cân₁ *d* ①秤: cái cân 秤子; cân điện tử 电子秤②公斤: một cân 一公斤 *đg* 称: cân thịt 称肉 *t* ①平衡: hai bên cân nhau 双方势均力敌②均等: chia cho cân 平均分配③对称: hai nhà cân nhau 两幢房子对称

cân₂ [汉] 巾, 筋

cân Anh *d* 英国秤

cân bàn *d* ①磅秤②台秤

cân bằng *t* 平衡: lực lượng hai bên cân bằng nhau 双方力量势均力敌

cân bằng bền *t* [理] 稳平衡

cân chìm *d* 地秤, 地磅

cân cốt=gân cốt

cân đai *d* [旧] 巾带, 官服

cân đại *d* 大秤

cân đĩa *d* 盘秤

cân đôi *t* 相同的, 同等的: Diện tích của hai bên cân đôi nhau. 两边的面积相同。

cân đối *t* 对称: thân hình cân đối 身材匀称

đg 平衡: cân đối cung và cầu 供求平衡

cân đủ *t* 足秤 (指重量足, 秤平)

cân già *t* 秤头高 (指重量超过, 秤杆往上翘)

cân hơi *đg* 称活牲畜重量 (毛重)

cân hụt *t* 拉秤 (重量不足, 秤杆下垂)

cân kẹo *đg*; *d*[口] 称 (重量); 秤

cân lứa *t* ①相等②匹配

cân móc hàm *đg* 称牲畜屠宰后的重量 (净重)

cân não *d* 脑筋, 精神: căng thẳng cân não 精神紧张

cân nhau *t* ①均衡②对称③均等: hai cái cân nhau 两者均等

cân nhắc *đg* ①衡量, 掂量, 权衡: cân nhắc hơn thiệt 权衡得失②考虑: cân nhắc kĩ càng 深思熟虑③推敲: cân nhắc từng chữ 逐字推敲④比较

cân nhục *d* 筋肉

cân non *t* 低头秤 (重量不足, 秤杆微垂)

cân phân *d* 平均: chia không cân phân 分配不均

cân quắc *d*[旧] 巾帼

cân rô-béc-van *d* 天平

cân sức *t* 势均力敌: Hai bên cân sức với nhau. 双方势均力敌。

cân ta *d*[口] 市斤 (500 克)

cân tạ *d* 百斤秤

cân tay=cân treo

cân tây *d* 公斤 (1 千克)

cân thăng bằng *d* 天平

cân thật *d* 准斤

cân thiên bình *d* 天平

cân thuốc *d* ①烟秤②药秤

cân thuỷ bình *d* 水平秤

cân thư *d* 信秤

cân tiểu li *d* 金秤

cân treo *d* 提秤, 杆秤

cân Trung Quốc *d* 市斤 (500 克)

cân trừ bì *d* 净重 (公斤)

cân tự động *d* 定量秤

cân tươi *d* 抬头秤 (指重量略微超过, 秤杆微吊)

cân xứng *t* 相称, 相符: Hình thức chưa cân xứng với nội dung. 形式与内容不相符。

cần₁ *d* ①芹菜②竹吸管: Ông ấy dùng cần uống rượu. 他用竹吸管喝酒。③杆, 竿: cần câu 钓鱼竿

cần₂ *đg* 需要, 必须, 应该: cần chú ý 需要注意; cần bảo cho anh biết 应该告诉你 *t* 紧急

cần₃[汉] 勤 *t* 勤勉

cần cấp *t* 紧急, 急迫: nhiệm vụ cần cấp 紧急任务; hội nghị cần cấp 紧急会议

cần cẩu *d*[机] 吊车, 吊塔, 吊臂

cần chính *t* 勤政: điện cần chính 勤政殿

cần cù *t* 勤劳, 勤勉, 辛勤: cần cù lao động 辛勤劳动

cần gì có nấy 心想事成

cần kéo *d*[工] 拉杆

cần kiệm *t* 勤俭: cần kiệm liêm chính 勤俭廉政

cần lao *t* 辛勤, 勤劳: cuộc đời cần lao 辛勤劳动 *d*[旧] 劳动: giai cấp cần lao 劳动人民

cần mẫn *t* 勤敏

cần sa *d*[植] 大麻

cần ta *d* 芹菜

cần tây *d* 西芹

cần thiết *t* 需要, 必要: công việc cần thiết 必要的工作; Chị không cần thiết làm như vậy. 你不需要这样做。

cần thơm *d* 蒿子秆

cần trục=cần cẩu

cần vận chuyển *d*[机] 吊杆

cần vụ *d* ①勤务②勤务员

cần yếu *t* 紧要: nhiệm vụ cần yếu 紧要的任务

cẩn₁ *đg*[方] 镶嵌: tủ cẩn xà cừ 镶嵌贝壳的柜子

cẩn₂ [汉] 谨

cẩn mật *t* 严密, 缜密: canh phòng cẩn mật 严密守卫

cẩn phòng *đg* 谨防: cẩn phòng hàng giả 谨防假货

cẩn thận *t* 谨慎, 小心: làm việc cẩn thận 做事谨慎

cẩn trọng *t* 慎重, 持重, 稳重: Nên tính toán thật cẩn trọng trước khi làm. 做事前应慎重考虑。

cặn₁ *d*[方] 渣滓: cặn nước chè 茶叶渣

cặn₂ [汉] 艮 *d* 艮 (八卦之一)

cặn₃ *đg*[方] 扣除: cặn nợ销账

cặn₄ *đg*[方] 受阻, 碍着

cặn cá=cặn cái

cặn cái *đg*[方] 受阻, 碍着

cận [汉] 近 *t* ①靠近的, 附近的, 临近的 (同 gần): những ngày cận Tết 临近春节的时候② [口] 近视: mắt bị cận 眼睛近视

cận cảnh *d* 近景: quay phim cận cảnh 近距离拍摄

cận chiến *đg*; *t*[军] 近战

cận cổ *d* 近古: thời đại cận cổ 近古时代

cận đại *d* 近代: lịch sử cận đại 近代史

cận huống *d* 近况: Cận huống của anh thế nào? 他的近况如何?

cận kim=cận đại

cận kì *d* 近期; 到期: Cận kì sẽ có thay đổi. 近期会有变化。

cận lân *d* 近邻: Hai nước Trung-Việt là cận lân. 中越两国是近邻。

cận lợi *d* 近利, 眼前利益: Ta không thể chỉ nghĩ đến cận lợi. 我们不能只考虑眼前利益。

cận nhiệt đới *d* 亚热带

cận thân *d* ①近亲②近身

cận thần *d*[旧] 近臣

cận thị *t*(眼睛) 近视

cận trạng *d*[旧] 近状, 近况: Cận trạng của bà ấy không được tốt lắm. 她的近况不太好。

cận vệ *d* 近卫: cận vệ trưởng 卫士长

câng=câng câng

câng câng *t*(脸上表情) 骄矜, 洋洋自得

cấp₁ *d* 级别: cấp trên 上级; cấp dưới 下级

cấp₂[汉] 给 *đg* ①发给: cấp lương 发薪水②拨给, 拨付: cấp tiền 拨款

cấp₃[汉] 急 *t* 紧急

cấp₄[汉] 级

cấp I (một) [旧]*d* 第一级 (越南普通小学) (同 Tiểu học)

cấp II (hai) [旧]*d* 第二级 (越南普通初中) (同 Trung học cơ sở)

cấp III (ba) [旧]*d* 第三级 (越南普通高中) (同 Trung học phổ thông)

cấp bách *t* 急迫, 紧急: nhiệm vụ cấp bách 紧急任务

cấp báo *đg*[旧] 急报

cấp bậc *d* 等级, 级别: Cơ quan chính quyền của nhà nước chia ra nhiều cấp bậc. 国家的政权机关分为很多等级。

cấp bộ *d*(党、政、工、团的) 各级组织

cấp bức=cấp bách

cấp bực=cấp bậc

cấp cao *t* 高级: hội nghị cấp cao 高级会议

cấp chứng *d*[医] 急症

cấp cùm *đg* 攒, 集: Năm ngoái tôi cấp cùm được mấy nghìn. 去年我攒了几千块钱。

cấp cứu *đg*[医] 急救: phòng cấp cứu 急救室; xe cấp cứu 急救车

cấp dưỡng *đg* 给养, 供给: Hoàn thiện chế độ cấp dưỡng thương binh. 完善伤残军人的供给制度。*d* 炊事员

cấp điện *đg* 供电

cấp hành quân *d*[军] 急行军

cấp hiệu *d*[军] 军衔, 肩章: cấp hiệu vai 肩

章；cấp hiệu đại tá 大校军衔

cấp kênh *t* 晃荡的，不平稳的：Cái ghế này đặt đây cứ cấp kênh. 这椅子放在这儿总是摇摇晃晃的。

cấp kinh *d*[医] 急惊风症

cấp liệu *đg*[工] 供料，喂料：cấp liệu kiểu vít回旋喂料；cấp liệu kiểu rung 振动喂料

cấp nước *đg*；*d* 供水

cấp phát *đg*[经] 拨给，发给，支付：cấp phát kinh phí 拨付经费

cấp siêu *d* 小水壶

cấp số *d*[数] 级数：cấp số có hạn 有限级数；cấp số liên 连级数；cấp số giảm 递降级数；cấp số vô định 不定级数

cấp tập *đg* 轰击：bị loạt pháo cấp tập mạnh mẽ 被大炮猛烈地轰击 *t* 连续的，接二连三的：súng bắn cấp tập 连续射击；Ta phải làm cấp tập mới kịp. 我们要连续做才来得及。

cấp thiết *t* 急切，迫切：vấn đề cấp thiết 迫切的问题

cấp thứ tự *d*[数] 级次序

cấp tiến *t*[政] 激进：trí thức cấp tiến 激进的知识分子

cấp tiến chủ nghĩa *t*[政] 激进主义

cấp tính *t*[医] 急性的：sốt rét cấp tính 急性疟疾

cấp tốc *t* 急速，火速，刻不容缓：lớp cấp tốc 速成班

cấp túc *đg* 给足，使充足：cấp túc binh lương 给足军饷

cấp uỷ *d* 各级党委

cấp vốn *đg* 投资：Công ti cấp vốn cho việc sản xuất. 公司为生产投资。

cập₁ *đg*(船类) 到达，抵达：Thuyền cập bến. 船靠岸。

cập₂[汉] 及

cập đệ *đg*[旧] 及第

cập kèm *t* 眼睛不好的：mắt cập kèm 眼睛看

不清

cập kênh *t* 晃荡的，不平稳的

cập kễnh=cập kênh

cập nhật *đg*；*t* 更新：cập nhật thông tin 更新信息；Dữ liệu mới được cập nhật. 资料刚刚更新。

cập rập *t*[口] 匆匆忙忙：công việc cập rập 工作忙碌

cập vật động từ *d* 及物动词

cất₁ *đg* ①收藏：cất sách 藏书②举起，抬起，仰起：cất đầu 抬头③起卸：cất hàng 卸货④建筑：cất nhà 建房子⑤大宗买卖：bán cất 批售；mua cất 批购⑥放声，开口：cất tiếng hát 放声歌唱

cất₂ *đg* 蒸馏：nước cất 蒸馏水

cất binh[旧]=cất quân

cất bước *đg* ①举步，迈步：Bà kia mỏi quá，cất bước không nổi. 她太累了，举步维艰。②起程：cất bước lên đường 启程上路

cất cánh *đg* ①展翅欲飞：nền kinh tế cất cánh 经济腾飞②（飞机）起飞：máy bay cất cánh 飞机起飞

cất căng *đg* 夺位，取而代之

cất chức[旧]=cách chức

cất công *đg* 下功夫：cất công tìm kiếm 花功夫寻找

cất dọn *đg* 收拾：cất dọn nhà cửa 收拾房子

cất đám *đg* 出殡

cất đặt *đg* 安排，安置：cất đặt đâu vào đấy 安排妥当

cất gánh *đg* ①承担②动身，起程③卸责

cất giấu *đg* 藏好，藏匿：cất giấu tài liệu mật 藏好机密资料

cất giữ *đg* 保管，保存，贮存，存放：cất giữ đồ quí 保管贵重物品；Cất giữ hồ sơ trong tủ. 把档案存放在柜子里。

cất hàng *đg* ①卸货，卸载②[商] 进货

cất khô *đg*[化] 干馏

cất lèn *đg* 藏匿

cất lén=cất lền

cất mả=cải táng

cất mình *đg* 动身,启程: cất mình ra về 启程回去

cất mộ=cải táng

cất nhà *đg* ①造房子,起房子②建筑

cất nhắc *đg* ①提拔,提升,抬举（同 đề bạt）: cất nhắc cán bộ 提拔干部② [口] 做点轻活儿

cất nón *đg* 脱帽

cất phần *đg* 留份儿: Nhớ cất phần cho tôi nhé! 记得给我留份儿哦！

cất quân *đg* 起兵,出兵

cất tay không kịp 措手不及（同 trở tay không kịp)

cất tiếng *đg* 放声,开口,开言: cất tiếng hát 放声歌唱

cất vó₁ *d*[植] 红毛丹果,毛荔枝

cất vó₂ *đg*(马) 撒蹄跑

cật₁ *d* ①腰,背: sau cật 背后② [口] 肾脏③ 外皮: cật mây 藤皮

cật₂[汉] 诘,竭

cật lực *p*(做事) 竭力,拼命: chạy cật lực 拼命跑

cật ruột *d*[旧] 同胞,骨肉: anh em cật ruột 同胞兄弟

cật sức=cật lực

cật vấn *đg* 诘问: tự cật vấn lương tâm 扪心自问

câu₁ *d* 鸽子

câu₂[汉] 句 *d* 句子: đặt câu 造句

câu₃[汉] 钩,勾 *đg* ①钓: câu cá 钓鱼; Buông dây dài câu cá lớn. 放长线钓大鱼。② [口] 招揽: câu khách hàng 招揽顾客③（用吊车）起吊: Câu gỗ lên xe. 把木头吊上车。④ [军] 命中,锁定: Đạn cối câu trúng mục tiêu. 子弹命中目标。*d* 钓钩儿

câu₄[汉] 拘,俱

câu chấp *đg*[旧] 固执: tính câu chấp 性格固执

câu chuyện *d* ①话语: Đang dở câu chuyện thì có bạn đến chơi. 话说到一半就有朋友来玩。②事情,事由: câu chuyện vui lòng 高兴的事情③故事: Câu chuyện này hay lắm. 这个故事很精彩。

câu cú *d* 文句,文辞: chẳng ra câu cú gì 语句不通

câu cửa miệng *d* 口头语,口头禅

câu danh câu lợi 沽名钓誉

câu dầm *đg* ①垂钓② [口]（做事）拖沓,拖延: Việc này câu dầm mãi chưa làm xong. 这件事拖了很久还没做完。

câu đằng *d*[药] 钩藤

câu đố *d* 谜语

câu đối *d* 对联: câu đối Tết 春联; câu đối viếng 挽联

câu hát *d* 歌词

câu hỏi *d* 问题

câu kéo [口]=câu cú

câu kẹo=câu cú

câu kệ [口]=câu cú

câu kết *đg* 勾结: Chúng nó câu kết với địch. 他们跟敌人勾结。

câu khách *đg*[口] 招揽顾客,揽客（含贬义）

câu lạc bộ *d* 俱乐部: câu lạc bộ bóng đá 足球俱乐部

câu lệnh *d*[计]（计算机）指令

câu liêm *d* 钩镰

câu lợi *đg* 图利,求利,钻营

câu lưu *đg*[旧] 拘留

câu móc *d* 挠钩

câu nệ *đg* ①固守,拘泥: câu nệ không linh hoạt 拘泥不灵活②顾虑: Cứ tự nhiên, đừng có câu nệ nhé! 随意些,不要有顾虑！

câu nhạc *d* 歌词

câu nói *d* 语句,话语,言语: câu nói mất đoàn

kết 影响团结的话

câu pha trò *d* 噱头

câu phiếu *d* 拘票，逮捕证

câu rút *d*[宗] 十字架

câu thông *đg* 沟通：câu thông văn hoá Trung Việt 沟通中越文化

câu thơ *d* 诗句

câu thúc *đg* 拘束：Chị ta không chịu bị câu thúc. 她受不了拘束。

câu trai *d* 谜语

câu văn *d* 文句：câu văn trôi chảy 文句通顺

câu ví *d* 比方，比喻

cầu₁[汉] 球 *d* ①球，球形体：hình cầu 球形 ②毽子：đá cầu 踢毽子

cầu₂ 桥梁：bắc cầu 架桥

cầu₃[汉] 求 *đg* ①请求 ②祈求：cầu trời khẩn phật 求神拜佛

cầu₄ *đg* 需求：cung không đủ cầu 供不应求

cầu an *đg* 求平安

cầu ao *d*（架在水塘边的）踏板

cầu bập bênh *d* 跷跷板

cầu ben-lây *d* 贝雷桥

cầu bê-tông *d* 混凝土桥

cầu bê-tông cốt sắt *d* 钢筋混凝土桥

cầu bơ cầu bất 流离失所

cầu cảng=cầu tàu

cầu cạnh *đg* 套交情，拉关系：Không cần cầu cạnh với anh ta. 不用跟他套交情。

cầu cân bằng *d*[电] 等臂电桥，等比电桥

cầu chì *d*[电] 保险丝，熔断器

cầu chì thu lôi *d*[电] 避雷保安器：cầu chì thu lôi chân không 真空避雷器；cầu chì thu lôi hai dây 双线避雷器

cầu chìm *d* 淹水桥

cầu chúc *đg* 祈祝：Cầu chúc cả nhà hạnh phúc! 祝阖家幸福！

cầu chui *d* 跨线桥

cầu chứng *đg*[数] 求证

cầu cốn *d* 浮桥

cầu cống *d* 涵洞桥，拱桥

cầu cúng *đg* 祈求，祭拜

cầu cứu *đg* 求救，乞援

cầu danh *đg* 求名

cầu dao *d* 电闸

cầu dầm bê-tông cốt thép đúc sẵn 预制钢筋混凝土梁

cầu dầm tổ hợp *d* 组合梁

cầu dây *d* 索桥

cầu duyên *đg* 求缘，求偶

cầu đà hẫng *d* 悬桥

cầu đá *d* 石桥

cầu đảo *đg* 祷告，求神拜佛

cầu đặt tín hiệu *d* 信号桥

cầu điện *d*[电] 电桥：cầu điện vạn năng 万用电桥；cầu điện vi sai 差接电桥

cầu độc mộc *d* 独木桥

cầu được ước thấy 如愿以偿

cầu đường *d* 路桥

cầu ép-phen *d* 军用桥

cầu gạch *d* 砖桥

cầu giải *đg*[数] 求解

cầu gỗ *d* 木桥，板桥

cầu gỗ một dầm *d* 单桥梁

cầu hiền *đg*[旧] 求贤

cầu hình chữ T *d* T 形桥梁

cầu hoà *đg* 求和

cầu hôn *đg* 求婚

cầu hồn *đg* 求魂，超度

cầu khẩn *đg* 恳求

cầu khỉ *d* 独木桥

cầu khiến *đg* 祈使：câu cầu khiến 祈使句

cầu khuẩn *d* 球菌

cầu khung cung *d* 弓背桥

cầu kì *t* 讲究，考究：ăn mặc cầu kì 衣饰讲究

cầu kiến *đg*[旧] 求见

cầu kinh *đg*[宗] 求经

cầu kính *d*[数] 球径，球形的半径

cầu là *d* 熨衣板（用来熨烫衣服）

cầu leo *d* 悬桥

cầu lông *d* 羽毛球

cầu lợi *đg* 求利: tính danh cầu lợi 计较名利

cầu máng *d* 水槽

cầu mát *đg* [宗] 祈凉

cầu may *đg* [宗] 祈祷, 祈福

cầu mắt *d* 眼球

cầu mây *d* 藤球

cầu mong *đg* 祈愿

cầu môn *d* 球门

cầu mống *d* 拱桥

cầu mưa *đg* 求雨, 祈雨

cầu ngoại tiếp *d* [数] 外接球

cầu nguyện *đg* 求愿, 祈祷

cầu nhảy *d* [体] 木马

cầu nhiều nhịp *d* 多孔桥

cầu noi *d* (从船上岸脚踩的) 踏板

cầu nổi *d* 浮桥, 天桥

cầu ô *d* 乌桥, 鹊桥

cầu pét-stôn *d* [电] 惠斯顿电桥

cầu phao *d* 浮桥

cầu phúc *đg* 求福, 祈福: đến chùa cầu phúc 到庙里祈福

cầu phương *d* [数] 求方, 求积法

cầu quay *d* ①转桥, 活动桥 ②转车台, 旋盘

cầu quân dụng *d* 军用桥

cầu sai *d* [理] 球差

cầu siêu *đg* 祈求超度

cầu tài *đg* 求财

cầu tàu *d* 栈桥码头

cầu thang *d* 梯子, 楼梯: cầu thang cuốn 滚梯; cầu thang máy 电梯

cầu thăng bằng *d* [体] 平衡木

cầu thân *đg* [旧] 求亲

cầu thị *đg* 求是: thực sự cầu thị 实事求是

cầu thủ *d* 球员, 球手, 选手: cầu thủ bóng đá 足球队员

cầu tiêu *d* 茅厕, 厕所

cầu toàn *đg* 求全

cầu toàn trách bị *đg* [旧] 求全

cầu tre *d* 竹桥

cầu treo *d* 吊桥

cầu trời *đg* 祈求上苍

cầu trục *d* 门吊

cầu truyền hình *d* 现场直播

cầu trường *d* 球场

cầu trượt *d* (儿童玩的) 滑梯

cầu tụt *d* 滑梯

cầu tự *đg* 求嗣

cầu tướng *d* 球将

cầu vai *d* 肩垫

cầu van *d* (轮胎等的) 气门

cầu ván *d* 木板桥

cầu viện *đg* 求援: Khẩn cấp cầu viện. 赶紧去求援。

cầu vinh *đg* 求荣: bán nước cầu vinh 卖国求荣

cầu vòm *d* 拱桥

cầu vồng *d* 彩虹

cầu vui *đg* 求欢; 取乐

cầu vượt *d* 立交桥

cầu xin *đg* 乞求

cầu xuống phà *d* (渡船) 引桥

cầu yên = cầu an

cẩu₁ *đg* 吊运: cẩu hàng 吊货物 *d* [口] 吊车

cẩu₂ [汉] 狗, 苟

cẩu an *t* 苟安

cẩu hợp *đg* [旧] 苟合

cẩu kỉ *d* [药] 枸杞

cẩu mã *t* (骂语) 走狗

cẩu thả *t* (做事) 苟且, 马马虎虎: làm ăn cẩu thả 做事马虎

cấu₁ *đg* 掐, 拧: cấu vào bàn tay 掐手

cấu₂ [汉] 构, 勾

cấu chí *đg* 打闹: Mấy đứa trẻ suốt ngày cấu chí nhau. 几个小孩成天在一起打闹。

cấu kết [口] = câu kết

cấu kiện *d* 构件

cấu tạo *đg* 构造，构成：yếu tố cấu tạo từ 造词词素 *d* 构造：cấu tạo máy nổ 发动机的构造

cấu thành *đg* 构成：yếu tố cấu thành tội phạm 构成犯罪的因素

cấu trúc *d* 结构：cấu trúc câu 句子结构 *đg* 构筑

cấu tứ *đg* 构思：Bài này cấu tứ rất lạ. 这篇文章构思很奇特。

cấu véo *đg* ①掐拧②倾轧：cấu véo nhau 内部互相倾轧③[转]揩油，捞一把：Hết tiền, không biết cấu véo vào đâu? 没钱了，不知道去哪里挣？

cấu xé *đg* ①厮打（同 cắn xé, giằng xé, xâu xé）：cấu xé nhau 互相厮打②倾轧，你争我夺：Các phe phái cấu xé lẫn nhau. 各宗派相互争斗。

cậu *d* ①舅父②[旧]父亲③小舅子④[旧]少爷⑤年轻人之间的昵称⑥小男孩

cậu ấm *d*[旧]少爷

cậu họ *d* 表舅

cậu ruột *d* 舅父

cây *d* ①树，树木②条状或柱形体：cây nến 蜡烛③[口]支柱④[口]公里：5 cây 5 公里⑤[口]两（黄金）：40 cây 40 两黄金⑥[方]木头，木材：mua cây làm nhà 买木材建房子⑦行家，高手，好手

cây a-phiến *d*[植]罂粟

cây Á nhiệt đới *d* 亚热带作物

cây ăn quả *d* 果树，果木

cây ăn trái[方]=cây ăn quả

cây bạc hà *d*[植]薄荷

cây bách tán *d*[植]柳杉

cây bạch đàn *d*[植]白檀

cây bạch quả *d*[植]白果，银杏

cây bán hạ *d*[植]半夏

cây bàng *d*[植]榄仁

cây bấc *d*[植]灯芯草

cây bầu *d*[植]葫芦

cây bèo cái *d*[植]水浮莲

cây bèo tấm *d*[植]青萍

cây bí đao *d* 冬瓜

cây bí ngô *d* 南瓜

cây bí rợ *d* 红南瓜

cây bìm bìm *d* 牵牛花

cây bò *d* 蔓生植物

cây bòng *d* 柚树

cây bóng nước *d* 凤仙花

cây bồ đề *d* 菩提树

cây bồ hòn *d* 无患子树

cây bồ kết *d* 皂夹树

cây bồ kết tây *d*[植] 大合欢树

cây bông *d* ①[植]棉株②[旧]焰火，烟火

cây bông ngọt *d*[植] 余甘子,油甘子

cây bợ lông *d*[植] 洋地黄

cây bụi *d* 灌木

cây bút *d* 文人，作家，笔杆子：cây bút trứ danh 名作家

cây bưởi *d* 柚子树

cây cà *d* 茄子

cây cam *d* 橙子，橙子树

cây cam thảo *d*[植] 甘草

cây càng cua *d*[植] 蟹爪仙人掌

cây canh-ki-na *d*[植] 金鸡纳树

cây cảnh *d* 盆景

cây cao bóng cả 树高影大

cây cao-su *d* 橡胶树

cây cau *d* 槟榔树

cây cẩy *đg* 颤抖，哆嗦：rét cây cẩy 簌簌发抖

cây chanh *d* 柠檬树

cây chay *d* 胭脂树

cây chân chim *d*[植] 五加皮

cây chè *d* 茶树

cây chổi *d* 扫帚

cây chổi sể *d*[植] 岗松

cây chuối *d*[植] 芭蕉树

cây chuối hoa *d*[植] 美人蕉

cây chuyển hướng *d*[机] 转向杆

cây cỏ *d* 草木
cây cỏ bạc đầu *d*[植] 白头翁
cây cọ *d*[植] ①蒲葵②棕榈
cây cỏi *d* 铁树
cây cói *d*[植] 蒲草
cây cổ thụ *d* 古树
cây cối *d* 树林, 植物
cây công nghiệp *d* 经济作物
cây củ ấu *d*[植] 菱
cây củ cải đường *d*[植] 甜菜; 甜萝卜
cây củ gấu *d*[植] 莎草, 香附
cây củ mài *d*[植] 淮山
cây củ nâu *d*[植] 薯莨
cây cửu lí hương *d*[植] 芸香, 九里香
cây dạ hợp *d*[植] 夜合
cây dại *d* 野生植物
cây dâm bụt *d*[植] 扶桑, 朱槿
cây dâu da *d* 木奶果树
cây dâu tằm *d* 桑树
cây dâu tây *d* 草莓
cây dẻ *d* 栗树
cây dó niệt *d*[植] 瑞香
cây dong *d*[植] ①玉竹②粽叶
cây du *d* 榆树
cây dưa hấu *d* 西瓜
cây dừa *d* 椰子树
cây dừa cạn *d*[植] 长春花
cây dứa *d*[植] 地菠萝, 凤梨
cây dứa dại *d*[植] 剑麻
cây đa *d* 榕树, 大叶榕
cây đại *d*[植] 鸡蛋花
cây đào *d* 桃树
cây đào xiêm *d*[植] 人参果
cây đay *d*[植] 黄麻
cây đậu ma *d*[植] 决明子
cây đề *d* 菩提树
cây điều nhuộm *d* 胭脂树
cây đinh hương *d*[植] 丁香
cây đo *d*[机] 测量杆

cây đoác *d* 桄榔树
cây đỗ quyên *d*[植] 杜鹃花
cây đông trùng hạ thảo [植] 冬虫夏草
cây đồng *d*(酒厂用) 蒸馏塔
cây đu đủ *d* 木瓜
cây gai *d*[植] 苎麻
cây gai dầu *d*[植] 大麻
cây gạo *d* 木棉树
cây gấc *d*[植] 木鳖子

cây gấc

cây giâu gia＝cây dâu da
cây gioi *d*[植] 蒲桃
cây giứa＝cây dứa
cây giứa dại＝cây dứa dại
cây gỗ *d* 乔木
cây gỗ tếch *d* 柚木
cây guột *d* 桄榔树
cây gừng *d* 姜
cây hà thủ ô *d*[植] 何首乌
cây hải đường *d* 海棠树
cây hành ta *d* 葱
cây hành tây *d* 洋葱
cây hẹ *d* 韭菜
cây hoa hiên *d*[植] 萱草
cây hoa hồng *d* 玫瑰
cây hoa huệ *d*[植] 晚香玉
cây hoa huệ tây *d*[植] 麝香百合
cây hoa màu *d* 杂粮, 粗粮, 庄稼
cây hoa mộc *d*[植] 木樨, 桂花
cây hoa nhài *d* 茉莉
cây hoàng bá *d*[植] 黄檗

cây hoàng đàn *d*[植] 黄檀

cây hoàng liên *d*[植] 黄连

cây hoàng tinh *d*[植] 黄精

cây hoè *d* 槐树

cây hóp *d* 凤尾竹

cây hồ đào *d* 胡桃树, 核桃树

cây hồ tiêu *d*[植] 胡椒

cây hổ vĩ *d*[植] 虎尾兰

cây hồi *d* 八角树

cây hồng *d* 柿子树

cây hợp hoan *d*[植] 合欢花

cây hương bồ (có nến) *d*[植] 香蒲

cây ích mẫu *d*[植] 益母草

cây keo ta *d*[植] 金合欢

cây kê *d*[植] 粟, 小米

cây khế *d* 杨桃树

cây khoai đao *d*[植] 美人蕉

cây khoai lang *d* 红薯, 番薯

cây khoai sọ *d* 芋头

cây khoai tây *d* 马铃薯

cây khoai từ *d*[植] 甜薯

cây khổ sâm *d*[植] 苦参

cây khúc khắc *d*[植] 土茯苓

cây kí sinh *d* 寄生植物

cây kiệu *d*[植] 荞头

cây kim ngân *d*[植] 金银花

cây kim phượng *d*[植] 金凤花

cây lá móng *d*[植] 凤仙花, 指甲花

cây lá nón *d*[植] 蒲葵

cây lá sả *d*[植] 香茅

cây lạc *d* 花生

cây làm thuốc *d* 药用植物

cây lanh *d*[植] 亚麻

cây lau *d*[植] 芦苇

cây lau nhà *d* 拖把

cây lâu năm *d* 多年生作物

cây leo *d* 攀生植物

cây lê *d* 梨树

cây liễu *d* 柳树

cây lim *d*[植] 格木

cây linh lăng *d*[植] 苜蓿

cây long não *d* 樟树

cây lúa *d* 稻, 水稻

cây lương thực *d* 粮食作物

cây lưu niên *d* 多年作物

cây mã đề *d*[植] 车前草

cây mã thầy *d*[植] 荸荠, 马蹄

cây mã tiền *d*[植] 马钱

cây mã vĩ tùng *d* 马尾松

cây mạch môn đông *d*[植] 麦门冬

cây mao cao *d*[植] 茅膏菜

cây măng cụt *d*[植] 山竹

cây mầm *d* 胚芽

cây mần trâu *d*[植] 蟋蟀草 (牛筋草)

cây mận *d* 李树

cây me *d*[植] 罗望子, 酸子, 酸角

cây mía *d* 甘蔗

cây mít *d*[植] 木波罗, 波罗蜜

cây móc *d*[植] 鱼尾葵

cây mộc *d* 木本植物

cây mộc hương *d*[植] 木香

cây mồng tơi *d*[植] 落葵, 木耳菜, 藤菜

cây mơ *d* 杏树; 梅树

cây mua *d*[植] 野牡丹

cây mun *d*[植] 乌木

cây muốn lặng, gió chẳng đừng 树欲静而风不止

cây muồng *d*[植] 银合欢

cây mừng quân *d*[植] 大风子

cây mướp *d*[植] 水瓜

cây na *d*[植] 番荔枝

cây nắp ấm *d* 猪笼草

cây nêu *d* 旗杆, 迎春竿

cây ngải cứu *d*[植] 艾草

cây ngái *d*[植] 对叶榕

cây ngay không sợ chết đứng 身正不怕影子斜

cây ngay thì bóng cũng ngay 身正影不斜

cây nghệ *d*〔植〕姜黄

cây ngô *d* 玉米

cây ngô đồng *d* 梧桐树

cây ngũ gia bì *d*〔植〕五加皮

cây nhà lá vườn 家里种的,园里长的,自家
　生产的

cây nhãn *d* 龙眼树

cây nhân sâm *d*〔植〕人参

cây nhiệt đới *d* 热带作物

cây nho *d* 葡萄

cây nhót *d*〔植〕羊奶果,胡颓子

cây nhục đậu khấu *d*〔植〕肉豆蔻

cây niễng *d*〔植〕茭白

cây non *d* 秧苗,青苗,树苗

cây nông nghiệp *d* 农作物

cây nước *d* 水柱

cây ô-liu *d*〔植〕洋橄榄,阿列布

cây ổi *d*〔植〕番石榴

cây ớt *d*〔植〕辣椒

cây phong *d* 枫树

cây phù dung *d*〔植〕木芙蓉

cây phụ tử *d*〔植〕附子,乌头

cây phượng tây *d*〔植〕凤凰木

cây quất *d*〔植〕金橘

cây quế *d*〔植〕肉桂,玉桂

cây quít *d* 橘树

cây quỳnh *d*〔植〕昙花

cây ráng *d*〔植〕蓖蕨

cây rau càng cua *d*〔植〕草胡椒

cây rau diếp *d*〔植〕莴苣

cây rau má lá rau muống *d*〔植〕一点红

cây rau mác *d*〔植〕慈姑

cây rau muống *d* 空心菜

cây riềng *d*〔植〕高良姜

cây rong biển *d*〔植〕海藻

cây rong đuôi chó *d*〔植〕①金鱼藻②黄花
　狸藻

cây rum *d*〔植〕红花

cây rút dại *d*〔植〕田菁

cây sa nhân *d*〔植〕砂仁

cây sắn *d*〔植〕木薯

cây sầu riêng *d*〔植〕榴梿

cây sấu *d*〔植〕银莲树

cây sấu

cây sậy *d*〔植〕芦苇

cây sen *d*〔植〕莲: cây sen cạn 金莲花

cây si *d*〔植〕垂叶榕,小叶榕

cây sim *d*〔植〕桃金娘,豆稔,稔子

cây sòi *d*〔植〕乌桕

cây số *d* ①里程碑②公里

cây số vuông *d* 平方公里

cây sồng *d*〔植〕乌木

cây sơn thù du *d*〔植〕山茱萸

cây sơn trà *d*〔植〕山茶

cây sơn trà Nhật Bản *d*〔植〕枇杷

cây su *d*〔植〕春木

cây su su *d*〔植〕佛手瓜

cây sung *d*〔植〕无花果

cây súng *d*〔植〕睡莲

cây tài *d*〔植〕巴西木

cây tam thất *d*〔植〕土参,三七

cây táo ta *d*〔植〕青枣

cây táo tây *d* 苹果

cây tầm gửi *d*〔植〕寄生植物

cây tầm vông *d*〔植〕龙头竹

cây thạch tùng *d*〔植〕石松

cây thanh mai *d*〔植〕青梅

cây thảo=cây thân cỏ

cây thảo quả *d*〔植〕草果

cây thân cỏ *d* 草本植物

cây thân gỗ=cây mộc

cây thân thảo=cây thân cỏ

cây thầu dầu *d*[植] 蓖麻

cây thẹn *d*[植] 含羞草

cây thế *d* 盆景

cây thị *d*[植] 黄柿

cây thìa là *d*[植] 小茴香

cây thiên môn đông *d*[植] 天门冬

cây thiên tuế *d*[植] 苏铁

cây thông *d* 松树

cây thu hải đường *d*[植] 秋海棠

cây thùa *d*[植] 龙舌兰

cây thuốc *d* 药材：cây thuốc lá 烟草；cây thuốc phiện 罂粟；cây thuốc thảo mộc 中草药

cây thuỷ tiên *d*[植] 水仙

cây thụy hương *d*[植] 瑞香

cây thược dược *d*[植] 芍药

cây tía tô *d*[植] 紫苏

cây tóc tiên nước *d*[植] 苦草

cây tỏi ta *d* 蒜

cây tô hấp *d*[植] 铁坚山杉

cây trạch tả *d*[植] 泽泻

cây trái=cây ăn quả

cây tràm *d*[植] 白千层

cây trám *d*[植] 橄榄：cây trám đen 乌榄；cây trám trắng 白榄

cây trạng nguyên *d*[植] 一品红

cây trắc *d*[植] 酸枝木

cây trầm *d*[植] 沉香

cây tri mẫu

cây tre *d* 竹子

cây tri mẫu *d*[植] 知母

cây trinh nữ *d*[植] 含羞草

cây trúc đào *d*[植] 夹竹桃

cây tục đoạn *d*[植] 苦菜，续断

cây tùng *d* 松树

cây tử đàn *d*[植] 紫檀

cây tử vi *d*[植] 紫薇

cây vải *d* 荔枝树

cây vạn niên thanh *d*[植] 万年青

cây vạn tuế *d*[植] 凤尾松（苏铁）

cây vang *d*[植] 苏方木

cây vàng anh *d*[植] 无忧花

cây vân anh tía *d*[植] 紫云英

cây vẹt *d*[植] 红树

cây viết *d*[方] ①笔②文人，作家，笔杆子

cây vối rừng *d*[植] 海南蒲桃

cây vừng *d*[植] 胡麻，芝麻

cây xanh *d* 绿色树木，绿色植物

cây xăng *d* 加油站，供油点

cây xấu hổ *d*[植] 含羞草

cây xê-côi-a *d*[植] 红杉，巨杉

cây xoài *d*[植] 杧果树

cây xoan *d*[植] 楝（苦楝）

cây xuân *d* 椿树

cây xương khô *d*[植] 绿玉树

cây xương rồng *d*[植] 火殃簕；仙人掌科植物

cây xương rồng ta *d*[植] 霸王鞭

cây xương rồng tàu *d*[植] 虎刺

cầy₁ *d* ①[动] 黄鼬，黄鼠狼② [口] 狗：thịt cầy 狗肉

cầy₂ *d* 树脂

cầy₃ *đg*；*d*[方] 犁（同 cày）

cầy hương *d* 果子狸

cấy *đg* ①[农] 插秧：cày cấy 耕种②移植：cấy da 皮肤移植③[医] 培养：cấy nấm 培养细菌

cấy cày=cày cấy

cấy chiêm *đg*[农] ①春播，春耕②冬播，冬

耕

cấy cưỡng *đg* [农] 抢种 (耕种不合季节)

cấy dày *đg* 密植: cấy dày hợp lí 合理密植

cấy gặt=cấy hái

cấy hái *đg* 稼穑

cấy lúa *đg* [农] 插秧

cấy mạ *đg* [农] 插秧

cấy mau *đg* 密植

cấy nhau *đg* [医] 胎盘移植

cấy rẽ *đg* [旧] 佃耕

cấy thêm vụ *đg* [农] 增加复种指数

cậy₁ *d* 一种柿科植物

cậy₂ *đg* ①倚靠: cậy vào bố mẹ 依靠父母② 倚恃: cậy tài 恃才

cậy cục *đg* 钻谋, 钻营: Ông ấy tìm hết mọi cách cậy cục việc làm cho con. 他想尽一切办法为孩子谋工作。

cậy già lên mặt 倚老卖老

cậy nhờ *đg* 倚靠: Mẹ sẽ phải cậy nhờ tôi. 妈妈将倚靠我 (生活)。

cậy thế *đg* 恃势, 倚势, 仗势: cậy thế nạt người 仗势欺人

cậy trông *đg* 寄望, 寄托

cê-ri *d* [化] 铈

cê-si *d* [化] 铯

cha *d* ①父亲: cha con 父子② [宗] 神甫: cha cố 神甫③ [方] 家伙 (卑称) ④ [口] (骂语): Thằng chết cha! 该死的家伙！

cha anh *d* 父兄, 家长

cha căng chú kiết [口] 张三李四, 那厮 (卑称)

cha chả *c* [旧] 啧啧 (表惊叹): Đẹp cha chà! 啧啧！好漂亮！

cha chồng *d* 公公 (丈夫的父亲)

cha chú *d* 叔伯: bậc cha chú 叔伯辈

cha chung không ai khóc 人多乱, 龙多旱 (喻公共财物无人爱惜)

cha cố *d* [口] 牧师

cha dượng *d* 继父

cha đẻ *d* ①生父② [转] 创始人

cha đỡ đầu *d* 义父

cha già con cọc 老父幼子

cha ghẻ *d* 继父

cha kính mẹ dái 敬父畏母

cha mẹ *d* 父母, 双亲

cha nào con ấy 有其父必有其子

cha nội *d* [方] 小祖宗

cha nuôi *d* 养父

cha ôi *c* 老天爷呀 (表痛苦、惊惧)

cha ruột *d* 生父

cha truyền con nối 一脉相传; 一脉相承

cha vợ *d* 岳父, 丈人

cha xứ *d* [宗] 小教区的神甫

chà₁ *d* 小树枝

chà₂ *đg* 碾压, 碾磨: chà đậu 碾豆子

chà₃ *c* 哔, 哇 (表惊愕): Chà, đẹp đấy! 哔！好漂亮！

chà₄ [汉] 搽

chà chạnh *d* 枝杈

chà đạp *đg* 践踏, 蹂躏, 欺压: Nhân cách bị chà đạp. 人格遭到践踏。

chà gai *d* 蒺藜; 鹿角

chà là *d* [植] 古宁枣, 海枣树

chà và *d* 爪哇人; 印度人; 马来西亚人 (南部语)

chà xát *đg* 反复碾压, 碾磨

chả₁ *d* ①炸肉饼, 烤肉饼② [方] 包肉团 (食品), 脍

chả₂ *p* [方] 不: Tôi chả muốn đi xem phim. 我不想去看电影。

chả bù [口]=chẳng bù

chả cá *d* 烤鱼饼, 炸鱼饼

chả chìa *d* 炸沙骨棒 (越南特色菜)

chả chớt *t* 半真半假 (指说话不确定): ăn nói chả chớt 说话半真半假

chả đâu vào đâu *t* 不着边际的: nói chả đâu vào đâu 说话不着边际

chả gì *p* 至少, 起码: Chả gì tôi cũng là một

đại biểu, có quyền được phát biểu. 起码我
也是一个代表, 有发言权。

chả giò d[方]①瘦肉团子②越南春卷

chả hạn[口] 比方, 例如, 诸如此类: Chả hạn
như xoài, vải và nhãn. 例如杧果、荔枝和
龙眼。

chả là [口] 不就是, 就因为: Chả là dạo này
bận quá, nên quên mất việc này. 不就是
最近太忙了, 所以忘了这件事。

chả lẽ p 难道: Đơn giản thế chả lẽ tao còn
không biết làm à? 这么简单难道我还不
会做吗?

chả lụa d [方] 瘦肉团子

chả mấy khi [口] 很少有, 难得, 几乎不,
几乎没有: Hai vợ chồng chả mấy khi gặp
nhau. 两夫妇难得见面。

chả nhẽ =chả lẽ

chả nướng d①烤肉②烤肉糜团

chả quế d 桂香烤肉

chả rán d 炸春卷, 炸肉饼

chả thà p 倒不如: Chả thà không nói còn hơn.
倒不如不说还好。

chả trách [口] 难怪, 怪不得: Chả trách cô
ta không tin. 难怪她不信。

chả vai d[解] 肩胛骨

chạc₁ d 树杈

chạc₂ d 短绳

chạc₃ đg[口] 白吃, 白拿: ăn chạc 白吃

chạc chạc [拟] (斧砍声)

chạc sếch đg 掷色子

chạch d 泥鳅

chạch chấu d[动] 大泥鳅

chai₁ d①玻璃瓶②一瓶: một chai rượu 一
瓶酒

chai₂ d 茧子: chai tay 手茧 t①(表皮组织)
结茧的: Làm nhiều chai cả tay. 做多了手
都起茧了。②(土地) 贫瘠③脸皮厚的:
Chai mặt, không biết xấu hổ. 脸皮真厚, 不
知道羞耻。

chài₁ d 渔网 đg①撒网②渔: dân chài 渔民

chài₂ đg 诅咒 (迷信)

chài lưới d 渔业: Dân làng sống bằng nghề chài
lưới. Village nhân 以打鱼为生。

chải đg①梳理: chải đầu 梳头②刷: Chải
quần bò cho sạch. 把牛仔裤刷干净。

chải chuốt đg[口] 梳妆打扮: Suốt ngày chỉ
biết chải chuốt. 整天就知道打扮。t①打扮
考究: ăn mặc chải chuốt 打扮考究②(文
章) 润饰, 修饰

chái d 厢房

chàm₁ d 湿疹: Mặt nổi chàm. 脸上起了湿疹。

chàm₂ d[植] 马蓝 t 蓝靛色的

chạm đg①触碰: Chạm tay vào bóng. 手
触到球。②[口] 偶遇, 邂逅③触犯: bị
chạm tự ái 伤了自尊心④雕刻

chạm bong đg 浮雕

chạm cốc đg 碰杯

chạm cữ đg 夭折 (婴儿未满月即夭亡)

chạm khắc đg 雕刻: nghệ thuật chạm khắc gỗ
木雕艺术

chạm lộng đg 刻镂, 雕琢

chạm mặt đg①碰面; 邂逅: tránh chạm mặt
nhau 避免碰面②相亲

chạm ngõ đg 相亲: lễ chạm ngõ 相亲仪式

chạm nọc đg[口] 触及隐私: nói chạm nọc
言及隐私

chạm nổi đg 浮雕

chạm súng đg 交火, 交锋: hai bên chạm súng
nhau 双方交火

chạm trán đg 交手: Hai võ sĩ đã nhiều lần
chạm trán với nhau. 两位武士已多次交
手。

chạm trổ đg 雕刻: nghệ thuật chạm trổ 雕刻
艺术; Cái ghế chạm trổ rất tinh xảo. 这椅
子雕刻得很精美。

chạm vía đg①中邪②触及隐私

chan đg 浇汤: cơm chan canh 汤泡饭 t[旧]
洋溢, 盈满

chan chan *t*[旧] 充实,洋溢,盈满: một bầu nhiệt huyết chan chan 满腔热血

chan chát *t* ①（声音）生硬②微涩: vị chan chát 有点涩

chan chứa=chứa chan

chan hoà *đg* ①饱和: tình cảm chan hoà 感情丰富②充盈

chán *đg* ①厌腻: Ăn chán thịt mỡ rồi. 吃腻肥肉了。②厌倦: chán học 厌学③讨厌, 厌恶: Tôi chán chị ấy lắm. 我很讨厌她。*t* ①乏味, 无味, 无趣: Bộ phim này chán thật. 这部电影很没意思。② [口] 还有很多, 有的是: Còn chán người giỏi！能干的人有的是！

chán chê *t*[口]（做事）腻烦

chán chết [口] 没意思, 没劲儿

chán chường *t* 烦透的, 心灰意冷的: vẻ mặt chán chường 心灰意冷

chán đời *t* ①厌世②愁闷

chán ghét *đg* 厌恶, 憎恨: Anh ấy chán ghét cuộc sống đơn điệu. 他厌恶单调的生活。

chán mắt *t* 饱眼福, 看个够的: Để em xem cho chán mắt. 让你一饱眼福。

chán mớ đời [口] 内心厌烦, 真不带劲儿

chán nản *t*; *đg* ①厌倦: chán nản công việc 厌倦了工作②灰心, 心灰意冷

chán ngán *t*; *đg* 厌腻: Hai người ấy đã chán ngán cuộc sống cãi nhau. 那两个人已经厌倦了争吵的生活。

chán ngắt *t* 烦闷, 郁闷

chán ngấy *t* 不胜其烦

chán phè *t*[口] 枯燥, 没意思, 索然无味: Nói chuyện với họ chán phè. 跟他们说话真无聊。

chán phèo *t*[口] 无奈, 没意思, 索然无味

chán tai *t* 厌耳的, 听腻的: Câu chuyện này đã nghe chán tai. 这个故事已经听腻了。

chán vạn *t*[口] 数不胜数: nhiều chán vạn 多得数不胜数

chạn *d* 食橱: chạn bát 碗橱

chang=chang chang

chang bang *t*[方]（肚子）鼓胀: bụng chang bang 肚子胀鼓鼓的

chang chang *t* 酷热,（太阳）热烘烘: nắng chang chang 烈日骄阳

chàng₁ *d* ①少年② [旧] 夫君

chàng₂ *d* 凿子（木工工具）

chàng₃ [汉] 撞, 幢, 僮

chàng hảng *t*; *đg*[方] 叉开腿: đứng chàng hảng 叉开腿站

chàng hề *d* 丑角

chàng hiu [方]=chẫu chàng

chàng làng *d*[动] 伯劳鸟

chàng màng *đg* ①耍花活② [口] 吊膀子

chàng mạng *d* 纱巾

chàng nghịch *d* 潜水鸟, 水鸭

chàng ngốc *d* 痴汉

chàng quých *d* 笨汉

chàng ràng₁ *đg*[方] 磨蹭: Muộn quá rồi còn chàng ràng gì nữa. 已经很晚了还磨蹭什么。

chàng ràng₂ *đg* 寸步不离: Con chàng ràng bên cạnh mẹ. 孩子寸步不离母亲。

chàng rể *d* 女婿

chảng₁ *đg* 张开, 叉开

chảng₂ *t* 炎热: mùa nắng chảng 炎暑

chạng *đg*[方]（双脚、双腿）张开, 叉开, 分开

chạng vạng *t* 黄昏的, 傍晚的,（天）刚黑的: Trời chạng vạng tối thì mưa. 天刚刚黑就下起雨。

chanh *d*[植] 柠檬

chanh chua *t*（妇女说话）刁悍, 泼辣

chanh cốm *d* ①[植] 小柠檬② [转] 少女

chanh giấy *d*[植] 薄皮柠檬

chành *đg*（嘴）张大, 开大: chành miệng 张大嘴

chành bành *t*[方] 撑开, 打开

chành chạnh *p* 有棱有角: Mặt vuông chành

chạnh. 脸方得有棱有角。

chành choẹ *đg* (小孩) 打闹，争抢: Bọn trẻ đang chành choẹ nhau. 孩子们在打闹。

chành chọc *d* 恶作剧

chành rành *d* [植] 地夫子

chành hoành *t* ① 清醒，精神奕奕 ② 骄气: lên mặt chành hoành 盛气凌人 ③ 矫饰的: dáng bộ chành hoành 装腔作势

chánh[1] [汉] 正 *d* ① [口] 正职: chánh văn phòng 办公室主任 ② [旧] (简称) 区长

chánh[2] *d* [方] 枝杈: chánh cây 树枝

chánh[3] [汉] 政 (同 chính): chánh trị 政治; hành chánh 行政

chánh án *d* 法院院长，法庭庭长，审判长: chánh án toà án tối cao 最高法院院长

chánh ban *d* ① 委员会主任 ② 部长 ③ 组长

chánh cẩm *d* 警长 (法国侵占时期用语)

chánh chủ khảo *d* [旧] 主考

chánh giám đốc *d* ① 总经理 ② 厂长 ③ 司长，局长

chánh hội *d* [旧] 伪乡会会长

chánh kĩ sư *d* 主任工程师

chánh nhất *d* 裁判长

chánh sứ *d* [旧] 正史，省级专员

chánh toà *d* 法院院长

chánh tổng *d* [旧] 区长

chánh văn phòng *d* 办公厅主任: chánh văn phòng Bộ Giao thông 交通部办公厅主任

chạnh[1] *đg* 动心

chạnh[2] *t* (发音) 偏差: "Trường" đọc chạnh ra "tràng". 把 "trường" 读偏成 "tràng"。

chạnh lòng *đg* ① 动心 ② 痛心，伤心

chạnh nhớ *đg* 怀念，思念

chạnh thương *đg* 同情，怜悯，动恻隐之心

chạnh tưởng *đg* 怀念，思念

chao[1] *d* 豆腐乳

chao[2] *d* 灯罩

chao[3] *đg* 摇晃，摇动: chao rổ xúc tôm 摇晃着篮子捕虾

chao[4] *c* 呜呼

chao chát *t* ① 虚伪，不老实: con người chao chát 虚伪的人 ② (常指妇女) 说话大声且啰唆: Giọng chao chát như cãi nhau. 嗓门大得像吵架。

chao đảo *đg* 摇摆，摇晃: Con thuyền chao đảo trên biển. 船在海上摇晃。

chao đèn *d* 灯罩

chao động *đg* 晃动，翻滚: Tôi nhìn thấy mặt biển chao động. 我看见海面波浪翻滚。

chao ôi *c* 呜呼: Chao ôi, sao mà buồn? 呜呼，为什么难过？

chao ơi=chao ôi

chao phản xạ *d* 反光镜

chao rửa *đg* 浣

chao ươm *đg* 缫丝

chào[1] *đg* ① (见面寒暄或分手致意用语，相当于 "你好" 或 "再见") ② 致敬，致意，敬礼: chào cờ 向国旗致敬 (升旗用语) ③ 兜售: chào hàng 兜售商品

chào[2] *c* [口] 切，呸 (不相信或厌烦的语气): Chào! Chỉ được cái vẽ chuyện! 切！就那两下子！

chào bán *đg* 促销: Họ đang chào bán một sản phẩm mới. 他们正在促销一种新产品。

chào đón *đg* 欢迎，迎接: chào đón quí khách 迎接贵宾

chào đời *đg* 出世: con bé chào đời 婴儿出世

chào giá *đg* (向顾客) 报价: bảng chào giá 报价牌

chào hàng *đg* 推销，兜揽生意，兜售: tiếng chào hàng 叫卖声

chào hỏi *đg* 问候，寒暄，致意: chào hỏi ân cần 殷勤问候

chào khách *đg* 兜客，揽客: Đứng ngoài đường chào khách. 站在路上兜客。

chào mào *d* [动] 戴胜鸟

chào mời *đg* 邀请: Chào mời khách mua hàng. 请顾客购买商品。

chào mừng *đg* ①欢迎：nhiệt liệt chào mừng 热烈欢迎②庆祝，欢庆，欢度

chào rào *đg* 喧哗，嚷嚷：Đừng có chào rào nữa. 不要再嚷嚷了。

chào rơi *đg* 假献殷勤：Miệng chào rơi, bụng khấn trời đừng ăn. 嘴上假献殷勤，骨子里却祈祷（对方）不要接受。（喻口是心非）

chào thầu *đg* [经] 招标

chào thua *đg* [口] 认输：Tôi xin chào thua. 我认输了。

chào từ biệt *đg* 告辞

chào xáo *đg* 吵闹：Chào xáo mãi không chịu nổi được. 没完没了地吵闹实在受不了。

chảo *d* 镬，炒锅：chảo đồng 铜锅；chảo gang 铁锅

chão *d* 缆索

chão chàng=chẫu chàng

chão chuộc *d* [动] 小雨蛙

cháo *d* 粥，稀饭：cháo cá 鱼肉粥；cháo đậu xanh 绿豆粥；cháo gà 鸡肉粥；cháo lá đa 榕树叶粥（中元节用于祭祀）；cháo phèo 猪肠粥；cháo tiết 猪血粥

cháo đặc *d* 稠粥

cháo hoa *d* 白粥

cháo lão *d* [口]（给病人吃的）病号粥

cháo lòng *d* ①猪杂粥，及第粥②（白布用旧后的颜色）斑驳

cháo lỏng *d* 稀粥

cháo thí *d* 布施粥

chạo *d* 鱼虾肉生脍

chạp *d* 腊月

chạp mả *đg* (在腊月) 祭供和修造祖坟

chạp phô *d* [方] [旧] 杂货

chat *đg* (通过键盘或话筒进行) 网络聊天

chát₁ *t* 涩：mùi chát 味涩

chát₂ [拟] 嘎（硬物撞击声）*t*(声音) 刺耳的

chát chúa *t* (声音) 响而刺耳：tiếng gõ chát chúa 刺耳的敲打声

chát lè *t* 很涩嘴，涩得吐舌：Quả mận xanh

quá, ăn chát lè. 李子太生了，吃起来涩得吐舌。

chát xít *t* 非常涩嘴，涩得吐舌：Chuối xanh ăn chát xít. 香蕉太生了，吃起来非常涩嘴。

chạt₁ *d* ①海盐：phơi chạt 晒海盐②盐田：đắp lại bờ chạt 堆积盐田

chạt₂ *đg* [方] 撞击，碰击：Đất đá văng chạt sang hai bên đường. 石土飞溅到道路两边。

chau *đg* 颦蹙，皱：chau mày 皱眉

chảu *đg* [方] [旧] 翘起，拱起：môi chảu ra 噘嘴

cháu *d* ①孙子（女）②侄子（女），外甥（女）③小孩，儿子④做前两个释义的第一、第二、第三人称代词

cháu chắt *d* 后裔

cháu dâu *d* ①侄儿媳妇②外甥媳妇③孙媳妇

cháu đích tôn *d* 嫡孙

cháu gái *d* ①侄女②外甥女③孙女

cháu giai [方]=cháu trai

cháu họ *d* ①侄孙②外甥孙

cháu ngoại *d* 外孙

cháu nội *d* 孙

cháu rể *d* ①侄女婿②甥女婿③孙女婿

cháu ruột *d* ①孙子②侄③外甥

cháu trai *d* ①侄子②孙子③外甥

chay₁ *d* [植] 胭脂

chay₂ *t* ①素食的：cơm chay 斋饭；ăn chay 吃斋②（口）（糕点类）没有馅的：bánh bao chay 馒头③不另外添加其他内容使其更好：hát chay 清唱 *d* 醮祭，道场

chay tịnh *t* 斋净，斋戒：Trước khi tế trời phải chay tịnh nửa tháng. 祭天之前要斋戒半个月。

chày *d* 杵

chày cối₁ *d* 舂臼

chày cối₂ [口] 胡来的

chày kình *d* 鲸槌（敲钟用）

chày máy *d* 汽锤

chảy *đg* ①（水、液体）流动：nước chảy 水流②流出：chảy nước mắt 流眼泪③溶解，溶化：Đường bị chảy. 糖化了。④拉长 *t*（容器）漏水的：thùng chảy 水桶漏水

chảy dầu *đg* 漏油

chảy máu *đg*［口］流血

chảy ngược *đg* 逆流，倒流

chảy rữa *đg* 受潮：Muối chảy rữa rồi. 盐受潮了。

chảy xiết *t* 湍流，奔流，一泻千里

chảy xuôi *đg* 顺流

cháy *đg* ①烧，灼，焚：cháy nhà 房子着火②焦：Cơm cháy rồi. 饭煮焦了。③烧坏：Bóng đèn bị cháy. 灯泡烧了。④［口］短缺：Cháy vé tàu. 火车票卖完了。*d* 锅巴：ăn một miếng cháy 吃一块锅巴

cháy bỏng *t* 灼热：mùa hè cháy bỏng 灼热的夏日

cháy chợ *đg*［口］（商品）断货，缺货：Ba mươi Tết, hoa đào cháy chợ. 年三十，桃花卖到断货。

cháy da *đg*（皮肤）晒焦，晒成褐色

cháy nắng *đg*（皮肤）晒黑

cháy nhà ra mặt chuột 原形毕露

cháy rừng *d* 森林火灾

cháy sém *đg* ①烧残：Sách bị cháy sém mất một góc. 书被烧了一角。②（皮肤）晒伤：Tay bị cháy sém. 手被太阳晒伤。

cháy thành vạ lây 城门失火，殃及池鱼

cháy trong *đg*［机］内燃

cháy túi *đg*［口］口袋里分文不剩：Anh ấy thua bạc cháy túi. 他赌博输得分文不剩。

chạy *đg* ①跑②［转］转动，运转：Đồng hồ chạy chậm. 钟走慢了。③逃避，躲避：chạy lụt 躲避水灾④延长，延伸：Con đường chạy qua làng. 道路通到了村子。⑤到处寻求：chạy thầy chạy thuốc 求医问药 *t* 畅通：hàng bán chạy 货物畅销；công việc

chạy 工作顺利

chạy án *đg*［口］翻案：Cô ta phát hiện một đường dây chạy án. 她发现一个翻案的途径。

chạy ăn *đg* 谋生计：chạy ăn cho gia đình 为家庭谋生

chạy bàn *đg*［口］跑堂（在酒楼、饭店为顾客提供端菜服务）：nhân viên chạy bàn của nhà hàng 酒楼的楼面服务员

chạy bữa *đg* 谋生，糊口：Hiện nay chạy bữa khó lắm. 现在谋生很难。

chạy chọt *đg*［口］奔忙，四处奔走：Chạy chọt khắp nơi đi xin việc. 四处奔走找工作。

chạy chợ *đg* 做小买卖，做小本生意：Chạy chợ cả ngày chỉ được mấy đồng bạc. 卖了一天才挣了几块钱。

chạy chữa *đg* 求医：tìm thầy chạy chữa 遍寻良医

chạy dai sức *đg*［体］长跑

chạy dài *đg* ①［体］长跑②延长

chạy đằng giời［方］=chạy đằng trời

chạy đằng trời［口］无处可逃，无处藏身

chạy đâm đầu 抱头鼠窜

chạy đất *đg* 剥土（露天煤矿用语）

chạy điện *đg*［口］［医］放疗：Điều trị ung thư bằng phương pháp chạy điện. 用放疗来治疗癌症。

chạy đôn chạy đáo［口］东奔西跑，疲于奔命：Tôi thường chạy đôn chạy đáo tìm việc làm. 我经常东奔西跑找工作。

chạy đua *đg* 赛跑，比赛：Ta phải chạy đua với thời gian. 我们要跟时间赛跑。

chạy đua vũ trang *đg* 搞军备竞赛，扩军备战

chạy gạo *đg* 觅食，谋生计：chạy gạo vất vả 谋生辛苦

chạy gần *đg* 小步快跑：Muộn rồi, chạy gần cho kịp. 晚了，要小跑才来得及。

chạy giặc *đg*［方］避难，逃难

chạy giấy *đg* 送信，传递公文

chạy gió đg 风动: máy chạy gió 风动工具

chạy gỡ giờ đg 赶点

chạy hậu d[旧][医] 痘疹遗毒

chạy hiệu đg 跑龙套: Anh ấy làm lính chạy hiệu ở rạp hát. 他在剧院跑龙套。

chạy làng đg 赖账: thua bạc chạy làng 赌输了赖账

chạy loạn đg 避难, 逃难

chạy long tóc gáy[口] 东奔西跑, 疲于奔命

chạy mánh đg[口] 中介: làm chân chạy mánh 做中介

chạy máy đg ①机动: xe chạy máy 机动车 ②生产

chạy mặt đg 回避, 躲避: Anh không nên chạy mặt việc này. 你不应回避这件事。

chạy mất đg 逃逸, 溜走: Vừa muốn nói với nó thì nó chạy mất. 刚想跟他说, 他就溜了。

chạy nạn đg 逃难: Hồi chiến tranh nhà tôi chạy nạn sang chỗ khác. 战争时期我家逃难到其他地方。

chạy ngang đg 横贯, 横穿: chạy ngang sang đường 横穿马路

chạy ngược chạy xuôi=chạy đôn chạy đáo

chạy quanh đg ①跑遍四处 ②水汪汪: nước mắt chạy quanh 泪汪汪

chạy sấp chạy ngửa 跑跑颠颠

chạy sô đg[口] (演员) 走穴: hát chạy sô 走穴演唱

chạy tay đg 畅销, 容易脱手

chạy thẳng đg ①直跑 ②直航 ③直达

chạy thầy đg 求医: chạy thầy chữa bệnh 求医治病

chạy thầy chạy thợ 求人帮忙

chạy thầy chạy thuốc 求医问药

chạy thi đg[体] 赛跑

chạy thoát đg 逃脱

chạy thuốc đg 遍觅良方

chạy tiền đg ①挣钱 ② [口] 用钱打点: Việc này phải chạy tiền mới được. 这件事要用钱打点才行。

chạy tiếp sức d; đg[体] 接力跑

chạy tội đg 脱罪: Hối lộ để chạy tội. 贿赂以便脱罪。

chạy trốn đg 逃跑, 逃亡, 亡命

chạy trước chạy sau 东奔西跑; 跑前跑后

chạy vạy đg 奔波: Cô ta một mình chạy vạy nuôi con. 她自己一人奔波劳累养育孩子。

chạy việc t 工作开展顺利: làm chạy việc 工作顺利

chạy việt dã d; đg[体] 越野跑

chạy vượt d; đg[体] 跨越跑: chạy vượt chướng ngại 越障碍物跑; chạy vượt rào cao 跨高栏跑

chắc₁ t ①坚固, 牢固, 结实: buộc thật chắc 绑得很结实 ②饱满, 实心的: lúa chắc hạt 谷子饱满

chắc₂ t ①确实可靠的: Tin này rất chắc. 这个消息很可靠。②必然的, 必定的, 一定的: chắc khó lắm 一定很难 ③也许, 可能: Hôm nay chắc anh ấy không đến. 今天也许他不来。đg 认为, 以为: Tôi cứ chắc là đúng, ai ngờ lại sai. 我总以为是对的, 想不到又错了。tr[口] 疑问助词 (对某事物自己已肯定, 但又表示半信半疑或有些惊讶): Anh tưởng làm như thế là tôi vui chắc? 你认为这样做我会高兴吗? Một mình anh làm được chắc? 你自己能做得了吗?

chắc ăn t[口] 有把握的, 稳操胜券的: Có chắc ăn mới làm. 有把握才做。

chắc chắn₁ t 坚固, 结实: Nhà xây rất chắc chắn. 房子建得很结实。

chắc chắn₂ t ①确实, 可靠: hứa chắc chắn 保证可靠 ②有把握的: Việc này chắc chắn lắm. 这件事很有把握。③绝对: chắc chắn là đúng 绝对正确 đg 肯定, 断言, 确信:

Chúng ta chắc chắn rằng... 我们确信…

chắc chân *t* 稳定,站稳脚跟的,扎根的: một việc làm chắc chân 一份稳定的工作

chắc cứng *t* 结实,牢固: Tủ này chắc cứng lắm! 这柜子很结实!

chắc dạ *t* ① [口] 饱腹,耐饥: Ăn cơm có thể chắc dạ. 吃饭可以耐饥。② 心安,心里 踏实: Chuẩn bị kĩ càng nên thấy chắc dạ. 准备周全所以觉得心里踏实。

chắc giá *t* 实价

chắc hẳn *p* 必定,必然,无疑: Chắc hẳn anh sẽ có điểm cao. 你一定能取得好成绩。

chắc lép *t* [口] 谋算的,算计的: tính hay chắc lép 生性爱算计

chắc mẩm *đg* [口] 想当然,确信: Cứ chắc mẩm là đúng, ai ngờ lại sai. 确信是对的,谁知道是错的。

chắc như đinh đóng cột 千真万确

chắc nịch *t* ① 茁壮,饱满 ② 坚定: câu nói chắc nịch 坚定的话

chắc ở *đg* 倚靠,依赖: Ta không nên chắc ở bố mẹ. 咱们不该依赖父母。

chắc tay *t* 稳妥可靠,十拿九稳: Lái xe thật chắc tay. 车开得很稳。

chắc xanh *t* (稻穗) 青青的

chăm *t* 专心: Em học rất chăm. 她学习很专心。*đg* 照顾,照料: chăm con 照顾小孩

chăm bẩm [方] =chằm chằm

chăm bẩm *đg* [口] 细心照料

chăm bón *đg* 勤施肥: chăm bón cây给树木施肥

chăm chăm *t* 专注: chăm chăm vào công việc 专注于工作

chăm chắm *t* 注视的,目不转睛的: nhìn chăm chắm 目不转睛地看着

chăm chỉ *t* 勤奋,用功: chăm chỉ học tập 勤奋学习

chăm chú *t* (做事) 全神贯注的,聚精会神的: chăm chú làm việc 专心工作

chăm chút *đg* 照料,照顾: chăm chút con cái 照料孩子

chăm làm *t* 勤劳,勤奋

chăm lo *t* ; *đg* ① 操心,操劳: chăm lo việc nước 操心国家大事 ② 管理,料理: chăm lo việc nhà 料理家务

chăm nom *đg* 照料,照顾,照管: chăm nom người ốm 照顾病人

chăm sóc *đg* 照顾;关怀;关照

chằm₁ *d* 水洼地

chằm₂ *đg* 缝 (粗线缝接): chằm nón 缝斗笠

chằm bặp *t* [方] 殷勤,热情

chằm chằm *t* 注视的,目不转睛的;一刻不离的: nhìn chằm chằm 目不转睛地看

chằm chặp₁ *t* 注视的,目不转睛的

chằm chặp₂ *p* [旧] 一味,始终 (袒护): Bố bênh con chằm chặp. 父亲一味袒护孩子。

chằm vá *đg* (用粗线或麻线) 绷缀

chăm chúi *t* 专心,专注: chăm chúi đọc sách 专心看书

chặm *đg* [方] 拭干,擦干: chặm nước mắt 拭干泪水

chăn₁ *d* 被子: đắp chăn 盖被子

chăn₂ *đg* ① 放养: chăn bò 放牛 ② 饲养 (蚕桑): chăn tằm 养蚕

chăn bông *d* 棉被

chăn chiên *d* 羊毛毯,毛毯

chăn dắt *đg* ① 放牧: chăn dắt trâu bò 放牛 ② 照料,养育: chăn dắt con cái 照料孩子

chăn đệm *d* ① 被褥 ② 垫被

chăn đơn gối chiếc [旧] 孤衾独枕

chăn gối *đg* [旧] 枕衾之情

chăn nuôi *đg* ; *d* 牧养: ngành chăn nuôi 畜牧业

chăn thả *đg* 放养: chăn thả gia súc 放养家畜

chẳn chặn *p* 很,非常 (均衡): bằng chẳn chặn 平整整的; vuông chẳn chặn 四方方的

chẵn *t* ① 整的: vừa chẵn 100 đồng 一百元整

② 偶（数）的，双（数）的：20 là số chẵn.
20 是偶数。

chắn *đg* ①阻拦，阻挡：trồng cây chắn gió 种树挡风②隔开：Chắn phòng khách làm hai phòng nhỏ. 把客厅隔成两小间房。

chắn bóng *đg*［体］（排球）拦网

chắn bùn *d*（车用）挡泥板

chắn dòng điện *d* 抗电流

chắn ngang *đg* 横截，挡住：chắn ngang lối ra 挡住出口

chắn sáng *đg*（摄影）遮光

chắn song=chấn song

chắn xích *d*（车用）链板

chặn *đg* ①拦，挡，阻塞：chặn đường 拦路②堵住：chặn cửa 堵住门③镇压，遏制：tiêm để chặn cơn sốt 打针退烧

chặn bóng *đg*［体］截球，停球

chặn đầu *đg* 拦截，当头挡住

chặn đón *đg* 阻截

chặn đứng *đg* 制止，阻止，拦截：chặn đứng cuộc tiến công 阻止进攻

chặn hậu *đg* ①堵截：dẫn binh chặn hậu 率兵堵截②截后，断后：bộ đội chặn hậu 断后部队

chặn họng *đg*［口］打断别人的话：Bà vừa mở miệng nói thì họ chặn họng ngay. 她刚开口说，他们就马上打断。

chặn ngang=chắn ngang

chặn tay *đg* 制止：Biết nó đang chuẩn bị ăn trộm thì chặn tay luôn. 知道他正准备行窃就立即制止。

chăng₁ *đg* 张开，撑开，拉开：chăng đèn kết hoa 张灯结彩

chăng₂ *p*…吗：Phải chăng? 是吗？Đúng chăng? 对吗？

chăng văng *t* 忙乱：Làm gì mà chăng văng thế? 做什么这么手忙脚乱的？

chằng₁ *đg* 捆绑：Chằng gói hàng sau xe đạp. 把货物捆在单车后面。

chẳng₂ *đg*［口］胡来：nói chẳng 乱插嘴

chằng buộc *đg* ①拴缚②束缚 *t* 局限

chằng chằng *t* 目不转睛，直瞪瞪

chằng chéo *t* 纵横交错：Rễ cây mọc chằng chéo. 树根纵横交错。

chằng chịt *t* 纵横交错，密密麻麻：đường phố chằng chịt 道路纵横交错

chằng cò *t* 纠缠不清

chẳng *p* 毫不，从不：Anh ấy ngồi ở kia chẳng nói gì hết. 他坐在那里一言不发。

chẳng bao giờ *p* 从未，从不：Tôi chẳng bao giờ nói thế. 我从未这样说过。

chẳng bằng *p* 倒不如，还不如：Nếu đi xe này chẳng bằng đi bộ. 如果坐这辆车，还不如走路。

chẳng bõ 不划算，划不来，不值得：Làm như vậy chẳng bõ thật. 这样做确实不划算。

chẳng bù 相反，与此相反：Chị thì cao ráo, chẳng bù cho em. 姐姐高挑，而妹妹则相反。

chẳng chóng thì chầy［口］迟早：Cuộc sống chẳng chóng thì chầy sẽ rơi vào khủng hoảng. 生活迟早会陷入危机。

chẳng có 一点没有，根本没有：Ở đời chẳng có việc gì khó. 世上无难事。

chẳng cứ ①不管，不论，无论，尽管：Chẳng cứ trời mưa anh ấy cũng đến nghe. 尽管下雨，他也来听。②不单，不光，不仅：Chẳng cứ là tôi, mọi người đều đi xem phim. 不光是我，大家都去看电影。

chẳng đâu vào đâu 没头没尾

chẳng hạn=chả hạn

chẳng hề 从来没，从来不：Tôi chẳng hề nghe nói. 我从来没听说过。

chẳng kẻo 要不然，要不：Còn phải tập nói tiếng Việt luôn, chẳng kẻo lúc nói thì thấy ngượng. 还要经常练说越语，要不然说的时候就感到拗口了。

chẳng là=chả là

chẳng lẽ 难道: Chẳng lẽ mày không biết việc này? 难道你不知道这件事？

chẳng lọ 不如, 不及: Đẹp mắt chẳng lọ thực dụng. 好看不如实用。

chẳng may t 不幸, 倒霉: Chẳng may lại gặp cơn mưa lớn. 倒霉的是又遇上了一场大雨。

chẳng mấy chốc[口] 没多久: Trời mới tạnh, chẳng mấy chốc lại mưa. 天刚晴, 没多久又下雨了。

chẳng mấy khi=chả mấy khi

chẳng mấy nỗi[口] 没多久: Dùng chẳng mấy nỗi đã hỏng. 没用多久就坏了。

chẳng nên ①不该: Chẳng nên làm như thế. 不该这么做。②不成: Vất vả thế chẳng nên gì cả. 这么辛苦却一事无成。

chẳng nhẽ[方]=chẳng lẽ

chẳng những k 不仅, 不单, 不但: Chẳng những bạn ấy mà tất cả các bạn đều đi. 同学们都去, 不单是他。

chẳng nói chẳng rằng[口] 不言不语

chẳng nữa k[口] 要不, 如果不这样: Cố làm cho hết, chẳng nữa mai không kịp đâu. 尽力做完, 要不明天来不及的。

chẳng qua 不过如此: Người ấy chẳng qua làm thế thôi. 他只不过这样做而已。

chẳng ra gì 不三不四, 不像样, 不像话

chẳng ra làm sao [口] 不三不四, 不像样

chẳng sao[口] 没关系

chẳng thèm 不稀罕, 不屑: Đối với những cái này tao chẳng thèm gì cả. 对这些我一点都不稀罕。

chẳng thể p 不能: Chúng ta chẳng thể nghĩ như vậy. 我们不能这样想。

chẳng trách=chả trách

chẳng ừ chẳng hử 一言不发, 不置可否

chẳng vậy p ①要不是这样的话: chẳng vậy thì vầy 不是这样就那样②否则就不能如此: Được chị chăm sóc cho nên chẳng

vậy. 多亏你的帮助, 否则不能这样。

chẳng xiết t 不尽, 难尽: kể chẳng xiết 言之不尽

chặng d 一段（时间或路程）: chặng nghi 休息时间; chặng đường cách mạng 革命道路

chắp₁ d[医] 针眼: mắt lên chắp 长针眼

chắp₂ đg 接合, 连接: Mảnh gương vỡ chắp lại cho liền. 破碎的镜子重新接合起来。

chắp cánh đg 插上翅膀: Chắp cánh cho những ước mơ. 为理想插上翅膀。

chắp cánh liền cành [旧] 比翼连枝

chắp chảnh đg 凑合, 拼凑: Hai cái giường nhỏ chắp chảnh lại thành một cái giường to. 两张小床拼凑成一张大床。

chắp gỗ đg 搭积木

chắp liền đg 接合, 连合

chắp nhặt đg[旧] 拼凑, 收集

chắp nối đg ①接连, 接合, 拼装: cách chắp nối 拼装方法②撮合: Bà ta muốn chắp nối cho hai người chúng tôi thành đôi. 她想撮合我们两个人。

chắp vá đg 拼凑: chắp vá lại với nhau 拼凑在一起

chặp=chập

chắt₁ d 曾孙, 外曾孙

chắt₂ d 一种儿童游戏

chắt₃ đg 滗干, 沥干（水分）: chắt nước cơm 滗干饭汁

chắt bóp đg ①节俭, 节省: chắt bóp từng đồng 节俭每一分钱② [转] 铁公鸡

chắt chiu đg ①节约: chắt chiu từng hạt gạo 节约每一粒粮食②悉心照料: chắt chiu con cái 悉心照料孩子

chắt lọc đg 吸取, 提炼: Kinh nghiệm được chắt lọc từ cuộc sống. 从生活中吸取经验。

chắt lót[方]=chắt bóp

chắt mót đg 积攒, 俭省: chắt mót từng li từng tí một 一点一滴地积攒

chắt ngoại *d* 外曾孙

chắt nội *d* 曾孙

chặt₁ *đg* 砍: chặt cây 砍树 ② [口] 宰: Chai nước này chỉ có hai đồng mà ở đây chặt tới năm đồng. 这瓶水只有两块钱，而这里却宰到五块。

chặt₂ *t* 坚固, 严实: đóng chặt cửa 把门关紧

chặt chẽ *t* 紧密, 严密, 稳固, 不可分离: đoàn kết chặt chẽ 紧密团结

chặt chịa [方]=chặt chẽ

chặt đẹp *đg* [口] 宰客: bị chủ hàng chặt đẹp 被商家宰

chặt đốn *đg* 采伐

chặt ních=chật ních

chậc *c* 啧 (表勉强同意): Chậc, đi thì đi! 啧, 去就去吧!

châm₁ *đg* ①刺: Gai châm vào chân. 刺刺到脚。②针灸

châm₂ *đg* 燃点: châm đèn 点灯

châm₃ [汉] 斟 *đg* [方] 斟, 倒 (茶或酒): châm trà 斟茶; châm rượu 斟酒

châm₄ [汉] 针, 箴, 斟, 砧

châm bẩm [方]=chằm chằm

châm biếm *đg* 讽刺: tranh châm biếm 讽刺画 (漫画)

châm chích *đg* ①针灸②讥讽: suốt ngày châm chích 整天讥讽

châm chọc *đg* 嘲弄, 冷嘲热讽: Nó hay châm chọc người ta. 他喜欢嘲笑别人。

châm chước *đg* ①斟酌, 平衡: châm chước yêu cầu của hai bên 平衡双方的要求②通融, 放宽 (要求): Con còn nhỏ, hãy châm chước cho. 孩子还小, 放宽些要求吧。

châm cứu *đg* [医] 针灸

châm khoa *d* [医] 针灸科

châm ngải *d* [医] 艾灸

châm ngôn *d* 箴言

châm pháp *d* [医] 针法

châm thuật *d* [医] 针术

chầm bập *t* [口] 殷勤, 热情

chầm chậm *t* 缓慢, 慢慢: Xe chạy chầm chậm. 车缓慢地开着。

chầm chập *p* 一味, 始终 (袒护): bênh con chầm chập 一味袒护孩子

chầm vập=chầm bập

chẩm₁ *d* [解] 枕骨

chẩm₂ [汉] 怎, 枕

chấm *d* ①圆点② [口] 句号 *đg* ① [口] 挑选②沾干: chấm nước mắt 沾干眼泪③蘸

chấm ảnh *đg* (照片) 修版

chấm câu *đg* 加标点符号

chấm dầu *đg* 给油, 上油

chấm dứt *đg* 终止, 结束, 告终: chấm dứt chiến tranh 结束战争

chấm đậu *đg* 录取

chấm điểm *đg* 记分, 给分: chấm điểm tại chỗ 现场记分

chấm hết *đg* ①标上句号: Bài viết đến đây thì chấm hết. 文章到这里要写上句号。②完结, 终结

chấm hỏi *d* 问号

chấm lửng *d* 省略号

chấm mút *đg* [口] 占小便宜, 揩油: Chẳng chấm mút được gì? 没占什么便宜?

chấm phá *đg* (美术) 写意, 点泼, 勾勒: bức tranh chấm phá 写意画

chấm phảy [方]=chấm phảy

chấm phẩy *d* 分号

chấm than *d* 感叹号

chấm thi *đg* 评分, 评卷, 改卷

chậm *t* ①迟缓, 缓慢: Xe chạy chậm. 车子走得慢。②迟, 晚, 晚点: tàu đều chậm 火车晚点

chậm bước *đg*; *t* ①缓步: Thời gian không cho phép chậm bước. 时间不允许缓步。②迟到: Còn một phút thì chậm bước. 还有一分钟就迟到了。③迟误: Xuýt nữa bị chậm bước. 差一点就迟误了。

chậm chà chậm chạp 慢吞吞：đi chậm chà chậm chạp 慢吞吞地走

chậm chạp *t* 迟滞，缓慢，慢吞吞：động tác chậm chạp 动作缓慢

chậm chân *t* ①慢行：Chậm chân một bước thì không kịp. 慢一步就来不及了。②迟步：Chậm chân một lúc thì nhỡ tàu. 迟到一会儿就误了火车。

chậm rãi *t*(动作) 慢条斯理，从容不迫：Chị ấy chậm rãi mà nói. 她说得慢条斯理的。

chậm rì *t*[口] 慢腾腾

chậm rì rì *t* 慢腾腾，缓慢：bay chậm rì rì 缓慢地飞

chậm tiến *t* 后进，落后：nước chậm tiến 后进的国家

chậm trễ *đg*；*t* 延缓，延误：Phải làm ngay, không chậm trễ được. 必须马上做，不能耽误。

chân₁ *d* ①足，脚：chân tay 手脚②脚，腿（器物的基底部）：chân bàn 桌子腿③职位，角色：thay chân 代职

chân₂[汉] 真 *t* 真实的

chân cầu *d* 桥墩

chân chất *t* 真诚，老实，朴实：người nông dân chân chất 朴实的农民

chân chấu *d* ①螳臂② [转] 镰刀

chân chỉ hạt bột[口] 循规蹈矩

chân chim *d* ①裂纹，皱纹②鸭掌参

chân chính *t* ①真正：một tình yêu chân chính 真正的爱情② 名副其实：một nhà giáo chân chính 名副其实的老师

chân chúa *d*[旧] 真主，天子

chân côn *d*(汽车) 离合器踏板

chân cống *d*[建] (水利) 闸墩

chân cứng đá mềm 脚健何惧路遥

chân dung *d* 画像，肖像

chân đăm đá chân chiêu 跟跟跄跄

chân đất *d* 赤脚：đi chân đất 赤脚走路

chân đèn *d* ①烛台②灯座③ [无] 管脚

chân đê *d* 堤脚

chân đế *d* 三脚架

chân đồng vai sắt 铜脚铁肩（喻能吃苦耐劳）

chân đốt *d* 无脊椎动物

chân ga *d*(汽车) 油门踏板

chân giá súng *d*[军] 枪脚架

chân giá trị *d* 真正的价值

chân giày chân dép 纨绔子弟

chân giò *d* 猪蹄，猪肘子

chân giời[方]=chân trời

chân gỗ *d* [口] ①托儿：Làm chân gỗ trong việc buôn bán. 在生意场上做托儿。②媒人：nhờ người làm chân gỗ 托人做媒

chân hàng *d* 集散地

chân không *d* 真空

chân kiềng *d* 稳定，牢固

chân kính *d*(钟表) 辐条

chân lấm tay bùn 土里滚，泥里爬

chân lí *d* 真理：tìm ra chân lí 寻找真理；chân lí khách quan 客观真理；chân lí tuyệt đối 绝对真理；chân lí tương đối 相对真理

chân lông *d* 毛孔

chân mày *d*[方] 眉毛

chân mây *d* 天涯：chân mây cuối trời 天涯海角

chân nam đá chân chiêu=chân đăm đá chân chiêu

chân nâng *d* 踏蹬，马蹬

chân nghĩa *d* 真义

chân như *d* 真谛：Đây mới là chân như cuộc sống. 这才是生活的真谛。

chân phanh *d*(汽车) 刹车脚踏板

chân phương *t*(字体) 工整，方正：nét chữ chân phương 字迹工整

chân quần *d* 裤脚

chân quê *t* 纯朴：cô gái chân quê 纯朴的女孩

chân răng *d* 牙根

chân son mình rỗi (年轻妇女) 无子女拖累

chân tài *d* 天赋: Anh ấy có một chân tài về âm nhạc. 他有音乐天赋。

chân tay *d* ①手足②体力: lao động chân tay 体力劳动③亲信, 爪牙: Sai chân tay đi đòi nợ. 派亲信去追债。

chân thành *t* 真诚, 衷心, 诚挚

chân thật *t* (意识、情感方面) 真实: tình cảm chân thật 真实的情感

chân thọt *d* 跛脚

chân thực [方] =chân thật

chân tình *d* 真情: một tấm chân tình 一片真情 *t* 真诚

chân tơ kẽ tóc 明察秋毫

chân trong chân ngoài 脚踏两只船; 三心二意

chân trời *d* ①天涯②地平线

chân trời góc bể [方] =chân trời góc biển

chân trời góc biển 天涯海角

chân tu *đg* 真修行

chân tướng *d* 真相: vạch ra chân tướng 揭露真相

chân ướt chân ráo 风尘未掸; 喘息未定

chân vạc *d* 三足鼎立之势

chân vịt *d* ①鸭掌② [机] 推进器, 螺旋桨

chân voi *d* [医] 象皮脚

chân xác *t* 确实可靠的

chân yếu tay mềm (形容妇女) 柔弱

chần₁ *đg* 绷 (稀疏地缝纫), 疏针缝: chần áo bông 缝棉衣

chần₂ *đg* 涮: chần thịt 涮肉

chần₃ *đg* [口] 揍: chần cho một trận 揍一顿

chần chờ [方] =chần chừ

chần chừ *đg* 踌躇, 犹豫 踌躇, 犹豫: Chần chừ mãi không quyết định được. 犹豫了很久都不能下决定。

chẩn₁ *d* [医] 疹子

chẩn₂ [汉] 赈 *đg* 赈济: phát chẩn 发赈

chẩn₃ [汉] 诊

chẩn bần *đg* [旧] 发赈, 放赈

chẩn bệnh *đg* [旧] 诊病

chẩn đậu *d* [医] 痘疹

chẩn đoán *đg* 诊断: thiết bị chẩn đoán 诊断设备

chẩn mạch *đg* [旧] 诊脉

chẩn tế *đg* [旧] 赈济

chẩn trị *đg* 诊治, 治疗: chẩn trị bệnh cao huyết áp 治疗高血压病

chấn [汉] 震 *d* 震 (八卦之一)

chấn áp *đg* 镇压

chấn chỉnh *đg* 整顿: chấn chỉnh hàng ngũ 整顿队伍

chấn động *đg* ① [理] 振动②震动, 轰动: chấn động toàn thế giới 轰动全世界

chấn hưng *đg* [旧] 振兴, 复兴: chấn hưng giáo dục 振兴教育

chấn lưu *d* [电] 镇流

chấn kinh *đg* 震惊: Việc này làm cho mọi người chấn kinh. 这件事令所有人感到震惊。

chấn song *d* (木制或铁制的) 栅栏

chấn tâm *d* 震中, 地震中心

chấn thương *t*; *d* 损伤, (闭合性) 创伤: bị chấn thương sọ não 脑震荡

chặn [方] =chặn

châng hẫng *đg* [方] [旧] 惘然, 不知所措: bị từ chối mà châng hẫng 被拒绝而不知所措

chấp₁ *đg* ①责怪②让一手 (棋类)

chấp₂ [汉] 执

chấp bậc *đg* 让一手 (棋类)

chấp bút *đg* 执笔: Cuốn sách này do ai chấp bút? 这本书由谁执笔?

chấp cha chấp chới *đg* ①晃晃悠悠②隐约, 隐现

chấp chi nhặt nhạnh 搜掠一空

chấp chiếm *đg* [旧] 据为己有

chấp chiếu *d* 执照: chấp chiếu kinh doanh 营业执照

chấp chính *đg* [旧] 执政

chấp choá *t* 隐隐, 隐约, 隐现: thấy chấp choá 隐约可见

chấp choáng *đg* 踉踉跄跄

chấp chới *đg* ①晃晃悠悠②隐约, 隐现: ánh đèn chấp chới 灯光闪闪③ [口] 贼眉鼠眼

chấp chứa =chứa chấp

chấp cứ *d* 执据, 凭证

chấp đơn *đg* [法] 受理案件

chấp hành *đg* 执行, 履行: chấp hành nhiệm vụ 执行任务

chấp nê *đg* [旧] 小肚鸡肠

chấp nệ *đg* 拘泥

chấp nhặt *đg* 小肚鸡肠

chấp nhận *đg* 接受, 认可: Tôi không thể chấp nhận được. 我无法接受。

chấp nhất *đg* 执意: Anh ta chấp nhất làm một mình. 他执意一个人做。

chấp pháp *đg* [旧] 执法: cơ quan chấp pháp 执法机关

chấp quyền *đg* 执权, 掌权

chấp tay *đg* (双手) 合十, 作揖

chấp thuận *đg* 采纳, 同意, 接受: Ý kiến này được hội đồng chấp thuận. 这个意见得到了委员会的采纳。

chấp uỷ *d* [旧] 执委, 执行委员: Đây là quyết định của chấp uỷ. 这是执委的决定。

chấp vặt *t* 小心眼儿: Như vậy thì cảm thấy anh chấp vặt rồi. 这样就感觉你小心眼儿了。

chập₁ *d* [口] 一阵, 一顿: mưa một chập 下一阵雨

chập₂ *đg* ①叠合: Hai tờ giấy chập vào nhau. 两张纸叠在一起。②(电线或手表的游丝等) 粘在一起, 缠在一起: Đồng hồ bị chập dây tóc. 手表的游丝粘在一起。 *t* [口] 神经不正常的

chập cheng₁ [拟] 锵锵 (铙钹声)

chập cheng₂ *t* [口] 神经不正常的

chập choã *d* 铙钹

chập choạng *t* ①蒙蒙黑; 晦暗: Trời chập choạng tối thì mẹ về. 天刚刚黑, 妈妈就回来了。②摸索前进的

chập chổm *t* 踉跄

chập chồng *t* [旧] 重重叠叠: dãy núi chập chồng 山脉重叠

chập chờn *đg*; *t* ①迷迷糊糊: ngủ chập chờn 似睡非睡②若明若暗: ánh đèn chập chờn 灯光若明若暗

chập chùng *t* 迤逦: dãy núi chập chùng 山脉迤逦

chập chững *t* 蹒跚: chập chững tập đi 蹒跚学步

chập mạch *đg* [口] 精神错乱

chập tối *d* 薄暮, 入夜

chất₁ [汉] 质 *d* ①物质: chất béo 脂肪②性质③质量

chất₂ *đg* 堆积: Chất hàng lên xe. 把货物堆上车。

chất ẩm *d* 水分

chất bán dẫn *d* [理] 半导体

chất bẩn *d* 杂质

chất béo *d* [化] 脂肪

chất biến *d* 质变: Từ lượng biến đến chất biến. 从量变到质变。

chất bổ *d* ①养分②营养③补品

chất bốc *d* 挥发物

chất bôi trơn *d* 润滑剂

chất cháy *d* 燃烧物

chất chỉ thị *d* 试剂

chất chưởng *t* [口] 反复无常

chất cộng *d* [化] 加合物

chất dầu *d* 油分

chất dẻo *d* 塑料

chất diệp tố *d* 叶绿素

chất dinh dưỡng *d* 营养物质

chất dính *d* 黏剂

chất đàn hồi *d* [理] 弹性

chất đặc *d* 固体

chất đất *d* 土质, 土壤

chất điện phân *d* [化] 电解物, 电解质

chất độc *d* 毒物, 有毒物质

chất đồng phân *d* [化] 同成分物质

chất đồng vị *d* [化] 同位素

chất đống *đg* 堆积, 码垛

chất đốt *d* 燃料

chất đường *d* 糖分

chất gio=chất tro

chất hấp thu *d* [无] 吸收体, 吸收器

chất hoà tan *d* 溶解质

chất hoá học *d* [医] 化学物质

chất hữu cơ *d* 有机物质

chất keo *d* 胶质

chất kết dính *d* 黏合剂

chất kết tủa *d* 沉淀物

chất kháng độc *d* [药] 抗毒素

chất kháng sinh *d* [药] 抗生素

chất khí *d* [理] 气体

chất khoáng *d* 矿物质

chất kích động *d* [化] 激活剂

chất kích thích *d* 兴奋剂

chất liệu *d* ①质料, 原料, 素材, 材料②材质

chất lỏng *d* [理] 液体

chất lượng *d* 质量: chất lượng sản phẩm 产品质量

chất lưu *d* 流质

chất nắn được *t* 可塑性

chất ngất *t* (堆积得) 高: Hàng hoá đầy chất ngất. 货物堆得很高。

chất nguyên chất *d* 纯物

chất nhậy *d* 敏感剂

chất nhớt *d* 黏质

chất nhựa *d* 塑料

chất ni-cô-tin *d* ①尼古丁②尼古丁含量

chất nổ *d* 爆炸物

chất nửa dẫn *d* [理] 半导体

chất phác *t* 质朴, 淳朴, 老实

chất phòng rỉ *d* [化] 防蚀剂, 防锈剂

chất phòng mục *d* [化] 防腐剂

chất quặng *d* 矿质

chất rắn *d* 固体

chất tẩy rửa *d* 洗涤剂

chất thải *d* 排泄物, 废物

chất thơm *d* 香料

chất tro *d* [工] 灰分

chất tử *d* [理] 质子

chất vấn *đg* 质问

chất vô cơ *d* 无机物质

chất xám *d* ①灰质②知识, 智慧

chất xanh *d* 叶绿素

chất xúc tác *d* [化] 催化剂

chật *t* ①狭窄: đường chật 道路狭窄②多, 充盈: Đồ đạc nhét chật cả túi. 袋子塞满了东西。

chật bó *t* 紧束, 紧身: Mặc áo này thấy chật bó lắm. 穿这件衣服觉得很紧身。

chật chội *t* 拥挤: nhà ở chật chội 拥挤的房子

chật chưỡng *t* ①晃荡的: Bàn kê chật chưỡng. 桌子摆得晃里晃荡的。②出言无状的: ăn nói chật chưỡng 说话不算数

chật cứng *t* 水泄不通: Hội chợ đông chật cứng người. 博览会人山人海, 水泄不通。

chật hẹp *t* ①狭窄: phòng ngủ chật hẹp 狭窄的卧室②狭隘: quan niệm chật hẹp 狭隘的观念

chật lèn *t* 拥挤

chật ních *t* 拥挤, 水泄不通, 人山人海: nhà hát chật ních người 剧院人山人海

chật vật *t* ①(做事) 折腾: Chật vật mãi mới làm xong. 折腾了很久才做完。②拮据: đời sống chật vật 生活拮据

châu₁ [汉] 洲 *d* 洲: châu Á 亚洲

châu₂ [汉] 珠 *d* [旧] ①珠宝②泪珠

châu₃ [汉] 州 *d* [旧] 州县

châu₄ *đg* [口] 探头进来: Anh ta châu đầu vào

nói chuyện. 他探头进来说话。

châu Á *d* 亚洲

châu Âu *d* 欧洲

châu báu *d* 珠宝

châu Bắc Mĩ *d* 北美洲

châu chấu *d* 蚱蜢,蝗虫

châu chấu đá xe 螳臂挡车

châu chấu đấu voi=châu chấu đá xe

châu Đại Dương *d* 大洋洲

châu đảo *d* 洲岛,沙洲

châu lệ *d*[旧] 珠泪,眼泪

châu lị *d*[旧] 州委

châu lục *d* 洲,大陆

châu Mĩ *d* 美洲

châu Mĩ La-tinh *d* 拉丁美洲

châu Nam Cực *d* 南极洲

châu Phi *d* 非洲

châu quận *d*[旧] 州郡

châu sa *d* 朱砂

châu thành *d*[方][旧] 州城,城市

châu thổ *d* 冲积地,冲积平原,三角洲: châu
    thổ sông Châu Giang 珠江三角洲

châu Úc *d* 澳洲,大洋洲

chầu₁ *d*[口] 一顿: nhậu một chầu 吃一顿

chầu₂ *đg* ① [旧] 朝拜: chầu vua 朝拜皇帝
    ②朝向

chầu chẫu=chầu hẫu

chầu chực *đg* 侍候,等候

chầu Diêm Vương *đg*[口] 见阎王爷,归天,
    归西: Không nhanh thì đã chầu Diêm Vương
    rồi! 若不是躲得快,已见阎王爷去了。

chầu giời=chầu trời

chầu hẫu *t* 出神,发愣

chầu lễ *đg*[宗] 弥撒

chầu ông bà ông vải==chầu ông vải

chầu ông vải *đg*[口] 见阎王,归天,归西:
    Các cụ đã đi chầu ông vải hết rồi. 老人们
    都已经归天了。

chầu phật *đg* ①朝佛② [口] 见阎王

chầu rìa *đg*[口] 观睹,旁观: Anh ở công viên
    ngồi chầu rìa xem đánh bài. 他在公园旁观
    打牌。

chầu trời *đg*[口] 归天,归西: Nó đã chầu trời
    rồi! 他已经归天了!

chầu văn *d*[宗] 赞美诗 *đg*[宗] 唱赞美诗

chẩu₁ *đg*[口] 翘起,拱起: môi chẩu ra 噘嘴

chẩu₂[汉] 肘

chẫu chàng *d*[动] 雨蛙

chẫu chuộc *d*[动] 小雨蛙

chậu *d* 大口盆: chậu hoa 花盆; chậu rửa mặt
    脸盆; chậu tắm 澡盆

chậu thau *d* 洗脸盆

chây lười *t* 懒惰: Thằng này rất chây lười, không
    chịu làm gì cả. 这家伙很懒惰,什么都不想
    干。

chầy *t*[旧] ①迟,慢: chẳng chóng thì chầy
    不快就慢②久,长 (指时间): đêm chầy
    长夜

chấy₁ *d*[动] 发虱

chấy₂ *đg* 油炸后研成末: tôm chấy 油炸虾末

che₁ *d* 压榨机: che ép mía 榨蔗汁机

che₂ *đg* ①遮盖,遮掩,遮挡: che mưa 挡雨
    ②掩饰

che chắn *đg* 遮盖,遮掩: che chắn khuyết
    điểm 掩饰缺点

che chở *đg* 庇护,掩护,袒护,包庇: che chở
    cho nhau 互相包庇

che đậy *đg* ①遮掩,遮盖: Che đậy hàng hoá.
    把货物遮盖起来。②掩饰: che đậy sai
    lầm 掩饰错误

che giấu *đg* 掩饰,藏匿: che giấu khuyết điểm
    掩饰缺点

che khuất *đg* 遮盖,遮没: Chiếc ô che khuất
    mặt. 伞遮住了脸。

che lấp *đg* 掩盖,掩藏,遮蔽: Tôi nhìn thấy
    mây đen che lấp bầu trời. 我看见乌云蔽日。

che mắt *đg* 遮掩,掩目

che mờ *đg* 遮盖: Sương mù che mờ cảnh vật.

雾遮盖了景物。

che phủ *đg* 遮盖,覆盖: tỉ lệ che phủ 覆盖率

che tàn *đg* ①打伞②沾光

chè₁ *d* 茶,茶叶: uống chè 喝茶; pha chè 泡茶; mời chè 敬茶

chè₂ *d* 甜品,甜羹: chè đậu xanh 绿豆糖水

chè bà cốt *d* 姜味糯米糖粥

chè bạng *d* 末茶

chè bánh *d* 茶砖,茶饼

chè bột mì *d* 面茶 (食品)

chè búp *d* 茶旗

chè chén *đg* 大吃大喝: Chúng nó thường chè chén với nhau. 他们常在一起大吃大喝。

chè chi *d* 茶砖

chè con ong *d* 糯米糖粥

chè cốm *d* 扁米粥

chè đặc *d* 茶卤,浓茶

chè đậu đãi *d* 绿豆沙

chè đen *d* 红茶

chè đường *d* 糖粥

chè hạt *d*[方] 珠茶

chè hoa *d* 山茶

chè hoa cau *d* 绿豆汤

chè hột=chè hạt

chè hương *d* 花茶

chè kho *d* 绿豆软糕

chè khô *d* 焙茶

chè lá *d* ①茶叶②[转]礼品

chè mạn *d* 粗制茶

chè mật *d* 蜜粥

chè móc câu *d* 毛尖茶

chè ngon *d* 香茗

chè nụ=chè hạt

chè rượu *d* 茶酒 (即礼品)

chè sen *d* ①莲子羹②荷花茶

chè sô *d* 毛茶

chè tàu *d* 中国茶

chè Thái *d* (越南) 太原茶

chè thuốc=chè lá

chè tươi *d* 鲜茶

chè xanh *d* ①鲜茶②绿茶

chẻ *đg* 劈,破: chẻ củi 劈柴; chẻ tre 破竹

chẻ hoe *t*[口] 明摆着的,显而易见的,明明白白的: nói chẻ hoe 说得明明白白

chẻ sợi tóc làm tư 过度谨慎

chẻ vỏ *đg* ①去皮②原形毕露: nói chẻ vỏ 说穿了

chẽ *d* 枝杈 *đg* 分叉

ché *d* 大瓷瓶 (常用来储酒)

chèm bẹp *đg* 屈腿而坐

chèm nhèm *t*[方] 邋遢,脏兮兮: quần áo chèm nhèm 衣服脏兮兮的

chèm nhẹp *t* ①霉烂: cỏ chèm nhẹp 烂草② 泥泞: đường chèm nhẹp 泥泞的路

chém *đg* ①砍,砍伐: chém đầu 斩首; chém tre 砍竹子② [口] 敲诈: chém khách 宰客

chém bặp *đg* 砍削

chém cha 害人精,倒霉 (骂语)

chém đẹp *đg*[口] 狠宰: Khi thanh toán bị bà ấy chém đẹp. 结账的时候被她狠宰。

chém giết *đg* 杀戮, 屠杀, 残杀: Quân địch chém giết lẫn nhau. 敌军互相残杀。

chém mép *d*[医] 小儿慢性病之一

chém quách *đg* 宰杀, 杀了: Chém quách nó đi! 宰了他吧！

chém to kho mặn [口] ①粗糙的厨艺②大 大咧咧,不拘小节

chém to kho nhừ =chém to kho mặn

chém tre không dè đầu mặt 不管三七二十一

chen *đg* 挤入, 钻入: chen vào dòng người 挤 进人群; chen vào một câu 插了一句话

chen chân *đg* 插足: không chen chân được 插 足不下

chen chúc *đg* 拥挤,熙熙攘攘: nhà cửa chen chúc nhau 房屋林立

chen lấn *đg* 推挤: Phải xếp hàng, không nên chen lấn. 要排队,不要推挤。

chen vai *đg* ①挤,推挤②竞争,角逐

C

chen vai thích cánh 摩肩接踵

chèn *đg* ①闩: chèn cửa 闩门②排挤: cầu thủ chèn bóng 球员铲球③插入 *d* 栓

chèn ép *đg* 排斥, 打压: Cấp trên chèn ép cấp dưới. 上级打压下级。

chèn lấn=chèn ép

chèn nhét *đg* 填塞: chèn nhét đầy túi 塞满袋子

chèn hoẻn *t* 孤独, 孤单, 孤零零, 孑然一身: Ông ấy một mình ngồi chèn hoẻn trên ghế. 他一个人孤零零地坐在椅子上。

chẽn *t* (衣服) 紧束: áo chẽn 紧身衣

chén *d* ①杯子② [方] 小碗: chén cơm 饭碗 ③ [口] (中医) 一服: một chén thuốc 一服药 *đg* [口] 吃喝, 撮: chén một bữa 撮一顿

chén bát *d* 碗具, 食具

chén chú chén anh [口] 酬酢

chén chúng *d* 小茶杯

chén đá *d* 泥碗, 瓦钵

chén đồng *d* 同心杯

chén đưa *đg* 饯行: Mở tiệc chén đưa anh. 设宴为你饯行。

chén hạt mít *d* 小杯 (用于品茶或饮酒)

chén kiểu *d* 细瓷碗

chén mắt trâu *d* 牛眼杯 (小杯)

chén mừng *d* 喜筵, 喜酒

chén ngọc *d* 玉杯

chén quan hà *d* [旧] 饯别酒

chén quân *d* (品茗用的) 小茶具

chén tạc chén thù [旧] 酬酢, 应酬, 觥筹交错

chén thề *đg* 酒誓, 饮酒为誓: Họ đang chén thề với nhau. 他们正饮酒为誓。

chén thù chén tạc=chén tạc chén thù

chén tống *d* 大茶杯

chẹn₁ *d* 一把: một chẹn lúa 一把稻子

chẹn₂ *đg* 堵塞: chẹn đường 堵路

cheo₁ *d* [动] 麝香鹿

cheo₂ *d* 婚娶时向乡社缴纳的款项或礼物 (越南民间旧风俗之一)

cheo chéo *t* 微斜的: Cây cheo chéo như muốn đổ. 树斜斜的像要倒似的。

cheo cưới *d* 婚事

cheo leo *t* 崎岖, 晃荡, 晃里晃荡

cheo veo *t* 参天

chèo₁ *d* 船桨 *đg* 划 (船): chèo thuyền 划船

chèo₂ *d* 嘲戏 (越南民间戏剧之一)

chèo bánh *d* 代舵桨

chèo chẹo *t* (小孩) 缠人, 软磨硬泡

chèo chẹt *d* 恶作剧

chèo chống *đg* ①支撑: chèo chống nuôi con 支撑着养孩子②撑船

chèo kéo *đg* [口] 兜揽, 招徕: chèo kéo khách hàng 招徕顾客

chèo lái *d* 舵

chèo mũi *d* 前桨

chèo phách *d* 中桨

chèo queo *t* 蜷卧

chẻo *t* 能说会道: Anh ấy ăn nói thật chẻo. 他真是能说会道。

chẻo lẻo *t* ①圆滑: mồm miệng chẻo lẻo 油嘴滑舌②多嘴: Bà ấy chẻo lẻo lắm, cái gì cũng nói. 她很多嘴, 什么都说。

chẻo mép *đg* 多嘴, 饶舌

chéo *t* 斜: cắt chéo 斜着剪

chéo go *d* 斜纹布

chéo góc *d* [数] 对角: đường chéo góc 对角线

chéo khăn *d* [口] 头巾角

chép₁ *d* [口] 鲤鱼

chép₂ *đg* 抄录, 抄写: chép bài 抄写课文

chép miệng *đg* 咂嘴: Bà ta ăn xong, chép miệng khen ngon. 她吃完后, 咂着嘴夸好吃。

chép tay *đg* 手抄: bản chép tay 手稿

chẹp bẹp *t* 扁平

chét *d* 扎, 把: một chét lúa 一扎稻谷

chết tay *d* 满握，一把抓：Con gà vừa một chét tay. 鸡的大小正好一把抓。

chẹt *đg* ①压迫：chẹt lấy cổ 掐着脖子② [口] (车辆) 碾压：Ô-tô chẹt chết người. 车轧死了人。*t* 紧身，束身：quần chẹt ống 紧身裤

chẹt họng *đg* ①卡住脖子②扼杀

chẹt mọt *đg* 贪小便宜：Bà kia hay chẹt mọt. 她喜欢贪小便宜。

chê *đg* 嫌恶：chê ít không lấy 嫌少不要

chê bai *đg* 嫌恶，耻笑：chê bai mãi 不停地耻笑

chê chán=chán chê

chê cười *đg* 耻笑，嗤笑，讪笑：bị thiên hạ chê cười 被世人耻笑

chê ghét *đg* 厌恶：Nó chê ghét tất cả. 他厌恶一切。

chê ỏng chê eo *đg* [口] 嫌这嫌那

chê trách *đg* 谴责：Mày làm thế sẽ bị mọi người chê trách. 你这样做将遭到大家谴责。

chế₁ *d* 服丧

chế₂ [汉] 制 *d* 制度

chế₃ [汉] 制 *đg* ①炮制：chế thuốc 制药② [口] 制造：chế vũ khí 制造武器

chế₄ *đg* 讥讽

chế áp *đg* 牵制：chế áp kẻ địch 牵制敌人

chế bản *d* 制版：phần mềm chế bản 制版软件 *đg* 排版：Chế bản không đạt yêu cầu. 排版不符合要求。

chế biến *đg* (本质发生变化的) 加工，制作：chế biến thức ăn 加工食品

chế định *đg* 制定：chế định pháp luật 制定法律 *d* 定制 (固定体制)

chế độ *d* 制度：chế độ công hữu 公有制；chế độ xã hội chủ nghĩa 社会主义制度

chế giễu *đg* 讥笑，讥讽，嘲笑：Khi phạm sai lầm, đừng có chế giễu người ta. 别人犯错误的时候，不要讥讽。

chế hiến *đg* 制宪，立宪

chế hoá *đg* 制造

chế không *d* [军] 制空，制空权

chế liệu *d* 制料

chế ngự *đg* 制服，征服：chế ngự thiên nhiên 征服大自然

chế nhạo *đg* 讥笑，嘲笑：những tiếng cười chế nhạo 嘲笑声

chế pháp *d* 法制

chế phẩm *d* 制成品，产品：các chế phẩm từ cà phê 咖啡制成品

chế tác *đg* 制作，制造

chế tạo *đg* 制造：chế tạo máy bay 飞机制造

chế tạo máy *d* 制造业

chế ước *đg* 制约

chế xuất *đg* 出口加工：khu chế xuất 出口加工区

chếch *t* 歪，斜：chếch về bên phải 向右边歪

chếch chếch *t* 偏斜：chếch chếch sang một bên 向一边偏斜

chếch lệch *đg* [旧] ①偏斜，偏倒②颠倒

chếch mác *t* 歪斜

chệch *t* 偏斜的，偏离的，颠倒的：bắn chệch mục tiêu 射偏目标

chêm *d* 楔子：đặt chêm 放个楔子 *đg* ①垫：Chêm chân bàn cho chặt. 把桌子垫稳。②插嘴，插话：chêm câu 插嘴

chễm chễm *t* 正襟危坐：ngồi chễm chễm 正儿八经地坐着

chễm chệ *t* 正襟危坐：Ông ấy ngồi chễm chệ trên ghế. 他正襟危坐在椅子上。

chễm chện=chễm chệ

chênh *t* ①偏斜：Tủ bị đặt chênh. 柜子放斜了。②不等：chênh nhau vài tuổi 差几岁

chênh chếch=chếch chếch

chênh chênh *t* 微斜的，斜斜的：Bức tranh ấy treo chênh chênh trên tường. 那幅画斜斜地挂在墙上。

chênh chổng *t* 大模大样: đi chênh chổng 大模大样地走

chênh lệch *t* 差, 有差别的: giá chênh lệch 差价

chênh va chênh vênh *t* 摇摇晃晃: Em bé đứng chênh va chênh vênh trên mỏm đá. 小孩摇摇晃晃地站在凸起的石头上。

chênh vênh *t* 不稳, 晃荡, 晃里晃荡: đứng chênh vênh 站不稳

chểnh choảng *t* 凌乱, 乱七八糟: Sách để chểnh choảng. 书放得乱七八糟。

chểnh mảng *đg*; *t* 疏忽, 粗心, 大意: làm việc chểnh mảng 工作粗心

chếnh choáng *t* 天旋地转: Anh ta say rượu chếnh choáng cả người. 他醉得天旋地转。

chệnh choạng *t* 踉跄, 蹒跚: đi chệnh choạng 步伐踉跄

chết *đg* ①死亡 ②(机器) 停止不动: Xe bị chết máy rồi. 汽车抛锚了。③变质: mực chết 墨水变质; phẩm chết 颜料变色 *t* ①麻木 ② [口] 糟糕: Chết rồi! 糟了! *p*[口] 极, 甚, 绝顶: cười chết 笑死了 *c* 见鬼, 该死: Chết! Sao lại làm thế! 见鬼! 怎么又这样做!

chết băm 千刀万剐 (骂语): đồ chết băm 挨千刀的

chết bỏ đời[口] 要命: đau chết bỏ đời 痛得要命

chết cả đống ①一块死 ② [口] 全部倒霉: Không cẩn thận thì chết cả đống. 不小心就全部倒霉。

chết cay chết đắng 逆来顺受; 忍气吞声

chết cha[口]=bỏ mẹ

chết chém *đg* 斩首

chết chẹt *đg*[口] 无路可逃

chết chóc *đg* 死亡

chết chùm *đg*[口] 全部死亡, 全部完蛋

chết chưa *c* ①惨了, 糟了: Chết chưa, không kịp rồi. 惨了, 来不及了。② [口] 知错了

吧, 是吧, 没错吧: Chết chưa, đã bảo rồi lại không nghe. 知错了吧, 已经说过却不听。

chết chưa đền tội 死有余辜

chết chưa hết tội=chết chưa đền tội

chết chửa [方]=chết chưa

chết cóng *t* 冻僵

chết cứng[口] 一命呜呼

chết dở *đg*[口] 进退两难: Như thế thì ta chết dở đấy! 这样的话我们就进退两难了!

chết dở sống dở 求生不能, 求死不得

chết đi sống lại 死去活来

chết điếng *đg* 心痛欲绝, 痛绝

chết đói *đg* 饿死

chết đuối *đg* 溺死, 淹死

chết đuối vớ được cọc 绝处逢生

chết đuối vớ phải bọt 徒劳无益

chết đứng *đg*[口] 为难, 进退维谷

chết gí *đg* ① (草木) 凋萎: Cỏ bị chết gí trong bùn. 草凋萎在泥地里。② [口] 动弹不得, 无法行动: Trời mưa, phải nằm chết gí ở nhà. 天下雨, 只好待在家里。

chết giả *đg*[方][医] 休克; 假死

chết giấc *đg* 晕倒, 不省人事: sợ chết giấc 害怕得晕倒

chết giẫm *đg*[口] 千人踩, 万人踏 (骂语)

chết héo *đg* 枯死

chết hụt *đg*[口] 死里逃生, 虎口余生

chết khát *đg* ①渴死: Cuối cùng nó bị chết khát. 最后他渴死了。②干渴

chết không kịp ngáp[口] 当场没命, 当场毙命

chết lành *đg* 善终

chết máy *đg* ①熄火 ②发生故障

chết mất áp 当场毙命

chết mệt *đg* 神魂颠倒 *t* 累坏的: Chết mệt vì đống quần áo bẩn. 因洗那堆脏衣服而累坏了。

chết mòn chết mỏi 累死了, 累得要命

chết não *d*[医] 脑死亡

chết ngạt *đg* 窒息而死: Con thỏ ở trong hòm bí quá, bị chết ngạt. 兔子在箱子里太闷了,窒息而死。

chết ngất *đg* 晕厥,不省人事: Nghe thấy tin buồn, bà ta chết ngất luôn. 听到坏消息,她立刻晕厥过去。

chết ngóm *đg* [口] 命归黄泉

chết nhăn răng ①毙命②无药可救

chết non [口] =chết yểu

chết nỗi *c* 糟糕: Chết nỗi, muộn rồi. 糟糕,晚了。

chết oan *t* 枉死,死于非命: Cô ấy chết oan vì tai nạn giao thông. 她因交通事故而死于非命。

chết rấp *đg* [口] 死无葬身之地 (骂语)

chết rét *đg* 冻死

chết sống *đg* 生死;无论如何

chết tiệt *đg* [口] 死绝 (骂语): Đồ chết tiệt! 死绝种!

chết tốt *đg* [方] 当场没命

chết trôi *đg* [方] 溺死,淹死

chết tươi *đg* [口] 当场没命

chết vinh còn hơn sống nhục 宁为玉碎,不为瓦全

chết xác *t* [口] 累死

chết yểu *đg* 夭折

chi₁ *d* ① (动物的) 手或足: tứ chi 四肢②分支,派系: Người cùng họ, nhưng khác chi. 同族,但属不同支系。

chi₂ [汉] 支 *d* 地支

chi₃ [汉] 支 *đg* 支出: chi tiêu 开支

chi₄ *d* [方] 什么: Nó không biết chi. 他什么都不知道。

chi₅ [汉] 枝,栀

chi bằng 不如: Chiếc xe đạp này sửa đi sửa lại, chi bằng đi mua cái mới. 这辆单车修来修去,不如去买辆新的。

chi bộ *d* 支部

chi chít *t* ①密密麻麻: Chữ viết chi chít. 字写得密密麻麻的。②纵横交错: đồng ruộng chi chít 纵横交错的田野

chi chút *đg* [旧] 节约,节俭

chi cục *d* 分局

chi dùng *đg* (日常) 开销,花销: Lương tháng không đủ chi dùng. 每月的工资不够日常开销。

chi dụng [旧] =chi dùng

chi điếm *d* [旧] 分支机构,分行: chi điếm công ti 分公司

chi đoàn *d* 团支部

chi đội *d* ① [军] 支队② (少先队) 分队

chi hội *d* 支会,分会

chi li *t* 仔细: tính toán chi li 仔细计算

chi li từng tí *t* 斤斤计较: Chị ấy hay chi li từng tí một. 她总喜欢斤斤计较。

chi lưu *d* 支流: Sông này là một chi lưu của sông Trường Giang. 这条江是长江的一条支流。

chi nhánh *d* ①支流,分支: các chi nhánh của sông Hoàng Hà 黄河各支流②分行,支行,分部,分支机构: Ngân hàng mới mở thêm chi nhánh. 银行新增设了分行。

chi phái *d* 支系,支派

chi phí *đg* 支付 *d* 费用: chi phí lưu thông 流通费用

chi phối *đg* 支配: chi phối thời tiết 支配天气

chi thu *đg* 收支

chi tiết *d* ①细节: Không bỏ qua một chi tiết nào đó. 不放过任何一个细节。② (设备) 部件 *t* 详细

chi tiêu *đg* 开支: cắt giảm chi tiêu 减少开支

chi trả *đg* 支付: chi trả tiền khoản 支付钱款

chi tử *d* [植] 栀子

chi uỷ *d* 支委

chi uỷ viên *d* 支部委员

chi viện *đg* 支援: chi viện tiền tuyến 支援前线

chì *d* ①铅: quặng chì 铅矿; bút chì 铅笔

② (鱼钩) 铅垂

chì chiết *đg* 刁难: Bà ấy hay chì chiết người ta. 她总喜欢刁难别人。

chỉ₁ *d* 线

chỉ₂ [汉] 旨 *d* [旧] 圣旨 (封建时代皇帝的命令)

chỉ₃ *d* [口] 钱: một chỉ vàng 一钱黄金

chỉ₄ [汉] 指 *đg* ①指向: chỉ vào một chỗ nào đó 指向某个地方②指出: chỉ rõ khuyết điểm 指出缺点

chỉ₅ *p* 只, 仅

chỉ₆ *d* [方] 她

chỉ bảo *đg* 指教, 指导, 指点: Xin thầy chỉ bảo cho! 请老师指教!

chỉ buộc chân voi 徒劳无益

chỉ chỉ trỏ trỏ 指指点点

chỉ chính *đg* 指正

chỉ dẫn *đg* 指引, 指导 *d* 指导: chỉ dẫn của bác sĩ 医生的指导

chỉ dụ *d* [旧] 谕旨

chỉ đạo *đg* 指导

chỉ điểm *đg* 告密: chỉ điểm cho kẻ địch 向敌人告密 *d* 坐探

chỉ định *đg* 指定: Lãnh đạo chỉ định tôi đi công tác. 领导指定我去出差。 *d* 指示: chỉ định của cấp trên 上级的指示

chỉ giáo *đg* 指教, 赐教: Ai biết xin vui lòng chỉ giáo cho. 谁知道请不吝赐教。

chỉ huy *đg*; *d* 指挥: chỉ huy trưởng 总指挥; chỉ huy phó 副总指挥

chỉ khâu *d* 缝纫线

chỉ lệnh *d* ① (上级对下级的) 指令, 指示 ② (电脑发出的) 指令

chỉ mỗi tội [口] 可惜的是, 遗憾的是: Cô ấy rất xinh, chỉ mỗi tội hơi thấp. 她很漂亮, 只可惜矮了点。

chỉ nam *đg* [旧] 指南: kim chỉ nam 指南针

chỉ non thề biển 海誓山盟

chỉ rõ *đg* 指明, 表明, 阐明: chỉ rõ phương

hướng 指明方向

chỉ số *d* [经] 指数: chỉ số vật giá 物价指数

chỉ tay năm ngón 指手画脚

chỉ thêu *d* 绣花线, 绒线

chỉ thị *d* 指示: nhận chỉ thị 接收指示 *đg* 指示: chỉ thị toàn quân 指示全军

chỉ thiên *đg* 指天, 朝天

chỉ thực *d* [药] 枳实

chỉ tiêu *d* 指标: chỉ tiêu kinh tế 经济指标

chỉ tơ *d* 丝线

chỉ trích *đg* 指责: bị báo chí chỉ trích kịch liệt 被媒体强烈地指责

chỉ trỏ *đg* 指指点点: bị thiên hạ chỉ trỏ 被世人指指点点

chỉ vẽ *đg* 指点, 比画: chỉ vẽ cách làm việc 指点工作方法

chỉ xác *d* [药] 枳壳

chí₁ *d* [方] [动] 发虱

chí₂ [汉] 志 *d* 志气, 志向

chí₃ *đg* 掐: chí ngón tay vào thái dương 用手指掐太阳穴

chí₄ [汉] 至 *k* 至, 到: từ cổ chí kim 从古到今 *p* 至最, 至极: nói chí lí 说得很有道理

chí chết *p* [口] 至死, 至极: chạy chí chết 拼命跑

chí choé [拟] 叽叽喳喳 (孩童嬉戏声)

chí công *t* 至公: chí công vô tư 大公无私

chí cốt *t* 至亲 (朋友): bạn chí cốt 至亲好友

chí hiếu *t* 至孝, 尽孝: người con chí hiếu 尽孝的儿女

chí hướng *d* 志向: chí hướng cao cả 高尚的志向

chí ít *t* [口] 至少: Chí ít phải mất 500 đồng. 至少要花 500 元。

chí khí *d* 志气: chí khí anh hùng 英雄志气

chí lí *t* 有理的, 有道理的: Cách nói này rất chí lí. 这说法很有道理。

chí mạng *t* 致命的: Giáng một đòn chí mạng. 给以致命的打击。

chí nguy *t* 极其危险的: tình hình chí nguy 极 其危险的情形

chí nguyện *d*[旧] 志愿: chí nguyện quân 志 愿军

chí sĩ *d* 志士: chí sĩ yêu nước 爱国志士

chí thân *t* 至亲: bạn chí thân 至亲好友

chí thiện *d* 至善

chí thiết *t* 真挚, 亲近: tình bạn chí thiết 真挚 的友情; những người bạn chí thiết 最亲近 的朋友

chí thú *t* 专心致志: chí thú học hành 专心学 习

chí tình *t* 诚挚: lời khuyên chí tình 诚挚的劝 告

chí tôn *t*; *d*[旧] 至尊

chí tuyến *d* 回归线: chí tuyến Bắc 北回归线

chí tử *t*①致死的, 致命的②[口] 玩儿命的, 拼尽力气的: đánh nhau chí tử 玩儿命的 打架

chị *d*①姐姐: chị cả 大姐②对同辈女子的 通称③前两释义的第一、二、三人称代词

chị chàng *d*[口] 女人 (含轻蔑意)

chị chồng *d* 大姑 (丈夫的姐姐)

chị dâu *d* 嫂子

chị em *d* 姐妹: hai chị em 两姐妹

chị gái *d* 姐姐

chị Hằng *d*①嫦娥②月亮

chị họ *d* 表姐

chị nuôi *d* 义姐

chị vợ *d* 大姨子 (妻子的姐姐)

chia *đg*①[数] 除: tính chia 除法②分配, 分开: chia gia sản 分家产③分开: chia đôi 对半分④分享: chia vui 分享快乐⑤分发: chia quà cho con 分礼物给孩子

chia buồn *đg* 吊唁, 致哀

chia cay sẻ đắng 患难与共

chia cắt *đg* 分隔, 分割, 瓜分: Chiến tranh đã chia cắt đất nước. 战争分割了国家。

chia chác *đg*[口] 分发: chia chác tiền thưởng 分发奖金

chia để trị *đg* 分而治之: chính sách chia để trị 分而治之政策

chia đều *đg* 均分, 均等: Cơ hội phải chia đều. 机会要均等。

chia đôi *đg* 平分

chia hết cho *đg*[数] 可除尽: 8 chia hết cho 2. 8 可以被 2 除尽。

chia li *đg* (亲人) 分离, 分别, 别离: sum họp và chia li 团聚与分离; phút chia li 分别时 刻

chia lìa *đg* 分别, 分离: Vợ chồng chia lìa nhau. 夫妻互相分离。

chia lửa *đg* 分散 (对方) 火力

chia năm xẻ bảy 四分五裂

chia ngọt sẻ bùi 同甘共苦

chia phôi=chia li

chia rẽ *đg* 离间, 分裂: chia rẽ tổ chức 分裂 组织

chia sẻ *đg* 分享, 分担: chia sẻ hạnh phúc 分 享幸福

chia sớt *đg*[方] 分享, 分担

chia tay *đg*①分别: giờ chia tay 分别的时刻 ②分手: Hai người không hợp đã chia tay rồi. 两人合不来已经分手了。

chia tần số *đg*[无] 分频

chia xẻ *đg* 分散, 分担: chia xẻ lực lượng 分 散力量; chia xẻ nỗi buồn 分担忧愁

chìa₁ *d* 钥匙

chìa₂ *đg*①伸出: chìa tay ra 伸出手②探出

chìa khoá *d* 钥匙

chìa vôi *d*①白粉藤②(调拌槟榔和生石灰 的) 小棍③[动] 灶巢鸟

chĩa *d* 铁叉 *đg* 指向, 朝向, 瞄准: chĩa cá 叉 鱼

chĩa ba *d* 钉耙

chích *đg*①扎, 灸: đau như bị kim chích 痛 如针扎②[方] 叮咬: bị muỗi chích 被蚊 子咬③[方] 打针, 注射

chích chích [拟] 叽叽喳喳（鸟叫声）

chích choác *đg*[口]（静脉注射）吸毒

chích choè *d*[动] 鹩鹎

chích gân *đg* 静脉注射

chích thịt *đg* 肌肉注射，皮下注射

chích thuốc *đg*[医] 注射

chiếc₁ *d* 支，架，艘，轮，根，件，条，个：một chiếc bút 一支笔；một chiếc máy bay 一架飞机；một chiếc áo 一件衣服

chiếc₂ *t* 孤单

chiếc bóng *t*[旧] 孤身只影

chiếc thân *t* 只身，单身

chiêm₁ *t* ①（水稻或庄稼）夏造：lúa chiêm 夏稻②（开花或结果）反季节：rau chiêm 反季节蔬菜 *d* 夏稻

chiêm₂[汉] 占，瞻

chiêm bao *đg* 梦境，梦幻：giấc chiêm bao 做梦

chiêm chiếp [拟] 叽叽叽（小鸡叫声）

chiêm nghiệm *đg* 推测，预测：Chiêm nghiệm mọi lẽ phải trái ở đời. 推测与现实相反。

chiêm ngưỡng *đg* 瞻仰

chiêm tinh *đg* 占星：chiêm tinh học 占星学

chiếm[汉] 占 *đg* ①侵占：chiếm đất 侵占土地②取得，夺得：chiếm quán quân 夺得冠军③占：chiếm nhiều thời gian 占很多时间④占据

chiếm cứ *đg* 占据：Quân ta đã chiếm cứ được khu này. 我军已占据了这个地区。

chiếm dụng *đg* 占用：chiếm dụng ruộng đất 占用耕地

chiếm đoạt *đg* 侵占，篡夺，霸占：chiếm đoạt tài sản 侵占财产

chiếm đóng *đg* 驻守，驻防：chiếm đóng biên phòng 驻守边防

chiếm giữ *đg* 占据，盘踞：chiếm giữ tài sản công 霸占公共财产

chiếm hữu *đg* 占有，强占，侵占：chiếm hữu ruộng đất 占有耕地

chiếm không *đg* 无偿占有

chiếm lĩnh *đg* 占领：chiếm lĩnh thị trường 占领市场

chiên₁ *d*[旧] 绵羊

chiên₂ *d* 毡子：chăn chiên 被褥

chiên₃ *đg*[方] 煎：bánh bao chiên 煎包

chiền *d*[旧] 寺庙

chiền chiền *t*[旧] 明明白白

chiền chiện *d*[动] 小麻雀

chiền môn *d*[宗] 法门，佛门，禅门

chiến[汉] 战 *d* 战争：Cuộc chiến chưa đến hồi kết thúc. 战争还没到结束的时候。*đg* 战斗：tàu chiến 战舰

chiến bại *đg* 战败

chiến bào *d*[旧] 战袍

chiến binh *d* 战士，军人

chiến chinh *đg* 征战

chiến công *d* 战功，战绩：chiến công oanh liệt 显赫的战功

chiến cụ *d* 军械

chiến cục[旧]=chiến cuộc

chiến cuộc *d* 战局

chiến dịch *d* ①战役②运动：chiến dịch chống hạn hán 抗旱运动

chiến đấu *đg* ①战斗：chiến đấu không mệt mỏi 不懈地战斗②斗争：chiến đấu với bệnh tật 与病魔进行斗争

chiến đấu cơ *d*[旧] 战斗机

chiến địa *d*[旧] 战地，战场

chiến hạm *d* 战舰，军舰

chiến hào *d* 战壕

chiến hoạ *d* 战祸

chiến hữu *d* 战友

chiến khu *d* ①战区②抗战根据地

chiến lợi phẩm *d* 战利品

chiến luỹ *d*[军] 堡垒，工事

chiến lược *d* 战略：chiến lược đúng đắn 正确的战略 *t* 战略性：vị trí chiến lược 战略性位置

chiến mã *d*[旧] 战马

chiến phạm *d* 战犯

chiến phí *d* 战争费用

chiến phòng pháo *d*[军] 战防炮

chiến quả *d* 战果

chiến quốc *d* 战国时期

chiến sĩ *d* ①战士: chiến sĩ pháo binh 炮兵战士②模范: chiến sĩ thi đua 劳动模范

chiến sử *d*[旧] 战史

chiến sự *d* 战事

chiến thắng *đg* 战胜,取得胜利 *d* 大捷: chiến thắng Điện Biên Phủ 奠边府大捷

chiến thuật *d* ①战术: dùng chiến thuật tiến công 用战术进攻②战略: thay đổi chiến thuật kinh doanh 改变经营战略

chiến thuyền *d* 战船

chiến thư *d* 战书

chiến thương *d*(战争) 伤员

chiến tích *d*[旧] 战绩

chiến tình *d* 战情,战况

chiến tranh *d* 战争: chiến tranh du kích 游击战; chiến tranh lạnh 冷战

chiến trận *d*(两军) 交战: tham gia chiến trận 参与交战

chiến trường *d* 战场

chiến tuyến *d* 战线

chiến tướng *d*[旧] 战将

chiến xa *d* 战车,装甲车

chiêng *d* 钲,锣: khua chiêng 敲锣

chiêng trống *d* 锣鼓

chiếp [拟] 叽叽 (小鸡叫声)

chiết [汉] 折 *đg* ①倒: chiết rượu 倒酒②萃取: chiết tinh dầu 萃取精油③扣除: chiết tiền thưởng 扣奖金④ (缝织) 收窄⑤ [农] 嫁接: chiết cam 嫁接柑橘

chiết khấu *đg*[商] 折扣,打折

chiết quang *đg*; *t*[理] 折光,折射

chiết suất *d* 折射率

chiết trung *đg* 折中: chủ nghĩa chiết trung 折中主义

chiết tự *đg*[语] 拆字: Giải thích nghĩa của từ theo lối chiết tự. 按拆字法解释词的意思。

chiết xuất *đg* 提炼: chiết xuất tinh dầu bưởi 提炼柚子精油

chiêu₁ *đg* 呷: chiêu một ngụm nước 呷一口水

chiêu₂ *t*[旧] (手或脚) 左边的,靠左的

chiêu₃ [汉] 招

chiêu an *đg*[旧] 招安

chiêu bài *d* 招牌

chiêu binh *đg*[旧] 招兵

chiêu binh mãi mã 招兵买马

chiêu dân *đg* 招募工人,招工: chiêu dân xây đường 招募工人筑路

chiêu dụ *đg*[旧] 招谕

chiêu đãi *đg* 请客,招待,宴请: chiêu đãi bạn thân 宴请好友

chiêu đãi sở *d*[旧] (单位的) 招待所

chiêu đãi viên *d* 服务员

chiêu hàng₁ *đg*[旧] 招降

chiêu hàng₂ *đg* 招揽顾客购物

chiêu hiền *đg*[旧] 招贤,招才纳贤

chiêu hiền đãi sĩ [旧] 招贤待士

chiêu hồi *đg* 召回

chiêu hồn *đg* 招魂

chiêu khách *đg* 招揽顾客: Chị ta nói mãi để chiêu khách. 她不停地说以招揽顾客。

chiêu mộ *đg*[旧] 招募: chiêu mộ binh sĩ 招募兵士

chiêu nạp *đg*[旧] 招纳: chiêu nạp kẻ hiền tài 招纳贤才

chiêu phủ *đg*[旧] 招抚

chiêu sinh *đg*(学校) 招生: phụ trách việc chiêu sinh 负责招生工作

chiêu tập *đg*[旧] 召集

chiêu thức *d* 招式

chiều₁ *d* 下午

chiều₂ *d* ①方向：đường hai chiều 双行线② 神态，神色

chiều₃ *đg* 迁就：chiều con 娇惯孩子

chiều cao *d* 高度：Chiều cao của anh là bao nhiêu? 你的身高是多少？

chiều chiều *d* 每天傍晚，每个下午：Chiều chiều tôi đều chạy bộ. 每天傍晚我都去跑步。

chiều chuộng *đg* 溺爱，迁就：Bố mẹ đừng có chiều chuộng con. 父母不要溺爱孩子。

chiều dài *d* 长度：Chiều dài của cầu này là 500 mét. 这座桥的长度是 500 米。

chiều dọc *d* 纵度，长度

chiều hôm *d* 黄昏时分

chiều hướng *d* 趋势，动向：chiều hướng tốt 好趋势

chiều ngang *d* 横度，宽度

chiều như chiều vong[口] 过于溺爱，过于 迁就

chiều qua *d*[口] 昨天下午

chiều rộng *d* 宽度：chiều rộng đường phố 道 路宽度

chiều sâu *d* 深度，进深：Chiều sâu của nhà kia là 6 mét. 那房子的纵深是 6 米。

chiều tà *d* 垂暮，夕阳西下

chiều tối *d* 傍晚，傍黑

chiều *đg*[旧] 依照，循照：chiều theo pháp luật 依照法律

chiếu₁ *d* ①草席②席位

chiếu₂ [汉] 诏 *d*[旧] 诏书

chiếu₃ [汉] 照 *đg* ①照射，映：chiếu vào mặt 照在脸上②放映：rạp chiếu phim 电 影院③将军（棋类用语）④依照，循照

chiếu án *đg*[旧][法] 依案

chiếu bóng *đg* 放映电影：rạp chiếu bóng 电 影院

chiếu chỉ *d*[旧] 诏书

chiếu cói *d* 蒲草席

chiếu cố *đg* ①照顾：chiếu cố trẻ em 照顾儿

童②关照

chiếu đậu *d* 上等凉席

chiếu điện *đg*[口] 透视，照 X 光

chiếu lệ (做事) 应付，敷衍：làm chiếu lệ cho xong 应付了事

chiếu manh *d* 破席子

chiếu phim=chiếu bóng

chiếu rọi *đg* 照射，映照：Ánh nắng chiếu rọi vào mặt. 阳光映照在脸上。

chiếu thư *d*[旧] 诏书

chiếu tướng *đg* ①将军（棋类用语）②[口] 照面，正面：nhìn chiếu tướng 正面相对

chiếu xạ *đg* 照射

chim₁ *d* 鸟

chim₂ *d*[口] 男孩的小鸡鸡（生殖器）

chim₃ *đg*[旧][口] 泡（指男女关系）：chim gái 泡妞

chim báo bão=chim hải âu

chim bìm bịp *d* 毛鸡

chim bói cá *d* 翠鸟

chim bồ câu *d* 鸽子

chim bồ cu *d*[动] 杜鹃

chim bông lau *d* 绣眼鸟，白颊鸟

chim cảnh *d* 观赏鸟

chim chà chiện *d* 百灵鸟

chim chàng làng *d* 伯劳鸟

chim chàng nghịch *d* 潜水鸟

chim chàng vịt *d*[动] 鸠

chim chích *d*[动] 鹪鹩

chim chích choè *d* 黄鸟，黄莺

chim chóc *d* 鸟雀，小鸟

chim chuột *đg*[口] 亵昵

chim con cốt *d* 鸬鹚

chim cổ đỏ *d* 知更鸟

chim cú *d* 枭，猫头鹰

chim cun cút *d* 鹌鹑

chim cuốc *d*[动] 水鸥

chim cút=chim cun cút

chim dẽ *d*[动] 鹬

chim di cư 迁徙鸟, 候鸟

chim diều hâu d 鹞鹰

chim đa đa d 鹧鸪

chim đầu đàn 领头羊 (喻运动的带头人或单位)

chim én d 燕子

chim ê d [动] 鸥

chim gà cá nhệch 山珍海味

chim gáy d 斑鸠

chim gõ kiến d 啄木鸟

chim hải âu d 海鸥

chim hoàng li d 黄鹂

chim khách d 喜鹊

chim lồng d 笼中鸟

chim lồng cá chậu=cá chậu chim lồng

chim mèo d 猫头鹰

chim muông d 飞鸟走兽

chim ngói d 鹧鸪

chim nhàn d [动] 雉, 锦鸡

chim nhạn d 雁

chim ó d 麻鹰

chim oanh d 黄莺

chim quí thú lạ 珍禽异兽

chim quyên d [动] 杜鹃

chim sa cá lặn [旧] 沉鱼落雁 (形容女子美色)

chim sả sả d 翡翠鸟

chim sáo d [动] 翠鸟椋

chim sấm d [动] 鸹

chim sẻ d 麻雀

chim sọc d 族鸟

chim sồ d 雏鸟

chim sơn ca d 百灵鸟

chim trả d 翠鸟

chim trĩ d [动] 雉, 锦鸡

chim trời cá nước 海阔凭鱼跃, 天高任鸟飞 (喻逍遥自在, 无拘无束)

chim vẹt d 鹦鹉

chim xanh d [旧] 使者

chìm đg ①沉没: tàu chìm 沉船②凹入: chạm chìm 雕镂③隐蔽

chìm đắm đg ①淹没: chìm đắm trong cảnh sương mù 淹没在雾气中②沉醉, 沉迷

chìm ngập đg 沉浸: chìm ngập trong công việc 沉浸在工作中

chìm nghỉm đg 沉没: Hòn đá rơi xuống sông chìm nghỉm. 石头掉进河里沉没了。

chìm nổi t 沉浮: cuộc đời chìm nổi 生活起起落落

chìm xuồng [口] 破产

chin chít [拟] 吱吱 (老鼠或小鸟的叫声)

chỉn p [旧] 只: Tôi chỉn e đường sá xa xôi. 我只怕道路遥。

chín₁ d 九 (数词)

chín₂ đg; t ① (花、果或粮食) 熟, 成熟: Lúa chín rồi. 稻子熟了。② 成熟: suy nghĩ thật chín 考虑成熟③脸红: Ngượng chín cả mặt. 脸羞红了。④ (食品) 熟, 煮熟: Cơm chưa chín. 饭还没熟。

chín bệ d [旧] 陛下

chín bỏ làm mười 宽大为怀

chín cây t (水果) 树上熟的: chuối chín cây 树上熟的香蕉

chín chắn t 踏实, 稳重, 老练: một người chín chắn 一个稳重的人

chín dừ t (煮得) 滚烂

chín ép t (水果) 捂熟的: xoài chín ép 捂熟的杧果

chín khúc d 九曲 (即衷肠)

chín mòm=chín mõm

chín mõm t (水果) 熟透: quả đu đủ chín mõm 熟透的木瓜

chín muồi t (水果) 成熟: dưa hấu chín muồi 成熟的西瓜

chín nẫu t (水果) 熟烂

chín người mười ý 各持己见

chín rộ đg (水果、粮食) 大面积成熟: vườn lê chín rộ 梨园大面积成熟

chín rục *t* (水果、粮食) 熟透: quýt chín rục 熟透的橘子

chín suối *d* [旧] 九泉: ngậm cười chín suối 含笑九泉

chín tầng mây 九层云 (指云霄、天际)

chín tới *đg* (米饭、水果) 熟: Quả đu đủ chín tới. 木瓜熟了。

chín trùng *d* [旧] 九重

chín vàng *t* (水果) 黄熟

chinh [汉] 征 *đg* 征伐, 征讨

chinh an *d* [旧] 征鞍

chinh chiến *đg* 征战

chinh phạt *đg* [旧] 征伐

chinh phu *d* [旧] 征夫

chinh phụ *d* [旧] 征妇

chinh phục *đg* 征服: chinh phục khán giả 征服观众

chinh yên=chinh an

chỉnh [汉] 整 *t* 齐整, 工整 *đg* ①调整: chỉnh lại mũ 调整好帽子②[口] 训斥 (下属): bị cấp trên chỉnh cho một trận 被领导训了一顿

chỉnh biên *đg* 整编

chỉnh đảng *đg* [旧] 整党

chỉnh đốn *đg* 整顿: chỉnh đốn hàng ngũ 整顿队伍

chỉnh hình *d* 整形: phẫu thuật chỉnh hình 整形手术

chỉnh huấn *đg* 整风

chỉnh lí *đg* 整理: chỉnh lí tài liệu 整理材料

chỉnh lưu *đg* [电] 整流

chỉnh nghi *đg* [旧] 整理仪容

chỉnh quân *đg* [旧] 军队整风

chỉnh sửa *đg* 整改: chỉnh sửa hàng ngũ chấp pháp 整改执法队伍

chỉnh tề *t* 整齐: ăn mặc chỉnh tề 穿戴整齐

chỉnh thể *d* 整体

chỉnh trang *đg* 修补, 修缮: chỉnh trang lại nhà cửa 修缮房屋

chỉnh trị *đg* 整治

chĩnh *d* 瓮, 坛: chĩnh rượu 酒坛

chĩnh chện *t* 端端正正: ngồi chĩnh chện端正地坐着

chính₁ [汉] 正 *t* ①正 (与反相对): mặt chính 正面②主要: vấn đề chính 主要问题 *tr* 正是, 恰是: chính là cô ấy 正是她

chính₂ [汉] 政: chính phủ 政府

chính âm *d* 准确的发音方法

chính biến *d* 政变: phát động chính biến 发动政变

chính chuyên *t* [旧] (对丈夫) 忠贞

chính cống *t* [口] 正宗, 地道: người miền Bắc chính cống 地道的北方人

chính cung *d* [旧] 正宫

chính cương *d* 政纲

chính danh *t* 名副其实: hàng cao cấp chính danh 名副其实的高档货

chính diện *d* ①正面, 前面: phía chính diện của nhà ăn 食堂的正面② (文学作品里的) 正面人物: vai chính diện 正面角色

chính đại quang minh=quang minh chính đại

chính đảng *d* 政党

chính đáng *t* 正当: thu nhập chính đáng 正当的收入

chính đạo *d* 正道

chính đề *d* [哲] 正题

chính địch *d* [政] 政敌

chính điện *d* 正殿

chính đính *t* [旧] 正派, 正直: người chính đính 人品正派

chính giới *d* 政界: hoạt động chính giới 政界活动

chính giữa *d* 正中, 正中间: ngồi chính giữa 坐在正中间

chính hiệu *t* 正牌, 正宗, 名副其实: hàng chính hiệu 正牌货

chính khách *d* 政客: một chính khách nổi

tiếng 一位资深的政客

chính khí d[旧] 正气: chính khí ca 正气歌

chính khoá d 正式, 正规: học sinh chính khoá 正规生

chính kiến d ①政见, 政治见解②主见

chính lệnh d[旧] 政令

chính lí d 正理

chính luận d 政论

chính mắt 亲眼: chính mắt trông thấy 亲眼看到

chính ngạch t(货物) 大宗的: xuất khẩu chính ngạch 大宗出口

chính nghĩa d 正义: bảo vệ chính nghĩa 保卫正义

chính ngọ t 正午的

chính phạm d 主犯

chính pháp d [政] 正法

chính phẩm d 正品: hàng chính phẩm 正牌货

chính phủ d 政府

chính quả d[宗] 正果

chính qui t 正规: quân đội chính qui 正规军

chính qui hoá đg 正规化: chính qui hoá quân đội 军队正规化

chính quyền d ①政权: nắm chính quyền 掌握政权②(地方) 政府: chính quyền địa phương 地方政府

chính ra 按说, 其实: Chính ra, anh nên đi trước. 其实, 你应该先去。

chính sách d 政策

chính sử d 正史

chính sự d[旧] 政事

chính tả d ①听写②准确的写法

chính thất d[旧] 正室

chính thể d[政] 政体

chính thống t ①正统: tư tưởng chính thống 正统的思想②主流: nền văn hoá chính thống 主流文化

chính thức t 正式: văn kiện chính thức 正式文件

chính thức hoá đg 使正式, 使走上正轨, 规范化: chính thức hoá quan hệ ngoại giao 外交关系正式化

chính tích d 政绩: chính tích nổi bật 政绩突出

chính tố d 主要词素, 词根

chính tông t ①正统: tôn giáo chính tông 正统的宗教②正宗: hàng chính tông 正牌货

chính trị d 政治

chính trị gia d 政治家

chính trị học d 政治学

chính trị phạm d 政治犯

chính trị viên d[军] 政治指导员

chính trực t 正直: thanh liêm chính trực 清廉正直

chính trường d 政界, 政坛

chính uỷ d[军] 政委

chính vụ t[农] 当季: lúa chính vụ 当季稻

chính xác t 正确, 准确: độ chính xác 精确度

chính yếu t 主要, 重要: bộ môn chính yếu 重要部门

chíp chíp[拟] 叽叽 (小鸡叫声)

chít₁ d 玄孙

chít₂ đg ①包, 扎, 缠: Đầu chít khăn. 头包着毛巾。②束紧 (衣服)③缝紧

chịt đg ①紧锁住②攫, 捕捉 p[口] 紧紧地…: nắm chịt 紧抓着

chiu chíu[拟] (炮弹连续发射的声音)

chíu[拟] (炮弹发射的声音)

chíu chít [拟] 啾啾 (小鸡的叫声)t(树上的果实) 密密麻麻: Quả cây sai chíu chít. 树上挂满了果实。

chíu chíu[拟] (炮弹连续发射的声音)

chịu đg ①赊欠: bán chịu 赊销②负担, 承担: chịu trách nhiệm 承担责任③耐, 抗: chịu lạnh 耐冷④肯, 愿意: không chịu làm 不愿做⑤ [口] 无能为力: đành phải chịu 没办法⑥ [口] 折服, 甘拜下风: không ai

chịu ai 谁也不服谁⑦感受: khó chịu 难受

chịu a-xít *đg*[化] 耐酸

chịu chết ①毋宁死② [口] 束手无策

chịu chuyện *đg* 愿意交谈

chịu đắng nuốt cay=ngậm đắng nuốt cay

chịu đếch nổi 吃不消, 受不了

chịu đói *đg* 忍饥挨饿

chịu đòn *đg* 挨打

chịu đực *đg*(雌性牲畜) 受精

chịu đựng *đg* 忍受, 承受: cắn răng chịu đựng 咬牙忍受

chịu ép *đg* 忍让, 认命: chịu ép một bề 甘守本分

chịu hàng *đg* 降服

chịu khó *t* 刻苦, 用功: chịu khó học hành 刻苦学习

chịu lãi *đg* 付息

chịu lời *đg*[旧] 听从, 言听计从

chịu lửa=chịu nhiệt

chịu nhiệt *t* 耐高温: gạch chịu nhiệt 耐火砖

chịu phép *đg*[口] 认命: Em phải chịu phép thôi. 你只能认命了。

chịu rét *t* ①耐寒②受冻

chịu tải *đg* 负载, 承载, 载荷: sức chịu tải 承载力

chịu tang *đg* 守孝, 戴孝

chịu thiệt[口] 认倒霉

chịu thua *đg*[口] 认输: Tôi xin chịu thua. 我甘愿认输了。

chịu thương chịu khó 刻苦, 用功, 用心: Thanh niên làm việc phải chịu thương chịu khó. 年轻人要用心做事。

chịu tội *đg* 认罪, 服罪

chịu trống *đg*(雌性家禽) 受精

cho *đg* ①给予: cho tiền 给钱②让: Cho xe chạy chậm lại. 让车开慢些。③放: cho ít đường vào 放一点糖④认为: tự cho mình giỏi 自以为是 *k* ①交给: Đưa tiền cho mẹ. 把钱交给妈妈。②让…: học cho giỏi 学好 *tr* 给: để

tôi làm cho 让我来做; đánh cho một trận 给打一顿

cho biết *đg* 通知, 告知, 告诉: Xin ông cho biết. 请您告诉我。

cho cùng *tr* 最后: Nói cho cùng, anh vẫn không đúng. 说到最后, 你还是不对。

cho dù *k* 即使: Cho dù trời mưa thì chúng ta vẫn đi. 即使下雨我们也要去。

cho đến 直 到: Cho đến bây giờ tôi vẫn chưa biết việc này. 直到现在我还不知道这件事。

cho điểm *đg* 给分, 评分: Người trọng tài cho điểm. 裁判给分。

cho hỏi 请问: làm ơn cho hỏi 劳驾请问

cho không *t* 白给, 白送: Bán rẻ như cho không. 价钱便宜得像白送。

cho nên *k* 因此, 所以: Nhiều việc quá, cho nên quên mất. 事情太多, 所以忘了。

cho phép *đg* 准许, 准予, 批准: Cô giáo cho phép nghỉ hai ngày. 老师批准休息两天。

cho qua *đg* 放过, 不管: Việc này cho qua thôi. 这件事就放过吧。

cho rằng *đg* 认为, 以为: Mọi người đều cho rằng chị nói đúng. 大家都认为你说得对。

cho rồi[方] 了事, 完事: Làm ngay cho rồi. 立即干完。

cho thầu *đg*[经](工程) 发包

cho thuê *đg* 出租, 租让: nhà cho thuê 出租屋

cho vay *đg* 贷款: cho vay công nghiệp 工业贷款

cho xong=cho rồi

chò *d*[植] 乳香树

chò

chò hỏ *t* [方] 蹲踞

chõ₁ *d* 蒸锅

chõ₂ *đg* ① [口] 朝向② [口] 插嘴, 插话

chõ miệng *đg* [口] 插嘴, 插话

chõ mõm *đg* [口] 插嘴

chõ mồm=chõ miệng

chõ mũi *đg* [口] 掺和

chó *d* 狗

chó béc-giê *d* 军用犬, 警犬

chó biển *d* [动] 海狗

chó cắn áo rách 祸不单行

chó cậy gần nhà 狗仗人势

chó chê mèo lắm lông [口] 五十步笑百步

chó chết [口] 死狗, 坏蛋, 畜生 (骂语)

chó chui gầm chạn 寄人篱下

chó có váy lĩnh 岂有此理

chó con *d* 小狗

chó cùng rứt giậu 狗急跳墙

chó dại *d* 疯狗

chó dữ *d* 恶犬

chó đẻ₁ *d* 一种蓖麻科的野生植物, 可入药

chó đẻ₂ [口] 狗养的 (骂语)

chó đen giữ mực 狗改不了吃屎 (意指本性难移)

chó đểu *t* [口] 赖狗, 赖皮

chó gầy hổ mặt người nuôi 狗瘦主人羞

chó ghẻ *d* [口] 癞皮狗

chó lửa *d* [军] 短火, 短枪, 连响手枪

chó má [口] 猪狗不如 (骂语)

chó ngao *d* ① [动] 猎犬② [宗] 三头犬 (神话中守地狱者)

chó ngáp phải ruồi [口] 瞎猫碰上死老鼠

chó săn *d* ① 猎狗② [转] 走狗

chó sói *d* ① 狼狗② 豺狼

choa *d* [方] 我, 老子; 我们

choá *t* (阳光) 刺眼: nắng choá mắt 刺眼的阳光

choạc *đg* 叉开, 劈开: choạc chân 劈叉

choai *t* 雏, 小: gà choai 雏鸡

choai choai *t* 不大不小, 不老不嫩: người choai choai 大小子

choài *đg* 张开手: choài tay bắt bóng 张开手抓球

choãi *đg* 劈开, 叉开 (脚): đứng choãi chân 叉脚站着

choái *d* 棚架: cắm choái 搭架

choai₁ *d* [植] 爬蔓

choai₂ *đg* [方] 失 (足), 滑 (脚)

choán *đg* ① 占据② 霸占: choán quyền 篡权

choán chỗ *đg* 占位, 占地方

choán ngôi *đg* 篡位

choán quyền *đg* 越权

choán việc *đg* 包办

choang [拟] 咣当 (碗碟摔落声或金属碰撞声): Chiếc bát kia rơi đánh choang một cái. 那个碗摔下来, 发出咣当的声音。

choang choác *t* (喊叫声) 响亮刺耳: Chị ấy kêu choang choác lên. 她发出刺耳的叫声。

choang choang [拟] 咣当咣当 (碗碟摔落声或金属碰撞声) *t* (说话, 吆喝声) 响亮刺耳: cãi nhau choang choang 抬高嗓门吵架; quát tháo choang choang 大声吆喝

choang choảng [拟] 咣当咣当 (金属碰撞声)

choàng₁ *đg* ① 搂住: Cô bé choàng lấy mẹ. 小女孩搂住母亲。② 披: choàng chiếc áo 披上衣服

choàng₂ *đg* 撞入, 闯入 *p* (行动) 突然: choàng nhớ đến 突然想起

choảng *đg* [口] 打, 揍: choảng nhau 打架

choáng *t* 晕眩: bị choáng óc 头晕 *d* [医] 休克: Chấn thương nặng gây choáng. 重伤引起休克。

choáng choàng *t* 慌里慌张: chạy choáng choàng 慌里慌张地跑

choáng lộn *t* 璀璨, 华丽, 堂皇: phòng khách choáng lộn 华丽的客厅

choáng ngợp *đg* 眩晕

choáng váng *t* 晕眩: đầu óc choáng váng 头晕眼花

choạng *đg* 张开,叉开,分开（双脚或双腿）

choạng vạng *t* 蹒跚: bước đi choạng vạng 步履蹒跚

choắt *t* 瘦小,小不点儿

choắt cheo *t* 瘦小,瘦弱

chóc *d*[药] 半夏

chóc mòng *đg*[旧] 希望,期望,盼望

chóc ngóc [方]*đg* 冒头: Chóc ngóc đầu lên mặt nước. 把头冒出水面. *t* 孤单,孤零零: Ông kia ngồi chóc ngóc ở nhà. 他孤零零地坐在家里。

chọc *đg* ①戳,捅: chọc thủng 戳破②挑衅,挑逗: nói chọc mấy câu 挑衅了几句

chọc chạch *t* 松散: Bó củi buộc chọc chạch. 柴捆得松散散的。

chọc gan *đg*[方] 激怒,触怒: nói chọc gan 说话激怒（别人）

chọc gậy bánh xe 横插一杠子

chọc ghẹo *đg* 挑逗,逗弄,调戏: Bọn trẻ chọc ghẹo nhau. 孩子们互相逗弄。

chọc giận[方]=chọc tức

chọc thủng *đg* ①戳破,戳穿;揭穿: chọc thủng cái túi 戳破袋子 ②突破: chọc thủng vòng vây 突破包围圈

chọc tiết *đg*（屠宰家畜）割喉

chọc trời *t* 参天,高耸入云: cây chọc trời 参天大树

chọc tức *đg* 激怒,触怒

choe choé[拟] 叽叽喳喳: kêu choe choé 叽叽喳喳地叫

choè choẹt *t* 湿漉漉: Nước đổ choè choẹt trên bàn. 水流在桌子上,湿漉漉的。

choé₁ *d* 大瓷瓶

choé₂ *t* 鲜艳夺目: đỏ choé 鲜红

choé₃[拟] 呀,吱吱（刺耳的尖叫声）

choèn choèn *t* 浅: giếng nông choèn choèn 水井枯浅

choi choi *d*[动] 绣眼鸟,白颊鸟

choi chói *t* 刺眼

chòi₁ *d* 小茅棚

chòi₂ *đg* 冒出: chòi khỏi mặt nước 冒出水面

chòi₃ *đg*[方]（马）以前蹄击地

chòi bán sách *d* 书报亭

chòi canh *d* 岗楼,角楼

chòi gác *d* 岗楼,角楼

chòi tín hiệu *d* 信号楼

chỏi *đg* [方] 拄,支撑: chỏi gậy 拄拐杖

chói₁ *đg* 照亮: Nắng chói vào mặt. 阳光照在脸上。

chói₂ *t* ①刺痛: tiếng nổ chói tai 刺耳的爆炸声音②（颜色）耀眼,眩目

chói chang *t*（阳光）刺眼: nắng chói chang 刺眼的阳光

chói loà *t* 耀眼: ánh chớp chói loà 耀眼的光芒

chói loè *t* 刺眼: ánh đèn chói loè 刺眼的灯光

chói lói=chói lọi

chói lọi *t* 绚烂,光辉,辉煌: mặt trời chói lọi 灿烂的阳光

chói mắt *t* 炫目,刺眼: ánh sáng chói mắt lắm 阳光很刺眼

chói ngời *t* 绚烂: ánh bình minh chói ngời 绚烂的黎明

chói óc *t* 头昏脑涨

chói tai *t* 刺耳,震耳欲聋: nghe chói tai 听起来刺耳

chọi *đg* ①碰撞: trứng chọi với đá 以卵击石②争战,相斗: chọi gà 斗鸡③ [口]（文章）对称,对偶

chòm *d* ①丛,簇,束,撮,绺: một chòm cây 一丛树; một chòm râu 一绺胡须②自然村

chòm chọp [拟]（动物吮乳或猪吃食发出的声音）

chòm sao *d*[天] 星座

chòm xóm *d*[方] 村子: bà con chòm xóm 乡亲

chỏm *d* ①顶,头部: chỏm núi 山巅② 发髻

chỏm cầu *d* 球冠

chõm *t* 瘦瘪,瘦削: mặt chõm 瘦瘪的脸

chõm choẹ *t*[口] (坐姿) 端庄: ngồi chõm choẹ 端庄地坐着

chon chỏn *t* 微微竖起: Búi tóc của chị chon chỏn trên đỉnh đầu. 头上竖起小发髻。

chon von *t* 巍然耸立: đứng chon von trên mỏm đá 巍然耸立在悬崖之上

chỏn hỏn *t* 缩着 (坐): Anh ấy ngồi chỏn hỏn trên ghế. 他缩着坐在椅子上。

chọn *đg* 选择: chọn bạn 择友; chọn đất xây nhà 选地建房

chọn giống *đg*[农] 选种

chọn lọc *đg* 选择,挑选,选拔: chọn lọc giống cá 挑选鱼苗

chọn lọc nhân tạo *d* 人工择种

chọn lọc tự nhiên *d* 自然择种

chọn lựa=lựa chọn

chọn mặt gửi vàng 拣佛烧香; 选贤任能

chọn phối *đg* 择优交配

chong *đg* ①灯火长明②目不交睫: chong mắt nhìn 瞪着眼睛看③[方]对准: Chong súng theo máy bay. 把枪对准飞机。

chong chong *đg* 目不交睫, (眼睛) 瞪着

chong chóng₁ *d*(玩具)风车

chong chóng₂ *t* 迅速

chòng *đg* 逗弄,逗乐,挑逗

chòng chọc *t* 目不转睛: nhìn chòng chọc 目不转睛地看着

chòng ghẹo *đg*[口] 调戏: chòng ghẹo phụ nữ 调戏妇女

chòng vòng *đg*[方]焦急等候: chòng vòng chờ đợi tin tức 焦急等待消息

chổng *đg* [口] 翘起

chổng chơ *t* ①凌乱②寥若晨星: Công cụ vứt chổng chơ ngoài sân. 工具七零八落地丢在院子里。

chổng gọng *đg*[口] 四脚朝天: ngã chổng

gọng 摔得四脚朝天

chổng kềnh *đg* [口] 四脚朝天,倒翻

chổng lổn *t* 骄横: ăn nói chổng lổn 举止骄横

chổng vó *đg* [口] 四脚朝天

chõng *d* 竹榻

chõng hàng *d* 货摊子

chóng *t* 快速,迅速: chóng quên 健忘

chóng mặt *đg* 头晕眼花

chóng vánh *t* 快速: giải quyết chóng vánh 快速解决

choòng *d* 钎子,钢钎

chóp *d* 尖顶: chóp núi 山尖

chóp bu *d*[口] 首领,首脑: nhân vật chóp bu 首脑人物

chóp bút *d* 笔尖

chóp chép[拟] 吧嗒吧嗒 (咀嚼声)

chót *d* 终点,顶端: chót cây 树梢

chót vót *t* 高耸,巍峨: ngọn núi chót vót 巍峨的山脉

chỗ *d* ①地方,场所② [口] 关系: chỗ bạn bè với nhau 都是朋友关系

chỗ bán vé *d* 售票处

chỗ cắt *d* 切口

chỗ chơi bời *d* 娱乐场所

chỗ dựa *d* 靠山: tìm chỗ dựa 找靠山

chỗ đậu *d* 停泊地,锚地: chỗ đậu của tàu thuỷ 轮船的停泊地

chỗ đứng *d* 立足点

chỗ hàn *d* 封口

chỗ hiểm *d* 致命处,要害处

chỗ kém *d* 弱点

chỗ khó *d* 难处

chỗ kín *d* 私处 (指人的生殖器)

chỗ làm *d* ①工作单位②工作: Tôi đã có chỗ làm. 我已经找到工作。

chỗ ngoặt *d* 岔口

chỗ ngồi *d* 座位: hết chỗ ngồi 满座

chỗ nối *d* ①接头② [工] 结点

C

chỗ nứt d 裂口

chỗ ở d ①住处: Chỗ ở tôi cách đây khá xa. 我的住处离这里挺远的。②住址: Xin cho biết chỗ ở của bạn. 请告知你的住址。

chỗ phạm d 要害部位: đánh trúng chỗ phạm 命中要害

chỗ phân ranh d 分水岭

chỗ ra d 出口

chỗ rẽ d 岔口

chỗ rợp d 背阳

chỗ thoát d 出路

chỗ tránh nạn d 避难所

chỗ trống d ①空位②漏洞

chỗ trú chân d 落脚处

chỗ yếu d 弱点

chộ đg[方] 见,看见: Tôi chộ anh mua sắm ở siêu thị. 我看见你在超市购物。

chốc₁ d[医] 秃疮

chốc₂ d 一会儿,顷刻: đợi một chốc 等一会 儿

chốc chốc p 时而,不时,偶尔: chốc chốc có người đến xem 时不时有人来看

chốc đầu d[医] 头疮

chốc lát d 顷刻,片刻,霎时间

chốc lở d[医] 疮,疮疡 (一种皮肤病)

chốc mòng đg[旧] 希望,期望,盼望

chồi d 嫩芽: đâm chồi nảy lộc 吐绿发芽

chổi d 扫帚

chổi cùn rế rách 鸡毛蒜皮

chổi lông gà d 鸡毛掸子

chổi quét d 扫帚

chổi rễ=chổi sể

chổi sể d(用岗松做的) 扫帚

chổi xể=chổi sể

chối₁ đg ①否认,推诿: chối mãi không nhận 拒绝承认②[口] 拒绝,推托: tìm cách chối khéo 想办法婉拒

chối₂ t 不胜其力,难以忍受: lời nói chối tai 难以接受的话语

chối bay đg 矢口否认

chối bay chối biến đg 矢口否认

chối bỏ đg 推卸,推诿: chối bỏ trách nhiệm 推卸责任

chối cãi đg 狡辩: Sự thật không thể chối cãi được. 事实无可争辩。

chối phắt đg 毅然拒绝

chối từ đg 推辞,拒绝

chôm đg[方] 偷窃: chôm đồ 偷东西

chôm bôm t (吃东西) 鼓腮,塞满了嘴

chôm chỉa đg[方] 偷窃

chôm chôm₁ d[植] 红毛丹果,毛荔枝

chôm chôm₂ d[动] 水蜘蛛

chồm đg 扑向: Chó chồm lên người. 狗扑向 人。

chồm chồm đg (狗) 反扑

chồm chỗm t 蹲踞

chồm hổm đg; t[方] 蹲坐

chôn đg 埋,掩埋: chôn xuống đất 埋到地下

chôn cất đg 埋葬,安葬: chôn cất người chết 埋葬死人

chôn chân đg 禁足

chôn nhau cắt rốn 出生地

chôn rau cắt rốn=chôn nhau cắt rốn

chôn sống đg 活埋

chôn vùi đg ①埋葬②湮没,埋没③断送

chồn₁ d[动] ①獾②貂

chồn₂ t (手脚) 疲惫: chồn chân 腿酸

chồn chân mỏi gối 精疲力竭

chồn dạ t 扫兴,失望

chồn đèn d [动] 鼠狼

chồn lòng t 扫兴,失望

chồn mướp d 灵猫,麝香猫

chồn sóc d 黄鼠狼,鼬鼠

chồn trắng d 银鼠

chốn d 地方,地点,场所: chốn cũ 老地方

chọn rộn t[方] ①嘈杂: sân ga chọn rộn 杂的火车站②繁忙,忙碌: chọn rộn nhiều việc 工作繁忙

chông *d* [植] 铁蒺藜, 竹蒺藜

chông chà *d* 尖桩, 栅木

chông chênh *t* 不稳, 摇晃, 晃晃荡荡: đứng chông chênh 站不稳

chông gai *d* 荆棘

chồng₁ *d* 丈夫: hai vợ chồng 两夫妻

chồng₂ *đg* 叠, 垒: chồng lên trên 叠在上面 *d* 沓: một chồng sách 一沓书

chồng chất *đg* 堆积: Hàng chồng chất trong cửa hàng. 货物堆满了商店。

chồng chéo *đg* 堆积: đặt chồng chéo 堆放

chồng chung vợ chạ 外遇, 私通

chồng chưa cưới *d* 未婚夫

chồng đống *đg* 码垛, 堆垛

chồng loan vợ phụng=chồng loan vợ phượng

chồng loan vợ phượng [旧] 鸾凤和鸣

chổng *đg* 翘起: chổng mông 翘起臀部

chổng chểnh *t* 晃晃悠悠

chổng gọng=chỏng gọng

chổng kềnh *đg* [口] 四脚朝天, 倒翻: Xe đổ chổng kềnh trên đường. 车倒翻在路上。

chổng vó=chỏng gọng

chống *đg* ①拄, 支撑: tay chống cằm 拄拐杖 ②反抗, 反对: chống kẻ địch 抗击敌人

chống án *đg* [法] 上诉

chống bão *đg* 防台风

chống càn *đg* 反扫荡

chống cháy *đg* 防火: chống cháy rừng 防山林起火

chống chèo=chèo chống

chống chế *đg* 辩解, 申辩: khéo chống chế 巧言善辩

chống chếnh *t* ①空荡荡: nhà cửa chống chếnh 屋子空荡荡的 ②孤单, 孤寂: cảm giác chống chếnh 感到孤单

chống chòi=chống chọi

chống chọi *đg* 抗争, 对抗, 对峙: chống chọi với bệnh tật 与疾病抗争

chống cự *đg* 抵抗, 抗拒, 反击: chống cự mạnh mẽ 猛烈地反击

chống dính *t* 防粘, 不粘: chảo chống dính 不粘煎锅

chống đối *đg* 对抗, 违抗: hành động chống đối 对抗行动

chống đỡ *đg* ①支撑②抵御, 招架: chống đỡ bất lực 无力抵御

chống giữ *đg* 捍卫, 抵御: chống giữ đất nước 捍卫祖国

chống hạn *đg* 抗旱

chống lại *đg* 反抗, 抵抗

chống lụt *đg* 防汛, 防涝

chống nạn mù chữ *đg* 扫盲, 扫除文盲

chống nạnh *đg* (站着) 叉腰

chống nắng *đg* 防晒

chống nẹ *đg* 一只手斜撑着 (身体)

chống phá *đg* 抵制破坏: hoạt động chống phá 抵制破坏活动

chống trả *đg* 反击: chống trả quyết liệt 激烈地反击

chộp *đg* ①捕捉: chộp cá 捉鱼② [口] 逮住

chốt *d* ①门闩② [旧] 主轴③驻防地, 防守点 *đg* ①闩住: chốt cửa 闩门② [军] 驻防, 驻守: cho quân chốt các ngả đường 派兵驻守各个路口

chột₁ *t* 独眼

chột₂ *t* 植物发蔫, 枯萎: Cây bị chột. 树枯萎了。

chột₃ *t* 心慌

chột dạ *t* 惊慌, 惊惶: Nó nhìn sang làm cho tôi chột dạ. 他看过来使我很惊慌。

chơ chổng=chổng chơ

chơ vơ *t* 孤零零, 无依无靠: Đứng chơ vơ một mình. 一个人孤零零地站着。

chờ *đg* 等候, 等待: chờ xe 等车

chờ chực *đg* 等候, 等待: chờ chực cả ngày 等了一天

chờ đợi *đg* 等待, 等候: yên tâm chờ đợi 安心等待

chờ được vạ má đã sưng 远水救不了近火

chờ hết nước hết cái 死等白等

chờ mất công 干等,白等

chờ mong *đg* 期望: khắc khoải chờ mong 忐忑期望

chở *đg* 运输,运载: chở hàng 运货

chở che *đg* 庇护,包庇,袒护

chở củi về rừng 多此一举

chớ₁ *p* 千万不要,千万别: Chớ có làm thế. 千万别这么做。

chớ₂ [方]*k* 难道还 *tr*…是吧

chớ chi *k*[方] 原先,本来,原来: Chị ấy không đi chơi được, chớ chi phải bận công việc. 她不能去玩,原来是要忙工作。

chớ đừng[口] 不应,切勿: Nên tập thể dục luôn, chớ đừng ngủ muộn. 要经常锻炼身体,不要睡懒觉。

chớ nên *p* 不宜,不应: Anh chớ nên làm như vậy. 你不应该这样做。

chớ thây *đg* [口] 不屑一顾;看不上眼

chớ thấy sóng cả mà ngã tay chèo 莫见难而退;激流勇进;勇往直前

chợ *d* 市集,市场: đi chợ 上市场 *t*[口] 地摊货的: mua hàng chợ 买地摊货

chợ búa *d* 市集

chợ chiều *d* 午市 *t*[转] 冷冷清清

chợ cóc *d*[口] 马路市场

chợ đen *d*[经] 黑市: giá chợ đen 黑市价格

chợ đêm *d* 夜市

chợ giời[方]=chợ trời

chợ hôm *d* 午市

chợ lao động *d* 劳动力市场

chợ người[口]=chợ lao động

chợ nổi *d*(货物在船上买卖) 水上市场

chợ phiên *d* ①圩集,集市② [旧] 博览会

chợ trời *d* 露天市场

chợ xanh *d*[口] 蔬果市场

chơi *đg* ①游玩: chơi bóng 玩球②把玩: chơi cây cảnh 玩盆景③ [口] 玩弄: Bị nó chơi

cho một vố đau điếng. 被他狠狠地玩了一把。④结交: chọn bạn mà chơi 择友而交⑤玩儿: Nói chơi thôi! 说着玩儿的!

chơi bạc *đg* 赌博

chơi bời *đg* ①交游,结交: Không chơi bời với anh nữa. 不跟你玩了。②游荡: Chơi bời suốt ngày chẳng làm việc gì. 整天游荡什么事都不干。

chơi chữ *đg* 舞文弄墨

chơi dao có ngày đứt tay 玩火终自焚

chơi diều đứt dây 输精光

chơi đểu *đg*[口] 戏弄: bị nó chơi đểu 被他戏弄

chơi đùa *đg* 游戏,戏谑,开玩笑: Bọn trẻ chơi đùa ngoài sân. 孩子们在院子里做游戏。

chơi giỡn *đg* 开玩笑,耍笑

chơi khăm *đg*[口] 搞恶作剧

chơi lông bông *đg* 瞎荡,逛荡

chơi ngang *đg* ①外遇②蛮干,胡来: cậy thế chơi ngang 仗势蛮干

chơi nghịch *đg* 调皮,顽皮

chơi nhởi=chơi đùa

chơi tem *đg* 集邮

chơi trèo *đg*[口] 高攀,攀高枝: không dám chơi trèo 不敢高攀

chơi trội *đg*[口] 出风头: cứ thích chơi trội 就喜欢出风头

chơi vơi *t* 孤零零: cảm giác chơi vơi 感觉孤零零的

chơi với lửa 玩火自焚

chơi xỏ *đg* [口]愚弄,捉弄,设局,玩黑招: bị chơi xỏ 中了黑招

chơm chởm *t* 参差: đá chơm chởm 怪石嶙峋

chòm *đg* ①覆盖,遮住: Cỏ đã chòm lối đi. 草把路遮住了。 ②扑向: Mèo chòm vào người. 猫扑向人。

chòm bóp *đg* [医] 按摩,推拿

chòm bợm *t* 放肆,放诞,没大没小: Đứa trẻ

chòm bơm vớ người lớn. 小孩对大人放肆。

chòm bòm=bờm xờm

chóm đg 开始露出: chóm nở 初放（萌芽）

chơn₁ [方]=chân₁

chơn₂ [汉] 真（chân 的变音）: chơn thật 真实

chờn đg; t ①磨损: Óc đã chờn ren. 螺钉的螺纹磨损了。②[口] 气馁: Không nên chờn khi gặp khó khăn. 遇到困难时不应该气馁。

chờn chợn đg; t 毛骨悚然: Nửa đêm có người từ trong nhà bước ra thấy chờn chợn. 半夜有人从里屋走出来感到毛骨悚然。

chờn vờn đg 盘旋，盘绕

chớn d[方] 痕迹: chớn bùn 泥痕

chợn đg; t 毛骨悚然: Ban đêm đi một mình thấy chợn. 晚上一个人走感到毛骨悚然。

chớp đg ①闪电②眨: chớp mắt 眨眼③[旧] 拍照，照相: chớp một kiểu ảnh 照一张相

chớp ảnh đg [旧] 放映电影

chớp bóng đg[方][旧] 放映电影

chớp chới đg ①晃晃悠悠②隐约，隐现③[口] 贼眉鼠眼

chớp chớp đg 眨眨（眼）: Chị ấy chớp chớp mắt rồi nhìn ra ngoài cửa. 她眨眨眼后往窗外望去。

chớp mắt đg 眨眼 d 眨眼间，瞬间

chớp một cái d 一晃儿，一刹那

chớp nháy d 转瞬间，转眼间，瞬息间

chớp nhoáng t 闪电式的: đánh chớp nhoáng 闪电战

chợp đg 小睡，假寐: cả đêm không chợp mắt 整晚没合眼; Vừa mới chợp mắt thì anh đến. 刚睡下你就来了。

chợp chờn=chập chờn

chớt nhả đg; t 轻薄，轻浮: ăn nói chớt nhả 举止轻薄

chợt₁ đg 蹭破，擦破皮

chợt₂ p 突然: chợt nghĩ đến 突然想起

chu₁ đg[方] 翘起，拱起

chu₂ [汉] 周，朱 t[口] 周到

chu₃ [汉] 朱 t(颜色) 朱

chu cấp đg 周济，救济: chu cấp tiền bạc 经济救济

chu chuyển đg 周转: chu chuyển vốn 资金周转

chu du đg[旧] 周游: chu du thế giới 周游世界

chu đáo t 周到，周密，周详: phục vụ chu đáo 服务周到

chu kì d 周期: tính chu kì 周期性; chu kì sản xuất 生产周期

chu niên d[旧] 周年

chu sa d 朱砂

chu tất t 周详: chuẩn bị chu tất 准备周详

chu toàn t 周全

chu trình d 循环，周期

chu tuyền t[旧] 周全

chu vi d ①周长: chu vi vòng tròn 圆周长②轮廓

chủ [汉] 主 d ①主人②（财物等的）主: chủ nợ 债主③东道主 t 主要

chủ âm d[旧][乐] 主音

chủ biên d 主编

chủ bút d[旧] 主编，总编辑

chủ chiến đg 主战

chủ chốt t 骨干的: lực lượng chủ chốt 骨干力量

chủ chứa d 窝藏罪犯或赃物的人

chủ cổ phần d 股东

chủ công t ①主攻的: nhiệm vụ chủ công 主攻的任务②主要: Công nghiệp là lực lượng chủ công của nền kinh tế quốc dân. 工业是国民经济的支柱。

chủ doanh nghiệp d 工商业主

chủ đạo t 主导: vị trí chủ đạo 主导地位

chủ đầu tư d 投资者

chủ đề *d* 主题

chủ đích *d* 主旨: chủ đích của hoạt động 活动主旨

chủ điểm *d* 主要课程内容

chủ điền *d* [旧] 田主

chủ động *đg* ; *t* 主动: chủ động tấn công 主动进攻; làm việc chủ động 工作主动

chủ giáo *d* [宗] 主教

chủ hiệu *d* 店主, 老板

chủ hoà *đg* 主和: phái chủ hoà 主和派

chủ hộ *d* 户主

chủ hôn *d* 主婚: người chủ hôn 主婚人

chủ khách *d* 宾主

chủ khảo *d* [旧] 主考

chủ kho *d* [旧] 仓库管理员

chủ kiến *d* 主见: Chị ấy rất có chủ kiến. 她很有主见。

chủ lực *d* 主力: quân chủ lực 主力军

chủ mướn *d* 雇主

chủ mưu *đg* ; *d* 主谋: chủ mưu giết người 主谋杀人

chủ não *d* 重心: phần chủ não của công việc 工作的重心

chủ nghĩa *d* 主义: chủ nghĩa cộng sản 共产主义

chủ ngữ *d* [语] 主语

chủ nhà *d* ①户主②主办单位: nước chủ nhà 主办国

chủ nhân *d* 主人

chủ nhân ông *d* 主人翁

chủ nhật *d* 星期日, 礼拜天

chủ nhiệm *d* 主任: chủ nhiệm lớp 班主任

chủ nợ *d* 债权人, 债主

chủ phạm *d* 主犯

chủ quan *d* 主观: làm theo chủ quan 主观行事 *t* ①主观: điều kiện chủ quan 主观条件②麻痹: Phải cẩn thận, không nên chủ quan. 要谨慎, 不应麻痹大意。

chủ quản *đg* 主管: cơ quan chủ quản 主管机关

chủ quán *d* 店老板

chủ quyền *d* 主权: chủ quyền nhà nước 国家主权

chủ soái *d* [旧] 主帅

chủ sở hữu *d* 所有人

chủ suý = chủ soái

chủ tài khoản *d* 银行账户户主

chủ tàu *d* 船主

chủ tâm *d* 本心, 本意 *đg* 蓄意, 故意: chủ tâm làm việc xấu 故意做坏事

chủ tể *d* [旧] 主宰

chủ tế *d* 主祭

chủ thầu *d* 包工头, 承包商

chủ thể *d* 主体: chủ thể và khách thể 主体和客体

chủ tịch *d* 主席: chủ tịch nước 国家主席; chủ tịch đoàn 主席团

chủ tiệc *d* 宴会

chủ tiệm *d* 店主, 老板

chủ toạ *đg* 主持 *d* 主持人, 司仪: chủ toạ phiên họp 会议司仪

chủ trì *đg* 主持: người chủ trì 主持人

chủ trị *đg* (药品) 主治: thuốc chủ trị bệnh tim 主治心脏病的药

chủ trương *d* ①主张②政策路线 *đg* 主张

chủ từ *d* [语] 主语

chủ tướng *d* [旧] 主将

chủ xướng *đg* [旧] 主创, 首创

chủ ý *d* 主意: Ta phải có chủ ý riêng của mình. 咱们要有自己的主意。

chủ yếu *t* 主要: nhiệm vụ chủ yếu 主要任务

chú₁ *d* ①叔叔②叔辈通称③前两释义的第一、二人称代词

chú₂ *d* 咒语, 咒文 *đg* 念咒语

chú₃ [汉] 注 *đg* 备注: Quyển từ điển có chú phong cách và phạm vi sử dụng của mục từ. 词典备注有格式及词条的使用范围。

chú âm *đg* 注音

chú bác *d* 叔伯

chú cháu *d* 叔侄

chú cước *d* 注脚,附注,备注

chú dẫn *đg* 引注

chú giải *đg* [旧] 注解

chú mày=chú mình

chú mình *d* [口] 弟弟,小弟(昵称)

chú mục *đg* 注目: con mắt chú mục vào người đó 专注地看着那个人

chú rể *d* 新郎

chú tâm *đg* 专注(于某事)

chú thích *đg*; *d* 注释: chú thích cho đoạn văn 给这段文字注释; Quyển sách này có nhiều chỗ chú thích. 这本书有多处注释。

chú tiểu *d* 小和尚,沙弥

chú trọng *đg* 注重,重视: chú trọng phát triển nông nghiệp 注重发展农业

chú ý *đg* ①注意,专心: chú ý nghe giảng 专心听课②重视: chú ý dạy dỗ con cái 重视教育孩子

chua₁ *đg* [旧] [口] 注释,注: chua nghĩa trong ngoặc 在括号中注解

chua₂ *t* ①酸: vị chua 酸味② (声音) 尖而高

chua cay *t* 辛酸,悲苦,尖酸: những lời chua cay 尖酸的话语

chua chát *t* ①酸涩②尖酸: lời nói chua chát 尖酸的话

chua chua *t* 酸酸的

chua đời *t* 狂傲,愤世嫉俗

chua hoá *đg* (土壤) 酸化: ruộng đất bị chua hoá 耕地酸化

chua loét *t* [口] ①酸得要命,酸死了: quả cam chua loét 橙子酸得要命②酸臭: mùi mồ hôi chua loét 酸臭的汗味

chua lòm *t* [口] 酸臭得要命: mùi mồ hôi chua lòm 酸臭的汗味

chua me *d* [植] 酸角

chua ngoa *t* (言语) 尖酸,刻薄: ăn nói chua ngoa 说话刻薄

chua ngoét [口]=chua loét

chua ngọt *t* (食物) 酸甜,糖醋: sườn xào chua ngọt 酸甜排骨

chua xót *t* 痛苦,痛心,痛切,酸楚: cảnh ngộ chua xót 痛苦的境遇

chùa₁ *d* 庙宇,佛寺

chùa₂ *t* [口] 公家的: tiền chùa 公家的钱

chùa Bà *d* [宗] 娘娘庙

chùa chiền *d* 寺院

chùa đất phật vàng=chùa nát bụt vàng

chùa miếu *d* 寺庙

chùa nát bụt vàng 破庙藏金佛; 鸡窝生凤凰

chùa rách bụi vàng=chùa nát bụt vàng

chùa Một Cột *d* 独柱寺 (越南名胜)

chùa Ông *d* 关帝庙

chùa Thầy *d* 夫子庙

chúa [汉] 主 *d* ① [旧] 天主,上帝② [旧] 主宰者③ [旧] 王公: chúa Trịnh 郑王 *t* [口] 很拿手的 (含轻蔑意) *p* 之极,绝顶

chúa công *d* [旧] 主公

chúa cứu thế *d* [宗] 救世主

chúa đất *d* 大地主

chúa giời=chúa trời

chúa nhật=chủ nhật

chúa sơn lâm *d* 山中之王 (指老虎、狮子等猛兽)

chúa phong kiến *d* 封建主

chúa tể *d* 主宰

chúa thượng *d* [旧] 皇上

chúa trời *d* [宗] 天主

chuẩn [汉] 准 *d* ①标准: chuẩn quốc tế 国际标准②基准③规范 *t* 准确: Chị ấy nói tiếng Việt rất chuẩn. 她的越语说得很标准。

chuẩn bị *đg* 准备,筹备,预备: sẵn sàng chuẩn bị 时刻准备; chuẩn bị đầy đủ 准备充分

chuẩn chi *đg* [经] 准支

chuẩn cứ *d* 根据

chuẩn đích *d* 标准

chuẩn độ *đg*[化] 滴定

chuẩn hoá *đg* 标准化, 规范: chuẩn hoá viết hoa 规范大写

chuẩn mực *d* ; *t* 标准, 规范: chuẩn mực đạo đức 道德规范

chuẩn mực hoá *đg* 标准化, 规范化

chuẩn nhập *đg*[经] 准入

chuẩn tắc *d* 准则

chuẩn tướng *d* 准将

chuẩn uý *d*[军] 准尉

chuẩn xác *t* 准确

chuẩn y *đg* 照准, 批准

chúc₁ *đg* 掉, 垂: máy bay chúc xuống 飞机掉下来

chúc₂[汉] 祝 *đg* 祝: Chúc anh mạnh khoẻ! 祝你健康!

chúc₃[汉] 嘱

chúc hạ *đg*[旧] 祝贺

chúc khấn *đg* 祈祷, 祝福

chúc mào[方]=chào mào

chúc mừng *đg* 祝贺, 庆祝: chúc mừng năm mới 祝贺新年

chúc nguyện *đg*[旧] 祝愿

chúc phúc *đg* 祝福

chúc Tết *đg* 拜年, 贺年: Sinh viên đến nhà thầy chúc Tết. 学生到老师家拜年。

chúc thọ *đg* 祝寿: Con cháu chúc thọ ông bà. 儿孙给老人祝寿。

chúc thư *d* 遗书: lập chúc thư 立下遗书

chúc tụng *đg* 祝颂

chúc từ *d*[旧] 祝词

chục *d* 十, 整十

chuế *đg* 入赘

chuế đế *d*[旧] 赘婿

chuệch choạc *t* 不协调: hàng ngũ chuệch choạc 不整齐的队伍

chuếnh choáng=chếnh choáng

chuệnh choạng=chệnh choạng

chui *đg* ①钻, 穿过: chui vào hang 钻进洞②潜入, 混入, 打入 (组织或队伍): Kẻ địch chui vào tổ chức. 敌人潜入了组织。

chui lủi *đg* 潜伏, 隐藏: chui lủi trong rừng 隐藏在森林里

chui luồn *đg* 钻营, 钻谋: chui luồn vì danh lợi 为了名利而钻营

chui nhủi=chui lủi

chui rúc *đg* 蜗居: Cả gia đình chui rúc trong túp lều. 全家蜗居在茅屋里。

chùi *đg* ①揩擦: Chùi chân vào thảm. 脚往毯子上揩擦。② [方] 拭抹: chùi nước mắt 擦眼泪

chúi *đg* ①下俯: thuyền chúi mũi 船头下俯 ② [口] 埋头: chúi vào công việc 埋头工作

chúi đầu *đg*[口] 埋头

chúi đầu chúi mũi [口] 埋头: chúi đầu chúi mũi làm việc 埋头工作

chúi lái *đg* (船) 颠动

chúi nhủi *đg*[方] 嘴啃地: ngã chúi nhủi 摔个嘴啃地

chum *d* 瓮, 大罐子

chum chúm *t* 微凸, 微鼓

chùm *d* 串, 束: một chùm chìa khoá 一串钥匙

chùm hum *đg* 蜷缩一团: nằm chùm hum 蜷卧

chùm nhum *t*[方] 汇聚的

chùm tia sáng *d*[理] 光束

chũm *d* 壶盖形

chũm choẹ *d* 铙钹

chúm *đg* 撮, 拢: chúm miệng 拱嘴

chúm chím *đg* 嘴微开: chúm chím cười 张嘴微笑

chụm *đg* ①合拢, 并拢: chụm chân 并拢腿 ② [方] (向火里) 添柴

chun₁ *đg* 收缩 *d*[口] 松紧带

chun₂ *đg*[方] 钻, 穿过 (同 chui)

chun chủn *p*[口] 极其, 非常 (短小): chân

ngắn chun chùn 腿短短的

chùn *đg* 裹足不前: chùn lại không dám đi停下来不敢走

chùn chùn=chun chùn

chùn chũn=chun chùn

chùn chụt [拟]（连续的吸吮声或接吻声）

chùn tay *t* 手软的

chủn *p*[口] 短短的: chiếc váy ngắn chủn 超短裙

chũn chĩn *t* 膘肥，肥壮: con lợn béo chũn chĩn 膘肥的猪

chung₁ *d*[旧] 小酒杯

chung₂ *t* ①公共的: của chung 公共财产 ②一同，一块儿，不分彼此: sống chung 一同生活 ③一般的，普遍的，共同的: nói chung 一般来说 *đg* ①共有: chung sân 共有场地 ②聚合，聚集: chung tiền 集资

chung₃ [汉] 终，钟

chung cật *đg* 同心协力

chung chạ *đg*；*t* ①同衾 ②混杂，杂乱，错杂: quần áo mặc chung chạ 衣服混着穿

chung chăn gối 同衾共枕

chung chỉ *đg* 终止

chung chiêng *d*；*t* 摇晃

chung chung *t* 笼统，一般: trả lời chung chung 笼统的回答

chung cục *p*[旧] 最后，终归，终究: Chung cục vẫn chỉ là hai bàn tay không. 终究还是两手空空。

chung cuộc *d* 最后

chung cư *d* 居民楼，住宅区: nhà chung cư 居民楼

chung đúc *đg* 合而为一: Tình cảm nhà văn chung đúc vào tác phẩm. 作家的情感与作品合而为一。

chung đụng *đg* 杂居: sống chung đụng với nhau 杂居在一起

chung góp *đg* ①合力，协力 ②聚集

chung kết *d* 决赛: trận chung kết bóng đá 足球决赛

chung khảo *d* 最后一场考试

chung lộn *t* 混杂，杂乱: Để nhiều thứ chung lộn. 把许多东西混在一块儿。

chung lưng *đg* 合力

chung lưng đấu cật 勠力同心；和衷共济

chung quanh *d* 周围，四周

chung qui *p* 归根到底

chung qui lại *p*[口] 终归，归根结底

chung sống *đg* 共处

chung sống hoà bình 和平共处

chung sức *đg* 协力，合力，通力合作: chung sức hoàn thành nhiệm vụ 通力合作完成任务

chung thẩm *đg*[法] 终审，第三审

chung thân *t* 终身: ở tù chung thân 无期徒刑

chung thuỷ *t* 忠贞不渝

chung tiết *d*[乐] 末节，最后一节

chung tình *đg* 钟情: chung tình với nhau 互相钟情

chung vốn *đg* 合股，集资: chung vốn làm ăn 合股做生意

chùng₁ *t* ①宽松: Dây đàn bị chùng. 琴弦松了。②肥大: áo chùng 衣服肥大

chùng₂ *t*[方] 偷偷摸摸: ăn chùng 偷吃

chùng chà chùng chình *đg* 磨磨蹭蹭: Làm việc gì cũng chùng chà chùng chình. 做什么事都磨磨蹭蹭的。

chùng chình *đg* 磨蹭: Anh cứ chùng chình không muốn làm. 他总是磨蹭不想做。

chủng₁ [汉] 种

chủng₂ *d* ①[旧] 种，类（动物或植物）: Con người lại phát hiện một chủng vi khuẩn mới. 人类又发现一种新的细菌。②种类，类别: hàng hoá đa chủng 商品多样 ③（人）种: chủng da vàng 黄种人

chủng₃ *đg* 植入: Chủng trực khuẩn cho chuột bạch. 给白鼠植入杆菌。

chủng chẳng *t*（言语）晦涩: trả lời chủng

chẳng 晦涩的回答

chủng đậu *đg* [医] 种痘

chủng loại *d* 种类: các chủng loại thực vật 各类食物

chủng sinh *d* 教会学校的学生

chủng tộc *d* 种族

chủng viện *d* 教会学校

chúng [汉] 众 *đ* 他们 (卑称)

chúng bạn *d* (泛指) 朋友

chúng mình *đ* [口] 咱们 (用于同辈人之间的昵称)

chúng sinh *d* [宗] 众生

chúng ta *đ* 咱们 (包括听话者)

chúng tao *đ* [口] 我们 (对卑辈或亲友自称)

chúng tôi *đ* ① 我们 (不包括听话者) ② 我 (谦称)

chúng tớ *đ* 我们 (表示亲切)

chuốc₁ *đg* [旧] 斟酒: chuốc rượu 斟酒

chuốc₂ *đg* 冀求, 诛求, 自招: chuốc vạ vào mình 自讨没趣

chuốc danh *đg* 沽名, 钓誉

chuốc lấy *đg* 诛求

chuốc lợi *đg* 求利, 牟利

chuộc *đg* ① 赎回, 取赎, 赎当 ② 赎罪

chuộc đồ *đg* 赎当

chuộc lại *đg* 赎回, 取赎

chuộc thân *đg* 赎身

chuộc tội *đg* 赎罪: lập công chuộc tội 立功赎罪

chuôi *d* 把儿, 柄: nắm đằng chuôi 握住把儿

chuôi bút *d* 笔杆

chuôi dao *d* 刀把儿, 刀柄

chuồi *đg* 滑落, 滑下, 滑出: Con cá chuồi xuống ao. 鱼儿滑进池塘。

chuỗi *d* ① 贯索 ② 一串: một chuỗi nho 一串葡萄 ③ 贯: ba chuỗi tiền 三贯钱

chuỗi cổ *d* 颈圈, 项圈

chuối *d* 香蕉

chuối chăn *d* 芭蕉

chuối dại *d* 野芭蕉

chuối hoa *d* 美人蕉

chuối lửa *d* [植] 红蕉

chuối mật *d* [植] 甘蕉

chuối mốc *d* [方] 芭蕉

chuối ngự *d* 贡蕉, 御蕉

chuối rẻ quạt *d* [植] 旅人蕉

chuối sống *d* [植] 青蕉

chuối sứ *d* [植] 大蕉

chuối tây *d* 芭蕉

chuối tiêu *d* 香蕉

chuội₁ *đg* ① 烫, 涮: chuội qua miếng thịt 涮肉 ② 漂白: chuội sợi 漂白棉纱

chuội₂ *đg* [口] 滑脱: chuội khỏi tay 脱手

chuôm *d* ① 坳塘, 水潭 ② (放在池里供鱼栖息的) 树杈

chuôm ao *d* 池塘

chuồn₁ *d* 蜻蜓

chuồn₂ *đg* [口] 溜走, 开小差: chuồn ra cửa sau 从后门开溜

chuồn chuồn *d* 蜻蜓

chuồn chuồn đạp nước 蜻蜓点水

chuông *d* ① 钟: chuông báo động 警钟 ② 铃: bấm chuông cửa 按门铃

chuông bấm *d* 按铃

chuông điện *d* 电铃

chuông kêu thử tiếng, người ngoan thử lời 钟试其声, 人试其言

chuồng *d* 厩, 圈

chuồng bò *d* 牛棚

chuồng bồ câu *d* 鸽笼, 鸽棚

chuồng chồ *d* [方] 茅厕

chuồng gà *d* 鸡栏, 鸡圈

chuồng lợn *d* 猪圈

chuồng ngựa *d* 马厩

chuồng phân *d* 粪池

chuồng tiêu *d* 厕所

chuồng trâu *d* 牛棚

chuồng xí *d* 茅厕

chuộng *đg* ①爱好,喜爱②推崇,崇尚: chuộng hình thức 崇尚形式

chuốt *đg* ①修削: chuốt cho thật sắc 削得很尖② [转] 润饰

chuốt trau *đg* 修饰

chuốt ý *đg* (文章) 润饰

chuột *d* ①老鼠② [计] 鼠标

chuột bạch *d* 白鼠 (常用来做试验)

chuột chạy cùng sào 山穷水尽; 走投无路

chuột đồng *d* 田鼠

chuột đồng nai *d* 白鼠 (常用来做实验)

chuột lang *d* 豚鼠 (常用来做实验)

chuột lắt [方] =chuột nhắt

chuột nhắt *d* 家鼠

chuột rũi *d* 鼹鼠

chuột rút *d* [医] 痉挛, 抽筋: chân bị chuột rút 腿抽筋

chuột sa chĩnh gạo [口] 枯木逢春

chuột tam thể =chuột lang

chuột túi *d* 袋鼠

chuột vàng *d* 仓鼠

chuột xạ *d* 麝香鼠

chụp *đg* ①盖, 扣: chụp mũ lên 扣上帽子②捕捉: nắm bắt con mèo 捉猫③拍摄: chụp ảnh 照相 *d* ①罩子②灯罩

chụp an toàn *d* 防护罩

chụp ảnh *đg* 摄影, 照相, 拍照: chụp ảnh làm kỉ niệm 拍照留念

chụp đèn *d* 灯罩

chụp mũ *đg* 扣帽子

chút₁ *d* 一点儿, 少许, 些许: chờ chút 等一会儿

chút₂ *d* 玄孙

chút cha chút chít *t* 肥嘟嘟

chút chít₁ *d* 鸭舌草的一种

chút chít₂ *d* 一种儿童玩具 (外形似洋娃娃, 挤按发出吱吱的响声)

chút chít₃ *t* (小孩) 胖嘟嘟: béo chút chit 胖嘟嘟 [拟] 吱吱 (老鼠叫声)

chút đỉnh *d* [方] 一丁点儿

chút ít *d* 一丁点儿

chút nào *d* 一丝儿, 一丁点儿: Không còn chút nào! 一丁点儿也没有了!

chút xíu *d* [口] 一点儿

chụt [拟] (吸吮声或接吻声)

chụt chịt *t* (小孩) 胖嘟嘟: Em bé này béo chụt chịt. 这小孩胖嘟嘟的。

chuỳ *d* ①锥子② [口] 顿: đánh cho một chuỳ 揍一顿

chuyên [汉] 专 *t* ①专门 (从事): chuyên nghề mổ lợn 专杀猪②专, 专门: chuyên làm việc thiện 一心做善事

chuyên án *d* 专案: ban chuyên án 专案组

chuyên biệt *t* 专类的, 专项的: tác dụng chuyên biệt 专项作用

chuyên canh *đg* 单一耕作

chuyên cần *t* 用功: chuyên cần học tập 用功学习

chuyên chế *đg* 专制

chuyên chính *đg*; *d* 专政

chuyên chở *đg* 运输: phương tiện chuyên chở 运输工具

chuyên chú *đg* 专注: chuyên chú học hành 专心学习

chuyên chữa *đg* 专治: chuyên chữa bệnh tim 专治心脏病

chuyên cơ *d* 专机

chuyên danh *d* 专名

chuyên doanh *đg* 专营: cửa hàng chuyên doanh đồ điện 电器专卖店

chuyên dùng *t* 专用: xe chuyên dùng 专用车

chuyên dụng =chuyên dùng

chuyên đề *d* 专题: chuyên đề văn học 文学专题

chuyên gia *d* 专家: chuyên gia ngôn ngữ 语言专家

chuyên khảo *đg* 专门考察

chuyên khoa *d* [医] 科, 科室: bác sĩ chuyên

khoa thần kinh 神经科医生

chuyên lợi *d* 专利：kĩ thuật chuyên lợi 专利技术

chuyên luận *d* 专论

chuyên mại *d*[商] 专卖：hàng chuyên mại 专卖品

chuyên môn *d* 专业：kiến thức chuyên môn 专业知识 *t*[口]净，专门（常指不好的方面）：chuyên môn nói khoác 专门说大话

chuyên môn hoá *đg* 专门化

chuyên mục *d* 专栏：chuyên mục về thể dục thể thao 体育专栏

chuyên ngành *d* 专业，学科：chuyên ngành tiếng Anh 英语专业

chuyên nghiệp *t* 专业：ca sĩ chuyên nghiệp 专业歌手 *d* 职业：quân nhân chuyên nghiệp 职业军人；trường trung học chuyên nghiệp 职业中学

chuyên quản *đg* 专管

chuyên quyền *đg* 专权

chuyên nhất *t* 专一

chuyên sai *d* 专差

chuyên san *d*(杂志) 专刊：chuyên san kinh tế 经济专刊

chuyên sâu *t* 深入（学习或研究）

chuyên sử *d* 专史

chuyên sứ *d* 专使

chuyên tâm *đg* 专心：chuyên tâm vào công việc 专心到工作中

chuyên trách *đg* 专责，专职：cán bộ chuyên trách 专职干部

chuyên trang *d*(报刊) 专栏：chuyên trang văn nghệ 文艺专栏

chuyên trị *đg*(药品) 专治：chuyên trị bệnh tim 专治心脏病

chuyên tu *đg* 专修：lớp chuyên tu tiếng nước ngoài 外语专修班

chuyên viên *d* 专员

chuyển *đg* 传递：chuyển bóng 传球

chuyển máu *đg*[医] 输血

chuyển tay *đg* ①转手②传递

chuyển[汉] 转 *đg* ①转变：thời tiết chuyển nóng 天气变热②转移，转运：chuyển tiền qua ngân hàng 通过银行转钱③转动；变化：tàu chuyển bánh 火车启动

chuyển bại thành thắng 转败为胜

chuyển báo *đg* 转报，转告

chuyển biến=biến chuyển

chuyển bụng=chuyển dạ

chuyển cư *đg* 移居

chuyển dạ *đg*[医] 产妇临盆前阵痛

chuyển di *đg* 转移

chuyển dịch *đg* ①改变（同 dịch chuyển）：chuyển dịch phương thức quản lí 改变管理模式②变换：chuyển dịch vị trí 变换位置

chuyển dời *đg* 搬移，搬迁：chuyển dời nhà máy 搬迁厂房

chuyển đạt *đg* 转达

chuyển đệ *đg* 传递，转交：chuyển đệ công văn 传递公文

chuyển điệu *đg*[乐] 转调

chuyển đổi *đg* ①改变：chuyển đổi loại hình kinh doanh 改变经营模式②转换，变换，转变：chuyển đổi chương trình làm việc trên máy 转换计算机的工作程序

chuyển động *đg* ①转动，运转，旋转②动摇，摇撼：chuyển động nhà cửa 撼屋③[理] 运动：chuyển động đều 等速运动

chuyển giao *đg* 转交：chuyển giao quyền lực 下放权力

chuyển hình *đg* 转型，变形

chuyển hoá *đg* 转化：sự chuyển hoá của năng lượng 能量的转化

chuyển hoán *đg* 转换

chuyển học *đg* 转学

chuyển hồi *đg*[宗] 轮回

chuyển hướng *đg* 改变方向：Cơn bão đã chuyển

hướng. 台风已经改变方向。

chuyển kho *đg* ①换仓②并仓

chuyển khoản *đg*[经] 转账

chuyển lay *đg* 动摇：Ý chí của ông ấy không thể chuyển lay được. 他的意志无法动摇。

chuyển loại *đg* 转变词性

chuyển mình *đg* 翻身，转身

chuyển nghĩa *đg* 转义

chuyển nhượng *đg* 转让：chuyển nhượng tài sản 转让财产

chuyển phát *đg* 转发：chuyển phát nhanh 快递

chuyển quân *đg*[军] 开拔

chuyển sang *đg*[经] 结转

chuyển số *đg*[经] 冲账

chuyển tài khoản *đg*[经] 转账，过账

chuyển tải *đg* 转载：chuyển tải hành khách 转载旅客

chuyển thể *đg* 改编：Bộ phim này được chuyển thể từ một truyện ngắn cùng tên. 这部电影改编自一篇同名小说。

chuyển tiền *đg* 汇款：chuyển tiền ra nước ngoài 汇款到国外

chuyển tiếp *đg* 转接，交替

chuyển vần *đg*[宗] 天理循环

chuyển vận *đg* ①转运②转韵

chuyển vị *đg* 换位置

chuyến *d* ①次，趟：đi một chuyến 去一趟② 班次 (交通工具)：chuyến máy bay 航班

chuyến đi *đg*[交] 上行

chuyến về *đg*[交] 下行

chuyện *d* ①事情：chuyện vui 高兴的事情 ②事端：gây chuyện 挑起事端③故事：kể chuyện 讲故事 *đg*[口] 说话：nói chuyện 说话

chuyện bỏ ngoài tai 耳边风

chuyện gẫu *đg* 谈天说地

chuyện lạ *d* 怪事

chuyện mình thì quáng, chuyện người khác thì sáng 当局者迷，旁观者清

chuyện nhỏ xé to 小题大做

chuyện trò *đg* 聊天：chuyện trò với nhau 互相聊天

chuyện trò niềm nở *t* 谈笑风生

chuyện vãn *đg* 谈天论地

chuyện vặt *d* 琐事

chuyện vu vơ *d* 无稽之谈

chuyện vui *d* 趣事

chư hầu *d* ① [旧] 诸侯②附庸：các nước chư hầu 附庸国

chư vị *d*[旧] 诸位

chù *d*[方] 现在

chù bự *t*[方] (表情) 气鼓鼓

chữ₁ *d* ①字，文字②书法③ (越南语) 书面语

chữ₂ *d*[旧] 分文：một đồng một chữ cũng không có 身无分文

chữ bát *d* 八字 (形容走路姿势呈八字)

chữ cái *d* 字母：bảng chữ cái 字母表

chữ chân phương *d* 正体字 (中文)

chữ chi *d* 之字 (形容道路曲折)

chữ điền *d* 田字 (形容方脸盘)

chữ hoa *d* 大写

chữ in *d* ①铅字②印刷体

chữ khối vuông *d* 方块字

chữ kí *d* 签字：giả mạo chữ kí 伪造签名

chữ môn 门字 (形容古代门字形建筑)

chữ nghĩa *d* ①字义② [口] 学问，学识

chữ nhân 人字 (形容道路呈人字形)

chữ nho *d*[旧] 汉字 (越南对汉字的旧称)

chữ nổi *d* 盲文

chữ Nôm *d* 喃字 (越南语根据汉字创造出的越南文字)

chữ Phàm *d* 梵语

chữ quốc ngữ *d* 国语字 (越南的规范文字)

chữ sai *d* 错字

chữ số *d* 数字，字码

chữ số A Rập *d* 阿拉伯数字

chữ số La Mã *d* 罗马数字

chữ thảo *d*(中文) 草书

chữ thập *d* 十字

chữ thập đỏ *d* 红十字

chữ thầy trả thầy 学识还给老师 (指把所学的知识忘得一干二净)

chữ thiếp *d* 字帖

chữ triện *d*(中文) 篆字

chữ viết *d* 文字

chữ viết tắt *d* 缩写字, 略语

chứ *k* 难 道 还: Nhớ chứ làm sao mà quên được? 当然记得难道还会忘吗? *tr*…是吧, …是吗: Anh đi lên lớp rồi chứ? 你去上课了是吧?

chứ gì *tr* 不是吗 (常用于句尾): Lại đi chứ gì? 又去不是吗?

chứ lại=chứ lị

chứ lị *tr*[口](常用于句尾, 表理所当然, 含反诘之意): Bộ phim này phải xem chứ lị! 这部电影当然要看啰!

chứ sao *tr* 难道不是吗 (常用于句尾): Vậy chứ sao? 难道不是这样吗?

chưa *p* ①尚未, 还没有, 不曾, 未曾: Trời chưa mưa. 天还没有下雨。②…了吗, …了没有 (表疑问语气): Ăn cơm chưa? 吃了没有? ③[口]…了吗, …了没有 (表肯定语气): Thấy chưa, tôi nói có sai đâu! 看到了吗, 我说的没错吧!

chưa bao giờ *p* 从未, 未曾, 未尝: chưa bao giờ trông thấy 从未见过

chưa biết chừng *p*[口] 说不定: Chưa biết chừng nó làm được. 说不定他能做。

chưa chắc *p* 未必: Kết quả chưa chắc như thế. 结果未必这样。

chưa chừng=chưa biết chừng

chưa đỗ ông nghè đã đe hàng tổng 官不大, 傲不小

chưa hay *p* 未知, 未详

chưa học bò đã lo học chạy 未学爬, 先学跑

chưa nặn bụt đã nặn bệ 本末倒置

chưa ráo máu đầu[口] 乳臭未干

chưa ráo mực 墨迹未干

chưa từng *p* 未曾: chưa từng có 前所未有

chừa *đg* ①改过②戒绝③留空

chừa bỏ *đg* 戒除

chửa₁ *đg*[医] 怀孕, 妊娠: có chửa 怀胎

chửa₂ *p*[口] 尚未, 还没有

chửa buồm *đg*[方] 未婚怀孕

chửa con so *đg* 怀头胎

chửa hoang *đg* 未婚怀孕: Nó là đứa con chửa hoang. 他是个私生子。

chửa trâu *đg*[口] 延缓妊娠

chửa trứng *đg* 怀葡萄胎 (水泡状胎块)

chữa *đg* ①修理, 修整: chữa xe 修理汽车②修改, 删改: Chữa lại câu này cho hay hơn. 把这句子改得更好些。③矫正, 改正④治疗: chữa bệnh 治病

chữa bệnh cứu người 治病救人

chữa cháy *đg* ① 救火② [转] 救急, 应急: Thiếu diễn viên nên phải chữa cháy bằng cách lấy diễn viên quần chúng. 演员不够要用群众演员来救急。

chữa chạy=chạy chữa

chữa thẹn *đg* 解嘲, 遮羞, 饰非

chữa trị *đg* 治疗: chữa trị bệnh tật 治疗疾病

chứa *đg* ①贮存: chứa hàng trong nhà 存货在家里②窝藏: chứa hàng lậu 窝藏走私货

chứa chan *đg*; *t* ①盈满②洋溢, 充满, 饱含 (感情)

chứa chấp *đg* 窝藏, 藏匿: chứa chấp tội phạm 窝藏罪犯

chứa chất *đg* 蓄积, 蕴蓄

chứa đựng *đg* ①蕴藏②容纳: Hội trường này chứa đựng được hàng nghìn người. 这个会场能容纳上千人。

chứa hàng *đg* 贮货

chứa nước *đg* 贮水, 蓄水: bể chứa nước 蓄水池

chứa nước lũ *đg* 蓄洪

chứa thổ *đg* 窝娼

chứa thổ đổ hồ *đg* 窝娼窝赌

chức₁ [汉] 职 *d* 职务, 职位: giữ chức hiệu trưởng 留任校长

chức₂ [汉] 织

chức danh *d* 职称

chức dịch *d* [旧] 职役 (越南旧农村的政权官吏)

chức hàm *d* 职衔

chức năng *d* 职能: chức năng kinh tế nhà nước 国家的经济职能

chức nghiệp *d* [旧] 职业

Chức Nữ *d* ① (中国古代神话) 织女② [天] 织女星

chức phận *d* [旧] ①职责②职务

chức quyền *d* 职权

chức sắc *d* [旧] 职敕 (越南旧农村的受封人员之称)

chức suông *d* 虚衔, 有职无权

chức sự =chức dịch

chức trách *d* 职责

chức trọng quyền cao=quyền cao chức trọng

chức tước *d* [旧] 爵位, 品位

chức vị *d* 职位

chức việc *d* [旧][口] 职事 (越南旧农村政权的一种职位)

chức vụ *d* 职务

chực *đg* ①行将就要, 想要: Mấy lần chực nói rồi lại thôi. 几次要说又作罢。②等候, 守候: chực ở cửa hàng đợi mua 在商店等候购买③蹭 (吃): ăn chực cơm 蹭饭吃

chực chôm *đg* 伫候, 久候难耐

chực chờ =chờ chực

chực hầu *đg* 侍候

chực tiết *đg* [旧] 守节

chửi *đg* 侮辱, 辱骂: Hai người chửi nhau. 两人互相对骂

chửi bâng quơ *đg* 骂街

chửi bóng chửi gió 指桑骂槐

chửi bới *đg* 辱骂, 漫骂: chửi bới nhau 互相辱骂

chửi chó mắng mèo 指桑骂槐

chửi chữ *đg* 口诛笔伐

chửi đổng *đg* 骂街

chửi lộn *đg* 吵架

chửi mắng *đg* 责骂, 责备

chửi rủa *đg* 咒骂

chửi vu vơ *đg* 骂街

chưn [旧]=chân

chưng₁ *đg* 摆设, 陈列

chưng₂ *đg* ① 蒸: chưng cách thuỷ 隔水蒸②蒸馏

chưng bày *đg* 陈设, 陈列: nhà chưng bày 陈列室

chưng cất *đg* 提炼: chưng cất tinh dầu 提炼精油

chưng diện *đg* (穿着、打扮) 炫耀: Chỉ biết chưng diện mà không chăm học. 只知道炫耀身上穿的而不勤奋学习。

chưng hửng *đg* 惘然, 不知所措: Bà ấy chưng hửng vì bị từ chối bất ngờ. 她被突然拒绝而不知所措。

chừng *d* 限度 *p* 好像; 大约, 约莫

chừng độ *d* ①限度②大约, 大概: Túi gạo nặng chừng độ 30 cân. 这袋米重约30公斤。

chừng đỗi [口]=chừng mực

chừng mực *d* ①分寸: Nói năng phải có chừng mực. 说话要有分寸。②限度, 节制: ăn tiêu có chừng mực 开销要有限度

chừng nào *p* ①何时: chừng nào đi 何时去②几许, 多少: Có chừng nào sinh viên? 有多少大学生？③多么: Đẹp biết chừng nào! 多美呀！

chừng như 好像, 似乎: Anh ấy chừng như đang suy nghĩ gì? 他好像在思考什么？

chững₁ *đg* 突然停止: Đang đi bỗng chững lại.

正走着，突然停下。

chững₂ *đg* (小孩) 学站: Cháu bé mới biết chững. 小孩刚会站。

chững₃ *t* [口] 端庄，洒脱，偶傥: ăn mặc rất chững 穿着端庄

chững chạc *t* 端庄，齐整: đi đứng chững chạc 举止端庄

chững chàng =chững chạc

chứng₁ [汉] 症 *d* ① [口] 病症: chứng mất ngủ 失眠症 ②症状: chứng hoa mắt chóng mặt 头晕眼花的症状 ③恶癖，缺点

chứng₂ [汉] 证 *d* 证据，凭证 *đg* [口] 证明，做证

chứng bệnh *d* 病症: chứng bệnh cũ lại tái phát 旧病复发

chứng chỉ *d* 证书: cấp chứng chỉ 颁发证书

chứng cớ =chứng cứ

chứng cứ *d* 证据: chứng cứ đầy đủ 证据充分

chứng dẫn *đg*; *d* [旧] 引证

chứng giám *đg* 证鉴

chứng hôn *đg* 证婚

chứng khoán *d* [经] 证券

chứng kiến *đg* 见证: người chứng kiến 见证人

chứng mất ngủ *d* [医] 失眠症

chứng minh *đg* 证明: Thực tiễn chứng minh là nó đúng. 实践证明它是正确的。 *d* [口] 身份证: kiểm tra chứng minh của từng người 逐个检查身份证

chứng minh thư *d* 身份证: xuất trình chứng minh thư 出示身份证

chứng nào tật ấy 本性难移

chứng nghiệm *đg* 验证

chứng nhân *d* 证人

chứng nhận *đg* 证明: giấy chứng nhận sức khoẻ 健康证明书

chứng quả *đg* [宗] 正果

chứng tật *d* 疾病

chứng thư *d* 证书: cấp chứng thư 颁发证书

chứng thực *đg*; *d* 证实: Sự thực đã chứng thực. 事实已经证明。

chứng tỏ *đg* 证明，证实: Điều đó đã chứng tỏ anh ấy đúng. 这事证明他是对的。

chứng từ *d* [经] 凭证: chứng từ gốc 原始凭证; chứng từ bảo hiểm 保险单

chựng [方] =chững₁

chước₁ *d* 计谋: bày mưu đặt chước 施计谋

chước₂ *đg* [旧] 酌免，谅察: Xin chước cho. 请予以谅察。

chườm *đg* [医] 敷，熨: chườm nước đá 冷敷; chườm nước nóng 热敷

chườm lượng *đg* 酌量斟酌

chương [汉] 章 *d* 章，回: chương thứ ba 第三章

chương chướng *t* 有点儿不顺眼: nhìn trông chương chướng mắt 看着有点儿不顺眼

chương hồi *d* (小说) 章回

chương mục *d* 章节

chương trình *d* ①计划: chương trình làm việc 工作计划 ②程序: cài đặt chương trình 安装程序 ③节目: chương trình biểu diễn 节目安排

chương trình nghị sự 议事章程

chường *đg* [方] 现世，现眼

chưởng [汉] 掌 *d* (掌揎) 巴掌: Cho nó một chưởng. 给他一巴掌。 *t* (小说、电影) 武侠的: phim chưởng 武侠片

chưởng lí *d* 高级检察官

chướng₁ *t* 不顺眼，讨厌: Cái ghế này để đây trông chướng mắt. 这张椅子放在这里很不顺眼。

chướng₂ [汉] 瘴，障

chướng khí *d* [医] 瘴气

chướng mắt *t* 碍眼，不顺眼，刺眼

chướng ngại *d* 障碍

chướng ngại vật *d* 障碍物

chướng tai *t* 刺耳，聒耳

chướng tai gai mắt 眼里插棒槌

chượp *d* 制鱼露的原料

CM=cách mạng[缩] 革命

CMT=chứng minh thư[缩] 身份证

CN=công nguyên[缩] 公元: trước CN 公元前; sau CN 公元后

CNTB=chủ nghĩa tư bản[缩] 资本主义

CNXH=chủ nghĩa xã hội[缩] 社会主义

co₁ *d*[口] 身材: co người đẹp 好身材

co₂ *d*[口] 字号: Sách in chữ co 11. 书印 11 号字。

co₃ *đg* ①弯曲, 蜷缩: co người lại 缩成一团 ②缩水: vải bị co 布缩水

ca-ba-dơ-thyn *d*[化] 乙苯

co-ban (cobalt) *d*[化] 钴

co bóp *đg* 收缩: Tim co bóp làm cho máu lưu thông. 心脏收缩使血液流通。

co cụm *đg* 蜷缩: Địch bị dồn co cụm lại trong đồn. 敌人被打得蜷缩在碉堡里。

co dãn *đg* ①伸缩: Cao su là chất co dãn. 橡胶是伸缩物质。②伸缩 (喻时间可长短): Co dãn thời gian cho phù hợp. 根据情况灵活延长或压缩时间。

co dúm *đg* 收缩, 蜷缩, 抽缩: Lạnh quá co dúm người lại. 太冷了缩成一团。

co gân *đg* 痉挛, 抽筋: chân bị co gân 脚抽筋

co giãn=co dãn

co giật *đg* 痉挛, 抽筋: Thiếu can xi dễ gây co giật cơ bắp. 缺钙容易引起肌肉痉挛。

co kéo *đg*[口] ①拉拉扯扯: co kéo khách hàng 拉客②精打细算, 钻营: Phải khéo co kéo mới đủ tiền cho con đi học. 要精打细算才有钱给孩子上学。

co miệng *đg*[医] 收口

co quắp *đg* (身体) 蜷缩, 蜷曲: nằm co quắp 蜷曲着身子躺着

co ro *đg* (寒冷) 蜷缩, 缩成一团: Con mèo sợ rét nằm co ro trong ổ. 小猫怕冷蜷缩在窝里。

co rúm *đg* 缩成一团: Con nhỏ bị nạt ngồi co rúm ở góc tường. 小孩被吓得蹲在墙角缩成一团。

co vòi *đg*[口] 畏缩不前: Địch bị đánh co vòi không dám ló mặt nữa. 敌人被打得不敢出来了。

cò₁ *d*[动] 鹤; 鹳; 鹬; 鹭

cò₂ *d* 枪的扳机: bóp cò 扳枪机

cò₃ *d*[旧][口] (法属时期) 警长

cò₄ *d* ① [口] 中介: cò nhà đất 房屋中介 ② [转]托儿, 黄牛, 黄牛党

cò₅ *d*[方] 二胡: cây đàn cò 二胡

cò₆ *d*[方][旧] 邮票

cò bợ *d*[动] 长足鸟, 涉水鸟

cò con *t*[口] 很少, 零碎: buôn bán cò con 小本生意

cò cưa *đg*[口] ①拉二胡②拉锯战: Hai bên cò cưa đánh từ sáng đến tối. 双方展开拉锯战从早上打到晚上。③拖延, 磨咕

cò đen *d* [动] 黑鹳

cò hương *d*[动] 鹳

cò ke [拟] (弦声)

cò kè *đg* 讨价还价

cò kí ke [拟] (弦声)

cò lả *d* 民间小调

cò lửa *d* 火烈鸟

cò mồi *d* ①捕鹤用的饵② [转] 串通者, 托儿

cò quay *d* 转分儿游戏, 转彩游戏, 摇奖游戏

cò rò *đg* 拱肩缩背

cò trâu *d* 丹顶鹤

cỏ *d* 草: cắt cỏ 割草

cỏ bạc đầu *d*[植] 白头翁

cỏ cây *d* 草木

cỏ chân vịt *d*[植] 龙爪茅

cỏ dại *d* 野草

cỏ đị *d* 益母草

cỏ đuôi chó *d* 狗尾草

cỏ đuôi phượng *d* 凤尾草

cỏ đuôi voi *d* 狼尾草

cỏ gà *d* 绊根草

cỏ gà

cỏ gấu *d* 香附草

cỏ gianh [方]=cơ tranh

cỏ lác *d* 白鹤草

cỏ lồng vực *d* 稗子, 稗草

cỏ may *d* 竹节草

cỏ mật *d* 虎尾草

cỏ mần trầu *d* 蟋蟀草, 牛筋草

cỏ mọc rêu phong *d* 庭院零落

cỏ nến *d*[植] 香蒲

cỏ rả *d*[口] 草 *t*[口] 寒酸: Ăn mặc gì mà cỏ rả thế? 怎么穿得这么寒酸啊？

cỏ roi ngựa *d* 马鞭草

cỏ sâu róm *d* 狗尾草

cỏ sữa *d* 奶汁草

cỏ tranh *d* 茅草

cỏ vê *d*[旧] 苦役

cỏ xa tiền *d* 车前草

có *đg* ①有, 含有, 具有: lúc có lúc không 时有时无②到, 有, 是的, 对 (应答语, 表示尊敬、愿意或赞成) *t*[口] 富有, 有钱的: Anh ấy có lắm. 他很有钱。*p* (表肯定): Tôi có biết anh ấy. 我认得他。*tr*(表强调): Chỉ có thế thôi. 只有这么多而已。Anh có đi không？你去不去啊？

có ăn *t*[口] 够吃, 吃得饱: có ăn có mặc 有吃有穿; nhà có ăn 小康人家

có bát ăn bát để 家有余粮

có bề gì 有什么不测: Lỡ có bề gì thì sao？要是遇到不测怎么办？

có bề nào=có bề gì

có bột mới gột nên hồ 巧妇难为无米之炊

có chăng 要是有的话: Có chăng, cũng chỉ là may mắn mà thôi! 要是有的话, 也只是幸运罢了！

có chân[口] 有份儿: Nó có chân trong vụ này. 这个案件有他的份儿。

có chi 没什么, 别客气

có chí *t* 有志气: người có chí 有志气的人

có chí thì nên 有志者事竟成

có chồng[口] 已婚, 已嫁: Chị ta có chồng một năm rồi. 她已婚一年了。

có chuyện[口] ①有事②有瓜葛

có chửa *đg*[口] 有喜, 怀孕

có chừng mực *t* 有分寸: Làm việc phải có chừng mực. 做事要有分寸。

có công *t* 有功: có công với cách mạng 对革命有功

có công mài sắt có ngày nên kim 只要功夫深, 铁杵磨成针

có của *t* 富有, 有钱的: nhà có của 有钱人家

có da có thịt 胖起来: Chịu khó ăn cho có da có thịt. 多吃点好胖起来。

có dáng *t* 长得标致, 漂亮: Cô ấy có dáng. 她长得标致。

có dễ[口] 有可能

có duyên *t* ①有缘分的②惹人爱的, 有人缘的, 讨人喜欢的

có dư *t* 有余: Năm nào cũng có dư. 年年有余。

có đầu có đuôi 有头有尾; 有始有终

có đầu không đuôi 有头无尾; 有始无终

có đầu óc *t* 有头脑的: người có đầu óc 有头脑的人

có đi có lại 有来有往, 礼尚往来

có điều[口] 就是: Thằng bé thông minh, có điều hơi lười. 小男孩很聪明, 就是有点懒。

có điều độ *t* 有节制的, 定量的: ăn uống có

điều độ 饮食有节制

có đòng *đg*[农] 孕穗

có đứt tay mới hay thuốc 手破识良药；经一事，长一智

có gan ăn cắp, có gan chịu đòn 有种犯科，有胆到案（喻敢做敢当）

có gia đình[口] 成家，已婚：Anh có gia đình chưa? 你成家了吗？

có giá *t*[口] 有价值的，评价高的：diễn viên có giá 当红演员

có hại *t* 有害：những nhân tố có hại 有害因素

có hạn *t* 有限：kinh phí có hạn 经费有限

có hạng *t*[口] 重量级的：một vận động viên có hạng 一名重量级的运动员

có hậu *t* ① (故事、影片) 结局圆满：Bộ phim kết thúc có hậu. 影片结局圆满。② 厚道：Bà là con người có hậu. 她是个厚道的人。

có hiếu *t* 有孝心的：Cô ta là người có hiếu. 她是个有孝心的人。

có hiệu quả *t* 有效的：phương pháp có hiệu quả 有效方法

có học *t* 有学问的：con người có học 有学问的人

có học mới biết, có đi mới đến 一分耕耘，一分收获

có ích *t* 有益的：sâu bọ có ích 益虫

có ít [口] 有点儿，有些儿：có ít thời gian 有点儿时间

có khi[口] 有可能，有时：Bây giờ mới nghĩ thì có khi hơi muộn. 现在才考虑可能有点晚。

có lẽ[口] 可能，也许：Có lẽ trời sắp mưa. 可能快下雨了。

có lí *t* 有理的：Nói gì cũng phải có lí mới được. 说什么都要有理才行。

có lí có lẽ *t* 有理有据

có lỗi *t* 有错的，有罪的：Có lỗi thì phải sửa ngay. 有错就要马上改。

có lợi *t* 有利的：chế độ cùng có lợi 互惠制度

có mang *t*[口] (妇女) 有喜，怀孕

có màu sắc 富有…特色：có màu sắc dân tộc 富有民族特色

có máu mặt[口][转] 有头有脸

có mặt *đg* 在场：Chín giờ sáng mai phải có mặt ở đây. 明早九点要在这里。

có mỗi 唯有，唯独：Chỉ có mỗi em ấy đi xem phim. 只有他一个人去看电影。

có một không hai 举世无双；独一无二

có mới nới cũ [口] 喜新厌旧

có mùi[口] 有味儿，发臭：Thịt để lâu có mùi rồi. 肉放久都有味儿了。

có nghĩa *t* ①有义气的：sống có tình có nghĩa 做有情有义的人②有意义的，含义深的：Câu nói này có nghĩa giáo dục thanh niên. 这句话对青年人有教育意义。

có nghĩa là 也就是说，意思是：Từ này có nghĩa là... 这个词意思是…

có nhân *t* 仁厚，厚道：con người có nhân 一个厚道的人

có nhẽ *p*[方] 可能，也许

có nơi có chốn 有主了：Cô ta đã có nơi có chốn rồi. 她已经有主了。

có sẵn *t* 固有的，现成的：thiết bị có sẵn 现有的设备

có tài *t* 有才能的：Anh ấy là người có tài. 他是一个有才能的人。

có tật giật mình[口] 做贼心虚

có thai *t* (妇女) 有喜，怀孕

có thể *p* ①可以，能够：Tự tôi có thể giải quyết vấn đề này. 我一个人就可以解决这个问题。② [口] 可能，也许：Có thể tôi đã hiểu lầm anh. 我可能误会你了。

có tiền mua tiên cũng được 有钱能使鬼推磨

có tiếng *t* 有名的，著名的：nhà văn có tiếng 著名作家

có tiếng không có miếng 有名无实

có tình *t* 有情义的：Ăn ở có nghĩa có tình.

做人要有情有义。

có trước có sau 有始有终

có tuổi *t* 上年纪的：người có tuổi 上年纪的
人

cọ₁ *d*[植]棕榈；蒲葵

cọ₂ *d* 画笔

cọ₃ *đg* ①蹭磨 ②刮磨：Nồi bị cháy cọ mãi
không sạch. 锅子烧焦了怎么都刮不干净。

cọ dầu *d*[植]油葵

cọ xát *đg* ①刮磨，刮擦：Dùng bàn chải cọ
xát lưng trâu. 用刷子刮磨牛背。② [口]
接触；碰撞，摩擦：Chưa có điều kiện cọ
xát nhiều với thực tế. 还没有机会在实践
中磨炼。

cóc₁ *d* 蟾蜍，癞蛤蟆 *t*[口] 小而不固定的（摊
点）：chợ cóc 地摊

cóc₂ *p*[口] 毫不，根本不：cóc hiểu gì cả 根本
不晓得；cóc làm được 根本搞不了

cóc ca cóc cách[拟] 咯咯（连续的硬物碰撞
声）

cóc cách[拟] 咯咯（硬物碰撞声）：Tiếng đục
đẽo cóc cách cả ngày. 雕琢声整天咯咯的
响个不停。

cóc gặm *t*（物品）破烂的：mấy chiếc bát cóc
gặm 几个破碗

cóc khô *tr*[口] 毫不，根本不：Chẳng có cóc
khô gì cả. 什么都没有。Nó làm cóc khô
gì được. 他什么都做不出来。

cóc ngồi đáy giếng=ếch ngồi đáy giếng

cóc nhái *d* 青蛙

cóc nhảy *t*[口] 大概，泛泛：đọc cóc nhảy 泛
泛地看

cóc tía₁ *d* 蟾蜍，癞蛤蟆

cóc tía₂ *t* 顽固，嘴赖：đồ cóc tía 老顽固

cọc *d* ①木桩②定金：nộp tiền cọc 交定金③
沓：cọc tiền bạc 一沓银币

cọc cà cọc cạch[拟] 咔嗒咔嗒（两物连续的
磕碰声）

cọc cạch₁ *t*[口] 差配：đôi đũa cọc cạch 不成

双的筷子

cọc cạch₂[拟] 咔嗒（两物磕碰声）：Xe chạy
cọc cạch trên đường. 车子走在路上发出
咔嗒的声音。

cọc đèn *d* 烛台

cọc gỗ *d*[建] 木桩

cọc móng *d*[建] 基桩

cọc mốc *d*[建] 桩号

cọc sợi *d*[工] 纱锭

coi *đg* ① [方] 看：đi coi tuồng 去看戏②看
起来：Cô bé coi dễ thương. 小姑娘看起来
很可爱。③ [方] 看管：Trâu bò thả không
ai coi. 牛放着没人看。④当作：coi như
rơm như rác 当垃圾般看待

coi bộ *p*[方] 看样子，看起来：Ăn ngấu nghiến
coi bộ đói lắm. 狼吞虎咽的看起来很饿。

coi chừng *đg* 注意，当心，提防：coi chừng kẻ
gian 提防坏人

coi giữ *đg* ①把守：coi giữ cửa quan 把守关
口②看押：coi giữ tù phạm 看押犯人③掌
管：coi giữ sổ sách 掌管账册

coi khinh *đg* 看轻，瞧不起：Không nên coi
khinh người nghèo. 不要瞧不起穷人。

coi là *đg* 看作：coi là hợp pháp 视为合法

coi mạng người như ngoé 草菅人命

coi mòi *p*[方] 看样子，看起来：Dạo này coi
mòi làm ăn rất khá. 最近看起来生意很不
错。

coi ngó *đg*[方] 照顾，照料

coi người bằng nửa con mắt 门缝儿里瞧人
（喻瞧不起人）

coi nhẹ *đg* 看轻，轻视：coi nhẹ đồng tiền 淡
漠金钱

coi rẻ *đg* 轻视：coi rẻ tính mạng con người 不
珍惜生命

coi sóc *đg* 照看：coi sóc người già 照看老人

coi thường *đg* 轻视，藐视，瞧不起，漠视：coi
thường danh lợi 漠视名利

coi trọng *đg* 重视，珍惜，看得起：coi trọng

tình cảm bạn bè 珍惜友情

coi trời bằng vung 目空一切

coi tù *đg* 守牢,把牢

coi tướng *đg* 占卜,看相

còi₁ *d* 汽笛,哨子,汽车喇叭:bóp còi 按喇叭; kéo còi 鸣笛; Trọng tài thổi còi. 裁判吹哨子。

còi₂ *t* 瘦弱,长不大的:còi dơ xương 瘦得皮包骨

còi báo động *d* 警报笛

còi bóp *d* (车用按式)喇叭

còi cọc *t* 瘦小:người còi cọc 瘦小的身材

còi điện *d* 电喇叭

còi kéo *d* 汽笛

còi tàu *d* (车、船)汽笛

còi thổi *d* 哨子,笛子

còi xương *d* [医] 佝偻病

cõi *d* ①地区:Hoà bình lập lại trên toàn cõi. 全国取得了和平。②境域,境界

cõi âm *d* 阴间

cõi bờ *d* 边界,疆界

cõi dương *d* 阳间,阳世

cõi đời *d* 尘世:từ giã cõi đời 离开人世

cõi già *d* 晚年

cõi lòng *d* 心灵:cõi lòng tan nát 心碎了

cõi tiên *d* 仙境

cõi trần *d* 尘寰

cõi tục *d* 秽土,凡间,尘世:xa lánh cõi tục 远离尘世

cói₁ *d* [植] 蒲草

cói₂ *d* [方] 长足鸟,涉水鸟

colophan (cô-lô-phan) *d* 松香

com-lê *d* 西服

com-pa (compass) *d* 圆规,两脚规

com-pu-tơ (computer) *d* 计算机

còm₁ *t* [口] 伛偻:lưng còm 伛偻着背

còm₂ *t* 瘦弱:tấm thân còm 瘦弱的身子

còm cõi *t* 瘦骨伶仃:cụ già gầy còm cõi 瘦骨伶仃的老人

còm cọm *t* 辛辛苦苦:làm còm cọm cả ngày 辛辛苦苦做了一天

còm nhom *t* 瘦溜,瘦瘦的:Đứa trẻ gầy còm nhom. 小孩瘦得可怜。

còm nhõm=còm nhom

cỏm rỏm *t* [口] 老态龙钟

cóm róm *đg* [方] (因冷或害怕)缩成一团

con₁ *d* 子女:đông con 多子女 *t* 小的:dao con 小刀

con₂ *d* ①一口,一头,一条,一尾:một con cá 一条鱼 ② [口] 个子(身材):một người đàn ông to con 一个大个子男人 ③(前缀词素,置于动物名称前):con vịt 鸭子

con bá con dì *d* 姨表兄弟

con bạc *d* 赌徒,赌鬼

con bài *d* (扑克的)牌儿

con bé *d* [口] 毛丫头,小妞儿

con bế con bồng 拖儿带女

con bồng con mang=con bế con bồng

con buôn *d* 商贩,贩子

con cà con kê *t*; *đg* [口] 废话连篇:kể lể con cà con kê 叽里呱啦地讲了一大堆

con cả *d* 长房,长子

con cái *d* ①子女,孩子②雌性

con chạch *d* [建] 子堤

con cháu *d* 子孙

con cháu đầy đàn 儿孙满堂

con chạy *d* ① [机] 游标② [计] 光标:di chuyển con chạy 移动光标

con chiên *d* [宗] (基督)信徒

con chiên ghẻ *d* ①教徒中的败类② [口] 某组织的败类

con chú con bác *d* 叔伯兄弟,堂兄弟

con chuột *d* ①老鼠② [计] 鼠标

con chửa hoang *d* 私生子,非婚生子

con con *t* 小巧玲珑:cái túi con con 小巧玲珑的袋子

con cón *t* 利落:con cón chạy về 麻利地跑回家

con cọp giấy *d* 纸老虎

con cô con cậu *d* 姑表兄弟

con côi *d* 孤儿

con công ăn lẫn với đàn gà 鹤立鸡群

con cờ *d* 棋子

con cúi *d* 棉卷,棉条儿

con cưng *d* 宠儿,骄子

con dạ *d* 次子

con dại cái mang 子不教,父之过

con dao hai lưỡi *d* 双刃剑

con dấm *d* 醋母

con dâu *d* 儿媳妇

con dấu *d* 图章,印章

con dì con già *d* 姨表兄弟

con dòng *d* [旧] 世家子弟,华胄

con dòng cháu dõi *d* 公子王孙

con đàn *t* 儿女成群

con đầu *d* 长子

con đầu lòng *d* 头胎儿,长子

con đẻ *d* 亲生子,亲生骨肉

con đen *d* [旧] 黎民,白丁

con đĩ *d* 妓女

con điếm *d* 妓女

con đỏ *d* ①赤子② [旧] 丫头,婢女

con đòi *d* [旧] 婢女,丫鬟

con đội *d* 千斤顶

con đỡ đầu *d* 义子

con đực *d* 雄性

con đường *d* ①道路: con đường xã hội chủ nghĩa 社会主义道路②途径: con đường hoà bình 和平的途径

con gái *d* 女儿,闺秀,姑娘: con gái đầu lòng 长女

con gái nuôi *d* 义女

con gái rượu *d* 宝贝女儿

con ghẻ *d* [旧] 前夫之子,继子

con giai *d* [方]=con trai

con giáp *d* [口] 生肖,属相

con giống *d* ①种畜② (面或泥捏的) 动物玩具: đồ chơi nặn hình con giống 泥塑动物玩具③动物图案: tranh con giống 动物画

con giun xéo lắm cũng quần 官逼民反

con hà *d* [动] ①凿船虫②牡蛎

con hát *d* [旧] 歌女,戏子

con hầu *d* 侍女

con heo₁ *d* [方] 猪

con heo₂ *d* [口] 色情: phim con heo 色情片

con hiếm *d* 独生子

con hoang *d* [口] 私生子,非婚生子

con kền kền *d* [动] 秃鹫

con kì giông *d* [动] 蝾螈

con lắc *d* 钟摆

con lăn *d* 地滚,滚子

con lật đật *d* 不倒翁

con lộn *d* 短命鬼

con mái *d* 雌性

con mắt *d* ①眼睛②眼光

con mẹ *d* [口] 婆娘

con mọn *d* 婴儿,幼儿

con mọt *d* ①蛀虫② [转] 败类

con mồ côi 孤儿

con mối *d* ①白蚁②壁虎

con một *d* ①独生子②独子 (家中唯一的儿子)

con mụ *d* [口] 婆娘

con ngan *d* 西洋鸭

con nghê *d* 麒麟

con nghiện *d* [口] 瘾君子,吸毒鬼

con ngoài giá thú *d* 非婚生子

con ngươi *d* 瞳仁,眼珠

con người *d* ①人②人类

con nhà *d* [旧][口] 世家子弟

con nhà lành [口] 好人家的孩子

con nhỏ [方]=con bé

con nít *d* [方] 小孩子,小鬼

con nợ *d* 负债人,债务人

con nụ *d* [旧] 丫鬟

con nuôi *d* 干儿子,养子

con ông cháu cha 公子哥儿

con ở *d* 婢女,丫鬟,丫头

con phe *d*[口] 商贩

con quay *d* ①陀螺②辘轳

con rạ *d* 二胎及二胎以后的子女

con ranh *d* 短命鬼

con rể *d* 女婿

con riêng *d* 前妻或前夫之子女

con rối *d* 木偶

con rơi *d* 流浪儿,孤儿

con ruột *d* 亲生子

con san hô *d* [动] 珊瑚虫

con sâu bỏ rầu nồi canh=con sâu làm rầu nồi canh

con sâu làm rầu nồi canh 一颗老鼠屎搅坏一锅汤

con sen *d*[旧] 丫头,丫鬟

con sinh đôi *d* 孪生子,双胞胎

con so *d* 头胎儿

con số *d* ①数字:Kim giờ chỉ vào con số 12. 时钟指向数字 12。②数目,数据:xác định con số bị thương 确定受伤人数

con sông *d* 河流

con suốt *d*[工] 纱锭

con sứa *d*[动] 水母

con tạo *d*[旧] 造化

con tàu vũ trụ *d* 宇宙飞船

con thiêu thân *d* 飞蛾

con thoi *d* 梭子

con thơ *d* 幼儿

con thứ *d* 次子

con tin *d* 人质:bị bắt làm con tin 被劫持做人质

con tính *d*[口] 算术题,数学题:làm sai một con tính 做错一道算术题

con toán *d*(算盘的) 算珠:gảy con toán 拨算珠

con trai *d* 儿子,男子

con trẻ *d* 儿童,小孩,幼儿

con trỏ *d*[计] 光标:di chuyển con trỏ của máy tính 移动计算机光标

con trống *d* 雄性

con trốt *d* 栓子

con trưởng *d* 长子

con trượt *d* ① [机] 游标② [计] 光标

con út *d* 家中最小的孩子

con xỏ *d* 榫头

còn₁ *d* 绣球:ném còn 抛绣球

còn₂ *đg* 存在:Ông vẫn còn. 祖父还在(还活着)。 *p* 还,尚,仍然:Trời vẫn còn mưa. 天还在下雨。Nửa đêm rồi mà còn thức. 都半夜了还不睡。Hôm nay còn nóng hơn hôm qua. 今天比昨天还要热。 *k* 而,那么:Tôi sẽ đi, còn anh? 我会去的,那么你呢?

còn chưa 尚未,还没有:Tôi còn chưa tốt nghiệp. 我还没有毕业。

còn chưa ráo máu đầu 乳臭未干

còn có 尚有,还有:Còn có anh chưa biết. 还有你不知道。

còn đương *đg* 正在,还在:còn đương giải quyết 还在解决

còn hơn 好过,胜过,强过:Nếu như thế, chết còn hơn sống. 如果这样,死好过活。

còn khuya[口] 还早着呢 (含否定之意):Còn khuya nó mới chịu nghe. 不知道什么时候她才肯听。

còn lại *đg* 尚存,余存,剩余:những người còn lại 还活着的人

còn mệt [口] 还早着呢,还远着呢 (含否定之意):còn mệt mới xong 想结束还早着呢

còn mồ ma[口] 还在世:Hồi còn mồ ma, ông ta đã vậy rồi. 还在世的时候,他就这样了。

còn nguyên 原封未动:sách vở còn nguyên 书本原封未动

còn người còn của 留得青山在,不怕没柴烧

còn như 至于: Vấn đề trước đã được giải quyết, còn như vấn đề này thì tạm dừng. 前个问题已经解决,至于这个问题先暂缓。

còn non *t* ①未成熟②初出茅庐,涉世未深

còn nữa *t* 未完,待续

còn nước còn tát 死马当作活马医

còn phải nói[口] 没得说的 (表肯定的语气): Đẹp thật, còn phải nói! 确实漂亮,没得说的!

còn xơi=còn mệt

còn về 至于: Chị cứ về nhà nghỉ trước đi, còn về những việc này thì tôi sẽ làm tiếp. 你先回家休息吧,至于这些工作我会继续做。

cỏn *t* 极小的: dê cỏn 小羊羔

cỏn con *t* 小小的,些微的,些许的: chút quà cỏn con 小小的礼物

cọn *d* (灌溉农田的) 水车

concerto *d* 协奏曲

confetti *d* (节庆用于抛撒的) 碎彩纸

cong₁ *d* 缸: cong nước 水缸; cong gạo 米缸

cong₂ *t* 弯曲: đoạn đường cong 弯曲的路

cong cong *t* 微曲, 微弯, 弯弯的: chiếc cầu cong cong 弯弯的桥

cong cớn *t* (妇女) 放刁, 撒泼: người phụ nữ cong cớn 泼辣的女人

cong lưng *t* ①弯腰曲背②辛劳: cong lưng mà làm 弯着腰做

cong queo *t* ① [口] 弯弯曲曲: con đường cong queo 弯弯曲曲的道路②委婉: nói cong queo 委婉地说

cong tớn *t*[口] 撅,翘得高: Đôi môi cong tớn. 嘴巴翘得高高的。

cong vắt=cong vút

cong veo *t*[口] 弯翘: tấm ván cong veo 翘起来的木板

cong vút *t* 又尖又翘: làn mi đen cong vút 弯弯的黑睫毛

còng₁ *d*[动] 小螃蟹

còng₂ *d* 镣铐 *đg* 上镣: hai tay bị còng 双手被铐起来

còng₃ *t* (背部) 弯驼的: lưng còng 弯腰驼背

còng cọc *t* 躬腰: Ngày nào cũng còng cọc đạp xe đi làm. 每天都躬着腰骑自行车上班。

còng còng *t* (背部) 轻微弯驼

còng queo *t* 蜷曲: nằm còng queo dưới đất 蜷曲着睡在地上

còng quèo *t*[口] 弯弯曲曲: Chiếc cầu chín khúc còng quèo trên mặt hồ. 湖面上有座弯弯曲曲的九曲桥。

cõng *đg* 背: Chị cõng em. 姐姐背弟弟。

cõng rắn cắn gà nhà 引狼入室

cóng₁ *d* 小瓦罐: chiếc cóng chè 茶罐

cóng₂ *t* 冻僵: Chân tay bị rét cóng. 手脚都冻僵了。

cọng₁ *d* ①梗, 杆, 茎 (同cộng): cọng rau 菜梗② [口] 细长的条状物: mấy cọng bún 几根米线③ [方] (瓜、果等的) 蒂: cọng đu đủ 木瓜蒂

cọng₂ *đg*[方] 相加: Hai cọng với ba là năm. 2 加 3 等于 5。

coóc-xê *d*[口] 乳罩,文胸

cóp *đg*[口] 抄袭: cóp bài của bạn 抄同学的作业

cóp nhặt *đg*[口] 搜集,累积: cóp nhặt từng đồng 一块一块地积攒

cóp-pi (copy) *đg* 复制: cóp-pi bài văn này 复制这篇文章

cọp *d* 老虎: cọp giấy 纸老虎

cót₁ *d* ①篱笆: tường bằng cót 竹篱笆②竹编谷围: cót thóc 谷筐

cót₂ *d*[口] (钟表的) 发条: lên giây cót đồng hồ 给钟上发条

cót ca cót két[拟] 吱吱嘎嘎

cọt cà cọt kẹt[拟] 吱嘎吱嘎 (声音连续)

cót két[拟] 吱嘎(声): tiếng cửa kêu cót két 吱嘎的开门声

cọt kẹt [拟] 吱嘎 (低沉的声音)

cô₁ *d* ①姑母②姑娘, 小姐③阿姨④女老师:

Chào cô ạ! 老师好！⑤女性的第一、二、三人称代词及第②释义的第二、三人称代词

cô₂ *đg* 收汁: Sườn bung nhừ rồi đun nhỏ lửa cho nước thịt cô lại. 排骨炖烂后换小火收汁。

cô₃ [汉] 孤 *t* 孤单: thế cô 孤独之势

cô ả *d* 姑娘

cô-ca (coca) *d* 可可

cô-ca cô-la (coca-cola) *d* 可口可乐

cô-ca-in (cocain) *d* 可卡因

cô cậu *d* ①姑舅，表亲②对青年人的通称: các cô cậu 姑娘小伙子们

cô chiêu *d* [旧] 官家的小姐

cô chú *d* 叔叔阿姨

cô con gái *d* 大姑娘，黄花闺女

cô dâu *d* 新娘

cô dì *d* 姑姨

cô đào *d* [旧][口] 女伶

cô đầu *d* [旧] 歌妓，妓女

cô-đê-in (codeine) *d* 可待因

cô đọng *t* 简练，凝练: lời thơ cô đọng 简练的诗句

cô độc *t* 孤独: sống cô độc 孤独地生活

cô đồng *d* 巫婆

cô đỡ *d* [旧] 助产士，接生员

cô đơn *t* 孤单: Anh ấy sống một mình cảm thấy rất cô đơn. 他一个人生活感到很孤单。

cô đúc *đg* 摘要，提要: cô đúc nội dung tác phẩm 摘要作品内容 *t* 简练: lối viết rất cô đúc 简练的写作手法

cô giáo *d* 女教员，女老师

cô hầu *d* [旧] 侍女

cô hồn *d* 孤魂

cô lập *đg* 孤立: lâm vào thế bị cô lập 陷入孤立形势

cô liêu *t* 寂寥: cánh rừng cô liêu hoang vắng 寂寥荒芜的森林

cô-lô-phan (colophan) *d* 松香

cô miên *đg* [旧] 独眠

cô mình *d* [口] 妹子，小妹，阿妹

cô mụ *d* [方] 接生婆

cô nhi *d* [旧] 孤儿: cô nhi viện 孤儿院

cô nhi quả phụ [旧] 孤儿寡母

cô nương *d* [旧] 姑娘: quí cô nương 贵姑娘

cô phòng *d* [旧] 孤房，独守空帷

cô quả *t* [旧] 孤寡

cô quạnh *t* 孤寂，孤独: người đi tu sống cô quạnh 孤独的修行者

cô-sin (cosine) *d* [数] 余弦

cô-tang (cotangent) *d* [数] 余切

cô thân *t* 孤身，独身: cô thân chiếc ảnh 孤身只影

cô thế *t* 势孤力单: Quân địch biết mình cô thế thì rút lui ngay. 敌军知道自己势孤力单就马上撤退。

cô tịch *t* [旧] 孤寂，寂静: cảnh chùa cô tịch 孤寂的寺庙

cô tiên *d* 仙姑，仙女

cô-tông (cotton) *d* 棉织品

cô-xê-căng (cosecant) *d* [数] 余割

cổ *t* [方] 大而笨，笨重: con vịt cổ 笨鸭子

cồ cộ *d* 蝉，大知了

cổ₁ *d* ①脖子: cổ vịt 鸭脖子②领子: cổ áo 衣领③颈形物: cổ chai 瓶颈

cổ₂ [汉] 古 *t* ①古老的: văn vật cổ 文物②[口] 过时的: quan niệm cổ 过时的观念

cổ₃ *d* [方] 她: Cổ là người miền Bắc. 她是北方人。

cổ₄ [汉] 股，鼓

cổ bản *t* 古板，呆板，刻板

cổ bia *d* 古碑

cổ bồng *t* 蓬蓬领的

cổ chân *d* [解] 足踝

cổ cồn *d* (衬衣) 硬领子

cổ cứng＝cổ cồn

cổ đại *d* 古代

cổ địa lí *d* 古地理

cổ điển *t* ①古典: nhạc cổ điển 古典音乐②

古老,过时: cách làm cổ điển 过时的做法

cổ đông *d* 股东

cổ động *đg* 鼓动: tuyên truyền cổ động 宣传鼓动

cổ động viên *d* 啦啦队: cổ động viên bóng rổ 篮球啦啦队

cổ giả₁ *d* [旧] 古人

cổ giả₂ *t* 过时,陈旧,土气

cổ học *d* ①古学②考古学

cổ họng *d* 咽喉,喉咙

cổ hủ *t* 陈旧,迂腐: tư tưởng cổ hủ 迂腐的思想

cổ kim *d* [旧] 古今,自古以来,古往今来: Cổ kim chưa từng thấy bao giờ. 自古以来未曾见过。

cổ kính *t* 古老: thành lầu cổ kính 古老的城楼

cổ lai *d* [旧] 自古以来,古往今来: Chuyện ấy, cổ lai có mấy người hiểu thôi. 那件事自古以来只有几个人知道。

cổ lai hi [旧] 古来稀

cổ lệ₁ *d* [旧] 古礼节

cổ lệ₂ *đg* [旧] 鼓励,激励

cổ lỗ *t* [口] 古老,古旧: bộ quần áo cổ lỗ 古旧的衣服

cổ lỗ sĩ *t* [口] 古老,老土: Kiểu tóc của anh trông cổ lỗ sĩ quá. 你的发型看上去太老土了。

cổ lục *d* [旧] 古籍,古书

cổ ngữ *d* 古语

cổ nhân *d* [旧] 古人: cổ nhân có câu 古人云

cổ phần *d* 股份,股本: công ti cổ phần 股份公司

cổ phần hoá *đg* 股份化,使股份制: thực hiện cổ phần hoá doanh nghiệp 实行股份制的企业

cổ phiếu *d* 股票

cổ phong *d* 古风

cổ quái *t* (形状)古怪: hình thù cổ quái 古怪的形状

cổ sinh *d* 古生代

cổ sinh vật *d* 古生物

cổ sinh vật học *d* 古生物学

cổ sơ *t* ①开古,初古②原始: lối canh tác cổ sơ 原始的耕作方式

cổ sử *d* 古史

cổ tay *d* [解] 手腕

cổ thi *d* 古诗

cổ thụ *d* 古树

cổ tích *d* ①古迹,古建筑,历史遗迹: đi thăm cổ tích 参观古建筑②典故,民间故事: đọc cổ tích 看民间故事

cổ tiền *d* 古钱,古币

cổ tiền học *d* 古钱币学

cổ trục *d* [机] 轴颈

cổ truyền *t* 传统: y học cổ truyền 传统医学

cổ truyện *d* 古传,古代传说

cổ tục *d* [旧] 古俗,古代风俗

cổ tự *d* ①古文字②古寺

cổ tự học *d* 古文字学

cổ túc *d* 股息

cổ văn *d* 古文

cổ vật *d* 古物,文物,古董

cổ võ *đg* [方] 鼓舞

cổ vũ *đg* 鼓舞: cổ vũ lòng người 鼓舞人心

cổ xuý *đg* [旧] 鼓吹,普及: phong trào cổ xuý chữ quốc ngữ 国语字普及运动

cổ xưa *t* 古老,古旧: câu chuyện cổ xưa 古老的故事

cỗ₁ *d* 筵席: bày cỗ đãi khách 设宴招待客人

cỗ₂ *d* 副,套,架,辆: một cỗ bài 一副牌; một cỗ xe tăng 一辆坦克

cỗ áo *d* [口] 棺材

cỗ bàn *d* 筵席: chuẩn bị cỗ bàn 准备筵席

cỗ lòng *d* 杂碎 (禽兽的内脏)

cỗ ván *d* [口] 棺材

cố₁ *d* ①曾祖② [方] 对老者的尊称 (同cụ)

cố₂ *đg* 尽力而为: làm cố cho xong 尽力干完

cố₃[汉] 雇 *đg*[旧] 雇直,典押: Cố ruộng cho địa chủ. 把地押给了地主。

cố₄[汉] 故 *d* 故,旧,前: cố thủ tướng 已故总理

cố₅[汉] 固,痼,顾

cố chấp *đg*; *t* 固执: cố chấp ý kiến của mình 固执己见; một người bảo thủ, cố chấp 一个保守固执的人

cố chết *đg* 拼死,拼命,拼死拼活: cãi cố chết 死命辩解

cố chí *đg* 坚定不移: cố chí làm cho bằng được 一定要做到

cố chủ *d*[旧] 原主: vật về cố chủ 物归原主

cố công *đg* 尽力: cố công tìm kiếm 尽力寻找

cố cung *d*[旧] 故宫

cố cùng *t* 极端贫困

cố cư *d* 故居

cố cựu *t*[旧] 故旧

cố đạo *d* 传教士,神父

cố đấm ăn xôi 有甜头不怕吃苦头

cố định *t*; *đg* 固定: tài sản cố định 固定资产; Bó bột để cố định chỗ xương gãy. 打石膏固定骨折部位。

cố đô *d* 故都

cố gắng *đg*; *d* 致力,努力: cố gắng học hành 致力于学业; những cố gắng trong công tác 在工作中付出的努力

cố hương *d* 故乡

cố hữu₁ *d*[旧] 故友

cố hữu₂ *t* 原有的: căn bệnh cố hữu 原有的疾病

cố kết *đg* 固结: Quyền lợi đã cố kết hai người lại với nhau. 权利把两人紧紧地绑在一起。

cố lão *d*[旧] 老人: các cố lão trong làng 村里的老人们

cố lên *đg* 加油儿,鼓劲儿(口号)

cố lí *d* 故里

cố nhân *d* 故人

cố nhiên *t* 固然,当然: Việc đó cố nhiên sẽ xảy ra. 发生那事是当然的。

cố nông *d*[旧] 雇农

cố quốc *d*[旧] 故国

cố sát *đg* 故意杀害

cố sống cố chết[口] 拼命,拼死拼活: Bọn địch cố sống cố chết chống cự đến cùng. 敌人拼命顽抗到底。

cố sức *đg* 勉力,尽力: cố sức vươn lên 力争上游

cố tâm *đg* 故意,蓄意: Ông ta đã cố tâm làm vậy. 他是故意这样做的。

cố tập *d* 痼习,陈俗

cố tật *d* 痼疾

cố thây *t*[口] 顽固

cố thể *d*[理] 固体: cố thể xoay tròn 旋转体

cố thổ *d* 故土

cố thủ *đg* 固守,死守: Địch cố thủ trong đồn. 敌人在据点里死守。

cố tình *đg* 故意,有意,成心: cố tình làm hỏng cái máy 故意把机器弄坏

cố tri *t* 知心的: bạn cố tri 知心老朋友 *d* 故交: gặp lại cố tri 故交重逢

cố vấn *d* 顾问 *đg* 咨询: cố vấn về pháp luật 咨询法律问题

cố ý cố tình 故意,有意

cộ₁ *d*[方] 车,古代的拖车: xe cộ 车辆

cộ₂ *t*[口] 庞大: thân hình to cộ 庞大的身躯

cốc₁ *d*[动] 鸬鹚

cốc₂ *d* 焦煤

cốc₃ *d* 杯子: một cốc nước chanh 一杯柠檬水

cốc₄[拟] 咚咚 (敲打木头声) *đg*[口] 敲,叩,磕打: cốc vào đầu 敲脑袋

cốc₅[汉] 谷

cốc cốc[拟] 咚咚咚 (敲打木头声)

cốc đun nóng *d*[化] 烧杯

cốc láo *t*[口] 无礼,狂妄自大: ăn nói cốc láo

说话无礼

cốc loại *d* 谷类, 五谷

cốc mễ *d* ①稻谷②五谷

cốc mò cò ăn=cốc mò cò xơi

cốc mò cò xơi[口] 为人作嫁衣

cốc nấu *d* 烧瓶

cốc tai *d* 鸡尾酒: tiệc cốc tai 鸡尾酒会

cốc thuỷ tinh *d* 玻璃杯

cốc vại *d* 大杯子

cốc vũ *d* 谷雨 (二十四节气之一)

cộc₁ *đg* 磕 碰: Đầu cộc một cái vào cột nhà. 头在柱子上磕了一下。

cộc₂ *t* 短: quần cộc 短裤; áo cộc tay 短袖衫

cộc cằn *t* 鲁莽, 蛮横: ăn nói cộc cằn 说话粗鲁

cộc cỡn *t* 短橛橛: cái áo cộc cỡn 短橛橛的衣服

cộc lốc *t*[口] 没头没尾: bài văn cộc lốc 没头没尾的文章

côi *t* 孤单, 无依靠: con côi 孤儿

côi cút *t* 孤单, 孤零零: đứa bé côi cút 孤单的小孩

cởi₁ *đg*[方][旧] ①脱去, 剥除②解开

cỗi₁ *d*[旧] 老树根: cỗi si già 老榕树

cỗi₂ *t* (树木) 枯槁

cỗi cằn *t* ①贫瘠: ruộng đất cỗi cằn 贫瘠的土地②发育不良③ (体力、资财、创造力等) 枯竭, 穷竭

cỗi gốc *d* ①根本②原籍, 祖籍, 籍贯, 老家

cỗi ngọn 根梢 (指本末、底细、来龙去脉): tìm hiểu cỗi ngọn 了解来龙去脉

cỗi nguồn *d* 根源

cỗi rễ=cội rễ

cối *d* 舂臼

cối cần *d* 踏碓

cối chày đạp=cối cần

cối đá *d* 石臼

cối giã *d* 舂臼

cối nước *d* 水碓

cối sắt *d* 铁研钵

cối xay *d* ①磨子②一种树

cối xay gió *d* 风力磨子

cội *d* 老树根

cội nguồn *d* 根源, 起源: cội nguồn dân tộc 民族起源

cội rễ *d* 本末, 始末

côm cốp[拟] 咯噔咯噔 (硬物连续的碰撞声或敲击声)

cồm cộm *t* ①鼓鼓的: có cái gì cồm cộm什么东西鼓鼓的②异物感的: Mắt hơi cồm cộm. 眼睛有异物感。

cồm cộp[拟] 咯噔咯噔 (硬物连续的碰撞声或敲击声)

cốm *d* ①扁米糕 (越南的一种食品, 将未成熟的糯米炒熟去皮, 研磨后做成糕)②[方] 米花糖

cộm *t* ①鼓鼓囊囊: cái ví dày cộm 钱包鼓鼓囊囊的②有异物感的: Mắt thấy hơi cộm như bị bụi. 眼睛有异物, 像进了灰尘。

côn₁[汉] 棍 *d* 棍子: múa côn 舞棍

côn₂ *d* 离合器

côn₃[汉] 昆

côn đồ *d* 歹徒, 地痞, 流氓: bọn côn đồ 地痞 *t* 野蛮, 蛮横: trông rất côn đồ 看着很蛮横

côn quyền *d* 武艺, 拳棒

côn trùng *d* 昆虫: côn trùng có ích 益虫

côn trùng học *d* 昆虫学

cồn₁ *d* 沙洲; 沙丘 *đg* ①翻腾起伏②肠子蠕动

cồn₂ *d* 酒精

cồn₃ *d*[方] 胶水

cồn cạn *d* 浅滩

cồn cào *đg; t* 肠子蠕动: bụng đói cồn cào 饥肠辘辘

cồn cát *d* 沙丘; 沙洲

cồn cuộn *đg* 翻腾, 翻滚

cồn đốt *d* 酒精

cồn muối *d* 盐滩

cồn ruột₁ *đg*[医] 肠子蠕动

cồn ruột₂ *t* 不安

cổn[汉] 衮 *d*[旧] 龙衮, 龙袍: cổn bào 龙袍

cộn₁ *d* ① [机] 梁, 横梁 ② 竹排, 木筏

cộn₂ *đg* 缠扎（竹排、木筏）: cộn bè tre 扎竹排

công₁ *d* 孔雀

công₂[汉] 工, 功 *d* ① 劳动力: kẻ góp của, người góp công 有钱出钱, 有力出力; uổng công chờ đợi 费劲等待 ② 功劳: có công với cách mạng 对革命有功 ③ 工作日 ④ 工钱, 工分, 酬劳: tính công theo giờ 计时工资

công₃[汉] 公 *d*[旧] 公（爵位）

công₄[汉] 攻 *đg* ① 进攻: công thủ toàn diện 全面攻守 ② [口] 不受, 不耐（药品方面）: bị công loại thuốc này 不受这种药

công₅ *đg*[方] 叼走: Con chó công mất miếng thịt. 狗把肉叼走了。

công₆[汉] 公 *t* 公有的, 公共的: việc công 公事; của công 公共财物

công₇ *t* 公平: phân phối bất công 分配不公

công an *d* ① 公安: Bộ Công an 公安部; đồn công an 派出所; công an biên phòng 边防公安 ② [口] 警察, 公安人员: nhờ công an chỉ đường 向警察问路

công an viên *d*[旧] 公安人员

công ăn việc làm *d* 工作, 活计, 生计

công báo *d* 公报: công báo chung 联合公报

công bằng *t* 公平: đối xử công bằng 公平对待

công binh *d*[军] 工兵

công binh xưởng *d* 兵工厂

công bố *đg* 公布: công bố đạo luật mới 颁布新法规

công bộc *d* 公仆: Cán bộ là công bộc của dân. 干部是人民的公仆。

công bội *d*[数] 公倍数

công cán *d* ① 苦劳: Làm vất vả mà chẳng được công cán gì. 干得这么辛苦还是一

事无成。② [口] 工资: công cán bèo bọt 微薄的工资

công chiếu *đg*（电影）公映: Bộ phim công chiếu vào dịp quốc khánh. 影片在国庆期间公映。

công chính₁ *d* 市政: xây dựng giao thông công chính 建设市政交通

công chính₂[旧] 公正

công chúa *d* 公主

công chúng *d* 公众, 群众

công chuyện *d*[口] 事情, 事务, 工作: bận công chuyện 忙于工作

công chức *d* 公职人员, 公务员: thi công chức 公务员考试

công chứng *d* 公证: công chứng viên 公证员

công cốc *d*[口] 白干的活, 徒劳无功的事情: làm cả ngày thành công cốc 白干了整天

công cộng *t* 公共: bể nước công cộng 公共水池

công cụ *d* 工具, 用具: công cụ lao động 劳动工具; công cụ giao tiếp 交际工具

công cuộc *d* 事业: công cuộc xây dựng xã hội chủ nghĩa 社会主义建设事业

công cử *đg*[旧] 公选: Quốc hội là cơ quan công cử. 国会是公选机关。

công dã tràng *d*[口] 徒劳无功的事情

công danh *d* 功名: công danh thành đạt 成就功名

công dân *d* 公民: giáo dục công dân 公民教育

công diễn *đg* 公演: Vở kịch đã được công diễn vào mới đây. 该剧刚公演不久。

công du *đg* 出访: Thủ tướng đang công du ở nước ngoài. 总理正在国外访问。

công dụng *d* 功用, 效用, 效能: Thuốc này có công dụng chữa ho. 这药具有治疗咳嗽的功效。

công đảng *d* 工党

công-đăng-xa-đo（condenser）*d*[电] 电容器

công điểm *d* 工分

công điền *d* [旧] 公有田地

công điện *d* 公务电报: công điện khẩn 紧急公务电报

công đoàn *d* 工会: công đoàn ngành dệt 纺织工会

công đoàn phí *d* 工会会费

công đoạn *d* 工段

công đức *d* ① 功德: ca tụng công đức 歌颂功德 ② [旧] 公德

công đường *d* [旧] 公堂

công giáo *d* 天主教

công hàm *d* 公函

công hãm *đg* [旧] 攻陷: công hãm thành trì 攻陷城池

công hầu *d* [旧] 公侯

công hiệu *d* 功效, 效用: Cây này có công hiệu làm thuốc. 这种植物具有药用功效。 *t* 有效的: Đã uống thuốc nhưng không công hiệu. 药吃了但无效。

công hội *d* [旧] 工会

công huân *d* [旧] 功勋

công hữu *t* 公有的: tài sản công hữu 公有资产

công hữu hoá *đg* 公有化: công hữu hoá ruộng đất 土地公有化

công ích *d* 公益: phục vụ công ích 公益服务

công kênh *đg* 扛在肩: công kênh con trên vai 把孩子扛在肩上

công khai *đg*; *t* 公开: công khai tài chính 财政公开; phiên toà xét xử công khai 公开审理案子

công khanh *d* [旧] 公卿

công khoản *d* 公款

công khố *d* [旧] ① 公库, 国库: trông coi công khố 看守国库 ② 公款: hao hụt công khố 亏空公款

công kích *đg* ① 攻击: Phóng tên lửa công kích mục tiêu. 发射导弹攻击目标。 ② 抨击: bị công kích kịch liệt 遭到强烈地抨击

công kiên *đg* 攻坚: Tập trung lực lượng vào công kiên kĩ thuật. 集中力量进行技术攻坚。

công kiên chiến *đg* [旧] 攻坚战

công lao *d* 功劳: công lao chinh chiến 汗马功劳

công lập *t* 公立的: trường công lập 公立学校

công lệ *d* [旧] 公例

công lệnh *d* ① [旧] 苦功 ② [口] 工钱

công lệnh *d* 派出工作证明

công lí *d* 公理: bênh vực công lí 支持公理

công lịch *d* 公历

công lợi *d* ① 公益 ② 功利: chủ nghĩa công lợi 功利主义

công luận *d* 公众舆论: tiếng nói của công luận 舆论的声音

công lực *d* 功力: Công lực đã bị phế bỏ. 功力被废掉了。

công lương *d* [旧] 公粮: nộp công lương 交公粮

công mẫu *d* [旧] 公亩

công minh *t* 公明, 公正严明: thưởng phạt công minh 赏罚分明

công môn *d* [旧] 公门

công mùa *d* 季工

công năm *d* 年工 (长工)

công năng *d* 功能: công năng của máy ảnh 相机的功能

công ngày *d* 日工

công nghệ *d* ① 工艺, 技术: công nghệ sinh học 生物技术 ② [旧] 工业: ngành công nghệ nhẹ 轻工业

công nghệ cao *d* 高新技术

công nghệ di truyền *d* 基因技术

công nghệ học *d* 工艺学

công nghệ phẩm *d* 工艺品

công nghệ phần mềm *d* 软件技术

công nghệ sạch *d* 绿色环保技术

công nghệ thông tin *d* 信息技术

công nghệ tri thức *d* 知识技术

công nghệ vi sinh vật *d* 微生物技术

công nghệ xanh=công nghệ sạch

công nghĩa *d*[旧] 公义

công nghiệp *d* 工业：công nghiệp nặng 重工业；công nghiệp nhẹ 轻工业；công nghiệp không khói 无烟工业

công nghiệp hoá *đg*；*d* 工业化：nước công nghiệp hoá 工业化国家

công nguyên *d* 公元

công nha=công đường

công nhân *d* 工人：giai cấp công nhân 工人阶级

công nhân quí tộc *d* 工人贵族

công nhân viên *d*[口] 国家职工

công nhận *đg* 公认，承认：được công nhận là anh hùng lao động 被公认为劳模；Phải công nhận là nó giỏi thật. 要承认他真的很棒。

công nhật *d* ①日工，按日工作：làm công nhật 做日工②日薪，计日工资：lĩnh lương công nhật 领日薪

công nhiên *p* 公然：công nhiên nhận đút lót 公然受贿

công nông₁ *d* 工农（工人和农民）：khối liên minh công nông 工农联盟

công nông₂ *d*[口] 农用车：lái xe công nông 驾驶农用车

công nông binh *d* 工农兵（工人、农民和士兵）

công nông lâm nghiệp *d* 工农林业（工业、农业和林业）

công nông liên minh *d* 工农联盟

công nông nghiệp *d* 工农业（工业和农业）

công nợ *d*（个人）债务：thanh toán công nợ 结算个人债务

công nương *d* 郡主

công ơn *d* 恩德，功德：công ơn của bố mẹ 父母的恩情

công-pa *d* 圆规，两脚规

công phá *đg* ①攻破：công phá thành trì 攻破城池②破坏：sức công phá của khối thuốc nổ 炸药包的破坏力

công phán *đg*[法] 公判

công pháp *d*[法] 公法

công pháp bất vị thân 大义灭亲

công pháp quốc tế *d* 国际公法，国际法

công phẫn *đg* 公愤：Tội ác dã man của bọn phát xít đã gây công phẫn trên toàn thế giới. 法西斯的罪行在全世界引起了公愤。

công-phét-ti（confetti）*d*（节庆用于抛撒的）碎彩纸

công-phi-tuya *d* 果酱，果子酱

công phiếu *d* 公债券

công phu *d* 工夫：Việc này phải mất nhiều công phu. 这事要费很多工夫。*t* 精工巧制：Bức tranh vẽ rất công phu. 这幅画画得很精致。

công quả *d* ①功果② [宗] 正果

công quĩ *d* 公款

công quốc *d* 公国：Đại công quốc Lúc-xăm-bua 卢森堡大公国

công quyền *d*[旧] 公权

công sá *d*[旧] 工钱，报酬：công sá rẻ mạt 便宜的工钱

công sai₁ *d* 公差：3 là công sai của 3，6，9，12. 3 是 3、6、9、12 的公差。

công sai₂ *d*[旧] 差役：viên công sai của triều đình 朝廷的差役

công sản *d* 公产，公共财产

công sở *d* 机关办事处

công suất *d* ①效率：làm việc công suất cao 工作效率高②功率：công suất hữu hiệu 有效功率

công sứ *d* 公使：công sứ quán 公使馆；công

sứ đặc mệnh toàn quyền 全权特命公使

công sự *d* [军] 工事: công sự ven mặt 前沿工事

công sức *d* 精力: mất nhiều công sức 费很多精力

công tác *d* 工作: công tác an ninh 安全保卫工作 *đg* ①工作: yên tâm công tác 安心工作②出差: đi công tác 出差

công tác phí *d* 出差费, 差旅费

công tắc *d* 开关: bật công tắc điện 打开电源开关

công tâm *d* 公心 *t* 公正: Trọng tài xử thiếu công tâm. 裁判判罚不公。

công-ten-nơ (container) *d* 集装箱

công tháng *d* 月工

công thành danh toại [旧] 功成名就

công thẩm *đg* [法] 公审

công thần *d* 功臣

công thế *d* [军] 攻势

công thổ *d* 公地, 公土

công thủ *d* 攻守: công thủ toàn diện 全面攻守

công thự *d* 公署

công thức *d* ①公式: công thức hoá học 化学公式②操作流程: công thức chế biến thức ăn 食品制作流程③程式: công thức xã giao 社交程式 *t* 公式化的: Lối làm việc quá công thức. 办事方法太过于公式化了。

công thương *d* 工商, 工商业（工业和商业）: giới công thương 工商界; cục quản lí công thương 工商业管理局

công thương gia *d* 工商业家

công thương nghiệp = công thương

công ti *d* 公司

công ti con *d* 分公司

công ti cổ phần *d* 股份公司

công ti mẹ *d* 控股公司

công ti trách nhiệm hữu hạn *d* 有限责任公司

công tích *d* 功绩

công toi *d* [口] 徒劳无功: mất công toi 白费劲

công tố *đg* 公诉: bị đưa ra công tố 被提请公诉

công tố viên *d* 公诉员, 公诉人

công-tơ *d* 计量表: công tơ điện 电表

công-tơ tổng *d* 计量总表

công trái *d* ①公债: công trái nhà nước 国家公债②公债券: phát hành công trái 发行公债券

công trạng *d* 功绩, 功勋

công trình *d* ①工程: công trình đường hầm 隧道工程②项目: công trình khoa học cấp nhà nước 国家级科学项目③作品: công trình điêu khắc có giá trị nghệ thuật cao 具有很高艺术价值的雕刻作品

công trình phụ *d* 附属设施: nhà có công trình phụ khép kín 房屋附属设施完备

công trình sư *d* 工程师

công trường *d* 工地, 工场: công trường khai thác đá 石料开采工地

công trường thủ công *d* 手工作坊

công tụng *đg* [法] 公诉

công tuyển *đg* 公选, 公推

công tư *d* 公私: công tư nhập nhằng 公私不分

công tư hợp doanh *d* 公私合营

công tử *d* [旧] 公子: công tử bột 花花公子

công tước *d* 公爵

công ước *d* 公约: công ước quốc tế 国际公约

công văn *d* 公文, 公函, 文件: thảo công văn 起草公文

công việc *d* 事务, 工作: công việc nhà nông 农事

công viên *d* 公园: công viên nước 水上公园

công vụ *d* 公务: hộ chiếu công vụ 公务护照

công xã *d* 公社: công xã nhân dân 人民公社; công xã nông thôn 农村公社

công xá=công sá

công-xóóc-xi-om (constortium) *d* [经] 康采恩

công xưởng *d* 工厂

còng *d* 小铜锣

còng chiêng *d* 镲和锣

còng còng *t* 鼓鼓囊囊

còng kềnh *t* 臃肿, 笨重, 庞大: biên chế còng kềnh 编制庞大

cổng *d* ①大门, 正门: cổng thành 城门②接口: cổng máy tính 计算机接口

cổng chào *d* 彩门, 牌楼

cổng chống *d* 支撑式竹门

cổng làng *d* 闾

cổng lầu *d* 牌楼

cổng ngăn *d* 柴扉, 柴门

cổng ngõ *d* 穿堂门, 巷口

cổng ra *d* [口] 大门, 正门

cổng tò vò *d* 门洞

cổng tán *d* 支撑式竹门

cống₁ [汉] 贡 [旧] *d* [口] (祭祀) 贡品 *đg* 进贡: cống vật phẩm 进贡物品

cống₂ *d* 水渠, 水闸, 涵洞: nạo vét cống rãnh 疏通沟渠

cống dẫn nước *d* 进水闸

cống dốc *d* 陡坡, 涵洞

cống điều tiết *d* 节制闸

cống hiến *đg* 贡献, 奉献: cống hiến tuổi xuân cho nghệ thuật 为艺术奉献青春 *d* 贡献: những cống hiến lớn lao 巨大的贡献

cống lễ *d* [旧] 供祭

cống lù *d* 圆形涵洞

cống luồn *d* 下水道

cống nạp *đg* [旧] 纳 贡: Các nước chư hầu đến cống nạp. 各诸侯国前来纳贡。

cống nộp=cống nạp

cống ngăn thuỷ triều *d* 挡潮闸

cống ngầm *d* 暗沟

cống ống bê-tông *d* (下水道) 混凝土管

cống phẩm *d* [旧] 贡品

cống phân nước *d* 分水闸

cống phòng lụt *d* 防水闸, 防洪闸

cống rãnh *d* 沟渠

cống sĩ *d* [旧] 贡士

cống sinh *d* [旧] 贡生

cống tháo cát *d* 冲刷闸

cống tháo nước *d* 泄水闸

cống thẳng *d* 水平涵洞

cống vật=cống phẩm

cống vòm *d* 拱形涵洞

cộng₁ *d* [方] 秆, 茎, 梗: cộng rơm 稻秆

cộng₂ [汉] 共 *d* 共产党

cộng₃ [汉] 共 *đg* 相加: 2 cộng với 6 là 8.2 加 6 等于 8。

cộng cư *đg* 聚居: vùng có nhiều dân tộc cộng cư 多民族聚居的地区

cộng đồng *d* 共同体, 社会群体, 社会: cộng đồng người Hoa 华人社会

cộng đồng tộc người *d* 族群

cộng hoà *d* 共和; 共和国: Cộng hoà Pháp 法兰西共和国 *t* 共和制的: nền cộng hoà 共和制度

Cộng hoà Nhân dân Trung Hoa *d* 中华人民共和国

Cộng hoà Xã hội Chủ nghĩa Việt Nam *d* 越南社会主义共和国

cộng hưởng *d*; *đg* [理] 共振, 共鸣: cộng hưởng từ 磁共振; hộp cộng hưởng 共鸣箱

cộng sản *t* ①共产主义的: tư tưởng cộng sản 共产主义思想②共产党的: đảng viên cộng sản 共产党员 *d* [口] 共产主义者

cộng sản chủ nghĩa *t* 共产主义: nhân sinh quan cộng sản chủ nghĩa 共产主义人生观

cộng sản nguyên thuỷ *d*; *t* 原始共产制度

cộng sinh *đg* 共生: Vi khuẩn cố định đạm cộng sinh với cây họ đậu hình thành nốt sần ở rễ. 固氮菌与豆科植物共生形成根瘤。

cộng số *d*[数] 共数

cộng sự *đg* 共事: hai người cộng sự với nhau 两人在一起共事 *d* 同事: Hai người là cộng sự. 两人是同事。

cộng tác *đg* 合作, 协作: người cộng tác 合作人; cộng tác làm ăn 合伙做生意

cộng tác viên *d* 合作者

cốp₁ *d*[口] 车尾箱: cốp xe máy 摩托车尾箱

cốp₂ *đg*[口] 敲, 叩, 磕打: lấy tay cốp vào đầu 用手敲脑袋

cốp₃[拟] 咯噔 (硬物碰撞声或敲击声): Cộc đầu đánh cốp vào tường. 头咯噔一声磕到墙上。

cốp pha *d*(建筑) 模板

cốt₁[汉] 骨 *d* ①骨骼: cao hổ cốt 虎骨膏②骨架: cốt mũ đan bằng tre 用竹子编制的帽骨③轴心, 主体, 主题: cốt truyện 小说主题④ (食品) 原汁: nước cốt dừa 椰子原汁

cốt₂ *đg*[口] 为了: Mặc cốt ấm, không cần đẹp. 穿衣是为了暖和, 用不着好看。

cốt₃ *đg*[方] 砍伐: Cây bị cốt tận gốc. 树被砍到根部。

cốt bánh *d* 轮轴

cốt cách *d* ① [旧] 身材②风度: cốt cách quí phái 贵族风度

cốt cán *d* 骨干: đảng viên cốt cán 骨干党员

cốt hoá *d*[旧] 骨化

cốt khí *d* ①骨气② [植] 辣蓼

cốt liệu *d*[建] 骨料

cốt lõi *d* 最主要 (之处), 最关键 (之处): cốt lõi của vấn đề 问题的最关键 (之处)

cốt mạc *d* 骨膜

cốt ngạnh *t* 耿直, 正直

cốt nhất *t* 最主要的, 最基本的: Cốt nhất là nâng cao trình độ văn hoá. 最主要的是提高文化程度。

cốt nhục *d*[旧] 骨肉: tình cốt nhục 骨肉之情

cốt nhục tử sinh 生死与共

cốt nhục tương liên 骨肉相连

cốt nhục tương tàn 骨肉相残

cốt-pha *d*[建] 模板

cốt sao 主要是; 只要是: Làm thế nào thì làm, cốt sao cho tốt là được. 想怎样做就怎样做, 只要是好的就行。

cốt sắt *d* 钢筋, 竹节钢

cốt tre *d*[建] 竹筋

cốt truyện *d* 作品主线

cốt tuỷ *d* ①骨髓②精髓: cốt tuỷ của tác phẩm 作品的精髓

cốt tử *t* 最根本的: vấn đề cốt tử 最根本的问题

cốt yếu *t* 主要的, 重要的: công việc cốt yếu 重要的工作

cột₁ *d* ①柱子: cột nhà 房柱② (簿记或报刊的) 栏: Trang in chia 2 cột. 书页分为两栏。

cột₂ *đg* ① [方] 捆绑: cột lại 捆起来②束缚: bị cột chặt vào lễ giáo phong kiến 被封建礼教所束缚

cột bảo hiểm *d* 保险柱, 保险墩

cột biểu *d* 华表

cột buồm *d* 帆桅, 桅杆

cột cái *d* 主柱

cột cây số *d* 公里标, 里程碑

cột chống *d* 支柱, 支撑, 撑杆

cột con *d* 小柱

cột cờ *d* 旗台, 旗杆

cột dọc *d* 立柱

cột điện *d* 电线杆

cột gia hình *d* 绞架

cột gôn *d*[体] 球门柱

cột hiệu *d* 交通信号灯柱

cột máy tín hiệu *d* 信号机柱

cột mũi *d* 船首柱

cột quảng cáo *d*(报纸的) 广告栏

cột số *d* [口] 公里标, 里程碑

cột sống *d* [口] 脊柱

cột thu lôi *d* 避雷针

cột tín hiệu *d* 信号机柱

cột trụ *d* ①支柱: cột trụ gia đình 家庭支柱 ②中流砥柱, 台柱子: cột trụ đoàn kịch 剧团的台柱子

cột xăng *d* [方] (加油站的) 加油机

cơ₁ [汉] 肌 *d* 肌肉: cơ đùi 腿部肌肉

cơ₂ *d* (扑克牌的) 红桃: con át cơ 红桃 A

cơ₃ *d* 机会: thừa cơ 乘机

cơ₄ *d* 运气: cơ may 好运

cơ₅ [汉] 机 *d* [口] 机械: tốt nghiệp khoa cơ 机械系毕业

cơ₆ *tr* [口] …啊, …嘛: Nhiều thế cơ à? 这么多啊？Bà bế cháu cơ! 奶奶抱嘛！

cơ₇ [汉] 基, 饥

cơ bản *d* 基本: Đã giải quyết trên cơ bản. 基本上已经解决了。*t* 基本, 根本: những đổi mới cơ bản 根本性革新

cơ bắp *d* 肌肉; 体力: lao động cơ bắp 体力劳动

cơ cấu *d* ①原理: cơ cấu chuyển động của máy 机器的运转原理 ②结构: điều chỉnh cơ cấu đào tạo 调整培训结构

cơ chất *d* [哲] 基质

cơ chế *d* 机制: cơ chế thị trường 市场机制

cơ chỉ *t* 精明: Chị ấy là người cơ chỉ, hiền lành. 她是一个既精明又善良的人。

cơ chừng *p* ①大约, 大概, 约莫: cơ chừng hai mươi tuổi 大约二十岁 ②好像, 似乎: Ngồi mãi, cơ chừng đã sốt ruột. 坐了这么久, 好像有点不耐烦了。

cơ chừng này [口] 这样的话 (有猜测之意): Cơ chừng này mai sẽ mưa. 这样的话明天将下雨。

cơ chừng này thì [口] 这样的话 (有猜测之意): Cơ chừng này thì anh sẽ được giải nhất. 这样的话你将获得第一名。

cơ cùng *t* 饥贫

cơ cực *t* 穷困: sống cơ cực 生活穷困

cơ duyên *d* [旧] 机缘

cơ đầy *t* 折磨, 蹂躏

cơ địa *d* 体质: viêm da cơ địa 体质性皮炎; Sự phản ứng thuốc tuỳ theo cơ địa mỗi người. 因个人体质发生的药物反应。

cơ điện *d* [口] 机电: công ti cơ điện 机电公司

cơ đồ *d* 事业

Cơ Đốc *d* [口] 基督: những tín đồ Cơ Đốc 基督信徒

Cơ Đốc giáo *d* 基督教

cơ động *dg* 运输兵力: Cơ động bộ đội về đồng bằng. 运输兵力到平原上。*t* 机动: bộ đội cơ động 机动部队

cơ giới = cơ trời

cơ giới *d* 机械: công ti cơ giới 机械公司 *t* 机械化: phương tiện cơ giới 机械化交通工具

cơ giới hoá *dg* 机械化: cơ giới hoá nông nghiệp 农业机械化

cơ hàn *t* 饥寒交迫

cơ hoành *d* [解] 横膈

cơ học *d* 力学: trung tâm nghiên cứu cơ học 力学研究中心 *t* 力学的: sức bền cơ học 力学强度

cơ hồ *p* 几乎: Hai chân bủn rủn, cơ hồ không đứng vững. 双脚发软, 几乎站不住了。

cơ hội *d* 机会: nắm lấy cơ hội 抓住机会 *t* 机会主义的: thái độ cơ hội 机会主义态度

cơ khí *d* 机器, 机械: nhà máy cơ khí 机械厂

cơ khí hoá *dg* 机械化: cơ khí hoá nông nghiệp 农业机械化

cơ khí học *d* 机械学

cơ-la-két *d* 踢踏舞

cơ-lanh-ke (clinke) 经处理的矿渣

cơ-lo (clo) *d* [化] 氯

cơ lỡ *t* [方] 失机; 困难: giúp nhau khi gặp cảnh

cơ lỡ 困难时互相帮助

cơ mà k[方] 但是: Khổ, cơ mà vui. 苦, 但开心。tr…的嘛: Việc này chính tay anh làm cơ mà! 这事就是你做的嘛!

cơ man d[口] 不计其数: Cơ man là người. 真是人山人海。

cơ may d 机会: nắm lấy cơ may 抓住机会

cơ mật t 机密: tin tức cơ mật 机密信息

cơ mầu d[旧] (不好的) 势头, 风头: Cơ mầu này rồi lại bị thua đây. 这阵势看来要输。

cơ mực t 分寸, 微细, 精细: Làm việc phải có cơ mực. 做事要有分寸。

cơ mưu d 机谋

cơ năng d ① 机械能: biến điện năng thành cơ năng 变电能成机械能 ② 功能: phục hồi cơ năng của gan 恢复肝脏的功能

cơ nghiệp d ① 家产: bán cả cơ nghiệp 变卖全部家产 ② [旧] 基业, 大业: phát triển cơ nghiệp tổ tiên 发展祖先的基业

cơ ngơi d 家业, 产业: xây dựng cơ ngơi 建设家业

cơ ngũ d[旧] (军队) 队伍

cơ nhỡ t 失机

cơ quan d ① 机关, 机构, 部门, 单位: cơ quan quản lí 管理机构; cơ quan làm việc 工作单位 ② 器官: cơ quan tiêu hoá 消化器官

cơ quan chuyên môn d 专业机构, 专业部门

cơ quan chức năng d 职能部门

cơ quan dân cử d 民选机构

cơ quan hành chính d 行政部门

cơ quan ngôn luận d 宣传部门

cơ quan quyền lực nhà nước d 国家权力机关

cơ-rôm (crôm) d[化] 铬

cơ số d ① [数] 基数: A là cơ số của luỹ thừa A^n. A 是 A^n 的基数。② 底数: bảo đảm cơ số thuốc 保证药品最低存量 ③ [数] 奇数

cơ số log d[数] 对数的底

cơ sở d ① 基础: cơ sở kinh tế 经济基础 ② 基层组织: cơ sở công đoàn 工会基层组织 ③ 关系, 耳目: gây dựng cơ sở hoạt động 建立活动关系 ④ 单位: các cơ sở sản xuất 各生产单位

cơ sở dữ liệu d 资料中心

cơ sở hạ tầng d ① 经济基础 ② 基础设施

cơ sở ngữ liệu d 语言中心

cơ sự d (不好的) 事情: Không ngờ xảy ra cơ sự này. 想不到发生这样的事。

cơ thắt = cơ vòng

cơ thể₁ d 机体: cơ thể động vật 动物机体

cơ thể₂ d 身体: suy nhược cơ thể 身体虚弱

cơ thể học d 解剖学, 人体解剖生理学

cơ thiền d[宗] 神机

cơ thuyền d[宗] 玄机

cơ trí t 机智

cơ trời d 天机

cơ trơn d 平滑肌

cơ trưởng d (飞机) 机长

cơ vận d[解] 机运, 命运

cơ vòng d[解] 括约肌

cơ vụ d (铁路) 务: cơ vụ đoạn 机务段

cơ yếu t 机要: công tác cơ yếu 机要工作

cờ₁ d 旗: cờ màu 彩旗

cờ₂ d 棋类: đánh cờ 下棋; cờ tướng 象棋

cờ₃ d[植] 雄蕊

cờ bạc d 赌博: sa vào cờ bạc 沉迷于赌博

cờ bắp d[植] 黍花

cờ bói d 牌棋 (象棋之一, 以地为盘, 以木牌为子)

cờ chân chó d 憋死牛 (一种儿童游戏)

cờ chiếu tướng d 捉将棋 (一种游戏)

cờ chó = cờ chân chó

cờ đen d 黑旗军

cờ đến tay ai người ấy phất ① 一朝权在手, 便把令来行 ② 不在其位, 不谋其政

cờ đơn d[乐] 八分音符

cờ đuôi nheo d 三角旗

cờ đuôi vược d[旧] 王旗

cờ hiệu d ①旗号②信号旗

cờ hoà bình d ①和平旗②跳棋

cờ hùm d 困虎棋

cờ im trống lặng 偃旗息鼓

cờ kép d[乐] 十六分音符

cờ kim mộc d 金木棋（一种儿童游戏）

cờ la-vét d 键; 铁楔

cờ lau d[植] 芦花

cờ lê d[口][机] 扳手, 扳子

cờ lệnh d 令旗

cờ lông công d 雀翎旗

cờ ngựa d 马棋

cờ người d 人棋（象棋之一，以地为盘，以人为子）

cờ phướn d 幡旗

cờ tam d[乐] 三十二分音符

cờ tàn d（象棋）残局

cờ trắc lượng d 测量旗

cờ trắng d（投降的）白旗

cờ tướng d 象棋

cờ vây d 围棋

cờ vua d 国际象棋

cờ xéo d 三角旗

cờ xí d 旗帜

cỡ d ①型号, 规格: giày dép đủ các cỡ 各种型号的鞋子②最大限度: Vòi nước vặn hết cỡ. 水龙头开到最大。③标准: lấy gang tay làm cỡ để đo 以掌长来度量④ [口] 大约, 大概（同khoảng）: Con bé cỡ 3 tuổi. 女孩约 3 岁。t[口] 大的: cán bộ cỡ đại quan 大官

cớ d ①原因, 缘故: Chẳng có cớ gì cũng gây chuyện. 无缘无故也生事。②借口: Lấy cớ ốm để trốn việc. 借口生病不干活。

cớ chi p 缘何, 为何: Cớ chi nói thế? 为什么这样说？

cớ gì=cớ chi

cớ sao p 何故, 为什么: Cớ sao lại làm như vậy? 为什么要这样做？

cơi₁ d 槟榔盒

cơi₂ đg 加宽: Căn nhà được cơi cho rộng ra. 房子加宽了。

cơi nới đg 加宽, 扩建: nhà cửa cơi nới trái phép 违规加宽的房屋

cời₁ đg 拨: Dùng que cời cho đống lửa cháy to lên. 用棍子拨旺篝火。

cời₂ t（斗笠）残破: nón cời 破斗笠

cởi đg ①脱去, 剥除: cởi áo 脱衣②解开: cởi dây giày 解鞋带

cởi bỏ đg 脱去, 剥除, 解脱: cởi bỏ tư tưởng lạc hậu 摆脱落后思想

cởi mở t 开朗, 心情舒畅: tính tình cởi mở 性格开朗 đg 放开, 放松, 使宽松: cởi mở tâm tình 放松心情

cởi trần đg 赤膊, 赤背

cởi trần cởi truồng 赤身露体; 一丝不挂

cởi truồng đg 裸下体, 光屁股

cỡi đg[方] 骑: cỡi ngựa 骑马

cơm₁ d ①饭: ăn cơm 吃饭②米饭: nấu cơm 煮饭③果肉: cạo cơm dừa 挖椰肉

cơm₂ t（水果）味道淡: khế cơm 阳桃淡味

cơm áo d 衣食: chuyện cơm áo hàng ngày 日常生活

cơm áo gạo tiền d[口] 柴米油盐: đau đầu vì chuyện cơm áo gạo tiền 为柴米油盐而烦恼

cơm bốc d 手抓饭

cơm bình dân d[口] 大排档

cơm bụi d[口] 大排档

cơm bữa d ①便饭, 家常菜: cửa hàng bán cơm bữa 家常菜餐馆② [转] 家常便饭: cãi nhau như cơm bữa 吵架如家常便饭

cơm bưng nước rót 饭来张口, 衣来伸手

cơm cháo d ①饭: Cơm cháo gì chưa? 吃饭了吗？② [口] 名堂: chẳng nên cơm cháo gì 搞不出什么名堂

cơm chay d 斋饭

cơm cháy d 锅巴, 饭巴

cơm chiên *d*[方] 炒饭

cơm chim *d*[旧] ①鸟食 (喻量少) ②穷人的衣食

cơm đen *d*[口] 鸦片

cơm đĩa *d* 快餐: gọi hai suất cơm đĩa 要了两份快餐

cơm độn *d* 掺杂粮的米饭

cơm đùm cơm nắm 整装待发

cơm gà cá gỏi 炮凤烹龙 (形容菜肴丰盛)

cơm gạo *d*[口] 食物: quí hơn cơm gạo 比食物还要宝贵

cơm ghế *d* 掺冷饭

cơm hàng *d* ①卖饭摊点, 饭摊 ②馆子: ăn cơm hàng 下馆子

cơm hẩm *d* 馊饭

cơm hấp *d* 蒸饭

cơm hộp *d* 盒饭

cơm khê *d* 焦饭, 糊饭

cơm lam *d* 竹筒饭

cơm lạt muối rau 粗菜淡饭

cơm mắm *d* 虾酱拌饭

cơm muối *d* 盐拌饭

cơm nát *d* 烂饭 (指水分过多的米饭)

cơm nắm *d* 饭团

cơm nếp *d* 糯米饭

cơm ngang khách tạm 过路的

cơm nguội *d* 冷饭

cơm nhà việc người 吃自家饭, 管天下事

cơm niêu *d* 瓦锅饭

cơm niêu nước lọ 箪食瓢饮

cơm no áo ấm 丰衣足食

cơm no rượu say 酒足饭饱

cơm nước *d* 茶饭, 伙食

cơm ôi *d* 馊饭

cơm rang=cơm chiên

cơm rượu *d* ①酒菜: thết đãi cơm rượu 酒菜招待 ②酒酿

cơm sáng *d* 早饭, 早餐

cơm sống *d* 夹生饭

cơm sượng=cơm sống

cơm tai *đg* 白养, 白费

cơm tấm *d* 碎米饭

cơm tập đoàn *d*[口] 大锅饭

cơm tẻ *d* 白米饭

cơm thầy cơm cô 做下人挣口饭吃

cơm thiu=cơm ôi

cơm thừa *d* 剩饭

cơm thừa canh cặn 残羹冷炙

cơm toi=cơm tai

cơm tối *d* 晚饭, 晚餐

cơm trắng canh ngon 白米白面

cơm trưa *d* 午饭, 午膳, 午餐

cớm₁ *d*[口] (法属时期) 警察

cớm₂ *t* (树木因缺少阳光) 萎而小: Đám lúa bị cớm nắng. 缺少阳光的禾苗长得既萎又小。

cợm *t* 粗大

cơn *d* ①一阵, 一时, 一回: cơn gió 一阵风; nổi cơn lôi đình 大发雷霆 ②时期: vượt qua cơn khủng hoảng 度过危机

cơn cớ *d* 缘由: không hiểu cơn cớ gì cả 不知道为了什么缘由

cơn sốt *d* ①发烧 ②热门: cơn sốt mở nhà hàng 开饭店热; cơn sốt tiếng Anh 英语热

còn cỡn *t* 屁颠儿屁颠儿的: vui còn cỡn 乐得屁颠儿屁颠儿的

cỡn *đg* (动物) 发情

cỡn cờ *t* 轻佻, 浮薄, 嬉皮笑脸

cớn₁ *t* 卷刃: dao cớn 卷刃的刀

cớn₂ *t* 臭, 坏: đậu cớn 臭豆 (豆子) 不熟, 夹生的: đậu cớn 夹生的豆子

cớn cớn *t* (刀口) 微卷

cợn *d* 渣滓, 沉淀物

cớt nhả=cợt nhả

cợt *đg* 诙谐, 戏谑, 嘲弄, 调笑

cợt giễu=giễu cợt

cợt nhả *đg* 亵弄, 调笑

cợt nhợt=cợt nhả

CP=chính phủ[缩] 政府

CPU[缩][计] 中央处理器

CS=cộng sản[缩][政] 共产

CT=chỉ thị[缩] 指示

CTCP=công ti cổ phần[缩][经] 股份公司

Cty=công ti[缩] 公司

cu₁ *d*[口] ①小男孩②小鸡鸡（小男孩的生殖器）

cu₂ *d* ①[动] 斑鸠② [方] 鸽子: chuồng cu 鸽子笼

cu cậu *d*[口] 小伙子: Cu cậu rất mê trò chơi điện tử. 小伙子很爱玩电子游戏。

cu cườm *d* 斑鸠

cu đất=cu sen

cu đơ *d* 越南的一种食品，在炒花生中加入糖浆，外面用两块薄米饼夹着，吃起来甜、香、脆

cu gáy *d* 斑鸠

cu gấm=cu gáy

cu li₁ *d*[动] 懒猴

cu li₂ *d* 一种树

cu li₃ *d*[旧] 苦力，苦工

cu lửa *d*[动] 火鸠

cu ngói *d*[动] 瓦鸠

cu rừng *d*[动] 野鸠

cu sen *d*[动] 泥鸠

cu xanh *d*[动] 青鸠

cù₁ *d*[方] 陀螺: đánh cù 打陀螺

cù₂ *đg* ①胳肢: Con bé sợ cù. 她怕胳肢。② [口] 逗笑，逗乐: Anh hề có tài cù khán giả. 小丑很会逗乐观众。③ [方] 引诱: cù nhau đi đánh bạc 引诱去赌博

cù₃[汉] 劬，劬

cù bơ cù bất=cầu bơ cầu bất

cù cừ *t* 笨头笨脑

cù cưa=cò cưa

cù lao₁ *d*[方] 洲渚，小岛，海渚

cù lao₂ *d*[旧] 劬劳

cù lần *t*[方] 愚笨，迟钝: Trông anh ta có vẻ cù lần. 他看样子有点迟钝。

cù mì *t*[口] 朴实，纯朴: tính tình cù mì 性格憨厚

cù nèo *d* 长杆钩子

cù ngoéo *d* ① [方] 长杆钩子(同 cù nèo) ② [口] 拐杖，手杖

cù nhẳng[方]=cù nhầy

cù nhây[方]=cù nhầy

cù nhầy *đg*; *t*[方] 支吾，搪塞，拖拖拉拉

cù rù *t* 不利落，无精打采: dáng điệu cù rù 无精打采的样子

củ *d* 块根，球根，块茎: củ khoai 红薯

củ ấu *d*[植] 菱角

củ cải=cải củ

củ cải đường *d*[植] 甜菜

củ cái *d*[植] 紫薯

củ đại hoàng *d*[植] 大黄

củ đao *d*[方][植] 旱葛

củ đậu *d*[植] 凉薯

củ gừng *d* 老姜

củ hành *d* 大葱

củ kiệu *d*[植] 薤白，藠头，荞头

củ khỉ *d*[植] 枸杞

củ mài *d*[植] 山药，淮山

củ mì *d*[方] 木薯

củ mỉ=cù mì

củ mỉ cù mì=cù mì

củ mỡ *d*[植][方] 紫薯

củ não *d*[解] 脑

củ năn *d*[植] 荸荠

củ nâu *d*[植] 薯莨

củ rủ=cù rù

củ rủ cù rù=cù rù

củ sắn=củ mì

củ sen *d* 莲藕

củ tỏi *d* 大蒜

củ từ *d*[植] 甜薯，毛薯

cũ *t* ①故旧: bạn cũ 故友; có mới nới cũ 喜新厌旧②过去的: xã hội cũ 旧社会③陈旧: sách cũ 旧书

cũ càng *t* 旧故

cũ kĩ *t* 陈旧，破旧，古老，陈腐：chiếc xe cũ kĩ 破旧的车子

cũ mèm *t*[口] 陈旧不堪：Chiếc áo bông cũ mèm. 棉衣已经陈旧不堪。

cũ rích *t* 古老，老掉牙：bài kèn cũ rích 陈词滥调

cú₁ *d* 猫头鹰

cú₂ *d*[口] 一拳，一击：giáng một cú thật đau 重重地打一拳

cú₃ *t*[口] 恼火，憋气，憋屈

cú₄ [汉] 句 *d* 句子：thơ bát cú 八言诗

cú₅ *đg*[方] 叩，搕打，敲：bị cú một cái vào đầu 被敲了一下头

cú mèo *d* 猫头鹰

cú pháp *d* 句法：phân tích cú pháp 分析句法

cú pháp học *d* 句法学

cú rũ *t*[口] 垂头丧气，无精打采：ngồi cú rũ một mình 一个人无精打采地坐着

cú vọ *d* ①鸺②[转] 恶人：mắt cú vọ 凶恶的眼神

cụ₁ *d* ①曾祖②对老者的尊称：cụ bà 老奶奶

cụ₂ [汉] 具

cụ cố *d* 高祖

cụ cựa *đg*[口]动弹：Nó nằm im trên giường không cụ cựa được. 他躺在床上不能动弹。

cụ kị *d*[口] 曾祖，祖上，祖先：Cụ kị nhà ông ấy từng là tiến sĩ đời Thanh. 他家祖上曾是清朝进士。

cụ ngoại *d* 外曾祖父

cụ non *d* 小老头儿：Mới hai chục tuổi đầu mà ăn nói như cụ non. 才二十来岁说话却像个小老头儿一样。

cụ nội *d* 曾祖父

cụ ông *d* 老大爷（对老者的尊称）

cụ thể *t* 具体

cụ thể hóa *đg* 具体化

cụ tượng *d*[哲] 具体，实像

cua₁ *d* 螃蟹：càng cua 蟹鳌

cua₂ *d*[口] 弯道：Con đường nhiều cua. 道路多弯道。*đg*[口] 拐弯：Xe cua sang bên phải. 车子向右拐弯。

cua₃ *t*[口]（发型）平头，板寸：để tóc húi cua 剃了个板寸头

cua bấy *d* 软壳蟹

cua bể *d* 海蟹

cua biển=cua bể

cua chắc *d* 肉蟹

cua dễ=cua bấy

cua đá *d* 石蟹

cua đồng *d* 淡水蟹

cua gạch *d* 膏蟹

cua nước *d* 水蟹

cua óp *d* 瘦蟹，水蟹

cua-roa *d*[机] 履带，皮带

cua-rơ *d* 自行车运动员

cua thịt *d* 肉蟹

của₁ *d* ①财产：của công 公共财产②食物：thích ăn của chua 喜欢吃酸的食物③[口] 东西：của rẻ tiền 便宜的东西；của nợ 孽债

của₂ *k*…的（表所属关系）：cái bút của tôi 我的笔

của ăn của để 绰绰有余：Nhà nào cũng có của ăn của để. 家家都有富余。

của cải *d* ①财产，财富：của cải tập thể 集体财产②物产：của cải tự nhiên 自然物产

của cải quốc dân *d* 国民资产

của chìm *d* 隐性财产

của chung *d* 公有财产，公物

của đáng tội[口] 其实，老实说，摆明了：Của đáng tội, tôi cũng có phần trong việc này. 老实说，这事我也有份。

của đau con xót 心疼（丢失的钱财）：Anh ấy đang của đau con xót vì mất chiếc xe máy. 他在心疼那辆丢失的摩托车。

của đi thay người 破财消灾

của độc *d*[口] 稀世珍品：Bức tranh này là

của độc. 这幅画是稀世珍品。

của đút 贿赂: ăn của đút 受贿

của hiếm d 珍货,稀货: của hiếm khó tìm 珍品难寻

của hồi môn d 嫁妆

của ít lòng nhiều 礼轻情意重

của kho không lo cũng hết 坐吃山空

của một đồng công một nén 千里送鹅毛,礼轻情意重

của nả d[口] 财产,财宝: Nhà anh nghèo không có của nả gì. 我家穷,什么财产都没有。

của ngon vật lạ 珍稀佳肴

của người phúc ta 借花献佛

của nổi d 显性财产

của nợ d[口] 孽障,业障: Mày đúng là cái của nợ. 你真是个孽障。

của ôi t 不值钱的: hàng của ôi 不值钱的东西

của phải gió d[口] 破烂儿

của phi nghĩa d 不义之财

của quí d 珍宝,珍品

của rẻ là của ôi, của đầy nồi là của không ngon 便宜没好货

của rẻ rề không bằng nghề trong tay 家财万贯不如一技在身

của riêng d 私有财产

của ruộng đắp bờ 羊毛出在羊身上

của thiên trả địa 竹篮打水一场空

của tin d 信物

của truyền đời d 传家宝

của tư =của riêng

cúc₁[汉] 菊 d 菊花: chè hoa cúc 菊花茶; cúc trắng 白菊花

cúc₂ d 纽扣: cài cúc áo 扣衣服纽扣

cúc bách nhật d[植] 千日红

cúc bấm d 按扣

cúc cu [拟] 咕咕 (斑鸠叫声)

cúc cúc[拟] 咯咯 (人叫唤鸡时发出的声音)

cúc cung đg ①鞠躬② [口] 鞠躬尽瘁

cúc cung tận tụy 鞠躬尽瘁

cúc đen d[植] 墨菊

cúc hoa d 菊花

cúc tần d[植] 燕茜

cúc thạch d 菊石,鹦鹉螺化石

cúc trắng đg 白菊花

cúc vạn thọ d 万寿菊,藤菊

cúc vàng d 黄菊花

cục₁ d(块状物) 块,团: cục mì 面团; một cục than 一块煤

cục₂ [汉] 局 d 局 (组织机构): cục quản lí xuất nhập cảnh 出入境管理局

cục₃ t(性格) 粗鲁: tính hơi cục 性格有点粗鲁

cục bộ t ①局部的: những khó khăn cục bộ 局部的困难 ②(思想) 本位的: tư tưởng cục bộ 本位思想 d 局部: Chỉ thấy cục bộ mà không thấy toàn bộ. 只看到局部而没有看到全部。

cục cằn t 粗野,粗俗,鲁莽: nói năng cục cằn 说话粗鲁

cục diện d 局势,局面: cục diện chiến tranh 战争局势

cục kịch t[旧] 粗笨,愚钝

cục mịch t 粗笨,愚钝: con người cục mịch 一个粗笨的人

cục súc t 粗野,粗暴: tính lỗ mãng, cục súc 性格鲁莽,粗野

cục tác[拟] 咯咯咯 (母鸡下蛋后或惊恐发出的叫声)

cục tính t 性格鲁莽: Anh ta là con người cục tính. 他是个性格鲁莽的人。

cục trưởng d 局长

cui d 敲棒 (一种木棒、木工具)

cui cút t[方] 孤苦伶仃

cùi₁ d 果瓢,果肉: cùi dừa 椰瓢; cùi nhãn 龙眼果肉

cùi₂ d[方][医] 麻风

cùi chỏ[方]=cùi tay

cùi cụi *t*[口] 埋头苦干: cùi cụi làm suốt ngày 整天埋头苦干

cùi dìa *d*[旧][口] 勺儿,匙子

cùi kén *d* 茧心

cùi tay *d*[解] 肘

củi *d* 柴薪,柴火: kiếm củi 打柴

củi đóm *d* 柴火

củi đuốc=củi đóm

củi lửa=củi đóm

củi quế gạo châu=gạo châu củi quế

củi rả[口]=củi đóm

cũi *d* ①囚笼: Cho lợn vào cũi. 把猪装到笼子里。②围床: Bé bám thành cũi tập đi. 小孩扶着围床学走路。③木筐: cái cũi bát bằng gỗ 木制碗筐 *đg* 关起来: cũi con chó lại 把狗关起来

cũi chó *d* 狗舍

cũi tù *d* 槛车,囚车

cúi₁ *đg* 下俯: cúi đầu nhận tội 低头认罪; cúi lưng gặt lúa 弯腰割稻

cúi₂ *d* 棉条

cúi đầu *đg* 俯首,低头: cúi đầu chịu bắt 俯首就擒; cúi đầu còng lưng 低头哈腰

cúi lạy *đg* 伏拜,俯伏: chúng thần cúi lạy 众臣伏拜

cúi luồn=luồn cúi

cum *d* 一捆（稻穗）: cum lúa chín vàng 一捆黄色的稻穗

cum cúp *đg*; *t* 低垂: Con chó cum cúp cái đuôi. 小狗低垂着尾巴。

cùm *d* 桎梏,脚镣: cùm sắt 铁镣铐 *đg* 上镣: hai chân bị cùm chặt 双脚上镣

cùm cụp *đg*; *t* 低垂: mí mắt cùm cụp 眼皮低垂

cùm kẹp *đg* 手铐脚镣: Tử tù bị cùm kẹp. 死囚被手铐脚镣。

cùm xích *d* 枷锁

cúm *d*[医] 流行性感冒: cúm A 甲型流感

cúm gà[口]=cúm gia cầm

cúm gia cầm *d* 禽流感

cúm rúm *đg*（因寒冷或害怕）缩成一团: cúm rúm lo sợ 怕得缩成一团

cụm *d* ①小丛: cụm chuối 芭蕉丛 ②集中点,小区: cụm dân cư 居民小区; cụm từ 词组 *đg* 聚集: Dân làng cụm lại dự họp. 村民聚集在一起开会。

cụm cảng *d* 港口群: cụm cảng ven biển 沿海港口群

cụm cứ điểm *d* 据点群: tiêu diệt cụm cứ điểm 消灭据点群

cụm từ *d* 词组,短语

cun cút *d* 鹌鹑

cùn *t* ①钝: con dao cùn 刀钝 ②秃: bút bị cùn 秃笔③[口] 亏负: lí sự cùn 理亏

cùn cụt *t* 埋头疾跑: Anh chạy cùn cụt không quay đầu lại. 他头也不回地跑。

cùn đời *t*[口] 一辈子: Cùn đời cũng chả làm được. 一辈子都做不到。

cùn đời mạt kiếp[口] 一辈子, 到死: Loại người như nó đến cùn đời mạt kiếp vẫn vất vả. 像他这种人到死都辛苦。

cũn cỡn *t* 短橛橛: chiếc quần ngắn cũn cỡn 短橛橛的裤子

cún *d*[口] 小狗狗

cung₁[汉] 弓 *d* ①弓弩: kéo cung bắn nỏ 拉弓射箭②棉花弓（用于掸棉花）③弧,弧形: hình vòng cung 弧形 *đg* 掸棉花

cung₂[汉] 宫 *d* ①宫殿: cung tiên 仙宫; cung vua 皇宫②宫,馆: cung văn hoá 文化宫; cung thể thao 体育馆

cung₃[汉] 供 *d* 供词: hỏi cung tội phạm 录口供

cung₄ *d*[乐] 宫（五音之一）

cung₅ *d* 一弓之地

cung₆[汉] 供 *đg* 供给: cung bất ứng cầu 供不应求

cung bậc *d* ①音调: cung bậc trầm bổng 时

而高亢时而低沉的音调②起伏: cung bậc khác nhau của cuộc sống 不同的生活起伏

cung bù *d*[数] 补弧

cung cách *d* 格式, 方式: cung cách làm ăn linh hoạt 灵活的做事风格

cung cấm *d*[旧] 宫禁

cung cấp *đg* ① 供给, 供应: cung cấp nước 供水② 供给: giá cung cấp 供给价

cung cầu *đg* 供求: cung cầu tương xứng 供求相应

cung cúc *t* 急匆匆: cung cúc đi thẳng 急匆匆地往前走

cung đàn *d* 琴弓

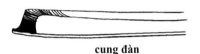

cung đàn

cung điện *d* 宫殿

cung đình *d*[旧] 宫廷

cung độ *d*[数] 弧度

cung đốn *đg* 供给饭食

cung giăng *d* 月宫

cung hình *d* 宫刑

cung kéo *d* 琴弓

cung khai *đg* 招供, 供述: lời cung khai của bị can 嫌犯的供述

cung kiếm *d*[旧] 弓和剑

cung kính *t* 恭敬: chào cung kính 恭敬施礼

cung mực *d*[乐] 音节

cung nga *d*[旧] 宫娥, 宫女

cung nguyệt *d* 月宫

cung nhân *d*[旧] 宫人

cung nỏ *d* 弓弩

cung nữ *d*[旧] 宫女

cung phi *d*[旧] 宫妃

cung phụng *đg* 供奉: cung phụng ông bà 供奉公公婆婆

cung Quảng *d* (神话) 广寒宫

cung quảng *d*[动] 孑孓

cung quế *d*[旧] ① 月宫② 焦房

cung sin *d*[数] 反正弦

cung tần *d*[旧] 宫嫔

cung tên *d* 弓箭

cung thánh *d* 圣殿

cung thất *d*[旧] 宫室

cung thiềm *d* 蟾宫

cung thiếu nhi *d* 少年宫

cung thương *d*[旧] ①[乐] 宫商 (五音的前两音) ②[转] 音乐: sành làu cung thương 深谙音乐之道

cung tiến *đg* 进贡: cung tiến cho triều đình 进贡朝廷

cung tiêu *đg*[旧] 供销: hợp tác xã cung tiêu 供销社

cung trăng *d* 月宫

cung ứng *đg* 供应: cung ứng vật tư đầy đủ 充足的物资供应

cung văn hoá *d* 文化宫

cùng₁ [汉] 穷 *d* 尽头, 最后: ở trong cùng 在最里面 *t* 穷尽: bước đường cùng 穷途末路

cùng₂ *t* 共同, 同: bạn cùng lớp 同班同学 *k* ① 与, 和, 同, 一起, 一道: cùng tồn tại lâu dài 长期共存; anh cùng em 你和我; Hai người cùng đi. 两人一块走。② 对, 向, 跟: nói cùng bạn thân 对朋友说

cùng âm *d*[语] 同音

cùng cực *d* 极点: Đau đến cùng cực. 痛到了极点。*t* ① 非常: tàn bạo cùng cực 非常残暴② 贫困之极: cuộc sống cùng cực 贫困的生活

cùng dân *d*[旧] 贫民

cùng đồ *d*[旧] 穷途

cùng đường *t* ① 同路: hai người cùng đường với nhau 两人同路② 路尽头: Đi cùng đường rồi mà vẫn chưa tìm thấy. 走到路尽头了还是没有找到。③ 穷途末路: Cùng đường nên phải ra đi. 没办法所以要离开。

cùng giời 天涯海角

cùng hội cùng thuyền 同舟共济

cùng khổ *t* 穷苦, 贫寒: nông dân cùng khổ 贫苦的农民

cùng khốn *t* 穷困

cùng kì lí *t*[口] 理屈词穷: Cùng kì lí phải im. 理屈词穷只好闭嘴。

cùng kiệt *t* 穷尽: Nông dân bị địa chủ bóc lột đến cùng kiệt. 农民被地主剥削穷尽。

cùng làng nước 本乡本土

cùng loại *d* 同类

cùng loạt *đg* 划一: đặt giá cùng loạt 统一价

cùng nhau *k* 共同, 一齐, 一道: cùng nhau tiến bộ 共同进步

cùng quá hoá liều 狗急跳墙

cùng quẫn *t* 窘迫

cùng tận *t* 穷尽: yêu cầu vô cùng tận 无穷尽的要求

cùng tột=tột cùng

cùng trời 天涯海角: đi cùng trời 走遍天涯海角

cùng trời cuối đất 天涯海角

cùng túng *t* 窘迫, 贫乏

cùng tuổi *t* 同年, 同岁, 同庚

củng₁ *đg* 敲, 叩: củng vào đầu 敲脑袋

củng₂[汉] 巩

củng cố *đg* 巩固: củng cố những kiến thức đã học 巩固所学知识

củng mô *d*[解] 巩膜

cũng *p* 亦, 也, 都: Tôi cũng thích xem phim. 我也喜欢看电影。Anh buồn, tôi cũng buồn. 你难过, 我亦难过。Muốn làm gì cũng được. 想做什么都行。

cũng nên [口] 说不定: Có khi nó đi rồi cũng nên. 说不定他已经走了。

cũng như *k* ①亦如, 亦似, 也像: Cũng như anh, tôi thích vẽ. 我也像你一样喜欢画画。②和, 以及: Trong vườn có hoa hồng, hoa cúc cũng như hoa nhài. 院子里有玫瑰花、菊花以及茉莉花。

cũng phải[口] 亦须, 亦应, 也对: Có khi anh nói cũng phải. 可能你说的也对。Ai gặp trường hợp này cũng phải làm như thế. 谁遇到这种情况也会这样做。

cũng thế *k* 亦然, 也如此: Hôm qua mưa to, hôm nay cũng thế. 昨天下大雨, 今天也如此。

cũng vậy *k* 亦然, 也如此

cúng [汉] 供 *đg* ①祭祀, 上供, 祭奠: cúng trăng 祭月 ②捐赠: cúng tiền cho nhà chùa 给寺庙捐钱 ③[口] 白送, 白扔: Có bao nhiêu tiền cũng cúng hết vào sòng bạc. 所有的钱都送给了赌场。

cúng bái *đg* 祭拜: cúng bái tổ tiên 祭拜祖先

cúng cơm *đg* ①奠饭 (人死后供五十日) ②[方] 祭供: ngày cúng cơm bố 父亲的忌日

cúng giỗ *đg* 祭供: ngày cúng giỗ 忌日

cúng lễ *đg* 供祭, 礼拜, 祭拜

cúng quải *đg*[口] 祭祖

cúng quẩy=cúng quải

cúng tế *đg* 供祭, 祭拜: cúng tế thần sông 祭拜河神

cúng tiến *đg* 进贡

cúng vái=cúng bái

cụng *đg* 磕, 碰: Đầu cụng vào cột. 头磕到柱子。

cụng đầu *đg*[方] 碰头, 邂逅, 交手: Hai đối thủ cụng đầu nhau. 两个对手互相交手。

cụng li *đg*[方] 碰杯

cuốc₁ *d*[动] 白胸苦恶鸟

cuốc₂ *d* 锄头: làm đất bằng cuốc 用锄头整地 *đg* 锄: cuốc đất 锄地

cuốc₃ *d*[旧][口] (坐车的) 路程: chạy một cuốc xe 拉一趟车 *đg*[口] 赶路: cuốc thẳng về nhà 快步走回家

cuốc bàn *d* 平头锄头, 板锄

cuốc bộ *đg*[口] 步行, 走路: cuốc bộ về nhà

走路回家

cuốc bướm *d* 蝶状锄

cuốc chèn đá *d* 道镐

cuốc chét *d* 短把小锄

cuốc chĩa *d* 铁耙

cuốc chim *d* 鹤嘴锄，洋镐，十字镐，尖镐

cuốc đào đất *d* 土镐

cuốc gió *d* 风镐

cuốc gỗ *d* 木镐

cuốc nêm đá *d* 砸道镐

cuốc sẻng *d* 小铁锹

cuộc₁ [汉] 局 *d* 局势，局面，事情

cuộc₂ *đg* 打赌：cuộc nhau uống rượu 打赌喝 酒 *d* 一局，一场，一次：cuộc đấu bóng 一场 球赛；hai cuộc họp 两次会议

cuộc chiến *d* ①战斗，战争：cuộc chiến quyết liệt 激烈的战斗；Cuộc chiến giữa con người với loài chuột. 人类与鼠类的战争。 ②竞争：cuộc chiến giành giật khách hàng 争夺客户的竞争

cuộc chơi *d*（一场）游戏，（一场）比拼：lao vào cuộc chơi 加入到游戏中来

cuộc đời *d* ①人生：cuộc đời nghèo khổ 穷 困潦倒的人生 ②尘世，世间：lánh xa cuộc đời 远离尘世

cuộc gọi *d* 通话时间：Cuộc gọi 30 phút. 通 话时间为 30 分钟。

cuộc sống *d* 生活：cuộc sống vui khoẻ 健康 快乐的生活

cuộc vui *d* 游园会，联欢会

cuối *d*；*t* 末，末端：cuối năm 年底；nằm ở cuối phố 位于街尾

cuối bài *d*（文、章的）结尾：Bài hát lên cao ở cuối bài. 歌曲的结尾为高音。

cuối cùng *t* 最后：đồng xu cuối cùng 最后一 分钱

cuối đông *d* 残冬

cuối đời *d* 暮世，暮年

cuối kì học *d* 学期末

cuối mùa *d* 季末

cuối năm *d* 年底

cuối sách *d*（书的）结尾

cuối tháng *d* 月底

cuối thu *d* 暮秋，晚秋

cuối tuần *d* 周末

cuối xuân *d* 暮春

cuội₁ *d* 砾石

cuội₂ *d*（传说中月宫里的）吴 刚：chú cuội trên trời 天上的吴刚 *t* [口] 胡来：nói cuội 胡说

cuội đất *d* 骗子

cuỗm *đg* [口] 偷盗：Bị cuỗm mất chiếc xe đạp. 单车被偷了。

cuồn cuộn *đg* ①翻滚，翻腾：Nước sông cuồn cuộn chảy. 河水奔腾。②（肌肉、青筋） 突起，隆起：Bắp tay nổi cuồn cuộn. 手臂 肌肉一节一节地隆起。

cuốn₁ *đg* ①卷：Cuốn tròn quyển sách. 把书 卷成圆筒状。②卷走，冲走，掀起：bụi cuốn mịt mù 尘土飞扬；Nhà bị lũ cuốn trôi. 房子被洪水冲走。③ [口] 吸引：bị cuốn vào cuộc chơi 被游戏吸引

cuốn₂ *d* ①卷：mấy cuốn giấy 几卷纸；mua hai cuốn phim 买两卷胶卷 ②本，册，卷， 部：mấy cuốn sách 几本书；một cuốn phim thời sự 一部纪录片 ③拱形：cửa cuốn tò vò 拱门

cuốn buồm *đg* 卷帆，下帆：cuốn buồm vào bến 下帆进港

cuốn chiếu *d* [动] 百足虫 *đg*（工作方式）卷 毯：tìm kiếm theo kiểu cuốn chiếu 进行卷 毯式（地毯式）搜寻

cuốn gói *đg* [口] 卷铺盖：cuốn gói bỏ đi 卷 铺盖走人

cuốn hút *đg* 吸引：Tiếng hát cuốn hút người nghe. 歌声吸引听众。

cuốn vó *đg* ①（马）快跑 ②[口] 溜走：vội vàng cuốn vó chạy 赶紧溜走

cuốn xéo *đg*[口] 滚蛋: Cuốn xéo đi nơi khác. 滚到别的地方去。

cuộn₁ *d* ①卷，捆: một cuộn giấy 一卷纸; hai cuộn chỉ 两捆线 ②股: một cuộn khói đen 一股黑烟; như một cuộn nước xoáy 像一股回旋的水流

cuộn₂ *đg* ①卷: cuộn thành ống 卷成筒状② 蜷曲: Con mèo cuộn tròn nằm trên ghế. 小猫蜷作一团睡在椅子上。③翻滚，翻腾: Sóng biển cuộn ồ ạt. 海浪汹涌地翻腾。④ (肌肉、青筋) 突起，隆起: những bắp thịt cuộn lên 肌肉隆起

cuộn cảm điện *d*[电] 中断线

cuộn dây *d*[电][机] 线圈

cuộn dây cảm ứng *d*[电] 感应线圈

cuộn dây động *d*[无] 声圈

cuộn dây ghép *d*[电] 耦合线圈

cuộn dây rẽ dòng *d*[电] 分流线圈

cuộn nối tắt *d*[电] 短路绕组

cuộn sơ cấp *d*[电] 初级线圈

cuộn thứ cấp *d*[电] 次级线圈

cuồng[汉] 狂 *t*①癫狂，精神错乱: phát cuồng 发疯; vui cuồng cả lên 高兴到发狂② [口] (腿脚) 麻木: Ngồi quá lâu, cuồng cả chân. 坐得太久，腿都麻木了。

cuồng bạo *t* 狂暴: lũ xâm lăng cuồng bạo 狂暴的侵略者

cuồng chiến *t* 好战的

cuồng dại *t* 癫狂: tên giết người cuồng dại 癫狂的杀人犯

cuồng dâm *t* 淫乱无度: con người cuồng dâm 淫乱无度者

cuồng đăng *t* 放荡: người đàn bà cuồng đăng 放荡的女人

cuồng điên *t* 癫狂，疯狂

cuồng hoảng *t* 惊惶失措

cuồng lan *t*[旧] 狂澜

cuồng loạn *t* 狂乱: đám đông cuồng loạn 狂乱的人群

cuồng ngôn *d*[旧] 狂言

cuồng nhân *d*[旧] 狂人

cuồng nhiệt *t* (情感) 狂热: người hâm mộ cuồng nhiệt 狂热的爱好者

cuồng nộ *t* 狂怒: Ông trời nổi cơn cuồng nộ. 老天一阵狂怒。

cuồng phong *d* 狂风: một trận cuồng phong 一场狂风

cuồng sát *đg* 狂杀: Nó lao vào đám đông vung dao cuồng sát. 他冲进人群挥刀狂杀。

cuồng si *t* 痴狂，痴癫: Ham mê bóng đá đến mức cuồng si. 爱好足球到了痴狂的程度。

cuồng tặc *d*[旧] 狂贼

cuồng tín *đg* 狂热地信奉: tín đồ cuồng tín 狂热的信徒

cuồng trí *t* 神志不清，神经错乱: Cuồng trí vì nỗi đau mất con. 因失去孩子而变得神志不清。

cuồng vọng *d* 狂想，妄想: cuồng vọng làm bá chủ 当霸主的妄想

cuống₁ *d* ①梗，蒂: cuống hoa 花梗② (人体内的) 梗形体: cuống rốn 脐带③存根: cuống vé xem phim 电影票存根

cuống₂ *t* 慌乱，发急: sợ cuống cả lên 害怕得慌了神

cuống bóng đèn *d*[电] 电灯口

cuống cà kê *t* 慌里慌张: Làm gì mà cuống cà kê lên thế? 干吗这么慌里慌张啊?

cuống cuồng *t* 张皇失措，慌里慌张: cuống cuồng bỏ chạy 张皇失措地逃跑

cuống dưa *d* 瓜蒂

cuống họng *d*[解] 喉头

cuống lá *d*[植] ①蒂②叶柄，叶脚③主脉，主筋

cuống lưỡi *d* 舌根

cuống phiếu *d* 票根

cuống phổi *d* 肺管，气管

cuống quít *t* 慌慌张张，手忙脚乱: gọi nhau cuống quít 慌乱地互相呼唤

cuống vé *d* 票根

cuộng *d*[方](蔬菜、草类的) 梗：cuộng rau 菜梗

cúp₁ *d* 奖杯：cúp vô địch 冠军杯

cúp₂ *đg* 下垂：Con chó cúp đuôi chạy mất. 那只狗夹着尾巴跑了。

cúp₃ *đg* ①[口][体] 削 (球)：cúp bóng 削球②[方] 剪发,理发：cúp tóc ngắn 剪短发③[口] 扣减,削减：bị cúp lương 被扣工资

cúp cua *đg*[旧][口] 逃 学：cúp cua đi chơi 逃学去玩

cúp-pen *d*[机] 皮碗

cụp *đg* ①低垂：Buồn ngủ mắt cứ cụp xuống. 困到眼睛都睁不开。②合拢：cụp ô lại把雨伞合上

cút₁ *d* 鹌鹑

cút₂ *d*(用于盛酒或量液体的) 小瓶

cút₃ *đg* ①滚开：Cút đi cho rảnh! 滚开,别碍地方！②溜之大吉：Nó cút mất rồi. 他溜了。

cút ca cút kít[拟] 嘎吱嘎吱

cút kít₁ *d*[口] 独轮手推车

cút kít₂[拟] 嘎吱：cửa mở kêu cút kít嘎吱的开门声

cút mất 溜之大吉

cút-si-nê *d*[机] 普通轴承 (平面轴承)

cút xéo *đg*[口] 滚蛋：Cút xéo đi cho mau! 快点滚蛋！

cụt *t* ①短的：con chó cụt đuôi 短尾狗②死路,绝路：đường cụt 死路；đi vào ngõ cụt走进死胡同③[口] 亏损,亏蚀,赔蚀：bị lỗ cụt cả vốn 赔光了本

cụt đầu cụt đuôi 没头没尾

cụt hứng *t*[口] 扫兴,败兴：cụt hứng vì mất điện 停电真扫兴

cụt lủn *t*[口] 短橛橛,短短的：bím tóc cụt lủn 短橛橛的辫子

cụt ngủn[口]=cụt lủn

cụt tay *d* ①断臂②短袖：áo cụt tay 短袖衬衣

cụt thun lủn=cụt lủn

cư[汉] 居

cư dân *d* 居民：cư dân thường trú 常住居民

cư ngụ *đg* 寓居,居住：nơi cư ngụ 居住地

cư sĩ *d*[宗] 居士

cư tang *đg* 居丧

cư trú *đg* 居住,居留,寓居：cư trú bất hợp pháp ở nước ngoài 在国外非法居留

cư trú chính trị *đg* 政治避难：Xin cư trú chính trị ở nước ngoài. 向国外申请政治避难。

cư xá *d*[方][旧] 公寓,住宅区

cư xử *đg* 处世,待人接物：biết cách cư xử 懂得处世之道

cừ₁ *d* 渠道：khơi cừ 疏通渠道

cừ₂ *d* 排桩：cắm cừ 打桩 *đg* 打桩：cừ đê chắn nước 打桩筑坝截水

cừ₃ *t*[口] 棒,好：một cầu thủ rất cừ 一个很棒的球员

cừ khôi *t*[口] 出类拔萃：một bác sĩ cừ khôi一位出类拔萃的医生

cừ nhừ *t* 无精打采,萎靡不振

cừ rừ=cừ nhừ

cử₁[汉] 举 *d*[旧] 举人

cử₂[汉]举 *đg* ①举起：vận động viên cử tạ 举重运动员②选举,选派,举派：được cử làm đại biểu 被选为代表；cử người đi dự họp派人去开会③奏：cử quốc thiều 奏国歌④举例：cử ra một ví dụ 举一个例子

cử ai *đg*[旧] 举哀

cử binh *đg*[旧] 举兵,起兵

cử bộ *đg*[旧] 举步

cử chỉ *d* 举止,行为：cử chỉ chừng chạc 举止大方

cử động *đg* 动弹：Chân đau không cử động được. 腿疼动弹不了。 *d* 举动,动作：cử động chân tay khi tập võ 练武时手脚的动作

cử hành *đg* 举行：cử hành lễ kết hôn 举行婚礼

cử hiền *đg*[旧] 举贤，用贤

cử lễ *đg* ①举行礼拜②举行仪式

cử nhạc *đg* 奏乐

cử nhân *d* ①[旧] 举人②学士，大学毕业生：cử nhân khoa văn 文科毕业生

cử phàm *đg* 举凡

cử quân *đg* 举兵，起兵

cử quốc *d*[旧] 举国

cử rử *t* 无精打采，萎靡不振

cử tạ *đg* 举重

cử tang *đg*[旧] 举丧，发丧

cử thế *d*[旧] 举行

cử tri *d* 选民

cử tuyển *đg* 保送：cử tuyển lên đại học 保送上大学

cử tử *d*[旧] 举子（应试的士子）

cữ *d* ①准则，标准，准绳：cấy lúa theo cữ 按标准插秧②[口] 阵，趟：cữ nóng đầu thu 初秋那阵热③ [口] 大概时间：vào cữ này năm trước 去年这个时候④月子：ở cữ 坐月子 *đg*[方] 忌，禁忌：cữ ăn đồ mỡ 忌食油腻的东西

cữ kiêng *đg* 禁忌，忌讳

cứ[汉] 据 *đg* ①依据，根据：cứ phạt tiền theo qui định 按规定罚款②凡，逢：Em bé cứ đến đêm là khóc. 小孩一到晚上就哭。 *d*[口] 据点：rút về cứ 撤回据点 *p* 一直，一味，老是，总是：Nó cứ một mực làm theo ý mình. 他总是一意孤行。*tr*[口] 简直：Nói cứ như thật! 说得简直像真的一样！

cứ cho là *đg* 就算是：Cứ cho là đúng đi! 就算是对的吧！

cứ điểm *d* 据点

cứ liệu *d* 论据，依据：Bài viết thiếu cứ liệu chính xác. 文章缺少准确的论据。

cứ như 简直就像：Nó nói cứ như là thật! 他说得简直就像真的一样！

cứ việc *p*[口] 尽管，随意：Chị thích thì cứ việc mua đi! 你喜欢就尽管买吧！

cự[汉] 拒 *đg* ①抗拒：ra sức cự lại 极力抗拒② [口] 反驳：to tiếng cự lại 大声反驳

cự₂[汉] 距，据，巨

cự li *d* 距离：cự li bắn 射程

cự lí kế *d* 测距计

cự mã *d* 铁丝路障

cự nự *đg*[方] 辩驳：Biết sai nên không cự nự nữa. 知道错不再辩驳了。

cự phách *t* 超级：cầu thủ cự phách 超级球员

cự phú *t*[旧] 巨富

cự tuyệt *đg* 拒绝：cự tuyệt dứt khoát 断然拒绝

cưa *d* 锯子 *đg* ①锯：cưa gỗ đóng tủ 锯木头做柜子② [口] 分：cưa đôi tiền lãi 平分利润③ [口] 泡：cưa gái 泡妞

cưa đĩa *d* 盘锯

cưa đuôi chuột *d* 刀锯

cưa đứt đục suốt[口]快刀斩乱麻，干净利索

cưa gỗ *d* 长木锯

cưa ngang *d* 马快锯

cưa sắt *d* 弓锯（钢锯）

cưa sọc *d* 立锯（纵锯）

cưa tay *d* 手锯（狭手锯）

cưa thép *d* 钢锯

cưa tròn *d* 圆锯

cưa vòng *d* 带锯

cưa xẻ *đg* 锯木

cửa *d* ①门：cửa chính 正门（大门）②口：cửa hang 洞口③ [转] 门路：tìm cửa làm ăn 找门路办事

cửa ải *d* 关口，关隘

cửa bể[方]=cửa biển

cửa biển *d* ① (江河) 出海口②港口：cửa biển Bắc Hải 北海港

cửa bụt *d*[宗] 佛门

cửa bức bàn *d* 活扇门

cửa cái *d* 大门，正门

cửa cao nhà rộng 深宅大院

cửa cấm phòng lụt *d* 防水闸

cửa chắn song *d* 栅栏门

cửa chiền *d*[宗] 佛门

cửa chó chui *d*(大门上为猫、狗等设置的) 便门

cửa chống *d* 撑门 (支撑式门)

cửa chống cháy *d* 防火门

cửa chớp *d* 百叶窗

cửa công *d*[旧] 公门，衙门

cửa cống *d*①大沟眼②闸门：cửa cống tháo nước 放水阀；cửa cống tự động 自动闸门

cửa cuốn *d*①拱门②卷闸门

cửa đập *d* 闸门

cửa đền cửa phủ *d* 庙宇

cửa đỏ *d*(机场) 红色通道门

cửa giả *d*[旧] 门扉，门户

cửa gio ra *d* 锅炉除灰孔

cửa giời=cửa trời

cửa hang *d* 坑口，洞口

cửa hàng *d*①商店：cửa hàng bách hoá 百货商店②铺面：thuê cửa hàng 租铺面

cửa hàng trưởng *d*(商店) 店长

cửa hiệu *d* 店铺：cửa hiệu cắt tóc 理发店

Cửa khải hoàn *d* 凯旋门

cửa khẩu *d* 口岸，关口：cửa khẩu Hữu Nghị Quan 友谊关口岸

cửa không *d*[旧][宗] 空门

cửa khổng *d*[旧]孔门(古代儒家学校)

cửa kính *d* 玻璃窗，玻璃门

cửa lá sách[方]=cửa chớp

cửa lạch *d* 海湾

cửa lò *d*[机] 炉门

cửa mạch *d* 旁门，边门：mở cửa mạch thông sang nhà bên 打开通往旁边房子的边门

cửa mái *d* 天窗

cửa miệng *d*[口] 口头：câu nói cửa miệng 口头禅

cửa mình *d*[解] 阴户

cửa mương *d* 斗门

cửa nách *d* 侧门

cửa nẻo *d*[方] 门扉，门户

cửa ngăn *d* 内房门

cửa ngăn gió *d*[机] 挡风门

cửa ngõ *d*①大门：đứng ngoài cửa ngõ 站在大门外②门户：cửa ngõ của tổ quốc 祖国的门户

cửa nhà *d* 家门，家庭

cửa ô *d* 城门

cửa Phật *d*[宗] 佛门

cửa phổi *d*[解] 肺门

cửa quan₁ *d* 关口，关隘

cửa quan₂ *d*[旧] 衙门：chói đến cửa quan 押到衙门

cửa quyền *d*[旧] 豪门 *t* 有权有势：người có cửa quyền 有权有势的人

cửa ra *d* 出口

cửa ra vào *d* 出入口

cửa rả *d*[口] 门扉，门户

cửa sài *d* 柴扉

cửa sổ *d* 窗户

cửa sông *d* 河口，江口

cửa tay *d* 袖口

cửa thải hơi *d*[机] 排气阀

cửa thành *d* 城门

cửa thánh *d*[宗] 圣门

cửa thần *d*[宗] 神门

cửa thiền *d*[旧][宗] 禅门，佛门

cửa tía lầu son=gác tía lầu son

cửa tiệm *d* 店铺，商店

cửa tò vò *d* 拱门

cửa trời *d* 天门，天庭

cửa từ bi *d*[旧][宗] 佛门，禅门

cửa tử *d* 鬼门关

cửa van *d* 闸门

cửa vào *d* 入口

cửa vào hơi *d*[机] 进气阀

cửa viên *d* 辕门

cửa võng *d* 佛龛门，垂花门

cửa xanh *d* (机场等) 绿色通道门

cửa xếp *d* 折叠门

cứa *đg* 割, 划: Bị cỏ tranh cứa vào tay. 被茅草划到手。

cứa cổ *đg* [口] 刎颈: Giá đắt cứa cổ. 价格贵 (到) 刎颈 (的地步)。

cựa₁ *d* (雄鸡、雉等的) 距

cựa₂ *đg* 动弹: Xe chật không cựa được. 车子太窄动弹不得。

cựa cậy *đg* [旧] ①动弹②挣扎

cựa quậy *đg* ①动弹: Buộc chặt quá, không cựa quậy được. 绑得太紧了, 动弹不了。②挣扎: Còn muốn cựa quậy gì nữa? 还想挣扎什么?

cức bì *d* 棘皮: động vật cức bì 棘皮动物

cực₁ [汉] 极 *d* ①端: cực nam bờ biển 海岸线的南端②极: nam cực 南极③ [理] 电极: cực âm 阴极 *p* 极其: ngon cực 好吃极了

cực₂ *t* 苦痛, 艰辛: Việc làm này cực lắm. 这份工作很艰辛。

cực chẳng đã [口] 迫不得已, 万不得已: Cực chẳng đã mới phải bán nhà. 迫不得已才卖房子。

cực dương *d* [理] 正极, 阳极

cực đại *t* 最大: Vặn âm thanh lên tới cực đại. 把声音放到最大。*d* [数] 函数的最大值

cực điểm *d* 极点, 极限: vui đến cực điểm 高兴到了极点

cực đoan *t* 极端: áp dụng biện pháp cực đoan 采用极端的方法

cực độ *d* 极限: Nỗi lo sợ lên tới cực độ. 恐慌情绪上升到了极限。*p* 极度: hoang mang cực độ 极度恐慌

cực đông *d* [地] 极东, 远东

cực hạn *d* 极限

cực hình *d* 极刑

cực hữu *t* [政] 极右: tư tưởng cực hữu 极右思想

cực khổ *t* 极苦, 极其艰苦: cảnh sống cực khổ 极其艰苦的生活

cực kì *p* 极其: cực kì phức tạp 极其复杂

cực lạc *t* [宗] 极乐: cõi tiên cực lạc 极乐仙境

cực lòng *t* 忧心, 操心, 劳神: Nghĩ đến con hư mà cực lòng. 想起没出息的孩子就操心。

cực lực *p* 极力: cực lực phản đối 极力反抗

cực ngắn *t* 极短: luồng sóng cực ngắn 超短波

cực nhỏ *t* 极小: mũi kim cực nhỏ 极小的针头

cực nhọc *t* 劳碌, 艰辛, 操劳: làm lụng cực nhọc 艰辛劳作

cực nhục *t* 耻辱: Chịu bao cực nhục dưới chế độ thực dân. 在殖民统治下饱受耻辱。

cực phẩm *d* 极品

cực quang *d* 极光

cực quyền *d* 极权

cực tả *t* [政] 极左: đường lối cực tả 极左路线

cực thịnh *t* 鼎盛: thời kì cực thịnh 鼎盛时期

cực tiểu *t* 最小: giá trị cực tiểu 最小价值 *d* [数] 函数的最小值

cực trị *d* [数] 极值 (最大值或最小值): tìm cực trị của một hàm số 求一个函数的极值

cực tuyến *d* [数] 极线

cực từ *d* [理] 磁极

cửi *đg* [旧] 织 (布)

cưng *đg* 宠爱, 溺爱: Mẹ rất cưng con. 妈妈很宠爱孩子。*d* [方] 亲爱的, 宝贝: Cưng ngoan nhé! 宝贝, 乖啊!

cưng chiều *đg* 宠爱: được ông bà cưng chiều 被爷爷奶奶宠爱

cưng cứng *t* 稍硬: Cái bánh cưng cứng khó ăn. 饼有点硬不好吃。

cửng *đg* 勃起

cứng *t* ①坚硬, 硬实: hòn đá cứng 硬石头②壮: Bón đủ lân cho lúa cứng cây. 施足磷

肥使禾苗茁壮成长。③[口] 过硬的：Lái xe có tay nghề cứng. 司机有过硬的开车技术。④[口] 稍高，稍多：nửa cân cứng nửa cân多；Giá cứng quá, không mua được! 太贵了，买不了！⑤僵：nước đông cứng 水结冰；Hai tay tê cứng. 两手发麻动不了。Động tác hơi cứng. 动作有点僵硬。⑥死板，呆板，刻板：Xử lí như vậy là hơi cứng. 这样处理有点死板。⑦没办法：Chịu cứng, đành phải thôi. 没办法，只好算了。⑧（食品）稍咸：nước mắm cứng 鱼露有点咸

cứng cáp *t* 结实，强壮，强健，硬朗：Đứa bé trông có vẻ cứng cáp hơn trước. 小孩看起来比以前结实了。

cứng cát=cứng cáp

cứng chắc *t* 坚实，牢实，结实

cứng cỏi *t* 坚定，刚毅，不屈不挠：thái độ cứng cỏi 坚定的态度

cứng còng *t*[方] 硬邦邦：quần bò cứng còng 硬邦邦的牛仔裤

cứng cổ=cứng đầu

cứng cựa *t*[口] 强硬，坚毅：thái độ cứng cựa 态度强硬

cứng đầu *t*[口] 顽固，执拗

cứng đầu cứng cổ[口] 顽固任性

cứng đờ *t* ①僵直，僵硬：Chân tay lạnh cóng cứng đờ. 手脚被冻得僵硬。②死板，生硬，一成不变：Làm việc theo lối cũ cứng đờ. 按照死板的旧方式办事。

cứng họng *t*[口] 张口结舌：bị hỏi vặn đến cứng họng 被质问得张口结舌

cứng lưỡi=cứng họng

cứng miệng *t*[口] 张口结舌

cứng ngắc *t* ①硬邦邦：Lương khô cứng ngắc cắn không được. 干粮太硬啃不动。②僵硬：Hai tay cứng ngắc không cử động được. 双手僵硬动不了。③死板，生硬：động tác cứng ngắc 动作生硬

cứng nhắc *t* ①生硬：Dáng đi trông cứng nhắc. 走路的样子看起来很生硬。②古板，刻板，死板，僵化：cách làm việc cứng nhắc 死板的工作方法

cứng quành *t*[方] 硬撅撅：chiếc khăn mặt cứng quành 手巾硬撅撅的

cứng quèo *t* 硬邦邦：điệu nhảy cứng quèo 舞姿硬邦邦的

cứng rắn *t* ①坚硬：tảng đá cứng rắn 坚硬的石头②强硬：thái độ cứng rắn 强硬的态度

cước₁ *d* ①[动] 樟蚕②樟蚕丝③尼龙丝线（用于钓鱼、织网、缝斗笠等）

cước₂ *d*[医] 冻疮

cước₃ *d*[口] 运费：cước tàu xe 车船费

cước₄[汉] 脚

cước chú *d*[旧] 脚注

cước gửi tiền *d* 汇费

cước hàng hai chiều 双程货物运费

cước khí *d*[医] 脚气症

cước phí *d* 费用：cước phí điện thoại 电话费

cước vận *d*(诗的) 韵脚

cược₁ *đg*[口] 交订金：tiền cược 订金

cược₂ *đg*[口] 打赌：Cược với ai? 跟谁打赌？

cười *đg* ①笑，嬉笑：mỉm cười 微笑②讥笑：Làm thế không sợ người ta cười ư? 这样做不怕人笑话？

cười chê *đg* 讥笑，嘲笑，嗤笑：Không nên cười chê người khác, phải khiêm tốn. 不要嘲笑别人，要谦虚。

cười chúm chím *đg* 笑眯眯，笑吟吟：Cô bé cười chúm chím. 小姑娘笑吟吟的。

cười cợt *đg* 嬉笑，耍笑：Đám thanh niên cười cợt với nhau. 青年们在一起耍笑。

cười duyên *đg* 嫣然一笑：Cô gái nở nụ cười duyên. 姑娘嫣然一笑。

cười đứt ruột[口] 笑断肠

cười gằn *đg* 讪笑，嗤笑

cười giòn *đg* 呵呵笑

cười góp *đg* 赔笑

cười ha hả *đg* 哈哈笑: Thằng bé khoái chí cười ha hả. 小孩得意地哈哈大笑。

cười hênh hếch *đg* 傻笑

cười hì hì *đg* 干笑

cười khà *đg* 嘿嘿笑

cười khan *đg* 干笑

cười khanh khách *đg* 咯咯笑

cười khẩy *đg* 讪笑, 嗤笑: nhếch mép cười khẩy 咧嘴讪笑

cười khì *đg* 憨笑: Thằng bé đứng bên cười khì. 男孩在旁边憨笑。

cười khúc khích *đg* 窃笑

cười lả lớt *đg* 媚笑, 淫笑

cười lăn lộn *đg* 捧腹大笑

cười lẳng *đg* 浪笑

cười mát *đg* 咧嘴笑 (表示蔑视)

cười miếng chi *đg*[方] 微笑

cười mơn *đg* 奸笑

cười mũi *đg* 讥笑, 嗤笑

cười nắc nẻ *đg*[口] 捧腹大笑

cười nẻ ruột[口] 笑断肠

cười ngặt nghẽo 笑得前仰后合

cười ngất *đg* 笑杀, 笑煞

cười ngây ngô *đg* 傻笑

cười nhạo *đg* 嘲笑

cười nhạt *đg* 冷笑

cười nhoẻn miệng *đg* 伴笑

cười nịnh *đg* 谄笑

cười nôn ruột [口] 笑破肚皮

cười nụ *đg* 微笑, 笑吟吟

cười nửa miệng *đg* 隐笑, 笑不露齿

cười ồ *đg* 哄堂大笑

cười phá *đg* 放声大笑

cười ra nước mắt 笑出眼泪

cười rộ *đg* 哄堂大笑

cười ruồi=cười nhạt

cười sằng sặc *đg* 笑得透不过气来

cười tếch toác *đg* 大笑

cười thầm *đg* 暗笑, 窃笑, 偷笑

cười tình *đg* 媚笑

cười toe toét *đg* 嘻嘻哈哈

cười trừ *đg* 遮羞地笑, 支吾地笑

cười tủm *đg* 微微笑

cười tủm tỉm *đg* 笑盈盈

cười vang *đg* 哈哈大笑

cười vỡ bụng[口] 笑破肚皮

cười xoà *đg* 和解地笑

cưỡi *đg* ①骑 (在背或肩上): cưỡi ngựa ra trận 骑马上阵 ② [口] 骑, 坐 (自行车、摩托车等带鞍的交通工具): cưỡi xe máy đi làm 骑摩托车去上班

cưỡi cổ *đg*[口] 骑在脖子上, 欺压: cường hào cưỡi cổ dân thường 豪强欺压平民

cưỡi đầu cưỡi cổ[口] 压迫欺凌

cưỡi hạc chầu trời 驾鹤返瑶池

cưỡi hổ 骑虎难下

cưỡi mây đạp gió 腾云驾雾

cưỡi ngựa xem hoa 走马观花

cưỡi trên lưng cọp 骑虎难下

cưỡi trên lưng hổ=cưỡi trên lưng cọp

cưỡi rồng 乘龙快婿

cưới *đg* ①娶: cưới vợ 娶妻 ②结婚: lễ cưới 婚礼

cưới chạy tang *đg*[旧] 拔亲 (指乘新丧而提前娶亲)

cưới cheo *đg*[口] 举办婚礼: Nhà nghèo không dám tính việc cưới cheo. 家里穷不敢想那结婚之事。

cưới gả *đg* 嫁娶

cưới hỏi *đg* 举办婚礼: lo việc cưới hỏi 操心婚办之事

cưới xin *đg* 举办婚礼: Lấy nhau có cưới xin hẳn hoi. 结婚举办了像样的婚礼。

cườm[1] *d* ①小珠子: chuốt hạt cườm óng ánh 闪亮的串珠② [植] 薏苡

cườm[2] *d*[方] 手腕; 脚踝

cườm[3] *đg* 打磨; 抛光: kĩ thuật cườm vòng vàng 金项圈的抛光技术

cương₁[汉] 缰 *d* 缰: dây cương ngựa 马 缰绳

cương₂ *đg* 信口开河

cương₃ *t* 膨胀: Mụn trên tay đang cương mủ. 手上的疮在化脓。

cương₄[汉] 刚 *t* 刚强: lúc cương, lúc nhu 刚柔并重

cương cường *t*[旧] 刚强

cương giới *d*[旧] 疆界

cương lãnh *d*[旧] 纲领

cương lĩnh *d* 纲领: cương lĩnh chung 共同纲领

cương mủ *đg*[医] 化脓

cương mục *d* 纲目

cương ngạnh *t*[旧] 刚愎: tính tình cương ngạnh 性格刚愎

cương nghị *t* 刚毅: tính cách cương nghị 刚毅的性格

cương quyết *t* 果断, 坚决: cương quyết giải quyết 果断解决

cương thổ *d*[旧] 疆土

cương thường *d*[旧] 纲常

cương toả *d*[旧] 缰锁; 束缚

cương trực *t* 刚直: tính cương trực 刚直的性格

cương vị *d* 岗位: cương vị việc làm 就业岗位

cương vực *d*[旧] 疆域

cương yếu *d* 纲要

cường [汉] 强 *t* ①[旧] 强② (潮水) 上涨

cường bạo *t* 强暴: bọn giặc cường bạo 强暴的侵略者

cường dương *t*(阳具) 勃起的

cường đạo *d*[旧] 强盗

cường địch *d*[旧] 强敌, 劲敌

cường điệu *đg* 强调: cường điệu tính quan trọng 强调重要性

cường độ *d* 强度: cường độ từ trường 磁场强度

cường độ lao động *d* 劳动强度

cường gân hoạt huyết 舒筋活血

cường giáp *d*[医] 甲亢

cường hào *d*[旧] 豪强: bọn cường hào ác bá 土豪劣绅

cường kích *d*[口] 强击机

cường lực *d* 强力

cường mạnh *t*[旧] 强大: quân đội cường mạnh 强大的军队

cường quốc *d* 强国: cường quốc kinh tế trên thế giới 世界经济强国

cường quyền *d* 强权: thống trị cường quyền 强权统治

cường suất *d* 水位变化速度: Nước sông dâng với cường suất 5cm một giờ. 河水以每小时 5 厘米的速度上涨。

cường tập *đg* 强攻: chiến thuật cường tập 强攻战术

cường thịnh *t* 强盛: đất nước cường thịnh 强盛国家

cường toan *d*[旧] 强酸, 镪水

cường tráng *t* 强壮: người đàn ông cường tráng 强壮的男人

cưỡng₁ *d*[方][动] 白颈八哥

cưỡng₂[汉] 强 *đg* ①勉强, 强加于人: bị cưỡng đi lính 被逼去当兵; Không làm được thì thôi, không cưỡng. 做不了就算了, 别勉强。②违拗, 违背: Không cưỡng lại được lệnh sếp. 不能违拗老板的命令。

cưỡng₃ *t*(公鸡) 未被阉割的

cưỡng bách *đg*[旧] 强迫, 强制: cưỡng bách học tập 强迫学习

cưỡng bức *đg* 强迫, 强制: cưỡng bức lao động 强制劳动

cưỡng chế *đg* 强制: cưỡng chế dỡ bỏ kiến trúc trái phép 强制拆除违法建筑

cưỡng dâm *đg* 强奸: bị bắt vì tội cưỡng dâm 因强奸罪被抓

cưỡng đoạt *đg* 抢夺: cưỡng đoạt tài sản người

khác 抢夺他人财产

cưỡng ép *đg* 逼迫, 强迫, 胁迫: cưỡng ép cô gái mại dâm 逼迫女孩卖淫

cưỡng hiếp=cưỡng dâm

cưỡng hôn *đg* 逼婚: Cưỡng hôn là sai pháp luật. 逼婚是违法的。

cưỡng lệnh *đg* 违命

cưỡng lời *đg* 违拗

cướp *đg* ①抢夺, 抢劫, 夺取: giết người cướp của 杀人劫财② [口] 争夺, 争抢: chiếc xe cướp đường 车子抢道; Đang nói bị cướp lời. 正说着被抢了话。③夺走: Trận động đất đã cướp đi hàng vạn sinh mạng. 地震夺走了上万人的生命。④ [口] 抓住: phải cướp lấy thời cơ 要抓住时机 *d*[口] 强盗: cảnh sát bắt cướp 警察抓强盗

cướp biển *d* 海盗

cướp bóc *đg* 抢夺财产: cướp bóc, giành giật nhau 相互争抢

cướp cò *đg*[军] 走火: súng bị cướp cò 枪走火

cướp công *đg* 抢功

cướp đoạt *đg* 抢夺: cướp đoạt tài sản nhà nước 抢国家财产

cướp đường *đg*(车子) 抢道

cướp giật *đg* 劫掠, 抢劫: cướp giật bằng xe máy 骑摩托车抢劫

cướp lời *đg*(说话) 抢话

cướp ngôi *đg* 篡位: Vua bị cướp ngôi. 皇帝被篡位。

cướp phá *đg* 焚劫, 破坏: Bọn giặc cướp phá bừa bãi. 强盗到处放火抢劫。

cướp sống *đg* 明火执仗, 抢劫: Giặc đến cướp sống cả làng. 强盗洗劫了整个村庄。

cướp trại *đg* 偷营, 劫寨

cứt [口] ①*d* 粪便②*đg* 放屁（骂语）: Nói như cứt. 说话像放屁一样。

cứt đái *d*[口] 屎尿

cứt gián *d* 蟑螂粪

cứt ngựa *d* 马粪

cứt ráy *d* 耳垢, 耳屎

cứt sắt *d* 铁渣

cứt su *d* 胎粪

cứt trâu *d* ①牛粪② [医] 囟门痂

cưu hờn *đg* 记恨, 怀恨, 抱恨

cưu mang *đg* ① [旧] 怀胎②相助: Mồ côi, được bà con cưu mang. 父母早逝, 得到乡亲们的帮助。

cưu oán *đg* 结怨, 记仇

cưu thù *đg* 记仇, 结仇

cừu[1] *d* ①绵羊: lẩu thịt cừu 涮羊肉② [体] 跳马: động tác nhảy cừu 跳马动作

cừu[2][汉]仇 *d*[旧] (仇) 恨: mang cừu trong lòng 怀恨在心

cừu con *d* 羊羔

cừu địch *d*; *đg*[旧] 仇敌: phá bỏ sự cừu địch 摒除仇恨(化干戈为玉帛)

cừu hận *đg* 仇恨: mang cừu hận trong lòng 怀恨在心

cừu sát *đg* 仇杀: vụ cừu sát 仇杀案

cừu thị *đg*; *d* 仇视: thái độ cừu thị 仇视态度; xoá bỏ lòng cừu thị dân tộc 消除民族仇视

cừu thù[1] *d* 仇人

cừu thù[2] *d*[旧] 仇恨

cửu[汉]九, 久

cửu chương *d*[数] 九章乘数表

cửu lí hương *d*[植] 九里香

cửu lưu *d*[旧] 九流

cửu ngũ *d*[旧] 九五之尊

cửu nguyên *d*[旧] 九泉

cửu phẩm *d*[旧] 九品

cửu quận *d*[地] 九郡（古交趾的九郡）

cửu tộc *d*[旧] 九族

cửu trùng *d*[旧] 九重

cửu tuyền *d*[旧] 九泉

cửu vạn *d* 苦力

cữu *d* 灵柩

cứu[1][汉]救 *đg* 拯救, 搭救: trị bệnh cứu người

治病救人

cứu₂ [汉] 灸 *đg* [医] 灸: cứu vào huyệt 灸穴位

cứu₃ [汉] 究

cứu bần *đg* [旧] 救贫, 济贫

cứu binh *d* 救兵, 援军

cứu cánh *d* ① [旧] 最终目的: cứu cánh của bài viết 文章的最终目的 ② 寄托: Con là cứu cánh cho mẹ. 孩子是母亲的寄托。

cứu cấp *đg* 救急

cứu chúa *d* [宗] 救世主

cứu chữa *đg* ① 救治, 救护: tìm cách cứu chữa 想办法救治 ② 补救, 挽救: hết cách cứu chữa 无法挽救

cứu đói *đg* 赈饥, 救饥: góp tiền cứu đói 捐钱赈饥

cứu độ *đg* [宗] 救世: cứu độ chúng sinh 普度众生

cứu giúp *đg* 救助: cứu giúp dân nghèo 救助贫民

cứu hạn *đg* 救旱

cứu hoả *đg* 救火, 消防: xe cứu hoả 消防车; thiết bị cứu hoả 消防设施

cứu hoang *đg* 救荒

cứu hộ *đg* 救护: đội cứu hộ 救护队

cứu mạng *đg* 救命: nhớ ơn cứu mạng 不忘救命之恩

cứu nạn *đg* 救难

cứu nguy *đg* 救危, 抢险

cứu nhân độ thế 救人渡世

cứu quốc *đg* 救国

cứu rỗi *đg* [宗] 拯救灵魂

cứu sinh *đg* 救生: phao cứu sinh 救生圈

cứu tai *đg* 救灾

cứu tế *đg* 救济, 周济: tiền cứu tế 救济款

cứu thế *đg* [宗] 救世: chúa cứu thế 救世主

cứu thương *đg* 救护, 救伤: nhân viên cứu thương 救护人员 *d* 救生员: cứu thương hoả tuyến 火线救生员

cứu tinh *d* 救星: vị cứu tinh của dân tộc 民族的救星

cứu trợ *đg* 救助: thực phẩm cứu trợ 救助食品

cứu ứng *đg* 救应, 接应: cử bộ đội đi cứu ứng 派部队去接应

cứu vãn *đg* 挽救: cứu vãn đại cục 挽回大局

cứu viện *đg* 救援: cử quân đi cứu viện 派兵救援

cứu vong *đg* 救亡

cứu vớt *đg* 挽救, 拯救: Cứu vớt linh hồn ra khỏi bóng tối. 把灵魂从黑暗中拯救出来。

cựu [汉] 旧 *t* 旧, 前任: cựu thủ tướng 前总理

cựu binh *d* 老兵: Cựu binh làm gương cho tân binh. 老兵带新兵。

cựu chiến binh *d* 老战士

cựu giao *d* 旧交, 故交

cựu giáo *d* [宗] 旧教

cựu học *d* 旧学

cựu lệ *d* 旧例

cựu lịch *d* 旧历, 农历

cựu phái *d* 旧派

cựu quán *d* 原籍

cựu thần *d* [旧] 旧臣

cựu trào *d* 前朝 *t* [口] 老, 陈旧

cựu triều [旧] =cựu trào

cựu truyền *t* [旧] 传统

cựu tục *d* 旧俗

Cựu Ước *d* [宗] 旧约

D d

d, D ①越语字母表的第 6 个字母②做符号表示第四

da₁ *d* ①皮肤：dưỡng da 保养皮肤②皮革：giầy da 皮鞋

da₂ *d* [方] 榕树：cây da 榕树

da bánh mật *d*(皮肤) 酱色，古铜色：màu da bánh mật 古铜色的皮肤

da bát *d* 月白色

da bê *d* 小牛皮

da bò *d* 牛皮

da bọc xương 皮包骨

da bốc *d* 鞣皮，熟皮：da bốc can 小牛鞣皮

da cam *d* ①橘皮②橘红色，橙黄色：chất độc màu da cam 橙黄色毒剂（二噁英）

da cật *d* 上等皮

da chì *d* 铅色，灰白色：màu da chì 灰白色

da cóc *d* ①蛙皮②皱皮

da da *d*[动] 竹鸡，鹧鸪

da dâu *d* 紫红色：màu da dâu 紫红色

da dầu *d* 油皮

da dẻ *d* ①皮肤②肤色：da dẻ hồng hào 肤色红润

da đồi mồi =da mồi

da gà *d* 鸡皮疙瘩：nổi da gà 起鸡皮疙瘩

da gai *d* 棘皮动物：động vật da gai 棘皮动物（如海参、海星等）

da giả *d* 人造革

Da giáo *d*[宗] 耶稣教

da láng *d* 漆皮

da liễu *d* 皮肤病和性病的统称：khoa da liễu 皮肤性病科；bệnh viện da liễu 皮肤性病医院

da lông *d* 皮毛

da lươn *d* 黄鳝色，赤褐色

da màu *d* 有色人种

da mồi *d* ①玳瑁色②（带老人斑的）老人皮肤：tóc bạc da mồi 鸡皮鹤发（指老态龙钟）

da ngà *d* 象牙色，米黄色

da ngoài *d* 表皮，浮皮，外皮

da ngựa bọc thây 马革裹尸

da nhung *d* 绒皮

da non *d* 嫩皮，新皮：Vết thương đã kéo da non. 伤口已长出新皮（新肉）。

da rạn *d* 陶瓷器的纹路

da sần *d* 印花皮

da sống *d* 生皮

da sởn vẩy ốc *đg* 起鸡皮疙瘩

da tay đập *d* 皮结

da thú *d* 兽皮

da thuộc *d* 熟皮，鞣皮

Da-tô *d*[宗] 耶稣

da tổng hợp *d* 合成革

da trăn *d* 南蛇皮

da trâu *d* 水牛皮

da trong *d* 真皮

da trời *d* 天蓝色：xanh da trời 蔚蓝色

da tuyết *d* 如雪的肌肤，嫩白的肌肤

dà₁ *d* 一种棕色染料 *t* 棕色，赭色

dà₂ *c*（表带有亲密口吻的拒绝、否定）：Dà! Làm gì có chuyện đó？切！哪有那回事儿？

dã₁ *đg* 消解，解除：dã rượu 解酒；dã độc 解毒；thuốc đắng dã tật 良药苦口

dã₂ [汉] 野 *d* 田野：dân đen thôn dã 乡野村夫

dã₃ [汉] 也：chi hồ giả dã 之乎者也

dã cầm *d* 野禽

dã chiến *đg* 野战：bộ đội dã chiến 野战军；bệnh viện dã chiến 野战医院；công sự dã chiến 野战工事

dã dề *đg*[旧] 寒暄，搭讪：Tiểu thư đón cửa dã dề. 小姐迎门寒暄。

dã dượi *t* 无精打采，萎靡不振：Dạo này nó

dã dượi, không biết vì sao. 最近他总是萎
靡不振,不知为什么。

dã lã=giả lả

dã man *t* 野蛮: những hành động dã man 野
蛮行为

dã ngoại *d* 野外: cuộc hành quân dã ngoại 野
外行军

dã nhân *d* ①野人②灵长类动物的统称 (如
大猩猩等)

dã pháo *d*[军] 野炮

dã sinh *d* 野生

dã sử *d* 野史

dã tâm *d* 野心

dã thú *d* 野兽

dã tràng *d* 沙狗,沙钩 (蟹的一种)

dã ưng *d*[动] 鸢

dã ưng

dã vị *d* 野味,野炊

dã yến *d* 野宴,野餐

dạ₁ *d* ①肚子: đau dạ 肚子痛②心腹③心怀,
心地: lòng lang dạ thú 狼心狗肺

dạ₂ *d* 毛呢,呢子: len dạ 毛呢线; quần áo dạ
呢子服; chăn dạ 毛呢毯

dạ₃ *c* 哎;是 (表应诺、同意或明白): -Em Lan!
-Dạ!-阿兰!-哎!-Em hiểu chưa? -Dạ.-你明
白了吗? -是。*đg*(回答)说 "是": dạ một
tiếng rõ to 清楚大声地说 "是"

dạ₄ [汉] 夜

dạ cỏ *d*(反刍动物) 瘤胃

dạ con *d* 子宫

dạ dày *d* 胃: dạ dày cơ hỗng (肫)

dạ dịp *đg* 诺诺连声: Ai bảo gì nó cũng cứ
chỉ dạ dịp. 谁说什么他都总是诺诺连声。

dạ đề *d* 夜啼症

dạ hội *d* 晚会

dạ hương *d* 夜来香

dạ khách *d* 夜客 (指小偷)

dạ khúc *d*[乐] 夜曲

dạ lá sách *d*(反刍动物) 重瓣胃

dạ minh châu *d* 夜明珠

dạ minh sa *d*[药] 夜明砂

dạ múi khế *d*(反刍动物) 皱胃

dạ quang *t* 夜光的: đồng hồ dạ quang 夜光
钟表

dạ tiệc *d* 夜宴,晚宴

dạ tổ ong *d*(反刍动物) 蜂巢胃

dạ trang *d* 晚礼服

dạ vũ *d* 舞会

dạ xoa *d* 夜叉: xấu như quỉ dạ xoa 丑得像夜
叉

dạ yến=dạ tiệc

dác *d*(树的) 韧皮: dác gỗ 木皮

dai *t* ①韧: dai như cao su 韧如橡胶②长久
不息的,无休止的: nói dai 絮絮叨叨

dai dẳng *t* 延绵,持续: Ốm dai dẳng suốt cả
tháng. 病情拖了整个月。

dai nhách *t* 老韧,筋道: Miếng thịt dai nhách.
肉太韧了。

dai như đỉa *t* 韧如饿蛭 (指死缠烂磨)

dai sức *t* 耐力,持久力: chạy dai sức 长跑

dài *t* ①长度: Tấm vải dài 20 mét. 这块布长
20 米。②长的: bàn dài 长桌③持久,长
久: thở dài 长叹④漫长: Thức lâu mới biết
đêm dài, ở lâu mới biết là người có nhân.
路遥知马力,日久见人心。

dài đặc=dài dằng dặc

dài dằng dặc *t* 漫长: con đường dài dằng dặc
漫长的道路

dài dòng *t* 冗长: bài văn dài dòng 冗长的文

章

dài dòng văn tự 冗言繁语; 空话连篇

dài đằng đẵng *t* 漫长: ngày dài đằng đẵng 漫长的岁月

dài đuỗn *t* 长而直: cây gỗ dài đuỗn 直直的木头; mặt dài đuỗn 板直的脸

dài hạn *d* 长期: qui hoạch dài hạn 长期规划

dài hơi *t* 花工夫的: tác phẩm dài hơi 鸿篇巨制

dài lâu=lâu dài

dài lê thê *t* ①冗长: văn dài lê thê 长篇大论 ②漫长, 悠长: ngày tháng dài lê thê 岁月悠长

dài lời *t* 多言, 多说: không cần dài lời 毋庸多言

dài lưng *t* 长腰的 (指懒惰): Dài lưng tốn vải ăn no lại nằm. 腰长费布, 吃饱就睡。(指好吃懒做)

dài lượt thượt=dài lê thê

dài mồm *t* 长舌, 多嘴多舌: Mày đừng có dài mồm. 你别多嘴多舌的。

dài nghêu *t* (显得有点不对称的) 细长: đôi chân dài nghêu 双腿细长

dài nhằng *t* 冗长: văn viết dài nhằng 文章冗长

dài nhời=dài lời

dài thòng *t* 长得过分的, 太长的: cái mặt dài thòng 脸长长的

dài thượt *t* 冗长拖沓的: loạt chữ dài thượt 冗长拖沓的文字

dài vô tận *t* 绵亘: đêm dài vô tận 漫漫长夜

dải *d* ①带儿: dải áo 衣带; dải thắt lưng 腰带②地带: dải nắng vàng 阳光地带; non sông liền một dải 山河连成一带 (指山水相连)

dải cờ *d* 飘带

dải đất *d* (一片) 土地

dải đồng *d* [旧] 指夫妻情意深

dải giày=dây giày

dải Ngân Hà *d* 银河

dải núi *d* 山脉

dải phân cách *d* 隔离带

dải rút *d* 裤腰带

dãi₁ *d* 津液, 口水: thèm nhỏ dãi 垂涎三尺; mồm miệng đầy dãi 口水直流

dãi₂ *đg* 暴露, 暴晒

dãi dầu *đg* 暴露: dãi dầu sương gió 沐浴风霜

dãi nắng dầm mưa 日晒雨淋

dãi nắng dầm sương 饱经风霜

dái₁ *d* ①阴囊②薯类植物主块根旁的伴生块: dái khoai sọ 子芋头; dái củ từ 子山薯③未经阉割的成年雄性家畜: bò dái 公牛; chó dái 公狗

dái₂ *đg* 畏惧: cha kính mẹ dái 敬父畏母; Khôn cho người ta dái, dại cho người ta thương. 聪明的让人敬畏, 愚笨的让人可怜。

dái chân *d* 腿肚子

dái tai *d* 耳垂

dại₁ *d* 竹篱, 竹帘

dại₂ *t* ①愚笨, 傻, 痴呆: nói dại 说傻话; Chớ có dại mà nghe lời rủ rê. 不要那么笨而受别人蛊惑。②不经事的, 不更事的: thơ dại 年幼无知; mẹ già con dại 老母少儿③疯癫: chó dại 疯狗; bệnh bò dại 疯牛病④麻木: đau dại cánh tay 疼得手臂发麻; mặt dại đờ 一脸的麻木相⑤野生: cỏ dại 野草; hoa dại 野花; giống bò dại thời xưa 古代野牛种

dại chữ *t* 不识字的, 笨的

dại dột *t* 愚昧, 愚蠢: ăn nói dại dột 言谈愚笨

dại gái *t* 好色的: kẻ dại gái 好色之徒

dại gì *p* 干吗这么傻, 犯不着, 不值得: Dại gì mà sinh chuyện với hắn. 犯不着惹他。Nó đã cho, dại gì không lấy. 既然他给了, 干吗不要呢。

dại khờ *t* 蠢笨, 笨拙: nét mặt dại khờ 一副

笨拙的样子

dại mặt *t* 羞愧，面有愧色，丢脸，难为情：Tôi cũng thấy dại mặt trước những việc làm của anh. 你干的那些事连我都感到难为情。

dại nắng *t* 暴晒的，向阳的：Cái sân này dại nắng. 这个院子晒得很。

dại như chó 愚笨如牛

dại sóng *t* 晕船的

dam₁ *d*[动] 田蟹

dam₂ *đg* (赌博用语) 还钱，付钱：dam tiền cho nhà cái 付钱给庄家

dàm *d* ①笼头：dàm ngựa 马笼头；dàm chó 狗嘴套儿②牛鼻拴绳：Trâu bứt dàm chạy ra đồng. 牛挣断拴鼻绳跑到田里。

dám *đg* ①勇于，无畏，胆敢②敢：đâu dám 岂敢；không dám 不敢

dám hỏi *đg*[旧] 敢问，请问

dám làm dám chịu 敢做敢当

dám nói dám làm 敢说敢干

dạm₁ *đg* ①临摹②描红

dạm₂ *đg* ①询问(常用于买卖)：dạm giá 询价②提亲：dạm vợ cho con 给儿子提亲

dạm hỏi=dạm ngõ

dạm mực *đg* (用毛笔) 临帖：dạm mực học viết chữ 临帖练字

dạm ngõ *đg* 说亲，提亲：Nhà trai cho đưa buồng cau đến dạm ngõ. 男方家托人拿槟榔来提亲。

dạm son *đg* (用朱笔) 临摹

dan *đg* 牵执，挽引：dan tay 牵手

dan díu *đg* ①牵扯②缱绻，两情缠绵③勾勾搭搭，明来暗去：Có vợ rồi còn dan díu với người khác. 有家有室了还跟别人勾勾搭搭。

dàn *đg* ①排列，陈列，布置：dàn quân 布兵；Hai đội bóng đá dàn ra trên sân cỏ. 两支足球队在绿茵场上摆好阵势。②安排，安顿：dàn việc 安排工作；Kế hoạch dàn đều, thiếu

trọng tâm. 计划安排得很普通，缺乏重点。③清理：dàn nợ 清理债务④排练：Ông ấy đang dàn một vở kịch ở Hải Phòng. 他正在海防排练一场戏。*d* ①团队，阵容：dàn hợp xướng 合唱团；dàn nhạc giao hưởng 交响乐团；dàn diễn viên 演员阵容②指成套的设备：dàn máy vi tính 成套的电脑；dàn nghe nhìn với bộ đầu hiện đại 成套的现代视听设备

dàn bài *d* 提纲：Lập dàn bài trước khi viết. 写文章之前先写提纲。

dàn bè *d*[乐] (乐团指挥用的) 总乐谱

dàn binh *đg* 布兵，布阵：dàn binh đánh giặc 布兵抗敌

dàn cảnh *đg* ①布置②操持，幕后指使：Trong vụ này, ai là người dàn cảnh? 此案中谁是主使？

dàn dạn *t* 凌乱，杂乱：Bày dàn dạn nhiều đồ ra làm gì thế? 乱七八糟地摆一大堆东西干吗？

dàn dựng *đg* 排演，演练：quá trình dàn dựng vở kịch 排戏过程

dàn hoà *đg* 斡旋，调解，调和，调停：người đứng ra dàn hoà 站出来调解的人

dàn khoan *d*[工] 钻塔，钻台

dàn mặt *đg* 直面，面见：Cô dâu xấu hổ không dám dàn mặt bà con. 新娘害羞不敢见乡亲。

dàn nhạc *d* 乐队，乐团：người chỉ huy dàn nhạc 乐队指挥；dàn nhạc giao hưởng 交响乐团

dàn tập *đg* 排练，彩排：Nhà hát đang dàn tập một vở kịch. 剧院正在排练一出戏。

dàn trải *đg* 散开 *t* 松散的，不集中：Ý văn dàn trải, không cô đọng. 文章主题不集中。

dàn trận *đg* 布阵

dàn xếp *đg* 斡旋，调停，调解：Vụ việc ấy đã được dàn xếp ổn thoả rồi. 那件事已得到妥善调解。

dãn *đg* ①抻长；扩散：Khí là một chất dễ

dãn. 气体是容易扩散的物质。②舒展: Vươn mình cho dãn gân cốt. 伸伸腰舒展筋骨。③散开: Đám đông dãn ra cho xe đi. 人群散开让车走。④裁减: Hàng nghìn công nhân bị dãn. 上千工人被裁减。

dãn nở *đg* 膨胀

dán *đg* ①粘贴: dán thông cáo 贴布告 ②贴近,紧贴: Chiếc áo lụa dán vào người. 这件绸衣很贴身。

dán hồ *đg* 粘贴,糊贴

dán mắt nhìn *đg* (眼睛) 直瞪瞪地看,紧盯着看: dán mắt nhìn vào mục tiêu 紧盯着目标

dạn *t* ①大胆: nói năng rất dạn 说话很大胆 ②经得起的,能经受的: dạn nắng 经晒; dạn với mưa gió 受得起风霜

dạn dày *t* ①经得起: dạn dày sương gió 经得起风霜 ②磨炼,历练: chiến sĩ cách mạng dạn dày 久经考验的革命战士 ③厚颜

dạn dĩ *t* 胆大,勇敢: nói năng dạn dĩ 说话大胆; đứa trẻ dạn dĩ 胆大的小孩

dạn đòn *t* 经打的,不怕打的: Thằng ấy dạn đòn lắm. 那小子很经打。

dạn gan *t* 大胆: nói năng rất dạn gan 说话很大胆

dancing *đg* 跳舞,舞蹈: câu lạc bộ dancing 跳舞俱乐部

dang₁ *d* [动] 长足鸟,涉水鸟

dang₂ *d* 苏麻竹属植物的一种

dang₃ *đg* 伸展,摆开,摊开: dang rộng cánh tay 伸开双臂

dang₄ *đg* 晒太阳: cứ dang đầu trần không chịu đội nón 老是光着头晒太阳,不愿戴斗笠

dang dở=dở dang

dàng dênh *t* 拖拉,磨蹭: Nhanh lên chứ, cứ dàng dênh mãi thế! 快点啊! 老是这么磨磨蹭蹭的!

dáng *d* 外观,外形,外貌,姿态,模样: làm bộ làm dáng 装模作样; dáng người 模样

dáng bộ *d* 仪态,容姿

dáng chừng *p* 似乎,仿佛,好像: Một người dáng chừng bác sĩ bước đến. 一个像是医生的人走过来。

dáng dấp *d* ①举止,形色 ②长相,相貌

dáng đi *d* 步履,走姿

dáng điệu=dáng bộ

dáng người *d* 相貌,身材;仪容,仪表,体态

dáng vẻ *d* 样子,外表

dáng vóc=vóc dáng

dạng₁ [汉] 样 *d* 外貌,外观,模样,状态: con gái giả dạng con trai 女扮男装; thuốc ở dạng bột 药粉

dạng₂ 恙

dạng bản *d* 样本

dạng địa hình *d* 地貌

dạng sóng *d* 波状

dạng thức *d* 样式

danh [汉] 名 *d* ①名字: giả danh 冒名; điểm danh 点名 ②名誉,名声: tốt danh hơn lành áo 美名胜锦衣; hữu danh vô thực 有名无实

danh bạ *d* 簿,名册: danh bạ điện thoại 电话簿

danh bất hư truyền 名不虚传

danh bút *d* 名笔 (喻著名作家、笔杆子)

danh ca *d* ①名歌 ②著名歌唱家,著名歌手 ③名伶

danh cầm *d* 著名琴师,著名音乐家

danh chính ngôn thuận 名正言顺

danh diện *d* 名望,声望,体面: Nó không đến, sợ mất danh diện. 他不来,怕有失体面。

danh dự *d* 名誉: chủ tịch danh dự 名誉主席

danh gia *d* 豪门,名门: danh gia vọng tộc 豪门望族

danh giá *d* 声价,声誉,名声 *t* 有声誉的,有名望的: những người danh giá 有名望的人

danh hài *d* 笑星,著名小品艺术家

danh hiệu *d* 名号,称号: danh hiệu Nhà giáo

Nhân dân 人民教育家称号

danh hoạ *d* 名画

danh lam thắng cảnh 名胜古迹: Thành phố này có nhiều danh lam thắng cảnh. 这个城市有很多名胜古迹。

danh lợi *d* 名利: bon chen danh lợi 追逐名利

danh lưu *d* 名流

danh mục *d* 名目;目录: danh mục hàng hoá miễn thuế 免税商品目录

danh nghĩa *d* 名义: Tôi đến đây với danh nghĩa cá nhân. 我以个人名义来这里。

danh ngôn *d* 名言,格言: danh ngôn về tình yêu 爱情格言

danh ngữ *d*[语] 名词短语

danh nhân *d* 名人: danh nhân văn hoá thế giới 世界文化名人

danh nho *d* 名儒

danh pháp *d* 科学命名法: danh pháp hoá học 化学科学命名法

danh phận *d* ①名分②出头,出息: Chẳng nên danh phận gì cả. 没什么出息。

danh quán *d* 姓名籍贯

danh sách *d* 花名册,名单: danh sách lớp 班级花名册

danh sĩ *d* 名士

danh số *d* [数] 实数

danh tác *d* 名作,杰作

danh tài =tài danh

danh thắng *d* 名胜: khu danh thắng 风景区

danh thiếp *d* 名帖,名片

danh thủ *d* 体育明星,名将: danh thủ điền kinh 田径名将

danh tiếng *d* 声誉,声望

danh tiết *d* 名节: giữ tròn danh tiết 保全名节

danh trứ *d* 名著,名作

danh từ *d*[语] 名词: danh từ riêng 专有名词; danh từ chung 普通名词

danh tướng *d* 名将

danh ưu *d*[旧] 名优,名伶

danh vị *d* 名利地位: mưu cầu danh vị 谋求名利地位

danh vọng *d* 名望

danh xưng *d* 名称,称谓: đại từ danh xưng 称谓代词

danh y *d*[旧] 名医

dành₁ *d*[植] 栀子 (同 dành dành)

dành₂ *d* 竹筐 (同 giành)

dành₃ *đg* ①保留: dành chỗ 留座; dành nhiều thì giờ đọc sách 留很多时间看书②存,储蓄,积攒: dành tiền mua xe 存钱买车; tiền để dành 积攒的钱

dành dành *d*[植] 栀子

dành dụm *đg* 存,储蓄,积蓄: Anh ấy từ bé đã biết dành dụm tiền. 他从小就懂得存钱。

dành phần *đg* 留份儿: Anh không đến thì không dành phần đâu. 你不来是不给你留份儿的。

dành riêng *đg* 特留,专留: Tình yêu đặc biệt dành riêng cho em. 特别的爱给特别的你。

dảnh *d* ①比目鱼类: cá dảnh 比目鱼②株: cấy dầy nhiều dảnh 多株密植

dao₁ *d* 刀子: cán dao 刀把儿; chuôi dao 刀梢; lưỡi dao 刀刃; mài dao 磨刀; sống dao 刀背

dao₂ [汉] 瑶,摇,谣,徭

dao bài *d* 牌形刀

dao bàn *d* 餐刀

dao bào *d* 刨刀: dao bào bóng 刨光刀; dao bào đầu tròn 圆头刨刀; dao bào nhọn 刨尖刀

dao bảy *d* 单刀; 七寸刀 (常用来砍柴)

dao bầu *d* 葫芦刀; 菜刀

dao bổ củi *d* 劈刀

dao búa *d* ①刀斧 (同 đao búa) ② (舞枪弄棒的) 流氓: dân dao búa 流氓打手

dao cạo *d* 剃刀, 刮刀

dao cau *d* 槟榔刀, 弯刀

dao cắt *d* ①切刀: dao cắt đá mài 砂轮割刀; dao cắt kính 玻璃切刀; dao cắt rãnh 半圆铣刀②闸刀: dao cắt điện 闸刀开关; dao cắt ống 管子刀

dao cầu *d* 切药铡刀

dao chìa vôi =dao vôi

dao con *d* 小刀

dao cưa *d* 锯刀

dao díp *d* 折式小刀

dao doa *d* 铰刀, 铣刀

dao độ *d* 振幅

dao động *đg* ①摇动, 上下波动②[理]振动, 振荡: dao động cơ học 机械振荡; dao động đẳng biên 等幅振荡; dao động đồ 波形图

dao động kí *d* 振动测试仪

dao găm *d* 匕首

dao gọt ba cạnh *d* [机]三角刮刀

dao gọt bằng *d* [机]平刮刀

dao gọt thẳng *d* [机]直割刀

dao gọt úp *d* [机]反割刀

dao hai lưỡi *d* 双刃剑 (喻事物的两面性): con dao hai lưỡi 一把双刃剑

dao kéo *d* 刀剪 (喻外科医生职业): cuộc đời cầm dao kéo 从医生涯

dao khắc *d* 錾刀

dao khúc *d* 歌谣

dao kim cương *d* [机]金钢刀

dao lửa *d* 火镰

dao mạch *d* 脉搏

dao mắc go tròn *d* [机]穿扣刀

dao móc bổ *d* [机]内眼刀

dao mổ *d* 手术刀

dao nạo *d* 刮刀

dao nề =dao xây

dao ngoại khoa *d* 外科手术刀

dao nhíp =dao díp

dao pha *d* ①杂用刀②多面手: Anh ấy như con dao pha. 他是个多面手。

dao phát *d* 削刀

dao phay *d* ①菜刀② [机]铣刀

dao quắm *d* 钩刀, 鬼头刀

dao rựa *d* 柴刀

dao thò chừng *d* [机]厚薄规

dao thợ điện *d* 电工刀

dao tiện *d* 切削刀, 车刀: dao tiện dập 套眼刀; dao tiện đầu tròn 圆头车刀; dao tiện khoả mặt 平面光刀; dao tiện lò xo 弹簧光刀; dao tiện lỗ 内圆车刀; dao tiện nhọn 尖头刀

dao trì *d* [旧]瑶池

dao trổ *d* 美工刀; 裁纸刀

dao tu *d* 砍刀

dao vọ *d* 枭嘴刀

dao vôi *d* (泥瓦匠用) 灰刀, 浆刀

dao xây *d* (泥水匠用) 灰刀

dao xén *d* 偏刀, 裁纸刀

dao xếp *d* 折叠刀

dao yếm *d* 斩骨刀

dào₁ *đg* 充溢, 洋溢: Lòng dào lên niềm yêu thương vô hạn. 心中洋溢着无限的爱慕之情。

dào₂ *c* (表示带有亲密口吻的拒绝、否定, 同 dà)

dào dạt *t* 洋溢, 盈满: ý thơ dào dạt 充满了诗意

dáo dác *t* 慌乱, 乱哄哄 (同 nháo nhác)

dáo dác₂ *t* 慌张 (同 nhớn nhác)

dạo₁ *d* 时期, 时段: Dạo này rất bận. 近来很忙。Dạo này anh có khoẻ không? 近来你好吗? Dạo trước tôi còn gặp anh ấy. 前些日子我还见到他。Câu chuyện được bàn tán sôi nổi một dạo. 那件事一时成为热门话题。

dạo₂ *đg* 游逛: dạo phố 逛街; đi dạo 去逛

dạo₃ *đg* ① [乐]初调, 起音: nhạc dạo 前奏; dạo trống 开场锣鼓②开场白: nói dạo 开

场白

dạo ấy *p* 当时,那时

dạo cảnh *đg* 游山玩水

dạo chơi *đg* 游逛,散步: Chiều chiều chúng tôi thường đi dạo chơi quanh hồ. 我们每天傍晚常到湖边漫步。

dạo dạc *t* 光说不做,放响炮: Chỉ thấy dạo dạc mà chưa làm gì. 只见说,不见做。

dạo đầu *đg* 前奏: khúc nhạc dạo đầu 前奏乐

dạo giọng *đg*[乐] 起音

dạo mát *đg* 兜风,散步: Cơm chiều xong chúng tôi thường đi dạo mát. 晚饭后,我们常去散步。

dạo nhạc *đg*[乐] 序曲,前奏曲

dát₁ *đg* 锤薄: Đồng là kim loại dễ dát mỏng. 铜是容易锤薄的金属。

dát₂ *đg* 镶: vàng dát ngọc 金镶玉; Nền trời đầy sao, tựa như dát bạc. 天上挂满星星,像是镶了银似的。

dát₃ *t* 胆小: dát gan 胆子小

dạt₁ *đg* 走纱: Vải mới giặt mấy lần đã dạt. 布刚洗几次就走纱了。

dạt₂ *đg* 推,挤: Thuyền bị sóng đánh dạt vào bờ. 船被浪推到岸边。 Đám đông dạt ra nhường lối cho xe đi. 人群挤到一边给车让路。

dạt dào *t* ; *đg* ①充满,洋溢: Trong lòng dạt dào tình thương. 心中充满怜悯之情。②泼溅: sóng dạt dào 浪花飞溅; Nước triều dạt dào dâng lên. 潮水呼呼地往上涌。

dàu *t* 枯萎,凋零: Dừa đã dàu. 椰树已枯萎。

dàu dàu *t* ①枯萎②憔悴,沮丧,黯然: gương mặt dàu dàu 面如枯槁; thương nhớ dàu dàu 黯然感伤

dáu *d*[植] 球根

day₁ *đg* 按揉,蹭,搓: day mắt 揉眼睛; Day ngón tay vào các huyệt để chữa bệnh. 按揉穴位治病。 Day gót chân trên mặt sàn.

用脚跟在地板上蹭来蹭去。

day₂ *đg*[方] 转,掉转: day lưng lại 转过身来; Ngồi day mặt vào trong. 把脸转到里面坐着。

day dứt *đg* 揉搓,折磨 *t* 痛苦,凄惨: giọng day dứt 语调凄惨; nỗi nhớ nhung day dứt 痛苦的思念

day trở *đg* ①翻转: Để bệnh nhân nằm im, tránh day trở nhiều. 让病人静躺着,不要老翻身。②斡旋,找路子: Không day trở gì kịp. 如何斡旋都来不及了。

dày *t* ①厚度: Tấm ván dày 5 centimet. 这块木板厚 5 厘米。②厚: mặt dày 厚脸皮③浓密: cấy dày 密植④深重,深厚: ơn nặng đức dày 恩高德重⑤[转] 地: cao dày 高厚 (古谓天地)⑥糍粑,黏窝窝: bánh dày 糍粑

dày cồm cộp=dày cộp

dày công *đg* 刻苦,下功夫,精心: dày công vun đắp tình hữu nghị 精心培育友谊

dày cộp *t* 厚实,厚墩墩: quyển sách dày cộp 厚厚的书

dày cui *t* 厚而硬: vải dày cui 又厚又硬的布

dày dạn=dạn dày

dày dặn *t* 厚实: Mái nhà lợp dày dặn. 房顶盖得很厚实。

dày đặc *t* 浓密,浓厚: sương mù dày đặc 浓雾

dày gió dạn sương 沐浴风霜

dày sít *t* 密密层层,密密麻麻: Chữ viết dày sít thế này khó đọc lắm. 字写得密密麻麻的,很难读。

dẩy *đg* 推,搡: dẩy ngã 推倒

dãy *d* 行,列,排: dãy nhà 一排房子; dãy số 数列 *đg* 涨溢,涨潮: nước dãy 水涨

dáy *d* 耳垢: dáy tai 耳垢

dạy *đg* ①教授,传授,教诲②家教,教养: đồ mất dạy 没教养的家伙

dạy bảo *đg* 教诲,教导,教训: Có người dạy

bảo vẫn là tốt. 有人教诲还是好的。

dạy dỗ *đg* 引导, 教导: Cảm ơn sự dạy dỗ của thầy! 谢谢老师的教导！

dạy đĩ vén váy=dạy khỉ leo cây

dạy đời *đg* 教训别人: Miệng còn hơi sữa mà cũng lên mặt dạy đời. 乳臭未干就来教训别人。

dạy học *đg* 教学, 教书: phương pháp dạy học 教学方法

dạy khỉ leo cây 教猴子爬树（喻多此一举）

dăm₁ *d* ①楔: dăm cối 磨楔②碎屑: đá dăm 碎石

dăm₂ *d* [方] 五 (=năm₂ 表估约之数): dăm ba cái 三五个; dăm bảy 六七个

dăm bào=vỏ bào

dăm bữa nửa tháng [口] 十天半月

dăm cối *d* 石磨的木芯

dăm kèn *d* [乐] (管乐器的) 哨片

dằm *d* 刺, 棘芒: dằm nứa 竹刺

dặm *d* ①里: một ngày nghìn dặm 一日千里; sai một li đi một dặm 失之毫厘, 谬以千里② [旧] (遥远的) 路途: đường xa dặm vắng 路途遥远

dặm Anh *d* 英里

dặm ngàn *d* 万水千山, 崇山峻岭

dặm nghìn=dặm ngàn

dặm nghìn da ngựa=da ngựa bọc thây

dặm trường *d* (遥远的) 路途, 征途

dăn=nhăn

dăn deo=nhăn nheo

dăn dúm *t* 皱缩, 干皱: quả cam dăn dúm 干瘪的橘子; mặt dăn dúm 干皱的脸

dằn *đg* ①摔, 猛搁: dằn cái cốc xuống bàn 把杯子往桌上一摔②按倒, 摁倒: dằn ngửa con lợn ra để trói 把猪按倒绑起来③压抑, 按捺: dằn cơn giận 压着火; dằn lòng không nói gì 压抑着什么都不说

dằn dỗi *đg* 怄气, 赌气, 发脾气, 使性子: Dằn dỗi, bỏ bữa cơm không ăn. 赌气不吃饭。

dằn hắt *đg* 嫌恶, 嫌弃: bị dằn hắt 被嫌弃

dằn mặt *đg* 迎面, 迎头: trận đòn dằn mặt 迎头痛击

dằn vặt *đg* 折磨, 困扰: Đừng dằn vặt cô ấy nữa. 别再折磨她了。

dặn *đg* 吩咐, 叮嘱, 嘱咐: Bố viết thư dặn đi dặn lại. 爸爸写信来千叮万嘱的。

dặn bảo *đg* 嘱咐

dặn dò *đg* 叮咛, 叮嘱: Nhớ lời dặn dò của mẹ chưa? 记住妈妈的叮嘱了吗？

dăng=giăng₂

dăng dăng *t* 一长列, 一长串: dài dăng dăng 长长的一串

dằng dai *t* 缠绵, 迁延, 漫长: cuộc chiến tranh dằng dai 漫长的战争; Công việc còn dằng dai chưa có kết quả. 工作还拖着, 毫无结果。

dằng dặc *t* ①迢遥, 绵长, 漫长: đường dài dằng dặc 路途迢遥; những giây phút chờ đợi dài dằng dặc 漫长等待的时刻②冗长: bài văn dài dằng dặc 文章冗长

dằng dịt=chằng chịt

dắng *đg* [转] 事前放响炮: dắng trước mà không làm 放了话又不干

dặng hắng *đg* 清嗓子: Vào đến sân, anh ấy đứng lại dặng hắng. 进到院子, 他停了下来清清嗓子。

dắt *đg* ①带领, 扶携: ẵm trẻ dắt già 扶老携幼②引导: Thầy giáo chăn dắt học trò. 老师引导学生。③牵引, 拉曳: dắt tay 牵手; dắt ngựa 牵马

dắt dẫn=dẫn dắt

dắt dây *đg* 牵扯: Vấn đề này dắt dây hàng loạt các vấn đề khác. 这个问题牵扯到其他一系列问题。

dắt dìu=dìu dắt

dắt díu *đg* 牵携, 携手: dắt díu tay nhau 手牵手; Cả gia đình dắt díu nhau về quê. 全家携手 (即一起) 回乡。

dắt đường *đg* 引路, 向导

dắt gái *đg*[口] 拉皮条

dắt mối *đg* 中介, 牵线: Nhờ anh dắt mối, mới có sự hợp tác như hiện nay. 有你牵线, 才有现在的合作。

dắt mũi *đg*(被人) 牵着鼻子: Đừng để người ta dắt mũi. 不要让人牵着鼻子走。

dặt *đg* ①敷: dặt thuốc 敷药②装, 填: dặt thuốc Lào vào điếu 往水烟筒里装烟叶

dặt dẹo *t*[口] ①虚弱, 柔弱, 弱不禁风: Dặt dẹo đi không vững. 弱不禁风的走都走不稳。②居无定所: Ông ấy không có nhà ở, ngủ dặt dẹo ngoài đường. 他居无定所, 只能睡在路边。

dặt dìu *t* 轻柔, 柔和: sóng vỗ dặt dìu 浪轻柔地拍打; Tiếng sáo dặt dìu trên không. 柔和的笛声在空中回荡。

dâm₁ *đg* 插栽 (同 giâm)

dâm₂ [汉] 淫 *đ*; *t* 淫: gian dâm 奸淫

dâm₃ *t* 阴暗, 阴霾, 昏暗: trời dâm mát 天气阴凉; bóng dâm 阴影

dâm bụt *d*[植] 扶桑, 朱槿

dâm dấp *t*(汗水) 湿漉漉: Áo dâm dấp mồ hôi. 汗水浸透了衣服, 湿漉漉的。

dâm dật *t* 淫逸

dâm dục *t* 淫欲

dâm đãng *t* 淫荡

dâm loạn *t* 淫乱

dâm ô *t* 淫污

dâm tà *t* 淫邪

dâm thư *d* 淫书

dầm₁ *d*(舟的) 短桨

dầm₂ *d*[建] 主梁, 大梁

dầm₃ *đg* ①浸渍: dầm giấm 醋浸; dầm nước 浸水②淋: dãi nắng dầm mưa 日晒雨淋③雨连绵不停: mưa dầm liên miên 淫雨霏霏④尿裤, 尿床: đái dầm 尿裤子

dầm cầu *d* 桥梁

dầm chéo *d* 靠梁

dầm dề *t* ①(湿) 漉漉: ướt dầm dề 湿漉漉的②拖沓, 迁延, 绵绵: mưa dầm dề 阴雨绵绵

dầm đơn *d* 简支梁

dầm gỗ *d* 木梁

dầm hẫng *d* 悬臂梁

dầm hoa *d* 花梁

dầm kèo thép *d* 钢屋架

dầm liên tục *d* 连续梁

dầm mưa dãi nắng 雨淋日炙; 日晒雨淋

dầm ngang *d* 栋梁

dầm nhà *d* 屋梁, 桄

dầm phụ nằm ngang *d*[建] 桁条

dầm sắt *d* 钢架, 钢梁

dầm sương dãi nắng 风霜雨露; 沐雨栉风

dầm thẳng đường *d*[建] 门轴

dầm treo *d* 钩梁

dẫm₁ *đg* 践踏 (同 giẫm)

dẫm₂ *d*[动] 海狗

dẫm đuôi hổ 踩虎尾 (喻做危险之事)

dấm da dấm dớ *t* 糊里糊涂

dấm dẳn *t*(生气时说话) 一字一板的

dấm dẳng=dấm dẳn

dấm dớ=ấm ớ

dấm dúi *đg*; *t* 偷偷摸摸: Dấm dúi chuyền tay nhau món hàng lậu. 偷偷摸摸转手走私货物。

dấm dứ *đg* 准备, 打算, 要: giơ tay lên dấm dứ dọa đánh 举起手准备要打; bộ dấm dứ định chạy 打算要跑的样子

dấm dứt *t*(声音) 低: khóc dấm dứt 低声地哭

dậm chân *đg* 顿足, 踏步: dậm chân tại chỗ 原地踏步

dậm dật=rậm rật

dậm dọa *đg* 吓唬: dậm dọa trẻ con 吓唬小孩

dân [汉] 民 *d* ①人民, 群众, 百姓: lấy dân làm gốc 以民为本② (从事某职业的) 人:

dân buôn 生意人；dân điện ảnh 电影人

dân bản xứ *d* 本地人，土著民族

dân biểu *d* 民众代表（旧时民选机构代表）

dân binh *d* 民兵

dân ca *d* 民歌

dân cày=nông dân

dân chài *d* 渔民

dân chính *d* 民政

dân chơi *d* 玩家

dân chủ *d*；*t* 民主：dân chủ hoá 民主化；chế độ dân chủ tập trung 民主集中制；nước dân chủ nhân dân 人民民主国家；phát huy dân chủ 发扬民主；tân dân chủ 新民主主义；dân chủ tư sản 资本主义民主；dân chủ xã hội chủ nghĩa 社会主义民主

dân chúng *d* 民众

dân công *d* 民工

dân cư *d* 居民，人烟：dân cư đông đúc 人烟稠密；dân cư mạng 网民

dân cử *t* 选民的，人民选举产生的

dân dã *d* 乡下人，乡野村民 *t* 农家的：món ăn dân dã 农家菜；nơi dân dã 穷乡僻壤

dân dao *d* 民谣

dân doanh *t* 私营的，民营的

dân dụng *t* 民用的：máy bay dân dụng 民航飞机

dân đánh cá *d* 渔民

dân đen *d* 黎民百姓，平民，庶民

dân đinh *d* 人丁

dân gian *d* 民间：văn học dân gian 民间文学

dân giàu nước mạnh 国富民强

dân làng *d* 乡民，村民

dân lập *t* 民立的，民办的，私立的：trường dân lập 民办学校

dân luật *d*［旧］民法

dân lực *d* 民力

dân nghèo *d* 贫民

dân nghiện *d*［口］烟鬼，瘾君子

dân ngu khu đen *d* 平头百姓

dân nguyện *d* 民愿，民意

dân phòng *d* 民防，人民防空

dân phố *d* 街坊邻居：tổ dân phố 街道委员会

dân quân *d* 民兵：dân quân du kích 民兵游击队；dân quân tự vệ 民兵自卫队

dân quê *d* 乡下人

dân quốc *d* 民国

dân quyền *d* 人权，民权

dân sinh *d* 民生

dân số *d* 人口：dân số học 人口学；điều tra dân số 人口普查

dân sự *d*［法］民事：tố tụng dân sự 民事诉讼；luật tố tụng dân sự 民事诉讼法；xét xử về dân sự 民事裁判

dân thành phố *d* 市民

dân thường *d* 庶民，平民，老百姓

dân tình *d* 民意，民情

dân tộc *d* 民族：dân tộc chủ thể 主体民族；có màu sắc dân tộc 有民族特色的；độc lập dân tộc 民族独立；dân tộc hoá 民族化；dân tộc học 民族学；dân tộc thiểu số 少数民族；quyền tự quyết dân tộc 民族自决权；dân tộc tính 民族性

dân trí *d* 民智，民众素质：nâng cao dân trí 提高民众素质

dân ước luận *d*［政］民约论

dân vận *dg* 民运，做群众工作，做统战工作：làm cán bộ dân vận 民运工作者

dân vệ *d*［政］农村民兵自卫力量（原西贡政权）

dân vọng *d* 民望，众望

dân ý *d* 民意：thăm dò dân ý 民意测验；trưng cầu dân ý 征求民意

dần₁［汉］寅 *d* 寅（地支第三位）：giờ dần 寅时

dần₂ *dg* ① (用刀背) 敲打：Mình mẩy đau như dần. 身子痛得像被刀背敲打一样。②痛打：

dần cho một trận痛打一顿

dần₃ *p* 逐渐,渐渐: bệnh khỏi dần 病渐愈; dần dần mới hiểu ra 渐渐才明白

dần dà *p* 慢慢地,渐渐地: Dần dà họ trở thành thân nhau. 渐渐地他们变得亲近起来。

dần dần *p* 逐步,渐渐,慢慢: làm dần dần 慢慢做

dẫn [汉] 引 *đg* ① 引导,指引,引领,带领: dẫn đường 带路; dẫn con đến trường 带小孩到学校 ② 传引,传导,输导: ống dẫn 导管; dẫn điện 导电; ống dẫn dầu 输油管 ③ 引用: dẫn sách 引经据典; dẫn một câu làm thí dụ 引用一个句子为例 ④ 导致: Có nhiều nguyên nhân dẫn đến tình trạng này. 有很多原因导致这种情况。⑤ [体] 带 (球): dẫn bóng 带球 ⑥ [体](比分) 领先: Đội A đang dẫn điểm với tỉ số 2∶1. 甲队正以 2 比 1 的比分领先。

dẫn âm *đg* 传声,导音: Nước dẫn âm kém hơn không khí. 水的导音效果比空气差。

dẫn bảo=chỉ bảo

dẫn chất=dẫn xuất

dẫn chứng *đg* 引证 *d* 证据: đưa ra nhiều dẫn chứng 提供许多证据

dẫn chương trình *đg* 主持节目

dẫn cưới *đg*(送礼到女方家) 提亲

dẫn dắt *đg* 引领,带领

dẫn dâu *đg*(婚嫁) 送亲,送新娘

dẫn dụ *đg* 引诱,诱导: Nó bị dẫn dụ mới làm thế. 他被引诱才这么做。

dẫn dụng *đg* 引用: Lối dẫn dụng còn thiếu thuyết phục. 引用的方式仍缺乏说服力。

dẫn đạo *đg* 引导: người dẫn đạo 引导人

dẫn đầu *đg* 带头,领头,为首: đoàn đại biểu do thủ tướng dẫn đầu 以政府总理为首的代表团

dẫn điểm *đg* [体](比分) 领先: đội A đang dẫn điểm 甲队领先

dẫn độ *đg*[法] 引渡: dẫn độ tội phạm về nước 将罪犯引渡回国

dẫn động *đg* 传动,带动: Động cơ dẫn động băng chuyền. 发动机带动传送带。

dẫn giải₁ *đg* 注解

dẫn giải₂ *đg* 押解: dẫn giải tội phạm 押解犯人

dẫn hoả *đg* 引火: chất dẫn hoả 引火物质

dẫn liệu *d* 参考资料,引证材料

dẫn lộ *đg* 引路: Giáo sư Trần là người dẫn lộ cho tôi vào con đường khoa học. 陈教授是我的科研引路人。

dẫn lực *đg* [理] 引力: dẫn lực vạn vật 万有引力; dẫn lực trái đất 地球引力

dẫn lưu *đg* 引流: ống dẫn lưu 引流管

dẫn nạp *đg*[无] 导纳

dẫn nẻo *đg* 引路

dẫn ngôn=lời dẫn

dẫn nhiệt *đg* 传热,导热: hệ số dẫn nhiệt 导热系数

dẫn nước *đg* 引水: kênh dẫn nước 引水渠

dẫn rượu *đg* ① 引酒 (祭礼时上酒) ② 缓步而行: Đi dẫn rượu như thế bao giờ mới tới nơi? 这么慢什么时候才到啊？

dẫn sóng *đg*[无] 波导

dẫn thân *đg* 置身,到 (险境、窘境)∶ Mày dẫn thân vào đây làm gì? 你到这里来干什么？

dẫn thuỷ *đg* 引水: dẫn thuỷ nạp điền 引水入田; hệ thống dẫn thuỷ 引水系统

dẫn truyền *đg* [理] 传导: mất nhiệt do dẫn truyền 传导失热

dẫn tuyến *d* 引线

dẫn xác *đg* [口] 出现,冒头,浮头: Mày đi đâu mà giờ mới dẫn xác về? 你到哪去了现在才出现？

dẫn xuất *d* 化合物,衍生物: A-xít A-xê-tíc là một dẫn xuất của rượu. 醋酸是酒的衍生物。 *t* 衍生的,派生的: đơn vị dẫn xuất 衍生单位; chất dẫn xuất 派生物

D

dấn₁ *đg* ①涉身, 置身: dấn thân vào chỗ nguy hiểm 置身险地 ②努力, 加劲儿: làm dấn cho xong 加把劲干完; Gần xong rồi, làm dấn lên. 快完了, 加把劲!

dấn₂ *đg* 摁, 捺: dấn đầu xuống mà đánh 摁下头就打

dấn mình = dấn thân

dấn thân *đg* 涉身, 置身, 涉足: Không chịu được sự hành hạ, nó đã phải bỏ nhà, dấn thân vào nghề gái nhảy. 忍受不了折磨, 她只好离开家置身于舞女行列。

dấn vốn *d* 老本: Dấn vốn chỉ có bấy nhiêu. 老本就只有那么多。

dận₁ *đg* 踩踏: dận ga cho tăng tốc 踩油门加速

dận₂ *đg* [口] 穿（鞋）: dận một đôi dép da 穿着一双皮拖鞋

dâng *đg* ①奉上, 献上 ②上升, 上涨: nước triều dâng 涨潮

dâng biếu *đg* 奉赠, 奉献

dâng cúng *đg* 上供, 供祭: dâng cúng tổ tiên 供祭祖先

dâng hiến *đg* 贡献, 奉献: dâng hiến cuộc đời cho tổ quốc 为祖国奉献一生

dâng hoa *đg* 献花: dâng hoa kính Phật 献花敬佛

dâng rượu *đg* 祭酒, 献酒

dấp *đg* 蘸湿, 浸湿: dấp giọng 润喉; lấy khăn dấp nước 用毛巾浸水

dấp da dấp dính = dấp dính

dấp dính *t* ①沾: Trán dấp dính mồ hôi. 额头上沾着汗水。②口齿不清: nói dấp dính 说话口齿不清 ③惺忪, 眯眼: mắt dấp dính vì buồn ngủ 因困而睡眼惺忪

dập *đg* ①填埋, 掩埋: dập đất 填土; vùi dập 掩埋 ②扑灭: dập lửa 灭火 ③消除, 删除: Dập tên trong danh sách. 在名单中除名。Dập mấy chữ đánh sai. 把几个打错的字删去。④拍打, 压制: bị sóng dập cát vùi 被浪打沙埋; Bom dập lên ngọn đồi. 炮火压制了山头。⑤摧残, 作践: dập liễu vùi hoa 摧花残柳 ⑥（放在模具里）冲, 冲压, 冲制: máy dập 冲床; dập huy hiệu 冲徽章; nồi nhôm dập 冲制铝锅 ⑦（机械地）模仿, 按照: dập theo công thức cũ 模仿旧公式; dập theo khuôn mà làm 按照模子做 ⑧猛撞: Ngã dập đầu xuống nền nhà. 摔倒了, 头猛撞在地板上。

dập dềnh *đg* 起伏, 漂荡: sóng nước dập dềnh 波浪起伏; Chiếc thuyền dập dềnh trên sông. 船在江面上漂荡。

dập dìu *t* ①熙熙攘攘, 络绎不绝: Người đi lại dập dìu. 人们来来往往, 络绎不绝。②悠扬: Tiếng đàn tiếng sáo dập dìu. 琴声、笛声悠扬悦耳。

dập dồn = dồn dập

dập dờn *đg*; *t* 忽隐忽现, 隐隐约约, 若隐若现: Bướm bay dập dờn. 蝴蝶忽隐忽现地飞来飞去。Ánh lửa dập dờn. 火光若隐若现。

dập tắt *đg* 扑灭: dập tắt lửa 扑灭火源

dập vùi *đg* 掩埋, 埋没: tài năng bị dập vùi 才干被埋没

dật dờ = vật vờ

dật sĩ *d* 隐士

dật sử *d* 逸史

dật sự *d* 轶事

dật thoại *d* [旧] 逸话

dâu₁ *d* ①桑树 ② [植] 梅子

dâu₂ *d* ①媳妇: chị dâu 嫂子; em dâu 弟媳 ②新娘: cô dâu 新娘子; rước dâu 迎亲

dâu bể = bể dâu

dâu con *d* [口] 儿子和媳妇（泛称儿女们）

dâu da *d* [植] 木奶果

dâu gia = thông gia

dâu rể *d* 新婚夫妇

dâu rượu *d* 青梅

dâu tằm *d* 桑树

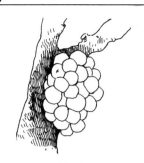

dâu da

dâu tây d 草莓

dầu₁ d 油，油类：dầu thực phẩm 食用油；mỏ dầu 油井

dầu₂ d [动] 鳗的一种

dầu₃ t 枯萎，皱（同 dàu）

dầu₄ k 即使，尽管，不论，不管：dầu sao 无论如何

dầu ăn d 食用油

dầu bạc hà d 薄荷油

dầu béo d 全脂油

dầu bóng d 光油

dầu bông d 棉籽油

dầu bơm gió d 风泵油

dầu cá d 鱼油，鱼肝油：dầu cá viên 鱼肝油丸

dầu cách điện d 绝缘油

dầu cánh kiến trắng d 安息油

dầu cao d 油膏

dầu chạy máy d 燃料油

dầu chè d 茶油

dầu chổi d 岗松油

dầu chống mục d 防腐油

dầu cù là d 万金油

dầu dọc d 野山竹子油

dầu dừa d 椰子油

dầu đánh đồng d 擦铜油

dầu đèn d 灯油

dầu đi-ê-den (diesel) d 柴油

dầu đốt d 火酒精

dầu gió d 风油精

dầu giun d [医] 驱虫油

dầu gội đầu d 洗发精，洗发水

dầu hãm d 刹车油

dầu hạt bông =dầu bông

dầu hạt cải d 菜籽油

dầu hoả d ①石油②煤油

dầu hôi d 煤油

dầu khí d 油气，石油和天然气（统称）

dầu khuynh diệp d 桉树油

dầu lạc d 花生油

dầu luyn =dầu nhờn

dầu lửa =dầu hoả

dầu ma-dút d 柴油

dầu máy d 机油

dầu măng =dầu bạc hà

dầu mỏ d 石油

dầu mỡ d ①黄油，润滑油②油脂

dầu nặng d 重油

dầu nhẹ d 轻油

dầu nhờn d 润滑油，机油

dầu nhớt = dầu nhờn

dầu ô-liu d 橄榄油

dầu phanh d 刹车油

dầu phộng =dầu lạc

dầu quang d 光油

dầu rằng =dù rằng

dầu rửa sơn d 脱漆剂

dầu sao =dù sao

dầu sở d 茶油

dầu sơn d 漆油

dầu ta d 土油，煤油

dầu tây =dầu hoả

dầu tẩy d [医] 泻油

dầu thảo mộc d 植物油

dầu thắp d 照明油

dầu thầu dầu d 蓖麻油

dầu thô d 原油

dầu thông d 松焦油

dầu thực vật d 食用植物油

D

dầu trẩu *d* 桐油

dầu u-liu=dầu ô-liu

dầu vậy *p* 尽管如此：Dầu vậy, anh vẫn phải xin lỗi người ta. 尽管如此，你还是要向别人道歉。

dầu ve=dầu thầu dầu

dầu vừng *d* 芝麻油，香油

dầu xăng *d* 汽油

dầu xổ *d* 泻油

dẩu *đg* 撅着嘴（表示不满意）：Mồm dẩu ra, chê ít. 撅着嘴嫌少。

dẫu *k* 不管，无论（用法同"dù"，但语气更强）：Dẫu khó đến mấy cũng không ngại. 不管有多困难都不怕。

dẫu rằng=dù rằng

dẫu sao=dù sao

dấu₁ *d* ①印章，图章：đóng dấu 盖印；dấu cá nhân 私章②符号，记号：đánh dấu 做记号③标点：dấu câu 标点符号④痕迹，印记：dấu chân 脚印

dấu₂ *đg* 疼爱：Con vua vua dấu, con chúa chúa yêu. 自家的孩子自己疼。

dấu âm *d* 负号

dấu ấn *d* 烙印，印记

dấu bằng *d* 等号

dấu căn *d* 根号

dấu chấm *d* 句号

dấu chấm hỏi *d* 问号

dấu chấm lửng *d* 省略号

dấu chấm phẩy *d* 分号

dấu chấm than *d* 感叹号

dấu chia *d* 除号

dấu cộng *d* 加号

dấu dương *d* 正号

dấu giáng *d* 降号

dấu giáp lai *d* 骑缝章

dấu giọng *d* 声调

dấu hai chấm *d* 冒号

dấu hiệu *d* 迹象，记号，信号，标记

dấu hoàn *d* 反复号

dấu hỏi *d* ①问号②问声符

dấu huyền *d* 玄声符

dấu khác *d* 不等号

dấu lặng *d* 静音符

dấu luyến *d* 连接符

dấu má *d* 戳记，印章

dấu mũ *d* 帽号

dấu nặng *d* 重声符

dấu ngã *d* 跌声符

dấu nghỉ *d* 休止符

dấu nghịch *d* [数] 不等于号

dấu ngoặc đơn *d* 括号

dấu ngoặc kép *d* 双引号

dấu nhân *d* 乘号

dấu nhấn mạnh *d* 着重号

dấu nối *d* 延长符

dấu phảy *d* 逗号

dấu sắc *d* 锐声符

dấu son *d* 朱印

dấu tay *d* 手印，指纹

dấu than *d* 感叹号

dấu thăng *d* 升号

dấu tích *d* 痕迹，遗迹

dấu tích phân *d* 积分号

dấu trừ *d* 减号

dấu vết *d* 痕迹

dấu vô cực *d* 无穷号

dậu [汉] 酉 *d* 酉（地支第十位）

dây₁ *d* ①藤葛：dây khoai lang 红薯藤②绳索，线索：dây liên lạc 联络线③线，弦：căng dây đàn 拉琴弦；lên dây đồng hồ 给钟表上线④条（十个）：mua một dây bát 买一条（十个）碗；Bán theo dây, không bán lẻ. 按条卖，不拆开卖。⑤线状物：chuông dây 线铃⑥线路：đường dây buôn lậu 走私线路

dây₂ *đg* ①沾，浸渍：Sơn dây ra tay. 油漆沾到手上。Quyển vở bị dây mực. 本子沾了

墨水。②掺和: Dây vào chuyện của nó làm gì? 干吗掺和他的事?

dây an toàn *d* 安全带

dây ăng-ten *d* [无] 天线

dây ăng-ti-gôn *d* [植] 珊瑚藤

dây bao sáp *d* 腊皮线

dây bọc *d* [电] 包线

dây bọc cao-su *d* 胶包线

dây bọc kẽm *d* 锌包线

dây bọc kim *d* 屏蔽导线

dây bọc sơn *d* 漆包线

dâu bọc tơ *d* 丝包线

dây bọc vải *d* 纱包线

dây bông xanh *d* [植] 紫霞藤

dây buộc *d* 绑带: dây buộc tất 吊袜带

dây bươm bướm *d* [植] 金银藤

dây cà ra cây muống 东拉西扯; 啰啰唆唆

dây cái *d* [电] 母线

dây cao-su cách điện *d* [电] 橡皮绝缘线

dây cáp *d* ①缆线: dây cáp quang 光缆②电缆: dây cáp bọc cao-su 胶皮电缆; dây cáp cách điện 绝缘电缆

dây cầu chì *d* [电] 保险丝

dây chạc *d* 绳索, 船缆

dây cháy *d* 导火线

dây cháy chậm *d* 慢性引火线

dây chần *d* [解] 输尿管

dây chằng *d* ①韧带②拉线

dây chì *d* 铅线

dây chun *d* ①橡皮筋②松紧带

dây chuyền *d* ①项链②传送带③流水线: nối làm dây chuyền 流水作业; dây chuyền sản xuất 生产线设备④连锁: phản ứng dây chuyền 连锁反应

dây cót *d* (机械) 发条

dây cung *d* [数] 弦

dây cương *d* 缰绳

dây da *d* 皮带

dây dao *d* 刀链

dây dẫn *d* 导线, 引线

dây dẫn sóng điện môi *d* 介质线

dây dọi *d* ①天垂线②铅垂线

dây dợ *d* 绳子, 绳线

dây dưa *đg* ①有瓜葛, 有联系: Hai người còn dây dưa với nhau. 两人还有瓜葛。②拖沓, 拖拉: Dây dưa mãi không chịu trả nợ. 拖了好久都不肯还债。③拖累, 纠葛: dây dưa việc nhà (被) 家务拖累; Không muốn dây dưa vào việc này. 不想与这件事有什么纠葛。

dây dừa *d* 椰皮绳, 椰索

dây dướng *đg* 牵连, 沾边: Không để dây dướng đến ai. 不牵连到别人。

dây đất *d* [口] 地线

dây đeo *d* 背带

dây điện *d* 电线: dây điện trở 电阻线

dây điều khiển *d* 控制线

dây đo *d* 测量线

dây đồng *d* 铜线

dây đồng hồ *d* 表链, 表带

dây ê-may *d* 漆包线

dây gai *d* 麻绳

dây giao cảm *d* [解] 沿脊神经, 交感大神经

dây giày *d* 鞋带

dây huy chương *d* 绶带

dây kẽm gai *d* 铁丝

dây kéo *d* 牵引线

dây khoá kéo *d* 拉锁, 拉链

dây lạt *d* 竹篾

dây leo *d* 藤类, 攀缘茎

dây lòi tói *d* 铁链

dây luột *d* 椰索

dây lưng *d* 腰带, 裤带

dây lưỡng kim *d* 铜包钢线

dây mát *d* 接地线

dây máu ăn phần 占便宜, 沾光: một lũ dây máu ăn phần 一帮尽占便宜的家伙

dây mềm *d* 软包线

dây mìn *d* 导火索

dây mối *d*[植] 桐叶千金藤

dây một *d* 单股电线

dây mơ rễ má (关系) 错综复杂：Tôi chẳng dây mơ rễ má gì với anh cả. 我跟你毫无关系。

dây mũi *d* (穿套在牛鼻子上的) 牛鼻绳

dây mực *d* 墨斗 (木匠工具)

dây neo *d* 锚绳，锚链

dây nguội *d* 零线

dây nhảy *d* 跨接线，跳线

dây nịt *d* ①腰带②松紧带

dây nói *d*[旧][口] 电话

dây nóng *d* 火线

dây nổ nhanh *d* 快性引火线

dây nối đất=dây tiếp địa

dây nút cắm *d* 塞子线

dây oan trái *đg* 造孽；制造冤情

dây pha *d*[解] 神经线

dây quả rọi *d* 垂线铊

dây ruột *d* 芯线

dây rút *d* 裤带

dây sắt *d* 铁线

dây sống *d* ①[解] 脊椎②脊椎动物

dây sơn *d* 漆包线

dây thần kinh *d*[解] 神经

dây thép *d* ①钢线②铅线③[旧] 电报，电信：nhà dây thép 电信局；đánh dây thép 发电报

dây thép gai *d* 铁丝网

dây thép lò-xo *d* 弹簧钢丝

dây thiều=dây cót

dây thun=dây chun

dây tiếp địa *d* 地线

dây tóc *d* ①(手表的) 游丝②(灯泡的) 钨丝

dây tơ hồng *d* ①(姻缘) 红线②菟丝子属植物之一

dây trân *d*[机] 皮带，传动带

dây trần *d* ①明线②裸线

dây trở lực *d* 阻力线

dây xích *d* 铁链，链条；安全链

dấy *đg* 兴起：dấy binh khởi nghĩa 兴兵起义

dấy binh *đg*[旧] 起兵，举事：dấy binh làm loạn 起兵作乱

dấy loạn *đg* 作乱

dấy nghiệp *đg* 建业，兴业：Hoan nghênh các vị đến đầu tư dấy nghiệp. 欢迎各位前来投资兴业。

dậy *đg* ①起 (床)：thức khuya dậy sớm 起早贪黑②来：đứng dậy 站起来；bò dậy 爬起来③起，上：tô cho dậy màu 涂描上色；Mặt nước dậy sóng. 水面泛起波澜。

dậy đất *t* (响声) 地动山摇：vang trời dậy đất 惊天动地

dậy mùi *t*[口] 喷香的，飘香的：dậy mùi thịt chó 狗肉飘香

dậy thì *t* 青春的，豆蔻的：cô gái dậy thì 青春少女；tuổi dậy thì 豆蔻年华

de *d*[植] 麻嘴

decibel(đê-xi-ben) *d*[理] 分贝

delta(đen-ta) *d* 希腊字母 δ (Δ)

dè *đg* ①料想，以为：Tưởng đến sớm, không dè giữa xe hỏng. 以为早到，不料路上车坏了。②避 (让)，避 (开)，避嫌，克制：Nói năng nên dè miệng. 说话要注意避口。Nó chẳng dè ai cả. 他谁也不避嫌。③节省：ăn dè tiêu dè 省吃俭用

dè bỉu *đg* 鄙视，嗤之以鼻：Đã lười, lại còn hay dè biu người khác. 自己懒还要鄙视别人。

dè dặt *t* 拘谨，拘束；谨小慎微，畏缩不前

dè sẻn *đg* 节省：chi tiêu dè sẻn 节省开支

dẻ *d*[植] 栗：hạt dẻ 栗子

dẽ₁ *d*[动] 鹬

dẽ₂ *t* 硬实：Đất dẽ khó cày. 地硬难耕。

dễ dàng *t* 和善，和气：nói dễ dàng 和气地说

dẽ dàng khuyên nhủ 和气地劝说

dẽ tính *t* 温和：Anh ấy dẽ tính, không gắt góng. 他性格温和，不性急。

dé *đg* 偏，靠：đứng dé ra một chút 靠边站点

dém=tém

den *d* 花边

dèn dẹt *t* 微扁的，偏薄的

dẻo *t* ①柔软，柔韧：tính dẻo 柔韧性；xôi dẻo 软蒸糯米饭；chính sách mềm dẻo 怀柔政策②身体强健，硬朗：Ông già còn dẻo sức lắm. 老头子身子骨还很硬朗。③灵巧，柔美：múa rất dẻo 舞姿柔美

dẻo chân *t* 腿脚强健的：Cụ còn dẻo chân lắm, trèo lên tầng 5 vẫn không thấy mệt. 老人腿脚还很强健，爬到五楼还不觉得累。

dẻo dai *t* ①柔韧②坚韧，持久不倦：sức dẻo dai 持久力；sức làm việc dẻo dai 坚韧不拔的工作精神

dẻo dang *t* 灵巧：đôi tay dẻo dang 灵巧的双手

dẻo mồm *t* 能说会道的，油腔滑调的：Làm chẳng ra sao, chỉ được cái dẻo mồm. 什么事都干不了，只会油腔滑调。

dẻo nhẹo *t* 软乎乎

dẻo queo *t*[口] 非常柔软

dẻo tay *t* 手巧：Cô ấy dẻo tay lắm. 这姑娘很手巧。

dẻo vai *t* 能挑能扛的：Anh ấy là một người dẻo vai. 他是个能挑能扛的人

dép *d* 拖鞋，凉鞋：dép cao gót 高跟凉鞋；dép cao-su 胶制凉鞋；dép cói 草鞋；dép cong 弓鞋；dép da 皮拖鞋；dép dừa 椰皮鞋；dép gai 麻鞋；dép nhựa 塑料凉鞋；dép rơm 稻草鞋

dẹp₁ *đg* ①收拾：dẹp đồ đạc 收拾东西②平定，肃清：đánh đông dẹp tây 征东平西 ③搁置，搁下：dẹp những thắc mắc riêng tư 搁下自己的疑问；Dẹp việc ấy lại. 把那件事搁置下来。

dẹp₂ *t* 扁：hạt thóc dẹp 扁瘪的谷子

dẹp an=dẹp yên

dẹp đường *đg* 扫清道路，铺平道路

dẹp giặc 肃（清）敌（人）

dẹp lép *t* 平扁：ngực dẹp lép 平扁的胸部

dẹp loạn *đg* 平乱：Phải có lực lượng vũ trang mới dẹp loạn được. 要用武装力量才能平乱。

dẹp tiệm *đg* 关张，关门，倒闭：Làm ăn thua lỗ, phải dẹp tiệm. 经营亏损，只好关门倒闭。

dẹp yên *đg* 平乱，平定：dẹp yên cuộc phiến loạn 平定叛乱

DEQ [缩] 目的港码头交货

Derô [数] 零

DES [缩] 目的地船上交货

dẹt *t* ①扁，薄：Thân lươn tròn, dẹt dần về phía đuôi. 黄鳝身圆，尾巴渐扁。②瘪：Cái nhọt đã dẹt đi. 脓肿已经消了。

dê₁ *d* 山羊：dê cái 母羊；dê con 羊羔；dê đực 公羊；dê rừng 野山羊；dê sữa 奶羊 *t* 好色：Nó dê lắm. 他很好色。

dê₂ *đg* (用鼓风机等) 吹：dê thóc 吹谷子

dê cụ *d* 色狼

dê diễu *đg* 揭别人的丑

dê tam đại *d* 老色鬼，色迷

dê xồm *d* ①老山羊② [转] 老色鬼

dễ *t* ①容易：Việc này dễ thôi. 这件事很容易的。② (性格) 好，易于，豪爽，乐观：dễ tính 性格好③可能，大概：Bây giờ dễ đã sáu giờ. 现在可能有6点了。Dễ mấy người nghĩ như thế. 也许没几个人这样想。

dễ bảo *t* 可教的，听话的：đứa bé dễ bảo 听话的小孩

dễ bề *t* 方便，便于：Làm thế để dễ bề kinh doanh. 这样做是为了便于经营。

dễ cảm *t* ①善感的②易感冒的，易着凉的：Thời tiết thay đổi dễ cảm lắm. 天气变化很容易感冒。

dễ chịu *t* 好受，舒服，惬意：Ngủ dậy, thấy

trong người dễ chịu. 一觉醒来, 感觉很舒服.

dễ có *p* 少有, 哪有: Dễ có mấy người nghĩ như anh. 哪有几个人像你那样想的.

dễ coi *t* 上眼的, 好看的, (感官上) 过得去的

dễ dãi *t* 忠厚, 和善, 好说的: tính dễ dãi 脾气好; Anh ấy là một người dễ dãi. 他是个很好说话的人.

dễ dàng *t* 容易: Không dễ dàng gì đâu. 没那么容易的.

dễ dầu *t* [口] 不容易 (常与 gì 连用, 表反义): Dễ dầu gì họ đồng ý? 他们哪那么容易同意? Làm được như thế có dễ dầu gì đâu. 能做得这样可不容易啊.

dễ gì 哪那么容易 (表反义): Ông ta dễ gì đồng ý? 他哪那么容易同意?

dễ hiểu 容易理解, 易懂: Anh ấy có cách nghĩ như thế cũng dễ hiểu thôi. 他有这样的想法也是容易理解的.

dễ làm khó bỏ 避难就易: Làm việc gì cũng không nên dễ làm khó bỏ. 做什么事都不应该避难就易.

dễ nào=dễ gì

dễ nắn *t* [化] 有可塑性的

dễ nghe 顺耳, 中听, 容易听懂: Anh nói giọng miền Bắc, rất dễ nghe. 你说北方口音, 很容易听懂.

dễ như chơi [方] 非常容易, 易如反掌: Tôi làm việc này thì dễ như chơi. 我来做这事简直易如反掌.

dễ như trở bàn tay 易如反掌

dễ ợt *t* 非常容易: Làm dễ ợt, chỉ một phút là xong. 容易得很, 只一分钟就做完了.

dễ sợ *p* [方] 极其, 非常: đẹp dễ sợ 非常漂亮

dễ thở *t* [口] (生活) 稍微好过的: Mấy năm nay cuộc sống có dễ thở đôi chút. 几年来生活也好过了些.

dễ thương *t* 可爱, 可人: Đứa bé trông rất dễ thương. 那小孩看起来很可爱.

dễ thường *p* ①可能, 也许, 说不定: Anh ấy dễ thường chưa biết. 他也许还不懂. ②难道: Ông mới nghe tôi nói thế mà đã giận, dễ thường tôi nghe ông nói, tôi không tức hay sao? 你才听我这么说就生气了, 难道我听你说我就不气愤吗?

dễ tính *t* 性格好, 脾气好: Anh ấy là một người dễ tính. 他是个性格很好的人.

dễ xài *t* [口] 好办: Việc này dễ xài thôi. 这事好办.

dế *d* [动] 蟋蟀: dế chó 狗蟋; dế cơm 饭头蟋; dế lửa 火蟋; dế than 黑蟋蟀

dế mèn *d* [动] 蝼蛄, 草蟋

dền *d* [植] 苋菜: dền gai 刺苋菜; dền tía 紫苋菜

dện=nhện

dềnh *đg* ① (水) 暴涨: Mưa lũ, nước suối dềnh lên. 下暴雨, 溪水暴涨. ②漂: Gỗ dềnh lên trên mặt nước. 木头漂浮在水面上.

dềnh dàng₁ *t* 磨蹭: Đã muộn rồi mà cứ dềnh dàng mãi. 都来不及了还磨磨蹭蹭的.

dềnh dàng₂ *t* (物件) 庞大

dệt *đg* ①织: dệt vải 织布 ②纺织: ngành dệt 纺织业; nhà máy dệt 纺织厂

dệt cửi *đg* 织造

dệt gấm *đg* 织锦: dệt gấm thêu hoa 织锦绣花

dệt kim *đg* 针织: hàng dệt kim 针织品

di₁ *đg* 蹂; 擦: lấy chân di tàn thuốc lá 用脚蹂烟头

di₂ [汉] 移 *đg* 移转, 迁移: Di mộ vào nghĩa trang. 把坟迁到公墓里.

di₃ [汉] 遗, 夷, 贻

di ảnh *d* 遗照, 遗像

di bản *d* 遗本

di bút *d* 遗笔, 遗文

di cảo *d* 遗稿

di căn *đg* (病灶) 转移: Ung thư đã di căn. 癌

细胞已经转移。

di chỉ *d* 遗址

di chiếu *d* [旧] 遗诏

di chúc *d* 遗嘱

di chuyển *đg* 转移: Bão di chuyển theo hướng tây. 台风向西转移。

di chứng *d* 后遗症: di chứng viêm màng não 脑膜炎后遗症

di cốt *d* 遗骨

di cư *đg* 移居, 迁居: người Việt di cư ở nước ngoài 移居国外的越南人

di dân *đg*; *d* 移民

di dịch *đg* [旧] 移易, 变迁, 动荡: thời di dịch 动荡年代

di dời *đg* 迁, 转移, 迁移: Toà soạn báo đã di dời đi nơi khác. 报社已迁到别处。

di duệ *d* [旧] 后裔

di dung *d* 遗容

di đà *d* [宗] 弥陀 (阿弥陀佛的简称)

di độc *d* 遗毒

di động *đg* 移动

di hài *d* 遗骸

di hại *d* 后患 *đg* 贻害: Cho xuất bản những quyển sách như thế thật di hại đời sau. 让这样的书出版真是贻害后人!

di hận *d*; *đg* 遗恨: Mày mà làm thế sẽ di hận suốt đời. 你这样做将会遗恨终生。

di hình = di hài

di hoạ *d* 遗祸: di hoạ của chiến tranh 战争遗祸

di huấn *d* 遗训

di lặc *d* [宗] 弥勒

di lí *đg* 转移处理: Vụ án được di lí về địa phương. 案件已转移到地方审理。

di phong *d* 遗风

di sản *d* 遗产: di sản văn hoá thế giới 世界文化遗产

di sơn đảo hải 移山倒海

di tản *đg* 移居, 散居: di tản ra nước ngoài 散

居海外

di táng *đg* [旧] 改葬

di thể *d* 遗体

di thư *d* 遗书

di thực *đg* 移植, 转种: Một số cây trồng đã được di thực ở Tây Nguyên. 部分作物已移植到西原地区。

di tích *d* 遗迹, 残迹: di tích lịch sử 历史遗迹

di tinh *d* [医] 遗精

di tồn *d* 遗存

di trú *đg* 移驻, 迁移: Mùa thu, chim én di trú đến miền nhiệt đới. 秋天, 燕子往热带迁移。

di truyền *đg* 遗传: gien di truyền 遗传基因

di vật *d* 遗物: di vật lịch sử 历史遗物

dì *d* ①姨妈②姨妹, 小姨子③姨太

dì ghẻ *d* 继母, 后妈, 后娘

dĩ địch chế địch 以敌制敌

dĩ hoà vi quí 以和为贵

dĩ nhiên *t* 当然, 显然, 显而易见, 理所应当: Có áp bức là có đấu tranh, đó là điều dĩ nhiên. 有压迫就有斗争, 那是理所当然的。

dĩ thực vi tiên 以食为天

dĩ vãng *d* 已往, 既往: Câu chuyện lùi dần vào dĩ vãng. 事情慢慢成为过去。

dí dỏm *t* 幽默, 诙谐: Anh ấy rất dí dỏm. 他很幽默。

dị₁ [汉] 异 *t* [方] 奇异, 奇怪: Ăn mặc lố lăng, coi dị quá! 打扮得阴阳怪气的, 看起来好奇怪。

dị₂ [汉] 易, 肆

dị bản *d* 不同版本

dị bang *d* 异邦

dị bào *d* 异胞, 异母

dị biệt *t* 不同的, 相异的: những nét tương đồng và dị biệt giữa hai nền văn hoá 两种文化的异同处

dị chủng *d* 异种

dị chứng *d* 奇怪的征兆

dị dạng *d*；*t* 异样，畸形

dị đoan *d* 异端，迷信

dị đồng *t* ①异同②不同，差异：trao đổi ý kiến dị đồng 交换不同意见

dị giáo *d*[宗] 异教：kẻ dị giáo 异教徒

dị hình *d*[生] 异形：dị hình biến thái (昆虫) 异形变态；dị hình đồng chủng 异形同种

dị hoá *đg* 异化，变异，嬗变

dị hờm=dị hợm

dị hợm *t* 奇怪，怪诞：mặt mũi dị hợm 怪模怪样

dị hướng *t* 异向的

dị kì=kì dị

dị nghị *d*；*đg* 异议：không thể dị nghị 不得有异议

dị nguyên *d* [医] 过敏源

dị nhân *d* 怪人，有特异功能的人

dị tật *d*[医] (先天) 畸形：dị tật bẩm sinh 先天性畸形

dị thường *t* 异常：Thấy có gì dị thường thì báo cáo ngay nhé! 见有什么异常就马上报告啊！

dị tính *d* 异性

dị tộc *d* 异族

dị ứng *d* 变态反应，过敏

dị ứng nguyên=dị nguyên

dị vật *d* 异物

dìa *d*[动] 鲈鱼：cá dìa 鲈鱼

dìa *d* 鱼叉

dĩa₁ *d* 叉子

dĩa₂ *d*[方] 碟子，盘子

dĩa bàn *d* 餐碟

dích=nhích₁

dích-dắc (ziczac) *d* 弯道

dịch₁ [汉] *d* 液 *d* 液体：dung dịch 溶液

dịch₂ [汉] 疫 *d* 疫症：dịch cúm gia cầm 家禽疫症 (禽流感)；tiêm phòng dịch 打防疫针

dịch₃ [汉] 易 *đg* 易换，改变，移动，挪动：bất di bất dịch 不可动摇；dịch từng bước một 一步步往前移；Ngồi dịch ra một chút. 坐开点儿。

dịch₄ [汉] 译 *đg* 翻译：dịch thẳng 直译；dịch nghĩa 意译

dịch₅ [汉] 役，驿

dịch âm *đg* 音译，按读音译：Tên người nước ngoài có thể dịch âm. 外国人名可音译。

dịch bào *d*[生] 细胞液

dịch bệnh *d*[医] 疫病

dịch bút=dịch viết

dịch chuyển *đg* 移动，挪移：Bàn ghế từng bị dịch chuyển. 桌椅曾被挪动过。

dịch gà toi *d* 鸡瘟

dịch giả *d* 译者

dịch hạch *d*[医] ①鼠疫，黑死病②瘟疫

dịch hại *d* 疫情，病害

dịch hoàn=tinh hoàn

dịch lệ *d* 疫疠，病疫

dịch máy *đg* 用机器翻译

dịch miệng *đg* 口译

dịch nhầy *d* 黏液

dịch phẩm *d* 译作，译著

dịch phu *d* 驿夫，驿卒

dịch sử *d* 役使

dịch tả *d*[医] 霍乱

dịch tễ *d* 流行病：dịch tễ học 流行病学

dịch thể *d* 液体

dịch thuật *đg* 翻译：nghiên cứu dịch thuật 翻译研究

dịch trạm *d*[旧] 驿站

dịch trâu toi *d*[生] 牛瘟

dịch vị *d* 胃液

dịch viết *d*；*đg* 笔译

dịch vụ *d* ①服务行业，第三产业②业务：Hãng Mobile lại đưa ra nhiều dịch vụ mới. 移动公司又推出许多新业务。

dịch vụ hậu mãi *d* 售后服务

diếc₁ *d* 鲫鱼，鲋鱼

diếc₂ *đg* [方] 骂 (同 nhiếc): diếc mắng 谩骂

diếc móc *đg* 揭短

diệc₁ *d* [动] 鹭

diệc₂ [汉] 亦

diêm₁ *d* 火柴: diêm an toàn 安全火柴

diêm₂ [汉] 盐，阎，焰

diêm chính *d* 盐政

diêm dân *d* 盐民

diêm dúa *t* (服饰) 讲究，考究，显摆: ăn mặc diêm dúa 穿着考究

diêm phủ *d* 阎府，阎王殿

diêm quẹt *d* 火柴

diêm sinh *d* [化] 硫黄

diêm thuế *d* 盐税

diêm thương *d* 盐商

diêm tiêu *d* [化] 盐硝，火硝，硝石

diêm tố *d* [化] 氯气

diêm vàng = diêm sinh

diêm vương *d* 阎王

diềm *d* 边饰，镶边儿: diềm áo 衣服镶边

diềm bâu *d* 市布，土布

diễm [汉] 艳 *t* 艳: kiều diễm 娇艳

diễm ca *d* 艳歌

diễm lệ *t* 艳丽，娇艳

diễm phúc *d* 幸运，福气: Tôi đã có diễm phúc đến nơi địa linh nhân kiệt này. 我有福气来到这人杰地灵的地方。

diễm phước = diễm phúc

diễm sắc *d* 艳色，美色

diễm tình *d* 艳情

diễn₁ *d* 楠竹

diễn₂ [汉] 演 *đg* ①表演: diễn một vở kịch 表演一出戏剧②进行③表达: Lời sao diễn hết ý? 所言哪能表达出所有意思？

diễn biến *đg*; *d* 演变: diễn biến hoà bình 和平演变

diễn cảm *t* 有感染力的: lời nói diễn cảm có 感染力的话语；cách đọc diễn cảm 有感染力的朗读

diễn dịch *đg* 演绎，推理，推论: phân tích diễn dịch 推理分析

diễn đài *d* 讲台，讲坛

diễn đàn *d* 论坛: diễn đàn hợp tác kinh tế châu Á – Thái Bình Dương 亚太经济合作论坛

diễn đạt *đg* 表达，表现: phương thức diễn đạt 表现手法

diễn giả *d* 演说者，主讲人

diễn giải *đg* 讲解，分析: diễn giải vấn đề 分析问题

diễn giảng *đg* ①演讲，讲解: diễn giảng điển tích 讲解典籍 ②劝讲: Nó ham mê cờ bạc, diễn giảng thế nào cũng không được. 他沉迷赌博，怎么劝都不听。

diễn kịch *đg* 演剧，演戏: Anh đừng diễn kịch nữa. 你别再演戏了。

diễn nghĩa *đg* 演义: truyện Tam quốc diễn nghĩa 三国演义

diễn Nôm *d* 用喃字仿译汉文的作品

diễn tả *đg* 描写，描述，描绘

diễn tập *đg* ①演习: diễn tập quân sự 军事演习②排演，排练

diễn tấu *đg* [乐] 演奏

diễn thuyết *đg* 演说: nhà diễn thuyết 演说家

diễn tiến *đg* 演进，演变: quá trình diễn tiến của lịch sử 历史演变过程

diễn trò *đg* 耍把戏，耍花招: Anh đừng diễn trò nữa. 你别耍花招了。

diễn từ *d* 演说词: Thủ tướng đọc diễn từ nhậm chức. 总理宣读就职演说。

diễn văn *d* 演说词，讲话: diễn văn khai mạc 开幕式演说词

diễn viên *d* 演员

diễn xuất *đg* 演出，表演: Thời gian diễn xuất được bắt đầu vào lúc tám giờ. 八点开演。

diễn xướng *đg* 演唱

diện₁ *đg* [口] 打扮，装扮: Mẹ diện cho con

gái. Mẹ cho con gái trang điểm. *t* [口] 漂亮: Hôm nay ăn mặc diện thế! 今天穿得真漂亮!

diện₂ [汉] 面 *d* ①表面: diện tiếp xúc 接触面 ②方面, 范围: Anh ấy cũng ở trong diện được khen thưởng. 他也在获奖者之列。

diện đàm *đg* 面谈

diện kiến *đg* 面见, 会面: buổi diện kiến đầu tiên 首次会面

diện mạo *d* 面貌, 外貌: diện mạo thành phố 城市面貌

diện tích *d* 面积: Diện tích trường rất rộng. 学校面积很大。

diếp *d* [植] 莴苣: rau diếp 莴苣

diếp cày *d* 犁铧

diệp lục tố *d* [植] 叶绿素

diệp thạch *d* [矿] 页岩

diệt [汉] 灭 *đg* 消灭, 歼灭: trời tru đất diệt 天诛地灭; thuốc diệt trùng 杀虫剂

diệt chủng *đg* 灭种: chủ nghĩa diệt chủng 灭种政策

diệt giặc *đg* 杀敌, 歼敌

diệt khuẩn *đg* 灭菌: Ánh nắng mặt trời có thể diệt khuẩn. 太阳光可灭菌。

diệt ngư lôi *đg* [军] 扫鱼雷: tàu diệt ngư lôi 扫雷艇

diệt trùng *đg* 除虫害, 灭虫, 杀菌

diệt trừ *đg* 诛灭, 杀灭: diệt trừ sâu bệnh 杀灭病虫害

diệt vong *đg* 灭亡: một bộ tộc có nguy cơ bị diệt vong 一个面临灭亡的民族

diều₁ *d* [动] 鹞, 鸢: diều bay cá nhảy 鸢飞鱼跃

diều₂ *d* 纸鸢, 风筝: thả diều 放风筝

diều₃ *d* 嗉囊, 嗉子: diều gà 鸡嗉子

diều hâu *d* [动] 鹞鹰, 鸢

diều sáo *d* 带哨的风筝

diễu [汉] 耀 *đg* ①环绕: tường hoa diễu quanh hồ 花墙绕湖 ②游行

diễu binh *đg* [军] 分列式, 阅兵

diễu hành *đg* 游行

diễu võ dương oai 耀武扬威

diệu [汉] 妙 *t* 妙: kì diệu 奇妙; huyền diệu 玄妙

diệu huyền = huyền diệu

diệu kế *d* 妙计

diệu kì = kì diệu

diệu tuyệt = tuyệt diệu

diệu võ dương oai = diễu võ dương oai

diệu vợi *t* ①遥远: đường đi diệu vợi 路途遥远 ②艰巨, 复杂: Công việc diệu vợi ấy biết bao giờ xong. 那么复杂的事不知道什么时候做完。

dìm *đg* ① (沉) 浸: Dìm gỗ xuống ao để ngâm. 把木头沉到水塘里浸泡。②压制, 压低: dìm những tình cảm bồng bột xuống đáy lòng 压制心中燃烧的激情; dìm người có tài năng giỏi hơn mình 打压比自己有才能的人

dìm giá *đg* 压价, 杀价

dím = nhím

din *d* [动] 羚羊

dĩn *d* [动] 墨蚊

dịn *đg* 省俭: dịn ăn dịn mặc 省吃俭用

dinar (Đi-na) *d* 第纳尔 (中东及非洲部分国家的货币单位)

dinh *d* ① [旧] 营寨, 兵营: đại dinh 大营 ②官邸, 府, 邸: dinh tổng thống 总统府; dinh tổng đốc 总督府

dinh cơ *d* 豪宅, 府第

dinh dính *t* 黏糊糊

dinh dưỡng *t* 有营养的: thành phần dinh dưỡng 营养成分; chất dinh dưỡng 营养物质

dinh luỹ *d* ①营垒: xây dựng dinh luỹ 构筑营垒 ②阵营, 窝点

dinh thự *d* 营署, 官邸, 行署

dinh trại *d* 营寨, 兵营

dính *đg* ①粘着, 贴着, 紧跟着: Tay dính bùn.

手沾泥。Đứa bé suốt ngày dính mẹ. 小孩整天粘着母亲。②牵连：Hắn bị dính vào vụ buôn lậu. 他被牵连到走私案件中。t 粘黏的：dính như keo 粘如胶

dính dáng đg 相干，关联，牵连：Việc đó dính dáng cả đến anh đấy. 那件事还牵连到你呢。

dính dấp=dính dáng

dính líu đg 牵涉，卷入：Tôi không muốn dính líu vào cuộc cãi vã ấy. 我不想卷入那场争吵。

dính mép đg 沾嘴唇(喻很少)：Chỉ một miếng bánh, chưa đủ dính mép. 只有一块饼，还不够塞牙缝呢。

dính nhem nhép t 黏糊糊

dính như keo sơn t 如胶似漆：Hai người suốt ngày cứ dính như keo sơn. 他俩整天如胶似漆的。

dioptr (đi-ốp) d 棱镜的折射度，等于100度：Kính mắt của tôi 3 dioptr. 我的眼睛300度。

díp₁ d ①镊子：díp râu 须镊②弹簧：díp xe 车用钢板弹簧

díp₂ đg 眯合：cười díp mắt 笑眯了眼

dịp₁ d 机会：dịp tốt 良机；nhân dịp sinh nhật 值生日之际；lỡ dịp 错失良机

dịp₂ d 拍子 (同 nhịp)：đánh dịp 打拍子

dịp₃ d 段，节：cầu bảy dịp 七孔桥

dịp dàng=nhịp nhàng

dìu đg ①扶携，搀扶：dìu người ốm vào phòng 把病人扶进房②引导，带：Thợ cũ dìu thợ mới. 老工人带新工人。

dìu dắt đg 提携，引导

dìu dặt t (声音) 柔和：giọng nói dìu dặt 柔和的语调

dìu dịu t 柔和，温柔，柔柔：gió thổi dìu dịu 风柔柔地吹

dìu đỡ đg 搀扶

díu đg ①缝，缝合：díu chỗ rách 缝破的地方②靠近，贴近：buồn ngủ díu mắt 犯困眼皮

打架；Hai chân díu vào nhau. 两脚酸得都快瘫了。

dịu t ①柔和，温和：ánh trăng mát dịu 柔和的月光②缓和，减轻：Tình hình đã dịu lại. 局势已得到缓和。

dịu dàng t 柔和，婉转，温柔：tính tình dịu dàng 性情温柔

dịu giọng đg 缓和语调，语调温和

dịu hiền t 温柔善良：một cô gái dịu hiền 一个温柔善良的姑娘

dịu ngọt t 甘甜：lời nói dịu ngọt 甜言蜜语

dịu vợi t (琴声、歌声) 悠扬，婉转

do k ①由于，因为：Do không biết nên mới hỏi. 因为不懂所以才问。②由，凭：Việc này do anh ấy quyết định. 这件事由他决定。

do dự đg 犹豫，踌躇：không một chút do dự 毫不犹豫

Do Thái d 犹太：người Do Thái 犹太人

do thám d 密探 đg 侦探

dò₁ d 捕鸟器：Chim mắc dò. 鸟儿中套了。

dò₂ [医] 痔漏

dò₃ đg ①试探，探测：thăm dò 勘探②侦探，侦查，打探③摸索：dò đường mà đi 摸索前进④核查，查对：dò lại bài vở 查对书籍

dò dẫm đg 摸索：Trời tối, đường trơn, phải dò dẫm từng bước. 天黑路滑，要一步一步摸索着走。

dò hỏi đg 探问，探询，打听：dò hỏi để tìm manh mối 打听线索

dò la đg 刺探，打探：dò la bí mật quân sự 刺探军机

dò tìm đg 搜查，搜寻，查询：dò tìm tư liệu qua mạng 在网上查询资料

dò xét đg 探查，打探：dò xét thái độ của tôi 打探我的态度

dò ý đg 摸底，探口气

dó d [植] 楮

doa đg 搪：máy doa 搪床

doá *đg* [方] 生气: Nghe chuyện đó anh doá lắm. 听到那件事他很生气。

doạ *đg* 吓, 恫吓, 要挟: Đừng doạ tôi. 别吓我。

doạ dẫm *đg* 恐吓, 吓唬

doạ già doạ non *đg* (耍各种手段) 恐吓, 吓唬: Tưởng nó chỉ doạ già doạ non thế thôi, ai ngờ nó làm thật. 以为他只是虚张声势吓唬人, 谁料他会来真的。

doãi *đg* (手脚) 放直或放松: cánh tay doãi ra 手臂放直

doãn *d* [旧] 尹 (官名): phủ doãn 府尹 *đg* 允许: chuẩn doãn 准许

doãng *đg* 撑大, 拉大 *t* 松: bít tất doãng ra 袜子松了

doạng *đg* (腿) 撤开: đứng doạng chân 撤开腿站着

doanh=dinh

doanh gia *d* 商家; 企业家

doanh giới *d* 企业界; 商界

doanh lợi *d* 赢利: doanh lợi cao 高赢利

doanh nghiệp *đg* 营业: thuế doanh nghiệp 营业税 *d* 经营单位, 企业: nhà doanh nghiệp 企业家

doanh nhân *d* 商人

doanh sinh *d* 营生

doanh số *d* 营业额

doanh thu *d* 营业收入

doanh trại *d* 营寨, 军营

doành *d* [旧] 河流: non thẳm doành sâu 山高水深

dóc *đg* 吹牛, 瞎掰: tán dóc 瞎掰

dọc₁ *d* 叶梗, 叶茎, 叶柄: dọc dừa 椰子梗

dọc₂ *t* ①长, 纵: chiều dọc 纵向②沿着, 顺着: dọc bờ sông 沿着河边; đường dọc theo biên giới 沿边公路

dọc đường *d* 沿途, 中途

dọc ngang *d*; *đg* 纵横

dọc tẩu *d* (鸦片) 烟枪

doi *d* ①沙堤, 河滩②沙滩③海里的暗滩 ④ [植] 番樱桃: quả doi 番樱桃

dòi *d* 蛆虫: Mắm có dòi. 鱼露里有蛆。

dõi₁ *d* 后裔: dòng dõi 后裔; nối dõi tông đường 继承香火; nối dõi nghiệp cha 继承父业 *đg* 跟踪, 接踵: dõi bước theo chân 接踵而来; Mắt dõi theo người lạ mặt. 眼睛紧盯着陌生人。

dõi₂ *d* 门闩

dõi₃ [汉] 睿

dõi theo *đg* 跟踪, 跟随: Bà ta hị mới ra cửa đã bị mật thám dõi theo. 她刚出门就被密探跟踪了。

dõi tìm *đg* 追寻: dõi tìm theo vết chân 跟着脚印追寻

dọi₁ *d* 铅垂: quả dọi 铅垂

dọi₂ *đg* ①掷: dọi tiền xu 掷硬币②捶, 揍: dọi vào sườn mấy cái 朝腰捶了几下

dọi₃ *đg* 补漏: dọi mái nhà 补屋顶

dom *d* [解] 直肠: bệnh lòi dom 脱肛

dòm *đg* ①窥视, 偷看: dòm qua khe cửa 从门缝偷看②窥测, 窥探: dòm khắp các xó xinh 窥探每个角落

dòm ngó *đg* ①窥望, 觊觎②照看, 留意: Đồ đạc vứt bừa bãi, chẳng ai dòm ngó đến. 东西随地乱扔都没人理。

dỏm *t* 假, 劣质: hàng dỏm 假货

dóm [方]=nhóm

domino (đô-mi-nô) *d* 多米诺骨牌

don₁ *t* 枯萎

don₂ *d* [动] 蛏

don don *t* 不大不小: mình mẩy don don 中等身材

dọn₁ *đg* ①拾, 整理: dọn nhà cửa 收拾房间②摆, 设: dọn cơm 摆饭; dọn hàng 摆摊; dọn tiệc 设宴③搬, 迁移: dọn nhà 搬家

dọn₂ *t* (豆子) 炖不烂的

dọn dẹp *đg* 收拾, 整理: dọn dẹp nhà cửa 收拾房间

dọn đường *đg* 开路,铺路,铺平道路: Có xe cảnh sát dọn đường. 有警车开路。

dọn giọng *đg* 清嗓子

dong₁ *d* [植] 芭蕉芋,小花冬叶

dong₂ *đg* 解送,带,赶: dong tù về trại 解送犯人回监狱; dong trâu ra bãi 赶牛到草坪上; dong trẻ đi chơi 带小孩去玩

dong₃ *đg* 扬起,举起: dong buồm ra khơi 扬帆出海

dong dải *t* 高瘦,细长: vóc người dong dải 高瘦的身材

dong dỏng *t* 瘦高个: người dong dỏng cao 人长得瘦高

dòng₁ *d* ① 流: dòng sông 河流 ② 行: một dòng chữ 一行字 ③ 世族: nối dòng 承继烟火 ④ 世家: con tông nhà dòng 世家子弟 ⑤ 潮流: dòng chảy lịch sử 历史潮流

dòng₂ *đg* ① 放(绳、线): Dòng dây xuống giếng để kéo người lên. 放绳子下井把人拉上来。② 拉,牵: Dòng thuyền đi ven bờ sông. 拉着船沿河边走。

dòng chảy *d* 水流,气流

dòng chính *d* ① 主流 ② 嫡系

dòng dõi *d* 后裔,宗族,宗嗣: dòng dõi tôn tộc 贵族世家

dòng đạo *d* [宗] 教门

dòng điện *d* [电] 电流

dòng điện ba pha *d* 三相电流

dòng điện bão hoà *d* 饱和电流

dòng điện cảm ứng *d* 感应电流

dòng điện dao động *d* 振荡电流

dòng điện dư *d* 额补电流

dòng điện đóng *d* 闭合电流

dòng điện giới hạn *d* 极限电流

dòng điện một chiều *d* 直流电流

dòng điện phản ứng *d* 回授电流

dòng điện rẽ *d* 分支电流

dòng điện sơ cấp *d* 原电流

dòng điện tác dụng *d* 有功电流

dòng điện thay đổi *d* 变(电)流

dòng điện thứ cấp *d* 次级电流

dòng điện tức thời *d* 瞬时电流

dòng điện xoay chiều *d* 交流电流

dòng điện xoáy *d* 涡电流

dòng giống=dòng dõi

dòng họ *d* 宗族,家族: người cùng một dòng họ 同一宗族的人

dòng máu *d* 血统: dòng máu chính 直系亲属

dòng người *d* 人流

dòng nhiệt điện *d* [电] 热电流

dòng nước *d* 水流: dòng nước băng giá 寒流; dòng nước ngược 逆流

dòng phái *d* 门户,派系

dòng quang điện *d* [理] 光电流

dòng sông *d* 河流

dòng suối *d* 溪流

dòng tộc *d* 氏族,宗族: quan hệ dòng tộc 亲属关系; người đứng đầu dòng tộc 族长

dỏng *đg* 竖起: dỏng tai mà nghe 竖起耳朵听; Con chó dỏng đuôi sủa. 狗竖着尾巴叫。

t 高高瘦瘦: người cao dong dỏng 瘦高个

dõng₁ 靶: bắn dõng 打靶

dõng₂ [汉] 勇 *d* [方] 乡勇: lính dõng 兵勇

dõng dạc *t* (语调、动作) 坚定,从容: giọng nói dõng dạc 语调从容; bước đi dõng dạc 步伐坚定

dóng₁ *d* (也写 gióng) ① 节,段: một dóng mía 一节甘蔗 ② 横栏,闩: dóng cửa 门闩

dóng₂ *đg* 对齐: dóng hàng cột cho thẳng 将电线杆对齐

dọng₁ *d* 刀背: dọng dao 刀背

dọng₂ *d* [植] 竹黄: dọng tre 竹黄

dọp *đg* [口] 凹陷: Chỗ sưng đã dọp. 肿块已经消退。

doping (đo-ping) *d* 兴奋剂

dót₁ *t* 结块的: bột dót 结块的粉

dót₂ *d* 坩埚: nồi dót 坩埚

dô *t* 凸出的: trán dô 凸额头

dô-ga=i-ô-ga

dô ta *d* (劳动时的) 号子

dồ *đg* 冲: Chó dồ ra sủa. 狗冲出来吠。Sóng dồ lên. 浪往上冲。

dỗ₁ *đg* ①哄: dỗ con 哄孩子②引诱, 诱骗: bị dỗ đi làm việc xấu 被骗去做坏事③劝引: dạy dỗ 教导

dỗ₂ *đg* 掸: dỗ chiếu cho sạch 把席子掸干净

dỗ dành *đg* 哄骗, 诱骗: Đừng có mà dỗ dành con người ta. 不要哄骗别人的孩子。

dỗ ngon dỗ ngọt *đg* 用美言诱骗: Nghe anh dỗ ngon dỗ ngọt tôi mới đi với anh, ai ngờ lại đến nông nỗi này. 被你甜言蜜语诱骗, 我才跟你走, 谁料会到如此地步。

dốc₁ *d* 斜坡, 坡道: lên dốc 上坡; xuống dốc 下坡 *t* 陡, 斜: độ dốc 坡度; sườn núi dốc đứng 山坡陡峭

dốc₂ *đg* ①倾倒: mưa như dốc nước 倾盆大雨; bán dốc 倾销; Dốc chai đổ hết nước. 把瓶子里的水倒干净。②倾尽 (全力): dốc hết tâm sức 全力以赴; dốc hết tiền của vào công trình này 倾尽全部财力到这个工程

dốc chí *đg* 倾心, 倾尽全力, 全力以赴: Dốc chí mà làm, ắt sẽ thành công. 全力以赴必定成功。

dốc đứng *d* 陡坡

dốc ống *đg* 倾钱罐 (喻倾尽所有)

dốc thoải *d* 斜面台阶, 斜坡路

dộc *d* [动] 长臂猿: khỉ độc 长臂猿

dôi *t* 多, 多出: tính dôi ra mấy ngày 多算出几天; Lợn lẳn mình, dôi thịt. 猪肥壮, 多肉。*đg* 节约, 剩余: Nhờ cải tiến cách làm mà dôi được mấy ngày công. 通过改进做法节约了几个工作日。

dôi thừa *t* 剩余的, 多余的: Đây là bàn ghế dôi thừa. 这是多余的桌椅。

dồi₁ *d* 酿肉, 灌肠

dồi₂ *đg* 抛: dồi bóng 抛球

dồi₃ *d* 抛硬币游戏

dồi dào *t* 丰富, 充足, 充盈: hàng hoá dồi dào 货物充足; kinh nghiệm dồi dào 经验丰富

dồi sấy *d* 香肠, 腊肠

dồi súng *đg* [军] 装弹药, 填药

dỗi *đg* 赌气, 使性子: Thằng bé dỗi không ăn cơm. 小家伙赌气不吃饭。

dối₁ *đg* 欺骗: nói dối 撒谎; lừa dối 欺骗

dối₂ *t* 虚假: làm dối 作假

dối dá=dối trá

dối dân *đg* 惑众, 欺骗民众

dối lòng *t* 违心的, 欺心的, 昧良心的: việc làm dối lòng 昧良心的事

dối trá *t* 虚伪, 狡黠, 刁钻: thái độ dối trá 态度虚伪

dối trên lừa dưới 欺上瞒下

dội₁ *đg* ①回响, 反响: Tiếng nổ dội vào vách đá. 爆炸声在石壁间回响。Bài báo đã gây nên nhiều tiếng dội. 文章反响很大。②传, 传播: Tin chiến thắng dội về. 捷报传来。③ (病痛或情感) 加剧, 猛增, 倍加: cơn đau dội lên 病痛加剧; niềm thương nhớ dội lên 倍加思念

dội₂ *đg* 反撞, 反弹: Quả bóng dội lên. 球反弹了起来。

dôm dả *t* 逗乐, 娱乐: Anh hát một bài cho dôm dả nào! 你给大家唱个歌娱乐一下!

dôm trò *t* 逗人的, 逗乐的, 搞笑的: Buổi diễn hôm nay thật dôm trò. 今天的表演真搞笑。

dỗm=dởm

dồn *đg* ①汇合, 集聚, 合并: dồn kho 并仓; tính dồn lại 合计; Công việc dồn vào cuối năm. 工作都集中到年底。②连续, 不断: tiếng trống dồn dập 鼓声不断; hỏi dồn 连续发问③反而变成: Hết khôn dồn dại. 聪明过头反而变成傻瓜。④围追, 逼困: bị dồn vào thế bị động 被围追得很被动; bị dồn vào chân tường 被逼困在墙脚

dồn dập *t* 频频, 接二连三: hơi thở dồn dập 频

频喘气; Nhiều công việc dồn dập lại trong một lúc. 许多工作都接二连三地堆在一块。

dồn ép đg 逼困, 逼迫: Chị ấy bị cuộc sống dồn ép tưởng như không còn lối thoát. 她被生活所逼迫, 以为没有退路了。

dồn nén đg 打压, 抑制, 压缩: Chương trình huấn luyện bị dồn nén. 训练计划被缩短。 Tình cảm bị dồn nén. 情感被压抑。

dồn tụ đg 聚集: Đây là nơi dồn tụ tinh hoa của cả nước. 这里是聚集全国精华的地方。

dông₁ d 暴风雨

dông₂ đg 溜走: Nó lên xe dông mất. 他上车溜走了。

dông₃ t 倒霉

dông bão d 风暴

dông dài t ①冗长, 啰唆: lời lẽ dông dài 冗长的口水话②消磨时间的: ăn chơi dông dài 消磨时间的吃喝玩乐; Đi dông dài qua khắp các phố. 消磨时间般地瞎逛大街小巷。

dông tố d 狂风骤雨 (喻境况艰难): Đời người nhiều dông tố. 人生多艰难。

dồng dộc d [动] 山雀

dộng₁ d [动] 蛹

dộng₂ đg ①猛蹾, 撞: dộng đũa xuống bàn 用筷子在桌子上猛蹾; Con bé bị ngã dộng đầu xuống đất. 孩子摔倒了, 头撞在地上。②猛捶: dộng cửa 猛捶门

dộng đầu 倒栽葱

dộng thành ngài d [动] 成虫

dốt t ①愚昧, 无知, 拙笨, 外行, 差: ngu dốt 愚笨; dốt về văn học 对文学很外行; Nó học dốt lắm. 他学习很差。②微酸, 酸溜溜: Quả cam ăn hơi có vị dốt. 橘子吃起来有点儿酸。

dốt chữ t 目不识丁的, 不识字的: Người dốt chữ, nên không ai mướn. (因为) 不识字,

所以没人雇佣他。

dốt đặc t 不懂, 不了解, 一无所知, 一窍不通: dốt đặc về cờ vua 对国际象棋一窍不通

dốt đặc cán mai=dốt đặc

dốt đặc hơn hay chữ lỏng 宁做睁眼瞎, 不做半瓶醋

dốt nát t 昏庸, 愚昧

dột t ①渗漏, 滴漏: nhà dột 屋子漏雨②枯萎: cây chết dột 树木枯死③憔悴, 枯槁: mặt ủ dột 憔悴的脸色 đg 顶撞: Tôi vừa mở miệng đã bị dột rồi. 我刚开口就被顶回去了。

dột nát t 破陋, 衰颓, 破落: túp lều dột nát 破陋的茅屋; chế độ phong kiến dột nát 腐朽的封建制度

dột từ nóc dột xuống 上梁不正下梁歪

dơ t ①污秽, 肮脏 (同 bẩn): Áo quần dơ quá. 衣服太脏了。②恬不知耻: Sao lại có người dơ thế? 怎么会有那么恬不知耻的人啊? Rõ dơ! 真是恬不知耻!

dơ bẩn t 污秽, 肮脏: đường sá dơ bẩn 肮脏的道路

dơ dáng t 不知羞耻, 脸皮厚: Ăn mặc như thế, thật là dơ dáng. 这样穿着真是不知羞耻。

dơ dáng dại hình 恬不知耻

dơ dáng dạng hình=dơ dáng dại hình

dơ dáy t 肮脏, 脏兮兮: quần áo dơ dáy 衣服脏兮兮的; chân tay dơ dáy 手脚脏兮兮的

dơ duốc [方]=nhơ nhuốc

dơ đời t 俗不可耐: Thật rõ là dơ đời! 真是俗不可耐!

dở₁ t 差, 坏, 拙劣: kế dở 拙计; hay dở 好坏; Làm như thế thì dở quá. 这样做太差劲了。 Đừng dạy dở con nhà người ta. 别教坏人家的孩子。

dở₂ t 怪癖, 不正常: dở hơi 神经不正常; Anh ta hơi dở người. 他有点儿不正常。

dở₃ t 半截儿的, 未完的: bỏ dở 半途而废;

Đang dở câu chuyện thì có khách đến. 正
聊到一半就有客人来。

dở bữa *đg*[口]①(不到吃饭时间)进餐,吃:
Dở bữa nên ăn không ngon. 没到吃饭时
间所以吃不香。②还没吃完(饭),中止吃
饭:Đang dở bữa mà gọi đi. 正吃着饭就
被叫去。

dở chừng *t* 半截儿的,未完的:Làm dở chừng
rồi bỏ. 干了一半就放弃了。

dở dạ[医](产前)腹痛,阵痛

dở dang *t* 半截儿的,不上不下的,尴尬:mối
tình dở dang 未了情

dở dói *đg* 兜翻(往事),旧事重提:Việc qua
rồi đừng dở dói thêm lôi thôi. 事情过去了
就别再兜翻它来添烦恼了。

dở dom=dở hơi

dở dở ương ương 神神道道,疯疯癫癫

dở dơi dở chuột 人不像人,鬼不像鬼

dở đục dở trong (态度、立场)模棱两可,摇
摆不定

dở ẹc *t* 差劲(到极点):Nó có khiếu nhạc,
nhưng văn thì dở ẹc. 他有音乐方面的天
赋,但语文却差到了极点。

dở ẹt=dở ẹc

dở hơi *t* 神经质的,精神不正常的,脑子进水
的(骂语):Mày dở hơi à? Mà đi theo hắn.
你脑子进水了?要跟他去?

dở khóc dở cười 啼笑皆非

dở khôn dở dại 愣头愣脑

dở miệng *t* (吃得)不过瘾的:Món ăn ít quá,
dở miệng đã hết. 菜太少了,还没吃过瘾
就完了。

dở ngây dở dại 半痴半疯

dở ngô dở khoai 不阴不阳;模棱两可

dở người *t* (精神)不正常的:Hắn ta hơi dở
người. 他有点不正常。

dở ông dở thằng 不三不四,不伦不类

dở tay *t* 正忙着的:Tôi còn nhiều việc
đang dở tay. 我正忙着,还有很多事情

要做。

dở việc *t* ①正忙着:Tôi đang dở việc, không
đi được. 我正忙着,去不了。②耽搁:làm
dở việc người ta ra 耽搁了人家的事

dỡ *đg* 拆,卸:bốc dỡ 装卸;dỡ hàng 卸货

dớ da dớ dẩn *t* 迷迷怔怔,愣头愣脑

dớ dẩn *t*[口] 呆,傻:câu hỏi dớ dẩn 很傻的
问题

dự dẩn=dớ dẩn

dơi *d*[动] 蝙蝠

dời *đg* ①转移:vật đổi sao dời 斗转星移②
移植:dời cây 移植树木③改变:ngàn năm
không dời 千年不变

dời bỏ *đg* 摒弃,抛弃:dời bỏ quê hương 背
井离乡

dời đổi *đg* 转移,改变:Dù ngàn năm trái tim
em cũng không dời đổi. 我的心一万年不
变。

dời nhà *đg* ①迁居,搬家②离开家:Tôi dời
nhà đã ba tháng. 我离开家三个月了。

dợm *đg* 准备好(做某事),跃跃欲试:Anh
ấy dợm đứng lên mấy lần định về. 他好几
次站起来准备回去。

dơn *d*[植] 什样锦

dờn dờn *t* 青翠,翠绿:cây xanh dờn dờn 树
木青翠

dớn dác=nhơn nhác

dợn *đg* 泛起微波:Mặt hồ dợn sóng. 湖面泛
起涟漪。*d*(木) 纹:Mặt gỗ có nhiều dợn.
这种木的表面有很多纹路。

dớp *d* 厄运,否运:Nhà có dớp, hai năm liền
đều có người chết đuối. 家遭厄运,连续两
年都有人溺水死亡。

dớt *t* 糜烂,碎烂:cơm dớt 糜饭

dợt *t* 卷舌(指说话口齿不清):nói dợt 说话
卷舌头

du₁ *d* 榆树

du₂[汉]游,悠,瑜,输

du canh *t* 游耕,不定点耕作:dân tộc du canh

游耕民族

du cầm loại *d* 游禽类

du côn *;* *t* 地痞,流氓,歹徒: hành động du côn 流氓行为; tính rất du côn 性格很野蛮

du cư *t* 游居,不定点居住: Một số dân tộc ở Việt Nam vẫn sống du cư. 越南的一些民族仍过着游居的生活。

du dân *d* 游民

du di *đg* 波动: Giá cả vừa phải, có du di một chút. 价格合理,稍有波动。

du diễn=lưu diễn

du dương *t* 悠扬: tiếng hát du dương 歌声悠扬

du đãng *d* ; *đg* 游荡,放荡: quen lối sống du đãng 习惯了放荡的生活

du hành *đg* 远游,旅行: du hành vũ trụ 太空旅行; nhà du hành vũ trụ 宇航员

du hí *d*[旧] 游戏

du học *đg* 游学,留学: du học sinh 留学生

du khách *d* 游客

du khảo *đg* 旅游考察: đi du khảo ở nước ngoài 去国外旅游考察

du kí *d* 游记

du kích *t* 游击的: du kích chiến 游击战 *d* 游击队

du lãm *đg* 游览: du lãm công viên 游览公园

du lịch *đg* 游历,旅行,旅游: xe du lịch 旅游车; cục du lịch 旅游局; công ti du lịch 旅行社

du mị *đg* 谀媚: du mị kẻ quyền quí 谀媚权贵

du mục *đg* 游牧: dân tộc du mục 游牧民族

du ngoạn *đg*[旧] 游玩,观光: Những ngày nghỉ anh có thể đi du ngoạn các nơi. 假日你可以到各地观光。

du nhập *đg* 输入,流入,引进: du nhập vào Việt Nam 流入越南; du nhập một mốt mới 引进新潮流

du nịnh *đg* 谀佞,奉承

du phiếm luận *d*[哲] 游泛论(亚里士多德的哲学说)

du thủ du thực 游手好闲

du thuyền *d* 游船

du thuyết *đg* 游说: tay du thuyết 说客

du xuân *đg*[旧] 春游

dù₁ *d* ① [方] 雨伞: che dù 打雨伞②降落伞: nhảy dù 跳伞③伞兵: lính dù 伞兵④保护伞(制作精美,妇女常用)

dù₂ *k* 尽管: Dù mưa to, vẫn phải đi. 尽管下大雨,还是要去。

dù cho *k* 尽管,哪怕: Nói ra sự thật, dù cho có bị hiểu lầm. 说出真相,哪怕被误解。

dù giấy *d* 纸伞

dù lọng *d* 罗伞

dù rằng *k* 尽管,纵然

dù sao *k* 无论如何,不管怎样: Dù sao tôi cũng phải đi. 不管怎样我都要去。

dù thế *k* 虽然如此,尽管如此

dụ₁ [汉] 诱 *đg* 诱导,引诱: Dụ địch vào trận địa phục kích. 诱敌进入伏击阵地。

dụ₂ [汉] 谕,喻

dụ dỗ *đg* 引诱,诱骗,哄骗: dụ dỗ trẻ con 哄骗小孩

dụ khị *đg*[口] 引诱,蛊惑: Đừng có mà dụ khị con nhà người ta. 不要引诱人家的孩子。

dụ ngôn *d* 比喻,比方

dụ quải *đg* 诱拐: tội dụ quải phụ nữ trẻ con 诱拐妇女儿童罪

dua nịnh *đg* 阿谀奉迎,拍马屁: Nó rất biết dua nịnh cấp trên. 他很懂得拍领导马屁。

dùa *đg*[方] 收集,堆积: dùa lại thành đống 收成一堆

dũa *d* 锉刀: dũa ba cạnh 三角锉; dũa bằng 平锉; dũa bẹt 扁锉; dũa mịn 细锉刀; dũa tròn 圆锉; dũa vuông 方锉 *đg* 锉

dục₁ [汉] 欲: tình dục 情欲

dục₂ [汉] 育: đức dục 德育; trí dục 智育

D

dục anh *đg* 育婴: nhà dục anh 育婴堂

dục cầu *d* 欲求,欲望

dục dặc *đg* 犹豫不决: Không thể dục dặc nữa. 不能再犹豫不决了。

dục giới *d*[宗] 欲界

dục năng *d*[生] 性能力,性本能

dục tình= tình dục

dục tính *d*[生] 性欲

dục vọng *d* 欲望: thoả mãn dục vọng 满足欲望

duệ [汉] 裔 *d* 裔: hậu duệ 后裔

duệ trí *d* 睿智

duệ triết *d*[旧] 睿哲

duềnh=doành

dùi₁ *d* 槌子: dùi trống 鼓槌

dùi₂ *d* 锥子: dùi đóng sách 书锥 *đg* 钻孔, 穿凿: dùi thủng 凿穿; dùi một lỗ 钻个孔

dùi cui *d* 警棍,电棍

dùi đục chấm mắm cáy 枕木蘸蟹酱 (喻粗鲁、粗俗)

dùi đục chấm mắm tôm 枕木蘸虾酱 (喻风马牛不相及)

dùi mài *đg* 磨砺,琢磨,钻研: dùi mài kinh sử 钻研经史 (喻勤奋好学); đèn sách dùi mài 青灯枯槁 (喻勤奋好学)

dùi vồ *d* 槌子

dũi *đg* 拱,刨: dũi cỏ 刨草; Lợn dũi đất. 猪拱地。

dúi₁ *d*[动] 土拨鼠

dúi₂ *đg* ①塞: Dúi vào tay em bé mấy cái kẹo. 在小孩手里塞了几颗糖。②推,搡: bị dúi ngã 被推倒③摁

dúi dụi *đg* 连连摔跤: vấp ngã dúi dụi 被绊接连摔倒

dụi *đg* ①揉: dụi mắt 揉眼②擦灭,熄灭: dụi bó đuốc 熄灭火把③蹭,搓: ngã dụi 摔了个嘴啃泥; Bé dụi đầu vào lòng mẹ. 小孩把头蹭到母亲怀里。

dúm₁ *đg* 扎紧,捆严: buộc dúm miệng túi lại 绑严袋口

dúm₂ *đg*; *d* 蘸

dúm₃ *t* 一小撮的,挤出的 (同 rúm): một dúm muối 一小撮盐

dúm dó *t* 凹扁,卷扁,打扁

dúm dụm=dúm dó

dụm *đg* ①汇集,汇合: dành dụm 积储②聚,凑: ngồi dụm lại 凑近坐; dụm đầu vào nhau 把头凑在一起

dun *đg* 推,搡: dun xe 推车; dun nhau ngã 互相推倒

dun dăn *đg* 伸缩: tính dun dăn 伸缩性

dun dủi *đg* 驱赶,驱使: Sự đời dun dủi cho họ lại gặp nhau. 命运驱使他们又见面了。

dùn *t* 松弛: dây dùn khó đứt 松弛的绳子不易断

dún[方]=nhún

dún dẩy[方]=nhún nhẩy

dún mình *đg* 屈腿 (准备跑或跳)

dún vai *đg* 耸肩: Anh ta dún vai tỏ ý không hiểu. 他耸耸肩,表示不明白。

dung₁ [汉] 容 *đg* ①容纳: dung tích 容积② 宽容: Tội ác trời không dung, đất không tha. 天地不容之罪恶。

dung₂ [汉] 溶,融,庸,熔

dung chú *đg* 熔铸

dung chứa *đg* 容纳: độ dung chứa 容纳率

dung dăng *đg* (悠闲地) 手牵着手走: Bọn trẻ đang dung dăng đi trên thảm cỏ. 小孩子在草坪上手牵手地走。

dung dị=bình dị

dung dịch *d*[理] 溶液: dung dịch bão hoà 饱和溶液; dung dịch đệm 固定溶液; dung dịch keo 胶体溶液

dung dưỡng *đg* 纵容,放纵: dung dưỡng bọn côn đồ 纵容流氓

dung điểm *d*[理] 熔点

dung điện khí *d*[电] 容电器

dung độ *d*[理] 溶度

dung giải *đg*[理] ①溶解②熔解

dung hoà *đg* 融和, 中和: dung hoà ý kiến hai bên 中和双方意见

dung hợp *đg* 融合

dung lượng *d* 容量

dung mạo *d* 容貌

dung môi *d*[化] 溶媒, 溶剂

dung nạp *đg* 容纳: dung nạp những bậc hiền tài 容纳贤才

dung nham *d*[矿] 熔岩

dung nhan *d*[旧] 容颜

dung sai *d* 公差

dung tha *đg* 宽宥, 宽恕: tội tày trời không thể dung tha 不可宽恕的滔天大罪

dung thân *đg* 容身: nơi dung thân 容身之地

dung thứ = dung tha

dung tích *d* 容积

dung tục *t* 庸俗

dung túng *đg* 纵容, 放纵, 姑息: dung túng kẻ xấu làm điều phi pháp 纵容坏人干非法的事

dùng *đg* ①食用, 饮用: Mời anh dùng trà. 请用茶。②使用: dùng tiền 用钱; Ông ấy rất biết dùng người. 他很懂得用人。

dùng dằng *đg* 踌躇, 犹豫: dùng dằng nửa ở nửa đi 徘徊往返, 犹豫不决

dùng dắng = dùng dằng

dùng mình *t* 悚然, 战栗

dũng₁[汉] 勇 *t* 勇: trí dũng song toàn 智勇双全

dũng cảm *t* 勇敢

dũng khí *d* 勇气

dũng mãnh *t* 勇猛

dũng sĩ *d* 勇士

dũng tướng *d* 勇将, 猛将

dúng *đg* ①浸湿, 浸渍, 沾濡: dúng nước 沾水②插手, 沾边, 参与: dúng vào việc của người khác 插手别人的事③涮: Dúng một cái là ăn được. 涮一下就能吃了。

dụng[汉] 用 *đg* 用: sử dụng 使用; phép dụng binh của Mao Trạch Đông 毛泽东的用兵之术

dụng binh *đg* 用兵

dụng công *đg* ①用功: dụng công nghiên cứu 专心研究②费工

dụng cụ *d* 用具, 器械, 仪器: dụng cụ thí nghiệm 实验仪器; dụng cụ thể thao 运动器械; dụng cụ gia đình 家庭用具

dụng quyền *đg* 用权, 持势, 弄权

dụng tâm *đg* 用心, 居心: dụng tâm hại người 居心害人 *d* 用意: Anh làm như thế có dụng tâm gì? 你这样做有什么用意?

dụng võ *đg* 用武: Anh hùng không có đất dụng võ. 英雄无用武之地。

dụng ý *d* 用意, 本意: có dụng ý khác 别有用意

duốc *đg* (用毒熏的办法) 捕鱼

duốc cá *d*[植] 毒鱼用的一种有毒植物 *đg* 毒鱼

duỗi *đg* ①伸直, 蹬直: nằm duỗi chân tay 伸直手脚躺着②推掉, 推诿: Thấy khó, muốn duỗi ra. 见困难就想推掉。

duối *d*[植] 鹊肾树

duy *p* 唯独, 唯有, 只有: Cảnh vật đã đổi khác, duy tình người vẫn như xưa. 景物已非, 唯人情如故。

duy cảm luận *d*[哲] 唯感论, 感觉论

duy có *p* 唯有, 只有

duy danh luận *d*[哲] 唯名论, 名目论

duy dụng *t* 唯用, 实用: duy dụng luận 实用主义

duy giác luận = duy cảm luận

duy ích *t* 功利的: con người duy ích 功利的人

duy lí *t* 唯理的

duy linh luận *d*[哲] 唯灵论

duy lợi *t* 唯利的

duy mĩ *t* 唯美的

duy ngã luận *d*[哲] 唯我论

duy nhất *t* 唯一: tài sản duy nhất 唯一的财产

duy tâm *t* ① [哲] 唯心的: duy tâm chủ quan 主观唯心主义; duy tâm khách quan 客观唯心主义②迷信的: Bà ta rất duy tâm. 那老太婆很迷信。

duy thần luận *d*[哲] 唯神论,灵性论,精神主义

duy thể luận *d*[哲] 唯体论,实在论,实体论

duy tình *t* [哲] 唯情的

duy trì *đg* 维持: duy trì trật tự xã hội 维持社会秩序

duy trí *d*[哲] 唯智论

duy tu *đg* 维修

duy vật *t*[哲] 唯物论的

duy vật biện chứng *d* 辩证唯物主义

duy vật lịch sử *d* 历史唯物主义

duy vật siêu hình *d* 形而上学的唯物主义

duy ý chí *d* 唯意志论

duyên₁ [汉]缘 *d* 缘分: tình duyên情缘; Hữu duyên thiên lí năng tương ngộ, vô duyên đối diện bất tương phùng. 有缘千里能相会,无缘对面不相逢。

duyên₂ *d* 可爱之处: Không đẹp, nhưng có duyên. 不漂亮,但有可爱之处。

duyên biên *d* 沿边,边境

duyên cách *d* 沿革: lịch sử duyên cách 历史沿革

duyên cớ *d* 缘故,缘由

duyên dáng *t* 娇美,妩媚: nụ cười duyên dáng 娇美的笑容

duyên do *d* 缘由

duyên hài *d* 佳缘,和谐的姻缘

duyên hải *d* 沿海: vùng duyên hải 沿海地区

duyên kì ngộ *d* 奇遇,奇缘

duyên kiếp *d* [宗] 缘劫,前世缘分

duyên nợ *d*(欠下的) 情分,缘分

duyên phận=duyên số

duyên số *d* 缘分

duyên trời *d* 天作之合,天意

duyến *d*[解] 腺,腺体

duyến lệ *d* 泪腺

duyến ngoại tiết *d* 外分泌腺

duyến nhũ *d* 乳腺

duyến nội tiết *d* 内分泌腺

duyến tính dục *d* 生殖腺

duyệt [汉] 阅 *đg*①阅看②审查,审核,批准: phê duyệt 批阅; trình duyệt bản dự chi 报批支出预算③检阅: duyệt bộ đội danh dự 检阅仪仗队

duyệt binh *đg* 阅兵: lễ duyệt binh 阅兵式

duyệt hạch *đg* 审核: duyệt hạch tài sản cơ quan 审核单位资产

duyệt y *đg* 照准,批准: cấp trên đã duyệt y 上级已照准

dư [汉] 余 *t* 剩余,富余,多余,余剩: dư ăn dư mặc 余吃余穿 (指丰衣足食); số dư 余额

dư âm *d* 余音

dư ba *d* 余波

dư chấn *d*[地] 余震

dư dả *t* 富余,丰余: sống tương đối dư dả 生活相对富足

dư dật *t* 丰裕,安逸: cuộc sống dư dật 生活安逸; tiền của dư dật 财富丰裕

dư đảng *d*[政] 余党

dư địa chí *d*[地] 舆地志 (地理书)

dư đồ *d*[地] 地图,舆图

dư luận *d* 舆论: dư luận xôn xao 舆论哗然

dư lượng *d* 残余,残留: dư lượng thuốc trừ sâu 农药残余

dư nợ *d* 余债

dư số *d*①余数② [数] 差,差数

dư thừa *t* 富余,多余

dư vang=dư âm

dư vị *d*①余味②回味

dừ=nhừ

dử *d* 眵: dử mắt 眼眵

dữ *t* ①凶, 不吉: tin dữ 噩耗; dữ nhiều lành ít 凶多吉少②凶猛, 凶恶, 凶暴: thú dữ 猛兽; dữ như hùm 猛如虎③凶, 厉害, 过甚: ăn dữ 吃得很凶; Càng về khuya trời càng rét dữ. 越到深夜天越冷得厉害。

dữ dằn *t* 狰狞: bộ mặt dữ dằn 面目狰狞

dữ dội *t* 猛烈, 狂烈, 激烈: lửa cháy dữ dội 火猛烈地燃烧; mưa bão dữ dội 狂风暴雨

dữ đòn *t*(管教) 严格, (打板子) 下手狠

dữ kiện *d* 已知(条件): Bài toán không giải được, vì thiếu dữ kiện. 这道数学题无解, 因为缺乏已知项。②数据: dựa vào các dữ kiện thống kê 根据统计数据

dữ liệu *d* ①资料, 数据② (计算机贮存的) 信息数据, 资料

dữ số *d*[数] 已知数

dữ tợn *t* 凶狠, 可怕, 恐怖, 穷凶极恶: bộ mặt dữ tợn 凶神恶煞的面目; Dòng sông trở nên dữ tợn vào mùa lũ. 这条河在汛期变得很可怕。

dứ₁ *đg* 引诱, 利诱: Dứ mồi câu trước miệng cá. 在鱼嘴前放诱饵。

dứ₂ *đg* 亮出 (物件) 以威胁: Dứ lưỡi dao vào cổ bắt đứng im. 把刀架在脖子上, 不许作声。

dự₁ *d* 香米的一种

dự₂ *đg* 参加, 出席: dự tiệc赴宴; dự hội nghị 参加会议

dự₃[汉] 预 *đg* 预料: Việc ấy không thể dự trước được. 那件事无法预料。

dự₃[汉] 与, 誉

dự án *d* 预案, 草案, 提案, 项目: xây dựng dự án 策划项目; dự án kế hoạch 计划草案

dự án chương trình *d* 项目草案, 项目预案

dự án đầu tư *d* 投资项目

dự báo *đg* 预报: dự báo thời tiết 天气预报

dự bị *đg* 准备, 预备: dự bị khởi công 准备动工 *t* 预备的, 候补的, 替补的: lớp dự bị 预备班; dự bị đại học 大学预科; Đảng viên dự bị 预备党员; cầu thủ dự bị 替补队员

dự cảm *đg*; *d* 预感

dự chi *đg* 预支, 预拨: Ngân hàng đã dự chi toàn bộ tiền lãi. 银行已经预支全部利息。

dự chiến *đg* 参战

dự định *đg*; *d* ①预定②打算

dự đoán *đg*; *d* 预测, 估计, 预料, 臆测

dự khuyết *đg* 候补: uỷ viên dự khuyết 候补委员

dự kiến *đg* 预计, 预见, 预料: Dự kiến sẽ có nhiều khó khăn. 预计会有很多困难。*d* 预案: Cứ theo dự kiến mà làm. 尽管按预案办。

dự liệu *đg* 预料, 估计: Điều này không thể dự liệu được. 这件事无法预料。

dự luật *d*[法] 法律草案

dự mưu *d* 预谋

dự ngôn *d* 预言

dự nhiệm *t* 预备的

dự phòng *đg* 预防: dự phòng điều bất trắc 预防不测

dự thảo *đg* 起草: dự thảo văn kiện 起草文件 *d* 草案: bản dự thảo 草案

dự thẩm *đg*; *d* 预审, 初审

dự thầu *đg*[商] 竞标

dự thính *đg* 旁听, 列席: Lớp này không cho dự thính. 这个班不允许旁听。

dự thu *đg* 预收: khoản tiền dự thu 预收款

dự tính *đg*; *d* 预计: Dự tính sẽ có 30 người đến dự. 预计有 30 人参加。

dự toán *đg*; *d* 预算: dự toán chi 预算支出; dự toán thu 预算收入; dự toán ngân sách 国家财政预算

dự trận *đg* 参战

dự trù *đg* ①预算: dự trù kinh phí 经费预算②估计: Việc này dự trù phải ba tháng mới xong. 这项工作估计要三个月才能做完。 *d* 预算: lập dự trù 做预算

dự trữ *đg*; *d* 储备: dự trữ lương thực 储备粮
食; dự trữ vàng 黄金储备

dự tuyển *đg* 参选

dưa *d* ①[植]（能生吃的）瓜类②腌菜，咸
菜，酱菜

dưa ác *d*[植] 葫芦科

dưa bở *d* 甜瓜，香瓜

dưa cải *d* 酸菜

dưa chuột *d* 黄瓜

dưa chuột muối *d* 酱瓜

dưa gang *d* 北瓜，倭瓜

dưa góp *d* 什锦酱菜

dưa gừng *d* 酸姜

dưa hành *d* 腌葱头

dưa hấu *d* 西瓜

dưa leo *d*[方] 黄瓜

dưa lê *d* 香瓜

dưa món *d* 鱼露酱菜

dưa muối *d* 咸菜，泡菜

dưa tây *d* 香瓜

dừa *d*[植] 椰子: cây dừa 椰树; nước dừa 椰
汁; cùi dừa 椰瓢

dừa lửa *d* 火椰，红椰

dừa nước *d* 水椰

dừa xiêm *d* 甜椰

dứa *d*[植] ①菠萝，凤梨②剑麻

dứa dại *d*[植] 野菠萝

dựa *đg* ①靠，倚靠: ngồi dựa cột 靠着柱子
坐 ②依赖: chỗ dựa 靠山; dựa vào quần
chúng 依靠群众; dựa vào sức mình là chính
主要依靠自身力量③根据，按照: Dựa vào
khả năng của từng người mà phân công.
根据个人能力分工。

dựa dẫm *đg* 依附，依赖，仰仗: sống dựa dẫm
vào bố mẹ 依赖父母生活; Không tự suy
nghĩ, cứ dựa dẫm vào người khác. 自己不
思考，总是依赖别人。

dưng *t* ①非亲非故的，毫无关系的: người
dưng 非亲非故的人②闲的: ngày dưng 闲
日③无缘无故的，自然而然的: bỗng dưng
无缘无故地④闲居的，闲散的: ăn dưng
吃闲饭

dừng₁ *d* （做隔墙的）竹条: tai vách mạch dừng
隔墙有耳

dừng₂ *đg* 停止，中止，停留，滞留: dừng lại 停
下来; trạng thái dừng 停滞状态; tạm dừng
暂停

dừng bớt *đg* 收缩，退缩，退却，减少，压缩:
Năm sau tôi sẽ dừng bớt các công việc. 明
年我将压缩各项工作。

dừng bút *đg* 停笔，暂 搁 笔: Xin dừng bút
lại, nhìn lên bục giảng và lắng nghe! 停笔，
看上讲台来仔细听！

dừng bước *đg* 留步，止步: Dừng bước để lựa
chọn một con đường mới. 止步寻新路。

dừng chân *đg* 停止不前，驻足: dừng chân
ngắm cảnh 驻足看风景

dửng dưng *t* ①淡然置之，漠然，冷酷: dửng
dưng trước những lời than khóc 漠然面
对悲惨的哭声; Nhìn cảnh khổ của người
khác bằng con mắt dửng dưng. 用冷酷的
眼光看待别人的痛苦。②突然，平白无故:
Số may đem đến dửng dưng. 好运突然上
门来。

dửng mỡ[口]=rửng mỡ

dửng tóc gáy *t* 毛骨悚然的: Câu chuyện nghe
dửng tóc gáy. 那故事听得令人毛骨悚然。

dứng *d* 竹筋: vách trát dứng 竹筋土墙; Cắm
dứng làm vách. 扎竹筋糊墙。

dựng *đg* ①竖: dựng cột nhà 竖房柱; dựng
cờ khởi nghĩa 揭竿起义②建造，筑造: dựng
nhà 建房子③建立: dựng nước 建立国家

dựng đứng *t* 陡峭: vách đá dựng đứng 石壁
陡峭 *đg* 无中生有，瞎编: Nói dựng đứng
như thật. 瞎编得像真的一样。

dựng ngược *đg* ①倒立②歪曲，颠倒

dựng phim *đg* （电影等）制片

dựng tóc gáy=dửng tóc gáy

dựng vợ gả chồng 男婚女嫁；女儿亲事

dược [汉] 药 d 药物：y dược 医 药；ngành dược 医药行业；trường dược 药科学校

dược cao d 药膏

dược chính d 药政（医药行政部门）

dược điển d 药典

dược học d 药学

dược khoa d 药学科

dược lí d 药理

dược liệu d 药材

dược phẩm d 药品

dược phòng d 药房

dược sĩ d 药剂师

dược tá d 初级药剂师

dược thảo d 草药

dược thư d 药书，药典

dược tính d 药性

dược vật d 药物

dưới d ①下，下面：trên trời dưới đất 天上地下；Dưới đây tôi nêu vài thí dụ. 下面我举几个例子。②下级：trên dưới một lòng 上下一心 k ①在…之下：dưới sự lãnh đạo của Đảng 在党的领导下②少于，低于：Trẻ em dưới một mét không cần mua vé. 身高低于一米的小孩不用买票。

dưới đây d 以下，下述，如下

dưới hầm d 井下，坑内：làm dưới hầm 井下作业

dưới trướng d 帐下，麾下

dương₁ [汉] 阳 d 阳，阳性，正位：cực dương 阳极；cõi dương 阳间；số dương 正数 t 阳性的，正位的

dương₂ [汉] 杨 d[植] 杨（树）：cây dương 杨树

dương₃ [汉] 洋 d 海洋：xuất dương 出洋；tàu tuần dương 巡洋舰

dương₄ [汉] 扬，羊

dương cầm d 钢琴

dương cụ d[解] 阳具

dương cực d[理] 阳极，正极

dương danh đg 扬名

dương dương tự đắc 扬扬得意；扬扬自得

dương đông kích tây 声东击西

dương gian d[宗] 阳间，人世

dương khí d 阳气

dương lịch d 阳历，公历：năm dương lịch 阳历年

dương liễu d[植] 杨柳

dương mai₁ d[医] 梅毒

dương mai₂ d[植] 杨梅

dương nanh múa vuốt 张牙舞爪

dương nụy d[医] 阳痿

dương oai đg 扬威，虚张声势：Chỉ dương oai chứ không dám làm gì. 只虚张声势而不敢做什么事。

dương thế d 阳世，阳间

dương thọ d 阳寿

dương tinh d[解] 精子

dương tính t 阳性的：Kết quả kiểm nghiệm là dương tính. 检验结果为阳性。

dương trần d 阳间

dương tử d ①[理] 阳电子② [地] 扬子江：sông Dương Tử 扬子江

dương vật d[解] 阳物，阳具

dương xỉ d[植] 羊齿植物

dương xuân d[旧] 阳春

dường ấy d 如是，如此，如斯：nghĩa nặng dường ấy 如此义重

dường nào p 多么：Tình thương ấy lớn lao biết dường nào! 那种爱是多么伟大啊！

dường nấy=dường ấy

dường như p 好像，似乎：Dường như anh không bằng lòng thì phải. 你好像不满意哦。

dưỡng [汉] 养 đg 养：cha sinh mẹ dưỡng 爹生娘养；dưỡng thai 养胎；dưỡng già 养老

dưỡng bệnh đg 养病

dưỡng chất d 营养物质

dưỡng chí *đg* 蓄志

dưỡng dục *đg* 养育: ơn tình dưỡng dục của cha mẹ 父母的养育之恩

dưỡng đường *d*[方][旧] 养生堂

dưỡng khí=ô-xi

dưỡng lão *đg* 养老: viện dưỡng lão 养老院

dưỡng lộ *đg* 养路: tiền dưỡng lộ 养路费

dưỡng mẫu *d* 养母

dưỡng phụ *d* 养父

dưỡng sinh *đg* 养生: dưỡng sinh học 养生学

dưỡng sức *đg* ①养神②休养生息

dưỡng thai *đg* 养胎

dưỡng thân *đg* ①养身: Muốn sống lâu thì không thể chú ý tới dưỡng thân mà coi nhẹ dưỡng tâm. 想长寿就不能只注意养身而忽视了养心。②赡养父母

dưỡng thần *đg* 养神: Nuôi cây dưỡng đức, nuôi cá dưỡng thần. 种花养德，喂鱼养神。

dưỡng thương *đg* 养伤，疗养: nghi dưỡng thương 休息养伤

dướng *đg* 姑息: dướng lắm sinh hư 姑息养奸

dượng *d* ①继父②姑丈③姨丈

dượng ghẻ *d* 继父

dượt *đg* 操练，演练: dượt các tiết mục văn nghệ 排演文艺节目

dượt võ *đg* 练武

dứt *đg* ①断，断绝: dứt bệnh 断病根②完结，终止: vừa nói dứt lời 话音刚落; chấm dứt quan hệ 断绝关系; Mưa chưa dứt. 雨还没停。

dứt bỏ *đg* 去除，去掉，摒除: dứt bỏ xiềng xích 挣脱锁链

dứt chuyện *đg* ①完事，了事: làm cho dứt chuyện 干完了事②话尽，言尽: Nói cho dứt chuyện. 把话全说了。

dứt điểm *đg* ①结束，了结: Quyết dứt điểm việc ấy trong tháng này. 一定在这个月内了结那件事。② (体育比赛) 得分: sút bóng dứt điểm 射门得分

dứt đoạn *đg* 中断，间断: Cuộc bị dứt đoạn 10 phút. 比赛被中断10分钟。

dứt khoát *t* 清楚，明确，干脆，直截了当: thái độ dứt khoát 态度明确; dứt khoát từ chối 直截了当地拒绝

dứt lời 说完，言毕，语止

dứt sữa *đg* 断奶: Con em 6 tháng đã dứt sữa. 我孩子6个月就断奶了。

dứt tình *đg* 断情，斩断情丝

dứt ý *đg* 决意，决定，下决心: Việc này anh đã dứt ý chưa? 这件事你下决心了没有？

dyn(đin) *d* 定 (胶卷曝光指数)

dynamit(đi-na-mít) *d* 炸药

dynamo(đi-na-mô) *d* 直流发电机

Đ đ

đ₁,**Đ**₁ 越语字母表的第 7 个字母

đ₂ *d*[经] 盾 (đồng 的简写): 100,000 đ 十万越盾

đa₁ *d* 榕树

đa₂ *tr*[方] (劝说、提醒及警告听话人, 表强调或肯定): Khoẻ dữ đa! 壮得很!

đa₃ [汉] 多

đa âm *t* 多音节

đa bào *t*[生] 多细胞的: động vật đa bào 多细胞动物; cơ thể đa bào 多细胞机体

đa bệnh *t*[旧] 多病的

đa biên *t* 多边的: quan hệ đa biên 多边关系; hợp tác đa biên 多边合作

đa bội *t*[生] 多倍的, 多倍体的

đa cảm *t* 易动感情的, 多愁善感的: tính đa cảm 性格多愁; Người hay đa cảm đa tình. 他常多愁善感。

đa canh *đg* 多种耕种, 套种, 兼种: vùng nông nghiệp đa canh 农作物套种区

đa cấp *t* 多级的, 多层的: phương thức bán hàng đa cấp 多级销售方式

đa chiều *t* 多向的: không gian đa chiều 多向空间; quan hệ đa chiều 多向关系

đa chương trình *d* [电] 多 (重) 程序, 多 (道) 程序

đa dạng *t* 多样, 多样化的, 多种多样的: hàng hoá rất đa dạng 货物种类多样

đa dạng hoá *đg* 多样化: đa dạng hoá sản phẩm 产品多样化; đa dạng hoá các loại hình giáo dục 教育类型多样化

đa dâm *t* 好淫: kẻ đa dâm 色鬼

đa diện *d*[数] 多面: đa diện đều 正多面体 *t* 多方面的, 多角度的: cái nhìn đa diện 从多个角度看; sự phát triển đa diện 多方面

发展

đa dục *t* ①多欲②好淫

đa dụng *t* 多用途, 多功能: dụng cụ nấu bếp đa dụng 多功能厨具; tủ đa dụng 多功能柜

đa đa *d*[动] 鹧鸪

đa đa ích thiện 多多益善

đa đảng *d* [政] 多党制

đa đầu *t* [政] 多头: chính trị đa đầu 多头政治

đa đinh *t* [旧] 多丁, 多子

đa đoan *t* 多端, 变化多端, 变化无常: việc đời đa đoan 世事变化无常

đa-gi-năng *d*[药] 大健凰, 磺胺吡啶

đa giác *d*[数] 多边形

đa giác đều *d* 正多边形

đa giác đồng dạng *d* 相似多边形

đa giác lõm *d* 凹多边形

đa giác lồi *d* 凸多边形

đa giác ngoại tiếp *d* 外接多边形

đa giác nội tiếp *d* 内接多边形

đa hệ *t* 多系统的, 集成的: đầu video đa hệ 集成录像机; phần mềm đa hệ 集成软件; máy tính đa hệ 集成电脑

đa hôn *t* 多婚 (一夫多妻或一妻多夫): chế độ đa hôn 多婚制

đa khoa *t* 多科的, 综合的: bệnh viện đa khoa 综合医院; điều dưỡng đa khoa 综合疗养

đa luồng *t* 多流程的, 多系统的: hệ điều hành đa luồng 多系统程序

đa lự *t*[旧] 多虑: đa sự thì đa lự 多事必多虑

đa mang *đg* ①操劳; 羁绊: đa mang việc nhà 操劳家事; đa mang vợ con 妻儿羁绊; đã yếu còn đa mang nhiều thứ việc 身体虚弱还操劳很多事②陷入, 沉湎: đa mang tình cảm 为情所困

đa mưu *t* 多谋: người đa mưu 多谋之人; đa mưu túc trí 足智多谋

đa năng *t* 多职能, 多能, 多功能: máy tính đa năng 多功能电脑; một kĩ sư đa năng 全能工程师

đa nghi *t* 多疑, 多心: tính hay đa nghi 生性多疑

đa nghĩa *t* 多义: từ đa nghĩa 多义词

đa ngôn *t* 啰唆的, 话多的: người đàn bà đa ngôn 话多的女人

đa ngôn đa quá 言多必失: Đa ngôn đa quá, rước vạ vào thân. 言多必失, 自惹麻烦。

đa nguyên *d*; *t* 多元: đa nguyên thuyết 多元说; đa nguyên chính trị 多元政治; văn hoá đa nguyên 多元文化

đa nguyên luận *d*[哲] 多元论

đa ngữ *t* 多语的, 多种语言的 (区别于单语和双语): quốc gia đa ngữ 多语国家; từ điển đa ngữ 多语词典

đa nhiệm *d*[计] 多重任务处理, 多重任务执行

đa phần *d* 大部分, 很多部分: Số người đến dự đa phần là sinh viên. 参加的大部分是学生。

đa phúc *t* 多福

đa phước[方]=đa phúc

đa phương *t* 多方, 多边: hợp tác đa phương 多边合作; hội nghị đa phương 多边会议

đa phương hoá *đg* 多方化: mở rộng hợp tác quốc tế theo hướng đa phương hoá 加强多方化国际合作

đa phương tiện *t* 多渠道的, 多方面的, 多手段的, 多功能的: truyền thông đa phương tiện 多功能通信; phần mềm đa phương tiện 多功能软件; thiết bị đa phương tiện 多功能设备

đa sầu *t* 多愁: người đa sầu 多愁的人

đa sầu đa cảm 多愁善感

đa số *d* 多数, 大多数: đa số trường hợp 多数场合; đa số áp đảo 压倒多数; đa số tuyệt đối 绝对多数; đa số tương đối 相对多数

đa tạ *đg*[旧] 多谢: Xin đa tạ lòng tốt của ông! 多谢你的好心!

đa tài *t* 多才的: một nghệ sĩ đa tài 多才的艺术家

đa tạp *t* 多而杂的: thành phần đa tạp 成分多而杂

đa thần *t*[宗] 多神的: đa thần giáo 多神教; đa thần luận 多神论

đa thê *t* 多妻的: chế độ đa thê 多妻制

đa thức *d*[数] 多项式

đa tiết *t* 多音节: từ đa tiết 多音节词

đa tình *t* 多情的: đôi mắt đa tình 多情的双眼

đa trá *t* 多诈的

đa truân *t*[旧] 多难, 多坎坷: hồng nhan đa truân 红颜薄命

đa túc *d* 多足(动物): Rết là động vật đa túc. 蜈蚣是多足动物。

đa tư lự *t* 多思虑的: vẻ mặt đa tư lự 思虑的表情

đa tử diệp *d*[植] 多子叶植物

đa xử lí *d* 多元处理: hệ thống đa xử lí 多元处理系统

đà₁ *d* ①冲力, 惯性力: lấy đà lên dốc 凭借冲力上坡; chạy quá đà 跑得快冲力大 ②趋势, 趋向: đà tiến 前进趋势; nền kinh tế xã hội đang trên đà phát triển 社会经济正处在发展势头

đà₂ *d* ①滑枕, 垫木, 枕木: dùng đà để kéo gỗ 用滑枕运木材料 ②梁, 桷: thanh đà 一根梁 ③[建] 撑柱, 撑杆, (船的) 横梁

đà₃ *t*[方] 棕色的: áo đà 棕色衣服; nhuộm màu đà 染棕色

đà₄ *p* 已经 (đã 的变音): Thuyền đà đến bến. 船已到岸。

đà₅[汉] 拖, 鸵

đà công *d* 舵工

đà đao *d* ①拖刀计 ②骗局

đà đận *t* [旧] 磨蹭的: Cứ đà đận thế thì bao

giờ xong việc. 老这样磨蹭到什么时候才
做得完。

đà điểu *d*[动] 鸵鸟

Đà Giang *d* [地] 沱江

đà giáo *d* 脚手架

đà tàu *d*[工] 船台

đả₁ *đg*[口] ①揍,整,修理: đả một trận 揍一
顿②抨击,针砭: bài báo đả thói cửa quyền
抨击官僚作风的文章③(泛指)撮,吃;喝;
睡,穿(等动作): đả hết nửa chai rượu 喝
完了半瓶酒; đả một giấc đến sáng 睡一觉
一直到天亮

đả₂ [汉] 打

đả đảo *đg* ①打倒: đả đảo bọn đế quốc 打倒
帝国主义②反对: đả đảo chính sách thực
dân 反对殖民政策

đả điểm *đg*[旧] 打尖

đả động *đg* 打动,提及,触及: Không ai thèm
đả động đến nó. 谁都不愿提及他。

đả đớt *t* 口齿不清的: Lớn tuổi rồi mà còn đả
đớt. 年纪不小了,说话还口齿不清。

đả kích *đg* 打击,革除: đả kích những thói hư
tật xấu 革除旧风陋俗

đả phá *đg* 打破,破除,清除: đả phá mê tín
破除迷信; đả phá tư tưởng tiểu tư sản 清
除小资产阶级思想

đả thông *đg* 打通 (思想): đả thông tư tưởng
của cán bộ 打通干部思想

đã₁ *đg* (常指生理上) 缓解,减轻 (难受的程
度): gãi đã ngứa 抓痒痒; đã khát 解渴; ăn
cho đã thèm 解解馋; đã giận 消消气 *t* 病
愈,痊愈

đã₂ *p* ①已经,了: đã hứa thì phải giữ 已答
应了就要说话算数; Anh ấy đã đi từ hôm
qua. 他昨天就已经去了。②先…再说:
cứ cưới đi cho đã 先结婚再说; ăn cho đã
先吃了再说③既然 (用于句首): Đã thế
đành phải chịu. 既然这样就只有认了。
tr ①先 (用于句尾,常见于祈使句): Cứ

để cho nó nói nốt đã! 先让他说完! Đi đâu
mà vội, chờ cho tạnh mưa đã. 这么急干吗,
等雨晴了再说。Nghỉ cái đã, rồi hãy làm
tiếp. 先休息一下再接着做。②(用于句
首,强调肯定): Đã đành như thế. 只好这
样。③(用在带疑问语气的句子,强调肯
定): Đã đẹp chưa kìa? 漂亮了吧? Đã dễ
gì bảo được anh ta? 哪儿那么容易说服
他? Phê bình chưa chắc nó đã nghe! 批评
他不一定听!

đã bệnh *đg* 痊愈,病好

đã đành [口] 毋庸置疑,无疑,肯定: Đã đành
là khó, nhưng cũng phải cố gắng chứ! 肯定
很难做,但也要努力啊! Ông cụ lẩn thẩn đã
đành, đến anh cũng lẩn thẩn nốt! 大爷糊涂
是肯定的了,连你也这么糊涂吗!

đã định *t* 既定的,原定的: Làm trái cả với kế
hoạch đã định. 原定计划全打乱了。

đã đời *t*[口] 痛快: chơi cho đã đời 玩个痛
快

đã giận *đg* 解恨

đã khát *đg* 止渴,解渴: uống cốc nước cho
đã khát 喝杯水解渴

đã là *p* 既然是,作为: Đã là sinh viên thì phải
ăn mặc văn minh. 既然是大学生就要举
止文明。

đã rồi *t* 既成的: việc đã rồi 事已至此

đã tật=đã bệnh

đã thèm *t* 餍足,满足: ăn cho đã thèm 吃个够

đã thương thì thương cho trót, đã vót thì
vót cho nhọn 好人做到底

đã trót phải trét 一不做,二不休

đã trót thì phải trét=đã trót phải trét

đã vậy *p* ①事到如今: Đã vậy y còn tưởng y
tài lắm. 事到如今他还以为自己很厉害
哩! ②既然如此: Đã vậy, cứ để mặc nó!
既然如此就甭管他!

đá₁ *d* ①石头,岩石,礁石: hòn đá 石块; rắn
như đá 坚如磐石② [口] 冰,冰块: cà phê

đá 加冰的咖啡；nước chanh đá 冰柠檬水 *t*[口] 吝啬，悭吝：Ông ấy đá lắm, không cho ai cái gì bao giờ. 他很抠门，从来不吃亏。

đá₂ *đg* ①踢：đá bóng 踢球；tay đấm chân đá 拳打脚踢②斗：chơi đá dế 斗蟋蟀；gà đá nhau 鸡打架③[口] 蹬，踹，甩：bị người yêu đá 被恋人甩④[口] 捎带，牵扯，掺和：lối ăn mặc đá tinh đá quê 言行举止半洋半土；Không nên đá vào việc người khác. 不要掺和别人的事。⑤插话：Đang nói tiếng Việt, chốc chốc lại đá vào một câu tiếng Anh. 正说着越语，不时又插句英语。

đá ba-lát(balast) *d* 石碴，道砟

đá bạch vân *d* 白云石

đá ban=đá bóng

đá biến chất *d* 风化石

đá bóng *đg* 踢球，踢足球：vừa đá bóng vừa thổi còi 既当球员又当裁判(比喻一手遮天)

đá bọt *d* 浮石，轻石，浮岩；泡沫岩

đá cát cứng *d* 硬沙石

đá cẩm thạch=đá hoa

đá cầu *đg* 踢毽子；踢球

đá chảy *d* 熔岩

đá cuội *d* 卵石，孤石

đá dái *d* 碛砾

đá dăm *d* 碎石

đá dế *đg* 斗蟋蟀

đá đít *đg*[口] 一脚踢开，赶走，撵走，抛弃：bị bạn gái đá đít 被女朋友抛弃

đá đưa *đg* ①弄舌，摇唇鼓舌：đá đưa đầu lưỡi 油腔滑调②(眼睛飞快地) 转来转去：con mắt đá đưa 眼神不定

đá gà=đá gà đá vịt

đá gà đá vịt [口] 五分钟热度，虎头蛇尾

đá giáp *d* 磨石

đá giảm *d* 碎石，道砟

đá hàn *d* 暗礁

đá hoa *d* 大理石，云石：đá hoa trắng 白云石

đá hoa cương *d* 花岗石

đá hoả sơn *d* 火山岩

đá hộc *d* 山石，岩石，大石

đá hồng hoàng *d* 红黄石，鸡冠石

đá kép *d* 夹矸

đá kim cương *d* 钻石

đá lăn *d* (打场用的) 石磙子

đá lửa *d* 火石，燧石

đá mác-ma (magma) *d* 岩浆石

đá mài *d* ①磨石：đá mài dao 磨刀石；đá mài dầu 油石；đá mài mịn 细油石；đá mài nước 水磨石；đá mài thô 粗油石②[机] 砂轮

đá màu *d* 磨光石，细磨石

đá mèo quèo chó 指桑骂槐

đá mi-ca (mica) *d* 云母石

đá mịn *d* 细石

đá nam châm *d* 磁石

đá nền *d* 基石

đá ngầm *d* 暗礁

đá nhám *d* 浮石

đá núi *d* 山石，岩石

đá ong *d* 岩石

đá ốp lát *d* 瓷砖，釉面砖：mặt ngoài ngôi nhà gắn đá ốp lát 房墙外贴瓷砖

đá phạt *d*[体] (足球赛中的) 任意球

đá phèn *d* 明矾石

đá phiến *d* 片石

đá quả bóng [口] 踢皮球 (把事情推给别人)：gặp việc phức tạp liền đá quả bóng cho nhau 遇到难题就相互踢皮球

đá quí *d* 玉石，金刚石，宝石：pho tượng làm bằng đá quí 雕像用玉石刻成

đá rắn *d* 坚石，硬石

đá rửa *d* 卵石面砖

đá san hô *d* 珊瑚礁

đá sao sa *d* 陨石

đá sỏi *d* 砾石

đá song phi *d* 双飞脚 (武术用语)

đá tai mèo *d* 断崖, 危石

đá tảng *d* 中石, 基石

đá thúng đụng nia [口] 大发雷霆

đá thuỷ tinh *d* 水晶石

đá thử vàng *d* 试金石

đá thử vàng, gian nan thử sứ =vàng thử lửa, gian nan thử sức

đá trầm tích *d* 沉积岩

đá trụ *d* 柱石 (矿层下面的石层)

đá vách *d* 壁石, 石层 (矿层上面的石层)

đá vàng *d* ① 金石 ② (喻夫妻感情) 坚贞

đá vôi *d* 石灰石: núi đá vôi 石灰山

đá xanh *d* 青石

đạc [汉] 度 *đg* 量度, 丈量, 测量: đạc điền 丈量田地 *d* ① 旧时长度单位, 约60米 ② 短距离, 一口气: nói một đạc 一口气讲; đi một đạc 一口气走下去

đạc chừng *đg* 臆度, 臆测: Đạc chừng phải 300 tệ mới mua được. 大约要300元才买得到。

đạc điền *đg* 丈地, 丈田

đách *p; tr* [口] (用在句子里表示否定义或强调否定): Nó thì biết cái đách gì! 他懂什么!

đai₁ [汉] 带 *d* ① 箍: thùng gỗ có đai sắt 有铁箍的木桶 ② 背带 (缚小孩于背的布幅) ③ 地带: đai khí hậu nhiệt đới 热带气候地带; đai ôn đới 温带 ④ 巾带; 官服: võ sĩ mang đai đen 武士戴黑巾带 *đg* 襁负, 背小孩: đai con 背小孩

đai₂ *đg* [口] 牵缠: Chuyện có thế mà đai đi đai lại. 一点小事却老纠缠不清。Người ta đã nhận lỗi rồi mà còn cứ đai mãi. 人家都认错了还老揪住不放。

đai cân *d* [旧] 巾带; 官服

đai chậu *d* 骨盆带

đai con *d* 襁褓

đai ngựa *d* 马肚带

đai ốc *d* [机] 螺帽, 螺母

đai ống *d* 管箍

đai sắt *d* 铁箍

đai truyền *d* 传动带

đài₁ *d* ① [植] 花萼, 花托: đài hoa 花萼; đài sen 莲花萼 ② 底座, 托底: đài rượu 酒杯底座; đài trầu 槟榔托盘; đài nến 蜡烛台

đài₂ [汉] 台 *d* ① 台, 碑: đài quan sát khí tượng thuỷ văn 水文气象观察台; đài tưởng niệm 纪念碑 ② 广播电台, 电视台 (简称): đài phát thanh Quảng Tây 广西广播电台; bản tin phát trên đài 广播新闻; đài truyền hình địa phương 地方电视台 ③ [口] 收音机: bật đài nghe thời sự 开收音机听新闻; mua một cái đài mới 买台新收音机 ④ 神台, 神坛

đài₃ *t* ① 摆谱的, 装腔作势: xem bộ điệu đài lắm 看样子很厉害 ② 大: ngày đài tháng tiểu 月大月小

đài₄ [汉] 抬 *t* 抬头写的, 另起一行写的 (旧时尊称另行书写, 相当于大写): viết đài lên (另起一行) 抬头写

đài₅ [汉] 苔

đài bá âm *d* 播音台

đài các *d* ① 台阁 ② 权贵: hạng người đài các 权门贵族 *t* 有派头的, 有做派的: thói đài các dởm 摆臭架子

đài chỉ huy *d* 指挥台

đài chính trị *d* 政治舞台

đài dã chiến *d* [无] 野战台, 野外台

đài duyệt binh *d* 阅兵台, 检阅台

đài điếm *t* 妖娆的, 妖艳的, 妖里妖气的: ăn mặc đài điếm 打扮妖里妖气的

đài điều khiển *d* 操纵台

đài định hướng *d* [无] 定向台

đài đóm *d* [口] 电台 (贬称): đài đóm tậm tịt 电台时断时续; Đài đóm không có, chẳng biết tin tức gì. 没广播听, 什么消息都不知道。

đài ghi âm *d* 收音机, 录音机

Đ

đài giám đốc *d* 监督台

đài gương *d* 镜台，梳妆台

đài hoa *d* 花萼，花托

đài hoá thân *d* 焚尸台，火葬场：an táng tại đài hoá thân 安葬在火葬场

đài hướng dẫn *d* 导航台

đài khí tượng *d* 气象台

đài kỉ niệm *d* 纪念碑：Đài kỉ niệm tướng sĩ trận vong 阵亡将士纪念碑

đài kính=đài gương

đài lẻ *d* 电话分机

đài liệt sĩ *d* 烈士台，烈士碑

đài nguyên *d* 苔原，冻原

đài nước *d* 水塔

đài phát thanh *d* 广播电台

đài quan sát *d* 观测台：Đài quan sát khí tượng 气象观测台

đài sen *d* 莲炬，华烛，莲座

đài tải *đg* 运载，运输

đài thiên văn *d* 天文台

đài thọ *đg* 供给，负担：tiền ăn do chính phủ đài thọ 伙食费由政府供给；đài thọ cho tiền ăn học 负担学费和伙食费

đài thu thanh *d* 收音机

đài trang=đài gương

đài truyền hình *d* 电视台：Đài truyền hình Trung ương Việt Nam 越南中央电视台

đài vô tuyến *d* 无线电台

đài vô tuyến truyền hình=đài truyền hình

đãi₁ ①给予：đãi một số tiền 给一点钱②淘洗，洗濯：đãi gạo 淘米；đãi sạch vỏ đỗ 淘洗干净豆壳

đãi₂ [汉] 待 *đg* ①对待：hậu đãi 厚待；bạc đãi 薄待②款待，招待：làm cơm đãi bạn 做饭招待朋友；mở tiệc đãi khách 设宴款待客人

đãi bôi *t* 假惺惺，假招数：mời đãi bôi 假惺惺地请

đãi cát lấy vàng=đãi cát tìm vàng

đãi cát tìm vàng 淘沙取金（喻弃其糟粕，取其精华）

đãi đằng *đg* ①招待吃喝：đãi đằng cơm rượu 酒饭招待②[旧] 倾诉，诉说：Em buồn em biết đãi đằng cùng ai? 伤心时向谁倾诉？

đãi khách *đg* 请客，款待客人，待客：chuẩn bị những món ăn đãi khách 备菜请客；pha trà đãi khách 泡茶待客

đãi ngộ *d* 待遇：đãi ngộ tối huệ quốc 最惠国待遇；đãi ngộ đối với thương binh残疾军人待遇 *đg* 待遇，对待：chính sách đãi ngộ nhân tài 人才待遇政策

đãi tiệc *đg* 设宴招待

đãi vàng *đg* 淘金

đái₁ *đg* 小便，小解，泌尿

đái₂ [汉] 带 *đg* 带，携带：già hay đái tật 老了常带病

đái₃ [汉] 戴

đái dắt *đg* 尿频，尿不尽

đái dầm *đg* 遗尿，尿床，尿裤：trẻ em hay đái dầm 小孩常尿床

đái đêm *d* 夜尿症

đái đường *d* 糖尿病

đái láo [方]=đái dắt

đái máu=đái ra máu

đái ra máu *đg* 溺血，尿血

đái tật *đg* 带病，抱病

đái tháo *đg* 尿多

đái tháo đường=đái đường

đái tội lập công 戴罪立功

đại₁ *d* [植] 鸡蛋花

đại₂ [汉] 代 *d* 世代：tam đại 三代

đại₃ [汉] 大 *t* 大：lá cờ đại 大旗；cây gậy hạng đại 大拐杖 *p* [口] 透顶，极其：một anh chàng đại ngốc 愚蠢透顶的家伙；Hôm nay vui đại. 今天高兴极了。

đại₄ *p* 只管，尽管：Nhảy đại đi. 尽管跳。Nói đại đi. 尽管说。Cứ nhận đại cho xong chuyện. 只

管认了算了。

đại ác *t* 大恶

đại anh hùng *d* 大英雄

đại ân *d* [旧] 大恩

đại bác *d* [军] 大炮

đại bái *dg* [旧] 主祭, 大祭

đại bại *dg* 大败: quân giặc đại bại 敌军大败

đại bản doanh *d* 大本营

đại bàng *d* 大鹏 (常用于形容英雄)

đại bằng=đại bàng

đại bi *d* [旧] 大悲

đại biến *d* 巨变, 大变

đại biện *d* 代办: đại biện lâm thời 临时代办; đại biện thường trú 常驻代办

đại biểu *d*; *dg* 代表: đại biểu hội nghị 会议代表; đại biểu cho nhân dân lao động 代表劳动人民

đại binh=đại quân

đại bịp *dg* 诈骗

đại bộ phận *d* 大部分

đại bợm *d* 大骗子: một gã đại bợm 一个大骗子 *t* 大骗子的

đại ca *d* [口] 大哥, 老大: được tôn làm đại ca 被称作老大

đại cà sa *t* [口] 冗长, 累赘: bài diễn văn đại cà sa 演说冗长

đại cán *d* 干部服 (类似中山装)

đại cao thủ *d* [口] 第一高手: đại cao thủ võ lâm 武林第一高手

đại cáo *d* [旧] 大诰: viết một bài đại cáo 写一篇大诰; Bình Ngô đại cáo 平吴大诰

Đại Cầu *d* [天] 大狗星

đại châu *d* 大洲

đại chiến *d* 大战: đại chiến thế giới lần thứ nhất 第一次世界大战

đại chúng *d* 大众; 大众的疾苦 *t* 大众的: văn hoá đại chúng 大众文化

đại công nghiệp *d* 大工业: thời kì đại công nghiệp 大工业时期

Đại Cồ Việt *d* [旧] 大瞿越 (越南丁朝国名)

đại cục *d* 大局

đại cử tri *d* 选民: Tổng thống là do các đại cử tri bầu ra. 总统是由选民们选出来的。

đại cương *d* 大纲, 概论: đại cương về văn học trung đại 近代文学大纲; kiến thức đại cương 概论性的知识

đại danh *d* 大名: thường nghe đại danh ngài 久仰大名

đại danh từ *d* 代名词

đại dịch *d* 大病, 大疫, 重症: đại dịch AIDS 艾滋病大疫; Bệnh cúm gia cầm năm ngoái đã lây lan thành đại dịch. 去年禽流感已蔓延成大瘟疫。

đại diện *dg* 代表: đại diện uỷ ban nhân dân thành phố 代表市人民委员会 *d* 代表: cử đại diện đi họp 派代表去开会

đại dương *d* 大洋: tàu vượt đại dương 船驶过大洋

Đại dương châu=châu đại dương

đại đa số *d* 大多数

đại đao *d* 大刀

đại đạo *dg* ①大道, 大路②大道 (指公正之道)

đại đăng khoa *dg* [旧] 大登科

đại để *p* 大抵, 大致上: Đại để cái việc ấy chỉ có thế thôi. 那件事大致就是这样。

đại đế *d* [旧] 大帝, 上苍

đại địa chủ *d* 大地主

đại điền chủ *d* 大地主, 大佃主

đại điện *d* [旧] 大殿

đại đoàn *d* [军] 师

đại đoàn kết *dg* 大团结: đại đoàn kết dân tộc 民族大团结

đại đội *d* [军] ①大队: đại đội phòng không 防空大队②连, 连队: đại đội trưởng 连长; đại đội pháo binh 炮兵连

đại đồng *t* ①大同的, 相同的② (社会) 大同的: thế giới đại đồng 大同世界

đại đồng tiểu dị 大同小异

Đ

đại động mạch *d* 大动脉

đại đởm=đại đảm

đại gia *d* ① [旧] 世家大族 ② 巨头, 大人物：đại gia về dầu lửa 石油巨头；Trong thành phố này có 3 đại gia. 本市有三大人物。③ [旧] 大人, 对官员的尊称

đại gia đình *d* 大家庭

đại gia súc *d* 大牲口：chăn nuôi đại gia súc 饲养大牲口

đại gian ác *t* 大奸大恶, 极其奸诈

đại gian đại ác 大奸大恶

đại gian hùng *d* 大奸雄

đại hàn *d* 大寒 (二十四节气之一)

đại hạn *d* 大旱：trời đại hạn 天大旱；mừng như đại hạn gặp mưa 高兴得如同久旱逢甘露

đại hỉ *đg* [旧] 大喜

đại hiến chương *d* [旧] 大宪章

đại hình *d* ① 大刑, 重刑：bị truy tố trước toà đại hình 被法院判大刑 ② 高级刑事法庭

đại hoạ *d* 大祸：gây đại hoạ 酿大祸

đại hoài sơn *d* [药] 大淮山

đại hoàng *d* [药] 大黄

đại học *d* 大学：thi đỗ đại học 考上大学；tốt nghiệp đại học 大学毕业

đại học bách khoa *d* 百科大学；理工大学

đại học đường *d* 大学堂

đại học sĩ *d* [旧] 大学士

đại học tổng hợp *d* 综合大学

đại hồ cầm *d* 大胡琴

đại hồi *d* 八角, 大茴香

đại hội *d* 大会：đại hội Đảng lần thứ VI 党第六次大会；đại hội cổ đông 股东大会

đại hội đồng *d* 全体大会：chấp hành quyết định của đại hội đồng cổ đông 执行全体股东会议决定

Đại Hùng Tinh *d* [旧] [天] 大熊座, 北斗星

đại huynh *d* ① 大兄, 老兄 (朋辈的尊称) ② 长兄

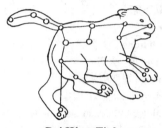

Đại Hùng Tinh

đại khái *t* ① 大概的, 梗概：biết đại khái 大概了解 ② 马马虎虎：làm đại khái thôi 马虎了事而已

đại khánh *d* 大庆, 庆典

đại khoa *d* [旧] ① 大考；殿试, 廷试 ② 举人, 进士

đại lãn *t* [口] 大懒的, (非常) 懒的：Đồ đại lãn! 懒货！Đại lãn nằm gốc cây sung. 大懒汉卧等果入口。(守株待兔)

đại lão *d* [旧] 长老：Tôi được gặp các đại lão có uy tín trong làng. 我见了村里有威信的长老。

đại lễ *d* 大礼：cử hành đại lễ 举行大礼；quần áo đại lễ 大礼服

đại lễ đường *d* 大礼堂

đại lí *đg* 代理：bán đại lí 经销代理；đại lí phát hành sách báo 书报出版代理 *d* ① 代理 ② [旧] 代理公使

đại liên *d* 重机枪

đại loại *p* 大概, 大致, 大体：Câu chuyện đại loại là như vậy. 事情大致是这样。Đại loại chỉ có hai vấn đề cần thảo luận. 大概有两个问题要讨论。

đại loạt=đại khái

đại lộ *d* 大路, 大道

đại luận *d* 大论：trường thiên đại luận 长篇大论

đại lục *d* 大陆：đại lục Á-Âu 亚欧大陆

đại lược *t* 大略的：đại lược về lí lịch 个人简历

đại lượng *t* ① 大量, 气度宽宏：tấm lòng đại lượng 胸怀宽宏大量；con người đại lượng

为人宽宏大量②大量的,众多的: đại lượng
sinh sản 大量生产 d 数量,数值,数据项:
đại lượng biến thiên 变量; đại lượng không
đổi 常量; đại lượng tỉ lệ nghịch 反比量; đại
lượng tỉ lệ thuận 正比量

đại mạch d 大麦: đại mạch nha 大麦芽

đại nạn d 大难

đại não d 大脑

đại náo đg[旧] 大闹: đại náo long cung 大闹
龙宫

đại ngàn d 大森林

đại nghị t 代议: chế độ đại nghị 代议制

đại nghĩa d 大义

đại nghịch t 大逆

đại nghiệp d [旧] 大业

đại ngôn t ①夸口的,说大话的②大言不惭

đại nguyên soái d 大元帅

đại nhạc hội d 大型音乐会

đại nhân d[旧] 大人

đại nhân vật d 大人物

đại nhiệm d[旧] 大任,重任

đại nho d[旧] 大儒

đại nhục d 大辱

đại nội d 大内,皇宫: tham quan đại nội kinh
thành Huế 参观顺化皇宫

đại phá đg[旧] 大破,大败

đại phàm p 大凡,大概,大抵

đại phản=đại nghịch

đại pháo d 大炮

đại phẫu d 大手术

đại phong d[旧] 大风

đại phong tử d[植] 大风子

đại phu t ① [旧] 士大夫②医生

đại phú t; d 大富; 富翁

đại quân d[军] 大军

đại qui mô t 大规模的

đại sảnh d 大厅,大堂: đại sảnh của khách
sạn 宾馆大堂

đại soái d[军] 大帅

đại số d[数] 代 数: đại số học 代 数 学; đại số
cao cấp 高级代数学; đại số sơ cấp 初级代数学

đại suý=đại soái

đại sư d 大师

đại sứ d 大使: đại sứ đặc mệnh toàn quyền
特命全权大使

đại sứ quán d 大使馆: đại sứ quán Trung
Quốc tại Việt Nam 中国驻越南大使馆

đại sự d[旧] 大事: mưu việc đại sự 谋大事;
làm đại sự 做大事

đại tá d[军] ①大佐 (旧军衔)②大校 (新
军衔): đại tá công an 大校警衔; đeo quân
hàm đại tá 佩带大校军衔

đại tài t 大人才的,有才华的: một nhà chính
trị đại tài 有才华的政治家

đại tang d 大丧: nhà có đại tang 家有大丧

đại táo d[口] ①大灶: ăn đại táo 吃大灶②
[药] 大枣

Đại tây dương d[地] 大西洋

đại thánh d 大圣

đại thắng d 大胜,大捷

đại thẩm viện d 高等法院

đại thần d[旧] 大臣

đại thể d 大体: đánh giá đại thể 大体评价;
giống nhau trên đại thể 大体相似 p 大体:
Đại thể ý kiến của họ là giống nhau. 他们的
意见大体上相同. Chuyện đại thể là như
vậy. 事情大体是这样.

đại thế d 大势

đại thi hào d 大诗豪

đại thị tộc d 大氏族

đại thọ d 大寿: làm lễ mừng đại thọ 设宴祝
大寿

đại thống lĩnh d[旧] 大统领

đại thụ d 大树: cây đại thụ 参天大树

đại thuỷ nông d 大型农田水利工程

đại thử d 大暑 (二十四节气之一)

đại thừa d [宗] 大乘

đại thương gia d 大商人,大商家

đại tiệc *d* 大宴: mở đại tiệc 设大宴

đại tiện *đg* 大便: đại tiện ra máu 便血

đại tĩnh mạch *d*[医] 大静脉

đại toàn *d*[旧] 大全

đại tổng thống *d* 大总统

đại trà *t* 大面积的, 大规模的: trồng ngô đại trà 大规模种植玉米; nuôi cá đại trà 大面积养鱼; triển khai đại trà 大规模展开

đại tràng *d* 大肠: viêm đại tràng 大肠炎

đại trào *d*[旧] ①大朝②朝服: mặc đại trào 穿朝服

đại triện *d* 大篆

đại triết *d* 大哲

đại triều=đại trào

đại trượng phu *d*[旧] 大丈夫

đại tu *đg* 大修: đại tu xe máy 大修摩托车

đại tuần hoàn *d*[医] 大循环

đại tuyết *d* 大雪 (二十四节气之一)

đại tư bản *d* 大资本家

đại tư đồ *d*[旧] 大司徒 (官名)

đại từ *d* 代词: đại từ nhân vật 人称代词

đại từ đại bi *t* 大慈大悲: đức Phật đại từ đại bi 佛祖大慈大悲

đại tự *d* 大字

đại tướng *d*[军] 大将

đại uý *d*[军] 大尉

đại văn hào *d* 大文豪: Ban-rắc là đại văn hào của Pháp. 巴尔扎克是法国大文豪。

Đại Việt *d*[旧] 大越 (越南李朝国名)

đại vương *d*[旧] 大王: muôn tâu đại vương 启禀大王

đại xa *d* 大车

đại xá *đg* 大赦: đại xá cho một số tù nhân 大赦一些犯人

đại xí nghiệp *d* 大企业

đại ý *d* 大意: đại ý của bài văn 文章的大意

đại yếu *d* 大意, 提要, 摘要

đam₁ *d* 淡水蟹类

đam₂ [汉] 耽 *đg* 沉溺, 沉湎, 耽于; 嗜, 醉心 于: Rượu chè cờ bạc, cái gì thằng ấy cũng đam. 烟酒赌博, 他样样都迷。

đam mê *đg* 耽湎, 耽玩, 嗜: đam mê tửu sắc 沉迷于酒色

đàm [汉] 谈, 痰, 昙

đàm đạo *đg* 谈道, 谈论: đàm đạo thơ văn 谈论诗文

đàm luận *đg* 谈论: Mấy anh em đàm luận về tình thầy trò ngày nay. 他们在谈论今日的师生情。

đàm phán *đg* 谈判: cuộc đàm phán hoà bình 和平谈判; đàm phán về vấn đề biên giới giữa hai nước 两国边界问题谈判

đàm suyễn *d*[医] 痰喘

đàm thoại *đg* ①交谈, 谈话: giảm cước phí đàm thoại quốc tế 降低国际长话费②讨论, 交流: Cuộc đàm thoại kéo dài hàng tiếng đồng hồ. 谈话进行了近一小时。

đàm thuyết *đg* 谈说

đàm tiếu *đg*(被) 谈笑, 耻笑, 嘲笑: bị thiên hạ đàm tiếu 被天下嘲笑

đảm[汉] 担 *đg* 担负, 担当, 承担: giỏi việc nước, đảm việc nhà 家事国事都能担当; Việc khó quá, sợ không đảm nổi. 事情很难, 怕承担不了。*t* 能干 (指妇女善操持家务): phụ nữ đảm 能干的女人

đảm bảo *đg* 保证, 担保, 保障: đảm bảo hoàn thành trước kì hạn 保证提前完成; Tôi đảm bảo việc đó là đúng. 我保证那件事是对的。

đảm đang *đg* 担当, 担负: đảm đang mọi việc trong gia đình 担当所有家事 *t*(妇女) 善操持家务, 能干: Anh ấy có một người vợ đảm đang. 他有位能干的妻子。

đảm đương *đg* 担当

đảm nhận *đg* 承担, 担当: đảm nhận công việc nội trợ 承担家务

đảm nhiệm *đg* 担任: đảm nhiệm chức trưởng phòng 担任处长职务

đảm trách *đg* 负责: đảm trách việc liên hệ với cộng tác viên 负责与业务员联系

đám *d* ①群, 片, 堆, 丛: một đám cỏ 一丛草; một đám mây 一朵云; một đám cháy 一堆火②人群 (聚在一起做某事): đám giỗ 祭礼; đám cưới 婚礼; ngồi vào đám bạc 聚众赌博③殡丧: nhà có đám 家有丧事; làng có đám 村里有丧事; đưa đám 出殡 ④组合, 群体⑤ [口] 婚姻关系

đám bạc *d* 赌局

đám cháy *d* 火灾

đám cưới *d* 婚礼: đi dự đám cưới 参加婚礼; làm đám cưới 举行婚礼

đám giỗ *d* (作祭、奠祭的) 仪式

đám hát *d* 戏班子

đám hỏi *d* (婚俗中的) 聘礼, 问名礼

đám hội *d* 节庆, 庙会

đám ma *d* 葬礼, 出殡 (仪式)

đám mây *d* 云彩

đám người *d* 人群: một đám người kéo đến 一群人拥上来

đám tang=đám ma

đám tiệc *d* 宴会

đạm₁ *d* ①氮: phân đạm 氮肥; đạm chất 含氮物质; đạm khí 氮气②蛋白质: Cung cấp đủ đạm cho cơ thể. 为人体提供足够的蛋白质。

đạm₂ [汉] 淡, 氮

đạm bạc *t* 清淡, 淡泊, 淡薄: bữa cơm đạm bạc 清淡的饭菜; sống một cuộc đời đạm bạc 过着淡泊的生活

đạm trúc diệp *d* [药] 淡竹叶

đan₁ *đg* 编结, 编织: đan áo len 织毛衣; đan rổ 编织篮子

đan₂ [汉] 单, 丹

đan âm=đơn tiết

đan cài *đg* 交织, 缠绕: Những dải màu xanh, đỏ đan cài vào nhau. 红色、绿色的带子缠绕在一起。

đạm trúc diệp

đan chen=đan xen

đan chéo *đg* 纠缠, 交织: Những luồng đạn đan chéo vào nhau bay tới tấp. 一排排子弹不停乱飞。

đan cử=đơn cử

đan dược *d* 丹药

đan điền *d* [医] 丹田

đan độc *d* [医] 丹毒

đan kết *đg* 编织, 编结: Đan kết lá cây thành vòng hoa. 把树叶编成花环。

đan lát *đg* 编织: học đan lát 学编织

đan quế *d* ① [植] 丹桂②月亮 (见于诗文)

đan sa *d* [药] 丹砂, 朱砂

đan sâm *d* [药] 丹参

đan tâm *d* [旧] 丹心

đan thanh *d* [旧] 丹青

đan thành *t* 忠心耿耿

đan xen *đg* 交错, 穿插: nhiều cảm xúc đan xen 百感交集; Các tiết học và thực hành được bố trí đan xen. 学习课和实践课穿插安排。

đàn₁ [汉] 弹 *d* 琴: tiếng đàn 琴声; gảy đàn 弹琴 *đg* 弹奏: vừa đàn vừa hát 边弹边唱; Anh ấy đàn dương cầm. 他弹扬琴。

đàn₂ [汉] 坛 *d* 坛: lập đàn cầu mưa 筑坛求雨

đàn₃ *d* ①群（指动物或小孩）: Đàn bò đang ung dung gặm cỏ. 一群牛在悠闲吃草。Đàn trẻ ùa ra sân trường. 一群小孩涌出操场。②界（按性别分类）: đàn ông 男人; đàn bà 女人

đàn₄ *đg* ①整平，摊平: đàn nền lát gạch cho bằng 整平铺砖的地基②拉长: Bài văn đàn mãi ra cho dài. 文章拉得很长。

đàn₅ [汉] 檀

đàn anh *d* 兄长，大哥，老大哥: thế hệ đàn anh 大哥辈

đàn áp *đg* 弹压，镇压

đàn bà *d*[口] 妇女，女人

đàn bầu *d*[乐] 独弦琴（京族传统乐器之一）

đàn bầu

đàn chay *d*[宗] 斋坛，道坛

đàn đá *d*[乐] 石琴

đàn đáy *d*[乐] 底琴

đàn địch *đg*[口] 摆弄（乐器）: suốt ngày đàn địch 整天摆弄乐器

đàn đúm *đg* 聚众玩耍（贬义）: chơi bời đàn đúm 结伙玩闹; đàn đúm với chúng bạn 和一帮朋友瞎混

đàn em *d* 弟妹: chăm lo dìu dắt thế hệ đàn em 照顾提携弟妹们

đàn gảy tai trâu 对牛弹琴

đàn gió =phong cầm

đàn hạch =đàn hặc

đàn hặc *đg*[旧] 弹劾: mới nhậm chức đã bị đòi đàn hặc 刚任职就被弹劾

đàn hoà *đg* ①调和，调解，协调: thu xếp đàn hoà ổn thoả mọi việc 安排协调好所有事情②讨论，商讨③谈论，议论

đàn hồi *t* 反弹的

đàn hương *d*[植] 檀香

đàn môi *d*[乐] 口弦琴

đàn ná [宗] 檀那

đàn nhị *d*[乐] 胡琴，二胡

đàn nguyệt *d*[乐] 月琴

đàn oóc-gan *d*[乐] 电子琴

đàn ông *d* 男人，男士

đàn ông đàn ang *d*[口] 汉子，男人（贬义）: Đàn ông đàn ang gì mà hay khóc. 什么汉子，动不动就哭鼻子。

đàn ống *d*[乐] 管风琴

đàn pi-a-nô (piano) *d*[乐] 钢琴

đàn sáo *đg*[口] 吹弹（乐器）: suốt ngày đàn sáo ca hát 整天吹拉弹唱

đàn sến *d*[乐] 朴琴

đàn tam *d*[乐] 三弦琴

đàn tam thập lục *d*[乐] 扬琴，三十六弦琴

đàn tàu *d*[乐] 月琴

đàn tế *d* 祭坛

đàn thập lục *d*[乐] 十六弦琴

đàn tì bà *d*[乐] 琵琶

đàn tính *d* ①弹性② [乐] 天琴

đàn tơ rưng *d*[乐] 竹管琴（越南西原少数民族一种敲击乐器）

đàn tràng *d* 坛场

đàn tranh *d*[乐] 筝琴

đàn tứ =đàn tàu

đàn việt *d*[宗] 檀越，施主

đàn xếp *d*[乐] 手风琴

đản [汉] 诞，旦，弹

đản bạch chất *d*[旧] 蛋白质

đản ngôn *d*[旧] 诞言，诳语

đản từ *d*[旧] 诞语，诳语，诳词

đán minh *d* [旧] ①旦明，平明②神明

đán mộ *d* [旧] 旦暮，朝夕

đán tịch *d* [旧] 旦夕

đạn [汉] 弹 *d* ①子弹，枪弹: Súng hết đạn. 枪没子弹了。②弹状物

đạn báo hiệu *d* 信号弹

đạn bọc đường *d* 糖衣炮弹

đạn cháy *d* 燃烧弹

đạn chì *d* 铅弹

đạn chiếu sáng *d* 照明弹

đạn diễn tập *d* 演习弹

đạn dum dum *d* 达姆弹

đạn dược *d*[军] 弹药

đạn đại bác *d*[军] 炮弹

đạn đạo *d*[军] 弹道

đạn ghém *d* 珠子弹

đạn giới *d*[军] 射程,弹界

đạn hoả mù *d* 发烟弹

đạn hoá học *d* 化学弹

đạn hơi độc *d* 毒气弹

đạn khoan *d* 穿甲弹

đạn lạc *d*[军] 飞弹,流弹

đạn lõm *d* 穿甲弹

đạn lửa *d* ① [军] 燃烧弹 ② 枪林弹雨(同 lửa đạn)

đạn moóc-chê *d* 臼炮弹,迫击炮弹

đạn mù *d* 烟幕弹

đạn nổ *d* 开花弹

đạn nổ xuyên *d* 锥孔榴弹

đạn ria *d* 榴霰弹

đạn tập bắn *d* 演习弹

đạn trái phá *d* 炸弹

đạn vạch đường *d* 曳光弹

đạn xuyên *d* 穿甲弹

đang₁ *đg* 忍心: sao đang 何忍

đang₂ *p* 正在: đang mải suy nghĩ 正专心思考; đang học tiểu học 在上小学; Trời đang mưa to. 天正下大雨。

đang₃ [汉] 当

đang cai *đg* 主持, 做东道主, 举办: Hàn Quốc đang cai Asian Games 2014. 韩国主办 2014 年亚运会。

đang lúc *p* 正当, 正在: Đang lúc tôi ăn cơm thì anh ấy bước vào. 正当我吃饭时他走进来。

đang qui=đương qui

đang tay *đg* 狠心做, 狠命干: đang tay đánh đập trẻ con 狠命打小孩

đang tâm *đg* 忍心, 发狠: không đang tâm làm việc thất đức 不忍心做缺德的事

đang thì *t* 年正当时, 妙龄: đang thì con gái 妙龄少女

đàng₁ *d* 道路: Đi một ngày đàng, học một sàng khôn. 行万里路,读万卷书。

đàng₂ *d*[方] 方, 边, 里: đàng xa 远方; đàng đông 东边

đàng₃ [汉] 堂

đàng điếm *t* 放荡, 放浪, 淫逸

đàng hoàng *t* ① 堂皇, 像样; 体面, 周备: cuộc sống đàng hoàng 生活过得体面; Nhà cửa đàng hoàng. 房子布置得很像样。② 正派, 坦荡, 光明正大: ăn nói đàng hoàng 作风正派; làm người đàng hoàng 为人坦荡

đàng sá [方]=đường sá

đảng [汉] 党 *d* ①党, 党派 ②政党 ③(大写) 越南共产党

đảng bảo hoàng *d* 保皇党

đảng bảo thủ *d* 保守党

đảng bát cổ *d* 党八股

đảng bộ *d* 党部, 党委会

đảng cấp tiến xã hội *d* 社会激进党

đảng chính trị *d* 政党

đảng chương *d* 党章

đảng công nhân *d* 工人党

đảng cộng hoà *d* 共和党

đảng cộng sản *d* 共产党

đảng dân chủ *d* 民主党

đảng dân chủ xã hội *d* 社会民主党

đảng đoàn *d* 党团, 党组

đảng đối lập *d* 反对党

đảng kì *d* 党旗

đảng lao động *d* 劳动党

đảng nghịch *d* 叛党, 逆党

đảng phái *d* 党派

đảng phí *d* 党费

đảng sâm *d*[药] 党参

đảng tịch *d* 党籍

đảng tính *d* 党性

đảng trị *đg* 党治: chế độ đảng trị 党治制度

đảng uỷ *d* 党委

đảng uỷ viên *d* 党委员

đảng viên *d* ①党员: đảng viên chính thức 正式党员; đảng viên dự bị 预备党员②越共党员

đảng vụ *d* 党务

đảng xã hội *d* 社会党

đảng xã hội thống nhất *d* 统一社会党

đãng₁ [汉] 荡 *t* 心野的, 心不在焉的, 心荡神驰的: Đứa trẻ này đãng tính lắm. 这孩子心太野。

đãng₂ [汉] 宕

đãng định *đg* [旧] 荡定, 平定

đãng trí *t* 健忘; 走神: đãng trí nên để đâu quên đấy 由于健忘而经常丢三落四

đãng tử *d* [旧] 荡子, 浪子

đáng₁ *đg* ①应当, 应该: đáng chết 该死; đáng đòn 该打; đáng ghét 可恶②值得: Việc nhỏ, không đáng lo. 小事一桩, 不值得担心。

đáng₂ *t* [方] 泞滞, 泥泞: đường đáng 泥泞小路

đáng chê *đg* 可恶, 讨嫌: Việc anh làm thật là đáng chê. 你做的事真让人恶心。

đáng đời *t* [口] 命该如此的, 活该的: Có thế mới đáng đời. 这真是命该如此。

đáng ghét *t* 可恨, 可恶, 讨厌: Thằng ấy thật đáng ghét! 他真令人讨厌!

đáng ghi nhớ *t* 值得纪念的, 难忘的

đáng giá *t* 贵重, 名贵, 值钱, 高贵: trong nhà không có gì đáng giá 家里没什么值钱的; đáng giá nghìn đồng 值一千元

đáng kể *t* ①值得一提的, 值得称道的: giành được thành tích đáng kể 取得可喜的成绩②不小的, 相当巨大的: kiếm được một khoản tiền đáng kể 挣到一笔不小的钱

đáng khen *t* 值得称颂的, 殊堪嘉奖的; 可嘉的, 堪嘉的: Hành vi đó thật là đáng khen. 这种行为确值得嘉奖。

đáng kiếp=đáng đời

đáng lẽ *p* 本来, 理应, 照理说: Đáng lẽ em phải đến thăm thầy. 我本应该来看老师。Việc này đáng lẽ phải xong từ hôm qua. 这件事本应是昨天要完成。

đáng lí *p* 按理: đáng lí phải nộp 100 tệ 按理要交一百元; Đáng lí tôi phải trả ơn anh, thì lại làm cho anh khổ sở. 按理我要报答你的恩情, 没想到却让你痛苦。

đáng mặt *t* 名副其实的, 有本事的: Cả hai đều đáng mặt anh hào thời đại. 两个都是名副其实的时代英雄。

đáng quý *t* 可敬, 可贵; 值得珍惜

đáng ra *p* 按道理, 原本, 理应, 本应: đáng ra phải đi hôm nay 原本今天要去; Đáng ra anh phải cho tôi biết sớm. 你本应该让我早点知道。

đáng sợ *t* 可怕的, 恐怖的: một căn bệnh đáng sợ 一种可怕的病; một bộ phim đáng sợ 一部恐怖的电影

đáng thương *t* 可怜的: Cô bé ấy thật đáng thương. 这小姑娘真是可怜!

đáng tiếc *t* 可惜的, 遗憾的: đáng tiếc không phải anh 可惜不是你; Nếu bạn không đến thì thật đáng tiếc! 如果你不来将很遗憾!

đáng tiền *t* 值钱的, 值得的: Cái máy di động này rất đáng tiền. 这部手机很值钱。Giải thưởng đáng tiền. 这个奖很值得。

đáng tội *t* 罪有应得的

đáng trách *t* ①可恶的, 讨嫌的②该遭谴责的, 该骂的: kẻ thứ ba đáng trách 第三者应遭谴责

đáng yêu *t* 可爱: những người đáng yêu nhất 最可爱的人; tổ quốc đáng yêu 可爱的祖国

đanh *d*[方] 钉 *t* ①结实, 强壮: người đanh cá nhân长得结实② (声音) 尖锐的③僵硬, 呆板

đanh ba=đinh ba

đanh dép *d* 小铁钉

đanh đá *t* 泼辣: người đàn bà đanh đá 泼辣的女人

đanh đá cá cày *t* [口] 泼辣

đanh ghim=đinh ghim

đanh giằng *d*[机] 螺撑

đanh giằng cạnh *d* 侧撑

đanh giằng đàu hoạt động *d* 活动撑

đanh giằng đỉnh lò *d* 顶撑

đanh giằng hình chữ U *d* 弓形撑

đanh giằng ngang *d* 横撑

đanh khuy=đinh khuy

đanh ốc=đinh ốc

đanh tán=đinh tán

đanh thép *t* 强有力的, 不可动摇的, 斩钉截铁的: quyết tâm đanh thép 不可动摇的决心

đành *đg* ①只好, 只得, 暂且, 无奈何: từ chối không được đành phải nhận 拒绝不了只得接受; đuối lí nên đành im 理亏所以只好沉默②忍心: sao đành 何忍; không đành 不忍心③姑忍④注定, 理所当然⑤尽管, 虽然

đành chịu *đg* ①只好如此, 姑且如此: Nếu họ có trách cũng đành chịu. 如果他们责备, 也只好如此。②只好认输

đành dạ=đành lòng

đành hanh *t* 厉害, 任性, 要强: đứa trẻ đành hanh 任性的小孩

đành hanh đành hói=đành hanh

đành lòng *đg* ①只好, 只得: đành lòng ngồi đợi 只好坐等; đành lòng chấp nhận 只得接受②忍心: không đành lòng bỏ bạn 不忍心丢下朋友

đành phải *p* 只得, 只好: Nó xin mãi đành phải đi. 他求了半天只好去。

đành phận *đg* 只好认命

đành rành *t*[旧][方] 历历, 昭昭, 昭然, 昭彰: chứng cớ đành rành 证据确凿

đành rằng *p* 虽然, 固然: Đành rằng con bé cũng phải đi. 虽然是小孩也得去。

đành vậy *t* 无可奈何的, 无计可施的: Ít tiền thì đành vậy thôi. 钱少无计可施。

đãnh *d*(指猪羊肉的) 块: Con lợn chia làm bốn đãnh. 猪被分成四块。

đánh *đg* ①打, 打击, 敲击, 鞭打, 拍打, 弹打: đánh gãy xương 打断骨头; đánh cho mấy roi 打几鞭; bị sét đánh 被雷击②攻打, 战斗: đánh giặc 打敌人; đánh bao vây 打包围战③下(棋), 打(球): đánh cờ 下棋④打, 捕: đánh cá 打鱼; đánh bẫy 捕鸟⑤征收: đánh môn bài 征收牌照税⑥擦, 打磨: đánh giày cho bóng 把鞋子擦亮⑦打, 制作: đánh con dao 打刀子; đánh chiếc nhẫn vàng 打金戒指⑧估定: đánh giá 评价⑨设圈套: đánh lừa 欺骗; đánh bẫy 网捕⑩荡: đánh đu 荡秋千; đánh võng 荡吊床⑪搓, 打: đánh chạc 搓绳, 打绳⑫集聚, 聚敛: đánh cây rơm 把稻草堆集起来⑬驾驶: đánh xe ngựa 驾马车; đánh xe vào ga 开车去车站⑭箍: đánh đai thùng 箍桶⑮连合, 缀合: đánh vần 拼音⑯修削: đánh lông mày 修眉毛⑰猜, 打: đánh đố 猜谜⑱搅拌: đánh trứng 搅蛋; đánh kem 搅拌冰激凌; đánh tiết canh 拌血羹⑲移植: đánh cây 移植⑳贸然, 冒失, 不小心: đánh bạo 斗胆; đánh mất 丢失; đánh rơi tập tài liệu 不小心丢失资料; nhỡ tay đánh vỡ cái cốc 不小心打烂杯子㉑刷洗, 刮洗: đánh răng 刷牙; đánh vảy cá 刮鱼鳞㉒(表示日常生活如衣、食、住等动作): đánh ba bát cơm 吃三碗饭; đánh một giấc 睡一觉㉓(置于动词后, 表声响): rơi đánh bịch một cái 吧嗒一声掉下

đánh áp *đg* [军] 袭击

đánh ẩu *đg* ①乱揍，乱打②[军] 遭遇战

đánh bả *đg* 投毒

đánh bạc *đg* 赌钱，赌博

đánh bài *đg* ①打牌②耍心眼儿：thấy nguy liền đánh bài chuồn 见危险便耍心眼开溜

đánh bại *đg* 打败，打退

đánh bạn *đg* 交友，结交：đánh bạn với bọn trẻ cùng làng 和同村的年轻人交朋友

đánh bạo *đg* 斗胆，壮起胆：vẫn đánh bạo hỏi 还是斗胆问

đánh bạt *đg* 推翻：Gió thổi mạnh đánh bạt cả lều tranh. 大风把茅棚吹倒。

đánh bắt *đg* 打（鱼），捉（鱼）：đánh bắt cá 捕鱼

đánh bật *đg* 击退，打退，赶出：đánh bật các đợt phản kích của địch 击退敌军的反攻

đánh bẫy *đg* 罗捕，网捕：đánh bẫy chim 捕鸟；Đánh bẫy cá rất thú vị. 捕鱼很有意思。

đánh bể=đánh vỡ

đánh bò cạp *đg* [方]（冷得）牙齿打战

đánh bóng₁ *đg* 打球：đánh bóng rổ 打篮球；đánh bóng bàn 打乒乓球；đánh bóng chuyền 打排球

đánh bóng₂ *đg* 磨光，擦亮，搪，擦：đánh bóng đồ gỗ 擦亮木器；đánh bóng giày da 擦亮皮鞋

đánh bóng₃ *đg* 画影：dùng bút chì để đánh bóng 用铅笔画影

đánh bộ *đg* [军] 陆战：diễn tập đánh bộ 陆战演习

đánh bốc *đ* 拳击

đánh bùa mê *đg* 拍花（旧指用迷药诱拐小儿）

đánh bùn sang ao 白费功夫，徒劳无功

đánh cá *đg* ①捕鱼，捕捞：sống bằng nghề đánh cá 以捕鱼为生②[方] 打赌：đánh cá xem ai được ai thua 打赌看谁输谁赢

đánh cắp *đg* 盗窃：đánh cắp vàng bạc 盗窃金银财宝；đánh cắp mật khẩu 盗密码；đánh cắp dữ liệu công ti 盗窃公司资料；đánh cắp thông tin thẻ tín dụng 窃取信用卡信息

đánh cây *đg* 移树，移苗

đánh chác *đg* 打仗，打斗

đánh chặn *đg* [军] 打阻击战

đánh chén *đg* [口] 吃喝，大吃大喝，撮一顿：cứ đánh chén thoải mái 尽情地吃喝；đánh chén một bữa no say 吃一顿酒足饭饱

đánh cờ *đg* 下棋，弈棋：học đánh cờ 学下棋

đánh cờ hiệu *đg* 打旗语

đánh cờ lấy nước 先下手为强

đánh cược *đg* 打赌：Đánh cược xem đội bóng nào thắng. 打赌看哪个球队赢。

đánh cướp *đg* 捕盗，反窃，反盗

đánh dấu *đg* ①做记号，作标记：dùng bút đỏ đánh dấu trên sách 用红笔在书上做记号②标志：Tác phẩm đánh dấu bước trưởng thành của tác giả. 作品标志着作者的成长。

đánh dốc túi một tiếng 孤注一掷

đánh đá=đánh đấm

đánh đàn *đg* 弹琴

đánh đàng xa *đg* [口]（走路时）摆手

đánh đáo *đ* 掷铜钱（儿童游戏）

đánh đáo lưỡi *đg* 震舌，打嘟噜

đánh đắm *đg* 击沉

đánh đấm *đg* [口] 打仗，打斗

đánh đập *đg* 杖打，殴打，挞打：bị đánh đập dã man 遭野蛮殴打

đánh đâu được đấy 百战百胜，所向披靡

đánh đầu *đg* 顶球：đánh đầu đưa bóng vào lưới 用头把球顶进门

đánh đèn *đg* 点灯

đánh đeo *đg* 拉扯，揪住不放：Em bé đánh đeo áo mẹ. 小孩拉扯着母亲的衣襟。

đánh đĩ *đg* 为妓，为娼；卖身

đánh điểm diệt viện 围点打援

đánh điện *đg* ①打电报②打电话

đánh địt *đg* [方] 放屁

đánh đòn *đg* 杖打，棍打：hư nên bị mẹ đánh đòn 不听话被妈妈打

đánh đổ *đg* ①打翻：đánh đổ cốc nước 打翻水杯②打倒，推翻，打垮：đánh đổ chế độ phong kiến 推翻封建制度

đánh đố *đg* 打灯谜，打灯虎，猜谜：ra đề đánh đố học sinh 出谜语让学生猜

đánh đôi *đg* 双打：quần vợt đánh đôi 网球双打

đánh đôi đánh đọ *đg* 滥交（朋友）

đánh đổi *đg* 换，换取：Hạnh phúc phải đánh đổi bằng xương máu. 幸福要用鲜血来换取。

đánh đồn *đg* 打据点

đánh đông dẹp bắc *đg* 南征北战，征东平西

đánh đồng *đg* 混淆：đánh đồng người tốt với kẻ xấu 混淆好人坏人

đánh đống *đg* 堆垛，码垛

đánh động *đg* 暗示，打暗号：Thấy có chuyện, liền đánh động cho đồng bọn. 一看有动静就马上给同伴打暗号。

đánh đơn *đg* 单打：thi đấu bóng bàn đánh đơn 乒乓球单打赛

đánh đu *đg* ①荡秋千：đánh đu trên cây 在树上荡秋千②荡，荡动

đánh đu với tinh 与妖精鬼怪交往（喻交友不善）

đánh đùng *p* 骤然，突然：Đang tươi cười, bỗng đánh đùng cáu giận. 正高兴却突然生气。

đánh đùng một cái *p* 很突然地，迅雷不及掩耳

đánh đụng *đg* 合伙宰分牲畜：Hai nhà đánh đụng một con chó. 两家合伙宰一条狗。

đánh đuổi *đg* 驱逐，赶走：đánh đuổi hải tặc 驱逐海盗

đánh đường *đg* [口] 开路

đánh ghen *đg* 争风吃醋：Chị ấy hay đánh ghen. 她爱吃醋。

đánh giá *đg* ①评价：bị đánh giá là không đứng đắn 被人评价不正派；Tác phẩm được dư luận đánh giá cao. 舆论对作品评价很高。②评标，评估，估算：đánh giá tài sản 资产评估

đánh gianh = đánh tranh

đánh giáp lá cà *đg* 肉搏，白刃战：Hai bên xông vào đánh giáp lá cà. 两边冲上去肉搏。

đánh giày *đg* 擦鞋

đánh giặc *đg* ①歼敌②[方] 打仗

đánh giằng co *đg* 争夺战

đánh gió *đg* [医] 祛除风寒（民间医术）

đánh gỡ *đg* 翻本（赢钱）

đánh gục *đg* 打垮：đánh gục đối phương 打垮对方

đánh hoa chiết cành 移花接木

đánh hỏng *đg*（考试）没过，砸了，没通过：bài thi bị đánh hỏng 考试没过

đánh hôi *đg* 伺机报复：bọn lưu manh đánh hôi 流氓伺机报复

đánh hơi *đg* ①嗅味：chó đánh hơi 狗嗅味道②发觉，察觉：Bọn lính đã đánh hơi được tình hình khác thường. 敌人已发觉情况不对。③放屁

đánh ké *đg* 搭注（赌博）

đánh kép *đg* [体] 双打

đánh lận con đen 用诡计骗人，蒙骗

đánh liều *đg* 冒险：đánh liều vào 冒险进入；cứ đánh liều hỏi 斗胆问

đánh lộn *đg* ①[方] 打架：tụi nhỏ đánh lộn nhau 小孩打架②颠倒：đánh lộn trắng đen 颠倒黑白

đánh lộn sòng *đg* 调包

đánh lui *đg* 击退，打退：đánh lui quân địch 击退敌军

đánh luống *đg* 开垅，打畦

đánh lừa *đg* 欺骗，哄骗：đánh lừa dư luận 欺

骗舆论；cảm giác bị đánh lừa 感觉被欺骗

đánh lưỡi *đg* 刮舌

đánh mạnh *đg* 猛攻，猛打

đánh máy *đg* 打字：nhân viên đánh máy 打字员

đánh mắt *đg*[医] 刮目，刮沙眼

đánh mất *đg* 遗失，丢失：Đánh mất mũ trên sân. 帽子遗失在操场了。

đánh môi *đg* 涂口红

đánh một giấc *đg* 睡一觉，打个盹

đánh mùi=đánh hơi

đánh nam dẹp bắc 南征北战

đánh nguội *đg*[体] 暗中侵犯对方球员，严重犯规：Bị thẻ đỏ vì lỗi đánh nguội. 因严重犯规吃了红牌。

đánh nhau *đg* 打架，斗殴

đánh nhau vỡ đầu mới nhận họ 不打不成交；不打不相识

đánh nhảy quãng *đg* 节节攻占

đánh nhịp *đg* 打拍子：vừa hát vừa vỗ tay đánh nhịp 边唱边击掌打拍子

đánh ống *đg* 绕线，打圈

đánh phá *đg* 破坏，摧毁，毁坏

đánh phấn *đg* 涂粉，抹粉，擦粉：mặt đánh phấn 脸上擦粉

đánh phèn *đg* 打矾，搅矾（以矾清水）

đánh quả *đg* 捞外快：ngày nghỉ đi đánh quả 假期去捞外快

đánh rắm *đg* 放屁

đánh rắn giập đầu 打蛇打七寸，擒贼先擒王

đánh răng *đg* 刷牙：Ngày nào cũng phải đánh răng. 每天都要刷牙。

đánh rơi *đg* 丢失，遗失，失落：đánh rơi mất cái ví 丢了钱包

đánh rớt *đg* ①丢失，遗失，失落②落第：đi thi bị đánh rớt 考试没考上

đánh sáp lá cà=đánh giáp lá cà

đánh số *đg* 给…编号：đánh số tập luận án 给

论文集编号

đánh suốt *đg* 打锭子

đánh sườn *đg*[军] 侧击

đánh tập hậu *đg*[军] 抄后路

đánh tháo *đg* ①[口] 设法溜号，找借口脱身：Nó đánh tháo ra phố chơi. 他找借口上街玩。②[军] 打解围战③（商贩）爽约，反悔：đã đồng ý bán rồi lại đánh tháo 先前同意卖了后来又反悔

đánh thắng *đg* 战胜

đánh thọc sâu *đg* 纵深穿插

đánh thuế *đg* 征税

đánh thức *đg* 叫醒，唤醒：để chuông đánh thức 调叫醒闹钟；Đừng đánh thức em bé. 别叫醒她。

đánh tỉa *đg*[军] 打狙击战

đánh tiếng *đg* ①发出声：không dám đánh tiếng 不敢发出声响：đánh tiếng từ ngoài cửa 在门外听到发出声音②放风声：đánh tiếng muốn bán nhà 放出风声要卖房

đánh toả ra *đg*[军] 全面出击

đánh tranh *đg* 扎茅草（用以盖房）

đánh tráo *đg* 偷换，偷天换日：đánh tráo bài thi 偷换试题

đánh trống bỏ dùi 击鼓抛槌，虎头蛇尾

đánh trống ghi tên 盲目接纳，大肆网罗

đánh trống khua mõ 敲锣打鼓

đánh trống làng *đg*[口] 遁词，岔话题：Ai mà hỏi đến thì đánh trống làng. 谁问及就岔开话题。

đánh trống lấp *đg*[口] 岔开话题，遮掩：cười đánh trống lấp 以笑遮掩

đánh trống ngực *đg* 心里打鼓，心跳加速

đánh trống qua cửa nhà sấm 班门弄斧

đánh úp *đg* 偷袭

đánh vào *đg* 混入，打入；钻入：đánh vào quân địch 打入敌军

đánh vảy *đg* 去鳞：đánh vảy cá 去鱼鳞

đánh vần *đg* 拼读，拼音

đánh vật *đg* ①摔跤,角斗②花力气对付,难对付: đánh vật với đống quần áo bẩn 要对付一堆脏衣服

đánh võ *đg* 练武,练把式

đánh vòng *đg* 打迂回战

đánh vòng sau lưng *đg*[军] 打包抄战

đánh võng *đg*(开车左右)穿插,钻来钻去,穿来穿去: cấm đánh võng trên đường phố 禁止在路上穿来穿去

đánh vỗ mặt *đg*[军] 迎头痛击

đánh vỡ *đg* 打破,摔破: Nó hay đánh vỡ bát. 他常打破碗。

đánh vu hồi=đánh vòng

đao₁ *d*[动] 旗鱼

đao₂ [汉] 刀 *d* ①(兵器) 大刀② [建] 飞檐

đao binh *d*[旧] 刀兵

đao búa *d*[口] 刀斧

đao bút *d* 刀笔 (指官吏)

đao cung *d* 刀弓

đao góc *d* 卷檐,飞檐

đao kiếm *d* 刀剑

đao phủ *d* 刀斧

đao thương *d* ①刀创,刀伤②刀兵,兵戎

đao to búa lớn 大刀阔斧

đào₁ [汉] 桃 *d* 桃,桃子;桃花: quả đào 桃子; ngày Tết mua cành đào 春节买桃枝 *t* 桃红色: má đào 桃红色的脸庞

đào₂ *d* ①少女② [旧] 陶娘,歌妓,女伶

đào₃ *đg* 挖,掘,刨: đào củ mài 挖甜薯; đào đất 刨地地; đào giếng 掘井

đào₄ [汉] 逃 *đg* 逃走: đào vi thượng sách 逃为上策

đào₅ [汉] 陶,淘

đào binh *d* 逃兵

đào bới *đg* 挖掘,刨: quanh bờ ao đào bới giun 在池塘边挖蚯蚓

đào dẹt *d* 扁桃

đào hát *d* 女伶,歌伶,歌妓

đào hoa *t* 有桃花运的: số đào hoa 交桃花运

đào huyệt *đg* 挖墓,掘墓

đào kép *d*[旧] 戏子

đào kiểm *d* ①桃花脸②红颜,红装

đào lí *d*[旧] 桃李

đào lộn hột *d*[植] 腰果

đào luyện *đg* 陶冶,训练: đào luyện thành người cắt may giỏi 训练成一名好裁缝

đào mỏ₁ *đg* 开矿,挖矿

đào mỏ₂ *đg*[口] 骗钱 (指骗取富家女的钱财)

đào mương đắp phai 挖沟筑渠

đào ngạch khoét vách 挖墙凿壁 (指盗窃)

đào ngũ *đg*[军] 逃兵,开小差

đào nguyên *d*[旧] 桃源

đào nhân *d* ①桃仁② [旧] 陶人,陶匠

đào nhiệm *đg*(公务员) 弃职,放弃工作: lôi kéo người khác đào nhiệm 拉拢别人弃职

đào non *d* ①嫩桃树②少女

đào núi lấp biển 挖山填海

đào nương *d*[旧] 陶娘,歌妓

đào quân *d* 逃军,逃兵

đào sâu *đg* 深挖,深究: Vấn đề này cần được đào sâu. 此问题还要进行深究。

đào sâu suy kĩ 深思熟虑

đào tạo *đg* 培养,造就: đào tạo cán bộ 培养干部; đào tạo kĩ thuật 技术培训

đào tận gốc, trốc tận rễ 斩草除根

đào tẩu *đg*[旧] 逃走

đào thải *đg* 淘汰: cơ thể đào thải chất độc 身体排毒; cái gì bảo thủ thì sẽ bị đào thải 保守就被淘汰

đào thoát *đg* 逃脱,逃出: Tên tội phạm đã đào thoát khỏi trại giam. 罪犯已从监狱逃脱。

đào tơ= đào non

đào tơ liễu yếu *d* [旧] 窈窕淑女

đào trú *đg* [旧] 陶铸

đào vong *đg* 逃亡

đào xới=đào bới

đảo₁ [汉] 岛 *d* 海岛: hòn đảo 岛屿

Đ

đảo₂[汉] 倒 *đg* ①调换,翻动: đảo vị trí cho nhau 相互调换位置; mắt đảo liên tục 眼睛滴溜溜转②翻,翻转,绕圈,打转: chiếc máy bay đảo mấy vòng 飞机打了几转③摇摆,摇晃,飘摇,摇曳: chiếc diều đảo风 筝飘摇

đảo₃ *đg*[口] 顺便做某事,争取做某事: Đi công tác, tranh thủ đảo qua nhà. 出差时顺便回一趟家。

đảo₄ [汉] 祷

đảo áp *đg* 压倒

đảo chánh=đảo chính

đảo chính *đg* 发动政变,发动事变 *d* 政变, 事变

đảo điên *t* ①颠倒: thời thế đảo điên 时势颠倒②不诚实: ăn ở đảo điên 为人不诚实

đảo loạn *đg* 捣乱,扰乱: đảo loạn tinh thần 扰乱精神

đảo lộn *đg* 打乱: đảo lộn kế hoạch 打乱计划; cuộc sống gia đình bị đảo lộn 家庭生活被 打乱

đảo ngói *đg* 翻修屋顶

đảo ngũ=đào ngũ

đảo ngược *đg* ①翻过儿,倒过儿; 倒转,倒置: đứng đảo ngược 倒立②打乱: trật tự bị đảo ngược 秩序被打乱

đảo nợ *đg* 借钱还旧债: vay mượn để đảo nợ 拆东墙补西墙

đảo núi lửa *d* 火山岛

đảo phách *d* 倒拍,打乱五线谱中拍子的顺序

đảo qua *đg* 倒戈

đảo quốc *d* 岛国: Philipin là một đảo quốc. 菲律宾是个岛国。

đảo vũ=cầu mưa

đáo₁ *d* 掷铜钱(儿童游戏): đáo bật 掷铜钱

đáo₂ [汉] 到

đáo để *t* 厉害,泼辣: Con bé đáo để lắm. 那孩子很厉害。 *p*[口] 之极,绝顶: Cô ấy xinh đáo để. 那姑娘漂亮极了。Quả táo trông thế nhưng ngon đáo để. 这苹果看起来不怎么样,但好吃极了。

đáo hạn *đg* 到期,到期限: thanh toán nợ đáo hạn 结清到期的债务; trái phiếu đã đáo hạn 债券已到期

đáo kì *đg* 到期

đáo lỗ *d* 掷铜钱(儿童游戏)

đáo nợ=đảo nợ

đạo₁ [汉] 道 *d*[旧] 道(行政单位,相当于现在的省)

đạo₂ [汉] 道 *d* 路,支,队: Đội quân chia làm hai đạo. 军队分成两路。

đạo₃ [汉] 道 *d* ①(指宇宙运行规律)②道理: đạo trời 天 道; tầm sư học đạo 寻 师学道; đạo làm con người 做人之道③道路: chính đạo 正道④ [宗] 道家,道教: đạo thánh hiền 圣贤之道⑤教门: đạo Cơ Đốc 基督教⑥天主教: đi đạo 加入天主教; giảng đạo 传教

đạo₄ [汉] 盗 *đg* 盗,剽窃: đạo văn 剽窃文章

đạo₅ [汉] 导,稻

đạo Bà La Môn *d*[宗] 婆罗门教

đạo binh *d* 一队人马: đạo binh tinh nhuệ 精锐部队

đạo Cao Đài *d*[宗] 高台教

đạo Cơ đốc *d* 基督教

đạo căn *d*[宗] 道根

đạo chích *d*[旧] 盗跖

đạo cô *d*[宗] 道姑

đạo cụ *d* 道具: Chuẩn bị đạo cụ cho diễn viên. 给演员准备道具。

đạo diễn *đg* 导演: Anh ấy đã đạo diễn một bộ phim truyện. 他已导演过一部故事片。 *d* 导演: giải thưởng đạo diễn xuất sắc 优秀导演奖

đạo dòng *d*[宗] 数代奉教者

đạo đạn *d*[军] 导弹

đạo đức *d* 道德: đạo đức học 道德学

đạo gia *d* 道家

đạo giáo *d* ① [宗] 道教②宗教: Ấn Độ có nhiều đạo giáo. 印度有多种宗教。

đạo gốc=đạo dòng

đạo hàm *d*[数] 导微函数: đạo hàm bậc cao 高级导微函数; đạo hàm chung 全导微函数

đạo hạnh *d*[宗] 道行

đạo Hi Lạp *d*[宗] 希腊教

đạo hiếu *d* 孝道

đạo Hin-đu *d*[宗] 印度教

đạo Hoà Hảo *d*[宗] 和好教

đạo học *d* 道学

đạo hữu *d* 道友

đạo Islam *d*[宗] 伊斯兰教

đạo Khổng *d* 孔教 (儒教)

đạo kiếp *dg*[旧] 盗劫, 抢劫

đạo kinh *d*[宗] 道经

đạo Lạt ma *d*[宗] 喇嘛教

đạo Lão *d*[宗] 道教

đạo lí *d* 道理: hiểu đạo lí 懂道理

đạo luật *d* 法则, 法律

đạo mạo *t* 道貌岸然, 一本正经, 煞有介事: dáng người đạo mạo 表面道貌岸然; nói năng đạo mạo 说话一本正经

đạo môn *d* ①道门②道教

đạo nghĩa *d* 道义: đạo nghĩa vợ chồng 夫妻道义; làm trái đạo nghĩa 不合道义

đạo nhân *d*[宗] 道人

đạo Nho *d* 儒教

đạo ôn *d* 稻瘟

đạo pháp *d*[宗] 道法

đạo Phật *d*[宗] 释道, 佛教

đạo quan *d*[宗] 道观

đạo quân *d* 军旅, 一彪人马

đạo quân thứ năm *d* 第五纵队

đạo sĩ *d*[宗] 道士

đạo sư *d*[旧] 导师

đạo tà *d*[宗] 邪道

đạo tặc *d* 盗贼

đạo tâm *d*[旧] 道心

đạo Thiên Chúa *d*[宗] 天主教

đạo Tin Lành *d*[宗] 福音教

đạo trời *d* 天道, 天理

đạo trường *d*[宗] 道场

đạo viện *d*[宗] 道院

đạo Xích *d*[宗] 锡克教

đáp₁ *đg* 停飞, 落地, 着地: trực thăng đáp đất 直升机着地

đáp₂ *đg* 抛, 掷, 扔: Đáp thẳng cái bút vào mặt hắn. 把笔扔到他脸上。

đáp₃ *d* 岔裆: quần có đáp 有岔裆的裤子

đáp₄ *đg* 搭乘: đáp máy bay lên Hà Nội 乘飞机去河内

đáp₅ [汉] 答 *đg* ①回答, 应对: kẻ hỏi người đáp 一问一答; đáp lại câu hỏi của cô giáo 回答老师的问题②回报: đáp ơn bố mẹ 报答父母之恩③ (用行动或态度) 回应: mim cười chào đáp 微笑着回应; đáp lời kêu gọi 回应呼吁

đáp án *d* 答案: Trả lời không đúng đáp án. 回答与答案不符。

đáp bái *đg*[旧] 答拜, 回拜

đáp biện *đg*[旧] 答辩

đáp cứu *đg*[旧] 搭救

đáp lễ *đg* 答礼, 回礼, 还礼

đáp lời *đg* 答话

đáp số *d* 答数: tìm không ra đáp số 找不出答数

đáp tạ *đg*[旧] 答谢

đáp từ *d* 答词, 回答: đọc diễn văn đáp từ 读答词

đáp ứng *đg* 满足: đáp ứng yêu cầu của khách hàng 满足顾客需要

đạp [汉] 踏 *đg* ①踏, 踩, 蹬: đạp vào người 踩到人② [口] 蹬自行车: đạp xe đạp 骑自行车③ (禽类) 交尾

đạp bằng *đg* 踏平

Đ

đạp đổ *đg* 踢翻，捣乱，毁坏：không ăn được thì đạp đổ 吃不了就捣乱

đạp lôi *d* [军] 踏雷

đạp lúa *đg* 打谷

đạp mái *đg* 交尾

đạp thanh *đg*[旧] 踏青

đạp trống *đg* 蹬鼓（杂技）

đát *d*[口]（商品的）保质期：chưa hết đát mà đã hỏng 没到保质期就坏了；Hàng đã quá đát. 商品已过期。

đạt [汉] 达 *đg* ①达到，实现，达成：đạt mục tiêu 达到目标；đạt kế hoạch 完成计划；chưa đạt tiêu chuẩn 未达标准②获得，取得，赢得：đạt danh hiệu học sinh giỏi 获优秀学生称号；đạt hiệu quả tốt 取得好效果③符合要求，合格：dùng chữ chưa đạt 用词不当；bài viết như thế là đạt 文章符合要求

đạt lí thấu tình *t* 通情达理：cách giải quyết đạt lí thấu tình 解决得通情达理

đau *t* ①痛，疼：đau dạ dày 胃痛；đau chân 腿痛；đau răng 牙疼；tiêm đau lắm 打针很疼；đau bụng 肚子痛②痛苦，痛切：chuyện đau lòng 痛苦的事；lòng đau như cắt 心如刀绞 *đg* ①[方] 患病：đau nặng mấy hôm rồi 病了好几天；đói ăn rau, đau uống thuốc 饿了吃菜，病了吃药②使痛，使痛苦：chuyện đau lòng 使人痛苦的事；đau đầu vì con 为孩子的事头疼

đau bao tử *d*[医] 胃痛

đau buồn *đg*；*t* 难过，哀痛，伤心：tâm trạng đau buồn 心情难过；gặp chuyện đau buồn 遇到伤心事

đau đáu *t* 忧心的，忧虑的：lo đau đáu 忧心忡忡的；nhìn đau đáu 担忧地看着

đau đầu *t* ①头疼：đau đầu lắm 很头疼②感到麻烦的，烦恼的：đau đầu vì công việc 为工作的事烦恼

đau điếng *t* 痛彻心扉的，非常疼痛的：ngã một cái đau điếng 摔了一跤非常疼痛

đau đớn *t* ①痛苦，悲痛，惨痛，痛楚：đau đớn rụng rời 悲痛欲绝②令…痛苦，使…难过：những thất bại đau đớn 令人痛苦的失败

đau khổ *t* 痛苦：Mẹ chết làm cho anh ấy đau khổ. 母亲的死使他很痛苦。

đau khớp xương *d*[医] 关节炎

đau lòng *t* 痛心：những chuyện đau lòng 让人痛心的事

đau lòng xót ruột 愁肠百结

đau màng óc *d*[医] 脑膜炎

đau mắt *d*[医] 眼炎，眼睛痛

đau mắt hột *d*[医] 沙眼

đau nhói *t* 刺痛：vết thương đau nhói 刺痛的伤口；tim đau nhói 刺痛的心

đau ốm *đg* 病痛，生病：suốt ngày đau ốm 整天生病

đau quặn *t* 绞痛

đau ruột thừa *d*[医] 盲肠炎，阑尾炎

đau thận *d*[医] 肾病

đau thương *t* 悲伤，悲痛：cảnh tượng đau thương 悲伤的景象；biến đau thương thành hành động 化悲痛为行动

đau tim *d*[医] 心脏病

đau xót *t* 痛心，沉痛，痛切：bài học đau xót 沉痛的教训

đau yếu=đau ốm

đay₁ *d* ①黄麻，洋麻② [植] 长蒴黄麻

đay₂ *đg* 絮聒，絮烦，唠叨：Có mỗi một chuyện mà cứ đay đi đay lại mãi. 那点小事唠来叨去。

đay đả *đg* 絮叨

đay đảy *đg*[旧] 固执不受，说什么也不干

đay đổ=đay nghiến

đay nghiến *đg* 折磨，非难：bị bố kế đay nghiến 被继父折磨；Bà ta đay nghiến chồng như dứt từng miếng thịt. 这女人折磨丈夫就像把肉一块块撕下来似的。

đày *đg* ①流放，充军：bị bắt và đưa đi đày ngoài Côn Đảo 被逮捕并流放昆岛②贬谪：

đày vào kiếp phong trần 打入凡尘

đày ải *đg* ①流放,充军: bị đưa đi đày ải 被流放②虐待,折磨,奴役

đày đoạ *đg* 虐待,折磨,奴役: tự đày đoạ mình 自我折磨; Địa chủ đày đoạ nông dân. 地主奴役农民。

đày tớ=đầy tớ

đãy *d* 褡裢

đáy₁ *d* ①底: đáy thùng 桶底; đáy sông 河底; ếch ngồi đáy giếng 井底之蛙; lòng tham không đáy 贪得无厌② [地] 底河 (亦称代河,为红河支流)

đáy₂ *d* 圆锥形的渔网

đáy bể mò kim=mò kim đáy bể

đáy lòng *d* 心底里,心坎里: lời nói xuất phát từ đáy lòng 从心底里吐出的话语

đắc chí *t* ①得志: anh hùng đắc chí 英雄得志②得意,得意扬扬: Nói xong, ông rất đắc chí, sung sướng lắm. 说完,他很得意,很高兴。

đắc cử *đg* 中选: đắc cử tổng thống 当选总统

đắc dụng *t* 得力,好用: một cán bộ đắc dụng 得力干部

đắc đạo *đg* [宗] 得道

đắc địa *t* ①风水好,地段好: Chỗ đất này đắc địa. 这块地风水好。Hàng phở đắc địa, nên rất đắt hàng. 这间粉店地段好,所以生意不错。② [口] 得当: Dùng từ đắc địa. 用词得当。

đắc kế =đắc sách

đắc lợi *đg* 得利 (于)

đắc lực *t* 得力的: Anh ấy là cánh tay đắc lực của giám đốc. 他是经理的得力助手。

đắc nhân *t* ①得人的②得人心的

đắc sách *t* 对路,对头: Làm như vậy mới là đắc sách. 这样做才对路。

đắc số *d* [数] 得数

đắc sủng *đg* [旧] 得宠

đắc thắng *đg* 得胜,赢得胜利: có cơ hội đắc thắng 有获胜机会; đắc thắng một cách dễ dàng 轻易获胜 *t* (胜利后的) 喜悦,得意: cười đắc thắng 喜悦的笑

đắc thất *d*[旧] 得失

đắc tội *đg*[旧] 得罪,负罪: đắc tội với người trên 得罪了上级

đắc ý *t* 得意: lấy làm đắc ý 感到得意; cười một cách đắc ý 得意地笑

đặc₁ *t* ①浓,稠: nước trà đặc 浓茶; cà phê pha đặc 浓咖啡②实心的: bánh xe đặc 实心轮胎; quả bí đặc ruột 实心冬瓜③全,满: mây đen đặc bầu trời 乌云密布; Chữ kín đặc cả trang giấy. 纸上全是字。④全然的,百分之百的,地道的: nói đặc giọng miền Nam 说一口地道的南方音; bí đặc 一筹莫展⑤纯粹的,完全的: tai điếc đặc 全聋; con giống đặc bố 儿子像极了爸爸; dốt đặc 一字不识; quê đặc 纯粹的土包子; tây đặc 完全西化

đặc₂ [汉] 特

đặc ân *d* 特别的恩情

đặc biệt *t* 特殊的,与众不同的: sự quan tâm đặc biệt 特别的关心; trường hợp đặc biệt 特殊场合; có tài đặc biệt 有特别才艺; bán theo giá đặc biệt 特价出售; tác dụng đặc biệt 特殊作用

đặc cách *đg* 破格: đặc cách giảm án 破格减刑

đặc cán mai *t* 愚笨,愚钝

đặc cấp *đg* 特供,特颁

đặc chất *d* 特质,特性: đặc chất của cao-su 橡胶的特质

đặc chế *đg* 特制: loại xăng đặc chế cho máy bay 特制飞机汽油

đặc chỉ *d*[旧] 特旨

đặc chủng *t* 特种的: đơn vị đặc chủng 特种单位; loại động vật đặc chủng 特种动物

đặc công *d* 特种部队: chiến sĩ đặc công 特种部队战士; binh chủng đặc công 特种部

Đ

队兵种 *đg* 突袭: đánh đặc công 打突袭战

đặc dụng *t* 特用, 有特殊作用的: máy móc đặc dụng 有特殊作用的机器

đặc điểm *d* 特点: đặc điểm khí hậu 气候特点; đặc điểm nhân vật 人物特点

đặc hiệu *t* 特效: bán thuốc đặc hiệu 卖特效药

đặc huệ *t* [旧] 特惠

đặc khu *d* 特区: đặc khu kinh tế 经济特区

đặc kịt *t* [口] 稠密, 很多: Cá nổi đặc kịt trên mặt hồ. 湖面上浮着很多鱼。

đặc lại *đg* [理] 凝结, 凝固

đặc mệnh *đg* 特命: đại sứ đặc mệnh toàn quyền 全权特命大使

đặc nhiệm *đg* 交付特殊任务: được đặc nhiệm đi công tác 被特派任务出差 *t* 有着特殊任务的: lính đặc nhiệm 特务 (特工)

đặc phái *đg* 特派: đặc phái viên 特派员; đặc phái người vào nội thành 特派人入城

đặc quyền *d* 特权: đặc quyền lãnh sự 领事特权; đặc quyền ngoại giao 外交特权

đặc ruột *t* ①实心的: cái săm lốp đặc ruột 实心胎②撑饱肚子的: cái đồ ăn no đặc ruột 只会撑饱肚子的家伙

đặc san *d* 特刊: đăng bài trên đặc san 在特刊发表文章

đặc sản *d* 特产: món đặc sản 特色菜; Đặc sản của tỉnh Hải Dương là bánh đậu xanh. 海阳省的特产是绿豆糕。

đặc sắc *t* 有特色的; 精彩的: đặc sắc tính dân tộc 富有民族特色; tiết mục văn nghệ đặc sắc 精彩的文艺节目

đặc sệt *t* ①稠糊糊: Cháo nấu đặc sệt. 粥熬得很稠。②浓重: nói đặc sệt giọng miền Bắc 说话带浓重的北方音

đặc sứ *d* 特使

đặc tả *đg* 特写: một đoạn phim đặc tả 一段电影特写; đặc tả tính cách nhân vật 人物性格特写 *d* 报告文学的一种形式

đặc tài *d* 特才, 奇才: có đặc tài về viết văn 有写作奇才

đặc thù *t* 特殊: có tính đặc thù 有特殊性 *d* 特别之处, 特点: đặc thù của công việc 工作的特点; có đặc thù dân tộc 有民族特点

đặc tình *đg*; *d* 特情; 特别情报员: tuyển người nước ngoài làm đặc tình 雇外国人做特情员; trở thành đặc tình trong lòng địch 成为敌人内部特别情报员

đặc tính *d* 特性: đặc tính của tiểu thuyết 小说的特性; đặc tính của ngôn ngữ 语言的特性

đặc trách *đg* 负特别责任, 负专责: cố vấn đặc trách 专责顾问; đặc trách công tác công đoàn 专门负责工会工作

đặc trị *t* (药) 特治的, 专门医治的: thuốc đặc trị bệnh ung thư 癌症专用药

đặc trưng *d* 特征: đặc trưng văn hoá 文化特征 *t* 有特征的, 特殊的: mỗi tộc người có những nét đặc trưng riêng 各族群都有其特征

đặc vụ *d* 特务: cơ quan đặc vụ 特务机关

đặc xá *đg* 特赦: lệnh đặc xá 特赦令; quyết định đặc xá 特赦决定

đặc xịt *t* 浓, 浓郁: Nước chè pha đặc xịt. 茶泡得挺浓的。

đăm₁ *d* [旧] 右, 右边: chân đăm đá chân chiêu 右脚绊左脚

đăm₂ *đg* ①沉思②直瞪瞪, 凝想

đăm chiêu *d* [旧] 左右 *đg* 沉思: đăm chiêu suy nghĩ 凝思; vẻ mặt đăm chiêu 沉思的表情

đăm đăm *t* ①直勾勾: nhìn đăm đăm vào bức tranh kia 直勾勾地看着那幅画②凝神, 凝想: nét mặt đăm đăm若有所思

đăm đắm *t* (眼神) 专注: mắt nhìn đăm đắm 专注凝望的眼神

đằm₁ *t* ①平稳, 安稳: Đường tốt nên xe chạy

rất đằm. 路好所以车跑得很平稳。②深厚, 深长: giọng hát rất đằm 歌声浑厚 ③沉稳, 稳重: một người đằm tính 性格稳重的人

đằm₂ *đg* 浸泡, 浸湿: đằm mình trong nước 把身子浸到水里

đằm đằm *t* 淋漓: mồ hôi đằm đằm 大汗淋漓

đằm đìa *t*[旧] 淋漓, 淋淋, 滂沱

đằm thắm *t* 浓厚, 深厚, 深长: mối tình đằm thắm 深厚情谊

đắm *đg* ①沉没: tàu bị đánh đắm 船被打沉 ②沉迷, 沉溺, 沉湎: như say như đắm 如痴如醉; đầu óc đắm trong suy nghĩ 沉于思考; đắm mình trong mộng tưởng 沉醉在梦想中

đắm chìm=chìm đắm

đắm đò giặt mẹt 借故跳槽

đắm đuối *đg* 沉湎, 沉溺, 沉沦: đắm đuối trong vòng tửu sắc 沉湎酒色; đắm đuối trong tình ái 沉湎情海

đắm ngọc chìm châu 香消玉殒

đắm nguyệt say hoa 闭月羞花

đắm sa *đg* 沉湎

đắm say *đg* 沉醉, 沉湎: đắm say tình yêu 沉迷于爱情; đắm say tửu sắc 沉湎酒色

đắm=đẩm

đậm=đậm

đản *đg* 压, 摁: đản cành cây xuống để mọc rễ 压条使树生根; đản nó ra đánh một trận 把他摁倒揍一顿

đẵn *đg* 砍伐, 截切: đẵn cây 砍树 *d* 一截: một đẵn mía 一截甘蔗

đắn đo *đg* ①比较, 掂量: Đừng đắn đo nữa, mua đi. 别比较了, 买吧。②审度, 忖度, 揣摩, 细想, 犹豫: trả lời không chút đắn đo 毫不犹豫地回答

đăng₁ *d* 笺

đăng₂ [汉] 登 *đg* ①攀登: đăng đàn diễn thuyết 登坛演说 ②登载, 刊登, 登记: có bài đăng trên báo 在报上登有文章; đăng

tin kịp thời 及时登载新闻

đăng₃ [汉] 当, 灯

đăng bạ *đg*[旧] 登记, 入册

đăng báo *đg* 登报

đăng bộ=đăng bạ

đăng cai *đg* 主办, 举办: đăng cai tổ chức thế vận hội 主办奥运会; đăng cai World cup bóng đá 主办世界杯足球赛

đăng cực *đg* 登极

đăng đài *đg*[旧] 登台: Hai võ sĩ đã đăng đài. 两位武士已登台。

đăng đàn *đg* ①[旧] 登坛 (作法、作礼): Nhà sư đăng đàn làm lễ. 和尚登坛作法。②登讲坛: đăng đàn diễn thuyết 登台演说

đăng đắng *t*(味) 苦, 略苦: Thuốc bắc đăng đắng, chua chua, khó uống lắm. 中药味又苦又酸, 很难喝。

đăng đệ *đg*[旧] 登第

đăng đó *d* 渔具, 筌

đăng đối *t*[旧] 登对, 匹配: hai gia đình đăng đối 两家门当户对

đăng đường *đg* ①登程, 上路, 启程 ② [旧] 登堂, 升堂: đăng đường xử án 升堂审案

đăng hoả *d*[旧] 灯火, 灯火辛勤: mười năm đăng hoả 十年灯火辛勤

đăng khoa *đg*[旧] 登科: đăng khoa bảng vàng 金榜登科 (提名)

đăng kí *đg* 登记, 注册: đăng kí hộ khẩu 户口登记; đăng kí kết hôn 结婚登记; đăng kí kinh doanh 经营注册 *d* 登记证明, 注册证明: cấp đăng kí 发放登记证明

đăng kiểm *đg* 登检, 稽查: đăng kiểm tàu thuỷ 船舶稽查; trạm đăng kiểm ô-tô 汽车检测站

đăng lục *đg* 登录, 登记

đăng nhập *đg* 登录: đăng nhập mật khẩu 登录密码; đăng nhập vào mạng 登录上网

đăng quang *đg* ① [旧] 登皇位 ②荣登最高位: đăng quang ngôi hoa hậu hoàn vũ 荣获

环球小姐冠军

đăng sơn *đg*[旧] 登山 *d*[地] 灯山,鳌山

đăng tải *đg* 登载: Tin tức được đăng tải trên Internet. 消息登在网上。

đăng ten *d* 花边: Áo viền đăng ten. 衣服有花边。

đăng tên *đg* 报名

đăng thiên *đg* 登天 *t* 难如登天的

đăng tiên *đg*[旧] ①登仙②一命归天

đăng trình *đg*[旧] 登程,上路: tiễn bạn đăng trình 送友登程

đằng₁ [汉] 藤 *d* 藤

đằng₂ ①边,方面: đứng ở đằng xa 站在远处; đằng chúng tôi 我们这边; đằng nhà trai 男方那边②种类,样: không biết chọn đằng nào 不懂选哪种; nói một đằng, làm một nẻo 说一套,做一套

đằng₃ *đg* 扳直: đằng nó ra mà đánh 把他扳直了打一顿

đằng₄[汉] 腾 *đg* 飞腾: đằng vân giá vũ 腾云驾雾

đằng ấy *d* ①那边② [口] 你 (表亲密): Đằng ấy nghĩ sao? 你看怎么样? Đằng ấy đến nhà tớ chơi nhé? 你到我家来玩好吗?

đằng đạt *t*[旧] 腾达

đằng đằng₁ *d* 耳疮的通称: lên đằng đằng 长耳疮

đằng đằng₂ *t* ①生命力强的: lúa tốt đằng đằng 稻苗长得好②气焰上升的: vẻ mặt đằng đằng sát khí 杀气腾腾的样子③悠远,漫长: xa nhau đằng đằng mấy năm 分开漫长的几年

đằng đằng sát khí 杀气腾腾

đằng đẵng *t* 悠远,漫长: tháng ngày đằng đẵng 漫长的岁月; đường dài đằng đẵng 漫长的道路

đằng hắng *đg* 吭声,咳嗽,清嗓子: đằng hắng để lấy giọng 清嗓子; đằng hắng cho người trong nhà biết 清嗓子让屋里人知道

đằng không *đg* 腾空

đằng kia *d* 那儿,那边

đằng la *d* ①藤萝② [旧] 妾

đằng lục *đg*[旧] 誊录

đằng này *d* ①这边② [口] 我 (对知己、亲友自称)

đằng ngà *d* 一种黄底绿色竖纹的景观竹

đằng sau *d* 后面: hợp đồng kèm đằng sau 合同附后; ngồi đằng sau 坐在后面

đằng thẳng *t* 按部就班,不慌不忙,从从容容: cứ đằng thẳng mà làm 尽管不慌不忙地做

đằng trước *d* 前面,前边儿

đẳng [汉] 等 *d* 等级: thượng đẳng 上等; cao đẳng 高等

đẳng áp *t*[理] 等压的

đẳng biên *t*[理] 等幅的

đẳng cấp *d* ①等级: chế độ đẳng cấp phong kiến 封建等级制度; phân biệt đẳng cấp 等级区别②程度: đẳng cấp đại học 大学程度③级别: vận động viên có đẳng cấp cao 高级别的运动员

đẳng cấu *t* 结构相同的

đẳng dung *t*[无] 等容的

đẳng hạng *t*[数] 等项的

đẳng hướng *t* 等向的: không gian đẳng hướng 等向空间

đẳng lập *t* 等立,并列,联合: từ ghép đẳng lập 并列关系词组; câu ghép đẳng lập 并列复句; quan hệ đẳng lập 并列关系

đẳng lượng *t* 等量的

đẳng nhiệt *t*[理] 等温的

đẳng phương *t*[数] 等方的

đẳng thế *d* 等电位,等电势

đẳng thời *t*[无] 等时的

đẳng thứ *t* 等次的

đẳng thức *d*[数] 等式

đẳng tích *t* 等积的

đẳng tướng *t* (电力) 等相的

đắng *t* ①苦: thuốc đắng 苦药; miệng đắng口苦②苦痛: cay đắng trong lòng 苦在心头; ngậm đắng nuốt cay 含辛茹苦③吃哑巴亏的,有苦难言的: chết đắng cả người 有苦难言

đắng cay=cay đắng

đắng cay ngậm quả bồ hòn 哑巴吃黄连

đắng chẳng *t* 苦涩: thuốc đắng chẳng苦涩的药; mồm miệng đắng chẳng 嘴里苦涩

đắng đắng *t* 微苦的,(吃) 苦头儿的

đắng ngắt *t* 苦涩的, 苦苦的: miệng đắng ngắt 嘴巴苦苦的

đắng nghét=đắng ngắt

đắng như mật cá mè 苦如鱼胆

đặng₁ *đg* 达到: tuổi đặng đôi mươi 年届二十; đi đặng tám năm rồi 去了八年了

đặng₂ *p* 可能,行,能: Câu thơ khó, đối không đặng. 这副对子太难,不能对。

đặng cho *đg* 使得

đặng để *đg* 以便达到

đắp *đg* ①盖: đắp chăn 盖被子②敷: đắp thuốc敷药③培厚,培高: đắp đê 筑堤; đắp đập筑坝

đắp bờ *đg* 打堰

đắp đập khơi ngòi 筑坝开渠

đắp đê *đg* 筑堤,修堤

đắp điếm *đg* ①掩埋: đắp điếm xác người 掩埋尸体②掩盖,隐瞒,包庇: đắp điếm cho nhau 互相包庇

đắp đổi *đg* ①凑合,将就: muối dưa đắp đổi以咸菜聊以度日②更迭: nắng mưa đắp đổi岁月更迭

đắp đường *đg* 筑路,修路

đắp mồ *đg* 修坟

đắp nền *đg* 打地基

đắp tai cài trốc 装聋作哑

đắt *t* ①贵,昂贵: Cái áo này rất đắt. 这件衣服很贵。②兴隆,兴旺;畅销: Hiệu sách đắt khách. 书店生意兴隆。③绝,绝妙,

绝品,绝伦: Chữ dùng rất đắt. 文辞用得绝妙。Bộ phim này có nhiều hình ảnh rất đắt. 这部电影有很多好形象。

đắt cắt ra miếng=đắt xắt ra miếng

đắt chồng *đg* [口] 来求婚的人很多,女婿找上门

đắt đỏ *t* 昂贵,高昂: giá sinh hoạt đắt đỏ 价格高昂

đắt giá *t* 好价钱的,身价高的,昂贵的: ca sĩ đắt giá 歌星身价高; bài học đắt giá 昂贵的教训

đắt hàng *t* 畅销的,热销的; 吃香的: Rau xanh đắt hàng trước bão. 台风来临前青菜畅销。

đắt khách *t* 门庭若市, 生意好: Cửa hàng này đắt khách thật. 这商店真是门庭若市。

đắt lời *t* 说话起作用的

đắt lựa *t* 迎合人意的: nói đắt lựa 迎合着说

đắt mối *t* (生意) 兴隆

đắt nhời=đắt lời

đắt như tôm tươi 贵如鲜虾 (喻受欢迎,好卖,畅销,热销)

đắt tiền *t* ①昂贵: Quyển sách này đắt tiền. 这本书很贵。② [口] 吃香,值钱: nhập khẩu hàng đắt tiền 进口值钱的商品; ngành nghề đắt tiền 吃香的行业

đắt xắt ra miếng 一分钱一分货

đắt vợ *đg* [口] 求婚的人多,姑娘找上门

đặt *đg* ①放置,搁放: đặt sách lên bàn 放书在桌上②设置,建立: đặt cơ sở lí luận 建立理论基础; Chính thức đặt quan hệ giữa hai nước. 两国正式建立关系。③提出: đặt ví dụ 举例; đặt tên 起名④编制,制订,订立: đặt kế hoạch 制订计划⑤编造,捏造,杜撰: đặt chuyện 编造事实⑥预订: đặt hàng 订货; đặt báo 订报

đặt câu *đg* 造句: đặt câu với các từ sau 用下列词语造句

đặt chân *đg* 抵达，到达：Con người đã đặt chân lên mặt trăng. 人类已登上月球。

đặt chuyện *đg* 编造事实，捏造事实；杜撰，无中生有

đặt cọc *đg* 交订（金），交押（金）：đặt cọc một phần tiền trước 先交点订金；đặt cọc bằng tiền hay hiện vật 以现款或实物做押

đặt cược *đg* 抵押：đặt cược toàn bộ tài sản 抵押全部财产

đặt để *đg* 杜撰，无中生有

đặt điều *đg* 搬弄是非，捏造事实：đặt điều thị phi 搬弄是非

đặt đít *đg* 坐下：Mới đặt đít xuống đã phải đứng dậy rồi. 刚坐下就马上要站起来。

đặt hàng *đg* 订货：sản xuất theo đơn đặt hàng 按订单生产；gửi hàng cho khách theo đơn đặt hàng 按订货单给客户发货

đặt lãi *đg* 放利钱

đặt lời *đg* 作词，编词

đặt mìn *đg* 埋地雷

đặt mình *đg* 躺下：Cứ đặt mình xuống là ngủ được liền. 一躺下就马上入睡。

đặt mua *đg* 订购：đặt mua nông sản 订购农产品

đặt tên *đg* 命名，起名

đặt tiền *đg* 预付款，预付定金

đặt trước *đg* 预订

đặt vòng *đg* 上环（避孕方法）

đâm *đg* ①刺，戮，捅：bị kim đâm vào ngón tay 手指被针刺②长出，发出，吐出：đâm rễ 长出根；đâm mầm 发芽③发生，成为，变得，显得，露出：đâm phát cáu 变得生气；chiều quá đâm hư 太宠（他）就会变坏④碰撞：Tàu đâm vào vách đá. 船碰到石壁。Xe đâm vào cột điện. 车撞到电线杆上。⑤捣碎：đâm gạo 舂米

đâm ba chày củ 阻挠他人，从中作梗

đâm ba chè củ=đâm ba chày củ

đâm bị thóc chọc bị gạo 搬弄是非

đâm bổ *đg* ①投入，撺入：đâm bổ xuống nước 投入水里②闯入：đâm bổ vào nhà người ta 闯入别人家

đâm bông *đg* 吐穗

đâm chán *đg* 生厌，发腻：Xem nhiều lần đâm chán. 看得太多都发腻了。

đâm chém *đg* 厮杀：đâm chém lẫn nhau 互相残杀

đâm chồi *đg* 发芽

đâm chồi nảy lộc 吐绿发芽

đâm cuồng *đg* 发狂

đâm đầu *đg* ①撞头，碰额：đâm đầu vào tường 以头撞墙②贸然而入：đâm đầu vào lưới 自投罗网；Đâm đầu vào đám bạc cho thua hết nhẵn. 一头扎进赌场输个精光。③埋头做，不顾一切：đâm đầu vào học 埋头学习

đâm đơn *đg* 投诉，上告：đâm đơn khiếu nại 上告申诉

đâm họng=đâm hông

đâm hông *đg* 逗怒，激怒，气人：nói đâm hông 说话气人；câu chuyện đâm hông 让人生气的话语

đâm khùng *đg* 发火，冒火，动怒

đâm lao phải theo lao 骑虎难下

đâm liều *đg* ①豁出去：Lão chủ mắng, anh ấy đâm liều cự lại. 被主人骂，他不顾一切地反驳。②横冲直撞

đâm lười *đg* 发懒，犯懒：gần tháng nay đâm lười 近几个月犯懒了

đâm nghi *đg* 起疑，生疑

đâm quàng đâm xiên 横冲直撞

đâm ra *đg* 变得，显得，形成：thất bại nhiều đâm ra nản 因失败多次而变得气馁；Anh ấy bị áp bức nhiều quá đâm ra ít nói. 他受了很重的压迫，因此变得沉默寡言。

đâm sầm *đg* 闯入，一头扎进：đâm sầm vào gốc cây 一头扎进树根；đâm sầm xuống biển 一头扎入海里

đâm thọc *đg* ①刺穿, 穿②闯入

đầm₁ [旧]*d* 西方: bà đầm 西洋女子 *t* 西方的: váy đầm 西裙

đầm₂ *d* 潭, 池: đầm sen 莲花潭

đầm₃ *d* 夯 (砸实地基用的工具) *đg* 打夯: Dùng đầm để đầm sân. 用夯砸实院子。

đầm₄ *đg* ①使湿漉漉: Mồ hôi đầm lưng áo. 汗水湿透了衣服。②浸泡: Đầm mình trong nước. 身体浸泡在水里。

đầm ấm *t* 温暖, 融洽, 和睦: gia đình đầm ấm 温暖的家庭; tập thể đầm ấm 融洽的集体

đầm cá *d* 鱼潭, 鱼塘

đầm đầm=đầm đìa

đầm đậm *t* (色、味) 浓

đầm đất *đg* 打夯

đầm đìa *t* 湿透的, 湿漉漉的: nước mắt đầm đìa 泪眼汪汪的; mồ hôi vã ra đầm đìa 汗水湿漉漉的

đầm gỗ *d* 木夯

đầm lau *d* 苇塘

đầm phá *d* 湿地, 海湾: bảo vệ vùng đầm phá ven biển 保卫沿海海湾

đầm sắt *d* 铁夯

đầm sâu *d* 深潭

đầm sen *d* 莲池, 荷塘

đầm trạch *d* 池沼

đầm xoè *d* 百褶裙: mặc đầm xoè 穿百褶裙

đẫm *t* 湿漉漉: khăn đẫm nước 毛巾湿漉漉的 *đg* 使湿漉漉: gương mặt đẫm nước mắt 脸上满是泪

đẫm máu *t* 血淋淋

đấm *đg* ①捶, 揍, 拳击: đấm cửa 捶门; vừa đấm vừa đá 又捶又踢②象棋中行进一步

đấm bóp *đg* 按摩, 推拿

đấm đá *đg* ①拳打脚踢: xông vào đấm đá túi bụi 冲进去一顿拳打脚踢②批斗, 打击, 攻击: kèn cựa, đấm đá nhau 因嫉妒而互相攻击

đấm họng=đấm mõm

đấm lưng *đg* 捶背

đấm mõm *đg* 收买, 贿赂: đấm mõm quan thầy 收买官员; Phải đấm mõm thì hắn mới chịu để yên. 要贿赂他才肯放过。

đấm mồm đấm miệng *đg* ①收买, 贿赂(同 đấm mõm) ②哄嘴 (以食物哄婴儿)

đấm ngực *đg* 捶胸, 拊膺

đậm *t* ①(色) 浓, (色) 黯: mực đậm 浓墨②浓郁: chè đậm 浓茶; canh nấu đậm 浓汤③情感深厚, 浓烈: mang đậm màu sắc dân tộc 有较浓的民族味; mang đậm chất dân gian 带有浓厚的民间气息④指比赛中比分悬殊: thua đậm 惨败; thắng đậm với tỉ số 8-1 以 8∶1 的比分大胜⑤丰满, 丰盈: Cô kia đậm người. 那姑娘很丰满。⑥(线条) 清晰, 有力: chữ đậm 字迹有力; tô đậm nét 描粗线条

đậm đà *t* ①浓郁, 甘醇: hương thơm đậm đà 浓郁的香味; Lễ hội mang đậm đà bản sắc dân tộc. 庙会饱含民族特色。②深厚: tình hữu nghị đậm đà 深厚的友谊③ (身材) 高大结实: vóc người đậm đà 身材高大结实

đậm đặc *t* 浓度高的: độ đậm đặc của dung dịch 溶液的浓度高; nồng độ đậm đặc 高浓度

đậm nét *t* 深刻, 浓厚; 突出, 明显: khắc hoạ đậm nét nhân vật 人物刻画深刻; mang đậm nét văn hoá dân gian 带有浓厚的民间文化色彩

đần *t* ①愚蠢, 呆笨: trông mặt có vẻ đần 看样子有点呆笨; đứa trẻ đần 傻小子②迟钝, 呆滞: đần cả người trước bài toán khó 对着数学难题发愣; ngồi đần mặt ra 呆呆地坐在那儿

đần dại *t* 愚蠢, 愚钝, 笨拙, 不灵活

đần độn *t* 蠢笨, 呆头呆脑: bộ mặt đần độn 呆头呆脑的样子

đẩn *đg* ①推，推进，推动②撑③排挤，排斥

đẫn₁ *đg*[方] 砍伐，截切 *d* 一截

đẫn₂ *t*（肥胖）圆滚滚

đẫn đờ =đờ đẫn

đận *d*（发生不幸的）大概时间：Đận này năm ngoái ốm đau liên miên. 去年那段时间老是生病。

đận đà *đg* 磨蹭，泡蘑菇：đận đà không muốn về 磨蹭着不想回

đẳng *d* ①人物，辈，流：đẳng anh hùng英雄人物；đẳng thánh hiền 圣贤之辈②种类，等级：người ba đẳng, của ba loại 人分三等，货分好坏优劣

đập₁ *d* 水闸，堤坝：đắp đập 筑坝

đập₂ *đg* ① 打，击，拍（同 đánh）：đập cho một trận 打一顿②摔：bất ngờ trượt chân ngã đập lưng vào đá 不小心摔倒撞到石头③粉碎：đập đá 碎石④（心）跳动，振动：tim đập rất mạnh 心跳很快

đập bàn đập ghế 拍桌摔椅

đập bê tông *d* 混凝土坝：đập bê tông cốt sắt 钢筋混凝土坝；đập bê tông đầm lăn 混凝土碾压坝

đập bể =đập vỡ

đập bóng *đg* ①拍球②扣球

đập cánh *đg* 拍翅

đập chắn *d* 拦河坝

đập chia ô *d* 分格坝

đập chứa nước *d* 蓄水坝

đập cửa *d* 过水坝

đập cửa đáy *d* 深孔坝

đập dẫn dòng nước *d* 导流坝

đập dọ sắt *d* 铁丝笼块石坝

đập đá *d* 石坝 *đg* 碎石

đập đá xếp *d* 碎石坝

đập đầm *d* 碾压坝

đập đất *d* 土坝 *đg* 碎石

đập đất đá *d* 土石坝

đập đống đất *d* 堆土坝

đập động *d* 活动坝

đập hộp *t*[口] 崭新的，全新的：hàng đập hộp 崭新的货物；chiếc xe đập hộp 崭新的车

đập liền vòm *d* 连拱坝

đập lúa *đg* 打谷，脱谷

đập mũi đinh *d* 钉坝

đập ngăn nước *d* 挡水坝

đập ngăn sông *d* 拦河坝

đập nối *d* 格坝

đập tan *đg* 粉碎：đập tan âm mưu của kẻ thù 粉碎敌人的阴谋

đập thẳng đứng *d* 平板坝

đập tràn *d* 溢洪坝

đập tù *d* 蓄水坝

đập vòm trọng lực *d* 重力拱坝

đập vỡ *đg* 摔破，打碎

đập xếp cây *d* 梢木坝

đập xếp đá *d* 干砌石坝

đất *d* ①泥土，土壤：đào đất 挖土；đổ đất 填土；phân chất đất 分析土壤；cuốc đất trồng rau 锄地种菜②土地，大地，地面：quả đất 地球；trời đất 天地；đứng trên mặt đất 站在地面上③风水：được đất 风水好④地方，地域，地区：cõi đất 疆土；đất khách quê người 他乡异域⑤[方] 垢泥：người đầy đất 全身都是泥

đất bãi *d* 滩地

đất bằng nổi sóng 平地风波

đất bỏ hoang *d* 荒地，熟荒地

đất bồi *d* 冲积地

đất bùn *d* 塘泥

đất cao lanh *d* 瓷土，高岭土

đất cát *d* ①土壤：đất cát màu mỡ 土壤肥沃；tranh giành nhà cửa, đất cát 争房争地②沙土：đất cát nặng 重沙土；đất cát nhẹ 轻沙土；đất cát pha 沙砾土；cấy ở ruộng đất cát 在沙土田耕种③风水

đất cày xới *d* 可耕地

đất chua *d* 酸性土壤

đất chua mặn *d* 盐碱地

đất cồn cát *d* 沙丘土

đất dụng võ *d* 用武之地

đất đá lở *d* 泥石流

đất đai *d* 土地,疆土,国土：đất đai phì nhiêu 土地肥沃；mua bán đất đai, nhà cửa 买卖房地产；xâm chiếm đất đai 侵占国土

đất đèn *d* 乙炔,电石

đất đỏ *d* 赤土,红土：vùng đất đỏ cao nguyên 红土高原

đất gò *d* 阜,丘,岗

đất hiếm *d* 稀土的总称

đất hứa *d* 圣地

đất khách *d* 异地,异域,他乡

đất khách quê người 他乡别域,异国他乡：bôn ba nơi đất khách quê người 在异国他乡奔波

đất lành chim đậu 风水宝地

đất lầy *d* 沼泽地

đất lề quê thói 一乡一俗

đất liền *d* 大陆：từ ngoài đảo trở về đất liền 从海岛回到大陆

đất mạ *d* 秧田

đất màu *d* ①沃土②庄稼地,耕地

đất mặn *d* 盐碱地,碱性土壤

đất mặt *d* 表土 (地球表面的土壤)

đất nặng *d* 黏性土壤

đất ngọt *d* ①中性土壤②沃土

đất nhẹ *d* 松软的水质土壤

đất núi lửa *d* 火山土

đất nung *d* 粗陶器

đất nước *d* 江山,国土,祖国：bảo vệ đất nước 保卫祖国；lòng yêu quê hương, đất nước 热爱祖国和家乡之情

đất nước học *d* 国家学；地理概况

đất ở *d* 宅居地

đất pha đá *d* 间隔土

đất phèn *d* 碱地

đất phong *d*[旧] 封地,领地

đất phù sa *d* 冲积地

đất rộng của nhiều 地大物博

đất rung núi chuyển 地动山摇

đất sét *d* 黏土：đất sét cát vàng 黄沙黏土；đất sét pha cát 砂质黄黏土

đất sét trắng *d* 垩,白陶土

đất sỏi *d* 沙砾土

đất sụt *d* 塌方

đất sứ *d* 白陶土

đất thánh *d* ① (天主教) 坟场②圣地③神圣的土地

đất thấp trời cao 天高地低

đất thịt *d* ①红黏土：đất thịt pha黏砂土；đất thịt mịn 细红黏土；đất thịt nhẹ mịn 轻细红黏土②沃土

đất thó *d* 黏土：tượng nặn bằng đất thó 用黏土捏的雕像

đất tổ *d* 故土,故乡,老家

đất trồng màu *d* 杂粮地

đất trồng trọt *d* 耕地

đất trung tính *d* 中性土

đất vôi *d* 石灰地

đất xốp *d* 疏松土

đâu₁ *dg*[方] 斗：nhà xây đâu vào nhau 争先建房

đâu₂ *d* ①何处,哪里,哪儿：Nhà ở đâu? 家在哪? Đi công tác ở đâu? 去哪出差? Hai chị em đã đi những đâu? 两姐妹去了哪些地方? ②某处：Tiền để đâu trong tủ. 钱放在柜子某处。Nhà ông ta ở đâu quanh đây. 他家在这附近。*p* ①哪里都,何处都：ở đâu cũng thế 在哪都一样；mua đâu chả có 哪里都有卖②可能是,好像：Nghe đâu họ sắp cưới thì phải? 听说他们好像要结婚了? *tr* ①(加强语气)：không thấm vào đâu 一点不顶事②(语助词,表示完全否定)：Tôi không ăn đâu! 我才不吃呢! ③(反诘,表示出乎意料或惋惜)：biết đâu 谁知，đâu ngờ 岂料④(表示反诘和否定)：Tôi có nói thế đâu? 我哪里说过呢?

đâu₃ *p* 无根据, 不着边际: đâu có ngờ 没料想; đào đâu ra tiền bây giờ 现在哪拿得出钱

đâu có *đ* 哪有: Đâu có chuyện như thế? 哪有 这种事?

đâu dám *đ* 岂敢, 怎敢, 哪敢: Đâu dám mong nhiều hơn? 哪敢奢望那么多?

đâu đâu *đ* ① [口] 到处, 处处: đâu đâu cũng là người 到处都是人 ② 漫无边际, 不着边际: cứ nghĩ đâu đâu 老想些不着边际的事

đâu đây *đ* 这附近: Nhà anh ấy ở đâu đây thôi. 他家就在这附近。

đâu đấy *đ* ① 到处, 处处: đâu đấy đều đã sẵn sàng 到处都准备好了 ② 哪儿: sợ có ai nấp ở đâu đấy nghe lỏm 怕有人躲在哪儿偷听 ③ [口] 差不多: Mọi việc đã xong xuôi đâu đấy. 所有事情完成得差不多了。

đâu đó=đâu đấy

đâu ra đấy *t* 有条不紊, 稳妥: công việc sắp xếp đâu ra đấy 工作安排有条不紊; nói năng đâu ra đấy 说得头头是道

đâu vào đấy *t* ① 有条不紊, 稳妥 ② 无所改变的, 像原来那样的: vừa mới lau xong đã lại đâu vào đấy 刚擦完又像原来那样

đầu₁ [汉] 头 *d* ① 头, 头部, 头脑, 脑袋: chải đầu 梳头; đau đầu 头痛 ② 首领, 领袖: dẫn đầu 带领 ③ 起始, 开头: từ đầu đến cuối 从 头到尾; cưới đầu năm 年初结婚 ④ 尽头, 顶头: nhà ở đầu làng 家在村头; trên đầu giường 在床头 ⑤ 头 (量词): tính theo đầu người 按人头算; số đầu gia súc 家畜头数

đầu₂ *d*[旧] 陶娘, 歌妓

đầu₃ *d*[口] 机器: đầu video 录像机

đầu₄ [汉] 投 *đg* 投入: đầu Phật 投入佛门

đầu bạc răng long 年迈体衰

đầu bài *d* ① 标题: đọc sai đầu bài 读错标题 ② 题目, 课题, 问题: có 3 đầu bài 有三道 题

đầu bảng *d* 榜首: chiếm ngôi đầu bảng 位居

榜首

đầu bếp *d* 厨师: tuyển đầu bếp 招厨师

đầu biên *d*[工] 连杆头

đầu bò *d* 牛头 *t* 愣, 鲁莽, 倔强: đứa trẻ đầu bò 倔强的小孩

đầu bò đầu bướu 愣头愣脑

đầu bờ *d* 地头, 田头

đầu bù tóc rối [口] 披头散发

đầu cắm *d* 插头

đầu cầu *d* ① 桥头 ② 枢纽: đầu cầu xuất khẩu Đông Nam Á 东南亚出口的枢纽

đầu chày đít thớt 做牛做马

đầu cơ *đg* ① 投机: đầu cơ chính trị 政治投机; đầu cơ hàng hoá 商业投机 ② 倒卖: đầu cơ xăng dầu 倒卖汽油; đầu cơ sắt thép 倒卖 钢铁

đầu cơ trục lợi 投机倒把

đầu cua tai nheo 来龙去脉: Chưa hiểu đầu cua tai nheo gì đã cáu lên. 还没弄清来龙 去脉就发火。

đầu cuối *d* ① (计算机网络或电话) 终端 ② 头尾, 始末

đầu dây mối dợ 来龙去脉

đầu dây mối nhợ=đầu dây mối dợ

đầu đàn *d* ① 头头, 带头人: những nhà nghiên cứu đầu đàn 学术带头人 ② (动物的) 领 头, 首领: voi đầu đàn 领头大象

đầu đạn *d* 弹头

đầu đảng *d* 党魁, 渠魁, 首脑: đầu đảng trộm cướp 匪首

đầu đanh=đầu đinh

đầu đề *d* 题目, 标题, 题材: bài văn có đầu đề rất hay 文章题目很好; đầu đề của cuộc tranh luận 争论的题材

đầu đi đuôi lọt 一了百了

đầu đinh *d* ① 钉头 ② [转] 秃头疮

đầu đọc *d* 读盘机

đầu đót *d* 过滤嘴

đầu độc *đg* ① 毒害, 荼毒, 毒化, 使…中毒

bị tên giết người **đầu độc** 被杀人犯毒害
② (精神上) 毒害, 毒化, 腐蚀: bị bọn xấu
lôi kéo, **đầu độc** 被坏人拉拢腐蚀; bị **đầu
độc** cả tinh thần lẫn thể xác 在精神和肉体
上进行毒害

đầu đuôi *d* ①首尾, 头尾: nói rõ **đầu đuôi** câu
chuyện 说清事情头尾②原因, 缘由, 缘故:
Đầu đuôi là tại nó nên mới hỏng việc. 原因
都是因为他才坏事的。③底细, 原委, 来
龙去脉: không hiểu **đầu đuôi** tại sao 不了
解事情原委

đầu đuôi gốc ngọn 原原本本

đầu đuôi xuôi ngược=**đầu đuôi gốc ngọn**

đầu đường xó chợ ①颠沛流离, 流浪街头
②瘪三 (骂语)

đầu gà hơn đuôi trâu 宁做鸡头不做凤尾

đầu gấu *d*[口] 打手, 地头蛇, 地痞

đầu ghềnh cuối biển 天涯海角

đầu ghi *d* 刻录机

đầu gió *d* 风口

đầu gối *d* 膝盖, 膝头

đầu gối quá tai 好吃懒做

đầu gối tay ấp 白头偕老

đầu hai thứ tóc 饱经风霜

đầu hàn *d* 焊头

đầu hàng *đg* 投降, 屈服: **đầu hàng** hoàn cảnh
屈服于环境; Địch đã **đầu hàng**. 敌人已投
降。

đầu hát *d*[旧] 歌妓, 陶娘

đầu hồi *d* 房山, 山墙

đầu hôm *d* 黄昏: Đi từ sáng đến **đầu hôm** mới
về. 早上出去到黄昏才回来。

đầu lâu *d* 头颅, 骷髅

đầu lĩnh *d* 头领

đầu lọc *d* 过滤嘴: thuốc lá **đầu lọc** 过滤嘴香
烟

đầu lòng *d* 头胎: sinh **đầu lòng** 生头胎; Đầu
lòng là con gái. 头胎是女孩。

đầu lưỡi *t*[口] ①口头禅的: câu nói **đầu lưỡi**

脱口而出; Anh ta chỉ trung thành ở **đầu
lưỡi**. 他只是口头忠诚。②口头说说的,
空头支票的: chỉ ngon ngọt **đầu lưỡi** 只是
空头支票

đầu mã *d* 坟头

đầu mạch mỏ *d* 矿苗

đầu mày cuối mắt 暗送秋波

đầu máy *d* 机车: **đầu máy** xe lửa火车头; **đầu
máy** dồn tầu调车机车; **đầu máy** nguyên tử
原子机车

đầu mặt *d*[植] 节, 眼

đầu mẩu *d* 碎屑, 碎料: **đầu mẩu** bút chì 铅
笔屑; **đầu mẩu** thuốc lá 烟屑

đầu môi chót lưỡi 信口开河

đầu mối *d* ①头绪, 端倪, 线索: tìm **đầu mối**
cuộn chỉ 找线头; **đầu mối** của cuộc xung
đột 冲突的起因②关键部位: nắm mọi **đầu
mối** trong sản xuất 抓生产的关键环节; tìm
ra **đầu mối** của vụ án 找出案子的关键③要
塞, 要害, 枢纽: **đầu mối** giao thông 交通
枢纽④ [口] 卧底, 线人: liên lạc với **đầu
mối** 联系线人

đầu mối giao thông *d* 交通要塞, 交通枢纽

đầu mùa *d* ①季首, 季初: **đầu mùa** hè 初夏;
đầu mùa thu 初秋②新上市: Hiện giờ long
nhãn đang **đầu mùa**. 现在龙眼正新上市。
③处女作: bài thơ **đầu mùa** 第一首诗

đầu mục *d*[旧] 头目

đầu mục từ *d* 词条

đầu não *d* 头脑, 首脑, 中枢, 要害: cơ quan
đầu não 要害部门; **đầu não** của tỉnh 全省
的首脑人物

đầu năm *d* 年初, 开岁

đầu nậu *d* 头目, 头子

đầu nêu=**đầu têu**

đầu ngành *d* 专业骨干, 学术带头人

đầu ngắm=**đầu ruồi**

đầu Ngô mình Sở 牛头不对马嘴; 风马牛不
相及

Đ

đầu người *d* 人头

đầu nhòng *d* 上席

đầu nối *đg* 接头

đầu nước *d* 浪尖 (喻最先遭殃, 首当其冲): chết đầu nước 先倒霉

đầu óc *d* ①头脑: có đầu óc kinh doanh 有经济头脑②思想, 胸怀: đầu óc chủng tộc 种族主义思想; đầu óc hẹp hòi 狭隘思想

đầu ối *d* (胎中的) 羊水

đầu phiếu *đg* 投票

đầu quân *đg* ①参军, 从军②[口](自愿)加入, 参加: đầu quân vào công ti 自愿加入公司

đầu ra *d* ①[经]产出, 产后: dự tính tăng trưởng của đầu ra 预计增加产出②(计算机) 输出

đầu rau *d* (土制的) 三脚炉架

đầu rồng đuôi tôm 虎头蛇尾

đầu rơi máu chảy 血肉横飞

đầu ruồi *d* [军] 准星

đầu sách *d* (印书的) 单位: đã xuất bản hàng trăm đầu sách 已出版了上百部书

đầu sai *d* 手下, 爪牙

đầu sỏ *d* 首恶, 头目

đầu sỏ tài chính 财政寡头, 财阀

đầu sóng ngọn gió 大风大浪, 风口浪尖

đầu sông ngọn nguồn 江河源头, 偏远地区

đầu tàu *d* ①机车头, 火车头②主导: Thanh niên là lực lượng đầu tàu. 青年是主导力量。

đầu tay *t* 首次创作的, 处女作的: truyện ngắn đầu tay 首次创作的短篇小说

đầu tắt mặt tối 辛辛苦苦: suốt ngày đầu tắt mặt tối 整天辛辛苦苦

đầu tầu=đầu tàu

đầu têu *d* 主谋: bắt được kẻ đầu têu 抓到了主谋 *đg* 主谋: Việc này là do nó đầu têu. 这事是他主谋。

đầu thai *đg* 投胎

đầu thú *đg* 投诚, 自首: Kẻ sát nhân đã chịu ra đầu thú. 杀人犯已肯出来自首。

đầu thừa đuôi thẹo 零头碎尾

đầu tiên *d* 开始, 首次: Đầu tiên anh ấy không nhận ra. 开始他没认出来。Đầu tiên anh ấy từ chối. 开始, 他拒绝了。*t* 第一次的, 首次的, 头回的, 史无前例的: lần đầu tiên 头一次; bài học đầu tiên 第一次教训; người về đích đầu tiên 第一个到达目的地的人

đầu tiền *d* [口] 抽头 (钱)

đầu trần *t* ①光着头的②免冠的: ảnh nửa người đầu trần 免冠半身照

đầu trận địa *d* [军] 滩头阵地

đầu trâu mặt ngựa 牛头马面

đầu trò *d* [口] ①主谋: bắt giữ tên đầu trò 抓住主谋②(在开心场合中的) 主角

đầu trọc *d* 光头

đầu trộm đuôi cướp 贼头贼脑

đầu trục *d* 轴头

đầu tư *đg* 投资: đầu tư phát triển ngành giáo dục 投资发展教育; đầu tư chiều sâu 加大投资; kêu gọi vốn đầu tư 招引投资

đầu từ *d* 磁头

đầu van *d* 气门

đầu vào *d* ①投入的资金, 投放的资金: chi phí đầu vào 投入的经费; hạch toán đầu vào 核算投入的资金②(计算机的) 输入

đầu vi-đê-ô *d* 录像机: đầu vi-đê-ô đa hệ 集成录像机

đầu voi đuôi chuột 虎头蛇尾

đầu vòi rồng *d* ①喷嘴②龙头

đầu vú *d* 乳头

đầu xanh *d* 年少: từ tuổi đầu xanh 自年少时起

đầu xanh tuổi trẻ 青春年少

đầu xuân *d* 早春

đầu xuôi đuôi lọt 头顺尾顺

đầu xương cụt *d* 尾骶骨

đấu [汉] 斗 *d* 斗 (量器名)

đấu sơn *d*[旧] 泰斗 (泰山与北斗, 比喻为
  人所敬仰)

đấu thăng *d*[旧] 斗升 (指俸禄少的官员)

đấu₁ *d* ①梁上的承柱②山墙墩柱

đấu₂ *d* 斗 (量器名), 斗量 (作量词): một
  đấu thóc 一斗谷

đấu₃ *d* 旧土方单位(相当于 0.5m³)

đấu₄ *đg* ①连接, 靠紧: đấu dây điện 接电线
  ②混合, 并合, 拌和: đấu nước mắm 拌和
  鱼露

đấu₅ [汉] 斗 *đg* ①斗争, 批斗, 批判: bị đấu
  vì thái độ vô trách nhiệm 因无责任心被大
  家批判②比赛, 较量, 竞赛, 角斗: đấu võ
  比武; đấu cờ 赛棋

đấu bán kết *đg* 半决赛

đấu bóng *đg* 球赛

đấu bốc *đg* 拳击

đấu bút=bút chiến

đấu chí *d* 斗志

đấu chung kết *đg* 决赛

đấu dây *đg* 接线

đấu dịu *đg* 缓和, 缓和语气: biết sai nên đấu
  dịu ngay 知道错便马上缓和语气

đấu đá *đg*[口] 批斗, 打击, 攻击: nội bộ đấu
  đá nhau 内部相互攻击

đấu giá *đg* 拍卖: Bức tranh đã được đem ra
  đấu giá. 画已拿去拍卖。

đấu giao hữu *đg*[体] 友谊赛

đấu hạm *d* 战舰

đấu khẩu *đg* 斗嘴, 口角: cuộc đấu khẩu ỏy
  架

đấu kiếm *đg* 斗剑

đấu lí *đg* 说理, 斗理, 争吵: Cuộc đấu lí không
  ai chịu ai. 这场战争谁也不服谁。

đấu loại *đg* 淘汰赛: Vòng đấu loại đã bắt đầu
  khởi động. 淘汰赛已经开始。

đấu nối tiếp *đg*[电] 串联

đấu pháp *d* (在体育比赛中用的) 打法, 战

术: thay đổi đấu pháp cho thích hợp 改成
  适合的打法

đấu sĩ *d* 斗士: đấu sĩ quyền Anh 拳击手

đấu sức *đg* ①合力②角力: Đấu khẩu trước,
  đấu sức sau. 先动口, 后动手。Quân tử đấu
  khẩu chứ không đấu sức. 君子动口不动手。

đấu thầu *đg; d* 竞标; 投标: đấu thầu công
  trình 工程竞标; nộp hồ sơ đấu thầu 交标
  书

đấu thủ *d* 敌手, 对手, 选手: đấu thủ cờ vua
  象棋手; Hai đấu thủ đang thăm dò nhau.
  两位选手在相互摸底。

đấu tố *đg* 控诉, 诉讼; 批斗: đấu tố cường hào,
  địa chủ 批斗地主豪强

đấu tranh *đg* 斗争: đấu tranh chống áp bức
  bóc lột 为反抗压迫剥削而斗争 *d* 斗争;
  đấu tranh chính trị 政治斗争; đấu tranh giai
  cấp 阶级斗争; đấu tranh sinh tồn 生存斗争;
  đấu tranh tư tưởng 思想斗争; đấu tranh vũ
  trang 武装斗争

đấu trí *đg* 斗智: cuộc đấu trí căng thẳng 紧
  张地斗智

đấu trường *d* 竞技场, 赛场: giành chiến
  thắng trên đấu trường quốc tế 在国际赛场
  上获胜

đấu vật *đg* 摔跤, 角力

đấu võ *đg* 比武

đấu xảo *đg* 斗巧; 拍卖 *d*[旧] 博览会, 拍卖
  会

đậu₁ [汉] 豆 *d* ①豆类②豆腐: đậu rán 煎豆
  腐

đậu₂ *d*[医] 痘疮, 牛痘, 天花

đậu₃ *đg* 栖息: Chim đậu trên cành. 鸟栖息在
  树上。

đậu₄ *đg* ①考取, 考中: đậu đại học 考上大学;
  thi đậu với điểm rất cao 以高分考取②长
  成, 成活: Cái thai không đậu. 胎儿没成活。
  Giống xấu, chỉ có mấy hạt đậu. 种子差, 只
  有几粒成活。③[方] 到达: Tàu đậu bến

cảng. 船到达港口。

đậu₅ *đg* 寄宿

đậu₆ *đg* ①捻，搓，拧：đậu tơ 搓丝② [方] 筹：đậu tiền giúp bạn 筹钱帮朋友

đậu bắp *d* 豆角

đậu biếc *d* 堞豆

đậu cao *đg*[旧] 高中，名列前茅

đậu chao *d* 腐乳

đậu chẩn *d*[医] 痘疹

đậu cô ve *d* 四季豆

đậu dải áo=đậu đũa

đậu dao *d* 刀豆

đậu đen *d* 黑豆

đậu đỏ *d* 红豆

đậu đũa *d* 豆角

đậu gà *d*[医] 鸡痘

đậu giá *d* 豆芽

đậu Hà Lan *d* 豌豆

đậu hoa *d* 香豆花

đậu hũ *d* 豆腐脑

đậu khấu *d*[植] 豆蔻

đậu kiếm=đậu dao

đậu lạc *d* 落花生

đậu lào *d*[医] 发热斑疹

đậu mùa *d* 牛痘，天花

đậu nành *d* 大豆，黄豆

đậu ngự *d* 棉豆

đậu phộng=đậu phụng

đậu phụ *d* 豆腐

đậu phụ nhự *d* 腐乳

đậu phụ trúc *d* 腐竹

đậu phụng *d* 花生

đậu rồng *d* 龙豆

đậu tằm *d* 蚕豆

đậu tây *d* 菜豆

đậu tót *d*[医] 水痘

đậu trắng *d* 白眉豆，饭豆

đậu tương *d* 大豆，黄豆

đậu ván *d* 鹊豆（小刀豆）

đậu vốn buôn chung 合资经营

đậu xanh *d* 绿豆

đây *d* ①这，这里，此处：ở đây 在这；Đây là anh tôi. 这是我哥。Biết cách đây đã ba năm rồi. 三年前就知道了。②我（常用于口语）*tr*（增强语气）：Tôi về đây! 我走了哦! Hàng từ Quảng Châu mới về đây! 刚从广州进的货哦！

đây đẩy *đg* 死命抵抗：chối đây đẩy 死命拒绝

đây đó=đó đây

đầy₁ =đày

đầy₂ *t* ①满，充满，充盈：Bể đầy nước. 池里装满水。②圆满无缺，满：trăng đầy 满月③（某事物数值、数量上）满足，足够：Xa nhà đã đầy một năm. 离家满一年了。Cháu bé sắp đầy tháng. 小孩快满月了。④发胀：Bụng đầy, không muốn ăn. 肚子发胀，不想吃。

đầy ải=đày ải

đầy ắp *t* 满溢的，涌出的：thúng gạo đầy ắp 满满一桶米；bể đầy ắp nước 满池水；Căn phòng đầy ắp tiếng cười. 房里充满了笑声。

đầy bụng *t* ①肚子发胀的② [医] 消化不良的

đầy cữ *t*（男孩出生）满月的，（女孩出生）满旬的

đầy đặn *t* ①丰盈，丰足：ăn ở đầy đặn 丰足的生活②淳厚③满，充满，足斤足秤：bát cơm đầy đặn 满满一碗饭；dáng người đầy đặn 身材丰满

đầy đẫy *t* 胖乎乎：Sau khi sinh con, chị to đầy đẫy ra. 生了孩子后，她胖起来了。

đầy đoạ[方] =đày đoạ

đầy đủ *t* 充分的，充足的；足够的，完满的：nhà có tiện nghi đầy đủ 家里设施齐全；Mọi người đều đã có mặt đầy đủ. 大家都到齐了。

đầy gan đầy ruột 怒气填胸

đầy hơi=đầy bụng

đầy hứa hẹn *t* 大有希望的, 充满希望的: tương lai đầy hứa hẹn 将来充满希望

đầy khê *t* 茂盛, 繁茂

đầy năm *t* 经年的, 周年的: Làm lễ đầy năm cho bé. 给小孩过周岁。

đầy ninh ních *t* 满满的, 满满当当的

đầy phè *t* 满得要命

đầy rẫy *t* 充斥的, 充塞的, 满的: cuộc sống đầy rẫy khó khăn 生活充满困难

đầy tháng *t* 满月的: lễ đầy tháng 满月酒

đầy tớ *d* 奴仆, 仆役: Làm đầy tớ cho một nhà giàu có. 给一富人家当奴仆。

đầy tràn *đg* 洋溢, 弥漫: đầy tràn niềm vui 洋溢着欢乐; đầy tràn hạnh phúc 充满幸福

đầy tuổi tôi *đg* 满周岁

đầy vơi *t* ①连绵的, 不熄的: thương nhớ đầy vơi 思念不止②变迁的, 更易的

đẩy *đg* ①推, 推进, 推动: đẩy cửa bước vào 推门而入; đẩy nhanh tốc độ phát triển 推进发展速度②撑: đẩy thuyền 撑船③排挤, 排斥: Đẩy nó đi! 把他挤掉!

đẩy lùi *đg* 推后, 推迟; 延缓, 抵制: đẩy lùi dịch bệnh 防御疫病

đẩy mạnh *đg* 推动, 加强, 加紧, 大力开展: đẩy mạnh sản xuất 推动生产; đẩy mạnh sự hợp tác hai bên 加强双方合作; tiếp tục đẩy mạnh hợp tác Trung-Việt 继续推进中越合作

đẩy ra *đg* ①推开: công nhân bị đẩy ra đường 工人被推到路上②开除: bị đẩy ra khỏi hội 被开除出会

đẫy *t* ①丰盈, 丰满: vóc người đã hơi đẫy ra 身体已有点丰满②饱饱的, 饱满的: đẫy hạt 籽饱满③饱, 畅, 痛快: ăn no đẫy bụng 吃饱了肚子; ngủ đẫy mắt 睡够眼

đẫy đà *t* 丰满

đẫy đẫy *t* 肥胖, 肥肥的

đẫy sức *t* 力所能及的, 胜任的

đấy *đ* ①那, 那边, 那里, 那儿: từ đấy về sau 从那以后; Đấy là nhà trẻ. 那是幼儿园。Lúc đấy anh đang ở đâu? 那时你在哪儿?②你 (常用于口语或民谣) *tr* ①呀, 吗 (用作疑问语、表述语或告诫劝说他人或加重语气): Đẹp rồi đấy! 好看了啊! Làm nhanh lên đấy! 做快点啊! ② (感叹词, 用以指先前已说过的话): Đấy, đã bảo mà! 瞧, 我不是说过吗!

đậy *đg* ①盖, 遮盖, 盖上: lấy tờ báo đậy lên trên 拿报纸盖在上面②代交, 代还: trả nợ đậy 代还债务

đậy điệm *đg* [口] ①遮盖, 封盖: thức ăn được đậy điệm cẩn thận 食物被小心遮盖着②遮掩, 掩盖, 掩饰: không cần che giấu, đậy điệm 不需要遮掩躲藏

đậy kín *đg* 密封, 盖严: đậy kín tin tức 封锁消息; dùng túi ni-lông đậy kín 用尼龙袋盖严

đậy nắp *đg* 加盖, 盖上

Đ.Đ.T. *d* 滴滴涕 (农药)

đe₁ *d* 铁砧: đe sắt 铁砧子

đe₂ *đg* 吓唬, 恫吓, 要挟: đe đuổi ra khỏi nhà 吓唬着要赶出家门; đe đánh 要挟要打

đe doạ *đg* 威胁, 恐吓, 恫吓, 吓唬: Đe doạ không được thì đánh. 恐吓不行就打。Lũ lụt đe doạ mùa màng. 洪涝威胁收成。Dịch Sars đe doạ nhân loại. "非典"病疫威胁人类。

đe nẹt *đg* 吓唬: đe nẹt con gái 吓唬女孩子

đè₁ *đg* ①镇, 压, 摁, 按: Đè tay lên tờ giấy. 手摁在纸上。Xe đổ, đè gãy chân. 车倒了, 压折了脚。②压倒, 赛过, 盖过: tô đè lên các nét vẽ cũ 盖过原来画的线条③欺凌, 欺压: đè người hiền 欺负老实人

đè₂ *đg* [口] 找准, 对准: cứ đè lúc ăn cơm mà mắng 老在吃饭时骂人

đè bẹp *đg* 粉碎,击垮,镇压：đè bẹp cuộc bạo động 镇压暴动

đè chừng *đg* ①估计,预测②套话,以虚套实

đè chừng bắt bóng 捕风捉影

đè đầu cưỡi cổ 骑在脖子上

đè đầu đè cổ=đè đầu cưỡi cổ

đè ép *đg* 压抑,抑制,欺压,欺凌

đè nén *đg* 压抑,压制,欺压,欺凌,欺侮：đè nén cấp dưới 欺压下级

đẻ *đg* ①分娩,生育,生产：đẻ con 生孩子②出生,诞生：Anh ta đẻ ở quê. 他出生在乡下。③ [植] 分蘖：Lúa đẻ nhánh. 水稻分蘖。Bèo đẻ đầy ao. 浮萍长满了水塘。④产生,引起,导致：lãi mẹ đẻ lãi con 本生利；đẻ ra nhiều chuyện rắc rối 引起很多麻烦；đẻ ra nhiều ý tưởng hay 产生很多好想法 *t* 亲生的：bố mẹ đẻ 亲生父母；Con nuôi cũng quí như con đẻ. 养子和亲生子一样宝贵。*d* [旧] [方] 母亲：thầy đẻ 父亲母亲

đẻ con *đg* 生孩子

đẻ đái *đg* 分娩

đẻ hoang *đg* 私生

đẻ khó *đg* 难产

đẻ ngược *đg* 逆产

đẻ nhánh *đg* [植] 分蘖,抽茎

đẻ non *đg* 早产,小产

đẻ trứng *đg* 下蛋,产卵：gà đẻ trứng 鸡下蛋

đem *đg* ①带,携带,带引：đem hàng ra chợ bán 带货到市场上卖；đem con đi cùng 带儿子一起去②拿出：đem chuyện nhà ra kể 拿出家事来讲③带来,使能够：việc làm không đem lại kết quả 事情没结果；Đem đến hạnh phúc cho mọi người. 把幸福带给大家。

đem bán *đg* ①出售②（商品）上市

đem con bỏ chợ 弃子于市；弃之不顾

đem đến=đem lại

đem lại *đg* 带来：đem lại hạnh phúc 带来幸福

福

đem lòng *đg* 心怀：đem lòng hoài nghi 心怀疑虑；đem lòng thương xót 心怀感伤

đem tới=đem lại

đem trứng chọi đá 以卵击石

đen *t* ①黑色：mèo đen 黑猫；nước da đen 皮肤黑②昏暗,不明亮：trời tối đen 天色昏暗③黑（私下的,隐秘的,常带有违法性质）：vé chợ đen 黑市票；sổ đen 黑账本④晦气,倒霉,时运不佳：số đen 倒霉；vận đen 背运⑤反复无常⑥浓重,浓厚,浓密⑦（音符）黑的,四分音的

đen bạc *t* 反复无常的,薄情的

đen dòn *t* 黑里俏（指肤色）

đen đen *t* 微黑的,黑黑的：người đen đen 人黑黑的

đen đét [拟] 噼啪：vỗ tay đen đét 噼噼啪啪鼓掌

đen đỏ=đỏ đen

đen đúa *t* 又黑又脏：Quần áo đen đúa, bẩn thiu. 衣服又黑又脏。

đen đủi *t* ①又黑又丑的：đôi bàn tay đen đủi 双手又黑又丑②倒霉,不走运：một ngày đen đủi 倒霉的一天

đen giòn *t*（皮肤）黝黑健康的,有光泽的,黝黑而美的：nước da đen giòn 皮肤黑亮

đen kìn kịt=đen kịt

đen kịt *t* 漆黑,黑压压,黑腾腾：bóng đêm đen kịt 漆黑的夜

đen lanh lánh *t* 黑油油

đen lánh=đen nhánh

đen lay láy *t*（眼睛）黑亮而有神的：Cô bé có đôi mắt đen lay láy. 她有双黑亮而有神的眼睛。

đen láy *t* 黑影重重的

đen nghìn nghịt *t* 黑压压：Người đứng xem đen nghìn nghịt. 站着看的人黑压压一片。

đen nghịt=đen nghìn nghịt

đen ngòm *t* 黑压压：vực sâu đen ngòm 黑压

压的深渊; trời đất đen ngòm 黑压压一片

đen ngòm ngòm=đen ngòm

đen nhanh nhánh=đen lanh lánh

đen nhánh *t* 溜黑油亮, 黑亮亮, 黝黑锃亮: hàm răng đen nhánh 黑亮的牙齿

đen nhay nháy=đen lay láy

đen nháy=đen láy

đen nhẻm *t* 黑黢黢, 黑麻麻, 脏污: mặt đen nhẻm bụi than 满脸黑黢黢的煤灰

đen như cốc *t* 乌黑

đen như cột nhà cháy *t* 黑乎乎, 黑漆漆, 焦黑

đen như củ tam thất 黑不溜秋

đen như mực *t* 墨黑, 漆黑

đen nhức *t* 全黑且有光泽的, 锃亮的: hai hàm răng đen nhức 两排黑亮的牙齿

đen nhưng nhức *t* 全黑且有光泽的 (程度更深), 锃亮的

đen sạm *t* 黝黑

đen sì *t* 乌黑, 黯黑: nước da đen sì 皮肤黝黑

đen sì sì=đen sì

đen-ta (delta) *d* ① (位于河口处的) 三角洲 ②希腊字母 δ (△)

đen thui *t* 焦黑, 黑黝黝, 黑乎乎: Cây cối bị cháy đen thui. 树被烧得黑乎乎的。

đen thui thủi=đen thui

đen thủi đen thui *t* 黑黝黝, 黑糁糁

đen tối *t* ①黑暗, 晦暗, 暗无天日: cuộc đời đen tối 黑色人生; thời kì đen tối 黑色年代②阴暗, 丑恶, 恶毒: lòng dạ đen tối 恶毒的心; âm mưu đen tối 丑恶的阴谋

đèn *d* ①灯: thắp đèn 点灯; bật đèn 开灯; tắt đèn 熄灯② [无] 半导体管, 电子管, 真空管③ (可点燃的, 不用电的) 灯 (火): đèn cồn 酒精灯

đèn ba cực *d* 三极管

đèn bàn *d* ①鸦片烟灯②台灯

đèn bán dẫn *d* 晶体管

đèn bão *d* 风灯, 马灯

đèn báo hiệu *d* 指示灯

đèn bay đêm *d* 夜航灯

đèn bắt sâu *d* 捕虫灯

đèn bấm *d* 手电筒

đèn biển *d* 灯塔

đèn bốn cực *d* [无] 四极管

đèn cảm ứng *d* 感应灯

đèn cao áp *d* 高压灯

đèn cầy *d* [方] 蜡烛

đèn chạy quân=đèn cù

đèn chiếu *d* ①幻灯②灯塔

đèn chiếu hình *d* [无] 幻影灯, 投影灯

đèn chiếu trước *d* (汽车) 大前灯

đèn chớp *d* [无] 闪光管

đèn chùm *d* 小彩灯

đèn cổ cong *d* 弯灯

đèn cù *d* 走马灯

đèn dầu *d* 油灯

đèn dù *d* 照明弹, 探照灯

đèn đất *d* 电石灯

đèn đẹt *d* 掌声

đèn điện *d* 电灯

đèn điện tử *d* 电子管

đèn điều khiển *d* [无] 控制管

đèn đỏ *d* 红灯: vượt đèn đỏ 闯红灯

đèn đóm *d* 灯火

đèn đuốc *d* [口] 灯烛, 灯火: đèn đuốc sáng trưng 灯火通明

đèn đường *d* (汽车) 前大灯

đèn giời=đèn trời

đèn hãm *d* (汽车) 刹车灯

đèn hàn *d* 喷灯

đèn hậu *d* (汽车) 尾灯

đèn hiệu *d* 标志灯, 信号灯

đèn hoa kì *d* 小煤油灯

đèn hơi *d* [无] 充气管

đèn huỳnh quang *d* 荧光灯

đèn kéo quân=đèn cù

đèn khí đá=đèn đất

đèn lái *d* 尾桅灯

đèn làm dấu *d*[军] 标灯

đèn ló *d* 小风灯

đèn lồng *d* 纱灯, 宫灯, 灯笼: treo đèn lồng 挂灯笼

đèn lồng khướu *d* 鸦片烟灯

đèn măng-sông *d* 汽灯

đèn mềm *d*[无] 软性 (真空) 管

đèn mỏ *d* 矿灯, 安全灯, 电气安全灯

đèn moóc-xơ *d* 信号灯

đèn mũi *d* 艏桅灯

đèn nắn điện *d*[无] 整流管

đèn nê-ông (đèn nêon) *d* 霓虹灯, 荧光灯

đèn nhật quang *d* 日光灯, 荧光灯

đèn ống *d* 光管, 荧光灯, 日光灯

đèn pha *d*①灯塔②探照灯③聚光灯④ (汽车) 前灯⑤ [无] 塔形管

đèn phanh *d*(汽车) 刹车灯

đèn phòng không *d* 防空灯

đèn phức hợp *d*[无] 复合管

đèn pin *d* 手电筒: bấm đèn pin 开手电筒

đèn quả dẻ *d*[无] 橡实管

đèn quang *d* 菜油灯

đèn rađiô *d* 真空管

đèn rọi *d* 投光灯

đèn sách *d*[旧] 灯火辛勤, 十年寒窗 (喻刻苦读书): mười năm đèn sách 十年寒窗

đèn sáng mờ *d*[无] 辉光灯

đèn sau xe *d*(汽车) 尾灯

đèn soi trứng *d* 验蛋灯

đèn soi tứ phía *d* 环照灯

đèn sừng dê *d* 羊角灯

đèn tám cực *d*[无] 八极管

đèn thu *d*[无] 接收管

đèn thuỷ ngân *d* 水银灯

đèn trang trí *d* 装饰灯

đèn trần *d* 天棚灯

đèn treo *d* 吊灯

đèn trộn sóng *d*[无] 混频器, 混频管

đèn trời *d*[旧] 青天 (指清官)

đèn tường=đèn vách

đèn vách *d* 壁灯

đèn vàng *d* 黄灯

đèn xách *d* 手提灯

đèn xanh *d* 绿灯

đèn xếp *d* 灯笼, 花灯

đèn xi nhan *d*(汽车) 指示灯

đèn xì *d* 喷灯

đẹn₁ *d*[医] 小儿烂舌症

đẹn₂ *đg*[方] 阻止增加, 阻止向上

đẹn₃ *t* (儿童因营养不良) 瘦小

đeo *đg* ①别住, 佩戴: đeo quân hàm 佩带军衔; đeo huân chương 佩带勋章; đeo băng tang 戴孝②戴, 背: đeo kính 戴眼镜; đeo nhẫn 戴戒指; đeo cặp sách 背书包③ [方] 缠住, 挂着: đeo lấy cổ chị 缠住姐姐; quả đeo chi chít trên cành 枝头挂满果实④ [口] 跟踪, 缠上: bị mật thám đeo sát 被密探跟踪; đeo nợ vào thân 债务缠身

đeo bám *đg* 紧紧粘住, 缠上: đeo bám đối tượng tình nghi 紧咬住嫌疑对象

đeo đai *đg*[旧] 缠绵

đeo đẳng *đg* ①难以忘怀, 念念不忘: Tội lỗi mà đeo đẳng nỗi buồn ấy mãi? 又何苦老念念不忘那伤心事？②苦求, 钻营: Môn học này anh ấy đã đeo đẳng hàng mấy năm. 这门课他一直钻研了好几年。③纠缠: Bệnh đã đeo đẳng mấy năm. 病魔缠身好几年了。

đeo đuổi *đg* ①追求, 钻营: đeo đuổi công danh 追求功名; Anh ấy đã đeo đuổi chị ấy mấy năm. 他追了她好几年。②奉行, 推行: đeo đuổi chính sách gây chiến 奉行战争政策

đeo gông đeo cùm 披枷带锁

đèo₁ *d* ①隧道, 峡路: trèo đèo lội suối 跋山涉水②山岭, 盘山道

đèo₂ *đg* 背负, 加载; 捎带, 附带, 加带: lưng đèo con 背小孩; đèo em đến trường 带妹妹上学

đèo bòng *đg* 羁绊，负担：hoàn cảnh gia đình đèo bòng 家庭负担重

đèo đẽo *t* ①迢迢：đường dài đèo đẽo 千里迢迢②牵累，挂累：có con nhỏ đèo đẽo ở bên mình 有小孩在身边牵累

đèo hàng *d* 车厢，车后架

đèo heo hút gió 荒山野岭，空山野林

đẽo *đg* ①切削：đẽo gỗ làm cột 砍树做柱②[口] 刮，扒：Quan lại đẽo tiền của dân. 官吏搜刮民脂民膏。

đèo cày giữa đường 邯郸学步；鹦鹉学舌

đẽo gọt *đg* ①切削：Pho tượng được đẽo gọt công phu. 雕像雕琢很费工夫。②修饰（文章）：đẽo gọt từng câu từng chữ 逐字逐句地修饰（文章）

đẽo khoét *đg* 刮削，搜刮

đéo₁ *đg*[口] 性交

đéo₂ *p*；*tr* 才不，根本不（粗话）

đẹp *t* ①美丽，漂亮；美观，绮丽：cô gái đẹp 漂亮姑娘；chiếc áo đẹp 衣服漂亮；phong cảnh đẹp 风景美丽②精美，美妙，华美，绝妙：lời đẹp 文句绝妙③合意，称心如意：đẹp lòng 满意

đẹp duyên *đg* 缔结良缘：Mừng hai bạn đẹp duyên đôi lứa. 祝贺你俩缔结良缘。

đẹp đẽ *t* ①美丽，美妙；绮丽，娇艳：nhà cửa đẹp đẽ 房子漂亮②美好，美满，幸福：nói những lời đẹp đẽ 说好听的话③和睦，融洽：gia đình đẹp đẽ 家庭和睦

đẹp đôi *t* 般配，天仙配，鸳鸯配：Hai người trông rất đẹp đôi. 两人看起来很般配。

đẹp giai[方]=đẹp trai

đẹp lão *t* ①帅老头，老来俏②老当益壮，鹤发童颜

đẹp lòng *t* 称心，满意：cố gắng làm đẹp lòng khách hàng 尽力让顾客满意

đẹp mắt *t* 悦目的，精彩的，好看的，令人注目的：điệu múa đẹp mắt 精彩的舞蹈；Các món ăn được trình bày một cách đẹp mắt.

菜肴摆得很好看。

đẹp mặt *t*[口] 光彩的，有面子的（含贬义）：đẹp mặt cả hai bên 双方都有面子

đẹp như sao băng 貌若明星

đẹp trai *t* 帅，帅气 *d* 美男子，帅哥：vừa giỏi lại vừa đẹp trai 人又好又帅气

đẹp tuyệt *t* 绝美，绝丽

đẹp ý *t* 称心，合意，满意：Chúng tôi rất lấy làm đẹp ý về cuộc họp này. 我们对这次会议感到十分满意。

đét₁ *t* 干的，干瘦的：khô đét 干巴巴的；gầy đét 瘦巴巴的

đét₂[拟] 吧嗒：Cầm roi vút đánh đét một cái. 鞭子一挥吧嗒响。*đg* 抽打，鞭打：đét cho mấy roi 抽他几下

đét đét=đen đét

đét một cái *p* 一瞬间，一刹那：Thế là đét một cái, anh ta thành tay không. 就那一刹那，他已是两手空空。

đét-se *d* 饭后果点，甜品

đẹt₁ *đg*（用纸牌）弹打：Ai thua sẽ bị đẹt mũi. 谁输谁被弹鼻子。[拟] 啪啪

đẹt₂ *t*[方] 瘦小：Đứa bé đẹt quá! 这小孩好瘦小！

đẹt đùng [拟] 呼呼，啪啪

đẹt một cái=đét một cái

đê₁ [汉] 堤 *d*：đắp đê phòng lụt 筑堤防洪；đề phòng vỡ đê 提防决堤

đê₂ *d* 顶针

đê₃ [汉] 低

đê bao *d* 防护堤，保护堤：củng cố hệ thống đê bao 加固防护堤

đê biển *d* 海堤

đê bối *d* 外堤

đê chống lụt *d* 防洪堤

đê chống sóng *d* 防波堤

đê đập *d* 堤坝

đê điều *d* 堤防

đê hạ *t* 低下，卑贱

đê hèn *t* 卑鄙：thủ đoạn đê hèn 卑鄙的手段；hành động đê hèn 卑鄙无耻的行为

đê kè *d* 堤岸，堤坝和护坡：tu bổ đê kè 修堤坝

đê mạt *t* 卑贱，可耻：Tôi không ngờ cậu lại có cái tư tưởng đê mạt ấy. 我没想到你有这么可耻的思想。

đê mê *t* 销魂的，令人心醉的，扣人心弦的：đê mê trong giấc mộng 梦中令人销魂；hạnh phúc đến đê mê 幸福得令人心醉

đê nhô đầu *d* (沿海工程) 突堤堤头

đê nhục *t* 卑贱，卑劣，可耻

đê nông giang *d* 灌溉堤

đê phòng sóng *d* 防波堤

đê quai *d* 围堤，围堰

đê tiện *t* 卑贱，低贱，下流：kẻ đê tiện下流的人

đê-xi-ben (decibel) *d* [理] 分贝

đề₁ *d* 菩提树：cây đề 菩提树

đề₂ *d* 赌猜题 (游戏)

đề₃ [汉] 题 *d* 题，题目：đầu đề 题目；viết lạc đề 写偏题；ra đề thi 出试题 *đg* 题书，题序，题词：đề tựa 题序；đề thơ vào bức tranh 在画上题诗；đề lời tặng 写赠词

đề₄ [汉] 提 *d* 提，提出：đề ý kiến 提意见；đề xuất vấn đề 提出问题；đề ra sáng kiến 提创意；Câu nói được đề lên thành khẩu hiệu. 那句话被提为口号。

đề₅ *đg* (汽车、摩托) 启动，发动：đề máy 启动机器；xe khó đề 车难发动；Xe máy hỏng không đề được. 摩托车坏了，启动不了。*d* (汽车、摩托) 启动杆：Xe bị hỏng đề. 车的启动杆坏了。

đề₆ [汉] 蹄，抵

đề án *d* 提案，方案，项目：duyệt đề án 审议提案；đề án qui hoạch thành phố 城市规划方案

đề bài *d* 题目，标题

đề bạt *đg* 提拔 (同 cất nhắc)：đề bạt cán bộ

trẻ 提拔年轻干部；được đề bạt làm giám đốc 提拔为经理

đề binh *đg* [旧] 提兵，带兵出征

đề can *d* 标签：dán đề can xe máy 贴摩托车标签

đề cao *đg* ①提高：đề cao cảnh giác 提高警惕；đề cao ý thức trách nhiệm 提高责任意识②强调：đề cao bản sắc văn hoá dân tộc 强调民族文化特色③吹捧：tự đề cao mình 自我吹捧；đề cao lẫn nhau 互相吹捧

đề cập *đg* 提及，涉及：Cuộc họp đề cập tới vấn đề này. 会议提及此问题。

đề chủ *đg* [旧] 题牌位，写牌位

đề chữ *đg* 题词，题字：đề chữ cho trường cũ 给母校题词

đề cử *đg* 推举：đề cử người vào ban chấp hành công đoàn 推举进工会委员会；danh sách những ứng cử và đề cử 选举人和被选举人名单

đề cương *d* 提纲，纲要，提要：đề cương bài giảng 讲课提纲；mới làm xong đề cương 刚完成提纲

đề danh *đg* 题名

đề dẫn *đg* 题引，引言，导引：đọc báo cáo đề dẫn trước hội nghị 在会上读题引；viết lời đề dẫn cho cuốn sách sắp in 为将出版的书写引言

đề đạt *đg* 呈报，反映：đề đạt nguyện vọng lên cấp trên 向上级反映愿望

đề điệu *đg* [旧] 提调

đề đóm *d* [口] 赌博

đề đốc *d* [旧] 提督

đề hình *d* [旧] 提刑

đề học *d* [旧] 督学

đề huề₁ *đg* [旧] 提携

đề huề₂ *t* 充足并高兴的，和顺的：Vợ chồng con gái đề huề. 妻子孩子都很和美。

đề huề₃ *t* [方] 堂皇，体面：sống rất đề huề 过得很体面

đề kháng *đg* 抵抗

đề lao *d* ① [旧] 狱吏② 监狱，牢房

đề ma-rơ *d* 启动机

đề mục *d* ①题目：lưu ý một số đề mục quan trọng 注意一些重要题目②题材（同 đề tài）

đề nghị *đg* ①提议，建议：đề nghị mọi người phát biểu ý kiến 建议大家发表意见②提请：đề nghị được tăng lương 提请加薪③（用于句首表提议或要求）：Đề nghị giữ trật tự! 请安静! Đề nghị xuất trình giấy tờ! 请出示证件! *d* 提议：một đề nghị hợp lí 一个合理的提议

đề pa *đg* (车辆或设备) 发动，启动

đề phòng *đg* 提防，防范，预防，防止：đề phòng kẻ gian 提防小人；Đi sớm một chút đề phòng xe hỏng. 去早一点以防车坏。

đề tài *d* 题材，课题，项目：thay đổi đề tài luận án 更改论文题目；bộ phim về đề tài chiến tranh 关于战争的电影题材

đề tên *đg* 题名，署名

đề thơ *đg* 题诗

đề từ *d* 题词：viết lời đề từ 写题词

đề tựa *d* 序言，卷首语：viết đề tựa cho cuốn sách 给书写序言

đề vịnh *d* 题咏

đề xuất *đg* 提出：đề xuất nhiều ý kiến có giá trị 提出很多有价值的意见

đề xướng *đg* 提倡，建议，提出：đề xướng ý tưởng xây dựng khu mậu dịch tự do Trung Quốc-ASEAN 提出建立中国—东盟自由贸易区的创想

để₁ *đg* ①放置，搁置：Để quyển sách lên bàn. 把书放桌子上。Tiền để trong túi áo. 钱放衣袋里。②放任，任由：nhà cửa để bừa bãi 放任房子乱七八糟③让，允，从：Nói khẽ để mọi người ngủ. 轻点声让大家睡觉。Cứ để mọi việc cho nó làm. 把所有事都给他做。④留，存，蓄：Để lại cho bạn chiếc

xe. 把车留给朋友。Để rẻ cho người quen. 给熟人便宜点。⑤遗留：Vết thương để lại sẹo. 伤口留下疤。⑥ [方] 遗弃 (谓男子对女子) ⑦ [口] 抵，出让，转卖：chớ để nhau 别相互出卖 *k* ①以便，以求，为了：nhà để ở 房子用来住；có đủ điều kiện để làm việc 有足够的条件来工作②引致，导致，造成：Đi chậm để lỡ việc. 去晚了，导致误了事。③用以，用来，用作：Buồng này để tiếp khách. 这间房用作会客室。

để₂ [汉] 邸，抵，底

để bụng *đg* 记在心上，耿耿于怀：tính hay để bụng 爱记仇

để chế *đg* ①抵制② [方] 戴孝，穿孝，披孝

để cho *đg* 让，使得，以求：để cho anh ta nhớ 让他记住

để chỏm *d* 垂髫 (指小时候)：chơi với nhau từ hồi còn để chỏm 从小就在一起玩

để dành *đg* ①积蓄，储蓄：khoản tiền để dành 积蓄下来的钱②留份：để dành cho anh ấy 给他留份儿

để đang *đg* 抵挡，抵押

để đến nỗi *k* 以致：Anh ấy lái xe không cẩn thận, để đến nỗi xảy ra tai nạn. 他开车不小心，以致发生了车祸。

để kháng = đề kháng

để không *t* 空着 (闲置)：cái nhà để không 房子闲置

để lại *đg* ①留下：để lại ấn tượng sâu sắc 留下深刻印象②出让：Anh ấy để lại cái bút máy. 他出让钢笔。

để lộ *đg* 透露，泄露：để lộ bí mật quốc gia 泄露国家机密；Đừng để lộ việc này cho nó biết. 别把这件事透露给他。

để mặc *đg* 任凭，听凭：Cứ để mặc nó! 任他去!

để mắt *đg* ①注意观察：không để mắt đến 不注意观察② [方] 留意，注意：để mắt cô ấy đã lâu 注意她已久

để ngỏ *t* 敞开着

để phần *đg* 留份儿，留给（别人食物）：Có gì ngon cũng để phần cho con. 有好吃的都给孩子留份儿。

để tang *đg* 戴孝，穿孝，披孝：để tang ba năm 戴孝三年

để tâm *đg* ①留心：không để tâm vào học hành 不用心学习②介意：Nhà tôi chót lỡ lời mấy câu, xin bác đừng để tâm. 我爱人失口说了几句，请你不要介意。

để tiếng *đg* 留名：Cọp chết để da, người chết để tiếng. 虎死留皮，人死留名。

để tội *đg* 遗祸，嫁祸：Anh định để tội cho ai? 你想嫁祸给谁？

để trở =để tang

để vạ *đg* 遗祸：để vạ cho người ta 遗祸他人

để xúc *đg* 抵触，抵制

để ý *đg* ①留意，注意，关心：không để ý đến thời sự 不关心时事②留点心，操点心：để ý đến con cái 对孩子留点心

đễ [汉] 悌 *d* [旧] 悌：hiếu đễ 孝悌

đế₁ *d* 底，座，台，基台，舞台：đế đèn 灯座；đế giày 鞋底

đế₂ [汉] 帝① [旧] 帝王：đế đô 帝都；đế hiệu 帝号；đế kinh 京都；đế nghiệp 帝业；đế quân 帝君；đế vị 帝位；đế vương 帝王；phế đế 废帝；xưng đế 称帝②帝国主义简称：phản đế 反帝

đế₃ *đg* 顶撞：đế vào mấy câu 顶撞几句

đế₄ [汉] 蒂：căn thâm đế cố 根深蒂固

đế chế *d* [旧] 帝，帝制

đế cực *d* [无] 极端

đế dưới *d* ①灯座② [无] 管底，管座

đế đèn *d* [无] 管底，管座

đế hoa *d* 花蒂

đế quốc *d* ①帝国②帝国主义

đế quốc chủ nghĩa *d* 帝国主义 *t* 帝国主义的

Đế thiên Đế thích *d* [地] 吴哥窟

đệ₁ [汉] 弟 *d* [旧] 弟

đệ₂ [汉] 第 *d* 第，次第：đệ nhất 第一

Đế thiên Đế thích

đệ₃ [汉] 递 *đg* 呈递：đệ đơn lên cấp trên 呈递上级；đệ đơn xin từ chức 呈递辞职信

đệ₄ [汉] 娣，锑，棣

đệ đơn *đg* 递交报告

đệ huynh =huynh đệ

đệ trình *đg* 呈递：đệ trình báo cáo 呈递报告

đệ tử *d* [旧] 弟子

đếch₁ *d* [口] 阴户

đếch₂ *p* 不：đếch biết 不知道；trong nhà đếch còn cái gì 家里什么也没有 *tr* 才不用（粗话，表不屑）：Đi làm đếch gì！去个屁！

đêm *d* ①夜，夜晚，夜间，夜里：suốt đêm 整夜；trực ca đêm 值夜班②上半夜（晚上九点至凌晨一点）：mười giờ đêm 上半夜十点；ăn đêm 吃夜宵；thức đến đêm mới đi ngủ 到深夜才睡

đêm dài lắm mộng 夜长梦多

đêm đêm *d* 夜夜，每一夜

đêm giao thừa *d* 除夕，大年夜

đêm hôm *d* 夜间：Đêm hôm còn đi đâu? Đều đến夜间了还去哪？

đêm hôm khuya khoắt 深更半夜

đêm khuya *d* 深夜，午夜

đêm khuya vắng lặng 夜深人静，夜阑人静

đêm mai *d* 明晚

đêm nay *d* 今晚，今宵

đêm này qua đêm khác 夜以继日

đêm ngày *d*[口] 日夜, 白天黑夜: lo lắng đêm ngày 日夜操心; đèn điện thắp suốt đêm ngày 电灯日夜开着

đêm qua *d* 昨夜, 昨晚

đêm tân hôn *d* 初夜, 新婚之夜

đêm tối *d* 夜晚, 晚上

đêm trừ tịch *d* 除夕

đêm trường *d* 长夜

đếm *đg* ①点数: đếm tiền 点钱; đếm số người có mặt 点到人数②数数: dạy bé tập đếm 教小孩数数; đếm từ 1 đến 10 从一数到十

đếm chác *đg*[口] 点数: Chắc là đủ, không phải đếm chác gì cả. 肯定够, 不用再点数了。

đếm tiền *đg* 点钞, 点钱

đếm xỉa *đg*[口] 挂齿, 论及, 顾及, 放在眼里 (多用于否定): Đối thủ đó không đáng đếm xỉa. 那个对手根本不在话下。

đệm *d* ①褥, 垫子: chăn đệm 被褥; đệm giường 床垫; ghế có bọc đệm 带垫的椅子②垫圈: miếng đệm bằng cao su 橡胶垫圈 *đg* ①垫: đệm giấy xung quanh 旁边垫纸②添话: đệm thêm vào một câu 加进一句③伴奏, 演奏: hát đệm 伴唱; hát không có nhạc đệm 没有伴乐的清唱

đệm bóng *đg* 垫球 (排球)

đệm đàn *đg* 伴奏

đền₁ *d* ①宫廷: đền rồng 龙廷②庙宇: đền Hùng Vương 雄王庙

đền₂ *đg* ①赔偿: bắt đền 索赔; chịu đền 认赔 ②酬答: đền ơn 报恩

đền bồi *đg*[旧] 报答, 酬答: đền bồi công ơn 报答恩情

đền bù *đg* 补偿, 补报: đền bù thiệt hại 补偿损失

đền chùa *d* 寺庙

đền công *đg* 报答, 报恩: đền công cha mẹ 报答父母之恩

đền đài *d* ①寺庙②宫殿, 亭台楼阁

đền đáp *đg* 报答: đền đáp tình nghĩa 报答情义

đền mạng *đg* 偿命: Giết người thì phải đền mạng. 杀人就要偿命。

đền miếu *d* 庙宇

đền ơn đáp nghĩa 报答恩德

đền rồng *d*[旧] 龙廷

đền thờ *d* 祠庙

đền tội *đg* 抵罪, 顶罪

đền vua *d*[旧] 皇宫

đến *đg* 到, 到达, 抵达, 到来: đến Hà Nội 到河内; từ xưa đến nay 从过去到现在; nói đến 说到; nhắc đến 提到; nhớ đến 想起; nghĩ đến 想到; thời cơ đã đến 时机已到 *tr* 到, 达到(程度): lo đến gầy người 担心得人都瘦了; tức đến phát điên 气到发疯; Mắt bị khói cay đến khó chịu. 眼睛被烟熏得难受。Bài toán này khó quá, đến mẹ cũng chịu. 这道数学题太难, 连妈妈都不会。Đồng hồ chậm đến mười phút. 钟居然慢了十分钟! *k* …到: ảnh hưởng đến sức khoẻ 影响到健康; Không ai đả động đến. 没有谁提及。

đến cùng *p* 彻底, 到底, 到头: quyết tâm đến cùng 决心到底; giữ bí mật đến cùng 完全保密

đến dự *đg* 出席: Cả nhà đến dự tiệc. 全家参加宴席。

đến đâu hay đó 得过且过

đến đầu đến đũa=đến nơi đến chốn

đến gần *đg* ①靠近, 走近, 傍近②[数] 近似

đến giờ *đg* 到点, 到时间: đến giờ ăn cơm 到吃饭时间

đến hay *t* 真不错, 真奇怪, 真有意思 (常带讽刺): Anh nghĩ đến hay, việc này có dễ thế đâu! 你想得真有意思, 这件事哪有那么容易! Ông này đến hay nhỉ, cứ chen người ta mãi. 这人可真有意思, 老挤别人。

D

đến khi *p* 一旦: Đến khi già thì sẽ biết. 一旦老了就知道了。

đến kì *tr* 届期，到期，到…的时候: Đến kì anh phải nộp bài. 到你交作业的时候了。*đg* 轮到: Đến kì anh phải báo cáo trước hội nghị. 轮到你在大会上做报告了。

đến lúc *tr* 届时，到时候: Đến lúc bấy giờ mới hay. 到时候再说。*đg* 时候已到，时机已到: Đã đến lúc phải trổ tài. 展示才华的时候到了。

đến lượt *đg* 轮到: Đã đến lượt anh rồi! 轮到你了！

đến nay *tr* 迄今，至今: Đến nay đã 10 năm. 迄今十年了。

đến ngày đến tháng=đến kì

đến nỗi 到…地步，以致如此，到…田地（境地）: sợ đến nỗi chết ngất 怕得要死; Anh mà nghe tôi thì đâu đến nỗi. 你要是听我的话哪会落到这样的地步。

đến nơi [口] 快到了，快发生了: Sắp Tết đến nơi rồi! 春节快到了! Nguy đến nơi rồi. 快发生危险了！

đến nơi đến chốn 周到，谨慎，小心: dặn dò đến nơi đến chốn 小心叮嘱

đến Tết [口] 到过年（喻还要很久）: Làm chậm thế thì có mà đến Tết! 这么慢要做到过年了! Đến Tết cũng không xong. 到过年都完成不了。

đến tháng *t* (怀孕) 足月的

đến tuổi *t* (男子) 及冠的，(女子) 及笄的

đềnh đoàng *t* 邋遢，邋里邋遢

đểnh đoảng *t* [口] ①淡而无味②淡漠，漫不经心: thái độ đểnh đoảng 态度淡漠

đẹp *d* ①篓子: bắt cá vào đẹp 抓鱼进篓子 ②筐子: một đẹp bánh chưng 一筐粽子 ③ [方] 沓，摞

đều *p* 都，皆，均: mọi người đều biết 众所周知; Cả hai chị em đều học giỏi. 两姐妹学习都好。*t* ①平均，均匀，均等，均衡: chia

đều 分匀; tỉ số 2 đều 比分二平②有规律，齐整: ăn uống đều 饮食有规律; Học sinh múa rất đều. 学生跳舞很齐整。

đều bước *đg* 齐步走（口令）

đều đặn *t* ①均等，均匀: chia phần cho đều đặn 分摊均匀; thân thể đều đặn 身材匀称②经常，有规律: sinh hoạt đều đặn 生活规律; gửi thư về đều đặn 经常写信回来

đều đều *t* 均匀的，均一的，不相上下的，不缓不急: giọng đọc đều đều 读得不缓不急的; Mấy người học trò sức học cũng đều đều cả. 几个学生的学习不相上下。

đều nhau *t* 相等的，相同的，均等的

đểu *t* [口] 无赖，粗野，粗俗，无教养: Đồ đểu! 无赖！

đểu cáng *t* 很粗野的，非常粗俗的: nói bằng giọng đểu cáng 以非常粗俗的口气说

đểu giả=đểu cáng

đi *đg* ①去: đi Hà Nội 去河内; đi chợ 去集市; đi ăn cơm 去吃饭; đi du lịch 去旅游②乘坐，搭乘: đi xe máy 搭摩托车③穿: đi dép 穿拖鞋④专门从事某项工作，进行: bộ đội 当兵⑤排泄，拉: đi ia 拉大便⑥去世，过世: Ông đã đi rồi! 他已经去世了! ⑦走，行走，行驶，迈向: Xe đang đi trên đường. 车正行驶在路上。⑧变得: từ nghèo khổ đi lên giàu có 由贫到富⑨（在游戏中）吃掉，拔掉: bị đi một con mã 被吃掉一只马（象棋）⑩合得来，处得来: Anh ấy vui tính lắm, đi với ai đều được. 他性格很开朗，和谁都合得来。⑪套在手上或脚上，用来保护或遮掩: đi giày 穿鞋子; chân đi bít tất 脚穿袜子⑫出去: đi ra ngoài 出去⑬达到，得出（某种结果）: đi đến thoả thuận 达成共识; đi đến kết luận 得出结论⑭转向，步入另一个阶段: Thiết bị đã được đi vào giai đoạn sử dụng. 设备已进入运行阶段。⑮ [口] (在红白喜事中）表示带来或赠送: Đi một vòng hoa để chia buồn. 送个花圈表示哀悼。*p*（表示命令或建议,催促,相当于"吧"）：im đi 闭嘴；đi chơi đi 去玩吧；Tranh thủ ăn cơm đi kẻo muộn. 争取时间吃饭吧,否则晚了。Hãy cho em đi! 让我去吧! *tr* ① [口]（表达不赞成、不相信的语气）：Kệ đi, nó biết gì? 去他的,他知道个啥? ②（强调具体的计算结果）：Đi tháng 10, anh sẽ về. 过了10月我就回来。Nó về hồi tháng ba, tính đến nay là đi sáu tháng. 他三月回的,到如今六个月了。③吧,了（语气）：Vậy đi! 就这样吧! ④（强调程度高,无法再高了）：Buồn quá đi! 太难过了! Rõ quá đi rồi, còn thắc mắc gì nữa! 再清楚不过了,还有什么疑虑的?

đi bộ *đg* 走路,步行

đi bộ đội *đg* 参军,从军

đi bụi *đg* 流浪,浪荡：bỏ nhà đi bụi 离家去流浪

đi buôn *đg* 从商,经商,做生意

đi bước nữa *đg* 改嫁,再嫁

đi cầu [方]=đi ngoài

đi chân đất=đi đất

đi chợ *đg* 上市场,赶集,赶庙会

đi chơi *đg* 去玩,去逛

đi công tác *đg* ① [口] 出差②上班

đi cổng sau *đg* [口] 走后门

đi đái *đg* 小便

đi đại tiện *đg* 大便

đi đạo *đg* 信天主教,皈依天主教

đi đày *đg* 流放,充军

đi đằng đầu *đg* [口] 甘拜下风：Nó mà thi đỗ thì tôi đi đằng đầu. 他要是考过了我就甘拜下风。

đi đất *đg* ①赤足②步行

đi đêm *đg* [口] ①夜行②暗地操作：trúng thầu do đi đêm 因暗地操作而中标

đi đêm về hôm 披星戴月

đi đến nơi, về đến chốn 有头有尾,有始有终

đi đôi *đg* ①配对,配套：Lời nói phải đi đôi với việc làm. 言行要一致。②结合,同时进行：Học phải đi đôi với hành. 学与行要并行。Sản xuất phải đi đôi với tiết kiệm. 生产和节约要同时进行。

đi đồng *đg* 大便,出恭

đi đời=đi đời nhà ma

đi đời nhà ma [口] 见阎王,完蛋,报销：Cả gia tài đi đời nhà ma. 所有家产都报销了。

đi đứng *đg* 行动,站立；举止：đi đứng khoan thai 行动慢条斯理；Đau chân, đi đứng có vẻ khó khăn. 脚痛,看起来站立困难。

đi đường *đg* 行路,走路：tiền đi đường 路费；đi đường khó khăn 走路困难

đi đứt *đg* [口] 完蛋,报销：Thế là năm triệu đi đứt! 就这样五百万没了!

đi-ê-den (diésel) *d* 柴油

đi ghẹ *đg* 搭脚

đi giải *đg* 小便,小解

đi giữa dòng thời đại 在时代潮流中前进,立于世界之林

đi guốc trong bụng 洞悉内情,明察秋毫

đi hoang *đg* ①离家出走：bỏ nhà đi hoang 离家去流浪② [口]（妇女）跟野男人怀上孩子

đi học *đg* 上学

đi ia *đg* 大便

đi khách *đg*（卖淫女）接客,卖淫

đi kiết *đg* [医] 痢疾

đi kinh lí *đg* ①出巡②视察

đi lại *đg* ①来往：đi lại mật thiết 来往密切②交往,往来：Hai gia đình vẫn đi lại với nhau. 两家还有交往。③同房④明来暗去,私通

đi làm *đg* ①干活：Hôm nay đi làm, mai nghỉ. 今天干活,明天休息。②上班：Bố đi làm rồi. 爸爸上班去了。

Đ

đi lị *d*［医］痢疾

đi lính *đg* 当兵，入伍

đi lò *đg* 开掘矿井

đi mây về gió *đg* ①腾云驾雾②吸毒，吸鸦片

đi một ngày đàng, học một sàng khôn 行万里路，读万卷书

Đi-na(dinar) *d* 第纳尔（中东及非洲部分国家的货币单位）

đi-na-mít *d* 达纳炸药，黄色炸药

đi-na-mô *d* 发电机；电动机

đi nắng về mưa 风里来雨里去

đi ngang về tắt（女子）行为不端

đi ngoài *đg* 出恭，解手；上厕所，上茅房

đi nữa［口］即使，不管：Khổ đến chừng mực nào đi nữa cũng phải sống. 不管有多苦都要活下去。

đi-ốp(diop) *d* 屈光度，焦度

đi ở *đg* 扛活，打长工

đi phép *đg* 休假，请假：hết thời hạn đi phép 已结束休假

đi ra *đg* 出去

đi rửa *đg* 腹泻

đi sát *đg* 深入，接近：đi sát quần chúng 深入群众；đi sát thực tế 深入实践

đi sâu *đg* 深入：đi sâu nghiên cứu 深入研究；đi sâu vào từng vấn đề 深入每个问题

đi sông=đi ngoài

đi sớm về khuya 早出晚归

đi tả *đg* 拉稀

đi tắt *đg* 抄小路，走捷径

đi tây *đg* ①出洋②［口］完蛋，归西

đi theo *đg* ①跟随，跟从：đi theo mẹ 跟随母亲②循着，沿着：đi theo con đường xã hội chủ nghĩa 沿着社会主义道路走

đi thi *đg* 应试，赶试，投考

đi tiêu=đi ngoài

đi tiểu *đg* 小便

đi tơ *đg*(动物) 交配，受精

đi tới *đg* ①抵达，达到：đi tới điểm xuất phát 抵达出发点；đi tới kết quả tốt 达到好结果②达成，做出

đi tu *đg* 出家：cắt tóc đi tu 剪发出家

đi tua *đg*(纺织) 挡车

đi tuần *đg* 巡逻

đi vào *đg* 进去，进入，步入，走进：đi vào lớp học 走进教室

đi vay *đg* 告贷，举贷，贷款：50% vốn đi vay nước ngoài. 百分之五十的资本举贷国外。

đi văng *d* 躺椅

đi vắng *đg* 外出，不在家：cả nhà đi vắng 全家外出

đi về *đg* 回去，回返，回家：Đi về đi. 回家吧。Anh ấy đã đi về. 他回家了。

đi viếng *đg* 凭吊

đi vòng *đg* 迂回，走弯路，兜圈子

đì₁ *d*［解］阴囊，睾丸：bệnh sa đì 小肠疝气

đì₂ *đg* ①［口］训，骂：đì cho một trận 骂一顿②压制，作梗：Mãi không được lên lương vì bị cấp trên đì. 一直不得加薪，因被上级压制。

đì đẹt［拟］噼里啪啦

đì đoành［拟］叮叮当当

đì đùng［拟］乒乓乒乓

đĩ *d*［方］妓女，娼妓 *t* 轻佻，风骚，淫荡，猥亵

đĩ bợm *d*［旧］妓女 *t* 放荡，风骚

đĩ điếm *d*［旧］娼妓，妓女

đĩ đực *d* 男妓

đĩ ngựa *d*［旧］婊子

đĩ rạc *d*［口］荡妇

đĩ thõa *t* 妖里妖气，放荡，风骚；令人肉麻的，婊子气的

đĩ tính=đĩ thõa

đìa₁ *d* 水洼

đìa₂ *t* 很多，满是的：nợ đìa 满身债

đỉa *d* ①［动］水蚂蟥，水蛭②(装饰衣衫用的) 布条，布片 *đg* 耍赖，赖皮

đĩa giả *đg* 赖磨子,耍赖皮,耍泼皮

đĩa hẹ *d* 小蚂蟥

đĩa mén=đĩa hẹ

đĩa trâu *d* 大蚂蟥

đĩa *d* ①盘,盘子②盘形物③ [体] 铁饼④ [口] 硬盘,磁盘,软盘⑤碟,碟片：đĩa hát 唱片

đĩa bay *d* ①飞船②飞碟

đĩa compact *d* 激光唱盘

đĩa cứng *d* 硬盘

đĩa da *d*[工] 皮碗

đĩa đệm *d* ①碟垫②椎间盘

đĩa hát *d* 唱片

đĩa hình *d* 影碟

đĩa khoá đường *d*（铁道）路牌

đĩa lade *d* 激光影盘

đĩa men *d* 搪瓷盘碟

đĩa mềm *d*[计] 软件光盘

đĩa phản xạ *d*[无] 反射盘

đĩa quang *d* 光盘：đĩa quang học 光盘

đĩa quét *d*[无] 扫描盘

đĩa sắt *d*[体] 铁饼

đĩa từ *d* 磁盘

đĩa xích *d*（车用）链盘

địa₁ [汉] 地 *d* ①地,土地,大地②地理,地理学：môn địa lí课 地理课；sinh viên khoa địa lí 地理系的学生③土地神：miếu ông địa 土地神庙

địa bạ *d*[旧] 地簿,地册

địa bàn *d* ①罗盘,指南针②地盘,领域,本地区

địa bộ=địa bạ

địa các *d* 地阁（相术用语,即下巴）

địa cầu *d*[旧] 地球

địa chánh=địa chính

địa chấn *d* 地震,地震学

địa chấn học *d* 地震学

địa chấn kí *d* 地震仪

địa chất *d* 地质：địa chất học 地质学；cán bộ địa chất 地质工作者

địa chi *d* 地支

địa chỉ *d* 地址,通讯处：địa chỉ nhà riêng 住宅地址；địa chỉ cơ quan 单位地址；địa chỉ E-mail 电邮地址

địa chí *d* 地志

địa chính *d* ①地政②地政局,房地产管理局：sở địa chính 地政局；làm công tác địa chính 地政工作者

địa chủ *d* 地主

địa cốt bì *d*[药] 地骨皮

địa cực *d* 地极：thám hiểm địa cực 地极探险

địa danh *d* 地名

địa dư *d* 地区

địa đạo *d* 地道

địa đầu *d* 地头,(地界) 尽头

địa điểm *d* 地点：địa điểm tập kết hàng hoá 商品集结地

địa đồ *d* 地图

địa giới *d* 地界：xác định địa giới hai nước 勘定两国地界

địa hạt *d* ①辖地：địa hạt Hà Nội 河内辖地②领域,区域：địa hạt văn hoá 文化领域；địa hạt từ vựng học 词汇学领域

địa hình *d* 地形：địa hình bằng phẳng 地形平坦；khảo sát địa hình 考察地形

địa hoá học *d* 地理化学

địa hoàng *d*[药] 地黄

địa kiến tạo *d* 地质构造

địa lan *d*[植] 地兰（地里长的兰花的总称）

địa lí *d* ①地理：địa lí học 地理学；địa lí kinh tế 经济地理；địa lí tự nhiên 自然地理；địa lí chính trị 地理政治论②风水：thầy địa lí 风水先生

địa linh nhân kiệt 地灵人杰

địa lôi *d*[旧] 地雷：đạp phải địa lôi 踩中地雷

địa lợi *d* 地利,有利地形,好地段

địa mạch *d* 地脉

địa mạo *d* 地貌：địa mạo học 地貌学

địa ngục *d*[宗] 地狱: sa xuống địa ngục 坠入地狱

địa nhiệt *d* 地热

địa ốc *d* 房地产: thị trường địa ốc biến động mạnh 房地产市场变动大

địa phận *d* ①地域, 地段, 地方 ② [宗] 大教区

địa phủ *d* 地府, 阴间

địa phương *d* 地方: địa phương chủ nghĩa 地方主义; giọng địa phương 地方音; công tác tại địa phương 在地方工作

địa quyền *d* 地权

địa sinh *đg* 地生 (在泥土里生长)

địa tang *d*[宗] 地藏王

địa tằng=địa tầng

địa tâm *d* 地心

địa tầng *d* 地层: địa tầng học 地层学

địa thế *d* 地势: địa thế hiểm trở 地势险阻; xem xét địa thế 观察地势

địa tô *d*[旧] 地租

địa triều *d* 地潮

địa từ *d* 地磁

địa vật *d* 地物: địa hình địa vật 地形地物

địa vật lí *d* 地球物理

địa vị *d* 地位, 位置: không có địa vị 没有地位; địa vị cao 地位高; đứng ở địa vị người lãnh đạo 站在领导的位置; tranh giành quyền lực, địa vị 争权夺位

địa vực *d* 地域, 区域: địa vực cư trú 居住区域

địa y *d*[植] 地衣

đích₁ [汉] 的 *d* 的, 目的, 目标: bắn không trúng đích 射不中目标; về đích sớm nhất 最先到达目的地 *tr* 正是, 确是, 的确 (表肯定语气): Quyển sách này đích là của tôi. 这本书正是我的。

đích₂ [汉] 嫡

đích danh *t* 本名的, 指名的, 点名的: chỉ đích danh anh ta 只指名要他; mời đích danh giám đốc 指名邀请经理

đích đáng *t* 得当的: những nhận xét đích đáng 得当的认识

đích mẫu *d*[旧] 嫡母

đích thân *đ* 亲身, 亲自: đích thân bộ trưởng chỉ đạo 部长亲自指导

đích thật=đích thực

đích thị *tr* 确实 (表肯定语气): Cái bút này đích thị là của tôi. 这支笔确实是我的。

đích thực *t* 确实的, 真实的, 真正的: một hoạ sĩ đích thực 真正的画家

đích tín *d* 可靠的消息

đích tôn *d*[旧] 嫡孙

đích tông *d*[旧] 嫡宗

đích tử *d*[旧] 嫡子

đích tự *d*[旧] 嫡嗣

đích xác *t* 确实的, 可靠的: chứng cứ đích xác 证据确凿

địch₁ [汉] 笛 *d*[旧] 笛子: tiếng địch 笛声

địch₂[汉] 敌 *d* 敌人: tiêu diệt địch 消灭敌人 *đg* 对敌, 抵抗: lấy ít địch nhiều 以少对多

địch hoạ *d* 战祸

địch vận *đg* 分化, 瓦解, 策反

điếc *t* ①聋: bị điếc bẩm sinh 先天性耳聋; vừa câm vừa điếc 又聋又哑 ②坏, 臭: đu đủ điếc 坏木瓜 ③哑: pháo điếc 哑炮

điếc đặc *t*[口] 真聋, 全聋

điếc không sợ súng 聋子不怕炮响, 无知者无畏

điếc lác *t* 聋

điếc lòi=điếc đặc

điếc tai *t* 震耳欲聋

điềm *d* 征兆, 预兆, 兆头: điềm lành 好兆头

điềm bất thường *d* 不祥之兆

điềm chiêm bao *d*[口] 梦兆

điềm dữ *d* 凶兆, 恶兆

điềm đạm *t* 恬淡

điềm lạ *d* 异兆

điềm lành *d* 吉兆

điềm may *d* 喜兆

điểm nhiên *t* 恬然, 安然

điểm rủi *d* 不吉之兆

điểm tĩnh *t* 恬静: tính điểm tĩnh 性格恬静; nét mặt điểm tĩnh 面容恬静

điểm [汉] 点 *d* ① 点, 点儿: Điểm này hay! 这点儿好! ② 点数, 分数, 度数: thi được 100 điểm 考了 100 分 *đg* ① 画点: điểm thêm một dấu chấm 加上一个句号 ② 清点, 查点: điểm lại tình hình tháng trước 查点上月情况 ③ 点缀, 点衬: Điểm một chấm để tạo mắt cho hình con rồng. 为画中的龙点上眼睛。

điểm bão hoà *d* [理] 饱和点

điểm báo *d* (报刊、电视的) 要点, 摘要: điểm báo thời sự 新闻摘要; mục điểm báo trên truyền hình 电视新闻摘要

điểm canh *đg* 打更: trống điểm canh 更鼓

điểm cao *d* 高点, 制高点

điểm chảy *d* [理] 熔点

điểm chỉ *đg* [旧] 捺印, 盖指印

điểm chính *d* 要点: nhắc lại điểm chính 强调要点

điểm cực *d* [数] 极点

điểm danh *đg* 点名: điểm danh đầu giờ học 上课前点名

điểm dao động *d* [无] 振荡点

điểm đọng lại *d* [理] 冰点

điểm đôi *d* [数] 重点

điểm đồng qui *d* [数] 会聚点

điểm gặp *d* [数] 交点

điểm giữa *d* [数] 中点

điểm giữa dây cong *d* [数] 正矢

điểm gốc *d* [数] 原点

điểm huyệt *đg* 点穴

điểm hư *d* [数] 虚点

điểm mù *d* 盲点

điểm nhóm *d* [理] 焦点

điểm nóng *d* 热点: điểm nóng về thu hút vốn đầu tư 吸引投资的热点; quan tâm đến những điểm nóng của thế giới 关心世界热点; Vùng Trung Đông đang là điểm nóng. 中东地区现在是热点。

điểm phân giới *d* 分界线

điểm rốn *d* ① [解] 脐 ② 中心点, 腹点

điểm sách *d* 书刊简介: mục điểm sách 书目简介

điểm sàn *d* 分数线: Điểm sàn năm nay cao hơn năm ngoái. 今年的分数线高于去年。

điểm số *đg* 数数, 报数: điểm số từ một đến hết 从一开始报数 *d* 分数: giành điểm số cao 得高分

điểm tâm *d* 点心: mua đồ điểm tâm 买点心

điểm tô=tô điểm

điểm tới hạn *d* 临界点

điểm trang *đg* 装点, 打扮

điểm tựa *d* 支点, 支柱: điểm tựa về tinh thần 精神支柱

điểm xạ *đg* [军] 点射

điểm xuyết *đg* 点缀

điểm₁ *d* ① 铺子, 小店: điểm sửa hàng 修理铺 ② [旧] 更店, 更楼, 更房

điểm₂ *d* [口] 妓女: gái điểm 妓女

điếm canh *d* [旧] 更店, 更楼, 瞭望塔

điếm đàng *t* 妖冶, 怪里怪气

điếm đót *t* 妖里妖气

điếm nhục *t* 玷辱: làm điếm nhục tổ tiên 使祖宗玷辱

điên₁ [汉] 癫 *t* 疯, 疯癫: bệnh điên 疯病; phát điên 发疯; tức điên lên 气得发疯

điên₂ [汉] 颠

điên cuồng *t* 疯狂, 癫狂: giặc bắn phá điên cuồng 敌人疯狂地射击

điên dại *t* 痴癫, 痴呆: đau đớn đến điên dại 痛苦到痴呆; cười như điên dại 笑得发痴

điên đảo *t* ① 颠倒的, 倒逆的: thời buổi điên đảo 时代颠倒 ② 神魂颠倒, 心慌意乱

điên đầu *t* 精神绷紧的, 心烦意乱的, 无头绪的

điên điên khùng khùng *t* 疯疯癫癫, 神经质

điên khùng *t* 疯癫, 疯狂

điên loạn *t* 疯癫, 神经错乱

điên rồ *t* 猖狂, 疯狂: hành động điên rồ 疯狂
的行动; ý nghĩ điên rồ 疯狂的想法

điên tiết *t* 恼火, 发火, 怒气冲冲: Bà cụ điên
tiết, chửi con rể, con gái một thôi. 大娘怒
气冲冲地把女儿女婿骂了一顿。

điền₁ *đg* ①填补, 补塞: điền vào ô trống 填
补空格②填写: Điền đầy đủ các thông tin
yêu cầu trong hoá đơn. 在发票上完整填写
相关信息。

điền₂ [汉] 田, 佃

điền bạ *d* 田簿, 地册

điền bạn *d* ①田畔②田邻

điền bổ *đg* 填补

điền chủ *d* 田主, 地主

điền dã *d* ① [旧] 田野, 乡村: từ quan về
sống nơi điền dã 辞官回乡下生活②野外
(调查、考察): đi điền dã 去做野外调查;
tư liệu điều tra điền dã 野外调查资料

điền địa *d* [旧] 田地, 土地

điền hộ *d* [旧] 佃户

điền kinh *d* 田径: vận động viên điền kinh 田
径运动员

điền phú *d* 田赋

điền sản *d* 田产

điền thanh *d* [植] 田青

điền tô *d* 田租, 地租

điền trang *d* [旧] 田庄

điền viên *d* [旧] 田园

điển₁ [汉] 典

điển₂ *t* [口] 漂亮, 俏丽: ăn mặc rất điển 打扮
漂亮; điển trai 帅哥

điển chế *d* [旧] 典制

điển cố *d* 典故: điển cố văn học 文学典故
đg 典押, 典当

điển giai=điển trai

điển hình *d* 典型: điển hình văn học 文学典型;

điển hình hoá 典型化 *t* 典型的: trường hợp
điển hình 典型情况; chọn thí dụ điển hìn
选典型例子

điển học *d* [旧] 典学

điển lệ *d* [旧] 典例

điển nghi *d* [旧] 典仪

điển phạm *d* 典范

điển pháp *d* 法典

điển ti *d* 典司 (旧官名)

điển tích *d* 典故

điển tịch *d* [旧] 典籍

điển trai *t* [口] 美男子, 美丈夫

điển quân *d* ① [军] 殿军② [医] 癥 *t* 殿后
的, 倒数第一的

điện₁ [汉] 殿 *d* 宫殿, 佛殿: điện Diên Hồng
延洪殿

điện₂ [汉] 电 *d* ①电, 电气, 电信: đồ điện gia
dụng 家用电器②电话: Gọi điện cho tôi
给我打电话。③电报: dịch vụ điện báo 电
报服务 *đg* 打电话或者发电报: điện điện
báo về nhà 打电报回家 *t* 闪电般的, 转瞬
即逝的: nhanh như điện 快如闪电

điện₃ *đg* 祭奠: điện thờ 祭奠

điện ảnh *d* 电影: diễn viên điện ảnh 电影演
员; ngôi sao điện ảnh 电影明星

điện áp *d* 电压

điện áp ba động *d* 波动电压

điện áp dương cực *d* 阳极电压

điện áp điều khiển *d* 控制电压

điện áp đỉnh *d* 最大电压

điện áp định mức *d* 额定电压

điện áp gia tốc *d* 加速电压

điện áp không đổi *d* 恒电压

điện áp không gánh *d* 无载电压

điện áp mồi *d* 点火电压

điện áp ngược *d* 反电压

điện áp nhanh *d* 超前电压

điện áp phản ứng *d* 回授电压

điện áp phóng ban đầu *d* 起始电压

điện áp quét *d* 扫描电压

điện áp ra *d* 输出电压

điện áp sơ cấp *d* 初级电压

điện áp sợi đốt *d* 灯丝电压

điện áp vào *d* 输入电压

điện âm *d* (电路) 阴电, 负电

điện ba *d* 电波

điện báo *d* 电报

điện báo viên *d* 报务员

điện cao thế *d* 高压电

điện châm *d* 电针, 电气针灸

điện chia buồn *d* 唁电

điện chính *d* 电政, 电信业务

điện cơ *d* 电机

điện cực *d* 电极

điện cực trần *d* 裸极

điện dân dụng *d* 民用电

điện dung *d* 电容: điện dung lưới 栅极电容; điện dung lưới âm cực 栅阴电容; điện dung vào 输入电容

điện dương *d* 正电, 阳电

điện đài *d* 电台: liên lạc bằng điện đài 电台联系

điện đàm *đg* 通电话

điện đóm *d* 电灯, 灯火: Nhà cửa tối om, chẳng thấy điện đóm gì. 房间里漆黑一片, 一点灯光也没有。

điện động *d* 电动

điện giải *đg* [化] 电解

điện giật *đg* 触电

điện hạ *d* 殿下

điện hoa *d* 电花, 电子鲜花: dịch vụ điện hoa 电子鲜花服务; gửi điện hoa chúc mừng 寄电子鲜花祝贺

điện hoá học *d* 电化学, 电力化学

điện hoại=điện thoại

điện học *d* 电学

điện kế *d* 电流表: điện kế ghép nhiệt 热偶式电流表

điện kháng *d* 电抗

điện kháng thoát *d* 漏电抗

điện khẩn *d* [无] 急电

điện khí *d* 电气: điện khí hoá 电气化; điện khí học 电气学; điện khí quyển 大气电

điện kĩ thuật *d* 动力电, 工业用电

điện lạnh *d* 冷气设备电器: sửa chữa đồ điện lạnh 修理冷气设备电器

điện li *đg* 电离

điện lực *d* 电力: sản xuất cáp điện lực 生产电力电缆; sở điện lực 电力厅; ngành điện lực 电力行业

điện lượng *d* 电负荷量

điện lưu *d* 电流: điện lưu kế 电流计

điện mã Moóc *d* 莫尔斯电码

điện máy *d* 电器: cửa hàng điện máy 电器商店

điện mật *d* [无] 密电

điện môi *d* 绝缘物质

điện một chiều *d* 直流电

điện mừng *d* 贺电

điện não đồ *d* 脑电图: làm điện não đồ 做脑电图

điện năng *d* 电能

điện phân *đg* 电解

điện quang *d* X 光: chụp điện quang 照 X 光; máy điện quang X 光机

điện sinh học *d* 生物电学

điện sinh lí học *d* 电生理学

điện tâm đồ *d* 心电图: máy điện tâm đồ 心电图仪器

điện thế *d* 电压: điện thế cao 高压; điện thế kế 电位计; điện thế thấp 低压

điện thoại *đg* [口] 打电话: điện thoại về cho mẹ 打电话回去给母亲 *d* 电话: nói chuyện qua điện thoại 用电话聊天; lắp đặt điện thoại 安装电话

điện thoại di động *d* 移动电话

điện thoại điều độ *d* 调度电话

Đ

điện thoại đường dài *d* 长途电话

điện thoại đường riêng *d* 专用电话

điện thoại Internet *d* 网络电话

điện thoại nội hạt *d* 市内电话

điện thoại truyền hình *d* 可视电话

điện thoại viên *d* 接线员

điện tích *d* [理] 电析, 电荷

điện tích tĩnh *d* 静电荷

điện tiếp xúc *d* 接触电

điện tim *d* [口] 心电检查

điện tín *d* ①电信② [旧] 电报

điện toán *d* 电子机器学

điện trở *d* 电阻: điện trở âm học 声电阻; điện trở biểu kiến 视电阻; điện trở bổ chính 补偿电阻; điện trở chính 欧姆律电阻; điện trở tương đương 等值电阻

điện trở khí *d* 电阻器

điện trở suất *d* [理] 抵抗系数

điện trời *d* [无] 大气电

điện trường *d* 电场

điện tuyến *d* 电线

điện từ *d* 电磁: điện từ học 电磁学; điện từ trường 电磁场

điện tử *d* 电子: điện tử âm 阴电子; điện tử dương 阳电子; điện tử sơ cấp 原电子; điện tử thứ cấp 次级电子

điện tử học *d* 电子学

điện văn *d* 电文

điếng *t* 昏厥的, 晕的: bị một cái tát đau điếng 被打了很痛的一巴掌; điếng người đi vì tin dữ 坏消息让人昏厥

điệp₁ [汉] 叠 *đg* 重叠: điệp âm 叠音

điệp₂ [汉] 蝶, 谍, 牒

điệp âm *d* [语] 叠音

điệp báo *d* 谍报: điệp báo viên 谍报员

điệp cú *d* 叠句, 重句

điệp điệp trùng trùng *t* 重重叠叠

điệp khúc *d* [乐] 叠曲

điệp ngữ *d* 叠语体

điệp trùng *t* 重叠: rừng núi điệp trùng 重叠的山林

điệp vận *d* 叠韵: thơ điệp vận 叠韵诗

điệp viên *d* 谍报员, 间谍: điệp viên kinh tế 经济间谍

điêu₁ *t* 刁讹: nói điêu 说话刁; tính điêu 性格刁钻

điêu₂ [汉] 雕, 凋

điêu đứng *t* ①凄惨, 凄凉: cuộc sống điêu đứng 生活凄惨②祸不单行的, 多灾多难的: Người dân điêu đứng vì chiến tranh. 战争让民众祸不单行。

điêu khắc *đg* 雕刻: nghệ thuật điêu khắc 雕刻艺术; tác phẩm điêu khắc 雕刻作品; điêu khắc gia 雕刻家

điêu linh *t* 凋零, 萧条, 萧疏, 萧瑟: quê nhà điêu linh 家乡萧条

điêu luyện *t* 精湛, 登峰造极, 惟妙惟肖: kĩ năng chơi bóng điêu luyện 球技精湛

điêu ngoa *t* 爱说谎的, 爱说大话的, 不老实的: đừng học thói điêu ngoa 不要学爱说谎的坏毛病

điêu tàn *t* 凋残的, 凋谢的: khung cảnh điêu tàn 凋残的场面

điêu tệ *t* 凋敝

điêu thử *d* 貂鼠

điêu toa *t* 不老实, 狡诈: Nó ngày càng làm ăn điêu toa. 那家伙做生意一天比一天狡诈。

điêu trá *t* 虚伪; 欺诈: phơi bày thói kinh doanh điêu trá 揭露经营上的欺诈行为

điêu trác *đg* 雕琢: điêu trác ngọc 雕琢玉器 *t* 狡猾, 狡诈: quen thói điêu trác 习惯了狡诈

điều₁ *d* ①条款, 条文, 条例, 条令: điều khoản chung 共同条款②言语, 话语: Nói điều hay, làm việc tốt. 说好话, 做好事。③事情: Quí vị có thể làm được điều này. 各位可办成这事。④条, 项: 10 điều nên nhớ. 应该记住的十项。⑤ [口] 神情, 神态, 样子, 模样: ra cái điều cung kính 露出恭敬的神情

điều₂ *đg* [口] 派, 调动: điều xe 派车; điều lên công tác ở miền núi 派到山区出差

điều₃ *t* 桃红色的: cờ điều 桃红色的旗

điều₄ [汉] 调, 条

điều áp *đg* 调压

điều ăn tiếng nói *d* 谈吐, 言谈举止

điều bí ẩn *d* 隐情: về điều bí ẩn 关于隐情

điều biến *đg* 调幅: bộ điều biến tốc độ cao 高速调幅器

điều binh *đg* 调兵

điều binh khiển tướng 调兵遣将

điều chế *đg* 制造, 调制: Điều chế khí oxy trong phòng thí nghiệm. 在实验室里制造氧气。

điều chỉnh *đg* 调整: điều chỉnh lãi suất 调整利率

điều chuyển *đg* 调运: điều chuyển tài sản nhà nước 调运国家财产

điều dưỡng *đg* 调养: điều dưỡng sức khoẻ 调养身体

điều đình *đg* 调停, 调解: vừa hù doạ vừa điều đình 边恐吓边调停

điều độ₁ *đg* 调度: điều độ sản xuất 生产调度

điều độ₂ *t* 限度, 节制, 规律: sống rất điều độ 生活很有节制

điều động *đg* 调动, 调拨

điều giải *đg* 调解, 和解: điều giải xích mích giữa hai nhà 调解两家的争执

điều hành *đg* 协调管理, 调控, 调度: điều hành viên 调度员

điều hoà *đg* ①调和, 调节: điều hoà không khí 空气调节②调节, 调剂: điều hoà nhiệt độ 调节温度 *t* 调和的 *d* 空调, 空调机

điều hoà cơ học *đg* [无] 机械调谐

điều hoà dòng chảy *đg* [无] 径流调节

điều hoà êm *đg* [无] 无噪调谐

điều hoà nhiệt độ *đg* 空气调节 *d* [口] 空调机

điều hổ li sơn = điệu hổ li sơn

điều hộ *đg* 调护 *d* [旧] 古医官名

điều hơn lẽ thiệt 是非曲直

điều khiển *đg* 调遣, 指挥, 驾驭, 控制, 调度, 差遣, 操作 *d* 遥控器

điều khiển học *d* 控制论

điều khiển từ xa *đg* 远程控制, 遥控

điều khoản *d* 条款

điều kiện *d* 条件: điều kiện cần 必要条件; điều kiện đủ 充分条件

điều kinh *đg* [医] 调经

điều lệ *d* ①条例②章程

điều lệnh *d* 条令

điều lí *d* [旧] 条理

điều luật *d* 规定, 办法

điều mục *d* [旧] 条目

điều nặng tiếng nhẹ 说长道短

điều nhiệt *đg* 恒温: điều nhiệt cho nước 让水恒温

điều nọ tiếng kia 说长道短; 说三道四

điều ong tiếng ve 闲言碎语; 闲言闲语

điều phối *đg* ①调节, 调配: điều phối viên 调配员; điều phối sức lao động 调配劳动力②调动安排: điều phối bằng liên lạc điện thoại 用电话联络调动安排

điều qua tiếng lại 争来辩去; 互不相让

điều ra tiếng vào 流言蜚语

điều tiếng *d* ①闲言碎语, 闲话: tránh điều tiếng 避开闲话②争吵, 口角

điều tiết *đg*; *d* 调节: điều tiết sản xuất 调节生产; điều tiết thị trường 调节市场

điều tốc *đg* 调速: điều tốc theo cự li 按距离调速

điều tra *đg* 调查: điều tra dân số 人口普查; điều tra cơ bản 基础调查

điều tra viên *d* 调查员

điều trần *đg*; *d* (代表国家) 发言, 陈述: Tổng thống điều trần trước quốc hội. 总统在国会

上陈述。

điều trị *đg* 调治，治疗：điều trị bệnh bằng thuốc Bắc 用中药调治

điều ước *d* 条约

điều vận *đg* 调运：điều vận hàng hoá 调运商品

điểu học *d* 鸟类学：nhà điểu học 鸟类学家

điểu loại *d* 鸟类

điểu thú *d* 鸟兽

điếu₁ *d* ①烟斗，烟袋②一袋烟，一支烟：vê điếu thuốc lá 卷一根儿烟

điếu₂ [汉] 吊 *đg* 吊唁，悼唁：điếu ca 吊唁死者；đọc lời điếu 读悼词

điếu bát *d* 水烟壶

điếu cày *d* 水烟筒

điếu đài *d* [旧] 钓台

điếu đóm *đg* [口] 跑腿：làm chân điếu đóm 做跑腿

điếu phúng *đg* [旧] 吊赙

điếu tang *đg* 吊丧

điếu văn *d* 吊文

điệu [汉] 调 *d* ①声调，音调，腔调，调子，曲调：ăn khớp với nhau về nhịp điệu 腔调合拍②调调，调子，风格：mỗi người một điệu nói 个人有个人的风格③ [口] 支（用以描述舞蹈的量词）：Điệu múa đẹp mắt. 那舞蹈令人悦目。④仪态，仪容，风姿：Dáng điệu có vẻ mỏi mệt. 仪态略带疲惫。*đg* 押解，押送：Điệu tên trộm lên đồn công an. 把小偷押往派出所。*t* [口] 忸怩作态，装腔作势：ăn nói rất điệu 举止很做作

điệu bộ *d* 姿态，仪容：điều bộ khoan thai 仪态从容 *t* 忸怩作态，装腔作势：Cô bé trông rất điệu bộ. 姑娘忸怩作态。

điệu đà = điệu đàng

điệu đàng *t* [口] 讲究，忸怩，做作：ăn nói điệu đàng 举止做作

điệu hát *d* 唱腔，腔调

điệu hò *d* 打夯调

điệu hổ li sơn 调虎离山

điệu múa *d* ①舞姿②舞蹈

điệu múa ba-lê *d* 芭蕾舞

điệu nhạc *d* [乐] 乐调

điệu này [口] 这样的话，如此：Điệu này không khéo rồi lại mưa to. 搞不好要下大雨。

điệu nghệ *t* [口] 十分熟练，十分优秀：đá bóng rất điệu nghệ 球踢得很好；lái xe rất điệu nghệ 开车开得很熟练

đinh₁ [汉] 丁 *d* 壮丁：Làng có ba trăm đinh. 村里有 300 名壮丁。

đinh₂ *d* 钉子：đinh giày 鞋钉 *t* [口] 主要的，关键的：tiết mục đinh trong chương trình 节目里的压轴戏

đinh₃ *d* 扣子

đinh₄ [汉] 丁 *d* 丁（天干第四位）

đinh ấn = đinh rệp

đinh ba *d* 钉耙

đinh chốt *d* 锁钉

đinh con *d* 小钉子

đinh cúc *d* [方] 大头针

đinh đá = đanh đá

đinh đỉa *d* 订书钉

đinh đường *d* 道钉

đinh ghim *d* 大头针

đinh hương *d* 丁香

đinh khoen = đinh khuy

đinh không đầu *d* 无头钉

đinh khuy *d* 圆头钉

đinh mũ *d* 图钉

đinh ninh *đg* ① [旧] 叮咛，叮嘱②满以为，总以为：đinh ninh là sẽ thắng 满以为会赢；cứ đinh ninh là mình đúng 总以为是自己对 *t* 前后一致的，没有改变的

đinh ốc *d* 螺丝钉：đinh ốc hai đầu 螺横

đinh râu *d* [医] 发疗

đinh rệp *d* 图钉

đinh ri-vê *đg* 穿钉

đinh sang *d* [医] 疗疮

đinh tai *t* 震耳欲聋

đinh tán *đg* 穿钉,铆钉

đinh thép=đanh thép

đinh thuyền *d* 船钉

đinh vít *d*[工] 螺丝钉

đinh vuông *d* 方钉

đình₁ [汉] 亭 *d* 亭子

đình₂ [汉] 停 *đg* 停止: tạm đình việc thi công 暂停施工

đình₃ [汉] 廷,堂,庭

đình bãi *đg* 废止,撤销

đình bản *đg* 停版,停刊: Tờ báo đã bị đình bản. 报纸已被停刊。

đình bút *đg* 停笔

đình chỉ *đg* 停止: đình chỉ công tác 停止工作

đình chiến *đg* 停战: ra lệnh đình chiến 下令停战

đình công *đg* 停工,罢工: đình công đòi tăng lương 罢工要求加薪

đình đám *d* 庙会 (泛称乡村庙会): hội hè đình đám liên miên 庙会不断

đình đốn *đg* 停顿: sản xuất đình đốn 生产停顿

đình giảng *đg* 停止上课,停止教学

đình hoãn *đg* 停缓

đình huỳnh=đàng hoàng

đình khoá *đg* 停课

đình khôi *d*[旧] 廷魁,状元

đình miếu *d* 庙宇

đình nghiệp *đg* 停业

đình nguyên *d*[旧] 廷元,状元

đình sản *đg* 停产

đình tạ *d*[旧] 亭榭

đình thần *d*[旧] 朝廷命官

đình thực *đg* ①消化不良②绝食

đình trệ *đg* 停滞: công việc bị đình trệ 工作被停滞下来

đình trú *đg* 停驻

đỉnh₁ [汉] 顶 *d* 顶端,顶点,顶头: đỉnh đồi 坡顶; đỉnh núi 山顶

đỉnh₂ [汉] 鼎 *d* 鼎,大鼎

đỉnh cách *đg*[旧] 革新,去故取新

đỉnh cao *d* ; *t* 高顶,制高点,顶点: vươn tới đỉnh cao nghệ thuật 达到艺术的顶点

đỉnh đầu *d* 头顶

đỉnh điểm *d* 顶点,顶峰,高潮: Mâu thuẫn đã lên tới đỉnh điểm. 矛盾已上升到了顶点。

đỉnh đinh *t* 一点的,一丝的,一丁点的

đỉnh sóng *d*[无] 波峰

đĩnh₁ *d* 锭: một đĩnh bạc 一锭银子

đĩnh₂ [汉] 艇 *d* 艇,艇只

đĩnh đạc *t* 落落大方: đi đứng đĩnh đạc 举止大方; tác phong đĩnh đạc 作风落落大方

đính₁ *đg* 钉,缝: đính khuy 钉扣子; đính hoa vào mũ 缝花到帽子上

đính₂ [汉] 订

đính chính *đg* 更正,校正,勘误,订正: đính chính những chỗ in sai 订正印错的地方

đính đạc *t* 落落大方

đính hôn *đg* 订婚: tổ chức lễ đính hôn 举行订婚仪式

đính kết *đg* 订结,缔结

đính kì *đg* 订期

đính ngày *đg* 定限,定日子

đính theo *đg* 附上,附后

đính ước *đg* ①订约: đính ước sẽ gặp nhau vào thượng tuần tháng sau 订约下月上旬见面② 订婚约: Đôi trai gái đã đính ước với nhau. 男女双方已订婚。

định [汉] 定 *đg* 打算,拟定: định mai sẽ làm 打算明天做; định nói nhưng lại thôi 想说但后来没说; định ngày họp 拟定开会时间 *t* 安定

định án *đg* 定案

định ảnh *đg* (摄影) 定影: thuốc định ảnh 定影剂

định bụng *đg*[口] 打算: định bụng đến thăm

bạn 打算去看朋友

định canh *đg* 定耕: công tác định canh định cư 定耕定居工作

định chất *d* [理] 定质

định chế *d* 规定，条例: lập định chế tài chính 建立财政条例

định chuẩn *d* 定准，标准: định chuẩn tài chính 财政标准

định cư *đg* 定居: định cư ở nước ngoài 定居国外

định dạng *đg* [计] 文件格式，文件类型: thay đổi định dạng của văn bản 改变文件格式

định danh *đg* ①定名②记名

định đề *d* [数] 定题

định đoạt *đg* 定夺，决定: Tự định đoạt lấy cuộc sống của mình. 自己的命运自己决定。

định đô *đg* 定都: Lí Thái Tổ định đô ở Thăng Long. 李太祖定都于升龙城。

định giá *đg* 定价

định giới *đg* 定界

định hình *đg* ①定型: nhân cách đã định hình 人格已定型; cơ chế thị trường đã được định hình 市场结构已定型② (摄影) 定影: thuốc định hình 定影剂

định hướng *đg* 定向，确定方向: định hướng nghề nghiệp 定向职业

định hướng từ *đg* 指定向，指向

định kì *d*；*t* 定期: kiểm tra sức khoẻ định kì 定期体检; bảo dưỡng theo định kì 定期保养

định kiến *d* 定见，固定的看法，成见: Hai người có định kiến với nhau. 俩人互相有成见。

định lí *d* 定理: định lí đảo 反定理

định liệu *đg* 预测，预断，预判: Chuyện đã được định liệu. 事情已经得到预判。

định luật *d* 定律

định luật bảo toàn *d* 守恒定律

định luật bảo toàn khối lượng *d* 质量守恒定律

định luật bảo toàn và chuyển hoá năng lượng *d* 能量守恒定律

định luật vạn vật hấp dẫn *d* 万有引力定律

định lượng *d* 定量

định mệnh *d* 宿命: định mệnh luận 宿命论

định mức = định ngạch

định ngạch *d* 定额

định nghĩa *đg*；*d* 定义: định nghĩa một cách chính xác 正确定义

định ngữ *d* 定语

định sẵn *t* 预定的: đến ngày đã định sẵn 到预定的期限

định số *d* ① [旧] 定数，定命②规定数字

định suất *d* 定额 (规定的份额)

định tâm *đg* ①决意，打定主意: định tâm đến giúp 决意来帮助②定神: choáng váng nhưng định tâm được ngay 有些晕但很快定下神来

định thần *đg* 定神: Hoảng hốt, nhưng định thần được ngay. 有点惊慌，可很快就能下神来。

định thức *d* 定式

định tính *đg* 定性

định tội *đg* 定罪: điều tra kĩ mới định tội 调查清楚再定罪

định trị *d* [数] 定值

định ước *đg*；*d* 约定: Hai người đã định ước với nhau. 两人已订下约定。

định vị *đg* 定位，确定方位: định vị toàn cầu 全球定位; máy định vị 定位器; nhìn xung quanh để định vị 观察周围来确定方位

đít *d* ①臀部②底部: đít chai 瓶底; đít nồi 锅底

địt₁ *đg* [口] 交媾

địt₂ *đg* [方] 放屁

địt mẹ [口] 妈的 (骂语)

đìu *đg* 背负: đìu con đi kiếm củi 背着孩子

去打柴

đìu hiu *t* 荒寂, 荒凉: phố xá đìu hiu 荒寂的街巷

đìu ríu *đg* 相依为命, 依靠: mẹ con đìu ríu nhau 母子相依为命

địu *d* 褓褓 *đg* (用褓褓) 背: địu con lên rẫy 用褓褓背着孩子上坡

đo *đg* 量度, 测量: đo chiều dài 测量长度; đo nhiệt độ 量体温; đo xem ai cao hơn 量量看谁高些

đo bò làm chuồng 量牛做圈, 量体裁衣

đo đạc *đg* 测量, 勘测: đo đạc ruộng đất 测量田地

đo đắn =đắn đo

đo đếm *đg* 测量; 计算

đo đỏ *t* 红通通, 红彤彤

đo lường *đg* 度量: đơn vị đo lường 度量单位

đo nhiệt kế *d* [理] 测热计

đo sông đo bể, dễ đo lòng người 江海易量, 人心难测

đo ván *đg* ① (拳击) 被击倒② [口] 失败

đò *d* 渡船: qua đò 过渡; chèo đò 摆渡

đò dọc *d* 顺水渡

đò đưa *d* 渡船调 (中部歌调)

đò giang *d* 渡船

đò nát đụng nhau 相依为命

đò ngang *d* 横渡船

đỏ *t* ①红, 赤: khăn quàng đỏ 红领巾; áo đỏ 红衣服② [口] 走红运: Vận đỏ đã đến. 红运来了。③红色的: đội tự vệ đỏ 赤卫队④亮的, 着的: Đèn đã đỏ. 灯亮了。

đỏ au *t* 鲜红: mái ngói đỏ au 鲜红的屋顶

đỏ bừng *t* 通红: mặt đỏ bừng 脸通红

đỏ cạch =đỏ quạch

đỏ choé *t* 鲜红: mặc một cái áo đỏ choé 穿一件鲜红的衣服

đỏ chói *t* 红得刺眼的: mặt trời đỏ chói 太阳很刺眼

đỏ chon chót =đỏ chót

đỏ chót *t* 嫣红: môi tô son đỏ chót 嘴唇涂着嫣红的口红

đỏ con mắt *t* [口] 望眼欲穿

đỏ da thắm thịt *t* [口] 红光满面

đỏ đắn *t* 红润: nước da đỏ đắn 皮肤红润

đỏ đen *t* ①红黑②吉凶 (赌博): Nướng tiền vào cuộc đỏ đen. 把钱压在赌博上。

đỏ đèn *đg* 上灯, 点灯: Làng xóm đã đỏ đèn. 乡村已点上了灯。*d* 点灯 (时刻, 时分): Đi từ mờ sớm đến đỏ đèn mới về. 天蒙蒙亮出门, 到点灯时分才回来。

đỏ đọc *t* 大红, 炽红: Đôi mắt đỏ đọc vì thiếu ngủ. 睡眠不足使眼睛血红血红的。

đỏ đòng đọc =đỏ đọc

đỏ đuôi *t* 青里透黄 (表示稻子开始成熟): lúa đã đỏ đuôi 稻子黄了

đỏ gay *t* 火红: Mặt đỏ gay vì rượu. 因为喝了酒脸红红的。

đỏ gay đỏ gắt =đỏ gay

đỏ gắt =đỏ gay

đỏ hoe *t* 淡红: mắt đỏ hoe 眼睛微红

đỏ hoen hoét =đỏ hoét

đỏ hoét *t* (难看的) 深红: áo đỏ hoét 深红色的衣服

đỏ hon hỏn =đỏ hỏn

đỏ hỏn *t* 粉嫩色: đứa bé mới đẻ đỏ hỏn 刚出生的婴儿粉嫩粉嫩的

đỏ hung hung *t* 赭色

đỏ kè *t* 暗红色: mắt đỏ kè 暗红色的眼睛

đỏ khè *t* 深红色: đất đồi đỏ khè 深红色的泥土

đỏ khé *t* 深暗红色: nhuộm tóc đỏ khé 染着深暗红色的头发

đỏ loét =đỏ lòm

đỏ lói =đỏ chói

đỏ lòm *t* 血红, 猩红: Bàn tay đỏ lòm những máu. 手上满是猩红的血。

đỏ lờ *t* 红通通, 红彤彤

đỏ lừ *t* 红彤彤, 火红火红: Hoàng hôn, mặt trời đỏ lừ. 黄昏时太阳火红火红的。

đỏ lửa *đg* 亮火, 举炊: bếp không đỏ lửa 灶头不亮火; Một ngày đỏ lửa hai lần. 一日举炊两次。

đỏ lựng *t* 红彤彤, 红艳艳: Quả hồng chín đỏ lựng. 熟了的柿子红艳艳的。

đỏ mắt *t* 红眼的（盼望心切）: Chờ đợi quá lâu, đến mức đỏ mắt. 等得太久，眼睛都等红了。

đỏ mặt *t* 红脸的: đỏ mặt lên vì tức giận 因气愤而脸涨红

đỏ mặt tía tai *t*[口] 面红耳赤: tức đến đỏ mặt tía tai 气得面红耳赤

đỏ ngầu *t* 褐红色: mắt đỏ ngầu 眼睛褐红

đỏ nhừ *t* 满脸通红: Đi nắng, mặt đỏ nhừ như quả gấc chín. 走在骄阳里被晒得满脸通红，就像熟透的木鳖。

đỏ nọc=đỏ đọc

đỏ ối *t* （一大片）红红的, 红艳艳的: Cam chín đỏ ối cả vườn. 橘子熟了，园子里红艳艳的一大片。

đỏ phơn phớt *t* 微红的

đỏ quạch *t* 红灰色的

đỏ quành quạch=đỏ quạch

đỏ rực *t* 红通通, 红彤彤: Mặt trời đỏ rực như hòn lửa. 太阳红通通的像火球。

đỏ thắm *t* 鲜红: Hoa hồng có cánh màu đỏ thắm. 玫瑰花有鲜红的花瓣。

đỏ thẫm *t* 深红, 绛红

đỏ tía *t* 紫红, 猩红

đỏ tươi *t* 鲜红: hoa màu đỏ tươi 鲜红色的花

đỏ ửng *t* 绯红: Hai má đỏ ửng vì ngượng. 因难为情而两颊绯红。

đõ *d* 蜂窝: đõ ong mật 蜜蜂窝

đó₁ *d* 筌（渔具）

đó₂ *đ* 那, 那边, 那儿: Hôm đó anh đi đâu? 那天你去哪了？ *tr* 呀: Giỏi đó! 真厉害呀! Đó, mọi chuyện chỉ có vậy thôi. 呀! 一切不过如此。

đó đây *đ* 到处, 各处, 各地: đi khắp đó đây 走遍各地; tin tức đó đây 各处的消息

đọ *đg* ①比较, 较量, 斗力: đọ tài 比才; đọ sức 比力气②比, 拼

đoá *d* 一朵: đoá hồng 一朵玫瑰花

đoá hoa *d* 花朵

đoạ *đg* 堕落

đoạ đày[方]=đày đoạ

đoạ thai *đg* 堕胎

đoài[汉] 兑 *d* ①兑（八卦之一）②[旧] 西方: xứ đoài 西方

đoái *đg*[旧] 垂询, 垂顾

đoái hoài *đg* 垂念, 挂怀: Đi biệt, không đoái hoài gì đến nhà cửa. 分别后一点也不挂念家里。

đoái thương *đg* 垂怜

đoái trông *đg* ①回顾, 回盼②垂顾

đoái tưởng *đg* 垂想, 垂念

đoan₁ *đg*[旧] 担保, 保证

đoan₂ *d*[旧] 税关, 税卡

đoan₃ [汉] 端

đoan chính *t*[旧] 端正, 庄重, 正派: người phụ nữ đoan chính 正派的女人

đoan dương *d* 端阳节, 端午节

đoan kết *d* 具结保证

Đoan Ngọ *d* 端午节

đoan ngũ=Đoan Ngọ

đoan trang *t* 端庄, 正派, 端正（指妇女）: tính tình đoan trang 品行正派

đoàn₁ [汉] 团 *d* ① 团, 群, 组: đoàn ngoại giao 外交使团②青年团的简称: vào Đoàn 入团③团体: đoàn chèo Trung ương 国家嘲剧团

đoàn₂ [汉] 锻

đoàn chủ tịch *d* 主席团

đoàn đại biểu *d* 代表团

đoàn kết *đg* 团结: đoàn kết công nông 团结工农; gây mất đoàn kết 造成不团结

đoàn luyện *đg* 锻炼: đoàn luyện tinh thần 精神锻炼

đoàn phí *d* 团费

đoàn quân *d* 队伍, 军队, 部队

đoàn tàu *d* 列车

đoàn tham quan *d* 参观团

Đoàn thanh niên *d* 青年团

đoàn thể *d* ①团体: đại diện của các cơ quan, đoàn thể 各机关、团体代表②组织: đoàn thể phụ nữ 妇女组织

đoàn tụ *đg* 团聚: đoàn tụ với gia đình 与家人团聚

đoàn văn công *d* 文工团

đoàn viên *đg* ① [旧] 团圆②团聚: cả nhà đã được đoàn viên 得以全家团聚 *d* 团员: họp đoàn viên đoàn chi đoàn 团支部团员会议

đoàn xe *d* 列车

đoàn xe hơi *d* 汽车队

đoàn xiếc *d* 杂技团

đoản [汉] 短 *t* ①短: mệnh đoản 短命②(待人) 不热情, 不热心

đoản binh *d* ① [旧] 短兵相接②肉搏

đoản côn *d* 短棍

đoản đao *d* 短刀

đoản hậu *t* 薄情寡义: Đồ đoản hậu! 薄情寡义的家伙!

đoản khúc *d* [乐] 短曲, 小曲

đoản kiếm *d* 短剑

đoản mạch *đg* [电] 短路: Dây điện cháy vì bị đoản mạch. 电线因短路烧着了。

đoản mệnh *t* 短命的: tướng người đoản mệnh 面相短命

đoản ngữ *d* 短语

đoản thiên *d* 短篇

đoản tình bạc nghĩa 薄情寡义

đoản trình *d* 短程, 短途

đoản văn *d* 短文

đoán₁ *đg* ①猜测, 估计, 臆度: đoán tuổi 猜年

龄②裁决, 决定: Đoán mò thế là đúng. 这样的裁决是正确的。

đoán₂ [汉] 断

đoán án *đg* [旧] 断案

đoán chắc *đg* 断定

đoán chừng *đg* 推断, 估计: Đoán chừng cô ấy khoảng hai mươi tuổi. 估计她大约20岁。

đoán định *đg* 断定: Diễn biến tình hình rất khó đoán định. 事情如何演变很难断定。

đoán già đoán non 凭空臆断

đoán liều *đg* 胡猜, 凭空臆断

đoán phỏng=đoán chừng

đoán trước *đg* 预测, 预计

đoạn₁ *d* ①段, 一段: đi một đoạn đường 走一段路; đoạn đầu của bài thơ 诗歌第一段②工段: công đoạn cuối cùng 最后的工段③ [数] 线段

đoạn₂ *d* 缎子

đoạn₃ [汉] 断 *đg* ①接着, 随着: nói đoạn bỏ đi 说完接着走了②断绝: đoạn tình đoạn nghĩa 断绝情义③切断, 断

đoạn căn *đg* [医] 断根

đoạn đầu đài *d* [旧] 断头台

đoạn đầu máy *d* 机务段

đoạn đê *d* 堤段

đoạn đường *d* ①路段②(铁道) 区间

đoạn hậu *đg* [旧] 断后

đoạn mại *đg* [旧] 断卖, 卖断

đoạn nhiệt *đg* [理] 断热, 隔热

đoạn tang *đg* 满丧: đoạn tang chồng 满夫丧

đoạn thẳng *d* 线段: đoạn thẳng AB AB 线段

đoạn toa xe *d* 机务段

đoạn trường *t* 断肠的: nỗi đoạn trường 断肠般痛苦

đoạn tuyệt *đg* 断绝: đoạn tuyệt với ma tuý 断绝毒品

đoảng *t* [口] 无谓的, 无助的, 无济于事的: Con bé đến là đoảng. 孩子来了就没办法

了。

đoảng vị *t*[口] 不管用的, 不中用的: Con gái con đứa mà đoảng vị thật. 男孩女孩都不管用。

đoành [拟] 嘭 (枪声)

đoạt [汉] 夺 *đg* 抢夺, 争夺: đoạt lấy chính quyền 夺取政权

đoạt bóng *đg*[体] 夺球

đoạt chức *đg* 夺职, 削职

đoạt của *đg* 夺财: lừa tình đoạt của 骗情夺财

đoạt hoá công *t* 巧夺天工的

đoạt lợi *đg* 夺利

đoạt ngôi *đg*[旧] 夺位, 篡位

đoạt quyền *đg* 夺权

đoạt vị *đg*[旧] 夺位, 篡位

đóc *d* 悬雍垂, 小舌

đọc *đg* 读, 阅读: đọc phát âm 读发音; đọc báo 读报; đọc kinh 读经; đọc sách 读书; đọc thuộc lòng 背书

đọc bài *đg* 朗读

đoi *d*[口] 屁股

đòi₁ *đg* ①讨, 索, 要: đòi tiền 要钱; đòi nợ 讨债; đòi lại quyền sách 把书要回来②要求, 请求: đòi tăng lương 要求加薪; Bé đòi mẹ bế. 小孩要母亲抱。③[口] 想要: Chưa vỡ bụng cứt đã đòi bay bổng. 羽翼未丰就想飞。

đòi₂ *d* 婢女

đòi₃ *t* 几许, 多少 (仅用于诗歌)

đòi hỏi *đg* 要求, 索求, 索取: đòi hỏi quá nhiều 要求太多; Công việc đòi hỏi phải tốn nhiều thời gian và công sức. 工作要求要花大量时间和精力。*d* 要求, 需求: đòi hỏi chính đáng 正当要求; xuất phát từ những đòi hỏi của thực tế 从实际需求出发

đòi lại *đg* 讨还, 索还

đòi mạng *đg* 逼命, 索命

đòi nợ *đg* 讨债, 要账

đòi tiền *đg* 索钱, 讨债

đòi *d*[方] 船缆

đói *t* 饥饿: đói bụng 肚子饿 *đg* 缺少, 缺乏: Miền núi đói thông tin. 山区缺少信息。

đói cho sạch, rách cho thơm 人穷志不短

đói kém *t* 饥馑的, 饥荒的: Mất mùa nên xảy ra đói kém. 因歉收而引起饥荒。

đói khát *t* 饥荒的, 穷困的: dân tình đói khát 民众穷困

đói khổ *t* 贫苦: cuộc sống đói khổ 生活贫苦

đói lòng *t* 腹饥的

đói meo *t*[口] 饿瘪的

đói ngấu *t*[口] 饿极的, 饿疯的

đói nghèo=nghèo đói

đói như cào *t* 饥肠辘辘

đói rách *t* 缺衣少食的

đói rét *t* 饥寒交迫

đói veo *t*[口] 饿得快, 肚子寡: ăn ba bát cơm mà vẫn thấy đói veo 吃三碗饭还觉得饿

đọi *d*[方] 浅盘, 浅碗

đom đóm *d* ①萤火虫②星火纷乱: bị một cái tát này đom đóm mắt 被一巴掌打得眼冒金星

đom đóm ma *d*[动] 坟萤

đom đóm tranh đèn 自不量力, 无自知之明

đòm *d* ①枪炮声: Súng bắn đánh đòm. 炮声轰鸣。②束, 把, 捆: đòm củi 一捆柴; đòm lúa 一束稻; đòm cỏ 一把草

đòm *t* 俏丽, 漂亮, 艳丽: hay làm đòm 爱打扮

đòm dáng=đòm

đóm *d* 火种, 引火物

đóm lửa *d* 火星, 火花

đóm lửa cháy rừng 星火燎原

đon *d* 把, 束, 扎: đon mạ 一把秧苗; đon lá mía 一把蔗叶

đon đả *t* 殷勤: đon đả chào mời khách hàng 殷勤地和顾客打招呼

đon ren *đg* 盘问

đòn *d* ① 杠, 杠杆: cái đòn cân 秤杆; kiếm cái đòn để khiêng 找根杠来抬②杖打, 鞭打: ăn đòn 被打; bị đòn oan 被屈打③打击: đánh một đòn nặng về kinh tế 经济遭到沉重打击

đòn bẩy *d* 杠杆: nguyên tắc đòn bẩy 杠杆原理; đòn bẩy kinh tế 经济杠杆

đòn bông *d* (抬棺用的) 花杠

đòn càn *d* 尖头担子

đòn cân *d* 秤杆

đòn gánh *d* 扁担

đòn ghen *t* 醋劲大发的

đòn gió *d* 恐吓, 精神上的打击: dùng đòn gió để đe doạ đối phương 用恐吓威胁对方

đòn ống *d* 竹杠

đòn quai xanh *d* 短杠

đòn rồng *d* 龙头杠

đòn tay *d* [建] 平行桁条

đòn vọt *d* 鞭挞, 鞭打: chịu nhiều đòn vọt 遭受很多无情的鞭打

đòn xeo *d* 杠杆

đòn xóc *d* 尖头扁担

đòn xóc hai đầu 两面三刀

đõn *t* 尖头的: mía đõn đầu 尖头的甘蔗

đón *đg* ①接, 迎接: đón quả bóng 接球; giơ tay đón đứa trẻ 伸手接小孩; đón tin vui 迎喜讯; đón chào năm mới 迎接新年; ra ngõ đón khách 到巷口迎客②聘请: đón thầy 聘请老师③拦截: đón đường để đánh 拦路打

đón chào *đg* 迎接: đón chào năm mới 迎接新年

đón dâu *đg* 迎亲, 迎新娘

đón đánh *đg* 迎击, 截击

đón đầu *đg* [口] ①拦截: chạy tắt để đón đầu 抄近道拦截②提前, 超前: phát triển công nghệ theo hướng đón đầu 超前发展经济

đón đưa *đg* 迎送, 接送: đón đưa bé đi học 接送小孩上学

đón đường *đg* 拦路

đón nghe *đg* 收听

đón nhận *đg* 接收, 接受: đón nhận huân chương 接受勋章

đón rước *đg* 迎接: đón rước quan lớn 迎接高官

đón tàu *đg* 接车

đón tiếp *đg* 迎接, 接待, 欢迎: đón tiếp đoàn đại biểu 欢迎代表团; chuẩn bị đón tiếp khách quí 准备接待贵宾

đón trước rào sau 留余地

đón xe *đg* 等车, 候车

đón ý *đg* 迎合, 投合

đọn₁ *d* [方] 团, 束: ngắt mấy đọn rau lang 采几束薯叶

đọn₂ *t* [方] (因疾病或缺乏营养) 瘦弱, 矮小: Thằng bé đọn người. 小家伙很瘦小。

đong *đg* ①斗量: đong rượu 量斗酒②籴: đong gạo thổi cơm 籴米煮饭③ (按斗) 买: đong tạm mấy cân gạo 先买几公斤米

đong đầy bán vơi 大秤进, 小秤出

đong đưa *đg* 摇摆不定: Cành cây đong đưa trước gió. 树枝在风中摇摆不定。*t* 轻佻, 轻浮, 不正派: con người đong đưa 轻浮的人

đong lường = đong ①

đòng₁ *d* 孕穗期

đòng₂ *d* 长枪, 矛

đòng đòng = đòng₁

đòng vác *d* 刀枪, 兵器

đóng đa đóng đảnh = đóng đảnh

đóng đảnh *t* ①悬, 危险: Để cái cốc đóng đảnh. 杯子放得很悬。②大模大样 (常指女人说话): trả lời đóng đảnh 大模大样地回答

đóng *đg* ①钉入, 嵌入, 插进: đóng đinh vào tường 在墙上钉钉子②装订, 装帧: đóng sách 订书③盖章, 盖印, 打戳: đóng dấu 盖章④缴纳: đóng học phí 缴学费; đóng thuế thu nhập 缴所得税⑤驻扎: đóng quân nơi hải đảo 在海岛上驻军⑥佩戴：đóng khố 戴上遮羞布⑦打扮，穿戴，穿上：đóng quần áo 穿衣裳⑧包装，打包：đóng thùng 装箱⑨积满，布满：gỉ sắt đóng thành từng tảng 铁锈积成块⑩擢升：đóng ách 擢升为副官；đóng đội 擢升为上士⑪凝结，凝固：Nước đóng băng. 水结成冰。⑫制作，制造：đóng giầy 制鞋；đóng bàn ghế 做板凳⑬装上：Đóng rượu vào chai. 把酒装到瓶子里。⑭关闭，掩盖：đóng cửa 关门；đóng biên giới 闭关；đóng cửa khẩu 关闭口岸⑮停住，关住：đóng cửa nhà máy 工厂关门；đóng vòi nước 关水龙头⑯扣上：đóng nút 扣上扣；đóng khuy 扣纽扣；đóng nắp hòm 扣上箱盖⑰扮演：đóng vai chính 演主角

đóng băng *đg* 结冰，封冻，冻结：thị trường nhà đất bị đóng băng 房地产市场冻结

đóng chai *đg* 装瓶：dây chuyền đóng chai tự động 自动装瓶生产线

đóng cửa *đg* 关门，收盘，倒闭，歇业

đóng cửa bảo nhau 关起门来说话

đóng dấu *d* 做记号；盖戳，盖章：xin đóng dấu của cơ quan 申请单位盖章

đóng đô *đg* ①建都，定都② [口] 定居：đóng đô ở nhà bạn 定居在朋友家

đóng gói *đg* 打包，包装：đóng gói sản phẩm 产品包装

đóng góp *đg* 捐献，缴纳，贡献，奉献：đóng góp ý kiến 提意见；đóng góp công sức, tiền bạc 献出资金和精力

đóng hộp *đg* 装盒，装箱：cá ngừ đóng hộp 鲐鱼罐头

đóng khung *đg* ①用模子制作②限于…范围之内：Đề thi chỉ đóng khung trong chương trình đã học. 试题仅限于已学过的范围。

đóng kịch *đg* ①出演剧目② [口] 做戏：chỉ khéo đóng kịch 只善于做戏

đóng thùng=cắm thùng

đọng *đg* ①滞留，壅塞，阻滞：nước đọng死水；cát đọng 淤沙②凝结，凝固：nụ cười đọng trên môi 微笑凝结在唇边；đọng lại nhiều kỉ niệm sâu sắc 凝结着许多深深的记忆；Nước đọng thành băng. 水凝固成冰。③积压，冻结：hàng đọng 商品积压；vốn đọng 资金积压

đót *d* [药] 黄精

đọt *d* 梢，嫩芽：đọt ổi 番石榴嫩芽；đọt chuối 芭蕉树梢；leo lên tận đọt dừa 爬到椰树树梢

đô₁ *t* [口] 魁梧，伟岸，强壮：thân hình rất đô 身材魁梧

đô₂ [汉] 都 *d* ① [旧] 都市，都城：kinh đô 京都；thủ đô 首都；đóng đô 奠都②都吏（古官名）

đô₃ *d* ① [口] 美元：chiếc TV trị trá hơn nghìn đô 上千美元的电视机② [乐] 长音阶的第一音

đô₄ *d* [口] 服量，用量：một liều chưa đủ đô 一个疗程的用量不够

đô đốc *d* ① [旧] 都督②海军上将：đô đốc hải quân 海军上将

đô hộ *d* [旧] 都护（古官名）*đg* 都统统治（指附属国）：thoát khỏi ách đô hộ 脱离宗主国统治

đô hội *d* [旧] 都会

đô la *d* 美金，美元

đô lại *d* [旧] 都吏（古官名）

đô-lô-mit *d* [矿] 白云石

đô-mi-nô *d* 多米诺（骨牌）

đô ngự sử *d* [旧] 都御史（古官名）

đô-pinh (doping) *d* 兴奋剂

đô sát *d* [旧] 都察（古官名）

đô thành *d* [旧] 都城

đô thị *d* 都市

đô thị hoá *đg* 都市化，城市化

đô thống *d* [旧] 都统（古官名）

đô tuỳ *d* 杠夫，扛尸者

Đ

đô uý *d*[旧] 都尉（古官名）

đô vật *d* 角力士

đồ₁ *d* 物品，器具，用品，东西: đi chợ mua ít đồ lặt vặt 上街买些零碎用品

đồ₂ *d* 老学究: thầy đồ 老夫子

đồ₃ *d* 家伙，东西，流，辈: đồ ăn mày 贱骨头; đồ ăn cướp 狗强盗; đồ ăn hại 败家子; đồ khốn nạn 混蛋; đồ liếm gót 狗腿子; đồ lòng lang dạ thú 狼心狗肺的家伙

đồ₄ *d*[口] 私处

đồ₅ *d* 图画: học ngành đồ hoạ 学绘画

đồ₆ [汉] 徒 *d* 徒弟，弟子: Nhan Uyên là đồ đệ của Khổng Tử. 颜渊是孔子的弟子。

đồ₇ [汉] 途 *d* 道路，路程: tiền đồ 前途

đồ₈ *đg* 猜测，推测，估计: Thử đồ xem cái này mua bao nhiêu tiền? 试猜一下这东西多少钱买的？

đồ₉ [汉] 图 *đg* 图谋，请求: có mưu đồ làm bá vương 有称霸图谋; đồ lợi 谋利

đồ₁₀ [汉] 涂 *đg*[方] 涂，敷: đồ thuốc lên vết thương 往伤口上敷药

đồ₁₁ *đg*[旧] 服刑: phải tội đồ ba năm 要服三年刑

đồ₁₂ *đg* 蒸: đồ xôi 蒸糯米饭

đồ₁₃ [汉] 屠

đồ án *d* 图案，设计图: đồ án thiết kế 设计图案

đồ ăn *d* 菜肴，食品: đồ ăn rất phong phú 菜很丰富

đồ âm công *d* 冥器

đồ ba bị *d* 破烂货

đồ bà ba *d*（越南南部服饰之一，衣短无领，袖长而阔的）短衫

đồ bài tiết *d* 排泄物

đồ bản *d*[旧] ①画本 ②地图，版图: đồ bản địa lí 地理图

đồ biểu *d* 图表

đồ bộ *d*[方] 睡衣，居家服: ở nhà mặc đồ bộ 在家穿睡衣

đồ chơi *d* 玩具: Bé đòi mẹ mua đồ chơi. 小孩要妈妈买玩具。

đồ chừng *đg*[口] 约算，估计: Tôi đồ chừng phải một tuần mới xong. 我估计要一星期才做完。

đồ cổ *d* 古董

đồ dại *d* 笨蛋

đồ dệt *d* 纺织品

đồ diễn *d* 道具

đồ dò *d* 测深锤

đồ dùng *d* 用品: đồ dùng sinh hoạt gia đình 家庭生活用品; đồ dùng học tập 学习用品; đồ dùng đánh cá 渔具

đồ đá *d* 石器

đồ đạc *d* ①用品，物件: dọn dẹp đồ đạc trong nhà 在家收拾物品 ②家具，器皿: kê lại đồ đạc 重新摆放家具 ③行李: Gửi đồ đạc ở ga. 行李寄存车站。

đồ đan *d* 针织品

đồ đảng *d* 党徒，同党

đồ đất *d* 土器，泥器

đồ đệ *d*[旧] 学生，徒弟

đồ điện *d* 电器: cửa hàng đồ điện 电器商店

đồ độc *đg* 荼毒

đồ đồng *d* 铜器

đồ đồng nát *d* 破铜烂铁

đồ đựng *d* 容器

đồ gia dụng *d* 日用品，居家用品

đồ giải *d* 图解: dùng phương pháp đồ giải 使用图解法

đồ gỗ *d* 木器: kinh doanh đồ gỗ 经营木器

đồ gốm *d* 陶器: chuyên bán đồ gốm 专卖陶器

đồ hàng *d* 商品，货物: bày đồ hàng 摆卖商品

đồ hình *d*[旧] ①徒刑 ②图形

đồ hoá trang *d* 化妆品: Con gái thích mua đồ hoá trang. 女孩子喜欢买化妆品。

đồ hoạ *d* 图画: học ngành đồ hoạ 学画画

đồ hộ *d*[旧] 屠户

đồ hộp *d* 罐头: thích ăn đồ hộp 喜欢吃罐头

đồ khảm *d* 金漆螺钿

đồ kim khí *d* 金属器具

đồ lạnh *d* ①冬衣,冬装②寒凉的食品

đồ lề *d* 工具: đồ lề của thợ mộc 木匠的工具; chuẩn bị đầy đủ đồ lề 备齐工具

đồ lễ *d* ①礼品,贡品②祭品

đồ lục *đg*[旧] 屠戮,屠杀,杀戮

đồ mã *d* ①冥器② [口] 次品,次货

đồ mát *d*[方] 便衣,凉衣: ở nhà chỉ mặc đồ mát 在家只穿便衣

đồ mặc *d* 衣服,衣着

đồ mi *d*[植] 荼蘼

đồ móc túi *d* 扒手

đồ mừng *d* 贺礼

đồ mưu=mưu đồ

đồ nắn ray *d* 弯轨器

đồ nghề *d* 工具: bộ đồ nghề của người thợ xây 泥水匠的工具; sắm sửa đồ nghề 购买工具

đồ nghiệp *d* 屠宰业

đồ ngốc=đồ ngu

đồ ngu *d* 蠢材,笨蛋

đồ ngủ *d* ①卧具②睡衣

đồ nhắm *d* 酒菜

đồ nho *d* 儒学究

đồ nhôm *d* 铝制器皿

đồ nối nhánh *d*[无] 分接器

đồ nữ trang *d* 首饰

đồ phụ tùng *d* 机器零件: đồ phụ tùng xe đạp 自行车零件

đồ phúng *d* 赙仪 (向办丧事的人家送的礼)

đồ sành *d* 粗瓷器,瓦器

đồ sắt tráng men *d* 搪瓷器皿

đồ sộ *t* 巨大,宏大,庞大,雄伟: ngôi nhà đồ sộ 雄伟的建筑

đồ sơn *d* 漆器

đồ sứ *d* 瓷器

đồ ta *d* 土产,国货

đồ tắm *d* 泳装

đồ tây *d* ①洋货②西装

đồ tể *d* ① [旧] 屠夫,屠户②刽子手 (含贬义)

đồ tế nhuyễn *d*[旧] 细软

đồ thán *t*[旧] 涂炭

đồ thêu *d* 刺绣品

đồ thí nghiệm 实验仪器

đồ thị *d* 图表,图解: vẽ đồ thị 画图表

đồ thờ *d* 祭品,供物

đồ thư *d*[旧] 图书

đồ tồi 脓包 (骂语)

đồ trang điểm *d* 化妆品

đồ trang sức *d* 装饰品

đồ tre *d* 竹器

đồ trình *d* 途程,路途

đồ trượt tuyết *d* 滑雪衫,滑雪用具

đồ uống *d* 饮料: gọi đồ uống 点饮料

đồ vàng mã *d* 冥器,迷信品

đồ vặt *d* 杂品,零碎

đồ vật *d* 物件,物品: các đồ vật đắt tiền 贵重物品

đồ vũ phu *d* 粗佬,野人(骂语)

đổ₁ *đg* ①倒,倒塌,颠覆: đánh đổ cốc nước 打翻了杯子; Bão làm đổ cột điện. 台风吹倒了电线杆。②倾倒,倾注,倒出: đổ gạo vào thùng 将米倒到桶里; đổ rác 倒垃圾③流出,溢出,涌出: đổ máu 流血; đổ mồ hôi 流汗; Mọi người đổ ra đường. 人们都涌到路上。④转嫁: đổ tội cho em dâu 把罪推给弟媳; đổ trách nhiệm cho người khác 把责任推给别人⑤鸣,响: chuông đổ một hồi 钟响了一阵⑥发,起,生: Mùa đông, trời đổ tối rất nhanh. 冬天天黑得很快。Thằng bé dạo này đổ hư. 这小子最近变坏了。

đổ₂ [汉] 赌

đổ ải *đg* 浇灌,灌溉

đổ bê-tông *đg* 灌浆, 浇灌混凝土

đổ bể *đg* [方] 败露: Mọi việc đổ bể hết. 所有事情都败露了。

đổ bệnh *đg* 传染疾病

đổ bộ *đg* 登陆: Lính thuỷ đổ bộ lên đảo. 水兵在岛上登陆。Cơn bão đổ bộ vào các tỉnh miền Trung. 台风在中部各省登陆。

đổ dầu vào lửa 火上浇油

đổ dốc *đg* ①倾倒②下急坡

đổ dồn *đg* ①集中: Trách nhiệm đổ dồn lên đầu giám đốc. 责任集中到经理头上。②汇流: Nước sông đổ dồn vào bể. 江河汇流入海。Mọi người đổ dồn ra xem. 所有人都涌出去看。

đổ điêu *đg* [口] 嫁祸, 赖: Lỗi của mình nhưng lại đổ điêu cho người khác. 自己错却赖别人。

đổ đom đóm *đg* (两眼) 冒金星: Làm đổ đom đóm mà vẫn không đủ ăn. 干到眼冒金星都不够糊口。

đổ đom đóm mắt = đổ đom đóm

đổ đốn *đg* 潦倒, 变坏, 走下坡路: Càng ngày càng đổ đốn. 一天比一天潦倒。

đổ đồng *t* [口] 平均: tính đổ đồng 按平均算

đổ gục *đg* ①倾倒, 躺倒②垮台, 倒台

đổ hào quang = đổ đom đóm

đổ hồi *đg* (声音) 一阵阵回荡, 一声接一声回荡: Gà gáy đổ hồi. 鸡一阵阵地打鸣。

đổ khuôn *đg* 翻砂: đổ khuôn một pho tượng 翻砂铸像

đổ lỗi *đg* 嫁祸: đổ lỗi cho người khác 嫁祸他人

đổ lộn *đg* 混合, 掺和

đổ máu *đg* 流血

đổ mưa *đg* 下大雨, 下倾盆大雨: Trời lại đổ mưa. 天下起了大雨。

đổ nát *đg* 倒塌, 倾圮

đổ nhào *đg* ①翻倒: Bức tường đổ nhào. 墙倒了。②垮台, 倒台: Chính phủ đổ nhào. 政府垮台了。

đổ oan *đg* 冤枉: đổ oan cho người tốt 冤枉好人

đổ quanh *đg* 诬害他人: Làm bậy rồi đổ quanh. 胡搞一通又诬害他人。

đổ riệt *đg* 一口咬定

đổ sụp *đg* ①塌落, 坍塌: ngôi nhà đổ sụp 房屋坍塌②崩溃, 瓦解, 消亡: Chế độ phát-xít đã đổ sụp. 法西斯制度已被瓦解。

đổ thừa *đg* [方] 归咎于人: Mình làm mình chịu, còn đổ thừa cho ai. 一人做事一人当, 不能归咎于他人。

đổ tội *đg* 嫁祸于人

đổ trút *đg* 倾注

đổ vạ = đổ tội

đổ vấy *đg* [口] 嫁祸于人, 逃避责任: Làm hỏng lại đổ vấy cho người khác. 事情搞糟了还嫁祸于人。

đổ vấy đổ vá = đổ vấy

đổ về *đg* 涌向: Đoàn người đổ về quảng trường. 人群涌向广场。

đổ vỡ *đg* ①破碎: Bát đĩa, cốc chén đổ vỡ lung tung. 碗碟碎得一片狼藉。②破裂, 崩溃: cuộc hôn nhân đổ vỡ 婚姻破裂③暴露: sự việc đổ vỡ 事情暴露

đổ xô *đg* 争先, 接踵: Mọi người đổ xô về phía bờ sông. 大家都争先来到江边。

đỗ₁ *đg* 停留, 停泊: đỗ xe 泊车

đỗ₂ *đg* 考取, 考中: Thí sinh thi đỗ đại học. 考生考上大学。

đỗ₃ [汉] 杜

đỗ đạt *đg* ①及第: học nhưng không muốn đỗ đạt gì 为学却不思及第②考上, 考中: Học hành vất vả mà chẳng đỗ đạt gì. 学得很辛苦却什么也没考上。

đỗ quyên *d* ①[植] 杜鹃②[动] 杜鹃 (鸟)

đỗ trọng *d* [植] 杜仲

đỗ xe *đg* 停车: đỗ xe trước cửa 停车在门前

đố₁ *d* 竹架子

đố₂ *đg* ① 猜谜：chơi đố chữ 玩猜字谜；ra câu đố 出谜语②管保，保证（不敢或不能）：Đố mày dám làm! 管保你不敢! Không thầy đố mày làm nên. 没有老师管保你做不了。*p*[口] 绝对否定，完全不，不可能：Nói thế tôi đố có tin! 这样说我肯定不信! Lần này thì đố có thoát! 这次肯定逃脱不了。

đố₃ [汉] 妒

đố chữ *đg* 猜字谜

đố kị *đg* 妒忌：Chị ấy tính hay đố kị. 她生性爱妒忌。

độ₁ [汉] 度 *d* ①度（单位词）：sốt 39 độ 发烧39度；nước sôi ở 100 độ 开水100度；Góc 90° là góc vuông. 90° 角是直角。②（某种事物所达到的）程度：độ ẩm không khí 空气湿度；độ chính xác 准确度；độ tin cây 信任度；độ sáng 亮度

độ₂ *d* ① 时期：Độ này chị có khoẻ không? 这段时间你好吗？②一段，一程：mới đi được một độ đường 才刚走一段路 *p* 大约，约莫，大概：nặng độ 2 cân 重约2公斤；độ vài hôm nữa mới xong 大概几天后才完

độ₃ *đg* [宗] 济度：Phật độ chúng sinh 佛度众生

độ₄ [汉] 渡

độ a-xít *d* [化] 酸度

độ ẩm *d* 湿度：độ ẩm không khí 空气湿度

độ bách phân *d* 摄氏度

độ bão hoà *d* [理] 饱和度

độ cảm *d* [无] 敏感性

độ cao *d* 高度：độ cao tâm lộ 中心高度

độ chia *d* [无] 标度

độ chính xác *d* 准确度：độ chính xác không cao 准确度不高

độ chua *d* [化] 酸度

độ chừng *p* 大约，约莫，大概：độ chừng 50 tuổi 大概50岁左右

độ cong *d* ①弯度② [无] 曲率

độ cứng *d* [理] 硬度

độ dài *d* 长度：Độ dài giường là hai mét. 床的长度是 2 米。

độ dài cung *d* [数] 弧长度

độ dài tiêu điểm *d* [数] 焦距

độ dẫn *d* [电] 传导率

độ dốc *d* 坡度：độ dốc tự nhiên 自然坡度

độ đặc *d* [理] 稠度，浓度

độ đo *d* 尺度

độ đóng băng *d* [理] 冰点

độ gia tốc *d* 加速度

độ hạ *d* 降度

độ hút nước *d* 吸水率

độ kinh = kinh độ

độ lệch *d* [理] 偏倚度，方向差度

độ lún *d* 沉陷度

độ lượng *d* 度量，气量，器局：Người này có độ lượng. 此人有度量。*t* 有度量的，宽容的：nghiêm khắc với mình, độ lượng với người 严于律己，宽以待人

độ mờ *d* [理] 暗度

độ này *d* 最近：Độ này tôi bận lắm. 最近我很忙。

độ nghiền mịn *d* 粒度，细度

độ nghiêng *d* 倾斜度

độ nhạy *d* 灵敏度

độ nhật *đg* [旧] 度日

độ nhớt *d* 黏滞度

độ nọ *d* 前些日子，不久以前

độ nóng chảy *d* [理] 熔点

độ nở *d* 膨胀率

độ pH *d* 溶液酸碱度

độ pha-ra-nét *d* 华氏度

độ phân giải *d* 分解度，分辨率：điều chỉnh độ phân giải của màn hình 调整屏幕分辨率

độ phì *d* 肥沃度：độ phì của đất 土壤肥沃度

độ rắn *d* [理] 硬度

độ rõ *d* 清晰度

độ rộng *d* 宽度

độ sáng *d* 亮度

độ sâu *d* 深度: Độ sâu của biển tới 200 mét. 海的深度达 200 米。

độ sinh *đg*[宗] 度生, 普度, 济度

độ sôi *d*[理] 沸点

độ thấm nước *d* 渗透度

độ thế *đg*[宗] 度世, 济世

độ thoát *đg*[宗] 度脱, 超度

độ thực *d* 逼真度

độ trì *đg*[旧] 度救, 救济

độ tuổi *d* 年龄段, 年龄层次

độ vĩ =vĩ độ

độ vong *đg*[宗] 超度亡灵

độ võng *d* 拱度

độ vững bền *d*[理] 稳度

độ xen-xi-út *d* 摄氏度

độ xiên *d* 倾斜度, 斜度

đốc₁ *d* 把手, 把儿: đốc kiếm 剑柄

đốc₂ *đg* 督促: đốc cho làm thật nhanh 督促做快些; đốc con học hành 督促孩子学习

đốc₃ [汉] 督

đốc biện *d*[旧] 督办, 督理

đốc chiến *d* 督战

đốc công *d*[旧] 督工, 监工

đốc học *d*[旧] 督学

đốc lí *d*[旧] 督理

đốc phủ *d*[旧] 督府

đốc thành *t* 笃诚, 真诚

đốc thúc *đg* 督促: đốc thúc để đẩy nhanh tiến bộ 督促以加快进步

đốc tín *đg* 笃信

đốc-tơ(docteur) *d* 医生, 大夫: mời đốc-tơ đến thăm bệnh 请医生来看病

đốc-tờ=đốc-tơ

độc₁ [汉] 毒 *t* ①有毒的: thuốc độc 毒药; nấm độc 毒蘑菇; trúng độc 中毒; giải độc 解毒 ②恶毒, 毒辣: mưu sâu kế độc 计谋毒辣; thề độc 毒誓; chửi rất độc 骂得很毒

độc₂ [汉] 独 *t* 独一的: con độc 独子; ăn độc 独食 *tr* 唯独, 只有: trên người mặc độc chiếc quần đùi 身上只穿了一条短裤; Cả trường chỉ có độc một sinh viên thi đỗ. 全校唯独一人考上。

độc₃ [汉] 读

độc ác *t* 恶毒, 狠毒: thủ đoạn độc ác 手段恶毒; tâm địa độc ác 心地恶毒; con người độc ác 狠毒的人

độc âm *t* 单音节的

độc ẩm *đg* 独饮 *t* (个人) 专用的, 自用的: ấm độc ẩm 专用壶

độc bình *d* 瓷花瓶

độc ca *d* 独唱

độc chất *d* 毒素, 毒物, 毒剂

độc chiếm *đg* 独占, 垄断: độc chiếm tư bản 独占资本; độc chiếm thị trường 垄断市场; độc chiếm giá 垄断价格

độc dữ *t* 恶毒

độc dược *d* 有毒性的药物

độc đáo *t* 独到: một ý tưởng hết sức độc đáo 非常独到的创意; ngôi nhà có kiến trúc độc đáo 有独到建筑风格的楼房

độc đạo *d* 唯一的途径, 唯一通道: con đường độc đạo 唯一道路

độc đắc *t* 独得, 独中: giải độc đắc 头奖; trúng số độc đắc 中头彩

độc địa *t* 恶毒, 恶劣: lời nguyền độc địa 恶毒的诅咒; khí hậu độc địa 气候恶劣; thủ đoạn độc địa 手段恶毒

độc đoán *t* 独断: quyết định độc đoán 独断决定; chuyên quyền độc đoán 独断专横

độc giả *d* 读者: nhận được thư góp ý của độc giả 收到读者的建议信; sách được tái bản theo yêu cầu của độc giả 应读者要求再版

độc giác *d* ①独角: tê ngưu độc giác 独角犀牛② [宗] 独觉, 自悟

độc hại *t* 毒害: hoá chất độc hại 有毒害的化学物质; ảnh hưởng độc hại của văn hoá phẩm đồi trụy 受颓废文化毒害的影响

độc hoạt *d* [药] 独活

độc huyền cầm *d* [乐] 独弦琴

độc kế *d* 毒计

độc lập *t*; *d* 独立: sống độc lập từ bé 从小独立生活; suy nghĩ độc lập 独立思考; một đất nước độc lập, tự do 独立自主的国家; nền độc lập dân tộc 民族独立

độc mộc *d* 独木: thuyền độc mộc 独木舟

độc mồm độc miệng 恶语伤人

độc nhất *t* 唯一, 独一, 单一: đứa con độc nhất 独子; niềm hi vọng độc nhất 唯一的希望

độc quyền *d* 独权, 垄断: xoá bỏ độc quyền 消除垄断; đại lí độc quyền 独权代理

độc tài *t* [政] 独裁: chế độ độc tài 独裁制度; kẻ độc tài 独裁者

độc tấu *đg*; *d* [乐] 独奏: độc tấu đàn guitar 吉他独奏; độc tấu sáo 笛子独奏

độc thân *t* 独身, 单身: chủ nghĩa độc thân 独身主义; sống độc thân 独身生活; Anh ấy gần bốn mươi tuổi rồi mà còn độc thân. 他快四十岁了还单身。

độc thoại *d*; *đg* 独白

độc thủ *d* 毒手: hạ độc thủ 下毒手

độc tính *d* 毒性: thuốc trừ sâu có độc tính cao 毒性高的杀虫剂

độc tố *d* 毒素, 毒物, 毒剂

độc tôn *t* 独尊, 至尊: chiếm vị trí độc tôn 位居至尊

độc vận *d* 独韵

độc xướng *d* 独唱

đôi₁ *d* ①一双, 一对: đôi đũa 一双筷子; đôi dép 一双拖鞋; đôi vợ chồng 一对夫妻 ②几, 数: nói đôi lời giới thiệu 介绍几句; đôi khi 有时候; đôi lần 有几次

đôi₂ *t* 成双成对: đi hàng đôi 成双行走; màn đôi 双人蚊帐; giường đôi 双人床; xe đạp đôi 双人自行车; đánh đôi 双打

đôi₃ *đg* [方] 扔, 掷: đôi đá 掷石头

đôi ba 三两, 数: đôi ba phen 三两次

đôi bạn *d* ①伴侣 ②夫妇

đôi bên *d* 双方: Đôi bên đã thoả thuận với nhau. 双方已达成协议。

đôi chỗ *d* 数处, 个别地方: Chỉ có đôi chỗ cần sửa lại. 只有个别地方需要修改。

đôi chối *đg* 对质

đôi co *đg* 口角, 斗嘴, 吵嘴, 吵架: đôi co mất thì giờ 吵嘴浪费时间; Hai người to tiếng đôi co với nhau. 两人大声地吵起来。

đôi con dì *d* 姨表兄弟

đôi hồi *đg* [旧] 倾吐衷曲: Cùng nhau chưa kịp đôi hồi. 相见未及诉衷肠。

đôi khi *p* 不时, 间或, 偶尔, 有时: Đôi khi tôi cũng gặp anh ấy. 有时我也碰见他。Đôi khi cũng thấy nhớ nhà. 偶尔也想家。Đôi khi cũng phải đi công tác. 不时要去出差。

đôi lúc = đôi khi

đôi lứa *d* 伴侣, 伉俪, 配偶: kết thành đôi lứa 结为伉俪

đôi mách *đg* 背后议论

đôi mươi *d* ①二十: đang độ đôi mươi 正二十岁 ②二十左右

đôi ta *d* 我俩, 咱俩 (夫妻或情侣自称)

đồi *d* 丘陵, 山冈: đồi chè 茶山; đồi trọc 光秃秃的山

đồi bại *t* 颓败: tư tưởng đồi bại 思想颓败

đồi mồi *d* [动] 玳瑁: lược đồi mồi 玳瑁梳子; vòng tay làm bằng đồi mồi 玳瑁做的手镯

đồi nhược *t* 衰颓: tinh thần đồi nhược 精神衰颓

đồi núi *d* 山岳, 山冈

đồi phong *t* 颓风: đồi phong bại tục 颓风败俗

đồi tàn *t* 残破, 残败, 颓败: căn nhà đồi tàn 残破的房屋

đồi tệ *t* 颓败

đồi trụy *t* 颓废: văn hoá phẩm đồi trụy 颓废的文化; lối sống đồi trụy 生活颓废

đổi vận *t* 倒霉, 晦气

đổi *đg* ①交换, 互易: đổi tiền lẻ 换零钱; đổi gạo lấy muối 拿米换盐②更改, 更换: đổi số điện thoại 更换电话号码; đổi tên 更改名字; tính tình đã đổi khác 性格改变③调动: đổi công tác 调动工作

đổi chác *đg* ①以货易货②交换, 交易: đổi chác hàng hoá 交换商品

đổi chỗ *đg* ①易位②迁址

đổi cung *d*[乐] 转位

đổi dòng *đg*(河流) 改道

đổi dời *đg* 转移

đổi đời *đg* 改变人生: khát vọng đổi đời 渴望改变人生

đổi họ *đg* 改姓: thay tên đổi họ 改名换姓

đổi kíp *đg* 换班

đổi lòng=thay lòng

đổi lốt *đg* ①脱皮, 蜕皮: rắn đổi lốt 蛇蜕皮②改装, 改头换面: đổi lốt đi trốn 改装潜逃

đổi mới *đg* 更新, 改观, 焕然一新: đổi mới tư duy 改变思维方式; đổi mới cách thức làm việc 改变工作方式 *d* 改观, 革新: cuộc sống có nhiều đổi mới 生活有了很大改观; nắm bắt những đổi mới của công nghệ 掌握技术革新

đổi nghề *đg* 改行, 改换职业

đổi ngôi *đg* 变位, 易位

đổi phiên *đg* 换班, 更番

đổi tàu *đg* 换车

đổi thay=thay đổi

đổi thay như chong chóng =thay đổi như chong chóng

đổi trắng thay đen 反复无常

đổi ý *đg* 改变主意

đỗi₁ *d* ①一段, 一程: đỗi đường 一段路②程度, 限度: bực quá đỗi 生气极了; nét mặt rất đỗi trang nghiêm 表情非常严肃

đỗi₂ *d* 地步, 境遇(同 nỗi): Nếu cậu mà nói sớm thì đâu đến đỗi! 如果你早说哪会到这个地步！

đối *đg* ①对, 对立②相对: ngồi đối mặt nhau 相对而坐③对称: câu đối 对联; đối nhau từng câu từng chữ 字字句句对称④对待: đối nội đối ngoại 对内对外; đối tốt với tất cả mọi người 对待所有人都很好

đối cảnh sinh tình 触景生情

đối chất *đg* 对质: ra toà đối chất 出庭对质

đối chiếu *đg* ①对照, 查对: đối chiếu bản dịch với nguyên tác 对照原文和译文; đối chiếu số liệu 查对数据②比照: bảng đối chiếu 对照表

đối chọi *đg*; *t* 针锋相对, 对撞, 相冲, 冲突: hai lực lượng đối chọi nhau 两股力量针锋相对; những màu sắc đối chọi nhau 两种颜色相冲; hai quan điểm đối chọi nhau 两种观点冲突

đối chứng *đg* 对质, 对证: Nếu nó không nhận, toà sẽ cho đối chứng. 如果他不承认, 法庭会要求对质。*d* 对照物, 对比物

đối diện *đg* ①对面: cửa hàng đối diện 对面商店; ngồi đối diện với nhau 相对而坐②面对: đối diện với đói nghèo và bệnh tật 面对饥饿和疾病

đối đãi *đg* 对待: được đối đãi tử tế 受到优待

đối đàm *đg* 对谈

đối đáp *đg* 对答

đối đẳng *đg* 对等

đối đầu *đg* 对头, 针锋相对: đối đầu với kẻ thù 与敌人针锋相对

đối địch *đg* 对敌, 敌对: hành vi đối địch 敌对行为

đối điểm *đg* [数] 对点

đối kháng *đg*; *d* 对抗: mâu thuẫn đối kháng 对抗性矛盾; quan hệ đối kháng 对抗性关系

đối lập *đg* 对立: mặt đối lập 对立面; quan điểm đối lập 观点对立

đối liên=câu đối

đối lưu *d* [理] 对流

đối mặt *đg* 面对：đối mặt với tử thần 面对死神；sẵn sàng đối mặt với mọi khó khăn 随时面对一切困难

đối ngẫu *đg* 对偶

đối nghịch *t* 相悖，相背：hai quan điểm đối nghịch 两种观点相背

đối ngoại *đg* 对外，外交：thương mại đối ngoại 对外贸易；chính sách đối ngoại 对外政策

đối nhân xử thế 为人处世

đối nội *đg* 对内，内政：công tác đối nội 对内工作

đối phó *đg* ①对付，应对：sẵn sàng đối phó với bão lụt 随时应对涝灾②应付，敷衍：trả lời đối phó 应付地回答；làm báo cáo theo kiểu đối phó 敷衍地做报告

đối phương *d* 对方，敌方：thăm dò tình hình đối phương 窥探对方情况

đối sách *d* 对策：đối sách hợp lí 合理的对策

đối sánh *đg* 相比，较量

đối số *d* [数] 对数

đối tác *d* 合作对象，合作伙伴：tìm đối tác kinh doanh 寻找生意伙伴；đối tác đầu tư 投资伙伴

đối thẩm *d* [法] 对审

đối thoại *đg* 对话，会话：đối thoại chính trị 政治对话

đối thủ *d* 对手，敌手

đối tượng *d* 对象：đối tượng nghiên cứu 研究对象；đối tượng khảo sát 考察对象；Anh ấy đang thuộc diện đối tượng Đảng. 他现在是党组织考察的对象。

đối ứng *đg* 对应

đối với *k* 对于：tình cảm đối với quê hương đất nước 对祖国故乡的感情；biết giữ lễ độ đối với người trên 懂得处理对上级的关系；Đối với ông ta, việc ấy đâu có gì khó. 对他来说那事不难。

đối xử *đg* 对待：đối xử không công bằng 对待不公平；đối xử chu đáo với bạn bè 对待朋友很周到

đối xứng *t* 对称：đối xứng trục 轴对称；đối xứng trung tâm 中心对称

đội₁ [汉] 队 *d* 队：đội bóng 球队；đại đội 大队

đội₂ *đg* ①戴，顶：đội mũ 戴帽子；đầu đội trời, chân đạp đất 头顶天，脚立地②接受，承蒙：đội ơn 承恩③吹捧：đội nhau lên 互相吹捧

đội bảng *d* 背榜（考试倒数第一）

đội bay *d* 飞行队，飞行组

đội bóng *d* 球队

đội cảm tử *d* 敢死队

đội cứu thương *d* 救护队

đội danh dự *d* 仪仗队

đội đơn *đg* 递状子

đội giời đạp đất=đội trời đạp đất

đội hình *d* 队形

đội lốt *đg* 冒充，伪装

đội mũi nhọn *d* [军] 尖兵队

đội ngũ *d* 队伍：đội ngũ chỉnh tề 队伍整齐；đội ngũ cán bộ 干部队伍

đội ơn *đg* [旧] 承恩，蒙恩：Xin đội ơn ngài đã cứu giúp. 承蒙大人救助之恩。

đội quân nhạc *d* 军乐队

đội quân thứ năm *d* ①第五纵队②泛指秘密武装部队

đội sổ *d* 倒数第一：xếp đội sổ 排倒数第一；Học kém nên năm nào cũng đội sổ. 学习差所以每年都是倒数第一。

đội tải thương *d* 担架队

đội trời đạp đất 顶天立地

đội trưởng *d* 队长：đội trưởng đội bóng 球队队长

đội tuyển *d* 代表队：đội tuyển bóng đá 足球代表队；đội tuyển học sinh giỏi 优秀学生

代表队

đội viên *d* 队员：đội viên đội tự vệ 自卫队队员；đội viên đội thiếu niên tiền phong 少年先锋队队员

đội xe bọc sắt *d* [军] 装甲车队

đội xung kích *d* [军] 突击队

đội y tế lưu động *d* 流动医疗队

đôlômit(đô-lô-mít) *d* [矿] 白云石

đôm đốp [拟] 啪啪

đôminô *d* 多米诺骨牌

đồm độp [拟] 噗噗：mưa rơi đồm độp 雨滴噗噗落下

đốm *d* 花斑，斑纹，斑点：chó đốm 花斑狗；Trên lá có nhiều đốm. 叶子上有很多斑点。*t* 纹状，花斑状：lợn đốm 花斑猪；mái tóc đã đốm bạc 头发已花白

đốm đốm=đom đóm

đốm nâu *d* 花斑病

đôn₁ *d* 瓷墩（坐用或置盆景用）

đôn₂ *dg* [方] 增添，提高：đôn giá lên cao 抬高价；được đôn lên làm giám đốc 被提升为经理

đôn₃ [汉] 敦

đôn đáo *dg* [口] 督促，促进：đôn đáo lo công việc 督促工作

đôn đốc *dg* ① [旧] 敦笃 ② 督促：đôn đốc mọi người làm việc 督促大家做事

đôn hậu *t* 敦厚：vẻ mặt đôn hậu 面容敦厚

đồn₁ *d* ①屯，营寨，据点 ②派出所：đồn công an 公安派出所；đồn biên phòng 边防派出所

đồn₂ *dg* 风传，谣传：nghe đồn 风闻；phao tin đồn 散布谣言；Tiếng lành đồn gần, tiếng dữ đồn xa. 好事不出门，坏事传千里。

đồn₃ [汉] 屯

đồn ải *dg* 戍边

đồn bót=đồn bốt

đồn bốt *d* 据点

đồn đãi=đồn đại

đồn đại *dg* 风传，谣传：không tin lời đồn đại 不信风言风语

đồn điền *d* ① [旧] 屯田 ②庄园：đồn điền cao-su 橡胶园

đồn luỹ *d* 营垒

đồn lương *dg* 囤粮

đồn nhảm *dg* 讹传，谣传

đồn thổi *dg* [口] 风传，谣传

đồn thú *d* 戍所

đồn tích [旧]=tích trữ

đồn trại *d* 屯寨，营寨

đồn trú *dg* 屯驻

đồn trưởng *d* 屯长

đốn₁ *dg* 砍伐，劈，砍断：đốn củi 砍柴；vào rừng đốn gỗ 进林伐木

đốn₂ [汉] 顿 *t* [口] 潦倒，走下坡路的：sinh đốn 变坏；Thằng bé càng ngày càng đốn. 他变得越来越坏。

đốn cành *dg* ①伐木 ② [农] 整枝

đốn cây *dg* 伐木

đốn củi *dg* 伐木采薪

đốn đời=đốn kiếp

đốn kiếp *t* [口] 丢人的，现眼的，下流的：Kẻ đốn kiếp! 下流货！Làm trò đốn kiếp! 丢人现眼！

đốn thủ *dg* [口] 顿首

độn₁ *dg* ①装，填，垫；填塞，充塞：độn bông vào gối 塞棉花到枕头里 ②掺食，掺拌：Cơm độn ngô. 饭里掺玉米。*d* 填充物，代替物：Áo có độn vai. 衣服有垫肩。

độn₂ [汉] 遁 *d* 遁甲（术数之一）：bấm độn 推六甲

độn₃ *t* [口] 迟钝，愚钝：người độn 笨人

độn hình *dg* [旧] 遁形，遁迹

độn thổ *dg* ①遁土：xấu hổ đến mức muốn độn thổ 羞愧得想钻地 ②埋伏在地道里

độn thuỷ *dg* 埋伏在水中：đánh độn thuỷ 水中伏击战

độn tóc *d* 假发

đông₁ [汉] 东 *d* 东方, 东部: nhà hướng đông 房子朝东; đông bán cầu 东半球; đông bắc 东北; đông chinh 东征; đông nam 东南; Đông Nam Á 东南亚

đông₂ [汉] 冬 *d* 冬季: mùa đông 冬天; đông qua xuân tới 冬去春来

đông₃ *đg* 冻结, 凝固: Nước đông lại thành băng. 水凝结成冰。

đông₄ *t* 人山人海, 人口稠密, 熙来攘去: người xe rất đông 车多人多; đất chật người đông 地少人多

Đông Á *d* [地] 东亚

Đông Âu *d* [地] 东欧

đông chí *d* 冬至 (二十四节气之一)

đông con *t* 广嗣的, 多子女的, 多子息的

đông cung *d* [旧] 东宫

đông du *đg* 东游运动 (指东渡日本留学)

đông dược *d* 中药, 中草药

Đông Dương *d* [地][旧] 印度支那

đông đảo *t* 广众, 广大: phải đi sát vào đông đảo quần chúng 要深入广大群众

đông đặc *đg* 冻结, 凝固, 凝结: chất làm đông đặc 凝固剂 *t* 人山人海: Người đến xem đông đặc. 来看的人人山人海。

đông đoài=đông tây

Đông Đô *d* 东都 (胡朝河内之称)

đông đủ *t* 济济一堂: Mọi người đã có mặt đông đủ. 大家济济一堂。

đông đúc *t* ①广众, 人山人海②繁华, 热门

Đông Kinh *d* ①东京 (黎朝河内之称) ②法国侵占时期法国人对北圻之称③东京 (日本首都)

Đông kinh nghĩa thục *d* [旧] 东京义塾

đông lạnh *t* 冷冻: sản xuất cá đông lạnh 生产冻鱼

đông lân *d* [旧] 东邻

đông miên *đg* 冬眠

đông nghẹt=đông nghìn nghịt

đông nghìn nghịt *t* 密密麻麻, 水泄不通

đông nghịt=đông nghìn nghịt

đông người nhiều của 地大物博, 人口众多

đông như đám chọi gà 如观斗鸡; 观者如堵

đông như kiến cỏ 人如蚁聚; 人山人海

đông như nêm 摩肩接踵

đông như trảy hội 熙熙攘攘; 络绎不绝

đông nồm *d* 东南风

đông phong *d* [旧] 东风

đông phương *d* 东方: người đông phương 东方人

đông quân *d* [旧] 东君

đông quì tử *d* [植] 冬葵子

đông sàng *d* [旧] 东床, 女婿

đông tây *d* 东西方

đông tây kim cổ *t* 古今中外的: am hiểu mọi chuyện đông tây kim cổ 学贯古今中外

đông trùng hạ thảo *d* [药] 冬虫夏草

đông y *d* 东方医学, 中医: bệnh viện đông y 中医院; kết hợp đông y và tây y 中西医结合

đồng₁ *d* (大片的)土地, 田地: cánh đồng ruộng mênh mông 广阔的田野; đồng cỏ 草地; đồng lúa 稻田

đồng₂ *d* 货币, 款项: có đồng ra đồng vào 有出款进款 (指手头宽裕) ②盾, 元 (货币单位): 2000 đồng 2000 盾③钱 (十分之一两)

đồng₃ *d* 跳神, 通灵: cô đồng 仙姑

đồng₄ [汉] 铜 *d* 铜: nồi đồng 铜锅; trống đồng 铜鼓

đồng₅ [汉] 同 *t* 同: đồng âm 同音; đồng chí 同志; đồng nghĩa 同义; đồng học 同学; đồng thời 同时

đồng₆ [汉] 童 *d* 童: mục đồng 牧童; gia đồng 家童

đồng áng *d* 农事: bàn việc đồng áng 商量农事

đồng ấu *t* 童幼

đồng bạc *d* ①银圆②金钱③越盾

đồng bạch *d* 白铜

đồng bàn *t* 同桌共食的: bạn đồng bàn 挚友

đồng bạn *d* 伙伴, 同伴

đồng bang *d*[旧] 同邦

đồng bào *d* 同胞: anh em đồng bào 同胞兄弟; đồng bào miền núi 山区同胞; đồng bào ở hải ngoại 海外同胞

đồng bằng *d* 平原: đồng bằng sông Mê Công 湄公河平原; đồng bằng Bắc Bộ 北部平原

đồng bệnh tương lân=đồng bệnh tương liên

đồng bệnh tương liên 同病相怜

đồng bọn *d* 同党, 同伙

đồng bóng *t*[口] (性情) 乖僻: có tính đồng bóng 性情乖僻 *d* 通灵, 跳神: say mê đồng bóng 痴迷于通灵

đồng bộ *t* ① [机] 同步: động cơ máy móc chạy không đồng bộ 机器的发动机运转不同步 ② 协调, 配套: phát triển đồng bộ 协调发展

đồng bộc *d*[旧] 僮仆

đồng bối *t*; *d* 同辈

đồng ca *d*[乐] 小合唱: đồng ca giọng nam 男声小合唱; đồng ca giọng nữ 女声小合唱; tất cả đồng ca một bài 全体合唱一曲

đồng cam cộng khổ 同甘共苦

đồng cảm *đg* 同感, 感情相通: Cùng cảnh ngộ nên dễ đồng cảm. 相同境遇易有同感。

đồng canh=đồng niên

đồng cân *d* 一钱 (十分之一两): chiếc nhẫn vàng 5 đồng cân 金戒指 5 钱重

đồng cấu *t* 同结构的

đồng chất=đồng tính

đồng châu cộng tế 同舟共济

đồng chí *d* 同志: nữ đồng chí 女同志

đồng chiêm *d*[农] 夏稻田

đồng chu *d*[生] 雌雄同株

đồng chua *d* 碱性田

đồng chua nước mặn 贫瘠之地

đồng chủng *t* 同种的

đồng cỏ *d* 草原, 草地, 草甸子

đồng cô *d* 让阴魂附体的女性 (迷信)

đồng công *d* 工钱

đồng cốt *d* 巫师

đồng cư *đg* 同居

đồng dạng *t* ①同样② [数] 相似

đồng dao *d* 童谣: bài đồng dao 一首童谣

đồng diễn *đg* 同演, 共同表演, 团体表演: đồng diễn thể dục 团体操表演

đồng dục=đồng tính

đồng đại *t* 同代, 共时: ngôn ngữ học đồng đại 共时语言学

đồng đảng *d* 同党, 同伙: khai ra đồng đảng 供出同伙; Thủ phạm và đồng đảng đều bị bắt. 首犯及其同党全部落网。

đồng đạo *d* 同道

đồng đẳng *t*[旧] 同等的

đồng đất *d* 田野, 土地

đồng đen *d* 青铜: pho tượng bằng đồng đen 青铜像

đồng đều *t* 整齐, 均匀, 平衡: trình độ không đồng đều 水平不均衡

đồng điền *d*[旧] 田野

đồng điếu *d* 赤铜, 紫铜

đồng điệu *t* 相同, 相通: tâm hồn đồng điệu 心灵相通

đồng đỏ=đồng điếu

đồng đỏ lá *d* 紫铜皮

đồng đội *d* ①同队②团体

đồng đúc *d* 铸铜

đồng hàng *d* 同行, 同业 *t* 同时进行的

đồng hành *đg* 同路, 同行: người đồng hành 同路人

đồng hao *t* 连襟的: anh em đồng hao 连襟兄弟

đồng hào *d* 毫币

đồng hoá *đg* 同化: chính sách đồng hoá 同化政策; hiện tượng đồng hoá 同化现象

đồng học *đg* 同学: bạn đồng học 同学

đồng hồ *d* ①表, 钟表: đồng hồ đứng 立钟②

Đ

铜壶滴漏（旧时计时器具）③仪表, 仪器:
đồng hồ đo điện 电度表

đồng hồ áp lực *d* 压力表

đồng hồ ăm-pe *d* 安培表

đồng hồ báo thức *d* 闹钟, 报时钟

đồng hồ bấm giây *d* 秒表

đồng hồ cát *d* (计时用的) 沙漏

đồng hồ dầu *d* 机油表

đồng hồ dầu ép *d* 油压表

đồng hồ đeo tay *d* 手表

đồng hồ điện *d* ①电表②电钟

đồng hồ điện lưu *d* 电流表

đồng hồ đo gió *d* 风压计

đồng hồ đo mật độ *d* 密度表

đồng hồ đo nước *d* 水量表

đồng hồ đo xi-lanh *d* 量缸表

đồng hồ lưu lượng *d* 流量表

đồng hồ mặt trời *d* 日晷

đồng hồ mặt trời

đồng hồ mẹ *d* 母电表

đồng hồ nguyên tử *d* 原子表, 原子钟

đồng hồ nước *d* 水表

đồng hồ phân tử *d* 分子钟, 分子表

đồng hồ quả lắc *d* 摆钟

đồng hồ quả quýt *d* 怀表

đồng hồ thiên văn *d* 天文表

đồng hồ tốc độ *d* 速度表

đồng hồ tổng *d* 计量总表

đồng hồ treo *d* 挂钟

đồng hồ xăng *d* 汽油表

đồng hội đồng thuyền=cùng hội cùng thuyền

đồng huyết *t* 同源的, 同宗的

đồng huyệt *t* 同穴的

đồng hương *d* 同乡, 老乡: gặp mặt đồng hương 见老乡 *t* 同乡的

đồng hương hội *d* 同乡会

đồng kền *d* 镍币

đồng khí *t* (中医) 同气的

đồng khoa *t* 同科; 同系

đồng khoá *t* 同届

đồng khoáng *d* 铜矿

đồng khô cỏ cháy 不毛之地

đồng không mông quạnh 人烟稀少, 荒无人烟

đồng không nhà trống 坚壁清野

đồng khởi *đg* 起义

đồng la *d* 铜锣

đồng lá *d* 铜片

đồng lạc *đg* [旧] 同乐

đồng lãi *d* 利息, 利钱

đồng lần *t* [口] 谁都有份, 都有这么一遭

đồng lầy *d* 泽田, 沼泽, 泥泞地

đồng liêu *d* 同僚

đồng loã *đg* 伙同: đồng loã với kẻ xấu để hại người 伙同坏人去害人

đồng loại *d*; *t* 同类

đồng loạt *t* 清一色的; 一律的, 统一的: giá vé đồng loạt 统一价格 *p* 同时: đồng loạt nổi dậy 同时跳起来

đồng lòng *t* 齐心: trên dưới đồng lòng 上下齐心

đồng lương *d* [口] 工资, 薪金

đồng mắt cua *d* 赤铜, 紫铜

đồng minh *đg* 结盟, 结成同盟: đồng minh trong cuộc chiến chống phát xít 在反法西斯战争中结成同盟 *d* 同盟: kết làm đồng minh 结为同盟

đồng môn *t* 同门的: anh em đồng môn 同门 师兄弟 *d* 同门: Hai người là đồng môn. 两

人是同门。

đồng mưu *đg* 同谋：đồng mưu hại người 同谋害人

đồng nát *d* 破铜烂铁，破烂儿

đồng nghĩa *t* 同义的

đồng nghiệp *t* 同业的，同行的：bạn đồng nghiệp 同行朋友 *d* 同业，同事：quan hệ đồng nghiệp 同事关系；Hai người là đồng nghiệp. 两人是同事。

đồng ngũ *t* 同伍的，同队的 *d* 同伍，同队

đồng nhân dân tệ *d* 人民币

đồng nhất *t* 同一的，等同的：tính đồng nhất 同一性 *đg* 同一，等同：Không thể đồng nhất nghệ thuật với đạo đức. 不能把艺术等同于道德。Không thể đồng nhất hai khái niệm. 不能把两个概念等同起来。

đồng niên *t* 同年的，同庚的，同岁的

đồng nội *d* 原野，田野

đồng nữ *d*[旧] 童女

đồng phạm *d* 同案犯，同伙：không chịu khai ra đồng phạm 不肯供出同伙

đồng phân *t*；*d* 同成分

đồng phục *d* 队服，校服，厂服，制服（团体服饰）：Học sinh mặc đồng phục đến trường. 学生穿校服上学。*t* 统一制服的：bộ quần áo đồng phục 统一的服装

đồng quà tấm bánh [口] 水果点心

đồng quan đồng quách 同棺同椁

đồng quê *d* 乡野，村野，原野：hương vị đồng quê 乡野风味

đồng qui *t*[数] 同归

đồng ruộng *d* ①田野：đồng ruộng phì nhiêu 肥沃的田野②家乡

đồng sàng *t*[旧] 同床的

đồng sàng dị mộng 同床异梦

đồng sinh *t* 同生的

đồng sinh đồng tử 同生共死

đồng sức *t* ①合力的，协力的②才力相当的

đồng tác giả *d* 合著者，共同作者

đồng tâm *t* 同心的

đồng tâm hiệp lực 同心协力

đồng tâm nhất trí 同心一致

đồng thanh *p* ①同声地：Mọi người đồng thanh trả lời. 大家同声回答。②一致，齐声（赞同）：Hội nghị đồng thanh quyết nghị. 会议一致赞同决议。

Đồng Tháp Mười *d* [地] 同塔梅（南越平原）

đồng thau *d* ①青铜②铜器时代，青铜时代

đồng thoại *d* 童话

đồng thời *p* 同时

đồng thuận *đg* 顺同，同意：Ý kiến được mọi người đồng thuận. 意见得到大家认可。

đồng tịch đồng sàng 同床共枕

đồng tiền *d* ①金钱：không kiếm được đồng tiền nào 赚不到什么钱②铜钱③货币：đồng tiền Việt Nam 越南货币；đồng tiền chung châu Âu 欧洲通用货币④酒窝：Má lúm đồng tiền. 脸上嵌着酒窝。

đồng tiền bát gạo *d*[口] 钱财

đồng tiền mạnh *d* 硬通货

đồng tình *t*；*đg* 同情；赞同，同意：tỏ ý đồng tình 表示赞同；tranh thủ sự đồng tình 争取同情；được dư luận đồng tình 得到舆论同情；không đồng tình với quyết định của trưởng phòng 不同意处长的决定

đồng tính *t* ①同性的，同性质的②同性恋的：Anh ta là người đồng tính. 他是同性恋。

đồng tính luyến ái *d* 同性恋

đồng tộc *t* 同族的

đồng tông *t* 同宗的，同族的

đồng trắng nước trong 水清田空（指无法种植作物）

đồng trinh *t* ①处女的②[宗] 贞洁的

đồng trục *t* 同轴，同心

đồng tử₁ *d* 童子，小童

đồng tử₂ *d* 瞳孔

đồng tượng *d* 铜像

Đ

đồng văn *t* 同文的

đồng vị *d* 同位素

đồng vị ngữ *d* [语] 同位语

đồng vị phóng xạ *d* 放射性同位素

đồng vốn *d* [口] 资金，资本：đồng vốn ít ỏi 资金少得可怜

đồng xu *d* 铜制分币

đồng ý *đg* 同意：Tôi không đồng ý gia hạn. 我不同意延期。

đổng [汉] 董

đổng binh *d* 总兵 (古武官名)

đổng lí *d* [旧] ①总理②办公厅主任

đổng nhung *d* 总戎 (古武官名)

Đổng Tử *d* 董子 (即董仲舒，中国汉代名儒)

đống *d* 堆，垛：đống rạ 稻草堆；quần áo để chất đống 衣服积成堆 *t* 成堆，很多：còn hàng đống việc chưa làm 还有一堆事没做；mất cả đống tiền mới được như thế 花了一大堆钱才得这样

đống lương *d* [旧] 栋梁

động₁ [汉] 洞 *d* ①山洞② [口] 非法聚众之地：động mại dâm 卖淫窝点

động₂ [汉] 动 *đg* ①动，变动，改动；变化，行动：trạng thái động 处于动态；động trời 变天了②动静：thấy động thì báo hiệu 看到有动静就发信号③触动，接触：không ai dám động đến hắn 没人敢动他 *k* [口] 动辄，每每：động đánh là thua 一打就输

động binh *đg* [旧] 动兵，举兵

động cấn=động dực

động chà cá nhảy 动魶鱼跃；打草惊蛇

động chạm *đg* 触犯：động chạm đến danh dự cá nhân 触犯到个人名誉

động cơ *d* ①动机：động cơ học tập đúng đắn 正确的学习动机② [机] 发动机，马达：động cơ đốt ngoài 外燃发动机；động cơ đốt trong 内燃发动机；động cơ nhiệt 热能发动机；động cơ phản lực 喷气发动机；động cơ vĩnh cửu 永动发动机

động cơ đi-ê-zen *d* 柴油发动机

động cơ điện *d* 电动机

động cơn *đg* 动火，动气，动怒

động cỡn *đg* 动欲，发情：lợn động cỡn 猪发情

động dao=dao động

động dục *đg* 动欲，发情

động đất *d* 地震：khắc phục hậu quả của trận động đất 克服地震带来的后果

động đậy *đg* ①动弹：Đứng im, không được động đậy! 站好，不许动！②活动：động đậy tay chân 活动手脚

động đĩ=động cỡn

động địa kinh thiên=kinh thiên động địa

động đực *đg* 发情：lợn cái động đực 母猪发情

động giải học *d* 动物解剖学

động hình *d* 重复动作

động học *d* 动力学

động hớn=động đực

động kinh *d* [医] 癫痫，羊角风

động loạn *d* 动乱

động long mạch *đg* 触动龙脉

động lòng *đg* 动心，动念，动衷：động lòng thương 萌动怜爱之意

động lực *d* 动力：động lực học 动力学

động lượng *d* 动量

động mạch *d* [解] 动脉：động mạch vành 冠状动脉

động mồ động mả (迷信) 祖坟受扰，子孙遭殃

động não *đg* 动脑：không chịu động não 不肯动脑

động năng *d* [理] 动能

động ngữ *d* 动宾结构，动词词组

động phòng *d* 洞房：động phòng hoa chúc 洞房花烛

động rồ *đg* [口] 发疯

động rừng *đg* ①兽窜林动② [转] 影响，牵连，牵动：rút dây động rừng 牵一发动全身

động sinh học *d* 动物生物学

động tác *d* 动作：động tác múa 舞蹈动作

động thai *đg* 动胎

động thái *d* 动态：động thái chính trị 政治动态

động thổ *đg* 动土，破土：làm lễ động thổ công trình 项目动工仪式

động thuỷ học *d* 动水学，流水学

động tiên *d* 仙洞

động tĩnh *d* 动静：không thấy có động tĩnh gì 不见有什么动静

động trời *đg*（天气）变化：Động trời nên không ra biển. 变天了所以不出海。*t*[口] 惊天动地：làm chuyện động trời 做出惊天动地的事

động từ *d*[语] 动词

động vật *d* 动物

động vật có vú *d* 哺乳动物

động vật có xương sống *d* 脊椎动物

động vật giải phẫu học *d* 动物解剖学

động vật không xương sống *d* 无脊椎动物

động vật nguyên sinh *d* 原生动物

động vật rừng *d* 野生动物

động viên *đg* ①动员：động viên toàn quân 动员全军②鼓动：động viên con cái cố gắng học tập 鼓励孩子努力学习

đốp₁ *d* 梆子手（卑称）；thằng đốp 打梆子的

đốp₂ *đg*[拟] 嘣嘣：nổ đánh đốp 嘣嘣地爆炸 *đg* 顶撞：không vừa ý là đốp luôn 不满意就顶撞

đốp chát [拟]（剁砧板声）*đg* 暴躁：ăn nói đốp chát 言行暴躁

độp [拟] 扑通：quả cam rơi độp xuống đất 橙子扑通掉到地上 *đg* 顶撞：nói độp vào mặt 当面顶撞

đốt₁ *d* 节，段：đốt tre 竹节；đốt mía 甘蔗节

đốt₂ *đg* ①咬，叮，刺：bị kiến lửa đốt 被火蚁咬②[口] 讥刺：đốt cho mấy câu 讽刺几句

đốt₃ *đg* 燃，烧，焚，炙：đốt than 烧炭；đốt củi 烧柴；nắng như thiêu như đốt 烈日入炙

đốt cháy *đg* 焚烧，燃烧

đốt cháy giai đoạn 简化程序；急于求成

đốt đèn *đg* 点灯

đốt lò *đg* 生火，生炉子

đốt lửa *đg* 点火，生火

đốt ngón tay *d*[解] 手指关节

đốt nương *đg* 烧山，烧荒

đốt phá *đg* 烧毁：Giặc đốt phá làng mạc. 敌人烧毁了村庄。

đốt phăng *đg* 付之一炬

đốt trực tiếp *t*[无] 直热

đốt xương sống *d*[解] 骨椎：đốt xương sống cổ 颈椎；đốt xương sống lưng 脊椎；đốt xương sống thắt lưng 腰椎

đột₁ *đg* ①绷：khâu đột cho chắc 一针一针绷紧②凿，冲：đột miếng tôn 凿穿铁皮③绷（稀疏地缝制）*p* 突然，猝然：đột nghĩ ra 突然想起 *d* 用来凿、冲的器具：cái đột 凿子

đột₂ [汉] 突

đột biến *đg；d* 突变，骤变：những đột biến của cuộc đời 人生的骤变；đột biến nhiễm sắc thể 染色体突变

đột khởi *đg* 突发，突然发生，突然爆发：chiến tranh đột khởi 战争突然爆发

đột kích *đg* 突击：đội thanh niên đột kích 青年突击队；kiểm tra đột kích 突击检查

đột kính *d*[理] 凸镜

đột ngột *t* ①突兀（高耸貌）②突然，突如其来：tin ấy thật đột ngột 那消息很突然；đột ngột về thăm nhà 突然回家探亲；Trời đột ngột đổ mưa. 天突然下雨。

đột nhập *đg* 突入，侵入：Vi trùng đột nhập vào cơ thể. 细菌侵入肌体。

đột nhiên *p* 突然：đột nhiên đến thăm 突然来访；Giá xi măng đột nhiên tăng. 水泥价格突然上涨。

đột phá *đg* 突破：đột phá phòng tuyến địch 突破敌人防线；đột phá trong cải cách kinh tế 经济改革取得突破

đột phá khẩu *d* 突破口

đột rập *đg* 冲压：sản xuất đồ nhôm bằng công nghệ đột rập 用冲压技术生产铝器

đột tiến *đg* 突进

đột tử *đg* 猝死，突然死亡：bị đột tử do tiêm thuốc quá nhiều 由于注射过量而猝死

đột vuông *d*[机] 方冲子

đột xuất *t* ① 突发的，突然的：có việc đột xuất 突然有事；đi công tác đột xuất 突然出差 ② 特别的，突出的：thông minh đột xuất 特别聪明

đơ=đờ

đờ *t* ① 僵硬的：nằm thẳng đờ 僵躺着 ② 发直的：tay cứng đờ vì lạnh 手指冻僵 ③ 呆呆的，木木的，愣愣的：đứng đờ người 站着发呆

đờ đẫn *t* 沮丧，颓唐，萎靡不振，无精打采

đờ mặt *đg* 发呆，发愣，目瞪口呆

đờ người=đờ mặt

đỡ *đg* ① 支，撑，承，顶，托，搀，撑持：đỡ giá 支架；đỡ cho bệnh nhân nằm xuống 扶病人躺下；đỡ cụ già bước lên thềm 搀扶老人上台阶 ② 抵挡，招架：đỡ quả bóng đắng trúng 住球；đỡ đạn 挡住子弹；đỡ đòn 挡住棍子 ③ [口] 接，接生：bà đỡ 接生婆 ④ 帮忙：may mà có mẹ đỡ tội cho 幸亏妈妈帮忙；Con bé đã biết làm đỡ việc nhà. 小家伙已懂得帮家里做事。⑤ 减轻，减少：ăn tạm cho đỡ đói 吃点东西充饥 ⑥ 好转，有起色：bệnh đã đỡ chút ít 病情有好转 *p* 暂时：Không có bút bi thì dùng đỡ bút chì. 没有圆珠笔就暂时用铅笔。

đỡ bóng *đg* 接球

đỡ chân đỡ tay 助一臂之力

đỡ đần *đg* 帮忙：làm thêm để đỡ đần gia đình 做兼职以贴补家用

đỡ đầu *đg* ① [宗] 监护，护持：cha đỡ đầu 教父 ② 撑腰，支持，支援，帮助：nhận đỡ đầu một em bé mồ côi 帮助一个小孤儿

đỡ đẻ *đg* 接生，助产：làm nghề đỡ đẻ 做接生这行

đỡ đói *đg* ① 充饥 ② 缓和饥饿感

đỡ đòn *đg* ① 招架 ② 少挨打

đỡ khát *đg* 解渴，止渴

đỡ lời *đg* 为人辩解

đỡ tay=đỡ chân đỡ tay

đớ *t*[口] 结舌的：Đớ lưỡi, không nói được câu nào. 结舌，说不成句。

đớ họng đớ lưỡi 张口结舌

đợ *đg* 典押，抵押

đời *d* ① 一生，一世，一辈子：suốt đời 一生；nhớ đời 一辈子记住；một đời người 一辈子；những ngày cuối đời 一生中最后的日子 ② 一世，一代：đời cha đời con 父一代子一代；đời thanh niên 青年时期 ③ 尘世，世俗，世间：việc đời 世间事；thói đời 世俗；người đời 世人；ra đời 出世；sống ở trên đời 活在世上 ④ 时代，年间，期间：đời xưa 古代 ⑤ 生活：cuộc đời mới 新生活；cuộc đời sung sướng 幸福生活；tinh thần lạc quan, yêu đời 热爱生活的乐观精神 ⑥ [口] 代：xe đời 90 90 款的车；máy móc đời mới 新一代机器 ⑦ 世俗，人世间 (天主教用语)

đời chót *d* 最新一代，顶尖一代：máy tính đời chót 最新款的电脑

đời đầu *d* 初代，最老一代：loại xe đời đầu 第一代车型

đời đời kiếp kiếp *d* 世世代代

đời kiếp *d* 世代

đời mới *d* 新一代，新型，新款：đi xe ô tô đời mới 开新款车；tủ lạnh đời mới 新款冰箱

đời nào *đ* ① 何朝何代 ② 几曾，几时，怎会：Đời nào nó làm như thế? 他几时会这么做？

đời này *d* 现代

đời người được mấy gang tay 人生几何

đời sống *d* ① 生活, 生存: đời sống tinh thần 精神生活; cải thiện đời sống 改善生活 ② 生长: đời sống của cây lúa 秧苗的生长 ③ 社会或集体的生活方式: đời sống đô thị 都市生活; đám cưới đời sống mới 新式婚礼

đời thái cổ *d* 洪荒, 太古时代

đời thuở nhà ai 不可思议; 不堪设想

đời thường *t* [口] 平淡的 (生活), 平凡的 (生活): chuyện đời thường 平凡的事; sinh hoạt đời thường 平凡的生活

đời thượng cổ *d* 上古时代

đời vua *d* (帝王) 年代, (帝王) 年间, (帝王) 在位期间

đời xưa *d* ① 古代 ② 从前

đới [汉] 带 *d* ① 带 ② 地带 ③ 地质年代

đới cầu *d* 球带, 球环

đới địa chất *d* 地质年代

đới địa lí *d* (地球上按气候条件划分的) 地带

đợi *đg* 等候: đứng đợi 站着等; đợi tin vợ 等妻子的消息; đợi tạnh mưa rồi hãy đi 等雨停再去

đợi chờ = chờ đợi

đợi giao thừa *đg* 守岁: Cả gia đình đang nóng ruột đợi giao thừa. 全家在热切地守岁。

đợi thời *đg* 候机, 伺机

đơm₁ *d* 捉鱼竹笼: dùng đơm để bắt cá 用鱼笼捕鱼 *đg* ① 渔, 捕 (用捉鱼笼捕鱼): đơm cá (用鱼笼) 捕鱼 ② [方] 使入圈套: Phục sẵn để đơm địch. 埋伏好使敌人落入圈套。

đơm₂ *đg* 钉, 缝: đơm lại cái cúc áo bị đứt 缝补脱落的衣扣

đơm₃ *đg* 满盛: đơm cho một bát thật đầy 盛了满满一碗

đơm₄ *đg* (花、叶) 生长出: đơm hoa kết trái 开花结果

đơm đặt *đg* 挑拨, 搬弄是非: đơm đặt đủ điều 百般挑拨

đơm đó *d* 渔具

đơm đó ngọn tre 缘木求鱼

đờm *d* 痰: khạc ra đờm 咳痰

đởm = đảm

đơn₁ *d* 杜茎山属植物的一种

đơn₂ *d* 药丹: linh đơn 灵丹

đơn₃ *d* [医] 风疹: nổi đơn đầy người 全身起风疹

đơn₄ *d* [汉] 单 *d* ① 单据, 单子, 药单, 方剂: đơn đặt hàng 订货单; đơn thuốc 药单 ② 呈文: đơn xin việc 求职信

đơn₅ *t* 单一的: giường đơn 单人床

đơn âm = đơn tiết

đơn bạc *t* ① 单薄: lễ vật đơn bạc 礼轻 ② 薄恶, 刻薄: ăn ở đơn bạc 为人刻薄

đơn bản vị *t* [经] 金本位的

đơn bào *t* 单细胞的

đơn bội *t* 单倍体的

đơn ca *đg* 独唱: hát đơn ca 独唱; tiết mục đơn ca 独唱节目

đơn cánh *t* [植] 单瓣的

đơn chất *d* [化] 原质物

đơn chiếc *t* ① 单, 单个的 ② 孤身只影, 形单影只: sống đơn chiếc 孤身一人生活

đơn côi *t* 孤身只影的: cuộc sống đơn côi 生活孤单

đơn cử *đg* 单举: đơn cử một vài ví dụ 单举几个例子

đơn cực *t* [无] 单极的

đơn điệu *t* 单调: cuộc sống đơn điệu 生活单调

đơn độc *t* 单独, 孤独: sống đơn độc 单独生活

đơn giá *d* 单价

đơn giản *t* 简单: suy nghĩ đơn giản 想得简单 *đg* 精简, 简化: đơn giản tổ chức 精简机构; đơn giản các thủ tục 简化手续

đơn giản hoá *đg* 使…简单化: đơn giản hoá vấn đề 使问题简单化

đơn hàng *d* 货单

đơn hình độc bóng 形单影只

đơn kê hàng *d* 发货单

đơn khiếu nại *d* 申诉书

đơn kiện *d* 诉状, 状子, 状呈

đơn lập *t* 孤立语的: ngôn ngữ đơn lập 孤立语言

đơn lẻ *t* ①独特, 特别: chỉ có một vài trường hợp đơn lẻ 只有几种特别情况②单独: sống đơn lẻ 单身生活

đơn nguyên *d* 单元: Khu chung cư có tất cả năm đơn nguyên. 这小区共有 5 个单元。

đơn nguyên tử *t* [理] 单原子的

đơn nhất *t* 单一的: quan hệ giữa cái đơn nhất và cái phổ biến 单一和普遍的关系

đơn noãn khuẩn *d* [植] 单卵菌

đơn phương *t* 单方的: đơn phương chấm dứt hợp đồng 单方中止合同

đơn sai *t* 食言的, 不守信用的: nói đơn sai 说话不算数

đơn sắc *t* 单色的: ánh sáng đơn sắc 单色光

đơn số *d* 单数

đơn sơ *t* 简陋, 简朴: ăn mặc đơn sơ 衣着简朴

đơn thân *t* 单身的, 独身的: sống đơn thân 单身生活

đơn thuần *t* 单纯: quan hệ mua bán đơn thuần 单纯的买卖关系

đơn thuốc *d* 药方, 处方

đơn thức *d* [数] 单项式

đơn thương độc mã 单枪匹马

đơn tiết *t* 单音节的

đơn tinh thể *d* 单晶体

đơn tính *t* [植] 单性的

đơn trị *t* 单值的

đơn từ *d* 呈文, 禀章, 状呈: đơn từ khiếu nại 控诉状

đơn tử *d* [哲] 单子

đơn tử diệp *d* [植] 单子叶

đơn tự *d* 单字

đơn vị *d* ①单位: đơn vị từ vựng 词汇单位 ②(度量衡) 单位: Đơn vị cơ bản đo độ dài là mét. 测量长度的基本单位是米。③(行政) 单位: Xã, phường là đơn vị hành chính cơ sở. 乡、坊是基层行政单位。④(部队) 单位: đơn vị pháo cao xạ 高射炮单位

đơn vị đo lường *d* 度量衡单位

đơn vị học trình =học trình

đơn vị tiền tệ *d* 货币单位

đơn xin *d* 申请书: đơn xin vào học 入学申请书

đòn₁ *d* ①琴②坛, 粗瓷器③一群 (指动物或小孩) ④界 (按性别分类)

đòn₂ *đg* ①砸平②拉长③弹奏

đón₁ *t* 碎: gạo đón 碎米

đón₂ *t* 卑鄙, 下流: kẻ đón hèn 卑鄙的家伙

đón đau =đau đón

đón hèn *t* 卑鄙, 下流

đón mạt =đón hèn

đớp *đg* ①噬啮, 咬: Cá đớp mồi. 鱼咬饵。②咀嚼, 吃, 嚼: đớp đi cho nhanh 快吃

đớt *t* 发音不准: nói đớt từ nhỏ 从小就发音不准

đợt *d* ①层, 叠, 股: Dãy núi có nhiều đợt. 山脉层层叠叠。②阶段, 步骤: phát hành công trái đợt hai 发行第二期公债

đu *d* 秋千: chơi đu 荡秋千 *đg* 摇, 荡: đu người để lên xà 把人荡上梁

đu bay *d* (杂技) 空中飞人

đu đủ *d* [植] 木瓜

đu đủ tía *d* [方] 蓖麻

đu đưa *đg* 摇来摇去, 摇晃: Cành cây đu đưa trước gió. 树枝在风中摇摆去。

đù đà đù đờ =đù đờ

đù đờ *t* 迟钝: làm cái gì cũng đù đờ 做什么

都迟钝

đù=đụ

đủ *đg* 足，足够，充足：lương không đủ sống 工资不够生活 *t* 够，足够，齐：khách đã đến đủ 客人已到齐

đủ ăn *đg* 足食，够吃

đủ bộ *t* 全套的，整套的

đủ cả *t* 应有尽有，齐全：số đẹp đủ cả靓号应 有尽有

đủ dùng 够用：chỉ đủ dùng trong 3 ngày 只 够用三天

đủ điều *t* ①百般②机灵

đủ lông đủ cánh [口] 羽翼丰满

đủ mặt *đg* 使…到齐，齐聚：đủ mặt anh tài 英才齐聚

đủ số *đg* 使…足数：đủ số không đủ lượng 足 数不足量

đủ tiêu *đg* (钱) 够花

đủ tư cách *đg* 够格，有资格

đủ xài=đủ tiêu

đú đa đú đởn=đú đởn

đú đởn *đg* [口] 失检，胡闹

đú mỡ *đg* [方] ①打打闹闹，嬉戏②逍遥自 在③闲开心

đụ *đg* [方] 性交

đua₁ *đg* ①竞赛，比赛，比高低：đua xe đạp 自行车比赛②竞争

đua₂ *đg* 伸出，探出：ban công đua ra ngõ 阳 台伸出巷里

đua chen *đg* 角逐，竞争：đua chen danh lợi 角逐名利

đua đòi *đg* 较劲，竞比，比高低：tính hay đua đòi 爱和别人比高低

đua ganh=ganh đua

đua ghe *đg* 龙舟竞渡，赛龙舟

đua ngựa *đg* 赛马

đua tranh *đg* 竞争：đua tranh với đời 与命 运竞争

đua xe đạp *đg* 自行车赛

đùa₁ *đg* ①嬉戏，耍笑②逗乐，玩笑：nói đùa 开玩笑

đùa₂ *đg* (将松散的东西) 聚拢，聚向一处：Gió đùa mái tóc. 风把头发吹向一边。

đùa bỡn=đùa nghịch

đùa cợt *đg* 嬉戏，耍笑：giọng đùa cợt 以嬉 戏口吻

đùa giỡn=đùa nghịch

đùa nghịch *đg* 嬉戏，逗乐子：Bọn trẻ đùa nghịch ngoài sân. 孩子们在院子里嬉戏。

đùa nô=đùa nghịch

đùa trêu *đg* 戏弄

đùa với lửa 玩火，玩火自焚，搬起石头砸自 己的脚：Đừng có đùa với lửa! 不要玩火！

đũa *d* ①筷子：dùng đũa gắp thức ăn 用筷子 夹菜；đũa bạc 银筷子；đũa cả 大扁竹筷； đũa mộc 木筷子；đũa ngà 象牙筷子；đũa tre 竹筷子；đũa son 红漆筷子；đũa xương 骨筷子② [口] 车辐

đũa mốc chòi mâm son 朽箸攀朱盘（喻身 世卑微却欲高攀）

đúc₁ *đg* ①翻砂，铸造：bức tượng đúc bằng đồng 铜铸像②煎熬③锤炼，精炼，删繁就 简：Kinh nghiệm đúc trong cuộc sống. 经 验从生活中提炼。

đúc₂ *d* 模子糕（越南食品）

đúc chữ *đg* 铸字

đúc kết *đg* 总结：đúc kết kinh nghiệm 总结 经验

đúc khuôn *đg* 铸型

đúc rút *đg* 概括，总结：đúc rút ra những bài học bổ ích 总结有益的教训

đục₁ *d* 凿子：cây đục 凿子；đục bạt 大头凿； đục bằng 小平凿 *đg* ①凿穿：đục mộng cửa 凿门榫②蛀：Mọt đục gỗ. 蛀虫蛀木头。 ③剥削，搜刮：Quan tham hay đục của dân. 贪官搜刮民财。

đục₂ *t* 混浊，浑浊，混沌：nước đục 浑水

đục chạm=chạm trổ

đục dơ *t* 污浊

đục đường ray *d*（铁道）钢轨剁

đục khoét *đg* ①朽坏，坏死：Bị vi trùng lao đục khoét hai lá phổi. 两肺叶染上病菌坏死。②（仗势）搜刮（财物）：quan lại đục khoét của dân 搜刮民财的官吏

đục ngầu *t* 混浊：đôi mắt đục ngầu 混浊的双眼

đục ngòm *t* 混浊（带绿黑色）

đục nước béo cò 水浑鹭肥；浑水摸鱼

đục rãnh *d* 小凿子

đục tròn *d* 圆凿

đục vum *d* 半圆凿

đuểnh *t* 粗心，粗枝大叶：Người ấy đuểnh lắm. 那人很粗心。

đuểnh đoảng=đuểnh

đuểnh đoảng=đềnh đoảng

đui *t*[方] 盲，瞎 *d* 灯头

đui đèn *d* 灯头

đui mù *t* 盲，瞎：mắt đui mù 眼瞎

đùi *d* ①腿，大腿：đùi gà 鸡腿②自行车踏板曲柄：thay đùi xe 换踏板曲柄

đùi non *d* 髀肉，股子

đũi₁ *d* 柞蚕丝：quần đũi 蚕丝裤

đũi₂ *d* 多层架（家具）

đum-đum *d*[军] 达姆弹

đùm *d* ①小包：một đùm cơm nếp 一小包糯米饭②裹，包 *đg* 包裹：đùm xôi bằng lá chuối 用蕉叶裹糯米团子

đùm bọc *đg* ①包裹 ②包庇，庇护，包容：đùm bọc lẫn nhau 互相庇护

đùm túm *đg*[口] 草草包上

đúm₁ *đg* 群聚

đúm₂ *d* 儿童玩具

đun₁ *đg* 推搡

đun₂ *đg* ①烧火：đun củi 烧柴②烧煮：đun nước sôi 烧开水

đun bếp *đg* ①烧炉子，烧火②烹煮

đun nấu *đg* 烹煮，烹调，烹饪：biết đun nấu 懂烹饪

đùn *đg* ①推：Kiến đùn đất. 蚂蚁推土。②推托，推诿，转嫁，嫁祸：đùn việc khó cho người khác 把困难推给别人③拉在裤子里

đùn đẩy *đg* 推托，嫁祸：đùn đẩy việc nhà cho em 把家事都推给妹妹

đụn *d* 堆，垛

đụn cát *d* 沙丘，沙堆

đụn rạ *d* ①稻垛，草垛②草包，脓包，饭桶

đung đưa *đg* 摆来摆去，摇晃

đùng₁ *p* 突然，猝然：Đùng một cái nó bỏ nhà ra đi. 他突然弃家而去。

đùng₂ [拟] 轰隆隆（枪炮声或雷声）：sấm sét đùng đùng 雷声隆隆；nổ đánh đùng隆隆的开炮声

đùng đoàng *t* 乒乒乱响的

đùng đục *t* 蛀得空空的

đùng đùng *p* 气呼呼地 [拟] 轰隆隆

đùng một cái *p* 突然，蓦地

đủng đa đủng đỉnh=đủng đỉnh

đủng đà đủng đỉnh=đủng đỉnh

đủng đỉnh *t* 缓慢的，从容不迫，不慌不忙

đủng đỉnh như chĩnh trôi sông 姗姗来迟

đũng *d* 裤裆：mặc quần rách đũng 穿着破了裤裆的裤子

đúng *t* ①对，正确，确切，适当，真实②正是，就是：vừa đúng một năm 正好一年③符合，合乎：làm đúng với yêu cầu 按要求做；nói đúng sự thật 所说符合事实

đúng đắn *t* 对，正确，确切，适当，真实：một quyết định đúng đắn 正确的决定

đúng điệu *t* ①[乐] 对调的，合调的②合适，合格，够格

đúng giờ *t* 准时的

đúng hạn *t* 如期的，按期的：trả tiền đúng hạn 按期交钱

đúng hẹn *t* 如约：Cô ấy đến đúng hẹn. 她如约而至。

đúng lí *t* ①近情近理②按理,照理

đúng lúc *t* ①适时的②正巧

đúng mốt *t* 时尚,时髦,摩登: Cô ta ăn mặc đúng mốt. 她穿着时尚。

đúng mức *t* 恰当: phê bình đúng mức 恰当 的批评

đúng mực *t* 有分寸,适度,适当: xử sự rất đúng mực 处理得很恰当; ăn nói đúng mực 举止得体

đúng nhịp *t* [乐] 合拍的

đúng ra ①按理说: Đúng ra, nó phải bị kỉ luật. 按理说他应受处分。②正确地说, 准确地说: Tôi đến đó lúc trời tối, đúng ra là gần giữa khuya. 我天黑时到了那里,准 确地说是半夜到的。

đúng răm rắp *t* 百分之百正确的

đúng tuổi *t* 适龄的

đụng₁ *đg* 碰撞

đụng₂ *đg* ①[口] 打并伙 (谓合伙宰畜分 食)②[口] 结婚 ③[方] 涉及,干涉④ [方] 遭遇

đụng chạm *đg* ①碰撞: đụng chạm vào tay nhau 都动了手②冲撞,搞小摩擦,搞小 矛盾: xảy ra đụng chạm giữa mẹ chồng và nàng dâu 婆媳之间搞小摩擦

đụng đầu *đg* 碰头,遭遇: hai đối thủ đụng đầu nhau 两对头相遇

đụng độ *đg* 交战,交火: xảy ra cuộc đụng độ 发生交战

đuốc *d* 火把,火炬

đuốc hoa *d* 花烛

đuốc tuệ *d* [宗] 慧火

đuôi *d* ①尾巴,尾部: đuôi rắn 蛇尾; giấu đầu hở đuôi 藏头露尾②末,末尾: đứng phía đuôi thuyền 坐在船尾; có đầu có đuôi 有头有尾

đuôi chuột *d* ①鼠尾②单辫(同 đuôi sam)

đuôi gà=tóc đuôi gà

đuôi mắt *d* 眼角

đuôi nheo *d* 燕尾

đuôi sam *d* 单辫(女子发式之一)

đuôi trâu không bằng đầu gà 宁为鸡首,不 做牛后

đuôi từ *d* 语尾,词尾

đuổi *đg* ①追赶,追逐: cố đuổi cho kịp xe trước 拼命追赶前面的车②尾随,跟随,追随: theo đuổi công danh 追求功名③赶走,驱 逐: đuổi đi không cho vào nhà 赶出家门

đuổi bắt *đg* 追捕

đuổi chẳng được, tha làm phúc 该放手时且 放手

đuổi cổ *đg* 撵走

đuổi gà mắng chó 指桑骂槐;打鸡骂狗

đuổi kịp *đg* 赶上: Sự phát triển đuổi kịp các nước tiên tiến. 发展赶上了先进国家。

đuổi ra *đg* ①赶走②开除,解雇

đuổi theo *đg* ①追赶②追随

đuối₁ *t* ①馁,虚怯: đuối lí đành phải im 理亏, 只好沉默②差劲: sức khoẻ đuối dần 身体 渐渐虚弱③沉溺: chết đuối 溺死④缺斤 少两,少,缺: cân hơi đuối 不够秤

đuối₂ *d* [动] 鳐

đuối cân *t* 分量不足的

đuối hơi *t* 气虚;气沮,气馁

đuối lí *t* 理屈词穷

đuối sức *t* 力怯的,不胜其力的

đuồn đuỗn *t* 又长又呆板的: mặt dài đuồn đuỗn 长长的脸

đuỗn *t* 呆滞,僵硬,不灵活,不好看,死板: mặt đuỗn ra 脸僵僵硬

đúp *t* 双重的: vải khổ đúp 双幅布料 *đg* [口] 留级: học dốt nên bị đúp 学习差被留级

đụp *đg* 补,钉: chiếc áo vá đụp 衣服打补丁

đút *đg* ①塞入,填入,插入: Hai tay đút túi quần. 两手插在裤兜里。②喂: đút cơm cho bé 给小孩喂饭③[口] 塞钱,行贿: đút tiền 塞钱

đút lót *đg* 贿赂: đút lót các quan chức 贿赂

官员

đút nút *đg* ①加塞，盖塞：lấy bông đút nút lỗ tai 用棉花塞住耳朵② [口] 塞，堵塞：Rác đút nút lại làm tắc lỗ cống. 垃圾堵塞了水沟。

đút tiền=đút lót

đút túi *đg*[口] 贪污（公款）

đụt₁ *d* 鱼篓：Đi lấy cái đụt về. 去把鱼篓拿回来。

đụt₂ *đg* 躲避：đứng trong mái hiên đụt mưa 站在屋檐下躲雨

đụt₃ *t*[口] 差劲：Người đâu mà đụt thế không biết! 不知道哪来的差劲人！

đụt khẩu *t* 口拙的，嘴笨的

đuy-ra *d* 硬铝，铝钢，铝铜锰镁合金

đừ *t* 软趴趴（软弱无力的样子）：mệt đừ người 累得软趴趴的

đứ *t* 僵硬：chết đứ 僵硬死

đứ đừ *t*[口] 发僵：say đứ đừ 醉得发僵

đưa *đg* ①给，与，转递，传送：đưa báo đến tận nhà 送报到家②伸，举：đưa tay đỡ lấy món quà 伸手拿礼物③带，领，引：đưa con đi chơi 带孩子去玩④送行：đưa bạn lên đường 送朋友上路⑤摇：đưa võng 摇吊床⑥列入：đưa vào kế hoạch 列入计划

đưa chân *đg* ①伸腿②送行：đưa chân một người bạn đi xa 送朋友远行③出行，奔走：đưa chân khắp đó đây 走南闯北

đưa cho *đg* 递交，提交

đưa dâu *đg* 送亲，送新娘（婚礼习俗，女方亲属送嫁女至男家）

đưa đám *đg* 送殡，送丧

đưa đò *đg* 摆渡

đưa đón *đg* 迎送，接送

đưa đường *đg* 带路，领路

đưa ma=đưa đám

đưa mắt *đg* 溜眼儿，飞眼儿，偷眼儿：đưa mắt ra hiệu 使眼色

đưa ra *đg* ①提出：Đó là ý kiến của anh ấy đưa ra. 这是他提出的意见。②提交：Vụ này đã đưa ra toà án để xét xử. 这个案件已提交法院审判。③推出：Loại sản phẩm này chưa đưa ra thị trường. 这种产品还未推出市场。④开除：đưa ra khỏi Đảng 开除出党⑤流放：Anh ấy bị đưa ra Côn Đảo. 他被流放到昆仑岛。

đưa tang=đưa đám

đưa tận tay *đg* 面交

đưa thư *đg* 送信

đưa tiễn=tiễn đưa

đưa tình *đg* 传情，送情：liếc mắt đưa tình 眉目传情

đứa *d* ①家伙，厮：đứa này 这家伙；đứa kia 那厮；Đứa nào! 哪个家伙！②一个（对卑辈之称）：Tôi có hai đứa cháu. 我有两个侄子。

đứa con *d* 儿子

đứa con hoang *d* 私生子，未婚生子

đứa ở *d*[旧] 仆人

đứa trẻ *d* 小孩，孺子

đức [汉] 德 *d* ①德行，道德：vừa có tài, vừa có đức 有才有德②德泽：được hưởng đức của ông bà để lại 得享受老一辈留下的德泽③（旧称帝王、教主、圣人等以示尊敬）：đức bà 圣母

đức cha *d* 主教

đức chính *d* 德政

đức chúa cha *d* 圣父

đức dục *d* 德育

đức dung *d* 德容

đức độ *d* 德行 *t* 有德行的

đức giám *d* 主教

đức giáo hoàng *d* 教皇

đức hạnh *d* 德行

đức mẹ *d* 圣母

đức ông chồng *d*[口] 老公

đức phật *d* 佛祖

đức rộng tài cao 才高德厚；德才兼备

đức thánh *d* [宗] 圣人

đức tin *d* (教徒神圣的) 信念

đức tính *d* 德行, 人品, 品格

đức trị *d* 德治: Xây dựng một nền tảng văn hoá dựa trên pháp trị và đức trị. 依靠法治和德治进行文化建设。

đức vọng *d* 德望

đực₁ *t* 牡, 雄性: bò đực 公牛

đực₂ *t* 痴呆, 木呆呆: ngồi đực mặt ra 呆呆地坐着

đực rựa *d* ①山刀, 柴刀 ②凡夫 *t* 男的, 雄性的

đừng *đg* 忍受, 隐忍: không đừng được mới phải nói 受不了才要说 *p* 切勿, 不要: đừng đi đâu nữa; Anh đừng nghĩ thế! 你切勿这么想!

đừng có trách [口] 别怪不提醒: Nếu xảy ra việc gì thì đừng có trách. 要是出了什么事, 可别怪我没有提醒。

đứng *đg* ①站立, 挺立, 矗立; 站稳, 直立, 立足: đứng lên 起立; dựng đứng 竖立 ②停止: Trời đứng gió. 风停了。 ③身处, 处在, 存在: người đứng đầu cơ quan đơn vị 一把手 *t* 垂直: vách núi dựng đứng 垂直的山

đứng bóng *d; t* ①正午: đi tới đứng bóng mới về 去到中午才回 ②中年

đứng cái *t* 抽穗的: lúa đứng cái 稻子抽穗

đứng chắn *đg* 把守

đứng dậy *đg* 起立

đứng đắn *t* 严肃, 正派, 端正: làm ăn đứng đắn 作风正派

đứng đầu *đg* 为首: Người đứng đầu phải mạnh. 为首的人要强。

đứng đường *t* 流离失所的, 走投无路的, 无家可归的

đứng giá *t* 价格平稳的

đứng im *t* 停止不动的

đứng khựng *đg* 站住, 停住

đứng lại *đg* 站住, 停住

đứng lớp *đg* 教书, 上课: phải đứng lớp cả sáng

整个上午都要上课

đứng mũi chịu sào 肩担重任, 勇挑重担

đứng mực *t* 有分寸的, 适度, 适当

đứng nghiêm *đg* 立正

đứng ngoài *t* 局外的, 旁观的

đứng ngồi *đg* ①坐立 ②行止

đứng ngồi không yên 坐立不安

đứng như trời trồng 惊呆了

đứng núi này trông núi nọ 这山望着那山高

đứng ra *đg* 出面, 站出来

đứng riêng *k* 单从···方面

đứng số *t* 定命的, 定数的: Chưa đứng số nên còn lận đận. 命里还没有定数, 所以仍很潦倒。

đứng sừng sững *đg* 直挺挺地站着

đứng tên *đg* 出面, 出面签字: Ngôi nhà do người vợ đứng tên. 房子由妻子出面签字。

đứng tim *t* [口] 惊呆的, 吓呆的: sợ đứng tim 惊呆了

đứng trước *đg* 面临, 面对着

đứng tuổi *t* 中年的: đã đứng tuổi mà chưa lập gia đình 已经中年还未成家

đựng *đg* ①盛装, 装贮: tủ đựng quần áo 装衣服的柜子 ②经受, 抵受: không chịu đựng được 承受不了

được *đg* ①得到, 获得, 赢得, 取得: được tin vui 获得好消息; được khen thưởng 得奖; được nghỉ 得休息 ②赢, 胜: được kiện 胜诉 *p* ①能, 可, 得: hiểu được vấn đề 能明白问题 ②可以, 行: Việc này tôi làm được. 这件事我可以做。

được ăn lỗ chịu [经] 各负盈亏

được buổi giỗ, lỗ buổi cày 贪小失大, 顾此失彼

được bữa nào, xào bữa ấy 今朝有酒今朝醉

được bữa sớm, lo bữa tối 朝不保夕

được cái [口] 能得到的, 可以得到的

được chăng hay chớ [口] 得过且过: Làm việc theo kiểu được chăng hay chớ. 做事得过且

过。

được chim bẻ ná, được cá quên nơm 鸟尽弓藏,兔死狗烹

được con điếc, tiếc con nô 得陇望蜀

được cuộc *đg* 得胜,领先

được đằng chân lân đằng đầu 得寸进尺

được giá *đg* 得价,能卖好价钱: năm ngoái bán được giá 去年能卖得好价钱

được kiện *đg* 胜诉

được làm vua, thua làm giặc 胜者为王,败者为寇

được lòng *đg* 得人心

được lòng ta, xót xa lòng người 自己心欢,别人苦恼

được mùa *đg* 丰收,收成好: được mùa nên cũng đủ ăn 收成好所以够吃

được thể *t* [口] 得势的,仗势的

được thua *đg* 输赢

được thưởng *đg* 得奖,获奖

được việc *t* [口] ①能干的,管事的,顶用的: Chú bé này rất được việc. 这小伙子很能干。②完事的,结束的: Im đi cho được việc. 别吵,赶紧干完！

được voi đòi tiên 得寸进尺

đười ươi *d* [动] 猩猩

đười ươi giữ ống 自以为是

đượm₁ *t* ①好烧,耐烧: Củi cháy rất đượm. 柴很耐烧。②芳香,浓郁: Chiếc áo đượm mùi phấn. 衣服有浓郁的化妆品味。

đượm₂ *t* ①含,带,挂: Đôi mắt đượm buồn. 两眼含着忧愁。② [旧] 能享受到恩惠

đượm đà *t* ①深厚: lòng yêu nước đượm đà 深厚的爱国之情②浓郁,浓重: Món ăn đượm đà bản sắc dân tộc. 菜肴带有浓郁的民族特色。

đương₁ *đg* 抵抗,抗击

đương₂ [汉] 当 *p* 当,正在 (同 đang): đương cơm 正在吃饭

đương chức *t* 在职的,在任的: một cán bộ đương chức 一名在职的干部

đương cục *d* 当局

đương đại *d* 当代: nền văn hoá đương đại 当代文化

đương đầu *đg* 对付,对抗: đương đầu với khó khăn 对付困难

đương khi = đang lúc

đương kim *t* 当今

đương lúc = đang lúc

đương lượng *d* [化] 当量: đương lượng điện hoá 电化当量

đương nhiệm = đương chức

đương nhiên *t* ①当然的: Đương nhiên anh em thì phải bên nhau. 兄弟姐妹当然要在一起。②理所当然的,天经地义的: Yêu nước là lẽ đương nhiên. 爱国是理所当然的事情。

đương qui *d* [药] 当归

đương quyền *t*; *đg* 当权,掌权

đương sự *d* 当事人: Toà gọi đương sự lên để đối chất. 法庭传讯当事人前来对质。

đương thì *t* 年正当时的,妙龄的: con gái đương thì 妙龄姑娘

đương thời *d* 当时,正当其时

đương thứ *d*; *t* [旧] 在任

đường₁ *d* ①道路,途径,线路,街道: đường đến trường 到学校的路②线: đường thông tin 通信线路③方式,方法,途径,方针,路线: tìm đường tháo chạy 找路逃跑④方面

đường₂ *d* 糖,食糖: nhà máy đường 糖厂 *t* 甘甜,甜蜜: cam đường 甜橘

đường₃ [汉] 唐,堂

đường an toàn *d* 安全线

đường ảo *d* 虚线

đường bán kính *d* 半径

đường bánh *d* 块糖

đường bao *d* [数] 括线

đường bay *d* (飞机) 航道,航线: đường bay quốc tế 国际航线; khai thác đường bay nội địa 开发国内航线

đường băng *d* (飞机) 跑道

đường bệ *t* 威严: dáng người đường bệ 一脸威严

đường biên *d* 边境, 边界: chợ đường biên 边境市场; hàng nhập khẩu qua đường biên 从边境进口的货物

đường biển *d* 海路, 海上: phát triển giao thông đường biển 发展海上交通

đường bộ *d* 公路: mạng lưới giao thông đường bộ 公路交通网

đường cái *d* 公路, 大路

đường cái quan *d* [旧] 官路, 官道

đường cao tốc *d* 高速路: đường cao tốc với bốn làn đường 四车道的高速路

đường cáp treo *d* 索道

đường cát *d* 土砂糖

đường cấp phối *d* 三合土路面

đường chậm *d* [无] 迟延线

đường chéo *d* [数] 对角线

đường chéo góc=đường chéo

đường chim bay *d* 直线 (距离)

đường chính *d* 干线

đường chu vi *d* [数] 界线

đường chuẩn *d* [军] 水准基线

đường chữ chi *d* [交] 之形盘道

đường cong *d* ① [数] 曲线② 弯道③ [理] 抛物线

đường cu-bíc *d* [数] 三次线

đường cùng *d* 死胡同, 末日, 穷途末路

đường cụt *d* 死路, 死胡同

đường dài *d* 长途

đường dành riêng *d* [交] 专用线

đường dẫn niệu *d* [解] 输尿管

đường dẫn nước *d* 引水道

đường dẫn sóng *d* [无] 波道

đường dẫn tinh trùng *d* [解] 输精管

đường dẫn trứng *d* [解] 输卵管

đường dây *d* [无] 线路

đường dây điện *d* 电力线路

đường dây đồng nhất *d* 均匀线

đường dây đơn *d* 单线线路

đường dây hở *d* 开路线

đường dây hợp dụng *d* 合用线路

đường dây nóng *d* 热线

đường dây thuê bao *d* [电] 用户线

đường dốc *d* [交] 坡路

đường đá dăm *d* 碎石路

đường đá sỏi *d* 砾石路

đường đạn *d* [军] 弹道

đường đáy *d* [数] 基线, 底边

đường đẳng áp *d* [无] 等压线

đường đẳng nhiệt *d* [理] 等温线

đường đất *d* ①道路, 路途: đường đất xa xôi 遥远的路途②途径, 方法: hết đường đất làm ăn 没了谋生的途径

đường đen *d* 红糖

đường đèo *d* 山路, 坡道

đường đi lối lại *d* ①通道②人脉, 关系

đường đi một chiều *d* 单行道, 单行线

đường đôi *d* 两车道的大路

đường đối cực *d* [数] 极线

đường đối ứng *d* [数] 对应线

đường đồng mức *d* [数] 等高线

đường đột *t* 唐突

đường đời *d* 世道, 世途, 人生

đường được *t* [口] 还可以的, 还行的, 勉强的: Chiếc áo trông cũng đường được. 那件衣服看起来还可以。

đường đường *t* 堂堂的: đường đường là một đại gia 堂堂的大人物

đường đường chính chính *t* 堂堂正正

đường gãy *d* [数] 折线

đường gãy lồi *d* [数] 凸折线

đường gặp nhau *d* 交叉路线

đường gấp khúc *d* 折线

đường giao thông *d* 交通线

đường goòng *d* 轻轨

đường gơ-lu-cô(glucose) *d* 葡萄糖

đường hai chiều *d* 双行线

đường hàng hải *d* 航海线

đường hàng không *d* 航线

đường hầm *d* 隧道,坑道,地道

đường hè *d* 人行道,便道

đường hẻm *d* ①小巷,小胡同②小路

đường hoàng *t* 堂皇,堂堂皇皇

đường hồi qui *d*[地] 回归线

đường huyền *d*[数] 斜边

đường huyết *d* 血管

đường hướng *d* 路线和方向

đường kéo toa *d*（铁道）牵引线

đường khe núi *d* 谷道

đường không *d*[口]（空中）航线

đường kiểm tu *d*（铁道）检修线

đường kim mũi chỉ *d* 针线活

đường kính *d* ①[数] 直径②白砂糖

đường lăn *d* 滑行道

đường liên lạc *d* 联络线

đường liên tỉnh *d* 联省公路

đường lộ *d* 道路,街道

đường lối *d* ①途径② [政] 路线,政策；đường lối quần chúng 群众路线

đường mật *d* 糖浆,糖稀 *t* 甜蜜,甘甜：không thể tin những lời đường mật 不能相信甜言蜜语

đường mía *d* 蔗糖

đường mòn *d* 羊肠小道

đường mờ *d*[理] 暗线

đường nằm ngang *d* 水平线

đường nét *d* 笔画,线条：đường nét chạm trổ tinh xảo 手艺精湛的雕刻线条

đường ngang *d* 横线

đường ngào *d* 糖稀

đường ngắm *d* 瞄准线

đường ngầm *d* ①地道②密路

đường ngôi *d* 头缝,发缝：tóc rẽ đường ngôi lệch 头发斜分

đường nhánh *d* 岔道

đường nhựa *d* 柏油路

đường nối đường cong *d* 缓和曲线

đường nối tâm *d*[数] 连心线

đường ô-tô *d* 公路

đường ổ gà *d*[交] 蜂窝路

đường ống *d* 管道：lắp đặt đường ống 安装管道；đường ống thoát nước 排水管道；cải tạo đường ống dẫn khí đốt 管道燃气改造

đường parabôn *d*[理] 抛物线

đường pháp tuyến *d* 法线,法定的界线

đường phân giác *d* 分角线

đường phân giới *d* 分界线

đường phèn *d* 冰糖

đường phên *d* 片糖

đường phố *d* 街道：đường phố đông đúc 街道热闹

đường phổi *d* 关东糖,灶王糖,大块糖

đường phụ *d* 支路,支线

đường quan *d* 官道,大路

đường quang chẳng đi đi đường rậm 不走阳关道,专走独木桥

đường quay *d* 旋转线

đường quốc lộ *d* 国道

đường quốc tế *d*（铁道）标准轨

đường rải đá dăm *d* 碎石路

đường ray *d* 铁轨

đường rẽ *d* 岔道

đường sá *d* 道路：đường sá lầy lội 道路泥泞；đường sá xa xôi 道路遥远

đường sắt *d* 铁道,铁路：cải tạo hệ thống đường sắt 改造铁路系统

đường siêu tốc *d* 高速公路

đường sinh *d* 生路

đường song hành *d* ①平行线②复线

đường sông *d* ①河道②内河（航运）：vận tải đường sông 内河运输

đường tắt *d* 捷径,小路

đường tâm nhà ga *d*（铁道）车站中心线

đường thả cá *d* 回鱼道, 泄鱼道

đường thẳng *d* 直线

đường thẳng ảo *d*[数] 虚直线

đường thẳng đứng *d*[数] 垂直线

đường thẳng góc *d*[数] 垂线

đường thẳng nằm ngang *d*[数] 水平线

đường thẳng song song *d*[数] 平行直线

đường thẻ=đường phên

đường thoát nước *d* 溢水道, 溢洪道

đường thuỷ *d* 水路

đường tiếp tế *d*[军] 补给线

đường tỉnh lộ *d* 省级公路

đường tránh nạn *d*（铁道）避难线

đường tròn *d* 圆周

đường trong *d* 南越, 越南南方

đường trục *d* 主干线

đường trung bình *d* 平均线

đường trung tâm *d* 中心线

đường trung trực *d*[数] 中垂线

đường trung tuyến *d*[理] 正中线

đường trường *d* 长途, 远途: xe chạy đường trường 长途车

đường trượt *d* 滑道

đường từ phổ *d*[理] 磁流线

đường vành đai *d* 环城线, 环道

đường vòng *d* ①弯路, 弯道 ②曲线

đường vòng vu hồi *d* 回头曲线

đường xăng nhanh *d*[交] 高速油路

đường xăng tăng *d*[交] 加速油路

đường xăng xa-lăng-ti *d*[交] 低速油路

đường xếp dỡ hàng *d*（铁道）装卸线

đường xích đạo *d*[地] 赤道

đường xiên *d*[数] 斜线

đường xiên góc=đường xiên

đường xoáy ốc *d* 平面螺旋线

đường xoắn ốc *d* 立体螺旋线

đường xuống bến *d*（铁道）渡线

đứt *đg* ①断, 中断, 断绝: cắt mãi mới đứt 割

好久才断 ②割破, 刺破: bị dao cứa đứt tay 被刀割破手 *p*[口] 绝对, 一定: quên đứt mất việc ấy 一定是忘了那事

đứt bữa *đg*[口] 断顿: Không được để người dân đứt bữa. 不能让民众断顿。

đứt đoạn *đg* 断成数段 *t* 间断, 断断续续: công việc đứt đoạn 工作间断

đứt đôi *t* 断成两截的, 断成两段的

đứt đuôi *t*[口] 肯定, 显然（常用来指不好 的事情）: Thế là chết đứt đuôi rồi! 肯定是 死了!

đứt đuôi con nòng nọc=đứt đuôi

đứt gan đứt ruột=đứt ruột

đứt gãy *d*（地壳）断裂层

đứt hơi *đg* 断气, 气绝

đứt khoát=đứt khoát

đứt khúc *t* 间断的

đứt quãng *đg* 间断: hơi thở mệt nhọc, đứt quãng 累得上气不接下气

đứt ruột *t* 断肠: tiếc đứt ruột 悔断了肠

đứt ruột đứt gan=đứt ruột

đứt tay hay thuốc 重病成医, 失败是成功之 母

E e

e₁, **E₁** 越语字母表第 8 个字母

e₂ *đg* ①担心,怕的是: Tôi e không thành công. 我担心不成功。②恐怕: Ít thế này e không đủ. 这么少恐怕不够吧。

e ấp *đg* 迟疑,犹豫: Anh ta còn e ấp không dám nói. 他还犹豫不敢说。*t* 腼腆: Cô bé thấy người lạ có chút e ấp. 小姑娘见了生人有点腼腆。

e-bô-nít (ebonite) *d* 硬橡胶,硬化橡皮,硬橡皮

e dè *đg* 害怕,顾虑,畏首畏尾: Nó e dè bước vào. 他害怕地走进来。

e-léc-tron (electron) *d* 电子

e lệ *t* 害羞(专指女性): cô bé e lệ 害羞的小姑娘

e-líp (ellipse) *d* [数] 椭圆,椭圆形

e-mail *d* [电] 电子信箱,电子信

e-men-tin (emetine) *d* 依米丁,吐根素(用作催吐剂、祛痰剂和杀阿米巴虫剂)

e ngại *đg* 担心,忧虑: Tôi e ngại nó không làm nổi. 我担心他做不了。

e-phê-đrin (ephedrine) *d* [药] 麻黄素,麻黄碱

e sợ *đg* 恐惧,畏惧,怕: dáng vẻ e sợ 怯怯的表情

e thẹn *đg* 羞,怕羞: Cô ấy e thẹn không dám đến gặp mặt anh. 她害羞不敢来见你。

e-ti-len (ethylen) *d* [化] 乙烯

e-xpe-ran-tô (esperanto) *d* 世界语

è *đg* [口] 使劲干活: è vai gánh 使劲挑担子

è ạch *t* [方] 吃力: Ngựa già è ạch kéo xe. 老马很吃力地拉车。

è cổ *đg* [口] 使劲,用力: è cổ kéo xe 使劲拉车

ẹ *t* [方] 脏(小孩子用语): Tay ẹ quá! 手太脏!

éc [拟] (猪叫声)

em *d* ①弟,妹: em gái 妹妹; em trai 弟弟②第一人称代词,对兄姐辈的自称或妻子对丈夫的自称③第二人称代词,用于对弟妹辈的称呼或丈夫对妻子的称呼④老师称呼学生或学生对老师自称

em dâu *d* 弟媳

em em *t* [方] 差不多的,相差无几的: Đến đây làm việc em em đã hai năm rồi. 来这里工作差不多两年了。Hai đứa tuổi cũng em em nhau. 他们俩岁数相差无几。

em út *d* ①最小的弟或妹② [口] 手下亲近人员: Việc này gọi bọn em út đi làm. 这事叫手下人去干。③ [口] (多指不正当男女关系中的)女伴

ém *đg* ①塞: Ém màn xuống dưới chiếu. 把蚊帐脚边塞进草席下面。②掩饰,遮掩,隐瞒: Nó làm việc xấu nên muốn ém đi. 他干坏事所以想办法隐瞒。③ [口] 压,塞: Ém chăn bông vào trong tủ. 把棉被塞进柜子。

ém nhẹm *đg* [口] 隐瞒: Chuyện này bị nó ém nhẹm. 这件事被他们隐瞒。

en-ni-nô (El Nino) *d* 厄尔尼诺(现象)

en-zim (enzyme) *d* [化] 酶

én *d* 燕子

én biển *d* 海鸥

eng éc [拟] (猪叫声)

eo *t* 细小: Cô gái có eo. 姑娘腰身细小。*d* 腰形: eo núi 山腰

eo biển *d* 海峡: hai bờ eo biển 海峡两岸

eo đất *d* 海涂,滩涂

eo éo [拟] 喳喳: tiếng kêu eo éo 喳喳的叫声

eo hẹp *t* ①狭窄: lối đi eo hẹp 狭窄的通道②拮据: đồng tiền eo hẹp 手头拮据

eo ôi *c* [口] 表示惊讶: Eo ôi khiếp quá! 哎哟,太恐怖了!

eo sèo *t* [方] 喧嚣: bến xe eo sèo 喧嚣的车

站 *đg* 数落: bị nó eo sèo 被他数落

eo xèo=eo sèo

èo uột *t* 虚弱: Cô ấy ốm đau èo uột suốt. 她
一直体弱多病。

èo lả *t* ①娇弱: thân hình èo lả 娇弱的身体
②娇柔: tiếng nói èo lả 娇柔的声音

ẽo ợt *t* 做作的, 造作的

éo le *t* 波折的, 磨难的: một cuộc đời éo le
多磨难的一生

ẹo *đg* 压歪, 压弯: Gánh nặng ẹo cả vai. 担子
重压歪了肩膀。

ép *đg* ①压榨: ép mía 压榨甘蔗②强迫, 压
制: ép duyên 强迫嫁娶③紧贴: Em bé ép
người vào mẹ. 孩子紧挨着母亲。*t* 催熟的:
chuối chín ép 催熟的香蕉

ép buộc *đg* 强迫: ép buộc làm việc 强迫工
作

ép giá *đg* 压价: ép xuống giá 压低价格

ép liễu nài hoa =nài hoa ép liễu

ép lòng *đg* 昧着良心, 强迫听从: không muốn
nhưng vẫn ép lòng phải làm 昧着良心去做

ép nài *đg* 磨嘴: Ép nài mãi nó mới đồng ý. 磨
嘴游说了大半天他才同意。

ép sân *đg* [体] 逼近对方球门: tấn công dồn
dập ép sân 猛攻逼近对方球门

ép uổng *đg* 逼迫, 强迫, 强制: Đừng ép uổng
nó! 不要逼他！

ẹp *t* [口] 紧贴的: nằm ẹp xuống đất(身体) 紧
贴地面

esperanto(e-xpe-ran-tô) *d* 世界语

ester(ê-tê) *d* [化] 酯

ét(aide) *d* [方] (汽车) 副手, 助手, 副驾驶员

ét-xăng(essence) *d* 汽油

ether(ê-te) *d* [口] 醚, 乙醚

ethylene(ê-ti-len) *d* [口] 乙烯

E

Ê ê

ê₁, Ê₁ 越语字母表第 9 个字母

ê₂ *t* 麻木, 阴痛, 酸痛: đau ê cả người 全身酸痛

ê₃ *t*[口] 羞窘: Tên kẻ cắp bị bắt ê cả mặt. 小偷被捉到羞红了脸。

ê₄ *c*[口] 羞羞 (对小孩用语): Ê, tay bẩn quá! 羞羞, 手那么脏!

ê₅ *c* 喂 (呼唤小辈用语): Ê, đi đâu đấy? 喂, 去哪里?

ê a [拟] 咿呀 (婴幼儿学说话声、小孩读书声、和尚诵经声): Em bé đầy tuổi tập nói ê a. 周岁小孩咿呀咿呀学说话。

ê ẩm *t* 隐痛的: đầu đau ê ẩm 头隐隐作痛

ê chề *t* 足够的, 满的: ăn uống ê chề 吃饱喝足

ê chệ *t*[口] 耻辱的, 丢脸的: Ăn cắp của người khác, ê chệ mặt mũi. 偷别人的东西, 真丢脸。

ê-cu *d*[口] 螺丝帽

ê hề *t*[口] 很多的, 满满的: thịt cá ê hề trên bàn 鱼肉满桌

ê ke *d* 直角尺

ê kíp *d* 工作小组: Tôi và anh ấy cùng một ê kíp. 我和他同在一个工作小组。

ê mặt=bẽ mặt

ê-te (ether) *d*[化] 乙醚

ê tô *d*[机] 虎钳

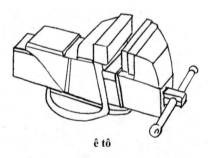

ê tô

ê à *t* 慢条斯理, 结结巴巴: nói ê à 说话慢条斯理的

ế *t* ① (生意) 冷淡; 滞销的: gần đây buôn bán ế 近来生意冷淡 ② [口] 形容年纪大未能嫁娶: ế vợ 娶不到老婆

ế ẩm *t* 滞销的; (生意) 冷淡, 萧条: hàng hoá ế ẩm 滞销商品

ế hàng *t* 滞销的; (生意) 冷淡的: gần đây ế hàng 最近生意冷淡

ếch *d* 青蛙, 田鸡

ếch bà *d* 大种蛙

ếch ngồi đáy giếng 井底之蛙

ếch nhái *d* 蛙类

êm *t* ① 柔软, 舒适: tàu hoả giường nằm mềm êm 火车软卧舒服 ② (天气) 好, 佳: bầu trời êm 天空晴朗 ③ 柔和, 和蔼, 温和: giọng nói êm 语气温和 ④ 动听, 悦耳: nhạc giao hưởng êm tai 悦耳的交响乐 ⑤ 平静, 安静: đêm rất êm 平静的夜晚 ⑥ 稳妥, 顺利: rút quân rất êm 顺利撤军

êm ả *t* 静谧, 缓和: tình hình khá êm ả 局势较缓和

êm ái *t* 柔和, 柔媚: Tiếng của cô ấy rất êm ái. 她的声音很柔和。

êm ấm *t* (家庭) 和睦: gia đình êm ấm 家庭和睦

êm dịu *t* 柔和: giọng nói êm dịu 声音柔和

êm đẹp *t* 平安无事, 妥当: công việc sắp xếp êm đẹp 工作安排妥当

êm đềm *t* 静静, 安静, 幽静: đêm êm đềm 静静的夜晚

êm giấc *t* 安睡的: Em bé đã êm giấc. 婴儿已安睡。

êm lòng *t*[方] 安心, 满意: Anh cứ việc êm lòng. 你尽管放心。

êm ru *t* ① 平稳: Xe chạy êm ru. 车开得很稳。② 动听, 好听, 悦耳: tiếng đàn êm ru 悦耳的琴声 ③ 顺畅: Việc này làm êm ru. 这事办得顺畅。

êm tai *t* 悦耳, 动听: tiếng hát êm tai 歌声悦
耳动听

êm thấm *t* ①安稳, 稳妥: công việc sắp xếp
êm thấm 工作安排妥当②和睦: gia đình
êm thấm 家庭和睦

êm xuôi *t* 稳妥, 稳当: giải quyết êm xuôi mâu
thuẫn gia đình 稳妥地解决家庭矛盾

ếm *đg* ①作法驱除鬼怪 (迷信): Thầy cúng
ếm ma quỉ. 巫师驱鬼。②[口] 使人倒霉 (迷
信): Mày ở bên cạnh ếm tao rồi! 你在身边
让我倒霉! ③ [方] 使用妖术: ếm cho nó
bị điên 用妖术害他发疯

ềnh *t* [口] 四脚八叉的 (贬义): Thằng bé nằm
ềnh trên giường. 小男孩四脚八叉地躺在
床上。

ềnh ệch *t* 四脚八叉的 (贬义): Đứa bé ăn vạ
nằm ềnh ệch dưới đất. 小孩耍赖躺在地上
哭闹。

ềnh ễnh = ễnh

ễnh *t* [口] (肚子) 挺着的: ễnh bụng ra 挺着
的肚子

ễnh bụng *t* ①撑肚子的: ăn no ễnh bụng 吃
饱了撑肚子②大肚子 (指怀孕, 含贬义):
chưa chồng mà đã ễnh bụng 未婚先孕

ễnh ương *d* 亚洲锦蛙

F

f, F 拉丁文字母

F ①[化] 氟的元素符号②华氏温度 (Fahrenheit 的简写)

fa *d* 乐谱的第 4 音

fa-ra (Farad) *d*[理] 法拉 (电容量单位)

fan *d* 追星族, 粉丝, 狂热爱好者: các fan của danh ca nổi tiếng 著名歌星的粉丝们

fastfood *d* 快餐

fascism (phát-xít) *t*; *d* 法西斯

fax *d* 传真

Fe [化] 铁的元素符号

fecmotuga (phéc-mơ-tuya) *d* 拉链

feldspar *d* 长石

ferrite *d*[化] 亚铁盐

festival *d* 节日, 喜庆日 (常用于国内和国际 的大型活动): Festival Du lịch Toàn quốc 全国旅游节

fibrocimant *d* 石棉纤维板

file *d*[电] 文件, 文件名

fize *đg* 烫发: tóc fize 烫发

flo *d*[化] 氟

florua *d*[化] 氟化合物

FOB (giá giao hàng lên tàu) [缩] 船上交货 价, 离岸价

folklor *d* 文学、艺术、民俗的总称

foot *d* 英尺 (英美制长度单位, 1 英尺等于 0.3048 米)

format *đg* 格式, 格式化

formica *d* 福米卡 (一种塑料贴面)

formol *d* 福尔马林

Franc *d* 法郎: Franc Thụy Sĩ 瑞士法郎

FTP *d* 文件传输协议

fula *d* 围巾

fuy *d* 油罐

G

g, **G** 越语字母表第 10 个字母

ga₁ *d* ①车站: ga xe lửa 火车站②两个车站之间的距离: Còn có ba ga thì đến nơi. 还有三个站就到。

ga₂ *d* ① (gas) 煤气: nấu cơm bằng ga 用煤气煮饭②油门: dấn ga 踩油门③ (啤酒、饮料里的) 气: Cô-ca hết ga rồi. 可乐没有气了。

ga-ba-đin (gabardine) *d* 葛巴丁 (毛料的一种)

ga-ba-rit *d* 样板

ga-la=gala

ga-ma (gamma) *d*①微克 (重量单位) ②γ (希腊字母)

ga-men *d*[口] 手提层叠饭盒

ga-ra *d* ①车库, 车棚: ga-ra ô-tô 汽车车棚②汽车修理厂

ga-rô *d* 止血带

ga-tô *d* 蛋糕

ga xép *d* (火车站) 小站: Tàu chợ (tàu thường) ga xép cũng dừng. 普通慢车小站都停。

gà₁ *d* 鸡

gà₂ *đg* 暗示, 偷教: Anh ấy gà cho cô ấy một nước. 他教给她一招。

gà ác *d* 小种鸡

gà chọi *d* 斗鸡

gà cồ *d* 大种鸡

gà công nghiệp *d* 饲料鸡

gà đồng *d*[口] 田鸡, 青蛙

gà gà gật gật *đg* (长时间) 打瞌睡: Tôi ngồi trên xe ô-tô đường dài gà gà gật gật. 我在长途汽车上打瞌睡。

gà gật *đg* 打瞌睡

gà giò *d* 雏鸡

gà gô *d* 锦鸡

gà lôi *d* 雷鸡

gà lơgo *d* 大白种鸡

gà luộc *d* 白切鸡

gà mái *d* 母鸡

gà mái ghẹ *d* 项鸡

gà mờ *t* ①模糊不清: mắt gà mờ 眼睛模糊② [口] 糊里糊涂: Ông cụ gà mờ rồi. 他糊里糊涂的。

gà nòi *d* 良种斗鸡

gà nước *d* 水鸥

gà pha *d* 混种斗鸡, 杂交斗鸡

gà qué *d*[口] 家禽

gà ri *d* 一种体小、脚短、毛有斑点的鸡

gà rốt *d* 红毛公鸡

gà sao *d* 珍珠鸡

gà sống nuôi con =gà trống nuôi con

gà tây *d* 火鸡

gà tồ *d* ①大种鸡② [口] [转] 迟钝的人, 呆板的人, 痴呆的人, 笨头笨脑的人: người gà tồ 笨头笨脑的人

gà trống nuôi con 公鸡带小鸡, 公鸡带仔 (指鳏夫抚养子女): Gà trống nuôi con cực khổ trăm đường. 鳏夫含辛茹苦抚养子女。

gà xiêm *d* 暹罗鸡

gả *đg* 嫁, 许配: Gả con gái cho nhà họ Vương. 把女儿嫁给王家。

gả bán *đg* 许配: Con gái bà ấy đã gả bán cho nhà có tiền rồi. 她的女儿已经许配给有钱人家了。

gã *d*[口] (那) 厮, (那) 家伙 (常指男性, 含轻蔑或狎昵意)

gá₁ *đg* 临时傍靠, 依靠: gá tạm bợ một thời gian 临时依靠一段时间 *d* 架子, 底架

gá₂ *đg* 典押: gá chiếc nhẫn 典当戒指

gá thổ đổ hồ 窝娼窝赌: Nó làm việc không chính đáng, gá thổ đổ hồ. 她不干正当职业, 窝娼窝赌。

gạ *đg*[口] 搭讪, 引诱: gạ vào tròng 引诱上当

gạ chuyện đg[口] 搭讪: Hắn đến gạ chuyện để tìm cơ hội ăn cắp. 他过来搭讪以便伺机偷盗。

gạ gẫm đg[口] 引诱, 勾引, 挑逗: gạ gẫm cô ấy vào tròng 引诱她上当

gác₁ đg ①搁放: Nó gác chân lên thành giường. 他把脚搁在床边②搁置: Việc này tạm gác lại. 此事暂时搁一搁。d ①楼层: gác năm 五楼②架子

gác₂ đg 把守, 看守, 站岗, 放哨: Bảo an gác cổng. 保安看守门口。Chiến sĩ giải phóng quân đứng gác. 解放军战士站岗。

gác bỏ đg 搁置, 束之高阁, 置之不理: Việc này gác bỏ không bàn. 此事搁置不谈。

gác chuông d 钟楼

gác lửng d 阁楼: Trong nhà có gác lửng. 房内有阁楼。

gác thượng d 顶楼, 楼顶: lên gác thượng phơi chăn bông 上楼顶晒棉被

gác tía lầu son 朱门紫阁

gác xép d 小阁楼

gạc₁ d ①鹿角: gạc nhung 鹿茸②树杈

gạc₂ d 医用纱布

gạch₁ d 砖头

gạch₂ d 蟹黄; 虾膏: có nhiều gạch cua 有很多蟹黄

gạch₃ đg ①画 (线): gạch một đường thẳng 画一条直线②删除: gạch ba chữ đi 删除三个字 d 线: ba gạch ngang 三条横线

gạch bông d[方] 花砖

gạch chỉ d 青红砖

gạch chịu lửa d 耐火砖

gạch hoa d 水泥花砖

gạch lá men d 陶方砖, 瓷砖

gạch lỗ d 有孔砖

gạch men d 釉面砖

gạch men sứ d 瓷砖

gạch ngang d 破折号; 横线

gạch nối d 连字号

gạch ốp lát d 贴墙瓷砖

gạch thông tâm d 通心砖

gạch vồ d 木榔头砖 (体大且厚, 形似木榔头); 城墙砖

gai₁ d[植] 苎麻, 元麻: dây gai 麻绳

gai₂ d ①刺儿, 荆棘: Cây hoa hồng mọc gai. 玫瑰树长刺。②带刺的东西: dây thép gai 铁丝网③鸡皮疙瘩: trời rét nổi gai 天冷起鸡皮疙瘩④刺眼的东西, 不顺眼的东西 t 有点冷的: gai gai người 感觉有点冷

gai cột sống d 脊椎骨质增生

gai góc d 荆棘: Trên núi nhiều gai góc. 山上荆棘多。t ①艰难, 曲折, 充满荆棘的: Con đường thành công đầy gai góc. 成功之路艰难多。②乖僻, 乖张, 偏执: tính tình gai góc 性格乖僻

gai mắt t 不顺眼: Trông hành vi của nó thật gai mắt! 看他的行为不顺眼！

gai ngạnh t 执拗, 固执, 顽固难驯: Nó là người gai ngạnh. 他是个固执的人。

gai ốc d 鸡皮疙瘩: Mùa đông tắm nước lã nổi gai ốc. 冬天洗冷水澡起鸡皮疙瘩。

gài=cài

gài bẫy đg 设陷阱, 设圈套: gài bẫy bắt lợn rừng 设陷阱捕捉野猪

gài mìn đg 埋地雷, 布雷

gãi đg 搔, 挠: gãi ngứa 搔痒

gãi đầu gãi tai 抓耳挠腮 (焦急、苦闷或慌乱貌): gãi đầu gãi tai nghĩ không ra cách gì 抓耳挠腮想不出办法

gãi đúng chỗ ngứa [口] 抓到痒处, 正中下怀: lời nói đã gãi đúng chỗ ngứa 一席话正中下怀

gái d[口] ①女性②女孩子: bé gái 小女孩 ③处女: Chị ấy vẫn còn là con gái. 她还是个处女。④女色: kẻ háu gái 好色之徒

gái bán hoa d[口] 卖淫女

gái đĩ già mồm 泼妇嚼舌

ái điểm *d* 妓女

ái giang hồ *d* 歌伎

ái nhảy *d* 舞女

gala (ga-la) *d* 节, 节日, 音乐会, 歌舞会: đi dự buổi gala 参加歌舞会

am *d* 克 (重量单位)

an₁ *d* ① 肝 ② [转] 肝胆, 勇气, 血气 *t* 有胆量的, 有胆气的, 大胆, 勇敢; 顽固: Nó gan lắm! 他很大胆!

an₂ *d* 掌心: gan bàn tay 手心

gan dạ *t* 大胆, 勇敢: chiến sĩ gan dạ 勇敢的战士

gan gà *d* ① 鸡肝 ② 鸡肝色, 黄色: màu gan gà 黄色

gan góc *t* 大胆, 勇敢, 天不怕地不怕的: người gan góc 天不怕地不怕的人

gan lì *t* [口] 大胆, 勇往直前的, 不怕艰险的: Thằng bé này gan lì. 这个小孩好大胆。

gan liền = gan lì

gan ruột *d* 肝肠

gan vàng dạ sắt 金肝铁肠 (喻坚定不移)

gàn₁ *đg* 阻止, 劝阻, 谏止: Nó gàn không cho làm. 他阻止不让做。

gàn₂ *t* 悖逆, 乖戾: Cụ già tính gàn. 老头性格乖僻。

gàn bát sách [口] 悖逆, 顽固难驯, 很乖僻: tính gàn bát sách 性格乖僻

gàn dở *t* 乖戾, 乖僻: Tính nó gàn dở lắm. 他的性格很乖僻。

gán *đg* ① 抵押: gán chiếc xe máy 抵押摩托车 ② 抵偿: gán nợ 抵账 ③ 强加于人: gán tội cho người khác 把罪名强加于人

gán ghép *đg* [口] 强加于人

gạn₁ *đg* 滤去水, 滤掉水: gạn nước 滤去水

gạn₂ *đg* 盘诘: gạn hỏi 盘问

gạn đục khơi trong 澄清去浊

gạn lọc *đg* 过滤, 滤清

gang₁ *d* 生铁

gang₂ *d* 拃 (大拇指和中指张开两端的距离)

gang₃ *đg* 撑开: gang miệng ra 撑开嘴巴

gang tấc *d* 咫尺

gang thép *d* 钢铁 *t* 钢铁般, 刚毅, 果断: ý chí gang thép 钢铁般的意志

gàng *d* ① 络车 ② 盘纱

ganh *đg* ① 竞争, 竞赛, 角逐: ganh học tập ganh tiến bộ 比学习比进步 ② 嫉妒: không ganh với người giàu 别嫉妒富人

ganh đua *đg* 竞争, 角逐: ganh đua học tập 学习竞争

ganh ghét *đg* 嫉妒: Thấy người khác hơn mình không nên ganh ghét. 看到别人比自己好不要嫉妒。

ganh tị *đg* 计较: Anh ấy không bao giờ ganh tị được mất. 他从不计较个人得失。

gảnh gót *t* 讲究的 (含贬义): ăn mặc gảnh gót 穿着讲究

gánh *đg* ① 挑担: gánh nước 挑水 ② 担负, 担当: gánh trách nhiệm 负起责任; gánh công việc 担当工作 *d* ① 担子: một gánh gạo 一担子米 ② 班子: gánh hát 戏班子

gánh chịu *đg* 负责: Anh phải gánh chịu việc này. 你要对此事负责。

gánh gồng *đg* 挑担, 负担

gánh vác *đg* 担负, 担当, 负担: gánh vác trách nhiệm 担负起责任

gào *đg* ① 吼, 咆哮: gào lên 咆哮起来 ② 呼喊, 叫号: Nó gào mãi mà không ai lên tiếng. 他叫了半天没人应。

gào thét *đg* ① 咆哮, 吼叫: sư tử gào thét 狮子吼叫 ② 呼喊, 大呼小叫, 大喊大叫: Nó tức giận gào thét. 他生气地大喊大叫。

gáo₁ *d* 瓢: một gáo nước 一瓢水

gáo₂ *d* [植] 茜科 (热带植物种类)

gạo₁ *d* ① 稻米, 大米 ② (猪肉的) 寄生虫: Thịt lợn có gạo. 猪肉有寄生虫。

gạo₂ *d* 木棉: cây gạo 木棉树

gạo cẩm *d* 锦米, 黑糯米

gạo châu củi quế 米珠薪桂

G

gạo cội *d* 大粒米,好米 *t* 有才华的,有才能的:diễn viên gạo cội 有才华的演员

gạo giã *d* 精米,净米

gạo lức *d* 糙米

gạo nếp *d* 糯米

gạo nước *d* 食物,食品:chuẩn bị sẵn gạo nước 备好食物

gạo tẻ *d* 籼米

gạo trắng nước trong 鱼米之乡

gas *d* 煤气

gạt₁ *đg* ①拨:gạt sang một bên 拨向一边②(用刮斗板)刮③撇开,排除,取消:gạt kế hoạch 取消计划

gạt₂ *đg* [方] 欺骗,蒙骗,哄骗:Mày bị nó gạt còn không biết. 你被他蒙骗还不知道。

gạt bỏ *đg* 取消,去除:gạt bỏ kế hoạch 取消计划

gạt gẫm *đg* 哄骗,欺骗:Bọn chúng gạt gẫm dân chúng. 他们欺骗百姓。

gạt tàn *d* 烟灰缸

gàu₁ *d* 戽斗

gàu₂ *d* 头上的皮屑

gàu₃ *d* (牛) 肋扇

gàu dai *d* 索戽 (无柄,四角缚绳,两人戽水用)

gàu sòng *d* 戽斗 (有长柄,挂在三脚架下,单人戽水用)

gay₁ *đg* 扭,上,紧 (绳索):gay thừng 扭紧麻绳

gay₂ *t* ①艰巨,艰难,紧张,不易:thời gian gay lắm 时间很紧②极甚,之极,过甚:mặt đỏ gay 脸通红

gay cấn *t* 棘手:Việc này gay cấn lắm. 这件事很棘手。

gay gắt *t* ①毒烈:nắng gay gắt 烈日如焚②尖锐:mâu thuẫn gay gắt 尖锐的矛盾③严厉,厉害,凶猛:tranh luận gay gắt 激烈的争论

gay go *t* 艰巨,艰险,艰难,激烈,紧张,严峻,严重:nhiệm vụ gay go 艰巨任务;Cuộ chiến đấu gay go. 战斗很激烈。

gảy *đg* ①弹:gảy đàn 弹琴②扒开,挑开:gả con sâu ra 挑开虫

gãy *đg* ①折断:bẻ gãy cây 折断树②挫败挫折:bẻ gãy âm mưu của địch 挫败敌人的阴谋 *t* 折弯的,弯曲的:Khuôn mặt hơ gãy. 脸有些歪。

gãy góc *t* 清楚,明确:ăn nói gãy góc 讲话干脆利落

gãy gọn *t* 明确,清楚,清晰,明朗:lời văn gãy gọn 文笔清晰

gáy₁ *d* [解] 颈窝,颈背

gáy₂ *đg* 啼鸣:gà trống gáy 公鸡打鸣

găm *đg* ①插,戳:găm kim 插针② [口] 隐藏,守住不放:găm hàng không bán 守住货物不卖 *d* 细小而尖锐之物:dao găm 匕首

găm giữ *đg* [口] 扣住,收藏:găm giữ hàng lại 收藏货物;Hàng buôn lậu bị cảnh sá găm giữ. 走私货被警方扣押。

gằm *đg* ①额首,俯首,低头:cúi gằm đầu 低着头② [转] 埋 (头):gằm đầu xem sách 埋头看书

gặm *đg* 啮,啃:gặm xương 啃骨头;Trâu bò gặm cỏ. 牛吃草。

gặm nhấm *đg* 一点一点地啃:Chuột gặm nhấm hòm gỗ. 老鼠啃木箱。 *d* 啮齿类动物

gằn *đg* (用双手) 摇晃:gằn gạo 筛米 *t* 一字一板的 (表气愤):hỏi gằn 一字一板地问

gắn bó *đg* 紧密相连:gắn bó với quê hương 与家乡紧密相连;Cán bộ và quần chúng gắn bó với nhau. 干部与群众紧密相连。

gắn kết *đg* 不可分割,紧密,难解难分:gắn kết với nhau mãi mãi 永远紧密相连

gắn kín *đg* 密封:gắn kín văn kiện mật 密封保密文件

găng₁ *d* 荆棘 (做篱笆用的)

găng₂ *d* 手套:đeo găng 戴手套

gǎng₃ *t* 紧张: tình hình rất gǎng 气氛很紧张 *đg* 引起矛盾, 斗争: đừng gǎng với nó 不要跟他斗

gǎng tay *d* 手套

gắng *đg* 努力, 勉励: gắng đẩy xe 出力推车; Học sinh phải gắng học. 学生要努力学习。

gắng công *đg* ①努力: gắng công học hành 努力学习②用功: Nó tập võ rất gắng công. 他练武很用功。

gắng gượng *đg* 勉强: Ông cụ gắng gượng đứng dậy. 老大爷勉强站起来。

gắng sức *đg* 勉励, 尽力: Tôi gắng sức làm tốt việc này. 我尽力做好这件事。

gặng *đg* 反复问讯: hỏi gặng 盘问

gắp *đg* 夹: gắp thức ăn cho trẻ 给小孩夹菜 *d* 夹子: mua một cái gắp 买一个夹子

gắp lửa bỏ tay người 嫁祸于人

gắp thăm *đg*[方] 抽签

gặp *đg* ①相遇, 遇见, 碰见: Tôi gặp nó. 我遇见他。Hai đường thẳng gặp nhau. 两条直线相交。②遭遇: gặp nạn 遇难

gặp chăng hay chớ [口] 走一步算一步; 随缘

gặp gỡ *đg* 相逢, 会晤, 会见, 会面: gặp gỡ tại Bắc Kinh 相逢在北京

gặp mặt *đg* 见面: gặp mặt các bạn cũ 与老朋友见面

gắt₁ *đg* 呵斥, 吆喝, 叱咤: Nó gắt người khác. 他呵斥别人。

gắt₂ *t* ①酷烈: nắng gắt 烈日当头②严厉: phê bình gắt 严厉的批评

gắt gao *t* ①厉害, 阴毒, 刻薄: tính gắt gao 性情刻薄②酷烈, 猛烈, 不留情, 严厉: kiểm tra xử lí gắt gao 严厉地查处

gắt gỏng *t;đg* 暴躁, 火暴: tính gắt gỏng 暴躁的性格

gắt ngủ *đg*[口] (婴幼儿睡前) 哭闹

gặt *đg* 割, 收割: gặt lúa nước 割水稻

gặt hái *đg* 收割, 收获, 取得: mùa gặt hái 收

割季节; gặt hái thành công 取得成功

gấc *d* ① [植] 木鳖, 木鳖子②红色: màu gấc 红色

gầm₁ *d* 底下: gầm giường 床底

gầm₂ *đg* 怒吼, 吼叫, 咆哮: hổ gầm 老虎吼叫

gầm gào *đg* 怒吼, 咆哮: sóng lớn gầm gào 大浪咆哮

gầm gừ *đg* (狗) 叫, 吠: chó gầm gừ 狗叫

gầm rít *đg* 呼啸: Tiếng máy bay gầm rít. 飞机呼啸发出刺耳声音。

gầm rú *đg* 咆哮, 轰鸣: tiếng sói gầm rú 野狼咆哮

gầm trời *d* 苍穹, 天下: dưới gầm trời 在苍天底下

gấm *d* 锦: áo gấm 锦衣

gấm vóc *d* 锦缎, 锦绣 *t* [转] 贵重: giang sơn gấm vóc 锦绣河山

gậm₁=gằm₁

gậm₂=gặm

gậm nhấm *đg* 一点一点地啃

gân *d* ① [解] 筋: gân trâu bò 牛筋②筋力: lên gân 使劲儿③静脉, 脉络

gân cổ *đg*[口] 犟嘴, 强辩: gân cổ cãi 犟嘴顶撞

gân cốt *d* 筋骨

gân guốc *d* 暴筋: tay gân guốc 手上暴筋 *t* 倔强: tính tình gân guốc 性格倔强

gân sức *d* 使劲: gân sức kéo xe 使劲拉车

gần *t* 近的, 挨近的, 靠近的, 傍近的, 接近的, 亲近的: họ gần 近族; Nhà tôi gần nhà nó. 我家近他家。*p* 即将, 将近, 快要: Máy bay gần hạ cánh. 飞机即将降落。

gần đất xa trời 风烛残年; 行将就木

gần gũi *t* 亲近: gần gũi với nhau 彼此之间亲近 *đg* 接近, 靠拢: gần gũi quần chúng 接近群众

gần gụi=gần gũi

gần kề miệng lỗ =gần đất xa trời

gần xa *t* ①远近: tiếng tăm gần xa 远近闻名

②千山万水,五湖四海: bạn bè gần xa năm châu bốn biển 五湖四海的朋友③天南地北,古今中外: chuyện gần xa 古今中外之事

gấp₁ *đg* 折,折叠: gấp giấy 折纸

gấp₂ *đg* ①增加…倍: cố gắng gấp bội 加倍努力; gấp đôi 双倍②合拢: gấp sách lại 合起书来。

gấp₃ *t* 紧急: Tôi có việc gấp. 我有急事。

gấp bội *đg* 加倍: tăng gấp bội 增加一倍

gấp gáp *t* 仓促: thời gian gấp gáp 时间仓促

gấp khúc *t* 蜿蜒曲折: đường núi gấp khúc 山路蜿蜒

gấp rút *t* 紧急,急速,迫切: gấp rút chống lũ lụt 紧急防汛; gấp rút hoàn thành nhiệm vụ 加紧完成任务

gập gà gập ghềnh *t* 崎岖不平: Đường núi gập gà gập ghềnh. 山路崎岖不平。

gập ghềnh *t* 崎岖: đường mòn gập ghềnh 崎岖的小路

gật *đg* ① 点头: gật đầu đồng ý 点头同意 ② [口] 同意

gật gà gật gù=gật gù

gật gà gật gưỡng=gật gưỡng

gật gù *đg* 频频点头; 摇头晃脑: Nó dương dương tự đắc gật gù. 他扬扬得意地摇头晃脑。

gật gưỡng *đg*(头) 摇晃: ngồi gật gưỡng trên xe 坐在车上摇晃

gâu *đg*(犬)叫: Con chó vàng gâu lên một tiếng. 黄狗叫了一声。

gầu [方]=gàu

gẫu *t*[口] 闲(扯) 的: tán gẫu 闲聊

gấu₁ *d* 熊: con gấu đen 黑熊 *t* 不礼貌,粗鲁: Thằng cha kia gấu lắm. 那个家伙好野蛮粗鲁

gấu₂ *d*[植] 菱角: củ gấu 菱角

gấu₃ *d*(衣服的) 贴边: gấu quần 裤脚

gấu Bắc Cực *d* 北极熊

gấu chó *d* 狗熊

gấu lợn *d* 猪熊 (嘴似猪嘴)

gấu trắng *d* 白熊

gấu trúc *d* 熊猫

gây₁ *d* 胞水,羊水

gây₂ *đg* ①制造,酿造,挑起,挑动: gây chuyện 挑起事端②培植,培养,培育: gây mầm giống 培育幼苗

gây₃ *t* 膻气的: Thịt dê mùi gây. 羊肉有膻味。

gây chiến *đg* 挑起战火,挑拨战争: Kẻ địch gây chiến. 敌人挑起战火。

gây chuyện *đg* 寻衅,寻隙,寻事,取闹,生事,闹事,滋事: Nó lại gây chuyện vô lí. 他又无理取闹了。

gây dựng *đg* 建立,建树: gây dựng cơ sở 建立基础

gây gấy *t* 稍感发冷发热的: sốt nhẹ cảm thấy gây gấy 发低烧感觉时冷时热

gây gổ *đg* 生事,寻事: gây gổ đánh nhau 寻事打架斗殴

gây hấn *đg* 寻衅: Kẻ địch lại đến gây hấn. 敌人又来寻衅。

gây lộn *đg*[方] 口角,吵嘴,吵架: gây lộn với người ta 跟别人吵架

gây mê *đg* 全身麻醉: Gây mê để làm thủ thuật. 全身麻醉以便做手术。

gây rối *đg* 捣乱: Bọn chúng đến gây rối! 他们来捣乱！

gây sự *đg* 寻事,滋事,惹事,生事: gây sự rối loạn 滋事闹事

gây tạo *đg* 培育,培植: gây tạo giống mới 培育新苗

gây tê *đg* 局部麻醉,打麻药: gây tê để làm phẫu thuật 打麻药做手术

gây thù chuốc oán 结怨仇: Anh không nên gây thù chuốc oán với người khác. 你不要跟人结怨仇。

gầy₁ *đg* 积攒: gầy vốn 积攒资金

gầy₂ *t* ①瘦: Con lợn này gầy quá. 这头猪太瘦。②贫瘠,没有养分的: đất gầy 贫瘠的

土地

gầy còm *t* 瘦恹恹: Cụ già người gầy còm. 老人身体瘦弱。

gầy đét *t* 瘦削，干瘪: Kẻ hút thuốc phiện người gầy đét. 吸毒者身材干瘪。

gầy gò *t* 瘦瘦: thân hình gầy gò 身材瘦瘦

gầy guộc *t*[口] 皮包骨头，精瘦: người gầy guộc 精瘦的身体

gầy mòn *t* 消瘦: cơ thể dần dần gầy mòn 身体慢慢消瘦

gầy nhom *t* 瘦小: vóc người gầy nhom 身材瘦小

gầy yếu *t* 瘦弱: Ốm một trận làm cho người gầy yếu đi. 病一场身体变得瘦弱了。

gẩy [方]=gảy

gẫy [方]=gãy

gẫy góc [方]=gãy góc

gẫy gọn [方]=gãy gọn

gấy sốt *t*(感觉)有点儿发烧的: Cứ về chiều lại gấy sốt. 一到下午又有点儿发烧。

gậy *d* ①棍棒: gậy gỗ 木棍②哭丧棒

gậy gộc *d* 棍儿

gậy ông đập lưng ông 自作自受，搬起石头砸自己的脚

gậy tày *d* 大棒

GDP(gross domestic product)[缩] 国内生产总值

Ge [化] 锗的元素符号

ghe [方] (有挡雨棚的) 小木船

ghe bản lồng *d*(有挡雨棚的) 巨舫

ghe bầu *d* 航海大帆船

ghe chài *d* 小船, 机船

ghe cộ *d* 船只

ghe cửa *d* 长条木船

ghe lườn *d* [方] 独木舟

ghè₁ *d*[方] 小缸

ghè₂ *đg*[方] 打: ghè cho một trận 打一顿

ghè₃ *đg* 挑: ghè nắp ra 挑盖子

ghẻ₁ *d*[医] 疥疮: mọc ghẻ 生疥疮

ghẻ₂ *t* 非嫡亲的: mẹ ghẻ 继母

ghẻ lạnh *đg* 冷淡, 疏远

ghẻ lở *d*[医] 疮疥

ghẻ ruồi *d*[医] 蝇斑疥: Tay mọc ghẻ ruồi. 手生蝇斑疥。

ghé *đg* ①顺便: ghé qua nhà nó 顺便去了他家②傍近, 靠近: Thuyền ghé vào bờ. 船靠岸。③偎倚: Họ ghé sát với nhau. 他们相倚相偎。

ghé gẩm *đg*[口] ①捎带脚儿②沾光: ghé gẩm nó đôi chút 沾他的光

ghé lưng *đg*[口] 躺下休息一会儿

ghé mắt *đg*[口] 斜睨, 侧目窥视, 偶尔看一看: ghé mắt trông hộ hành lí 帮看一下行李

ghé vai *đg* 助⋯之力: ghé vai giúp đỡ 助一臂之力

ghẹ₁ *d* 梭子蟹, 花蟹: con cua ghẹ 花蟹

ghẹ₂ *đg* 占便宜, 沾光: Nó cứ muốn ăn ghẹ người khác. 他老想占别人的便宜。

ghen *đg* ①嫉妒, 妒忌: Người khác làm được tốt thì nó ghen. 别人做得好他就嫉妒。②吃醋: Nó hay ghen. 他 (她) 爱吃醋。

ghen ăn tức ở [口] 与人过不去; 嫉妒: Hàng xóm cần cù làm giàu thì nó ghen ăn tức ở. 邻居勤劳致富他就嫉妒。

ghen ghét *đg* 疾恶

ghen tị *đg* 嫉妒: tâm lí ghen tị 嫉妒心理

ghen tuông *đg* 吃醋, 争风吃醋, 拈酸吃醋: Người tình hay ghen tuông. 情人爱吃醋。

ghen tức *đg* 又嫉妒又气愤: vừa ghen tức lại vừa giận 又嫉妒又恨

ghèn *d*[口] 眼眵, 眼屎: Mắt có ghèn. 眼睛有眼屎。

ghẹo *đg* ①逗趣, 逗乐: ghẹo trẻ con 逗小孩玩儿②挑逗, 调戏: ghẹo phụ nữ 调戏妇女

ghép *đg* ①凑合, 拼合, 连接: Ghép hai chiếc ghế lại. 把两张凳子拼合在一起。②植入体内: phẫu thuật ghép thận 换肾手术 *t* 配对的, 配双的, 配套的, 合成的: từ ghép 合成词

ghép nối *đg* 连接: ghép nối đường dây 连接线路

ghét₁ *d* 泥垢: Trên người đầy ghét. 身上有好多泥垢。

ghét₂ *đg* 憎恨,厌恶: ghét kẻ cắp 憎恨小偷

ghét bỏ *đg* 厌弃: Nó bị người thân ghét bỏ. 他被亲人厌弃。

ghét cay ghét đắng 深恶痛绝: ghét cay ghét đắng tham quan lại những 对贪官污吏深恶痛绝

ghét cay ghét độc=ghét cay ghét đắng

ghê *đg* 发怵,发颤,肉麻,怕: Cô ấy trông thấy đỉa là ghê. 她看到蚂蟥就怕。 *t* ①厉害: Nó ghê lắm! 他很厉害!② [口] 不得了的,了不得的: Tốt ghê! 好得不得了!

ghê gớm *t* [口] ①恐怖,可怕,触目惊心: tội ác ghê gớm 触目惊心的罪恶②厉害,非常: rét ghê gớm 冷得厉害

ghê rợn *đg* 惊惧,毛骨悚然: trông thấy rắn độc ghê rợn 看到毒蛇毛骨悚然

ghê sợ *đg* ; *t* 可怕: tiếng thét ghê sợ 可怕的吼叫声

ghê tởm *đg* ; *t* 可怕,恐怖;肉麻: tội ác ghê tởm 可怕的罪孽

ghế₁ *d* ①椅子,凳子② (政府部门中的) 位置,职位

ghế₂ *đg* ① (用大竹筷把饭) 搅匀: ghế cơm nguội 掺冷饭②主粮与杂粮混煮

ghế bành *d* 沙发

ghế băng *d* 长板凳

ghế cứng *d* 硬座

ghế dài *d* 长凳,板凳

ghế dựa *d* 靠背椅

ghế đẩu *d* 机凳

ghế điện *d* 电椅 (刑具)

ghế mềm *d* 软座,软席,软卧

ghế tựa *d* 椅子

ghếch *đg* [口] 斜靠,搁靠,倚傍,搁置: Để thang gỗ ghếch lên tường. 把木梯斜靠墙上。

ghệch [方] =ghếch

ghểnh *đg* 上 (士),飞 (相) (下象棋用语): ghểnh sĩ 上士

ghi₁ *d* (铁路) 道岔,转辙器

ghi₂ *đg* ①记录,登记,记忆: Ghi lời nói của nó lại. 把他的话记录下来。② [计] 存盘: ghi vào ổ cứng 存到硬盘

ghi₃ *t* 棕色的: chiếc mũ màu ghi 棕色的帽子

ghi âm *đg* 录音: ghi âm bài hát 录歌

ghi bàn *đg* [体] 进球

ghi chép *đg* ; *d* 记录,抄录

ghi chú *đg* ; *d* 备注

ghi danh *đg* ①记名②记载,纪念: bia đá ghi danh liệt sĩ 烈士纪念碑

ghi điểm *đg* 打分,计分,记分

ghi đông *d* (自行车) 车把

ghi hình *đg* 摄像: máy ghi hình 摄像机

ghi lòng tạc dạ=ghi tạc

ghi nhận *đg* 承认,确认,记载,肯定: ghi nhận công lao 记功

ghi nhớ *đg* 铭记,纪念: ghi nhớ bài học lịch sử 铭记历史教训

ghi-ta(guitar) *d* [乐] 吉他

ghi tạc *đg* 铭刻,铭记,铭感: ghi tạc công ơn 铭记恩德

ghi xương khắc cốt 刻骨铭心: mối hận thù ghi xương khắc cốt 刻骨铭心的仇恨

ghì *đg* ①勒紧: ghì cương ngựa 勒紧马缰②摁住: ghì đầu kẻ cắp xuống 摁住小偷的头

ghim *d* 别针 *đg* 别上 (别针、大头针等): Trước ngực ghim một bông hoa. 胸前别一朵花。

gi-lê (gilet) *d* 西装背心

gì *d* 何,啥,什么: Nói gì? 说什么? *p* 啥,什么: Sợ gì! 怕啥! *tr* 啥,什么: Không biết gì cả! 什么都不懂!

gì thì gì [口] 无论如何: Gì thì gì cũng phải đi. 无论如何都要去。

gỉ d 锈: gỉ sắt 铁锈 đg 生锈: sắt bị gỉ 铁生锈

gí đg ①摁,点,顶住: Gí súng vào đầu nó. 用枪顶住他的头。②紧贴,贴近,靠近: Con chó nằm gí xuống đất không dám ngóc đầu lên. 小狗紧贴在地上躺着不敢抬头。

gia₁ [汉] 加 đg 加添,增加: gia muối gia mì chính 放盐放味精

gia₂ [汉] 家

gia bảo d 传家宝,祖传宝贝

gia cảnh d [旧] 家境: gia cảnh bần hàn 家境贫寒

gia cầm d 家禽

gia cố đg 加固: gia cố đê 加固河堤

gia công đg 加工: gia công vàng 加工黄金; gia công theo mẫu đem đến 来样加工

gia cường =gia cố

gia dụng t 家用的: đồ điện gia dụng 家用电器

gia đạo d [旧] ①家规②家境: gia đạo bần hàn 家境贫寒

gia đinh d 家丁

gia đình d 家庭,家眷,家属: gia đình liệt sĩ 军烈属 t 家庭观念的,小家庭观念的: tư tưởng gia đình chủ nghĩa 小家庭思想

gia đình trị đg 家族独裁统治: chính phủ gia đình trị 家族独裁统治的政府

gia giảm đg 加减: Gia giảm quần áo theo thời tiết thay đổi. 根据天气变化加减衣服。

gia giáo d 家教,家庭教育

gia hạn đg 延期: gia hạn thi công 延期施工; gia hạn visa 签证延期

gia hình đg [旧] 用刑: gia hình tra tấn 用刑拷打

gia huấn d [旧] 家训,家庭教育: vấn đề gia huấn 家庭教育问题

gia nghiệp d [旧] 家业: gia nghiệp thịnh vượng 家业兴旺

gia nhân d [旧] 家仆

gia nhập đg 加入: gia nhập Liên Hợp Quốc 加入联合国

gia nô d [旧] 家奴

gia phả d [旧] 家谱

gia pháp d [旧] 家法,家规: gia pháp rất nghiêm 家规很严

gia phong d [旧] 家风

gia quyến d 家眷,眷属

gia sản d 家产

gia súc d 家畜

gia sư d 家庭教师,家教

gia sự d 家事

gia tài d 家财,私有财产

gia tăng đg 增加: gia tăng đầu tư 增加投资

gia thất d [旧] 家室

gia thế d [旧] ①家世②豪门: con nhà gia thế 豪门子女

gia tiên d 祖先: cúng bái gia tiên 祭拜祖先

gia tốc d 加速: máy gia tốc 加速器

gia tộc d 家族

gia trang d [旧] 庄园,府邸

gia truyền t 家传的,祖传的: bài thuốc gia truyền 祖传秘方

gia trưởng d [旧] (男性)家长 t 家长主义的;大男子主义的

gia vị d 调味品

già t ①老: Mẹ tôi đã già rồi. 我母亲老了。②经验丰富的: Nó làm nghề này đã già tay rồi. 他干这行是老手了。③多,超过的: một cân già 一公斤多④(针对某人)更加厉害的,更进一步的: càng làm già 变本加厉 d ①老人: kính già yêu trẻ 尊老爱幼②姨母(指母亲的姐姐)

già cả t 年老,年迈: bố mẹ già cả 年迈的父母

già câng t 早衰,苍老: mặt già câng 脸色苍老

già cốc đế [口] 老如鸬鹚(形容极老)

già cỗi t 衰老,老朽,老旧: máy móc già cỗi 机械老旧

già dái non hột [口] 外强中干,刀子嘴豆腐心

già dặn *t* 老练: Anh ấy thao tác máy rất già dặn. 他操作机器很老练。

già đòn non lẽ 严刑逼供

già đời *t* [口] ①经验丰富的: tay bịp bợm già đời 老骗子 ②一生的,终生的: già đời vất vả 一生辛苦

già họng [口] =già mồm

già kén kẹn hom 挑来挑去挑了一个最差的 (指选配偶)

già khọm *t* 老迈,衰老: già khọm sức yếu 年迈体弱

già khú đế [口] =già cốc đế

già khụ [口] =già khọm

già làng *d* (少数民族村寨的) 长老: Già làng kể chuyện ngày xưa. 村寨长老叙旧。

già lão *t* 老迈,老弱: già lão lắm bệnh 老弱多病

già mồm *t* [口] 贫嘴的,饶舌的,大嗓门的;嘴硬的,嘴犟的

già néo đứt dây 物极必反

già nua *t* 衰老,老迈,苍老: nét mặt già nua 脸色苍老

già tay *t* [口] 过量: nấu canh bỏ muối già tay 煮汤放盐过量

già trái non hột =già dái non hột

già yếu *t* 老弱: già yếu bệnh tật 老弱病残

giả₁ *đg* [方] 归还: giả lại hàng 退货

giả₂ [汉] 假 *t* 假,虚假: hàng giả 假货 *đg* 假装: giả nhân giả nghĩa 假仁假义

giả bộ *đg* [方] 装作,假装: giả bộ xem sách 假装看书

giả cách *đg* [方] 假装: ốm giả cách 装病

giả câm giả điếc 装聋作哑

giả cầy *d* 假狗肉 (按煮狗肉的方法来烹煮猪肉)

giả da *t* 人造革,仿皮: áo giả da 仿皮衣

giả dạng *đg* 假扮,乔装: giả dạng người buôn bán 乔装成生意人

giả danh *đg* 假名,冒名: giả danh đội lốt 冒名顶替

giả dối *t* 虚假,虚伪: quảng cáo giả dối 虚假广告

giả dụ *k* 假如: Giả dụ không mưa thì đi. 假如不下雨就去。

giả dược *d* 假药

giả đận *đg* [方] 假装: giả đận đau chân 假装脚痛

giả định *đg* 虚拟,假设: giả định sảy ra hoả hoạn 假设发生火灾

giả đò *đg* [方] 假装: giả đò không biết 假装不知

giả đui giả điếc 装聋装哑

giả hiệu *t* 冒牌: quần áo giả hiệu 冒牌服装

giả lả *đg* 强颜作态: cười giả lả 强颜欢笑

giả lời *đg* [方] 回答,答复

giả mạo *đg* 假冒: hàng giả mạo 假冒产品

giả miếng [方] =trả miếng

giả mù giả điếc =giả đui giả điếc

giả ngây giả dại 装疯卖傻

giả ngô giả ngọng 装哑装傻

giả ngơ giả dại 假痴假呆,装疯卖傻

giả nhân giả nghĩa 假仁假义

giả nhời [方] =trả lời

giả rồ giả dại =giả ngây giả dại

giả sơn *d* 假山

giả sử *k* 假如,假使: Giả sử anh mà đồng ý, ngày mai tôi sẽ đi. 假使你同意,我明天就去。

giả tảng *đg* [方] 假装: giả tảng không nghe thấy 假装没听见

giả tạo *t* 虚假,伪造: lời giả tạo 虚假的话

giả thiết *d* [数] 假设: Giả thiết A là đẳng thức. 假设 A 是等式。

giả thuyết *d* 假定,假设: giả thuyết khoa học 科学假定

giả thử =giả sử

giả trá *t* 虚假, 虚伪: Nó rất giả trá. 他很虚假。

giả trang *đg* 扮, 装扮, 乔装, 打扮: giả trang thành ông sư 乔装打扮成和尚

giả tưởng *đg* 假想, 幻想: phim khoa học giả tưởng 科幻片

giả vờ *đg* 假装, 装作: giả vờ không nghe thấy 假装听不见

giã₁ *d* ① 渔网: kéo giã đánh cá 拉网打鱼 ② 渔船 (同 thuyền giã) *đg* 打鱼, 捕鱼: sống bằng nghề giã 捕鱼为生

giã₂ *đg* ① 舂: giã gạo 舂米 ② 揍: giã cho nó một trận 揍他一顿

giã₃ *đg* 解除: thuốc giã độc 解毒药

giã₄ *đg* [旧] ① 别离: giã từ 告辞 ② 结束, 散开: giã hội 结束庙会

giã biệt *đg* 辞别: giã biệt người thân 辞别亲人

giã đám *đg* 散伙, 结束, 散开: giã đám hội hát 结束歌节

giã từ *đg* 辞别, 告辞: giã từ quê hương 辞别故乡

giá₁ *d* 豆芽

giá₂ [汉] 价 *d* ① 价格: giá hàng 货物价格 ② 代价: bất cứ giá nào 任何代价

giá₃ [汉] 架 *d* 架子: giá sách 书架

giá₄ [汉] 驾 [旧] 天子的车驾, 銮驾: bảo giá 保驾

giá₅ *t* 冰冻, 严寒: mùa đông giá lạnh 寒冷的冬天

giá₆ *đg* [方] 打: giá một trận 打一顿

giá₇ [汉] 假 *k* 假如, 假使: Giá không mưa thì đi phố. 假如不下雨就上街。

giá₈ [汉] 嫁

giá áo túi cơm 酒囊饭袋, 无用之人

giá bìa *d* (书的) 标价, 封底标价

giá buốt *t* 冰冷, 冷刺骨: Bắc cực giá buốt. 北极冷得刺骨。

giá cả *d* 价钱, 价格: giá cả ổn định 价格稳定

giá cạnh tranh *d* 优惠价

giá chào hàng *d* 报价

giá chênh lệch *d* 差价

giá chợ *d* 市价, 市场价格

giá chợ đen *d* 黑市价格

giá chữ thập *d* [宗] 十字架

giá chưa thuế *d* 不含税价格

giá có thuế *d* 含税价格

giá cố định *d* 统一价

giá đỡ *d* 支架

giá đơn vị *d* 单价

giá gốc *d* 原价

giá lạnh *t* 冰冷, 寒冷, 冷森森: mùa đông giá lạnh 冬天寒冷

giá mà *k* [口] 如果: Giá mà có tiền thì mua nhà. 如果有钱就买房子。

giá ngắt *t* 冰冷, 冷冰冰: tay chân giá ngắt 手脚冰冷

giá như *k* 假如, 如果: Giá như tôi ở nhà thì gặp nó. 我在家就见他。

giá phải chăng *d* 合理价格, 公道价格

giá phỏng *k* 假如, 如果: Giá phỏng nó bận thì tôi đi. 假如他忙我就去。

giá rét *t* (天气) 寒冷, 严寒: Bắc cực vô cùng giá rét. 北极非常寒冷。

giá sàn *d* 最低价

giá sinh hoạt *d* 物价: giá sinh hoạt ổn định 物价稳定

giá súng *d* 枪架

giá thành *d* 成本

giá thử = giá sử

giá trần *d* 最高价

giá treo cổ *d* 绞架

giá trị *d* ① 价值: giá trị lao động 劳动价值 ② 效力: hợp đồng có giá trị 合同有效 ③ [数] 值: tìm giá trị của ẩn số 求未知数的值

giá trị sử dụng *d* [经] 使用价值

giá trị thặng dư *d* [经] 剩余价值

giá trị trao đổi *d* [经] 交换价值

giá trị tuyệt đối *d*[经] 绝对价值

giá vốn *d* 原价, 进货价格: giá vốn rất thấp 进货价很低

giác₁ *đg* 拔罐子, 拔火罐: giác cho bệnh nhân 给病人拔罐子

giác₂ [汉] 角, 觉

giác kế *d* 测角器

giác mạc *d*[解] 角膜

giác ngộ *d* 觉悟, 觉醒: tinh thần giác ngộ 觉悟 精神 *đg* 觉悟: giác ngộ lí luận cách mạng 觉悟革命道理

giác quan *d*[解] 感觉器官

giác thư *d* 照会, 备忘录, 外交文书

giai₁ *d*[方] 男孩: bé giai 小男孩

giai₂ [汉] 佳, 阶

giai âm *d* 佳音: chờ đợi giai âm 等候佳音

giai cấp *d* 阶级: đấu tranh giai cấp 阶级斗争

giai điệu *d* 旋律: giai điệu mùa xuân 春天的旋律

giai đoạn *d* 阶段: giành được thắng lợi có tính chất giai đoạn 取得阶段性胜利

giai kì *d* 佳期: giai kì tuần trăng mật 蜜月佳期

giai nhân *d* 佳人: giai nhân xưa nay 古今佳人

giai phẩm *d* 佳品, 佳作

giai tác *d*[旧] 佳作

giai thoại *d*[旧] 佳话: giai thoại văn học 文学佳话

giải₁ *d* 淡水大龟

giải₂ *d* 奖品, 奖赏, 锦标: giải nhất 一等奖

giải₃ *đg* 伸展, 延伸 (同 trải)

giải₄ [汉] 解 *đg* 押解, 押送: giải tù nhân 押送囚犯

giải₅ [汉] 解 ① 解答, 解: giải bài toán 解数学题 ② 解救, 解除: giải trừ vũ trang 解除武装

giải ách *đg* 解放, 解救: giải ách nông nô 解放农奴

giải chấp *đg* 解除抵押: giải chấp căn nhà 解除房屋抵押

giải cứu *đg* 解救: giải cứu con tin 解救人质

giải đáp *đg* 解答: giải đáp vấn đề 解答问题

giải độc *đg* 解毒: thuốc giải độc 解毒药

giải giáp *đg* ① 解甲, 缴械, 解除武装: Quân địch bị giải giáp. 敌军已被解除武装。② 缴械投降

giải giới *đg* 缴械, 解除武装: Quân chống chính phủ đã bị giải giới. 反政府军已被解除武装。

giải hạn *đg* 消灾: cầu thần giải hạn 求神消灾

giải hoà *đg* 和解, 调解: Hai bên bắt tay giải hoà. 双方握手言和。

giải khát *đg* 解渴: uống nước giải khát 喝水解渴

giải khuây *đg* 解闷, 消遣: đọc sách giải khuây 读书解闷

giải lao *đg* 休息片刻, 休息一下: giải lao giữa buổi làm 工间休息

giải mã *đg* 解密: giải mã điện báo 解密电报

giải ngân *đg* 投入资金, 融资: giải ngân cho công trình 为工程融资

giải nghề *đg* 停业, 歇业; 改行: Nó đã giải nghề nhiều năm rồi. 他已经改行多年了。

giải nghĩa *đg* 解释, 释义: giải nghĩa chữ Hán 解释汉字

giải ngũ *đg* 退伍: quân nhân giải ngũ 退伍军人

giải nhiệm *đg* 罢免, 免去: giải nhiệm chức vụ cục trưởng 罢免局长职务

giải nhiệt *đg* 解热, 退热, 清热; 败火, 消暑: Trời nóng phải uống nhiều nước giải nhiệt. 天热要多喝水消暑。

giải oan *đg* 解怨, 平反: giải oan cho vụ án bị oan, giả và sai lầm 平反冤假错案

giải pháp *d* 措施, 办法: đưa ra giải pháp 提出措施

giải phẫu *d* [医] 解剖: đặc điểm về giải phẫu sinh lí 生理解剖的特点 *đg* làm phẫu thuật: giải phẫu cắt dạ con 切除子宫手术

giải phẫu học *d* 解剖学

giải phiền *đg* 解闷, 解愁: mượn rượu giải phiền 借酒解愁

giải phóng *đg* ①解放: giải phóng cả nước 解放全国②清除: giải phóng mặt bằng 清空场地③释放, 放出: Nguyên tử giải phóng năng lượng. 原子释放能量. *d* [口] 解放军: anh giải phóng 解放军战士

giải phóng quân *d* 解放军

giải quyết *đg* 解决: giải quyết vấn đề 解决问题

giải sầu *đg* 解愁: mượn rượu giải sầu 借酒解愁

giải tán *đg* ①驱散: giải tán cuộc biểu tình 驱散示威活动②解散: giải tán Quốc hội 解散国会

giải thể *đg* 解体: Liên Xô giải thể 苏联解体

giải thích *đg* 解释, 阐述: giải thích rõ vấn đề 解释清楚问题

giải thoát *đg* ①解救: giải thoát con tin 解救人质②[宗] 解脱: giải thoát đau khổ 解脱痛苦

giải thưởng *d* ①奖, 奖状: giành được giải thưởng toàn quốc 获得全国奖②奖赏, 奖品: Giải thưởng là một máy điện thoại di động. 奖品是一部手机。

giải tích *d* [数] 解析: đại số giải tích 代数解析

giải toả *đg* ①解除封锁, 解围: giải toả cho quân đồng minh 为盟军解围②分散, 疏通: giải toả đoạn đường bị tắc 对堵塞路段进行疏通

giải tội *đg* [宗] 赦罪, 忏悔: Con chiên đến nhà thờ giải tội. 信徒到教堂忏悔。

giải trí *đg* 消遣, 娱乐: nghỉ ngơi giải trí 休闲娱乐; xem sách giải trí 看书消遣

giải trình *đg* 说明, 陈述: giải trình khoản chi ngoài dự kiến 对额外开支的说明

giải trừ *đg* 解除: giải trừ lực lượng dân quân 解除民兵力量

giải trừ quân bị *đg* 裁军: kêu gọi các nước giải trừ quân bị 呼吁各国裁军

giải vây *đg* 解围, 突围: tìm cách giải vây 想办法突围

giãi bày *đg* 抒发, 叙述; 表明, 表露, 披露: giãi bày tình cảm 抒发感情

giãi tỏ =giãi bày

giam [汉] 监 *đg* 监禁: giam kẻ phạm tội 监禁犯人

giam cầm *đg* 拘禁, 拘押: giam cầm kẻ phạm tội 拘禁犯人

giam cấm *đg* 监禁: giam cấm phần tử phạm tội 监禁犯罪分子

giam giữ *đg* 囚禁, 拘押: giam giữ tù binh 囚禁俘虏

giam hãm *đg* ①囚禁, 拘押(同 giam giữ ②束缚: Tư tưởng phong kiến giam hãm người phụ nữ. 封建思想束缚着妇女。

giam lỏng *đg* 软禁

giảm [汉] 减 *đg* 减少: giảm sản lượng 减产

giảm áp *đg* 减压: giảm áp trong khoang 仓内减压

giảm biên *đg* 裁员, 减员, 缩减编制: công ti giảm biên 公司裁员

giảm chấn *đg* 减震: bộ phận giảm chấn 减震器

giảm đẳng *đg* [法] 减轻科罚

giảm giá *đg* [经] 减价

giảm miễn *đg* 减免: giảm miễn thuế xuất khẩu 减免出口税

giảm nhẹ *đg* 减轻: giảm nhẹ gánh nặng 减轻负担

giảm nhiệt độ *đg* 降温: Mùa hè phải chống nóng giảm nhiệt độ. 夏天要防暑降温。

giảm phát *đg* 紧缩银根: chính sách giảm phát

紧缩银根政策

giảm phạt *đg* 从轻处理, 减轻科罚

giảm sút *đg* 减弱, 缩减: sức gió giảm sút 风力减弱; thu nhập giảm sút 收入减少

giảm thọ *đg* 减寿, 折寿

giảm thuế *đg* 减税: chính sách giảm thuế 减税政策

giảm tô *đg* 减租: chính sách giảm tô 减租政策

giảm tốc *đg*[口] 减速: bộ phận giảm tốc 减速器

giảm xóc *đg* 减震: bộ phận giảm xóc 减震器

giám định *đg* 鉴定: giám định kết quả 鉴定结果

giám đốc *d* 经理; 主管人; 单位最高级别的管理者

giám đốc điều hành *d* 总经理

giám hiệu *d*[口] 校务委员会

giám hộ *d* 监护: người giám hộ 监护人

giám khảo *d* 监考, 监试: nhân viên giám khảo 监考员

giám ngục *d*[旧] 看守长, 典狱官

giám quản *đg* 监督管理: ban ngành giám quản 监管部门

giám sát *đg* 监察: giám sát thi công 监察施工 *d*[旧] 旧社会监管官职

giám thị *đg*[旧] 监视: giám thị phần tử khả nghi 监视嫌疑分子 *d* 监考人: Phòng thi có hai giám thị. 考场有两名监考人。

giạm *đg* ①试探: giạm hỏi giá cả 试探价格 ②兜揽, 招揽: giạm hàng 揽货 ③说亲, 提亲: giạm vợ cho con 为孩子提亲

gian₁ [汉] 间 *d* 间 (房屋的单位): một gian nhà 一间房

gian₂ [汉] 奸 *t* 奸诈: Trông nó bề ngoài gian lắm. 看他外表很奸诈。

gian₃ [汉] 艰

gian ác *t* 奸恶: địa chủ gian ác 地主奸恶

gian dâm *đg* 奸淫, 荒淫: gian dâm vô độ 荒淫无度

gian dối *t* 奸诈: Nó gian dối thành tính. 他奸诈成性。

gian giảo *t* 奸狡

gian hàng *d* ①货摊, 摊位 ②展位: gian hàng của các nước ASEAN 东盟各国展位

gian hiểm *t* 奸险, 阴险: lòng dạ gian hiểm 心地阴险

gian hoạt *t* 奸猾: Âm mưu của kẻ địch rất gian hoạt. 敌人间谍很奸猾。

gian hùng *t* 奸险, 狡诈: thủ đoạn gian hùng 手段狡诈

gian khó *d*; *t* 艰难: giờ phút gian khó 艰难时刻; gian khó qua ngày 艰难度日

gian khổ *d*; *t* 艰苦: chịu đựng gian khổ 勇敢地面对艰苦; Cuộc sống rất gian khổ. 生活很艰苦。

gian lao *d*; *t* 艰辛: những năm tháng gian lao 艰辛的岁月

gian lận *t* ①欺诈的, 诡诈的, 奸伪的, 奸诈的: kẻ gian lận 奸狡之徒 ②舞弊的, 作弊的

gian lậu=gian lận

gian nan *t* 艰难: cuộc sống gian nan 生活艰难

gian ngoan *t* 奸狡: kẻ gian ngoan 奸狡之徒

gian nguy *t* 艰危, 艰险: chặng đường gian nguy 路程艰险

gian nịnh *t* 奸佞: tham quan gian nịnh 贪官奸佞

gian phi *d* 奸诈之徒: Không nên tin bọn gian phi. 不要相信奸诈之徒。

gian phu *d* 奸夫

gian tế *d* 奸细: bắt được tên gian tế 捉到奸细

gian tham *t* 奸诈贪婪: tính gian tham 奸诈贪婪的性格

gian thần *d*[旧] 奸臣

gian thương *d* 奸商

gian trá *t* 奸诈：gian trá thành thói quen 奸诈
成性

gian truân *t* 很艰难的：chặng đường gian truân
艰难的历程

gian xảo=gian giảo

giàn *d* ①架子：giàn nho 葡萄架②钻井：giàn
dầu mỏ 石油钻井

giàn giáo *d* 脚手架

giàn giụa *đg* (眼泪) 盈溢：nước mắt giàn giụa
泪流满面

giàn khoan *d* 钻井

giản dị *t* ①简易：nhà giản dị 简易房②简朴,
朴素：mặc giản dị 穿着朴素

giản đơn *t* 简单,俭朴：cuộc sống giản đơn 生
活俭朴

giản lược *t* 简略：sơ đồ giản lược 简图

giản tiện *t* 简便：thủ tục giản tiện 手续简便

giản ước *đg* 精简,缩减：giản ước cơ cấu 精
简机构

giản yếu *t* [旧] 简要：giới thiệu giản yếu 简
要介绍

giãn=dãn

giãn nở=dãn nở

gián₁ *d* 蟑螂

gián₂ [汉] 间,谏

gián cách *d* 间隔：Hai cây gián cách một mét.
两棵树间隔一米。

gián điệp *d* 间谍,特务

gián đoạn *đg* 间断：Cuộc đấu tranh không bao
giờ gián đoạn. 斗争从来没有间断过。

giang₁ *d* [植] 江竹

giang₂ *d* 一种鹭科鸟

giang₃ [汉] 江

giang hồ *d* ①江与湖；浪迹江湖的生活：
cuộc sống giang hồ 过着浪迹江湖的生活
②犯罪分子；犯罪活动③风尘女子

giang mai *d* [医] 杨梅疮,梅毒,性病

giang sơn *d* 江山：giang sơn gấm vóc 锦绣江
山

giàng₁ *d* [旧] 弓弩

giàng₂ *d* 神灵 (西原地区少数民族对神灵、
天公的称呼)：tế Giàng 祭神

giàng thun *d* [方] 弹弓

giảng [汉] 讲 *đg* 讲,讲解：giảng bài 讲课

giảng dạy *đg* 讲授,授课

giảng đường *d* 讲堂

giảng giải *đg* 讲解,解释：giảng giải rõ ràng
讲解清楚

giảng hoà *đg* 讲和,和解：hai bên giảng hoà
双方和解

giảng huấn *đg* 讲课训练：phương pháp giảng
huấn 讲课训练方法

giảng nghĩa *đg* 释义,解释：giảng nghĩa từ
Hán Việt 解释汉越词

giảng thuật *đg* 讲述 (教育方法之一)：giảng
thuật bài mới 讲述新课

giảng thuyết *đg* 演说,演讲：Tổng thống giảng
thuyết ở trường đại học. 总统在大学演讲。

giảng toạ *d* 讲座

giảng viên *d* 讲师,教员

giáng [汉] 降 *đg* ①杖打,敲打,打击：giáng
đòn hoạt động phạm tội 打击犯罪活动；
giáng một trận 打一顿②降下：giáng chức
降职 *d* [乐] 降调：nốt giáng 降音符

giáng chức *đg* 降职

giáng hạ *đg* [宗] 下凡

giáng hoạ *đg* [宗] 降祸,惩罚

giáng phúc *đg* [宗] 赐福

giáng sinh *đg* [宗] 降生：ngày lễ Chúa giáng
sinh 圣诞节

giáng thế *đg* [宗] 降世

giáng trần *đg* [宗] 下凡

giạng *đg* 张开,叉开,分开 (双脚、双腿)：giạng
chân 叉开脚；giạng háng 叉开腿

giành₁ *d* 竹筐

giành₂ *đg* ①争取：kháng chiến để giành độc
lập 抗战以争取独立②[方] 争抢：giành
nói trước 抢话

giành giật *đg* 争夺: giành giật cao điểm 争夺高地

giành giựt [方]=giành giật

giao₁ [汉] 交 *đg* ①交给,付给,交代: giao nhiệm vụ 交代任务②交互,交叉,交错: Hai dây giao nhau. 两条线交叉。

giao₂ [汉] 郊,胶,茭,蛟,跤,鲛

giao ban *đg* 交接班

giao bóng *đg* [体] 开 球, 发 球: Đội A được quyền giao bóng trước. 甲队先得到球权。

giao bưu *d* ① (通过邮局) 联系, 联络②邮递员

giao ca *đg* 交接班: thời gian giao ca 交接班时间

giao cảm *đg* 同情, 同感: tấm lòng giao cảm 同情心

giao cắt *đg* 交叉, 交错: nơi giao cắt giữa đường nhựa và đường bê-tông 沥青路与水泥路交叉处

giao cấu *đg* 交媾, 交配

giao chiến *đg* 交战: hai nước giao chiến 两国交战

giao dịch *đg* 交易: giao dịch trên thuyền 船上交易

giao diện *d* [计] ①程序, 界面②硬件交接平台

giao du *đg* 结交: giao du bạn bè các nơi 结交各地朋友

giao duyên *đg* (男女) 对歌 *d* (越南顺化的一种) 小调, 小曲

giao đấu *đg* [体] 比赛: giao đấu bóng đá 足球比赛

giao điểm *d* [数] 交点

giao hàng *đg* 交货

giao hảo *đg* 交好, 友好: hai nước giao hảo 两国交好

giao hẹn *đg* 约定: giao hẹn buổi sáng gặp mặt 约定上午见面

giao hoà *đg* 友好: chung sống giao hoà 友好共处

giao hoan *đg* 交欢, 同乐: đêm giao hoan 同乐之夜

giao hoán *đg* [数] 交换, 换位

giao hợp *đg* 性交, 做爱

giao hưởng *d* 交响, 交响乐

giao hữu *t* [体] 友谊性的: thi đấu giao hữu 友谊赛

giao kèo *d* [旧] 合同, 契约, 公约: Hai bên kí giao kèo. 双方签订合同。*đg* 承诺, 保证: Hai bên giao kèo với nhau. 双方互相承诺。

giao kết *đg* ①结交: giao kết bạn bè 结交朋友②承诺: giao kết thực hiện hợp đồng 承诺履行合同

giao khoán *đg* 交给…承包: giao khoán cho họ 交给他们承包

giao liên *d* 联络员: giao liên của quân ta 我军的联络员 *đg* 联络, 联系: Anh ấy làm công tác giao liên. 他做联络工作。

giao lưu *đg* 交流: giao lưu nghiệp vụ 交流业务 *d* 交流活动: Buổi giao lưu giữa người dẫn chương trình với thính giả. 主持人与听众之间的交流活动。

giao nhận *đg* 交接: giao nhận hàng hoá 交接货物

giao nộp *đg* 缴纳, 交纳: giao nộp tiền thuế 缴纳税款

giao phó *đg* 委托, 托付, 交付: Giao phó nhiệm vụ cho anh. 把任务托付给你。

giao phối *đg* 交配

giao tế [旧]=giao tiếp

giao thầu *đg* 交标, 承包给: Công trình này giao thầu cho đội A. 此工程承包给甲队。

giao thiệp *đg* 交涉, 打交道, 联系: giao thiệp với ban ngành giao thông 与交通部门交涉

giao thoa *đg* [理] 交叉: giao thoa ánh sáng 光波交叉

giao thông *d* ①交通② [旧] 联络员, 通讯员, 信使

giao thông hào *d* [军] 交通壕

giao thời *d* 交替时期: giao thời giữa xã hội cũ và mới 新旧社会交替时期

giao thừa *d* 除夕: đêm giao thừa 除夕夜

giao thương *đg* 贸易, 商贸: mở rộng giao thương 扩大贸易

giao tiếp *đg* 交接, 交际, 沟通: Ngôn ngữ là công cụ giao tiếp. 语言是交际工具。

giao tranh *đg* ①交战, 交锋, 武斗: Hai phái giao tranh quyết liệt. 两派武斗激烈。② 比赛: giao tranh trên sân bóng 在球场上 比赛

giao tuyến *d* [数] 交线

giao tử *d* [生] 配子, 生殖细胞

giao ước *đg* 缔约

giảo [汉] 狡

giảo hoạt *t* 狡猾: con hồ li tinh giảo hoạt 狡猾的狐狸精

giảo quyệt *t* 奸谲, 奸猾: âm mưu giảo quyệt 奸诈阴谋

giáo₁ *d* 槊, 矛: giáo dài 长矛

giáo₂ *d* 脚手架: bắc giáo 搭脚手架

giáo₃ *d* 信徒

giáo₄ [汉] 教 *d* 教员: Anh ấy là nhà giáo. 他 是教员。

giáo₅ *đg* 搅拌: giáo bột mì 和面

giáo₆ *đg* 叫嚷, 暗示, 吹风儿 (试探其他人的 反应): Nó giáo mai đi Bắc Kinh. 他暗示 明天去北京。

giáo án *d* 教案

giáo chủ *d* [宗] 教主, 主教: Hồng y Giáo chủ 红衣主教

giáo cụ *d* 教具: giáo cụ trực quan 直观教具

giáo dân *d* [宗] 教徒

giáo dục *đg* 教育: giáo dục thanh thiếu niên 教育青少年; giáo dục học 教育学; giáo dục hàm thụ 函授教育; giáo dục mầm non 幼儿教育; giáo dục phổ thông 普通教育 *d* 教育事业: phát triển giáo dục 发展教育事

业

giáo dục viên *d* (负责教育流浪少年的) 教员

giáo dưỡng *đg* ①教养: giáo dưỡng con cái 教养子女② (对不良行为的少年) 教育 改造: đưa vào trường giáo dưỡng 送到少 年管教所

giáo đầu *đg* ①序幕, 序曲, 开场白, 序言, 绪 言: hát giáo đầu 序歌② (说话) 绕弯: nói giáo đầu 绕弯地说 *d* [旧] 教头

giáo điều *d* 教条 *t* 教条主义的: Nó mắc phải bệnh giáo điều. 他犯了教条主义 (的错误)。

giáo đồ *d* 教徒, 信徒

giáo đường *d* 教堂

giáo giờ [方]=tráo trở

giáo giới *d* 教育界

giáo hoá *đg* 教化

giáo hoàng *d* 教皇

giáo học pháp *d* 教学法

giáo hội *d* 教会

giáo huấn *đg* 教训, 教导: giáo huấn học sinh 教导学生

giáo hữu *d* [宗] 教友

giáo lí *d* [宗] 教义, 教理

giáo mác *d* 兵器; 长矛和大刀

giáo phái *d* [宗] 教派

giáo sĩ *d* [宗] 教士

giáo sinh *d* (师范院校的) 学生或实习生

giáo sư *d* 教授

giáo thụ *d* [旧] 教授官员 (封建时代掌管一 府教育的官员)

giáo trình *d* 教程

giáo viên *d* 教员, 老师

giáo vụ *d* 教务: phòng giáo vụ 教务处

giáp₁ [汉] 甲 *d* ①甲壳动物: loài giáp xác 甲 壳类动物② 甲胄: mặc giáp 穿甲胄

giáp₂ [汉] 甲 *d* [旧] (保甲制度中的) 甲: Mười hộ thành một giáp. 十户组成一甲。

giáp₃ *d* 一甲 (十二年): tuổi hơn kém nhau

một giáp 年岁相差一甲

giáp₄ [汉] 甲 *d* 甲(天干第一位)

giáp₅ *đg* 靠近,挨近,傍近,切近：giáp Tết 临近春节

giáp₆ [汉] 夹

giáp bảng *d* [旧] ①甲榜：Có tên trong giáp bảng. 甲榜上有名。②进士以上学位

giáp bào *d* 甲袍,铠甲,甲胄

giáp biển 临海,滨海：con đường giáp biển 滨海路

giáp chiến *đg* 短兵相接：đánh giáp chiến 肉搏战

giáp công *đg* 夹攻：hai mặt giáp công 双面夹攻

giáp giới *đg* 交界,毗连,相邻：hai tỉnh giáp giới nhau 两省相邻

giáp hạt *d* 青黄不接时节：giáp hạt giá gạo tăng 青黄不接时节米价上涨

giáp lá cà *đg* 肉搏：đánh giáp lá cà 肉搏战

giáp lai *t* 骑缝的,对封字的：đóng dấu giáp lai 盖骑缝章

giáp mặt *đg* 会面,见面,碰头：Hai người ngồi giáp mặt với nhau. 两人面对面而坐。

giáp ranh *t* 交界的：hai nước giáp ranh 两国交界

giáp trạng *d* 甲状腺

giáp trận *đg* 交战,交兵：hai bên giáp trận 双方交战

giáp vụ =giáp hạt

giáp xác *d* 甲壳动物：động vật loài giáp xác 甲壳类动物

giát *d* 床屉,床板 (用长条竹片或木片做成的床板)

giạt =dạt

giàu *t* ①富有,富足,富庶,殷富,富饶：quê hương giàu 富饶的家乡 ②丰裕,丰富：giàu kinh nghiệm 经验丰富

giàu có *t* 富有,富裕：nhà giàu có 有钱人家

giàu lòng *t* 富有…精神的：giàu lòng yêu nước 富有爱国精神

giàu mạnh *t* 富强：nước nhà giàu mạnh 国家富强

giàu sang *t* 富贵：nhà giàu sang 富贵人家

giàu sụ *t* [口] 巨富的

giày₁ *d* 鞋子：đi giày 穿鞋

giày₂ *đg* 践踏,摧残,踩踏：Trâu giày rơm rạ. 牛踩踏稻草。

giày ba ta *d* 布鞋,运动鞋

giày bốt *d* 长筒靴

giày cao gót *d* 高跟鞋

giày da *d* 皮鞋

giày dép *d* 鞋类

giày đinh *d* (鞋底钉上铁片的) 皮鞋

giày trượt băng *d* 冰鞋

giày vải *d* 布鞋

giày vò *đg* 蹂躏,摧残,揉磨,折磨：Bệnh mãn tính giày vò người bệnh. 慢性病折磨病人。

giày xăng đan *d* 皮凉鞋

giày xéo *đg* 践踏,蹂躏：Quê hương bị địch giày xéo. 家乡被敌人蹂躏。

giãy *đg* ①挣扎：Cá nhỏ giãy lên. 小鱼挣扎。②[口] 死活不同意,反对：Nó giãy ra không đồng ý. 他死活不同意。*t* 很热的,发烫的：Ánh nắng mùa hè chiếu xuống mặt đường xi-măng bóng giãy. 夏天的太阳烤得水泥路面发烫。

giãy chết *đg* 垂死挣扎

giãy giụa *đg* 挣,挣扎

giãy nảy *đg* ①抽搐：bị điện giật giãy nảy 触电抽搐 ②[口] 暴跳如雷：không đồng ý là giãy nảy 不同意就暴跳如雷

giãy nẩy =giãy nảy

giặc *d* ①寇,盗贼：Được làm vua thua làm giặc.胜者为王败者为寇。②敌人：giết giặc 杀敌

giặc biển *d* 海盗

giặc cướp *d* 强盗

giặc giã *d* ①寇,盗贼 ②战争：thời kì giặc giã

战争时期

giặc lái *d*[口](敌军)飞行员: bắt sống giặc lái 活捉敌军飞行员

giăm bông *d* 火腿

giằm *đg* 捣碎: giằm đỗ xanh 捣碎绿豆

giẵm[方]=giẫm

giăng₁ *d*[方] 月亮

giăng₂ *đg* ①拉直, 扯直, 张开: giăng dây 拉绳子; giăng lưới 张网②排列, 摆放: Sách giăng đầy bàn. 桌子上摆满了书本。

giăng gió *d*[旧] 风月, 风花雪月

giăng mắc *đg* 纵横悬挂: đèn hoa giăng mắc khắp nơi 到处悬挂花灯

giằng₁ *đg* ①强取, 抢夺; 拉住, 扯住: giằng túi khoác 抢夺挎包②[建] 连接

giằng₂ *d*[建] 房梁

giằng co *đg* ①争夺: giằng co nhau 互相争夺②[军] 拉锯, 相持: Quân hai bên giằng co lâu ngày. 两军相持多日。

giằng xé *đg* 争夺: Đàn sói giằng xé miếng mồi. 狼群争夺食物。

giắt *đg* ①插入: giắt dao 插刀②塞: Giắt bông vào tai. 把棉花塞进耳朵。

giặt *đg* 洗濯, 洗涤: giặt quần áo 洗衣服

giặt giũ *đg* 洗濯, 洗涤

giặt khô *đg* 干洗

giấc *d* ①睡眠; 小睡, 假寐②一觉 (指一次睡眠): ngủ một giấc 睡一觉

giấc hoàng lương *d* 黄粱美梦

giấc hoè *d* 美梦

giấc mộ Nam Kha 南柯一梦

giấc Nam Kha *d* 南柯梦, 美梦

giấc ngàn thu *d* 长眠

giấc ngủ *d* 睡眠

giấc nồng *d* 熟睡

giâm *đg* 插栽: giâm giống khoai lang 插栽红薯苗

giầm=dầm₁

giẫm *đg* 踩, 踏: giẫm lên bãi cỏ 踩上草地

giẫm chân tại chỗ 原地不动, 停滞不前

giẫm đạp *đg* ①践踏, 踩踏: xảy ra sự cố giẫm đạp 发生踩踏事故②重复: công việc chồng chéo giẫm đạp 工作重复

giấm *d* ①醋②酸汤: canh cá giấm 酸鱼汤

giấm bổng *d* 酒醋

giấm cái *d* 醋母

giấm giúi=dấm dúi

giấm thanh *d* 清醋, 白醋 (以酒和粉制成的醋)

giậm₁ *d* 鱼抄 (捕鱼竹器)

giậm₂ *đg* 用力踩踏: giậm chân 跺脚

giậm giật=rậm rật

giần *d* 细孔竹筛 *đg* 筛: giần gạo 筛米

giần giật=rần rật

giấn=dấn

giận *đg* 气愤, 生气: Nó giận tôi. 他生我的气。

giận cá chém thớt 迁怒于人

giận dỗi *đg* 赌气, 怄气, 使性子: Trẻ con giận dỗi không ăn cơm. 小孩赌气不吃饭。

giận dữ *t* 愤慨, 盛怒, 愤怒: giận dữ bỏ đi 愤而离去

giận hờn *đg* 赌气, 怄气: hơi tí là giận hờn 动辄就怄气

giận lẫy [方]=giận dỗi

giấp *d*[方][植] 蕺菜, 鱼腥草

giập *đg* 扁裂, 压扁: Quả nho bị giập. 葡萄被压扁。

giập giờn=dập dờn

giật *đg* ①猛拉: giật dây giày 猛拉鞋带②夺得: giật giải nhất 夺得第一名③[口] 暂时借贷: giật ít tiền tiêu 借点钱花

giật cánh khuỷu =trói giật cánh khuỷu

giật dây *đg* 拉线, 幕后操纵; 唆使, 煽动: kẻ giật dây 幕后操纵者

giật gân *t*[口] 爆炸性的, 刺激的: tin giật gân 爆炸性新闻

giật gấu vá vai[口] 挖东墙补西墙

giật giải *đg* 夺标，夺彩：giật giải nhất 夺得第一名

giật giọng *t* 急促：gọi giật giọng 急促地叫

giật lùi *đg* 后退，落后：giật lùi ba bước 后退三步

giật mình *đg* 吓一跳：Con chó chạy ra làm nó giật mình. 狗冲出来把他吓一跳。

giật nóng *đg* [口] 暂借：giật nóng được mấy đồng 暂借到几块钱

giật nợ *đg* 赖账：giật nợ đã mấy năm rồi đã kinh đã赖账几年了

giật tạm *đg* 短期借：giật tạm ít tiền tiêu 暂时借点钱花

giật thót *đg* 吓一跳：Tiếng gõ cửa làm nó giật thót. 敲门声把他吓一跳。

giâu gia *d* 木奶果

giầu₁ *d* [方] 槟榔

giầu₂ *t* [方] ①富有，富足②丰裕，丰富（同 giàu)

giầu có [方]=giàu có

giầu không *d* [方] 蒟叶，蒌叶

giầu mạnh [方]=giàu mạnh

giầu sang [方]=giàu sang

giầu sụ [方]=giàu sụ

giấu *đg* 隐藏，隐讳：giấu tiền của 隐藏钱财

giấu dốt *đg* 藏拙

giấu đầu hở đuôi 藏头露尾

giấu đầu lòi đuôi =giấu đầu hở đuôi

giấu giếm *đg* 隐瞒，隐藏：giấu giếm sự thật 隐瞒真相；giấu giếm của cải 隐藏钱财

giấu tên giấu họ 隐姓埋名

giấu voi đụn rạ 欲盖弥彰

giậu *d* 篱笆

giậu đổ bìm leo 乘人之危，虎落平阳被犬欺

giây *d* 秒，片刻：một giây đồng hồ 一秒钟

giây lát *d* 片刻，刹那间：đợi giây lát 稍等片刻

giây phút *d* 片刻，时刻：giây phút li biệt 离别时刻

giầy₁ *d* 鞋子（同 giày₁)

giầy₂ *đg* [方] 践踏，摧残，踩踏（同 giày₂)

giầy dép=giày dép

giầy vò [方]=giày vò

giầy xéo [方]=giày xéo

giẫy *đg* 铲平，铲除：giẫy cỏ 铲草

giẫy giụa [方]=giãy giụa

giẫy nẩy [方]=giãy nảy

giấy *d* ①纸：giấy trắng 白纸②证明、证件、契据的总称：giấy thông hành 通行证

giấy ảnh *d* 相纸

giấy ăn *d* 餐巾纸

giấy bạc *d* ①纸币：giấy bạc mệnh giá 5 Nhân dân tệ 面值五元的纸币②钢精纸③锡纸

giấy bản *d* 毛边纸

giấy bao gói *d* 包装纸

giấy bảo đảm *d* 保单，保证书

giấy báo *d* ①书报、印刷用纸②通知单，通知书：giấy báo nhập học 入学通知书

giấy bìa *d* 厚纸皮

giấy bìa sách *d* 书皮纸

giấy biên nhận *d* 收据，收条

giấy bóng *d* ①蜡光纸②玻璃纸

giấy bóng kính *d* 玻璃纸

giấy bóng mờ *d* 蜡光纸

giấy bồi *d* 纸皮

giấy bồi *d* 草纸

giấy các-bon *d* 复写纸

giấy các-tông *d* 厚纸板

giấy cam đoan *d* 保单，保证书

giấy cảm quang *d* 感光纸

giấy căn cước *d* [方] 身份证，公民证

giấy chặm *d* 吸水纸

giấy chứng minh *d* 身份证，证明书

giấy chứng nhận *d* 证书，证明书

giấy cứng *d* 硬纸皮

giấy dậm *d* [方] 吸水纸

giấy dầu *d* 油毡纸

giấy dó *d* 绘画纸

giấy đánh máy *d* 打印纸

giấy gọi *d*[法] 传票

giấy hạn trả *d* 期票

giấy in bản đồ *d* 晒图纸

giấy in báo *d* 新闻纸

giấy kẻ ô *d* 格子纸

giấy kẹp sách *d* 书签

giấy khai hải quan *d* 海关申报单

giấy khai sinh *d* 出生证

giấy khen *d* 奖状

giấy láng *d* 蜡光纸

giấy lề *d* 废纸

giấy lệnh *d* 道林纸, 胶版纸, 胶版印刷纸

giấy lọc *d* 滤纸

giấy lộn *d* 废纸

giấy má *d*[口] ①纸张②证件: làm xong giấy má 办好证件

giấy moi *d* 土纸

giấy mời *d* 邀请函, 邀请书; 请帖, 请柬

giấy nến *d* 蜡纸

giấy nhám [方]= giấy ráp

giấy nhãn hiệu *d* 商标纸

giấy nháp *d* 草稿纸

giấy nhận xét *d* 鉴定书

giấy nhiễu *d* 皱纹纸

giấy phèn *d* 防潮纸

giấy phép *d* 许可证, 批准书, 批文: giấy phép nhập khẩu 进口许可证

giấy ráp *d* 砂纸

giấy sáp *d* 蜡纸

giấy sơn *d* 防潮包装纸

giấy than *d* 复写纸

giấy thấm *d* 吸墨纸

giấy thiếc *d* 锡纸

giấy thông hành *d* 通行证

giấy tờ *d* 文件, 证件; 案牍, 文牍: làm giấy tờ 办证

giấy trắng mực đen [口] 白纸黑字

giấy vệ sinh *d* 卫生纸

giấy viết thư *d* 信笺

giấy xin *d* 申请书

giẽ₁ *d*[植] 一种壳斗科爬藤树

giẽ₂ *d* 碎布, 抹布: giẽ lau 抹布

giẽ cùi *d*[动] 红嘴蓝鹊

giẽ cùi tốt mã 中看不中用

gièm *đg* 谗: lời nói gièm 谗言

gièm pha *đg* 中伤, 说三道四: gièm pha người khác 对别人说三道四

gien (gene) *d*[生] 基因

gieo *đg* ①散, 播: gieo trồng 播种②投, 扔: gieo súc sắc 扔色子③造成, 惹下, 种下: gieo hoạ cho người khác 嫁祸于人

gieo cấy *đg* 播种, 插秧: diện tích gieo cấy 播种面积

gieo gió gặt bão 自食其果, 自作自受, 玩火自焚

gieo neo *t* 窘迫, 极困难的: tình cảnh gieo neo 处境窘迫; cuộc sống gieo neo 生活极困难

gieo quẻ *đg* 占卦 (用铜板卜吉凶): Thầy bói gieo quẻ. 算命先生用铜板占卦。

gieo rắc *đg* 散布: gieo rắc tin đồn 散布谣言

gieo trồng *đg* 播种: gieo trồng đỗ xanh 播种绿豆

gieo vần *đg* 押韵, 择韵: gieo vần thơ ca 押韵诗歌

gléo giắt=réo rắt

giêng =tháng giêng

giêng hai *d*[口] 农历一二月份

giềng *d* 纲 (捕鱼网的大绳)

giếng *d* 井, 水井: đào giếng 挖井

giếng bơm *d* 抽水井

giếng chìm *d*[建] 沉箱

giếng dầu *d* 油井

giếng khoan *d* 钻井

giếng khơi *d* 深井, 水井

giếng mỏ *d* 矿井

giết *đg* ①杀, 杀害: Quân địch giết dân thường. 敌军杀害百姓。②宰杀: giết lợn mổ dê 杀

猪宰羊

giết chóc *đg* 屠杀，杀戮：giết chóc dân thường 屠杀平民

giết hại *đg* 杀害：bị thổ phỉ giết hại 被土匪杀害

giết mổ *đg* 屠宰：giết mổ động vật 屠宰动物

giết thì giờ *đg* 消磨时间：xem hoạ báo giết thì giờ 看画报消磨时间

giết thịt[口] =làm thịt

giễu *đg* 揶揄，嘲弄：chế giễu 嘲笑

giễu cợt *đg* 揶揄，讥笑，讽刺，嘲弄：Không nên giễu cợt người tàn tật. 不要讥笑残疾人。*t* 讽刺的：ánh mắt giễu cợt 讽刺的眼神

gin *t* 正宗的，全新的：toàn đồ gin 全是正宗的；mới gin 全新的

gìn *đg* 保持

gìn giữ =giữ gìn

gio [方] =tro

giò *d* ①蹄，脚，腿：chân giò lợn 猪脚②包肉团（把肉捣碎，用蕉叶包上煮成）

giò bì *d* 猪皮肉团子

giò lợn *d* 猪肉团

giò lụa *d* 瘦肉团

giò mỡ *d* 肥肉团

giỏ₁ *d* 箩筐

giỏ₂ *đg*[方] 滴，点：giỏ thuốc đau mắt 滴眼药水

gió *d* 风

gió bụi *d* 风尘

gió chiều nào theo chiều ấy 看风使舵

gió heo may *d* 秋风

gió Lào *d* 老挝风（5~8月从老挝刮向越南的热风）

gió lốc *d* 旋风

gió lùa *d* 穿堂风

gió mát trăng thanh 清风明月

gió may *d* 秋风

gió máy *d* 冷风，寒风：Người yếu kị gió máy. 体弱要忌寒风。

gió mây *d* 风云：gió mây vần vũ 风云变幻

gió mùa *d* 季风

gió mùa đông bắc *d* 东北季风

gió nồm *d* 东南风

gió táp mưa sa 狂风暴雨

gió thổi ngoài tai 耳边风

gió to sóng cả 大风大浪

gió xuôi *d* 顺风

gioi =roi

giòi [旧] =dòi

giỏi *t* ①强，棒，精，优，优良，出色，出众，能干，有本事的，有能耐的，了不起的，有胆量的：giỏi thật 真棒；học giỏi 学习（成绩）好；Mày có giỏi thì đến đây! 你有胆量就过来！②[口] 顶多，最大程度：Anh làm cả ngày giỏi lắm được ba chục bạc. 你做一整天顶多能赚三十元。

giỏi giang *t*[口] 机灵能干的

giỏi giắn *t*[口] 能干的，有才能的：con người giỏi giắn 有才的人

giọi₁ *đg* ①投，掷②捶，揍

giọi₂ *đg* 照射，直射：Nắng giọi xuống mặt đường. 太阳直射路面。

gion giòn *t* 清脆（小孩声音）：tiếng trẻ con gion giòn 小孩的声音很清脆

giòn *t* ①脆，酥，易碎易断的：bánh giòn 脆饼②（声音）清脆：tiếng pháo nổ giòn 清脆的鞭炮声③（指妇女）俏丽，健康漂亮：Cô gái châu Phi nước da đen giòn. 非洲姑娘皮肤黑亮。

giòn giã *t* ①（声音）清脆：tiếng pháo giòn giã 清脆的鞭炮声②（干净利落地）取得胜利的：chiến thắng giòn giã 获得全胜

giòn rụm [方] =giòn tan

giòn tan *t*（食品）酥脆：bánh phồng tôm giòn tan 香脆虾片

giong₁ *d* 竹枝（用作篱笆或柴火）

giong₂ *đg* 带，赶，牵（同 dong）：giong bò 牵牛

giong₃ *đg*[方] 点火, 传火 (同 chong) : giong đèn cả đêm 彻夜传火

giong₄ *đg*[旧] 瞎荡, 东游西窜 (同 rong)

giỏng *đg* 竖起: Giỏng tai phải về phía cửa. 竖起右边耳朵贴到门边上。

gióng₁ *d* 节, 段: một gióng mía 一节甘蔗

gióng₂ *d* 横栏, 闩: gióng cửa 门闩

gióng₃ *đg* 起鸣, (一声一声地) 敲击, 击打: gióng trống 击鼓

gióng₄ *đg* ① (大声) 喊, 叫: gióng gọi 大声呼叫② [口] 反复说: Anh ấy gióng từ lâu rồi. 他早就反复说了。

gióng₅ *đg* 对齐, 看齐 (同 dóng)

gióng giả *t* (声音) 回荡的,回响的:Tiếng chuông gióng giả 钟声回荡 *đg*[口] 光说不做: Nó nói gióng giả mấy lần mà không làm. 他说了好几遍却不做。

gióng một *t* 一声一声的: nói gióng một một 一声一声地说

gióng trống mở cờ 大张旗鼓

giọng *d* ①嗓子: luyện giọng 练嗓子②腔调, 口音: giọng miền Bắc 北方口音③调门儿, 嗓门: lên giọng 提高嗓门④语气, 口吻: thay đổi giọng 改变语气

giọng điệu *d* 语调,语气

giọng kim *d* 尖声

giọng lưỡi *d* 谬论, 口气, 口吻, 语气, 语调 (贬义): giọng lưỡi của bọn phản động 反动派的谬论

giọt₁ *d* 滴: giọt nước 水滴

giọt₂ *đg* 捣, 捶打, 揍: giọt cho nó một trận 揍他一顿

giọt hồng *d* 泪珠, 泪水

giỏ [旧]=đồ

giỗ₁ *d* 祭拜: giỗ Tổ 祭祖

giỗ₂ *đg*[方] (作物) 抽穗 (同 trỗ)

giỗ chạp *d*[宗] 腊祭

giỗ đầu *d* 周年祭日

giỗ kị *d* (家族的) 祭祀

giỗ tết *d* 祭日和节日的总称

giối [方]=trối₂

giối già [方]=trối già

giối giăng [方][旧]=trối trăng

giội *đg* ①浇, 淋: giội mưa 淋雨②大量投下: máy bay giội bom 飞机猛烈轰炸

giội gáo nước lạnh 泼冷水

giôn giốt =nhôn nhốt

giông₁ *d* 暴风雨; 厄运 (同 dông)

giông₂ *t* 手气不好的, 有凶兆的, 倒霉的: bị giông cả năm 全年倒霉

giông bão=dông bão

giông giống *t* 有点相似的: Hai quyển sách giông giống. 两本书有点相似。

giông tố=dông tố

giồng₁ *d* 冲积地: đất giồng sông Trường Giang 长江冲积地

giồng₂ *đg*[方] ①栽, 种, 栽种, 种植②埋, 植, 立, 镶 (牙) (同 trồng) : giồng răng 镶牙

giồng giọt [方]=trồng trọt

giống₁ *d* ①种类: giống người da vàng 黄种人②种苗: lợn giống 猪种③性: giống đực giống cái 雄性雌性

giống₂ *t* 相似, 相像: con cái giống cha mẹ 子女像父母

giống hệt *t* 逼真, 一模一样: Hai chiếc thuyền giống hệt nhau. 两只船一模一样。

giống lai *d* 杂种, 混血, 杂交种: lợn giống lai 杂种猪

giống má *d* 种子

giống nòi *d* 种族

giộp=rộp

giơ *đg* ①举起: giơ tay 举手②露出: gầy giơ xương 瘦得皮包骨头

giơ₂ *t* 松动的, 错位的 (同 rơ) : Ổ trực bánh xe bị giơ. 车轮轴承松动。

giơ cao đánh khẽ 雷声大雨点小

giơ đầu chịu báng 代人受过;代人受罚

giơ tay múa chân 指手画脚

giờ *d* ①小时 ②时刻, 时间, 时候: bảng giờ tàu 火车时刻表 ③现在: từ hôm qua đến giờ 从昨天到现在

giờ chính thức *d* 正式时间

giờ chót *d* 最后的时刻: chuyến xe giờ chót 末班车

giờ đây *d* [口] 现在, 目前, 此时: giờ đây mới đi 现在才去

giờ địa phương *d* 当地时间

giờ G *d* 约定的时间

giờ giấc *d* 时间, 时刻: đi làm đúng giờ giấc 上班准时

giờ GMT (Greenwich Mean Time) *d* 格林尼治时间

giờ hành chính *d* 办公时间, 行政时间

giờ hoàng đạo *d* 黄道吉日, 黄道吉时

giờ hồn [方] =liệu hồn

giờ khắc *d* 时刻

giờ lâu *d* [口] 良久, 好大会儿, 好半天: chờ đợi giờ lâu 等待好久

giờ phút *d* 时刻, 关头: giờ phút lịch sử 历史时刻; giờ phút khẩn cấp 紧急关头

giờ quốc tế *d* 格林尼治时间

giờ tan tầm *d* 下班时间

giờ₁ *đg* ①打开, 翻, 揭开: giờ mình 翻身 ②耍, 玩弄: giờ trò 耍花招 ③变化: giờ trời 变天

giờ₂ *đg* [方] 反转 (同 trở)

giờ chứng =trở chứng

giờ dạ [方] =chuyển dạ

giờ giói *đg* [口] ①复杂化: Anh làm đơn giản tiện thôi đừng giờ giói nữa. 你做简单点儿, 别再复杂化。②耍, 玩弄: giờ giói thủ đoạn 耍手段

giờ giọng *đg* ① (用猥亵的语言) 骂阵: giờ giọng lưu manh 用流氓语言骂阵 ②改变口气: giờ giọng khuyên nhủ 改为劝说口气

giờ giời [方] =trở trời

giờ mặt [方] =trở mặt

giờ quẻ *đg* [口] 变卦: Nó đã nhận lời bây giờ lại giờ quẻ. 他答应了现在又变卦。

giờ trò *đg* 耍手段, 耍花招儿: giờ trò lưu manh 耍流氓 (手段)

giời =trời

giới *d* 界: giới giáo dục 教育界

giới chức *d* (代表行业、单位等的) 人士: giới chức quân sự 军方人士

giới đàn *d* [宗] 戒坛

giới hạn *d* 界限, 限度, 范围: Tuổi thọ của con người có giới hạn. 人的寿命是有限的。*đg* 限制, 限定: giới hạn cảnh giác 限定警戒线

giới luật *d* [宗] 戒律

giới nghiêm *đg* 戒严: lệnh giới nghiêm 戒严令

giới sát *đg* [宗] 戒杀

giới sắc *đg* [宗] 戒色

giới thiệu *đg* 介绍, 推荐: giấy giới thiệu 介绍信; giới thiệu A làm đại biểu 推荐甲为代表

giới tính *d* 性别

giới tuyến *d* 界线, 分界线: giới tuyến quân sự 军事界线

giới từ *d* [语] 介词

giới tửu *đg* [宗] 戒酒

giỡn *đg* [方] 开玩笑: Nói giỡn cho vui. 开玩笑解闷。

gíp [口] =xe jeep

giũ =rũ

giũa *d* 锉子 *đg* 锉: giũa chìa khoá 锉钥匙

giục *đg* 催促, 催使: giục đi nhanh lên 催快点儿走

giục giã *đg* 不停地催促: giục giã làm nhanh lên 不停地催促快做

giục giặc =dục dặc

giục như giục tà [口] 紧催, 催命

giúi [旧] =dúi₂

giúi giụi [旧] =dúi dụi

giụi [旧]=dụi

giùm *đg* [方] 帮忙: làm giùm 帮做

giun *d* [动] ①蚯蚓 ② (人或动物体内的) 寄生虫: giun chỉ 线虫; giun đũa 蛔虫; giun kim 蛲虫; giun sán 人或动物肠道寄生虫的总称

giuộc *d* ①瓢 (油、酒量具) ②帮,团,伙 (贬义): Bọn chúng cùng một giuộc. 他们是一伙的。

giúp *đg* 帮助,援助,协助: giúp một tay 帮一把

giúp đỡ *đg* 帮助,援助: giúp đỡ vật chất 物质援助

giúp ích *đg* ①效劳,服务: giúp ích cho xã hội 为社会服务②有益于: giúp ích đối với học tập 对学习有益

giúp sức *đg* 协力,帮助,支持,支援: cùng lòng giúp sức 同心协力

giúp việc *đg* ①辅佐: người giúp việc đắc lực 得力助手②服务: người giúp việc 佣人

giữ *đg* ①拿住,持住 (同 gìn) ②遵守: giữ lời hứa 遵守诺言③护卫,看守: người giữ xe đạp 自行车保管员④担任: giữ chức trưởng phòng 担任科长职务

giữ chân *đg* 挽留,留住: giữ chân họ lại 留住他们

giữ ghế *đg* [口] 保住职位,保住乌纱帽: Hắn sợ phạm sai lầm không dám cải cách, chỉ muốn giữ ghế. 他担心犯错误不敢改革,一心只想保住职位。

giữ giàng =giữ gìn

giữ gìn *đg* ①保护,捍卫,维护: giữ gìn trợ trị trị an xã hội 维护社会治安②保管,保养,保重: giữ gìn sức khoẻ 保重身体

giữ kẽ *t* 谨慎,小心: nói năng giữ kẽ 说话谨慎

giữ miếng *đg* ①留一手: nó còn giữ miếng 他还留一手②戒备: tâm lí giữ miếng 戒备心理

giữ mình *đg* ①保重,自卫: học võ giữ mình 学武自卫②守身自律: Đứng trước tình trạng tham ô hủ bại, anh ấy vẫn giữ mình. 在贪污腐败的环境中他仍守身自律。

giữ mồm giữ miệng [口] 说话小心谨慎,守口如瓶

giữ rịt *đg* [口] 缠住不放,死抱不放,留住不放: Thằng bé giữ rịt lấy mẹ. 小男孩缠住母亲不放。

giữ tiếng *đg* 自重,自爱,保持名声: giữ tiếng cho gia tộc 保持家族名声

giữ ý *đg* 拘谨,规矩: nói không biết giữ ý 说话不懂规矩

giữa *d* 中间,中央,中心: giữa quảng trường 在广场中央; giữa tháng tám 八月中旬 *k* 与,之间: giữa hai nước 两国之间

giữa chừng *d* 半途,半截: bỏ dở giữa chừng 半途而废

giữa trời *d* 空中: Máy bay bay qua giữa trời. 飞机从空中飞过。

giương *đg* ①张开,展开,撑开: giương ô 撑雨伞②扬,举: giương cao cờ đỏ 高举红旗

giương mắt ếch [口] 瞪大眼睛

giương vây *đg* [口] 显威风: Thằng ấy đang giương vây. 这家伙显威风。

G

giường *d* 床,床位

giường bạt *d* 帆布床

giường bệnh *d* 病床

giường mối *d* 关系;秩序

giường nằm *d* 卧铺;床位: toa giường nằm 卧铺车厢

giường phản *d* 床板

giường thờ *d* 祭祖台,供桌

glaucoma *d* 青光眼

glu-cô (glucose) *d* 葡萄糖

GNP (gross national product) [缩] 国民生产总值

go *d* [工] 钢丝综

gò₁ *d* 丘,冈,土坡: gò đồi 山冈

gò₂ *đg* ①手工扳金属: gò thùng nước 手工做水桶②勒紧: gò cương ngựa trước vực thẳm 悬崖勒马③推敲，琢磨: gò ngữ pháp 琢磨语法④努力，出力，使劲: gò sức đẩy xe 使劲推车

gò bó *đg* 束缚，限制，局限: gò bó phạm vi hoạt động 限制活动范围 *t* 拘谨，拘束: gò bó mất tự do 拘束不自在

gò đống *d* 垛子

gò ép *đg* 强制，牵强，强迫: gò ép nó làm 强迫他做

gò má *d* 颧，面颊

gõ₁ *d* [植] 乌檀

gõ₂ *đg* 敲，打，磕: gõ cửa 敲门; gõ trống 打鼓

gõ cửa *đg* [口] ①敲门②上门求助: đi gõ cửa nhà bạn 到朋友家求助

gõ đầu trẻ *đg* [口] 敲孩童的脑袋 (从事教育工作的一种诙谐说法): làm nghề gõ đầu trẻ 从事小孩教育工作

gõ kiến *d* [动] 啄木鸟

goá *t* 鳏寡的: goá chồng 寡妇; goá vợ 鳏夫

goá bụa *t* 鳏寡的

goá phụ =quả phụ

góc *d* ① [数] 角②隅，角落: góc nhà 屋角③一角 (四分之一): một góc bánh chưng 一角粽子

góc bẹt *d* 平角

góc biển chân trời 天涯海角

góc bù nhau *d* 补角

góc cạnh *d* 角度，方面: góc cạnh khác nhau 不同角度

góc đa diện *d* 多面角

góc độ *d* 角度

góc đối đỉnh *d* 对顶角

góc đối trong *d* 内对角

góc đồng vị *d* 同位角

góc hình quạt *d* 扇形角

góc kề *d* 邻角

góc ngoài *d* 外角

góc nhị diện *d* 二面角

góc nhìn *d* 视角

góc nhọn *d* 锐角，尖角

góc so le *d* 错角

góc tù *d* 钝角

gỏi *d* 生鱼或生肉配上香菜和其他调味料的一种食法

gói *d* 包，袋: một gói kẹo 一包糖 *đg* ①包裹: gói bánh chưng 包粽子②概括: nói gói lại một câu 概括地说一句话

gói ghém *đg* ①包，裹: gói ghém hành lí 打包行李②包括: Lời nói của ông ấy gói ghém nhiều vấn đề. 他的讲话包括了许多问题。

gói thầu *d* 标项

gọi *đg* ①叫，喊: Gọi nó đến đây! 叫他过来!②使唤，通知: giấy gọi vào học 入学通知书③称呼，称谓: Nó gọi tôi bằng chú. 他称呼我为叔叔。

gọi dạ bảo vâng 唯唯诺诺，(小孩) 听话

gọi hồn *đg* 招魂

gọi là [口] ①叫作，称作，称为: Đường vuông góc với vĩ tuyến gọi là kinh tuyến. 跟纬线垂直的线叫作经线。② [口] 一点心意，作作意思: Gọi là có chút quà. 小礼物略表心意。③名义上: gọi là có名义上有④所谓 (同 cái gọi là)

gọi tắt *d* 简称

gọi thầu *đg* [经] 招标: gọi thầu trong tỉnh 省内招标

gọi vốn *đg* ①入股 (公司号召股东继续投资) ②引资: chiêu thương gọi vốn 招商引资

golf (gôn) *d* 高尔夫球: sân bóng golf 高尔夫球场

gom *đg* 凑份子，归拢，集中: gom vốn 集资

gom góp *đg* 积聚，积累: gom góp tiền của 积累钱财

gom nhặt *đg* 收集: gom nhặt tài liệu 收集资料

gom nhóp [方]=gom nhặt

gon d 编草席用的一种草

gòn d ①棉,棉絮② [植] 木棉

gòn gọn t 整齐,整洁,正好合适的: Đồ đạc bày gòn gọn. 东西摆放整齐。

gọn t ①利索,利落,爽利,整洁,有条不紊: để gọn 堆放整齐②简明,简洁,简练,紧凑,短小精悍: tình tiết câu chuyện gọn 故事情节紧凑③简便,简易: thủ tục gọn 简易的手续

gọn gàng t 利落,整洁: ăn mặc gọn gàng 穿着整洁

gọn ghẽ=gọn gàng

gọn lỏn t[口] 恰好的,不大不小的: Thằng bé nằm gọn lỏn trong nôi. 小男孩躺在摇篮里正好合适。

gọn mắt t[口] (东西摆放) 看起来整齐的: Đồ đạc bày gọn mắt. 东西摆放整齐。

gọn nhẹ t 轻便,轻省: trang bị gọn nhẹ 装备轻便

gọn thòn lỏn [口]=gọn lỏn

gọng d (能伸缩的) 骨架,框架

gọng kìm d 钳形攻势,夹击,攻势: chiến thuật gọng kìm 夹击战术

gọng kính d 眼镜框

goòng d 矿车,煤斗: xe goòng 矿车

góp đg ①凑聚,凑份子: góp tiền 凑钱② (分期) 交付,缴付: trả góp 分期付款③参与,加入: góp cổ phần 入股④贡献 (一份力量): góp sức cho xã hội 为社会做贡献

góp điện d (发电机) 输出部分

góp gió thành bão 积少成多,集腋成裘

góp mặt đg 露面,参加: đến góp mặt cho vui 来凑热闹

góp nhặt đg 搜集,积攒: góp nhặt từng xu từng hào 一分一角钱积攒起来

góp nhóp [口]=góp nhặt

góp phần đg 参与其间,贡献力量: góp phần xây dựng quê nhà 为家乡的建设贡献力量

góp sức đg 合力,协力,出力,致力,效力: góp sức đẩy xe 合力推车; cùng lòng góp sức 同心协力

góp vốn đg 投资,入股,合资: góp vốn làm buôn bán 合资做生意

góp vui đg 助兴,凑热闹: Chúng tôi đến góp vui. 我们来助兴。

góp ý đg[口] 提意见: góp ý phê bình 提出批评意见

gorilla (gô-ri-la) d 非洲大猩猩

gót d ①脚跟: nhón gót 垫起脚跟②鞋后跟儿: giày cao gót 高跟鞋

gót đầu d 来龙去脉; 从头到尾

gót sắt d 铁蹄: gót sắt quân địch 敌军的铁蹄

gọt đg ①削,修削: gọt bút chì 削铅笔② [旧] 剃,剪: gọt tóc 剃光头

gọt dũa =gọt giũa

gọt đẽo =đẽo gọt

gọt giũa đg ①雕琢: gọt giũa tác phẩm mĩ nghệ 雕琢工艺品②修饰,润饰: gọt giũa câu văn 修饰词句

gô đg 捆紧,捆绑: gô tên trộm lại 捆绑小偷

gô-ri-la (gorilla) d 非洲大猩猩

gô-tích (gothic) d[建] 哥特式

gồ t 隆起的,凸起的,突出的: mặt đường gồ lên 隆起的路面

gồ ghề t 凹凸不平,高低不平,坎坷不平: mặt đất gồ ghề 凹凸不平的地面

gỗ d 木,木材,木料: ghế gỗ 木凳子

gỗ cốt pha d 模板

gỗ dán d 胶合板

gỗ đóng móng d 桩木

gỗ ép d 压板

gỗ kẹp d 夹板

gỗ lim d 格木 (铁木的一种)

gỗ long não d 樟木

gỗ lúp d 花纹木

gỗ sến d 朴木 (铁木的一种)

gỗ súc *d* 木料, 圆木

gỗ tạp *d* (质地差、色偏白的) 杂木

gỗ tấm *d* 木板

gỗ tròn *d* 圆木

gỗ tứ thiết *d* 四铁木

gỗ ván *d* 木板

gỗ vang = tô mộc

gỗ vuông *d* 方木

gỗ xẻ *d* 锯材

gộ *đg* (鹿) 叫, 叫喊: hươu sao gộ 梅花鹿叫

gốc *d* ①树根②棵: một gốc cây 一棵树③原件: giấy tờ gốc 证件原件④ [转] 本, 本钱: cả gốc lẫn lãi 连本带利⑤ [化] 根基

gốc gác *d* [口] ①起源, 根源, 本源: gốc gác xung đột 冲突的根源②来历: Không ai biết gốc gác của hắn. 谁都不知道他的来历。

gốc rễ *d* 根源, 树根

gốc tích *d* 根源, 来历, 来龙去脉: gốc tích không rõ 来历不明

gốc từ *d* [语] 词根

gộc *d* 竹根桩, 树根桩: củi gộc cây 树根柴 *t* [转] 大块头的, 大个子的: Anh chàng thân hình to gộc. 他身材高大。

gồi *d* 棕榈

gối₁ *d* 膝盖: đau gối 膝盖痛

gối₂ *d* 枕头 *đg*①枕: Đầu gối lên viên gạch. 头枕砖块。②搭, 靠: Thang gỗ gối lên tường. 木梯搭在墙头。③连续: công việc gối lên nhau 工作接连不断

gối đất nằm sương 幕天席地

gối đầu *đg* ① 靠, 倚 靠: Một đầu thuyền gối đầu lên đống cát. 小船的一头靠沙堆。②连耕 (种植): trồng gối đầu các loại cây nông nghiệp 农作物连耕

gối vụ *đg* 连耕: gối vụ cây nông nghiệp 农作物连耕

gội₁ *d* 一种楝属树

gội₂ *đg* 洗 (头), 洗 (发): gội đầu 洗头

gôm *d* ①一种工业原料②发膏, 发蜡, 摩丝

gồm *đg* 包含, 包括: Cả thảy là 10 người gồm cả anh. 包括你共十个人。

gốm *d* 陶: đồ gốm 陶器

gôn₁ *d* ①球门: sút vào gôn 射进球门②门球: thi đấu môn bóng gôn 门球比赛

gôn₂ (golf) *d* [体] 高尔夫球

gông *d* 枷 *đg* 上枷: Gông nó lại! 给他上枷!

gông cùm *d* 枷锁, 桎梏

gông xiềng *d* 枷锁

gồng₁ *đg* 挑, 歪吊着: gồng củi 挑柴

gồng₂ *d* 硬气功 *đg* 发功: Võ sĩ lên gồng. 武士发功。

gồng gánh *đg* 挑, 挑担子: gồng gánh đi chợ 挑担子赶集 *d* 担子

gộp *đg* 并合, 集中: gộp vào một chỗ 集中在一起

gộp đá *d* [方] 大石头

gột *đg* 涤除: gột bùn gấu quần 除裤脚上的泥巴

gột rửa *đg* 洗涤, 涤除: gột rửa não 洗脑

gờ *d* [建] 突出部分, 凸缘

gở *t* 不祥, 不吉利, 晦气: điềm gở 不祥之兆

gỡ *đg* ①解开: gỡ dây ra 解开绳子②排除: gỡ mìn 排雷③捞回: gỡ lại vốn 捞回本钱

gỡ gạc *đg* [口] 扳回, 捞回, 翻回: tìm cách gỡ gạc tiền vốn 想办法捞回本钱

gỡ lỗi *đg* [计] 排除计算机程序乱码

gỡ rối *đg* 调解, 理顺: gỡ rối mâu thuẫn 调解矛盾

gởi [方] =gửi

gởi gắm [方] =gửi gắm

gợi *đg* 引起, 启发: gợi sự chú ý 引起注意

gợi cảm *t* 感人的: bài văn gợi cảm 感人的文章

gợi chuyện *đg* 攀谈, 搭话: gợi chuyện gia đình 攀谈家事

gợi mở *đg* 启发: vấn đề có tính gợi mở 启发性的问题

gợi tả *đg* 描写, 描述: Bài văn gợi tả cảnh xuân. 文章描写春天的景色。

gợi tình *đg* ① 迷人, 吸引, 引人入胜: phong cảnh gợi tình 风景迷人 ② 撩惹, 挑逗: ánh mắt gợi tình 挑逗的眼神

gợi ý *đg* 启发, 提示, 示意: gợi ý cho học sinh làm bài 启发学生做题

gòm *t* 惊疑, 怵惕, 恐惧, 可怕: đối thủ đáng gòm 令人恐惧的对手

gớm *đg* 感到恐怖, 感到可怕: Trông thấy rắn độc thật gớm! 看到毒蛇真可怕! *t* ① 恶心, 肉麻 (不舒服的感觉): Nhà xí bẩn quá gớm chết. 厕所脏得恶心。② 厉害: Mụ ấy gớm lắm. 她好厉害。*c* 哟 (感叹词, 表责备): Gớm, nói nhiều thế! 哎哟, 那么多话!

gớm ghiếc *t* ① 可怕: Cá sấu há hốc mồm thật gớm ghiếc. 鳄鱼张大嘴真可怕。② 厌恶: bộ mặt gớm ghiếc 厌恶的鬼脸

gớm guốc [口] = gớm ghiếc

gờn gợn *t* 轻微: sóng gờn gợn 微波起伏

gợn *d* 波纹, 纹路, 花纹, 斑痕: gợn đẹp trên lọ hoa 花瓶上精美的花纹 *đg* ① 波动, 泛起: Mặt nước gợn sóng. 水面泛起白浪。② 想出来: Trong đầu gợn lên một ý nghĩ. 脑海中闪出一个念头。

gợt *đg* 撇, 捞 (舀取浮在液体上面的东西): gợt dầu trên mặt nước 捞水面上的油

GPS (Global Positioning System) [缩] 全球定位系统

gr (gram) [缩] (重量单位) 克

gra-nít (granite) *d* 花岗石

gra-phít (graphite) *d* 铅矿

GS = giáo sư [缩] 教授

gu *d* [口] 爱好: Hai đứa rất hợp gu. 他俩爱好合拍。

gù *t* 驼背的: cụ già gù lưng 驼背的老人

gụ₁ *d* 油楠木 *t* 深色的, 棕色的: vải gụ 棕色布匹

gụ₂ *d* [方] 陀螺: đánh gụ 玩陀螺

gục *đg* ① 趴, 低俯: gục trên bàn nghỉ một lát 趴在桌子上休息一会儿 ② 垮, 倒下: Nó làm việc mệt quá gục rồi. 他工作太累病倒了。③ 折断: Cành cây bị gục xuống. 树枝被折断。

gục gặc *đg* [方] 点头, 额首 (表示应允)

gùi *d* 背篓 *đg* 背, 扛: gùi đồ miền núi đi chợ 背着山货赶集

guitar (ghi-ta) *d* [乐] 吉他

gùn *d* 丝绸上的接头或疙瘩

guốc *d* ① 木屐 ② 蹄: động vật guốc đôi 偶蹄动物 ③ 木头垫子

guồng *d* ① 络车, 水车 ② 排水螺旋 *đg* ① 绕, 络 (用络车): guồng sợi 纺线 ② 踩踏, 蹬: gắng sức guồng nước 用力踩水车

guồng máy *d* 机构: guồng máy hành chính 行政机构

guồng nước *d* 水车

gút₁ *d* ① 钝 ② 打结 ③ 痛风

gút₂ *đg* [口] 总括: nói gút lại 总的来说

gừ *đg* (狗) 低吠

gửi *đg* ① 寄, 传, 邮汇: gửi thư 寄信 ② 寄托, 付托, 委托, 寄存: gửi hành lí 寄存行李 ③ 依托, 依靠, 依持, 寄靠: ăn gửi ở nhờ 寄人篱下 ④ 派遣: Đơn vị gửi cán bộ ra nước ngoài học tập. 单位派遣干部到国外学习。⑤ [口] (礼貌用语) 还, 归还: gửi tiền anh 还你钱

gửi gắm *đg* 寄托, 托付: Công việc sau này gửi gắm vào anh. 今后的工作托付给你。

gửi lời *đg* 致意, 寄语: gửi lời hỏi thăm 致以问候

gửi rể *đg* 入赘, 倒插门

gửi tiền *đg* ① 寄钱, 汇款 ② 存款: gửi tiền có kì hạn 定期存款; gửi tiền không kì hạn 活期存款

gừng *d* 姜: gừng gió 野姜; gừng sống 生姜

gươm *d* [军] 剑

gườm *đg* 怒目横眉: Hai bên gườm nhau. 双

方怒目对视。

gượm *đg* [口] 停会儿, 稍等一会儿, 待会儿: Gượm đã, đừng vội! 等等, 别急!

gương₁ *d* 镜子: soi gương 照镜子

gương₂ *d* 明鉴, 榜样: gương học tập 学习榜样

gương cầu *d* 凸镜

gương lõm *d* 凹镜

gương lồi = gương cầu

gương mặt *d* 容貌, 脸庞

gương mẫu *d* 榜样, 模范, 典范 *đg* 带头: cán bộ nhà nước phải gương mẫu 国家干部要带头

gương nga *d* 月亮, 月球

gương phẳng *d* 平面镜

gương sen *d* ①荷花台②水喷头儿

gương tày liếp *d* 失败教训: Chúng ta luôn nhớ gương tày liếp. 我们牢记失败教训。

gương tầy liếp [方] = gương tày liếp

gương vỡ lại lành 破镜重圆

gượng *đg* 勉强, 牵强: Không nên gượng nó. 不要勉强他了。 *t* 勉强的, 假装的: cười gượng 勉强的笑

gượng ép *t* 勉强的: đạt yêu cầu gượng ép 勉强达标

gượng gạo *t* 强颜的, 不自然的, 不自在的: Nó gượng gạo trước mặt thầy. 他在老师面前很不自在。

gượng nhẹ *t* ① (动作, 语言) 轻轻的: Gượng nhẹ đặt em bé vào nôi. 轻轻地把婴儿放入摇篮里。②斯文, 得体, 有分寸

H h

h₁, H₁ 越语字母表的第 11 个字母

h₂ ①小时 (hour 的简写) ②百 (hecto 的简写)

H [化] 氢的化学符号

ha₁ *c* 哈: Ha ha! Thích quá! 哈！太棒了！

ha₂ *d* 公顷 (hecta 的缩写): một ha 一公顷

ha ha [拟] 哈哈: cười ha ha 哈哈笑

ha hả [拟] 哈哈, 呵呵: Anh ấy vui quá cười ha hả. 他高兴得哈哈大笑。

ha-lô-gien (halogen) *d* [化] 卤素

hà₁ *d* 牡蛎

hà₂ *d* 薯类小虫

hà₃ [汉] 河 *d* 象棋棋盘界河: Mã qua hà. 马过河。

hà₄ *d* 黑斑病: củ khoai hà 甘薯黑斑病 (菌)

hà₅ *đg* 呵: hà hơi 呵气

hà₆ [汉] 荷, 何

hà bá *d* 河伯, 河神

hà hiếp *đg* 欺压: Tên địa chủ hà hiếp dân thường. 地主欺压百姓。

hà hơi *đg* 呵气, 吹气: hà hơi hô hấp nhân tạo 人工呼吸

hà khắc *t* 苛刻: Nó hà khắc với mọi người. 他对人很苛刻。

hà lạm *đg* [旧] 贪污, 私吞: hà lạm công quĩ 贪污公款

hà mã *d* [动] 河马

hà móng *đg* (偶蹄动物) 患蹄病: Ngựa bị hà móng. 马患蹄病。

hà rầm *p* [方] 常常, 时常: nợ hà rầm 常常欠债 *t* 零星, 杂: làm công việc hà rầm 打杂工

hà tằn hà tiện *t* [口] 节俭, 节省: ăn tiêu hà tằn hà tiện 省吃俭用

hà tất *p* 何必, 何须: Giữa anh với tôi hà tất phải khách khí？你我之间何必客气？

hà thủ ô *d* [植] 何首乌: miếng hà thủ ô 何首乌片

hà tiện *t* 节省, 节俭, 抠门儿: Nó rất hà tiện. 他很节省。

hà tiện nên giàu, cơ cầu mới có 勤俭才能富家

hả₁ *đg* 跑味儿: Rượu hả mùi. 酒跑味了。*t* 舒心的: chửi một trận cho hả 骂一顿才解气

hả₂ *tr* [口] 吗, 么: Vậy hả？是这样吗？

hả dạ *đg*; *t* 满意, 遂愿, 拍手称快

hả giận *đg* 解气: Tát nó một cái mới hả giận! 打他一巴掌才解气！

hả hê *t* 痛快, 心满意足: được khen hả hê 得到表扬心满意足

hả lòng = hả dạ

hả lòng hả dạ 心满意足; 称心如意

há₁ *đg* 张开: há miệng 张嘴

há₂ *tr* 岂, 岂可, 哪能: Há lại thế được？岂能这样？

há hốc *đg* 张大, 咧开: Con sư tử há hốc mồm. 狮子张大嘴。

há miệng chờ sung 守株待兔; 坐享其成

há miệng mắc quai 有苦难言; 吃人嘴软, 拿人手短

hạ₁ [汉] 夏 *d* 夏: xuân hạ thu đông 春夏秋冬

hạ₂ [汉] 下 *đg* ①降, 降落: hạ giá 降价 ②战胜, 击败: hạ đối thủ 战胜对手 ③下: hạ quyết tâm 下决心 *t* 下面的: quyển hạ 下册

hạ áp *t* 低压的: bơm hạ áp 低压水泵

hạ bệ *đg* 下台, 推翻: hạ bệ chính quyền 推翻政权

hạ bì *d* [解] 皮下组织

hạ bộ *d* ①下部 ②阳具

hạ bút *đg* 下笔, 执笔: hạ bút viết thư 执笔写信

hạ bút thành chương 落笔成章

hạ cam *d*[医] 下疳

hạ cánh *đg* 降落: hạ cánh bắt buộc 迫降; Máy bay đã hạ cánh. 飞机已经降落。

hạ cấp *d* ①次级,低档,低级: hàng hạ cấp 低档货②下级: đơn vị hạ cấp 下级单位

hạ chi *d* 下肢

hạ chỉ *đg*[旧] 下旨: vua hạ chi 皇上下旨

hạ chí *d* 夏至(二十四节气之一)

hạ cờ *đg* 降旗: lễ hạ cờ 降旗仪式

hạ du *d* 下游: hạ du sông Hoàng Hà 黄河下游

hạ đẳng *t* ①下等,次等: hàng hạ đẳng 下等货②低级: trò chơi hạ đẳng 低级游戏

hạ điền *d*[旧] (农耕)祭拜仪式

hạ giá *đg* 降价,减价: hàng bán hạ giá 商品降价出售

hạ giới *d* 下界,人间: nàng tiên hạ giới 下界仙女

hạ hồi phân giải [口] 下回分解

hạ huyền áp *d* 下弦(农历每月22日或23日)

hạ huyết áp *đg* 降血压: thuốc hạ huyết áp 降血压药

hạ huyệt *đg* 下穴,落葬,入土

hạ lệnh *đg* 下令: Cấp trên hạ lệnh rút quân. 上级下令撤军。

hạ lưu *d* ①下游区域: hạ lưu sông Hồng 红河下游②[旧]下等阶层: dân hạ lưu 下等公民

hạ màn *đg* 落幕,谢幕: bài hát hạ màn 谢幕曲

hạ mình *đg* 屈身,委屈自己: Nó không chịu hạ mình cầu xin người khác. 他不肯屈身求人。

hạ nang *d*[解] 阴囊

hạ nghị sĩ *d* 下议员

hạ nghị viện *d* 下议院,众议院

hạ ngục *đg* 下狱,坐牢,蹲监狱: Phần tử phạm tội bị hạ ngục. 犯罪分子挨蹲监狱。

hạ nhiệt *đg* 退烧,降温: Nó còn chưa hạ nhiệt.

他还没退烧。

hạ nhục *đg* 侮辱: hạ nhục nhân cách 侮辱人格

hạ sách *d* 下策: Rút lui là hạ sách. 撤退是下策。

hạ sĩ *d*[军] 下士

hạ sĩ quan *d*[军] 下级军官,士级军官

hạ tầng *d* 下层,基层: Lãnh đạo xuống hạ tầng. 领导下基层。

hạ tầng cơ sở =cơ sở hạ tầng

hạ thần *d*[旧] 下官,下臣

hạ thế *t* [电] 低压的: dây hạ thế 低压线

hạ thổ *đg* 入土,埋在地里: hạ thổ rượu 酒埋在地里

hạ thủ *đg*[口] 下手,杀死: hạ thủ tên giặc 杀死敌人

hạ thuỷ *đg* (船舶)下水: làm lễ hạ thuỷ 举行下水仪式

hạ triện *đg*[旧] 盖章,盖印

hạ tuần *d* 下旬: hạ tuần tháng này 本月下旬

hạ vị *d* 胃的下半部分

hạ viện =hạ nghị viện

hạc [汉] 鹤 *d*[动] 鹤: hạc cổ trắng 白颈鹤; hạc đen 黑顶鹤

hạc lập kê quần 鹤立鸡群

hách[口]=hách dịch

hách dịch *t* ①自高自大的,摆架子的: Hắn hách dịch với dân chúng. 他在百姓面前摆架子。②作威作福的: bọn tham quan hách dịch 一群作威作福的贪官

hạch₁ [汉] 核 *d* ①核: hạch tế bào 细胞核②淋巴结: viêm hạch 淋巴腺炎

hạch₂ *đg* 呵斥,质问,刁难: Tên quan huyện hạch dân thường. 县令呵斥百姓。

hạch₃ *t* 差,丑陋,不像话

hạch chuột *t* 差,丑陋,不像话

hạch cửa *d*[解] 扁桃腺: viêm hạch cửa 扁桃腺炎

hạch hỏi *đg*[口] 劲问,盘诘,质问: hạch hỏi đủ điều 盘根问底

hạch mồ hôi *d*[解] 汗腺, 皮脂腺

hạch nước bọt *d*[解] 唾液分泌腺

hạch nước mắt *d*[解] 泪腺

hạch sách *đg* 呵斥, 挑剔, 找碴, 刁难: hạch sách đủ điều 百般刁难

hạch sữa *d*[医] 乳腺

hạch toán *đg*[经] 核算: hạch toán thu chi 核算收支

hạch toán kế toán [经] 会计核算

hạch toán kinh tế [经] 经济核算

hacker *d*[计] 黑客

hai *d* ① 二, 两: hai nước 两国 ② [方] 老大: anh Hai 大哥

hai bàn tay trắng 白手, 一穷二白: hai bàn tay trắng xây dựng cơ đồ 白手起家

hai chấm *d*[语] 冒号

hai dạ ba lòng 三心二意

hai lòng *t* 二心的, 异心的: kẻ hai lòng được mới nới cũ 喜新厌旧的异心人

hai mắt dồn một 全神贯注

hai mặt *d* ① 两方面: hai mặt của một vấn đề 一个问题的两个方面 ② [政] 两面派: nhân vật hai mặt 两面派人物

hai năm rõ mười 清清楚楚, 明明白白

hai ngữ *d* 双语: dịch hai chiều hai ngữ 双语互译

hai sương một nắng 日晒雨淋

hai tay buông xuôi 寿终正寝, 死亡

hai thân *d* 双亲: Hai thân cũng được vẹn toàn cả hai. 双亲俱健在。

hai thưng cũng bằng một đấu 半斤八两

hài₁ [汉] 鞋 *d*[旧] 鞋子: đi hài 穿鞋子

hài₂ *đg*[方] 揭露, 说穿: hài nó ra mà phạt 揭穿并处罚他

hài₃ [汉] 谐 *t* 诙谐: hài kịch 谐剧

hài₄ [汉] 骸, 孩

hài âm *d* 谐音

hài cốt *d* 骸骨: hài cốt liệt sĩ 烈士骸骨

hài hoà *t* 和谐, 匀称: màu sắc hài hoà 颜色

很和谐

hài hước *đg* 诙谐, 说笑: tính hay hài hước 喜欢开玩笑 *t* 幽默: giọng hài hước 语调幽默

hài kịch *d* 谐剧, 滑稽剧, 喜剧

hài lòng *t* 称心, 满意, 遂意: hết sức hài lòng 非常满意

hài thanh *d* 谐音: luật hài thanh 谐音规则

hải [汉] 海

hải âu *d* 海鸥

hải báo *d* 海豹

hải cảng *d* 海港

hải cẩu *d* 海狗

hải chiến *đg* 海战

hải dương *d* 海洋: hải dương học 海洋学

hải đảo *d* 海岛

hải đăng *d* 灯塔, 海上灯塔

hải để lao châm 海底捞针

hải để lao nguyệt 海底捞月

hải đoàn *d* ① 远洋船队 ② 战役战术联合舰船

hải đồ *d* 海洋图

hải đội *d* 远洋小船队

hải đồng *d* 海桐树

hải đồng

hải đường *d* 海棠: hoa hải đường 海棠花

hải giới *d* 海界: vượt hải giới 跨越海界

hải hà *d* 大海, 江河 *t* 海量的, 大度的: lượng hải hà 大量

hải khẩu *d* 海口

hải lục không quân *d* 海陆空三军

hải li *d*[动] 海狸

hải lí *d* 海里（1 海里等于 1.852 千米）

hải lưu *d*[地] 海流

hải mã *d*[动] 海马

hải ngoại *d* 海外：kiều bào hải ngoại 海外侨胞

hải pháo *d*[军] 舰炮

hải phận *d* 领海：hải phận nước ta 我国领海

hải phận quốc tế *d* 公海

hải phỉ *d* 海匪，海盗

hải quan *d* 海关：luật hải quan 海关法

hải quân *d*[军] 海军

hải quân đánh bộ *d*[军] 海军陆战队

hải quân lục chiến=hải quân đánh bộ

hải quì *d* [动] 海葵

hải quyền *d* 领海权

hải sản *d* 海产，海鲜

hải sâm *d*[动] 海参

hải tảo *d* 海藻

hải tặc *d* 海盗

hải triều *d* 海潮

hải trình *d* 海程，海路

hải tượng *d*[动] 海象

hải vận *d* 海运

hải vị *d* 海味，海鲜

Hải Vương Tinh *d*[旧][天] 海王星

hải yến *d*[动] 海燕

hãi *đg*[方] 怕：đừng hãi 不要怕

hãi hùng *t* 惊恐的：giấc mộng hãi hùng 噩梦

hãi kinh *t*[旧] 惊恐的：vô cùng hãi kinh 十分惊恐

hái₁ *d* 大镰刀

hái₂ *đg* 采摘：hái bông 采棉花

hái lượm *đg* 采摘，拾拾：Người nguyên thuỷ sống bằng hái lượm. 原始人以采摘为生。

hại [汉] 害 *d* 有害：Hút thuốc có hại đối với sức khoẻ! 吸烟有害健康！*t* 有害的：giống

sâu bọ hại lúa 水稻害虫 *đg* 损害，耗费：hại của hại sức 劳民伤财

hại nhân nhân hại 害人害己

hại nước hại nòi 祸国殃民

halogen *d*[化] 卤族元素（氟、氯、溴、碘、砹元素的总称）

ham *đg* 贪，喜，好：ham ăn 贪吃；ham học 好学

ham chơi *đg* 贪玩：ham chơi biếng làm 游手好闲

ham chuộng *đg* 爱好，喜爱：ham chuộng thể thao 爱好体育

ham của *đg* 贪财：kẻ keo kiệt ham của 吝啬鬼贪财

ham danh *đg* 图名，想出名：tham quan ham danh 贪官图名

ham học *đg* 好学，耽读：ham học không biết mệt 好学不知疲倦

ham hố *đg*[口] 贪图：ham hố tiền của 贪图钱财

ham lợi *đg* 图利：Đừng ham lợi trước mắt. 不要图眼前(的利益)。

ham mê *đg* 沉迷，沉湎，沉溺：ham mê tửu sắc 沉迷酒色

ham một đĩa, bỏ cả mâm 捡了芝麻，丢了西瓜；贪小失大

ham muốn *đg* 渴望：ham muốn thành tài 渴望成才

ham sống sợ chết 贪生怕死

ham thích *đg* 嗜好，爱好：ham thích uống rượu 嗜好喝酒 *d* 爱好：Ham thích của nó là đi du lịch. 他的爱好是旅游。

hàm₁ *d* 颚，颏：hàm dưới 下颚

hàm₂ [汉] *d* 衔：quân hàm 军衔

hàm₃ [汉] *d* 函数：hàm số lượng giác 三角函数

hàm₄ *đg* 包含：Lời nói của ông ấy hàm nhiều ý. 他的话包含多层意思。

hàm₅ [汉] 含

hàm ẩn *đg* 包含, 蕴含, 隐含: Câu này hàm ẩn ý nghĩa phê bình nó. 这句话含有批评他的意思。

hàm cấp *d* 军衔, 级别: xếp thứ tự theo hàm cấp 按级别排序

hàm chứa *đg* 包含: hàm chứa ý xấu 包含歹意

hàm dưới *d*[解] 下颚

hàm ếch *d* ①一种草本植物②蛙嘴, 像蛙嘴的形状③[军](战壕) 防炮洞

hàm hồ *t* 胡说一气, 信口开河: ăn nói hàm hồ 信口雌黄

hàm huyết phún nhân=ngậm máu phun người

hàm lượng *d* 含量: Hàm lượng đồng chiếm 3%. 铜含量占百分之三。

hàm nghĩa *đg* 包含: Câu này hàm nghĩa nhiều ý. 这句话包含很多层意思。 *d* 含义: hàm nghĩa sâu 深层含义

hàm oan *đg* 含冤: Cô ấy hàm oan mà chết. 她含冤而死。

hàm ơn *đg* 承恩, 感恩: hàm ơn thầy cô giáo 感恩老师

hàm răng *d*[解] 牙床, 齿颚: viêm hàm răng 牙床发炎

hàm số *d*[数] 函数: hàm số đại số 代数函数; hàm số lượng giác 三角函数

hàm súc *t* 含蓄, 耐人寻味: bài thơ hàm súc 耐人寻味的诗

hàm thiếc *d* 嚼子

hàm thụ *t* 函授的: đại học hàm thụ 函授大学

hàm tiếu *đg* ①含笑②含苞: Đoá hoa hàm tiếu. 花朵含苞待放。

hàm trên *d* 上颚

hàm ý *đg* 隐含, 暗示: Câu chuyện hàm ý một bài học sâu sắc. 故事里隐含深刻的教训。 *d* 含义, 寓意: Câu nói có nhiều hàm ý. 话里有很多含义。

hãm₁ *đg* 沏: hãm chè xanh 沏绿茶

hãm₂ *đg* ①刹住, 制住: hãm xe 刹车②使…凝固: hãm tiết canh 做血冻（用猪、鸭等动物的血加料凝结而成）

hãm₃ [汉] 陷 *đg* 使…陷入, 使…围困: hãm thành 围城

hãm₄ *đg*[旧] 唱祝酒歌

hãm₅ *t*[口] 倒霉, 不吉利: kẻ hãm tài 倒霉的家伙

hãm ảnh *đg* 显影: phòng hãm ảnh 显影室

hãm chân *đg* 牵制: hãm chân nó 牵制他

hãm hại *đg* 陷害: Ông ấy bị hãm hại. 他被陷害。

hãm hiếp *đg* 强奸

hãm mình *đg*[宗]（佛教）自封闭

hãm tài *t*[口] 倒霉: trông dáng hãm tài một vẻ 倒霉相

hãm thành *đg* 兵临城下, 围城: hãm thành không đánh 围城不攻

hám₁ *đg* 贪: hám tài hám sắc 贪财贪色

hám₂ [汉] 憾

hám danh *đg* 图名分, 图出名: không hám danh 不图名分

hám lợi *đg* 贪利: vì hám lợi mà phạm tội 因贪利而犯罪

hạm đội *d* 舰队

han₁ *d*[植] 麻科植物（大叶, 有茸毛, 碰到皮肤奇痒无比）

han₂ *t*[口] 起锈的, 生锈的: Thùng sắt bắt đầu bị han. 铁桶开始锈了。

han gỉ *t* 生锈的: Cửa sắt đã han gỉ. 铁门已经锈了。

hàn₁ [汉] 翰 *d*[旧][口] 翰林; 翰林院

hàn₂ *đg* ①焊接, 封接: hàn khung xe 焊车架②修补: hàn bức tường 修补墙壁

hàn₃ [汉] 寒 *t*[旧] 寒冷: hàn huyết 血寒

hàn điện *đg*[工] 电焊: công nhân hàn điện 电焊工

hàn đới *d*[地] 寒带

hàn gắn *đg* ①焊接: hàn gắn ống sắt 焊接铁

管②医治, 恢复: hàn gắn vết thương chiến tranh 医治战争创伤

hàn hơi=hàn xì

hàn huyên *đg* 寒暄: gặp mặt hàn huyên mấy câu 见面寒暄几句

hàn khẩu *đg* 堵口, 堵漏: hàn khẩu đê 堵漏堤坝

hàn lâm *d*[旧] 翰林: viện hàn lâm 翰林院(科学院) *t*[口] 抽象, 难懂: văn chương hàn lâm 文章抽象

hàn lị *d* 寒疟: bệnh hàn lị 寒疟病

hàn lộ *d* 寒露(二十四节气之一)

hàn lưu *d* 寒流

hàn môn *d* 寒门

hàn nhiệt *d*[医] 寒热

hàn nho *d*[旧] 寒士

hàn răng *đg*[医] 补牙

hàn the *d*[矿] 硼砂

hàn thử biểu *d* 寒暑表, 温度计

hàn thực *d* 寒食节: lễ hàn thực mồng 3 tháng 3 âm lịch 农历三月三寒食节

hàn xì *đg* 气焊: hàn xì khung sắt 气焊铁架

hãn hữu *t* 罕见: hiện tượng hãn hữu 罕见的现象

Hán [汉] 汉 *d* 汉: nhà Hán 汉朝; chữ Hán 汉字

Hán học *d* 汉学

Hán tự *d* 汉字

Hán văn *d* 汉文

hạn₁ [汉] 旱 *d* 干旱: trời hạn 天旱

hạn₂ [汉] 限 *d* ①时限: Hạn bảo đảm chất lượng là một tuần. 保质期为一周。②限度, 期限: hết hạn bảo hành 过了保修期限 *đg* 限期: hạn nửa năm hoàn thành công trình 限期半年完工

hạn₃ *d* 时运不佳(迷信): gặp hạn 遇灾

hạn chế *đg* 限制: hạn chế tốc độ xe chạy 限制车速

hạn chót *d* 最后期限: hạn chót phải xuất cảnh

出境最后期限

hạn dùng *d*[口] 保质期, 使用期

hạn định *đg* 限定: hạn định tốc độ 限定速度

hạn độ *d* 限度: hạn độ cuối cùng 最后限度

hạn hán *t* 干旱: mùa hạn hán 干旱季节

hạn hán gặp mưa rào 久旱逢甘雨

hạn hẹp *t* 有限, 少量: nhân lực hạn hẹp 有限的人力

hạn kì *đg* 限期: hạn kì hoàn thành 限期完成

hạn mức *d* 限额: hạn mức xuất khẩu 出口限额

hạn ngạch *d* ①限额: công trình trên hạn ngạch (在)限额之上的工程②配额: hạn ngạch xuất khẩu 出口配额

hạn trông rào 旱时盼下雨

hạn vận *d* ①作诗所选用的押韵、限韵② [旧] 厄运: hạn vận đã qua 厄运已过 (同vận hạn)

hang *d* 坑, 洞, 窟窿: hang đá 石洞; ở hang 穴居

hang cùng ngõ hẻm 穷乡僻壤

hang động *d* 溶洞

hang hầm *d* 壕坑

hang hốc *d* 洞穴

hang hùm miệng rắn 龙潭虎穴

hang hùm nọc rắn=hang hùm miệng rắn

hang ổ *d* 巢穴: hang ổ thổ phi 土匪巢穴

hang sâu núi cả 深洞野岭, 荒山野岭

hàng₁ *d* ①货物: bán hàng 卖货②行业; 专卖店: hàng hoa 鲜花专卖店; hàng vải 布匹行业③衣服布匹类: hàng len(布匹) 毛料④丝绸: áo lụa quần hàng 绸衣丝裤(丝绸装)⑤行, 排, 列, 队: xếp hai hàng 排两队⑥辈, 之流: hàng con cháu 子孙辈

hàng₂ *p* 成, 上(表示很多): hàng trăm hàng nghìn 成千上万; có hàng đống 多得是

hàng₃ [汉] 降 *đg*(投) 降: quân địch hàng 敌军投降

hàng₄ [汉] 航

hàng bán chạy d 畅销货

hàng cả hai tay 无条件投降

hàng cấm d 违禁品

hàng chế sẵn d 预制品；成品

hàng chiến lược d 战略物资

hàng chợ d [口] 次品，低档货：mua hàng chợ 买低档货

hàng đầu d 前列，第一排

hàng đọng d [商] 滞销货

hàng đổi hàng d [商] 易货贸易

hàng ế d [商] 滞销货，滞货

hàng giả d [商] 假货，赝品

hàng gian d [商] 假冒伪劣产品

hàng hải d 航海：luật hàng hải 航海法

hàng hiên d [方] 屋檐

hàng hiệu d 商业品牌货，名牌货

hàng họ d [口] 商业货物，商品：hàng họ ế ẩm 滞销货

hàng hoá d 商业货物，商品

hàng hỏng d 废品，处理品

hàng khô d 干货，干品

hàng không d 航空：công ti hàng không 航空公司

hàng không bán d 非卖品

hàng không mẫu hạm d [军] 航空母舰：hàng không mẫu hạm Mĩ 美国航空母舰

hàng không vũ trụ d 宇航：nhà phi hành hàng không vũ trụ 宇航员

hàng loại d 废品，次品

hàng loạt d (大) 量，(大) 批，(成) 批；一系列，(大) 规模：sản xuất hàng loạt 大量生产

hàng lối d 成行成排：xếp có hàng lối 排列整齐

hàng lụa d ①绸缎②丝绸店

hàng mã d ①冥品② [口] 次品：hàng mã dễ hỏng 次品易坏

hàng năm d ①每年②年度：kế hoạch hàng năm 年度计划

hàng năm hàng tháng d 成年累月，每年每月

hàng ngày d 每日，每天：Hàng ngày phải tập thể dục. 每天要锻炼身体。t 天天的，日常的：đồ dùng hàng ngày 日常用品

hàng ngũ d 队伍：hàng ngũ cách mạng 革命队伍

hàng nhập d [商] 进口货，舶来品

hàng nội địa d [商] 国货，国内产品

hàng nước d 茶水铺

hàng phố d 街市，街坊

hàng phục đg 降服：Bọn thổ phỉ đã hàng phục. 土匪帮已降服。

hàng quà d 零食摊点

hàng quán d 小店铺，街边小店

hàng rào d ①栅栏，篱笆②障碍，壁垒：hàng rào mậu dịch giữa hai nước 两国之间的贸易壁垒

hàng rào danh dự d 欢迎队伍，仪仗队

hàng rào thuế quan d [商] 关税壁垒

hàng rong d 肩挑小贩，流动摊贩

hàng rời d [商] 散装货物，无包装货物

hàng rởm d 低劣商品，劣质产品：tẩy chay hàng rởm 抵制劣质产品

hàng tạp hoá d 杂货，杂货铺

hàng tấm d [旧] 卷布，布匹

hàng Tết d 年货：sắm hàng Tết 买年货

hàng thật d 真品，真货

hàng thiết yếu d 必需品

hàng thừa d 剩余物资，剩余货物

hàng tiêu dùng d 消费品

hàng tồi d [口] 蹩脚货，烂货，次货

hàng tôm hàng cá ①斤斤计较，小心眼②粗鲁的语言

hàng tốt giá rẻ [口] 物美价廉

hàng triển lãm d 展品

hàng tươi sống d 生鲜货

hàng xa xỉ d [商] 奢侈品

hàng xách d [商] 经纪，中介：người hàng xách 经纪人

H

hàng xáo *d*(行业)零沽米贩

hàng xén *d* 杂货,杂货摊

hàng xịn *d* 高档商品,高质量商品: Hàng xịn giá cao. 高档商品价格高。

hàng xóm *d* 邻里,乡邻,街坊: quan hệ hàng xóm 邻里关系

hàng xuất khẩu *d*[商] 出口货

hàng xứ *d*[旧] 他乡,远客: người hàng xứ 他乡人

hãng *d* ①商行,公司: hãng sản xuất 生产厂家②社: hãng tin nước ngoài 外国通讯社

hãng buôn *d*[商] 商行

hãng máy bay *d* 航空公司: Hãng máy bay Nam Phương 南方航空公司

hãng ngoại quốc *d*[商] 洋行

hãng ô-tô *d* 车行;汽车制造厂

hãng phim *d* 电影公司,电影制片厂: Hãng phim Bắc Kinh 北京电影制片厂

háng *d*[解] 胯

hạng₁ *d* 等级: sản phẩm hạng nhất 一级品

hạng₂ [汉] 项: hạng mục 项目

hạng bét *d*[口] 劣等,低级,倒数第一: Nó xếp hạng bét trong lớp. 他在班里排名倒数第一。

hạng cân *d*[体] 重量级别: hạng cân 60 kg 六十公斤级

hạng chiến *d*[军] 巷战

hạng mục *d* 项目: hạng mục công trình 工程项目

hạng nặng *d* ①重型,重量级: thi vật hạng nặng 重量级摔跤比赛②[口] 彻头彻尾: Nó là một tên bán nước hạng nặng. 他是一个彻头彻尾的卖国贼。

hạng ngạch *d* ①额度: hạng ngạch đầu tư 投资额度②等级: hạng ngạch tiền lương 等级工资

hạng nhẹ *d* 轻型,轻便型: vũ khí hạng nhẹ 轻型武器

hạng tốt *t* 好,上等,高级: thuốc lá hạng tốt 高级香烟

hạng xấu *t* 下等,低级: sản phẩm hạng xấu 低级产品

hanh₁ *t*[口] 干燥,干热: trời hanh 天气干燥

hanh₂ [汉] 亨

hanh hành *đg* 稍放 (晴): hanh hành nắng 稍放晴

hanh hao *t* 干燥,干热: mùa hanh hao 干燥季节

hành₁ *d* 葱: hành tây 洋葱

hành₂ *đg* 行走,做,实践: bộ hành 步行;học đi đôi với hành 学习与实践相结合

hành₃ *đg* 虐待: Bé gái bị hành. 小女孩被虐待。

hành₄ [汉] 行

hành chính *d* 行政: cơ quan hành chính 行政机构; xử phạt hành chính 行政处罚

hành chức *đg* 任职

hành đạo *đg*[宗]行道: thay trời hành đạo 替天行道

hành động *d*; *đg* 行动: lập tức hành động 立即行动; Kế hoạch hành động của chúng ta nhất định thành công. 我们的行动计划一定成功。

hành giả *d*[宗] 行者: Tôn hành giả 孙行者

hành hạ *đg* 虐待: hành hạ tù binh 虐待俘虏

hành hình *đg* 处死,行刑: hành hình kẻ phạm tội 处死罪犯

hành hung *đg* 行凶: ngăn chặn côn đồ hành hung 制止歹徒行凶

hành hương *đg*[宗] 进香,拜佛: đến đền chùa hành hương 到寺庙进香

hành khách *d* 旅客

hành khúc *d* 进行曲: hành khúc Thổ Nhĩ Kì 土耳其进行曲

hành kinh *đg* 来月经,来例假

hành lá *d*[植] 小葱

hành lạc *đg* 行乐: hành lạc tức thời 及时乐

hành lang *d* ① [建] 廊,走廊: hành lang xanh

dài 绿色长廊②途径，道路，渠道：hành lang trên không 空中渠道

hành lang pháp lí *d* 法律允许范围内

hành lí *d* 行李：nơi giữ hành lí 行李保管处

hành não *d* [解] 延髓，延脑

hành nghề *đg* 从业，营业，专职：nhân viên hành nghề 从业人员；giấy phép hành nghề 营业执照

hành ngôn *d* 行文：hành ngôn của tuyên ngôn 宣言的行文

hành pháp *đg* [法] 执法：cơ quan hành pháp 执法部门

hành quân *đg* 行军：hành quân ban đêm 夜间行军

hành quyết =hành hình

hành ta *d* 小葱(晒干的小葱头)

hành tá tràng *d* [解] 十二指肠球部

hành tăm *d* [植] 小葱

hành tây *d* [植] 洋葱

hành thân hoại thể 自虐，自我作践

hành tinh *d* [天] 行星

hành tinh nhân tạo *d* [天] 人造卫星

hành tội *đg* 折磨，虐待：Bệnh này thật là hành tội người. 这病真折磨人。

hành trang *d* 行装，行李

hành trình *d* 行程：sắp xếp hành trình 行程安排

hành tung *d* 行踪：hành tung bất định 行踪不定

hành tuỷ *d* [解] 脑桥

hành văn *d* 行文：hành văn trôi chảy 行文通顺

hành vi *d* 行为：hành vi cá nhân 个人行为

hành xác *đg* [宗] 自虐：con chiên hành xác 信徒自虐

hành xử *đg* ①处事：hành xử đúng mức 处事得当②进行判决：hành xử theo trình tự 按程序进行判决

hãnh diện *đg* 感到自豪，觉得喜悦：Nó thi được điểm cao nhất vô cùng hãnh diện. 他考试得最高分，感到非常自豪。

hánh hánh *t* (稍放)晴的 (常读作 hanh hánh)：trời đã hánh hánh 天已稍晴

hánh nắng *đg* 转晴，出太阳：buổi chiều có hánh nắng 下午转晴

hạnh₁ [汉] 杏 *d* 杏：cây hạnh 杏树

hạnh₂ [汉] 行 *d* [旧] 妇女品德好：Nam tử yêu gái hạnh. 男子爱淑女。

hạnh₃ [汉] 幸

hạnh đào *d* [植] 白杏

hạnh kiểm *d* 品行，品德：hạnh kiểm tốt 好品德

hạnh nhân *d* 杏仁

hạnh phúc *d;t* 幸福：tìm hạnh phúc cho nhân dân 为人民谋求幸福；đời sống hạnh phúc 幸福的生活

hao [汉] 耗 *đg* ①耗费：hao nhiều tài liệu 耗费不少材料②消耗：trừ hao 除(去)消耗

hao binh tổn tướng 损兵折将

hao hao *đg* 酷似：hao hao giống mặt cha 酷似父亲的容貌

hao hớt *đg* [方] 亏耗，耗减：buôn bán hao hớt 生意亏耗

hao hụt *đg* 亏空，锐减：hao hụt tiền công quĩ 亏空公款

hao kiệt *đg* 耗尽，耗竭：hao kiệt sức lực 力气耗竭；nguồn tài nguyên bị hao kiệt 资源被耗尽

hao lỗ *đg* 亏损：buôn bán hao lỗ 生意亏损

hao mòn *đg* 耗减，损耗：hao mòn thiết bị 设备损耗

hao người tổn của 劳民伤财

hao phí *đg* 耗费：hao phí nguyên vật liệu 耗费原材料

hao sút *t* 消瘦：ốm lâu ngày hao sút 久病身体消瘦

hao tài *đg* [口] 耗财，伤财

hao tiền tốn của 耗费，伤财

H

hao tổn *đg* 损耗: hao tổn sức lực của cải 损耗财力

hào₁ [汉] *đ* 壕沟: giao thông hào 交通壕

hào₂ *đ* 古代计重单位（1 hào=0.378gram）

hào₃ *đ* 角（货币）: một đồng năm hào 一元五角

hào₄ [汉] 豪 *t* [旧] 本领出众的, 豪杰的: anh hào 英豪; đại văn hào 大文豪

hào₅ *đ* 珍肴: sơn hào hải vị 山珍海味

hào chỉ *đ* [旧] [口]（货币单位）角票: chỉ còn năm hào chỉ 只剩下五角钱

hào chiến đấu *đ* [军] 战壕

hào giao thông *đ* [军] 交通壕

hào hển *t* [方]（喘气）不停的

hào hển *đ* [动] 蚝蚬

hào hiệp *t* ①慷慨, 大方: Anh ấy rất hào hiệp với tôi. 他对我很大方。②[旧] 豪侠的, 行侠仗义的: hào hán hào hiệp 行侠仗义的好汉

hào hoa *t* 豪华, 气派: đoàn tàu hào hoa 豪华列车

hào hùng *t* 雄壮,（山河）气壮, 有气概的: tiếng hát hào hùng 歌声雄壮

hào hứng *t* 兴奋, 兴高采烈: Lúc mới vào học chúng tôi rất hào hứng. 刚开学时我们很兴奋。

hào khí *đ* 豪气: anh hùng hào khí 英雄豪气

hào kiệt *đ* 豪杰: anh hùng hào kiệt 英雄豪杰

hào lí *đ* [旧] 封建社会的乡村小官

hào luỹ *đ* [建] [军] 壕垒: hào luỹ hộ thành 护城壕垒

hào môn *đ* 豪门: con em hào môn 豪门子弟

hào nhoáng *t* 浮华, 华而不实, 吹嘘的: lời lẽ hào nhoáng 吹嘘的词语

hào phóng *t* 豪放, 慷慨, 大方: hào phóng quyên tiền 慷慨捐款; tính hào phóng 性格大方

hào phú *đ* [旧] 富豪: Trước đây, bố ông ta cũng là hào phú làng này. 以前他父亲也

是村里的富豪。*t* 豪门的, 权贵的: dòng dõi hào phú 豪门一族

hào quang *đ* 光芒四射

hào sảng *t* 豪爽: tính tình hào sảng 性情豪爽

hảo [汉] 好 *đg* [口] 喜欢, 偏好: Nó chỉ hảo cái món thịt luộc. 他只偏好水煮肉。

hảo hán *đ* [旧] 好汉

hảo hạng *t* 上等, 高级: chè hảo hạng 上等茶

hảo hớn =hảo hán

hảo tâm *đ* 好心 *t* 好心的: người hảo tâm 好心人

hảo ý *đ* 好意

hão *t* 空泛, 不切实际的, 不算数的: hứa hão 许诺不算数

hão huyền *t* 空泛, 不切实际, 浮夸, 虚无缥缈: những ước mơ hão huyền 虚无缥缈的梦想

háo₁ [汉] 好 *đg* 好, 喜好: háo tài háo của 好财

háo₂ *t* 渴的, 干渴的: Sau cơn say rượu người rất háo. 喝醉以后觉得很渴。

háo danh *t* [口] 好名声, 喜欢出风头的: người vô tài nhưng háo danh 无才能却爱出风头的人

háo hức *t* 兴奋, 心情激动: háo hức đi xem tuồng 兴高采烈去看戏

háo khí *t*（生物或生物反应过程）喜氧气的, 好氧气的: sinh vật háo khí 喜氧生物

háo nước *t* 好水的; 易受潮的: bông háo nước 棉花易受潮

háo sắc *t* 好色的: kẻ háo sắc 好色之徒

háo thắng *t* 好胜的: tính háo thắng 好胜的性格

hạo nhiên *t* [旧] 浩然: chính khí hạo nhiên 浩然正气

hạp long *đg* 填筑（堤坝）: Dân công hạp long con đê. 民工填筑堤坝。

harmonica(ác-mô-ni-ca) *đ* 口琴

hát *đg* 歌唱: hát một bài 唱一首歌

hát ả đào *d* [戏] 陶娘曲(越南剧种之一)

hát bắc *d* 北调

hát bộ [口]=hát bội

hát bội *d* [戏] 从剧

hát cách *d* 开场白

hát cải lương *d* [戏] 改良戏(越南剧种之一)

hát chay *d* [乐] (没有伴奏的)清唱

hát chập *d* 流动戏班

hát chèo *d* [戏] 嘲戏(亦称乔戏,越南民间戏剧之一)

hát chèo đò *d* [乐] (仿摆渡节奏作成的) 渡船调

hát cô đào=hát ả đào

hát dạo *dg* ①前奏② [方] 流动演出

hát dặm *d* [乐] 越南义静省一种民间曲调

hát dậm *d* [乐] 越南南河地区一种民间曲调

hát đình nào chúc đình ấy 进什么庙念什么佛

hát đúm *d* 越南北部平原地区男女对唱或群唱

hát ghẹo *d* 越南北部男女对唱的调情曲

hát hai bè *d* [乐] 二重唱

hát hò *dg* 唱歌: hát hò mấy bài liền 连唱几首歌曲

hát hỏng *t* [口] 唱唱闹闹的: Nó không chịu làm việc, cứ hát hỏng cả ngày. 他不肯干活,整天唱唱闹闹的。

hát hổng [方]=hát hỏng

hát khách [方]=hát bắc

hát lượn *d* [乐] 农村男女对唱的情歌

hát nam *d* 从剧的一种六八体唱法,用喃字

hát nói *d* [乐] 说唱

hát rong *dg* 流动演唱: người mù hát rong 盲人流动演唱

hát ru *d* [乐] 摇篮曲,催眠曲

hát tẩu mã *d* [乐] 走马调

hát tuồng *d* [戏] 从剧

hát văn=chầu văn

hát vần *d* 顺口溜

hát vè *d* [乐] 快板

hát ví *d* [乐] 男女对唱

hát xẩm *d* 盲人唱歌

hát xoan *d* [戏] 越南富寿民间戏种(奠祀或集会时用)

hát xướng *đg* [旧] 唱歌: hát xướng nhảy múa 唱歌跳舞

hạt₁ *d* ①核仁: hạt trái xoài 杧果核②种子: hạt giống 种子; gieo hạt 播种; hạt bông 棉籽③颗粒: bông to hạt chắc 穗大粒饱④粒状物: hạt cơm 饭粒; hạt lúa 谷粒

hạt₂ [汉] 辖 *d* ①辖 (旧时比府和县更大的行政区域) ② (教会) 小教区

hạt bí *d* 瓜子; 南瓜子

hạt châu *d* 珍珠

hạt châu mắt cá 鱼目混珠

hạt dẻ *d* 栗子,板栗

hạt điều *d* 腰果

hạt gạo cắn đôi 一粒米对半分(指节衣缩食共渡难关)

hạt gạo trên sàng 任人摆布

hạt kín *d* 被子植物

hạt lép *d* 秕子 (不饱满的种子或果实)

hạt muối mặn ba năm còn mặn, củ gừng cay chín tháng còn cay ①强者毕竟是强者②情谊永不变

hạt muồng *d* [植] 决明子

hạt nhân *d* ①核心②核子: hạt nhân nguyên tử 原子核

hạt nhiễm sắc *d* 染色线

hạt quì *d* 葵花子

hạt rau *d* 山茶籽

hạt sen *d* 莲子

hạt thóc trong cối đá 任人宰割

hạt tiêu *d* 胡椒

hạt trai *d* 珍珠

hạt trần *d* 裸子植物

hau háu *t* 目不转睛: Thằng bé đói bụng hau háu nhìn bánh ga tô. 肚子饿的小孩目不转

睛地盯着蛋糕。

hàu *d* [动] 蚝

háu *đg* 急欲,急于,渴求: háu ăn 急于吃 (嘴馋)

háu đói *đg* 嘴急想吃: Còn chưa đến giờ ăn cơm đã háu đói. 还没到开饭时间就嘴急想吃。

háu táu *t* 急迫,急不可待: làm việc gì cũng háu táu 做什么事都急不可待

hay₁ *đg* ①好,爱,喜: hay ăn vặt 爱吃零食; hay quên 健忘 ②明了,知晓: Có gì mới cho tôi hay với. 有什么新情况就让我知道。

hay₂ *t* 好,精,棒,妙: Kế này hay thật! 此计妙极 !

hay₃ *p* 经常,常常: Bác ấy hay đến đây chơi. 他经常来这儿玩。

hay₄ *k* 或,还: Anh đi hay tôi đi ? 你去还是我去?

hay biết *đg* 知晓,知道: Ông ấy hoàn toàn không hay biết. 他根本不知晓。

hay chơi dao cũng có ngày đứt tay 多行不义必自毙

hay chữ *t* 善于写作的,善于用字的: anh ta hay chữ 他善于写作

hay dở *t* 好坏,好歹: Bất kể hay dở thế nào đều phải làm. 不管好坏都得做。

hay hay *t* ①好看,顺眼: Trông con nhỏ cũng hay hay! 小孩看起来还挺顺眼! ②有点意思的: câu chuyện hay hay 这个故事有点意思

hay ho *t* 好的 (常用于否定句): Chẳng hay ho gì cả! 一点都不好 !

hay học thì sang hay làm thì có 天道酬勤

hay hớm [口]=hay ho

hay khen hèn chê 抑恶扬善

hay không lây hèn, sen không lây bùn 出污泥而不染

hay là *k* ①还是: Anh làm hay là tôi làm ? 你做还是我做? ②也许是: Hay là nó ốm ? 也许是他生病了?

hay sao *p* 难道: Không phải thế hay sao ? 难道不是这样吗?

hay tuyệt *t* 绝妙,精彩: Câu chuyện hay tuyệt! 故事好精彩!

hãy *p* ①还: hãy còn 还有 ②先,请: hãy ngồi đây đã 先坐这儿 ③再: Ăn xong hãy đi. 先吃了再走。

hãy còn *p* 还有,还在: Nó hãy còn ngủ. 他在睡。

háy *đg* [方] 使眼色: Cô ấy háy nó một cái. 她向他使了个眼色。

hắc₁ *t* 呛 (鼻) 的: mùi hắc 气味呛鼻

hắc₂ *t* ①严苛,严厉,严格: Ông ta chi là cấp phó nhưng hắc hơn cả cấp trưởng. 他是副职但比正职还严厉。②有个性: Cô bé khoác khẩu súng vào trông hắc ra trò. 小姑娘身上背支枪看起来好有个性。

hắc₃ [汉] 黑

hắc búa *t* [口] 难解的: Bài toán này rất hắc búa. 这道数学题很难解。

hắc châu sa *d* 黑朱砂

hắc ín *d* [工] 煤焦油,沥青

hắc lào *d* [医] 癣: bệnh hắc lào 癣菌病

hắc tinh tinh *d* [动] 黑猩猩

hắc xì dầu *t* [口] 严厉,苛刻: Tay trưởng phòng kia hắc xì dầu lắm. 那位科长很严厉。

hăm₁ *d* [口] 二十的变音: hăm nhăm 二十五

hăm₂ *đg* [方] 恫吓: hăm đánh người 恫吓 (要) 打人

hăm₃ *t* (婴儿皮肤因汗渍) 发炎的

hăm doạ *đg* 恫吓,威胁: Chớ hăm doạ tao! 不要威胁老子 (我)!

hăm hăm hở hở *t* 乐颠颠 (贬义): hăm hăm hở hở ra khỏi cửa 乐颠颠地出门

hăm he *đg* ①威胁: Chúng nó hăm he tôi. 他们威胁我。②摩拳擦掌: hăm he định đánh nhau 摩拳擦掌想打架

hăm hở *t* 兴冲冲,兴高采烈: Thằng bé hăm

hở về báo tin mừng. 小家伙兴高采烈地跑回来报喜。

hằm hằm *t*[方] 黑着 (脸) 的, 气恼的: bộ mặt hằm hằm 一张气恼的脸

hằm hè *t*[方] 气汹汹, 发怒的

hằm hừ =hằm hè

hẳm *t*[方] 深, 凹陷的: thung lũng hẳm 深谷

hằn *đg* 印, 划: hằn trên giấy 印在纸上 *d* 印痕: hằn bánh xe 车辙

hằn học *đg* 寻衅, 挑衅: Hắn hằn học trợn tròn mắt. 他挑衅地瞪大眼睛。

hằn thù *đg* 仇恨: hằn thù nhiều năm 仇恨了多年

hẳn *t* ①肯定的, 当然的: Sự việc hẳn là như thế. 事情肯定是这样。②完全: Thuyền đã chìm hẳn. 船已完全沉没。 *p* 完全, 通通: thuê hẳn cả ngôi lầu 通通包下整栋楼 *tr*[口] 一定…吧: Hẳn mày sẽ đến. 你一定来吧。

hẳn hoi *t*[口] ①齐全, 完备, 完好: thủ tục hẳn hoi 手续齐全②端正, 整齐: Khi lên lớp phải ngồi cho hẳn hoi. 上课时要坐得端端正正的。 *p* 明明, 确实: Tao trông thấy nó hẳn hoi. 我明明看到他。

hẳn hòi =hẳn hoi

hẳn nhiên *t*(理所)当然的, 显然的: Việc nhà anh, anh hẳn nhiên biết rồi. 你家里的事情, 你知道是理所当然的。

hắn *d*[口] 那家伙, 那人, 他(表轻蔑或亲密)

hắn ta =hắn

hăng₁ *t* 呛 (鼻) 的: thái hành tây hăng mũi 切呛鼻的洋葱

hăng₂ *t* 猛烈, 激昂, 奋发, 激奋: Quân ta càng đánh càng hăng. 我军越打越猛烈。

hăng chí *t*[口] 激奋, 积极: Cậu ấy làm việc này hăng chí lắm. 他做此事很积极。

hăng hái *t* 积极, 热情, 踊跃: Thanh niên hăng hái báo danh tòng quân. 年轻人踊跃报名参军。

hăng hắc *t* 微呛的, 有点冲鼻子的: dầu hạt cải hăng hắc 芥末油味道微呛

hăng máu *t*[口] 一时冲动, 激动, 热血沸腾: Nó hăng máu tham gia vào đánh nhau. 他一时冲动参与打架。

hăng máu vịt *t*[口] 三分钟热度的; 一时冲动的, 做事没耐心的: Nó làm việc gì cũng chỉ là hăng máu vịt. 他做什么事都是三分钟热度的。

hăng say *t* 热情高涨, 积极, 十分投入: hăng say làm việc 积极工作; Nó học tập rất hăng say. 他学习十分投入。

hăng tiết =hăng máu

hăng tiết vịt [口] =hăng máu vịt

hằng [汉] 恒 *p* ①时常, 常常; 一直: Tôi hằng mong anh đến. 我一直盼你来。②每: hằng ngày 每天

hằng bất đẳng thức *d*[数] 恒不等式

hằng đẳng thức *d*[数] 恒等式

hằng lượng *d*[数] 恒量

Hằng Nga *d* 嫦娥

hằng số *d* 恒数, 常数: hằng số áp điện 电压常数

hằng tinh *d*[天] 恒星

hẵng *p*[口] ①再, 再说: Anh về nhà đã mai hẵng hay. 你先回家, 明天再说。②先: Đợi hẵng! 先等等!

hắng giọng *đg* 润嗓子: hắng giọng rồi mới phát biểu 润润嗓子再发言

hắt *đg* ①泼, 甩: Mưa hắt vào. 雨泼了进来。②反照, 折射: Ánh nắng hắt từ mặt nước lên. 阳光从湖面上反射出来。

hắt ánh sáng *đg* 反光: mặt hồ hắt ánh sáng 湖面反光

hắt hiu *t* 习习, 凉飕飕: gió hắt hiu 凉风习习

hắt hơi *đg* 打喷嚏

hắt hủi *đg* 冷落, 薄待: Mày có con đẻ cũng không nên hắt hủi con nuôi. 你有了亲生儿子也不要冷落养子。

H

hắt xì=hắt hơi

hắt xì hơi=hắt hơi

hâm₁ *đg* 温热，重新煮，加热: hâm canh 把汤热一下

hâm₂ *t*[口]神经兮兮，脾气古怪: Nó hâm rồi hay sao ? 他神经了吗?

hâm₃[汉] 歆

hâm hẩm *t*[口] 温热: nước còn hâm hẩm 水还温热

hâm hấp *t* ①闷热，发烧的: căn phòng hâm hấp nóng 房间里闷热; hâm hấp sốt 有点儿发烧②[口] 神经兮兮: tính nó hâm hấp 他神经兮兮的

hâm mộ *đg* 羡慕，仰慕，爱慕: những người hâm mộ bóng đá 仰慕足球的人们(足球迷)

hâm nóng *đg* 升温，加热: hâm nóng thức ăn 加热菜肴

hầm₁ *d* 坑，壕，洞: hầm phòng không 防空洞

hầm₂ *đg* 焖，炖: thịt bò hầm 焖牛肉

hầm ẩn nấp *d*[军] 防空洞，掩体坑，散兵坑

hầm đất *d* 地窖

hầm hào *d*[军] 暗堡，战壕，工事

hầm hầm *t*(面带) 怒色的，气恼的: bộ mặt hầm hầm 满脸怒气

hầm hập *t* 热烘烘，闷热: trong nhà hầm hập 屋里闷热

hầm hè *đg* 怒目: hầm hè xông đến 怒目而至

hầm hố *d* 防空洞，掩体，工事 *t* 有个性 (酷)，另类: quần áo hầm hố 另类时装

hầm hừ=hầm hè

hầm lò *d*[矿] 矿道，井巷

hầm mỏ *d* 矿窑，矿洞，矿井

hầm ngầm *d* 暗室，地下室，地洞

hầm tàu *d* 船底舱

hầm trú ẩn *d* 防空洞

hẩm *t*①(稻米) 霉烂: cơm hẩm 糜饭②(命运) 不佳，倒霉

hẩm hiu *t* 倒霉，不顺，不幸: Hôm nay thật hẩm hiu! 今天真倒霉!

hẩm hứ [拟] 哼 (鼻子里发出不满的声音)

hậm hà hậm hực *đg* 愤恨不平: bị oan trong lòng hậm hà hậm hực 被冤枉心里愤恨不平

hậm hoẹ *đg* 恫吓，吓唬: Nó chỉ hậm hoẹ mày thế thôi. 他只不过吓唬你而已。

hậm hụi [口]=cặm cụi

hậm hự [拟] 哼 (喉咙里发出气愤的声音)

hậm hực *đg* 生闷气: Hắn ta hậm hực ngồi ở đó. 他坐在那里生闷气。

hân hạnh *t* 荣幸: Chúng tôi được gặp ngài, cảm thấy rất hân hạnh. 我们能见到您，感到十分荣幸。

hân hoan *t* 欢欣（鼓舞）: Quần chúng nhân dân hân hoan rước đuốc. 人民群众欢欣鼓舞地举着火炬游行。

hận [汉] 恨 *đg* ①怨恨: mang hận suốt đời 饮恨终身②后悔: hận không về nhà sớm 后悔不早点回家 *d* ①怨恨状: hận sầu 怨愁②后悔状

hận thù *đg* 怨仇，怨恨: Nông dân hận thù địa chủ. 农民怨恨地主。

hẳng *đg*[方] 霁，放晴: trời hẳng nắng 天放晴

hẫng *t* ①(行走时不小心) 踩空的: bước hẫng 脚踩空(失足)②突然中断的: công trình bị hẫng 被突然中断的工程

hẫng hụt *t* 残缺，不足，空落落: Tiễn bạn thân đi khỏi, lòng tôi hẫng hụt. 送好友走之后，我心里空落落的。

hấp₁ *đg* 蒸: hấp trứng 蒸鸡蛋

hấp₂ *t* 神经兮兮: tính hấp 神经兮兮的性格

hấp dẫn *đg* 吸引: sức hấp dẫn 吸引力; luật vạn vật hấp dẫn 万有引力定律

hấp ha hấp háy *đg*(不间断地) 眨眼睛: Mắt cô bé hấp ha hấp háy, chắc buồn ngủ rồi. 小姑娘的眼睛直眨巴，想是困了。

hấp háy *đg* 眨眼睛: Nắng chói mắt hấp háy. 阳光刺眼直眨巴。

阳光令人目眩眩眼。

hấp hem=hấp him

hấp him *t*; *đg*(眼睛) 半睁半闭; 眯着 (眼): đôi mắt hấp him 双眼眯着

hấp hối *đg* 临终, (奄奄一息) 临危: Cụ già dặn dò lúc hấp hối. 老人临终遗言。

hấp hơi *đg* 不透气, 憋气: trong nhà hấp hơi 屋里不透气

hấp lưu *đg*[化] 吸收, 吸取: Than gỗ hấp lưu chất khí. 木炭吸收气体。

hấp phụ *đg*[化]吸附: Than hoạt tính hấp phụ hơi độc. 活性炭吸附毒气。

hấp ta hấp tấp *t* 急急忙忙: Thằng ấy hấp ta hấp tấp đi rồi. 他急急忙忙走了。

hấp tấp *t* 匆忙, 急忙, 急躁: hấp tấp đi làm 急忙上班; hấp tấp tiến bừa 急躁冒进

hấp tẩy *đg* 蒸洗: hấp tẩy đồ len 蒸洗毛织物

hấp thu *đg* 吸收, 接收, 吸取: hấp thu kinh nghiệm 吸取经验

hấp thụ=hấp thu

hập *t* 闷热: Căn phòng nóng hập ngột ngạt. 房间里闷热难受。

hất *đg* ①抬起: hất hàm 抬起下巴②掀, 揭: Hất đất sang một bên. 把土掀到一边去。

hất cẳng *đg*[口] 踢开: Trên chiến trường Đông Nam Á, quân Nhật hất cẳng quân Pháp. 在东南亚战场上, 日军踢开法军。

hầu₁[汉] 喉 *d* 喉咙

hầu₂[汉] 侯 *d*[旧] 侯: chư hầu 诸侯

hầu₃ *d*[旧] 侍女 *đg* ①侍候: hầu cha mẹ 侍候双亲②守候: bị gọi ra hầu toà 被法院传候审

hầu₄ *p* 几乎: Nắng hạn lâu cây cỏ hầu chết khô. 持续干旱, 树木几乎都干死了。

hầu₅[汉] 猴 *d*[旧] 猴子

hầu bóng *đg*[宗] 静坐守候

hầu cận *đg* 近侍: lính vệ hầu cận 贴身保镖

hầu hạ *đg* 服侍, 侍奉: hầu hạ cha mẹ 侍奉双亲

hầu hết *p* 几乎, 大多: hầu hết là nông dân 大多是农民

hầu kiện *đg*[法]候审: gọi đến hầu kiện 传来候审

hầu như *p* 几乎, 差不多: Thị trấn nhỏ hầu như không thay đổi. 小镇几乎没有变化。

hẩu₁ *t* (哥们儿) 讲义气的, (关系) 亲密: Chúng nó quan hệ hẩu với nhau. 他们关系亲密。

hẩu₂ *t* ① (土) 含腐殖质的: đất hẩu 土地肥沃②好, 美味

hậu₁[汉] 后: tiền hậu nhất trí 前后一致; hậu trường 后场

hậu₂ [汉] 厚 *t* 仁厚, 厚道, 丰厚: báo đáp hậu 丰厚的回报

hậu bị *d* 后备: quân hậu bị 后备军

hậu bối *d* ①晚辈, 后生: Hậu bối không được vô lễ! 晚辈不得无礼!②(后背生的) 疮

hậu cần *d* 后勤: công tác hậu cần 后勤工作

hậu chiến *t* 战后的: công việc hậu chiến 战后工作

hậu cung *d* 后宫, 后殿

hậu cứ *d* 后方根据地: xây dựng hậu cứ 建立后方根据地

hậu duệ *d* 后裔, 后代

hậu đãi *đg* 厚待, 热情招待: hậu đãi khách 热情招待客人

hậu đậu *d*[医] 天花的后遗症 *t* 毛手毛脚的: hậu đậu không biết làm việc nhà nông 毛手毛脚不会干农活

hậu điểu *d* 候鸟

hậu đường *d*[建] 后堂

hậu hoạ *d* 遗祸, 后患: hậu hoạ khôn cùng 后患无穷

hậu kì *d* 后期, 末期: hậu kì đồ đá cũ 旧石器时代后期

hậu lộc *d* 厚禄

hậu mãi *t* 售后的: dịch vụ hậu mãi chu đáo 售后服务周到

H

hậu môn *d* 肛门

hậu phẫu *t* 手术后的: Bệnh nhân đã được chuyển về phòng hậu phẫu. 病人已经转到了手术后的病房。

hậu phương *d* 后方

hậu quả *d* 后果

hậu quân *d*[军] 后军, 后续部队

hậu sản *d*[医] 产后症

hậu sinh *d* 后辈: hậu sinh khả uý 后生可畏

hậu sự *d* ①后事②棺材 (不常用)

hậu tạ *đg* 厚谢, 重酬, 酬谢: Đây là việc tôi nên làm, không cần phải hậu tạ. 这是我应该做的事, 用不着酬谢。

hậu thân *d*[宗] 来世

hậu thế *d* 后世

hậu thuẫn *d* 后盾, 靠山: Miền Bắc là hậu thuẫn của miền Nam. 北方是南方的后盾。

hậu tố *d*[语] 后缀, 词尾

hậu trường *d* ①后场, 后台②幕后: thao tác hậu trường 幕后操作

hậu tuyến *d* 后方

hậu vận *d* 后半生的命运, 将来的命运

hậu vệ *d* 后卫

hây *t* (红色或黄色) 鲜艳光泽的: vàng hây 黄灿灿

hây hây *t* 习习: gió hây hây 风习习吹

hây hẩy *t* (微风) 轻拂的: gió thu hây hẩy 轻拂的秋风

hẩy *đg*[口] 甩, 使劲挥, 拨开, 推开: hẩy đống cỏ ra 拨开草堆

He [化] 氦的元素符号

hè₁ *d* 夏天: nghi hè 放暑假

hè₂ *d* 廊下, 人行道, 便道: đi trên hè 在人行道上走

hè₃ *đg* 齐声吆喝: Mọi người hè nhau đẩy chiếc xe lên khỏi vũng lầy. 大家齐声吆喝把车推出泥坑。*tr*[方] 嘛, 吗, 吧: Đi hè! 走吧!

hè hụi *đg*[方] 奋起: Mọi người hè hụi chuyển đồ đạc từ xe xuống. 大家奋起把东西从车上搬下来。

hé *đg* ①半开, 半睁: hé mắt 半睁眼②初露, 微露: mặt trời vừa hé ra 太阳初露③说 (出) không dám hé ra nửa lời 不敢说出半句

hé nắng *đg*[口] 阳光初露

hé nở *đg* 初放: nụ hoa hé nở 含苞欲放

hé răng *đg*[口] 张嘴, 吭气: không dám hé răng 不敢吭气

hẹ *d* 韭菜

héc (Hertz, Hz.) *d*[理] 赫

héc ta (hecta) *d* 公顷 (等于 10000 平方米)

héc-to (hecto) 一百… (一些数量单位词的前缀): héc-to mét 百米; héc-to lít 百升

hèm₁ *d* [方] 酒糟, 酒渣

hèm₂ *d* ①忌讳: hèm đi ngày lẻ 单日出行是个忌讳②乡祭前演示所供神、人事迹的节目及祭品

hèm₃ *đg* 用声音示意 (同 e hèm)

hèm hẹp *t* 小小, 狭小: phòng ngủ hèm hẹp 小小的卧室

hẻm *d* ①缝, 深处: hẻm núi 大山深处② [口] 巷子, 尽头: nhà ở trong hẻm 家在巷子里 *t* 窄: lối hẻm 窄巷

hematite (he-ma-tít) *d*[矿] 赤铁矿, 红铁矿

hen *d*[医] 哮 (喘): hen suyễn 哮喘

hèn *t* ①平庸: tài hèn 庸才②懦弱, 怯懦: Chỉ thế mà không dám nói sao mà hèn thế! 就这些都不敢说, 太胆小了吧!③卑贱, 卑微: địa vị hèn 地位卑贱

hèn chi *k*[方] 难怪, 无怪乎: Nó bị sốt cao, hèn chi không đến học. 他发高烧, 难怪不来上课。

hèn gì *k* 怪不得

hèn hạ *t* ①卑微, 卑贱: Không có việc làm nào là hèn hạ cả. 没有什么工作是卑微的。②平庸, 庸碌: một con người hèn hạ 一个庸碌的人

hèn kém *t* 寒碜, 没出息, 卑贱: thân phận

hèn kém 卑贱身份

hèn mạt *t* 卑微, 卑劣, 卑鄙: thủ đoạn hèn mạt 卑鄙手段

hèn mọn *t* 卑微, 鄙薄: kẻ hèn mọn 卑微之流

hèn nhát *t* 怯懦, 胆小: đồ hèn nhát 胆小鬼

hèn yếu *t* 低能, 无能, 卑弱: loại người hèn yếu 无能之辈

hẹn *đg* 允约, 约定, 预约: lỗi hẹn 失约; không hẹn mà gặp 不期而遇 *d* 诺言: không giữ hẹn 不守诺言

hẹn hò *đg*[口] ①相约: hẹn hò đi Bắc Kinh 相约去北京②约会: trai gái hẹn hò 男女约会

hẹn non thề biển 山盟海誓

hẹn ước *đg* 约定, 相约: hai bên hẹn ước 双方约定

heo *d*[方] 猪: thịt heo 猪肉

heo dầu *d*[机] 油料调节器

heo hắt *t* 微弱, 萧瑟: ánh sáng heo hắt 弱光

heo heo *t* (风吹) 轻轻: gió rét heo heo 冷风飕飕

heo héo *t* 枯, 枯萎: lá cây heo héo 树叶枯萎

heo hút *t* 荒僻, 偏僻: đường núi heo hút 山路荒僻

heo may *d* 西北风

heo vòi *d*[动] 象猪 (一种珍稀动物, 比野猪体型大)

hèo *d* ①小灌木②彩仗

hẻo lánh *t* 偏僻, 荒僻: Chỗ này hẻo lánh quá! 这个地方太偏僻了!

héo *đg*; *t* ①干枯, 枯槁: cỏ héo 枯草②去世 (的), 死亡 (的): cha mẹ đều héo 父母双亡

héo don *t* 枯槁, 萎缩: cành cây héo don 树枝枯萎

héo hắt *t* 憔悴: mặt héo hắt 面部憔悴

héo hon *t* 憔悴, 枯黄: cỏ cây héo hon 草木枯黄

héo nhăn *t* 缩皱: da mặt héo nhăn 脸皮缩皱

héo quăn *t* 枯卷的: lá cây héo quăn 树叶枯卷

héo quắt *t* 枯焦, 起皱的, 干皱: Quả chanh phơi khô héo quắt lại. 晒干的柠檬皱巴巴的。

héo rụng *đg* 凋落: hoa héo rụng 花儿凋落

hẹp *t* ①狭小, 狭窄: đường hẹp 路窄②狭隘, 褊狭

hẹp bụng *t* 小气, 小心眼儿: kẻ hẹp bụng 小气鬼

hẹp hòi *t* 狭隘: quan điểm hẹp hòi 狭隘的观点

hẹp trí *t* 浅薄, 见识少的, 眼光短浅的: người hẹp trí 浅薄之人

heroin (hê-rô-in) *d* 海洛因

hét₁ *d* 乌鸫

hét₂ *đg* 吆喝, 喊叫, 咆哮: hét tướng lên 大声叫喊

hét lác *đg*[口] 大声责备, 骂: Đừng đánh hét lác trẻ con! 不要打骂小孩!

hét ra lửa [口] 咆哮如雷, 脾气暴躁

hê *đg*[口] 丢 (弃), 甩 (掉), 扔 (掉): Em ấy hê tất cả mọi thứ trên bàn xuống đất. 他把桌子上的东西全都扔到地上。

hê-rô-in (heroin) *d* 海洛因

hề₁ *d*[戏] 小丑: vai hề 小丑角色

hề₂ *đg* 有碍: không hề gì 没碍事, 没事 *tr* 从未, 未曾: chẳng hề ra nước ngoài 从未出国

hề₃ [汉] 兮 *c* (古文中断句用词) 乎, 也; 兮

hề₄ [汉] 奚

hề đồng *d*[旧] ①小侍 (男童) ② [戏] (古代戏班子的) 小丑

hề gậy *d*[戏] (越南古嘲剧中持棍边唱边挥舞的) 小丑

hề hấn *đg* 没事, 不打紧: Nó bị ngã đau vậy mà không hề hấn gì. 他摔那么重都没事儿。

hề hề [拟] 呵呵 (笑): cười hề hề 呵呵笑

hề hả *t*; *đg* 满意, 满脸喜色的: hề hả trong

lòng 心满意足; tiếng cười hể hả 高兴的笑声

hễ *k* 每逢, 只要, 一旦: Tôi hễ nghĩ đến nó là đau lòng. 我一想到他就伤心。

hễ mà=hễ

hệ [汉] 系 *d* ① 系统: hệ bài tiết 排泄系统 ② (宗族) 支系

hệ đếm=hệ thống đếm

hệ đếm nhị phân *d* [数] 二进制

hệ đếm thập phân *d* [数] 十进制

hệ điều hành *d* [电] 系统软件, 调节系统

hệ đơn vị *d* 度量衡单位

hệ lụy *đg* [旧] 牵累: hệ lụy bạn bè 牵累朋友

hệ hô hấp *d* [解] 呼吸系统

hệ Mặt Trời *d* [天] 太阳系

hệ mét *d* 米制 (长度单位)

hệ miễn dịch *d* [医] 免疫力: hệ miễn dịch giảm sút 免疫力下降

hệ miễn nhiễm=hệ miễn dịch

hệ phương trình *d* [数] 方程组

hệ quả *d* 后因, 后果: hệ quả nghiêm trọng 严重后果

hệ SI *d* 国际计量通用公制

hệ sinh dục *d* [解] 生殖系

hệ sinh thái *d* 生态结构: hệ sinh thái nông nghiệp 农业生态结构

hệ số *d* 系数: hệ số an toàn 安全系数

hệ số cọ sát [理] 摩擦系数

hệ thần kinh *d* [解] 神经系统

hệ thống *d* 系统, 体系: hệ thống dẫn nước 引水系统; hệ thống kinh tế xã hội chủ nghĩa 社会主义经济体系 *đg* 归纳, 整合: hệ thống lại tài nguyên 整合资源

hệ thống áp lực cao [工] 加压系统

hệ thống áp lực thường [工] 常压系统

hệ thống đếm *d* [数] 进制, 数制, 计数制

hệ thống định vị toàn cầu *d* 全球定位系统; 全球定位仪

hệ thống hoá *đg* 系统化

hệ thống nông giang *d* [农] 农田灌溉系统

hệ thống tiêu hoá *d* 消化系统

hệ thống tiêu thuỷ *d* [建] 排水系统

hệ thống tổ chức *d* 组织机构

hệ thống truyền thanh *d* 广播网

hệ thống tưới nước *d* 灌溉系统

hệ thức *d* [数] 方程式

hệ toạ độ *d* [数] 坐标系

hệ tộc *d* 宗族: cùng hệ tộc 同宗族

hệ tư tưởng *d* 思想体系

hệ từ *d* [语] 系词

hếch *t* 高翘: mũi hếch 高翘的鼻子 *đg* (向前) 抬起, 举起: hếch mắt nhìn 抬起眼看

hếch hoác *t* (指口或领) 宽大: Áo gì mà cổ hếch hoác đến thế? 什么衣服领子那么宽大?

hệch *đg* [口] 咧嘴: cười hệch mồm 笑得合不拢嘴

hệch hạc *t* [方] 质朴, 可亲, 直爽: Bác ấy tính tình hệch hạc ai cũng mến. 他性格直爽, 人人都喜欢。

hến *d* [动] 蚬

hến mở miệng 哑巴说话——怪事

hênh hếch=hếch

hênh hệch *p* (笑) 大, 畅怀: cười hênh hệch 大笑

hểnh *d* 妖怪 *đg* [方] 翘, 仰: Nó được khen, sướng hểnh mũi. 他受到表扬, 高兴得鼻子都翘起来了。

hết *đg* ① 没, 光, 完, 满: bán hết rồi 卖完了; hết hạn 期满 ② 了结: hết việc 了事 *tr* 置于句末, 用于增强肯定语气: không hỏi ai hết 不问任何人

hết bàn *đg* 没商量: việc này hết bàn 此事没商量

hết cả cái lẫn nước 干干净净, 一点都不剩

hết cả hồn lẫn vía 魂飞魄散

hết cách *đg* 计穷, 毫无办法, 无计可施

hết cái thì đến nước 从主到次

hết chỗ nói *đg*［口］没得说：Tốt hết chỗ nói! 好得没得说!

hết chuyện nhà ra chuyện người=hết chuyện ta ra chuyện người

hết chuyện ta ra chuyện người 家长里短; 胡扯

hết cỡ *d* 最大型号

hết cứu *đg* 不可救药：Bệnh nhập tim hết cứu! 病入膏肓无可救药!

hết dạ=hết lòng

hết đạn cạn lương 弹尽粮绝

hết đất ［口］到顶,极限,顶多：ba chục người là hết đất 顶多三十个人

hết đời *đg* 完蛋,死亡：Kẻ địch đã hết đời. 敌人已完蛋

hết hồn *đg*［口］失魂落魄：sợ hết hồn 怕得失魂落魄

hết hồn hết vía ［口］=hết hồn

hết hơi *đg*［口］①瘪气：bánh xe hết hơi 车轮瘪气②力竭：nói hết hơi 费尽口舌

hết kiệt 精光：chum nước hết kiệt 水缸空了

hết lẽ 讲尽道理：Nói hết lẽ nó còn không nghe. 讲尽道理他还不听。

hết lòng 全心,尽力：hết lòng phụng dưỡng mẹ già 全心服侍年迈的母亲

hết lòng hết dạ 竭尽全力,全心全意：Hết lòng hết dạ phục vụ nhân dân! 全心全意为人民服务!

hết lời 好话说尽：Nói hết lời vẫn không thuyết phục được nó. 好话说尽还说服不了他。

hết mình ［口］尽力：hết mình giúp bạn 尽力帮助朋友

hết mức *p* 非常,极其：Cô ấy chiều con hết mức. 她非常宠孩子。

hết mực=hết mức

hết nạc vạc đến xương ［口］得寸进尺

hết nhẵn *đg*［口］清空,清除干净,一扫而光：Một bát thóc bị gà ăn hết nhẵn. 一碗谷被

鸡一扫而光。

hết nhịn *p*［方］受不了：Lời nói của nó tao hết nhịn. 他的话我受不了。

hết nước *p*［口］①之极,极限：độc địa hết nước 心狠手辣之极②尽数,绝顶：đã hết nước rồi 已经没办法了；hết nước hết cái 无计可施

hết sạch *p* 尽：ăn hết sạch 吃尽

hết sạch sành sanh 精光

hết sảy *p*［口］太好了,棒极了：Đẹp hết sảy! 美极了!

hết sảy=hết sảy

hết sức *p* 非常,很：hết sức khó khăn 非常困难

hết thảy *d* 全部,所有：Hết thảy hàng hoá đã bán xong. 全部货物已售完。

hết thằng đánh đau tới đứa mau đánh 才出狼窝又入虎穴

hết vía=hết hồn

hết ý *p*［口］极(了),没得(说),无可(挑剔),非常 (好)：Ngon hết ý! 好吃极了!

hệt *t*［口］逼似的,酷肖的,逼真的：vẽ giống như hệt 画得十分逼真

Hg ［化］汞的元素符号

hi hi ［拟］噫噫,嘻嘻 (小声哭或笑)

hi hóp *t* 喘吁吁：trèo núi mệt hi hóp 爬山累得喘吁吁

hi sinh *đg* 牺牲：Anh ấy hi sinh rồi. 他牺牲了。 *d* 牺牲：Trải qua nhiều hi sinh gian khổ mới giành được thắng lợi. 经历了多少艰苦牺牲才取得胜利。

hi vọng *đg* 希望,企盼：hi vọng tương lai huy hoàng 企盼美好的未来 *d* 愿望,期望：Đặt hi vọng vào lớp cán bộ kế cận. 愿望寄托在下一批干部身上。

hì ［拟］嘻 (笑声)

hì hà hì hục *đg* 忙忙碌碌：Hì hà hì hục làm cái gì thế? 忙忙碌碌做什么?

hì hì ［拟］嘻嘻 (笑声)

H

hì hục *t* 专注,忙碌: Việc gì mà phải hì hục suốt cả đêm như thế ? 什么事忙碌了一个晚上?

hì hụi *đg* 专心(做): từ sáng đến tối hì hụi làm ruộng 从早到晚专心种田

hì hụp *đg* 时沉时浮地游: Con vịt hì hụp trong ao. 鸭子在池塘中游。

hỉ₁ *đg* 擤: hỉ mũi 擤鼻涕

hỉ₂ [汉] 喜 *d* 喜事,高兴事: việc hỉ 喜事

hỉ₃ *tr* [方] 啊,哟: Ai đó hỉ ? 谁啊?

hỉ hả=hể hả

hỉ mũi chưa sạch [口] 乳臭未干,嘴上没毛: Hỉ mũi chưa sạch làm nên trò gì! 嘴上没毛办事不牢!

hỉ xả *đg* [宗] ①喜乐: từ bi hỉ xả 慈悲喜乐 ②慈悲为怀

hí₁ *d* [旧] 戏

hí₂ *đg* 嘶鸣: ngựa hí 马嘶鸣

hí ha hí hửng *đg*; *t* 满心欢喜: hí ha hí hửng chờ đợi 满心欢喜等待

hí hoạ *d* 幽默画,讽刺画

hí hoáy *đg* 专心一意: hí hoáy làm cả ngày 整天埋头苦干

hí hởn *t* [方] 乐呵呵: Nó trúng xổ số trong lòng hí hởn. 他中了彩票,心里乐呵呵的。

hí húi *đg* [口] 埋头: hí húi chữa chiếc đồng hồ đeo tay 埋头修理那只手表

hí hửng *đg* 高兴,怡然自得: hí hửng như bắt được vàng 高兴得像捡到金子一样 *t* 高兴: được biểu dương rất hí hửng 得到表扬很高兴

hí khúc *d* [戏] 戏曲

hí kịch *d* [戏] 戏剧

hia *d* [旧] 靴子

hích *đg* ① (用肘部)撞击②挑拨: hích hai nhà cãi nhau 挑拨两家吵架

hiềm khích *đg* 积恶,嫌恶,积怨: Hai bên hiềm khích đã lâu. 双方积怨已久。

hiềm nghi *đg*; *t* 嫌疑: kẻ hiềm nghi 犯罪嫌疑人

hiềm thù *d*; *đg* 嫌仇,嫌怨,仇恨: xoá bỏ hiềm thù 消除仇恨; Hai dòng họ hiềm thù nhau từ mấy đời nay. 两个家族互相嫌怨都延续几代人了。

hiểm [汉] 险 *t* ①险峻,危险: đường hiểm 险路②险恶③要害: đánh trúng chỗ hiểm 打中要害部分

hiểm ác *t* 险恶: dụng tâm hiểm ác 险恶用心

hiểm độc *t* 险毒,恶毒,阴毒: lòng dạ hiểm độc 心地阴毒

hiểm hoạ *d* 危险,灾难,祸患: loại bỏ hiểm hoạ 消除祸患

hiểm hóc *t* ①棘手,非常难: một bài toán hiểm hóc 一道难解的数学题②恶毒: lòng dạ hiểm hóc 心地恶毒

hiểm nghèo *t* 危险,危难: bệnh hiểm nghèo 危险的病(情)

hiểm nguy *t* 危险: hiểm nguy nghề bắt rắn 危险的捕蛇业

hiểm sâu *t* 阴险: lòng dạ hiểm sâu 心地阴险

hiểm trở *t* 险阻: núi non hiểm trở 关山险阻

hiểm tượng *d* 险象: liên tiếp xảy ra hiểm tượng 险象环生

hiểm yếu *t* 险要: cửa ải hiểm yếu 险要隘口

hiếm *t* 罕见,稀少: của hiếm 罕物; giọt mưa hiếm 雨量稀少

hiếm có *t* 稀有,难得,少有: động vật hiếm có 稀有动物; cơ hội hiếm có 难得的机会

hiếm gì 不缺,很多: hiếm gì những con người như vậy 不缺这种人

hiếm hoi *t* ① (夫妻婚后很久没有孩子)久盼得子的,喜得贵子的: Vợ chồng nhà nó hiếm hoi. 他们夫妻俩喜得贵子。②稀少,难得: giọt mưa hiếm hoi 下雨难得

hiếm lạ *t* 稀奇,稀罕: động vật hiếm lạ 稀奇动物

hiếm muộn *t* (夫妻结婚多年无子女或难孕)不孕不育

hiếm như vàng 稀如黄金: Ở vùng này thịt cá nhiều nhưng rau thì hiếm như vàng. 这个地方鱼和肉挺多,但蔬菜稀如黄金。

hiên₁ *d*[植] 金针菜, 黄花菜

hiên₂ [汉] 轩 *d* 屋檐: dưới mái hiên 屋檐下

hiên ngang *t* 轩昂,昂扬,高昂: hàng ngũ duyệt binh hiên ngang 轩昂的受阅队伍

hiền [汉] 贤 *t* ①善良, 和善: người hiền 善良人 ②好: bạn hiền 好朋友 *d*[旧] 贤能, 贤明: hiền sĩ 贤士

hiền dịu *t* 温柔: cô gái hiền dịu 温柔的姑娘

hiền đệ *d*[旧] 贤弟

hiền đức *t* 贤德: người phụ nữ hiền đức 贤德女子

hiền hậu *t* 仁厚,贤达,和善: bộ mặt hiền hậu 面善

hiền hoà *t* 温和, 和蔼: hiền hoà dễ gần gũi 和蔼可亲

hiền huynh *d*[旧] 贤兄

hiền hữu *d*[旧] 贤友

hiền khô *t*[方] 和善,善良,敦厚: bộ mặt hiền khô 面容和善

hiền lành *t* 善良,和善,纯厚: tâm địa hiền lành 心地善良

hiền lành trước mắt làm giặc sau lưng 当面一套,背后一套

hiền lương *t*[旧] 贤良: nhân sĩ hiền lương 贤良人士

hiền mẫu *d* 良母,慈母

hiền minh thánh trí 贤明睿智

hiền muội *d*[旧] 贤妹

hiền nhân quân tử 正人君子

hiền như bụt 菩萨心肠

hiền quá hoá ngu 愚善

hiền sĩ *d* 贤士

hiền tài *d* 贤才: nhân sĩ hiền tài 贤才人士

hiền thảo *t* 贤惠: người vợ hiền thảo 贤惠的妻子

hiền thục *t* 贤淑: phụ nữ hiền thục 贤淑的妇女

hiền triết *d* 贤哲: danh nhân hiền triết 贤哲之士

hiền từ *t* 贤德; 慈祥: cụ già hiền từ 慈祥的老人

hiển [汉] 显

hiển đạt *đg*[旧] 显赫, 显达: công danh hiển đạt 功名显达

hiển hách *t* 显赫: công lao hiển hách 功劳显赫

hiển hiện *đg* 显现, 显明: hiển hiện trước mắt 在眼前显现

hiển hình *đg* 显影,显形,显像: thuốc hiển hình 显影液

hiển hoa *d*[植] 显花植物

hiển linh *đg* 显灵: thần phù hộ hiển linh 保护神显灵

hiển lộ *đg* 显露: hiển lộ tài năng 显露才能

hiển nhiên *t* 显然,确凿: chứng cớ hiển nhiên 证据确凿

hiển vi *d* 显微: kính hiển vi 显微镜

hiển vinh *t*[旧]光荣: Anh hùng hiển vinh về làng. 英雄光荣回乡。

hiến₁ [汉] 献 *đg* 献: hiến máu 献血

hiến₂ [汉] 宪

hiến binh *d*[军] 宪兵: đội hiến binh 宪兵队

hiến chương *d* 宪章: hiến chương Liên Hợp Quốc 联合国宪章

hiến dâng *đg* 贡献, 呈献: Hiến dâng cho sự nghiệp giải phóng dân tộc! 贡献给民族解放事业!

hiến kế *đg* 献计: hiến kế hiến sách 献计献策

hiến máu *đg* 献血

hiến mình *đg* 献身: hiến mình cho cách mạng 为革命献身

hiến pháp *d*[法] 宪法

hiến thân *đg* 献出贞操,献身

hiện₁ [汉] 现 *d* 现在, 现时: hiện đã về hưu 现已退休

H

hiện₂ *đg* 显现, 出现: vui mừng hiện trên nét mặt 喜形于色

hiện ảnh *đg* 显影, 显像: kĩ thuật hiện ảnh 显像技术

hiện diện *đg* 到场, 出席, 亮相: Thủ tướng hiện diện tại hội nghị. 总理出席会议。

hiện đại *t* ①现代的: nền văn học hiện đại 现代文学②现代化的: nền công nghiệp hiện đại 现代化的工业

hiện đại hoá *đg* 现代化: hiện đại hoá công nghiệp (使) 工业现代化

hiện giờ *d* [口] 现时, 此时: Hiện giờ mọi người đang bận. 此时大家正忙。

hiện hành *t* 现行的: đạo luật hiện hành 现行法规

hiện hình *đg* ① (鬼怪) 显形②显影, 显像: công năng hiện hình 显像功能

hiện hữu *đg* 现有: tài sản hiện hữu 现有资产

hiện nay *d* 如今, 现今, 现在, 目前

hiện tại *d* 现在, 眼下, 当前

hiện thân *đg* (神灵) 现身: thần thánh hiện thân 神灵现身 *d* 替身, 代表: hiện thân của chủ nghĩa yêu nước 爱国主义的代表

hiện thời *d* 现时, 当前: tình thế hiện thời 当前局势

hiện thực *t*; *d* 现实: chủ nghĩa hiện thực 现实主义; Yêu trong hiện thực. 爱在现实中。

hiện thực khách quan *d* 客观现实

hiện trạng *d* 现状

hiện trường *d* 现场: hiện trường vụ án 案发现场

hiện tượng *d* 现象: hiện tượng học 现象学

hiện vật *d* 实物

hiêng hiếng *t* 稍斜的, 有点斜的: mắt hiêng hiếng 眼睛有点斜

hiếng *t* (眼) 斜 *đg* 斜着看, 睨视: hiếng mắt nhìn nó 斜眼看他

hiếp [汉] 胁 *đg* ①压制, 胁迫, 欺压: Địa chủ hiếp dân thường. 地主欺压百姓。②强奸

hiếp bách *đg* 胁迫, 压迫: Bọn thực dân hiếp bách dân thường. 殖民者压迫百姓。

hiếp dâm *đg* 强奸

hiếp đáp *đg* 胁迫: Bọn cướp hiếp đáp dân lành. 强盗胁迫良民。

hiệp₁ *d* 场次: trận đấu chia làm hai hiệp 比赛分成两场

hiệp₂ [汉] 合 *đg* 协 (助), 协 (同): đồng tâm hiệp lực 同心协力

hiệp₃ [汉] 协, 侠, 狭

hiệp điều *đg* 协调: hiệp điều công việc 协调工作

hiệp định *d* 协定: hiệp định thanh toán tài chính 付款协定; hiệp định khung 框架协定; hiệp định sơ bộ 初步协定

hiệp đồng *đg* 协同: hiệp đồng tác chiến 协同作战

hiệp hội *d* 协会

hiệp khách *d* [旧] 侠客, 侠士

hiệp lộ tương phùng 狭路相逢

hiệp lực *đg* 协力: đồng tâm hiệp lực 同心协力

hiệp nghị *d* 协议, 协定: đi tới hiệp nghị 达成协议

hiệp sĩ *d* 侠士

hiệp sức *đg* 协力: hiệp sức chống giặc 协力抗敌

hiệp tác *đg* 协作, 合作: hiệp tác hoá 协作化

hiệp thương *d* 协商: hiệp thương chính trị 政治协商

hiệp trợ *đg* 协助

hiệp ước *d* 协约, 条约: hiệp ước tay đôi 双边条约

hiệp vần *đg* [语] 谐韵, 押韵: làm thơ phải hiệp vần 写诗要押韵

hiệp vận=hiệp vần

hiểu [汉] 晓 *đg* 懂, 明白, 知晓, 理解, 领会: khó hiểu 难懂; không hiểu 不明白

hiểu biết *đg* ①知晓, 通达, 通晓: hiểu biết

nhiều lĩnh vực 通晓多方领域②理解: Tôi hiểu biết tâm tình của anh. 我理解你的心情。d 见识,知识: có những hiểu biết sâu sắc về chuyên ngành 专业知识深厚

hiểu lầm *đg* 误会,误解: Đừng hiểu lầm tôi. 不要误会我。

hiểu sâu *đg* 深刻领会: hiểu sâu tinh thần hội nghị 深刻领会会议精神

hiểu sâu biết rộng 知识渊博: Giáo sư Vương hiểu sâu biết rộng. 王教授知识渊博。

hiểu thấu *đg* 通晓: hiểu thấu hai loại chữ 通晓两种文字

hiếu₁ [汉] 孝 *d* ①孝心,孝道: người con có hiếu 有孝心的孩子②长辈的葬礼: làm việc hiếu 办葬礼 *t* 孝顺: rất hiếu với cha mẹ 对父母很孝顺

hiếu₂ [汉] 好: hiếu động 好动; hiếu khách 好客

hiếu chiến *t* 好战的: kẻ xâm lược hiếu chiến 侵略者好战

hiếu danh=háo danh

hiếu động *t* 好动的: thằng nhỏ hiếu động 小男孩好动

hiếu hạnh=hiếu thảo

hiếu hỉ *d* 红白喜事

hiếu học *t* 好学的: thông minh hiếu học 聪明好学

hiếu khách *t* 好客的: nhiệt tình hiếu khách 热情好客

hiếu khí=háo khí

hiếu kì *t* 好奇: tính hiếu kì 生性好奇

hiếu nghĩa *t* 孝义,仗义: khinh tài hiếu nghĩa 仗义疏财

hiếu sát *t* 好杀的,杀人成性的: bọn xâm lược hiếu sát 侵略者杀人成性

hiếu sắc *t* 好色的: kẻ hiếu sắc 好色之徒

hiếu sinh *t* 好生的,珍惜生命的: Hiếu sinh, xa rời ma túy. 珍惜生命,远离毒品。

hiếu sự *t* 好事的,好惹事的: kẻ hiếu sự 好事之徒

hiếu thảo *t* 孝顺: đứa con hiếu thảo 孝顺的孩子

hiếu thắng *t* 好胜: tính hiếu thắng 性格好胜

hiếu thuận=hiếu thảo

hiệu₁ *d* 商店: hiệu sách 书店

hiệu₂ [汉] 号 *d* ①记号,信号: làm hiệu 做记号②名号

hiệu₃ [汉] 校,效

hiệu ăn *d* [商] 饭馆,餐馆

hiệu báo *d* 报刊亭

hiệu chỉnh *đg* 调整,调试: hiệu chỉnh thiết bị 调试设备

hiệu chính *đg* 校正(文章);对照: hiệu chính bài văn 校正文章

hiệu dụng *d* 作用,效用: Chiếc cầu lớn bắt đầu có hiệu dụng. 大桥开始起作用。

hiệu đính *đg* 校订,校对: hiệu đính sách báo 书报校对

hiệu giải khát *d* [商] 冷饮店

hiệu ích *d* [经] 效益: hiệu ích kinh tế 经济效益

hiệu kí gửi *d* [商] 信托商行,寄售商店

hiệu lệnh *d* 号令: hiệu lệnh xuất phát 出发号令

hiệu lực *d* 效力: có hiệu lực 有效力

hiệu năng *d* 效能: hiệu năng cơ giới 机械效能

hiệu nghiệm *t* 效验,灵验: phương thuốc hiệu nghiệm 灵验的药方

hiệu quả *d* 效果: đạt được hiệu quả dự định 达到预期效果

hiệu số *d* [数] 数差: hiệu số đại số 代数数差

hiệu suất *d* ①效率: hiệu suất làm việc 工作效率②机械效率

hiệu thính viên *d* [无] 报务员

hiệu triệu *đg* 号召: hiệu triệu toàn dân kháng chiến 号召全民抗战 *d* 号召: hưởng ứng lời hiệu triệu của chính phủ 响应政府的号召

H

hiệu trưởng *d* 校长

hiệu ứng *d* 效应

hiệu ứng nhà kính *d* [天] 温室效应

him him *t* (眼) 眯缝的, 眯眯的: Him him mắt vì bị chói nắng. 眼睛眯眯的, 因为被阳光照射。

him híp *t* (睡眼) 惺忪

hin *t* [方] 小巧: cái mũi hin 鼻子小巧

hinh hỉnh *t* ① 臭: Mùi nước mắm hinh hinh. 鱼露的味道有点儿臭。② (表情) 自鸣得意的: bộ mặt hinh hỉnh 自鸣得意的脸

hình₁ [汉] 形 *d* ① 形状: hình tròn 圆形 ② [方] 相片: tấm hình gia đình 家庭相片 ③ 几何学: hình học không gian 立体几何

hình₂ [汉] 刑 *d* 刑事: toà án hình 刑事法庭

hình ảnh *d* 印象, 形象, 景象: hình ảnh tổ quốc 祖国印象

hình ba góc *d* 三角形

hình bầu dục *d* 椭圆形

hình bình hành *d* 平行四边形

hình bóng=hình ảnh

hình bốn cạnh *d* 四边形

hình bốn mặt *d* 四面体

hình cầu *d* 圆球

hình chám *d* 橄榄形, 菱形

hình chiếu *d* 投影

hình chìm *d* 水印

hình chóp *d* 圆锥形, 尖圆形

hình chữ nhật *d* 矩形, 长方形

hình cụ *d* 刑具: sử dụng hình cụ bắt khai báo 使用刑具逼供

hình cung *d* 弓形, 弧形

hình dáng *d* 外形, 外貌, 轮廓: hình dáng biệt thự 别墅外貌

hình dạng *d* 形状, 模样: hình dạng lạ kì 奇形怪状

hình dong *d* [旧] 外貌

hình dung *d* [旧] 外貌, 身材 *đg* 形容, 想象: không thể hình dung nổi 无法形容

hình dung từ *d* 形容词

hình đa diện lồi *d* 凸多面体

hình đồng dạng *d* 相似形

hình hài *d* 身材

hình hoạ *d* 静物写生法

hình học *d* 几何学: hình học giải tích 解析几何; hình học không gian 立体几何; hình học phẳng 平面几何; hình học vi phân 微分几何学

hình hộp *d* 正六面体, 立方形

hình hộp chữ nhật *d* 长方体

hình khối *d* 立体形

hình khối chóp *d* 棱锥体

hình không gian *d* 空间图形, 立体图形

hình lăng trụ *d* 棱柱体

hình lăng trụ tam giác *d* 三棱体

hình lập phương *d* 立方体

hình lập thể *d* 立体形

hình lõm *d* 凹形

hình lồi *d* 凸形

hình mặt cầu *d* 球面体

hình mẫu *d* 模型: thi công theo hình mẫu 按照模型施工

hình nhân *d* 纸人

hình như *p* 好像, 仿若, 仿佛: Ông ấy hình như đi rồi. 他好像走了。

hình nón *d* 圆锥体, 锥形

hình nón cụt *d* 圆锥台形

hình nộm *d* 假人, 稻草人

hình phạt *d* 刑罚

hình phẳng *d* 平面图形

hình quạt tròn *d* 扇形

hình quay *d* 旋转体

hình răng *d* 齿形

hình sự *d* 刑事: vụ án hình sự 刑事案件

hình tam giác *d* 三角形

hình thái *d* 形态: hình thái ý thức xã hội 社会意识形态; hình thái học 形态学; hình thái kinh tế xã hội 社会经济形态

hình thang *d* 梯形: hình thang cân 等腰梯形

hình thành *đg* 形成: hình thành sự đối lập rõ ràng 形成鲜明的对立

hình thể *d* 体形: hình thể đẹp 体形美

hình thể *d* ①地形: hình thể phức tạp 地形复杂②形势,局势: hình thể trận chiến 战局

hình thoi *d* 菱形

hình thù *d* 形状,外形: Hình thù giống quả bóng bay. 形状像气球。

hình thức *d* ①表面,外表: chú trọng hình thức 注重外表②模式: hình thức quảng cáo 广告模式 *t* 形式上的,表面形式的: bệnh hình thức trong tác phong làm việc 工作作风中表面形式的弊病; chủ nghĩa hình thức 形式主义

hình thức chủ nghĩa *t* 形式主义的

hình thượng *d*[哲] 形而上(学)

hình trạng *d* 形状: thay đổi hình trạng 改变形状

hình tròn *d* 圆形

hình tròn xoay *d* 盘旋形,螺旋形

hình trụ *d* 柱体

hình tứ diện *d* 四面体

hình tượng *d* 形象: hình tượng nhân vật 人物形象

hình vành khăn *d* 圆环图形

hình vẽ *d* 图样,图形,图案,图画

hình vị *d*[语] 词素

hình vóc *d* 身材: hình vóc cao lớn 身材高大

hình vuông *d* 正方形

hình xuyến *d* 螺旋体

hình *đg*[方] 得意,翘(鼻子): Khen có mấy câu đã hình mũi! 夸奖几句就那么得意!

híp mắt 眯眼: cười híp mắt 眯着眼睛笑

híp-pi (hippy) *d* 嬉皮士,另类青年,另类

hít *đg* ①吸(气): hít hơi 吸气②吸,吸入: hít hê-rô-in 吸海洛因

hít hà *[拟][方]* 啧啧(表示赞赏): hít hà khen ngợi 啧啧称赞

hiu hắt *t* 微弱,奄奄一息: ánh đèn hiu hắt 微弱的灯光; thở hiu hắt 微弱呼吸

hiu hiu *t* ①习习: gió hiu hiu 微风习习②萧条: cảnh tượng hiu hiu 萧条的景象

hiu quạnh *t* 寂寥,空旷,冷清清: cảnh núi sông hiu quạnh 山川寂寥

HIV (human immunodeficiency virus) [缩] 艾滋病病毒

ho *đg* 咳嗽: ho hen vì thuốc lá 因抽烟而咳嗽

ho gà *d*[医] 百日咳

ho gió *d*[医] 风咳,伤风

ho he *đg* 吭气儿,动弹: chẳng dám ho he gì cả 不敢吭气

ho hen *đg*[口] 咳嗽: bệnh ho hen 哮喘病

ho khan *đg* 干咳

ho lao *d*[口] 肺结核,肺痨

hò₁ *d* 越南长衣的襟边

hò₂ *d* 小调子: hò giã gạo 舂米小调; hò đầm đất 打夯调; hò khoan 划船调; hò lơ 南方一种集体唱的小调; hò lờ 抗战时期北方民工所唱的小调; hò mái đẩy 中部划船调; hò mái nhì(平治天省的)划船调

hò₃ *đg* ①唱: hò một bài 唱一首②吆喝,呼喊: hò đò 叫渡

hò hẹn *đg* 约会: hò hẹn với bạn 同朋友约会

hò hét *đg* 呼喊,呼叫,呼吼,呼啸: Đám trẻ con hò hét chơi đùa. 一群小孩呼喊玩耍。

hò la *đg* 呼喊,起哄,加油: Đội cổ động đang hò la động viên. 啦啦队在加油助威。

hò reo *đg* 齐声欢呼: mọi người cùng hò reo 大家齐声欢呼

hò voi bắn súng sậy 雷声大雨点小

hó háy *đg*(眼睛)不停地瞟: Cô gái hó háy nhìn chàng trai. 姑娘不停地瞟小伙子。

hó hé *đg* ①吭气: không dám hó hé 不敢吭气②透露,泄露: Cấm không được hó hé bí mật! 不许泄露秘密!

họ₁ *d* ①姓: tên họ 姓名②家族: cùng một họ

同族③科: họ cúc 菊科

họ₂ *d* 标会, 摇会: chơi họ 玩标会

họ₃ *đ* 人家, 他们

họ₄ (拟) (吆喝牛停下的声音)

họ đạo *d* 基督教徒

họ hàng *d* 亲戚: họ hàng xa 远房亲戚

họ hàng ở xa không bằng láng giềng gần 远亲不如近邻

họ nhà vạc *d* 夜行人

họ nội *d* 内戚

họ tộc *d* 族人: người cùng họ tộc 同族人

họ xa *d* 远亲

hoa₁ [汉] 花 *d* ①花: Trăm hoa đua nở, trăm nhà đua tiếng. 百花齐放, 百家争鸣。②花饰: vải hoa 花布③大写: chữ A hoa 大写的 A 字

hoa₂ *đg* 舞动: hoa chân múa tay 手舞足蹈

hoa₃ *t* 昏花的: mắt hoa 眼花

hoa₄ [汉] 华

hoa anh đào *d* 樱花

hoa búp *d* 花蕾

hoa cà hoa cải 五彩缤纷

hoa cái *d* 雌花

hoa cẩm chướng *d*[植] 康乃馨

hoa chúc *d* 花烛; 结婚日; 新婚夜: đêm hoa chúc 新婚之夜; động phòng hoa chúc 洞房花烛

hoa chuối *d* 芭蕉花

hoa cúc₁ *d* 菊花

hoa cúc₂ *d* 稻谷病

hoa cương *d*[矿] 花岗石

hoa dạ hương *d* 夜来香

hoa dại *d* 野花

hoa dâm bụt *d* 朱槿花, 扶桑花

hoa đào *d* 桃花

hoa đăng *d* 花灯

hoa đèn *d* 灯花

hoa đực *d* 雄花

hoa đồng tiền *d* 金钱花

hoa đơn tính *d* 单性花

hoa giấy₁ *d* 三角梅

hoa giấy₂ *d* 纸花, 假花

hoa hải đường *d* 海棠花

hoa hậu *d* 选美皇后, 小姐, (校、系等) 花: cuộc thi tuyển chọn hoa hậu châu Á 亚洲小姐选美比赛; hoa hậu khoa 系花

hoa hoè *d* 槐花 *t* 花花绿绿: áo quần hoa hoè 花花绿绿的衣服

hoa hoè hoa sói 花花绿绿: trang điểm hoa hoè hoa sói 打扮得花花绿绿的

hoa hoét *d* 花的东西 (含贬义), 花里胡哨的东西: Chẳng cần hoa hoét gì. 用不着搞什么花哨的东西。*t*[口] 浮夸, 空谈: văn chương hoa hoét 一纸空文

hoa hồi *d* 茴香, 八角

hoa hồng₁ *d* 玫瑰花

hoa hồng₂ *d* 红利, 分红, 小费: cho người phục vụ hoa hồng 给服务员小费

hoa huệ *d* 蕙花, 晚香玉

hoa hướng dương *d* 向日葵

hoa khéo làm mồi trêu ong 招蜂引蝶

hoa khôi *d* ①(女子) 选美冠军②花魁: hoa khôi của lớp 班花

Hoa Kì *d* 花旗, 美国

Hoa kiều *d* 华侨

hoa kim ngân *d* 金银花

hoa la dơn *d* 剑兰

hoa lá *d* 花草 *t* 浮夸的, 空谈的, 吹牛的: chuyện hoa lá 吹牛的事儿

hoa lan *d* 兰花

hoa lệ *t* 华丽: từ ngữ hoa lệ 华丽辞藻

hoa lí *d* 千里香

hoa liễu *d*[医] 性病

hoa lơ *d* 菜花

hoa lợi *d* 收益, 收入, 收成: mùa thu hoa lợi 收获季节

hoa mai *d* 梅花

hoa màu *d* 杂粮, 粗粮, 庄稼

hoa mặt trời *d* 向日葵

hoa mật *d* 花蜜

hoa mầu [方]=hoa màu

hoa mẫu đơn *d* 牡丹花

hoa mĩ *t* 华美: nói mấy câu hoa mĩ 美言几句

hoa mười giờ *d* 太阳花

hoa nguyệt *d*[旧] 风花雪月

Hoa ngữ *d* 华语, 汉语

hoa nhài *d* 茉莉花

hoa nhung *d* 绒花

hoa nhường nguyệt thẹn 闭月羞花

hoa niên *d* 年青, 年华: tuổi hoa niên 青春年华

hoa quả *d* 水果

hoa quan *d* 花冠

hoa quì *d* 向日葵

hoa râm *t* 斑白, 花白: tóc hoa râm 头发斑白

hoa rụng hương bay 香消玉殒

hoa sen *d* ①荷花② (卫浴) 莲蓬头, 花洒: tắm hoa sen 喷头淋浴

hoa tai *d* 堕子, 耳环

hoa tay *t* 手巧的: hoa tay giỏi làm 手巧能干 *d* 手指纹

hoa thị *d* 星号, 星形

hoa thơm cỏ lạ 奇花异草

hoa thuỷ tiên *d* 水仙花

hoa thược dược *d* 芍药花

hoa tiên *d* 花笺

hoa tiêu *d*[交] ①灯标, 航标②导航员, 领航员, 引水员

hoa trà *d* 山茶花

hoa trôi bèo dạt 落花流水

hoa trứng gà *d* 鸡蛋花

hoa tuyết *d* 雪花

hoa tường vi *d* 蔷薇花

hoa văn *d* 花纹, 图案

hoa vườn nhà không thơm bằng hoa ngoài đồng 家花不如野花香

hoà₁ *đg* 融入, 融和, 交融: hoà mình với quần chúng 和群众打成一片

hoà₂ [汉] 和 *đg* 调和: hoà phẩm màu 调颜料 *t* ① (竞赛棋局) 和的, 平的: Ván cờ hoà. 这盘棋下成平局。②和好的, 和顺的: hai bên làm hoà với nhau 双方和好

hoà₃ [汉] 禾

hoà âm *d*[乐] ①和音, 和声②和音学

hoà bình *d* 和平, 安宁: yêu chuộng hoà bình 爱好和平 *t*(方法、方式) 和平的: giải quyết tranh chấp bằng phương pháp hoà bình 和平解决争端

hoà cả làng *d*[口] 不分胜负, 握手言和, 平分秋色

hoà dịu *t* 缓和: xu thế hoà dịu 缓和的趋势

hoà đàm *đg* 和谈: hai bên hoà đàm 双方和谈

hoà đồng *đg* 融入, 融合: hoà đồng vào xã hội 融入社会

hoà giải *đg* 和解, 调解: uỷ ban hoà giải 调解委员会

hoà hảo *t*[旧] 和好的: Hai bên hoà hảo như cũ. 双方和好如初。

hoà hiệp [方]=hoà hợp

hoà hiếu *t* 和平友好的: giữ quan hệ hoà hiếu 保持和平友好关系

hoà hoãn *đg* 和缓, 缓和: tìm cách hoà hoãn quan hệ 想办法缓和关系

hoà hợp *đg*; *t* 和谐, 和亲: quan hệ láng giềng hoà hợp 睦邻友好关系; hoà hợp dân tộc 民族和亲

hoà kết *đg* 交汇, 结合: hoà kết văn hoá phương Đông và phương Tây 结合东西方文化

hoà khí₁ *d* 和睦的气氛, 友好的氛围

hoà khí₂ *d* 液化气

hoà mạng *đg* 联网, 入网: hoà mạng trong nước 全国联网; phí hoà mạng 入网费

hoà mình *đg* 融入, 打成一片: hoà mình trong xã hội 融入社会; hoà mình với quần chúng 与群众打成一片

hoà mục *t* 和睦: Hai nước chung sống hoà mục. 两国和睦共处。

H

hoà nhã *t* 温和,和顺,和蔼: hoà nhã dễ thân 和蔼可亲

hoà nhạc *đg* 合奏: hoà nhạc ba người 三人合奏

hoà nhập *đg* 汇合,融成一片,融入,接轨: hoà nhập với quốc tế 与国际接轨

hoà nhịp *đg* 呼应,合拍: hoà nhịp cùng hát 呼应着节拍一起唱

hoà quyện *đg* 融合,融汇,交融: tình và cảnh cùng hoà quyện 情景交融

hoà tan *đg* 溶解: Đường hoà tan trong nước. 糖在水中溶解。

hoà tấu *đg* 合奏: hoà tấu một bản nhạc 合奏一曲

hoà thuận *t* 和顺,和睦: chung sống hoà thuận 和睦共处

hoà thượng *d* [宗] 和尚

hoà ước *d* [政] 和约: hoà ước Véc-xây(Versailles) 凡尔赛和约

hoà vốn *t* [商] 不盈不亏的,不赚不赔的,平本的: bán lấy hoà vốn 平本卖

hoả [汉] 火 *d* ①火②内热: người bốc hoả 身体内热

hoả canh *đg* [农] (刀耕)火种

hoả châm *d* [医] 火针灸

hoả công *đg* 火攻: hoả công trại địch 火攻敌营

hoả diệm sơn *d* [旧] 火焰山,火山

hoả đàn *d* 火坛,火架(用于火葬)

hoả điểm *d* [军] 火力点

hoả đức quân *d* 火神,灶王爷

hoả hoạn *d* 火灾: xảy ra hoả hoạn 发生火灾

hoả hổ *d* [军] 喷火筒,喷火枪

hoả kế *d* [工] 高温测量仪

hoả khí *d* [军] 武器,发射器

hoả lò *d* 火炉

hoả luyện *đg* 冶炼: hoả luyện vũ khí 冶炼武器

hoả lực *d* [军] 火力

hoả mai *d* [旧] [军] 火炮,火枪

hoả mù *d* ①烟幕,烟雾: bom hoả mù 烟幕弹② [口] 谣言: tung hoả mù 散布谣言

hoả ngục *d* [宗] 炼狱

hoả pháo *d* [军] ①火炮②信号弹: bắn hoả pháo 发射信号弹

hoả táng *đg* 火葬

hoả thiêu=hoả táng

hoả thuyền *d* [旧] 火炮船

hoả tiễn *d* 火箭: hoả tiễn xuyên qua lục địa 洲际导弹

Hoả Tinh *d* 火星

hoả tốc *t* 特急,火速,火急: công văn hoả tốc 特急公文

hoả tuyến *d* [军] 前沿阵地,前线

hoả xa *d* [旧] 火车

hoá₁ [汉] 化 *d* 化学: thi môn hoá 考化学

hoá₂ [汉] 化 *đg* ①变化: Gỗ hoá đất. 木头变成土。②成为,变成: hoá ngốc 变成傻瓜③烧: hoá tiền ma 烧冥币④…化 (置词尾构成汉越词): cơ giới hoá 机械化

hoá₃ *t* (土地) 荒疏的: Ruộng đất bị bỏ hoá. 良田变荒地。

hoá₄ [汉] 货

hoá chất *d* 化工原料,化工: sản phẩm hoá chất 化工产品

hoá công *d* [旧] 老天爷,鬼斧神工

hoá dầu *d* 炼油: xưởng hoá dầu 炼油厂

hoá dược *d* [工] 化学制药业: nghiên cứu hoá dược 研究化学制药业

hoá đờm *đg* [医] 化痰: hoá đờm trị ho 化痰止咳

hoá đơn *d* [经] 发票,发货单,收据

hoá giá *đg* ①定价: hàng đã hoá giá 商品已定价②降价出售

hoá giải *đg* ①消除: hoá giải hiểm hoạ 消除隐患②化解: hoá giải thành phần có độc 化解有毒成分

hoá học *d* 化学: vũ khí hoá học 化学武器; hoá

học hữu cơ 有机化学; hoá học vô cơ 无机化学

hoá hơi *đg* 汽化: dầu mỏ hoá hơi 石油汽化

hoá hợp *đg* [化] 化合: phản ứng hoá hợp 化合反应

hoá kiếp *đg* ① [宗] 超度: hoá kiếp cho người mất 为死者超度 ② 杀 (动物): hoá kiếp con lợn 杀猪

hoá lỏng *đg* 液化: dầu mỏ hoá lỏng 石油液化

hoá mĩ phẩm *d* 化妆品, 化学日用品

hoá năng *d* [化] 化学能

hoá nghiệm *đg* 化验: hoá nghiệm máu 化验血

hoá phẩm *d* 化学品

hoá phép *đg* [宗] 作法

hoá ra *p* [口] 原来: hoá ra như vậy 原来如此

hoá sinh₁ *t* 生化的: vũ khí hoá sinh 生化武器 *d* (简称) 生物化学

hoá sinh₂ *d* 化身: Bao Thanh Thiên là hoá sinh của chính nghĩa. 包青天是正义的化身。

hoá sinh học *d* 生物化学, 生化学

hoá thạch *d* [矿] 化石: động vật hoá thạch 动物化石

hoá thân *đg* 化身: hoá thân làm người 化身成人; hoá thân vào vai diễn 进入角色

hoá tính *d* 化学性质

hoá trang *đg* ① 化妆: Các nghệ sĩ đang hoá trang ở sau sân khấu. 艺术家们正在后台化妆。② 改装, 装扮: hoá trang thành người già 装扮成老人

hoá trị *d* [化] 原子价, 化合价

hoá xương *đg* 骨化

hoạ₁ [汉] 祸 *d* 灾祸: mang hoạ vào thân 惹祸上身

hoạ₂ *p* 也许, 或许, 即便有 (可能性不大): hoạ lắm được thưởng 也许获奖

hoạ₃ [汉] 和 *đg* 跟唱, 附和: Một người hát mọi người hoạ theo. 一人唱大家跟着唱。

hoạ₄ [汉] 画 *đg* 画: hoạ bức tranh 画一幅画儿 *d* 绘画: nghề hoạ 绘画行业

hoạ âm *d* [乐] 辅音

hoạ báo *d* 画报: hoạ báo Nhân Dân 人民画报

hoạ bất đơn hành 祸不单行

hoạ chăng *p* 或许: hoạ chăng thành công 或许成功

hoạ do khẩu xuất, bệnh do khẩu nhập 祸从口出, 病从口入

hoạ đồ *d* 图, 风景画

hoạ gia *d* 大画家, 画家

hoạ hoạn *d* 祸患

hoạ hoằn *t* 罕见, 不常见: hoạ hoằn ra nước ngoài 偶尔出国

hoạ hổ hoạ bì nan hoạ cốt 画虎画皮难画骨, 知人知面不知心

hoạ long điểm tinh 画龙点睛

hoạ may *p* 也许, 兴许: hoạ may có thể được 也许能行

hoạ mi *d* [动] 画眉鸟

hoạ pháp *d* 绘画方法

hoạ phẩm *d* 绘画作品

hoạ phúc *d* [宗] 祸福

hoạ sĩ *d* 画家

hoạ sư *d* 画师

hoạ thất *d* 绘画室, 绘画工厂

hoạ thơ *đg* 和诗

hoạ vô đơn chí 祸不单行

hoác *t* 敞大: cửa hoác 大门敞开 *đg* 豁开, 张大: mồm hoác ra 张大嘴

hoạch định *đg* 划定, 制定: hoạch định biên giới 划定边界

hoài₁ *đg* 徒劳, 枉费: hoài công 枉费工夫

hoài₂ *p* [方] 常常, 经常: Nó nhắc đến tôi hoài. 他经常提到我。

hoài₃ [汉] 怀, 准

hoài bão *d* 抱负: đầy hoài bão 抱负远大

hoài cảm *đg* 感怀,怀念: Mãi mãi hoài cảm anh hùng liệt sĩ! 永远怀念英雄烈士! *d* 思绪: muôn vàn hoài cảm 思绪万千

hoài cổ *đg* 怀古,怀旧: người già thường hoài cổ 老人常怀旧

hoài của *c* [口] 可惜 (呀),遗憾(啊): Ăn không hết đổ đi thật hoài của! 吃不完倒掉真可惜!

hoài hơi *đg* [口] 白费劲儿: hoài hơi khuyên nhủ 白费劲儿劝说

hoài nghi *đg*; *d* 怀疑: hoài nghi nó ăn cắp 怀疑他偷东西; loại bỏ hoài nghi 消除怀疑

hoài niệm *đg* 怀念: hoài niệm chuyện cũ 怀念往事

hoài sơn *d* [药] 淮山

hoài tưởng *đg* 想念,怀想: hoài tưởng người thân 想念亲人

hoài vọng *đg* 企望: hoài vọng làm phi công 企望当飞行员 *d* 心愿,愿望: thực hiện hoài vọng 实现愿望

hoại [汉] 坏 *đg* (有机物) 腐烂: lá cây đã hoại 树叶腐烂

hoại huyết *d* [医] 坏血病

hoại thư *t* 坏疽的,脱疽的,坏死的: vết thương hoại thư 伤口坏疽

hoại tử *đg* 坏死: tế bào hoại tử 细胞坏死

hoan hô *đg* 欢呼: tiếng hoan hô không ngớt 欢呼声不断

hoan lạc *t* 欢乐: mong mỏi giờ phút hoan lạc 盼望欢乐时刻到来 *d* 狂欢: chìm đắm trong hoan lạc 沉醉在狂欢里

hoan nghênh *đg* 欢迎: nhiệt liệt hoan nghênh 热烈欢迎

hoan nghinh [方] =hoan nghênh

hoàn₁ [汉] 丸 *d* 丸: thuốc hoàn 药丸

hoàn₂ [汉] 还 *đg* 还,归还,奉还: viện trợ không hoàn lại 无偿援助

hoàn₃ [汉] 完,环,寰

hoàn cảnh *d* 环境,情况,形势: hoàn cảnh thế giới 国际环境; hoàn cảnh gia đình 家境

境

hoàn cầu *d* [旧] 寰球,世界

hoàn chỉnh *t* 完整,齐全: hệ thống tổ chức hoàn chỉnh 组织体系完整 *đg* 使完备: hoàn chỉnh bài văn 做完作文

hoàn công *đg* 完工,竣工: hoàn công công trình xây dựng 建筑工程竣工

hoàn đồng *đg* 还童: cải lão hoàn đồng 返老还童

hoàn hảo *t* 完好,完备: hoàn hảo vô tổn 完好无损

hoàn hồn *đg* 还魂,回过神来: còn chưa hoàn hồn 还没回过神来

hoàn lương *đg* 悔过自新,浪子回头: Tên ăn cắp qua cải tạo lao động đã hoàn lương. 小偷经过劳动教育已悔过自新。

hoàn lưu *d*; *đg* 环流: khí quyển hoàn lưu 大气环流; nước hoàn lưu 环流水

hoàn mĩ *t* 完美: hoàn mĩ vẹn toàn 完美无瑕

hoàn nguyên *đg* 还原,复原: sơ đồ hoàn nguyên 复原图

hoàn nguyện *đg* [宗] 还愿: đi chùa hoàn nguyện 到寺庙还愿

hoàn sinh *đg* 还生,回生,复活: cải tử hoàn sinh 起死回生

hoàn tất *đg* 完备,完善;全部完成,完毕: Công trình đã toàn bộ hoàn tất. 工程已全部完成。

hoàn thành *đg* 完成: hoàn thành nhiệm vụ 完成任务

hoàn thiện *t* 完善: ngày một hoàn thiện 日臻完善 *đg* 改善,使完善: hoàn thiện công tác quản lí 改善管理工作

hoàn toàn *t* 完全: thất vọng hoàn toàn 完全失望

hoàn trả *đg* 归还: hoàn trả người mất 归还失主

hoàn tục *đg* [宗] 还俗

hoãn₁ *d* (古代) 耳环

hoãn₂ [汉] 缓 *đg* 推迟,延缓,迟缓,展缓: hoãn

chuyến thăm 推迟访问

hoãn binh *đg* [旧] [口] 缓兵: Quân địch xin hoãn binh. 敌军请求缓兵。

hoãn hạn *đg* 延期: công trình hoãn hạn 工程延期

hoãn lại *đg* 延缓, 暂缓, 推迟: hoãn lại công trình cải tạo thành thị 延缓城市改造工程

hoãn xung *đg*; *t* 缓冲: vùng hoãn xung 缓冲地带

hoán cải *đg* 改造, 改进: hoán cải máy móc thiết bị 改造机器设备; hoán cải phương pháp công tác 改进工作方法

hoán chuyển *đg* 互换, 对调: hoán chuyển cương vị việc làm 互换工作岗位

hoán dụ pháp *d* [语] 换喻法

hoán vị *đg* [数] 换位: phép hoán vị 换位法

hoạn₁ [汉] 宦 *d* [旧] 官宦

hoạn₂ *đg* 阉: hoạn lợn 阉猪

hoạn₃ [汉] 患

hoạn nạn *d*; *t* 患难: hoạn nạn biết chân tình 患难见真情

hoạn quan *d* [旧] 宦官, 太监

hoang₁ [汉] 荒 *t* ①荒的, 荒野的: ruộng hoang 荒田; hoang đảo 荒岛②到处流浪的: bỏ nhà đi hoang 离家出走③非婚怀孕或生子的: chửa hoang 珠胎暗结

hoang₂ *t* ①奢费: tiêu hoang 挥霍② [方] 调皮: Thằng bé này hoang lắm. 这个小孩儿真调皮。

hoang₃ [汉] 肓, 塃, 晃

hoang báo *đg* 谎报: hoang báo tình hình quân sự 谎报军情

hoang dã *d* 荒野 *t* 野生的: động vật hoang dã 野生动物

hoang dại *t* 荒杂, 荒野: cỏ hoang dại 荒草

hoang dâm *t* 荒淫: hoang dâm vô độ 荒淫无度

hoang đăng *t* 晃荡的: suốt ngày hoang đăng 整天晃荡

hoang đường *t* 荒唐: câu chuyện hoang đường 荒唐故事

hoang hoá *t* 荒的, 丢荒的: ruộng hoang hoá 荒田; đất hoang hoá 丢荒的地

hoang hoác *t* 开大的, 张大的; 暴露的: cửa mở hoang hoác 门大开

hoang lạnh *t* 荒凉, 冷清: thung lũng hoang lạnh 荒凉的大峡谷

hoang liêu *t* 荒凉: vùng hoang liêu 荒凉地区

hoang mạc *d* [地] 荒漠

hoang mang *t* 惊慌, 惶恐, 不知所措: hoang mang không yên 惶恐不安

hoang phế *t* 丢荒的, 荒废的: Ngôi chùa hoang phế lâu năm. 寺庙荒废多年。

hoang phí *đg* 挥霍: hoang phí tiền bạc 挥霍金钱 *t* 奢侈: những đêm dài hoang phí (那些) 奢侈的长夜

hoang sơ *t* 原始: khu rừng hoang sơ 原始森林

hoang tàn *t* 荒凉, 残破: cảnh hoang tàn 荒凉的景象

hoang toàng *t* 挥霍的, 浪费的: hoang toàng vô độ 挥霍无度

hoang tưởng *đg* 胡思乱想, 幻想: cả ngày hoang tưởng 整天幻想

hoang vắng *t* 荒僻: vùng núi hoang vắng 荒僻的山区

hoang vu *t* 荒芜: khu rừng hoang vu 荒芜的森林

hoàng₁ [汉] 皇 *d* [口] 皇亲国戚, 王子: oai như ông Hoàng威 (风) 得像王子

hoàng₂ [汉] 黄, 蝗, 隍, 惶, 煌

hoàng anh *d* [动] 黄莺

hoàng bào *d* [旧] 黄袍

hoàng cầm *d* [药] 黄芩

hoàng cung *d* 皇宫

hoàng đản *d* [医] 黄疸: bệnh hoàng đản 黄疸病

H

hoàng đạo *d* 黄道日: giờ hoàng đạo 黄道吉时

hoàng đằng *d*[药] 黄藤

hoàng đế *d*[旧] 皇帝

hoàng đới *d* 黄道带

hoàng gia *d* 皇家: hoàng gia quí tộc 皇家贵族

hoàng hậu *d* 皇后

hoàng hôn *d* 黄昏

hoàng kì *d*[药] 黄芪

hoàng kim *d* ① [矿] 黄金 ② [转] 喻繁盛时期: thời kì hoàng kim 黄金时期

hoàng liên *d*[药] 黄连

hoàng lương *d* 小米, 黄粱: giấc mộng hoàng lương 黄粱美梦

hoàng oanh *d*[动] 黄莺, 黄鹂鸟

hoàng phái *d* 皇室, 皇族: người trong hoàng phái 皇族人

hoàng thái hậu *d*[旧] 皇太后

hoàng thái tử *d*[旧] 皇太子

hoàng thành *d* 皇城

hoàng thân *d* 亲王, 皇亲: hoàng thân quốc thích 皇亲国戚

hoàng thất *d* 皇室, 皇族

hoàng thổ *d* 黄土: cao nguyên hoàng thổ 黄土高原

hoàng thượng *d*[旧] 皇上

hoàng tinh *d*[植] 黄精

hoàng tộc *d* 皇族

hoàng triều *d* 皇朝

hoàng tuyền *d*[旧] 黄泉

hoàng tử *d* 皇子

hoàng yến *d*[动] 黄雀, 芙蓉鸟

hoảng [汉] 慌 *đg*; *t* 惊惶, 惊慌, 慌张: Làm gì mà hoảng lên thế? 干吗那么慌张?

hoảng hồn *đg*; *t* 慌了神儿: Xảy ra vụ cháy lớn, mọi người hoảng hồn. 发生大火灾, 大家慌了神儿。

hoảng hốt *đg*; *t* 惊慌, 惶恐, 慌张, 惊惶:

hoảng hốt chạy trốn 仓皇逃窜

hoảng loạn *đg* 慌张, 慌乱: thần sắc hoảng loạn 神色慌张

hoảng sợ *đg* 惊惧, 惊慌: hoảng sợ đứng không vững 惊慌失措站不稳 *t* 惶恐: Lúc xảy ra động đất họ hết sức hoảng sợ. 发生地震时他们十分惶恐。

hoẵng [方]=hoẳng

hoành₁ *d* ① 檩, 桁 ② 横批: treo tấm hoành 挂横批

hoành₂ [汉] 横, 宏

hoành cách mô *d*[解] 横膈膜

hoành độ *d*[数] 横标, 横坐标

hoành hành *đg* 横行, 横行霸道, 蛮横: thổ phỉ hoành hành 土匪横行霸道

hoành phi *d* 牌匾, 匾额, 横匾, 横批: treo tấm hoành phi 挂横批

hoành thánh *d*[方] 馄饨

hoành tráng *t* (艺术作品、场面) 恢宏: tác phẩm thư hoạ hoành tráng 恢宏的书画作品

hoạnh hoẹ *đg* 呵斥, 为难, 挑剔, 挑眼: hoạnh hoẹ dân chúng 呵斥群众; hoạnh hoẹ đủ điều 百般挑剔

hoạt₁ *t* (书画、文章) 活泼, 活络, 生动: bài văn viết rất hoạt 文章写得生动活泼

hoạt₂ [汉] 活, 滑, 猾

hoạt ảnh *d* 活动影戏 (皮影戏)

hoạt bản *d* (印刷) 活版

hoạt bát *t* 活泼, 伶俐: hoạt bát đáng yêu 活泼可爱; mồm miệng hoạt bát 口齿伶俐

hoạt cảnh *d* 活报剧, 小品: hoạt cảnh đời sống 生活小品

hoạt chất *d*[药] 有效成分, 活性物质

hoạt động *đg* ①活动: hoạt động khớp xương 活动关节; hoạt động xã hội 社会活动②运转: Máy móc hoạt động bình thường. 机器运转正常。③干革命, 地下工作: hoạt động vùng địch 敌后工作 *t* 活跃: Thời gian nghỉ hè kết thúc, sân trường hoạt động hắn lên. 暑假结束，校园很活跃。

hoạt hình *d* 动画,动漫 (总括说法,包括绘画、剪纸、卡通、木偶等): phim hoạt hình 动画影片

hoạt hoạ *d* (以绘画制作的) 动画,动漫

hoạt huyết *đg* 活血

hoạt kịch *d* 小喜剧

hoạt Phật *d* [宗] 活佛

hoạt thạch *d* 滑石

hoạt tinh *đg* 滑精,早泄

hoạt tính *d* 活性: than hoạt tính 活性炭

hoáy *t* 深,纵深: hang sâu hoáy 深洞

hoắc₁ *tr* 极,其 (仅用于臭或劣的语助气词): thối hoắc 臭气冲天; dở hoắc 糟透了

hoắc₂ [汉] 霍

hoắc hương *d* 藿香

hoặc₁ [汉] 惑 *đg* [旧] 惑,迷惑: mê hoặc quần chúng 迷惑群众

hoặc₂ [汉] 或 *k* 或者: chiều hoặc sáng 下午或上午

hoặc giả *k* ①或者,或许,也许: Đến bây giờ anh ấy vẫn chưa đến, hoặc giả anh ta ốm chăng ? 他现在还没来,也许生病了吧？ ②要是,如果: Không lo mọi việc chu đáo, hoặc giả gặp bất trắc thì biết xoay xở làm sao ? 不安排周到些,要是遇到麻烦怎么办？

hoẳm *t* 深陷的: mắt sâu hoẳm 眼窝深陷

hoăng *t* 呛人的,(臭气) 熏人的: thối hoăng 臭气熏人

hoẵng *d* 斑鹿

hoẳng *đg* [口] 大声喧哗: Nó vừa đến là làm hoẳng lên. 他一到就大声喧哗。

hoắt *t* 尖利: dao găm nhọn hoắt 尖尖的匕首

hóc *đg* ①鲠: Hóc xương cá. 鱼骨刺喉。② 卡住: máy bị hóc 机器出故障 ↑ 伤脑筋的: bài văn hóc quá 伤脑筋的作文

hóc búa *t* [口] 伤脑筋的,难对付的: vấn đề

hóc búa 伤脑筋的问题

hóc hách *đg* [口] 反抗,不服: Không ai dám hóc hách. 没人敢反抗。

hóc hiểm = hiểm hóc

học₁ [汉] 学 *đg* ①学习;效仿: đi học 上学 ②反复读,背书: học sinh học bài 学生背书 ③学 (置于词尾构成汉越词): văn học 文学; tâm lí học 心理学

học₂ *đg* [方] 叙述,告知: Em sẽ học với bố việc anh bỏ học đi chơi. 我要告诉爸爸你逃学去玩的事。

học bạ *d* 学业成绩表,学生手册

học bổng *d* 助学金

học chẳng hay cày chẳng thông 一事无成

học chế *d* 学制: học chế 4 năm 学制四年

học cụ *d* 学习用具

học đòi *đg* 攀比; 模仿,效法: Nó thu nhập thấp còn học đòi. 他收入低还爱攀比。

học đường *d* 学堂

học gạo *đg* [口] 死啃书本,读死书

học giả *d* 学者

học hàm *d* 学衔,职称: học hàm phó giáo sư 副教授职称

học hành *đg* 学习与实践: chăm lo việc học hành của con cái 关心孩子的学习与实践

học hỏi *đg* 学习,求学: tinh thần học hỏi 求学精神

học hội *d* 学会

học khoá *d* 学年

học kì *d* 学期

học lỏm *đg* [口] 背地里学,偷师: học lỏm cách buôn bán 偷偷地学做生意

học lóm = học lỏm

học lực *d* 学历

học mót *đg* [口] 口耳之学

học một biết mười 学一知十; 绝顶聪明

học nghiệp *d* 学业

học như vẹt 鹦鹉学舌

học phái *d* [旧] 学派

học phẩm *d* 学习用品

học phần *d* 学分：chế độ học phần 学分制

học phí *d* 学费

học phiệt *d* 学阀：tư tưởng học phiệt 学阀思想

học sâu biết rộng 博古通今；学问渊博

học sĩ *d* [旧] 学士

học sinh *d* 学生

học tập *đg* 学习：cố gắng học tập 努力学习

học thuật *d* 学术：luận án học thuật 学术论文

học thành danh lập 功成名就

học thầy không tầy học bạn 拜师不如问友

học thuyết *d* 学说：học thuyết của chủ nghĩa Mác Lê-nin 马克思列宁主义学说

học thức *d* 学识，学问：người có học thức 有学问的人

học trình *d* (以十五课时为单位的) 课程：học trình đại học 大学课程

học trò *d* 学生，学徒，门徒

học vấn *d* 学问

học vẹt *đg* 鹦鹉学舌

học vị *d* 学位：học vị tiến sĩ 博士学位

học việc *đg* 学艺，学本事：thợ học việc 学徒工

học viện *d* 学院：học viện ngoại ngữ 外语学院

học vụ *d* 教务处

học xá *d* 学校，寄宿学校

hoe *t* 浅红色的，浅黄色的 *đg* 发出浅黄的光：Mặt trời hoe nắng. 太阳发出浅黄色的光。

hoe hoe *t* 有点红红的，带红色的，金黄色的：cánh đồng lúa mạch hoe hoe 金黄色的麦田

hoè [汉] 槐 *d* 槐：cây hoè 槐树

hoen *đg* 污脏，染污，沾污，渗：Tờ giấy hoen dầu. 纸上沾了油。

hoen gỉ *t* 锈迹斑斑的，锈污的：cửa sắt hoen

gỉ 铁门锈迹斑斑

hoen ố *t* 染污的，玷污的：danh giá bị hoen ố 被玷污的名声；Vải bị hoen ố. 布染上污迹。

hoi *t* 膻的：mùi hoi 膻味

hoi hóp = thoi thóp

hỏi₁ *d* 问声符 (越语声调符号，标为"?")

hỏi₂ *đg* ①问，询问，探问，打听：hỏi đường 问路②索取，索要：hỏi nợ 讨债③ [口] 提亲：chọn ngày tốt làm lễ hỏi 选择吉日提亲④ [口] 打招呼：gặp người quen phải hỏi 遇到熟人要打招呼

hỏi bài *đg* (老师) 课堂提问，问作业，检查作业

hỏi cung *đg* 审讯：hỏi cung bị cáo 审讯被告人

hỏi dò *đg* 打听，探口信儿：hỏi dò thực hư 打听虚实

hỏi đáp *đg* 问答：đề hỏi đáp 问答题

hỏi gà đáp vịt 答非所问

hỏi han *đg* ①询问：hỏi han tình hình 询问情况②问寒问暖，问津：không ai hỏi han tới 无人问津

hỏi mượn *đg* 求借，索借 (钱物)：hỏi mượn vài đồng bạc 求借几块钱

hỏi nhỏ *đg* 小声问，私下问

hỏi thăm *đg* 问候：gửi lời hỏi thăm 代为问候

hỏi tiền *đg* 借钱，要钱：Vừa về đến nhà đã hỏi tao tiền. 刚回到家就问我要钱。

hỏi tội *đg* 问罪

hỏi tra = tra hỏi

hỏi vay *đg* 求贷，借钱

hỏi vặn *đg* 盘问，诘问：hỏi vặn gây khó dễ 盘问刁难

hỏi vợ *đg* 提亲，向女方求婚

hói₁ *d* 水渠，水沟

hói₂ *t* 秃，光：hói đầu 秃头；hói trán 秃顶

hom₁ *d* 种茎：hom sắn 木薯种

hom₂ *d* 芒: hom lúa 稻芒

hom₃ *d* 细骨: hom cá 鱼刺

hom₄ *d* 装鱼竹器的卡口

hom hem *t* 瘦小 (的样子): mặt hom hem 瘦瘦的脸

hòm *d* ①箱子: hòm gỗ 木箱子② [方] 棺材

hòm đựng gió *d* [工] 储风箱

hòm gỗ *d* 木箱

hòm hòm *t* 即将完成的, 差不多的, 快完的: Công việc cũng hòm hòm rồi. 工作快完成了。

hòm phiếu *d* 票箱, 投票箱

hòm quạt *d* 鼓风机, 风箱

hòm rương *d* 大箱(可作床)

hòm sấy *d* 烘箱

hòm thư *d* ①邮筒②信箱

hòm xiểng *d* 箱笼, 箱子

hõm *t* 深凹的, 深深的: lỗ hõm 很深的孔 *d* 洞穴: hõm đá 石洞

hõm *t* 深陷的: hõm vực 深谷

hóm *t* 机灵, 幽默: Nó nói chuyện rất hóm. 他讲话很幽默。

hóm hỉnh *t* 鬼聪明, 幽默: Anh ấy rất hóm hỉnh. 他很幽默。

hòn *d* ①球形物, 颗, 块, 个: hòn ngọc 珍珠②小岛屿: Hòn Me 眉岛

hòn bi *d* 玻璃球, 滚珠

hòn cuội *d* 卵石

hòn dái *d* [口] 睾丸

hòn đá *d* 石头

hòn đạn *d* 子弹

hòn đảo *d* 岛屿

hòn đất *d* 土块

hòn gạch *d* 砖头

hòn núi *d* 山冈, 小山

hong *đg* 晾, 烘: hong quần áo 晾衣服

hong hóng *đg* 企盼, 期盼: hong hóng sớm trở về 期盼早日归来

hòng *đg* 企图, 妄图: hòng xâm lược nước láng giềng 企图侵略邻国

hỏng *t* ①坏的, 损坏的: Xe hỏng rồi. 车坏了。②失败的, 落空的: Thi hỏng rồi. 考糊了。③败坏的, 学坏的: Cô đừng nuông chiều quá mà làm hỏng con cái. 你不要过分疼爱使孩子变坏。

hỏng ăn *đg* ①落空, 扑空; 搞砸了: Việc này hỏng ăn rồi! 此事搞砸了! ②不成事, 亏损: Chuyến buôn này hỏng ăn rồi! 这趟生意做亏了!

hỏng hóc *đg* 损坏 (机械设备)

hỏng kiểu *đg* [口] 搞坏了, 搞糟了, 不成事: Việc này hỏng kiểu rồi! 这事儿搞砸了!

hóng *đg* ①接受: hóng mát 乘凉②听, 谛听: hóng chuyện 谛听③盼望: hóng tin tức 盼消息

hóng gió *đg* 乘凉, 纳凉, 兜风

hóng hớt *đg* [口] 偷听: hóng hớt chuyện người khác 偷听别人谈话

họng *d* ①喉咙②喉舌③物体正中的洞眼: họng súng 枪口

hoóc-môn (hormone) *d* 荷尔蒙, 激素

hóp₁ *d* 细竹

hóp₂ *t* 深陷的, 瘦的: gầy hóp như củi khô 瘦如干柴

họp [汉] 合 *đg* ①开会, 集会: họp đội sản xuất 生产队开会②汇集: Trăm con suối họp thành sông. 百溪汇集成河。

họp báo *đg* 开记者招待会: họp báo để giới thiệu kế hoạch sản xuất 召开记者招待会介绍生产计划

họp chợ *đg* 集市

họp hành *đg* 会议, 开会(常含贬义): họp hành suốt ngày 整天开会

họp kín *đg* 秘密会议

họp mặt *đg* 聚会, 聚首: bạn cũ họp mặt 老朋友聚会

hót₁ *đg* ①鸣, 啼: chim hót 鸟鸣② [口] 阿谀奉承, 告密: Nó đi hót với cấp trên. 他向

上级告密。

hót₂ *đg* 撮起,扒拉: hót rác 撮垃圾

hotel *d* 饭店,宾馆

hô₁ [汉] 呼 *đg* 呼,大声叫,呼叫: hô khẩu hiệu 喊口号

hô₂ *t* 突出的,露出的: hô răng 龅牙

hô hào *đg* 呼吁,号召: hô hào quần chúng đoàn kết 号召群众团结

hô hấp *đg* 呼吸: hô hấp nhân tạo 人工呼吸

hô hoán *đg* 呼喊,叫嚷: lớn tiếng hô hoán bắt kẻ trộm 大声喊抓小偷

hô hố [拟](大笑) 呵呵

hồ₁ *d* 湖泊: Hồ Tây 西湖

hồ₂ [汉] 狐 *d* [旧] 狐狸

hồ₃ *d* [旧] 酒壶

hồ₄ *d* 二胡

hồ₅ *d* 糨糊;米糊: ăn hồ 吃米糊

hồ₅ *đg* 上浆: hồ vải trắng 白布上浆

hồ₆ *d* 头儿钱(赌博)

hồ₇ [汉] 糊,葫,壶

hồ cầm *d* 胡琴

hồ chứa nước *d* 蓄水池,水库

hồ dán *d* 糨糊

hồ dễ *p* 谈何容易,何易: hồ dễ thành công 难以成功

hồ điệp *d* 蝴蝶

hồ đồ *t* 糊涂: nói năng hồ đồ 讲话糊涂

hồ hải *t* 宏图大志: tráng sĩ hồ hải 壮士心怀大志

hồ hởi *t* 高兴,兴奋: Đứa trẻ hồ hởi chạy đến. 小孩高兴地跑来。

hồ li *d* 狐狸

hồ lô *d* 葫芦

hồ nghi *đg* 狐疑,多疑: tính hồ nghi 生性多疑

hồ quang *d* 弧光

hồ sơ *d* 档案,卷宗: hồ sơ dự thầu 标书; hồ sơ cá nhân 个人档案

hồ tiêu=hạt tiêu

hồ tinh *d* 狐狸精

hổ₁ [汉] 虎 *d* 老虎: hổ cốt 虎骨; hổ giấy 纸老虎

hổ₂ *đg* [旧] 感到羞涩,感到惭愧: hổ với lòng mình 心里感到惭愧

hổ₃ [汉] 琥

hổ ăn chay 老虎吃斋;假惺惺

hổ chẳng nỡ ăn thịt con 虎毒不食子

hổ chết để da, người chết để tiếng 虎死留皮,人死留名

hổ chúa *d* 眼镜蛇王

hổ chuối *d* 一种灰白色的眼镜蛇

hổ cứ long bàn 虎踞龙盘

hổ dữ chẳng cắn con 虎毒不食子

hổ lang *d* 虎狼

hổ lốn *d* 杂合,杂烩: món ăn hổ lốn 大杂烩菜肴

hổ mang *d* 眼镜蛇

hổ nhục *t* 羞耻: không biết hổ nhục 不知羞耻

hổ phách *d* 琥珀

hổ thẹn *t* 惭愧: lấy làm hổ thẹn 感到惭愧

hổ trâu=hổ chúa

hổ tướng *d* 虎将

hỗ cảm khí điện lưu *d* 电流互感器

hỗ trợ *đg* 互助: hiệp ước hỗ trợ 互助条约

hỗ tương [旧]=tương hỗ

hố₁ *d* 坑,洞: hố bom 弹坑; hố cá nhân 单人防空洞; hố tránh bom 避弹坑

hố₂ *t* [口] 差错的;吃亏的: nói hố 说错话

hố chông *d* 陷阱;板桩坑

hố tiêu *d* 厕所,茅坑

hố trú ẩn *d* 避弹坑,防空洞

hố xí *d* 茅坑,大便坑,厕所

hố xí bệt *d* 坐厕

hố xí xổm *d* 蹲厕

hộ₁ [汉] 户 *d* 户: chủ hộ 户主

hộ₂ [汉] 护 *đg* 帮,替: làm hộ 帮做

hộ₃ [汉] 扈,互,沍,怙,岵,沪

hộ chiếu *d* 护照: hộ chiếu công vụ 公务护照; hộ chiếu ngoại giao 外交护照; hộ chiếu thường 普通护照

hộ đê *đg* 护堤: hộ đê phòng lụt 防洪护堤

hộ giá *đg* 护驾

hộ khẩu *d* 户口, 户口簿

hộ lí *d* 护理员

hộ mạng =hộ mệnh

hộ mệnh *đg* 护命, 护身: bùa hộ mệnh 护身符

hộ pháp *d* [宗] ①护法神②护法 (越南高台教最高职务)

hộ phù *d* 护符

hộ sĩ *d* 护士

hộ sinh *đg* 接生, 助产: nhà hộ sinh 助产院 *d* 接生员

hộ thành *đg* 护城, 守城: sông hộ thành 护城河

hộ thân *đg* 护身, 自卫: tập võ để hộ thân 习武自卫

hộ tịch *d* 户籍

hộ tống *đg* 护送: xe hộ tống 护送车

hộ vệ *đg* 护卫: đội hộ vệ 护卫队

hốc₁ *d* 洞, 坑: hốc đá 石洞

hốc₂ *đg* 猪吃食, 猪拱食: lợn hốc cám 猪吃糠

hốc hác *t* 枯槁, 憔悴: ốm lâu ngày hốc hác 久病憔悴

hốc mũi *d* [解] 鼻腔

hộc₁ *d* ①斛 (古量具, 每斛 10 斗) ②抽屉

hộc₂ *đg* ①喷, 吐: bị đánh hộc máu 被打得吐血②嚎, 大喊: lợn hộc 猪嚎

hộc tốc *t* 急匆匆, 气喘吁吁: chạy hộc tốc đến 急匆匆跑来

hôi₁ *đg* ①捡, 捞, 浑水摸鱼: hôi của đám cháy 趁火打劫②乘人之危: đánh hôi 乘人之危打劫

hôi₂ *t* 臭

hôi chua *t* 酸臭

hôi hám *t* 臭烘烘: Quần áo không giặt, để hôi hám. 衣服不洗, 放着臭烘烘的。

hôi nách *d* 狐臭, 腋臭

hôi rình *t* [口] 臭气熏天: đống rác hôi rình 垃圾堆臭气熏天

hôi sữa *d* 乳臭: miệng còn hôi sữa 乳臭未干

hôi tanh *t* 腥臭

hôi thối *t* 恶臭

hôi xì xì *t* 臭气熏人, 臭烘烘

hồi₁ *d* [植] 茴香, 八角

hồi₂ *d* 房檐: hồi nhà 房檐

hồi₃ [汉] 回 *d* ①一幕, 一回: hồi thứ nhất 第一幕②一阵: đánh một hồi trống 击一阵鼓③时代, 时候: hồi trước 过去

hồi₄ [汉] 回 *đg* ①回归, 返回: hồi cung 回宫殿②复苏, 苏醒: lát sau mới hồi lại 过一阵子才醒过来

hồi₅ [汉] 廻, 洄, 徊, 茴

hồi âm *đg* 回音, 回信 *d* 回声: nghe thấy hồi âm 听到回声

hồi chiều *d* 午后, 下午

hồi cố *đg* 回顾: hồi cố lịch sử 回顾历史

hồi đáp *đg* 回复: Nhận được xin hồi đáp. 收到请回复。

Hồi giáo *d* [宗] 伊斯兰教

hồi hôm *d* 昨晚

hồi hộp *t* 忐忑: trong lòng hồi hộp 忐忑不安

hồi hương₁ *đg* 返乡, 遣返: thẻ hồi hương 回乡证

hồi hương₂ *d* [植] 茴香

hồi khấu *d* 回扣: tiền hồi khấu 回扣款

hồi kí *d* 回忆录: viết hồi kí 写回忆录

hồi lâu *p* 许久: Mọi người bàn bạc hồi lâu mới nghĩ ra cách. 大家商量了许久, 才想出个办法来。

hồi môn *d* 嫁妆, 陪嫁: sắm của hồi môn 购买嫁妆

hồi nãy *p* 刚才, 方才, 刚刚

hồi phục *đg* 恢复, 痊愈: hồi phục sức khoẻ

H

康复

hồi quang *d* 虚影, 反光, 回光: hồi quang phản chiếu 回光返照

hồi sinh *đg* 回生, 复苏: thuốc hồi sinh 起死回生药

hồi sức *đg* 康复, 疗养: phòng hồi sức 康复室

hồi tâm *đg* 反省: hồi tâm nghĩ lại 反思

hồi tỉnh *đg* 苏醒: vạn vật hồi tinh 万物苏醒

hồi tục *đg* 还俗: ông sư hồi tục 和尚还俗

hồi tưởng *đg* 回想: hồi tưởng chuyện cũ 回想往事

hồi ức *đg* 回忆: hồi ức năm đó 回忆当年 *d* 回忆录, 记忆

hồi xuân *đg* ①恢复青春活力②（妇女）更年期

hồi xưa *d* 古时, 古代, 从前

hối₁ [汉] 悔 *đg* 悔, 追悔: hối bất cập 追悔不及

hối₂ *đg* 催促: hối nhau đi 互相催促走 *t* 迅速, 快速: đi hối cho kịp 快点走才来得及

hối₃ *t* [旧] 晦, 暗

hối₄ [汉] 汇, 贿

hối cải *đg* 悔改: hối cải sai lầm 悔改错误

hối đoái *d* 汇兑: tỉ giá hối đoái 汇率

hối hả *t* 急忙: đi hối hả 匆匆忙忙地走

hối hận *đg* 后悔, 悔恨, 追悔: hối hận không nên làm 后悔不该做

hối lộ *đg* 贿赂, 行贿: ăn hối lộ 受贿

hối lỗi *đg* 悔过: hối lỗi làm lại từ đầu 悔过自新

hối phiếu *d* 汇票

hối suất *d* 汇率: hối suất 80 phần trăm 百分之八十的汇率

hối tiếc *đg* 惋惜: không hề hối tiếc 毫无惋惜

hội₁ [汉] 会 *d* 协会, 会: Hội hữu nghị Việt-Trung 越中友好协会

hội₂ [汉] 会 *d* 庙会: trảy hội 赶庙会

hội₃ *đg* 汇集: hội các nhân tố có lợi 汇集有

利因素

hội₄ [汉] 汇, 绘

hội ái hữu *d* 联谊会, 互助会

hội báo *đg* 汇报: hội báo công tác 汇报工作

hội chẩn *đg* 会诊: chuyên gia hội chẩn 专家会诊

hội chợ *d* 博览会: hội chợ quốc tế 国际博览会

hội chùa *d* 庙会

Hội chữ thập đỏ *d* 红十字会

hội chứng *d* ①综合征: hội chứng đau đầu 头痛综合征②现象: hội chứng bỏ quê nhà ra tỉnh kiếm sống 离开家乡到省城谋生的现象

hội diễn *d* 会演: hội diễn văn nghệ 文艺会演

hội đàm *đg* 会谈: hội đàm cấp cao 高级会谈

hội đoàn *d* 会, 协会: hội đoàn hỗ trợ 互助会

hội đồng *d* 会议, 委员会, 理事会: hội đồng kỉ luật 纪律检查委员会

hội đồng bảo an *d* 安全理事会

hội đồng bảo an Liên Hợp Quốc *d* 联合国安理会

hội đồng bộ trưởng *d* 部长会议

hội đồng chính phủ *d* 国务委员会

hội đồng hoà bình thế giới *d* 世界和平理事会

hội đồng kinh tế *d* 经济理事会

hội đồng nhà nước *d* 国家委员会

hội đồng nhân dân *d* 人民委员会

hội đồng quản trị *d* 董事会

hội đồng trọng tài *d* 仲裁委员会

hội giảng *d* 讲课比赛: hội giảng giáo viên miền núi 山区教员讲课比赛

hội hát *d* 歌节, (越南) 哈节, 歌会

hội hè *d* 节日、庙会的通称

hội hoạ *d* 绘画

hội họp *đg* 聚集, 集中, 集会, 开会: nơi hội họp 开会场所

Hội hồng thập tự *d* 红十字会

hội kiến *đg* 会见: Thủ tướng hội kiến tổng

thống. 总理会见总统。

hội lễ *d* 节, 节庆, 节日: hội lễ chọi ngựa 斗马节

hội liên hiệp công thương *d* 工商联合会

hội liên hiệp phụ nữ *d* 妇女联合会

hội nghị *d* 会议: hội nghị bàn tròn 圆桌会议

hội ngộ *đg* 会晤: hội ngộ tại Hà Nội 在河内会晤

hội nhập *đg* 汇入, 加入, 融入, 接轨: hội nhập vào xã hội 融入社会; hội nhập quốc tế 与国际接轨

hội quán *d* 会馆

hội thao *d* 演练大会

hội thảo *đg; d* 学术研讨会: buổi hội thảo khoa học 科学研讨会

hội thoại *đg* 会话, 对话: hội thoại tiếng Việt 越语会话

hội trường *d* 会场, 大会堂, 会议室

hội trưởng *d* 会长, 协会主席

hội tụ *đg* ①汇聚: hội tụ quang 聚光②聚集: nhân tài hội tụ 人才聚集

hội từ thiện *d* 慈善会

hội viên *d* 会员: các nước hội viên 会员国

hội ý *đg* 磋商, 碰头, 开小会: cuộc hội ý nhanh 碰头会

hôm *d* ①天, 日: ba hôm 三天②晚上, 傍晚, 傍黑: ăn bữa hôm lo bữa mai 吃晚餐忧早餐

hôm kia *d* 前天

hôm kìa *d* 大前天

hôm mai *d* 早晚, 晨昏, 一整天: bận rộn hôm mai 整天忙碌

hôm nào *d* 哪天

hôm nay *d* 今天

hôm nọ *d* 那天 (指过去某一天)

hôm qua *d* 昨天

hôm sau *d* 翌日, 次日, 第二天

hôm sớm *d* 天天, 每天 (指从早到晚): luyện võ hôm sớm 天天习武

hỗm *d* [方] 那天

hỗm rày *d* [方] 最近, 这几天, 从那天至今

hôn₁ *đg* 吻: hôn nhau 接吻

hôn₂ *p* [方] 不, …不… : Có nói hôn? 说不说?

hôn₃ [汉] 昏, 婚

hôn gió *đg* 飞吻

hôn hít *đg* [口] 亲吻

hôn lễ *d* 婚礼

hôn mê *đg* 昏迷, 不省人事: hôn mê bất tỉnh 昏迷不醒 *t* 昏昏沉沉: đầu óc hôn mê 头脑昏昏沉沉的

hôn nhân *d* 婚姻: luật hôn nhân 婚姻法

hôn ước *d* 婚约

hồn₁ [汉] 魂 *d* ①灵魂: gọi hồn 招魂②神韵: Bức tranh có hồn. 画儿有神韵。③精神: hoảng hồn 惊魂

hồn₂ [汉] 浑, 珲, 馄

hồn bay phách lạc (吓得) 魂不附体; 魂飞魄散

hồn hậu *t* 善良, 浑厚, 淳朴, 敦厚: tâm địa hồn hậu 心地善良

hồn nhiên *t* 天真, 纯真, 淳朴, 泰然, 安恬自若: cười hồn nhiên 天真的笑

hồn phách *d* 魂魄, 魂灵

hồn thơ *d* 诗兴: hồn thơ lai láng 诗兴大发

hồn trương ba, da hàng thịt 内容与形式不相符

hồn vía *d* 魂魄

hồn vía lên mây 吓得魂魄升天

hồn xiêu phách lạc 魂飞魄散

hổn ha hổn hển 气喘吁吁

hổn hển *t* 气喘吁吁: hổn hển chạy lại 气喘吁吁地跑来

hỗn₁ *t* (小孩子) 无礼的, 没大没小的, 过分顽劣的: đứa trẻ hỗn láo 小孩没礼貌

hỗn₂ [汉] 混, 浑

hỗn canh hỗn cư 混耕杂居

hỗn chiến *đg* 混战: hai bên hỗn chiến 双方混战

H

hỗn danh *d*[口] 外号, 绰号, 别名

hỗn độn *t* 混乱, 混杂, 杂乱无序: đồ đạc hỗn độn 东西杂乱

hỗn hào *t* 无礼的, 没大没小的, 没教养的: Cháu không được hỗn hào với người trên. 你不能对长辈无礼。

hỗn hợp *d* 混合体: thành phần của hỗn hợp 混合体的成分 *t* 混合的: cám hỗn hợp 混合饲料

hỗn láo=hỗn hào

hỗn loạn *t* 混乱: cục diện hỗn loạn 混乱局势

hỗn mang *t* 蒙昧, 蛮荒(原始社会): thời đại hỗn mang 蒙昧时代

hỗn như gấu *t*(指小孩)无礼的, 没礼貌的

hỗn quân *d* 乱不成军状, 溃不成军状

hỗn quân hỗn quan 毫无章法: 上下颠倒

hỗn số *d*[数] 带分数

hỗn tạp *t* 混杂, 杂七杂八: đám người hỗn tạp 混杂的人群

hỗn xược=hỗn hào

hông₁ *d* ① [解] 胯骨 ② 侧面: hông nhà 房子侧面

hông₂ *d* 蒸笼, 箪子 *đg* 蒸: hông xôi 蒸糯米饭

hông₃ *p*[方] 不, 否: hông nói chi hết 什么都不说

hồng₁ [汉] 鸿 *d* 鸿鹄

hồng₂ *d* 玫瑰

hồng₃ *d* 柿子

hồng₄ [汉] 红 *t* ①红色的: ngọn cờ hồng 红旗 ②粉红色的

hồng₅ [汉] 烘, 宏, 洪, 虹

hồng bạch *d* 白玫瑰

Hồng Bàng *d* 鸿庞氏(越南人自认的开国始祖)

hồng bì *d* 黄皮果

hồng cầu *d* 红细胞

hồng đan=hồng điều

hồng đào *t* 桃红色的

hồng điều *t*(指纸、绸)鲜红色的

hồng đơn=hồng điều

Hồng Hà *d* 红河(北越最大的河流)

hồng hạc *d* 红鹤

hồng hào *t* 红润: da dẻ hồng hào 肤色红润

hồng hoa *d* 红花, 草红花, 刺红花, 杜红花, 金红花

hồng hoang *d* 洪荒: thủa hồng hoang 洪荒时代

hồng hộc *d* 鸿鹄, 天鹅 *p* 气喘吁吁: chạy thở hồng hộc 跑步气喘吁吁

hồng huyết cầu=hồng cầu

hồng khô *d* 柿饼, 干柿

hồng lâu *d*[旧] 红楼, 妓院

hồng mao *d* 鸿毛: nhẹ như hồng mao 轻似鸿毛

hồng ngoại *d* 红外线

hồng ngọc *d* 红宝石

hồng nhan *d* 红颜: hồng nhan bạc mệnh 红颜薄命

hồng nhạn *d* 鸿雁

hồng nhung *d* 大红玫瑰

hồng phúc *d*[旧] 洪福: hồng phúc tổ tiên 祖先洪福

hồng quân *d* ① [旧] 造化, 老天爷 ②红军: hồng quân Trung Quốc 中国红军

hồng quế *d* 月季花

hồng tâm *d* 红心 (指靶心): bắn trúng hồng tâm 射中靶心

hồng thập tự *d* 红十字: Hội hồng thập tự 红十字会

hồng thuỷ *d*[旧] 大洪水: nạn hồng thuỷ 水灾

hồng trần *d*[旧] 红尘, 尘埃: hồng trần thế gian 人间尘埃

hồng xiêm *d* 人参果

Hồng y Giáo chủ [宗] 红衣主教

hổng₁ *t* 空, 漏, 缺: tường hổng gió 墙壁漏风

hổng₂ *p*[方] 不, 没: hổng có 没有

hống hách *đg* 作威作福, 摆架子刁难: Quan lại hống hách với dân chúng. 官吏摆架子刁难民众。

hộp *d* 盒子: đồ hộp 罐头

hộp cầu chì *d* 保险盒

hộp chia dây *d* 分线盒

hộp chữ *d* (打字用的) 字盒

hộp chữa cháy *d* 消防箱, 消火栓

hộp dấu *d* 印匣

hộp đầu dây *d* 端子箱

hộp đấu dây *d* 接线盒

hộp đen *d* 黑匣子

hộp đêm *d* 夜总会

hộp điện trở *d* [理] 电阻箱, 抵抗箱

hộp giảm tốc *d* 减速器

hộp máy *d* 机匣

hộp phân điện *d* 配电箱

hộp quẹt *d* [方] 火柴

hộp số *d* 变速箱

hộp thả phao *d* 投掷筒

hộp thả phao

hộp thoại *d* 对话框

hộp thư *d* 信箱

hộp tốc độ＝hộp số

hốt₁ *đg* ①清扫: hốt rác 清扫垃圾 ② [方] 双手搂取, 扒, 捞: hốt thuốc 抓药 ③一网打尽, 一窝端: hốt cả lũ cướp 一网打尽抢劫团伙

hốt₂ [汉] 惚 *đg* [方] 惊慌: đừng hốt 不要慌

hốt₃ [汉] 忽

hốt hoảng *đg* 惊慌: hốt hoảng bỏ chạy 惊慌逃命

hốt nhiên *p* [方] 忽然, 突然: quả bom hốt nhiên nổ tung 炸弹突然爆炸

hốt thuốc *đg* [方] 抓药

hột *d* [方] ①颗, 粒, 核② (鸡、鸭) 蛋: hột gà 鸡蛋

hột cơm *d* ①饭粒②肉瘤子: hột cơm trên người 身上的肉瘤子

hơ *đg* 烘, 烤: hơ báo ướt 烘干湿报纸

hơ hỏng *đg* [方] 粗心大意, 疏忽: hơ hỏng mất ví tiền 粗心大意丢了钱包

hơ hớ₁ *t* [口] (女子) 年轻有活力的: con gái hơ hớ 年轻活泼的姑娘

hơ hớ₂ [拟] 哈哈 (大笑声): cười hơ hớ 哈哈大笑

hờ₁ *đg* 哭诉 (对死者): vợ hờ chồng 妻子对丈夫哭诉

hờ₂ *t* ①暂时的, 临时性的: cửa sắt khép hờ 虚掩铁门②不牢靠的, 不严实的; 不认真的, 不专注的, 不卖力的; 浮浅的, 不亲密的: quen hờ 交往不深

hờ hững *t* ①悬乎的, 不稳的: Lọ hoa để hờ hững. 花瓶搁放得很悬。②冷淡: tiếp đón hờ hững 接待冷淡

hở₁ *d* 漏洞, 漏空, 留隙: chỗ hở 漏洞 *đg* [口] 披露, 泄露, 露馅: hở chuyện 事情暴露

hở₂ *tr* [口] 嘎, 呀 (表怀疑、亲密)

hở đâu bít đấy 头痛医头, 脚痛医脚

hở hang *t* 不严的, (穿着) 袒胸露怀的: ăn mặc hở hang 穿着袒胸露怀

hở môi *đg* 开口, 启齿: hở môi ra cũng thẹn 羞于启齿

hớ *t* ①不当心的, 吃亏的: mua hớ 一时粗心买贵了②泄露的, 错的: nói hớ 说漏嘴

hớ hênh *t* 粗心大意的: hớ hênh để mất máy di động 不小心丢了手机

hơi₁ *d* ①汽: hơi nước 水蒸气②气体: hơi ga 煤气③微风④气息⑤一口气: một hơi chạy hết 50 mét 一口气跑完五十米⑥气味: hơi người 人体气味⑦毛重: cân hơi 毛重

hơi₂ *p* 稍微, 略为, 有点儿: hơi đỏ 微红

hơi ấm *d* 暖气

hơi ẩm *d* 潮气, 湿气

hơi cháy *d* 瓦斯: nổ hơi cháy 瓦斯爆炸

hơi đất đèn *d* 乙炔气

hơi đâu mà *p*[口] 犯不着, 不值得: Hơi đâu mà đối sử tốt với nó. 你犯不着对他那么好。

hơi độc *d* 毒气, 毒瓦斯: hơi độc làm chảy nước mắt 催泪性瓦斯

hơi đốt *d* 天然气, 煤气

hơi hám [口]=hơi hướng

hơi hơi *p* 稍稍, 微微, 有点儿: hơi hơi đau 有点儿疼

hơi hướng *d* ①特有的气味, 味道, 气息: hơi hướng hiện đại 现代气息 ②倾向: có hơi hướng câu chuyện thần thoại 有神话故事倾向 ③亲缘关系: Hai người có hơi hướng cùng dòng máu. 两人有血缘关系。

hơi lạnh *d* 冷气

hơi men *d* 酒味儿

hơi nén *d*[理] 压缩空气

hơi ngạt *d*(窒息性) 瓦斯, 毒气

hơi nóng *d* 热气

hơi nước *d* 水汽

hơi sức *d* 气力, 劲儿, 力气: Già rồi, không có hơi sức! 老了, 没有力气!

hơi than *d* 煤炭气味

hơi thở *d* 气息, 呼吸

hời *t*[口] 低廉, 便宜: giá hời 廉价; món hời 便宜货

hời hợt *t* 浮浅, 虚浮: hời hợt bề ngoài 华而不实

hởi dạ *t* 称心如愿: được khen hởi dạ 得到表扬称心如意

hởi lòng=hởi dạ

hởi lòng hởi dạ 心满意足; 称心如意

hỡi *c*(语气词, 表招呼人): Hỡi đồng bào! 同胞们!

hỡi ôi *c* 嗟乎, 啊(表示痛惜或抱怨)

hỡi ơi=hỡi ôi

hợi [汉] 亥 *d* 亥(地支第十二位): cách mạng Tân Hợi 辛亥革命

hợm=hợm hĩnh

hợm hĩnh *đg* 傲慢, 自负, 自高自大, 翘尾巴, 摆架子: Nó được giải thưởng rồi hợm hĩnh. 他得奖后就翘尾巴。

hơn *t* ①多的, 有余的: hơn 3 kg 三公斤多 ②过的, 大过的, 强过的, 胜过的; 优于的, 优胜的: Tôi hơn anh hai tuổi. 我比你大两岁。 ③便宜: Được mùa thì gạo hơn. 丰收了, 粮食便宜。

hơn bù kém [口]①以多补少, 取长补短②平均: Hơn bù kém, mỗi ngày kiếm được năm chục bạc. 有时多有时少, 平均每天赚到五十块钱。

hơn chẳng bõ hao 得不偿失

hơn hẳn *t* 优越的, 大大超过的: tính chất hơn hẳn 优越性

hơn hớn *d* 活力, 生机: tuổi xuân hơn hớn 青春活力

hơn kém *d* 相差: hơn kém chẳng là bao 相差无几

hơn một ngày hay một chước 早出一日, 多长一着; 长人一岁, 高人一筹

hơn nữa *k* 再者, 并且, 而且: Đường sá xa xôi hơn nữa lại khó đi. 路途遥远而且不好走。

hơn thiệt *d* 得失: suy tính hơn thiệt 计较得失(患得患失)

hơn thua=hơn thiệt

hờn *đg* 嗔, 赌气, 生气, 使性子: Trẻ con hay hờn. 小孩爱赌气。 *d* 怨恨, 不满: ngậm tủi nuốt hờn 忍气吞声

hờn dỗi *đg* 赌气, 使性子: tính hay hờn dỗi 爱赌气的性格

hờn giận *đg* 生气, 怨恨: hờn giận người thân 怨恨亲人

hớn hở *t* 高兴, 欢快, 愉快: hớn hở ra mặt 喜形于色

ớp *đg* 呷: hớp một ngụm trà 呷一口茶 *d* 一口（水）: uống mấy hớp nước 喝几口水

ớp hồn *đg* [口] 走神, 摄魂: ngồi im như bị hớp hồn 走神呆坐

ợp [汉] **合** *đg* 聚集, 集合, 纠合, 汇合, 汇集: hợp lại với nhau 汇集在一起 *d* 聚合体, 集合体 *t* ①对口的, 相合的, 投合的: công việc hợp 工作对口 ②合适, 适宜: thức ăn hợp khẩu vị 饭菜合口味

ợp âm *d* 混声, 和声, 混音

hợp chất *d* [化] 化合物: hợp chất a-xít 酸性化合物

hợp doanh *đg* 合营, 联营: công ti hợp doanh 合营公司

hợp đồng *d* 合同: kí hợp đồng 签订合同; hợp đồng có hiệu lực 合同生效 *đg* 协同: hợp đồng tác chiến 协同作战

hợp hiến *t* 符合宪法的: chính phủ hợp hiến 符合宪法的政府

hợp khẩu *t* 合口: mùi vị hợp khẩu 味道合口

hợp kim *d* 合金: hợp kim nhôm 铝合金

hợp kim màu *d* 有色金属合金

hợp lệ *t* 符合规定的: giấy tờ hợp lệ 证件符合规定

hợp lí *t* 合理的: phương pháp hợp lí 合理的办法

hợp lí hoá *đg* 使…合理化: khiến cho hợp lí hoá 使之合理化

hợp lực *đg* 合力, 一起出力: Ba quân hợp lực tiêu diệt quân địch. 三军合力歼灭敌人。 *d* 总体力量, 整体力量: Hợp lực quân ta rất mạnh. 我军整体力量强大。

hợp lưu *đg* 合流, 汇合: Hai con sông hợp lưu với nhau. 两条河流汇合在一起。 *d* 汇合处

hợp nhất *đg* 合一, 合并: hai công ti hợp nhất 两个公司合并

hợp pháp *t* 合法的: buôn bán hợp pháp 合法经营

hợp pháp hoá *đg* 使合法化: làm cho hợp pháp hoá 使之合法化

hợp phần *d* [化] 成分: hợp phần hoá học 化学成分

hợp số *d* [数] 合数

hợp sức *đg* 合力, 协力: đồng lòng hợp sức 同心协力

hợp tác *đg* 合作, 协作: hợp tác kinh tế 经济合作; phân công hợp tác 分工合作 *d* [口] 合作社: tham gia hợp tác 参加合作社

hợp tác hoá *đg* 合作化: nông nghiệp hợp tác hoá 农业合作化

hợp tác xã *d* 合作社: hợp tác xã mua bán 供销合作社; hợp tác xã tín dụng 信用合作社

hợp táng *đg* 合葬

hợp tấu *đg* 合奏: hợp tấu một bài hát 合奏一首歌曲 *d* 协奏曲: bản hợp tấu 协奏曲

hợp thành *đg* 合成, 组成: do A và B hợp thành 由 A 和 B 组成

hợp thời *t* 合时, 适时; 时尚, 时髦: quần áo hợp thời 时装

hợp thức *đg* 符合规定, 合乎格式: giấy tờ không hợp thức 证件不符合规定

hợp thức hoá *đg* 使…符合: hợp thức hoá giấy tờ 使证件符合规定

hợp tình hợp lí 合情合理

hợp tuyển *d* 选集: hợp tuyển tác phẩm ưu tú 优秀作品选集

hợp tử *d* [医] 合子, 胚胎细胞

hợp xướng *d* 合唱: đoàn hợp xướng 合唱团

hợp ý *d* 合意, 满意: chính sách hợp ý dân 政策合民意 *đg* 合得来: hai người hợp ý 他们俩合得来

hớt *đg* ①撇, 剪: hớt tóc 理发 ②抢先于: ăn hớt 抢捞一把 ③（把漂浮在上面的东西）捞起: hớt dầu mỡ 捞油

hớt hải *t* 惶恐, 惊慌: hớt hải tháo chạy 惊慌逃跑

H

hót hơ hót hải *t* 慌里慌张：hót hơ hót hải chạy đến 慌里慌张地跑来

hót léo *đg* [口] 嚼舌；打小报告，告密：Nó thường đến hót léo. 他经常来告密。

hót tay trên 捷足先登；打快勺子

hót tóc *đg* [方] 剃头，理发

hu hu [拟] 呜呜（哭）

hù doạ *đg* [口] 吓唬，恐吓：tung tin hù doạ 散发恐吓消息

hủ [汉] 腐 *t* 落后保守：tư tưởng hủ lạc hậu bảo thủ 落后保守的思想

hủ bại *t* 腐败，堕落：tư tưởng hủ bại 堕落的思想

hủ hỉ *đg* [方] 窃窃低语：Con gái hủ hỉ với mẹ. 女儿跟母亲说悄悄话。

hủ hoá *đg* ①搞不正当男女关系②腐化：cuộc sống hủ hoá 生活腐化

hủ lậu *t* 迂腐：tư tưởng hủ lậu 思想迂腐

hủ Nho *d* [旧] 腐儒（迂腐、思想落后的儒家）

hủ tiếu *d* [方]（越南南部的）汤粉

hủ tục *d* 腐俗，败俗，陈风败俗

hũ *d* ①坛：hũ rượu 酒坛②酒精、香精蒸馏用具

hú *đg* ①嗥叫：vượn hú 猿猴嗥叫②忽哨，呼唤，鸣叫：Tàu hoả hú còi. 火车鸣笛。

hú hí *đg*（亲人之间）逗乐：Cha mẹ hú hí với con. 父母跟小孩逗乐。

hú hoạ *t* 碰巧，偶然；出乎意料；走运的：hú hoạ đoán trúng câu đố 碰巧猜中谜语

hú hồn [口] =hú vía

hú hồn hú vía [口] =hú vía

hú tim *d* 捉迷藏：Trẻ con chơi trò hú tim. 小孩玩捉迷藏。

hú vía *t* ①受惊吓的②吓人，可怕：Thật hú vía, suýt mất mạng! 真吓人，差点没命! *đg* 招魂

hụ *đg* [方] 鸣叫：Xe cứu hoả hụ còi. 消防车鸣笛。

hua *d* [方]（酱料、鱼露中所生的）蛆：Nước mắm có hua. 鱼露长了蛆。

hùa *đg* ①效仿，模仿：theo hùa người khác 效仿别人②合力：hùa nhau đẩy xe 合力推车 *d* 派，帮：Chúng nó vào hùa với nhau. 他们串通一气。

hùa theo *đg*（毫无思考地）效仿，盲从：mù quáng hùa theo 盲目效仿

huân [汉] 勋

huân chương *d* 勋章：huân chương sao vàng 金星勋章

huân tước *d* 勋爵，爵士

huấn [汉] 训

huấn đạo *d* [旧] 训道官（古官名）

huấn luyện *d* 训练：lớp huấn luyện 训练班

huấn luyện viên *d* 教练员

huấn thị *đg* 训示，训话，指示：thủ trưởng huấn thị 首长指示

húc *đg* ①相斗触撞：trâu húc nhau 水牛相斗②碰撞：Xe ô-tô húc đầu vào nhau. 汽车迎头碰撞。③碰到，遇到：húc phải vấn đề hóc búa 遇到难题

húc đầu vào đá [口] 以卵击石

hục *đg* [口] 蛮干：Nó còn chưa nghĩ ra cách đã hục vào làm. 他还没想出办法就蛮干。

hục hặc *đg* 闹矛盾：Chúng nó thường hục hặc với nhau. 他们经常闹矛盾。

huê *d* [方] 花

huê tình *d* [方] 不正当男女关系

huề *d* [方] 平，平局

huệ *d* [植] 晚香玉

huệ lan *d* [植] 惠兰

huếch hoác *t* [口] 空荡荡：nhà cửa huếch hoác 家徒四壁 *đg* 吹牛：huếch hoác không ai tin 吹牛无人相信

huênh hoang *t* 自命不凡，妄自尊大；飞扬跋扈，吹牛：toàn là những lời huênh hoang 尽是吹牛的话

hùi hụi₁ *đg* [方] 埋头干：làm hùi hụi cả ngày 整日埋头干活

hùi hụi₂ [拟] [方] 呱呱：kêu hùi hụi 呱呱叫

hùi hụi₃ *t* [口] 痛心的：tiếc của hùi hụi 钱物 丢失感到痛心

hủi *d* ①麻风：bệnh hủi 麻风病②患麻风病 的人

húi *đg* [口] 剪，理：húi tóc 理发

hum húp *t* 微肿的：mặt hum húp 脸微肿

hùm *d* [口] 老虎：hùm gầm 虎啸

hùm beo *d* ①虎豹② [转] 恶人

hùm mọc cánh 如虎添翼

hũm *t* [方] 深的，陷落的：hang sâu hũm 深 洞

hụm *d* [方] 一口（水）之量：uống hụm nước 喝 一口水

hun *đg* ①熏：hun muỗi 熏蚊子②激起，燃起： hun bầu máu nóng 热血澎湃

hun đúc *đg* 熏陶，陶冶，训练：hun đúc tài năng 训练本领

hun hút *t* ①深不可测：hang động hun hút 溶 洞深不可测②猛烈，强劲：gió hun hút 劲 风

hùn *đg* [口] 聚集：hùn vốn 集资

hùn hạp *đg* [方] 集资，凑集：hùn hạp tiền xây nhà 集资建房

hùn vào *đg* [口] 支持，赞成，成全：Mọi người hùn vào kiến nghị của tổ trưởng. 大家赞成 组长的建议。

hung₁ *t* 赭色的：tóc nhuộm màu hung 头发 染成赭色

hung₂ [汉] 凶 *t* 凶，凶恶，厉害：Thằng này hung lắm. 这个家伙很凶。*p* [方] 过量，多： tiêu sài hung quá 花钱如流水

hung₃ [汉] 匈，胸，恟

hung ác *t* 凶恶：bọn cướp hung ác 强盗凶恶

hung bạo *t* 凶暴：tính tình hung bạo 性情凶 暴

hung dữ *t* 凶恶，凶狠，凶猛：nước lũ hung dữ 凶猛的洪水

hung đồ *d* 暴徒

hung hãn *t* 凶悍，凶恶：quân địch hung hãn 敌人凶恶

hung hăng *t* 嚣张，猖獗，横行霸道：đập lại thói hung hăng của bọn cướp biển 打击海 盗的嚣张气焰

hung hiểm *t* 凶险：kẻ địch hung hiểm 凶险 的敌人

hung hung *t* 淡赭色的：mái tóc hung hung 淡赭色头发

hung khí *d* 凶器

hung niên *d* [口] 凶年：Năm ngoái là hung niên, thu hoạch kém. 去年是凶年，收成很差。

hung phạm *d* 凶犯

hung tàn *t* 凶残，残暴：hung tàn thành tính 凶残成性

hung thần *d* 凶神，恶徒

hung thủ *d* 凶手，凶徒，暴徒

hung tinh *d* 凶煞星

hung tợn *t* 凶暴，凶残，凶猛：con sói hung tợn 野狼凶猛

hùng₁ [汉] 雄 *t* 精英的，雄健的：binh hùng tướng mạnh 精兵强将

hùng₂ [汉] 熊

hùng biện *t* 雄辩：tài hùng biện 雄辩之才

hùng ca *d* 英雄篇章，英雄赞：bản hùng ca dân tộc 民族英雄篇章

hùng cường *t* 强大：tổ quốc hùng cường 祖 国强大

hùng dũng *t* 神勇，雄赳赳：Hàng ngũ duyệt binh hùng dũng bước tới. 受阅队伍雄赳赳 地走过来。

hùng hậu *t* 雄厚：thực lực hùng hậu 雄厚的 实力

hùng hổ *t* 凶恶，勇猛：Dáng điệu của nó thật hùng hổ. 他的样子真凶。

hùng hồn *t* 雄浑，强有力，庄重：hùng hồn tuyên bố 庄重宣布

hùng hục *t* 埋头干的，盲目做的：Nó chỉ biết làm hùng hục. 他只会埋头干。

hùng hùng hổ hổ *t* 凶恶，凶狂：Bọn cướp hùng

hùng hổ hổ đánh người. 强盗凶狂打人。

hùng khí *d* 强大的势力；朝气，活力：hùng khí quân ta 我军强大的势力

hùng mạnh *t* 强大，强盛：tổ quốc hùng mạnh 祖国强大

hùng tâm *d* 雄心

hùng tráng *t* 雄壮，壮丽：cảnh sắc hùng tráng 壮丽景色

hùng vĩ *t* 雄伟：núi non hùng vĩ 山川雄伟

húng *d* [植] 薄荷菜的总称

húng chanh *d* [植] 洋紫苏

húng hắng *t* 轻微 (咳嗽)：ho húng hắng 轻微咳嗽

húng lìu *d* 五香粉

huống [汉] 况 *k* 况…

huống chi = huống gì

huống gì *k* 何况，况且：Ông ấy làm được, huống gì là anh. 他能做，何况是你。

huống hồ = huống gì

huống nữa = huống gì

hươ *đg* 挥手，挥动：hươ tay tạm biệt 挥手再见

húp₁ *đg* 呷，喝，吸：húp canh 喝汤

húp₂ *đg* 肿胀：sưng húp 肿大；chân húp 脚肿

húp híp *t* 肥：lợn béo húp híp 肥猪

hụp *đg* 把头浸入水中：Con vịt hụp dưới nước. 鸭子潜入水中。

hụp lặn *đg* 潜水，潜泳：hụp lặn dưới sông 在河里潜水

hút₁ *d* 踪迹，痕迹：mất hút 无影无踪 *t* 深邃，深：Cái lỗ sâu hút. 这个洞很深。

hút₂ *đg* ①吸：hút thuốc 吸烟②吸收，吸附：sức hút 吸引力③抽：bơm hút nước 用水泵抽水

hút chích *đg* 吸毒

hút gió *đg* 吸风，抽风：máy hút gió 抽风机

hút hít *đg* [口] 抽鸦片，吸毒

hút hồn *đg* 吸引：Cô gái đẹp hút hồn ánh mắt của nhiều người. 美女吸引不少人的眼球。

hút máu hút mủ 吸血，敲骨吸髓，搜刮，残酷剥削：Địa chủ hút máu hút mủ của nông dân. 地主残酷剥削农民。

hút mật *d* 蜂鸟

hút xách *đg* [口] 抽鸦片，吸毒

hụt *t* ①短缺，缺少，短少：hụt tiền quĩ 公款短缺②空，落空：bắt hụt 扑空；mừng hụt 空欢喜

hụt hẫng *t* ①空落落，空荡荡：Anh đi rồi, trong lòng tôi hụt hẫng. 你走以后，我心里空落落的。②缺员的：quân dự bị hụt hẫng 后备军缺员

hụt hơi *p* 没气儿地，没命地：chạy hụt hơi 没命地跑

huy chương *d* 徽章，奖章：huy chương vàng Thế vận hội Bắc Kinh 北京奥运会金牌

huy động *đg* 动员，调集，调动：huy động dân quân cả xã 调集全乡民兵

huy hiệu *d* 纪念章，证章，像章：huy hiệu hội chợ博览会纪念章

huy hoàng *t* 辉煌：thành tích huy hoàng rực rỡ 辉煌的成绩

huỷ [汉] 毁 *đg* 毁，废除，取消：phá huỷ 破毁；huỷ bản hợp đồng 取消合同

huỷ bỏ *đg* 废除，取消：huỷ bỏ kế hoạch 取消计划

huỷ diệt *đg* 毁灭：huỷ diệt sào huyệt thổ phi 毁灭土匪窝点

huỷ hoại *đg* 毁坏，损坏，伤害：Trận bão huỷ hoại nhà cửa. 台风毁坏房屋。

huý [汉] 讳 *d* 名讳

huý kị *đg* 忌讳：huý kị gọi thẳng tên ông ấy 忌讳直呼其名

huých *đg* (用肘) 撞：huých cho một cái 撞一下

huỵch [拟] 咕咚，扑通：ngã huỵch xuống đất 扑通一声倒下

huỵch toẹt *đg* [口] 开门见山，直说：nói huỵch toẹt 开门见山地说

H

huyên náo *t* 喧闹: phố phường huyên náo 喧闹的街市

huyên thuyên *t* ; *đg* 闲扯, 胡吹: nói chuyện huyên thuyên 闲聊

huyên thuyên xích đế [口]=huyên thuyên

huyền₁ *d* 玄声符(越语声调符号, 标为 " ` ")

huyền₂ [汉] 玄 *d* [矿] 玄玉, 黑宝石 *t* 黑色的, 棕色的

huyền₃ [汉] 悬, 弦

huyền ảo *t* 虚幻, 玄虚: cảnh giấc mộng huyền ảo 虚幻的梦境

huyền bí *t* 神秘: nhân vật huyền bí 神秘人物

huyền diệu *t* 玄妙, 奇妙: phép Phật huyền diệu 佛法玄妙

huyền hoặc *t* 玄虚, 虚幻: câu chuyện huyền hoặc 虚幻故事 *đg* 迷惑: huyền hoặc quần chúng 迷惑群众

huyền nhiệm *t* 奥妙

huyền phù *d* 悬浮

huyền sâm *d* [药] 玄参

huyền thoại *d* 神话, 传说: câu chuyện huyền thoại 神话故事

huyền tích *d* 典故: huyền tích thành ngữ 成语典故

huyễn [汉] 幻

huyễn hoặc *đg* 迷惑: huyễn hoặc người khác 迷惑他人

huyễn tưởng *đg* 幻想: huyễn tưởng được làm vua 幻想当上皇帝

huyện [汉] 县 *d* 县: huyện đường 县衙; huyện lệnh 县令; huyện lị 县城; huyện trưởng 县长; huyện uỷ 县委; huyện uỷ viên 县委委员

huyện bộ *d* [政] 县党委

huyện đội *d* 县武装指挥部

huyện thị *d* 县份

huyết [汉] 血 *d* 人血, 血: bổ huyết 补血

huyết áp *d* 血压

huyết áp cao *d* 高血压

huyết áp thấp *d* 低血压

huyết áp tối đa *d* 最高血压

huyết áp tối thiểu *d* 最低血压

huyết bạch *d* ①白带②妇女白带异常

huyết bài *d* 血小板

huyết cam *d* 血疳

huyết cầu *d* 血球

huyết chiến *đg* 血战: một trận huyết chiến 一场血战

huyết dịch *d* 血液

huyết động *d* 凝血

huyết hàn *d* 血寒

huyết hệ *d* 血统

huyết học *d* 血液病学

huyết hư *d* 血虚

huyết khí *d* 气血

huyết khí không đủ 气血不足

huyết kiệt *d* [药] 血竭

huyết mạch *d* 血脉

huyết nhiệt *d* 血热

huyết nục *d* 血衄

huyết quản *d* 血管

huyết sắc tố *d* 血色素

huyết thanh *d* 血清

huyết thống *d* 血统: cùng huyết thống 同血统

huyết thũng *d* 血肿: bệnh huyết thũng 血肿病

huyết thư *d* 血书

huyết tích *d* 血迹

huyết tính *d* 血性

huyết tộc *d* 血缘

huyết trầm *d* 血沉

huyết trệ *d* 血滞

huyết tương *d* 血浆

huyết ứ *d* 血瘀

huyệt₁ [汉] 穴 *d* 墓穴: đào huyệt 挖墓穴

huyệt₂ *d* 穴道, 穴位: bấm huyệt 按穴位

huyệt mộ *d* 墓穴

huynh [汉] 兄 *d* [旧] 兄, 兄长

huynh đệ *d* [旧] 兄弟: huynh đệ tương tàn 兄

H

弟相残

huỳnh huỵch [拟] (使劲踏地或用拳头捶打之声): chạy huỳnh huỵch 咚咚猛跑

huỳnh quang *d* 荧光: đèn huỳnh quang 荧光灯

huýt *đg* ①吹唇: huýt sáo 吹口哨②打呼哨: huýt còi 吹哨; huýt chó 嗾狗

huýt gió *đg* 吹口哨: vừa đi vừa huýt gió 边走边吹口哨

huýt sáo =huýt gió

hư₁ *t* ① [方] 坏, 损坏: Đồng hồ hư rồi. 钟坏了。②小孩不听话的, 不乖的: Hư quá! 太不乖了!

hư₂ [汉] 虚 *t* 虚无: căn số hư 虚根

hư ảo *t* 虚幻: cảnh hư ảo 虚幻景象

hư cấu *đg* 虚构: hư cấu tình tiết câu chuyện 虚构故事情节

hư danh *d* 虚名: theo đuổi hư danh 追求虚名

hư đốn *t* (青少年) 品德差的, 缺德的

hư đời *đg* 堕落

hư hại *đg* 损害, 损伤, 损坏: Động đất làm hư hại nhà cửa. 地震损坏房屋。

hư hao *đg* 耗损: giảm hư hao lương thực 减少粮食的耗损

hư hỏng *đg* 损坏: nhà cửa hư hỏng 房屋损坏 *t* 坏习惯的, 不乖的 (小孩): trẻ con hư hỏng 不乖的小孩

hư huyền *t* 虚空, 虚无, 虚幻

hư hư thật thật 虚虚实实: câu chuyện hư hư thật thật 故事情节虚虚实实

hư không *t* 虚空: mộng tưởng hư không 梦想虚空

hư nhược *t* [旧] 虚弱: cơ thể hư nhược 身体虚弱

hư phí *đg* 白费, 浪费: hư phí công sức 白费劲

hư số *d* 虚数

hư suyễn *d* 虚喘

hư thân *t* 无品德的, 堕落的, 人品差的: hư thân mất nết 无才无德

hư thực *d* 虚实: điều tra vụ án hư thực 调查案件虚实

hư trương thanh thế [旧] 虚张声势

hư từ *d* [语] 虚词

hư văn *d* 虚文, 表面文章

hư vinh *d* 虚荣: ham hư vinh 贪慕虚荣

hư vô *t* 虚无: chủ nghĩa hư vô 虚无主义

hừ *c* [口] 哼 (表示愤怒或恐吓): Hừ! Tao nhất định bắt được mày. 哼! 我一定抓到你。

hừ hừ [拟] (痛苦的呻吟声)

hử *tr* 呀 (长辈对晚辈表示疑问): Đi đâu thế hử? 上哪儿去呀?

hứ *c* [口] 哼 (表示不满或鄙斥): Hứ! Tớ thèm vào. 哼! 我不要。

hứa [汉] 许 *đg* 许诺, 应允: hứa phát tiền thưởng 许诺发奖金

hứa hão *đg* 开空头支票, 虚假承诺, 说话不算数: nó hứa hão 他说话不算数

hứa hẹn *đg* 许诺, 允诺: Hứa hẹn mà chẳng làm cũng vô ích. 光许诺不执行也是白搭。 *d* 希望: đầy hứa hẹn 充满希望

hứa hôn *đg* 许婚, 订婚

hứa hươu hứa vượn [口] 虚假承诺

hực *t* (火势) 熊熊, 猛烈: lửa cháy hực lên 熊熊烈火

hừm *c* [口] 哼 (从鼻子发出的声音, 表示生气或威胁): Hừm! Cứ đợi đấy. 哼! 等着瞧。

hưng hửng *đg* 晨光熹微, 初放晴: hưng hửng nắng 天稍放晴

hưng phấn *đg* 兴奋: hưng phấn không ngủ được 兴奋睡不着

hưng phế =hưng vong

hưng thịnh *t* 兴盛, 兴隆: buôn bán hưng thịnh 生意兴隆

hưng vong *đg* 兴衰: nước nhà hưng vong 国家兴衰

hưng vượng *t* 兴盛, 兴旺: hưng vượng phát

đạt 兴旺发达

hừng *đg* (阳光) 照耀; (火) 燃烧: đống lửa hừng lên 火堆燃烧起来

hừng hực *t* 烘烘; 熊熊: nóng hừng hực 热烘烘; lửa hừng hực 熊熊烈火

hửng *đg* 霁, 放晴: Trời đã hửng nắng. 天已放晴。

hửng sáng *đg* 晨光熹微: chân trời hửng sáng 天边晨光熹微

hững hờ=hờ hững

hứng₁ [汉] 兴 *d* 兴趣, 兴味, 兴致: Tôi rất có hứng với việc này. 我对此事很感兴趣。*t* 兴奋: lúc hứng thì làm 兴奋时就干

hứng₂ *đg* ① 接, 盛: hứng nước mưa 接雨水 ② (被动) 接受: hứng lấy việc 被动接受工作

hứng cảm *d* 兴趣: có hứng cảm xem biểu diễn xiếc 对看杂技表演有兴趣

hứng gió *đg* 兜风, 乘凉: đến quảng trường hứng gió 到广场乘凉

hứng khởi *t* 兴奋, 高兴: trong lòng hứng khởi 乐开怀

hứng mát *đg* 乘凉, 纳凉: ngồi dưới cây hứng mát 坐在树下乘凉

hứng thú *d* 兴趣, 兴致: không còn hứng thú gì nữa 再没有什么兴致了 *t* 有兴趣的, 有兴致的: Tôi rất hứng thú với quyển truyện mới. 我对新故事书很有兴趣。

hứng tình *đg* 发情, 动欲

hườm *d* 凹陷处: hườm núi 山坳 *t* [方] (果实) 半生不熟的: chuối chín hườm 香蕉半生不熟

hương₁ [汉] 香 *d* ①香味: hương hoa nhài 茉莉花香 ②香: thắp hương 烧香

hương₂ [汉] 乡 *d* 乡

hương án *d* 祭台

hương chính *d* [旧] 乡村行政事务

hương chức *d* [旧] 乡政官员

hương đồng *d* [旧] 乡勇

hương dũng=hương dõng

hương hào *d* 乡豪 (农村有权势的人)

hương hoa *d* 用于拜神的香花果品

hương hoả *d* ①祭拜事宜 ②香火: ruộng hương hoả 香火田

hương hồn *d* 芳魂, 灵魂: hương hồn tổ tiên 祖先灵魂

hương khói *d* 香火, 祭拜事宜

hương lão *d* 乡里的老人

hương lí *d* [旧] 乡理 (乡村里的职役)

hương liệu *d* 香料

hương lộ *d* 乡级道路

hương lửa *d* 香火

hương muỗi *d* 蚊香

hương nén *d* 香烛

hương phụ *d* [药] 香附

hương sen *d* 喷头, 莲蓬头

hương thôn *d* [旧] 乡村

hương trưởng *d* [旧] 乡长, 里长

hương ước *d* 乡约, 乡村公约

hương vị *d* ①香味: hương vị của nước chè 茶水的香味 ②气氛, 气息: hương vị ngày Tết 春节气氛

hương vòng *d* 盘香, 香塔

hường₁ *d* [方] 玫瑰

hường₂ *t* [方] 红色的

hưởng [汉] 享, 响 *đg* 享用, 享受, 享有: Nam nữ hưởng quyền lợi như nhau. 男女享有同等的权利。

hưởng dương *đg* 享年: Mẹ hưởng dương 90 tuổi. 母亲享年 90 岁。

hưởng lạc *đg* 享乐: tư tưởng hưởng lạc 享乐思想

hưởng lộc *đg* 享禄: con cháu hưởng lộc 子孙享禄

hưởng phúc *đg* 享福: tuổi già hưởng phúc 年老享福

hưởng theo nhu cầu *d* [经] 按需分配

hưởng thọ *đg* 享寿, 年寿, 享年: hưởng thọ

trăm tuổi 享年百岁

hưởng thụ *đg* 享受: hưởng thụ quyền lợi 享受权利

hưởng ứng *đg* 响应: hưởng ứng lời kêu gọi 响应号召

hướng₁ [汉] 向 *d* 方向: hướng tiến 前进的方向 *đg* ① 引向, 趋向: hướng về công nông binh 面向工农兵 ② 朝向: cửa sổ hướng Đông 窗口朝东

hướng₂ [汉] 饷

hướng dẫn *đg* 向导, 指引, 指导, 引导: hướng dẫn thi công 指导施工

hướng dẫn viên *d* 向导员, 引导员: hướng dẫn viên du lịch 导游

hướng dương *d* 向日葵

hướng đạo *d*[旧] 向导, 带路人 *đg*[旧] 领导, 领头: người hướng đạo 领头人

hướng gió *d* 风向

hướng nghiệp *đg* 就业指导, 职业指导: trường hướng nghiệp 职业学校

hướng ngoại *t* ① 外向: tính tình hướng ngoại 性格外向 ② 对外的, 向国外的: thị trường hướng ngoại 对外市场

hướng nhật *đg* (树木) 朝日照方向生长

hướng nội *t* ① 内向: tính tình hướng nội 性格内向 ② 对内的, 向国内的: chính sách hướng nội 对内政策

hướng tâm *đg*[理] 向心: sức hướng tâm 向心力

hướng thiện *đg* 向善, 从善: hướng thiện tòng lương 从善从良

hươu *d* 鹿

hươu Bắc *d* 北方鹿

hươu cao cổ *d* 长颈鹿

hươu sao *d* 梅花鹿

hươu vượn *đg*[转] 扯淡: tán hươu tán vượn 乱扯一通

hươu xạ *d* 麝鹿

hưu [汉] 休 *đg* 休, 退休: Ông ấy đã hưu rồi.

他已经退休。

hưu bổng *d* 养老金, 退休金

hưu chiến *đg* 停火, 停战: Hai bên hưu chiến ba ngày. 双方停火三天。

hưu trí *đg* 退休: công nhân hưu trí 退休工人; Ông ấy đã hưu trí. 他已经退休。

hữu₁ [汉] 右 *d* 右: hữu khuynh 右倾

hữu₂ [汉] 有 (组成汉越词): công ti hữu hạn 有限公司

hữu₃ [汉] 友

hữu biên *d*[体] 右边; 右边锋

hữu cầu tất ứng 有求必应

hữu cơ *t* 有机的: kết hợp hữu cơ 有机组合

hữu danh vô thực 有名无实

hữu dũng vô mưu 有勇无谋

hữu hạn *t* 有限: công ti trách nhiệm hữu hạn 有限责任公司

hữu hảo *t*[旧] 友好: quan hệ hữu hảo 友好关系

hữu hiệu *t* 有效: hợp đồng hữu hiệu 有效合同

hữu hình *t* 有形: vật hữu hình 有形物体

hữu ích *t* 有益: sự nghiệp hữu ích 有益事业

hữu khuynh *t* 右倾的: sai lầm hữu khuynh 右倾错误

hữu lí =có lí

hữu nghị *d* 友谊: cửa hàng hữu nghị 友谊商店; Hữu nghị đi đầu, thi đấu thứ hai! 友谊第一, 比赛第二!

hữu quan *đg* 有关: đơn vị hữu quan 有关单位

hữu sinh *t* 有生命的: vật hữu sinh 活物

hữu tài vô hạnh 有才无德

hữu thần luận *d* 有神论

hữu thuỷ hữu chung [旧] 有始有终

hữu tình *t* ① (景色) 优美: phong cảnh hữu tình 风景优美 ② 有情义的, 含情的: cặp mắt hữu tình 双眼含情

hữu trách *t* 负有责任的, 职责的: cơ quan

hữu trách 职能部门

hữu tuyến *d* 有线: truyền hình hữu tuyến 有
线电视

hữu tỉ *d* [数] 有理化

hữu vệ *d* [体] 右卫

hữu ý *p* 有意, 故意: tội hữu ý giết người 故
意杀人罪

Hz (Hertz) *d* [理] 赫, 赫兹

H

I i

i, I ①越语字母表的第 12 个字母②罗马数字 1

I [化] 碘的元素符号

i ì *t* 潮,未干透: Trời nồm quần áo hong cả ngày mà vẫn i ì. 回潮天气衣服晾了一整天都没干透。

i ỉm *t* 静寂,悄无声息

i-nốc (inox) *d* 不锈钢

i-ô-ga (yoga) *d* 瑜伽

i-ô-ga

i-ôn (ion) *t* [化] 离子

i-ôn dương *d* 阳离子

i-ôn nhiệt *d* 热游子

i-ốt (Iode) *d* [化] 碘

i-rít *d* [化] 铱

i tờ *d* ①越语字母中的 i 和 t,用指初学文化: đi học i tờ 上识字班②泛指初入门,相当于英文中的 ABC

i uôm [拟] (青蛙叫声)

ì₁ *đg* ①赖着不动,(彻底) 抛锚: Xe ì ra giữa đường. 车抛锚在路上了。②耍赖,抵赖

ì₂ [拟] 唧唧

ì à ì ạch=ì ạch

ì ạch [拟] 哼唧 *t* 不顺利,沉重,吃力: Ông ấy đang ì ạch kéo xe lên dốc. 他正吃力地拉车上坡。

ì ầm [拟] 轰隆,哗啦啦: Tiếng sóng vỗ ì ầm suốt đêm. 浪涛声哗哗地响了一整夜。

ì ì [拟] (飞机发动机的响声)

ì ịch *t* 吃力: Chiếc xe ì ịch mãi mới leo lên được dốc cao. 车子很费力地爬上坡。

ì oạp [拟] 啪嗒,哗哗 (流水拍岸声): Sóng vỗ ì oạp bên vách đá. 崖边响起海浪拍岸的啪嗒声。

ì ọp [拟] (人走在泥沼里的响声)

ì ộp [拟] (青蛙此起彼伏的鸣叫声)

ì ục [拟] (时大时小的沉闷响声,如炮声)

ì ùng [拟] (远处传来大小不一、连续不断的响声,如枪炮声)

ì ụp=ì ục

ì xèo *đg* ; *t* 热议,喧闹: Sáng tinh mơ mà chợ hoa đã ì xèo cả lên. 大清早的花市就已经喧闹了。

ĩ₁ *t* 有点潮湿

ĩ₂ *d* [口] (简称) 猪

ĩ eo *t* 低泣 *đg* 唠叨,数落: ĩ eo chồng suốt ngày 整天数落丈夫

ĩ ê [拟] (小孩低泣声)

í *c* 咦

í a í ới=í ới

í ạ *c* 哎呀

í ắng [拟] (狗压抑的叫声)

í e *c* 哎呀,哎哟

í ẹ *t* (声音) 低沉悠长

í éc [拟] (猪被宰的叫声)

í éo *t* (远处的声音) 隐隐约约,时高时低

í hị *c* 哎 (失望、无奈的叹息声)

í oẳng=í ẳng

í ố [拟] (嘻嘻哈哈的打闹声)

í ối [拟] (被痛打时咿哇乱叫声)

í ới [拟] (嘈杂声;呼唤声)

ị *đg* [口] 大便(同 ia): đi ị 去大便 *t* 肥得流油的: người càng ngày càng ị ra 一天更比一天肥

ia *đg* ①大便: đi ia 去大便②[口] 不消,不屑

ia vào 不稀罕

ia chảy *d*[医] 腹泻

ia đùn *đg* 拉在裤子里: Đã 5 tuổi mà còn ia đùn. 都五岁了还拉到裤子里。

ia són *đg* 遗粪, 拉在裤子里

ia táo *d*[医] 便秘

ia trinh=ia đùn

ia tướt *đg* (初生儿) 腹泻

ia vãi *đg* 乱拉 (大便), 拉得到处都是

ích [汉] 益 *d* 益处: có ích 有益; đa đa ích thiện 多多益善

ích dụng *d* 益处

ích hoả *t*[医] 起温阳作用的

ích hữu *d* 益友

ích khí *t*[医] 益气的

ích kỉ *t* 自私, 利己, 自私自利: người ích kỉ tự 私自利的人

ích kỉ hại nhân 损人利己

ích lợi *d* 益处, 好处

ích mẫu *d*[植] 益母草

ích quốc lợi dân 益国利民

ích trùng *d* 益虫

ích-xì *d* 扑克牌

ịch ịch *t* 饱, 撑: bụng ịch ịch 肚子撑得饱饱的

im *t* 静: ngồi im 静坐 *đg* 缄口, 住口: Im đi! 住嘴!

im ả *t* 静悄悄: mặt hồ im ả 静悄悄的湖面

im ắng *t* 寂静: làng xóm im ắng 寂静的村庄

im ẩm=im ìm

im bặt *t* 鸦雀无声

im bẳng *t* 杳然, 寂然

im hơi lặng tiếng 偃旗息鼓, 悄无声息

im ìm *t* 静默; 静悄悄: Con chó cứ nằm sấp im im bên mộ chủ nhà. 狗一直静静地趴在主人的墓边。

im lặng *t* 肃静, 安静: khu rừng im lặng 寂静的山林

im lìm *t* 不声不响: Anh đứng im lìm. 他一声不吭地站着。

im lịm *t* 缄口的, 一言不发的: mọi người im lịm 大家一言不发

im mát *t* 阴凉

im mồm *đg* 住嘴; 缄默: Mày im mồm đi! 你给我闭嘴!

im như không 静悄悄, 寂静无声

im phăng phắc 寂然无声, 死寂: Xung quanh im phăng phắc, sau vụ nổ bom. 轰炸过后四周一片死寂。

im re *đg* 不吭气, 不作声: im re không lên tiếng 默不作声

im rơ *t* 寂静

im thin thít=im thít

im thít *t* 沉默, 不作声的: bị mắng phải im thít 挨骂不敢作声

im trời *t* 晴朗, 无风天气的: gặp buổi im trời 赶上晴朗的天气

ỉm *đg* 偎瞒; 压住不报, 隐瞒不报: Chuyện đã xảy ra muốn im cũng không được nữa. 事情已发生, 想瞒也瞒不了。

ím=im

in *đg* ①印, 印刷: nhà in 印刷厂; in sách 印书 ②铭记, 铭刻: nhớ như in 永远铭记; in vào lòng 铭刻在心 *t* 酷似, 逼真: giống như in 惟妙惟肖

in ảnh *đg* 晒相片, 洗相

in ấn *đg* 印刷 (总称): Đây là một công nghệ in ấn mới. 这是一种新的印刷工艺。

in chữ *đg* 印字: in chữ lên giấy 印字在纸上

Inch *d* 英寸

in dầu *đg* 油印

in dấu *đg* 盖章, 盖印: kí tên in dấu 签名盖章

in đá *đg* 石印

in-đi (indium) *d*[化] 铟

in hệt *t* 酷似, 逼真, 一模一样: Hai chị em giống nhau in hệt. 姐儿俩长得一模一样。

in hoa *đg* 印花

in ǐn [拟] 哼哼 (猪要食的叫声)

in ít *t* 少许, 少量

in lại *đg* 翻版, 翻印

in laser *đg* 激光打印

in li-tô (lithographie) = in đá

in màu *đg* 套色印刷

in máy *đg* 机印, 铅印

in nhuộm *đg* 印染: nhà máy in nhuộm 印染厂

in như *đg* 好似, 好像

in óp-sét (offset) *đg* 胶印

in phun *đg* 喷墨打印

in rô-nê-ô (roneo) *đg* 油印

in-su-lin *d* [药] 胰岛素

in thạch bản *đg* 石印

in-tơ-net (Internet) *d* 因特网

in ty-pô = in máy

ìn ịt [拟] (猪叫声)

ǐn [拟] (小猪要食声)

inh ỏi *t* 喧闹: tiếng inh ỏi điếc tai 喧闹声震耳欲聋

inh tai *t* 刺耳, 震耳: tiếng nổ inh tai 震耳的爆炸声

inh tai nhức óc 震耳欲聋

ình bụng *t* 饱胀, 肚子撑

ình oàng [拟] 隆隆: tiếng nổ ình oàng 爆炸声隆隆响

ình trời *t* 震天响

ǐnh = ễnh

input *d* [计] 把数据信息资料录入计算机的过程

Internet (in-tơ-net) *d* [计] 国际互联网

Intranet *d* [计] 局域网

IPO (Initial public offerings) [经] 原始股票

ISO (International Organization for Standardization) [经] 国际标准化机构的英文缩写, 行业的国际标准体系: xí nghiệp được cấp chứng chỉ ISO9004 获得 ISO9004 质量标准认证的企业

ISP (Internet sevices provider) [计] 网络服务机构

IT (information technology) 信息技术

ít *t* 少, 少数: một ít 一点儿

ít biết *t* 孤陋寡闻: Đây là anh ít biết rồi. 这是你孤陋寡闻了。

ít bữa *d* 数日, 几天: Ít bữa nữa sẽ sang thăm anh chị. 过几天再去拜访你们。

ít chút *t* 少许: có ít chút 有一点儿

ít có *t* 少有, 罕有: Đó là một tác phẩm đỉnh cao ít có. 那是一部少有的巅峰之作。

ít gặp *t* 罕见, 少见; 久违: Đây là chuyện ít gặp. 这是一件罕见的事情。

ít học *t* 学识浅薄的

ít khi *t* 不常, 很少: Anh ít khi nhắc đến những chuyện quá khứ. 你很少提到过去的事情。

ít lâu *d* 不久, 一些时候: ít lâu nay 近来

ít năm *d* 数年: ít năm sau 数年后

ít ngày *d* 数日

ít nhất *p* 起码, 最少, 至少: Ít nhất có 3 người biết. 至少有三个人知道。

ít nhiều *t* 多少, 一些: Hội nghị này ít nhiều cũng có kiến nghị mới. 此次会议多多少少也会提出一些新建议。

ít nhời *t* 寡言的

ít nữa *d* 不久, 即将, 过些时候: Ít nữa chúng tôi bàn lại chuyện này. 过些时候我们再讨论此事吧。

ít oi = ít ỏi

ít ỏi *t* 稀少, 微薄, 少得可怜: Chỉ để lại ít ỏi đồ ăn. 只留下极少的食物。

ít ra *p* 最少, 最低限度, 起码, 至少: Ít ra cũng có thể tự nuôi sống mình. 至少也能自己养活自己。

ít xịt *t* 极少, 少得要命

íu *t* 疲软, 回软; 颓丧, 沮丧, 没精打采: Chả nem để lâu lại íu. 春卷放时间长了又回软了。

iu xì *t* 疲软：Bánh iu xì. 饼干软了。

iu xìu *t* 颓唐，无精打采，萎靡不振：Sao anh dạo này iu xìu thế này？为何你最近无精打采的？

iu xịu=iu xìu

I

J j

j, J 拉丁字母,越语中用于外文拼音

ja-ven (javel) *d* 一种用以漂白或杀虫的溶剂

jacket (jaquette) *d* 夹克衫

jam bông=giăm bông

jeep *d* 吉普,吉普车的简称

jíp (jazz) *d* 爵士乐

jiujitsu *d* 柔道,柔术(日本的一种武术)

ju đô (judo) *d*[体] 柔道

jun (joule) *d*[理] 焦耳

jupe *d* 短裙

K k

k_1, K_1 越语字母表的第 13 个字母

k_2 千 (kilo 的简写）

K [化] 钾的元素符号

ka-ki(kaki) *d* 咔叽

ka-li(kali) *d*[化] 钾

ka-li-um(kalium) *d*(金属）钾

ka-ra-ô-kê(karaoke) *d* 卡拉OK

ka-ra-te(karate) *d* 空手道

kalium nitrate *d*[化] 硝酸钾盐

kan-ga-roo(kangaroo)=chuột túi

KCS =kiểm tra chất lượng sản phẩm [缩] 产品质量检验

ke₁ *d* ①码头，埠头②月台，站台

ke₂ *t* 吝啬

kè₁ *d*[方] 棕榈树

kè₂ *d* 护岸，护坡：làm kè 筑护坡 *đg* 加固护坡：dùng đá kè chân đê cho chắc 用石料加固堤坝

kè kè *t* 黏着不放的：cứ kè kè bên cạnh người ta 老黏着人家

kè nhè *t* 缠着，纠缠：Hắn kè nhè đòi đi theo. 他缠着要跟去。

kẻ₁ *d* ①者，家伙，分子（含贬义）：kẻ lưu manh 流氓；kẻ ăn cắp 小偷②有的人，有些人：kẻ cười người nói 有的说有的笑；kẻ đi người lại 人来人往

kẻ₂ *đg* 画（线）：kẻ một đường thẳng 画直线

kẻ₃ *đg* 议论，数落：Cô ấy thích kẻ người lắm. 她总爱数落别人。

kẻ ăn người làm 长工，帮工

kẻ ăn người ở =kẻ ăn người làm

kẻ bắc người nam （人）两地相隔

kẻ cả *d* 长者，长辈，兄长（一般带贬义）：giọng kẻ cả 长辈的口吻

kẻ cắp *d* 小偷，盗贼

kẻ cắp gặp bà già 道高一尺，魔高一丈

kẻ chợ *d*[旧] 都会

kẻ cướp *d* 强盗，抢劫犯

kẻ gian *d* 坏分子，奸细

kẻ ở người đi 有人留下，有人离开

kẻ sĩ *d* 士者

kẻ tám lạng người nửa cân 半斤八两；不相上下

kẻ thù *d* 敌人，仇敌

kẻ trộm *d* 小偷，盗窃者

kẻ tung người hứng 互相吹捧

kẽ *d* 缝隙：Ánh nắng hắt vào qua kẽ hở cửa sổ gỗ nhỏ. 阳光透过小木窗的缝隙。

ké đầu ngựa *d*[植] 苍耳

ké né *t* 胆怯，怯懦，胆小：Con bé đứng ké né bên mép giường. 小孩胆怯地站在床边。

kẹ₁ *đg*[方] 占便宜，沾光（同 ghẹ）

kẹ₂ *t* 不饱满，扁瘪：hạt thóc kẹ 扁瘪的稻谷

kéc *d*[动] 大鹦鹉

kem *d* ①冰淇淋，冰棍：kem sầu riêng 榴梿冰淇淋②乳剂，膏状物：kem đánh răng 牙膏；kem dưỡng da 润肤霜；kem đánh giày 鞋油

kem cân *d* 计重出售的冰淇淋

kem cây *d* 冰棍

kem cốc *d* 蛋筒冰淇淋

kem kí=kem cân

kem que *d* 冰棍

kèm *đg* ①附，附带：văn kiện kèm theo 附带的文件②随行：không có trẻ em đi kèm 没有小孩随行

kèm cặp *đg* 辅导，教导：kèm cặp từ bé 从小教导

kèm nhà kèm nhèm=kèm nhèm

kèm nhèm *t* 眼屎巴巴，眼神差：đôi mắt kèm nhèm 眼睛看不清

kèm nhẻm kèm nhèm=kèm nhèm=kèm nhà kèm nhèm

kẽm d[化] 锌

kém t ①差，稍逊，欠缺：học lực kém 学习能力差；khả năng tiếp thu hơi kém 接受能力稍差；những khu vực kém phát triển 欠发达地区 ②弱，小，不好：dạo này ăn ngủ đều kém 近来吃睡都不好；Cô em kém cô chị năm tuổi. 妹妹比姐姐小 5 岁。③差，少：Sáu giờ kém mười phút. 六点差十分。

kém cạnh t 差一些的，稍逊一筹的：không kém cạnh gì với người khác 不比别人差

kém cỏi t 次，差，弱，拙劣：hành vi kém cỏi 拙劣行径

kém hèn t (地位)不如别人的：tự cảm thấy kém hèn 自觉低人一等

ken đg 刮，夹挤：ken ruột lợn cho sạch 刮干净猪肠

ken két [拟] 吱呀 (两硬物摩擦声)

Ken-vin (Kelvin) d 开尔文 (热力学单位)

kèn d 喇叭，管乐器：thổi kèn 吹喇叭

kèn bầu d[乐] 双簧管

kèn bóp=kèn bầu

kèn cựa đg 计较，妒忌，争闲气：Chuyện này có cần kèn cựa gì đâu. 这件事有什么可计较的。

kèn trống d 鼓号，鼓乐

kén₁ d 茧：Tằm làm kén. 蚕做茧。

kén₂ đg 选择，挑拣：kén rể 选女婿；Nuôi cá phải kén giống. 养鱼要选种。

kén cá chọn canh (择偶)过于挑剔：挑肥拣瘦

kén chọn đg 挑选，选择：kén chọn nhân viên 挑选职员；Đừng có kén chọn nữa. 别再挑三拣四了。

kẻng₁ d 代钟用的铁块或铁管：tiếng kẻng vào học 上课的钟声

kẻng₂ t[口] 帅气，靓：kẻng trai 靓仔

keo₁ d 胶，胶水 đg 粘：keo chặt 粘紧

keo₂ d 回合：thua keo này bày keo khác 东山再起

keo₃ t 吝啬：thằng keo kiệt 吝啬鬼

keo bẩn t 鄙吝：người có tính keo bẩn 吝啬的人

keo kiết=keo kiệt

keo kiệt t 吝啬，一毛不拔：Không ai keo kiệt như mày. 没有谁像你那样一毛不拔的。

keo sơn t (关系)密切，如胶似漆：Tình keo sơn đôi bạn ta vẫn như xưa. 我们俩依然如从前那般密切。 d 胶漆

keo xương d 骨胶

kèo d[建] 椽

kèo nài đg 蛮缠：kèo nài mãi không xong 缠着不放

kèo nèo d 长杆钩 đg 缠着，缠磨，缠扰：tính hay kèo nèo 爱胡搅蛮缠

kèo nhèo đg ①不停地发牢骚，絮叨，唠叨：kèo nhèo thường làm việc quá giờ (为)老是要加班发牢骚 ②苦苦恳求：kèo nhèo đòi đổi việc 恳求换工作

kẻo k 要不，要不然，否则：Đi ngay kẻo muộn. 快去，要不就晚了。 Cẩn thận kẻo lại thua ván nữa đó. 当心，否则又再输一盘。

kẻo mà k 要不然，否则：Mau lên, kẻo mà sẽ không kịp nữa! 快点，要不就赶不上了。

kẻo nữa k 否则：Anh phải bổ sung thêm tài liệu, kẻo nữa luận án sẽ không được phép phát biểu. 你要补充些材料，否则论文就不能发表。

kẻo rồi k 否则

kẽo cà kẽo kẹt [拟] 咿咿呀呀

kẽo kẹt=kẽo cà kẽo kẹt

kéo₁ d 剪刀

kéo₂ đg ①拖，拉：lôi kéo kinh tế tăng trở lại 拉动经济回升；Ngựa kéo xe. 马拉车。②纺，抽：Kéo bông thành sợi. 将棉花纺成丝。③捞回：Thời buổi làm ăn khó khăn, kéo đủ vốn là may lắm rồi. 经济不景气能捞回本钱就不错了。

kéo bè kéo cánh 拉帮结派：Không nên kéo bè kéo cánh, phải đề xướng đoàn kết. 不应

拉帮结派, 应提倡团结。

kéo bè kết đảng 勾朋结党, 拉帮结派

kéo bộ *đg* 步行, 徒步: Kéo bộ đi cũng không xa đâu. 步行去也不远。

kéo cày trả nợ 拉犁还债; 痛改前非

kéo co *đg* 拔河

kéo gỗ *đg* 打鼾

kéo theo *đg* 带动, 拉动, 引起: Chuyện này sẽ kéo theo nhiều rắc rối. 这件事会引起很多麻烦。

kẹo₁ *d* 糖果

kẹo₂ *t* [口] 小气, 吝啬

kẹo cao su *d* 口香糖

kẹo đắng *d* (用做调料的) 焦糖

kẹo lạc *d* 花生糖

kẹo vừng *d* 芝麻糖

kép *t* 双: xà kép 双杠; dấu ngoặc kép 双引号; đường ray kép 双轨

kẹp *d* 夹子 *đg* 夹住: Cả hai đầu đều bị kẹp chặt. 两头都被夹住。

kẹt₁ *đg* 夹住, 卡住, 套住: Vốn bị kẹt ở thị trường cổ phiếu. 资金被股市套牢。

kẹt₂ [拟] (硬物摩擦声)

kê₁ [汉] 鸡 *d* 鸡

kê₂ *d* 小米

kê₃ *đg* ①垫高, 垫稳: kê bàn cho cao lên 垫高桌子 ②摆陈, 摆放: Tủ kê sát tường. 柜子靠墙摆放。③ [口] 暗讽, 攻讦: Nó nói kê mà anh không biết. 他讽刺, 你却不知道。

kê₄ [汉] 计 *đg* 开出, 开药方: kê hoá đơn 开发票; kê thuốc cho bệnh nhân 为病人开药方

kê biên *đg* 封存: vật tư bị kê biên 物资被封存

kê khai *đg* 填报, 登记: kê khai bảng điều tra dân số 填报人口调查表; kê khai tài sản 财产登记

kê kích *đg* 虚开: kê kích hoá đơn 虚开发票

kê-pi (képi) *d* 平顶布帽

kề *đg* 贴近, 靠近, 挨着: kề sát 紧挨着; Hai người ngồi kề bên nhau. 两人依偎而坐。

kề cà *t* 闲混, 偷懒, 游荡, 浪费 (时间等): làm việc kề cà 做事懒散

kề cận *t* 邻近, 附近: các xóm làng kề cận 邻近各村

kề miệng lỗ 时日不多

kề vai sát cánh 手拉手, 肩并肩: kề vai sát cánh chiến đấu 肩并肩战斗

kể *đg* 说, 叙述: kể chuyện 讲故事; kể lại đầu đuôi 从头到尾说一遍

kể cả *đg* 包括, 包含: Kể cả anh nữa là ba người. 包括你共三个人。

kể lể *đg* 赘述: Kể lể mãi vẫn chưa đề cập đến điều quan trọng nhất. 啰里啰唆地说了半天都没涉及重点。

kể ra [口] 说起来: kể ra cũng quái nhỉ 说起来也奇怪

kế₁ [汉] 计 *d* 计谋, 计策: kế sinh nhai 生计

kế₂ [汉] 继 *đg* 继: kế tiếp 接着; mẹ kế 继母

kế cận *t* 邻近: làng xóm kế cận 邻村

kế chân *đg* 继任, 承继

kế hoạch *d* 计划: đặt kế hoạch 定计划; kế hoạch đầu tư 投资计划; sản xuất vượt kế hoạch 超计划生产

kế hoạch hoá *đg* 有计划, 计划化: kế hoạch hoá sản xuất 计划化生产

kế hoạch hoá gia đình 计划生育

kế nghiệp *đg* 继承⋯事业: Anh quyết định kế nghiệp ông cha. 他决定继承父辈的事业。

kế nhiệm *đg* 继任: bàn giao công việc cho người kế nhiệm 把工作交接给继任者

kế sách *d* 计策

kế thừa *đg* 继承: kế thừa truyền thống 继承传统

kế tiếp *đg* 继续, 接连, 绵延不断: Núi non trùng điệp kế tiếp nhau. 山峦重叠绵延不断。

K

kế toán *d* 会计，会计员：kế toán trưởng 会计师

kế tục *đg* 继承，继续：giáo dục kế tục 继续教育

kế vị *đg* 继位

kệ₁ *d* 小架子，小物架：kệ sách 书架；kệ giầy dép 鞋架

kệ₂ *d* [汉] 偈

kệ₃ *đg* 不管，不屑：Kệ nó, đường ta ta cứ đi! 不管它，走我们自己的路！

kệ nệ=khệ nệ

kệ thây *đg* 不理，不管

kệ xác=kệ thây

kếch *t* 粗大，巨大：Thằng này ăn no quá kếch bụng ra. 这小子吃得太饱，肚子撑得大大的。

kếch sù *t* 粗大，巨大：một quả bí đỏ kếch sù 一个巨大的南瓜

kếch xù=kếch sù

kệch₁ *đg* [口] 教训（同 cạch）

kệch₂ *t* 粗糙，粗鲁 *d* 吃槟榔所加的一种植物表皮

kệch cỡm *t* 粗鲁，不伦不类：Nó ăn mặc kệch cỡm lắm. 他的穿着显得不伦不类。

kệch cợm=kệch cỡm

kềm *d* 钳子 *đg* 钳制，勒住

kềm chế=kiềm chế

kên *đg* 编织：kên tấm phên 编竹苇

kên kên *d* [动] 秃鹫

kền *d* [化] 镍

kền kền=kên kên

kênh₁ *d* ①渠，渠道：kênh nhỏ 小渠；kênh thoát nước 排水渠 ②频道：kênh truyền hình 电视频道；bắt được nhiều kênh 能收很多频道

kênh₂ *đg*（把沉重的物品）垫高：kênh một đầu giường lên 把床的一边垫高 *t* 歪，不平：Chiếc bàn bị kênh. 桌子歪了。

kênh kiệu [口] 骄傲自大，翘尾巴

kênh rạch *d* 渠道（总称）

kềnh₁ *t* 巨大：tôm kềnh 大虾；con kiến kềnh 大蚂蚁

kềnh₂ *đg* 翻倒：ngã kềnh ra đất 跌个仰八叉

kềnh càng *t* 臃肿，不利索：bụng to đi lại có vẻ kềnh càng 挺着大肚子走路不利索

kềnh kệch *t* 粗大，（外表略显）粗糙：Trên lưng treo một chùm chìa khoá kềnh kệch. 腰上挂着一串粗大的钥匙。

kểnh₁ *d* [旧] 老虎：Kểnh tha mất lợn. 老虎把猪叼走了。

kểnh₂ *t* 涨，胀：ăn kểnh bụng 吃得肚子胀鼓鼓的

kệnh *t*（物体某部分）凸起的：Thằng bé lấy nhiều đồ quá làm cho túi áo kệnh lên. 小家伙装太多东西，衣袋都鼓起来了。

kếp *d* 做鞋底的软橡胶块

kết [汉] 结 *đg* 结，编织：kết tấm mành 编织竹帘子

kết án *đg* 结案，判刑：kết án tử hình 判处死刑

kết bạn *đg* 结伴，交友：Kết bạn phải cẩn thận. 交友要慎重。

kết cấu *d* 结构：kết cấu ngôn ngữ 语言结构；kết cấu kinh tế 经济结构；kết cấu đất 土壤结构

kết cấu hạ tầng *d* 基础设施

kết cỏ ngậm vành 结草衔环

kết cục *d* 结局，结果

kết cuộc *d* [旧] 结局

kết dính *đg* 黏结：chất kết dính 黏结剂

kết duyên *đg* 结缘，结为百年之好

kết duyên Châu Trần 秦晋之好

kết duyên Tấn Tần=kết duyên Châu Trần

kết dư *đg* 结余

kết đoàn=đoàn kết

kết đọng *đg* 沉积：bùn kết đọng 淤泥沉积

kết giao *đg* 结交：kết giao bạn bè 结交朋友

kết hôn *đg* 结婚：giấy đăng kí kết hôn 结婚证；làm lễ kết hôn 举行婚礼

kết hợp *đg* 结合: Lí luận kết hợp với thực tiễn. 理论与实践相结合。

kết liễu *đg* 结束，了结: kết liễu cuộc đời 了结生命

kết luận *d*；*đg* 结论，结尾: có đủ bằng chứng mới có thể kết luận 证据充分才能做结论；không nên kết luận vội vàng 别急下结论

kết mạc *d* 结膜: viêm kết mạc 结膜炎

kết nạp *đg* 接纳，吸收: kết nạp đội viên 吸收队员；lễ kết nạp đảng viên mới 入党仪式

kết nghĩa *đg* 结拜，结义: chị em kết nghĩa 结拜姐妹；Thành phố Nam Ninh Trung Quốc kết nghĩa với nhiều thành phố nước ngoài. 中国南宁市与国外许多城市结为友好城市。

kết nguyền *đg* [旧] 结拜，结成: Ba người kết nguyền anh em với nhau. 三人结为兄弟。

kết nối *đg* 连接: kết nối thông tin 信息连接；kết nối Internet 网络连接

kết quả *d* 结果，成果: đánh giá kết quả học tập 评价学习成果；Cuộc bầu cử đã có kết quả. 选举结果已出。

kết thân *đg* 交朋友: kết thân với nhau 结交朋友

kết thúc *đg* 结束: Mùa mưa sắp kết thúc. 雨季快结束了。Hội nghị kết thúc tốt đẹp. 会议圆满结束。

kết tinh *đg*；*d* ① [化] 晶化② 结晶

kết toán *đg* 结算: kết toán ngoài địa bàn 异地结算

kết tóc xe tơ 缔结良缘

kết tội *đg* 定罪: kết tội cướp giật 定为抢劫罪

kết tụ *đg* 凝聚，聚合，结晶: Mây kết tụ thành đám, trời sắp mưa. 云聚成团，天就要下雨了。

kết tủa *đg* 沉淀: nước vôi kết tủa 石灰水沉淀

kết từ *d* [语] 关联词(相当于汉语连词和介词): "Vì" là kết từ. "Vì" 是结词。

kết ước *đg* 缔约

kêu *đg* 叫喊,呼喊,呼号,呼吁: điện thoại kêu 电话响；kêu cứu 求救；kêu trời kêu đất 呼天叫地

kêu ca *đg* 埋怨，抱怨，发牢骚，叫苦不迭: ngày nào cũng kêu ca 天天都抱怨；kêu ca phải làm thêm giờ 抱怨要加班

kêu cầu *đg* 求，求央: kêu cầu thần linh 求神灵

kêu gào *đg* 呐喊，呼喊，大喊大叫: Tôi kêu gào mãi mà cũng không thấy một bóng người nào. 我怎么叫喊也没见一个人影。

kêu gọi *đg* 呼吁，号召: kêu gọi mọi người tích cực tham gia 呼吁大家积极参加

kêu la *đg* 叫喊: kêu la to tiếng 大声叫喊

kêu nài *đg* ① 恳求: kêu nài giúp một tay 恳求帮忙② 申诉: kêu nài về chuyện bị xử oan 就被冤枉一事提出申诉

kêu trời *đg* 呼天喊地

kêu van *đg* 央求，哀求

kều *đg* 挑，撬，撩取: kều quả óc chó 挑核桃肉；Kều quả cầu trên mái nhà. 把屋顶上的毽子挑下来。

kg (kilogram) *d* [缩] 公斤,千克

kha khá = khá khá

khà [拟] 呵 (笑声)

khà khà [拟] 呵呵: cười khà khà 呵呵地笑

khả ái *t* 可爱，可亲，令人生爱的: nụ cười khả ái 可爱的笑容

khả biến *t* 可变的: tư bản khả biến 可变资本

khả dĩ *p* ① 可以: Còn quyển sách nào khả dĩ tham khảo được không? 还有哪本书可以参考的吗？② 不错，还可以，可接受: một ý kiến nghe có vẻ khả dĩ 听起来是不错的意见；Nói thế khả dĩ còn nghe được. 这样说还可接受。

khả dung *t* 可溶解的

khả dụng *t* 可用的：lợi dụng nguồn nguyên liệu khả dụng 利用可用原料的来源

khả kính *t* 可敬：con người khả kính 可敬的人

khả năng *d* ①力量，能力：khả năng sản xuất 生产能力 ②可能性，潜力：khả năng vận tải 运输潜力 ③本领，能耐：Phải có khả năng thực sự mới có thể hoàn thành nhiệm vụ nặng nề này. 要有真本事才能完成这项重任。

khả nghi *t* 可疑：trông vẻ khả nghi 看样子可疑

khả ố *t* 可恶，丑恶，丑陋：bộ mặt khả ố 丑恶嘴脸

khả quan *t* 可观：có thu nhập khả quan 收入可观

khả quyết *đg* 肯定

khả thi *t* 可施，可行：báo cáo có tính khả thi 可行性报告；một giải pháp khả thi 可行措施

khá *t* 还好，还可以，还不错，过得去：thành tích ở mức độ khá 成绩不错；Cô gái trông cũng khá. 姑娘看起来不错。*p* 颇，相当：khá cao 相当高；công việc khá vất vả 工作相当辛苦；tốn khá nhiều thời gian 花时间相当多

khá giả *t* 小康，够吃够用：nhà khá giả 小康之家

khá khá *t* 还不错，过得去：Việc làm này khá khá. 这工作还不错。

khác *t* ①异，不同：tính mỗi người một khác 一人一性格；khác nhau một trời một vực 天壤之别 ②别，另外，其他：người khác 别人；để dịp khác 别的机会；Lấy hộ tôi cái cốc khác. 帮我另外拿个杯。

khác biệt *t* 区别，不同：cho ra kết luận hoàn toàn khác biệt 得出完全不同的结论

khác gì 没什么两样，相同

khác hẳn *t* 大不相同，完全不同，截然不同：Môi trường sinh thái khác hẳn so với trước đây. 生态环境与以前相比大不相同。

khác khác *t* 略有不同

khác nào 相同，没有什么分别

khác nhau *t* 不同：Tính cách hai người chúng tôi hoàn toàn khác nhau. 我们两人的性格完全不同。

khác thường *t* 异常，异乎寻常，与众不同：tình hình khác thường 异常情况；nhân vật khác thường 与众不同的人物

khác xa *t* 迥然不同：Cách suy nghĩ của hai anh em này khác xa. 这两兄弟的想法迥然不同。

khạc *đg* 咯，咳：khạc đờm 咳痰

khạc chẳng ra cho nuốt chẳng vào 咯不出，咽不下（指进退两难）

khạc nhổ *đg* 咳吐，吐痰：Cấm khạc nhổ xuống đất. 禁止随地吐痰。

khách₁ *d* 喜鹊（同 chim khách）

khách₂ [汉] 客 *d* ①宾客，客人：tiếp khách 会客；dẫn khách đi tham quan 带客人去参观 ②顾客：khách đi tàu 旅客；khách đến mua hàng 顾客 ③人，者：chính khách 政客

khách₃ *d* [旧][口] 客家人，越南华人

khách du lịch *d* 游客，旅客

khách hàng *d* 顾客，主顾：khách hàng là trên hết 顾客至上

khách khí *t* 客气：Anh khách khí quá! 你太过客气!

khách khứa *d* 宾客：khách khứa đầy nhà 宾客满堂

khách lạ *d* 生客，生面人

khách mua *d* ①买主 ②主顾，顾客

khách nợ *d* 讨债客

khách qua đường *d* 过客

khách quan *t* 客观：qui luật khách quan 客观规律；chân lí khách quan 客观真理

khách quen *d* 熟客，老顾客：ưu đãi khách quen 优待老顾客

K

khách quí *d* 贵客

khách sạn *d* ①旅店，客栈，招待所②宾馆，酒店: khách sạn năm sao 五星级宾馆

khách sáo *t* 客套: Chị đừng nói những câu khách sáo. 你别说客套话。

khách thể *d* ①客观世界②客体

khách vãng lai *d* 过往客人

khai₁ [汉] 开 *đg* ①开凿，挖掘: khai quật ngôi mộ cổ 挖掘古墓②开建: khai thiên lập địa 开天辟地③开始: khai diễn 开演; khai giảng 开学

khai₂ [汉] 开 *đg* ①登记，申报，呈报: khai hộ khẩu 户口登记; khai hồ sơ thuế 报税②口供: lời khai 供词

khai₃ *t* 臊，尿臭: mùi khai 臊味儿

khai báo *đg* 登记，申报，呈报: trình đơn khai báo hải quan 申请海关登记

khai canh *đg* 开拓，开荒: đất mới khai canh 新开垦的土地

khai căn *đg* [数] 开根

khai chiến *đg* 开战: hai nước đã khai chiến 两国已开战

khai cơ lập nghiệp 开建基业

khai cuộc *đg* 开局，开始: Người ta đốt một bánh pháo để khai cuộc diễn võ. 人们燃了一卷鞭炮好让表演开始。

khai giảng *đg* 开讲，开课，开学: ngày khai giảng 开学日期

khai hạ *d* 开贺节(正月初七)

khai hấn *đg* [旧] 挑衅，开衅

khai hoa *đg* ①开花: khai hoa kết quả 开花结果②生育: mãn nguyệt khai hoa(孕妇) 临盆

khai hoả *đg* 开火，开战: đến giờ khai hoả 到时间开火

khai hoá *đg* 开化: dân tộc chưa khai hoá 未开化的民族

khai hoang *đg* 开荒: khai hoang trồng cây gây rừng 开荒植树造林

khai hội *đg* [旧] 开会

khai khẩn *đg* 开垦: khai khẩn đất hoang 开垦荒地

khai khoáng=khai mỏ

khai mạc *đg* ①开幕，揭幕: diễn văn khai mạc 开幕词; khai mạc hội nghị 会议开幕②开演

khai mào *đg* [口] ①开头，发端②启发

khai mỏ *đg* 开矿

khai phá *đg* ①开发，开垦，开荒: khai phá rừng hoang 开垦荒山②发现: khai phá miền đất mới 开拓新土地

khai phóng *đg* 开放

khai phương *đg* [数] 开方

khai quang *đg* 伐光(林木)

khai quật *đg* 开掘，发掘: khai quật ra nhiều văn vật 发掘出许多文物

khai quốc *đg* [旧] 开国: khai quốc công thần 开国功臣

khai sáng *đg* [旧] 开创

khai sinh *đg* 出生登记; 诞生: giấy khai sinh 出生证; khai sinh cho một nước mới 新国家诞生

khai thác *đg* ①开拓，开采，开发: khai thác khoáng sản 开发矿产; khai thác thị trường trong nước 开拓国内市场②经营，营业: đường khai thác 营业线③整理，研究，使用: khai thác tài liệu 整理材料④深入钻研: khai thác bài văn 深入研究⑤取供(取口供): khai thác tù binh 取囚犯口供

khai thiên lập địa 开天辟地

khai thông *đg* 开通，开浚，疏通: khai thông sông ngòi 开浚河道

khai triển *đg* 开展: khai triển công tác 开展工作

khai trừ *đg* 开除: Hắn đã bị khai trừ. 他已被开除。

khai trương *đg* 开张: lễ khai trương 开张仪式

khai trường *đg* 开学: lễ khai trường 开学典礼

K

khai vị *đg* 开胃: các loại món ăn khai vị 各种开胃菜

khải hoàn *đg* 凯旋: khải hoàn ca 凯歌; khải hoàn môn 凯旋门; chờ đón các anh khải hoàn 等待各位凯旋

khái₁ *d* [方] 老虎

khái₂ [汉] 慨 *t* [口] 激昂, 豪爽: khảng khái 慷慨

khái₃ *t* 概略, 大略: đại khái 大概

khái₄ [汉] 概, 咳

khái luận *d* 概论

khái lược *d* 概略

khái niệm *d* 概念

khái quát *đg; t* 概括

khái tính *t* 刚直, 有志气, 有骨气: Anh khái tính lắm. 他很有骨气。

kham [汉] 堪 *đg* 堪受, 忍受: không thể kham nổi nghèo khổ 不能忍受贫苦

kham khổ *t* 艰苦: ăn uống kham khổ 生活艰苦

khảm₁ *đg* 镶嵌: khảm ngọc 镶玉

khảm₂ [汉] 坎 *d* 坎 (八卦之一)

khảm₃ [汉] 嵌

khám₁ [汉] 龛 *d* 龛: khám thờ 神龛

khám₂ *d* 监狱: giam người có tội vào khám 把罪人关进监狱

khám₃ [汉] 勘 *đg* 检查, 搜查: khám sức khoẻ 检查身体

khám bệnh *đg* 诊病: phòng khám bệnh 门诊部; bác sĩ phòng khám bệnh 门诊医生

khám chữa *đg* 诊疗: khám chữa bệnh tật 诊疗疾病

khám nghiệm *đg* 检验: khám nghiệm tử thi 检验尸体

khám phá *đg* 检获, 破获: Nhân viên công an khám phá ra một vụ án. 公安人员破获一起案件。

khám xét *đg* 检查, 搜查: khám xét hành khách 搜查过往旅客

khan₁ *t* ①干涸: Đồng khan nước. 田里干涸了。②缺乏: khan hàng 缺货; khan tiền mặt 缺现金

khan₂ *t* 喉咙干燥: nói đến khan họng 说得口干舌燥

khan cổ *đg* 喉涸, 喉咙发干: nói nhiều khan cổ 说多了喉咙发干

khan giọng *đg* 嗓子发哑: nói nhiều quá đến nỗi khan giọng 说得太多嗓子发哑

khan hiếm *t* 缺乏, 短缺: loại hàng khan hiếm 脱销商品; tài nguyên khan hiếm 资源短缺

khan tiếng *t* (声音) 沙哑: nói đến khan tiếng 说到声音沙哑

khàn *t* 粗哑: giọng khàn 嗓子粗哑

khản *t* 干哑: khản cổ 喉干

khản đặc *t* 嘶哑

khán đài *d* 看台, 检阅台, 观礼台

khán giả *d* 观众: Buổi biểu diễn đã hấp dẫn nhiều khán giả. 表演吸引了许多观众。

khán phòng *d* 观众室

khán thính giả *d* 观众和听众

khán thủ *d* ① [旧] 看守 ② [旧] 管理乡村事务的里役

khang [汉] 康

khang cường *t* 康强, 健康

khang khác=khác khác

khang kháng *t* 臭乎乎: Dưa muối lâu nên đã có mùi khang kháng. 酸菜腌久了臭乎乎的。

khang kiện=khang cường

khang trang *t* 宽阔, 宽敞; 漂亮: nhà cửa khang trang 房子宽敞; con đường khang trang 宽敞的大道

khảng khái *t* 慷慨: sự giúp đỡ khảng khái 慷慨的援助

kháng₁ [汉] 抗 *đg* 抗拒: phản kháng 反抗

kháng₂ *t* 有味儿的, 发臭的: dưa kháng 发臭的酸菜

kháng án *đg* 申诉: cho phép kháng án 允许申诉

kháng cáo *đg* 上诉

kháng chiến *đg* 抗战: Cuộc kháng chiến nhất định thắng lợi. 抗战一定胜利。

kháng cự *đg* 抗拒: không dám kháng cự 不敢抗拒

kháng kháng=khang kháng

kháng nghị *đg* 抗议: đưa ra kháng nghị 提出抗议

kháng nguyên *d* 抗原

kháng sinh *đg* 抗生 *d* 抗菌, 抗生素: thuốc kháng sinh 抗生素

kháng thể *d* 抗体

kháng viêm *đg* 消炎, 抗炎

khạng nạng *t* 拉跨的, 不利索的: dáng đi khạng nạng拉跨着走; Bụng to, đi đứng khạng nạng. 肚子大, 行动不利索。

khanh₁ [汉] 卿 *d* ① (古官名) 卿: công khanh 公卿 ② 古时帝王对官吏的称呼: chư khanh 诸卿

khanh₂ [汉] 坑

khanh khách [拟] 吃吃 (笑声): cười khanh khách 吃吃地笑

khành khạch [拟] 咯咯 (笑声)

khảnh ăn *t* ①饭量小: Bà già khảnh ăn. 老太太饭量小。②挑食的, 择嘴的: Cô bé rất khảnh ăn. 小姑娘很挑食。

khánh₁ [汉] 磬 *d* ①磬儿 ②如意 (金银制磬形首饰): khánh vàng 金如意

khánh₂ [汉] 罄 *d* 罄尽

khánh₃ [汉] 庆 *d* 庆, 庆典: quốc khánh 国庆

khánh chúc *đg* 庆祝

khánh kiệt *đg* 磬竭, 耗光, 耗尽: khánh kiệt gia tài 倾家荡产

khánh thành *đg* 落成: lễ khánh thành 落成典礼

khánh tiết *d* ①庆祝大会: làm lễ khánh tiết 举行庆祝大会 ②纪念日, 节日: ban khánh tiết 节日庆祝筹备委员会

khao [汉] 犒 *đg* ①犒赏: khao binh 犒军 ② 请客: ăn khao 吃请; Khao tôi một bữa. 请我撮一顿。

khao khao *t* (声音) 略带沙哑

khao khát *đg* 渴望: khao khát tin nhà 渴望家信; Hai vợ chồng khao khát có một đứa con. 夫妻俩很想有个孩子。

khao quân *đg* 犒军, 慰劳军队

khao vọng *đg* [旧] 宴馈, 宴请

khào khào *t* 沙哑: giọng khào khào 声音沙哑

khảo₁ [汉] 拷 *đg* 拷打, 拷问: không khảo mà xưng 不打自招

khảo₂ [汉] 考 *đg* ①考, 推求, 研究: Khảo xem câu này ở sách nào. 考证一下这句话出自何书。②衡量, 考查: khảo giá 调查价格; khảo gạo 调查米价 *d* 已故的父亲: hiển khảo 显考

khảo₃ *d* 沙糕: bánh khảo 沙糕

khảo chứng *đg* 考证: thu thập tài liệu khảo chứng 收集考证材料

khảo cổ *d* 考古, 稽古

khảo cổ học *d* 考古学

khảo cứu *đg* ①考究: khảo cứu về Phật học 考究佛学 ②研究: Viện khảo cứu nông lâm 农林研究院

khảo dị *đg* 考证: khảo dị các văn bản Nôm của Truyện Kiều 考证《金云翘传》各喃字版本

khảo đính *đg* 考订: khảo đính tác phẩm văn học cổ 考订古代文学作品

khảo hạch *đg* 考核: thông qua khảo hạch 通过考核

khảo luận *đg* 研究讨论, 研讨: Hôm nay khảo luận về tính khả thi của dự án. 今天对项目的可行性进行研讨。

khảo nghiệm *đg* 审查评价, 评核: khảo nghiệm cán bộ 评核干部

K

khảo sát *đg* 考察: khảo sát công tác 考察工作; khảo sát thị trường 考察市场

khảo thí *đg* [旧] 考试

khảo thích *đg* 考释, 考究解释

khảo tra *đg* 考查

kháo *đg* ①议论: kháo chuyện người 议论别人的事情②打探, 探口信儿: đến kháo chuyện 来打探事情

kháp *đg* 咬合: kháp mộng tử 两榫咬合

khát [汉] 渴 *t* ① 口渴: đói ăn khát uống 饿了就吃, 渴了就喝②渴慕, 如饥似渴: khao khát 渴望; khát tiền 很需要钱

khát khao=khao khát

khát máu *t* 嗜血成性的, 杀人不眨眼的: bọn phi khát máu 杀人不眨眼的匪徒

khát nước *t* ①口渴: Không nên đợi đến khát nước mới nhớ uống nước. 不应等到口渴才想起要喝水。② [转] 输红了眼的: đánh bạc khát nước 赌博输红了眼

khát nước mới đào giếng 临渴掘井

khát vọng *đg* 渴望: Cô ấy khát vọng trở thành cô giáo. 她渴望成为一名老师。

khau *d* 扁斗: đan khau 编扁斗

khau kháu=rau ráu

kháu *t* 俊俏, 可爱: Thằng bé trông kháu lắm. 小孩长得真俊。

kháu khỉnh=kháu

khay *d* 托盘: khay trầu 槟榔盘; khay nước 茶盘; Để lễ vật trên khay. 把礼物放在托盘上。

khảy *đg* (用指甲轻轻地) 刮拨: khảy cho sạch 刮干净

kháy *đg* ①激将: nói kháy 激一激②激怒: Hắn cố ý kháy anh đấy. 他故意要激怒你。

khắc₁ *d* ①刻, 十五分钟: một khắc 一刻钟② 刻 (古代时辰表, 一日分为六刻)

khắc₂ *đg* ①铭刻, 铭记: khắc xương ghi dạ 刻骨铭心②刻, 雕刻: Khắc chữ vào bia đá. 刻字到石碑上。

khắc₃ [汉] 克 *đg* 相克: Thuỷ khắc hoả. 水克火。

khắc₄ 刻

khắc cốt ghi tâm=ghi xương khắc cốt

khắc cốt ghi xương=ghi xương khắc cốt

khắc ghi *đg* 铭记: Lời dặn của cha khắc ghi trong lòng. 爸爸的话铭记在心里。

khắc hoạ *đg* 刻画: khắc hoạ nội tâm nhân vật 刻画人物内心

khắc khoải *t* 忐忑: trong lòng khắc khoải 心里忐忑不安

khắc khổ *t* 刻苦

khắc kỉ *đg* 克己

khắc nghiệt *t* ①刻薄, 苛刻②恶劣: Đoàn khảo sát gặp phải điều kiện khí hậu khắc nghiệt. 考察团遇上了恶劣的气候条件。

khắc phục *đg* 克服: khắc phục khó khăn 克服困难

khắc tinh *d* 克星

khặc khặc [拟] 咯咯 (笑声)

khặc khè [拟] 吁吁 (喘气声): thở khặc khè 气喘吁吁

khặc khừ *t* 委顿, 萎靡

khăm *t* 狠, 阴毒, 阴险: chơi khăm 手腕毒辣

khắm₁ *t* 合适, 恰好: áo mặc vừa khắm 衣服穿起来正合身; tàu chở khắm 船装得刚刚满

khắm₂=khắm

khắm *t* 腥臭: mùi thối khắm 腥臭味

khắm lằm lặm=khắm lặm

khắm lặm *t* [旧] 恶臭: Mùi xác chết bốc lên khắm lặm. 尸体发出一股恶臭味。

khăn *d* 巾帻

khăn áo *d* 衣冠

khăn ăn *d* 餐巾

khăn bàn *d* 桌布, 台布

khăn che mặt *d* 面纱

khăn chùi *d* 抹巾

khăn cổ *d* 围巾

khăn đắp *d* 毛巾被

khăn đầu rìu *d* 英雄结

khăn đóng=khăn xếp

khăn đóng áo dài 衣冠端正

khăn đội đầu *d* 头巾

khăn gói *d* 包袱, 包布

khăn gói gió đưa 收拾行装(出远门)

khăn gói quả mướp=khăn gói gió đưa

khăn khẳn=khẳn

khăn mỏ quạ *d* 鸭嘴巾(女子用的头巾, 方形, 黑色, 在额前包成乌鸦嘴形)

khăn mỏ quạ

khăn piêu *d* 绣有五彩花纹的泰族妇女的头巾

khăn quàng *d* 围巾

khăn quàng đỏ *d* 红领巾

khăn san *d* 针织头巾

khăn tay *d* 手绢

khăn tắm *d* 浴巾

khăn trải giường *d* 床单

khăn trải gối *d* 枕巾

khăn vuông *d* 方头巾

khăn xếp *d* 缠头巾(古代男用包巾)

khẳn₁ *t* 恶臭

khẳn₂ *t* 暴躁, 暴脾气的: Người này khẳn tính lắm. 这个人脾气很暴躁。

khẳn *đg* 紧贴, 紧靠: dính khẳn vào tường 紧贴着墙

khăng *d* 打嘎儿(儿童游戏)

khăng khăng *t* 刚愎, 固执, 执拗, 墨守成规, 一成不变: Về vấn đề này ông khăng khăng cho mình là đúng. 对这个问题, 他固执己见。

khăng khít *t* 密切, 紧密, 密不可分: Quan hệ hai nước khăng khít với nhau. 两国关系密不可分。

khẳng khặc [拟] 呵呵(从喉咙里发出的笑声)

khẳng [汉] 肯

khẳng định *đg* 肯定: thành tích được khẳng định 成绩得到肯定

khẳng khái=kháng khái

khẳng kheo=khẳng khiu

khẳng khiu *t* ①枯瘦: chân tay khẳng khiu 四肢枯瘦 ②枯萎: cây khẳng khiu 枯树

khẳng khít *đg* 紧密相连: khắng khít như môi với răng 唇齿相依

khắp *t* 普遍, 遍及: khắp nước 全国; khắp thành phố 全市; Hai vợ chồng đi khắp mọi nơi. 夫妻俩走遍四方。*d* 泰族的一种唱腔

khắp nơi *d* 处处, 到处, 遍及各处: khắp nơi vang tiếng hát 处处齐欢歌

khắp thiên hạ *d* 普天下

khắt khe *t* 苛, 苛刻, 刻薄: Bà này ăn ở khắt khe. 老太太待人刻薄。

khắc *d* 截痕: cắt khắc vào cột 在柱子上砍道痕; nâng lên một khắc 升高一格

khâm [汉] 衾, 钦

khâm liệm *đg*[旧] 衾殓: khâm liệm thi thể 衾殓尸体

khâm phục *đg* 钦服, 钦佩, 佩服: Người có đức vọng, ai cũng khâm phục. 大家都钦佩有德望的人。

khâm sai *d*[旧] 钦差, 钦大臣

khấm khá *t* (生活、收入)相当好的: đời sống khấm khá 小康生活

khẩn₁ [汉] 垦 *đg* 开垦: khẩn hoang 垦荒

khẩn₂ [汉] 恳 *đg* 恳求, 祈祷: cầu khẩn 祈求

K

khẩn₃ [汉] 紧 *t* 紧急: tối khẩn 十分紧急

khẩn cấp *t* 紧急: việc khẩn cấp 急事; trạng thái khẩn cấp 紧急状态; giấy tờ khẩn cấp 急件

khẩn cầu *đg* 恳求

khẩn hoang *đg* 垦荒

khẩn khoản *đg*; *t* 恳切: khẩn khoản kêu nài 恳切央求

khẩn nài *đg* 恳求: khẩn nài xin tha thứ 恳求原谅; nói bằng giọng khẩn nài 以恳求的语气说

khẩn thiết *t* 恳切, 急切, 紧急: lời đề nghị khẩn thiết 恳切的提议; Tôi có một chuyện rất khẩn thiết. 我有件很急切的事情。

khẩn trương *t* 紧张: công tác rất khẩn trương 工作很紧张

khấn *đg* 默祷: khấn phật 向佛祷告

khấn khứa=khấn

khấn vái *đg* 拜祷: khấn vái tổ tiên 拜祷祖先

khấp kha khấp khểnh=khấp khểnh

khấp khểnh *t* ①龃龉: hàm răng khấp khểnh 牙齿长短不齐 ②崎岖: đường khấp khểnh 道路崎岖

khấp khiễng *t* 崎岖, 不平

khấp khởi *t* 窃喜的, 暗喜的: trong lòng khấp khởi 心里沾沾自喜

khập khả khập khiễng=khấp khểnh

khập khiễng *t* 一瘸一拐的: Người què chân đi khập khiễng. 瘸子走路一瘸一拐的。

khất₁ *đg* ①乞求: hành khất 行乞 ②求缓: xin khất 请求缓期

khất₂ [汉] 乞

khất khứng=khật khừng

khất lần *đg* 一次次请求缓期: Chúng nó đòi, tôi chỉ khất lần. 他们来讨债时, 我只能一次次请求延期。

khất nợ *đg* 拖账, 请求缓期还债: cứ khất nợ mãi không trả người ta 一味拖债不还

khất thực *đg* 化缘: khất thực dọc đường 沿途化缘

khật kha khật khừ=khật khừ

khật khừ *t* 蹒跚

khật khưỡng *t* 踉跄

khâu₁ *d* ①铁箍, 铁环 ②环节: khâu quan trọng 重要的环节

khâu₂ *đg* 缝合: khâu áo 缝衣服

khâu chính *d* 中心环节, 关键

khâu nối *d* ①卡环 ②中间环节

khâu vá *đg* 缝补: khâu vá quần áo 缝补衣服

khâu vắt *đg* 挑缝: khâu vắt gấu quần 挑裤脚

khẩu [汉] 口 *d* ①口儿, 人口: Nhà này có ba khẩu. 这家有三口人。②一段, 一截: khẩu mía 一截甘蔗 ③门: một khẩu đại bác 一门大炮

khẩu chao=khẩu trang

khẩu chiến *đg* 打口水仗, 舌战

khẩu cung *d* 口供: lấy khẩu cung 取口供

khẩu độ *d* 跨度

khẩu đội *d* 小队 (炮兵最小单位)

khẩu hiệu *d* ①口号: hô khẩu hiệu 呼口号 ②标语: dán khẩu hiệu 贴标语

khẩu khí *d* 口吻, 口气

khẩu lệnh *d* 口令

khẩu ngữ *d* 口语

khẩu phần *d* 口粮

khẩu phật tâm xà 佛口蛇心 (口蜜腹剑)

khẩu thiệt vô bằng 口说无凭

khẩu trang *d* 口罩

khẩu vị *d* 口味: Món ăn hợp với khẩu vị. 菜合口味。

khấu₁ *d* [旧] 辔

khấu₂ [汉] 扣 *đg* 扣除: khấu nợ 扣债; khấu bớt tiền lương 扣工资

khấu₃ [汉] 叩 *đg* 叩 (首): khấu đầu 叩头

khấu₄ [汉] 寇 *d* 盗匪: thảo khấu 草寇

khấu đầu *đg* [旧] 叩头

khấu đầu khấu đuôi 七折八扣: Tiền lương

bị khấu đầu khấu đuôi gần hết. 工资被七
折八扣的几乎扣光了。

khấu đuôi *d* (猪、牛等) 臀部的肉

khấu hao *đg* 折旧: khấu hao tài sản 财产折
旧

khấu trừ *đg* 扣除: khấu trừ khoản thuế 扣除
税款

khấu trừ hao mòn 扣除损耗

khe *d* ①缝隙: khe cửa 门隙②槽,凹槽③溪,
溪水

khe hở *d* 间隙,空隙

khe khắt=khắt khe

khe khẽ *t* 轻轻: nói khe khẽ 轻声说话; khe
khẽ gật đầu 轻轻点头

khe khé *t* 酸涩

khe núi *d* ①山坳,峡谷②山涧

khe thẳm *d* 幽谷

khẽ *đg* 轻敲: khẽ bể viên ngói 轻敲瓦片

khẽ *t* 轻轻: đi nhẹ nói khẽ 轻轻走细声说

khẽ khàng *t* 非常轻

khẽ khọt=thẽ thọt

khé *t* ①齁: Ăn nhiều mật khé cổ. 吃太多蜜
糖齁着了。②深黄色的: Vải nhuộm vàng
khé. 布染得太黄了。

khẹc [拟] (猴子的叫声) *d* 猴崽子,兔崽子
(骂语)

khem *đg* 禁忌: ăn khem 忌食

khem khổ=kham khổ

khen *đg* 称赞,赞扬,夸奖: Người tốt ai cũng
khen. 好人谁都夸。

khen khét *t* 有点焦臭的

khen ngợi *đg* 称赞,赞扬,夸奖; 表扬,表彰,
颂扬: đáng được khen ngợi 值得称赞

khen tặng *đg* 授予: khen tặng huy hiệu 授予
奖章

khen thưởng *đg* 奖赏,嘉奖,奖励: khen thưởng
người tài giỏi 奖励贤才

khèn *d* 笙 (乐器): múa khèn 跳芦笙舞

khén *d* 锅巴: Cơm nhiều khén. 饭多锅巴。*t* 干

燥 (仅指稻谷): lúa khén 干稻谷

kheo *d* 膝盖窝

kheo khéo=khéo

kheo khư *t* 面黄肌瘦: anh cả gầy kheo khư
大哥面黄肌瘦的

khéo *t* ①灵巧,精巧: khéo tay 手巧; khôn khéo
机巧②熟练,擅长 (做某事) 的: nói khéo 很
会说; khéo áp dụng 善于运用③正好: Áo
mặc vừa khéo. 衣服穿着正好。Làm xong thì
cũng vừa khéo hết giờ. 做完时间正好。*p* 也
许,可能: Trời này khéo mưa đấy. 这样的天
可能会下雨呢。

khéo léo *t* 巧妙,灵巧,灵活: ăn nói khéo léo
口齿伶俐

khéo miệng=khéo mồm

khéo mồm *t* [口] 能说会道: Bà ấy khéo mồm
lắm. 那人真是能说会道。

khéo vá vai tài và nách 物尽其用,人尽其
才

khép *đg* ①虚掩: khép cửa 掩门②扣帽子,诬
判: khép vào tội lừa đảo 扣以欺骗的罪名

khép kín *đg* 关严,封闭: Cửa đóng khép kín.
门关得严严实实的。

khép nép *t* 畏缩,畏怯: Trông mày đi đứng
khép nép. 看你举止畏缩。

khét *t* 焦臭

khét lèn lẹt=khét lẹt

khét lẹt *t* (焦臭味) 浓烈

khét tiếng *t* 臭名昭著;大名鼎鼎 (常用做贬义)

khê₁ *t* ① (音) 浊: giọng nói khê nặng nặc 嗓
音粗浊②糊,焦: Cơm thổi khê. 饭煮焦了。

khê₂ *đg* 冻结: khê nợ 呆账

khê₃ [汉] 溪 *d* 溪流: sơn khê 山溪

khê₄ [汉] 蹊

khê đọng *đg* 积压,压库: hàng hoá khê đọng
货物积压

khế₁ *d* [植] 阳桃

khế₂ [汉] 契 *d* 文契,条款,合同: tờ khế bán
nhà 卖屋文契

K

khế cơm=khế ngọt

khế ngọt *d* 甜阳桃

khế ước *d* 契约

khệ nệ *t* (走路) 一跛一跛

khênh=khiêng

khền=kềnh

khểnh₁ *đg* 闲居, 无所事事: ngồi khểnh 闲坐

khểnh₂ *t* 高低不平: đường đi khấp khểnh 路高低不平

khệnh khạng *t* ① 大模大样; 摆官架子: Việc vội mà còn khệnh khạng mãi. 事情很急了还在摆架子。② 蹒跚: bước đi khệnh khạng 步履蹒跚

khêu *đg* ① 挑, 抠: khêu ốc 抠螺蛳 ② 挑起, 激发: khêu mối giận 挑起仇恨

khêu gợi *đg* 激发, 启发: khêu gợi lòng yêu nước 激发爱国心

khều=kều

khi₁ *d* ① 当···时候, 时候: khi đến 来的时候; khi còn nhỏ 还小的时候; nhiều khi 很多时候; một khi 一旦 ② 时而: khi nắng khi mưa 时晴时雨 (乍晴乍雨)

khi₂ [汉] 欺

khi dể=khinh rẻ

khi hồi=khi nãy

khi không *p* 平白, 无端, 突如其来: Khi không nó đuổi chị mà sao không đuổi những người khác？ 为什么只平白无故地赶你走而不赶其他人？

khi nào 何时: Anh khi nào đến？ 你什么时候来？

khi nãy *d* 刚才, 方才

khi quân *đg* [旧] 欺君

khỉ₁ *d* ① 猴子 ② 猴子 (斥责语): Đồ khỉ! 猴崽子！Khi quá! 真是胡闹！

khỉ₂ [汉] 起, 岂

khỉ đột *d* [动] 大猩猩

khỉ gió *d* 鬼东西 (嗔骂语)

khỉ ho cò gáy 荒无人烟

khí₁ [汉] 气 *d* ① 气体, 空气: khí oxy 氧气 không khí 空气 ② 骨气, 气概: khí cốt 骨气 ③ [生] 精液

khí₂ [汉] 器 *d* 具: binh khí 兵器

khí₃ [汉] 气

khí áp *d* 气压

khí áp kế *d* 气压计

khí các-bo-níc (gaz carbonique) *d* 二氧化碳

khí cầu *d* 气球

khí chất *d* 气质

khí công *d* 气功

khí cụ *d* 器具, 仪器

khí động học *d* 空气动力学

khí đốt *d* 燃气, 天然气, 煤气

khí gió *d* [口] 死鬼 (嗔骂语)

khí giới *d* ① 器械 ② 兵器, 军械, 武器

khí hậu *d* 气候

khí hậu học *d* 气候学

khí hoá lỏng *d* 液化气

khí huyết *d* 气血

khí hư *d* ① 白带 ② 气虚

khí kém *d* [理] 气体稀薄

khí khái *t* 气概: khí khái anh hùng 英雄气概

khí lực *d* 气力, 力量

khí nhạc *d* ① 乐器 ② 乐曲, 乐谱

khí nổ *d* 瓦斯

khí phách *d* 气魄: khí phách anh hùng 英雄气魄

khí quan *d* 器官: Tim là một khí quan quan trọng của cơ thể người. 心脏是人的重要器官。

khí quản *d* 气管: khí quản viêm 气管炎

khí quyển *d* 气圈, 大气层

khí sắc *d* 气色: mặt thiếu khí sắc 气色不好

khí số *d* [宗] 气数

khí tài *d* 器材: Quân đội được trang bị khí tài hiện đại. 部队装备了现代器材。

khí thải *d* 废气: xử lí khí thải 废气处理

khí than *d* 煤气

khí thế *d* 气势

khí thiên nhiên *d* 天然气

khí tiết *d* 气节

khí tĩnh học *d* 空气静力学

khí trơ *d* 惰性气体

khí trời *d* 天气

khí tượng *d* 气象: đài khí tượng 气象台

khí tượng học *d* 气象学

khí tượng nông nghiệp *d* 农业气象

khí tượng thuỷ văn *d* 水文气象

khí vị *d* ① [旧] 气味②味儿,气息

khía *d* ①棱角,突出角,齿纹②刀缝,凹缝, 截痕 *đg* 剀,割,截: Lá mía khía vào tay. 蔗叶割到手。

khía cạnh *d* ①角度: xét từ khía cạnh này 从 这个角度(看) ②(问题的) 一方面: đề cập tới tất cả các khía cạnh 提及各方面

khịa *đg* 捏造,虚构: Chị không nên khịa chuyện này. 你不应该捏造这件事。

khích₁ [汉] 激 *đg* 刺激,惹气: khích cho hai người cãi nhau 惹得两人吵起来

khích₂ [汉] 隙

khích bác *đg* 激恼: bị khích bác cãi to 被激 恼而大声吵

khích động *đg* 激动: Tin mừng này thật khích động lòng người. 这个喜讯实在激动人心。

khích lệ *đg* 激励,勉励: Bài diễn văn của chủ tịch khích lệ các bạn chịu khó học tập. 主 席的演讲激励同学们努力学习。

khiêm [汉] 谦 *t* 谦虚: tính tự khiêm 自谦; lối nói khiêm 谦辞

khiêm cung *t* 谦恭

khiêm nhường *t* 谦让,谦和: sống khiêm nhường 为人谦和

khiêm nhượng= khiêm nhường

khiêm tốn *t* ①谦逊,虚心: khiêm tốn học tập 虚心学习②不值一提的,不起眼的: thành tích khiêm tốn 成绩不值一提

khiếm [汉] 欠 *đg* ①欠,缺②欠账: khiếm chủ 债务人

khiếm khuyết *t* 欠缺: còn nhiều khiếm khuyết 尚有许多欠缺之处

khiếm nhã *t* 欠雅的: câu nói khiếm nhã 话 说得不文雅

khiếm thị *t* 丧失了视力的,眼瞎的: Tại Bắc Kinh có buổi chiếu phim dành riêng cho những người khiếm thị. 在北京有专门给 盲人放的电影。

khiếm thính *t* 丧失了听力的,耳聋的

khiếm thực *d* [药] 芡实

khiên₁ [汉] 愆 *t* 过失的: túc khiên 宿愆

khiên₂ [汉] 牵

khiên cưỡng *t* 牵强

khiên ngưu *d* 牵牛星

khiển₁ [汉] 遣 *đg* ①派遣: điều khiển 调遣② 遣解: tiêu khiển 消遣

khiển₂ [汉] 谴

khiển trách *đg* 谴责: Do không hoàn thành đúng hạn nên anh ấy bị cấp trên khiển trách. 由于没能按时完成,他受到上级责备。

khiển tướng *đg* 遣将: điều binh khiển tướng 调兵遣将

khiến [汉] 遣 *đg* ①差遣,使唤: sai khiến 支 使②使得,引起,造成: Sự kiện này khiến mọi người tức giận. 这件事引起大家愤怒。

khiêng *đg* 抬,搬: khiêng giường 搬床; Nặng quá, mấy người khiêng không nổi. 太重了, 几个人都抬不动。

khiêng vác *đg* 扛,抬: hai người khiêng vác 两人抬

khiếp₁ [汉] 怯 *đg* 畏怯,畏惧: trông thấy mà khiếp 望而生畏 *t* 胆小,胆怯: kẻ khiếp nhược 怯弱者

khiếp₂ *p* 极,很: Giá phòng đắt khiếp. 房价贵 得很。

khiếp đảm *đg* 胆怯

khiếp đởm=khiếp đảm

khiếp nhược *t* 怯弱

khiếp sợ *đg*；*t* 惊骇，害怕，吓人，恐怖：Bộ phim này làm cho người ta khiếp sợ. 这部影片使人害怕。

khiếp vía *t* 惊心动魄

khiếp vía kinh hồn=khiếp vía

khiết[汉] 洁 *t* 洁净，干净：thanh khiết 清洁

khiêu chiến *đg* 挑战：viết thư khiêu chiến 写挑战书

khiêu dâm *t* 诲淫，黄色，淫荡，淫邪，猥亵：âm nhạc khiêu dâm 靡靡之音；sách báo khiêu dâm 黄色书刊

khiêu hấn *đg* 挑衅：hành vi khiêu hấn 挑衅行为

khiêu khích *đg* ①调唆②挑衅，寻衅：hành động khiêu khích vũ trang 武装挑衅

khiêu vũ *đg* 跳舞：Sáng sớm nhiều người thích khiêu vũ trên quảng trường. 早上很多人喜欢在广场跳舞。

khiếu₁ *d* 天才：có khiếu về toán học 有数学天才

khiếu₂ [汉] 窍 *d* 窍门

khiếu₃ [汉] 叫 *đg* 鸣诉，上诉：đi khiếu ở toà án 向法庭申诉

khiếu kiện *đg* 诉讼：khiếu kiện hành chính 行政诉讼

khiếu nại *đg* 申诉，鸣诉，上诉，索赔：khiếu nại lên cấp trên 向上级申诉

khiếu tố *đg* 控告，申诉：trình đơn khiếu tố 呈递申诉书

khin khít=khít

khìn khịt[拟]（鼻塞声）

khinh [汉] 轻 *đg* 轻看，小看，瞧不起：trọng nam khinh nữ 重男轻女；xem khinh người trẻ 瞧不起年轻人

khinh bạc *t* 轻薄

khinh bỉ *đg* 轻鄙，鄙视：Không có ai do công việc của em mà khinh bỉ em. 没人因你的工作而轻鄙你。

khinh binh *d* 轻装部队

khinh dể=khinh rẻ

khinh khi *đg* 轻视：thái độ khinh khi 轻视的态度

khinh khí *d* 氢气

khinh khí cầu *d* 氢气球

khinh khích [拟] 吃吃（笑声）：Con bé thích quá cười khinh khích. 小孩欢喜得笑嘻嘻的。

khinh khỉnh₁ *t* 腥臭

khinh khỉnh₂ *t* 傲慢：thái độ khinh khỉnh 傲慢的态度

khinh mạn *đg* 轻视，轻慢：Khinh mạn cấp trên là một sự biểu hiện không lễ phép. 轻视上司是一种不礼貌的表现。

khinh miệt *đg* 轻蔑：mắt nhìn khinh miệt 轻蔑的眼光

khinh nhờn *đg* 亵渎：khinh nhờn pháp luật 亵渎法律

khinh quân=khinh binh

khinh rẻ *đg* 鄙视，蔑视：Em không nên khinh rẻ việc làm của em. 你不该蔑视你的工作。

khinh suất *t* 轻率：còn lo ngại nên không dám khinh suất 还担心所以不敢轻率

khinh thị *đg* 轻视：Anh không nên khinh thị chuyện này. 你不应该轻视这件事。

khinh thường *đg* 轻视，看轻，瞧不起：khinh thường người khác 瞧不起别人

khít *t* 紧密，紧合：cửa sổ đóng khít 窗门关得紧紧的

khít khao=khít

khít khìn khịt=khít khịt

khít khịt *t* 贴切，密合，正好：Đúng khít khịt mười người. 正好十个人。

khít rịt *t* 紧靠的；紧闭的：ngồi khít rịt 坐得很挤

khịt *đg* ①鼻塞②擤：khịt mũi 擤鼻涕

khíu *đg* 粗粗地缝上：khíu áo 缝衣（用手工缝制）

kho₁ *d* 货仓，仓库：coi kho 守库

kho₂ *đg* 红烧, 红焖: cá kho 红烧鱼; thịt kho 红烧肉

kho bạc *d* 银库, 国库, 金库

kho bãi *d* 货场, 车库

kho quĩ *d* 银库 (总称)

kho tàng *d* 宝库: kho tàng văn hoá dân tộc 民族文化宝库

kho tộ *đg* 用瓦锅慢火烧煮

kho ướp lạnh *d* 冷藏库

khò khè [拟] (哮喘声)

khò khò [拟] 呼呼(鼾声): ngủ khò khò 呼呼大睡

khỏ *đg* 敲, 搕打: khỏ lên đầu 敲头

khó *t* ①困难: việc khó 难事; bài thi khó 试题难②穷困: nhà khó 穷户

khó ăn *t* ①难吃, 不好吃: Món này khó ăn. 这道菜不好吃。②不容易, 难办: Chuyện này khó ăn. 这事难办。

khó ăn khó nói 难说, 不好说, 有口难言: Chuyện này khó ăn khó nói. 此事不好说。

khó chịu *t* ①难受, 难堪: làm cho anh khó chịu 使他难堪②不舒服, 微恙: Hôm nay tôi khó chịu. 今天我不舒服。

khó chơi *t* ①难打交道: Ông này khó chơi lắm. 这个人很难打交道。②难办, 难搞: Việc này khó chơi lắm. 这事儿不好办。

khó coi *t* ①难以看清②不好看: ăn mặc khó coi 穿着不好看

khó dễ *t* 为难 (某人) 的, 刁难 (某人) 的: Ông đừng làm khó dễ cho ta. 您别为难咱们。

khó đăm đăm *t* 愁眉苦脸的: cái mặt khó đăm đăm 一脸的愁眉苦脸

khó đẻ *đg* 难产: bà chị khó đẻ 姐姐难产

khó gặm *t* [口] 不易做到, 难做到: Bài viết này khó gặm. 这篇文章不好写。

khó hiểu *t* 难懂, 费解: bài văn khó hiểu 难懂的文章; Anh ta làm tôi khó hiểu. 他让我难以理解。

khó khăn *d; t* 困难: vượt khó khăn 克服困难; Cuộc sống còn nhiều khó khăn. 生活还有很多困难。

khó lòng *t* 不容易, 难办: Trường này khó lòng mà thi đỗ được. 这学校不容易考上。

khó nghe *t* ①难以听清: cách xa quá rất khó nghe 离得太远听不清②不悦耳: tiếng đàn khó nghe 琴声不悦耳

khó ngửi *t* ①难闻②蹩脚, 令人作呕: văn khó ngửi 蹩脚的文章

khó người dễ ta 对人严, 对己宽

khó nhọc *t* 辛苦, 劳苦, 劳累

khó ở *t* 微恙, 不舒服: Anh không đi họp vì khó ở. 他因为不舒服不去开会了。

khó tính *t* 乖戾; 难处: Cô ấy rất khó tính. 她很难相处。

khó tính khó nết =khó tính

khoa₁ [汉] 科 *d* ①科目: khoa văn 文科; khoa lí 理科; khoa nhi 儿科; khoa mắt 眼科②才能: Khoa nói của anh ấy khá. 他很有口才。

khoa₂ [汉] 科 *d* [旧] 科举

khoa₃ [汉] 夸

khoa bảng *d* [旧] ①考取的事, 考上的事②考取的人, 考上的人

khoa chân múa tay 手舞足蹈

khoa giáo *d* 科教 (科学与教育): Ban Khoa giáo Đài truyền hình Việt Nam 越南电视台科教节目组

khoa giáp *d* [旧] 科甲

khoa học *d* 科学: nhà khoa học 科学家

khoa học cơ bản *d* 基础科学

khoa học kĩ thuật *d* 科学技术

khoa học nhân văn *d* 人文科学

khoa học quân sự *d* 军事科学

khoa học tự nhiên *d* 自然科学

khoa học ứng dụng *d* 应用科学

khoa học viễn tưởng *d* 科幻

khoa học xã hội *d* 社会科学

khoa mục *d* 科目: khoa mục kế toán 会计科目

K

khoa ngoại *d* 外科

khoa nội *d* 内科

khoa trương *đg* 夸张: khoa trương thanh thế 夸张声势

khoa trường *d*[旧] 科场

khoả₁ *đg* 洗脚

khoả₂ [汉] 裸 *đg* 赤裸

khoả lấp *đg* 填补: khoả lấp miệng hang 填洞口; khoả lấp nỗi niềm 填补空虚

khoả thân *t* 裸体的: vẽ tranh khoả thân 画人体画

khoá₁ *d* ①锁头: chìa khoá 钥匙; mở khoá 开锁 *đg* 锁住, 关住: khoá cửa 锁门; khoá vòi nước 关水龙头② [乐] 谱表

khoá₂ *d* ①次, 届: khoá họp thứ nhất 第一届会议②年度, 期限: niên khoá 年度; học khoá 学年; mãn khoá 期满

khoá₃ [汉] 课: bài khoá 课文

khoá₄ [汉] 跨

khoá chữ *d* 数码锁

khoá gọi *d*[无] 呼唤键

khoá kéo *d* 拉链, 拉锁

khoá luận *d* 论文: khoá luận tốt nghiệp 毕业论文

khoá sinh *d*[旧] (科举)考生

khoá sổ *đg* 封账, 停止注册, 截止报名: cuối năm khoá sổ 年终结账

khoá số *d* 密码锁

khoá trình *d* 课程: khoá trình học tập 学习课程

khoác₁ *đg* ①披: khoác áo 披上外衣②挽着: khoác tay nhau 手挽着手

khoác₂ *đg* 夸口: nói khoác 吹牛

khoác lác *đg* 吹嘘, 吹牛: Thằng này chỉ biết khoác lác thôi. 这小子只会吹牛。

khoai₁ *d*[植] 薯类

khoai₂ *d*[动] 龙头鱼

khoai chuối *d*[植] 美人蕉

khoai dong *d*[植] 芭蕉芋

khoai đao=khoai chuối

khoai khoái *t* 快意, 快感: Bài hát này nghe rất khoai khoái. 这首歌听起来很快意。

khoai lang *d*[植] 甘薯, 红薯, 白薯

khoai mài=củ mài

khoai mì *d* 木薯

khoai môn *d* 芋头

khoai mỡ=củ cái

khoai mùa *d* 秋白薯

khoai sọ *d* 芋头

khoai tây *d* 土豆, 马铃薯

khoai trụng *d* 白薯干

khoai từ *d* 甜薯

khoai vạc *d* 参薯

khoái₁ [汉] 快 *t* 快乐, 舒畅, 愉快

khoái₂ [汉] 脍, 块

khoái cảm *d* 快感

khoái chá *t* 脍炙人口: Ông hay kể những câu chuyện khoái chá. 他常常讲些脍炙人口的故事。

khoái chí *t* 怡然自得, 心情舒畅

khoái khẩu *t* 好吃的, 爽口的, 美味的: bữa tiệc khoái khẩu 美味的筵席

khoái lạc *t*; *d* 快乐: những cảm giác khoái lạc 快乐的感觉

khoái trá=khoái chá

khoan₁ *d* 钻子 *đg* 钻: khoan lỗ 钻孔

khoan₂ *t* 放慢: hãy khoan đã 先且慢

khoan₃ [汉] 宽

khoan dung *đg* 宽容: ánh mắt khoan dung 宽容的目光

khoan hoà *t* 宽和: tính khoan hoà nhân hậu 性格宽和仁慈

khoan hồng *đg* 宽大, 宽宏: chính sách khoan hồng 宽大政策

khoan khoái *t* 轻松愉快, 舒畅: bản nhạc khoan khoái 轻松愉快的曲子

khoan nhượng *đg* 忍让: Chuyện này quyết không được khoan nhượng. 这件事绝不能

忍让。

khoan thai *t* 雍容,从容不迫,从从容容: đi khoan thai 从从容容地走

khoan thứ *đg* 宽恕

khoản [汉] 款 *d* ①款目,款项: khoản chi支出款; Trong hợp đồng có nhiều khoản. 合同有许多条款。②字画上的题字: lạc khoản 落款

khoản đãi *đg* 款待: khoản đãi khách phương xa 款待远方来客

khoản nợ *d* 欠款,债款,账款

khoản vay *d* 借款,贷款: khoản vay không hoàn lại 无息贷款

khoán₁ [汉] 券 *d* ①证书,契券: bằng khoán 凭证②罚款: bắt khoán 罚款③ [宗] 文契

khoán₂ *đg* 承包,承揽: làm khoán 包工; thầu khoán 包揽; lương khoán 计件工资

khoán sản *đg* 包产

khoán trắng *đg* 包干: khoán trắng cho cấp dưới 给下面包干

khoang₁ *d* 舱: khoang hàng 货舱

khoang₂ *d* 带黑白圈的: chó khoang 花斑狗

khoang nhạc *d* 乐池(伴奏乐队席)

khoảng *d* ①空间: khoảng đất trống 空地; khoảng đường 一段路; trong khoảng trời đất 天地之间②时段: khoảng hai năm 两年左右

khoảng cách *d* ①距离,间隔②隔阂: Hai người có khoảng cách. 两人有隔阂。

khoảng không *d* 空间: khoảng không vũ trụ 宇宙空间

khoáng₁ [汉] 矿 *d* 矿物: khai khoáng 开矿

khoáng₂ [汉] 旷 *t* ①空旷②空缺,荒废: khoáng phế 荒废

khoáng chất *d* 矿质,矿物

khoáng đãng *t* 旷荡: Anh ấy có tính khoáng đãng. 他性情旷荡。

khoáng đạt *t* 旷达: Anh ấy vốn là một người khoáng đạt. 他生性旷达。

khoáng hoạt *t* 豪放生动

khoáng sản *d* 矿产

khoáng sàng *d* 矿床: khoáng sàng học 矿床学

khoáng vật *d* 矿物: khoáng vật học 矿物学

khoanh *d* ①圆薄片②圆圈: vẽ khoanh 画圆圈 *đg* 圈起,打圈: khoanh núi trồng rừng 封山育林

khoanh tay *đg* ①袖手: khoanh tay đứng nhìn 袖手旁观②束手: khoanh tay bó gối 束手无策; Chúng ta không thể khoanh tay chịu chết. 我们不应束手待毙。

khoảnh₁ *d* 块,片

khoảnh₂ *t* ①邪恶,恶毒,居心不良②摆架子,高傲

khoảnh₃ [汉] 顷

khoảnh khắc *d* 顷刻,片刻: Chiến tranh làm cho mọi người không có một khoảnh khắc yên lành. 战争使得人们没有片刻的安宁。

khoát₁ *đg* ①摆手②打手势③撩 (开)

khoát₂ [汉] 阔,豁

khoáy *d* (毛发中的) 旋儿: Đầu nó có hai khoáy. 他头上有两个旋儿。

khoằm *t* 弯: Thằng bé có mũi khoằm. 小孩子长着鹰钩鼻。

khoằm khoặm = khoằm

khoặm = khoằm

khoắng *đg* ①搅动: khoắng tay 用手搅动②窃取: Kẻ trộm vào khoắng hết cả đồ. 小偷进来把东西全偷光了。

khóc *đg* 哭: khóc không ra tiếng 哭不出声

khóc dạ đề *d* [口] 夜哭郎

khóc dở mếu dở 啼笑皆非

khóc đứng khóc ngồi 哭个不停

khóc lóc *đg* 哭泣

khóc than *đg* 哭叹: Nhiều công nhân khóc than vì sự đối xử bất công của ông sếp. 许多工人为老板的不公对待而哭叹。

khoe *đg* 炫耀,夸耀,吹牛: hay khoe 喜欢炫

K

耀; trăm hoa khoe sắc 百花争艳

khoe khoang *đg* 炫耀,吹嘘: Anh ta hay khoe khoang lắm tiền. 他爱炫耀自己有钱。

khoe mã *đg* 炫耀,吹牛

khoe mình *đg* 自夸,自吹自擂

khoẻ *t* ①健康,康健 ②强壮: trông có vẻ khoẻ 看起来很壮 *đg* ①喜好,乐此不疲: khoẻ ăn 好吃 ②能耐: khoẻ chịu rét 耐寒; chỉ khoẻ đi chơi 只懂去玩 ③多,能: ăn khoẻ 食量大

khoẻ khoắn *t* 康健,健康,精力充沛: Muốn khoẻ khoắn là chúng ta phải thường tập thể dục. 想要健康,我们就要常健身。

khoẻ mạnh *t* ①健康: Con cái khoẻ mạnh thì bố mẹ khỏi lo. 小孩身体健康,当父母的就能少担心。②强壮: vóc người khoẻ mạnh 强壮的体魄

khoé₁ *d* 角: khoé mồm 嘴角; khoé mắt 眼角

khoé₂ *d* 手腕,伎俩,诡计,手段,花招

khoen *d* ①小环: khoen lưu đạn 手雷弹拉环 ②眼眶

khoèo *t* 弯曲: nằm khoèo 蜷卧着 (喻无所事事) *đg* 撩,搭: khoèo vai 搭肩

khoét *đg* ①挖 ②搜刮: khoét của dân 搜刮民脂民膏

khỏi *đg* ①痊愈: bệnh đã khỏi 病已痊愈 ②免致: khỏi chết 免于一死 ③离开: vừa đi khỏi nhà 刚离开家

khỏi phải nói[口] 还用说;用不着再说: Đám con trai thì khỏi phải nói, đứa nào cũng hăng hái. 小伙子就不用说了,个个都很积极。

khỏi rên quên thầy 过河拆桥

khói *d* 烟,烟气: ống khói 烟囱

khói hương=hương khói

khói lửa *d* 战火,烽火: khói lửa mịt mù 烟火弥漫

khom *đg* 哈腰

khom lưng cúi đầu 卑躬屈膝

khom lưng uốn gối=khom lưng cúi đầu

khòm *t* 弓腰: đi khòm khòm 弓腰而行

khòm lưng *t* 哈腰,弯腰弓背: khòm lưng uốn gối 卑躬屈膝

khóm *d* 一丛,一簇: khóm tre 一丛竹子; khóm hoa 一簇花

khọm *t* 龙钟: già khọm 老态龙钟

khọt khẹt [拟] 沙沙,丝丝

khô [汉] 枯 *t* ①干燥,干枯,干涸: cỏ khô 干草 ②干儿: cá khô 鱼干儿 ③[口] 枯燥无味: Lối văn ấy khô quá. 这种写法太枯燥了。④[口] 囊空

khô cằn *t* 贫瘠: ruộng đất khô cằn 贫瘠的土地

khô cứng *t* 干巴巴

khô dầu *d* 油饼,豆饼

khô đét *t* 干瘪

khô hạn *t* 干旱: thời tiết khô hạn 干旱的气候

khô hanh *t* (气候) 干燥: Năm nay thời tiết khô hanh ít mưa. 今年的气候干燥少雨。

khô héo *t* 枯萎,凋萎,凋谢: Năm nay hạn hán cây trồng bị khô héo cả. 今年干旱,庄稼都枯死了。

khô khan *t* ①干涸: Lâu không mưa ruộng khô khan. 久不下雨,田里都干涸了。②枯燥无味: ăn nói khô khan 说话枯燥无味

khô khát *t* 干渴

khô khốc *t* ①干硬: đồng ruộng khô khốc 土地干硬 ②干巴巴: Giọng nói khô khốc nghe rất khó chịu. 嗓音干巴巴的听起来很难受。

khô không khốc *t* 干硬: cơm thổi khô không khốc 饭煮得干硬

khô kiệt *t* 枯竭: Nguồn tài nguyên dầu mỏ rốt cuộc cũng có ngày bị khô kiệt. 石油资源终有一天会枯竭。

khô lạnh *t* (气候) 干冷: Thời tiết khô lạnh rất khó chịu. 干冷的天气很难受。

khô mộc *d*[植] 枯木兰

khô ráo *t* 干燥: để nơi khô ráo 放至干燥处

khô róc *t* 干得一滴不剩的

khô vằn *d* 枯叶病

khổ₁ *d* ①钢箍 (织具) ②幅度: in trên giấy khổ rộng 在宽幅纸上印刷③ (人脸、身体的) 宽度: khổ người tầm thước 身材适中

khổ₂ [汉] 苦 *t* 苦: khổ đau 痛苦 *d* 痛苦

khổ ải *t* 苦难的

khổ chủ *d* 苦主

khổ công *d* ①苦工②苦功

khổ cực *t* 辛苦, 痛苦

khổ đau=đau khổ

khổ hạnh *d* [宗] 苦行: thầy tu khổ hạnh 苦行僧

khổ hạnh nhân *d* 苦杏仁

khổ học *t* 苦学

khổ luyện *t* 苦练

khổ não *t* [旧] 苦恼

khổ nhục *t* 痛苦屈辱的: khổ nhục kế 苦肉计; sống một cuộc sống khổ nhục 过着痛苦屈辱的生活

khổ nỗi [口] 苦于

khổ qua *d* 苦瓜

khổ sai *d* 苦差

khổ sâm *d* [药] 苦参

khổ sở *t* 苦楚, 痛苦: Không ai biết nỗi khổ sở trong thâm tâm của mình. 无人知晓我内心深处的苦楚。

khổ tâm *t* ① [旧] 苦心的②痛心的③为难的

khổ tận cam lai 苦尽甘来

khổ thân *t* ①受苦的, 受罪的: Làm vậy chỉ khổ thân. 这样做是白受罪。②可怜: khổ thân thằng bé 可怜的孩子

khố *d* ①遮羞布: đóng khố 围上遮羞布②布, 绸制腰带: khăn khố chỉnh tề 衣冠整齐

khố dây *d* 穷光蛋

khố rách áo ôm 衣不蔽体

khố tải=bao tải

khốc₁ [汉] 哭 *đg* 哭泣

khốc₂ [汉] 酷 *t* 残酷, 残暴: thảm khốc 残酷

khốc liệt *t* 酷烈: trận chiến khốc liệt 残酷的战斗

khôi₁ [汉] 魁 *d* 魁首: hoa khôi 花魁

khôi₂ [汉] 盔 *d* 盔, 盔帽: đội kim khôi 戴金盔

khôi₃ [汉] 诙, 恢

khôi hài *t* 诙谐, 滑稽: Mọi người đều thích những chương trình khôi hài. 大家都喜欢诙谐的节目。

khôi ngô *t* 魁梧: Cậu bé có khuôn mặt khôi ngô. 这小孩长得魁梧。

khôi nguyên *d* [旧] 魁元

khôi phục *đg* 恢复: khôi phục kinh tế 恢复经济

khôi vĩ *t* [旧] 魁伟, 魁梧

khối *d* ①块: khối sắt 铁块② [转] 集团: khối liên minh 联盟; khối quân sự 军事集团③立方 (体积): thước khối 立方米 *t* 极多: Vô khối! 有的是!

khối lượng *d* (工作) 量: khối lượng công tác 工作量; khối lượng vận chuyển 运输量

khối phố *d* 街区, 街道

khối u *d* 肿瘤

khôn₁ [汉] 坤 *d* 坤 (八卦之一)

khôn₂ *t* ①精, 机灵, 敏慧, 聪明: người khôn 聪明人②有心机的: mưu khôn 机谋

khôn₃ *t* 难: lưới trời khôn thoát 天网难逃

khôn ba năm, dại một giờ 聪明一世, 糊涂一时

khôn cùng *t* 宽阔无比: khoảng không vũ trụ khôn cùng 宽阔无比的宇宙空间 *p* 极度, 无比: Lũ trẻ có sức mạnh khôn cùng. 小孩子们精力无限。

khôn hồn *t* [口] 识相的, 知趣的: Mày khôn hồn thì im mồm đi! 识相的话你就闭嘴!

khôn khéo *t* 机智, 智巧: câu trả lời khôn khéo 机智的回答

khôn làm cột cái, dại làm cột con 能者多劳

khôn lắm dại nhiều 聪明反被聪明误

khôn lỏi d 小聪明

khôn lỏi sao bằng giỏi đàn 独慧不如众智

khôn lớn đg 长成,壮大: phát triển khôn lớn 发展壮大

khôn lường đg ; t 莫测,无法预计,无法预知,难以预测: Biến đổi khí hậu sẽ gây hậu quả khôn lường cho loài người. 气候变化将给人类带来无法预测的后果。

khôn ngoan t 乖巧: khôn ngoan tài cán 精明能干

khôn nhà dại chợ 少见世面,拙于交际

khôn thiêng t 灵验,灵应

khôn vặt d 偏才,小聪明

khôn xiết p 无比,极其: xúc động khôn xiết 无比激动

khốn [汉] 困 đg 围困: bị khốn 被困 t 困苦: cùng khốn 穷困

khốn cùng t 困穷: Tuy gặp cảnh khốn cùng nhưng anh vẫn không nản chí. 虽然遇到困境,但他仍没有灰心。

khốn cực t 穷困,贫困,窘迫,艰窘: một cuộc đời khốn cực 穷困潦倒的一生

khốn đốn t ①困顿,困倦②困难,艰难: cảnh khốn đốn 困境

khốn khó t 贫困

khốn khổ t 困苦

khốn kiếp t 混账,要命: Đồ khốn kiếp! 混账家伙!

khốn nạn t ①坏,无赖: đồ khốn nạn 混蛋②[旧] 困难,困苦,可怜: những người khốn nạn 受苦人

khốn nỗi đg 苦于,苦的是: khốn nỗi không tiền 苦的是袋里没钱 c 哎呀: Khốn nỗi nó chẳng chịu làm ăn gì! 哎呀! 他什么活都不愿意干!

khốn quẫn t 困窘: Khủng hoảng kinh tế làm cho nhiều nước lâm vào cảnh khốn quẫn. 金融危机使许多国家陷入困窘。

không₁ [汉] 空 d ①天空② [宗] 空

không₂ d 零: số không 零 (数)

không₃ t ①空的②露着: đi chân không 赤脚③空闲④白: ăn không 白吃; lấy không 白拿 p ①不: không nói 不说②没有: không gạo 无米③否: Bằng lòng không? 是否愿意?

không₄ [汉] 倥

không bao giờ 从不,永不: không bao giờ dừng chân lại 永不停步

không biết chừng [口] 说不定,也许,可能

không biết điều t 不知趣的,不识相的,不知好歹的

không biết mấy 不太会,不太懂,不怎么清楚

không bờ bến t 无限: tương lai không bờ bến 前途无量

không bù = chẳng bù

không cánh mà bay 不翼而飞

không cần ①不需要,不必,用不着②不屑,不稀罕

không chiến đg [军] 空战

không chuyên t 非专业的,业余的: hội diễn nghệ thuật không chuyên 业余文艺演出

không chừng = không biết chừng

không có lửa sao có khói 没有火哪来的烟 (即无风不起浪)

không dưng p 凭空,无缘无故地

không đáng đg ①不值,不值钱②不值得,犯不上

không đâu t 无稽,荒诞: Toàn những chuyện không đâu. 全是一些无稽之谈。

không đâu vào đâu 不着边际;漫无边际

không đầu không đuôi [口] 无头无尾

không đến nỗi p 不至于

không độ d 零度

không đội trời chung 不共戴天

không gì bì kịp 无可比拟

không gì lay chuyển nổi 不可动摇;牢不可破

không gian *d* 空间: không gian rộng mở 广阔的空间

không hẹn mà nên 不期而遇, 不期而成

không hề *p* ①未曾, 从未, 从不: Từ trước đến nay hai người không hề gặp nhau. 两人未曾见过面。②永不: không hề nao núng 绝不动摇

không ít thì nhiều 多少; 或多或少

không kém gì 不下于, 不次于, 不亚于, 不逊于, 不比⋯差: Báo điện tử trên máy di động có tầm quan trọng không kém gì so với báo chí truyền thống. 手机电子报的重要性不亚于传统的报刊。

không kèn không trống 无声无息; 偃旗息鼓

không khảo mà xưng 不打自招

không khéo *p* 不小心: Tối qua tôi không khéo bị ngã. 昨晚我不小心摔了一跤。

không khí *d* ①空气: không khí lạnh 冷空气 ②气氛: không khí sôi 气氛热烈

không kích *đg* 空袭, 空中打击: mục tiêu không kích 空袭目标

không kịp trở tay 措手不及

không làm mà hưởng 不劳而获

không làm nổi 力不胜任

không lẽ *p* 难道: Không lẽ mắng nó một trận? 难道得骂他一顿?

không lực *d* 空军力量

không lưu *d* 飞行总量 *đg* 空中飞行

không mấy chốc [口] 不久, 不大一会儿

không mấy khi [口] 不常, 很少: Anh ấy không mấy khi đến chơi. 他不常来玩。

không một tấc đất cắm dùi 无立锥之地

không những *k* 不仅, 不但: không những thế 不仅如此; không những⋯mà còn⋯不仅⋯还⋯

không nói không rằng 不言不语

không phận *d* 领空

không quân *d* 空军

không ra gì 不像话, 不像样, 不成体统

không sao 不妨, 没关系, 不打紧

không sao đếm xuể 不可胜数

không tài nào⋯được 无法, 不能: Tôi không tài nào gánh vác được công việc này. 我无法胜任此项工作。

không tặc *d* 劫机犯

không thấm vào đâu ①不当回事②不顶事, 无济于事

không thể *p* 不能, 不可能: Chúng tôi không thể hoàn thành nhiệm vụ này trong một ngày. 一天时间内我们不可能完成这项任务。

không tiền khoáng hậu 空前绝后

không trách =chẳng trách

không trung *d* 空中

không tưởng *t* 空想的, 乌托邦的

không vận *đg* 空运: Bộ đội không vận vật tư cứu trợ cho vùng bị thiên tai. 部队向受灾地区空运救援物资。

khổng lồ *t* 庞大, 巨大: nhà máy khổng lồ 大工厂

khổng tước *d* 孔雀

khống₁ *đg* 诉讼, 告状, 控告, 打官司: đi khống 去告状

khống₂ *t* 徒然, 白费

khống chế *đg* 控制: con số khống chế 控制数字

khơ khớ₁ *t* 还不错, 过得去 (同 kha khá): Doanh thu tháng qua khơ khớ. 上月营业额还不错。

khơ khớ₂ *t* (笑声) 爽朗

khờ *t* 懵懂, 昏愚, 糊涂: kẻ khờ 呆子

khờ dại *t* 愚蠢, 呆傻: cách nghĩ khờ dại 愚蠢的想法

khờ khạo *t* 愚笨, 迟钝, 傻气

khớ *t* [口] 好, 不错: Con cá khớ to. 这条鱼好大!

khơi₁ *d* 远海: ra khơi 出远海

khơi₂ *đg* ①疏通，挖掘：khơi sông 开河②挑起，引起

khơi gợi *đg* 激发，引发，调动：Lời nói của ông khơi gợi nên lòng hứng thú của cháu. 爷爷的一番话激发了孙子的兴趣。

khơi mào=khai mào

khởi [汉] 启，起 *đg* 起来：quật khởi 崛起

khởi binh *đg* 起兵：khởi binh ngay tại đây 就在此地起兵

khởi công *đg* 动工：Ba dự án mới được khởi công xây dựng. 三个新项目得以动工建设。

khởi đầu *đg* 起头，开端，发轫：vạn sự khởi đầu nan 万事开头难

khởi điểm *d* 起点

khởi động *đg* 启动：lễ khởi động hoạt động cứu trợ 救助活动启动仪式

khởi hành *đg* 启程，动身，出发：Đoàn đại biểu khởi hành lên đường đi thăm châu Âu. 代表团启程前往欧洲访问。

khởi hấn *đg* ①肇事，挑衅②发动战争

khởi kiện *đg* 起诉：công ti bị khởi kiện 公司被起诉

khởi nghĩa *đg* 起义

khởi nghiệp *đg* 起家，创业：diễn đàn khởi nghiệp của thanh niên 青年创业论坛

khởi nguồn *đg* ; *d* 起源：khởi nguồn của văn minh loài người 人类文明的起源

khởi nguyên *d* 起源

khởi phát *đg* 发病（初期）

khởi sắc *đg* 有起色：Kinh tế vừa mới khởi sắc nhưng lại xảy ra vụ bạo loạn. 经济刚有起色却又发生暴乱。

khởi sự *đg* 起事

khởi thảo *đg* 起草，草拟：khởi thảo kế hoạch năm năm 草拟五年计划

khởi tố *đg* 起诉：Ông bị cơ quan kiểm sát khởi tố. 他被检察机关起诉。

khởi tử hoài sinh 起死回生

khởi xướng *đg* 首倡，倡议：khởi xướng thành lập Khu mậu dịch tự do Trung Quốc –ASEAN 倡议成立中国—东盟自贸区

khớm *d* 牙垢

khớp₁ *d* 关节，枢：đau khớp 关节疼 t 衔接，接合，符合：ăn khớp 吻合

khớp₂ *d* 嘴罩 *đg* ①套上（口套）②堵住：khớp miệng 堵住嘴

khớp₃ *d* 污点

khớp xương *d* 关节，骨节：đau khớp xương 关节疼痛

khu₁ [汉] 区 *d* 区，区域，联区级（机构）：khu công nghiệp 工业区；khu cấm quân sự 军事禁区；khu ngoại quan 保税区；khu đô thị 城市区域；khu bảo tồn thiên nhiên 自然保护区

khu₂ *d* [方] 臀部

khu₃ [汉] 驱

khu bầu *d* 选区

khu biệt *đg* 区别：phải khu biệt đúng sai 要区别对错

khu chế xuất *d* 出口加工区

khu chung cư *d* 住宅小区

khu cư xá *d* 住宅小区

khu đệm *d* 缓冲地带

khu phi quân sự *d* 非军事区

khu phong *đg* 祛风

khu phố *d* 街区，街坊，街：ban đại diện khu phố 街区办事处

khu rừng *d* 林区

khu tập thể *d* 住宅小区

khu trú *đg* （在一定范围内）居住，活动

khu trục *đg* 驱逐：tàu khu trục 驱逐舰

khu tự trị *d* 自治区：Khu tự trị Dân tộc Choang Quảng Tây 广西壮族自治区

khu vực *d* 地区，区域：khu vực hành chính 行政区域；khu vực Thái Bình Dương 太平洋地区

khu vực liên kết 经济协作区

khu xử *đg* 处理, 斡旋

khù khờ *t* 傻气的, 傻呵呵, 呆头的: Thằng bé tỏ vẻ rất khù khờ. 小孩一副呆头呆脑的样子。

khù khụ [拟] 咯咯 (咳嗽声)

khú *t* ①烂酸菜味的②酸臭的

khua₁ *d* 帽圈: khua nón 笠帽圈

khua₂ *đg* ①挥动, 挥舞②敲打, 擂打: khua chuông 敲钟③搅动

khua chân múa tay 手舞足蹈

khua chiêng gõ trống 大张旗鼓

khua khắng₁ *đg* 舞动, 翻动: Nhận được tin mừng, anh phấn khởi chân tay khua khắng. 接到喜讯, 他兴奋得手舞足蹈。

khua khắng₂ *đg* ①搅动, 搅和: cầm đũa khua khoắng trong nồi canh mãi 拿筷子不断在汤锅里搅和②偷, 盗, 偷盗, 盗窃: bị trộm vào nhà khua khoắng 被小偷进屋盗窃

khua môi múa mép 摇唇鼓舌; 卖弄口舌

khuân *đg* 抬, 搬运: khuân hàng 搬运货物

khuân vác *đg* 搬运: tiền khuân vác 搬运费

khuẩn [汉] 菌 *d* 细菌, 微生物: khuẩn gây bệnh 致病菌

khuất₁ *đg; t* ①遮没, 隐没: Con hổ khuất sau rừng rậm. 老虎隐没在密林深处。②不在: khuất mặt 不在场③死亡: người đã khuất 人死了

khuất₂ [汉] 屈 *đg* ①屈服: không chịu khuất 不屈服②屈曲: lúc khuất lúc thân 能屈能伸

khuất bóng *đg* ①遮阳, 挡荫②殁, 死

khuất khúc *t* 曲折, 弯曲: đường đi khuất khúc 道路曲折

khuất nẻo *t* 偏僻: đường đi khuất nẻo 偏僻的道路

khuất núi *t* ①落山: mặt trời khuất núi 太阳落山②[转] 殁, 去世

khuất phục *đg* 屈服: Chúng tôi quyết không khuất phục. 我们决不屈服。

khuất tất *đg* [旧] 屈膝 *t* 见不得人的

khuây *đg* 消闷, 解愁: khuây dần nhớ thương 愁肠渐解

khuây khoả *đg* 解愁: khuây khoả dạ 散心

khuấy=quấy₁

khuấy đảo *đg* 搅动, 搅乱: hàng phòng ngự bị khuấy đảo 防线被搅乱

khuấy động *đg* 搅动

khuấy rối=quấy rối

khúc₁ *d* ①野菊②（食品）菊糕

khúc₂ [汉] 曲 *d* ①歌曲: ca khúc thịnh hành 流行歌曲②截, 段: một khúc gỗ 一截木头

khúc₃ [汉] 蚰

khúc chiết *t* 清晰,（段落）分明

khúc côn cầu *d* 曲棍球

khúc dạo đầu *d* 前奏曲

khúc khích [拟] 吃吃（笑声）: cười khúc khích 吃吃地笑

khúc khuỷu *t* 迂回曲折的: con đường khúc khuỷu 迂回曲折的道路

khúc mắc *t* 艰涩, 费解, 难懂: bài văn khúc mắc 文章艰涩

khúc nhôi *d* 衷肠: tỏ khúc nhôi 倾诉衷肠

khúc sông *d* 河段

khúc xạ *d* 曲射, 折射

khục [拟] 咔吧（拗压手指的响声）

khuê *d* [天] 奎（二十八宿之一）

khuê [汉] 闺 *d* 闺阁: phòng khuê 闺房

khuê các *d* [旧] 闺阁

khuê phòng *d* [旧] 闺房

khuếch đại *đg* [电] 扩大, 扩容: khuếch đại phản xạ 回复放大; khuếch đại trước 前置放大

khuếch khoác *đg* 吹嘘: ăn nói khuếch khoác 大吹大擂

khuếch tán *đg* 扩散

khuếch trương *đg* 扩张, 扩充: chính sách khuếch trương 扩张政策

khui *đg* ①（用工具）打开: khui thịt hộp 开肉罐头②揭秘, 揭露

K

khum *t* 穹隆 *đg* 屈曲

khúm *t* 伛偻: khúm lưng uốn gối 卑躬屈膝

khúm na khúm núm=khúm núm

khúm núm *đg* 哈腰弓背, 奴颜婢膝

khung *d* 框子, 架子: khung xe 车架; khung cửa 门框

khung cảnh=quang cảnh

khung cửi *d* 机杼, 纺机

khung giá *d* 价格, 价值

khung hình phạt *d* 刑罚额度

khung thành *d* 球门

khung trời *d* 天穹: khung trời bao la 万里长空

khùng *t* ① 愤怒: nổi khùng 发怒 ② 痴狂: điên khùng 疯癫 ③ 顽固: người khùng 顽固的人

khùng khục *t* (忍不住) 哈哈 (大笑)

khủng bố *đg* ① 恐怖: bọn khủng bố 恐怖分子 ② 迫害: Địch khủng bố dân chúng. 敌人迫害群众。

khủng bố trắng *d* 白色恐怖

khủng hoảng *đg* 恐慌 *d* 危机: khủng hoảng kinh tế 经济危机; khủng hoảng chính trị 政治危机

khủng khẳng=húng hắng

khủng khiếp *t* 恐怖, 恐惧: nghe khùng khiếp quá 听起来怪恐怖的

khủng khỉnh *t* 傲睨: lên mặt khủng khỉnh 摆起臭架子 *đg* 闹别扭

khủng long *d* 恐龙

khụng khiệng *t* 大模大样

khuôn *d* ① 模型, 样板: khuôn đúc 铸模 ② 形态: khuôn mặt 面庞

khuôn dạng *d* 样板

khuôn khổ *d* ① 规格, 大小 ② 范围, 界限 ③ (报刊等的) 篇幅

khuôn mặt *d* 面庞

khuôn mẫu *d* ① 模型: làm theo khuôn mẫu 按模型制作 ② 楷模, 模范

khuôn nhạc *d*[乐] 谱表

khuôn phép *d* 规范, 规则, 规定

khuôn sáo *d* 老套, 八股

khuôn thức *d* (艺术) 模式

khuôn vàng thước ngọc 金科玉律

khuôn viên *d* (小区的) 草坪, 花坛

khuôn xanh *d* 苍天

khuông₁ *d*[乐] 五线谱的五条线

khuông₂[汉] 框 (同 khung)

khụt khịt [拟] (鼻塞时的呼吸声)

khuy₁ *d* 纽扣: cài khuy 扣扣儿

khuy₂[汉] 亏, 窥

khuy bấm *d* 按扣

khuy tay *d* 顶针儿

khuy tết *d* (用布做的) 纽扣

khuya *t* 夜深的: thức khuya 熬夜; đi sớm về khuya 早出晚归

khuya khoắt *t* 夜阑, 夜静: đêm hôm khuya khoắt 更深夜阑

khuya sớm *d* ① 早晚 ② 昼夜

khuyên₁ *đg* 画圈 *d* ① 圈子 ② 耳环: khuyên tai 耳环; khuyên vàng 金耳环

khuyên₂[汉] 劝 *đg* 劝告, 劝勉: nhiều lần khuyên chẳng có kết quả gì 多次劝告无果

khuyên bảo *đg* 劝导: Đối với trẻ con phải tâm khuyên bảo. 对小孩子要耐心劝导。

khuyên can *đg* 劝阻: khuyên can mãi vẫn không chấp hành 劝阻半天也没劝成

khuyên dỗ *đg* 劝教 (幼童)

khuyên giải *đg* 劝解

khuyên giáo *đg* 募化, 化缘: nhà sư đi khuyên giáo 和尚去募化

khuyên lơn *đg* (柔声细语地) 劝告

khuyên nhủ *đg* 劝导

khuyên răn *đg* 劝诫: khuyên răn hết nhẽ 谆谆告诫

khuyển [汉] 犬 *d*[旧] 犬, 狗

khuyến [汉] 劝 *đg* 劝勉: khuyến cáo 劝告; khuyến học 劝学

khuyến khích *đg* 激励: khuyến khích sản xuất 鼓励生产

khuyến lâm *đg* 劝林(鼓励发展林业)

khuyến mãi *đg* 促销: Siêu thị tổ chức hoạt động khuyến mãi. 超市举行促销活动。

khuyến mại=khuyến mãi

khuyến nghị *đg* 建议

khuyến ngư *đg* 鼓励渔业, 鼓励渔业政策

khuyến nông *đg* 鼓励务农, 劝农: Nhà nước đưa ra chính sách khuyến nông. 国家推出劝农政策。

khuyến tài *đg* 鼓励培养人才

khuyến thị *đg* 鼓励扩大市场

khuyến thiện *đg* 鼓励向善, 劝善

khuyết₁ *d* 宫

khuyết₂[汉] 缺 *t*; *đg* 残缺: trăng khuyết 月缺 *d* 缺点

khuyết danh *d* 佚名

khuyết điểm *d* 缺点: sửa chữa khuyết điểm 改正缺点

khuyết tật *d* ①缺损, 瑕疵, 缺陷②残疾: đại hội thể dục thể thao dành cho người khuyết tật 残疾人运动会

khuyết thiếu *t* 缺失的, 不完整的

khuynh[汉] 倾

khuynh diệp=bạch đàn

khuynh đảo *đg* 倾倒, 动摇

khuynh gia bại sản 倾家荡产

khuynh hướng *d* 倾向: khuynh hướng chính trị 政治倾向

khuynh quốc khuynh thành 倾国倾城

khuynh tâm *đg* 倾心: nhất kiến khuynh tâm 一见倾心

khuynh thành *đg* 倾城: sắc đẹp khuynh thành 美貌倾城

khuỳnh *đg* (手臂、腿) 蜷曲

khuỳnh tay ngai *đg* 屈肘微举

khuýp *t*; *đg* 夹紧, 紧闭

khuỷu *d*[解] 肘

khuỷu sông *d*[口] 河套

khuỷu tay *d* 胳膊肘子

khuyu *đg* 歪(扭折关节): ngã khuyu đầu gối 摔坏膝盖

khư khư *t* ①紧紧, 牢牢②固执, 刚愎: Sao ông còn khư khư ôm khuôn phép cũ? 为何你还墨守成规?

khừ khừ[拟] 哼哼 (呻吟声)

khử[汉] 祛 *đg* 去除: trừ khử 除去

khử bụi *đg* 除尘: máy khử bụi 除尘器

khử độc *đg* 消毒: khử độc cho chuồng lợn 给猪圈消毒

khử lông *đg* 脱毛: thiết bị khử lông 脱毛设备

khử nước *đg* 脱水

khử ô-xy *đg*[化] 脱氧

khử trùng *đg* 消毒: chất khử trùng 消毒剂

khứ[汉] 去 *t* 过去, 以往: quá khứ 过去 *đg* 去除: khứ tà qui chính 改邪归正

khứ hồi *đg* 来回, 往返: vé khứ hồi 往返票

khứa *đg* 刻, 划: dùng dao khứa một vạch dài 用尖刀划一条长痕

khựng *đg* 突然停下来: Xe khựng lại giữa đường. 车突然在路中间停下。

khước *đg* ①开除: bị khước ra hội 被开除出会②拒绝: khước không cho vào 拒不让进

khước từ *đg* 却辞, 推辞, 拒绝: tìm hết cách để khước từ 千方百计地推辞

khươi=khơi₂

khướt *t* ①累②够呛的, 够戗的: còn xa khướt 还远着; say khướt 醉得够呛

khượt *t* 累瘫的: Dạo phố cả ngày cũng đủ khượt rồi! 逛了一天街真够累的了!

khướu *d*[动] 乌鹊

khướu giác *d* 嗅觉

ki₁ *d* 竹编的斗形箩筐

ki₂ *t* 小气, 吝啬: Khiếp, người đâu mà ki thế! 够呛, 哪来的那么吝啬的一个人!

ki bo *t* 吝啬

ki-lô(kilo) *d*[缩] 公斤,千克

ki-lô-gam (kilogram) *d* 千克

ki-lô-mét (kilomet) *d* 千米

ki-lô-oat (kilowatt)*d* 千瓦

ki-mô-nô (kimono)*d*(日本) 和服

ki ốt(kiosque) *d* 小店铺,展位,摊位: Hội chợ triển lãm lần này đã sắp xếp hơn 1000 ki ốt. 此次展销安排了 1000 多个展位。

ki-tô giáo 基督教

kì₁[汉] 期 *d* 期

kì₂ *đg* 搓: kì sạch 擦干净

kì₃ [汉] 奇 *t* 奇异,奇怪,奇妙: Hôm nay cô ấy ăn mặc kì quá. 今天她打扮得很奇怪。

kì ảo *t* 奇幻

kì bí *t* 奇怪,神秘: Dạo này xuất hiện hiện tượng kì bí. 近来出现了奇怪的现象。

kì cạch [拟] (坚硬物体碰撞发出的连续声音): gõ kì cạch 敲得砰砰响

kì cọ *đg* 搓

kì công *d* 奇功,伟绩 *t* 下功夫的,精工细做的: một tác phẩm kì công 一部精工细做的作品

kì cục *đg*; *t* 奇怪,怪异: tính tình kì cục 性格怪异

kì cùng *p* 到底,彻底: Đã làm thì làm kì cùng. 要做就做彻底。

kì cựu *t* 资深: nhà báo kì cựu 资深记者

kì dị *t* 奇异: thế giới kì dị 奇异的世界

kì diệu *t* 奇妙: Tảng đá này trông vẻ kì diệu quá. 这块石头的样子太奇妙了。

kì đà *d* 五爪金龙

kì đài *d* 旗台

kì hạn *d* 期限

kì kèo *đg* 缠磨,纠缠: Chị ấy kì kèo mãi mua được bằng giá rất thấp. 她纠缠半天以很低的价格买下。

kì khôi *t* 奇异,滑稽: Cô ấy ăn mặc rất kì khôi. 她的穿着奇异而滑稽。

kì lạ *t* 奇怪,另类: chuyện kì lạ 另类的事情

kì lân *d* 麒麟

kì ngộ *đg*(多指带来幸运的) 奇遇

kì phiếu *d* 期票

kì phùng địch thủ 棋逢敌手

kì quái *t* 奇怪: hiện tượng kì quái 奇怪的现象

kì quan *d* 奇观: kì quan thế giới 世界奇观

kì quặc *t* 奇怪,匪夷所思: Cách nghĩ của anh thật kì quặc. 你的想法真是奇怪。

kì tài *d* 奇才

kì tập *đg* 奇袭

kì thật *p* 其实

kì thị *đg* 歧视: kì thị nghề nghiệp 职业歧视

kì thủ *d* 棋手

kì thú *t* 有趣

kì thực=kì thật

kì tích *d* 奇迹

kì tình=kì thật

kì vĩ *t* 奇伟,雄伟

kì vọng *đg*; *d* 期望,期待: kì vọng của bố mẹ 父母的期望

kĩ₁[汉] 纪 *d* 纪

kĩ₂ *d* 茶几

kĩ₃[汉] 己 *d* 己(天干第六位)

kĩ cương *d* 规定,纪律,纪纲

kĩ luật *d* 纪律: tuân thủ kĩ luật 遵守纪律 *đg* 处分,处罚: Nhà trường đã kĩ luật cậu ấy. 学校对他做出了处分。

kĩ lục *d* 纪录: Một người phá 3 kĩ lục thế giới. 一人破三项世界纪录。

kĩ nguyên *d* 纪元: kĩ nguyên mới khoa học công nghệ 科技新纪元

kĩ niệm *d*; *đg* 纪念,留念: kĩ niệm 50 năm ngày thiết lập quan hệ ngoại giao 建交 50 周年纪念

kĩ vật *d* 纪念品

kĩ yếu *d* 纪要

kĩ *t* 细致,过细: nghĩ kĩ 细细地想想

kĩ càng *t* 过细, 充分: chuẩn bị kĩ càng 准备充分

kĩ lưỡng *t* 谨慎, 细致: Chuyện này phải xử lí kĩ lưỡng. 这件事要谨慎处理。

kĩ năng *d* 技能: đào tạo kĩ năng 技能培训

kĩ nữ *d*[旧] 妓女

kĩ sư *d* 工程师

kĩ thuật *d* 技术: kĩ thuật nông nghiệp 农业技术; kĩ thuật số 数字技术; kĩ thuật viên 技术员

kĩ tính *t* 谨小慎微: Anh ấy là người kĩ tính. 他是个谨小慎微的人。

kĩ xảo *d* 技巧

kí₁ (kilogram) *d*[缩] 公斤

kí₂[汉] 记 *d* 记事 (文体)

kí₃ *đg* 签, 签署

kí âm *đg* 记录音符

kí âm pháp *d* 音符记录法

kí cả hai tay[口] 双手赞成, 表示完全接受

kí cóp *t* 省吃俭用

kí giả *d* 记者

kí gửi *đg* 寄售

kí hiệu *d* 记号, 符号 *đg* 标记

kí hiệu học *d* 符号学

kí hoạ *đg* 速写 *d* 速写作品

kí kết *đg* 签署, 签订, 订立: Hai công ti kí kết hiệp nghị. 两家公司签订协议。

kí lô *d*[方][缩] 公斤

kí lục *d* 旧时书记员

kí quĩ *đg* 交押保证金

kí sinh *đg* 寄生

kí sinh trùng *d* 寄生虫

kí sự *d* 通讯, 纪事, 报告文学

kí tắt *đg* 草签: Hai bên kí tắt hiệp nghị. 双方草签协议。

kí tên *đg* 签名: Nhiều người kí tên tham gia hoạt động. 许多人签名参加活动。

kí thác *đg* 寄托

kí túc *d* 宿舍 *đg* 寄宿

kí túc xá *d* 宿舍

kí tự *d* 符号

kí ức *d* 记忆

kí vãng *d*[旧] 既往, 往事

kị₁ *d* 高祖

kị₂ *đg* 禁忌: cấm kị 禁忌

kị binh *d* 骑兵

kị khí *t*[生] 厌气的, 厌氧的: vi khuẩn kị khí 厌氧细菌

kị mã=kị binh

kị nước *t* 防水的, 防潮的: màng ni-lon kị nước 防水薄膜

kị rơ *đg*[口] 不协调, 步调不一致

kị sĩ *d* 骑士

kia *d* ①那: xem kia 看那儿 ②隔一天或一年的时间: hôm kia 前天; năm kia 后年

kia mà 那里, 那边儿

kìa *d* ①那儿 ②隔两天或两年的时间: hôm kìa 大前天; ngày kìa 大后天

kích₁ *t* 紧窄的

kích₂ *d* 千斤顶

kích₃ *d* 戟

kích₄ *đg* 击, 轰击

kích₅[汉] 激 *đg* 刺激

kích cầu *đg* 刺激消费: Chính phủ áp dụng chính sách kích cầu. 政府采取刺激消费的政策。

kích cỡ *d* 尺寸, 尺码

kích dục *đg* 刺激性欲

kích động *đg* 刺激, 激励: Anh đừng kích động anh ấy nữa. 你别再刺激他了。

kích giá *đg* 提高价格: Sản lượng giảm xuống đã kích giá dầu thô tăng lên. 产量下降提高了原油价格。

kích hoạt *đg* 激活: kích hoạt tế bào 激活细胞

kích phát *đg* 激发

kích thích *đg* 刺激: kích thích kinh tế phát triển 刺激经济发展

K

kích thích tố *d* 激素

kích thước *d* 尺度, 尺码, 尺寸, 大小

kích tố *d* 激素: tẩy kích tố 祛除激素

kích ứng *đg* 应激

kịch [汉] 剧 *d* 剧

kịch bản *d* 剧本

kịch bản phim *d* 电影剧本

kịch câm *d* 哑剧

kịch chiến *đg* 激战

kịch cọt *d* 做戏, 演戏 (贬义)

kịch cương *d* 即兴表演, 即兴戏

kịch hát *d* 歌剧

kịch liệt *t* 激烈, 极力: kịch liệt phản đối 极力反对

kịch mục *d* 剧目

kịch ngắn *d* 短剧

kịch nói *d* 话剧

kịch phát *đg* 突发

kịch thơ *d* 诗剧

kịch tính *d* 戏剧性

kiêm [汉] 兼: kiêm chức 兼职

kiêm nhiệm *đg* 兼任: Ông ấy kiêm nhiệm phó chủ tịch Hội đồng quản trị. 他兼任副董事长。

kiềm₁ [汉] 碱 *d* 碱 *t* 碱性

kiềm₂ [汉] 钳

kiềm chế *đg* 控制, 限制, 节制: kiềm chế xu thế phát triển 控制事态的发展

kiềm tính *d* 碱性

kiềm toả *đg* 钳制, 钳锁

kiểm [汉] 检 *đg* 查点, 检点

kiểm chứng *đg* 验证

kiểm dịch *đg* 检疫: cơ quan kiểm dịch 检疫机关

kiểm duyệt *đg* 检阅: Chủ tịch nhà nước kiểm duyệt bộ đội danh dự. 国家主席检阅仪仗部队。

kiểm điểm *đg* ① 评价: Chúng tôi phải kiểm điểm khách quan những thành tích đã đạt được. 我们要客观地评价已经取得的成绩。② 检讨

kiểm định *đg* 检查, 评估: kiểm định đạt yêu cầu 检查合格

kiểm hoá *đg* (对进出口货物的) 检查, 检验

kiểm kê *đg* 盘点, 清理, 清算: Tối nay mọi người kiểm kê những hàng hoá còn lại. 今晚大家盘点剩余货物。

kiểm lâm *đg* 森林监管: nhân viên kiểm lâm 林管人员 *d* 森林监管机构

kiểm ngân *đg* ① 账目核对 ② 清点钱款

kiểm nghiệm *đg* 检验: thông qua kiểm nghiệm 通过检验

kiểm ngư *đg* 渔业监管, 渔政

kiểm nhận *đg* 查收, 验收, 点收

kiểm phẩm *đg* 查验产品质量

kiểm sát *đg* 检察: viện kiểm sát 检察院

kiểm sát viên *d* 检察员

kiểm soát *đg* 检查, 稽查, 控制, 管理: kiểm soát hữu hiệu đối với dân số tạm trú 对暂住人口实行有效管理

kiểm thảo *đg* 检讨

kiểm toán *đg* 审计

kiểm toán viên *d* 审计员

kiểm tra *đg* 检查, 检收: kiểm tra chất lượng 质检

kiếm₁ [汉] 剑 *d* 剑: đấu kiếm 比剑

kiếm₂ *đg* 寻找: tìm kiếm nạn nhân 寻找遇险者

kiếm ăn *đg* 谋生: ra ngoài kiếm ăn 外出谋生

kiếm chác *đg* 捞油水

kiếm chuyện *đg* 非难, 找麻烦, 挑剔: Mày đừng suốt ngày kiếm chuyện. 你别整天找茬。

kiếm hiệp *d* 武侠: chuyện kiếm hiệp 武侠小说

kiếm khách *d* 剑客

kiếm thuật *d* 剑术

kiệm [汉] 俭 *đg* 节省,节约

kiệm lời *t* 少说的,寡言少语的: Anh ta là một người kiệm lời. 他是个少言寡语之人。

kiên [汉] 坚

kiên cố *t* 坚固: bức tường thành kiên cố 坚固的城墙

kiên cường *t* 坚强: tính cách kiên cường 坚强的性格

kiên định *đg* ; *t* 坚定: kiên định niềm tin 坚定信心; lòng kiên định 坚定的信心

kiên gan *t* 坚韧

kiên nghị *t* 坚毅: tính kiên nghị 坚毅的性格

kiên nhẫn *t* 坚忍,有耐力的,耐心

kiên quyết *t* 坚决: Chúng ta kiên quyết chống chủ nghĩa bảo hộ mậu dịch. 我们坚决反对贸易保护主义。

kiên tâm *t* 坚定,有决心的

kiên trì *t* ; *đg* 坚持: kiên trì đến cùng 坚持到底

kiên trinh *t* 坚贞

kiên trung *t* 忠贞

kiền₁ [汉] 乾 *d* 乾

kiền₂ [汉] 虔

kiền khôn *d* 乾坤

kiến₁ *d* 蚂蚁

kiến₂ [汉] 见,建

kiến bò miệng chén 热锅上的蚂蚁

kiến càng *d* 大蚂蚁

kiến cỏ *d* 草蚁

kiến đen *d* 黑蚂蚁

kiến giải *d* 见解

kiến gió *d* 小蚂蚁

kiến lập *đg* 建立

kiến lửa *d* 火蚁

kiến nghị *d* ; *đg* 建议: Mọi người đưa ra nhiều kiến nghị hay. 大家提出许多好建议。Ông kiến nghị mua máy mới. 他建议买新机器。

kiến quốc *đg* 建国

kiến tạo *đg* ; *d* 建造,构造: kiến tạo học 地层构造学

kiến tập *đg* 见习

kiến thiết *đg* 建设: tham gia kiến thiết 参加建设

kiến thức *d* 知识: phổ cập kiến thức phòng chống cúm A 普及甲流防范知识

kiến trúc *đg* 建设 *d* 建筑

kiến trúc địa chất *d* 地质结构

kiến trúc sư *d* 土木工程师,建筑师

kiến trúc thượng tầng *d* 上层建筑

kiến vàng =kiến lửa

kiện₁ [汉] 件 *d* 件

kiện₂ *đg* 诉讼,上诉

kiện₃ [汉] 健

kiện cáo *đg* 诉讼

kiện toàn *đg* 健全: kiện toàn cơ chế 健全机制

kiện tụng *đg* 诉讼: Chị khỏi phải lo chuyện kiện tụng. 你不用担心诉讼的事情。

kiện tướng *d* 健将

kiêng *đg* 避讳,忌讳,禁忌: kiêng ăn những đồ ăn quá nóng 忌食过热的食物

kiêng cữ =kiêng

kiêng dè *đg* 顾忌,敬畏

kiêng khem *đg* 忌口,忌食

kiêng kị *đg* 忌讳,禁忌: Các bạn phải chú ý những điều kiêng kị lúc du lịch nước ngoài. 出国游时大家应注意一些禁忌。

kiêng nể *đg* 敬畏

kiêng sợ *đg* 避讳: không cần kiêng sợ 不用避讳

kiềng₁ *d* 铁制三脚支锅器

kiềng₂ *đg* 忌讳,避讳

kiểng =kẻng

kiễng *đg* 踮起脚尖: Chị kiễng chân muốn nhìn rõ. 她踮起脚尖想看清楚。

kiếp [汉] 劫 *d* ①一生,一世,一辈子: đời đời kiếp kiếp 世世代代②命运③(佛教)因果

kiết *d* 痢疾

kiết lị *d* 痢疾

kiết xác *t* 赤贫

kiệt₁ *d* 小巷, 胡同: đường kiệt 死胡同

kiệt₂ [汉] 竭 *đg* 清空, 枯竭: nguồn nước khô kiệt 水源枯竭; kiệt sức 力竭

kiệt₃ *t* 吝啬: Lão ta kiệt lắm. 老头很吝啬。

kiệt₄ [汉] 杰

kiệt cùng *t* 枯竭, 山穷水尽

kiệt lực *t* 力气衰竭的, 无力的: Đi suốt mấy phố phường tôi đã thấy kiệt lực. 连着走了几条街, 我觉得没力了。

kiệt quệ *t* 拮据; 处于瘫痪状态的

kiệt sức=kiệt lực

kiệt tác *d* 杰作 *t* 有艺术成就的: Đây là một bài luận án kiệt tác về nghệ thuật. 这是一篇有艺术成就的论文。

kiệt xuất *t* 杰出: nhân vật kiệt xuất 杰出的人物

kiêu₁ [汉] 骄 *t* 骄傲: Cô ta đẹp và rất kiêu. 她漂亮也很傲慢。

kiêu₂ [汉] 骁

kiêu bạc *t* 骄矜, 骄慢

kiêu binh *d* 骄兵

kiêu căng *t* 傲慢: chống kiêu căng tự mãn 防止骄傲自满

kiêu dũng *t* 骁勇

kiêu hãnh *t*; *đg* 自豪: lấy làm kiêu hãnh 引以为自豪

kiêu hùng *t* 雄健, 雄壮

kiêu kì *t*; *đg* 摆架子, 自高自大, 骄傲

kiêu ngạo *t* 骄傲: Khi thắng lợi không kiêu ngạo, lúc thất bại không nản chí. 胜不骄, 败不馁。

kiêu sa *t* 骄奢淫逸

kiêu sang=kiêu sa

kiều₁ [汉] 侨: Hoa kiều 华侨

kiều₂ *d* 翘 (指越南古典名著《金云翘传》)

kiều₃ *đg* 祈求

kiều₄ [汉] 桥, 娇

kiều bào *d* 侨胞: kiều bào hải ngoại 海外侨胞

kiều dân *d* 侨民

kiều diễm *t* 娇艳, 娇娆: nàng dâu kiều diễm 娇艳的新娘子

kiều hối *d* 侨汇

kiều mạch *d* 荞麦

kiểu₁ *d* 款式, 类型, 式样, 花样: xe kiểu mới 新型汽车; kiểu cũ 旧式样

kiểu₂ [汉] 矫, 侥

kiểu cách *d* 类型, 式样 *t* 矫揉造作

kiểu *d* 型, 样: tên lửa kiểu mới 新型导弹

kiểu dáng *d* 式样: kiểu dáng đẹp 样式漂亮

kiểu mẫu *d* 样本, 样品 *t* 模范, 楷模

kiểu thức *d* 样式, 布局

kiểu *đg* (对不参加某活动) 表示歉意

kiệu *d* 轿子 *đg* 抬轿子

kilobyte *d* 千比特

kilowatt-giờ *d* 千瓦小时, 度

kim₁ [汉] 金 *d* 针, 金属

kim₂ *t* (声音) 高而清亮的

kim₃ [汉] 今 *t*; *d* 当今

kim anh *d* [植] 金樱

kim anh tử [药] 金樱子

kim băng *d* 别针

kim chỉ nam *d* 指南针

kim cổ *d* 古今

kim cúc *d* 金菊

kim cương *d* 金刚石; 钻石

kim đan *d* 金丹

kim đồng *d* 金童

kim đồng hồ *d* (钟表) 指针

kim đơn=kim đan

kim hoàn *d* 金环, 金银首饰

kim khánh *d* 金磬, 金如意

kim khí *d* 金属, 金属制品

kim loại *d* 金属

kim loại đen *d* 黑色金属

kim loại hiếm *d* 稀有金属

kim loại học *d* 金相学

kim loại kiềm *d* 碱金属

kim loại màu *d* 有色金属

kim loại nguyên sinh *d* 原生金属

kim loại quí *d* 贵金属

kim loại sạch *d* 纯金属

kim loại tái sinh *d* 再生金属

kim loại thô *d* 粗炼金属

kim móc *d* 钩针

kim môn *d* 金门

kim ngạch *d* 金额

kim ngân *d* ①金银②金银花

kim nhũ *d* 金乳(绘画用的黄色涂料)

kim ô *d*[旧] 金乌(太阳别称)

kim phượng *d* 凤凰树, 凤凰花

kim thoa *d* 金簪, 金钗

kim thuộc *d*[口] 金属

kim tiền *d* 金钱

Kim Tinh *d*[旧][天] 金星

kim tuyến *d* 金丝

kim tự tháp *d* 金字塔

kìm₁ *d* 钳子 *đg* ①钳制, 勒住②放慢(速度)

kìm₂ [汉] 琴

kìm điện *d* 克丝钳

kìm giữ *đg* 克制: Mọi người hãy kìm giữ tâm trạng của mình. 请大家克制自己的情绪。

kìm hãm *đg* 限制, 压制: kìm hãm phát triển 限制发展

kìm kẹp *đg* 钳制: thoát khỏi sự kìm kẹp 摆脱钳制

kìm nén *đg* 钳制, 压制: kìm nén tham vọng 压制欲望

kimono (ki-mô-nô) *d*(日本)和服

kin kít [拟](金属或其他硬物体摩擦发出的声音)

kìn kìn *t* 络绎不绝

kìn kịt *t* 人头攒动

kín₁ *đg* 打水, 取水: kín nước tưới hoa 打水浇花

kín₂ *t* 严实, 紧密, 严紧, 秘密: người đông chặt kín(人挤得) 水泄不通; họp kín 秘密会议; Cửa đóng kín. 门关得严严实实的。

kín cổng cao tường 墙高门厚, 壁垒森严

kín đáo *t* 严密, 隐秘, 严谨, 深藏不露: sống một cách kín đáo 隐居

kín kẽ *t*(做事)严密, 无懈可击: Công tác tổ chức lần này kín kẽ chu đáo. 此次组织工作严密周到。

kín mít *t* 严实, 严密: Bà đắp chăn kín mít cho mình. 她用被子将自己捂得严严实实的。

kín nhẽ *t*(说话或处事)严谨

kín như bưng *t* 严丝合缝, 密不透风, 守口如瓶

kín tiếng *t* 嘴严的: Ai hỏi mà ông cũng kín tiếng. 谁都没从老人嘴里套出话来。

kinh₁ *d* 渠, 渠道

kinh₂ [汉] 经 *d* 经线

kinh₃ [汉] 惊 *đg*; *t* 惊恐: Nó bẩn kinh. 他脏得吓人。

kinh₄ [汉] 京 *d* 京城

kinh₅ [汉] 泾, 荆

kinh dị *t* 惊恐, 惊异: Bà lộ ra vẻ kinh dị. 她露出惊异的神情。

kinh doanh *đg* 经营: kinh doanh hợp pháp 合法经营

kinh điển *t* 经典: Thính giả yêu cầu thả những bài hát kinh điển. 听众点播经典歌曲。

kinh đô *d* 京都

kinh độ *d* 经度: kinh độ đông 东经度; kinh độ tây 西经度

kinh động *đg* 惊动

kinh giới *d*[药] 荆芥

kinh hãi *đg* 惊骇

kinh hoàng *đg* 惊慌: Mọi người kinh hoàng chạy trốn. 大家惊慌逃走。

kinh hoảng *đg*; *t* 惊惶: Tin này làm cho nhiều

người lấy làm kinh hoảng. 这个消息让许多人惊惶。

kinh hồn *đg* 惊恐, 惊惧: tiếng kêu cứu khiến người nghe kinh hồn 令人惊惧的呼救声

kinh hồn bạt vía 魂飞魄散

kinh kệ *d* [宗] 经卷, 经文

kinh khủng *đg* 惊恐: Cô gái lộ ra vẻ kinh khủng. 姑娘一脸惊恐的样子。

kinh kì₁ *d* [旧] 京都, 京圻

kinh kì₂ *d* 经期

kinh kịch *d* 京剧

kinh lạc *d* [医] 经络

kinh lí *đg* [旧] 巡访

kinh lịch *d* 经历

kinh luân *d* [旧] 经纶

kinh lược *d* 经略, 经营谋略

kinh ngạc *đg* 诧异, 惊异: Ông kinh ngạc phát hiện có nhiều thay đổi. 他惊异地发现改变很大。

kinh nghĩa *d* ①经义②科举考试的一种文体: văn chương kinh nghĩa 八股文

kinh nghiệm *d* 经验: giàu kinh nghiệm 经验丰富

kinh nguyệt *d* 月经

kinh niên *t* 多年的, 经年的: bệnh kinh niên 慢性病

kinh phí *d* 经费

kinh phong *d* 惊风

kinh qua *đg* 经过

kinh rợn *đg*; *t* 惊恐

kinh sử *d* 经书, 史书

kinh tế *d* 经济: kế hoạch kinh tế 计划经济 *t* 经济的, 节省的: Sử dụng năng lượng mặt trời kinh tế hơn so với dùng điện. 用太阳能比用电节省。

kinh tế hàng hoá 商品经济

kinh tế học *d* 经济学

kinh tế phụ gia đình 家庭副业

kinh tế thị trường 市场经济

kinh tế tri thức 知识经济

kinh tế tự nhiên 自然经济

kinh thành *d* 京城

kinh thánh *d* 圣经

kinh thiên động địa 惊天动地

kinh tiêu *d* 经销

kinh tởm *t* 害怕, 恐惧: hiện tượng kinh tởm 可怕的现象

kinh trập *d* 惊蛰 (二十四节气之一)

kinh truyện *d* 经传

kinh tuyến *d* 经线: kinh tuyến gốc 本初子午线

kinh viện *d* 经院 *t* 抽象的, 远离实际的

kình₁ [汉] 鲸 *d* 鲸鱼

kình₂ *đg* ①对峙: hai bên kình nhau 双方对峙②不逊色于: mạnh kình Trương Phi 猛力不逊于张飞

kình₃ *đg* 相争

kình₄ [汉] 勍

kình địch *đg* 激烈对抗: Hai phe đỏ và xanh kình địch với nhau. 红绿两派激烈对抗。 *d* 强敌, 劲敌

kình ngạc *d* 鲸鱼与鳄鱼 (用指凶恶的敌人)

kình ngư *d* 鲸鱼

kính₁ [汉] 镜 *d* 镜, 镜子, 玻璃, 眼镜: kính mát 太阳镜

kính₂ [汉] 敬 *đg* 尊敬, 恭敬: kính người trên 尊重上级

kính ảnh *d* 相机里的感光镜

kính cẩn *t* 肃然, 敬重: Tôi kính cẩn đứng trước mộ liệt sĩ. 我肃然站在烈士墓前。

kính cận *d* 近视镜

kính đổi màu *d* 变色镜

kính hiển vi *d* 显微镜

kính lão *d* 老花镜

kính lão đắc thọ 敬老长寿

kính lúp *d* 放大镜

kính mát *d* 太阳镜

kính mến *đg* 敬爱; 尊敬

kính nể *đg* 敬畏, 敬佩, 敬服: Bọn trẻ đều rất kính nể ông. 小孩子们都很敬畏他。

kính nhi viễn chi 敬而远之

kính phục *đg* 敬佩, 敬服: Họ là giáo viên đáng để chúng ta kính phục. 他们是值得我们敬服的老师。

kính râm=kính mát

kính thiên văn *d* 天文望远镜

kính thuốc *d* [医] 眼疾治疗镜

kính tiềm vọng *d* [军] 潜望镜

kính trọng *đg* 敬重: kính trọng thầy cô giáo 敬重老师

kính vạn hoa *d* 万花筒

kính viễn *d* 远视镜

kính viễn vọng *d* 望远镜

kính yêu *đg* 敬爱; 尊敬: kính yêu cha mẹ 尊敬父母

kíp₁ *d* 班次

kíp₂ *d* 雷管, 引信: lắp kíp vào quả mìn 给地雷装引信

kíp₃ *t* 紧急

kịp *t* 及, 到达, 赶到, 及时: không kịp nữa 来不及

kịp thời *t* 及时: kịp thời phát hiện 及时发现; kịp thời giải quyết vấn đề 及时解决问题

kịt *t* 浓密, 浓稠, 黑压压: đàn kiến đầy kịt 黑压压的蚂蚁群

kĩu kà kĩu kịt [拟] 咿呀

kĩu kịt=kĩu kà kĩu kịt

Km(Kilomet) [缩] 公里, 千米

KT=Kí thay [缩] 代 (某人) 签字, 签名

KTT=khu tập thể [缩] 集体宿舍区, 社区

KW(Kilowatt) [缩] 千瓦

KW-h=Kilowatt-giờ [缩] 千瓦小时, 度

K

L

l₁, L₁ ①越语字母表的第 14 个字母②罗马数字 50

l₂ d 升 (litre 的简写, 同 lít)

la₁ d [动] 骡子

la₂ d [乐] 音阶 6

la₃ đg ①喊叫, 呼喊: la thất thanh 失声喊叫 ②训斥, 责骂: bị mẹ la 被妈妈骂

la₄ t 低低的: bay la 低飞

la₅ [汉] 锣 d 锣: gõ la 敲锣

la₆ [汉] 罗 d 罗网: thiên la địa võng 天罗地网

la bàn d 罗盘

la cà đg 胡混, 东游西逛: Anh la cà ngoài phố một chút. 他在街上胡逛了一阵。

la-de d 激光: đĩa la-de 光碟

la đà đg ①摇曳, 飘摇: Gió đưa cành cây la đà. 风吹树摇。②摇摇晃晃, 踉踉跄跄: Anh uống say đi la đà. 他喝醉酒走路摇摇晃晃的。

la hán d [宗] 罗汉

la hét đg 大声呼号, 呼啸, 呼喊: Bà la hét như điên. 她疯了般大喊。

la làng đg 喊叫, 呼救: vừa ăn cướp vừa la làng 贼喊捉贼

la làng la xóm đg [口] 撒泼, 耍赖: Hắn hơi một tí là la làng la xóm. 他动不动就撒泼。

la liếm đg 四处觅食: Con chó la liếm quanh bếp. 狗在厨房周围觅食。

la liệt t 乱摆放的, 摊得到处都是的: hàng bày la liệt 商品到处摊放

la lối đg ①大喊大叫②大叫大嚷, 叫嚣: la lối om sòm 大呼小叫

La Ni-na d 拉尼娜现象

la ó đg 叫嚷, 大声喊叫, 起哄: Mọi người la ó om sòm. 众人大声喊叫。

la rầy đg 责骂, 呵斥

La sát d [宗] 罗刹

La Thành d 罗城 (河内旧称)

La-tinh (latin) d 拉丁: chữ La-tinh 拉丁文

la trời đg [口] 呼天抢地

la võng d 罗网

là₁ d 绫罗: khăn là 丝巾

là₂ đg 熨: là quần áo 熨衣服

là₃ đg 擦, 贴近, 靠近: Chim là xuống mặt ruộng. 小鸟在田野低飞。

là₄ đg 为, 系, 是: Hà Nội là thủ đô nước Việt Nam. 河内是越南的首都。k ①以为, 认为: Ai cũng cho là đúng. 谁都觉得对。②一…就…; 既然…就…: Cứ đến chủ nhật là mở cửa. 一到星期天就开门。Đã mua là dùng thôi. 既然买了就用吧。tr ①既然是, 作为: Đã là sinh viên phải có hành vi văn minh. 作为大学生举止要文明。②（强调肯定语气或色彩）: Bộ phim rất là hay. 电影很好看。Anh nói như vậy là nó không nghe đâu. 你这么说他不会听的。Hai người chẳng khác nhau là mấy. 两人没多大区别。Toàn thấy người là người. 看到的全是人。

là đà=la đà

là hơi d 蒸汽熨斗 đg 蒸汽熨

là là p 贴着, 擦着: Chim bay là là trên mặt nước. 小鸟贴着水面飞。t 低垂的, 贴地的: cành liễu là là 垂柳低垂

là lạ t 有点陌生的, 有点生疏的

là lượt d 丝织物 t 华丽: quần áo là lượt 衣着华丽

là sà đg 贴近, 低垂

lả₁ d [方] 火: Đốt lả lên. 把火升起。

lả₂ đg ①低垂: Lúa lả xuống. 稻穗垂下来。②身子发软: Mệt lả từ sáng đến giờ. 从上午到现在累得全身发软。③摇晃: Cái cò bay lả bay la. 风筝在天上摇晃。

là lơi *t* ①轻浮：cử chỉ là lơi 举止轻浮②（心神）不定的，飘飘然：con mắt là lơi 眼神不定

là lướt *t* ①飘零，婆娑：tuyết là lướt rơi 雪花飘零②疲累：đi là lướt 吃力地走

là tà *đg* 零散，零落：rơi là tà dưới đất 撒了一地

là thả *t* 耷拉的

lã chã *đg* 涔涔地流：Nước mắt lã chã rơi. 泪如雨下。

lá *d* ①叶子：lá cây 树叶；lá chuối 芭蕉叶②叶状物：lá gan 肝叶③页，张，面，封：lá thư 一封信；lá cờ 一面旗

lá cải *d* 劣质报纸：báo lá cải 街头小报

lá chắn *d* 盾牌，挡箭牌：Dãy núi làm lá chắn cho căn cứ. 山脉是根据地的盾牌。

lá côn *d*[机] 摩擦片

lá cờ đầu *d* 标兵：đơn vị lá cờ đầu 标兵单位

lá cửa *d* 门扇

lá đài *d*[植] 叶托

lá đơn *d* ①[植] 单叶②呈文③供状

lá gai *d* 羽状叶

lá kép *d*[植] 复叶

lá lách *d* 脾

lá lành đùm lá rách 互相帮助，同舟共济

lá làu *d* 落叶：Kiếm ít lá làu để đun. 找些落叶来烧。

lá lốt *d*[植] 假姜，荜拨

lá mạ *d* 禾苗叶

lá mặt *d* ①点心的花边②表面应酬：ăn ở lá mặt 表面应酬

lá mặt lá trái 反复无常

lá mầm *d* 子叶

lá mía *d* ①[生] 鼻中隔②蔗叶：mỏng như lá mía 薄如蔗叶③[机] 簧舌，簧片

lá ngọc cành vàng 金枝玉叶

lá nhãn *d* ①书签，标签②商标：dán lá nhãn 贴商标

lá nhãn lịch *d* 节令表，节气表

lá ong *d* 蜂巢胃，牛胃

lá phổi *d* 肺叶

lá sách *d* 皱胃，牛胃，牛百叶

lá sen *d* 花边领衬

lạ *t* ①陌生，生疏，不熟悉：người lạ 陌生人；trước lạ sau quen 一回生，二回熟②奇怪：chuyện lạ 怪事；của lạ 奇货 *đg* 感到愕然，难理解：Anh còn lạ gì tính nó! 你对他的脾气还感到奇怪吗？ Chuyện ấy có ai lạ đâu. 那事有啥奇怪的？ *p*（异常地）挺，很：Mùa đông mà ấm áp lạ. 冬天却还挺暖。Trong người khó chịu lạ. 觉得浑身挺难受。

lạ đời *t* 乖戾，反常；荒诞：chuyện lạ đời 怪事

lạ hoắc *t* 奇异，陌生：gương mặt lạ hoắc 陌生的面孔

lạ kì *t* 稀奇，怪异，异乎寻常

lạ lẫm *t* ① 新奇：Lần đầu tiên ra thành phố trông cái gì cũng lạ lẫm. 第一次进城，看什么都新奇。②惊奇，意外（常用于否定）：Điều anh nói nghe sao mà lạ lẫm lắm? 你说的听起来怎么觉得那么怪异？

lạ lùng *t* ①奇特，稀奇；怪异，怪僻：căn bệnh lạ lùng 怪病②极妙的，无比的：Đẹp lạ lùng! 美极了!

lạ mắt *t* ①眼生的，少见的：Kiểu áo này lạ mắt. 这款衣服少见。Chiếc xe trông lạ mắt. 这辆车很眼生。②不顺眼的，刺眼的

lạ mặt *t* 陌生的，不认识的，脸生的：người lạ mặt 陌生人

lạ miệng *t*（食品）别有风味：Món này lạ miệng. 这道菜别有风味。

lạ nhà *t* 陌生（地方），不熟悉（地方）：Lạ nhà khó ngủ. 陌生的地方难以入睡。

lạ nước lạ cái 生疏，不适应：Vùng đất mới nhiều người lạ nước lạ cái mà đâm bệnh. 因不适应新的地方，很多人都病了。

lạ nước lạ non 穷乡僻壤

L

lạ tai *t* 耳生的: Nghe lạ tai lắm. 听起来很耳生。

lạ thung lạ thổ 人生地不熟

lạ thường *p* 异常, 异乎寻常: Mùa đông năm nay lạnh lạ thường. 今年冬天异常地冷。

lạ tuyệt *t* 奇绝, 极妙

lác₁ *d* 蒲草: chiếu lác 蒲草席

lác₂ *t* 不对称的: mắt lác 斗眼

lác đác *t* 稀疏, 零星, 稀稀落落: mưa nhỏ lác đác 零星小雨

lác mắt *đg* 另眼相看, 刮目相看

lác rác *t* 稀稀落落, 零星

lạc₁ *d* 花生: bóc vỏ lạc 剥花生; kẹo lạc 花生糖; dầu lạc 花生油

lạc₂ [汉] 落 *đg* ①迷失: đi lạc 迷路②走调: hát lạc giọng 唱歌走调③落: thất lạc 失落; lạc hậu 落后

lạc₃ [汉] 络: liên lạc 联络

lạc₄ [汉] 乐: lạc quan 乐观

lạc₅ [汉] 骆, 貉, 洛

lạc bất tư thục 乐不思蜀

lạc bước *đg* ①失足②迷途, 流落, 走错路

lạc cạc [拟] 砰砰: Tiếng súng nổ lạc cạc. 枪声砰砰作响。

lạc đà *d* 骆驼: lạc đà hai bướu 双峰骆驼

lạc đàn *t* 迷群的: chim lạc đàn 迷群之鸟

lạc đề *t* 离题的: Bài viết bị lạc đề. 文章写离题了。

lạc đệ *đg* [旧] 落第

lạc điệu *t* 走调的: bài hát lạc điệu 唱歌走调

lạc đường *t* 迷途的: đi lạc đường 迷路

lạc giọng *t* 走调的: hát lạc giọng 唱走调

lạc hậu *t* 落后的: tư tưởng lạc hậu 思想落后

lạc hướng *t* 迷失方向的

lạc khoản *d* [旧] 落款

lạc loài *t* 无依无靠, 孤独: kiếp sống lạc loài 孤独一生

lạc lõng *đg*; *t* ①孤单, 形单影只: lạc lõng nơi đất khách quê người 形单影只地流落

他乡②与众不同, 格格不入: lối sống lạc lõng 生活方式与众不同

lạc nghiệp *t* 乐业: Có an cư thì mới lạc nghiệp. 安居才能乐业。

lạc nhân *d* 花生仁

lạc phách *t* 落魄: hồn siêu lạc phách 失魂落魄

lạc quan *t* 乐观: con người lạc quan 乐观的人; tình hình khá lạc quan 情况比较乐观

lạc quan tếu 盲目乐观

lạc quyên *đg* 捐助, 义捐, 募捐: lạc quyên giúp đồng bào bị bão lụt 捐助灾区人民

lạc rang *d* 炒花生

lạc tây *d* [植] 核桃

lạc thành *d* 落成: làm lễ lạc thành 落成仪式

lạc thiên tri mệnh 乐天知命

lạc thổ *d* [旧] 乐土

lạc thú *d* 乐趣: lạc thú gia đình 家庭乐趣

Lạc Tướng *d* [旧] 貉将 (越南鸿庞时期的官衔)

lạc vận *t* 错韵: câu thơ lạc vận 诗歌错韵

lạc vỏ *d* 带壳花生

lạc xon *t* ①贱价: giá bán lạc xon 贱价出卖②低贱: con người lạc xon 低贱的人

lách₁ *d* 脾

lách₂ *đg* 挤, 插: lách vào chỗ đông người 挤进人群

lách bách [拟] 噼噼啪啪

lách chách₁ *t* (像小孩般) 矮小: dáng người lách chách 个子小

lách chách₂ [拟] (轻拍的水声); (小鸟) 啁啾: Tiếng chim non lách chách trong rừng. 小鸟在林中啁啾。

lách tách [拟] ①哔哔剥剥②滴滴答答

lách xách [拟] 叮叮当当

lạch *d* ①小河沟: con lạch 小河沟②河床: Lội sông mới biết lạch nào cạn sâu. 过河才知深浅。

lạch ạch *t* (行走) 笨拙: Con vịt đi lạch ạch.

鸭子走路很笨拙。

lạch bạch [拟] 扑扑: Gà vỗ cánh lạch bạch. 鸡拍翅膀扑扑响。*t* (行走) 摇摇晃晃: Dáng đi lạch bạch như con vịt. 走路像鸭子般一摇一晃的。

lạch cạch [拟] 辘辘: Xe đi lạch cạch. 车走起来辘辘响。

lạch đạch *t* ①一摇一摆: Dáng đi lạch đạch. 走路摇摇摆摆的。②慢吞吞, 迟缓: làm ăn lạch đạch 做事慢吞吞的

lạch ngòi *d* 河沟

lạch phạch [拟] 嘭嘭: Máy bay lên thẳng lạch phạch bay đến. 几架直升机轰鸣着飞了过来。

lạch tạch [拟] 噼里啪啦: lạch tà lạch tạch 噼里啪啦

lạch xạch [拟] 咔嗒, 嘎嘎 *t* 连续不断地: ăn lạch xạch không cho cái miệng nghỉ 嘴不停地吃

lai₁ *d* 衣物边: lai quần 裤边

lai₂ *đg* 接长: lai chân quần 接裤脚

lai₃ *d* 钱 (旧时重量单位): Chiếc nhẫn 2 lai. 戒指两钱重。

lai₄ *đg* 杂交: lai lừa với ngựa 驴马杂交 *t* ①混杂: văn lai 杂文②混种: con lai 混血儿

lai₅ *đg* 驮带, 搭载: lai hai đứa trẻ 搭俩小孩

lai₆ [汉] 来

lai cảo *d* [旧] 来稿

lai căng *t* ①半洋半土的, 外来杂交的: văn hoá lai căng 外来文化②混种的

lai giống *đg* 混种, 杂交: lai giống bò 混种牛

lai hàng *đg* [旧] 归降

lai kinh tế *đg* 杂交: lợn lai kinh tế 杂交猪

lai láng *t* ①洋溢的, 盎然的: lòng thơ lai láng 诗意盎然②漫溢的: Nước chảy lai láng. 水漫得到处都是。

lai lịch *d* 来历: điều tra cho biết rõ lai lịch 查明来历

lai máu *d* 混种, 混血

lai nguyên *d* [旧] 来源

lai nhai *t* 慢腾腾: làm lai nhai suốt cả tháng trời 慢腾腾地干了一个月

lai rai *t* ① 连绵不绝: Mưa lai rai suốt cả tuần. 雨连续下了一星期。②慢吞吞: nhậu lai rai 慢吞吞地吃③零星, 稀稀落落: lai rai mấy sợi tóc bạc 稀稀落落几根白发

lai rai như chó nhai rẻ rách ①絮絮叨叨, 啰啰唆唆②拖拖拉拉, 拖沓

lai sinh *d* [旧] 来生

lai tạo *đg* 杂交: lai tạo giống ngô mới 新杂交玉米种

lai tỉnh *đg* [旧] 醒, 苏醒: Bệnh nhân đã lai tỉnh. 病人醒了。

lai vãng *đg* 来往: Mày có lai vãng gì đến nhà này không? 你和这家有来往吗?

lài₁ *d* [植] [方] 茉莉

lài₂ *t* 倾斜: Đường đi hơi lài. 路有点倾斜。

lài lài *t* 微斜

lài nhài=lai nhai

lài xài *t* 褴褛

lài xài lể lể=lài xài

lải nhải lải nhải=lai nhai

lải rải *t* 偶尔, 断断续续: nói chuyện lải rải 说话断断续续

lãi *d* 利息, 红利, 利润: chia lãi 分红; cho vay lấy lãi 放款取息 *đg* 赚取: buôn một lãi mười 一本万利

lãi cho vay *d* 贷息

lãi đơn *d* 本息

lãi hàng năm *d* 年息

lãi hàng ngày *d* 日息

lãi hàng tháng *d* 月息

lãi kép *d* 复利

lãi lờ=lời lãi

lãi mẹ đẻ lãi con 利滚利

lãi nguyên *d* 毛利

lãi ròng *d* 纯利润

lãi sô *d* 毛利

L

lãi suất *d* 利率：lãi suất ưu đãi 优惠利率

lãi thực *d* 纯利

lái₁ *đg* ①驾驶，开：lái máy bay 驾驶飞机；lái tàu 开火车②调转，岔：lái sang chuyện khác 调转话题 *d* ①舵：người lái 舵手② 司机：bà lái 女司机

lái₂ *d* 贩子：lái trâu 牛贩子

lái₃ *d* 网：lái đánh cá 渔网

lái buôn *d*[旧] 商贩

lái đò *d* 摆渡的船夫

lái vọt *đg* 用桨划船

lái vườn *d* 水果商贩，业余贩子

lái xe *d* 司机：tuyển lái xe cho cơ quan 帮单位聘司机 *đg* 开，驾驶：lái xe ô-tô 开汽车；lái xe chở hàng 开货车

lại₁ [汉] 吏 *d* 吏：tham quan ô lại 贪官污吏

lại₂ *đg* ①来，至：trở lại 返回；kẻ qua người lại 人来人往；qua qua lại lại trước cổng 在门前走来走去②回，还：Người như trẻ lại. 人好像年轻起来。③恢复：Ăn cho lại sức. 吃东西恢复体力。Ốm giờ vẫn chưa lại người. 生病到现在还没恢复过来。④重新，重复：làm lại 重做；Đoạn này nên viết lại. 这段应重写。⑤过，超过，胜过：đánh không lại 打不过⑥表示已完成：ghi lại 记下来；đứng lại 站住；khoá cửa lại 锁好门；gói quần áo lại 包好衣服 *p* ①又，再：Trời lại mưa. 天又下雨了。Bệnh cũ lại tái phát. 旧病再发。②还：Sao lại thế? 怎么还这样？Đã không biết lại còn cãi? 不知道还辩嘴？

lại bữa *đg*（病人）能正常就餐：Nó đã khỏi, đã ăn lại bữa. 他病好了，能正常就餐了。

lại cái *d* ①雌雄同体②阴阳人

lại gan *đg* 解气，息怒：Phải cho nó một trận thì mới lại gan. 要打他一顿才解气。

lại gạo *đg* 返生，翻生：Bánh chưng lâu ngày bị lại gạo. 时间长了粽子会翻生。

lại giống *đg* 返祖

lại hồn *đg* 还魂，缓过劲

lại mặt *đg* 回门（婚俗）

lại mâm=lại quả

lại mũi *đg* 倒针，回针

lại nghỉn *đg* 康复，恢复健康

lại quả *đg* 还礼，回礼（婚俗）

lại sức *đg* 恢复体力

lam₁ *d* 饴糖

lam₂ (lame) *d* 刮脸刀片

lam₃ *d* 橄榄树

lam₄ *đg* 用竹筒煮饭：cơm lam 竹筒饭

lam₅ *t* 蓝色的：áo lam 蓝衣

lam₆ [汉] 褴，岚

lam chướng[旧]=chướng khí

lam khí=chướng khí

lam làm *đg* 勤恳：chịu khó lam làm 工作勤恳

lam lũ *t* ①褴褛②辛劳艰苦：đời sống lam lũ 生活困苦

lam nham *t* 狼藉，乱七八糟：viết lam nham 写得乱七八糟

lam sơn chướng khí=sơn lam chướng khí

làm *đg* ①做：làm việc 做事；làm người 做人②造，作：làm một ngôi nhà mới 盖一幢新房子③劳作，营生：làm thầy thuốc 做医生④当，充当，充任，作为：làm bố 为父；làm sinh viên 作为大学生⑤使，使得，致使：làm hỏng 搞坏⑥装作，矫饰：làm ra vẻ ta đây 摆起臭架子⑦ [口] 宰杀（同 thịt）：làm bò 宰牛

làm ác *đg* 作恶，造孽：làm ác phải tội 作恶多必受惩罚

làm ải *đg* 翻地，旱耕

làm ăn *đg* ①营生，谋生，经营，谋利：vay vốn làm ăn 贷款经营②做事，处事：làm ăn cẩn thận 处事谨慎

làm ẩu *đg* 胡搞，胡作妄为

làm bàm *đg* 嘀咕：Nó làm bàm điều gì không rõ. 他嘀咕什么听不清楚。

làm bàn *đg*[体] 进球

làm bạn *đg* ①交朋友: Đám trẻ dễ làm bạn với nhau. 小孩子很容易成为朋友。②结成伴侣, 结婚: Hai anh chị ấy đã làm bạn hơn một năm. 他们结婚一年多了。

làm bằng *đg* ①以…为凭证, 以…为据: có đủ giấy tờ làm bằng 有足够的材料作为凭证②以…制成: Bàn ghế làm bằng gỗ. 桌椅用木头制成。

làm bậy *đg* 胡搞, 为非作歹: Làm bậy làm càn hậu quả sẽ rất nghiêm trọng. 为非作歹后果将很严重。

làm bé *đg* 做小, 做妾

làm bếp *đg* 当厨, 做饭: dọn dẹp xong là bắt tay làm bếp 收拾完就做饭

làm bia đỡ đạn *đg* 当炮灰: Không chịu làm bia đỡ đạn cho địch. 不甘为敌人当炮灰。

làm biếng *đg*; *t*[方] 懒惰, 惰怠: Nó làm biếng không chịu học. 他懒惰, 不爱学习。

làm bỏ xác *đg* 拼命干: Làm bỏ xác mà thu nhập vẫn ít ỏi. 拼命干而收入依然微薄。

làm bộ *t* ①假装的, 装模作样的: làm bộ xấu hổ 装害羞; làm bộ như không thèm để ý 假装不在意②拿架子的, 摆谱儿的: Anh chỉ giỏi làm bộ. 他就只会拿架子。

làm bộ làm tịch 摆谱儿, 装模作样

làm cái *đg* 坐庄, 做东

làm cao *đg* 摆架子, 翘尾巴: Cậu này mới biết nghề mà đã làm cao. 这小子才学会手艺就翘尾巴了。

làm chảnh *đg* 做作, 装模作样

làm chay *đg* 营斋, 打醮

làm chi *p* 做什么, 干啥: Chuyện đó nhắc lại làm chi! 还提那事干啥!

làm cho *đg* ①使得, 造成: Ai làm cho vợ xa chồng? 是谁使夫妻分离?②代做, 来做: Cái ấy anh để tôi làm cho. 那事你让我来做。

làm chủ *đg* 做主, 当家做主

làm chứng *đg* 做证: người làm chứng 证人

làm cỏ *đg* ①除草: Ruộng vườn không ai làm cỏ. 田里没人除草。②杀戮, 屠杀: Bọn giặc có ý đồ làm cỏ cả làng. 敌人要把整村的人都杀光。

làm cỗ *đg* 办酒筵: làm cỗ mười bàn 办了十台酒筵

làm công *đg* 做工, 干活: làm công khoán 包工; làm công giờ 小时工; làm công tháng 月工

làm cụt hứng *đg*[口] 煞风景, 扫兴

làm dáng *đg* ①作态, 造作, 装模作样: tính thích làm dáng 喜欢造作②爱打扮, 臭美

làm dầm *đg* 水耕

làm dâu *đg* 为人妻, 做媳妇

làm dâu trăm họ 做百家媳(意指要顾及方方面面)

làm dấu *đg* 做记号, 做标记: làm dấu chỉ đường cho những người đến sau 为后面的人做标记

làm dấu thánh *đg* 画十字

làm dịu *đg* ①缓和: làm dịu tình hình căng thẳng thế giới 缓和国际紧张局势② [医] 镇痛

làm dối *đg* 做假, 做眼前活: ăn thực làm dối 真吃假干

làm duyên *đg* 修饰, 打扮, 装扮

làm duyên làm dáng 搔首弄姿

làm dữ *đg* 大吵大闹, 寻衅闹事: Tính bà ấy thích làm dữ. 她爱大吵大闹。

làm đầu *đg* 做头发, 美发: hiệu làm đầu 美发店

làm đẹp *đg* 打扮, 装扮: biết làm đẹp 会打扮

làm đêm *đg* 值夜勤, 打夜更, 上夜班

làm đĩ *đg* 做娼, 为娼

làm điệu=làm dáng

làm đỏm *đg* 爱打扮, 爱漂亮; 臭美: Nó trở nên hay làm đỏm như con gái. 他变得像姑娘那样爱漂亮。

làm đồng *đg* 下地, 种地

làm đồng mẫu số *d* [数] 通分

làm đồng nào，sào đồng ấy 今朝有酒今朝醉

làm đơn giản *đg* 简化：làm đơn giản thủ tục 简化手续

làm eo *đg* 上书，要挟：Anh làm eo để đòi thêm tiền công. 他要挟加工资。

làm gái *đg* 做娼，做小姐

làm gì *tr* ①做什么：Đến làm gì? 来干什么? Chuyện đó thì nói làm gì? 还说那事干什么? ②怎能，哪会：Làm gì có chuyện ấy? 哪有这回事?

làm già *đg* 得寸进尺，倚老卖老

làm giả *đg* ①假冒，假扮，冒充②伪造：làm giả giấy tờ sử dụng xe 伪造车辆行驶证

làm giàu *đg* ①发家，致富：chỉ lo làm giàu một mình心思发家致富②使丰富：làm giàu trí thức 丰富知识

làm giấy *đg* 签约，办手续，立据

làm giùm *đg* 帮忙，代办

làm giúp *đg* 帮忙，代办：Công ti sẽ làm giúp thủ tục cho quí khách. 公司将为客户代办手续。

làm gỏi *đg* ①送命：Thằng giặc nào đến đây là làm gỏi thằng đó. 谁来就让他送命。② 宰，干掉：Du kích làm gỏi thằng đồn trưởng ác ôn. 游击队员把恶棍屯长给干掉了。

làm gương *đg* 为鉴，做榜样，示范：làm gương sáng cho muôn đời mai sau 为万世做榜样

làm hiểm *t* 坏意，小气

làm hình làm dạng 装模作样

làm hộ=làm giúp

làm khách *đg* ①做客②客气，客套：Anh đến nhà mình thì bạn không nên làm khách. 你到了我家就别客气。

làm khó dễ *đg* 为难，刁难，找麻烦：Họ muốn làm khó dễ đấy. 他们是在刁难人。

làm khoán *đg* 承包，包工：thực thi chính sách làm khoán từng gia đình 实行包产到户

làm khô *đg* 烘干，晾干，使干燥

làm khổ *đg* 折磨，揉搓：Thời tiết thất thường làm khổ người nông dân. 反常天气使农民备受折磨。

làm không bõ công 得不偿失

làm không công 无偿劳动：chấp nhận làm không công trong thời gian thử việc 同意在试工期无偿劳动

làm kiểu *đg* 做样子

làm lại *đg* 重做，返工：một nửa công việc phải làm lại 有一半要返工

làm lăng=làm lơ

làm lành *đg* 和好，言归于好：Đôi vợ chồng lại làm lành rồi. 他们夫妇俩又言归于好。

làm lấy lệ *đg* 搪塞，应付差事，交差

làm lẽ *đg* 为妾，做小

làm lễ *đg* 举行仪式：làm lễ mừng Quốc khánh 举行庆祝国庆仪式

làm lếu làm láo *đg* 粗制滥造：làm lếu làm láo làm lại 粗制滥造要返工

làm loạn *đg* 制造混乱，作乱：hòng làm loạn cho xã hội 企图给社会制造混乱

làm lông *đg* ①拔毛，去毛：làm lông con gà 拔鸡毛②狠批，猛训：Hôm nay nó bị làm lông. 今天他被狠批了一顿。

làm lơ *đg* 佯装不知：làm lơ như không biết 装作不知道

làm lụng *đg* 劳作，操劳

làm luống *đg* 作畦，打垄

làm ma *đg* 营葬：làm ma cho mẹ 给母亲营葬

làm mai=làm mối

làm màu *đg* 种杂粮

làm mắm *đg* 腌鱼虾做酱：Mua mớ tép riu để làm mắm. 买点小虾米做虾酱。

làm mặt *đg* 做表面文章

làm mất lòng *đg* 得罪，开罪：làm mất lòng

người ta 得罪人

làm mất mặt *đg* 丢面子: làm mất mặt người ta 让人丢面子

làm mẫu *đg* ①制作样品②陈列商品

làm mối *đg* 做媒: Nhờ bà làm mối cho con út. 托您给我小儿子做媒。

làm mùa *đg* 秋耕

làm mưa làm gió 兴风作浪；呼风唤雨

làm mướn *đg* 打工, 扛活儿: đi làm mướn 去打工

làm nên *đg* 做成, 成就: Thằng bé thông minh, sau này ắt hẳn làm nên. 这孩子聪明, 将来定有出息。

làm ngơ=làm lơ

làm nguội *đg* 冷却: khâu làm nguội 冷却工序

làm người *đg* 做人, 为人: đạo lí làm người 为人之道

làm nhục *đg* 侮辱, 玷辱: làm nhục gia phong 有辱家风; làm nhục phụ nữ 侮辱妇女

làm như lễ bà chúa mường 磨洋工

làm nổi *đg* ①胜任②使…突出

làm nũng *đg* 撒娇, 发嗲: Cô bé làm nũng với mẹ. 小女孩对妈妈撒娇。

làm nương *đg* 刀耕火种, 烧垦

làm oai *đg* 作威, 耍威风

làm oai làm tướng 作威作福

làm ơn *đg* ①行善, 施恩, 做好事②劳驾: Làm ơn cho mượn tờ báo. 劳驾借一下报纸。

làm ơn nên oán 好心不得好报

làm phách=làm bộ

làm phản *đg* 造反

làm phép *đg* ①作法, 施法: thầy phù thuỷ làm phép 巫师作法②敷衍, 搪塞: ăn làm phép 随便吃点儿

làm phiền *đg* 打搅, 添麻烦, 打扰: Làm phiền bác nhé! 给您添麻烦了！

làm phúc *đg* ①[宗] 布施②行善, 做好事, 积德: chữa bệnh làm phúc 治病积德

làm phúc cho trót 救人救到底

làm phúc phải tội 好心不得好报

làm quà *đg* ①做礼物, 做赠品: Mua tấm áo làm quà biếu mẹ. 买件衣服给妈妈做礼物。②取悦, 充当笑料: nói câu chuyện làm quà 讲故事取悦大家

làm quen *đg* ①结交, 结识: Hai người mới gặp là làm quen ngay. 两人刚见面就结交上了。②接触, 熟悉: làm quen với công tác 熟悉工作

làm rầy *đg* 打扰, 劳烦

làm rẫy *đg* 刀耕火种, 烧垦

làm riêng *đg* 单干

làm rối *đg* 扰乱, 打扰: làm rối trật tự trị an xã hội 扰乱社会治安

làm ruộng *đg* ①耕田, 种地: sống bằng nghề làm ruộng 以耕田为生②务农: về quê làm ruộng 回乡下务农

làm sao ①为什么: Làm sao mà khóc? 为什么哭？②怎么, 怎样: Làm sao mà cắt nghĩa được? 怎么能解释？③多么: Đẹp làm sao! 多美啊！ Hoa mới thơm làm sao! 花多香啊！ ④有问题, 有事: Nhà cháy nhưng không ai làm sao. 房子被火烧但谁都没事。

làm thay *đg* 代做, 代办: bao biện làm thay 包办代替

làm thân *đg* 攀交情, 使亲近: Hai người làm thân với nhau. 两人互攀交情。

làm thầy *đg* 为师: Làm thầy thì phải gương mẫu. 为师要起表率作用。

làm theo *đg* 仿效, 仿照, 遵循: làm theo kinh nghiệm thành công 仿效成功经验

làm thinh *đg* 装蒜, 不吭气, 装聋作哑: Hắn một mực làm thinh. 他一味装聋作哑。

làm thịt *đg* ①宰杀: làm thịt gà 杀鸡②洗白, 被宰: Canh bạc hôm qua nó bị làm thịt nhẵn túi. 昨天那个赌局他被宰光了。

làm thuê=làm mướn

L

làm thuốc *đg* 行医

làm tiền *đg* (用不当手段) 弄钱, 搞钱

làm tin *đg* 人质, 信物

làm tình *đg* 做爱

làm tình làm tội 处处为难; 百般刁难

làm tôi *đg* 当臣民, 当仆从

làm tội *đg* ①惩办, 惩处②折磨: Rượu chè, làm tội vợ con. 酗酒使妻儿遭罪。

làm tới *đg* 步步紧逼, 得寸进尺, 咄咄逼人

làm trai *đg* (作为) 男子汉, 男子, 大丈夫: Làm trai cho đáng nên trai. 男人要有男人的样。

làm trái *đg* 违反, 违背, 背道而驰: làm trái hợp đồng bị phạt 违反合同被罚

làm trò *đg* 演小丑, 说笑, 逗乐: chú khỉ làm trò khỉ làm trò khỉ khỉ làm trò trò khỉ làm trò khỉ làm trò ảo thuật 变魔术逗乐

làm tròn *đg* 完成, 尽职: làm tròn nhiệm vụ do cấp trên giao cho 完成上级交给的任务

làm trời *đg* 横行霸道, 无法无天

làm trước bỏ sau 有始无终

làm tuổi *đg* 做寿

làm vầy 这么, 这样: Sao mà âu sầu làm vầy? 怎么这样忧愁?

làm vệ sinh *đg* 打扫卫生, 搞卫生, 大扫除: Cả trường thứ 7 làm vệ sinh. 全校周六大扫除。

làm vì *đg* 任虚职, 挂名: giám đốc làm vì 挂名经理

làm việc *đg* 做事, 办事, 办公, 工作: giờ làm việc 工作时间; làm việc ở một công ti lớn 在一家大公司工作; làm việc trong ngành ngân hàng 在银行做事

làm vườn *đg* 种菜: Chị cũng thử làm vườn trên mạng Internet đi. 你也试一下在网上种菜吧。

làm xàm *đg* 啰啰唆唆: nói làm xàm tối ngày 日夜不停地啰唆

làm xằng *đg* 瞎搞, 胡来, 任意乱作: Cảnh cáo mày đừng làm xằng. 警告你别胡来。

làm xằng làm bậy 胡作非为

làm yếu *đg* 削弱: Khủng hoảng tài chính đã làm yếu thực lực kinh tế. 金融危机削弱了经济实力。

lảm nhảm *đg* 胡言乱语

lạm [汉] 滥 *đg* 滥用: tiêu lạm vào quĩ công 滥用公款

lạm bổ *đg* 乱摊, 乱收费

lạm dụng *đg* 滥用: lạm dụng quyền hành 滥用职权

lạm phát *d* 通货膨胀

lạm quyền *đg* 滥权, 滥用职权

lạm sát *đg* 滥杀, 乱宰: lạm sát người vô tội 滥杀无辜

lạm thu *đg* 乱收乱征

lạm xạm *t* 乱七八糟, 不入流, 不上眼: con người lạm xạm 不入流之人

lan₁ [汉] 兰 *d* 兰花: lan tím 紫兰花; lan huệ 蕙兰

lan₂ *đg* 蔓延: Lửa cháy lan sang nhà bên. 火蔓延到隔壁。

lan₃ [汉] 栏

lan can *d* 栏杆

lan man *t* 冗长, 延绵不断: Nói chuyện lan man không vào đề. 讲话冗长不切题。

lan nhã *d* [宗] 兰若

lan-tan *d* [化] 镧

lan toả *đg* 弥漫, 发出, 传遍: Mùi hoa quế lan toả khắp ngôi thành Quế Lâm. 桂花香飘满桂林。

lan tràn *đg* 蔓延, 漫溢, 泛滥: Phòng chống cúm A lan tràn trong toàn quốc. 防止甲型流感在全国蔓延。

lan truyền *đg* 传播, 流行

làn₁ *d* 篮子: xách làn đi chợ 提着篮子上街

làn₂ *d* ①股, 阵: làn gió 一阵风②表皮, 层面: làn da 皮肤; làn tóc đen 一头黑发

làn₃ *d* 行车道: có hai làn đường 有两个车道

àn điệu *d* 曲调：làn điệu vui tươi 欢快的曲调

àn làn *t* ①差不多的：Mấy thửa ruộng làn làn như nhau. 几块地差不多。②一路坦途的

làn lạt *t* 满满的，不计其数的

àn sóng *d* ①波澜，波涛，波浪：làn sóng to vỗ bờ 惊涛拍岸 ②[无]周波，波长：làn sóng điện 电波

làn thu thuỷ *d* 秋波

ãn công *đg* 怠工，不出工：Lãn công đòi tăng lương. 怠工要求加工资。

án *d* 临时小竹屋：Chặt cây làm lán. 砍树做临时小竹屋。

án trại *d* 工棚

lạn mạn=lãng mạn

lang₁ *d*[旧] 郎中：thầy lang 郎中

lang₂ [汉] 郎 *d*[旧] 郎：quan lang 郎官；lang quân 郎君

lang₃ [汉] 狼 *d* 狼：lòng lang dạ thú 狼心狗肺

lang₄ *t* 带白斑点的：lợn lang 带白斑点的猪 *d* 白癜风：lang ben 白癜风

lang₅ *d* 白薯

lang₆ [汉] 廊 *d* 廊：hành lang 走廊

lang₇ *p* 到处，随处：Gà đẻ lang. 鸡到处下蛋。

lang₈ [汉] 跟

lang bang *đg* 浪荡，乱逛

lang bạt *đg* 漂泊，流落，流浪：lang bạt khắp nơi 到处流浪

lang băm *d* 庸医

lang chạ *đg* ①混杂，杂乱：ở lang chạ 杂居；hạng người lang chạ 人员杂乱 ②随处

lang lảng *đg* 悄悄走开，远远躲开，悄悄避开

lang lổ *t* 花花绿绿，斑驳，乌七八糟：Bức tường có nhiều vết lang lổ. 墙上乌七八糟的。

lang miếu *d* 祭坛，太庙

lang quàng *t* 乱七八糟，污言秽语：ăn nói lang quàng 胡说八道

lang sói *d* ①豺狼 ②残暴之人

lang tạ *t* 狼藉：mâm bát bày lang tạ 杯盘狼藉

lang thang *đg* ①瞎晃 ②流浪，游荡：Bà lang thang từ nơi này đến nơi khác. 她到处流浪。

lang thang lướt thướt 衣衫褴褛地到处流浪

lang trắng *d*[医] 白癜风

lang trung *d*[旧] 郎中

lang tử dã tâm 狼子野心

lang vườn=lang băm

làng₁ *d* ①乡（行政单位）②同行，同仁：làng báo 报界

làng₂ *t* 老花的，老视的：Tuổi già mắt đã làng. 年纪大了，眼老花了。

làng bẹp *d* 烟鬼，鸦片鬼

làng cang 门闩 *đg* 翻筋斗，空翻跳

làng chàng *đg* 乱逛：Mấy đứa trẻ làng chàng trên phố. 几个小毛孩在街上乱逛。

làng chiến đấu *d* 战斗村

làng chơi *d* 嫖客；赌徒

làng lạc *t*(声音) 有点变：Giọng bác nghe làng lạc. 你的声音听起来有点变化。

làng mạc *d* 村落，村庄

làng nghề *d* 专业村：làng nghề dệt lụa 丝绸专业村；khôi phục làng nghề truyền thống 恢复传统专业村

làng nhàng *t* ①瘦削，清瘦：Người làng nhàng nhưng ít ốm. 身体瘦削但很少生病。②中等，一般：sức học làng nhàng 学习能力一般

làng nước *d* 本乡本土，乡里乡亲

làng ràng *t* 纠缠的，磨人的：làng ràng vướng chân vướng tay 碍手碍脚的

làng trên xóm dưới 左邻右舍

làng xàng *t* 一般，平常：nhà cửa làng xàng 家境一般

làng xóm *d* ①乡村：làng xóm thưa thớt 村落

L

稀疏②邻里,同乡

lảng₁ đg ①躲开,溜走: Cứ trông thấy tôi là hắn lảng. 看到我他就躲。②打岔: Anh vội nói lảng sang chuyện khác. 他赶忙转移话题。

lảng₂ t 耳朵背

lảng bảng=bảng lảng

lảng cảng [拟] (陶瓷器皿碰撞的响声)

lảng chơi đg 流连: lảng chơi quên cả đường về 流连忘返

lảng đảng=lãng đãng

lảng nhách t 无趣,没品

lảng sảng [拟] 当啷,咣咣当当

lảng tai đg (因心不在焉) 听不清

lảng tảng t 陆陆续续

lảng tránh đg ①躲避,避开: lảng tránh bạn bè 避开朋友②避免提及,回避: lảng tránh vấn đề 回避问题

lảng trí đg 走神,疏神: Học trò lảng trí không nghe lời giảng. 学生走神不听讲课。

lảng vảng đg 徘徊,转来转去: Mấy tên lưu manh lảng vảng ở sân ga. 几个流氓在车站转来转去。

Lãng Bạc d 浪泊 (河内西湖旧称)

lãng đãng đg 浪荡,飘浮,飘悠

lãng mạn t 浪漫: văn học lãng mạn 浪漫文学; tình yêu lãng mạn 浪漫的爱情; tư tưởng lãng mạn 浪漫的思想

lãng phí đg 浪费: lãng phí thời gian 浪费时间; lãng phí tiền bạc 浪费金钱

lãng quên đg 遗忘,忘却: Chúng tôi không thể lãng quên những kỉ niệm đẹp lúc thiếu thời. 我们不能忘却儿时美好的回忆。

lãng tử d 浪子,流浪汉: anh chàng lãng tử 浪子哥

lãng xẹt t 无聊,乏味: vở kịch lãng xẹt 无聊的戏

láng₁ đg 急转: Bỗng nhiên xe láng sang bên phải. 车子突然向右急转。

láng₂ đg ①抹平: Nền nhà láng xi măng. 房子的地面抹水泥。②漫溢: Nước sông láng đều mặt ruộng. 河水漫过田地。t 锃亮 Giày mới đánh xi đen láng. 刚擦过油的皮鞋锃亮。d 单面丝光玄布

láng bóng t 锃亮;乌亮: chiếc xe màu đen láng bóng 乌黑锃亮的小轿车

láng cháng đg ①乱晃,瞎逛: Anh suốt ngày láng cháng không thấy làm việc. 他整天瞎逛不干活。②乱说,不着边际: Anh ấy nói láng cháng một hồi rồi bỏ đi. 他瞎说一通就走了。

láng coóng t 锃亮;崭新

láng giềng d ①邻居,街坊: bà con láng giềng 街坊邻居②毗邻,相邻: các nước láng giềng 邻邦

láng lẩy t 锃亮

láng máng t 隐隐约约,模模糊糊: Ông láng máng nghe có tiếng khóc của trẻ em. 他隐隐约约听到有小孩的哭声。

láng muốt t 滑腻

láng nguyên t 滑溜

láng nhuốt t 滑腻,滑润

lạng₁ [汉] 两 d 两: kẻ tám lạng người nửa cân 半斤八两

lạng₂ đg 横切,片肉: lạng thịt để nấu canh 片点肉煮汤

lạng₃ t 倾斜: Xe lạng sang một bên. 车身斜到一边。

lạng₄ [汉] 凉

lạng chạng đg 踉踉跄跄

lạng quạng t 东倒西歪: đi lạng quạng 走路东倒西歪

lạng rạng t 天蒙蒙亮的

lạng ta d 市两

lanh₁ d 亚麻: vải lanh 亚麻布

lanh₂ t ①敏捷,快速: lanh chân lanh tay 快手快脚②聪敏,机灵: Con bé lanh lắm. 小姑娘机灵得很。

lanh canh [拟] 叮叮: Lanh canh như tiếng thuỷ tinh va vào nhau. 叮叮地响就像玻璃相碰。

lanh chanh t 冒失, 毛手毛脚

lanh lảnh t 嘹亮, 高亢: tiếng hát lanh lảnh 歌声嘹亮

lanh lánh t (眼睛) 乌溜溜

lanh lẹ t 敏捷, 快捷: phản ứng lanh lẹ 反应敏捷

lanh lẹn=nhanh nhẹn

lanh lợi t 聪明, 伶俐: toát ra vẻ lanh lợi 透出一股聪明劲

lanh mán d [植] 苓蔓麻

lanh mồm lanh mép 伶牙俐齿

lanh tanh t [拟] 咕嘟: Nước chảy lanh tanh trong cái vạt sành. 水在锅里咕嘟咕嘟地响。

lanh tô d (门框上) 上槛

lành t ①完好, 完整完好无缺, 完好无损: áo lành 衣服完好无损; Không còn cái bát nào lành. 没一个碗是好的。②善良: Cô bé rất lành. 小姑娘很善良。③吉祥, 好: tin lành 好消息; ngày lành tháng tốt 良辰吉日④温和: khí hậu lành 气候温和; món ăn lành 温和的食品 dg 痊愈: Bệnh đã lành. 病已痊愈。

lành canh d [动] 鲚: cá lành canh 鲚鱼

lành chanh t 争强好胜: tính lành chanh 天性喜欢争强好胜

lành chành t ①随便: đồ đạc lành chành 东西随便乱丢②东摸西摸: tối ngày lành chành cái này cái nọ 一天到晚东摸西摸的

lành làm gáo, vỡ làm môi 好做瓢, 坏做勺 (喻物尽其用)

lành lạnh t (天气) 有点冷: Thời tiết lành lạnh. 天气有点冷。

lành lặn t 完整, 完好: quần áo lành lặn 衣服完好; Bị thương nhưng tay chân vẫn còn lành lặn. 受伤了, 但手脚都完好无损。

lành lẽ=lành lặn

lành mạnh t 健康, 康宁, 良好: nếp sống lành mạnh 良好的生活方式

lành nghề t (技术) 熟练, 精湛: công nhân lành nghề 熟练技工

lành như bụt 菩萨心肠

lành phành t 碎裂, 破碎

lành tính t ①善良: cô gái lành tính 善良的姑娘②良性: u lành tính 良性肿块

lành tranh lành trói=đành hanh

lành trơn t 完好: Cái áo lành trơn. 这件衣服完好无损。

lảnh₁ t (声音) 高亢清脆响亮

lảnh₂ t 偏僻, 隐蔽: ở lảnh trong núi 隐居深山

lảnh lảnh=lanh lảnh

lảnh lói t (声音) 嘹亮悠长: Vang lên một tiếng còi tàu lảnh lói. 响起一声嘹亮悠长的船笛声

lảnh lót t (声音) 清脆嘹亮: tiếng chim lảnh lót 鸟儿清脆的鸣叫声

lãnh [汉] 领

lãnh binh d [旧] 总兵 (封建时代省级军事领导人)

lãnh cảm t 性冷淡的

lãnh chúa d 领主

lãnh đạm t 冷淡: thái độ lãnh đạm 态度冷淡

lãnh đạo d 领导: lãnh đạo các cấp 各级领导 dg 领导, 引导: lãnh đạo đấu tranh 领导斗争

lãnh địa d 领地

lãnh hải d 领海

lãnh hội dg 领会

lãnh không d 领空

lãnh sự d 领事: tổng lãnh sự 总领事; lãnh sự quán 领事馆; lãnh sự tài phán 领事裁判权

lãnh thổ d ①领土, 国土: bảo vệ chủ quyền lãnh thổ 保卫领土主权②地区: Dự hội nghị có chín quốc gia và lãnh thổ Đông Á. 参加会议的有东亚的九个国家和地区。

L

lãnh thổ bổ sung *d* 飞地

lãnh tụ *d* 领袖

lãnh vực *d* 领域

lánh₁ *đg* 闪避, 躲避, 回避: tạm lánh mấy ngày 暂避几天

lánh₂ *t* 黑亮: đen lánh 黑亮黑亮的

lánh mặt *đg* 回避, 避而不见: Mấy lần chị đều mượn cớ lánh mặt. 几次她都借故回避。

lánh mình *đg* 闪人, 藏身, 隐身: Anh lánh mình sau cây to. 他藏在大树后。

lánh nạn *đg* 避难, 逃难: lánh nạn ở quê người 逃难他乡

lạnh *t* ①冷: nước lạnh 冷水②发冷的: sợ lạnh cả người 怕得全身发冷 ③冷淡, 冷漠: giọng cứ lạnh như không 声音冷漠④冷色的: Anh ấy thích dùng đồ màu lạnh. 他喜欢用冷色的东西。

lạnh bụng *đg* 腹泻

lạnh buốt *t* 刺骨, 冰冷: Gió bắc tràn về lạnh buốt. 吹北风冷得刺骨。

lạnh dạ=lạnh bụng

lạnh gáy *t* 脊梁骨冒凉气的, 后脑勺发冷的 (指害怕)

lạnh giá *t* 冰凉, 冰冷: bàn tay lạnh giá 手冰冷

lạnh lạnh *t* (天气)有点冷

lạnh lẽo *t* ①冷: Thời tiết lạnh lẽo. 天气冷。②冷落, 冷清: căn phòng lạnh lẽo 房间冷清③冷淡: thái độ lạnh lẽo 态度冷淡

lạnh lùng *t* ①冰冷, 寒冷: đêm đông lạnh lùng 寒冷的冬夜②冷淡, 冷漠: vẻ mặt lạnh lùng 冷淡的样子

lạnh ngắt *t* 冷森森, 冷飕飕

lạnh người *t* (害怕到) 全身冒冷气: Khi nghe thấy câu trả lời của hắn, chị ấy lạnh người. 听到他的回答, 她全身冒冷气。

lạnh nhạt *t* 冷淡: thái độ lạnh nhạt 态度冷淡

lạnh như tiền 冷冰冰, 冷若冰霜: mặt lạnh như tiền 脸冷冰冰的

lạnh tanh *t* 冷清, 冷寂: bếp lạnh tanh 冷锅冷灶

lạnh toát *t* 冷峭, 冰冷: đôi tay lạnh toát 双手冰冷

lạnh xương sống *t* 毛骨悚然

lao₁ [汉] 痨 *d* 痨, 结核: bệnh lao 痨病

lao₂ *d* [汉] 牢 *d* 厩, 栏, 牢: nhà lao 牢房

lao₃ *d* 镖, 镖枪 *đg* ①投, 掷: lao sào 掷标枪; lao mình xuống sông 投江②冲, 冲刺: lao vào 冲入

lao₄ [汉] 劳

lao chao *đg* 摇曳, 摇晃

lao công *d* 劳工

lao da *d* 皮肤结核

lao dịch *d* [旧] 劳役

lao đao *t* ①眩晕的, 昏头昏脑的: lao đao như người bị say sóng 像晕船一样头昏眼花②艰难, 窘迫, 漂泊: cuộc sống lao đao 漂泊的生活

lao động *đg* 劳动: lao động quên mình 忘我劳动 *d* 劳动者, 劳动力: lao động tiên tiến 先进劳动者; thiếu lao động nghiêm trọng 劳动力严重缺乏; nâng cao năng suất lao động 提高劳动效率; lãng phí lao động 浪费劳动力

lao động chân tay *d* 体力劳动

lao động thặng dư *d* 剩余劳动力

lao động trí óc *d* 脑力劳动

lao hạch *d* 淋巴结核

lao họng *d* 喉结核

lao khổ *t* 劳苦: quần chúng lao khổ 劳苦大众

lao khớp xương đầu gối *d* 膝关节结核

lao liếng *d* 劳碌, 劳瘁: lao liếng làm ăn 不辞劳苦

lao lung *d* [旧] 牢笼: tư tưởng lao lung 思想牢笼 *t* 劳顿, 劳累: kiếp sống lao lung 一生劳顿

lao lực *đg* ① [旧] 劳力: lao tâm lao lực 劳心

L

劳力②耗尽体力: chết vì lao lực 耗尽体力而死

lao màn *d* 竹蚊帐杆

lao màng óc *d* [医] 结核性脑膜炎

lao ngục *d* 牢狱

lao nhao *đg*; *t* 吵闹, 嘈杂, 骚动: cười nói lao nhao 说笑声嘈杂

lao phiền *t* 辛劳

lao phổi *d* 肺痨

lao rao=lao xao

lao tâm khổ trí 劳心苦智

lao tâm khổ tứ 劳心费神; 苦思冥想

lao thận *d* 肾结核

lao trùng *d* 痨菌

lao tù *d* [旧] 囚牢

lao tư *d* 劳资: lao tư lưỡng lợi 劳资两利

lao vụ *d* 劳务: thanh toán tiền lao vụ 结算劳务费

lao xao *t* 喧哗, 喧闹 [拟] 沙沙, 哗哗: Gió thổi rừng cây lao xao. 风吹树林沙沙响。Tiếng sóng ngoài sông vọng lại nghe lao xao. 河那边传来哗哗的水声。

lao xương sống *d* 脊柱结核

lào phào [拟]（微弱夹杂着喘气的说话声）

lào quào=láo quáo

lào rào [拟] 哗哗, 沙沙

lào xào [拟] 叽叽咕咕: lào xào bàn tán 叽叽咕咕地议论

lảo đảo *đg* 踉跄, 跌跌撞撞: bước đi lảo đảo 步伐踉跄

lão [汉] 老 *t* ①老: ông lão 老头; bà lão 老太婆; lên lão 人老了 ②（男人）上年纪的: lão nghệ nhân 老艺人; lão thầy bói 算命的老先生; lão địa chủ 老地主 *d* ①老者自称: lão già 老夫; Để lão kể cho các cháu nghe. 让老夫我讲给你们听。②老头（扑克中的王）

lão bệnh học *d* 老年病学

Lão giáo *d* 老教（指老子之道）

lão hoá *đg* 老化: lão hoá khớp xương 关节老化; bộ não bị lão hoá 大脑老化

lão học=lão bệnh học

lão hủ *đg* 老朽

lão khoa *d* 老年科: chuyên gia về lão khoa 老年科专家

lão làng *d*（德高望重的）老者 *t* 德高望重的

lão luyện *t* 老练

lão nhiêu *d* [旧] 老饶（旧时农村六十岁以上可免税者）

lão niên *d* 老年

lão nông *d* 老农

lão suy *đg*; *t* 衰老: hiện tượng lão suy 衰老现象

lão thành *t* 老成, 练达; 老一辈的: nhà văn lão thành 老一辈作家; nhà giáo lão thành 老一辈教育家; cán bộ lão thành cách mạng 老一辈革命家

lão thị *d* 老花眼

lão tướng *d* 老将

láo *t* ①放肆, 无礼: Nói láo! 放肆! Thằng bé láo lắm! 这家伙太无礼了! ②虚假, 不实, 胡来（同 lếu）: báo cáo láo 虚报

láo khoét *t* 刁讹

láo lếu=lếu láo

láo liên *đg*; *t* 东张西望

láo nháo *t* 混杂, 嘈杂, 混乱: làm ăn láo nháo 做事混乱; Hành khách đứng ngồi láo nháo. 客人有的坐, 有的站, 很混乱。

láo quáo *t* 轻率, 轻举妄动: làm ăn láo quáo 处事轻率

láo toét=láo

láo xược *t* 轻慢, 无礼, 没大没小, 没家教: thằng bé láo xược 小孩子没礼貌

lạo lạo *t* 神气: mặt lạo lạo thế mà ngu 外表神气内里笨

lạo xạo [拟] 嚓嚓, 咔嚓: Mọi người đi trên đá sỏi nghe thấy tiếng lạo xạo. 大家走在石子上听到咔嚓咔嚓响。

L

láp nháp *t* 肮脏潮湿: Mảnh sân ướt láp nháp. 院子里又湿又脏。

lạp *d* 腊月 (阴历十二月)

lạp xường *d* 腊肠

lát₁ *d* 红色木板

lát₂ *d* 薄片: lát cá 鱼片

lát₃ *d* 一会儿: lát nữa 待会儿

lát₄ *đg* 铺,抹,砌: lát sàn 铺地板; lát gạch 砌砖

lát chát [拟] 乒乓; 噼啪: súng nổ lát chát 枪声噼噼啪啪地响

lát hoa *d* 花纹木

lát sát *t* (声音) 尖细: Bà ta mắng con lát sát cả ngày. 她整天尖声骂孩子。

lát ti *d* 胶合板

lát-xê *đg* 冷冻,冰冻: Lát-xê rượu sâm banh trước khi uống. 把香槟冰镇一下再喝。

lạt₁ *d* 竹篾: lạt tre 篾条

lạt₂ *t* ①味淡: ăn lạt 口味淡②浅淡: màu xanh lạt 淡蓝色③淡薄: lạt tình 薄情; cười lạt 干笑

lạt lẽo=nhạt nhẽo

Lạt ma *d* [宗] 喇嘛: Lạt ma giáo 喇嘛教

lạt mềm buộc chặt 以软制人;以柔克刚

lạt nhách *t* 淡而无味: canh lạt nhách 清汤水

lạt rạt [拟] (低沉不断的响声): Sóng nhỏ vỗ vào mạn tàu lạt rạt. 小浪花拍打着船舷。

lạt sạt [拟] 唰唰,嚓嚓: tiếng chổi quét sân lạt sạt 扫帚扫院子的唰唰声

Latin (la-tinh) *t* 拉丁: tiếng Latin 拉丁语; chữ cái Latin 拉丁字母

lau₁ *d* 芦苇: lau lách 芦苇

lau₂ *d* 蜂雀: chim lau 蜂雀

lau₃ *đg* 揩擦,擦拭: lau bàn 擦桌子; lau mồ hôi 擦汗; lau bảng 擦黑板; lau nhà 擦地板

lau chau *t* 匆匆: tính hay lau chau 性格急; chưa nghe xong đã lau chau phản đối 没听完就急着反对

lau chùi *đg* 擦拭,揩擦: Bàn ghế được lau chùi sạch sẽ. 桌椅擦拭得很干净。

lau hau=lau nhau

lau láu *t* 连珠炮似的,很流利: đọc lau láu 读得很流利; nói tiếng Anh lau láu 说英语很流利

lau nhau *t* 差不多大小的: bọn trẻ lau nhau 差不多大小的孩子

lau sậy *d* [植] 芦苇

làu *t* ①熟,熟练: học thuộc làu 熟读②一尘不染: bàn sạch làu 桌子一尘不染

làu bà làu bàu=làu bàu

làu bàu *đg* 嘟囔,嘟嘟囔囔

làu làu *t* ①滚瓜烂熟: thuộc bài làu làu 课文背得滚瓜烂熟②一尘不染,滑溜溜

làu thông *đg* 熟练,谙通,精通: làu thông kinh sử 精通经史

lảu=làu

láu₁ *t* 鬼聪明,鬼机灵: giở trò láu vặt 耍小聪明

láu₂ *t* 潦草: Chữ viết láu khó coi. 字写得潦草难看。

láu cá *t* 小聪明,鬼机灵

láu háu *t* 急切,匆匆: Trẻ con láu háu đòi ăn. 孩子们急着要吃。

láu láu=lau lau

láu lỉnh *t* 调皮,鬼机灵,古灵精怪: vẻ mặt láu linh 满脸调皮

láu nháu *t* 年幼无知,天真烂漫: lũ trẻ láu nháu 一群年幼无知的小孩

láu ta láu tau=láu táu

láu táu *t* 冒冒失失,轻率: ăn nói láu táu 说话冒失

láu tôm láu cá=láu cá

lạu bạu *đg* 嘟囔: Họ lạu bạu chửi rồi lại ngủ. 他们嘟囔骂了两声又接着睡。

lay *đg* 摇动: lay chẳng chuyển 摇不动

lay bay *đg*; *t* 飘飘,飘洒: mưa xuân lay bay 春雨飘洒

lay chuyển *đg* 摇晃，摇动：Cây bị bão lay chuyển dữ dội. 树木被台风猛烈地摇晃。

lay động *đg* 摇动，晃动：quyết không lay động 决不动摇

lay hoay *đg* 捣鼓，折腾：Anh em lay hoay làm suốt buổi trưa. 兄弟们捣鼓了一中午。

lay láy *t* 非常黑，乌溜溜，乌黑：mắt đen lay láy 乌溜溜的眼睛

lay lắt₁ *đg*；*t* ①摇曳，摇荡：Cành liễu lay lắt trước gió. 风吹柳枝摇摆。②奄奄一息，苟延残喘（同lây lất）：ốm lay lắt mãi 病得奄奄一息

lay lắt₂ *t* 摆一边的，搁置的，中止的：đồ ăn bỏ lay lắt 东西吃了一半就摆一边

lay lất *đg*；*t* 艰苦，窘迫：sống lay lất ở cái thị trấn 在镇里生活得很窘迫

lay nhay *t* ①柔韧，坚韧：Dao cùn cắt thịt lay nhay mãi không đứt. 刀钝切韧肉，老是切不断。②拖沓，延宕：Công việc lay nhay mãi không xong. 这工作老是拖拖沓沓没个完。

lay ơn *d* [植] 唐菖蒲，十样锦

lay phay=lay bay

lay trời chuyển đất 翻天覆地

lày=lầy

lày bày *đg* 颤抖，打战：chân tay run lày bày 手脚颤抖

lãy *đg* ①剥落②拉动

láy *đg* ①反复，赘述：Láy mãi chuyện cũ làm gì? 老提过去的事干吗？②重复，重叠：từ láy 叠音词

láy mắt *đg* 眯目示意

lạy *đg* 拜：Lạy ông ạ! 拜见老爷！

lạy cả nón *đg* [口] 甘拜下风

lạy lục *đg* 央求，恳求：lạy lục khắp nơi 四处求人

lạy như tế sao *đg* [口] 连连叩拜

lạy ông tôi ở bụi này 此地无银三百两

lạy tạ *đg* 拜谢

lạy van *đg* 恳求，哀求：Con lạy van bố tha cho. 儿子恳求父亲饶恕。

lắc₁ *đg* 摇，摆：lắc chuông 摇铃

lắc₂ *d* 匾，榜：Tôi muốn khắc tên ông ấy vào một tấm lắc. 我想在匾上刻他的名字。

lắc cắc [拟] 嘎嘎

lắc đầu *đg* 摇头：Bố lắc đầu không đồng ý. 父亲摇头不同意。

lắc đầu tắc lưỡi 摇头咋舌

lắc lẻo *d* [机] 拐肘

lắc lê *d* [机] 扳子，螺丝扣

lắc lê vặn ống *d* [机] 管子钳

lắc lơ =lắc lư

lắc lư *đg* 摇来晃去，摇晃，颠簸：Thuyền lắc lư theo sóng. 船随着波浪摇来晃去。

lắc lưỡng *t* 摇摇欲坠

lắc rắc *t* 稀稀落落，零星：Mưa lắc rắc vài hột. 下着零星雨。

lắc xắc *t* 啰唆：Cứ hay hỏi lắc xắc, tao chọi cho một trận bây giờ. 别啰唆，小心我揍你。

lặc lè *t* 沉重：gánh nặng lặc lè 担子沉重

lăm₁ *d* 猪或牛的脖子肉

lăm₂ *d* 五：mười lăm 十五（十五以上变音读法）

lăm₃ *đg* 企图，打算：chỉ lăm bắn nhạn bên mây 指望射落天上雁

lăm chăm *t* [旧] 快走的：Ngựa quen đường tía đã lăm chăm. 老马识途马蹄欢。

lăm đăm *t* 直勾勾：Chàng ngậm thuốc lá mắt lăm đăm. 他口衔香烟直勾勾地看。

lăm lăm *t* 有企图的：cầm dao lăm lăm chực đâm 举刀欲刺；Nhóm thanh niên lăm lăm giành giật thực phẩm và nước sạch. 年轻人企图争抢食品和饮用水。

lăm lắm *t* 紧握的，抓紧的：Đứa bé giữ lăm lắm con búp bê. 孩子紧紧地抓着洋娃娃。

lăm le *đg* 意欲，企图，觊觎：Tên kẻ cắp lăm le rút trộm cái ví tiền. 那名窃贼企图偷钱

包。

lăm lủi *t* 埋头干, 专注: lăm lủi đi 埋头赶路

lăm nhăm *t* 破碎, 痕迹斑斑的: Chiếc áo bị gián nhấm lăm nhăm. 衣服被蟑螂咬得支离破碎。

lăm tăm *t* 冒水泡的: Nước sôi lăm tăm. 水开后不断冒泡。

lăm xăm *t* 小碎步的: Ông lăm xăm chạy ra sân. 他快步走到院子里。

lằm bằm [拟] 叽叽咕咕: miệng lằm bằm 嘴里叽叽咕咕的

lằm lằm *p* (味道) 酸臭

lằm lặm₁ *p* 很冲, 很呛: Mùi cá mặn lằm lặm khó ngửi. 咸鱼味道太大, 很难闻。

lằm lặm₂ *đg* 蕴藏, 怀抱: Lằm lặm một mối thù. 心里深埋着仇恨。

lằm lặm=lăm lắm

lẫm chẫm *t* 蹒跚: Cháu vừa lẫm chẫm biết đi. 孩子才蹒跚学步。

lẫm nhẫm *t* ①泥泞不堪, 湿滑: Đường đi lẫm nhẫm bùn trơn. 道路泥泞不堪。②坑坑洼洼, 凹凸不平: Có dấu chân lẫm nhẫm trên đất. 地上有凹凸不平的脚印。

lắm *t* 多, 许多: lắm người 人多 *p* 甚, 很: khổ lắm 很苦的

lắm chuyện *t* ①多事的: Mụ ta lắm chuyện lắm. 那女人很多事。②惹是生非的: chỉ được cái lắm chuyện 就只知道惹是生非

lắm điều *t* 多事的, 是非多的: Đàn ông gì mà lắm điều. 什么男人这么多事。

lắm khi *t* 多次, 常, 经常

lắm lắm *p* 非常, 很: Cảm ơn anh lắm lắm. 非常感谢你。

lắm mồm *t* 多嘴多舌的, 贫嘴的, 嘴碎的: Ai bảo mày lắm mồm thế! 谁叫你这么多嘴的!

lắm mồm lắm miệng 贫嘴饶舌

lắm sãi không đóng cửa chùa 和尚多了没水喝

lắm thầy nhiều ma 人多误事

lắm tiền *t* 钱财多的, 有钱的

lăn *đg* ①滚, 滚动, 打滚: xe lăn bánh 车轮滚动②摔倒: ngã lăn ra đất 摔倒在地③冲入, 冲进: Anh lăn xả vào đám cháy để cứu em bé. 他冲进火海抢救小孩。

lăn chai *t* 厚硬的, 起茧子的: da lăn chai 皮肤起茧子

lăn chiêng *đg* 仰跌, 仰面跌翻, 摔个四脚朝天

lăn cổ *đg* 暴卒

lăn cù *đg* 打滚

lăn đùng *đg* 暴卒, 猝倒

lăn đường *đg* ①碾路, 压路②滚地 (殡葬习俗)

lăn kềnh *đg* 仰跌, 仰翻

lăn lóc *đg* ①打滚, 乱滚, 翻滚: Cái chai lăn lóc trên đất. 瓶子在地上乱滚。②随意放, 随意做: Sách vở bị vứt lăn lóc khắp nhà. 书本被丢得满屋子都是。③混迹: lăn lóc trong đám bạc 混迹赌场

lăn lộn *đg* ①打滚, 辗转反侧, 左右翻滚: lăn lộn dưới đất làm vạ 在地上打滚耍赖②滚打, 跋涉: lăn lộn với phong trào 在运动中滚打

lăn lưng *đg* 置身于, 全身心投入: lăn lưng ra làm mà vẫn không đủ ăn no 干得累死累活也填不饱肚子

lăn quay *đg* 横躺

lăn queo *đg* 蜷伏

lăn tay *đg* 按指印

lăn tăn₁ *t* ①泛起涟漪: lăn tăn sóng gợn 微波荡漾②细密: mưa lăn tăn 小雨密密地下

lăn tăn₂ *t* 微痒: cổ ngứa lăn tăn 喉咙微痒

lăn xả *đg* 猛冲, 猛扑: lăn xả vào sân 猛冲到院子里

lăn xăn *đg* 跑上跑下, 瞎掺和: Trai gái làng thì lăn xăn nhộn nhịp. 村里男女奔跑欢闹。

lằn *d* 痕,痕迹: bị đòn lưng nổi lằn lên 打得背上都是鞭痕

lằn ngoằn *t* 蜿蜒

lằn roi *d* 鞭痕

lằn xếp *d* 折痕

lặn *đg* 扎紧: buộc lặn 扎得紧紧的 *t* 结实: đôi vai tròn lặn 双肩滚圆结实

lặn mình trắm 浑圆结实

lặn *t* 平坦,平滑

lặn *đg* ①潜水: thợ lặn 潜水员②消退,消失: Nốt đậu lặn rồi. 痘疮消了。③没落,下落: lúc mặt trời lặn 日落时

lặn hụp *đg* 摸爬滚打: Anh lặn hụp mấy năm trời mới có được ít vốn. 他摸爬滚打了几年才积累了点资本。

lặn lội *đg* ①打滚: Đàn trâu lặn lội dưới bùn. 牛群在泥土里打滚。②跋涉: Chúng tôi lặn lội hàng tuần lễ mới tới đây. 我们跋涉了一星期才到这里。③钻研: lặn lội học hành 学习钻研

lặn ngụp *đg* 游泳,沉浮,打滚: Bọn trẻ suốt ngày lặn ngụp dưới ao. 小孩子们整天在池塘里打滚。

lặn suối trèo non 跋山涉水

lăng₁ [汉] 陵 *d* 陵墓,陵寝: lăng của các bậc vua chúa 皇帝陵寝

lăng₂ *đg* 凌迟: lăng trì 凌迟

lăng₃ *đg* 投,扔: lăng lựu đạn 投弹

lăng₄ *d* [汉] 棱,棱角: lục lăng 六棱

lăng₅ *t* 寒冷

lăng₆ [汉] 凌,棱

lăng băng=lăng nhăng

lăng căng *t* 浪荡,瞎逛,浪游

lăng chuỳ *d* 棱锥形

lăng kính *d* ①三棱镜②有色眼镜: nhìn đời bằng lăng kính của mình 用有色眼镜看生活

lăng lắc *t* 很远,遥远: Dĩ vãng ngày xưa trông như xa lăng lắc ở đâu. 过去的一切好像很遥远。

lăng líu [拟]唧啾: chim hót lăng líu 鸟儿唧啾 *t* 纠缠不清: nợ nần lăng líu 债务缠身

lăng loàn *đg* (媳妇对公婆或丈夫) 不敬,无礼,大逆不道

lăng mạ *đg* 谩骂,辱骂: lăng mạ người khác 辱骂别人

lăng miếu *d* 帝陵,帝王庙

lăng mộ *d* 陵墓

lăng nhăng *đg* 招蜂引蝶,轻浮相处,放荡相处: chơi bời lăng nhăng 放浪玩乐 *t* 乱七八糟,不伦不类: toàn hỏi những chuyện lăng nhăng 净问些乱七八糟的事

lăng nhăng lít nhít *t* 杂七杂八: toàn những chuyện lăng nhăng lít nhít 都是些杂七杂八的事

lăng nhục *đg* [旧] 凌辱,污辱

lăng quăng₁ *t* 胡乱的,没目的: Cháu nói lăng quăng vậy thôi. 我就那样胡说而已。

lăng quăng₂ *d* 孑孓

lăng tẩm *d* 陵寝

lăng tiêu *d* [植] 凌霄,紫葳

lăng trụ *d* 棱柱,角柱

lăng vân *đg* [旧] 凌云: hào khí lăng vân 豪气凌云

lăng xa lăng xăng *đg* 瞎掺和,瞎忙乎: lăng xa lăng xăng chạy tới chạy lui 跑上跑下瞎忙乎

lăng xăng *đg* 匆忙,忙碌

lẳng *d* 绿头蝇

lẳng nhẳng *t* ①缠着: Dây dưa lẳng nhẳng không tách ra được. 线缠在一起分不开。②拖沓 (同 lằng nhằng): lẳng nhẳng như cưa rơm 拖泥带水③平常,平淡: sức học lẳng nhẳng 学识平常

lẳng quẳng *t* 歪歪扭扭

lẳng₁ *đg* 抛,丢,甩: lẳng hòn đá 抛石头

lẳng₂ *t* 轻佻,风骚,不正经: Bà ta già thế mà lẳng đáo để. 她老不正经。

L

lẳng đẳng *t* 慢吞吞, 迟滞, 缓慢

lẳng khẳng *t* 细高个儿, (身材) 瘦长: vóc người lẳng khẳng 身材瘦长

lẳng lặng *t* 静静, 默默: Chị lẳng lặng đứng nghe. 她静静地站着听。

lẳng lơ *t* 轻浮, 轻佻, 风骚: cử chỉ lẳng lơ 举止风骚

lẳng ngẳng =lẳng khẳng

lẳng nhẳng *t* 拖沓

lẳng *d* 篮子: lẳng hoa 花篮

lẳng đẳng *đg* ①纠缠, 缠绕 (同 lẳng nhẳng) ②虚掷, 虚耗: Cô lẳng đẳng bao nhiêu năm mà học hành vẫn chẳng ra sao. 她虚耗了多少年, 可还是学无所成。

lẳng nhẳng *đg* 纠缠, 缠绕: Thằng bé lẳng nhẳng theo mẹ. 孩子老缠着妈妈。

lắng₁ *đg* ①沉淀: để cho lắng rồi hãy chắt 等沉淀后再滤干 ②平息: Dư luận cũng đã lắng dần. 舆论也慢慢平息了。

lắng₂ *t* 凉: cơm lắng 冷饭

lắng dịu *đg* 缓和: Thái độ đã có phần lắng dịu xuống. 态度有所缓和。

lắng đẳng *t* ①积压的, 迟滞的: Hàng lắng đẳng mãi ở đây tôi nóng ruột lắm. 货老在这里压着, 我很着急。②不顺的, 麻烦的, 多舛的: tình duyên lắng đẳng 感情多舛

lắng đọng *đg* ①积淀, 沉淀: phù sa lắng đọng 泥沙淤积 ②沉积, 烙印: Hình ảnh đó lắng đọng trong lòng tôi. 那形象深深烙在我心里。

lắng nghe *đg* 倾听, 谛听: lắng nghe ý kiến bất đồng 倾听不同意见

lắng nhẳng =bẳng nhẳng

lắng tai nghe *đg* 侧耳听, 洗耳恭听: lắng tai nghe âm thanh từ phía xa vọng lại 侧耳听远处传来的声音

lắng xắng *đg* 围着转: lắng xắng theo sau 跟在身后围着转

lặng *t* ①静止: gió lặng 风停了 ②呆愣: Nghe tin buồn chị ấy lặng người đi. 听到噩耗她愣了。

lặng cặng *đg* 初患病时的感觉

lặng câm *t* 安静, 静静: ngồi lặng câm 安静地坐着

lặng im *đg* 静默, 静静: ngồi đợi lặng im 静静地坐着等

lặng lặng *t* 静静, 默不作声: lặng lặng ngồi nghe 静静地坐着听

lặng lẽ *t* 静悄悄: lặng lẽ ra đi 静悄悄地走了

lặng lờ *t* 静静, 平静: Dòng sông lặng lờ trôi xuôi. 河水静静地流走。

lặng ngắt *t* 寂静, 冷寂, 清冷: Đêm khuya xóm thôn lặng ngắt. 深夜乡村很寂静。

lặng như tờ *t* 寂静无声: đêm trăng lặng như tờ 月夜寂静无声

lặng phắc *t* 寂静 *đg* 毫无动静

lặng phăng phắc *t* 寂寥, 冷清

lặng thầm =thầm lặng

lặng thinh *đg* 缄默, 沉默, 静默: Cả buổi họp cậu ấy lặng thinh không lên tiếng. 会上他始终保持缄默。

lặng tiếng im hơi =im hơi lặng tiếng

lặng tờ *t* 寂静

lặng trang *t* 寂静, 空寂, 冷清: khu vườn lặng trang 院子冷清

lặng yên *t* 安静: ngồi lặng yên 安静地坐着

lắp₁ *đg* 安装: lắp máy 装机

lắp₂ *đg* 重复, 反复: lắp đi lắp lại chỉ một câu 来回就一句话

lắp₃ *d* 机芯, 车轴: xe gãy lắp 车轴坏了

lắp ba lắp bắp *t* 结结巴巴, 吞吞吐吐: lắp ba lắp bắp mãi không trả lời được 吞吞吐吐地答不出来

lắp bắp *đg* 结巴: nói năng lắp bắp không nên lời 讲话结巴不成句

lắp đặt *đg* 安装: lắp đặt dây truyền sản xuất 安装生产线

lắp ghép *đg* 拼装, 拼接: lắp ghép nhà ván an

装（活动）板房

lắp lại *đg* 反复，重复: lắp lại luận điệu cũ rích 老调重弹

lắp lẻm *đg* 打算，企图，意欲: Họ cũng lắp lẻm làm nhà mới. 他们也打算建新房。

lắp nhắp *t* 一点点，粗略 *đg* (动作轻匀地) 拉起放下: lắp nhắp cần câu 不停地动鱼竿

lắp ráp *đg* 组装: xe lắp ráp 组装车

lắp xắp₁ *t* ①(水) 接近的，差不离儿的: Thùng nước đầy lắp xắp. 桶里的水快溢出来了。②(尺寸) 相差无几，差不多大小: Đàn gà con lắp xắp như nhau. 小鸡差不多一般大。

lắp xắp₂ *t* (行走步幅) 短，快: Bà lắp xắp chạy ra vườn rau. 奶奶小跑到菜地里。

lặp *đg* 重复，反复

lặp bặp *đg* 哆嗦

lặp cặp *đg* 哆嗦，匆忙

lắt *đg* 切: lắt miếng thịt 切一块肉 *p* 彻底，干脆，接着: làm lắt cho xong 干脆干完

lắt lay *t*; *đg* 摇动，摇晃

lắt lẻo *t* 晃悠悠: treo lắt lẻo đầu sợi dây 晃悠悠地悬在绳端

lắt léo *d* 膝盖骨 *t* 曲折，弯曲: đường đi lắt léo 道路曲折

lắt mắt *t* 细小，细碎

lắt nhắt *t* ①零碎，零丁，细小: công việc lắt nhắt 零零碎碎的工作②细密: Đàn chim sẻ lắt nhắt bay rào rào. 黑压压的一群麻雀在飞。

lắt xắt *t* ①持续不停: làm lắt xắt luôn tay 手脚不停地干②小肚鸡肠: tính tình lắt xắt 小肚鸡肠的性格

lặt *đg* ①择，捡: lặt rau 择菜②骟: lặt lợn 骟猪

lặt lẹo *t*; *đg* (声音) 变调; 扭曲; 淹没: Tiếng hát bị lặt lẹo trong mưa gió. 歌声淹没在风雨中。

lặt vặt *t* 琐碎，零零碎碎: chuyện lặt vặt 琐事

lắc cắc *t* 没大没小，放肆: ăn nói lắc cắc 说话没大没小的

lắc láo *đg* 贼眉鼠眼; 东张西望

lắc xắc=lắc cắc

lạc khạc *t* 颤抖，哆嗦

lâm₁ [汉] 临 *đg* ①陷入，遭遇: lâm nạn 遇难②临，面临: đăng lâm 光临; lâm bệnh 患病

lâm₂ [汉] 林 *d* 林: lâm bạ 林业证; lâm học 林业学; lâm luật 林业保护法; lâm sản 林产; lâm sinh 生态林

lâm₃ *t* 凄楚

lâm₄ [汉] 淋

lâm bồn *đg* 临盆

lâm chung *đg* [旧] 临终

lâm cục giả mê 当局者迷

lâm dâm *t* ①绵绵细雨的②隐隐，轻微: lâm dâm đau bụng 肚子隐痛

lâm li *t* 凄切，悲伤: khúc nhạc lâm li 悲伤的曲调

lâm lụy *đg* 低三下四，受屈

lâm nạn *đg* 临难，遇难: lâm nạn trên đường đi 途中遇难

lâm nghiệp *d* 林业

lâm nguy *đg* 临危: tổ quốc lâm nguy 祖国临危

lâm nhâm *t* 隐隐: đau bụng lâm nhâm 肚子隐痛

lâm phần *d* 森林区; 林分

lâm sàng *d* 临床: lâm sàng học 临床学

lâm sự *đg* 遇事: bình tĩnh khi lâm sự 遇事要冷静

lâm tặc *d* 盗林贼，林木偷伐者

lâm thâm *t* (雨) 蒙蒙的，毛毛的: trời mưa lâm thâm 下起毛毛细雨

lâm thâm lí bạc 如履薄冰; 小心谨慎

lâm thổ sản *d* 林业土特产

lâm thời *t* 临时的: đại biện lâm thời 临时代办

L

lâm trận *đg* 临阵：tả đột hữu xung khi lâm trận 临阵时左冲右突

lâm trường *d* 林场

lâm vấp *đg* 遇险，遇困：Đồng bào ta lúc lâm vấp phải giúp đỡ nhau. 我们的同胞遇到困难时要互相帮助。

lâm việc *đg* 遇事，遇到有事

lâm viên *d* 森林公园：lâm viên quốc gia 国家森林公园

lầm₁ *d* 污泥，泥泞 *t* 满身污泥的，泥泞不堪的

lầm₂ *đg* 误会，误解，出差错：hiểu lầm 误会

lầm bà lầm bầm 嘟嘟囔囔；小声埋怨；自言自语

lầm bầm *t* 喃喃自语

lầm đường *đg* ①迷途，迷路：Chú lầm đường rồi. 你走错路了。② (政治上) 站错位置，搞错方向

lầm đường lạc lối 误入歧途

lầm lạc *đg* 误入歧途

lầm lầm *t* 愠怒，沉着脸，拉长着脸：mặt giận lầm lầm 满脸怒容

lầm lẫn *đg* 混淆，弄错：dễ lầm lẫn 容易混淆

lầm lì *t* 沉默寡言：Ông ấy tính lầm lì ít nói. 他性格内向，沉默寡言。

lầm lịt *t* 默默无语的，内向的

lầm lỗi *đg*；*d* 错误，过错，过失：Mọi người sẽ bỏ qua lầm lỗi của anh. 大家都会原谅你的过错。

lầm lội *t* 泥泞

lầm lộn = lầm lẫn

lầm lỡ *đg* 过失，失误 *d* 过失：lầm lỡ bước đường 误入歧途

lầm lũi *t* 静静的，悄悄的

lầm lụi *t* 埋头地 (赶路)：Lầm lụi đi về nhà. 低着头走回家。

lầm rầm *t* 喃喃细语的，小声的：miệng lầm rầm mình nói mình nghe 嘴里喃喃地自说自话

lầm than *t* 涂炭 (极其困苦)：cuộc sống lầm than 苦难生活

lầm thầm = lầm rầm

lẩm *đg* 私吞，偷吃：Các lão lẩm hết cả công quĩ. 他们私吞公款。

lẩm bẩm *đg* 喃喃自语：vừa đi vừa lẩm bẩm 边走边嘟嘟囔囔

lẩm ca lẩm cẩm *t* 稀里糊涂的，糊里糊涂的

lẩm cẩm *t* 糊涂，健忘：chưa già mà đã lẩm cẩm 还没老就糊涂

lẩm nhẩm *đg* 喃喃自语

lẩm rẩm *đg* 喃喃自语 *p* 没多久：Lẩm rẩm rồi nó cũng thi vào đại học. 没多久他也考上了大学。

lẫm₁ *d* 仓廪：lẫm thóc 粮仓

lẫm₂ [汉] 凛

lẫm bẩm *t* 蹒跚：lẫm bẩm tập đi 蹒跚学步

lẫm cẩm *t* ①糊涂，老年痴呆②（行走）颤巍巍：Ông già lẫm cẩm đi. 老人颤巍巍地走着。

lẫm chẫm *t* 蹒跚，趔趄：Con bé lẫm chẫm bước tới chỗ mẹ. 小孩蹒跚地走到妈妈身边。

lẫm lẫm *t* 凛凛：oai phong lẫm lẫm 威风凛凛

lẫm liệt *t* 凛然，凛凛

lẫm thóc *d* 谷仓

lấm *d* 稀泥 *đg* 沾泥，弄脏：Quần áo lấm bê bết. 衣服沾满了稀泥。

lấm bùn *đg* 沾泥，弄脏

lấm chấm *t* 斑斑点点的

lấm la lấm lét = lấm lét

lấm láp *t* 污秽，污浊

lấm lem *t* 污渍斑斑的

lấm lét *t* 贼眉鼠眼

lấm mình *t* [口]（生）（妇女）经期的

lấm tấm *t* 星星点点的：mồ hôi lấm tấm 汗珠点点

lấm như trâu vùi 从头到脚都是泥

lấm như vùi 一身污泥

ậm₁ *t* ①渗透的,侵蚀的②痴迷的: Nó lậm cô nào rồi. 他迷上哪个姑娘了吧。

ậm₂ *t* ①错: nói lậm 说错了②过分的: Dạo này nó lậm rồi. 最近他很过分。

lậm lụi *t* 埋头苦干

lân₁ *đg* 侵占,过界: được đằng chân lân đằng đầu 得寸进尺

lân₂ *đg* 怜: đồng bệnh tương lân 同病相怜

lân₃ [汉] 邻,麟,磷

lân ái *đg* 相爱,怜爱

lân bang *d* 邻邦

lân bàng *d* 街坊邻居

lân cận *t* 邻近的: các nước lân cận 邻国

lân la *đg* 套近乎,拉关系: Anh lân la muốn tiếp chuyện với cô gái xinh. 他套近乎想跟漂亮姑娘聊天。

lân lí *d* 邻里

lân quang *d* 磷光

lân tinh *d* 磷: lân tinh đỏ 红磷(赤磷)

lân tuất *đg* 怜悯: lân tuất kẻ nghèo nàn 怜悯穷人

lần₁ *d* ①趟,次: nhiều lần 多次②重,道,层: mấy lần cửa 几道门③倍: tăng gấp ba lần 增加两倍

lần₂ *đg* ①沿着,顺着: bước lần theo con sông 沿着小河走②摸索: lần tiền lẻ trong túi 在兜里摸索零钱; lần tràng hạt 捻佛珠

lần₃=**dần**₃

lần chần *đg* 拖泥带水,不利索

lần hồi *p* 混日子,打发日子,度日

lần hồi rau cháo nuôi nhau 靠糠菜糊口

lần khân *đg* ①拖延,拖拉: Anh lần khân mãi không chịu trả nợ. 他拖着不肯还债。②恳求

lần khần *t* 拖拖拉拉,磨磨蹭蹭

lần lần *p* 渐渐,慢慢: Lần lần tháng trọn ngày qua. 时间一天天过去了。

lần lữa *đg* 迟延,延缓,拖宕

lần lựa *đg* 拖延,拖沓: lần lựa hết ngày này đến ngày khác 拖了一天又一天

lần lượt *p* 轮流,陆续,依次: lần lượt ra mắt khán giả 依次在观众面前亮相

lần mò *đg* 摸索,追寻: lần mò trong đêm tối 在黑夜里摸索

lần mòn *p* 渐渐,逐渐: Thua bạc lần mòn mà tan gia bại sản. 渐渐地输得倾家荡产。

lần thần *t* 呆愣的: lần thần như người mất hồn 呆愣得像丢了魂一样

lần trước bị đau, lần sau phải chừa 吃一堑,长一智

lần xần *t* 拖沓,迟疑,犹豫不决

lẩn *đg* ①溜,躲避,避开: nói lẩn đằng khác 避开不谈②混迹: lẩn vào trong đám đông 混入人群中

lẩn bẩn *đg* 转悠,转来转去

lẩn khuất *đg* 隐藏,隐匿,隐蔽,隐没

lẩn lút *đg* 东躲西藏,躲藏: sống lẩn lút 过着东躲西藏的生活

lẩn mẩn *t* 琐碎,烦琐

lẩn như trạch *đg* ①溜得快②能躲就躲

lẩn quẩn *đg* 徘徊,转圈圈

lẩn quất *đg* 隐匿,躲藏: Tên trộm còn lẩn quất đâu đấy. 小偷可能还藏在某个地方。

lẩn tha lẩn thẩn *t* 糊涂,迷糊: Ông cụ dạo này cứ lẩn tha lẩn thẩn. 大爷最近糊里糊涂的。

lẩn thẩn *t* 迟钝,呆痴: lẩn thẩn như người mất hồn 丢了魂似的

lẩn tránh *đg* 躲避,回避: không nên lẩn tránh vấn đề 不应回避问题

lẩn trốn *đg* 逃避,潜逃,藏匿: hết nơi lẩn trốn 无处可逃

lẩn vẩn *đg* 徘徊

lẫn *đg* ①不清楚,犯糊: Người già hay bị lẫn. 人老了容易犯糊。②混淆,混杂: Gạo tốt lẫn gạo xấu. 差米与好米混在一起。 *p* 相互: giúp đỡ lẫn nhau 互相帮助 *k* 与,和,跟: cả anh lẫn tôi 包括你和我

L

lẫn cẫn *t* 老糊涂,错谬: Tuổi già sinh lẫn cẫn. 年纪大了就容易糊涂。

lẫn đẫn *t* ①迟钝，呆钝，糊涂: già lẫn đẫn 老糊涂②多舛: cuộc đời lẫn đẫn 命运多舛

lẫn lộn *đg* ①混淆，混杂: lẫn lộn phải trái 混淆是非②错杂，夹杂: buồn vui lẫn lộn 喜忧参半

lẫn nhau *p* 互相: hỏi thăm lẫn nhau 互相问候

lẫn quẫn *đg* 转来转去

lấn *đg* ①侵占，侵蚀: lấn đất 兼并土地②挤: lấn tới trước 往前挤

lấn áp *đg* 欺压，欺凌

lấn át *đg* 欺压，排挤

lấn bấn *t* 忙乱，忙碌

lấn cấn *t* 顾虑的: Tư tưởng còn nhiều lấn cấn. 思想上还有许多顾虑。

lấn chiếm *đg* 侵占，僭越: lấn chiếm vỉa hè 侵占人行道

lấn lối *đg* 仗势欺人: Mày đừng lấn lối chúng tao. 你别仗势欺人。

lấn lướt *đg* 仗势欺人，欺凌，欺压

lấn quấn *đg* 绕圈；眷顾: Cả đàn bị lạc trong rừng lấn quấn trở đi trở lại mãi. 一群人在森林里迷了路，绕来绕去的转不出来。

lận₁ *đg* 蒙骗

lận₂ *đg* (在身上) 塞，藏: lận dao găm vào người 把匕首藏在身上

lận₃ *tr* 啦，吗（置句尾表强调或提出疑问）: Nhiều lắm lận! 好多啦!

lận bận *t* ①繁忙: Lận bận mãi không đi được. 老是忙，所以走不了。②不顺

lận đận *t* 多舛，不顺，潦倒

lâng láo *t* 瞟来瞟去的

lâng lâng *t* 轻松，舒畅，飘飘然: đầu óc lâng lâng 心情舒畅

lấp *đg* ①填: lấp hồ 填湖②埋没，掩住: Cỏ dại lấp cả lối đi. 野草把路都盖住了。③淹没，压倒: Tiếng cười lấp cả tiếng nói. 笑声淹没了说话声。

lấp biển dời non 填海移山

lấp la lấp lánh *t* 闪闪烁烁: bóng đèn lấp la lấp lánh 灯光闪闪

lấp la lấp lửng *t* 闪烁不定，犹豫不决

lấp lánh *t* 闪烁: đèn màu lấp lánh 彩灯闪烁

lấp láy *đg* 跳跃，闪耀: lửa hàn lấp láy tung lên 焊花跳跃

lấp lênh *đg* (水) 起伏，荡漾: Thùng nước lấp lênh theo nhịp bước. 桶里的水随着脚步不停地荡漾。

lấp liếm *đg* 掩盖，掩饰

lấp ló *đg* 若隐若现，时隐时现

lấp ló như chó tháng bảy *t* 鬼鬼祟祟

lấp loá *đg* (光线) 强光，闪光: nắng lấp loá 阳光刺眼

lấp loáng *t* 时强时弱，闪烁

lấp lú=lú lấp

lấp lửng *t* ①荡漾的，起伏的，漂浮的: Bèo lấp lửng trôi trên mặt nước. 浮萍在水面上漂浮。②模棱两可，左右摇摆: ăn nói lấp lửng 说话模棱两可

lấp sông lấp giếng, ai lấp được miệng thiên hạ 江河可堵井可填，众人之口谁能堵

lấp xấp *t* [方] 差不多，即将要: Đổ lấp xấp nước rồi đun nhỏ lửa. 把水倒得差不多之后再用小火煮。

lập [汉] 立 *đg* ①立，成立，建立: lập gia đình 成家②树立，创立，创造: lập ki lục mới 造新纪录

lập bập *đg* (唇齿) 哆嗦

lập cà lập cập *t* 颤巍巍

lập cập *t* ①哆嗦不止的: Trời rét hai hàm răng đánh vào nhau lập cập. 天冷冻得上牙打下牙。②匆忙: đi lập cập 行色匆匆

lập chí *đg* 立志: lập chí thi đỗ đại học 立志考上大学

lập công *đg* 立功: lập công chuộc tội 立功赎罪

lập dập *t* 临时，残缺

lập dị *t* 特别，不同：lối sống lập dị 生活方式不同；tư tưởng lập dị 思想特别；tính cách lập dị 性格特别

lập đàn *đg* 建坛，立坛

lập đông *d* 立冬（二十四节气之一）

lập giá *đg* 定价：Hàng nhập về, chờ lập giá. 刚进的货，等着定价。

lập hạ *d* 立夏（二十四节气之一）

lập hiến *đg* 立宪：chính thể lập hiến 立宪制；quân chủ lập hiến 君主立宪

lập kế *đg*[旧] 立计，设谋，设计：lập kế báo thù 设计报仇

lập là *d* 平底锅

lập lách *d* 鱼尾板，夹板

lập lại *đg* ①重建②恢复：lập lại quan hệ bình thường 恢复正常关系

lập loè *t* 一闪一闪的，忽闪忽闪的：lập loè như đom đóm ban đêm 像黑夜里一闪一闪的萤火虫

lập lờ *t* ①漂浮，半沉半浮：Khúc gỗ lập lờ trên sông. 木头在河里漂浮。②含糊，模棱两可：thái độ lập lờ khó hiểu 态度含糊不明

lập lờ hai mặt 模棱两可

lập luận *đg* 立论，论证

lập mưu *đg* 设谋，谋划，策划

lập nghiêm *đg* ①严肃：hơi mỉm cười rồi lập nghiêm lại ngay 微笑了一下马上又严肃起来②立正：lập nghiêm chào cờ 立正升旗

lập nghiệp *đg* 立业：giúp đỡ thanh niên lập nghiệp 帮助青年立业

lập ngôn *đg* ①序言，前言②定论，立言

lập pháp *đg* 立法：cơ quan lập pháp 立法机关

lập phương *d* ①立方体②［数］立方

lập qui *đg* 制定规章制度

lập quốc *đg* 立国，建国

lập sổ *đg*[经] 造册

lập tâm *đg*[旧] 立心，决心，存心

lập thân *đg*[旧] 立身

lập thể *d*［数］立体形

lập thu *d* 立秋（二十四节气之一）

lập trình *đg* 编程：lập trình viên 程序员

lập trường *d* 立场：lập trường không thay đổi 立场不改变

lập tức *p* 马上，立即：đi ngay lập tức 马上动身

lập xuân *d* 立春（二十四节气之一）

lất phất *t* ①飘扬的，飘动的②轻而细小的，飘忽的：lất phất mấy hạt mưa 飘了几滴雨

lất lơ *t* 笃定

lất lơ lất lửng 岌岌可危

lất lửng *t* 摇晃的，飘浮的

lất lưởng *t* 漂泊的，飘浮不定的：Cuộc sống lất lưởng nay đây mai đó. 生活飘浮不定，四海为家。

lật *đg* ①翻转，翻倒：lật nắp 翻开盖子②逆转③推翻：lật đổ chính quyền cũ 推翻旧政权

lật bật₁ *đg* 发抖，哆嗦：run lật bật 簌簌发抖

lật bật₂ *p* 匆匆：đi lật bật 步履匆匆

lật dù *đg* ①搞砸，搞坏：làm ăn bị lật dù 做生意做砸了②推翻，颠覆：lật dù chính quyền bù nhìn 推翻傀儡政权

lật đà lật đật *t* 匆匆忙忙

lật đật *t* 匆忙，仓促：Lúc nào cũng lật đật. 什么时候都匆匆忙忙的。*d* 不倒翁：con lật đật 不倒翁

lật đổ *đg* 推翻，颠覆：hoạt động lật đổ 颠覆活动

lật lẹo *đg* 反悔，背弃

lật lọng *đg* 背信弃义：hành vi lật lọng 背信弃义的行为

lật lờ *đg* 东倒西歪

lật mặt *đg* 翻脸

lật mặt như trở bàn tay 翻脸如翻手

L

lật ngửa *đg* 翻覆, 翻个儿: Chiếc xe bị lật ngửa trên đường. 车子在路上被翻个儿。

lật nhào=lật đổ

lật nợ *đg* 翻脸不认账

lật sật *t* ①(饭) 半生不熟的, 夹生的②(食物) 有嚼头的

lật tẩy *đg* 揭底, 揭穿: Hành vi dối trá đã bị lật tẩy. 欺诈行为已被揭穿。

lật úp *đg* 倾覆, 翻个儿: Tàu bị lật úp. 船翻了个儿。

lâu₁ *t* 长久, (时间) 较长: chờ lâu 久等; Việc còn lâu mới xong. 这件事还有很久才完结。

lâu₂ [汉] 楼 *d* 楼, 楼阁: hồng lâu 红楼; lâu đài 楼台

lâu₃ [汉] 喽

lâu dài *t* 长久, 长远, 持久: hoà bình lâu dài 长久和平; làm ăn lâu dài 长久谋生; tính chuyện lâu dài 考虑长远

lâu đài *d* 亭台楼阁

lâu đời *t* 悠久: truyền thống văn hoá lâu đời 悠久的文化传统

lâu hoắc *t* 好久, 很长时间的, 时间太长的

lâu la₁ *d* 喽啰: Một lũ lâu la kéo đến. 一群喽啰冲过来。

lâu la₂ *t* 不久, 不长: Mới đầu tháng chứ đã lâu la gì. 才月初没多久嘛。

lâu lắc= lâu la₂

lâu lâu *p* 偶尔, 时不时, 间或: Lâu lâu anh mới về thăm nhà một lần. 他偶尔才回家一次。

lâu nay *d* 很久以来, 一直以来: Đi đâu mà lâu nay không gặp? 去哪儿了好久不见? Lâu nay tôi không viết thư nữa. 我很久没有写信了。

lâu năm *d* 长年, 多年: cây lâu năm 多年生作物

lâu năm chầy tháng 长年累月

lâu ngày *d* 日久天长: bạn bè lâu ngày mới gặp 好久才见的朋友

lâu nhâu *đg* 凑集, 群集, 聚集: đàn chó lâu nhâu 群犬聚吠

lầu₁ *d* ① 高楼: nhà lầu xe hơi 楼房汽车 ② [方] 楼阁: lầu một 二楼

lầu₂ *t* 顺溜: thuộc lầu 滚瓜烂熟

lầu bầu=lầu bàu

lầu hồng *d* [旧] 红楼

lầu lầu=làu làu

lầu nhầu *đg* 嘀咕, 嘟囔

lầu son gác tía 红楼紫阁 (指大户、权贵人家)

lầu trang *d* [旧] 绣楼

lầu xanh *d* [旧] 青楼: gái lầu xanh 青楼女子

lẩu *d* 火锅: lẩu cá 鱼火锅; lẩu bò 牛肉火锅; ăn lẩu 吃火锅

lẩu bẩu=làu bàu

lậu₁ *d* 淋病: mắc bệnh lậu 得了淋病

lậu₂ *t* ①偷漏: buôn lậu 走私; hàng nhập lậu 走私货; sách in lậu 盗版书②陋: giản lậu 简陋③(透) 露: tiết lậu 泄露④滴漏: thẩm lậu 渗漏

lậu₃ [汉] 漏 *t* ①透露②滴漏

lậu bậu *đg* 嘟哝

lậu chi *đg* (国内资金) 外流

lây *đg* ①传染: bệnh hay lây 传染病②感染, 牵累, 连累 ③ 沾光: Thành tích của anh chúng tôi cũng được thơm lây. 你的成绩让我们都沾光。

lây bây *t* 乱糟糟, 杂乱无章

lây dây *t* 拖沓: làm việc lây dây không dứt khoát 办事拖沓

lây lan *đg* 蔓延, 传染: bệnh dịch lây lan 疫情蔓延

lây lất *t* 奄奄一息

lây nhây *t* 拖沓, 迟延: Việc để lây nhây mãi không giải quyết. 事情老拖着不解决。

lây nhiễm *đg* 传染: căn bệnh không lây nhiễm 非传染疾病

lây phây *t* 霏霏

lây rây *t* 霏霏细雨的: trời vẫn mưa lây rây vẫn nhiên là 霏霏细雨

lây truyền *đg* 传染: lây truyền qua đường hô hấp 经呼吸道传染

lầy *d* 稀泥: đường lầy 道路泥泞 *t* 黏糊: mũi lầy 黏鼻涕

lầy bầy *t* 拖沓, 迟疑: Con lầy bầy không muốn chia tay bố mẹ. 儿子迟疑着不愿跟父母道别。

lầy dây *t* 拖拖沓沓

lầy lội *t* 泥泞, 泥淖: đường sá lầy lội 泥泞的道路

lầy lũa *t* 恬不知耻的, 臭不要脸的

lầy lụa =nhầy nhụa

lầy nhầy *t* 黏糊糊: máu mủ lầy nhầy 脓血黏糊糊的 *đg* 啰嗦: nói lầy nhầy suốt ngày 整天啰啰嗦嗦

lầy sầy *t* 皮外伤的

lẩy *đg* ①剥落, 使脱落: lẩy hạt bắp 剥玉米 ②弹拨, 扣弦: tay lẩy phím đàn 手拨琴键 ③摘抄, 摘录: lẩy Kiều 摘抄《金云翘传》

lẩy ba lẩy bẩy *t* 颤颤巍巍

lẩy bẩy =bẩy rẩy

lẩy bẩy như Cao Biền dậy non 筛糠似的

lẫy₁ *d* (枪或弩) 扳机 *đg* 扣扳机

lẫy₂ *đg* (婴儿) 翻身: Trẻ đã biết lẫy. 孩子会翻身了。

lẫy₃ *đg* 生气: nói lẫy 生气地说

lẫy₄ *t* 牙齿错行的: chiếc răng mọc lẫy 长歪的那颗牙

lẫy đẫy *đg* 气恼

lẫy đường *đg* 装样儿, 做作

lẫy lừng =lừng lẫy

lấy *đg* ①取, 拿: lấy khăn lau mặt 取毛巾擦脸 ②收取, 赚取, 征收: cho vay lấy lãi 贷款取息 ③占取, 占领 ④凭借, 用以: lấy mét làm đơn vị 以米为单位 ⑤索价: Con gà này bà lấy bao nhiêu? 这只鸡你卖多少

钱? ⑥求取, 索取: lấy chữ kí 征集签名 ⑦征募, 录用: Trường còn lấy thêm sinh viên mới. 学校还要多招新生。⑧迎娶, 嫁娶: lấy chồng lấy vợ 嫁夫娶妻; lấy lẽ 纳妾 *p* 亲自, 自个儿: Tôi làm lấy một mình. 我自己干。

lấy chồng *đg* 嫁人, 出嫁: lấy chồng nước ngoài 嫁外国人

lấy chồng ăn mày chồng 嫁鸡随鸡, 嫁狗随狗

lấy có *đg* 装门面, 做样子: học lấy có 学个样儿

lấy công chuộc tội 将功赎罪; 将功折罪

lấy cớ *p* 以⋯为借口

lấy của đức ông đem đi cúng Phật 借花献佛

lấy cung *đg* 讯问, 审讯, 问供

lấy danh =lấy tiếng

lấy đầu cá vá đầu tôm 拆东墙补西墙

lấy độc trị độc 以毒攻毒

lấy được *k* 只要⋯就行: làm lấy được 只要做就行

lấy gáo đong nước biển 海水不可斗量

lấy giọng *đg* ①起音, 定调: đàn lấy giọng ②用⋯声调, 以⋯口气: cố lấy giọng thật bình tĩnh 故意用平静的口气说

lấy giống *đg* 配种

lấy hàng *đg* 取货, 拿货, 购买: đi lấy hàng 去拿货

lấy hàng đổi hàng 以货易货

lấy hơn bù kém 取长补短

lấy lãi *đg* 牟利, 营利

lấy lại *đg* 收回, 收复

lấy làm *đg* 引以, 感到, 认为: lấy làm hân hạnh 引以为荣; lấy làm phải 认为是正确的

lấy le *đg* 摆阔, 炫耀, 显摆

lấy lệ [口] 例行公事, 做样儿, 应付: làm lấy lệ 应付地做; mời lấy lệ 虚假地请

L

lấy lòng *đg* 讨好，取悦：lấy lòng người ta 讨别人欢心

lấy máu *đg* 抽血

lấy mẫu *đg* 取样：điều tra lấy mẫu 抽样调查

lấy mình làm gương 以身作则

lấy nê *đg* 借口：lấy nê nhà ở xa mà đến muộn 借口家远而迟到

lấy ngọc bắn sẻ 以珠弹雀

lấy nhau *đg* 结婚：Hai anh chị ấy lấy nhau đã hơn năm rồi. 他俩结婚已一年多了。

lấy ơn báo oán 以德报怨

lấy thịt đâu cho vừa hổ đói 虎口难填

lấy thịt đè người 仗势欺人

lấy rồi [口] 应付地，马虎地：làm lấy rồi 马虎地做

lấy thế *đg* 倚势，仗势

lấy thúng úp voi 欲盖弥彰

lấy tiếng *đg* 图名：làm lấy tiếng 挂个名儿

lấy vần *đg* 押韵

lấy vợ *đg* 娶妻：lấy vợ đẻ con 娶妻生子

lấy trớn *đg* 助跑：lấy trớn nhảy xa 跳远助跑

lấy xổi *đg* 讨赏

lậy₁ *đg* 拜（同 lạy）

lậy₂ *đg* 嫁：Biểu nó lậy nó không chịu lậy. 让她嫁，但她不肯嫁。

lậy lục=lạy lục

le₁ *d* [动] 蚬鸭：le le 蚬鸭

le₂ *đg* 伸，吐（舌头）

le lé *t* 微张的

le lói *đg* 发出微弱的光：Ánh đèn le lói từ xa. 远处发出微弱的灯光。

le ngoe *t* 极少，稀疏：le ngoe mấy cọng râu 几根稀疏的须

le te₁ *t* 低矮，矮小：thấp le te 矮矮的

le te₂ *t* 短快，敏捷：chạy le te 快步跑

le te₃ [拟] 喔喔（公鸡响亮的打鸣声）

le te₄ *t* 破碎：quần áo rách le te 衣服破破烂烂的

le the *t* 稀少：le the chỉ vài dòng chữ 只有寥寥数语

lè₁ *đg* ①吐，伸（舌头）：lè lưỡi liếm 伸舌舔 ②吐出：Nuốt không được phải lè ra. 咽不下要吐出来。

lè₂ *p*（视觉上）过于，还，太：Quả còn xanh lè đã hái. 果子还很生就摘了。

lè bè *đg* 拉着长音说话

lè lè *t* 明显，明明 *p* 很明显：Hai con mắt xanh lè lè. 两只眼睛蓝蓝的。

lè lẹ *t* 急促，快：mở cửa lè lẹ lên 快开门

lè nhà lè nhè=lè nhè

lè nhè *đg*；*t* 口齿不清：khóc lè nhè 哭诉不停

lè nhè như chè thiu（小孩）不停哭诉

lè tè *t* 矮矬矬

lè xè [拟]（树叶）沙沙

lẻ *t* ①单数的，奇数的：số lẻ 奇数 số chẵn 双数 ②[数] 零头：một trăm lẻ bốn 一百零四 ③零星，零碎：tiền lẻ 零钱 *d* 合（小容量）：một đấu hai lẻ 一升二合

lẻ loi *t* 孤单，孤独，伶仃：lẻ loi một mình 孤单一人

lẻ mẻ *t* 零碎，琐碎

lẻ nhẻ *t* ①长诉的 ②零星，稀疏

lẻ tẻ *t* 分散，零散：ý kiến còn lẻ tẻ 意见还不统一

lẽ₁ *d* 道理，理由，缘故：trái lẽ 理亏

lẽ₂ *d* 小老婆，妾：lấy lẽ 纳妾

lẽ mọn *d* 贱妾，偏房，侧室

lẽ nào *p* 岂可，岂能，怎能

lẽ phải *d* 真理，正理

lẽ ra *t* 按理的，照理的：lẽ ra phải bồi thường cho người ta 按理要补偿别人

lẽ tất nhiên *t* 必然，理所当然，自然而然

lẽ thẳng khí hùng 理直气壮

lẽ thường *d* 常理，常规，常情

lé₁ *đg* 闪烁，闪亮，闪耀

lé₂ *đg* ①伸，吐（舌）②（从嘴里）吐出

lé₃ *đg* 斜视，睨：lé mắt nhìn 斜眼看

lé mé *t* 靠近的,贴近的: Nước tràn lé mé nền nhà. 水快漫到地板了。

lé xẹ *t* 眼睛斜的

lẹ *t* 快速,敏捷: làm lẹ 做得快

lẹ làng *t* 轻快,敏捷

lẹ như con thoi 快如飞梭

lẹ lẹ=lè lẹ

lẹ mắt *t* 眼快的

lẹ tay *t* 手快而轻的

léc *d* 列克 (阿尔巴尼亚货币单位)

léc chéc [拟] 唧啾

lẹc khẹc [拟] 咔嗒咔嗒

lem *t* 脏,污: Mặt lem than bụi. 脸沾满煤灰。

lem ba lèm bèm 粗枝大叶;不拘小节

lem lẻm *t* 嘴碎的,嘴快的,喋喋不休的

lem lém₁ *đg* 迅速蔓延: Nước cứ dâng lên lem lém. 水迅速往上涨。

lem lém₂ *t* ①锋利: Con dao sắc lem lém. 刀很锋利。②快嘴,多话(同 lém lém): cái mồm lem lém 嘴巴说不停

lem luốc *t*(身体或衣服)到处脏污: mặt mày lem luốc 满脸污渍

lem nhem *t* ①脏兮兮: mực dính lem nhem 墨迹斑斑②随意,随性: ăn mặc lem nhem 衣衫不整

lèm bèm *t* ①粗心大意②(说话)小气,狭隘,不大方: ăn nói lèm bèm 说话小气

lèm nhèm *t* ①脏污,不洁②不清不白;稀里糊涂: làm những chuyện lèm nhèm 做一些不清不白的事③不起眼,平庸: cán bộ lèm nhèm 小干部一个

lẻm *đg* 吃得快: Loáng một cái đã lẻm hết cái bánh. 一眨眼就吃完了一个饼。

lém₁ *đg*(火势)快速外延: lửa cháy lém 火势迅速外延

lém₂ *t* 嘴快,絮叨: nói lém 连珠炮似的说

lém đém *t* ①或有或无的,疏密不匀的②燃起的: lửa cháy lém đém 火刚点燃

lém lém *t* 嘴碎,喋喋不休

lém lỉnh *t* 嘴巧的

lém mép *t* 嘴贫的

lém như cuội 巧舌如簧

lẹm₁ *d* 缝补麻袋的针

lẹm₂ *t* 凹陷: Thước kẻ có nhiều chỗ lẹm. 尺子上有多个缺口。

lẹm cằm *t* 凹下巴的

len₁ *d* 毛线,毛料: áo len 毛衣; chăn len 毛毯

len₂ *d* 小铁锹

len₃ *đg* 挤入,穿过: len vào đám đông 挤进人群里

len chải *d* 毛条

len chân *đg* 插足,涉足,挤进

len dạ *d* 毛料,呢绒

len đan *d* 毛线

len gai *d* 粗线

len lét *t* 畏首畏尾,畏畏缩缩: mắt len lét sợ hãi 畏畏缩缩的眼神

len lỏi *đg* 穿过,挤进,穿插: đi len lỏi trong rừng 在林中穿行

len mình *đg* 跻身,加入

len ten *t* ①破碎: quần áo rách len ten 衣服破碎②小碎步的: Hai đứa bé len ten chạy vào. 两个小孩小跑进来。③不起眼的,不重要的: cán bộ len ten 小干部

lèn₁ *d* 峭壁

lèn₂ *đg* 填,塞,堵: lèn bông vào gối 塞棉花到枕头里

lèn quèn *t* ①稀疏,零星: lèn quèn vài ngôi nhà 零星几间屋②破败,潦倒

lẻn *đg* 潜入,潜行: Kẻ cắp lẻn vào nhà. 小偷潜入家里。

lẻn lút *đg* 躲藏,偷偷摸摸地做

lén *đg* ①(悄悄地,偷偷地,暗地里)做: làm lén 偷偷摸摸地干②潜入,潜行(同lẻn)

lén lút *đg* 偷偷,私下里: buôn bán lén lút hàng lậu 暗地里做走私交易

L

leng beng *t* 杂乱无章, 混乱不堪

leng keng [拟] 叮叮当当: tiếng chuông leng keng 铃声叮叮当当响

leng teng [拟] 叮叮当当 *t* 乱糟糟

lẻng kẻng [拟] 咣当

lẻng xẻng [拟] 哗啦啦: tiền xu lẻng xẻng trong túi 兜里的硬币哗啦啦响

léng phéng *t* 轻浮, 不正经

leo *đg* 攀, 爬, 登: leo núi 爬山; leo cột 爬杆; leo dây 爬绳 *d* 攀生: cây leo 攀生植物

leo cau đến buồng 水到渠成

leo heo *t* ①火光微弱, 昏暗②零散, 零星

leo kheo =lẻo khoẻo

leo lắt=leo lét

leo lẻo₁ *t* 说个不停的

leo lẻo₂ *t*; *p* ①清澈②油嘴滑舌

leo lét *t*(火光) 微弱: ngọn đèn leo lét 微弱的灯火

leo ngoeo=leo nheo

leo nheo *t*(孩子) 缠磨的, 缠绕的: Đứa bé leo nheo bên mẹ. 孩子缠着妈妈。

leo teo *t* 零散, 零星

leo thang *đg* 攀 升, 升 级: chiến tranh leo thang 战争升级

leo trèo *đg* 攀登, 登爬

lẻo₁ *d* 帆绳; 风筝的横线

lẻo₂ *d* 奖赏: tranh lẻo 夺奖

lẻo₃ *d* 衣橱或床沿上雕有图案的横板

lẻo₄ *đg* 续添, 拉拢: lẻo mấy đứa đi cùng một nhóm 拉几个人同去

lẻo khoẻo *t* 细而瘦: tay chân lẻo khoẻo 细胳膊细腿的

lẻo lá *t* 油滑: ăn ở lẻo lá 滑头滑脑

lẻo lái *d* 舵和桨 *đg* 操舵划桨

lẻo ngoèo *t* ①蜿蜒, 歪歪扭扭②零星, 稀疏: mấy ngôi nhà lẻo ngoèo 零星几间屋

lẻo nhèo *t* 皱皱巴巴: Quần áo lẻo nhèo. 衣服皱皱巴巴的。 *đg* 啰里啰唆, 缠磨: Con bé lẻo nhèo đòi mẹ cho đi chơi. 孩子缠着要妈妈允许他出去玩。

lẻo phèo *t* 零星, 稀稀落落

lẻo quèo *t* 蜿蜒

lẻo tèo=leo teo

lẻo xèo [拟] 吱吱: Chảo mỡ sôi lẻo xèo. 油锅吱吱地响。

lẹo₁ *đg* 切, 割: lẹo một miếng thịt 割一块肉

lẹo₂ *t* 油嘴滑舌: lẹo miệng 油嘴滑舌

lẹo₃ *p* 清澈: nước suối trong lẹo 溪水清澈

lẹo khẻo *t* 孱弱的, 瘦弱的

lẹo khoẻo *t* 高高瘦瘦: người lẹo khoẻo 细高挑个儿

lẹo lớt *t* 单薄, 瘦弱

lẹo lự *t* 油嘴滑舌

lẹo mép *đg* 夸夸其谈

lẹo ngoẻo *t* ①瘦弱②歪歪斜斜③横七竖八: Gà bị dịch chết lẹo ngoẻo. 瘟死的鸡横七竖八的到处都是。

lẽo *t* 剪歪的, 不直的: Cắt lẽo miếng vải. 把布剪歪了。

lẽo đẽo *p* 苦苦尾随地, 苦缠地: Trẻ con lẽo đẽo theo mẹ đi chợ. 小孩苦缠着要跟妈妈去赶集。

lẻo₁ *đg* 缠紧, 绕紧

lẻo₂ *đg* 僭越: ngồi lẻo lên trên 越礼上席

lẻo₃ *đg* ①牵扯, 牵连: Chuyện riêng của nó đừng có lẻo tôi vào đó. 他的私事别把我扯进去。②转到, 引开: cố lẻo câu chuyện sang hướng khác 尽量扯到别的话题上

lẻo héo *đg* 靠 近, 转 悠: Không ai được lẻo héo đến đó. 谁都不准靠近那个地方。

lẻo lắt=lắt lẻo

lẻo nhéo *đg* 嚷嚷, 嘈杂: Mới sáng ra bà ta đã gọi lẻo nhéo ngoài cổng. 天刚亮她就在门口嚷嚷。

lẻo xéo *đg*(时大时小, 时有时无的) 嚷嚷(声), 呼唤(声): Có tiếng lẻo xéo ngoài ngõ. 巷口有嚷嚷声。

lẹo₁ *d* 针眼, 眼睑皮脂腺炎: mắt lên lẹo 长针眼

lẹo₂ *đg* (猪, 狗) 交尾

lẹo₃ *t* (果子) 孖生: trái lẹo 孖生果

lẹo nhẹo *t* 纠缠的, 复杂的

lẹo quẹo *t* 曲折的, 弯曲的

lẹo tẹo *p* ① 瞬间, 倏忽: Lẹo tẹo mà đã hơn một năm rồi. 转眼已一年多了。② 慢慢, 逐渐: Lẹo tẹo rồi hai người lại hoà thuận với nhau. 慢慢地两人又和好了。*t* 不清不楚: Hai người còn lẹo tẹo với nhau. 两人的关系还不清不楚的。

lép *t* ① 不结实的, 不饱满的: thóc lép 秕谷 ② 瘪: bụng lép 肚子瘪 ③ (炮、弹) 哑的: pháo lép 哑炮 ④ 认输的: chịu lép một bề 甘居人下

lép bép *đg* 絮絮叨叨 [拟] 噼里啪啦

lép kẹp *t* 瘪塌塌: Bụng đói lép kẹp. 肚子饿瘪了。

lép nhép [拟] 吧唧吧唧

lép như trấu 甘拜下风

lép ve *t* 瘪塌塌

lép vế *đg* 低人一头, 抬不起头, 甘拜下风: Yếu thế đành chịu lép vế. (处于) 势弱只好甘拜下风。

lép xép = lép bép

lẹp kẹp [拟] 踢哒

lẹp xẹp *t* 瘪塌塌

lét *đg* 瞟, 瞥: lét mắt nhìn 瞥一眼

lét chét *t* 多嘴的

lét lét = len lét

lẹt bẹt = lẹt đẹt

lẹt đẹt₁ *t* (声音) 稀稀拉拉: tiếng vỗ tay lẹt đẹt 掌声稀稀拉拉的

lẹt đẹt₂ *t* 落后, 迟缓: hành động lẹt đẹt 行动迟缓; lẹt đẹt đi theo sau đội ngũ 迟缓地跟在队伍后面

leu *d* 列伊 (罗马尼亚货币单位)

lev *d* 列弗 (保加利亚货币单位)

lê₁ *d* 梨子

lê₂ *d* 刺刀

lê₃ *đg* ① 趿拉: kéo lê đôi giầy rách 趿拉着一双破鞋子 ② 匍匐: tập lăn lê bò toài 练习摸爬滚打

lê₄ (汉) 黎 *t* ① 黧黑; ② 众: lê dân 黎民

lê dương *d* [旧] 外籍雇佣军

lê la *đg* ① (小孩) 爬地, 蹭 ② 屁股沉 (走到哪儿坐到哪儿)

lê lết *đg* (肢体) 绵软, 瘫软

lê minh *d* [旧] 黎明

Lê-nin-nít *d* 列宁主义

lê thê *t* 长长的, 很长的: dài lê thê 长长的

lề₁ *d* ① 订书线 ② 页边, 书眉: ghi vào trên lề trang giấy 写在书眉上 ③ 便道, 边缘: đi ở trên lề 在便道上走

lề₂ *d* 惯例, 风俗, 习惯: Đất lề quê thói. 乡有乡例, 族有族规。

lề đường *d* 便道, 人行道

lề giấy *d* 纸边儿

lề kêu *d* [无] 振鸣边际

lề lối *d* 格式, 方式, 方法, 作风: chấn chỉnh tác phong lề lối làm việc 调整工作作风

lề luật *d* 惯例

lề mà lề mề 拖拖沓沓, 拖拖拉拉

lề mề *t* 拖沓, 迟滞, 拖拉

lề rề *t* 慢吞吞

lề sách *d* ① 书脊 ② 书眉, 页面空白处

lề thói *d* 风气, 习俗: lề thói lạc hậu 落后风气

lề xề *t* 不修边幅, 邋里邋遢 *đg* 瞎晃, 东游西逛

lễ (汉) 礼 *d* ① 礼: lễ ăn hỏi 问名礼; cử hành lễ cưới 举行婚礼 ② 礼物, 礼品: sắm lễ hỏi vợ cho con 为儿子准备娶妻的礼品 ③ 赠品, 礼物: tốt lễ dễ van 礼厚易求 ④ 仪式: lễ khánh thành 落成典礼 ⑤ 礼节, 礼貌, 礼数 *đg* 拜, 礼拜: làm lễ bái 做礼拜

lễ an táng *d* 葬礼, 安葬仪式

lễ ăn bánh thánh [宗] 圣餐

lễ bạc tâm thành 礼薄心诚

lễ **bái** *d* 礼拜

lễ **Các thánh**[宗] 诸圣瞻礼

lễ **cưới** *d* 婚礼: làm lễ cưới 举办婚礼

lễ **đài** *d* 观礼台

lễ **đăng quang** *d* 加冕典礼

lễ **đón** *d* 欢迎仪式

lễ **độ** *d* 礼度, 礼貌, 礼节

lễ **Đức bà lên trời** [宗] 圣母升天瞻礼

lễ **đường** *d* 礼堂: đại lễ đường 大礼堂

lễ **Giáng sinh** *d* 圣诞节

lễ **giáo** *d* 礼教

lễ **hỏi** *đg* 提亲

lễ **hội** *d* 节日

lễ **khai giảng** *d* 开学典礼

lễ **khai trương** *d* 开业典礼, 开张仪式

lễ **lạt** *d* ①礼物, 赠品, 礼品②礼仪, 典礼

lễ **mạo** *d*[旧] 礼貌

lễ **mễ** *t*(负重) 沉笨: mang lễ mễ 带一大堆

lễ **mọn** *t* 薄礼的

lễ **nghi** *d*[旧] 礼仪

lễ **nghĩa** *d*[旧] 礼义

lễ **nhường** *đg*[旧] 礼让

lễ **Nô-en** *d* 圣诞节

lễ **phẩm** *d* 礼品

lễ **phép** *d* 礼貌, 礼节

lễ **phục** *d* 礼服

lễ **Phục sinh** *d* 复活节

lễ **tang** *d* 丧礼: ban lễ tang 治丧委员会

lễ **tân** *d* 礼宾, 接待员: nghi thức lễ tân 礼宾仪式; làm lễ tân khách sạn 做宾馆接待员

lễ **Thánh thần hiện xuống** [宗] 圣体降临瞻礼

lễ **thức** *d* 仪式

lễ **tiết** *d* 礼节

lễ **truy điệu** *d* 追悼会

lễ **vật** *d* 礼物

lễ **viếng** *đg* 拜谒, 瞻仰, 告别仪式

lệ₁ [汉] 例 *d* 规则, 法规, 规定: cựu lệ 旧例; Bản đăng kí không hợp lệ. 填的表不符合规定。

lệ₂ [汉] 泪 *d* 眼泪: rơi lệ 落泪

lệ₃ [汉] 隶, 丽, 励, 厉

lệ **bộ** *d*(按常规, 惯例必需的) 物件或物品 (常放在 đủ 后): Làm gì mà phải đầy đủ lệ bộ thế? 干吗要这么齐全的东西啊?

lệ **kệ** *t* 拖拉, 啰唆

lệ **khệ** *t* 笨拙, 滞重

lệ **khí** *d* 疠气

lệ **làng** *d* 乡俗, 乡规

lệ **luật**=luật lệ

lệ **ngoại** *d* 例外

lệ **phí** *d* 手续费

lệ **thuộc** *đg* 隶属, 从属, 附属: nước lệ thuộc 附属国

lệ **thường** *d* 常例, 惯例

lệ **tục**=tục lệ

lếch tha lếch thếch *t* 邋里邋遢: Anh ta ăn mặc lếch tha lếch thếch. 他的穿着邋里邋遢。

lếch thếch *t* 邋遢

lệch₁ *d* 海鳝, 尖头鳗鱼

lệch₂ *t* 歪, 偏, 斜: mũ đội lệch 带歪帽; hiểu lệch 理解错

lệch kệch *t* (物品) 笨重, 庞大: chiếc va-li lệch kệch 笨重的行李箱

lệch lạc *t* 偏差; 歪斜: đội mũ lệch lạc 带歪了帽子

lệch tướng *t*[电] 异相的, 分相的, 相移的

lệch xệch *t* 不整的: quần áo lệch xệch 衣帽不整

lên *đg* ①上, 升, 登: lên gác 上楼②提升, 增加: lên lương 加薪; lên chức 升职③显现, 露出: lên mặt 露出得意样④长到 (几岁): Em lên mấy rồi? 你几岁了?⑤上紧 (发条等) *p*(表示催促或动员): Hãy cố lên! 加油! Làm nhanh lên! 快点做!

lên án *đg* ①判决②指控, 谴责: bị dư luận lên án 受到舆论谴责

lên bổng xuống trầm 抑扬顿挫

lên cân *đg* 长胖，长膘

lên chun *t* 上脸的，洋洋得意的

lên cơn *đg* 发作：lên cơn sốt rét 疟疾发作；lên cơn giận 发脾气

lên dây *đg* 上弦，上发条

lên đạn *đg* 上膛，上子弹

lên đèn *đg* 上灯，点灯，掌灯 *d* 掌灯时刻，傍晚：thành phố đang lên đèn 城市华灯初上

lên đồng *đg* (迷信) 跳大神

lên đời *đg* (生活) 改善，改头换面

lên đường *đg* 启程，上路，出发：Đã lên đường lúc 8 giờ sáng. 早上 8 点就出发了。

lên gan *đg* 冒火，生气

lên gân *đg* ①使劲，用力②做作③生气

lên gân lên cốt *đg* 装酷

lên giá *đg* 涨价：Dầu thô lên giá liên tục. 原油持续涨价。

lên giọng *đg* ①打官腔：lên giọng dạy đời 打官腔教训人②提高声音：Hát đoạn này phải lên giọng. 这段要提高声调唱。

lên hương *đg* 吃香；发达，得势

lên khung *đg* 装扮：Hôm nay cậu lên khung trông trẻ hẳn ra. 今天你装扮了一下看起来年轻多了。

lên khuôn *đg* 排版，上模子

lên lão *đg* [旧] ①(旧时农村年龄大的老农) 免劳役②达到…高龄：lên lão tám mươi 达到八十高龄

lên lớp *đg* ①上课，听课：Các em đang chăm chú lên lớp. 学生正专心听课。②升 (学)：Sang năm em lên lớp 3. 明年我将升上三年级。

lên mặt *đg* 得意，摆架子

lên mâm *đg* [口] 登台，出台；上桌

lên men *đg* 发酵：Cất rượu là một quá trình lên men. 酿酒是个发酵过程。

lên ngôi *đg* 即位，就位

lên ngược xuống xuôi 上山下乡

lên như diều *đg* 升得快，青云直上

lên nước₁ *đg* (木材、角质等) 磨光，打光

lên nước₂ *đg* 得势：Độ này anh ấy lên nước rồi. 最近他很得势。

lên râu *đg* 沾沾自喜，自以为了不起

lên số *đg* 挂挡

lên sởi *đg* 出麻疹

lên tay *đg* 上手，进步

lên tận mây xanh 飘飘然

lên thác xuống ghềnh 跋山涉水

lên tiếng *đg* ①发言，出声②声明，宣布：lên tiếng ủng hộ 声援

lên voi xuống chó 仕途坎坷

lên trời *d* 天际，天边：Chim bay lên trời. 鸟儿飞向天边。

lển nghển *t* 繁杂

lện quện *t* 涂鸦的

lênh chênh *t* 不稳，不平

lênh đênh *t* 漂浮，伶仃 *đg* 漂泊，飘零：Chân trời mặt biển lênh đênh. 天涯海角叹飘零。

lênh khênh *t* 细而高

lênh láng *đg* (液体) 漫溢：Nước lênh láng khắp sân. 院子里溢得到处都是水。

lênh nghênh *t* 骄横

lênh phênh *đg* 游荡，东游西逛，流浪：đi lênh phênh ngoài đường 在路上流浪

lềnh *d* 上座 (长者的席位)

lềnh bềnh *t* 漂浮：bèo trôi lềnh bềnh 浮萍漂浮

lềnh đềnh *d* [动] 塘鹅

lềnh kềnh *t* 横七竖八

lểnh lảng *t* ①漫溢的②无味，无趣：ăn nói lểnh lảng 言谈无趣

lểnh nghểnh *t* 蠕动的，爬来爬去的：Rắn bò lểnh nghểnh. 蛇不停地蠕动。

lễnh thễnh *t* 低垂的，散架的

lễnh loãng *t* 淡而无味的

lểnh quểnh *t* 慌张

lệnh [汉] 令 *d* ①命令：vâng lệnh 奉命②号令物：ống lệnh 号炮；đánh lệnh 令鼓 *đg*

命令: ra lệnh 下令

lệnh ái *d* [旧] 令爱

lệnh chỉ *d* [旧] 令旨

lệnh giới nghiêm *d* 戒严令

lệnh khệnh *p* (负重) 一步一挪: Lệnh khệnh bê thúng thóc vào nhà. 一步步把谷子扛进屋。

lệnh lang *d* 令郎

lệnh làng nào làng ấy đánh 乡有乡规

lệnh tiễn *d* [旧] 令箭

lệnh tộc *d* [旧] 令族

lệnh từ *d* [旧] 令慈

lết *đg* 蹭行, 拖行: Cố lết về nhà. 努力蹭回到家。

lết bết *t* ① (身上物) 拖地的 ②磨蹭, 疲沓, 疲软无力

lết mết *t* ①磨蹭 ②醉醺醺 ③沉迷的, 陶醉的

lệt bệt=lết bết

lệt đệt *t* 磨磨蹭蹭: đi lệt đệt ở đằng sau 磨磨蹭蹭地跟在后面

lệt phệt *t* 疲沓, 迟钝

lệt sệt₁ *t* [拟] (鞋子或物体摩擦地面发出的声音)

lệt sệt₂ *t* 黏稠: cháo đặc lệt sệt 稀饭很稠

lệt thệt *t* 磨磨蹭蹭

lêu *c* 羞, 羞人: Lêu lêu! Đồ tham ăn! 羞羞! 馋猫!

lêu bêu *đg* 游荡, 游手好闲

lêu đêu *t* 细细高高: cao lêu đêu như cây tre 像竹子那样细细高高的

lêu hêu *t* ①细高 ②高而不稳: Lọ để lêu hêu gió làm đổ mất. 瓶子不放稳会被风吹倒的。 *đg* 游荡, 不务正业: Đi chơi lêu hêu tối ngày. 日夜在外游荡玩耍。

lêu hổ=lêu

lêu khêu=lêu hêu

lêu lổng *đg* 游荡, 流浪: Suốt ngày lêu lổng không chịu học hành. 整天游荡不肯学习。

lêu nghêu *t* 过高的, 过长的

lêu phêu=lêu hêu

lêu têu *đg* 东游西逛

lều *d* ①小茅屋, 草棚 ②帐篷

lều bạt *d* 帆布帐篷

lều bều *t* 漂浮

lều chiếu=lều chõng

lều chõng *d* 席棚

lều khều *t* ①笨手笨脚的 ②瘦高

lều nghều=lêu nghêu

lều quán *d* 小茅棚

lều tranh *d* 草棚

lều vải *d* 帐篷

lểu *đg* 穿透: lểu ruột 穿肠而过 *t* 尖利, 锋利: dao bén lểu 刀很锋利

lểu đểu=lảo đảo

lểu lảo=lếu láo

lểu nghểu=lều nghề

lếu *t* 不真实的; 大概的; 滑头的

lếu láo *t* ①放肆, 没规矩, 没礼貌 (同 láo lếu): ăn nói lếu láo hỗn xược 说话没大没小 ②(做事) 敷衍了事: Học lếu láo dăm ba câu rồi bỏ đi chơi. 随便敷衍三五句就跑去玩。

lếu nhếu *t* 惊慌, 混乱: Nghe tin dữ cả nhà lếu nhếu lo sợ. 听到凶讯, 全家惊慌失措。

lếu têu *t* 瞎游荡的, 乱逛的

li₁ *d* 樽, 杯: Mỗi người uống một li. 每人喝一杯。

li₂ *d* 裤线, 折痕: đường li thẳng tắp 裤线笔直

li₃ *d* [动] 狸: hải li 海狸

li₄ [汉] 厘 *d* 毫厘, 丁点儿: Sai một li đi một dặm. 差之毫厘, 谬以千里。

li₅ [汉] 离: li kì 离奇; biệt li 别离

li₆ [汉] 漓: lâm li 淋漓

li₇ [汉] 离 *d* 离 (八卦之一)

li bì *t* ①沉迷, 昏沉: ngủ li bì suốt ngày 整天昏睡 ②绵延的, 持续的: uống rượu li bì suốt mấy ngày liền 持续几天喝酒

li biệt *đg* 离别

li dị *đg* 离婚

li-e *d* 软木

li gián *đg* 离间

li hương biệt quán 背井离乡

li khai *đg* 离开, 脱离, 分离: chủ nghĩa li khai 分离主义

li kì *t* 离奇: chuyện li kì 离奇之事

li-pit (lipide) *d* 脂肪

li tán *đg* 离散: gia đình li tán 家庭离散

li tao *d* [旧] 离骚

li tâm *đg* 离心: bơm li tâm 离心泵

li thân *đg* 分居

li-thi (lithium) *d* [化] 锂

li ti *t* 微小, 渺小: chữ viết li ti 蝇头小字

li-tô (liteau) *d* ①横梁②石印

li từ *d* 离婚申请书

lì *t* ①平坦, 平滑: nhẵn lì 平滑②呆板: ngồi lì 呆板地坐着③习以为常的, 若无其事的, 不以为然的: lì đòn 挨打如家常便饭

lì câm *t* ①冷冰冰: thằng bé lì câm 小孩子冷冰冰的②平滑: mặt ván lì câm 木板平滑

lì lầm=lầm lì

lì lì *t* 无动于衷

lì lì như tiền chỉ hai mặt 面无表情, 爱答不理

lì lịt *t* 无动于衷, 冷若冰霜

lì lợm *t* 冷漠

lì xì₁ *đg* 封红包, 封利市, 封压岁钱 *d* 红包, 利市, 压岁钱

lì xì₂ *t* 闷声不吭的, 内向的, 不活泼的; 默然的, 寡言的

lí₁ [汉] 理 *d* 理, 道理: có lí 有理

lí₂ *d* [植] 千里香

lí₃ [汉] 理 *d* 物理: học kém về môn lí 物理学得差

lí₄ [汉] 理 *d* 理由: chả có lí gì làm như vậy 没理由这么做

lí₅ [汉] 履, 鲤, 李, 里

lí dịch *d* [旧] (官名) 里役

lí do *d* 理由

lí giải *đg* 解释

lí hào *d* [旧] 土豪

lí hí *t* 眯缝的, 虚掩的: cặp mặt lí hí 眯缝着眼

lí hội=lí giải

lí hương *d* 乡里 (旧时乡村里的职役)

lí la lí lắc *t* 顽皮, 淘气

lí la lí lô *t* (说或唱) 含糊不清, 口齿不清

lí láu *t* (言语) 连珠炮似的

lí lắc *t* 调皮, 淘气

lí lẽ *d* 理由

lí lịch *d* 履历

lí liệu pháp *d* 理疗

lí lô *t* 哩哩啰啰

lí luận *d* 理论: lí luận khoa học 科学理论 *đg* 争论, 争辩: hơi tí là lí luận với mọi người 动不动就跟别人争论

lí ngư *d* 鲤鱼

lí nhí *t* 细声细气: Cô bé nói chuyện lí nhí. 小姑娘讲话细声细气的。

lí rí *t* 细声细气的; 眯缝的

lí số *d* [旧] 卜筮

lí sự *d* ①理由, 理论②理事 *đg* 说理, 论理

lí sự cùn *đg* 提出歪理, 提出谬论 *d* 歪理, 谬论

lí tài *t* [旧] 唯利是图的 *d* [旧] 财政, 金融; (家庭) 预算

lí thú *t* 有趣的, 有意思的

lí thuyết *d* 理论: Học lí thuyết phải biết thực hành. 理论要联系实践。

lí thuyết hoá *đg* 理论化

lí thuyết tập hợp *d* [数] 集合论

lí thuyết thông tin *d* [数] 信息论

lí thuyết tương đối *d* [理] 相对论

lí thuyết xác suất *d* [数] 概率论

lí tí=li ti

lí tính *d* 理性

lí trí *d* 理智

L

lí tưởng *d* 理想: lí tưởng hoá 理想化; lí tưởng sâu xa 远大理想 *t* 理想的: cuộc sống lí tưởng 理想的生活

lí ưng *đg* 理应

lị *d* 痢疾

lia₁ *đg* 扫, 撇: lia mảnh sành 用陶片打水漂

lia₂ *t* 快速, 持续地: lia một bằng đạn 连射一梭子弹

lia lịa *p* 不停地, 连连: gật lia lịa 连连点头

lìa *đg* 离开, 脱离: chim lìa đàn 离群之鸟

lìa bỏ *đg* 舍弃, 抛弃

lìa đời *đg* 离开人世, 亡故

lịa *p* 不停地, 连连: làm lịa 快做

lịa miệng *t* 滔滔不绝

lích *đg* ①弹珠子到空地上②偷窃; 打骂; 囫囵: lích cho nó một trận 揍他一顿

lích ca lích kích = lích kích

lích chích [拟] 叽叽喳喳, 唧唧

lích kích *t* ①(所携物品) 多而杂, 乱七八糟: lích kích đủ thứ 乱七八糟什么都有②烦琐: thủ tục lích kích 手续烦琐

lích rích [拟] 唧唧: Đàn gà con kêu lích rích trong bụi tre. 小鸡在竹林里唧唧叫。

lịch₁ [汉] 历 *d* ①历法: dương lịch 阳历②日历, 月历③日程表: lịch công tác 工作日程表

lịch₂ *t* 歪斜: lịch sang một bên 往一边斜

lịch bà lịch bịch = lịch bịch

lịch bàn *d* 台历

lịch bịch [拟] 嘡嘡, 咚咚, 嗒嗒, 嘣嘣: tiếng bước chân lịch bịch nặng nề 咚咚沉重的脚步声

lịch cà lịch kịch = lịch kịch

lịch duyệt *t* 有阅历的, 有经验的

lịch đại *d* 历代

lịch huych *t* ①简略, 琐碎, 杂乱: Buôn bán lịch huych không ra gì. 小本生意不成气候。②瞬间的, 突然间的: Lịch huych đã đến tết. 转眼间就要过年了。

lịch ịch *t* 笨重, 笨拙: đi đứng lịch ịch 行走笨拙

lịch kịch [拟] 咔嚓 (硬重物碰撞声)

lịch lãm *t* 阅历丰富的

lịch luyện *t* 历练多年的

lịch pháp *d* 历法

lịch phịch [拟] 咚咚: Nhiều quả rơi lịch phịch xuống đất. 很多果子咚咚地落到了地上。

lịch rịch *t* ①烦琐, 麻烦: nấu nướng lịch rịch 忙上忙下地烹煮②动来动去的, 挣扎的: Thằng bé cứ lịch rịch hoài không chịu ngủ. 小孩动来动去的不肯睡。③仓促忙乱的, 杂乱的: Bà con lịch rịch kéo nhau đi. 乡亲们拉拉杂杂地走了。

lịch sử *d* ①历史②历史学 *t* 历史性的: bước ngoặt lịch sử 历史性的转折点

lịch sự *t* ①温文尔雅, 彬彬有礼: ăn nói lịch sự 谈吐温文尔雅②(穿着) 考究, 讲究: ăn mặc lịch sự 衣冠楚楚

lịch thanh = thanh lịch

lịch thiên văn *d* 天文历

lịch thiệp *t* 在行, 老练, 阅历丰富

lịch triều *d* 历朝

lịch trình *d* 历程, 经历, 日程: lịch trình giao hàng 交货日期

lịch xịch *t* ①粗糙, 简陋; 麻烦: nhà cửa lịch xịch 房屋简陋 ②挑逗性的; 造成麻烦的, 误会的: Hai nhà lịch xịch với nhau chỉ vì chuyện còn con. 两个家庭因为一点小事产生误会。

liếc₁ *đg* 瞟, 瞥, 瞥视

liếc₂ *đg* 抢; 刮或擦 (物体表面): liếc dao 抢刀子

liếc mắt *đg* 溜眼, 瞟

liếc mèo *đg* 抛媚眼, 眉来眼去

liếc ngang liếc dọc 东瞟西看, 眉来眼去

liếc trộm *đg* 偷瞟

liếc xéo *đg* 飞快地瞪一眼

liệc *đg* 压桨掌舵

liêm [汉] 廉 *t* 廉洁: liêm chính 廉洁正义

liêm khiết *t* 廉洁: đội ngũ cán bộ liêm khiết 廉洁的干部队伍

liêm phóng *d* (法属时期的) 秘密警察

liêm sỉ *d* 廉耻: vô liêm si 无耻

liêm *d* 镰刀: liềm vạt 长柄大镰刀

liễm dung *đg* 敛容

liễm thu *đg* 敛起, 收敛

liếm *đg* 舐, 舔

liếm gót *đg* [口] 奉承, 溜须拍马

liếm ke *đg* 阿谀奉承

liếm láp *đg* ①舔②捡便宜, 揩油

liếm mép *đg* 忘恩负义: thằng liếm mép 忘恩负义的家伙

liếm môi *đg* 舔嘴唇

liệm [汉] 殓 *đg* 入殓: đại liệm 大殓

liên₁ [汉] 连①*t* 接连的: liên tục 连续②连 队的

liên₂ [汉] 莲 *d* 莲: kim liên 金莲

liên₃ [汉] 怜 *đg* 怜: đồng bệnh tương liên 同 病相怜

liên₄ [汉] 联

liên bang *d* 联邦

liên bộ *d* 联部, 各部联合: hội nghị liên bộ 各部联席会议

liên can *đg* 相干, 牵连, 关联

liên cầu khuẩn *d* [生] 链球菌

liên chi *d* (党、团) 总支

liên chi hồ điệp 接连不断, 接二连三

liên chi uỷ *d* 总支委员会

liên cú *d* 联句

liên danh *d* 联名: bức thư liên danh 联名信

liên doanh *đg* 联营, 合资经营: xí nghiệp liên doanh 合资企业

liên đoàn *d* 联合会, 协会, 联盟

liên đội *d* 大队: liên đội Thiếu niên tiền phong 少先队大队

liên đới *đg* 联手, 联结; 连带

liên hệ *đg* ①联系: liên hệ công tác 联系工 作②关联, 串联

liên hệ ngược *đg* 反馈

liên hiệp *đg* 联合, 联合体

liên hoan *đg* ; *d* 联欢: liên hoan phim 电影 节

liên hoàn *t* 连环的: vụ nổ liên hoàn 连环爆 炸

liên hồi *t* ; *p* 不停地, 一阵阵: điện thoại réo liên hồi 电话不停地响

liên hợp *t* ; *đg* ①联合② [数] 相配

Liên Hợp Quốc *d* 联合国: Đại hội đồng Liên Hợp Quốc 联合国大会

liên hương tích ngọc 怜香惜玉

liên kết *đg* ①联结, 联合②结盟

liên khu *d* 联区: liên khu 4 第四联区

liên kiều *d* [植] 连翘

liên lạc *đg* 联络, 联系: thường xuyên liên lạc 经常联络; địa chỉ liên lạc 联系地址 *d* 联 络员

liên liến *t* ①快速不停地: vừa nói vừa bóc lạc liên liến 边说边不停地剥花生②顺溜, 流利: đọc liên liến 念得很流利

liên lụy *đg* 连累

liên miên *t* 连绵, 不断

liên minh *d* 联盟: liên minh công nông 工农 联盟

liên phòng *d* 联防

liên quan *t* 关联的, 相关的: các ngành có liên quan 有关部门

liên quân *d* 联军

liên sáu *d* [乐] 六连音

liên thanh *t* (声音) 连续的, 一阵一阵的: trống đánh liên thanh 鼓声阵阵 *d* 机枪

liên thiên *t* 胡扯的, 东拉西扯的: kể liên thiên những chuyện lớn nhỏ 大事小事胡侃; kể liên thiên mấy câu chuyện 胡扯着讲了几 个故事

liên thông *đg* 连通

liên tịch *d* 联席: hội nghị liên tịch 联席会议

L

liên tiếp *t* 连接的，接连不断的：đánh nhiều trận liên tiếp 连续打了好几仗

liên tục *t* 连续的，持续的：sự phát triển liên tục 持续发展

liên từ *d* 连词

liên tưởng *đg* 联想

liên vận *d* 联运：liên vận quốc tế 国际联运

liền *t* 连接的，相连的：núi liền núi 山连山 *p* ① 连续，不间断：Đọc liền một mạch cho đến hết. 一口气读完。② 立刻，马上：Nhận được tin liền đi ngay. 接到消息就马上去。

liền liền *t* 连续的，不间断的

liền tay *p* ①不停手（做）②立即，马上

liền trơn *t* ①吻合：chỗ nối liền trơn 接口刚好吻合②完好，平坦：da thịt liền trơn 皮肉完好无损

liền tù =liền tù tì

liền tù tì *p* 连续，一连…不停：Ngủ một giấc liền tù tì tới sáng. 一觉睡到天亮。

liền xì *t* 连续的，不停的

liễn₁ *d* 钵：liễn cơm 饭钵

liễn₂ *d* ①对联②写对联用的纸张、木板

liến₁ *t* (语速) 快，快语的：Con bé nói rất liến. 小孩子说得很快。

liến₂ *t* 顽皮，淘气，贪玩：Thằng bé liến quá. 孩子很贪玩。

liến bân *t* 调皮，顽皮

liến khỉ *t* ①顽皮，捣蛋② [口] 猴儿精的

liến láu *t* 机灵，伶俐：nói liến láu 不停嘴地说

liến thoắng *t* ①滔滔不绝，连珠炮似的②快嘴的

liến xáo *t* 不停地说的，口若悬河的

liểng xiểng *t* 损失的；失败惨重的：lỗ liểng xiểng 亏损严重

liệng₁ *đg* 抛，掷，丢，扔，撒：liệng tạ 掷铁球

liệng₂ *đg* 翱翔

liếp *d* ①竹笆，竹箅：cửa liếp 竹编门②垄：trồng vài liếp rau 种几垄菜

liếp nhiếp [拟] 唧唧

liệt₁ [汉] 列 *đg* 列入，排列：liệt tên vào sổ 在本子上列上名字

liệt₂ [汉] 劣 *t* 差，劣等：ác liệt 恶劣

liệt₃ [汉] 烈 *t* 烈：mãnh liệt 猛烈

liệt₄ [汉] 裂 *t* 裂：phân liệt 分裂

liệt₅ *t* 瘫的，瘫痪的

liệt bại =bại liệt

liệt cử *đg* 列举

liệt chiếu =liệt giường

liệt cường *d* 列强

liệt dương *t* 阳痿的

liệt địa *t* 遍地的：cây cối ngã liệt địa 到处都是倒地的树木

liệt giường *t* 卧病的，瘫卧的：ốm liệt giường liệt chiếu 卧病不起

liệt kê *đg* 列出，列具，开列：Liệt kê những món chi rõ ràng. 各项支出开列得清清楚楚。

liệt khớp xương *d* [医] 关节瘫痪

liệt nữ *d* [旧] 烈女

liệt phụ *d* [旧] 烈妇

liệt quốc *d* [旧] 列国

liệt sĩ *d* 烈士

liệt số *d* 数列

liệt thánh *d* 列圣

liệt tiểu tiện *t* 小便失禁的

liệt truyện *d* [旧] 列传

liêu [汉] 僚 *d* 僚：liêu hữu 僚友；liêu thuộc 僚属

liêu xiêu *t* 歪歪斜斜，摇摇晃晃：Ông đứng dậy liêu xiêu. 他摇摇晃晃地站起来。

liều₁ *d* 剂，服 (药量)：uống một liều thuốc bổ 服了一剂补药

liều₂ *đg*；*t* 豁出去，冒险：Thằng cha ấy rất liều. 那人敢冒险。

liều chết *p* 冒死

liều liệu *đg* 稍作安排

liều lĩnh *t* 冒险的, 不顾后果的: liều lĩnh làm càn 蛮干

liều lượng *d* 剂量, 分量

liều mạng *đg* 拼命, 拼死

liều mình *đg* 舍身, 奋不顾身: liều mình cứu người 舍身救人

liễu *d* ①柳树② [转] 纤弱的女子

liễu bồ *d* [旧] 柳树 (喻柔弱女子)

liễu ngõ hoa tường 花街柳巷

liệu₁ [汉] 料 *d* 原料, 材料: đưa liệu vào lò 送料入炉

liệu₂ *đg* 估计, 预料, 揣度: Liệu phải hết bao nhiêu? 估计要花多少?

liệu₃ [汉] 疗 *đg* 疗: trị liệu 治疗

liệu cách *đg* 设法, 想法子

liệu chừng *đg* ①料算, 约量, 估计②当心, 小心 (同 liệu hồn)

liệu cơm gắp mắm 看菜吃饭, 量体裁衣

liệu gió phất cờ 看风使舵

liệu hồn *đg* 当心, 小心: Liệu hồn! Không thì mất đầu! 当心你的脑袋!

liệu lí *đg* 料理: liệu lí mọi việc 料理大小事务

liệu liệu *đg* 试看, 看看: liệu liệu coi có được không 看看行不行

liệu lời *đg* 择词而言

liệu pháp *d* 疗法: liệu pháp sốc 休克疗法

liệu sức *đg* 量力: liệu sức mà làm 量力而行

liệu thần hồn=liệu hồn

liệu trình *d* 疗程

lim *d* 格木, 铁木: gỗ lim 格木

lim dim *đg* ①(睡眼) 朦胧② (眼儿) 眯缝

lìm rìm *t* 内向的, 不吭气的

lim₁ *đg* ; *t* ①不省人事, 迷糊: ngủ lịm đi 昏睡过去②消失, 消逝: tiếng hát lịm dần 歌声逐渐消逝

lịm₂ *p* 爽呆, 乐透: ngọt lịm 甜蜜蜜

linh₁ [汉] 灵 *t* 灵, 灵验 *d* 灵物: thần linh 神灵

linh₂ [汉] 零 *t* ① 挂 零: một trăm linh một 一百零一②凋零

linh₃ [汉] 羚 *d* 羚羊

linh₄ [汉] 伶

linh cảm *đg* 预感: linh cảm sắp có chuyện chẳng lành 预感将有不好的事 *d* 灵感: linh cảm của một người mẹ 母亲的灵感

linh chi *d* [植] 灵芝

linh cữu *d* 灵柩

linh diệu *t* 玄妙

linh dược *d* 灵药

linh dương *d* [动] 羚羊

linh đan=linh đơn

linh đinh=lênh đênh

linh đình *t* 盛大, 隆重, 豪华: ăn uống linh đình 大摆宴席

linh động *t* 灵活, 灵动, 机动

linh đơn *d* 灵丹

linh hoạt *t* 灵活

linh giác=linh cảm

linh hồn *d* 灵魂

linh kiện *d* 零件, 元件

linh lạc *t* 零落的, 失散的

linh lĩnh *t* 慢慢, 悄悄, 渐渐

linh lợi *t* 伶俐, 灵活: chân tay linh lợi 手脚灵活

linh miêu *d* 灵猫

linh mục *d* 牧师

linh nghiệm *t* 灵验: bài thuốc linh nghiệm 灵验的药方

linh phù *d* 灵符

linh phụng *d* 灵凤

linh sàng *d* 灵床

linh thiêng *t* 灵应, 灵验

linh tinh *t* ①零星, 琐碎: các việc linh tinh 琐碎事务②随便, 胡乱, 无条理: đi linh tinh khắp nơi 到处乱走

linh tinh lang tang ①零零碎碎, 七零八落, 零七碎八②随便, 胡乱

L

linh tính *d* 灵性, 预知性

linh trưởng *d* 灵长目 (动物)

linh ứng *đg* 灵应, 有求必应; 应验: Lời dự kiến năm ngoái đã linh ứng trong năm nay. 去年的预言今年就应验了。

linh vị *d* 灵位

linh xa *d* 灵车

lình *d* (跳神穿颊用的) 铁锥

linh *đg* [口] 溜　走: Bọn địch linh đi lúc nào không ai biết. 敌人什么时候溜的没人知道。

linh kỉnh *t* ①(东西) 多而杂乱 ②拉拉杂杂

lĩnh₁ *d* 单面丝光缎

lĩnh₂ [汉] 领 纲领 *đg* ① 领取: lĩnh lương 领工资②听命, 遵照

lĩnh chúa *d* 领主

lĩnh đạo=lãnh đạo

lĩnh địa=lãnh địa

lĩnh giáo *đg* 领教: lĩnh giáo quan điểm mới 领教新观点

lĩnh hội *đg* 领会: lĩnh hội sâu sắc 深刻领会

lĩnh mệnh *đg* 领命

lĩnh sự=lãnh sự

lĩnh thổ=lãnh thổ

lĩnh vực *d* 领域

lĩnh xướng *đg* 领唱

lính *d* 兵, 列兵: đi lính 当兵

lính bộ *d* 步兵

lính cơ *d* (法属时期阮朝官邸) 卫兵, 勤务兵

lính cứu thương *d* 救护兵

lính dõng *d* 乡勇

lính dù *d* 伞兵

lính đánh thuê *d* 雇佣军

lính gác *d* 哨兵, 岗哨

lính hầu *d* 勤务兵

lính hậu bị *d* 后备军

lính khố đỏ *d* 红带兵 (法属时期的越南兵卒)

lính khố xanh *d* 蓝带兵 (法属时期负责警卫的越南兵卒)

lính kín *d* 密探

lính lê dương *d* 法军中的外籍兵

lính mới tò te *d* 新兵蛋子 *t* 初出茅庐的

lính quýnh=luýnh quýnh

lính sen đầm *d* 宪兵

lính tải thương *d* 担架兵

lính tập *d* 法属时期越南兵 (轻蔑说法)

lính tẩy *d* ①法属时期驻越法军中的中欧或非洲籍士兵②小卒, 下等兵

lính thợ *d* [旧] 工兵

lính thú *d* 封建时期的边防军

lính thuỷ *d* 海军, 水兵: lính thuỷ đánh bộ 海军陆战队

lính tráng *d* 士兵, 兵卒

lính trù bị *d* 后备军, 预备役

lính tuần *d* 旧时省级官吏的卫兵

lính vệ *d* 内卫部队

lịnh=lệnh

líp₁ (libre) *d* (单向转的) 齿盘, 齿轮

líp₂ *t* 愈合, 遮住, 淹没: Nước ngập líp mặt đường. 水淹没路面。

líp₃ *t* 放任, 恣意

lít *d* 公升: một lít xăng 一公升汽油

lít nhít *t* 细而密: chữ viết lít nhít 字写得密密麻麻

lít rít *t* 密密麻麻

lít sít *t* 小且密密麻麻: Chữ anh ấy viết nhỏ nhắn, lít sít trên trang giấy mỏng. 他写的字很小, 密密麻麻地挤在一张薄纸上。

lít xăng *d* 执照, 许可证

lít xê *d* 法国人办的中学

liu *d* 六 (古乐音之一)

liu điu₁ *d* 铁线蛇

liu điu₂ *t* 奄奄一息, 微弱

liu hiu *t* 习习: gió thổi liu hiu 风习习吹

liu riu *t* 微弱: lửa cháy liu riu 微弱的火苗

liu tiu *t* 游荡, 东游西逛, 不务正业

lìu khìu *t* 穷困不堪

lỉu=lễu

líu *đg* 结舌: líu lưỡi không nói được 结舌说
不出话来

líu díu=líu nhíu

líu la líu lô=líu lô

líu lo [拟] ①喁啾②叽叽喳喳

líu lô [拟] 叽里咕噜: nói líu lô tiếng nước
ngoài 叽里咕噜地说外语

líu nhíu *t* ①密密麻麻: Chữ viết líu nhíu khó
đọc. 字写得密密麻麻的很难看。② (说
话) 含混不清

líu quýu=luýnh quýnh

líu ríu *t* 杂乱无章

líu tíu *t* 忙不迭的

lịu bịu *t* 牵扯的, 纠缠的; 繁忙: lịu bịu nhiều
việc 手上事情挺多

lịu địu *t* 忙乎的

lo *đg* ①担忧, 忧虑, 担心②操心, 劳神: lo
việc nước 操心国事③想方设法

lo âu *đg* 担忧, 忧虑: vẻ mặt lo âu 愁眉不展

lo bò trắng răng 杞人忧天

lo buồn *đg* 忧愁, 忧闷

lo đêm lo ngày 日忧夜虑

lo-ga=lo-ga-rít

lo-ga-rít *d* [数] 对数

lo lắng *đg* 担忧, 发愁: đừng lo lắng 别担
忧

lo le *đg* 探头探脑

lo liệu *đg* ①盘算, 考虑, 筹划, 设法: tự lo
liệu 自己想办法②自谋, 自己应付: Để tôi
tự lo liệu lấy. 让我自己应付。

lo lót *đg* 行贿

lo lừa *đg* 筹划

lo lường=lo liệu

lo ngại *đg* 担忧, 担心: lo ngại tình hình diễn
biến 担心事态的发展; sự lo ngại của mọi
người 大家的担心

lo ngay ngáy *đg* 提心吊胆, 惴惴不安

lo nghĩ *đg* 忧虑, 牵挂: lo nghĩ quá nhiều 过
多牵挂

lo như cá nằm trốc thớt 犹如砧上鱼 (指芒
刺在背)

lo phiền *đg* 忧愁, 烦恼: kể lại nỗi lo phiền
叙述烦恼

lo quanh *đg* ①左思右想, 胡思乱想: Anh lo
quanh suốt đêm. 他整夜胡思乱想。②顾
虑重重

lo ra *đg* 东想西想; 心不在焉

lo sốt vó *đg* 急得团团转: Nhiều hành khách
lo sốt vó bởi bị nhỡ tàu. 因被误车, 许多旅
客急得团团转。

lo sợ *đg* 忧惧, 害怕: đừng lo sợ 别害怕

lo tính *đg* 盘算, 筹划: lo tính thiệt hơn 患得
患失

lo toan *đg* 细心筹划, 认真考虑: lo toan chu
đáo 考虑周到

lo trước nghĩ sau 思前想后

lo xa *đg* 想得远; 深谋远虑

lò₁ *d* ①炉, 灶: lò nướng 烤炉②窑, 作坊: lò
bát 碗窑

lò₂ *d* 伙: cùng một lò trộm cướp 同一伙盗贼

lò bánh mì *d* 面包炉

lò bằng *d* 平炉

lò bếp *d* 炉灶

lò cao *d* 高灶

lò chò *t* 慢腾腾: Đàn con lò chò đi theo mẹ.
孩子们慢腾腾地跟在妈妈身后。

lò chõ *d* 小熔炉

lò chợ *d* 采矿工作面

lò chuyền *d* 转炉

lò cò *d* 单脚跳

lò cốc *d* 炼焦炉

lò cù lao *d* 火锅

lò cừ *d* ①巨炉, 大熔炉②天地, 宇宙

lò dò *đg* ①蹑手蹑脚②追踪而至

lò đất *d* 锅台

lò điện *d* 电炉

lò đúc *d* ①化铁炉②冶坊③铸造厂

L

lò đúc thép *d* 铸钢炉

lò đứng＝lò cao

lò ga *d* 煤气发生炉

lò gạch *d* 砖窑

lò gốm *d* ①陶瓷窑②陶瓷厂

lò hoá cứng *d* 固化炉

lò kéo mật *d* ①熬糖炉②榨糖作坊

lò khuấy *d* 搅拌器

lò lợn *d* 宰猪场，屠宰场

lò luyện kim *d* 冶金炉

lò luyện thép *d* 炼钢炉

lò lửa *d* ①燃烧室，炉膛，火箱②温床，发源地

lò Mác-tanh(Martin) *d* 马丁炉

lò mò *đg* ①摸黑儿：Lò mò đi qua cánh rừng trong đêm. 连夜摸黑走过那片森林。②悄悄：Nửa đêm tên cướp lò mò về nhà. 那名盗贼半夜偷偷回家。

lò mổ *d* 屠宰场

lò nấu gang *d* 化铁炉

lò nung *d* ①煅烧炉②（水泥厂用的）回转窑

lò phản ứng hạt nhân nguyên tử *d*[物] 热核反应堆

lò quay *d* 回转炉，回转窑

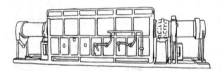

lò quay

lò rèn *d* ①锻炉②打铁铺

lò sát sinh *d* 屠宰场

lò sấy *d* 熏炉，烘箱，干燥炉

lò sấy cát *d* 焙砂炉

lò sưởi *d* ①烘炉，洋炉②暖气设备

lò tạo hoá *d* 造化炉

lò than *d* ①煤炉②煤井③炭窑

lò toả nhiệt *d* 散热器

lò vi sóng *d* 微波炉

lò vôi *d* 石灰窑

lò-xo *d* 绷簧，弹簧

lõ *t* 凸起，隆起：mũi lõ 高鼻子

ló *đg* 露，冒：Mặt trăng mới ló lên. 月亮刚刚露出来。

ló dạng *đg* 显现，显露

ló mó *đg* 摸索

ló mòi *đg*[口] 露马脚

ló ngó *đg* 呆愣

lọ₁ *d* （玻璃或陶瓷的）小瓶子：lọ hoa 花瓶

lọ₂ *p* ① 何 况：Dẫu rằng đá cũng nát gan lọ người. 就是石头也会发愁，何况人。②何须，不必：Mộc mạc ưa nhìn lọ điểm trang. 朴素大方何须打扮。

lọ là *p* ①何须，何必②何况

lọ lem＝nhọ nhem

lọ mọ＝lò mò

lọ nghẹ₁ *d*[方] 锅烟子，锅灰

lọ nghẹ₂ *d*[植] 旱莲草

lọ nồi＝nhọ nồi

loa *d* ①传声筒，喇叭筒，扬声器：gọi loa(用传声筒) 喊话②漏斗形，喇叭形 *đg*[口] 用喇叭广播

loa cao tần *d* 高频扬声器

loa kèn *d* 喇叭花

loa loá *t* 闪烁的，一闪一闪的

Loa Thành *d* 螺城（越南安阳王所建的螺状围城）

loà *t* ①眼昏花的②模糊不清：gương loà 镜面模糊③光照耀眼的：chói loà ánh nắng 阳光耀眼

loà nhoà *t* 模糊不清

loà xoà *đg* 披散：tóc loà xoà trên trán 额前头发披散

loã lúa *t* 轻佻，轻浮

loã toã *đg*；*t* 散乱，蓬松，垂散：tóc rủ loã toã 披头散发

loã₁[汉] 裸 *đg* 赤裸：loã thể 裸体

loã₂ *đg* 涌: Máu chảy loã đầu. 血涌上头。

loã lồ *t* 裸露, 赤裸

loã xoã *đg* 垂散, 散乱: mái tóc loã xoã 披头散发

loá *t*; *đg* 眩目, 晃眼 (的)

loá mắt *đg* 晃眼, 眩目

loạ xoạ=loà xoà

loạc choạc *t* 不协调, 不严密, 纷乱

loạc xoạch [拟] 窸窣

loai choai *t* 半大不大

loai ngoai *đg* 微弱地抖动

loai nhoai *đg* (垂死) 挣扎, 无力地挣扎: Con gà sắp chết còn loai nhoai. 小鸡垂死还挣扎。

loài [汉] 类 *d* ①种类: loài ăn thịt 食肉类动物; loài cá voi 鲸科动物②物种③一类货色

loài bò sát *d* 爬虫类动物

loài cầm thú *d* 禽兽, 畜生 (骂语)

loài cây *d* 植物: loài cây thân cỏ 草本植物

loài chỉ hành *d* 趾行类

loài chim *d* 飞禽类, 鸟类; loài chim ăn đêm 夜禽类动物; loài chim dưới nước 水禽类动物

loài có vú *d* 哺乳类动物

loài có xương sống *d* 脊椎类动物

loài côn trùng *d* ①昆虫类②微末之辈

loài hung giáp *d* 胸甲类动物

loài máu lạnh *d* 冷血动物

loài nấm rong *d* 藻菌植物

loài ngoại lai *d* 外来类

loài người *d* 人类

loài nhất huyệt *d* 单孔类动物

loài nhơi *d* 反刍类动物

loài nhuyễn thể *d* 软体类动物

loài rong *d* 藻类

loài sinh thái *d* 生态类

loài thân lúa *d* 禾本科动物

loài thú *d* 兽类动物

loài trảo đề *d* 爪蹄类动物

loài vô đầu *d* 无头类动物

loài vô tử diệp *d* 无子叶动物

loài xoang trường *d* 腔肠动物

loại₁ [汉] 类 *d* 种类, 类别: nhân loại 人类

loại₂ *đg* 淘汰, 清除: Đấu loại trước khi vào bán kết. 在半决赛前进行淘汰赛。*t* 废的, 次品的: bông loại 废棉

loại biệt *d* 类别, 种类

loại bỏ *đg* 剔除, 摒弃, 淘汰: loại bỏ công nghệ lạc hậu 淘汰落后工艺

loại hình *d* 类型: loại hình học 分类学

loại ngũ *đg* 开除军籍

loại thể=thể loại

loại thợ *d* 工种

loại trừ *đg* 淘汰, 清除, 排除

loại từ *d* 词类

loan₁ [汉] 鸾 *d* 鸾凤

loan₂ [汉] 銮 *d* 銮车

loan₃ *đg* 通知, 通报, 发布: loan báo 通报

loan báo *đg* 通报, 通知, 颁布, 公布: Tin đình chiến vừa được chính phủ loan báo. 政府刚公布了停战的消息。

loan giá *d* 銮驾

loan phòng *d* 鸾房

loan phượng *d* 鸾凤: loan phượng hoà minh 鸾凤和鸣

loan truyền *đg* 散播, 传播

loan xa *d* 銮车

loàn [汉] 乱 *d* 乱: dấy loàn 作乱

loán *đg* 蔓延: Cỏ mọc loán mái nhà. 屋顶上野草蔓长。

loạn [汉] 乱 *t* ①变乱: chạy loạn 逃难; dẹp loạn 平叛②纷乱: tim đập loạn nhịp 心律不齐 *d* 叛乱, 叛变

loạn ẩu *đg* 乱殴, 群殴, 打群架

loạn dâm=loạn luân

loạn đả=loạn ẩu

loạn lạc *d* 乱世: thời buổi loạn lạc 兵荒马乱

的年代

loạn li *d* 离乱

loạn luân *d* 乱伦

loạn mục *t* 眼花缭乱

loạn ngôn *đg* 胡言乱语

loạn óc=loạn trí

loạn quân *d* ①乱军,叛军②溃军

loạn sắc *t* 色盲的

loạn thần *d* 乱臣,叛臣

loạn thị *t* 散光的

loạn trí *t* 疯狂的,精神错乱的

loạn xạ *t* ①乱射的：quân bắn loạn xạ 军队开枪乱打②乱腾腾的,乱成一片的：người chạy loạn xạ 人群乱跑

loạn xị *t* 乱糟糟,乱哄哄

loạn xị bát nháo 乱七八糟

loang *đg* ①渗透,渗入：Dầu thấm loang ra tờ giấy. 油渗到纸上。②扩大,扩展,扩散③夹杂(多种颜色)

loang loãng *t* 稀溜溜,稀稀的

loang loáng *đg* 闪烁：ánh đèn loang loáng 灯光闪烁

loang lổ *t* 斑驳的,斑斑点点的

loang toàng *t* ①放纵,放浪：chơi bời loang toàng 花天酒地②杂乱无章,乱七八糟

loàng choàng *t* 东倒西歪

loàng quàng *t* 踉跄

loàng xoàng *t* 随随便便,一般,平平常常：ăn uống loàng xoàng 随便吃点

loảng xoảng [拟] 当啷,吭吭当当：Xu, hào rơi loảng xoảng dưới đất. 铜板、银圆吭吭当当掉满地。

loãng *t* 稀,稀薄：cháo loãng 稀粥

loãng xương *d* 骨质疏松症：phòng ngừa bị loãng xương 防止骨质疏松症

loáng *đg* 闪光,忽闪：Ánh đèn pin loáng trên mặt đường. 手电光在地面上晃动。*d；t* 瞬间：chỉ một loáng là hết 瞬间就完了

loáng choáng *t* 有点儿晕,微晕

loáng quáng *t* 忙乱,慌乱

loáng thoáng *t* ①稀疏,寥寥②含混,模糊,不真实

loạng choạng *t* 东倒西歪,摇摇晃晃,踉踉跄跄：Say rượu đi loạng choạng. 喝醉了走起路来踉踉跄跄的。

loạng quạng *t* ①踉跄：loạng quạng bước vào nhà 跌跌撞撞走进家门②稀里糊涂：Mày loạng quạng có ngày ăn đòn. 你稀里糊涂的,小心哪天挨揍。③疏忽大意：Bà dì loạng quạng thế nào bỏ quên gói tiền trên xe. 姨妈疏忽大意把钱忘在了车上。

loanh quanh *t* 犹犹豫豫：Cứ loanh quanh không biết định đoạt ra sao. 老是犹犹豫豫的不知如何是好。*đg* ①团团转,打圈儿,徘徊：đi loanh quanh trong nhà 在家里转圈儿②(说话)绕弯儿：nói loanh quanh 说话不着边际

loáo quáo *t* 胡扯的,瞎说的

loát miêu trợ trưởng 揠苗助长

loạt *d* 批,列,组,等级：cùng một loạt 同一批；sản xuất hàng loạt 成批生产 *t* (声音)齐发的：loạt súng 枪声齐发

loạt roạt [拟] 唰唰

loạt soạt [拟] 沙沙,嚓嚓

loạt xoạt=loạt soạt

loay hoay *đg* 忙乎,忙活,捣鼓,折腾：loay hoay làm lụng cả ngày 整天忙上忙下的

loáy hoáy *đg* 捣鼓,专注：Anh lại cúi xuống loáy hoáy ghi chép. 他又低头专注地写起来。

loáy ngoáy *t* 潦草,马虎,随便：Hắn quay lại bàn giấy lấy bút viết loáy ngoáy mấy chữ. 他转身拿笔在纸上随便写了几个字。

loăn quăn *t* 卷曲

loăn xoăn *t* 卷曲：tóc loăn xoăn 头发卷曲

loằn ngoằn *t* 歪歪扭扭,弯弯曲曲

loắn xoắn *t* 卷曲

loằng ngoằng *t* 弯弯曲曲

loăng quăng *t* 东游西窜: chạy loăng quăng cả ngày 整天东游西窜

loằng ngoằng *t* ①七扭八歪, 纵横交错: chữ viết loằng ngoằng 字写得七扭八歪的②长得不均匀③关系暧昧

loắt choắt *t* 矮小精干: bé loắt choắt 小不点儿

lóc₁ *đg* 削, 剐: lóc vỏ mía 削蔗皮

lóc₂ *đg* (鱼) 洄游

lóc bóc₁ [拟] 叮咣; 咕噜: Xe đạp đi kêu lóc bóc. 自行车骑得叮咣直响。Nước chảy lóc bóc. 水咕噜咕噜地流。

lóc bóc₂ *t* 贫嘴的; 好吃零食的: ăn lóc bóc tối ngày 整天吃零食

lóc cóc₁ [拟] 磕磕 (木鱼和梆子声)

lóc cóc₂ *p* 踽踽, 孤零零: lóc cóc đi một mình 踽踽独行; lóc cóc đạp xe lên tỉnh 孤零零地骑车进城

lóc ngóc *đg* 撑起, 硬撑着: Đau mới mạnh mà lóc ngóc ngồi dậy. 病刚好就撑着坐起来。

lóc nhóc *t* 成群的, 众多的: cá lóc nhóc đến miệng rổ 满满的一筐鱼

lóc phóc *t* 瞬间, 匆匆: lóc phóc đã mười năm rồi 转瞬间就过了十年

lóc xóc = lọc xọc

lọc *đg* ①过滤, 滤清: lọc nước 滤水②选择, 挑选, 筛选: lọc giống tốt 筛选良种 *d* 过滤器

lọc bọc [拟] 咕咚

lọc bụi *đg* [工] 除尘, 收尘: lọc bụi tĩnh điện 静电收尘; túi lọc bụi 收尘袋

lọc cọc₁ [拟] 咯噔咯噔 (木屐或轮子声)

lọc cọc₂ *p* 踽踽 (独行): Ngày ngày lọc cọc đạp xe đến trường. 每天独自骑车上学。

lọc lõi *t* 精明干练: con người lọc lõi 精明干练的人

lọc lừa₁ *đg* 招摇撞骗 (同 lừa lọc)

lọc lừa₂ *đg* 精挑细选, 遴选, 甄别

lọc ọc [拟] (漱口声)

lọc xọc [拟] 轧轧 (车辆或机器运转所发出的响声)

loe₁ *đg* (光线) 微微透出

loe₂ *t* 喇叭口儿的, 大口儿的: quần loe 喇叭裤; ống nhổ loe miệng 喇叭口状的痰盂

loe loé *đg* 闪光, 闪烁

loe loét *t* 沾满 (污渍、污泥) 的

loe lói *t* ①荧荧的 (微光)②露苗儿的

loe toe *t* 嘴快, 快舌

loè *đg* ①闪耀, 猛然一亮: sáng loè 亮得耀眼②显耀; 炫示

loè bịp *đg* 诓骗, 蒙骗

loè đời *đg* 显摆, 炫耀

loè loẹt *t* 大红大绿, 花花绿绿: ăn mặc loè loẹt 穿得花花绿绿的

loé *đg* ①闪光, 耀眼: ánh lửa hàn loé sáng 电焊光耀眼②闪现, 浮现: loé lên niềm hi vọng 浮现一线希望

loé mắt *t* 夺目, 耀眼

loẹc quẹc [拟] (木屐发出的响声)

loẻng xoẻng [拟] (钥匙串的响声)

loẻo khoẻo *t* 瘦弱, 弱不禁风

loét *đg* 溃烂, 溃疡: loét da 皮肤溃疡

loét dạ dày *d* 胃溃疡

loét hậu sản *d* 产后溃疡

loét mắt *d* 烂眼边儿

loét nhoét *t* 稀脏

loẹt quẹt *t* ①随便, 马虎: làm loẹt quẹt 随便做②转眼间: loẹt quẹt đã hết năm 转眼就一年过去了

loẹt soẹt [拟] 咔嗒咔嗒

log (lo-ga-rít) *d* [数] 对 数: log thường dùng 常用对数; log tự nhiên 自然对数 (数学归纳法)

logic (lô-gic) *d* 逻辑: logic biện chứng 辩证逻辑; logic hình thức 形式逻辑; logic học 逻辑学; logic toán 数学逻辑

loi *đg* 揍, 打一拳

loi choi *đg* 蹦蹦跳跳: nhảy loi choi như sáo

雀跃

loi ngoi *đg* 在水里扑腾，挣扎

loi nhoi *đg* 攒动；蠕动；攒聚：đàn ròi loi nhoi 蛆虫蠕动着

loi thoi *t* 参差不齐，稀疏错落

lòi₁ *d* 古时串钱用的串绳

lòi₂ *đg* 露出，突出：lòi ruột 肠子流出来；giấu đầu lòi đuôi 藏头露尾

lòi bản họng *t* 吃撑的

lòi dom *d* 脱肛

lòi đuôi *đg* [口] 露馅儿，露出尾巴

lòi tói *d* 缆绳，铁索，粗绳

lòi xỉ *t* 牙齿参差不齐的

lòi xòi *t* ①稀薄，瘦弱：cây mọc lòi xòi 树木长得稀稀疏疏的②半截子的，未竣工的，未完的：làm lòi xòi không đâu ra đâu 还没做完分不清楚

lõi₁ *t* 机灵，精怪：khôn lõi 小聪明

lõi₂ *t* 不齐的，不匀的，遗漏的：nhuộm lõi 染得不匀

lõi chỏi *t* 不着调的，不合拍的

lõi len=len lõi

lõi ròi *p* 没多久，突然间：Lõi ròi cô đã có chồng. 突然间她已嫁人。

lõi rỏi *t* 稀稀落落，寥寥无几：lõi rỏi vài ba người 寥寥数人

lõi₁ *d* 轴心，核心，心子：lõi cây 树心

lõi₂ *t* 精通的，精干的：Anh ta là một tay lõi nghề. 他是一个精通业务的人。

lõi đời *t* 老于世故的

lói₁ *d* 令筒，号炮：đốt lói 放号炮

lói₂ *t* 刺痛：đau lói 刺痛

lói hói *t* 微秃，稀疏，零星

lói vói₁ *đg* 伸手摸索：lói vói chồm ra trước 伸手摸索向前

lói vói₂ *t* 烦叨，啰唆：không chịu về còn lói vói 不肯回来还啰里啰唆的

lọi₁ *đg* 剩，漏：Tiền hết không còn lọi đồng nào. 钱花得一个子儿都不剩。

lọi₂ *đg* 断，折：ngã lọi xương 摔折骨

lom dom=lom đom

lom đom *t* (火) 微弱：bếp cháy lom đom 微燃的灶火

lom khom *t* 俯身的，弯腰的：lom khom nhặt củi 俯身拾柴

lòm khòm *t* 老态龙钟，蹒跚

lom lem *t* 混淆不清

lom lom [口]=chằm chằm

lòm thòm=lòn thòn

lõm *p* ①偷偷地：nghe lõm 偷听②呲溜地，一下子：đút lõm vào túi 一下子就塞到口袋里

lõm *t* ①凹陷的：lõm xuống 陷下去②(角度) 钝：góc lõm 钝 角 *đg* 亏损：Số hàng đợt này bị lõm 2 triệu. 这批货亏了二百万。*d* 凹地

lõm bõm [拟] 哗哗 *t* (认知、接受) 模糊不清：nhớ lõm bõm 隐约记得

lóm *t* 下陷的，凹陷的

lóm thóm *t* 畏缩，畏怯

lọm cọm *t* 老人弓背劳碌状

lọm khọm *t* 老态龙钟：già lọm khọm 老态龙钟

lon₁ *d* 小斗，圆罐，小臼子：lon đong gạo 量米小斗：bia lon 罐装啤酒

lon₂ *d* 肩章，臂章：đeo lon 佩肩章

lon₃ *d* 一种貂

lon bon *t* 飞奔的

lon chon=lon ton

lon con *t* 细小

lon ton *t* 快捷：chạy lon ton 小跑

lon xon *t* 匆匆，急忙

lòn₁ *d* 红米：gạo lòn 红米

lòn₂ *đg* 穿过，钻过：Sợi chỉ lòn trôn kim. 线穿过针眼。

lòn bon=bòn bon

lòn sòn *p* 差不多

lòn thòn *t* 耷拉的，悬吊的

lòn tòn *p* ①晃悠悠②紧紧跟随: Đi đâu nó cũng lòn tòn theo sau. 到哪儿他都紧紧跟随。

lòn trôn kim *t* 忍辱屈从的,寄人篱下的

lỏn *đg* 溜,偷偷地走开: Kẻ trộm lỏn vào nhà. 小偷溜进屋里。

lỏn chỏn *t* ①不合拍的,不同步的: đi đứng lỏn chỏn 行走步调不一致②散乱,不紧凑: câu văn lỏn chỏn 文章散乱

lỏn lẻn *t* 轻声细语

lỏn mỏn *t* 琐碎,微不足道

lỏn nhỏn *t* 大小不一

lỏn tỏn [拟] 叮咚

lõn cõn *t* 矮小,短促

lõn lẽn=lỏn lẻn

lọn₁ *d* 把,团,束: lọn tóc 发束; lọn chỉ 线团

lọn₂ *t* 完整,完全: lọn đời 一生

long₁ *đg* 滴转,转溜: mắt long lên sòng sọc 眼睛滴溜溜地转

long₂ *t* 松动的,松脱的: long mộng 脱榫儿

long₃ [汉] 龙: long phượng 龙凤

long₄ [汉] 隆

Long Biên *d* 龙边 (河内旧称)

long bong [拟] 乒乒乓乓

long chong *t* ①漂泊艰辛: cuộc sống long chong 生活艰辛②坑坑洼洼,坑洼不平: đường đi long chong 道路坑坑洼洼不平

long cong *t* (移动) 急促: ngựa chạy long cong 马儿急奔

long cổn *d* [旧] 龙袍

long cung *d* [旧] 龙宫

long diên hương *d* 龙涎香

long đảm thảo *d* [植] 龙胆草

long đình *d* [旧] 龙庭

long đong *t* 漂泊的,流离的

long giá *d* [旧] 龙驾,御驾

long lanh *t* 晶莹剔透的,闪闪发光的

long lay=lung lay

long lóc=lông lốc

long mạch *d* [旧] 龙脉

long môn *d* [旧] 龙门

long não *d* ①樟脑② [旧] 冰片

long nhan *d* [旧] 龙颜

long nhãn *d* 龙眼,桂圆

long nhong=nhong nhong

long sàng *d* [旧] 龙床

long sòng sọc 松动的,圆瞪的,怒视的: mắt nhìn long sòng sọc 怒目而视

Long Thành *d* 龙城 (即河内)

long tóc gáy *t* 忙得脚不着地

long tong *t* ①叮咚②匆忙: chạy long tong 急急忙忙地

long trọng *t* 隆重: long trọng tổ chức 隆重举行

long trời chuyển đất=long trời lở đất

long trời lở đất 天翻地覆,惊天动地

long tu *d* 龙须菜

long vương *d* [旧] 龙王

long xa=long giá

lòng *d* ①五脏六腑的总称②肚子③心怀: lòng tham 贪心; vỡ lòng 启蒙 ④ 中心: lòng sông 河中央

lòng chảo *d* ①锅底②盆地

lòng chim dạ cá 朝三暮四,反复无常

lòng dạ *d* 心地,心肠,心怀: lòng dạ không tốt 坏心眼

lòng dòng *t* 拖沓,延宕

lòng dục *d* 欲念

lòng đào *t* 半生不熟: trứng lòng đào 溏心蛋

lòng đau như cắt 心如刀绞

lòng đen *d* 瞳孔,眸子

lòng đỏ *d* 蛋黄

lòng đường *d* 马路

lòng gang dạ đá 铁石心肠

lòng giếng *d* 井身

lòng hầm *d* 矿井

lòng khòng *t* 瘦弱

lòng không dạ đói 腹空肚饥

L

lòng kiến dạ kiến 小肚鸡肠

lòng lại như lòng 将心比心

lòng lang dạ sói 狼心狗肺

lòng lim dạ sắt 坚贞不屈

lòng máng *d* 槽心, 渠槽

lòng muông dạ thú 狼心狗肺

lòng ngay dạ thẳng 直心肠

lòng người ai bẻ thước mà đo 人心难测

lòng núi *d* 山腹

lòng phàm *d* 凡心

lòng son dạ sắt 赤胆忠心

lòng sông *d* 河床, 河槽, 江心

lòng súng súng nổ, lòng gỗ gỗ kêu 呼风唤雨

lòng tham *d* 贪心, 贪欲

lòng thành *d* 诚心

lòng thòng₁ *t* ①拖拉, 下垂: Hai đầu dây lòng thòng. 两个线头耷拉着。②拖沓, 冗长: câu văn lòng thòng khó hiểu 文章冗长难懂

lòng thòng₂ *đg* [口] 暧昧: Ông ta lòng thòng với cô thư kí. 他和女秘书关系暧昧。

lòng thương *d* 爱心: bày tỏ lòng thương 表示爱心

lòng tin *d* 信心

lòng tong *d* 小花鱼

lòng trắng *d* ①蛋白, 蛋清②白眼珠

lòng trắng mắt *d* 白眼珠

lòng vả cũng như lòng sung 人心都是肉长的; 将心比心

lòng vàng *d* 好心, 善心

lòng vòng *t* 转圈圈的, 绕弯弯的, 弯来绕去的

lỏng *t* ①稀, 液体状的: khí hoá lỏng 液化气②松弛, 放松, 松懈: buông lỏng quản lí 管理松懈; giam lỏng 软禁

lỏng bỏng *t* 稀稀落落, 零零星星

lỏng chỏng *t* 乱七八糟的, 横七竖八的: Bàn ghế để lỏng chỏng. 桌椅摆得乱七八糟的。

lỏng khỏng *t* 高瘦: người lỏng khỏng 个子细高细高的

lỏng lẻo *t* ①松弛, 松动: Dây cột lỏng lẻo hay sút. 绳子不捆紧, 东西容易滑落。②松懈, 松散, 不紧密的: quản lí lỏng lẻo 管理松懈

lỏng lỏng *t* ①极稀, 稀稀 (常读作 long lỏng): Khuấy hồ lỏng lỏng. 糨糊打得稀稀的。②松松的: buộc lỏng lỏng 绑得松松的

lỏng xịch *t* 松垮垮: Dây buộc lỏng xịch. 绳子绑得松垮垮的。

lõng₁ *d* ①野兽走的小径②必经之路

lõng₂ *d* [旧] 游船

lõng bõng *t* 稀溜溜: một bát cháo lõng bõng 一碗稀粥

lóng₁ *d* ①编织样式②节: lóng mía 蔗节

lóng₂ *d* 黑话, 隐语, 行语: tiếng lóng của lái lợn 猪贩的行话

lóng cóng *t* (手脚) 僵硬, 不灵便

lóng la lóng lánh = lóng lánh

lóng lánh *t* 闪烁, 亮晶晶, 闪闪: ngôi sao lóng lánh 星光闪闪

lóng nga lóng ngóng = lóng ngóng

lóng ngóng *t* ①手忙脚乱的: tay chân lóng ngóng 手脚不听使唤②等待的, 翘望的: chờ đợi lóng ngóng từ sáng tới chiều 从早盼到晚

lóng nhóng *t* 久待的, 久候的, 闲坐的

lóng tay *d* 手指的骨节

lọng *d* 罗伞, 华盖

lọng cọng *t* 手忙脚乱的; 不熟练的

loong toong *d* 勤杂人员 *t* 跑腿的

lóp₁ *d* 守夜人的小茅屋

lóp₂ *t* 凹陷的, 瘪: lóp má 双颊凹陷

lóp lép *t* ①上下的, 相差无几的, 将近的: Tuổi đã lóp lép 50. 年近五十。②不满的, 不够的: Bao thóc lóp lép không đầy. 这袋谷子不够满。

lóp ngóp *đg* 硬撑起, 吃力地往上: lóp ngóp bò dậy 费了很大劲儿爬起来

lọp *d* 竹鱼筐

lót *đg* 铺，垫，衬：lót đệm 铺垫子；lót tã cho cháu bé 给小孩垫尿布；bón lót 施底肥

lót chót *đg* 多嘴，爱说（闲话）

lót dạ *đg* 垫肚子：Buổi sáng ăn lót dạ thôi. 早上吃点垫垫肚就行。

lót lòng=lót dạ

lót ngót *p* 将近，大约

lót ổ₁ *đg* 潜伏

lót ổ₂ *đg*（家畜）夭亡

lót tót *đg* 乖乖跟随：Đàn con lót tót chạy theo mẹ. 孩子们乖乖地跟随母亲走。

lọt *đg* ①穿过，透过：Gió lọt khe cửa. 风从门缝里透过。②陷入，落入：Quân địch lọt vào ổ phục kích. 敌人落入伏击圈。③进入：lọt vào vòng hai 进入第二轮（比赛）

lọt chọt *t* ①不谐调的，走调的，错拍的：Đồng ca lọt chọt. 合唱队唱得不谐调。②匆匆而过的：lọt chọt đã hết năm 匆匆一年已过

lọt đọt *t* 稀疏不匀的

lọt lòng *đg* 呱呱坠地，出生，问世：Con này khóc không ra tiếng lúc lọt lòng. 这孩子刚出生时哭不出声。

lọt lưới *đg* 漏网

lọt sàng xuống nia 楚弓楚得

lọt tai *t* 顺耳，中听：Nói nghe cũng lọt tai. 话说得倒很中听。

lọt thỏm *đg* 淹没，沉没

lọt thọt *đg* 出入，时隐时现

lọt tót *đg* 恰好，落得很准

lọt tọt=lót tót

lọt xọt *đg* ①出出进进，东转西转：lọt xọt quanh xóm 在村子里出出进进的②麻烦，多事：Lọt xọt có ngày bị bắt. 多事，小心哪天被抓。

lô₁ *d* ①区域，部分：lô ruộng 一片地②宗，批，堆：lô đất 一个地段；một lô kinh nghiệm 一堆经验

lô₂ *d* 包厢

lô₃ *d* 香炉

lô₄ *d* 公斤：Nặng mấy lô? 几公斤重?

lô₅ *d* 芦苇

lô-cốt *d* 碉堡，据点，岗楼：lô-cốt đầu cầu 桥头堡；lô-cốt mẹ 母堡

lô-ga-rít (log) *d* [数] 对数

lô-gích=logic

lô hội *d* 芦荟

lô lốc *d* 群，伙，堆

lô nhô *t* 高低不齐，凹凸不平

lô xô *t* 参差不齐，高高低低

lồ *d* 箩

lồ lộ *t*；*đg* 显露，显现，暴露

lổ₁ *đg* 抽穗

lổ₂ *p* 裸：Trẻ con ở lổ. 孩子光着屁股。

lổ đổ *t* 斑驳的，色杂的：lá lổ đổ 斑驳的树叶

lỗ₁ *d* 小孔，小洞：lỗ kim 针眼；lỗ mìn 炮眼；lỗ sâu 虫眼

lỗ₂ *đg* 亏本，亏损：bị lỗ 亏本

lỗ₃ *đg* 深陷，破损：đánh nhau lỗ đầu 打破头

lỗ₄ *đg* 掳掠

lỗ₅ *đg* [汉] 鲁

lỗ bì=bì khổng

lỗ cắm điện *d* 插口，插座，插孔

lỗ chân lông *d* 毛孔

lỗ chân răng *d* 齿腔

lỗ châu mai *d*（工事上的）枪眼

lỗ chỗ *t* 斑斑点点的，麻斑的

lỗ chỗ như tổ ong *t* 蜂窝状的

lỗ đáo *d* ①儿童掷铜钱游戏时挖的小坑 ② [转] 大眼睛：đôi mắt lỗ đáo 一双凹陷的眼睛

lỗ đầu *đg* 打破头，打破脑袋：đánh nhau bị lỗ đầu 打架被打破脑袋

lỗ đen *d* [天] 黑洞

lỗ đít *d* [口] 肛门

lỗ đỗ=lỗ chỗ

L

lỗ đen

lỗ độn *t* 愚钝

lỗ hổng *d* 缺口, 不足之处: Kiến thức còn nhiều lỗ hổng. 知识方面有许多不足之处。

lỗ khoan *d* 钻孔

lỗ lã *đg* 亏本, 亏蚀

lỗ lãi *d* 盈亏: lỗ lãi về mặt kinh doanh 经营上的盈亏

lỗ liễu *t* 显露, 赤裸裸

lỗ lược *đg* 掳掠

lỗ mãng *t* 鲁莽

lỗ mỗ₁ *t* 模糊, 不清楚

lỗ mỗ₂ *t* (言语) 粗鲁

lỗ mộng *d* 卯眼, 榫眼

lỗ tai *d* 耳孔

lỗ tán *d* 铆眼

lỗ trục *d* 轴孔

lỗ vốn *đg* 亏本, 亏损: kinh doanh bị lỗ vốn 经营亏本

lố₁ *d* 一打: một lố khăn 一打毛巾

lố₂ *t* ①古怪, 不三不四: ăn mặc lố 穿得古里古怪的②夸张, 过分, 过度: làm lố 做得太过分

lố bịch *t* 乖张, 乖戾: bộ điệu lố bịch 行为乖戾

lố cồn *đg* (船只) 搁浅

lố đầu *đg* 露头, 伸头

lố lăng *t* 反常, 怪异: ăn mặc lố lăng 穿着怪异

lố lĩnh=lố bịch

lố nhố *t* 高高矮矮的 (人群): ngồi lố nhố 坐着高高矮矮的一群人

những người 人头攒动

lố rạn *đg* (船只) 触礁

lố xố=lố nhố

lộ₁ [汉] 路 *d* 路: con lộ 5 5 号路; quốc lộ 国道

lộ₂ [汉] 露 *d* 露 (珠): bạch lộ 白露

lộ₃ [汉] 露 *đg* 泄露, 暴露, 露出: lộ bí mật 泄密

lộ₄ [汉] 赂

lộ đồ *d* 路途: lộ đồ dao viễn 路途遥远

lộ hầu *d* 喉结

lộ giới *d* 路界

lộ kiến bất bình 路见不平, 拔刀相助

lộ liễu *t* 明显, 公然, 露骨

lộ lộ=lồ lộ

lộ phí *d* 路费, 盘缠

lộ tẩy *đg* 暴露, 露马脚, 败露

lộ thể *t* 露体的, 裸体的

lộ thiên *t* 露天的: mỏ sắt lộ thiên 露天铁矿

lộ trình *d* 路程: lộ trình kế 路程计 (计程表)

lộ xỉ *d* 龇牙, 龅牙

lốc₁ *d* 旋风: gió lốc 旋风

lốc₂ *d* 旱稻 (同 lúa lốc)

lốc₃ *d* ①日历本②镇纸

lốc₄ *d* [机] (冰箱) 压缩机

lốc₅ *t* 光秃

lốc cốc [拟] (木制物互相击打声)

lốc cộc *t* (言语) 粗鲁无礼

lốc kê *đg* 阻塞, 锁死

lốc lốc *t* 光秃秃 (常读 lông lốc): đầu trọc lốc lốc 头光秃秃的②打滚的: ngã lăn lốc lốc 摔得打滚

lốc nhốc *t* 攒动, 挤作一团, 扎成堆

lốc-nốt *d* 台历

lốc thốc *t* 邋遢: lốc thốc lếch thếch 邋里邋遢

lốc xốc *t* (言行) 蛮横无理

lộc₁ *d* 嫩芽

lộc₂ [汉] 禄 *d* 俸禄

lộc₃ [汉] 鹿

lộc bình *d* 水葫芦

lộc bổng=bổng lộc

lộc cộc [拟] 咔嗒咔嗒

lộc điền *d* 俸禄田

lộc giác *d* 鹿角

lộc ngộc *t* 高大笨拙

lộc nhung *d* 鹿茸

lộc trọng quyền cao 禄重权高

lộc tử thuỳ thủ 鹿死谁手

lộc xộc *t* ①急匆匆: lộc xộc chạy vào nhà 急匆匆跑进来②不整的: quần áo lộc xộc 衣衫不整

lôi₁ *đg* ①拉扯: lôi đi lôi lại 拉来扯去②抽出, 拖出: lôi mấy bộ quần áo ở trong va-li ra 从箱子里抽出几套衣服

lôi₂ [汉] 雷

lôi bè kéo cánh 拉帮结伙

lôi cuốn *đg* 吸引: sức lôi cuốn 吸引力

lôi đả *đg* 雷打

lôi đình *d* 雷霆

lôi giáng *đg* 雷打, 雷劈

lôi kéo *đg* ①拉扯②拉拢, 网罗: dùng tiền bạc lôi kéo 用金钱拉拢③争取, 吸引

lôi la *t* 谈笑风生

lôi lệ phong hành 雷厉风行

lôi long *d* [动] 雷龙

lôi quản *d* 雷管

lôi thôi *t* ①啰唆, 费事, 麻烦: xảy ra chuyện lôi thôi 有了麻烦事②邋遢: ăn mặc lôi thôi 穿着邋遢

lồi *t* 凸起的, 突出的: đường chỗ lồi chỗ lõm 路面凹凸不平; kính lồi 凸镜

lồi lõm *t* 凹凸的

lỗi₁ *d* 错误, 差错, 罪过: Bài toán có nhiều lỗi. 数学题有许多错误。*t* 错过的, 违犯的: lỗi đạo 违反教规

lỗi₂ [汉] 磊

lỗi điệu *đg* 走调, 不合拍

lỗi hẹn *đg* 失约

lỗi lạc *t* ①磊落②出类拔萃

lỗi lầm=lầm lỗi

lỗi phải *t* 对的错的 (是非): Lỗi phải thì người ta đều biết cả. 是对是错大家皆知。

lỗi thì=lỗi thời

lỗi thời *t* 过时的: ăn mặc lỗi thời 穿着过时

lối₁ *d* ①小径: lối đi 便道②方式, 方法: lối sống 生活方式

lối₂ *p* 大约, 大概: lối tám giờ 大约八点

lối hẻm *d* 便道

lối hối *đg* 催促

lối lang *d* 方式, 方法, 格式

lối ngoặt *d* 岔道

lối tắt *d* 便道, 捷径

lối thoát *d* 出路: tìm lối thoát 寻找出路

lội₁ *đg* ①涉水, 蹚水: lội qua sông 蹚过河②游水 *t* 泥泞: đường lội 道路泥泞

lội₂ *đg* 透支: lội vào công quĩ 透支公款

lội bộ *đg* 步行

lôm chôm *t* 高低不平, 凹凸不平

lôm côm *t* 混乱, 乱糟糟

lôm lốp *t* 雪白

lồm *d* 耳朵或嘴边溃烂

lồm cồm *đg* (手脚) 爬或撑起

lồm lộp=lôm lốp

lồm ngồm=lồm cồm

lồm xồm *t* 杂乱无章

lổm chổm=lởm chởm

lổm lẳm *t* 粗鲁无礼

lổm ngổm *t* 横爬的: cua bò lổm ngổm 螃蟹爬来爬去

lổm nhổm=lổm ngổm

lốm bốm *t* 隐约, 依稀

lốm đốm *t* 斑驳, 斑斑点点: tóc lốm đốm bạc 稀疏几根白发

lốm lám=lồm làm

lộm cộm *t* 微微鼓起的, 凸起的

lồn *d* [口] 阴户

lồn lột *t* ①非常像的：Hai mẹ con giống lồn lột nhau. 母女俩长得像一个模子刻出来似的。②靦颜的，厚颜无耻的：bộ mặt lồn lột 厚颜无耻的脸

lổn cổn [拟]（铁器或瓷器互相碰撞发出的声音）

lổn ngổn *t* 横七竖八，乱七八糟

lổn nhổn *t* 掺杂的，夹杂的：Bột quấy không đều vón cục lổn nhổn. 面没和好，夹有许多小硬块。

lổn rổn=lổn cổn

lổn xổn=lổn cổn

lốn nhốn *t* 嘈杂，乱哄哄：Đám đông lốn nhốn ra về. 人群吵吵嚷嚷地往回走。

lộn₁ *đg* ①翻转，倒转，折回：lộn tay 翻袖子 ②出错：mặc lộn áo 穿错衣服 ③混淆，搞错：đổ lộn hai thứ gạo vô một thúng 把两种米混到一起 ④折回：Máy bay lộn vòng trở lại. 飞机折回。

lộn₂ *đg* 蜕变：Con tằm lộn ra con ngài. 蚕化成蛾。

lộn₃ *p* 相互；胡乱：cãi lộn 瞎吵

lộn ẩu *t* 乱糟糟，杂乱无章，不成体统

lộn bậy *t* 乱七八糟：Áo quần để lộn bậy. 衣服乱扔。

lộn bậy bộn bạ 乱七八糟

lộn cả ruột *t* 气极的，鬼火冒的

lộn chồng *đg* 弃夫

lộn gan=lộn ruột

lộn giống *t* 杂交的：lúa lộn giống 杂交稻

lộn hồn *t* 丢了魂似的，健忘的，懵懂的

lộn kiếp *đg* 转世，投胎

lộn lạo₁ *đg* 混淆：xấu tốt lộn lạo 好坏不分

lộn lạo₂ *đg* 晕眩：mới uống chút rượu đã lộn lạo buồn nôn 才喝一点酒就眩晕想吐

lộn máu=lộn tiết

lộn mèo *đg* ①倒栽葱：ngã lộn mèo 摔个跟斗 ②混淆，混乱：tính toán lộn mèo 算得混乱

lộn mề gà *đg* 灌水（酷刑的一种）

lộn mòng lộn cuống *t* 慌乱，不知所措

lộn mửa *đg* 反胃，想吐

lộn nhào *đg* 栽跟头，翻跟头

lộn nhèo *t* 乱套的

lộn nhộn *t* 乱哄哄的，乱腾的

lộn phèo₁ *đg* 栽跟头：ngã lộn phèo 摔个大跟头

lộn phèo₂ *đg* 混乱不堪：Đồ đạc để lộn phèo. 东西放置太乱。

lộn ruột *đg* 发火：Trông thấy nó mà lộn ruột. 看到他就想发火。

lộn sòng *đg* 混淆，鱼目混珠，调包：đánh lộn sòng 移花接木

lộn thinh *đg* 翻白眼 *t* 违反常理的，郑重其事的

lộn thừng lộn chão 桀骜不驯

lộn tiết *đg* 大发雷霆，冒火

lộn tròng *đg* 眼珠突出：bị đâm mắt bên trái lộn tròng 被撞得左眼珠突出

lộn tùng phèo *đg* [口] 四脚朝天

lộn xộn *t* 混乱，杂乱无章：chạy lộn xộn 乱跑

lông₁ *d* 毛，羽，毫：lông chồn 貂毛

lông₂ *đg* 种，植：lông rau 种菜

lông bông *t* ①浪荡，东游西逛 ②虚浮，轻佻：nói lông bông 言语轻佻

lông bông lang bang 东游西逛

lông buồn *t* 怕痒痒的

lông cặm *d* 倒睫毛

lông chồn *d* 貂皮

lông cừu *d* 羊毛，羔皮

lông đất *d* 草木（植被）

lông-đen *d* 垫圈：lông-đen lò-xo 弹簧垫圈

lông hồng *d* 鸿毛

lông hút *d* 根毛，须根

lông lá *d* 茸毛 *t* 毛茸茸

lông lạc đà *d* 驼毛

lông lốc₁ *t*（胖）滚圆

lông lốc₂ *p*（圆形物）快速滚动

lông mao *d* 绒毛

lông mày *d* 眉毛

lông măng *d* 绒毛, 细毛

lông mi *d* 睫毛

lông mũi *d* 鼻毛

lông nách *d* 腋毛

lông ngông *t* 高大

lông ngực *d* 胸毛

lông nheo *d* 睫毛

lông nhông *t* (小孩) 东跑西颠, 东游西窜

lông ống *d* 翎

lông quặm *d* 倒睫

lông theo *d* (鸡鸭) 初长的细毛

lông thỏ *d* 兔毛

lông tông =loong toong

lông tơ *d* 绒毛, 细羽毛, 黄毛

lông vũ *d* 羽毛

lông xiêu =lông quặm

lông xước *d* 倒长的羽毛: con gà lông xước 扎毛鸡

lồng₁ *d* 网箱, 竹笼: lồng gà 鸡笼

lồng₂ *đg* (马牛) 受惊狂奔: ngựa lồng 马受惊狂奔

lồng₃ *đg* 套, 配: lồng chăn 套被子

lồng ấp *d* 手炉, 孵化箱

lồng bàn *d* 纱罩

lồng bồng *t* 飘浮, 蓬松: thúng bông lồng bồng 一筐蓬松的棉花

lồng chim *d* 鸟笼

lồng chồng *t* 横七竖八

lồng cồng *t* 不规则的, 杂乱的

lồng đèn *d* 灯笼

lồng hỗng *t* (孩子被溺爱造成的) 任性的, 自我的

lồng lên như ngựa vía 一刻也安静不下来

lồng lộn *t* 暴跳如雷

lồng lộng *t* ①风劲吹的②空旷, 一望无际: trời cao lồng lộng 万里长空

lồng mức *d* 倒吊竹属, 夹竹桃科植物的一种

lồng ngực *d* 胸廓

lồng nhồng =lông nhông

lồng sấy *d* 烘笼: lồng sấy cau 烘烤槟榔的竹笼

lồng tiếng *đg* 配音: diễn viên lồng tiếng 配音演员

lỗng *t* 无礼, 粗鲁

lộng₁ *d* 近海: đánh lộng 近海捕捞

lộng₂ *t* 风劲吹的: gió lộng 风劲吹

lộng₃ [汉] 弄 *đg* [方] 弄: lộng quyền 弄权

lộng chương *đg* 弄璋 (生儿子): niềm vui lộng chương 弄璋之喜

lộng giả thành chân 弄假成真

lộng gió *t* 过堂风的, 风大的

lộng hành *đg* 胡作非为

lộng lạc =lộng lẫy

lộng lẫy *t* 华美辉煌

lộng lộng =lồng lộng

lộng ngoã *đg* 弄瓦 (生女儿)

lộng ngữ *đg* 玩弄文字

lộng óc *đg* 使…头晕, 使…头痛

lộng pháp *đg* 弄法, 违法

lộng quyền *đg* 弄权

lốp₁ *t* 疯长的: lúa lốp 禾苗疯长

lốp₂ *d* 胶轮, 外胎: lốp xe đạp 自行车外胎

lốp bốp [拟] 噼里啪啦 *t* (说话) 直来直去的, 大声的, 瞎扯的

lốp cốp [拟] 咯噔噔 (硬物相撞声)

lốp đốp [拟] 噼噼啪啪

lốp nhốp *t* 横着爬的

lốp tốp *t* 说话不经大脑的

lốp xốp *t* 松脆

lộp bộp [拟] 啪啪 (重物掉在软物上的声音)

lộp bộp như gà mổ mo 说话直来直去, 硬邦邦

lộp chộp *t* 饶舌的

lộp cộp [拟] (木屐、高跟鞋等硬物与硬地面碰触的声音)

lộp độp [拟] (低沉、不匀、稀疏的响声, 如雨

L

滴及果实坠落声)

lộp lộp *t* 泛白的

lộp rộp=lộp cộp

lốt₁ *d* ①（某些动物的）外皮：Rắn đổi lốt. 蛇蜕皮。②外衣，招牌

lốt₂ *d* 痕迹：lốt chân 足迹

lốt₃ *d*［植］假蒌叶

lốt₄ *đg* 蜕皮

lột *đg* ①剥去，扒光，除去：lột áo 扒光衣服② 抢光：bị kẻ cướp lột sạch 被强盗抢光③蜕 ④反映，揭示，揭露：lột hết ý của nguyên văn 确切地反映了原文的意思

lột chức *đg* 削职，撤职

lột mặt nạ *đg* 揭露真面目

lột sột［拟］(硬薄物互相撞击发出的响声)

lột tả *đg* 确切地描述揭示

lột trần=bóc trần

lơ₁ *d* 增白剂的一种（遇水后呈蓝色液体）

lơ₂ *d* 浅蓝色

lơ₃ *d*(汽车) 乘务人员

lơ₄ *đg* 装傻，佯作不知：làm lơ 装作不知

lơ chơ *t* 寥寥，孤单单：Túp lều lơ chơ bên sườn đồi. 小茅屋孤零零地立在山坡上。

lơ chơ lổng chổng *t* 凌乱而少得可怜的

lơ đãng *đg* 漫不经心 *t* 健忘的，稀里糊涂的：tính lơ đãng nói trước quên sau 稀里糊涂的说了上句忘下句

lơ hồng *d* 增白剂的一种（遇水后呈红色液体）

lơ là *đg* 表现冷漠，不专心

lơ láo *t* 茫然，迷惑

lơ láo như bù nhìn 任人摆布

lơ lớ =lớ lớ

lơ lửng *t* ①晃悠的，晃荡的②半截话的

lơ mơ *t* ①半睡半醒：Tôi mới lơ mơ thì bị gọi dậy. 我刚睡着就被叫起来。②一知 半解的，似懂非懂的：hiểu lơ mơ 似懂非 懂③马虎，敷衍的：Ai làm việc lơ mơ với ông ấy là không xong đâu. 谁与他做事想

敷衍是绝对不行的。

lơ ngơ *t* 呆呆，笨拙

lơ phơ =lơ thơ

lơ thơ *t* 疏落：lơ thơ mấy cái râu 稀疏几根胡 子

lơ thơ như sao buổi sớm 寥若晨星

lơ tơ mơ =lơ mơ

lờ₁ *d* 捕鱼的竹器

lờ₂ *đg* 装聋作哑，佯装：thấy bạn cứ lờ đi 碰 到朋友装作没看见

lờ₃ *t* 混浊，模糊：gương lờ 镜面模糊

lờ đờ *t* ①迟滞，呆滞：mắt nhìn lờ đờ 目光呆 滞②（水流、光线）缓慢，微弱：nước chảy lờ đờ 水缓缓流

lờ khờ=lờ ngờ

lờ lãi=lời lãi

lờ lệt *t* 健忘的，丢三落四的：già cả lờ đờ 老 了健忘

lờ lờ *t*（水、光线）混浊，浑浊：nước đục lờ lờ 水浑浊不清

lờ lợ =lợ lợ

lờ lững=lững lờ

lờ mờ *t* ①昏暗：ngọn đèn lờ mờ 灯光昏暗② 含混，含糊，模棱两可：thái độ lờ mờ 态度 不明朗

lờ ngờ *t* 愚呆，呆头呆脑

lờ phờ *t* ①无精打采，倦怠：làm việc lờ phờ 工作无精打采②稀稀拉拉，寥寥无几：râu ria lờ phờ 稀稀拉拉几根胡须

lờ rờ *t* 虚弱，笨拙，笨手笨脚

lờ tịt *đg* 装作全然不知

lờ từ mờ =lờ mờ

lờ vờ *t* 敷衍了事，搪塞

lờ xờ *t* 笨手笨脚，迟钝

lở₁ *đg* 倒塌，崩塌：núi lở 山崩

lở₂ *đg* 长疮疡：ghẻ lở 疥疮

lở đất long trời =long trời lở đất

lở láy *d* 疮疡

lở loét *d* 脓疮

lỡ lói *t* 大范围崩塌

lỡ mồm long móng *d* 口蹄疫

lỡ sơn *d* 漆毒疹

lỡ₁ *đg* ①失误, 不小心: lỡ đánh vỡ cái bát 不小心打破了一只碗②错过, 耽误, 延误 *k* 万一: Anh phải mang tiền, lỡ có việc cần thì tiêu. 你要带点钱, 万一有急事还能派上用场。

lỡ₂ *t* 万一的, 不测的 (同 nhỡ)

lỡ bước *đg* ①失足: tha cho kẻ lỡ bước 原谅失足之人②罹难, 遭遇不幸

lỡ cơ *đg* 错失良机, 错过机会

lỡ cỡ *t* 不合尺寸的: Ngòi bút lỡ cỡ không dùng được. 笔尖儿不合尺寸不能用。

lỡ dịp=lỡ cơ

lỡ dở *t* 不上不下的, 半截子的, 中断的: công việc lỡ dở 工作中断

lỡ duyên *đg* 错失良缘

lỡ độ đường 行程中途没钱: lỡ độ đường phải xin ăn 中途没钱只好乞讨

lỡ đường *đg* 中途耽搁而止步

lỡ hẹn *đg* 失约

lỡ kì *đg* 愆期

lỡ làng *t* 不顺的, 不成的

lỡ lầm=lầm lỡ

lỡ lời *đg* 失言: Nói lỡ lời mong anh thứ lỗi. 一时失言请见谅。

lỡ một lầm hai 一错再错

lỡ tàu *đg* 误车, 误船

lỡ tay *đg* 失手: lỡ tay đập vỡ cái chén 失手打破杯子

lỡ thì *t* 错过婚龄的: con gái lỡ thì 老处女

lỡ thời *t* 过时的

lỡ vận *t* 时运不佳的

lỡ việc *đg* 误事

lớ *d* 米糊糊 *t* 夹杂的, 不纯正的, 不清楚的: nói lớ 口音不正

lớ lẩn *đg* 装蒜: Việc biết rồi mà cứ lớ lẩn. 明明知道了还装蒜。

lớ lớ *t* 夹杂的, 不纯正的 (常读 lơ lớ): nói lớ lớ tiếng nước ngoài 说一口不纯正的外语

lớ mớ *đg* 牵扯, 牵连 *t* 模糊, 不清楚: nhớ lớ mớ 模糊记得

lớ ngớ *t* 生疏, 拘谨; 手足无措的, 手忙脚乱的: Họ mới ra thành phố nên còn lớ ngớ lắm. 他们才刚进城, 所以感到很陌生。

lớ quớ *t* ①笨手笨脚的: lớ quớ đánh đổ đèn 笨手笨脚地打翻了灯②瞎说的, 胡扯的: Nói lớ quớ chuyện người khác là không hay đâu. 对别人的事情胡说八道的不好。

lớ xớ *p* 瞬间, 刹那间, 转眼: lớ xớ đã đến tết rồi 转眼又到年关了

lợ *t* 咸中带甜的: Rau xào cho nhiều đường nên hơi lợ. 炒菜搁多了糖味道偏甜。

lợ lợ *t* 微甜的

lơi *đg* ①松懈, 懈怠: lơi công việc làm ăn 懈怠经营②手松: lơi tay là tuột mất 手一松就掉 *t* 披散, 松散: tóc bỏ lơi xuống vai 披肩发

lơi là=lơ là

lơi lả=lả lơi

lơi lỏng *đg* 松懈, 松散: kỉ luật có phần lơi lỏng 纪律松懈

lời₁ *d* 言语, 话语: gửi lời 致意

lời₂ *d* 利润, 利益: có lời 有利可图

lời₃ *d* (圣经) 天, 上天: Đức chúa lời 天主

lời ăn tiếng nói *d* 谈吐, 言行举止

lời bạt *d* 跋文, 跋语

lời ca *d* 歌词, 歌曲, 歌声

lời chú *d* 按语, 注脚, 注解

lời dạy *d* 教导, 教诲, 训辞

lời dặn *d* 嘱告, 嘱咐: lời dặn của bố 父亲的嘱咐

lời dẫn *d* 导言, 引言, 前言

lời điếu *d* 悼词

lời đường mật *d* 甜言蜜语

lời giải *d* 答案

L

lời giáo đầu *d* 引子, 开场白

lời hứa *d* 诺言: giữ lời hứa 守诺言

lời khai *d* 供词

lời khai mạc *d* 开幕词

lời kịch *d* [戏] 台词

lời lãi *d* 赢利, 利润

lời lán=lời lãi

lời lẽ *d* 言词: lời lẽ đanh thép 言词果断

lời lỗ=lời lãi

lời ngon tiếng ngọt 甜言蜜语, 花言巧语

lời nguyền *d* 誓词

lời nhắn *d* 寄语, 口信儿

lời nói *d* 话语, 言行

lời nói đầu *d* 绪言, 序文, 前言

lời ong tiếng ve 闲言碎语

lời qua tiếng lại 流言蜚语

lời ra tiếng vào 说三道四

lời răn *d* 箴言: lời răn minh 座右铭

lời thề *d* 誓词

lời toà soạn *d* 编者按

lời tựa *d* 序言

lời văn *d* 文句

lỡi=lễ

lợi₁ *d* ①牙龈, 牙床: Người móm ăn bằng lợi. 瘪嘴的人用牙龈嚼东西。②边: lợi chậu 盆边

lợi₂ [汉] 利 *d* 利, 利益, 利润, 福利 *t* 有利的, 有利益的, 有利润的: Làm thế rất lợi cho chúng ta. 这样做对我们有利。

lợi bất cập hại 得不偿失

lợi danh=danh lợi

lợi dục huấn tâm 利欲熏心

lợi dụng *đg* 利用: lợi dụng chỗ sơ hở 乘虚而入

lợi điểm *d* 益处

lợi hại *t* ①利害②厉害: Loại vũ khí này rất lợi hại. 这种武器很厉害。

lợi ích *d* 利益

lợi ích lâu dài *d* 长远利益

lợi lộc *d* 利禄: công danh lợi lộc 功名利禄

lợi khẩu *t* 口齿伶俐

lợi khí *d* 利器

lợi linh trí hôn 利令智昏

lợi nhà ích nước 利家利国

lợi nhuận *d* 利润: lợi nhuận mộc 纯利润

lợi niệu *đg* 利尿: có tác dụng lợi niệu 有尿作用

lợi quyền *d* 权利

lợi răng *d* 牙龈

lợi suất =lãi suất

lợi thế *d* 有利地位, 优势

lợi tiểu *đg* 利尿

lợi tức *d* 利息: lợi tức cổ phần 股息

lơm chơm=lởm chởm

lơm xơm=lòm xòm

lòm₁ *d* 丛, 灌木丛

lòm₂ *t* 恶心的, 发呕的: Nghe nó nói đã lòm rồi. 听他说就够恶心的了。

lòm₃ *đg* 溢出, 冒尖: Vung lòm ra miệng nồi. 锅盖被顶出来了。

lòm chòm=lòm xòm

lòm lợm *t* 恶心

lòm thòm=lòm xòm

lòm xòm *t* 参差不齐

lỏm *t* 狡诈, 鬼机灵

lởm chởm *t* 参差不齐, 嶙峋: vách núi đá lởm chởm 山石嶙峋

lởm khởm *t* 参差不齐

lõm *đg* 捉弄, 取笑

lõm lờ *t* 不正经

lợm *t* 发呕的, 恶心的

lợm giọng *t* 恶心的

lợm lợm =lòm lợm

lợm mửa *đg* 想吐

lởn₁ *d* 大水缸

lởn₂ =lan₂

lởn tởn *t* 悠然的, 边走边玩的, 漫不经心的

lởn xởn=lởn tởn

lờn₁ *đg* 轻视, 小看

lờn₂ *t* 油光滑亮

lờn bơn=thờn bơn

lởn vởn *đg* ①转悠, 徘徊: Mấy đứa lạ mặt cứ lởn vởn quanh kho. 几个陌生人在仓库周围转来转去。②萦绕, 萦回: Bao ý nghĩ lởn vởn trong đầu. 多少思绪萦绕在脑海里。

lớn *t* ①大: một ngôi nhà lớn 一栋大房子②响亮: Nó thét lớn. 他大声吼。③长大的, 长成的: người lớn 成人④大人 (对地位高的人的尊称): cụ lớn 大人 *đg* 生长, 成长, 发展: Thằng bé đang ở độ lớn. 孩子正长身体的时候。

lớn bổng *đg* 明显长大, 长高

lớn bỗng *đg* 猛长, 蹿个儿

lớn đại *t* 大个儿的

lớn gan=to gan

lớn lao *t* 巨大, 重大, 伟大, 宏伟: giá trị lớn lao 巨大的价值

lớn lối *t* 大大咧咧

lớn mạnh *t* 壮大, 强大: không ngừng phát triển lớn mạnh 不断发展壮大

lớn người to cái ngã 爬得高摔得重; 个子越大摔得越疼

lớn nhanh như thổi 眼见着长; 见风就长

lớn nhỏ *t* 大小

lớn như vâm 牛高马大

lớn phổng *đg* 疯长, 猛长

lớn sầm *t* 大个儿的, 又高又大

lớn sộ *t* 大个儿的

lớn tật *t* 多恶习的

lớn tiếng *đg* 大声, 高声: lớn tiếng nói 大声说话

lớn tớn *t* 急匆匆

lớn tuổi *t* 年龄大的, 上年纪的: Nhường chỗ ngồi cho người lớn tuổi. 给上年纪的人让座。

lớn tướng *t* ①已长大的: Nó lớn tướng rồi còn làm nũng mẹ. 他都那么大了还跟妈妈撒娇。②超大, 很大, 巨大: Nhà nó vừa mua được con trâu mộng lớn tướng. 他们家刚买了一头很大的牡牛。

lớn vóc *t* 大个儿的, 大块头的

lớn xớn=lớn tớn

lợn *d* 猪: nuôi lợn 养猪

lợn bột *d* 肥猪, 阉猪

lợn cà *d* 成年种猪

lợn cái *d* 母猪

lợn cấn=lợn bột

lợn con *d* 猪仔, 小猪

lợn cợn *t* 浑浊: nước lợn cợn 水浑浊

lợn dái=lợn cà

lợn đất *d* 泥猪 (即扑满, 猪状储钱罐)

lợn gạo *d* 米粒猪

lợn giống *d* 种猪

lợn hạch=lợn cà

lợn hôi *d* heo vòi

lợn hơi *d* 生猪

lợn lang *d* 黑白花猪

lợn lành chữa thành lợn què 弄巧成拙

lợn lòi *d* 野猪

lợn mạ=lợn nái

lợn nái *d* 母猪

lợn quay *d* 烤猪

lợn rừng *d* 箭猪, 野猪, 山猪

lợn sề *d* 老母猪

lợn sữa *d* 乳猪

lợn tháu *d* 刚长大可屠宰的猪

lợn thịt *d* 肥猪, 肉猪

lợn ú *d* 肥猪

lợn voi *d* 象猪 (专用于上供的大猪)

lớp *d* ①课室, 教室②班, 级, 年级: Tôi học lớp 10. 我在上 10 年级。③层次, 阶层④场: màn chót có năm lớp 最后一幕分 5 场⑤批, 群, 辈: cùng một lớp người 同辈之人⑥排, 列: lớp sóng 一排浪

lớp cách nhiệt *d* 隔热层

L

lớp chọn *d* 尖子班: Nhiều phụ huynh không tán thành thành lập lớp chọn. 许多家长不赞成成立尖子班。

lớp học *d* 教室，课堂

lớp lang *t* 有条有理的: Công việc sắp đặt có lớp lang. 工作安排得有条有理。

lớp lớp *t* 排排，座座，层层: Đây là một thời đại xuất hiện những nhân tài lớp lớp. 这是一个人才辈出的时代。

lớp nhớp *t* 黏糊糊，泥泞: Mưa liền mấy ngày, đường đi lớp nhớp. 一连几天下雨，道路泥泞。

lớp xớp *t* 蓬松: đầu tóc lớp xớp 头发蓬松

lợp *đg* 覆盖: lợp mui xe 盖车篷

lợp xợp=lớp xớp

lót nhớt *t* 淡淡

lót phớt *t* ①稀稀拉拉，稀薄: mưa bay lót phớt 雨丝飘拂②浅薄，肤浅: đọc lót phớt 泛泛地读了一遍

lợt₁ *t* 淡: mặt tái lợt 脸色惨白

lợt₂ *t đg* 破: gãi lợt da 抓破皮

lợt đợt *t* 遍布的，到处都是的: Hàng bày lợt đợt cả dãy. 货物摆得到处都是。

lợt lạt=nhợt nhạt

lợt nhớt *t* 太淡，淡色的

LPG [缩] 液化气

lu₁ *d* 大缸，瓮: lu gạo 米缸

lu₂ *d* 碾子: tầu lu 汽碾子（压路机）

lu₃ *t* 模糊，朦胧: trăng lu 月色朦胧

lu bu=lu bù

lu bù *t* 过度的，过量的，不停的: ngủ lu bù 大睡特睡; rượu chè lu bù 花天酒地

lu loa *đg* 大声喧哗，大声吵闹: khóc lu loa 大声哭闹

lu lơ *t* 漠然，消极: làm việc lu lơ 工作消极

lu mái *d* 瓮缸

lu-men *d* [理] 流明: lu-men giây 流明秒; lu-men kế 流明计

lu mờ *t* 模糊，暗淡: Đèn lu mờ dần. 灯渐渐暗淡。

lu nước *d* 水缸

lù *d* 底部的出口: tháo lù để thau bể 打开底部出口（放掉水）清洗池子

lù đù *t* 呆笨，笨拙，迟钝: Trông lù đù mà tinh khôn lắm. 外表有点呆笨，实则很精灵。

lù khù=lù đù

lù khù như mu mới mọc=lù mù như khu thầy bói

lù lù *t* 一大堆，一大片，很显眼: Đứng lù lù trước mắt. 直直地站在眼前。

lù mù *t* 微弱，朦胧: ngọn đèn lù mù 灯火朦胧

lù mù như khu thầy bói 像算命先生的说辞（表示非常模糊不清，半明半暗）

lù rù *t* 佝偻，迟缓，反应迟钝

lù xù *t* (毛发) 乱成一团，乱糟糟: Chị chạy ra với bộ tóc lù xù. 她头发还乱糟糟的就跑了出来。

lủ khủ lù khù=lù đù

lũ₁ *d* 帮，伙，群: lũ trẻ 青年人

lũ₂ *d* 洪水: cơn lũ đặc biệt lớn 特大洪水

lũ khù *t* 一大帮，一大群，众多

lũ lĩ *d* ①伙，帮: bọn trẻ lũ lĩ 一帮年轻人②一大帮，众多: kéo cả lũ lĩ 叫上一大帮人

lũ loạn *đg* 废弃，弃置: vườn tược lũ loạn 田地荒废

lũ lụt *d* 水灾，洪灾: chống lũ lụt 抗洪

lũ lượt *p* 成群（地）: Dân làng lũ lượt kéo nhau đi xem hội. 乡民三五成群去赶庙会。

lũ ống *d* 特大山洪

lũ quét *d* 特大洪灾

lú₁ *đg* 冒尖儿，露出: Cây măng mới lú đầu. 竹笋刚冒头。

lú₂ *t* ①迟钝，弱智②健忘: quên lú mất 全忘了

lú₃ *d* 一种赌博形式

lú bú *d* 小萝卜

lú gan *đg* 完全忘记: Chuyện này tôi lú gan.

这件事我完全忘记。

lú gan lú ruột 忘得一干二净；好忘事

lú khú₁ *t* 专心，埋头：Công việc quá nhiều lú khú làm suốt đêm mà không xong. 工作太多，忙了一晚都干不完。

lú khú₂ *t* 老态龙钟：già lú khú 老态龙钟

lú lẫn *t* 昏愚，老糊涂，老迷糊：đầu óc lú lẫn 脑子迷糊；Bà trên 90 tuổi mà vẫn không hề lú lẫn. 老太太都九十多岁了却丝毫不糊涂。

lú lấp *t* 一时糊涂

lú mú₁ *t* 遥远：xa lú mú 一望无际

lú mú₂ *t* 细小，小不点：chữ viết nhỏ lú mú 字写得很小

lú nhú *đg* 露苗儿，萌芽：Luống ngô đã mọc lú nhú. 玉米已露苗儿。

lụ khụ *t* 年迈迟钝

lua *đg* 扒拉：lua cơm 扒饭

lua láu *t* (言语) 口不择言

lua tua *đg* 悬，吊：Mấy ngọn bí lua tua trên giàn. 几条瓜吊在架子上。

lùa₁ *đg* ①赶，赶往：Lùa đàn bò vào chuồng. 把牛群赶入牛栏。②伸入：Lùa chổi vào gầm giường. 把扫帚伸进床底下。③穿过，透过：Gió lùa vào khe cửa. 风从门缝穿过。④扒，扒拉 (同 lua)：lùa cơm 扒饭⑤耙草，耕地

lùa₂ *d* [机] 拉模：cái lùa 拉模机

lủa tủa *t* 拉碴：râu mọc lùa tủa 胡子拉碴

lũa *t* ①烂熟：chín lũa 熟透②露骨③老练：chơi lũa đời 老于世故

lúa *d* 稻子，稻谷：trồng lúa 种稻子；xay lúa 磘谷

lúa ba giăng *d* 三月稻

lúa cao *d* 旱稻

lúa cấy *d* 禾苗

lúa chiêm *d* 早稻，夏稻

lúa con gái *d* 即将灌浆的稻子

lúa đông xuân *d* 冬春稻

lúa gạo *d* 谷米

lúa giống *d* 早稻，夏稻

lúa hè thu *d* 夏秋稻 (产于越南中部和南部)

lúa lốc *d* 旱稻

lúa ma=lúa trời

lúa má *d* ①稻子②庄稼

lúa mạch *d* 大麦

lúa mì *d* 麦子

lúa mì yến *d* 燕麦

lúa mùa *d* 晚稻，秋稻

lúa mười *d* 十月稻

lúa nếp *d* 糯稻

lúa nổi *d* 浮水稻

lúa nước *d* 水稻

lúa nương *d* 旱稻

lúa rẫy=lúa nương

lúa sạ *d* 浮水谷

lúa sốc *d* 金边谷

lúa sớm *d* 早稻

lúa thu *d* 秋稻

lúa trời *d* 野生稻

lúa xuân *d* 春稻 (产于越南北部，六月收割)

lụa *d* ①丝绸②未展开的嫩叶鞘③细软物品

lụa đậu *d* 双线或三线丝织物

lụa là *d* 绫罗，绸缎

lụa trắng *d* 缟

lụa vàng *d* 缃绸

lụa vóc *d* 绸缎

luân [汉] 伦，轮，沦

luân canh *đg* 轮耕，轮种

luân chuyển *đg* 轮换，周转，轮着来：luân chuyển vốn 资金周转

luân hồi *đg* 轮回：mấy vòng luân hồi 几经轮回

luân lí *d* 伦理：luân lí học 伦理学

luân lưu *đg* 轮流：luân lưu trực đêm 轮流值夜

luân phiên *đg* 轮流，轮番：chủ tịch luân phiên 轮值主席；luân phiên trực lớp 轮流做

L

班里的值日

luân táng *đg* 论丧

luân thường *d* 伦常: luân thường đạo lí 道德伦常

luẩn quẩn *đg* ①徘徊: Anh luẩn quẩn trước cổng nhà. 他在家门前徘徊。②打转, 转圈圈: suy nghĩ luẩn quẩn 思来想去

luấn quấn *đg* 不舍, 离不开: Chị ấy suốt ngày luấn quấn với con cái. 她整日离不开她的孩子。

luận [汉] 论 *đg* 论, 议论, 辩论: cuộc biện luận chung 一般性辩论 *d* 论文

luận án *d* 论文: bảo vệ luận án 论文答辩

luận bàn=bàn luận

luận chiến *đg* 论战

luận chứng *d* 论证

luận cứ *d* 论据

luận cương *d* 提纲, 纲领

luận đàn *d* 论坛

luận đề *d* 论点, 观点

luận điểm *d* 论点

luận điệu *d* 论调: luận điệu bi quan 悲观的论调

luận đoán *d* 论断

luận giả *d* 论者

luận giải *đg* 论述

luận lí *d* 逻辑: luận lí học 逻辑学

luận nghĩa *đg* 论义, 释义

luận ngữ *d* 论语

luận thuyết *d* [旧] 议论文

luận tội *đg* 论罪

luận văn *d* ①议论文: luận văn chính trị 政论文 ②（大学毕业）论文: luận văn tốt nghiệp 毕业论文

luật [汉] 律 *d* ①规律: luật cung cầu 供求规律②规则: luật bóng đá 足球规则③法制④大法, 律法: luật ruộng đất 土地法

luật báo chí *d* 新闻法

luật bằng trắc *d* 平仄律

luật bầu cử *d* 选举法

luật chơi *d* 游戏规则

luật chu kì *d* [数] 周期律

luật công đoàn *d* 工会法

luật cung cầu *d* [经] 供求律

luật điển *d* 法典, 法律汇编

luật gia *d* 法律学家

luật hình *d* 刑法

luật hình sự *d* 刑事法

luật học *d* 法律学

luật hộ *d* 民法

luật hôn nhân *d* 婚姻法

luật hợp đồng *d* 合同法

luật khoa *d* 法律系

luật lệ *d* 规则, 条例, 法制, 条令: luật lệ giao thông 交通规则

luật lệnh *d* 法令, 律令

luật mâu thuẫn *d* 矛盾律

luật nước *d* 国法

luật om *d* [理] 欧姆定律

luật pháp *d* 法律

luật quân *d* 军纪: sử theo luật quân 按军纪处理

luật quật=quần quật

luật quốc tế *d* 国际法

luật ruộng đất *d* 土地法

luật suy rộng *d* 扩充律

luật sư *d* 律师

luật thơ *d* 律诗

luật thừa tự *d* 继承法

luật thương mại *d* 贸易法

luật tòng quân *d* 兵役法

lúc *d* ①（短促的）时间: đợi một lúc 稍等一会儿②时, 时候: lúc ăn 吃饭的时候③时期, 时代: lúc đời Lê 黎朝时期

lúc ấy *d* 那时, 当时

lúc cúc *t* ①拥挤, 狭窄②蹒跚: Cả nhà cư trú trong một gian phòng lúc cúc. 全家住在一间狭窄的房间里。

L

lúc đầu *d* 最初,开始,起初

lúc la lúc lắc *đg* 晃动,摇摆

lúc lắc *đg* 摇来晃去: lúc lắc chuông 摇铃 *d* 摇铃,拨浪鼓

lúc lâu *t* 良久: Lúc lâu bà mới tỉnh người lại. 良久她才醒过来。

lúc lỉu *t*(果实)累累: Nhãn sai lúc lỉu. 龙眼长得满树都是。

lúc nào *d* 何时

lúc nãy *d* 刚才,方才

lúc ngúc *t* 蠕动的: giòi lúc ngúc 蛆蠕动

lúc nhúc *t* 拥挤蠕动的: lúc nhúc như đàn ròi 像蛆那样乱挤乱拱

lúc thúc₁ *t* ①手脚不停: Anh lúc thúc làm suốt ngày không chịu nghỉ. 他整天手脚不停地干。②小步跑的,蹦跳的: Đứa trẻ lúc thúc chạy theo mẹ. 小孩儿蹦跳着跟在妈妈身后。

lúc thúc₂ *t* 孤零零: lúc thúc sống cho qua ngày đoạn tháng 孤零零地过日子

lục₁ *đg* 搜寻,翻动: lục tung những đồ trong ngăn kéo 把抽屉里的东西都翻出来

lục₂ [汉] 绿 *t* 绿色: lục diệp 绿叶

lục₃ *d* 六: lục phủ 六腑

lục₄ [汉] 陆 *d* 陆地: đại lục 大陆

lục₅ [汉] 录

lục bát *d* 六八诗体

lục bình₁ *d* 浮萍

lục bình₂ *d* 花瓶

lục bộ *d* 六部

lục bục [拟] 噗噗: Nồi cháo sôi lục bục. 稀饭开了,发出噗噗的响声。

lục chiến *d* 陆战

lục cục [拟](硬物碰撞发出低沉的响声): tiếng cuốc đất đá lục cục 挖地声噗噗地响

lục diện *d* 六面体

lục diệp tố *d* 叶绿素

lục dụng *đg* 录用

lục đạo₁ *d* 陆道,陆路

lục đạo₂ *d*[宗] 六道(三条善道,三条恶道)

lục địa *d* 陆地,大陆: lục địa châu Á 亚洲大陆

lục đục *đg* ①埋头收拾: lục đục thu dọn đồ đạc 埋头收拾东西②闹别扭: 闹矛盾: Vợ chồng lục đục với nhau. 夫妻俩闹别扭。

lục giác *d* 六角: hình lục giác 六角形

lục giác đều *d* 等边六角形

lục hợp *d* 小吃店

lục huyền cầm *d*[乐] 六弦琴

lục huyền cầm

lục khí *d* 氯气

lục khục＝lục cục

lục kinh *d* 六经

lục lạc *d* 铃铛

lục lạo *đg* 搜寻,搜索: lục lạo khắp nơi 到处搜索

lục lăng₁ *d* 六棱

lục lăng₂ *t* 顽皮,淘气: Thằng lục lăng ấy ai mà dạy được? 那个淘气包谁管得了?

lục lâm *d* 绿林: trùm lục lâm 绿林大盗

lục lọi *đg* 细寻,细查,搜查: Nhân viên kiểm tra lục lọi khắp nơi mà không phát hiện manh mối. 调查员到处搜查却没发现线索。

lục lộ₁ *d* 陆路

lục lộ₂ *d* 路局: sở lục lộ 公路局

lục mục *t* 杂乱无序的

lục nghệ *d* 六艺(礼、乐、射、御、书、数)

lục nhất *d*[药] 六一散

lục phàn *d* 绿矾

lục phủ *d* 六腑

lục phủ ngũ tạng 五脏六腑

lục quân *d* 陆军

lục soát *đg* 搜查, 搜索: lục soát hành lí 搜查行李

lục súc *d* ①六畜②畜生: đồ lục súc 畜生

lục sục=lục bục

lục sự *d* 录事, 法属时的书记员

lục thần hoàn 六神丸

lục tố *d* 叶绿素

lục trầm *d* [地] 陆沉

lục trình *đg* 走陆路

lục tục *p* 陆陆续续

lục ục=lục bục

lục vấn *đg* 诘问, 盘问: lục vấn người khả nghi 盘问可疑人员

lục vị *d* [药] 六味

lui *đg* ①后退: rút lui 撤退②减弱, 消退: Cơn sốt đã lui. 烧已经退了。③改期, 延迟: Cuộc họp tạm lui vài ngày nữa. 会议延后几天。

lui chân=lui gót

lui cui=lúi húi

lui gót *đg* 折转, 折回, 往回走

lui lủi *p* 默不作声, 悄无声息: Anh lui lủi ra đi. 他悄无声息地走了。

lui tới *đg* 往来, 交往: Không ai lui tới nhà hắn cả. 没人与他往来。

lùi₁ *đg* ①退后: thụt lùi 倒退②往后推: Lùi hội nghị sang tuần sau. 会议推到下星期。

lùi₂ *đg* (放在灰烬里) 煨烤: lùi khoai 烤白薯

lùi bước *đg* 让步, 后退, 退让: không lùi bước trước khó khăn 不向困难低头

lùi cũi=lùi lũi

lùi lũi *p* 专注; 默默: Bà lùi lũi quay mình về nhà. 她默默转身回家。

lùi lụi=lùi lũi

lùi xùi *t* 随意, 不讲究, 凑合: ăn mặc lùi xùi 不修边幅

lủi *đg* 逃窜, 逃遁: Con thú thấy người lủi vào rừng. 野兽一看到人就窜进林子里去了。

lủi thủi *t*; *p* 孤零零, 孤单: đi lủi thủi một mình 踽踽而行

lúi *d* 小鲤鱼

lúi húi *đg* 专心, 埋头, 投入: Bà lúi húi đan áo. 她专心织毛衣。

lúi nhúi *t* 藏着, 掖着, 偷偷摸摸

lúi xùi=lùi xùi

lụi₁ *d* 棕竹属植物的一种

lụi₂ *đg* ①枯萎, 凋谢②减弱, 将熄: Ngọn đèn lụi dần rồi tắt hẳn. 灯光渐渐减弱最后完全熄灭了。

lụi₃ *đg* 穿过, 戳过: lụi cây vào miếng thịt để nướng 用签子穿肉来烤

lụi cụi=cặm cụi

lụi đụi *p* ①忙忙碌碌地: Suốt ngày lụi đụi với đàn con. 整天为了孩子忙碌。②不顺: Chuyện làm ăn của nó lụi đụi lắm. 他的生意很不顺。③连续, 一转眼: lụi đụi đã hết năm 一转眼一年过去了

lụi hụi=lúi húi

lụi xụi *t* ①复杂, 费事②阻塞, 不顺畅

lum khum=lom khom

lùm *d* 枝叶茂密, 树荫: lùm cây 树荫 *t* 隆起的, 冒尖的, 冒出的: Đĩa xôi đơm đầy lùm. 盘子里装着满得冒尖的糯米饭。

lùm lùm *t* 尖尖头的, 满当当的

lùm sùm *t* 杂乱, 麻烦

lủm *đg* 囫囵: lùm cái kẹo 一口就把糖吃掉

lủm bủm=lũm bũm

lủm củm *t* 东西多且杂的, 东一堆西一堆的

lũm *t* 凹, 凹陷的: Thành chậu bị lũm một chỗ. 盘壁凹了一处。Nước đọng trên lũm đá. 石头凹坑里积着水。

lũm bũm [拟] (东西掉进水里低沉、大小不一的响声)

lúm *t* 有点凹的

lúm chúm *đg* 撅: hai môi lúm chúm 撅起嘴

lúm cúm *t* 畏惧的

lúm đồng tiền *d* 小酒窝

lúm khúm=khúm núm

lụm cụm=lọm khọm

lun trun *t* 软且收缩自如的

lùn *t*(人) 矮,(植物) 低矮: người lùn quá 人 太矮了; chuối lùn 矮蕉

lùn bân=lùn tịt

lùn chùn *t* 矮小

lùn cùn=lũn cũn

lùn lùn *t* 略矮的

lùn tè *t* 太矮,矮墩墩

lùn tịt *t* 矮矮的

lùn xịt=lùn tịt

lủn chủn *t* 矮矬矬: cây lùn chùn 树长得矮 矮的

lủn củn=lũn cũn

lủn lân quê mùa 土老帽

lủn mủn *t* 小心眼儿的,小气的

lũn *t* ①软,松软 ②柔和

lũn chũn=lũn cũn

lũn cũn *t* ①短檄檄: áo quần ngắn lũn cũn 衣服短檄檄的 ②矮矬矬: Người lũn cũn một mẩu. 人矮矬矬的就那么一截。③步子短而快(同 lũn đủn): Cháu bé chạy lũn cũn. 小孩儿颠颠地小跑。

lũn đủn *t* 步子短而快

lũn tũn=lũn cũn

lún *đg* ①深陷,塌陷: móng tường lún 墙基下陷 ②卑微,弱势: chịu lún 甘拜下风

lún phún *t* 稀疏,长短不一: Râu mọc lún phún. 稀稀疏疏地长了几根胡子。

lụn *đg* 减弱,逐渐,微弱: dầu hao bấc lụn 油尽灯灭 *p* 将尽,最终: Lụn đời chẳng làm gì được. 一辈子都没搞出什么名堂来。

lụn bại *đg* 衰败,衰落,败落

lụn vụn *t* 零碎,破碎: đống gạch đá lụn vụn 一堆破砖烂瓦

lung₁ *d* 塘,潭,池: lung sen 荷塘

lung₂ *t* ①众多,繁多: suy nghĩ lung lắm 千思 万缕 ②凶恶,凶残: Tên du côn lung lắm. 这个流氓凶得很。

lung₃ [汉] 笼

lung bung=lung tung

lung lạc *đg* 笼络,动摇

lung lay *đg* ①松动: răng lung lay 牙齿松动 ②动摇,摇摆: tinh thần lung lay 思想动摇

lung lăng *t* 凶恶,野蛮

lung liêng *đg* ①晃动,摇摆: pháo sáng lung liêng trên không 信号弹在空中晃动 ②动 摇,摇摇欲坠

lung linh *t*(反光) 闪烁: Mặt nước lung linh dưới ánh trăng vàng. 月光下水面波光粼粼。

lung mung=mung lung

lung tung *t* ①乱七八糟,杂乱无序: đồ đạc để lung tung 物品东放西放的 ②胡乱: nói lung tung 胡说

lung tung beng *t* 乱套,乱七八糟

lùng *đg* 搜寻,搜索,查找: Lùng khắp các phố mới mua được. 找了好几条街才买到。

lùng bắt *đg* 搜捕,侦缉: hành động lùng bắt 搜捕行动

lùng bùng *t* 耳鸣

lùng nhùng *t* ①纠缠的,乱作一团的: nhiều chuyện lùng nhùng 好多事情纠缠在一起 ②软塌塌,稀软: bùn non lùng nhùng 稀糊糊的泥浆

lùng phùng=lùng thùng

lùng sục *đg* 搜查,细查: lùng sục kĩ 细细地 搜查

lùng thùng *t*(衣服) 又肥又大: ăn mặc lùng thùng 衣着又肥又大

lùng tùng [拟](鼓声) 隆隆,咚咚

lùng *t* 破洞的,有窟窿的: cái quạt lùng 破扇 子

lủng bủng *t*(说) 含糊不清

lủng ca lủng củng=lủng củng

lủng củng t ①杂乱无序,杂乱无章: câu văn lủng củng 文名不通②不和: gia đình lủng củng 家庭不和

lủng hủng t (幼儿) 无礼

lủng la lủng lẳng 果实累累

lủng lẳng đg 悬吊,悬挂: Một chiếc đèn lồng đỏ to treo lủng lẳng trước cổng. 一只大红灯笼悬挂在门前。

lủng liểng t 摇摇欲坠

lủng lỉnh =đủng đỉnh

lủng liu =lủng lẳng

lủng lưởng =lủng lẳng

lủng nhủng t 多的,满是的: trái cây lủng nhủng 果满枝头

lũng d 山谷,溪壑: lũng núi 山谷 t 下陷的: lòng đường hơi lũng xuống 路面有点下陷

lũng đoạn đg 垄断: chống lũng đoạn thương nghiệp 反对商业垄断

lúng₁ t 多的,满是的: Đàn gà thả lúng không chịu nhốt. 鸡群不关起来放得到处都是。

lúng₂ t 久,长久: ở lúng cũng quen dần 住久就习惯了

lúng ba lúng bung =lúng búng

lúng búng đg ①嘴里含着东西②咕哝 (嘴里含着东西说不清)

lúng liểng =lủng liểng

lúng liếng t ①剧烈摇晃② (眼睛) 会说话

lúng ta lúng túng =lúng túng

lúng túng t 慌乱,不知所措: lúng túng không nói ra được 慌得说不出话来

lúng xác t 无度,过量

lúng xương =luống xương

lụng bụng =lúng búng

lụng nhụng t 软乎乎: lụng nhụng như thịt bụng 像肚皮肉那样软乎乎

lụng thà lụng thụng =lùng thùng

lụng thụng =lùng thùng

luốc t 灰色的

luốc lác t 脏污,褪色

luốc nhuốc =luốc lác

luộc đg ①煮: luộc rau muống 水煮空心菜②转手: Anh cứ mua đi rồi luộc lại cũng lời chán. 你先买了然后转手也有得赚。

luỗi t ①疲乏,疲累②软: mệt luỗi 累得浑身发软

luôm d 皮垢

luôm nhuôm t 杂七杂八,杂乱: Mảnh vườn trồng luôm nhuôm đủ thứ. 地里面杂七杂八种了很多东西。

luộm thà luộm thuộm =luộm thuộm

luộm thuộm t 邋里邋遢,没有条理: ăn mặc luộm thuộm 衣着邋里邋遢的

luôn p ①连续,不断,不停: làm luôn tay 手不停地干②经常: Tôi gặp nó luôn. 我经常看到他。③立刻,马上: nói xong làm luôn 说完立马就干

luôn luôn p 不停地,不断地,常常: luôn luôn kiên trì 常常坚持

luôn miệng t 喋喋: nói chuyện luôn miệng 喋喋不休

luôn mồm =luôn miệng

luôn ngày luôn đêm 日日夜夜;日以继夜

luôn tay đg 不停手,不停歇

luôn thể p 顺便,一起: luôn thể đi thăm thầy cô 顺便探望老师们

luôn tiện =luôn thể

luôn vần t 押韵的

luồn đg ①穿过,钻过: luồn kim 穿针②穿插过,迂回过③夹插,入: luồn người vào tổ chức địch 派人打入敌方组织

luồn cúi đg 低三下四,巴结,讨好: luồn cúi kẻ có quyền 巴结权贵

luồn lách đg ①穿插,穿过: luồn lách qua nhiều ngõ hẻm 穿过很多窄巷子②钻营: biết luồn lách 会钻营

luồn lỏi đg ①穿来穿去,迂回: luồn lỏi trong rừng để truy kích địch 在森林里迂回杀敌②钻营,阿谀: khéo luồn lỏi 善于找路子

luồn lọt *đg* 阿谀奉承, 趋炎附势

luông luốc=lem luốc

luông tuông=luồng tuồng

luông tuồng=buông tuồng

luồng₁ *d* [植] 大竹子

luồng₂ *d* ①股, 群, 阵: một luồng gió 一阵风 ②潮流: luồng tư tưởng mới 新思潮 ③通 道, 行车道

luồng cá *d* 鱼群

luồng điện *d* 电流, 电源

luồng giao thông *d* 车流

luồng hơi *d* 气流

luồng khí lạnh *d* 寒流

luồng lạch *d* 河道, 航道

luồng sóng *d* ①电波②一排浪

luồng sông *d* 河流

luồng tuông *t* 交错纵横

luỗng₁ *đg* 砍伐

luỗng₂ *t* 蛀空的, 掏空的: Gỗ bị mọt đục luỗng hết. 木头被虫蛀空了。

luống₁ *d* 垄, 畦: một luống khoai 一垄白薯

luống₂ *đg* 枉然, 白费: luống công 枉费工夫

luống₃ *p* 连连, 不断

luống cuống *t* 慌慌张张, 惊慌失措: luống cuống chạy vào 慌慌张张跑进来

luống tuổi *t* 壮年的, 中年的

luống xương *t* 懒惰: thằng luống xương 懒汉

luốt *t* 压倒状的, 淹没状的: Tiếng kêu bị luốt đi giữa những tiếng hò reo. 呼喊声被欢呼 声所淹没。

luốt tuốt *d* [方] 统统, 所有, 全都

luột *d* 缆绳

lúp₁ *d* 放大镜

lúp₂ *d* 一种带花纹的用作家具的贵重木材

lúp xúp₁ *t* 矮墩墩

lúp xúp₂ *t* (行走时) 往前倾的

lụp bụp [拟] (连续低沉的响声): Tiếng ngô rang nổ lụp bụp trong chảo. 锅里的炒玉米 发出噗噗的响声。

lụp chụp *t* 忙乱, 急忙

lụp chụp lưởi chưởi 急急忙忙

lụp xụp *t* (房屋) 低矮破烂: lều tranh lụp xụp 低矮破烂的茅屋

lút₁ *đg* ①淹没, 遮盖: Nước ngập lút đầu. 水 没过头顶。②隐入, 隐没: đi lút vào rừng 隐入森林里

lút₂ *p* ①深深地, 没入: đâm lút vào tim 深深 地插入心脏②太过, 过分: chơi lút quên ăn 贪玩连吃饭都忘了

lút cần=lút ga

lút ga *p* 超出, 极: Xe chạy lút ga. 汽车开得 极快。

lút lít *t* 腼腆, 淳朴, 老实: một người lút lít 一个老实人

lụt₁ *d* 涝, 洪水: nạn lụt 洪灾

lụt₂ *đg* (灯捻儿) 快燃尽: Đèn lụt bấc. 灯芯 快烧没了。

lụt₃ *đg* 亏本, 折本

lụt₄ *t* 钝: dao lụt 刀口钝

lụt₅ *t* 落后, 落在后面的

lụt cụt *t* 急步的, 急匆匆: Cậu bé lụt cụt chạy theo mẹ. 孩子急步跟着妈妈跑。

lụt khí *đg* 发情

lụt lội *d* 洪涝, 洪水 *t* 水淹的, 洪涝的: đường sá lụt lội 街道被水淹

lụt lút cả làng 大家都一样

lụt nhách *t* 很钝: Dao lụt nhách cắt đứt sao được. 刀钝了, 怎能割得断。

lụt xì=lụt nhách

luỹ *d* ①壁垒②藩篱

luỹ cao hào rộng 高垒深堑

luỹ kế *đg* 累计

luỹ khiếm *đg* 赊欠

luỹ noãn chi nguy=trứng để đầu đẳng

luỹ thứ *t* 屡次

luỹ thừa *d* 乘方

luỹ tiến *đg* 累进: luỹ tiến toàn bộ 全部累进; luỹ tiến từng phần 超 额 累 进; lương luỹ tiến 累进工资

luỹ tre *d* 竹丛

luý *đ* 此人, 那厮

luỵ₁ [汉] 泪 *d* 泪珠, 泪滴

luỵ₂ *đg* 依从, 依附, 屈从: Ông không chịu lụy vào ai bao giờ. 他不曾屈从于谁。

luỵ₃ [汉] 累 *đg*; *t* 连累, 牵扯: sợ lụy đến thân 怕受牵连

luỵ₄ *d* 海鳗: cá lụy 海鳗

luých *t* 贵重, 考究: ăn mặc luých 穿着考究

luyên thuyên *t* 胡吹乱侃

luyến [汉] 恋

luyến ái *đg* 恋爱: luyến ái quan 恋爱观

luyến tiếc *đg* 恋惜, 留恋

luyện₁ [汉] 练 *đg* ①练习: luyện võ 练武术 ②糅合, 和泥: luyện đất nặn tượng 和泥塑像 *t* 熟练, 精练

luyện₂ [汉] 炼 *đg* 冶炼: luyện than cốc 炼焦

luyện binh *đg* 练兵

luyện đan *đg* [旧] 炼丹

luyện gang *đg* 炼铁

luyện kim *đg* 金属冶炼, 冶金: luyện kim bột 粉末冶金; luyện kim đen 黑色金属冶炼; luyện kim màu 有色金属冶炼

luyện tập *đg* 练习: chịu khó luyện tập 刻苦练习

luýnh quýnh *t* 慌乱, 惊慌失措

luýt *d* 竖琴

lư₁ [汉] 炉 *d* 炉: lư hương 香炉

lư₂ *d* 闾: lư lí 闾里

lư₃ [汉] 芦, 颅, 庐, 胪, 驴

lư hội *d* 芦荟

Lư Sơn chân diện 庐山真面目

lừ₁ *đg* 瞪眼, 横一眼: lừ mắt 瞪了一眼

lừ₂ *t* 甜滋滋, 浓甜: mía ngọt lừ 甘蔗甜滋滋

lừ₃ *d* 篓: Cá vào lừ rất nhiều. 很多鱼跑到篓里。

lừ đừ *t* 慢吞吞, 无精打采: dáng điệu lừ đừ 无精打采的样子

lừ khừ =lừ khừ

lừ lừ₁ *đg* 横眉冷对: Nó cứ lừ lừ mắt trông phát sợ. 他眼睛圆瞪着挺吓人的。

lừ lừ₂ *t* 怒目圆瞪; 默默, 悄没声息: Nó lừ lừ bước vào nhà. 他一声不响地走进门。

lừ thừ *t* 慢吞吞

lử *t* 软乏: Hùng đi cả ngày người đói lử. Anh 雄走了一天, 都饿软了。

lử cò bợ *t* 瘫软

lử đừ lừ đừ =lừ đừ

lử khừ *t* 没精打采, 软弱无力: bà ốm lử khừ 老太太没精打采

lử khử lừ khừ =lừ khừ

lử lả *t* 累昏的, 累软的

lử lừ =lừ thừ

lử thừ lừ thừ=lừ thừ

lữ₁ [汉] 旅 *d* [军] 旅

lữ₂ [汉] 膂, 侣

lữ du *đg* 旅游

lữ điếm *d* 旅店

lữ đoàn *d* [军] 旅

lữ hành *đg* 旅行: khách lữ hành 旅行者

lữ khách *d* 旅客

lữ quán *d* 旅馆

lữ thứ *d* ①客站②异乡, 他乡

lữ trưởng *d* 旅长

lữ xá *d* 旅社

lưa₁ *đg* 挑选: Cá nhiều xương ăn phải lưa. 鱼刺较多要挑出来。

lưa₂ *đg* 剩余: Còn lưa một ít đồ thì bán bớt đi cũng được. 剩下一部分东西拿去卖也行。

lưa lưa *t* 稀落, 稀少

lưa thưa *t* 疏落

lừa₁ *d* 驴

lừa₂ *đg* ①欺骗: đánh lừa 行骗②哄: lừa cho con ngủ 哄孩子入睡③趁, 乘: lừa khi con ngủ 趁孩子睡着的时候

lừa bịp *đg* 诈骗, 欺诈: lừa bịp người thật thà 欺诈老实人

lừa cơ *đg* 趁机，乘虚

lừa dịp *đg* 乘机

lừa dối *đg* 欺骗，哄骗：tự lừa dối lòng mình 自欺欺人

lừa đảo *đg* 诈骗：tội lừa đảo 诈骗罪

lừa gạt *đg* 骗，欺骗，招摇撞骗：kẻ lừa gạt 招摇撞骗的家伙；bị lừa gạt mất hết của cải 被骗光了财产

lừa già dối trẻ 骗老欺小

lừa gió bẻ măng 浑水摸鱼；趁火打劫

lừa lọc *đg* 招摇撞骗

lừa mị=lừa phỉnh

lừa mình dối người 自欺欺人

lừa phỉnh *đg* 哄骗，诱骗：lừa phỉnh phụ nữ 诱骗妇女

lừa thầy phản bạn 欺师叛友

lừa trên nạt dưới 欺上压下

lửa *d* 火：cái bật lửa 打火机

lửa binh *d* 战火，战争

lửa bỏng dầu sôi 水深火热

lửa cháy đổ thêm dầu 火上浇油

lửa dịu *t* 文火

lửa đạn *d* 战火，枪林弹雨

lửa gần rơm lâu ngày cũng bén 干柴烈火

lửa giận *d* 怒火

lửa hận *d* 仇恨

lửa hương *d* 香火

lửa lò thét ngọn, vàng càng nên trong=lửa thử vàng gian nan thử sức

lửa lòng *d* 爱火，欲火

lửa thành ao cá 殃及池鱼

lửa thử vàng gian nan thử sức 真金不怕火炼

lửa tình *d* 情火

lửa trại *d* 篝火

lữa *t* 数次，屡次，长期：Mày làm nghề này đã lữa rồi. 你干这一行已经很久了。

lứa *d* ①一窝儿，一胎儿：Chó đẻ một lứa ba con. 狗一窝下了三只仔。②排行，辈分：bằng vai phải lứa 同辈③一宗，一批：lứa hàng ế 一批滞销货

lứa đôi *d* 般配的伴侣

lựa *đg* ①选，筛选：lựa giống 选种子②选择，挑选：lựa chọn 挑选

lựa chiều *đg* ①选择（方向）：lựa chiều mà cưa gỗ 看纹锯木②见机：lựa chiều mà hành động 见机行事

lựa chọn *đg* 挑选，遴选：lựa chọn cán bộ 挑选干部

lựa gió bẻ măng 借风使船

lựa gió phất cờ 见风使舵

lựa gió xoay chiều 随风转向

lựa là *p* 不必，何须

lựa lọc *đg* 选择，甄别

lựa lời *đg* 择词，（婉转地）说：lựa lời khuyên giải 婉言相劝

lực [汉] 力 *d* 力气，力量：Thế và lực đều mạnh. 势力和实力都很强。

lực bất tòng tâm 力不从心

lực dịch *d* 夫役

lực điền *d*（农夫）壮夫，壮汉

lực hấp dẫn *d* 吸引力

lực học *d* 力学

lực hướng tâm *d* 向心力

lực kế *d* 动力计，测力计

lực kiệt sức cùng=sức cùng lực kiệt

lực lưỡng *t* 粗壮，魁梧：vóc người lực lưỡng 身材魁梧

lực lượng *d* ①能力：lực lượng vật chất 物质能力②力量，部队：bảo toàn lực lượng 保全力量；lực lượng an ninh 安全部队；lực lượng sản xuất 生产力；lực lượng thứ ba 第三势力；lực lượng vũ trang 武装力量

lực sĩ *d* 大力士

lực từ *d* 磁力

lưng₁ *d* ①腰，背：lưng còng 曲背②背后，背面：lưng tủ 橱背

L

lưng₂ *d* ①一半: ăn vội lưng cơm 匆匆扒了半碗饭②悬空,中间: nhà ở lưng đồi 家在半山腰

lưng₃ *t* 不满,太少: đong lưng quá 称太少了

lưng chừng *d* 半中间,半空: treo lưng chừng 悬在半空中 *t* ①中途,半拉子: làm lưng chừng rồi bỏ 干了一半就不干了②中间派,左右摇摆(同 **lừng chừng**)

lưng dài vai rộng 膀大腰圆

lưng lửng *t* 小半,少半: rượu lưng lửng bầu 小半壶酒

lưng tưng *t* 蹦蹦跳跳

lưng vốn *d* 资本,本钱

lừng₁ *đg* ①(香气)四溢,四散: thơm lừng 香气四溢②(名声)大振,闻名: lừng tiếng một thời 一时名声大振

lừng₂ *t* ①上升的,扩大的: Nạn mù chữ coi bộ lừng lên. 看样子文盲人数又增加了。②调皮,任性(成性): Đùa bỡn nhiều, nó đâm lừng. 玩笑开多他变皮了。

lừng chừng *t* ①踌躇,迟疑不决: thái độ lừng chừng 态度模糊不清②消极: làm việc lừng chừng 做事不积极

lừng danh *đg* 闻名,有名: một thầy thuốc lừng danh 一位名医

lừng khà lừng khừng=lừng khừng

lừng khừng *t* 消极怠慢,犹豫不决: Nhiều người giữ thái độ lừng khừng về chuyện này. 许多人对此事犹豫不决。

lừng lẫy *đg* 显赫: tiếng tăm lừng lẫy 名声显赫

lừng lững *t* ①高大,巨大: người cao to lừng lững 人高马大②缓缓,笨重迟缓: Chiếc xe tăng lừng lững tiến vào thành. 坦克缓缓地驶进城区。

lửng₁ *d* 黄鼠狼

lửng₂ *t* ①半拉子,半截子: bỏ lửng 半途而废②(颗粒)不饱满

lửng dạ *t* 半饱

lửng khửng=lững thững

lửng lơ *t* ①悬挂(同 **lơ lửng**)②半空中,不高也不低: mây lửng lơ bay 云在空中飘

lửng lơ con cá vàng 犹豫不决,态度不明了

lửng lửng=lưng lửng

lửng như con cá vàng=lửng lơ con cá vàng

lửng tửng=lững chững

lững *t* 通红(同 **lựng**): uống rượu mặt đỏ lững 喝了酒脸通红

lững chững *t*(幼儿)蹒跚: Đứa nhỏ đã lững chững biết đi. 小儿已蹒跚学步了。

lững đững=lững thững

lững đững lờ đờ 平缓,缓缓

lững lờ *t* ①(移动)慢悠悠,缓缓: nước chảy lững lờ 水缓缓流②冷淡,不热情: thái độ lững lờ 态度冷淡

lững thững *t* 闲庭信步: lững thững dạo phố 悠闲地散步

lững tững=lững thững

lúng cứng=lúng túng

lúng túng=lưng tưng

lựng *t* ①(味道)浓重,浓郁: thơm lựng 好香②鲜红,艳红: đỏ lựng 通红

lựng chựng=lừng chừng

lựng khựng *t*(脚步)缓慢沉重: bước đi lựng khựng 脚步缓慢沉重

lược₁ *d* 梳子: lược ngà 象牙梳子

lược₂ *d* 钢筘: lược máy dệt 织布钢筘

lược₃ [汉] 略,掠

lược bí *d* 篦子

lược cài *d* 插梳

lược dày=lược bí

lược dịch *đg* 节译,摘译

lược đoạt *đg* 掠夺

lược đồ *d* 图略

lược khảo *đg* 略考,略察

lược mau=lược bí

lược sừng *d* 角梳

lược thao *d* 韬略

lược thuật *đg* 略述，概述：lược thuật nội dung chính 概述主要内容

lược thưa *d* 疏齿梳

lười *t* 懒惰，慵懒：lười học 学习懒惰

lười biếng *t* 懒惰：kẻ lười biếng 懒虫

lười chảy thây 懒得出奇

lười chưởi=lụp chụp

lười lĩnh *t* 懒惰，懒洋洋

lười nhác=lười biếng

lười thười=lười xười

lười ươi=đười ươi

lười xười *t* ①破碎，褴褛：quần áo lười xười 衣衫褴褛②邋遢

lười rười *t* ①落汤鸡的②破烂不堪的，衣衫褴褛的

lười thười *t* ①抽抽噎噎的，抽泣的：khóc lười thười 抽抽噎噎地哭②疲累：bước đi lười thười 沉重的脚步

lưỡi *d* ①舌头②刃：lưỡi gươm 剑刃③一把，一柄，一口：một lưỡi dao 一把刀

lưỡi búa *d* 斧头

lưỡi cày *d* 铧，犁头，犁尖

lưỡi câu *d* 鱼钩

lưỡi cây=lưỡi cày

lưỡi cuốc *d* 锄头

lưỡi cưa *d* 锯条：lưỡi cưa đứng 竖锯条；lưỡi cưa máy 机锯条；lưỡi cưa tròn 圆锯条；lưỡi cưa vòng 带锯条；lưỡi cưa xẻ dọc 排锯

lưỡi dao *d* 刀刃，刀锋：lưỡi dao cạo 剃须刀片

lưỡi dao tiện *d* 车刀，镟刀

lưỡi gà *d* ①吹管乐器上的簧②[机] 活门：lưỡi gà bơm dầu 油泵止回阀；lưỡi gà bơm tay 手压油泵止回阀；lưỡi gà dầu vào 进油活门

lưỡi ghi *d* 尖轨

lưỡi hái *d* 镰刀

lưỡi hãm *d* 制动舌

lưỡi hổ=lô hội

lưỡi không xương 如簧之舌

lưỡi không xương nhiều đường lắt léo 巧舌如簧

lưỡi lê *d* 刺刀，尖刀

lưỡi liềm *d* 镰刀

lưỡi phay *d* 铣刀

lưỡi sắc hơn gươm 人言可畏

lưỡi trai *d* 鸭舌帽沿

lưới *d* ①网：thả lưới bắt cá 撒网捕鱼②网络：lưới điện 电网③罗网，圈套：rơi vào lưới phục kích 陷入埋伏圈 *đg* 撒网

lưới bà *d* 大网

lưới chài *đg* 掩网，投网，抛网

lưới chắn *d* [电] 帘栅极

lưới chuẩn *d* [电] 基准栅极

lưới dạ đôi *d* 双拖网

lưới dạ một *d* 单拖网

lưới đạn *d* 火力网

lưới đáy *d* 张网

lưới điện *d* 电网

lưới kéo *d* 拖网

lưới lửa *d* 火网

lưới nhện *d* 蜘蛛网

lưới nhước *t* 绵绵不断

lưới pháp luật *d* 法网

lưới rê *d* 刺网，拦江（渔）网

lưới rùng *d* 大拉网

lưới sắt *d* 铁网

lưới triệt *d* [电] 遏抑栅极

lưới trời *d* 天网，天罗地网：lưới trời khôn thoát 天网恢恢，疏而不漏

lưới vây *d* 围网

lưới vét *d* 拖网

lượi rượi *t* 郁闷

lươm bươm *t* 破烂不堪，破碎，破成条的：quần áo lươm bươm 衣着破烂不堪

lươm tươm=lươm bươm

lườm₁ *đg* 瞋睨，瞋目而视：đưa mắt lườm

目而视

lườm₂ *đg* 伺机（待发）：lườm sẵn con dao trong tay 手上拿着一把刀

lườm₃ *t* 色彩浓艳：đỏ lườm 红艳艳

lườm lườm *đg* 怒目而视：Con thấy mẹ lườm lườm vội chạy ra. 儿子看妈妈怒目而视连忙跑开。

lườm nguýt *đg* 暗送秋波

lượm₁ *d* 一束，一把：lượm lúa 一束稻子 *đg* 捆，扎，拢成束

lượm₂ *đg* 捡，拣，拾：lượm giấy vụn 捡碎纸

lượm lặt *đg* ①捡拾：lượm lặt sắt vụn 拾捡废铁②收集，采集，搜集：lượm lặt tin tức 搜集信息

lượm nhặt=lượm lặt

lượm tay *đg* 拱手相让

lượm tin *đg* 采信；采访（新闻）

lươn *d* 鳝鱼

lươn bò để tanh cho rô 一粒老鼠屎搞臭一锅汤

lươn khươn *đg* 拖沓，拖拖拉拉：ăn nói lươn khươn 做事拖沓；Nợ để lươn khươn mãi không trả. 欠了钱，老拖着不还。

lươn lẹo *t* 奸诈，圆滑：Anh ấy là một người lươn lẹo. 他是个圆滑的人。

lươn mươn *t* 拖拉，延宕：làm việc lươn mươn 办事拖拖拉拉

lươn ngắn lại chê chạch dài 五十步笑百步

lươn thươn=lươn mươn

lươn ươn *t* 半截子的，还没完的

lườn *d* ①脯（胸的两侧）：lườn gà 鸡脯肉②船体

lườn khườn=lươn khươn

lượn₁ *d* 对歌

lượn₂ *đg* ①盘旋，翱翔，滑行：máy bay lượn 飞机在盘旋②转来转去：lượn trước cửa nhà người ta 在别人家门前转来转去③起伏，弯曲：sóng lượn nhấp nhô 波涛上下起伏 *d* 浪涛

lượn lờ *đg* 转来转去：lượn lờ ngoài phố 在街上转来转去

lượn lượn *t* 弯弯的，稍微有点弯的

lượn như đèn cù 像走马灯那样转

lương₁ *d* 薄纱：áo lương 纱衣

lương₂ [汉] *d* ①工资，薪金：lĩnh lương 领工资②粮食：tải lương 运粮

lương₃ [汉] *d* 非（基督）教徒：bên lương bên giáo 非教民和教民 *t* 良：kẻ bất lương 不良分子

lương₄ [汉] 梁 *d* 房梁

lương bổng *d* 薪俸，工资

lương cao bổng hậu 高薪厚禄

lương cơ bản *d* 基本工资

lương dân *d* 平民，良民

lương duyên *d* 良缘

lương dược khổ khẩu 良药苦口

lương đống *d* 栋梁：lương đống triều đình 朝廷栋梁

lương gia *d* 良家

lương giờ *d* 计时工资

lương hướng *d* 粮饷

lương hưu trí *d* 养老金，退休金

lương khô *d* 干粮：lương khô nén 压缩饼干

lương khương *d* [植] 良姜

lương lậu=lương bổng

lương năng *d* 能力，才能

lương ngày *d* 日工资

lương nhân *d* [旧] 良人

lương phương *d* 良方

lương qua=mướp đắng

lương sản phẩm *d* 计件工资

lương tâm *d* 良心，天良：không thẹn với lương tâm 问心无愧

lương tháng *d* 月工资，月薪

lương tháng mười ba *d* 年终奖（相当于一个月的薪水）

lương thảo *d* 粮草

lương thêm *d* 追加工资

lương thiện *t* 善良：người lương thiện 善良之人

lương thực *d* 粮食：lương thực dự trữ 储备粮

lương tri *d* 良知

lương tuần *d* 周工资，周薪

lương tướng *d* 良将，干将

lương y *d* 良医

lương y kiêm từ mẫu 良医兼慈母

lương y như từ mẫu 良医如慈母

lường₁ *đg* ①量：lường cho một lít dầu 量一升油②估量，预计：Chúng tôi phải lường trước những bất trắc trên đường đi. 我们要预知路上所遇到的困难。

lường₂ *đg* 蒙骗：ăn lường ăn quỵt 骗吃骗喝

lường đảo=lừa đảo

lường gạt=lừa gạt

lường thầy phản bạn 欺师叛友

lường thu để chi 量入为出

lường thưng tráo đấu 坑蒙拐骗

lưỡng [汉] 两，俩 *d* 两：nhất cử lưỡng tiện 一举两得

lưỡng bại câu thương 两败俱伤

lưỡng ban quần thần 文武群臣

lưỡng bản vị *d* 复本位（金本位和银本位）

lưỡng bán cầu *d* 两半球

lưỡng chiết *đg* 折射

lưỡng cư =lưỡng thê

lưỡng cực *d* 两极

lưỡng diện nhị thiệt 两面三刀

lưỡng dụng *t* 两用的：xe lưỡng dụng 两用车

lưỡng dực *d* 两翼

lưỡng đầu thọ địch 两头遇敌

lưỡng đầu thụ địch=lưỡng đầu thọ địch

lưỡng hoành *d* 割线，截线

lưỡng hổ tranh đấu 两虎之争

lưỡng khả *d* 两可，两种可能

lưỡng kim chế *d* 两金制（金本位和银本位）

lưỡng lợi *đg* 两利，双方有利：lao tư lưỡng lợi 劳资两利

lưỡng lự *đg* 犹豫，迟疑：lưỡng lự nước đôi 模棱两可

lưỡng nan *t* 两难的：tiến thoái lưỡng nan 进退两难

lưỡng phân *d* 两分（法）

lưỡng quyền *d* 两颧

lưỡng thê *đg* 两栖：động vật lưỡng thê 两栖动物

lưỡng tiện *t* 两便：nhất cử lưỡng tiện 一举两得

lưỡng toàn *t* 两全：danh phận lưỡng toàn 名利两全

lưỡng viện chế *d* [政] 两院制

lướng vướng *d* 牵挂；纠缠：nhiều điều lướng vướng 许多牵挂

lượng₁ [汉] 量 *d* 量，数量，容量：lượng mưa 雨量；đại lượng 大度 *đg* 估量，审度：lượng sức mà làm 力而行

lượng₂ *d* [方] 两（同 lạng）：một lượng vàng 一两金子

lượng₃ [汉] 谅，亮

lượng cả *t* 宽宏大量，海量：người lượng cả 宽宏大量之人

lượng giác *d* 三角 *t* 三角的

lượng giác học *d* 三角学

lượng hẹp *t* 量小，褊狭，小心眼儿

lượng hoá *đg* 量化

lượng nước chảy *d* 水流量

lượng rộng văn nhân 文人之量

lượng sắc kế *d* 量色计

lượng sượng *t* ①半生不熟：Khoai luộc còn lượng sượng. 红薯还没煮透。②生疏，不熟练：Động tác múa còn lượng sượng. 舞蹈动作还不熟练。③未想通的：Tư tưởng còn lượng sượng. 思想还有顾虑。

lượng thể tài y 量体裁衣

lượng thứ *đg* 原谅，宽恕

lượng tình *đg* 量情，看情况

L

lượng tử *d* [理] 量子

lướp tướp *t*破成一条一条的: ống quần rách lướp tướp 裤腿破成一条一条的

lướt₁ *đg* 拂过, 掠过, 擦过: Thuyền lướt qua mặt sông. 船掠过水面. *t* 粗略: đọc lướt qua 粗略地看了一下

lướt₂ *t* 虚弱, 不结实: người yếu lướt 人很虚弱

lướt dặm *đg* 匆忙地走

lướt khướt *t* ①醉醺醺: uống một trận say lướt khướt 喝一顿醉得一塌糊涂②湿漉漉

lướt mướt *t* 湿漉漉: khóc lướt mướt 哭得跟泪人儿一样

lướt thướt *t* ①超长, 过长②湿淋淋: ướt lướt thướt toàn thân 全身湿透了

lượt₁ *d* 罗: áo lượt 罗衫

lượt₂ *d* ①次, 趟, 番: năm lần bảy lượt 三番五次②外层: lượt vải bọc ngoài 外层包装

lượt bượt=lượt thượt

lượt là=là lượt

lượt mượt=lượt thượt

lượt thà lượt thượt=lượt thượt

lượt thượt *t* ①衣服过长的②湿淋淋

lứt₁ *đg* 割断, 扯断: lứt dây 扯断绳子

lứt₂ *t* 粗糙, 不精细: gạo lứt 糙米

lứt₃ *p* 一下, 完: ăn lứt cho xong 一口吃掉

lứt láo=lơ láo

lưu₁ [汉] 留 *đg* ①留, 逗留: Ông lưu lại ở nước ngoài ít lâu. 他在外国逗留一段时间。②保留, 保存: lưu lại chứng cớ 保留证据

lưu₂ [汉] 流 *đg* 放逐, 流放: tội lưu chung thân 终身流放

lưu₃ [汉] 琉, 硫, 鎏, 溜, 骝

lưu ban *đg* 留级

lưu bút *d* 感言, 留言

lưu chiểu *đg* 注册, 登记注册, 备案

lưu chuyển *đg* 流动, 周转: tiền vốn lưu chuyển 周转资金

lưu cữu *đg* 留存, 遗留, 滞留: nợ lưu cữu 陈年旧账

lưu danh *đg* 留名: lưu danh thiên cổ 千古留名

lưu dân *d* 流民

lưu diễn *đg* 巡演: ban nhạc lưu diễn 巡演乐队

lưu dụng *đg* 留用: công chức được lưu dụng 留用人员

lưu đãng *đg* 游荡, 流浪: kẻ lưu đãng 流浪汉

lưu động *đg* 流动, 巡回: đội chiếu bóng lưu động 巡回电影放映组

lưu giữ *đg* 保留, 收藏

lưu hành *đg* 流行: lưu hành tiền giấy 流行纸币

lưu hoá *đg* 硫化

lưu hoành=lưu huỳnh

lưu học sinh *d* 留学生

lưu huyết *đg* 流血: cuộc xung đột lưu huyết 流血冲突

lưu huỳnh *d* 硫黄

lưu không *t* (介绍信、证明等) 留空的, 空白的

lưu lạc *đg* 流落, 沦落: lưu lạc quê người 流落他乡

lưu lại *đg* ①挽留②逗留, 留下

lưu li₁ *d* 琉璃

lưu li₂ *đg* 流离

lưu liên *đg* 流连

lưu linh *đg* 流离, 飘零

lưu linh lưu địa 飘零, 漂泊

lưu loát *t* 流利, 流畅: nói rất lưu loát 说得很流利; lời văn lưu loát 文笔流畅

lưu luyến *đg*; *t* 留恋: lưu luyến không muốn rời đi 流连忘返

lưu lượng *d* 流量: lưu lượng nước 流水量

lưu manh *d* 流氓

lưu ngôn *d* 流言, 传言

lưu nhiệm *đg* 留任

lưu niệm *đg* 留念

lưu niên *t* 多年的: cây lưu niên 多年生植物

lưu phương bách thế 流芳百世

lưu quĩ *d* (货币) 库存

lưu sản *đg* 流产, 小产

lưu tán *đg* 失散, 流落他乡

lưu tâm *đg* 留心: lưu tâm đến tình hình mới 留心新情况

lưu thai *đg* (人工) 流产

lưu thân *đg* 栖身

lưu thông *đg* 流通, 流转: lưu thông tiền tệ 货币流通

lưu thông hàng hoá 商品流通

lưu thủ *đg* 留守

lưu thú *đg* (士兵) 留驻

lưu thuỷ *d* 流水 (古时一种悠扬的歌): hành vân lưu thuỷ 行云流水

lưu tốc *d* 流速: lưu tốc kế 流速计

lưu tồn *đg* 留存

lưu trú *đg* 留宿

lưu truyền *đg* 流传: lưu truyền cho đời sau 流传给下一代

lưu truyền vạn đại 代代流传

lưu trữ *đg* 贮存, 备案, 存档: kho lưu trữ 档案库

lưu vong *đg* [政] 流亡: chính phủ lưu vong 流亡政府

lưu vực *d* 流域: lưu vực sông Hồng 红河流域

lưu ý *đg* 留意: Xin lưu ý vấn đề này. 请留意这个问题。

lựu₁ [汉] 榴 *d* 石榴: quả lựu 石榴

lựu₂ [汉] 榴 *d* [军] 手榴弹

lựu đạn *d* [军] 手榴弹

lựu pháo *d* [军] 榴弹炮

L

M m

m₁, **M₁** ①越语字母表的第 15 个字母②罗马数字 1000

m₂ 米（metre 的缩写）

m₃ 毫：mg 毫克

M 兆（mega 的简写）：MHz 兆赫

ma₁[汉] 魔 d ①鬼：ma cỏ 野鬼游魂；ma gà 鸡蛊②丧仪：đưa ma 送丧③任何人：chả ma nào quan tâm cả 无人关心 t 鬼样子的，鬼名堂的，虚的：số liệu toàn con số ma 数据全都是虚的

ma₂[汉] 麻

ma ăn cỗ 神不知鬼不觉

ma bắt có mặt 打狗还要看主人

ma bùn t 吝啬，小气，卑贱，不要脸的：đồ ma bùn 吝啬鬼

ma cà bông d[口] 流浪汉，无业游民：Người ta thường gọi lũ trẻ lưu lạc này là bọn ma cà bông. 人们把那些到处流浪的小孩叫做流浪儿。

ma cà rồng d 吸血鬼（迷信）

ma chay đg 祭祀，祭奠：lo liệu việc ma chay cho ông cụ 为老人办丧事

ma chay cưới xin d 婚丧嫁娶；红白事

ma chê quỉ hờn ①丑陋不堪的：Thằng ấy lấy con vợ ma chê quỉ hờn. 那小子娶了个丑妻。②走投无路的：Cũng ma chê quỉ hờn rồi tôi mới trở lại nghề này đây. 就因走投无路了我才重操旧业的。

ma cỏ d 鬼

ma cô d ①皮条客，老鸨子②无赖：Trông nó như ma cô. 他看起来像个无赖。

ma cũ bắt nạt ma mới 欺生：Xin các cậu đừng có ma cũ bắt nạt ma mới. 请你们不要欺生。

ma dẫn lối, quỉ đưa đường=ma đưa lối, quỉ dẫn đường

ma-de (maser) d 分子增幅器

ma-dút d 柴油：ma-dút nặng 重柴油；ma-dút nhẹ 轻柴油；ma-dút vừa 中柴油

ma đưa lối, quỉ dẫn đường 鬼使神差

ma gà d 鸡鬼（迷信）

ma giáo t 狡诈：giở trò ma giáo 使诈

ma-giê d[化] 镁

ma-két d ①图样：vẽ ma-két 画图样②样稿：ma-két bản in 印刷样稿

ma lanh t 机灵，狡猾：Mới tí tuổi mà đã ma lanh rồi. 小小年纪就很狡猾。

ma lem d 脏鬼，丑鬼（迷信）：bẩn như ma lem 脏得像只脏鬼；xấu như ma lem 丑得像个丑鬼

ma lực d 魔力：ma lực của đồng tiền 金钱的魔力

ma mãnh d 魔鬼：Có ma mãnh gì đâu mà sợ? 哪有鬼，怕什么？ t 精灵的，滑头的：Đừng có giở trò ma mãnh nữa. 别再耍滑头了。

ma men d 酒魔：bạn với ma men 与酒魔做伴

ma men ám ảnh 嗜酒成性：Hắn ta bị ma men ám ảnh. 他嗜酒成性。

ma mị=ma giáo

ma mộc d 木头鬼（迷信）

ma mút d[动] 猛犸象

ma mút

ma-nhê-tít (magnetit) d 磁矿石

ma-nhê-tô (magnéto, manheto) d 磁力发电机

ma-ni-ven (manivelle) d 手摇柄，曲柄

ma-níp (manip) d 电码键

ma-nơ-canh (mannequin) *d* 假人模特

ma-phi-a (mafia) *d* 黑手党: uỷ ban đặc biệt chống ma-phi-a 反黑手党特别委员会 *t* 奸诈, 精明: Lão già ấy ma-phi-a lắm. 那个老头奸诈得很。

ma quái *d* 妖魔鬼怪, 鬼魅: Ông ta toàn kể những chuyện ma quái rùng rợn. 他老是讲恐怖的鬼故事。*t* 隐秘, 诡异: thủ đoạn ma quái 诡异的手段

ma quỉ *d* 魔鬼: Làm gì có ma quỉ mà sợ? Đừng sợ, 哪来的魔鬼呢?

ma-ra-tông (marathon) *d* 马拉松: thi chạy ma-ra-tông 马拉松赛跑

ma sát *d* 摩擦: lực ma sát 摩擦力

ma tà *d* 邪魔: trừ ma tà 除邪魔

ma thiêng nước độc 蛮烟瘴雨之地, 山岚瘴气之地: Ngày trước nói đến miền núi, người ta nghĩ ngay đến những chuyện ma thiêng nước độc. 以前一提到山区, 人们就会联想到山岚瘴气之地。

ma thuật *d* 魔法: ma thuật của phù thuỷ 巫师的魔法

ma-tít (mát tít) *d* 油灰

ma to giỗ lớn *đg* 厚葬: Cụ già được ma to giỗ lớn lúc qua đời. 老人死后得到了厚葬。

ma trận *d* 魔阵

ma trơi *d* 鬼火, 磷火

ma tuý *d* 麻醉剂, 毒品: nghiện ma tuý 吸毒; phạm tội buôn bán ma tuý 犯走私毒品罪

ma vương *d* 魔王

ma xó *d* ①屋角鬼 (芒族人供在屋角的鬼, 迷信说法): thờ ma xó 供屋角鬼 ② [口] 包打听: Thằng ma xó ấy cái gì cũng biết. 那小子是个包打听。

mà₁ *d* 小洞: mà cua 蟹洞; mà lươn 鳝穴 *đg* 蒙, 蒙哄: mà mắt người ta mà lấy tiền 蒙人钱财

mà₂ *k* ①而: Xe chạy nhanh mà êm. 车开得快而稳。②还, 却: đã dốt mà hay nói chữ

笨却喜欢咬文嚼字③来, 以 (指目的): nên tìm việc mà làm 应该找事 (来) 做④如果, 要是 (指条件): Anh mà làm được, tôi sẽ mời anh ăn một bữa. 你如果做成的话, 我就请你吃一顿。⑤所: Tôi đã làm xong việc mà anh nói hôm nọ. 我已经做完你那天所说的事。*tr* 嘛 (放在句尾, 表示强调和肯定语气): Tôi đã bảo mà! 我不是说了嘛!

mà cả *đg* 讲价, 讨价还价: Mà cả mãi mà họ vẫn không bớt giá. 讨价还价了半天, 人家还是不肯降。

mà chược *d* 麻将: đánh bài mà chược 打麻将

mà lại *tr* 嘛, 了 (放在句尾, 表示强调): Tôi đã bảo mà lại! 我都说了嘛! *k* 而, 还: giàu mà lại keo kiệt 有钱而抠门

mà thôi *tr* (仅此) 而已, (如此) 罢了: Có ngần này mà thôi. 只有这么多。

mả₁ *d* 坟墓

mả₂ *t* 棒, 好: Nó đánh mả lắm. 他打得很棒。

mả mồ = mồ mả

mã₁ *d* ①尾羽, 项羽: Con gà này đẹp mã lắm. 这只鸡的尾羽很漂亮。②样子, 架子, 外观, 仪表, 仪态: trông người tốt mã mà xấu nết 仪表堂堂但品行不好

mã₂ *d* 冥器, 迷信品, 纸钱: đốt tiền mã cúng tổ 烧纸钱祭拜祖先

mã₃ [汉] 马 *d* 马: xe song mã 双驾马车

mã₄ [汉] 码 *d* 数码, 编码: giải mã 解码; mã hoá 数字化

mã₅ [汉] 玛

mã cân *d* 单次称重量: để riêng từng mã cân 每次称重量单独存放

mã đề *d* [植] 车前草

mã hiệu *d* ①编码: mã hiệu moóc-xơ 莫斯编码②号码: Máy mang mã hiệu GF-4500. 机器号码为GF-4500。

mã hoá *đg* 数字化: mã hoá bức điện tuyệt mật

M

数字化绝密电报

mã lực *d*[理] 马力：động cơ 10 mã lực 十马力发动机

mã não *d* 玛瑙

mã số *d* 编号，编码：mã số bưu cục 邮政编号

mã tấu *d* 马刀

mã thầy *d*[植] 荸荠

mã thuật *d* 马术

mã tiên thảo *d*[植] 马鞭草

mã tiền *d*[植] 马钱：mã tiền tử 马钱子（中药名）

mã vạch *d* 条形码

má₁[方] *d* 妈妈：Má thương con lắm! 妈妈很爱你!

má₂ *d* 脸颊：má ửng hồng 脸颊红红的

má bánh đúc *t* 大圆脸的，柿饼脸的

má đào *d*[旧] 红颜

má đào mày liễu 红颜柳眉

má giầy *d* 鞋帮

má hồng=má đào

má phanh *d* 闸皮，刹车片

má phấn *t* 粉脸的，粉黛的：môi son má phấn 粉脸朱唇

mạ₁ *d* 秧苗：gieo mạ 播秧

mạ₂ *đg* 镀：mạ vàng 镀金

mạ điện *đg* 电镀

mác₁ *d* ①镖：giáo mác 槊镖（兵器）②捺：Chữ "人" có nét phảy và nét mác. "人" 字有一撇和一捺。

mác₂ (marque) *d* 标号，商标，标号：ô-tô mác Toyota 丰田牌汽车

mác₃ *d* ① (Marks) 人名马克思② (mark) 德国货币单位马克

mác-ma (magma) *d* 岩浆

mác thong *d* 长矛

Mác-xít (Marxit) *d* 马克思主义：tư tưởng Mác-xít 马克思主义思想

mạc₁ *đg* 描摹：mạc chữ 临帖

mạc₂[汉] 幕 *d* 帷幕：khai mạc 开幕；bế mạc 闭幕

mạc₃[汉] 漠 *d* 漠：sa mạc 沙漠；hoang mạc 荒漠

mạc₄[汉] 膜 *d* 膜：giác mạc 角膜；hoành cách mạc 横隔膜；võng mạc 网膜

mạc₅[汉] 莫

mách₁ *đg* 告知，告诉：Có việc gì hay anh phải mách tôi với nhé! 有什么好事你要告诉我啊!

mách₂ *d* 场，阵，顿：Đánh cho nó một mách. 把他打了一顿。

mách bảo=mách₁

mách lẻo *đg*[口] 说长道短：Bà này hay mách lẻo. 这个女人喜欢说长道短。

mách lẻo đôi co *đg* 搬弄是非：Bà này rỗi việc sinh ra mách lẻo đôi co. 这个女人闲来没事就喜欢搬弄是非。

mách nước *đg* 献计，出谋划策：May có người mách nước mới giải quyết được khó khăn. 好在有人帮忙出谋划策才解决了困难。

mách qué *t* 流里流气的：Thằng kia ăn nói mách qué chả đứng đắn tí nào. 他说话流里流气的，一点都不正经。

mạch₁[汉] 麦 *d* 麦子

mạch₂[汉] 脉 *d* ① [医] 脉搏：bắt mạch 把脉②线路：ngắt mạch điện 掐断电线③脉络：mạch quặng 矿脉；mạch suy nghĩ 思路

mạch₃ *d* 灰浆线：mạch trát không kín 灰浆线没抹满

mạch áp *d* 脉压

mạch ẩn *d*[医] 沉脉

mạch chìm=mạch ẩn

mạch chính *d* 干道，干线

mạch đập *d* 脉搏

mạch điện *d* 电路

mạch điện nhiều pha *d*[电] 多相电路

mạch đo *d* 量度电路

mạch đồ *d*[医] 脉息表，脉搏图，脉波图

mạch ghép *d* 耦合电路

mạch kế *d* 脉搏描记器

mạch kín *d* 闭路

mạch lạc *d* 条理: Câu cú lộn xộn, chẳng có mạch lạc gì. 文法凌乱，一点条理都没有。 *t* 有条理的，有头绪的: văn viết mạch lạc 文章条理清晰

mạch lưới *d* [电] 栅极电路

mạch lựu *d* 静脉瘤

mạch máu *d* 血脉: mạch máu to 大动脉

mạch mỏ *d* 矿脉，矿苗

mạch môn *d* [植] 麦门冬

mạch ngầm *d* 地下水流

mạch nha *d* 麦芽，麦芽糖

mạch núi *d* 山脉

mạch nước *d* 水脉

mạch phản ứng *d* [电] 回授电路，有抗电路

mạch phụ *d* 辅助电路

mạch rẽ *d* 岔路

mạch sủi *d* 管涌

mạch tích hợp *d* 集成电路

mạch tĩnh điện *d* 静电电路

mạch vào *d* 输入电路

mạch văn *d* ①书香门第: mạch văn truyền mấy đời không hết 代代书香传不绝②文脉，文思: mạch văn tuôn chảy 文思汹涌

mạch vòng *d* 回路

mạch xung *d* 脉冲: mạch xung đồng bộ 同步脉冲

macro (ma-crô) *d* 宏观

magi (ma-gi) *d* 酱油

magma (mác-ma) *d* 岩浆

mai₁ *d* 明日，明天: Về đi, mai lại đến. 回去吧，明天再来。

mai₂ *d* 早晨: mai chiều 晨昏

mai₃ *d* ①甲壳: mai rùa 龟甲②竹篷: mai thuyền 船篷

mai₄ *d* 锸，铁锹: mai dài hơn thuổng 锸比锄长

mai₅ [汉] 梅 *d* 梅: hoa mai 梅花; ô mai 乌梅

mai₆ [汉] 媒 *d* 媒: bà mai 媒婆

mai₇ [汉] 埋

mai danh ẩn tích 隐姓埋名

mai dong=mai mối

mai đây *d* 日后，将来: Mai đây cuộc sống sẽ tốt đẹp hơn nữa. 将来生活会更美好。

mai gầm=rắn cạp nong

mai hoa *d* ①梅花②白色: đường mai hoa 白糖; rắn mai hoa 白蛇

mai kia *d* ①一旦，有朝一日②日后: Mai kia mới tổ chức lễ cưới. 日后再举办婚礼。

mai mái *t* 苍白: Da mai mái như người sốt rét. 脸色苍白如疟疾病人。

mai mỉa *đg* 讽刺

mai mối *đg* 做媒，说媒: nhờ người mai mối cho một đám 请人帮忙说媒 *d* 媒婆，媒人，红娘: có mai mối chắp tơ duyên cho 有红娘牵线

mai mốt *d* [方] 日后: Mai mốt tôi sẽ sang thăm chị. 日后我再来看你。

mai một *đg* 埋没: tài năng bị mai một 才华被埋没

mai phục *đg* 埋伏: Quân địch lọt vào trận địa mai phục của quân ta. 敌军中了我军的埋伏。

mai quế lộ *d* 玫瑰露（酒）

mai sau *d* 日后，将来: Mai sau các em sẽ hiểu. 将来你们会理解。

mai táng *đg* 埋葬: mai táng tại nghĩa trang liệt sĩ 葬在烈士陵园

mai vàng *d* 黄梅花

mài₁ *đg* 磨: mài mực 磨墨

mài₂ *d* 山药

mài chĩa *đg* 琢磨

mài dao trong bụng 包藏祸心

mài giũa *đg* ①磨炼: mài giũa khả năng chiến đấu 磨炼战斗能力②雕琢，修饰: mài giũa từng câu từng chữ 修饰每句每字

M

mài miệt=miệt mài

mài sắt nên kim 铁杵磨成针

mải *đg* 专注，沉迷，陶醉，入神：mải làm 埋头工作

mải mê *đg* 陶醉：mải mê với công việc 陶醉于工作

mải miết *đg* 埋头，专心：mải miết ghi chép 埋头抄写

mải mốt *đg* 专心致志，一心：mải mốt chạy đi hộ đê 一心只想着去护堤

mãi₁ *p* ①不间断，老是：làm mãi 做个不停；nói mãi 絮絮不休②永远，永久：nhớ mãi 永远铭记

mãi₂ [汉] 买 *đg* 买：đòi tiền mãi lộ 索要买路钱

mãi lộ *d* 买路钱

mãi lực *d* 购买力

mãi mãi *p* 永远，永久，永不休止：ghi nhớ mãi mãi 永世不忘

mái₁ *d* ①屋顶：mái ngói đỏ tươi 红色的屋顶②头发：mái tóc điểm bạc 花白的头发③斜面：mái đê 堤面

mái₂ *d* 桨，棹

mái₃ *d* 水缸：mái nước đầy ắp 水缸满满的

mái₄ *t* 雌的：gà mái 母鸡

mái₅ *t* 苍白：Người ốm da xanh mái. 病人脸色苍白。

mái chèo *d* 桨，棹

mái dầm *d* 短桨

mái đẩy *d* 尾桨

mái hắt *d* 挡风檐

mái hiên *d* 屋檐

mái ngói *d* 瓦屋顶

mái nhà *d* 家庭：mái nhà ấm cúng 温暖的家

mái nước *d* 大瓮

mái tóc *d* 鬓发：mái tóc hoa dâm 两鬓斑白

mái vảy *d* 挡雨棚

mại₁ *d* [医] 翳：mắt có mại 长眼翳

mại₂ [汉] 卖 *đg* 卖：mại quốc cầu vinh 卖国求荣

mại₃ [汉] 卖

mại bản *d* 买办：tư sản mại bản 买办资产阶级

mại dâm *đg* 卖淫：gái mại dâm 卖淫女

man₁ [汉] 瞒 *t* 隐瞒的：khai man 瞒报

man₂ [汉] 蛮

man dại *t* 原始，野蛮：hành động man dại 野蛮行为

man di *d* 蛮夷

man-gan (manganes) *d* 锰

man khai *đg* 虚报：man khai sản lượng 虚报产量

man mác *t* ①茫茫，广漠：cảnh sông nước man mác 茫茫的水乡风景②惆怅：lòng buồn man mác 心情惆怅

man mát *t* 凉凉的：Trời đã man mát rồi. 天转凉了。

man rợ *t* 野蛮：hành động man rợ 野蛮行为

man-tô-za (maltose) *d* 麦芽糖

man trá *t* 欺瞒的，瞒骗的：khai báo man trá 瞒报

màn *d* ①帷幕：màn sân khấu 舞台帷幕②蚊帐：đi ngủ nhớ mắc màn 睡觉时记得挂蚊帐③天幕：màn đêm buông xuống 夜幕降临④剧幕：Vở kịch gồm ba màn. 这出剧一共有三幕。

màn ảnh *d* 银幕：màn ảnh rộng 宽银幕

màn bạc *d* 银幕

màn chiều xế bóng 日薄西山

màn cửa *d* 门帘

màn đen *d* 黑幕

màn đôi *d* 双人蚊帐：Trong cửa hàng có cả màn đôi và màn đơn. 双人蚊帐和单人蚊帐商店里都有。

màn gió *d* 帘子：Màn gió che giường ngủ. 帘子遮住床铺

màn gọng *d* 折叠式蚊帐：mua chiếc màn gọng cho cháu 给小孩买一顶折叠蚊帐

màn hiện sóng *d* 雷达显示屏

màn hình *d* 屏幕: màn hình ti vi 电视屏幕

màn hiện hình *d* 显示屏, 显示器

màn huỳnh quang *d* 荧光屏

màn khói *d* 烟幕

màn kịch *d* 骗局

màn màn *t* 慢慢, 悠悠: Ngồi chơi đã, màn màn hãy về! 再玩一会儿再回去!

màn sắt *d* 铁幕

màn song khai *d* 对开蚊帐

màn tre *d* 竹幕

màn trời chiếu đất 幕天席地; 风餐露宿

mãn₁ [汉] 满 *đg* 满: mãn nhiệm kì 任期届满

mãn₂ [汉] 慢

mãn cảnh trần *d* 尘缘已尽

mãn đại *d* 一代, 一生: mãn đại phong lưu 一生风流

mãn địa hồng *d* [植] 满地红

mãn đời trọn kiếp *d* 一生一世, 一辈子: Thế là nó phải ở tù mãn đời trọn kiếp. 这样他要坐一辈子牢。

mãn hạn *đg* 满限, 期满: mãn hạn cho vay vốn 贷款期满

mãn khai *đg* 盛开: hoa đào mãn khai 桃花盛开

mãn khoá *đg* 届满: lính mãn khoá 服役期满的士兵

mãn kì *đg* 期满

mãn kiếp *d* 一辈子, 一生: mãn kiếp chịu nỗi khổ đau 一辈子受苦

mãn nguyện *đg* 如愿, 遂心, 遂愿, 满意: mãn nguyện với kết quả kì thi 对考试结果很满意

mãn nguyệt khai hoa [旧] 临产, 到了预产期

mãn nhiệm *đg* 满任期, 满期, 届满

mãn số *đg* 数尽, 气数已尽

mãn tang *đg* 满孝: ba năm mãn tang 满三年孝期

mãn tính *t* 慢性的: viêm họng mãn tính 慢性咽炎

mán mọi *d* 蛮夷

mạn₁ *d* 区域: mạn ngược 上游地区 (山区)

mạn₂ *d* 舷: mạn thuyền 船舷

mạn₃ [汉] 慢 *đg* 怠慢: khinh mạn 轻慢

mạn₄ [汉] 漫, 蔓

mạn đàm *đg* 漫谈: mạn đàm về phương pháp học tập 漫谈学习方法

mạn kinh phong *d* [医] 慢惊风

mạn kinh tử *d* [药] 蔓荆子

mạn phép *đg* 打断一下, 对不起 (打断别人说话时的礼貌用语): Mạn phép anh, tôi nói vài câu. 对不起, 我说两句。

mạn tầu *d* 船舷

mạn tính=mãn tính

mang₁ *d* ①鳃: cá thở bằng mang 鱼用鳃呼吸②蛇腮囊: con rắn bạnh mang ra 蛇鼓起腮囊

mang₂ *đg* ①带, 携带, 披带, 佩带: mang túi sách đi học 带书包上学②怀孕: phụ nữ có mang 妇女怀孕③具有: mang tính dân tộc 具有民族性④带来: mang lại lợi ích cho mọi người 为人们带来了利益⑤拿: Mang tất cả ra đây! 全部拿出来!⑥背负: mang tiếng xấu 背负骂名

mang₃ [汉] 茫, 芒

mang án *đg* 服刑

mang ân mang huệ 感恩戴德

mang bành *d* 眼镜蛇

mang cá *d* ①桥头下的斜坡②箭楼

mang chủng *d* 芒种 (二十四节气之一)

mang con bỏ chợ 弃子于市 (意为帮人不帮到底, 半途而废)

mang công mắc nợ 欠债累累

mang điện *đg* [电] 带电

mang gió *d* 鱼鳃: Móc hết mang gió cá cho sạch. 把鱼鳃掏干净。

mang máng *t* ①模糊: hiểu mang máng 半懂不懂②依稀, 好像: mang máng như gặp nó ở đâu đó 好像在哪儿见过他

M

mang mẻ *đg* 负累

mang nặng đẻ đau 十月怀胎

mang nhiên *t* 懵懂，无知

mang nhiễu *đg* 牵扯，缠绕：Người tu hành không thể mang nhiễu việc đời. 修行之人不可牵扯尘间事。

mang ơn *đg* 受人之恩，受人照顾：Suốt đời tôi mang ơn bác ấy. 我一辈子得到他照顾。

mang tai *d* 耳后根，耳朵与头的间距：bị đấm vào mang tai 被打到耳后根

mang tai mang tiếng 背负骂名：Chẳng được gì mà lại mang tai mang tiếng. 什么都得不到还背负骂名。

mang tiếng *đg* ①背坏名声，背负…骂名：sợ mang tiếng ham của 怕背负贪财的坏名声②徒有…虚名：Mang tiếng là giáo sư nhưng tiền lương chả có là bao. 徒有教授虚名，但工资少得可怜。

mang tội *đg* 负罪：Tôi là người mang tội. 我是负罪之人。

màng₁ *d* ①膜，薄膜，翳：mắt kéo màng 长眼翳②网：màng nhện 蜘蛛网

màng₂ *đg* 想到，念及，留心，企望：chẳng màng chức tước lợi lộc 未想及谋取职位金钱

màng bụng *d* 腹膜

màng chân *d* 蹼

màng cứng *d* 结膜

màng kính *d* 晶状体

màng lưới₁ *d* 视网膜

màng lưới₂ *d* 网络：màng lưới tiêu thụ của công ti 公司的销售网络

màng mạch *d* 虹膜

màng màng *d* 薄膜：Sữa nổi màng màng. 牛奶起膜。

màng nhầy *d* 黏膜

màng nhện *d* 蜘蛛网

màng nhĩ *d* 耳膜

màng óc *d* 脑膜：viêm màng óc 脑膜炎

màng ối *d* 胎膜

màng phổi *d* 胸膜

màng rung *d* 振动膜

màng sương *d* ①露珠网：màng sương trên ngọn cỏ 青草上的露珠网②翳：Mắt nổi màng sương. 眼起翳。

màng tai *d* 耳鼓，耳鼓膜，鼓膜

màng tang *d* 太阳穴

màng tế bào *d* 细胞膜

màng trinh *d* 处女膜

màng trống *d* 鼓膜

màng võng *d* 视网膜

màng xương *d* 骨膜

mảng₁ *d* 筏子：thả mảng qua sông 放筏子过河

mảng₂ *d* 大块，大片：mảng cỏ 一片草

mảng₃ *đg* 沉迷：mảng vui quên hết lời vợ dặn 沉迷玩乐忘了老婆的话

mảng₄ *đg* 传闻，听说：mảng tin 闻讯

mảng bè *d* 筏子

măng cầu *d* [植] 番荔枝

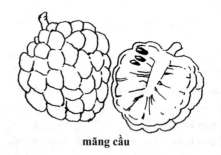

măng cầu

măng xà *d* 蟒蛇

máng₁ *d* ①水槽：khoét cây gỗ làm máng nước 用木头挖成一个水槽②渠，沟：đào máng dẫn nước vào đồng 挖引水沟引水进田

máng₂ *đg* 挂：máng áo trên tường 把衣服挂墙上

máng ăn *d* 饲料池，食槽

máng bọt nổi *d* 浮沫槽

máng cỏ *d* 马料槽

máng dẫn nước d 引水渠

máng đổ sít d 碴溜子，放渣眼，溜碴槽

máng giếng d 井漩座

máng máng t 隐约，仿佛，依稀: nghe máng máng 仿佛听到

máng ngựa d 马槽

máng nước d 水槽

máng tháo d 浚槽

máng tháo nước d 排水槽

máng xối d 檐沟，檐槽

mạng₁ d ①薄膜: mạng tre 竹膜②膜状物，网状物: mạng dây điện 电（线）网 đg 织补，绣补: mạng áo 织补衣裳

mạng₂ [汉] 命 d 命: suýt nữa thì mất mạng 差点就没命

mạng che mặt d 面纱

mạng cục bộ d 局域网

mạng lưới d ①网络: mạng lưới giao thông 交通网; mạng lưới điện 电力网②（人际关系）网

mạng mỡ d 腰肋: Bị đấm vào mạng mỡ. 腰肋被打了一拳。

mạng mục d 贱命，老命: liều cái mạng mục này 拼了这条老命

mạng nhện d 蜘蛛网: Trần nhà đầy mạng nhện. 天花板到处都是蜘蛛网。

mạng sườn d 季肋部，腰肋部

mạng thép d 窗纱

manh₁ d ①张: manh chiếu 一张薄席②片: bát cơm manh áo 碗饭片衣 (指基本生活条件)

manh₂ d 沓: mua vài manh giấy 买几沓纸

manh₃ [汉] 盲，萌

manh động đg 盲动，蠢动: Không nên manh động mà hỏng việc. 不要盲动误事。

manh manh d [动] 知更鸟

manh mối d 线索，门路，眉目，头绪: lần tìm manh mối vụ án 寻找案件线索

manh mún t 零碎，零散: làm ăn manh mún 做零散生意

manh tâm đg 起⋯念头: manh tâm làm bậy 起坏念头

manh tràng d 盲肠

mành₁ d 大帆船: mành chở hàng hoá 运货机帆

mành₂ d 竹帘: mua tấm mành che nắng 买一块竹帘挡太阳

mành₃ t 纤细: tơ mành 细丝

mành mành d 竹帘

mảnh d 张，片，块，条: Xé giấy thành nhiều mảnh nhỏ. 把纸撕成很多小块。t 单薄: dáng người mảnh 屠弱的人 p 单独: ăn mảnh 独吞

mảnh bát d ①破碗片②[植] 马㞎儿

mảnh cộng d 糯香树

mảnh dẻ t 纤瘦，屠弱: thân người mảnh dẻ 身材纤瘦

mảnh đất cắm dùi 立锥之地

mảnh khảnh t 高瘦: thân hình mảnh khảnh 身材高高瘦瘦的

mảnh mai t 纤细: người con gái mảnh mai 身材纤细的女子

mãnh [汉] 猛

mãnh cầm d 猛禽

mãnh hổ d 猛虎: giết được mãnh hổ 杀了猛虎

mãnh liệt t 猛烈，激烈: cuộc tiến công mãnh liệt 猛烈的进攻

mãnh lực d 魔力，力量: mãnh lực của tình yêu 爱情的魔力

mãnh sĩ d 猛士: Danh tướng qui tụ được nhiều mưu thần mãnh sĩ. 名将聚集了许多谋臣猛士。

mãnh thú d 猛兽: Hổ báo là mãnh thú. 虎豹是猛兽。

mãnh tướng d 猛将

mánh₁ d 诡计，手段，伎俩，花招: sử dụng nhiều mánh để đạt được mục đích 为达目

M

的使了许多花招 *t* 狡猾：Thằng đó mánh
lắm. 他很狡猾。

mánh₂ *d* 饼，块：mua một mánh xà phòng 买
一块肥皂

mánh khoé *d* 诡计，手腕，伎俩，花招：Chúng
có nhiều mánh khoé lừa lọc khác nhau. 他
们有很多不同的伎俩。*t* 诡计多端：một
con người mánh khoé 一个诡计多端的人

mánh lái=mánh khoé

mánh lới=mánh khoé

mánh mung₁ *t* 奸诈：buôn bán mánh mung để
kiếm lời 买卖奸诈以渔利

mánh mung₂ *t* 粉碎：Giấy bị xé mánh mung
hết. 纸被撕得粉碎。

mạnh *t* ①强，强壮，强大，强有力：giàu mạnh
富强②大力：phát triển mạnh 大力发展③
康健，康复：Người bệnh đã mạnh. 病人已
恢复健康。④烈，剧烈：rượu mạnh 烈酒

mạnh ai nấy chạy 各顾各的：Bây giờ mạnh
ai nấy chạy, chẳng ai lo được cho ai cả. 现
在都是各顾各的，谁都帮不了谁。

mạnh bạo *t* 大胆，敢想敢做的：đưa ra quyết
định mạnh bạo 做出大胆的决定

mạnh dạn *t* 大胆：mạnh dạn sử dụng cán bộ
trẻ 大胆使用年轻干部

mạnh giỏi *t* 安康：Chúc các anh mạnh giỏi!
祝你们身体安康！

mạnh khoẻ *t* 健康：Mọi người vẫn mạnh khoẻ
cả. 大家都很健康。

mạnh mẽ *t* 强大：sức sống mạnh mẽ 强大的
活力

mạnh miệng *t* 敢说的，斗胆的：mạnh miệng
phê phán lãnh đạo cơ quan 大胆批评单位
领导

mạnh mồm *t* 光 会 说 的：Nó chỉ được cái
mạnh mồm thôi. 他就只会说而已。

mạnh như chẻ tre 势如破竹：Thế của quân
ta mạnh như chẻ tre, thừa thắng tiến công.
我军势如破竹，乘胜攻击。

mạnh như hổ 猛如虎：Quân giải phóng nhanh
như sóc, mạnh như hổ. 解放军快如松鼠，
猛如老虎。

mạnh tay *t* 放手干的，敢干的：phải mạnh
tay làm 要放手干

maníp (ma-níp) *d* 电码键

mao [汉] 毛

mao dẫn *đg* 毛细管现象

mao mạch *d* 微血管

mao quản *d* 毛细管

mào *d* ①冠子：mào gà 鸡冠；mào ngỗng 鹅
冠②开端：khai mào 开场白

mào đầu *d* 开 场 白，引 子：mào đầu câu
chuyện 故事的开头

mão₁ *d* 冕，冠：áo mão 衣冠

mão₂ [汉] 卯 *d* 卯（地支第四位）：năm Mão
卯年

mạo₁ [汉] 冒 *đg* 冒充：giả mạo 假冒

mạo₂ [汉] 貌 *d* 貌：tướng mạo 相貌

mạo danh *đg* 冒名：mạo danh chút quyền 冒
名夺权

mạo hiểm *đg* 冒险：hành động mạo hiểm 冒
险行动

mạo muội *đg* 冒昧：mạo muội góp ý mấy lời
冒昧讲两句

mạo nhận *đg* 冒认，冒充：mạo nhận là người
chứng kiến sự thật 冒充为事实见证人

mạo xưng *đg* 冒称，冒充：mạo xưng nhà báo
冒充记者

marathon (ma-ra-tông) *d* 马拉松

mark *d* 马克（德国货币）

markka *d* 马克（芬兰货币）

mát₁ *t* ①凉快：gió mát 凉风②欣慰，舒畅：
mát dạ hả lòng 心情舒畅③含蓄：nói mát
冷嘲（说风凉话）

mát₂ *t* 斤两不足的：Cân mát quá! 不够称！

mát da mát thịt 壮实：Sống khổ thế nhưng
thằng bé vẫn mát da mát thịt. 生活这么苦，
但这小孩还是长得很壮实。

mát dạ *t* 满意, 称心: Con học giỏi thì bố mẹ mát lòng mát dạ. 小孩学习好家长就满意。

mát dạ hả lòng 心满意足

mát dịu *t* 清爽, 舒服: màu sắc mát dịu 清爽的色调

mát giời=mát trời

mát lành *t* 清凉, 凉爽: làn gió mát lành 凉爽的风儿

mát lòng=mát dạ

mát mái xuôi chèo 顺风顺水: Anh chỉ mong cuộc sống mát mái xuôi chèo. 他只盼生活能顺风顺水。

mát mày mát mặt=mát mặt

mát mặt *t* 光彩, 风光: Con cái học giỏi, bố mẹ cũng được mát mặt. 小孩学习好, 父母脸上也光彩。

mát mẻ *t* ①清凉, 凉爽: khí hậu mát mẻ 凉爽的气候 ②冷嘲: câu nói mát mẻ 冷嘲热讽的话语

mát ruột *t* ① (肚子) 凉快: Uống cốc nước chanh vào thật là mát ruột! 喝了杯柠檬水, 真凉快! ②欣慰, 痛快: Cha mẹ mát ruột vì con học giỏi. 孩子学习好, 父母很欣慰。

mát rười rượi *t* 凉爽: làn gió mát rười rượi凉爽的清风

mát tay *t* 手气好, 顺利: Bác ấy mát tay, nuôi con gì cũng lớn nhanh. 大娘手气好, 养什么都长得快。

mát tính *t* 好脾气的: Cậu ấy mát tính lắm. 他很好脾气的。

mát tít (ma-tít) *d* 油灰

mát trời *t* 天气凉爽: Chờ lúc mát trời hẵng làm. 等天气凉爽了再干。

mát-xa (massage) *đg* 推 拿, 按 摩: Một số khách sạn có phòng mát-xa trị liệu. 有的宾馆有按摩治疗室。

mạt₁ *d* 鸡虱, 米蛀虫

mạt₂ *d* 碎末, 粉末, 碎屑: mạt cưa 锯末

mạt₃ *t* ①贱, 劣: đồ mạt 贱货 ②末: mạt thế 末势

mạt₄ [汉] 末, 抹

mạt chược=mà chược

mạt cộng *t* 一穷二白: Nhà nó thì nghèo mạt cộng. 他家穷得什么都没有。

mạt cưa *d* 锯屑, 锯末

mạt cưa mướp đắng 尔虞我诈

mạt đời *t* 末世的, 一世的, 一辈子的: đến mạt đời vẫn nghèo 到老还是穷

mạt hạng *t* 劣等: thứ hàng mạt hạng 劣等货

mạt kì *d* 末期

mạt kiếp *t* ①末劫的, 末世的: mạt kiếp mà vẫn ngu dốt 到老还是那么愚蠢 ②低贱: lũ mạt kiếp 一帮贱货

mạt lộ *d* 末路: anh hùng mạt lộ 英雄末路

mạt phục *d* 末伏 (洪水季节, 河流上涨分为初伏、中伏、末伏)

mạt sát *đg* 抹杀, 诋毁: mạt sát nhau trước đám đông 在众人面前互相诋毁

mạt vận *t* 没落的, 中衰的: mạt vận nhà Lê 黎朝没落

mạt vận cùng đồ 穷途末路

mau *t* ①快速, 敏捷: chạy mau 快跑 ②深, 厚: cấy mau 深插秧苗

mau chóng *t* 迅速, 快捷, 快速: giải quyết mau chóng 迅速解决

mau lẹ *t* 迅速, 敏捷: tiến quân mau lẹ 进军迅速

mau mau *t* 快快, 赶快: Đi mau mau đi! 赶快走!

mau mắn *t* 快捷, 利索: làm việc gì cũng mau mắn 干什么事都很利索

mau miệng *t* 快嘴 的, 口齿伶俐的: mau miệng trả lời 快嘴回答

mau mồm *t* 快嘴快舌的, 多嘴的: người đàn bà mau mồm 多嘴的女人

mau mồm mau miệng 快嘴快舌

mau nước mắt *t* 眼眶浅的, 爱哭的: con bé mau nước mắt 爱哭的孩子

M

màu₁ *d* 杂粮: hoa màu 杂粮

màu₂ *d* 肥力: đất màu 沃土

màu₃ *d* ①颜色: màu da 肤色②彩色, 五彩: phim màu 彩色片③仪表, 相貌, 样子: coi màu không phải thiện nhân 看样子不是个好人④童贞: con gái đã mất màu 已失童贞的女子

màu be *d* 土黄色

màu biếc *d* 碧色

màu bột *d* 广告, 颜料, 水彩: tranh màu bột 水彩画

màu cá vàng *d* 橘红色

màu cánh chấu *d* 碧绿色

màu cánh gián *d* 赭色

màu cánh kiến *d* 绯红色

màu cánh sen *d* 粉红色

màu cánh trả *d* 翠绿色

màu chàm *d* 靛青

màu chính *d* 正色

màu cỏ *d* 草绿色

màu cơ bản *d* 基础色, 本色: Xanh, vàng, đỏ là màu cơ bản. 绿、黄、红是基础色。

màu cờ *d* 国家荣誉: Gắng sức thi đấu vì màu cờ tổ quốc. 为祖国荣誉而奋力拼搏。

màu cứt ngựa *d* 草黄色

màu da cam *d* 橙黄

màu da chì *d* 灰白色

màu da dâu *d* 紫黑色

màu da lươn *d* 赤褐色

màu da ngà *d* 米黄色

màu da người *d* 肉色

màu da trời *d* 天蓝色

màu dầu *d* 油画色, 油画颜料

màu đào *d* 桃红色

màu đen *d* 黑色

màu đỏ *d* 红色

màu gạch *d* 赭色

màu gạch cua *d* 蟹黄色

màu gạch non *d* 浅赭色

màu ghi *d* 银灰色

màu gụ *d* 棕色

màu hoa đào *d* 桃红色

màu hoả hoàng *d* 火黄色

màu hoả hồng *d* 火红色

màu hồng *d* 粉红色

màu hồng đào *d* 桃红色

màu hồng đơn *d* 丹红色

màu hồng nhạt *d* 淡红色

màu keo *d* 油彩

màu lơ *d* 浅蓝色

màu lợt *d* 淡色

màu ma rông *d* 栗色

màu mai cua *d* 蟹青色

màu mè *d* 色彩: Màu mè bức tranh này chưa đạt lắm. 这幅画的色彩运用得不够好。
t ① 花 言 巧 语: cư xử chân chất, không màu mè 待人真诚, 不花言巧语 ②花哨, 花里胡哨: trang trí màu mè 布置得花里胡哨的

màu mẽ=màu mè

màu mỡ *t* 肥沃, 膏腴: đất đai màu mỡ 土地肥沃

màu mỡ riêu cua 金玉其表, 败絮其中

màu nâu *d* 棕色

màu nghệ *d* 黄色

màu nhiệm *t* 灵验: toa thuốc màu nhiệm 灵验的药方

màu nước *d* 水彩画颜料

màu phấn *d* 彩色粉笔

màu sắc *d* 色调, 色泽, 颜色, 色彩: màu sắc chính trị 政治色彩

màu sẫm *d* 暗色, 深色

màu son *d* 朱红色

màu sữa *d* 乳白色

màu tím *d* 紫色

màu tím thẫm *d* 海昌蓝

màu tối *d* 暗色

màu trắng *d* 白色

M

màu tử anh *d* 紫红色

màu tử đơn *d* 纯紫色

màu vàng *d* 黄色

màu vàng đất *d* 赭黄色

màu vàng hoe *d* 鲜黄色

màu xám *d* 灰色

màu xanh *d* 青色

màu xanh lá cây *d* 绿色

màu xanh lam *d* 蓝色

màu xanh lè *d* 鲜蓝色

màu xanh nhạt *d* 浅蓝色

máu *d* ①血, 血液: vết thương chảy máu 伤口流血②禀性, 素性: máu nóng 性情暴躁③嗜好: có máu cờ bạc 有赌博的嗜好

máu cam *d* 衄血, 鼻血

máu chảy ruột mềm 同胞亲情

máu chó *d* 大风子

máu dê *d* 淫心, 色欲

máu ghen *d* 嫉妒心, 醋意: nổi máu ghen 起嫉妒之心

máu huyết *d* 血脉, 血缘: anh em cùng máu huyết 同血缘的兄弟

máu khô *d* 干血浆: chuẩn bị máu khô cho ca phẫu thuật 准备手术用的干血浆

máu lạnh *t* 冷血, 冷淡: động vật máu lạnh 冷血动物

máu lửa *d* 血与火的, 血腥: cuộc đấu tranh máu lửa 血与火的斗争

máu mặt *d* 殷富: Trong làng được vài nhà có máu mặt. 村里有几个大户人家。

máu me *d* 血淋淋: máu me vầy khắp nơi 血淋淋一片 *đg* 沉迷, 迷恋: máu me rượu chè 沉迷酒色

máu mê *đg* 迷恋, 痴迷: máu mê cờ bạc 沉迷赌博

máu mủ *d* ①骨肉: máu mủ ruột thịt 手足情深②血汗: Bọn quan lại sống trên máu mủ của người nô lệ. 官吏们以剥削奴隶血汗为生。

máu nóng *d* ①热血: bầu máu nóng yêu nước 爱国热血②火暴性子: người có máu nóng 火暴性子的人

máu rơi thịt nát 血肉横飞

máu tham *d* 贪欲, 贪心

máu thịt *d* 血肉: quan hệ máu thịt giữa các dân tộc 各民族之间血肉相连

máu trắng *d* 白血病

máu xấu *d* 月经血色异常

máu xương *d* 血肉: bài học máu xương 血的教训

may₁ *d* 秋风

may₂ *d* 幸运, 运气: gặp may 走运 *t* 侥幸, 碰巧: may có người giúp 幸好有人帮忙

may₃ *đg* 缝纫: may áo 缝衣服

may₄ *d* [植] 竹节草

may đo *đg* 量体裁制 (衣服): cửa hàng may đo 裁缝店

may mà ①幸亏, 幸运的是: Nhà bị đổ, may mà không ai bị chết. 房子倒塌, 幸亏没人伤亡。②要是, 如果: May mà gặp anh thì hay quá. 要是遇到你就好了。

may mặc *đg* 缝纫, 制衣: xí nghiệp may mặc 制衣厂

may mắn *t* 侥幸; 幸运: Chúc lên đường may mắn! 祝一路好运!

may-ô *d* 背心儿, 汗衫

may ra *p* 碰巧, 幸亏; 说不定: Cứ cấy thử vài sào, may ra lại thu hoạch khá hơn. 先种它几亩, 说不定会有好收成。

may rủi *d* 祸福, 吉凶; 运气: chưa biết may rủi thế nào 未知祸福; trông vào may rủi 靠碰运气

may sao *p* 幸亏, 还好: may sao về kịp 还好及时回来了

may sẵn *đg* 事先缝好: quần áo may sẵn 成衣

may-so *d* 电热丝

may vá *đg* 缝补

M

mày₁ *d* 眉毛

mày₂ *d* 种子上的胚痕

mày₃ *đ* 汝辈,汝曹,尔,你 (卑称或昵称):Mày chờ tao một chút. 你等我一下。

mày₄ *đg* 乞讨:con mày 乞丐

mày chai mặt đá 死皮赖脸

mày cửa *d* 门檐

mày đay *d* 风疹块,荨麻疹:thuốc chữa mày đay 治荨麻疹的药

mày mạy *t* ①模糊,依稀:Chỉ nhớ mày mạy thế thôi. 只依稀记得这么多。②相像,相似:Hai khuôn mặt mày mạy nhau. 两张脸有点像。

mày mặt=mặt mày

mày mò *đg* 摸索着干,钻谋,找门路:Mày mò mãi rồi cũng làm được. 摸索久了也能做出来。

mày ngài *d* 蛾眉

mày râu *d* ①须眉:Chị em cũng chẳng thua cánh mày râu. 巾帼不让须眉。②男人,男性

mảy *d* 极微量:một mảy 一丁点儿

mảy may *d* 丝毫,一丁点儿:không mảy may sợ hãi 一点儿都不怕

máy₁ *d* 机器:máy phát điện 发动机 *t* 机械的:nước máy 自来水;cày máy 机耕;đan máy 机织 *đg* 缝制:máy quần áo 缝制衣服

máy₂ *đg* 颤动,眨:máy mắt 眨眼

máy₃ *đg* 暗示,告密:máy hải quan bắt buôn lậu 向海关告密缉私

máy₄ *đg* 浅挖

máy ảnh *d* 照相机:đem máy ảnh đi du lịch 带相机去旅游

máy ấp trứng *d* 孵卵器

máy bào *d* 铇床:máy bào đầu trâu 牛头铇床;máy bào giường 龙门铇床;máy bào thọc 插床;máy bào tròn 圆盘印刷机

máy bay *d* 飞机:máy bay dẫn đầu 长机

máy bay bà già *d* 老式双翼飞机

máy bay cánh quạt *d* 螺旋桨飞机

máy bay chiến đấu chở hàng *d* 运输战斗机

máy bay cường kích *d* 强击机

máy bay hành khách *d* 客机

máy bay không người lái *d* 无人驾驶飞机

máy bay khu trục *d* 驱逐机

máy bay lên thẳng *d* 直升机

máy bay một cánh *d* 单翼飞机

máy bay oanh tạc *d* 轰炸机

máy bay phản lực *d* 喷气式飞机

máy bay tiêm kích *d* 歼击机

máy bay trinh thám *d* 侦察机

máy bay trực thăng *d* 直升机

máy bay vận tải *d* 运输机

máy bay vũ trụ *d* 太空飞机

máy bẻ ngô *d* 玉米收割机

máy biến thế *d* [电] 变压器

máy bó ngô *d* 玉米捆割机

máy bóc lạc *d* 花生脱壳机

máy bón phân *d* 施肥机

máy bộ đàm *d* 步话机

máy bốc đá *d* 装岩机

máy bơm *d* 水泵,抽水机

máy bơm nước *d* 抽水机:máy bơm nước li tâm 离心水泵

máy búa *d* 破碎机

máy bừa *d* 耕耘机

máy bức xạ *d* 辐射器

máy cái *d* 主机,车床

máy cán *d* ①碾铁机②压延机

máy cán ba trục *d* 三辊压延机

máy cán bóng *d* 轧光机

máy cán bốn ống lăn *d* 四辊筒辗磨机

máy cán đá *d* 轧石机

máy cán đường *d* 压路机

máy cao *d* 二道粗纱机

máy cào bông *d* 起绒机

máy cào cỏ *d* 除草机

máy cào đá *d* 耙石机

máy cạo xi-lanh *d* 镗缸机

máy cát-xét *d* 卡式录音机: máy cát-xét hai cửa 双卡录音机

máy cày *d* ①机犁②拖拉机

máy căng *d* 放大机

máy căng

máy cắt *d* 剪断机, 切断机

máy cắt chè *d* 切茶机

máy cắt cỏ *d* 割草机

máy cắt cốt sắt *d* 切钢筋器

máy cắt dây thép *d* 钢丝切断机

máy cắt điện *d* 断电器

máy cắt giấy *d* 切纸机

máy cắt gọt kim loại *d* 车床

máy cắt khoai lang *d* 甘薯切片机

máy cắt lông *d* 剪毛机

máy cắt nhựa *d* 切胶机

máy cắt ống *d* 切管机

máy cắt răng cưa *d* 滚齿机

máy cắt sắt *d* 剪床

máy cắt tôn *d* 剪钣机

máy cần trục *d* 起重机

máy cẩu *d* 吊车

máy chải vải *d* 刷布机

máy chắp con cúi *d* 并条机

máy chặt sóng *d* 斩波器

máy chấn động *d* 震动器

máy chém *d* ①铡刀②断头台

máy chế hạt *d* 千粒塔

máy chiếu phim *d* 电影机, 放映机

máy chỉnh hướng *d* 方向机

máy chỉnh lưu *d* 整流器

máy chỉnh tầm *d* 高低机

máy chọn luồng điện *d* 选别器

máy chở than *d* 装煤机

máy chủ *d* 主机

máy chuội trắng *d* 漂白机

máy chuyển phát *d* [无] 转发机

máy chuyển thuyền *d* 举船机

máy chữ *d* 打字机: máy chữ điện 电动打字机; máy chữ điện báo 印字电报机

máy com-banh *d* 康拜因机

máy con *d* 细纱机

máy công cụ *d* 工作母机; 工具机

máy cúi *d* 梳棉机

máy cuốc than *d* 截煤机; 割煤机

máy cuốn dây *d* 卷线机

máy cuốn tôn *d* 卷板机

máy cuộn thuốc lá *d* 卷烟机

máy cưa *d* ①锯木机②锯床: máy cưa cắt ngang 截锯床; máy cưa đĩa 圆锯床; máy cưa gỗ 木工锯机; máy cưa ray 钢轨锯床; máy cưa tròn 圆锯床; máy cưa vòng 带锯床

máy dán nhãn *d* 贴标机

máy dát bông *d* 弹棉机

máy dẫn gió *d* 引风机

máy dập *d* ①压榨机②汽锤③冲床: máy dập choàng 锻钎机

máy dập đinh tà-vẹt *d* 道钉锻造机

máy dập in *d* 打印机

máy dập lửa *d* 灭火器

máy dập ngói *d* 制瓦机

máy dập viên *d* 压片机 (制药机械)

máy dệt *d* 编织机: máy dệt bít tất 织袜机; máy dệt chăn 织毯机; máy dệt cổ áo 领口罗纹机; máy dệt cua-roa 织带机; máy dệt vải 织布机

máy dệt vải mặt chun *d* 罗纹机

máy dệt vải tự động *d* 自动织布机

M

máy dò *d* 探测器: máy dò tiếng vang 声探测器

máy dò hướng *d* 探向机

máy dò mìn *d* 探雷器

máy doa *d* 镗缸机, 镗床

máy dũi đất lưỡi bằng *d* 平刀推土机

máy đánh bóng *d* 抛光机, 磨光机

máy đánh bóng gạo *d* 刷米机

máy đánh bóng sợi *d* 纱绒丝光机

máy đánh chữ =máy chữ

máy đánh chữ tự động *d* 自动打版机

máy đánh ống *d* 槽筒织机

máy đào *d* 挖掘机: máy đào đất 挖泥机; máy đào giếng 打井机

máy đào sợi *d* 摇纱机, 翻纱机, 络纱机

máy đầm đất *d* 打夯机

máy đập búa *d* 锤式破碎机

máy đập lúa *d* 打谷机

máy đập râu thóc *d* 除芒机

máy đậu *d* 并纱机

máy đẩy than *d* 排 (煤) 粉机

máy đẻ *d* [转] 生育机器: Từ khi lấy chồng, nó chỉ là cái máy đẻ. 自从嫁人以后, 她就成了 "生育机器"。

máy đen-cô *d* 配电器

máy đếm i-ông *d* 离子计数器

máy đi-ê-den *d* 柴油机

máy điện *d* 电机, 发电机和电动机的统称: máy điện đồng bộ 同步电机

máy điện thoại *d* 电话机

máy điện toán *d* 计算机

máy điện truyền *d* 电传机

máy điện truyền kép *d* 双工电传机

máy điều hoà *d* 空调机

máy điều hoà nhiệt độ *d* 空调

máy định giờ *d* 定时器

máy định hình lốp *d* 轮胎定型机

máy định hướng *d* 指向测定器

máy định xứ *d* [无] 找寻器

máy đo *d* 仪器, 仪表

máy đo a-xít *d* 酸度计

máy đo âm *d* 测音器

máy đo cao *d* 测高器

máy đo chiều sâu *d* 测深器

máy đo dòng chảy *d* 测流器

máy đo điểm chảy *d* 溶点测定器

máy đo điện thế *d* 电压表

máy đo độ dày *d* 厚度计

máy đo độ vòng *d* 挠度试验器

máy đo đường *d* 测路器

máy đo góc *d* 角度机

máy đo hồng ngoại tuyến *d* 红外线测定器

máy đo huyết áp *d* 血压计

máy đo huyết quản *d* 血管计

máy đo kinh vĩ *d* 经纬仪

máy đo kinh vĩ độ *d* 经纬线测器

máy đo lực sức khoẻ *d* 测力计

máy đo mưa *d* 雨量计

máy đo mực nước *d* 水准仪

máy đo sóng *d* 示波器

máy đo thị lực *d* 视力表

máy đo tốc độ nước *d* 流速仪

máy đo von *d* 电压表

máy đo xa *d* 测远器

máy đóng bao *d* 包装机

máy đóng cọc *d* 打桩机

máy đóng ghim *d* 订书机; 钉花机

máy đóng kiện *d* 打包机

máy đóng sách *d* 订书机, 装订机

máy đổ bê-tông *d* 灌浆机

máy đổi dòng điện *d* 整流器

máy động cơ *d* 发动机

máy đột *d* 冲床, 冲眼床: máy đột cắt 剪冲机; máy đột lạnh 冷冲床

máy đúc chữ *d* 铸字机

máy đục rãnh *d* 凿槽机

máy đưa gió *d* 送风机

máy ép *d* 压榨机; 压床: máy ép dầu 榨油机; máy ép khuôn 压模机; máy ép lọc 压滤机

máy ép mía 榨蔗机; máy ép thoi 压条机

máy gas *d* 煤气机

máy gạt *d* 刮土机

máy gặt đập *d* 联合收割机

máy gặt hái *d* 收割机

máy gặt lúa *d* 割稻机

máy gấp vải *d* 折布机

máy ghép *d* 耦合器

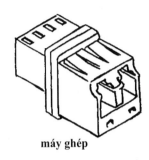

máy ghép

máy ghi *d* ① [转] 转辙器 ② 记录仪: máy ghi sóng óc 脑波记录器

máy ghi ảnh *d* 照相记录器

máy ghi áp lực *d* 压力记录表

máy ghi âm *d* 录音机

máy ghi gió *d* 风力表

máy ghi rung *d* 振动计

máy ghi sóng *d* 波纹机

máy gia tốc *d* 加速器

máy giảm thế *d* 降压器

máy giặt *d* 洗衣机

máy gieo giống *d* 播种机

máy giồng cây *d* 植树机

máy go *d* 穿扣机

máy guồng sợi *d* 摇纱机

máy hãm gió *d* 关风器

máy hàn chấm *d* 点焊机

máy hàn điện *d* 电焊机

máy hàn xì *d* 电弧焊接器

máy hát *d* 留声机: máy hát điện 电唱机

máy hấp chín *d* 硫化机

máy hấp lá *d* 蒸叶机

máy hiệu chính *d* 校正器

máy hoàn xạ *d* 制退复进机

máy hòm nóng *d* 预热器

máy hồ sợi *d* 浆纱机

máy hơi ép *d* 压缩机

máy hơi nước *d* 锅驼机; 蒸汽机

máy hút *d* 抽出机

máy hút bụi *d* 吸尘器

máy huyền vi *d* 造物

máy in *d* 印刷机, 印字机: máy in bàn tròn 圆盘印刷机; máy in cuốn 卷筒印刷机

máy in đồ bản *d* 晒图机

máy in số *d* 号码机

máy in vé *d* 印票机

máy kéo *d* 拖拉机

máy kéo cá *d* 举鱼机

máy kéo dệt thô *d* 粗纺机

máy kéo đẩy tay *d* 手扶拖拉机

máy kéo thẳng *d* 拉直机

máy kế điện *d* 继电器

máy khâu *d* 缝纫机

máy khoan *d* ① 钻探机 ② 钻床: máy khoan đứng 立式钻床; máy khoan lưu động 转动钻床; máy khoan tim 中心眼钻床

máy khoan bàn *d* 台钻

máy khoan dò *d* 钻探机

máy khoan đá *d* 凿岩机

máy khoan điện cầm tay *d* 手电钻

máy khoan than *d* 风镐

máy khoan trụ *d* 立钻床

máy khống chế ôn độ *d* 温度控制仪

máy khởi phát *d* 启动机

máy kích *d* 升降机, 千斤顶

máy kích nâng đường *d* 起道机

máy kích thích *d* 励磁机

máy kích trục xe *d* 落轴支重机

máy kiểm ba *d* 检波器

máy kiểm vải *d* 验布机

M

máy kim quay *d* 铁锭机

máy kinh vĩ *d* 经纬仪

máy là *d* 压光机

máy là láng=máy là

máy làm ẩm cuống *d* 润梗机

máy làm ẩm lá *d* 润叶机

máy làm đinh *d* 制钉机

máy làm khuôn *d* 翻砂机；制模机

máy làm nguội *d* 冷却器

máy lạnh *d* 冷气机

máy lăn đường *d* 压路机

máy li tâm *d* 离心机

máy liên hợp *d* 联合收割机：máy liên hợp gặt đập 联合收割机

máy lọc *d* 过滤器：máy lọc dầu 滤油机；máy lọc xăng 汽油滤清器；máy lọc sóng 滤波器

máy luyện nhựa *d* 炼胶机

máy luyện nóng *d* 热炼机

máy mài *d* 砂轮机，磨床：máy mài lỗ 内磨床；máy mài mặt phẳng 平面磨床；máy mài nam châm 磁磨床；máy mài vạn năng 万能磨床；máy mài vành nguyệt 月牙反磨床

máy mài bóng *d* 研磨打光机

máy mài phá *d* 砂轮机

máy mài xi-lanh *d* 磨缸机

máy may=máy khâu

máy mắc lờ *d* 整经机

máy miệng *t* 爱插嘴的：Ngồi nghe họ nói chuyện, máy miệng cũng chêm vào vài câu. 听他们聊天，嘴痒忍不住也插几句。

máy mó=mó máy

máy móc *d* 机器，机械：máy móc thi công 施工机械 *t* 机械，呆板：thuyết duy vật máy móc 机械唯物论

máy moóc *d* 莫尔斯机

máy mở điện *d* 放电器

máy nắn ray *d* 变轨器

máy nén *d* ①压缩机：máy nén khí 空气压缩

机；máy nén lỏng 液压机②压床

máy nện đất *d* 镇压器

máy ngắm *d* 瞄准器：máy ngắm đo góc 测角仪；máy ngắm lục phân 六分仪；máy ngắm thăng bằng 水平仪

máy ngắt điện *d* 断电器

máy nghe *d* 耳机：máy nghe đón 窃听器

máy nghiền *d* 球磨机：máy nghiền đá 生料磨；máy nghiền nhỏ 粉碎机

máy nghiến *d* 破碎机

máy nhào bê-tông *d* 混凝土搅拌机，三合土搅拌机

máy nhào bùn *d* 泥浆搅拌机

máy nhắn tin *d* 传呼机

máy nhiệm *d* [宗] 玄机

máy nhiếp ảnh *d* 摄影机，照相机

máy nhiệt điện *d* 电热器

máy nhổ neo *d* 起锚机

máy nhuộm *d* 染色蒸汽机

máy ni-vô *d* 工程水准仪

máy nói=máy điện thoại

máy nổ *d* 内燃 (发动) 机

máy nối mép *d* 接缝机

máy nước *d* 自来水龙头：lắp máy nước công cộng 安装公共自来水龙头

máy nước nóng *d* 热水器

máy ống sợi *d* 头道粗纱机

máy phản chiếu hình pa-ra-bôn *d* 抛物面反射器

máy phát báo *d* 发报机，发射机

máy phát điện *d* 发电机

máy phát điện báo *d* 电报发射机

máy phát sinh a-xê-ty-len *d* 乙炔发生器

máy phát tin *d* 发讯机

máp phát trung kế *d* 中继发射机

máy phay *d* 铣床：máy phay bốn dao 四刀铣床；máy phay bù-loong 螺丝铣床；máy phay đứng 立式铣床；máy phay gỗ 木工铣床；máy phay ngang 卧式铣床；máy phay răng ốc 螺纹铣床

máy phân chất sữa bò *d* 牛奶分离器

máy phóng đại *d* 放大器

máy phóng thanh *d* 扩音器，扩大器

máy phô-tô *d* 复印机

máy phun *d* 喷雾器，喷射器：máy phun cát
喷砂机；máy phun hơi nước 蒸汽喷射器；
máy phun thuốc 喷雾器；máy phun thuốc
bột 喷粉器

máy pla-ne *d* 滑翔机

máy quạt *d* 电风箱，鼓风机

máy quay phim *d* 电影摄影机

máy quét *d* 扫描仪

máy quét nhựa *d* 涂胶机

máy quét phấn *d* 刷磷机

máy ra-đa *d* 雷达

máy ren răng *d* 锥丝床：máy ren răng nhiều
trục 多轴锥丝床

máy rung bê-tông *d* 水泥振荡器

máy rửa ống *d* 洗管机

máy rửa than *d* 洗煤机

máy sạc điện *d* 充电器

máy san đất *d* 推土机

máy sang băng *d* 磁带复制机

máy sàng *d* 机器筛：máy sàng bụi 筛灰机；
máy sàng chè 筛茶机；máy sàng cuống thuốc
筛梗机（卷烟厂用）；máy sàng đất 筛砂机；
máy sàng lắc 茶叶分级筛机；máy sàng que
筛梗机（火柴厂用）；máy sàng than 筛煤
机

máy sao chè *d* 炒茶机

máy sấy *d* 烘烤机：máy sấy chè 烘茶机；máy
sấy thuốc 烘烟机；máy sấy vải 烘布机

máy sinh điện đồng bộ *d* 同步发电机

máy sinh mạch xung *d* 脉冲发生器

máy sinh nhiệt *d* 热发生器

máy sinh quét *d* 扫描发生器：máy sinh quét
đứng 垂直扫描发生器；máy sinh quét
thẳng 直线扫描发生器

máy sinh sóng hình chữ nhật *d* 矩形波发生
器

máy sinh tạp âm *d* 噪音发生器

máy sọc *d* 擦床

máy suốt *d* 络经机，纬纱机

máy tải ba *d* 载波机

máy tán *d* 破碎机

máy tán đinh ốc *d* 铆钉机

máy tay *đg* 顺手：Máy tay thì làm, chả ai bảo
cả. 没人吩咐，顺手就把活干了。

máy tăng âm *d* 增音器：máy tăng âm tải ba
载波增音器

máy tăng tốc độ *d* 变速器

máy tẩy mùi *d* 脱臭器

máy tẽ ngô *d* 玉米脱粒机

máy thả bom *d* 投弹器

máy thả phao *d* 浮标投掷器

máy thái cỏ *d* 铡草机

máy thái miếng *d* 切片机

máy thái sợi *d* 切丝机

máy thọc *d* 插床

máy thu *d* 接收机，接收器：máy thu báo 收
报机；máy thu phát báo 收发报机；máy thu
trung kế 中继专用接收机

máy thu hình *d* 电视机

máy thu lôi *d* 避雷器

máy thu thanh *d* 收音机

máy thùng *d* 并条机

máy thụt *d* 唧筒

máy thuỷ bình=máy ni-vô

máy thử áp lực *d* 压力试验机

máy thử bộc phá *d* 爆破试验器

máy thử cường lực *d* 强力试验机

máy thử điện cực *d* 电极试验器

máy thử nứt *d* 探伤器

máy thử tạp âm *d* 杂音试验器

máy tiện *d* 车床，镟床：máy tiện chính xác
精密车床；máy tiện thợ mộc 木工车床；
máy tiện lục giác 六角车床

M

máy tiện răng *d* 套螺丝镟床, 螺纹车床, 螺纹机

máy tiếp điện *d* 继电器

máy tiết nước chân không *d* 真空泄水机

máy tiết phách *d* 节拍器

máy tìm diện tích *d* 求积仪

máy tìm mỏ *d* 探矿仪器

máy tín hiệu *d* 信号机

máy tính *d* 计算器; 计算机: máy tính bức xạ 射线计算表; máy tính cá nhân 个人计算机; máy tính điện tử 电子计算机; máy tính huyết cầu 血球计算器

máy tôi kim khí *d* 淬火装置

máy tốp ống *d* 切管机

máy tráng nhựa *d* 轧胶机

máy trò chơi điện tử *d* 电子游戏机

máy trộn *d* 搅拌机: máy trộn bê-tông 混凝土搅拌机; máy trộn bông 混棉机; máy trộn đất 混碾机

máy trợ thính *d* 助听器

máy trục mềm *d* 软轴机

máy trung kế tải ba *d* 中继载波器 (载波中继器)

máy truyền thanh *d* 广播机

máy tụ điện *d* 蓄电器, 聚电器, 电容器: máy tụ điện khử ghép 去耦电容器; máy tụ điện triệt rống 去噪电容器

máy tuốt dây *d* 自动拉丝车床

máy tuốt lúa *d* 脱谷机

máy tuya-bin *d* 涡轮机

máy từ điện *d* 磁电机

máy ủi *d* 推土机

máy uốn cốt sắt *d* 弯钢筋器

máy uốn mép *d* 翻边机

máy ước cuống *d* 抽茎机

máy vắt khô *d* 甩干机

máy vắt nước *d* 脱水机

máy vắt sữa *d* 挤奶器

máy vẽ truyền *d* 绘图器, 缩图器

máy vét bùn *d* 抽泥机, 挖泥机

máy vi tính *d* 微机, 电脑

máy viền mép *d* 封口机

máy vô tuyến điện nhắm hướng *d* 无线电测向器

máy vun xới *d* 中耕机

máy xát gạo *d* 碾米机

máy xay *d* 研磨机: máy xay than 煤磨机; máy xay thóc 砻谷机; máy xay thuốc 磨药机

máy xé bông *d* 清花机, 点棉机

máy xé chỉ *d* 捻线机

máy xé thuốc *d* 切烟机

máy xén giấy *d* 切纸机

máy xếp góc tôn *d* 折边机

máy xới đất *d* 耕土器

máy xúc *d* 装载机, 电铲

máy xúc đá *d* 铲石机

máy xúc đất *d* 挖掘机

mạy *d* 小螃蜞

mắc₁ *đg* ①悬挂, 张挂: mắc màn 挂蚊帐 ②遭受, 蒙受, 受阻, (被) 牵缠: mắc nạn 罹难 ③忙: mắc việc nhà không đi được 忙家里事去不了 *d* 衣架, 衣钩: đem mắc ra phơi quần áo 用衣架晒衣服

mắc₂ *t* [方] 昂贵: bán mắc quá 卖得太贵

mắc áo *d* 衣钩, 衣架

mắc bận *đg* 有事, 忙事, 不得空: Anh ấy mắc bận không đến được. 他有事来不了。

mắc bẫy *đg* 落网, 中圈套: Con thú mắc bẫy rồi! 野兽被套住了!

mắc bệnh *đg* 染病, 患病: người sức yếu dễ mắc bệnh 身体弱容易患病

mắc cạn *đg* 搁浅: tàu mắc cạn 轮船搁浅

mắc chứng *đg* ①染上, 沾染: mắc chứng rượu chè 沾染贪杯的毛病 ②关联, 有关: Mắc chứng gì đến nó mà góp với ý! 关他什么事, 要他插嘴!

mắc cọoc *d* 野沙梨

mắc công *đg* 费工夫

mắc cỡ *đg* 羞涩, 害羞: tính hay mắc cỡ 动不动就害羞 *d* 含羞草

mắc cửi *t* 穿梭般: người đi lại như mắc cửi 人流如织

mắc đền *đg* 赔偿, 索赔: làm hư hỏng thì phải mắc đền 损坏东西要赔

mắc kẹt *đg* 被卡住, 受阻: bị mắc kẹt trong vùng bị chiếm 被卡在敌占区

mắc lỡm *đg* 上当, 中招: Anh mắc lỡm rồi! 你中招了!

mắc lừa *đg* 上当, 受骗: Cẩn thận không thì bị mắc lừa với chúng nó. 小心上他们的当。

mắc míu *đg* 羁绊: mắc míu với những vấn đề nan giải 被难题所羁绊 *d* 小问题: giải quyết dứt điểm những mắc míu trong công việc 彻底解决工作中的小问题

mắc mưu *đg* 中计: mắc mưu bọn xấu 中了坏人的计

mắc mứu *đg* 想不通: Các anh còn mắc mứu điều gì? 你们还有什么想不通的? *d* 存在问题: giải quyết những vấn đề mắc mứu 解决存在问题

mắc nợ *đg* 负债, 欠债: Nhà nó mắc nợ nhiều lắm. 他家欠了很多债。

mắc xương *đg* 鲠, 卡刺: Ăn cẩn thận kẻo mắc xương. 好好吃, 小心骨头卡喉咙。

mặc₁ *đg* 穿(衣): mặc quần áo mới 穿新衣服

mặc₂ *đg* 不理, 不管, 不顾: Mặc nó! 不管他! Ai nói cũng mặc. 谁说都不理。

mặc cả *đg* ①还价: Mua thì mua chứ đừng mặc cả. 买就买, 不还价。②讨价还价: cuộc mặc cả chính trị giữa hai phái 两派之间的政治交易

mặc cảm *đg* 自愧不如, 自卑: mặc cảm vì người lùn 因个子矮而自卑

mặc dầu *k* 尽管, 即使, 纵使, 纵令: Mặc dầu trời mưa nhưng anh vẫn đến. 尽管下雨, 他还是来了。

mặc dù=mặc dầu

mặc định *đg* 默认: kiểu chữ mặc định 默认字体

mặc kệ 不理, 不管, 不顾

mặc lòng *đg* 随便: Ai nói gì mặc lòng, anh cứ làm theo ý của mình. 随便人家怎么说, 你按照自己的意思去做就是。

mặc nhiên *p* 默契: Không ai nói cả, nhưng mặc nhiên đều công nhận là có lí. 没人吭气, 但都默契地认为有理。 *t* 默然

mặc niệm *đg* 默念; 默哀: mặc niệm một phút 默哀一分钟

mặc sức *đg* 尽兴, 尽力, 放量: mặc sức mà ăn 放开肚皮吃

mặc thây *đg* 甭管: mặc thây nó 甭管他

mặc tình=mặc sức

mặc tưởng *đg* 默想

mặc xác=mặc thây

mặc ý *đg* 随便, 任凭, 听便: Mặc ý anh muốn đi đâu thì đi. 随便你想去哪就去哪。

măm *đg* (牙未长齐的幼儿) 吃: Bé măm từng tí một. 小孩一点儿一点儿地咬。

măm mún *t* 细碎: Thịt cắt măm mún quá. 肉切得太碎了。

mắm₁ *d* [动] 齿鱼

mắm₂ *d* 鱼露

mắm₃ *đg* 咬牙压下火气: mắm miệng day tay 咬牙攥拳压火气

mắm cái *d* 鱼露原汁

mắm lóc *d* 生鱼酱

mắm muối *d* 盐和酱 *đg* 添油加醋: thêm mắm muối vào câu chuyện cho hấp dẫn 添油加醋使故事更精彩

mắm nêm *d* 腌小鱼

mắm ruốc *d* 虾酱

mắm tép *d* 红虾酱

mắm tôm *d* 虾酱

mằn *đg* [方] ①正骨: thầy mằn nắn xương 接骨医生正骨 ②取刺: mằn xương ở họng

M

取出喉咙里的刺③摸索：mẵn thử xem có tiền không 摸摸看有没有钱④寻摸, 跟随：mẵn theo vết chân 循着脚印走

mẵn mặn *t* 有点咸的：nước biển mẵn mặn 海水有点咸

mẵn thắn *d* 馄饨

mẵn₁ *d* 碎米糠 *t* 小气的, 狭隘的：Ông ấy tính mẵn, cố chấp. 他小气又固执。

mẵn₂ *t* 偏咸的

mắn *t* 多生的, 蕃息, 蕃育：con gà mắn đẻ 多蛋鸡

mặn *t* ①咸：ăn mặn 口味重②浓烈, 热切：mặn mua 急于求购；mặn tình 感情深③荤的：tiệc mặn 荤宴

mặn mà *t* ①适口, 合口味的, 味道好的②可爱：ăn nói mặn mà 嘴甜③浓热, 热情：cuộc tiếp đón mặn mà 热情接待

mặn miệng *t* 够味儿的：món kho mặn miệng hơn 红烧比较够味

mặn mòi *t* 深厚, 浓厚：tình cảm mặn mòi 感情深厚

mặn nồng *t* 一往情深, 情意深重：tình cảm mặn nồng 浓情厚谊

măng₁ *d* 竹笋：tre già măng mọc 竹老笋生

măng₂ *d* 虱目鱼

măng bương *d* 毛笋

măng chua *d* 酸笋

măng cụt *d* 山竺, 山竹（水果）

măng đá *d* 石笋

măng-đô-lin *d* [乐] 曼陀林

măng-đô-lin

măng khô *d* 玉兰片, 笋干

măng le *d* 竹笋

măng non *d* ①嫩笋②年青：thế hệ măng non 年青一代

măng sét₁ *d* 大标题

măng sét₂ *d* 硬袖口

măng-sông *d* ①套管②纱罩：đèn măng-sông 纱罩灯（汽灯）

măng sữa *t* 幼稚：tuổi còn măng sữa 青春年少

măng tây *d* 芦笋

măng tô *d* 风衣, 斗篷

măng tơ *t* 稚气的：khuôn mặt măng tơ 稚气的脸庞

mắng *đg* 骂, 责, 斥：mẹ mắng con 母亲骂孩子

mắng chửi = chửi mắng

mắng mỏ *đg* 骂：suốt ngày mắng mỏ vợ con 整天骂妻儿

mắng nhiếc *đg* 诟骂, 辱骂：bị người ta mắng nhiếc 被别人辱骂

mắt *d* ①眼睛：mở mắt 睁眼；mắt hai mí 双眼皮儿；mắt lác 斗鸡眼②视力, 目光, 眼力：mắt hoa 眼花；mắt kém 眼力差③树芽, 果眼：mắt tre 竹眼；mắt dứa 菠萝眼④窟窿：mắt lưới 网眼儿⑤链节：mắt xích xe đạp 单车链节

mắt bão *d* 台风眼

mắt cá *d* 脚踝, 脚眼

mắt cáo *d* 大网眼：hàng rào mắt cáo 大网眼篱笆

mắt gió *d* 进风口

mắt hột *d* 沙眼

mắt kính *d* 眼镜片

mắt la mày lét 贼眉鼠眼

mắt mũi *d* 眼睛（含贬义）：Mắt mũi để đâu mà đi đâu vấp đó? 眼睛看哪了, 走哪都摔?

mắt nhắm mắt mở 睡眼惺忪, 一只眼开一只眼闭：mắt nhắm mắt mở đã đi làm 还没睡醒就去干活

M

mắt phượng mày ngài 蛾眉凤眼

mắt sắc như dao 眼光锐利

mắt thần *d* ①雷达眼②电子显微镜

mắt thấy tai nghe 耳闻目睹

mắt thứ hai, tai thứ bảy 心不在焉

mắt to mày rậm 浓眉大眼

mắt trước mắt sau 瞻前顾后

mắt xanh *d* 青眼，青睐：lọt vào mắt xanh của nàng 受到姑娘的青睐

mắt xích *d* ①链环：tháo rời ra từng mắt xích 把链环一个个拆散②环节：Đồn này là một mắt xích quan trọng trong hệ thống phòng thủ của địch. 这个碉堡是敌人防御体系里的一个重要环节。

mặt₁ *d* ①脸②表面，外表，外貌，仪表：mặt sang trọng 派头大③面儿：mặt bàn 桌面④面，边：mặt phải, mặt trái 正面反面⑤方面，部分：về mặt ưu điểm 优点方面

mặt₂ *t*[方]右边的：tay mặt tay trái 左手右手

mặt bằng *d* ①平面；层面：bản vẽ mặt bằng 平面图②场地：mặt bằng sản xuất 生产场地③平均水平：mức lương cao hơn mặt bằng 工资比平均水平要高

mặt cắt *d* 断面：mặt cắt đứng 纵断面；mặt cắt ngang 横断面

mặt cân *d* ①秤面②秤星儿

mặt cầu *d* 球面

mặt chăn *d* 被面

mặt chân đế *d* 支撑面

mặt chính *d* ①正面②主要方面：mặt chính của mâu thuẫn 矛盾的主要方面

mặt chữ *d* 字面，字样：mới quen mặt chữ cái才认得几个字

mặt chữ điền *d* 田字脸

mặt dày *t* 厚脸皮的：mặt dày mày dạn 厚颜无耻

mặt đáy *d* 底面

mặt đất *d* 地面

mặt đối lập *d* 对立面

mặt đối mặt 面对；面对面；对峙：mặt đối mặt với kẻ thù 面对敌人

mặt đồng hồ *d* 表盘

mặt đứng *d* 立面

mặt đường *d* 路面：mặt đường đá cuội 鹅卵石路面

mặt giáp mặt 面对面：mặt giáp mặt sống mái với kẻ thù 与敌人生死面对

mặt gương lồi *d* 凸透镜

mặt gương phản chiếu *d* 反光镜

mặt hàng *d* 商品：mặt hàng chủ lực 拳头产品

mặt hứng nước *d* 迎水面：mặt hứng nước của đập bửa 坝的迎水面

mặt khác *p* 另外，另一方面：Mặt khác không nên coi nhẹ hình thức. 另外，不要轻视形式。

mặt kính *d* 玻璃板

mặt lồi *d* 凸面

mặt mày *d* 面貌：mặt mày hớn hở 眉开眼笑

mặt mẹt *t* 脸皮厚：Chỉ có mặt mẹt mới dám nói ra điều ấy. 只有脸皮厚的人才敢说出那件事。

mặt mo=mặt mẹt

mặt mũi *d* ①面貌，容颜：mặt mũi xinh đẹp 容貌端庄②脸面，体面：Chẳng còn mặt mũi nào nữa. 什么脸面都没有了。

mặt muội mày gio =mặt muội mày tro

mặt muội mày tro 灰头土脸

mặt nạ *d* ①面具：mặt nạ chống hơi độc 防毒面具②假面具：vạch mặt nạ 掀掉假面具

mặt nặng mày nhẹ 拉长脸

mặt ngang mũi dọc [口]模样：Chưa biết mặt ngang mũi dọc người đó ra sao. 不知道那人是什么模样。

mặt nghiêng *d* 侧面

mặt người dạ thú 人面兽心

M

mặt nhăn mày nhó 愁眉苦脸

mặt như đưa đám 如丧考妣：Không hiểu chuyện gì mà chị ta mặt như đưa đám. 不知道什么事使得她如丧考妣一般。

mặt như gà cắt tiết 面无血色

mặt nón d 锥面

mặt nước d 水面

mặt nước cánh bèo d 流水浮萍

mặt pa-ra-bôn d 抛物面

mặt phải d 正面

mặt phẳng d 平面：mặt phẳng chéo 对角面；mặt phẳng nằm ngang 水平面

mặt phố d 当街，临街：cửa hiệu hướng ra mặt phố 当街铺面

mặt rồng d 龙颜

mặt sắt t 铁面无私

mặt số d 仪表盘：mặt số đồng hồ 钟表面

mặt sứa gan lim 外柔内刚

mặt sưng mày sỉa 黑着个脸

mặt tiền d 门面

mặt trái d ①反面：mặt trái của lá 叶背②负面：ảnh hưởng mặt trái 负面影响

mặt trái xoan d 瓜子脸，鹅蛋脸

mặt trăng d 月亮

mặt trận d ①战线，前线：hành quân ra mặt trận 向前线进军②阵线，战线：mặt trận thống nhất 统一战线③"越南祖国战线"的简称：cán bộ Mặt Trận "越南祖国战线"干部

mặt tròn xoay d 弧球面

mặt trời d 太阳：ánh nắng mặt trời 阳光

mặt trụ d 圆柱面

mặt ủ mày chau 愁眉苦脸

mặt vuông chữ điền 方脸

mặt xấu d 黑暗面，阴暗面，坏的一面

mâm₁ d ①大盘子：một mâm xôi 一盘糯米饭②席，桌：mâm cỗ 酒席

mâm₂ t 丰满，丰腴：người béo mâm 人很丰满

mâm bồng d 细腰果盘

mâm cao cỗ đầy (喻) 酒席丰盛

mâm chân d 铜鼎

mâm đèn d 大烟盘

mâm pháo d 炮座

mâm xôi d[植] 三月菠

mầm d 嫩芽：nẩy mầm 发芽

mầm bệnh d 病源

mầm mập t 稍胖，丰满：người mầm mập 身材丰满

mầm mống d 萌芽，起源：tìm diệt mầm mống gây bệnh 寻找消除病源

mầm non d ①幼芽，幼苗；幼儿，儿童：Cây mới mọc mầm non. 树刚发芽。②启蒙教育，幼儿教育：trường mầm non 幼儿园

mẫm đg 坚信：mẫm thấy mọi việc sẽ suôn sẻ 坚信诸事顺利 t 肯定的，必定的：chắc mẫm 必定

mẫm t 丰盈，胖乎乎：ngón tay béo mẫm 丰盈的手指

mẫm mạp t 丰满，丰腴，肥满：Mấy đứa bé đứa nào cũng mẫm mạp. 几个小孩都胖嘟嘟的。

mậm = **mầm**

mân đg 抚摸：Cháu bé mân quả bóng. 小孩玩球。

mân mê đg 抚摸：Tay mân mê từng sợi tóc. 手抚摸头发。

mân mó = **mân mê**

mần đg [方] 做，干，办：Anh mần chi đó? 你干什么啊？

mần thinh đg ①静默：mần thinh không nói 默不作声②无动于衷，熟视无睹：Trẻ hư mà anh cũng cứ mần thinh. 小孩都变坏了，你还无动于衷。

mần tuồng đg 说笑，搞笑：Đừng mần tuồng nữa mà người ta cười cho. 别说笑了，省得让人嘲笑。

mẩn t；d 疙瘩：muỗi đốt mẩn cả người 被蚊

子咬得满身疙瘩

mẫn cảm *t* 敏感: mẫn cảm về chính trị 对政治敏感 *d* 敏感性: mẫn cảm của người phụ nữ 女人的敏感性

mẫn cán *t* 能干

mẫn tuệ *t* 灵敏, 聪慧

mận *d* [植] 李子: mận cơm 酸李子; mận hậu 厚肉李; mận tam hoa 三华李

mấp máy *đg* 哑巴; 眨巴: Môi mấp máy mà không nói nên lời. 嘴巴动但说不出话来。

mấp mé *đg* 挨近, 傍近, 靠近: Rượu mấp mé miệng chén. 酒差点漫出杯子。

mấp mô *t* 高低不平: đường sá mấp mô 道路高低不平

mập₁ *t* 肥胖: người mập 胖子

mập₂ *d* 鲨鱼

mập cụi *t* 肥实, 结实: thằng bé mập cụi 孩子长得很结实

mập lù *t* 胖圆, 胖嘟嘟: cậu bé mập lù 小孩胖嘟嘟

mập mạp *t* 肥胖的: thân hình mập mạp 身材肥胖

mập mờ *t* ①模糊: ánh sáng mập mờ 光线模糊②含混, 含糊: ăn nói mập mờ 说话含糊其辞

mập ú *t* 胖嘟嘟

mập ú ù *t* 很胖

mất *đg* ①失落, 丢失, 遗失, 丧失: mất chiếc xe đạp 丢了自行车②逝世: Ông ấy mất rồi. 他去世了。③花费, 耗费: mất thì giờ 浪费时间 *tr* ①(表可惜): Muộn mất rồi! 太晚啦! ②太, 极, 非常: Vui quá đi mất! 太高兴了!

mất ăn mất ngủ 寝食难安: Mất ăn mất ngủ vì chuyện học hành của con cái. 为孩子学习上的事情寝食难安。

mất cả chì lẫn chài 赔了夫人又折兵: Tính toán không kĩ nên mất cả chì lẫn chài. 没计划好, 所以赔了夫人又折兵。

mất cả vốn lẫn lãi 赔光光: Làm ăn không khéo thì mất cả vốn lẫn lãi. 做买卖不小心会连本带利全赔光。

mất cắp *đg* 失窃: Bị mất cắp hết mọi thứ trên tàu. 所有的东西在火车上被偷光了。

mất công *đg* 枉费工夫, 白费劲儿: mất công sửa chữa 白费工夫修改

mất dạy *t* 没教养的: con nhà mất dạy 没家教的孩子

mất giá *đg* 贬值: tiền tệ mất giá 货币贬值

mất gốc *đg* 蜕化, 忘本: Đồ mất gốc! 忘本之徒!

mất hồn *đg* 丢魂, 失魂: mất hồn mất vía 失魂落魄

mất hút *đg* 无影无踪: mất hút vào giữa đám đông 消失在人群里

mất lòng *đg* 得罪, 开罪: làm mất lòng thủ trưởng 得罪首长

mất mạng *đg* 丧生, 丧命: Lái xe cần thận không thì mất mạng như chơi. 开车要小心, 不然很容易丧命。

mất mát *đg* 失落, 遗失, 丢失: của cải mất mát dần 财产慢慢丢光 *d* 损失: những hi sinh mất mát trong chiến tranh 战争中的牺牲和损失

mất mặn mất nhạt 毫不留情: mắng cho một trận mất mặn mất nhạt 毫不留情地骂了一顿

mất mặt *đg* ①丢脸, 丢人: mắng cho nó mất mặt trước đông người 在众人面前骂他使他很丢脸②没影, 脸都见不着: Nó đi mất mặt cả tuần nay. 他去哪了, 怎么一个星期都看不到他。

mất một đền mười 丢一赔十

mất mùa *đg* 歉收: năm mất mùa đói kém 歉收年闹饥荒

mất nết *t* 品行坏的: con nhà hư thân mất nết 品行坏的孩子

mất ngủ *đg* ①失眠: Bị mất ngủ, người gầy

M

xọp đi. Vì vậy失眠, người都瘦了。②睡不成,
不能睡: Phải mất ngủ cả đêm mới viết xong.
整晚没睡才写完。

mất sức *đg* ①丧失劳动力: nghỉ mất sức病
退②耗费力气: Làm thế này mất sức lắm.
这样做很耗费力气的。

mất tăm *đg* 无影无踪

mất tăm mất tích=mất tăm

mất tích *đg* 失踪: mất tích trong chiến tranh
在战争中失踪

mất tiêu *đg* ①丢光,遗失: mất tiêu hết tài sản
财产丢光了②没影,不知其踪: Thằng cha
ấy đi mất tiêu mấy tháng nay rồi. 那小子
这几个月都不见踪影。

mất toi *đg* 白白丢失,无谓失去: mất toi mấy
đêm thức trắng 白白干了几个夜晚

mất trắng *đg* 颗粒无收,输光,赔光: Mùa
màng mất trắng vì hạn hán. 干旱使庄稼颗
粒无收。

mất trí *đg* 疯,癫,没头脑,痴呆: nói năng
mất trí 说话疯癫

mất trộm *đg* 失窃,被盗: mất trộm chiếc xe
máy 摩托车被盗

mất tươi *đg* 赔光,输掉: đánh bạc mất tươi
mấy triệu đồng 赌钱输掉几百万

mất vía *đg* 魂不附体,魂飞魄散: sợ mất vía
吓得魂飞魄散

mật₁ *d* 胆汁,胆囊: nằm gai nếm mật 卧薪尝
胆

mật₂ *d* ①蜜: mật ong 蜂蜜②糖浆: mật mía
蔗糖浆

mật₃ [汉] 密 *t* 秘密: tối mật 绝密; tài liệu
mật 秘密文件

mật báo *đg* 告密,密报: Điệp viên mật báo
về bộ chỉ huy. 情报员向指挥部告密。

mật đàm *đg* 密谈: Hai nguyên thủ quốc gia
đã mật đàm với nhau trong hai tiếng đồng
hồ. 两位国家元首密谈了两个小时。

mật độ *d* 密度: mật độ dân số 人口密度

mật hiệu *d* 暗号: phát hiện mật hiệu của địch
发现敌人暗号

mật ít ruồi nhiều 僧多粥少

mật khẩu *d* ①暗语: bắt liên lạc với nhau
bằng mật khẩu 用暗语联络②密码: cài
mật khẩu 设密码

mật lệnh *d* 密令: nhận mật lệnh cấp trên 接
受上级密令

mật mã *d* 密码: nhận mật mã từ sở chỉ huy
chuyền tới 接收指挥所传来的密码

mật ngọt chết ruồi 口蜜腹剑

mật ngữ *d* [旧] 密语

mật ong *d* 蜂蜜

mật thám *d* 密探,特务

mật thiết *t* 密切: bạn bè mật thiết 密友

mật thư *d* 密信: gửi mật thư cho các nước chư
hầu 给各诸侯国寄密信

mật ước *d* 秘密约定: Hai bên kí mật ước với
nhau. 双方签订秘密约定。

mật vụ *d* ①机要部门②密探,便衣: bị mật
vụ theo dõi 被密探跟踪

mâu *d* 长矛

mâu thuẫn *d* ①矛盾: Hai bên có mâu thuẫn
với nhau. 双方有矛盾。②互相矛盾: Cách
trình bày mâu thuẫn. 叙述有矛盾。*đg* 冲突:
Hai bên mâu thuẫn gay gắt. 双方激烈冲突。

mầu₁ *d* 颜色: mầu đỏ 红色

mầu₂ *t* 肥沃: đất mầu 土地肥沃

mầu₃ *d* 庄稼: trồng mầu 种庄稼

mầu₄ *t* 玄妙,神奇: chước mầu 妙计

mầu mè=màu mè

mầu mỡ=màu mỡ

mầu mở=màu mỡ

mầu nhiệm *t* 有奇效的: thuốc mầu nhiệm 特
效药

mầu sắc=màu sắc

mẩu *d* 小段,小片,小截: mẩu gỗ 一节木头;
mẩu chuyện nhỏ 小故事

mẫu₁ *d* 模样,式样: lấy mẫu 取样; mẫu hợp

đồng 合同格式

mẫu₂ *d* 越亩（计量面积单位，计 3600 平方米）

mẫu₃ [汉] 母 *d* 母亲：phụ mẫu 父母

mẫu biểu *d* 表格

mẫu dấu *d* 印鉴

mẫu đơn *d* [植] 牡丹

mẫu đơn dự thầu *d* 标书样本

mẫu đúc *d* 砂模，铸模

mẫu giáo *d* 启蒙教育，幼儿教育：trường mẫu giáo 幼儿园

mẫu hàng *d* 货样，样品

mẫu hậu *d* 母后

mẫu hệ *d* 母系：chế độ mẫu hệ 母系制度

mẫu mã *d* 样式

mẫu mực *t* 典范，模范：người cán bộ mẫu mực 模范干部 *d* ① [口] 样式，规格：Hàng mới không theo mẫu mực nào cả. 新货没有什么规格。② 榜样：làm mẫu mực cho đàn em noi theo 给弟妹们做榜样

mẫu quốc *d* 宗主国

mẫu quyền *d* 母权，母权制

mẫu số *d* [数] 分母

mẫu số chung *d* [数] 公分母

mẫu ta *d* [口] 越亩

mẫu tây *d* [口] 公顷

mẫu tử *d* [旧] 母子

mấu *d* ① 小疙瘩：mấu tre 竹节疙瘩 ② 叶腋：mấu lá 叶腋

mấu chốt *t*；*d* 关键：vấn đề mấu chốt 关键问题；Kĩ thuật là mấu chốt của sự phát triển sản xuất. 技术是发展生产的关键。

mậu₁ [汉] 戊 *d* 戊（天干第五位）：năm Mậu Thân 戊申年

mậu₂ [汉] 贸

mậu dịch *đg* 贸易：mậu dịch đối ngoại 对外贸易；mậu dịch đối ứng 易货贸易；mậu dịch hữu hình 有形贸易；mậu dịch quốc tế 国际贸易；mậu dịch tiểu ngạch 小额贸易

d 国营贸易公司简称：giá mậu dịch 国营价；mậu dịch viên（国营商店）售货员

mậu dịch quốc doanh *d* 国营商业

mây₁ *d* 云：Mây che lấp mặt trăng. 云遮住了月亮。

mây₂ *d* 藤：ghế mây 藤椅

mây khói *d* ① [口] 烟雾：mây khói mù mịt 烟雾浓重 ② 烟云，灰烟：Ước mơ tan thành mây khói. 希望化作烟云。

mây mật *d* 红藤

mây mù *d* 云雾：trời mây mù 云雾天气

mây mưa *d* ① 云雨 ② 性交

mây sầu gió thảm 风云凄惨

mây trôi *d* 浮云

mây xanh *d* 青云：bay tít tận mây xanh 高飞入云

mảy [方] =mày

mảy *t* 饱满，肥实：hạt thóc mảy 谷粒饱满；con cua mảy 肥蟹

mấy₁ *d* 几（个），好几（次）：Chỉ còn mấy tháng nữa là Tết. 还有几个月就是春节了。Đến mấy lần mà không gặp nó. 来了好几次都没见到他。

mấy₂ *d* ① 几许，多少：Nhà có mấy người? 家里几口人？② 几（个），好几（个）：Trong túi chỉ có mấy xu. 兜里只剩几个铜板。

mấy₃ *tr* 与，同：Cho em đi mấy! 让我一起去吧！

mấy ai *d* 没有什么人，有几个人：Mấy ai làm được như vậy? 有几个人能这样做？

mấy bữa nay *d* 近日，近来：Mấy bữa nay tôi đã khoẻ hơn trước rồi. 近来我的身体好多了。

mấy chốc [口] 要不了多长时间，很快：Nghĩ thì khó chứ viết thì mấy chốc. 构思难但写起来没用多长时间。

mấy khi *p* [口] 难得：Mấy khi anh đến chơi. 您难得来玩。

mấy mươi [口] 许多，没多少：Công việc phải

M

qua mấy mươi khâu. 工作要经过许多环节。

mấy nả [口] 没多久，没多少：Loại gỗ này thì được mấy nả. 这木头没多少。

mấy nỗi [口] 没几下：Con dao này mấy nỗi thì cùn. 这把刀没几下就钝了。

MB [缩] 兆字节

Mbit [缩] 兆字

MC [缩] 节目主持人

mấy thuở [口] ①曾几何时 ②难得，少有：Mấy thuở ông đến chơi đây. 您难得来玩。

me₁ *d* [方] 妈妈

me₂ *d* 罗望子 (俗称酸豆或酸子)

me₃ *d* 一种赌博方式：đánh me 番摊 (扒摊)

me₄ *d* [方] 牛犊：Nhà nuôi một con bò và hai con me. 家里养了一头黄牛和两头小牛犊。

me-don *d* 介子

me-ga *d* 兆

me-tan (methane) *d* 甲烷，沼气

mè₁ *d* [口] 鲢鱼；鲂：chỉ bắt được mấy con mè 只抓了几条鲢鱼

mè₂ *d* [方] 芝麻：kẹo mè 芝麻糖

mè₃ *d* 挂瓦条，竹椽子

mè ác *d* 黑芝麻

mè nheo *đg* 絮絮叨叨；絮烦，苦求：Con bé mè nheo để mẹ mua quà cho bằng được. 女孩苦求妈妈给买零食。

mè trắng *d* 白芝麻

mè xửng *d* 芝麻饴：Mè xửng ở Huế thơm ngon nổi tiếng. 顺化香甜的芝麻饴很有名。

mẻ₁ *d* 米醋：chua như mẻ 酸如醋

mẻ₂ *d* ①堆，批：kéo một mẻ lưới 拉一次网 ②次，趟：mất một mẻ trộm 失窃一次

mẻ₃ *đg；t* 崩缺：răng mẻ 崩牙

mẽ *d* 外表：Chỉ có mẽ mà không có thực. 华而不实，只有空架子

mẽ ngoài *d* 浮面，表面：Ngôi nhà nhìn mẽ ngoài thì đẹp. 这房子表面上看挺好看。

mé₁ *d* ①方，面：mé trên 上面 ②边：mé sông 河畔

mé₂ *đg* 剪修：mé cành 整枝

mẹ *d* ①母亲，亲娘：gửi thư cho mẹ 给妈妈寄信 ②雌性：gà mẹ 母鸡 ③本钱：lãi mẹ đẻ lãi con 利滚利

mẹ chồng *d* 婆婆

mẹ cu *d* 孩子他妈 (夫对妻之昵称)

mẹ dầu *d* 鸨母

mẹ đẻ *d* 生母，亲娘

mẹ đĩ *d* 妞他妈 (用于称呼头胎生女孩的妻子、女儿、媳妇)

mẹ đỡ đầu *d* 教母

mẹ gà con vịt 后母虐待前房子女

mẹ ghẻ *d* 后母

mẹ già *d* 大娘子，大老婆

mẹ goá con côi 孤儿寡母

mẹ hiền *d* 慈母

mẹ hiền vợ tốt 慈母贤妻；贤妻良母

mẹ kế *d* 继母

mẹ mìn *d* 女拐子，女的人贩子

mẹ nuôi *d* 干妈，干娘，养母：Nó quí mẹ nuôi như mẹ đẻ. 她对养母如亲生母亲一般好。

mẹ tròn con vuông 母子平安；母子康健

mẹ vợ *d* 丈母娘，岳母：Mẹ vợ rất quí con rể. 岳母很疼女婿。

méc *đg* [口] 告诉：méc mẹ 告诉妈妈

méc thót *đg* 告密，打小报告：chẳng ưa những kẻ méc thót 不喜欢打小报告的人

media (mê-đi-a) *d* 新闻媒体

melo (mê-lô) *d* 配乐话剧；广播剧

mèm *t* (醉或饿) 瘫软无力：say mèm 醉得东倒西歪

men₁ *d* 酵母：men rượu 酒酵母

men₂ *d* ①搪瓷釉，搪瓷涂料：tráng men 搪瓷 ②珐琅质：bảo vệ men răng 保护牙表珐琅质

men₃ *đg* 顺着，沿着：đi men bờ sông 沿着河

边走

men bia *d* 啤酒酶

men mét *t* 发青，苍白：Da men mét như người sốt rét. 皮肤发青像得了疟疾。

men-nu (menu) *d* 菜单

Men-sê-vích (mensevich) *d* 孟什维克

men sứ *d* 搪瓷：gạch men sứ 瓷砖

mén *t* 刚生出来的：chẩy mén 小虱子

mèng *t* 整脚，低劣，差劲：trình độ không đến nỗi mèng 水平没那么差

menu (men-nu) *d* 菜单

meo₁ *d* 成片的霉斑；苔藓：Chân tường nổi meo. 墙脚生出苔藓。

meo₂ *t* 饥渴：đói meo 饿得慌

meo₃ [拟] 喵喵：mèo kêu meo meo 猫喵喵地叫

meo cau *d* 槟榔花鞘

mèo *d* ① 猫：mèo mun 黑猫；mèo mướp 灰猫（或带有黑条纹）；mèo nhị thể 双色猫；mèo tam thể 三色猫；mèo xù lông 狮子猫 ② [转] 情人

mèo con bắt chuột cống 不自量力

mèo đàng chó điếm 浪荡子

mèo già hoá cáo 老猫变狐狸（喻老奸巨猾）

mèo mả gà đồng 无赖浪荡之徒

mèo mù vớ cá rán 瞎猫碰到死老鼠

mẻo *t* 微小，少量，一点儿：mẻo xôi 一点点糯米饭；mẻo thịt 一小块肉

méo *t* ① 歪：méo mồm 歪嘴 ② （指器乐）变音的，走调的：băng ghi bị méo tiếng 磁带走调

méo mặt *t* 满面愁容：lo méo mặt 愁眉不展

méo mó *t* ① 歪，扭曲：miệng cười méo mó 歪嘴笑 ② 歪曲：phản ứng méo mó sự thật 事实歪曲的反映

méo xẹo *t* [方] 歪歪扭扭：Miệng méo xẹo như mếu. 嘴巴歪得像哭一样。

méo xệch *t* 歪向一边：miệng cười méo xệch 笑到嘴都歪向一边

mẹo₁ *d* 智谋，计策：mắc mẹo 中计

mẹo₂ *d* 诀窍：mẹo học tiếng 语言学习诀窍

mẹo₃ *d* 卯

mép₁ *d* ① 嘴角 ② 嘴把式：chỉ giỏi nói mép thôi 就知道说而已

mép₂ *d* 边缘：mép bàn 桌边

mép₃ *đg* 紧贴：Con ngựa nằm mép xuống đất. 马儿紧贴着地躺着。

mẹp *đg* ① 紧贴：Trâu mẹp xuống đất. 牛趴在地上。② 躺着：Nó nằm mẹp gần tháng nay rồi. 他都躺了近一个月。

mét₁ *d* 米（长度单位）：dài mười mét 长 10 米

mét₂ *d* [方] 薄皮竹

mét₃ *t* 苍白，无血色：mặt xanh mét 面无血色

mét khối *d* 立方米

mét vuông *d* 平方米

mẹt *d* 簸箕

mê₁ *d* 边沿已破损的斗笠或竹器：nón mê 破斗笠

mê₂ [汉] 迷 *đg* ① 昏迷：sốt mê (发烧) 烧得昏迷 ② 沉迷，迷恋：mê chơi 贪玩 ③ 做梦：nằm mê 做梦

mê cung *d* 迷宫

mê cuồng *t* 狂迷，迷乱

mê dâm *đg* 色迷，淫乱

mê đạo *d* [医] 膜迷路

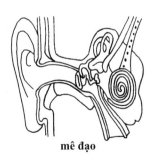

mê đạo

mê đắm *đg* 沉迷，沉溺：mê đắm trong cảnh đẹp thiên nhiên 沉迷在自然美景中

mê-đi-a (media) *d* 新闻媒体

M

mê gái *đg* 色迷,好色: người đàn ông mê gái 男人好色

mê hoặc *đg* 迷惑: bày mưu mê hoặc địch 设计迷惑敌人

mê hồn *t* [口] 醉人,迷人的,勾魂摄魄: khúc nhạc mê hồn 迷人的歌曲

mê li *t* 使人陶醉的,迷人的: giọng hát mê li 迷人的歌声

mê-lô (melo) *d* 配乐话剧,广播剧

mê lộ *d* 歧途: lạc vào mê lộ 误入歧途

mê lú *t* 迷糊: Người già đầu óc bị mê lú. 老人脑子迷糊了。

mê mải=mải mê

mê man *t*; *đg* ①迷惘,昏迷: tâm thần mê man 心神迷惘②[口] 沉醉: mê man với công việc 沉迷于工作

mê mẩn *đg* ①迷惑,迷失: mê mẩn không còn nhận ra ai nữa (受)迷惑认不出任何人②痴迷,沉迷: Sướng mê mẩn cả người. 整个人都痴迷了。

mê mệt *đg* ①筋疲力尽,昏沉: ngủ mê mệt 沉睡②沉醉,迷恋: yêu mê mệt 迷恋

mê muội *t* 愚钝: đầu óc mê muội 头脑愚钝

mê ngủ *đg* 迷睡,昏睡,沉迷不醒: ngồi ngây như thể mê ngủ 像睡着一样呆坐着

mê sảng *đg* 说胡话,梦呓: mê sảng vì sốt cao 发烧说胡话

mê say *đg* 沉迷: mê say với cờ bạc 沉迷于赌博

mê-tan (methane) *d* 甲烷,沼气

mê tín *đg* ①过于相信: mê tín hàng ngoại 迷信外国货②迷信: chống mê tín dị đoan 反封建迷信

mê tít *t* 着了迷的,完全沉醉的,迷得神魂颠倒的: Anh ấy mê tít cô ta. 他被她迷得神魂颠倒。

mê tơi *t* ①高度兴奋,如痴如醉: đi chơi một bữa thật mê tơi 玩得非常兴奋②晕头转向: bị đánh một trận mê tơi 被打得晕头转向

mề *d* 胗,肫: mề vịt 鸭肫

mễ *d* 桌或床的脚架

mếch lòng *đg* 拂意,不满: Chuyện trẻ con làm mếch lòng người lớn. 孩子们的事情搞得大人不满。

mềm *t* ①柔软: mềm như bún 柔软如丝②软 (话): nói mềm mới chịu nghe 说软话听③疲软: say mềm 醉得浑身发软④便宜: mua được với giá mềm 以便宜价钱买到

mềm dẻo *t* ①柔韧: thể dục mềm dẻo 柔韧体操②（处事）机动灵活: vận dụng mềm dẻo các nguyên tắc 灵活运用规则

mềm lòng *đg* 心软,气馁: không mềm lòng trước khó khăn 在困难面前不气馁

mềm lưng uốn gối 卑躬屈膝

mềm mại *t* ①柔曼,轻柔: giọng ca mềm mại 轻柔的歌声②柔软: chất vải mềm mại 布料柔软

mềm mỏng *t* 温柔委婉: ăn nói mềm mỏng 说话温柔委婉

mềm môi *t* 酒兴好的: Mềm môi uống hết chén này đến chén khác. 酒兴好,喝了一杯又一杯。

mềm nắn rắn buông 欺软怕硬

mềm nhũn *t* ①软沓沓: quả chuối chín mềm nhũn 芭蕉熟得软沓沓的②瘫软无力: Hai đầu gối mềm nhũn không đứng dậy được. 双膝瘫软站不起来。

mềm yếu *t* 软弱,孱弱: con người mềm yếu 软弱的人

mên mến *đg* 有点儿喜欢: Hai đứa đã mên mến nhau. 他们俩互有好感。

mền *d* [方] 被褥: đắp chăn mền 盖被褥

mền mệt *đg* 疲劳,有点儿累: cảm thấy mền mệt trong người 觉得有点儿累

mến *đg* ①爱戴: yêu mến 爱戴; kính mến 敬爱②喜爱: mến cảnh 喜爱风景

mến phục *đg* 钦佩: Lãnh đạo được mọi người mến phục. 领导得到大家钦佩。

mến thương *đg* 疼爱，爱护，喜欢: bạn bè phải mến thương nhau 朋友要互相爱护 *t* 亲爱的: người bạn mến thương 亲爱的朋友

mến yêu=yêu mến

mênh mang *t* 广漠，无边无际: trời nước mênh mang 海天一色

mênh mông *t* ①广阔无边，无垠: cánh đồng rộng mênh mông 一望无垠的田野②无限，无边: tình yêu thương mênh mông 大爱无疆

mênh mông bể sở 一望无际: bãi sa mạc mênh mông bể sở 一望无际的沙漠

mệnh₁[汉] 命 *đg*[旧] 命令: vâng mệnh 遵命

mệnh₂[汉] 命 *d* 命 运: hồng nhan bạc mệnh 红颜薄命

mệnh₃[汉] 命 *d*[旧] 生 命: mệnh người là trọng 人命为重

mệnh danh *đg* 被誉为，被称为: Động Hương Tích được mệnh danh là "thiên Nam đệ nhất động". 香迹洞被誉为"南天第一洞"。

mệnh đề *d* 命题: mệnh đề đơn giản 简单的命题

mệnh giá *d* 面值

mệnh hệ *d* 生命危险: Không biết cụ có mệnh hệ gì không? 不知老人家有没有生命危险?

mệnh lệnh *d* 命令: chấp hành mệnh lệnh 执行命令 *t* 命令主义的: tác phong mệnh lệnh 命令主义作风

mệnh trời *d* 天命

mết *t* 迷恋，痴迷: Coi bộ nó đã mết cô ấy lắm rồi. 看样子他很迷恋她了。

mệt *t* ; *đg* ①疲倦，困顿: nghĩ mệt cả óc 想到头都痛②微恙: Cháu nó mệt mấy hôm nay rồi. 这几天孩子不舒服。③厌倦: Quân lính mệt với chiến tranh. 士兵厌倦了战争。④很难，不易: Còn mệt mới thành nghề được. 手艺学成还很难。

mệt lả *đg* 累趴: Mệt lả cả người. 人都累趴了。

mệt lử *t* ; *đg* 疲软: mệt lử cò bợ 精疲力竭

mệt mỏi *t* ; *đg* 疲劳，疲累: làm việc mệt mỏi 干活劳累

mệt nhoài *t* 精疲力竭，累得要命: leo núi mệt nhoài 爬山累得要命

mệt nhọc *t* ; *đg* 疲惫，疲劳: làm việc không quản mệt nhọc 不知疲劳地工作

mệt xác *đg* 白累一场: Chẳng được gì chỉ tổ mệt xác. 白累一场什么都得不到。

mếu *đg* 撇嘴 (小孩儿欲哭): mếu mồm muốn khóc 撇嘴要哭

mếu máo=mếu

mg *d* 毫克

Mg[化] 镁的元素符号

mi₁ *d* 眼皮: mi mắt sưng húp 眼皮浮肿

mi₂ *d* 睫毛: hàng mi dày và đen 睫毛又密又黑

mi₃ *d*[方] 汝，尔，你: Mẹ bảo rồi, mi không nghe hả? 妈都吩咐了你不听吗?

mi-ca (mica) *d* 云母，云母片

mi-cơ-rô (microm) *d* 麦克风，话筒

mi-cro-phim (microfilm) *d* 缩微胶卷

mi-cro-ôm (microohm) *d* 微欧

mi-li-mét vuông *d* 平方毫米

mi-li lít *d* 毫升

mi-ni (mini) *t* 小型的: xe đạp mi-ni 迷你自行车

mì₁ *d* ①麦，面: lúa mì 麦子; bột mì 面粉②面条: mì nước 汤面

mì₂ *d* [方] 木薯

mì ăn liền *d* 方便面

mì chính *d* 味精

mì ống *d* 通心粉

mĩ [汉] 美 *t* 美: cái chân, cái thiện, cái mĩ 真, 善, 美

mĩ cảm *d* 美感: có mĩ cảm tinh tế 有精致的美感

M

mĩ dục *đg* 美育：công tác mĩ dục 美育工作

mĩ học *d* 美学

mĩ kí *d* 仿金银首饰

mĩ kim *d* 美金，美元

mĩ lệ *t* 美丽：núi rừng mĩ lệ 美丽的森林

mĩ mãn *t* 美满：mọi việc đều mĩ mãn 诸事美满

mĩ miều *t* 美丽，悦人

mĩ nghệ *d* 工艺美术：đồ mĩ nghệ 工艺品

mĩ nghệ phẩm *d* 工艺品

mĩ nhân *d* [旧] 美人：lọt vào mắt xanh của mĩ nhân 得到美人的青睐

mĩ nhân kế *d* [旧] 美人计：dùng mĩ nhân kế để dụ dỗ 用美人计引诱

mĩ nữ *d* [旧] 美女：Trong cung thiếu gì mĩ nữ. 宫里美女多的是。

mĩ phẩm *d* 化妆品：mĩ phẩm cao cấp 高级化妆品；cửa hàng mĩ phẩm 化妆品店

mĩ quan *d* 美观：giữ gìn mĩ quan của thủ đô 保持首都的美观

mĩ thuật *d* 美术：triển lãm mĩ thuật 美术展览 *t* [口] 美观：trang trí rất mĩ thuật 装饰很美观

mĩ thuật công nghiệp *d* 工业美术

mĩ tục *d* 好风俗，美俗：giữ gìn thuần phong mĩ tục của dân tộc 保留民族的淳风美俗

mĩ tục thuần phong 淳风美俗

mĩ từ pháp *d* 修辞法

mĩ tự *d* 贵姓，尊姓大名 *t* ① 花言巧语：Thôi, đừng có mĩ tự nữa. Algý rồi, đừng re花言巧语了。② 奢华：Tiền không có lại còn mĩ tự. 没钱还装奢华。

mĩ tửu *d* 美酒

mĩ vị *t* 美味的

mĩ viện *d* 美容院：Đến mĩ viện nâng mũi lên một chút. 到美容院把鼻子垫高点。

mĩ xảo *t* 精美，精致：đồ mĩ xảo 精美的东西

mĩ ý *d* 美意

mí₁ *d* 眼皮：mắt một mí 单眼皮

mí₂ *d* 边缘：mí làng 村边

mị dân *đg* 贿民：chính sách mị dân 贿民政策

mia *d* 测量标杆

mỉa *đg* 讥讽：nói mỉa nhau 互相讽刺

mỉa mai *đg* 讥讽，讽刺，奚落，嘲笑：giọng mỉa mai 讽刺的口气 *t* 讽刺的：Mỉa mai thay kẻ giết người lại lên tiếng bảo vệ nhân quyền. 讽刺的是杀人者却呼吁保护人权。

mỉa móc *đg* 揭短：Hai người cứ hay mỉa móc nhau. 两人经常互相揭短。

mía *d* 甘蔗：mía chỉ 花皮蔗；mía de 糖蔗；mía đỏ 红皮蔗；mía lau 竹蔗；mía mừng 大种蔗

miên man *t* 连绵不断：suy nghĩ miên man 思绪绵绵

miền *d* ① 地区，地方：miền thượng du 上游地区 ② 抗美时期南越的简称：cán bộ Miền 南方干部

miền Bắc *d* 北方（亦为北越之简称）

miền bể *d* 沿海地区

miền đồi núi *d* 丘陵地带

miền gió trăng *d* 风月场所

miền Nam *d* 南方（亦为南越之简称）

miền ngược *d* 上游地区，山区

miền núi *d* 山区

miền xuôi *d* 平原地区

miễn₁ [汉] 免 *đg* 免：miễn thuế 免税 *p* 不要，别：Không phận sự miễn vào! 闲人免进！

miễn₂ *k* 只要，但凡：Miễn mình để ý là được. 只要自己注意一点就行了。

miễn cưỡng *đg* 勉强：miễn cưỡng nhận lời 勉强答应

miễn dịch *đg* 免疫：tăng cường khả năng miễn dịch 增强免疫能力

miễn giảm *đg* 减免：miễn giảm thuế quan 减免关税

miễn là *k* 只要，但凡：Miễn là chịu khó thì làm gì cũng nên. 只要下苦功，干什么都能

成。

miễn nghị *đg* 免判: bị can được miễn nghị 疑犯被免判

miễn nhiệm *đg* 免职: miễn nhiệm giám đốc nhà máy 免掉厂长职务

miễn phí *đg* 免费: tham quan miễn phí 免费参观

miễn sao *k* 只要: Cho phép xử lí mọi việc, miễn sao không ảnh hưởng tới danh tiếng của nhà máy. 只要不影响工厂的声誉,允许全权处理各项事务。

miễn thứ *đg* 宽恕: Có gì sai sót mong các anh miễn thứ cho! 有什么差错请你们宽恕!

miễn tố *đg* 免起诉

miễn tội *đg* 免罪

miễn trách *đg* 恕罪: Có gì mong các anh miễn trách! 有什么不妥请大家恕罪!

miễn trừ *đg* 免除: miễn trừ thuế 免除税赋

miến *d* 粉丝: miến gà 鸡肉粉丝

miện [汉] 冕 *d* 冕: mũ miện 冠冕

miếng *d* 片,块: miểng chai 玻璃片

miếng₁ *d* 块,张,口: miếng vải 一块布; ăn một miếng 吃一口

miếng₂ *d* 食物: miếng ngon 好吃的食物

miếng₃ *d* (武术) 招数: miếng võ 一招

miệng *d* ①嘴: há miệng ra 张开嘴 ②口儿: miệng bát 碗口儿; miệng giếng 井口 ③口头: dịch miệng 口译

miệng ăn *d* [口] 人口: nhà có nhiều miệng ăn 家里人口多

miệng ăn núi lở 坐吃山空

miệng còn hôi sữa 乳臭未干

miệng hùm gan sứa 刀子嘴,豆腐心

miệng lưỡi *d* ①口舌: miệng lưỡi con buôn 商人的嘴巴 ② [口] 口才: Anh ấy miệng lưỡi lắm. 他很有口才。

miệng thế *d* 舆论,外界议论: miệng thế nhọn hơn chông mác 人言可畏

miệng tiếng *d* 非议: Làm điều bất lương khó tránh được miệng tiếng của thiên hạ. 为非作歹,难免不被世人非议。

miết₁ *đg* [口] 用力填补,涂抹: miết vữa vào tường 往墙上抹灰浆

miết₂ *p* 连续不断地,不停地: làm miết từ sáng đến tối 从早到晚不停地干

miệt mài *t* 专注: miệt mài làm việc cả ngày 整天专心工作

miệt thị *đg* 蔑视: bỏ thói miệt thị phụ nữ 摒除蔑视妇女的思想

miệt vườn *d* 冲积平原

miêu tả *đg* 描写: miêu tả cảnh nông thôn ngày mùa 描写农忙景象

miều *d* 牌位或偶像上覆盖的纱巾

miễu *d* 小祠: miễu nhỏ ở đầu làng 村头的小祠

miếu [汉] 庙 *d* 庙: miếu thổ địa 土地庙

miếu đường *d* [旧] ①庙堂②朝廷

miếu mạo *d* 庙

miếu thiêng chẳng có ai thờ 庙灵没人烧香 (喻怀才不遇)

mìm *đg* 抿嘴笑: mìm cười 微笑

mím *đg* (嘴唇) 紧闭: mím môi 闭唇

mìn₁ *d* 地雷: đặt mìn 埋设地雷

mìn₂ *d* 拐子: mẹ mìn 女拐子; bố mìn 男拐子

mìn cóc *d* 跳雷

mìn điếc *d* 哑炮,不响炮

mìn định hướng *d* 定向雷

mìn muỗi *d* 小地雷

mịn *t* 细滑: nước da mịn 皮肤细滑

mịn màng *t* 润滑,细腻,细滑: nước da mịn màng 肌肤细腻

minh bạch *t* 透明,明白,明了,清清楚楚: sổ sách tài chính minh bạch 财务账目清清楚楚

minh cầm *d* 鸣禽类

minh châu *d* 明珠

minh chủ₁ *d* [旧] 明君

minh chủ₂ *d* 盟主: minh chủ võ lâm 武林盟主

M

minh chứng *d* [旧] 证据: Có đầy đủ minh chứng để khép tội. 证据足可判刑. *đg* 印证: Lời nói phải được minh chứng bằng những việc làm cụ thể. 理论要以实践来证明.

minh hoạ *đg* 插图说明, 解释: Luận điểm được minh hoạ bằng nhiều ví dụ. 用很多例子解释了论点.

minh khí *d* 冥器: chuẩn bị minh khí để đưa đám 准备冥器以出殡

minh mẫn *t* (头脑) 清醒, 灵慧, 灵敏: Già rồi nhưng cụ vẫn còn rất minh mẫn. 虽年纪大, 但他仍很灵敏.

minh oan *đg* ①申冤: minh oan cho bị cáo 为被告申冤②鸣冤③平反: chẳng minh oan được cho mình 未能为自己平反

minh quân *d* 明君

minh sơn thệ hải 山盟海誓

minh tinh₁ *d* 明星: minh tinh màn bạc 电影明星

minh tinh₂ *d* 铭旌

minh triết *t* 明哲: Quân tử minh triết giữ thân. 君子要明哲保身.

minh xác *t* 明确: khái niệm minh xác 概念明确 *đg* 查明: Sự việc đã minh xác. 事情已查明.

minh xét *đg* 明察: Xin được minh xét. 请明察.

mình *d* ①身体: mình già sức yếu 人老体衰②自己: mình làm mình chịu 自作自受③自我: làm việc quên mình 忘我地工作 *đ* ①我: Đi với mình nhé? 和我一起去吧? ②你, 卿 (夫妻或恋人互相称谓): Mình đi có nhớ người ở lại? 你是否想念留下的人?

mình đồng da sắt 铜筋铁骨

mình gầy xác ve 瘦骨嶙峋: Làm sao mà độ này cậu gầy xác ve thế? 你最近怎么瘦骨嶙峋的?

mình mẩy *d* 躯体, 形骸, 身体: mình mẩy lấm lem 身上脏兮兮的

mini (mi-ni) *t* 小的, 迷你的: xe đạp mini 小自行车

mít₁ *d* 波罗蜜: quả mít 波罗蜜

mít₂ *t* 愚笨, 不懂: hỏi đâu mít đấy 问什么都不懂

mít dai *d* 干包波罗蜜, 硬肉波罗蜜

mít đặc *t* ①一无所知, 糊里糊涂: mít đặc không biết gì cả 糊里糊涂的什么也不懂②愚笨: đầu óc mít đặc 头脑愚笨

mít mật *d* 软肉波罗蜜

mít tinh *d* 群众大会, 集会

mít tịt *t* [口] 一无所知, 不知不觉: Về việc này thì nó mít tịt. 这件事他真的是一无所知.

mít ướt *d* 软肉波罗蜜 *t* [口] 爱哭的: Thằng nhỏ đó mít ướt lắm. 那个孩子动不动就哭.

mịt *t* 晦蒙, 幽暗: tối mịt 黑漆漆

mịt mờ *t* 朦胧: sương khói mịt mờ 烟雾朦胧

mịt mù *t* 浓密: sương khói mịt mù 浓密的烟雾

mịt mùng *t* 漆黑: trời tối mịt mùng 天黑漆漆的

mĩu = **bĩu**

ml *d* 毫升

mm *d* 毫米

Mn [化] 锰的元素符号

mo₁ *d* 鞘, 箨: quạt mo 槟榔箨做的扇子

mo₂ *d* 巫师: thầy mo 男巫

mo cau *d* 槟榔鞘

mo nang *d* 竹壳

mo then *đg* (越南北方少数民族) 祭天 *d* 巫师

mò₁ *d* 鸡虱

mò₂ *đg* ①摸索: đáy bể mò kim 海底捞针②瞎干: đi mò cả đêm 整夜瞎荡③偷摸: Kẻ trộm mò vào nhà. 小偷摸进屋里.

mò kim đáy bể 海底捞针

mò mẫm *đg* 摸索: mò mẫm đi trong đêm 在黑夜里摸索

mò mò *t* 漆黑: hang tối mò mò 洞里一片漆

黑

mỏ₁ *d* ①喙,嘴: mỏ chim 鸟喙②喙状物: mỏ hàn 焊嘴③嘴,嘴唇（含贬义）

mỏ₂ *d* 矿: mạch mỏ 矿苗; vùng mỏ 矿区

mỏ ác₁ *d* 囟门

mỏ ác₂ *d* 胸骨

mỏ cày *d* 犁嘴

mỏ cặp *d*[口] 台钳

mỏ hàn *d* 烙铁

mỏ lết *d* 扳手

mỏ neo *d* 船锚

mỏ nhát *d*[方][动] 鹬

mỏ vịt *d* ①鸭嘴②套管③阴道窥器

mõ *d* ①木鱼,木梆: Nhà sư gõ mõ. 和尚敲木鱼。②梆子手,打梆子的人

mó *đg* ①摸,触摸: Sơn chưa khô đừng mó. 油漆未干不要摸。②动,干: Mải chơi chẳng thèm mó đến sách vở. 只沉迷于玩根本就没想读书。

mó máy *đg*[口] 乱动: Không biết thì đừng có mó máy. 不懂就别乱动。

mó tay *đg* 插手,动手: Nó không chịu mó tay vào việc gì. 他什么事都不肯动手。

mọ mạy *đg* ①乱摸,摸弄②蠕动,动弹: Có con gì mọ mạy trong đám cỏ. 不知有什么东西在草丛中蠕动。

móc₁ *d* 鱼尾葵

móc₂ *d* 钩子: móc sắt 铁钩 *đg* ①挂,钩,掏: móc mồi câu cá 挂上鱼食钓鱼; vỏ gối móc hoa 钩花枕套②联络,接头: cử người đi móc cơ sở tại vùng địch hậu 派人到敌后接头③揭短,重提: Móc chuyện cũ ra làm gì. 还重提旧事干什么。

móc câu *d* 钩子

móc đơn *d* 八分音符

móc đường ray *d* 钢轨钩

móc hàm *d* 宰后重量: giá thịt lợn móc hàm 宰后猪肉售价

móc kép *d* 十六分音符

móc máy *đg*[口] 揭短: suốt ngày móc máy nhau 整天互相揭短

móc miếng *đg* 给新生儿清除口腔黏液（旧时接生做法）

móc mưa *d* 恩泽: đội ơn móc mưa 沐浴恩泽

móc ngoặc *đg* 勾结: móc ngoặc với gian thương 与奸商勾结

móc nối *đg* 挂钩,联系: móc nối với cơ sở 与联络站联系

móc toa *d* 车钩

móc treo *d* 吊钩,挂钩

móc túi *đg*[口] 掏包: kẻ móc túi 扒手

móc xích *d* 链环: tháo mấy móc xích ra 拆掉几个链环 *đg* 连锁,牵连: Các vấn đề và sự kiện móc xích với nhau. 各种问题和事件牵连在一起。

mọc₁ *d* 肉丸子

mọc₂ *đg* 长出,升起: mặt trời mọc 太阳升起; Cây mọc lá. 树长出叶子。

mọc mầm *đg* 发芽,出芽

mọc sừng *đg* [口] 戴绿帽

mọc vòng *đg* 轮生: lá mọc vòng 轮生叶

model (mô-đen) *d* 款式: chiếc váy model mới 新款裙子 *t* 时髦: Kiểu áo rất model. 衣服款式很时髦。

modem (mô-đem) *d*[电] 调解器

modern (mô-đéc) *t* 时髦,现代化的: Chiếc điện thoại di động trông rất modern. 这款手机看起来很时髦。

module (mô-đun) *d* 计算机模块

moi₁ *d* 小虾米

moi₂ *đg* ①挖出,掏挖: Moi chiếc áo từ đáy va-li. 把衣服从箱底下翻出来。②探听,挖掘: moi được tin tức bí mật 探听到秘密消息

moi móc *đg* ①挖,钩,掏: Có gì nó cũng moi móc ra ăn hết. 有什么都被他挖出来吃掉。②揭底,揭短: moi móc chuyện người khác 揭别人的老底

M

moi ruột moi gan 掏心掏肺

mòi₁ *d* 沙丁鱼, 沙甸鱼

mòi₂ *d* ①痕迹, 迹象: trông mòi đàn cá mà thả lưới 看鱼迹撒网②征候, 兆头, 预示: có mòi khá 有好兆头

mỏi *t* 疲劳, 劳累: nói mỏi cả miệng 说得口都干了

mỏi gối chồn chân 腰酸脚软

mỏi mắt trông chờ 望眼欲穿

mỏi mệt=mệt mỏi

mỏi mòn *t* 日渐消逝的: ngày xanh mỏi mòn 青春日渐消逝

mọi₁ *d* 蛮夷民族, 土人(轻蔑说法)

mọi₂ *d* 任何, 所有: mọi lúc mọi nơi 任何时间和地点

mọi khi *d* 从前, 以前: vẫn như mọi khi 仍如从前

mọi người *d* 人人, 大家, 所有人

mọi thứ *d* 样样, 种种

mom *d* 凸河岸

mỏm *d* 凸出处, 突兀的岩石: mỏm đá ven biển 海边突兀的岩石

mõm *d* ①兽嘴: mõm lợn 猪嘴②人嘴(含贬义): Câm mõm đi! 住嘴! ③尖头部分: mõm giầy 鞋尖; mõm cày 犁尖

móm *t* ①瘪嘴的: cụ già móm 瘪嘴的老头②老朽的, 老掉牙的: Cái bàn này trông móm lắm rồi. 这张桌子看起来都老掉牙了。

móm mém *t* 瘪嘴的: Cụ già móm mém nhai trầu. 老人瘪着嘴嚼槟榔。

móm xẩu *t* 嘴巴又瘪又歪的: bà già móm xẩu 嘴巴又瘪又歪的老太婆

mon men *đg* 慢慢挨近, 慢慢混熟: Con chó mon men lại gần chủ. 小狗慢慢挨近主人。

mòn *đg* 损耗, 磨损: hao mòn 消耗

mòn con mắt 望眼欲穿

mòn mỏi *t* 日渐消耗的, 日渐消逝的: Ốm đau mòn mỏi. 病痛日渐消磨身体。

mòn vẹt *t* 磨损得厉害: Lốp xe đạp đã mòn vẹt. 单车轮胎磨损得很厉害。

món *d* ①菜肴, 菜式: món ăn Trung Quốc 中国菜②一笔, 一宗, 一批: món hàng一批货; món nợ 一笔债③[口] 招数: món võ 武术招数

mọn *t* 微小: tài mọn 才疏; con mọn 幼儿

mong *đg* ①期待: mong ngày mong đêm 日夜盼望②企望, 期望: mong thông cảm cho 企望原谅③希望: chăm học mới mong thi tốt 认真学习才有希望考得好

mong chờ *đg* 期待, 期盼: mong chờ suốt ngày 整天期盼着

mong đợi *đg* 等待, 期待: mong đợi ngày chiến thắng 期待胜利日

mong manh *t* ①单薄: phận má hồng mong manh 红颜薄命②隐约, 不真: nghe mong manh 隐约听说③薄: chiếc lá mong manh 一片薄叶

mong mỏi *đg* 期盼: mong mỏi tương lai tốt đẹp 期盼美好的未来

mong muốn *đg* 期盼, 希望: đạt hiệu quả như mong muốn 取得预期效果

mong ngóng *đg* 期盼: đêm ngày mong ngóng 日夜期盼

mong nhớ *đg* 牵挂: mong nhớ người thân 牵挂亲人

mong ước *đg* 渴望: mong ước một gia đình hạnh phúc 渴望有个幸福的家 *d* 期望: Không còn mong ước gì nữa. 再也没有什么期望了。

mòng₁ *d* [动] 牛蝇

mòng₂=mòng két

mòng két *d* 短颈野鸭

mỏng *t* ①薄, 单薄: vải mỏng 薄布; Lực lượng của ta hơi mỏng. 我们的力量有点单薄。②铺开的, 分散的, 摊薄的

mỏng dính *t*[口] 极薄: mảnh vải mỏng dính 布匹极薄

mỏng manh *t* ①单薄: quần áo mỏng manh 衣服单薄②渺茫: hi vọng mỏng manh 希望渺茫

mỏng mảnh *t* 单薄: đồ làm quá mỏng mảnh 东西做得很单薄

mỏng môi *t*[口] 多嘴的, 大嘴的: Tin sao được cái con mẹ mỏng môi ấy. 信不过那个多嘴的女人。

mỏng tai *t*[口] 好打听的: Con trai gì mà mỏng tai thế? 什么男孩那么好打听?

mỏng tang *t*[口] 薄而轻的: tờ giấy mỏng tang 又薄又轻的纸

mỏng tanh *t*[口] 太薄的, 过于单薄的: Chiếc áo mỏng tanh không đủ ấm. 衣服过于单薄不够暖。

móng₁ *d* 甲, 爪, 蹄: đóng móng cho ngựa 钉马蹄铁; móng tay 指甲

móng₂ *d* 地基: xây móng 打地基; nền móng thiết bị 设备基础

móng₃ *d* 指甲花

móng₄ *d*(铁或竹制的) 勺状物: móng xúc đất 舀土勺子

móng gẩy *d* 拨子

móng giò *d* 猪蹄: bung móng giò cho bà đẻ 煮猪蹄给产妇吃

móng guốc *d* 蹄子

móng mánh *t* 依稀, 不分明: nghe móng mánh câu chuyện ấy 依稀听到此事

mọng *t*(水果等) 熟软多水的: quả hồng chín mọng 熟透的柿子

mono(mô-nô) *d* 单声道唱片

monomer(mô-nô-me) *d* 单体

montage(mông-ta-giơ) *d* 蒙太奇

moóc-chi-ê *d* 迫击炮

moóc-phin(morphine) *d* 吗啡

moóc-xơ(morse) *d* 摩尔斯

moong *d* 矿底

móp *t* ① 凹陷: Mũi xe bị móp vì đâm vào gốc cây. 车头撞到树后凹了下去。②瘪:

bụng đói móp đi 肚子饿瘪了

mọp *đg* 缩低身子: nằm mọp xuống để tránh đạn 缩低身子避子弹

morat morasse *đg* 校样

morphine(moóc phin) *d* 吗啡

morse(moóc-xơ) *d* 摩尔斯

mót₁ *đg* 捡, 拾遗: mót lúa 捡谷穗

mót₂ *đg* 急: mót đái 尿急

mót máy *đg* 东捡西捡: mót máy từng tí một 一点一点地捡

mọt *d* 蛀虫: mọt gỗ 木蠹 *t* 蛀蚀: gỗ mọt 被虫蛀的木头

mọt dân *d* 民蠹

mọt gông *t*[口] 长期（坐牢）: Chuyện mà bại lộ thì ngồi tù mọt gông cả lũ. 事情败露的话全都要长期坐牢。

mọt ruỗng *t* ①蛀空的: cây gỗ mọt ruỗng 被蛀空的木头②腐朽: triều đình phong kiến mọt ruỗng 腐朽的封建王朝

mọt sách *d* [口] 书呆子

mô₁ *d* 土堆: san phẳng mô đất 推平土堆

mô₂ *d* 细胞组织: mô thực vật 植物组织

mô₃ *d*[方] ①哪儿: Đi mô? 上哪儿去? ②什么: Khi mô? 什么时候?

mô₄[汉] 模, 无, 摹

mô-đéc(modern) *t* 现代, 新式

mô-đem(moderm) *d*[计] 调制解调器

mô-đen (model) *d* 时尚 *t* 摩登

mô-đun(module) *d* 计算机模块

mô hình *d* ①模型: mô hình hàng không hàng 空模型; mô hình hàng hải 航海模型②模式: mô hình hoá 模式化; mô hình toán học 数学模式

mô-men *d* ①弯矩② [无] 矩: mô-men xoắn 转矩

mô-nô(mono) *d* 单声道唱片

mô-nô-me(monomer) *d* 单体

mô phạm *t* 模范: nhà giáo mô phạm 模范教师

M

mô Phật=nam mô A Di Đà Phật〔缩〕南无阿弥陀佛

mô phỏng *đg* 模仿：Từ tượng thanh mô phỏng âm thanh tự nhiên. 拟声词模仿自然发出的声音。

mô tả *đg* 描写，刻画：mô tả cảnh gia đình nghèo túng 描写贫困家庭状况

mô tê *tr*〔口〕表示强烈否定：chẳng biết mô tê gì 一无所知

mô thức *d* 模式

mô-tô *d* 摩托车：mô-tô ba bánh 三轮摩托车

mô-tơ *d* 马达

mồ *d* 坟墓

mồ cha *d* 断子绝孙（骂语）

mồ côi *t* 无父无母的：mồ côi cả cha lẫn mẹ 父母双亡

mồ côi mồ cút 孤儿：Nó mồ côi mồ cút, thế mà học chẳng thua kém đứa trẻ nào. 他虽然是孤儿，但学习不比其他孩子差。

mồ hóng〔方〕=bồ hóng

mồ hôi *d* 汗水：Mồ hôi đầm đìa. 浑身是汗。

mồ hôi mồ kê 汗流浃背

mồ hôi nước mắt 血汗，辛劳：mồ hôi nước mắt của cha mẹ 父母的辛劳

mồ ma *t*〔口〕生前：Gia đình vẫn hoà thuận như thời còn mồ ma ông cụ. 家庭还像老人在世那样和睦。

mồ mả *d* 坟墓

mồ yên mả đẹp ①安葬妥当：Nhà nghèo nhưng ông cụ vẫn có mồ yên mả đẹp. 虽穷但还能妥当安葬老人。②不在了，死了：Nếu không được bà con giúp cho thì tôi đã mồ yên mả đẹp từ lâu rồi. 如果没有乡亲们的帮助，我早就不在了。

mổ₁ *đg* ①剖，开刀：mổ bụng 剖腹②宰杀：mổ gà 杀鸡；mổ bò 宰牛

mổ₂ *đg* ①啄：Gà mổ thóc. 鸡啄谷子。②偷

mổ cò *đg* 打字速度慢：mổ cò một buổi chỉ được mấy trang 敲了一天才打了几页

mổ xẻ *đg* 解剖，剖析：mổ xẻ vấn đề tồn tại cho rõ ràng 剖析清楚问题所在

mỗ *d*〔口〕某，某某：làng mỗ 某村；ông mỗ 某人②我（对平辈或晚辈自称）：Làm sao mà biết được mỗ! 怎么知道是我呢!

mố *d* 桥墩：xây dựng hai mố cầu ở hai bên 在两边修两个桥墩

mộ₁〔汉〕墓 *d* 坟墓：tảo mộ 扫墓

mộ₂〔汉〕慕 *đg* 爱慕，羡慕

mộ₃〔汉〕募 *đg* 招募，募集：mộ binh 募兵

mộ chí *d* 墓志：khắc mộ chí 刻墓志

mộ danh *đg* 慕名

mộ đạo *đg* 信教（常指基督教）

mộ địa *d* 墓地

mộ táng *d* 墓葬：phát hiện một khu mộ táng cách đây mấy nghìn năm 发现一处几千年前的墓葬群

mốc₁ *d* ①霉菌：gạo bị mốc 米发霉②灰色：ngựa mốc 灰马 *t* 霉：cơm mốc 霉饭；gạo mốc 霉米

mốc₂ *tr*〔口〕啐，呸：Mốc!Ai nói hồi nào? 呸! 谁说的?

mốc₃ *d* 牌标，标志：mốc cây số 里程碑；cắm mốc để chia ruộng đất 插标分田

mốc cời *đg* 发霉，长毛：Nồi cơm đã mốc cời. 饭锅都长毛了。

mốc đo *d* 测量标，标尺

mốc giới *d* 界碑

mốc meo *t* 霉得厉害：Bánh để mốc meo. 饼都放到长毛了。

mốc thếch *t* 霉白：Cái túi vải mốc thếch. 布袋发霉变白了。

mốc xì *t* 霉黑：Cơm để mốc xì trong nồi. 锅里的饭放到发霉变黑。*tr* 没有：Chẳng có mốc xì gì cả. 什么名堂也没有。

mốc xung đột *d* 警冲标

mộc₁ *d*〔植〕木樨

mộc₂〔汉〕木 *d* 木器：đồ mộc 木器 *t* 坯子的：vải mộc 坯布；đồ gỗ mộc 木器坯子

mộc₃ *d* 盾牌

mộc bản *d* 刻板（印刷）: In các thư tịch Hán nôm bằng mộc bản. 用刻板印刷汉字书籍。

mộc hương *d* 木香

mộc lan *d* 木兰

mộc mạc *t* 质朴, 朴素, 朴实, 简朴: ăn mặc đơn sơ mộc mạc 穿着朴素

mộc nhĩ *d* 木耳: mộc nhĩ trắng 白木耳

mộc tặc *d*[药] 木贼

Mộc Tinh *d*[天] 木星

mộc tuyền *d* 木泉米

môi₁ *d* 唇: bĩu môi 撇嘴

môi₂ *d* 勺子: mua chiếc môi 买一把勺子

môi₃ [汉] 媒

môi giới *d* 媒介, 中介: làm nghề môi giới 从事中介业

môi hở răng lạnh 唇亡齿寒

môi không dính mép 喋喋不休

môi sinh *d* 生物环境: bảo vệ môi sinh 保护生物环境

môi son *d* ①胭脂②朱唇

môi trường *d* ①环境: vệ sinh môi trường 环境卫生 ②[生] 培养基: môi trường cấy 接种培养基

môi trường sinh thái *d* 生态环境

môi vớt *d* 笊篱

mồi₁ *d* 玳瑁的简称

mồi₂ *d* ①饵, 诱饵: Chim kiếm mồi. 鸟找食。Đào giun làm mồi. 挖蚯蚓做饵。②诱惑, 诱物: dùng gái đẹp để làm mồi 使美人计 *t*(衣服) 光鲜, 漂亮: bộ quần áo mồi 衣服光鲜

mồi₃ *d* 火引: mồi rơm 稻草制火引 *đg* 点燃: mồi cây đuốc 点燃火把

mồi₄ *d* ①一小袋: mồi thuốc lào 一袋京烟 ②[方] 下酒菜: kiếm ít mồi về nhắm 弄点下酒菜

mồi chài *đg*[口] 诱惑, 引诱: dùng tiền bạc để mồi chài 用金钱来引诱

mồi thuốc *d* 引信

mỗi *d* 每, 各: mỗi người một thích 各有所好; mỗi ngày 每天; mỗi khi 每当 *tr* 只, 仅仅: Nói được mỗi câu rồi im. 只说了一句话就不吭声了。

mỗi một *d* ①每一, 每个②只, 仅仅: chỉ có mỗi một đứa con 只有一个孩子

mỗi... một... 越来越: mỗi lúc một nhanh 越来越快

mỗi tội [口] 只是有点: thông minh nhưng mỗi tội lười 聪明但是有点懒

mỗi... một phách 每…一个样: Mỗi nơi làm một phách. 每个地方的做法不一样。

mỗi người một vẻ 一人一个样; 各人有不同

mối₁ *d* 白蚁: tổ mối 白蚁窝

mối₂ *d*[方] 壁虎

mối₃ *d* ①渠道: tìm mối liên lạc 寻找联络方式②头绪, 线索: mối chỉ 线头儿; một mối quan trọng của vụ án 案子的一条重要线索③…之一: mối tình anh em 兄弟之情; mối quan hệ ruột thịt 骨肉关系; mối lo lắng 担心之处

mối₄ *d* 媒介, 媒妁: bà mối 媒婆 *đg* 做媒: Mối cho một đám ở làng bên. 给邻村的一个人家做媒。

mối giường=giường mối

mối hàn *d* 焊口

mối hàng *d* 顾客, 主顾: Không nên để mất mối hàng cũ. 不要放走老主顾。

mối lái *d* 媒人: cậy người mối lái 依靠媒人 *đg* 做媒: Nhờ ông mối lái cho đám nào. 请您给做媒。

mối manh₁ *d* 头绪, 缘由: Không tìm ra mối manh gì cả. 找不出什么原因。

mối manh₂ *đg*[口] 做媒: Nhờ người ta mối manh cho một đám. 请人给做媒找个人家。

mối tơ vò *d* 千头万绪, 乱如麻的: lòng rối như mối tơ vò 心乱如麻

mội *d* 地下水源: tìm mội để đào giếng 寻找

地下水源以便挖井

mồm *d* [口] 嘴: Há mồm ra! 张开嘴!

mồm loa mép giải 大声嚷嚷: Đừng có mồm loa mép giải chẳng hay ho gì. 不要大声嚷嚷，这样很不好。

mồm mép *d* [口] 嘴舌: mồm mép không được giỏi lắm 口齿不伶俐 *t* 口齿伶俐: Cô kia mồm mép lắm. 她很能说会道。

mồm miệng đỡ chân tay 动嘴不动手: Thằng cha ấy chỉ được cái mồm miệng đỡ chân tay. 那小子只会动嘴不动手。

mồm năm miệng mười 摇唇鼓舌

mồm như quạ cái 聒噪, 说话像乌鸦: Thằng này mồm như quạ cái. 这家伙说话像乌鸦。

môn₁ *d* 芋头儿

môn₂ *d* ①门类: chuyên môn 专业; môn y học 医科②特长 (含贬义): chỉ được cái môn nói khoác 就会说大话

môn₃ *d* 中医药方: môn thuốc gia truyền 祖传秘方

môn₄ *d* 伙伴, 同伙: Chúng nó cùng một môn cả. 他们是一丘之貉。

môn bài *d* 营业执照: thuế môn bài 营业税

môn đăng hộ đối 门当户对

môn đệ *d* 门徒, 弟子

môn đồ = môn đệ

môn học *d* 学科: môn học bắt buộc 必修课程; môn học tự chọn 选修课程

môn sinh *d* 门生

mồn một *t* 一清二楚: nghe rõ mồn một 听得一清二楚

mông₁ *d* 臀部: tiêm vào mông 臀部注射

mông₂ *đg* [口] 粉饰, 装饰: Hàng cũ được mông lại như mới. 旧货喷漆后像新的一样。

mông₃ *t* 眺望的, 盼望的: Chị ngồi trước cửa mông về phía biển xa. 她坐在门口眺望远处的海面。

mông lung *t* ①模糊, 朦胧: màn đêm mông lung 朦胧的夜色②无边际的: suy nghĩ mông lung 毫无边际地想着

mông mênh = mênh mông

mông mốc *t* 有点霉: Điếu thuốc lá mông mốc. 这支烟有点发霉。

mông muội *t* ①蒙昧: sống như thời mông muội 生活在蒙昧时代②愚昧: đầu óc mông muội 思想愚昧

mông quạnh *t* 广漠: cánh đồng mông quạnh 广漠的田野

mông-ta-giơ (montage) *d* 蒙太奇

mồng₁ *d* [口] 冠: đỏ như mồng gà 像鸡冠般红

mồng₂ *d* 初 (即每月头十日之称): mồng hai Tết 年初二; mồng một tháng mười 十月一号

mồng gà *d* ①鸡冠②鸡冠花

mồng thất *d* [口] 猴年马月: phải đợi đến mồng thất 要到猴年马月

mồng tơi *d* [植] 藤菜, 滑滑菜, 木耳菜

mống₁ *d* 天边断虹

mống₂ *d* ①嫩芽: mọc mống 长芽②人或动物个体: không một mống người 一个人影(儿) 也没有

mống₃ *t* 愚蠢: khôn sống mống chết 慧者生愚者死

mống cụt *d* 虹霓

mộng₁ *d* 嫩芽, 胚芽: Thóc ủ mọc mộng. 谷子沤发芽了。

mộng₂ *d* 翳: Đau mắt có mộng. 眼痛长翳。

mộng₃ *d* 榫头: ghép mộng 合榫

mộng₄ [汉] 梦 *d* 梦: giấc mộng 一场梦 *đg* 做梦: mộng thấy bạn cũ 梦见老朋友

mộng₅ *t* (牛、羊) 肥壮: béo như bò mộng 胖得像头肥牛

mộng ảo *d* 梦幻

mộng âm *d* 榫眼, 卯眼

mộng âm dương *d* 阴阳榫

mộng du *đg* 梦游: mắc chứng mộng du 患梦游症

M

mộng dương *d* 榫头

mộng mẹo *d* ① 窍门, 妙计: Việc khó khăn phải có mộng mẹo mới làm được. 难事要有妙计才行。② 榫眼, 榫头: Bàn ghế mộng mẹo lung lay cả. 桌椅的榫眼松动了。

mộng mị *đg* 做梦, 梦寐: Ban đêm thường mộng mị điều ghê rợn. 夜里常做噩梦。*t* 虚幻: Tất cả đều là những điều mộng mị. 所有的一切都是虚幻。

mộng mơ *đg* 幻想: Tuổi trẻ thích mộng mơ. 年轻人喜欢幻想。

mộng tinh *đg* 遗精: Đàn ông suy thận dễ bị mộng tinh. 肾虚的男人容易遗精。

mộng tưởng *d* 梦想: Đó chỉ là mộng tưởng mà thôi. 那只是梦想而已。

mộng ước *đg* 梦想: mộng ước làm diễn viên 梦想当演员

mốt₁ *d* 时尚, 新潮: chạy theo mốt 赶时髦; ăn mặc không hợp mốt 穿着不合时尚 *t* 时髦, 时尚: mốt mới 新时尚; Bộ này rất mốt. 这套很时髦。

mốt₂ *d* "一" 的变音读法: hăm mốt 二十一; băm mốt 三十一

mốt₃ *d* 后天: ngày mốt mới đi 后天才走

một *d* ① 一: một con gà 一只鸡 ② [口] 农历十一月 *t* ① 单人的: giường một 单人床 ② 单独, 单个, 唯一: một màu 单色; con một 独生子

một bề *t* 一味忍受的: chịu lép một bề 一味忍让

một cách *d* ① …地: giải quyết một cách đúng đắn 正确地解决 ② …得: xấu một cách đáng sợ 丑得可怕

một chạp *d* 年底: Tới một chạp năm nay mới tổ chức cưới xin. 今年年底才举行婚礼。

một chiều *t* ① 单面, 片面: suy nghĩ một chiều 片面思考 ② 单向, 单程: đường đi một chiều 单行道

một chín một mười 半斤八两: Trình độ hai người một chín một mười. 两个人的水平

不相上下。

một chốc *t* 一会儿: chờ một chốc 等一会儿

một chốn đôi quê 两地分居

một chút *d* 一些, 一点儿: đợi một chút 等一下; chỉ biết một chút 只知道一点点

một con sâu bỏ rầu nồi canh 一颗老鼠屎坏了一锅汤

một còn một mất ① 性命攸关, 生死存亡: Số phận của chúng một còn một mất. 它们处于生死存亡的境地。② 你死我活: Cuộc đấu tranh một còn một mất với kẻ thù. 与敌人进行你死我活的斗争。

một cổ hai tròng 双重压迫

một công đôi việc 一举两得

một cốt một đồng 一丘之貉

một đôi *t* [口] 很少的: mới chỉ nói với nhau được một đôi lời là chia tay nhau 才说了两三句话就分手了; gặp nhau một đôi lần ngoài phố 在街上见到两三次

một đồng một cốt = một cốt một đồng

một hai *p* 一味地, 一意地: một hai đòi về 一味地要回去

một hình một bóng 形单影只

một hơi *p* 一口气: nói một hơi hết câu chuyện 一口气把事情说完

một ít *d* 一点儿, 少许: mới làm được một ít 才干了一点点

một khi *k* 一旦: Một khi đã quyết thì phải làm đến nơi đến chốn. 一旦决定了就做到有始有终。

một là một hai là hai 说一不二; 一是一, 二是二: Ông ta tính người cố chấp, một là một, hai là hai. 他很固执, 说一不二。

một lá mầm *d* 单子叶植物

một lát *d* 一会儿, 一霎时, 片刻: chờ một lát 稍等一会儿

một lầm hai lỗi 一错再错: Nghĩ mình một lầm hai lỗi mà hổ thẹn với bạn bè. 想到自己一错再错, 实在是愧对朋友。

M

một lèo *p* 一口气: chạy một lèo về nhà 一口气跑回家

một li một tí 一星半点

một loạt *t* 一连串, 一系列, 一律: đưa ra một loạt vấn đề 提出一系列问题

một lòng *t* ①一心一意, 全心全意: một lòng muốn làm lành với nhau 一心一意想和好; một lòng chăm sóc người bệnh 全心全意照顾病人②一条心: đoàn kết một lòng 团结一心

một lòng một dạ 一心一意, 全心全意

một lô một lốc *d* 一大帮 (含贬义): Họ kéo đến một lô một lốc toàn là những trai tráng khoẻ mạnh. 他们拉上一大帮全是身强力壮的年轻人。

một mạch *p* 一口气: chạy một mạch đến nhà 一口气跑到家

một mai *d*[旧] 有朝一日, 他日

một mất một còn 你死我活: cuộc chiến đấu một mất một còn 你死我活的战斗

một mất mười ngờ (失窃后) 乱怀疑

một mình *t* 自个, 独自: đi một mình 独自行走

một mực *p* 一味地, 坚决地: một mực chối từ 一味地拒绝

một nắng hai sương 早出晚归

một ngàn lẻ một=một nghìn lẻ một

một ngày đằng đẵng coi bằng ba năm 一日三秋

một ngày kia *p* 一旦, 有朝一日, 总有一天

một ngày ngàn dặm 一日千里

một ngày vãi chài, hai ngày phơi lưới 三天打鱼, 两天晒网

một nghìn lẻ một [口] 无 数: Đưa ra một nghìn lẻ một cái ví dụ để chứng minh. 找出无数个例子来证明。

một người cười, mười người khóc 利己, 自私自利: Làm việc gì cũng phải nghĩ tới người khác, đừng để một người cười,

mười người khóc. 做什么事情都要为别人着想, 不要自私自利。

một người làm quan cả họ được nhờ 一人得道, 鸡犬升天

một pha *d* 单相

một phép *p*[口] 完全 (听从): một phép nghe theo 唯命是从

một số *p* 某些, 一些, 若干

một sớm một chiều 一朝一夕

một tấc đến trời 夸大口; 一步登天

một tấc không đi một li không dời 寸步不离

một tẹo *d*[口] 一些, 一点儿: Làm mãi mới được một tẹo. 干这么久才得一点点。

một thể *p* 一起: Tôi cùng anh đi một thể cho có bạn. 我和你一起有个伴。

một thôi một hồi 连续相当长时间: Nó nói một thôi một hồi rồi mới chịu thôi. 他连续说了相当长的时间才罢休。

một tí=một tẹo

một trận sống mái 一决雌雄

một trời một vực 天渊之别; 天壤之别

một vài *d* 数个, 若干: nghỉ một vài ngày 休息一两天

một vừa hai phải 适可而止: Nói một vừa hai phải thôi nhé. 说得差不多就行了。

mơ₁ *d* 杏: quả mơ 杏儿

mơ₂ *d* 鸡屎藤

mơ₃ *đg* ①做梦: nằm mơ thấy mẹ về 做梦见妈妈回来②梦想, 憧憬: chỉ mơ con cái học hành giỏi 一心只想要儿女学习好

mơ hồ *t* 模糊, 含糊其辞: ăn nói mơ hồ 说话含糊其辞

mơ màng *t* ①迷迷糊糊, 恍惚: mơ màng thấy có người vào nhà 恍惚看到有人进来②迷茫: mắt mơ màng 两眼迷茫③[口] 幻想的: suốt ngày mơ màng viển vông 整天想入非非

mơ mộng *đg* 幻想: Thanh niên thì hay mơ

mộng. 青年人就爱幻想。

mơ mơ màng màng *t* 迷迷糊糊

mơ tưởng *đg* 幻想: mơ tưởng đâu đâu 想入非非

mơ ước *đg* 梦想, 憧憬: mơ ước trở thành bác sĩ 梦想成为医生 *d* 梦想: Điều mơ ước trở thành hiện thực. 梦想成为现实。

mờ *t* ①黯淡: ánh trăng mờ 月色朦胧②（视力）差: mắt mờ nhìn không rõ 眼力差看不清楚③昏暗, 浑浊: bóng đèn mờ 灯光很暗; thuỷ tinh bị mờ 玻璃被磨花④模糊: Chữ mờ không đọc được. 字迹模糊看不出来。

mờ ám *t* 暧昧, 暗昧: quan hệ mờ ám 暧昧关系

mờ ảo *t* 隐约可见: ánh trăng mờ ảo 月光隐约可见

mờ mịt *t* ①晦蒙, 昏暗: sương giăng mờ mịt 大雾迷蒙②暗淡: tương lai mờ mịt 前途暗淡

mờ nhạt *t* 模糊: hình ảnh mờ nhạt trong trí nhớ 记忆中模糊的形象

mở *đg* ①开启, 打开: mở cửa 开门; mở tờ báo ra đọc 打开报纸来看②开办, 创办: mở hiệu 开设商店③开动, 发动: mở máy 开动机器④开展: mở cuộc điều tra dân số 开展人口普查⑤拉开, 揭开, 开创: Cách mạng tháng Tám mở ra một kỉ nguyên mới. 八月革命开创一个新纪元。

mở cờ *đg* 开心: lòng vui như mở cờ 心花怒放

mở cờ gióng trống=gióng trống mở cờ

mở cờ trong bụng 乐开了花

mở đầu *đg* 开始, 开头: lời mở đầu 前言; mở đầu câu chuyện 故事开讲

mở đường *đg* 开路, 铺平道路: người mở đường cho việc chinh phục vũ trụ 征服宇宙的开路先锋

mở hàng *đg* ①开张, 发市: Bà mở hàng cho cháu đi! 大娘帮我发市吧! ②给压岁钱: mở hàng cho mỗi cháu một ngàn đồng 给小孩每人一千盾压岁钱

mở màn *đg* ①开幕, 启幕, 开演: Buổi biểu diễn mở màn vào lúc 8 giờ tối. 晚上8点表演开始。②揭幕, 拉开, 开创: mở màn chiến dịch thuỷ lợi 打响兴修水利的战役

mở mang *đg* 开拓, 扩大, 提高: mở mang thị trường 开拓市场; mở mang bờ cõi 扩大领地; mở mang trí óc 提高知识水平

mở mày mở mặt 扬眉吐气; 重见天日

mở mắt *đg* ①[口] 睁眼, 睡醒: vừa mở mắt đã đòi ăn 刚睁眼就要吃②醒悟, 觉悟: Thực tế đã làm cho họ mở mắt ra. 实际情况让他们醒悟了。

mở mặt *đg* 觉得光彩, 有面子: mở mặt với hàng xóm 在邻居面前脸上有光

mở mặt mở mày=mở mày mở mặt

mở miệng *đg* 开口说话: hễ mở miệng ra là phàn nàn 一开口就是抱怨

mở rộng *đg* 拓宽, 扩大, 扩张, 扩展: hội nghị mở rộng 扩大会议; mở rộng nhà máy 扩建工厂; mở rộng phạm vi kinh doanh 扩大经营范围

mở tài khoản *đg* 开立账户: mở tài khoản ngân hàng 开立银行账户

mở thầu *đg* 开标: kí hồ sơ mở thầu 签订开标文件

mở tiệc *đg* 开筵, 设宴, 摆酒: mở tiệc chiêu đãi 设宴招待

mở toang *đg* 敞开, 洞开: mở toang cửa ra vào 敞开大门

mỡ₁ *d* [植] 黄兰, 山玉兰

mỡ₂ *d* ①（动物）脂肪, 油脂: mỡ lợn 猪油; mỡ chài 猪网油; mỡ cơm xôi 猪肠油; mỡ gà 鸡油; mỡ khổ 猪皮下油; mỡ lá 板油②润滑油: bôi mỡ vào vòng bi 给车轴上油③膏药: mỡ bôi mắt 眼药膏 *t* 光鲜, 滋润: lá cây xanh mỡ mượt mà 树叶绿油油的

mỡ để miệng mèo [口] 虎口摆肉，露富，显富

mỡ màng *d* 食用油脂：Nồi canh chẳng có chút mỡ màng gì cả. 汤里面一点油都没有。 *t* 滋润，葱郁：cây cối mỡ màng 树木绿油油的

mỡ máy *d* (机用) 黄油，润滑油

mỡ phần *d* 肥肉油

mỡ sa *d* [方] 板油

mớ₁ *d* ①扎，捆，宗，堆，绺：mớ rau 一把青菜；mớ cá 一堆鱼；mớ tóc 一绺头发 ②一堆，一团：rối như mớ bòng bong 乱成一团

mớ₂ *d* [旧] 十万

mớ₃ *đg* 说梦话：Hễ chợp mắt là nó mớ. 一入睡他就说梦话。

mớ ba mớ bẩy [口] (衣服) 里三层外三层：Mùa đông trời rét áo mặc mớ ba mớ bảy vẫn chưa thấy ấm. 冬天寒冷，衣服穿得里三层外三层的，却都不暖。

mớ bẩy mớ ba = mớ ba mớ bẩy

mợ *d* ①舅母 ②[旧] 少奶奶 ③[旧] 妈妈：Con đến đây mợ bảo. 孩子过来听妈妈说。 ④[旧] 孩子他妈 ⑤[旧] 太太

mơi *đg* [口] 诱惑：Dùng gái đẹp để mơi tiền khách. 用美女来骗客人钱。

mơi mới *t* [口] 八成新的：Cái áo trông còn mơi mới. 那衣服看起来还蛮新的。

mời *đg* ①邀请：giấy mời 请帖 ②请用：Mời cơm, bác ạ! 伯伯，请用饭！

mời chào *đg* 招呼，招揽：vồn vã mời chào người mua 热情招揽买主

mời gọi *đg* 召唤，招引：mời gọi đầu tư 招商；Cảnh đẹp quyến rũ đang mời gọi du khách. 迷人的风景在召唤游客。

mời mọc *đg* ①邀请：Tôi là người nhà, không mời mọc gì cũng cứ đến. 我是自己人，不请也自来。②招揽：mời mọc khách hàng 招揽顾客

mời thầu *đg* 招标：mời thầu công trình 工程招标

mới *t* 新的：nhà mới 新房子；lính mới 新兵；tư duy mới 新思维 *p* ①刚刚，方才：mới ăn cơm xong 刚吃过饭 ②才，再：ăn xong mới đi chơi 吃过饭再去玩 *tr* 太：Nó nói mới thú vị làm sao! 他说得太有趣了！ *k* 方，才：Thức khuya mới biết đêm dài. 失眠方知夜长。

mới coong *t* [口] 崭新，全新：quần áo mới coong 崭新的衣服

mới cứng *t* [口] 崭新：tờ giấy bạc mới cứng 崭新的纸币

mới đầu *d* 起初，最初：mới đầu tôi không hiểu 起初我不懂

mới đây *d* 最近：mới đây còn thấy 刚才还看见；Mới đây còn gặp hắn. 最近还碰见他。

mới đó *d* 事隔不久：Mới đó mà đã sắp hết năm học rồi! 没过多久这学期就结束了！

mới khự *t* [口] 崭新：chiếc cặp da mới khự 崭新的皮包

mới lạ *t* 新奇，新颖，新鲜：chuyện mới lạ 新鲜事儿

mới mẻ *t* 崭新，新颖，全新：công việc mới mẻ 全新的工作

mới nguyên *t* 崭新，全新，原装：đôi dép mới nguyên 全新的鞋子

mới phải [口] 原该，才对：Anh nên làm việc đó mới phải. 你该做那件事才对。

mới rồi [口] 刚刚，刚才：Mới rồi chúng tôi còn thấy hắn ở đây. 我们刚刚还看见他在这里。

mới tinh = mới nguyên

mới toanh *t* [口] 簇新，崭新：chiếc xe máy mới toanh 崭新的摩托车

móm₁ *đg* ①喂，哺食：Mẹ móm cơm cho con. 母亲给孩子喂饭。②暗示，诱导：móm cung 诱供

móm₂ *đg* 试做：khâu móm 缝试样；đặt móm thử *đg* xem có vừa không 试装看合不合适

móm₃ *đg* 靠边上：ngồi móm vào giường 坐

在床边上

mớm cung *đg* 诱供

mơn *đg* 轻抚, 抚摩: mơn nhẹ vào chỗ đau 轻抚痛处

mơn man *đg* 轻抚: Gió thổi mơn man mái tóc. 风轻轻地吹抚头发。

mơn mởn *t* 鲜绿, 嫩绿: vườn rau mơn mởn 鲜绿的菜园子

mơn trớn *đg* ①抚慰: vuốt ve mơn trớn 轻抚安慰②讨好: giọng mơn trớn 讨好的口气

mớn *d* ①船舱: thuyền chở không đầy mớn 船运不满舱②吃水量: Tàu quá mớn không vào được cảng. 船超载重进不了港。

mớn nước *d* 吃水量

mớp *đg* 撞骗: mắc mớp 受骗

mu *d* ①龟或蟹的背壳: mu rùa 龟背; mu cua 蟹壳②身体凸出之处: mu bàn chân 脚背; mu bàn tay 手背

mù₁ *d* 雾气: mây tạnh mù tan 天晴雾消

mù₂ *t* ①盲, 瞎: mắt mù 眼瞎; người mù 盲人②昏暗, 模糊: trời tối mù 天黑漆漆

mù₃ *p* (味道) 极臭, 极冲: khai mù 尿臊味冲

mù chữ *t* 文盲的: xoá nạn mù chữ 扫盲

mù khơi *t* 遥远: nơi xa tít mù khơi 遥远的地方

mù loà *t* 失明的: bà cụ mù loà 失明的老太太

mù màu *t* 色盲的

mù mịt *t* ①浓: khói bay mù mịt 浓烟滚滚②茫然; 渺茫: tương lai mù mịt 前途渺茫

mù mờ *t* ①昏暗: ngọn đèn mù mờ 昏暗的灯光②含糊: trả lời mù mờ 含糊其辞

mù quáng *t* 盲目的: hành động mù quáng 盲目的行动

mù tạt *d* 芥末

mù tăm *t* [口] 杳无踪影的

mù tịt *t* [口] 毫不知情的, 一窍不通的: Chuyện ấy thì tôi mù tịt. 那件事情我毫不知情。Nhạc thì tôi mù tịt. 我对音乐一窍不通。

mù u *d* 琼崖海棠

mủ *d* ①脓: căng mủ 灌脓; nhọt mưng mủ 疮化脓②[方] 树脂: mủ cao su 胶汁

mủ mỉ *t* 腼腆: Cậu ấy mủ mỉ như con gái. 他腼腆得像姑娘。

mũ *d* ①帽子: đội mũ 戴帽子②顶盖: mũ đanh 螺帽; mũ nấm 菌盖③次方的简称: A mũ 3. A 的三次方。

mũ bảo hiểm *d* 安全帽

mũ bịt tai *d* 带护耳的鸭舌帽

mũ bơi *d* 游泳帽

mũ cánh chuồn *d* 乌纱帽

mũ cát *d* 帽盔儿

mũ chào mào *d* 橄榄帽

mũ lưỡi trai *d* 鸭舌帽

mũ mãng *d* ① [旧] (古代) 官帽官服②衣冠

mũ mấn *d* 孝帽

mũ miện *d* [旧] 王冕

mũ ni *d* 风帽

mũ ni che tai 置若罔闻 (两耳不闻窗外事)

mũ nồi *d* 贝雷帽

mũ phớt *d* 毡帽, 礼帽, 高帽

mũ tai bèo *d* 荷叶帽

mũ trụ *d* [旧] 头盔

mũ van *d* [机] 气门盖

mụ₁ *d* ①婆娘 (对妇女的卑称): mụ địa chủ 地主婆②[方] 老太婆 (老年丈夫叫老妻) ③接生婆④修女: mụ tu kín 密室修女

mụ₂ *t*; *đg* 头昏脑涨: làm việc nhiều quá mụ cả người 工作过度头昏脑涨

mụ mẫm *t* 昏聩, 迷糊: Học cả ngày lẫn đêm mụ mẫm cả người đi. 日夜不停地学习, 整个人都迷糊了。

mụ mị *t* 迷糊的, 头脑发昏的: đầu óc mụ mị vì lo nghĩ quá nhiều 忧虑过多头脑发昏

mụ o *d* [方] 大姑或小姑 (丈夫的姐姐或妹妹)

M

mụ trùm *d* 鸨母

mua₁ *d* 野牡丹: hoa mua tím hồng 紫红色的野牡丹

mua₂ *đg* ①收买, 采购, 购买, 购置: mua rẻ bán đắt 贱买贵卖②买通, 贿通: công chức bị mua 被买通的公务员③自找, 自寻: mua sầu chuốc não 自寻烦恼

mua bán *đg* 买卖, 交易: mua bán hàng hoá 交易货物

mua buôn *đg* 批购, 批发: phải giữ chữ tín cho khách hàng mua buôn 对批发客户要守信用

mua bưởi bán bòng 诚实做买卖: Ông ta mua bưởi bán bòng. 老先生诚实做买卖。

mua chịu *đg* 赊购, 赊欠: không có tiền thì mua chịu 没钱就赊账

mua chung bán chung *d* 联购联销

mua chuộc *đg* 收买: mua chuộc lòng người 收买人心

mua danh chuộc tiếng 沽名钓誉

mua dâm *đg* 嫖妓: khách mua dâm 嫖妓者

mua đi bán lại *đg* 倒卖, 转手: Chiếc xe được mua đi bán lại nhiều lần. 这辆车被倒卖了好几次。

mua độ *đg* 赌球

mua đường *đg* [口] 走冤枉路: Mình đúng là mua đường, đường thẳng không đi lại đi đường vòng. 我真是走了冤枉路, 直路不走非走弯路。

mua đứt *đg* 买断: Chị ta đã mua đứt số hàng này. 她买断了这批货。

mua đứt bán đoạn 买断卖断

mua gom *đg* 收购: mua gom chè 收购茶叶

mua lẻ *đg* 零购: Cửa hàng này chủ yếu phục vụ cho khách mua lẻ. 该商店主要对顾客提供零购服务。

mua nài bán ép 强买强卖

mua sắm *đg* 采购, 购置: mua sắm dụng cụ gia đình 购置家具

mua sỉ *đg* 批购, 批发: mua sỉ hàng về bán批发货物回来卖

mua việc *đg* 自找 麻烦: Chớ mà mua việc cho khổ thân! 不要自找麻烦!

mua vui *đg* 取乐, 寻乐: mua vui cho thiên hạ 为天下人取乐

mùa₁ *d* ①季: Một năm có bốn mùa. 一年有四季。②季节: mùa mưa 雨季; mùa khô 旱季; mùa nhãn 龙眼季节; mùa cưới 婚季

mùa₂ *t* 秋造: gặt mùa 秋收; lúa mùa 晚稻 *d* 收获: Năm nay triển vọng được mùa. 今年丰收在望。

mùa đắt hàng *d* 旺季

mùa gặt *d* 收割期, 丰收季节: Các nơi đang bước vào mùa gặt. 各地进入了收割期。

mùa lạnh *d* 冷天

mùa lũ *d* 洪水季节, 汛期

mùa màng *d* ①庄稼: Mùa màng năm nay rất tốt. 今年庄稼很好。②农忙: Mùa màng thì ai cũng bận. 农忙季节大家都忙。

mùa rét *d* 冬季

mùa thi *d* 考试期间: Sắp đến mùa thi, học sinh ai cũng bận. 快考试了, 学生都很忙。

mùa thiên văn *d* 季, 季节

mùa vụ *d* ①农时: gieo trồng đúng mùa vụ 不误农时②季节: công việc mang tính chất mùa vụ 季节性的工作

múa *đg* ①舞蹈: vừa múa vừa hát 载歌载舞②舞弄: múa gươm 舞剑 *d* 舞蹈: múa dân tộc 民族舞

múa lân 舞狮子

múa may *đg* [口] ①舞蹈: Già rồi còn múa may hát xướng gì nữa! 老了还跳什么舞, 唱什么歌哟! ②[口] 舞来舞去: Múa may mãi mà chẳng ra trò trống gì. 舞来舞去是搞不出什么名堂来。③[口] 手舞足蹈: tay chân múa may 手舞足蹈

múa mép *đg* [口] 鼓舌, 吹牛, 胡侃: Đến đâu là nó múa mép tới đó. 他走到哪就吹到哪里。

M

múa mép khua môi 卖弄口舌

múa mỏ=múa mép

múa rìu qua mắt thợ 班门弄斧

múa rối *d* 傀儡剧，木偶戏

múa rối nước *d* 水上木偶戏

múa sư tử *d* 舞狮子

múc *đg* 舀: múc nước 舀水

mục₁ [汉] 目 *d* ①栏目: mục bạn đọc góp ý 读者意见栏目②章节，条目: Bài viết chia nhiều mục. 文章分许多章节。③内容: xem xét lại từng mục một 重新审核全部内容

mục₂ *t* 腐烂，朽坏: gỗ mục 朽木

mục đích *d* 目的: nhằm mục đích 目的在于

mục đích luận *d* 目的论

mục đồng *d* 牧童: tiếng sáo của mục đồng 牧童的笛声

mục lục *d* ①目录: mục lục sách 书的目录②书目: tra mục lục hồ sơ 检索档案书目

Mục Nam Quan *d* 睦南关（现友谊关）

Mục Nam Quan

mục nát *t* 腐朽: chế độ phong kiến mục nát 腐朽的封建制度

mục ruỗng *t* 腐朽，腐败，腐烂: cây gỗ mục ruỗng 腐烂的木头

mục sư *d* 牧师

mục tiêu *d* 目标: bắn trúng mục tiêu 击中目标; mục tiêu phấn đấu 奋斗目标

mục trường *d* 牧场

mục từ *d* 词条

mục vịnh *d* 牧咏，田园诗

mui *d* 篷: mui thuyền 船篷; mui xe 车篷

mùi₁ *d* 气味: mùi lạt 味淡

mùi₂ *d* ①味道: ăn cho biết mùi 尝一尝味道②滋味: nếm trải mùi đời 感受生活滋味

mùi₃ *d* 香菜: rau mùi 芫荽

mùi₄ [汉] 未 *d* 未（地支第八位）

mùi₅ *t* [口] 有味道的，好听的: bài ca mùi 好听的歌儿

mùi gây *d* 膻味

mùi gì [口] 毫无意义，不起作用，没有用，不顶事: Nóng thế này mà uống một chén chè nhỏ thì mùi gì. 这么热的天，喝一小杯茶不顶事。

mùi khai *d* 臊气

mùi mẫn *t* (唱诵) 有味道: Giọng ca cải lương rất mùi mẫn. 改良剧唱得非常有味道。

mùi mẽ *d* [口] 味道: Thức ăn nhạt không ra mùi mẽ gì cả. 菜淡得一点都没味道。

mùi mẽ gì=mùi gì

mùi soa *d* 手绢儿: chiếc mùi soa thêu hoa 绣花手绢

mùi thơm *d* 香味

mùi vị *d* 味道，气息: mùi vị thơm ngon 香甜味道; mùi vị núi rừng 山林气息

mủi lòng *t* 心酸，伤感: thấy chuyện thương tâm mà mủi lòng 看到伤心事而伤感

mũi *d* ①鼻子: mũi hếch 朝天鼻; mũi tẹt 塌鼻梁②鼻涕: xì mũi 擤鼻涕③黏液: mũi phân 大便黏液④尖儿: mũi kim 针尖儿; mũi giày 鞋尖; mũi thuyền 船头⑤海角: mũi Cà Mau 金瓯角⑥针数: Mỗi ngày tiêm một mũi. 每天打一针。⑦路，支: Quân ta chia ba mũi thọc sâu vào sào huyệt địch. 我军分三路深入敌人窝点。

mũi cày *d* 铧尖

mũi dãi *d* 鼻涕，口涎: Thằng bé mũi dãi nhớt nhát. 小孩子鼻涕口水哩哩啦啦的。

M

mũi dao *d* 刀锋

mũi dùi *d* 矛头，锋芒：tập trung mũi dùi 集中矛头

mũi đất *d* 岬角

mũi đỏ *d* 酒糟鼻

mũi khâu *d* 针脚，线脚

mũi khoan *d* 钻头

mũi nhọn *d* 尖端：mũi nhọn khoa học 科学尖端

mũi phay *d* 铣刀

mũi ren *d* 丝锥

mũi súng *d* 枪口

mũi tên *d* ①箭头：nhanh như mũi tên 快如箭②箭头符号：mũi tên chỉ đường 指路箭头

mũi tên hòn đạn 飞矢流弹

múi₁ *d* ①瓣：múi bưởi 柚瓣；múi cam 柑瓣②经度区间：múi giờ 时区

múi₂ *d* 物的两端：múi thắt lưng 腰带头

múi cầu *d* 球的剖面

múi chiếu bản đồ *d* 地图经度区间

mum múp *t* 胖乎乎：béo mum múp 圆圆胖胖的

mủm mỉm *t* 微笑的：cười mủm mỉm 微笑

mũm mĩm *t* 丰满，丰润：chân tay mũm mĩm 手脚胖乎乎

múm mím *đg* 抿着嘴：cười múm mím 抿着嘴笑

mun *d* 乌木：đũa mun 乌木筷子 *t* 乌黑：mèo mun 黑猫

mùn₁ *d* 腐殖土：mùn ao 塘泥

mùn₂ *d* 碎末：mùn thớt 砧板泥

mùn cưa *d* 锯末，木屑

mùn *t* 腐朽，朽烂：Bao tải để lâu ngày nát mùn. 麻袋放太久都朽烂了。

mụn₁ *d* 疮：Mụn mọc đầy người. 全身长疮。

mụn₂ *d* ①碎片：mụn bánh 碎饼②儿子，孙子（稀少）：Hai vợ chồng chỉ mong được một mụn con. 夫妻俩只盼着有一儿半女。

mụn cóc *d* 赘瘤

mụn loét *d* 溃疡

mụn nhọt *d* 疮

mụn trọc đầu *d* 癞头疮

mung lung *t* ①漫无边际：suy nghĩ mung lung 漫无边际的遐想②朦朦胧胧：Cánh rừng mung lung dưới màn sương. 山林在薄雾的笼罩下一片朦胧。

mùng₁ *d* 蚊帐：mắc mùng 挂蚊帐

mùng₂ *d*[方] 初（同 mồng）：mùng năm tháng năm 五月初五

mùng quân[方]=bồ quân

mùng tơi=mồng tơi

mủng *d* ①小竹筐：cái mủng đựng lạc 装花生的竹筐②圆底竹舟：chống mủng ra giữa đầm 撑竹舟到水塘中间

muôi *d* 勺子

muồi *t*（孩子睡）很熟，很香：Cháu ngủ đã muồi. 小孩睡熟了。

muỗi *d* 蚊子：hương muỗi điện 电蚊香

muỗi đốt chân voi 无济于事；不痛不痒

muối *d* 盐：canh nhạt muối 汤里没盐味 *đg* 腌：muối dưa 腌咸菜 *t* 腌制的：dưa muối 酸菜；thịt muối 咸肉

muối ăn *d* 食盐

muối bể *d* 海盐

muối biển *d* 海盐

muối bỏ bể[口] 不起作用：Chỉ ngần ấy thì ăn thua gì, chẳng khác gì như muối bỏ bể thôi. 就那么点儿算什么，就像盐扔进海里一样。

muối cất *d* 精盐

muối hột *d* 生盐

muối khoáng *d* 无机盐

muối mặt *đg* 不要脸，觍着脸，厚脸皮：Ai muối mặt như vậy được? 谁能这样死不要脸呢？

muối mè *d* 芝麻盐

muối mỏ *d* 矿盐

muối tầng *d* 盐坨

muối tiêu *d* 椒盐: Thịt gà chấm muối tiêu. 鸡肉蘸椒盐。*t* (头发) 花白

muối tinh chế *d* 精盐

muối vừng *d* 芝麻盐

muội *d* 烟炱: muội than đen sì 煤烟黑乎乎

muỗm₁ *d* 酸杕

muỗm₂ *d* 蚱蜢

muôn *d* ①万: muôn năm 万岁 ②数目很大: muôn người một lòng 万众一心

muôn đời *t* 万世, 永世: lưu danh muôn đời 万世流芳

muôn hình muôn vẻ 多种多样

muôn hình vạn trạng 千姿百态

muôn hồng nghìn tía 万紫千红

muôn kiếp *d* 万劫, 万世: danh thơm muôn kiếp còn ghi 万世流芳

muôn màu muôn vẻ 丰富多彩

muôn miệng một lời 众口一词

muôn muốt *t* 白皑皑, 雪白, 洁白: hàm răng trắng muôn muốt 一口雪白的牙齿

muôn năm *d* 万岁: Hoà bình thế giới muôn năm! 世界和平万岁!

muôn ngàn *d* 千万: Muôn ngàn trái tim hướng về đảng. 千万颗心向着党。

muôn người như một 万众一心

muôn tâu *đg* 启奏: muôn tâu thánh thượng 启奏圣上

muôn thuở *t* 万古, 万世: tiếng thơm muôn thuở 万世流芳

muôn trùng *t* 万重, 重重: vượt qua muôn trùng núi non 越过万重山

muôn vàn *d* 万万, 亿万: khắc phục muôn vàn khó khăn gian khổ 克服多少艰难困苦

muốn *đg* ①欲待, 想要: muốn gì được nấy 要什么, 有什么 ②将要, 快要: Trời muốn mưa. 天快要下雨了。

muộn *t* 迟, 晚: đến muộn 迟到; đi sớm về muộn 早出晚归

muộn màng *t* 迟, 晚: Chuyện ấy đến giờ mới nói thì muộn màng quá. 这件事到现在才说, 实在太晚了。

muộn mằn *t* ①为时过晚的: sự hối hận muộn mằn 为时过晚的悔恨 ②生育晚的: muộn mằn được đứa con 老来得子

muộn phiền=phiền muộn

muông *d* 狗: đem muông đi săn 带狗去打猎

muông thú *d* 野兽: săn bắn muông thú 打猎

muồng *d* 合欢树

muỗng *d* [方] 汤匙

muống *d* 漏斗: đổ dầu bằng muống 用漏斗来倒油

muống lọc *d* 滤斗

muốt *t* 光亮, 细腻: làn da trắng muốt 细腻的皮肤

múp míp *t* [口] 胖乎乎: Thằng bé béo múp míp. 小孩子长得胖乎乎的。

mút₁ *d* 海绵: đệm mút 海绵垫

mút₂ *t* 无尽, 无边: xa mút mắt 一望无际

mút₃ *đg* ①含吮: mút ngón tay 吮手指头 ②夹, 陷: gỗ mút lưỡi cưa 木头夹锯; Chân mút trong bùn lầy. 脚陷在泥沼里。

mụt *d* ① [方] 疮, 痘: nổi mụt 长疮 ②嫩芽: mụt măng 嫩笋; mụt mía 甘蔗芽

mưa *d* 雨: nước mưa 雨水

mưa bão *d* 暴风雨

mưa bay *d* 丝雨: Trời chỉ mưa bay, không ướt áo đâu. 只下丝雨, 不会湿衣。

mưa bom bão đạn 枪林弹雨

mưa bóng mây *d* 过云雨: Mưa bóng mây thì chóng tạnh, đợi một chút hẵng đi. 过云雨很快就停了, 待会儿再走吧。

mưa bụi *d* 毛毛雨

mưa dầm *d* 梅雨: Mưa dầm suốt cả tuần. 梅雨下了一周。

mưa đá *d* 冰雹: Mưa đá phá hoại mùa màng. 冰雹破坏庄稼。

mưa gào gió thét 狂风暴雨: Cuộc đấu tranh

M

dữ dội như mưa gào gió thét. 斗争激烈得如狂风暴雨。

mưa gió *t* 风雨: Mưa gió mỗi lúc một to hơn. 风越吹越猛, 雨越下越大。

mưa giông *d* 大雨, 骤雨, 暴雨

mưa hoà gió thuận 风调雨顺

mưa lũ *d* 山洪雨: đề phòng mưa lũ 预防洪灾

mưa mây *d* [旧] 云雨

mưa móc *d* ① [旧] 雨露② 恩泽: đội ơn mưa móc 沐浴恩泽

mưa nắng *t* 晴雨不测: phòng khi mưa nắng thất thường 要预防晴雨不测

mưa Ngâu *d* 牛郎雨 (指阴历七月上旬的雨, 按民间传说这时是牛郎织女相会之期)

mưa nguồn *d* 山雨

mưa nhân tạo *d* 人工降雨

mưa như trút 瓢泼大雨, 倾盆大雨, 大雨如注

mưa phùn *d* 蒙蒙雨: mưa phùn suốt tuần下了一个星期的蒙蒙雨

mưa rào *d* 阵雨: trời đổ trận mưa rào 阵雨来袭

mưa thuận gió hoà 风调雨顺

mưa to gió lớn 大风大雨

mưa tuyết *d* 下雪

mưa vùi gió đập 风吹雨打

mửa *đg* [口] 呕吐: buồn mửa 想吐

mửa mật *đg* 呕胆汁 (形容劳累): làm mửa mật 干活累得半死

mứa *t* 过剩: tiền bạc cứ thừa mứa ra 钱多到无处花

mức *d* 水平, 程度, 额度: vượt mức kế hoạch 超计划; mức tiêu hao 消耗额; mức sống 生活水平

mức độ *d* 限度, 程度: mức độ trung bình 中等程度

mức nước *d* 水位: mức nước sông lên cao 河水水位上升

mức sống *d* 生活水平: mức sống khá giả 小康水平

mực₁ *d* [动] 墨鱼, 鱿鱼, 乌贼

mực₂ *d* ① 墨, 墨水: mực đỏ 红墨水② 尺度: đúng mực 恰如其分; có chừng mực 有分寸 *t* 黑色的, 黑的: chó mực 黑狗

mực₃ *d* 水平, 程度, 额度

mực đóng dấu *d* 印泥, 印油

mực in *d* 油墨

mực nước *d* 水位: mực nước bình thường 正常水位

mực tàu *d* 书法用墨

mực thước *d* 准绳, 规则, 榜样: lập mực thước cho con cháu làm theo 制定规则让子孙照着做; Anh cả phải làm mực thước cho các em. 大哥要给弟妹做榜样。*t* 本分的, 守规矩的: con người mực thước 本分的人

mực tuộc *d* [动] 真蛸, 章鱼

mưng *đg* 发炎化脓: nhọt mưng mủ 疮化脓

mừng *đg* ① 高兴, 喜悦: Kết quả học tập của các em thật đáng mừng. 同学们的学习成绩实在可喜可贺。② 庆祝, 祝贺: mừng sinh nhật 祝贺生日

mừng công *đg* 庆功: đại hội mừng công 庆功大会

mừng cuống =mừng quýnh

mừng húm *t* 大喜, 喜极, 欢喜: Tin anh sắp về, mẹ con chị mừng húm. 听说你快回来了, 她们母子欢喜极了。

mừng hụt *đg* 空欢喜: Xem đã, kẻo mừng hụt đấy. 看看再说, 省得空欢喜一场。

mừng mừng tủi tủi 悲喜交集

mừng như bắt được vàng 如获至宝

mừng quýnh *đg* 狂喜: Biết được mình đỗ đại học, nó mừng quýnh. 得知自己考上大学, 他狂喜不已。

mừng rỡ *đg* 喜出望外: ai nấy đều mừng rỡ 人人都喜出望外

mừng rơn *đg* [口] 欣喜: Được sếp khen, nó mừng rơn. 被老板夸, 他欣喜不已。

mừng thầm *t* 暗喜, 窃喜, 沾沾自喜, 暗自庆幸: tấp tểnh mừng thầm 沾沾自喜

mừng tuổi *đg* 贺年, 贺岁: mừng tuổi các cháu mấy đồng tiền mới 给孩子几张新钱贺岁

mửng *d* [方] 样 子: Cứ mửng này thì khó thành lắm. 照这样子看来难成。

mươi *d* ①十: hai mươi ngày 二十天 ②十左右: mươi ngày 十来天; Khoảng mươi, mười lăm người. 十到十五个人。

mươi bữa nửa tháng 十天半月

mười *d* 十: mười năm 十年 *t* 多, 圆满: buôn một lãi mười 一本万利; mười phần vẹn mười 十全十美

mười mươi *t* 绝对的, 肯定的, 百分百的: biết chắc mười mươi 肯定知道

mười phần *t* 十分, 完全, 百分之百: Mười phần ta đã tin nhau cả mười. 我们百分之百地相互信任。

mười rằm cũng ư, mười tư cũng gật 人云亦云, 毫无主见

mơn mướt *t* 油亮: lá xanh mơn mướt 油亮的绿叶

mườn mượt *t* 柔顺: mái tóc mườn mượt 柔顺的头发

mướn *đg* ①雇佣: mướn luật sư 请律师; làm mướn 打工 ②租赁: mướn nhà 租房子

mướn công *đg* 雇佣; 请人: mướn công làm giúp 请人帮干活

mượn *đg* ①借用: mượn sách 借书 ②雇佣: mượn thợ gặt 雇人收割 ③假借: mượn tiếng 借名; mượn lí do 借理由; mượn công làm tư 假公济私 ④请人代做: mượn người viết thư 请人代写信

mượn cớ *đg* 找借口: mượn cớ xin nghỉ 找借口请假

mượn gió bẻ măng 借风使舵

mượn mõ *đg* [口] 求 借: Tự làm được thì chẳng muốn mượn mõ ai. 自己能做就不想求别人。

mương *d* 水渠: đào mương 挖沟; Dẫn nước mương vào ruộng. 把水渠的水引到田里。

mương máng *d* 沟渠: gia cố hệ thống mương máng chống hạn 加固抗旱灌溉系统

mường tưởng=mường tượng

mường tượng *đg* 回想, 想象: mường tượng một tương lai tươi đẹp 想象美好的将来

mướp *d* 丝瓜: mướp xào 炒丝瓜 *t* 褴褛: áo rách mướp 衣衫褴褛

mướp đắng *d* 苦瓜

mướp hương *d* 香丝瓜

mướt₁ *t* 柔亮: mái tóc dài đen mướt 乌黑柔亮的长发; cỏ non xanh mướt 绿油油的嫩草

mướt₂ *đg* 汗流如注: đi nắng mướt mồ hôi 走得汗流如注 *t* 辛苦, 艰难: chạy mướt mới kịp 跑得很辛苦才赶上

mướt mát *t* ①安逸, 舒畅, 舒适: làm cho đời thêm mướt mát 让生活更舒适 ②漂亮可爱, 养眼, 中看: Con gái mỗi ngày một mướt mát xinh đẹp. 女儿越长越好看。③多愁善感: con người mướt mát 多愁善感的人

mướt mồ hôi [口] 非常辛苦, 很劳累: Làm mướt mồ hôi mới xong được. 累得半死才干完。

mướt mượt *t* 柔软: Tấm lụa óng chuốt mướt mượt. 这块绸缎光滑柔软。

mượt *t* 光润: lông mượt da trơn 皮光毛滑

mượt mà *t* 柔滑: mái tóc mượt mà 头发柔亮光滑

mượt như nhung *t* 丝绒般柔软的

mứt *d* 果脯, 蜜饯

mưu [汉] 谋 *d* 计谋, 谋策, 计策: bày mưu định kế *đg* 筹谋: mưu phản 谋反

mưu cầu *đg* 谋求: mưu cầu hạnh phúc cho nhân dân 为人民谋求幸福

M

mưu chước *d* 计策: bày đặt lắm mưu chước 献出许多计策

mưu cơ *d* 计谋: làm lộ mưu cơ 计谋被泄露

mưu đồ *đg* ①谋求: mưu đồ hạnh phúc cho dân chúng 为人民谋幸福②图谋: mưu đồ danh lợi 图名谋利 *d* 计谋, 意图: mưu đồ đen tối xấu xa 丑恶阴险的意图

mưu hại *đg* 谋害: mưu hại bạn 谋害朋友

mưu kế *d* 计谋: mưu kế hiểm độc 险恶的计谋

mưu lược *d* 谋略: mưu lược quân sự 军事谋略

mưu ma chước quỉ 诡计多端

mưu mẹo *d* 计谋, 计策: nghĩ ra lắm mưu mẹo 想出很多计策 *t* 多谋的: Lão ta mưu mẹo lắm. 他足智多谋。

mưu mô *d* 阴谋, 诡计: đập tan mọi mưu mô xảo quyệt của kẻ thù 粉碎敌人的阴谋诡计 *đg* 图谋, 意欲: mưu mô làm phản 图谋造反

mưu sách *d* 策略, 谋略

mưu sát *đg* 谋杀: vụ án mưu sát 谋杀案

mưu sâu chước độc 计谋险恶

mưu sĩ *d* 谋士

mưu sinh *đg* 谋生: kế mưu sinh 谋生之计

mưu tính *đg* 谋算: mưu tính chuyện làm ăn 谋算生计

mưu toan *đg* 谋划: mưu toan chiếm dụng công quỉ 谋划挪用公款 *d* 计谋: một lão già lắm mưu toan 一个计谋多端的老头

mưu trí *d* 智谋: dùng mưu trí đánh giặc 用智谋对付敌人 *t* 机智: Cậu bé rất mưu trí. 这小男孩很机智。

M

N n

n,N 越语字母表的第 16 个字母

N ①牛顿（力的单位符号）② [化] 氮的元素符号

na₁ *d* 番荔枝

na₂ *dg* 拖着，拽着，携带：Trời nắng mà na cái áo mưa. 天气那么好还带着雨衣。

Na [化] 钠的元素符号

Na-di *d*[政] 纳粹

na mô 南无（阿弥陀佛）：na mô A Di Đà Phật 南无阿弥陀佛

na ná *t* 相似，有点像：Hai anh em na ná giống nhau. 兄弟俩长得有点像。

na-pan（napalm）*d* 凝固汽油

na-tơ-ri（natrium）*d*[化] 钠

nà₁ *d* 河滩

nà₂ *p*[方] 紧跟，紧随：đánh nà tới 紧跟不放

nà₃ *tr*[方] 呢，呐（语气助词）：Ở đâu nà ? 在哪儿呐？

nà nuột=nuột nà

nả *d*[方] 没多久，没多少：Sức nó thì được bao nả. 他没多少力气。

nã₁ *dg* 集中轰击：nã pháo vào sân bay địch 用炮火集中轰击敌机场

nã₂[汉] 拿 *dg* ①捉拿，捕，抓：truy nã 追捕；nã tù binh 抓俘虏②索要，索讨：nã tiền của mẹ 向妈妈要钱

nã tróc *dg* 拿捕：nã tróc giặc trong rừng 捉拿林子里的敌人

ná *d* ①弩：dùng ná bắn chim 用弩打鸟②篾：chẻ ná để đan rổ 破篾织筐

ná ná *t* 相似的，相像的，大同小异的，差不多的：Hai người ná ná giống nhau. 两个人的相貌差不多。

ná thun *d* 弹弓

nạ dòng *d* 半老徐娘

nác *d* [方] 水：một đọi nác 一碗水

nạc *d* 瘦肉：thịt nạc 瘦肉 *t* 精华的

nách *d* ①腋窝：hôi nách 腋臭；cắp quyển sách ở nách 掖着一本书②旁边，相邻，边缘：nách tường 墙边 *dg* 挟（在腋下），掖：nách một giỏ to 挟着一个大篮子

nách áo *d* 裉

nai₁ *d* 麇鹿 *t* 天真：Thôi đừng có giả nai nữa! 好了，别装天真了！

nai₂ *d* 古代的长颈陶瓷酒坛

nai₃ *dg* ①扎紧，绑紧：nai miệng bao tải 把麻袋扎紧②负重，重荷：nai bao gạo nặng 背着一大袋米

nai lưng *dg* 拼力：nai lưng làm việc 拼力干活

nai lưng cật sức 竭尽全力

nai nịt *dg* 束扎，扎裹：nai nịt gọn gàng 束扎整齐

nài₁ *d* 驯象人或驯马人：anh nài ngựa（年轻的）驯马人

nài₂ *d* 脚扣

nài₃ *dg* 缠磨，苦苦央求：nài mãi mới cho đi 求了半天才让去

nài₄ *dg*[旧] 顾，辞（只用于否定）：chẳng nài khó nhọc 不辞劳苦

nài ép *dg* 胁迫，逼迫，威逼：Nài ép mãi nó mới chịu ngồi xuống. 逼迫半天他才肯坐下。

nài hoa ép liễu [旧] 摧花斫柳（喻摧残女子）

nài nẵng *dg* 恳求，请求：Nài nẵng mãi vẫn chưa được bố cho phép. 恳求了半天，爸爸还是不允许。

nài nẫm=nài nỉ

nài nỉ *dg* 缠磨，哀求：nài nỉ xin đi theo 缠着要一起去

nài xin *dg* 央求，请求：nài xin tha tội 苦苦哀求请恕罪

nải₁ *d* 一把儿，一梳（量词，专指香蕉）：tay xách hai nải chuối 手提着两梳蕉

nải₂ *d* 囊，袋：tay nải 布手袋

nái₁ *d* 毛毛虫：Chạm phải con nái sưng cả tay. 碰到毛毛虫手都肿了。

nái₂ *d* 粗丝：một bó nái 一束粗丝

nái₃ *t* 雌的：lợn nái 母猪；bò nái 牝牛 *d* 牝畜

nái sề *d* 老母猪

nại₁ *d* 盐田

nại₂ [汉] 耐 *đg* 耐

nại phiền *đg* 劳烦，劳驾：nại phiền người ta 劳烦别人

nam₁ [汉] 男 *d* 男性：bên nam bên nữ 男方女方

nam₂ *d*[旧] 男爵（爵位）

nam₃ [汉] 南 *d* ① 南面：Nhà hướng Nam. 房子朝南。② 越南南部：làm việc trong Nam 在南部工作

nam ai *d*[乐] 南哀调（越南顺化民间哀怨的曲调之一）

nam bán cầu *d* 南半球

nam bằng=nam bình

nam bình *d*[乐] 南平调（越南顺化民间优雅的曲调之一）

nam bộ *d* ①南部②越南南部

nam cao *d* 男高音

nam châm *d* 磁，磁铁：nam châm điện 电磁；nam châm móng ngựa 马蹄形磁铁

nam châm thử *d* 磁针

nam chinh bắc chiến 南征北战

Nam Cực *d*[地] 南极：Chim cánh cụt sống ở Nam Cực. 企鹅在南极生活。

nam cực quyền *d*[地] 南极圈

nam giao *d* 京都祭天地坛

nam giới *d* 男性，男人

Nam Kha giấc mộng=giấc mộng Nam Kha

Nam kì *d* [旧] 南圻（法国侵占时期对越南南部之称）

nam kì bắc đẩu 有名无实

nam ngoại nữ nội 男主外，女主内

nam nhi *d*[旧] 男儿：chí nam nhi 男儿之志

nam nữ *d* 男女：tình yêu nam nữ 儿女之情

nam nữ bình đẳng 男女平等

nam phụ lão ấu 男女老幼

nam phương *d* 南方

nam quan=mục nam quan

nam quí nữ tiện 男贵女贱

nam sài hồ *d*[药] 南柴胡

nam sinh *d* 男学生

nam thanh nữ tú 靓男俊女

nam tiến *d* 南进，南下

nam tính *d* ; *t* 男性

nam trầm *d* 男低音：hát giọng nam trầm 男低音唱腔

nam trung *d* 男中音

nam tử *d* 男子

nam tước *d* 男爵

nám=rám

nạm₁ *d*[方] 腩：nạm bò 牛腩

nạm₂ *d*[方] 把，抔：một nạm đất 一抔土

nạm₃ *đg* 镶：Chuôi gươm nạm bạc. 剑把镶白银。

nạm dao *d* 刀柄，刀把

nan₁ *d* 竹篾：quạt nan 竹扇

nan₂ [汉] 难

nan cật *d* 竹篾，篾青，篾条

nan giải *t* 难解的：vấn đề nan giải 难解决的问题

nan hoa *d* 车辐：nan hoa xe đạp 自行车车辐

nan kì số mệnh 命运难测

nan lòng *d* 软竹篾片

nan quạt *d* 扇骨

nan y *t* 难以治愈的，难医治的：Ung thư là chứng bệnh nan y. 癌症是一种难治之症。

nàn *d* 难：mắc nàn 罹难

nản *đg* 灰心，丧气：Thắng không kiêu, bại không nản. 胜不骄，败不馁。

nản chí *đg* 灰心：nản chí ngã lòng 心灰意冷

nản lòng=nản chí

nản lòng nhụt chí 心灰意冷

nán *đg* 耽搁, 逗留: Việc chưa xong phải nán lại mấy ngày. 工作没做完, 再耽搁几天。

nán níu *đg* 磨蹭: nán níu mãi vẫn chưa đi được 磨蹭半天还没走成

nạn [汉] 难 *d* 灾难, 灾害: tai nạn lũ lụt 洪灾; gặp nạn 遇难

nạn dân *d* 难民: cứu giúp nạn dân 救助难民

nạn đói *d* 饥荒

nạn giấy tờ *d* 文牍主义

nạn mù chữ *d* 文盲

nạn nhân *d* 罹难者, 受害者: nạn nhân của chính sách chia rẽ dân tộc 种族歧视的受害者

nang [汉] 囊 *d* 囊, 袋: cẩm nang 锦囊; mao nang 毛囊

nang huỳnh chiếu thư 囊萤照读

nang noãn bào *d* 卵 (巢) 泡

nang noãn tố *d* 卵泡素

nang thũng *d* 囊肿, 水肿

nang thượng thận *d* 肾上腺囊肿

nang viêm *d* 滤泡炎; 毛囊炎

nàng *d* ①姑娘, 娘子②女子第二、第三人称代词: Sao nàng buồn thế? 你为什么闷闷不乐?③ (放在名词前, 表示对年轻女子的敬重): nàng công chúa 公主

nàng dâu *d* 媳妇

nàng hầu *d* [旧] 侍妾

nàng thơ *d* (写诗的) 灵感

nàng tiên *d* 仙姑

nảng *d* [方] 她: Nảng đi trước, chàng theo sau. 她在前面走, 他在后面跟。

náng₁ *d* [植] 裙带兰

náng₂ *d* 撑梁: náng cày 犁撑

náng hoa trắng=náng

nạng *d* 拐杖: chống nạng 拄着拐杖 *đg* 撑, 撬: Nạng thuyền ra giữa sông. 把船撑到河中间。

nanh *d* ①獠牙②嫩芽: hạt giống nứt nanh 种子萌芽③乳牙

nanh ác *t* 狰狞: bộ mặt nanh ác 面目狰狞

nanh móng=nanh vuốt

nanh nọc *t* 险毒, 阴毒, 恶毒: con người nanh nọc 阴毒的人

nanh sấu *d* 交叉, 交错: trồng theo lối nanh sấu 交叉种植

nanh vuốt *d* ①爪牙, 走狗②魔爪: trốn khỏi nanh vuốt của kẻ thù 逃出仇敌的魔爪

nánh *đg* 让, 躲: nánh ra nhường lối đi 避开让路

nạnh₁ *d* 木杈: lấy nạnh chống phên 用木杈子撑竹板

nạnh₂ *đg* 计较, 妒忌: nạnh nhau từng tí một 互相斤斤计较

nao₁ *đg* 灰心, 丧气: gian khổ không nao 艰苦不气馁

nao₂ *d* 哪里, 哪儿, 何处 (同 nào)

nao₃ *t* 缭乱: Nó nghe tin mẹ ốm nặng mà nao lòng. 他得知母亲病重心绪缭乱。

nao lòng *đg* 心绪烦乱, 心乱如麻: đừng nói mà nao lòng 别说了, 心乱如麻

nao lòng rối trí 心烦意乱

nao nao *t* ①焦虑不安: trong lòng nao nao 心里焦虑不安 ②涓涓: dòng nước nao nao 涓涓细流

nao núng *đg* ①惴惴不安: trong lòng nao núng 心里惴惴不安②惴栗, 动摇: không hề nao núng 决不动摇

nao nuốt *t* 烦闷, 烦乱: Sắp phải chia tay lòng nao nuốt. 要分手了心里烦乱。

nao nức = náo nức

nào *d* 何, 哪, 什么: Người nào? 哪一个人? Nơi nào? 什么地方? Khi nào? 什么时候? Người như thế nào? 什么样的人? *p* 岂, 哪会: nào ngờ 岂料 *tr* ①又是…又是…: Nào lợn, nào dê, nào gà đủ cả. 又是猪, 又是羊, 又是鸡, 样样齐全。② (表示邀请、

N

催促或引人注意）: Cố lên nào! 加油啊！

nào đâu 哪里，哪有: Tôi nào đâu có biết？我哪儿知道？

nào hay 岂知，谁知，谁想到，哪知道: Nào hay sự việc lại ra như thế！谁料事情会这个样子！

nào là 又是…又是…: nào là nam, nào là nữ 男的，女的

nào ngờ 岂料，不料: Nào ngờ anh lại đến nông nỗi này！哪曾想你会成这个样子！

não₁ [汉] 脑 d 脑: động mạch não 脑动脉

não₂ [汉] 恼 đg；t 烦恼: mua não chuốc sầu 自寻烦恼

não gan não ruột 心烦意乱

não lòng t 令人烦恼的: Đừng khóc nữa, nghe não lòng lắm！别哭了，听着心烦！

não lực d 智力: não lực hơn người 智力过人

não nà = não nuột

não nề t 烦恼的，忧愁的，感伤的: cảnh tượng não nề thương tâm 令人感伤的景象

não nùng t 烦恼的，感伤的: vẻ mặt não nùng 满脸忧伤

não nuột t 悲伤的，忧郁的: tiếng đàn não nuột 悲伤的琴声

náo [汉] 闹 đg 闹，闹腾，喧闹，骚动: Vụ cướp làm cả chợ náo lên. 抢劫案骚动了整个集市。

náo động đg 骚动，震动: lòng dân náo động 民心骚动

náo loạn đg 闹腾: Hai người cãi nhau làm náo loạn cả xóm. 两人吵架把整个村子都闹腾起来。

náo nhiệt t 热闹: Ngày hội náo nhiệt lắm！节日里很热闹！

náo nức t 兴高采烈，欢腾: náo nức chuẩn bị cho năm học mới 兴高采烈地准备新学年

nạo đg 刮，挖: nạo cùi dừa 刮椰子片；nạo vỏ khoai sọ 刮芋头皮 d 掏挖的工具: cái nạo 挖子

nạo thai d [医] 刮宫，打胎

nạo vét đg ①掏刮: nạo vét nồi cơm 刮饭锅 ②疏浚: nạo vét sông ngòi 疏浚河流 ③搜刮: nạo vét của dân 搜刮民脂民膏

napalm (na-pan) d 胶化汽油，凝固汽油

náp-ta-len(naphthalene) d [化] 萘

nạp₁ đg 填装: Súng đã nạp đạn. 子弹已上膛。

nạp₂ [汉] 纳 đg 缴纳: nạp thuế 纳税

nạp điện đg 充电: nạp điện cho ắc qui 给电瓶充电

nát₁ đg [方] 吓 唬: giả làm ma nát người 装鬼吓人

nát₂ t ①稀烂: thịt nát xương tan 粉身碎骨；Cơm nấu nát quá！饭煮得太烂了！②残败，腐败，腐朽，坏: chính trị nát 腐败的政治；Còn lại toàn đồ nát. 剩下的全是坏的。

nát bàn = niết bàn

nát bét t 稀烂，糜烂: Rau bị dẫm nát bét. 菜被踩得稀烂。

nát cửa tan nhà 流离失所

nát da lòi xương 皮开肉绽

nát dừ t 糜烂: Gà hầm nát dừ. 鸡炖得很烂。

nát đá phai vàng 玉石俱焚

nát đởm kinh hồn 胆战心惊

nát gan t 心碎的，伤透了心的: Con cái hư hỏng làm cho cha mẹ nát gan. 子女学坏，父母伤透了心。

nát giỏ còn tre 留得青山在，不怕没柴烧

nát ngọc liều hoa 香消玉殒

nát ngọc tan vàng = nát đá phai vàng

nát nước t 想尽办法的: Nghĩ nát nước rồi chỉ còn mỗi cách ấy thôi！想尽了办法，只好这么办了！

nát óc t 绞尽脑汁的: Em nghĩ nát óc mà không làm được bài toán này. 我绞尽脑汁都做不出这道数学题。

nát rượu t 烂醉的，酗酒的: Chấp gì kẻ nát rượu. 别与酗酒的人计较。

nát thịt tan xương = tan xương nát thịt

nát tươm *t* 破烂不堪: quần áo nát tươm 衣服破烂不堪

nát vụn *t* 粉碎: Hòn đá bị nghiền nát vụn. 石头被碾得粉碎。

nạt *đg* ①欺侮，欺负，欺凌: nịnh trên nạt dưới 谄上欺下②吓唬，威吓: nạt trẻ im không được khóc 吓唬小孩不许哭

nạt nộ *đg* 呵斥，恫吓: nạt nộ trẻ con 呵斥小孩儿

natrium (na-tơ-ri) *d* 钠

náu *đg* 藏身，匿身，藏匿: náu mình trong hang 藏匿在山洞里

náu ẩn=ẩn náu

náu hình ẩn tích 销声匿迹

náu mặt *đg* 幕后指使

nay *d* ①今天，今日，如今: từ xưa đến nay 从古至今; năm nay 今年; sáng nay 今早; trưa nay 今天中午②现在: nay công bố 现在公布

nay đây mai đó 居无定所

nay đợi mai trông 日盼夜盼

nay lần mai lữa 拖延时日

nay mai *d* 不日，不久的将来: Vấn đề này nay mai sẽ rõ. 不日将弄清楚这个问题。

nay tát đầm, mai tát đìa, ngày kia giỗ hậu 一天拖一天

nay tỏi mai hành=bẻ hành bẻ tỏi

này *d* ①这个: người này 这个人②本: tháng này 本月③此: giờ phút này 此时此刻 *c* (用以呼唤或提醒注意): Này, anh hãy đứng lại! 喂！你站住！*tr* (用以列举多样事物): Này kẹo, này bánh, này chè, này thuốc lá đủ cả. 糖呀，糕点呀，茶呀，烟呀样样都有。

này khác *d* [口] 这…那…: Bà ta hay nghi ngờ này khác. 她总爱怀疑这怀疑那。

này nọ *d* 这 (样) 那 (样): đòi hỏi này nọ 要这要那

nảy₁ *đg* 生，发，萌生: Cây nảy mầm. 树木萌芽。

nảy₂ *đg* 弹，蹦，跳: giật nảy mình 吓了一跳; Quả bóng nảy lên. 皮球蹦了起来。

nảy chồi đâm lộc=đâm chồi nảy lộc

nảy đom đóm *t* 眼冒金星: Bị đấm một cú mắt nảy đom đóm. 被打了一拳眼冒金星。

nảy lửa *t* 猛烈，激烈: cái tát nảy lửa 重重的一巴掌; cuộc tranh cãi nảy lửa 激烈的争吵

nảy mầm *đg* 萌芽，发芽: Hạt giống nảy mầm trong đất. 种子在地里发芽。

nảy nòi *đg* (坏毛病) 突然冒出: Lại nảy nòi cái tính ích ki này! 又突然冒出自私这种坏毛病来了呐！

nảy nở *đg* ①萌生，生长，繁殖: cây cối nảy nở 树木生长②发达，涌现，辈出: nhân tài nảy nở 人才辈出

nảy sinh *đg* 滋生，出现: nảy sinh ra những tư tưởng không hay 滋生不良思想

nãy *d* 刚才，方才: từ nãy đến giờ 从刚才到现在

nãy giờ *d* [口] 刚才，方才: Nãy giờ có ai tìm tôi không? 刚才有人找我吗？

nạy *đg* 撬: nạy cửa 撬门; nạy hòm 撬箱子

nắc nẻ *d* 大飞蛾

nắc nỏm₁ *đg* 忐忑: nắc nỏm chờ kết quả thi 忐忑不安等考试结果

nắc nỏm₂ *đg* 赞不绝口: nắc nỏm khen mãi 称赞不已

nặc=nồng nặc

nặc danh *đg* 匿名: thư nặc danh 匿名信

nặc nặc=nằng nặc

nặc nô *d* ①[旧] 职业追债人②泼妇

năm₁ *d* ①年: sang năm 明年; cuối năm 年尾; sáu tháng đầu năm 上半年②年度: năm tài chính 财政年度

năm₂ *d* 五: năm ngày 五天

năm ánh sáng *d* 光年

năm âm lịch *d* 阴历年

năm ba *d* 几, 数, 三五: chỉ có năm ba người 只有几个人

năm bà ba chuyện 三个女人一台戏

năm bảy *d* 几, 数, 五六: phải mất năm bảy năm nữa 要花几年时间

năm bè bảy bối=năm bè bảy mối

năm bè bảy búi=năm bè bảy mối

năm bè bảy mảng=năm bè bảy mối

năm bè bảy mối ①四分五裂: nội bộ chia làm năm bè bảy mối 内部四分五裂 ②千头万绪: Đầu óc năm bè bảy mối. 脑子里千头万绪。

năm bè bảy phái=năm bè bảy mối

năm cha ba mẹ 各种各样, 混杂: hình thức tổ chức năm cha ba mẹ 组织形式杂乱

năm chắp bảy nối 情缘曲折

năm châu bốn biển 五洲四海

năm chìm bảy nổi 沉浮不定

năm chừng mười hoạ=năm thì mười hoạ

năm cơm bảy cháo 阅历丰富

năm cùng tháng hết=năm cùng tháng tận

năm cùng tháng tận 年终岁尽; 年关在即

năm dương lịch *d* 阳历年

năm đói *d* 荒年

năm đợi mười chờ 苦苦等待

năm đợi tháng chờ 长期等待

năm hết tết đến 岁终年至

năm học *d* 学年

năm khi mười hoạ=năm thì mười hoạ

năm kia *d* 前年

năm kìa *d* 大前年

năm lần bảy lượt 三番五次: Động viên tới năm lần bảy lượt nó mới chịu nhận lời. 三番五次地动员他才肯接受。

năm lần mười lượt=năm lần bảy lượt

năm lừa bảy lọc 千方百计行骗

năm mới *d* 新年: Chúc mừng năm mới ! 新年快乐!

năm nắng mười mưa 沐风栉雨

năm nắng mười sương 早出晚归

năm ngày ba tật 三天两头儿生病

năm ngân sách *d* 财政年度

năm ngoái *d* 去年

năm người mười điều 人多嘴杂

năm nhuận *d* 闰年

năm sau *d* 下一年, 第二年, 来年

năm tàn tháng lụn 风烛残年

năm tận tháng cùng=năm cùng tháng tận

năm tháng *d* 岁月

năm thê bảy thiếp 三妻四妾

năm thì mười hoạ 偶尔

năm tiền có chứng, một quan có cớ ①有据可查 ②有钱能使鬼推磨

năm toà bảy đụn 富足人家; 家大业大

năm tới *d* 来年

năm tuổi *d* 本命年

năm vạc tháng cò 披星戴月

năm xung tháng hạn 凶险期 (迷信)

nằm *đg* ①躺, 卧: nằm viện 住院 ②位于, 处于, 处在: Căn nhà nằm ở trung tâm thành phố. 房子位于市中心。③在…范围内: nằm trong kế hoạch 5 năm lần thứ 10 在 "十五" 计划范围内

nằm bẹp *đg* 卧床不起: ốm nằm bẹp ở nhà 患病卧床在家

nằm bờ ngủ bụi 风餐露宿

nằm chết gí 停滞不前: Công trình cứ nằm chết gí một chỗ. 工程毫无进展。

nằm cuộn chiếu *đg* 蜷卧

nằm dài *đg* 趴窝儿, 窝在家: suốt ngày nằm dài ở nhà 整天在家窝着

nằm đất *đg* 打地铺: Trời nóng, cho bé nằm đất. 天热, 让孩子打地铺。

nằm gai nếm mật 卧薪尝胆

nằm khàn *đg* [口] (整天) 无事可做, 闲得慌: Hắn nằm khàn đọc báo suốt ngày. 他成天躺着看报无事可做。

nằm khèo *đg* 蜷卧, 闲居: nằm khèo ở nhà 蹲在家里

nằm khểnh *đg* 悠闲地躺着: nằm khểnh hóng mát 悠悠然地躺着乘凉

nằm khoèo=nằm khèo

nằm không *t* 单身的, 未婚的: Lắm mối tối nằm không. 人多做媒守空房。

nằm mê =nằm mơ

nằm mơ *đg* (做梦) 梦到, 梦见: nằm mơ gặp bạn cũ 梦见老朋友

nằm ngang *đg* 横跨, 横贯

nằm ngửa ăn sẵn 衣来伸手饭来张口

nằm ổ *d* 坐月子

nằm sương gối đất 幕天席地

nằm vạ *đg* 耍赖: Thằng vô lại nằm vạ bắt đền. 这个无赖耍赖要赔偿。

nằm vùng *đg* 潜伏: nằm vùng trong lòng địch 潜伏在敌人中

nằm xuống *đg* 倒下, 死去: Ông ấy đã nằm xuống từ năm đói. 老先生在饥荒年时倒下了。

nắm *đg* 抓, 掌握: nắm chính quyền 掌权 *d* ①一把 (一握的量): một nắm đất 一把土 ②拳头: to bằng nắm tay 大如拳头

nắm bắt *đg* 领会, 抓住: nắm bắt tinh thần hội nghị 领会会议精神; nắm bắt cơ hội 抓住机会

nắm bóp *đg* ①揉, 捏, 握: nắm bóp quả bóng 揉捏皮球②按摩, 推拿: nắm bóp chỗ tay bị sưng 揉捏红肿的手

nắm chắc *đg* ①抓紧, 握紧, 紧紧掌握: nắm chắc thời cơ 抓紧时机②掌握: nắm chắc tình hình 确实掌握情况

nắm đằng chuôi *đg* 掌握主动: Bất kể thế nào cũng phải nắm đằng chuôi! 无论如何都要掌握主动!

nắm đấm *d* 拳头

nắm giữ *đg* 把持: nắm giữ quyền thế 把持权势

nắm nắm nớp nớp 战战兢兢; 提心吊胆

nắm nớp *t* 忐忑: Nắm nớp trong lòng không

yên tâm. 心里忐忑不安。

nắm tay *đg* ①握手: nắm tay nhau 互相握手②握拳 *d* 拳头: to bằng nắm tay 大如拳头

nắm tận tay, day tận mặt 人赃俱获

năn *d* 荸荠

năn nỉ *đg* 恳求, 央求, 苦求: năn nỉ mãi mới cho đi 多次恳求才让去

năn nì =năn nỉ

nắn *đg* ①捏: Nắn xem rắn hay mềm. 捏一捏看是硬还是软。②矫直, 矫正: nắn vành xe 矫正车辐

nắn bóp *đg* 按摩, 推拿: nắn bóp bả vai 按摩肩膀

nắn nót *đg* ①使端正, 使整齐: viết nắn nót từng nét 端正地书写每一笔②修饰, 润色: nắn nót câu văn 修饰文句

nắn xương *đg* 正骨: Ngã quẹo tay phải tìm thầy nắn xương. 手摔崴了找医生正一下骨头。

nặn *đg* ①塑造: nặn tượng 塑像②捏造: nặn chuyện 捏造事实③挤: nặn sữa 挤奶④榨取: nặn tiền 榨取财物

nặn chuyện *đg* 造谣生事, 编造: hay nặn chuyện 爱造谣

nặn óc *đg* 绞尽脑汁: nặn óc tìm biện pháp giải quyết 绞尽脑汁想出解决的办法

năng₁ [汉] 能

năng₂ *p* 经常, 常常: năng viết thư về nhà 经常写信回家

năng ăn hay đói, năng nói hay nhầm 病从口入, 祸从口出

năng động *t* ①有能动性的, 有活力的: Anh ấy rất năng động. 他很有活力。②好动的: Đứa trẻ rất năng động. 这个孩子很好动。

năng khiếu *d* 天赋, 本能: Đứa bé này có năng khiếu về toán. 这孩子有数学天赋。

năng lực *d* 能力: năng lực tổ chức 组织能力

năng lượng *d* 能量: năng lượng nguyên tử 原子能; năng lượng hiệu quả cao 高效能源

năng lượng hạt nhân 核能

năng may hơn dày giẻ 勤劳能致富

năng nhặt chặt bị 积少成多

năng nổ t 有干劲的: làm việc năng nổ 做事有干劲

năng suất d ①效率, 功率, 功效: năng suất lao động 劳动效率②单位面积产量: năng suất lúa 水稻单产

năng nặc p 死缠活缠地: Sao mới ở được mấy ngày đã năng nặc đòi về? 怎么才住不了两天就死缠活缠地要回去了?

nằng nặng t 有点重的: Cái túi này hơi nằng nặng. 这个袋子有点重。

nắng d 阳光: nắng trưa hè 夏日正午的阳光; Nắng rọi vào nhà. 阳光照进屋里。 t; đg ① (天) 放晴: trời nắng 天放晴②晒: nắng như đổ lửa 骄阳似火

nắng lửa d 烈日: trang trang nắng lửa 炎炎烈日

nắng mới d 换季时节 (每个季节的第一次晴天): Nắng mới dễ ốm. 换季时节易得病。

nắng mưa d 风风雨雨: Trải qua bao nắng mưa mới có ngày hôm nay. 经过多少风雨才有今天。

nắng nóng t (天气) 酷热, 炎热: đợt nắng nóng kéo dài 持续的晴热天气

nắng nực t 晒而闷热的: Trưa hè nắng nực. 夏天中午又晒又闷热的。

nắng quái d (落日) 余晖, 夕阳: nắng quái chiều hôm 落日余晖

nắng ráo t 晴朗: trời nắng ráo 晴朗的天气

nắng trời d 晴天: Hôm nay nắng trời. 今天晴天。

nắng xiên khoai d (直射的) 烈日: Nắng xiên khoai kéo dài bóng cây cau trên mảnh sân đất. 直射的烈日拉长了地平线上槟榔树的影子。

nặng₁ d 重声符 (越语声调符号, 标为 ".")

nặng₂ t ①沉, 重: Cân thử xem nặng bao nhiêu? 称一下看有多重?②深重, 深厚: tình sâu nghĩa nặng 情深义重③着重, 偏重: nặng về hình thức coi nhẹ nội dung 重形式, 轻内容④注重, 重视: nặng lời hứa 重诺言⑤浓重: Giọng miền Trung nặng và khó nghe. 中部口音重且难懂。

nặng cân t 水平高的, 分量重的: Giải pháp này có vẻ nặng cân hơn. 这个方法水平较高。

nặng chân nặng tay 粗手笨脚, 毛手毛脚

nặng đầu t 头重的, 脑子发涨的: Nghĩ nhiều nặng đầu. 想得多, 脑子发涨。

nặng đòn t (打击) 沉重的: bị đánh nặng đòn 被沉重打击

nặng è t 过重的: gánh nặng è 挑得过重

nặng gánh t 负担重的: nặng gánh gia đình 家庭负担重

nặng kí=nặng cân

nặng lãi t 重利的, 高利息的: cho vay nặng lãi 高利贷

nặng lòng t 情重, 意重: nặng lòng vì nước vì non 为国分忧情意重

nặng lời t ①遵守的: hứa hẹn nặng lời 信守的诺言②言语过重的: nặng lời với em 对弟妹话说得太重

nặng mặt t ①脸浮肿的②沉下脸的, 拉下脸的: hơi tí đã nặng mặt 动不动就拉下脸来

nặng mặt sa mày 拉长着脸

nặng mùi t 刺鼻的, 味重的: Nước mắm nặng mùi quá xá! 鱼露的味道太大了!

nặng nề t ①沉重, 繁重, 艰巨: nhiệm vụ nặng nề 任务艰巨②沉闷, 沉重, 严肃: Không khí buổi họp nặng nề. 会议气氛沉闷。

nặng nhọc t 沉重, 繁重: công việc nặng nhọc 繁重的劳动

nặng nợ t 亏欠的, 负疚的, 割舍不下的: nặng nợ với quá khứ 对过去有沉重的负疚感

nặng tai t 重听的, 耳朵背的: người già nặng tai 老人耳背

nặng tay *t* ①沉,重手: Quả táo nặng tay thì ngon hơn. 重手的苹果比较甜。②手重: Anh ta nặng tay làm gãy đòn gánh. 他手重弄断了扁担。

nặng tình *t* 情深的: Hai người rất nặng tình với nhau. 两人感情很深。

nặng trịch *t* 沉甸甸: bao gạo nặng trịch 米袋沉甸甸

nặng trình trịch=nặng trịch

nặng trĩu *t* 沉坠坠: Cây nặng trĩu những quả. 树上挂满了果子。

nắp *d* 盖子: nắp hộp 盒盖

nắt *đg* ①(昆虫尾部)向下钩动: Chuồn chuồn nắt nước. 蜻蜓点水。②兽类或虫类交尾

nấc₁ *d* ①刻度,刻痕: Chai có nhiều nấc. 瓶子上有刻度。②级,层: nấc thang 梯级; nhiều nấc thủ tục 多道手续③阶段,段落: Nhà xây kéo dài mấy nấc vẫn chưa xong. 房子停了好几回还没盖好。

nấc₂ *đg* 嗝噎: khóc nấc lên 抽噎; bị nấc 打嗝

nấc cụt *đg* 连续打嗝: Nấc cụt có phải là bệnh? 连续打嗝是疾病吗?

nâm *t* ①喃喃: nâm ni nói thầm 喃喃低语 ②不愿动弹的: nằm nâm 躺着不愿动

nầm *d* 腩肉

nầm nập *t* 喧闹,熙熙攘攘: Người nầm nập trên đường. 路上行人熙熙攘攘。

nấm *d* ①菇,菌,蘑菇: vào rừng hái nấm 进山采蘑菇②冢: nấm mồ 坟堆

nấm hương *d* 香菇

nấm mả *d* 坟墓

nấm men *d* 酵母菌

nấm mèo *d* 木耳

nấm mốc *d* 霉菌

nấm mối *d* 白蚁巢

nấm mỡ *d* 花菇

nấm rơm *d* 草菇

nấm sò *d* 凤尾菇

nậm *d* 酒嗉子

nân *t* 丰满而结实的: bắp thịt nân nân 肌肉丰满结实

nần *d* 小疙瘩: Da nổi nần. 皮肤上长小疙瘩。

nần nẫn *t* 丰满而结实的: chân tay nần nẫn những thịt 四肢肌肉发达

nấn *đg* ①拖延,耽搁: nấn lại vài hôm 耽搁几天②矫正,正: nấn lại cho thẳng 掰正了

nấn ná *đg* 拖宕,拖延,磨蹭: nấn ná không chịu đi 磨磨蹭蹭不肯走

nâng *đg* ①举起: nâng bổng chú bé lên 把小孩举起来②托起: nâng bóng cho đồng đội đập 托起球让队友扣(球)③扶起: nâng đứa nhỏ bị ngã 把摔倒的孩子扶起来

nâng cao *đg* 提高: nâng cao chất lượng 提高质量

nâng cấp *đg* 升级: nâng cấp hệ thống tưới tiêu 升级灌溉设施

nâng cốc *đg* 举杯: nâng cốc chúc mừng 举杯祝贺

nâng đỡ *đg* 扶持,扶助,帮扶: nâng đỡ các huyện nghèo phát triển kinh tế 扶持贫困县发展经济

nâng giá *đg* 提价: nâng giá một số mặt hàng 部分商品提价

nâng giấc *đg* 悉心照料: nâng giấc người cha già ốm yếu 悉心照料体弱多病的老父亲

nâng như nâng trứng, hứng như hứng hoa 含在嘴里怕化了,捧在手里怕摔了

nâng niu *đg* ①爱不释手: nâng niu tấm ảnh 手捧着相片爱不释手②珍惜,珍爱: nâng niu đứa bé mồ côi 悉心抚养孤儿

nấp *đg* 躲藏: nấp trong bụi cây 躲在树丛里

nấp bóng *đg* 躲在背后

nâu *d* 薯莨 *t* 棕色: vải nâu 棕色布

nâu nâu *t* 淡棕(色)

nâu non *t* 浅棕(色)

nâu sồng *t* 棕褐(色) *d* 棕褐色服饰: mặc áo nâu sồng 穿着褐色衣服

nẩu *d* 它,其,那厮: Nẩu mà làm gì được? 那

厮能干什么？

nẩu *t* 软烂：chín quá hoá nẩu 熟到软烂

nẩu ruột *t* 痛心：thương đến nẩu ruột 爱到心痛

nẩu nà *t* 痛楚：nẩu nà gan ruột 痛彻心扉

nấu *đg* 煮，烹：nấu cơm 煮饭

nấu ăn *đg* 做饭：Tối nay anh ấy phải tự mình nấu ăn. 今晚他得自己做饭。

nấu bếp *đg* 烹饪，烹煮，当厨：nấu bếp cho nhà hàng 给饭店当厨

nấu nung *đg* 燃烧，煎熬：cái sầu nấu nung trong lòng 忧愁如煎

nấu nướng *đg* 烹饪：Chị ấy có tài nấu nướng. 她善于烹饪。

nấu sử sôi kinh 十年寒窗：Sau mười năm nấu sử sôi kinh, ông đã đỗ cử nhân. 十年寒窗他终于考取了举人。

nây *d* 囊膪：Nhiều tiền ăn thịt, ít tiền ăn nây. 有钱就吃瘦肉，没钱就吃囊膪。*t* 肥胖；圆大：quả mít nây đều 圆滚滚的木菠萝

nầy=này

nẩy₁ *đg* 生，发，萌生（同 này）

nẩy₂ *đg* 弹起，跳起：quả bóng nẩy lên cao 球跳得老高；giật nẩy mình 吓一跳

nẩy nở =nảy nở

nẩy sinh *đg* 产生

nẫy=nãy

nấy₁ *d* ①用来泛指某人、某事：có gì ăn nấy 有什么就吃什么②（与 nào 连用，表示所指的人或事与前面提到的人与事的性状相似）：Cha nào con nấy. 有其父必有其子。③（与 nào 连用，表示全体，无一例外）：Người nào người nấy vui vẻ. 人人都愉快。

nấy₂ *đg* 交给，授予：nấy chức 授予职务；nấy việc 交给工作

nậy₁ *đg* [方] 撬：nậy cửa vào nhà 撬门入室

nậy₂ *t* 大，庞大：nuôi heo mau nậy 养猪（养）大得快

NCS =nghiên cứu sinh [缩] 博士研究生

NĐ =nghị định [缩] 决议

Ne [化] 氖的元素符号

ne *đg* [方] 赶（鸡鸭等）：ne gà 赶鸡

ne nép *đg* 依靠：tìm người có chức quyền để ne nép 找个有权势的人依靠

ne nét *đg* 苛求，过分要求：ne nét với lũ trẻ 对孩子们过分要求

nè *c* [方] 喂，唉，呐：Nè, đi nhanh lên! 喂，快点走! Ở đây nè! 在这儿呢!

nẻ₁ *đg* 张裂，裂成纹路：Đất nẻ vì nắng hạn. 干旱使地都开裂了。

nẻ₂ *đg* ① [口] 猛抽，鞭打：nẻ cho mấy phát 狠狠地抽了几鞭② [口]（用细长物）弹：Thợ mộc nẻ dây mực. 木匠弹墨线。

né *đg* ①闪避：né về một bên 闪到一边② [方] 躲避：né vào rừng 躲进林子里

né khỏi *đg* 避开：né khỏi cho người khác đi qua 避开让别人过去

né tránh *đg* 躲开，躲避：né tránh mọi người 躲避众人；né tránh vấn đề 躲避问题

nem *d* ①肉粽子②春卷

nem chua *d* 酸肉粽子

nem công chả phượng 山珍海味；美味佳肴

nem lụi *d* 烤丸子

nem nép *đg* 缩头缩脑：sợ nem nép 怕得缩成一团

nem rán *d* 炸春卷

nem rế *d* 网皮春卷

ném *đg* 抛，掷，扔，投：ném đá 掷石头；ném rổ 投篮；ném đĩa 掷铁饼；ném lao 掷标枪；ném tạ 掷铁球

ném chuột còn ghê chạn bát 投鼠忌器

ném chuột vỡ chum 不顾后果，得不偿失

ném đá giấu tay 背后捣鬼；使绊儿

ném tiền qua cửa sổ 挥霍无度

ném tiền xuống ao nào được xem tăm 白费钱

nen *đg* 楔：nen chặt 楔紧

nén₁ *d* 炷：thắp ba nén hương 烧三炷香

nén₂ *d* 十两（旧时计量单位，约合 375 克）：

hai nén 二十两锭

nén₃ *đg* ①压：nén hơi 压缩空气②腌：cà nén 腌茄子③压抑，克制：nén giận 压住火气

nén lòng *đg* 压抑，自制，克制：nén lòng chờ đợi 耐心等待

neo₁ *d* 锚：thả neo 抛锚 *đg* ①停泊：Neo thuyền vào bến để tránh bão. 船停泊在码头以避台风。②扣住：Số tiền ấy còn bị neo lại. 那笔款还被扣住。

neo₂ *t* 短缺的，单薄的：nhà neo người 家里人手短缺

neo bấn *t* 孤寡贫穷：cảnh nhà neo bấn 孤寡贫穷的家境

neo đơn *t* 孤寡：cụ già neo đơn 孤寡老人

nèo *đg*[口] 苦苦要求，央求：nèo mẹ cho tiền 求妈妈给钱

nèo nàng *đg* 苦求，死缠：nèo nàng cho bằng được mới thôi 死缠到答应为罢休

nèo nặc *đg* 苦苦哀求：Cậu bé nèo nặc đòi mua quả bóng. 男孩子死缠着要买皮球。

nẻo *d* ①路径，途径：chỉ nẻo 指路② [旧] 时候，时光：nẻo xưa 过去的时光

nẻo đường *d* 路途，道路

néo *d* ①绞棍②拴绳 *đg* 绞紧：già néo đứt dây 物极必反

nép *đg* 回避，闪避，躲避，依偎：nép vào một bên 躲到一边

nép nép *t* 拱腰缩背，缩头缩脑（常读作 nem nép）：đứng nép nép vào một chỗ 缩头缩脑地站在一边

nẹp *d* 镶边：nẹp quần 裤腰；nẹp rổ 竹筐边 *đg* ①捆边，收口：nẹp miệng cái rổ 给竹筐收口②卡，夹：nẹp báo 夹报纸

nẹp nia *d* 毒蛇的一种

nét₁ *d* ①笔画：Chữ này nhiều nét. 这个字的笔画很多。②笔墨，文笔：Chỉ vài nét mà tả rất sống động. 只用几笔就描写得很生动。③要点，要领：nét chính của bài văn 文章的要点④面部表情，轮廓，线条：nét

mặt vui 面有喜色

nét₂ *t* 清晰，清楚：Tấm ảnh này rất nét. 这张相片很清楚。

nẹt *đg* 训斥，吓唬：nẹt cho nó một trận 训斥他一顿

nê-ông (neon) *d* 氖：đèn nê-ông 霓虹灯

nề₁ *d* 盐场

nề₂ *đg* 抹灰，干泥水活儿：thợ nề 泥水匠

nề₃ *đg* 浮肿：chân tay bị nề 手足浮肿

nề₄ *đg* 畏，辞：chẳng nề khó nhọc 不辞辛劳

nề hà *đg* 不畏，不辞辛劳：Việc khó mấy cũng chẳng nề hà. 不管事情有多难都不退缩。

nề nếp=nền nếp

nể *đg* ①容情，看情面，迁就：nể bạn phải đi 看在朋友的份上只好去了② [口] 佩服，尊重：nể người trên 尊重上级

nể mặt *đg*[口] 迁就，给面子：Nể mặt bạn mình mới đến đây. 看在你的面子上我才来的。

nể nang *đg* 迁就，容情，碍于情面：nể nang không dám nói 碍于情面不敢说

nể sợ *đg* 惧怕：chẳng hề nể sợ ai cả 谁都不惧怕

nể trọng *đg* 敬重：nể trọng nhân tài 敬重人才

nể vì *đg* 敬畏：được bạn bè nể vì 被朋友所敬畏

nệ *đg* ①拘泥：nệ theo lối cũ 拘泥于旧的方法②固守，墨守

nệ cổ *đg* 迂腐

nêm₁ *d* 楔子 *đg* 楔：nêm cho chặt 楔紧

nêm₂ *đg*[方] 添加（盐、鱼露等调味料）：nêm ít muối 加一点盐

nêm chốt *d* 门闩

nếm *đg* 尝味：nếm canh 尝尝汤的味道②尝过，经过，经历：nếm mùi cay đắng 饱尝艰辛

nếm mật nằm gai=nằm gai nếm mật

nếm trải *đg* 经受过，经历过：nếm trải mùi

N

đời 尝过人生滋味

nệm *d* 褥子，垫子：nệm giường 床褥

nên₁ *k* ①应该，宜，应：Việc đó không nên. 那件事不应该。②所以，因此，因而：Vì tập luyện nhiều nên anh ấy khoẻ lắm. 因为经常锻炼，所以他身体很棒。

nên₂ *đg* ①成，成功：Hai người đã nên vợ nên chồng. 两人已经成为夫妻。②取得，达到：làm nên sự nghiệp 事业有成

nên chăng 是否应该：Hôm nay đi có nên chăng? 今天是否应该去?

nên chi *k* 因为…所以：Mưa to nên chi ở nhà. 因为下雨所以在家。

nên người *đg*；*d* 成人：dạy cho con nên người 把孩子教育成人

nên thân *t*(常用于否定句) ①成样，像样，像话：làm gì cũng chẳng nên thân 啥名堂也没搞成 ②罪有应得的，活该的：đánh cho một trận nên thân 活该挨揍

nên thơ *t*(富有) 诗意的：cảnh đẹp nên thơ 如诗一般的景色

nên vợ nên chồng 结成夫妻

nền₁ *d* ①基础：nền nhà 屋基 ②领域：nền kinh tế quốc dân 国民经济；nền văn hoá lâu đời 悠久的文化 ③底色：vải hoa nền trắng 白底花布

nền₂ *t* 漂亮，醒目，雅观：mặc chiếc áo len màu hoa nền lắm 穿着一件十分漂亮的毛衣

nền móng *d* 地基，根基，基础：nền móng khoa học 科学基础

nền nã *t* ①漂亮，雅致：ăn mặc nền nã 穿着漂亮 ②端庄，温柔：tính nết nền nã 性格温柔

nền nếp *d* 轨道，秩序：Công việc đã đi vào nền nếp. 工作已走上轨道。*t* 有教养的，守规矩的：con nhà nền nếp 有教养的子弟

nền tảng *d* 基石，基础：nền tảng phát triển kinh tế 经济发展的基础

nến *d* ①蜡烛 ②烛光；支光（光量单位）：

bóng điện một trăm nến 一百支光的电灯泡

nến đánh lửa *d* 火花塞

nện *đg* ①捣，砸，夯：nện đất 夯地 ②狠揍：nện cho một trận 揍一顿

nếp₁ *d* 糯米，江米：cơm nếp 糯米饭；nếp cái 大糯米；nếp cẩm 黑糯米；nếp con 小粒糯米 *t*(粮食) 黏性较大的：ngô nếp 白玉米

nếp₂ *d* ①折痕：nếp nhăn 皱痕 ②方式：sống văn minh 文明的生活方式

nếp₃ *d* 所，栋，幢，座：làm vài nếp nhà 造了几所房屋

nếp sống *d* 生活方式，生活习惯：nếp sống mới 新生活方式

nếp tẻ *d* 儿女：có đủ nếp tẻ 儿女齐全 *t* 胜负不明的：chưa biết nếp tẻ ra sao 胜负未见分晓

nết *d* 品格，习惯，品德，德行：tốt nết 品行优良；cái nết đánh chết cái đẹp 德重于貌

nết na *t* 品行端正的：người con gái nết na 品行端正的女孩

nêu₁ *d* 幡旗

nêu₂ *đg* ① 扬，举：nêu cao ngọn cờ chiến thắng 高举胜利的旗帜 ②发扬光大，提倡：nêu cao tinh thần yêu nước 发扬爱国主义精神 ③提出：nêu vấn đề 提问题

nêu bóng *đg* 起球：nêu bóng cho bạn đập 传球让同伴扣球

nêu gương *đg* 树立榜样，树立旗帜：nêu gương sáng trong thanh niên 在青年中树立榜样

nếu *k* 如果，倘若，要是：Nếu anh đi thì tôi cũng đi. 如果你去我就去。

nếu mà *k* 如果，倘若：Nếu mà không xin lỗi thì phải đền. 如果不道歉就要赔偿。

nếu như *k* 要是，如果：Nếu như nó không ăn thì chắc là nó ốm. 它要是不吃就有可能是病了。

nếu thế *k* 既然如此，要是这样：Nếu thế thì thôi. 要是这样就算啦。

nếu vậy=nếu thế

N

nga [汉] 鹅, 蛾, 娥

nga mi *d* 蛾眉

ngà *d* 象牙 *t* 象牙色的, 淡黄色的: ánh trăng ngà 淡黄色的月光

ngà ngà *t* 微醉的: say ngà ngà 微醉状态

ngà voi *d* 象牙

ngả₁ *d* 路, 道 (方向): Đi ngả nào? 走哪一条路?

ngả₂ *đg* ①倾向: Ý kiến đã ngả về số đông. 意见倾向多数。②倒, 放倒: ngả người xuống giường 人倒到床上③使发酵: ngả tương 使酱发酵④起变化: ngả màu 变色⑤宰: ngả lợn ăn Tết 杀猪过年⑥犁地: ngả ruộng sau khi gặt 收割过后要犁地

ngả lưng *đg* 躺下, 躺一躺 (小憩): ngả lưng cho đỡ mỏi 小憩一会儿解乏

ngả mũ *đg* 脱帽子, 摘帽子: ngả mũ chào 脱帽致意

ngả nghiêng *đg* ①东倒西歪: Bão to làm cây cối ngả nghiêng. 暴风使树木东倒西歪。②动摇: tư tưởng ngả nghiêng 思想动摇

ngả ngốn *t* 枕藉的, 横七竖八的: nằm ngả ngốn 卧得横七竖八的

ngả ngớn *t* 轻佻, 粗俗: cười đùa ngả ngớn 嬉笑打闹

ngã₁ *d* 跌声符 (越语声调符号, 标为 "˜")

ngã₂ *d* 道路岔口: ngã năm 五岔路口

ngã₃ *đg* ①跌倒, 摔倒: ngã từ trên cây xuống 从树上摔下来②倒下 (死亡, 牺牲): Những chiến sĩ ngã xuống trên chiến trường. 战士们牺牲在战场上。③明了: làm cho ngã lẽ 使明白道理

ngã₄ *d* 我, 吾, 那厮: duy ngã độc tôn 唯我独尊

ngã bệnh *đg* 病倒: mệt quá ngã bệnh 太累病倒了

ngã giá *đg* 讲定价钱, 成交: Hàng đã ngã giá. 货已成交。

ngã lẽ *đg* 是非分明: bàn cho ngã lẽ 论清是非

ngã lòng *đg* 灰心, 丧气: ngã lòng trước thất bại 在失败面前灰心

ngã ngũ *đg* 定局, 得出结论: Cuộc tranh luận còn chưa ngã ngũ. 争论还没得出结论。

ngã ngửa *đg* 仰跌, 惊愕, 大跌眼镜: Sự thật làm cho mọi người ngã ngửa ra. 事实使得人们惊愕。

ngã nước 水土不服: Anh ấy bị ngã nước do đi xa về. 他因从远方来而水土不服

ngã tư *d* 十字街头, 十字路口

ngạc nhiên *đg* 愕然, 奇怪: không lấy làm ngạc nhiên 不觉得奇怪

ngách *d* ①岔; 汉: ngách sông 河汉②窟, 洞: ngách chuột 鼠洞

ngạch₁ *d* 门槛: ngạch cửa cao 高门槛

ngạch₂ [汉] 额 *d* 定额: hạn ngạch 限额; ngạch thuế 税额

ngạch bậc *d* 级别: ăn lương theo ngạch bậc 按级别领工资

ngai *d* ①龙椅, 皇位, 宝座: cướp ngai vua 抢皇位②神位

ngai ngái *t* (气味) 有点呛的: mùi vị ngai ngái 味有点呛

ngai rồng *d* [旧] 龙椅 [转] 帝位

ngai thờ *d* 神位, 神主牌

ngai vàng *d* 黄金宝座

ngài₁ *d* ①老爷, 大人, 先生, 阁下: thưa ngài Bộ trưởng 部长先生 ② 神: Ngài thiêng lắm. 神灵验得很。

ngài₂ *d* 蚕蛾: mày ngài mắt phượng 蛾眉凤眼

ngài ngại *đg* (有点) 顾虑: muốn đi vay ít tiền nhưng thấy ngài ngại 想去借点钱又有点顾虑

ngải *d* ①艾蒿②迷魂药: bỏ bùa bỏ ngải 下药下符

ngải cứu *d* 艾灸, 艾焙, 艾蒿叶

ngải đắng *d* 苦艾

ngái₁ *d* 大果榕

ngái₂ *t*（味道冲）呛嗓子的：mùi thuốc ngái
呛嗓的烟味

ngái ngái *t* 有点呛的：mùi hôi ngái ngái 有点
呛的臭味

ngái ngủ *t*；*đg* 半睡半醒：giọng ngái ngủ 还
没睡醒的声音

ngại *đg* ①担忧，顾虑：ngại cho tương lai của
con cái 为孩子的将来担忧②不顾，不想，
不欲：Trời tối ngại đi xa. 天晚了不想走
远。

ngại ngần *đg* 迟疑，顾虑：ngại ngần không
dám nói 有顾虑不说

ngại ngùng *đg* 担心，顾虑：chưa quen nên còn
ngại ngùng 不熟所以还有顾虑

ngam ngám *t* 刚好，合适：Số vốn bỏ ra với
lãi thu vào ngam ngám nhau. 投进去的本
钱和盈利刚好持平。

ngàm *d* 榫眼：đục ngàm 凿榫眼

ngan *d* 番鸭，西洋鸭

ngan ngán *t* 有点腻的：Ngan ngán rồi, không
ăn nữa. 有点儿腻，不吃了。

ngan ngát *t* 馥郁：mùi hoa ngan ngát 花香浓
郁

ngàn₁ *d* 山林：lên ngàn lấy củi 上山砍柴

ngàn₂ *d* 千：một ngàn đồng 一千盾

ngàn cân treo sợi tóc 千钧一发

ngàn năm có một 千年一遇

ngàn ngạt₁ *t* 无垠，众多：người đông ngàn ngạt
人山人海

ngàn ngạt₂ *t* 嘶哑：Giọng ngàn ngạt như bị
cảm. 声音嘶哑像是感冒了。

ngàn thu *d* 千秋万代

ngàn trùng *d* 遥远，远隔千里

ngàn xưa *d* 久远

ngán₁ *d* 血螺

ngán₂ *đg* ①厌，腻：ngán đời 厌世②［口］腻
味，害怕：Trông bộ nó chẳng ngán ai cả. 看
样子他谁都不怕。

ngán ngẩm *đg* 厌烦：Nó rất ngán ngẩm vì thi
hỏng. 他考砸了觉得很烦。

ngán ngược *t*；*đg* 厌烦，腻烦：Bây giờ cô ấy
thấy ngán ngược mấy thứ đó rồi. 现在她
对那些东西感到厌烦了。

ngạn ［汉］岸：tả ngạn sông Hồng 红河左岸

ngạn ngữ *d* 谚语

ngang₁ *d* 平声符（越语声调符号，无标号）：
Từ "ba" có thanh điệu là thanh ngang không
dấu. "三" 没有声调符号，读平声

ngang₂ *t* ①相等的，相当的，差不多的，相齐
的：tóc xoã ngang vai 长发齐肩②蛮横，乖
戾：nói ngang 说话不讲理③中段的，中间
的：Đến ngang đường thì mưa. 路走到一
半就下起了雨。*đg* 经过，通过，横穿：đi
ngang qua đường 横穿马路

ngang bướng *t* 悖逆，倔强：tính tình ngang
bướng 性格悖逆

ngang cành bứa ［口］蛮横，蛮不讲理：nói
ngang cành bứa 说话蛮不讲理

ngang dạ *t*［口］饱，（胃）胀：Ăn kẹo ngang dạ
nên chẳng muốn ăn cơm. 糖吃多了胃胀，
不想吃饭。

ngang dọc *d*；*đg* 纵横

ngang đầu cứng cổ 顽固不化

ngang giá *t* 等价的：ngang giá tiền tệ 等价货
币

ngang hàng *t* 同地位的，同等级的，同辈的：
người ngang hàng 同辈人

ngang ngạnh *t* 忤逆：tính tình ngang ngạnh 性
情忤逆

ngang ngửa *t* ①狼藉，杂乱无章，东倒西歪：
Bão làm cây cối đổ ngang ngửa. 台风把
树吹得东倒西歪。②旗鼓相当的，不相
上下的：Hai bên thi đấu ngang ngửa nhau.
比赛双方旗鼓相当。③东张西望的：mắt
nhìn ngang ngửa 东张西望的眼神

ngang ngược *t* 没大没小的，不管不顾的：ăn
nói ngang ngược 说话没大没小

N

ngang nhiên *t* 悍然, 公然: Hắn ta ngang nhiên cướp giật vào ban ngày. 他公然在光天化日之下抢劫。

ngang phè *t* 蛮不讲理的: giọng nói ngang phè 说话蛮不讲理

ngang tai *t* [口] 逆耳的, 不顺耳的: Nói ngang tai ai mà chịu được? 不顺耳的话谁受得了？

ngang tàng *t* 勇敢; 无畏; 天不怕, 地不怕: khí phách ngang tàng 大无畏的气概

ngang trái *t* ①反常: điều ngang trái 反常的事情②曲折: cảnh đời ngang trái 人生曲折

ngang vai *t* ①齐肩的, 平肩的: tóc ngang vai 黑发齐肩 ②同辈的, 平辈的: Tôi ngang vai với cô. 我和你同辈。

ngăng *t* ①变卦的: Tự nhiên cô ta ngăng ra. 她突然变卦。②变宽的: Con đường trước mặt ngăng ra. 眼前的道路变宽了。

ngáng *d* 栏杆: gặp ngáng phải xuống xe 遇到栏杆要下车 *đg* 拦阻, 拦挡: lấy gậy ngáng trước cửa 用木棍拦在门前; Cây đổ ngáng giữa đường. 树倒了, 拦在路中央。

ngáng chân 绊脚

ngáng trở *đg* 阻碍: ngáng trở người khác làm việc 阻碍别人干活

ngành *d* ①宗系, 种类: ngành động vật có xương sống 脊椎类动物②部门: ngành nông nghiệp 农业部门③行业: ngành dệt may 纺织制衣业; ngành công nghiệp 工业 ④专业: ngành vật lí 物理专业

ngành dọc *d* 纵向, 垂直 (管理): quản lí theo ngành dọc 按部门纵向管理

ngành nghề *d* 职业: lựa chọn ngành nghề 选择职业

ngảnh =ngoảnh

ngạnh *d* ①倒钩: ngạnh lưỡi câu 钩须②鱼鳍, 硬刺儿: ngạnh cá trê 鲶鱼的鳍

ngao₁ *d* 蛤蜊: Chúng tôi dùng ngao đựng sáp. 我们用蛤壳盛润肤霜。

ngao₂ *đg* 哼唱 (同 nghêu ngao)

ngao₃ [汉] 遨

ngao du *đg* 遨游: ngao du đó đây 遨游四方

ngao ngán *t* 厌烦的, 腻烦的, 百无聊赖的: thở dài ngao ngán 百无聊赖的长叹

ngào *đg* ① (用糖) 熬制, 糖煮, 糖制: táo ngào đường 糖制苹果②拌, 和: ngào bột mì 和面

ngào ngạt *t* 馥郁, 浓郁: hương thơm ngào ngạt 馥郁的香气

ngão nghện *t* 高傲, 大模大样, 俨然

ngáo *d* 铁钩

ngáo ộp *d* 怪物

ngạo₁ *đg* 调侃, 嘲笑: Thấy người ta hiền lành cứ ngạo hoài. 见人老实总嘲笑人家。

ngạo₂ [汉] 傲 *t* 倨傲, 桀骜: ngạo đời 傲世

ngạo mạn *t* 傲慢: thái độ ngạo mạn 态度傲慢

ngạo nghễ *t* 高傲: cười ngạo nghễ 高傲的笑

ngạo ngược *t* 嚣张, 张狂: hành vi ngạo ngược của kẻ cướp 盗贼的嚣张行为

ngáp *đg* 打呵欠: ngáp ngắn ngáp dài 不停地打呵欠

ngát *t* ① 馥郁, 四溢: ngát mùi hương bưởi 柚香四溢②鲜艳, 醒目: bầu trời xanh ngát 碧空

ngạt *đg* 窒息: chết ngạt 窒息而死

ngạt mũi *đg* 鼻塞: bị cảm hơi ngạt mũi 感冒有点儿鼻塞

ngạt ngào =ngào ngạt

ngạt thở *đg* 窒息: Trong phòng người đông hơi ngạt thở. 房间里人多, 有点儿窒息。

ngau ngáu *t* (嚼物声) 脆的: nhai củ khoai lang ngau ngáu 嘴里脆脆地嚼着红薯

ngàu ngàu *t* 浑浊: Mưa lũ nước sông lên đục ngàu ngàu. 下大雨河水变浑浊。

ngay *t* ①正, 直: Cây ngay không sợ chết đứng. 身正不怕影子斜。②正直: tấm lòng ngay 性情正直③呆, 僵直: mặt ngay ra 呆着脸 *p* 立即, 立刻, 马上, 即刻: Đi ngay nhé! 马上

N

走了啊！*tr* 就在, 就是: Nhà ngay mặt đường. 房子就在路边。

ngay cả *tr* 就连, 甚至 (表示强调及加强语气): ngay cả Tết cũng không được nghỉ 就连春节都不能休息

ngay cán tàn *t* [口] (表情、姿势) 呆板, 呆滞: mặt ngay cán tàn 脸呆呆的

ngay đơ *t* 僵硬, 直挺挺: đứng ngay đơ 直挺挺地站着

ngay đờ =ngay đơ

ngay lập tức *p* 立即, 即刻, 马上, 刻不容缓: phải đi ngay lập tức 马上就得走

ngay lưng *t* 懒惰: đồ ngay lưng 懒惰的家伙

ngay lưng như chó chèo chạn 好吃懒做

ngay lưỡi *t* 哑口无言: bị hỏi vặn ngay lưỡi 被反问得哑口无言

ngay mặt *t* 呆着脸的, 发愣的, 愣愣的: ngồi ngay mặt 愣愣地坐着

ngay ngáy *t* 担忧的, 杞人忧天的: lúc nào cũng lo ngay ngáy về công việc 时刻操心工作

ngay ngắn *t* 端正, 整齐: chữ viết ngay ngắn 字写得端正

ngay râu *t* 愣住的, 发愣的: Thế là nó đứng ngay râu ra, không nói được câu nào. 于是他愣愣地站在那里, 一句话都说不出来。

ngay thẳng *t* 正直, 耿直: tính ngay thẳng 性情耿直

ngay thật *t* 真诚, 耿直: sống ngay thật 真诚地生活

ngay tức khắc *p* 即刻, 即时, 立刻, 立即, 马上: làm ngay tức khắc 立马就做

ngay tức thì =ngay tức khắc

ngày *d* ①天, 日: Một tuần có 7 ngày. 一个星期有 7 天。②日间, 白天: đi chơi mất 2 ngày 玩了两天③纪念日: ngày quốc khánh 国庆节; ngày sinh 生日

ngày ba tháng tám 青黄不接

ngày càng 日益, 越来越: Cuộc sống ngày càng tốt đẹp. 生活越来越美好。

ngày công *d* 工日, 工作日

ngày đêm *d* 日夜, 昼夜: Bộ đội hành quân suốt ngày đêm. 部队昼夜行军。

ngày đường *d* 一天行走的路程: Bọn họ đi mấy ngày đường mới đến nơi. 他们走了几天才到。

ngày giờ *d* 时间, 光阴: vui quá quên cả ngày giờ 高兴得忘了时间

ngày hội *d* 节日, 集会

ngày hôm qua *d* 昨天

ngày hôm sau *d* 翌日, 次日, 第二天

ngày kỉ niệm *d* 纪念日: ngày kỉ niệm giải phóng 解放纪念日

ngày kị *d* 忌辰

ngày kia *d* 后天

ngày kìa *d* 大后天

ngày lành *d* 吉日, 好日子

ngày lành tháng tốt 吉日良辰

ngày lẻ *d* 单日

ngày lễ *d* 节日

ngày lụn tháng qua 光阴荏苒

ngày mai *d* 明天, 明日

ngày một [口] 日益, 越来越: Con cái ngày một khôn lớn. 小孩越长越大。

ngày một ngày hai 不久, 不日, 最近

ngày mùa *d* 农忙季节

ngày nay *d* 今日, 现在, 现今: thế giới ngày nay 今日世界

ngày này *d* 不同年月的今天: ngày này cách đây mấy tháng 几个月前的今天

ngày ngày *d* 天天, 日日: Ngày ngày đi làm chẳng có gì thay đổi. 天天上班, 没有什么变化。

ngày nghỉ *d* 假日, 休息日

ngày nọ *d* 前几天, 前些日子

ngày qua tháng lại 岁月如梭

ngày rày =ngày này

ngày rằm *d* 望日 (农历每月十五日)

ngày rộng tháng dài 时间宽裕; 来日方长

ngày sau *d* 日后,将来

ngày sinh *d* 生日,诞辰,寿辰

ngày tháng *d* ①日月,光阴:Ngày tháng thoi đưa. 光阴如梭。②日子,岁月:ngày tháng chiến tranh 战争岁月

ngày thường *d* 平日,平时

ngày tiết=tiết₂

ngày trước *d* 以前,过去:Cuộc sống ngày trước rất khổ. 以前的生活很艰苦。

ngày xưa *d* 昔日,往日,过去:chuyện ngày xưa 往事

ngày xửa ngày xưa 很久很久以前;古时候

ngáy *đg* 打鼾:ngủ ngáy khò khò 睡觉呼呼地打鼾

ngắc *đg* 室塞,充塞,阻塞,停顿:Anh ta đang nói thì bị ngắc. 他正说着突然停了下来。

ngắc nga ngắc ngứ *đg* 结结巴巴

ngắc nghẻo *đg* 笑得前仰后合

ngắc ngoải *đg* 奄奄待毙,尚存一息,只剩一口气:ốm ngắc ngoải 病得奄奄一息

ngắc ngứ *đg* 结巴:ngắc ngứ nói không ra lời 结巴说不出话来

ngăm₁ *đg* 威胁,恫吓:Mẹ đánh một trăm không bằng cha ngăm một tiếng. 妈妈一顿打不如爸爸一声吓。

ngăm₂ *t* 黝黑:Anh ấy da ngăm đen. 他的皮肤黝黑。

ngăm ngăm *t* ①黝黑:da ngăm ngăm bánh mật 皮肤黝黑②微,隐约:ngăm ngăm đắng 微苦

ngăm nghe *đg* 恫吓,威吓:Con chó nhe răng ra vẻ ngăm nghe. 小狗龇着牙吓唬人。

ngắm *đg* ①观赏,端详,打量:ra vườn ngắm hoa 到院子里赏花②瞄:tập ngắm súng 练习瞄准

ngắm nghía *đg* 鉴赏,欣赏,玩赏,端详:ngắm nghía bức tranh 欣赏画作

ngắm vuốt *đg* 对镜整容:ngắm vuốt trước khi ra ngoài 出门前仔细打扮一番

ngăn *d* 格子:Tủ có năm ngăn. 柜子共有五格。*đg* ①分开,隔开:Nhà ngăn đôi. 房子隔成两间。②阻隔,阻止,阻拦:Nó đã quyết thì ngăn làm gì? 他意已决还拦着干什么?

ngăn cách *đg* 隔开,分隔,阻隔:Hai làng bị ngăn cách bởi một con sông. 两村之间隔着一条河。

ngăn cản *đg* 阻止,拦阻:ngăn cản bước tiến 阻止前进的步伐

ngăn cấm *đg* 禁止,严禁:ngăn cấm mọi hoạt động trái phép 严禁各种违法活动

ngăn chặn *đg* 阻止,制止,控制:ngăn chặn dịch bệnh 控制疫病

ngăn đường cản lối 堵关设卡

ngăn kéo *d* 抽屉

ngăn nắp *t* 井井有条的:Nhà cửa ngăn nắp sạch sẽ. 家里井井有条,干净整洁。

ngăn ngắn *t* 短的,不太长的:cầm đoạn tre ngăn ngắn 拿着一节短竹子

ngăn ngắt *p* 净,仅,只,尽:trời xanh ngăn ngắt 纯蓝的天空

ngăn ngừa *đg* 防止,阻止,预防:ngăn ngừa trộm cướp 提防盗窃

ngăn trở *đg* 阻碍,妨碍:ngăn trở công việc 妨碍工作

ngăn ngặt *t* 抽抽搭搭:Đứa trẻ khóc ngăn ngặt. 小孩抽抽搭搭地哭。

ngắn *t* ①短:áo ngắn tay 短袖衫②短时间的:lớp ngắn ngày 短期班

ngắn gọn *t* 简短:nói ngắn gọn 说话简短

ngắn hạn *t* 短期的:cho vay ngắn hạn 短期贷款

ngắn ngủi *t* 短促,短暂:Thời gian họ gặp nhau quá ngắn ngủi. 他们见面的时间太短了。

ngắn ngủn *t* 短橛橛:bím tóc ngắn ngủn của cô bé 小女孩那短橛橛的辫子

ngắn tun hủn *t* [口] 过短的,太短的:Ống quần ngắn tun hủn. 裤脚太短了。

ngẳng *t* 瘦长,细长:gầy ngẳng như cây sào

像竹竿那样瘦长

ngẳng *t* (使) 紧, (使) 窄: thắt ngẳng cổ bồng 收紧领口

ngắt₁ *đg* ①掐: ngắt hoa 掐花②打断, 中止: ngắt mạch điện 断电

ngắt₂ *p* 净, 仅, 只, 尽: lạnh ngắt 冷峭; xanh ngắt 纯蓝

ngắt điện *đg* 断电

ngắt lời *đg* 打岔: ngắt lời người đang nói 打断别人说话

ngắt ngọn *đg* [农] 打顶

ngắt quãng *đg* [口] 间歇, 间断: tiếng súng ngắt quãng 枪声断断续续

ngắt thở *đg* 断气, 气绝

ngặt *t* ①严格, 森严: canh phòng rất ngặt 警戒森严②窘迫, 紧张: Độ này ngặt tiền tiêu quá. 最近手头很紧。

ngặt mình *t* 抱恙的, 难受的, 不舒服的: Nó ngặt mình mấy hôm nay. 他这几天 (感觉有些) 抱恙。

ngặt nghèo *t* ①严密, 森严: kiểm soát ngặt nghèo 检查严密②艰难, 危险: hoàn cảnh ngặt nghèo 条件艰难; căn bệnh ngặt nghèo 危重疾病

ngặt nghẽo *t* 前俯后仰的: cười ngặt nghẽo 笑得前俯后仰

ngặt nghẹo=ngặt nghẽo

ngắc [方]=ngóc₂

ngâm₁ *đg* ①浸水, 泡: ngâm rượu 泡酒②搁一边: Công việc bị ngâm hàng tháng trời. 事情被搁置了一个多月。

ngâm₂ [汉] *đg* 吟: ngâm thơ 吟诗

ngâm khúc *d* [乐] 吟诵曲

ngâm nga *đg* 吟哦, 吟诵: ngâm nga mấy câu thơ 吟诵几句诗

ngâm ngẩm *t* 隐隐的: Bụng đau ngâm ngẩm. 肚子隐隐作痛。

ngâm ngợi *đg* 吟咏, 吟诵

ngâm tôm *đg* ①沉河②拖延: Vụ kiện để ngâm tôm mãi không xét. 案件老是拖着不审。

ngâm vịnh *đg* 吟咏

ngầm *t* ①隐蔽, 深隐: hầm ngầm 地下室② 暗中, 暗地里, 私下, 秘密: Hai người ngầm báo cho nhau. 两人私下通风报信。*d* 隧道: Xe đi qua ngầm. 车从隧道通过。

ngầm ẩn *đg* 隐藏: Bệnh tật ngầm ẩn trong cơ thể. 疾病隐藏在体内。

ngầm nguột *t* 隐忍的: Thương ngầm nguột trong bụng không nói với ai. 心里痛惜隐忍不说。

ngẫm *đg* 寻思, 思忖, 思量: càng ngẫm càng thấy đúng 越寻思越觉得对

ngẫm nghĩ *đg* 寻思, 思忖: càng ngẫm nghĩ được càng thấy thấm thía 越思忖越觉得深刻

ngẫm ngợi *đg* 深思: phải ngẫm ngợi mới hiểu được 深思才能理解

ngấm *đg* ①渗透, 泡透: Nước nguội nên chè không ngấm. 水太凉茶泡不开。②渗入, 浸入, 起作用, 产生效果: Anh ấy làm quần quật suốt ngày bây giờ đã ngấm mệt. 他劳作了一天, 现在感到累了。

ngấm ngáp *đg* ①济事: Tí thuốc này chưa ngấm ngáp gì. 这么点药无济于事。②咀嚼, 吮吸: ngấm ngáp chút bánh 嚼吃饼干

ngấm ngầm *t* (做事) 暗地, 秘密, 偷偷: ngấm ngầm đi báo tin 偷偷地去报信

ngấm ngoảy=ngấm nguẩy

ngấm nguẩy *đg* 表示不满, 表示不高兴: Tôi nói mãi nhưng nó còn ngấm nguẩy chưa ưng. 我说了半天她还是不乐意。

ngấm nguýt *đg* 气愤地瞥一眼, 大眼瞪小眼

ngậm *đg* ①含: Mồm ngậm kẹo. 嘴里含着糖。②紧闭, 紧咬: ngậm chặt miệng 嘴紧闭③忍: ngậm oan 含冤

ngậm bồ hòn 哑巴吃黄连

ngậm cười chín suối 含笑九泉

ngậm đắng nuốt cay 含辛茹苦

ngậm hột thị *đg* 支支吾吾, 含糊其辞

ngậm hờn nuốt tủi 含冤受屈

ngậm máu phun người 含血喷人

ngậm miệng ăn tiền 明哲保身

ngậm ngùi *đg* 惆怅: ngậm ngùi nghĩ đến người đã khuất 惆怅想起逝者

ngậm sữa *đg* 灌浆: Lúa đang ngậm sữa. 稻子正灌浆。

ngậm tăm *đg* [口] 不说话, 不吭声: biết nhưng vẫn cứ ngậm tăm 知道却不吭声

ngậm vành kết cỏ=kết cỏ ngậm vành

ngân₁ [汉] 银 *d* 银钱, 白银: quầy thu ngân 收银台

ngân₂ *đg* 袅袅不绝, 远播: tiếng hát ngân xa 歌声远播

ngân hà *d* 银河

ngân hàng *d* 银行: ngân hàng thương nghiệp 商业银行; ngân hàng trung ương 中央银行

ngân hàng dữ liệu *d* 资料库

ngân hạnh *d* 银杏, 白果

ngân khoản *d* 款项

ngân khố *d* 金库

ngân nga *đg* 缭绕, 回绕, 回荡: tiếng chuông ngân nga 钟声回荡

ngân ngấn *đg* 热泪盈眶: ngân ngấn nước mắt 热泪盈眶

ngân ngất *t* 耸立, 高耸: ngọn núi cao ngân ngất 山峰高耸入云

ngân phiếu *d* 银票

ngân quĩ *d* 经费, 财款, 资金: ngân quĩ nhà nước 国家经费

ngân sách *d* 财政预算

ngân sách quốc phòng 国防预算

ngân vang *đg* 萦绕, 回响: tiếng hát ngân vang 歌声回响

ngần₁ *d* 大概: chỉ có ngần ấy thôi 只有那么些了

ngần₂ *t* 银白的: trắng ngần 银白色

ngần ngại *đg* 犹疑, 有顾虑: nhận ngay không ngần ngại 毫不犹豫地承认

ngần ngừ *đg* 犹豫, 踌躇: ngần ngừ định đi rồi lại thôi 想去又不想去的样子

ngẩn *t* 呆, 愣: ngẩn ra như người mất hồn 像丢了魂一样发呆; ngẩn mặt ra 发愣

ngẩn ngẩn ngơ ngơ = ngẩn ngơ

ngẩn ngơ *t* ①愣愣, 呆呆: đứng ngẩn ngơ nhìn theo 站得愣愣地看着 ② [口] 笨拙, 呆笨: đồ ngẩn ngơ 呆瓜

ngẩn tò te *đg* 愣神儿, 发呆: Cậu bé ngẩn tò te nhìn theo chiếc giày trôi đi. 小孩子呆呆地看着鞋子漂走了。

ngấn *d* ①纹, 痕, 渍: Lũ rút đi còn in ngấn. 洪水退后印迹还在。②节: cổ tay bụ có ngấn 手腕上一节一节的 *đg* 印, 刻, 集聚: Trán ngấn những nếp nhăn. 额头刻满了皱褶。Đôi mắt ngấn lệ. 双眼满含泪水。

ngẩng *đg* 抬头, 抬高, 抬起: ngẩng cao đầu 头抬高

ngấp nga ngấp nghé = ngấp nghé

ngấp nghé *đg* ①接近, 挨近, 大约: ngấp nghé 70 年近 70 ②欲试又止: Thằng bé ngấp nghé ngoài cổng. 男孩在门外徘徊。③ [口] (被男生) 瞄上, 注意, 窥探: Chị ấy được nhiều chàng trai ngấp nghé. 她被许多小伙子瞄上。

ngấp ngó *đg* 窥探, 探头探脑: ngấp ngó ngoài cửa sổ 在窗外探头探脑

ngập *đg* ①淹没: Nước lũ ngập nhà. 洪水淹没房子。②覆盖: Lúa ngập ngoài đồng. 田里覆盖着庄稼。③深插入, 没入, 埋入: ngập trong công văn giấy tờ 埋头到文件堆里

ngập chìm = chìm ngập

ngập lụt *đg* 水涝: mưa to gây ngập lụt 大雨成涝

ngập mặn *đg* 盐碱化: đất ngập mặn 盐碱地

ngập ngà ngập ngừng = ngập ngừng

ngập ngụa *t* 满满: Đường sá ngập ngụa bùn lầy. 街道布满淤泥。

ngập ngừng *đg* 犹豫, 迟疑, 踌躇: ngập ngừng

N

không dám nói ra 犹豫着不敢说出来

ngập tràn *đg* 充满: trong lòng ngập tràn niềm vui 满心欢喜

ngất₁ *đg* 晕倒, 昏倒: ngã xe bị ngất 从车上摔下来晕倒了

ngất₂ *t* 高耸: cao ngất trời 高耸入云

ngất nga ngất nghểu=ngất nghểu

ngất nga ngất ngưởng=ngất ngưởng

ngất ngây *t* 陶醉: ngất ngây trong lòng 心里幸福陶醉

ngất nghểu *t* 摇摇欲坠: ngồi ngất nghểu trên cao 摇摇晃晃坐在高处

ngất ngơ =ngất ngư

ngất ngư *t* 摇摆, 晃动的: những chiếc cần cẩu ngất ngư trên công trường 在工地上来回晃动的吊机

ngất ngưởng *t* 摇摇欲坠: ngất ngưởng như trứng chồng 危如累卵

ngất trời *t* 高耸入云: nhà cao ngất trời 高耸入云的楼房

ngất xỉu *đg* 昏迷: làm việc mệt quá ngất xỉu 干活太累晕了过去

ngật ngưỡng=ngất ngưởng

ngâu₁ *d* [植] 米兰树

ngâu₂ *t* 梅雨的: tiết ngâu 梅雨时节

ngầu₁ *t* 浊: nước đục ngầu 水很浑浊

ngầu₂ *t* 暴躁, 粗暴: Tính thằng cha ấy ngầu lắm. 那小子脾气很暴。

ngầu ngầu *p* 很, 极 (红、色深等): say rượu mắt đỏ ngầu ngầu 醉酒眼睛红红的

ngẫu đoạn ti liên 藕断丝连

ngẫu hôn *d* [旧] 偶婚: chế độ ngẫu hôn 偶婚制

ngẫu hứng *d* [旧] 偶兴: ngẫu hứng làm thơ 偶兴作诗

ngẫu lực *d* [理] 偶力: Điều kiện cân bằng của hệ ngẫu lực. 偶力的平衡条件。

ngẫu nhiên *t* 偶然: hiện tượng ngẫu nhiên 偶然现象

ngấu₁ *t* 熟, 透: Mắm tôm đã ngấu. 虾酱沤熟了。

ngấu₂ *t* 急速, 匆匆, 迫不及待: Nó đói quá ăn ngấu hết cả bát cơm. 他太饿了, 迫不及待地吃完一碗饭。

ngấu nghiến *t* 急匆匆, 迫不及待, 狼吞虎咽的: ăn ngấu nghiến 狼吞虎咽地吃

ngậu *t* 闹嚷嚷: cáu ngậu lên 发起火来闹嚷嚷的

ngậu xị=ngậu

ngây *t* 呆, 怔: ngồi ngây ra 呆坐着

ngây dại *t* 幼稚无知: Đứa trẻ ngây dại. 小孩幼稚无知。

ngây đờ *t* 呆滞, 呆若木鸡: Mặt nó ngây đờ như vô cảm. 他面部呆滞, 像没有感觉一样。

ngây ngất *t* ①昏眩, 晕眩: Ông ấy ốm dậy, người vẫn còn ngây ngất. 他病刚好, 还有点晕眩。 ②陶醉的: sung sướng ngây ngất 舒心陶醉

ngây ngấy *t* [口] 稍微的, 微羔的: Người ngây ngấy sốt. 身体有点发烧。

ngây ngô *t* 憨痴, 痴呆: ra vẻ ngây ngô 装作痴呆的样子

ngây như phỗng 呆若木鸡

ngây thơ *t* 天真, 幼稚: Cô bé thật ngây thơ! 小女孩很天真。

ngầy *đg* ; *t* 麻烦, 烦扰: Người ta đã bận chết đi được mà cậu còn cứ đến ngầy. 人家忙死了你还老来打扰。

ngầy ngà=ngầy

ngầy ngậy *t* 有点油腻的: Món này hơi ngầy ngậy. 这道菜有点腻。

ngấy₁ *d* [植] 茅莓

ngấy₂ *d* ; *đg* ①厌, 腻味: Rau xào nhiều mỡ rất ngấy. 炒菜放油太多很腻。 ② [转] 厌烦, 厌倦, 讨厌: Tôi phát ngấy cái giọng õng ẹo của cô ta. 我讨厌她嗲声嗲气的声音。③微羔, 微感不适: cảm giác ngấy trong người 身子有点烧的感觉

ngậy *t* 油而不腻, 肥香可口: thức ăn béo ngậy 食物肥美可口

nghe *đg* ① 听: không nghe thấy gì 没 听 到 什么 ② 听从: nói mãi không nghe 说半天 都不听 ③ 可接受, 能认可: Nó nói rất khó nghe. 他说的话让人难以接受。 ④ 感觉: Tôi nghe trong người khó chịu. 我觉得身体 不舒服。 *tr* (语气助词, 同 nhé): Đi mạnh khoẻ nghe! 一路走好啊！

nghe chừng *đg* [口] 看样子, 看来: Nghe chừng cô ấy sắp đi xa. 看样子她要出远门。

nghe đâu *đg* [口] 听说, 据说: Nghe đâu ông ấy sắp được thăng chức. 听说他快得提拔 了。

nghe đồn *đg* 听说, 风闻: Nghe đồn anh sắp xuất ngoại phải không? 听说你要出国是 吗?

nghe hơi *đg* [口] 道听途说

nghe hơi nồi chõ [口] = nghe hơi

nghe lỏm *đg* 偷听: nghe lỏm câu chuyện các bà nói với nhau 偷听几位太太之间的谈 话

nghe lóm = nghe lỏm

nghe ngóng *đg* 听候, 听信: nghe ngóng động tĩnh 听候动静

nghe nhìn *đg* 视听: thiết bị nghe nhìn 视听 设备

nghe nói *đg* 听 说: Nghe nói anh sắp đi. 听 说你要走。

nghe như đấm vào tai 不堪入耳

nghe như rót vào tai 娓娓动听

nghe ra *đg* 听明白, 意识到: nghe ra thì đã muộn 明白过来已为时晚矣

nghe trộm = nghe lỏm

nghè *d* 神庙, 祠堂

nghé₁ *d* 水牛犊

nghé₂ *đg* 睨视, 斜目而视: Người đã lên xe cô còn nghé theo. 人已上车她还偷看。

nghé ngẩm *đg* 想, 企图, 算计, 意欲: Hắn ta còn nghé ngẩm làm việc ấy. 他还想干那 事。

nghen *tr* [方] 啊, 啦 (语气助词): Tôi đi nghen! 我走了啊！

nghèn nghẹn *đg* 哽咽: giọng nói nghèn nghẹn trong cổ 喉咙哽咽说不出话来

nghèn nghẹt *t* 憋闷: Nó thấy nghèn nghẹt trong lồng ngực. 他觉得胸口有点憋闷。

nghẽn *đg* 堵塞: Đường bị tắc nghẽn. 路堵了。

nghén *đg* 早孕: có nghén 怀孕

nghẹn *đg* ① 噎, 哽: ăn nhanh quá bị nghẹn 吃得太快噎住了 ② (植物生长) 停滞, 受 阻: Lúa nghẹn vì hạn. 干旱使稻子生长受 阻。

nghẹn cứng *đg* 噎住: Miếng cơm nghẹn cứng nơi cổ họng. 饭在喉咙里噎住了。

nghẹn đòng *đg* 不抽穗: Thiếu nước lúa nghẹn đòng. 稻子缺水不抽穗。

nghẹn lời *đg* 说不出话, 无以言表: nghẹn lời vì xúc động 激动得说不出话来

nghẹn ngào *đg* 哽咽: nghẹn ngào không nói nên lời 哽咽不成声

nghèo *t* ① 贫, 穷: đất xấu dân nghèo 地瘠人 贫 ② 贫乏, 缺乏, 寡少: Nhà nghèo con. 家 里孩子少。

nghèo đói *t* 贫穷饥饿: cuộc sống nghèo đói 贫穷饥饿的生活

nghèo hèn *t* 贫贱: cuộc sống nghèo hèn 贫贱 的生活

nghèo khó *t* 贫困: nhân dân miền núi sống nghèo khó 贫困的山区人民

nghèo khổ *t* 贫苦: cuộc sống nghèo khổ 贫苦 的生活

nghèo nàn *t* ① 穷困, 贫困: cuộc sống nghèo nàn 生活贫困 ② 贫乏: kiến thức nghèo nàn 知识贫乏

nghèo ngặt *t* ① 穷困潦倒: cuộc sống nghèo ngặt 穷困潦倒的生活 ② 走投无路: tình thế nghèo ngặt 走投无路的状况

nghèo rớt *t* [口] 赤贫，一贫如洗：Nhà hắn nghèo rớt không có thứ gì cả. 他家穷得一贫如洗。

nghèo rớt mồng tơi=nghèo rớt

nghèo rớt mùng tơi=nghèo rớt

nghèo túng *t* 贫困，穷困：Gia đình nghèo túng không có tiền cho con đi học. 家庭贫困，没钱送孩子上学。

nghèo xác *t* 一贫如洗：nhà nghèo xác 家里一贫如洗

nghèo xác xơ =nghèo xác

nghèo xơ nghèo xác=nghèo xác

nghẻo *đg* [口] 完蛋

nghẹo *đg* [口] 歪着（脖子）

nghẹt *đg* 窒息：chết nghẹt 窒息而亡 *t* 闭塞

nghẹt thở *t* 窒息的：cuộc sống nghẹt thở 令人窒息的生活

nghê₁ [汉] 霓

nghê₂ *d* 神话中的一种灵物

nghê thường *d* 霓裳

nghề *d* ①手艺，技艺，技能：lành nghề 技术熟练②职业，行业：nghề giáo 教育行业 *t* (技艺) 高超，出色，内行：Anh ấy chơi đàn nghề lắm. 他弹琴弹得很出色。

nghề đời *d* 世事

nghề đời nó thế [口] 世事就是如此（自我安慰语）：Nghề đời nó thế, thua rồi có lúc lại được. 世事如此，时好时坏。

nghề làm ruộng *d* 农业

nghề nghiệp *d* 职业，行业

nghề ngỗng *d* [口] 手艺，技艺：Chẳng có nghề ngỗng gì. 什么手艺都没有。

nghề phụ *d* 副业

nghề phụ gia đình *d* 家庭副业

nghề tay trái *d* 第二职业

nghề thủ công *d* 手工业

nghề tự do *d* 自由职业

nghể răm *d* [植] 辣蓼

nghệ₁ *d* [植] 黄姜

nghệ₂ [汉] 艺

nghệ danh *d* 艺名

nghệ nhân *d* 艺人

nghệ sĩ *d* 艺术家，演员：nghệ sĩ công huân 功勋艺术家；nghệ sĩ nhân dân 人民艺术家；nghệ sĩ ưu tú 优秀演员

nghệ thuật *d* 艺术：nghệ thuật tạo hình 造型艺术

nghếch *đg* 抬高：nghếch mắt lên nhìn 抬眼看上来；nghếch nòng súng lên cao 抬高枪口

nghệch *t* (面部表情) 傻乎乎，呆痴，迟钝：trông mặt nghệch lắm 看样子很傻

nghệch ngạc=nghệch

nghền nghệt *t* 呆傻，呆愣，惊愕：mặt nghền nghệt 满面惊愕

nghển *đg* 抬起，仰起，伸长：nghển cổ nhìn qua cửa sổ 伸长脖子从窗口看过去

nghênh₁ *đg* 抬起，仰起：nghênh mặt nhìn trời 抬头看天

nghênh₂ [汉] 迎

nghênh chiến *đg* 迎战

nghênh ngang *t* ①横行霸道的，横冲直撞的：Xe đi nghênh ngang giữa đường. 车子在大街上横冲直撞。②肆无忌惮的，任意妄为的：thái độ nghênh ngang 任意妄为的态度

nghênh ngáo *t* 趾高气扬的：bộ mặt nghênh ngáo 一副趾高气扬的样子

nghền nghệch *t* 呆呆的：Mặt lúc nào cũng nghền nghệch. 表情总是呆呆的。

nghểnh=nghển

nghễnh ngãng *t* 耳背的：Ông ấy hơi nghễnh ngãng. 老人有点耳背。

nghệt *t* (脸部) 呆愣的，发呆的：mặt nghệt ra không hiểu 一脸不解

nghêu ngao *đg* 哼唱，自娱自乐：hát nghêu ngao 哼唱

nghễu nghện *t* 居高的: nghễu nghện ngồi ghế trên 高踞首席

nghi₁ [汉] 疑 *đg* 怀疑:Trông bộ dạng nó đáng nghi lắm. 看他那样子很可疑。

nghi₂ [汉] 仪,宜

nghi án *d* 疑案

nghi binh *đg* 疑兵: bày trận nghi binh 布疑兵阵

nghi hoặc *đg* 疑惑: tính hay nghi hoặc 性格好疑

nghi kị *đg* 疑忌,猜忌: nghi kị lẫn nhau 互相猜忌

nghi lễ *d* 仪式: nghi lễ chào cờ 升旗仪式

nghi ngại *đg* 疑虑: Không phải nghi ngại gì về việc này. 不用对这件事有过多的疑虑。

nghi ngờ *đg* 怀疑: nghi ngờ lẫn nhau 互相怀疑

nghi ngút *t* 氤氲弥漫的: bốc khói nghi ngút 烟雾弥漫

nghi thức *d* 礼节,仪式: nghi thức giao tiếp 社交礼节; nghi thức cưới hỏi 婚礼仪式

nghi trang *đg* 伪装: nghi trang đánh lừa địch 伪装好迷惑敌人

nghi trượng *d* 仪仗

nghi vấn *đg* 疑问: câu nghi vấn 疑问句

nghỉ *đg* ①休息,停歇: nghỉ một lát 休息一会儿②睡觉,安歇: Khuya rồi, đi nghỉ thôi! 晚了,歇去吧！③休止,停止: nghỉ hưu 退休④稍息 (军操号令)

nghỉ chân *đg* 歇脚: ngồi nghỉ chân trong quán trà bên đường 坐在路边茶摊里歇脚

nghỉ dưỡng *đg* 休养,休假,度假: khu du lịch nghỉ dưỡng 旅游度假区

nghỉ đẻ *đg* 休产假: nghỉ đẻ 4 tháng 休 4 个月产假

nghỉ hè *đg* 放暑假: về quê nghỉ hè 放暑假回家

nghỉ học *đg* 休学: Cho học sinh nghỉ học. 让学生休学。

nghỉ kiểm kê *đg* 停业盘点: cửa hàng nghỉ kiểm kê 商店停业盘点

nghỉ mát *đg* (夏季) 度假,旅游,避暑: đi nghỉ mát 去度假

nghỉ mất sức *d* (因身体原因) 提前退休,内退

nghỉ ngơi *đg* 小憩,休息,歇歇儿: ăn uống nghỉ ngơi điều độ 合理的饮食和休息; làm việc không nghỉ ngơi 马不停蹄地干

nghỉ phép *đg* 休假: về quê nghỉ phép 回乡休假

nghỉ tay *đg* 歇手,歇乏,(稍作) 休息: nghỉ tay uống nước 休息喝茶

nghỉ việc *đg* 停工,退职: Xí nghiệp cho công nhân nghỉ việc. 工厂让工人停工。Ông ta bị cho nghỉ việc rồi. 他被退职了。

nghĩ [汉] 拟 *đg* ①想,思索,思考: dám nghĩ dám làm 敢想敢做②想念: Người ở xa luôn nghĩ về quê hương. 远方的人常想起故土。③认为,以为: cứ nghĩ là thật 一直以为是真的

nghĩ bụng *đg* 心想,心里盘算: nghĩ bụng mà tức 心里一想就生气

nghĩ gần nghĩ xa 思前想后,顾虑重重,远思近虑

nghĩ lại *đg* ①重新考虑: Việc này mong anh nghĩ lại cho. 这件事请你重新考虑。②回想,回顾: về già nghĩ lại chuyện thời trẻ 老了回想起年轻时的事情

nghĩ ngợi *đg* 考虑,思索,思考,寻思: Anh ta đồng ý ngay không cần nghĩ ngợi gì hết. 他想都没想就同意了。

nghĩ suy=suy nghĩ

nghĩ xa *đg* 远虑,往远处想: Nghĩ xa làm gì cho mệt! 想那么遥远找累啊！

nghí ngoáy=hí hoáy

nghí ngởn *t* 调笑的,随便的,嘻嘻哈哈的: Con gái nghí ngởn khó coi. 女孩子太随便不

N

雅观。

nghị án *đg* 庭议：nói lời sau cùng trước khi toà nghị án 庭议前作最后陈辞

nghị định *d* 决议

nghị định thư *d* 议定书

nghị luận *đg* 议论：văn nghị luận 议论文

nghị lực *d* 毅力：Con người sống phải có nghị lực. 人活着要有毅力。

nghị quyết *d* 决议

nghị sĩ *d* 议员：nghị sĩ quốc hội 国会议员

nghị sự *đg* 议事：chương trình nghị sự 议事日程

nghị trình *d* 会议日程

nghị trường *d* 议院会场

nghị viện *d* 议院：thượng nghị viện 上议院；hạ nghị viện 下议院

nghĩa₁ [汉] 义 *d* ①正义：hi sinh vì nghĩa lớn 为大义而牺牲②恩义：kết nghĩa 结义

nghĩa₂ [汉] 义 *d* ①意义，意思：nghĩa của từ 词义②意义，价值：Việc đó chẳng có nghĩa gì hết. 那件事一点意义都没有。

nghĩa binh *d* [旧] 起义军

nghĩa bóng *d* 转义，引申义

nghĩa cử *d* 义举

nghĩa đen *d* 本义

nghĩa địa *d* 义地，义庄，公墓

nghĩa hiệp *t* 侠义：một con người nghĩa hiệp 一个侠义的人

nghĩa khí *d* 义气：một người giàu nghĩa khí 一位讲义气的人 *t* 有义气的：việc làm nghĩa khí 有义气的举动

nghĩa là 意思是…；就是说…：Nghĩa là anh đã đồng ý? 就是说你同意了？

nghĩa lí *d* ①道义②意思：Một việc làm chẳng có nghĩa lí gì cả. 这事做得没啥意思。

nghĩa nặng tình sâu=tình sâu nghĩa nặng

nghĩa phụ *d* 义父

nghĩa quân *d* 义军，起义军

nghĩa rộng *d* ①广义②引申义，转义

nghĩa sĩ *d* 义士

nghĩa tình *d* 情义：nghĩa tình anh em 兄弟情义

nghĩa trang *d* 义庄，义地，公墓

nghĩa trọng tình thâm=tình sâu nghĩa nặng

nghĩa vụ *d* ①义务：nghĩa vụ công dân 公民的义务②义务兵役：đi nghĩa vụ 服兵役；nghĩa vụ quân sự 义务兵役

nghịch₁ [汉] 逆 *t* 逆向的：phản ứng nghịch 逆反应；quân nghịch 逆军

nghịch₂ *đg* (淘气地) 玩耍，调皮，捣蛋：Đứa trẻ nghịch đất. 孩子抓泥巴玩。

nghịch biến *t* [数] 逆变的：hàm số nghịch biến 逆变函数

nghịch cảnh *d* 逆境：Gia đình gặp phải nghịch cảnh. 家里遇上逆境。

nghịch đảo *d* 倒数

nghịch lí *d* 不合逻辑的理论，歪理

nghịch ngợm *t* 皮，淘气：đứa trẻ nghịch ngợm 淘气的孩子

nghịch thường *t* 反常：hiện tượng nghịch thường 反常现象

nghịch tử *d* 逆子

nghiêm *t* ①严，严肃，严厉：nét mặt nghiêm 面色严肃②严明，严格：giữ nghiêm ki luật 纪律严明③ [口] 肃静，安静 *đg* (军操号令) 立正，起立：đứng nghiêm chào cờ 立正向国旗敬礼

nghiêm cấm *đg* 严禁，禁止：Nghiêm cấm chụp ảnh khu quân sự. 军事区禁止照相。

nghiêm chỉnh *t* ①严整：áo quần nghiêm chỉnh 衣冠严整②严格，认真：nghiêm chỉnh chấp hành nội qui 认真执行规章制度

nghiêm huấn *đg* [旧] 严格教育，严训：thấy lời nghiêm huấn rành rành 严训声声入耳

nghiêm khắc *t* 严厉：trừng trị nghiêm khắc những kẻ ngoan cố chống lại 严厉惩处顽抗者

nghiêm lệnh *d* 严令：giữ nghiêm lệnh 遵守严令

nghiêm mật *t* 严密：phòng thủ nghiêm mật 严密防守

N

nghiêm minh *t* 严明, 严正: kỉ luật nghiêm minh 纪律严明

nghiêm ngặt *t* ①严肃, 严格: tuân thủ nghiêm ngặt 严格遵守 ②严紧, 森严: tuần phòng nghiêm ngặt 警卫森严

nghiêm nghị *t* 严肃, 严厉: nét mặt nghiêm nghị 表情严肃

nghiêm nhặt=nghiêm ngặt

nghiêm phụ *d*[旧] 严父

nghiêm trang *t* 庄严, 庄重: giọng nghiêm trang 语气庄重

nghiêm trị *đg* 严惩: nghiêm trị kẻ buôn ma tuý 严惩毒贩子

nghiêm trọng *t* 严重: hậu quả nghiêm trọng 严重后果

nghiêm túc *t* 严肃: phê bình nghiêm túc 严肃的批评

nghiễm nhiên *t* 坦然: nghiễm nhiên trước cái chết 坦然面对死亡 *p* 自然而然, 自然而然地: Trúng xổ số anh ta nghiễm nhiên trở nên giàu có. 彩票中奖, 他自然成了富翁。

nghiệm [汉] 验 *đg* 验: khám nghiệm 验看 *d* 方程式的解 *t* 效验, 灵验: Thuốc nghiệm lắm. 药很灵验。

nghiệm đúng *đg* 验证: Phương pháp kiểm tra đã không cần nghiệm đúng. 验查方法已经不用再验证。

nghiệm số ảo *d*[数] 虚根

nghiệm số kép *d*[数] 双根

nghiệm số ngoại lai *d*[数] 附根

nghiệm số thực *d*[数] 实根

nghiệm thi *đg* 验尸

nghiệm thu *đg* 验收: nghiệm thu công trình xây dựng 验收建筑工程

nghiên [汉] 砚 *d* 砚: bút nghiên 笔砚

nghiên cứu *đg* 研究: nghiên cứu khoa học 科学研究; nghiên cứu khả thi 可行性研究; nghiên cứu sinh 研究生; nghiên cứu viên 研究员

nghiên mực *d* 墨砚

nghiền₁ *đg* ①研末, 粉碎: nghiền hạt tiêu 研胡椒 ②钻研: nghiền sách 钻研书本

nghiền₂ *đg* 迷, 着迷, 上瘾: nghiền xi-nê 迷电影

nghiền ngẫm *đg* 揣摩, 钻研: nghiền ngẫm đề tài nghiên cứu 钻研研究课题

nghiến₁ *d* 蚬木

nghiến₂ *đg* ①挤压, 碾压: nghiến răng ken két 咬牙切齿 ②碾碎: bị máy nghiến đứt chân 被机器碾断了腿

nghiến₃ *p* 立即, 马上, 即刻, 一下子: nuốt nghiến một lúc 一下子吞下去

nghiến ngấu=ngấu nghiến

nghiện *đg* 上瘾: nghiện rượu 酒瘾; nghiện hút 吸毒上瘾

nghiện ngập *đg* 上瘾, 沉迷: nghiện ngập rượu chè 沉迷吃喝

nghiêng *t* ①侧势的: nằm nghiêng 侧卧; nhìn nghiêng 侧眼相看 ②倾斜, 歪: Bức tường bị nghiêng. 墙歪了。 *đg* ①倾侧: nghiêng thùng đổ nước 侧桶向水 ②倾向: nghiêng về một bên 倒向一边; nghiêng về số đông 倾向多数

nghiêng mình *đg* 躬身: nghiêng mình chào 躬身致敬

nghiêng ngả=ngả nghiêng

nghiêng nghé=nghiêng ngó

nghiêng ngó *đg*[口] 东张西望: đứng ngoài cửa nghiêng ngó 站在门口东张西望

nghiêng ngửa *t* ①颠簸 ②[转] 颠沛流离: cuộc sống nghiêng ngửa 生活颠沛流离

nghiêng nước nghiêng thành 倾国倾城

nghiệp [汉] 业 *d* ①[口] 行业, 职业: vui nghiệp nhà nông 乐于农业 ②[口] 基业: Làm kiểu này có phen mất nghiệp. 这样做会丢了基业。③事业: dựng nghiệp 创业 ④罪孽: mang nghiệp vào thân 身带罪孽

nghiệp báo *d*[宗] 善果; 恶果

N

nghiệp chướng d[宗] 孽障,业障

nghiệp dư t 业余: diễn viên nghiệp dư 业余
演员

nghiệp đoàn d 行业协会

nghiệp vụ d 业务,专业: trình độ nghiệp vụ
业务水平

nghiệt [汉] 孽 t ① 恶 劣: mẹ chồng nghiệt
ngã 恶劣的家婆② 孽, 苛刻: oan nghiệt 冤孽
③紧,窘: muốn mua nhưng nghiệt một nỗi
không có tiền 想买但手头紧

nghiệt ngã t 恶劣: khí hậu nghiệt ngã 气候恶
劣

nghim nghỉm p[口] 完全 (沉没、熄灭、消失):
Hòn đá chìm nghim nghỉm xuống ao. 石头
消失在水塘里。

nghỉm p 完全地: chìm nghỉm 完全沉没

nghìn d ①千: một nghìn 一千②上千: đông
đến nghìn người 上千人; đường xa nghìn
dặm 上千里路; đáng giá nghìn vàng 价值
千金

nghìn nghịt t 摩肩接踵: Người đi trẩy hội đông
nghìn nghịt. 赶集的人摩肩接踵的。

nghìn thu d 千秋

nghìn trùng t 重重叠叠: núi non nghìn trùng
万重山

nghìn xưa d 远古, 久远年代: chuyện nghìn
xưa 远古的故事

nghịt t 稠密,浓密,密匝匝: đám người đông
nghịt 密匝匝的人群

ngo ngoe đg 动弹, 蠕动: Con giun đang ngo
ngoe. 蚯蚓在蠕动。

ngò d[植] 芫荽

ngỏ đg ①敞开: cửa để ngỏ 敞着门②公开:
bức thư ngỏ 一封公开信③表露,披露:
ngỏ tâm sự với bạn 向朋友表露心事

ngõ d 胡同, 弄堂, 巷子, 村道: ngõ phố 街道;
Nhà ở ngay đầu ngõ. 房子就在路口。

ngõ cụt d 死胡同: đi vào ngõ cụt 走进死胡
同

ngõ hẻm d 小胡同, 小弄堂, 小巷子, 窄巷子:
nhà trong ngõ hẻm 小巷里的房子

ngõ ngách d 犄角旮旯: Phố này có nhiều ngõ
ngách. 这条街很多犄角旮旯。

ngó₁ d 芽茎: ngó sen 藕芽

ngó₂ đg ① [方] 看, 望: ngó ngược ngó xuôi
前看后看②窥探: ngó đầu qua cửa sổ 从
窗口探头看③顾及, 过问: Việc này không
ai ngó tới. 这件事无人过问。

ngó ngàng đg 关心, 注意, 过问: Việc này
chẳng ai ngó ngàng đến. 此事无人关心。

ngó nghiêng=nghiêng ngó

ngó ngoáy đg 动弹, 蠕动: chân tay ngó ngoáy
liên tục 手脚不停地乱动

ngọ₁ [汉] 午 d 午: giờ ngọ 午时; chính ngọ
正午

ngọ₂ [汉] 午 d 午 (地支第七位)

ngọ môn d[旧] 午门

ngọ nguậy đg 挣扎, 扭动: Con sâu còn ngọ
nguậy. 虫子还在动。

ngoa t 讹: đồn ngoa 讹传; nói ngoa 讹言

ngoa dụ d 夸张比喻: "Đội trời đạp đất" là cách
nói ngoa dụ. "顶天立地" 是夸张比喻。

ngoa ngoắt t 尖酸刻薄的: người đàn bà ngoa
ngoắt 尖酸刻薄的女人

ngoác đg[口] 张大嘴巴: ngoác miệng ra ngáp
张大嘴打哈欠

ngoạc đg[口] 大咧着嘴: đã sai còn ngoạc mồm
ra cãi 错了还大声强辩

ngoài d ①外, 外面: áo khoác ngoài 外套;
Đám trẻ chơi ngoài sân. 孩子们在操场上
玩耍。②开外: ngoài ba mươi tuổi 三十
开外③外围: vòng trong vòng ngoài 圈内
圈外④…以后: Ngoài rằm hẳng đi. 过了
十五才走。⑤…之外: ngoài dự kiến 预料
之外; thu nhập ngoài giờ 业余收入 k 除了:
Ngoài anh ta ra, không ai làm được. 除了
他, 没有人能做得了。

ngoài cuộc d 局外: người ngoài cuộc 局外人

ngoài da *d* 外皮, 表皮: bị thương ngoài da 皮外伤

ngoài đồng *d* 野外, 田间: Ngoài đồng lúa vàng óng. 田间稻子黄澄澄的。

ngoài khơi *d* 远海, 海洋: Gió lộng ngoài khơi. 海上起风了。

ngoài lề *d* 例外

ngoài luồng *t* [口] 管理范围之外的, 非正式的, 不正规的: phim ngoài luồng 不正规的电影

ngoài mặt *d* 外表, 表面: ngoài mặt thì anh em 表面称兄道弟

ngoài miệng *d* 口头上: ngoài miệng thì nói tốt nhưng trong lòng lại nghĩ khác 口是心非

ngoài ra *k* 此外, 除此之外, 除…外: Chúng ta chỉ có cố gắng học, ngoài ra chẳng có cách nào khác. 我们除了努力学习, 没有别的办法。

ngoài trời *d* 露天, 室外, 户外: ra ngoài trời hóng gió 到室外乘凉

ngoải *d* [方] 外面, 外头: ở ngoải mới vô 刚从外面回来

ngoái *đg* 回头, 掉转头: ngoái cổ lại nhìn 回头顾盼

ngoại [汉] 外 *t* ①外国的: hàng ngoại 外国货②外家的: bà ngoại 外婆; họ ngoại 外戚③开外的, 超过的: ngoại năm mươi 五十开外④ (程度) 超过的: ngoại cỡ 特大号 *d* ① [方] 外公, 外婆: Chào ngoại, cháu đi nhé! 外婆再见, 我走了! ② [方] 外科

ngoại cảm *d* 超感观, 超感知觉: nhà ngoại cảm 超感官者

ngoại cảnh *d* ①外界: ngoại cảnh tác động đến sự tiến hoá của sinh vật 外界对生物进化的影响②生活环境: chịu sự chi phối của ngoại cảnh 被生活环境所支配

ngoại công *d* 外功 (区别于内功)

ngoại cỡ *d* 特大号: Chân anh ấy quá to phải đi giày ngoại cỡ. 他脚太大, 要穿特大号鞋子。

ngoại diên *d* 外延

ngoại đạo *d* ①其他宗教, 别的宗教: người ngoại đạo 其他宗教的教徒② [口] 外行

ngoại động *d* [语] 非及物动词

ngoại giao *d* 外交: Bộ Ngoại giao 外交部 *đg* 对外交际: có tài ngoại giao 有交际才能

ngoại giao đoàn *d* 外交使团

ngoại giao nhân dân 民间外交

ngoại hạng *d* 超级等级, 特级等级: giải bóng đá ngoại hạng 超级足球联赛; rượu ngoại hạng 特级酒

ngoại hình *d* 外形, 外表

ngoại hối *d* 外汇

ngoại khoa *d* 外科

ngoại khoá *d* 课外: hoạt động ngoại khoá 课外活动

ngoại kiều *d* 外侨

ngoại lai *t* 外来: tiếng ngoại lai 外来语

ngoại lệ *d* 例外: Luật pháp không có trường hợp ngoại lệ. 法律没有例外情况。

ngoại lực *d* 外力: tác động của ngoại lực 外力的影响

ngoại ngạch *t* ①额外: thuế ngoại ngạch 附加税②编外: nhân viên ngoại ngạch 编外人员

ngoại ngữ *d* 外语: cơ sở đào tạo ngoại ngữ 外语培训基地

ngoại nhập *đg* 进口: hàng ngoại nhập 进口商品

ngoại ô *d* 市郊, 城郊, 郊外

ngoại quốc *d* 外国: người ngoại quốc 外国人

ngoại sinh *t* 外在: nhân tố ngoại sinh 外在因素

ngoại tệ *d* 外币

ngoại tệ mạnh *d* 硬通货

ngoại thành *d* 城外, 城郊, 市郊

ngoại thất *d* 外室

ngoại thị *d* 市外

ngoại thương *d* 对外贸易

ngoại tiếp *d* [数] 外接: hình nón ngoại tiếp 外接锥形体

ngoại tình *đg* 搞婚外情, 搞外遇

ngoại tỉnh *d* 省外

ngoại tộc *d* ①外家: anh em ngoại tộc 外家兄弟②族外: người ngoại tộc 族外人③外族: đoàn kết với ngoại tộc 团结外族人

ngoại trú *đg* ①校外住宿: học sinh ngoại trú 外宿生②院外就医

ngoại trưởng *d* 外长

ngoại tuyến *t* 离线的: thao tác máy tính ngoại tuyến 离线操作电脑

ngoại văn *d* 外文: sách ngoại văn 外文书籍

ngoại vi₁ *d* 外围, 远郊, 僻壤: ngoại vi thành phố 城市远郊

ngoại vi₂ *d* 外置: bộ nhớ ngoại vi 外置存储器

ngoại vụ *d* 对外事务: sở ngoại vụ thành phố 市对外事务办公室

ngoại xâm *d* 外侵: chống giặc ngoại xâm 抗击外侵之敌

ngoạm *đg* 叼, 啃: Chó ngoạm xương. 狗叼骨头。*d* 抓斗: bốc hàng bằng ngoạm 用抓斗装货

ngoạm

ngoan₁ *t* ①乖, 听话: đứa bé ngoan 孩子很乖②灵巧: Bàn tay dệt vải rất ngoan. 织布的双手真灵巧。

ngoan₂ [汉] 顽

ngoan cố *t* 顽固: thái độ ngoan cố 态度顽固

ngoan cường *t* 顽强: tinh thần chiến đấu ngoan cường 顽强的战斗精神

ngoan đạo *t* 虔诚: một con chiên ngoan đạo 虔诚的信徒

ngoan ngoãn *t* 乖, 听话: đứa trẻ ngoan ngoãn 小孩子很乖

ngoạn cảnh *đg* 观赏风景: ngoạn cảnh Hạ Long 欣赏下龙湾风景

ngoạn mục *t* 悦目, 耐看: phong cảnh rất ngoạn mục 风景宜人

ngoảnh *đg* 扭头, 转过脸: ngoảnh đầu nhìn lại 转过头来看

ngoảnh đi ngoảnh lại [口] 转瞬间: Ngoảnh đi ngoảnh lại đã hết năm. 转瞬间一年过去了。

ngoảnh mặt làm ngơ 置之不理

ngoao [拟] 喵 (猫叫声): Con mèo kêu ngoao ngoao. 猫喵喵叫。

ngoáo = ngoáo ộp

ngoáo ộp *d* 吓唬孩子的怪物: Ông ngoáo ộp đến kìa! 怪物来了!

ngoay ngoảy = nguây nguẩy

ngoay ngoáy *đg* [方] 不停地搅动: viết ngoay ngoáy trên giấy 在纸上不停地写

ngoảy *đg* [方] 转身: Chỉ nói một câu mà nó đã ngoảy ra đi ngay. 只说了一句, 他就转身走了。

ngoáy *đg* ①搅拌, 搅动: ngoáy hồ 搅糨糊②挖, 抠: ngoáy tai 挖耳朵③扭, 摇摆: Con chó ngoáy tít cái đuôi. 小狗不停地摆动尾巴。④ [口] 潦草写: Chữ ngoáy khó đọc. 字潦草难认。

ngoắc *đg* [口] 挂, 勾: Ngoắc áo lên cành cây. 挂衣服到树枝上。

ngoắc ngoải = ngắc ngoải

ngoặc₁ *d* 括号: mở ngoặc 开括号; đóng ngoặc 关括号;

ngoặc₂ *đg* ①打钩: ngoặc thêm vào mấy chữ 打钩加上几个字②勾结

ngoặc đơn *d* 括号

ngoặc kép *d* 引号

ngoặc tay *đg*[口] 拉 钩: Hai người ngoặc tay cam kết. 两人拉钩发誓。

ngoặc vuông *d* 方括号

ngoằn ngoèo *t* 蜿蜒, 弯曲, 曲折: Con đường ngoằn ngoèo như rắn lượn. 道路蜿蜒如蛇行。

ngoắt₁ *đg*[方] 摆动, 摇动: ngoắt tay ra hiệu 摆手示意

ngoắt₂ *đg* 拐, 转, 折

ngoắt ngoéo *t* ①屈曲, 弯曲, 曲折, 蜿蜒: đường đi ngoắt ngoéo 道路曲曲弯弯②拐弯抹角: ăn nói ngoắt ngoéo 说话拐弯抹角

ngoặt *đg* 拐, 转, 折: bước ngoặt 转折点; ngoặt sang bên trái 往左拐

ngoặt ngoẹo *t* 软, 易折, 弯曲: cành cây ngoặt ngoẹo 弯曲的树枝

ngóc₁ *d* 岔; 汊

ngóc₂ *đg* 伸头, 抬头: ngóc đầu lên được một tí 头能抬起一点点

ngóc ngách *d* ①小道, 小径②角落, 旮旯: tìm khắp mọi ngóc ngách trong làng 找了村里所有的角落③[转] 微妙细节: những ngóc ngách của vấn đề 问题的微妙细节

ngọc [汉] 玉 *d* ①玉石, 宝石②珠玉, 珍珠: nuôi trai lấy ngọc 养珠取玉

ngọc bích *d* 翡翠

ngọc bội *d*[旧] 玉佩

Ngọc Hoàng *d* 玉皇大帝

ngọc lan *d* 玉兰

ngọc lan tây *d* 黄兰

ngọc ngà *d* 美玉象牙 *t* 雪白嫩滑: cánh tay ngọc ngà 雪白嫩滑的手臂

ngọc nữ *d*[旧] 玉女

ngọc phả *d* 玉谱, 名人谱

ngọc quế *d*[植] 玉桂

ngọc thạch *d* 玉石: vòng ngọc thạch 玉环

ngọc thể *d*[旧] 玉体, 龙体

ngọc thỏ *d* 玉兔, 月亮

ngọc trai *d* 珍珠

ngọc trâm *d* 玉簪

ngoe *d*[方] 螯: Cua ngoe hai càng. 蟹有两螯。

ngoe ngoảy [方]=ngoe nguẩy

ngoe nguẩy *đg* 摇, 摆: Con chó ngoe nguẩy cái đuôi. 狗摇着尾巴。

ngoé *d* 小青蛙 *đg* 呱呱哭, 哇哇哭: Đứa trẻ khóc ngoé. 婴儿呱呱地哭。

ngoen ngoẻn *t* 厚颜无耻: chối ngoen ngoẻn 厚颜无耻地否认

ngoẻo *đg*[口] ①撂(含贬义); 死(同 nghèo): Nó ngoẻo rồi. 他死了。② 歪头: ngoẻo đầu ngủ thiếp đi 歪头睡着了

ngoéo *d* 钩子: dùng ngoéo hái quả 用钩子采摘果实

ngoéo tay *đg*[口] 拉钩: ngoéo tay thề thốt 拉钩发誓

ngoẹo *đg* ①歪扭, 倾斜: ngoẹo đầu 扭头②转弯, 拐弯: đến ngã ba ngoẹo trái 到三岔路口转左 *d* 弯道, 岔道, 拐角: đến chỗ ngoẹo thì dừng lại 到了弯道就停止

ngoi *đg* ①蹿, 伸, 探: Ngoi đầu lên khỏi mặt nước. 把头伸出水面。②向上爬: Ông ấy đang cố ngoi lên chức trưởng phòng. 他在想办法爬上科长的位置。

ngoi ngóp *đg* 连续地沉浮; 挣扎: lội ngoi ngóp dưới sông 在河里挣扎着; thở ngoi ngóp 苟延残喘

ngòi₁ *d* 小溪, 小涧, 小沟, 小渠: Tát ngòi bắt cá. 放干溪水好捉鱼。

ngòi₂ *d* ①引信, 火引, 导火线: châm ngòi 点燃引信; pháo tịt ngòi 哑炮②笔尖: Bút hỏng ngòi. 笔头坏了。③脓头: Mụn phải bóp hết ngòi mới khỏi. 要把毒疮脓头挤出来才能好。

ngòi bút *d* ①笔尖, 笔头: ngòi bút máy 自来水笔笔尖②文笔: ngòi bút sắc bén 犀利的文笔③文章, 作品: Dùng ngòi bút làm vũ khí đấu tranh. 用文章作为斗争的武器。

ngòi nổ *d* 导火线

ngòi ong *d* 蜂刺

ngòi pháo *d* 爆竹引信

ngòi súng *d* 枪铳火引

ngói *d* 瓦: gạch ngói 砖瓦

ngói a-mi-ăng *d* 石棉瓦

ngói âm dương *d* 公母瓦, 阴阳瓦

ngói bò *d* 脊瓦

ngói chiếu *d* 平瓦

ngói mấu *d* 挂瓦

ngói ống *d* 筒瓦

ngói ta *d* 青瓦

ngói tráng men *d* 琉璃瓦

ngói xi-măng *d* 水泥瓦

ngõm₁ *đg* 起来, 坐起 (同 nhỏm): đang nằm ngõm dậy 正躺着坐了起来

ngõm₂ *đg* 完全消失 (同 ngóm)

ngóm *đg* [口] 熄灭, 完全消失: bếp tắt ngóm 灶火已熄灭

ngon *t* ①好吃的, 味美的, 可口的: Cơm ngon. 饭好吃。②香甜: ngủ ngon 睡得香③ [口] 容易, 好办: Bài toán khó thế mà nó giải rất ngon. 这道题这么难他做起来还很容易。④ [方] 厉害, 能干: Có ngon thì nhào vô! 厉害就冲进来吧! ⑤ [口] (很) 好, (很) 美: Con bé ấy trông ngon lắm. 那位姑娘很美。

ngon ăn *t* [口] 容易: Làm việc đó thì ngon ăn rồi. 那件事做起来很容易。

ngon giấc *t* 甜睡, 酣睡, 睡得香: trời mưa ngủ ngon giấc 下雨天睡得香

ngon lành *t* (吃、睡) 香: ngủ một giấc ngon lành 睡一个好觉; Món ăn này chẳng ngon lành gì. 这道菜一点儿都不香。

ngon mắt *t* [口] 好看, 悦目: trông rất ngon mắt 很好看

ngon miệng *t* 好吃, 可口: Bữa ăn này rất ngon miệng. 这一顿很可口。

ngon ngót *t* 有点瘪的: Bụng ngon ngót thấy đói. 肚子饿瘪了。

ngon ngọt *t* (嘴) 甜: lời ngon ngọt 甜言蜜语

ngon ơ *t* [口] 好办的, 易如反掌的, 轻而易举的: Việc này làm thì ngon ơ. 这件事很容易的。

ngon xơi [口] =ngon ăn

ngòn ngọt *t* 微甜的: Nước pha ít đường hơi ngòn ngọt. 水放了些糖有点甜。

ngỏn ngoẻn *t* 笑盈盈: Cô gái cười ngỏn ngoẻn để lộ hàm răng đẹp. 姑娘笑盈盈的, 露出整齐的牙齿。

ngón₁ *d* ①指; 趾②手艺, 专长: ngón võ 武把式③花招, 手段, 伎俩: dở ngón bịp sử dụng 使用欺骗的手段

ngón₂ *d* 断肠草

ngón áp út *d* 无名指

ngón cái *d* 大拇指

ngón chân *d* 脚趾

ngón giữa *d* 中趾

ngón nghề *d* 手艺, 秘诀: ngón nghề kiếm sống 谋生的手艺

ngón tay *d* 手指

ngón trỏ *d* 食指

ngón út *d* 小趾

ngọn *d* ①梢, 顶端: ngọn cây 树梢②尖儿: ngọn bút lông 毛笔尖; trèo lên tận ngọn tháp 爬到了塔顶③支, 把, 盏: một ngọn cờ 一杆旗; một ngọn nến 一支蜡烛; một ngọn đèn 一盏灯④股, 团, 阵: một ngọn gió 一阵风; ngọn lửa 火苗

ngọn ngành *d* 本末, 始终, 原委: kể ngọn ngành câu chuyện 讲述事情的原委; hỏi rõ ngọn ngành 问清原委

ngọn nguồn *d* ①河源②根源: hiểu rõ ngọn nguồn 弄明白底细

ngong ngóng *đg* 翘首, 盼望: ngong ngóng chờ đợi 翘首等待

ngòng ngoèo =ngoằn ngoèo

ngỏng *đg* 翘头, 抬头: ngỏng cổ nhìn 翘首望 *t* 过高的, 巨人症 (似) 的: người cao ngỏng

N

个子高高的

ngõng *d* 轴：ngõng cối 磨杆轴；ngõng cửa 门枢

ngóng *đg* 翘盼，盼望：ngóng tin 盼消息

ngóng chờ *đg* 盼望，等待：ngóng chờ tin người đi xa 企盼远方亲人的消息

ngóng đợi =ngóng chờ

ngóng trông *đg* 等待，企盼，盼望：ngóng trông tin nhà 等待家里的消息

ngọng *t* ①口齿不清：Trẻ con nói ngọng. 小孩说话咬字不清。② [口] 傻，呆，憨：Nó chẳng ngọng đâu mà phải xui. 他并不傻，你不要唆使他。

ngọng nghịu *t* 磕磕巴巴：nói ngọng nghịu 说话磕磕巴巴的

ngóp *đg* (浮起来) 呼吸：Cá ngóp trên mặt nước. 鱼浮在水面上呼吸。

ngót₁ *t* 蔫缩：Rổ rau xào ngót đi còn tí. 一筐菜炒蔫缩了才有一点点。

ngót₂ *t* 将近，差不多：ngót một tháng 差不多一个月

ngót₃ *t* 微甜的

ngót nghét *t* [口] 差不多达到的：Ông cụ ngót nghét tám mươi. 老人差不多80岁了。

ngọt *t* ①甜，甘甜：nước rất ngọt 水很甜②好话：dỗ ngọt 用好话哄③鲜美：cơm dẻo canh ngọt 饭软汤鲜④冷，利：dao sắc ngọt 刀锋尖利

ngọt bùi *t* 鲜美，甜美，幸福，美满：ngọt bùi nhớ lúc đắng cay 忆苦思甜；chia ngọt sẻ bùi 同甘共苦

ngọt lịm *t* 甘醇：Nước dừa ngọt lịm. 椰子水很甘醇。

ngọt lừ *t* 浓甜，甜美：Nước canh ngọt lừ. 汤水很甜。

ngọt lự =ngọt lừ

ngọt ngào *t* 香甜，甜蜜：tình yêu ngọt ngào 甜蜜的爱情

ngọt nhạt *t* [口] 甜言蜜语：ngọt nhạt dỗ dành 甜言蜜语地劝诱

ngọt sắc *t* 甜腻，腻：Cốc nước đường ngọt sắc. 那杯糖水甜腻腻的。

ngọt xớt *t* ① (腔调) 虚情假意的：Anh anh em em ngọt xớt. 阿哥阿妹的叫得很"甜" (虚情假意)。② (切割) 利索：rạch một đường ngọt xớt 利索地划开一条线

ngô *d* 玉米，苞谷

ngô đồng *d* 梧桐

ngô nghê *t* 呆笨：dáng điệu ngô nghê 呆笨的样子

ngô ngố *t* 有点笨：Con bé trông ngô ngố thế nào ấy. 看她好像有点笨。

ngồ ngộ *t* 怪却有趣的：Cái tên nghe ngồ ngộ. 这个名字听起来怪怪的却很有趣。

ngổ *t* 嚣张：Thằng ấy ngổ lắm. 那小子很嚣张。

ngổ ngáo *t* 嚣张，蛮横：tính tình ngổ ngáo 性情蛮横

ngỗ nghịch *t* 忤逆，悖逆：tính tình ngang bướng, ngỗ nghịch 性格偏强忤逆

ngỗ ngược *t* 悖逆，忤逆：tính tình ngỗ ngược 性情悖逆

ngố *t* 傻，蠢：thằng ngố 傻瓜

ngộ₁ *t* [口] 怪有趣的：Nó ăn mặc trông ngộ lắm! 她打扮得怪里怪气的! Đứa bé ngộ quá. 这小孩长得很有趣。

ngộ₂ *t* 疯：chó ngộ 疯狗

ngộ₃ *k* [方] 万一，要是：Ngộ không làm được thì sao? 万一干不了怎么办?

ngộ₄ [汉] 遇 *đg* 相遇

ngộ₅ [汉] 悟 *đg* 领悟

ngộ₆ [汉] 误

ngộ dại *đg* 痴呆

ngộ độc *đg* 中毒：ngộ độc thức ăn 食物中毒

ngộ nghĩnh *t* 可爱 (指小孩)：Đứa nhỏ này trông rất ngộ nghĩnh. 这孩子看起来怪可爱的。

ngộ nhận *đg* 误认，误以为

ngộ nhỡ *k* 倘若，万一：Cẩn thận, ngộ nhỡ người

ta nhìn thấy. 当心, 万一被别人看到。

ngốc *t* 呆傻, 笨拙: Ngốc thế, có vậy mà không biết. 那么笨, 这个都不懂。

ngốc nghếch=ngốc

ngộc nghệch *t* 蠢笨, 笨拙: Lớn ngồng rồi mà ngộc nghệch chẳng biết gì. 长这么大了还傻乎乎的。

ngôi₁ *d* ①职位: ngôi vua 皇位 ②皇位: vua lên ngôi 皇帝登基 ③人称: ngôi thứ nhất 第一人称 ④座: ngôi chùa 一座庙 ⑤胎位

ngôi₂ *d* 头发线: rẽ ngôi 分发线

ngôi báu *d* 宝座, 皇位

ngôi sao *d* 星座

ngôi thứ *d* 位次, 等级

ngôi vị *d* 地位: giữ ngôi vị độc tôn 占有独尊的地位

ngôi vua *d* 皇位, 帝位

ngồi *đg* ①坐, 乘坐: ngồi trên ghế 坐在凳子上 ②任职, 处于 (位置): Ông ấy đã ngồi ghế giám đốc hàng chục năm nay. 他担任经理有十年了。

ngồi ăn núi lở 坐吃山空

ngồi bệt *đg* 席地而坐: ngồi bệt xuống đất 席地坐在地上

ngồi bó gối *đg* 抱膝而坐

ngồi chồm hổm *đg* [方] 蹲着

ngồi chồm hổm *đg* [口] 蹲着

ngồi chơi xơi nước [口] 无所事事

ngồi chưa ấm chỗ 屁股都没坐热: Chị ấy lúc nào cũng vội vã, ngồi chưa ấm chỗ đã đi rồi. 她很忙, 经常屁股都没坐热就又走了。

ngồi chưa nóng đít=ngồi chưa ấm chỗ

ngồi dưng *đg* 闲坐着, 闲待着, 干坐着: Ngồi dưng mấy tháng nay không có việc gì làm. 这几个月干坐着没活儿干。

ngồi đồng *đg* 坐坛, 上坛, 招魂

ngồi không *đg* 闲坐着: ngồi không ăn sẵn 坐享其成

ngồi không ăn bám 坐享其成

ngồi lê *đg* 跑东家串西家: ngồi lê kiếm chuyện 东家跑, 西家串地找话说

ngồi lê đôi mách 调嘴学舌

ngồi lê mách lẻo =ngồi lê đôi mách

ngồi phệt=ngồi bệt

ngồi rồi *đg* 闲坐: ăn không ngồi rồi 坐享其成

ngồi tù *đg* [口] 坐监, 坐牢, 蹲班房

ngồi xếp bằng *đg* 盘腿而坐

ngồi xếp bằng tròn=ngồi xếp bằng

ngồi xổm *đg* 蹲坐

ngồm ngoàm *t* [口] 大口嚼食, 狼吞虎咽: vừa ăn ngồm ngoàm vừa nói 边大嚼边说

ngổm ngoảm=ngồm ngoàm

ngôn [汉] 言

ngôn luận *đg* 言论: tự do ngôn luận 言论自由

ngôn ngốt *t* 烦闷, 憋闷, 燥闷: người ngôn ngốt khó chịu 身体有点憋闷得难受

ngôn ngữ *d* 语言

ngôn ngữ đánh dấu *d* 超语言, 符号语言

ngôn ngữ đánh dấu siêu văn bản *d* 超文本标记符号语言

ngôn ngữ hình thức *d* 形式语言

ngôn ngữ học *d* 语言学

ngôn ngữ lập trình *d* 程序设计语言

ngôn ngữ máy=ngôn ngữ lập trình

ngôn ngữ tự nhiên *d* 自然语言

ngôn ngữ văn hoá *d* 文化语言

ngôn ngữ văn học *d* 文学语言

ngôn từ *d* 言词: Ngôn từ trong sáng giản dị. 文字纯洁简朴。

ngồn ngộn *t* 满满当当: Hàng hoá chất đầy ngồn ngộn. 货物堆放得满满当当的。

ngôn ngột *t* ①憋闷: Rạp chiếu phim ngôn ngột. 电影院里很憋闷。②嘶哑: tiếng nói ngôn ngột 嘶哑的声音

ngổn ngang *t* ①横七竖八: say rượu nằm ngổn ngang 喝醉了横七竖八地躺着 ②满地狼

藉: nhà cửa ngổn ngang 屋里满地狼藉 ③混乱, 乱七八糟的: Trong đầu ngổn ngang những suy nghĩ. 脑子里满是乱七八糟的想法。

ngốn *đg* [口] ①狼吞虎咽: ngốn một lúc hết mấy quả chuối 三下两下吃完了几根香蕉 ②耗费量大 (同 tốn): Xe ngốn xăng lắm. 汽车很费油。

ngốn ngấu *đg* 狼吞虎咽

ngộn *t* [口] ①满满: Kho thóc đầy ngộn. 谷仓满满当当的。②繁多: Công việc cứ ngộn lên. 事情多得干不完。

ngông *t* 张狂: nói ngông 说话张狂

ngông cuồng *t* 狂热, 狂妄: thái độ ngông cuồng 态度狂妄

ngông nghênh *t* 狂妄自大, 扬扬自得: ngông nghênh đi giữa đường 扬扬自得地走在路上

ngồng *d* 茎: Cải đã có ngồng. 白菜长花茎了。*t* 高大: người cao ngồng 高高大大的人

ngỗng₁ *d* 鹅: Cổ cao như cổ ngỗng. 脖子跟鹅颈一样长。

ngỗng₂ *d* 长颈酒坛

ngỗng trời *d* 天鹅

ngốt *t* ①闷, 闷热, 憋闷: nóng phát ngốt 热得发闷 ② [口] 贪婪: Tiền bạc làm cho nó phát ngốt. 金钱勾起他的贪婪。

ngốt của *đg* 见财红眼, 见财起意

ngột ngạt *t* ①憋闷, 憋气: Trời oi bức ngột ngạt khó chịu. 天气炎热憋闷难受。②窒息: cuộc sống ngột ngạt 令人窒息的生活

ngơ *đg* 装作不知, 佯装: ngoảnh mặt làm ngơ 转身装不知道

ngơ ngác *t* 愕然: ngơ ngác nhìn nhau 愕然相视 *đg* 不知所措

ngơ ngáo *t* 愕然: ngơ ngáo nhìn quanh 愕然地看看四周

ngơ nghếch *t* (反应) 迟钝: Anh ta có vẻ ngơ

nghếch. 他反应有点迟钝。

ngơ ngẩn = ngẩn ngơ

ngơ ngơ *t* 发愣: đứng ngơ ngơ 愣愣地站着

ngơ ngơ ngẩn ngẩn *t* 笨拙, 呆笨 (同 ngẩn ngơ): Bà cụ ốm xong cứ ngơ ngơ ngẩn ngẩn. 老太太病后有点呆。

ngờ₁ *đg* 怀疑: số liệu đáng ngờ 可疑数据

ngờ₂ *đg* 料想: Không ngờ anh lại đến. 想不到你会来。

ngờ đâu [口] 没料到, 不料: ngờ đâu lại ra nông nỗi này 不料却成了这个样子

ngờ ngạc *t* 呆傻的: ngờ ngạc không biết gì 傻傻的什么都不懂

ngờ nghệch *t* 呆笨, 呆钝, 迟钝: vẻ mặt ngờ nghệch 面貌呆笨

ngờ ngợ *đg* 好像, 貌似: Trông ngờ ngợ như đã gặp ở đâu rồi. 看起来好像在哪里见过。

ngờ vực *đg* 怀疑, 疑惑: tỏ vẻ ngờ vực 起疑心

ngỡ *đg* 以为, 疑是: Tôi cứ ngỡ là anh ấy đã biết. 我以为他已经知道了。

ngỡ ngàng *t* 茫然, 迷惘, 陌生: vẻ mặt ngỡ ngàng 神情迷惘

ngớ *đg* 发呆, 出神, 愣神: Câu hỏi bất ngờ làm cậu ta ngớ ra. 突然问一句使他回不过神来。

ngớ ngẩn *t* 笨, 笨拙, 迟钝, 傻气的: hỏi những câu ngớ ngẩn 净问些傻气的问题

ngợ *đg* 疑惑, 不太相信: Nghe xong mọi người vẫn còn ngợ. 听后大家还不太相信。

ngơi nghỉ = nghỉ ngơi

ngơi ngớt *đg* 减弱, 减轻: mưa ngơi ngớt dần 雨势减弱; Cơn đau đã ngơi ngớt. 痛苦逐渐减轻。

ngời *t* 绚烂: sáng ngời 绚烂的阳光

ngời ngời *t* 炯炯: ngời ngời ánh mắt 目光炯炯

ngời ngợi = ngời ngời

ngợi ca = ca ngợi

ngợi khen = khen ngợi

ngơm ngớp=nơm nớp

ngờm ngợp *đg*；*t* 众多：người đông ngờm ngợp 人山人海；Bãi dâu xanh ngờm ngợp. 桑田一片绿。

ngơn ngớt=ngớt

ngớp *t* 畏惧，畏怯：Từ trên cao nhìn xuống thấy ngớp quá. 从高处往下看很害怕。

ngớp ngớp=nơm nớp

ngợp *đg* ①晕眩：Từ trên cao nhìn xuống mà thấy ngợp. 从高处往下看有点晕。②覆盖，淹没：cờ xí ngợp trời 旌旗蔽日

ngớt *đg* 减弱，减少：vỗ tay không ngớt 掌声不息；Mưa đã ngớt. 雨小了一点。

ngu [汉] 愚 *t* 愚蠢：Sao mà ngu thế! 怎么那么蠢！

ngu dại *t* 愚蠢，愚笨：một việc làm quá ngu dại 一个愚蠢做法

ngu dân *đg* 愚民：chính sách ngu dân 愚民政策

ngu dốt *t* 愚蠢，愚笨：một con người ngu dốt 一个笨蛋

ngu đần *t* 愚蠢，呆笨：một kẻ ngu đần 蠢笨之人

ngu độn *t* 愚钝：kẻ ngu độn 愚钝之人

ngu muội *t* 愚昧：lối sống ngu muội 愚昧的生活方式

ngu ngốc *t* 愚呆，呆傻：ý nghĩ ngu ngốc 愚蠢的想法

ngu ngơ *t* 痴呆：làm bộ ngu ngơ không biết gì 装呆傻无知

ngu si *t* 愚痴：hạng người ngu si 愚人

ngu tối=ngu muội

ngu xuẩn *t* 愚蠢：Cả lời nói và việc làm của nó đều rất ngu xuẩn. 他说话办事都很愚蠢。

ngù₁ *d* 缨：ngù giáo 枪缨；ngù mũ 帽缨

ngù₂ *d* 流苏（衣服饰物）

ngù ngờ *t* [口] 迟钝，呆滞：Dáng điệu ngù ngờ như gà rù. 举止像瘟鸡一样迟钝。

ngủ *đg* ①睡觉，就寝：buồn ngủ 犯困 ② (动

植物) 休眠期：Ếch vào hang ngủ đông. 青蛙在洞里冬眠。③ [口] 上床 (同居)：Họ ngủ với nhau từ trước khi cưới. 他们结婚前就上床了。

ngủ đậu *đg* 借宿：ăn nhờ ngủ đậu 寄人篱下

ngủ đông *đg* 冬眠：ếch ngủ đông 青蛙冬眠

ngủ gà *đg* 假寐，半睡：Mắt lơ mơ như ngủ gà. 眼睛像鸡睡觉一样眯缝着。

ngủ gà ngủ gật [口]=ngủ gật

ngủ gật *đg* 打盹，打瞌睡

ngủ khì *đg* 沉睡：vừa nằm xuống đã ngủ khì 刚躺下就睡熟了

ngủ lang *đg* [口] 外宿

ngủ li bì *đg* 酣然大睡

ngủ mê *đg* ①酣睡②做梦

ngủ ngáy *đg* 打鼾

ngủ nghê *đg* 睡觉：Ồn quá chẳng ngủ nghê gì được. 太吵了，一点都睡不着。

ngũ [汉] 五

ngũ âm *d* [乐] 五音 (古乐中宫、商、角、徵、羽)

ngũ bội tử *d* [药] 五倍子

ngũ cốc *d* 五谷，谷物，粮食：Ăn ngũ cốc có lợi cho sức khoẻ. 吃五谷杂粮有利于健康。

ngũ gia bì *d* [药] 五加皮

ngũ hành *d* 五行 (金、木、水、火、土)

ngũ kim *d* 五金

ngũ kinh *d* 五经 (诗、书、礼、易、春秋)

ngũ liên *d* 五连鼓声

ngũ linh chi *d* [药] 五灵脂

ngũ luân *d* 五伦 (君臣、父子、夫妇、兄弟、朋友)

ngũ ngôn *d* 五言：thơ ngũ ngôn 五言诗

ngũ phẩm *d* [旧] 五品官

ngũ quả *d* 鲜果

ngũ quan *d* 五官

ngũ sắc *d* 五色 (青、黄、赤、白、黑)

ngũ tạng *d* [解] 五脏 (心、肝、脾、肺、肾)

ngũ tuần *d* [旧] 五旬

ngũ thường d[旧] 五常（仁、义、礼、智、信）

ngũ vị d 五味（酸、甜、苦、辣、咸）

ngũ vị tử d[植] 五味子

ngú ngớ t 痴傻: ngú ngớ không hiểu gì cả 傻乎乎的什么都不懂

ngụ [汉] 寓 đg 寓居: ngụ tại Hà Nội 寓居于河内

ngụ cư đg 寓居: dân ngụ cư 寓居人口

ngụ ngôn d 寓言: truyện ngụ ngôn 寓言故事

ngụ ý đg 寓意: Câu nói có nhiều ngụ ý. 此话意味深长。

nguây nguẩy đg 闹别扭, 扭捏, 发小脾气: Mới nói thế nó đã nguây nguẩy bỏ đi. 才那么一说她就发小脾气走了。

nguẩy đg 扭过身子: nguẩy một cái rồi bỏ đi 扭身就走

ngúc ngắc₁ đg 摆动: cái đầu ngúc ngắc 头左右摆动

ngúc ngắc₂ t 磕巴: đọc ngúc ngắc 磕磕巴巴地读着

ngúc ngoắc=ngúc ngắc₁

ngục [汉] 狱 d 监狱, 监牢: vượt ngục 越狱

ngục thất d 监牢

ngục tối d ①黑狱: bị giam trong ngục tối 被关在黑狱里②地狱

ngục tù d 牢狱

nguếch ngoác=nguệch ngoạc

nguệch ngoạc t 潦草: Chữ viết nguệch ngoạc. 字写得潦草。

ngùi ngùi=bùi ngùi

ngủm đg[方] 死, 完蛋: chết ngủm rồi 死翘翘

ngụm d 一口: uống ngụm nước 喝一口水

ngun ngút=nghi ngút

ngùn ngụt t 滚滚, 熊熊: khói lửa ngùn ngụt 烟火滚滚; Lửa cháy ngùn ngụt. 火熊熊燃烧。

ngún đg(没火焰地) 燃烧, 烧（暗火）: Đám trấu cháy ngún. 糠堆燃起暗火。

ngủng ngoẳng đg 别扭, 不理睬: Vợ chồng nhà bên gần đây ngủng ngoẳng với nhau. 最近隔壁夫妻俩在闹别扭。

ngủng nga ngủng nghỉnh=ngủng nghỉnh

ngủng ngẳng=ngủng nghỉnh

ngủng nghỉnh đg 冷淡, 闹别扭: Con lợn ngủng nghỉnh chê cám. 猪儿不吃食。

ngũng ngẵng đg 冷淡, 闹别扭

ngúng nga ngúng nguẩy=ngúng nguẩy

ngúng nguẩy đg 扭身, 摇头: ra bộ giận dỗi ngúng nguẩy bỏ đi 表现出气愤的样子, 扭身就走

nguôi đg 平息, 消减: nguôi cơn giận 息怒

nguôi ngoai đg 消退: Nỗi buồn lâu dần rồi cũng nguôi ngoai. 愁思久了也变淡了。

nguôi quên đg 忘却: nỗi đau không hề nguôi quên 还没有忘却痛苦

nguội t ①凉, 冷: tiệc nguội 冷宴② [转] 完蛋的: Việc này thế là nguội rồi. 这事就这样完了。d 冷处理: thợ nguội 冷处理工人

nguội lạnh t 冷, 凉: Việc này đã nguội lạnh từ lâu rồi. 这件事早就冷了。Cơm canh nguội lạnh. 饭菜凉了。

nguội ngắt t 冰, 冷, 凉透的: Cơm canh nguội ngắt cả rồi mà vẫn chưa thấy anh về. 饭菜都凉了他还没回来。

nguội tanh=nguội ngắt

nguội tanh nguội ngắt 冰凉冰凉的

nguồn d ①源头: nơi bắt nguồn 发源地②根源, 来源: nguồn hàng 货源; nguồn tin 消息来源; nguồn vốn 资金来源

nguồn cội d 起源, 源头: tìm lại nguồn cội 寻找起源

nguồn cơn d 本末, 原委: kể hết nguồn cơn 细说原委

nguồn gốc d 根源, 起源: nguồn gốc lịch sử 历史根源

nguồn lực d 资源: nguồn lực tài chính 财政

资源

ngụp *đg* 下潜，潜水：nhô lên ngụp xuống 浮上沉下

ngụp lặn *đg* 潜水：ngụp lặn dưới hồ 在湖里潜水

ngút *đg* ①往上冒：lửa khói ngút trời 烟火冲天 ②穿越（广阔的空间）：biển lúa ngút mắt 一望无际的稻田

ngút ngàn *t* 无边无际，宽阔：rừng cây ngút ngàn 无边无际的森林

ngút ngát *t* (烟气滚滚) 往上直冒的

nguy₁ [汉] 危 *t* 危险，危急：nguy đến tính mạng 危及生命

nguy₂ [汉] 巍

nguy cấp *t* 危急：tình thế nguy cấp 情势危急

nguy cơ *d* 危机：nguy cơ chiến tranh 战争危机

nguy hại *đg* 危害：Thuốc lá gây nguy hại cho sức khoẻ. 香烟危害健康。

nguy hiểm *t* 危险：kẻ thù nguy hiểm 危险的敌人 *d* 危险性：sự nguy hiểm của việc phóng nhanh vượt ẩu 开快车的危险性

nguy khốn *t* 危急：tình thế rất nguy khốn 形势很危急

nguy kịch *t* 危重：Bệnh tình đã đến mức nguy kịch. 病情已到了危重程度。

nguy nan *t* 危难：gặp lúc nguy nan 危难时刻

nguy nga *t* （建筑）高大，巍峨：lâu đài nguy nga 高楼大厦

nguy ngập *t* 岌岌可危的：tính mạng đang nguy ngập 性命岌岌可危

nguy vong *t* 危亡：vận nước nguy vong 国运危亡

ngụy₁ [汉] 伪 *d* 伪政权：sĩ quan ngụy 伪军军官；ngụy binh 伪兵；ngụy quân 伪军；ngụy quyền 伪政权

ngụy₂ [汉] 诡

ngụy biện *đg* 诡辩：luận điệu ngụy biện 诡辩论

ngụy tạo *đg* 伪造：tài liệu ngụy tạo 伪造材料

ngụy trang *đg* 伪装：ngụy trang trận địa 伪装阵地；Âm mưu xâm chiếm được ngụy trang bằng chiêu bài khai hoá văn minh. 侵略阴谋被伪装成文明开发。

ngụy vận *đg* 策反：chú trọng công tác ngụy vận 注重策反工作

nguyên₁ [汉] 原 *d* ①来源，源头，起初：Hai người nguyên là bạn thân. 两人原是好朋友。②原样：giữ nguyên 保持原样 ③原任，前任：nguyên bộ trưởng 前任部长 *p* 单就，单单：Nguyên tiền điện thoại cũng hết bạc triệu. 就电话费也要上百万盾。

nguyên₂ [汉] 元

nguyên âm *d* 元音：nguyên âm đầu lưỡi 舌尖元音；nguyên âm đôi 二合元音

nguyên bản *d* 原本，底本

nguyên canh *d* 原耕地：Chia ruộng trên cơ sở nguyên canh. 在原耕地的基础上分田地。

nguyên cáo *d* 原告

nguyên chất *d* 原质（汁）：cà phê nguyên chất 原味咖啡

nguyên chiếc *d* 整机，原装

nguyên cớ *d* 缘故：nguyên cớ sự việc 事情缘由

nguyên dạng *d* 原样，原状：khôi phục nguyên dạng của khu di tích 恢复遗址原样

nguyên do *d* 缘由：tìm cho rõ nguyên do 查找搞清缘由

nguyên đại *d* 原生代：nguyên đại cổ sinh 古原生代

Nguyên Đán *d* 农历新年，春节：Tết Nguyên Đán 春节

nguyên động lực *d* 原动力

nguyên đơn *d* 原告

nguyên hình *d* 原形：Tên gián điệp đã lộ nguyên hình. 间谍已现原形。

nguyên khai *d* 原矿：than nguyên khai 原煤

nguyên khí *d* 元气

nguyên lai *d* [旧] 起源: nguyên lai của sự sống 生命的起源

nguyên lành *t* 完好，完好无缺: Trên đường di chuyển các thứ vẫn nguyên lành. 转移的路上所有东西都完好。

nguyên lão *d* [旧] 上议员: nguyên lão viện 上议院

nguyên lí *d* 原理

nguyên liệu *d* 原料: Nhà máy thiếu nguyên liệu. 工厂缺原料。

nguyên mẫu *d* ①样品: Sản phẩm làm theo nguyên mẫu. 产品按样品生产。②原型: Nguyên mẫu của nhân vật trong phim là một nông dân. 片中人物原型是一位农民。

nguyên ngữ *d* 原文: so sánh bản dịch với bản nguyên ngữ 将译文与原文进行比对

nguyên nhân *d* 原因: nguyên nhân bên ngoài 外因; nguyên nhân bên trong 内因

nguyên niên *d* 元年: Hồng Đức nguyên niên 宏德元年

nguyên phát *đg* [医] 原发，先天: vô sinh nguyên phát 先天不孕

nguyên quán *d* 籍贯，原籍: khai rõ nguyên quán, trú quán 写明原籍、住址

nguyên sinh₁ *d* 原生代

nguyên sinh₂ *t* 原生的，原生代的: chất nguyên sinh 原生质; động vật nguyên sinh 原生动物; rừng nguyên sinh 原生林

nguyên soái *d* 元帅

nguyên sơ *d* 原初，初始: thuở nguyên sơ của loài người 人类的初始阶段

nguyên tác *d* 原作

nguyên tắc *d* 原则: năm nguyên tắc chung sống hoà bình 和平共处五项原则

nguyên thủ *d* 元首

nguyên thuỷ *d* 原始，最初: tích luỹ nguyên thuỷ 原始积累

nguyên tiêu *d* 元宵

nguyên tố *d* 元素

nguyên tố hoá học *d* 化学元素

nguyên tố vi lượng *d* 微量元素

nguyên trạng *d* 原状: giữ nguyên trạng 维持原状

nguyên tử *d* 原子: nguyên tử số 原子序数

nguyên văn *d* 原文: trích nguyên văn 摘原文

nguyên vật liệu *d* 原材料: nguyên vật liệu xây dựng 建筑原材料

nguyên vẹn *t* 完整: giữ nguyên vẹn khu di tích 保持遗迹的完整

nguyên vị *t* 原位的，原来位置的: ngồi nguyên vị một chỗ 待在原位

nguyên xi *t* [口] ①原样的: mới nguyên xi 全新的②原封不动的: bắt chước nguyên xi 原封不动照搬

nguyền *đg* 立誓，发誓: thề nguyền 誓愿

nguyền rủa *đg* 诅咒，咒骂: tội ác đáng nguyền rủa 该诅咒的罪恶

nguyện [汉] 愿 *đg* ①立誓: nguyện làm việc hết sức mình 立誓尽自己最大努力工作②愿意: tự nguyện 自愿

nguyện cầu *đg* 祈求: nguyện cầu hoà bình 祈求和平

nguyện ước *d* 心愿: thoả lòng nguyện ước 满足心愿 *đg* ①遂愿②誓约: nhớ lời nguyện ước ba sinh 牢记三生之誓约

nguyện vọng *d* 愿望，意愿: nguyện vọng của quần chúng 群众的愿望

nguyệt [汉] 月 *d* ①月亮: nguyệt cầu 月球②月份: bán nguyệt san 半月刊

nguyệt hoa *d* [旧] 花月，风月

nguyệt lão *d* 月老

nguyệt quế *d* [植] 月桂

nguyệt san *d* 月刊

nguyệt thực *d* 月食: nguyệt thực toàn phần 月全食

nguýt *đg* 瞥，瞪: Vợ nguýt chồng một cái. 妻子瞪了丈夫一眼。

ngư [汉] 鱼

ngư cụ *d* 渔具

ngư dân *d* 渔民

ngư hộ *d* 渔户

ngư long *d* [动] 鱼龙

ngư lôi *d* 鱼雷

ngư nghiệp *d* 渔业: phát triển ngư nghiệp 发展渔业生产

ngư phủ *d* [旧] 渔夫

ngư trường *d* 渔场: tìm kiếm ngư trường mới 寻找新的渔场

ngữ₁ *d* ①分寸, 节制: ăn tiêu có ngữ 花钱有度②约莫的时间: ngữ này năm ngoái 去年这个时候

ngữ₂ *d* [口] 东西, 家伙, 物件儿 (含蔑视意): Ngữ ấy biết gì. 那家伙懂什么。

ngữ₃ [汉] 语①短语, 词组: thuật ngữ 术语②语言: Việt ngữ 越语; Hán ngữ 汉语

ngữ âm *d* ①语音②语音学: môn ngữ âm ngôn ngữ học 语音语言学科目

ngữ cảm *d* 语感

ngữ cảnh *d* 语境: xác định ý nghĩa của từ nhờ ngữ cảnh 依据语境确定词义

ngữ điệu *d* 语调: thể hiện ý văn bằng ngữ điệu 用语调来表现文章意思

ngữ đoạn *d* ①语段②短语

ngữ hệ *d* 语系: ngữ hệ Nam Á 南亚语系

ngữ khí *d* 语气: Mỗi bài thơ có một ngữ khí riêng. 每一首诗都有其独特的语气。

ngữ liệu *d* 语言资料: phân tích ngữ liệu 分析语言资料

ngữ nghĩa *d* ①词义: ngữ nghĩa của từ 词义②语义学的简称

ngữ pháp *d* ①语法: hệ thống ngữ pháp 语法体系②语法学的略称

ngữ văn *d* 语文

ngự₁ [汉] 御 *đg* 高坐: Vua ngự trên ngai vàng. 皇帝高坐在宝座上。

ngự₂ *t* 御用的: thuyền ngự 御船 *đg* 御: vua ngự duyệt 皇帝御批

ngự trị *đg* 统治, 支配: Đồng tiền nhiều khi ngự trị tất cả. 金钱有时支配一切。

ngứa ngứa *t* 痒, 瘙痒: thấy người ngứa ngứa 身上有点痒

ngừa *đg* ①防范: ngừa kẻ cắp 防范小偷② [方] 预防: ngừa bệnh tật 预防疾病

ngửa *t* 仰面朝上的: bơi ngửa 仰泳; Vung nồi đặt ngửa. 锅盖朝上放着。 *đg* 仰, 朝上, 向上: ngửa mặt lên trời 仰脸朝天; Ngửa bát lên hứng nước. 碗口朝上接水。

ngửa nghiêng =nghiêng ngửa

ngửa tay *đg* [口] 伸手, 索讨: ngửa tay ăn xin 伸手讨饭

ngứa *đg* ①感觉痒: gãi đúng chỗ ngứa 挠到感觉痒的地方②发痒: ngứa chân ngứa tay 手脚发痒

ngứa gan *đg* [口] 心里冒火: Cứ trông thấy hắn là ngứa gan. 一见到他心里就冒火。

ngứa mắt *đg* [口] 感到刺眼, 看不惯: Trông mà ngứa mắt. 太刺眼了。

ngứa miệng *đg* [口] 嘴痒, 忍不住要说: ngứa miệng nói chen vào 忍不住插嘴

ngứa mồm =ngứa miệng

ngứa ngáy *đg* [口] 发痒: khắp người ngứa ngáy 浑身发痒

ngứa nghề *đg* [口] 想露一手: Thấy người ta tập võ, nó ngứa nghề cũng lên chơi mấy chiêu. 看到别人习武, 他也想露一手。

ngứa tai *đg* [口] 感到刺耳, 感觉难听: Nghe nó nói mà ngứa tai. 听他说话太刺耳了。

ngứa tay *đg* [口] 觉得手痒: ngứa tay vẽ bậy lên tường 手痒在墙上乱画

ngứa tiết *đg* [口] 动肝火, 发火: Ngứa tiết muốn cho nó một trận đòn. 火起来真想揍他一顿。

ngựa *d* ①马: xe ngựa 马车②马力: Máy này bao nhiêu ngựa? 这台机器是多少马力的? ③鞍马: nhảy ngựa 跳鞍马

ngựa bạch *d* 白马

ngựa bất kham *d* ①烈马②不羁之人: Anh ta là con ngựa bất kham. 他是一个放荡不羁的人。

ngựa chiến *d* 战马

ngựa chứng *d* 烈马

ngựa con háu đá 初生牛犊不怕虎

ngựa hồng *d* 赤红马

ngựa nghẽo *d* 马匹 (贬义): Ngựa nghẽo gì mà không kéo nổi cái xe không. 什么破马连一辆空车都拉不动。

ngựa non háu đá 年轻气盛

ngựa ô *d* 黑马

ngựa quen đường cũ 执迷不悟; 重蹈覆辙

ngựa tía *d* 枣红马

ngựa trời *d*[方] 螳螂

ngựa vằn *d* 斑马

ngực *d* ①胸脯: vỗ ngực tự xưng anh cả 拍胸脯自称老大②乳房: thẩm mĩ nâng ngực 隆胸手术

ngửi *đg* ①闻, 嗅: Ngửi mùi là biết nấu gì. 一闻就知道做什么菜。② [口] 接受: Nói thế thì ai mà ngửi được! 这样说谁受得了啊！

ngưng₁ *đg*[方] 停止: ngưng lời 止言

ngưng₂ *đg* 凝固, 凝结: máu ngưng lại 血凝固了

ngưng đọng *đg* 汇聚: Nước ngưng đọng thành vũng. 水集成潭。

ngưng nghỉ=ngừng nghỉ

ngưng trệ *đg* 停滞: Công trình bị ngưng trệ. 工程停滞不前。

ngưng tụ *đg* 凝聚: Hơi nước ngưng tụ thành mây. 水气凝聚成云。

ngừng *đg* 停止, 中断: không ngừng phát triển 不断发展

ngừng bắn *đg* 停火: lệnh ngừng bắn 停火令

ngừng nghỉ *đg* 停下来: Xe chạy suốt ngày không ngừng nghỉ. 车子不停地跑了一天。

ngừng trệ *đg* 停滞: sản xuất bị ngừng trệ 生产停滞

ngửng=ngẩng

ngước *đg* 举目而望, 抬眼: ngước mắt trông trời 举目望天

ngược₁ *t* ①逆的, 相反的: ngược gió 逆风; treo ngược 倒挂②直立, 陡峭: vách núi dựng ngược 山壁陡峭③颠倒, 反面: mặc áo ngược 衣服穿反了; cầm đũa ngược 筷子拿倒了 *d* 上游: miền ngược 上游地区 *đg* 逆江而上: tàu Nam Định ngược Hà Nội 从南定逆江而上到河内的船

ngược₂ [汉] 虐 *đg* 虐待: bạo ngược 暴虐

ngược đãi *đg* 虐待: Địa chủ ngược đãi con ở. 地主虐待下人。

ngược đời *t* 不近人情的, 反常的: chuyện ngược đời 反常的事

ngược lại *k* 相反, 反之: ngược lại, tình hình càng thêm xấu đi 相反, 情况更加恶化

ngược ngạo *t* 悖逆常理的: ăn nói ngược ngạo 有悖常理的言语

ngược xuôi *đg* 奔忙, 奔波, 来回奔忙: ngược xuôi quanh năm 终年奔忙

ngươi *d* ① [旧] 汝, 尔, 你: các ngươi 汝辈; truyền gọi các ngươi đến 传尔等来② (表示上对下的称呼)

người *d* ①人, 人类②者, 员: người bán hàng 售货员; người lao động 劳动者③人氏: người Hải Dương 海阳人氏④他人: lợi người lợi ta 利人利己⑤对第三者的尊称: Hồ Chí Minh và sự nghiệp của Người 胡志明和他老人家的事业⑥ "你" 的别称 (表亲切或鄙视): các người 你们⑦身体, 身躯, 个子: người cao to 身材高大

người bản xứ *d* 土著, 原住民

người bạn *d* 友人, 朋友

người bệnh *d* 病人: đưa người bệnh đi khám 送病人去看病

người bị hại *d* 被害人

N

người cá *d*[动] 儒艮，美人鱼

người cầm lái *d* 掌舵人，舵手

người dân *d* 老百姓

người dưng *d* 路人，外人

người dưng nước lã 非亲非故

người đời *d* ①世人：trong mắt người đời 世人眼里②[口] 傻人，憨人：Bảo đến thế mà vẫn không hiểu, đúng là người đời. 都说到这个份上了还不懂，真是憨人。

người hùng *d* 强人：tự cho mình là người hùng thời đại 自以为是时代的强人

người lạ *d* 陌生人

người lạ mặt =người lạ

người làm *d* 雇工，工人

người làm báo *d* 新闻工作者，报业界人士

người làm nghề tự do 自由职业者

người lao động *d* 劳动者

người lớn *d* 成人，成年人

người máy *d* 机器人

người mẫu *d* 模特儿

người mình *d* 自己人

người mua *d* 买主

người mua dâm *d* 嫖客

người ngoài *d* 外人：Nhờ người ngoài phân giải cho khách quan. 让外人来评理会客观些。

người ngợm *d* 模样：người ngợm xấu xí 模样丑陋

người người *d* 人人：Người người thi đua, ngành ngành thi đua. 人人竞争，行行竞赛。

người nhà *d* 家人，家里人：Người nhà đi vắng cả. 家人全都不在。

người nhái *d* 蛙人：Địch tung người nhái vào để hoạt động gián điệp. 敌人派蛙人进行间谍活动。

người nhận thầu *d* 承包人

người ở *d* 仆人，佣人：thuê người ở 请佣人

người phát ngôn *d* 发言人：người phát ngôn Bộ Ngoại giao 外交部发言人

người quản lí *d* 管理人员

người quen *d* 熟人

người rừng *d* 野人：phát hiện thấy dấu vết người rừng 发现野人的踪迹

người ta *d* 人：Người ta, ai chẳng có sai lầm. 是人，谁没有错。*đ* ① [口] 他人，别人：Của người ta đố mà động đến! 别人的东西不要碰！②人家，他：Người ta có bảo gì mình đâu. 人家什么都没告诉我。③人家，本人：Người ta đã bảo mà. 人家都说了嘛。

người thân *d* 亲人

người thợ *d* 匠人

người thương *d*[方] 爱人，恋人

người tình *d* 情人

người trần mắt thịt 肉眼凡胎

người trung gian *d* 中介人

người viết báo *d* 报刊撰稿人

người vượn *d* 猿人

người xưa *d* ①古人②以前的恋人

người yêu *d* 爱人，恋人

ngường ngượng *t* 有点害羞：ngường ngượng khi mới gặp 初次见面有些害羞

ngưỡng₁ *d* ①门槛：ngưỡng cửa 门槛②关卡，界限：Làm việc gì cũng phải có ngưỡng. 干什么都要有界限。

ngưỡng₂ [汉] 仰

ngưỡng cửa *d* ①门槛：vấp phải ngưỡng cửa 被门槛绊了一下②坎儿：ngưỡng cửa cuộc đời 生命的一道坎

ngưỡng mộ *đg* 仰慕，敬仰：được nhiều người ngưỡng mộ 受到人们的敬仰

ngưỡng vọng *đg* 敬仰：người thầy được nhiều người ngưỡng vọng 令人敬仰的老师

ngượng *đg*; *t* ①生硬，不自然：Tay cầm kéo còn ngượng. 拿剪刀的手还有点生硬。②难为情，不好意思，羞涩，脸红：nói dối không biết ngượng 说谎不知脸红

ngượng mặt *đg* 丢脸：Con cái hư đốn làm cha mẹ ngượng mặt. 子女学坏让父母丢脸。

ngượng mồm *đg* 觉得难为情,感到不好意思: nói dối không biết ngượng mồm 撒谎也不觉得难为情

ngượng ngập *t* 羞答答的,不好意思的: nói năng ngượng ngập 说话不好意思

ngượng nghịu *t* 忸怩: dáng điệu ngượng nghịu 忸怩作态

ngưu[汉] 牛

ngưu bàng tử *d*[药] 牛蒡子

ngưu hoàng *d* 牛黄

ngưu lang chức nữ 牛郎织女

ngưu tất *d*[药] 牛膝

nha₁[汉] 衙 *d* 衙,署: nha khí tượng 气象局

nha₂[汉] 牙

nha bào *d* 孢子囊

nha chu *d* 牙周

nha khoa *d* 牙科: bác sĩ nha khoa 牙科医生

nha môn *d*[旧] 衙门

nhà₁ *d* ①房,屋: nhà kho bị đổ 库房倒塌②家,住所,住处: về nhà 回家③家庭: Nhà có bốn người. 家有四口人。④ [口] 屋里人,那口子(指丈夫或妻子): Nhà tôi chưa về. 我那口子还没回来。⑤家养: Lợn rừng dữ hơn lợn nhà. 野猪比家猪凶。⑥朝代: nhà Lê 黎朝 *d* 你(表示轻视或对关系亲密者的称呼): Ai cho nhà chị vào đây? 谁让你进来的?

nhà₂ 行家,专家: nhà chính trị 政治家; nhà nho 儒家

nhà ăn *d* 食堂,饭堂,餐厅: Nhà ăn đã mở cửa. 食堂开门了。

nhà ảo thuật *d* 魔术家

nhà bác học *d* 学者,科学家

nhà báo *d* 新闻记者

nhà bạt *d* 帐篷

nhà băng *d*[旧] 银 行: Nhà băng Đông Phương 东方银行

nhà bè *d* 木筏上的茅棚

nhà bếp *d* ①厨房: nhà bếp tập thể 集体厨房

② 厨师: nhà bếp nghỉ 厨师休息

nhà binh *d* 军队: chào theo kiểu nhà binh 行军礼

nhà buôn *d* 商家,商人: tính toán như nhà buôn 如商人般计算

nhà cách mạng *d* 革命家

nhà cái *d* (赌博)庄家

nhà cao cửa rộng 深宅大院,豪宅

nhà cầu *d* ①走廊② [方] 厕所,茅房

nhà chính trị *d* 政治家

nhà chọc trời *d* 摩天大楼

nhà chồng *d* 婆家

nhà chùa *d* ①寺庙: vào nhà chùa 进庙堂②出家人,和尚: đất của nhà chùa 出家人的土地

nhà chuyên môn *d* 专家,行家,业内人士

nhà chức trách *d* 当局

nhà cửa *d* 房屋

nhà doanh nghiệp *d* 企业家

nhà dòng dõi *d* 世家

nhà đá *d* 监牢,监狱

nhà đám *d* 丧家

nhà đất *d* 房地产

nhà điều dưỡng *d* 疗养院

nhà đương cục *d* 当局

nhà ga *d* ①火车站,航空站: nhà ga hàng không 航空港②车站(方面): Nhà ga thông báo hành khách. 车站通知乘客。

nhà gác *d* 楼房

nhà gái *d* 女家,女方: Nhà gái đồng ý cho rước dâu. 女方同意让接新娘。

nhà giam *d* 牢房,禁闭室

nhà gianh=nhà tranh

nhà giáo *d* 教师: nhà giáo nhân dân 人民教师; nhà giáo ưu tú 优秀教师

nhà giàu *d* 富家,富人

nhà hàng *d* ①商店,店家,饭馆: ăn cơm tại nhà hàng 在饭馆吃饭②售货员,服务员: Nhà hàng nhiệt tình đón tiếp. 售货员热情

N

招待顾客。

nhà hát *d* ①戏院，剧团：nhà hát tuồng trung ương 中央戏剧团②歌剧院：nhà hát thành phố 市歌剧院

nhà hát nhân dân 人民剧院

nhà hầm *d* 地下室

nhà hộ sinh *d* 接生所，助产院

nhà in *d* 印刷厂

nhà khách *d* 招待所

nhà khảo cổ *d* 考古学家

nhà kho *d* 仓库：xây nhà kho cho hợp tác xã 给合作社修仓库

nhà khoa học *d* 科学家

nhà kinh doanh *d* 企业家，商家

nhà kinh tế học *d* 经济学家

nhà kính *d* 玻璃温室

nhà lá *d* 葵叶屋，草庐

nhà lao *d* 监牢

nhà lầu *d* 楼房

nhà lồng *d* [方] 售货棚

nhà luật học *d* 法律学家

nhà may *d* 裁缝店

nhà máy *d* 工厂：nhà máy đường 糖厂；nhà máy dệt 纺织厂

nhà máy nhiệt điện *d* 火电厂

nhà mồ *d* 坟屋

nhà ngang *d* 厢房：xây thêm nhà ngang 加盖厢房

nhà nghề *d* 专家，行家：trình độ nhà nghề 专家水准

nhà nghỉ *d* 旅馆

nhà ngoài *d* 外间，外屋

nhà ngói *d* 瓦房

nhà nguyện *d* 祈祷室

nhà ngươi *d* [旧] 汝，尔，你

nhà nho *d* 儒家

nhà nòi *d* [口] 世家：phong cách con nhà nòi 世家子弟风格 *t* 有世家 (风范) 的，世袭的，高贵的：tướng nhà nòi 世袭将军

nhà nông *d* 农家

nhà nước *d* 国家：đề tài nghiên cứu cấp nhà nước 国家级科研课题

nhà ổ chuột *d* 棚屋，贫民窟

nhà ống *d* [口] 竹筒房

nhà ống

nhà ở *d* 住宅，宿舍

nhà quê *d* 乡下，农村：dân nhà quê 乡下人 *t* 老土，土气：Ăn nói đi đứng còn nhà quê lắm. 言行举止还挺老土的。

nhà riêng *d* 私寓，私宅

nhà rông *d* 鼓楼

nhà rường *d* 没有主梁的小房子

nhà sách *d* 书店

nhà sàn *d* 高脚竹楼

nhà soạn kịch *d* 剧作家

nhà soạn nhạc *d* 作曲家

nhà sơ *d* 女修道院

nhà sư *d* 和尚，出家人：Nhà sư trụ trì ở chùa này rất nổi tiếng. 该庙的住持和尚很有名。

nhà táng *d* 纸房子：vén áo xô đốt nhà táng 披麻衣烧纸房子

nhà tắm *d* 浴室，澡堂

nhà tầng *d* 楼房

nhà tập thể *d* 集体宿舍

nhà tây *d* 洋房

nhà thần học *d* 神学家

nhà thầu *d* 投标人，中标人

nhà thi đấu *d* 体育馆

nhà thổ *d* 妓女，娼妓：bọn nhà thổ 妓女

nhà thông thái *d* 大学问家

nhà thơ *d* 诗人：các nhà thơ hiện đại 现代诗人

nhà thờ *d* ①教堂：đi lễ nhà thờ 到教堂做礼拜②祠堂：nhà thờ họ Nguyễn 阮家祠堂③教会：thế lực nhà thờ 教会势力

nhà thuốc *d* 药房：mua thuốc tại nhà thuốc 到药房买药

nhà thuyền₁ *d* 游乐船

nhà thuyền₂ *d* 游乐船出租者

nhà thương *d* 医院：ốm phải nằm nhà thương 病了要住院

nhà tiêu *d* 厕所

nhà tình nghĩa *d* 优抚房（给伤兵、烈属、对革命有贡献者的家庭提供的住房）

nhà trai *d*（婚嫁中的）男家，男方宾客：Nhà trai đến xin dâu. 男方来请新娘。

nhà tranh *d* 草屋，茅屋

nhà trẻ *d* 托儿所

nhà trọ *d* 客店，客栈，旅店：nhà trọ bến xe 车站旅馆

nhà trong *d* 里屋，里间

nhà trường *d* 学校

nhà tu *d* ①修道院②修行家，修行者

nhà tu kín *d* 修行密室

nhà tù *d* 监牢，监狱，牢房

nhà tư *d* 私寓，私人住宅

nhà tư bản *d* 资本家

nhà tư tưởng *d* 思想家

nhà văn *d* 文学家，作家

nhà văn hoá₁ *d* 文学家

nhà văn hoá₂ *d* 文化活动中心：nhà văn hoá công nhân 工人文化宫

nhà vật lí *d* 物理学家

nhà vệ sinh *d* 卫生间

nhà vua *d* 皇帝

nhà vườn *d* 园林，庭园

nhà xác *d* 太平间，停尸房

nhà xe *d* 车库

nhà xí *d* 厕所，茅房

nhà xuất bản *d* 出版社：nhà xuất bản giáo dục 教育出版社

nhà xưởng *d* 车间，厂房

nhả₁ *d*[方] 次，回：đập một nhả lúa 脱了一回稻子

nhả₂ *đg* ①吐：Tằm nhả tơ. 蚕吐丝。②喷：Rồng nhả lửa. 龙喷火。③脱落，脱胶：sơn bị nhả 脱漆④松开，放开：nhả phanh 松开刹制

nhả₃ *t* 乏味，粗俗：nói nhả 说话粗俗

nhả ngọc phun châu 喷珠吐玉

nhả nhớt *t* 低俗，不正经：cười đùa nhả nhớt 说笑不正经

nhã₁ [汉] 雅 *t* ①雅，文雅，风雅：lời văn rất nhã 文笔很雅②清雅，淡雅：ăn mặc nhã 衣着淡雅

nhã₂ *t* 稀烂：cơm nhã 烂饭

nhã nhạc *d* 雅乐

nhã nhặn *t* ①文雅，温文尔雅：ăn nói nhã nhặn với khách hàng 对待顾客温文尔雅②雅致，淡雅：ăn mặc nhã nhặn 穿着淡雅

nhã ý *d* 好意，盛意，盛情：Giám đốc có nhã ý mời anh bữa cơm. 经理盛情请您吃餐饭。

nhá₁ *đg* 嚼碎：nhá cơm 细嚼饭

nhá₂ *tr* 啊，呀（语气助词，同 nhé）：Đi nhá! 走啊！

nhá nhem *t*（天）擦黑的：trời nhá nhem tối 暮色苍茫

nhác₁*đg* 晃，闪，掠过：nhác thấy bóng người 看见人影晃了一下

nhác₂ *t*[方] 慵懒：nhác học 懒学

nhạc₁ *d* 铃铛：nhạc ngựa 马铃

nhạc₂ [汉] 乐 *d* ①音乐：đi nghe nhạc 去听音乐②乐曲：soạn nhạc 作曲

nhạc₃ [汉] 岳

nhạc bluz＝nhạc xanh

nhạc cảnh *d* 歌舞音乐会

nhạc chiều *d* 小夜曲

nhạc công *d* 乐师：nhạc công của đoàn nhạc

乐团里的乐师

nhạc cụ *d* 乐器

nhạc điện tử *d* 电子音乐

nhạc điệu *d* 曲调: nhạc điệu hào hùng của bài ca 曲调雄壮的歌曲

nhạc đỏ *d*[口] 红歌

nhạc đồng quê *d* 乡村音乐

nhạc hiệu *d* 开始曲

nhạc khí *d* 乐器

nhạc khúc *d* 乐曲: nhạc khúc trữ tình 抒情乐曲

nhạc kịch *d* ①音乐剧②歌剧

nhạc lễ *d* 礼仪乐

nhạc lí *d* 乐理: nắm vững nhạc lí 掌握好乐理

nhạc nhẹ *d* 轻音乐

nhạc phẩm *d* 乐曲, 音乐作品

nhạc phổ *d* 乐谱

nhạc phủ *d* 乐府

nhạc rốc *d* 摇滚乐

nhạc sĩ *d* 作曲家, 音乐家

nhạc số *d* 简谱

nhạc sống *d*[口] (现场演奏的) 音乐

nhạc tài tử *d* 才子音乐

nhạc thính phòng *d* 室内音乐

nhạc tính *d* 音乐性: Thanh điệu đã tạo cho tiếng Việt giàu nhạc tính. 声调使越南语极具音乐性。

nhạc trưởng *d* 乐队指挥

nhạc vàng *d* 哀怨曲调: Nhạc vàng rên rỉ trong các quán xá. 各小店充斥着哀怨曲调。

nhạc viện *d* 音乐学院: nhạc viện Trung ương 中央音乐学院

nhạc xanh *d* 乡村音乐

nhách *d* 只: mấy nhách chó con 几只小狗 *t* 幼小, 幼: con chó nhách 幼犬

nhai *đg* ①嚼: nhai kẹo 嚼糖② [口] 反复, 重复: bài nhai mãi không thuộc 反复背了半天还背不熟

nhai lại *đg* 反刍: động vật nhai lại 反刍类动物

nhai nhải *đg* 絮叨, 啰唆: Chỉ có thế mà cứ nhai nhải mãi. 那么点事还总啰唆。

nhài *d* 茉莉: hoa nhài 茉莉花

nhãi *d* 小崽子, 小兔崽子, 小东西: Thằng nhãi ấy thì chấp làm gì! 不要理那小子!

nhãi con *d* 小毛孩儿: Bị mắc lừa thằng nhãi con. 被那小毛孩子骗了。

nhãi nhép=nhãi

nhãi nhớt *d* 口涎

nhãi ranh *d* 小兔崽子, 小捣蛋, 小顽皮: Mấy thằng nhãi ranh quấy phá ghê gớm. 几个小兔崽子太淘了。

nhái₁ *d* 小蛙

nhái₂ *đg* 模仿: nhái giọng 模仿声音

nhái bầu *d* 小蛙

nhại *đg* 学舌, 模仿: nhại tiếng địa phương 学本地人说话; có tài nhại người khác 有模仿他人的才能

nham₁ *d* 凉拌芭蕉花

nham₂ [汉] 岩

nham hiểm *t* 阴险, 恶毒, 险恶: âm mưu nham hiểm 恶毒的阴谋

nham nhảm *t*[口] 絮絮叨叨: nói nham nhảm 絮絮叨叨地说

nham nháp *t* ①粗糙: Mặt gỗ hơi nham nháp. 木板有点粗糙。②黏: Tay dính nham nháp. 手有点黏。

nham nhở *t* 斑斑驳驳, 坑坑洼洼: Đường sá bị đào bới nham nhở. 街道被挖得坑坑洼洼的。

nham nhuốc=nhem nhuốc

nham thạch *d* 岩石

nhàm *t* 厌烦, 厌倦: nói lắm thành nhàm 说多了厌烦

nhàm chán *t* 厌烦: nhàm chán với công việc 对工作厌烦

nhàm tai *t* 听烦的, 听厌的: Nói mãi nghe nhàm tai. 说来说去的都听烦了。

nhàm *t* 胡乱的, 道听途说的: tin đồn nhảm 小道消息

nhảm nhí *t* 无聊: chuyện nhảm nhí 无聊的 故事

nhám *t* [口] 糙: mặt bàn nhám lắm 桌面很糙

nhám sì *t* [口] 粗糙: Đôi bàn tay người thợ nhám sì. 工匠那双手很粗糙。

nhan đề *d* 标题, 题目: Bài báo mang nhan đề gì? 那个报道的标题是什么?

nhan nhản *t* 到处都是的, 随处可见的: Hàng quán nhan nhản ven đường. 路两旁到处 都是店铺。

nhan sắc *d* 姿色: người con gái có nhan sắc 有姿色的女子

nhàn₁ [汉] 闲 *t* 闲暇的, 清闲的: công việc rất nhàn 工作很清闲

nhàn₂ *d* [旧] 雁

nhàn đàm *đg* 闲谈: chuyên mục nhàn đàm 闲 谈栏目

nhàn hạ *t* 闲暇: cuộc sống nhàn hạ 闲暇的 生活

nhàn nhã *t* 闲适, 悠闲: dáng điệu nhàn nhã 悠闲的样子

nhàn nhạt *t* (味道) 有点淡的: canh hơi nhàn nhạt 汤有点淡

nhàn rỗi *t* ①闲散, 闲暇: thì giờ nhàn rỗi 闲 暇的时候②闲置的, 赋闲的, 剩余的: sức lao động nhàn rỗi 剩余劳动力

nhàn tản *t* 悠闲, 闲散: tìm thú vui nhàn tản bên cây cảnh 在盆景中寻求悠闲乐趣

nhãn₁ *d* 龙眼, 桂圆: Nhãn trồng ven đường. 路 边种着龙眼树。

nhãn₂ *d* 商标: Bao bì và nhãn đều in rất đẹp. 包装和商标都印得很漂亮。

nhãn₃ [汉] 眼 *d* 眼睛: nhãn áp 眼压

nhãn cầu *d* 眼球: nhãn cầu sai 眼球差

nhãn cùi *d* 厚肉龙眼

nhãn hiệu *d* 商标

nhãn khoa *d* [医] 眼科

nhãn lồng *d* 大龙眼

nhãn mác *d* 商标

nhãn nước *d* 多汁龙眼

nhãn vở *d* 课本标贴

nhạn [汉] 雁 *d* 雁

nhang *d* 香: ba nén nhang 三炷香

nhang khói *d* 香火: nhang khói phụng thờ 侍 奉香火

nhàng nhàng *t* ①不胖不瘦的: Người trông nhàng nhàng thế mà dai sức lắm! 人看起来 不胖不瘦但力气挺大。② [口] 一般, 差 不多: trình độ nhàng nhàng 水平一般

nhãng *đg* 疏忽: nhãng một chút là hỏng việc 疏忽要坏事

nhãng quên=lãng quên

nháng *t* 溜亮, 锃亮: đôi giầy bóng nháng 锃 亮的鞋子

nhanh *t* ①快, 迅速: xe chạy nhanh 车跑得 快②快捷: nhanh chân chạy thoát 腿快逃 走了③敏捷: tiếp thu nhanh 理解得快④ 快速: tin ghi nhanh 快讯

nhanh chóng *t* 快, 迅速, 快捷: giải quyết công việc nhanh chóng 很快完成工作

nhanh nhách₁ [拟] 呜呜 (小狗叫声)

nhanh nhách₂ *t* 韧劲儿, 筋道: Miếng thịt dai nhanh nhách. 肉有点韧。

nhanh nhảu *t* 快言快语的: chào hỏi nhanh nhảu 七嘴八舌地问候

nhanh nhảu đoảng *t* [口] 快但毛糙的: Mày nhanh nhảu đoảng dễ hỏng việc. 你干活快 但易出错。

nhanh nhẩu [方]=nhanh nhảu

nhanh nhạy *t* 敏捷: đầu óc nhanh nhạy 头脑 敏捷

nhanh nhẹn *t* 轻快, 敏捷, 机灵: chân tay nhanh nhẹn 手脚轻快

nhanh trí *t* 机智, 脑子快, 机灵, 乖觉: Nó nhanh trí nghĩ ngay ra cách giải quyết. 他脑子快 马上想出解决办法。

nhành₁ *d* 嫩枝: Nhành hoa rung rinh trước gió. 花枝迎风摇动。

nhành₂ *đg* 张开, 咧开 (嘴): nhành miệng cười 张嘴笑

nhảnh *t* 微张的: nhảnh miệng cười 启唇笑

nhánh *d* ①枝丫: Cây đào này nhiều nhánh. 这棵桃树有很多分枝。②分支: Sông có ba nhánh. 河有三条分支。

nhao₁ *đg* ①向前冲, 前扑: Xe phanh đột ngột, người nhao về trước. 突然刹车, 人往前扑。②伸头, 探头: Đàn cá nhao lên mặt nước. 鱼儿浮头。

nhao₂ *đg* 嚷嚷: Mọi người nhao lên phản đối. 大家嚷嚷表示反对。

nhao nhác=nháo nhác

nhao nhao *t* 闹嚷嚷: Lũ trẻ nhao nhao trả lời. 孩子们闹嚷嚷地回答。

nhào₁ *đg* ①一下: ngã nhào xuống hồ 一下子掉进湖里②冲向: nhào vào đám giặc 冲入敌群

nhào₂ *đg* 揉, 拌和: nhào bột làm bánh 和面做饼

nhào lộn *đg* 翻筋斗, 技巧运动, 翻滚: Diễn viên xiếc nhào lộn trên không. 杂技演员在空中翻滚。

nhào nặn *đg* 塑造, 造就: Cuộc sống đã nhào nặn nên nhiều nhân tài. 生活造就了许多人才。

nhão *t* ①稀烂: cơm nhão 烂糊饭②松软, 不结实的: bắp thịt nhão 肌肉松弛

nhão nhoét *t*[口] 烂糊糊: Cơm nấu nhão nhoét. 饭煮得烂糟糟的。

nhão nhoẹt[口]=nhão nhoét

nháo *đg*; *t* 慌乱, 乱哄哄: chạy nháo đi tìm 慌慌张张地跑去找

nháo nhác *t* 慌忙, 慌乱: nháo nhác chạy nạn 慌乱逃难

nháo nhào *t*[口] ①乱糟糟, 乱腾腾: lục bới nháo nhào 乱翻②慌乱, 慌忙: bỏ chạy nháo nhào 慌忙逃跑

nhạo₁ *đg* 讥讽: cười nhạo 嘲笑

nhạo₂ *d* 酒壶

nhạo báng *đg* 嘲讽, 嘲笑: Nhạo báng bạn bè là không tốt. 嘲笑朋友不好。

nháp₁ *đg* 起草: viết nháp 打草稿

nháp₂ *t*[方] 粗糙, 不光滑

nhát₁ *d* ①一刀; 一下; 一会儿: chặt mấy nhát mới đứt 砍了几刀才断②片状: một nhát gừng 一片姜

nhát₂ *d* 片刻(同 lát): đợi một nhát 稍等片刻

nhát₃ *t* 胆小: nhát như chuột 胆小如鼠

nhát gái *t*[口] 怕女生的: nhát gái nên khó lấy vợ 怕女生所以找不到老婆

nhát gan *t* 胆小: Con trai gì mà nhát gan thế? 这么胆小还是个男人吗?

nhát gừng *t*(说话) 吭哧, 吞吞吐吐: trả lời nhát gừng 吞吞吐吐地回答

nhát như cáy 胆小如鼠

nhạt *t* ①味淡, 无味: Món canh hơi nhạt. 汤有点淡。②(颜色)浅淡, 素雅: màu vàng nhạt 淡黄色③冷漠, 冷淡: Bà ta đối đãi với người ta nhạt lắm! 她对人很冷淡! ④无趣, 乏味, 没意思: pha trò nhạt 开无趣的玩笑; Chuyện này nhạt quá. 这个故事没啥意思。

nhạt nhẽo *t* ①淡而无味, 乏味: món ăn nhạt nhẽo 食物乏味②冷淡: đối xử nhạt nhẽo với bạn bè 对朋友冷淡

nhạt nhoà *t* 模糊: kí ức nhạt nhoà 模糊的记忆

nhạt phai *đg* 逐渐冷淡: Tình cảm không vì khoảng cách mà nhạt phai. 情感不因距离而逐渐冷淡。

nhạt phấn phai hương 半老徐娘; 青春消逝

nhạt phèo *t*[口] 索然无味, 干巴巴: Câu chuyện trở nên nhạt phèo. 故事变得索然无味。

nhạt thếch *t* [口] ① 乏味之极的: Chè pha nhạt thếch. 茶泡得乏味之极。② 索然无味: trò cười nhạt thếch 索然无味的玩笑

nhau₁ *d* 胎盘, 胎衣

nhau₂ *d* ① 相互, 交互: phối hợp với nhau 相互配合 ② 一起: dắt nhau đi chơi 一起去玩; xúm nhau lại mà làm 聚在一起干活

nhàu *t* 皱: Áo quần nhàu như bị vò. 衣服皱得像被揉过一样。

nhàu nát *t* 皱巴巴, 皱烂不堪: Giấy tờ bị nhàu nát hết. 纸全都又皱又烂。

nhàu nhĩ=nhầu nhĩ

nhàu nhò *t* 皱巴巴

nhay *đg* ① 咬, 噬: Cháu bé nhay vú mẹ. 婴儿咬母亲的奶头。② 来回割: Dây to nhay mãi không đứt. 绳子粗老锯不断。③ 揉: đưa tay nhay mắt 用手揉眼

nhay nháy *đg* 不停地眨眼: mắt nhay nháy 眼不停地眨

nhay nhắt *t* 贫困, 艰辛: Anh giáo làng sống nhay nhắt. 乡村教师生活贫困。

nhày nhụa *t* [方] 泥泞: đường lầy nhày nhụa 道路泥泞

nhảy *đg* ① 跳: nhảy sào 撑竿跳高 ② [口] 跳舞: Đôi kia nhảy đẹp. 那一对跳舞跳得好。③ 兽类交尾: nhảy đực 交配 ④ 跳入, 加入: nhảy vào cuộc chiến 加入战事 ⑤ 跳过: Đang làm việc này nhảy sang làm việc nọ. 正做这件事又跳到那件事。⑥ 跳行: viết nhảy dòng 跳过一行写

nhảy bổ *đg* [口] 冲入, 冲进, 跳到: nhảy bổ xuống đất 跳到地上

nhảy cao *d* [体] 跳高

nhảy cẳng *đg* 雀跃, 跳起来: mừng quá nhảy cẳng lên 高兴得跳起来

nhảy cầu *d* [体] 跳水

nhảy chân sáo *đg* 蹦蹦跳跳, 跳来跳去 Cô ấy nhảy chân sáo trên con đường nhiều hoa cỏ. 她在花草葱郁的路上蹦蹦跳跳。

nhảy cóc *đg* [口] 跳级: đọc nhảy cóc 跳着念; học nhảy cóc 读书跳级

nhảy cỡn=nhảy cẳng

nhảy dây *đg* 跳绳: tập nhảy dây 练跳绳

nhảy dù *đg* 跳伞: biểu diễn nhảy dù 跳伞表演

nhảy dựng *đg* 跳起来, 立起来: Con ngựa giật mình nhảy dựng lên. 马匹受惊, 立了起来。

nhảy đầm *đg* 跳交际舞: thích nhảy đầm 喜欢跳交际舞

nhảy múa *đg* ① 跳舞, 舞蹈: cùng nhau nhảy múa 一起跳舞 ② 蹦蹦跳跳: nhảy múa tối ngày 整天蹦蹦跳跳

nhảy mũi *đg* [方] 打喷嚏: Anh ấy bị cúm nên nhảy mũi hoài. 他感冒了, 老打喷嚏。

nhảy nhót *đg* 跳跃, 雀跃: Ngọn lửa như nhảy nhót reo vui. 火苗像在欢呼雀跃。

nhảy ổ *đg* (母鸡) 找地儿下蛋: gà nhảy ổ 母鸡找地儿下蛋

nhảy sào *d* [体] 撑竿跳

nhảy tót *đg* 轻轻一跳 (蹦), 跳起来, 跃起: nhảy tót lên xe 一跃跳到车上

nhảy vọt *đg* ① 跳跃: nhảy vọt qua rãnh nước 跃过水沟 ② 飞涨: giá dầu nhảy vọt 油价飞涨

nhảy xa *d* [体] 跳远

nhảy xổ *đg* 冲入: từ ngoài cửa nhảy xổ vào 从门口冲了进来

nháy *đg* ① 眨眼: mắt nháy liên tục 不停地眨眼 ② 丢眼色, 使眼色: đưa mắt nháy bạn 向朋友使眼色 ③ 闪烁: nháy đèn pin 手电光闪烁 ④ 照相: nháy cho tấm hình 照张相 ⑤ [口] 点击: nháy chuột 点击鼠标

nháy đúp *đg* 双击: nháy đúp chuột mở trang web 双击鼠标打开网页

nháy kép=nháy đúp

nháy mắt *d* [口] 瞬间, 瞬息, 一刹那: làm xong trong nháy mắt 一眨眼就做好了

nháy nháy *d*; *t* [口] 所谓, 带引号: dân chủ

N

trong nháy nháy 带引号的民主

nhạy *t* ①灵, 灵敏: cân nhạy 秤灵敏②敏感: Thanh niên rất nhạy với cái mới. 年轻人对新事物很敏感。

nhạy bén *t* 敏锐: nhạy bén với chính trị 对政治很敏锐

nhạy cảm *t* 敏感: Da nhạy cảm với nhiệt độ. 皮肤对温度很敏感。

nhắc₁ *đg* [方] 提, 抬起: Nhắc cái ghế này ra chỗ khác. 把这张凳搬到别处去。

nhắc₂ *đg* ①提及, 谈及: Mẹ thường nhắc đến anh. 妈常谈到你。②提醒, 提示: nhắc bài cho bạn 给同学提示

nhắc chừng *đg* [方] 不时地提醒: Phải nhắc chừng kẻo nó quên. 要时常提醒以防他忘记。

nhắc nhỏm *đg* [口] 念叨: Cả nhà cứ nhắc nhỏm anh luôn. 家里人老念叨你。

nhắc nhở *đg* ①提醒: nhắc nhở con học tập 提醒儿子学习②提示: nhắc nhở khuyết điểm của bạn 提示朋友存在的缺点

nhắc nhủ *đg* 叮嘱, 劝诫: nhắc nhủ mọi người cố gắng học tập 叮嘱大家努力学习

nhắc vở *đg* 提词: Các diễn viên thuộc kịch bản không cần nhắc vở. 演员背熟剧本不用再提词。

nhăm *d* [口] 五("năm"在二十以上的变音): hai mươi nhăm 二十五

nhằm *đg* ①瞄准, 瞅准, 对准: Nhằm thẳng quân thù mà bắn. 瞄准敌人开炮。②趁机: nhằm lúc nhà đi vắng 趁家里没人③针对: nhằm vào người ngay 专门诈骗老实人 *k* 旨在, 为了, 目的是, 以便: nói thêm nhằm thanh minh 多说几句来辩解

nhằm nhè *đg* [方] 起作用, 顶事: Làm thế thì nhằm nhè gì? 这么做顶什么事?

nhằm nhò =nhằm nhè

nhắm₁ *đg* ①闭眼, 阖眼: nhắm mắt ngủ 阖眼

睡觉②瞄: nhắm đúng mới bắn 瞄准了才开枪③选择, 挑选, 选拔: nhắm người vào ban lãnh đạo 选拔人进领导班子

nhắm₂ *đg* 吃小菜, 吃下酒菜: đồ nhắm 下酒菜

nhắm chừng *đg* [方] 看来, 看样子: Việc này nhắm chừng khó thành. 这件事看样子难成。

nhắm mắt *đg* ①就寝, 睡下; 闭眼: nhắm mắt nghỉ 闭目养神; Vừa mới nhắm mắt thì trời đã sáng. 刚睡下天就亮了。②死: làm phúc làm đức trước khi nhắm mắt 死之前积善积德③瞑目: chết không nhắm mắt 死不瞑目④装蒜, 装糊涂, 装不知道: nhắm mắt làm ngơ 假装不知道

nhắm mắt đưa chân 闭目举步 (意谓冒险)

nhắm mắt xuôi tay 撒手人寰: để lại di chúc trước khi nhắm mắt xuôi tay 临死前留下遗嘱

nhắm nghiền *đg* 眼睛紧闭: hai mắt nhắm nghiền 双眼紧闭

nhắm nháp *đg* 尝味, 品味

nhắm nhe *đg* [方] 瞅准: nhắm nhe vài cô mà chưa dám ngỏ lời 瞅准了几个姑娘还不敢开口

nhắm nhĩ =nhắm nhe

nhắm nhía *đg* 鉴赏, 欣赏, 玩赏, 端详

nhặm *t* 痒的, 辣痛的: Mắt nhặm vì bụi. 灰尘使眼睛痒痒的。

nhặm lẹ *t* [方] 快捷, 敏捷: tác phong nhặm lẹ 作风敏捷

nhặm nhụa *t* 刺痛的, 刺痒的: Mặt mũi nhặm nhụa ngứa ngáy. 脸上刺痒难受。

nhăn₁ *đg* 咧嘴, 启齿: nhăn răng cười 咧嘴笑

nhăn₂ *t* 皱, 皱褶: nếp nhăn 皱纹; da nhăn 皮肤皱; quần áo bị nhăn 衣服皱 *đg* 皱起: nhăn trán suy nghĩ 皱眉思考

nhăn mày nhăn mặt 愁眉苦脸

nhăn nhăn nhở nhở =nhăn nhở

nhăn nheo *t* 皱巴巴: trán nhăn nheo 额头皱

巴巴

nhăn nhó *t* 哭丧着脸的, 愁眉苦脸的: Mặt lúc nào cũng nhăn nhó. 脸整天都是哭丧着的。

nhăn nhở *đg* 嬉皮笑脸: lúc nào cũng nhăn nhở 老是嬉皮笑脸

nhăn nhúm *t* 皱巴巴, 又皱又卷, 扭曲: chiếc áo nhăn nhúm 皱巴巴的衣服; khuôn mặt nhăn nhúm vẻ đau khổ 扭曲的面部显得很痛苦

nhăn răng *đg* ①咧嘴露齿: nhăn răng cười 咧着嘴笑② [口] 龇牙咧嘴 (死或饿极的样子): đói nhăn răng 饥饿难忍

nhắn *đg* ①嗑, 嗝: nhắn hạt dưa 嗑瓜子② [口] 做, 干: Việc ấy khó nhắn lắm. 那件事很难办。

nhẵn *t* ①光滑: mặt tủ nhẵn bóng 柜面很光滑②精光, 尽净: sạch nhẵn 精光 *đg* 熟悉, 熟识, 熟稔: Nó đã nhẵn đường rồi. 他已经熟路了。

nhẵn bóng *t* 光滑, 光溜: mặt giày nhẵn bóng 鞋面光滑

nhẵn lì *t* 光滑, 平滑: mặt bàn nhẵn lì 桌面平滑

nhẵn mặt *đg* 面熟, 熟悉: Tôi đã nhẵn mặt nó rồi. 我很熟悉他。

nhẵn nhụi *t* 光滑整齐, 光溜溜: Mày râu cạo nhẵn nhụi. 脸刮得光溜溜的。

nhẵn thín *t* 光洁, 光滑: Đầu cạo nhẵn thín. 头剃得光光的。

nhẵn túi *t* 花光钱的, 口袋空空的: tiêu đến nhẵn túi 花得口袋空空的

nhắn *đg* 寄语, 捎信: nhắn bạn sang chơi 捎信让朋友过来玩

nhắn gửi *đg* [口] 寄口信儿: nhắn gửi lời thăm hỏi 寄口信问候

nhắn nhe *đg* 捎口信, 带话: Có gì nhắn nhe, về nhà tôi nói hộ. 有什么话, 我帮你带回去。

nhắn nhủ *đg* 嘱咐: nhắn nhủ con cháu đôi điều 叮嘱儿孙两句

nhắn tìm *đg* 登启事寻找: nhắn tìm người thân 登寻人启事

nhắn tin *đg* 捎信: nhắn tin cho bạn 给朋友捎信

nhăng *t* [口] ①乱, 乱七八糟: nói nhăng 乱说; vẽ nhăng vào vở 在本子上乱画②无稽, 虚幻

nhăng cuội *t* 胡扯的, 胡诌的: tán nhăng tán cuội 胡诌一通

nhăng nhẳng *t* 不停的, 死缠烂打的: nhăng nhẳng đòi đi theo 死缠着要去

nhăng nhít *t* ①胡乱: làm nhăng nhít không ra cái gì 胡乱做什么都做不好②作风不正的: yêu đương nhăng nhít 乱搞对象

nhăng nhố = nhố nhăng

nhằng₁ *đg* [口] 交错, 纠缠不清: Chuyện nọ nhằng chuyện kia. 这事串那事。

nhằng₂ *t* 乱, 乱七八糟: nói nhằng 乱说

nhằng nhằng *đg* 缠绕在一起: bám nhằng nhằng như đỉa đói 像蚂蟥一样死缠着

nhằng nhẵng *t* [口] 死缠烂磨: Đứa bé suốt ngày bám nhằng nhẵng lấy mẹ. 小孩子整天缠着他妈妈。

nhằng nhịt *t* 纵横交错, 缠绕: dây mắc nhằng nhịt 绳子纵横交错

nhẳng *t* [口] ①韧, 硬: Bò già thịt dai nhẳng. 老牛肉很韧。②瘦长: người gầy nhẳng ra 身材瘦长

nhắng *đg*; *t* [口] ①喧嚷, 乱嚷嚷: kêu nhắng lên 乱嚷嚷②活跃, 搞笑: ăn nói rất nhắng 说话很滑稽

nhắng nhít *t* [口] 喧嚷, 乱嚷嚷: nói nhắng nhít cả lên 乱嚷嚷起来

nhặng₁ *d* 肉蝇, 大麻蝇: con nhặng 绿头苍蝇

nhặng₂ *t* 喧嚷, 吵闹: Hễ ai nói đến là làm nhặng lên. 不管谁说都闹起来。

nhặng xị *t* [口] 大声嚷嚷, 喧闹: Ô tô bóp còi

N

nhặng xị. 汽车喇叭按得乱响。

nhắp₁ *đg* [方] 呷, 抿: nhắp rượu 呷一口酒

nhắp₂ *đg* 闭眼, 阖眼: cả đêm không nhắp mắt 整夜没阖眼

nhắp₃ *đg* ①诱鱼上钩: nhắp cá 放鱼窝子 ②尝试: Nhắp thử nếu được thì làm tới. 试试看能行再干。

nhặt₁ *đg* ①拾, 捡: nhặt cánh hoa lên 把花捡起来 ②捡拾: nhặt thóc lẫn trong gạo 捡混在米里的谷子

nhặt₂ *t* ①密实: khâu nhặt mũi 针脚很密 ②紧密: Tiếng súng lúc nhặt lúc thưa. 枪声时密时稀。

nhặt₃ *t* 严密: cấm nhặt 严禁

nhặt nhạnh *đg* 捡拾, 采集, 拾掇: chịu khó nhặt nhạnh rồi cũng khá 辛勤积累日子会好起来

nhắc *đg* ①提起, 举起, 搬移: Nhắc hòn đá sang chỗ khác. 把石头搬到别处。②提升: Anh ấy mới được nhắc lên làm giám đốc. 他刚被提升为经理。

nhâm [汉] 壬 *d* 壬 (天干第九位)

nhâm nhẩm *đg* ①隐隐: Bụng đau nhâm nhẩm. 肚子隐隐地痛。②低声哼哼: Miệng nhâm nhẩm hát. 嘴里轻轻哼唱。

nhâm nhi *đg* [方] 喝 酒: ngồi nhâm nhi với nhau cả buổi sáng 在一起喝了一上午

nhầm *đg* 错, 误: hiểu nhầm 误会

nhầm lẫn *đg* 差错, 混淆: không tránh khỏi những nhầm lẫn này khác 避免不了这样那样的差错

nhầm nhỡ =lầm lỡ

nhẩm *đg* 默念, 默想: tính nhẩm 心算

nhấm *đg* 啃, 嗑: Sách bị gián nhấm. 书被蟑螂啃了。

nhấm nháp *đg* 品尝: nhấm nháp tí gì 吃点儿什么

nhấm nháy *đg* 挤眉弄眼: Đang họp mấy đứa nhấm nháy nhau rồi bỏ ra ngoài. 开会时几

个人互递眼色后跑了出去。

nhậm chức *đg* 任职, 就任: nhậm chức tổng thống 就任总统职位

nhân₁ [汉] 仁 *d* ①核, 仁: nhân quả trám 橄榄仁 ②核心: nhân của trái đất 地核; nhân tế bào 细胞核 ③馅: bánh nhân thịt 肉馅包子

nhân₂ [汉] 仁 *d* 仁心: Ăn ở có nhân có nghĩa. 为人有仁有义。

nhân₃ [汉] 因 *d* 原因: quan hệ nhân quả 因果关系

nhân₄ *đg* ①乘: Hai nhân ba là sáu. 二乘三得六。②繁育: nhân giống 繁殖

nhân₅ *k* 趁, 借, 以: nhân dịp này 值此之际; nhân danh cá nhân tôi 以我个人的名义

nhân₆ [汉] 人 *d* 人: hình nhân 人形

nhân₇ [汉] 姻

nhân ái *t* 仁爱: lòng nhân ái 仁爱之心

nhân bản₁ *đg* ①复制, 复印: đánh máy nhân bản 复印件 ②克隆: nhân bản phôi người 克隆人体细胞组织

nhân bản₂ *t* 人文: chủ nghĩa nhân bản 人文主义

nhân bản vô tính *đg* 无性繁殖

nhân cách *d* 人格: giữ nhân cách trong sạch 保持清白的人格

nhân cách hoá *d* 人格化: thủ pháp nhân cách hoá trong truyện ngụ ngôn 寓言里的拟人手法

nhân chủng *d* 人种: tìm hiểu loại hình nhân chủng 探讨人种类型; nhân chủng học 人种学

nhân chứng *d* 证人: không có ai làm nhân chứng 没人做证人

nhân công *d* 人工, 劳动力: thuê nhân công rẻ mạt 雇用廉价劳动力

nhân dạng *d* 外貌: đặc điểm nhân dạng 外貌特征

nhân danh₁ *d* 人名: từ điển nhân danh 人名

字典

nhân danh₂ *đg* 以 … 名 义，谨代表：nhân danh cá nhân 以个人的名义；nhân danh tổng giám đốc 谨代表总经理

nhân dân *d* 人民：Suốt đời phục vụ nhân dân. 一生为人民服务。*t* 人民的：quân đội nhân dân 人民军队；Nhân dân tệ 人民币

nhân dịp *k* 值此，趁…的机会：nhân dịp hiến chương các nhà giáo 值此教师节之际

nhân duyên *d* ①缘分：kết nhân duyên 结良缘②姻缘：nhân duyên trắc trở 姻缘多难

nhân đạo *d* 人道：chủ nghĩa nhân đạo 人道主义 *t* 人道的，人性化的，人道主义的：truyền thống nhân đạo của dân tộc 人性化的民族传统；chính sách nhân đạo với tù binh 人道主义的俘虏政策

nhân đức *d* 仁德：tấm lòng nhân đức 仁德之心

nhân gian *d* 人间：cõi nhân gian 人世间

nhân giống *d*；*đg* 繁殖，制种：nhân giống vô tính 无性繁殖

nhân hậu *t* 仁厚：tấm lòng nhân hậu 心地仁厚

nhân hoà *d* 人和：Địa lợi không bằng nhân hoà. 地利不如人和。

nhân hoá *d* 人格化

nhân khẩu *d* 人口：nhân khẩu học 人口学

nhân kiệt *d* 人杰

nhân loại *d* 人类：nhân loại học 人类学

nhân luân *d* 人伦：Ăn ở phải có nhân luân. 做人要讲人伦道德。

nhân lực *d* 人力，人才：sử dụng nhân lực hợp lí 合理使用人才

nhân mãn *d* 人口过于密集：Nạn nhân mãn ở đồng bằng. 平原地区人满为患。

nhân mạng *d* 人命：cứu được nhiều nhân mạng 救了许多人

nhân ngãi *d* ①仁义② [方] 情人，恋人：Già nhân ngãi, non vợ chồng. 老情人，小夫妻。

nhân nghĩa *d* 仁义：chính sách nhân nghĩa 仁义政策

nhân ngôn=thạch tín

nhân nhượng *đg* 忍让：Hai bên đều không chịu nhân nhượng. 双方互不相让。

nhân phẩm *d* 人品：coi trọng đào tạo nhân phẩm con người 重视人品培养

nhân quả *d* 因果：mối quan hệ nhân quả 因果关系

nhân quyền *d* 人权：tuyên ngôn nhân quyền 人权宣言

nhân rộng *đg* 推广，培植：nhân rộng mô hình này trong cả nước 在全国推广这个模式

nhân sâm *d* 人参

nhân sĩ *d* 人士：nhân sĩ yêu nước 爱国人士

nhân sinh quan *d* 人生观

nhân sư *d* 人面狮身：tượng nhân sư 人面狮身像

nhân sự *d* 人事：vấn đề nhân sự 人事问题

nhân tài *d* 人才：trọng dụng nhân tài 重用人才

nhân tạo *t* ①人造的：tơ nhân tạo 人造丝②人工的：thụ tinh nhân tạo 人工授精

nhân tâm *d* 人心，心理

nhân thân *d* 个人简历

nhân thể *k* [口] 趁便，顺便：nhân thể mua thứ gì đó tuỳ thích 顺便买一些喜欢的东西 *p* 一起：Chờ một chút rồi cùng về nhân thể. 等一会儿一起回去。

nhân thế *d* 人情世故

nhân thọ *d* 人寿：bảo hiểm nhân thọ 人寿保险

nhân tiện *k* [口] 趁便，顺便：Nhân tiện anh đi hiệu sách mua tờ báo. 你顺便到书店买份报。

nhân tình₁ *d* ①情人②恋人

nhân tình₂ *d* 人情：nhân tình thế thái 人情世态

nhân tình nhân ngãi 情爱

nhân tình thế thái 人情世态

nhân tính *d* 人性: Chúng đã mất hết nhân tính. 他们已经完全丧失了人性。

nhân tố *d* 因素, 元素, 原因: các nhân tố bên trong 内在因素; nhân tố khách quan 客观因素

nhân trần *d* [植] 茵陈

nhân trung *d* 人中穴

nhân từ *t* 仁慈: lòng nhân từ 仁慈之心

nhân văn *d* 人文: nhân văn chủ nghĩa 人文主义

nhân vật *d* ①人物, 角色: nhân vật chính diện 正面人物②名人: một nhân vật quan trọng 重要人物

nhân viên *d* ①人员, 职员: nhân viên đánh máy bậc hai 二级打字员②工作人员, 一般干部: nhân viên đại sứ quán 大使馆工作人员

nhân vô thập toàn 人无完人

nhần nhận *t* 略带苦味的: Sắn nhần nhận đắng. 木薯有点苦。

nhẩn nha *t* 悠闲, 慢条斯理, 优哉游哉: Đàn trâu nhẩn nha gặm cỏ. 牛群在悠闲地吃草。

nhẫn₁ *d* 戒指, 指环: Tay nó đeo những mấy chiếc nhẫn vàng. 她手上带好几个金戒指。

nhẫn₂ [汉] 忍 *đg* 忍: nhẫn tâm 忍心

nhẫn cưới *d* 婚戒

nhẫn nại *t* 坚忍, 耐心: tính nhẫn nại 坚忍的性格, nhẫn nại chờ đợi 耐心等待

nhẫn nhịn *đg* 容忍, 忍让: thái độ nhẫn nhịn 忍让的态度

nhẫn nhục *đg* 忍辱: Không thể nhẫn nhục mãi được. 不能再忍辱了。

nhẫn tâm *đg* 忍心: không nhẫn tâm làm hại bạn bè 不忍心伤害朋友

nhấn *đg* ①摁: nhấn còi 摁喇叭; nhấn nút 摁按钮②强调: nhấn rõ trọng tâm ôn tập 强调复习重点

nhấn chìm *đg* 沉, 沉没: Con tàu bị nhấn chìm dưới lòng sông. 船沉到河里。

nhấn mạnh *đg* 强调, 着重: Nhà trường nhấn mạnh vấn đề chất lượng giáo dục. 学校强调教育质量问题。

nhấn nhá *đg* 抑扬 (顿挫): nói với giọng nhấn nhá 抑扬顿挫地说

nhận₁ *đg* 沉入: nhận thuyền chìm xuống dưới nước 把船沉入水中

nhận₂ [汉] 认 *đg* ①接受, 接收: nhận thư 收信②接受, 答应: nhận lời mời 接受邀请; nhận chở hàng thuê 答应帮运货

nhận₃ [汉] 认 *đg* ①承认: nhận lỗi 认错②认: nhận làm con 认作儿子; nhận làm thầy 拜师傅③认出: nhận ra âm mưu của địch 识破敌人的阴谋

nhận biết *đg* 认知: nhận biết điều hay lẽ phải 认识是非

nhận chân *đg* 体会, 认识到: nhận chân giá trị của lao động 体会到劳动的价值

nhận dạng *đg* 识别, 辨认: đưa người đến nhận dạng 派人来辨认

nhận diện *đg* 指证, 辨认: đưa người quen đến nhận diện 带熟人来指认

nhận định *d* 评价: một nhận định chính xác 一个正确的评价 *đg* 估计, 分析: nhận định tình hình 分析形势

nhận lời *đg* 接受, 答应, 允诺, 应承: nhận lời giúp đỡ 答应帮忙

nhận mặt *đg* 指证: nhận mặt kẻ gian 指认坏人

nhận rõ *đg* 认清: nhận rõ những thiếu sót của mình 认清自身的不足

nhận thầu *đg* 承包: nhận thầu công trình 承包工程

nhận thức *đg* 认识, 意识到: nhận thức được vấn đề 认识到问题所在 *d* 看法, 认知: có nhận thức đúng đắn 有正确的认识

nhận thức luận *d* 认识论

nhận thực *đg* 认证: nhận thực bản sao bằng tốt nghiệp 认证毕业证复印件

nhận tội *đg* 认罪: Tên cướp đã nhận tội. 抢劫犯认罪了。

nhận vơ *đg* [口] 冒认: Nó thì cái gì cũng nhận vơ là của mình. 他什么都冒认是自己的。

nhận xét *đg* 看法, 评价, 评论: nhận xét tác phẩm văn học 评论文学作品 *d* 鉴定: bản nhận xét 鉴定书

nhâng nháo *t* 放肆, 无礼: ăn nói nhâng nháo 说话放肆

nhâng nhâng=nhâng nháo

nhấp₁ *đg* 蘸湿

nhấp₂ *đg* 呷一口, 抿一口: nhấp vài ngụm rượu 呷几口酒

nhấp₃ *đg* 点击: nhấp chuột 点击鼠标

nhấp giọng *đg* 润嗓子: uống vài hớp nước nhấp giọng 喝几口水润嗓子

nhấp nha nhấp nháy=nhấp nháy

nhấp nha nhấp nhô=nhấp nhô

nhấp nha nhấp nhổm=nhấp nhổm

nhấp nhá *đg* 闪烁: đèn pha nhấp nhá 探照灯闪烁

nhấp nhánh *t* 荧荧, 闪闪: Trời đầy sao nhấp nhánh. 满天的星星闪闪发光。 *đg* 闪烁

nhấp nháy *đg* ①眨 (眼): Mắt nhấp nháy vì bụi. 眼睛进了沙子眨个不停。②闪烁: đèn hiệu nhấp nháy 信号灯闪烁

nhấp nhem *t* 忽明忽暗的, 时亮时暗的: ánh đuốc nhấp nhem 火把时亮时暗

nhấp nhoáng *đg*; *t* 闪烁, 闪耀: ánh đèn pha nhấp nhoáng 灯光闪烁

nhấp nhổm=nhấp nhổm

nhấp nhô *t* 起伏不平的: đồi núi nhấp nhô 高低起伏的丘陵

nhấp nhổm *t* 坐不稳的, 坐立不安的: Sao mới đến được một lát đã nhấp nhổm thế? 怎么才来一会儿就坐立不安了?

nhấp nhứ *t* 犹豫: nhấp nhứ mấy lần không dám mở miệng xin 犹豫几次不敢开口要

nhập [汉] 入 *đg* ①入: Thóc nhập kho. 稻谷入库。②并入: Hai xã nhập vào nhau. 两个村合并了。③ [口] 进口: hàng nhập 进口货④加入: nhập vào đoàn người 加入人群⑤渗透, 打入: nhập vào hàng ngũ địch 打入敌人的队伍⑥附上, 进入: Ông ấy như người bị ma nhập ấy. 他好像被鬼上身一样。

nhập cảng *đg* [旧] ① 进 口: nhập cảng hàng hoá 进口货物②外来: văn hoá nhập cảng 外来文化

nhập cảnh *đg* 入境: làm thủ tục nhập cảnh 办入境手续

nhập cục *đg* 合并: Không nên nhập cục hai vấn đề đó lại với nhau. 这两个问题不能相提并论。

nhập cuộc *đg* 参加, 参与: nhập cuộc trò chơi 参与游戏

nhập cư *đg* 移居, 定居: người Việt nhập cư ở nước ngoài 移居海外的越南人

nhập đạo *đg* 入道, 入教: nhập đạo Thiên Chúa 加入天主教

nhập đề *đg* 开场白, 序言: Bài luận nhập đề chưa hay. 论文的序言不太好。

nhập định *đg* 入定: nhà sư nhập định 僧人入定

nhập gia vấn huý, nhập quốc vấn tục 入家问讳, 入国问俗

nhập học *đg* 入学: Sinh viên khoá mới đã nhập học vài tuần rồi. 新生入学几周了。

nhập gia tuỳ tục 入乡随俗

nhập khẩu=nhập cảng

nhập môn *đg* 入门: bài nhập môn 入门课

nhập một *đg* 合二为一, 合一

nhập ngoại *đg* 进口: hàng hoá nhập ngoại 进口商品

nhập ngũ *đg* 入伍, 参军: Thanh niên đăng kí nhập ngũ. 年轻人报名参军。

N

nhập nhà nhập nhằng=nhập nhằng

nhập nhằng *đg* 混淆: sổ sách nhập nhằng 账目混乱 *t* 不明确, 不确定: Hai bên vẫn nhập nhằng, chưa thống nhất ý kiến. 双方仍未明确统一意见。

nhập nhèm *đg* 混淆 (同 nhập nhằng) *t* 忽暗忽明, 时暗时明: ánh lửa nhập nhèm 火光时暗时明

nhập nhoà *t* 朦胧, 时隐时现: ánh lửa nhập nhoà 火光朦胧

nhập nhoạng *t* 昏沉: chiều tối nhập nhoạng 暮色昏沉

nhập nhoè=lập loè

nhập nội *đg* (从国外) 引进 (生物品种): giống lợn nhập nội 引进的猪品种

nhập quan *đg* 入殓: chọn giờ nhập quan cho ông cụ 择时给老人入殓

nhập siêu *d* 入超, 逆差: giảm nhập siêu 降低逆差

nhập tâm *đg* 掌握, 领会, 记住: thuộc nhập tâm 背得很熟

nhập thế *đg* 入世: các nhà nho nhập thế 入世的儒家

nhập tịch *đg* 入籍: làm thủ tục nhập tịch 办入籍手续

nhập trường *đg* 入学: giấy báo nhập trường 入学通知书

nhập vai *đg* 进入角色: Diễn viên đóng rất nhập vai. 演员很入戏。

nhập viện *đg* 住院, 入院: Ông ấy phải nhập viện điều trị. 他要住院治疗。

nhất [汉] 一 *d* 一: chỉ có nhất bộ quần áo 只有一套衣服 *t* 第一的: nhất lớp 班里数第一 *p* 顶, 最: quan trọng nhất 最重要

nhất bản vạn lợi 一本万利

nhất cử lưỡng tiện 一举两得

nhất cử nhất động 一举一动

nhất định *p* 一定, 必定: Nhất định chính nghĩa sẽ thắng. 正义一定取胜。 *t* ① 一定的, 既定的: phải tuân thủ những nguyên tắc nhất định 要遵循既定原则 ② 一定的: có một vốn liếng nhất định 有一定的本金

nhất hạng *t* [口] 一等的, 第一的, 上等的: chè nhất hạng 上等茶叶

nhất hô bá ứng ① [旧] 一呼百应: được nhiều người nể trọng, nhất hô bá ứng 受到人们尊敬, 一呼百应 ② [口] 上下一心: Nhất hô bá ứng, người người làm theo. 上下一心, 人人跟着干。

nhất là *p* 尤其是, 特别是: Phải phát triển nông nghiệp, nhất là sản xuất lương thực. 要发展农业, 尤其是粮食生产。

nhất loạt *p* ① 一起: Cả lớp nhất loạt đứng dậy. 全班全体起立。 ② 一律, 同一: sử dụng nguyên liệu nhất loạt 使用同一材料

nhất mực *p* ① 非常, 十分: nhất mực khiêm tốn 非常谦虚 ② 一味, 一直: nhất mực giữ quan điểm cá nhân 一味坚持个人观点

nhất nguyên *t* 一元论的: thuộc về thuyết nhất nguyên 属一元论学说

nhất nguyên luận *d* 一元论

nhất nhất *p* ① 一律: Học sinh nhất nhất phải thực hiện đúng nội qui học tập. 学生一律得执行学习规则。 ② 一味, 一直: nhất nhất đòi đi 一直吵着要去

nhất phẩm *d* [旧] 一品: làm quan nhất phẩm của triều đình 做到朝中一品官职

nhất quán *t* 一贯: chủ trương nhất quán 一贯主张

nhất quyết *đg* [口] 决断, 决定: nhất quyết phải làm cho bằng được 决定了就干到底 *p* [口] 绝对, 一定: nhất quyết phải giành thắng lợi 一定要取得胜利

nhất sinh *d* 一生, 一辈子: Nhất sinh không làm điều ác. 一生不做恶事。

nhất tề *p* 一齐: nhất tề nổi dậy 一齐起事

nhất thành bất biến 一成不变

nhất thần *t* 一神论的: nhất thần luận 一神论

nhất thể hoá *đg* 一体化: tiến trình nhất thể hoá khu vực 区域一体化进程

nhất thiết *p* 必须, 一定, 务必: Việc này nhất thiết phải giải quyết trong tuần này. 此事务必在周内解决。

nhất thời *t* 一时的, 暂时的: khó khăn nhất thời 暂时困难

nhất trí *t* 同意的, 赞同的, 一致的: nhất trí thông qua nghị quyết 一致通过决议

nhất viện chế *d* 一院制

nhật ấn *d* 邮戳

nhật báo *d* 日报: đăng trên nhật báo 登在日报上

nhật dụng *d* 日用: đồ nhật dụng 日用品

nhật khoá *d* 课程表: nhật khoá các môn học 各科的课程表

nhật kế *d* 量日仪

nhật kí *d* 日记: viết nhật kí 写日记

nhật lệnh *d* 特殊日的命令

nhật thực *d* [天] 日食: nhật thực toàn phần 日全食

nhật trình *d* ①日程: nhật trình hội nghị 会议日程; Nhật trình đi bộ từ Hà Nội vào Huế mất hàng tháng. 从河内步行到顺化的日程要花一个月。②日报

nhâu *đg* 聚集, 聚拢, 聚群, 围集, 凑 (含有蔑视的意思): Đàn chó nhâu ra sủa. 群狗聚集吠叫。

nhầu₁ *t* [方] 皱的 (同 nhàu): mặc quần áo nhầu ra phố 穿着皱衣服上街

nhầu₂ *t* [方] 乱 (塞): đút nhầu vào túi 胡乱地塞进兜里

nhầu nát [方] =nhàu nát

nhầu nhĩ *t* 皱巴的: gương mặt nhầu nhĩ 皱巴的脸

nhậu *đg* [方] 吃喝, 饮酒: đi nhậu 去喝酒

nhậu nhẹt *đg* [方] 吃吃喝喝: Làm thì lười, chỉ thích nhậu nhẹt. 工作不想干, 只想着吃吃喝喝。

nhây nhớt *t* 黏糊脏兮: mũi dãi nhây nhớt 鼻涕、口水黏糊脏兮

nhầy *t* 黏黏的: Bàn tay nhầy những mỡ. 满手油, 黏黏的。

nhầy nhụa *t* 黏糊糊: Đường sá nhầy nhụa khó đi. 道路泥泞难走。

nhầy =nhày

nhầy nhớt [方] =nhày nhớt

nhẫy *t* 油亮的, 油光的, 湿亮的: đầu chải bóng nhẫy 头发梳得油亮

nhậy₁ *d* 蠹虫

nhậy₂ [方] =nhạy

nhe *đg* 龇牙咧嘴: nhe nanh múa vuốt 张牙舞爪

nhè *đg* ①吐出来: Bé nhè cơm ra. 小孩把饭吐出来。②对着, 照准: nhè anh ấy mà chọc 对着他开玩笑 ③哭闹不休: nhè cả ngày 整天哭闹不休

nhè nhẹ *t* 轻柔: Gió thổi nhè nhẹ. 风儿轻轻地吹。

nhẽ [方] =lẽ

nhé *tr* [口] 啦, 了, 呵, 吧: Hôm qua vui lắm nhé! 昨天很好玩啦! Cháu đi bác nhé! 伯伯我走了! Liệu hồn đấy nhé! 你小心点呵! Uống chè nhé! 喝茶吧!

nhẹ *t* ①重量轻的: người nhẹ cân 体重轻; nhẹ như lông hồng 轻如鸿毛 ②比重小的: kim loại nhẹ 轻金属; dầu nhẹ 轻油 ③微弱: gió nhẹ 轻风; động đất nhẹ 小地震 ④清淡, 淡淡的: thức ăn nhẹ 清淡的食物; rượu nhẹ 低度酒 ⑤轻度的: bị thương nhẹ 受轻伤 ⑥轻便: các loại vũ khí nhẹ 各类轻武器 ⑦松质土的: ruộng nhẹ dễ cày 松质土好犁 ⑧轻柔: giọng nói nhẹ 轻柔的语调 ⑨轻松: Làm xong việc người nhẹ hẳn đi. 干完活, 人感觉很轻松。

nhẹ bẫng =nhẹ bổng

nhẹ bổng *t* 轻飘飘: Cái gì mà nhẹ bổng thế này? 什么东西这么轻飘飘的?

nhẹ dạ *t* 轻信的，耳朵软的: Nhẹ dạ cả tin nên mới ra nông nỗi này. 轻信才会落到这个地步。

nhẹ gánh *t* 轻负担的，轻松的: Trả xong nợ là nhẹ gánh. 把债还上就轻松了。

nhẹ hẫng *t* 轻轻的，非常轻，轻飘飘: Cái túi nhẹ hẫng. 袋子轻飘飘的。

nhẹ kí *t*[口] 不起眼的: đối thủ nhẹ kí 不起眼的对手

nhẹ lời *t* 好言相劝，和风细雨，轻声细语: nhẹ lời khuyên bảo 好言相劝

nhẹ nhàng *t* ①轻松，轻快: công việc nhẹ nhàng 工作轻松 ②舒畅，轻闲: lòng nhẹ nhàng thanh thản 心情舒畅

nhẹ nhõm *t* ①俊俏，清秀: khuôn mặt nhẹ nhõm 面目清秀 ②轻松: cảm thấy nhẹ nhõm trong lòng 觉得心里轻松多了

nhẹ nợ *t*[口] 轻松: Bỏ quách đi cho nhẹ nợ. 丢掉就轻松了。

nhẹ tay *t*[口] ①手轻的，轻手轻脚的: Làm nhẹ tay kẻo nó vỡ ra đấy. 手轻一点，要不会碎的。②手下留情的: Mong anh nhẹ tay tha cho. 请你手下留情。

nhẹ tênh *t* 轻飘飘: Con thuyền lướt nhẹ tênh trên mặt hồ. 小船在湖面上轻轻地飘着。

nhẹ thênh=nhẹ tênh

nhem=lem

nhem nhẻm=lem lẻm

nhem nhép *t* 黏糊糊: Giầy dính bùn nhem nhép. 鞋子上沾满黏糊糊的泥巴。

nhem nhuốc *t* 肮脏: Mặt mũi nhem nhuốc. 脸上好脏。

nhem thèm *đg*[口] 引逗，引馋: đưa nắm cỏ non nhem thèm chú bê con 拿着嫩草逗小牛

nhèm *t* 又湿又脏: Mặt mũi đen nhèm. 脸又黑又脏。Quần áo ướt nhèm. 衣服湿漉漉的。

nhẹm *t*[口] 隐秘，隐蔽: Giấu nhẹm lá thư không cho ai biết. 把信隐藏起来不给别人知道。

nhen *đg* ①引火，起火，生火: nhen bếp nấu cơm 生火做饭 ②燃起，萌生: Trong lòng nhen lên niềm hi vọng. 心中燃起了希望。

nhen nhóm *đg* 燃起，萌发，发起: nhen nhóm hi vọng mới 燃起新的希望

nhen nhúm=nhen nhóm

nhèn nhẹt *t* 湿漉漉: Trời mưa nhiều nên nhà lúc nào cũng ướt nhèn nhẹt. 老是下雨，所以屋子里总是湿漉漉的。

nheo₁ *d* 鲶鱼

nheo₂ *đg* ①眯着眼: nheo mắt lại mà ngắm 眯着眼瞄准 ②皱: nheo mày 皱眉

nheo₃ *t* 萎缩，佝偻，瘦小: Thằng bé không ăn gì người cứ gầy nheo. 小孩不吃东西，人很瘦小。

nheo nhéo *đg* 嚷嚷，吵吵闹闹: nheo nhéo suốt ngày 整天嚷嚷

nheo nhóc *t* 饥饿贫困: đời sống nheo nhóc 生活饥饿贫困

nhèo nhẽo *t* 松软，软绵绵: bắp chân mềm nhèo nhẽo 小腿软绵绵

nhèo nhẹo *đg* 哭闹: cứ nhèo nhẹo đòi mẹ không ngừng địa khóc đòi妈妈 *t* 哭闹不停的: Con bé cứ khóc nhèo nhẹo. 小姑娘一直哭闹不停。

nhẽo *t* 疏松，酥软，松弛: đùi nhẽo ra 大腿肌肉松弛

nhẽo nhèo *t*[口] 软塌塌: Người ốm chân tay nhẽo nhèo. 病人手脚软塌塌的。

nhẽo nhợt *t* 嗲声嗲气: ăn nói nhẽo nhợt 嗲声嗲气地说话

nhéo *đg*[方] 扭，拧: nhéo tai 拧耳朵

nhép₁ *d* 梅花 (扑克牌)

nhép₂ *t*[口] 小小的，微不足道的: câu được mấy con cá nhép 钓了几条小鱼

nhét *đg* 填塞，塞满: nhét giẻ vào mồm 用布条把嘴塞住

nhể *đg* ①挑: nhể gai 挑刺儿; nhể ốc 挑螺肉

②挑挤: nhể mụn cóc 挤痘痘

nhể nhại *t* ①湿漉漉: mồ hôi nhể nhại 汗流浃背② (黑或白) 单一色的, 发亮的: da trắng nhể nhại 皮肤白皙

nhếch *đg* 微抿嘴角: nhếch mép cười 抿嘴笑

nhếch nhác *t* 肮脏, 脏乱, 褴褛: nhà cửa nhếch nhác 房间脏乱

nhệch *đg* 撇嘴: nhệch mép cười khẩy 撇嘴冷笑

nhện *d* 蜘蛛: con nhện chăng tơ 蜘蛛结网

nhểu *đg* 垂滴: Nến cháy nhểu xuống bàn. 烛泪滴到桌子上。

nhểu nháo *t* 匆匆, 草草: ăn nhểu nháo rồi đi ngay 草草吃了就走

nhệu nhạo=nhểu nháo

nhi [汉] 儿 *d* [口] 儿科: bệnh viện nhi 儿科医院

nhi đồng *d* 儿童

nhi khoa *d* 儿科

nhi nhí *t* 声音很小: nói nhi nhí trong miệng 声音含在嘴里

nhi nữ *d* 儿女: nhi nữ thường tình 儿女常情

nhì *d* 第二: giải nhì 二等奖

nhì nhằng *t* ①曲折, 交错: dây điện giăng nhì nhằng 电线乱七八糟②混淆, 含糊不清: sổ sách nhì nhằng 账目不清③ [口] 平常的, 过得去: làm ăn nhì nhằng 生意还过得去

nhì nhèo *đg* 絮絮叨叨, 啰啰唆唆: Bà già nhì nhèo suốt ngày. 老太太整天絮絮叨叨。

nhỉ₁ *đg* 渗漏, 滴出: Vết thương nhỉ máu. 伤口渗血。

nhỉ₂ *tr* [口] ①…吗 (用于反问、感叹): Phim này hay quá anh nhỉ? 这部片很好看, 对吗?②真; 嘎: A, mày giỏi quá nhỉ! 呵, 你可真厉害嘎!③啊, 啦: Ai đấy nhỉ? 谁啊? Mấy giờ rồi nhỉ? 几点钟啦?

nhĩ châm *đg* 耳穴针灸

nhí *t* 年幼: ca sĩ nhí 小歌星; diễn viên nhí 小

演员

nhí nha nhí nhảnh *t* 很活泼

nhí nha nhí nhoẻn=nhí nhoẻn

nhí nhách [拟] 吧嗒 (咀嚼声, 咂吧声): miệng nhai trầu nhí nhách 嘴里吧嗒吧嗒地嚼着槟榔

nhí nhảnh *t* 天真活泼: Cô bé nhí nhảnh đáng yêu. 小姑娘活泼可爱。

nhí nhắng *t* 手忙脚乱的

nhí nhoáy *t* 手脚不停的

nhí nhoẻn *t* 嬉皮笑脸, 嘻嘻哈哈: Cô bé nhí nhoẻn suốt ngày. 那丫头整天嬉皮笑脸的。

nhí nhố *t* [口] ①不正经: ăn nói nhí nhố 言行猥琐②混乱无序: Đám học sinh nhí nhố đứng ngoài sân. 学生们乱糟糟地站在操场上。

nhị₁ *d* 蕊: nhị hoa màu vàng 黄色的花蕊

nhị₂ *d* 二胡

nhị₃ [汉] 二 *d* 二: độc nhất vô nhị 独一无二; nhị nguyên luận 二元论

nhị cái *d* 雌蕊

nhị cực gấp *d* [理] 折合振

nhị cực nửa song *d* [理] 半波振子

nhị đực *d* 雄蕊

nhị hỉ *t* [旧] (婚俗) 回门

nhị hoa *d* 花蕊

nhị huyền *d* [乐] 二弦, 二胡

nhị phẩm *d* [旧] 二品官

nhị phân *đg* 二分制: hệ đếm nhị phân 二分制计算法

nhị thể *d* 双色 (猫): mèo nhị thể 双色猫

nhị thức *d* 二项式

nhị viện chế *d* [政] 两院制

nhích₁ *đg* 挪动: nhích sang bên kia 往那边挪一挪

nhích₂ *đg* 微张: nhích mép 抿嘴角

nhích₃ *t* 略好的, 比较理想的: Thành tích nhích hơn trước. 成绩比以前好一点。

nhiếc *đg* 责骂, 揭短: Nhiếc con là đồ ăn hại.

责骂儿子没有用。

nhiếc mắng *đg* 责骂，斥责

nhiếc móc *đg* 辱骂：lời nhiếc móc sâu cay 恶毒辱骂

nhiễm [汉] 染 *đg* 污染，感染：bị nhiễm độc 中毒了；nhiễm mầm bệnh 感染病菌

nhiễm bệnh *đg* 染病：chưa bị nhiễm bệnh 未被染病

nhiễm điện *đg* 带电：thanh sắt nhiễm điện 带电铁棒

nhiễm độc *đg* 染毒，中毒：bị nhiễm độc thức ăn 食物中毒

nhiễm khuẩn *đg* 细菌感染

nhiễm sắc thể *d* 染色体

nhiễm thể=nhiễm sắc thể

nhiễm trùng *đg* 感染：Vết thương đã nhiễm trùng. 伤口被感染了。

nhiễm từ *đg* 磁化：Màn hình ti vi biến màu do bị nhiễm từ. 电视屏幕因磁化而变了颜色。

nhiễm xạ *đg* 被放射线辐射：chống nhiễm xạ 防辐射

nhiệm chức *đg* [旧] 任职

nhiệm kì *d* 任期：Nhiệm kì mỗi khoá 4 năm. 每届任期 4 年。

nhiệm vụ *d* 任务：hoàn thành nhiệm vụ 完成任务

nhiên [汉] 然，燃

nhiên liệu *d* 燃料：Nhà máy thiếu nhiên liệu. 工厂燃料不足。

nhiên liệu hạt nhân *d* 核燃料

nhiễn *t* [方] 细软：bột mì nhiễn 细软的面粉

nhiếp ảnh *đg* 摄影：công ti nhiếp ảnh 摄影公司

nhiếp chính *đg* 摄政

nhiệt [汉] 热 *t* 热气的，上火的：Tôi bị nhiệt. 我上火了。*d* ①热量：giữ nhiệt cho cơ thể 保持身体温度 ②热能

nhiệt biểu=nhiệt kế

nhiệt bức xạ *d* 辐射热

nhiệt dung *d* 热容

nhiệt điện *d* ①热电，火力发的电：nhà máy nhiệt điện 热电厂 ②温差电流：pin nhiệt điện 温差电池

nhiệt độ *d* ①热度，温度：nhiệt độ kim loại nóng chảy 金属熔解温度；nhiệt độ Celsius 摄氏温度；nhiệt độ F 华氏温度；nhiệt độ không khí 气温；nhiệt độ tới hạn 临界温度 ②气温：nhiệt độ ngoài trời 室外气温

nhiệt độ sôi *d* 沸点

nhiệt động học *d* 热力学

nhiệt đới *d* 热带：vùng nhiệt đới 热带地区；nhiệt đới hoá 热带化

nhiệt hạch *d* 核聚变：phản ứng nhiệt hạch 热核反应

nhiệt hoá học *d* 热化学

nhiệt học *d* 热物理学

nhiệt huyết *d* 热血，热情：Thanh niên đầy nhiệt huyết. 年轻人满腔热血。

nhiệt kế *d* 温度计

nhiệt liệt *p*；*t* 热烈：hoan nghênh nhiệt liệt 热烈欢迎；nhiệt liệt hưởng ứng 热烈响应

nhiệt luyện *đg* 冶炼：nhà máy nhiệt luyện 冶炼厂

nhiệt lượng *d* 热量：nhiệt lượng kế 热量计

nhiệt năng *d* 热能

nhiệt tâm *d*；*t* 热情，热忱：có nhiệt tâm với phong trào 有参加运动的热忱；nhiệt tâm với bạn bè 对朋友很热情

nhiệt thán *d* 炭疽病：Trâu mắc bệnh nhiệt thán. 牛得了炭疽病。

nhiệt thành *t* 热诚：giúp đỡ bạn bè rất nhiệt thành 对朋友很热诚

nhiệt tình *d*；*t* 热情，诚心：nhiệt tình với công tác đoàn thể 对集体工作充满热情；giúp đỡ nhiệt tình 热情帮助

nhiêu₁ *d* 徭役

nhiêu₂ [汉] 饶

nhiêu khê *t*[口] 复杂, 繁杂: thủ tục nhiêu khê 繁杂的手续

nhiều *t* 多, 数量大的: lắm tiền nhiều của 万贯家财; của ít lòng nhiều 礼少情多 (礼轻情意重)

nhiều nhặn *t*[口] 不多: Chỉ có mỗi đứa con, nhiều nhặn gì mà đuổi nó đi! 孩子只有一个, 又不是很多, 干吗赶他走啊！

nhiễu₁ *d* 绉纱: khăn nhiễu 绉巾

nhiễu₂ [汉] 扰 *đg* ① 骚扰: quan lại nhiễu dân 官吏扰民 ② 干扰: đài bị nhiễu 电台受到干扰 ③ 滋事, 生事: Thôi đi, đừng có nhiễu. 好了, 别生事。

nhiễu loạn *đg* ① 扰乱, 骚乱: bọn nhiễu loạn 骚乱分子 ② 干扰: Đường thông tin bị nhiễu loạn. 通信线路受到干扰。

nhiễu nhương *t* 混乱不安, 动乱, 折腾: thời buổi nhiễu nhương 动乱年代

nhiễu sóng *đg* 电波干扰

nhiễu sự *đg* 滋事, 生事: vẽ vời nhiễu sự 没事找事

nhiễu xạ *đg* 衍射

nhím *d* 刺猬

nhìn *đg* ① 视, 望, 看: sức nhìn 视力 ② 观察: nhìn rõ phải trái 明辨是非 ③ 朝向, 面向: Ngôi nhà nhìn về hướng nam. 房子朝南。④ 看顾, 照顾: không nhìn gì đến gia đình 不怎么顾家

nhìn bằng nửa con mắt 狗眼看人低

nhìn chằm chằm *đg* 逼视, 虎视眈眈

nhìn chung 总的来看: Nhìn chung chất lượng còn khá. 总的来看质量还不错。

nhìn gà hoá cuốc 指鹿为马

nhìn ngược nhìn xuôi 东张西望; 左顾右盼

nhìn nhận *đg* ① 承认, 正视: không chịu nhìn nhận sự thực 不肯承认事实 ② 看, 观察: nhìn nhận vấn đề cho khách quan 要客观地看问题

nhìn xa trông rộng 高瞻远瞩

nhín *đg* ① 节省, 省吃俭用: tiêu nhín để dành cho con 省吃俭用留给孩子 ② 挤出, 省出: nhín cho nó vài lon gạo 省出点儿米给他

nhịn *đg* ① 忍住, 憋住, 按捺: cố nhịn cười 强忍住笑 ② 节省: nhịn ăn nhịn uống 省吃俭用 ③ 忍让, 体谅: một điều nhịn chín điều lành 退一步海阔天空

nhịn đói *đg* 忍饥挨饿: Hết tiền nên phải nhịn đói. 钱花完了只好挨饿。

nhịn nhục *đg* 忍辱: Chị ấy nhịn nhục mãi đến bây giờ mới đứng ra nói rõ vấn đề. 她忍辱负重这么久到现在才站出来说明问题。

nhịn nhường = nhường nhịn

nhinh nhỉnh *t*[口] 稍大的: Hai đứa chỉ nhinh nhỉnh hơn nhau chút ít. 两人个头相差不大。

nhỉnh *t*[口] 稍大的, 大点儿: Con chị nhỉnh hơn con em. 姐姐比妹妹要大一点儿。

nhíp *d* ① 镊子: nhíp nhổ râu 拔胡子的镊子 ② 减震弹簧: nhíp xe 汽车减震弹簧

nhịp *d* ① 节, 段: Cầu này có ba nhịp. 这座桥有三段。② 节拍: đánh nhịp 打拍子 ③ 节奏: nhịp sống thời đại mới 新时代的生活节奏

nhịp điệu *d* ① 韵律: nhịp điệu du dương 韵律悠扬 ② 速度, 节奏: làm việc với nhịp điệu khẩn trương 紧张的工作节奏

nhịp độ *d* ① 节奏: nhịp độ của bài hát 歌曲的节奏 ② 速度, 进度: nhịp độ xây dựng 建设速度

nhịp nhàng *t* ① 有节奏的: bước đi nhịp nhàng 均匀的步调 ② 协调的: kinh tế phát triển nhịp nhàng 经济协调发展

nhịp sinh học 生物钟

nhíu *đg* 皱起: đôi mày nhíu lại 双眉皱起

nho₁ *d* 葡萄: trồng một giàn nho 栽一棵葡萄树

nho₂ [汉] 儒 *d* ① 儒: nhà nho 儒家 ② 汉字: chữ nho 汉字

nho gia *d*[旧] 儒家: xuất thân một nho gia

出自儒家

nho giáo *d* 儒教：tư tưởng nho giáo 儒教思想

nho học *d* 儒学：xuất thân nho học 出身儒学

nho nhã *t* 儒雅：con người nho nhã 儒雅之士

nho nhỏ *t* 小巧：vóc người nho nhỏ 小巧的个子

nho nhoe *dg*[口] 自不量力：Có được vài đồng tiền bỏ túi là nho nhoe đua đòi. 口袋里只有几个钱却自不量力地赶时髦。

nho sĩ *d*[旧] 儒士

nhỏ₁ *dg* 滴，点：nhỏ thuốc đau mắt 滴眼药水

nhỏ₂ *t* ①小：ngôi nhà nhỏ 小屋子；chú mèo nhỏ 小猫②年幼：thuở nhỏ 小时候 *d* ①童仆：nuôi thằng nhỏ giúp việc 养个打杂的小童②小孩儿：Nhỏ đến đây với chị. 小孩儿到姐姐这里来。

nhỏ bé *t* 细小，细微：niềm vui nhỏ bé 小小的喜悦

nhỏ con *t*[口]（人）个子小的：người nhỏ con 个子小

nhỏ dại *t* 幼稚，年幼无知：mẹ già và đàn con nhỏ dại 老母亲和一群年幼无知的孩子

nhỏ giọt *dg* 滴落：Vòi nước chảy nhỏ giọt. 水龙头的水一滴滴地往下落。*t* 小额的，零星的：đầu tư nhỏ giọt 小额投资

nhỏ lẻ *t* 零散的：hoạt động nhỏ lẻ 零散的活动

nhỏ mọn *t* ①微弱，微不足道的：việc nhỏ mọn 小事情②小气的

nhỏ nhắn *t* 细小，纤细，小巧：những ngón tay nhỏ nhắn mềm mại 纤细柔软的手指

nhỏ nhặt *t* 微小，琐碎，鸡毛蒜皮：chuyện nhỏ nhặt 鸡毛蒜皮的小事

nhỏ nhẻ *t* 细声细气的：ăn nói nhỏ nhẻ như con gái 像女孩细声细气地说话

nhỏ nhẹ *t* 轻声细语的：Cô gái ăn nói nhỏ nhẹ dễ thương. 女孩说话轻声细语的很

可爱。

nhỏ nhen *t* 小气的：hay tính toán nhỏ nhen 小气，爱计较

nhỏ nhít *t*[方] 稚小，幼小：Trông người nhỏ nhít thế mà rất khôn. 别看他幼小，可聪明着呢。

nhỏ nhoi *t*[口] 单薄，微弱：sức vóc nhỏ nhoi 身体单薄

nhỏ thó *t*[口] 瘦小：dáng người nhỏ thó 个子瘦小

nhỏ to *dg*[口] 私下谈论：Bà này hay nhỏ to chuyện người khác. 这个女人喜欢谈论别人家的事。

nhỏ tuổi *t* 年少：Nó tuy nhỏ tuổi nhưng hiểu biết nhiều. 他虽年少但懂得多。

nhỏ xíu *t* 细小，微小：cái đinh nhỏ xíu 钉子好细

nhỏ yếu *t* 弱小：lực lượng nhỏ yếu 弱小的力量

nhọ *t* 黑污：Mặt bị nhọ. 脸脏了。*d* 污点，污渍：Mặt dính đầy nhọ. 脸上沾了污渍。

nhọ mặt *d* [口] 脸上的污迹（也常引申为"让人丢脸"）

nhọ mặt người *d* 傍黑：làm từ sáng đến khi nhọ mặt người 从早干到天傍黑

nhọ nhem *t* 斑污：quần áo nhọ nhem 衣服斑污

nhọ nồi₁ *d* 锅烟子，锅灰：Mặt dính nhọ nồi. 脸上沾了锅灰。

nhọ nồi₂ *d*[植] 旱莲草

nhoa nhoá *t* 闪烁，一闪一闪的：Ánh chớp lửa hàn nhoa nhoá. 电焊弧光闪烁。

nhoà *t* ①模糊不清的：chữ nhoà 字迹模糊②褪淡的，减弱的，淡化的：Việc ấy đã nhoà đi trong kí ức. 那件事在记忆里已经淡化了。

nhoai *dg* 匍匐：Nhoai người trườn về phía trước. 身体匍匐向前爬。

nhoài *dg* 探身：Nhoài người ra khỏi toa xe. 把

N

身子探出车窗外。

nhoang nhoáng=loang loáng

nhoàng *t*[口] 飞快的，一下子: làm nhoàng cái là xong 一下子就干完了

nhoáng *đg* 一闪而过: Chớp đánh nhoáng một cái. 雷电闪了一下。• *d*; *t*[方] 瞬间（同 loáng)

nhoáng nhoàng *t* 急匆匆地: Anh ấy cứ nhoáng nhoàng về nhà một lúc rồi đi. 他回到家没一会儿又急匆匆地走了。

nhoay nhoáy *t* 飞快，快速: Đôi kim đan nhoay nhoáy trong tay. 手里的织针飞快地织着。

nhoáy *t*[口] 三下五除二，快手快脚: Anh ấy làm nhoáy cái là xong. 他三下五除二就把工作搞完了。

nhóc *d*[口] 小家伙，小鬼: Bọn nhóc nhà anh học hành ra sao? 你家的小家伙们学习怎样?

nhóc con *d*[口] 小家伙，小调皮，小屁孩儿: Nhóc con đừng có hỗn xược! 小屁孩儿不得无礼！

nhóc nhách₁ [拟] 咯吱咯吱: nhai trầu nhóc nhách 咯吱咯吱嚼槟榔

nhóc nhách₂ *đg* 微微挪动，稍微动弹

nhọc *t*; *đg* 辛苦，疲劳，劳累: làm việc nặng thì nhọc lắm 干重活很累

nhọc lòng *t* 操心的，累心的: nhọc lòng vì chuyện bạn bè 朋友的操心事

nhọc nhằn *t* 辛劳，艰辛，劳累: Công việc nhọc nhằn vất vả. 工作很劳累。

nhoe nhoét *t* 沾满污渍的: Bàn tay nhoe nhoét dầu mỡ. 双手沾满油污。

nhoè₁ *t* ①渗: giấy xấu viết nhoè 纸不好，容易渗墨②模糊，一塌糊涂: làm nhoè cả tờ giấy 整张纸都渗得一塌糊涂

nhoè₂ *p*[口] 痛快地，过瘾地，随意地: tiêu nhoè cũng không hết 随意花也花不完

nhoè nhoẹt *t*; *đg* 污渍斑斑: Mực dây nhoè nhoẹt cả áo quần. 墨水弄得衣服污渍斑

斑。

nhoen nhoẻn *t*[口] 嘻嘻哈哈: mồm miệng nhoen nhoẻn suốt ngày 整天嘻嘻哈哈的

nhoèn *t* 粘（眼屎）的: mắt nhoèn những dử 粘满眼屎的眼睛

nhoẻn *đg* 咧嘴: nhoẻn miệng cười 咧着嘴笑

nhoét *t* 糊糟糟的，烂糊糊的: Cơm thổi nhão nhoét. 饭做得烂糊糊的。

nhoẹt *t* 湿漉漉: Quần áo ướt nhoẹt. 衣服湿漉漉的。

nhoi *đg* 伸出，钻出: Con giun nhoi lên khỏi mặt đất. 蚯蚓从土里钻出来。

nhoi nhói *t* 阵阵痛的，隐隐痛的，刺痛的: Kiến đốt nhoi nhói dưới chân. 脚被蚂蚁咬得隐隐刺痛。

nhói *t* 刺痛的: Vết thương nhói lên. 伤口一阵刺痛。

nhom nhem *t* 瘦弱: Người nhom nhem như ông tám mươi. 人瘦弱得像八十老翁。

nhòm *đg* 看，瞅: nhòm qua cửa sổ 从窗口往外看

nhòm ngó=dòm ngó

nhổm *đg* 坐起，撑坐: đang nằm bỗng nhổm dậy 正躺着突然间坐起来

nhóm₁ *d* 小集团，组，小组，类型: một nhóm người yêu nước 一群爱国分子; nhóm máu A A 型血 *đg* 聚集，集合，组织: Chợ nhóm suốt ngày. 集市开整天。

nhóm₂ *đg* ①引火，生火: Lửa mới nhóm. 火刚点着。②发起，发动: Phong trào cách mạng được nhóm lên trong giới sinh viên. 革命运动在学生中发起。

nhóm bếp *đg* 生炉子

nhóm họp *đg* 分组开会: nhóm họp trao đổi kinh nghiệm 分组讨论交流经验

nhon nhón *t* 踮着脚的: chạy nhon nhón 踮脚跑

nhòn nhọn *t* 有点尖的: cái cằm nhòn nhọn 下巴有点尖

nhón₁ đg ① nhặt (起): nhón mấy hạt lạc cho vào miệng 拈几粒花生放进嘴里 ② nhón (起) chân: nhón chân đi nhẹ nhàng từng bước một 踮起脚一步一步地走

nhón₂ đg [口] 扒, 窃: Thoắt một cái đã bị nhón mất cái ví. 一不小心钱包被扒走了。

nhọn₁ t 尖, 锐, 锋利: vót nhọn 削尖; góc nhọn 锐角

nhọn₂ t [方] (豆类) 硬的, 煮不烂的: hạt đậu nhọn 煮不烂的豆子

nhọn hoắt t 尖利, 锋利: mũi tên nhọn hoắt 锋利的箭尖

nhong nhong [拟] 叮叮 (马铃声): Nhong nhong ngựa đã về. 马儿叮叮回家来。đg [口] 慢跑, 小跑: Nó suốt ngày nhong nhong ngoài đường. 他整天在街上小跑。

nhong nhóng t 游手好闲的: suốt ngày nhong nhóng ăn chơi 整天游手好闲

nhõng nha nhõng nhẽo đg 撒娇

nhõng nhẽo đg ① 扭扭捏捏: đi đứng nhõng nhẽo 举止扭扭捏捏 ② 嗲声嗲气, 撒娇: Cậu con út lúc nào cũng nhõng nhẽo với bố mẹ. 幺儿整天跟爸妈撒娇。

nhóng₁ đg 翘起, 抬起, 举起, 伸长: nhóng thử tảng đá nặng nhẹ 抬起石头试轻重

nhóng₂ đg 企望, 盼望: Mẹ nhóng con về. 娘盼儿归。

nhóp nhép [拟] 嘎吱: Trâu nhai cỏ nhóp nhép. 牛嘎吱嘎吱地咀嚼着草。

nhót₁ d [植] 胡颓子

nhót₂ đg 拈起, 摄取: nhót vài hạt dưa 拈起几颗瓜子

nhót₃ đg 悄悄溜走: Loáng một cái thằng bé đã nhót đi. 才一小会儿小家伙就悄悄溜走了。

nhọt d 脓疮, 疖子, 疔子: Lưng mọc đầy những nhọt. 背上长满了疖子。

nhọt bọc d 暗疮

nhọt độc d 毒疮, 恶疮

nhô đg 伸, 探, 凸起: nhô đầu lên 探出头来; Mõm núi nhô ra biển. 山头伸出海面。

nhổ₁ đg 吐: nhổ đờm 吐痰

nhổ₂ đg 拔: nhổ răng 拔牙

nhổ cỏ nhổ cả rễ 拔草不留根

nhổ giò đg 猛长, 长个儿: Chú bé đang tuổi nhổ giò. 小男孩正是长个的时候。

nhổ neo đg 起锚: Thuyền nhổ neo ra khơi. 船起锚出航。

nhố nhăng t 不伦不类, 怪异: ăn mặc nhố nhăng 不伦不类的穿着

nhồi₁ đg 灌入, 填入, 塞入: nhồi lạp xường 灌腊肠

nhồi₂ đg 揉搓: nhồi bột mì 揉面

nhồi lắc đg 颠簸: Sóng lớn làm con thuyền nhồi lắc mạnh. 大浪使船儿颠簸得很厉害。

nhồi nhét đg ① 填塞: cố nhồi nhét cho thật nhiều 使劲塞得越多越好 ② 灌输, 填塞: nhồi nhét tư tưởng phản động 灌输反动思想

nhồi sọ đg ① 填鸭式: lối dạy nhồi sọ 填鸭式的教学方法 ② 洗脑, 灌输: bị nhồi sọ những triết lí phản động 被灌输反动理论

nhôm d 铝

nhôm nhoam t 污迹斑斑, 脏污: tường bẩn nhôm nhoam 墙上污迹斑斑

nhồm nhoàm t (吃相) 粗鲁, 不雅: ăn uống nhồm nhoàm 吃相粗鲁

nhổm đg 起身, 窜起身: nhổm dậy trông 爬起身来张望

nhôn nhốt t 微酸的, 酸溜溜的: bưởi chua nhôn nhốt 微酸的柚子

nhồn nhột t 痒痒的: Quần áo ướt cọ vào da nhồn nhột. 湿衣服贴在身上痒痒的。

nhốn nháo đg 乱, 乱套: Tiếng súng làm cho cả xóm nhốn nháo. 枪声使得整个村子乱套了。

nhộn t ① 热闹, 欢快: Đám trẻ làm nhộn cả

góc hội trường. 孩子们使得礼堂热闹起来。②风趣,活跃,幽默: Tính anh ta nhộn lắm. 他的性格很风趣。

nhộn nhàng *t* 热闹,欢腾,忙碌: mua bán nhộn nhàng 忙碌地做买卖

nhộn nhạo *đg*; *t* 混乱,纷乱,嘈杂: Quang cảnh nhộn nhạo của sân ga lúc tàu về. 火车到站时车站很乱。

nhộn nhịp *t* 熙熙攘攘: phố xá nhộn nhịp 街道熙熙攘攘

nhông₁ *d* 蜥蜴

nhông₂ *d* 传动齿轮: thay nhông xe 换车齿轮

nhông₃ *p* 瞎(逛),乱(跑): chạy nhông khắp xóm 满村乱跑

nhồng₁ *d*[方][动] 八哥

nhồng₂ *d*[方] 菜心: nhồng cải 芥菜心

nhộng *d* 蛹: nhộng tằm 蚕蛹

nhốt *đg* 圈,关,禁,关押: nhốt chim 圈鸟

nhột *t* ①[方](被挠痒痒)受不了的,难受的: Bị nhột, không nhịn được cười. 被挠,忍不住笑。②心虚的: Nói đến đó là hắn ta nhột rồi. 说到那事他就心虚了。

nhột nhạt *t*[方] 焦虑不安: cảm thấy nhột nhạt trong người 心里焦虑不安

nhơ *t* ①污秽,肮脏: quần áo bị nhơ 衣服脏了②(品质)坏: chịu tiếng nhơ 坏名声

nhơ bẩn *t* 污秽,肮脏,丑陋: bộ mặt nhơ bẩn 丑陋的嘴脸

nhơ nhớ *t* 有点儿想念的: xa rồi cũng thấy nhơ nhớ 远了还是有点儿想

nhơ nhớp *t* 肮脏: đồng tiền nhơ nhớp 肮脏的钱财

nhơ nhuốc *t* 卑鄙,肮脏,可耻: Hành động nhơ nhuốc của bọn cướp. 强盗卑鄙的行径。

nhờ₁ *đg* ①倚靠,倚赖,倚仗: Nhờ thầy mà cháu nó mới nên người. 倚仗有老师您,孩子才能成人。②拜托: nhờ chuyển cho lá thư 帮忙带一封信③借,蹭: đi nhờ xe 蹭车; ở

nhờ nhà bạn 借住朋友家 *k* 靠,由于,因为: Nhờ có anh giúp đỡ, công việc mới được tốt đẹp. 由于你的帮助,事情才这样圆满。

nhờ₂ *t* 浑浊,模糊不清: ánh lửa vàng nhờ 昏黄的火光

nhờ cậy *đg* 倚仗,倚恃,依靠: Lúc khó khăn phải nhờ cậy bạn bè. 困难时要依靠朋友。

nhờ nhờ *t* 褪色的,发白的: Cái áo mặc lâu đã bạc nhờ nhờ. 衣服穿久了,已经发白了。

nhờ nhỡ *t*[口] 中等,适中: con gà nhờ nhỡ 不大不小的鸡

nhờ vả *đg* 倚靠,倚赖,寄人篱下: Nhờ vả bạn bè nhiều quá cũng phiền. 经常依靠朋友也麻烦。

nhỡ₁ *đg* 耽误,失误,错过: nhỡ tàu 误车 *k* 万一: Nhỡ bị mất bản này còn có bản khác. 万一丢了这份还有另一份。

nhỡ₂ *t*(指大小高低)适中的: bát to, bát nhỡ, bát nhỏ 大碗、中碗、小碗

nhỡ ra *k* 万一: Nhỡ ra không phải như vậy thì sao? 万一不是那样呢?

nhớ₁ *đg* ①记住: nhớ lời cha mẹ 记住父母的话②想念,思念,惦念: nhớ nhà 想家③记得,回忆: còn nhớ thời trai trẻ 记得年轻的时候④[数] 记: 2 nhân 5 bằng 10 ghi 0 nhớ 1. 2 乘 5 得 10 写 0 记 1。

nhớ₂ *tr* 啊,啦,了(语气助词): Con đi nhớ! 我走了!

nhớ đời *đg*[口] 牢记,铭记: bài học nhớ đời 要牢记的教训

nhớ lại *đg* 回想,回顾,追溯: nhớ lại chuyện cũ 回想旧事

nhớ mong *đg* 盼望,期望: biết bao nhớ mong trong lòng 心里几多期盼

nhớ nhung *đg* 思念,惦念: nỗi nhớ nhung 思念之情

nhớ ơn *đg* 怀恩,感恩,感谢: nhớ ơn bác Hồ 感谢胡主席的恩情

nhớ ra *đg* 记起来，想起：Tôi nhớ ra rồi. 我想起来了。

nhớ thương *đg* 挂念：nhớ thương con 挂念孩子

nhớ tiếc *đg* 思念，想念：nhớ tiếc người bạn đã mất 思念亡友

nhợ₁ *d* [方] 细线，渔线：buộc nhợ vào cần câu 在渔竿上绑上渔线

nhợ₂ *t* [方] 不咸不淡（同 lợ）

nhơi *đg* 反刍：Bò nằm nhơi cỏ. 牛卧着反刍草。

nhời *d* [方] 话，话语，言语（同 lời）：nghe nhời cha mẹ 听父母的话

nhời *đg* 玩耍：đi nhời 去玩

nhơm nhớp *t* 黏糊糊：Bàn tay nhơm nhớp mồ hôi. 手上黏糊糊的都是汗。

nhớm *đg* 抬高（一些），踮起：nhớm gót 踮起脚

nhơn₁ *đg* [方] 乘，乘法

nhơn₂ *k* [方] 趁，借（同 nhân₅）：nhơn cơ hội đi mất 趁机溜走

nhơn₃ *d* [方] 汉根词中"人""仁""因"的变音

nhơn nhơn *t* 死皮赖脸的，靦着脸的：Cái mặt nó nhơn nhơn. 他死皮赖脸的（不在乎）。

nhơn nhơn tự đắc =dương dương tự đắc

nhờn₁ *đg* 顽皮，调皮：Chiều quá con sinh nhờn. 宠惯了孩子就调皮。

nhờn₂ *t* 滑，腻滑，润滑：Tay nhờn đầy dầu mỡ. 手上滑滑的都是油。

nhờn nhợt *t* 有点发白的：Nước da trông nhờn nhợt. 肤色看起来有点发白。

nhởn *đg* 玩，耍：ăn rồi lại nhởn 吃了就玩

nhởn nha *t* 优哉游哉：Ngày mùa mà cứ nhởn nha. 农忙季节还整天优哉游哉的。

nhởn nha nhởn nhơ =nhởn nhơ

nhởn nhơ *t* 悠然，漫不经心，游手好闲：suốt ngày nhởn nhơ 整天游手好闲

nhởn [汉] 眼 *d* [方] 眼：nhởn quang 眼光

nhớn nha nhớn nhác=nhớn nhác

nhớn nhác *t* 惊慌失措的，慌乱的：nhớn nhác như mất cái gì 怅然若失

nhớn nhao *đg* [方] 成年，长大：Con cái đã nhớn nhao cả nên cũng nhàn. 孩子长大了，所以较轻松。

nhớp *t* [方] 脏：nhà nhớp 屋里脏

nhớp nháp *t* 湿乎乎，脏而潮湿：Người nhớp nháp mồ hôi. 一身臭汗。

nhớp nhơ =nhơ nhớp

nhớp nhúa *t* [方] 肮脏，污秽，脏湿：Quần áo nhớp nhúa mồ hôi. 衣服又脏又湿全是汗。

nhớt *t* 稠，黏：độ nhớt của dầu 油的黏度 *d* ① 黏液，黏质：làm cho sạch nhớt lươn 弄干净鳝鱼的黏液② 润滑油，机油：xăng pha nhớt 汽油混机油

nhớt kế *d* 黏度计

nhớt nhát *t* 黏糊糊：Mũi dãi nhớt nhát. 鼻涕口水黏糊糊的。

nhợt *t* 灰白，惨白，苍白：mặt tái nhợt 脸色苍白

nhợt nhạt *t* ①苍白，灰白：Nước da nhợt nhạt. 皮肤苍白。②弱，柔，淡：Nắng cuối thu nhợt nhạt. 晚秋的阳光很柔和。

nhu [汉] 柔 *t* 温和，柔和：Ứng xử có lúc cương lúc nhu. 待人接物刚柔并用。

nhu cầu *d* 需求，需要：nhu cầu sản xuất 生产需要

nhu động *đg* 蠕动：nhu động ruột 肠蠕动

nhu mì *t* 温柔，柔媚：ăn nói nhu mì 举止温柔

nhu nhã *t* 儒雅

nhu nhú *t* 刚刚冒出的：Răng mọc nhu nhú. 牙齿才刚刚冒出来。

nhu nhược *t* 柔弱，懦弱：con người nhu nhược 懦弱的人

nhu quyền *d* 柔拳

nhu yếu phẩm *d* 必需品：cung cấp đầy đủ nhu yếu phẩm cho bộ đội 为部队提供足够的必需品

nhủ *đg* ①自我勉励，自我宽慰：lòng lại nhủ

lòng 自我勉励② [方] 规劝, 叮嘱: nhủ nó cố gắng học tập 叮嘱他努力学习

nhũ [汉] 乳 d 金粉: chữ to mạ nhũ 金粉大字

nhũ đá d 钟乳石

nhũ hương d 乳香

nhũ tương d 乳剂, 乳浆

nhú đg 露出, 吐出, 冒出: Cây mới nhú mầm. 树刚发芽。

nhú nhí t [口] 细声细气: Cô bé nói nhú nhí với mẹ. 小女孩细声细气地和妈妈说话。

nhuần t 滋润的: mưa nhuần 润雨

nhuần nhị t 自然和谐的: Các yếu tố kết hợp rất nhuần nhị. 各种要素结合得很自然和谐。

nhuần nhụy=nhuần nhị

nhuần nhuyễn t 纯熟: vận dụng nhuần nhuyễn lí luận vào thực tiễn 纯熟地运用理论到实践中

nhuận [汉] 闰 t 闰: nhuận tháng ba 闰三月; tháng nhuận 闰月

nhuận ảnh d 照片稿费

nhuận bút d 稿费: nhuận bút chẳng được là bao 没多少稿费

nhuận sắc đg 润色: Tác phẩm được một cây bút có tên tuổi nhuận sắc. 作品经过名家润色。

nhuận tràng t 润肠的: Ăn khoai lang có thể nhuận tràng. 吃红薯可以润肠。

nhuận trường=nhuận tràng

nhúc nhắc đg 动弹, 蠕动: Tháo bột xong chân phải đã nhúc nhắc được. 拆石膏后右脚可以活动了。

nhúc nhích đg ①微微动弹, 微微挪动: ngồi không dám nhúc nhích 坐着一动都不敢动 ②进展: Mọi việc vẫn thế không nhúc nhích được tí nào. 事情还那样没什么进展。

nhục₁ [汉] 辱 t; d 耻辱: bị nhục 受辱; nỗi nhục

mất nước 亡国之耻

nhục₂ [汉] 肉

nhục cảm d 性感

nhục dục d 肉欲, 性欲

nhục đậu khấu d [药] 肉豆蔻

nhục hình d 肉刑, 体罚, 酷刑: tra tấn bằng nhục hình 酷刑拷问

nhục nhã t 屈辱, 耻辱: thất bại nhục nhã 可耻的失败

nhục nhằn t 耻辱, 屈辱: sống một kiếp đời nhục nhằn 屈辱的一生

nhục thung dung d [药] 肉苁蓉

nhục thể d 肉体

nhuệ t 敏锐

nhuệ khí d 锐气: lớp người đầy nhuệ khí 充满锐气的一代人

nhuếnh nhoáng t 随便, 马虎: làm nhuếnh nhoáng cho xong 随便弄两下就算完了

nhủi₁ d 捞鱼虾的竹篓 đg 拱: Con lợn nhủi chuồng. 猪拱栏。

nhủi₂ đg ①倒栽葱: ngã nhủi xuống đất 倒栽葱摔在地上 ②钻: Cua nhủi vào hang. 螃蟹钻进洞里。

nhúi₁ đg ①塞: Nhúi vào tay em bé mấy cái kẹo. 在小孩手里塞了几颗糖。②推, 搡: bị nhúi ngã 被推倒 ③摁

nhúi₂ d [动] 土拨鼠

nhúm₁ đg 撮取, 撮取: Nhúm ít muối cho vào canh. 捏些盐搁进汤里。d 一小撮: Bỏ một nhúm muối vào nồi canh. 放一小撮盐到汤锅里。

nhúm₂ đg 生火: nhúm lửa 生火

nhun nhũn t 稍软的: Hồng chín nhun nhũn. 柿子有点软了。

nhùn nhũn t 软绵绵: Chân đạp phải vật gì nhùn nhũn. 脚踩到一个软绵绵的东西。

nhủn t 酥软: sợ nhủn cả người 怕得人都酥软了

nhũn t ①软烂, 松软: Chuối chín nhũn ra. 香

蕉烂熟了。②酥软：sợ nhũn cả chân tay
吓得手脚酥软③服软的：Biết mình sai nên
đành chịu nhũn. 知道自己不对只好服软
了。

nhũn não *d* 脑萎缩

nhũn nhặn *t* 谦让，谦逊，谦和：thái độ nhũn
nhặn 谦和的态度

nhũn nhẽo *t* 松弛，疲软，软塌塌：da thịt nhũn
nhẽo 皮肤松弛

nhũn xương *d* 软骨病

nhún *đg* ①屈腿：nhún chân để tạo đà khi nhảy
屈腿准备起跳②忍让：yếu thế nên đành
chịu nhún 处于弱势只好忍让

nhún mình *t* 自谦，谦恭：nhún mình với bạn
bè 对朋友谦虚

nhún nhảy *đg* 蹦跳：vừa đi vừa nhún nhảy 一
边走一边跳着

nhún nhẳn *đg* (走路) 一扭一扭：đi đứng
nhún nhẳn không được đứng đắn 举止造作
不正经

nhún nhẩy=nhún nhảy

nhún nhường *t* 谦让的：thái độ nhún nhường
谦让的态度

nhún vai *đg* 耸肩：nhún vai tỏ vẻ ngạc nhiên
耸肩表示惊讶

nhung₁ [汉] 茸 *d* 茸：nhung hươu 鹿茸

nhung₂ [汉] 绒 *d* 天鹅绒，丝绒：áo nhung 丝
绒衫 *t* 柔软，软滑：mái tóc nhung 柔滑的
头发

nhung kẻ *d* 灯芯绒

nhung nhăng *p* [口] 乱跑，乱闯：đi nhung
nhăng suốt cả chiều 整个下午到处乱跑

nhung nhúc *t* 蠕动：Sâu bò nhung nhúc. 虫
子到处爬。

nhung phục *d* 戎装

nhung y=nhung phục

nhùng nhà nhùng nhằng=nhùng nhằng

nhùng nhằng *t* ①纵横交错的，缠绕在一起
的：dây dựa nhùng nhằng 缠在一起的绳索
②[口] 中等，一般般的，过得去的：Dạo
này buôn bán nhùng nhằng. 近来生意一
般。*đg* 拖延，犹豫，游移：nhùng nhằng
không chịu trả nợ 老是拖着不肯还债

nhũng nhẵng *đg* [口] 拖拉：Nó cứ nhũng nhẵng
không chịu làm. 他拖拉着不肯干。*t* 有
一句没一句的：trả lời nhũng nhẵng 有一
句没一句的回答

nhũng nha nhũng nhẵng=nhũng nhẵng

nhũng nhẵng *t* ①拉拉扯扯，拖扯：cái túi
nhũng nhẵng trên vai 在肩上拖扯着的包
②拖沓，拖泥带水：công việc nhũng nhẵng
工作拖沓③爱使性子：cứ nhũng nhẵng
làm tình làm tội 动不动就爱使性子

nhũng nhiễu *đg* 干扰，骚扰：Quan lại, cường
hào bòn rút, nhũng nhiễu dân. 官吏、豪绅
骚扰和盘剥百姓。

nhúng *đg* ①蘸，涮：Nhúng đũa vào nước sôi.
用开水涮一下筷子。②沾边，参与，插手：
Đừng nhúng vào việc ấy. 不要参与那件
事。

nhúng tay *đg* 染指，沾手，插手：nhúng tay vào
tội ác 参与犯罪

nhuốc nhơ =nhơ nhuốc

nhuốm *đg* ①沾上，染上：nhuốm bệnh 染病②披
上：Núi rừng nhuốm ráng chiều. 山林披上了
夕照。

nhuộm *đg* ①染：nhuộm tóc 染发；lò nhuộm
染坊②渲染：Câu chuyện nhuộm màu thần
bí. 故事渲染着神秘的色彩。

nhút nhát *t* 胆小畏怯，胆怯：Tính nó nhút
nhát, chẳng dám đi đâu. 他胆子小，哪儿都
不敢去。

nhút nhít *t* 一般大的，差不多的：Đàn gà con
nhút nhít. 一窝小鸡一般大。

nhụt *đg*; *t* 钝：Dao đã nhụt. 刀已经钝了。②
退缩：mới gặp trở ngại đã nhụt 刚遇到困难
就退缩

nhụt chí *đg* 意志消沉，丧志：Ông ấy không

nhụt chí trước cái chết. 他在死亡面前不丧志。

nhụy *d* 雌蕊

nhuyễn *t* ①细而软,细腻(同 nhiễn): Bột này nhuyễn lắm. 这粉很细。②纯熟,成熟: thuộc nhuyễn bài thơ 把诗背得烂熟 *đg* 融合: Nội dung tư tưởng nhuyễn vào hình thức nghệ thuật. 思想内容和艺术形式结合得天衣无缝。

nhuyễn thể *d* 软体: Hải sâm là loài nhuyễn thể. 海参是软体动物。

như *k* ①如,像: trình độ như nhau 水平相同 ②譬如,例如: Nước ta có nhiều khoáng sản quí như vàng , bạc, đồng v.v... 我国有很多宝贵矿藏,如金、银、铜等。③正如,恰如: như đã bàn trước 好像商量好似的④如···一般: trắng như tuyết 如雪一般白

như ai *k* 和···一样,不逊于: Ta cũng có bằng đại học như ai. 咱也和别人一样有大学文凭。

như chơi [口] 易如反掌: Việc đó thì làm dễ như chơi. 那件事易如反掌。

như diều gặp gió 扶摇直上

như điên [口] 疯了一样: phóng xe như điên 疯了一样地开车

như đinh đóng cột 斩钉截铁

như hình với bóng 如影随形;形影不离

như không [口] ①若无其事: Chuyện lớn thế mà nó cứ coi như không. 事闹得那么大他还若无其事。②易如反掌: Nó gánh một tạ cứ như không. 他能轻易地挑起 100 公斤的东西。

như nhử *đg* 吓唬,诱逗: tay như nhử cái roi 手拿鞭子吓唬人

như thể *k* 好像: Nó nói như thể không ai hơn được nó. 他说得好像没人比得过他。

như thường 如常,照常: Chị ấy thức cả đêm mà hôm sau vẫn đi làm như thường. 她熬了一晚上第二天还照常上班。

như tuồng *k* [口] 好像;假装: làm như tuồng không biết gì 做出好像什么都不知道的样子

như vầy [方] 这样子: Như vầy là không tốt. 这样子不好。

như ý *t* 如意: Chúc mọi sự như ý. 祝万事如意。

nhừ *t* ①(食物)烂熟: nấu nhừ 煮烂; giã nhừ 捣烂②烂,碎: Cỏ bị xéo nhừ. 草被踩烂了。③酥软,瘫软: người mệt nhừ 累瘫了

nhừ đòn *t* [口] 被痛打的,暴打的: bị một trận nhừ đòn 被一顿痛打

nhừ tử *t* [口] 皮开肉绽,死去活来: bị đánh một trận nhừ tử 被打得死去活来

nhử *đg* ①诱捕: đổ cơm nhử chó 倒饭诱(捕)狗②引诱: Nhử địch vào vòng vây. 把敌人引诱到包围圈里。

nhứ *đg* 哄: lấy kẹo nhứ trẻ 拿糖哄小孩

nhựa *d* ①树汁②树脂: nhựa thông 松脂③塑料: thùng nhựa 塑料桶

nhựa đường *d* 沥青,柏油: các sản phẩm nhựa đường của công ti chúng tôi 我公司的各类沥青产品

nhựa hoá *đg* (使道路) 柏油化

nhựa mủ *d* 乳胶

nhựa sống *d* 活力,生命力: tràn đầy nhựa sống 充满活力

nhức *t* 刺痛,疼痛: nhức răng 牙痛

nhức nhói=nhức nhối

nhức nhối *t* ①刺痛,疼痛: vết thương nhức nhối 伤口疼痛②头疼的,弊病的: vấn đề nhức nhối của xã hội 社会头疼的问题

nhưng *k* 但,但是,可是,不过: Tuổi nhỏ nhưng chí lớn. 人小但志气大。

nhưng mà=nhưng

nhưng nhức *p* 乌黑油亮: Hàm răng bà cụ nhai trầu đen nhưng nhức. 老人家嚼槟榔的牙齿乌黑发亮。*t* 微微刺痛,有点痛的: Đầu hơi nhưng nhức. 头有点痛。

những *d* 一些, 有些, 众多: những hàng cây thẳng tắp 一排排笔直的树木 *tr* ①这么多: Trong nhà có những năm anh em. 家里有五兄弟姊妹这么多。②多么 (希望): Những mong được đi đại học! 多么希望能上大学! *p* 只

những ai *đ* 谁, 哪个: Những ai đồng ý thì giơ tay. 哪个同意的就举手。

những tưởng *đg* 总认为, 一直以为: Những tưởng mọi chuyện sẽ suôn sẻ. 一直以为事情很顺利。

nhược [汉] 弱 *t* 弱, 虚弱 *d* 要害, 弱点: đánh đúng chỗ nhược 打中要害

nhược bằng *k* 如果, 倘若, 要不: Thích thì đi nhược bằng không thì thôi. 高兴就去要不就算了。

nhược điểm *d* 弱点, 缺点: ưu điểm và nhược điểm của từng người 每个人的优点和缺点

nhướn=nhướng

nhường [汉] 让 *đg* 让, 转让: Nhường vé cho bạn đi xem. 把票让给朋友。

nhường bước *đg* 让步, 让路, 退缩: nhường bước cho người già 给老人让路

nhường cơm sẻ áo 解衣推食

nhường lời *đg* 请…讲话: Bây giờ xin nhường lời cho tác giả. 现在请作者讲话。

nhường nhịn *đg* 忍让: không chịu nhường nhịn ai bao giờ 从来不忍让别人

nhướng *đg* 张大, 举, 扬: đôi lông mày nhướng cao 双眉高扬

nhượng [汉] 让 *đg* 出让, 转卖: nhượng cho bạn một số đồ đạc 转让部分物品给朋友

nhượng bộ *đg* 让步, 退让: Hai bên không chịu nhượng bộ nhau. 双方都不肯让步。

nhượng địa *d* 割地, 租界

nhứt=nhất

Ni [化] 镍的元素符号

ni₁ *đ*[方] ①这, 此: chỗ ni 这儿; cái ni 这个

②今: từ ni trở đi 从今以后

ni₂ [汉] 尼

ni cô *d*[宗] 尼姑

ni-cô-tin (nicotine) *d*[化] 尼古丁

ni-ken (nickel) *d* 镍

ni-lông (nilon) *d* 尼龙

ni-tơ *d* 氮

ni-vô (niveau) *d*[工] 水平尺

nỉ *d* 呢, 毡: áo nỉ 呢衣; mũ nỉ 毡帽

nỉ non *đg* 低吟, 低诉, 低语, 呢喃: nỉ non tâm sự 低声倾诉 *t* 哀怨, 哀婉: giọng nỉ non 哀怨的语调

nia *d* 簸箕

nĩa *d* 叉子

ních *đg* ①塞: ních đầy túi 塞满口袋②拥挤: Phòng họp chật ních người. 会议室里人挤得满满的。

niêm₁ [汉] 粘 *đg* 粘, 粘贴: niêm kín 粘贴

niêm₂ *d* 平仄律: niêm luật 韵律

niêm cất *đg* 封存: Máy móc được niêm cất trong kho. 机器被封存在仓库里。

niêm dịch=dịch nhầy

niêm luật *d* 韵律: Bài thơ khá chỉnh về niêm luật. 诗的韵律很工整。

niêm mạc=màng nhầy

niêm phong *đg* ①粘封, 加封: niêm phong đề thi 把试题加封②查封: niêm phong cửa hiệu gian 查封黑店

niêm yết *đg* 贴布告: niêm yết danh sách cử tri 公示选民名单

niềm *d* ①心情: niềm vui 欢快的心情②情怀, 心思: một niềm vì nước vì dân 为国为民的情怀

niềm nở *t* 笑容可掬, 热情: đón tiếp niềm nở 热情接待

niềm tin *d* 信心

niệm₁ *đg* 念诵: niệm thần chú 念咒语

niệm₂ [汉] 念 *đg* 思念, 怀念: lưu niệm 留念

niệm kinh *đg* 念经, 诵经

niên [汉] 年 *d* [旧] (时间) 年; 年岁

niên biểu *d* 年表

niên đại *d* 年代: Xác định niên đại thời Hùng Vương. 确定雄王时期的年代。

niên giám *d* 年鉴: niên giám thiên văn 天文年鉴

niên hạn *d* 年限: Tăng lương theo niên hạn. 按年限加薪。

niên hiệu *d* 年号: niên hiệu Quang Trung 光中年号

niên khoá *d* 学年: sinh viên niên khoá 1978—1982 1978—1982 学年的学生

niên thiếu *t* 年少的: thời niên thiếu 少年时代

niên vụ *d* 年度: Dự tính sản lượng thóc sẽ tăng so với niên vụ trước. 预计稻谷产量比上年度有所增长。

niềng niễng = cà niễng

niễng₁ *d* [动] 龙虱

niễng₂ *d* [植] 茭白

niễng₃ *d* [方] 木架子: Tấm phản kê trên niễng làm giường ngủ. 木板架在木架子上做床用。

niễng₄ *đg* [方] 踮起: niễng chân lên nhìn 踮起脚来看

niết bàn *d* 涅槃

niệt *d* 拴牛索: dây niệt 牛绳 *đg* 拴, 捆绑: niệt trâu 拴牛

niêu *d* 小砂锅: cái niêu kho cá 煮鱼的小砂锅

niệu đạo *d* 尿道

niệu quản *d* [解] 输尿管

nín *đg* ①忍住, 屏住, 憋住, 止住: nín cười 憋住不笑②忍: nín nhục 忍辱

nín bặt *đg* (声音) 停息, 止息, 停止: đang khóc bỗng nín bặt 正哭着突然停下来

nín khe *đg* [方] 噤声: Em bé đang khóc bỗng nín khe. 正在哭的小孩突然噤声。

nín lặng *đg* 止住, 静止: Cả hội trường nín lặng chờ đợi. 整个会场静止等待。

nín nhịn *đg* 忍着, 忍耐: Nín nhịn mãi cũng không được. 总是忍耐还是不妥。

nín thin thít = nín thít

nín thinh *đg* 默不作声, 一声不吭: Ai hỏi nó cũng nín thinh không trả lời. 不管谁问他都默不作声。

nín thít *đg* [口] 闭口不谈, 不吱声: Ông ấy biết mình có lỗi nên nín thít lại. 他知道错了不敢吱声。

ninh ních *t* 溢满: Kho thóc đầy ninh ních. 粮仓满满的。

nình nịch *t* 结实有力的, 壮实: Người chắc nình nịch. 身体很壮实。

nịnh [汉] 佞 *đg* 阿谀, 奉承, 讨好: nịnh nhà quyền thế 阿谀权贵

nịnh bợ *đg* [口] 奉承, 讨好: tính hay nịnh bợ 喜欢拍马屁

nịnh đầm *đg* [口] 讨好女人: Mày chỉ được bộ nịnh đầm là giỏi. 你就知道讨好女人。

nịnh hót *đg* 谄谀, 溜须拍马: nịnh hót thủ trưởng 拍首长马屁

nịnh nọt = nịnh

nít *d* 小孩子

nịt *d* 袜带, 皮带, 腰带, 松紧带 *đg* 束紧: nịt quần lại 束紧腰带

nịt vú *d* 胸罩

nitrate (ni-tơ-rát) *d* [化] 硝酸盐

nitrogen (ni-tro-gen) *d* 氮气

niu-tơn (newton) *d* [理] 牛顿

níu *đg* 揪: níu cành cây xuống 揪树枝下来

níu áo *đg* 拖住, 拖后腿: chống tư tưởng níu áo nhau 不要互相拖后腿

níu kéo *đg* 挽留: níu kéo khách hàng 挽留顾客

nivo (ni-vô) *d* [工] 水平尺

no *t* ①饱: no anh ách 饱胀②充足: bánh xe no căng 车轮气很足③足够: ngủ no mắt 睡够了; cười no bụng 笑够了④ [化] 饱

和：axit béo không no 不饱和脂肪酸

no ấm t（生活）充足,（生活）富裕: Cuộc sống ngày càng no ấm. 生活日益富裕。

no bụng đói con mắt 腹饱眼馋

no dồn đói góp［口］饱撑饥饿（喻饮食、消费没有节制,多时滥用,少时窘困）

no đủ t 富贵,小康,殷实: cuộc sống no đủ 殷实的生活

No-en=Nô-en

no nê t 饱,足: chén no nê 酒足饭饱; ngủ một giấc no nê 睡得足足的一觉

no tròn t［口］圆鼓鼓,胖乎乎: cái bụng no tròn 肚子圆圆的; thân hình no tròn 胖乎乎的身材

no xôi chán chè 酒足饭饱

nò d［方］鱼笼

nỏ₁ d 弩

nỏ₂ t 干燥: Củi nỏ dễ cháy. 干柴易燃。

nỏ₃ p［方］不,没: nỏ biết 不知道; nỏ có chi 没什么

nỏ miệng t［口］大声嚷嚷的,大喊大叫的: Chỉ được cái nỏ miệng. 就知道大喊大叫。

nỏ mồm=nỏ miệng

nõ₁ d 轴心: nõ cối xay 磨芯

nõ₂ 蒂: Quả chín tụt nõ. 瓜熟蒂落。

nõ điếu d 水烟嘴

nó d 它,他,她（表亲密或轻视）: Ai còn lạ gì nó. 谁不知道他。

nọ d ①彼,那: độ nọ 前些日子②根本不,才不: nọ biết 根本不知道; nọ đi才不去③某个,某某: ở một làng nọ 在某个村子里

nọ kia d 这,那: nói nọ kia 说这说那的

noãn［汉］卵 d ①［植］子房②卵

noãn bào d 卵细胞

noãn sào=buồng trứng

nóc d ①屋脊,屋顶,顶: nóc nhà 屋顶②顶,顶端,顶部: ngồi trên nóc xe 坐在车顶上

nọc₁ d（动物的）毒液: nọc rắn 蛇毒

nọc₂ d ①支架: nọc nho 葡萄支架②刑架:

trói vào nọc để tra tấn 绑在刑架上拷打 đg 把人架起来: nọc cổ đánh cho một trận 架起来打一顿

nọc₃ d 发牌后剩余部分

nọc độc d 毒素: nọc độc di truyền 胎毒

nọc nạng d 三脚架

noi đg ①追随,沿着,随着: noi theo bờ suối mà đi 沿着河岸走②看齐,效法,学习: noi gương đồng đội 学习战友的榜样

nòi d ①（生物）种类,品种: nòi chó săn 猎犬类②种系,血统③良种: gà nòi 良种鸡

nòi giống d 后裔,后代

nói đg ①说,讲,谈: Anh nói rất đúng. 你说得很对。②说话: nói tiếng Anh 说英语; nói giọng dịu dàng 温柔地说话③说三道四: Đừng để người ta nói. 不要让别人说三道四。④体现: Bài thơ nói về tinh thần yêu nước của nhân dân. 诗歌体现了人民的爱国精神。

nói ẩu đg ①乱说,冲口而出②大放厥词

nói bậy đg 瞎说,胡说,胡诌,说脏话

nói bóng gió 绕弯子,影射,话里有话: Chỉ nói bóng gió xa xôi chứ không nói thẳng. 只是绕弯子而不直说。

nói bóng nói gió=nói bóng gió

nói cạnh đg 说闲话,说风凉话

nói cạnh nói khoé=nói cạnh

nói chặn đg 抢先说: Họ đoán được ý của tôi nên nói chặn trước. 他猜到我的心意,所以抢先说。

nói cho phải［口］确切地说: Nói cho phải, ai cũng thế. 确切地说谁都一样。

nói chọc đg 讽刺: Vì câu nói chọc mà dẫn đến đánh nhau. 为了一句讽刺话就打起来了。

nói chơi đg 说笑,开玩笑: nói chơi mà hoá thật 说笑却成真

nói chung 总而言之,一般来说: Nói chung chất lượng ngày càng nâng cao. 总而言之质量日益提高。

nói chuyện *đg* ①说话,谈话,谈心: Hai người nói chuyện với nhau suốt cả buổi. 俩人说了一整天的话。②发言: bài nói chuyện 讲话稿③说明,表白: Rồi tôi sẽ nói chuyện với anh. 回头再跟你说明。

nói chữ *đg* 咬文嚼字: bỏ lối nói chữ 别老是咬文嚼字

nói có sách, mách có chứng 言之有据,持之有故

nói của đáng tội=của đáng tội

nói cứng *đg* 说硬话,说狠话: Nó vẫn nói cứng nhưng trong bụng run lắm rồi. 他嘴上说硬话,但心里很害怕。

nói dóc *đg* 说大话: Hắn ta hay nói dóc lắm. 他很爱说大话。

nói dối *đg* 说谎,撒谎: tính hay nói dối 爱撒谎

nói điêu *đg* 撒谎,扯谎: Nói điêu mà không sợ đau miệng. 撒谎不怕嘴痛。

nói đớt *t* 口齿不清: người có tật nói đớt 说话口齿不清的人

nói đùa *đg* 开玩笑,说着玩儿: nói đùa vài câu 开了几句玩笑

nói đúng ra 按理说: Nói đúng ra, anh ta cũng có thể được hưởng ít nhiều quyền lợi trong đó. 按理说,那里面的权益也应有他的一份。

nói gay *đg* [方] 冷嘲热讽

nói gần nói xa 说话拐弯抹角

nói gì *đg* 还提什么: Đồng lương ăn còn chả đủ, nói gì mua nhà. 工资还不够吃的,还提什么买房子。

nói gì đến=nói gì

nói gì thì nói [口] 不管怎么说,不管怎样: Nói gì thì nói, người ta vẫn hơn. 不管怎么说,人家就是比咱强。

nói gở *đg* 嘴臭,乌鸦嘴: Đừng nói gở, dại miệng! 别说了,乌鸦嘴!

nói hươu nói vượn 胡吹一通

nói khan nói vã 好话说尽

nói kháy *đg* 讽刺,讥讽: thỉnh thoảng lại nói kháy một câu 时不时讽刺两句

nói khéo *đg* 说好话,说服: Nói khéo để anh ấy giúp cho. 说服他帮忙。

nói khó *đg* 央求,说尽(好话): Nói khó mãi cũng không xong. 好话说尽都不行。

nói khoác *đg* 说大话,说空话,吹牛皮: tính hay nói khoác 喜欢说大话

nói lái *đg* ①说倒音: Cách nói "đầu tiên" thành "tiền đâu" là lối nói lái trong tiếng Việt. 把"đầu tiên"说成"tiền đâu"是越语中的说倒音。②说黑话,说行话

nói lảng *đg* 岔开话题: Anh ta nói lảng sang chuyện khác. 他岔开了话题。

nói láo *đg* ①瞎说,胡扯: Bọn họ ngồi nói láo với nhau hết cả ngày cả buổi. 他们整天凑到一起胡吹乱侃。②撒谎: Nó nói láo đấy đừng có tin. 他撒谎,别信。

nói lắp *đg* 口吃: Anh ấy có tật nói lắp. 他口吃。

nói leo *đg* 插嘴: Trẻ con đừng có nói leo. 小孩不要插嘴。

nói lóng *đg* 说黑话: Bọn buôn lậu nói lóng với nhau, mình không hiểu. 走私分子说黑话,我听不懂。

nói lối *đg* 道白

nói lửng *đg* 说半截(话): Người ta nói lửng thế mới khôn chứ. 人家说话说半截,那才叫聪明。

nói mát *đg* 说风凉话: Nói mát mấy câu làm cho hắn càng thêm tức. 几句风凉话使得他又气又恼。

nói mép *đg* 耍嘴皮子: Nó chỉ được cái nói mép thì giỏi. 他只在耍嘴皮子上能耐。

nói mê *đg* 说梦话: nói mê mấy lần trong đêm 夜里几次说梦话

nói mò *đg* 胡编,瞎说: Chỉ được cái nói mò là giỏi. 就知道瞎编。

nói móc *đg* 挖苦: Họ nói móc quá đáng, làm nó rất tức. 他们挖苦过头让他很恼火。

nói năng *đg* 谈吐, 说话, 言语: nói năng lưu loát 说话流利

nói ngang *đg* 乱打岔: Đừng có nói ngang. 别乱打岔。

nói ngoa *đg* 夸大其词: Nó hay nói ngoa. 他老是夸大其词。

nói ngon nói ngọt 甜言蜜语, 好说歹说: Nói ngon nói ngọt mãi họ mới đồng ý cho. 好说歹说他们才同意。

nói ngọt *đg* 说漂亮话, 说好话, 说软话, 甜言蜜语

nói nhăng nói cuội 胡说乱道; 瞎说一气

nói nhịu *đg* 说不清, 口齿不清: nó nói nhịu 他说不清

nói nhỏ *đg* 私语, 小声说: Lại đây tớ nói nhỏ điều này. 过来我跟你小声说。

nói phách *đg* 说大话, 夸海口, 吹嘘, 吹牛: nói phách thách tướng 大话连篇

nói phét *đg* 吹牛, 夸海口: Nói phét không biết ngượng mồm. 吹牛不知道脸红。

nói quanh *đg* 拐弯抹角: Người ta biết rồi, đừng nói quanh nữa. 大家知道了, 别拐弯抹角的。

nói quanh nói quẩn (说话) 拐弯抹角

nói ra nói vào 说来说去, 说东道西

nói rã bọt mép [口] 说到口都干了

nói rào *đg* 说拦头话

nói riêng *k* 就…而言, 尤其是: về nông nghiệp nói riêng 就农业生产而言; Phát triển nông nghiệp nói chung và lương thực nói riêng. 发展农业, 尤其是发展粮食生产。

nói sảng *đg* 说胡话: người bệnh nói sảng 病人说胡话

nói sõi *đg* 清楚地说, 熟练地说, 流利地说: cháu bé nói sõi 孩子能清楚地说

nói sùi bọt mép =nói vã bọt mép

nói suông *đg* 空谈: chỉ được bộ nói suông就

知道空谈

nói thách *đg* 叫价, 抬价: Bán cho đúng giá, đừng nói thách. 按实价卖, 别抬价。

nói thánh nói tướng =nói thánh tướng

nói thánh tướng *đg* 吹牛, 说大话: quen thói nói thánh tướng 爱吹牛

nói thẳng *đg* ①直说, 直接说②说实话: Tính nó hay nói thẳng. 他喜欢实话实说。

nói thầm *đg* 耳语, 咬耳朵: Hai người nói thầm với nhau điều gì. 两人悄悄地不知在说什么。

nói thật *đg* 说实话, 实话实说, 说真的

nói toạc *đg*[口] 说穿, 说破, 直说: có gì cứ nói toạc ra 有什么尽管直说; nói toạc ra cho mọi người biết 说穿了让大家都知道

nói toạc móng heo [口] 一言道破

nói toẹt *đg*[口] 直言不讳: Nó nói toẹt ra, chẳng úp mở gì cả. 他毫不隐瞒地全都说出来了。

nói tóm lại 总的来说

nói trại *đg* 发偏音

nói trạng *đg* ①夸海口, 吹嘘: Nó chỉ nói trạng thôi, chữ nghĩa gì nó mà viết sách với báo. 他只会吹牛, 文化不高还想出书登报。②吹牛, 侃大山: Dân vùng này nói trạng hay lắm. 这地方的人很会说笑。

nói trắng ra *đg* 摆明了说: Cứ nói trắng ra, đừng có quanh co úp mở. 尽管摆明了说, 不要隐瞒。

nói trộm vía 冒犯地说, 冒昧地说, 不忌讳地说 (根据习俗在称赞别人孩子时的开头语, 以避免犯忌): Nói trộm vía, thằng bé dạo này bụ bẫm khoẻ mạnh ra phết. 不忌讳地说, 孩子最近挺胖挺健康的嘛。

nói trổng [方] =nói trống không

nói trống *đg* 含糊其辞, 无的放矢: Nó cứ nói trống thế nhưng cũng có kẻ động lòng đấy. 他这么含糊其辞地说也有人心里不爽。

nói trống không *đg* ①含糊其辞② (不加称

呼 地) 说: Con nhà gì mà không biết thưa gửi, chỉ toàn nói trống không? 这孩子怎么这么没礼貌, 对人说话不加称呼的?

nói tục *đg* 讲粗话, 说脏话: Không nên nói tục trước mặt con trẻ. 不要在小孩子面前说脏话。

nói tướng *đg* ①夸张, 大声说②吹嘘, 吹牛: chỉ được bộ nói tướng là giỏi 就知道吹牛

nói vã bọt mép [口] 说得口干舌燥

nói văn chương *đg* 咬文嚼字

nói vụng *đg* 咬耳根, 说闲话: Hai bà rỗi hơi ngồi nói vụng hết chuyện này đến chuyện nọ. 两个老太婆没完了地说闲话。

nói vuốt đuôi *đg* 事后说, 事后放空炮: Lúc cần chẳng thấy đâu, khi xong việc mới ra nói vuốt đuôi vài câu. 需要的时候不见人影, 等事情都办完了才出来放马后炮。

nói xa nói gần=nói gần nói xa

nói xàm=nói bậy

nói xằng nói bậy 胡说八道

nói xấu *đg* 诽谤, 说坏话: nói xấu lãnh đạo cơ quan 说单位领导的坏话

nói xỏ *đg* 讽刺, 挖苦: Nó nói xỏ cậu đấy. 他在讽刺你呢。

nom *đg* [口] ①看, 观: nom qua cửa sổ 凭窗眺望②照看: nhờ nom hộ nhà một lúc 请照看一会儿家

nom dòm *đg* ①窥探: nom dòm nhà người khác 窥探别人家②照看: Nhờ hàng xóm nom dòm nhà cửa. 请邻居照看房子。

nòm *d* 火捻: dùng vỏ bào làm nòm 用刨花做火捻

non₁ *d* 山峦: non xanh nước biếc 青山绿水

non₂ *t* ①幼嫩: tư tưởng còn non 思想还幼稚②不足, 短斤少两: cái cân bị non 秤不足③过早: đẻ non 早产④将近: non nửa bình nước 将近半瓶水⑤不够娴熟: còn non tay nghề 手艺不够精

non bộ *d* 假山, 山水盆景

non choẹt *t* [口] 幼稚, 稚气的, 不成熟: giọng nói còn non choẹt 满口稚气

non dại *t* 年幼, 不懂事: Con cái còn non dại. 孩子还小, 不懂事。

non gan *t* 胆小: Con trai gì mà non gan đến thế. 男孩子还这么胆小。

non kém *t* 欠缺的: trình độ chuyên môn non kém 业务水平欠缺

non nớt *t* 幼稚, 稚嫩, 欠缺的: Kĩ thuật còn non nớt. 技术还不够熟练。

non nửa *t* 小半的

non nước *d* 河山, 江山

non sông *d* 河山, 江山: non sông gấm vóc 锦绣河山

non tay *t* 生疏, 不成熟: Vở kịch viết còn non tay. 剧本写得还不成熟。

non trẻ *t* ①幼嫩: khuôn mặt non trẻ 一脸稚气②幼小; 新兴: một thành phố non trẻ 新兴城市

non xanh nước biếc 青山绿水

non yếu *t* 幼弱, 幼小, 年轻薄弱: trình độ non yếu 水平太差; nền công nghiệp non yếu 年轻薄弱的工业

nõn *d* 嫩芽: nõn tre 竹芽 (尖) *t* 细嫩: da trắng nõn 皮肤洁白细嫩

nõn nà *t* 娇嫩: đẹp nõn nà 娇美; làn da nõn nà 皮肤娇嫩

nõn nường=nõn nà

nón *d* 斗笠, 帽子

nón ba tầm *d* 平顶笠

nón bài thơ *d* 薄葵斗笠

nón chóp *d* 顶子笠

nón cụt *d* 平截头圆锥体

nón dấu *d* 竹笠

nón lá *d* 草帽

nón mê *d* 破斗笠

nón quai thao *d* 平顶斗笠

nón tu lờ *d* 僧帽

nong₁ *d* 大簸箕

N

nong₂ *đg* ①撑（大）: nong giầy 以楦撑鞋②套（上），装（到），伸（进）: nong kính vào tủ装镜子到衣柜上; nong chân vào giầy 伸脚进鞋里

nong nóng *t* 微热的: cảm thấy nong nóng 觉得有点热

nòng *d* ①芯子，骨: nòng nến 烛芯②楦头: nòng giầy 鞋楦子③枪膛，筒: đạn đã lên nòng 子弹已上膛 *đg* 穿（入），套（入）: nòng bấc vào đèn 穿灯芯

nòng cốt *d* 骨干，核心: Thanh niên là lực lượng nòng cốt của xã hội. 青年是社会的核心力量。

nòng nọc *d* 蝌蚪

nóng *t* ①热，炎热: trời nóng 天气炎热②暴躁，急躁，急性子: nóng tính 性急; nóng như Trương Phi 像张飞一样暴躁③焦急，热切: nóng biết tin tức 急于知道消息④紧急: vay nóng 急着借款⑤（电话）热线的: gọi theo số điện thoại nóng 拨热线电话号码⑥（色调）暖的: Màu đỏ là màu nóng. 红色为暖色。

nóng ăn *t*[口] 急于求成的: Nóng ăn là hỏng việc. 急于求成要坏事。

nóng bỏng *t* ①灼热: cái nắng hè nóng bỏng 夏天灼热的阳光②热点的，热议的: những vấn đề nóng bỏng của thời đại 时代的热点问题

nóng bức *t* 炎热，闷热: trời nóng bức 天气闷热

nóng chảy *đg* 熔化，熔解: kim loại nóng chảy 金属熔化

nóng gáy *đg*; *t* 发火，冒火: Nghe hắn nói mà nóng gáy. (光)听他说话(就)气得直冒火。

nóng giận *đg* 恼怒: bốc lên cơn nóng giận 恼羞成怒

nóng hôi hổi=nóng hổi

nóng hổi *t* ①热腾腾，热辣辣; 热烈: Bánh mới ra lò nóng hổi. 刚出炉的面包热腾腾

的。②热门，引人注目: tin tức nóng hổi 热门新闻

nóng hừng hực *t* 热烘烘: trời nóng hừng hực 天热烘烘的

nóng lòng *t* 焦急: nóng lòng chờ đợi tin tức của người thân 焦急等待亲人的消息

nóng mắt *đg* 眼红，冒火，恼火: Hễ thấy kẻ thù là nóng mắt. 仇人相见，分外眼红。

nóng mặt *đg* 冒火，恼火: Càng nghĩ ông càng nóng mặt. 他越想越窝火。

nóng nảy *t* 暴躁，急躁: tính tình nóng nảy 性情急躁

nóng nẩy=nóng nảy

nóng nực *t* 炎热: mùa hè nóng nực 炎热的夏天

nóng ruột *t* 焦急，着急，心急: nóng ruột chờ kết quả thi 焦急地等待考试结果

nóng rực *t* 热烘烘: bếp than nóng rực 炉火热烘烘的

nóng sốt *t* ①热乎乎: đồ ăn nóng sốt 热乎乎的饭菜②最新，即时新闻: tin nóng sốt 最新消息

nóng tiết *đg*; *t*[口] 气急，上火: Tôi nóng tiết liền cho nó mấy bạt tai. 我火气上来就扇了他几个耳光。

nóng tính *t* 性急，急性子的: con người nóng tính 急性子的人

nóng vội *t* 急躁，焦急: tư tưởng nóng vội 冒进思想

nọng *d* 猪或牛颈部肉: nọng lợn 猪颈肉

nóp *d* 草席棚

nô₁ [汉] 奴 *d* 奴隶，奴婢

nô₂ *đg*[口] ①游戏，嬉戏: Trẻ con thích nô với người lớn. 小孩喜欢跟大人嬉戏。②争先恐后: nô nhau đi xem hội 争先恐后赶庙会

nô bộc *d* 奴仆

nô dịch *đg* 奴役: Chủ nghĩa đế quốc âm mưu nô dịch các nước nhỏ. 帝国主义妄图奴役

各小国。*t* 奴性,附属性: nền văn hoá nô dịch 奴性文化

nô đùa *đg* 嬉戏,玩耍: Trẻ em nô đùa với nhau. 小孩在一起玩耍。

Nô-en (Noel) *d* 圣诞节

nô giỡn=nô đùa

nô lệ *d* 奴隶: buôn bán nô lệ 买卖奴隶 *đg* 依附,依靠: nô lệ vào sách vở 依附书本

nô nghịch=nô đùa

nô nức *t* 踊跃: nô nức đi xem hội 争先恐后地去赶庙会

nô tì *d* 奴婢

nổ *đg* ①爆炸: nổ lốp xe 爆胎②放,开,鸣(枪或炮): nổ súng chào 鸣礼炮③爆发: nổ ra chiến tranh 爆发战争

nổ bùng=bùng nổ

nổ cướp *đg* [口] 提前爆炸: Quả pháo nổ cướp trên tay. 鞭炮在手上提前爆炸了。

nổ mìn *đg* 放炮,爆破: Nổ mìn lấy đá nung vôi. 爆破取石烧石灰。

nổ súng *đg* 开枪: nổ súng đồng loạt 同时开枪

nỗ lực *đg* 努力: cùng nhau nỗ lực 一起努力

nộ khí *d* 怒气: nộ khí xung thiên 怒气冲天

nộ nạt *đg* 呵斥,恫吓

nốc₁ *d* [方] (有篷的) 船: đi nốc qua sông 乘船过江

nốc₂ *đg* [口] 牛饮,大口喝: nốc hết cả chai rượu 大口地喝光整瓶酒

nốc ao *đg* [口] 被 (拳头) 击倒: bị đánh nốc ao 被击倒在地

nôi *d* ①摇篮: thuở còn nằm trong nôi 躺在摇篮的时候②发源地,策源地: cái nôi của cách mạng 革命的发源地

nồi *d* ①锅: nồi đồng 铜锅②桶 (粮食的量具,容量约二十升): vay mấy nồi gạo 借几桶大米

nồi áp suất *d* 高压锅

nồi chõ *d* 蒸锅

nồi cơm điện *d* 电饭煲,电饭锅

nồi da nấu thịt 自相残杀,同室操戈

nồi đồng cối đá [口] 陋物耐用: Cái quạt tuy xấu, nhưng được cái nồi đồng cối đá, dùng mãi không hỏng. 这把扇子虽然难看,但陋物耐用,到现在还没坏。

nồi hầm [口]=nồi áp suất

nồi hấp *d* 高压消毒锅

nồi hơi *d* 锅炉: nồi hơi kiểu đứng 立式锅炉; nồi hơi kiểu nằm 卧式锅炉

nồi nào vung ấy [口] 门当户对

nồi niêu *d* (用于煮食的) 锅

nồi supde [口]=nồi hơi

nổi *đg* ①浮,飘浮: nổi lênh bênh 飘浮不定②浮出: Tàu ngầm nổi lên mặt biển. 潜艇浮出海面。③发生,掀起: nổi lên cuộc bạo động 发生暴动; nổi cơn gió 起风 *t* ①醒目,显眼: Bức tranh rất nổi. 图片很醒目。②凸起的,立体的: chạm nổi 浮雕 *p* 能,胜任: làm không nổi 不能胜任

nổi bật *t* 显眼,醒目,突出: thành tích nổi bật 成绩突出

nổi bọt *đg* 起泡 (沫): Nước xà phòng nổi bọt. 肥皂水起泡泡。

nổi cáu *đg* 发火,恼火: bị trêu nổi cáu 被惹到发火

nổi cộm *đg*; *d* 突发: vấn đề xã hội nổi cộm 突发社会问题

nổi danh *t* 著名: nhà văn nổi danh 著名作家

nổi dậy *đg* 起来,兴起,崛起: dân tộc mới nổi dậy 新崛起的民族

nổi đình đám=nổi đình nổi đám

nổi đình nổi đám [口] 显耀,显摆,轰动: Không ngờ chúng nó lại làm những chuyện nổi đình nổi đám như thế. 想不到他们会做出这么轰动的事情来。

nổi giận *đg* 动怒,发怒: nổi giận đùng đùng 大光其火

nổi gió *đg* 起风

nổi khùng *đg* 大发雷霆: nổi khùng mắng mỏ mọi người 大发雷霆乱骂人

nổi loạn *đg* 肇乱, 作乱: Âm mưu nổi loạn bị lộ. 作乱阴谋暴露。

nổi lửa *đg* 生火: nổi lửa nấu cơm 生火做饭

nổi nóng *đg* 动火, 发火, 冒火: Đừng nổi nóng mà hỏng việc. 不要动火, 会坏事的。

nổi sùng [方] =nổi khùng

nổi tam bành [口] 大动肝火

nổi tiếng *t* 著名, 闻名, 驰名: nhà toán học nổi tiếng 著名的数学家

nổi trận lôi đình [口] 大发雷霆

nổi xung *đg* 动火, 冒火, 发火: mới trêu tí đã nổi xung 开个玩笑就发火

nỗi *d* ①地步, 境遇, 境况: Nghe tôi thì đâu đến nỗi này. 听我的话就不会成这个地步了。②心境, 心情: nỗi nhớ nhung 怀念之心

nỗi buồn *d* 愁绪, 愁闷

nỗi hận *d* 怨恨

nỗi khổ *d* 苦处, 苦况, 苦衷

nỗi lòng *d* 心情, 心曲, 心思: nỗi lòng của người mẹ 母亲的心思

nỗi niềm *d* 衷情, 衷曲, 衷肠: Nỗi niềm này ai tỏ chăng ai? 此番衷肠谁人知?

nối *đg* ①接, 续, 连接: nối dây điện 接电线 ②继承: nối ngôi 继位 ③重修旧好, 恢复 (关系): nối lại quan hệ bình thường 恢复正常关系

nối dõi *đg* 续嗣, 延续香火: có con trai nối dõi 有儿子延续香火

nối đuôi *đg* 鱼贯, 尾随: đi nối đuôi nhau 鱼贯而行

nối ghép *đg* 并接: nối ghép mạng điện 并接电网

nối gót *đg* ①接踵: đi nối gót nhau 接踵而行 ②继承, 追随: nối gót cha ông 追随前辈的脚印

nối kết *đg* 联结: Đứa con là sợi dây nối kết giữa hai người. 孩子是联结两人的纽带。

nối khổ *t* 同甘苦, 共患难: bạn nối khổ 患难之交

nối liền *đg* 连接: Chiếc cầu nối liền hai bờ. 桥梁连接两岸。

nối mạng *đg* 联网: nối mạng máy tính 电脑联网

nối nghiệp *đg* 继业, 继承: người nối nghiệp xứng đáng 合适的继承人

nối ngôi *đg* 继位: con trai cả lên nối ngôi 长子继位

nối ray *đg* 接轨

nối tiếp *đg* 继续, 接连不断: thế hệ này nối tiếp thế hệ kia 一代接一代

nội₁ *d* 皇宫: vào nội 入皇宫

nội₂ [汉] 内 *t* ①国内的: hàng nội 国产商品 ②丈夫或父亲族系的: ông nội 祖父; anh em đằng nội 堂兄弟 *d* ① [口] 内科: bác sĩ nội 内科医生 ②以内, 内: nội hôm nay 今天之内 ③ [方] 祖父或祖母的简称: Lại đây với nội. 到爷爷这里来。

nội bì *d* [解] 真皮

nội biến *d* 内讧: chưa dẹp xong nội biến 内讧未除

nội bộ *d* 内部: mâu thuẫn nội bộ nhân dân 人民内部矛盾

nội các *d* 内阁: thành lập nội các 组成内阁

nội chiến *d* 内战

nội chính *d* 内政

nội công *d* 内功: vận nội công 运内功

nội công ngoại kích 内外夹攻

nội dung *d* 内容: Nội dung và hình thức phải hài hoà nhau. 内容与形式要互相协调。

nội địa *d* 内地: nằm sâu trong nội địa 位于内地 *t* 境内的, 国内的: mậu dịch nội địa 国内贸易

nội địa hoá *đg* 国产化, 本土化

nội đô *d* 城内, 市内

nội đồng *d* 田间: hệ thống kênh mương nội

N

đồng 田间灌溉系统

nội động *d* 及物动词

nội động từ =nội động

nội giám[旧]=nội thị

nội gián *d* 内奸，内线，卧底：tin tức do nội gián cung cấp 由卧底提供的消息

nội hàm *d* 含义，内涵

nội hạt *d* 辖区内

nội hoá=nội địa hoá

nội khoa=khoa nội

nội khoá *d* 课内：Kết hợp nội khoá với ngoại khoá. 课内学习与课外学习相结合。

nội loạn *d* 内乱：dẹp nội loạn 平定内乱

nội lực *d* 内力，自身力量：phát huy nội lực 发挥自身力量

nội nhật *d*[口]（一天）内：Nội nhật hôm nay phải làm xong. 今天内一定要完成。

nội qui *d* 守则，规定，规则：nội qui kỉ luật 纪律规定

nội san *d* 内刊：Bài viết đăng ở nội san của trường. 文章刊登在学校的内刊上。

nội sinh *t* 原发性的，自身的：khả năng nội sinh 自身的能力

nội soi *đg* 内窥

nội tại *t* 内在的：nguyên nhân nội tại 内在因素

nội tạng *d* 内脏

nội tâm *d* 内心：Thế giới nội tâm phong phú đa dạng. 内心世界丰富多彩。

nội tệ *d* 本币：nghiệp vụ nội tệ và ngoại tệ 本币和外币业务

nội thành *d* 城内，市内：đi vào nội thành 到市内

nội thất *d* 室内：trang trí nội thất 室内装修

nội thị *d* 宦官

nội thuộc *đg* 隶属，从属：nước nội thuộc 隶属国

nội thương₁ *d* 内地贸易，国内商业：phát triển nội thương 发展内地贸易

nội thương₂ [医] 内伤

nội tiếp *t* 内接的：hình vuông nội tiếp 内接正方形

nội tiết *t* 内分泌的 *d*[口] 内分泌：nội tiết tố 内分泌素

nội tình *d* 国内事务，内情：không can thiệp vào nội tình của nước khác 不干涉别国内部事务

nội tỉnh *d* 省内

nội tộc *d* 内族

nội trị *d* 内政：không can thiệp vào nội trị của nhau 互不干涉内政

nội trợ *d* 家务：công việc nội trợ 家务事

nội trú *đg* 内宿，住校；住院：sinh viên nội trú 内宿生；bệnh nhân nội trú 住院病人

nội ứng *d* 内应，卧底：nội ứng trong lòng địch 在敌人内部做内应

nội vụ *d* ①内务：Bộ Nội vụ 内务部②军营内务工作：điều lệnh nội vụ 内务条令

nội xâm *d* 内乱

nôm *d* 喃：chữ Nôm 喃字

nôm na *t* 通俗：nói nôm na 通俗地说

nồm *d* ①东南风②潮湿的季节

nộm₁ *d* 凉拌菜：nộm giá 凉拌豆芽

nộm₂ *d* ①傀儡：người nộm 傀儡②假人：con nộm rơm 稻草人

nôn₁ *đg* 呕吐：buồn nôn 发呕

nôn₂ *t* 痒：bị cù mà nôn 被胳肢得发痒

nôn₃ *đg* 急忙：nôn về cho kịp tàu 急着回去赶火车

nôn mửa *đg* 呕吐：thuốc chống nôn mửa 防呕吐的药

nôn nao *đg* ①恶心：Đi thuyền say sóng nôn nao khó chịu. 晕船恶心难受。②翻腾不安：nghe tin buồn trong lòng nôn nao 闻噩耗内心翻腾不安 *t* 骚动的，扰攘的：dân làng nôn nao 村民骚动不安

nôn nóng *t* 焦急，急不可待：nôn nóng trong lòng 心里焦急

N

nôn thốc nôn tháo 黄疸水都吐出来了

nông₁ [汉] 农 *d* 农：nhà nông 农家；việc nông 农活儿

nông₂ *t* 浅：ao nông 浅水塘

nông cạn *t* 肤浅，浅薄：hiểu biết nông cạn 知识肤浅

nông choèn *t* 很浅：Cái chậu nước nông choèn. 水盆太浅了。

nông choèn choẹt *t* 极浅：Chỗ này nông choèn choẹt không tắm được. 这里水太浅，不能洗澡。

nông choẹt=nông choèn

nông cụ *d* 农具：cải tiến nông cụ 农具改造

nông dân *d* 农民：Đời sống nông dân có thay đổi. 农民的生活有所改善。

nông dược *d* 农药

nông gia *d* 农家：vui thú nông gia 农家乐趣

nông giang *d* 灌溉水渠：nông giang cái 干渠；nông giang nhánh 支渠

nông học *d* 农学：kĩ sư nông học 农艺师

nông hộ *d* 农户：khoán ruộng đất cho các nông hộ 包产到户

nông hội *d* 农会

nông lâm *d* 农林：đại học nông lâm 农林大学

nông lịch *d* 农历

nông nghiệp *d* 农业：nước nông nghiệp 农业国；nông nghiệp nguyên thuỷ 原始农业；nông nghiệp sinh thái 生态农业

nông ngư *d* 农渔：mô hình sản xuất nông ngư kết hợp 农渔结合的生产模式

nông nhàn *t* 农闲：tận dụng lao động nông nhàn 利用农闲劳动力

nông nô *d* 农奴：chế độ nông nô 农奴制

nông nổi *t* 鲁莽，轻率，浮夸：cách làm nông nổi rụ莽的做法

nông nỗi *d* 地步，境地：Vì sao mà ra nông nỗi này? 怎么会落到这般境地?

nông phẩm *d* 农产品：thu mua nông phẩm 收购农产品

nông phu *d* 农夫

nông sản *d* 农产品

nông tang *đg* 耕作和养蚕：Nó mải chơi quên việc nông tang cửa nhà. 他因贪玩而忘了农桑家园。

nông thôn *d* 农村：vùng nông thôn 农村地区

nông trại *d* 农场：Ở đây có một nông trại lớn. 在这里有个大农场。

nông trang *d* 农庄：xây dựng các nông trang mới 建设新的农庄

nông trường *d* 农场：nông trường quốc hữu 国有农场

nồng₁ *t* 闷热：Hôm nay trời nồng. 今天天气闷热。

nồng₂ [汉] 浓 *t* ①浓烈，浓重：cơm khê nồng 米饭有浓重的焦糊味②浓郁：mùi hương nồng 香气浓郁

nồng ấm *t* 深厚，浓厚：tình cảm nồng ấm 深厚的感情

nồng cháy *t* 炽热，热烈：tình cảm nồng cháy 炽热的情感

nồng độ *d* 浓度：Nồng độ muối khá cao. 盐的浓度比较高。

nồng đượm *t* 浓郁，深厚：tình bạn nồng đượm 深厚的友情

nồng hậu *t* 浓厚：tình cảm nồng hậu 浓厚的感情

nồng nã *t* [口] 浓烈：mùi rượu nồng nã 浓烈的酒味

nồng nàn *t* ①浓郁：hương thơm nồng nàn 浓郁的香味②深厚：tình hữu nghị nồng nàn 深厚的友谊

nồng nặc *t* 浓烈刺鼻的：mùi khai nồng nặc 臊味浓烈刺鼻；Người nồng nặc hơi rượu. 身上的酒味刺鼻。

nồng nhiệt *t* 热情：đón tiếp nồng nhiệt 热情接待

nồng nỗng *t* 赤裸裸：Lũ trẻ cởi truồng nồng

nỗng. 孩子们全身赤裸。

nồng nực *t* 炎热, 闷热: Mùa hè trời nóng nồng nực. 夏天天气炎热。

nồng thắm *t* 深厚, 浓厚: tình hữu nghị nồng thắm 深厚的友谊

nống₁ *d* [方] 大簸箕

nống₂ *đg* ①撑大, 扩大: Nống cho giày rộng thêm một chút. 把鞋子撑大一点儿。② 撑起, 支起: nống mui thuyền lên 把船篷撑起来

nộp *đg* ①缴纳: nộp thuế 纳税②呈递: nộp đơn xin 呈递申请书

nốt₁ *d* 痘: nốt ghẻ 疥疮

nốt₂ *d* 符号: nốt nhạc 音符

nốt₃ *p* 继续做完: xem nốt 继续看完

nốt đậu *d* 痘疱, 痘疤

nốt đen *d* [乐] 四分音符

nốt nhạc *d* 音符

nốt ruồi *d* 痣: nốt ruồi trên tay 手上那颗痣

nốt trắng *d* [乐] 二分音符

nốt tròn *d* [乐] 全音符

nơ *d* (女人头发上或男人领口上的) 蝴蝶结

nơ buộc tóc *d* 束发带

nơ-ron (neural) *d* 神经细胞

nở *đg* ①开, 放: hoa nở bốn mùa 四季开花 ②生孩子: Chị ấy mới nở cháu. 她刚生完孩子。③孵化: Ổ trứng gà đã nở hết. 一窝小鸡都孵化了。*t* ①(肌肉) 发达: nở ngực 发达的胸肌②鼓胀, 膨胀: hệ số nở 膨胀系数

nở gan nở ruột 心花怒放; 心满意足

nở mày nở mặt = nở mặt nở mày

nở mặt nở mày 开颜; 眉开眼笑; 眉飞色舞

nở nang *t* 丰满, 丰盈: bắp thịt nở nang 肌肉发达

nở rộ *t* 怒放的, 盛开的: Hoa cải dầu nở rộ, trải vàng khắp cánh đồng. 盛开的油菜花将田野撒满了一片金黄。

nở ruột nở gan = nở gan nở ruột

nỡ *đg* 忍心, 岂能: không nỡ rời tay 不忍放手

nỡ nào 怎么忍心: Nỡ nào làm thế? 怎么忍心这样做呢?

nớ *d* [方] 那: việc nớ 那件事; Người nớ là ai? 那人是谁?

nợ *d* ①债: chủ nợ 债主② [口] 冤债; 孽债: Đi đâu cũng giằng níu như cái nợ. 欠下的孽债逃不掉。*đg* 欠: Anh nợ tôi hai đồng. 你欠我两块钱。

nợ đìa *đg* [口] 负债累累: Nó ăn tiêu phung phí mới nợ đìa như thế. 他花钱大手大脚才会负债累累。

nợ đọng *d* 呆账

nợ đời *d* 世债: Vợ con là cái nợ đời. 妻儿是一辈子的债。

nợ máu *d* 血债: nợ máu chồng chất 血债累累

nợ nần *đg* 债, 负债: nợ nần quanh năm 终年负债

nơi *d* 处, 地方, 地区, 场所: khắp nơi 到处; các nơi 各处

nơi nơi *d* 处处, 到处: hoa nở khắp nơi nơi 处处花开

nơi nới *đg* 稍放宽: Nơi nới thắt lưng cho dễ thở. 稍微放松一点腰带好呼吸。

nới *đg* ①放松, 放宽, 疏松, 宽松: nới quyền hạn 放宽权限②疏远: có mới nới cũ 喜新厌旧③ [口] 降价: Một vài cửa hàng có nới giá hơn một chút. 一些商店价格降了一点。

nới rộng *đg* 放宽: Phạm vi hoạt động đã được nới rộng. 活动范围已经放宽。

nới tay *đg* 手下留情: không nới tay với bất cứ ai 对任何人都不会手下留情

nơm *d* 筌: được chim bẻ ná, được cá quên nơm 得鸟折弓, 得鱼忘筌 *đg* 捞, 捕: đi nơm cá 用筌捕鱼

nơm nớp *t* 忐忑: nơm nớp lo sợ 忐忑不安

N

nờm nợp=nườm nượp

nõm *d* 鬼（表示亲昵的骂语）: đồ nõm 鬼东西

nớp *đg* 畏怯，惧怕: nớp oai sư tử 慑于狮子之威

NQ=nghị quyết [缩] 决议

NSND=nghệ sĩ nhân dân [缩] 人民艺术家

NSƯT=nghệ sĩ ưu tú [缩] 优秀艺术家

Nt=như trên [缩] 同上

nụ₁ *d* 蓓蕾，花骨朵: nụ hồng chớm nở 玫瑰初放

nụ₂ *d* 丫鬟或婢女的别称: con nụ 丫鬟

nụ áo *d* ①袢扣②纽扣草

nụ cười *d* 笑靥，笑颜: nụ cười rạng rỡ trên môi 笑颜常开

nụ hoa *d* 花蕾，花骨朵

núc nác *d* [植] 千张纸

núc ních *t* 臃肿，胖乎乎: chân tay núc ních 胖乎乎的手脚

nục₁ *d* 鲹鱼

nục₂ *t* 烂熟: chín nục 熟烂了

nục nạc *t* 精瘦的（肉）: miếng thịt nục nạc 精瘦的肉

nục nịch=núc ních

nùi *d* 团，把（指布絮或纸）: một nùi giẻ 一团布絮

nùi lau *d* 抹布

núi *d* 山: núi Trường Sơn 长山; dãy núi 山脉; sườn núi 山腰

núi băng *d* 冰山

núi lửa *d* 火山: Núi lửa đang hoạt động 活火山

núi non *d* 山峦: núi non hiểm trở 崇山峻岭

núi rừng *d* 山林: núi rừng trùng điệp 山林层叠

núi sông *d* 河山，江山

núm₁ *d* 钮状物: núm vung 锅盖把

núm₂ *đg* 揪住，扯住: núm lấy áo không cho đi 扯住衣服不让走

núm₃ *p* 把: một núm gạo 一把米

núm đồng tiền=lúm đồng tiền

nùn *d* 草墩，蒲团，稻草绳: bện nùn rơm đậy chum 编个稻草盖子盖瓦缸

nung₁ *đg* 烘烧，煅烧: nung gạch 烧砖

nung₂ *đg* 发脓: Cái nhọt đang nung mủ. 疮正长脓。

nung bệnh *đg* 疾病潜伏；携带病菌: trong người đang nung bệnh 身上带病

nung đúc *đg* 铸造，锻造，造就: nung đúc nhân tài 造就人才

nung mủ *đg* 化脓: Nhọt đang nung mủ. 疮在化脓。

nung nấu *đg* ①燃烧，煎熬（同 nấu nung）: Mối căm thù nung nấu trong lòng. 仇恨的火焰在心中燃烧。②孕育: nung nấu ý chí phấn đấu 孕育奋斗意志

nung núc *t* 滚圆，圆嘟嘟: cánh tay nung núc 圆嘟嘟的手

nung núng *t* 有点动摇的: Thế giặc đã nung núng. 敌人力量在削弱。

nùng nục=nung núc

nũng *đg* 撒娇: cứ nũng mẹ suốt ngày 整天跟妈妈撒娇

nũng na nũng nịu 扭扭捏捏

nũng nịu *đg* 发嗲: nói giọng nũng nịu 说话嗲声嗲气

núng *t* ①松动的，易倒塌的: Bức tường núng muốn đổ. 墙摇摇欲坠。②衰弱: Thế địch đã núng. 敌势已衰。

núng na núng nính=núng nính

núng niếng *t* 摇摇摆摆: đi núng niếng 走路摇摇摆摆

núng nính *t* 肥胖，胖乎乎: Hai má núng nính những thịt. 两边脸胖乎乎的尽是肉。

nuộc *d* 圈，匝: một nuộc lạt 一圈竹篾 *đg* 捆，缚，扎: nuộc thật chặt 扎紧一点

nuôi *đg* ①饲养: nuôi tằm 养蚕②养育: nuôi con 养育孩子 *t* 继养的，非亲生的: bố

nuôi 养父

nuôi báo cô *đg* 白养，养白眼儿狼，养吃里爬外的人

nuôi bộ *đg* 人工喂养；没母乳喂养：Mẹ không có sữa nên phải nuôi bộ cháu bé. 妈妈没有奶所以要非母乳喂养。

nuôi cấy *đg* 组织培养：giống cây nuôi cấy mô 组培苗

nuôi dưỡng *đg* 抚养：nuôi dưỡng con cái 抚养子女

nuôi khỉ giữ nhà 养虎为患

nuôi nấng *đg* 养育，抚养：nuôi nấng con cái 抚养子女

nuôi ong tay áo 养虎为患

nuôi thả *đg* 放养：gà vịt nuôi thả 放养鸡鸭

nuôi trồng *đg* 养殖：nuôi trồng thuỷ sản 水产养殖

nuối *đg* ①弥留②眷恋：chia tay còn nuối theo 分手了还很眷恋

nuối tiếc *đg* 怀念，追忆：nuối tiếc thời học trò 怀念学生时期

nuông *đg* 娇惯，宠爱，溺爱，迁就：nuông trẻ 溺爱孩子

nuông chiều *đg* 溺爱，娇宠：được nuông chiều từ hồi bé đến giờ 从小到大都受宠爱

nuốt *đg* ①吞，咽食：nuốt miếng cơm 咽下一口饭②隐忍，忍受：nuốt hận 饮恨③侵占，侵吞：Nó nuốt không ruộng dân. 他白占老百姓的地。④盖过，压倒：Cặp kính nuốt cả khuôn mặt. 眼镜盖住了整张脸。

nuốt chửng *đg* ①囫囵吞枣：nuốt chửng miếng thịt 一口把肉吞了下去②覆盖，吞没：Sóng nuốt chửng cả con thuyền. 大浪把整艘船都吞没了。

nuốt hận＝ẩm hận

nuốt lời *đg* 食言：nuốt lời như không 食言而毫不在意了

nuốt sống *đg* [口]压倒，盖过，轻易获胜：tưởng nuốt sống được đối phương 以为可以压倒对方

nuốt trôi *đg* ①易吞，易咽：nuốt trôi cái bánh 一口就把饼吞下②顺顺当当地攫取：Hắn ta nuốt trôi món tiền hối lộ. 他顺顺当当地攫取了这笔贿赂款。

nuốt trộng *đg* ①囫囵吞枣：nuốt trộng viên thuốc 一口把药吞下②侵吞，吞没：nuốt trộng món tiền lớn 吞掉一笔巨款

nuốt tươi＝nuốt sống

nuột *t* 光滑：mái tóc dài óng nuột 光滑滋润的长发

nuột nà *t* 柔亮：mái tóc đen nuột nà 乌黑柔亮的头发

núp *đg* ①躲藏，隐匿：núp dưới gốc cây 躲在树荫底下②打着…幌子：Núp dưới chiêu bài "nhân quyền" hòng can thiệp nước khác. 以"人权"为幌子企图干涉别国内政。

núp bóng *đg* 倚仗，倚靠，庇荫：núp bóng quân đội xâm lược 倚仗侵略军的势力

nút₁ *d* 塞子：đóng nút chai 盖瓶塞 *đg* 堵塞：nút chai rượu cho chặt 把酒瓶塞紧

nút₂ *d* ①关键：Điểm nút của câu chuyện là chỗ đó. 故事的关键就在那里。②绳结：dây thắt nhiều nút 打了很多结的绳子③纽扣：nút áo 衣服纽扣④按钮：bấm nút 按按钮

nút₃ *đg* 吮啜：Trẻ nút sữa. 婴儿吮乳。

nút₄ *đg* 帮，伙，群：không nhanh là chết cả nút 不快点大伙都完蛋

nút cắm điện *d* (电器) 插头

nuy *t* 裸体的：tranh thiếu nữ nuy 裸体少女照

nữ *t* 女的：xe đạp nữ 女式自行车 *d* 女性：giọng nữ cao 女高音；nữ cứu thương 女救护员；nữ tài tử 女演员

nữ chúa *d* 女王

nữ công *d* ①女红家务②(机关、单位) 妇女工作

N

nữ giới *d* 女性

nữ hoàng *d* 女皇: nữ hoàng Anh 英国女皇

nữ kiệt *d* 女杰

nữ nhi *d* 女儿

nữ nhi thường tình 儿女常情

nữ Oa *d* 女娲

nữ quyền *d* 女权

nữ sinh *d* 女生: Các nữ sinh đều mặc áo dài. 全体女生都穿"奥黛"。

nữ thần *d* 女神

nữ tì *d* 女婢

nữ tính *d* 女性

nữ trang *d* 女装

nữ tú nam thanh =nam thanh nữ tú

nữ tướng *d* 女将

nữ vương *d* 女王

nự *đg* 责骂, 斥责: bị nự một trận 被斥责一顿

nưa *d* [植] 魔芋

nửa *d* 半, 一半: Chia đôi quả mít, mỗi nhà một nửa. 把波罗蜜平分, 一家一半。*t* 不完全的: chế độ nửa phong kiến nửa thực dân 半封建半殖民地制度

nửa buổi *d* 工间, 在…中间, 中途: nghỉ nửa buổi 工间休息

nửa chừng *d* 一半, 半途, 半中腰, 半截子: làm nửa chừng lại bỏ dở 干了一半又放弃

nửa dơi nửa chuột =dở dơi dở chuột

nửa đêm *d* 半夜: làm việc đến tận nửa đêm 工作到半夜

nửa đời *d* 半生, 半世, 半辈子

nửa đời nửa đoạn 半途而废

nửa đường *d* 中途, 半路, 半道, 半途

nửa đường đứt gánh 半道吹灯

nửa khôn nửa dại 半傻不傻

nửa không nửa muốn 半推半就

nửa kín nửa hở 遮遮掩掩

nửa mình *d* 半身: ảnh nửa mình 半身像

nửa mùa *t* [口] 半瓶醋的, 蹩脚的: thầy thuốc nửa mùa 半瓶醋的医生

nửa mừng nửa lo 喜忧参半

nửa nạc nửa mỡ 模棱两可; 半肥瘦 (肉)

nửa người nửa ngợm 半人半鬼

nửa phong kiến *d* 半封建

nửa thành phẩm *d* 半成品

nửa tin nửa ngờ 半信半疑; 将信将疑

nửa tỉnh nửa mê 半梦半醒

nửa úp nửa mở 遮遮掩掩; 说半拉子话

nửa vời *t* 模棱两可, 暧昧: thái độ nửa vời 模棱两可的态度

nữa *p* ①还, 再: còn nữa 还有②再次: ăn thêm bát nữa 再吃一碗③更: nhanh nữa lên 更快一点④再多一点: chốc nữa 再过一会儿 *tr* 又, 还: đã rẻ lại tốt nữa 既便宜又好 *k* 何况 (同 nữa là)

nữa là *k* 何况: Người nhà còn thế nữa là người ngoài. 家里人都这样, 何况外人。

nứa *d* 薄竹

nứa ngộ *d* 箭竹

nứa tép *d* 凤尾竹

nức₁ *đg* 抽搭: khóc nức lên 抽搭哭起来

nức₂ *đg* 竹器箍边: nức lại cái rá 把竹筐重新箍一下

nức₃ *t* 馥郁, 浓郁: thơm nức 馥郁

nức cụt *đg* 抽噎, 抽搭: em bé nức cụt 小孩抽噎

nức danh *t* 著名, 闻名

nức lòng *t* 意气风发, 昂扬: Thắng lợi làm nức lòng toàn dân. 胜利使人民精神昂扬。

nức nở *đg* 号啕: khóc nức nở 放声大哭 *p* [口] 连声称赞: khen nức nở 啧啧称赞

nức tiếng *t* 著名, 闻名, 出众: nức tiếng thiên hạ 闻名天下

nực *t* 炎热, 闷热: mùa nực 热天 *đg* 弥漫: nực mùi thơm 香气四溢

nực cười *t* 好笑的, 堪笑的: Nực cười thay! 太好笑了!

nực nội *t* 闷热难忍的: Mùa hè nóng nực nội.

夏日闷热难忍。

nựng *đg* 哄, 逗弄 (孩子): nựng con 逗孩子

nựng nịu *đg* 逗弄: vừa cho con bú vừa nựng nịu con 边喂奶边逗孩子

nước₁ *d* ①水: nước mưa 雨水②汁, 液: nước dừa 椰子汁③ (用水的) 次数: Rau rửa mấy nước mới sạch. 菜要洗几次才干净。④层: sơn ba nước 上三层漆⑤色泽, 光泽: nước da 皮肤的色泽

nước₂ *d* 国, 国度: đi khắp các nước 走遍各国

nước₃ *d* ①马跑的步速: nước đại 大跑; nước kiệu 小跑②棋步, 棋路: Nước cờ này đi hay lắm. 这一着棋走得很好。

nước ăn *d* 饮用水

nước bạn *d* 友邦, 友好国家

nước bí *t* 窘境, 尴尬的境地

nước biếc non xanh 青山绿水

nước biển *d* 海水

nước bọt *d* 唾沫

nước cất *d* 蒸馏水

nước chanh *d* 鲜柠檬汁: nước chanh chai 瓶装柠檬汁; nước chanh quả 鲜柠檬汁

nước chạt *d* (晒盐用的) 盐水

nước chảy bèo trôi 随波逐流

nước chảy chỗ trũng ①水往低处流②富者越富

nước chảy đá mòn 水滴石穿

nước chảy mây trôi 漂泊江湖

nước chấm *d* 蘸水, 调料汁

nước chè hai₁ *d* (海水和河水相交处的) 淡咸水

nước chè hai₂ *d* 手工制糖的蔗汁

nước chín *d* 熟水, 开水

nước chủ nợ *d* 债权国

nước cốt *d* 净果汁

nước cờ *d* 棋步, 棋路

nước cứng *d* [化] 硬水

nước da *d* ①肤色: nước da ngăm đen 皮肤黝黑②光泽③表面

nước dãi *d* 口涎

nước dằn tàu *d* 压舱水

nước dùng *d* 清汤, 高汤

nước đá *d* 冰块

nước đái =nước tiểu

nước đại *d* 奋蹄奔跑

nước đang phát triển 发展中国家

nước đến chân mới nhảy [口] 临阵磨枪, 临时抱佛脚

nước đọng *d* 积水

nước đổ đầu vịt [口] 对牛弹琴; 水过鸭背

nước đổ lá khoai =nước đổ đầu vịt

nước đổ lá môn =nước đổ đầu vịt

nước độc *d* ①毒汁②岚瘴之地, 环境恶劣之地: vùng nước độc 气候环境恶劣的地区

nước đôi *t* 模棱两可, 两面性: lời nói nước đôi 说话模棱两可

nước đồng minh *d* 盟国

nước đời *d* 世故: hiểu nước đời 懂得人情世故

nước đục thả câu 浑水摸鱼

nước gạo *d* 泔水, 淘米水: lấy nước gạo nuôi lợn 用泔水喂猪

nước giải =nước tiểu

nước giải khát *d* 饮料, 冷饮

nước gội đầu *d* 洗发水

nước hàng *d* 浇汁, 芡汁

nước hoa *d* 香水, 花露水

nước hội viên *d* 会员国

nước javel *d* 漂白粉, 次氯酸钠液

nước khoáng *d* 矿泉水: sản xuất nước khoáng 生产矿泉水

nước kiệu *d* 小跑: ngựa chạy nước kiệu 马匹小跑

nước lã *d* 生水, 冷水: không uống nước lã không 不喝生水

nước lã ra sông 白费工夫

nước lạnh =nước lã

nước lèo *d* [方] 芡汁

nước lên thuyền cũng lên [口] 水涨船高

nước lọ cơm niêu 孤家寡人；孤苦伶仃

nước lọc d 过滤水；纯净水

nước lợ d 咸淡水

nước lớn d 涨潮，潮汐

nước lũ d 山洪，洪水

nước mạch d 泉脉

nước màu=nước hàng

nước máy d 自来水

nước mắm d 鱼露：nước mắm nhi 滴珠鱼露

nước mặn d ①卤水②海水

nước mặn đồng chua 土地贫瘠

nước mắt d 眼泪：lau nước mắt cho bé 为孩子擦眼泪

nước mắt cá sấu 鳄鱼的眼泪；假仁假义；假慈悲

nước mắt chảy xuôi 可怜天下父母心

nước mềm d [化] 软水

nước miếng d 唾液

nước mũi d 鼻涕

nước mưa d 雨水

nước nặng d 重水

nước ngầm d 地下水

nước ngoài d 外国

nước ngọt d ①淡水：cá nước ngọt 淡水鱼②饮料：uống nước ngọt 喝饮料

nước nguồn d 源头水

nước nhà d 国家：xây dựng nước nhà 建设国家

nước non₁ d 山水：nước non xanh biếc 青山绿水

nước non₂ d 江山，河山；祖国，国家：nước non tươi đẹp 美丽的山河

nước nôi d 水：lo chuyện nước nôi cho khu tập thể 为集体宿舍解决水的问题

nước ót d 盐碱水

nước ối d 羊水

nước phép d 法水，圣水

nước phụ thuộc d 附属国

nước ròng d 退潮水：Nước ròng chảy đến tam giang. 潮水退至三江。

nước rút d 冲刺阶段：chạy nước rút 冲刺跑：giai đoạn nước rút 冲刺阶段

nước sạch d 净水

nước siêu cường d 超级大国

nước sôi d 沸水，开水

nước sôi lửa bỏng 水深火热

nước sông d 河水

nước suối d ①溪水②矿泉水

nước thải d 废水：nước thải công nghiệp 工业废水

nước thánh=nước phép

nước thua trận d 战败国

nước thuộc địa d 殖民地国家

nước thuỷ triều d 潮水

nước tiểu d 尿液

nước trắng d 白开水

nước tro d 碱水

nước tù d 死水

nước xáo d 原汁，原汤

nước xoáy d 漩涡

nước xuýt d 煮肉或内脏的清汤：nước xuýt gà 煮鸡的汤水

nườm nượp t 川流不息的：Xe cộ nườm nượp trên đường. 路上车辆川流不息。

nương₁ d 山地，梯田：làm nương 耕田

nương₂ đg 倚靠，依持：lúc khó khăn thì nương vào nhau 困难时互相依靠

nương bóng đg 托人余荫：nương bóng thủ trưởng 托首长的福

nương cậy=nương nhờ

nương náu đg 倚身，栖身，寄身：nương náu trong rừng 藏身森林

nương nhẹ đg ①放轻动作，小心翼翼：nương nhẹ đoá hoa trên tay 手里轻轻地拿着花束②轻判，轻处：kỉ luật nương nhẹ 降低处罚程度

nương nhờ đg 依靠，倚靠，依托，仰赖：nương

nhờ anh em 仰赖兄弟姐妹

nương nương *d* 娘娘：bẩm nương nương 禀娘娘

nương rẫy *d* 坡地，山地：khai phá đất hoang làm nương rẫy 开发荒地做良田

nương sức *t* 悠着来，悠着劲：nương sức mà làm việc 干活悠着点

nương tay *đg* 轻手轻脚：Nương tay kẻo vỡ. 手轻一点，别碰破了。

nương thân *đg* 寄居，借住：không có chỗ nương thân 无处栖身

nương tựa *đg* 依赖，依靠：không nơi nương tựa 无处依靠

nướng *đg* ①烤，炙：nướng sắn 烤木薯 ②输光，花光：có bao nhiêu tiền cũng nướng hết 有多少钱都输光

nướng lụi *đg* 烤肉串：thịt bò nướng lụi 串烧牛肉

nướu *d* 牙龈

nứt *đg* ①裂，开裂：gỗ non bị nứt 嫩木开裂 ②抽芽：nứt mầm 出芽

nứt mắt *đg* （雏鸟）睁眼，喻幼小，太嫩：Thằng bé mới nứt mắt mà đã nạt người. 这小子乳臭未干就欺负人。

nứt nanh *đg* 开始抽芽：Lạc vừa nứt nanh. 花生刚抽芽。

nứt nẻ *t* 皱裂，皲裂：chân tay nứt nẻ 手脚皲裂

nứt toác *đg* 裂开大口，裂成深的裂纹：gỗ nứt toác 木头裂开

Nxb =Nhà xuất bản [缩] 出版社

nylon (ni-lông) *d* 尼龙

O o

o₁,**O**₁ 越语字母表的第 17 个字母

o₂ *d* 姑母：ông chú bà o 叔父、姑母（大叔、大婶）

o₃ *d* 猪的喉咙

O[化] 氧的元素符号

o bo *d* 机动船：Những chiếc o bo lướt thật mau trên dòng sông. 机动船在河面上快速掠过。

o ép *đg* 逼迫：bị o ép đi làm lính ngụy 被逼迫当伪军

o mèo *đg*[口] 吊膀子，勾引妇女

o o [拟] 呼呼；喔喔（人鼾声或鸡啼声）：ngáy o o 呼呼地打鼾；Sáng ngày gà gáy o o. 早上公鸡喔喔叫。

o ó [拟] 哦呃：kêu o ó 哦呃大叫

o oe [拟] 哇哇（婴儿哭声）：Trẻ sơ sinh khóc o oe. 初生婴儿哇哇地哭。

ò e í e [拟] 咿咿呀呀 *đg*[转] 弹弹唱唱，唱唱闹闹：ò e í e cả ngày 整天唱唱闹闹

ó₁ *d* 鹰类：diều ó 鹞；chim ó 麻鹰

ó₂ *đg* 叫，喊：la ó 呼喊；la ó ầm ĩ 大喊大叫

ó biển *d* 海鹰

ó cá *d* 信天翁

ọ ẹ *đg* 咿呀学语：ọ ẹ đôi ba tiếng 咿咿呀呀说几句

oa₁ [汉] 蜗 *d* 蜗牛

oa₂ [汉] 窝 *đg* 窝藏

oa₃ [汉] 哇，娃，娲

oa oa [拟] 哇哇，呱呱（婴儿哭声）

oa trữ *đg*[口] 窝赃，窝藏：oa trữ tội phạm 窝藏罪犯；oa trữ tang vật 窝赃

oà₁ *đg* 涌入：Nước oà vào trong nhà. 水涌进房里。

oà₂ [拟] 哇哇（大哭）：Khóc oà lên. 哇的一声大哭起来。

oạc *đg* ①豁开：Quần bị oạc đũng. 裤裆被豁开了。②豁口，张嘴：oạc mồm ra chửi 张口大骂

oách *t* [口] 阔气的，威风的，有气派的：Trông cách đi đứng oách ra phết! 看举止挺气派的嘛！

oạch [拟] 咕咚：Ngã đánh oạch một cái. 咚择了一跤。

oai [汉] 威 *t* 威风，威武，神气：Bộ đội ta trông oai thật! 我们的部队真威武！

oai hùng *t* 威武，雄壮，英雄：đội quân oai hùng 威武的部队；thành phố oai hùng 英雄的城市

oai nghiêm *t* 威严，森严：Cái oai nghiêm vẻ ngoài không giấu giếm được nỗi sợ hãi trong lòng. 外表的威严掩饰不了内心的恐惧。

oai phong *t* 威风

oai vệ *t* 威风凛凛，显赫：dáng đi oai vệ 凛然的步调

oai oái *c* 哎哟：Làm gì mà kêu oai oái lên thế？干什么哎哟乱叫？

oải₁ [汉] 矮

oải₂ *t*[口] ①（钩）被拉直：Cái móc bị oải. 这个挂钩被拉直了。②疲劳，疲惫，疲软：Làm oải cả người. 干到累得浑身疲软。

oái *c* 哎哟：Kêu oái một tiếng．"哎哟"一声喊起来。

oái oăm *t* 怪诞，怪异，古怪：cảnh ngộ oái oăm 奇特的境遇；căn bệnh oái oăm 疑难杂症

oam oam *t* 微弯的：lưỡi dao oam oam 刀刃儿弯弯的

oàm oạp [拟] 哗哗（水拍打岸边的声音）：Nước vỗ vào bờ oàm oạp. 河水拍岸哗哗响。

oan [汉] 冤 *t* 冤，冤枉：bị oan 蒙冤；bị xử oan 冤案；chết oan 冤死；oan ló đầu, nợ có chủ 冤有头，债有主；oan cừu 冤仇

oan gia *d* 冤家 *t* 冤枉: Cẩn thận kẻo oan gia có ngày. 当心哪天被人冤枉。

oan hồn 冤魂

oan khổ *t* 冤屈

oan khốc=oan khổ

oan khuất=oan khổ

oan oan tương báo 冤冤相报

oan trái *d* 冤孽, 孽账 *t* 不幸的: mối tình oan trái 不幸之情

oan uổng *t* 冤枉: Không mắc lỗi mà bị phê bình, oan uổng quá! 没犯错而被批评, 实在冤枉! Một người đi đường bị chết oan uổng trong vụ tai nạn giao thông. 交通事故中一位路人冤枉而死。

oan ức *t* 冤屈

oản *d* 做供品用的沙糕、糯米饭等

oán [汉] 怨 *đg*; *d* 埋怨, 怨尤, 怨仇: đền ơn báo oán 报恩报仇; oán kẻ vu cáo đến tận xương tuỷ 对诬告者恨之入骨

oán ghét *đg* 憎恨, 愤恨: oán ghét kẻ phản bội 憎恨背信之徒

oán giận *đg* 怨恨: oán giận kẻ giả dối 怨恨虚情假意的人

oán hận *đg* 怨恨: tiếng thét oán hận 怨恨的叫声

oán hờn=oán hận

oán than *đg* 怨叹: oán than thời thế 怨叹时势

oán thù *đg*; *d* 仇恨: hoá giải oán thù 化解仇恨

oán trách *đg* 埋怨: đừng oán trách người khác 不要埋怨别人

oang oang [拟] 朗朗

oanh₁ [汉] 莺 *d* 莺: hoàng oanh 黄莺

oanh₂ [汉] 轰

oanh liệt *t* ①轰轰烈烈, 辉煌: chiến thắng oanh liệt 取得辉煌的胜利②壮烈: hi sinh oanh liệt 壮烈牺牲

oanh tạc *đg* 轰炸: Máy bay oanh tạc trận địa.

飞机轰炸阵地。

oánh=oanh

oành oạch [拟]（猛地、连续摔倒在地的响声）

oành oành [拟] 轰隆隆: bom nổ oành oành 炸弹轰隆隆地响

oạp oạp [拟] 啪啪叽叽

oát *d* [电] 瓦特: oát giờ 瓦时

oằn *t* 弯曲: Tấm ván oằn. 木板两头翘棱了。Mũi dao oằn. 刀尖弯了。

oằn oại *t* 蜷曲的: nằm oằn oại 蜷卧

oằn tù tì *d* 石头、剪刀、布（儿童猜拳游戏）

oăng oẳng [拟] 汪汪（狗叫声）

oặp *t* 满满的: đầy oặp 满满当当

oắt *t* 幼小的: lũ oắt con 一群小屁孩

oắt con *d* 小鬼, 小崽子, 毛孩子

oắt tì *d* 小不点儿

oặt *t* 弯曲: Gánh nặng oặt cả đòn gánh. 担子太重, 扁担都被压弯了。

óc *d* ①头脑: nhức óc 头疼; tổn thương óc 脑损伤②思维, 思想: trí óc 智力; giàu óc sáng tạo 富有创造精神③意识, 思想: óc cổ hủ 腐朽思想

óc ách *t* 腹胀 [拟] 哗哗

óc bã đậu *d* 榆木脑袋, 豆腐渣脑袋: đồ óc bã đậu 蠢货（骂人话）

óc bè phái *d* 宗派意识: óc bè phái có hại cho đoàn kết 宗派意识不利于团结

óc bóc *t* 圆鼓鼓: cái bụng óc bóc 肚子圆鼓鼓

óc đậu *d* 豆腐脑（食品）

óc-môn (hormone) *d* [医] 荷尔蒙

óc nóc *t* 肚满肠肥的: ăn một bụng óc nóc 吃得肚满肠肥

ọc *đg* 呕, 吐, 溢: ọc sữa (小孩) 吐奶; Nước ọc ra đằng miệng. 水从嘴里吐出来了。

ọc ạch [拟] 吱吱呀呀

ODA (Official Development Assistance) [缩]（发达国家政府为发展中国家提供的）官方

开发援助: nguồn vốn ODA 官方开发援助款项

oe [拟] 哇: khóc oe oe 哇哇啼哭

oẻ *t* 压弯的，低垂的: Gánh nặng oẻ cả đòn gánh. 担子重得把扁担都压弯了。Cành cây sai trái, oẻ xuống. 树枝果实累累，弯了下来。

oẻ hoẹ *đg*[口] 挑剔: Oẻ hoẹ hết cái này đến cái khác. 挑剔这个那个，挑三拣四的。

oẹ *đg*[口] 呕吐，干咳: Nó oẹ mãi mà không nôn được. 她干咳了半天也吐不出来。

offline *t* 脱机的，不在线的

offsef *d* 胶印

ohm *d* 欧姆: ohm kế 欧姆计

oi₁ *d* 鱼篓

oi₂ *t* ①闷热: Trời oi quá, có lẽ sắp có dông. 天气太闷了，可能要有暴风雨。②（食物等）有异味: cơm oi 馊饭

oi₃ *đg* ①死②涝，泡: Cây bị oi nước. 树被水泡了。

oi ả *t* 燥闷，燥热: Hôm nay thời tiết oi ả. 今天天气燥热。

oi bức *t* 闷热: Trời hay oi bức trước khi có giông. 暴风雨之前天气常闷热。

oi khói *t* 烟熏的: Thức ăn bị oi khói. 菜有股烟熏味。

òi ọp *t* 病恹恹: Đứa bé òi ọp suốt quanh năm. 孩子一年到头都病恹恹的。

ỏi *t* 震响，喧闹: kêu ỏi tai 吵得耳朵都聋了

ói₁ *đg* ①呕吐: ói cơm 呕饭; ói máu 吐血②溢出，充盈: Ruộng đầy ói nước. 田里水满溢出来了。

ói₂ *t* 刺耳: la ói tai 叫声刺耳

ói mửa *đg* 呕吐

OK (ô-kê) c; *đg* 表赞成或同意

Olympic *d* 奥林匹克，奥林匹克运动会

om₁ *đg* ①焖，煨，烧: om cá 焖鱼②压，搁置，扣住: om việc 搁置工作; om bài 扣牌

om₂ *đg* 收拾，整理: om gà đem đi chơi 收拾鸡带去角斗

om₃ *t* ①垮，裂: đánh cho om xương 揍到散架②喧哗: gắt om lên 大声斥责

om kế (ohm kế) *d* 欧姆计

om om *t* 黑咕隆咚: trong buồng tối om om 房里黑咕隆咚

om sòm *t*[口] 嚷嚷，喧哗，噪闹

om thòm [拟] 当当: trống đánh om thòm 锣鼓喧天

om trời *t* 响彻云霄的

òm ọp [拟]（在泥水中淌行声）

ôm [拟] 哓哓（争吵声）

ôm tỏi *t* 鼓噪: tiếng chó cắn ôm tỏi 狗吠声震天响

òn hót *đg* 谄媚，奉承: òn hót cấp trên 奉承上级

ôn *t* 细语的，耳语的

ôn ên *t*（说话）轻声细气的

ổn ện *t* 走动笨拙的: Người đàn bà chửa đi ổn ện mệt nhọc. 那女人挺着大肚子艰难地行走着。

ôn thót *đg* 搬弄是非，造谣中伤: Nó ôn thót làm cho chị em phải chia rẽ. 她搬弄是非使得姐妹们不和。

ong *d* 蜂: mật ong 蜂蜜; sáp ong 蜂蜡

ong bắp cày *d* 马蜂

ong bầu *d* 细腰蜂

ong bướm *d*[旧] 蜂蝶，狂蜂浪蝶

ong chúa *d* 蜂王

ong mật *d* 蜜蜂

ong nghệ=ong vàng

ong óng [拟] 嗡嗡

ong ruồi=ong mật

ong thợ *d* 工蜂

ong vàng *d* 黄蜂

ong vò vẽ *d* 竹蜂

òng ọc [拟] 咕嘟

òng òng *t* 水渍渍的: Quần áo vắt không kĩ nước òng òng. 衣服没拧干水渍渍的。

ỏng *t* (小孩子患病) 肚圆瘦削的

ỏng eo *t* (小孩) 发育不良的

õng ẹo *t* 忸怩作态：dáng đi õng ẹo 走路一扭一扭的

óng *t* 光滑，细腻：tơ óng 丝光绸；tóc đen óng 黑泽光亮的头发

óng ả *t* ① (头发) 光泽柔顺：mái tóc dài óng ả 亮泽柔顺的长发 ② 秀气，清秀：Dáng người óng ả. 人长得秀气。

óng ánh *t* 晶莹，闪闪发光，亮晶晶：Viên đá quí óng ánh. 宝石晶莹透亮。

óng chuốt *t* 秀雅，光鲜：ăn mặc óng chuốt 穿戴得很光鲜

óng mượt *t* 亮泽柔顺：Chị ấy có một mái tóc óng mượt. 她有一头亮泽柔顺的头发。

online *t* 并机的，联机的，在线的

oóc-dơ *t* [体] 越位 (足球用语)

óp *t* 不饱满，不肥满，不丰实，瘪：cua óp 水蟹；lạc óp 瘪花生

óp xọp *t* 瘦怜怜，干巴巴

ọp ẹp *t* 腐坏的，腐朽的，摇摇欲坠的：nhà cửa ọp ẹp 房子摇摇欲坠

opera (ô-pê-ra) *d* 歌剧

ót *d* 后脑勺：sờ sau ót 摸后脑勺

ót ét [拟] (脚踩到泥地里的响声)

ọt ẹt [拟] 咿咿呀呀，吱吱呀呀：Cái cối xay bột ọt ẹt quay. 石磨吱吱呀呀地转着。

ounce *d* 盎司 (重量单位)

output *d* 产出，输出

oxi (oxygen) *d* 氧气

oxid *d* 氧化物

oxit = oxid

oxy hoá *đg* 氧化：Tấm sắt bị oxy hoá. 铁被氧化了。

ozon (ozone) *d* 臭氧

Ô ô

ô₁,Ô₁ 越语字母表的第 18 个字母

ô₂ *d* ①伞：mua chiếc ô 买一把伞②保护伞：Ông ấy có ô ở trên. 他有上级做保护伞。

ô₃ *d* 格儿，格子：khoanh từng ô một 隔成一个个小格子

ô₄ [汉] 乌 *d* 乌：kim ô 金乌（指太阳）

ô₅ [汉] 坞 *d* 坞：ô tầu 船坞

ô₆ [汉] 污 *t* 污：tham ô 贪污

ô₇ *c* 哦，啊，喔：ô！hay quá！啊！太好啦！

ô₈ [汉] 呜

ô gấp *d* 折叠伞

ô tự động *d* 自动伞

ô dề *t* 粗俗：cử chỉ ô dề 举止粗俗

ô-dôn(ozone) *d* 臭氧：tầng ô-dôn 臭氧层

ô dù *d* 保护伞：có ô dù che chắn 有保护伞掩护；ô dù hạt nhân 核保护伞

ô hay *c* 惊叹声：Ô hay, sao lại như vậy？噢，怎么会这样？

ô hợp *t* 乌合：quân ô hợp 乌合之众

ô-kê(OK)*c;đg* 表赞成或同意

ô kìa *c* 耶，呜，哦：Ô kìa，anh ấy đến！哦，他来了！

ô lại *d* 污吏：tham quan ô lại 贪官污吏

ô mai *d* ①乌梅，酸梅②话梅，咸梅

ô mộc *d* [植] 乌木

ô nhiễm *đg* 污染：ô nhiễm môi trường 污染环境；Nguồn nước bị ô nhiễm. 水源被污染了。

ô nhục *t.；đg；d* 污辱：cuộc đời ô nhục 屈辱的一生；cảm thấy bị ô nhục 感觉被污辱；Việc này là một điều ô nhục đối với anh ấy. 这件事对他来说是一种污辱。

ô-pê-ra(opera) *d* 歌剧

ô-ten *d* 旅馆，旅店，酒店，饭店

ô thỏ *d* 乌兔（指日、月）

ô-tô *d* 汽车：ô-tô buýt 公共汽车；ô-tô con 小轿车；ô-tô điện 无轨电车

ô-tô-mat(automat) *d* 带空气开关的电源插座 *t* 自动的

ô-tô ray *d* 轨道车

ô trọc *t* 污浊：những tư tưởng ô trọc 污浊的思想

ô uế *t* 污秽：tấm thân ô uế 不洁之身；làm ô uế thanh danh 玷污清名

ô-xi *d* 氧气

ồ₁ *đg* 涌入：chạy ồ vào 蜂拥而入；Nước ồ vào thuyền. 水涌进船来。

ồ₂ *c* 哎，哦：Ồ, tôi nhớ ra rồi. 哦，我想起来了。

ồ ạt *t* 汹涌：Mưa lớn，nước sông chảy ồ ạt. 大雨使河水汹涌。Làn sóng di cư ồ ạt. 移民浪潮一浪接着一浪。

ồ ề [拟] 哦哦（重浊不清的声音）

ồ ồ [拟] 哗哗：Nước chảy ồ ồ. 水哗哗地流。*t* 暗哑

ổ *d* ①巢，窝：ổ chim 鸟巢；ổ gà 鸡窝：nằm ổ rơm 躺在稻草里；Ổ chó có ba con. 狗一窝生了三只。②村落，窝点：ổ buôn lậu 走私窝点；ổ cờ bạc 赌博窝点③组，点：ổ chiến đấu 战斗小组

ổ bi *d* 滚珠轴承

ổ bụng *d* 腹腔

ổ cắm *d* 插座

ổ đĩa *d* [计] 驱动器：ổ đĩa cứng 光驱；ổ đĩa mềm 软驱

ổ gà *d* ①鸡窝②路坑：Đường nhiều ổ gà. 路上多坑。

ổ khoá *d* 暗锁：Chiếc tủ này đã được lắp ổ khoá. 这个柜子装了暗锁。

ổ mắt *d* 眼眶

ổ nhóm *d* 黑帮，犯罪团伙：ổ nhóm hình sự chuyên nghiệp 专业刑事犯罪团伙

ố [汉] 污 *t* 脏的，有污渍的：Chiếc áo có nhiều vết ố. 衣服有许多污渍。Tấm ảnh đã bị ố vàng. 照片发黄了。

ố lác [拟] 哓哓（吵闹声）*t* 放肆：ăn nói ố
lác 说话放肆

ố màu *t* 褪色；掉色

ọ ẹ *t* （孕妇）迟钝，不灵活：Trông ọ ẹ thế kia,
chắc là sắp đến ngày sinh rồi ? 看起来那么
迟钝笨重，是不是快生了？

ốc₁ *d* ①螺蛳：mò cua bắt ốc 摸蟹抓螺②螺钉：
bắt ốc 上螺钉

ốc₂ [汉] 屋 *d* 屋：ngành địa ốc 房地产业；kinh
doanh địa ốc 经营房地产

ốc biển *d* 海螺

ốc đảo *d* 沙漠中的绿洲

ốc gạo *d* 田螺

ốc hương *d* 香螺

ốc nhồi *d* 馅螺（塘螺的一种，常填肉馅食
用）

ốc sên *d* 蜗牛

ốc vặn *d* 苦螺

ốc xà cừ *d* 砗磲

ọc *đg* （猛烈地）吐，喷：ọc cơm ra 饭一下子
喷出来；Vết thương ọc máu. 伤口喷血。

ôi₁ *t* （食品开始）变质：cá ôi 臭鱼；thịt ôi 馊
肉

ôi₂ *c* 啊：Trời ôi! 天啊！Ôi ! Đông quá! 噢，
人太多了！

ôi₃ [汉] 煨，偎

ôi chao *c* 啊，哗，噢：Ôi chao, sao mà đẹp
thế! 哗，好美啊！

ôi ôi [拟] 嗷嗷（疼痛时的喊叫声）：Đau bụng
quá kêu ôi ôi. 肚子痛得嗷嗷叫。

ôi thiu *t* 馊臭：thức ăn ôi thiu 馊臭的食物

ôi thôi *c* 哎呀：Ôi thôi ! thế là hết mọi hi vọng !
哎呀！没希望了！

ồi ồi *t* （不停地）嚷嚷的，（不停地）催促的：
gọi ồi ồi 不停地大叫大嚷

ổi *d* [植] 番石榴：quả ổi 番石榴果

ối₁ *d* 胎盘：kiểm tra nước ối 检查羊水

ối₂ *t* 有的是，多得很：thức ăn thì ối 食物多

得是；còn ối việc phải làm 还有大量工作
要做

ối₃ *c* 啊，噢：Ối trời ! 天啊！

ối dào *c* 哎呀：Ối dào, rồi đâu lại vào đấy cả
mà. 哎呀，最后都会办好的。

ôm₁ *đg* ①搂抱，拥抱：ôm con 抱孩子；ôm
nhau 拥抱②怀抱，抱负：ôm chí lớn 胸怀
大志；ôm mộng làm giàu 怀着致富的梦想
d 一抱：một ôm rơm 一抱稻草

ôm₂ *d* [电] 欧姆

ôm ẳm *đg* 搂抱，偎抱

ôm ấp *đg* ①搂抱，抱持：ôm ấp đứa con vào
lòng 怀抱幼儿②抱负，怀抱：ôm ấp mộng
văn chương 怀抱文学梦

ôm chầm *đg* 紧抱：Cháu bé chạy lại ôm chầm
lấy mẹ. 孩子跑过来紧抱着妈妈。

ôm chân *đg* 抱粗腿：ôm chân ấp bóng 趋炎
附势

ôm đồm *đg* 包揽，包办：ôm đồm nhiều chức vụ
包揽很多职务；Tính anh ấy hay ôm đồm. 他
总喜欢大包大揽。

ồm ồm [拟]（低沉不清的声音）：giọng ồm
ồm 低哑的声音

ồm ỗm [拟] 嗡嗡：giọng nói ồm ỗm 嗡嗡的说
话声

ồm ộp=ộp ộp

ốm₁ *t*；*đg* 患病，害病，生病：bị ốm mấy ngày
rồi 生了好几天病；xin nghỉ ốm 请病假

ốm₂ *t* [方] 瘦

ốm đau *t*；*đg* 病痛：Mang theo thuốc phòng khi
ốm đau. 随身带药，以防生病。

ốm đòn *t* 倒霉的，挨棒子的：Không nghe lời
thì chỉ có mà ốm đòn. 不听话就只有挨棒
子的份了。

ốm nghén *t* 害口的，害喜的，妊娠反应的：Chị
ấy bị ốm nghén. 她害喜了。

ốm tương tư *đg* 害相思病：Mới xa nhau 2 ngày
đã ốm tương tư rồi. 刚分开两天就害相思
病了。

ốm yếu *t* 瘦弱多病: sức khoẻ ốm yếu 身体瘦弱多病

ôn₁ [汉] 温 *t* 温和, 温暖: ôn đới 温带 *đg* 温习, 重温: ôn bài 温习功课; ôn cố tri tân 温故知新

ôn₂ [汉] 瘟 *d* 瘟: ôn dịch 瘟疫

ôn₃ *d* 小东西: ôn con 小家伙

ôn đái [旧]=ôn đới

ôn độ kế=nhiệt kế

ôn đới *d* 温带

ôn hoà *t* 温和: tính tình ôn hoà 性情温和; khí hậu ôn hoà 气候温和; phái ôn hoà 温和派

ôn luyện *đg* 练习, 温习: Ôn luyện để thi tay nghề. 练习以便参加技术考试。

ôn nhã *t* 温雅: tính tình ôn nhã 性情温雅

ôn tồn *t* 温存, 温婉

ồn₁ *t* 嘈杂, 喧闹, 聒噪: Ngoài nhà ồn quá, đóng cửa lại. 外面太吵, 把门关起来。

ồn ã *t* 嘈杂, 喧闹: Tin mừng làm lớp học ồn ã cả lên. 好消息使整个教室喧闹起来。

ồn ào *t* 聒噪, 闹闹嚷嚷

ồn ĩ=ồn ã

ổn [汉] 稳 *t* 安稳, 稳妥, 稳当, 妥当: mọi việc vẫn ổn 一切正常; Việc này đã ổn. 这事已搞定。

ổn áp *d* 稳压器

ổn định *t* 稳定: đời sống ổn định 生活稳定; bệnh tình đã ổn định 病情已稳定 *đg* 稳定: ổn định giá cả 稳定物价; ổn định kinh tế vĩ mô 稳定宏观经济

ổn thoả *t* 稳妥, 妥当, 妥帖: giải quyết ổn thoả các mối quan hệ 理顺各种关系; dàn xếp ổn thoả cuộc tranh cãi vợ chồng 妥当处理夫妻吵架; Thu xếp ổn thoả mọi việc, anh ấy mới đi công tác. 处理妥当一切事情, 他才出差。

ọn ẹn *t* 笨重迟钝

ông [汉] 翁 *d* ①祖父, 爷爷; 祖父的第一、第二、第三人称②爷爷 (祖父辈男性的第一、第二、第三人称) ③老翁④先生; 先生的第二、第三人称⑤老子 (不礼貌的自称)

ông ba mươi *d* [口] 山君, 老虎

ông ba phải *d* 好好先生, 应声虫

ông bà *d* ①祖先②祖父母③先生、太太

ông bác *d* 伯父

ông bố *d* 老子, 父亲, 老爹

ông bụt *d* 菩萨

ông cậu *d* 舅父

ông cha *d* ①父亲, 老子②前辈: nối nghiệp ông cha 继承前辈的事业

ông chủ *d* ①老板, 掌柜②主人

ông chú *d* 叔父

ông cố *d* 曾祖父

ông cụ *d* ①老人, 老翁, 老头儿, 老大爷②父亲

ông giời=ông trời

ông mãnh *d* 鳏夫

ông ngoại *d* 外祖父

ông nhạc *d* 岳父

ông nói gà, bà nói vịt 牛头不对马嘴

ông nội *d* 祖父

ông phỗng lồi đít *d* 不倒翁

ông tài *d* 司机

ông táo *d* 灶王爷

ông thần *d* 神, 神仙

ông thầy *d* 先生, 老师

ông thổ thần *d* 土地神

ông tổ *d* 祖先, 先人, 祖宗

ông tơ *d* 月下老人

ông trăng *d* 月亮

ông trời *d* 天老爷, 老天, 天公

ông từ *d* 庙祝

ông vải *d* 祖先

ông xã *d* 老公: Ông xã nhà tôi đi vắng. 我老公不在家。

ông xanh *d* 苍天, 天帝

ông ọc=òng ọc

ổng *đ* 他, 那位先生 (用于第三人称代词, 是对中年男子的尊称)

ống *đ* 管, 筒, 管状物: ống quần 裤腿儿

ống bài hơi *đ* 排气管

ống bộc phá *đ* 爆破筒

ống bơm *đ* ①泵, 打气筒②喷雾器

ống bút *đ* 笔筒

ống cao-su *đ* 橡胶管: ống cao-su sát gạo 磨米胶滚

ống chân *đ* 小腿: bị gãy xương ống chân 小腿骨折

ống chân không *đ* 真空管

ống chẩn bệnh *đ* 听诊器

ống chèn *đ* 套管

ống chỉ *đ* 线轴儿

ống chữ T *đ* 丁字管

ống dẫn *đ* 导管: ống dẫn dầu 输油管; ống dẫn mật 输胆管; ống dẫn nước 水管

ống dây điện *đ* 螺线管

ống dòm=ống nhòm

ống đỗ=ống nhỏ

ống đèn huỳnh quang *đ* 日光灯, 荧光灯

ống điếu *đ* 烟嘴

ống đo nước *đ* 测水计

ống động mạch *đ* 动脉导管

ống giấy cách điện *đ* 绝缘纸管

ống giỏ *đ* 滴管

ống gió *đ* 风管, 风洞

ống gỗ cuốn cúi *đ* (纺织厂用) 粗沙筒管

ống hút *đ* 吸管

ống khoá *đ* 锁头

ống khói *đ* 烟筒, 烟囱: ống khói nhà máy 工厂的烟囱

ống kính *đ* 镜头: ống kính máy quay phim 摄影机镜头; ống kính hoa 万花筒

ống lấy nước thử *đ* 取水样管

ống loa *đ* 喇叭筒, 喊话筒

ống lót *đ* [工] 衬筒

ống lô *đ* (印刷用) 滚筒

ống máng *đ* 水通槽, 槽子, 天沟

ống nghe *đ* ① [医] 听诊器 ②听筒, 耳机, 受话器

ống nghiệm *đ* 试管

ống nhỏ *đ* 滴管

ống nhòm *đ* 望远镜: ống nhòm quân sự 军事望远镜

ống nhổ *đ* 痰盂

ống nói *đ* 话筒, 送话器

ống nước *đ* 水管: ống nước thừa 溢水管

ống phóng=ống nhổ

ống phóng lựu đạn *đ* 掷弹筒

ống phun *đ* 喷管, 喷嘴

ống píp *đ* 烟斗

ống sáo *đ* 箫, 笛

ống soi *đ* 照明管

ống sơn sì *đ* 喷漆筒

ống suốt *đ* 纱锭

ống suốt ngang *đ* 纬纱木管

ống thép liền *đ* 无缝钢管

ống thép không hàn=ống thép liền

ống thoát gió *đ* 排风管

ống thoát hơi *đ* 排气管

ống thổi *đ* 吹管

ống thuỷ tinh *đ* 玻璃管

ống thử=ống nghiệm

ống tiêm *đ* 注射器, 针筒

ống tơi *đ* 绞筒, 绞盘, 辘轳

ống tre *đ* 竹筒, 竹管

ống truyền máu *đ* 输血管

ống vận chuyển ruột gà *đ* 螺旋运输机

ống vôi *đ* (食槟榔用的) 石灰盒

ống xả *đ* 机动车排气管: Nhiều xe máy bị chết máy vì ngập ống xả. 许多摩托车因排气管被水淹而熄火。

ống xi-phông *đ* 虹吸管

ống xoắn *đ* 蛇形管

óp₁ *đ* 一掐: một óp lúa 一掐稻子

óp₂ *đg* ①督押: bị óp về đồn 被押回派出所②

上身,附体:Thánh đã ốp đồng. 神灵附体了。
③贴,挨上,靠上:tường ốp đá hoa 墙上贴
瓷砖

ốp₃ *t* 瘪:lúa ốp 瘪稻子

ốp dột *t* 郁闷的,发愁的:mặt mày ốp dột 满
脸愁容

ốp lát *đg* 铺,贴(砖、石材、木板等):Nền
nhà được ốp lát thật kĩ. 室内地面铺贴很
讲究。

ốp lép *đg* 欺压:Hắn cậy quyền cậy thế ốp lép
người ta. 他依仗权势欺压别人。

ộp ộp [拟] 咕呱(青蛙叫声)

ôsin *d* ①阿信(日本电视连续剧《阿信的故
事》中的人物)②[转] 女佣:thuê ôsin 雇
女佣; làm ôsin 当女佣

Ơ ơ

ơ₁, Ơ₁ 越语字母表的第 19 个字母

ơ₂ *d* 小砂锅：một ơ cá kho 一砂锅鱼

ơ₃ *c* 哟：Ơ! Bạn cũng đến đây à. 哟! 你也来了。

ơ hay=ô hay

ơ hờ *t* 冷淡，漠不关心，无动于衷：thái độ ơ hờ 态度冷淡；ơ hờ với mọi việc 对一切都无动于衷

ơ kìa *c*（表示惊愕、辩解等）

ơ thờ=ơ hờ

ờ *c* 唔，好，嗯

ở *đg* ①住，居住，寓居：ở nhà quê 住在乡下；Hai người ở cùng phố. 两人住在同一条街。②在：ở đây hai ngày 在这两天；Bây giờ anh đang ở cơ quan. 我正在单位里。③留下：kẻ ở người đi 有人走，有人留；Sau khi tốt nghiệp, anh ấy ở lại trường dạy học. 毕业后他留校任教。④待人：ở tốt 待人好；ở hiền gặp lành 善有善报⑤佣工：đi ở 去扛活 *k* ①所在：họp ở hội trường 在礼堂开会；xem phim ở rạp 在影剧院看电影②对，于：tin tưởng ở tương lai 相信未来；hi vọng ở thế hệ trẻ 寄希望于年轻人

ở ác *t* 刻薄，刻毒

ở ẩn *đg* 隐居：ở ẩn trên núi 隐居于山上

ở bạc *đg* 负心，忘恩负义

ở cữ *đg* ①坐月子，分娩期②[口] 生育：ở cữ được cháu trai 生了一男孩

ở dưng=ở không

ở đậu *đg* 寄居，寄寓：ăn nhờ ở đậu 吃人家的，住人家的

ở đợ *đg* 打工，帮佣

ở ê *đg* ①吃住：Chẳng biết ở ê như thế nào? 不知道吃住怎样？②照看，看顾：Dì ghẻ chẳng ở ê gì đến con chồng. 后母从不照顾继子。

ở goá *đg* 寡居，守寡：Cô ấy đã ở goá được 20 năm. 她守寡了二十年。

ở không *đg* 闲居，闲待着：ở không mãi cũng buồn 老是闲待着也是很烦闷

ở lỗ=ở lồ

ở lồ *đg* 裸身，裸体

ở rể *đg* 当上门女婿：Nhà nó nghèo, phải ở rể. 他家里穷，只好当上门女婿。

ở riêng *đg* 分居，分家，自立门户：Con đã lớn rồi cho nó ra ở riêng. 孩子长大了让他自立门户。

ở trần *đg* 赤裸上体

ở truồng *đg* 裸下体，光屁股

ở vậy *đg* 寡居：ở vậy nuôi con 既当爹，又当娘

ở vú *đg* 当奶妈：Nhà nghèo phải đi ở vú. 家里穷只好去给人家当奶妈。

ó₁ *đg* [口] 愣住，呆愣：ó người ra 人愣住了

ó₂ *c* 咳，哎，嗬，喂：Ó đò! 喂! 摆渡的!

ó này *c* 喂，唉（呼唤）

ợ *đg* 呃逆，打嗝：ợ chua 吐酸水；ợ hơi 打冷嗝；ợ no 打饱嗝

ơi *c* 呀，哪，哎，嗳：Mẹ ơi! 妈妈呀! Ơi, em đây! 嗳，我在这儿。

ới *c* ①噢（叹息时发出的声音）：Ới trời ơi! 噢，天啊! ②啊（呼叫）：Mẹ ới! 妈啊!

õm *t* 戏谑的，开玩笑的，逗笑的：Nói õm một câu mà nó cũng giận. 一句玩笑的话他也生气。

õm ờ *t* ①天真烂漫，幼稚：đứa trẻ õm ờ 天真的小孩②语气暧昧的：ăn nói õm ờ 说话暧昧

ớm *t* 背阴：Cây bị ớm nắng. 树缺乏光照。

ơn *d* 恩，恩惠：đáp ơn 报恩 *đg* 知恩，感恩，感谢：ơn Đảng đời đời 世代感谢党

ơn cả nghĩa dày 大恩大义

ơn đức *d* 恩德

ơn huệ *d* 恩惠

ơn ớn *t* 稍微有点的: ơn ớn sốt 发低烧; Ăn mãi một món cũng thấy ơn ớn. 老吃一样菜觉得有点儿腻。

ơn sâu nghĩa nặng 恩深义重

ơn tình *d* 恩情

ớn *đg* ①发冷: ớn lạnh cả xương sống 脊梁骨都发冷②厌腻: Thịt ăn nhiều cũng ớn. 肉吃多了会腻。③ [口] 怕: Ai cũng phải ớn thằng cha đó. 谁都怕这家伙。

ớn lạnh *t* 冷飕飕: cơn ớn lạnh chạy dọc sống lưng 沿脊梁骨往上蹿的一股冷气; Trong người thấy ớn lạnh. 身上觉得冷飕飕的。

ớn mặt *t* 惧怕: đánh một trận cho nó ớn mặt 揍一顿让他惧怕

ớn mình *t* (身体) 微感不适, 不舒服

ớn ớn *t* 微微感到发烧或发冷的

ớt *d* 辣椒: cây ớt 辣椒苗; muối ớt 辣椒盐; ớt tây 柿子椒 *t* 辣味的: cho thêm miếng ớt 加点辣的

ớt bị *d* 菜椒

ớt bột *d* 辣椒面儿

ớt cà chua *d* 茄椒

ớt chỉ thiên *d* 朝天椒

ớt hiểm *d* 小辣椒

ớt mọi=ớt chỉ thiên

ớt ngọt *d* 菜椒

ớt rừng *d* 野山椒

P p

p,P 越语字母表的第 20 个字母

P[化] 磷的元素符号

pa-lăng(palan) *d* 滑轮

pa-nen(panel) *d* 嵌板,预制板

pa-nô(paneau) *d* 路标,广告牌

pa-ra-phin(paraffine) *d* 石蜡

pa tê *d* 午餐肉

pa-ti-nê=ba-ti-nê

password *d* 密码

patanh *d* 溜旱冰,溜冰鞋: sân trượt patanh 溜冰场

patent *d* 专利,专利证书

Pb[化] 铅的元素符号

pence *d* 便士 (英国货币单位, penny 的复数)

penny *d* 便士 (英国货币单位)

peritxoa *d* 橡皮船

peso *d* 比索

pê-đan *d* 脚蹬子,踏脚

pê-đê *d*[口] 同性恋,同性恋者

pê-nan-ti (penalty) *d* 点球,罚点球

pê-ni-xi-lin *d* 盘尼西林

pha₁ *d* 车灯,聚光灯: đèn pha 车灯

pha₂ *d* ①镜头: pha đẹp mắt 精彩的镜头 ②[电] 相: động cơ điện ba pha 三相电动机

pha₃ *d*[乐] 声乐中的第 4 调

pha₄ *đg* ①掺杂,混合: pha nước vào rượu 掺水进酒里②配制,泡,沏: pha chè 沏茶

pha₅ *đg* 剖,切: pha thịt 切肉

pha₆ [汉] 玻

pha chế *đg* 配制: pha chế thuốc 配制药品; công nghệ pha chế 配料工艺

pha lê *d* 白玻璃,超透明玻璃: cốc pha lê 白玻璃杯

pha lửng *đg* ①打诨,调笑 (同 pha trò) ② 旁敲侧击,拐弯抹角,说半截子话: nói pha lửng hoài 老说些令人费解的话

pha phôi=phôi pha

pha-ra *d*[物] 法拉

pha tạp *t* 掺杂的,混杂的,夹杂的: một kiểu kiến trúc pha tạp phong cách Đông Tây 掺杂了东西方风格的建筑样式; Trong chén đã pha tạp nhiều loài rượu. 杯里掺杂了几种酒

pha tiếng *đg* 学别人说话以戏谑

pha trò *đg* 打诨,调笑: Anh ta hay pha trò cho cô ấy cười ầm ĩ. 他常常打诨调笑,让她咯咯笑个不停。

pha trộn *đg* 掺杂,混合: trong lòng pha trộn cả vui lẫn buồn 心中悲喜交加; sự pha trộn nhiều vấn đề 多种问题的纠结

phà₁ *d* 大渡船,渡轮: bến phà 渡口

phà₂ *đg* 呵气: phà ra hơi rượu 喷出酒气

phả₁ *đg* ①喷,吐 (烟气),呵气: phả hơi thuốc 吐烟圈②冒气: Khí lạnh phả từ tường ra. 冷空气从墙里冒出来。

phả₂ [汉] 谱 *d* 谱: tộc phả 族谱; gia phả 家谱

phả phê *t* 满足的,知足的: ăn uống phả phê 酒足饭饱

phá *d* 小海湾: phá Tam Giang 三江海湾

phá₁ [汉] 破 *đg* ①破坏,摧毁: phá cầu 毁坏桥梁; phá nhà cũ đi xây lại 拆掉旧房重建②捣乱,捣蛋: Đang chơi thì nó đến phá. 正玩着他跑来捣乱。③破旧立新: phá kỉ lục thế giới 破世界纪录④开裂: vết thương phá lở 伤口开裂⑤突然爆发: phá lên cười 哄笑起来

phá án *đg* ①破案: Giám đốc công an tỉnh trực tiếp chỉ đạo phá án. 省公安厅厅长亲自指导破案。②翻案,复审

phá bĩnh[口]=phá đám

phá bỏ *đg* 废除,取消: phá bỏ hàng rào thuế quan 打破关税壁垒; phá bỏ một qui định cũ 取消一项旧规定

phá cách *đg* 破格,打破常规

phá cỗ *đg*(中秋时小孩) 聚餐

phá đám *đg*[口] 捣乱,捣蛋,砸场子: phá đám chuyện vui của người ta 搅了人家的好事; Công việc chắc sẽ hoàn hảo nếu anh ta không đến phá đám. 如果他不来捣乱,事情会做得很完好。

phá đề *đg*[旧] 破题

phá gia *đg* 破家,败家: phá gia chi tử 败家子

phá giá *đg* ①贬值,跌价: tiền tệ phá giá 货币贬值; cổ phần bị phá giá 股本跌价②低价,贱价出让: bán phá giá 抛售; chống bán phá giá 反倾销

phá giới *đg*[宗] 破戒

phá hại *đg* 加害,为害: Sâu bọ phá hại mùa màng. 病虫损害庄稼。

phá hoại *đg* 破坏: không nên phá hoại đoàn kết nội bộ 不要破坏内部团结 *t* 破坏性的: hoạt động phá hoại 破坏性活动

phá hoang *đg* 开荒,垦荒: khu đất mới phá hoang 刚开垦的土地

phá huỷ *đg* 摧毁,捣毁,毁坏: Hạ tầng giao thông bị phá huỷ sau vụ động đất. 地震将交通基础设施摧毁了。

phá kỉ lục *đg* 打破纪录

phá lưới *đg*(足球) 破门,进球

phá ngang *đg* ①半途改行: đang học thì phá ngang đi buôn 辍学从商②阻碍,捣乱: Bọn nó giở trò phá ngang. 这帮家伙耍花招捣乱。

phá nước *đg*(常因水土不服) 长疥疮

phá phách *đg* 捣毁,破坏

phá quấy *đg* 捣乱,捣蛋: kẻ hay phá quấy 捣蛋分子

phá rào *đg* 打破樊篱,突破限制: Ngân hàng đã phá rào trong việc cho vay vốn. 银行发放贷款已突破了现行规定。

phá rối *đg* 扰乱,破坏: phá rối trật tự an ninh 扰乱社会治安

phá sản *đg* ①破产: nhiều công ti bị phá sản 许多公司破产②彻底失败: kế hoạch bị phá sản 计划彻底失败

phá tan *đg* 打破,打碎

phá tán *đg* 分散,散发: của cải bị phá tán 财物被散发

phá tân=phá trinh

phá thai *đg* 打胎,堕胎

phá trinh *đg*(女子) 破身,破处

phá vây *đg* 突围: Chỉ còn cách phá vây. 只有突围一个办法。

phá vỡ *đg* 摧毁,捣毁,打破,打碎: không gì phá vỡ nổi 不可摧毁

phác *đg* ①勾画,描绘: nói phác những nét chính 勾画要点②草拟,起草: phác ra bản đề cương 草拟出提纲

phác hoạ *đg* ①打画稿: phác hoạ chân dung 素描肖像②描绘,策划: phác hoạ một kế hoạch quan trọng 策划重要计划

phác thảo *đg* 起草,打草稿,画草图: phác thảo bức tranh 起草一幅画 *d* 草稿: viết lại trên cơ sở bản phác thảo 在草稿的基础上续写

phác thực *t* 质朴,朴实

phách[1] [汉] 拍 *d* ①拍子,拍节: hát lạc phách 唱跑调了②云板,大板: gõ phách 敲云板

phách[2] *d* 试卷的浮签

phách[3] [汉] 魄 *d* 魄: hồn xiêu phách lạc 失魂落魄

phách[4] *t* 骄傲自大: làm phách 摆架子

phách lác *đg* 吹牛,夸夸其谈: Thua đến nơi rồi vẫn còn phách lác. 都快输了还在吹牛。

phách lối *đg* 骄傲自大,骄横

phạch[1] [拟] 噗噗: đánh phạch một cái 噗的一声响

phạch[2] *đg* 翻开,敞开: phạch túi ra xem 翻开

口袋看

phạch phạch [拟] 噗噗: Quạt phạch phạch suốt đêm. 扇子噗噗地扇了一夜。

phai₁ *d* 田间小水坝: đắp phai筑水坝

phai₂ *đg* ① (颜色或香味)减退: áo phai màu 衣服褪色② 磨灭, 消失: Những kỉ niệm tuổi thơ không thể nào phai. 童年的记忆不会忘怀。

phai lạt=phai nhạt

phai mờ *đg* 淡忘, 消退, 消失: Hình ảnh anh ấy đã phai mờ trong kí ức của tôi. 他的形象在我的记忆中已经淡忘。

phai nhạt *t* 磨灭, 淡忘: nỗi nhớ không thể phai nhạt 无法淡忘的记忆; tình yêu không phai nhạt 不可磨灭的爱情

phải₁ *đg* ①受, 遭, 遇: phải gió 中风; phải bệnh 患病②着, 中: Nó nhỡ tay đánh phải người ta. 他失手打着别人。③应该: Tôi phải đi ngay. 我应该走了。Ốm thì phải uống thuốc. 生病就应该吃药。

phải₂ *t* ①正面: mặt phải tấm vải布的正面 ②右边: tay phải右手

phải₃ ①适中: vừa phải正好②对, 正确, 有理: lẽ phải正理; nói phải củ cải cũng nghe 至理之言, 众人皆服

phải biết *p* 之极, 至极, 非常: ngon phải biết 不知有多香; Cô mà mặc áo này thì đẹp phải biết! 你要穿上这衣服, 不知有多美!

phải cách *t* 适当, 对头, 得体: ăn nói phải cách 说话得当

phải cái *p* [口] 不足的是, 只可惜的是: Cô ấy thông minh nhưng phải cái lười học. 她挺聪明的, 只可惜很懒学习。*đg* 动物交尾

phải cái tội *p* [口] 就是, 只是: Cô ta đẹp nhưng phải cái tội hơi lười. 她很漂亮就是有点懒。

phải chăng₁ *t* [口] 适中: giá phải chăng 价钱公道

phải chăng₂ *p* 是吗, 对吗, 是否: Phải chăng

anh ấy không biết gì cả? 他是否什么都不知道?

phải chi *k* 倘使, 倘若, 要是: phải chi tôi biết trước 要是我早知道的话; Phải chi nghe theo ông ấy thì đâu đến nỗi bây giờ. 倘若听他的就不会落到这地步。

phải dấu *đg* 挂彩

phải điều *t* 适当, 适宜 *p* 就是, 只是, 只不过是

phải đòn *đg* 挨鞭子, 挨揍

phải đường *t* 对头, 恰当, 得劲儿

phải giá *t* 价钱公道的

phải gió *đg* ①中风: phải gió lăn ra giữa đường 中风倒在路中央②(骂人话): đồ phải gió 讨厌鬼

phải khi *t* 正当, 正赶上: phải khi khó khăn 正赶上困难时期

phải lẽ *đg* 照理

phải lòng *đg* 倾心, 钟情, 看中: phải lòng cô hàng xóm 看上邻家女孩; Hai người phải lòng nhau. 两人相互倾慕。

phải mặt *t* 准确的, 对症下药的: Uống thuốc phải mặt thì chóng khỏi. 吃对药病就好得快。

phải môn *t* ①对路, 中肯, 靠谱: Nói phải môn thì người ta chịu ngay. 说得中肯别人就服。②对症下药的: bắt thuốc phải môn 对症下药

phải người *t* 正派的, 正路的

phải như *k* 倘使, 要是

phải quấy *t*; *d* 对错, 是非: nói phải quấy cho nó nghe 告诉他对错

phải tội₁ *đg* 遭报应: Làm thế thì phải tội. 这么做会遭报应。

phải tội₂ *k* ①何必: Trời đang mưa to phải tội gì mà đi. 天正下大雨何必要走。②只是, 只不过: Con bé nhanh nhẹn phải tội hơi lắm lời. 这孩子机灵, 只不过有点多嘴。

phải trái *d* 是非, 对错: phân biệt phải trái 分

辨是非

phải vạ *đg* 何苦，凭啥：Phải vạ gì mà làm việc đó? 干吗要干那件事?

phái₁ [汉] 派 *d* 派别：bè phái 派系；phái đối lập 反对派

phái₂ [汉] 派 *đg* 派遣：phái người đi điều tra 派人去调查

phái bộ *d* 特派团，特使团

phái đẹp *d*[口] 妇女界，女性；美女

phái đoàn *d* 特派团，代表团：phái đoàn mậu dịch 贸易代表团；phái đoàn đàm phán đàm phán 判代表团

phái khiển *đg* 派遣

phái mạnh *d* 强者，男子汉

phái sinh *t* 派生，引申

phái uỷ *đg* 委派

phái viên *d* 特派员

phái yếu *d*[口] 弱者，女人

phàm₁ [汉] 凡 *t* ①凡俗的，凡间的：cõi phàm trần tục 尘世；tiên giáng phàm 下凡 仙子②粗俗：ăn phàm 饕餮

phàm₂ *tr* 凡是的，包括在内的：Phàm là những buổi trình diễn thời trang thì giá vé rất đắt. 凡 是时装表演票价都挺贵。

phàm₃ [汉] 帆 *d* 帆：cô phàm 孤帆

phàm ăn *đg* 能吃：phàm ăn tục uống 能吃能喝

phàm lệ *d* 凡例：phàm lệ từ điển 词典凡例

phàm phu *d* 凡夫：phàm phu tục tử 凡夫俗子

phàm trần *d* 凡尘：cõi phàm trần 凡间

phàm tục *d* 凡俗：kẻ phàm tục 俗人一个

phạm₁ *t* 之极的，非常的：đẹp phạm 美极了

phạm₂ [汉] 犯 *đg* 侵犯，触犯，违犯：phạm qui 犯规；phạm sai lầm 犯错误 *d* 犯人：chủ phạm 主犯；tội phạm 罪犯

phạm₃ [汉] 范 *d* 范围：phạm vi 范围

phạm án *đg* 犯案

phạm cấm *đg* 犯禁，违禁：hàng phạm cấm 违禁品

phạm huý *đg* 犯讳：Nói thế phạm huý rồi đấy.

这样说就犯讳了。

phạm lỗi *đg* ①犯错②犯规

phạm luật *đg* 犯规：cầu thủ phạm luật 球员 犯规

phạm nhân *d* 犯人：đưa cơm cho phạm nhân 给犯人送饭

phạm pháp *đg* 犯法，违法：hành vi phạm pháp 违法行为

phạm thượng *đg*[旧] 犯上

phạm tội *đg* 犯罪：phạm tội ăn cướp 犯抢劫 罪；phạm tội giết người 犯杀人罪

phạm trù *d* 范畴：phạm trù lịch sử 历史范畴

phàn nàn *đg* 埋怨，抱怨：phàn nàn về cách nói năng của cấp trên 抱怨领导的说话方式；tính hay phàn nàn 爱发牢骚

phản₁ *d* 床板，铺板：đóng phản 钉木板

phản₂ [汉] 反 *đg* ① 反，反叛：làm phản 造 反；phường phản dân hại nước 叛国害民 之徒②逆向，相反：phản tác dụng 反作用； phản khoa học 反科学的

phản₃ [汉] 返 *đg* 返：phản hồi 返回

phản án *đg* 翻案

phản ảnh *đg* 反映，反应：phản ảnh ý kiến 反 映意见；phản ảnh tình hình thực tế ở nông thôn 反映农村的实际情况

phản ánh *đg* ① 体现：Nghệ thuật phản ánh cuộc sống. 艺术体现生活。②反映：Phản ánh tình hình học tập với ban giám hiệu. 向 校务委员会反映学习情况。

phản ánh luận *d* 反映论

phản bác *đg* 反驳：phản bác lại luận điểm đối phương 反驳对方论点；phản bác ý kiến đảng đối lập 反驳反对党意见

phản bạn *đg* 反叛，叛逆

phản biện *đg* ①审定，评估：Hội đồng thẩm định đã phản biện cho đề tài này. 评审委员 会评审了该课题。②答辩：phản biện luận án tiến sĩ 博士论文答辩③论证：phản biện chính sách nhà nước 论证国家政策

phản bội *đg* 反叛, 叛变, 背叛: phản bội tổ quốc 背叛祖国; phản bội bạn bè 对朋友背信弃义; đồ phản bội 叛徒

phản cách mạng *t* 反革命

phản cảm *đg* 反感: lời nói làm người ta phản cảm 让人反感的言论; hình ảnh gây phản cảm 令人反感的形象

phản chiến *đg* 反战: tâm lí phản chiến 反战心理

phản chiếu *đg* 反照, 反射: kính phản chiếu 反射镜

phản chuyển *đg* ①反转②复归, 归还

phản chứng *d* 反证: phương pháp phản chứng 反证法

phản công *đg* 反攻: giai đoạn phản công 反攻阶段; tổng phản công 总反攻

phản cộng hưởng *d* [无] 反谐振

phản cung *đg* [法] 翻供: người tình nghi phản cung 嫌疑犯翻供

phản diện *t* 反面的: nhân vật phản diện 反面人物

phản đế *đg* 反帝: cuộc cách mạng phản đế phản phong 反帝反封建革命运动

phản đối *đg* ①反对: Tôi phản đối ý kiến đó. 我反对这个意见。②抗议: gửi thư phản đối 提交抗议书

phản động *t* 反动: bọn phản động 反动分子; tư tưởng phản động 反动思想

phản động lực *d* 反动力, 反作用

phản gián *đg* ①反间谍, 反特: cơ quan phản gián 反间谍机关②反间: kế phản gián 反间计

phản hồi *đg* ①返回: phản hồi tổ quốc 返回祖国②反馈: tín hiệu phản hồi 反馈信号

phản kháng *đg* ①反抗: sức phản kháng 反抗力量②抗议: lên tiếng phản kháng 声讨

phản kích *đg* 反击: đợt phản kích trước khi rút lui 撤退前的反击

phản loạn *đg* 叛乱, 动乱

phản lực *d* ①反作用力②喷气式飞机 (缩写)

phản nghĩa *t* 反义的: từ phản nghĩa 反义词

phản nghịch *đg* 叛逆: quân phản nghịch 叛军

phản phong *đg* 反封建: nhiệm vụ phản đế và phản phong 反帝反封建任务

phản quang *t* 反光的

phản quốc *đg* 叛国: tội phản quốc 叛国罪

phản tác dụng *đg*; *d* 反作用: Dùng thuốc quá liều sẽ phản tác dụng. 用药过量会有反作用。

phản tặc *d* 叛贼

phản tỉnh *đg* 反省, 反思: tự phản tỉnh 自我反省; phản tỉnh lại quá khứ 反思历史; Anh ta đã phản tỉnh trở về với đồng đội. 他已经反省回到队伍里了。

phản trắc *t* 三心二意的, 容易动摇的

phản ứng *đg*; *d* ①回应: Phản ứng của quần chúng thế nào? 群众的回应如何? ②反应: tiêm thử phản ứng 试针引起反应; phản ứng hoá học 化学反应

phản ứng dây chuyền *d* 连锁反应

phản xạ *đg*; *d* 反射: sự phản xạ của ánh sáng 光反射; thử phản xạ của mắt 眼睛反射试验

phán₁ *đg* ①传示, 传谕: Vua phán hỏi các quan. 皇帝传问大臣。② (以居高临下、高傲的语气) 说: Làm thì không làm, cứ ngồi đấy mà phán. 不干活, 又老在高谈阔论。

phán₂ [汉] 判

phán đoán *đg* 判断: phán đoán ý đồ của địch 判断敌方意图; phán đoán tình hình 判断形势

phán quyết *đg* 判决, 决断: quyền phán quyết 裁决权; người phán quyết cuối cùng 最终的判决者

phán xét *đg* 判断, 评判: sự phán xét của dư luận 舆论的评判

phán sự *d* [旧] 判事，通判

phán xử =xét xử

phạn₁ [汉] 饭 *d* 饭钵：xới cơm vào phạn 装饭到钵子里

phạn₂ [汉] 梵 *d* 梵：chữ Phạn 梵文；Phạn ngữ 梵语

Phạn học *d* 梵学

Phạn văn *d* 梵文

phang *đg* 棒击，捶打，敲打：phang cho mấy gậy 打了几棒

phang ngang *t* 蛮横，不讲理：Ăn nói phang ngang không biết trên dưới, thứ bậc. 说话没大没小。

phang phảng *t* 缥缈，隐约：mùi hoa thơm phang phảng 隐约闻到的花香

phảng *d* 大刈刀

phảng phất *t* 隐约，飘忽，依稀：phảng phất chiêm bao 飘忽如梦；Đôi mắt cô ấy phảng phất nỗi buồn. 她的双眼隐约流露出心中的忧伤。Mùi hoa Ngọc Lan phảng phất. 玉兰花香隐约可闻。

phạng *đg* 棒打：cãi lại bố bị phạng cho một gậy 反驳父亲而被打了一棒

phanh₁ *d* 制动器，车闸：phanh chân 脚刹 *đg* 制动，刹住：phanh xe lại 刹住车

phanh₂ ①袒露，敞开：phanh áo 解开衣服；phanh ngực hở bụng 敞胸露怀②肢解：phanh thây 分尸

phanh chân không *d* 真空制动器

phanh phui *đg* 揭露，暴露：phanh phui một vụ tham nhũng 揭露一桩贪污案

phanh thây *đg* ①五马分尸②杀：thề phanh thây kẻ thù 誓杀仇敌

phành *đg* 敞开，撑开：Phành miệng bao rộng ra để đổ gạo vào. 把麻袋口撑开以便装米。

phành phạch =phạch phạch

phao₁ *d* ①浮标，浮筒，灯标：thả phao 投放浮标②灯碗儿

phao₂ *đg* 捏造：phao tin vịt 造谣

phao₃ [汉] 抛

phao cấp cứu *d* 救生圈

phao câu *d* 禽类尾椎肉

phao danh *đg* 诬蔑，造谣中伤：Người ngay thẳng không sợ ai phao danh. 坦荡正直不怕中伤。

phao đồn *đg* 谣传：Phao đồn rằng anh ấy sẽ lên chức giám đốc sở. 谣传他将当厅长。

phao hiệu *d* 航标

phao phí *đg* 浪费，耗费

phao tang *đg* 栽赃

phao tiếng =phao danh

phao tiêu *d* 浮标

phao tự nhiên *d* 天然浮标

phao vu *đg* 造谣中伤

pháo₁ *d* 屋顶圆形边角

pháo₂ *p* 呼的一下：ăn pháo cái hết 呼的一下吃光了

pháo phào *đg* 喘气：thở pháo pháo 气喘吁吁

pháo₁ [汉] 炮 *d* ①火炮：pháo cao xạ 高射炮②炮（象棋子）

pháo₂ [汉] 炮 *d* 鞭炮，爆竹：đốt pháo 放鞭炮

pháo binh *d* 炮兵

pháo bông =pháo hoa

pháo cối *d* ①迫击炮②冲天炮

pháo đài *d* 炮台，堡垒：pháo đài bay 空中堡垒

pháo đèn *d* 曳光弹，照明弹

pháo đùng *d* 大炮，重炮

pháo hạm *d* 炮舰

pháo hạm

pháo hiệu *d* 信号弹

pháo hoa *d* 花炮, 烟花: bắn pháo hoa 放烟花

pháo sáng *d* 照明弹, 曳光弹

pháo tép *d* 小鞭炮

pháo thăng thiên *d* 钻天龙, 冲天炮

pháo thủ *d* 炮手

pháo xiết *d* 擦炮

pháp₁ [汉] 法 *d* ①法, 法律: quốc pháp 国法; không hợp pháp 不合法 ②法术: pháp đàn 法坛; pháp hiệu 法号; pháp thuật 法术

pháp₂ [汉] 砝

pháp bảo *d* 法宝

pháp chế *d* 法制: nền pháp chế Việt Nam 越南法制体系; ý thức pháp chế 法制意识

pháp danh *d* 法号

pháp điển *d* 法典

pháp định *t* 法定的: tỉ giá pháp định 法定汇率; vốn pháp định 法定资金

pháp độ *d* 法度

pháp gia *d* 法学家

pháp học *d* 法学

pháp lệnh *d* 法令: pháp lệnh dân số 人口法令; pháp lệnh thú y 兽医法令 *t* 法令的: Chỉ tiêu pháp lệnh bắt buộc phải hoàn thành. 法令指标必须要完成。

pháp lí *d* 法理 *t* 法理的: không có cơ sở pháp lí 没有法理基础; các thủ tục pháp lí 各项法律手续

pháp luật *d* 法律: tuân thủ pháp luật 遵守法律; pháp luật dân sự 民事法律

pháp nhân *d* 法人 *t* 法人的: có tư cách pháp nhân 具有法人资格

pháp phật *d* 佛法

pháp quyền *d* 法权

pháp tắc *d* 法则

pháp trị *d* 法治

pháp trường *d* 法场, 刑场

pháp viện *d* 法院

pháp y₁ *d* 法衣

pháp y₂ *d* 法医

phát₁ *d* 发 (指弓箭、枪、炮射击次数): bắn từng phát một 一发一发地打

phát₂ *đg* 掌, 捆, 劈: phát cho nó mấy cái 捆他几下

phát₃ *đg* 刈, 砍除: phát cỏ 刈草

phát₄ *đg* 发给, 分发: phát lương vào cuối tháng 月底发工资

phát₅ [汉] 发 *đg* ①产生, 发生, 生成: lo đến phát ốm 忧虑成疾; tức đến phát khóc 怒极而泣 ②发迹: Anh ta năm nay phát, nhờ nắm bắt tốt thị trường. 他今年发了, 靠的是抓好了市场。 ③发出: phát tin trên đài 在电台上发出消息

phát ách *t* 吃撑的, 撑着的

phát âm *đg* 发音: tập phát âm 练发音

phát ban *đg* [医] 发癍

phát biểu *đg* 发表, 发言, 讲话: phát biểu ý kiến 发表意见; Mời đồng chí Tuấn phát biểu. 请阿俊同志讲话。

phát bóng *đg* 发球: giành quyền phát bóng 争夺发球权; Ai phát bóng trước? 谁先发球?

phát canh *đg* 出租耕地: phát canh thu tô 出租耕地收取地租

phát cáu *đg* 发火, 发怒: Nghe câu ấy anh ta liền phát cáu. 一听这话他就立即发火。

phát chán *đg* 发腻, 生厌

phát chẩn *đg* 发赈, 放赈: phát chẩn thực phẩm cho những người vô gia cư 给无家可归者发放食品

phát dục *đg* 发育: quá trình phát dục 发育过程; thời kì phát dục 发育期

phát dương *đg* 发扬

phát đạt *đg* 兴隆, 发达: làm ăn phát đạt 生意兴隆; Năm nay anh phát đạt rồi. 今年你发达了。

phát điện *đg* 发电: nhà máy phát điện 发电厂

phát động *đg* 发动: phát động quần chúng 发动群众; phát động phong trào xoá nạn mù chữ 掀起扫盲运动

phát ghét *đg* 憎恶

phát giác *đg* ①发觉②检举, 告发, 揭发: bị quần chúng phát giác 被群众举报

phát giận *đg* 发怒

phát hạch *d*[医] 淋巴结肿大

phát hành *đg* 发行: phát hành công trái 发行公债; Số lượng phát hành của báo này rất lớn. 该报的发行量很大。

phát hiện *đg* 发现: phát hiện có người đi lại trong bóng tối 发现有人在黑暗中走动; phát hiện chân lí 发现真理

phát hoả *đg* 开火, 着火, 起火: các chiến sĩ phát hoả đồng loạt 战士们一齐开火; căn nhà phát hoả đột ngột 房屋突然起火

phát hoàn *đg* 发还, 退还

phát huy *đg* 发挥, 发扬: phát huy sở trường 发挥特长; phát huy tinh thần phấn đấu gian khổ 发扬艰苦奋斗精神

phát kiến *đg*; *d* 发现

phát lộ *đg* 暴露, 显露, 显现: thiên tài mới phát lộ 天赋刚显露

phát lưu *đg* 发配, 流放, 充军: bị phát lưu nơi biên ải 被发配到边塞

phát mại *đg* 发卖, 拍卖: phát mại tài sản thế chấp để thu nợ 拍卖质押物品以抵债; phát mại hàng nhập lậu 拍卖走私品

phát minh *đg*; *d* 发明: sáng chế phát minh 发明创造; một phát minh có ý nghĩa đặc biệt 有特殊意义的发明

phát ngôn *đg* 发言: người phát ngôn 发言人

phát nguyên *đg* 发源: Con sông này phát nguyên từ nước ngoài. 这条河发源于国外。

phát nguyện *đg* 许愿

phát phì *đg* 发胖, 发福

phát phiền *đg* 发烦, 生烦, 生厌

phát quang₁ *đg* 发光

phát quang₂ *đg*(将树木) 伐光: phát quang một vùng đồi cây 伐光一个坡上的树

phát rầu *đg* 发愁

phát sinh *đg* 发生, 产生, 出现: tình huống mới phát sinh 新发生的情况; vấn đề mới phát sinh 新出现的问题

phát sốt *đg* 发烧

phát tác *đg* 发作: Chất độc đã phát tác trong cơ thể. 毒素已在体内发作了。

phát tài *đg* 发财: Đợt này anh phát tài rồi. 这次你发财了。

phát tán₁ *đg* 散发, 散播: phát tán truyền đơn 散发传单

phát tán₂ *đg*[医] 发散: vị thuốc phát tán 发散药

phát tang *đg* 发丧, 出殡

phát thanh *đg* 播音, 广播: đài phát thanh 广播电台; phát thanh viên 广播员

phát thuỷ *d* 开始, 伊始, 开端

phát thuỷ phát hoả *đg* 大发脾气, 大发雷霆

phát tích *đg* 发迹: Bà ấy phát tích từ khi làm môi giới buôn bán địa ốc. 她从事房地产中介时发迹了。

phát tiết *đg* 发泄

phát triển *đg*; *t* 发展, 发达: kinh tế phát triển 经济发展; phát triển nông nghiệp 发展农业; nhà nước phát triển 发达国家

phát tướng *đg* (身体) 发福

phát vãng *đg* ①流放②流浪, 盲流: kẻ phát vãng 流浪汉

phát xạ *đg* 发射

phát-xít(faxit) *d* 法西斯, 法西斯主义

phát xuất=xuất phát

phạt₁ [汉] 伐 *đg* 砍 伐: phạt mấy cành cây sà thấp xuống lối đi 砍掉垂到人行道的树枝

phạt₂ [汉] 罚 *đg* 罚: trừng phạt 惩罚; thưởng phạt công minh 赏罚分明; xử phạt hành chính 行政处罚

phạt đền *đg*[体] 罚点球

phạt gián tiếp *đg* [体] 罚间接任意球

phạt góc *đg* [体] 罚角球

phạt mười một thước=phạt đền

phạt rượu *đg* 罚酒

phạt tiền *đg* 罚钱，罚款

phạt trực tiếp *đg* 罚直接任意球

phạt vạ *đg* 处罚，科罚

phau *t* 纯白的：trắng phau 雪白

phau phau=phau

phay₁ *d* 地壳断层

phay₂ *d* 耙 *đg* 耙：phay đất để chuẩn bị cấy 耙地准备播种

phay₃ *đg* 铣削

phay₄ *t* [方] (肉) 切或撕薄细的：thịt heo phay 薄片猪肉

phảy₁ *đg* (用扇子) 扇动

phảy₂ *d* ①逗号②小数点符号

phắc *t* 寂静的：đêm khuya im phắc 更深夜静；Trong phòng lặng phắc, nghe được tiếng thở. 屋里寂静得听到呼吸声。

phắc phắc=phắc

phăm phăm *p* 气势凶猛地，勇猛地

phăm phắp *t* 齐刷刷：biểu diễn các động tác đều phăm phắp 表演动作做得齐刷刷的

phăn *đg* ①寻，随着：phăn dây kéo lưới 寻线 拉网②追踪，跟踪，追查：phăn cho ra kẻ cướp 追查盗贼 *p* 一下子

phăn phắt *p* 连连地，不停地：Ai nói nó đều chối phăn phắt. 不管谁说他都一概拒绝。

phăn tới *đg* (趁机) 追问：Anh ta mới nghe đã phăn tới để hỏi. 他刚听说就趁机凑过 来追问。

phắn *đg* (极快地) 离开，消失：Tụi nó phắn hết rồi. 这帮家伙早就消失得无影无踪了。

phăng₁ *đg* 寻摸，寻查：phăng ra mối 寻查到 头绪

phăng₂ *p* 干脆地：làm phăng đi cho xong 干 脆一下子搞完；Chiếc cầu tre bị lũ cuốn phăng. 竹桥被洪水一卷而去。

phăng phắc *t* 寂静无声，静悄悄：Cả lớp im phăng phắc. 全班静悄悄的。

phăng phăng *p* 迅速地：chạy phăng phăng 迅 速地飞跑；trôi phăng phăng theo dòng nước 随流而去

phăng teo *d* 扑克牌中的两个王 *đg* [口] ① 毙掉，不要，放弃：Chẳng tiếc làm gì, cứ phăng teo đi. 别可惜，把它毙掉算了。② 报销，死光光：Cẩn thận kẻo phăng teo cả lũ. 当心点，要不全都死光光。

phẳng *t* 平，平坦，平整：mặt phẳng 平面； đường phẳng 平坦的道路；hình học phẳng 平面几何

phẳng lặng *t* 平静，宁静

phẳng lì *t* 平滑

phẳng phắn *t* 整齐，平整：Áo quần là phẳng phắn. 衣服熨得很平整。

phẳng phiu *t* 平整，平坦：Sân lát xi măng rất phẳng phiu. 铺了水泥的场地很平坦。

phắp phắp *t* 动作整齐划一的

phắt *p* 迅速地，干脆地：đứng phắt dậy 迅 速地站了起来；Gạt phắt câu chuyện này đi. 干脆把这件事撇开不谈。

phắt phắt=phắt

phặt phèo *p* 火将熄灭：Đốm lửa phặt phèo. 火苗摇摆着快熄灭了。

phầm phập=phập phập

phẩm₁ *d* 颜料，染料：phẩm đỏ 红颜料

phẩm₂ [汉] 品 *d* ①物品：xa xỉ phẩm 奢侈品； ấn phẩm 印刷品；văn phòng phẩm 办公用 品②品级：quan cửu phẩm 九品官③品格： nhân phẩm 人品

phẩm cách *d* 品格：giữ gìn phẩm cách 坚守 品格；phẩm cách thanh cao 洁雅高尚的品 格

phẩm cấp *d* 品级，等级：phẩm cấp hàng hoá 商品等级

phẩm chất *d* 品质，质量：hàng kém phẩm chất 劣等货；phẩm chất con người 人品

phẩm giá *d* 人品；人格：giữ gìn phẩm giá 坚持操守；bị bôi nhọ phẩm giá 人格被玷污

phẩm hàm *d* 品衔，官阶

phẩm hạnh *d* 品行：phẩm hạnh đoan chính 品行端正

phẩm loại *d* 品类

phẩm màu *d* 颜料

phẩm nhuộm *d* 染料

phẩm vật *d* 物品

phẩm vị *d* 品位

phân₁ *d* ①粪：phân bò 牛粪②肥料：ủ phân 沤肥

phân₂ *d* ①厘米：Chiếc bàn dài 90 phân. 桌子长 90 厘米。②分：Vay lãi ba phân. 借钱要还三分利。

phân₃ *d* [汉] 分 *đg* ①分开，划分，区分：khó mà phân ai đúng ai sai 难以区分谁对谁错 ②分配，分工：được phân về ban quản lí chợ 被分到市场管理处工作

phân bắc *d* (经沤熟的) 人粪

phân bì *đg* 计较，分彼此：phân bì hơn thiệt 计较得失

phân biệt *đg* 分别，分辨，区别：phân biệt đối xử 区别对待；Hai chị em sinh đôi này khó phân biệt ai là chị ai là em. 这对双胞胎难以分出谁是姐姐，谁是妹妹。

phân bón *d* 肥料：phân bón hoá học 化肥

phân bổ *đg* 分配，分摊：phân bổ tài nguyên 资源配置；phân bổ hạn ngạch 分配配额

phân bố *đg* ①分布：phân bố nhân khẩu 人口分布②分配：phân bố lực lượng lao động 分配劳动力

phân bua *đg* 辩解，申明，解释：cố gắng phân bua cho việc làm của mình 百般为自己的所为辩解

phân cách *đg* 分隔，分离：dải phân cách 隔离带；Con sông phân cách hai làng. 河流将两个村庄分开。

phân cấp *đg* 分级：phân cấp quản lí 分级管理

phân chất *đg* 分析：phân chất một mẫu quặng 分析矿产样品

phân chia *đg* 分配，分派，划分，分割：phân chia tài sản 分配财产；phân chia công việc 分派工作；phân chia giai cấp 划分阶级

phân chuồng *d* 圈粪，厩肥

phân công *đg* 分工：được phân công làm thư kí 分派做秘书工作

phân cư *đg* 分居

phân cực *d* ① [理] 分极，偏极② [电] 成极作用

phân đạm *d* 氮肥

phân định *đg* 划分，划定：phân định ranh giới 划定边界

phân đoàn *d* 团支部：họp phân đoàn 团支部开会

phân đoạn *d* 小段：Công trình gồm các phân đoạn khác nhau. 工程由几个不同的小段组成。

phân đội *d* 分队：phân đội trinh sát 侦察分队

phân giải *đg* ① 调解：phân giải chuyện bất hoà 调解纠纷② 分解：chất hữu cơ phân giải thành chất vô cơ 有机物分解成无机物

phân giới *đg* 分界，划界：đường phân giới giữa hai tỉnh 两省分界线；phân giới cắm mốc (两国边界) 勘界立碑

phân hạch *đg* 核裂变

phân hạng *đg* 划分等级：phân hạng các sản phẩm 产品分类

phân hoá *đg* ①分化，瓦解：phân hoá kẻ thù 瓦解敌人；Sự phân hoá giàu nghèo ngày càng rõ rệt. 贫富分化日益明显。② (物质) 分解，风化：Đá bị phân hoá thành đất đỏ. 石头被分解成红土。

phân hoá học *d* 化学肥料，化肥

phân huỷ *đg* 分解

phân hữu cơ *d* 有机肥

phân khối *d* ①立方厘米②机动车汽缸体积

phân kì *đg* 分期

phân lân *d* 磷肥

phân lập *đg* 分立: thuyết tam quyền phân lập 三权分立理论

phân loại *đg* 分类: phân loại các mặt hàng 将各种商品进行分类

phân lũ *đg* 分洪

phân luồng *đg* (车辆) 分道行驶

phân lượng *d* 分量

phân minh *t* 分明: thưởng phạt phân minh 赏罚分明; tiền bạc phải phân minh 钱要算个分明

phân nhiệm *đg* 明确职责

phân phát *đg* 分发: phân phát quà tặng 分发赠品; phân phát sách giáo khoa cho các em học sinh 分发教科书给学生们

phân phối *đg* 分配: phân phối theo lao động 按劳分配; phân phối kinh phí cho các cơ quan hành chính 分配经费给各行政单位

phân quyền *đg* [政] 分权

phân rõ *đg* 分清, 明辨

phân số *d* 分数: phân số thập phân 十分进分数

phân tách = phân tích

phân tán *đg* ①分散: kinh doanh phân tán 分散经营②不集中: phân tán tư tưởng 思想不集中

phân tâm *đg* 分心

phân thân *đg* ①分身: phép phân thân 分身术 ②融入: Người diễn viên đã phân thân vào nhân vật. 演员融入角色中。

phân tích *đg* ①分析: phân tích rất hợp lí 分析得很合理②分解: phân tích nước thành hi-đrô và ô-xi 把水分解成氧气和氢气

phân tranh *đg* 纷争: thời kì Trịnh Nguyễn phân tranh 郑阮纷争时期

phân trần *đg* 辩解, 分辩: Anh ấy phân trần rằng việc đó hoàn toàn vô tình, không cố ý. 他辩解说那件事情完全是无意的。

phân tử *d* 分子

phân vân *đg* 犹豫不决, 迟疑, 踌躇: phân vân nên làm hay không 该不该做, 踌躇不决

phân vi sinh *d* 有机肥料, 微生物肥料

phân xử *đg* 决断, 处理: phân xử công bình 断事公平

phân xưởng *d* 分厂, 车间

phần₁ [汉] 分, 份 *d* ①部分: phần ít 小部分; năm mươi phần trăm 百分之五十②份儿: để phần 留份儿③本分, 分内: gánh vác một phần 承担一部分; hoàn thành phần việc của mình 完成自己分内工作

phần₂ [汉] 坟

phần cứng *d* 硬件, 硬环境

phần đông *d* 多数

phần lớn *d* 多数, 大部分: Phần lớn học sinh đến từ nông thôn. 大部分同学来自农村。

phần mềm *d* 软件, 软体, 软环境

phần nào *d* 部分, 某种程度: đỡ đau đi được phần nào 减轻了一些疼痛; Anh nói đúng phần nào đó. 你说对了一部分。

phần nhiều *d* 多数, 多半

phần phật [拟] 哗哗 (布匹飘动发出的声音)

phần thưởng *d* 奖赏, 奖品: phát phần thưởng 发奖

phần trăm *d* ①百分之…: tám phần trăm 百分之八②提成, 回扣: Dự án nào anh ấy cũng lấy phần trăm. 什么项目他都拿提成。

phần tử *d* 分子: phần tử trí thức 知识分子

phần việc *d* ①工作, 事务②工序: phần việc đầu 头道工序

phẩn₁ *d* 盖, 罩: phẩn đèn 灯罩

phẫn₂ [汉] 愤

phẫn chí *đg* 愤激: phẫn chí định tự vẫn 愤激想自杀

phẫn khích *đg* 义愤填膺

phẫn nộ *đg* 愤怒: phẫn nộ trước cách làm bất công 面临不公的做法而愤怒

phẫn uất *đg* 愤郁, 愤懑

phấn₁ [汉] 粉 *d* ①脂粉, 香粉: đánh phấn 搽粉②粉笔③花粉或昆虫身上的粉末: phấn hoa 花粉

phấn₂ [汉] 奋 *đg* ①鼓起劲来; 振作: phấn hứng 兴奋②努力: phấn đấu 奋斗

phấn chấn *t* 振奋: tinh thần phấn chấn 精神振奋

phấn đấu *đg* 奋斗: phấn đấu gian khổ 艰苦奋斗; phấn đấu trở thành một nhà khoa học 为成为一名科学家而奋斗

phấn hương *d* 脂粉, 粉黛

phấn khích=phấn kích

phấn khởi *t* 振奋, 兴奋, 兴高采烈: tinh thần phấn khởi 精神振奋; Tôi rất phấn khởi được đến thăm thành phố nổi tiếng này. 我为能参观这座著名的城市而感到很兴奋。

phấn kích *t* 兴奋激昂

phấn miễn *đg* 奋勉

phấn phát *đg* 奋发

phấn rôm *d* 痱子粉

phấn sáp *d*[旧] ①脂粉, 粉黛②化妆品 (同 phấn son)

phấn son *d* 化妆品: mua ít phấn son làm quà 买点化妆品做礼物 *đg* 装扮, 打扮: Đã phấn son gì chưa? 打扮好了吗?

phận₁ [汉] 分 *d*①命运: số phận 命数, 命运; phận ẩm duyên ôi 命途多舛②本分, 分内: phận làm con 做子女的本分

phận₂ [汉] 份: bộ phận 部分; hải phận 领海; không phận 领空

phận sự *d* 分内, 本分, 责任: làm tròn phận sự 尽责任; không phận sự miễn vào 闲人免进

pháp phỏm=pháp phỏng

pháp phỏng *t* 悬心的, 忐忑不安的, 提心吊胆的: Trong lòng tôi pháp phỏng không yên. 我心里忐忑不安。

pháp phới=phất phới

phập [拟] 咔嚓 (利器插入的响声)

phập phập *t* 刚好的, 合适的: Hai đường mộng ăn nhau phập phập. 榫头和榫眼合得紧紧的。

phập phèo *t* 光线忽明忽暗的: Trong đêm tối chỉ thấy phập phèo ánh sáng của điếu thuốc. 黑夜里只看见香烟忽明忽暗的火光。

phập phềnh *đg* 漂浮: Cây chuối phập phềnh trên mặt nước. 芭蕉树在河面上漂浮。

phập phều *đg* 沉浮: Rêu rác phập phều trên mặt hồ. 垃圾在湖面上沉浮。

phập phồng *đg* 一张一缩, 一鼓一瘪: Ngực phập phồng theo nhịp thở. 胸脯随着呼吸节奏起伏。

phập phù *t*[口] 时有时无, 断断续续

phất₁ *đg* 挥, 扬: phất tay 挥手

phất₂ *đg* (迅速) 发财: Làm ăn đã phất. 做生意发了。Phất lên nhờ giá đất tăng vọt. 因地价飙升而暴富。

phất₃ [汉] 拂

phất phơ₁ *đg* 招展, 飘扬: cờ đỏ bay phất phơ 红旗飘扬

phất phơ₂ *t* ①晃荡, 晃悠: Suốt ngày phất phơ ngoài phố. 整天在大街上晃荡。②随便, 敷衍: phất phơ vài việc lặt vặt rồi bỏ đi 随便做些杂事就走了

phất phới *đg* 招展, 飘扬, 飘拂: cờ bay phất phới 旗帜招展

phất phưởng *đg* 漂泊, 飘忽

phất trần *d* 拂尘, 拂子

phật [汉] 佛 *d* 佛: phật kinh 佛经; phật môn 佛门

Phật bà *d* 观音菩萨

Phật đài *d* 佛龛

Phật đản *d* 佛诞

Phật giáo *d* 佛教

Phật học *d* 佛学

phật lòng *dg* 拂意, 不满意: Đừng làm cho người ta phật lòng. 不要让别人不满意。

Phật pháp *d* 佛法

phật phật [拟] (飘拂声)

phật Thích Ca *d* 释迦牟尼佛

phật thủ *d* [植] 佛手

phật tính *d* 佛性

Phật tổ *d* 佛祖

phật tử *d* 佛教信徒

phật tự *d* 佛寺

phật ý *dg* 拂意, 扫兴: Nói cho khéo kẻo người ta phật ý. 说话要巧妙以免拂人家的意。

phẫu₁ *d* 陶瓷瓶; 玻璃瓶

phẫu₂ [汉] 剖 *dg* 解剖, 手术 *d* 手术: trạm phẫu tiền phương 前线手术站

phẫu thuật *dg; d* 手术: phẫu thuật gan 肝脏手术; một ca phẫu thuật 一次手术

phẫu tích *dg* 剖析

phây *t* 白白胖胖: người phây phây 人白白胖胖的

phây phẩy *dg* 微微轻拂: gió nồm phây phẩy 东南风微微轻拂

phẩy₁ *d* ①逗号②小数点 *dg* ①点逗号②点小数点

phẩy₂ *dg* ①拂, 掸: phẩy bụi ở trên trần nhà 掸天花板上的灰尘② (用扇子) 扇动

phẩy tay *dg* 轻轻挥手: phẩy tay từ chối 挥手拒绝

phe₁ *d* 派系, 阵营: phe cấp tiến 激进派; chia làm hai phe 分做两派; phe tả 左派; phe hữu 右派

phe₂ *dg* 倒买倒卖: dân phe 倒爷; đi phe 搞倒买倒卖

phe cánh *d* 派别: Các phe cánh đấu đá nhau. 各派别互相争斗。

phe phái *d* 宗派: hoạt động phe phái 宗派活动

phe phẩy₁ *dg* 轻挥, 轻拂: phe phẩy chiếc quạt trên tay 挥动手上的扇子

phe phẩy₂ *dg* 倒买倒卖

phè *p* (感觉) 极甚, 之极: chán phè 无聊之极; đầy phè 满得要命

phè phè [拟] 呼呼

phè phỡn *t* 恣意, 无节制, 荒淫: ăn tiêu phè phỡn 恣意挥霍

phéc-mơ-tuya *d* 拉链

phen *d* 番, 次: qua bao nhiêu phen thử thách 经历了多少次考验; suýt chết nhiều phen 几番险些丧命

phèn₁ *d* ①明矾, 白矾②明矾状物: đường phèn 冰糖

phèn₂ *d* 绯鲤: cá phèn 绯鲤鱼

phèn chua *d* 明矾, 白矾

phèn phẹt *t* 宽大: mặt phèn phẹt 大脸盘

phèn sống *d* 矾石

phèn the *d* 硼砂

phèn xanh *d* 青矾, 绿矾, 皂矾

phèng *d* 锣

phèng la *d* 铜锣

phèng phèng [拟] 镗镗 (锣声)

phèo₁ *d* 小肠: phèo lợn 猪肠子

phèo₂ *dg* ①冒, 流: phèo bọt mép 流唾沫②一闪而过: gió thổi phèo 一阵风吹过

phèo₃ *t* 无味: nhạt phèo 淡然无味; chán phèo 兴味索然

phép [汉] 法 *d* ①法, 规矩: trái phép 违法; phép nhà 家规②准许, 许可: xin phép 请假; cho phép 准许; được phép 获准③方法④法术: làm phép 作法⑤礼貌: Ăn nói cho phải phép. 言谈要有礼貌。

phép biện chứng *d* 辩证法

phép chia *d* 除法

phép công *d* 公法

phép cộng *d* 加法

phép cưới *d* 结婚手续: làm phép cưới 办结婚手续

phép đặt tên *d* 命名法

phép giải *d* [数] 解法: phép giải bằng đại số

代数解法；phép giải bằng hình học 几何解法

phép hợp thành *d* 合成法

phép khử *d* [数] 消元法

phép nghịch đảo *d* [数] 反演（变换）

phép nghiêm hình nặng [口] 严刑峻法

phép nhân *d* 乘法

phép phối cảnh *d* [数] 远近法

phép quay *d* [数] 旋转法

phép qui nạp *d* 归纳法

phép tắc *d* 法则 *t* 有礼貌的：ăn nói phép tắc 说话有礼貌

phép tính *d* 算法

phép toán=phép tính

phép trừ *d* 减法

phét *đg* 吹牛，胡吹乱侃：Chỉ phét là tài thôi, đừng có phét nữa. 只会吹牛，算了，别吹牛了！

phét lác *đg* 吹牛，夸大其词：Anh ta phét lác gớm lắm! 他吹牛吹得厉害！

phẹt *đg* 流出，淌出：phẹt ra quần 拉到裤子上；nhổ phẹt 吐出

phẹt phẹt *t* 宽大（常读作 phèn phẹt）：mặt phẹt phẹt 大脸盘

phê₁ [汉] 批 *đg* ① 批语：phê mấy chữ vào bài 在卷子上批了几句 ② 批评：Phải có tinh thần phê và tự phê. 要有批评和自我批评精神。③ 评论：phê bình văn học 文学评论

phê₂ *đg* [口] 醉酒；沉醉毒品：Con nghiện đang phê thuốc. 瘾君子正沉醉在毒品带来的兴奋中。*t* 愉悦，爽快：Giọng ca nghe rất phê. 歌声听起来令人陶醉。

phê bình *đg* ① 批评：tự phê bình 自我批评；bị thầy phê bình 被老师批评 ② 讲评，评论：phê bình điện ảnh 影评

phê chuẩn *đg* 批准：phê chuẩn ngân sách 批准财政预算

phê duyệt *đg* 批阅，审阅：Dự án đã được phê

duyệt. 预案已得到审批。

phê điểm *đg* 判分，给分，批卷：phê điểm vào bài vở 在作业本上判分

phê phán *đg* 批判：phê phán tư tưởng bảo thủ 批判保守思想

phê phết *t* 衣服过长：quần áo phê phết 衣服耷拉着

phề phệ=phệ phệ

phế₁ [汉] 肺 *d* [解] 肺：thuốc bổ phế 补肺药

phế₂ [汉] 废 *đg* 废除：bỏ phế 废弃 *d* 废品：phế liệu 废料

phế bỏ *đg* 废除：phế bỏ chế độ cũ 废除旧制度

phế chỉ *đg* 废弃，废止：phế chỉ mấy khoản đầu trong nghị định 废弃协议书中前几项

phế đế *d* [旧] 废帝：phế đế Bảo Đại 废帝保大

phế huyết băng *d* 肺出血

phế liệu *d* 废料：thu góp phế liệu 收集废料

phế mạc *d* 肺膜：viêm phế mạc 肺膜炎

phế phẩm *d* 废品：hạ thấp tỉ lệ phế phẩm 降低废品率

phế tật *d* 残疾：trên người có phế tật 身上有残疾

phế thải *d* 废弃物：kim loại phế thải 金属废弃物；phế thải xây dựng 建筑废料 *đg* 废弃

phế truất *đg* 废黜：phế truất ngôi vua 罢黜帝位

phế trừ=phế bỏ

phệ *t* 肥胖而肌肉松弛的：bụng phệ 大腹便便

phệ phệ *t* 肥胖而笨重的

phếch *p* 发白：cái áo bạc phếch 衣服旧得发白；tóc bạc phếch 头发斑白

phên *d* 竹苇：đan phên 编竹苇

phễn *đg* 抽打：phễn cho mấy roi 抽他几鞭 *t* 前凸：cái bụng phễn ra 肚子都挺出来了

phềnh *t* 鼓胀的，鼓鼓的：ăn no phềnh bụng

吃得肚子鼓鼓的

phềnh phềnh *t* 饱胀的: bụng to phềnh phềnh 大腹便便

phệnh *d* 弥勒佛像 *t* 肥胖: người béo phệnh 大胖子

phệnh phạo *t* 大摇大摆: phệnh phạo ta đây 大摇大摆的样子

phết₁ *d* [方] 逗号: dấu phết 逗号

phết₂ *đg* 抹, 涂, 刷: phết sơn lên vải 在布面上涂油漆

phết₃ *đg* 抽打: phết cho mấy roi 抽几鞭子

phệt *đg* ①抽打: phệt cho một trận 打了一顿 ②涂抹: phệt hồ vào giấy 在纸上抹糨糊 [拟] 扑通: ngồi phệt xuống đất 扑通坐在地上

phêu *đg* 飘荡: nổi phêu 浮荡

phều phào *t* (声音) 虚弱无力的, 不连贯的

phễu *d* 漏斗: lấy cái phễu để rót rượu 拿漏斗来倒酒

phễu than *d* 煤斗

phếu *t* 白: trắng phếu 雪白

phi₁ *d* [动] 蛏

phi₂ [汉] 妃 *d* 妃: cung phi 宫妃

phi₃ *đg* 奔, 飞跑, 飞驰: phi nhanh về nhà kẻo tối 飞跑回家要不天就黑了

phi₄ [汉] 飞 *đg* 飞: phi dao găm 飞刀

phi₅ *đg* 炝锅: Phi tỏi rồi mới bỏ rau muống xuống. 先炝蒜再放空心菜下锅。

phi₆ *đg* 吸食: phi xì ke 吸鸦片

phi₇ [汉] 非 *k* 除非, 非: Phi anh ấy không ai biết. 除了他没人知道。 Việc này phi anh ấy thì không xong. 这件事非他不可。*t* 非: phi lí 无理; thị phi 是非

phi-brô xi măng *d* 石棉瓦

phi cảng *d* 航空港, 机场

phi cầm *d* 飞禽

Phi Châu *d* 非洲

phi chính phủ *t* 非政府的, 民间的: tổ chức phi chính phủ 民间组织

phi chính thức *t* 非正式的: chuyến thăm phi chính thức 非正式访问

phi công *d* 飞行员: áo phi công 飞行服; phi công vũ trụ 宇航员

phi cơ *d* [旧] 飞机: thuỷ phi cơ 水上飞机

phi đoàn *d* ①飞行中队②飞行小组

phi đội *d* 飞行编队

phi hành *đg* 飞行: phi hành gia vũ trụ 宇宙飞行员

phi lao *d* [植] 木麻黄

phi lễ *đg* 非礼

phi lí *t* 非理的, 无理的: ăn nói phi lí 无理的言行

phi lộ *d* 开场白, 前言, 创刊词

phi mã *đg*; *d* 飞驰, 快速: giá cả tăng phi mã 价格骤然飙升; tốc độ phi mã 急速

phi mậu dịch *t* 非贸易的: tài khoản phi mậu dịch 非贸易账户

phi nghĩa *t* 非正义的, 不义的: cuộc chiến tranh phi nghĩa 非正义的战争; của phi nghĩa 不义之财

phi ngựa *đg* 驰骋, 驱马飞奔: phi ngựa vội vã 驱马飞奔

phi phàm *t* 非凡

phi pháp *t* 非法: hành vi phi pháp 非法行为

phi quân sự *t* 非军事的: hành động phi quân sự 非军事行动; khu phi quân sự 非军事区

phi tang *đg* 销毁赃物, 灭迹: Ăn trộm rồi đốt kho để phi tang. 盗窃后纵火烧仓以毁灭罪证。

phi thương bất phú 非商不富

phi thường *t* 非常的: nghị lực phi thường 非常的毅力; sức mạnh phi thường 非一般的力量

phi tiêu *d* 飞镖

phi trình *d* 航程

phi trường *d* 机场

phì₁ *đg* 喷出, 吐出: phì hơi 吐气

phì₂ [汉] 肥 *t* ①肥胖: phì ra 发胖②肥沃:

đất đai phì nhiêu 土地肥沃

phì cười *đg* [口] 失笑，笑得喷饭：Nghe hắn nói thế cô ta phì cười. 听他这么一说，她不禁笑出声来。

phì nhiêu *t* 肥沃：ruộng đất phì nhiêu 肥沃的土地

phì nộn *t* 过分肥胖：người phì nộn 过分肥胖的人

phì phà=phì phèo

phì phèo *đg* [口] (吸烟) 吞云吐雾：Ông ấy ngồi đó phì phèo tẩu thuốc lá. 他老人家坐在那里用烟斗吞云吐雾。

phì phì [拟] 呼呼：Con rắn phun phì phì. 蛇呼呼地吐信子。

phì phị *t* 胖脸颊松弛的

phì phò [拟] 吁吁 (喘气声)：Chưa làm gì đã thở phì phò. 什么都没干就喘吁吁的。

phì phụt [拟] 噗噗 (机器喷气声)：Con tàu phì phụt nhả khói. 火车噗噗地喷着黑烟。

phỉ₁ [汉] 匪 *d* 匪，土匪：bọn phỉ 匪帮

phỉ₂ [汉] 诽 *đg* 诽：phỉ báng 诽谤

phỉ₃ *đg* 啐，唾骂：phỉ nước bọt vào mặt 往脸上啐唾沫

phỉ₄ [汉] 菲

phỉ báng *đg* 诽谤，诬蔑：phỉ báng người lãnh đạo 诽谤领导；phỉ báng bạn bè 诽谤朋友

phỉ đồ *d* 匪徒

phỉ loại *d* 匪类

phỉ nhổ *đg* 唾骂：phỉ nhổ kẻ bất lương 唾骂不良之徒

phỉ sức *t* 尽情，够劲儿：chơi cho phỉ sức 尽情地玩

phí [汉] 费 *d* 费用：phí bảo hiểm 保险费 *đg* 浪费：phí tiền 费的 浪费财物

phí hoài *đg* 虚耗，虚度：phí hoài tuổi xuân 虚度青春；phí hoài công sức 虚耗工夫

phí phạm *đg* 浪费

phí tổn *d* 开销，花费，费用：phí tổn vận chuyển

运输费用；phí tổn đóng gói 包装费用

phị *t* 肥胖，臃肿：béo phị 肥肥胖胖的

phị mặt *đg* 沉下脸儿

phía *d* 方向：phía đông 东方；phía trên 上方；phía ta 我方；phía bán 卖方；phía địch 敌方

phịa *đg* [口] 瞎编，捏造

phích₁ *d* 热水瓶，保温瓶

phích₂ *d* (贴在书报等上的) 标签

phích₃ *d* 插头

phích cắm *d* [电] 插头

phịch [拟] 扑通 (重物落地声)

phịch phịch [拟] 啪啪 (拍打声)

phiếm [汉] 泛 *t* 空泛：nói chuyện phiếm 瞎聊；chơi phiếm 漫游

phiếm chỉ *đg* 泛指：đại từ phiếm chỉ 泛指代词

phiếm luận *đg* 泛泛而谈：cuộc phiếm luận 一场空谈

phiếm thần luận *d* 泛神论

phiên₁ [汉] 番 *d* ① 番，次，趟：thay phiên nhau 轮流；phiên họp này 此次会议 ②番：bên phiên 番邦

phiên₂ [汉] 翻 *đg* 翻：phiên dịch 翻译；phiên án 翻案

phiên₃ [汉] 藩

phiên âm *đg* 音译

phiên ấn *đg* 翻印

phiên bản *d* 翻版

phiên canh *đg* 轮流，轮班

phiên dịch *đg* 翻译：phải phiên dịch cho khách nước ngoài hiểu 要翻译得让外国客人明白 *d* 译员：cử phiên dịch đi với khách nước ngoài 派译员陪同外国客人

phiên hiệu *d* 番号：sư đoàn mang phiên hiệu 127 番号为第一二七师

phiên phiến *t* 差不多，过得去：làm phiên phiến thôi 做得差不多就行了

phiên thuộc *d* [旧] 藩属

phiên toà *d* 庭审: phiên toà sơ thẩm 初审

phiền₁ [汉] 烦 *t* ① 心烦, 烦恼: buồn phiền 烦闷极了; Phiền lắm, vì nỗi con hư. 真烦, 因为担心孩子不成器。② 麻烦: Nếu đến muộn thì phiền quá. 要是迟到就太麻烦了。*đg* 使麻烦, 烦扰: Làm phiền anh đưa quyển sách này cho cô ấy. 麻烦你递这本书给她。Làm phiền bác quá! 太麻烦您了!

phiền₂ [汉] 繁

phiền hà *đg* 烦扰, 繁缛, 繁杂, 烦琐: thủ tục phiền hà 手续烦琐

phiền lòng *đg* 劳神, 操心: Phiền lòng anh giúp tôi việc này. 劳驾帮我这个忙。*t* 烦心: Con hư làm cha mẹ phiền lòng. 浪子让父母烦心。

phiền lụy *đg* 烦累, 劳烦: không muốn nhờ và phiền lụy người ta 不想劳烦别人

phiền muộn *t* 烦闷: tâm trạng phiền muộn 心情郁闷

phiền não *d*; *t* [旧] 烦恼

phiền nhiễu *đg* 烦扰: Quan tham hay phiền nhiễu dân lắm. 贪官常扰民。

phiền phức *t* 繁复, 麻烦: Chuyện này phiền phức lắm. 这件事很复杂。

phiền rầu *t* 烦恼, 愁闷: Em chớ phiền rầu. 你不要烦恼。

phiền toái *t* 烦琐: bày đặt nhiều nghi lễ phiền toái 搞很多烦琐的仪式

phiến₁ [汉] 片 *d* 片, 块: một phiến gỗ 一张木片; một phiến đá 一块石头

phiến₂ [汉] 煽 *đg* 煽: phiến động 煽动

phiến₃ [汉] 扇

phiến diện *t* 片面: quan điểm phiến diện 片面的观点; nhận xét phiến diện 片面的认识

phiến động *đg* [旧] 煽动

phiến hoặc *đg* 迷惑: dùng tà thuyết phiến hoặc lòng người 用邪说迷惑人心

phiến lá *d* 叶片

phiến loạn *đg* 叛乱, 作乱: bọn phiến loạn 叛乱分子

phiến phiến=phiên phiến

phiến quân *d* 叛军, 叛乱武装

phiện *d* 鸦片: bán thuốc phiện 贩卖鸦片

phiết *đg* 涂, 抹, 刷: phiết hồ lên giấy 在纸上涂糨糊

phiệt₁ [汉] 阀 *d* 阀: quân phiệt 军阀

phiệt₂ [汉] 筏

phiêu₁ [汉] 漂 *đg* 漂: phiêu lưu 漂流

phiêu₂ [汉] 飘 *đg* 飘: phiêu tán 飘散

phiêu bạt *đg* 漂泊: phiêu bạt đất khách quê người 漂泊异乡

phiêu dao *đg* [旧] 飘摇

phiêu dạt=phiêu bạt

phiêu dật *t* 飘逸: tâm hồn phiêu dật 飘逸的心魂

phiêu diêu *đg* 飘荡: Giọng hát phiêu diêu trên không. 歌声在空中飘荡。

phiêu du *d* 云游: phiêu du khắp bốn bể 云游四海

phiêu lưu *đg* 冒险, 行险: phiêu lưu quân sự 军事冒险; hành động phiêu lưu 冒险行动

phiêu sinh vật *d* 浮游生物

phiêu tán *đg* 飘散, 离散: anh em phiêu tán 兄弟离散

phiếu₁ [汉] 票 *d* 票, 单据: bỏ phiếu 投票; phiếu cung cấp 供给票; phiếu góp ý 意见书

phiếu₂ *đg* 漂白: tơ lụa phiếu tằm 漂白蚕丝

phiếu bầu *d* 选票

phiếu chống *d* 反对票

phiếu gửi *d* 回执

phiếu nhận *d* 收据, 收条

phiếu thuận *d* 赞成票

phiếu tín dụng *d* 信用证

phiếu trắng *d* 弃权票

phiếu xuất kho *d* 提单, 出库单

phim *d* ① 胶卷 ② 相底; 拷贝 ③ 影片: chiếu phim 放电影; phim chưởng 功夫片; phim

P

hài 喜剧片；phim lồng tiếng 配音影片；phim màu 彩色影片

phim ảnh *d* 电影

phim con heo *d* 色情片

phim đèn chiếu *d* 幻灯片

phim hoạt hoạ *d* 卡通片

phim nổi *d* 三维立体电影

phim sex=phim con heo

phim tài liệu *d* 纪录片

phim thời sự *d* 新闻纪录片

phim truyền hình *d* 电视剧

phim truyện *d* 故事片

phim trường *d* 电影拍摄场地，片场

phim xếch xi=phim con heo

phím *d* 音键，琴键，打字键：phím piano 钢琴键；ấn phím Enter để xuống dòng（电脑键盘上）按回车键另起一行

phin₁ *d* 细布 [同 vải phin]

phin₂ *d* 咖啡过滤壶

phinh phính *t* 脸颊丰满的

phình *t* 鼓胀的，膨胀的，臃肿的：bụng ăn no phình 肚子吃得鼓胀；Bộ máy quản lí ngày càng phình ra. 管理部门日渐臃肿。

phình phịch [拟] 咚咚：chạy phình phịch 脚步声咚咚响

phình phình=phình phính

phỉnh *đg* [口] ① 哄骗，蒙骗：bị người ta phỉnh 被别人骗了 ② 吹捧，奉承：ưa phỉnh 喜欢吹捧

phỉnh gạt *đg* 哄骗，蒙骗

phỉnh mũi *đg*（得到表扬后）飘飘然，翘尾巴，鼻子朝天：Được khen mấy câu đã phỉnh mũi. 得到表扬几句就翘尾巴了。

phỉnh nịnh *đg* 奉承，吹捧：thích nghe những lời phỉnh nịnh 喜欢听奉承话；phỉnh nịnh cấp trên 奉承上级

phỉnh phờ *đg* 吹哄，吹捧哄抬：Phỉnh phờ mãi mà chẳng được gì. 吹捧哄抬了半天什么都没得到。

phỉnh phò=phình

phỉnh phồ=phình

phình *đg* 胀，肿大：chửa phình ra 怀孕肚子大起来

phình phình *t* 臃肿，赘肿：Mặt phình phình. 脸有点儿浮肿。

phính phính *t* 丰颊（同 phinh phính）：má phính phính 脸盘胖胖的

phịu *đg* 板着脸：Bị mắng mặt phịu ra. 挨了骂脸板着。

pho *d* ① 套，部：một pho sách 一套书；pho sách bách khoa 百科全书 ② 尊：một pho tượng phật 一尊佛像

pho-mát（fromage）*d* 奶酪

phò₁ [汉] 扶，辅 *đg* 辅佐：phò vua 辅佐君王

phò₂ [汉] 驸

phò mã *d* [旧] 驸马

phò tá *đg* [旧] 辅佐

phò trợ *đg* 扶助

phó₁ [汉] 副 *d* 副的，副职的，次的：một chánh hai phó 一正两副；cục phó 副局长；phó giáo sư 副教授；phó thủ tướng 副总理

phó₂ [汉] 付 *đg* 托付，交付：phó việc cho anh 托付事情给你

phó₃ [汉] 讣：cáo phó 讣告

phó₄ [汉] 赴：phó nhậm 赴任

phó bản *d* 副本

phó bảng *d* [旧] 副榜，乙榜，探花

phó giám đốc *d* ① 副局长，副司长 ②（银行）副行长 ③ 副经理 ④ 副校长

phó hội *đg* 赴会 *d* 副会长

phó kĩ sư *d* 助理技师，助理工程师

phó mát *d* 干酪

phó mặc *đg* 撒手不管，丢给：phó mặc cho số phận 听天由命；Phó mặc việc nhà cho vợ con. 家里所有事情都丢给老婆孩子。

phó phòng *d* ① 副科长 ② 副处长 ③ 副主任

phó sứ *d* ① 副使 ② 副公使

phó tang *đg* 赴丧

phó thác *đg* 托付, 委托, 交托: phó thác việc nhà 委托家事; Mọi việc đều phó thác cho trợ lí. 一切委托给助理。

phó từ *d* [语] 副词

phóc *p* 敏捷地, 疾速地（跳）: nhảy phóc qua mương 一下就跳过了水沟

phọc [汉] 缚 *đg* 缚

phoi *d* 刨花

phòi *đg* 冒出, 露出: Mồm phòi bọt. 嘴冒泡沫。

phom (form) *d* ①印版, 模板, 样式: làm đơn theo phom A 按 A 式样制作表格②身材: phom người chuẩn 标准身材

phong₁ *d* [医] 麻风: trại phong 麻风病院

phong₂ *d* 封, 包, 盒: mấy phong thuốc lá 几包香烟

phong₃ [汉] 封 *đg* ①封赐, 加封: được phong quân hàm trước niên hạn 提前晋衔②授予, 授衔: phong chức danh giáo sư 授予教授职称

phong₄ [汉] 风, 丰, 锋, 烽

phong ba *d* 风波, 风险

phong bao *d* 赏钱, 红包: đi họp có phong bao 去开会有红包 *đg* 赏封包; 给压岁钱: Ngày Tết phải phong bao cho trẻ em. 过年要给小孩压岁钱。

phong bế *đg* ①封闭: phong bế cửa khẩu 封闭口岸② [医] (打) 封闭, 做封闭

phong bì *d* ①封皮, 信封②红包（同 phong bao）: đưa phong bì cho cô dâu 给新娘红包

phong cách *d* 风格, 作风: có phong cách sống giản dị 简朴的生活风格; phong cách nghệ sĩ 艺术家作风; phong cách sáng tác của nhà văn trẻ 青年作家的创作风格

phong cách học *d* 修辞学

phong cảnh *d* 风景: ngắm phong cảnh 观赏风景

phong cầm *d* 手风琴

phong dao *d* 风谣, 民谣

phong đăng *t* 丰登: ngũ cốc phong đăng 五谷丰登

phong độ *d*; *t* 风度: phong độ đàn ông 男子汉风度; phong độ ung dung 从容的风度

phong hàn *d* 风寒

phong hoả *d* 烽火

phong hoá₁ *d* 风俗习惯: Phong hoá nơi đây rất chất phác. 这里的风俗很淳朴。

phong hoá₂ *đg* 风化: Mảng đá này đã bị phong hoá. 这块石头已被风化。

phong hủi *d* [医] 麻风

phong kế *d* 风速计

phong kiến *d*; *t* 封建: đấu tranh chống phong kiến 反封建斗争; tư tưởng phong kiến 封建思想

phong lan *d* [植] 风兰, 吊兰

phong lưu *t* ①风流: con người phong lưu 风流人物②殷实, 富足, 富裕: cảnh nhà phong lưu 家境殷实

phong nguyệt *d* 风月: tuyết hoa phong nguyệt 风花雪月

phong nhã *t* 风雅: một công tử hào hoa phong nhã 一位豪放风雅的公子

phong nhụy *t* 封蕊的, 含苞未放的

phong phanh *t* ①不准确, 道听途说: nghe phong phanh 风闻②衣着单薄: Mặc phong phanh một chiếc áo thì chịu rét sao nổi? 只穿一件衣服怎么经得住冷?

phong phú *t* 丰富: nguồn tài nguyên phong phú 资源丰富; trí tưởng tượng hết sức phong phú 想象力丰富

phong quang *t* 敞亮: nhà cửa phong quang 房屋敞亮

phong sương *d* [旧] 风霜: dầu dãi phong sương 沐浴风霜

phong tặng *đg* 颁发, 授予: phong tặng danh hiệu anh hùng 颁发英雄称号; phong tặng danh hiệu bà mẹ anh hùng 授予英雄母亲

称号

phong thái *d* 风采, 丰采: Anh ấy có phong thái nghệ sĩ. 他有艺术家的风采。

phong thấp *d*[医] 风湿

phong thổ *d* ① 风土 ② 风水, 水土: không quen phong thổ 水土不服

phong thuỷ *d* 风水: thầy phong thuỷ 风水先生; xem phong thuỷ 看风水

phong tình *t* 风情 *t* 风骚, 轻佻: ánh mắt phong tình 轻佻的眼神

phong toả *đg* 封锁: phong toả mặt biển 封锁海面

phong trào *d* 风潮, 运动: phong trào quần chúng 群众运动; phong trào không liên kết 不结盟运动

phong trần *d* 风尘

phong túc *t*[旧] 丰足

phong tục *d* 风俗: thay đổi phong tục 移风易俗; phong tục tập quán 风俗习惯

phong vân *d* 风云 [转] 机遇, 机会: gặp hội phong vân 风云际会

phong vận *d* 风韵

phong vị *d* 风味

phong vũ biểu *d* 风雨表

phong yên *d* 烽烟

phòng₁[汉] 房 *d* ① 房, 室: phòng ngủ 卧室; phòng làm việc 办公室 ② 处, 科, 室: phòng hành chính 行政处 (科); văn phòng 办公室; trưởng phòng 处 (科) 长

phòng₂[汉] 防 *đg* 防, 预防: dự phòng 预防

phòng₃[汉] 妨

phòng ăn *d* 餐室, 餐厅

phòng bán vé *d* 售票室, 售票处

phòng bệnh *đg* 防病: Phòng bệnh hơn chữa bệnh. 防病胜于治病。

phòng bị *đg* 防备, 预备: phòng bị việc không lành 预防不测

phòng cháy *đg* 消防: tiêu chuẩn phòng cháy chữa cháy 消防标准

phòng chống *đg* 预防: phòng chống lũ lụt 预防涝灾; phòng chống dịch bệnh 预防疾病

phòng dịch *đg* 防疫

phòng đọc sách *d* 阅览室, 图书室

phòng gian *đg* 防奸: công tác phòng gian 防奸工作

phòng giữ *đg* 防守

phòng hạn *đg* 防旱

phòng hoả *đg* 防火

phòng hoá nghiệm *d* 化验室

phòng hộ *đg* 防护: trồng rừng phòng hộ 种植防护林

phòng khách *d* 客厅, 会客室

phòng khám bệnh *d* 诊室, 门诊

phòng không *đg* 防空: tên lửa phòng không 防空导弹; binh chủng phòng không 防空兵

phòng kỉ *d* [药] 防己

phòng lụt *đg* 防涝, 防洪, 防汛

phòng mạch *d* 中医诊室, 诊所

phòng mổ *d* 手术室

phòng ngự *đg* 防御: thời kì phòng ngự 防御阶段; thế phòng ngự 防御态势

phòng ngừa *đg* 防止, 预防: phòng ngừa lũ lụt 预防洪涝

phòng ốc *d* 房屋

phòng sách *d* 书房, 书斋

phòng sấy *d* 烘房, 烤房

phòng sự *d* 房事

phòng thân *đg* 防身, 自卫

phòng thí nghiệm *d* 试验室

phòng thủ *đg* 防守, 防御: phòng thủ biên giới 防守边界; tuyến phòng thủ 防线

phòng thuế *d* 税务所

phòng thương mại *d* 商会, 商会组织

phòng thường trực *d* ① 值班室 ② 传达室

phòng tránh *đg* 预防: phòng tránh HIV 预防艾滋病病毒

phòng triển lãm *d* 展览室, 展览厅

phòng tuyến *d* 防线

phòng vệ *đg* 防卫, 防护

phòng xa *đg* 预防: phòng xa mọi bất trắc 预防各种不测

phòng xếp *d* 套间, 夹壁间, 杂物房

phỏng₁ [汉] 仿 *đg* ①模仿, 仿效: làm phỏng 仿制; Phỏng theo phom này làm cái mới. 按这个式样做个新的。②估摸, 估计: tính phỏng 估算; đoán phỏng 估摸个大概③访: phỏng vấn 采访 *tr* 是不是: Anh chán rồi phỏng? 你烦了是吗? *k* 倘若, 要是: Phỏng chị ta đã đến rồi thì sao? 要是她已经到了, 怎么办?

phỏng₂ *t* (皮肤) 起泡的: Gánh nặng phỏng cả vai. 担子太重, 肩膀都起泡了。

phỏng₃ [汉] 纺, 访

phỏng chiếu *đg* [旧] 仿照

phỏng chừng *đg* 估量, 估计: tính phỏng chừng 大概估算; Anh ấy phỏng chừng cũng sắp đến. 他大概也快到了。

phỏng dịch *đg* 意译: Đoạn văn này chỉ cần phỏng dịch. 这段话只需译出大意。

phỏng đoán *đg* 估算, 猜测: Sự việc diễn ra đúng như phỏng đoán. 事情的演变恰如预测。

phỏng độ = phỏng chừng

phỏng sinh học *d* 仿生学

phỏng theo *đg* 仿照

phỏng tính *đg* 估算

phỏng vấn *đg* ①采访: Phóng viên đã phỏng vấn người thắng cuộc. 记者采访了获胜者。② (求学、求职等) 面试: Cô ấy đã giành được cơ hội phỏng vấn. 她获得了面试的机会。

phóng₁ [汉] 放 *đg* ①扩大, 放大: máy phóng 放大机; Mẫu tế bào được phóng lên gấp trăm lần dưới kính hiển vi. 细胞在显微镜下被放大了上百倍。②放: phóng tay 放手; giải phóng 解放

phóng₂ *đg* 临摹, 模拟: vẽ phóng 临摹作画

phóng₃ *đg* ①投掷, 放射: phóng lao 掷标枪; bệ phóng tên lửa 导弹发射架②飞驰, 飞奔: phóng một mạch về nhà 一口气飞跑回家; Phóng xe máy trên phố nguy hiểm lắm. 在街上飙摩托车很危险。

phóng₄ [汉] 访

phóng đại *đg* ①放大, 扩大: phóng đại tấm ảnh 放大照片②夸大: phóng đại thành tích 夸大成绩

phóng đãng *t* 放荡, 放纵: lối sống phóng đãng 放纵的生活方式

phóng đạt *t* 放达

phóng điện *đg* 放电: thiết bị phóng điện 放电设备; hiện tượng phóng điện 放电现象

phóng hoả *đg* 放火

phóng hồi *đg* 放回, 释放

phóng khoáng *t* 旷达, 豪放: tính phóng khoáng 性情豪放

phóng mạng = bạt mạng

phóng pháo *đg* 轰击, 轰炸: máy bay đang phóng pháo 飞机在轰炸

phóng sinh *đg* 放生

phóng sự *d* 纪实报道, 通讯, 报告文学: phóng sự điều tra 调查纪实

phóng tác *đg* 仿作, 模仿写作

phóng tay *đg* 放手做, 大胆干: phóng tay mua sắm 放手采购; phóng tay quét thẻ tín dụng 放手刷信用卡

phóng thanh *đg* 扩音: máy phóng thanh 扩音机

phóng thích *đg* 释放: phóng thích tù nhân 释放犯人

phóng túng *t* 放纵, 无拘无束

phóng uế *đg* 随地大小便: Cấm phóng uế bừa bãi! 禁止随地大小便!

phóng viên *d* 记者: phóng viên nhiếp ảnh 摄影记者; phóng viên thường trú 常驻记者

phóng xá *đg* 赦免, 释放: phóng xá tội phạm 赦免罪犯

phóng xạ *đg* 放射: tia phóng xạ 放射线

phót *p* 腾地: nhảy phót một cái 腾地一跳

phọt *đg* 喷射, 喷溅: phọt nước 喷水

phọt phẹt *t* ①半桶水的, 一知半解的: Tiếng Anh cũng biết phọt phẹt vài câu chào hỏi. 英文也就一知半解的会几句问候语。② 差劲的, 不咋样的: làm ăn phọt phẹt sinh ý 做得不咋样

photo lap *d* 照片冲印室

photocopy (phô-tô-cóp-py) *đg* 影印, 复印

phô₁ [汉] 铺 *đg* ①显露: cười phô cả hàm răng trắng muốt 笑得露出一口雪白牙齿②炫耀, 夸耀: Cô ta phô với tôi là cô sắp lấy chồng. 她向我炫耀说她快嫁人了。

phô₂ *t* 夸张, 高调: lối thể hiện hơi phô 表现方式比较夸张; Lối sống của cô ấy hơi phô. 她的生活方式比较高调。

phô₃ *d* 诸位: phô bà 各位太太

phô bày *đg* ①陈列, 摆列, 敷陈②表白, 暴露③炫耀: phô bày tài hoa 炫耀才华

phô diễn *đg* 体现, 表现: cách phô diễn 表现方法

phô mai *d* [方] 奶酪

phô phang *đg* [口] 炫耀, 显摆: phô phang sự giàu có 炫耀财富

phô tài *đg* 显能, 逞能

phô-tô-cóp-py (photocopy) *đg* 复印, 影印

phô trương *đg* 铺张, 显摆: phô trương tài sản 炫富; phô trương lực lượng 耀武扬威

phồ *d* 刈刀

phổ₁ *d* 谱: quang phổ 光谱; phổ nhạc 曲谱

phổ₂ *đg* 拍打: Chim phổ cánh. 鸟儿拍打翅膀。

phổ₃ [汉] 普, 谱

phổ biến *đg* 推广, 传达: phổ biến kinh nghiệm 推广经验; phổ biến nghị quyết của trung ương 传达中央的决议 *t* 普通: nguyên lí phổ biến 普通原理

phổ cập *đg* 普及: phổ cập giáo dục cơ sở 普及基础教育; phổ cập kiến thức tin học phổ 及信息知识

phổ dụng *t* 广为使用的: phần mềm phổ dụng 通用软件

phổ độ *đg* 普度: phổ độ chúng sinh 普度众生

phổ hệ *d* 族系, 族谱

phổ kế *d* 光谱测量器

phổ niệm *d* 普遍现象

phổ quát *t* 普遍: hiện tượng phổ quát 普遍现象

phổ thông *t* 普通: trường trung học phổ thông 普通中学; kiến thức phổ thông 常识

phố₁ *d* 街道: đi phố 上街; phố Điện Biên Phủ 奠边府街

phố₂ [汉] 浦, 圃, 铺

phố phường *d* 街市, 街坊

phố thị *d* [旧] 城市; 城镇

phố xá *d* 街道

phốc₁ *p* 疾速地, 敏捷地: đá phốc một cái 飞起一脚

phốc₂ [汉] 仆, 扑, 蹼

phôi₁ [汉] 胚 *d* 胚胎: phôi bàn 胚叶; phôi bào 胚胞; phôi châu 胚珠

phôi₂ [汉] 坯 *d* 坯子

phôi pha *đg* 褪减, 褪淡

phôi thai *d* 胚胎: Phôi thai phát triển bình thường. 胚胎发育正常。 *đg* 萌芽: Phong trào mới phôi thai. 运动还处于萌芽状态。

phổi *d* 肺: bệnh phổi 肺病; viêm phổi 肺炎; lá phổi 肺叶

phổi bò *t* [口] 没心没肺, 直来直去: tính phổi bò 直肠子性格; Cô ấy bụng dạ phổi bò lắm, nói rồi quên ngay. 她没心没肺, 说完就忘。

phối [汉] 配 *đg* ①交配: phối giống lợn 给猪配种②配套, 配合: phối hợp 配合

phối cảnh *d* (配景) 透视: bản vẽ phối cảnh 透视图

phối chế *đg* 配制

phối hợp *đg* 配合：phối hợp hết sức ăn ý 配合十分默契；phối hợp chặt chẽ 密切配合

phối kết hợp *đg*[口] 配合与结合

phối khí *đg* 配器（乐器）

phối kiểm *đg* 联合检查：phối kiểm giữa bộ đội biên phòng và hải quan 边防部队和海关的联合检查

phối liệu *d* 配料

phối màu *đg* 配色，上色

phối ngẫu *d*[旧] 配偶

phối thuộc *đg* 配属

phôm phốp *t*[口] 白胖 [拟] 噼啪：Các hạt ngô nở phôm phốp trong chảo. 玉米粒在锅里噼噼啪啪响。

phôn (telephone) *đg* 打电话：Có gì phôn ngay về nhà. 有什么就马上打电话回家。*d* 电话：Em xin số phôn anh? 能把你的电话号码给我吗？

phồn₁ *d* 帮，伙：cùng là một phồn trộm cắp 同是一伙盗贼

phồn₂ *đg* 惊走：Nghe tiếng súng đàn trâu bứt dây phồn tuốt vô rừng. 听到枪声，牛群挣脱绳子跑进林子里。

phồn₃ [汉] 繁 *t* 繁：phồn hoa 繁华；phồn thể 繁体

phồn tạp *t* 繁杂

phồn thịnh *t* 繁盛，昌盛：nền kinh tế phồn thịnh 经济繁荣；thời kì phồn thịnh 昌盛时期

phồn thực *đg* 繁殖

phồn vinh *t* 繁荣：kinh tế phồn vinh 经济繁荣；ngày một phồn vinh 一天比一天繁荣

phông *d* ①背景，幕布：múa hát trước phông 在背景前歌舞②底色：ảnh chân dung chụp trên phông sáng màu 彩底肖像照

phông chữ *d*[计] 字体

phồng *đg* ①胀大，鼓起，膨胀：túi căng phồng 口袋鼓鼓的②（皮肤）肿胀，起泡：Mới đào được một lúc tay đã phồng lên. 才挖一

会手就起泡了。

phồng da *d* 水疱疹

phồng phềnh *t* 上沉下浮，漂浮

phồng tôm *d* 虾片：rán phồng tôm 炸虾片

phổng *đg*（鼻子）翘起来，得意忘形：mới khen cho vài câu đã phổng mũi 才夸几句就得意忘形

phổng phao *t* 茁壮：Con bé ngày một phổng phao. 孩子在茁壮成长。

phổng₁ *d*（侍神的）矮胖泥像

phổng₂ *đg* ①抢先：phổng tay trên 捷足先登②碰（麻将用语）

phộng *d* 花生：dầu phộng 花生油

phốp *t* 白净，白皙：da trắng phốp 皮肤白净

phốp pháp *t* 高大魁梧：người phốp pháp 身材魁梧

phốt *đg* 错误，犯错：Anh ta bị phốt nên không được tăng lương. 他犯了错，所以没有提薪。

phốt-phát *d* [化] 磷酸盐

phốt-pho *d* [化] 磷

phơ₁ *d* 陶器坯子，泥胎

phơ₂ *t* 皤然：râu tóc bạc phơ 须发皤然

phơ phất *đg* 飘摇，飘扬

phơ phớt *t* 零星，稀落：Trên đĩa thịt phơ phớt mấy cọng rau mùi. 肉碟里放着零星的几棵香菜。

phơ-răng *d* 法郎（货币单位）

phờ *t* 疲，疲乏：Mệt phờ người ra. 人很疲乏。

phờ phạc *t* 无精打采，憔悴：người phờ phạc vì thiếu ngủ 因睡眠不足而憔悴

phở *d* ①米粉，粉条：quán phở 米粉店；phở bò 牛肉粉；phở gà 鸡肉粉；phở xào 炒粉；chán cơm thèm phở 吃烦了米饭想吃米粉②[转] 情人

phở chua *d* 酸粉

phơi *đg* ①晾晒：phơi nắng 晒太阳；phơi thóc 晒稻谷②揭露，暴露：phơi trần âm mưu 揭露阴谋；vụ việc đã bị phơi trần 事情败

露

phơi áo *đg*[口]（体育比赛）大溃败：Đội chủ nhà bị phơi áo với tỉ số đậm. 主队大比分落败。

phơi bày *đg* 揭露：phơi bày bản chất xấu xa 暴露出丑陋的本质；âm mưu bị phơi bày 阴谋被揭穿

phơi gió *đg* 风干

phơi màu *t* 抽穗的：lúa đã phơi màu 水稻已抽穗

phơi phóng *đg* 晾晒

phơi phới *t* ①飘扬：cờ bay phơi phới 旗帜飘扬②意气风发：tuổi xuân phơi phới 青春飞扬

phơi thây *đg*[口] 暴尸荒野

phới *đg* 开溜，溜走：tìm đường mà phới cho đỡ bẽ mặt 找路开溜省得丢脸

phơn phớt *t* ①浅浅，一点点：phơn phớt đỏ 微红②浅尝辄止：Nó chỉ làm phơn phớt rồi bỏ. 他只做一点点就放弃了。

phởn *t* 乐不可支

phởn phơ *t* 乐滋滋，乐呵呵

phớn phở *t* 喜洋洋：trông mặt phớn phở 脸上喜气洋洋

phớt *đg* ①轻拂，轻垫：Phớt một lớp phấn trên má. 脸上轻扑了一点儿粉。②不理不睬：Ai nói cũng phớt hết. 谁说都不理不睬。 *t* 淡：đỏ phớt 淡红

phớt đều *đg* 不理睬

phớt đời *đg*[口] 厌世，玩世不恭：làm ra vẻ phớt đời 做出玩世不恭的样子

phớt lạnh *t* 冷淡：bộ mặt phớt lạnh 面目冷淡

phớt lờ *đg* 冷眼旁观，不理睬：Phớt lờ coi như không biết chuyện gì. 冷眼旁观装不知道。

phớt phơ *t* 淡薄，依稀，浅淡

phớt phớt *t* 淡淡，浅浅

phớt tỉnh *đg* 冷漠对待，冷酷：Phớt tỉnh như không hề liên quan. 冷漠处之，像和自己无关。

phu₁ [汉] 夫 *d* ①夫：trượng phu 丈夫；phu thê 夫妻；phu tử 夫子②民夫，劳役：phu làm đường 修路工

phu₂ [汉] 敷

phu dịch *d* 赋税，劳役：phu dịch nặng nề 赋役沉重

phu nhân *d* 夫人：đệ nhất phu nhân 第一夫人

phu phen *d* 夫役

phu phụ *d* 夫妇

phu quí phụ vinh 夫贵妇荣

phù₁ [汉] 浮 *đg* 浮肿，肿痛：người bị phù 身体浮肿；phù chân 脚肿

phù₂ [汉] 扶，辅，蜉，芙，符

phù chú *d* 符咒

phù danh *d* 浮名，虚名

phù dâu *d* 伴娘，女傧相

phù du *d*[动] 蜉蝣

phù dung *d* 芙蓉

phù điêu *d* 浮雕

phù đồ *d*[宗] 浮屠：Dù xây nhiều cấp phù đồ, không bằng làm phúc cứu cho một người. 救人一命胜造七级浮屠。

phù hiệu *d* ①符号②徽章，胸章；袖章；领章

phù hoa *t* 浮华

phù hộ *đg* 保佑，护佑：nhờ trời phù hộ 老天保佑；tổ tiên phù hộ 祖先保佑

phù hợp *đg* 符合：Nội dung và hình thức phù hợp với nhau. 内容和形式相符合。Khả năng phù hợp với cương vị. 才能符合岗位。

phù kế *d*[理] 浮计

phù nguy *đg* 扶危

phù phép *d* 法术，伎俩：phù phép trừ tà 驱邪法术；những phù phép của công ti ma "皮包"公司的伎俩

phù phiếm *t* 虚无缥缈

phù phụt [拟] 呼呼（屋顶被风吹的响声）：Gió thổi phù phụt trên mái tranh. 风呼呼地

吹着茅草屋。

phù rể *d* 伴郎,男傧相

phù sa *d* 淤沙,冲积层

phù sinh *d* 浮生

phù tá *d* 辅佐,助理,助手

phù thuỷ *d* 巫师,法师

phù trợ *đg* 扶助

phủ₁ [汉] 府 *d* 府 (旧时省以下县以上行政区域)

phủ₂ [汉] 府 *d* 府,署: phủ thủ tướng 总理府

phủ₃ *đg* 覆盖,遮盖,掩盖,铺盖: phủ khăn trải bàn 铺桌布; Tuyết phủ mặt đất. 雪覆盖了大地。

phủ₄ [汉] 斧 *d* 斧头: đao phủ 刀斧

phủ₅ [汉] 俯,否,抚

phủ an *đg* 安抚: phủ an bách tính 安抚百姓

phủ chính *đg* 斧正,修正: phủ chính bài văn 斧正文章

phủ doãn *d* [旧] 府尹

phủ dưỡng *đg* 抚养

phủ đầu *đg* 抢先机,迎头: đòn phủ đầu 当头一棒; đánh một trận phủ đầu 迎头痛击

phủ định *đg* 否定: phủ định ý kiến cấp trên 否定上级意见; phủ định đề nghị của phân xưởng 否定生产车间的建议

phủ đường *d* 府堂

phủ nhận *đg* 否认: phủ nhận lời khai 否认供词; phủ nhận sai lầm 否认错误

phủ phê *t* [方] 满足,痛快

phủ phục *đg* 俯伏

phủ quyết *đg* 否决: quyền phủ quyết 否决权; phủ quyết đề án bất tín nhiệm nội các 否决内阁不信任的提案

phủ sóng *đg* 电磁波覆盖: vùng phủ sóng (无线电) 信号覆盖区

phủ tạng *d* 五脏六腑

phũ *t* 粗野残暴

phũ phàng *t* 残酷无情

phú₁ [汉] 赋 *d* 赋: ca phú 歌赋

phú₂ *đg* 赋予,给予: sắc đẹp trời phú 天生丽质

phú₃ [汉] 富

phú bẩm *đg* 有天赋,有禀赋

phú cường *t* 富强

phú hào *d* [旧] 富豪

phú hộ *d* [旧] 富户

phú nông *d* [旧] 富农

phú ông *d* [旧] 富翁

phú quí *t* 富贵

phú thuế *d* 赋税

phú thương *d* 富商

phú tính *d* 赋性,天性: phú tính thông minh 天性聪敏

phụ₁ [汉] 负 *đg* 负,辜负: phụ lời ước 负约; phụ lòng 负心; phụ lòng mong muốn 辜负希望

phụ₂ [汉] 附,副 *t* 附带的,次要的,辅助的: tiền tệ phụ 辅助货币; nghề phụ 副业; sản phẩm phụ 副产品 *đg* 辅助,附带: phụ thêm một tay 搭把手帮忙

phụ₃ [汉] 父,妇,辅

phụ âm *d* 辅音

phụ bạc *đg* 负心,薄幸

phụ bản *d* 副本,副版,副刊

phụ biên *d* 副编,副刊

phụ cận *t* 附近的: vùng phụ cận 附近地区; nơi phụ cận 附近地方

phụ cấp *đg*; *d* 补助,补贴,津贴: tiền phụ cấp 补助金

phụ chú *d* 附注

phụ đạo *đg* (课外) 辅导,补课

phụ đề *d* 小标题; 字幕

phụ gia *đg* 附加: chất phụ gia 添加剂 *d* 添加剂: sản xuất phụ gia 生产添加剂

phụ giảng *d* 助教

phụ giúp *đg* 补贴: Đi kiếm thêm để phụ giúp gia đình. 挣外快以补贴家用。

phụ hệ *d* 父系

phụ hoạ *đg* 附和: phụ hoạ ý kiến sai trái 附和错误意见　*t* 陪衬的, 陪伴的: múa phụ hoạ cho ca sĩ 给歌手伴舞

phụ huynh *d* 父兄, 家长: họp phụ huynh học sinh 开家长会

phụ khoa *d*[医] 妇科

phụ khuyết *đg* 补缺

phụ kiện *d* 附件, 零件

phụ lão *d*[旧] 父老

phụ liệu *d* 辅料

phụ lục *d* 附录

phụ mẫu *d*[旧] 父母

phụ nghĩa *đg* 负义

phụ nữ *d* 妇女

phụ phẩm *d* 副产品, 农副产品

phụ phí *d* 附加费

phụ quyền *d* 父权, 父系

phụ rẫy *đg* 遗弃: phụ rẫy vợ con 遗弃妻儿

phụ san *d* (报纸杂志) 副刊

phụ sản *d* 妇产: khoa phụ sản 妇产科; bệnh viện phụ sản 妇产医院

phụ tá *d* 助手 *đg* 辅佐, 辅助

phụ tải *d* 负荷, 载荷

phụ thẩm *d* 陪审员

phụ thu *đg* 附加征收: thuế phụ thu 附加税

phụ thuộc *đg* 附属, 从属, 附庸: sống phụ thuộc vào cha mẹ 依靠父母生活; Ngành nông nghiệp vẫn phụ thuộc vào điều kiện thời tiết. 农业仍靠天吃饭。

phụ trách *đg* 负责: phụ trách tiêu thụ sản phẩm 负责产品销售; người phụ trách 负责人

phụ trội *đg* 额外增加: cước phí phụ trội 额外增加收费

phụ trợ *đg* 辅助

phụ trương *d* 副刊

phụ tùng *d* 配件, 零件: phụ tùng ô tô 汽车零件; phụ tùng thay thế 零备件

phụ từ *d* 副词

phụ tử tình thâm 父子情深

phúc₁ [汉] 福 *d* ①福: có phúc 有福气②善举: làm phúc 做善事 *t* 幸运, 侥幸: Được như vậy là phúc lắm rồi. 能这样就很幸运了。

phúc₂ [汉] 腹, 复, 覆

phúc âm *d* ①回复, 回音② [宗] 福音

phúc ấm *d* 福荫

phúc cáo *đg* 上诉

phúc đáp *đg* (书面) 答复: công văn phúc đáp 公文回复

phúc điện *đg* 复电

phúc đức *d* ①福德: Nhờ phúc đức tổ tiên để lại mà tai qua nạn khỏi. 靠祖先福德化解灾难。*t* ①幸运, 侥幸: Được như bây giờ là phúc đức lắm rồi. 能像现在这样就很幸运了。②福善, 仁慈: con người phúc đức 仁慈之人

phúc hạch *đg* 复核

phúc hậu *t* 仁厚, 厚道: khuôn mặt phúc hậu 面相仁慈

phúc khảo *đg* ① [旧] 重考②复查试卷

phúc kiểm *đg* 重新检查: phúc kiểm chất lượng lô hàng cá đông lạnh 重新检查这批冷冻水产货质量

phúc lộc *d* 福禄

phúc lợi *d* 福利: phúc lợi công cộng 公共福利; công trình phúc lợi 福利工程

phúc mạc *d* 腹膜

phúc nghị *đg* 复议

phúc phận *d* 福分, 福气

phúc thẩm *đg* 复审

phúc tra *đg* 复查: làm đơn xin phúc tra lại điểm thi đại học 申请复查高考分数

phúc trạch *d* 福泽

phúc trình *đg* 复呈

phúc xử *đg* 复判, 复审

phục₁ [汉] 伏 *đg* ①伏倒: phục xuống lạy 伏身下拜②埋伏: phục binh 伏兵; phục sẵn để đón đánh địch 埋伏以迎敌

phục₂ [汉] 服 *đg* 佩服: phục tài 服才; tâm

phục khẩu phục tâm 心服口服

phục₃ [汉] 复

phục binh *d* 伏兵 *đg* 埋伏: Dùng kế phục binh để đánh giặc. 用埋伏的办法打击敌人。

phục chế *đg* 复制: phục chế ảnh 复制相片

phục chức *đg* 复职, 恢复职务

phục cổ *đg* 复古: khuynh hướng phục cổ 复古倾向

phục dịch *đg* 服侍: phục dịch người ốm 服侍病人

phục hiện *đg* 再现: Phục hiện cảnh chiến tranh trong phim. 以电影的形式再现战争场景。

phục hoá *đg* 复种, 复耕: khai hoang phục hoá 开荒复种

phục hồi *đg* 回复, 恢复: phục hồi kinh tế 恢复经济; phục hồi sức khoẻ 恢复健康

phục hưng *đg* 复兴: phục hưng văn hoá truyền thống 复兴传统文化

phục kích *đg* 伏击, 埋伏: phục kích quân địch 伏击敌军

phục lăn *đg* 佩服得五体投地

phục linh *d* [药] 茯苓

phục mệnh *đg* 复命: Quan khâm sai về phục mệnh vua. 钦差回朝复皇命。

phục nghiệp *đg* 复业, 重操旧业

phục phịch *t* 臃肿呆笨

phục sinh *đg* 复生, 复活: Lễ Phục sinh 复活节

phục sức *đg*; *d* 穿戴, 装扮: phục sức cho cô dâu 给新娘化妆

phục thiện *đg* 从善

phục thù *đg* 复仇

phục trang *d* 行头

phục tùng *đg* 服从: phục tùng mệnh lệnh 服从命令: phục tùng cấp trên 服从上级

phục vị *đg* 复位, 复辟

phục viên *đg* 复员: Người lính phục viên về địa phương. 士兵复员回地方。

phục vụ *đg* 服务: phục vụ nhân dân 为人民

服务; phục vụ bệnh nhân 为病人服务

phủi *đg* ①掸, 拂: phủi bụi 掸灰尘 ②推卸: phủi trách nhiệm 推卸责任

phủi tay *đg* 甩手不认: Đã chót làm rồi, định phủi tay hay sao? 做都做了, 想甩手不管吗?

phun *đg* ①喷, 射: phun nước 喷水; ngậm máu phun người 血口喷人 ②吐露: phun hết mọi bí mật 吐出一切秘密

phun phún [拟] 淅淅沥沥: Mưa phun phún. 雨淅淅沥沥地下。

phùn *d* 毛毛雨: mưa phùn 下毛毛雨 *đg* 冒出: phùn nước 冒水

phùn phụt = phụt phụt

phún *đg* 喷涌: nước phún ra ngoài 水喷涌而出

phún thạch *d* 熔岩

phung *d* [方] 麻风: bị mắc bệnh phung 患上麻风病

phung phá *đg* 挥霍无度: phung phá tiền bạc 挥霍金钱

phung phí *đg* 浪费

phung phúng *t* (嘴里含有东西, 腮帮子) 微鼓的

phùng₁ *đg* 膨, 鼓起: má trợn mắt phùng 鼓腮瞪眼

phùng₂ *đg* 相逢: kì phùng đối thủ 棋逢对手

phủng *t* 破: đâm phủng 刺破

phúng₁ [汉] 赗 *đg* 祭奠: đi phúng 前往吊唁

phúng₂ [汉] 讽

phúng điếu = phúng viếng

phúng phính *t* 丰颊: mặt tròn phúng phính 面如满月

phúng phúng = phung phúng

phúng thích *đg* 讽刺

phúng viếng *đg* 吊丧, 吊唁

phụng₁ [汉] 凤 *d* 凤: gác phụng 凤阁

phụng₂ [汉] 奉 *đg* ①侍奉: phụng dưỡng 奉养 ②奉: phụng chỉ 奉旨

phụng hoàng *d* 凤凰

phụng mệnh *đg* 奉命: phụng mệnh triều đình 奉朝廷之命

phụng phịu *đg* 拉长脸, 耷拉着脸: Không được đi theo mẹ đứa bé phụng phịu hờn dỗi. 没能跟妈妈走，孩子满脸不高兴。

phụng sự *đg* 效劳, 服务: phụng sự tổ quốc 为祖国服务

phụng thờ *đg* 供奉

phụp *đg* 落入: phụp vào ổ phục kích 落入埋伏圈

phút *d* ① 分钟: Buổi họp kéo dài 50 phút. 会议持续了50分钟。②一会儿: chờ tôi ít phút 等我一会儿

phút chốc *d* 顷刻, 刹那

phút giây *d* 时刻: những phút giây hạnh phúc 幸福时刻

phụt *đg* 吹, 喷: phụt hơi 吹气 *p* 呼的一声 (迅速、突然): đèn phụt tắt 灯呼的一声灭了

phụt phụt [拟] 呼呼 (吹气声)

phuy *d* 汽油桶

phứa *t* 恣意的, 蛮干的: làm phứa 蛮干; cãi phứa 恣意争吵

phứa phựa=bừa phứa

phức₁ [汉] 馥 *t* 馥郁, 浓郁: thơm phức 香气浓郁

phức₂ [汉] 复 *d* 复数: câu phức 复句

phức hợp *t* 复合的: từ phức hợp 复合词; cấu tạo phức hợp 复合结构

phức tạp *t* 复杂: máy móc phức tạp 复杂机器; tư tưởng phức tạp 思想复杂

phưng phức *t* 馥郁: Mít chín thơm phưng phức. 木菠萝熟了，香气四溢。

phừng *đg* …起来: Mặt đỏ phừng. 脸红起来。Lửa cháy phừng. 火燃起来了。

phừng phực *t* ①炽热: lửa cháy phừng phực 炽热的火焰②红彤彤, 红扑扑: mặt đỏ phừng phực 脸红扑扑

phừng phừng *p* [方] 熊熊烈火, 火势凶猛: Lửa cháy phừng phừng. 火猛烈地烧起来。

phửng *đg* 拂晓, 破晓: trời đã phửng sáng 天已破晓

phươn *d* 幡

phưỡn *đg* 挺, 鼓: phưỡn bụng 鼓着肚子

phướn *d* 旌旗

phương₁ *d* 方 (粒状物量具): một phương thóc 一方稻谷

phương₂ [汉] 方 *d* ①方向: phương nam 南方; đi khắp bốn phương trời 走遍四方②远方: Con cái mỗi đứa một phương. 儿女天各一方。

phương₃ [汉] 方 *d* ①方法: trăm phương nghìn kế 千方百计②药: bốc mấy phương về uống thử 抓几方药回去吃着试试

phương₄ [汉] 芳, 妨

phương án *d* 方案: phương án thi công 施工方案; phương án thực hiện 实施方案

phương cách *d* 方式, 方法: phương cách hoạt động 活动方式; phương cách lãnh đạo 领导方式

phương châm *d* 方针: phương châm chỉ đạo 指导方针

phương danh *d* 芳名

phương diện *d* 方面

phương đông *d* 东方

phương hướng *d* 方向: tìm phương hướng 寻找方向

phương kế *d* 方法, 计策

phương ngôn *d* ①方言②谚语, 俗语

phương pháp *d* 方法: phương pháp dạy học 教学方法; phương pháp công tác 工作方法

phương phi *t* (中年男子) 健壮, 健美

phương sách *d* 措施, 办法, 举措

phương sĩ *d* 方士

phương thuật *d* [旧] 方术

phương thức *d* 方式: phương thức sản xuất

生产方式; phương thức tìm hiểu vấn đề 了解问题的方式

phương tiện *d* 工具, 手段, 媒介: phương tiện lưu thông 流通手段; phương tiện giao thông 交通工具; phương tiện thông tin đại chúng 大众传媒

phương trình *d* 方程式: phương trình chuyển động 运动的方程式

phương trình bậc hai *d* 二次方程式

phương trình hóa học *d* 化学方程式

phương trình khuyết *d* 不完全方程式

phương trình Log *d* 对数方程式

phương trình tích phân *d* 积分方程式

phương trình vô định *d* 不定方程式

phương trời *d* 天之一方: sáng rực một phương trời 照耀一方

phương trượng *d* 方丈 (庙里主持的房间)

phương vị *d* 方位

phương xa *d* 远方: khách phương xa 远方的客人

phường [汉] 坊 *d* ① [旧] 作坊: phường vải 布坊②伙, 帮, 班, 辈: phường hát 戏班③坊, 街坊; 街道办事处 (城市郡以下一级行政单位): các phường trong quận 郡里各坊

phường bạn *d* 同行, 同业: họp phường bạn 同业会议

phường hội *d* 行会

phượng₁ [汉] 凤 *d* 凤: rồng bay phượng múa 龙飞凤舞; phượng cầu hoàng 凤求凰

phượng₂ *d* 凤凰树

phượng₃ [汉] 坊

phượng hoàng *d* 凤凰

phượt *đg* 飞奔, 飞跑: Con trâu cong đuôi phượt ra đồng. 水牛撅起尾巴飞跑到田里去了。

phượu *t* 无根据的, 无事实的: nói phượu 说谎

phứt *p* 迅速地, 干脆地

phụt [拟] 噗 (弦断声)

pi *d* 圆周率 (л)

pi-da (pizza) *d* 比萨饼

piano (pi-a-nô) *d* 钢琴

picnic (píc-níc) *d* 野餐

pin (pile) *d* 干电池: pin mặt trời 太阳能电池; pin nạp điện 充电电池

pít-tông (piston) *d* 活塞: pít-tông bằng 平顶活塞; pít-tông lõm 凹顶活塞; pít-tông lồi 凸顶活塞; pít-tông tròn 圆顶活塞

pla-stic (plastic) *d* 塑料

pop *d* 流行音乐

protein *d* 蛋白质

púp-pê *d* 洋娃娃

Q q

q, **Q**越语字母表的第 21 个字母

qua₁ *đ* 我（男性对晚辈自称）：Qua đi chơi với cậu. 我和你去玩。

qua₂ *đg* ①过，越过：qua sông 过河；cẩn thận khi qua đường 过马路时小心②去，到：qua làng bên ấy gặp bạn 到那边的村子见朋友；qua nhà hàng xóm chơi 去邻居家玩③过，跨过：lật qua trang sau 翻开下一页；nhìn qua cửa sổ 透过窗子看过去④经过：qua bao gian khổ 经过多少艰难困苦⑤过后：qua năm mới 新年过后；qua học tập 通过学习⑥逃过：Mọi việc mờ ám đều không qua được mắt mọi người. 阴暗的事情都逃不过大家的眼睛。*p* 粗略地，大体地：xem qua sổ sách 粗略地看了一下账簿；chỉ nghe qua cũng đủ hiểu 大体一听便足以明白 *k* 通过：kiểm nghiệm qua thực tiễn 经过实践检验；quen biết qua một người bạn 通过朋友认识的

qua₃ [汉] 瓜，戈

qua cầu nào, biết cầu ấy 经一事，长一智

qua cầu rút ván 过河拆桥

qua chuyện *đg* 搪塞，敷衍：làm cho qua chuyện 敷衍了事

qua đò *đg* 过渡口，摆渡

qua đời *đg* 过世，逝世

qua đường *đg* 过路：khách qua đường 过路人

qua lại *đg* ①过往，往来，来来往往：Nơi đây đông người qua lại lắm. 这地方过往的人很多。②相互，互动：ảnh hưởng qua lại 相互影响

qua loa *t* 粗略，马虎，随便：xem qua loa 粗略看看；hỏi thăm qua loa 随便寒暄；qua loa cho xong chuyện 马虎了事

qua mặt *đg* [口] 怠慢：Anh ấy dám qua mặt cấp trên. 他敢怠慢上司。Người khách bị qua mặt. 客人被怠慢。

qua ngày *đg* 度过，虚度，苦熬：sống qua ngày 过一天算一天

qua ngày đoạn tháng 混日子，打发日子

qua phân *đg* 瓜分：Các nước lớn qua phân một nước nhỏ. 众大国瓜分一个小国。

qua quýt=qua loa

qua tay *đg* ①经手②转手：đã qua tay nhiều người 转过很多人的手

qua thì *đg* 混日子，消磨时光

quà *đ* ①零食：ăn quà 吃零食；quà sáng 早点；quà đêm 消夜②礼物，赠品：biếu quà 送礼；quà sinh nhật 生日礼物

quà bánh *d* 饼食，糕点

quà biếu *d* 礼物，礼品，赠品：Đây là quà biếu cho khách hàng. 这是送给顾客的礼物。

quà cáp *d* 礼物，赠品：Chuẩn bị quà cáp đi biếu bạn. 准备礼物送给朋友。

quà ra mắt *d* 见面礼

quà tặng *d* 赠品

quả₁ [汉] 果 *d* ①果实：cây ăn quả 果树；đơm hoa kết quả 开花结果②圆形物：quả đấm 拳头；quả bóng 球③果盒：một quả trầu 一盒槟榔④结果，因果：quan hệ nhân và quả 因果关系

quả₂ *tr* 果然：quả như dự đoán 果然不出所料；nói quả không sai 说得果然不错

quả₃ [汉] 寡

quả báo *d* 因果报应；回报：gặp quả báo 遭到报应

quả bộc lôi *d* 爆破筒

quả cảm *t* 果敢：tinh thần quả cảm 果敢的精神；một người quả cảm 果敢的人

quả cân *d* 秤砣，砝码

quả cật *d* 肾脏，腰子

quả cư *đg* 寡居

quả dại *d* 野果

quả dọi *d* 线锤: quả dọi thợ mộc 木工线锤

quả đấm *d* ①拳头②拳形物: quả đấm cửa 球形门把手

quả đất *d* 地球

quả là *p* 果然是，当真是: Quả là cô ấy đã làm việc này. 果然是她做了这事儿。

quả lắc *d* 摆子: đồng hồ quả lắc 摆钟

quả lừa *d* 骗局: ăn quả lừa 上当受骗

quả nắm *d* 拳头

quả nhiên *t* 果然: Quả nhiên sự thật đúng như thế. 事实果然如此。

quả phụ *d* 寡妇: cô nhi quả phụ 孤儿寡母

quả quyết *t* 果决，果断: hành động quả quyết 果断的行动 *đg* 断言: quả quyết rằng sẽ làm xong sớm 断言将提前完成

quả tạ *d* ①铁球②哑铃

quả tang *d* 现赃，赃物: Kẻ trộm bị bắt quả tang. 窃贼被人赃俱获。

quả thật *p* 果真，确实: Việc này quả thật tôi không biết. 这件事我果真不知道。Quả thật là tôi bất ngờ. 我确实感到很意外。

quả thế *p* 果然如此

quả thực＝quả thật

quả tim *d* 心脏

quả tình *p* 果真: Quả tình lúc đó tôi không nghe thấy tiếng chuông. 当时我果真没听到铃声。

quả vậy＝quả thế

quá [汉] 过 *đg* 超过，超越，逾越: quá tuổi đi học 超过上学年龄; đã quá mười giờ rồi 都过 10 点了; quá hạn 过期 *p* ①太过，过多: nhiều quá 太多了; làm việc quá sức 过度疲劳②之极: Đẹp quá! 太美了 !Cô ấy xinh quá! 她太漂亮了 !

quá bán *đg* 过半: thông qua với số phiếu quá bán 以过半票数通过

quá bộ *đg* 移步，屈尊前来: Mời bác quá bộ sang đây. 请您移步到这边。

quá bội *t* 过倍的，翻番的: sản lượng quá bội 产量翻了一番

quá bữa *t* 错过就餐时间的: Quá bữa nên cô ấy thấy ăn mất ngon. 她因错过就餐时间所以吃起来没胃口。

quá cảm *t*[医] 感觉过敏

quá cảnh *đg* 过境: Hành khách quá cảnh phải kiểm tra hộ chiếu. 过境旅客须检查护照。

quá chén *đg*[口] 过量，喝高: uống rượu quá chén 酒喝多了

quá chừng *p*[口] 过度，过头，之极: Đẹp quá chừng! 太美了 !

quá cố *đg* 身故，亡故，去世

quá cỡ *p* 超过，超出: to quá cỡ 过大了; sợ quá cỡ 怕过头了

quá đà *t* 过头的: vui quá đà 高兴过头; Xe chạy quá đà. 车超速了。

quá đáng *t* 过分，过火: lời nói quá đáng 言辞过分

quá độ₁ *đg* 过渡: thời kì quá độ 过渡时期

quá độ₂ *đg* 过度: ăn tiêu quá độ 挥霍过度

quá đỗi＝quá chừng

quá đời *t* 过分，过火: làm thế là quá đời rồi 这样做太过火

quá giang₁ *d* [建] 房桁，屋梁

quá giang₂ *đg* ①过江，过河②搭便车: Xin quá giang một đoạn đường. 请捎我一段路。

quá giấc *t* 睡太晚，熬太晚: quá giấc nên không ngủ được 睡太晚难以入眠

quá giờ *đg* 过时，过点，超时

quá hạn *đg* 过期，逾期，逾限: nợ quá hạn 逾期欠款; thực phẩm quá hạn 过期食品

quá khen *đg* 过誉，过奖

quá khích *t* 过激: thái độ quá khích 态度过激; hành động quá khích 过激行为

quá khổ *t* 超过规格的

quá khứ *d* 过去，已往: thuộc về quá khứ 已成为过去

quá kì *đg* 逾期，过期

quá lắm *p*[口] 过分,太甚: Một vừa hai phải thôi, quá lắm không ai chịu được. 适可而止吧,太过分谁都受不了。

quá lắm cũng chỉ[口] 至多不过: Nhìn cô ấy quá lắm cũng chỉ 30 tuổi. 看她最多也就30岁。Việc đó quá lắm cũng chỉ hai ngày là xong. 这事最多不过两天就能办妥。

quá lời *đg* 言重: Cô ấy cảm thấy ân hận vì đã quá lời. 她因言辞过分而懊悔。

quá lửa *t* 过火,过头: Cơm nấu quá lửa. 火太大,饭煮糊了。

quá lứa lỡ thì 错过婚龄: thanh niên quá lứa lỡ thì 剩男剩女

quá mạng *t* 过分,过度: ăn xài quá mạng 挥霍过度

quá mức *đg* 过分,过量: đòi hỏi quá mức 过分要求

quá sức *t* 超乎能力,力不能及: Công việc này quá sức anh ấy. 这份工作超出了他的能力。

quá tải *t* 超载: xe chở quá tải 汽车超载; bãi biển quá tải 海滩人满为患

quá tam ba bận 事不过三

quá tay *t* 手重的: đánh quá tay 打得太重了

quá tệ *t* ①坏极的,过分的② (坏) 透顶的

quá thất *d* 过失: những điều quá thất 所有过失

quá thể=quá chừng

quá thời *t* 过时的,不合时宜的

quá trình *d* 过程: quá trình lưu thông 流通过程; quá trình trao đổi 交流过程

quá trớn *t* 过分的,过火的,极端的: đùa quá trớn 玩笑开过火了

quá tuổi *t* 超龄的: phụ nữ quá tuổi 超龄妇女

quá ư *p* 过于: quá ư lạc hậu 过于落后; hành động quá ư tàn nhẫn 行为过于残忍

quạ *d* 乌鸦: Quạ nào là quạ chẳng đen. 天下乌鸦一般黑。

quác [拟] 呱呱 (鸡、鹅等叫声)

quác quác [拟] 呱呱 *đg* 聒噪

quạc₁ *d* 鹭鸶

quạc₂ *đg* 张大嘴: quạc mồm ra chửi rủa 破口大骂

quách₁ *d* 棺椁

quách₂ *p* 干脆,索性: vứt quách đi 干脆扔了

quai *d* ①围子: đắp đường quai 圈围子②提把,把子,系带,系索: đứt quai dép 鞋带断了; quai túi 包的背带 *đg* 圈,筑,围: quai đê lấn biển 围海堤

quai₂ *đg* 抡: quai búa tạ 抡斧子

quai bị *d* 痄腮 (腮腺炎)

quai chèo *d* 桨索,橹绳

quai hàm *d* 下巴,颏

quai nón *d* 笠子带: râu quai nón 络腮胡子

quai xách *d* 提把,提手

quài₁ *đg* 向后伸手或背手: quài tay ra sau lưng để gãi 背手给腰搔痒

quài₂ [汉] 挂

quải *đg*[方] 撒: quải thóc cho gà ăn 撒稻谷给鸡吃

quái₁ [汉] 怪 *d* 怪物: quái quỉ 鬼怪 *t* 奇怪: Quái nhỉ! 怪哉! *tr* 才怪 (强调否定色彩): Sợ quái gì! 怕才怪! Ra cái quái gì! 像个什么样! Ốm đau quái gì, giả vờ đấy! 病什么病,装吧!

quái₂ *đg* 回转,扭转: quái cổ nhìn 回转头看

quái₃[汉] 卦: bát quái 八卦

quái ác *t* 怪恶,恶毒: trò chơi quái ác 恶毒的游戏

quái dị *t* 怪异: chuyện quái dị 怪事

quái đản *t* 怪诞

quái gở *t* 怪僻,古怪: tính quái gở 性情怪僻

quái kiệt *d* 怪杰: một quái kiệt trong giới điện ảnh 电影界的一个怪杰

quái lạ *t*[口] 奇异,奇怪: chuyện quái lạ 怪事儿

quái quỉ *t* 鬼机灵

quái thai *d* ①怪胎,畸胎②怪事,怪物

quái tượng *d* 怪现象

quái vật *d* 怪物

quan₁ [汉] 官 *d* 官: làm quan 做官; quan điền 官田

quan₂ *d* ① [旧] 贯（钱）: Một quan bằng mười tiền. 一贯等于十钱。② [口] 法郎

quan₃ [汉] 棺 *d* 棺材: một cỗ quan 一副棺材

quan₄ [汉] 观 *d* 观念, 思想: nhân sinh quan 人生观

quan₅ [汉] 关 *d* 关: thuế quan 关税; tương quan 相关

quan₆ *d* 鳏

quan₇ [汉] 冠

quan ải *d* [旧] 关隘

Quan âm *d* 观音

quan cách *t* 官架子的, 官气的: ra vẻ quan cách 摆官架子; Anh ấy quan cách lắm. 他的官气很重。

quan chiêm *đg* [旧] 观瞻

quan chức *d* 官员: quan chức địa phương 地方官员

quan dạng *d* 官样, 官僚架子: cố làm ra lối quan dạng 故意摆出官架子

quan điểm *d* 观点: quan điểm toàn cuộc 全局观点; bất đồng quan điểm 不同观点

quan điền *d* 官田

quan gia *d* [旧] 官家

quan hà *d* [旧] 关河 (指边远之地): quan hà nghìn dặm 千里关河

quan hàm *d* 官衔

quan hệ *d* 关系: quan hệ sản xuất 生产关系; quan hệ anh em ruột thịt 胞兄弟关系; quan hệ chặt chẽ với nhau 相互亲密的关系 *t* 重要的: Việc này quan hệ lắm. 这事很重要。

quan họ *d* [乐] 官贺（民歌）: hát quan họ 唱官贺

quan khách *d* 客官, 来宾, 贵宾

quan khẩu *d* 关口, 关隘

quan lại *d* 官吏

quan liêu *d* 官僚 *t* 官僚作风的, 官僚主义的: lối làm việc quan liêu 官僚主义做派

quan lộc *d* 俸禄

quan lớn *d* 大官, 大人, 大老爷

quan ngại *đg* 关注和忧虑, 关切: Tình hình rất đáng quan ngại. 形势值得关切。

quan niệm *d* 观念: quan niệm về nhân sinh 人生观; một quan niệm mới về tình yêu và hôn nhân 一种关于爱情和婚姻的新观念 *đg* 认识, 看法: Anh ấy quan niệm khác với mọi người. 他与大家认识不同。

quan san *d* [旧] 关山 (指边远之地): quan san cách trở 关山阻隔

quan sát *đg* 观察: quan sát viên 观察员; đài quan sát 观察台

quan sơn = quan san

quan tâm *đg* 关心, 关怀: quan tâm đời sống nhân dân 关心人民生活; quan tâm nhi đồng 关心儿童

quan tham lại nhũng 贪官污吏

quan thoại *d* 官话

quan thuế *d* 官税

quan toà *d* 法官

quan trắc *đg* 观测: quan trắc chất lượng nước 观测水的质量

quan trên *d* 上峰, 上司

quan trọng *t* 重要的: vai trò quan trọng 重要角色; nhiệm vụ quan trọng 重要任务

quan trọng hoá *đg* 严重化, 小事化大: Tính cô ấy hay quan trọng hoá vấn đề. 她喜欢把问题夸大。

quan trường *d* 官场: bon chen trong chốn quan trường 在官场钻营

quan tước *d* 官爵

quan viên *d* ①官员②官人③ [旧] 狎客

quan vọng *đg* 观望

quàn *đg* ①停灵: linh cữu quàn tại nhà tang lễ 灵柩在灵堂停灵②搁浅, 搁置: Quàn công việc lại ít ngày rồi hãy giải quyết. 把事情搁

几天再解决。③暂缓,暂停

quản [汉] 管 *đg* 顾,管: chẳng quản khó nhọc không quản được lũ trẻ này. 没人管得了这帮孩子。

quản bút *d* 笔管

quản chế *đg* 管制

quản chi *k* 哪怕,不管: quản chi đường sá xa xôi 哪怕路途遥远

quản đốc *d* 车间主任

quản gia *d* [旧] 管家

quản giáo *d* 狱警,监狱管教人员

quản hạt *đg* 管辖

quản lí *đg* 管理: quản lí định ngạch 定额管理 *d* ①管理: cải tiến quản lí 改进管理②管理 员: Quản lí viết giấy xuất kho. 管理员签出库单。

quản ngại *đg* 顾忌,担心,害怕: quản ngại khó khăn 害怕困难

quản thúc *đg* ①居住管制(一种刑罚)②管束: Em bé không ai quản thúc. 小孩没人管束。

quản trị *đg* 管理: ban quản trị 管理委员会; hội đồng quản trị 公司董事会

quản tượng *d* 管象人,大象饲养员

quán₁ [汉] 馆 *d* 馆: quán cơm bình dân 大排档; đại sứ quán 大使馆; quán xá 馆舍

quán₂ [汉] 贯 *đg* 贯穿: quán thông 贯通 *d* 籍贯: nguyên quán 原籍

quán₃ [汉] 冠 *d* 冠: quán quân 冠军

quán₄ [汉] 惯 *đg* 习惯: quán tính 惯性

quán₅ [汉] 灌 *đg* 灌: quán tẩy 灌洗

quán₆ [汉] 观

quán ăn *d* 小吃店

quán chỉ=quê quán

quán cóc *d* 街边小店

quán hàng *d* 小店铺,小卖部

quán nghỉ *d* 凉亭

quán sách *d* 售书亭

quán trà *d* 茶馆,茶室

quán triệt *đg* 贯彻: quán triệt tinh thần 传达精神; quán triệt nghị quyết 贯彻决议

quán trọ *d* 小客店,小客栈

quán xuyến *đg* ①贯穿: Tư tưởng nhân đạo quán xuyến toàn bộ tác phẩm. 人道主义思想贯穿整部作品。②管持,担当: quán xuyến mọi việc của gia đình 担当家里所有事情

quang₁ *d* 箩筐,筐: đôi quang mây 一对藤箩筐

quang₂ [汉] 光 *d* 光,光学: phản quang 反光; các thiết bị quang 光学仪器 *t* ①晴朗,明亮: trời quang mây tạnh 雨过天晴②空旷,无障碍: Đồ đạc trong nhà bị dọn quang cả. 屋里东西全被搬光。Đường quang không đi lại đâm quàng vào bụi rậm. 空旷的路不走偏撞进树丛。

quang₃ [汉] 胱,桄

quang âm *d* 光阴: quang âm thấm thoát 光阴荏苒

quang ba *d* 光波

quang cảnh *d* ①光景,境况: Quang cảnh nhà anh ấy khá hơn trước nhiều. 他家的境况比从前好多了。②风景,景象: quang cảnh thành phố 城市风光; quang cảnh ngày mùa 丰收景象③情形,样子: Quang cảnh này nó không dám tiến lên bước nữa. 看样子他不敢再向前一步。

quang cầu *d* [天] 光球

quang chất *d* 镭

quang dầu *d* 光油 *đg* 上光油: quang dầu lên chiếc nón 在帽子上刷一层光油

quang đãng *t* 敞亮,明朗: bầu trời quang đãng 晴空万里

quang độ *d* 光度,亮度

quang giác *d* ①光觉②光角

quang gióng *d* 藤编的筐子

quang hoá *d* 光化

quang học *d* 光学

quang hợp *d* 光合: tác dụng quang hợp 光合

作用

quang huy *t* 光辉的

quang kế *d* 光度计

quang minh *t* 光明: quang minh lỗi lạc 光明磊落

quang minh chính đại 光明正大

quang năng *d* 光能: Chuyển hoá quang năng thành nhiệt năng. 把光能转化为热能。

quang nguyên *d* 光源

quang phổ *d* 光谱

quang quác [拟] 呱呱

quang thoại *d* 光线传声器

quang thông *d* [理] 光通量

quang trình *d* 光程

quang tuyến *d* 光线

quang tử *d* 光子

quang vinh *t* 光荣

quàng₁ *đg* ①搂, 抱: quàng vai 勾肩搭背; ôm quàng lấy mẹ 一把抱住母亲②围, 披: quàng khăn 围围巾; quàng áo mưa 披上雨衣; quàng súng lên vai 挎枪上肩③磕绊: bị dây quàng một cái 被绳子绊了一下

quàng₂ *t* ①匆匆忙忙: ăn quàng lên rồi đi 匆忙吃完又上路; chạy quàng ra chợ 匆匆忙忙赶到集市②不分对错: nhận quàng 不分对错乱认一气

quàng quạc = quang quác

quàng quá *t* 马虎, 胡乱

quàng xiên *t* 胡乱

quảng [汉] 广

quảng bá *đg* 广为传播: Ý tưởng này được quảng bá rộng rãi. 这个设想被广为传播。

quảng bác *t* 广博: học vấn quảng bác 学问广博

quảng cáo *đg* 做广告: Sản phẩm được quảng cáo trên nhiều truyền thông. 产品在许多传媒上做了广告。*d* 广告: Bộ phim bị xen quá nhiều quảng cáo. 这部电影被插进了太多的广告。

quảng đại *t* ①广大: đáp ứng nhu cầu của quảng đại quần chúng 满足广大群众的需要②宽广: tấm lòng quảng đại 胸怀宽广

quảng giao *t* [旧] 交游广泛的, 交际广的

quảng hàn *d* 广寒宫

quảng kiến *t* 广见, 见多识广

quảng trường *d* 广场: quảng trường Ba Đình 巴亭广场

quãng *d* ①（空间、时间）段: quãng đường phía trước 前面一段路; quãng thời gian 时段; quãng thời niên thiếu 少年时代②间距

quãng tám *d* 八度音阶

quãng trống *d* 空旷处, 空白处: Đi khỏi rừng rậm, tới một quãng trống. 走出密林, 到一空旷处。Cuộc đời phải bao giờ cũng sống có ý nghĩa, không nên có những quãng trống. 生活须始终充满意义, 不应留有空洞苍白之处。

quáng *t* 眩目: Chói quá, quáng cả mắt. 太刺眼了, 看都看不清楚。

quáng gà *d* 夜盲症

quáng mắt = quáng

quáng quàng *t* [口] 匆忙, 慌忙, 仓促

quanh *d* 围绕, 周围: xung quanh 周围; khu vực quanh trường 学校周边地区; ngồi vây quanh đống lửa 围着篝火坐成一圈 *đg* 绕走: Cho xe quanh vào đây. 把车绕到这儿来。*t* ①绕圈: Nói quanh mãi không đi vào vấn đề. 说话绕来绕去谈不到正题。②（道路、河流）弯曲: đoạn sông quanh 河湾; dòng nước uốn quanh 水流弯曲

quanh co *t* ①曲折, 弯曲: đường quanh co khúc khuỷu 道路曲折②拐弯抹角: nói quanh co 说话拐弯抹角的

quanh năm *d* 终年, 一年到头

quanh quanh *t* 迤逦

quanh quánh *t* 有点黏的

quanh quẩn *đg* ①环绕, 围绕: suốt ngày quanh quẩn trong nhà 整日在家里转悠; chơi quanh quẩn trong sân 围着院子玩耍② (思想) 萦回: nghĩ quanh quẩn suốt đêm整晚来回地想; Ý nghĩ ấy cứ quanh quẩn trong đầu. 这种想法盘桓于脑海。③来回,总共: quanh quẩn cũng chỉ chừng ấy việc thôi 来来回回也就那些事情

quanh quất d 周遭,周围,附近: Nó ở quanh quất đâu đấy thôi. 它就在附近什么地方罢了。 t 曲折: Đường đi quanh quất trong làng. 村子里的路弯弯曲曲的。

quanh quéo =quanh co

quành đg 绕过,拐弯: quành tay ra đằng sau 背过手去; quành sang bên phải 往右拐

quánh t 黏稠的,黏结的

quánh quánh =quanh quánh

quạnh t 寂静,空寂,冷清

quạnh hiu =hiu quạnh

quạnh không t 空寂

quạnh quẽ =quạnh

quạnh vắng t 冷寂

quào đg 抓: quào sứt mặt 抓破脸儿; bị mèo quào xước tay 被猫抓破手

quart d 夸脱 (英美容量单位,1 夸脱 =1/4 加仑)

quát₁ đg (大声) 呵斥,责骂: quát cho một trận 骂一顿; Lão quát lên như tát. 老头大声呵斥。

quát₂ [汉] 括,刮

quát chửi đg 喝骂,斥责

quát lác đg 训斥: suốt ngày quát lác con cái 整日训斥子女

quát mắng đg 大声叫骂: quát mắng ầm ầm 骂声震天

quát nạt đg 恫吓

quát tháo đg 呵喝,呵斥

quát tước đg 呵责

quạt d 扇子: hình quạt 扇形 đg ①扇动;扫射: quạt một chút cho mát 扇扇凉快些; quạt một băng đạn 扫一梭子弹②划水,划

桨: quạt mạnh mái chèo 猛划船桨③严厉训责: Trong cuộc họp nó bị quạt một trận nên thân. 会议上他被狠狠训了一顿。

quạt bàn d 台扇

quạt cây d 落地扇

quạt cói d 蒲扇

quạt điện d ①电扇②电动鼓风机

quạt gấp d 折扇

quạt gió d ①鼓风机,电扇②风力电机

quạt hòm d 鼓风车

quạt hòm

quạt lông d 羽扇

quạt máy d ①电扇,电风扇②鼓风机

quạt mo d 槟榔树皮制成的扇子

quạt nan d 竹扇

quạt quay d 摇头风扇

quạt trần d 吊扇

quạt treo tường d 壁扇

quạt vả d 团扇

quàu quạu t [方] 生气: Thằng đó mặt mũi lúc nào cũng quàu quạu. 那家伙整天板着生气的面孔。

quẩu d 小筐子

quáu₁ t 扭曲,卷曲: sừng quáu 角弯弯的

quáu₂ t 生气: Quáu lắm rồi! 很生气了!

quạu đg 发脾气,发火: nổi quạu 发火 t 暴躁: Thằng nhỏ quạu lắm. 这小子脾气挺暴的。

quạu quạu t 发脾气的: nét mặt quạu quạu 满面怒容

quạu quọ =quạu quạu

quay *đg* ①旋转: bánh xe quay tít 车轮飞转; Trái đất quay quanh mặt trời. 地球围绕太阳转。②掉转, 折转: quay mình lại 转过身来; quay xe 掉转车头③拍摄: Các đạo diễn đang quay bộ phim mới. 导演正在拍新片子。④烤: vịt quay 烤鸭⑤出难题: quay thí sinh 为难考生 *d* 陀螺: đánh quay 打陀螺

quay cóp *đg* [口] (考试) 作弊

quay cuồng *đg* 狂转, 狂乱: múa may quay cuồng 狂歌滥舞; đầu óc quay cuồng 脑子紊乱; Bọn phản động đang quay cuồng chống phá cách mạng. 反动分子疯狂进行破坏活动。

quay đơ *đg* 晕厥, 昏倒, 不省人事

quay lơ *đg* 扑倒, 打翻: bị đánh quay lơ 被打翻在地上

quay mòng mòng *đg* 旋转: Mới uống tí rượu đã quay mòng mòng. 才喝那么点儿酒就晕头转向。

quay phim bài *đg* ①拍视频, 拍电影②夹带 (考试作弊)

quay quắt *t* 诡诈, 狡诈, 刁钻: con người quay quắt 狡诈之人

quay số *đg* 转彩, 摇彩票

quay thai *d* [医] 胎儿回转术

quay tít *đg* 飞转, 直打转

quay tít thò lò=quay tít

quay vòng *đg* 周转: thu hồi vốn nhanh để quay vòng 快速回收资金以便周转

quày₁ *d* [方] 梳, 串: quày chuối 一梳香蕉

quày₂ *d* 柜, 货店: mở một quày hàng 开一个小货店

quày₃ *d* 谷桶, 大木柜: Nhà có hai quày thóc. 家有两桶谷子。

quày₄ *đg* 折转: quày đầu lại 回转过头看

quày quả *t* 忙忙碌碌, 匆匆忙忙: Nói xong quày quả bỏ đi. 说完匆匆忙忙拔脚就走。

quảy *đg* 挑, 扛

quắc₁ *đg* 瞪: Nó quắc mắt một cái là cô ấy im bặt ngay. 这小子眼睛一瞪她就马上闭嘴。

quắc₂ *t* 炯炯: mắt sáng quắc 目光炯炯

quắc₃ [汉] 矍, 攫, 帼

quắc cần *t* 酩酊大醉

quắc thước *t* 矍铄: một cụ già quắc thước 矍铄的老人

quặc₁ *đg* 挂: quặc chiếc áo lên móc 往钩上挂衣服

quặc₂ *đg* 反驳: nghe ngứa tai nên quặc lại 听起来刺耳不禁要反驳

quăm *t* 弯曲: bẻ quăm lại 扳弯

quăm quăm *t* 直瞪瞪: nhìn quăm quăm死盯着

quăm quắp *t* 夹尾巴的, 撅屁股的: Thằng bé quăm quắp quay về nhà. 小孩撅起屁股跑回家。

quằm quặm *t* 冷酷, 凶残: cặp mắt nhìn quằm quặm 冷酷的眼睛恶狠狠地盯着

quắm *d* 弯头刀

quặm₁ *t* 弯曲: mũi quặm 勾鼻子

quặm₂ *t* 狰狞: quặm mặt hung tợn 面目狰狞

quặm quặm *t* 盛怒的: mặt quặm quặm 怒容满面

quăn *t* 卷曲: tóc quăn 卷发

quăn queo *t* 卷曲: thanh sắt quăn queo 卷曲的铁条

quăn quéo=quăn queo

quăn quýu=quăn queo

quằn *t* ①刀钝的, 卷刃的: Lưỡi dao bị quằn. 刀口卷了。Quằn mũi khoan. 钻头钝了。②弯曲: Gánh nặng quằn cả đòn gánh. 担子太重, 压弯了扁担。

quằn quại *đg* (因病痛而) 挣扎, 蜷曲: đau bụng quằn quại 肚子痛得直在地上打滚

quằn quặt=quặt

quằn quèo=quăn queo

quằn queo=quăn queo

quẳn₁ *d* 场, 盘, 局: chơi một quẳn 玩一盘儿

（棋）

quắn₂ *t* ①卷曲：tóc quắn 卷发 ②痛得打滚的：bị đánh một trận quắn đít 被打得屁滚尿流

quắn quéo *t* 阵痛的

quặn *t* 绞痛的，扭紧的：quặn đau trong lòng 心如刀绞

quặn queo=quằn queo

quặn thắt *t* 绞痛：ruột quặn thắt từng hồi 肠子一阵阵绞痛

quăng *đg* 扔，抛，投，掷：quăng lưới 撒网；quăng lựu đạn 投手榴弹

quắng quắc *t* 瞪眼的

quằng quặng *t* 腥味的

quằng quật *đg* ①乱扔，乱放 ②劳累谋生

quẳng *đg* ①扔：quẳng ba lô xuống đất 把包袱扔到地上 ②扔掉，丢掉：Tờ giấy ấy chỉ đáng quẳng vào sọt rác. 这份证明只配丢到废纸篓里。

quặng *d* 矿，矿石：quặng đồng 铜矿；quặng sắt 铁矿

quắp *đg* 折，夹紧：Chó quắp đuôi chạy mất. 狗夹着尾巴跑掉了。

quặp *đg* ①弯折，折叠：bẻ quặp lại 对折 ②紧紧夹住：Hai chân quặp lấy cành cây. 两脚紧紧夹住树枝。

quắt *t* 蔫，干瘪：Bông hoa héo quắt. 花朵蔫了。Quả phơi khô quắt lại. 果子晒干瘪了。

quắt queo=quắt

quắt quéo *t* 诡谲，狡诈：ăn nói quắt quéo 言语狡诈

quặt *đg* ①反扭，反折：trói quặt tay ra đằng sau 反扭着手绑住 ②转向，拐弯：quặt sang bên trái 向左转弯

quặt quặt *t* 辛劳

quặt queo *t* 体弱多病

quân₁ [汉] 军 *d* ①军，军队：rút quân về nước 撤军回国；tình đoàn kết quân dân 军民团结 情 ②军事：bàn việc quân 讨论军事问题 ③军卒，士兵：bắt được cả quân lẫn tướng 士

兵军官一起抓获 ④之流，之类：quân khốn nạn 卑鄙无耻之徒；quân lừa đảo 骗子 ⑤纸牌，棋子：quân xe（象棋）车；ăn quân pháo 吃炮

quân₂ [汉] 君，均

quân báo *d* 军事情报：cơ quan quân báo 谍报机关

quân bị *d* 军备：chạy đua quân bị 军备竞赛；tài giảm quân bị 裁减军备

quân bình *t* 平衡，均衡：lực lượng hai bên ở thế quân bình 双方旗鼓相当；thế quân bình 均势

quân ca *d* 军歌

quân cảng *d* 军港：quân cảng Cam Ranh 金兰湾军港

quân cảnh *d* 宪兵

quân chính *d* 军政：trường quân chính 军政学校

quân chủ *d* 君主：quân chủ chuyên chế 君主专制；quân chủ lập hiến 君主立宪

quân chủng *d* 军种：quân chủng hải quân 海军军种

quân công *d* 军功

quân dịch *d* 兵役：đi quân dịch 服兵役

quân dung *d* 军容

quân dụng *d* 军用品：hàng quân dụng 军用品 *t* 军用的，军事的：xẻng quân dụng 军用铲

quân dự trữ *d* 后备军

quân đánh thuê *d* 雇佣兵

quân điền *đg* [旧] 均田

quân đoàn *d*（陆军编制）军，军团：quân đoàn 4 第四军

quân đội *d* 军队

quân giới *d* 军械

quân hàm *d* ①军衔：quân hàm trung tá 中校军衔 ②军衔符号：đeo quân hàm đại uý 佩带大尉军衔

quân hạm *d* [旧] 军舰

quân hiệu *d* 军徽

quân hồi vô lệnh 兵败如山倒

quân hồn vô phèng=quân hồn vô lệnh

quân khí *d* ①军械②装备部

quân khu *d* 军区: quân khu 7 第七军区

quân lệnh *d* 军令: chấp hành quân lệnh 执行军令

quân lương *d* 军粮: chuẩn bị đầy đủ quân lương 准备足够的军粮

quân lực *d* 兵力

quân nhạc *d* 军乐

quân nhảy dù *d* 伞兵

quân nhân *d* 军人: quân nhân tại ngũ 现役军人; nữ quân nhân 女军人

quân nhu *d* 军需: kho quân nhu 军需仓库

quân pháp *d* 军法

quân phí *d* 军费

quân phiệt *d*; *t* ①军阀: bọn quân phiệt phản động 反动军阀②军国主义: cha đẻ chủ nghĩa quân phiệt 军国主义之父

quân phục *d* 军服

quân quản *d* 军管

quân sĩ *d*[旧] 军士, 兵士

quân số *d* 军队数量

quân sở *d* 军营, 兵营

quân sư *d* 军师: quân sư quạt mo 整脚军师

quân sự *d* 军事: quân sự hoá 军事化

quân thần *d* 君臣

quân thù *d* 敌军, 敌人

quân thường trực *d* 常备军

quân tịch *d* 军籍

quân tiếp viện *d* 援军

quân tình nguyện *d* 志愿军

quân trang *d* 军装

quân tử nhất ngôn 君子一言, 驷马难追

quân uỷ *d* 军委: quân uỷ trung ương 中央军委

quân viễn chinh *d* 远征军

quân vụ *d* 军务

quân y *d* 军医

quân vương *d*[旧] 君王

quần₁ *d* 裤子: may quần 缝制裤子

quần₂ *đg* ①践踏: Đàn trâu quần ruộng. 牛群践踏稻田。②揍, 打: quần cho nó một trận 揍他一顿③对峙: Bộ đội ta quần nhau với địch. 我军与敌军对峙。

quần₃ [汉] 群 *d* 群: quần thể 群体

quần₄ [汉] 裙

quần áo *d* 衣服, 衣裳: quần áo tân thời 时装; quần áo may sẵn 成衣; quần áo chỉnh tề 着装整齐

quần bò *d* 牛仔裤

quần chẽn ống *d* 马裤

quần chúng *d* 群众, 大众: xa rời quần chúng 脱离群众; Cán bộ đảng viên phải đi sâu, đi sát quần chúng. 党员干部须深入群众, 密切联系群众。*t* 群众的: ý kiến quần chúng 群众意见; hoạt động quần chúng 群众活动

quần cộc=quần cụt

quần cụt *d* 短裤子

quần cư *đg* 群居

quần dài *d* 长裤

quần dệt bông *d* 棉毛裤

quần đảo *d* 群岛

quần đùi *d* 裤衩儿, 内裤

quần hôn *d* 群婚: chế độ quần hôn 群婚制

quần jean=quần bò

quần kép *d* 夹裤

quần lạc *d* 群落

quần lót *d* 衬裤

quần ngựa *d* 赛马场

quần phăng *d* 女式西裤

quần quà *t* 磨蹭

quần quả *t* 磨难

quần quật *t* 终日劳作的: Quần quật suốt ngày mà vẫn không đủ ăn. 终日辛劳仍填不饱肚子。

quần soóc *d* 西装短裤

quần tam tụ ngũ 三五成群，成群结队

quần tây *d* 西装裤

quần thảo *đg* 群斗，群殴：Bọn cướp quần thảo nhau. 劫匪相互群殴。

quần thể *d* 群体，群落：quần thể động vật quí hiếm 珍稀物群体；quần thể kiến trúc 建筑群体

quần trong *d* 内裤，衬裤

quần tụ *đg* 群聚

quần vệ sinh *d* 卫生裤，绒裤

quần vợt *d* 网球：chơi quần vợt 打网球；sân quần vợt 网球场

quần xi líp *d* 三角裤

quần *đg* ① 围绕，团团转：Khói quần trong phòng. 烟雾在屋里环绕. Sóng gió to làm con thuyền bị quần một chỗ. 风大浪大，使得小船团团转。② 羁绊，缠绕：Đứa bé quần chân quần tay. 孩子碍手碍脚。③ 思来想去：nghĩ quần lo quanh 左思右想

quần bách *t* 困窘：cảnh nhà quần bách 家境窘迫

quần quanh=quanh quẩn

quần trí *t* 束手无策

quẫn [汉] 窘 *t* ① 窘：cảnh quẫn 窘境；túng quẫn 手头紧② 糊涂：quẫn trí 束手无策

quẫn bách *t* 窘迫：tình thế quẫn bách 情势窘迫

quẫn cấp *t* 窘急

quẫn trí *t* 智穷，糊涂

quấn *đg* ① 绕，缠：quấn chỉ 绕线；quấn chặt bằng một cuộn dây thừng 用一卷绳子缠紧② 眷恋不离：Hai chị em cứ quấn lấy nhau. 姐妹俩粘在一起，寸步不离。

quấn quít *đg* 缠磨，眷恋不离：Mấy đứa quấn quít bên mẹ. 孩子们缠在母亲身边。

quận₁ [汉] 郡 *d* ①郡（城市一级行政机构，相当中国城市的"区"）：quận Tây Hồ 西湖郡；công an quận 郡公安分局②郡（封建时代行政区域）：quận Giao Chỉ 交趾郡

quận₂ *d* 卷：một quận giấy 一卷纸

quận chúa *d* 郡主

quận huyện *d* 郡县：chế độ quận huyện 郡县制度

quận uỷ *d* 郡党委

quận vương *d* 郡王

quầng *d* ①光晕，光圈：quầng sáng của ngọn đèn dầu 油灯的光晕②黑眼圈：Mắt có quầng vì thức đêm nhiều. 经常熬夜都有黑眼圈了。

quầng mắt *d* 黑眼圈

quầng mặt trời *d* 日晕

quầng trăng *d* 月晕

quẩng *t*（动物）兴奋

quất₁ *d* 金橘：chậu quất cảnh 金橘盆景

quất₂ *đg* 抽打：quất cho mấy roi 抽打几鞭

quất hồng bì *d* 黄皮果

quật₁ *đg* 摔，扳倒：quật cổ 摔跤；bị bệnh tật quật ngã 被疾病击倒

quật₂ [汉] 掘 *đg* 掘：quật mồ mả 掘坟墓

quật₃ [汉] 崛 *đg* 起，崛起：toàn dân quật khởi 全民奋起

quật₄ [汉] 窟，屈，倔

quật cường *t* 坚强不屈：tinh thần quật cường 坚强不屈的精神

quật quật *t* 忙忙碌碌

quật quờ *đg* 摇摆，飘荡

quấu *đg* ①抓，抠：móng tay dài quấu rất đau 长指甲抠得好痛②捉：Diều quấu gà con. 老鹰捉小鸡。*d* 爪

quây *đg* 围，围绕：Các fan hâm mộ quây kín lấy nữ minh tinh. 影迷们把女明星围个水泄不通。

quây quanh *đg* 环绕，围绕，聚集

quây quần *đg* 围绕，围坐

quây tròn *đg* 围成圈

quầy *d* ①柜台②柜子

quầy quả₁ *t* 匆忙：Bà quầy quả quay vào. 她匆忙走进来。

quẩy quả₂ *t* 烦扰: Đừng quẩy quả mãi. 别老那么烦。

quẩy quậy *đg* 不停地摇: lắc đầu quẩy quậy 连连摇头

quẩy₁ *d* 油条: Sáng ăn quẩy và uống sữa đầu nành. 早上吃油条喝豆浆。

quẩy₂ *đg* 挑, 扛: quẩy hàng đi chợ 挑货赶集

quẫy *đg* ① 挣扎: Cá quẫy trong rổ. 鱼儿在篓子里挣扎。② 挣脱: Đứa bé quẫy khỏi tay người lạ. 小孩挣脱了陌生人的手。

quấy₁ *đg* 搅拌: quấy cho đều 搅匀

quấy₂ *t* 调皮, 闹腾: Tính cậu ta rất quấy. 他很调皮。

quấy₃ *t* [方] 有过错的: Ai phải ai quấy? 谁对谁错？

quấy đảo *đg* 搅乱

quấy nghịch *đg* 调皮, 捣蛋, 搞恶作剧

quấy nhiễu *đg* 骚扰: quấy nhiễu dân thường 骚扰民众; quấy nhiễu tình dục 性骚扰

quấy phá *đg* 搅坏, 破坏: giấc ngủ bị quấy phá 睡觉被搅了; Cô ta quấy phá hạnh phúc gia đình người khác. 她破坏别人的家庭幸福。

quấy quả *đg* 扰乱, 烦扰

quấy quá *t* ① 敷衍, 搪塞: làm quấy quá cho xong 敷衍了事 ② 过错: làm quấy quá mà không chịu nhận lỗi 做错了还不承认

quấy rầy *đg* 烦扰, 打搅

quấy rối *đg* 扰乱, 骚扰: quấy rối tình dục 性骚扰

quậy₁ *đg* ① 扑腾: Cá quậy dưới hồ. 鱼在湖里扑腾。② 挣扎: Con lợn bị trói chặt không quậy được. 猪被绑紧, 动弹不得。③ 搅, 冲: quậy cho đường tan 把糖搅化

quậy₂ *đg* 捣乱: Thằng nhỏ quậy quá. 小家伙总爱捣乱。

quậy phá=quấy phá

que *d* ① 小棍儿: que diêm 火柴棍 ② 根, 枝: một que đũa 一根筷子; gầy như que củi 骨瘦如柴

que đan *d* 毛线针

que hàn *d* 焊条: que hàn điện 电焊条; que hàn hơi 气焊条

que lửa *d* 拨火棍

que rẽ=que lửa

què *t* (手足) 残疾的: què chân 瘸腿; què tay 手残

què quặt=què

quẻ *d* 卦: xin một quẻ 占一卦

quen *t*; *đg* ① 相识, 熟悉: người quen 熟人; làm quen 套近乎; trước lạ sau quen 一回生二回熟 ② 惯, 习惯: thói quen 习惯; quen dậy sớm 习惯于早起 ③ 熟练

quen biết *đg* 熟, 相识, 熟悉: quen biết tình hình ngành này 熟悉这行业的情况; Chỗ quen biết với nhau em mới giúp anh việc này. 彼此相熟我才帮你这事。

quen chịu *t* 经得住的, 耐得住的: quen chịu lạnh 耐冷

quen hơi bén tiếng 情投意合

quen lệ *đg* 循例 *d* 习惯: quen lệ dậy sớm 早起的习惯

quen lớn *t* 深交, 知交

quen mặt *t* 面熟的, 见过面的: Quen mặt chớ không biết tên. 面熟但叫不出名字。

quen miệng *t* 习惯的: ăn quen miệng 吃惯了嘴; câu quen miệng 口头禅

quen mui *đg* 吃惯甜头 (引申义)

quen nết *d* 坏习惯: quen nết nói tục 讲粗话的坏习惯

quen quen *đg* 有点熟悉

quen rộng *t* 交游广的, 交际广的

quen tay *t* 熟悉, 熟练

quen thân₁ *đg* 养成不良习惯: lười quen thân 懒惰成性

quen thân₂ *t* 熟悉的, 认识的: Chỗ quen thân tôi mới bán với giá rẻ. 因为是熟人我才便宜卖。

quen thói *đg* 养成坏习惯

quen thuộc *t* 熟识的,熟悉的

quèn *t* 不咋的,一般般的:chiếc xe máy quèn 摩托车不咋的;Anh ấy là một nhân viên quèn. 他是个很一般的员工。

quèn quẹn *t* ①净光,精光:Thằng bé đói quá ăn quèn quẹn cả nồi cơm. 小家伙太饿了把一锅饭吃个精光。②冷冰冰:Mặt nó cứ nhẵn quèn quẹn như gỗ. 他的脸冷冰冰的就像木头。

quén *đg* 撩起:quén áo 撩起衣服

quẹn *t* 玷污的,染色的:má hồng đã quẹn 红颜憔悴

queng quéc [拟] 咯咯 (鸡叫声)

queo *t* 弯曲,卷曲:Thanh củi khô queo. 木柴干枯弯曲。Sự việc bị bẻ queo. 事情被歪曲了。

queo râu *t* 束手无策,干瞪眼

quèo₁ *đg* 钩;够:quèo đôi dép dưới gầm giường 钩出床底的拖鞋

quèo₂ *t* (睡相) 弯曲不直:chân quèo 弯腿;nằm quèo 屈身而睡

quéo *d* [植] 扁桃:cây quả quéo 扁桃树

quẹo *t* 折弯的:bẻ quẹo 折弯;ngã quẹo chân 摔崴了脚 *đg* 拐弯:cho xe quẹo sang trái 车往左拐

quẹo cọ *t* 弯弯曲曲

quét *đg* ①扫,打扫,扫除:quét nhà 扫地;quét sân 打扫庭院②涂刷:quét vôi 刷石灰;quét sơn chống thấm 涂防渗漆③扫除,扫荡,扫平,肃清:quét sạch bọn giặc 消灭干净敌人④扫射:trung liên quét xối xả 轻机枪猛烈扫射

quét dọn *đg* 打扫,整理:quét dọn nhà cửa 打扫房屋

quét quáy *đg* 清扫:quét quáy dọn dẹp nhà cửa 清洁整理房间

quét tước *đg* 打扫:Ở nhà nhớ quét tước nhà cửa. 在家记住把房屋打扫干净。

quẹt *đg* 擦:quẹt diêm 擦火柴;quẹt mũi 擦鼻涕;quẹt nước mắt 擦眼泪 *d* [方] 打火机

quê *d* ①乡村,乡下,乡间:nhà quê 乡村;người nhà quê 乡下人②家乡,故乡,故里,故土,乡土,老家:về quê 回老家 *t* 村野,土气:Cô ấy ăn mặc quê lắm. 她穿戴很土。

quê cha đất tổ 故土

quê hương *d* ①故乡②发祥地,摇篮:quê hương cách mạng 革命的摇篮

quê kệch *t* 村野,粗俗,土气

quê mùa *t* 村野,土里土气,乡土:ăn mặc quê mùa 打扮得土里土气

quê ngoại *d* 外祖父的家乡

quê người đất khách 他乡异地

quê nhà *d* 家乡,故乡,故里,故土,老家

quê quán *d* 籍贯:quê quán không rõ 籍贯不明

quế [汉] 桂 *d* 桂:cây quế 桂树;quế chi 桂枝

quệ [汉] 蹶 *t* ①磕倒②衰竭:quệ sức 力竭

quếch quác *t* ①歪歪扭扭:Chữ viết quếch quác như con giun. 字写得歪歪扭扭的像蚯蚓一样。②随随便便:Tính nó quếch quác vậy đó. 他就那种随随便便的性格。③大手大脚,浪费:ăn xài quếch quác 花钱大手大脚的

quên *đg* ①忘,忘记:quên số điện thoại 忘了电话号码;Mải chơi quên cả ăn. 玩得太专注连吃饭都忘了。②遗下,落下:quên chìa khoá ở nhà 钥匙落在家里;bỏ quên 遗忘;ngủ quên 睡过了头

quên ăn quên ngủ 废寝忘食

quên bẵng *đg* 忘光,忘个精光

quên béng *đg* [口] 忘掉,全忘,记不起来

quên khuấy *đg* [口] 忘得一干二净

quên lãng *đg* 忘记:quên lãng lời thề ngày xưa 忘记当年的誓言

quên lửng *đg* 一时忘记

quên lứt *đg* 忘得一干二净

quên mất *đg* 忘光,忘掉: quên mất những điều mẹ dặn 忘记母亲的嘱咐

quên mình *đg* 忘我: Vì nhân dân quên mình, vì tổ quốc quên thân. 为人民而忘我,为祖国而舍身。

quên sửng *đg* 忘记

quến *đg* 粘: Bùn quến vào tóc cô bé. 泥巴粘在小女孩的头发上。

quềnh quàng *t* 磕磕绊绊

quệnh quạng *t* 跟跟跄跄

quết *đg* ①捣碎,春碎②抹

quết trầu *đg* (嚼槟榔) 吐红水

quệt *đg* ①擦碰: Hai xe quệt vào nhau. 两车擦碰。Gấu quần quệt đất. 裤脚擦地。②沾: quệt ít dầu nhờn 沾一点润滑油③涂抹: quệt hồ lên giấy 在纸上抹米糊 *d* 一抹: Quệt mực trên má. 脸上有一抹墨水。

quều quào₁ *t* ①手脚细长不灵活② (因体弱或羞涩) 笨拙: Chân tay quều quào dò dẫm. 手脚笨拙地摸索着。

quều quào₂ *đg* 扒拉: ăn quều quào mấy miếng cơm 扒拉两口饭

quểu *đg* 挑取,撩取

qui₁ [汉] 归 *đg* ①归: hồi qui 回归②折合: qui thành tiền 折成现金; qui thành tiền đô-la 折算成美元③归纳: qui thành một loại 归类; qui thành một mối 归为一处

qui₂ [汉] 规,龟

qui bản *d* 龟板

qui cách *d* 规格: chế tạo theo qui cách 按规格制造

qui chế *d* 规定,制度,规范: qui chế họp đại hội đồng cổ đông 股东大会制度; qui chế trả lương 薪酬制度

qui chuẩn *d* 规范,标准

qui chụp *đg* 扣帽子,戴高帽

qui chương *d* 规章制度

qui củ *d* 规矩: Anh ấy giữ qui củ lắm. 他很守规矩。*t* 有条理的: Không khí làm việc khẩn trương và qui củ. 工作气氛紧张而有条理。

qui đầu *d* [解] 龟头

qui điền *đg* 解甲归田

qui định *d* 规定: qui định về xử phạt vi phạm luật giao thông 违反交通规则处罚规定 *đg* 规定: Văn bản đã qui định rõ về tình hình này. 关于这种情况文件做出了明确规定。

qui đổi *đg* 换算,折算: qui đổi thời gian công tác 工作时间换算; Qui đổi từ đồng yên Nhật sang đồng Việt Nam. 把日元折算成越南盾。

qui đồng mẫu số *đg* 通分

qui hàng *đg* 归降

qui hoạch *đg* 规划: qui hoạch các khu công nghiệp 对各工业区进行规划 *d* 规划: lập qui hoạch xây dựng 制订建设规划; qui hoạch đô thị 城市规划

qui hoàn *đg* [旧] 归还

qui kết *đg* 归结

qui lát *d* 枪支保险盖

qui luật *d* 规律: qui luật kinh tế cơ bản 基本经济规律; qui luật di truyền 遗传规律

qui mô *d* 规模: qui mô của xí nghiệp 企业规模 *t* 大规模的: một công trình rất qui mô 一个规模宏大的工程

qui nạp *đg* 归纳: trình bày theo lối qui nạp 按归纳法陈述

qui phạm *d* 规范: qui phạm pháp luật 法律规范; qui phạm kĩ thuật 技术规范

qui phục *đg* 归服,降服

qui tắc *d* 规则: qui tắc quốc tế 国际规则; qui tắc giao thông 交通规则

qui tập *đg* 归集,收拢

qui thuận *đg* 归顺

qui tội *đg* 归罪

qui trình *d* 规程,流程: qui trình điều khiển 操作规程; qui trình sản xuất 生产流程

qui tụ *đg* 归聚

qui ước *d* 协议, 约定: làm theo qui ước 按约定办 *đg* 协约, 约定: Hai bên đã qui ước một số vấn đề cụ thể. 双方约定具体事项。

qui y *đg* 皈依: qui y cửa phật 皈依佛门

qui vĩ *d* [药] 归尾

quì₁ [汉] 葵 *d* 向日葵

quì₂ *d* 金箔

quì₃ *d* 试纸, pH 纸

quì₄ *đg* 跪: ngắm bắn ở tư thế quì 跪姿瞄准射击; quì trước bàn thờ 跪在祭桌前

quì gối *đg* 跪, 屈膝

quì lạy *đg* 跪拜

quì mọp *t* 俯伏, 匍匐

quỉ₁ [汉] 鬼 *d* ①鬼, 魔鬼: ác như quỉ 恶如魔鬼; bọn quỉ ác giết người không chớp mắt 杀人不眨眼的恶魔 ②捣蛋鬼, 机灵鬼: Thằng quỉ ấy tài thật! 这捣蛋鬼真有才! *t* 鬼机灵的, 鬼聪明的: Thằng ấy quỉ thật! 这家伙真鬼!

quỉ₂ [汉] 诡

quỉ biện *đg* 诡辩

quỉ dạ xoa *d* 夜叉

quỉ kế *d* 诡计

quỉ khốc thần kinh 鬼哭神惊; 惊天地泣鬼神

quỉ quái *d* 鬼怪 *t* 鬼机灵

quỉ quyệt *t* 诡谲

quỉ sứ *d* ①鬼怪, 鬼魔, 牛头马面 ②淘气鬼

quỉ thần *d* 鬼神

quỉ thuật *d* 幻术

quỉ trá *t* 诡诈

quĩ₁ [汉] 柜 *d* ①钱柜: người thủ quĩ 出纳; Trong quĩ chỉ còn một triệu thôi. 钱柜里只有 100 万盾了。②经费, 款项, 基金: công quĩ 公款; quĩ cứu tế 救济基金; quĩ phúc lợi 福利基金

quĩ₂ [汉] 轨, 匮

quĩ đạo *d* 轨道

quĩ đen *d* 小金库

quĩ tích *d* 轨迹

quí₁ [汉] 癸 *d* 癸 (天干末位)

quí₂ [汉] 季 *d* 季, 季度: quí ba 第三季度; nộp báo cáo quí 递交季度报告

quí₃ [汉] 贵 *đg* 尊敬, 珍惜: quí thời gian 珍惜时间; Mọi người đều rất quí anh ấy. 大家都很敬重他。*t* ①贵重, 宝贵: của quí 宝贵的东西 ②尊贵, 尊敬 (敬辞): quí vị đại biểu 各位尊敬的代表; quí cơ quan 贵单位; quí trường 贵校

quí₄ [汉] 愧

quí báu *t* 宝贵, 珍贵: tài liệu quí báu 宝贵资料; truyền thống quí báu 宝贵传统

quí danh *d* 贵姓: Xin anh cho biết quí danh? 请问您贵姓?

quí giá *t* 贵重, 珍贵, 宝贵

quí hiếm *t* 珍稀: động vật quí hiếm 珍稀动物

quí hoá *t* 难能可贵的: tình cảm quí hoá 难能可贵的感情; Như thế thì quí hoá quá! 这样就太难能可贵了!

quí hồ *k* 只要⋯就好: Quí hồ anh đến là được! 只要你来就好!

quí khách *d* ①贵客, 贵宾 ②诸位, 列位, 诸公: Kính mời quí khách lên xe! 敬请诸位上车!

quí mến *đg* 珍爱, 爱戴, 敬爱

quí ngài *d* 阁下

quí nhân *d* 贵人

quí phái *t* 高贵, 富贵: dáng điệu thanh cao quí phái 举止高贵清雅

quí phi *d* [旧] 贵妃

quí tộc *d* 贵族: tầng lớp quí tộc phong kiến 封建贵族阶层 *t* 贵族的: lối sống quí tộc 贵族生活方式

quí trọng *đg* 珍重, 珍爱, 珍惜, 珍视: quí trọng tình bạn 珍惜友情 *t* 珍贵, 贵重: món quà quí trọng 珍贵的礼物

quí tử *d* 贵子

quí tướng *d* 贵相: người có quí tướng 贵相之人

quí vị *d* 各位, 诸位

qui [汉] 跪 *đg* 跪倒 *t* 身疲力竭: Làm quần quật như thế, không khéo qui mất! 这样不停地干, 小心累倒!

qui lụy *đg* 卑躬屈膝乞求: không chịu qui lụy 不肯卑躬屈膝

quít *d* 橘子: cây quít 橘子树

quịt *đg* 赖账, 赖债: quịt công 赖工钱; quịt nợ 赖债

quòn quèn *t* 破烂: chiếc xe đạp quòn quèn 破烂不堪的自行车

quọt quẹn *p* 仅仅: có quọt quẹn một cái áo 仅有一件衣服

quọt quẹt *t* 粗略, 大略: biết quọt quẹt vài ba chữ 只粗略识几个字

quota (cô ta) *d* 配额: quota xuất khẩu 出口配额; quota nhập khẩu 进口配额; phân bổ quota không đều 配额分配不均

quốc [汉] 国: ái quốc 爱国; ngoại quốc 外国

quốc âm *d* 国音; 国语

quốc bảo *d* [旧] 国玺, 玉玺

quốc ca *d* 国歌

quốc cấm *t* 违禁, 国禁: hàng quốc cấm 违禁品

quốc công *d* [旧] 国公

quốc dân *d* 国民: nền kinh tế quốc dân 国民经济

quốc doanh *t* 国营: xí nghiệp quốc doanh 国营企业; thành phần kinh tế ngoài quốc doanh 私营经济

quốc đảo = đảo quốc

quốc đạo = quốc lộ

quốc gia *d* 国家: nguyên thủ quốc gia 国家元首 *t* 国家主义的: tư tưởng quốc gia hẹp hòi 狭隘的国家主义思想

quốc giáo *d* 国教: Phật giáo đã từng là quốc giáo Việt Nam. 佛教曾是越南国教。

quốc hiệu *d* 国号, 国名

quốc hoa *d* 国花: bầu chọn hoa sen làm quốc hoa 评选荷花为国花

quốc học *d* 国学

quốc hội *d* 国会: Quốc hội họp thường lệ xuân thu nhì kì. 国会每年春秋分别举行两次例会。

quốc hồn *d* 国魂

quốc huy *d* 国徽

quốc hữu *t* 国有的

quốc hữu hoá *đg* 国有化: quốc hữu hoá các xí nghiệp dầu mỏ 对所有石油企业实行国有化

quốc kế dân sinh *d* 国计民生: có lợi cho quốc kế dân sinh 有利于国计民生

quốc khánh *d* 国庆: ngày quốc khánh 国庆节

quốc khố *d* 国库

quốc kì *d* 国旗

quốc lập *d* 国立, 公立: trường quốc lập 公立学校

quốc lộ *d* 国道

quốc mẫu *d* [旧] 国母

quốc nạn *d* 国难, 民族灾难: Tham nhũng đã trở thành quốc nạn. 贪污腐化成为国难。

quốc ngữ *d* ①国语②越南拼音文字

quốc nội *d* 国内

quốc pháp *d* 国法

quốc phòng *d* 国防: Bộ Quốc phòng 国防部; lực lượng quốc phòng 国防力量

quốc phụ *d* 国父

quốc phục *d* 国服

quốc quyền *d* 国权

quốc sách *d* 国策: Kế hoạch hoá gia đình là quốc sách. 计划生育是国策。

quốc sắc *d* [旧] 国色

quốc sắc thiên hương = sắc nước hương trời

quốc sỉ *d* 国耻: ngày quốc sỉ 国耻日

quốc sư *d* [旧] 国师

quốc sử quán *d* 国史馆

quốc sự *d* 国事

quốc tang *d* 国丧: tổ chức quốc tang cho nạn nhân 给遇难者举行国丧

quốc táng *d* 国葬

quốc tặc *d* 国贼

quốc tế *d* 国际: tin quốc tế 国际新闻; quan hệ quốc tế 国际关系 *t* ①国际的: sân bay quốc tế 国际机场; công ước quốc tế 国际公法②国际主义的: tư tưởng quốc tế 国际主义思想

quốc tế ca *d* 国际歌

quốc tế hoá *đg* 国际化: xu thế quốc tế hoá 国际化趋势; quốc tế hoá các thuật ngữ khoa học 科学术语国际化

quốc tế ngữ *d* 国际语

quốc thể *d* 国体

quốc thiều *d* 国乐, 国歌: cử quốc thiều 奏国歌

quốc thổ=đất nước

quốc thù *d* 国仇

quốc thư *d* 国书: trình quốc thư 递交国书

quốc tỉ *d*[旧] 国玺

quốc tịch *d* 国籍: Anh ấy có quốc tịch Pháp. 他有法国国籍。

quốc trái *d* 国债, 公债

quốc trưởng *d* 国家元首

quốc tuý *d*[旧] 国粹: bảo tồn quốc tuý 保存国粹

quốc tử giám *d* 国子监

quốc văn *d* 国文

quốc vụ *d* 国务: quốc vụ khanh 国务卿; quốc vụ viện 国务院

quốc vương *d* 国王

quốc yến *d* 国宴

quơ *đg* ①划拉: quơ chân tìm dép 用脚来回划拉找拖鞋; quơ tay để làm đường đi trong đêm tối 在黑夜里伸手探路②乱抓一把, 顺手一抓: Bọn trộm quơ nhiều đồ đạc. 小偷抓走很多东西。Nó quơ vội cái áo mặc vào

người. 匆忙中他顺手抓件衣服穿上。

quơ quéo *đg* 拆东墙补西墙

quờ *đg* ①手脚划拉找东西: quờ tay lần tìm trong bóng tối 在黑暗中手扒拉找东西②乱抓一把

quờ quạng *đg* 摸索: quờ quạng sờ tìm cái bật lửa 摸索着找打火机

quở *đg* ①责骂, 呵责: bị cấp trên quở cho một trận 被领导训斥一番; bị mẹ quở 被妈妈责骂②讥讽: bị mọi người quở là lười biếng 被大家讥讽为懒惰

quở mắng *đg* 责骂

quở phạt *đg* 责罚

quở quang *đg* 责备, 斥责

quở trách *đg* 责骂, 责备

quớ₁ *đg* ①抓, 逮住, 揪: quớ được nó thì biết tay 要逮到他就让他知道厉害②碰上, 遇着: quớ phải ông chồng nghiện 不小心嫁了一个瘾君子

quớ₂ *t* 愣, 呆, 窘: Giục nhiều quá, nó quớ lên. 催多了他都愣住了。

quớ₃ *c* 大声感叹: Quớ làng nước ơi! 乡亲们哪!

quớt *đg* ①翘起: Mũi ghe quớt lên. 船头翘了起来。②拉直: Lưỡi câu bị quớt. 鱼钩被拉直了。③躲开, 走开: thấy khó khăn gì quớt ra 遇到困难就躲

quớt *đg* 抽: quớt mấy roi 抽几鞭子

quyên₁[汉] 鹃 *d* 杜鹃鸟

quyên₂[汉] 捐 *đg* 捐, 募捐: Quyên tiền ủng hộ đồng bào bị bão lụt. 捐钱支援遭受水灾的同胞。

quyên₃[汉] 娟

quyên chẩn *đg* 捐赈

quyên giáo *đg* 募化, 化缘

quyên góp *đg* 捐献

quyên mộ *đg* 募捐

quyên sinh *đg* 捐躯

quyên tặng *đg* 捐赠

quyền trợ *đg* 捐助

quyền₁ [汉] 拳 *d* 拳术

quyền₂ [汉] 权 *d* ①权利: quyền công dân 公民权②权力, 势力: có chức có quyền 有职有权; có quyền quyết định việc này 有权决定这事 *đg* 代理: quyền giám đốc 代理厂长; quyền trưởng phòng 代理处长

quyền₃ [汉] 颧 *d* 颧骨

quyền anh *d* 英国拳, 拳击

quyền bãi miễn *d* 罢免权

quyền bầu cử *d* 选举权

quyền biểu quyết *d* 表决权

quyền bình đẳng *d* 平等权

quyền bính *d* 权柄

quyền cao chức trọng 高官显爵

quyền hạn *d* 权限

quyền hành *d* 权力, 权柄 *t* 跋扈, 不可一世

quyền lợi *d* ①权利②权益, 利益: quyền lợi của nhân dân lao động 劳动人民的利益

quyền lực *d* 权力

quyền nghi *t* 权宜

quyền phủ quyết *d* 否决权

quyền phúc quyết *d* 复决权

quyền quyết nghị *d* 决议权

quyền rơm vạ đá [口] 权轻责重

quyền sống *d* 生存权

quyền sở hữu *d* 所有权: quyền sở hữu trí tuệ 知识产权

quyền thế *d* 权势

quyền thuật *d* 拳术

quyền uy *d* 权威

quyền ứng cử *d* 被选举权

quyển₁ *d* [旧] 笛子 (同 sáo₁): thổi quyển 吹笛子

quyển₂ [汉] 卷 *d* 卷, 本, 册: một quyển sách 一本书; một quyển vở 一本册子

quyến₁ *d* 绢

quyến₂ *đg* ①眷恋: quyến luyến 眷恋; Hai đứa quyến nhau rồi. 两人恋上了。②引诱, 勾引:

quyến dỗ 引诱; bị người ta quyến đi mất 被人家勾引走了 *d* 亲属: quyến thuộc 眷属

quyến dỗ *đg* 引诱, 劝诱: quyến dỗ những cô gái nhẹ dạ cả tin 引诱那些容易上当的女孩

quyến dụ =quyến rũ

quyến luyến *đg* 眷恋, 依依不舍

quyến rủ =quyến rũ

quyến rũ *đg* 引诱, 诱使, 吸引: Nữ minh tinh trong phim đã quyến rũ nhiều chàng trai. 影片中女明星吸引了大批男青年。*t* 充满诱惑的: đôi môi quyến rũ 充满诱惑的双唇

quyến thuộc *d* 眷属

quyện₁ *đg* 黏合, 糅合, 缠绕: Hai vấn đề quyện lấy nhau. 两个问题纠缠不清。

quyện₂ *t* 疲倦: chân mỏi quyện 脚酸痛

quyết₁ [汉] 决 *đg* ①坚决: quyết không lùi bước 决不退却②决定, 拍板: Cấp trên đã quyết rồi. 上级已拍板了。*tr* 绝对: quyết không phải như vậy 绝对不是那样

quyết₂ [汉] 抉, 诀, 撅

quyết chí *đg* 决心, 决意: quyết chí thi đỗ vào trường đại học quốc gia 决心考进国家大学

quyết chiến *d* ; *đg* 决战, 战斗到底: tinh thần quyết chiến quyết thắng 决战决胜精神; trận quyết chiến giữa ta và địch 敌我决战

quyết đấu *đg* 决斗

quyết định *đg* 决定: Chính phủ đã quyết định phải tiếp tục dự án này. 政府决定继续该项目。*t* 决定性的: yếu tố quyết định 决定性的因素; ảnh hưởng có tính quyết định 决定性的影响

quyết đoán *đg* 决断, 断定

quyết liệt *t* 激烈, 剧烈

quyết nghị *đg* 决议, 决定: Hội nghị đã quyết nghị phải thực hiện chiến lược này. 会议已经决定要实施该战略。*d* 决议: quyết nghị của đại hội 大会的决议

quyết nhiên *p* 必然, 必定

quyết sách *d* 决策

quyết sinh *đg* 坚决要生存: quyết tử cho tổ quốc quyết sinh 为祖国的生存而决死战斗

quyết tâm *đg* 决心, 下决心: quyết tâm đầu tư 决心投资 *d* 决心: có quyết tâm 有决心; quyết tâm thư 决心书

quyết thắng *đg* 决胜, 必胜

quyết tiến *đg* 坚决前进, 坚决进取

quyết toán *đg* 结算: làm quyết toán cuối năm 做年终结算; quyết toán công trình 工程结算

quyết tử *đg* 决死, 敢死: quân quyết tử 敢死队

quyết ý *d* 决意

quyết yếu *d* 要诀

quyệt [汉] 谲 *t* 诡谲: xảo quyệt 狡猾

quỳnh [汉] 琼 *d* 琼: chén quỳnh 琼杯; quỳnh dao 琼瑶

quỳnh *t* 愚钝: Thằng đó quỳnh lắm. 那小子很笨。

quýnh₁ *đg*; *t* 慌乱: Không làm được bài, quýnh quá. 做不了题, 一阵慌乱。Hồi hộp quá đâm quýnh. 忐忑不安, 心生慌乱。

quýnh₂ [汉] 炯, 迥, 炅

quýnh cuống *đg* 慌乱, 忙乱

quýnh đít *t* 慌忙, 忙乱, 忙得团团转

quýnh quáng *t* 忙乱

quýnh quýt *t* 慌乱, 忙乱

quýnh quýu *t* 手忙脚乱

R r

r, R 越语字母表的第 22 个字母

ra *đg* ① 外出，离开：ra sân chơi 到院子里玩；ra trường từ năm ngoái 去年就离开了学校 ② 长出：Cây sắp ra hoa. 树快开花了。③ 提出，拟出：ra điều kiện 提出条件；ra đề thi 出试题 ④ 松开、散开：mở ra 打开；buông tay ra 放开手 ⑤ 表现出，成为…样子：chẳng ra gì cả 做不出什么样子 ⑥ 得出，说出：nhận ra khuyết điểm 认识到错误；nói ra hết mọi điều bí mật 说出所有秘密 ⑦（表示增加、添加）：ngày càng béo ra 越来越胖 ⑧（表示突然发现或悟出）：À, ra thế! 啊，原来如此 !Ra nó chỉ hứa để đánh lừa. 原来他许诺只是为了骗人。

ra bài *đg* 出题

ra bộ *đg* 显出，摆样子：Ngồi im, ra bộ không nghe thấy gì. 一声不吭地坐着，装做什么都没听到。

ra cái vẻ *đg* 装出…的样子：ra cái vẻ thật thà lắm 装出一副老实巴交的样子

ra chạm vai, vào chạm mặt 低头不见抬头见

ra chiều *đg* 表现出…的样子：làm ra chiều xúc động 表现出很激动的样子；Giám đốc gật gù, ra chiều vừa ý lắm. 经理点点头，表现出很满意的样子。

ra công *đg* 下功夫，花力气：ra công luyện tập đêm ngày 日夜下功夫练习

ra dáng₁ *đg* 好像是，很像是：Dạo này nó ra dáng người lớn rồi. 最近他像个大人了。

ra dáng₂ *p* 极度，得很：Đẹp ra dáng! 美极了 !

radian *d* 量角器

ra-đa (radar) *d* 雷达：trạm ra-đa 雷达站

rađian=radian

ra đám *đg* 散会，散场

ra đi *đg* 出行，出走，出发，离去

ra-đi-ô (radio) *d* 收音机

ra-đi-ô cát-xét (radio-cassette) *d* 收录机

ra-đi-um (radium) *d*[化] 镭

ra điều *đg* 表示，表现出…的样子：ra điều mình là người lớn 表现出自己是大人的样子

ra đời *đg* 出世，诞生，降生

ra gì *t* 像话的，像样儿的：không coi ai ra gì cả 不把别人放在眼里；Nào có ra gì? 那成什么样子？

ra hiệu *đg* 递眼神儿，示意，传暗号：nháy mắt ra hiệu 使眼色暗示

ra hồn *t* 像样的，像回事的：Đã mời khách thì phải dọn cho ra hồn một mâm cơm. 既然是请客，就要做一桌像样的菜。Nói một câu cũng không ra hồn. 说句话都不成个样儿。

ra hồn ra vía=ra hồn

ra kiểu=ra bộ

ra lệnh *đg* 下令：Đội trưởng chưa ra lệnh nó đã xuất phát. 队长还没下令他就出发了。

ra lò *đg* 出炉：bánh mì mới ra lò 刚出炉的面包

ra mắt *đg* ① 面见：Cô gái dẫn người yêu về mắt bố mẹ. 姑娘带男朋友回家面见父母。② 面世，公之于世：Cuốn sách mới ra mắt bạn đọc. 那本书刚刚出现在读者面前。

ra mặt *đg* ① 明目张胆，毫不掩饰：ra mặt chống đối 明目张胆地反对；khinh ra mặt 毫不掩饰地蔑视 ② 露面，出面：Lần này anh ta không ra mặt. 这次他不露面。

ra mẽ =ra bộ

ra miệng *đg* 动口，动嘴，说出口：nói không ra miệng 说不出口

ra mòi *đg* 看样子：ra mòi khôn ngoan 看样子挺聪明的

ra môn ra khoai 有条有理，有头有尾：Phải làm cho ra môn ra khoai. 要做得有头有尾。

ra năm *d* 来年，明年

ra ngô ra khoai=ra môn ra khoai

ra ngôi *đg* 间苗，移栽

ra oai *đg* 逞威风，施威：Hơi một tí là ra oai. 动不动就逞威风了。

ra phết *p* 挺，很，满；极其，非常，十分：Đẹp ra phết! Đẹp ra phết! Làm ăn khá ra phết! 生意好得很！

ra quân *đg* 出兵，出征

ra rả [拟] 叽叽喳喳：Nói ra rả suốt ngày. 整天叽叽喳喳地说个不停。

ra ràn *đg* 出师，出道：Nó mới ra ràn chưa có kinh nghiệm gì. 他才出师，没什么经验。

ra ràng *đg* 出窝，刚长成：đàn chim mới ra ràng 刚出窝的雏鸟

ra rìa *đg* 被淘汰，被撂在一边：Đội bóng ấy ra rìa rồi. 那个球队被淘汰了。

ra sao *k* 如何，若何，怎样：Dạo này sức khoẻ anh ra sao? 近来你身体怎么样？

ra sống vào chết 出生入死

ra sức *đg* 出力，使劲：ra sức phát triển kinh tế 大力发展经济

ra tay *đg* 出手：Chờ có cơ hội mới ra tay. 等到有机会才出手。

ra tấm ra món *đg* ①（钱款）成数，成钱：Tiền lời cứ nửa năm lấy một lần cho ra tấm ra món. 利钱每半年取一次显得成数些。②成事儿，成样子，像样：Chẳng làm được việc gì ra tấm ra món cả. 从未成过什么像样的事。

ra tháng *d* 来月，下月

ra trò *t* 像样的，有名堂的：chẳng làm được gì ra trò 搞不出什么名堂

ra tuồng *t* ①像样的，有名堂的（同 ra trò）②装样：ra tuồng tay chơi có hạng 装得像个高手玩家

ra vẻ *đg* ①看起来像，好像：ra vẻ thành thạo 好像很熟练②像模像样：Ăn mặc cho ra vẻ một chút. 穿着要像个样子。

ra về *đg* 回去

ra ý *đg* 表示，表现出：ra ý bằng lòng 表示满意

rà *đg* ①搜查：rà theo người lạ mặt khả nghi 跟踪搜查可疑的陌生人；Máy bay rà đi rà lại trên khu rừng. 飞机在树林上空来回低飞搜查。②查探，探摸：máy rà mìn 探雷器；Sờ chẳng ra, rà chẳng thấy. 看不见，摸不着。③检查，详查：rà sổ sách giấy tờ 详查账册；rà xét toàn bộ thiết bị 详查所有设备

rà rẫm *đg* ①磨蹭：Cứ rà rẫm mãi đến bao giờ mới xong việc? 总是磨磨蹭蹭的，什么时候才能完？②缠着，缠上，紧缠不放

rà soát *đg* 搜索，检查，核查：Rà soát từng chữ, không để sai sót. 逐字检查，不许错漏。

rả *đg* 剪开，摊开，撕开，拆开：rả sấp vải把布剪开

rả rả=ra rả

rả rích [拟] 淅淅沥沥（雨声）：Mưa rả rích suốt đêm. 雨淅淅沥沥地下了一夜。

rã *đg* ①散开，拆开，瓦解：rã cuộc cờ 拆散棋局；rã hội 散会②烂，腐烂，散架：Đậu ngâm rã nát. 豆子泡烂了。Xách nặng rã tay. 东西太重，提得手都快散了架。Thức trắng đêm, người như rã ra. 通宵干活，累得像散了架。

rã bọt mép *t* 口干舌燥：nói rã bọt mép 说得口干舌燥

rã đám *đg* ①四散，散伙②涣散：tư tưởng rã đám 思想涣散

rã họng *t*(说) 破了喉咙的：Kêu rã họng mà chẳng thấy ai lên tiếng. 喊破了喉咙也没人作声。

rã lụt *đg* 泄洪，退洪

rã ngũ *đg* 溃散：Địch đã rã ngũ. 敌军已溃散。

rã rời *t* 松散，（身体）瘫软无力：Nó bị cảm, toàn thân người rã rời. 他感冒了，全身瘫软无力。

rã rượi *t* 无精打采，萎靡不振：hàng ngũ rã rượi 队伍萎靡不振

rã sòng *đg*(赌博) 散局

rá *d* 筲箕

rá lò *d* [工] 炉零,隔炭器

rạ₁ *d* 稻秆: cắt rạ 割稻秆

rạ₂ *d* 水痘: Trẻ lên rạ. 孩子出水痘。

rạ₃ *d* 第二胎以后的孩子: con so con rạ 头胎二胎

rác *d* 垃圾: quét rác 扫垃圾 *t*(有垃圾而显得)脏的: rác nhà rác cửa 脏了家里; Đừng nói rác tai tôi. 别说这样的话,脏了我的耳朵。

rác rến=rác rưởi

rác rưởi *d* ①垃圾: rác rưởi đầy nhà 一屋子垃圾②污秽,社会残余,社会渣滓: trừ bỏ những rác rưởi của xã hội phong kiến 扫除封建社会残余

rác thải=chất thải

rạc *t* ①明显消瘦,瘦骨嶙峋: Mới ốm một hôm đã rạc cả người. 才病了一天人就瘦成那样。②累,酸累: đi rạc cả chân 走得脚都酸; nói rạc cả cổ 说到脖子都累③残败,凋零,枯萎: cây rạc hết lá 树叶凋零

rạc rài *t* ①瘦骨嶙峋: thân thể rạc rài 身体骨瘦如柴②残败,潦倒: Cuộc sống đói khát rạc rài. 生活穷困潦倒。

rách *t* ①破烂: cào rách mặt 刮破脸②穷困: Anh ta lúc này rách lắm. 他现在很穷困。

rách bươm=rách mướp

rách mướp *t* 破破烂烂: quần áo rách mướp 衣衫褴褛

rách nát *t* 支离破碎: túp lều rách nát 支离破碎的茅屋

rách rưới *t* 破烂,褴褛

rách tả tơi *t* 破烂不堪

rách tơi=rách tả tơi

rách tườm=rách mướp

rách việc *t* 坏事的,添乱的: Đi với nó chỉ rách việc. 跟他走只会添乱。

rạch₁ *d* 水渠,垄: đào rạch 挖沟渠

rạch₂ *đg* 裁开,划开,拉开,割开,剖开: rạch

giấy 裁纸; rạch mủ cao su 割橡胶; Chớp rạch bầu trời. 闪电划破天空。

rạch₃ *đg* 洄游: bắt cá rô rạch 抓洄游鲫鱼

rạch ròi *t* 详细分明的,区分明确的: phân biệt rạch ròi cái đúng cái sai 明辨对错

rải *đg* ①撒,散播,散布: rải truyền đơn 撒传单; rải gạo cho gà ăn 撒米给鸡吃②铺,铺开,展开: đường rải đá 铺石子路③(鱼)产卵: mùa cá rải 鱼的产卵期

rải mành mành 部署过于分散: Quân đội rải mành mành nên khó chỉ huy. 军队部署过于分散,很难指挥。

rải rác *t* 分散的,零星的

rải rắc *đg* 散布: rải rắc tin đồn 散布谣言

rải thảm *đg* ①铺地毯②地毯式轰炸

rái=dái₂

rái cá *d*[动] 水獭

rái chó=rái cá

ram₁ *d* 摞(通常 500 张纸为一摞)

ram₂ *d*[方] 炸春卷

ram₃ *đg*(煅打铁器时)淬水

RAM[缩] 随机存取存储器

ram rám=rám

ram ráp=ráp ráp

rám *đg* 晒焦,焦黑: Da rám nắng sạm đen. 皮肤被晒黑。

rám rám *t* 微微晒焦的,微微晒黑的(同 ram rám)

rám má *d* 色斑

rạm *d*[动] 小毛蟹

ran *đg* ①响,回响,鸣响: pháo ran lên từng hồi 响起一阵阵鞭炮声②遍及,散遍: người nóng ran 全身发烫

ran rát *t* 热辣辣

ràn₁ *d* 栏,圈,窝,巢: cho bò vào ràn 赶牛入栏

ràn₂ *t* 连绵的,老是的: chơi ràn 玩个没完

ràn rạt [拟] 哗啦哗啦,呼呼: Gió thổi ràn rạt. 风呼呼地吹。

ràn rụa *t*(泪) 涔涔的: nước mắt ràn rụa 泪

渗渗的

rán₁ *đg* ①油煎, 油炸: rán đậu phụ 煎豆腐; cá rán 煎鱼②熬煎, 干煎: rán mỡ 煎油

rán₂ *đg* 奋力, 努力 (同 ráng₃)

rán sành ra mỡ ①一毛不拔②不可能的

rán sức *đg* 奋力, 努力: rán sức mà làm 努力干

rạn *đg* 龟裂, 张裂: Tấm kính bị rạn nhiều chỗ. 玻璃裂了很多处。

rạn nứt *đg* ①破损: Gạch ngói bị rạn nứt không ai mua. 砖瓦破损了没人买。②破裂: tình bạn bị rạn nứt 友情破裂

rạn vỡ *đg* 破碎, 破灭: hạnh phúc bị rạn vỡ 幸福破灭

rang *đg* 焙炒, 干炒, 烘炒: rang ngô 炒玉米

rang rảng *t* 朗朗, 爽朗

ràng *đg* 缠缚, 捆扎

ràng buộc *đg* 束缚, 约束, 羁绊: Hợp đồng có giá trị ràng buộc đối với hai bên. 合同对双方都有约束力。

ràng ràng *t* 明显, 清楚

ràng rạng *t* 破晓

ràng rịt *đg* 缠绕交错: buộc ràng rịt 捆了一道又一道; mối dây tình cảm ràng rịt 情丝万缕

ràng *t* 逐渐退去的: Cơn sốt đã ràng. 烧渐渐退去。

ráng₁ *d* 霞: ráng chiều 晚霞

ráng₂ *d* [植] 蕨

ráng₃ *đg* 尽力, 努力: ráng học 努力学习

ráng hồng *d* 红霞, 彩霞

ráng nắng *d* 霞光

rạng *t*; *đg* ①天亮: Trời rạng dần lên. 天渐渐亮了。②闪亮, 明亮: Ánh lửa chiếu rạng cả căn phòng. 火光照亮了整个房间。③光彩, 光耀

rạng danh *t* 出名的, 名声煊赫的

rạng đông *d* 黎明, 拂晓, 破晓

rạng mai *d* 明早

rạng mặt *t* 脸上有光的: Con được vinh quang

mẹ cũng rạng mặt. 儿子获得荣誉, 母亲脸上也有光。

rạng ngày *t* 天亮的, 天光的: Rạng ngày rồi mà chưa ai ngủ dậy. 天都亮了还没人起床。

rạng ngời *t* 璀璨

rạng rạng=ràng rạng

rạng rỡ *t* 光彩照人, 辉煌灿烂: khuôn mặt rạng rỡ nụ cười 灿烂的笑容

rạng sáng *d* 拂晓

ranh₁ *d* 界线, 界限: giáp ranh 交界

ranh₂ *d* 鬼童, 妖童 (迷信): con ranh 妖童 *t* ①卑微, 微不足道: con cá mè ranh 小鲢鱼; bọn trẻ ranh 小屁孩②精怪, 鬼灵精怪: Mới mấy tuổi mà ranh thế. 才几岁就那么鬼灵精怪。

ranh con *d* 小淘气, 小精怪 (骂语)

ranh giới *d* 分界线, 界限, 限界: ranh giới tỉnh 省界

ranh ma *t* 狡诈, 狡诡, 鬼精: Thằng này ranh ma lắm. 这小子很狡诈。

ranh mãnh *t* 鬼机灵, 鬼灵精怪: nụ cười ranh mãnh 鬼灵精怪的笑

ranh vặt *t* 小聪明

rành *t* ①分明, 清楚, 明了: nói rành từng tiếng 一字一句地说 ②纯粹, 仅, 只: cửa hàng bán rành hàng mĩ nghệ 工艺品专卖店; Thằng cha ấy rành kể chuyện tiếu lâm. 那家伙只会说笑话。*đg* 擅长, 专长: rành việc nấu nướng 擅长烹饪

rành đời *t* 老于世故

rành mạch *t* 清楚, 明了, 有条理: sổ sách rất rành mạch 账目很清楚

rành nghề=lành nghề

rành rành *t* 昭昭, 昭然: chứng cớ rành rành 证据确凿; Sự thật đã rành rành, hai năm rõ mười. 事实昭昭, 一清二楚。

rành rạnh *t* 清晰, 明显

rành rẽ=rành mạch

rành rõ *t* 清楚, 有条理: trả lời rành rõ 回答

清楚

rành rọt *t* 分明，一清二楚：phân công rành rọt 分工一清二楚

rảnh *t* ①空闲，闲暇：dạo này rất rảnh 最近很清闲 ②免于妨碍的，免于闹心的：Tống cổ đi cho rảnh mắt. 赶出去，省得碍眼。Vứt quách đi cho rảnh. 把它扔了，省得闹心。

rảnh mắt *t* 眼前清静的：Mày cút đi cho rảnh mắt tao! 你滚吧，让我眼前清静些！

rảnh nợ *t* 了账的，无债务缠身的

rảnh rang *t* 清闲，闲暇：đầu óc rảnh rang 头脑清闲

rảnh rỗi *t* 闲暇，闲空：Những khi rảnh rỗi ngồi ôn lại chuyện xưa. 闲暇时重温旧事。

rảnh tay *t* 闲暇，手头闲空：không rảnh tay đối phó 无暇应付

rảnh thân *t* 身闲的：Không bao giờ rảnh thân. 身无闲时。

rảnh việc *t* 空闲的，没有事儿做的

rãnh *d* ①沟 ②槽

rãnh bên *d* 边沟

rãnh dẫn nước *d* 引水沟

rãnh đánh lò *d* 炉灰沟

rãnh giời *d* 天沟

rãnh khám tầu *d* 检车沟

rãnh lề đường *d* 侧沟，边沟

rãnh ngăn nước *d* 截水沟

rãnh ngầm *d* 暗沟，阴沟

rãnh nước mưa *d* 天水沟

rãnh nước tù *d* 死水沟

rãnh phòng hoả *d* 防火沟

rãnh thoát nước *d* 排水沟

rãnh xoáy *d* 膛线（枪膛的来复线）

rao *đg* 吆喝，叫卖：bán rao 叫卖

rao hàng *đg* 宣传商品，叫卖

rao giảng *đg* 传教，灌输（思想）

rao mật gấu, bán mật heo=treo đầu dê,bán thịt chó

rao vặt *đg*（报纸上的小则）广告，启事

rào₁ *d* [方] 小溪：lội qua rào 趟过小溪

rào₂ *d* 篱笆 *đg* 围篱墙：rào vườn 围院墙；ăn cây nào rào cây ấy 各扫门前雪

rào cao *d* 高栏

rào chắn *d* 隔离栏

rào đón *đg* 提防，把话说在前头：Nói thẳng vào câu chuyện, không cần rào đón. 直接说事，不用顾忌。

rào giậu *d* 围栏

rào rào [拟] 哗啦啦：mưa rào rào 雨哗啦啦地下

rào rạo [拟] 沙沙：tiếng chân bước rào rạo 脚步声沙沙响

rào rạt *t* 汹涌：sóng vỗ rào rạt 波涛汹涌

rào trước đón sau（说话）留余地

rảo *đg* ①快步走：rảo bước 疾步走 ②巡，巡逻：lính đi rảo 士兵巡逻 ③游逛：rảo chơi ngoài phố 在街上游逛

rảo bước *đg* 疾行，快步走

rảo cẳng=rảo bước

rảo mắt *đg* 瞟，瞥，晃一眼

rão *t* ①松散，活动：xích đã rão 链条松了 ②散架：mệt rão người 人累得散架

ráo *t* 干燥：Nắng lên đường ráo ngay. 太阳一晒路就干了。*p* 精光，净尽：lấy đi hết ráo 拿了个精光；đi vắng ráo cả 走了个精光

ráo bóc *t* 干涸

ráo hoảnh *t* ①干的，没有水的：Ấm nước ráo hoảnh. 水壶全干了。②干巴巴：trả lời ráo hoảnh như không 干巴巴地回答

ráo mịn *t* 光光的，精光的

ráo nạo *t* 精光的，一点不剩的

ráo rẻ *t* 干裂，干巴巴

ráo riết *t* ①加紧：ráo riết chuẩn bị khởi nghĩa 加紧准备起义 ②严厉，厉害：ăn ở ráo riết 为人厉害

ráo trọi *t* 精光，毫无保留的：Có bao nhiêu cũng lấy ráo trọi. 有多少都拿光。

ráo túi *t* 口袋空空，一文不剩

R

rạo *d* 渔网桩

rạo rạo [拟] 沙沙（嚼干物声）: nhai rạo rạo 嚼得沙沙响

rạo rực *đg* ①振奋: Tin thắng trận rạo rực lòng người. 胜利的消息振奋人心。②（感觉）眩晕, 恶心: rạo rực buồn nôn 恶心想吐

rap *d* 说唱（非洲、美洲的一种音乐形式）: nhạc rap 说唱音乐

ráp₁ *đg* ①拼装, 组装: Ráp các bộ phận lại với nhau. 把各总成拼装起来。②聚集, 集中: ráp lại hỏi chuyện 集中起来问话

ráp₂ *đg* 围剿: giặc đi ráp 敌人出动围剿

ráp₃ *đg* 打稿, 起稿（同 nháp）: bàn ráp 草稿

ráp₄ *t* 粗糙, 不光滑: giấy ráp 砂纸

ráp ráp *t* 粗糙

rạp₁ *d* ①棚: dựng rạp 搭棚②礼堂, 影院, 剧院: rạp chiếu phim 电影院; rạp hát 歌剧院

rạp₂ *đg* 俯伏, 趴伏, 倒伏: rạp mình trên lưng ngựa 趴在马背上; Mọi người đều nằm rạp xuống đất. 大家全都趴在地上。

rát₁ *đg* 辣痛, 刺痛: Vết thương bị ngấm nước muối rát quá. 伤口沾了盐水很痛。

rát₂ *t* ①猛烈, 厉害: bị theo dõi rát quá 被跟得太紧了②胆怯（同 nhát）: rát như cáy 胆小如鼠

rát cổ *đg* 喉咙辣痛, 喉咙干痛: Nói rát cổ mà nó vẫn không nghe. 说破了喉咙他都不听。

rát cổ bỏng họng 口干舌燥

rát mặt *t* 脸红的, 丢脸的: Mày nói như thế tao cũng thấy rát mặt. 你这么说连我都感到脸红。

rát rát=ran rát

rát rạt *t* 猛烈: tấn công rát rạt 猛烈地进攻

rát ruột *đg* 心疼, 痛惜

rạt *đg* ①倒伏: nằm rạt xuống 趴下②侧翻, 一边倒: đứng rạt bên đường 全都站到路边

rạt rạt *t* 齐整, 齐刷刷: rạt rạt đứng dậy 齐刷刷地站起来

rau *d* 蔬菜: vườn rau 菜园; cửa hàng rau sạch 无公害蔬菜店

rau bạc hà *d* 薄荷叶

rau cải *d* 白菜

rau cải bắp *d* 洋白菜, 椰菜

rau cải bẹ *d* 肉芥菜

rau cải hoa *d* 菜花

rau cải ngọt *d* 小白菜

rau cải rổ *d* 芥蓝菜

rau cải thảo *d* 大白菜

rau cải thìa *d* 上海青

rau cần *d* 芹菜

rau câu *d* 海菜

rau chân vịt *d* 菠菜

rau cỏ *d* 菜蔬, 青菜

rau cúc *d* 茼蒿

rau dại *d* 野菜

rau diếp *d* 莴苣

rau diếp đắng *d* 苦苣

rau diếp xoăn *d* 菊苣

rau dưa *d* ①腌菜, 酸菜, 咸菜②粗茶淡饭: Dùng bữa cơm rau dưa với gia đình. 跟家人吃餐家常饭。

rau dừa nước *d* 水龙菜

rau é *d*[植] 罗勒

rau húng *d* 香花苣

rau khúc *d* 窄叶鼠麴草

rau má *d* 积雪草, 雷公根, 崩大碗

rau mùi *d* 芫荽, 香菜

rau muống *d* 空心菜, 蕹菜

rau nào sâu ấy 有其父必有其子

rau nghể *d* 水蓼

rau ngót *d* 姑娘菜

rau ráu[拟] 欻欻（嚼脆物声）

rau răm *d* 鸭舌叶

rau sà lách *d* 生菜, 玻璃菜

rau sạch *d* 无公害蔬菜

rau sam *d*[植] 马齿苋

rau sống *d* 生菜

rau súp-lơ *d* 花菜, 西兰花

rau thơm *d* 香菜

rau tía tô *d* 紫苏菜

rau xanh *d* 青菜, 蔬菜

ráu *đg* 向（别人）要钱: ráu tiền cha mẹ 问父母要钱

ráu ráu=rau ráu

ray *d* 钢轨, 铁轨: đường ray 轨道; đặt ray 铺轨

ray cặp ghép *d* 护轮轨

ray rứt=day dứt

rảy=rẩy

rãy 抛弃, 遗弃

ráy₁ *d* 野芋, 芋头: củ ráy 芋头

ráy₂ *d* 耳垢: ráy tai 耳垢

rạy *đg* 扑腾, 挣扎: Cá rạy trong giỏ. 鱼在篓里扑腾。

rạy rạy *t* 小小的（常读作 rày rạy）

rắc *đg* 撒, 播: rắc hạt tiêu vào thức ăn 在食物上撒胡椒

rắc rắc=răng rắc

rắc rối *t* 错杂的, 无头绪的: Việc này rắc rối lắm. 这件事很复杂。

rặc *đg* 退潮

răm *d* [植] 鸭舌草

răm rắp *t* 整齐划一; 严格: hàng ngũ răm rắp, chỉnh tề 队伍整齐划一; răm rắp theo lệnh chỉ huy 严格执行命令

rằm *d* 望日（常指阴历每月十五日）: ngày rằm 望日

rắm *d* 屁: đánh rắm 放屁

rắm rít *d* ①屁②屁话

rặm *đg* 刺, 扎: Chiếc chăn dạ này rặm quá. 这张毛毯很扎人。

răn₁ *đg* 诚, 戒: khuyên răn 劝诫; phạt một người để răn những người khác 杀一儆百

răn₂ *t*; *đg* 皱（同 nhăn）: Quần áo bị răn rồi. 衣服皱了。

răn₃ 脱落, 剥落: nước sơn bị răn 油漆脱落

răn bảo *đg* 劝诫, 叮嘱

răn dạy *đg* 告诫, 教导, 劝导: Phải nghe theo lời răn dạy của bố mẹ. 要听父母的告诫。

răn đe *đg* 劝诫, 警戒

răn rắn *t* 有点儿硬的, 稍硬的

răn rắt *t* 齐刷刷: làm theo răn rắt 齐刷刷地跟着做

rằn *t* 多斑纹的, 杂色的: khăn rằn 条纹毛巾; tôm rằn 花虾

rằn ri *t* 花斑的, 花花绿绿的: quần áo rằn ri 花花绿绿的衣服

rằn rực *t*（色彩）斑斓

rắn₁ *d* 蛇: Đánh rắn phải đánh giập đầu. 打蛇要打七寸。

rắn₂ *t* ①坚固: chất rắn 固体②硬, 韧: rắn như đá 硬得像石头; lòng rắn lại 心硬; mềm nắn rắn buông 欺软怕硬

rắn cạp nong *d* 金环蛇

rắn cấc *t*（土）结硬的: Đất đồi rắn cấc. 山坡上的土很硬。

rắn chắc *t* 结实, 坚硬, 坚实: thân hình rắn chắc 身体结实

rắn đanh *t* 铁硬, 硬绷绷

rắn đầu rắn mặt *t* 犟头犟脑

rắn độc *d* 毒蛇

rắn giun=rắn trun đỉa

rắn mặt *t* 犟, 不听话: Thằng bé này rắn mặt lắm. 这小子很犟的。

rắn mối *d* 四脚蛇, 蜥蜴

rắn nệp nia=rắn cạp nong

rắn nước *d* 水蛇

rắn ráo *d* 草花蛇

rắn rết *d* 蛇蝎

rắn rỏi *t* 坚定; 刚劲, 坚强: Qua thử thách, anh ta trở nên rắn rỏi hơn. 经过考验, 他更坚强了。

rắn trun=rắn trun đỉa

rắn trun đỉa *d* 铁线蛇

rặn *đg* ①憋劲, 使劲（指大便时或产妇分

娩时憋劲用力）②憋,吃力：Rặn mãi mới được một câu. 憋了半天才得一句话。

răng₁ *d* ①牙齿②齿状物：răng cưa 锯齿；răng lược 梳齿；răng ốc 螺丝齿

răng₂ *d*；*tr*[方] 何,什么,啥（同 sao）：Chẳng tại sao tại răng gì cả. 没有为什么不为什么的。

răng cấm *d* 臼牙,大牙

răng cửa *d* 门牙

răng hàm *d* 臼齿

răng khểnh *d* 龅牙

răng khôn *d* 智齿

răng nanh *d* 犬牙

răng rắc [拟] 啪啪,咔嚓

răng sâu *d* 蛀牙,龋齿

răng sún *d* 龋齿

răng sữa *d* 乳牙

răng vổ *d* 龅牙

rằng *đg* 曰,云,道（放在动词之后）：nghĩ rằng 想道；chẳng nói chẳng rằng 一声不吭；Tôi tin rằng anh sẽ thực hiện đúng lời hứa. 我相信你能兑现诺言。

rặng *d* 列,排,行：rặng tre 竹丛

rặng núi *d* 山脉

rắp *đg* 拟,打算,企图：giương cung rắp bắn 张弓欲射

rắp mưu *đg* 蓄谋

rắp ranh *đg* 蠢蠢欲动,蓄谋：Cánh hữu rắp ranh đảo chính. 右翼势力蓄谋政变。

rắp rắp *t* 整齐划一,齐整

rắp tâm *đg* 存心,处心积虑,蓄意：rắp tâm chiếm đoạt 蓄意占领

rắp toan *đg* 蓄谋,意欲

rặt *t* 纯净,纯粹,清一色：ăn rặt một món chỉ 吃一样菜；Số thợ này rặt những người lành nghề. 这些工人是清一色的熟练工。

rặt nòi *t* 纯种的

râm₁ *t* 阴,阴霾,晦暗：bóng râm 阴影；kính râm 墨镜；ngồi nghỉ chỗ râm mát 坐在阴凉的地方休息

râm₂ *t* 嘈杂

râm₃ *t* 斑,花斑,斑白：tóc râm 头发斑白

râm bụt *d* 扶桑花,朱槿花

râm mát *t* 背阴,阴凉

râm rả *t* 连绵不断：mưa râm rả 细雨连绵

râm ran *t* ①热闹：tiếng cười nói râm ran 人声鼎沸②持续：nhậu nhẹt râm ran suốt ngày 整天不停地吃吃喝喝③波及的：đau râm ran 全身发痛；Ngứa râm ran như kiến bò. 像蚂蚁爬一样到处痒痒的。

râm rẩm *t* 隐隐痛的：Bụng đau râm rẩm. 肚子隐隐作痛。

rầm₁ *t* 轰隆隆,喧闹：súng nổ rầm trời 枪声震天；Tàu chạy rầm rầm. 火车轰隆隆地跑。

rầm₂ *d*[建] 梁子：rầm nhà 房梁

rầm rầm [拟] 轰轰,隆隆

rầm rập *t* 嘈杂,喧闹：kéo nhau đi rầm rập một hồi mà đi; Không khí rầm rập trên công trường. 工地上一片嘈杂喧闹。

rầm rì=rì rầm

rầm rĩ=ầm ĩ

rầm rộ *t* 大张旗鼓,轰轰烈烈：Phong trào phát triển rầm rộ khắp nước. 运动在全国轰轰烈烈地展开。

rấm *đg* ①捂：rấm chuối 捂香蕉（催熟）；rấm thóc giống 捂稻种（催芽）；rấm bếp bằng trấu 用瘪谷捂灶火；rấm lò 捂炉子（保火种）②定好,瞅准：rấm sẵn một chỗ 订好位置；Rấm sẵn một đám cho con trai. 给儿子定好一门亲事。

rấm bếp *đg* 封灶,封炉

rấm rứt [拟] 呜呜（地哭）：Cô ấy tủi thân, khóc rấm rứt. 她觉得憋屈,呜呜地哭。

rậm *t* 茂密,浓密,繁密,繁多：rừng rậm 密林；tóc quá rậm 头发太密；dân số đông rậm 人口稠密

rậm bi *t* 繁密

rậm đám *t* 人多的,众多的

rậm lời *t* 话多的,啰唆的

rậm nét *t* 笔画繁多的

rậm rạp *t* 茂密，浓密：cây cối rậm rạp 树木繁茂

rậm rật *t* 冲动，跃跃欲试：Chân tay rậm rật muốn chạy nhảy. 手脚冲动，想跑想跳。Thấy rậm rật trong người. 心里很冲动。

rậm rì *t* 郁郁，葱茏：cỏ mọc rậm rì 野草丛生

rậm rịch *t* 紧张，繁忙，紧锣密鼓：tiếng chân đi rậm rịch 急促的脚步声；Xóm làng rậm rịch vào mùa gặt. 收割的季节，乡村一片繁忙。*đg* 筹备：Nghe đâu nó rậm rịch cưới vợ. 听说他正筹备婚事。

rậm rịt *t* 密匝匝的：Cỏ hoang mọc rậm rịt. 杂草丛生。

rân *đg* 散遍：người nóng rân 全身发热；cảm thấy như máu nóng chạy rân rân khắp người 觉得热血流遍全身

rân rát *t* 众多：bà con rân rát 亲戚众多

rân rấn *đg* 泪盈盈：rân rấn nước mắt 泪眼盈眶

rần rần [拟] 汩汩：nước chảy rần rần 水流汩汩 *t* 喧哗，鼎沸：Làm rần rần không cho yên. 闹哄哄的，让人不得安宁。

rần rật *t* ① (火) 熊熊：lửa cháy rần rật 烈火熊熊② (声音) 急促：Tiếng chân người chạy rần rật ngoài đường. 路上传来急促的脚步声。

rần rộ=rầm rộ

rấn *đg* 加劲，加油：rấn bước 大踏步前进；làm rấn lên 加油干

rấn sức *đg* 起劲，加油，加把劲

rận *d* 虱子，跳蚤

rấp₁ *đg* ①堵，塞：rấp lối 堵路；Kéo cành rào rấp cổng. 拉树枝堵住门。②掩盖，遮掩：rấp vụ tham ô 掩盖贪污事实

rấp₂ *đg* ①遭遇：Qua trận ốm lại rấp ngay tai nạn giao thông. 病刚好又遭遇交通事故。②磕绊：bị rấp ngã 被绊倒 *t* 背时的，倒霉的：đen rấp 倒霉；Mới đầu năm đã rấp. 刚

开年就倒霉。

rập₁ *d* 套子：cái rập chuột 捕鼠夹子

rập₂ *đg* ①压模，打模，仿照：máy rập 冲床②不约而同：cùng hô rập một tiếng 同时叫了起来

rập khuôn *đg* 模仿，照搬：rập khuôn cách làm nước ngoài 照搬国外做法

rập kiểu *đg* 仿制，仿照

rập rà rập rờn=rập rờn

rập ràng *t* 有节奏，整齐划一：bước chân rập ràng của đoàn quân 部队整齐划一的步伐

rập rềnh=dập dềnh

rập rình₁ *đg* ①徘徊，窥探，觊觎，窥伺：Kẻ gian rập rình ngoài kho hàng. 小偷在库房外窥探。②犹豫：Không làm thì thôi, rập rình mãi. 不干就算了，总是犹犹豫豫的。

rập rình₂ *t* ①晃荡，颠簸：Con thuyền rập rình trên sông. 小船在江面上摇荡。②抑扬顿挫：tiếng nhạc rập rình 抑扬顿挫的音乐

rập rờn *t* 隐隐约约，时隐时现

rất *p* 很，极，甚，挺，满：rất tốt 很好

rất chi là *p* 很是，尤为：Rất chi là đẹp! 很是漂亮！

rất đỗi *p* 极，格外，非常，极为：Rất đỗi ngạc nhiên! 极为惊讶！

rất mực *p* (人品、性格) 极，极其：Rất mực hiếu thảo! 极为孝顺！

râu *d* 胡子，须：cạo râu 刮胡子；râu ngô 玉米须

râu ba chòm *d* 三绺须

râu cá chốt *d* 八字须

râu hùm *d* 虬髯

râu mày *d* 须眉

râu mép *d* 髭

râu ngạnh trê *d* 二撇须

râu quai nón *d* 络腮胡

râu ria *d* ①胡须②次要，零碎：Bỏ hết râu ria chỉ giữ lại nội dung chính thôi. 去除不

R

必要的东西，只留主要内容。

râu tôm *d* 虾角须

rầu *t* 愁苦，厌烦：mặt buồn rầu rầu 一脸愁容

rầu rĩ *t* 愁闷，忧郁，忧愁

rây *d* 细筛子 *đg* 筛动

rầy *t* 累赘，麻烦，烦忧：Đừng làm rầy người ta nữa. 别麻烦人家了。Ốm thì rầy đấy. 病了就麻烦了。

rầy₂ *t* 羞愧：Nói ra điều ấy thì rầy chết. 说出来会羞死的。*đg* 责骂，絮叨：Ba rầy con. 父亲训骂孩子。

rầy la *đg* 责骂，训骂

rầy nâu *d* [动] 蛾蝗

rầy rà *t* 累赘，麻烦：Chuyện này vỡ lở thì rầy rà to. 这件事被暴露，麻烦就大了。

rầy rật *đg* 干扰，烦扰

rầy tai *t* 聒耳，叨扰

rẩy *đg* 洒：rẩy nước quét nhà 洒水扫地

rẫy₁ *d* 旱地，山坡地：làm rẫy 坡地耕种

rẫy₂ *đg* 遗弃，抛弃（同 rãy）：bị chồng rẫy 被丈夫遗弃

rẫy₃ *đg* 扑腾，跳起来，挣扎：Cá rẫy đành đạch trong giỏ. 鱼在篓里不停地挣扎。

rẫy chết=giãy chết

re *đg* 流，涌：Máu re cả mình. 血流了一身。*t* 急速，飞快：chạy re 飞跑

re rẻ [拟] 潺潺：nước chảy re rẻ 水流潺潺

rè *t* 沙哑的，音质不好的：băng rè 音质不好的磁带；Tắt cái băng rè của mày đi. 闭上你的公鸭嗓。

rè rè [拟] 沙沙

rẻ₁ *t* 廉，贱，便宜：bán rẻ 廉价出售；giá rẻ 价格便宜 *đg* 轻视，藐视：coi rẻ 看不起；khinh rẻ 轻视；trọng người rẻ của 重人轻财

rẻ₂ *d* 扇，排：hình rẻ quạt 扇形；một rẻ sườn 一扇排骨

rẻ mạt *t* ①极贱的，极廉的：tiền công rẻ mạt 薪水低廉；mua với giá rẻ mạt 以极低的价格买到②毫无价值的：văn chương rẻ mạt

毫无价值的文章

rẻ rề *t* 低廉的，极其便宜的

rẻ rúng *đg* 藐视，轻视

rẻ thối ra *t* 价格低贱的，一文不值的：Mấy hôm nay rau rẻ thối ra. 这几天青菜价格贱得很。

rẻ tiền *t* 廉价，便宜

rẽ *đg* ①分开，拨开，扒开：rẽ đám đông lách vào 拨开人群钻进去②拐弯，转弯：rẽ phải 往右拐

rẽ duyên *đg* 拆散姻缘，棒打鸳鸯

rẽ ràng *t* 透彻的，易懂的：rẽ ràng giảng bài 讲课易懂；phân tích rẽ ràng 分析透彻

rẽ ròi=rạch ròi

rẽ rọt *t*（话语）从容，清晰

rẽ thúy chia uyên 棒打鸳鸯

ré₁ *d* [植] 中稻：cơm gạo ré 中稻米饭

ré₂ *đg* 吼叫，尖叫：kêu ré lên 尖叫起来

ré₃ *đg*（阳光）射入；（雨水）飘进

rèm *d* 帘，幔

rèm châu *d* 珠帘

rèm cửa *d* 门帘

rèm cửa sổ *d* 窗帘

rèm màn *d* 帐帘

ren *d* ①纱②针织工艺品：hàng ren 针织品；đường viền bằng ren 针雕镶边③螺旋纹：ren đinh ốc 螺纹

ren rén *t* 悄悄，蹑手蹑脚

rèn *đg* ①打铁，锻铁，炼：lò rèn 打铁炉②锻炼：rèn chí 锻炼意志；rèn luyện sức khoẻ 锻炼身体

rèn cặp *đg* 帮教，辅导：Con tôi học lớp 9, tôi muốn mời một cô giáo về rèn cặp. 我儿子上 9 年级，我想请个老师来辅导。

rèn đúc *đg* 锻冶，锻造，陶冶

rèn giũa *đg* 锻炼，教导：được rèn giũa trong quân ngũ 在部队锻炼过

rèn luyện *đg* 锻炼

rèn tập *đg* 练习

rén *t* 轻轻，蹑手蹑脚：Đi rén cho con khỏi thức giấc. 轻点走，免得惊醒孩子。

reo *đg* ① 欢呼：reo lên sung sướng 高兴地欢呼 ② 响起：Điện thoại reo mà không ai nghe cả. 电话响也没人听。

reo cười *đg* 欢笑

reo hò = hò reo

reo mừng *đg* 欢笑，欢呼

rèo₁ *d* 一小块儿，一小片儿：giấy rèo 纸片

rèo₂ *đg* 沿着：rèo theo bờ sông 沿着河边

rèo cao *d* (间或有小块耕地的) 山地

réo *đg* ① 呼喊，叫喊：Mới sáng sớm đã đến nhà người ta réo. 天刚亮就到别人家乱喊。② 响个不停

réo rắt *t* 悠扬，清越，悦耳，动听：tiếng sáo réo rắt 笛声悠扬

rét *t* 冷，寒冷：rét run cầm cập 冷得瑟瑟发抖；lên cơn rét 发冷

rét buốt *t* 刺冷的，冷得刺骨的

rét căm căm *t* 冰冷的，冻僵的

rét cắt da cắt thịt *t* 冷得刺骨的

rét đài *t* 大寒的 (越南北部农历正月)

rét lộc *t* 春寒的 (越南北部农历二月)

rét mướt *t* 寒冷，阴冷

rét nàng Bân *d* 倒春寒

rét ngọt *t* 透心凉的

rét run *t* 打冷战的，冷得发抖的

rê₁ *d* 一饼儿：một rê thuốc 一饼儿烟叶

rê₂ *đg* ① 扬风：rê thóc 扬谷子 ② 推挪，带：rê chiếc bàn ra giữa nhà 把桌子挪到中间；Rê bút chì trên bản đồ. 铅笔在地图上挪来挪去。

rề rà *t* 拖拉，拖延：Nó cố ý rề rà để bắt phải đợi. 他故意拖拉要（人家）等。

rề rề *t* ① 慢吞吞，拖拖沓沓：Làm rề rề thế, bao giờ cho xong. 这么慢吞吞的，什么时候才做完。② (病情) 反复的，久治不愈的：bệnh rề rề 久病不愈；Đau tới đau lui, rề rề không dứt. 病痛反复，久治不愈。

rể₁ *d* ① 女婿：con rể 女婿；anh rể 姐夫；em rể 妹夫；ở rể 入赘 ② 新郎：chú rể 新郎；phù rể 伴郎

rễ *d* ① 根：rễ cây 树根；bắt rễ 扎根；rễ cái (cọc) 主根；rễ chùm 须根；rễ con 细根；rễ củ 块根；rễ hút 根毛；rễ phụ 气根 ② (土改中的) 骨干：bồi dưỡng rễ 培养骨干

rế *d* 锅垫

rệ₁ *d* 旁边：rệ đường 路旁

rệ₂ *đg* 跑偏 (机动车的轮子歪)：Xe bị rệ bánh, nghiêng hẳn sang một bên. 汽车跑偏，整辆车都倒向了一边。

rếch *t* (碗筷、房间) 脏，不干净：mấy cái bát rếch 几个脏碗

rếch rác *t* 肮脏，脏乱：nhà cửa rếch rác 脏乱的房子

rên *đg* ① 呻吟：không bệnh mà rên 无病呻吟 ② 叫喊，抱怨：Mới khó khăn một chút đã rên dữ quá. 才那么点儿困难就叫得要死要活的。

rên la *đg* (大声地) 呻吟，惨叫

rên rẩm *đg* (连续不断地) 呻吟：Nói giọng rên rẩm, không ai chịu được. 那呻吟的语气谁也受不了。

rên rỉ *đg* (低声地) 呻吟

rên siết *đg* 痛苦呻吟，悲叹

rền₁ *t* ① (声音) 轰轰不绝的：sấm rền 雷鸣不绝；súng nổ rền 枪声轰鸣 ② 连续不断的：đi chơi rền 不停地去玩；Trời nắng rền mấy tháng liền. 天连续旱了几个月。

rền₂ *t* (食物) 黏软的：xôi rền 软软的糯米饭

rền rẽ = rền rỉ

rền rền [拟] 轰隆隆：tiếng đại bác rền rền 炮声隆隆

rền rỉ *đg* 哀叹，悲鸣，哀鸣：Tiếng khóc than rền rỉ. 哭声悲恸。

rềnh ràng = dềnh dàng

rệp *d* 臭虫

rết *d* 蜈蚣

rêu *d* 苔藓

rêu biển *d* 海苔

rêu phong *t* 铺满青苔的，古老的，古色古香的：rêu phong thành cổ 古色古香的老城

rêu rao *đg*(恶意地) 宣传，宣扬，传扬：Thù oán người ta, đem chuyện xấu đi rêu rao khắp làng. 仇视别人，就把他人的丑事满村宣传。

rêu xanh *d* 青苔

rều *d* 漂浮物：Trong ao lắm rều. 池塘里很多漂浮物。

rệu *t* ①松散，不稳固：Nhà rệu quá! 房子太不稳固了！Cái ghế này đã rệu, không ngồi được nữa. 这张椅子坏了，坐不了。②坏，变质：Đu đủ chín rệu rồi. 木瓜已熟透，坏了。

rệu rã *t* 散架的，破朽的：máy móc cũ kĩ, rệu rã 破旧的机械

rệu rạo *t* 散架的，摇摇欲坠的：Chiếc ghế rệu rạo lắm rồi. 这椅子快要散架了。

ri *d* [方] 这样，如此：Làm ri chớ không phải làm rứa. 这样做而不是那样做。

ri ri [拟] 嘀嘀，滴答：Vòi nước chảy ri ri. 水龙头滴答地滴水。

ri rí [拟] 嘻嘻，唧唧（指极微小的声音）：Dế kêu ri rí. 蟋蟀唧唧叫。

rì *tr* 之极（用作葱茏、浓密或缓慢的助语）：cỏ xanh rì 草绿油油的；đi chậm rì 走得慢腾腾的

rì rào [拟] 啾啾，淙淙（指轻微的声响）：Nước suối chảy rì rào. 溪水淙淙流。

rì rầm *t* 叽叽咕咕的，嘀嘀咕咕的：chuyện trò rì rầm 嘀嘀咕咕地说话

rì rì *t* 慢吞吞：Xe lên dốc bò rì rì. 车子慢吞吞地爬坡。

rỉ₁ *đg* ①渗出：Nước rỉ ra qua chỗ rò. 水从缝里渗出。Vết thương rỉ máu. 伤口渗出血来。②低语，耳语：rỉ nhỏ vào tai 凑到耳边说；không dám rỉ ra với ai 不敢向任何

人透露

rỉ₂ *d* 锈斑（同 gỉ）：rỉ sắt 铁锈；thép không rỉ 不锈钢

rỉ lời *đg* 吭声，低语，低诉，耳语

rỉ rả [拟]（指微弱而连绵不断的声响）：Mưa rỉ rả suốt đêm. 雨淅淅沥沥地下了一个晚上。Côn trùng kêu rỉ rả. 虫子喳喳地叫个不停。

rỉ răng *đg* 启齿

rỉ rầm rì rầm =rì rầm

rỉ rỉ=ri ri

rỉ tai *đg* 耳语，咬耳朵

rí₁ *d* 巫婆：nàng rí 巫婆

rí₂ *t*(声音) 极小的，微弱的：tiếng nói nhỏ rí 说话声极小

rí rách [拟](水流) 滴答，潺潺：mưa rơi rí rách 雨滴滴答答地下

rí rí [拟] 唧唧，啾啾（常读作 ri rí）：Dế kêu rí rí. 蟋蟀唧唧叫。

rí rỏm=dí dỏm

rị *đg* ①抵紧，勒紧：Rị lái xuồng không cho nước cuốn đi. 抵紧船舵，不让大水卷走。②抓紧，紧抱，紧拉：rị chặt nhánh cây 紧抱树枝；Rị nó lại, không cho đi. 拉住他，不给走。

rị mọ *đg* 摸索：Anh ấy rị mọ chữa chiếc máy suốt đêm. 他摸索着修了一晚机器。

ria₁ *d* ①沿，边缘：ria đường 路边；ria sông 河沿 ②小胡子，八字胡 *đg* 切边，裁边，修剪：ria cỏ 剪草

ria₂ *đg* 横扫，扫射：Ria một băng đạn súng máy. 机枪扫射一梭子弹。

rìa *d* 旁边，边缘：rìa đường 人行道；rìa làng 村边；chuyện ngoài rìa 花絮（花边新闻）

rỉa *đg* ①啄，咬：cá rỉa mồi 鱼咬钩；quả bị chim rỉa 果子被鸟啄；gà rỉa lông 鸡啄羽毛 ②挖苦，讽刺

rỉa ráy *đg* 挖苦，数落

rìa rói *đg* 数落

rịa=rạn

rích *p* 甚,极（贬义）: cũ rích 陈旧不堪; hôi rích 极臭

rích rắc *t* 曲折

rích rích=rinh rích

rích-te *d* 里克特震级,里氏震级

riềm=diềm

riến *t* 平滑,平整: cắt riến 切得又平又滑

riêng *t* ①私人的,个人的: của riêng 私有物 ②专有的,特殊的,个别的: danh từ riêng 专有名词 ③单独的,分别的: ở riêng 独居; phòng riêng 单间 *tr* 仅仅,单单,只有: Riêng anh ta phản đối. 只有他反对。

riêng biệt *t* ①单独,独自,独立: ngôi nhà riêng biệt 单独的一间房子 ②特有,独有: đặc điểm riêng biệt của một vùng 地方独有的特色

riêng lẻ=riêng rẽ

riêng rẽ *t* 单独,个别: Làm riêng rẽ, không phối hợp với nhau. 个个单干,互不配合。

riêng tây=riêng tư

riêng tư *t* 私人的,个人的: Đấy là chuyện riêng tư của người ta. 那是别人的私事。

riềng₁ *d*〔植〕高良姜

riềng₂ *đg* 臭骂,责骂: riềng cho một trận nên thân 骂个狗血淋头

riết *đg* 束紧,勒紧: riết sợi dây vào 勒紧绳索 *t* ①加紧的,紧盯的: bám riết 紧跟; làm riết cho xong 加紧干完 ②抠门儿的: Hắn ta riết lắm. 那家伙抠得很。

riết róng *t* 刻薄,苛刻: Những lời riết róng không ai chịu được. 那么刻薄的话谁都受不了。

riệt₁〔拟〕驾（呼喝牛直走的声音）

riệt₂ *đg* 扎紧: riệt chặt vết thương 扎紧伤口

riệt₃ *p* 一味,一直: đuổi riệt 一直追

riêu *d* 酸汤: canh riêu cua 酸蟹汤; bún riêu 蟹汤粉

riễu=giễu

riễu cợt=giễu cợt

rim *đg* 焖: rim thịt 焖肉

rim rím *t*（性格）孤僻,内向: tính tình rim rím 性格内向

rím *t*（薯类）变质的

rin rít₁ *t*（皮肤上沾着灰尘）黏糊糊: rin rít mồ hôi 汗渍黏糊糊

rin rít₂〔拟〕（硬物摩擦时的刺耳声音）

rịn *đg* 渗出,渗漏: Trán rịn mồ hôi. 额头渗出汗水。

rinh₁ *đg* 捧,端,扛: Rinh mâm cơm vào đây. 把饭端进来。

rinh₂ *p* 喧闹,嚷吵,吼叫: Làm gì mà rinh lên thế. 干什么啊,这么吵吵嚷嚷的。

rinh rích〔拟〕①嘻嘻（笑声）②淅沥（雨声）

rình₁ *đg* ①伺机,窥伺: rình nghe trộm 偷听; Mèo rình chuột. 猫守着老鼠。②准备: Ngọn đèn leo lắt chỉ rình tắt. 微弱的灯火快熄了。

rình₂ *p* 之极,极其: hôi rình 臭死了

rình mò *đg* 窥探,觊觎,窥伺: Đề phòng kẻ trộm rình mò. 提防小偷觊觎。

rình nghe *đg* 偷听

rình rang *đg* 磨蹭: Tàu sắp chạy rồi còn rình rang mãi. 火车都快开了,还在磨蹭。

rình rập *đg* 觊觎,窥探

rình rịch *t* 人来人往,络绎不绝: Kẻ đi người lại rình rịch. 过往人们络绎不绝。

rình rõi *đg* 盯,窥守: Rình rõi mãi mới bắt được quả tang. 盯了很久才人赃俱获。

rít₁ *d* 蜈蚣

rít₂ *đg* ①呼啸,长鸣: tiếng còi rít lên 哨声响起 ②深吸: rít một hơi thuốc 深深地吸了一口烟

rít₃ *đg* 卡,不顺溜: Ngòi bút máy bị rít, không xuống mực. 钢笔嘴儿被堵了,不出墨。

rít chúa *t* 吝啬

rít rít=rin rít₂

rịt *đg* 敷药,贴药 *p* 死缠地,紧缠地: Con bé bám rịt lấy mẹ. 小家伙死缠着要妈妈。

R

riu *d* 捞虾用的簸箕 *đg* 捞虾

riu riu *t* 小火的,文火的: Để lửa riu riu. 让火小些。

riu ríu *t* 乖乖,顺从,驯顺: Bị mắng, riu ríu bước vào nhà. 挨骂了,只好乖乖地回家。

rìu *d* 斧子: múa rìu qua mắt thợ 班门弄斧

ríu *đg* ①交错,缠绕: sợi ríu vào nhau 线缠在一起 ②打绞: chạy ríu cả chân 慌乱地跑,脚都打绞了; Ríu lưỡi, không nói được. 舌头打卷,说不出话。

ríu ra ríu rít =ríu rít

ríu ran *t* (声音) 清脆: chim hót ríu ran 清脆的鸟鸣声

ríu rít [拟] 叽叽喳喳

ro ro [拟] 嗡嗡,呼呼: Tiếng máy chạy ro ro. 机器嗡嗡响。Đường phẳng lì xe chạy ro ro. 道路平坦,车辆呼呼地跑。

ro ró =ru rú

rò₁ *d* 株,棵: một rò hồng 一株玫瑰

rò₂ *đg* 渗漏: Thùng nước bị rò. 这个桶漏水。

rò rỉ *đg* ①渗漏: Đường ống lâu năm sét rỉ, khó tránh khỏi rò rỉ. 管道年久失修,难免渗漏。②损失,损耗: Sản phẩm bị mất mát, rò rỉ. 产品遭损耗。

rỏ =nhỏ₁

rỏ dãi *đg* 流口水,垂涎

rỏ giọt *t* 滴漏的

rõ *đg* 清楚,了解: Ai chưa rõ thì hỏi lại. 谁不清楚就问。*t* 清楚,明了,分明: biết rất rõ 非常了解 *tr* 甚,非常,实在: Nó nói rõ hay. 他说得非常好。

rõ bong *t* 清楚,昭然: Sự việc đã rõ bong còn chối cãi gì nữa. 事情已经清楚了,还狡辩什么。

rõ khéo *tr* 真会,真行 (反语,表讽刺): Rõ khéo, đùa một tí mà đã giận. 你真行,开点玩笑就生气。

rõ mồn một *t* 一清二楚,明明白白

rõ như ban ngày *t* 非常明显的,容易看清的;明若观火的

rõ ràng *t* 清楚,明了,明确: Chứng cớ rõ ràng, không thể chối cãi. 证据确凿,不容狡辩。

rõ rành rành *t* 昭昭,明明白白

rõ rệt *t* 明显,分明,显著: có tiến bộ rõ rệt 有明显进步

rõ thật là *tr* 真的: Anh này, rõ thật là! 这家伙,真的是!

ró₁ *d* 大谷筐

ró₂ *đg* 扒窃,偷摸: Ai ró mất một bao kẹo rồi? 谁偷了一包糖?

ró ráy *đg* 探摸,摸来摸去

rọ *d* 竹笼子: rọ lợn 猪笼

rọ mọ *đg* 摸索,寻摸

rọ mõm *d* 嘴笼套

rọ rạy *đg* 踢蹬,挣扎: ngồi không yên, cứ rọ rạy tay chân 坐都不好好坐,蹬来蹬去的

robot (rô-bốt) *d* 机器人

róc₁ *đg* 削皮: róc mía 削甘蔗

róc₂ *t* 干涸,枯竭: Ruộng róc hết rồi. 田地都干涸了。

róc₃ *t* 圆滑,老道: khôn róc đời 处世圆滑

róc rách [拟] 淙淙,涓涓: tiếng suối chảy róc rách 溪水淙淙

rọc *đg* 裁,割: rọc giấy 裁纸

rock (róc) *d* 摇滚乐

rocket (rốc-két) *d* 火箭

roentgen (rơn-ghen) *d* [物] 伦琴射线

roi *d* 鞭子: roi ngựa 马鞭

roi cặc bò *d* 牛筋鞭

roi rói *t* 鲜亮,靓丽,容光焕发: Nét mặt tươi roi rói. 满面容光焕发。

roi vọt *d* 鞭子: sống dưới làn roi vọt 在鞭子下生活

ròi *d* 蛆

rõi *đg* 追寻: rõi bước cha ông 追寻先辈的足迹

rói *t* 靓丽,亮丽,鲜亮: hoa cúc vàng rói 鲜艳的黄菊; mái ngói đỏ rói 鲜红的瓦顶

rọi *đg* 照射, 直射: Ánh nắng rọi qua khung cửa. 阳光从门框照射进来。

ROM [缩] 只读存储器

ròm *t* 瘦弱: Người bệnh gầy ròm. 病人身体瘦弱。

ròm rõi *t* 瘦骨嶙峋

róm₁ *d* 毛毛虫: sâu róm 毛毛虫

róm₂ *t* 干瘪, 紧缩: Phơi khô róm lại còn có chút xíu. 晒干以后缩成一小点。

ron [动] 指甲蚬

rondo (rông đô) *d* 回旋曲: các rondo của Mozart 莫扎特的回旋曲

roneo (rô-nê-ô) *d* 复印机

ròn = giòn

ròn rã *t* (声音) 清脆: tiếng cười ròn rã 清脆的笑声

ròn rõi *t* ①干瘦: thân hình ròn rõi 身子瘦得皮包骨②漫长: trông chờ ròn rõi 漫长的等待

rón = nhón

rón gót *đg* 提脚跟

rón rén *p* 蹑手蹑脚: rón rén bước vào 蹑手蹑脚地走进来

rón rón *đg* 蹑手蹑脚

rón tay *đg* 捏取

rong₁ *d* 水藻

rong₂ *đg* 晃荡: suốt ngày chỉ rong chơi 整天就知道瞎晃荡

rong biển *d* 海带; 海藻

rong đuôi chó *d* 金鱼藻

rong huyết *d* 血崩

rong mái chèo *d* 苦草

rong rêu *d* 水藻

rong róng *t* 游手好闲

rong ruổi *đg* 长途跋涉, 长距离不停地走: rong ruổi hàng tháng trên đường 整月在路上奔波

rong vát *đg* 四处游荡

ròng₁ *d* 树心

ròng₂ *đg* 落潮: con nước ròng 落潮

ròng₃ *đg* (长长地) 流: nước mắt tuôn ròng 泪流成河

ròng₄ ①纯: vàng ròng 纯金②全: mặc ròng đồ ngoại 穿的全是洋货

ròng₅ *t* 连绵的, 持续的: bặt tin mấy năm ròng 整整几年杳无音讯

ròng rã *t* 连续不断, 漫长: một tháng trời ròng rã 漫长的一个月

ròng rặc *t* 持续的, 连续的

ròng rọc *d* 辘轳, 滑车, 单滑轮组

ròng rọc kép *d* 双滑轮

ròng ròng *t* 流淌的: nước mắt chảy ròng ròng 流淌着泪

rổng rảnh₁ [拟] (硬物碰撞发出的声音)

rổng rảnh₂ *t* 细长: cao rổng rảnh 细高个

róng₁ *d* 栏 (同 dóng): róng chuồng trâu 围牛栏

róng₂ *đg* 抬高, 仰起: róng cổ lên 抬起头来

rót₁ *đg* ①斟, 倒: rót rượu 倒酒; rót nước sôi vào phích 倒开水入暖瓶②倾注, 倾泻: Pháo binh ta rót đạn vào địch. 我方炮兵把炮弹倾泻到敌人的阵地。③划拨: Tài vụ rót tiền về tương đối đều. 财务正常划拨经费。

rót₂ *t* (斗鸡) 怯场

rót vào tai *đg* 中听, 易于入耳: nói như rót vào tai 说话中听

rọt₁ *d* 肠子, 心情: rọt đau như cắt 心如刀绞

rọt₂ *đg* ①漏水, 溢满: Nước rọt xuống kênh. 水漫到渠里面。②消退: Chỗ sưng mủ đã rọt. 脓疮已消。

rọt hồi *p* 最终, 结果

rọt rẹt [拟] 窸窸窣窣, 沙沙 (磁带或音响质量不好而发出的声音): Loa hỏng, nghe có tiếng rọt rẹt một lúc, rồi im hẳn. 喇叭坏了, 只听到沙沙声, 一会就没声音了。

rô *d* 攀鲈: cá rô 攀鲈鱼

rô-bốt (robot) *d* 机器人

rô-nê-ô(roneo) *d* 油印机

rô-ti *đg* 烤：gà rô-ti 烧鸡

rô-to(rotor) *d* ［工］转子

rồ₁ *đg*(机动车) 启动：Đoàn xe rồ máy ầm ầm. 车队轰轰启动。

rồ₂ *t* 疯癫：thằng rồ 疯子

rồ dại *t* 愚蠢：một hành động rồ dại 愚蠢的行为

rổ *d* 箩筐，篮子

rổ rá cạp lại *d* 二婚夫妇

rỗ *t* ①麻的，花的：mặt rỗ 麻脸②小孔状的，小洞状的：Mưa rỗ mặt cát. 雨把沙地打成许多小孔。Nồi cơm rỗ tổ ong. 米饭上有许多蜂窝似的小孔。

rỗ hoa *t* 麻斑的，麻花的

rộ *t* ①齐起，竞相：cười rộ 哄堂大笑；Hoa nở rộ. 花儿竞相开放。②轰轰烈烈：Phong trào rộ lên ở khắp nơi. 运动在各地轰轰烈烈展开。

rốc₁ *t* 消瘦：Người rốc đi sau trận ốm. 得了一场病后人明显消瘦下去。

rốc₂ *p* 径直，一直：đánh rốc tới 径直打过来

rốc₃(rock) *d* 摇滚乐

rốc-két(rocket) *d* 火箭

rộc₁ *d* 小水沟，水洼：lội qua rộc 趟过水沟；ruộng rộc 洼田

rộc₂ *t* 消瘦

rộc rạc *t* 消瘦，憔悴：Mới ốm mấy ngày mà rộc rạc hẳn đi. 才生几天病，人就憔悴了。

rôi *t* 富余的，多余的：Mỗi tháng rôi ba mươi đồng. 每个月富余三十元。

rồi₁ *p* ①了，了结，过去：Việc đã rồi. 事情都发生了。Sắp đến giờ rồi. 快到点了。②以后：rồi hãy hay 以后再说 *k* ①然后：nói rồi bỏ đi 说完后就走了②必将：Không nghe rồi có ngày hối hận. 不听的话必将有你后悔的一天。*tr* 了（表肯定）：Đẹp lắm rồi. 很美了。

rồi₂ *t* 无所事事：ăn không ngồi rồi 游手好闲

rồi đây *p* 以后，不久：Vấn đề đó rồi đây phức tạp hơn nhiều. 那个问题将来更复杂。

rồi đời *đg* 了结一生

rồi nữa *p* 再往后，再后来

rồi ra *p* 以后，将来：Cuộc sống rồi ra sẽ tốt đẹp hơn. 以后生活会更好。

rồi sao *p* 反正，终归：Rồi sao cũng phải đi. 终归是要去的。

rồi tay *t* 手闲

rồi việc *t* 空闲

rỗi *d* 渔船 *đg* 打鱼，捕鱼

rỗi *t* ①闲暇的，有空的：số tiền rỗi 闲钱；Lúc nào rỗi thì đến nhà tôi chơi nhé. 什么时候有空就来我家玩啊。②解脱的，超脱的：Tu cho rỗi phần hồn. 修炼让灵魂得到超脱。

rỗi hơi *t* 有闲工夫的，闲心的：Ai rỗi hơi đâu mà bàn chuyện đó? 谁有闲工夫去讨论那件事啊？

rỗi rãi *t* 闲暇的，闲空的，有空的：Những lúc rỗi rãi, tôi thường đi thăm bạn bè. 有空的时候我常去找朋友玩。

rối₁ *d* 木偶：múa rối 木偶剧

rối₂ *t* 乱：tóc rối 头发很乱；lòng rối như tơ vò 心乱如麻

rối beng *t* 乱糟糟：công việc rối beng 事情乱糟糟

rối bét *đg* 混乱，乱得不可收拾：tình hình rối bét 局势混乱

rối bòng bong=rối beng

rối bời *t* 乱，乱七八糟：tóc rối bời 头发乱；đầu óc rối bời 头脑乱糟糟的；ruột gan rối bời 心烦意乱

rối loạn *t* 紊乱，纷乱，骚乱：rối loạn nội tiết 内分泌紊乱

rối mù *t* 乱套的：bận cứ rối mù lên 忙得都乱套

rối như mớ bòng bong 心乱如麻

rối như tơ vò 乱如揉丝

rối rắm *t* 颠三倒四，杂乱无章：tư duy rối rắm

思维杂乱；diễn đạt rối rắm 说话颠三倒四
的

rối ren *t* 混乱，纷乱，复杂：tình hình xã hội
rối ren 纷乱复杂的社会；những chuyện
rối ren trong cuộc sống 生活纷纷扰扰

rối rít *t* 慌忙，手忙脚乱：van xin rối rít 慌忙
恳求

rối rít tít mù=rối rít

rối ruột *t* 焦虑：Bố mẹ đang rối ruột vì con
ốm. 父母正为孩子生病的事焦虑不安。

rối tinh *t* 乱套的，摸不着头尾的：Mọi việc
cứ rối tinh lên. 一切都乱套了。Đầu óc
rối tinh, chẳng biết trả lời gì hết. 头脑乱
糟糟的，根本不懂怎么答。

rối tinh rối mù=rối tinh

rối tung *t* 杂乱的，乱成一团的，乱七八糟的

rối tung rối mù=rối tinh

rôm₁ *d* 痱子：Trời nóng quá, rôm nổi khắp
mình. 天气太热了，长了一身痱子。

rôm₂ *t* ①热闹，热烈②美：Có thêm một bức
tranh nữa thì càng rôm. 要是再加一幅画
就更美了。

rôm đám *t* 喧闹，喧腾

rôm rả *t* 内容丰富，气氛热烈：Cuộc thảo luận
rôm rả. 讨论气氛很热烈。Buổi liên hoan
văn nghệ rất rôm rả. 文艺晚会上气氛很
热烈。

rôm rổm [拟] 嘎嘣（清脆的咀嚼声）

rôm rốp=rốp rốp

rôm trò *đg* 起哄

rổn rảng [拟] 叮当，哐啷（硬脆物碰撞的
声音）：Bát đĩa khua rổn rảng. 碗碟碰撞
叮当响。

rốn₁ *d* ①肚脐，脐带②物体中心的凹处：rốn
biển 海的最深处；rốn quả cam 橙脐

rốn₂ *đg* 拖延，多留一会儿：ngủ rốn tí nữa 多
睡会；Rốn lại ít phút nghe nốt câu chuyện.
多留一会把故事听完。

rốn lại *đg* 逗留

rộn *đg* ①不断地响起，传来：rộn lên tiếng
cười nói 不断传来说笑声②掀起，生起：
rộn lên niềm tự hào 自豪感油然而生③忙
乱：rộn trăm công ngàn việc 工作千头万
绪④捣乱：trẻ con hay làm rộn 小朋友老
捣乱

rộn rã *t* ①欢快：tiếng đàn rộn rã 欢快的琴
声②振奋，兴奋：rộn rã niềm vui 心情愉
快、振奋

rộn ràng *t* ①热闹，欢腾：Người, xe đi lại rộn
ràng. 人来人往，车来车往，热闹非凡。②
心情振奋

rộn rạo *t* 心绪不宁：Chị ấy rộn rạo trong lòng,
không ngủ được. 她心神不宁，睡不好
觉。

rộn rịch *t* 熙熙攘攘：Từng đoàn xe rộn rịch
lại qua. 车辆熙熙攘攘地来来往往。

rộn rịp=nhộn nhịp

rộn rực=rạo rực

rông₁ *đg* 涨潮

rông₂ *t* 放任自流的：chạy rông khắp nơi 到
处乱跑；đi chơi rông 到处闲逛

rông₃ *t* 晦气，倒霉：mới đầu năm đã rông 新
年伊始就倒了霉

rông₄ *t* (书法) 圆润：nét chữ rông 字体圆润

rông rài *t* 冗长

rông rổng *t* 飘洒的，四散的

rồng *d* ①龙：múa rồng 舞龙②旧时对帝王
的尊称：mình rồng 龙体；mặt rồng 龙颜

rồng bay phượng múa 龙飞凤舞

rồng đến nhà tôm 龙到虾穴 (喻大驾光临，
蓬荜生辉)

rồng rắn *d* 长蛇阵：xếp hàng rồng rắn 排起
长龙

rồng rồng *d* 成群的小鱼

rồng vàng tắm nước ao tù 龙入浅滩

rỗng *t* 中空的：cái thùng rỗng 桶中空空的

rỗng bụng *t* 空腹的

rỗng hoác=rỗng tuếch

rỗng không *t* 空洞的, 空无所有的: cái túi rỗng không 空空的口袋

rỗng rỗng *t* 空落落: Em đi rồi, anh thấy phòng rỗng rỗng. 你走了, 我觉得房子空落落的。

rỗng ruột *t* 空心的

rỗng tuếch *t* 空洞无物的: bài văn rỗng tuếch 文章空洞无物

rỗng tuếch rỗng toác =rỗng tuếch

rống *đg* ① (动物) 吼叫, 嚎叫: sư tử rống 狮吼 ② 号喊: khóc rống lên 号啕大哭; rống lên như lợn bị cắt tiết 杀猪般大叫起来

rộng *t* ① 宽: chiều rộng 宽度 ② 宽大, 宽敞: căn nhà rộng 房间很宽; Quần áo rộng quá. 衣服太宽了。③ 宽宏, 宽厚: tính rộng 性情宽厚 ④ 宽阔: hiểu rộng 见识广; kiến thức sâu rộng 知识渊博

rộng bụng *t* 大度的, 度量大的

rộng cẳng *t* 清闲, 无拘无束

rộng chân rộng cẳng =rộng cẳng

rộng huếch *t* 宽大, 肥大: áo rộng huếch 肥大的衣服; miệng rộng huếch 大大的嘴巴

rộng huếch rộng hoác =rộng huếch

rộng huých *t* 过于宽大, 肥大

rộng lớn *t* 广阔, 辽阔

rộng lượng *t* 宽宏大量

rộng mở *t* ① (心胸) 宽广: tấm lòng rộng mở 宽广的胸怀 ② 开放式的: một đề tài rộng mở 开放性的论题

rộng rãi *t* ① 宽阔, 宽敞 ② 广泛

rộng rinh *t* 宽大的, 面积大的: vườn tược rộng rinh 宽大的园子

rộng xét *đg* 谅察, 体察

róp *d* 烫伤后起泡的皮肤

róp róp [拟] 啪啪, 噼啪

rộp *đg* (烫) 起泡, 鼓起来: tay bỏng rộp 手被烫起泡; Phơi nắng, mặt bàn gỗ dán rộp cả lên. 在太阳下暴晒, 压合板桌子都鼓了起来。

rốt₁ *đg* 关 (同 nhốt): Rốt gà vào chuồng. 把鸡关进笼里。

rốt₂ *t* 末的, 最后的: con rốt 末生子; rốt bảng (居) 榜尾

rốt bét *t* 最末的, 倒数第一的

rốt cục =rốt cuộc

rốt cuộc *p* 结果, 最后, 最终

rốt đáy *t* 最底层的, 垫底的

rốt lại *p* 末了, 最后

rốt lòng *t* 最后一胎的, 末生的

rốt năm *d* 年底, 年终

rốt ráo *t* 彻底: giải quyết rốt ráo những vấn đề tồn đọng 彻底解决遗留问题

rột *t* ① 枯萎, 凋谢: cây cối chết rột 树木枯死 ② 忐忑, 心虚

rột lòng *t* 忐忑不安

rột rạt *t* 忐忑, 心虚

rơ *t* 松动的, 错位的: Trục giữa của xe đạp bị rơ. 自行车轴松了。

rơ-moóc *d* 拖车, 拖卡

rờ *đg* 触摸

rờ mó *đg* 触摸, 扪摸

rờ rẫm *đg* 摸索, 摸黑: rờ rẫm đi trong đêm 在黑夜里摸索着走

rờ rệt =rờ rẫm

rờ rờ *t* 慢腾腾, 慢吞吞

rờ rỡ *t* 绚烂

rờ sẹc *d* 侦探, 密探

rở *đg* (孕妇) 害口, 害喜

rỡ *t* 灿烂, 璨烂, 绚烂: rỡ mày rỡ mặt 容光焕发

rỡ ràng *t* 闪亮, 绚丽, 灿烂: vẻ đẹp rỡ ràng 光彩照人

rỡ rỡ =rờ rờ

rớ₁ *d* 小鱼网: cất rớ 起网

rớ₂ *đg* ① 触碰: Rớ đến cái gì là hư cái ấy. 碰到什么就坏什么。② 无意中得到或遇到: Rớ được cuốn sách hay. 无意中得到一本好书。

rợ₁ *d* 蛮夷, 蛮人; 暴徒: rợ Hung Nô 匈奴蛮人; rợ phát xít 法西斯暴徒

rợ₂ *d* 细绳: lấy rợ buộc chặt vào 用绳子捆紧

rợ₃ *t* 花哨, 艳鲜: màu hơi rợ 颜色有点艳

rơi *đg* ①落, 掉, 坠: rơi nước mắt 落泪; lá cây rơi 树叶飘落 ②陷, 落: rơi vào thế bị động 陷入被动

rơi rớt *đg* 遗落

rơi rụng *đg* 凋零, 凋落, 掉落, 丢落: Lâu lắm không dùng, tiếng Việt đã rơi rụng. 太久不用, 越南语都丢光了。

rơi thư *đg* 写诬告信

rơi tự do *đg* 自由落体运动

rơi vãi *đg* 散落, 洒落

rời *đg* ①离开, 走开: Thuyền rời bến. 船离开码头。②分离, 离去: Con không rời mẹ. 儿不离娘。Sống chết không rời nhau. 生死不离。*t* 散, 松散, 散碎: như đống cát rời 像一盘散沙

rời đô *đg* 迁都

rời khỏi *đg* 离开

rời rã=rã rời

rời rạc *t* 涣散, 松散, 零散: tư tưởng rời rạc 思想涣散; tiếng gà gáy rời rạc 零星的鸡叫声

rời rợi=rơi rơi

rời tay *đg* 离手

rợi rợi *t* 习习 (风柔和地吹): gió mát rợi rợi 凉风习习

rơm *d* 稻秆, 秸秆

rơm rác *d* ①草芥: coi tiền như rơm rác 视金钱如草芥 ②无价值、无意义的事物: Bỏ ngoài tai những chuyện rơm rác. 无意义的事就当耳边风。

rơm rớm *t* 盈盈: rơm rớm nước mắt 泪眼盈眶

ròm *t* 烦冗, 烦絮, 冗赘: nói ròm 赘述

rởm *t* ①乖戾, 古怪: tính rởm 性格古怪; ăn mặc rởm 穿得古里古怪的 ②假冒的: hàng rởm 假货

rởm đời *t* 乖戾

rớm *đg* 渗出, 冒出: Thương đến rớm nước mắt. 心痛得眼泪都出来了。

rợm *t* 背阴的: Cây trồng ở chỗ rợm không lên cao được. 树种在背阴的地方长不高。

rơn *p* (高兴) 之极, 极甚, 太, 过于: mừng rơn 欢天喜地; sướng rơn 乐不可支

rơn-ghen(roentgen) *d* 伦琴射线

ròn *p* 非常之, 很 (绿): xanh ròn 青翠

ròn rợn *đg*; *t* 微悚, 有点儿发毛

rởn=sởn

rỡn=giỡn

rợn *t* 悚然, 害怕, 毛骨悚然: Mỗi lần nghĩ đến, lại thấy rợn. 每次想起都觉得害怕。

rợn ngợp *đg* 恐惧, 害怕

rợn rợn=ròn rợn

rợn tóc gáy 毛发直立, 毛骨悚然

rợp *t* ①阴凉的, 背阴的 ②遮天蔽日般的: cờ bay rợp trời 旗帜遮天蔽日; Thuyền rợp bến sông. 船泊满了码头。

rợp bóng *t* 阴凉, 浓阴

rớt *đg* ①滴落: thương rớt nước mắt 心痛得流泪; Con bé rớt nước rớt cả ra bàn. 她倒水时水滴到桌子上。②遗落, 落下: Anh ấy bị rớt lại, không theo kịp đơn vị. 他掉队了, 没赶上部队。Tia nắng cuối cùng rớt lại sau lùm cây. 最后的阳光遗落在树丛后。③ (考试) 落第: thi rớt 落第 ④掉, 落, 摔 (同 rơi): làm rớt cái chai 摔掉了瓶子; Máy bay anh ấy bị rớt. 他的飞机摔了下来。

rớt giá *đg* 跌价, 掉价

ru₁ *đg* 催眠, 哄睡: ru con 哄孩子睡; bài hát ru 摇篮曲

ru₂ *tr* 是否, 难道: Sự đời chẳng lẽ cứ thế ru? 世道难道总是这样?

ru hời *đg* 催眠, 哄睡

ru ngủ *đg* ①催眠 ②麻醉, 麻痹

ru-pi(rupee) *d* 卢比 (货币单位)

ru rú *đg* 蜗居 (不出门): suốt ngày ru rú trong nhà 每天窝在家里

R

rù *t* ①颓然，颓废：ngồi rù một chỗ 颓废地坐在一个地方② (鸡) 发瘟的：Ủ rũ như gà rù. 垂头丧气的像瘟鸡一样。

rù rì *t* 木讷

rù rờ *t* 慢吞吞，笨拙，木讷

rù rù *t* 无精打采

rủ₁ *đg* 邀，约：rủ bạn đi chơi 约朋友出去玩

rủ₂ *đg* 低垂：rủ mành 垂帘；Liễu rủ trên mặt hồ. 杨柳低垂拂动湖水。

rủ lòng *đg* 垂顾：rủ lòng thương yêu 垂爱；rủ lòng trắc ẩn 动恻隐之心

rủ rê *đg* 唆使，邀约 (去干坏事)

rủ rỉ *t* 低声细语：Mẹ rủ rỉ kể chuyện cho con nghe. 妈妈柔声细语地给孩子讲故事。

rũ₁ *đg*；*t* 耷拉着，下垂：没精打采：tóc rũ xuống 头发垂直；mệt rũ người 累得整个人没精神

rũ₂ *đg* 抖落，开脱，推诿：rũ hết trách nhiệm 推脱责任；rũ sạch lo âu 摆脱烦恼

rũ hết nợ đời *đg* 摆脱人间的债 (喻死去)

rũ liệt *t* 瘫软

rũ rượi *t* ①披头散发的：đầu tóc rũ rượi 披头散发②耷拉，疲乏：mệt rũ rượi 疲惫得浑身酸软；ôm bụng cười rũ rượi 捧腹大笑到身子发软

rũ tù *đg* 把牢底坐穿：Tội ấy chỉ có mà rũ tù. 犯那种罪就等着把牢底坐穿吧。

rú₁ *d* 林子

rú₂ *đg* 响，喊叫：mừng rú lên 高兴得叫喊起来；Còi báo động rú lên từng hồi. 警报声阵阵响起。

rú còi *đg* 鸣笛

rú rí *t* 唧唧哝哝

rua *d* 流苏：tua rua 流苏 *đg* 抽纱，织绣：rua áo gối 绣枕套；Rua bông hoa trên ngực áo. 在衣服胸口上绣朵花。

rùa *d* 乌龟：chậm như rùa 慢得像乌龟

rủa *đg* 诅咒：rủa độc miệng 毒咒；rủa thầm 暗暗诅咒

rủa mát *đg* 指桑骂槐

rửa ráy [口]= rửa

rữa *t* 溃烂，腐烂

rúc₁ *đg* ①钻：Em bé rúc đầu vào lòng mẹ. 小孩一头钻进母亲的怀里。②拱，啄：Vịt rúc ốc. 鸭子啄吃螺蛳。Lợn rúc mõm xuống máng. 猪在食槽里拱食。

rúc₂ *đg* 鸣，啼，叫：còi rúc 汽笛长鸣；Tiếng chuột rúc trong đêm. 夜里老鼠叫不停。

rúc ráy *đg* 钻：Mày rúc ráy vào đâu mà người ngợm đầy bụi? 你钻哪里去了，搞得满身灰尘？

rúc rắc *t* ①零星，稀稀拉拉：mưa rúc rắc 零星几滴雨②生涩：câu văn viết rúc rắc 文笔生涩

rúc rỉa *đg* ①啜吮②搜刮：rúc rỉa nhân dân 搜刮民脂民膏

rúc rích [拟] 吃吃 (笑声、窃笑声)

rúc rúc=rung rúc

rục *t* ①烂：quả chín rục 果子烂熟②酥软无力

rục rịch *đg* ①准备：Họ mua gạch ngói rục rịch làm nhà. 他们买砖瓦准备建房。②动弹

rui *d* 椽子

rủi *d* 不幸的事，倒霉的事，晦气：gặp rủi 遇到倒霉事；may ít rủi nhiều 凶多吉少

rủi ro *t*；*d* 倒霉，风险：những điều khoản về sự rủi ro 有风险的合同条款

rủi tay *t* 手气不好的

rụi₁ *đg* ①凋谢，凋零，枯死：Cây rụi dần. 树慢慢枯死了。②垮塌，倒下：Căn nhà đổ rụi xuống. 房子垮塌了。Kiệt sức, anh ấy rụi xuống rồi ngất đi. 由于筋疲力尽，他倒下晕了过去。

rụi₂ *t* 精光的，一无所剩的 (同 trụi)：Nhà cửa bị cháy rụi. 房子被烧得一干二净。

rum₁ *d* ①紫红色②红花 (一种草药)

rum₂ *d* 朗姆酒

rum-ba *d* 伦巴 (舞)

rùm₁ *d* 岩盐: muối rùm 岩盐

rùm₂ *t* 喧哗的，大吼的: làm rùm lên 喧哗起来; Chưa gì đã rùm lên. 还没什么呢，就吼叫起来了。

rùm beng *t* 闹嚷嚷，大张旗鼓: quảng cáo rùm beng 大做广告; tuyên truyền rùm beng 大吹大擂

rùm roà=sùm soà

rúm *t* 变形的: co rúm 缩卷; Cái nón bị bẹp rúm. 斗笠已变形。

rúm ró *t* 凹扁的，卷扁的，蜷缩的: Chiếc xe bị đâm bẹp rúm ró. 车被撞扁了。Sợ sệt, người rúm ró lại. 由于害怕，整个人缩成一团。

run *đg* ①发抖，哆嗦: rét run lên 冷得发抖 ②发颤: giọng hơi run 声音发颤

run cầm cập 瑟瑟发抖

run lẩy bẩy 簌簌发抖

run như cầy sấy 发抖，打哆嗦

run rẩy *đg* 抽搐，战抖

run rủi *đg* 冥冥之中安排，上天安排: Cầu Trời Phật run rủi. 祈求佛祖保佑。Sự đời run rủi cho họ lại gặp được nhau. 上天安排让他们再次见面。

run run *t* 微微发抖的

run sợ *đg* 战栗，胆战心惊

rùn₁ *đg* 缩: rùn đầu 缩起头来

rùn₂ *đg* 退缩

rùn đầu rùn cổ *đg* 缩头缩脑，畏畏缩缩

rủn *đg* ①烂: Thịt đã rủn. 肉烂了。②瘫软: sợ rủn người 被吓得瘫软; đói quá chân tay cứ rủn ra 饿到手脚都软了

rủn chí *đg* 丧志，丧气

rủn lòng *đg* 心灰意冷，泄气

rún=nhún

rún rẩy [方]=nhún nhảy

rung *đg* ①震动，震撼；摇动，晃动: rung cây 摇树 ②颤动

rung cảm *đg* 感动: Bài thơ làm rung cảm lòng người. 这首诗很感人。

rung cây doạ khỉ 撼树吓猴 (喻欲吓唬、威胁别人，但方法不当)

rung chuyển *đg* 动摇，摇晃，震撼

rung động *đg* ①震动，撼动: rung động thế giới 震撼世界 ②激动，感动: Bài thơ rung động lòng người. 诗歌震撼人心。

rung giọng *đg* 颤舌

rung rinh *đg* 晃动，摇晃，摇曳: Cành hoa rung rinh trước gió. 花儿在风中摇曳。

rung rúc *đg* (衣服) 起毛，掉色: Chiếc áo da đã rung rúc. 这件皮衣都被磨得掉色了。

rung trời chuyển đất 震天动地，惊天动地

rùng₁ *d* 长方形大鱼网

rùng₂ *đg* ①震动，抖动: lạnh rùng mình 冷得发抖; Mìn nổ, mặt đất rùng lên. 地雷爆炸，地面都震动起来。②筛: rùng thóc 筛稻谷

rùng mình *đg* 打抖

rùng rợn *t* 毛骨悚然

rùng rục *t* 闹哄哄

rùng rùng *t* 轰轰隆隆，轰轰烈烈: Đoàn biểu tình rùng rùng tiến lên. 游行队伍轰轰烈烈地向前开进。

rủng rẻng [拟] 稀里哗啦，咣当咣当

rủng rỉnh *t* (钱财) 富足，满当当: Trong túi lúc nào cũng rủng rỉnh. 包里随时都装得满满的。[拟] 哗啦哗啦: Trong túi rủng rỉnh toàn tiền xu. 口袋里哗啦哗啦的都是硬币。

rúng *đg* 动摇: bị rúng tinh thần 精神上动摇了

rúng động *đg* 动摇

rúng ép *đg* 威逼

rúng mình *t* 发颤的，冷战的

rúng rính *đg* ①抖动，晃动 ②动摇: Nó mà đi thì cả đám đều rúng rính. 他要走的话所有人都会动摇。

rúng ríu *t* 抽缩的

rụng *đg* 脱落: hoa rụng 花落; răng rụng 掉牙

rụng nụ *đg* 完蛋，毙命

rụng rời *đg* 酥软，瘫软: mỏi rụng rời chân

tay 累得手脚瘫软

ruốc₁ *d* 肉松

ruốc₂ *d* 火虾

ruốc bôi *d* 虾酱

ruốc bông *d* 肉松

ruồi *d* 苍蝇

ruồi muỗi *d* ①蚊蝇② [转] 小人

ruồi trâu *d*[动] 牛虻

ruồi xanh *d* ①绿头苍蝇② [转] 小人, 卑鄙的人

ruổi *đg* 疾跑, 疾奔: ruổi ngựa đuổi theo 飞马而追

ruỗi *đg* 伸直: ruỗi chân 伸直腿 *d* 屋梁: ruỗi nhà 屋梁

ruộm=nhuộm

ruôn ruốt *t* 雕琢的, 讲究的: Đầu chải mượt, quần áo trắng ruôn ruốt. 头发梳得光亮光亮的, 衣服穿得干净整洁。

ruồng₁ *đg* ①抛弃, 遗弃: ruồng bỏ vợ con 抛妻弃子②扫荡: giặc đi ruồng 敌人扫荡

ruồng₂ *d* 浮子: ống ruồng 浮筒

ruồng bỏ *đg* 遗弃, 抛弃: ruồng bỏ vợ con 抛妻弃子; bị gia đình ruồng bỏ 被家人抛弃

ruồng bố *đg* 扫荡

ruồng rẫy *đg* 不顾, 不管: Có nhân tình, nên ruồng rẫy vợ. 有了情人所以不顾妻子。

ruỗng *t* 腐朽的, 蛀空的: khúc gỗ mọt ruỗng 木头被蛀空

ruỗng nát *t* 腐朽, 朽烂: chế độ ruỗng nát 腐朽的制度

ruộng *d* 田: làm ruộng 种田

ruộng bãi *d* 沙田, 滩地

ruộng bậc thang *d* 梯田

ruộng bỏ hoang *d* 熟荒地

ruộng cạn *d* 旱田, 旱地

ruộng cao *d* 高地田

ruộng chân trũng *d* 洼田

ruộng chiêm *d* 早稻田

ruộng đất *d* 田地, 土地: ruộng đất phì nhiêu

土地肥沃

ruộng gò *d* 丘陵田

ruộng hai vụ *d* 双季田

ruộng khô *d* 旱田, 旱地

ruộng lúa *d* 稻田

ruộng mạ *d* 秧田

ruộng mùa *d* 晚稻田

ruộng muối *d* 盐田

ruộng nương *d* 田地

ruộng rẫy=ruộng nương

ruộng rộc *d* 山间田

ruộng vai *d* 水边田

ruột *d* ①肠子, 肠衣: ruột già 大肠② 芯: ruột phích 水壶胆③心肠, 心情: nóng ruột 心急 *t*①骨肉至亲的: anh em ruột 亲兄弟; bố ruột 亲生父亲②亲密的, 至亲的: bồ ruột 密友; Đội bóng này có nhiều cổ động viên "ruột". 这支球队有很多铁杆球迷。

ruột cùng *d* 直肠

ruột dư =ruột thừa

ruột đầu *d* 十二指肠

ruột để ngoài da 忠厚老实; 没有城府

ruột gà *d* 螺旋式弹簧

ruột gan *d* 心情, 心境

ruột già *d* 大肠

ruột nghé=ruột tượng

ruột non *d* 小肠

ruột rà *t* 亲的, 情同骨肉的: tình nghĩa ruột rà 骨肉情谊; bà con ruột rà 乡亲父老

ruột thịt *t* 骨肉相连的: anh em ruột thịt 同胞兄弟

ruột thừa *d* 阑尾

ruột tượng *d* 褡裢, 通带 (形同肠子的布袋, 可装物, 束于腰间)

rúp (ruble) *d* 卢布 (货币单位)

rupee (ru-pi) *d* 卢比 (货币单位)

rút *đg* ①抽, 取: rút tiền 取钱; rút súng 拔枪②撤, 退: rút quân 撤兵; rút cổ phần 退股③收缩, 削减: rút giá 减价; rút ngắn bài văn

缩减篇幅④总结,吸取: rút kinh nghiệm 总结经验

rút bớt *đg* 抽掉,节减,缩减

rút cuộc *p* 结果,最后,最终 (同 rốt cuộc)

rút dây động rừng 牵一发而动全身

rút gọn *đg* 缩简,精简: rút gọn bản báo cáo 缩简报告

rút lui *đg* ①撤退: rút lui khỏi trận địa 撤出阵地②撤回,收回: rút lui ý kiến 收回建议

rút ngắn *đg* 缩短: rút ngắn khoảng cách 缩短距离

rút quân *đg* 撤军

rút rát =nhút nhát

rút thăm *đg* 抓阄: rút thăm trúng thưởng 摸奖,抽奖

rút tiền *đg* 取钱: đi ngân hàng rút tiền 去银行取钱

rút xương *đg* 去骨

rụt *đg* 缩回: Rụt tay lại như phải bỏng. 手缩回来像是被烫着了。

rụt rè *t* 畏缩,缩手缩脚: rụt rè không dám nói 畏首畏尾不敢说

rừ=nhừ

rửa rứa=na ná

rửa *đg* ①洗: rửa mặt 洗脸②雪洗: rửa hờn 雪恨;③ (洗) 磨④ [口] (有了好事而) 请客: Anh vừa lên chức, phải rửa. 你升职了,要请客。

rửa ảnh *đg* 洗相,洗照片

rửa hờn=rửa nhục

rửa nhục *đg* 雪耻

rửa oan *đg* 洗冤

rửa phim *đg* 冲洗胶卷: xưởng rửa phim 影片洗印厂

rửa ráy *đg* 洗涤: rửa ráy sạch sẽ 洗涤干净

rửa ruột *đg* 洗肠

rửa thù *đg* 报仇

rửa tiền *đg* 洗钱

rửa tội *đg* 洗礼 (天主教的入教仪式)

rữa *t* 残败,腐烂: nát rữa 腐烂; Thịt thối rữa. 肉都腐臭了。

rứa *đ* [方] 如此,这样,这般

rứa rứa=na ná

rựa *d* 劈柴刀,大砍刀: dao rựa 大砍刀

rựa quéo *d* 长柄砍柴刀

rức=nhức

rức rức *t* 乌亮的,乌光锃亮的

rực *t* ①辉耀,辉煌,火红: đèn sáng rực 灯火辉煌; Than cháy rực. 煤块正烧得火红。②灿烂

rực rỡ *t* 辉煌,灿烂: nắng vàng rực rỡ 阳光灿烂

rưng rức [拟] (痛哭声): khóc rưng rức 痛哭

rưng rưng *t* (泪) 汪汪的: rưng rưng nước mắt 泪眼汪汪

rừng *d* ①丛林,森林: gây rừng 造林②众多,林总: rừng cờ, hoa, biểu ngữ 很多旗子、鲜花和标语; cả một rừng người 一大群人 *t* 野生: lợn rừng 野猪

rừng cấm *d* 保护林

rừng chặn cát *d* 防沙林

rừng chồi *d* 新再生林

rừng đặc dụng *d* 特种林

rừng già *d* 老林

rừng giữ cát *d* 固沙林

rừng gươm mưa đạn 枪林弹雨

rừng núi *d* 山林

rừng phòng hộ *d* 防护林

rừng rú *d* 森林

rừng rực *t* (火) 熊熊燃烧的: lửa cháy rừng rực 熊熊大火

rừng sản xuất *d* 经济林

rừng sâu núi thẳm 深山密林

rừng thiêng nước độc=ma thiêng nước độc

rừng vàng biển bạc 金山银海 (喻资源丰富)

rừng xanh núi đỏ 山高路远

rừng mỡ *đg* 闲着没事干: Ăn no rừng mỡ. 吃饱了撑的。

R

rựng *t* ① (天) 微亮的 (同 rạng)：trời rựng sáng 天刚蒙蒙亮②透的, 艳的：đỏ rựng 鲜红；chín rựng 熟透

rước *đg* 迎接, 迎迓：rước khách 迎接客人；rước thần 接神

rước dâu *đg* 迎亲

rước đèn Trung Thu *đg* 中秋游园

rước đuốc *đg* 火炬接力, 火炬传递：lễ rước đuốc Olympic 奥运会火炬传递仪式

rước mối *d* 中介, 介绍

rước voi giày mả tổ 引狼入室

rước xách *đg* (隆重) 迎接

rươi *d* [动] 禾虫

rười rượi *t* 沉郁, 忧郁：buồn rười rượi 愁眉苦脸的

rưởi *d* 半 (为 rưỡi 的异音, 常置于百、千、万之后)：trăm rưởi 一百五；nghìn rưởi 一千五

rưỡi *d* 半：một ngày rưỡi 一天半；một đồng rưỡi 一元五角

rưới *đg* 洒, 浇：rưới nước 洒水

rượi *t* 柔和, 舒适 (放在形容词之后)：mát rượi 凉爽；hoa vàng rượi 浅黄色的花；ánh trăng sáng rượi 柔和的月光

rườm *t* 冗赘, 烦絮：nói rườm lời 说话啰唆；văn viết rườm 文章写得冗赘

rườm rà *t* ①丛密, 密杂, 繁茂：bụi cây rườm rà 灌木丛密②冗长, 多余

rướm=rớm

rươn rướn =rướn

rườn rượt *t* 湿漉漉：ướt rườn rượt 湿漉漉的

rướn *đg* (尽量往前往上) 伸, 挺：cố rướn cổ nuốt 伸着脖子往下咽；đứng rướn người lên 挺身站起来

rượn *đg* ①动物发情②沉迷, 贪恋：rượn chơi 贪玩

rương *d* 箱子

rường *d* [建] 桁构 *đg* 张开, 撑起：rường cung 拉弓

rường cột *d* 栋梁：rường cột của nước nhà 国家的栋梁

rượng *d* (室内搁物用的) 棚架：rượng bát碗架

rượt *đg* 追逐, 追赶：rượt giặc 追敌

rượt rượt=rườn rượt

rượu *d* 酒：cất rượu 酿酒

rượu bào *d* 二蒸酒

rượu bia *d* 啤酒

rượu bia tươi *d* 扎啤

rượu bọt *d* 汽酒

rượu bổ *d* 补酒

rượu cẩm *d* 红糯米酒

rượu chát=rượu vang

rượu chè *đg* 大吃大喝, 吃吃喝喝

rượu chổi *d* (按摩用的) 岗松酒

rượu cô-nhắc *d* 白兰地

rượu đậu *d* 二锅头

rượu đế *d* 烈酒

rượu lậu *d* 私蒸酒

rượu mạnh *d* 烈酒

rượu mùi *d* 果酒

rượu nếp *d* 糯米酒

rượu nếp cẩm *d* 稠酒, 糯米酒

rượu ngang=rượu lậu

rượu ngoại *d* 洋酒

rượu ngọn *d* 头一次蒸出的酒

rượu ngọt *d* 低度酒

rượu nhẹ *d* 低度酒

rượu nho=rượu vang

rượu rum *d* 朗姆酒

rượu sâm-banh *d* 香槟酒

rượu tăm *d* 上等烈酒

rượu thuốc *d* 药酒

rượu trắng *d* 白酒

rượu vang *d* 葡萄酒

rứt *đg* 拽, 揪：rứt dây 拽绳子

rứt ruột *đg* 心如刀绞, 肝肠寸断

S s

s, S 越语字母表的第 23 个字母

sa₁ *đg* ① 掉, 落, 坠落: sa nước mắt 掉眼泪; chim sa cá lặn 沉鱼落雁 ② 陷入, 落入, 中计, 上当: sa chân xuống giếng 失足落入井内

sa₂ [汉] 沙, 砂, 裟, 蹉

sa bàn *d* 沙盘

sa bẫy *đg* 落入陷阱, 中计, 上当: bị sa bẫy 落入陷阱

sa-bô-chê=hồng xiêm

sa bồi *đg* 冲积: đất sa bồi 冲积土

sa-ca-rin (sacarin) *d* 糖精

sa chân *đg* 失足: Chúng tôi phải giúp đỡ những thanh niên sa chân. 我们要帮助失足青年。

sa chân lỡ bước=sa cơ lỡ bước

sa châu *d* 沙洲

sa châu

sa cơ *t* 失意的, 遭遇风险的: Kẻ bị sa cơ mong có người giúp đỡ. 失意者希望有人帮一把。

sa cơ lỡ bước 陷入困境, 遭遇不幸

sa cơ lỡ vận 遭遇不幸, 倒霉

sa cơ thất thế 失去权势

sa dạ dày *d* 胃下垂

sa đà *đg* 恣意, 放纵, 放任: ăn chơi sa đà 生活放纵

sa đắm *t* 沉迷的, 沉湎的

sa đì *d* 小肠疝气, 疝气

sa đoạ *t* 堕落: lối sống sa đoạ 生活堕落

sa lầy *đg* ① 陷入泥沼: Xe buýt bị sa lầy không động đậy nữa. 公交车陷入了泥沼动弹不得。② 沉迷于, 不可自拔: Thằng bé sa lầy vào In-tơ-nét. 他沉迷于网吧。

sa lông (xa lông) *d* ① 沙龙: sa lông tiếng Anh 英语沙龙; sa lông văn học 文学沙龙 ② 沙发

sa mạc *d* 沙漠: sa mạc hoá 沙漠化

sa môn *d* [宗] 沙门 (出家的佛教徒的总称)

sa ngã *đg* 堕落; 把持不住, 禁不住: sa ngã trước sự cám dỗ của sắc đẹp và tiền bạc 禁不住女色和金钱的诱惑

sa nhân *d* ① [植] 砂仁树 ② [药] 砂仁

sa sả *p* 纠缠不休地, 骂不绝口地: nói sa sả 讲个不停; mắng sa sả 骂不绝口

sa sâm *d* 沙参

sa sẫm *t* 阴晦, 阴沉: Trời trở nên sa sẫm sắp mưa. 天阴沉沉的快要下雨了。*đg* 沉下脸, 拉下脸: Anh sa sẫm mặt xuống không lên tiếng nữa. 他沉下脸不再出声。

sa sẩy *đg* 损耗: Hàng hoá bị sa sẩy trong quá trình vận chuyển. 货物在运输过程中被损耗。

sa sút *đg* 衰落, 衰退: học hành sa sút 学业退步; Cuộc khủng hoảng tài chính tiền tệ dẫn đến kinh tế bị sa sút. 金融危机引发经济衰退。

sa thải *đg* 淘汰, 辞退: Hãng hàng không buộc phải sa thải một số nhân viên kĩ thuật. 航空公司被迫辞退了部分技术人员。

sa trường *d* 沙场, 战场: tung hoành sa trường 驰骋沙场

sà *đg* ① 降落: Máy bay sà xuống đường băng. 飞机降落在跑道上。② 投入: Bé Hồng sà vào lòng bà ngoại. 小虹投入外婆的怀抱。

sà lan *d* 驳船

sà sẫm *đg* 触摸, 摸索: Anh sà sẫm tiến bước

trong đêm tối. 他在黑暗中摸索着前进。

sả₁ *d*[植] 香茅: cây sả 香茅草

sả₂ *d*[动] 翡翠鸟: chim sả 翡翠鸟; sả mỏ rộng 宽喙翡翠鸟

sả₃ *đg* 肢解, 切割: sả thịt 切肉

sả₄ *t* 胡乱: chửi sả không kiêng nể 胡乱骂人

sả sả=sa sả

sã *đg* 垂: Chim sã cánh. 鸟垂下翅膀。

sá₁ *đg* 说及, 提及: sá gì gian nan 说啥艰难

sá₂ *p* 岂计

sá₃ [汉] 岔

sá bao=sá gì

sá chi=sá gì

sá gì *p* 岂计: sá gì việc ấy mà lo 没什么好担心的

sá ngại=sá quản

sá quản *p* 不管, 不顾: Nhân viên quản lí sá quản vất vả và khó khăn. 管理人员不顾辛劳困苦。

sạ₁ *đg* 砍, 砍伐: sạ cây lấy gỗ 砍伐木材

sạ₂ [汉] 乍, 槎

sác-giơ (chargeur) *d*[军] 弹梭, 弹带; 充电器

sác-li (charlie) *d* 一种玩赏狗 (宠物狗)

sạc (charger) *đg* 装弹; 充电

sách₁ *d* 皱褶, 重瓣胃: lá sách bò 牛百叶

sách₂ [汉] 册 *d* ① 书, 书籍, 图书: sách báo 书报; sách học 课本; sách vở 书籍② 古册 (用木或竹制成, 用做记录): văn sách 文册

sách₃ [汉] 策 *d* 策略, 方法: sách lược 策略; đối sách 对策; quốc sách 国策; thất sách 失策

sách₄ *d* ① 索, 条 (纸牌或麻将中的牌名) ② 一种古文体

sách bìa cứng *d* 精装本

sách bìa mỏng *d* 简装本

sách công cụ *d* 工具书

sách giáo khoa *d* 教科书

sách gối đầu giường 常读的书; 必备的书

sách hoạch *đg* 出谋划策

sách lệ *đg* 督促, 激励: Thầy luôn sách lệ học hành của các học trò. 老师常常督促学生学习。

sách lược *d* 策略: vận dụng tốt sách lược 运用好策略

sách nhiễu *đg* 索贿: Lạm dụng quyền hành để sách nhiễu nhân dân. 滥用职权向人民索贿。

sách phong *đg* 册封: sách phong hoàng hậu 册封皇后

sách trắng *d* 白皮书

sạch *t* ① 干净, 清洁: áo sạch 干净的衣服; nước sạch 净水; rau sạch 净菜② 净尽, 精光, 无余: thua sạch tiền 输个精光; Nhờ nghề nuôi trồng đã trả sạch nợ. 靠种植已经还清了债。

sạch bách *t* 净尽, 一无所剩: Nhà nào nhà nấy đều dọn đi sạch bách. 家家户户都搬空了。

sạch bóc *t* ① 非常干净: Ga trải giường giặt sạch bóc. 床单洗得非常干净。② 精光, 一点不剩: túi tiền sạch bóc không còn một xu nào 身无分文

sạch bon =sạch bóc

sạch bong *t* 干干净净, 一尘不染: Nhà cửa thu dọn sạch bong. 房子收拾得干干净净。

sạch bóng=sạch bong

sạch mắt *t* (看上去) 干净, 清洁: Vừa làm vệ sinh, nhà cửa trông rất sạch mắt. 刚打扫卫生, 房子看上去很干净。

sạch nạo=sạch bách

sạch như chùi 一尘不染: đường phố sạch như chùi 街道干净得一尘不染

sạch như lau= sạch như chùi

sạch nợ *đg* 清账, 还清债务: trả sạch nợ 还清了债

sạch nước cảm 过得去（指水平、姿色等一般）

sạch sành sanh *t* 一干二净，精光

sạch sẽ *t* 清洁，干净：Nhà cửa chị ấy sạch sẽ gọn gàng. 她的家干净整洁。

sạch trơn=sạch bóc

sạch trụi=sạch bách

sai₁ [汉] 差 *đg* 差遣，差使：Bà sai cháu gái nấu cơm. 阿婆叫孙女煮饭。

sai₂ *t* 硕果累累的：Cây vải sai quả. 荔枝挂满枝头。

sai₃ *t* ①错误，差错：làm sai 做错；nói sai 说错②违背，违反：sai nguyên lí 违反原理

sai áp *đg* 扣押：Hải quan đã sai áp đợt hàng buôn lậu này. 海关扣押了这批走私货。

sai bảo *đg* 差遣：Không ai sai bảo ai, toàn là tự nguyện mà làm. 没谁差遣谁，都是自愿做的。

sai biệt *đg* 差别（大）：Hai loại hàng này sai biệt rất nhiều. 这两种货差别很大。

sai chi hào lí, mẫu dĩ thiên lí=sai một li đi một dặm

sai con toán, bán con trâu 因小失大

sai dị *t*；*d* 差异

sai dịch *d* 差役，苦役

sai khiến *đg* 差遣，差使，差派：bị sai khiến làm việc vác nặng 被差使做粗重活

sai khớp *đg* 脱臼，脱位：sai khớp cổ chỉ (关节) 脱位

sai lạc *t* 差错，谬误，错误：quan điểm sai lạc 错误的观点

sai lầm *t*；*d* 错误：một đối sách sai lầm 错误的对策；xử lí sai lầm 处理错误；nhận thức rõ những sai lầm của mình 认清自己的错误

sai lệch *d* 差错：sai lệch chút ít 有稍许差错

sai một li đi một dặm 差之毫厘，谬以千里

sai phái *đg* 差派，派遣：bị sai phái đến vùng sâu vùng xa 被差派到边远地区

sai phạm *đg* 违反：sai phạm nội qui của trung tâm quản lí 违反管理中心的规定 *d* 错误：xử lí nghiêm khắc các sai phạm 严格处理各种错误

sai sót *d* 差错，不足：đảm bảo không có sai sót 保证无差错；Về đề nghị này thì chúng tôi chưa thấy sai sót. 我们觉得此提议并无不足之处。

sai số *d* 差数：sai số tuyệt đối 绝对差数；sai số tương đối 相对差数

sai suyễn *t* 错误的，不对的：Bài văn này sai suyễn nhiều chỗ. 这篇文章有多处是错误的。

sai trái *t* 错误：Ông lại phát biểu lời nói sai trái. 他又发表错误言论。

sài₁ *d* 小儿各种慢性病的泛称

sài₂ [汉] 柴：sài cửa 柴扉

sài₃ [汉] 豺

sài cầu *d* 豺

sài đất *d* [药] 蟛蜞菊

sài đẹn *t* 病恹恹：Đứa trẻ sài đẹn. 这小孩病恹恹的。

sài giật=sài kinh

sài ghẻ=sài đẹn

Sài Gòn *d* 西贡（胡志明市旧称）

sài hồ *d* [药] 柴胡

sài hồ nam *d* [药] 南柴胡

sài kinh *đg* (小儿) 惊风

sài lang *d* 豺狼，豺狼虎豹；凶狠作恶的人

sải₁ *d* (装液体用的) 漆筐

sải₂ *d* 庹 (一庹约合五尺) *đg* ①张开，撑开：Con chim sải cánh bay. 鸟儿张开了翅膀。②飞跑：Con ngựa sải nước đại. 马儿撒腿飞奔。Người trẻ sải bước thật nhanh. 年轻人走起路来大步流星。③伸直：Mọi người nằm sải chân sải tay. 大家都（累）趴下了。

sải tay *d* 庹

sãi₁ *d* 和尚，沙弥：Lắm sãi không ai đóng cửa

chùa. 和尚多了没人关寺门。

sãi₁ *d* 摆渡人, 艄公

sãi chùa *d* 和尚, 出家人; 守寺人, 守庙人

sãi đò *d* 摆渡人, 艄公

sãi vãi *d* 僧尼

sái₁ *đg* 偏差, 偏离; 错位; 扭伤; 不对, 不合; 不宜, 不吉利: sái mẫu mã 样式不合; ngáp sái quai hàm 打哈欠造成下巴错位; Nói ra sợ sái. 说出来怕不吉利。Nghiên cứu đã sái hướng. 研究偏离了方向。

sái₂ [汉] 洒 *đg* 洒 (水): thiết bị sái nước tự động 自动洒水系统

sái chân *đg* 胫骨错位, 崴脚

sái gân *đg* 软组织损伤, 扭伤

sái quấy *t* 调皮, 不听话: Cháu có sái quấy thì cô cứ khuyên bảo nó. 孩子不听话你尽管教育他。

sam₁ *d* [动] 鲎, 马蹄蟹: con sam 马蹄蟹

sam₂ *d* [植] 马齿苋: cây sam 马齿苋草

sam₃ *d* [植] 杉树: gỗ sam 杉木

sam sưa *t* 简易, 简朴, 朴素: đời sống sam sưa 生活简朴

sàm [汉] 谗 *t* 胡乱说, 说三道四, 嫌弃的

sàm báng *đg* 谗谤: lời sàm báng 谗言

sàm nịnh *đg* 谗佞: Không tin lời sàm nịnh của anh. 不信你的谗佞之言。

sàm ngôn *d* 谗言: Chớ có tin vào sàm ngôn của nịnh thần. 千万别相信佞臣的谗言。

sàm sỡ *t* 放荡, 粗俗: buông lời sàm sỡ 言语粗俗

sàm sưa *t* 粗俗: ăn nói sàm sưa 举止粗俗

sám [汉] 忏 *đg* 忏悔, 追悔

sám hối *đg* 忏悔: Một lời nói dối, sám hối bảy ngày. 谎言一句忏悔七天。

sạm *t* 晒焦, 晒黑: bị sạm nắng (皮肤) 被晒黑了

sạm mặt *đg* 惭愧, 丢脸: Bị sạm mặt trước cô giáo. 在 (女) 老师面前觉得惭愧。

san₁ *d* 披肩

san₂ [汉] 刊 *d* 刊: nguyệt san 月刊; chuyên san 专刊; đặc san 特刊

san₃ *đg* ①平整: san bằng nền nhà 平整地面; san đồi xây đường 夷平土丘建路②匀平, 摊平: San bao bột mì ra hai túi. 将 (一袋) 面粉摊做两袋。

san₄ [汉] 删 *đg* 删改, 休整

san₅ [汉] 珊, 潸

san bằng *đg* 平整, 夷平: san bằng mặt đất 平整土地

san định *đg* 校订, 勘误校订: Bài này đã san định. 这篇稿已经校过。

san hô *d* 珊瑚: đảo san hô 珊瑚岛

san hô trúc *d* 竹珊瑚

san lấp *đg* 填平, 平整

san-pét (salpêtre) *d* [化] 硝石, 火硝 (总称)

san phẳng *đg* 整平: san phẳng mặt tường 整平墙面

san sát *t* ①紧靠的, 紧连的: Nhà cửa mới mọc lên san sát. 新楼房鳞次栉比。②喋喋不休: kể san sát 讲个不停

san sẻ *đg* 分摊, 分享: San sẻ cho nhau nỗi vui buồn ở đất khách quê người. 在异国他乡共同分享喜怒哀乐。

san sớt = san sẻ

san ủi *đg* 平整

sàn *d* 地板, 平台: sàn gỗ 木地板; sàn xi-măng 水泥地板; sàn gác 楼板

sàn diễn *d* 表演舞台: ra mắt sàn diễn 在舞台亮相

sàn gác = sàn

sàn giao dịch *d* 交易平台

sàn hoang được thấy rồng lượn = rồng đến nhà tôm

sàn nhà *d* 地板, 楼板

sàn nhảy *d* 舞台

sàn nhược *t* 懦弱, 怯弱: kẻ sàn nhược 懦弱的家伙

sàn sàn *t* 相似，近似：Ba chị em cao sàn sàn nhau. 三姐妹个头差不多高。

sàn sạt=sạt sạt

sản [汉] 产 *d* 产：tài sản 财产；bất động sản 不动产；di sản 遗产 *đg* [口] 助产：bác sĩ sản giàu kinh nghiệm 经验丰富的助产大夫

sản dục *d* 生养（生育和抚养）：Đây là một quyển sách về sản dục. 这是一本与生养有关的书。

sản giật *đg* [医] 产惊，子痫

sản hậu *d* 产后症，产褥热：đề phòng bệnh sản hậu 提防产后症

sản khoa *d* 产科：bác sĩ sản khoa 产科医生

sản lượng *d* 产量：Sản lượng mỗi năm một tăng. 产量逐年增长。

sản nghiệp *d* 产业：sản nghiệp của nhà nước 国家产业

sản phẩm *d* 产品：khai thác sản phẩm mới 开发新产品

sản phụ *d* 产妇：căn phòng riêng dành cho sản phụ 产妇专用房

sản sinh *đg* 产生：sản sinh ra nhiều anh hùng 英雄辈出

sản vật *d* 产物：sản vật của thời đại 时代的产物

sản xuất *đg* 生产，出产：sản xuất gang thép 生产钢铁；sản xuất hoa quả 出产水果；đi vào sản xuất hàng loạt 投入批量生产 *d* 生产：bảo đảm sản xuất nông nghiệp 确保农业生产

sán₁ *d* 绦虫：Vì có sán đứa bé này trông gầy yếu. 因为有绦虫，这小孩看起来瘦瘦弱弱的。

sán₂ *đg* 凑近：Nó ngồi sán vào mà muốn bắt chuyện với ông lão đánh đàn. 他凑近坐着想跟拉琴的老头搭腔。

sán dây *d* 绦虫类，带虫类

sán dẹt *d* 蚂蟥类

sán khí *d* 疝气

sán lá *d* 吸虫病

sán nhau như vợ chồng son （像年轻夫妻般）出双入对

sán xơ mít= sán dây

sạn₁ *d* ①沙粒，沙子：Gạo vừa mua về sao nhiều sạn thế! 刚买的米怎么这么多沙子！②尘土：Giường lâu không nằm đầy sạn. 久不睡的床满是尘土。

sạn₂ [汉] 栈

sạn đạo *d* 栈道

sạn mặt *t* 难为情，不好意思，羞涩：Sạn mặt vì không có tiền trả nợ. 因没钱还债觉得难为情。

sang₁ *đg* ①过，往，到⋯去；过渡：sang bên Trung Quốc lưu học 到中国留学；sang sông 过河；từ thu sang đông 从秋到冬②转换：sang tên 过户

sang₂ *t* 有地位，有名望；豪华，阔绰，阔气：nhà sang 豪华住宅；nhà hàng sang 豪华餐馆；ăn mặc sang 穿着阔气；Thấy người sang bắt quàng làm họ. 看到富人就攀亲戚。

sang₃ [汉] 枪，疮

sang cát=cải táng

sang chấn *d* 损伤，伤害

sang đàng *t* 搞混的，偏离的：nói sang đàng 讲话跑题；hát sang đàng 唱歌跑调

sang đoạt *đg* 抢夺：Bọn thực dân sang đoạt tài sản của đất nước ta. 殖民者抢夺我国的财产。

sang độc *d* 疮毒

sang giàu=giàu sang

sang hèn *t* 贫富：Sang hèn cũng có số cả. 贫富自有定数。

sang mỗi người một thích, lịch mỗi người một mùi 萝卜青菜各有所爱

sang năm *d* 明年

sang ngang *đg* 过河，渡河

sang nhượng *đg* 转让：sang nhượng đất ở 转

让住房用地

sang sảng=sáng sảng

sang sửa=sửa sang

sang tay=sang tên

sang tên *đg* 过户，更名：sang tên người mua nhà給購房者过户

sang trọng *t* 贵重，华贵，阔气，华丽：ăn mặc sang trọng 穿戴华丽

sàng₁ *d* 筛子：dùng sàng để sàng bột mì 用筛子筛面粉 *đg* 筛：sàng gạo 筛米；sàng than 筛煤

sàng₂［汉］床 *d* 床：đồng sàng dị mộng 同床异梦；lâm sàng 临床；long sàng 龙床

sàng cát lấy vàng=đãi cát tìm vàng

sàng lọc *đg* 筛选：Công nghệ mới đòi hỏi phải sàng lọc vật liệu sản xuất một cách nghiêm ngặt. 新工艺要求严格筛选生产原料。

sàng sảy *đg* 筛选，淘汰，删节；加工：sàng sảy thật kĩ 认真筛选

sàng tuyển *đg* 挑选，清理，分类

sảng₁ *đg* 昏迷，发昏：sốt nặng nói sảng 发高烧说胡话

sảng₂［汉］爽

sảng hồn *t* 发慌，胆怯：Trong lòng hắn sợ sảng hồn. 他心里发慌。

sảng khoái *t* 爽朗：tinh thần sảng khoái 精神爽朗；Anh cười sảng khoái. 他爽朗地笑了。

sảng sảng［拟］朗朗（表声音洪亮）：vọng ra giọng đọc sảng sảng 传出朗朗的读书声

sáng₁ *t* ①光，亮：trời đã sáng 天已亮；bị đưa ra ánh sáng 被公之于众；Trung thu trăng sáng như gương. 中秋的月亮如明镜般亮。②明白，明了，明晰，聪明：Câu văn gọn và sáng. 语句简洁明了。 *d* 早晨，清早：làm từ sáng đến chiều 从早干到晚

sáng₂［汉］创

sáng bạch *t*（天色）大亮：Anh mải đọc sách đến tận sáng bạch. 他专心读书直到天色

大亮。

sáng bảnh mắt *t* 天亮：Đã sáng bảnh mắt mà con còn ngủ. 天都亮了你还睡。

sáng bét *t* 日出三竿，天大亮（带气愤语气）：Đã sáng bét rồi mà nó vẫn chưa dậy. 天大亮了他还不起床。

sáng bưng *t* 天亮：Sáng bưng mà chưa thấy một bóng người nào. 天亮了人影也不见一个。

sáng bửng bưng *t* 天亮（好一会了）：Trời sáng bửng bưng mà chả ai ra đồng. 天亮了也没见谁下地。

sáng chế *đg* 创造，发明：sáng chế ra loại máy mới 发明新机器

sáng choá *t* 眩目，耀眼

sáng choang *t* 亮堂堂，亮如白昼：đèn bật sáng choang 灯光亮堂堂

sáng choé=sáng choá

sáng dạ *t* 聪明，聪颖：Đứa bé này sáng dạ, đọc đâu nhớ đấy. 这小孩聪明，过目不忘。

sáng giá *t* 有价值的：một ngôi sao điện ảnh sáng giá 一位很有价值的电影明星

sáng kiến *d* 创见，创举，合理化建议：chấp nhận sáng kiến của mọi người 接受大家的合理化建议；Đây là một sáng kiến vĩ đại. 这是一个伟大的创举。

sáng láng *t* ①明亮：đôi mắt sáng láng 明亮的双眸②聪明，聪敏：bộ óc sáng láng 聪明的脑袋

sáng lập *đg* 创立：một trong những người sáng lập Đảng 党的创始人之一；sáng lập kĩ thuật mới 创立了新的技术

sáng loà *t* 光辉夺目，亮得耀眼

sáng loáng *t* 亮闪闪：lưỡi liềm sáng loáng 镰刀亮闪闪的

sáng loè=sáng loà

sáng loé=sáng loà

sáng mai *d* 明早

sáng mắt *t* 看得清的，明白的，醒悟的：Tuy

già nhưng bà cụ vẫn sáng mắt đấy. 虽然上了年纪但老太太还是看得很清楚。Lời dạy của thầy làm tôi sáng mắt ra. 老师的一番话使我豁然醒悟。

sáng mắt ra *đg* 开阔眼界: Chuyến đi thăm nước ngoài này làm chúng tôi sáng mắt ra. 这次国外之行让我们开阔了眼界。

sáng nay *d* 今晨, 今天上午

sáng nghiệp *đg* 创业: Sáng nghiệp khó, phát triển càng khó hơn. 创业难但发展壮大更难。

sáng ngời *t* 光明, 光辉, 灿烂: hình ảnh sáng ngời 光辉形象

sáng như ban ngày *t* 亮如白昼: Đến khuya, đèn điện trên phố vẫn sáng như ban ngày. 夜深了, 街上灯光仍亮如白昼。

sáng qua *d* 昨天上午

sáng quắc *t* 炯炯有神: đôi mắt sáng quắc 炯炯有神的双眼

sáng rực *t* 辉煌, 灿烂: đèn điện sáng rực 灯火辉煌

sáng sớm *d* 清晨, 清早

sáng sủa *t* ①明亮, 敞亮, 明朗: nhà cửa sáng sủa 房间敞亮; tương lai sáng sủa 前途光明②聪明: đầu óc sáng sủa 脑子聪明③明白, 明确, 明晰: lời văn sáng sủa 文句简单明了

sáng suốt *t* 英明, 明智: ban lãnh đạo sáng suốt 英明的领导班子; sự lựa chọn sáng suốt 明智的选择

sáng tác *đg* 创作: sáng tác ra những bản nhạc bất hủ 创作出不朽的乐章

sáng tai *t* 耳朵尖, 听觉敏锐: Bà ấy đã già rồi, nhưng bà vẫn sáng tai lắm. 别看她老了, 可她的耳朵尖着呢。

sáng tạo *đg* 创造: các hoạt động mang tính sáng tạo 各种创造性的活动; Sáng tạo báo điện tử kiểu mới. 创造新型电子报。

sáng tinh mơ *t* 天蒙蒙亮, 破晓, 黎明

sáng tinh sương=tinh mơ

sáng tỏ *t* ①大亮: Trời đã sáng tỏ. 天已大亮。②大白: Sự thực đã sáng tỏ. 事实已大白。

sáng trưng *t* 亮堂堂, 亮如白昼: đèn điện sáng trưng 灯光亮如白昼

sáng ý *t* 聪明: Anh rất sáng ý, chỉ nghe thầy nói một lần là biết làm ngay. 他很聪明, 只听师傅讲一遍就会做了。

sanh₁ *d* 榕属植物: trồng một cây sanh trước chùa 在寺庙前种下一棵榕树

sanh₂ *d* [乐] 云板, 拍板, 点子 (同 sênh₁): gõ sanh 敲云板

sanh₃ *d* (平底大口的) 炒菜锅 (同 xanh₁): chiếc sanh đồng 铜锅

sành₁ *d* 瓦器, 粗瓷制品: vại sành 瓦缸

sành₂ *đg* 善于, 擅长, 精练: sành nói 能说会道; Ông ấy sành về tranh sơn thuỷ Trung Quốc. 他擅长中国山水画。

sành điệu *t* ①老到, 老练: một tay sành điệu 一个老手②时尚, 前卫: Vây quanh cô là những cô bạn tóc tai sặc sỡ, ăn mặc cực sành điệu. 围在她身边的都是些珠光宝气、穿着时尚的朋友。

sành soạn *t* 熟练, 精通: Cô đã nắm được tay nghề sành soạn. 她掌握了熟练的技艺。

sành sỏi *t* 老练, 有阅历: nhà buôn sành sỏi 老练的商人; Chú bé ra vẻ sành sỏi. 小家伙装出一副老练的样子。

sảnh [汉] 厅 *d* 厅, 大堂: tiền sảnh 前厅; sảnh khách sạn 宾馆大堂

sảnh đường *d* [旧] 官厅, 公堂

sánh₁ *đg* ①比较, 比拟: Sánh với nó thì đa phần là thua. 跟他比多半是输。②漾溢: Nước trong thùng sánh ra. 桶里的水溢出来了。③并列, 匹配: sánh vai 并肩; lứa sánh đôi 般配

sánh₂ *t* 稠糊: Cháo sánh quá. 粥太稠了。

sánh bước *đg* 并肩而行; 赶上, 追赶: Ta phải cố sánh bước tiến lên với các nước tiên tiến.

我们要努力赶上先进国家。

sánh duyên *đg* 匹配, 缔结姻缘: Hai người sánh duyên nhau. 两人缔结姻缘。

sánh đôi=sánh duyên

sánh vai *đg* 并肩, 比肩: sánh vai tham gia thi đua lao động 并肩参加劳动竞赛

sao₁ *d* ① 星星: ngôi sao 星辰 ② 星: khách sạn 5 sao 五星级饭店 ③ (流质表面的) 小油星: bát canh đầy sao 浮满油星的汤

sao₂ [汉] 炒 *đg* 炒: sao thuốc Bắc 炒 (制) 中药

sao₃ [汉] 抄 *đg* 抄, 抄写: sao giấy khai sinh 抄写出生证; bản sao 复印件

sao₄ *d* [口] 怎, 何, 岂, 何以, 为何, 为什么: Sao anh dại thế! 你为何这么笨! Tôi giải thích sao cho các bạn! 我怎么跟大伙解释!

sao Bắc Cực *d* 北极星

sao Bắc Đẩu *d* 北斗星

sao băng *d* 流星

sao chép *đg* 抄录, 誊录

sao chế *đg* 炒制 (中药、茶)

sao Chổi *d* 彗星, 扫帚星

sao chụp *đg* 抄印: sao chụp tập thơ 抄印诗集

sao Chức Nữ *d* 织女星

sao Diêm Vương *d* 冥王星

sao dời vật đổi=vật đổi sao dời

sao đang *tr* 何忍, 孰忍, 岂忍: Anh đối xử với các bạn như vậy sao đang? 你这般对待大伙于心何忍?

sao đành 岂能: Ăn ở với bố mẹ như thế sao đành? 岂能如此这般对待父母?

sao đổi ngôi *d* [口] 贼星, 流星

sao Hải Vương *d* 海王星

sao Hoả *d* 火星

sao Hôm *d* 金星的俗称

sao Kim *d* 金星

sao lãng=sao nhãng

sao lục *đg* 抄录: sao lục văn bản 抄录文件

sao Mai *d* 启明星

sao mau thì nắng, sao vắng thì mưa 星密则晴, 星疏则雨

sao Mộc *d* 木星

sao nhãng *đg* 疏忽, 荒废: sao nhãng sự hỏi han với bố mẹ 疏忽了对父母的关爱; sao nhãng về việc học hành 荒废学业

sao sa *d* 流星

sao tẩm *đg* 炒制: sao tẩm chè 炒茶

sao Thiên Vương *d* 天王星

sao Thổ *d* 土星

sao Thuỷ *d* 水星

sao Vàng *d* 金星

sao Tua=sao Chổi

sào₁ *d* 篙, 竹竿

sào₂ [汉] 巢

sào banh *d* (撑船用的) 竹竿

sào huyệt *d* 巢穴: tấn công vào tận sào huyệt của bọn địch 直捣敌人巢穴

sào sạo [拟] 嘎啦嘎啦 (沙子与硬物的摩擦声)

sào sâu khó nhổ 深陷其中, 欲罢不能

sảo₁ *d* 大箩筐: một sảo chè tươi 一大筐新茶

sảo₂ [汉] 稍

sảo thai *đg* 小产

sáo₁ *d* [动] 八哥: sáo sậu 白脖八哥

sáo₂ *d* 箫, 笛 (同 quyển₁): thổi sáo 吹箫

sáo₃ *d* 竹帘: Buông cánh sáo xuống để đỡ nắng. 将竹帘放下遮阳。

sáo₄ *t* (形容说话、文章风格) 带套语的, 带口头禅的: những lời nói sáo 口头禅

sáo dọc *d* 洞箫, 竖笛

sáo đổi lông công=sáo mượn lông công

sáo mép *t* 说大话的, 吹牛的: Nó chỉ được bộ sáo mép thôi. 他只会说大话。

sáo mòn *t* 陈词滥调的: Vẫn là lời văn sáo mòn, chẳng có gì mới cả. 还是陈词滥调, 没什么新意。

sáo mượn lông công 金玉其外, 败絮其中

sáo ngang *d* 笛子，横笛

sáo ngữ *d* 套语: Bài văn có nhiều sáo ngữ. 文章用了许多套话。

sáo rỗng *t* 空洞无物的: Văn chương toàn sáo rỗng, chẳng có gì đáng xem. 文章空洞无物，没什么值得看的。

sạo *t* 瞎扯: nói sạo 瞎说

sạo sục=sục sạo

sáp₁ *d* ①蜡: viên thuốc bọc sáp 蜡丸②唇膏，口红: đánh sáp 涂口红

sáp₂ [汉] 插 *đg* 并入: hai trường sáp nhập 两校合并

sáp đút miệng voi 杯水车薪

sáp nhập *đg* 合并，归并

sáp ong *d* 蜂蜡

sạp *d* ①舱板: sạp thuyền 甲板②竹榻，木榻: sạp giường 木榻床板③货摊: sạp hàng 货摊④（竹竿）舞: múa sạp 跳竹竿舞

sát₁ [汉] 杀 *đg* ①（相）克: có tướng sát chồng 有克夫相（迷信）②杀: sát sinh 杀生; sát thương 杀伤

sát₂ [汉] 查，察: sát hạch 核查; giám sát 监察; khảo sát 考察; thị sát 视察

sát₃ *t* ①贴近，靠近，接近: đừng kê giường sát cửa sổ 床别靠窗太近②粘连: trứng đã sát vỏ 蛋已粘壳③确切，准确: chỉ đạo sát 指导正确④切合，符合: Bài này dịch sát ý. 这篇文章译得很贴切。

sát₄ [汉] 煞

sát cánh *đg* 比翼，并肩: bay sát cánh 比翼双飞; sát cánh chiến đấu 并肩战斗

sát cánh chen vai=chen vai thích cánh

sát cánh kề vai 肩并肩

sát hạch *đg* 考核，测验: sát hạch tay nghề 技术考核; chiều thi sát hạch 下午测验; cuộc sát hạch nghiêm ngặt 严格的考核

sát hại *đg* 杀害: Nhiều dân chúng bị sát hại. 许多民众被杀害。

sát hợp *t* 切合，符合: Chủ trương này sát hợp với tình hình thực tế địa phương. 这项主张符合地方的实际情况。

sát kê thủ đản 杀鸡取卵

sát kê thủ noãn=sát kê thủ đản

sát khí *d* 杀气

sát khí đằng đằng=đằng đằng sát khí

sát khuẩn *đg* 杀菌，灭菌

sát nách *đg* 毗连: hai nhà sát nách nhau 两家毗连

sát nhân *đg* 杀人: kẻ sát nhân 杀人犯

sát nhân vô kiếm 杀人不见血

sát nhập=sáp nhập

sát nhất cò cứu vạn tép 杀一只鹤可救万只虾（喻杀一恶霸拯救万民）

sát nút *t* 接近的，紧挨的: chỉ thắng trận với tỉ số sát nút 仅以微弱的比分取胜

sát phạt *đg* [口] 厮杀，残杀: Các con bạc vừa ngồi vào là sát phạt nhau. 赌徒们一坐在一起就厮杀。

sát phệ giáo tử=sát trệ giáo tử

sát rạt *t* ①紧挨着的，紧贴着的: ngồi sát rạt nhau 紧挨着坐②刚好，正巧: tính toán sát rạt 算得正合适③彻底: chấp hành sát rạt chính sách ưu đãi 彻底执行优惠政策

sát sàn sạt *t* 紧靠的（强调程度）: bám sát sàn sạt 跟得很紧

sát sao *t* ①紧密的，严密的: kiểm tra sát sao 严密的检查②刚好，恰巧: tính toán sát sao 算得正好

sát sát=san sát

sát sạt *t* ①紧靠的: đứng sát sạt vào cho ấm 紧靠在一起取暖②刚好的，一点不差的: tính sát sạt, không thiếu cũng không thừa 算得正好，不少也不多③毫不顾忌的: nói năng trắng trợn sát sạt 言语露骨，毫不顾忌④一个劲的，一味的: Một số trường hợp không nên mặc cả sát sạt. 有些场合不宜一味讨价还价。

sát sinh *đg* ①杀生: Đạo Phật ngăn cấm sát

sinh. 佛教禁忌杀生。②屠宰: lò sát sinh 屠宰场

sát sườn *t* 紧密相关的,切身的: bảo đảm lợi ích sát sườn của công nhân 保障工人的切身利益

sát thân thành nhân 杀身成仁

sát thủ *d* 杀手

sát thực *t* 切合实际的,符合实际的

sát thương *đg* 杀伤: vũ khí mang tính sát thương qui mô 大规模杀伤性武器

sát trệ giáo tử 杀猪教子(谓父母必须以诚实之言教育孩子)

sát trùng *đg* 杀菌,消毒: sát trùng vết thương 给伤口消毒

sát ván *đg* 卧床: bị ốm đau nằm sát ván 卧病不起 *t* 凄惨: nghèo sát ván 穷得一贫如洗

sạt *đg* 坍塌,倾倒: sạt tường nhà 屋墙倒塌; Cơn bão làm sạt con đê. 风暴使得河堤坍塌了。

sạt lở *đg* 坍塌,倒塌

sạt nghiệp *đg* 破产,倾家荡产: Bị sạt nghiệp bởi thua lỗ quá nhiều. 因亏损太多而破产。

sạt sạt [拟] 嘎吱(硬物相互摩擦的声音): Tiếng nghiến răng ken két, sạt sạt. 磨牙声嘎吱嘎吱的。

sạt vai *đg* (挑太重) 肩歪: Gánh nặng quá sạt vai. 挑担太重肩膀都歪了。

sau *d* ①后: phía sau 后面; sau lưng 背后②次,第二,下一: hôm sau 次日; tháng sau 下个月③后来,以后: trước lạ sau quen 一回生,二回熟④在…之后,继…之后: Sau khi tốt nghiệp chúng ta mỗi người một ngả. 毕业后我们天各一方。

sau cùng *d* 最后,最终: đến sau cùng 最后一个到; Sau cùng cả lũ ra về. 最后大家都回去了。

sau đại học *d* 大学后,研究生: đào tạo sau đại học 研究生教育; phòng sau đại học 研究生处

sau hết *d* 最后: Sau hết ông tổng giám đốc kết luận. 最后,总经理做总结。

sau này *d* 今后,此后: Tiền thì anh cứ tiêu trước, sau này có tiền thì anh mới trả lại. 钱你先用,以后有了钱再还。

sau rốt *d* 最后,最末,最终

sau xưa *d* 前后(过去和将来): nói chuyện sau xưa 叙说过去和将来

sáu *d* 六(数词)

say₁ *đg* ①晕(车、船),醉(酒): say xe 晕车; say nắng 中暑; say sóng(坐船) 晕浪②沉迷,迷恋,醉心: say về nghiên cứu 沉迷于研究

say₂ *d* 簖(插在河水里用来捉鱼、虾、螃蟹的竹栅栏)

say đắm *đg* 沉溺,沉醉,沉迷,沉湎: say đắm tửu sắc 沉迷酒色; yêu say đắm 沉醉于爱中

say hoa đắm nguyệt 沉迷于风花雪月

say ke *t* 迟钝,迷糊: vừa mới ngủ dậy còn say ke 刚睡醒还迷迷糊糊的

say khướt *đg* 大醉: Anh ta uống say khướt là chửi bới bừa bãi. 他一喝得大醉就会胡乱骂人。

say máu *t* 激昂,冲动,(杀) 红眼: Thắng rồi cũng ham, kẻ thua lại càng say máu. (赌徒) 赢了的还想再来,输的愈发红眼。

say máu ngà *t* 冲动,激动,热血沸腾: say máu ngà hết biết sợ 冲动过后方后怕

say mèm *đg* 酩酊大醉: Say mèm rồi nằm ngay bên đường. 喝得酩酊大醉躺倒在路边。

say mê *đg* 沉迷,迷恋,醉心: say mê các câu chuyện tình lãng mạn 醉心于浪漫的爱情故事; say mê nghiên cứu những nền văn minh cổ đại 沉迷于古代文明的研究; Tiếng hát vui ngọt làm say mê người nghe. 甜美的歌声让听众着迷。

say như chết 醉得像死猪般;醉得如一摊烂泥

say như điếu đổ 如醉如痴: Từ khi gặp cô nàng, chàng ta say như điếu đổ. 自打见了她,他就如醉如痴。

say sưa đg 陶醉,沉醉: làm việc say sưa 沉醉于工作中; say sưa mua sắm 狂热购物

say xỉn đg [口] 酗酒

sày d 斑疹 đg 簸: sày gạo 簸米; sày thóc 簸谷

sắc₁ [汉] 色: sắc thái 色彩

sắc₂ đg 熬,煎 (药): sắc thuốc 熬药

sắc₃ t ①锋利: dao sắc 锋利的刀; mài kéo cho sắc 将剪子磨锋利②锐利,犀利: mắt sắc 目光锐利

sắc₄ [汉] 敕

sắc₅ [汉] 啬: sắc lận 吝啬

sắc₆ d 锐声符(语声调符号,标为" ′ ")

sắc bất ba đào dị nịch nhân 色无波涛亦溺人(姿色迷人)

sắc bén t 锋利,锐利: vũ khí sắc bén 锐利武器

sắc-ca-rô (saccharos) d 糖,白糖

sắc cạnh t 世故,老练: nhận xét sắc cạnh 老练的看法

sắc diện d 脸色,面色

sắc dục d 色欲

sắc đẹp d 美色: sắc đẹp tuyệt trần 美貌无比; Sắc đẹp chỉ có một thời. 美色只是一时的。

sắc độ d 色度: so sánh về sắc độ 对比色度

sắc giới d [宗] 色戒

sắc lận t 吝啬: kẻ sắc lận 吝啬鬼

sắc lẻm t 锋利无比: con dao sắc lẻm 锋利无比的刀

sắc lẹm = sắc lẻm

sắc lệnh d 敕令,(国家元首发布的) 命令或法令: sắc lệnh chủ tịch 主席令

sắc luật d 法令: sắc luật cải cách giáo dục 教育改革的法令

sắc màu d 颜色,色彩: sắc màu trang phục 服装的颜色

sắc mắc đg 挑剔,吹毛求疵

sắc như dao t ①如刀般锋利: lưỡi sắc như dao 伶牙俐齿②锐利: cặp mắt sắc như dao 双眼锐利

sắc nước hương trời 国色天香

sắc phong đg 敕封,册封: sắc phong hoàng hậu 册封皇后

sắc phục d 服饰;服色

sắc sảo t 伶俐;(目光) 敏锐,有洞察力: con gái sắc sảo 伶俐的女孩; đôi mắt sắc sảo 敏锐的目光

sắc thái d 色彩: đậm đà sắc thái địa phương 具有浓郁的地方色彩

sắc thuế d 税收种类

sắc tố d 色素

sắc tộc d 种族: phân biệt sắc tộc 种族区分

sắc vẻ d 色彩,表情: Vai này mang sắc vẻ bi hài. 这个角色带有悲喜色彩。

sắc vóc d 外貌身材

sắc-xô = sắc-xô-phôn

sắc-xô-phôn (saxophone) [乐] 萨克斯管

sặc đg 呛: uống vội quá bị sặc 喝得太快被呛着了 t ①刺鼻,扑鼻: Cứ gần nhà ông là sặc mùi thuốc Bắc. 一走近他家就闻到刺鼻的中药味。②充满的: Trong nhà sặc khói thuốc lá. 屋里满是烟味。

sặc gạch = sặc máu

sặc máu đg ①呕血,吐血: đánh một trận sặc máu 打到吐血②要命,够呛,够受: Làm ăn kiểu đó quả thực sặc máu. 这种营生手法实在要命。

sặc mùi t ① (味儿) 冲鼻子,呛鼻子: sặc mùi nước hoa 香水呛鼻②充满…的: Ăn nói sặc mùi bi quan. 言语间充满悲观情绪。

sặc sặc [拟] 哈哈 (大笑声): ôm bụng cười sặc sặc 抱着肚子哈哈大笑

sặc sây t 沉重,辛苦: Làm sặc sây mà còn bị rầy. 辛苦干了还挨骂

sặc sỡ t 花花绿绿,大红大绿: như một bức

tranh sặc sỡ muôn màu 像一幅色彩斑斓的画

sặc sụa=sặc sặc

sặc sừ =sặc sừ

sặc tiết=sặc máu

săm *d* 车轮内胎: săm ô tô 汽车内胎; vá săm 补胎

săm banh =sâm banh

săm lốp *d* 车胎（包括内外胎）: mua săm lốp mới 买新车胎

săm-pa-nhơ=sâm banh

săm-pan=sâm banh

săm sắn *đg* (悉心地) 照顾: Suốt ngày chỉ biết săm sắn những bon sai của ông. 整天就只知道侍弄他的盆景。

săm se [方] =săm soi

săm soi *đg* (仔细) 观赏，打量: Chị săm soi kiểu tóc vừa mới làm trước gương. 她对着镜子细细打量刚做好的发型。

sắm *đg* 打点，准备，购置，购办: sắm hàng Tết 置办年货; Anh sắm sửa hành trang cho việc du học nước ngoài. 他为出国留学准备行装。

sắm nắm=xắm nắm

sắm sanh=sắm

sắm sửa=sắm

sắm vai *đg* 扮演: Chị ấy sắm vai chính. 她演女主角。

sặm *t* (颜色) 深暗: đen sặm 深黑色; đỏ sặm 深红色

sặm sì *t* (颜色) 深黑: nước da sặm sì 肤色黝黑

sặm sì sặm sịt=sặm sì

săn₁ *đg* ①打猎: đi săn thỏ rừng 打野兔②猎取，追捕: phát ra lệnh săn lùng 发出追捕令; Phóng viên báo chí đi săn tin. 新闻记者猎取消息。

săn₂ *t* ①扭紧: Chiếc rổ tre bện rất săn. 竹篮编得很紧。②绷紧，结实: Anh hơi gầy,

nhưng da thịt vẫn săn. 他瘦了些但肌肉还结实。③急速: nước suối chảy săn 溪水湍急

săn bắn *đg* 打猎: Lúc đi săn bắn đã xảy ra chuyện bất ngờ. 打猎的时候发生了意外。

săn bắt *đg* 追捕: săn bắt tên giết người 追捕杀人犯

săn cón *t* ①扭紧: sợi xe săn cón 纱线搓得很紧②绷紧: da thịt săn cón 肌肉绷紧

săn đón *đg* 兜揽，讨好 (客人): săn đón khách hàng 揽客

săn đuổi *đg* 追求，奉行: săn đuổi chính sách xâm lược 奉行侵略政策

săn lùng *đg* 搜寻，查找

săn săn *t* 快，快速: làm săn săn một chút 做快一点

săn sắt *d* 歧尾斗鱼

săn sóc *đg* ①照料，料理: săn sóc việc nhà 料理家务②照顾，关心，关怀: Bà hết lòng săn sóc những trẻ mồ côi. 她全心全意照顾孤儿。

săn tìm *đg* (仔细) 找寻

sằn sặt *đg* 吵闹，生事: Hai đứa sinh đôi này hay sằn sặt với nhau. 这对双胞胎整天吵闹。

sẵn *t* ①已有，固有，现成: thế mạnh sẵn có 已有的优势; quần áo may sẵn 成衣; có sẵn giấy tờ 证件都准备好了; tận dụng những trang thiết bị sẵn có 充分利用现有设备②充裕，充足，有的是: Năm nay gặp mùa sẵn vải. 今年遇上荔枝丰产。*p* 趁便，顺便: Sẵn có ông chủ nhiệm đây, anh giải thích rõ chuyện này. 趁主任在此你解释清楚这件事。

sẵn dịp *p* 趁便，顺便，借机: Anh đi công tác sẵn dịp sang thăm em. 我出公差顺便来看望你。

sẵn đâu xâu đấy 走到哪算哪，得过且过

sẵn lòng *đg* 愿意，乐意: Tôi sẵn lòng hướng

dẫn. 我乐意奉陪。Mọi người sẽ sẵn lòng giúp đỡ bạn. 大家都愿意帮助你。

sẵn sàng *t* 时刻准备好的，随时准备着的：Họ sẵn sàng ra khỏi đây. 他们随时离开这里。

sẵn tay *p* 顺手，顺便：Sẵn tay đưa cái kìm cho anh. 顺手帮我递把钳子过来。

sắn *d* ①木薯：trồng sắn trên sườn núi 在半山腰种木薯②葛薯

sắn dây *d* 葛：Bột sắn dây có công hiệu thanh nhiệt. 葛粉有清热的功效。

sắn thuyền *d* 船漆

săng₁ *d* 棺材

săng₂ *d* [方] 茅草

săng lẻ *d* [植] 绒毛紫薇

săng-tô-nin (santonin) *d* [药] 山道年，散道宁 (蛔虫驱除剂)，蛔蒿素

sằng *đg* 冲起，冒起：Mùi thối sằng lên nồng nặc. 臭气熏天。

sằng sặc = sặc sặc

sắp₁ *d* ①帮，群：Sắp trẻ vui đùa. 孩子们愉快地玩耍。②叠，沓：một sắp tiền giấy 一沓钞票

sắp₂ *đg* ①排列，安排：Sắp bát đĩa lên mâm, khách sẽ đến ngay. 快摆好碗筷，客人就到了。Nhờ người sắp cậu vào công ti. 托人安排他进公司。②预备，准备：Mẹ đã sắp sẵn sách vở cho buổi học sáng mai. 妈妈已准备好明早上学的书本。

sắp₃ *p* 即将，快要：sắp sang xuân 快到春天了；Trời sắp mưa. 天要下雨了。

sắp ấn *đg* 封印：sắp ấn nghỉ Tết 封印过年

sắp chết gặp hết hơi 屋漏偏逢连夜雨

sắp chết mới ôm chân Phật 临时抱佛脚

sắp đặt *đg* 安排，安置：sắp đặt chu đáo 安排周到

sắp sửa₁ *đg* 准备：sắp sửa hành lí lên đường 准备上路的行装

sắp sửa₂ *p* 行将，快要：Chị sắp sửa đẻ con. 她

快要生了。Tàu sắp sửa chuyển bánh. 火车快要开了。

sắp xếp *đg* 安排，安插，安置：Yêu cầu các tỉnh chủ động sắp xếp, bố trí nguồn lực địa phương. 要求各省主动安排地方的资源。

sắt₁ *d* 铁：quặng sắt 铁矿；Có công mài sắt có ngày nên kim. 只要功夫深，铁棒磨成针。*t* 钢铁般坚硬的：kỉ luật sắt 铁的纪律

sắt₂ [汉] 瑟 *d* [乐] 瑟

sắt₃ *t* 变硬的，结实的：giọng nói sắt lại 语气变硬起来；Cá mặn phải phơi cho sắt lại mới để được lâu. 咸鱼要晒到硬才能放得久。Mấy năm không gặp trông da thịt anh sắt lại nhiều. 几年不见，你的身子骨硬朗了许多。

sắt cầm = cầm sắt

sắt đá *t* 铁石般，坚强，不可动摇：ý chí sắt đá 钢铁般的意志

sắt non *d* 软铁

sắt phải đập khi còn nóng 趁热打铁

sắt sắt = săn sắt

sắt seo *t* 发硬的，干枯的，枯萎的

sắt son = son sắt

sắt tây *d* 洋铁皮，白铁皮，马口铁：đồ hộp bằng sắt tây 马口铁罐头

sặt₁ *d* 一种竹类植物

sặt₂ *d* (射弓弩用的) 箭

sặt rằn *t* ①参差不齐，不整齐：hớt tóc sặt rằn 头发理得不平整②不可靠：Thằng kia sặt rằn chơi không được. 那家伙不可靠，别跟他交往。

sặt sặt *d* 麻雀

sậc sừ *t* 颓废，无精打采，有气无力：Coi bộ sậc sừ sắp ốm. 看他有气无力的样像要病了似的。

sâm *d* ①[药] 参：nhân sâm 人参；hồng sâm 红参；sâm cao li 高丽参；sâm thổ cao li 土人参②参星 (即金星)

sâm banh (champagne) *d* 香槟酒

sâm cau *d* 仙茅

sâm cầm *d* 水鸡

sâm đại hành *d* 红皮蒜

sâm đất *d* 黄细参

sâm lâm *d* 深林

sâm nam *d* 鹅掌参

sâm nhung *d* 参茸, 人参和鹿茸 (指高级补品): Bác sĩ đề nghị ông bồi bổ bằng sâm nhung. 医生提议他用参茸补身体。

sâm rừng=sâm đất

sâm sẩm *d* [方] 傍黑, 傍晚: sâm sẩm tối 傍晚

sâm sẩm *t* ①黄昏②阴暗

sâm si *t* 参差, 相差不大: Giá hàng Tết sâm si nhau. 年货的价都相差不大。

sâm thương cách trở 参商相隔 (喻亲友不能相见)

sầm₁ *t* 阴沉, 阴暗, 晦暗: Nghe tiếng chửi bới, bà cụ sầm mặt lại. 听到辱骂声, 老太太沉下脸来。

sầm₂ [拟] 轰隆: Cơn lũ làm đổ sầm nhà cửa. 洪水轰地将房屋冲倒了。

sầm sã *t* 滂沱: Trời mưa sầm sã. 天下起了滂沱大雨。

sầm sầm *t* ① (移动) 快而有声响的: Đoàn tàu lao sầm sầm ngay bên cạnh thành phố. 火车呼啸着从城市边驶过。②庞大的, 粗实的: Máy cần cẩu sầm sầm đang nâng lên những tảng đá lớn. 庞大的起重机正吊起大石块。

sầm sập *t* 急速: Mưa đổ sầm sập đột ngột làm cho mọi người tránh không kịp. 突然而来的倾盆大雨让大家来不及躲避。

sầm sì *t* (天色) 阴沉沉: Bỗng nhiên mây kéo đầy trời sầm sì như muốn mưa. 突然乌云满天像是要下雨。.

sầm uất *t* 繁华, 兴盛: phố phường sầm uất 街道繁华

sẩm *t* (天色) 晦暗, 阴暗: Trời vừa sẩm tối thì trong đô thị đã đèn điện sáng trưng. 天刚黑, 城市里就已灯火通明了。

sẫm *t* (颜色) 深, 浓: Cô ta cứ thích mặc những bộ đồ sẫm màu. 她总喜欢穿深色衣服。

sấm *d* 雷: tiếng vỗ tay như sấm dậy 掌声雷动

sấm bên đông động bên tây 城门失火, 殃及池鱼

sấm kêu rêu mọc 雷响则青苔多

sấm kí *d* 雷纪 (有关雷现象的纪录)

sấm sấm sỏi sỏi *đg* (劈头盖脸地) 说, 骂: Vừa gặp cậu ta là mắng sấm sấm sỏi sỏi. 刚见面就给他劈头盖脸地骂了一顿。

sấm sét *d* 雷霆: gầm lên như sấm sét 雷霆般咆哮 *t* 威力盛大: cuộc tấn công sấm sét của quân đội ta 我军强大的进攻

sấm truyền *d* 预言: Sấm truyền của ông rốt cuộc biến thành hiện thực. 他的预言终于变成了事实。

sấm trước cơm sấm no, sấm sau cơm sấm đói 饭前响雷丰收, 饭后响雷歉收

sấm vang *d* 雷鸣, 雷震: danh tiếng sấm vang 名声如雷贯耳

sậm=sặm

sậm sầy *t* ①黏壳的: Gạo giã sậm sầy không sạch cám. 谷子春得不干净。②半熟的, 未完成的: Cơm nấu sậm sầy. 饭煮得半生熟。

sậm sịch [拟] 沙沙 (脚步声): tiếng đi sậm sịch bên hè 人行道旁沙沙的脚步声

sậm sịt *t* 阴沉沉: Mưa sậm sịt suốt ngày. 整天下雨, 天阴沉沉的。

sậm sùi sậm sịt=sậm sịt

sậm sụt=sậm sịt

sân₁ *d* ①院庭, 院落, 天井②场地, 坪: sân cỏ 草坪; sân bóng 球场; sân quần 网球场; sân vận động 运动场

sân₂ *đg* 嗔

sân bay *d* 机场

sân còn gần hơn ngõ 远亲不如近邻

sân chơi *d* 游戏或活动的场地

sân gác *d* 晒台

sân khấu *d* 舞台: nghệ thuật sân khấu 舞台艺术

sân rêu tường mốc=cỏ mọc rêu phong

sân rồng *d* 龙庭 (皇宫内院庭)

sân sau *d* 后院

sân si *đg* 嗔怒

sân siu *đg* 扯上补下: Sân siu mỗi người một ít cho đều. 大家相互拉扯调匀。Mảnh vải này có sân siu thì cũng được hai chiếc áo. 这块布料扯上补下能做成两件衣服。

sân sướng *d* 院落

sân tàu *d* 甲板

sân thượng=sân gác

sân trời=sân gác

sân trường *d* 校园

sần *t* ①疙里疙瘩,凹凸不平,粗糙不平,不光滑: Mặt anh sần trứng cá. 他满脸粉刺疙瘩。②汁少的: Quả cam sần. 橙子汁少。③夹生: khoai sần 夹生红薯④愚钝,笨拙: bộ mặt sần thấy mồ 一副呆笨的样子

sần đầu *t* ①头大的,头疼的②辛劳,劳碌

sần lưng *t* 猛烈,不留情面: Anh ấy làm hỏng việc bị ông chủ cạo sần lưng. 他把事情搞砸被老板狠狠骂了一顿。

sần mặt *t* ①疙瘩: Quả này sần mặt thế này thì mua làm gì. 这水果疙疙瘩瘩的买它干吗。②羞答答,忸怩: Nghe bà nói thế cô sần mặt lại. 听老人家这么说,她害羞起来。

sần sần *t* ①微醉的: sần sần sắp say 喝得微醉②头疼难受: Thấy sần sần muốn sốt. 头疼得难受,像要发烧了。

sần sật [拟] 咔嚓 (咀嚼脆物声): Nhai cùi dừa sần sật. 椰肉吃起来脆生生的。

sần sùi *t* 疙里疙瘩: Hai bàn tay chai sạn sần sùi. 两手起满疙里疙瘩的老茧。

sần sượng *t* 粗糙不平,不光滑: da dẻ sần sượng 皮肤不光滑

sẩn₁ *d* 疙瘩: nổi sẩn 起疙瘩

sẩn₂ *d* 粗丝: tơ sẩn 粗丝

sấn₁ *d* 后腿肉: thịt sấn 后腿肉

sấn₂ *đg* 冲入,扑入: Gió điên cuồng gọi sóng sấn lên bờ đê. 狂风掀起大浪冲到堤边。Anh sấn thân vào thương trường. 他投身商海。*t* 一股劲的: làm sấn tới 一股劲干下去

sấn sổ *t* 气势汹汹: sấn sổ chen vào 气势汹汹地闯进来

sấn sởi *t* 积极,踊跃: làm sấn sởi 干得欢; tham gia sấn sởi 踊跃参加

sấp *t* 朝下的,背向的: nằm sấp trên giường 趴在床上

sấp bóng *đg* 背光: Ngồi sấp bóng thế kia thì đọc sao được sách. 坐在背光的地方怎么看得了书。

sấp mày sấp mặt 埋头苦干

sấp mặt *đg* 翻脸: sấp mặt như trở bàn tay 翻脸如翻手

sấp ngửa *t* 急匆匆: Anh vừa ăn xong đã sấp ngửa đi làm. 他刚吃过饭就急匆匆地去上班了。

sập₁ *d* 楊: sập gỗ 木楊

sập₂ *đg* ①坍塌: ngôi nhà sập đổ 房屋倒塌; hầm đường bị sập 坑道坍塌②猛地关上: Anh đóng sập cửa. 他猛地把门关上。

sập cầu *đg*[口] 破产

sập dù *đg* 收伞: sập dù xuống 把伞合起

sập giàn=sập tiệm

sập mưa *đg* 倾盆大雨: Trời sập mưa làm sạch sẽ đường phố. 倾盆大雨把街道冲洗得干干净净。

sập sập=sầm sập

sập sình *đg* 下陷,塌陷

sập sùi *t* 雨连绵,刚晴又下的: Mưa sập sùi mãi. 阴雨连绵。

sập tiệm *đg*[口] 破产: Bởi nợ nhiều quá anh đành để cửa hàng sập tiệm. 因欠债太多他

只好让商店破产。

sâu₁ *d* 虫: sâu hại 害虫 *t* 虫蛀的: mía sâu 虫蛀的甘蔗; răng sâu 蛀牙

sâu₂ *t* 深: rừng sâu 深林; nhà sâu 深宅大院; tình sâu nghĩa nặng 情深义重

sâu ao cao bờ 塘深堤高 (喻基础牢固)

sâu bạc lạc=sâu đục thân

sâu bệnh *d* 病虫害: phòng trị sâu bệnh cho cây mía 防治甘蔗病虫害

sâu bọ *d* 昆虫, 虫豸

sâu cay *t* ①毒辣: sắp đặt kế hoạch sâu cay 谋划毒辣的计划②尖刻, 尖酸: lời nói sâu cay 尖酸的言语③惨痛: thất bại sâu cay 惨痛的失败

sâu cắn gié *d* 稻黏虫

sâu cuốn lá *d* 卷叶虫

sâu dâu *d* 桑螟蛾

sâu đậm *t* 深厚: tình cảm sâu đậm 深厚的感情

sâu đo *d*[动] 小造桥虫

sâu độc *t* 阴毒, 毒辣: mưu mô sâu độc 毒辣的阴谋

sâu đục thân *d* 蛀心虫

sâu gai *d*[动] 稻螟

sâu hoáy *t* 深邃: cặp mắt sâu hoáy 深邃的双眸

sâu hoắm *t* 深凹的: một xoáy nước sâu hoắm 一个很深的漩涡

sâu keo *d* 蝗虫

sâu kín *t* 深沉: tình cảm sâu kín 深沉的感情

sâu lắng *t* 深沉, 深切: bài hát sâu lắng 深沉的歌

sâu mọt *d* ①蠹虫②蛀虫 (喻人)

sâu nách=sâu đục thân

sâu quảng *d* (脚胫间的) 疽, 毒疮: Chân bị sâu quảng. 脚生了毒疮。

sâu răng *d* 龋齿, 虫牙

sâu róm *d* 毛毛虫

sâu rộng *t* ①广博, 渊博: tri thức sâu rộng 知识渊博②深入广泛: Triển khai sâu rộng phong trào tập luyện sức khoẻ toàn dân. 深入广泛地开展全民健身运动。

sâu sát *đg* 贴近, 接近: phải sâu sát quần chúng 要深入群众

sâu sắc *t* 深刻, 深奥: ấn tượng sâu sắc 印象深刻

sâu sia *d* 昆虫的总称

sâu thẳm *t* 深邃: hang động sâu thẳm 深邃的洞

sâu tim=sâu đục thân

sâu xa *t* 深远, 深长, 深邃: Kĩ thuật số mang lại ảnh hưởng sâu xa cho xã hội. 数字技术给社会带来了极其深远的影响。

sâu xám *d*[动] 地老虎

sầu [汉] 愁 *t* 忧愁: âu sầu 忧愁; đa sầu 多愁; tiêu sầu 消愁

sầu bi *t* 哀伤, 悲伤: Có hoan lạc, có sầu bi là chuyện thường. 欢乐和哀伤都是常有的事。

sầu đông *d*[植] 苦楝子

sầu muộn *t* 愁闷: Cô đang tả vẻ sầu muộn vì thiếu tiền sách vở cho con cái. 她正为孩子们的书本费而愁容满面。

sầu não *t* 哀愁, 愁苦: vẻ mặt sầu não 愁容满面

sầu riêng *d* 榴梿

sầu thảm *t* 忧伤, 忧郁: nỗi sầu thảm khó tả 难以形容的忧伤

sầu tư *d* 愁思, 愁绪: Nhớ ai đấy mà lắm nỗi sầu tư? 在想谁呢, 这么多愁?

sấu₁ *d*[植] 人面果, 酸果: quả sấu 人面果; cây sấu 人面果树

sấu₂ *d*[动] 鳄鱼: cá sấu 鳄鱼

sấu₃ *d* 狻猊 (想象出来的动物): con sấu 狻猊

sây₁ *t* (硕果) 累累的: lúa sây hạt 沉甸甸的稻穗; Vườn cam sây quả. 橘园硕果累累。

sây₂ *đg* (轻微) 擦伤: Mặt bị sây da. 脸被擦破了。

sây sát *đg* 擦伤，擦破，磨破：Tôi chỉ thấy đau mà không bị sây sát tí nào. 我只觉得疼但没擦破皮。

sây sở=sây sát

sây sứt=sây sát

sầy *đg* 擦伤，擦破：ngã sầy đầu gối 摔了一跤膝盖擦破了

sẩy sở=sây sát

sẩy₁ *d* 斑疹（同 sảy）：nổi sẩy 起斑疹

sẩy₂ *đg* ①失误：sẩy tay đánh vỡ bình hoa quí 失手打破了珍贵的花瓶②小产：bị sẩy thai 流产

sẩy₃ *p* 忽然：Anh ấy đang mải đọc sách sẩy nghe có tiếng chuông. 他正专心看书忽然听到铃声。

sẩy chân *đg* 失足：sẩy chân ngã xuống ao cá 失足跌落鱼塘

sẩy chân còn hơn sẩy miệng 宁失足不失言

sẩy chân đỡ được, sẩy miệng đỡ không được 失足还有挽回的余地，说错了话就收不回了

sẩy đàn tan nghé 形只影单；孤家寡人

sẩy miếng *đg* 错失良机：Anh vụng về nên để sẩy miếng rồi. 他太笨以至于错失良机。

sẩy miệng *đg* 口误，失言：Có lúc sẩy miệng một câu thì tai hại rất lớn. 有时只要说错一句话都会引起大祸。

sẩy nghé tan đàn=sẩy đàn tan nghé

sẩy tay *đg* 失手：Chị sẩy tay đánh rơi làm vỡ kính mắt. 她失手摔破了眼镜。

sẩy thai *đg* 流产，小产：Chị ấy bị sẩy thai do bị đâm xe máy. 她被摩托车撞引起小产。

sẩy vai xuống cánh tay 肥水不流外人田

sấy *đg* 烘，焙，烤：sấy khô 烘干；sấy chè 焙茶

sấy tóc *đg* 吹头发：Trước khi đi dự tiệc, anh ấy đã sấy tóc. 赴宴之前他吹了头发。

sậy *d* 芦苇

Sb[化] 锑的元素符号

se₁ *t* ①干，干涩：da se 皮肤干涩；Quần áo phơi đã se. 衣服晾干了。②痛心：Lòng tôi chợt thấy se lại. 我突然觉得痛心。

se₂ *đg* 打，行凶：Se nó một trận. 打他一顿。

se mình *t* 不舒服：Hôm nay se mình, tôi không đi họp nữa. 今天我不舒服，不去开会了。

se se *t* ①渐干的，稍干的：Sau cơn mưa mặt đường đã hơi se se. 雨后路面渐渐干了。②较冷的：Trời đã se se lạnh. 天已经冷了。

se sẻ=chim sẻ

se sẽ *t* 轻轻地：Chị se sẽ vỗ vai chồng. 她轻轻地拍拍丈夫的肩膀。

se sua *đg*（以服饰等）炫耀于人：Cô bé se sua bộ quần áo mới. 小女孩炫耀她的新衣服。

sè sè₁ [拟] 沙沙：Máy chạy sè sè. 机器沙沙地转动。

sè sè₂ *t* 低平的

sè sẽ=se sẽ

sè sẹt *t* 低矮：Nhà làm thấp sè sẹt. 房子建得矮矮的。

sẻ₁ *d* 麻雀：chim sẻ 麻雀

sẻ₂ *đg* 分，匀：sẻ bát nước làm hai 将一碗水分成两碗

sẻ áo nhường cơm=nhường cơm sẻ áo

sẻ đàn tan nghé=sẩy đàn tan nghé

sẻ sớt *đg* 分摊，共分：sẻ sớt cho nhau khi túng thiếu 有难同当

sẻ thông họng vàng *d*[动] 黄颈松雀（越南特有的一种麻雀）

sẽ₁ *t* 轻轻，轻柔：nói sẽ 轻轻说

sẽ₂ *p* 将，将要，快要：Mai sẽ nộp bài. 明天要交作业。

sẽ sàng=khẽ khàng

sẹ₁ *d* 草蔻树：cây sẹ 草蔻树

sẹ₂ *d* 鱼的精液

séc *d* 支票：ghi séc 开支票

séc bảo chi *d* 保付支票

séc du lịch *d* 旅游支票

séc khống *d* 空白支票

séc theo lệnh *d* 记名支票

séc vô danh *d* 无记名支票

séc xác nhận=séc bảo chi

sèm=thèm

sém *đg* 微燎 (烧了一角), 晒焦 (一部分): Da sém nắng. 皮肤被太阳晒黑了。Một mảng tóc bị sém vì ngồi quá gần đèn chiếu. 因坐得离灯太近被烧焦了一缕头发。*d* 锅巴: Ăn sém chấm muối vừng ngon tuyệt vời. 锅巴蘸芝麻盐吃起来香极了。

sen₁ *d* 丫鬟: thằng ở con sen của nhà giàu sang 有钱人家的丫鬟

sen₂ *d* 斑鸠: Một con cu sen đậu ở cành tre. 一只斑鸠停在了竹枝上。

sen₃ *d* ①莲, 荷: hoa sen 荷花 ②荷香: chè sen 荷香茶 ③莲子: mứt sen 莲子果脯

sen đầm *d* 宪兵

sẻn *t* 悭吝; 吝啬: ăn tiêu sẻn 花钱悭吝; con người sẻn 吝啬鬼

sẻn so *t* 极其节俭: Đồng tiền ít ỏi phải sẻn so lắm mới đủ. 钱就这么点, 得非常节俭才够。

sèng [拟] 锵锵 (铜器撞击声): lùng tùng sèng đom đom sèng (锣鼓声)

seo₁ *d* 公鸡 (长而弯的) 尾羽: Con gà trống này có bộ seo đẹp. 这公鸡有着非常漂亮的尾羽。

seo₂ *t* 皱: Tuổi càng cao da tay càng seo lại. 年龄越大皮肤就越皱。

seo séo *t* 话多, 能说会道: nói seo séo tối ngày 一天到晚说个不停

sèo *t* 干枯: Bó hoa để ngoài sân bị sèo lại. 花束放在院子外都枯萎了。

sèo đọt *t* 干枯, 瘦弱: Nạn hạn hán nghiêm trọng làm cho cây trồng đều bị sèo đọt. 严重的旱灾使农作物都干枯了。

sẹo₁ *d* ①疤, 疤痕, 疮痕: Vết thương khỏi đã thành sẹo. 伤口结疤了。②节子 (木材的疤痕): Ván gỗ có sẹo. 木板有节子。

sẹo₂ *d* 牛鼻子 (牛鼻上可穿绳的孔): Trâu đứt sẹo. 水牛的鼻子断了。

sẹp *đg* 席地而坐: ngồi sẹp 席地而坐

sét₁ *d* 霹雳: Sét đánh gãy cây. 雷电把树劈断了。

sét₂ *d* (乒乓球和网球的) 局

sét₃ *d* 锈迹: đánh hết sét trên con dao 把刀上的锈去掉 *đg* 锈蚀, 生锈: con dao sét 刀生锈

sét₄ *d* 黏土: nồi niêu bằng đất sét 黏土烧成的瓦锅

sét đánh lưng trời 晴天霹雳

sét đánh ngang tai=sét đánh lưng trời

sex *d* 性感

sexy *t* 性感的, 挑逗的, 露骨的

sê-ghi *d* 宠儿

sê-ri (xê-ri) *d* 系列: sê-ri sản phẩm 产品系列

sề₁ *d* ①篓子: một sề rau 一篓菜 ②小簸箕: cái sề phơi cau 晒槟榔的小簸箕

sề₂ *t₁* ① (指妇女因过多生育而) 颜容枯槁的 ②已生猪崽的 (母猪): lợn sề 母猪

sề sệ *t* 下坠的: Cái mành mành tung đưa sề sệ trước gió. 竹帘迎风轻摇。

sễ *t* 低垂: vạt áo sễ xuống 衣襟低垂

sế né=sệ nê

sệ=xệ

sệ nê *t* (走路) 一拐一拐

sếc=séc

sên₁ *d* ①蜗牛 ②蛞蝓, 水蜒蚰, 鼻涕虫

sên₂ *d* 铁链, 链条: dây sên 链条

sên₃ *đg* ①拧 ②抓住, 逮住

sên sết *t* 微稠的: Cháo sên sết là ngon nhất. 微稠的粥最好吃。

sền sệt₁ *t* 微稠的: chè đường sền sệt 微稠的糖水

sền sệt₂ [拟] (拖鞋趿拉声): tiếng dép sền sệt trên mặt sàn 地板上拖鞋的趿拉声

sến₁ *d* 朴树（珍贵树种）

sến₂ *đg* 出让，出售：Anh sến được căn hộ gần đường. 他出售了靠路边的房子。

sênh₁ *d* [乐] 云板，拍板，点子：gõ sênh đánh云板

sênh₂ *t* 便宜：bán sênh 便宜卖；giá sênh 价廉

sênh tiền *d* [乐] 装有铜钱的云板

sềnh sệnh *t* 历历，昭昭，明摆着的：Chiếc đồng hồ sềnh sệnh đặt trên bàn mà không tìm thấy. 手表明明就放在桌上却看不见。

sểnh *đg* ① 眼睁睁地失掉：sểnh một tên ăn cắp 眼睁睁地让小偷溜掉 ② 未顾及，未注意：sểnh một tí là hỏng việc 一下未顾及就搞砸了

sểnh đàn tan nghé=sẩy đàn tan nghé

sểnh nhà ra thất nghiệp 在家千日好，出门一日难

sểnh ra *đg* 没有顾及，没有注意：Sểnh ra một chút là sinh ra bao nhiêu chuyện. 稍不注意就平添了不少事情。

sểnh tay *đg* 没留意，没留神：Sểnh tay một tí là nồi cơm bị cháy. 一不留神饭就烧煳了。

sểnh *t* 稠糊

sểnh tay *t* 快手，利索：Anh sểnh tay lấy được cái tốt nhất. 他快手拿到了最好的。

sếp *d* 指挥者，主管：Anh được sếp ưng ý. 他得到主管的赞许。

sếp giáp=sếp sòng

sếp sòng *d* 第一，头目，首魁：tài nghệ sếp sòng 技术第一；sếp sòng bọn lưu manh 流氓头目

sẹp *đg* ① 塌：Chiếc gối đệm sẹp xuống. 枕头塌了。② 居下风：đành chịu sẹp 甘拜下风

sết sệt=sền sệt₁

sêu *đg*（未婚男方家逢年过节给女方家）送礼：sêu tết 送年礼

sêu tết *đg* 送礼（统称）：Vừa mới đính hôn là phải lo chuyện sêu tết. 刚订婚就要考虑送礼的事了。

sều *đg* 冒（沫子）：sều bọt mép（讲得）嘴角都冒沫子

sều *đg* 穿过：Viên đạn bắn sều qua cửa gỗ. 子弹直穿过木门。

sều sáo *t* 马虎，草率：Anh làm sều sáo chắc chắn không qua được. 你马虎应付肯定过不了关。

sếu₁ *d* [动] 丹顶鹤：sếu đầu đỏ 丹顶鹤

sếu₂ *t* 歪的，扭歪的：Tôi ngã một cái làm sếu cái phanh của xe đạp. 我摔跤把自行车闸给扭歪了。

sếu cổ trụi *d* [动] 秃颈丹顶鹤

sếu sáo *t* 松动的：Răng sếu sáo. 牙齿松了。Chân ghế sếu sáo. 椅子的腿松了。

sệu sạo=sếu sáo

SHTT=sở hữu trí tuệ [缩] 知识产权

si₁ *d* [植] 垂叶榕

si₂ [汉] 痴 *t* 痴：si vì tình 为情而痴

si₃ [汉] 差 *t* 参差（同 sai）：sâm si 参差不齐

si₄ *d* [乐] 长音阶 7 音符

si₅ [汉] 嘶

Si [化] 硅的元素符号

si cuồng *t* 痴狂

si-li-cát（silicat）*d* 硅酸盐

si-lích（silicium）*d* 硅

si-linh（schilling）*d* 先令（奥地利等国家的货币单位）

si mê *t* 痴迷：yêu đến nỗi si mê 爱到痴迷

si nhân thuyết mộng 痴人说梦

si tình *t* 痴情：kẻ si tình 痴情汉

si tưởng *đg* 痴想，痴念：Anh ta hay si tưởng những chuyện vẩn vơ. 他常常胡思乱想。

sì *p*（程度）极：đen sì 黑极了；ẩm sì 潮湿极了；hôi sì 臭极了

sì-cút（scout）*d* 巡视员，侦察员

sì sì *t*（强调程度）极其：đen sì sì 黑透了

sì sụp *p* 连连：lễ sì sụp 连连作揖；lạy sì sụp trước tượng Phật 在佛像前不停地拜

si₁ *đg* 批发: bán si 批发

si₂ [汉] 耻 *t* 耻辱: vô liêm si 无耻

si nhục *t* 耻辱: lấy làm si nhục 觉得耻辱 *đg* 侮辱, 羞辱: không được si nhục người ta 不得侮辱他人

si vả *đg* 辱骂: bị si vả trước đám đông 在众人面前被辱骂

sĩ₁ [汉] 士 *d* ①士 (古时研究学问的人): sĩ phu 士夫; nho sĩ 儒士; viện sĩ 院士; tiến sĩ 进士②士, 武官, 军人: binh sĩ 士兵; sĩ quan 军官; dũng sĩ 勇士③士 (男子通称): tráng sĩ 壮士; tu sĩ 修士; vũ sĩ 武士④家 (有专门学问的和受尊敬的人): ẩn sĩ 隐士; liệt sĩ 烈士; ca sĩ 歌唱家; bác sĩ 医生⑤士 (仕) (象棋子之一)

sĩ₂ [汉] 仕

sĩ diện *d* 面子: mất sĩ diện 丢面子 *đg* 爱面子: sĩ diện quá 过于爱面子

sĩ hạnh *d* (知识分子的) 美德

sĩ hoạn *d* 士官, 官吏, 仕途: theo đuổi sĩ hoạn 追求仕途

sĩ khí *d* 志士, 气概, 士气: động viên sĩ khí 鼓舞士气

sĩ thứ *d* [旧] 庶民

sĩ tốt *d* [旧] 士兵, 士卒

sĩ tử *d* [旧] 士子

sia *đg* 大便 (粗俗): đi sia 去大便

sịa *đg* 陷入: Bánh xe sịa xuống hố. 车轮陷入坑里。

sịa chân *d* 孕妇足部浮肿病

sịa *d* 簸箕

sịch [拟] 砰 (撞击声): Anh đóng cửa đánh sịch một cái. 他砰地将门关上。

SIDA [缩] 艾滋病

siếc [汉] *đg* 叫苦连天, 发牢骚: Cứ thấy có người đến thăm là cô siếc khổ siếc nghèo. 一看有人来她就称穷叫苦。

siểm [汉] 谄 *đg* 谄

siểm nịnh *đg* 谄媚: khinh bỉ kẻ hay siểm nịnh 鄙视谄媚之徒

siêng *t* 勤: siêng đọc siêng viết 勤读勤写

siêng ăn nhác làm 好吃懒做: Chúng mày là đồ siêng ăn nhác làm. 你们是一群好吃懒做的家伙。

siêng làm thì có, siêng học thì hay 勤能致富, 学以明智

siêng năng *t* 勤勉, 勤恳, 勤劳不懈: làm việc siêng năng 做事勤恳

siết₁ *đg* 紧握, 收紧: siết chặt tay nhau 手紧握着手

siết₂ *đg* 切 (横), 割: siết cổ 割颈 (抹脖子)

siêu₁ *d* ①粗陶器 (有提手, 烧水或煮中药用) ②大关刀

siêu₂ [汉] 超 *t* 超: hát siêu hay 唱得超好

siêu₃ [汉] 钊

siêu âm *d* 超声: sóng siêu âm 超音波 *t* 超声速的: máy siêu âm B B 超机; máy bay phản lực siêu âm 超声速喷气式飞机

siêu cường *t* 超级: siêu cường quốc 超级大国

siêu dẫn *đg* 超导: vật liệu siêu dẫn 超导材料

siêu đao *d* 大关刀

siêu đao

siêu đẳng *t* 超级的

siêu đế quốc *d* 超级帝国

siêu điện thế *d* 超高压

siêu độ *đg* [宗] 超度: lễ siêu độ 超度仪式

siêu hạng *d* 超级: diễn viên siêu hạng 超级明星

siêu hiện thực = siêu thực

siêu hình *t* 形而上学: Phương pháp siêu hình đối lập với phép biện chứng. 形而上学与辩证法背道而驰。

siêu hình học *d* [哲] 形而上学

siêu loại *t* 出类拔萃

siêu lợi nhuận *d* 超额利润

siêu mẫu *d* 超级模特

siêu ngạch *t* 超额: lợi nhuận siêu ngạch 超额利润

siêu ngôn ngữ *d* 超级语言

siêu người mẫu=siêu mẫu

siêu nhân *d* 超人

siêu nhiên *t* 超然的, 超自然的: lực lượng siêu nhiên 超自然力

siêu phàm *t* 超凡的, 超凡入圣的: một nhân vật siêu phàm 超凡入圣之人

siêu phàm nhập thánh 超凡入圣

siêu phàm xuất chúng 超凡出众

siêu phẩm *d* 极品: siêu phẩm điện ảnh Anh Mĩ 英美大片

siêu quần *t* 超群: tay nghề siêu quần 技术超群

siêu quần bạt tụy 超尘拔俗

siêu sao *d* 超级明星: siêu sao điện ảnh 超级电影明星; siêu sao bóng đá 超级足球明星

siêu sinh=siêu sinh tịnh độ

siêu sinh tịnh độ [宗] 超生静度

siêu tần *d* 超频

siêu thanh=siêu âm

siêu thăng=siêu thoát

siêu thị *d* 超市: Trong siêu thị người đông nghìn nghịt. 超市里人山人海。

siêu thoát *đg* [宗] 超脱, 超生: Linh hồn được siêu thoát. 灵魂得到解脱。

siêu thực *đg* 脱离现实, 超现实

siêu thường *t* 超常, 非凡: ý chí siêu thường 非凡的意志

siêu tốc *t* 飞快, 超速度, 快速

siêu trọng *t* 超重的: Xe tải chở hàng siêu trọng sẽ bị phạt nặng. 货车装货超重会被重罚。

siêu trứng *t* (家禽) 产蛋多的: gà siêu trứng 产蛋鸡

siêu trường *t* 超长

siêu tự nhiên=siêu nhiên

siêu vi trùng=vi-rút

siêu việt *t* 非凡, 出众: tài năng siêu việt 才能出众

siêu xa lộ thông tin *d* 信息高速路

sim₁ *d* [植] 桃金娘: sim rừng 野生桃金娘

sim₂ *d* 用户身份识别卡, 智能卡: sim điện thoại 电话卡

sin *d* 正弦

sin sít *t* ①贴近的, 挨近的: hàm răng đều sin sít 牙齿长得整齐 ②刺耳的: giọng nói sin sít 刺耳的说话声

sinh₁ [汉] 生 *đg* ①生产: ngày sinh 生日; hộ sinh 接生; sơ sinh 初生 ②出现, 发生: sinh hoa kết quả 开花结果; phát sinh 发生; tái sinh 再生 ③变成: trẻ sinh hư 小孩变坏了 ④生, 活: sinh động 生动; sinh hoạt 生活 *d* ①生, 学生: nghiên cứu sinh 研究生; lưu học sinh 留学生; thí sinh 考生 ②有学术技艺的人: thư sinh 书生

sinh₂ [汉] 牲 *d* 牲畜: súc sinh 牲畜

sinh₃ [汉] 甥

sinh bình=bình sinh

sinh cảnh *d* 生活环境

sinh cặp *d* 孪生

sinh chuyện *đg* 生事, 滋事: Hễ say rượu là anh sinh chuyện. 他一喝醉就生事。

sinh con ai dễ sinh lòng 生子难生心 (喻父母无法控制子女的性格、人品)

sinh con đẻ cái 生儿育女

sinh cơ lạc nghiệp=sinh cơ lập nghiệp

sinh cơ lập nghiệp 创基立业

sinh cư tử táng 生老病死

sinh diệt *đg* 生衰: Vạn vật sinh diệt, biến đổi

không ngừng. 万物生衰，变化无穷。

sinh dục *đg* 生育，生殖: cơ quan sinh dục 生殖器官

sinh dữ tử lành 梦见人死则有喜讯，梦见分娩则不祥

sinh dưỡng *đg* 生养: công ơn sinh dưỡng của cha mẹ 父母的养育之恩

sinh đẻ *đg* 生育，生养，生产: sinh đẻ có kế hoạch 计划生育

sinh địa *d* [药] 生地

sinh động *t* 生动: miêu tả sinh động 生动的描写

sinh hoa kết quả 开花结果

sinh hoá₁ *d* ①生物化学 (同 hoá sinh) ②疫苗

sinh hoá₂ *đg* 繁殖: sự sinh hoá của vạn vật 万物繁衍

sinh hoá học=hoá sinh học

sinh hoạt *d* ①生活: sinh hoạt vật chất 物质生活; sinh hoạt tinh thần 精神生活; sinh hoạt công chúng 公众生活; sinh hoạt hàng ngày 日常生活; sinh hoạt gia đình 家庭生活②组织生活: sinh hoạt đảng 党组织生活 *đg* ①生活: sinh hoạt giản dị 生活俭朴②组织…生活，组织…活动: sinh hoạt văn nghệ tại câu lạc bộ 在俱乐部组织文艺活动

sinh hoạt phí *d* 生活费

sinh học *d* 生物学: sinh học phóng xạ 放射性生物学

sinh hữu kì, tử vô hạn 生有期，死无限

sinh kế *d* 生计: Vì sinh kế anh ta phải kiêm chức. 为了生计他得兼职。

sinh khí *d* 生气，活力: đầy sinh khí 充满活力

sinh li tử biệt 生离死别

sinh lí *d*; *t* 生理

sinh lí học *d* 生理学: sinh lí học thực vật 植物生理学

sinh lí người *d* 人体生理

sinh linh *d* 生灵: Chiến tranh cướp đi biết bao sinh linh. 战争夺走了多少生灵。

sinh linh đồ thán 生灵涂炭

sinh lợi *đg* 生利: Tiền gửi vào ngân hàng sẽ sinh lợi. 钱存到银行能生利。

sinh lực *d* 有生力量: tiêu diệt sinh lực của địch 消灭敌人的有生力量

sinh mạng *d* 生命: bảo vệ an toàn của sinh mạng nhân dân 保护人民生命安全

sinh mệnh=sinh mạng

sinh năm đẻ bảy 多生多育: Tư tưởng sinh năm đẻ bảy đã lỗi thời. 多生多育的想法已经过时。

sinh nghề tử nghiệp 成也萧何，败也萧何

sinh ngữ *d* 外国语: Thế giới có hàng nghìn sinh ngữ. 世上有上千种外国语。

sinh nhai *đg* 以…为生，谋生: sinh nhai bằng nghề dạy 教书为生; kiếm kế sinh nhai 谋生

sinh nhật *d* 生日，诞辰: chúc mừng sinh nhật 祝贺生日

sinh nở *đg* 生育，繁殖，生长发育: Sắp đến ngày sinh nở. 快到临盆的日子了。Vào hè là con ruồi sinh nở rất nhanh. 入夏后苍蝇繁殖很快。

sinh phần *d* 活人墓，生坟 (人死前就准备好的坟墓): Còn sống đã lo sẵn sinh phần cho mình. 人还健在就给自己准备坟墓了。

sinh quán *d* 出生地: Sinh quán của bạn ở đâu? 你的出生地在哪儿？

sinh quyển *d* 生物圈

sinh ra *đg* ①发生，产生: Ông bà nội tôi sinh ra bố tôi. 我爷爷奶奶生了我父亲。②变成，变得; 生出: Dạo này cậu bé sinh ra cáu kinh. 近来小家伙变得急躁不安。

sinh sản *đg* ①生育，繁殖: chức năng sinh sản 生育功能②生产: công cụ sinh sản 生产工具

sinh sản bằng lá 叶式繁殖

sinh sản bằng thân bò (爬) 藤式繁殖

sinh sản bằng thân rễ 根部繁殖

sinh sản dinh dưỡng 养分繁殖

sinh sản hữu tính 有性繁殖

sinh sản vô tính 无性繁殖

sinh sát *đg* 生杀: nắm quyền sinh sát 掌握生杀大权

sinh sau đẻ muộn *d* 晚生, 后辈: Con sinh sau đẻ muộn, được bác dạy bảo là quí hoá lắm rồi. 作为晚辈能得到您的指点很难得。

sinh sắc *d* 生气, 生机: bức tranh đầy sinh sắc 生机盎然的画 (面); lứa trẻ đầy sinh sắc 生机勃勃的青年人

sinh sôi *đg* 生长繁殖: Do vùng đất màu mỡ nên cây trồng sinh sôi rất tốt. 由于土地肥沃农作物长势很好。

sinh sôi nảy nở *đg* 生长, 发展: Số dân vùng này sinh sôi nảy nở rất nhanh. 这地区的人口发展很快。

sinh sống *đg* 谋生, 生活: kể cả người Việt đang sinh sống tại nước ngoài bao gồm在国外生活的越南人; điều kiện sinh sống kém 生活条件差

sinh súc=gia súc

sinh sự *đg* 生事, 滋事: Có người sinh sự trong lúc xảy ra động đất. 有人趁地震滋事。

sinh sự sự sinh 一波未平一波又起

sinh thái *d* 生态: Môi trường sinh thái đang bị suy giảm. 生态环境日渐恶化。

sinh thái cảnh=cảnh sinh thái

sinh thái học *d* 生态学: Muốn phát triển nông nghiệp phải đi sâu vào việc nghiên cứu sinh thái học. 要想发展农业就要深入研究生态学。

sinh thành *đg* 养育, 抚养: Bố mẹ sinh thành chúng em. 父母养育我们成人。

sinh thể *d* 活体, 生命

sinh thiết *đg* 活体组织病理检查, 活检: kết quả sinh thiết 活检结果

sinh thời *d* 生前: Khi sinh thời cụ là một thầy giảng rất tâm huyết. 生前他是一位对教育倾注了很多心血的教师。

sinh thú *d* 生活乐趣: Nhịp sống căng thẳng làm mất đi nhiều sinh thú cho con người. 紧张的生活节奏夺走了人们许多生活乐趣。

sinh thuận tử an 好活好死 (指活得顺心, 死得安乐)

sinh thực khí *d* 生殖器

sinh tiền=sênh tiền

sinh tố *d* ①维生素②果汁: sinh tố xoài 杧果汁; sinh tố dâu tây 草莓汁

sinh tồn *đg* 生存: Kiếm việc làm để sinh tồn. 找工作是为了生存。

sinh trưởng *đg* 生长, 成长: Dinh dưỡng rất quan trọng đối với sự sinh trưởng của trẻ con. 营养对孩子的成长很重要。

sinh tử *đg* 生死: Sinh tử là chuyện thường tình trên đời. 生死乃平常之事。*t* 生死攸关: Trong thời điểm sinh tử, cô ấy đã đứng ra. 在生死攸关时她挺身而出。

sinh vật *d* 生物: sinh vật học 生物学; sinh vật cung cấp 供给型生物; sinh vật phân giải 分解型生物; sinh vật tiêu thụ 消耗型生物

sinh viên *d* 大学生: sinh viên thế hệ mới 新一代大学生; sinh viên năm thứ hai 大二学生

sinh vô gia cư tử vô địa táng 生无片瓦遮头, 死无葬身之地

sình₁ *d* [方] 泥泞: Đi qua một bãi sình là đến đích. 走过泥泞地就到目的地。

sình₂ *đg* [方] 胀, 鼓: Cá chết sình bụng. 死鱼肚胀了起来。

sình trương *t* 胀, 鼓: bụng sình trương 肚子鼓胀

sình trướng=sình trương

sình lầy *d* 泥泞: Họ dừng lại trước một vùng sình lầy. 他们在一片泥泞地前停了下来。

sình sịch [拟] 轧轧（机器声）: tiếng máy nổ sình sịch 机器声轧轧响

sình sình *t* 肮脏，污浊

sình sịnh=sình sình

sình thây *t* 懒得没治的: Thằng này sình thây đến mức không cô gái nào thèm gần. 这家伙懒得没治了，没有哪个姑娘愿理他。

sinh₁ *đg* 长大: Con bé dạo này sinh. 小孩近来长大了。 *t* 稍大点的: Quả này sinh hơn quả kia. 这果比那个大些。

sinh₂ [汉] 聘，逞

sình sàng *t* 不屑的: tỏ ra sình sàng（装出）一副不屑的样子

sính *đg* 喜欢，嗜好: sính của ngoại 喜欢外国货; Bà cụ sính nghe hát Chèo. 老太太嗜听嘲戏。

sính chí *đg* 喜好，爱好: sính chí vẽ tranh sơn mài 喜好画漆画; những người sính chí thể dục thể thao 体育爱好者

sính lễ *d* 聘礼: sắp sửa sính lễ 准备聘礼

sính nghi=sính lễ

sít *t* 贴近的，挨近的，靠近的: ngồi sít nhau 坐近; Nhà tôi sít nhà anh ấy. 我家紧挨他家。

sít sao *t* ①紧凑: Các chương trình diễn ra rất sít sao. 节目安排很紧凑。②严格，严紧，严密: theo dõi sít sao 严密跟踪

sít sìn sịt=sít sịt

sít sịt *t* 密实: Cây cối mọc chen chúc sít sịt trở thành hàng rào tự nhiên. 树木长得密密实实成为天然屏障。

sịt *đg* 吸鼻（涕）: Nó sịt mũi liên tục. 他连连吸鼻（涕）。

sịt mũi *đg*（鼻塞）吸鼻: nhức đầu sịt mũi 头痛鼻塞

Sn (stannium) [化] 锡的元素符号

so₁ *d* 头胎: đẻ con so 生头胎

so₂ *đg* 比较，对比，较量: so sánh với nhau 相互比较

so₃ *d* [动] 圆尾鲨

so bì *đg* 计较: so bì từng li từng tí 斤斤计较

so đo *đg* 计较: Nó hay so đo. 他爱计较。

so đọ *đg* 比较，对比，较量: so đọ tiền lương ở doanh nghiệp tư nhân và doanh nghiệp có vốn nước ngoài 对比私营企业和外国企业的薪金

so kè *đg* 斤斤计较: Đã cộng tác với nhau là không nên so kè. 既然已经合作了就不该斤斤计较。

so le *t* 参差，参差不齐: răng mọc so le 牙齿不平整; Cây cối mọc so le. 树木长得参差不齐。

so mẫu *đg* 与样品比较

so sánh *đg* 权衡，比较，对比: so sánh tài phú 比财富

so se *đg* 炫耀: so se quần áo mới 炫耀新衣服

so tài đọ sức 斗智斗勇: Anh rốt cuộc đã thắng trận trong cuộc so tài đọ sức này. 他最终赢得了这场斗智斗勇的比赛。

so tay vạt nhọn 工工整整; 直截了当

sò *d* 蛤蜊: vỏ sò 蛤蜊壳

sò huyết *d* 毛蚶，红蚬

sò sè [拟] 嘘嘘（哮喘声）: Lên cơn hen thở sò sè. 哮喘病发作嘘嘘地喘个不停。

sò sò [拟]（咳嗽声）: ho sò sò suốt đêm 咳了一晚上

sỏ *d* ①头，首: sỏ lợn 猪头; trùm sỏ khủng bố 恐怖头子②头（物的尖端）: sỏ tên 箭头

sỏ rìu *d* 斧刃

sọ *d* 脑袋，头颅，脑瓜儿: bị đánh vỡ sọ 脑袋开花

sọ dừa *d* 椰子壳，椰子瓢: Đầu mày là cái sọ dừa ư? 你的脑袋是椰子壳不成？

soai soài *t* 微微倾斜: Con đường này soai soài kéo tận bờ sông. 这条路微微倾斜一直延

伸至河边。

soái [汉] 帅 *d* 帅: đại nguyên soái 大元帅; thống soái 统帅; soái phủ 帅府

soàm soạp [拟] 哗哗: Sóng biển vỗ soàm soạp vào mạn thuyền. 海浪哗哗拍向船。

soàn soạt [拟] 唰唰, 嚓嚓: tiếng xé vải soàn soạt 刷刷的扯布声; tiếng liềm gặt lúa soàn soạt 镰刀割稻谷的嚓嚓声

soán=thoán

soán đoạt=thoán đoạt

soạn₁ [汉] 撰 *đg* ①收拾, 拾掇, 整理: soạn hành lí 收拾行李②编撰, 编辑: soạn giáo án 编写教案; soạn thảo văn bản 编撰文件

soạn₂ [汉] 馔

soạn giả *d* 编者: Cuốn sách này có hai soạn giả. 这本书有两个编者。

soạn sửa=sửa soạn

soạn thảo *đg* 起草: Nhóm chuyên gia soạn thảo một bộ luật để trình lên Quốc hội. 专家组起草一部法律递交国会。

soát *đg* 检查, 查核, 核对: rà soát danh sách 核对名单; Các bạn ngồi vào chỗ ngồi của mình, bắt đầu soát vé. 请大家坐好, 开始检票了。

soát xét *đg* 仔细检查, 审查: Thầy còn phải soát xét luận án của em. 老师还要仔细检查你的论文。

soạt₁ *d* 大口鱼: miệng cá soạt 大口鱼的嘴

soạt₂ [拟] 唰唰

sóc₁ *d* 松鼠: sóc đỏ 红松鼠; sóc bay đen trắng 黑白飞松鼠; sóc bay trâu 个头最大的松鼠

sóc₂ *d* 村, 村落 (越南南部高棉族地区最小的居住单位)

sóc₃ [汉] 朔 *d* 朔: ngày sóc 朔日

sóc vọng *d* 朔望 (阴历初一和十五): Cứ đến những ngày sóc vọng là những người theo Phật sẽ cúng bái dâng hương. 每逢朔望, 信佛的弟子就烧香跪拜。

sọc *d* 纹路, 直纹: quả dưa có sọc xanh có lẻ 条纹的瓜

sọc sọc=sòng sọc

soi₁ *đg* ①照射: soi đèn pin ra sân 打电筒照到院子②照镜子: soi gương chải tóc 照镜子梳头发

soi₂ *d* 淤积层: bãi soi 淤泥滩

soi đường dẫn lối 指路引导

soi mói *đg* 挑剔, 吹毛求疵: con người hay soi mói 爱挑剔的人

soi rọi *đg* 照耀

soi sáng *đg* 照亮

soi xét *đg* 鉴察, 明察: soi xét oan khuất của dân chúng 体察民众冤屈

sòi₁ *d* 乌桕

sòi₂ *d* 边饰: sòi màn 垂帘

sòi₃ *t* 精干: người sòi 精干的人; tay sòi 能手

sòi nhuộm *d* 乌桕

sòi trắng=sòi nhuộm

sỏi₁ *d* 卵石: đường rải sỏi 铺卵石的路; sỏi thận 肾结石

sỏi₂ *t* 老练的, 历练的, 有阅历: Hắn sỏi lắm. 他很老练。

sỏi đời *t* 饱经世故的, 有阅历的, 老成的: Ông ấy sỏi đời rồi, còn ai bắt nạt được. 他见多识广, 没人能欺负他。

sõi *t* (说话) 标准流畅: Là người Trung Quốc nói sõi tiếng Việt. 虽为中国人, 越南语却说得标准流畅。

sõi sàng *t* 熟练: Anh rất sõi sàng về thao tác máy tính. 他对电脑的操作很熟练。

sói *d* 狼: hang sói 狼窝

sói đỏ *d* 棕狼

sói khoác da cừu 披着羊皮的狼

sói lớn=sói đỏ

sói sọi *t* 光秃秃

sói vào nhà, không mất gà cũng mất vịt 豺狼入室必招灾

sóm *t* 瘪嘴: sóm răng 缺牙瘪嘴

sóm sém *t* 头童齿豁 (指老态): Chưa đến 60

tuổi mà ông ta đã sóm sém. 他还没到 60
岁但已经头童齿豁了。

sóm sẹm=sóm sém

sóm sọm *t* 瘪嘴 (程度轻)

sọm *t* 憔悴，瘦削，衰老：Từ khi bà cụ mất,
ông cụ càng ngày càng sọm thêm. 自从老
伴走后，老头越发憔悴。

son₁ *d* ①赭石②朱漆③胭脂，口红，唇膏：
bôi son 涂口红

son₂ *d* 尚无子女的年轻夫妻：đôi vợ chồng
son 小两口

son₃ *d* 长音阶第 5 音符

son môi *d* 口红

son phấn=phấn son

sonnet *d* 十四行诗，商籁体

son rỗi *t* 无子女的，没有子女的：Bây giờ còn
son rỗi đi du lịch cũng tiện hơn. 现在还没
有子女，外出旅游比较方便。

son sắt *t* 忠诚，始终如一：lời thề son sắt 山
盟海誓

son sẻ *t* ①年轻，未婚的：Cháu còn son sẻ,
chưa phải lo nghĩ về chuyện gia đình. 我
还年轻，还没考虑成家的事。②细高，高
挑：Dáng cô ấy son sẻ. 她身材高挑。

son trẻ *t* 年轻：nhớ thuở còn son trẻ 记得年
轻的时候

son vá *t* 未婚的

sòn sòn *t* 不断生育的：đẻ sòn sòn vì muốn có
con trai 为想有个儿子不断地生

són *đg* ①排便（失控）：Em bé són ra quần
rồi. 孩子拉屎到裤子上了。②滴出，挤出：
Một tháng chỉ són cho mấy chục nghìn. 一
个月就只给几万盾。

song₁ *d* 大藤：bộ bàn ghế song mây 一套藤
桌椅

song₂ *d* 石斑鱼：cá song 石斑鱼

song₃ [汉] *d* ①窗：tựa án bên song 倚靠
窗边②窗户，窗棂：Gió lùa qua song cửa
sổ. 风穿过窗棂。

song₄ [汉] 双 *d* 双：song kiếm 双剑；vô song
无双

song₅ *k* 然而：Có nhiều cơ hội, song cũng sẽ
đứng trước nhiều thách thức mới. 有许多
机遇，然而也面临着许多挑战。

song âm tiết=song tiết

song ẩm *đg* 对饮：tiệc vui song ẩm 开怀
饮

song ca *d* 二重唱

song đường *d* 双亲

song hành *đg* 平行，并列，并肩：hai dãy nhà
song hành 两排房子并行

song hỉ *d* 双喜

song hồ *d* 糊纸的窗

song kiếm *d* 双剑

song loan *d* 双鸾轿（两人抬轿）：Cô dâu nhà
sang ngồi song loan về nhà chồng. 有钱人
家嫁女坐双鸾轿到夫家。

song mã *d* 双马车：Trước đây ở Hà Nội từng
có xe song mã. 以前河内曾有过双马车。

song ngữ *d* 双语：từ điển song ngữ 双语词典；
lớp học song ngữ 双语班

song phi *đg* 双飞腿（武术用语）：nhảy lên
song phi 使出双飞腿

song phương *d* 双方，双边：hợp tác song phương
双边合作；hiệp ước song phương 双边合约；
hiệp định tự do thương mại song phương 双边
自由贸易协定

song quản tề hạ 双管齐下

song sinh *d* 双生，孪生：Cặp song sinh này
trông dễ thương. 这对孪生子好可爱。

song song *p* 双双，并排：Hai người đi song
song. 两人并排着走。*d* 同时：hoàn thành
song song hai hạng mục nghiên cứu 同时完
成两项研究 *k* 与此同时，在…同时：Song
song với việc phát triển kinh tế, chúng ta
còn phải chú ý làm tốt công tác bảo vệ môi
trường. 在发展经济的同时，我们要注意
做好环保工作。

song tấu *d* 二重奏：Mời các bạn nghe tiết mục biểu diễn song tấu. 请听二重奏表演。

song thân=song đường

song thất lục bát 双七六八（越南一种常见的诗体）

song tiễn tề xuyên 双箭齐穿（比喻事情的完满）

song tiết *d* 双音节

song toàn *t* 双全：hiểu nghĩa song toàn 忠孝两全；trí dũng song toàn 智勇双全；Các cụ còn song toàn cả. 父母尚健在。

song tử diệp *d* 双子叶植物

sòng₁ *d* 赌场：đóng cửa sòng 关闭赌场

sòng₂ *d* 小水洼，小水坑

sòng₃ *t* 直截了当：nói sòng 直截了当地说

sòng₄ *t* 连绵：Mưa phùn sòng suốt gần cả tháng trời. 阴雨连绵近一个月。

sòng phẳng *t* 直爽，爽快；态度分明，公正：Thay vào đó là sự hắn học, thiếu sòng phẳng, thiếu trung thực. 取而代之的是怀恨在心，缺乏公正，缺少忠诚。Chia sẻ sòng phẳng cho khỏi ai có cảm giác nợ ai. 公平分配以避免彼此觉得亏欠。

sòng sả=sòng sã

sòng sã *t* 连绵：Mưa sòng sã suốt ngày. 整天不停地下雨。

sòng sành₁ *đg* ①搜索，搜查：sòng sành đồ đạc 搜查物品②摆弄，欣赏：sòng sành bộ áo mới 摆弄新衣服

sòng sành₂ *t* 漾出：nước trong thùng sòng sành 桶里的水洒出

sòng sành₃ *t* 摇摇晃晃：Chiếc thuyền sòng sành ở giữa biển. 船在海中摇摇晃晃。

sòng sành sọc sạch *t* 摇摇晃晃

sòng sọc₁ *t* 眼睛瞪大的：Cứ thấy con gái xinh là mắt hắn ta long sòng sọc. 一见到漂亮姑娘，他的眼睛就瞪得大大的。

sòng sọc₂ [拟] 咕噜咕噜：Điếu thuốc lào hút kêu sòng sọc. 那水烟筒吸起来咕噜咕噜地响。

sòng sảnh *đg* 漾出：Nước trong chậu sòng sảnh. 盆里的水漾出来了。

sõng *d* 小竹艇

sõng soài=sóng sượt

sõng sượt=sóng sượt

sóng₁ *d* ①浪，浪潮：sóng biển 海浪；sóng người 人潮②波：làn sóng 波段漾出：Cậu bé bưng bát canh đầy mà không sóng ra chút nào. 小家伙捧满满一碗汤却一点也没洒出。

sóng₂ *đg* 比较：sóng hai chiếc ống quần xem có đều không 比较看两条裤腿是否一样长

sóng₃ *t* 平直不乱：tóc trải sóng mượt 头发梳得很平整

sóng âm *d* 音波：Đặc trưng vật lí quan trọng nhất của sóng âm là vận tốc. 音波最重要的物理特征就是运速。

sóng bạc đầu *d* 白头浪

sóng cả chớ rã tay chèo=chớ thấy sóng cả mà ngã tay chèo

sóng cả gió to=gió to sóng cả

sóng cồn gió táp 风平未必浪静

sóng cơ học *d* 力学波

sóng dài *d* 长波

sóng dọc *d* 纵波

sóng đâu không mòi，khói đâu không lửa=không có lửa làm sao có khói

sóng điện từ *d* 电磁波

sóng đôi *t* 成双成对：Đường hẹp quá không đi được sóng đôi. 路太窄两人并排过不去。

sóng gió *d* 风浪，风险，风波：Sự nghiệp cách mạng đã vượt qua biết bao sóng gió dữ dội. 革命事业经过了许多大风大浪。Cuộc đời đầy sóng gió. 人生充满了风浪。

sóng hạ âm *d* [物] 下音波（频率小于 6Hz）

sóng lừng *d* 巨浪

sóng ngang *d* 横波

sóng ngầm *d* 海底的波浪

sóng ra-đi-ô *d* 广播电波

sóng sánh *đg* 荡漾

sóng soài=sóng sượt

sóng soải=sóng sượt

sóng sượt *t* 直挺挺：bị vấp ngã sóng sượt 被摔倒直挺挺地躺着；một xác chết nằm sóng sượt 一具已硬直的尸体

sóng thần *d* 海啸：Hệ thống báo động vụ sóng thần đã được khởi động. 海啸预警系统业已启用。

sóng thu *d* 秋波

sóng tình *d* 情潮，情思

sóng to gió cả 大风大浪

sóng to gió lớn=sóng to gió cả

sóng triều *d* 潮涌

sóng trước bổ sao, sóng sau bổ vậy 有样学样；依样画葫芦

sóng vô tuyến *d* 无线电波

sóng yên biển lặng 风平浪静

soóc *d* 齐膝的欧式短裤：quần soóc 西式短裤

soong *d* 平底铝锅：thịt đầy soong 满满一锅肉；soong nấu chè 煮糖水的锅儿

SOS (save our souls) [缩] 求救信号

sót *đg* 遗漏，遗忘：không được sót một đồng chí nào 不能漏掉一个同志；in sót một đoạn dài 印漏了一大段；tìm thấy những mảnh sót lại 找到了遗漏的碎片

sọt *d* 篓子：một sọt xoài 一篓杧果

sọt soẹt *đg* ①摆弄，欣赏：sọt soẹt ba chiếc áo mới 摆弄三件新衣②接连，连续：ăn sọt soẹt ba bát phở to 一口气连着吃了三大碗米粉

sô₁ *d* 绉布，细麻布（常用做丧服或蚊帐）：áo sô 绉衣

sô₂ *d* 演出，穴（演艺界）：chạy sô 走穴

sô₃ [汉] 雏，皱，绉

sô-cô-la (chocolate) *d* 巧克力：kẹo sô-cô-la 巧克力糖

sô-đa=xô-đa (soda)

sô gai *d* 缌（粗麻布）

sô-lít (sollde) *t* 结实，牢固：Tuy rằng nhà không đẹp nhưng sô-lít lắm. 虽然房子不漂亮，但很牢固。

sô-lô (solo) *d* 独奏

sô-nát=xô-nát (sonata)

sô-pha (sofa) *d* 沙发

sô vanh *d* 沙文主义：sô vanh nước lớn 大国沙文主义

sồ sề *t* 臃肿，肥大：Trông chị sồ sề so với hồi trước. 看她整个人比以前胖了许多。

sồ sộ *t* 高大，伟岸，巍峨：thân hình sồ sộ 伟岸的身躯

sổ₁ *d* 簿子，册子，本子：sổ lưu niệm 纪念册；sổ nhật kí 日记本

sổ₂ *d* 竖，垂：Chữ thập có một sổ và một nét ngang. "十"字是一横一竖。*đg* ①画竖杠：Trong bài văn bị sổ nhiều đoạn. 在文章里有几段被画了竖杠。②划掉，勾销，销掉：Tên của anh trong danh sách bị sổ. 你的名字在名册里被销掉了。

sổ₃ *đg* ①松开，脱离：sổ tóc ra búi lại 松开头发重新盘；chim sổ lồng 飞出笼的鸟②出生：Chúc mừng chị, vừa mới sổ một cháu gái. 祝贺你刚生了个女孩。

sổ₄ *t* 胖：Sao cậu bé lại sổ người như vậy. 这小子怎么胖成这模样。

sổ chi *d* 流水账：Anh tính cộng lại sổ chi của ta. 你将我们的流水账算一下。

sổ đen *d* 黑名单：Tên của hắn đã ghi vào sổ đen của công an. 他的名字已经上了公安的黑名单。

sổ điền *d* 田地簿：giữ cẩn thận sổ điền của nhà mình 收好咱家的田地簿

sổ đỏ *d* 土地使用证

sổ gấu *t* 不缝边的（丧服）

sổ hộ khẩu *d* 户口本，户籍册

sổ lòng *đg* 脱胎: đứa con mới sổ lòng 初生婴儿

sổ lồng *đg* ① (鸟) 出笼: Sổ lồng cho con sáo, nhưng nó lại không chịu bay khỏi. 让八哥飞出笼, 但它却不肯飞走。② 越狱: Tối hôm qua có mấy tù nhân sổ lồng trái phép. 昨晚有几个犯人越狱。

sổ lồng tung cánh 脱离牢笼, 获得自由: Nhờ sự giúp đỡ của công an, các chị em được sổ lồng tung cánh. 在公安的帮助下姐妹们获得了自由。

sổ mũi *đg* 流鼻涕: Tôi luôn khoẻ mạnh, váng đầu sổ mũi cũng không có. 我身体一向很好, 连头痛流鼻涕都没有过。

sổ tang *d* 葬礼留言簿: Đồng chí thủ tướng đã ghi vào sổ tang. 总理在葬礼留言簿上留言。

sổ tay *d* 小本子: Các bạn đặt sổ tay lên bàn. 大家将小本子放到桌上。

sổ thiên tào *d* 天庭册: Bị gạch tên trong sổ thiên tào. 天庭册上名字被勾掉。

sổ thu *d* 账本: Cất giữ cẩn thận sổ thu. 要保管好账本。

sổ toẹt *đg* 废除, 推翻; 涂改: ý kiến đưa ra bị sổ toẹt 提的意见被全部推翻; Bài viết bị sổ toẹt. 文章被改得一塌糊涂。

sổ vàng *d* (记录有功人士或感想的) 黄册子: sổ vàng danh dự 荣誉册; ghi tên vào sổ vàng công đức 将名字记入公德册 *d* 功名册: Tên anh được ghi vào sổ vàng. 他的名字被载入了功名册。

sỗ *t* 放纵, 放任, 放肆, 不拘礼节: ăn nói quá sỗ 说话太过放肆

sỗ sàng *t* 放肆, 放任, 不规矩: Những lời nói sỗ sàng mất lòng người nghe. 说话不规矩得罪听者。

số₁ [汉] 数 *d* ①数目, 数额: chỉ số 指数; đại đa số 大多数; số tiền 金额②号数: vận động viên khoác áo số 8 穿 8 号 (球衣) 的运动员; phòng số 55 55 号房③ (汽车的) 挡号: sang số 换挡④码数: Tôi đi dép số 37. 我穿37 码的鞋。

số₂ *d* 命数, 命运, 运气: số vất và 辛苦劳碌命; số phận 命运; số may 好运

số ảo *d* 虚数

số ăn mày cầm tinh bị gậy=ăn mày cầm tinh bị gậy

số âm *d* 负数

số báo danh *d* 报名号, 准考号: Ngồi đúng chỗ theo đúng số báo danh. 按准考号对号入座。

số bị chia *d* 被除数

số bị nhân *d* 被乘数

số bị trừ *d* 被减数

số bình quân *d* 平均数

số cào *d* 刮刮乐 (当场开奖的彩票)

số chẵn *d* 整数, 偶数, 双数

số chết rúc trong ống cũng chết 命中注定

số chia *d* 除数

số chính phương *d* 平方数

số dách *d* ; *t* 第一等, 一流, 最: cơm ngon số dách 饭菜一流; nói láo số dách 最会吹牛

số dư *d* 余数, 余额

số dương *d* 正数

số đầu *d* 创刊号: số đầu của cuốn tạp chí Hoa Sen《荷花》杂志创刊号

số đặc biệt *d* 号外, 特刊, 专号: số đặc biệt của tờ Nhân Dân Nhật Báo《人民日报》特刊

số đề *d* 猜数押宝 (一种赌博形式)

số đo *d* 测量值

số độc đắc *d* 头彩: Anh may trúng số độc đắc. 他幸运地中了头彩。

số đối *d* 对数

số hạng *d* [数] 项

số hiệu *d* 号数: số hiệu của chiếc xe 车的号数; số hiệu các ca-nô 皮艇的号数

số hoá *d* 数字化: công nghệ số hoá 数字化技术; xu hướng số hoá 数字化趋势

S

số học *d* 数学: một bài toán số học rất khó 一道很难的数学题

số hữu tỉ *d* 有理数: số hữu tỉ âm 负有理数; số hữu tỉ dương 正有理数

số ít *d* 少数: Một số ít người hòng chia rẽ tổ quốc. 一小撮人妄想分裂祖国。

số không *d* 零, 零数: giảm thuế quan hoa quả con số không 实行水果零关税

số kiếp *d* 劫数: Không tránh được số kiếp long đong. 无法避免漂泊的劫数。

số là *k* 由于, 因为: Số là phải đi sân bay đón khách, tôi không đến họp nữa. 因为要去机场接人, 我就不到会了。

số lẻ *d* ①奇数, 单数②小数, 零数, 尾数: phần số lẻ 对数的尾数

số liệt *d* 列数

số liệu *d* 数字资料, 数据: số liệu hữu quan cho thấy 有关数据表明

số lượng *d* 数量: số lượng học sinh 学生数量

số mệnh *d* 命数, 命运: không tin vào số mệnh 不相信命运

số một *d* 首要, 首屈一指: nhân vật số một 首要人物

số mũ *d* 乘方数, 指数

số mục *d* 数目: điểm lại số mục của hàng hoá 重新点一次商品的数目

số nguyên *d* 整数

số nguyên tố *d* 质数: 2, 3, 5, 7 là những số nguyên tố. 2、3、5、7 是质数。

số nhân *d* 乘数: Trong 6×3=18 thì 3 là số nhân. 6 乘以 3 等于 18, 3 是乘数。

số nhiều *d* 多数, 复数: Người ủng hộ vẫn chiếm số nhiều. 拥护者还是占多数。

số phận *d* 命运: cố gắng làm thay đổi số phận của mình 努力改变自己的命运

số phức *d* [数] 复数 (含有实数和虚数两部分的数)

số siêu việt *d* 超越数

số số học *d* 零数, 自然数, 正分数

số thành *d* ①和数②积数③商数

số thập phân *d* [数] 十进数: số thập phân vô hạn 无限十进数; số thập phân vô hạn tuần hoàn 循环无限十进数

số thực *d* 实数

số tiền hoá đơn *d* 发票金额

số trừ *d* 除数

số từ *d* 数词

số tự nhiên *d* 自然对数

số tương đối *d* 相对数

số vô tỉ *d* 无理数

sộ *t* 庞然

sộ sộ =sồ sộ

sốc *đg* 晕, 休克: Thực tế này khiến người bị sốc. 这个事实让人震惊。

sộc *t* 直行无阻地: Ông chạy sộc vào nhà. 他径直走进屋里。

sộc sộc *t* 径直地, 直冲地: Hắn ta cứ chạy sộc sộc vào nhà. 他径直冲进屋里。

sôi *đg* ①滚沸, 沸腾: nước đã sôi 水沸了②沸腾, 翻腾: Không khí trong cuộc thảo luận sôi lên. 讨论会的气氛沸腾起来。

sôi bọt oáp *đg* 口沫四溅: Ông nói sôi bọt oáp mà không ai thèm nghe. 他说得口沫四溅却没人听。

sôi bụng *đg* 闹肚子, 腹泻: Không biết ăn phải thứ gì mà bị sôi bụng. 不知吃了啥闹起了肚子。

sôi động *t* 热闹, 繁华, 繁忙, 热火朝天: một cuộc tranh luận sôi động 激烈的讨论; Thị xã vùng biên này sẽ lại sôi động hơn nữa so với những ngày đã qua. 这个边陲小镇将比过去繁荣很多。 Hoạt động đối ngoại diễn ra sôi động và hiệu quả. 对外交流活动开展频繁而有效。

sôi gan *đg* 生气: Nghe tới câu nói là sôi gan. 听到这句话就生气。

sôi gan nổi mật 怒火中烧: Sau khi biết tin về vụ hành hạ tù nhân, dân chúng trong nước đều sôi gan nổi mật. 得知虐待犯人的事件后，国内民众怒火中烧。

sôi gan tím ruột=sôi gan nổi mật

sôi kinh nấu sử=nấu sử sôi kinh

sôi máu=sôi tiết

sôi nổi *t* ①热烈，鼎沸: thảo luận sôi nổi 讨论热烈; Văn đàn sôi nổi hẳn lên nhờ sự góp mặt của các tác giả trẻ. 文坛因有年轻作者的出现而鼎沸。②蓬勃，火热: lứa trẻ đầy sôi nổi 充满朝气的年轻人

sôi sục *t* 沸腾，热腾: lao mình vào cuộc đấu tranh cách mạng sôi sục 投身于火热的革命斗争中

sôi sùng sục=sôi sục

sôi tiêm *đg* 起泡，起沫: mặt nước sôi tiêm 水面起沫

sôi tiết *đg* 生气，火冒: Thấy thằng này nói hỗn, ông ấy sôi tiết. 听这小子乱说话，老爷爷火冒三丈。

sồi₁ *d* 橡树

sồi₂ *d* 粗绸

sồi₃ *t* 嫩，小: lông sồi 细毛

sồi đá *d* 石橡树 (分布在越南中部)

sồi đá Bắc Giang *d* 北江石橡树

sồi đá lá to *d* 宽叶石橡树 (分布在越南广宁省一带)

sồi lá lệch *d* 错叶橡树 (分布在越南广宁省一带)

sồi lá tre *d* 尖叶橡树 (分布在越南北方东北部)

sồi Nam Bộ *d* 南部橡树 (分布在越南南部和北部)

sồi Quảng Trị *d* 广治橡树 (分布在越南广治省一带)

sồi *t* (雌性牲畜) 不能孕育的: bò sồi 不孕牛

sỗi *p* 突然，忽然: Nằm mê suốt mười năm liền nhưng một ngày anh ấy sỗi mở mắt tỉnh dậy. 昏睡了十年，有一天他却突然睁眼醒来。

sồn sồn₁ *t* ①闹闹嚷嚷: Còn sớm mà đã nghe thấy tiếng sồn sồn rồi. 天没亮就听到吵嚷声。②匆忙，草率，急躁: Tính mày sồn sồn, làm gì hỏng nấy. 你这急脾气做啥事都成不了。

sồn sồn₂ *t* ①半生不熟的: Cơm sồn sồn thế này rất là khó ăn. 这饭半生不熟的好难吃。②半老不老的，中年的: Ông ấy còn trẻ gì nữa, đã sồn sồn rồi. 他也不年轻了，算是中年人了。③半截的，未完的: Cứ hay làm sồn sồn rồi bỏ đi đâu có nên được việc. 做事总是做一半就停手如何成得了事。

sồn sột [拟] 咯吱 (嚼东西的声音): Chuột gặm hòm đựng lương thực sồn sột. 老鼠咬装粮食的箱，发出咯吱声。

sồn sụt *t* 半生熟的，未成熟的，不透彻的

sông *d* 江，河: xứ lắm sông nhiều hồ 水乡泽国

sông cái *d* ①大河，干流: Những dòng sông nhỏ hội tụ chảy vào sông cái. 涓涓细流汇成大河。②红河的别名

sông cạn đá mòn 海枯石烂

sông có khúc, người có lúc 人有三衰六旺: Sông có khúc, người có lúc, miễn là cố gắng thì anh sẽ thành công. 人有三衰六旺，只要努力你会成功的。

sông con *d* 支流

sông đào *d* 运河

sông đâu không ngòi, khói đâu không lửa 无风不起浪

sông Hồng *d* 红河

sông lở cát bồi 堤内损失堤外补

sông lở sóng cồn=sông lở cát bồi

sông máng *d* 运河，水渠，渠道

sông Ngân=dải Ngân Hà

sông ngòi *d* 江河 (总称): Nước ta có nhiều sông ngòi. 我国有许多江河。

sông Ngô bể Sở 天各一方: Bây giờ sông Ngô bể Sở biết đâu mà tìm. 如今天各一方如何

找寻。

sông núi *d* 山水；江山：sông núi liền một dải 山水相连

sông nước *d* 江湖，江河

sông rộng sóng cả 大江大河，大风大浪（喻困难重重）：Nhiệm vụ sông rộng sóng cả như vậy, chúng ta phải chung sức lo góp ý giải quyết. 这项任务困难重重，我们应同心协力想法解决。

sông sâu sào ngắn 鞭长莫及

sông sâu sóng cả= sông rộng sóng cả

sông Trường Giang *d* 长江

sồng *d* 乌木

sồng sềnh *t* 笨重，庞大：hòm gỗ sồng sềnh 笨重的大木箱

sồng sộc *p* 径直冲进，直冲冲地：chạy sồng sộc vào nhà 径直冲进屋里

sồng sồng *t* 纠缠的：Em bé sồng sồng đòi đi công viên chơi. 小孩缠着要跟去公园玩。

sồng sồng quyết một=sồng sồng

sổng *đg* 脱（逃）：Con gà vừa mới mua về đã sổng. 刚买回来的鸡跑掉了。

sổng sểnh *t* ①松动，不结实：cửa sổ sổng sểnh 窗户松动②自由，不拘束：Anh ta nói năng sổng sểnh. 他说起话来无拘无束的。

sống₁ *d* ①（刀、锯）背：sống dao 刀背②脉，椎骨：sống lá 叶脉；sống lưng 脊椎骨

sống₂ *đg* ①活：Người ta chỉ sống một lần, phải sống cho đẹp. 人就活一次，应该活得精彩。Bác Hồ sống mãi trong lòng nhân dân Việt Nam. 胡伯伯永远活在越南人民心里。②生活：sống ở thành phố từ nhỏ đến lớn 自小在城里长大③过活，养活：sống bằng nghề may 靠裁缝手艺过活 *t* ①生动，活现：bài viết sống 生动的文章②活的：bắt sống kẻ địch 活捉敌人；Nghệ nhân chơi nhã nhạc là báu vật nhân văn sống. 雅乐艺人是活的人文宝物。

sống₃ *t* 雄性的：gà sống 公鸡

sống₄ *t* ①生的，未熟的，未经加工处理的：thịt sống 生肉；vôi sống 生石灰；cơm còn sống 饭未熟②生硬，生涩：câu văn còn sống 文句生硬③硬来的，明着的：cướp sống 抢劫

sống bên kèn trống, chết không trống kèn=sống buôn săng, chết bó chiếu

sống buôn săng, chết bó chiếu 卖棺材的到死只能用席裹尸（喻自己做的自己不享受）

sống cậy nhà già cậy mồ 生者有其屋，死者有其墓

sống chết *đg* ①生死：sống chết bên nhau 生死都在一起②拼死拼活：sống chết mặc bay 不管不顾

sống chết mặc bay, tiền thầy bỏ túi 只管赚钱而不管别人死活

sống chỉ mặt, chết chỉ mồ 恨之入骨

sống còn *đg* ①生存：sự sống còn của dân tộc 民族的生存②生死存亡：Quyết bảo vệ lợi ích sống còn của cả dân tộc. 坚决捍卫整个民族生死存亡的权利。

sống cục đất, mất cục vàng 生时视如敝屣，死时视如珍宝

sống dao *d* 刀背

sống đầu đèn, chết kèn trống 生时须灯油，死时须锣鼓（生前富贵，死时厚葬）

sống dở chết dở 求生不得，求死不能

sống đất *d* 高低不平的地方：Sống đất trên đoạn đường này gây nhiều bất tiện cho người và xe qua lại. 这高低不平的路段过往的人和车辆带来了不便。

sống để bụng chết mang theo ①终生不忘：Chuyện này ở lứa trẻ hay chóng quên chứ như bà thì sống để bụng chết mang theo. 这件事年轻人很快就忘了，而老太太却终生不忘。②保密：Chuyện này mày phải sống để bụng chết mang theo. 这件事你得保密。

sống để dạ chết mang đi=sống để bụng chết

mang theo

sống để dạ chết mang theo=sống để bụng chết mang theo

sống đoạ thác đày 生时受尽苦难, 死无葬身之地

sống đoạ thác đầy=sống đoạ thác đày

sống động t 生动, 活泼, 富有生气: bức tranh sống động 生动的画面; gương mặt sống động 富有生气的脸庞

sống đục sao bằng thác trong 宁为玉碎, 不为瓦全

sống được ăn dồi chó, chết được bó vàng tâm 及时行乐

sống gửi nạc, thác gửi xương 生死相依

sống gửi thịt, chết gửi xương=sống gửi nạc, thác gửi xương

sống lại đg 回想: sống lại những ngày tháng trong quân đội 回想起军旅岁月

sống lâu giàu bền 多寿多福: Năm mới chúc các vị sống lâu giàu bền. 新年祝各位多寿多福。

sống lâu lên lão làng 论资排辈: Cách làm sống lâu lên lão làng bất lợi cho việc tuyển dụng những tài năng trẻ. 论资排辈的做法不利于对年轻有为者的选用。

sống lưng d 脊椎骨: bị đau sống lưng 脊椎骨疼

sống mái đg 决一雌雄: sống mái với bọn địch 与敌人决一雌雄

sống mỗi người một nết, chết mỗi người một tật 生有个性, 死因个疾 (喻人生各不相同)

sống mỗi người một nhà, già mỗi người một mồ 生时各有各屋, 死时各有各墓 (喻 "同居一屋生龃龉, 分室而居更相宜")

sống một đồng không hết, chết một đồng không đủ 薄养厚葬

sống mũi d 鼻梁: Ông ta có sống mũi cao. 他的鼻梁高高的。

sống nay chết mai 出生入死

sống ngâm da chết ngâm xương 穷困潦倒

sống nhăn t ①全生未熟的: Cơm sống nhăn thế ăn sao được. 饭是生的怎么吃。② (好端端地) 活着的: Nó vẫn sống nhăn. 他还活着。

sống ở làng sang ở nước 身在村野, 名扬四方

sống ở nhà, già ở mồ 生有房住, 死有墓穴

sống ở trên đời ăn miếng dồi chó 人生在世须尽欢

sống quê cha ma quê chồng 嫁做夫家妇, 死做夫家鬼

sống sít t 生的, 未熟的: Quả sống sít, ăn hơi chát. 果未熟, 吃起来有点涩。

sống sót đg 虎口余生, 死里逃生: Có người còn sống sót 4 ngày sau khi xảy ra vụ lở đất. 有人在塌方 4 天后还能死里逃生。

sống sượng t 生硬, 不自然: Văn viết còn sống sượng. 文章写得生硬。

sống tết chết giỗ 铭记在心: Ai đã từng giúp tôi, tôi sẽ sống tết chết giỗ. 谁帮过我, 我都会铭记在心。

sống trâu d 凹凸不平的地方

sống về mồ về mả, chẳng ai sống về cả bát cơm 祖坟影响子孙的前程 (风水迷信之说)

sống vô gia cư chết vô địa táng 居无定所, 死无墓穴

sộp₁ d 乌鱼 (统称)

sộp₂ t 阔气: khách sộp 阔佬; ra vẻ sộp 一脸阔气

sốt đg 发烧, 发热: bị sốt cao 发高烧 t 热和的, 温热的: cơm sốt 热饭

sốt cơn=sốt rét

sốt dẻo t ① (食物) 热腾腾: chuẩn bị sẵn bữa cơm sốt dẻo 准备了热腾腾的饭菜 ② (消息) 崭新: bản tin sốt dẻo 最新消息; đưa tin sốt dẻo 最新报道

sốt gan t 着急, 心急: Chuyện này làm cho anh

sốt gan. 这件事让他着急。

sốt rét *d* 疟疾: Chị run cầm cập như người lên cơn sốt rét. 她浑身发抖像疟疾发作。

sốt ruột *t* 心焦，着急: chờ mãi sốt ruột đến đứng đờ đợi 等得着急死了

sốt ruột sốt gan 着急万分: Đợi mãi không thấy đến làm cho mọi người sốt ruột sốt gan. 等了好半天都没见到大家，心里着急万分。

sốt sắng *t* 热情，诚恳: Cán bộ hữu quan sốt sắng mời chúng tôi ra xe. 有关人员热情地请我们上车。

sốt sột *t* ①热腾腾: một bát cháo gà sốt sột 一碗热气腾腾的鸡粥②趁热: Cậu bé này ăn cái gì cũng sốt sột. 小家伙吃什么都要趁热。

sốt vó *t* 担忧，慌里慌张: Mẹ lo sốt vó cho con nóng tính. 母亲非常担心那性情暴躁的孩子。

sốt xuất huyết *d* [医] 登革热: Anh ta từng bị sốt xuất huyết. 他曾经患过登革热。

sột [拟] 沙沙（树叶抖动声）

sột sạt=sột soạt

sột sệt *t* (泥土) 黏黏的: bùn ao sột sệt 塘泥黏黏的

sột soạt [拟] 簌簌，沙沙: tiếng sột soạt 沙沙地响; Gió thổi, tiếng lá khô sột soạt. 起风了，吹得枯叶簌簌地响。

sột sột=sồn sột

sơ₁ *đg* (用筷子等) 搅动: lấy đũa sơ nồi cơm 用筷子搅动饭锅

sơ₂ [汉] 疏 *t* ① 疏: thân sơ 亲疏 ② *t* 粗略: đọc sơ một lượt 粗略看过一遍; thô sơ 粗糙

sơ₃ *d* 故去的上辈: ông sơ bà sơ 已故的爷爷奶奶

sơ₄ [汉] 梳，蔬，初

sơ bất gián thân 疏不离亲

sơ bộ *t* 初步的: ý kiến sơ bộ 初步意见; sắp xếp sơ bộ 初步安排

sơ cảo *d* 初稿: Đây là bản sơ cảo. 这是初稿。

sơ cấp *t* 初级的: đạt trình độ sơ cấp kĩ thuật 达到初级技术水平

sơ chế *đg* 粗加工: sản phẩm sơ chế 粗加工产品

sơ cứu *đg* 初救，初步救治: sơ cứu những người bị thương 初步救治伤员

sơ đẳng *t* 初等的，初级的: trường sơ đẳng 初等学校; kiến thức sơ đẳng 初级知识

sơ đồ *d* 草图，略图: vẽ sơ đồ 绘制草图; sơ đồ thiết kế 设计草图; sơ đồ khối 演算规则略图; sơ đồ mạch điện 集成电路图

sơ giản *t* ①简略: giải thích sơ giản 简略的解释②简易: cách thao tác sơ giản 简易的操作手法

sơ giao *d* 初交: bạn sơ giao 初交的朋友

sơ hiến *d* 初献（即祭酒周，祭祀礼仪中的第一个活动）

sơ hở *đg* 疏忽，疏漏 *d* 空子，破绽: sơ hở trong quản lí 管理出破绽; Công việc này còn nhiều sơ hở. 这项工作还有许多疏漏。

sơ kết *đg* 小结: sơ kết công tác 工作小结

sơ khai *t* 起初的，初始的;开头的，最初的: nhớ lại những năm tháng sơ khai 回想起最初的岁月

sơ khảo *đg* 初考，初试: đã qua sơ khảo 已经通过初试

sơ khoáng *đg* 疏旷，旷废，荒废: Học hành mà sơ khoáng như thế thì đỗ sao được. 如此荒废学业如何考得上。

sơ khởi *t* 起初的

sơ kì *d* 初期: sơ kì đồ đá cũ 旧石器时代期

sơ lậu *d* 疏漏: Kiến nghị này có nhiều sơ lậu. 此建议有很多疏漏。

sơ lược *t* 疏略的，简略的，简明的: bản báo cáo còn sơ lược 简略的报告

sơ-mi *d* 衬衣，衬衫

sơ-mi-dét *d* 短袖衬衣

sơ nhiễm *đg* 初次感染: sơ nhiễm vi-rút cúm 初次感染流感病毒

sơ phục *d* 初伏: Hằng năm có ba thời kì nước sông lên gọi là sơ phục, trung phục và mạt phục. 一年里有三个河水涨期, 称为初伏、中伏和末伏。

sơ sài *t* ①马虎, 草率, 粗枝大叶: làm bài sơ sài 做功课粗枝大叶②简陋, 粗糙: nhà tranh sơ sài 简陋的茅草房; ăn sơ sài cho qua bữa 粗茶淡饭度日

sơ sinh *t* 初生的: Người hảo tâm tặng nhiều quần áo cho trẻ sơ sinh. 好心人给初生婴儿送了许多衣服。

sơ sót *d* 疏漏, 疏忽: Đây là một sơ sót đáng tiếc. 这是一个遗憾的疏忽。

sơ sơ *t* 简略, 粗略, 粗浅: chỉ nắm được nhiều điều sơ sơ 只掌握一些粗浅的知识

sơ suất *đg*; *d* 疏忽, 差错: khó tránh khỏi sơ suất và sự cố xảy ra 难以避免差错和事故的发生; Chỉ một sơ suất nhỏ có thể để lại những hậu quả lớn. 稍有差错就可能导致严重的后果。

sơ tán *đg* 疏散: Chúng ta sẵn sàng sơ tán. 我们随时疏散。

sơ tâm *d* 初步的志愿: Sơ tâm của tôi là cố gắng giúp đỡ bà con xoá nghèo. 我初步的志愿是尽力帮助乡亲脱贫。

sơ thảo *d* 初稿: sơ thảo trình lên cấp trên 呈给上级的初稿 *đg* 草拟, 起草: Bản báo cáo này mới sơ thảo xong. 这篇报告才起草完。

sơ thẩm *đg* 初审: toà án sơ thẩm 初审法庭

sơ ý *đg* 疏忽, 大意: Sơ ý một chút đã gây nên một tai hoạ lớn. 一时大意酿成大祸。

sơ yếu *t* 简要, 摘要: bản lí lịch sơ yếu 一份简历

sờ *đg* ①触摸: Anh sờ tay lên mặt. 他摸摸脸。②理会, 接触: Anh không bao giờ sờ đến việc nhà. 他从不理家务。

sờ chẳng ra, rà chẳng thấy 家徒四壁

sờ dái ngựa 摸老虎屁股 (指愚蠢而冒险的举动)

sờ lên gáy 正视自己, 自我对照: Cô hãy sờ lên gáy đã, xem có chăm chỉ hơn người ta không. 你还是摸摸自己良心, 看自己是否比别人勤快。

sờ mó *đg* 摸弄: Các bạn phải cẩn thận đừng sờ mó vào cái máy này. 大家要小心, 别摸这机器。

sờ như xẩm tìm gậy (如盲人般) 到处摸: Cậu làm gì mà cứ sờ như xẩm tìm gậy thế. 你干什么啊, 像个瞎子似的到处摸。

sờ sạc=sờ sệt

sờ sẫm=sờ

sờ sệt *t* 不明白的, 不清楚的: mặt mũi sờ sệt 眼花看不清楚

sờ soạng *đg* (到处) 摸索: Anh ta sờ soạng tìm điện thoại di động. 他摸索着找手机。

sờ sờ *t* 分明的, 历历在目的, 明摆着的: Chìa khoá sờ sờ đặt trước mắt mà cứ đi tìm. 钥匙明明就在跟前却到处找。

sờ sợ *t* 有点怕的: Tối một mình đi qua bãi tha ma thấy sờ sợ. 晚上一个人走过坟地有点怕。

sở₁ *d* [植] 茶梅, 茶油 (树, 果)

sở₂ [汉] 所 *d* ①厅, 局 (省属行政机构): sở giáo dục 教育局②处, 所: sở chỉ huy 指挥所

sở₃ [汉] 楚, 础

sở cầu *d* 所求, 所愿: toại sở cầu 遂愿; như ý sở cầu 遂心如愿

sở cậy *đg* 所持, 依靠: ra ngoài sở cậy bè bạn 出门在外靠朋友

sở chỉ huy *d* 指挥所: Chúng tôi lên vào sở chỉ huy của địch. 我们潜入敌人的指挥所。

sở cứ *d* 根据, 依据: lời vu khống không có sở cứ 没有根据的诬告

sở dĩ *k* 所以, 之所以: Chúng tôi sở dĩ xử lí như vậy là theo qui định của chính sách. 我们之所以这样处理是按照政策规定的。

S

我们之所以这么做是因为有政策规定。

sở đắc d ; đg 所得, 收获: đem sở đắc của mình phục vụ đất nước 将自己的所得为国家服务; lao động sở đắc 劳动所得

sở đoản d 短处, 弱处: Ai cũng có sở trường và sở đoản. 谁都有所长和有所短。

sở giao dịch d 交易所: sở giao dịch chứng khoán 证券交易所; sở giao dịch hàng hoá 商品交易所

sở hữu đg 所有, 拥有 d 所有权, 所有制: sở hữu cá nhân 个人所有权; sở hữu tập thể 集体所有制; sở hữu toàn dân 全民所有制

sở hữu trí tuệ d 知识产权

sở nguyện d ①所愿, 心愿, 愿望: đạt được sở nguyện 实现了愿望 ②希望, 盼望, 期望: Sở nguyện của tôi cũng khiêm tốn thôi. 我的期望不高。

sở quan t 有关的: Vấn đề này thuộc về lĩnh vực sở quan. 这个问题涉及有关领域。

sở tại t 所在地的, 当地的: Dân sở tại được giảm một nửa giá vé. 是当地人可以买半票。

sở thích d 所好, 嗜好, 爱好: Mỗi người một sở thích. 各人有各人的爱好。

sở thú d 动物园: Sở thú vừa du nhập động vật mới. 动物园刚引进了新的动物。

sở thuộc t 所属的, 领属的: định ngữ sở thuộc 所属定语; quan hệ sở thuộc 领属关系

sở trường d 所长, 特长, 专长: có sở trường viết kịch bản 有写剧本的特长

số₁ d 纹路 (同 thớ₁)

số₂ [汉] 疏 d ① [旧] 疏 (古时呈交皇帝的奏章): dâng số 上疏; số biểu 疏表 ②疏辞 (焚于神前的祝词): đốt số 烧疏辞

số₃ t 失误的, 错过的: Nói số một chút cũng bị bắt lỗi. 说错一点也被挑毛病。

số điệp d [旧] 疏叠 (呈于皇帝)

số lợ t 嘴乖的, 会说的: ăn nói số lợ 能说会道

số sẩn t 糊涂, 痴呆: ăn nói số sẩn 胡说八道

số sết t ①半醒半睡的: với vẻ số sết 半醒半睡的样子 ②无意识的: Đi đứng số sết. 行为举止都是无意识的。

số văn d [旧] 疏文 (呈给皇上的文章)

sợ đg ①怕, 惧, 惊, 吓: Thằng điếc không sợ súng. 聋子不怕炮。②担心, 害怕: Muốn phơi chăn bông nhưng sợ trời mưa. 想晒棉被又担心下雨。

sợ bát cơm đầy, không sợ thầy lớn tiếng 只求能吃饱, 不怕主人吼

sợ bóng sợ gió 杞人忧天: Bài thi làm khá còn sợ bóng sợ gió. 考得这么好还杞人忧天。

sợ bóng sợ vía = sợ bóng sợ gió

sợ dựng tóc gáy 毛骨悚然: Bộ phim này làm những người xem sợ dựng tóc gáy. 这部影片让观众毛骨悚然。

sợ hãi đg 恐惧, 害怕, 惊恐: cảm giác sợ hãi 恐惧的感觉

sợ hẹp lòng, không sợ hẹp nhà 不怕房小, 只怕小人

sợ mẹ cha không bằng sợ tháng ba ngày dài 怕爹怕娘比不上 (怕) 三月日长 (指看天吃饭, 对农时担心)

sợ người ở phải, hãi người cho ăn = trọng người ở phải, hãi người cho ăn

sợ như bò thấy nhà táng 牛怕灵屋 (惊弓之鸟)

sợ sệt đg 害怕, 惧怕, 恐惧: chẳng sợ sệt gì khắp đều không怕; Chị ấy về với dung mạo sợ sệt. 她带着一脸恐惧回来了。

sợ xanh mắt mèo 惊慌失色: Anh sợ xanh mắt mèo ù té mà chạy. 他惊慌失色拼命地跑。

sởi d 麻疹: lên sởi 出麻疹

sởi d (斗鸡等的) 空地: Thả gà chọi ra giữa sởi. 把鸡放出空地来斗。

sợi d ①纤维: sợi hoá học 化纤 ②棉纱: nhà máy sợi bông 棉纱厂 ③条, 根, 股: một sợi tóc 一根头发; một sợi dây 一根绳 t 线状

的，丝状的：sợi thuốc 烟丝；cuộn sợi 线锭

sợi chỉ đỏ *d* 红线：Tư tưởng Hồ Chí Minh là sợi chỉ đỏ xuyên qua quá trình cách mạng Việt Nam. 胡志明思想是贯穿越南革命过程的红线。

sợi nhiễm sắc *d* 染色体

sợi quang học *d* 光纤

sợi tóc chẻ làm tư 发丝分作四（指工作过于细致）：Cách trình bày này quá đi sâu vào sợi tóc chẻ làm tư. 这样的陈述过于细致了。

sợi tơ kẽ tóc 细针密缕（指工作细致）：Ông làm việc với thái độ sợi tơ kẽ tóc. 他工作起来总是细针密缕的。

sơm sớm *t* 早些的：Đi sơm sớm khỏi bị nắng. 早些去免得太阳晒。

sờm sỡ *t* 粗俗，粗鄙：ăn nói sờm sỡ 言语粗俗

sờm sỡm *t* ①高而尖：đá mọc sờm sỡm 怪石嶙峋②高低不平，参差不齐

sớm *d* 早晨，清晨：sớm đi tối về 早出晚归 *t* 早，领先的，预先的：Hôm nay đi ngủ sớm hơn mọi ngày. 今天比往日睡得早。

sớm bưng *t* 一大早的，大清早的：Trời còn sớm bưng mà anh đã đi làm rồi. 一大早他就去干活了。

sớm chẳng vừa, trưa chẳng vội 拖拉，拖沓，不慌不忙：Anh vẫn giữ cái tính sớm chẳng vừa, trưa chẳng vội. 他做事依然是不慌不忙。

sớm chiều *d* 朝暮，早晚：sớm chiều vất vả 终日辛劳

sớm đào tối mận 朝桃暮柳；水性杨花

sớm đầu tối đánh *t* 悖逆：Cái thằng sớm đầu tối đánh đó mà ai dạy cho được. 那小子叛逆得很，不知谁能教得了他。

sớm hoắc=sớm bưng

sớm hôm *d* 早晚：sớm hôm có nhau 朝朝暮暮

sớm khuya *d* 早晚，朝暮：sớm khuya chăm chỉ học hành 早晚都认真学习

sớm lửa tối đèn 抬头不见低头见：Hàng xóm láng giềng sớm lửa tối đèn có khó khăn gì là giúp đỡ lẫn nhau. 乡里乡亲的，抬头不见低头见，有困难就互相帮助。

sớm mận tối đào=sớm đào tối mận

sớm muộn *t* 迟早，早晚的：Sớm muộn cũng phải hoàn thành công việc trong hôm nay. (不管) 早晚，今天无论如何也要完成工作。

sớm nắng chiều mưa 朝晴暮雨（喻天气变化无常）：Mùa này sớm nắng chiều mưa phải chú ý giữ gìn sức khoẻ. 这个季节天气变化无常得当心身体。

sớm ôm đào, tối ôm mận=sớm đào tối mận

sớm sủa *t* 早点儿的，不耽误的：Làm cố cho xong để về cho sớm sủa. 尽量早点儿做完回去。

sớm thăm tối viếng 早上关心，晚上问候（指殷勤关照）：sớm thăm tối viếng thầy đang nằm viện 殷勤关照病榻上的老师

sớm₁ tối *d* 晨昏，朝暮：sớm tối làm việc nhà 早晚忙家务

sớm trưa=sớm tối

sơn₁ *d* ①漆树②油漆：sơn màu xanh 绿色的油漆 *đg* 涂（漆）：sơn lại cửa sổ 重漆窗户

sơn₂ [汉] 山：sơn lâm 山林；giang sơn 江山

sơn ăn tuỳ mặt, ma bắt tuỳ người 见人说人话，见鬼说鬼话：Hắn không dám nói xấu ông đâu, sơn ăn tuỳ mặt, ma bắt tuỳ người chứ. 他不敢说你的坏话，看人来嘛。

sơn ca *d* ①百灵鸟，云雀②山歌：hát đối sơn ca 对山歌

sơn cao thuỷ trường 山高水长

sơn chín *d* 熟漆

sơn cốc *d* 山谷：ẩn mình ở nơi sơn cốc 隐藏于山谷

sơn cùng thuỷ tận ①边远偏僻的地方：Làm nhiệm vụ ở nơi sơn cùng thuỷ tận mà vẫn hết lòng. 在边远偏僻的地方工作一样尽

心尽力。②山穷水尽：Anh nằm trong cảnh sơn cùng thuỷ tận. 他到了山穷水尽的地步。

sơn cước *d* ①山麓，山脚：Từ nhỏ ông đã ở làng sơn cước. 打小他就在山脚下生活。②山区：Bộ đội đóng tại sơn cước. 部队驻扎在山区。

sơn dã *d* 山野，野外：Người nội thành lại thích tìm về sơn dã vào cuối tuần để nghỉ ngơi thư giãn. 城里人喜欢周末到野外休息放松。

sơn dầu *d* ①（画油画用的）油（漆）：sơn dầu đỏ 红漆②油画

sơn dương *d* 野山羊：Sơn dương có sừng dài hơn dê thường. 野山羊的角比一般的羊角长。

sơn động *d* 山洞：vào chơi sơn động 进山洞玩

sơn hà *d* 河山，江山：sơn hà tươi đẹp biết bao 江山如此多娇

sơn hà dị cải, bản tính nan di 江山易改，本性难移

sơn hào *d* 山珍

sơn hào hải vị 山珍海味：Món ăn không phải là sơn hào hải vị mà vẫn thấy ngon. 吃的虽不是山珍海味但也觉得好吃。

sơn hệ *d* 山系

sơn khê *d* 山溪，山水

sơn khê cách trở 穷山恶水

sơn lam chướng khí 山岚瘴气

sơn lâm *d* ①山林：chúa sơn lâm 山大王②山林（偏僻的地方）：sống ẩn dật ở chốn sơn lâm 隐居山林

sơn lâm chẻ ngược, vườn tược chẻ xuôi 因势利导，因地制宜

sơn liễu *d* [植] 山柳

sơn mạch *d* 山脉

sơn mài *d* ①磨漆：vẽ sơn mài 画磨漆画②漆画：Đó là một hoạ sĩ nổi tiếng về sơn mài. 那是一个有名的漆画家。

sơn minh hải thệ 山盟海誓：từng sơn minh

hải thệ 曾经海誓山盟

sơn môn *d* 山门（山中的寺庙）

sơn nữ *d* 山林女子

sơn pháo *d* 山炮

sơn phòng *đg* 防守山林，护林：Công tác sơn phòng gian khổ và khó khăn. 护林工作既艰苦又困难。

sơn quang dầu *d* 光油

sơn quân *d* 山大王（对老虎的尊称）

sơn son thiếp vàng 漆红镶金（古时指贵重物品）

sơn sống *d* 生漆

sơn ta=sơn sống

sơn thần *d* 山神：miếu sơn thần 山神庙

sơn then *d* 黑漆：dùng sơn then trong mĩ nghệ sơn mài 用于漆画工艺品的黑漆

sơn thuỷ hữu tình 山水有情，山水秀丽（喻大自然美丽）：tứ thơ lai láng trước sơn thuỷ hữu tình 在美丽的大自然前诗兴大发

sơn tra *d* 山楂

sơn trà *d* ①山茶树：một chậu sơn trà 一盆山茶②山茶果：ăn sơn trà cho đỡ khát 吃山茶果解渴

sơn trại *d* 山寨：Các hảo hán trốn lên sơn trại. 好汉们躲到山寨里。

sơn tuế *d* [植] 山苏铁

sơn vũ dục lai 山雨欲来

sơn xì *d*；*đg* 喷漆：một loại sơn xì kiểu mới 一种新型喷漆；sơn xì khung xe đạp 给自行车架喷漆

sơn xuyên *d* 山川，山河，江山：sơn xuyên cách trở 山河阻隔

sờn *đg* ①起麻花（形容衣服破旧发光）：áo sờn cổ 衣领旧得发光；ba-lô đã sờn mép 背包纸口②气馁：Thắng không kiêu bại không sờn. 胜不骄，败不馁。

sờn chí=sờn lòng

sờn lòng *đg* 灰心，丧气：Dù thất bại cũng không

sờn lòng. 就算失败也不灰心。

sờn lòng nản chí 灰心丧气：không nên sờn lòng nản chí 不能灰心丧气

sởn t 悚然，发毛：lạnh sởn gai ốc 冷得起鸡皮疙瘩；sợ sởn tóc gáy 毛骨悚然

sởn da gà （由于冷或害怕）起鸡皮疙瘩，毛骨悚然：Cứ nhớ đến chuyện kia mà hắn cũng thấy sởn da gà. 他只要一想起这事就浑身起鸡皮疙瘩。

sởn gai ốc=sởn da gà

sởn gáy=sởn tóc gáy

sởn mởn t 丰腴，丰盈，丰满：Dạo này da thịt cô sởn mởn. 近来她变得丰腴起来。

sởn sơ t 娇媚：mặt mày sởn sơ 满脸娇媚

sởn tóc gáy （因惊恐而）毛骨悚然：Tiếng sói kêu làm người nghe sởn tóc gáy. 狼嚎声让听者毛骨悚然。

sớn t 缺，破，损：Chén này đã bị sớn miệng. 这杯子都缺口了。

sớn sác t 惆怅，惘惘：mặt mày sớn sác 一脸的惆怅

sớn sơ=sớn sác

sớn sơ sớn sác=sớn sác

sớt₁ đg 分，匀：sớt bớt nỗi buồn sầu với bè bạn 与朋友分忧；sớt cơm cho ông lão ăn xin 将饭分给乞讨的老人

sớt₂ đg 擦过：đạn sớt qua vai 子弹从肩膀擦过

sớt₃ đg 落，掉，淌：nước sớt cả nhà 水淌了一屋

SPA [缩] 矿泉疗养地

streptomycine d [药] 链霉素

stress d 疲劳综合征，压力

su₁ d 佛手瓜

su₂ d 橡胶树

su-cheng=xu chiêng

su hào d [植] 苤蓝：su hào sào thịt 苤蓝炒肉；su hào xào nấm 苤蓝炒香菇

su-le=su su

su-lơ=su su

su sê d 苏塞饼（越南点心）

su sơ t ①痴呆②没规矩，没礼貌；放肆，胡来

su su d [植] 佛手瓜：xào su su 素炒佛手瓜；su su hầm thịt 肉焖佛手瓜；su su xào trứng 佛手瓜炒蛋

sù t 蓬松，粗大：sù lông 毛蓬松

sù sì t 粗糙，疙里疙瘩：da sù sì 粗糙的皮肤

sù sì da cóc, lắm thóc thì hơn 人虽丑却有家财万贯

sù sù=sù sụ

sù sụ [拟] （阵阵低沉的咳嗽声）

sủ đg 求卜：sủ bói 求卜

sủ quẻ đg 算卦

sú₁ d [植] 桐花树（紫金牛科，组成红树林重要树种之一）：rừng sú 红树林

sú₂ đg 和，拌和，搅拌：sú bột làm bánh 和面做饼

sú-ba-giăng (surveillant) d 监察者，监督者

sụ t 大，超大

sủa đg 吠：chó sủa 狗吠

suất₁ d 份：một suất cơm 一份饭

suất₂ [汉] 率 d 率，百分率

suất chiết khấu d 折扣率

suất cước d 运费：suất cước đường sắt 铁路运费

suất lãi d 利率

suất lợi nhuận d 利润率

suất thuế d 税率：suất thuế hiệp định 协定税率；suất thuế hỗn hợp 混合税率；suất thuế theo giá 随价格而定的税率；suất thuế tự định 自定税率

suất vốn d 单位成品所需的投资资金

súc₁ d 段，捆：một súc vải 一捆布

súc₂ đg 漱洗，涮洗：súc miệng bằng nước muối 用盐水漱口

súc₃ [汉] 畜 d 畜：gia súc 家畜

súc₄ [汉] 蓄 d 蓄：súc tích 含蓄

súc₅ [汉] 缩

súc-cù-la=sô-cô-la

súc lự tiềm mưu 诡计多端

súc miêu phòng thử 防患于未然；未雨绸缪

súc mục *đg* 畜牧：nghề súc mục 畜牧业

súc sản *d* 畜产

súc sắc *d* 骰子

súc sinh *d* 畜生：Bọn súc sinh! 这帮畜生！

súc tích *t* 含蓄

súc vật *d* 牲畜

sục *đg* ①深深地插进：Một chân sục xuống bùn. 一只脚深深地插进泥潭。②搜索，搜寻：sục khắp khu rừng 搜遍林子

sục bùn *đg* 挠秧：làm bùn sục bùn 锄草挠秧

sục sạc *t* 粗鲁，蛮横

sục sạo *đg* 搜索，搜寻：Mật thám sục sạo từng nhà. 密探逐家搜寻。

sục sôi=sôi sục

sục sục=sùng sục

sui₁ *d* [方] 亲家（总称）

sui₂ *d* [植] 见血封喉树（南洋箭毒树）

sui gia *d* [方] 亲家

sùi *đg* ①冒沫子：nói sùi bọt mép 说得口沫四溅②起疙瘩：mặt sùi trứng cá 脸上冒出痘痘

sùi sùi *t* 疙里疙瘩：mặt sùi sùi 脸上疙里疙瘩的

sùi sụt=sụt sùi

sủi *đg* 起泡，起沫子：chai rượu sủi tăm 酒瓶口起泡

sulfate *d* 硫酸盐

sulfur *d* 硫黄

sum họp *đg* 团聚，团圆，聚首：Tết đến nhà nào nhà nấy đều sum họp một nhà. 过节时家家户户齐团圆。

sum sê *t* 郁郁葱葱，茂盛，葱茏：cây cối sum sê 树木葱茏

sum sia *t* 茂盛：trái cây sum sia 硕果累累

sum suê=sum sê

sum vầy=sum họp

sùm soà *t* ①繁茂：Nào nhãn, nào vải cành lá sùm soà. 龙眼树和荔枝树长得枝繁叶茂。②（衣裙等）宽大：bộ váy sùm soà 宽大的裙子

sùm sụp *t* 低矮：túp lều sùm sụp 矮矮的棚子

sụm *đg* 塌，陷：Một mái tranh đã sụm. 茅草房塌了。

sun *đg* 挛缩，抽缩：sun đầu 缩头；sun cổ 缩脖子

sủn *đg* ①开，冒泡：sủn bọt 起泡②挖，蛀：mọt sủn gỗ 蛀木虫

sún₁ *đg*（嘴对嘴）喂：Chim mẹ sún mồi cho chim con. 鸟妈妈给小鸟喂食。

sún₂ *t* 龋蚀：Em bé bị sún răng. 小孩患龋齿。

sụn₁ *d* 软骨：xương sụn 关节软骨

sụn₂ *t* 软而无力的：sụn cả đầu gối 膝盖都软了

sụn₃ *đg* 下陷，塌陷：đất sụn 地陷

sung₁ *d* [植] 无花果：cây sung 无花果树

sung₂ [汉] 充 *đg* 担任，当：sung làm cán bộ 当干部

sung chức *đg* 提升：Ông ấy đã sung chức chủ nhiệm ban quản lí. 他已被提升为管理处的主任。

sung công *đg* 充公：Nhà cửa bị sung công. 房子被充公。

sung cũng như ngái, mái cũng như mây 好坏不分

sung huyết *đg* 充血：sung huyết phổi 肺充血

sung mãn *t* 充沛，精力旺盛：sức lực sung mãn 体力充沛

sung ngái một lòng, bưởi bòng một dạ 指身份和境遇相同

sung quân *đg* 充军：Tuy quá trẻ nhưng cậu ta vẫn bị sung quân. 他虽然年纪还小，但仍被充军。

sung số *đg* 充数

sung sức *t* 精力充沛：đang trong độ sung sức 正是精力充沛的时候

sung sướng *t* ①幸福: đời sống sung sướng 幸福的生活②愉快,高兴,快乐: Anh ấy sung sướng reo lên: "Mai trắng, đẹp quá!" 他高兴地喊道:"白梅,美极了!"

sung thiện *t* 完全,完善,完美: mang ý nghĩa sung thiện 完美主义

sung túc *t* 丰衣足食,富裕: sống một cuộc sống sung túc 过着丰衣足食的生活; một gia đình sung túc 富裕的家庭

sùng₁ *d* 地蚕

sùng₂ [汉] 崇 *đg* 崇拜: tôn sùng 尊崇

sùng ái *đg* 宠爱

sùng bái *đg* 崇拜: sùng bái hàng ngoại 崇拜洋货

sùng bộ *t* 不知所措: Mọi người sùng bộ. 大家都不知所措。

sùng cốt *d* [医] 崇骨（穴位）

sùng đạo *đg* 信奉宗教: người sùng đạo 信奉宗教的人

sùng kính *đg* 崇敬: Vĩ nhân đáng được mọi người sùng kính. 伟人值得大家崇敬。

sùng mộ *đg* 仰慕

sùng ngoại *đg* 崇洋媚外: tư tưởng sùng ngoại 崇洋媚外的思想

sùng phụng *đg* 崇拜,崇奉: sùng phụng tổ tiên 崇奉祖先

sùng sục [拟] 噗噗（水沸声）: Nước đang sôi sùng sục. 水正噗噗地开。*t*(如开水般)沸腾: Phong trào cách mạng đang sùng sục dâng lên. 革命运动正风起云涌。

sùng sũng *t* 湿淋淋（表强调）: Quần áo bị sùng sũng nước. 衣服被弄得湿淋淋的。

sùng thượng *đg* 崇尚: sùng thượng kiểu ăn mặc tự do 崇尚自由的穿着

sùng tín *đg* 信奉: sùng tín đạo Phật 信佛

sũng₁ *t* 低陷,低洼: Mặt đường bị sũng nhiều chỗ. 路面坑坑洼洼。

sủng₂ [汉] 宠 *đg* 宠: thất sủng 失宠

sủng ái *đg* [旧] 宠爱: được vua sủng ái 得到皇上宠爱

sủng hạnh *đg* [旧] 宠幸: Cung phi được vua sủng hạnh. 妃子得到皇帝宠幸。

sủng mộ *đg* 仰慕,钦佩

sủng soảng [拟] 铛铛,锵锵

sủng thần *d* 宠臣: sủng thần của vua 皇上的宠臣

sũng *t* 湿漉漉: Trời mưa suốt, đất sũng nước. 雨下个不停,地上湿漉漉的。

súng₁ *d* 睡莲: hoa súng 睡莲花

súng₂ *d* 枪炮: bắn súng 枪击

súng₃ [汉] 铳

súng cao su *d* 弹弓

súng cối = pháo cối

súng đạn *d* 枪支弹药: Bảo vệ cẩn thận súng đạn. 小心谨慎地保护枪支弹药。

súng hơi *d* 气枪: Cô đoạt giải nhất môn bắn súng hơi. 她拿了气枪项目第一名。

súng kíp *d* 火药枪: săn bằng súng kíp 用火药枪狩猎

súng liên thanh *d* 机关枪: Từ xa đã văng vẳng nghe thấy tiếng súng liên thanh. 远远的就隐约听到了机关枪的声音。

súng lục = súng ngắn

súng máy = súng liên thanh

súng máy phòng không *d* 防空机关枪: Chúng tôi tiêu diệt mục tiêu bằng súng máy phòng không. 我们用防空机关枪消灭空中目标。

súng ngắn *d* 短枪,手枪

súng ống *d* 枪炮,枪支;武器,军火

súng phun lửa *d* 喷火器

súng sáu *d* [旧] 手枪: Nhân viên hộ vệ đều đem theo súng sáu. 护卫人员都配备有手枪。

súng sen *d* 睡莲

súng trường *d* 长枪,步枪; súng trường bán tự động 半自动步枪; súng trường tự động 自动步枪

súng tự động *d* 自动步枪

suôi *d* 芦苇

suối *d* ①溪：nước suối 溪水 ②泉：suối phun 喷泉

suối khoáng *d* 矿泉水

suối nước nóng *d* 温泉：tắm suối nước nóng 洗温泉浴

suối vàng *d* 黄泉

suôn *t* ①长挑，修长：Cây mọc suôn. 树长得高高的。②顺畅，流畅：đọc rất suôn 读得很顺畅；tóc suôn thẳng 头发顺顺的

suôn đuồn *t* 笔直，高挺：Cây mọc suôn đuồn. 树长得笔直。

suôn sả *t* 顺畅，顺利：Mọi việc suôn sả cả. 一切顺利。

suôn sẻ *t* 流利，顺畅：trả lời suôn sẻ 回答很流利；Quan lộ của anh ấy khá suôn sẻ. 他官运亨通。

suông *t* ①空洞，空泛：lí thuyết suông 空洞的理论；nói suông 空谈 ②清淡无物的：bát canh suông 清汤 ③（月色）暗淡，惨淡的：ánh trăng suông 暗淡的月光

suồng sã *t* 放荡，放纵：nói năng suồng sã đến thô thiển 口无遮拦甚至粗俗

suốt₁ *d* 锭子，纱锭

suốt₂ *đg* 脱，打，捋：suốt lúa 脱谷

suốt₃ *t* ①全部的，整个的，所有的：tắc xe suốt dọc đường đi 整条路堵车；theo suốt cả thời sinh viên 陪伴了整个大学生活 ②连续的：ôn bài suốt đêm 整晚复习；làm việc suốt từ sáng đến tối 起早摸黑地干活

suốt đêm *d* 整夜：suốt đêm không ngủ 整晚没睡

suốt đời *d* 一生，终生：suốt đời bình yên 一生平安

suốt ngày *p* 终日，整天：suốt ngày lang thang 整日游手好闲

súp=xúp

súp de *d* 锅炉

súp-lơ *d* 菜花：súp-lơ xanh 西兰花；súp lơ trắng 白菜花

sụp *đg* ①坍塌：hầm sụp 洞坍塌 ②坐下身子：quì sụp 跪坐

sụp đổ *đg* ①坍塌：Nhà bị sụp đổ. 房子倒塌了。②倒台，垮台：Chính phủ sụp đổ. 政府已倒台。

sụp sụp=sùm sụp

sút₁ *đg* ①（shoot）射门：sút phạt 11 mét 罚11码（即射点球）②投篮：sút bóng vào lưới 投篮得分

sút₂ *đg* ①削减，下降：sút giá 跌价 ②消瘦，减瘦：Sau trận ốm, người sút hẳn. 病了一场，人都消瘦了。③衰弱，衰落：Lực lượng của địch đã sút. 敌人的力量衰弱了。

sút₃ *đg* 滑脱：Con dao sút cán. 刀跟柄脱开了。

sút cân *đg* 掉磅，体重减轻：Sau trận ốm sút cân. 病后体重减轻。

sút giảm *đg* 大跌

sút kém *đg* 削减：mức thu sút kém 收入削减

sút mồ hôi hột 大汗淋漓

sụt *đg* ①陷落：chân đê bị sụt 堤坝陷落 ②降低，下降：giá hàng sụt 物价降低

sụt giá *đg* 跌价：tiền tệ sụt giá 货币跌价

sụt giảm *đg* 降低，下降：kim ngạch nhập khẩu sụt giảm 进口额下降

sụt lùi *đg* 后退

sụt sịt *t* 抽抽搭搭：khóc sụt sịt 啜泣

sụt sùi [拟] ①（低声哭泣声）：Cô bé sụt sùi. 小姑娘在低泣。②（绵绵不断的下雨声）：mưa sụt sùi 整天下雨

suy₁ [汉] 推 *đg* ①想，思考：suy nghĩ 考虑 ②推究，推论：từ đó suy ra 由此推论 ③推举，推崇：suy tôn 尊崇

suy₂ [汉] 衰 *đg* 衰落，衰弱：suy bại 衰败；thận suy 肾虚

suy bại *đg* 衰败，衰落：việc buôn bán suy bại 生意衰败

suy bì *đg* 计较得失：tính hay suy bì hơn thiệt 爱计较得失

suy biến *đg* 衰变, 蜕变

suy bụng ta ra bụng người 以己度人；将心比心

suy cứu *đg* 推究：suy cứu sâu về nguyên nhân xảy ra sự cố 深究事故发生的原因

suy diễn *đg* 演绎：phép suy diễn 演绎法

suy dinh dưỡng *d* 营养不良：Đứa trẻ này bị suy dinh dưỡng. 这小孩营养不良。

suy đi nghĩ lại 思前想后

suy đi tính lại=suy đi nghĩ lại

suy đoán *đg* 推断：Căn cứ vào tình hình mới mà suy đoán ra xu thế phát triển. 根据新情况推断发展趋势。

suy đồi *t* 衰退的, 没落的：quí tộc suy đồi 没落贵族

suy đốn *đg* 衰落, 衰败：vận nhà suy đốn 家道衰落

suy đồng tính lạng 斤斤计较：Con trai mà suy đồng tính lạng như đàn bà. 一个大男人却像女人似的斤斤计较。

suy gẫm=suy ngẫm

suy giảm *đg* 衰减, 削减：suy giảm lòng tin 信心减弱；suy giảm trí nhớ 记忆力减退；suy giảm kinh tế 经济衰退

suy hơn tính thiệt 患得患失；计较得失

suy kiệt *đg* 衰竭

suy lão *t* 衰老的：đến ngày suy lão 衰老之时

suy lí *đg* 推理：suy lí gián tiếp 间接推理；suy lí trực tiếp 直接推理

suy luận *đg* 推论：dạy cho học sinh cách suy luận 教会学生推论

suy ngẫm *đg* 深思, 发人深思：Vấn đề này đáng để mọi người suy ngẫm. 这个问题发人深思。

suy nghĩ *đg* 思索, 考虑：Muốn tự cứu mình thì phải biết suy nghĩ. 若想自我挽救则要懂得思索。

suy nhược *t* 衰弱：suy nhược thần kinh 神经衰弱

suy sụp *đg* 衰退, 衰落：kinh tế bị suy sụp 经济衰退；suy sụp về thể xác lẫn tinh thần 身心疲惫

suy sút *đg* 衰落, 衰退：năng lực suy sút 能力衰退

suy suyển *đg* ①变更, 改变：Đồ đạc không suy suyển. 东西没变样。②减少, 损失：Không cây nào suy suyển một quả. 树上的果一个也没少。

suy tàn *đg* 衰残, 衰颓, 没落：chế độ phong kiến suy tàn 封建社会没落

suy tâm trí phúc 推心置腹

suy thoái *đg* 衰退：nền kinh tế suy thoái 经济衰退

suy tị *đg* 计较：Anh em không nên suy tị với nhau. 兄弟之间不应相互计较。

suy tiểu tri đại 窥一斑而知全豹

suy tính *đg* 掂算, 打算, 思量, 揣度：suy tính kĩ càng 深思熟虑

suy tôn *đg* 推崇, 尊崇：suy tôn ông là thầy 推崇他为师长

suy tổn *đg* 损毁：làm suy tổn danh dự của gia đình 有损家庭的名誉

suy tư *đg* 沉思, 深思

suy trắc *đg* 推测：suy trắc xu thế diễn biến 推测演变趋势

suy trước nghĩ sau 思前想后：làm việc phải suy trước nghĩ sau 做事得思前想后

suy tưởng *đg*; *d* 推想：suy tưởng triết học 哲学推想

suy vi *đg* 衰微：thực lực nhà nước suy vi 国力衰微

suy vong *đg* 衰亡：Chủ nghĩa đế quốc đi vào con đường suy vong. 帝国主义渐渐衰亡。

suy xét *đg* 考虑, 审查：suy xét từ đại cục 从大局考虑

suy yếu *t* 衰弱, 衰退：kinh tế suy yếu 经济衰退

suý=soái

suyễn [汉] 喘 *d* 哮喘：lên cơn suyễn 哮喘发

作

suýt *p* 差点儿，差不多：Anh bạn suýt phì cười. 朋友差点失笑。

suýt nữa＝suýt

suýt soát *t* 差不离：Hai người suýt soát tuổi nhau. 两人年龄差不多。

suỵt *đg* ①吹口哨②嘘：Suỵt, khẽ nhé！嘘，轻点！

sư₁ [汉] 师 *d* ①僧：sư trụ trì 住持②师：sư đồ 师徒；pháp sư 法师

sư₂ [汉] 师 *d* [口] [军] 师（建制）

sư₃ [汉] 狮

sư bà *d* 老尼姑

sư bác *d* 小尼姑，小和尚

sư cô *d* 师姑，尼姑

sư cụ *d* 老法师，老和尚

sư đệ *d* 师弟

sư đoàn *d* [军] 师团：sư đoàn trưởng 师长

sư đồ *d* 师徒

sư hổ mang＝sư hổ mang, vãi rắn rết

sư hổ mang, vãi rắn rết 酒肉和尚

sư huynh *d* 师兄

sư hữu *d* 师友（总称）

sư mẫu *d* 师母

sư mô *d* 僧（带有轻视之义）

sư ni ＝ni cô

sư nói sư phải, vãi nói vãi hay 公说公有理，婆说婆有理

sư nữ *d* 尼姑

sư ông *d* 中年和尚

sư phạm *d* 师范：trường sư phạm 师范学校

sư phụ *d* 师傅

sư sãi *d* 僧侣

sư thầy *d*（修行时间较长的）僧尼

sư trưởng *d* 师长

sư tử *d* 狮子

sư tử biển *d* 海狮

sư tử Hà Đông [口] 河东之狮

sử₁ [汉] 史 *d* 史：lược sử 略史；lịch sử của

nước ta 我国的历史

sử₂ [汉] 使，驶

sử bút *d* 记载历史的方法

sử ca *d* 史诗，韵文史

sử dụng *đg* 使用：sử dụng hợp lí 合理使用

sử gia *d* 历史学家

sử học *d* 史学：nghiên cứu sử học 史学研究

sử kí *d* 史记：ghi chép sử kí 史记记录

sử liệu *d* 史料，历史资料

sử lược *d* 史略

sử quan *d* ①史官②史观

sử quán＝quốc sử quán

sử quân tử *d* [药] 使君子

sử sách *d* 史册

sử thi *d* 史诗

sử tích *d* 史迹

sử xanh *d* 青史

sứ₁ [汉] 使 *d* [旧] ①出使：đi sứ 出使②使者：đặc sứ 特使；công sứ 公使

sứ₂ 瓷：bát sứ 瓷碗

sứ đoàn *d* 使团：sứ đoàn ngoại giao 外交使团

sứ giả *d* 使者，使节：sứ giả hữu nghị 友谊的使者

sứ mạng＝sứ mệnh

sứ mệnh *d* 使命：nhận rõ sứ mệnh của mình 认清自己的使命

sứ quán *d* 使馆：nhân viên sứ quán 使馆人员

sứ thần *d* 使臣：sứ thần của Nhà Thanh 清朝使臣

sứ vệ sinh *d* 卫浴陶瓷

sự [汉] 事 *d* ①事：gây sự 惹事；muốn quên đi mọi sự 想忘掉一切事②（冠词，变动词为名词）：sự lãnh đạo của Đảng 党的领导；sự đau đớn của chị ấy 她的痛苦；sự thông cảm của cô giáo 老师的理解；sự cố gắng của mình 自己的努力

sự biến *d* 事变：sự biến ngày18 tháng 9 九一八

事变

sự chủ *d*（刑事案件的）受害方

sự cố *d* 事故：xảy ra sự cố 发生事故

sự đời *d* 人生：Sự đời của ông gặp phải nhiều trắc trở. 他一生磕磕绊绊的。

sự kiện *d* 事件：sự kiện nghiêm trọng 严重的事件

sự lí *d* 事理，缘由：nói rõ sự lí của chuyện này 说清楚这件事的缘由

sự lòng *d* 心事：biết cùng ai tỏ sự lòng 不知跟谁说心事

sự nghiệp *d* 事业：sự nghiệp cao cả 崇高的事业；sự nghiệp thống nhất tổ quốc 祖国统一大业

sự thật *d* ①事实：bất chấp sự thật 不顾事实；sự thật rõ ràng 事实清楚②真理

sự thể *d* 事体，事情，情况：làm rõ sự thể thế nào 搞清楚情况

sự thế *d* 事态：Sự thế phát triển ra sao. 事态如何发展。

sự thực=sự thật

sự tích *d* 事迹，故事：sự tích của bánh trung thu 中秋月饼的故事

sự tình *d* 事情，事情的经过：Sự tình là như thế. 事情的经过是这样的。

sự vật *d* 事物：Sự vật mới không ngừng xảy ra. 新生事物层出不穷。

sự việc *d* ①事情，事件：giải thích đầu đuôi của sự việc 解释事情的来龙去脉②事故：Sự việc đã xảy ra. 事故已经发生。

sự vụ *d* 事情，事件（贬义）：Sự vụ đang trong điều tra. 事件正在调查当中。*t* 事务性的，事务主义的：Công việc sự vụ quá nhiều. 事务性的工作太多。

sự vụ chủ nghĩa=sự vụ

sưa *t* 稀疏：Tấm vải này sưa quá đâu mà che được nắng. 这块料子太疏遮不了太阳。

sửa *đg* ①修正，修理，修改：sửa đường 修路②纠正，改正：đã sai là sửa 错了就改；sửa

mình 改过自新；sửa sai 改正错误③整治：sửa một trận nghiêm 严厉地整治

sửa chữa *đg* 修理，改正，维修：sửa chữa ô-tô 汽车维修；sửa chữa lớn 大修；sửa chữa nhỏ 小修；sửa chữa vừa 中修

sửa dép vườn dưa 瓜田李下（在多疑之地要谨小慎微，不贻人口实）

sửa đổi *đg* 修改，更改，改变：Tôi thấy điều gì bất hợp lí thì sửa đổi ngay. 我发现不合理就修改。

sửa lưng *đg*[方] 整治

sửa mũ dưới đào=sửa dép vườn dưa

sửa sang *đg* ①安排，打点：sửa sang lại dáng vẻ bên ngoài 收拾打扮②修整：sửa sang lại nhà cửa 将房子修整一新

sửa soạn *đg* 整理，安排，打点：Mọi người lo dọn dẹp, sửa soạn cho giờ đón giao thừa lúc nửa đêm. 大家忙着收拾整理准备迎接除夕夜的到来。

sữa *d* ①奶，乳：sữa bò 牛奶②乳状物：sữa cao-su 橡胶汁③幼嫩之物：lợn sữa 乳猪

sữa chua *d* 酸奶：sữa chua mật ong 蜂蜜酸奶

sữa đậu nành *d* 豆浆，豆奶：Sữa đậu nành có lợi cho sức khoẻ của con người. 豆浆对人的身体有益。

sữa mẹ *d* 母乳：bú sữa mẹ cho con 给孩子喂母乳

sữa ong chúa *d* 蜂王浆：Sữa ong chúa là một loại thuốc bổ. 蜂王浆是一种补品。

sữa tươi *d* 鲜奶

sứa₁ *d*[动] 海蜇，水母

sứa₂ *đg* 漾奶：Cho con bú nhiều quá sẽ bị sứa. 给孩子喂太饱会噎奶。

sựa=sứa₂

sức₁ *d* ①力量，劲头：có sức 有劲②能力：sức người 人力；sức của 物力；sức chịu đựng 承受力

sức₂ [汉] 饰 *d* 服饰：phục sức đẹp mắt 漂亮的服饰

sức bật *d* 弹跳力：Sức bật của vận động viên rất quan trọng. 运动员的弹跳力很关键。

sức bền *d* 强度：sức bền của thép钢的强度

sức cùng lực kiệt 筋疲力尽：đợi đến họ sức cùng lực kiệt 等到他们筋疲力尽

sức dài vai rộng 身强力壮：Trông chàng này sức dài vai rộng. 这年轻人看起来身强力壮。

sức ép *d* 压力：biến sức ép thành động lực 变压力为动力

sức kéo *d* 牵引力，拉力

sức khoẻ *d* ①健康：sức khoẻ dồi dào 身体健康②体质，健康情况：Sức khoẻ yếu phải thường xuyên tập luyện. 体质弱要常锻炼。

sức lao động *d* 劳动力：sức lao động dư thừa 剩余劳动力

sức lực *d* 力量，体力，精力：Sức lực của mọi người không lượng trước được. 众人的力量不可估量。

sức mạnh *d* 力量，强力，威力：sức mạnh của đoàn kết dân tộc 民族团结的力量

sức mấy *t* 多大力气，多大能耐：Sức mấy mà cãi được với nó! 你有多大力气能吵得过他啊！

sức mua *d* 购买力：sức mua kém 购买力差

sức ngựa *d* 马力：sức ngựa lớn 大马力

sức sản xuất *d* 生产力：giải phóng sức sản xuất 解放生产力

sức sống *d* 生命力，活力：Hoa dã quì có sức sống mãnh liệt. 葵花有着极强的生命力。

sức vóc *d* 力气，力量

sực₁ *t* (气味) 浓烈：sực mùi hoa quế 浓烈的桂花香

sực₂ *p* 忽然，骤然：sực nhớ ra một việc 忽然想起一件事

sực₃ *đg* 打，揍：sực với nhau 互相打斗

sực nức *t* 浓烈，浓郁：Mùi hoa hồng sực nức cả nhà. 满屋子浓郁的玫瑰花香。

sùn sựt [拟] [方] (脆生生的咀嚼声)：nhai sùn sựt 嚼得脆生生的

sưng *đg* ①肿，肿大：khóc đến sưng cả mắt 哭得眼都肿了②发炎：sưng phổi 肺炎

sưng húp *đg* 肿大起来：mặt sưng húp 脸肿起来

sưng mày sưng mặt *đg* 沉下脸，板起面孔：Bị phê bình, anh sưng mày sưng mặt. 被批评，他沉下了脸。

sưng phổi *d* 肺炎：Cháu bị sưng phổi phải nằm viện. 小孩得了肺炎要住院。

sưng sia *đg* 沉下脸：Mới nói được một câu là mặt anh đã sưng sia. 刚说了一句，他就沉下了脸。

sưng sưng *t* 脸色沉沉的：Làm gì mà mặt mày sưng sưng lên thế. 怎么你的脸色这么难看。

sưng vều=sưng vù

sưng vếu=sưng vù

sưng vù *đg* 肿起：Bị ngã, đầu gối bị sưng vù. 摔了一跤，膝盖摔肿了。

sừng *d* 角：sừng tê giác 犀牛角；sừng trâu 牛角

sừng sỏ *t* 悖逆；执拗

sừng sộ *t* 气势汹汹，盛气凌人：Một lũ trẻ sừng sộ ập đến. 一群年轻人气势汹汹地冲来。

sừng sừng sộ sộ=sừng sộ

sừng sực *t* 气势汹汹：Anh sừng sực chạy đến muốn gây chuyện. 他气势汹汹地跑来想找茬。

sừng sững *t* 屹立，巍然：Cây tùng đứng sừng sững bên vách đá. 松树屹立在悬崖边上。

sửng *t* 发愣，愕然，惊愕：Nghe tin đột ngột quá, anh sửng cả người. 消息来得太突然，他人都愣了。

sửng cồ *t* 勃然，愤愤，愤然：Vừa nghe thấy câu chuyện này là anh sửng cồ ngay. 得知此事他勃然大怒。

sửng sốt *t* 惊愕，愕然：Thật là sửng sốt khi tôi

đọc được bản tin này. 看到这则消息我不禁愕然。

sững *t* 呆然: Thấy giặc cướp xuất hiện đột ngột anh đứng sững lại. 看到劫匪突然出现他呆住了。

sững rững=sựng rựng

sững sàng *t* 发愣的, 发呆的: Mọi người thấy sững sàng trước tin ác. 噩耗传来大家都愣了。

sững sờ=sững sàng

sững sững=sừng sững

sựng *đg* 突然呆住, 突然停住: Anh ấy đang đi bỗng sựng lại. 他正走着突然停住脚步。

sựng rựng *t* 犹豫, 踌躇: Một số người sựng rựng không chịu rời khỏi quê mình. 一些人犹豫着不想离开家乡。

sươi *t* ① 干, 干涩: Trời lạnh làm sươi da. 天冷了皮肤干干的。②（放少许盐）暴腌的: rau cải ướp sươi 腌白菜

sưởi *d* 麻疹: lên sưởi 起麻疹 *đg* 取暖: bộ đồ sưởi ấm 取暖器材

sưởi nắng *đg* 晒太阳: Mùa đông sưởi nắng rất có bổ ích cho sức khoẻ con người. 冬天多晒太阳对身体有好处。

sươn *đg* 渗出: Vết thương sươn máu. 伤口处渗血。

sườn *d* ① 胁: hai bên sườn 两胁 ② 半腰: sườn núi 半山腰 ③ 肋骨, 排骨: sườn lợn 猪排 ④ 架子, 骨架: sườn xe 车架子

sườn sượt=thượt

sương₁ [汉] 霜 *d* ① 雾, 霜: sương mù dày đặc 雾气重重 ② 露珠（同 sương móc）: giọt sương long lanh 晶莹剔透的露珠 ③ 霜白色: tóc bạc sương 鬓白如霜

sương₂ [汉] 孀, 厢, 箱

sương giá *d* 霜

sương giáng *d* 霜降（二十四节气之一）

sương gió *d* 风霜, 风雨: cuộc đời sương gió 风雨人生

sương móc *d* 露珠

sương mù *d* 雾: Hôm nay sương mù nặng buộc phải ngừng các chuyến bay. 今天雾大, 航班被迫取消。

sương muối *d* 霜: Sau trận sương muối lớn, nghề trồng chuối bị tổn thất nặng. 霜冻过后种蕉业损失严重。

sương muối là mặt đất, ai có thóc đem phơi 霜冻过后好晒谷（喻天气晴朗）

sương phụ *d* 寡妇

sương sương *t* ① 潮乎乎的: tưới nước sương sương 浇水多潮乎乎的 ② 少许的; 轻轻的: nói sương sương 轻轻地说

sường sượng=sượng sương

sướng₁ [汉] 畅 *t* ① 高兴, 快乐, 喜悦: khổ trước sướng sau 先苦后甜 ② 痛快, 畅快: ngắm cho sướng mắt 饱眼福

sướng₂ [汉] 唱, 怅

sướng bằng đỗ trạng 欣喜若狂

sướng mạ *d* 秧田

sướng như tiên 快活如神仙

sướng rơn *t* 喜悦, 痛快: Được gặp má nó, nó sướng rơn. 能见到母亲, 他喜悦极了。

sượng *t* ① 夹生: Bánh chưng luộc còn sượng. 粽子还夹生。② 生硬: lời văn còn sượng 文笔生硬 ③ 羞涩, 难为情: Được khen, cô bé thấy sượng. 听到夸奖, 小姑娘不好意思了。

sượng câm=sượng trân

sượng mặt *t* 脸皮薄, 难为情: Thật là sượng mặt. 真是难为情。

sượng sàng=sượng sùng

sượng sùng *t* 羞答答, 忸怩: Cô dâu lần đầu gặp bố mẹ chồng còn sượng sùng. 媳妇头次见公婆羞答答的。

sượng sượng *t* 有点夹生: Khoai lang luộc còn sượng sượng. 红薯煮得还有点夹生。

sượng trân *t* ① 夹生: Khoai luộc còn sượng

trân không ngon. 甘薯夹生不好吃。②羞涩，难为情：Đứng sượng trân một bên. 难为情地站在一旁。

sướt *đg* ①掠过，擦过（同 sượt）：Viên đạn sướt qua mặt. 子弹从跟前飞过。②擦伤：cào sướt da 抓破皮

sướt mướt *t* ①滂滂的②伤感的：Có bữa chị khóc sướt mướt một mình bên đống thư. 有时她对着一大沓信伤心落泪。

sượt *đg* 掠过，擦过

sượt sượt=thượt

sứt *đg* 崩缺，破损：Bát này bị sứt, thay một chiếc khác. 这碗是破的，换另一个。

sứt đầu mẻ trán 头破血流，损兵折将：Trận đánh này làm cho địch sứt đầu mẻ trán. 这一仗打得敌人损兵折将。

sứt mẻ *đg* 崩缺，残缺不全，损伤：Tình cảm hai người bị sứt mẻ. 两人感情破裂。

sứt sẹo *t* 斑痕累累：Những viên gạch ngói sứt sẹo sau cơn bão. 风暴过后一片残砖破瓦。

sựt [拟] 嘎（啃硬物声）

sựt sựt=sừn sựt

sưu *d* [旧] 捐赋，丁赋（封建时期）：nộp sưu 捐赋

sưu₁ [汉] 搜 *đg* 搜寻：sưu tầm 搜寻

sưu₂ [汉] 叟，嗖，馊，廋

sưu cao thuế nặng 苛捐杂税

sưu dịch *d* [旧] 赋役

sưu tầm *đg* 搜寻，搜集：sưu tầm tài liệu 收集材料

sưu tập *đg* 搜集

sưu thuế *d* [旧] 赋税

sửu₁ [汉] 丑 *d* ①丑（地支第二位）：năm Ki Sửu 己丑年②丑时（夜间一点至三点）

sửu₂ [汉] 叟，漱

T t

t₁,T₁ 越语字母表的第 24 个字母

t₂,T₂ 吨

ta₁ *d* 我们，咱们：nước ta 咱们国家

ta₂ *t* 我国的；国产的，本土的：hàng ta 国货；thuốc ta 本地药材

ta₃ [汉] 嗟

ta-nanh =ta-nin

ta-nin *d* [药] 单宁，单宁酸

ta-rô *d* 套丝板牙

ta thán *đg* 嗟叹：Hiện tượng tham nhũng gây nên sự ta thán của dân chúng. 贪污现象引起民众嗟叹。

tà₁ *d* 衣襟：tà áo 衣角

tà₂ [汉] 邪 *d* 邪魔 *t* 邪的，邪恶的：tà giáo 邪教

tà₃ [汉] 斜 *t* 斜：ánh nắng chiều tà 斜阳

tà âm *d* 邪音

tà dâm *t*；*đg* 淫乱，淫秽

tà dương *d* 斜阳，夕阳：nhuộm màu tà dương 斜阳一片

tà đạo *d* 邪教

tà gian *t* 奸邪

tà giáo =tà đạo

tà huy *d* 傍晚的日光

tà khí *d* 邪气：xua tan tà khí 驱除邪气

tà khúc *t* 邪，不正当：làm điều tà khúc 行为不当

tà loa₁ *t* 钝，不锋利：Con dao tà loa. 刀已经钝了。

tà loa₂ *t* 宽：chai miệng tà loa 宽口瓶

tà ma *d* 邪魔，妖魔

tà tà₁ *t* 斜：tà tà bóng ngả về tây 斜阳西下

tà tà₂ *p* 慢慢：cứ tà tà mà làm 慢慢地做

tà tâm *d* 邪念：lộ ra tà tâm 心生邪念

tà thuật *d* 邪术：Hắn kiếm sống bằng tà thuật. 他以邪术为生计。

tà thuyết *d* 邪说：Đây là tà thuyết, mọi người đừng có mà tin. 这是邪说，大家别相信。

tà vạy *t* 邪恶，阴险：lòng tà vạy hiểm ác 用心

tà vẹt *d* 枕木：thay tà vẹt sắt 换钢枕木

tà ý *d* 邪念：nảy sinh tà ý 萌生邪念

tả₁ [汉] 泻 *d* 泄泻，霍乱：Mùa hè phải cẩn thận phòng ngừa dịch tả. 夏天需注意预防霍乱。

tả₂ [汉] 左 *d*；*t* 左：nhân sĩ cánh tả 左派人士；tả khuynh 左倾

tả₃ [汉] 写 *đg* 描写，表现：tả cảnh 写景；niềm vui khó tả 喜悦难以言表

tả biên *d* 左边

tả chân *đg* 写真，写实：nghệ thuật tả chân 写真艺术

tả dực *d* 左翼

tả đạo =tà đạo

tả đột hữu xung =tả xung hữu đột

tả hữu *d* 左右，左右的侍者或亲信

tả khuynh *t* [政] 左倾：chủ nghĩa tả khuynh 左倾主义

tả ngạn *d* 左岸：Tả ngạn sông Ung Giang một màu xanh biếc. 邕江左岸满目青葱。

tả phủ hữu bật 左扶右帮

tả thực *đg* 写实：Văn tả thực thì hơi khó. 写实文章比较难写。

tả tơi *t* ①破烂不堪，褴褛：quần áo tả tơi 衣衫褴褛 ②不可收拾，紊乱：quân địch tả tơi 残兵败将

tả xông hữu đột = tả xung hữu đột

tả xung hữu đột 左突右冲

tã₁ *d* 尿布，襁褓：thay tã 换尿布

tã₂ *t* 破烂，残旧：Chiếc xe này tã quá. 这辆车太旧了。

tã giấy *d* 纸尿布

tã lót *d* 尿布

tá₁ [汉] 佐 *d* ①校，佐：thiếu tá 少校；đại tá

大校 ② 协助, 辅助: phụ tá 助手; bang tá 帮佐 (治安长)

tá₂ *d* 一打 (十二个): Tôi mua một tá bánh bao. 我买一打包子。

tá₃ [汉] 借

tá dược *d* 辅助药, 溶解剂

tá điền *d* 佃农

tá hoả *đg* 慌神, 失态

tá gà *đg* 代写, 代作 (指学生考试作弊): nhờ người khác tá gà 托人代考

tá tả *đg* 代拟: tá tả văn khế 代写契约

tá tràng *d* 十二指肠: Cô bị viêm tá tràng. 她 患了十二指肠炎。

tá tụng *đg* 责备, 埋怨: Bà tá tụng suốt đêm. 老太太埋怨了一个晚上。

tạ₁ *d* 沉重的物件: cử tạ 举重

tạ₂ [汉] 榭 *d* 榭 (三面环水的亭阁): thuỷ tạ 水榭

tạ₃ *d* 公担 (重量单位): một tạ thóc 一公担 稻谷

tạ₄ [汉] 谢 *đg* [旧] 谢: cảm tạ 感谢; tạ thế 谢 世; hoa tạ 花谢

tạ ân *đg* 谢恩: Tạ ân những người từng giúp đỡ mình. 向曾经帮助过自己的人致谢。

tạ biệt *đg* 谢别, 告别, 告辞: Anh tạ biệt bố mẹ lên đường. 他辞别父母上路了。

tạ chức *đg* 辞职: tạ chức về làng 告老还乡

tạ thế *đg* 谢世, 过世: Cụ đã tạ thế. 老爷子已 经过世。

tạ tuyệt *đg* 谢绝: tạ tuyệt mọi lời mời 谢绝 一切邀请

tạ từ *đg* [旧] 谢辞 (谢过并告辞)

tác [汉] 作

tác chiến *đg* 作战: bộ đội tác chiến 作战部 队

tác chiến điện tử *đg* 电子作战: Tác chiến điện tử đã được sử dụng rộng rãi. 电子作战已 经得到广泛运用。

tác dụng *d* 作用: Đây là một bộ phim có tác

dụng giáo dục. 这是一部有教育作用的影 片。*đg* 作用, 发生作用: Hai thứ chất này tác dụng với nhau. 这两种物质相互作用。

tác động *d* 影响: tác động của khí hậu đối với môi trường 气候对环境的影响 *đg* 产生作 用: Chính sách này tác động tích cực tới sự phát triển của thị trường. 这项政策对市场 发展产生了积极作用。

tác gia *d* 名作家: tác gia văn xuôi hiện đại 现 代散文名作家

tác giả *d* 作者

tác hại *d*; *đg* 危害, 妨害, 伤害: tác hại của cơn rét đậm 冻灾的危害; Những hoạt động này có tác hại đến xã hội. 这些活动危害社 会。

tác hợp *đg* [旧] 结合: Đây là lứa đôi trời xanh tác hợp. 这是天作之合的一对。

tác kiển tự phọc 作茧自缚: Cách làm của mày chẳng khác gì tác kiển tự phọc. 你的 这种做法无异于作茧自缚。

tác nghiệp *đg* 作业: ấn định kế hoạch tác nghiệp 制订作业计划

tác nhân *d* 动因, 原因: tìm ra tác nhân 找出 原因

tác oai tác phúc=tác uy tác phúc

tác oai tác quái 作鬼作怪

tác phẩm *d* 作品: tác phẩm xuất sắc 优秀作 品

tác phong *d* 作风: tác phong làm việc 工作 作风

tác phúc tác uy=tác uy tác phúc

tác quái *đg* 作怪

tác quyền *d* 著作权: Đây là hành vi vi phạm tác quyền. 这是侵犯著作权的行为。

tác thành *đg* ① 形成, 养成 ② 培育, 造 就: Xin cám ơn bà đã tác thành cháu nên người. 感谢您对我的培育之恩。

tác uy tác phúc 作威作福

tạc₁ [汉] 凿 *đg* ① 刻凿: tạc đá bia 刻石碑 ②

铭记,牢记: ghi tạc 铭记

tạc₂ [汉] 酢 *đg* 酬酢

tạc₃ [汉] 炸 *đg* 炸: oanh tạc 轰炸

tạc bích du quang 凿壁偷光

tạc dạ ghi lòng 刻骨铭心: Lời nói của bác khiến cháu tạc dạ ghi lòng. 他的一番话让我刻骨铭心。

tạc dạ ghi tâm=tạc dạ ghi lòng

tách₁ *d* 茶杯: một tách chè 一杯茶

tách₂ *đg* ①掰开,剖开,分割: tách quả bưởi ra từng múi 将柚子一瓣一瓣掰开②分开, 分别,分裂;单列: tách vấn đề này ra 将这个问题单列开

tách bạch *đg* ; *t* 分开,分离,分别: tách bạch hai thứ này ra để riêng 把这两样东西分开另外放

tách biệt *đg* ; *t* 分离,分开: tự tách biệt mình ra khỏi tập thể 自己脱离集体

tách tách [拟] 滴滴答答

tạch [拟] 噼,啪 (小爆炸声)

taekwondo *d* 跆拳道

tai₁ *d* ①耳朵: tai nghe 耳塞②把 (儿),耳 (指耳状物): tai ấm 壶把 *đg* 揌,打,批 (耳光): Tai cho nó một cái. 给他一耳光。

tai₂ [汉] 灾,哉

tai ác *t* 可恶,缺德,损德,不道德: Ai mà tai ác thế! 谁这么缺德！

tai ách *d* [旧] 灾厄,灾殃,灾祸,灾难,不幸: Tai ách xảy ra đột ngột. 灾祸突如其来。

tai bay hoạ gió= tai bay vạ gió

tai bay vạ gió 飞来横祸,祸从天降,无妄之灾

tai biến *d* 灾变: Gia đình gặp cơn tai biến. 家里遭遇灾变。

tai biến bất kì 飞来横祸: Tai biến bất kì khiến con bé lúng túng. 飞来横祸让小小年纪的他一时无所适从。

tai hại *t* 有害的: Loại thời tiết này rất tai hại đối với cây trồng. 此类天气对农作物非常

有害。*d* 灾害

tai hoạ *d* 灾祸: Tai hoạ giáng đến gia đình tôi. 灾祸降临我家。

tai hoạ bất kì 无妄之灾

tai hồng *d* ①翼形螺母: tai hồng xe đạp 自行车翼形螺母② [药] 柿蒂

tai mắt *d* ①耳目: làm tai mắt của cơ quan đặc biệt 做特殊机关的耳目② [旧] 头面人物,知名人士: nhân vật tai mắt 头面人物

tai nạn *d* ①灾难: gặp tai nạn lớn 遭遇大灾难②事故: bồi thường tai nạn lao động 工伤事故赔偿

tai nghe mắt thấy 耳闻目睹: những điều tai nghe mắt thấy tại Trung Quốc 在中国耳闻目睹的事

tai ngược *t* 恶劣,强横: làm việc tai ngược 做事强横无理

tai qua nạn khỏi 消灾避难: Hắn tưởng có thể tai qua nạn khỏi, nào ngờ lại có chuyện khác xảy ra. 他们以为可以消灾避难了,谁知又起事端。

tai quái *t* 顽皮,调皮: Cậu bé này tai quái lắm. 这小家伙顽皮得很。

tai tái *t* 生的,未熟的: miếng thịt tai tái 未熟的肉

tai tiếng *d* 恶名,臭名: tai tiếng đồn xa 恶名远扬

tai to mặt lớn (人物) 位高权重 (含贬义): Lúc đó ông cũng thuộc bậc tai to mặt lớn. 那时他也算是个场面人物。

tai trời ách đất 大灾害,大灾难: Vụ sóng thần là một tai trời ách đất. 海啸是场大灾难。

tai ương *d* 灾殃: Anh không biết lời nói của anh đã gieo rắc tai ương. 他浑然不知他的一番话竟已种下灾殃。

tai vạ *d* 灾祸: Anh bình thản hứng chịu tai vạ. 他坦然面对灾祸。

tai vách mạch dừng 隔墙有耳: Hãy cẩn thận, ở đây tai vách mạch rừng. 小心点儿, 这里隔墙有耳。

tai vách mạch rừng =tai vách mạch dừng

tài [汉] 才 *d* 才能, 才干, 本事, 本领: có tài 有才; tài năng 才能 *t* 有才的: cắt giấy rất tài 有剪纸才能

tài ba *d* 才气 *t* 有才能的, 多才多艺的: nghệ sĩ tài ba 多才多艺的艺术家

tài cán *d* 才干

tài cao đức trọng 德高望重: Hội nhảy đèo do người tài cao đức trọng chủ trì. 跳坡节由德高望重的人来主持。

tài cao học rộng 博学多才: Chỉ có người tài cao học rộng mới có thể gánh vác nổi chức vụ này. 只有博学多才之人才可胜任此职。

tài chính *d* 财政, 财务: Bộ trưởng Bộ Tài chính 财政部长; khủng hoảng tài chính tiền tệ 金融危机

tài chủ *d* [旧] 财主

tài danh *t* [旧] 有名气的, 有名的: Ông ấy rất có tài danh. 他很有名气。Anh là nhà doanh nghiệp tài danh. 他是有名的商人。*d* 有才能有名望的人

tài đức *d* 才德, 德才: người có tài đức 德才兼备的人

tài đức kiêm toàn 德才兼备: những người tài đức kiêm toàn 德才兼备的人

tài giảm *đg* 裁减: cuộc tài giảm quân bị vòng mới 新一轮的裁军活动

tài giỏi *t* 有才能的, 有才干的, 有本事的: người tài giỏi 有才干的人

tài hoa *d* 才华: Chị rất có tài hoa văn chương. 她很有文学才华。*t* 有才华的: hoạ sĩ tài hoa 有才华的画家

tài khoá *d* 财政年度: dự toán tài khoá năm 财政年度预算

tài khoản *d* 账户: xoá tài khoản ngân hàng 注

销银行账户

tài liệu *d* 材料, 资料, 文件: tài liệu tham khảo 参考资料; điền tài liệu cá nhân tường tận 填写详细的个人资料

tài lộc *d* 财禄

tài lực *d* 财力: huy động mọi nhân lực, vật lực và tài lực 动用一切人力、物力和财力

tài lược *d* 才略

tài mạo kiêm toàn 才貌双全: Tìm một bạn đời tài mạo kiêm toàn không phải là chuyện dễ dàng. 找一个才貌双全的伴侣不是件容易的事。

tài nào mà chẳng [口] 不…才怪: Giao nhiệm vụ cho lũ này làm tài nào mà chẳng hỏng việc. 把任务交给这帮人干不耽误了才怪。

tài năng *d* 才能: trổ hết tài năng của mình 充分发挥自己的才能

tài nghệ *d* 才艺: cuộc thi biểu diễn tài nghệ từng gia đình 家庭才艺表演大赛

tài nguyên *d* 资源, 财源: tài nguyên khoáng sản 矿产资源

tài phán *đg* 裁判 (仲裁): cơ quan tài phán 仲裁机关

tài phiệt *d* 财阀

tài phú *d* 财富

tài sản *d* 财产, 资产: tài sản khổng lồ 大笔财产; tài sản công cộng 公共资产

tài sản cố định *d* 固定资产

tài sản lưu động *d* 流动资产

tài sản tịnh *d* 净资产

tài sắc *d* 才色, 才貌

tài sơ trí thiển 才疏学浅: Người tài sơ trí thiển không thể làm tròn nhiệm vụ này. 才疏学浅的人无法胜任此工作。

tài thần *d* 财神

tài tình *t* 有才能的, 有才干的, 有本事的; 英明的, 天才的, 卓越的

tài trí *d* 才思, 才智, 天资, 智能: tài trí mẫn

tiệp 才思敏捷 *t* 有才干的, 聪明的: vừa
gan dạ vừa tài trí 既胆大又聪明

tài trợ *đg* 资助: tài trợ vùng sâu vùng xa 资
助边远地区

tài tử *d* ① [旧] 才子: tài tử đa tình 多情才
子 ②演员, 艺人: tài tử trẻ xuất sắc 杰出青
年演员 *t* ①业余: giải thi ca sĩ tài tử 业余
歌手比赛 ② [口] 放任不羁, 任性

tài tử giai nhân 才子佳人

tài vụ *d* 财务: buổi học dành cho nhân viên
tài vụ 财务人员学习班

tài xế *d* 司机: Tài xế lúc mệt mỏi không được
phép lái xe. 司机不能疲劳驾驶。

tải₁ *d* 麻包: một tải đậu nành 一麻包黄豆

tải₂ [汉] 载 *đg* 运输: tải đạn dược lên tiền tuyến
将弹药运输到前线

tải điện *đg* 输电: trạm tải điện 输电站

tải thương *đg* 运送伤员 *d* 运送伤员者

tải trọng *d* 载重量: Tải trọng của xe này là
12 tấn. 这辆车的载重量是十二吨。

tãi *đg* 摊开: Tãi lạc nhân phơi cho chóng khô.
将花生仁摊开来晒干得快。

tái₁ *t* ① (肉类) 半生熟的: Bà cho cháu một
bát phở bò tái. 给我来一碗半生熟的牛肉
粉。 ②苍白, 无血色的: Anh tái cả mặt.
他脸色发白。

tái₂ [汉] 再, 塞

tái bản *đg* 再版, 重印: lần tái bản thứ ba 第
三次重印

tái bút *đg* 再书, 又及 (书信用语)

tái chế *đg* 再生: cao-su tái chế 再生胶

tái cử *đg* 再次当选: tái cử tổng thống 再次
当选总统

tái diễn *đg* 重演: lịch sử tái diễn 历史重演

tái đầu tư *đg* 再投资, 追加投资: tái đầu tư
mở rộng sản xuất 再投资扩大生产

tái giá *đg* ①再嫁: không tái giá 不再嫁 ②补
种, 追种: cấy tái giá sau cơn thiên tai 灾后
补种

tái hiện *đg* 再现, 重现: tái hiện lịch sử 再现
历史

tái hồi *đg* 重回故里: tái hồi quê hương 重回
故里

tái hồi Kim Trọng (夫妻) 破镜重圆

tái hợp *đg* 重新团聚

tái kiểm *đg* 重新检查

tái lai *đg* 再来, 重来: Buổi thanh xuân qua đi
mà không tái lai. 青春逝去不再来。

tái lập *đg* 重新设立, 重新确立, 重建: tái lập
hoà bình 和平重现; tái lập gia đình 重建
家庭

tái mét *t* 苍白, 灰白, 无血色的: Mặt cô tái
mét không nên lời. 她脸色苍白说不出话
来。

tái ngắt = tái mét

tái ngộ *đg* [旧] 再遇, 重逢: Hai anh em tái ngộ
trên chiến trường. 兄弟俩在战场上重逢。

tái ngũ *đg* 重新入伍

tái nhập *đg* (出口后) 再进口

tái nhiễm *đg* 再次感染: Ốm qua một lần sẽ
không bị tái nhiễm. 生过病就不会再被感
染。

tái nhợt *t* 苍白: gương mặt tái nhợt 脸色苍
白

tái ông thất mã 塞翁失马, 焉知祸福

tái phạm *đg* 再犯, 重犯: Ai mà tái phạm quyết
xử nặng. 谁再犯必重罚。

tái phát *đg* 复发: bệnh tim tái phát 心脏病复
发

tái sản xuất *đg* 再生产: tăng thêm đầu tư tái
sản xuất 追加投资再生产

tái sinh *đg* 再生: nguồn năng lượng có thể tái
sinh 再生能源

tái tạo *đg* 再造, 重现: tái tạo quãng lịch sử đó
重现那段历史

tái tê *t* 悲伤, 心痛

tái thẩm *đg* 复审: Vụ án này sẽ tái thẩm. 此
案将复审。

tái thế *d* 再世，来世：Mong được gặp nhau vào tái thế. 望来世再相遇。

tái thế tương phùng 恍如隔世

tái thiết *đg* 重建：tham gia công tác tái thiết sau động đất 参加震后重建工作

tái vũ trang *đg* 重新武装：Hải tặc tái vũ trang bằng tiền chuộc. 海盗用赎金重新武装队伍。

tái xanh *t* 脸色发青：Mặt anh tái xanh, im lặng. 他脸色发青，一句话也不说。

tái xanh tái xám 面无血色，脸色惨白：Chỉ thấy anh mặt tái xanh tái xám. 只见他面无血色。

tái xuất *đg* 转口贸易

tại [汉] 在 *k* ①在，处在：sinh ra và lớn lên tại Hà Nội 在河内出生长大②在于，由于，因为：tại xe hỏng nên đến muộn 因车坏而来晚

tại anh tại ả, tại cả hai bên 双方都有错：Chuyện này tại anh tại ả, tại cả hai bên. 这件事双方都有错。

tại chỗ *t* 原地的，就地的，现场的：làm việc tại chỗ 现场办公

tại chức *t*[旧] 在职的：nghiên cứu sinh tại chức 在职研究生

tại gia *đg* 在家修行：Anh đang tu tại gia. 他正在家修行。

tại ngũ *t* 在伍的，现役的：lính tại ngũ 现役军人

tại sao 缘何，为何，何故，为什么：Tại sao lại khóc? 为何又哭？

tại trận *t*[口] 当场，就地：bị bắt tại trận 当场被抓

tại vị *đg* 在位

tam [汉] 三 *d* 三

tam bản *d* 舢板

tam bành *d*[宗] 三彭

tam bảo *d*[宗] 三宝（佛、法、僧）

tam cấp *d* 三级

tam cố thảo lư 三顾茅庐

tam cung lục viện 三宫六院

tam cương *d* 三纲

tam đại *d* 三代（父亲、祖父、曾祖父）*t*[口] 陈旧的，老掉牙的

tam đảo *d*[宗] 三岛（蓬莱、方丈、瀛洲）

tam đầu lục chi 三头六臂

tam đoạn luận *d* 三段论

tam giác *d* 三角

tam giác cân [数] 等腰三角形

tam giác đều [数] 等边三角形

tam giác vuông [数] 直角三角形

tam giáo *d*[宗] 三教（儒、佛、道）

tam giới *d*[宗] 三界（佛教术语，欲界、色界、无色界）

tam huyền *d*[乐] 三弦琴

tam khôi *d* ①三魁（解元、榜眼、状元）②三魁之首（状元、榜眼、探花）

tam lệnh ngũ thân 三令五申

tam mộc thành sâm 三木成森

tam nguyên *d*[旧] 三元（解元、会元、状元）

tam nhân đồng hành tất hữu ngã sư 三人行必有我师

tam quan *d*[宗] 三观门（佛寺正门的三座大门）

tam quang *d* 三光（日、月、星）

tam quân *d* 三军（海、陆、空）

tam quốc *d* 三国（指中国古代魏、蜀、吴三国）

tam quyền phân lập *d*[法] 三权分立

tam sinh₁ *d* 三生

tam sinh₂ *d* 三牲（牛、羊、猪）

tam tai *d* 三灾（火、风、水）

tam tài₁ *d* 三才（天、地、人）

tam tài₂ *d* 三色：cờ tam tài 三色旗（俗指法国国旗）

tam tạng *d*[宗] 三藏（经藏、律藏、论藏）

tam tấu *d*；*đg* 三重奏

tam thập lục kế 三十六计

tam thập nhi lập 三十而立

tam thất *d* [药] 三七

tam thế *d* [宗] 三世

tam thức *d* [数] 三项式

tam toạng *t* 粗枝大叶，粗心大意，马马虎虎：ăn nói tam toạng 做事马马虎虎

tam tòng *d* [旧] 三从（未嫁从父，既嫁从夫，夫死从子）：tam tòng tứ đức 三从四德

tàm tạm *t* 还行的，过得去的：công việc tàm tạm 工作还行

tám *d* 八：ngày làm việc tám tiếng 每天工作八小时；leo lên đến tầng tám 爬上八楼；cao một mét tám 高一米八

tám đời *d* ①八辈子：chuyện tám đời 八辈子的事②时间很久（同 tám hoánh）

tám hoánh *d* [口] 时间很久：Họ đi từ tám hoánh nào rồi. 他们已去了很久了。

tám thơm *d* 八香米

tạm [汉] 暂 *p* 暂且，姑且，差不多：tạm quyết định như vậy 暂且这样决定 *đg* 对付着，凑合，将就：ăn tạm cái bánh cho đỡ đói 先凑合着吃块饼干

tạm biệt *đg* 暂别，再见：Xin tạm biệt các đồng chí! 再见了同志们！

tạm bợ =tạm thời

tạm chi *đg* 预支：tạm chi khoản tiền công trình 预支工程款

tạm cư *đg* 暂住：nhân viên tạm cư 暂住人员

tạm quyền *t* 临时的：chính phủ tạm quyền 临时政府

tạm thời *t* 暂时的，临时的：biện pháp tạm thời 临时措施 *p* 暂时：xí nghiệp tạm thời ngừng hoạt động 企业暂时停止生产

tạm thu *đg* 预征，暂收

tạm trú *đg* 暂住：giấy tờ tạm trú 暂住证

tạm tuyển *đg* 暂选，临时聘用：nhân viên tạm tuyển 临时工

tạm ứng *đg* 预支，预付：tạm ứng lương tháng sau 预支下个月的工资

tạm ước *d* 临时约定

tan *đg* ①散，散碎，粉碎：vỡ tan 打碎②溶解，消融：muối tan trong nước 盐在水中溶化③分散，解散，散开：mây tan 云散开④结束：tan tầm 放工；tan học 放学

tan cửa nát nhà 家破人亡

tan hoang *t* 破败，破落：Làng xóm tan hoang sau cơn bão. 台风后村子一片破败景象。

tan hợp *đg* 散合，离合：vui buồn tan hợp 悲欢离合

tan nát *t* 碎，残破，破毁：lòng tan nát 心已碎

tan rã *đg* 粉碎，解体，瓦解：Những đơn tuyên truyền làm tan rã tinh thần của quân địch còn lại. 宣传单对余下的敌军起到了瓦解作用。

tan tác *t* 溃散，七零八落，落花流水：hoa rụng tan tác 落英缤纷；quân địch chạy tan tác 敌军溃散

tan tành *t* 支离破碎，残缺不全：Kính vỡ tan tành. 镜子全碎了。

tan tầm *đg* 放工，下班：Đến giờ tan tầm rồi. 下班时间到了。

tan thành mây khói 烟消云散

tan vỡ *đg* ①粉碎，破碎：tan vỡ trái tim 心碎②破灭，幻灭：hi vọng bị tan vỡ 希望破灭

tan xương nát thịt 粉身碎骨

tàn₁ *d* 罗伞，天帏

tàn₂ [汉] 残 *đg* 凋谢，凋残：hoa tàn 花谢

tàn₃ *d* 灰烬：tàn thuốc 烟灰

tàn ác *t* 残忍，凶狠：thủ đoạn tàn ác 手段残忍

tàn bạo *t* 残暴

tàn binh *d* 残兵

tàn canh *đg* 残更（天快亮）

tàn canh thặng phạn 残羹剩饭

tàn dư *d* 残余

tàn hại *đg* 残害

tàn hương *d* ①香灰，炉灰②[转] 雀斑：Mặt đầy tàn hương. 脸上满是雀斑。

tàn khốc *t* 残酷，残忍，冷酷：chiến tranh tàn

khốc 残酷的战争

tàn lụi *đg* 凋萎,萎谢,枯萎: Cỏ cây tàn lụi vì hạn hán. 因为大旱树木都枯萎了。

tàn nhang [方] =tàn hương

tàn nhẫn *t* 残忍,凶残

tàn phá *đg* 摧毁: Thành phố du lịch xinh đẹp bị tàn phá bởi sóng thần. 美丽的旅游城市被海啸摧毁。

tàn phế *t* 残废的: Anh ấy bị địch tra tấn đến tàn phế. 他被敌人拷打致残。

tàn sát *đg* 残杀: tàn sát dân thường 残杀平民

tàn tạ *t* 残谢,沧桑: nhan sắc tàn tạ 沧桑的容颜 *đg* 凋落,凋谢: Thu đến hoa tàn tạ. 秋天来了,花凋谢了。

tàn tật *t* 残疾的: giúp đỡ người tàn tật 帮助残疾人

tàn tệ *t* 残酷无情,无情无义: mắng chửi tàn tệ 骂得很无情; hành hạ tàn tệ 残酷折磨

tàn tích *d* 残迹,残余: tàn tích phong kiến 封建残余

tản₁ [汉] 散 *đg* 分散,散乱开: khói bay tản ra 烟雾散开; Ba người chạy tản. 三人跑散了。

tản₂ [汉] 伞

tản bộ *đg* 散步

tản cư *đg* 散居

tản mác =tản mát

tản mạn *t* 散漫: suy nghĩ tản mạn 漫无边际地想; Cách trình bày còn tản mạn, thiếu tập trung. 陈述太散,不集中。

tản mát *đg* 散失,分散,散落: tài liệu quí đã bị tản mát 珍贵材料已散失

tản thực vật *d* 低级植物

tản văn *d* 散文

tán₁ *d* ①华盖,天帷②伞状物: tán đèn 灯罩

tán₂ *đg* 研磨,粉碎

tán₃ *đg* 铆接: đinh tán 铆钉

tán₄ *đg* 哄骗: tán gái 哄女孩子

tán₅ [汉] 赞,散

tán dóc *đg* 饶舌,多嘴: đừng tán dóc 别多嘴多舌

tán dương *đg* 赞扬

tán đồng *đg* 赞同,赞成: tán đồng cách nói này 赞成这个说法

tán gẫu *đg* 扯淡,拉话: Nếu có rỗi bác sang uống nước tán gẫu cho vui. 我有空就过去和你喝茶闲聊。

tán hươu tán vượn 花言巧语

tán loạn *t* 散乱,混乱,无秩序

tán phát *đg* 散发: tán phát truyền đơn 散发传单

tán phễu =tán dóc

tán sắc *đg* 散色: hiện tượng tán sắc của ánh sáng mặt trời 阳光的散色现象

tán thành *đg* 赞成,赞同,同意: tán thành nhất trí 一致赞同

tán thưởng *đg* 赞赏,赞许: lãnh đạo tán thưởng 领导赞许

tán tỉnh *đg* 哄骗: Hắn giỏi tán tỉnh thật. 他哄人最拿手。

tán tụng *đg* 赞颂: Đây là một bài ca tán tụng về thời đại vĩ đại. 这是一首伟大的时代赞歌。

tang₁ [汉] 丧 *d* 丧: nhà có tang 家有丧事

tang₂ [汉] 赃 *d* 赃: bắt quả tang 抓赃

tang₃ [汉] 桑

tang bồng *d* [旧] 桑蓬

tang chế *d* 丧礼

tang chủ *d* 丧主

tang chứng *d* 赃证,赃物

tang điền thương hải 沧海桑田

tang hải *d* 沧海

tang lễ *d* 丧礼

tang phục *d* 丧服

tang quyến *d* 丧家亲属

tang sự *d* 丧事,殡丧

tang tảng sáng *t* 天刚刚亮的

tang thương *d* 沧桑 *t* 凄凉,凄惨,不幸,可怜:

Điều này càng khiến cho tình cảnh của cô ấy càng tang thương hơn. 此事使她的境况变得更凄惨。

tang tích=tang vật

tang tóc *t* 凄凉, 凄惨: cuộc đời tang tóc 凄惨的生活

tang vật *d* 赃物

tàng₁ *t* 旧, 陈旧: Quần áo của ông tàng nhưng sạch sẽ. 他穿的衣服虽然旧, 但洗得很干净。

tàng₂ [汉] 藏

tàng ẩn *đg* 隐藏: chỗ tàng ẩn 藏身处

tàng hình *đg* 隐身, 隐形: máy bay tàng hình 隐形飞机

tàng tàng *t* 旧: Quần áo đã tàng tàng. 衣服旧了。

tàng thư *d* 藏书

tàng trữ *đg* 储藏: Hắn tàng trữ những tang vật ăn cắp được. 他将偷来的赃物藏起来。

tảng₁ *d* ①基础: tảng nhà 房基②大块的物体: tảng đá 大石块

tảng₂ *đg* 假装: tảng không biết 假装不知道

tảng lờ *đg* 装傻: Anh thấy người quen cứ tảng lờ đi. 一看到熟人他就装傻走开。

tảng sáng *t* (天色) 蒙蒙亮: Lúc tỉnh dậy trời vừa tảng sáng. 醒来时天刚蒙蒙亮。

táng₁ [汉] 葬 *đg* 葬: mai táng 埋葬

táng₂ [汉] 丧

táng đởm kinh hồn 胆破心惊

táng tận lương tâm 丧尽天良

tạng [汉] 脏 *d* ①脏: lục phủ ngũ tạng 五脏六腑②体质: Tôi thấy vẫn là thuốc Bắc hơi hợp với tạng của dân mình. 我觉得还是中药比较适合咱们的体质。

tạng phủ *d* 脏腑

tanh₁ *t* 腥: có mùi tanh 有腥味

tanh₂ *t* 萧条: nhà cửa vắng tanh 门庭萧条

tanh₃ *d* 轮胎边缘上的钢丝

tanh banh=tanh bành

tanh bành *t* 狼藉, 混乱: cảnh tanh bành trong nhà 屋内一片狼藉

tanh hôi=hôi tanh

tanh tách=tách tách

tanh tao *t* 腥臭, 腥臊

tanh tưởi *t* 恶臭

tành tạch [拟] (连续发出的清脆响声)

tánh₁ [汉] 性 *d* [方] ①性情②性质

tánh₂ *đg* 打算; 计算

tạnh *đg* ① (风、雨) 停, 放晴: trời quang mưa tạnh 雨过天晴② (云) 散, 天晴: trời tạnh 晴天

tạnh ráo *t* 晴: Trời bỗng tạnh ráo. 天突然放晴了。

tao₁ *d* 我 (表不客气或亲密时自称): Tao nói cho mày nghe. 我告诉你。

tao₂ [汉] 遭 *d* 遭, 次, 回: Một ngày vỡ bát 3 tao. 一天摔碎了三次碗。

tao₃ [汉] 骚

tao khách *d* 骚客 (文人)

tao khang *d* [旧] 糟糠: tao khang chi thê 糟糠之妻

tao loạn *đg* [旧] 骚乱

tao ngộ *đg* [旧] 遭遇

tao nhã *t* 高雅, 风雅: người tao nhã 雅士

tao nhân mặc khách [旧] 文人墨客

tào [汉] 朝

tào lao *t* 徒然的, 无益的, 无用的, 虚空的, 不着实际的: Đừng ngồi đây trò chuyện tào lao nữa. 别在这聊些不着实际的话题。

tào phở *d* 豆腐脑

tảo₁ [汉] 藻 *d* 藻

tảo₂ [汉] 扫, 早

tảo hôn *đg* 早婚

tảo mộ *đg* 扫墓

tảo trừ *đg* 扫清, 剿清: tảo trừ thế lực ác bá 扫清恶势力

táo₁ *d* ①枣②苹果

táo₂ [汉] 灶 *d* 灶王君: ông táo 灶王君

táo₃ *t* [口] 便秘

táo₄ *t* 大胆

táo₅ [汉] 燥

táo bạo *t* 大胆，勇敢：cách nghĩ táo bạo 大胆的想法

táo bón *t* [医] 便秘的

táo đỏ *d* 红枣

táo phở =tào phở

táo quân *d* 灶君

táo ta *d* 青枣

táo tác *t* 鸡飞狗跳的

táo tây *d* 苹果

táo tợn *t* ①狂热：bọn táo tợn và liều lĩnh 一群狂热不要命的家伙②厉害：Họ kiếm tiền một cách táo tợn. 他们很会赚钱。

tạo₁ [汉] 造 *đg* 造，创造：tạo điều kiện 创造条件；nhân tạo 人造

tạo₂ [汉] 皂

tạo dáng *đg* 造型：nghề tạo dáng 造型行业

tạo dựng *đg* 树立，建立，建起，建设：tạo dựng cuộc sống 建设生活

tạo hình *đg* 造型：nghệ thuật tạo hình 艺术造型

tạo hoá *d* 造化，造物主

tạo lập *đg* 创造，创立，开创：tự chủ tạo lập cơ nghiệp 自主创业

tạo mẫu *đg* 设计（样式）：nhà tạo mẫu thời trang 时装设计师

tạo vật *d* ① [旧] 造物②造化，造物主(同 tạo hoá)

táp₁ *đg* ①（张嘴）咬一口，攫取：Con chó táp nhanh vào chân anh. 狗冷不丁地在他脚上咬了一口。②吹，吹打：gió táp 风吹

táp₂ [汉] 飒

táp nham *t* 混杂的，混合的：phòng để đồ táp nham 放杂物的房

tạp [汉] 杂 *t* 杂，混，混杂，不纯：ăn tạp 吃得杂；gỗ tạp 杂木

tạp ăn *đg* 杂食：động vật tạp ăn 杂食动物

tạp âm *d* 杂音：có tạp âm 有杂音

tạp chất *d* 杂质：đảm bảo không có tạp chất 保证无杂质

tạp chí *d* 杂志：tạp chí văn nghệ 文艺杂志

tạp chủng *d* 杂种

tạp dề *d* 围裙

tạp giao *đg* 杂交：lúa nước tạp giao 杂交水稻

tạp hoá *d* 杂货：bán đồ tạp hoá 卖杂货；cửa hàng tạp hoá 杂货铺

tạp hôn *d* 杂婚

tạp nham =táp nham

tạp nhạp *t* 杂碎，杂七杂八

tạp phẩm *d* 杂货

tạp văn *d* 杂文

tạp vụ *d* 杂务：nhân viên tạp vụ 杂务工

tát₁ *đg* 捆，掌脸（耳光）：tát cho một cái 打一耳光 *d* 耳光：cho một cái tát 给一耳光

tát₂ *đg* 戽，汲（水）：tát nước tưới tiêu 戽水浇灌

tát nước bắt cá 竭泽而渔

tát tai *đg* 打耳光：Tôi cho nó mấy cái tát tai mạnh. 我狠狠地给了他几个耳光。

tạt *đg* ①拐弯②顺路：tạt vào thăm nhà 顺路探家③泼入，溅入：Mưa tạt vào cửa xe. 雨溅入车窗。

tau₁ *d* 希腊字母"τ"的越南语读音(大写"T")

tau₂ *d* 我(同 tao)

tàu₁ *d* ①船，艇，舰：tàu chiến 战舰②火车（简称）③车辆、船只、飞机等交通工具的通称：bến tàu 车站；tàu vũ trụ 宇宙飞船

tàu₂ *d* 厩

tàu₃ *d* (阔大的) 叶：tàu chuối 芭蕉叶；tàu dừa 椰子叶

tàu bay *d* 飞机

tàu bè *d* 轮船，船只

tàu biển *d* 海轮

tàu chậm *d* 慢车

tàu chiến *d* 军舰, 战舰

tàu chợ =tàu chậm

tàu con thoi *d* 宇宙飞船: Tàu con thoi đi vào quĩ đạo đã định. 宇宙飞船进入既定轨道。

tàu cuốc *d* 挖泥船

tàu đánh cá *d* 打鱼船, 渔轮

tàu đệm khí *d* 气垫船

tàu điện *d* 电车

tàu điện ngầm *d* 地铁

tàu đổ bộ *d* 登陆艇

tàu hoả *d* 火车: tàu hoả chở khách 客运列车

tàu hũ *d* 豆腐脑, 豆腐花

tàu khu trục *d* 驱逐艇

tàu lặn [旧] [方] =tàu ngầm

tàu ngầm *d* 潜水艇

tàu nhanh *d* 快车

tàu sân bay *d* 航空母舰

tàu suốt *d* 长途直达火车

tàu thuỷ *d* 船

tàu thuyền *d* 船舶, 船只

tàu tốc hành *d* 快速列车

tàu tuần dương *d* 巡洋舰

tàu tuần tiễu *d* 巡逻艇

tàu vét *d* 慢行客车

tàu vũ trụ *d* 宇宙飞船

tay *d* ①手: giơ tay 举手②人物: tay nhà báo 名记者③把手: tay ghế 椅子把手④ (搭) 把手: giúp một tay 帮搭把手

tay áo *d* 衣袖, 袖子

tay ấn =ấn quyết

tay ba *d* 三方, 三边: cuộc thương thuyết tay ba 三方商谈

tay bắt mặt mừng 兴高采烈: mọi người tay bắt mặt mừng 大家兴高采烈

tay cầm *d* 把手, 扶手

tay chân *d* ①手脚, 四肢②麾下; 爪牙, 狗腿子

tay chơi *d* 花花公子

tay đã nhúng chàm (做错事) 于事无补

tay đẩy =tay nải

tay đôi *d* 双边, 双方: quan hệ tay đôi 双边关系

tay đua *d* [口] 赛车手

tay hòm chìa khoá (家里) 一把手

tay không *t* 白手, 空手, 徒手: Anh phải tính toán trước, nếu không sẽ lại tay không. 你要先算算, 否则又落得个两手空空。

tay lái *d* ①方向盘, 驾驶室②司机

tay làm hàm nhai 自食其力

tay mặt =tay phải

tay nải *d* 褡裢儿

tay năm tay mười 身手敏捷

tay ngang *d* (人) 生手 *t* (人) 无经验的

tay nghề *d* 手艺: nắm được một tay nghề cao 掌握一门好手艺

tay phải *d* 右手

tay quay *d* 摇把, 曲柄

tay sai *d* 走狗, 走卒, 爪牙, 仆从

tay thước *d* 戒尺

tay trái *d* ①左手②左方, 左边

tay trắng *d* 白手: hai bàn tay trắng 两手空空

tay trên *dg* [口] 截取, 抢先一步

tay trong *d* 内应, 内线: có sự giúp đỡ của tay trong 有内应相助

tay vịn *d* 扶手, 栏杆

tay yếu chân mềm 手无缚鸡之力

tày *dg* 齐平, 可及, 可比, 赶得上: sánh tày 可与…相比; chẳng gì sánh tày 无可比拟

tày đình =tày trời

tày liếp *d* 前车之鉴: Đây là cái gương tày liếp đối với những quan chức tham nhũng. 对一些贪官来说这是前车之鉴。

tày trời *t* 齐天的, 天大的, 滔天的: tội ác tày trời 滔天大罪

táy máy *dg* 多手多脚, 乱摸乱动: Trẻ con hay táy máy dễ làm hỏng đồ chơi. 小孩乱摸乱动容易搞坏玩具。

tắc₁ [汉] 塞 *đg* 塞, 闭塞, 淤塞, 堵塞; 受阻, 卡住, 塞住, 行不通: ùn tắc giao thông 交通拥堵; tắc nghẽn đường đi 道路拥堵

tắc₂ [汉] 则

tắc họng *đg* 无语, 哑口无言; 无话可说, 理屈词穷: khiến anh ta tắc họng 使他无话可说

tắc kè *d* 蛤蚧

tắc lưỡi *đg* 弹舌 (发出声响): tắc lưỡi làm ám hiệu 弹舌暗示

tắc nghẽn *đg* 闭塞, 淤堵: Đường thoát nước bị tắc nghẽn. 排水道被堵了。

tắc thở *đg* 窒息, 透不过气: suýt bị tắc thở 差点透不过气来

tắc tị *đg* 淤堵: công việc tắc tị 工作毫无头绪

tắc trách *t* 敷衍塞责, 马虎了事: làm việc tắc trách 做事马虎应付

tắc-xi(taxi) *d* 出租车, 的士

tặc [汉] 贼 *d* 贼: hải tặc 海盗; nghịch tặc 逆贼

tặc tử *d* 贼子, 败家子

tăm₁ *d* 牙签: tăm tre 竹牙签

tăm₂ ①泡沫: Nước sôi sủi tăm. 水 (烧) 开起泡了。②踪影, 踪迹, 消息, 信息: mất tăm 不见踪影

tăm bông *d* 棉签

tăm cá bóng chim=bóng chim tăm cá

tăm dạng *d* 踪迹, 踪影

tăm hơi *d* 声息, 声气, 消息: đi biệt tăm hơi 悄无声息

tăm-pông *d* 垫子, 缓冲体

tăm tắp *t* 整齐: tăm tắp xếp hàng 整齐排队

tăm tích *d* 信息: không biết tăm tích 杳无音讯

tăm tiếng =tiếng tăm

tăm tối *t* 灰暗; 愚钝

tằm *d* 蚕: nuôi tằm 养蚕; chăn tằm 饲养蚕

tằm tang *d* 蚕桑

tắm *đg* ①洗澡, 沐浴: tắm rửa sạch sẽ 冲洗干净; tắm nắng 日光浴②(用酸液)洗(金或银器)

tắm giặt *đg* 洗涤: Học sinh nội trú phải tự tắm giặt. 寄宿学生要自理洗涤。

tắm gội *đg* 沐浴: tắm gội sạch sẽ 沐浴干净

tắm rửa *đg* 洗澡, 洗浴: Tuy trời rét nhưng bà vẫn kiên trì tắm rửa mỗi ngày. 虽然天冷, 但大娘仍坚持天天洗澡。

tắm táp *đg* 洗澡, 洗浴 (总称): Người miền Nam ngày nào cũng phải tắm táp. 南方人天天都要洗澡。

tần tiện *đg*; *t* 节俭, 俭朴: ăn tiêu tần tiện 勤俭持家

tẩn mẩn *t* 细心, 小心

tăng₁ [汉] 增 *đg* 增加, 增长, 加多, 添加: tăng lương 加薪

tăng₂ [汉] 僧 *d* 信徒, 和尚

tăng₃ [汉] 曾, 憎, 缯, 噌

tăng âm *đg* 增音, 增色

tăng cường *đg* 加强, 增强: tăng cường đi lại 加强交往

tăng gia *đg* 增加: tăng gia sản xuất 增加生产

tăng giá *đg* 提高价格, 提价

tăng lữ *d* [口] 僧侣

tăng ni *d* [口] 僧尼

tăng sản *đg* 增产

tăng tả *t* 急忙, 仓促

tăng tiến *đg* 增进

tăng tốc *đg* 提速

tăng trưởng *đg* 增长: Kinh tế tăng trưởng vừa tốt vừa nhanh. 经济又好又快地增长。

tăng viện *đg* 增援: Mĩ đã tăng viện cho 5,000 binh sĩ. 美军增援了5000名士兵。

tằng₁ [汉] 层 *d* 层: thượng tầng kiến trúc 上层建筑

tằng₂ [汉] 曾

tằng hắng *đg* 清嗓子

tằng tịu *đg* 纠缠,纠葛,缠磨,缠绵 (贬义)

tằng tổ *d* 曾祖

tằng tôn *d* 曾孙

tặng₁ [汉] 赠 *đg* 赠 送: tặng nhau món quà 互赠礼品

tặng₂ [汉] 甑

tặng phẩm *d* 赠品

tặng thưởng *đg* 授奖, 颁奖: Lãnh đạo tặng thưởng cho những nhân viên có đóng góp xuất sắc. 领导给有突出贡献的人员颁奖。

tặng vật *d* 赠物, 赠品

tắp₁ *đg* 直视

tắp₂ *p* ①马上, 快点: Ăn tắp đi! 马上吃！② 直, 径直

tắp lự *p* 直直的, 齐齐的: đường thẳng tắp lự 笔直的道路

tắp tắp=tăm tắp

tắt₁ *đg* ①熄灭: tắt lửa 熄火②停息, 止息: tắt máy 关机

tắt₂ *t* ①短, 捷: đi tắt 走捷径②不足的, 简略 的: gọi tắt 简称

tắt bếp *đg* 熄灶, 停炊

tắt hơi *đg* 绝气, 断气

tắt kinh *đg* 停经

tắt lửa tối đèn=tối lửa tắt đèn

tắt mắt *đg* 偷窃: Trước đây nó không hề tắt mắt của ai vật gì. 以前他不偷窃。

tắt ngấm *đg* 完全熄灭, (希望) 破灭

tắt ngấm tắt ngầm=tắt ngấm

tắt nghỉ=tắt hơi

tắt nghỉn=tắt hơi

tắt ngóm *đg* 突然熄灭 (停止): điện tắt ngóm 突然停电

tắt thở *đg* 停止呼吸

tấc *d* 寸, 分米

tấc đất cắm dùi 弹丸之地

tấc đất tấc vàng 寸土寸金

tấc gang *d* 咫尺

tấc lòng *d* 寸心

tấc riêng *d* 私衷, 衷肠

tấc thành *d* 寸诚

tấc vàng *d* 寸心, 诚心

tấc vuông *d* 平方分米

tâm [汉] 心 *d* ①心脏: tâm phổi 心肺②心 脑之代称: lao tâm 劳心③中心: chấn tâm 震中

tâm bão *d* 台风中心

tâm bệnh *d* 心病, 心疾: Một người có tâm bệnh mọi người phải giúp đỡ giải quyết. 一 个人有了心病, 大家要帮忙解决。

tâm can *d* ①心肝, 肝胆, 心事: bày tỏ tâm can 吐露心事②血性, 志气

tâm cảnh *d* 心境: Không ai hiểu tâm cảnh của anh trong lúc này. 没有谁了解他这时候的 心境。

tâm đắc *đg* 领会, 体会: Qua bài văn đó tôi tâm đắc được nhiều điều bổ ích. 通过这篇 文章我领会了许多有益的东西。

tâm đầu ý hợp 情投意合

tâm địa *d* 心地

tâm điểm *d* 中心, 重心

tâm giao *t* 心交的, 深交的, 知心的: bạn tâm giao 知心朋友

tâm hồn *d* 心魂, 心灵, 心神, 情怀, 思想, 感 情: một nhân vật có tâm hồn 一个有感情 的人

tâm huyết *d* 心血, 心里, 心思, 精神: Thành quả này ngưng tụ tâm huyết của nhiều người. 此项成果凝聚了许多人的心血。 *t* 专注, 热情, 投入: rất tâm huyết 非常专 注

tâm hương *d* [旧] 供香, 祭香

tâm khảm *d* 心坎: khắc sâu trong tâm khảm 铭记在心坎里

tâm lí *d* 心理: tâm lí học 心理学; tâm lí chiến 心理战

tâm linh *d* 心灵: tâm linh trong sáng 纯净的 心灵

T

tâm lực *d* 心力,心机: tốn bao tâm lực 倾注了多少心力

tâm mãn ý túc 心满意足

tâm não=tâm trí

tâm nguyện *d* 心愿: thực hiện tâm nguyện 实现心愿

tâm nhang=tâm hương

tâm nhĩ *d* 心耳

tâm niệm *đg* 心念,记挂,想起

tâm phúc *d* 心腹

tâm phục *đg* 心服

tâm phục khẩu phục 心服口服

tâm sinh lí *d* 心理和生理

tâm sự *d* 心事 *đg* 谈心,私谈,倾吐衷曲

tâm sức=tâm lực

tâm tâm niệm niệm 一心一意,诚心诚意

tâm thái *d* 心态: tâm thái tích cực 积极的心态

tâm thần *d* ①心神,意念: tâm thần bất định 心神不定 ②精神病: bệnh tâm thần 精神病

tâm thần học *d* 精神病学

tâm thất *d*[解] 心室

tâm thuật *d* 心术

tâm thức *d*(潜）意识: Hình ảnh cây đa đã ăn sâu trong tâm thức người Việt. 榕树的形象已深入越南人的思想意识。

tâm tình *d* 心情,情绪,心意,情感: thổ lộ tâm tình 吐露心意。

tâm tính *d* 心性,品性,禀赋: Mỗi người một tâm tính. 每个人的品性都不一样。

tâm trạng *d* 心理状态: Không ai hiểu được tâm trạng của ông trong giờ phút then chốt này. 没人知晓老人家此时此刻的心理状态。

tâm trí *d* 心智,思想情绪: Mọi người dồn hết tâm trí chỉ muốn sớm hoàn thành nhiệm vụ quan trọng này. 大家倾尽心力只想早日完成此项重要任务。

tâm trường *d* 心肠,心地,心田,衷曲: Hai người bày tỏ tâm trường cho nhau biết. 两人互诉衷肠。

tâm tư *d* 心思,神态: Tâm tư vui buồn toát lên trên mặt. 喜怒哀乐的神态表露无遗。

tầm₁ *d* 范围,限度,界限,距离: tầm nhìn 视野; tầm quan trọng 重要性

tầm₂ [汉] 寻 *đg* 寻找: sưu tầm tem 集邮

tầm bậy *t* 胡乱,不三不四,不伦不类: con người tầm bậy 不三不四的人

tầm bậy tầm bạ=tầm bậy

tầm chương trích cú 引经据典

tầm cỡ *d* ①程度,规模,等级 ②大概

tầm gửi *d* 寄生植物

tầm mắt *d* ①视距,视野 ②眼光,目光,眼界: có tầm mắt xa xôi 有远见

tầm nhìn xa *d* 能见度: tầm nhìn xa trên mặt biển 海上能见度

tầm phào *t* 无益的,无关紧要的,没意义的,没价值的,无聊的,乱七八糟的: mấy câu tầm phào 几句无关紧要的话

tầm phơ =tầm phào

tầm phơ tầm phào=tầm phào

tầm quất=tầm quất

tầm súng *d* 射程

tầm tã *t* 如倾如注,淋漓,滂沱: cơn mưa tầm tã 滂沱的大雨

tầm thước *t*(身材）适中,不高不矮

tầm thường *t* 寻常,平凡,庸碌,平常: Anh ta không phải là người tầm thường. 他非寻常之人。

tầm vóc *d* 身材,个头: tầm vóc cao lớn 身材高大

tầm vông *d* ①实心竹 ②拐棍

tầm xích *d* ①禅杖 ②拐杖,拐棍

tầm xuân *d*[植] 石南,多花蔷薇,野蔷薇

tầm₁ [汉] 浸 *đg* 浸,浸渍,浸泡: tầm thuốc độc 浸泡毒药

tẩm₂ [汉] 寝, 沁

tẩm bổ đg 补养, 滋养, 滋补: rượu tẩm bổ 补酒

tẩm nhiễm đg 浸染, 沾染, 感染

tẩm quất đg 推拿, 按摩: Tối nay đi tẩm quất. 今晚去推拿。

tấm₁ d 碎米, 米屑

tấm₂ d 面, 张, 幅, 块, 匹, 个, 片: một tấm liếp 一张竹箅

tấm bé d 小孩

tấm tắc đg 啧啧称赞, 赞不绝口: tấm tắc khen ngợi 啧啧称赞

tấm tức đg; t 不快, 不平, 愤愤: Nó tấm tức mãi do bị xử oan. 因被冤枉他一直觉得愤愤不平。

tân₁ [汉] 新 t 新: trai tân 童男

tân₂ [汉] 辛 d 辛 (天干第八位)

tân₃ [汉] 宾

tân binh d 新兵

tân dược d 新药, 西药

tân gia d 新家 (落成)

tân hôn d 新婚

tân khách d 宾客

tân khoa d[旧] 新科

tân kì t 新奇: một chuyện tân kì 一件新奇的事

tân lang d[旧] 新郎

tân ngữ d 宾语

tân nương d[旧] 新娘

tân sinh d 新生

tân thời t 新潮, 时尚, 摩登: những người tân thời 时尚达人

tân tiến t[旧] 新, 先进, 新潮: tư tưởng tân tiến 新思想

tân toan t 辛酸

tân trang đg 重新整修, 修缮一新: Tôi muốn tân trang lại nhà cửa. 我想将房子重新装修。

Tân Ước d[宗] 新约, 新约全书

tân văn d[旧] 新闻, 报纸

tân xuân d 新春

tần₁ đg 油焖, 炖: tần gà 油焖鸡

tần₂ [汉] 频, 濒, 嫔, 秦

tần mần₁ đg 抚摸

tần mần₂ t 不慌不忙, 慢吞吞

tần ngần đg 犹豫不决

tần số d[无] 频率 (周波)

tần suất d 频率, 次数: Công ti nâng tần suất bay lên 4 chuyến hàng tuần. 公司将飞行次数增加到每周 4 次。

tần tảo đg 操劳, 操持: Chồng mất sớm toàn là một mình bà tần tảo lo cho cả gia đình. 丈夫早逝, 全是她一人操持照顾全家。

tần tiện=tằn tiện

tẩn đg 打, 揍: Anh cáu tiết tẩn cho con một trận. 他生气了, 揍了儿子一顿。

tẩn mẩn t 过于细心的, 过于小心的: Cô tẩn mẩn lau chùi lọ hoa. 她极小心地擦拭花瓶。

tẩn ngẩn tần ngần đg 犹犹豫豫, 犹豫不决, 迟迟疑疑

tấn₁ d 出, 场: một tấn bi kịch 一场悲剧

tấn₂ d 吨, 吨位

tấn₃ d 扎马 (武术)

tấn₄ đg 推

tấn₅ đg 用东西垫 (使之稳固)

tấn₆ [汉] 进

tấn công đg 进攻: tấn công dữ dội của địch 敌人的疯狂进攻

tấn phong đg 晋封

tấn sĩ [方][旧]=tiến sĩ

tấn tới đg 进步, 上进: Chúc anh học hành tấn tới. 祝你学业进步。

tận₁ [汉] 尽 d 尽 k 到: đưa tận tay 交到手里

tận₂ [汉] 烬, 赆

tận cùng t 最后的, 最终的: Anh kiên trì đến giờ phút tận cùng. 他坚持到最后一分钟。

tận diệt đg 彻底清除

tận dụng *đg* 充分利用：Chúng ta phải tận dụng chính sách ưu đãi. 我们应充分利用优待政策。

tận hưởng *đg* 尽情享受：Mọi người tận hưởng kì nghỉ cuối tuần. 大家尽情享受周末假期。

tận lực *t* 尽力的，竭力的：sau một ngày chiến đấu tận lực 经过一天竭力的战斗

tận mắt *t* 亲眼（所见）的：tận mắt thấy 亲眼所见

tận số *đg*；*t* 尽数，命尽；末日

tận tay *t* 直接：trao đến tận tay 直接交到手上

tận tâm *t* 尽心：trông nom tận tâm 尽心照顾

tận thế *t*[宗] 世界末日

tận thiện tận mĩ 尽善尽美

tận thu *đg* 尽收，(税收) 收清尾欠

tận tình *t* 周到，尽情，尽心：phục vụ tận tình 周到的服务

tận trung báo quốc 精忠报国

tận tụy *t* 忘我的，全心全意的，鞠躬尽瘁的：làm việc tận tụy 忘我地工作

tâng₁ *đg* 增高，提高，抬高，激发：tâng đèn lồng lên cao 将灯笼抬高

tâng₂ [汉] 蹭

tâng bốc *đg*[口] 捧场，吹拍，吹擂，吹捧

tâng công *đg* 请功，买好：báo cáo láo để tâng công 为了请功而作虚假汇报

tâng hẩng *đg*[方] 惘然，不知所措

tâng tâng *t* 蹦跳的：Lũ trẻ nhảy tâng tâng đi học. 一帮小孩子蹦蹦跳跳地去上学。

tầng [汉] 层 *d* 层：tầng thứ hai 第二层

tầng bậc *d* 阶梯

tầng i-ôn *d* 离子层

tầng lớp *d* 阶层：các tầng lớp xã hội 社会各阶层

tầng nấc *d* 步骤，阶段

tầng ozon (tầng ô-zôn) *d* 臭氧层

tấp nập *t* 熙熙攘攘，熙来攘往：phố xá tấp nập 熙熙攘攘的街市

tấp tểnh *đg* 觊觎，想要，意图：Anh ta học chưa đến đâu đã tấp tểnh đi kiếm việc. 他都还没学到多少东西就想着去找活干了。

tập₁ [汉] 集 *d* ①一折，一沓：một tập tài liệu 一沓材料②集册：tập sách 书册

tập₂ [汉] 习 *đg* 练习：tập viết 练习写作

tập₃ [汉] 袭，辑，缉

tập dượt *đg* 演习，训练，操练：tham gia tập dượt 参加操练

tập đại thành *d*；*đg* 集大成；集大成于…

tập đoàn *d* ① 集团：tập đoàn gang thép 钢铁集团；tập đoàn quân 集团军②群：tập đoàn san hô 珊瑚群

tập đoàn cứ điểm *d* 据点群

tập hậu *đg*[军] 抄袭，包抄，抄后路

tập họp *đg* 聚集，汇聚：Toàn bộ nhân viên tập họp trên sân bóng rổ. 全体人员到篮球场集合。

tập hợp *đg* ①集合，集中：tập hợp lại nguồn vốn 集中资金② [化] 凝聚

tập huấn *đg* 训练，集训：lớp tập huấn 训练班

tập kết *đg* 集结，集中：tập kết bộ đội 集结部队

tập kích *đg* 袭击

tập luyện=luyện tập

tập nhiễm *đg* 习染，沾染，感染：tập nhiễm tệ xấu 沾染恶习

tập quán *d* 习惯：tập quán sinh hoạt 生活习惯

tập quyền *đg* 集权

tập san *d* 杂志，期刊

tập sự *đg* 见习，随习，实习

tập tàng *t* 混杂，杂七杂八：món ăn tập tàng 大杂烩

tập tành *đg* 练习，锻炼

tập tễnh *t*(步履) 蹒跚：bước đi tập tễnh 步

履蹒跚

tập thể *d* 集体: tập thể tiên tiến 先进集体

tập thể dục *đg* 做操; 体育锻炼

tập thể hoá *đg* 集体化

tập tin *d*[计] 文件夹

tập tính *d* 习性: tập tính của động vật 动物
的习性

tập tõng=tập tọng

tập tọng *t* 笨拙的, 不熟练的, 初学的: đang
trong giai đoạn tập tọng 初学阶段

tập trận *đg* 军事演习: cuộc tập trận chung
联合军演

tập trung *đg* ① 集 中: tập trung học tập 集
中学习② 汇总, 综合: tập trung các con số
thống kê 汇总各统计数字

tập trung dân chủ 民主集中

tập tục *d* 习俗, 惯例: tập tục dân tộc 民俗

tập vở *d* 作业本

tất₁ *d* 袜子: đi tất 穿袜子

tất₂ [汉] 悉 *d* 一切, 全部, 统统: ăn tất 吃光

tất₃ [汉] 必 *p* 必, 必定, 一定, 必然: Chúng
tôi đã làm kế hoạch tất phải hoàn thành. 我
们既然计划做就一定要完成。

tất₄ [汉] 毕, 膝

tất bật *t* 忙碌, 疲于奔命的: dáng đi tất bật
疲于奔命的样子

tất cả *d* 一切, 全部, 所有: Tất cả tài sản đều
bị tịch thu hết. 所有财产都被没收。

tất nhiên *t* ; *p* 必然, 当然: Tất nhiên phải kể
đến chuyện này. 当然要提及此事。

tất niên *d* 除夕, 年终: đặt bữa tất niên tại nhà
hàng 在酒楼订年夜饭

tất ta tất tưởi=tất tả

tất tả *t* 匆匆, 匆忙, 急忙: Anh tất tả quay trở
về nhà. 他急急忙忙赶回家。

tất tần tật=tất tật

tất tật *đ* 全部, 一切

tất thảy *đ* 一切, 全部, 所有（只用于人）

tất thắng *đg* 必胜: có lòng tin tất thắng 有必

胜的信心

tất tưởi=tất tả

tất yếu *t* 必要的, 必不可少的, 必需的: Đây
là điều kiện tất yếu. 这是必不可少的条件。

tật₁ [汉] 疾 *d* ① 痼疾, 宿疾② 怪癖, 老毛病,
症结③ [无] 故障

tật₂ [汉] 嫉

tật bệnh=bệnh tật

tật nguyền *d* 残疾 *t* 残疾的（同 tàn tật）

tâu *đg* [旧] 上奏, 禀奏

tâu bày *đg*[旧] 上奏, 禀奏

tầu[方]=tàu

tẩu₁ *d* 斗

tẩu₂ [汉] 走 *đg* ①走, 逃②弄走, 卷走

tẩu₃ [汉] 薮

tẩu mã *d* 走马调（越南戏剧调子之一）

tẩu tán *đg* ①走散②分散: tẩu tán tài sản 分
散家产

tẩu thoát *đg* 走脱, 逃脱

tấu[汉] 奏 *đg* ① [旧] 奏, 上奏, 禀奏②演
奏: độc tấu 独奏 *d* ①奏折②奏章

tấu nhạc *đg* 奏乐

tậu *đg* 购买, 购置: tậu xe mới 购置新车

tây [汉] 西 *d* 西方, 西边: miền tây 西面 *t* 西
洋的, 西方的: hàng tây 洋货; người tây 西
方人

tây bán cầu *d* 西半球

tây cung *d*[旧] 西宫

tây học *d* 西学, 西洋学

tây phương *d* 西方

tây thiên *d* 西天

tây vị *đg* 偏私, 偏袒: không tây vị bên nào
不偏不倚

tây y *d* 西医

tẩy đình=tày đình

tẩy trời=tày trời

tẩy₁ *d* 底子, 底细, 底蕴, 底里: lật tẩy 揭底;
lộ tẩy 露馅儿

tẩy₂ [汉] 洗 *đg* 洗, 洗涤, 清除, 洗刷: thuốc

tẩy 涂改液 *d* 橡皮（文具）

tẩy chay *đg* 抵制，排斥：Chế độ mới bị nhiều người tẩy chay. 新制度遭到许多人抵制。

tẩy não *đg* 洗脑：bắt đi tẩy não 抓去洗脑

tẩy rửa *đg* 清洗，洗涤：tẩy rửa sạch bóng 洗得铮亮

tẩy rửa tiền *đg* 洗钱：phòng ngừa phạm tội tẩy rửa tiền 防止洗钱犯罪

tẩy trang *đg* 卸妆：không kịp tẩy trang 来不及卸妆

tẩy trần *đg*[旧] 洗尘

tẩy trừ *đg* 洗除，肃清：tẩy trừ thế lực thù địch 肃清敌对势力

tẩy uế *đg*（彻底）清洗（干净）

tẩy₁ *đg* 红肿

tẩy₂ *d* 水獭

te *d* 捕虾用的小网 *đg*（用网）捕虾（鱼）

te tái *t* 快跑的：Anh te tái nhạy biến mất. 他一溜烟地跑没影了。

te te₁ [拟]（鸡打鸣声）

te te₂ *t* 快跑的：chạy te te 一溜烟地跑了

te tét *t* 破破烂烂：quần áo rách te tét 衣衫褴褛

te tua=te tét

tè₁ *đg* [口]（小孩）小便

tè₂ *t* 矮小：vóc người lùn tè 身材矮小

tè he *t* ①盘腿的，盘膝的 ②屈膝的（带贬义）

tẻ₁ *d* 籼米

tẻ₂ *t* ①憋闷，冷清：bầu không khí khá tẻ 气氛冷清②乏味：bộ phim quá tẻ 乏味的影片

tẻ lạnh *t* 冷淡，不热情：tiếp đón tẻ lạnh 接待不热情

tẻ ngắt *t* 毫无生气，冷清，沉闷：câu chuyện tẻ ngắt 沉闷的故事

tẻ nhạt *t* 乏味：đề tài tẻ nhạt 乏味的话题

tẽ *đg* ①劈，剥开：tẽ ngô 剥玉米②分开，分离：Cả gia đình mỗi người tẽ ra một ngả. 全家

人天各一方。

té₁ *đg* ①泼：hội té nước 泼水节② [方] 流出，溢出

té₂ *đg* 跌倒，摔倒

té ngửa *đg*[方] 摔（个底朝天）

té nước theo mưa[口] 趁雨泼水（指伺机下手，趁机下手）

té ra [口] 原来，其实：Té ra tôi tính sai. 原来是我算错。

té re *đg*[口] 拉肚子，拉稀

té tát *t* 很凶（指骂得唾沫四溅）

téc *d*（大而有盖的）容器

tem *d* ①邮票②印花③（货物）标签，标识

tem thư *d* 邮票：chơi tem thư 集邮

tèm lem=lem luốc

tèm nhèm *t* 微不足道

tém *đg* 堆集，聚拢：Tém khoai lang vào góc tường. 将红薯堆集在墙角。

ten *d* 铜锈，铜绿，铜青 *đg* 起铜锈，起铜绿，起铜青

ten-nít(tennis) *d* [体] 网球

tên *t*（脸）难看，难堪：thấy tên người 觉得难堪

tên tò *t* 羞愧，难为情，难堪：Cô biết mắng nhầm người ta thấy tên tò. 她知道骂错人了，觉得难为情。

teo₁ *đg* 干瘪，干缩

teo₂ *t* 寂静：vắng teo 死寂

teo tóp *t* 萎缩，皱巴巴：đôi chân teo tóp 双脚萎缩

tẻo teo *t* 小小的：con chim bé tẻo teo 小小的鸟儿

tẻo tèo teo=tẻo teo

téo=tẹo

tẹo *d* 一点点，少许，一丁点儿：Xin một tẹo muối tiêu! 给一点椒盐！ *t* 极小的，极少的：Mua tí tẹo làm sao mà đủ ăn. 买这么少够谁吃。

tép *d* 小虾，虾米 *t* 小型的：pháo tép 小爆竹

tép riu *d* ①小虾② [口] 低贱的或不值一提的人或物

tẹp nhẹp *t*[口] ① 小气,吝啬,鄙吝: tính vốn tẹp nhẹp 生性吝啬② 琐屑,微不足道: chuyện tẹp nhẹp không đáng kể 小事一桩,不足挂齿

tét *đg*[方](用线或绳)切割: tét bánh chưng 切粽子

tẹt *t* 凹,扁: mũi tẹt 塌鼻梁 *đg* 消,泻: bóng tẹt球泄气了

tê₁ [汉] 犀 *d*[动] 犀

tê₂ *t* 麻木,麻痹: thuốc tê 麻醉药

tê₃ *đ* 那,那个: nơi tê 那里

tê₄ [汉] 痹

tê dại *t* 麻木(无知觉): đôi chân tê dại 双脚麻木

tê giác *d* 犀牛

tê-lê-phôn (telephone) *d* 电话

te-lê-típ *d* 电传打字机

tê-lếch₁ *d* 电传

tê-lếch₂ *d* 越南语输入法的一种格式

tê liệt *t* 麻痹,瘫痪: trẻ bị tê liệt não 脑瘫儿; cả hệ thống bị tê liệt 整个系统瘫痪

tê mê *t* ①麻醉的,昏醉的,昏迷的: Bà khóc đến tê mê. 她哭昏过去。②如痴如醉,飘飘然

tê tái *t* 忧痛: lòng tê tái 悲痛欲绝

tê tê *d*[动] 穿山甲

tê thấp *d* 风湿症,风湿关节炎

tề₁ *d* ①(越南八月革命前的)乡政会议② 齐(越南抗战时期的伪地方政权)

tề₂ [汉] 齐 *đg* 平整,整齐

tề₃ *d* 那

tề chỉnh *t* 齐整: đội ngũ tề chỉnh 齐整的队伍

tề gia, trị quốc, bình thiên hạ 齐家治国平天下

tề gia nội trợ [旧] 当家,贤内助

tề tựu *đg* 齐集,聚集,集拢: Hàng nghìn người

dân đã tề tựu về Thảo Cầm Viên Sài Gòn. 上千人齐聚到西贡百草园。

tế [汉] 宰

tế tướng *d*[旧] 宰相

tế [汉] 剂 *d* 剂: thuốc tế 药剂

tế₁ [汉] 祭 *đg* 祭祀: tế trời 祭天

tế₂ *đg*(马) 大跑,驰骋: ngựa tế 马飞跑

tế₃ [汉] 济,际,细

tế bào *d* 细胞

tế bần *đg*[旧] 济贫

tế độ *đg*[宗] 济度

tế lễ *đg*[宗] 做祭礼

tế nhị *t* 微妙,幽默,耐人寻味: những thứ tế nhị 微妙之处; câu chuyện tế nhị 幽默故事

tế tự *đg*[旧] 祭祀

tế tửu *d*[旧] 祭酒

tệ₁ [汉] 币 *d* 币,钱币: Nhân dân tệ 人民币

tệ₂ [汉] 弊 *t* 坏,恶,不好: Con này tệ quá. 这孩子太过分。*p* 之极,透顶: Đẹp tệ! 美极了!

tệ bạc *t* ①薄情的,薄幸的②忘恩负义的: người tệ bạc 忘恩负义之人

tệ hại *d* 弊害 *t* 太糟糕 *p* 过分

tệ nạn *d* 弊病,弊端: tệ nạn xã hội 社会弊端

tệ tục *d* 弊俗,恶俗

tếch₁ *d* 一种用于造船的树木

tếch₂ *đg* 走掉,溜掉

tên₁ *d* 箭

tên₂ *d* ①名字,名称②个,名③(用作坏人的)冠词)

tên chữ *d* 字,原名,实名,真名

tên cúng cơm *d*[旧] 讳字(即死人的名字)

tên hèm=tên cúng cơm

tên hiệu *d* 别号,别名

tên huý *d*[旧] 讳名

tên lửa *d* 火箭,导弹: đánh chặn tên lửa 拦截火箭

tên lửa đạn đạo *d* 弹道导弹

tên lửa đường đạn=tên lửa đạn đạo

tên lửa vũ trụ *d* 宇宙火箭

tên miền *d* 域名：tên miền bằng Trung văn 中文域名

tên riêng *d* (个人) 名字

tên rơi đạn lạc 祸从天降，飞来横祸

tên thánh *d* 圣名 (以圣人的名字命名)

tên thụy *d* [旧] 谥号

tên tục *d* 乳名，俗名，小名

tên tuổi *d* ①姓名年龄：ghi rõ tên tuổi 写清楚姓名年龄 ②名字，姓名：không có tên tuổi 没姓没名 ③名望，声誉：một người dẫn chương trình ít tên tuổi 不太有名的主持人

tên tự =tên chữ

tênh *p* 之极：nhẹ tênh 轻飘飘之极；buồn tênh 闷沉沉之极

tênh hênh *t* 大模大样，无遮拦：Cả lũ tênh hênh đi qua chợ. 一帮人大模大样地走过集市。

tênh tênh *t* 轻轻的，轻飘飘的：bé gái nhẹ tênh tênh 小女孩轻轻的

tệp *d* ①沓，刀 (纸的计量单位) ② [计] 文件夹：mở tệp 打开文件夹

tệp tin =tập tin

tết₁ *d* ①农历新年，春节：về quê ăn Tết 回家过年 ②节日：tết Thanh Minh 清明节

tết₂ *đg* 结，扎：tết bím 扎辫子

Tết âm lịch *d* 春节，农历新年：Hai nước Trung Việt đều có Tết âm lịch. 中越两国都过春节。

Tết dương lịch *d* 元旦，新历年

Tết Nguyên Đán *d* 春节，(农历) 新年

tết nhất *d* 节日

tết ta *d* 春节 (区别于西方节日)

tết tây *d* (阳历) 新年

tếu *t* 俏皮，调皮：chuyện tếu 俏皮话；Tính nó vốn rất tếu. 他本来就很调皮。

tếu táo *t* [口] 极度俏皮，极度调皮：ăn nói tếu táo 言语俏皮

tha₁ *đg* ①释放：được tha 获释 ②宽免，宽宥，

恕罪，原谅：Tha lỗi cho con mẹ nhé! 妈妈原谅我吧！

tha₂ *đg* 叼，噙，含：Mèo tha chuột. 猫叼着老鼠。

tha₃ *đg* 牵带，拖带：tha con 拖带着孩子

tha₄ [汉] 他，她，它

tha bổng *đg* [法] 无罪释放，免罪释放

tha chết *đg* 饶命：Ngay cả ông trời cũng không chịu tha chết cho hắn. 连老天爷都不肯饶他命。

tha hoá *đg* 蜕化，异化，腐蚀：một cán bộ bị tha hoá 被腐蚀的一名干部

tha hồ *p* ①任意，纵情，尽情，放怀：tha hồ chơi bời 尽情玩乐 ② [口] 极尽，非常

tha hương *d* 他乡：cầu thực tha hương 他乡谋生

tha lỗi *đg* 宽恕，原谅：Xin ông tha lỗi cho! 请您原谅！

tha ma *d* 墓地，坟场

tha mồi *đg* 叼食：Chim mẹ tha mồi về nuôi con. 母鸟叼食回来喂雏鸟。

tha nợ *đg* 免债

tha phương =tha hương

tha phương ngộ cố tri 他乡遇故知

tha thẩn *t* 闲逛的，瞎转悠的：Bé chơi tha thẩn ngoài sân. 小孩在院子里瞎转悠。

tha thiết *t* ①深切：Hai người yêu nhau tha thiết. 两人爱得很深。② 殷切，热切：nguyện vọng tha thiết 殷切的愿望 *đg* 热衷于：thiết với nghề dạy học 热衷于教育工作

tha thủi *t* 孤零零：tha thủi về quê một mình 孤身一人回家

tha thứ *đg* 宽恕，原谅，容忍：cầu xin tha thứ 请求宽恕

tha thướt *t* 裊娜，婀娜：Cô gái duyên dáng trong bộ áo dài tha thướt. 亭亭玉立的姑娘在"奥黛"的衬托下显得婀娜。

tha tội *đg* 饶罪，恕罪：Xin ông tha tội cho! 请您恕罪！

thà *p* 宁可，宁愿，情愿：thà chết không hàng 宁死不屈

thà là=thà

thà rằng *p* 宁愿，宁可：Thà rằng bị lỗ cũng phải giữ uy tín. 宁可亏本也要守信用。

thả *đg* ①释放，放开，松开：thả diều 放风筝 ②放送，放运，流送：thả bè 放运木筏 ③放养：thả gà lên đồi 山上养鸡；đào ao thả cá 挖塘养鱼

thả bộ *đg* 散步，踱步

thả con săn sắt bắt con cá rô 抓大放小

thả cửa *t* 放肆，放纵，无拘无束：ăn thả cửa 大快朵颐

thả dù *đg* 空投：Thả dù thực phẩm xuống vùng bị lũ. 给洪灾地区空投食品。

thả giàn *đg* 敞开，放任，随意：rượu uống thả giàn 敞开喝酒

thả hổ về rừng 放虎归山

thả lỏng *đg* ①放松，放宽：thả lỏng toàn thân 全身放松；thả lòng chính sách 放宽政策 ②软禁：thả lòng tù chính trị 软禁政治犯

thả luống *đg* 放养，放任不管：nuôi heo thả luống 放任养猪

thả mồi *đg* 放饵，下饵：thả mồi câu cá 放饵钓鱼

thả neo *đg* 抛锚，放锚，停泊：Con tàu thả neo cập bến. 轮船放锚靠岸。

thả nổi *đg* 放开，浮动：giá thả nổi 价格浮动

thả rểu *đg* 放任，到处跑：Đàn gà thả rểu trong vườn. 鸡群在院子里到处跑。

thả rong *đg* 放任自由，不受约束：trâu thả rong 放任牛自由

thả sức [口]=thả cửa

thả trôi =buông trôi

thá *d* 东西（常放在 gì 之前）：Nó là cái thá gì mà nói người ta？他是什么东西（凭什么）说别人？

thác₁ *d* 险滩，急滩

thác₂ [汉] 拓 *đg* 拓：khai thác 开拓

thác₃ *đg* 托故，托词，推托，借口：thác ốm để nghi 假借生病请假

thác₄ [汉] 错

thác bản *d* 拓本

thác loạn *t* 错乱，混乱：tâm thần thác loạn 神经错乱

thác ghềnh *d* 险滩

thác nước *d* 瀑布；浅滩，急滩

thác xiết *d* 急滩，险滩，急流

thạc sĩ *d* 硕士

thách₁ *đg* ①挑战，打赌：thách nhau 互相挑战 ②索价，讨高价：thách giá 叫价

thách₂ *t* 窜起：nhảy thách lên 跳起来

thách cưới *đg* 索彩礼：thách cưới nặng 索要大彩礼

thách đố *đg* 打赌，赌赛：Đám thanh niên thách đố nhau xem ai chạy nhanh nhất. 年轻人打赌看谁跑得最快。

thách thức *đg* 挑战，打赌：đứng trước thách thức 面临挑战

thạch₁ *d* 洋菜，洋粉，凉粉，洋菜冻

thạch₂ [汉] 石

thạch anh *d* [矿] 石英

thạch ấn *d* 石印，石版印刷

thạch bàn *d* 磐石

thạch bản *d* 石刻版

thạch bích *d* 石壁

thạch bút *d* 石笔

thạch cao *d* 石膏

thạch cầu *d* 石球

thạch đảm *d* [化] 石胆，胆矾

thạch địa hoá học [地] 地球化学

thạch học *d* 岩石学

thạch lạp *d* [矿] 石蜡

thạch lựu *d* 石榴

thạch nham *d* 岩石

thạch nhĩ *d* [植] 石耳

thạch nhũ *d* ①钟乳石，石乳 ② [药] 石髓

thạch quan *d* 石棺

thạch quyển *d* 地壳

thạch sùng *d* 壁虎

thạch than kỉ *d* [地] 石炭纪

thạch tín *d* 信石, 砒霜

thạch tùng *d* [植] 石松

thạch xương bồ *d* [植] 石菖蒲

thạch y *d* [植] 石衣

thai [汉] 胎 *d* 胎, 孕: phụ nữ mang thai 怀孕妇女

thai bàn *d* 胎盘

thai bào *d* 胎胞, 胎儿

thai độc *d* 胎毒

thai đôi *d* 双胞胎

thai nghén *đg* ①怀胎, 受孕: thời kì thai nghén 怀孕期②酝酿, 孕育: thai nghén mầm mống cách mạng 孕育革命种子

thai nhi *d* 胎儿

thai phụ *d* 孕妇

thai sản *đg* 孕育: chế độ trợ cấp thai sản 孕育补助制度

thai sinh *đg* 胎生: Lợn là động vật thai sinh. 猪是胎生动物。

thai trứng *d* 葡萄胎

thài lài₁ *d* [植] 饭包草

thài lài₂ *t* ①两腿叉开的: nằm thài lài 叉开腿躺着②平缓: cái dốc thài lài 平缓的坡 ③细长: sợi dây dài thài lài 细长的绳子

thải [汉] 汰 *đg* 排放, 排除, 排出: thải bỏ nước bẩn 排放脏水

thải hồi *đg* 解雇, 裁减, 辞退: thải hồi công nhân 解雇工人

thải loại *đg* 排除, 排泄: thải loại chất cặn bã 排泄废弃物

thải trừ *đg* 排除, 除去: thải trừ chất bẩn 除去脏物

thái₁ *đg* 切, 割: thái thịt 切肉

thái₂ [汉] 泰

thái ấp *d* [旧] 领地, 封土, 采邑

thái ất *d* [天] 太乙星

thái bạch *d* [天] 金星, 太白星

thái bảo *d* 太保 (古官名)

thái bình *t* 太平: thời thái bình 太平盛世

Thái Bình Dương *d* [地] 太平洋

thái chỉ *đg* 切丝: thịt thái chỉ 肉切丝

thái cổ *t* 太古的, 上古的, 远古的: đời thái cổ 上古时期

thái cực *d* 太极: thái cực quyền 太极拳

thái dương *d* 太阳: huyệt thái dương 太阳穴; Thái Dương Hệ 太阳系

thái dương kính *d* 太阳镜

thái đẩu *d* [旧] 泰斗, 泰山北斗 (喻学术高超、受人敬仰的人)

thái độ *d* 态度: thái độ khách quan 客观态度

thái giám *d* 太监

thái hậu *d* 太后

thái hoà [旧] =thái bình

thái miếu *d* 太庙

thái phi *d* 太妃

thái phó *d* 太傅 (古官名)

thái quá *p* 太过, 过分: nhịn ăn thái quá không tốt 过分节食不好

thái sư *d* 太师

thái thú *d* 太守 (古官名)

thái thượng hoàng *d* 太上皇

thái tổ *d* 太祖

thái tuế *d* 太岁星, 木星

thái tử *d* [旧] 太子

thái uý *d* 太尉 (古官名)

thái y *d* 太医 (古官名)

tham₁ [汉] 贪 *đg* ① 贪: lòng tham không đáy 贪得无厌②泛滥: Bài viết tham quá thành ra hơi rườm. 文章写得太滥显得繁缛。

tham₂ [汉] 参

tham ăn *đg* 贪吃, 贪食, 馋嘴

tham bác *đg* 博览: tham bác bình thư 博览群书

tham bát bỏ mâm 捡了芝麻丢了西瓜

tham chiến *đg* 参战: nước tham chiến 参战 国

tham chính *d* 参政官 *đg* 参政: một thương gia tham chính 参政商人

tham chuông phụ mõ 过河拆桥; 喜新厌旧

tham có tham giàu, đâm đầu vào lưới 贪便 宜吃亏上当

tham con đỏ, bỏ con đen 顾了小的, 疏忽了 大的 (孩子)

tham con giếc, tiếc con rô 贪得无厌

tham công tiếc việc 闲不住

tham cơm nguội cá kho, bỏ cơm vua áo chúa 喜清贫, 弃荣华

tham danh trục lợi 贪名逐利

tham dự *đg* 参与, 参加, 出席: tham dự đại hội 出席会议

tham đó bỏ đăng 喜新厌旧

tham gia *đg* 参加: tham gia lao động 参加劳 动

tham khảo *đg* 参考: sách tham khảo 参考书

tham kiến *đg* 参见, 参谒, 谒见: tham kiến hoàng thượng 参见皇上

tham lại *d* 贪官污吏

tham lam *t* 贪婪, 贪心: Bà ta tính tham lam. 她是一个贪婪的人。

tham luận *đg* 发言, 报告: đọc tham luận trên hội thảo 在研讨会上发言

tham mưu *đg* 参谋: Bộ Tham mưu 参谋部; Tổng tham mưu trưởng 总参谋长

tham nhũng *đg* 贪污, 腐败: tăng cường chống tham nhũng 加大反腐力度

tham ô *đg* 贪污: mắc tội tham ô 犯了贪污罪

tham ô lãng phí 贪污浪费

tham quan₁ *d* 贪官

tham quan₂ *đg* 参观: dẫn khách tham quan 带客人参观

tham quan ô lại 贪官污吏

tham sinh *đg* 贪生: tham sinh uý tử 贪生怕 死

tham số *d* 参数; 重要因数

tham sống sợ chết 贪生怕死

tham tài hiếu sắc 贪财好色

tham tàn *t* 贪婪凶残: bọn xâm lăng tham tàn 贪婪凶残的侵略者

tham tán *d* 参赞: tham tán thương mại 商务 参赞; tham tán văn hoá sứ 文化参赞

tham thanh chuộng lạ 喜好新奇

tham thì thâm 即贪即祸

tham vàng bỏ ngãi 见财忘义

tham vấn *đg* 咨询: cơ quan tham vấn cho chính phủ 政府咨询机关

tham vọng *d* 贪欲, 奢望: tham vọng làm tổng giám đốc 当总经理的奢望

thảm₁ *d* 毯, 地毯: trải thảm 铺地毯

thảm₂ [汉] 惨 *t* 惨: thảm kịch 惨剧; chết rất thảm 死得很惨

thảm án *d* 惨案

thảm bại *đg* 惨败: quân địch bị thảm bại 敌 军惨败

thảm cảnh *d* 惨景: thảm cảnh sau chiến tranh 战后惨景

thảm đạm *t* 惨淡, 萧条: cánh rừng thảm đạm 荒凉的森林

thảm đỏ *d* 红地毯

thảm độc *t* 惨毒

thảm hại *t* ①惨重②凄惨: cảnh thảm hại 凄 惨的景象

thảm hoạ *d* 灾祸, 灾难: thảm hoạ chiến tranh 战争灾难

thảm khốc *t* 残酷, 残忍: chiến tranh thảm khốc 残酷的战争

thảm kịch *d* 惨剧

thảm nhung *d* 绒毡

thảm sát *đg* 残杀: vụ thảm sát đẫm máu 血 腥的残杀事件

thảm sầu *t* 愁惨, 凄惨: Người sống kẻ chết biết bao thảm sầu. 阴阳两隔很是凄惨。

thảm thê=thê thảm

T

thảm thiết *t* 悲切: tiếng khóc thảm thiết 悲切的哭声

thảm thực vật *d* 植被

thảm thương *t* 悲伤, 悲惨, 惨痛: Cảnh người chết đói trông thật thảm thương. 饿死人的景象很悲惨。

thảm trạng *d* 惨状, 惨况: thảm trạng môi trường bị ô nhiễm 环境污染惨状

thám [汉] 探

thám báo *d* 探报, 侦察员

thám hải đăng *d* 探海灯; 灯塔

thám hiểm *đg* 探险: đội thám hiểm 探险队

thám hoa *d* [旧] 探花 (科举制中殿试第三名)

thám không *đg* 高空探测: trạm thám không 高空探测站

thám sát *đg* 探察: thám sát tình hình tiêu thụ thị trường 探察市场销售情况

thám thính *đg* 探听, 侦察: máy bay thám thính 侦察机

thám tử *d* 探子, 侦探: mời thám tử tư 请私人侦探

than₁ *d* ①煤: khai thác than 采煤 ②炭: Củi cháy thành than. 柴烧成炭。

than₂ *đg* 嗟叹

than béo *d* 烟煤

than bùn *d* 泥煤

than cám *d* 碎煤

than chì *d* [矿] 石墨, 炭精

than cốc *d* 焦煤

than cục *d* 块煤

than củi *d* 木炭

than dầu *d* 油煤

than đá *d* 煤 (统称)

than đá gầy =than gầy

than đen *d* 炭黑

than điện *d* [工] 炭刷, 电极

than gầy *d* 无烟煤

than ít khói *d* 半烟煤

than khóc *đg* 哭叹: tiếng than khóc xót xa 那痛苦的哭叹声

than khói *d* 烟煤

than li-nhít *d* 褐煤

than luyện *d* 砖煤

than luyện cốc *d* 炼焦煤

than mỏ *d* 煤矿

than mỡ *d* 烟煤

than nắm *d* 焦煤

than nâu *d* 褐煤

than ngắn thở dài 长吁短叹

than nguyên khai *d* 原煤

than níp-lê *d* 大块煤

than ôi *c* 呜呼, 天啊: Than ôi! Kẻ ở người đi… 呜呼！天各一方…

than phiền *đg* 怨叹, 怨怼, 怨尤: than phiền về số phận 对命运的怨叹

than quả bàng *d* 煤球

than sỉ *d* 煤渣

than tạp *d* 粗煤

than thở *đg* 叹息: tiếng ai than thở vì ai 在为谁叹息

than tổ ong *d* 蜂窝煤

than trách *đg* 怨怼, 埋怨: than trách nhau 互相埋怨

than trắng *d* 水能, 水力资源

than văn *đg* 叹惋, 叹诉: than văn về chuyện làm ăn 对生意多有叹诉

than vụn *d* 煤粉

thản [汉] 坦

thản bạch *t* 坦荡, 坦诚: Anh ta là con người tính thản bạch. 他是一个性情坦荡的人。

thản nhiên *t* 坦然, 泰然, 若无其事: thản nhiên trước khó khăn 在困难面前若无其事

thán [汉] 炭

thán khí *d* 炭气, 二氧化碳

thán hoạ *d* 炭画

thán phục *đg* 叹服, 佩服, 钦佩: Mọi người thán phục tài ba của anh. 人们叹服他的才华。

thán tinh *d* [化] 炭精

thán toan *d* 碳酸水

thang₁ *d* 梯子, 楼梯, 阶梯: bắc thang 架梯子; bậc thang 阶梯; hình thang 梯形

thang₂ *d* [医] ①服, 剂: một thang thuốc 一服药 ②药引子: Kinh giới làm thang cho chén thuốc này. 荆芥为这服药的引子。

thang âm *d* 音阶

thang cuốn *d* 滚梯, 扶梯

thang dây *d* 软梯, 绳梯

thang điện *d* 电梯

thang độ *d* 梯度; 价格

thang gác *d* 楼梯

thang lương *d* 工资等级, 工资级别

thang máy=thang điện

thang mây *d* 云梯

thang nhiệt độ bách phân *d* 百分温度计量单位 (摄氏)

thang nhiệt độ Celsius *d* 摄氏温度计量单位

thang nhiệt độ Fahrenheit *d* 华氏温度计量单位

thang xếp *d* 折梯

thẳng hoặc *p* 偶尔: thẳng hoặc mới phải đi xa 偶尔才出一趟远门 *k* 倘若, 如果, 要是: Mang sẵn lương khô thẳng hoặc khi bụng đói. 备好干粮, 要是饿了可以充饥。

thẳng thốt *đg*; *t* 惊慌, 仓促: tiếng kêu thẳng thốt 惊呼声

tháng *d* ①月: ba tháng 三个月 ②月份: tháng giêng 一月; tháng hai 二月 ③ [生] 月经: thấy tháng 月经来潮; tháng không đều 月经不调

tháng âm lịch *d* 阴历月份

tháng ba ngày tám =ngày ba tháng tám

tháng chạp *d* 腊月

tháng củ mật *d* [旧] 腊月

tháng dương lịch *d* 阳历月份

tháng đầu đông *d* 孟冬

tháng đầu hạ *d* 孟夏

tháng đầu thu *d* 孟秋

tháng đầu xuân *d* 孟春

tháng đợi năm chờ 长期等待

tháng đủ *d* 月满, 大月

tháng giêng *d* 元月, 正月, 一月

tháng một *d* ①一月 ② [口] 农历十一月

tháng ngày *d* 日月, 日子

tháng nhuận *d* 闰月

tháng thiếu *d* 小月

thanh₁ [汉] 清 *t* ①清雅, 不俗: trai thanh gái lịch 男帅女秀 ②清脆: giọng nói rất thanh 声音很清脆 ③苗条: dáng người thanh thanh 苗条的身材

thanh₂ *d* 把, 枝, 根: thanh kiếm 一把剑

thanh₃ [汉] 声 *d* 声: âm thanh 声音

thanh₄ [汉] 青

thanh âm *d* 声音

thanh bạch *t* 清白: gia đình thanh bạch 家世清白

thanh bần *t* 清贫, 清寒: cảnh nhà thanh bần 家庭清贫

thanh bình *t* 清平, 太平: Nhân dân sống cảnh thanh bình. 人民生活在太平盛世之中。

thanh cảnh *t* (饮食) 清淡, 简单, 斯文: bữa ăn thanh cảnh 饭菜简单; ăn uống thanh cảnh 吃相斯文

thanh cao *t* 清高: tính thanh cao 清高的性格

thanh chéo *d* (桥梁) 斜梁

thanh chống chéo *d* (桥梁) 斜撑梁

thanh danh *d* 声名, 清誉

thanh đạm *t* 清淡: ăn uống thanh đạm 清淡饮食

thanh điệu *d* 声调

thanh đới *d* 声带

thanh giằng *d* [建] 拉梁

thanh hao *d* [植] 青蒿

thanh học *d* 声学, 音响学

thanh hương *t* 清香的

thanh kế *d* 测音计

thanh khiết *t* 清洁，纯洁

thanh la *d* 铜锣

thanh lâu *d*[旧] 青楼

thanh lí *đg* 清理，处理：thanh lí hàng tồn kho 处理库存；thanh lí hợp đồng 清理合同

thanh lịch *t* 清雅，文雅：tính tình thanh lịch 性情高雅

thanh liêm *t* 清廉：làm quan thanh liêm 为官 清廉

thanh lọc *đg* 整顿，清理：thanh lọc cán bộ 整 顿干部队伍

thanh long *d* 火龙果

thanh mai *d* 青梅；杨梅

thanh mai trúc mã 青梅竹马

thanh mảnh *t* 瘦高；秀气：nét chữ thanh mảnh 字体秀气

thanh minh₁ *d* 清明（二十四节气之一）： tết Thanh Minh 清明节

thanh minh₂ *đg* 声明，辩解：thanh minh cho hành vi của mình 为自己的行为辩解

thanh nhã *t* 清雅：Căn buồng bài trí thanh nhã. 房间布置清雅。

thanh nhạc *d* 声乐

thanh nhàn *t* 清闲：cuộc sống thanh nhàn 清 闲的生活

thanh niên *d* ①青年：Đoàn thanh niên 青年 团②小伙子 *t* 年轻活泼：phong cách rất thanh niên 年轻活泼的风格

thanh nữ *d* 女青年

thanh quản *d* 声管

thanh quang *t* 宽敞，宽阔：địa thế thanh quang 地形开阔

thanh sạch *t* 纯洁，清白：phẩm hạnh thanh sạch 清白的品行

thanh sát *đg* 核查：tiến hành thanh sát vũ khí hạt nhân 进行核武器核查

thanh tao *t* 清高，高雅：nét mặt thanh tao như

nàng tiên 神情如仙女般高雅

thanh tâm *d* 清心：thanh tâm quả dục 清心 寡欲

thanh tân *t* ①清新②童贞的：gái thanh tân 处女

thanh tần *d*[无] 声频

thanh thản *t* 坦然，平静，轻松：nét mặt thanh thản 轻松的表情

thanh thanh *t* 清瘦：dáng người thanh thanh 清瘦的体形

thanh thế₁ *d* 声势：thanh thế ồ ạt 声势浩大

thanh thế₂ *d*[旧] 清世

thanh thiên *d*[旧] 青天：thanh thiên chứng giám 青天做证 *t* 天蓝色的：màu áo thanh thiên 天 蓝色的衣服

thanh thiên bạch nhật 青天白日；光天化日

thanh thiếu niên *d* 青少年

thanh thoát *t* ①潇洒，洒脱：nét vẽ thanh thoát 画风洒脱②流畅：câu thơ thanh thoát 诗 句流畅③坦然，平静，舒畅：Hối cải rồi thì tâm hồn thanh thoát. 悔过后心里就平静了。

thanh thuỷ *d* 清水

thanh tích *d* 痕迹，踪迹，名声

thanh tĩnh *t* 清静，幽静：khung cảnh thanh tĩnh 幽静的环境

thanh tịnh *t* 清净，清寂：ngôi chùa thanh tịnh 清净的寺庙

thanh toán *đg* ①清算，结算；清理，清偿；支 付：thanh toán tiền nong 财务结算②清理， 扫除：thanh toán nạn mù chữ 扫除文盲

thanh tra *đg* 检察，监察：công tác thanh tra 监察工作 *d* 检察员，监察员：thanh tra tài chính 财政检察员

thanh trà *d* 扁桃树

thanh trùng *đg* 消毒：Sữa đã qua thanh trùng. 奶（制品）已经经过消毒。

thanh truyền *d*[机] 传动杆

thanh trừ *đg* 清除，清洗，肃清，开除：Thanh trừ phần tử tha hoá ra khỏi Đảng. 把腐败

分子开除出党。

thanh trừng *đg* 清洗, 清除: thanh trừng phần tử li khai 清除分裂分子

thanh tú *t* 清秀: khuôn mặt thanh tú 清秀的脸庞

thanh u *t* 清幽, 幽静: cảnh đêm thanh u vắng ngắt 幽静无人的夜晚

thanh vắng *t* 清寂, 静寂, 清寥: chiều thanh vắng 清寂的下午

thanh vân *d* 青云

thanh vận *d* [旧] 青年运动, 青年工作: công tác thanh vận 青年运动工作

thanh xuân *d* 青春: tuổi thanh xuân đầy ước mơ 充满理想的青春岁月

thanh y *d* [旧] 青衣

thành₁ [汉] 城 *d* ①城: thành cổ Phượng Hoàng 凤凰古城 ②城市: các tỉnh, thành trong nước 国内各省和城市 ③壁: thành mạch máu 血管壁

thành₂ [汉] 成 *đg* 成: biến thành màu xanh 变成蓝色

thành₃ [汉] 诚

thành bại *đg* 成败: thành bại tại ông trời 成败在于老天

thành công *đg* 成功: phóng thành công quả vệ tinh 成功发射卫星

thành cơm thành cháo 生米煮成熟饭

thành danh *đg* 成名: một diễn viên chưa thành danh 一个未成名的演员

thành đạt *đg* 有成就, 成事, 成器: con cái đều thành đạt 子女都有出息

thành đoàn *d* 团市委

thành đô *d* 都市

thành đồng *d* 铜墙: quân đội thành đồng 铜墙般的军队

thành đồng vách sắt 铜墙铁壁

thành hình *đg* 成型, 形成: bức vẽ chưa thành hình 未成型的画作

thành hoàng *d* 城隍, 土地, 土地爷, 土地神

(迷信)

thành hội *d* 市级联合会

thành hôn *đg* 成婚, 结婚

thành khẩn *t* 诚恳: thái độ thành khẩn 诚恳的态度

thành khí *t* (木料) 粗制成型的: gỗ thành khí 粗制木料

thành kiến *đg*; *d* 成见: giữ thành kiến 抱有成见; có thành kiến với... 对⋯有成见

thành kính *t* 诚敬, 虔诚: tấm lòng thành kính 虔诚之心

thành lập *đg* 成立, 建立, 组建, 设立: thành lập công ti 成立公司

thành lệ *đg* 成惯例: Thanh Minh đi đạp thanh đã thành lệ từ thời xưa. 自古以来清明踏青已成为惯例。

thành luỹ *d* 城垒

thành ngữ *d* 成语

thành niên *t* 成年的: người thành niên 成年人

thành nội *d* 城内: đột nhập thành nội 攻入城内

thành phẩm *d* 成品: nửa thành phẩm 半成品

thành phần *d* ①成分, 阶级: thành phần địa chủ 地主成分 ②参与者, 成员: Đoàn đại biểu gồm thành phần các đơn vị khác nhau. 代表团成员来自不同单位。

thành phố *d* 城市: thành phố trực thuộc 直辖市

thành quả *d* 成果

thành quách *d* 城郭

thành ra *k* 因此, 由此, 所以: Gấp quá thành ra dễ bị sai. 太急了所以容易出错。

thành tài *đg* 成才: chịu khó học thành tài 苦学成才

thành tâm *t* 诚心, 真心: thành tâm xin lỗi 诚心道歉

thành tâm thành ý 诚心诚意

thành tâm thiện ý =thành tâm thành ý

thành tật *đg* 成疾: lo nhiều thành tật 多虑成疾

thành thạo *t* 纯熟, 老练, 熟练: kĩ nghệ thành thạo 熟练的技艺

thành thân *đg*[旧] 成亲, 成婚: Hai người đã thành thân. 两人成亲了。

thành thật *t* 诚实, 真心: thành thật xin lỗi 诚心赔罪

thành thị *d* 城市

thành thục *t* ①熟练, 纯熟: động tác thành thục 动作熟练②（发育）成熟: Con lợn đã thành thục. 猪儿已长成。

thành thử *k* 因此, 由此, 所以: Trời mưa to thành thử đến muộn. 下大雨所以来晚了。

thành thực *t* 真诚, 诚挚, 衷心, 由衷: thành thực cám ơn 衷心感谢

thành tích *d* 成绩

thành tích bất hảo [口] 劣迹斑斑

thành tố *d* 成分, 要素

thành trì *d* 城池: thành trì kiên cố 坚固的城池

thành tựu *d* 成就: thành tựu vĩ đại 伟大成就

thành uỷ *d* 市委: thành uỷ viên 市委委员

thành văn *t* 成文的, 书面的, 文字的: luật bất thành văn 不成文的规定

thành viên *d* 成员: nước thành viên 成员国

thành ý *d* 诚意: ghi nhận thành ý bạn bè 接受朋友的诚意

thành thơi *t* 闲适, 旷达, 舒坦, 舒畅, 逍遥: lòng thành thơi 心情舒畅

thánh [汉] 圣 *d* ①圣: ông thánh 圣人; thánh thơ 诗圣②耶稣的尊称 *t* 神圣: rất thánh 很神圣

thánh ca *d* 圣歌

thánh chỉ *d* 圣旨

thánh đường *d*[宗] 圣堂, 教堂, 礼拜堂, 基督教堂, 天主教

thánh giá₁ *d*[旧] 圣驾

thánh giá₂ *d* 十字架

thánh hiền *d* 圣贤

thánh hoàng *d*[旧] 皇上, 圣上

Thánh Kinh *d*《圣经》

thánh nhân *d* 圣人

thánh sống *d* 活神仙

thánh tha thánh thót *t* 清脆: tiếng nói thánh tha thánh thót 说话声音清脆

thánh thất *d* 圣室, 圣坊（高台教）

thánh thiện *d*[旧] 圣善, 至善

thánh thót *t* 清脆: tiếng đàn thánh thót 琴声清脆 [拟] 叮咚: nước nhỏ thánh thót 水滴叮咚

thánh tích *d*[宗] 圣迹

thánh tướng *d* 圣贤之辈（贬义）

thánh tượng *d* 圣像

thao [汉] 操, 韬, 涛

thao diễn *đg* 操练, 演习

thao đũi *d* 粗线纱

thao láo *t*（眼睛）直勾勾, 直瞪瞪: mắt nhìn thao láo 直瞪瞪地看着

thao láo mắt ếch 瞪着一双牛眼

thao luyện *đg* 操练

thao lược *d* 韬略: trí tuệ thao lược của tập thể 集体的智慧和韬略 *t* 有韬略的: Tướng quân nổi tiếng là người thao lược. 名将是有韬略的人。

thao tác *đg* 操作: thao tác máy móc 操作机器

thao thao *t* 滔滔: mồm nói thao thao 滔滔说个不停; thao thao bất tuyệt 滔滔不绝

thao thức *đg* 辗转反侧: thao thức khó ngủ 辗转难眠

thao trường *d* 操场

thao túng *đg* 操纵, 控制, 掌控, 垄断, 把持

thào₁ *p* 一下子, 一会儿: quên thào một lúc 就忘了

thào₂ *t*（说话）声音小: nói thào qua tai 小声咬耳朵

thào thào *t* (声音) 微小, 细小: giọng nói thào thào 声细如丝

thào thển *t* 上气不接下气, 气喘吁吁: thào thển không nói ra tiếng 气喘吁吁说不出话

thào thợt *t* ①冷淡, 不热情, 不亲热, 不情愿: đối đãi một cách thào thợt 态度冷淡 ②随意, 不周到: tính tình thào thợt 性情随意

thảo₁ [汉] 草 *đg* 草拟: thảo một bài văn 草拟一篇文章

thảo₂ *t* 有孝道的: lòng thảo 孝心

thảo₃ *t* 心肠好, 宽厚忍让: lòng bà cụ rất thảo 老太太心肠好

thảo₄ [汉] 草 *d* [植] 草

thảo cầm viên *d* 动植物园

thảo dã *d* 荒野

thảo dân *d* 草民

thảo dược *d* 草药

thảo đường *d* 草堂

thảo hèn [方] =thảo nào

thảo hiền *t* 孝贤: con cháu thảo hiền 孝子贤孙

thảo khấu *d* 草寇

thảo lảo *t* 好心肠, 大方, 宽厚忍让: Cô ta vốn tính thảo lảo. 她的性格本来就大方。

thảo luận *đg* 讨论: mở cuộc họp thảo luận 召开讨论会

thảo lư *d* 草庐, 草舍

thảo mộc *d* 草木, 植物

thảo nào *k* 怪不得, 难怪, 莫怪乎: Hoá ra là anh ta, thảo nào thấy mặt quen quen. 原来是他, 怪不得有点面熟。

thảo nguyên *d* 草原

thảo quả *d* 草果

thảo quyết minh *d* [药] 草决明

thảo ước *d* 草约

thảo xá =thảo lư

tháo *đg* ①解开, 解脱: tháo vòng vây 解围 ②拆卸: tháo máy 拆卸机器 ③放出, 排放: tháo nước 放水

tháo chạy *đg* 逃跑, 逃窜: tháo chạy tán loạn 四处逃窜

tháo cũi sổ lồng 脱离牢笼; 摆脱禁锢

tháo dạ *đg* [医] 拉肚子, 拉稀

tháo dạ đổ vạ cho chè 拉不出屎赖茅坑

tháo dỡ *đg* 拆卸: tháo dỡ xe máy 拆卸摩托车

tháo gỡ *đg* 拆除, 排除, 解脱: tháo gỡ mìn 排雷

tháo khoán *đg* [口] 破例: Hôm nay chủ tháo khoán cho nghỉ. 今天老板破例给我们休息。

tháo láo *t* (眼睛) 直勾勾: mắt nhìn tháo láo 眼睛直勾勾地看

tháo lui *đg* 后退, 撤退, 退却, 撤离: tháo lui vì sợ khó 畏难而退却

tháo thân *đg* 脱身, 逃离, 逃遁: chạy nhanh để tháo thân 快速逃离

tháo tổng *đg* [口] 拉肚子, 拉稀

tháo vát *t* 机敏, 精明, 能干: làm ăn tháo vát 做事精明

thạo *t* 熟练, 纯熟, 老练, 精通, 通达, 内行: thạo nghiệp vụ 业务熟练; thạo lối đi 熟路

thạo đời *t* 老练, 老成, 饱经世故, 通达事理: Trông cô ta trẻ thế mà thạo đời lắm đấy! Bé看她年纪轻, 可老练着呢!

thạo nghề *t* 技术熟练, 内行, 在行, 老手的: công nhân thạo nghề 熟练工人

thạo việc *t* 干练, 内行: thư kí thạo việc 干练的秘书

tháp₁ [汉] 塔 *d* 塔: Kim tự tháp 金字塔

tháp₂ *đg* 连接, 嫁接, 粘贴: tháp nhánh cây 嫁接树

tháp canh *d* 岗楼, 瞭望台

tháp cất rượu *d* 酒厂蒸馏塔

tháp đèn pha *d* 照明灯塔

tháp hút *d* 吸收塔

tháp kinh *d* [宗] 经塔, 经幢

tháp ngà *d* 象牙塔

tháp nước *d* 水塔

tháp tùng *đg* 随从: tháp tùng thủ tướng đi thăm 随同总理去访问

tháp tivi *d* 电视塔

tháp truyền hình *d* 电视塔

thạp *d* 瓦缸: thạp nước 水缸

thau₁ *d* ①黄铜: chậu thau 铜盆② [方] 盆: đưa thau ra múc nước rửa mặt 拿盆子打水洗脸

thau₂ *đg* 淘洗, 清洗: thau chum 清洗坛子

thau₃ *đg* 溶化, 溶解: đường thau 糖化了

thau chua rửa mặn 用淡水改造盐碱地

thau tháu *t* 快捷: viết thau tháu 写得飞快

tháu₁ *t* 潦草: viết rất tháu 写得很潦草

tháu₂ *t* 未成年的: trâu tháu 牛犊

tháu cáy *đg*[口] 偷巧, 取巧: hay tháu cáy khi làm việc 干活爱偷巧

tháu tháu=thau tháu

thay₁ *đg* 更换, 代替, 替换: thay áo 更衣; kí thay 代签; làm thay 代劳

thay₂ *c* 哉, 啊, 呀: Thương thay! 多可怜啊! May thay! 多幸运啊!

thay bậc đổi ngôi[旧] 改朝换代

thay chân *đg* 代理, 代替, 顶替, 替代: thay chân giám đốc 代替总经理

thay da đổi thịt 脱胎换骨, 日新月异

thay đổi *đg* 变换, 更换, 改变: thay đổi chương trình 改变日程

thay đổi như chong chóng 反复无常; 瞬息万变

thay hình đổi dạng 改头换面; 乔装打扮

thay lòng *đg* 变心: thay lòng đổi dạ 反复无常

thay lông đổi da 改头换面

thay mặt *đg* 代表: Tôi xin thay mặt cho cả nhà tôi. 我谨代表我全家。

thay ngựa giữa dòng 半途换人

thay phiên *đg* 轮流, 轮番: thay phiên đi tuần 轮流巡逻

thay tên đổi họ 改名换姓

thay thế *đg* 更换, 替换: phụ tùng thay thế 备用零件

thay trời trị dân 替天治民

thay vì *k* 本来, 原来: Thay vì đi chơi phố cô ấy lại đi hiệu sách. 她本来去逛街却去了书店

thay xương đổi cốt 脱胎换骨

thày=thầy

thày lay [方] 好管闲事: tính hay thày lay hớt lẻ 好管闲事搬弄是非

thảy₁ *đg* ①掷, 投: thảy lựu đạn 掷手榴弹② 花光光: có bao nhiêu thảy bấy nhiêu 有多少花多少

thảy₂ *d* 全部, 所有: Cha mẹ thảy già cả. 父母都老了。

thảy nhãn *đg* 暗送秋波: thảy nhãn đưa tình 秋波传情

thảy thảy *p* 所有, 通通, 全都: chết thảy thảy 全都死掉

thắc mắc *đg* 疑虑, 疑问: Anh ta cứ thắc mắc mãi sao lại không phần mình. 他总是搞不清为什么他没有份。*d* 问题, 顾虑, 疑问: giải thích thắc mắc 答疑

thăm₁ *d* 签, 阄: rút thăm 抓阄儿

thăm₂ *đg* 探访, 探视: thăm bạn 访友; thăm bệnh nhân 看病人

thăm dò *đg* ①探询, 打听, 摸底: thăm dò tình hình 了解情况②勘探: thăm dò địa chất 地质勘探

thăm hỏi *đg* 访问, 慰问: thăm hỏi cán bộ về hưu 慰问退休干部

thăm khám *đg* 看病: đi tìm bác sĩ thăm khám 去让医生看病

thăm nom *đg* 照顾, 照料, 照管: thăm nom người ốm 照看病人

thăm nuôi *đg* 探望: thăm nuôi người nhà ở tù 探望坐牢的家人

thăm thẳm *t* 幽深: vực sâu thăm thẳm 幽深

的峡谷

thăm thú *đg* 游览, 访问: đi chu du thăm thú nhiều nơi 游览了许多地方

thăm ván bán thuyền 喜新厌旧

thăm viếng *đg* 探访, 拜访, 访问, 看望: thăm viếng bạn bè 看望朋友

thẳm *t* 深, 远: vực thẳm 深渊

thắm *t* ①深色的: đỏ thắm 深红色②浓厚, 深厚: tình thắm 深厚的情谊

thắm thiết *t* 深厚, 深切, 深刻: sự đồng tình thắm thiết 深切的同情; tình hữu nghị thắm thiết 深厚的友谊

thằn *d* 里脊肉

thằn lằn *d* 蜥蜴, 四脚蛇

thằn lằn đứt đuôi 恐慌, 惊恐

thăng₁ [汉] 升 *đg* 升: thăng quan 升官 *d* 升 (容量单位)

thăng₂ *d* # 字 (符号): dấu thăng # 字符

thăng bằng *đg* 平衡: thăng bằng thu chi 平衡收支; mất thăng bằng tâm lí 心理不平衡 *d* 平衡: giữ thăng bằng 保持平衡

thăng ca *d* [动] 云雀

thăng chức *đg* 升职, 晋职: thăng chức giám đốc 晋升经理

thăng đường *đg* 升堂: thăng đường hỏi tội 升堂问罪

thăng giá *đg* 升价

thăng giáng *đg* 升降职: sự thăng giáng của cán bộ 干部的升降职

thăng hà *đg* 驾崩: vua đã thăng hà 皇帝驾崩

thăng hạng *đg* 升级: Đội bóng mới được thăng hạng. 球队刚升级。

thăng hoa *d* [化] 挥发: sự thăng hoa của băng phiến 樟脑丸的挥发 *đg* 升华: Nghệ thuật của nó đã thăng hoa. 他的艺术得到升华。

Thăng Long *d* [地] 升龙城 (河内市旧称)

thăng lương *đg* 加薪, 涨工资

thăng nhiệm *đg* 升任

thăng quan *đg* 升官

thăng quan tiến chức [旧] 升官晋爵

thăng thiên *đg* 升天: ông táo thăng thiên 灶君升天 *d* 冲天炮: pháo thăng thiên 冲天炮

thăng thiên độn thổ 上天入地

thăng trầm *t* 起伏不定的, 浮沉的: cuộc sống thăng trầm 起伏不定的生活

thằng₁ *d* ①仔, 崽, 家伙 (对男性小孩或同辈的昵称): thằng bé nhà tôi 我家小子②个 (指人, 卑称): bắt được hai thằng tù binh 抓了两个俘虏

thằng₂ [汉] 绳

thằng cha *d* [口] 家伙 (用于中年男子)

thằng chả *d* [方] 那个家伙, 他

thằng cu *d* 小家伙 (对小男孩的昵称)

thằng điếc cười thằng câm 聋子笑哑巴 (如五十步笑百步)

thằng hề *d* 小丑, 丑角

thằng hớ *d* [口] 冤大头

thằng mù cưỡi ngựa đui 盲人骑瞎马

thằng nhỏ *d* 小子, 小鬼, 小厮

thẳng *t* ①直: đường thẳng 直路②直率, 坦白, 直接: tính thẳng 直性子; nói thẳng 直截了当地说

thẳng băng *t* ①直, 笔直, 笔挺: con đường to thẳng băng 大路笔直②直率, 爽直: tính thẳng băng 直性子

thẳng bon *t* 笔直, 直直

thẳng cánh *t* 毫不留情: phê bình thẳng cánh 毫不留情地批评

thẳng cánh cò bay 一望无垠

thẳng cẳng *t* [口] ①直挺挺: Nó nằm thẳng cẳng giữa nhà. 他直挺挺地躺在房子中间。②死的: Nó đã thẳng cẳng rồi. 他死了。

thẳng chóc *t* ①直直: đi thẳng chóc vào nhà 直直地走到房子里②直接: nói thẳng chóc vào đề 直接进入主题

thẳng chừ *t* 笔直

thẳng duỗi = thẳng đơ

thẳng đơ *t* 直挺挺: nằm thẳng đơ dưới đất 直

挺挺地躺在地上

thẳng đuồn đuột *t* 笔直,直挺挺: lưng thẳng đuồn đuột 直挺挺的腰身

thẳng đuỗn *t* 僵直,僵硬: mặt thẳng đuỗn 表情僵硬

thẳng đuột *t* ①直挺挺,僵直: thẳng đuột như khúc gỗ 像木头一样直挺挺的②耿直,直率: nói năng thẳng đuột 说话直率

thẳng đứng *t* 直立,陡立,陡峭: vách núi thẳng đứng 峭壁

thẳng góc *t* 垂直: đường thẳng góc 直角线

thẳng một mạch *t* 一口气,不间断,一股劲

thẳng mực tàu *t* 直率: Tính anh ta vốn thẳng mực tàu. 他的性子很直率。

thẳng rằng *t*[方] 直挺挺: nằm thẳng rằng 躺得直挺挺的

thẳng ruột ngựa *t* 直肠子的

thẳng suốt *t* 纵贯的,直达的: xe chạy thẳng suốt 直达车

thẳng tay *t* ①直接: giao thẳng tay 直接交给②不留情,严厉: trị thẳng tay 严惩

thẳng tắp *t* 笔直: con đường thẳng tắp 笔直的道路

thẳng thắn *t* 坦率,直率,诚实,老实,刚直,正直: tính thẳng thắn 性格直率

thẳng thớm [方]=thẳng thắn

thẳng thừng *t* 直率,不顾情面的: từ chối thẳng thừng 坚决拒绝

thẳng tính *t* 直性子的,心直口快的: người thẳng tính 直性子的人

thẳng tuồn tuột *t* 直率,坦率: nói chuyện thẳng tuồn tuột 说话很直率

thẳng tuột *t* ①笔直: đi thẳng tuột một đường 一直走到头②坦率: nói thẳng tuột 直说

thắng₁ [汉] 胜 *đg* 胜利: chiến thắng 战胜

thắng₂ *đg* 熬: thắng kẹo 熬糖汁

thắng₃ *d* 闸 (刹车零件): bộ thắng xe đạp 自行车闸 *đg* 刹,掣: thắng xe 刹车

thắng₄ *đg* 套: thắng ngựa 套马

thắng bại *đg* 胜败: Thắng bại là lẽ thường. 胜败乃兵家常事。

thắng cảnh *d* 胜景: danh lam thắng cảnh 风景名胜

thắng cử=đắc cử

thắng không kiêu, bại không nản 胜不骄,败不馁

thắng lợi *đg* 胜利: hoàn thành thắng lợi 胜利完成 *d* 胜利: giành thắng lợi to lớn 取得巨大胜利

thắng như chẻ tre 势如破竹

thắng thầu *đg* 中标: thắng thầu công trình 工程中标

thắng thế *đg* 占优势,领先: Bên ta thắng thế trong cuộc đua. 我方在比赛中领先。

thắng trận *đg* 战胜,打胜仗,胜利: Quân ta đã thắng trận! 我军胜利了！

thặng₁ [汉] 剩 *t* 过剩的

thặng₂ [汉] 乘 *d* 乘: thiên thặng 千乘

thặng chi *t* 透支的,超支的: ngân sách thặng chi 透支的财政

thặng dư *t* 剩余的: giá trị thặng dư 剩余价值

thặng số *d*[数] 余数

thắp₁ *d* 笔套儿

thắp₂ *đg* 点,燃: thắp đèn 点灯; thắp hương 烧香

thắt *đg* 绑,扎,勒: Miệng túi được thắt chặt hơn. 袋口被勒得更紧了。

thắt chặt *đg* 束紧; 密切,加强: thắt chặt mối liên lạc 密切联系

thắt chặt quai túi 勒紧口袋

thắt chóp qui đầu [医] 包茎

thắt cổ *đg* 绞死,缢死,上吊,勒脖子: thắt cổ tự tử 上吊自杀

thắt cổ bồng *t* 收腰式的

thắt đáy lưng ong 杨柳细腰

thắt gan thắt ruột 撕心裂肺

thắt gút *đg* 捆绑,打结

thắt lưng *d* 腰带, 腰部

thắt lưng buộc bụng 勒紧裤带 (忍受饥饿)

thắt ngặt *t* ① [方] 艰难, 困苦: hoàn cảnh thắt ngặt 境况艰难 ② 严厉, 苛刻: yêu cầu thắt ngặt 要求苛刻

thắt nút *đg* 打结: thắt nút dây thừng 麻绳打结 *d* 冲突点: đoạn thắt nút của vở kịch 形成剧情冲突的部分

thâm₁ [汉] 深 *t* ①深色: bộ đồ thâm 深色衣服 ② 深: sơn cao thuỷ thâm 山高水深 ③ 阴险, 过分, 厉害: chơi thâm 耍手段

thâm₂ *đg* 侵吞: tiêu thâm tiền quĩ 侵吞公款

thâm canh *đg* 深耕: thâm canh tăng năng suất 深耕增产

thâm căn cố đế 根深蒂固

thâm câu cao luỹ 深沟高垒

thâm cung *d* 深宫

thâm độc *t* 阴险, 毒辣, 恶毒: âm mưu thâm độc 恶毒的阴谋

thâm gan tím ruột =bầm gan tím ruột

thâm giao *t* 深交的, 知交的: bạn thâm giao 知己朋友

thâm hiểm *t* 凶险, 阴险: kẻ địch thâm hiểm 凶险的敌人

thâm hụt *đg* 亏空, 亏损, 超支: thâm hụt ngân sách 财政超支

thâm nghiêm *t* 森严

thâm nhập *đg* ①深入: thâm nhập thực tế 深入实际 ② 入侵: Vi trùng thâm nhập cơ thể. 细菌入侵身体。

thâm nhiễm *đg* ① 深染, 沾染, 侵染: thâm nhiễm thói hư tật xấu 沾染陋习 ② 侵蚀: thâm nhiễm tư tưởng xấu 被不良思想侵蚀

thâm nho *d* 儒学家 *t* 精通儒学: Cụ là người thâm nho, thông tuệ nhất làng. 他是村里精通儒学, 最聪慧的长者。

thâm niên *d* 工龄: có 15 năm thâm niên 有 15 年工龄 *t* 长年的, 长久的: lính thâm niên 老兵

thâm quầng *t* (眼圈) 黑的: mắt thâm quầng 黑眼圈

thâm tâm *d* 心底, 心坎, 内心: Thâm tâm y cũng không muốn thế. 他心底里也不想这样。

thâm thấp *t* 低矮的, 矮矮的: Anh ta có dáng người thâm thấp. 他的个子不高。

thâm thù *d* 深仇, 宿仇: Hai người có thâm thù với nhau. 两人有宿仇。*đg* 仇恨: Hai họ vẫn thâm thù nhau. 两个家族一直以来相互仇恨。

thâm thủng =thâm hụt

thâm thuý *t* 深邃, 深远: Bài viết mang ý nghĩa thâm thuý. 文章具有深远的意义。

thâm tình *d* 深情

thâm trầm *t* 深沉: vẻ mặt thâm trầm 深沉的表情

thâm u *t* 幽深: Cánh rừng thâm u trong màn đêm. 夜幕下幽深的森林。

thâm uyên *t* 渊博: Ông ta là con người thâm uyên có học. 那位先生是个学识渊博的人。

thâm xịt *t* 乌黑难看的: đôi môi thâm xịt 乌黑的嘴唇

thâm ý *d* 寓意, 隐意: Người thông minh mới hiểu được thâm ý của câu nói. 聪明人才懂得这话的隐意。

thầm *t* 暗自的, 私下的, 悄悄的: nói thầm 私语: Xe tắt đèn, chạy thầm trong đêm. 车子关了灯, 悄悄地行驶在夜色里。

thầm kín *t* 深沉, 隐秘, 不露声色, 私密: Chị đã yêu một cách thầm kín. 她把爱深深地藏在心底。

thầm lặng *t* 沉静, 默默: sự hi sinh thầm lặng 默默地奉献

thầm lén *t* 暗地里, 私下的: yêu thầm lén 暗恋

thầm thào =thầm thì

thầm thì [拟] 叽咕, 喁喁: thầm thì chuyện riêng

喁喁私语

thầm thĩ=thầm thì

thầm vụng *t* 偷偷摸摸: Hai người đi lại thầm vụng. 两人偷偷摸摸交往。

thầm yêu trộm nhớ 暗恋，单相思

thẩm [汉] 审，渗

thẩm âm *đg* 声感: thẩm âm tốt 声感好

thẩm cung *đg* 审问: thẩm cung bị can 审问嫌疑人

thẩm duyệt *đg* 审查，审核 (案件)

thẩm định *đg* 审定: Trình phương án cho sếp thẩm định. 送方案给领导审定。

thẩm lậu *đg* 渗漏，渗透: đoạn đê bị thẩm lậu 堤坝渗漏; Ma tuý thẩm lậu qua biên giới. 毒品渗透过边境。

thẩm mĩ *đg* ①审美: thẩm mĩ học 美学②美容，健美

thẩm mĩ viện *d* 美容院

thẩm phán *d* 审判官，审判员

thẩm quyền *d* 职权，权限，权力: cơ quan có thẩm quyền 职权部门; Chúng tôi không có thẩm quyền quyết định việc này. 我们没有决定这件事的权力。

thẩm thấu *đg* 渗 透: giấy bản thẩm thấu tốt 渗透性好的草纸

thẩm tra *đg* 审查: cơ quan thẩm tra 审查单位

thẩm vấn *đg* 审问: thẩm vấn bị can 审问嫌疑人

thẩm xét *đg* 审察，审查: thẩm xét lại 重审

thẫm *t* 深色的: đỏ thẫm 深红

thấm₁ *đg* ①浸透，渗透，渗入: tính thấm nước 渗透性②浸吸: thấm khô nước bằng khăn lau 用抹布吸干水③深刻感受: Người đã thấm mệt. 人已深感疲惫。

thấm₂ *đg* 有用，济事 (仅用于否定): chẳng thấm vào đâu 无济于事

thấm đẫm *đg* 湿透: Quần áo thấm đẫm mồ hôi. 汗水湿透了衣服。

thấm đậm *đg* 充满: khắp nơi thấm đậm hương

hoa 到处充满了花香

thấm đượm *đg* 充满，饱含，浸透: đôi mắt thấm đượm tình thương người mẹ 一双充满母爱的眼睛

thấm nhuần *đg* 浸润，领会，领悟，贯通，融合，融会: thấm nhuần tư tưởng tiến bộ 领悟进步思想

thấm tháp *đg* (不) 济事: chẳng thấm tháp vào đâu 无济于事

thấm thía *đg* 渗沁，渗透: thấm thía lòng người 沁人心肺

thấm thoát=thấm thoắt

thấm thoắt *t* (时光) 荏苒的: thời gian thấm thoắt 时光荏苒

thậm [汉] 甚 *p* [旧] 甚，极: Cô bé thậm đáng yêu. 小姑娘可爱得很。

thậm chí *p* 甚至: Không những chả giúp được gì, thậm chí còn gây dối thêm. 不但帮不了什么，甚至还添乱。

thậm tệ *t* 残酷，极惨: bị mắng một cách thậm tệ 被骂得很惨; bị bóc lột thậm tệ 被残酷地剥削

thậm thà thậm thụt *t* 鬼鬼祟祟

thậm thịch *t* 连续不断，低沉: tiếng giã gạo thậm thịch 低沉的舂米声

thậm thọt=thậm thụt

thậm thụt *đg* 偷鸡摸狗: thậm thụt đi đêm về hôm 夜出昼伏地去偷鸡摸狗

thậm xưng *đg* 戏谑，打趣: lấy ca dao để thậm xưng 用民谣来戏谑

thân₁ [汉] 身 *d* ①身体，躯体: toàn thân 全身; thân trên 上身②躯干: thân cây 树干③身份: thân gái 女子④物件主体: thân tàu 船身

thân₂ [汉] 绅 *d* 绅: thân sĩ 绅士

thân₃ [汉] 申 *d* 申 (地支第九位): năm Thân 申年

thân₄ [汉] 亲 *t* ①(关系) 亲密的: bà thân tôi 我的亲娘; song thân 双亲②亲近的:

bạn thân 好朋友

thân ái *t* 亲爱；亲切：gửi lời chào thân ái 致
以亲切的问候

thân bằng cố hữu [旧] 亲朋好友

thân cận *t* 亲近的：bạn bè thân cận 亲近的
朋友

thân chinh *đg* 亲征 *t* 亲自的，亲手的：Thủ
trưởng thân chinh đi kiểm tra. 首长亲自去
检查。

thân chủ *d* 事主，当事人，委托人

thân cô thế cô 势单力薄

thân củ *d* 根茎

thân đạn *d* 弹体

thân đập *d* 坝体

thân đê *đ* 堤身

thân đốt *d* 节状茎：Cây mía thuộc loại cây
thân đốt. 甘蔗属节状茎植物。

thân hành *t* 亲自的，亲手的：Thủ trưởng thân
hành giải quyết xong mọi việc. 首长亲自解
决了所有事情。

thân hào *d* 豪绅：gặp gỡ các vị thân hào trong
huyện 会见县里各位豪绅

thân hình *d* 身材，体形：thân hình duyên dáng
身材亭亭玉立

thân hữu *d* 亲友：tình thân hữu 亲友情谊

thân làm tội đời 自作自受

thân lừa ưa nặng 自讨苦吃

thân mật *t* 亲密，亲切：chuyện trò thân mật
亲切交谈

thân mẫu *d* 亲母，生母

thân mềm *d* 软体动物，无脊椎动物：Hải
sâm là loài thân mềm. 海参是软体动物。

thân mến *t* 亲切，亲爱：người bạn thân mến
亲爱的朋友；lời chào thân mến 亲切的问
候

thân nhân *d* 亲人，亲属：chia buồn với thân
nhân người gặp nạn 安慰遇难者亲属

thân pháp *d* 身法：thân pháp nhanh nhẹn 敏
捷的身法

thân phận *d* 身份，地位：thân phận nữ nhi 女
儿身

thân phụ *d* 亲父，生父

thân quen *t* 亲密：bạn bè thân quen 亲密朋
友

thân quyến *d* 亲属

thân sĩ *d* 绅士，士绅：thân sĩ tiến bộ 开明士
绅

thân sinh *d* 亲生：người mẹ thân sinh 亲生
母亲

thân sơ *t* (关系) 有亲有疏的：nhiều bạn bè
thân sơ 许多亲疏不等的朋友

thân tàn ma dại 形容枯槁

thân thể *d* 身体，身躯：rèn luyện thân thể 锻
炼身体

thân thế *d* 身世，生平：thân thế nhà văn 作
者生平

thân thích *d* 亲戚

thân thiện *t* 亲善，友好，和睦：quan hệ láng
giềng thân thiện 睦邻关系；thái độ thân thiện
态度友好；sự đi lại thân thiện 友好往来

thân thiết *t* 亲切，亲密

thân thuộc *d* 亲属，亲故：giúp đỡ thân thuộc
帮助亲属 *t* 亲近，熟悉：lời nói thân thuộc
熟悉的声音

thân thương *t* 亲密，亲切，可爱：tình thân
thương 亲密情谊

thân tín *d*；*đg* 亲信：người thân tín của sếp
老板的亲信

thân tình *d* 亲情：thân tình hàng xóm 邻居
之情 *t* 亲热，亲切：cử chỉ thân tình 亲热的
举动

thân tộc *d* 亲族

thân trâu trâu lo, thân bò bò liệu 各做各事

thân từ *d* [语] 词干：thân từ chuyển hoá 派
生词干

thân xác *d* 躯体：thân xác không còn linh hồn
失去灵魂的躯体

thân yêu *t* 亲爱，可爱：tổ quốc thân yêu 亲

爱的祖国

thần₁ [汉] 臣 *d* 臣: trung thần 忠臣

thần₂ [汉] 神

thần₃ *t* 发呆的: mặt thần ra nghĩ ngợi 呆呆地想事情

thần bí *t* 神秘: câu chuyện thần bí về thuỷ quái 有关水怪的神秘故事; thần bí hoá 神秘化

thần binh *d* 奇兵, 神兵

thần chết *d* 死神

thần chủ *d* 牌位, 神位

thần chú *d* 神咒, 咒语

thần công₁ *d* 鬼斧神工: Thần công thiên nhiên đã tạo nên cảnh non nước tuyệt vời. 自然的鬼斧神工创造了绝妙的山水美景。

thần công₂ *d* 古代火炮

thần dân *d* 臣民

thần diệu *t* 神妙: bài thuốc thần diệu 神妙药方

thần dược *d* 神药

thần đồng *d* 神童

thần giao cách cảm *d* 心灵感应

thần hiệu *t* 神效, 奇效: phương thuốc thần hiệu 神效药方

thần học *d* [宗] 神学: thần học viện 神学院

thần hồn *d* 神魂: Liệu cái thần hồn của mày! 小心你的神魂 (脑袋)!

thần kì *t* 神奇: câu chuyện thần kì 神奇故事

thần kinh *d* ① 神经: thần kinh ngoại biên 周围神经; thần kinh trung ương 中枢神经 ②神经病: bị chứng thần kinh 患了神经病

thần linh *d* 神灵: thần linh phù hộ 神灵保佑

thần miếu *d* 神庙

thần minh *d* 神明

thần nông *d* 神农

thần phả *d* 神谱

thần phục *đg* 臣服, 归化: Giặc thua đã chịu thần phục. 败寇已臣服。

thần quyền *d* 神权

thần sa *d* [矿] 辰砂

thần sắc *d* 神色

thần tài *d* 财神

thần thái *d* 神态: thần thái uể oải 疲惫的神态

thần thánh *d* 神圣, 神灵: không tin vào thần thánh 不相信神灵 *t* 神圣: cuộc chiến đấu thần thánh 神圣的战斗

thần thế *t* 有神威的, 有权势的: một gia đình giàu có và thần thế 一个富有而且有权势的家庭 *d* 权势, 神威: cậy thần thế mà kiêu ngạo 因有权势而傲慢

thần thoại *d* 神话, 童话: thần thoại Hy Lạp 希腊神话; nhân vật thần thoại 神话中的人物

thần thông *t* 神通广大: Tôn Ngộ Không có phép thần thông. 孙悟空神通广大。

thần tiên *d* 神, 神仙: thuốc thần tiên 神药

thần tình *t* 神奇, 出神入化: nét vẽ thần tình 神来之笔

thần tính *d* 神魂

thần tốc *t* 神速: quân đội hành quân thần tốc 部队行军神速

thần trí *d* 神志: thần trí sáng suốt 神志清醒

thần tượng *d* ①神像: Ngôi chùa thờ thần tượng Khổng Tử. 庙里供有孔子神像。②偶像: thần tượng bóng đá 足球偶像

thần xác *d* [口] 身躯, 躯壳: thần xác rời rạc 身子散架

thần y *d* 神医

thẩn thơ *đg* 彷徨 *t* 惆怅: nét mặt thẩn thơ 惆怅的表情

thẫn thờ *t* 惘然, 怅惘, 呆滞: ánh mắt thẫn thờ 呆滞的眼神; nét mặt thẫn thờ 脸色惘然

thận [汉] 肾 *d* [解] 肾脏: sỏi thận 肾结石

thận trọng *t* 慎重, 谨慎: Ông ta tính thận trọng. 他这个人很谨慎。

thắng *t* 大声的, 放大声音的: nói thắng 大声说

thấp₁ *t* ①低: cao không tới thấp không thông 高

不成, 低不就②矮: nhà thấp 矮房子

thấp₂ [汉] 湿: bệnh tê thấp 风湿病

thấp cổ bé họng 人微言轻

thấp cơ t 低能

thấp điểm d 低点, 低峰: hạ giá điện vào giờ thấp điểm 降低低峰期电价

thấp hèn t 卑贱, 卑下, 卑微: thân phận thấp hèn 卑贱的身份

thấp kém t 低下, 低微, 差人一等: chất lượng thấp kém 质量差人一等

thấp khớp d 风湿病

thấp nhiệt t 湿热: mùa hè thấp nhiệt 湿热的夏天

thấp lè tè t 矮矬矬: ngôi nhà thấp lè tè 矮矬矬的房子

thấp lụp xụp t 又矮又破: ngôi nhà tranh thấp lụp xụp 又矮又破的茅草房

thấp tầng t [建] 小高层的: khu chung cư thấp tầng 小高层住宅区

thấp thó t 隐约: Ngôi nhà thấp thó dưới lùm tre. 竹林里的房子隐约可见。

thấp thoáng t 若隐若现, 缥缈不定, 隐约: ngọn đèn thấp thoáng 灯光忽闪忽闪的

thấp thỏm t 忐忑, 心慌意乱, 提心吊胆: Cậu bé đánh vỡ lọ hoa trong lòng cứ thấp thỏm sợ mẹ mắng. 小男孩打碎花瓶后心里忐忑, 怕妈妈责骂。

thập₁ [汉] 十 d ① [数] 十: thập niên 十年 ②十字形: hình chữ thập 十字形

thập₂ [汉] 什, 拾

thập ác d [宗] 十字架; 十宗罪

thập cẩm t 什锦: nhân thập cẩm 什锦馅

thập kỉ d (十) 年代: thập kỉ 90 của thế kỉ 20 二十世纪九十年代

thập lục d [乐] 十六弦琴

thập nhị chi d 十二地支

thập nhị cung d 十二宫

thập phân d [数] 十进法, 十进制

thập phương 普天之下, 四面八方: khách

thập phương đến làm lễ 八方客人来朝拜

thập thò đg 探头探脑: Cô bé thập thò không dám vào. 小姑娘探头探脑地不敢进来。

thập thõm t 高一步低一步: Bà già đi thập thõm trên đường. 老太婆高一步低一步地在路上走着。

thập thững t 东倒西歪: Cô đi thập thững như người mất hồn. 她东倒西歪像丢了魂似的。

thập toàn t 完美: thập toàn thập mĩ 十全十美

thập toàn đại bổ 十全大补

thập tử nhất sinh 九死一生

thập tự d 十字: hồng thập tự 红十字; thập tự chinh 十字军东征

thất₁ [汉] 七 d 七 (数词): thất phẩm 七品

thất₂ [汉] 室: trang trí nội thất 室内装修

thất₃ [汉] 失

thất âm d [语] [乐] 七音, 七声, 七调

thất bài d 七排, 七律, 七绝, 七言诗

thất bại đg 失败: âm mưu thất bại 阴谋失败

thất bảo d 七宝 (金银、珊瑚、砗磲、琉璃、琥珀、玛瑙、珍珠)

thất bát đg (青黄不接) 歉收

thất cách t 不合适, 不对劲儿: Nhà làm thất cách, không thoáng gió. 房子建得不合适, 不通风。

thất chí t 失意, (意气) 消沉

thất chính d [天] 七政 (日、月、金星、木星、水星、火星、土星)

thất chức đg 失职

thất cơ đg 失策: thất cơ lỡ vận 错失良机

thất cử đg 落选: thất cử trong bầu cử 在选举中落选

thất đảm đg 丧胆: sợ thất đảm 吓破胆

thất đảm kinh hồn 丧魂落魄

thất điên bát đảo 七颠八倒, 颠三倒四; 七零八落

thất đức đg; t 缺德, 损德: ăn ở thất đức 处

世缺德; không làm điều thất đức 不做缺德的事

thất hiếu *đg* 不孝: con cái thất hiếu 儿女不孝

thất học *đg* 失学: Trẻ em thất học vì nhà nghèo. 小孩因家庭贫困而失学。

thất hứa *đg* 失约, 违背诺言, 食言: không muốn thất hứa với bạn bè 不想对朋友食言

thất kinh *t* 惊慌失措, 失魂落魄: bị một trận thất kinh 被吓得失魂落魄

thất lạc *đg* 遗失, 失散, 失踪: Chiến tranh làm nhiều trẻ em bị thất lạc. 战争使许多小孩失踪。

thất lễ *đg* 失礼, 失敬: Làm như vậy là thất lễ với bà đấy! 这么干就是失敬于奶奶！

thất luật *t* (诗) 失律: bài thơ thất luật 失律的诗

thất nghiệp *đg* 失业: nạn thất nghiệp 失业现象

thất ngôn₁ *đg* [旧] 失言

thất ngôn₂ *d* 七言诗

thất niêm *t* 不押韵的: câu thơ thất niêm 不押韵的诗句

thất phẩm *d* 七品: quan thất phẩm 七品官

thất sách *t* 失策的, 失算的, 失宜的: Làm như vậy là thất sách. 这样做失策了。

thất sắc *đg* 失色: mặt mày thất sắc 面容失色

thất tán *đg* 失散: Chiến tranh làm gia đình bị thất tán. 战争弄得家人失散。

thất tha thất thểu 步履蹒跚, 举步跟跄

thất thanh *t* 失声: sợ quá la thất thanh 害怕得失声尖叫

thất thần *đg* 失神, 丢魂: Sấm sét làm con bé sợ thất thần. 雷电吓得她丢了魂儿。

thất thất *d* 死后七七四十九天

thất thế *đg* 失势: Đội bóng thất thế bị thua liểng xiểng. 球队失势, 败得一塌糊涂。

thất thểu *t* 蹒跚, 跟跄: đi thất thểu 步履蹒跚

thất thiệt₁ *t* 失实, 失真, 不实: đưa tin thất thiệt 不实报道

thất thiệt₂ *đg* 损失, 缺失: mùa màng bị thất thiệt 庄稼歉收

thất thoát *đg* 流失: thất thoát vốn 资金流失

thất thố *đg* 失态, 失措: đi đứng thất thố 举止失态

thất thu *đg* 歉收, 失收, 漏收: Mùa màng thất thu do hạn hán kéo dài. 持续干旱使庄稼歉收。

thất thủ *đg* 失守: Thủ môn sơ ý làm cung thành thất thủ. 守门员大意使球门失守了。

thất thường *t* 失常, 不正常, 反常, 没有规律, 不规则: ăn uống thất thường 饮食失调

thất thưởng=thất thểu

thất tiết *đg* 失节: người vợ thất tiết 妻子失节了

thất tín *đg* 失信: không để thất tín với khách hàng 不要失信于顾客

thất tinh *d* [天] 七星 (即北斗七星)

thất tình₁ *đg* 失恋, 失意: Cô ta bị thất tình. 她失恋了。

thất tình₂ *d* [旧] 七情

thất trách *đg* 失责, 失职: lãnh đạo thất trách lỡ việc 领导失职误事

thất trận *đg* 打败仗: đội quân thất trận 败军

thất trinh *đg* 失贞: người con gái đã thất trinh 已失贞的女孩子

thất truyền *đg* 失传: Di sản văn hoá phi vật thể dễ bị thất truyền. 非物质文化遗产容易失传。

thất tuyệt *d* 七绝, 七言四绝 (诗的体裁之一)

thất vọng *t* 失望

thất ý *t* 失意

thật [汉] 实 *t* 真实: chuyện có thật 真事; nói thật 讲实话; thật lòng 真心 *p* 之极, 得很: ăn cho thật no 吃到饱 *tr* 真是, 实在是, 的: Hay thật! 好极啦！Tốt thật! 真好！

thật lực *p*[口] 全力, 使劲儿, 竭尽全力: làm thật lực 使劲干活; ngủ thật lực 使劲儿睡

thật như đếm *t* 老实, 本分, 质朴: người nông dân thật như đếm 质朴的农民

thật ra 实际上: thật ra ai cũng muốn như vậy 实际上谁都想那样

thật sự *t* 真正, 实实在在: làm việc thật sự 干实事

thật thà *t* 老实: Nó thật thà lắm! 他很老实的!

thật tình *t* 真诚: lời mời thật tình 真诚的邀请 *p* 其实: Thật tình tôi không muốn làm như vậy. 其实我不想这么做。

thật tuyệt 真绝, 妙极: Cách này thật tuyệt! 这个办法真绝!

thâu₁ *d* 秋 (同 thu): nghìn thâu 千秋

thâu₂ *đg*[方] 接收, 收: thâu tiền 收钱

thâu₃ *t* 彻底的, 贯通的: thâu đêm 通宵

thâu tóm *đg* ①包揽: thâu tóm mọi quyền hành 包揽全部权力②概括, 归纳: thâu tóm nội dung bài viết 概括文章内容

thầu₁ *đg* 承包, 承揽: chủ thầu 承包商; thầu xây dựng nhà ở 承包住宅建设; dự thầu 投标; đấu thầu 竞标; mời thầu 招标; mở thầu 开标; nhà thầu 投标者; xét thầu 审标; hồ sơ mời thầu 标书

thầu₂ *đg* 偷: bị kẻ cắp thầu mất cái ví tiền 被贼偷了钱包

thầu dầu *d* 蓖麻

thầu khoán *đg* 承包, 承接, 包工, 承揽, 包揽: thầu khoán công trình 承包工程

thấu *d* 玻璃罐: thấu kẹo 糖果瓶

thấu *đg* 透, 入: lạnh thấu xương 冷透骨 *t* 通透, 透彻: hiểu thấu 理解透彻

thấu cảm *đg* 理解: Tôi thấu cảm lòng anh. 我理解你的心。

thấu chi *đg* 透支

thấu đáo *t* 透彻: hiểu thấu đáo mọi chuyện 知晓全部事情

thấu độ *t*[理] 透度

thấu hiểu *đg* 完全理解, 深知: Hai người thấu hiểu lòng nhau. 两人相互理解。

thấu kính *d* 透镜

thấu kính lõm *d* 凹透镜

thấu kính lồi *d* 凸透镜

thấu kính phân kì *d* 散光镜

thấu suốt *đg* 穿透, 贯通, 贯彻: thấu suốt tinh thần đại hội 贯彻大会精神

thấu thị *t* 透视的: người phụ nữ có khả năng thấu thị 有透视能力的女人

thấu tình đạt lí =đạt lí thấu tình

thấu triệt *t* 透彻: hiểu thấu triệt vấn đề 透彻了解问题 *đg* 贯通, 精通: thấu triệt đường lối của Đảng 贯通党的路线

thấu trời *p* 非常, 极其: thích thấu trời 极其喜欢

thây₁ *d* 尸体: chết không toàn thây 死无全尸

thây₂ *đg* 不管, 不顾, 随便: ai nói gì cũng thây (无论) 谁说都不管

thây kệ *đg* 不管, 不顾, 不理: Thây kệ nó, muốn làm gì thì làm! 不管他, 想干什么就干!

thây lẩy *t* 突出的, 鼓起的: Cái bướu thây lẩy ở cổ. 脖子上的瘤子鼓鼓的。

thây ma *d* 尸体

thầy *d* ① (男性) 老师; 师傅: tình thầy trò 师生之情②父亲, 主人

thầy bà *d* 江湖术士

thầy bói *d* 拆字先生, 算命先生

thầy bói xem voi 盲人摸象

thầy cả *d*[旧] 神父, 神甫

thầy cãi *d*[旧] 律师, 状师

thầy chùa *d* 和尚

thầy cò *d*[旧] 讼师, 讼棍

thầy cúng *d* 巫神, 巫师

thầy dòng *d* 传教士, 修道士

thầy dùi *d*[口] 挑拨离间者

thầy địa *d*[口] 风水先生

thầy địa lí =thầy địa

thầy đồ *d*[旧] 私塾先生

T

thầy giáo *d* (男性) 老师，教员，教师

thầy lang *d* [口] 郎中

thầy mo *d* 巫师

thầy pháp *d* 法师

thầy phù thuỷ =thầy pháp

thầy số *d* 算命先生

thầy tào *d* 道士

thầy thợ *d* [旧] 工匠

thầy thuốc *d* 医生；药师

thầy tốt bạn hiền 良师益友

thầy tớ *d* [旧] 主仆

thầy trò *d* 师生，师徒

thầy tu *d* [宗] 修道士

thầy tuồng *d* 剧作家

thầy tướng *d* 相士，相面的，相手的，算命先生

thầy u *d* [口] 爹娘

thấy *đg* ①看见：tai nghe mắt thấy 耳闻目睹 ②感觉到：sờ thấy hơi nóng 摸上去有点热 ③认为，认识：không thấy hết khuyết điểm của mình 认识不到自己的所有缺点

thấy bà [方] 要死，要命，非常：mệt thấy bà 累得要命

thấy dượng *t* 过度，够呛：đau thấy dượng 痛得够呛

thấy đâu âu đấy 随遇而安

thấy kinh [口] (妇女) 行经，来月经

thấy mẹ =thấy bà

thấy mồ =thấy bà

thấy mụ nội =thấy bà

thấy tháng *đg* 行经，来月经

thấy trước *đg* 预见：thấy trước vấn đề 预见到问题

the₁ *d* 薄纱：the dọc 直纹纱

the₂ *t* 麻的，麻辣的：bưởi non ăn the miệng 青柚子吃了麻嘴

the le *t* 多出一截的，参差不齐的：bó đũa the le không đều 一扎参差不齐的筷子

the thảy *t* 侥幸，走运，顺利

the thẻ [拟] 呜呜 (哭声)：Cô bé khóc the thẻ. 女孩呜呜地哭。

the thé *t* 刺耳：giọng nói the thé 刺耳的说话声音

thè *đg* 伸：thè lưỡi 伸舌头

thè lè *đg* ①伸出 (来)：thè lè lưỡi 伸出舌头 ②鼓出，凸出：bụng thè lè 大腹便便

thẻ *d* ①牌，卡，帖：thẻ chiêu đề 广告牌；thẻ ngân hàng 银行卡 ②卦，签：xin thẻ 求签 ③证件：thẻ cử tri 选民证；thẻ ra vào 出入证

thẻ bài *d* 旧时官吏招人的令牌

thẻ đỏ *d* 红牌

thẻ ghi nợ *d* 借记卡

thẻ nhớ *d* 储存卡，记忆棒

thẻ thanh toán *d* 结算卡

thẻ thót₁ *đg* 多嘴，谈论：Không nên thẻ thót chuyện riêng người khác. 不要谈论别人的私事。

thẻ thót₂ *t* 清脆：chim kêu thẻ thót 鸟鸣清脆

thẻ tín dụng *d* 信用卡

thẻ vàng *d* 黄牌

thẽ thọt *t* 轻言细语：nói giọng thẽ thọt 说话轻言细语的

thé *t* (声音) 尖细：hét thé lên 尖叫起来

thèm₁ *đg* ①馋，贪，嗜：thèm ăn 馋嘴；thèm rỏ dãi 垂涎三尺；thèm chơi 贪玩 ②渴望，盼望：thèm một đứa cháu nội 盼着抱孙子

thèm₂ *t* 接近的，临近的：tuổi thèm chín mươi 年近 90

thèm khát *đg* 渴望，渴求：thèm khát tình yêu 渴望爱情

thèm muốn *đg* 嗜，渴望：thèm muốn cuộc sống giàu sang 渴望富裕的生活 *d* 渴望：cái nhìn thèm muốn 渴望的眼神

thèm nhạt *đg* 馋，想要：không thèm nhạt gì 什么都不想要

thèm thuồng *đg* 馋嘴，垂涎：thèm thuồng vàng bạc 垂涎于金钱

thêm vào [口] 不稀罕, 不愿, 才不要: thêm vào cái của ấy才不稀罕那东西

then₁ *d* ①闩, 横栓: then cài cửa 门闩 ②横木: hoành then 船体龙骨架的横木 *đg* 闩门, 拴紧: then cửa cho chặt 上紧门闩

then₂ *t* (油漆) 又黑又亮: sơn then 又黑又亮的油漆

then₃ *d* 越南北方一些少数民族崇拜的一种神: bà then 神婆; hát then 唱神歌

then chốt *d* 枢纽, 契机, 关键

then chuyền *d* [机] 连接杆

then khoá *d* ①门闩; 钥匙② [转] 秘诀

then ngang *d* 横栓, 横闩

thèn thẹn *t* ①羞怯, 羞涩: thèn thẹn vì chưa quen 因陌生而羞怯 ②腼腆: có vẻ thèn thẹn 显得腼腆

thẹn *đg* 羞臊, 使⋯羞怯, 使⋯难为情: thẹn đỏ cả mặt 羞红了脸 *t* 惭愧, 羞愧: không thẹn với lòng mình 无愧于心

thẹn thò *đg* 羞臊 *t* 羞惭: dáng điệu thẹn thò 羞惭的样子

thẹn thùng *đg* 羞臊: hở môi ra cũng thẹn thùng 羞于启齿 *t* 害羞, 腼腆

thẹn thuồng *t* 羞涩, 羞怯, 惭愧

theo *đg* ①跟随, 追随, 依随, 信奉: theo Đảng cộng sản 追随共产党 ②根据, 遵循: theo điều kiện… 根据⋯的条件

theo chân nối gót 继承, 继续, 承继

theo dấu *đg* 跟踪, 追踪

theo dõi *đg* ①盯梢, 跟踪: Anh ta bị địch theo dõi rồi. 他被敌人跟踪了。②关注, 掌握, 了解: theo dõi tình hình mới 掌握新情况

theo đít ngựa 溜须拍马

theo đòi *đg* 追求, 追逐, 热衷于: theo đòi chúng bạn 赶时髦

theo đuôi *đg* 跟随: theo đuôi bọn côn đồ 跟随流氓团伙

theo đuổi *đg* 追随, 追捧, 奉行, 热衷于: theo đuổi mộng văn chương 追随文学梦

theo gió phất cờ 见风使舵, 墙头草

theo gót *đg* 追随, 步后尘, 继承: theo gót cha ông 追随父辈

theo gương *đg* 以⋯为榜样; 向⋯学习: Sống và học tập theo gương Bác Hồ. 以胡伯伯为学习和生活的榜样。

theo ma mặc áo giấy 近墨者黑

theo vết xe đổ 重蹈覆辙

thèo đảnh *t* 摇摇欲坠: Cái lọ hoa thèo đảnh bên mép bàn. 花瓶在桌边摇摇欲坠。

thèo lèo *d* 花生糖, 轧糖

thèo lẻo *đg* 搬弄是非

thẻo *d* 小长块: thẻo đất 一小块地

thẹo₁ *d* 斜三角形: miếng đất hình thẹo 三角地

thẹo₂ *d* 疤: vết thẹo 一块疤 *đg* 穿 (牛): thẹo mũi trâu 穿牛鼻子

thẹo₃ *t* 斜歪的: đóng thẹo một mũi đinh 钉歪了一颗钉子

thép *d* 钢: sắt thép 钢铁; thép cây 钢条

thép chữ I *d* 工字钢

thép crôm *d* 铬钢

thép dát *d* 薄钢板

thép dẹp *d* 扁钢

thép đúc *d* 铸钢

thép gió *d* 高速钢

thép hợp kim *d* 合金钢

thép khối *d* 钢锭

thép không gỉ *d* 不锈钢

thép lá *d* 钢板

thép lò-xo *d* 弹簧钢

thép lòng máng *d* 槽钢

thép mềm *d* 软钢

thép nam châm *d* 磁钢

thép ni-ken *d* 镍钢

thép nóng *d* 耐热钢

thép ống không viền *d* 无缝钢管

thép rèn *d* 锻钢

thép sáu cạnh *d* 六角钢

T

thép sợi cuộn *d* 盘条（钢）

thép tám cạnh *d* 八角钢

thép tấm *d* 钢板

thép than *d* 碳素结构钢

thép tôn *d* 薄钢板

thép tráng kẽm *d* 镀锌钢板

thép tròn *d* 圆钢

thép vằn *d* 螺纹钢

thép vòng bi *d* 滚珠轴承钢

thép vôn-phan *d* 钨钢

thép vuông *d* 方钢

thép xoáy trôn ốc *d* 螺纹钢

thẹp *d* 边缘，边角料，零碎物：miếng thẹp 零碎儿；thẹp cam 用碎皮钉的鞋后跟

thẹp cau *d* 槟榔片

thét *đg* 大嚷，大叫，大声喝：thét inh 大喊大叫

thét lác *đg* 呵斥：thét lác con cái 呵斥孩子

thê₁ [汉] 妻 *d* 妻：một thê một thiếp 一妻一妾

thê₂ [汉] 凄，梯

thê đội *d* 梯队

thê lương *t* 凄凉：cảnh sống thê lương 凄凉的生活状况

thê phong khổ vũ 凄风苦雨

thê thảm *t* 凄惨，惨恻：cảnh tượng thê thảm 凄惨的情景

thê thê *t* 长长的：dài thê thê 冗长

thê thiết *t* 凄切：tiếng khóc thê thiết 凄切的哭声

thê tử *d* 妻子

thề *đg* 赌咒，发誓，立誓，宣誓：thề sẽ giữ đúng lời hứa 发誓将守约

thề nguyền *đg* 发誓，誓愿：thề nguyền trả thù 发誓报仇

thề non hẹn biển 山盟海誓

thề sống thề chết 生死誓，对天发誓

thề thốt *đg* 赌咒，发誓：nặng lời thề thốt 发毒誓

thể ước *đg* 誓约：thể ước với nhau 互相誓约

thể₁ [汉] 体 *d* ①性质，形状：thể tròn 圆形 ②体态，状态：thể lỏng 流质 ③体制，制度，格式：thể thơ 诗的格式 *đg* 体谅；顺应：thể lòng dân 顺应民心

thể₂ [汉] 彩 *d* 彩色：gấm thất thể 七彩织锦

thể₃ *đg* 可能，能够：có thể 可能

thể bị động *d* [语] 被动语态

thể cầu khiến *d* [语] 祈使式

thể chất *d* 体质：thể chất yếu 体质弱

thể chế *d* 体制，规章，规章制度

thể diện *d* 体面，面子，光彩：giữ thể diện 顾全面子

thể dục *d* 体操：thể dục thể thao 体育运动

thể dục chữa bệnh 保健操

thể dục dụng cụ 器械体操

thể dục mềm dẻo 柔软体操

thể dục nhịp điệu 韵律操

thể dục phát thanh 广播体操

thể dục thể hình 健美操

thể đặc *d* [理] 固体

thể đột biến *d* 突变体，变异体

thể hiện *đg* 体现，演绎：Bài hát thể hiện tư tưởng của tác giả. 歌曲体现了作者的思想。

thể hình *d* 体形，身材：thể hình cân đối 身材匀称

thể hơi *d* [理] 气体

thể khẳng định *d* [语] 肯定式

thể khí *d* [理] 气体

thể lệ *d* 体例，格式，规则，条例：thể lệ chi tiết 具体规则；thể lệ tạm thời 暂行条例

thể loại *d* 体裁：thể loại văn học 文学体裁

thể lực *d* 体力：tăng cường thể lực 增强体力

thể nào 无论如何，不管怎样：Thể nào cũng phải giải quyết vấn đề này. 无论如何都要解决这个问题。

thể nghiệm *đg* 体验：thể nghiệm sinh hoạt 体验生活

thể nhân *d* 自然人

thể nhiễm sắc *d* 染色体

thể sắp đặt *d* [语] 处置式

thể sợi *d* [生] 原丝体

thể tất *đg* 体悉, 原谅, 体谅: Có gì sai sót mong thể tất cho! 有什么不对的地方请原谅！

thể thao *d* 体育, 运动: Bóng đá là môn thể thao khốc liệt. 足球是一项激烈的运动。

thể theo *đg* 根据, 依照, 按照, 依循: thể theo yêu cầu của… 根据…的要求

thể thống *d* 体统: Chẳng ra thể thống gì cả! 成何体统！

thể thức *d* 格式, 方式, 规则, 办法: thể thức thi đua 比赛规则

thể tích *d* [数] 体积

thể trạng *d* 身体状况

thể trọng *d* 体重

thể văn *d* 文体: thể văn biền ngẫu 骈体文

thể xác *d* 躯体, 身体

thế₁ [汉] 势 *d* 势: thế đang mạnh như chẻ tre 势如破竹

thế₂ *đg* ①替, 替代: Tôi thế anh ấy 我替他。②抵押, 典当: thế ruộng vay tiền 抵押田地借钱

thế₃ *d* 如此, 这样: cứ làm thế 就这样做 *tr* 那么, 那样, 怎么, 什么: Sao mà vui thế? 咋这么高兴？

thế₄ [汉] 世, 剃

thế chân *đg* 代替: Trưởng phòng thế chân giám đốc. 科长代替了经理。

thế chấp *đg* 抵押: cho vay thế chấp 抵押贷款

thế chiến *d* 世界大战

thế công *d* 攻势

thế cuộc *d* 时局, 形势: thế cuộc biến đổi 时局变化

thế cùng lực tận 势 (气) 尽力竭

thế cưỡi hổ 骑虎难下

thế đợ *đg* 抵押, 典质, 典押

thế gia *d* 世家: con nhà thế gia 世家子弟

thế gian *d* 世间, 各地: đi khắp thế gian 游遍各地

thế giới *d* 世界

thế giới ngữ *d* 世界语

thế giới quan *d* 世界观

thế giới thứ ba *d* 第三世界

thế giới vi mô *d* 微观世界

thế giới vĩ mô *d* 宏观世界

thế hệ *d* 辈, 代: thế hệ hiện tại 当代; thế hệ sau 下一代

thế kỉ *d* 世纪: thế kỉ hai mốt 二十一世纪

thế là *k* 于是, 终于: Thấy không còn nguy hiểm, thế là mọi người bỏ về. 见没有危险, 于是大家都回家了。Thế là hết! 终于完了！

thế lực *d* 势力: bành trướng thế lực 扩充势力

thế mà *k* 然而: Cố gắng hết sức rồi, thế mà vẫn không xong. 尽力了, 然而还不行。

thế mạng *đg* 替死: tìm người thế mạng 找人替死

thế nào ①怎样, 如何: Thế nào, có được không? 怎样, 可以吗？Món ăn này thế nào, có ngon không? 这道菜如何, 好吃吗？②无论如何: Hôm đó thế nào tôi cũng đến. 无论如何那天我都要来。

thế năng *d* [理] 位能, 势能

thế phẩm *d* 代用品, 代替品

thế ra [口] 原来: Thế ra hai người đã quen nhau từ trước. 原来两人以前就认识。

thế sự *d* 世事

thế sự như kì 世事如棋局

thế sự thăng trầm 世事沉浮

thế thái *d* 世态: nhân tình thế thái 人情世态

thế thăng bằng *d* [数] 平衡位置

thế thì *k* 那么: Thế thì cứ làm như cũ nhé. 那么就按以前那样做吧。

thế thủ *d* 守势

thế tổ *d* 世祖

thế tộc *d* 世族

thế trận *d* 阵势: Thế trận càng trở nên căng thẳng. 阵势变得更紧张了。

thế vận hội [方]=Olympic

thế vợ đợ con 典妻卖儿

thệ [汉] 誓

thệ hải minh sơn 海誓山盟

thếch *p* 特，极，甚: trắng thếch 特白; canh nhạt thếch 汤极淡; túi nhẹ thếch 袋子特轻

thêm *đg* 增加，补充，添加，充实: ăn thêm 多吃点儿; làm thêm kíp 加班

thêm bớt *đg* 增减

thêm chuyện *đg* 添油加醋，节外生枝，推波助澜，煽风点火

thêm giảm thêm ớt=thêm mắm thêm muối

thêm mắm thêm muối 添油加醋: thêm mắm thêm muối tình tiết cho câu chuyện 说话添油加醋

thêm thắt *đg* (少量) 增加: Được cha mẹ thêm thắt ít tiền để nuôi con. 父母多给些钱来养孩子。

thềm *d* 台阶，檐下走道，廊下: thềm nhà 檐下走道

thềm lục địa *d* [地] 大陆架

thênh thang *t* 宽阔，宽敞，宽大，平坦: con đường rộng thênh thang 宽阔的道路

thênh thênh *t* 空旷，轻飘飘: nhà rộng thênh thênh 空旷的房屋; cái túi nhẹ thênh thênh 轻飘飘的袋子

thếp₁ *d* 沓: một thếp giấy 一沓纸

thếp₂ *d* 油灯碟子

thếp₃ *đg* 贴上: thếp vàng 贴金

thết [汉] 设 *đg* 款待: làm tiệc thết khách 设筵款待客人

thết đãi *đg* 款待，请客，做东: mở tiệc thết đãi khách quí 设宴款待贵客

thết tiệc *đg* 设宴，设宴招待

thệt *t* 紧贴的，贴坐的: ngồi thệt xuống đất 一屁股坐到地上

thêu₁ *đg* 绣，刺绣，绣花: hàng thêu 刺绣品

thêu₂ *d* 铁锹

thêu dệt *đg* ①绣织，刺绣: khéo tay thêu dệt 巧手刺绣②捏造，虚构: thêu dệt bao điều dối trá 捏造谣言

thêu nổi *d* 浮绣

thêu ren *d* 刺绣，挑花

thêu thùa *đg* 刺绣: giỏi việc thêu thùa 很会刺绣

thều thào *t* 上气不接下气的，语气很轻的: nói thều thào 轻轻地说

thi₁ [汉] 试 *đg* ①比赛，竞赛: thi hát 歌咏比赛; thi vẽ quốc tế 国际绘画比赛②考试: đi thi 投考; thi đỗ 考上; thi trượt 没考上

thi₂ [汉] 诗，尸，施

thi ân *đg* 施恩

thi bút *đg* 笔试

thi ca *d* 诗歌

thi cách *d* 诗的格式，诗体

thi chạy *đg* 赛跑 thi chạy ma-ra-tông 马拉松赛

thi công *đg* [建] 施工: thời hạn thi công 施工期限

thi cử *đg* 科举; 考试: mùa thi cử 考试期

thi đàn *d* 诗坛; 诗歌专栏

thi đấu *đg* [体] 比赛: thi đấu bóng đá 足球比赛

thi đình *d* 廷试，殿试

thi đua *đg* 竞赛: thi đua ái quốc 爱国竞赛

thi gan *đg* 比胆量，比勇气，较量

thi gan đấu trí 斗智斗勇

thi gan với cóc tía 拼命三郎

thi hài *d* 尸骸，尸首，尸体

thi hành *đg* 执行，实施，施行，履行: thi hành hiệp định 履行协定

thi hào *d* 大诗人: thi hào Nguyễn Du 大诗人阮攸

thi hoạ *d* 诗画

thi hứng *d* 诗兴, 灵感: đạt dào thi hứng 诗兴大发

thi lễ *đg* 施礼

thi luật *d* 诗律

thi nhân *d* 诗人: thi nhân thời xưa 古代诗人

thi nhân mặc khách 诗人墨客

thi pháp *d* 作诗法

thi phẩm *d* 诗作

thi phú *d* 诗赋: văn chương thi phú 文章诗赋

thi sĩ *d* 诗人: tâm hồn thi sĩ 诗人的心灵

thi tập *d* 诗集

thi thánh *d* 诗圣

thi thể *d* 尸体

thi thoảng *p* 偶尔: thi thoảng mới sang chơi 偶尔才过来玩

thi thố *đg* 施展: thi thố tay nghề 施展手艺; thi thố tài năng 施展才华

thi thú *d* 诗趣

thi thư *d*[旧] 诗书

thi trắc nghiệm *d* 测验式考试

thi tuyển *đg* 选拔: thi tuyển người đẹp 选美

thi tứ =tứ thơ

thi vấn đáp *d* 口试

thi vị *d* 诗意, 诗味: đầy thi vị 充满诗意

thi vị hoá *đg* 诗意化: thi vị hoá cuộc sống 使生活充满诗意

thi viết *đg* 笔试

thì₁ [汉] 时 *d* 时期, 时候: đương thì đi học 正当求学之时; lúa đang thì còn gái 水稻正处在分蘖期

thì₂ *k* 就, 那么, 则: Nếu mưa thì ở nhà. 如果下雨就留在家里。Không hỏi thì không biết. 不问则不知道。Thì tôi chỉ nói như thế. 我就那么一说。*tr* (放在句子中表示强调): không làm thì thôi 不做拉倒

thì chớ [口] 就不; 算是: Chốn học thì chớ, lại còn nói dối. 逃学就算了, 还撒谎。

thì có *k* ①虽然…但是: Đẹp thì có đẹp nhưng đắt quá. 虽然好看但太贵。②[口] 才是: Anh ngốc thì có. 你才是大傻瓜。

thì giờ *d* 时间: mất thì giờ 浪费时间

thì kế *d* 时辰表, 精密计时, 航海计时, 经线仪

thì kí *d* [理] 分秒表

thì là *d* [植] 茴香菜

thì lì *t* 沉默不语: ngồi thì lì trước cửa 坐在门前沉默不语

thì phải [口] ①就得, 就须, 就要: Muốn học giỏi thì phải chăm chỉ. 想要学习好就要勤奋。②对罢: Hình như cô ta bị ốm thì phải. 好像她病了对罢?

thì ra [口] 原来: Thì ra anh nói dối. 原来你撒谎。

thì thà thì thầm =thì thào

thì thà thì thụt =thì thụt

thì thào *đg* 窃窃私语: thì thào với nhau 互相窃窃私语

thì thầm *đg* 叽咕, 交头接耳, 私语: thì thầm chuyện riêng 说私房话 *t* 叽叽咕咕的, 交头接耳的

thì thòm [拟] 嗵嗵: tiếng tát nước thì thòm 嗵嗵的戽水声

thì thọt =thì thụt

thì thôi 就算了: Anh không lấy thì thôi. 你不要就算了。

thì thùng [拟] 咚咚: tiếng trống thì thùng 咚咚的鼓声

thì thụp =sì sụp

thì thụt *đg* 偷偷来往: Hai người đã thì thụt với nhau mấy tháng rồi. 两人偷偷来往已经几个月了。

thì thụt như chuột ngày 鬼鬼祟祟; 像老鼠一样偷偷摸摸

thỉ [汉] 矢, 始

thỉ thạch *d* [旧] 矢石

thí₁ [汉] 施 *đg* 施与: bố thí 布施

thí₂ *đg* 放弃: thí mã 弃马

thí₃ [汉] 试: thí nghiệm 试验

thí₄ [汉] 譬

thí bỏ₁ *đg* 舍弃: Thí bỏ cấp dưới để giữ cái ghế trưởng phòng. 牺牲手下以保住科长职位。

thí bỏ₂ *đg* 赐予: Nhờ trời thí bỏ cho mụn con! 请上天赐予一个孩子吧！

thí chẩn *d* 施赈

thí chủ *d* 施主

thí con tốt *đg* 弃小卒

thí cô hồn *đg* 施与孤魂；丢弃, 舍弃: Lỗ vốn, coi như thí cô hồn mấy trăm bạc. 亏了，就当白送给人家几百块钱。

thí dụ *k* 譬喻, 例如, 比如 *d* 比方, 例子: nêu thí dụ 举例; Đó là tôi thí dụ thế. 我只是打个比方。

thí điểm *d*；*đg* 试点: công tác thí điểm 试点工作

thí mạng *đg* ①舍命: thí mạng cứu con 舍命救儿②拼命: thí mạng với giặc 与敌人拼命 ③ 舍弃: thí mạng bọn tay chân để giữ mình 舍弃手下以自保

thí nghiệm *đg* 试验, 实验: phòng thí nghiệm 实验室

thí sai *d* 兼差

thí sinh *d* 考生

thị₁ [汉] 氏 *d* ① 氏: Nguyễn Thị Nguyệt 阮氏月; thị Mậu 戊氏② [口] 女人: Thị đã bỏ về. 她回家了。

thị₂ [汉] 示, 侍, 视, 是, 市, 恃, 嗜

thị chính *d* 市政: toà thị chính 市政厅

thị dân *d* [旧] 市民

thị giá *d* 市价, 行市: thị giá cổ phiếu 股票市场价值

thị giác *d* 视觉: mắc chứng đối loạn thị giác 患上了视觉紊乱症

thị hiếu *d* 嗜好, 爱好, 喜爱: Bạn có thị hiếu gì？你有什么爱好？

thị lang *d* [旧] 侍郎

thị lực *d* 视力: bảng đo thị lực 视力表

thị nữ *d* 侍女

thị phạm *đg* 示范: động tác thị phạm 示范动作

thị phần *d* 市场份额: chiếm 45% thị phần 占45% 的市场份额

thị phi *t*；*đg* 是非: thị phi rạch ròi 是非分明

thị sai *d* [生] 视差, 弱视

thị sát *đg* 视察: thị sát thị trường 视察市场

thị tần *d* 视频

thị thần *d* [旧] 侍臣

thị thần kinh *d* [生] 视神经

thị thực *d* 签证: thị thực nhập cảnh 入境签证

thị tì *d* [旧] 侍女

thị tộc *d* 氏族

thị trấn *d* 市镇, 集镇, 镇

thị trường *d* 市场: thị trường quốc tế 国际市场; giá thị trường 市场价; thị trường chứng khoán 证券市场; thị trường tiền tệ 货币市场

thị trưởng *d* 市长

thị tuyến *d* 视线

thị tứ *d* 新街区

thị uy *đg* 示威: biểu tình thị uy 示威游行

thị uỷ *d* 市委

thị vệ *d* [旧] 侍卫

thị xã *d* (县级) 市

thia lia *đg* 打水漂: chơi trò thia lia 玩打水漂 *d* 打水漂游戏

thia thia *d* [口] 闹鱼, 斗鱼

thìa *d* 羹匙, 调羹, 勺子: thìa cà phê 咖啡匙; thìa canh 汤匙

thìa ép lưỡi *d* [医] 压舌棒, 压舌板

thìa khoá *d* [方] 钥匙

thìa là *d* [植] 莳萝, 小茴香

thìa lìa *t* 伸出的; 碍事的: cành cây thìa lìa ngáng lối 树枝丫杈挡路

thìa súp *d* 汤匙, 调羹, 汤勺

thích₁ [汉] 刺 *đg* ①刺: thích chữ 刺字②触碰: thích khuỷu tay vào sườn bạn 用肘撞一下同学的腰

thích₂ [汉] 适 *đg* ①喜欢, 爱好: thích đọc sách 爱读书②适宜: thích hợp 合适

thích₃ [汉] 释 *đg* 释: giải thích 解释

thích₄ [汉] 戚

Thích Ca *d* [宗] 释迦牟尼

thích chí *t* 适意, 惬意, 欢喜, 心欢: thích chí cười ha hả 开心大笑

thích dụng *t* 适用: Máy này thích dụng cho nông thôn. 这机器适用于农村。

thích đáng *t* 适当, 恰当, 妥当: chiếu cố thích đáng 给予适当的照顾

Thích giáo *d* [宗] 释教 (即佛教)

thích hợp *t* 适合, 适宜: Món này thích hợp cho người già. 这道菜适合老人。

thích lạc *đg* [医] 刺络

thích nghi *đg* 适应: thích nghi với môi trường 适应环境

thích thú *t* 满意: cười thích thú 高兴地笑 *đg* 产生趣味, 感兴趣: Chả thích thú gì! 毫无兴趣!

thích ứng *đg* 适应: thích ứng với tình thế 与形势相适应

thịch [拟] 扑通, 咕咚 (重物落地的声音): đặt thịch xuống 咕咚地一下放地上

thịch thịch =thình thịch

thiếc *d* [矿] 锡: mỏ thiếc 锡矿

thiếc già *d* 熟锡

thiếc hàn *d* 焊锡

thiếc lá *d* 锡箔

thiếc lọc *d* 锡精矿

thiêm thiếp *đg* ①打盹: thiêm thiếp được một lúc 打了一个盹②奄奄一息: Bệnh nhân nằm thiêm thiếp trên giường. 病人躺在床上奄奄一息。

thiềm [汉] 蟾 *d* [旧] 月亮: thiềm cung 蟾宫

thiềm thừ *d* [动] 蟾蜍

thiểm *t* [旧] 险毒, 阴毒: bụng thiểm 心毒

thiểm độc *t* [旧] 狠毒, 阴毒, 险毒: lập tâm thiểm độc 居心险毒

thiệm [汉] 赡 *t* 充足, 富足

thiệm cấp *đg* 赡给

thiệm dưỡng *đg* 赡养

thiệm tuất *đg* 赡恤, 赈济

thiên₁ [汉] 偏 *đg* 偏, 偏斜, 倾向: thiên về bên tả 偏左

thiên₂ [汉] 篇, 迁, 天, 千

thiên ái *đg* 偏爱

thiên ân *d* [旧] 天恩

thiên bẩm *d* 天禀, 天赋

thiên biến vạn hoá 千变万化

thiên binh *d* 天兵: thiên binh thiên tướng 天兵天将 *t* 天花乱坠, 弥天大谎: nói thiên binh 说得天花乱坠

thiên can *d* 天干

thiên cầu *d* [天] 天球仪, 浑天仪

Thiên Chúa *d* [宗] 天主: Thiên Chúa giáo 天主教

thiên chức *d* 天职

thiên cổ *d* 千古: lưu danh thiên cổ 千古流芳

thiên cơ *d* 天机: không thể để lộ thiên cơ 天机不可泄漏

thiên cung *d* 天宫

thiên di *đg* 迁移: tộc người thiên di từ phương bắc 从北方迁移过来的部落

thiên diễn *d* 天变

thiên đàng *d* [方] 天堂

thiên đạo *d* 天道

thiên đầu thống *d* 青光眼

thiên địa *d* [旧] 天地

thiên địch *d* 天敌

thiên đình *d* 天庭, 天宫: Tôn Ngộ Không đại náo thiên đình. 孙悟空大闹天宫。

thiên đỉnh *d* 天顶

thiên đô *đg* [旧] 迁都

thiên đường *d* [宗] 天堂: thành phố thiên đường

天堂般的城市

thiên giới *d* 天界

thiên hà *d*[天] 天河

thiên hạ *d* 天下：nhất thống thiên hạ 一统天下

thiên hình vạn trạng 千形万状，五花八门，形形色色

Thiên Hoàng *d*[政]（日本）天皇

thiên hôn địa ám 天昏地暗

thiên hướng *d* 偏向，偏差，倾向：thiên hướng trường phái 流派倾向

thiên kỉ=thiên niên kỉ

thiên kiến *d* 偏见，成见

thiên kim *d*[旧] 千金

thiên la địa võng 天罗地网

thiên lệch *t* 偏颇：đánh giá có phần thiên lệch 评价有点偏颇

thiên lí₁ *d*[植] 千里香

thiên lí₂ *d* 天理

thiên lí₃ *d*[旧] 千里：thiên lí mã 千里马

thiên linh *d* 天灵盖

thiên lôi *d*[宗] 雷公

thiên lôi chỉ đâu đánh đấy 唯命是从；盲目听命

thiên lương *d*[旧] 天良，良心，天地良心

thiên mệnh *d* 天命：sống chết là do thiên mệnh 生死由命

thiên nga *d* 天鹅

thiên nhật hồng *d*[植] 千日红

thiên nhiên *d* 天然，自然：cảnh đẹp thiên nhiên 天然美景

thiên niên bất dịch 千年不移

thiên niên bất hủ 千年不朽

thiên niên kỉ *d* 千纪（计算年代的单位，以一千年为一"千纪"）

thiên niên kiện *d*[植] 千年健

thiên phận *d* 天分

thiên phủ *d* 天府

thiên phú *t* 天赋的，天生的：tài năng thiên phú 天赋的才华

thiên quốc *d*[宗] 天国

thiên sứ *d* 天使

thiên tai *d* 天灾，自然灾害：thiên tai lũ lụt 洪灾

thiên tài *d* 天才：nhà văn học thiên tài 文学天才

thiên táng *đg* 天葬

thiên tào=thiên đình

thiên tạo *t* 天造地设

thiên tắc *d* 自然法则

thiên thạch *d* 天石，陨石

thiên thanh *t* 天青色的，天蓝色的

thiên thần *d* 天神，天使，天仙：đẹp như thiên thần 如天使般美丽

thiên thẹo *t* 歪斜

thiên thể *d*[理] 天体：thiên thể học 天体演化学；thiên thể lực học 天体力学

thiên thời *d*[旧] 天时，天气：thiên thời, địa lợi, nhân hoà 天时、地利、人和

thiên thu *d*[旧] 千秋，千秋万代：giấc mộng thiên thu 千秋梦

thiên tiên *d* 天仙

thiên tính *d* 天性，秉性：thiên tính trung hậu 秉性忠厚

thiên triều *d* 天朝

thiên tru địa diệt 天诛地灭

thiên trụy *d*[医] 偏坠，疝气，小肠气

thiên tuế₁ *d*[植] 苏铁

thiên tuế₂ *d*[旧] 千岁

thiên tư₁ *d* 天资，天赋：thiên tư nghệ thuật 艺术天赋

thiên tư₂ *đg* 偏袒：Xét xử có ý thiên tư. 判决有偏袒之意。

thiên tử *d*[旧] 天子

thiên tướng *d* 天将

thiên uy *d*[旧] 天威：xúc phạm đến thiên uy 触犯了天威

thiên văn *d* 天文：đài thiên văn 天文台；thiên

văn học 天文学

thiên vị *đg* 偏袒: đối xử công bằng không thiên vị 公平对待无偏袒

Thiên Vương Tinh *d* [天] 天王星

thiền₁ [汉] 禅 *d* 禅

thiền₂ [汉] 蝉 *d* [动] 蝉

thiền₃ [汉] 婵

thiền định *d* 禅定

thiền đường *d* 禅堂

thiền gia *d* 禅家

thiền học *d* 禅学

thiền lâm *d* 禅林

thiền môn *d* 禅门

thiền phòng *d* 禅房

thiền quyên *d* 婵娟

thiền sư *d* 禅师

thiền tâm *d* 禅心

thiền thuế *d* [药] 蝉蜕

thiền tông *d* 禅宗

thiền trượng *d* 禅杖

thiển [汉] 浅 *t* 浅薄, 肤浅: tài sơ học thiển 才疏学浅

thiển bạc *t* 浅薄

thiển cận *t* 肤浅, 无远见: đầu óc thiển cận 头脑简单

thiển kiến *d* 浅见

thiển mưu *d* 浅谋

thiển nghĩ *đg* 浅见, 拙见: Thiển nghĩ làm gì cũng phải cân nhắc kĩ càng. 窃以为干什么都要仔细斟酌才行。

thiển ý *d* 浅见: Theo thiển ý của thì không nên làm vậy. 鄙意是不应这样做。

thiến *đg* 阉割, 骟: gà thiến 阉鸡

thiện₁ [汉] 善 *t* 善: làm việc thiện 做善事

thiện₂ [汉] 擅 *đg* 擅: thiện quyền 擅权

thiện₃ [汉] 禅 *đg* 禅: thiện vị 禅位

thiện₄ *d* 膳: ngự thiện 御膳

thiện cảm *d* 善感, 好感

thiện căn *d* [宗] 善根

thiện chí *d* 善意, 好心, 诚意: thiện chí hợp tác 合作诚意

thiện chiến *t* 善战的: vị tướng thiện chiến 善战之将

thiện hành *đg* 擅自行动: không dám thiện hành khi chưa có lệnh cấp trên 没有上级命令不敢擅自行动

thiện nam tín nữ 善男信女

thiện nghiệp *d* [宗] 善业

thiện tâm *d* 善心: nhân sĩ có thiện tâm 有善心的人士

thiện xạ *t* 善射的: tay thiện xạ 好射手

thiện ý *d* 善意

thiêng *t* ① 神圣: đất thiêng Phật giáo 佛教圣地 ② 灵, 灵验, 灵应: Lời anh ấy thiêng thật! 他的话真灵！

thiêng liêng *t* 神圣, 灵验: giờ phút thiêng liêng 神圣的时刻

thiếp₁ [汉] 妾 *d* [旧] 妾, 小老婆

thiếp₂ [汉] 帖 *d* ① 帖子: thiếp mời 请帖 ② 字帖: thiếp Lan Đình "兰亭序" 的字帖

thiếp₃ *đg* 昏迷, 昏沉, 不省人事: ngủ thiếp đi 沉睡

thiếp₄ *đg* 渗透, 吸收: Đất khô, tưới bao nhiêu nước cũng thiếp hết. 土太干了, 浇多少水都吸干。

thiếp₅ *đg* 贴: thiếp vàng 贴金

thiếp chúc Tết *d* 贺年片

thiếp cưới *d* 喜帖

thiếp mời *d* 请帖, 请柬

thiếp phóng *d* 字帖

thiệp₁ [汉] 涉 *t* [口] 涉历, 经历, 历练: người thiệp 有经验的人

thiệp₂ [汉] 帖 *d* [方] 帖子: tấm thiệp chúc Tết 贺年卡

thiết₁ *đg* 需要, 想, 喜欢: chả thiết ăn uống gì 什么都不想吃

thiết₂ [汉] 设, 切, 铁, 窃

thiết bì *t* 粗黑: da thiết bì 粗黑的皮肤

thiết bị *d* 设备,装置: thiết bị toàn bộ 成套设备; thiết bị lọc tẩy 净化装置; thiết bị đầu cuối 终端设备; thiết bị hiển thị 显示设备; thiết bị ngoại vi 外置设备

thiết chế *d* 体制: thiết chế dân chủ 民主体制

thiết cốt *t* 铁杆: bạn thiết cốt 铁杆哥们

thiết diện *d* [数] 切面

thiết đãi =thết đãi

thiết đoàn *d* 装甲团

thiết đồ *d* 切面图: thiết đồ căn nhà 房屋切面图

thiết gián *đg* 劝谏: không ai dám thiết gián 没人敢劝谏

thiết giáp *d* 铁甲,装甲: xe thiết giáp 装甲车; thiết giáp hạm 装甲舰

thiết huyền *d* [数] 切弦

thiết kế *đg* 设计: thiết kế kĩ thuật 技术设计; thiết kế mẫu 设计模型

thiết lập *đg* 设立,建立: thiết lập cơ chế đối thoại 建立对话机制

thiết lĩnh *d* 梭镖

thiết mộc *d* 硬木,红木

thiết nghĩ *đg* 认为,设想: Tôi thiết nghĩ việc này đừng vội. 我认为这事不要急。

thiết quân luật *đg* 戒严

thiết tha =tha thiết

thiết thân *t* 切身: lợi ích thiết thân 切身利益

thiết thực *t* 切实,实际,务实,实在: việc làm thiết thực 实事; tác phong thiết thực 务实作风

thiết tuyến *d* [数] 切线

thiết tưởng *đg* ①设想: thiết tưởng về tương lai 对未来的设想 ②以为,认为: Sự việc đã rõ ràng, thiết tưởng không cần phải bàn cãi gì nữa. 事情都清楚了,我认为没必要再争论了。

thiết yếu *t* 必要,紧要: mặt hàng thiết yếu 紧缺商品

thiệt₁ *t* 吃亏,损失: Hàng không được giá, bán nhiều thì thiệt nhiều. 没有好价钱,卖得多就亏得多。

thiệt₂ *t*; *p*; *tr* [方] 真实

thiệt₃ [汉] 舌

thiệt hại *d* 损失: bồi thường thiệt hại 赔偿损失

thiệt hơn *d* 利弊,得失: cân nhắc thiệt hơn 权衡得失

thiệt lòng *t* [方] 真心的

thiệt mạng *đg* 毙命,丧命: Vụ đánh bom làm nhiều người thiệt mạng. 爆炸案使多人丧命。

thiệt thà *t* [方] 老实,忠厚

thiệt thân *đg* 不利于己

thiệt thòi *t* 吃亏的,赔钱的 *d* 亏损: chịu thiệt thòi 认赔

thiêu [汉] 烧 *đg* 烧: thiêu xác 火葬

thiêu điểm *d* [理] 燃点,焦点

thiêu đốt *đg* 燃烧: nắng như thiêu đốt 太阳如火

thiêu huỷ *đg* 烧毁,焚毁: Con gà mắc bệnh phải mang đi thiêu huỷ. 病鸡要进行焚毁处理。

thiêu sống *đg* 活焚

thiêu thân *d* 飞蛾,夜蛾

thiều [汉] 韶

thiều quang *d* 韶光

thiểu₁ *d* [动] 短尾鮊

thiểu₂ [汉] 少

thiểu não *t* 苦恼,忧郁,烦恼: dáng điệu thiểu não 苦恼的样子

thiểu năng *d* (器官功能) 衰竭: thiểu năng thận 肾衰竭

thiểu phát *đg*; *d* 通货紧缩: thị trường thiểu phát 市场通缩

thiểu số *d* 少数: dân tộc thiểu số 少数民族

thiếu [汉] 少 *t*; *đg* 缺少,欠缺: thiếu cân 不足秤

thiếu điều [口] 只差没有,只缺没有: Tôi thiếu

điều khóc với nó. Tôi chỉ sai không cho nó xem thôi. 我只差没哭给他看了。

thiếu đói *đg* 缺粮: bị thiếu đói do hạn hán 由于干旱造成缺粮

thiếu gì [口] 不缺, 有的是: Trên đời thiếu gì người tài giỏi. 世上有的是能人。

thiếu hụt *t* 欠缺的, 短缺的, 亏空的: thiếu hụt ngân sách 财政短缺

thiếu nhi *d* 少年, 儿童, 小孩儿, 少儿

thiếu niên *d* 少年: Đội thiếu niên tiền phong 少年先锋队

thiếu nữ *d* 少女

thiếu phụ *d* 少妇

thiếu sinh quân *d* 军校少年学员

thiếu sót *d* 缺点, 过失, 漏洞: còn tồn tại nhiều thiếu sót 还存在许多缺点

thiếu tá *d* [军] 少校

thiếu thốn *đg* 拮据, 手头紧: thiếu thốn mọi thứ 什么都缺; *t* 贫乏, 贫苦: cuộc sống thiếu thốn 贫苦的生活

thiếu thời *d* 少年时代, 少年时期

thiếu tướng *d* [军] 少将

thiếu uý *d* [军] 少尉

thiếu vắng *t* 缺失: thiếu vắng tình yêu của mẹ 母爱缺失

thiệu [汉] *d* 绍

thím *d* 婶母

thin thín *p* 极滑, 光溜: mặt bàn đánh véc ni nhẵn thin thín 刷了漆的桌面平整光滑

thin thít *t* 很安静, 鸦雀无声: im thin thít 鸦雀无声

thìn [汉] 辰 *d* 辰 (地支第五位): giờ thìn 辰时 (旧时指上午七时至九时)

thinh *đg* 沉默, 不吱声, 一言不发; 不理会: làm thinh 装聋作哑; lặng thinh 默默无语

thinh không₁ *d* 寂静的天空

thinh không₂ *p* 突然, 毫无由来: Hai người đang trò chuyện, thinh không bỏ đi. 两人正聊天, 突然就走了。

thinh thích *t* 有点喜欢的: Cái áo kia trông

tôi cũng thinh thích. 那件衣服看上去我也有点喜欢。

thình [拟] 嘭, 呼: đánh thình một cái vào bàn 拍桌子呼一声响

thình lình *p* 突然, 忽然: cơn mưa này thình lình ập đến. 这场雨忽然下起来。

thình thịch [拟] 怦怦, 扑通扑通: tim đập thình thịch 心怦怦跳

thỉnh₁ [汉] 请 *đg* 请, 请教: thỉnh ý kiến của bạn ấy 向那位朋友请教

thỉnh₂ *đg* 敲, 打 (寺庙的钟): thỉnh chuông 敲钟

thỉnh an *đg* [旧] 请安

thỉnh giảng *t* 请来讲课的, 客座的: giáo sư thỉnh giảng 客座教授

thỉnh giáo *đg* 请教: đến thỉnh giáo thầy 来向老师请教

thỉnh kinh *đg* 请经: Đường Tăng sang Tây Trúc thỉnh kinh. 唐僧前往西竺请经。

thỉnh quân nhập ung 请君入瓮

thỉnh thị *đg* 请示: Việc này phải thỉnh thị cái đã. 这件事要请示一下。

thỉnh thoảng *p* 时常, 常常, 偶尔: thỉnh thoảng mới sang một lần 偶尔才过来一下

thính₁ *d* 炒米粉

thính₂ [汉] 听 *t* (嗅觉或听觉) 灵敏, 敏感: thính mũi 鼻子很灵; thính tai 耳朵很尖

thính giả *d* 听者, 听众: thính giả nghe đài điện 台听众

thính giác *d* 听觉: Tai là cơ quan thính giác. 耳朵是听觉器官。

thịnh [汉] 盛 *đg*; *t* 盛, 旺: thế đang thịnh 势头正旺

thịnh hành *đg*; *t* 盛行: màu đang thịnh hành 正盛行的颜色

thịnh lợi *t* 发达, 顺利: Buôn bán ngày càng thịnh lợi. 生意越做越红火。

thịnh nộ *đg* 盛怒, 愤恨: thịnh nộ ầm ầm 大发雷霆

T

thịnh soạn *t* 盛大: bữa tiệc thịnh soạn 盛筵

thịnh suy *đg* 兴衰, 盛衰: triều đại thịnh suy 朝代兴衰

thịnh thế *d* 盛世

thịnh tình *d* 盛情: cám ơn sự đón tiếp thịnh tình 感谢盛情接待

thịnh vượng *t* 兴旺, 繁荣: Chúc làm ăn thịnh vượng. 祝生意兴旺。

thịnh ý *d* 盛意: Cám ơn thịnh ý của ông. 谢谢您的盛意。

thíp *t* ①恰好漫过的, 刚满的: Nước thíp mặt đường. 水刚漫过路面。②够, 足: chơi cho thíp 玩个够

thít *đg* 勒紧, 扎紧: thít dây cho chặt 勒紧绳子

thịt *d* ①肉, 肉类 thịt băm 剁肉; thịt đông 冻肉②水果瓤: thịt quả đào 桃瓤 *đg*[口] 宰, 杀: thịt nhau 互相残杀

thịt ba chỉ *d* 五花肉

thịt ba rọi *d* 半肥瘦 (肉)

thịt bạc nhạc *d* 肉头肌

thịt bò *d* 牛肉

thịt hầm *d* 红焖肉

thịt mông sấn *d* 后臀尖肉

thịt mỡ *d* 肥肉

thịt muối *d* 腊肉

thịt nạc *d* 瘦肉

thịt nạm *d* 腩肉

thịt nát xương tan 粉身碎骨

thịt quay *d* 烤肉

thịt thà *d* 肉类: Bữa ăn đạm bạc, không có thịt thà gì. 饭菜清淡, 没有肉。

thịt thà tanh tưởi 荤腥

thịt thăn *d* 里脊肉

thịt tôm *d* 虾仁

thịt viên *d* 肉丸子

thiu₁ *t* 馊, 腐烂, 变味: cơm thiu 馊饭

thiu₂ *đg* 入睡: Anh ấy vừa mới thiu ngủ thì bị đánh thức. 他刚入睡就被叫醒了。

thiu người *đg* 令 (人) 心烦, 闹人

thiu thiu *t* 昏沉沉: ngủ thiu thiu 昏昏入睡

thìu *d* 横木, 横杆, 横梁

thìu thìu *t* 懊恼, 没精打采: nét mặt thìu thìu 一脸懊恼

tho-ri *d*[化] 钍

thò *đg* ①伸 (出), 露 (出), 凸 (出): thò đầu ra 伸出头来②插入: Thò tay vào túi. 把手插进口袋里。

thò lò₁ *d* 骰子: thò lò sáu mặt 六面骰子

thò lò₂ *đg* 挂着 (鼻涕): thằng bé thò lò mũi 流鼻涕的小男孩

thò lò mũi xanh 乳臭未干

thò lõ *d* 鹰钩鼻: người tây mũi thò lõ 洋人的鹰钩鼻

thỏ[汉] 兔 *d* 兔子: mũ lông thỏ 兔毛帽子

thỏ bạc *d*[旧] 玉兔, 月亮

thỏ đế *d* ①野兔② [转] 胆小的人: thỏ đế nhát gan 胆小鬼

thỏ lặn ác tà 日出日落

thỏ thẻ *t* 婉转, 细声细气, 娇滴滴: nói thỏ thẻ 说话娇滴滴的

thó *đg*[口] 偷窃: đi chợ bị thó mất cái ví đi buy菜被偷了钱包

thọ₁ [汉] 寿 *d* 寿, 寿命: trường thọ 长寿; chúc thọ 祝寿; phúc thọ 福寿 *đg* 享寿: Ông cụ thọ tám mươi! 老人享寿 80!

thọ₂ [汉] 受

thọ chung *đg* 寿终正寝: Ông cụ đã thọ chung. 老人已经寿终正寝了。

thọ đường *d* 寿材, 棺材

thọ giáo *đg* 受教

thọ giới *đg* 受戒

thọ mộc *d* 寿木, 棺材

thọ y *d* 寿衣

thoa₁ [汉] 钗 *d* 钗: thoa cài tóc 头钗

thoa₂ *đg* 搽抹, 涂抹: thoa dầu 搽油; thoa phấn 抹粉; thoa thuốc 敷药

thoa₃ *d* 梭: tuế nguyệt như thoa 岁月如梭

thoả [汉] 妥 *t* 满足: thoả mắt 饱眼福; chơi cho thoả 玩儿个够

thoả chí *đg* 满意, 如愿, 心满意足

thoả đáng *t* 妥当, 恰当, 适当: giải quyết vấn đề thoả đáng 问题解决妥当

thoả hiệp *đg* 妥协: hai bên cùng thoả hiệp 双方妥协

thoả lòng *đg* 满意, 如愿, 称心: chính sách thoả lòng dân 政策合民意

thoả mãn *đg* 满足; 满意: thoả mãn nhu cầu 满足需要

thoả nguyện *đg* 如愿, 遂愿: Bao năm ao ước đã được thoả nguyện. 多年的梦想如愿了。

thoả thích *t* 痛快, 过瘾: ăn cho thoả thích 吃个痛快

thoả thuận *đg* 协商, 商定: Hai bên thoả thuận nhau về giá cả. 双方商定了价钱。 *d* 协议, 议定: thực hiện theo thoả thuận 按协议执行

thoả thuận khung *d* 框架协议

thoả thuê *t* 痛快, 心满意足: uống cho thoả thuê 喝个痛快

thoả ước *d* 协议, 条约: thoả ước hoà bình 和平条约

thoá mạ *đg* 唾骂: bị người đời thoá mạ 被世人唾骂

thoai thoải *t* 微陡的: cái dốc thoai thoải 小斜坡

thoải *t* 缓坡状的: nền đất đắp thoải 微斜的地面

thoải mái *t* ①舒畅, 轻松, 愉快, 心旷神怡, 舒服: tinh thần thoải mái 心情舒畅; ăn mặc thoải mái 衣着舒服② [口] 爽快: Chị ấy tính thoải mái dễ gần. 她性格爽快, 平易近人。

thoái [汉] 退 *đg* 退: tiến thoái lưỡng nan 进退两难

thoái chí *đg* 意志衰退, 意志消沉: thoái chí nản lòng 灰心丧气

thoái hoá *đg* 蜕化, 退化: tư tưởng lạc hậu thoái hoá 思想落后退化

thoái hôn *đg* 退婚: nhà gái xin thoái hôn 女家要退婚

thoái lui *đg* 后退, 退缩: gặp khó khăn là tìm cớ thoái lui 遇到困难就找理由退缩

thoái ngũ *đg* 退伍: quân nhân thoái ngũ 退伍军人

thoái thác *đg* 推托, 辞托: tìm cớ để thoái thác 找理由推托

thoái trào *đg* 衰退, 减弱: Phong trào đi vào lúc thoái trào. 运动进入衰退期。

thoái vị *đg* 退位: Thủ tướng xin thoái vị. 总理请求退位。

thoại [汉] 话 *d* 话: điện thoại 电话; đối thoại 对话

thoán [汉] 篡

thoán đoạt *đg* [旧] 篡夺, 篡位

thoán nghịch *đg* [旧] 叛逆: kẻ thoán nghịch 叛逆者

thoán vị *đg* [旧] 篡位: làm phản để thoán vị vua 造反篡夺皇位

thoang thoảng *t* 清淡, 淡淡: mùi hoa thơm thoang thoảng 淡淡的花香

thoang thoáng *t* 匆匆, 快快: nhìn thoang thoáng 匆匆一瞥

thoảng *đg* 轻拂, 轻掠: thoảng mùi thơm 飘过香味

thoáng₁ *d* 刹那, 瞬间: thoáng cái đã biến đâu mất 一下子就不见了

thoáng₂ *t* ①开阔, 空旷: căn nhà rất thoáng 房子很开阔②开放, 宽松: chính sách rất thoáng 政策宽松

thoáng₃ *đg* 掠过: Một ý nghĩ thoáng qua trong đầu. 脑子里掠过一个想法。

thoáng đãng *t* 宽敞, 宽旷: căn nhà thoáng đãng 宽敞的房子

thoáng đạt *t* 宽敞, 空旷: không gian thoáng đạt 宽敞的空间

thoáng gió *t* 通风，空气流通：căn phòng thoáng gió 通风的房子

thoáng khí *t* 透气，空气流通，通气：một căn phòng thoáng khí 透气的房间

thoáng nhìn *đg* 瞥见，乍看：thoáng nhìn mà không nhận ra được 乍看都认不出来

thoát [汉] 脱 *đg* ①脱离，摆脱：giải thoát 解脱②排放：cống thoát nước 排水道③脱，蜕：tằm thoát 蚕蜕

thoát giang *d* [医] 脱肛

thoát hoá *đg* 蜕化

thoát khỏi *đg* 摆脱，脱离，幸免：thoát khỏi cảnh nghèo đói 摆脱穷困

thoát li *đg* ①脱离：thoát li quan hệ cha con 脱离父子关系②脱产：thoát li đi học 脱产学习

thoát thai *đg* 蜕变，升华，脱胎（换骨）：Tác phẩm văn học thoát thai từ truyện cổ dân gian. 文学作品从民间传说中升华而来。

thoát thân *đg* 脱身：chạy trốn để thoát thân 逃跑以求脱身

thoát tội *đg* 脱罪，免罪：Được luật sư bào chữa cho thoát tội. 因律师辩护才得以免罪。

thoát trần=thoát tục

thoát tục *đg* 远离尘世：thoát tục đi tu 远离尘世去修行

thoát vị *đg* [医] 脱位：thoát vị hậu môn 脱肛；thoát vị rốn 脐疝气

thoát xác *đg* 蜕皮，蜕壳：con ve thoát xác 蝉蜕壳

thoát y vũ *d* 脱衣舞

thoạt *p* ①刚刚（做），才（做）：thoạt nghe đã hiểu 刚一听就明白②匆匆地：thoạt đến rồi thoạt đi 来去匆匆

thoạt đầu *d* 起初，开头：Giờ thì tạm ổn chứ thoạt đầu cũng rất khó khăn. 现在好点了，起初真的很难。

thoạt tiên *d* 开始，最初：Thoạt tiên chẳng ai

muốn đi, động viên mãi mới được từng ấy người đây. 开始没有人想去，好不容易才动员到这么几个人。

thoăn thoắt *t* 快速：chân đi thoăn thoắt 飞快的脚步

thoắng *t* 飞快：viết thoắng 飞快地写

thoắng thỉnh [拟] 叽里呱啦（形容大声，说话快）

thoắt *t* 骤然，猛然，突然：thoắt thấy 骤然看见 *d* 瞬间，刹那：thoắt cái biến mất 一刹那就不见了

thoắt chốc *d* 猝然间，转瞬间，刹那间：thoắt chốc đã biến mất 刹那间就不见了

thoắt thoắt *t* 快速

thóc *d* ①谷子：phơi thóc 晒谷②稻子：gặt thóc 割稻

thóc cao gạo kém 米珠薪桂

thóc gạo *d* 稻米；谷物

thóc lép *d* 秕谷

thóc lúa *d* 稻谷：thóc lúa đầy kho 稻谷满仓

thóc mách *t*；*d* 八卦（爱打听和传播别人的隐私）：Bà kia tính hay thóc mách. 那个女人很八卦。

thóc nếp *d* 糯稻

thóc tẻ *d* 籼稻

thóc thách=thóc mách

thóc thuế *d* 公粮，农业税粮

thọc *đg* 插（入），刺（入），伸（入），捅（入）：thọc tay vào túi 把手插在口袋里

thọc huyết *đg* 宰牲口

thọc léc *đg* 胳肢：Con nhỏ bị thọc léc cười khanh khách. 小孩被胳肢得咯咯笑。

thọc lét=thọc léc

thọc miệng *đg* 乱插嘴：Đừng thọc miệng vào! 别乱插嘴！

thọc sâu *đg* 插入纵深：Biệt động thọc sâu vào lòng địch. 别动队直插敌人心脏。

thoi₁ *d* 织梭（同 con thoi）

thoi₂ *d* 条，锭：vàng thoi 金条

thoi₃ *đg* 揍，捅：thoi cho một trận 好一顿揍

thoi thóp *t* ①奄奄一息：Con cá thoi thóp nổi trên mặt nước. 鱼儿浮在水面上奄奄一息。②艰难：Sống thoi thóp với mấy đồng lương ít ỏi. 靠少得可怜的工资艰难地维持生活。

thoi thót *t* 零星，稀少：Chim hôm thoi thót về rừng. 零星的鸟儿回到山林。

thòi =lòi

thòi lòi *đg* 露出，外露：Cái dải rút cứ thế thòi lòi ra. 那裤腰带就这样露在外面。

thỏi *d* (一) 长条，(一) 截：thỏi sắt 铁条

thỏi đất *d* 沙嘴

thỏi hàn *d* 焊条

thói *d* 习惯，习性：quen thói 习以为常；thói ăn nết ở 生活习惯

thói đời *d* 世态，世俗：thói đời đen bạc 世态炎凉

thói hư tật xấu 陋习

thói quen *d* 习惯

thói tật *d* 陋习；坏习惯：Anh ta có tài nhưng cũng nhiều thói tật. 他有才华但也有许多坏习惯。

thói thường *d* 惯例；常规：Người được người không, ganh nhau là thói thường. 你有他没有，嫉妒是正常的。

thói tục *d* 习惯；习俗：bỏ thói tục phô trương lãng phí 改掉铺张浪费的习惯

thom lỏm *t* 眼巴巴：mắt thom lỏm nhìn hộp kẹo 眼巴巴地望着糖果盒

thom thóp *đg* 不安：sợ thom thóp 惊恐不安

thòm thèm *đg* 馋：ăn xong vẫn còn thòm thèm 吃过了还馋

thòm₃ **thòm** [拟] 咚咚：tiếng trống thòm thòm 鼓声咚咚

thỏm *p* 一下子进入：đút thỏm vào mồm 一下子投入口中

thon *t* 细长，纤细，尖细：người thon 细高个儿

thon lỏn *p* ①恰好，刚好：Hòn bi thon lỏn rơi vào miệng lỗ. 圆球刚好掉进洞口。②简短：trả lời một câu thon lỏn 简短地回答了一句

thon thả *t* 纤长，纤美：thân hình thon thả 纤美的身材

thon thon *t* 修长：ngón tay thon thon 修长的手指

thon thót *đg* 惊骇：giật mình thon thót 惊得跳起来

thỏn lỏn=thon lỏn

thỏn mỏn *t* 零碎，细小：chuyện thỏn mỏn 零碎杂事

thong [汉] 从，青

thong dong *t* 从容，舒缓，悠闲，轻松：Công việc đã tạm thong dong. 工作轻松了些。

thong manh *d* [医] 青光眼，青盲

thong thả *t* ①清闲，轻松：cuộc sống thong thả 清闲的生活②从容不迫，缓缓：đi thong thả 慢腾腾地走 *đg* 缓一缓，等一等：thong thả cái đã 等一下

thòng *đg* ① 放下：Thòng dây xuống từ trên cao. 从高处把绳子放下来。②垂下：Đầu dây thòng ra ngoài. 绳子垂了下来。

thòng lọng *d* 套索：cái thòng lọng bắt lợn 绑猪的套索

thòng thòng *đg* 披散，低垂：tua để thòng thòng 流苏低垂

thõng *đg* 悬，垂，耷拉：thõng chân xuống hai腿儿耷拉着

thõng thẹo *t* 无力，松垮垮：đi đứng thõng thẹo 松垮垮的样子

thõng thượt *t* 软塌塌：nằm thõng thượt trên giường 软塌塌地躺在床上

thọng *đg* ①吞，吃：Thọng hết cả hai suất cơm. 两份饭都吃完了。②摁，缩进：thọng vào hang 缩进洞里

thóp *d* ① [解] 囟门：Đội mũ che thóp cho trẻ. 戴帽子来保护小孩的囟门。②弱点，小辫

子,把柄,短处: bị bắt thóp 被抓住小辫子

thót₁ *đg* 缩小,收束: thót bụng 收腹

thót₂ *đg* 跳起来,开溜: thót lên xe đi mất 跳上车走了

thót tim *t* 心惊胆战: sợ đến thót tim 怕得心惊胆战

thọt₁ *t* 瘸: người thọt 瘸子

thọt₂ *p* 一下子: chạy thọt vào buồng 一下子就跑回房里

thô [汉] 粗 *t* ①粗,粗糙: vải thô 粗布; chế biến thô 粗加工 ②粗俗,不雅,粗鲁: ăn nói thô quá 说话太粗鲁

thô bạo *t* 粗暴: can thiệp thô bạo 粗暴干涉

thô bỉ *t* 粗俗,不雅,俗不可耐: lời nói thô bỉ 粗俗的语言

thô kệch *t* 粗野,村野,粗鲁: lời nói thô kệch 粗言粗语

thô lỗ *t* 粗鲁: ăn nói thô lỗ 语言粗鲁

thô lố *t* ①(眼)暴突: mắt mở thô lố 眼睛瞪得大大的 ②大得出奇: Đôi giày to thô lố. 鞋子大得出奇。

thô mộc *t* 粗朴: nét vẽ thô mộc 粗朴的笔画

thô ráp *t* 粗糙: đôi bàn tay thô ráp 粗糙的双手

thô sơ *t* 简陋: phương tiện vận tải thô sơ 简陋的运输工具

thô thiển *t* 粗浅: hiểu một cách thô thiển 粗浅的理解

thô tục *t* 粗俗,庸俗,低级,不文雅: lời thô tục 粗话

thô vụng *t* 粗笨: đôi bàn tay thô vụng 粗笨的双手

thồ *đg* 驮,驮运,载运: thồ hàng 驮运物资

thổ₁ [汉] 土 *d* 土

thổ₂ *d* 娼妓: nhà thổ 妓院

thổ₃ [汉] 吐 *đg* [口] 吐: thổ ra máu 吐血

thổ âm *d* 土音

thổ canh *d* 可耕地

thổ cẩm *d* 土锦: thổ cẩm dân tộc Choang 壮族土锦

thổ công *d* ①土地神 ②[转] 地头蛇

thổ cư *d* 宅基地,建宅地

thổ dân *d* 土著,土人: thổ dân da đen 土著黑人

thổ địa *d* ①土地 ②土地公,土地神

thổ huyết *đg* [医] 吐血

thổ lộ *đg* 吐露,倾吐: thổ lộ tâm tình 倾吐衷曲

thổ mạch *d* 土脉

thổ mộ *d* 两轮马车

thổ mộc *d* [建] 土木

thổ nghi *d* 水土条件: Giống cây này rất thích hợp với thổ nghi vùng này. 这树种很适合本地的水土条件。

thổ ngữ *d* 土语

thổ nhưỡng *d* 土壤: phân tích thổ nhưỡng 土壤分析

thổ phỉ *d* 土匪: tiễu trừ thổ phi 剿匪

thổ phục linh *d* [药] 土茯苓

thổ sản *d* 土产,土特产: Thổ sản nổi tiếng vùng này là mộc nhĩ. 这里有名的土特产是木耳。

thổ tả₁ *d* [医] 吐泻,霍乱: mắc bệnh thổ tả 患了霍乱

thổ tả₂ *t* 破烂,糟透: Chiếc máy thổ tả này. 这台破机器。

thổ thần *d* 土神,土地爷

thổ ti *d* [旧] 土司

Thổ Tinh *d* [天] 土星

thổ trạch *d* [旧] 土宅;房地产: thuế thổ trạch 房地产税

thổ tù *d* 土酋,酋长

thổ tục *d* 土俗,土风,风土习俗

thố₁ *d* 小盅,盖盅: thố đựng cơm 饭盅

thố₂ [汉] 兔

thốc *t* 畅通无阻,迅猛: cơn giông ùn ùn thốc tới 暴风雨来势迅猛 *p* 一溜风: nhảy thốc vào 一溜风跳进来

thốc tháo *p* 急速地,急剧地: bán thốc bán

tháo 急忙出货

thộc=thốc

thôi₁ *d* ①回,顿:bị mắng cho một thôi 被骂一顿 ②段:một thôi đường 一段路

thôi₂ *đg* 停止,罢休:thôi việc 辞职 *tr* ①(语气词)而已,罢了:Một lát thôi! 只那么一会儿罢了! ②算啦(表示可惜):Thôi, hỏng mất rồi! 完啦,坏掉了! Thôi, không nói nữa! 算啦,不谈了! ③催促

thôi₃ 褪色,掉色:vải hoa thôi màu 花布掉色

thôi học *đg* 退学,休学

thôi miên *đg; d* 催眠:thuật thôi miên 催眠术; phương pháp chữa bệnh bằng thôi miên 催眠疗法

thôi nôi *t* 抓周的,周岁的:Bé đã đến tuổi thôi nôi. 小孩已经一周岁了。

thôi sơn *t* (拳头)重:quả đấm thôi sơn 重拳

thôi thì [口] ① 那 就:Thôi thì cũng đành chịu. 那就只得忍了。 ②总之:Thôi thì đủ mọi thứ. 总之什么东西都有。

thôi thôi *c* 休矣,好了,完了,算了:Thôi thôi, việc đã qua còn nói làm gì nữa! 算了,事情都过去了,还说它干什么!

thôi thối *t* 有点臭的:Thứ gì mà thôi thối thế? 什么东西臭臭的?

thôi thúc *đg* 催促,紧逼:tiếng trống thôi thúc lòng người 催人振奋的鼓声; Tình thế thôi thúc, phải có ngay giải pháp. 形势逼人,必须马上拿出解决办法。

thôi việc *đg* 辞退,辞职:Sức yếu nhiều bệnh buộc phải thôi việc. 体弱多病只好辞职。

thồi *d* 台,桌,席:đặt một thồi rượu 摆一席酒

thổi₁ *đg* ①吹:thổi kèn 吹笛子; Gió thổi vào nhà. 风吹进屋里来。 ②吹牛,放大:Thổi to chuyện lên. 把小事说成大事。

thổi₂ *đg* [方] 炊,煮:thổi cơm 做饭

thổi nấu *đg* 烹饪,烹煮

thổi ngạt 人工呼吸:hà hơi thổi ngạt 吹气做人工呼吸

thổi phồng *đg* 吹牛,吹嘘,夸大:thổi phồng thành tích 夸大成绩

thối₁ *đg* [方] 找补:thối lại hai hào 找补两角钱

thối₂ *t* 臭,腐烂,腐臭

thối hoắc *t* 臭烘烘,臭气熏天:Nhà xí thối hoắc vì không có người trông. 因为没人管厕所臭烘烘的。

thối hoăng *t* 臭气熏天:con chuột chết thối hoăng 死老鼠臭气熏天

thối mồm *t* 口快,嘴臭:Con mẹ thối mồm, lắm chuyện! 口快女人,多事!

thối nát *t* 腐败,腐朽,颓废:chế độ phong kiến thối nát 腐朽的封建制度

thối om *t* 恶臭:mùi rác thối om 恶臭的垃圾味

thối rữa *t* 腐败,腐烂:Thịt để lâu dễ bị thối rữa. 猪肉放久了容易腐烂。

thối tai *d* [医] 中耳炎

thối tha *t* 腐败,卑鄙,无耻,下流,丑恶:xã hội thối tha 黑暗的社会; lối sống sa đọa thối tha 堕落腐败的生活方式

thối thây *t* 懒得没治的:Lười thối thây! 大懒虫!

thối ủng *t* 霉烂,腐烂:Rau để lâu thối ủng ra. 菜放久都霉烂了。

thồm lồm *d* ①烂耳朵病 ② [植] 火炭母

thôn₁ [汉] 村 *d* 小村落:Làng này có 3 thôn. 这个村有 3 个小村落。

thôn₂ [汉] 吞

thôn ấp *d* 村子

thôn bản *d* 村寨,屯:Đường đã mở đến tận mỗi thôn bản. 路修到了每个村屯。

thôn dã *d* 乡村:du lịch thôn dã 乡村旅游

thôn nữ *d* 村姑

thôn ổ *d* [旧] 边远村寨

thôn quê *d* 乡村,农村:cuộc sống chốn thôn quê 农村生活

thôn tính đg 吞并, 鲸吞: Nước phát triển xâm lược thôn tính nước lạc hậu. 发达国家入侵吞并落后国家。

thôn trang d 村庄: nơi thôn trang vắng vẻ cô quạnh 清的村庄

thôn xóm=làng xóm

thồn đg 塞入: thồn đầy bụng 塞满肚子

thổn độ đg 忖度, 推测

thổn lượng đg 忖量, 思量, 思忖

thổn thức đg ① 哽咽: tiếng khóc thổn thức 哽咽的哭声② 忐忑: thổn thức không yên 忐忑不安

thổn thện t (乳房) 大而暴露难看的

thốn₁ t 刺痛: vết thương đau thốn 伤口刺痛

thốn₂ đg 扎紧: đóng thốn vào 钉紧

thộn t 愚鲁, 愚笨, 愚蠢, 呆笨: người thộn 蠢人; trông mặt có vẻ thộn lắm 看起来呆头呆脑的

thộn thện t 肥笨: con lợn béo thộn thện 又肥又笨的猪

thông₁ [汉] 松 d 松: nhựa thông 松脂

thông₂ [汉] 通 đg ① 连通: mở đường thông sang xóm bên 铺路通到邻村② 通畅, 疏通: thông cống thoát nước 疏通排水道③ 连续不间断: Máy chạy thông ca. 机器一直开着不休息。④ 理解: giảng mãi vẫn không thông 怎么讲都不懂

thông₃ [汉] 聪

thông ba lá d 三叶松

thông báo đg 通报: thông báo cho nhau 互相转告 d 公报: thông báo chung 联合公报

thông cảm đg 体谅, 谅解, 同情: thông cảm với nhau 互相谅解

thông cáo d 通告, 通报, 公报: thông cáo chung 联合公报

thông cung đg 串供

thông dâm đg 通奸

thông dịch đg ① [旧] 通译, 翻译 ② [计] 解码和运行程序

thông dụng t 通用的: những tiếng thông dụng 通用语汇

thông đá d 石松

thông đạt đg; d [旧] 通知: thông đạt tin họp cho mọi người 通知大家开会; gửi thông đạt 送通知

thông điện d 通电

thông điệp d ① 照会: thông điệp ngoại giao 外交照会② 通牒: thông điệp hoà bình 和平通牒③ 信息: Bức ảnh mang nhiều thông điệp. 相片包含许多信息。

thông đỏ d 红松

thông đồng đg 通同, 串同, 串通: thông đồng làm bậy 串同舞弊

thông đồng bén giọt 顺顺溜溜

thông đuôi ngựa d 马尾松

thông gia d 通家, 姻亲, 亲家: làm thông gia với nhau 做亲家

thông giám d 通鉴

thông gian=thông dâm

thông gió t 通风的: gian phòng thông gió 通风的房间

thông hành đg 通行 d 通行证

thông hiểu đg 通晓, 理会, 洞悉: thông hiểu luật pháp 精通法律

thông hiệu d 传号令, 传令

thông hôn đg [旧] 通婚

thông hơi đg 通气, 通风: lỗ thông hơi 通风口

thông huyền d ① [旧] 通玄② [数] 通弦

thông kim bác cổ 通今博古

thông la hán d [植] 罗汉松

thông lại d [旧] 通吏, 通官 (古官名)

thông lệ d 通例, 惯例: thông lệ quốc tế 国际惯例

thông lệnh d 通令

thông luận d 通论

thông lưu đg 汇流, 汇合, 合流: Hai dòng sông đã thông lưu. 两条河已经合流。

thông lưng=thông đồng

thông lượng d[无] 通量,流量: thông lượng đường chuyền 传输通量; thông lượng dòng nước 水流量

thông minh t 聪明: thông minh vặt 小聪明

thông nghĩa [旧]d 通义

thông ngôn [旧]d 翻译: thông ngôn tiếng Việt 越语翻译 đg 口译: thông ngôn cho giám đốc 为经理做翻译

thông phân d[数] 通分

thông phong d[旧] (油灯) 灯罩

thông qua đg ①通过,同意: thông qua nghị quyết 通过决议; Ban lãnh đạo thông qua phương án. 领导通过了方案。②经过: Thông qua anh, tôi mới tìm được cô ấy. 通过你,我才能找到她。

thông quan đg 通关: đơn giản hoá thủ tục thông quan 简化通关手续

thông số d 参数: thông số kĩ thuật 技术参数

thông suốt t ① 畅通,畅达: con đường đã thông suốt 道路已畅通②通畅,透彻: tư tưởng đã thông suốt 思想通了

thông sử d 通史: thông sử Việt Nam 越南通史

thông sứ d[旧] 通使

thông tầm t 上班时间连续的: làm thông tầm 上班时间连续工作

thông tấn đg 通讯: thông tấn xã 通讯社

thông thái 博学多才,博古通今: nhà thông thái 博学多才的学者

thông thạo đg 熟练,熟悉,精通: thông thạo kĩ thuật lái ô-tô 熟练汽车驾驶技术

thông thoáng t ①宽阔通畅: đường sá thông thoáng 道路宽阔通畅②开放,宽松: chính sách thông thoáng 政策宽松

thông thốc p 径直,直冲冲: chạy thông thốc vào nhà 径直地跑回家

thông thống t 空无遮掩的: cửa ngõ để thông thống 门窗洞开

thông thuộc đg 熟悉,通晓,熟谙: thông thuộc đường đi trong làng 熟悉村里的道路

thông thương d 贸易: điều ước thông thương 贸易条约

thông thường t 通常,一般; 平凡,普通: Thông thường thì ông ta về nhà vào lúc 6 giờ. 他一般六点钟回家。

thông tin đg 通信: thông tin đường dài 长途通信 d 新闻,通讯,信息: truyền đưa thông tin 传输信息; thông tin mới về cuộc đua 有关比赛的最新信息

thông tin đại chúng đg 传播: phương tiện thông tin đại chúng 传播媒体

thông tin học d 传播学

thông tín d 通信,通讯: thông tín viên 通讯员

thông tỏ đg 了如指掌: thông tỏ mọi việc đã xảy ra 对发生的事情了如指掌

thông tri d 通知: giấy thông tri 通知书; nhận được thông tri 接到通知 đg 通知,告知

thông tục t 通俗: lời văn thông tục dễ hiểu 文章通俗易懂

thông tư d 通知: thông tư liên bộ 部委联合通知

thống₁ d 彩绘鱼缸或花盆: cái thống to nuôi cá 养鱼的大缸

thống₂ [汉] 痛,统

thống binh d 统兵,统军 (古官名)

thống chế d[旧] ①统制 (古官名) ② [军] 统帅,大元帅

thống đốc d ① [政] 总督②州长③ (银行) 行长: thống đốc ngân hàng nhà nước 国家银行行长

thống kê đg 统计: bảng thống kê 统计表 d 统计: cơ quan thống kê 统计部门

thống kê học d 统计学

thống khổ t[旧] 痛苦

thống lãnh [方]= thống lĩnh

thống lĩnh *đg* 统领，率领：vị tướng thống lĩnh ba quân 统领三军的将军 *d* 统领，统帅

thống nhất *đg* 统一：thống nhất bắc nam 统一南北；thống nhất thu chi 统一收支 *t* 统一，一致：ý kiến thống nhất 统一的意见

thống nhứt [方]=thống nhất

thống soái *d*[军] 统帅

thống thiết *t* 痛切，悲痛：lời cầu xin thống thiết 痛切的请求

thống trị *đg* 统治：giai cấp thống trị 统治阶级

thộp *đg* 抓住，揪住：thộp ngực 揪住胸口

thốt₁ *đg* 脱口而出：thốt mồm 脱口而出

thốt₂ [汉] 猝 *p* 一下子，忽然，乍：thốt nhớ ra 乍想起来

thốt nhiên *p* 突然：Anh ấy đang đi thốt nhiên dừng lại. 他走着走着突然停了下来。

thốt nốt *d*[植] 秃碌树（糖棕桐）

thơ *d* ①诗：thơ ngũ ngôn 五言诗；thơ đúng niêm luật 正格诗；thơ trữ tình 抒情诗；thơ văn xuôi 散文诗②书信：viết thơ 写信③诗意：Cảnh rất thơ. 风景富有诗意。④幼小：trẻ thơ 年幼

thơ ấu *t* 幼稚，幼小：hồi thơ ấu 幼年

thơ bát cú *d* 八字诗

thơ ca *d* 诗歌

thơ cũ *d* 旧体诗

thơ dại *t* 幼稚，天真无邪：đứa bé thơ dại 天真无邪的小孩

thơ Đường luật *d* 唐律诗（唐朝流行的诗体）

thơ lại *d*[旧] 书吏

thơ liên cú *d* 连句诗

thơ liên hoàn *d* 连环诗

thơ liên ngâm =thơ liên cú

thơ lục bát *d* 六八体诗（越南流行的诗，第一句为六个字，第二句为八个字）

thơ mộng *t* 梦幻般的，诗情画意的：cảnh đẹp thơ mộng 梦幻般的美景

thơ mới *d* 新诗

thơ ngây *t* 幼稚：suy nghĩ thơ ngây 幼稚的想法

thơ ngũ ngôn *d* 五字诗

thơ Nôm *d*[旧] 喃字诗

thơ phú *d* 诗赋

thơ thất ngôn *d* 七字诗

thơ thẩn *đg* 踌躇，徘徊：thơ thẩn quanh vườn 在院子里徘徊 *t* 茫然的，梦幻的：buồn thơ thẩn 茫然的惆怅

thơ thới[方]=thư thái

thơ trẻ *t* 幼稚，幼小：thời thơ trẻ 幼年时期

thơ từ [方]=thư từ

thơ văn *d* 诗词，文章：thơ văn cách mạng 革命诗词

thơ yếu *t* 幼小羸弱

thờ *đg* 祭祀，供奉：thờ phật 供佛

thờ cúng *đg* 祭供，祭祀：thờ cúng tổ tiên 祭祀祖先

thờ kính *đg* 供养，侍养：thờ kính cha mẹ 奉养父母

thờ ơ *đg* 无动于衷，不闻不问，漠不关心，置若罔闻：thờ ơ với sự việc xảy ra 对发生的事情置若罔闻 *t* 冷淡，冷漠：thái độ thờ ơ 冷漠的态度

thờ phụng *đg* 侍奉：thờ phụng cha mẹ 侍奉父母

thờ thẫn =thẫn thờ

thờ tự =thờ cúng

thở *đg* ①呼吸：ngạt thở 窒息② [口] 说：thở ra những lời không hay 说出难听的话语

thở dài *đg* 叹气，叹息：bật ra một tiếng thở dài 长叹一声

thở dốc *đg* 急喘，喘气：mệt quá vừa đi vừa thở dốc 累得边走边喘气

thở hắt *đg*[口] 捯气儿：Người bệnh đã thở hắt. 病人捯气儿了。

thở hít *đg* 呼吸：thở hít nhân tạo 人工呼吸

thở hổn hển *đg* 喘气，喘吁吁：Thằng bé vừa

nói vừa thở hổn hển. 小男孩边喘边说。

thở ngắn thở dài 长吁短叹

thở như bò *đg* 气 喘 吁 吁: Ông ta mệt thở
như bò. 累得他气喘吁吁。

thở phào *đg* 松了一口气: Sau khi cứu được
em bé lên bờ, anh mới thở phào một cái.
救小孩上岸之后他才松了一口气。

thở than=than thở

thớ₁ *d* 纹路: thớ gỗ 木纹

thớ₂ [口] 东 西 (表蔑 视): Anh chả là cái
thớ gì cả. 你什么东西都不是。

thớ lợ *t* 嘴上讨好的, 虚伪的: một con người
thớ lợ 一个虚伪的人

thợ *d* 工匠, 工人, 技工, 匠人

thợ ấn loát *d* 印刷工人

thợ bạc *d* 首饰匠

thợ bạn *d* 伙计

thợ bào *d* 刨工

thợ cả *d* 领班

thợ cạo *d* 理发匠

thợ chạm *d* 雕刻匠

thợ chuyên nghiệp *d* 技工

thợ chữa xe *d* 修车工

thợ con *d* 学徒工

thợ đá *d* 石匠

thợ điện *d* 电工

thợ đóng sách *d* 装订工

thợ đồng hồ *d* 修表匠

thợ đúc *d* 翻砂工

thợ đục *d* 凿工

thợ giày *d* 鞋匠

thợ giặt *d* 洗衣工

thợ gò *d* 钣金工

thợ hàn *d* 焊工

thợ kèn *d* 喇叭手

thợ khoá *d* 锁匠

thợ khoan *d* 钻工

thợ lặn *d* 潜水员

thợ lắp ráp *d* 装配工

thợ luyện kim *d* 冶金工

thợ mạ *d* 电镀工

thợ may *d* 裁缝

thợ máy *d* 车工

thợ mỏ *d* 矿工

thợ mộc *d* 木匠

thợ nề *d* 泥水匠

thợ ngói *d* 瓦匠

thợ nguội *d* 钳工

thợ phay *d* 铣工

thợ phụ *d* 临时工

thợ rèn *d* 锻工

thợ săn *d* 猎人, 猎手

thợ sơn *d* 油漆工

thợ thêu *d* 绣花匠

thợ thủ công *d* 手工业者

thợ thuyền *d* 工人, 工人阶级

thợ vẽ *d* 画工, 图案工: thợ vẽ hình 绘图工
人

thợ xây *d* 建筑工人

thợ xẻ *d* 锯木工

thơi *t* (井) 深: giếng thơi 深井

thơi rơi *t* 颓唐, 颓废

thời₁ [汉] 时 *d* ①年代, 时代: thời sinh viên
大学时代②时候: xử lí kịp thời 及时处理
③时态: thời quá khứ 过去时

thời₂ *k* ; *tr* [旧] [口] 就: Không làm thời
bỏ. 不干就算了。

thời₃ *đg* [口] 吃掉, 干掉: thời hết cả niêu cơm
吃掉一锅饭

thời bệnh *d* 时气病, 季节性流行病; 时疫

thời bình *d* 太平盛世, 和平时期: sống trong
thời bình 生活在和平年代

thời buổi *d* 时代, 世道: thời buổi văn minh
文明时代

thời chiến *d* 战争时期: tác phong thời chiến
战时作风

thời cơ *d* 时机, 机会: nắm vững thời cơ 掌握
时机

T

thời cục=thời cuộc

thời cuộc *d* 时局: nắm bắt thời cuộc 掌控时局

thời đại *d* 时代: thời đại đồ đá 石器时代; thời đại đồ đồng 青铜器时代; thời đại đồ sắt 铁器时代

thời đàm *d* 时评, 时事述评

thời điểm *d* 时分, 时刻: thời điểm giao thừa 除夕时分

thời đoạn *d* 时段: thời đoạn phát thanh 广播时段

thời giá *d* 时价: tính theo thời giá lúc bấy giờ 以当时的价钱来计算

thời gian *d* ①时间, 时光, 光阴: tiền lương tính theo thời gian 计时工资②期间: trong thời gian làm việc tại Hà Nội 在河内工作期间

thời gian biểu *d* 时间表: thực hiện đúng thời gian biểu 按时间表来实施

thời giờ =thì giờ

thời hạn *d* 时限, 期限: thời hạn học tập 学习期限; thời hạn hiệu lực 有效期

thời hiệu *d* 时效: Văn bản đã hết thời hiệu. 文件过了时效。

thời khắc *d* 时刻: thời khắc biểu 时刻表

thời khoá biểu *d* 课程表: lên lớp theo thời khoá biểu mới 按照新的课程表上课

thời kì *d* 时期, 期间: thời kì tập sự 见习时期

thời lượng *d* 时间量: tăng thời lượng chương trình 增加节目时间量

thời sự *d* ①时事: phim thời sự 时事纪录片; ②新闻: thời sự quốc tế 国际新闻

thời thế *d* 时势, 局势: xoay chuyển thời thế 扭转局势

thời thượng *d*; *t* 时尚: Đây là thời thượng năm nay. 这是今年的时尚。Áo này quá thời thượng. 这件衣服太时尚了。

thời tiết *d* 时节, 天气, 气候: dự báo thời tiết 天气预报

thời trang *d* 时装: nhà thiết kế thời trang 时装设计师 *t* 时髦: ăn mặc hợp thời trang 穿着时髦

thời vận *d* 时运: thời vận kém 时运差

thời vụ *d* 时令, 农时, 农务: kịp thời vụ 不误农时

thời lời *t* 殷勤, 热情: Ông ta thời lời trước cô gái trẻ đi cùng. 他向同行的年轻姑娘献殷勤。

thới=thái

thơm₁ *d* [方] 菠萝

thơm₂ *đg* 亲 (吻): Mẹ thơm cái nào! 让妈妈亲一下!

thơm₃ *t* 香, 芬芳, (名声) 芳美: tiếng thơm muôn thuở 流芳千古

thơm lây *t* [口] 沾光的: Cha ông anh hùng con cháu thơm lây. 父辈英雄, 子孙沾光。

thơm lừng *t* 芳香四溢的: mùi hoa thơm lừng 花香四溢

thơm lựng *t* 芳香扑鼻的: mùi nước hoa thơm lựng 扑鼻的香水味

thơm ngát *t* 清香, 馥郁: hương bưởi thơm ngát 馥郁的柚子香

thơm nức *t* 香气浓郁: mùi hoa lan thơm nức 浓郁的兰花香

thơm phức *t* 喷香: mùi cơm thơm phức 喷香的米饭

thơm phưng phức *t* 香喷喷: mùi cơm thơm phưng phức 香喷喷的米饭

thơm tay may miệng 得心应手

thơm thảo *t* ①孝顺: người con gái thơm thảo 孝顺的女儿②忠厚, 善良: tấm lòng thơm thảo 好心肠

thơm tho *t* 芬芳, 馥郁: danh tiếng thơm tho 好名声

thờm lờm *t* 蓬松: tóc dối thờm lờm 蓬松的乱发

thờm thàm *t* ①随意, 乱七八糟: đổ tháo thờm thàm 随意乱倒②毛毛糙糙, 粗心, 粗糙:

làm cái gì cũng thờm thàm 干什么都毛毛糙糙的

thớm thỉnh *t* 滑稽, 幽默: cử chỉ thớm thỉnh 滑稽的举动

thơn thớt *t* 嘴甜心不诚的: chỉ thơn thớt cái mồm 只是嘴上说得好听

thòn bơn *d* 比目鱼

thớt *d* 菜墩子, 砧板: Mặt trơ như mặt thớt. 脸皮像砧板一样厚。

thu₁ [汉] 秋 *d* 秋天, 岁月: gió thu 秋风

thu₂ 马鲛鱼

thu₃ [汉] 收 *đg* ① 收: thu tiền 收款 ② 达到: thu được hiệu quả 达到效果 ③ 收缩: thu hẹp khoảng cách 缩小差距 ④ 收录, 摄取: thu băng 录音 ⑤ 收拾, 整理: đồ đạc thu vào một chỗ 把东西放在一起 ⑥ 蜷曲: ngồi thu hai chân lên ghế 两脚蜷曲坐在椅子上

thu ba *d* 秋波: thu ba đưa tình 秋波传情

thu binh *đg* 收兵: ra lệnh thu binh 发出收兵令

thu chi *d* [经] 收支, 收付, 出纳: thăng bằng thu chi 平衡收支

thu dọn *đg* 收拾, 打扫: công tác thu dọn 善后工作; thu dọn chiến trường 打扫战场

thu dung *đg* 收容, 容纳, 收纳: trạm thu dung trẻ lang thang 流浪儿收容所

thu dụng *đg* 收用, 留用: thu dụng nhân tài 留用人才

thu giữ *đg* 扣留: thu giữ hàng hoá 扣留货物

thu gom *đg* 收集: thu gom rác thải 收集垃圾

thu hẹp *đg* 收缩, 缩小: thu hẹp khoảng chênh lệch 缩小差距

thu hình *đg* ①摄像: máy thu hình 摄像机②蜷缩, 蜷曲: Hắn ngồi thu hình vào một xó. 他蜷曲着身子坐在角落里。

thu hoạch *đg* 收割, 收成: thu hoạch mùa màng 收割庄稼 *d* 心得, 体会, 收获: viết thu hoạch 写心得体会

thu hồi *đg* ① 收回, 回收: thu hồi giấy phép kinh doanh 收回经营许可证② [经] 回笼: thu hồi tiền tệ 回笼货币

thu hút *đg* 吸收, 吸取, 吸引: thu hút đầu tư nước ngoài 吸引外国投资; thu hút nhiều người tham gia 吸引很多人参加

thu không đủ chi 入不敷出

thu lôi *d* 避雷: cột thu lôi 避雷针

thu lu *t* [口] 蜷缩的: ngồi thu lu trong ghế sa lông 蜷缩坐在沙发上

thu lượm *đg* ① 搜集: thu lượm được nhiều tài liệu 搜集到许多资料②采撷: thu lượm được nhiều trái cây 采集到许多果实

thu mua *đg* 采购, 收购: thu mua nông sản phẩm 收购农产品

thu nạp *đg* ① 搜罗, 网罗: thu nạp nhân tài 搜罗人才②吸收: thu nạp hội viên mới 吸收新会员

thu ngân *đg* 收款, 收银: quầy thu ngân 收银台

thu nhặt *đg* 收集: thu nhặt phế liệu 收集废料

thu nhận *đg* ①吸收: thu nhận học sinh mới 吸收新学生②接收: trạm thu nhận thông tin 信息接收站

thu nhập *d*; *đg* 收入: tiền lương thu nhập hàng tháng 每月的工资收入

thu nhập quốc dân *d* 国民收入

thu nhập ròng *d* 纯收入

thu nhập thuần *d* 纯收入

thu phân *d* 秋分（二十四节气之一）

thu phục₁ *đg* 收服: thu phục nhân tâm 收服人心

thu phục₂ *đg* 收复: thu phục lại địa bàn 收复地盘

thu quân=thu binh

thu thanh *đg* 录音: máy thu thanh 录音机

thu thập *đg* 收集, 搜集: thu thập tài liệu 搜集资料

thu thuế *đg* 收税: nhân viên thu thuế 收税官

thu thuỷ *d* 秋水

thu tứ *d* 秋思

thu va thu vén=thu vén

thu vén *đg* ①收拾, 拾掇: thu vén đồ đạc 拾掇东西②攒积: Thu vén từng tí mới được như hôm nay. 点滴攒积才有了今天这样子。

thu vụ chiêm *d*[经] 夏征 (农业税)

thu vụ mùa *d*[经] 秋征 (农业税)

thu xếp *đg* ①收拾, 整理: thu xếp đồ đạc 整理物品②安排, 安置, 布置: thu xếp công ăn việc làm 安置劳动就业

thù₁ [汉] 仇 *d* 仇敌, 仇恨: kẻ thù 仇人 *đg* 恨: hai đứa thù nhau 两人互相仇恨

thù₂ [汉] 酬, 殊

thù du *d*[植] 茱萸

thù địch *d* 敌人, 仇敌, 对头, 敌手: những phần tử thù địch của ta 我们的敌人 *đg* 仇视: thái độ thù địch 仇视态度

thù ghét *đg* 仇恨: thù ghét quân giặc 仇恨敌人

thù hằn *d*; *đg* 仇恨: xoá bỏ thù hằn 摒弃仇恨; Hai dân tộc thù hằn nhau. 两个民族互相仇恨。

thù hận *d*; *đg* 仇恨: thù hận dân tộc 民族仇恨; Họ thù hận nhau. 他们相互仇恨。

thù khích *đg* 仇视, 嫌恶: Hai người vẫn thù khích với nhau. 两人依然相互仇视。

thù lao *d* 报酬, 酬金, 薪酬: hưởng thù lao 享受报酬 *đg* 酬劳, 酬报: thù lao người giúp việc 酬报帮忙的人

thù lù₁ *t*[口] 矗立的: Đống rơm thù lù giữa sân. 稻草垛矗立在院子中央。

thù lù₂ *t*[方][口] 肥胖: người đàn bà béo thù lù 肥胖的女人

thù oán *đg* 仇怨, 仇恨: đem lòng thù oán 怀恨在心

thù tạ *đg* 酬谢

thù tử *t* 殊死: đánh nhau thù tử 殊死的搏斗

thủ₁ [汉] 首 *d* 首, 头部: thủ lợn 猪头

thủ₂ *đg* ①[口] 偷窃: Bị thủ mất cái đồng hồ. 手表被偷了。②藏掖: thủ con dao trên người 藏刀在身上③扮演, 担任: thủ vai chính trong phim 在电影里担任主角

thủ₃ [汉] 守 *đg* 守: thế thủ 防守

thủ₄ [汉] 手, 取

thủ bạ *d*[旧] 档案管理员

thủ bút *d* 手稿: thủ bút của lãnh tụ 领袖手稿

thủ cáo *d*[法] 首告

thủ cấp *d* 首级

thủ công *đg* 手工生产: hàng thủ công 手工艺品 *d* 手工课: cô dạy thủ công 手工课老师

thủ công nghiệp *d* 手工业: thợ thủ công nghiệp 手工业者

thủ cựu *t* 守旧的: phái thủ cựu 守旧派

thủ dâm *đg* 手淫

thủ đắc *đg* 拥有: thủ đắc tài sản tư nhân 拥有私人财产

thủ đoạn *d* 手段: giở thủ đoạn gian trá 使用奸诈的手段 *t* 有手腕的, 有手段的: con người thủ đoạn 手腕人物

thủ đô *d* 首都, 国都: Bắc Kinh là thủ đô Trung Quốc. 北京是中国的首都。

thủ hoà *đg* 守住和局: Đội ta thủ hoà trong trận này. 这场球我队守住和局。

thủ kho *d* 仓库管理员

thủ kho to hơn thủ trưởng 县官不如现管

thủ khoa *d* ①乡试第一名。②考试第一名, 榜首: thủ khoa thi hương 科举乡试榜首; thủ khoa thi đỗ đại học 大学考试第一名

thủ lãnh [方]=thủ lĩnh

thủ lễ *đg* 守礼, 拘礼

thủ lĩnh *d* 首领: thủ lĩnh bộ lạc 部落首领

thủ môn *d*[体] 守门员: Thủ môn giữ vững khung thành. 守门员稳守球门。

thủ mưu *d* 主谋: kẻ thủ mưu 主犯

thủ ngữ *đg* 扼守: tướng lĩnh thủ ngữ nơi hiểm yếu 扼守要塞的将领

thủ phạm *d* 主犯, 首犯: truy tìm thủ phạm 追查首犯

thủ pháo *d*[军] 手雷

thủ pháp *d* 手法: thủ pháp nhân hoá trong sáng tác văn học 文学创作的拟人手法

thủ phận *t* 安分守己: người đàn bà thủ phận 安分守己的女人

thủ phủ *d* 首府: Nam Ninh là thủ phủ của Khu Tự trị Dân tộc Choang Quảng Tây. 南宁是广西壮族自治区的首府。

thủ quân *d* 球队队长

thủ quĩ *d* 出纳, 出纳员: Chị ấy xin mãi mới được làm chức thủ quĩ. 她好不容易才求得出纳一职。

thủ thành =thủ môn

thủ thân *đg* 守身, 保身: liệu kế thủ thân 想法子守身

thủ thế *đg* 防守: Đội bóng giữ thủ thế trước thế tấn công của đội bạn. 球队在对方攻势面前保持防守。

thủ thỉ [拟] 叽咕, 咕哝, 喁喁: thủ thỉ bên tai 喁喁私语

thủ thuật *d* ①手术: thủ thuật mổ não 开脑手术②手法: thủ thuật nhà nghề 专业手法

thủ thư *d* 图书管理员

thủ tiêu *đg* 取消, 销毁: thủ tiêu tang vật 消灭罪证

thủ trưởng *d* 首长: thủ trưởng cơ quan 单位首长

thủ tục *d* 手续: làm thủ tục 办理手续

thủ từ *d* 小庙看管人

thủ tự *d* 庙祝

thủ tướng *d* 首相, 总理: phù thủ tướng 首相府

thủ xướng =khởi xướng

thủ vĩ ngâm *d* 七律首尾吟

thú₁ [汉] 兽 *d* 兽, 兽类: cầm thú 禽兽

thú₂ [汉] 趣 *d* 兴趣, 情趣, 乐趣 *đg* ①感兴趣: đang thú vị chính nồng②喜欢, 喜爱: thú xem chiếu bóng 喜欢看电影 *t* [口] 有趣, 有意思: câu chuyện thú lắm 故事很有趣

thú₃ [汉] 首 *đg* 认错: tự thú 自首; đầu thú 投诚

thú₄ [汉] 娶 *đg* 娶: giá thú 嫁娶

thú₅ [汉] 戍

thú biên *đg* 戍边, 守卫边疆

thú dữ *d* 野兽, 猛兽

thú nhận *đg* 承认, 供认: thú nhận mọi tội lỗi 供出全部罪行

thú thật *đg* ①坦白: thú thật hết mọi điều với cha mẹ 向父母坦白一切②坦白说, 说实在的, 老实说: Thú thật mình chả nhớ tí nào. 老实说我一点都不记得了。

thú thiệt [方] =thú thật

thú thực [方] =thú thật

thú tính *d* 兽性: hành động giết người đầy thú tính 充满兽性的杀戮行为

thú tội *đg* 认罪, 招供: thủ phạm đã thú tội 主犯已招供

thú vật *d* 禽兽, 畜生: Bọn côn đồ man rợ còn hơn cả thú vật. 野蛮的流氓连禽兽都不如。

thú vị *t* 有趣: trò chơi thú vị 有趣的游戏 *đg* 感兴趣: Nó không thú vị gì với chuyện đó. 他对那事一点都不感兴趣。

thú vui *d* 乐趣: thú vui trong cuộc sống 生活中的乐趣

thú y *d*[医] 兽医: bác sĩ thú y 兽医医师

thụ [汉] 受, 授, 树, 售

thụ án *đg* 执刑

thụ cảm *đg* 感受, 接受: khả năng thụ cảm âm nhạc rất khá 音乐接受能力很好

thụ động *t* 被动: tiếp thu kiến thức một cách thụ động 被动地接受知识

thụ giáo *đg* 赐教: xin được thầy thụ giáo 请老师赐教

thụ giới *đg* 受戒: cạo tóc thụ giới đi tu 削发受戒修行

thụ hình *đg* 受刑

thụ hưởng *đg* 享受: thụ hưởng thành quả cải cách mở cửa 享受改革开放成果

thụ lí *đg* 受理: thụ lí vụ án 受理案件

thụ mệnh *đg* 受命

thụ phấn *đg* 受粉, 授粉

thụ phấn nhân tạo 人工授粉

thụ thai *đg* [生] 受孕

thụ tinh *đg* [生] 受精, 授精

thụ tinh nhân tạo 人工授精

thụ trai *đg* 授斋: sư cụ đang thụ trai 老和尚正授斋

thua *đg* ① 败, 输, 失利: thua trận 败阵; thua tan tác 一败涂地 ② 负, 亏: được thua 胜负 ③ 逊, 比不上, 差于: thua tài 才逊一筹

thua cay *đg* 输得一塌糊涂

thua chạy *đg* 败北, 败逃

thua kém *đg* 逊色于, 比不上, 落后于: không chịu thua kém 不甘落后

thua keo này bày keo khác 这招不行另使一招

thua kiện *đg* [法] 败诉

thua lỗ *đg* 亏蚀, 亏损, 亏本儿: làm ăn thua lỗ 买卖亏本

thua sút *đg* 减退, 退步: sức khoẻ thua sút 身体不如前; Học hành của tôi thua sút hơn trước. 我的学习比以前退步。

thua tháy *đg* [口] 大输

thua thiệt *đg* 吃亏: Bà ta chẳng chịu thua thiệt tí nào. 她一点都不肯吃亏。

thùa *đg* 织饰, 织补: thùa khuy 锁扣眼

thùa lùa *t* 溃烂的: ghẻ lở thùa lùa 疥疮溃烂

thủa=thuở

thuần₁ [汉] 驯 *t* 驯服的, 温和的, 温纯的: con ngựa thuần 驯服的马儿

thuần₂ [汉] 纯 *t* ① 纯, 净: thuần thu nhập 纯收入 ② 纯精, 纯熟, 精熟: tập nhiều thì

thuần tay 多练就会顺手

thuần chất *t* ① 纯粹, 纯净: vàng thuần chất 纯金 ② 原生态的: văn hoá dân tộc thuần chất 原生态的民族文化

thuần chủng *t* 纯种的: giống lúa thuần chủng 纯种水稻

thuần dòng mát mái 顺水划桨, 顺水行舟

thuần dưỡng *đg* 驯养: thuần dưỡng đàn ngựa 驯养马群

thuần hậu *t* 纯厚, 淳厚: tính tình thuần hậu 性情淳厚

thuần hoá *đg* ① 驯化: thuần hoá lúa mới 驯化新稻种 ② 驯养: thuần hoá voi rừng 驯养野象

thuần khiết *t* 纯洁: vẻ đẹp thuần khiết 纯洁的美

thuần lí *t* [哲] 纯理: chủ nghĩa thuần lí 纯理主义

thuần nhất *t* 纯一, 单一, 单纯, 纯粹: môi trường giáo dục thuần nhất 单纯的教育环境; Cánh đồng chỉ trồng thuần nhất một giống lúa. 田野只种一品种的水稻。

thuần phác *t* 淳朴, 纯厚, 朴实

thuần phong mĩ tục 淳风美俗

thuần phục *đg* 驯服: Kị sĩ đã thuần phục con ngựa bất kham. 骑士把不羁的马儿驯服了。

thuần thục₁ *t* 纯熟, 熟练: tay nghề thuần thục 纯熟的手艺

thuần thục₂ *t* 温顺淳良: người phụ nữ thuần thục 温顺淳良的女人

thuần tính *t* 温顺: giống trâu thuần tính 温顺的牛品种

thuần tuý *t* ① 单纯: chất nông dân thuần tuý 单纯的农民品质 ② 纯粹: cách xử lí thuần tuý về mặt kĩ thuật 纯粹的技术处理

thuẫn [汉] 盾 *d* 盾

thuận [汉] 顺 *t* 顺利, 顺心, 满意; 赞成的, 同意的, 顺从的: bỏ phiếu thuận 投赞成票

thuận buồm xuôi gió 一帆风顺

thuận cảnh *d* 顺境,境遇顺利

thuận chèo mát mái 一帆风顺

thuận hoà *t* ①风调雨顺: mưa gió thuận hoà 风调雨顺②和顺,和睦 (同 hoà thuận)

thuận lợi *t* 顺利,有利: làm ăn thuận lợi 买卖顺利; điều kiện thuận lợi 有利条件; công tác thuận lợi 工作顺利 *d* 便利: tạo thuận lợi cho nhập khẩu hàng hoá 为进口货物提供便利

thuận mua vừa bán 公买公卖; 公平交易

thuận tiện *t* 方便,便利: đường giao thông rất thuận tiện 交通十分便利

thuận tình *đg* 同意,满意: Hai người đã thuận tình lấy nhau. 两人同意结婚了。

thuận vợ thuận chồng 夫妻和睦

thuật₁ [汉] 述 *đg* 讲述,叙述: thuật lại đầu đuôi câu chuyện 讲述事情始末

thuật₂ [汉] 术 *d* 术: mĩ thuật 美术

thuật ngữ *d* 术语: "Lập trình" là một thuật ngữ máy tính. "编程"是一个计算机术语。

thuật toán *d* 演算规则,算术

thuật trần *đg* 陈述,叙说

thúc₁ *đg* ①捅: thúc khuỷu tay vào sườn bạn 用肘捅朋友的腰②催促: thúc nợ 催债; bón thúc 施肥促长

thúc₂ [汉] 叔

thúc bách *đg* 催逼,逼迫: Nó bị chủ nợ thúc bách nên phải làm liều như vậy. 他被债主催逼才这样不顾一切。*t* 急促,迫切: yêu cầu thúc bách 迫切的要求

thúc đẩy *đg* 推动,促进: thúc đẩy kinh tế phát triển 推动经济发展

thúc đẻ *đg* [医] 催生,催产: tiêm thuốc thúc đẻ 打催产针

thúc ép *đg* 逼迫,催逼: Hoàn cảnh thúc ép buộc phải đi làm thuê xa quê. 生活所迫不得不外出打工。

thúc giục *đg* 催促,敦促,号召: Lời tổ quốc thúc giục ta đi đánh giặc. 祖国号召我们去杀敌。

thúc ké *đg* 反捆双手: Thằng trộm bị bắt thúc ké giải về đồn công an. 小偷被反捆双手捕回派出所。

thúc thủ *t* 束手 (无策),眼睁睁: Mọi người thúc thủ nhìn con thuyền bị lũ cuốn đi. 人们眼睁睁地看着小船被洪水冲走。

thục₁ *đg* 插: thục tay vào túi 手插进口袋里

thục₂ [汉] 淑,熟,塾

thục địa *d* [药] 熟地

thục điểu *d* [动] 蜀鸟,杜鹃

thục luyện *t* 熟练,谙熟: thục luyện binh pháp 谙熟兵法

thục mạng *p* [口] ①拼命: cắm đầu chạy thục mạng 埋头拼命跑②不要命: thục mạng lao xuống sông 不要命地跳进河里

thục nữ *d* 淑女

thuê *đg* ①租,租赁: thuê nhà 租房子; cho thuê 出租②雇,雇佣: thuê người về làm giúp 雇人帮忙

thuê bao *đg* 包租: phí thuê bao hàng tháng 每个月包租的费用 *d* [口] 用户: số thuê bao tăng liên tục 用户数不断增加

thuê mua *đg* 租买: Áp dụng hình thức thuê mua nhà chung cư cho người có thu nhập thấp. 对低收入人群采用租买房屋的方式。

thuê mướn *đg* 雇佣: thuê mướn nhân công 雇佣工人

thuế thoả *t* 惬意,满意

thuế [汉] 税 *d* 税,税赋: tiền thuế 税款

thuế biểu *d* 税率表

thuế buôn chuyến *d* 临时商业税

thuế chính tang *d* (农业税的) 正税

thuế công thương *d* 工商税

thuế di sản *d* 遗产税

thuế doanh thu *d* 营业税

thuế du hí *d* 娱乐税

thuế đánh theo giá *d* 从价税

thuế đinh *d* 人头税

thuế giá trị gia tăng *d* 增值税

thuế gián thu *d* 间接税

thuế hàng chuyển *d* 单宗货税

thuế khoá *d* 税收，税赋

thuế lợi tức *d* 利息税

thuế má *d* 税课，赋税，税收

thuế môn bài *d* 牌照税

thuế neo *d* 抛锚税

thuế nhập cảng *d* 进港税

thuế nhập khẩu *d* 进口税

thuế nông nghiệp *d* 农业税

thuế phao *d* 浮标税

thuế phụ thu *d* 附加税

thuế qua đường *d* 过境税，过路费

thuế quan *d* 关税：thuế quan bảo hộ 保护关税

thuế quán hàng *d* 摊贩税，摊位费

thuế suất *d* 税率

thuế tem *d* 印花税

thuế thân *d* 人头税

thuế thổ trạch *d* 房地产税

thuế thu nhập *d* 所得税

thuế thu nhập cá nhân *d* 个人所得税

thuế tiêu dùng *d* 消费税

thuế tồn kho *d* 库存货物税

thuế trả đũa *d* 报复关税

thuế trực thu *d* 直接税

thuế trực tiếp=thuế trực thu

thuế trước bạ *d* 契税

thuế vụ *d* 税务：cục thuế vụ 税务局

thuế xuất bản *d* 出版税

thuế xuất nhập khẩu *d* 进出口税

thui₁ *đg* 烧，烤：thui chân giò 烤猪蹄子

thui₂ *đg* 塌秧儿，长僵，蔫死：Trời rét quá, hoa bị thui hết. 天太冷，花都蔫了。

thui₃ *đg* 蜇，叮：Bị kiến thui sưng vù. 被蚂蚁叮，包肿得很大。

thui chột *đg*① (植物) 蔫塌：Bầu bí bị thui chột vì sâu hại. 害虫使得瓜果蔫塌。② 扼杀：thui chột khả năng sáng tạo 扼杀创造能力

thui thủi *t* 孤零零：sống thui thủi một mình 孤零零的一个人生活

thúi [方]=thối

thúi om [方]=thối om

thúi rùm *t* 臭熏熏：nhà xí thúi rùm 臭熏熏的厕所

thụi *đg* 揍，捶：thụi vào lưng mấy cái 在背上捶几下

thum *d* 窝棚

thum thủm *t* 微臭的：Nồi canh để lâu bốc mùi thum thủm. 锅里的汤放久了有点臭。

thùm lùm *t*① 繁茂：cây lá thùm lùm 枝叶繁茂② 大垛的：đống lúa thùm lùm 一大垛稻子

thùm thụp [拟] 噗噗：đấm lưng nhau thùm thụp 噗噗的捶背声

thủm *t* 臭，腥臭：mùi nước mắm thùm 腥臭的鱼露

thun₁ *d* 绉纱布：chiếc áo thun 绉纱布衫

thun₂ *đg* 收缩，卷缩：thun lại 卷缩起来

thun lủn *t* 短橛橛：cái quần ngắn thun lủn 短橛橛的裤子

thun thút *t* 快且接连不断的，不停的：đạn bay thun thút 子弹飞个不停

thùn *đg* 缩回，收缩：Con rùa thùn đầu. 乌龟把头缩回去了。

thung=thung lũng

thung huyên=xuân huyên

thung lũng *d* 谷地，盆地：thung lũng sông Hồng 红河谷

thung thăng *t* 自由自在，悠然自得：đàn cá lội thung thăng 鱼儿自在游

thung thổ *d* 地势，地形：Anh mới đến chưa thuộc thung thổ vùng này. 他刚到，不熟悉这里的地形。

thùng₁ *d*① 桶：thùng nước 水桶 ② 便桶，马

桶, 粪桶: đổ thùng 倒便桶③一桶 (容量单位): thùng nước 一桶水

thùng₂ *t* 肥大, 不合身: chiếc quần rộng thùng 肥大的裤子

thùng đấu *d* 方形大深坑

thùng không đáy *d* 无底洞: Lòng tham như thùng không đáy. 贪婪的心像个无底洞。

thùng loa *d* 音箱

thùng rác *d* 果皮箱, 垃圾箱

thùng rỗng kêu to [口] 半桶水最响

thùng sắt tây *d* 洋铁桶, 白铁桶

thùng thiếc *d* 白铁桶

thùng thình *t* 松垮垮: chiếc quần rộng thùng thình 那宽大的裤子松垮垮的

thùng thơ *d* 邮箱, 邮筒

thùng thùng [拟] 咚咚 (鼓声)

thùng tích thuỷ *d* [电] 伏打计

thùng tô lô *d* 大桶

thùng xe *d* 车厢, 车身

thủng *đg* ① 破, 洞穿, 穿透 (同 phùng): Đi thủng cả giầy. 鞋底都磨穿了。② 明白, 理会, 透彻: nghe thủng rồi 听明白了

thủng nồi trôi rế [口] 吃得一干二净

thủng thẳng *t* 慢腾腾, 慢条斯理, 不慌不忙: đi thủng thẳng 慢腾腾地走着

thủng thỉnh *t* 从容不迫, 悠然自得: Con trâu thủng thỉnh gặm cỏ trên đê. 牛在河堤上悠然地吃草。

thũng [汉] 肿 *d* [医] 水肿: bệnh thũng 水肿病 *t* 胀, 肿: người bị thũng 身体水肿

thũng mật *d* [医] 胆下垂

thúng *d* ① 箩筐: một thúng thóc 一筐稻谷 ② 竹篾编的小船: bơi thúng 划篾船 *t* 大笔的, 大量的: hàng thúng tiền 满筐的钱

thúng mủng *d* 筐箩

thúng rế *d* 小筐

thúng thắng =húng hắng

thụng *t* 宽松, 蓬松: áo may thụng 蓬蓬衫

thụng thịu=thụng

thuốc₁ *d* 药品, 药剂

thuốc₂ *d* 烟草: hút thuốc 吸烟

thuốc bắc *d* 中药

thuốc bổ *d* 补药

thuốc bôi *d* 外用药

thuốc bột *d* 药粉

thuốc bùa mê *d* 迷魂药

thuốc cao *d* 膏药

thuốc cao da lừa *d* 阿胶

thuốc cầm màu *d* [化] 媒染剂

thuốc cầm máu *d* 止血药

thuốc cấp cứu *d* 急救药

thuốc chén *d* 汤药

thuốc chín *d* 熟药

thuốc chủng *d* 疫苗

thuốc chuyên trị *d* 专用药

thuốc chữa cháy *d* 灭火剂

thuốc cốm *d* 膨化颗粒, 药剂

thuốc dấu *d* 跌打药

thuốc dịu *d* 止痛药

thuốc đạn *d* 栓剂

thuốc đánh răng *d* 牙膏

thuốc đặc hiệu *d* 特效药

thuốc đắng dã tật 良药苦口; 忠言逆耳

thuốc đắng đã tật =thuốc đắng dã tật

thuốc đậu *d* 痘苗, 天花疫苗

thuốc đen *d* [化] 黑色炸药

thuốc điều kinh *d* 调经药

thuốc điếu *d* 纸烟, 卷烟, 烟卷

thuốc đỏ *d* 红药水

thuốc độc *d* 毒药

thuốc đốt *d* 腐蚀剂

thuốc gây nôn *d* 催吐药

thuốc ghẻ *d* 疥疮药

thuốc giải độc *d* 解毒药

thuốc giải nhiệt *d* 退烧药

thuốc giun *d* 打虫药, 驱虫剂

thuốc gò *d* 土烟丝

thuốc hạ đờm *d* 祛痰剂

T

thuốc hãm hình *d* 定影药

thuốc hàn *d*[工] 焊剂, 焊药

thuốc hiện hình *d* 显影药

thuốc ho *d* 止咳药

thuốc ho nước *d* 止咳露

thuốc hoá học *d* 化学药品

thuốc i-ốt *d* 碘酒

thuốc kháng sinh *d* 抗生素

thuốc kí-ninh *d* 奎宁片

thuốc lá *d* 烤烟, 烟叶, 烟卷

thuốc lào *d* 京烟, 哀牢烟

thuốc lọc huyết *d*[化] 清血剂, 净化剂

thuốc màu *d*[化] 颜料

thuốc muối *d* 小苏打

thuốc men *d* 药品: tiền thuốc men 医药费

thuốc mê *d* 麻醉剂

thuốc mỡ *d* 药膏

thuốc nam *d* 越南草药

thuốc ngủ *d* 安眠药

thuốc nhỏ mắt *d* 眼药水

thuốc nhuận tràng *d* 润肠药

thuốc nhuộm *d*[化] 染料

thuốc nổ *d*[化] 炸药

thuốc nước *d* ① [药] 水剂: thuốc nước bôi ngoài da 外用药水 ② 水彩: tranh thuốc nước 水彩画

thuốc phiện *d* 鸦片

thuốc phòng gỉ *d*[化] 防锈剂

thuốc phòng mọt *d*[化] 防蛀药

thuốc phòng mục *d*[化] 木材防腐剂

thuốc rê *d* 土烟丝, 叶子烟

thuốc sán *d* 驱虫剂

thuốc sát trùng *d* 消毒药

thuốc sắc *d* 煎药 (剂)

thuốc sâu *d* 杀虫剂

thuốc sơn *d*[工] 涂料

thuốc súng *d*[军] 火药

thuốc sừng bò *d* (卷成牛角形的) 土烟

thuốc tán *d* 药散

thuốc tây *d* 西药

thuốc tẩy₁ *d* [医] 泻药

thuốc tẩy₂ *d*[化] 漂白粉, 洗涤剂

thuốc tê *d* 麻药

thuốc tễ *d* 药剂, 药片, 药丸

thuốc thang *d* 汤药

thuốc thử *d*[化] 化学试剂

thuốc tiêm *d* 注射剂

thuốc tím *d* 紫药水

thuốc TNT *d*[化] TNT 炸药

thuốc tránh thai *d* 避孕药

thuốc trợ sinh *d* 抗生素

thuốc trợ tim *d* 强心剂

thuốc trừ sâu *d* 除虫剂

thuốc trứng *d* (女用) 栓剂

thuốc vẽ *d* 颜料

thuốc viên *d* 药丸, 药片

thuốc xì-gà *d* 吕宋烟, 雪茄

thuốc xổ *d* 泻药

thuốc yên thai *d* 安胎药

thuộc₁ *đg* 鞣制: thuộc da 鞣皮革

thuộc₂ *đg* 熟谙, 熟稔, 熟悉: học thuộc bài 背熟课文

thuộc₃ [汉] 属 *đg* 属, 属于, 归于: Cái vườn này thuộc về nhà bên cạnh. 这个院子是隔壁屋的。

thuộc địa *d* 属地, 殖民地: nửa thuộc địa 半殖民地

thuộc làu *đg* 熟谙, 熟记: Tài xế tắc xi thuộc làu mọi con đường trong thành phố. 出租车司机熟谙城市的道路。

thuộc lòng *đg* 背熟, 熟诵, 熟记: học thuộc lòng bài thơ 背诗歌

thuộc nằm lòng =thuộc lòng

thuộc như cháo 熟记于心

thuộc như lòng bàn tay 了如指掌

thuộc tính *d* 属性: các thuộc tính của sự vật 事物的属性

thuội *đg* 学嘴, 学舌: nói thuội 拾人牙慧

thuôn₁ *đg* 煮 (肉)：thịt bò thuôn 煮牛肉

thuôn₂ *t* 尖细形的

thuôn thuôn *t* 尖长，细长，细条：Cây bút chì gọt thuôn thuôn. 铅笔削得尖尖的。

thuồn *đg* ①塞 (入)，放 (入)：thuồn gạo vào bao 塞米进袋子里②转手：Kẻ ăn cắp thuồn của ăn cắp cho đồng bọn. 小偷把偷来的东西转给同伙。

thuồn thuỗn *t* 长长的：mặt dài thuồn thuỗn 长长的脸庞

thuỗn *t* ①过长的：mặt dài thuỗn 细长脸②呆愣，呆滞：mặt thuỗn ra ngơ ngác 一脸愕然

thuốn *d* 钎镐，钎子：xăm hầm bằng thuốn 用钎镐挖坑 *đg* 钻：Mũi khoan thuốn sâu vào lòng đất. 钻头钻到地心深处。

thuông *đg* 驱，赶：thuông ruồi 赶苍蝇

thuồng luồng *d* [动] 蛟龙，角蟒

thuồng luồng ở cạn 龙陷浅滩

thuổng *d* 半圆锹，穿洞器，模子铲，穿镐

thuở *d* 时代，时候：thuở xưa 古时候

thuở trước *d* 从前，过去

thuở xa xưa *d* 从前，古时

thụp *đg* 突然蹲下，突然坐下：ngồi thụp xuống 一屁股坐下来 [拟] 噗：đấm thụp vào lưng 噗的一声捶到背上

thụp thụp [拟] 噗噗

thút *đg* 穿入，穿进：Con dao cắm thút vào thân chuối. 刀子插进芭蕉树。

thút gút *đg* 打结

thút nút *đg* ① [方] 塞：thút nút cái chai lại 塞好瓶塞②打死结：buộc thút nút khó cởi 打死结很难解开

thút thít [拟] 嘤嘤：Tiếng khóc thút thít từ ngoài sân. 院子外面传来嘤嘤的哭声。

thụt₁ *đg* ①收缩：thụt cổ 缩脖子；thụt đầu 缩头②突然陷进去：Chân bỗng dưng bị thụt xuống hố. 脚突然踩空了。③拉下：thụt lại đằng sau 落在后面④凹进去：Ngôi nhà nằm thụt trong ngõ. 房子位于小巷深处。⑤抽拉：thụt bễ 拉风箱

thụt₂ *đg* 冲洗：thụt rửa lòng lợn 冲洗猪肠

thụt₃ *đg* 盗取，挪用：thụt công quĩ 挪用公款

thụt két *đg* [口] 盗用公款

thụt lùi *đg* ①后退：tập đi thụt lùi 练习退步走②退步：Thành tích thụt lùi so với trước. 成绩比以前退步了。

thụt rửa *đg* [医] 灌肠

thuỷ [汉] 陲，垂

thuỷ dương *d* 垂杨柳

thuỷ mị *t* 温柔，柔情，柔媚：người con gái thuỷ mị 温柔的女人

thuỷ₁ [汉] 水 *d* 水：một bình thuỷ 一瓶水

thuỷ₂ [汉] 始

thuỷ binh *d* 水兵；海军：lực lượng thuỷ binh lớn mạnh 强大的海军力量

thuỷ canh *đg* 水培：Rau muống là cây trồng thuỷ canh năng suất cao. 空心菜是高产水培植物。

thuỷ cầm *d* 水禽：Các giống thuỷ cầm như ngỗng, vịt, v.v. 各种水禽如鹅、鸭等。

thuỷ châm *đg* 穴位注射：Thuỷ châm chữa bệnh.(用) 穴位注射 (的方法) 治病。

thuỷ chiến *đg* 水战：trận thuỷ chiến trên biển 海上战斗

thuỷ chung *t* 忠贞：ăn ở thuỷ chung 从一而终

thuỷ chung như nhất 始终如一

thuỷ cung *d* 水晶宫

thuỷ đậu *d* [医] 水痘

thuỷ điện *d* 水电：nhà máy thuỷ điện 水电站

thuỷ động *d* 水下溶洞

thuỷ hoạt thạch *d* [矿] 水滑石

thuỷ lôi *d* [军] 水雷：tàu thuỷ lôi 水雷艇

thuỷ lợi *d* 水利

thuỷ luyện *đg* 冷炼：công nghệ thuỷ luyện 冷炼技术

thuỷ lực *d* 水力：thuỷ lực học 水力学

thuỷ lực học *d*[理] 水动力学;流体力学

thuỷ mạc *d* 水墨: tranh thuỷ mạc 水墨画

thuỷ mặc=thuỷ mạc

thuỷ năng *d* 水能

thuỷ ngân *d*[矿] 水银,汞

thuỷ nông *d*[农] 农田水利: đại thuỷ nông 大型农田水利

thuỷ phân *đg* 水解: chất hữu cơ thuỷ phân 水解有机质

thuỷ phận *d* 水域: vạch định thuỷ phận sông biên giới 划定界河水域

thuỷ phi cơ *d* 水上飞机

thuỷ phủ *d* 龙宫

thuỷ quái *d* 水怪

thuỷ quân *d* 水兵,海军

thuỷ quân lục chiến *d* 海军陆战队

thuỷ quyển *d* 水层

thuỷ sản *d* 水产

thuỷ sinh *d* 水生: động vật thuỷ sinh 水生动物

thuỷ sư *d* 水师,水兵,海军: thuỷ sư đô đốc 海军上将

thuỷ tả *d*[医] 水泻,泄泻

thuỷ tạ *d* 水榭: thuỷ tạ Bờ Hồ 湖滨水榭

thuỷ tai *d* 水灾

thuỷ táng *đg* 水葬: lễ thuỷ táng 水葬礼

thuỷ tân kỉ *d*[地] 始新纪

thuỷ thành nham *d*[地] 水成岩

thuỷ thần *d* 水神: miếu thờ thuỷ thần 水神庙

thuỷ thổ *d* 水土,地理环境: thông thạo thuỷ thổ vùng này 熟悉本地地理环境

thuỷ thủ *d* 水手,船员,海员: thuỷ thủ tàu hàng 货轮船员

thuỷ thũng *d*[医] 水肿

thuỷ tiên *d* 水仙花

Thuỷ Tinh₁ *d*[天] 水星

thuỷ tinh₂ *d* 玻璃: thuỷ tinh chịu lửa 耐火玻璃

thuỷ tinh thép *d* 玻璃钢,钢化玻璃

thuỷ tinh thể *d* 水晶体

thuỷ tĩnh học *d* 水静力学

thuỷ tổ *d* 始祖: Khổng Tử là thuỷ tổ đạo nho. 孔子是儒学始祖。

thuỷ tộc *d* 水族

thuỷ triều *d* 海潮,潮水: thuỷ triều lên 涨潮

thuỷ trúc *d* 水竹

thuỷ văn *d* 水文: đội địa chất thuỷ văn 水文地质队; thuỷ văn học 水文学

thuỷ vận *d* 水运

thuý₁ [汉] 翠 *t* 翠绿的: màu thuý 翠绿色

thuý₂ [汉] 邃 *t* 深邃

thuý hoàn *d* 丫鬟

thuý ngọc *d* 翠玉

thụy [汉] 瑞,睡,谥

thụy điểu *d* 瑞鸟,凤凰

thụy hương *d*[植] 瑞香

thuyên₁ [汉] 痊 *đg* 痊愈: bệnh đã thuyên 病已痊愈

thuyên₂ [汉] 诠,铨

thuyên chuyển *đg* ①调动: thuyên chuyển công tác 工作调动 ②搬迁: Cơ quan đã thuyên chuyển sang bên kia sông. 单位搬到河对岸了。

thuyên giảm *đg* 痊减,减轻: bệnh đã thuyên giảm 病已减轻

thuyền [汉] 船 *d* 船,舟: thương thuyền 商船; thuyền ván 木船

thuyền bè *d* 船只,舟楫,船舶: Thuyền bè chở hàng qua sông. 船只运货过江。

thuyền bồng *d* 乌篷船

thuyền buồm *d* 帆船

thuyền cấp cứu *d* 救生船

thuyền câu *d* 钓鱼船

thuyền chài *d* ①渔船 ②渔民: gia đình thuyền chài 渔民家庭

thuyền máy *d* 机动船

thuyền nan *d* 竹篾船

thuyền nhân *d* 偷渡船民**

thuyền pê-rít-xoa *d* 赛艇

thuyền quyên *d*[旧] 婵娟

thuyền rồng *d* 龙船

thuyền tán *d* 药碾子

thuyền thoi *d* 梭形船

thuyền trưởng *d* 船长

thuyền viên *d* 船员

thuyết [汉] 说 *đg* ①空谈: thuyết một hồi về thư hoạ 大谈特谈书画②劝说: thuyết kẻ trộm ra đầu thú 劝说小偷去自首

thuyết bất biến *d* 物种不变论

thuyết bất khả tri *d* 不可知论

thuyết biến hoá *d* 物种变异论

thuyết Darwin *d* 达尔文学说

thuyết domino *d* 多米诺（骨牌）理论

thuyết duy danh *d* 唯名论

thuyết duy ngã *d* 唯我论

thuyết duy tâm *d* 唯心主义学说

thuyết duy thực *d* 唯实论

thuyết duy vật *d* 唯物主义学说

thuyết duy vật biện chứng *d* 辩证唯物法

thuyết duy ý chí *d* 唯意志论

thuyết đa nguyên *d* 多元论

thuyết đa thần *d* 多神论

thuyết định mệnh *d* 宿命论

thuyết gia *d* 演讲者，演说家，雄辩家

thuyết giả *d* 论文作者

thuyết giảng *đg* 说，讲，演讲: thuyết giảng về vấn đề nhân sinh quan 演讲关于人生观的问题

thuyết giáo *đg* 说教，演说

thuyết hỗ trợ *d* 互助论

thuyết hữu thần *d* 有神论

thuyết khách *d* 说客

thuyết lí *đg* 说理

thuyết luân hồi *d* 轮回论

thuyết lượng tử *d* 量子论

thuyết Mác-xít *d* 马克思主义理论

thuyết Malthus *d* 马尔萨斯理论

thuyết minh *đg* 说明: bản thuyết minh 说明书

thuyết nhân quả *d* 因果论

thuyết nhất nguyên *d* 一元论

thuyết nhất thần *d* 一神论

thuyết nhị nguyên *d* 二元论

thuyết pháp *đg*[宗] 说法

thuyết phiếm thần *d* 泛神论

thuyết phục *đg* 说服: Bài viết đầy sức thuyết phục. 文章很有说服力。

thuyết thần bí *d* 神秘主义学说

thuyết tiền định *d* 宿命论

thuyết tiến hoá *d* 进化论

thuyết trình *đg* 论述，论证，演讲: thuyết trình đề tài khoa học 科学项目论证

thuyết trình viên *d* 解说员

thuyết tuyệt đối *d* 绝对论

thuyết tự sinh *d* 自生论

thuyết tương đối *d* 相对论

thuyết vô thần *d* 无神论

thuyết xã hội hữu cơ *d* 社会有机论

thư₁ [汉] 书 *d* 书信，函件: viết thư 写信 *đg* 写信: Nhớ thư cho tớ nhé! 记得给我写信啊！

thư₂ [汉] 舒 *t* 舒缓: công việc đã thư 工作已经舒缓 *đg* 纾，缓: Thư nợ cho một thời gian. 债务缓一段时间。

thư bảo đảm *d* 挂号信

thư chuẩn y *d* 批准书

thư chuyển tiền *d* 信汇

thư dãn *đg* 放松，舒缓: tập thể dục cho thư dãn tinh thần 做运动放松精神

thư điện tử *d* 电子邮件

thư ghi số *d* 专递邮件

thư giãn=thư dãn

thư hàng không *d* 航空信

thư hoả tốc *d* 鸡毛信，急信，特快信函

thư hoạ *d* 书画

thư hoàng *d*[矿] 雌黄

thư hùng *đg*；*t* 雌雄（比喻胜负或高低）:

T

quyết trận thư hùng 决一雌雄

thư hương *d*[旧] 书香门第: con nhà thư hương 书香子弟

thư khai giá *d*[经] 保价信函

thư khố *d* ① 书库 ② [转] 渊博的学者

thư kí *d* 秘书; 文书, 记录员: thư kí toà soạn 编辑部秘书

thư kí riêng *d* 私人秘书

thư lại *d* 书吏

thư lưu=thư lưu kí

thư lưu kí *d* 按邮局信箱寄的信

thư mục *d* ① 目录: thư mục tài liệu tham khảo 参考资料目录 ② 书目: biên soạn thư mục chuyên đề 编写专题书目 ③ [计] 文件夹: tạo thư mục mới 新建文件夹

thư ngỏ *d* 公开信: thư ngỏ gửi tổng thống 寄给总统的公开信

thư nhàn *t* 闲的: dạo chơi công viên lúc thư nhàn 闲暇时去逛公园

thư pháp *d* 书法

thư phòng *d* 书房

thư quá giang *d* 转递信件

thư quán *d* 书馆

thư sinh *d*[旧] 书生: chàng thư sinh 年轻书生 *t* 书生样的: ra dáng thư sinh 有点书生样

thư tay *d* 托人捎的书信

thư thả=thong thả

thư thái *t* 轻松, 舒坦: Nghỉ ngơi cho đầu óc thư thái cái đã! 休息 (一会儿) 让头脑轻松一下!

thư thoại *d* 留言电话, 留言信箱

thư thường *d* 平信

thư tích *d* 书迹, 笔迹

thư tịch *d* 书籍: thư tịch cổ 古籍

thư tín *d* 书信: trao đổi thư tín với nhau 互通书信

thư tín dụng *d*[经] 信用证

thư tín điện tử *d* 电子邮件

thư trai *d*[旧] 书斋

thư truyện *d* 书传, 书籍传记

thư từ *d* 书信, 函件, 信件, 缄札: thư từ của bạn bè 朋友的书信 *đg* 书信往来: bạn bè thư từ cho nhau 朋友书信往来

thư uyển *d* 书苑

thư viện *d* 书院, 图书馆

thư xã *d*[旧] 书社, 出版社

thừ *t* 不想动的, 发呆的, 麻木的: mệt thừ người ra 累得不想动了

thử *đg* ① 试, 尝试: thử xem sao đã 先试试看吧 ② 检测, 探测: thử máu 验血; thử lòng nhau 互探心意

thử hỏi 试问: Nói năng như vậy, thử hỏi ai chịu được? 这样说话, 试问谁能受得了?

thử lửa *đg* 火的考验, 严峻的考验: Đảng ta ngày càng vững mạnh sau bao phen thử lửa. 历经多少严峻的考验我党日益坚强壮大。

thử nghiệm *đg*; *t* 试验: thử nghiệm giống lúa mới 试验水稻新品种; ruộng thử nghiệm 试验田

thử thách *đg* 考验: thử thách lòng dũng cảm 考验勇气

thứ₁ ① *d* 类, 种, 样: thứ hàng bán chạy 畅销货; thứ hàng ế 滞销货; Mấy thứ? 几种? ② 东西: chuẩn bị mấy thứ 准备几样东西

thứ₂ [汉] 次 *d* ① 次第: thứ nhất 第一 ② 星期 *t* 次: con thứ 次子

thứ₃ [汉] 庶, 恕

thứ ba *d* 星期二

thứ bảy *d* 星期六

thứ bậc *d* 层次, 等级, 辈分: xếp theo thứ bậc lớn nhỏ 按大小等级排序; Theo thứ bậc trong họ thì tôi là chị nó. 按辈分的话, 我是她姐。Hai bên triển khai giao lưu ở thứ bậc khác nhau. 双方在不同层次开展交

流。

thứ bực [方]= thứ bậc

thứ dân viện *d*（英国）下议院

thứ hai *d* 星期一

thứ hạng *d* 等级：Phân thứ hạng theo điểm. 按分数来划分等级。

thứ liệu *d* 废料，次品：tái sử dụng thứ liệu phế liệu 废料再利用

thứ lỗi *đg* 见谅，原谅，恕罪：Xin ông thứ lỗi cho! 请先生原谅！

thứ năm *d* 星期四

thứ phát *đg*[医] 继发：viêm nhiễm thứ phát 继发性感染

thứ phẩm *d* 次品：bán thanh lí hàng thứ phẩm 清仓卖掉次品

thứ sáu *d* 星期五

thứ sinh *t* 次生：rừng thứ sinh 次生林

thứ thiệt *t* 正宗，正牌：hàng xịn thứ thiệt 正宗高档品

thứ trưởng *d* 次长，副部长

thứ tư *d* 星期三

thứ tự *d* 次序，顺序：số thứ tự 序号

thứ yếu *t* 次要：nhân vật thứ yếu 次要人物

thự tổng đốc *d* 署理总督

thưa₁ *đg* ①启禀，禀告：thưa cha mẹ 启禀父母亲；Thưa các đồng chí! 同志们！②答应，搭理，回话，回应：gọi mãi không thưa 喊了半天也不搭理 ③ [旧] 控告：thưa kiện 诉讼

thưa₂ *t* ①稀疏，不稠密：tóc thưa 毛发稀疏 ②偶尔（发生）的：Tiếng súng thưa dần, im đi, lại bật lên. 枪声偶尔响起，安静了，又爆发。

thưa gửi *đg* 禀告，禀陈：ăn nói lễ độ thưa gửi đúng mực 言语得体，禀陈有礼

thưa kiện *đg* 呈文投诉，诉讼：thưa kiện lên toà 投诉到法院

thưa thoảng *p* 偶尔：thưa thoảng mới sang một lần 偶尔才来一趟

thưa thốt *đg* 发言，开言：Ai có ý kiến thì thưa thốt mau lên! 谁有意见就快点发言！

thưa thớt *t* 稀薄，稀稀拉拉：bóng người thưa thớt 人烟稀少

thưa trình *đg* 禀告：Anh chị thưa trình với bố mẹ về chuyện cưới nhau. 他们将结婚的事禀告父母。

thưa vắng *t* 稀少：nhà hát thưa vắng khách 剧场看客稀少

thừa₁ *t* 剩的，多余的：thừa ăn thừa mặc 吃穿有余

thừa₂ [汉] 乘 *đg* 乘，趁：thừa cơ 乘机

thừa₃ [汉] 承 *đg* 承继：thừa nghiệp nhà 继承家业

thừa₄ *đg* 遵照：thừa lệnh của giám đốc 遵照经理的命令

thừa ân *đg* 承蒙，承恩：Thừa ân ông đã cứu sống mẹ con tôi. 承蒙老爷救了我们母子。

thừa bứa *t* 绰绰有余：Cơm rau thừa bứa ra ăn không hết. 饭菜太多了吃不完。

thừa chết thiếu sống 九死一生；死去活来

thừa cơ *đg* 乘机，趁机：Nó thừa cơ không ai để ý, lẩn mất. 他趁大家不注意溜走了。

thừa giấy vẽ voi 画蛇添足

thừa gió bẻ măng 乘风折笋（喻乘机谋利）

thừa hành *đg* 奉行，执行：thừa hành công vụ 执行公务

thừa hưởng *đg* 承继，承享：thừa hưởng di sản cha mẹ 继承父母遗产

thừa kế *đg* 继承：thừa kế gia tài 继承家产

thừa lệnh *đg* 奉令，奉命：thừa lệnh vua 奉皇命

thừa mứa *t*[口] 过剩的：thức ăn thừa mứa ra 饭菜过剩了

thừa nhận *đg* 承认：thừa nhận khuyết điểm 承认错误；Phải thừa nhận là nó giỏi. 必须承认，他很能干。

thừa nóng rèn dao 趁热打铁

thừa phương *d*[数] 乘方

thừa số *d*[数] 因数

thừa sống thiếu chết 差一点儿丧命；命悬一线

thừa sức *t*[口] 绰有余力的，完全有能力的：Làm tổ trưởng thì anh ta thừa sức. 他完全有能力当组长。

thừa thãi *t* 富余，宽裕：Lương thực thừa thãi ăn không hết. 粮食富余吃不完。

thừa thắng *đg* 乘胜：thừa thắng xông lêu 乘胜追击

thừa thế *đg* 乘势，仗势：thừa thế làm điều ác 仗势做坏事

thừa tự *đg* 承嗣：người thừa tự 继承人；con thừa tự 嗣子

thừa tướng *d* 丞相

thừa ưa 不期：thừa ưa mà gặp 不期而遇

thừa ứa *t* 过多，过剩

thửa₁ *d* 块，片：thửa ruộng thí nghiệm 一块试验田

thửa₂ *đg* 订购，订制：thửa một đôi giầy mới 订购一双新鞋

thứa=thớ

thức₁ *d* 种类：thức ăn 食品；thức dùng 用品

thức₂ *đg* ①不睡，不眠：thức suốt đêm 彻夜不眠 ②醒来：thức giấc 睡醒了

thức₃[汉] 式

thức ăn *d* ①食品，食物；饲料：chế biến thức ăn 加工食品；thức ăn hỗn hợp 复合饲料；thức ăn thô 粗饲料；thức ăn tinh 精饲料 ②菜肴：thức ăn đầy bàn 一桌子的菜

thức bổ *d* 滋养品，补品，保健品

thức đêm *đg* 熬夜：thức đêm viết bài 熬夜写东西

thức giấc *đg* 睡醒，觉醒：Người già đêm ngủ dễ thức giấc. 老人晚上睡觉容易醒。

thức khuya=thức đêm

thức khuya dậy sớm 晚睡早起

thức lâu mới biết đêm dài 日久见人心

thức nhắp *đg* 窹寐；睡醒；睡不着

thức thời *t* 识时务的，识相的，明智的：Đầu óc bảo thủ, không thức thời. 思想保守，不识时务。

thức tỉnh *đg* ①醒悟：thức tỉnh trước khi mắc sai lầm 在犯错前及时醒悟 ②唤起，唤醒：thức tỉnh tinh thần yêu nước 唤醒爱国精神

thức uống *d* 饮料，饮品

thực₁ [汉] 实 *t* 真实的：không biết thực hay mơ 不知是真实的还是做梦

thực₂ [汉] 食 *đg* 食，蚀：nguyệt thực 月食；nhật thực 日食

thực₃ *p* 很，真，非常：Câu chuyện thực hay! 故事很好听！

thực bụng *d* 真心实意

thực chất *d* 实质：thực chất của vấn đề 问题的实质

thực chi *đg* 实支：Số tiền thực chi cao hơn dự kiến. 实支款比预计的要多。

thực chứng luận *d*[哲] 实证论

thực dân *d* 殖民

thực dụng *t* ①实用的：cái máy thực dụng 实用的机器 ②现实的：Anh ta là con người thực dụng. 他这个人很现实。

thực địa *d* 实地：đi khảo sát thực địa 实地考察

thực đơn *d* 食谱，菜单，菜谱

thực hành *đg* 实行，实践：thực hành nhiệm vụ 实行任务

thực hiện *đg* 实现，完成：thực hiện lời hứa 实现诺言；thực hiện ca phẫu thuật 完成一个手术

thực hư *d* 虚实，有无：làm sáng tỏ thực hư 弄明白虚实

thực khách *d* ①食客：thực khách ở nhờ 寄居的食客 ②[餐馆] 顾客：Nhà hàng có nhiều thực khách quen. 餐馆有许多熟客。

thực lãi *d*[经] 纯利，净利

thực lòng *t* 真心实意的：đối xử thực lòng 真

心对待

thực lợi *đg* 食利, 吃利息

thực lực *d* 实力: làm suy yếu thực lực quân giặc 削弱敌人实力

thực nghiệm *đg* 实验: các môn khoa học thực nghiệm như hoá học 化学等实验科学

thực nghiệp *d* 实业: nhà thực nghiệp 实业家

thực phẩm *d* 食品: xưởng chế biến thực phẩm 食品加工厂

thực quản *d* 食道: viêm thực quản 食道炎

thực quyền *d* 实权: Giám đốc nắm thực quyền. 经理掌实权。

thực ra=thật ra

thực số *d* 实数

thực sự=thật sự

thực sự cầu thị 实事求是

thực tài *d* 真才实学: Anh ta là con người có thực tài. 他是个有真才实学的人。

thực tại *d* 现实, 现状, 实际: thực tại tàn khốc 残酷的现状; mơ mộng nhiều mà quên hết thực tại 经常幻想而忘记了现实

thực tại ảo *d* 虚拟景象

thực tại khách quan 客观存在

thực tại mới *d*[哲] 新现实论

thực tâm *t* 真心的: thực tâm xin lỗi 真心道歉

thực tập *đg* 实习, 见习: vào công ti thực tập 进公司实习

thực tế *d* ① 实际: áp dụng vào thực tế 运用到实际中; từ lí thuyết đến thực tế 从理论到实际 ② 实际上: Thực tế không ai làm như vậy. 实际上没人这么做。*t* ① 实际的: Giải quyết việc làm là vấn đề rất thực tế hiện nay. 解决就业是当前很实际的问题。② 务实的: tư duy rất thực tế 很务实的想法

thực thà=thật thà

thực thể *d* 实体: Doanh nghiệp là một thực thể kinh tế. 企业是一个经济实体。

thực thi *đg* ① 执行: thực thi mệnh lệnh cấp trên 执行上级命令 ② 实施: thực thi dự án xây dựng 实施建设项目

thực thu *đg* 实际收入: Thực thu cao hơn dự tính. 实际收入比预计的要高。

thực thụ *t* 真正的, 名副其实的: một diễn viên thực thụ 一名真正的演员

thực tiễn *d* 实践: thực tiễn xã hội 社会实践; hoạt động thực tiễn 实践活动

thực tình₁ *t* 真诚的: mời rất thực tình 真诚的邀请

thực tình₂ *p* 其实: Thực tình tôi cũng không muốn chuyện này xảy ra. 其实我也不想发生这样的事情。

thực tình mà nói[口] 老实说, 说真的: Thực tình mà nói anh không nên đi. 老实说你不该去。

thực trạng *d* 实情, 现状, 真相: thực trạng kinh tế suy thoái hiện nay 目前经济衰退的真相

thực từ *d* 实词: những thực từ như danh từ, tính từ và động từ 名词、形容词、动词等实词

thực vật *d* 植物: dầu thực vật 植物油

thực vật bậc thấp *d* 低级植物

thực vật học *d* 植物学

thưng₁ *d* 颗粒称量工具, 相当于一升

thưng₂ *d* 围挡: Bức tường thưng bằng nứa. 墙壁是用竹片做的。

thừng *d* 绳, 缆: dây thừng buộc trâu 绑牛的粗绳子

thững thờ=thẫn thờ

thước *d* ① 尺 (长度计量单位): một thước vải 一尺布 ② 米: dây dài một thước 一米长的绳子 ③ 尺子

thước Anh *d* 英尺 (等于 0.3048 米)

thước bang *d* 戒尺

thước cặp=thước kẹp

thước chuẩn xích *d*[天] 照准器

thước cong *d* 曲线板

thước cuộn *d* 伸缩尺，卷尺

thước dây *d* 皮尺

thước dẹp ba cạnh *d* 三角尺

thước đè giấy *d* 镇尺

thước đo *d* 测量尺

thước đo giá trị *d*[经] 价值尺度

thước đo góc *d* 量角器

thước gấp *d* 折尺

thước kẻ *d* 学生尺，画线尺

thước kẹp *d* 卡尺

thước khối *d* 立方米

thước mẫu *d* 标准尺

thước mét *d* 米尺

thước mộc *d* 越尺，市尺（相当于现在的 0.425 米）

thước nách *d* 曲尺，木工尺

thước ngắm *d* 表尺

thước quýp=thước khối

thước sào cưu chiếm 鹊巢鸠占

thước ta *d* 市尺，越尺

thước tây *d* 米（公尺）

thước thăng bằng *d* 水平尺

thước thẳng *d* 直尺

thước thép *d* 钢尺

thước thợ *d* 曲尺（木工尺）

thước tỉ lệ *d* 比例尺

thước tính *d* 计算尺

thước trắc vi *d*[理] 测微器，千分尺，分厘卡

thước Trung Quốc *d* 中国市尺

thước vạch cong *d* 曲尺

thước vuông *d* 平方米

thược dược *d*[植] 芍药

thưởi *đg* ① (脸或嘴) 拉长: Mặt cứ thưởi ra. 拉长脸 (马脸相)。② [口] 撅: thưởi môi ra 撅着嘴

thườn thưỡn=thưỡn

thườn thượt=thượt

thưỡn *t*; *đg* ①直愣愣: đứng thưỡn người 直

愣愣地站着②拉长: Mặt thưỡn ra thật khó coi. 脸拉长了真难看。

thưỡn thà thưỡn thẹo [口]=ưỡn à ưỡn ẹo

thưỡn thẹo *t* 扭扭捏捏: dáng đi thưỡn thẹo 走路扭扭捏捏

thương₁ [汉] 枪 *d*[旧] 长枪

thương₂ *d*[数] 商: tìm thương của phép chia 求除法的商

thương₃ *đg* ①爱，疼爱: Mẹ thương con. 母亲疼爱子女。②怜悯，可怜: thương cho con bé mồ côi 可怜这个孤儿

thương₄ [汉] 伤，商

thương binh *d* 伤兵，伤员

thương cảm *đg* 伤感: Cô ta thương cảm trước cảnh tan tác sau chiến tranh. 在战后支离破碎的景象前她很伤感。

thương cảng *d* 商港

thương chính *d* [旧] 海关: thuế thương chính 关税

thương cục *d* 公司，商行

thương đau *t* 悲伤，伤痛: chuyện thương đau 悲伤的事

thương điếm *d*[旧] 商店，店铺: các thương điếm bán vải 卖布的店铺

thương đoàn *d*[旧] 商团，商业公会，商业联合会

thương đội *d* 商队，商船队

thương gia *d* 商人，商家: một thương gia nổi tiếng 一个著名的商人

thương giới *d* 商界，商业界

thương hải tang điền 沧海桑田

thương hại *đg* 怜悯，可怜: thương hại người mẹ mất con 可怜失去孩子的母亲

thương hàn *d*[医] 伤寒症

thương hiệu *d* 商号，品牌: thương hiệu dân tộc 民族品牌

thương hội *d* 商会: thương hội người Hoa 华人商会

thương lái *d* 商贩: bọn thương lái gian lận

奸诈的商贩们

thương lượng *đg* 商量: thương lượng với nhau để giải quyết vấn đề 互相商量以便解决问题

thương mại *d* 商业, 贸易: cuộc đàm phán về thương mại 贸易谈判

thương mại điện tử *d* 电子商务

thương mại hoá *đg* 商品化: thương mại hoá bản quyền 商品化版权

thương mến *đg* 爱慕, 爱护: đem lòng thương mến 有爱慕之意; thương mến nhau 相亲相爱 *t* 亲爱的: người em trai thương mến 亲爱的弟弟

thương nghiệp *d* 商业

thương nhân *d* 商人: một thương nhân giàu có 一个富有的商人

thương nhớ *đg* 思念: thương nhớ người con xa nhà 思念离家的儿子

thương ôi *c* 呜呼, 伤哉: Thương ôi! Đất nước lầm than... 呜呼！多难的祖国啊…

thương phẩm *d* 商品: lương thực thương phẩm 商品粮

thương phiếu *d* 贸易票据

thương quyền *d* 商务权, 经营权

thương số *d* [数] 商数

thương sự *d* 商事, 商务

thương tâm *t* 伤心: cảnh thương tâm 伤心的景象

thương tật *d* 伤残, 残疾: bị ngã gây thương tật 摔伤留下残疾

thương thảo *đg* 磋商, 商讨: thương thảo về vấn đề hợp tác 就合作问题进行磋商

thương thuyền *d* 商船

thương thuyết *đg* 商谈, 商讨, 谈判, 商榷: thương thuyết bằng con đường hoà bình 和平协商方式

thương tích *d* 伤痕, 伤疤: khắp mình đầy thương tích 全身都是伤

thương tiếc *đg* 惋惜, 哀悼, 痛惜: thương tiếc người đã khuất 哀悼死者

thương tình *đg* 同情, 怜悯: thương tình giúp đỡ trẻ mồ côi 同情并帮助孤儿

thương tổn *d*; *đg* 损伤, 损失: thương tổn về tình cảm 感情上的伤害; Địch bị thương tổn nặng. 敌人损失惨重。

thương trường *d* 商场: thương trường bán hàng xịn 卖高档品的商场

thương vong *d* 伤亡: tránh thương vong 避免伤亡; Tai nạn giao thông gây thương vong nặng. 交通事故造成严重伤亡。

thương vụ *d* 商务: tham tán thương vụ 商务参赞

thương xá *d* 商贸中心, 大商场

thương xót *đg* 痛惜, 惋惜: Ai cũng thương xót người bạn mất sớm. 谁都为英年早逝的朋友感到痛惜。

thương yêu *đg* 疼爱, 怜爱, 钟爱, 相亲相爱: thương yêu đùm bọc giúp đỡ lẫn nhau 相亲相爱, 互相帮助

thường₁ [汉] 常 *t* 平常, 平庸: thường người 普通人 *p* 常常, 时常, 经常: Đoạn đường này thường bị ùn tắc giao thông. 这段路经常塞车。

thường₂ [汉] 裳, 偿

thường bị *đg* 常备: quân thường bị 常备军

thường dân *d* 平民

thường dùng *đg* 常用

thường khi *p* 经常, 往往

thường kì *t* 按期的, 例行的: hội nghị thường kì 例行会议

thường lệ *d* 惯例, 常规: theo thường lệ 按常规

thường luật *d* 一般法令

thường ngày *d* 平日, 日常

thường nguyện *đg* 偿愿, 如愿以偿

thường nhật=thường ngày

thường niên *d* 常年

thường phạm *d* 普通犯人; 刑事犯

thường phục *d* 便服

thường sơn *d*[药] 常山

thường thức *d* 常识

thường tình *t* 人之常情: Mẹ bênh con là chuyện thường tình. 母亲偏袒孩子是人之常情。

thường trú *đg* 常驻: đại sứ thường trú tại Liên Hợp Quốc 常驻联合国代表

thường trực *đg* 值班, 值勤: nhân viên thường trực 值班人员 *d* ① 常设, 常务: uỷ viên thường trực 常务委员 ② 门卫: Thường trực xét giấy tờ khách đến cơ quan. 门卫检查来访者的证件。

thường vụ *t* 常务: uỷ ban thường vụ 常务委员会

thường xuyên *t* 经常, 日常: công tác thường xuyên 经常性的工作

thưởng [汉] 赏 *đg* ① 奖赏: thưởng tiền 赏钱 ② 观赏: thưởng trà 赏茶

thưởng lãm *đg* 观赏: thưởng lãm thư hoạ 观赏书画

thưởng ngoạn *đg* 游览: thưởng ngoạn cảnh đẹp 游览美景

thưởng nguyệt=thưởng trăng

thưởng nóng *đg*[口] 当即发奖: Đội tuyển được thưởng nóng 100 triệu đồng ngay sau trận thắng. 赢球后球队马上得奖赏一亿盾。

thưởng phạt *đg* 赏罚, 奖惩: thưởng phạt rõ ràng 奖罚明确

thưởng thức *đg* 欣赏, 鉴赏: thưởng thức thơ Đường 唐诗鉴赏

thưởng trăng *đg*[旧] 赏月

thượng₁ [汉] 上 *đg* 上去, 登上, 搁: thượng chân lên bàn 把脚搁到桌子上 *d* 上司, 长辈

thượng₂ [汉] 尚

thượng cẳng chân hạ cẳng tay 拳脚交加

thượng cấp *d* 上级

thượng cổ *d* 上古

thượng du *d* 上游: thượng du sông Hồng 红

河上游

thượng đài *đg* 上台比武

thượng đẳng *t* 上等: lớp người thượng đẳng 上等人

thượng đế *d*[宗] 上帝

thượng điền *đg* 祭田

thượng đỉnh *d* ① 绝顶, 顶峰 ② 最高级: hội nghị thượng đỉnh 首脑会议

thượng giới *d* 上界, 仙界

thượng hạng *t* 上等, 头等, 高档: loại rượu thượng hạng 高档酒

thượng hảo hạng *t* 上乘, 最高级, 最好: chè thượng hảo hạng 上乘好茶

thượng hoàng *d* 太上皇

thượng huyền *d* 上弦

thượng khách *d* 上客, 贵客

thượng khẩn *t* 非常紧急: nhiệm vụ thượng khẩn 紧急任务

thượng lộ *đg* 上路: thượng lộ bình an 一路平安

thượng lương *đg* 上梁: thượng lương vào ngày lành 吉日上梁 *d*[旧][建] 上梁

thượng lưu *d* ① 上游段, 上游流域: thượng lưu sông Trường Giang 长江上游 ② 上流: hạng người thượng lưu 上流人物

thượng nghị sĩ *d* 参议员

thượng nghị viện *d*[政] 参议院

thượng nguồn *d* 上游, 源头

thượng nguyên *d* 上元节, 元宵节

thượng phong *t* 上风的: Đội ta ở thế thượng phong trong trận đấu. 我队在比赛中处于上风之势。

thượng sách *d* 上策

thượng sĩ *d*[军] 上士

thượng sớ *đg* 上书: thượng sớ lên vua 上书皇上

thượng tá *d*[军] 上校

thượng tầng *d* ① 上层: thượng tầng không gian 上层空间 ② 上层建筑

thượng tầng kiến trúc *d* 上层建筑

thượng thặng *t* 上乘：loại rượu thượng thặng 上乘好酒

thượng thận *d* 肾上腺

thượng thọ *d* 上寿，高寿

thượng thư *d* 尚书

thượng toạ *d* 上座

thượng tuần *d* 上旬

thượng tướng *d*[军] 上将

thượng uý *d*[军] 上尉

thượng uyển *d*[旧] 上苑

thượng vàng hạ cám[口] 什么都有，一应俱全

thượng viện=thượng nghị viện

thượng võ *đg* 尚武：dân tộc thượng võ 尚武的民族 *t* 侠义的：tinh thần thượng võ 侠义精神

thướt tha *t* 轻盈，袅娜，婀娜：dáng người thướt tha 体态婀娜多姿

thượt *t* 直挺挺：mệt quá nằm thượt ra giường 累得直挺挺地躺在床上

thượt thượt=thườn thượt

ti₁[汉] 司 *d*[旧] 厅：Ti nông nghiệp 农业厅

ti₂[汉] 丝 *d* 丝：tiếng ti, tiếng trúc 丝竹之声 *t* 细小：hạt sạn nhỏ ti 细小的沙子

ti₃ *đg* 喂奶：cho bé ti 奶孩子

ti hí *t* 眯缝的：mắt ti hí 眯缝眼儿

ti ma *d* 三个月孝期

ti-tan *d*[化] 钛

ti tào *d*[旧] 司曹

ti thể=thể sợi

ti ti₁ [拟] 噫噫：tiếng khóc ti ti 噫噫的哭声

ti ti₂ *t* 无数，很多，到处都是：Loại hàng ấy có ti ti ở chợ. 那种货集市里多得是。

ti tiện *t* 卑微，低下：tâm địa ti tiện 卑微的心态

ti toe *đg*[口] 炫耀：Chưa chi đã ti toe! 还没怎么呢就炫耀上了！

ti trúc *d*[旧] 丝竹，笙歌

ti-vi *d* 电视机

tì₁ *đg* 挨，靠，倚，撑：tì tay xuống đất 手撑在地上

tì₂ [汉] 脾 *d* 脾脏：thuốc bổ tì 补脾药

tì₃ [汉] 疵，裨，婢

tì bà *d*[乐] 琵琶

tì hưu *d* 貔貅

tì ố *d* 瑕疵：Viên ngọc có tì ố. 玉有瑕疵。

tì tất *d* 侍女

tì thiếp *d* 侍妾

tì tì *p* 不停地（吃、喝、睡）：rượu uống tì tì 不停地喝酒

tì tướng *d* 侍将

tì vết *d* 瑕斑

tì vị *d* 脾胃

tỉ₁ *d* 十亿：tốn kém đến tiền tỉ 耗资十亿

tỉ₂[汉] 姐，比

tỉ giá *d* 比价：tỉ giá hối đoái 汇率；tỉ giá thả nổi 浮动汇率

tỉ lệ *d* 比例：tỉ lệ bản đồ 地图比例；tỉ lệ thức 比例公式

tỉ lệ nghịch *d* 反比例

tỉ lệ phần trăm *d* 百分比

tỉ lệ thuận *d* 正比例

tỉ lệ xích *d* 比例尺

tỉ mẩn *t* 详尽，仔细：Tỉ mẩn từng nét vẽ. 每一笔画都很仔细。

tỉ mỉ *t* 详细，仔细：phân tích tỉ mỉ 仔细地分析

tỉ muội *d*[旧] 姐妹

tỉ như [口] 比如，例如

tỉ phú *d* 富豪

tỉ số *d* 比数：Tỉ số hai đội ngang nhau. 双方比分相同。

tỉ suất *d* 比率：tỉ suất khấu hao 折损率；tỉ suất lợi nhuận 利润率

tỉ tê *đg*；*t* 絮絮私语，轻声细语，轻声：tỉ tê trò chuyện với nhau 轻声交谈

tỉ ti *đg* 歠歠

tỉ trọng *d* 比重：tăng tỉ trọng ngành dịch vụ

增加服务业比重

tí₁ *d*[口] 奶: bú tí ăn ăn (用乳房喂奶)

tí₂ [汉] 子 *d* 子 (地支第一位): tí sửu dần mão 子丑寅卯

tí₃ *d* 一些, 些许, 一点儿: chỉ cho được một tí 只给了一点儿 *t* 细小: đôi mắt nhỏ tí 小眼睛

tí chút =chút ít

tí đỉnh =chút đỉnh

tí hon *t* 小不点儿: chú bé tí hon 小不点儿男孩

tí nhau *d* 小孩儿

tí nữa ①再来一点儿: Cho thêm tí nữa! 再给多一点吧！②险些儿, 差一点儿: tí nữa thì bị ngã 差一点儿摔倒③一会儿, 待会儿: Chờ thêm tí nữa là được. 再等一会儿就好了。

tí ta tí toét =tí toét

tí tách [拟] 淅沥, 淅淅: trời mưa tí tách 雨淅沥地下

tí teo =tí tẹo

tí tẹo *d* ①一丁点, 一星半点: Cơm thừa có tí tẹo. 饭只剩一点点。②一小会儿: Tí tẹo nữa là xong! 一会儿就好了！*t* 非常小的: bé tí tẹo như hạt vừng 小得像粒芝麻

tí ti *d*[口] 丁点儿: một tí ti 一丁点儿 *t* 微小: Con kiến tí ti mà tha mồi to hơn mình. 小小蚂蚁能搬动比它大的食物。

tí tị =tí ti

tí toáy (手) 不停地动: Hai tay tí toáy sờ hết cái này lại mó cái nọ. 两手不停地摸完这个摸那个。

tí toe tí toét =tí toét

tí toét *đg*[口] 嘻嘻哈哈: suốt ngày tí toét cái miệng 整天嘻嘻哈哈

tí tởn₁ *đg*[口] (妇女) 轻浮: quen thói tí tởn 轻浮惯了

tí tởn₂ *t* 高兴, 欣喜: tí tởn ra mặt 面露喜色

tí xíu *d*[口] 一点儿: còn tí xíu gạo 还有一

点儿米 *t*[口] 小巧: đôi bàn tay tí xíu của em bé 小孩那双小手

tị [汉] 巳 *d* 巳 (地支第六位)

tị₁ *d*[口] 一会儿, 一点儿, 一丁点儿: chờ tị đã 等一会儿

tị₂ *đg* 忌妒: Mỗi đứa một cái để khỏi tị nhau. 每人一个, 以免相互忌妒。

tị hiềm *đg* ①嫌恶, 嫌憎: Hai người tị hiềm nhau. 两人互相嫌憎。②避嫌: Tị hiềm để khỏi hiểu lầm. 避嫌以免误会。

tị nạn *đg* 避难: tị nạn đi nơi khác 到外地避难

tị nạnh *đg* 比较, 计较, 忌妒: Hai chị em hay tị nạnh nhau. 两姊妹爱相互计较。

tia₁ *d* ①一丝, 一线, 一点点: tia hi vọng 一线希望②光线, 射线: tia nắng 太阳光 *đg* 喷射: tia nước vào khách đi đường 喷水到行人身上

tia₂ *đg* 寻觅: tia được một hòn đá lạ 觅到一块奇石

tia an-pha *d*[理] 阿尔法射线

tia bê-ta *d* [理] 贝塔射线

tia chớp *d* 电光, 闪光, 闪电

tia cực tím *d* 紫外线

tia ga-ma *d*[理] 伽马射线

tia hồng ngoại *d* 红外线

tia lửa *d* 火花

tia lửa điện *d* 电光, 电火花

tia phản xạ *d*[理] 反射线

tia phóng xạ *d*[理] 放射线

tia ra *d* 报纸印刷份数

tia rơn-gen *d* 伦琴射线, X 射线

tia sáng *d* 光线, 光芒

tia sữa *d*[解] 乳管

tia tía *t* 浅紫色的

tia tử ngoại *d*[理] 紫外线

tia vũ trụ *d*[理] 宇宙射线

tia X *d* X 射线

tỉa *đg* ①修剪, 修削, 拔除 (使稀疏): tia cây

间苗；tia cành 剪枝②分割，分离，掰：tia
bắp 掰玉米

tỉa gọt *đg* 修整，修削

tỉa tót *đg* 修剪：tỉa tót lông mày thật cẩn thận
细心地修剪眉毛

tía₁ *t* 紫，紫红：áo màu tía 紫色的衣服；muôn
hồng nghìn tía 万紫千红

tía₂ *d* [方] 爹：tía má 爹妈

tía lia *t* [方] ① (说笑) 不间断：Mọi người
cười nói tía lia. 人们不停地说笑。②通红：
mặt đỏ tía lia 满脸通红

tía lia tía lịa [方] =tía lia

tía tô *d* [植] 紫苏

tích₁ *d* 壶：tích nước 茶壶

tích₂ [汉] 迹 *d* 足迹，足印：vết tích 痕迹

tích₃ *d* 故事，典故：tích cũ 典故

tích₄ 昔，往昔

tích₅ *d* 功绩，功业：thành tích 成绩；nghiệp
tích 业绩

tích₆ [汉] 积 *đg* 积蓄，集：vật tích điện 蓄电
体

tích chứa *đg* 积聚，囤积：Nhà buôn tích chứa
hàng chờ lên giá. 商家囤积商品等涨价。

tích cóp [口] =tích góp

tích cực *t* 积极：làm việc rất tích cực 工作很
积极

tích điện *d* [电] 电荷，蓄电

tích góp *đg* 积攒：tích góp tiền để mua nhà
攒钱买房

tích hợp *đg* 集成：mạch tích hợp 集成电路

tích-kê (ticket) *d* 票，卡，牌

tích luỹ *đg* 积累：tích luỹ kinh nghiệm 积累
经验；tích luỹ vốn 资本积累

tích phân *d* [数] 积分

tích phân bất thường 异解，奇解

tích phân đầu *d* 初积分

tích phân đầy đủ *d* 全积分

tích phân đơn *d* 单积分

tích phân kép *d* 双积分

tích phân mặt *d* 循面积积分

tích phân riêng 特解

tích phân tổng phát 通解

tích số *d* [数] 乘积

tích sự *d* [口] 好处，益处：Chả được cái tích
sự gì. 没有什么好处。

tích tắc [拟] 滴答 (钟表声) *d* 眨眼间：trả
lời ngay trong tích tắc 眨眼间就有了答案

tích tiểu thành đại 积小成大

tích truyện *d* 故事，旧事：tóm tắt tích truyện
故事简介

tích trữ *đg* 储存，囤积，积聚，积存：đầu cơ
tích trữ 投机倒把

tích tụ *đg* 积聚，凝结，聚合：Cặn nước tích
tụ trong phích. 水垢凝结在水壶里。

tích vật học *d* 古生物学

tích vô hướng *d* [数] 数积

tích xưa *d* 典故，古典；传说

tịch₁ [汉] 寂 *đg* [宗] 涅槃，圆寂：Hoà thượng
đã tịch. 和尚圆寂了。

tịch₂ *đg* [口] 完蛋：Chuyện mà bại lộ thì tịch
cả nút! 事情败露就全都完蛋！

tịch₃ *đg* [旧] [口] 没收：Bọn lính vào làng bắt
người tịch trâu. 军队进村抓人，没收水牛。

tịch₄ [汉] 籍，辟，夕，席

tịch biên *đg* 查封，充公，没收：tịch biên tài
sản của kẻ tham nhũng 查封贪官财产

tịch bộ *d* 簿籍，日记本

tịch cốc *đg* 辟谷：Mỗi tuần tịch cốc một ngày
không ăn uống. 每周辟谷一天不吃东西。

tịch diệt *đg* [宗] ①断绝尘缘：tịch diệt đi tu
出家断绝尘缘②圆寂：Phật Thích Ca đã
tịch diệt. 释迦牟尼已圆寂。

tịch dương *d* 夕阳

tịch điền *d* 籍田

tịch liêu *t* 寂寥：cảnh tịch liêu không một bóng
người 寂寥无人之景

tịch mịch *t* 寂静，杳然，沉寂，偏僻：đêm
khuya tịch mịch 寂静的深夜

T

tịch thâu =tịch thu

tịch thu *đg* 没收: tịch thu hàng lậu 没收走私货

tiếc *đg* ①爱惜, 爱怜, 惋惜, 痛惜: tiếc thân 爱惜生命②可惜, 遗憾: Rất đáng tiếc! 真遗憾!

tiếc công *đg* 节省人力

tiếc của *đg* 吝啬, 惜财

tiếc hùi hụi *t*[口] 很可惜, 心疼的: Nó đến nay vẫn còn tiếc hùi hụi cái áo bị mất. 她到现在还为那件丢失的衣服心疼得不得了。

tiếc nuối =nuối tiếc

tiếc rẻ *đg* 惋惜, 可惜, 舍不得: vứt đi nhưng lại tiếc rẻ 丢掉又可惜

tiếc thương =thương tiếc

tiệc *d* 宴会, 筵席, 酒会: ăn tiệc 吃酒; dự tiệc 赴宴; thiết tiệc 设宴; tiệc cưới 婚宴

tiệc đứng *d* 自助酒会

tiệc mặn *d* 荤筵

tiệc rượu *d* 酒席, 酒会

tiệc trà *d* 茶话会

tiệc tùng *d* 宴饮, 宴娱, 宴乐

tiêm₁ *d* 锥子

tiêm₂ *đg* 注射, 打针: tiêm thuốc bổ huyết 注射补血剂

tiêm₃ *đg* 沾: tiêm nhiễm 沾染

tiêm₄[汉] 歼 *đg* 歼: tiêm kích 歼击

tiêm₅[汉] 尖 *t* 尖: tiêm đao 尖刀

tiêm₆[汉] 渐, 纤

tiêm bắp thịt *d*[医] 肌肉注射

tiêm chích *đg* 注射: tiêm chích ma tuý 注射毒品

tiêm chủng *đg* 接种: tiêm chủng cho gà 给鸡接种疫苗

tiêm dưới da *d*[医] 皮下注射

tiêm kích *đg* 歼击: máy bay tiêm kích 歼击机

tiêm mao *d*[解] 鞭毛

tiêm nhiễm *đg* 沾染, 渲染: tiêm nhiễm thói xấu 染上坏毛病

tiêm phòng dịch *d*[医] 防疫注射, 打防疫针

tiêm tất =tươm tất

tiêm thuốc *đg*[医] 打针

tiêm ven *d* 静脉注射

tiềm₁ *đg* 炖: vịt tiềm 炖鸭

tiềm₂ *d* 装汤或饭的陶器

tiềm₃[汉] 潜

tiềm ẩn *đg* 隐藏, 潜藏: Khoáng sản tiềm ẩn trong lòng đất. 矿产隐藏在地下。

tiềm lực *d* 潜力: tiềm lực phát triển 发展潜力

tiềm mưu *d* 篡谋

tiềm năng *d* 潜能: khai thác tiềm năng du lịch 开发旅游潜能

tiềm tàng *t* 潜藏的, 潜在的: phát huy thế mạnh tiềm tàng 发挥潜在优势

tiềm thức *d* 潜意识: Tư tưởng tẩy chay ma tuý đã đi sâu vào tiềm thức. 抵制毒品的思想已成为潜意识。

tiềm tiệm =tàm tạm

tiếm đoạt *đg* 篡夺: tiếm đoạt ngôi vua 篡夺皇位

tiếm quyền *đg* 越权: Thư kí tiếm quyền tổng giám đốc. 秘书僭越总经理的权力。

tiếm vị *đg* 篡位: gian thần tiếm vị 奸臣篡位

tiệm₁ *d*[方] 店, 铺子, 馆, 厅 (营业机构): tiệm ăn 饭馆; tiệm bánh 饼铺; tiệm nhảy 舞厅

tiệm₂[汉] 渐

tiệm cầm đồ *d* 当铺

tiệm cận *đg* 渐近, 接近: Nhận thức ngày càng tiệm cận chân lí. 认识日益接近真理。

tiệm cơm *d* 饭馆, 馆子

tiệm nước *d* 茶馆

tiệm rượu *d* 酒馆, 酒家, 酒店

tiệm tiến *t*(循序) 渐进的: Tập luyện phải tiệm tiến từng bước một. 锻炼要循序渐进。

tiên₁ [汉] 仙 *d* 神仙: cô tiên 仙女

tiên₂ [汉] 笺，先

tiên cảm *đg* 预感到: tiên cảm có chuyện không hay 预感到有坏事 *d* 预感: tình yêu và tiên cảm 爱情与预感

tiên cảnh *d* 仙境: tiên cảnh Bồng Lai 蓬莱仙境

tiên cáo *d* [法] 原告

tiên cung *d* 仙宫

tiên đạo *d* 先导，引导者

tiên đề *d* 定律，命题: tiên đề Euclide 欧凯立德定律

tiên đế *d* [旧] 先帝

tiên đoán *đg* 预见，先见: Ông ta đã tiên đoán được điều sắp xảy ra. 他已预见到将要发生的事情。

tiên đồng *d* 仙童

tiên giới *d* 仙界

tiên hiền *d* 先贤

tiên lễ hậu binh 先礼后兵

tiên liệu *đg* 预料: Kết quả đúng như tiên liệu của ông. 结果就像您预料的那样。

tiên linh *d* [旧] 先灵

tiên lượng *đg* 预计，预测: tiên lượng về xu thế phát triển của thị trường 预测市场发展趋势 *d* [医] 预后: Ung thư hậu kì thường có tiên lượng xấu. 一般后期癌症的预后都不好。

tiên nga *d* 仙娥

tiên nghiệm *d*；*t* 先验: thuyết tiên nghiệm 先验论

tiên nhân *d* ①先人，先辈: nối nghiệp tiên nhân 继承先辈事业②混蛋（骂语）: Tiên nhân cái nhà mày! 你这个混蛋！

tiên nho *d* 先儒

tiên nữ *d* 仙女

tiên ông *d* 仙翁

tiên phong *d* 先锋，先驱 *t* 先遣: đội quân tiên phong 先遣部队

tiên quân *d* 先君

tiên quyết *t* 先决: điều kiện tiên quyết 先决条件

tiên sinh *d* ①私塾先生②前辈: Nhờ tiên sinh chỉ bảo cho! 请前辈多多指教！

tiên sư *d* ①先师: tiên sư nghề dệt 纺织业先师②混蛋（骂语）: Tiên sư cha mày! 你这个大混蛋！

tiên tiến *t* 先进: nước tiên tiến 先进国家; kĩ thuật tiên tiến 先进技术; cá nhân tiên tiến 先进个人

tiên tổ *d* 先祖

tiên tri *đg* 预知，预言: nhà tiên tri 预言家

tiên vương=tiền đế

tiền₁ [汉] 钱 *d* 钱，金钱，钱币，款项: tiêu tiền 花钱; kiếm tiền 挣钱; tiền cổ phần 股份基金

tiền₂ [汉] 前 *t* 前方的，之前的: cửa tiền 前门; tiền chiến 战前

tiền án *d* 前科: có tiền án về tội hiếp dâm 有强奸罪前科

tiền ăn *d* 伙食费，饭钱

tiền âm phủ *d* 冥币

tiền bạc *d* 银币，金钱

tiền bảo đảm *d* 保证金

tiền bảo hiểm *d* 保险费

tiền bồi thường *d* 赔款，赔偿金

tiền bối *d* 前辈: bậc tiền bối cách mạng 革命老前辈

tiền cảnh *d* 前景

tiền căn hậu kiếp 前根后劫

tiền chẵn *d* 大面值货币

tiền chiến *t* 抗战以前的（越南八月革命以前）

tiền chịu *d* 欠款，赊款

tiền chủ hậu khách 客随主便

tiền chuộc *d* 赎金，赎买金

tiền cò *d* 中介费

tiền cọc *d* 定金

tiền công *d* 工资, 工钱

tiền của *d* 钱财, 财产

tiền cước *d* 运费, 运杂费

tiền cược *d* 定金, 订金, 订购金, 预购金

tiền diêm thuốc *d* 小费

tiền dòng bạc chảy 现金交易; 非常富有

tiền duyên₁ *d* 前缘: kiếp nợ tiền duyên 前缘孽债

tiền duyên₂ *d* 前沿: trận địa tiền duyên 前沿阵地

tiền dự trữ *d* 储备金, 预备费

tiền đạo *d* 前锋; 先头部队, 先锋队

tiền đặt cọc *d* 定金

tiền đề *d* 前提; 首要条件, 先决条件

tiền đình *d* 前庭: tiền đình miệng 口腔前庭

tiền định *t* 天定的: số phận tiền định 天定的命运

tiền định luận=thuyết tiền định

tiền đồ *d* 前途

tiền đồn *d* 前哨

tiền đúc *d* 铸币

tiền đường *d* 前堂

tiền giấy *d* 纸币

tiền gốc *d* 本钱, 本金

tiền gửi *d* 存款: tiền gửi ngoại hối 外汇存款; tiền gửi ngân hàng 银行存款

tiền gửi có kì hạn 定期存款

tiền gửi tiết kiệm *d* 储蓄

tiền hao mòn *d* 折旧费

tiền hầu nước *d* 小费

tiền hậu bất nhất 前后不一

tiền hết gạo không 一穷二白

tiền hoa hồng *d* 回扣, 佣金

tiền hô hậu ủng 前呼后拥

tiền hôn nhân *t* 婚前的; 未婚的

tiền khả thi *t* 可行性论证前期的

tiền khấu hao *d* 折旧金

tiền khen thưởng *d* 奖金

tiền khởi nghĩa *t* 八月革命以前的

tiền kiếp *d* 前世: duyên tiền kiếp 前世姻缘

tiền lãi *d* 利息

tiền lãi cổ phần 股利, 红利, 股息

tiền lẻ *d* 零钱, 小票

tiền lệ *d* 先例: xoá bỏ những tiền lệ xấu 去除不好的先例

tiền lì xì *d* 红包, 利市, 喜钱

tiền liệt tuyến *d* 前列腺

tiền lót tay *d* 小费

tiền lời *d* 利钱, 利润

tiền lương *d* 薪金, 工资: tiền lương danh nghĩa 名义工资; tiền lương thực tế 实际工资

tiền mãi lộ *d* 买路费

tiền mãn kinh *d* 更年前期

tiền mặt *d* 现金, 现款, 现钱

tiền mất tật mang 花钱买罪受

tiền nào của ấy 一分钱, 一分货

tiền nào của nấy=tiền nào của ấy

tiền nào việc ấy 专款专用

tiền nghìn bạc vạn 万贯钱财

tiền nhà *d* 房租, 房金

tiền nhàn rỗi *d* 闲置资金

tiền nhân *d* 前人

tiền nhân hậu quả [旧] 前因后果

tiền nhiệm *d* 前任: thủ trưởng tiền nhiệm 前任首长

tiền nhuận bút *d* 润笔, 稿费

tiền nong *d* 钱, 钞票, 钱款

tiền nợ *d* 债款

tiền oan nghiệp chướng 前世孽债

tiền phạt *d* 罚款, 罚金

tiền phạt nộp chậm *d* [经] 滞纳金

tiền phong *d* 前锋, 先锋: đội thiếu niên tiền phong 少年先锋队

tiền phong bao *d* 压岁钱

tiền phong chủ nghĩa 风头主义

tiền phụ cấp *d* 附加费, 津贴费: tiền phụ cấp vật giá 物价津贴费; tiền phụ cấp khu vực

地区津贴

tiền phương *d* 前方，前线

tiền quà *d* 小费

tiền quân *d*[军] 前军

tiền sảnh *d* 前厅，大堂

tiền sử *d* 史前

tiền sự *d* 前科：Bị cáo từng có tiền sự. 被告有过前科。

tiền tài *d* 钱财，钱帛

tiền tệ *d* 货币，钱币：chính sách tiền tệ 货币政策

tiền tệ tín dụng *d*[经] 信用货币

tiền thân *d* ①前世：kiếp tiền thân 上辈子②前身：Tiền thân của công ti chỉ là một hiệu nhỏ. 公司的前身只是一个小店铺。

tiền thật mua của giả 真钱买假货

tiền thù lao *d* 报酬，酬金

tiền thuế *d* 税款

tiền thuốc men *d* 医药费

tiền thưởng *d* 奖金：tiền thưởng thêm 小费

tiền tỉ *d* 大笔钱款

tiền tiến *t*[旧] 先进：kinh nghiệm tiền tiến 先进经验

tiền tiêu *d* 前哨

tiền tô *d* 租金

tiền tố *d* 前缀

tiền trảm hậu tấu 先斩后奏

tiền trạm *d*(打) 前站：tiền trạm cho chuyến thăm của thủ tướng 为总理出访打前站 *t* 先遣：làm nhiệm vụ tiền trạm 做先遣工作

tiền trao cháo múc 一手交钱，一手交货（现金交易）

tiền tuất *d* 抚恤金

tiền túi *d* 私人腰包：Tự móc tiền túi ra mua quà cho sếp. 自己掏腰包给老板买礼物。

tiền tuyến *d* 前线：xung phong ra tiền tuyến 申请到前线去

tiền vay *d* 借款，货款，债款

tiền vệ *d* 前锋：đội tiền vệ 先头部队；cầu thủ trên tuyến tiền vệ 前锋线球员

tiền viện trợ *d* 援款（援助款项）

tiền vô cổ nhân 前无古人

tiền vốn *d* 资金，资本，本钱

tiền xe cộ *d* 车马费，旅费

tiễn₁[汉] 饯 *đg* 饯行：rượu tiễn 饯行酒；tiễn khách 送客

tiễn₂[汉] 箭，剪，践

tiễn biệt *đg* 饯别，送别：tiễn biệt người thân 送别亲人

tiễn chân *đg* 送别，送行：tiễn chân bạn ra sân bay 到机场送朋友

tiễn đưa *đg* 送行：buổi tiệc tiễn đưa 送行宴会

tiến₁[汉] 进 *đg* ①向前移动：tiến thêm vài bước nữa 再往前走几步②进步：Anh ấy dạo này cũng tiến lắm. 他最近进步很快。

tiến₂[汉] 荐 *đg* ①进贡：vật quí tiến vua 进贡皇上的宝物②荐举：tiến người hiền 荐引贤才；tiến bạt 选拔

tiến bộ *t*；*đg* 进步：nhà văn tiến bộ 进步作家；học hành tiến bộ rất nhanh 学习进步很快

tiến công *đg* 进攻：tiến công chiến lược 战略进攻；Tiến công vào nghèo nàn, lạc hậu. 向贫穷和落后发起进攻。

tiến cống *đg* 进贡

tiến cử *đg* 荐举，推荐，引荐：tiến cử nhân tài 荐举人才

tiến độ *d* 进度：tiến độ công trình 工程进度；tiến độ thực hiện 实施进度

tiến hành *đg* 进行：tiến hành công tác điều tra dân số 进行人口普查工作

tiến hoá *đg* 进化：quá trình tiến hoá của loài người 人类的进化过程

tiến hoá luận *d* 进化论

tiến một lùi hai 进一步，退两步

tiến một lùi mười 进寸退尺

tiến quân *đg* 进军：tiến quân về phía địch 向敌人进军

tiến sĩ *d* ① [旧] 进士: tiến sĩ khoa cử 科举进士 ② 博士: bảo vệ luận án tiến sĩ 博士论文答辩; tiến sĩ khoa học 科学博士

tiến thân *đg* 晋升: tiến thân bằng con đường học vấn 以学问作为晋升之路

tiến thoái *đg* 进退: Địch bị vây không còn đường tiến thoái. 敌人被困，没了进退之路。

tiến thoái lưỡng nan 进退两难

tiến thủ *đg* 进取，上进: không ngừng tiến thủ 不断进取; có chí tiến thủ 有上进心

tiến triển *đg* 进展: công việc tiến triển không thuận lợi 工作进展得不顺利

tiến trình *d* 进程: tiến trình thi công bị chậm 延误施工进程

tiến vọt *đg* 跃进

tiện₁ *đg* 旋切: tiện mía 旋切甘蔗

tiện₂ [汉] 便 *t* ① 方便，便捷: Nhà có xe đi đâu cũng tiện. 家里有车去哪里都很方便。② 顺便的: tiện tay lấy giúp 顺便给拿一下

tiện dân *d* 贱民

tiện dịp *p* 趁便，顺便，趁…之机: Tôi đi công tác tiện dịp đến thăm anh. 我出差顺便来看看你。

tiện dụng *t* 好使的: Công cụ này vừa nhẹ lại vừa tiện dụng. 这个工具又轻又好使。

tiện ích *d*; *t* 便宜: những tiện ích của máy móc 机器的便宜之处

tiện lợi *t* 便利: giao thông tiện lợi 交通便利

tiện nghi₁ *d* 生活设施: căn nhà đầy đủ tiện nghi 房子设施齐全

tiện nghi₂ *t* 方便，合宜，适宜: môi trường sống tiện nghi 宜居环境

tiện nghi₃ *t* [旧] 权宜 (行事) 的

tiện nhân *d* [旧] 贱民

tiện nữ *d* [旧] 小女

tiện tay *t* 随手的，顺手的: tiện tay làm giúp 顺手帮忙

tiện tặn *t* [方] 节省，节俭: ăn tiêu tiện tặn 省吃俭用

tiện thể *p* 趁便，顺便: Anh ấy đi công tác tiện thể vào thăm bạn. 他去出差，顺便看看朋友。

tiện thiếp *d* [旧] 贱妾

tiếng tiếc *t* 有点可惜的: Món này ăn không ngon nhưng bỏ đi lại tiêng tiếc. 这道菜不好吃但丢掉又有点可惜。

tiếng₁ *d* ① 声音: tiếng cười 笑声; tiếng sấm 雷声 ② 语言，话: tiếng Hán 汉语; tiếng Việt Nam 越南语 ③ [转] 声誉，声望，名气: có tiếng 有声望

tiếng₂ *d* 小时，钟头: Mỗi ngày làm việc 8 tiếng đồng hồ. 每天工作八小时。

tiếng₃ *d* 字: Bức điện này có 60 tiếng. 这份电报共有 60 个字。

tiếng bấc tiếng chì 闲言碎语

tiếng cả nhà không 有名无实

tiếng dữ đồn xa 臭名远扬，恶名传千里

tiếng đế *d* 双簧

tiếng địa phương *d* 地方话，土语，方言

tiếng đồn *d* 谣言，流言，传言

tiếng đồn không ngoa 名不虚传

tiếng động *d* 动静

tiếng gọi *d* 呼声，心声

tiếng kêu *d* 呼声，叫声; 嚷声

tiếng khoan tiếng nhặt 抑扬顿挫

tiếng là [口] 名义上，虽说是: Tiếng là sếp nhưng cũng chả có là bao. 虽说是老板但也没几个钱。

tiếng lành đồn xa 有口皆碑，芳名远扬

tiếng lóng *d* 隐语，黑话，俚语

tiếng mẹ đẻ *d* 母语

tiếng nói *d* 声音，话语: tiếng nói của nhân dân 人民的声音

tiếng phổ thông *d* 普通话

tiếng rằng *p* [口] 名义上，说是

tiếng suông *d* 虚名，虚声

tiếng tăm *d* 声息，音讯; 声誉，声名: tiếng tăm lừng lẫy 声名赫赫

tiếng thế [口] 虽说如此，但：Nơi đây tiếng thế mà làm ăn cũng dễ. 这里虽说如此，但还是容易生活。

tiếng thơm *d* 美名，香誉

tiếng thơm muôn thuở 流芳千古

tiếng truyền muôn thuở 名垂千古

tiếng vang *d* 反响：Lời nói của ông đã gây tiếng vang lớn trên thế giới. 他的讲话在世界上引起很大的反响。

tiếng vọng *d* 声望

tiếp [汉] 接 *đg* ①连接；接续，继续：tiếp bước cha anh 继承父辈事业；Việc này mai bàn tiếp. 明天继续讨论这件事。②接待：tiếp khách 接待客人③接，收取：tiếp nhận 接受④接援，接应：tiếp một tay 助一臂⑤嫁接：tiếp cành 接枝⑥输送，注入：tiếp nước cho bệnh nhân 为病人输液

tiếp âm *đg* 转播：đài tiếp âm 转播台

tiếp biến *đg* 演化，演变：Sự tiếp biến, giao thoa của các yếu tố đã hình thành một sắc thái văn hoá độc đáo. 各种要素的演化和交融形成了独特的文化色彩。

tiếp cận *đg* ①接近：tiếp cận trình độ tiên tiến thế giới 接近世界先进水平②临近，紧挨

tiếp chiến *đg* 迎战，应战

tiếp chuyện *đg* 谈话，攀谈：tiếp chuyện khách 与客人说话

tiếp cứu *đg* 抢险，救灾：tiếp cứu vùng bị lũ lụt 到洪灾地区抢险

tiếp diễn *đg* 继续下去，继续进行，接续：Chiến tranh vẫn còn tiếp diễn. 战争仍在继续。

tiếp diện *d* [数] 点切面

tiếp đãi *đg* 接待，招待：tiếp đãi chu đáo 接待周到

tiếp đầu ngữ *d* [语] 前缀

tiếp điểm *d* [数] 切线点；触点：Tiếp điểm công tắc bị hở. 开关的触点松了。

tiếp điểm trượt *d* 滑动触点

tiếp đón *đg* 接待，招待：được tiếp đón long trọng 受到隆重接待

tiếp giáp *đg* 交接，毗邻，接壤：vùng tiếp giáp giữa hai nước 两国接壤区域

tiếp hợp *đg* 接合，连接

tiếp kiến *đg* 接见：được tiếp kiến thủ tướng 得到总理接见

tiếp kính *d* 望远镜的外层镜片，显微镜的物镜，照相机的镜头

tiếp liền *đg* 接着，跟着，随着：tiếp liền sau đó 紧跟着

tiếp liệu *đg* ①喂料：tiếp liệu cho máy 喂料给机器②供应物资：nhân viên tiếp liệu 采购员

tiếp linh *đg* 接灵，迎灵

tiếp lời *đg* 接茬："Còn tôi nữa!" Ông ta tiếp lời. "还有我呢!" 他接过话头说。

tiếp máu *đg* [医] 输血

tiếp mộc *đg* 接木，嫁接

tiếp nạp *đg* 接纳

tiếp nhận *đg* 承受，接受：tiếp nhận tặng phẩm 接受礼品；tiếp nhận lời phê bình 接受批评

tiếp nhiệm *đg* 继任，接任

tiếp nối *đg* ①继承：tiếp nối sự nghiệp cha ông 继承先辈事业②连接，衔接

tiếp phẩm *đg* 采购食品：tiếp phẩm cho nhà ăn 为饭堂采购食品 *d* 食品采购员：Anh ta là tiếp phẩm của trường. 他是学校的食品采购员。

tiếp phòng *đg* [军] 接防

tiếp quản *đg* 接管：uỷ ban tiếp quản 接管委员会；tiếp quản thành phố 接管城市

tiếp quĩ *đg* [经] 资金下拨

tiếp ray *đg* (铁道) 接轨

tiếp rước *đg* 迎接，欢迎

tiếp sức *đg* 接力：chạy tiếp sức 接力赛跑

tiếp tay *đg* 帮凶：Nhân viên hải quan tiếp tay cho bọn buôn lậu. 海关人员为走私犯提供帮助。

T

tiếp tân *đg* 迎宾: Ai tiếp tân? 谁迎宾?

tiếp tế *đg* 接济, 物资救援: tiếp tế lương thực cho vùng bị lũ 为灾区提供粮食救援

tiếp theo *đg* 继续, 接着 *t* 下一个, 接下来, 后续: đến lượt người tiếp theo 到下一位; kế hoạch tiếp theo 接下来的计划

tiếp thị *đg* ①市场调研: làm tốt công tác tiếp thị 做好市场调研工作②营销, 推销: nhân viên tiếp thị 营销人员; Sản phẩm được tiếp thị đến tận nhà. 把产品推销到家里。

tiếp thị viên *d* 营销员

tiếp thu *đg* ①接收: tiếp thu chiến lợi phẩm 接收战利品②接受: tiếp thu ý kiến phê bình 接受批评意见③吸取: tiếp thu bài học thất bại 吸取失败教训

tiếp thụ *đg* 接受, 承受, 收受

tiếp tục *đg* 继续: tiếp tục công việc hôm qua 继续昨天的工作

tiếp tuyến *d* [数] 点切线, 连接线

tiếp ứng *đg* 接应, 增援: cử máy bay đi tiếp ứng 派飞机去增援

tiếp vận *đg* ①支前运输: đánh chìm tàu tiếp vận của địch 打沉敌人的支前运输船②信号中转: đài tiếp vận truyền hình 电视信号中转站

tiếp vĩ ngữ *d* 后缀

tiếp viên *d* 服务员

tiếp viện *đg* 支援: đưa quân đi tiếp viện 派部队去支援

tiếp xúc *đg* 接触: tiếp xúc thân thiện 友好接触; tiếp xúc với nền văn hoá mới 接触新文化

tiếp₁ *đg* (颜色) 调和, 相配: tiệp màu 颜色调和

tiệp₂ [汉] 捷

tiết₁ *d* 血: tiết gà 鸡血

tiết₂ *d* 节气, 时令: thời tiết 天气

tiết₃ *d* 节 (文章的段落)

tiết₄ *d* 气节: thủ tiết 守节

tiết₅ [汉] 泄 *đg* 分泌, 排泄: tiết mồ hôi 出汗

tiết canh *d* 血冻食品, 生红羹

tiết chế₁ *d*[旧] 节度使 *đg* 节度, 统兵

tiết chế₂ *đg* 节制, 限制: tiết chế sinh dục 节育

tiết diện *d* 截面

tiết dục *đg* 节欲

tiết điệu *d* 节律

tiết giảm *đg* 节减, 削减, 减少: tiết giảm quân phí 削减军费

tiết hạnh *d* 德行, 节操

tiết kiệm *đg* 节俭, 节约, 节省: tiết kiệm chi tiêu 节省开支; tiết kiệm thì giờ 节约时间

tiết liệt *t* 贞烈, 节烈: người phụ nữ tiết liệt 贞烈女子

tiết lộ *đg* 揭露; 泄露: tiết lộ bí mật 泄露机密

tiết mục *d* 节目: tiết mục hấp dẫn 精彩节目

tiết nghĩa *d*; *t* 忠义: một người trung hiếu, tiết nghĩa 忠义之士

tiết niệu *đg* 泌尿: bộ máy tiết niệu 泌尿系统

tiết tấu *d* 节奏: Bài hát có tiết tấu nhanh. 这首歌节奏很快。

tiết tháo *d* 节操: tiết tháo của người cộng sản 共产党人的节操

tiết trinh *d* 贞节

tiết túc *d* 节肢 (动物)

tiệt *đg* 截断, 断绝: tiệt trường bổ đoản 截长补短 *t* 精光: quên tiệt đi 全都忘光了

tiệt khuẩn *đg* 消毒, 灭菌, 杀菌: Dụng cụ đã được tiệt khuẩn. 用具已经过灭菌处理。

tiệt nhiên *p* 截然

tiệt nọc [口]=tuyệt nọc

tiệt trùng *đg* 消毒, 灭菌, 杀菌: tiệt trùng cho trại gà 对养鸡场进行消毒

tiệt trừ *đg* 清除: tiệt trừ mầm bệnh 清除病原

tiêu₁ [汉] 销, 消 *đg* ①开支, 花费, 用钱: tiêu tiền 花钱; tiêu quá hạn định 超支②消

化: ăn không tiêu 不消化③消肿: Cái nhọt tiêu đi. 疮已消肿。④排泄: tiêu nước 排水; đi tiêu 拉大便

tiêu₂ [汉] 箫 d 箫: thổi tiêu 吹箫

tiêu₃ [汉] 椒 d 胡椒: bột tiêu 胡椒粉

tiêu₄ [汉] 标 d 牌, 桩: cọc tiêu 标杆

tiêu₅ [汉] 蕉, 萧, 宵, 焦, 逍, 潇

tiêu âm đg 消音: bộ phận tiêu âm của ô tô 汽车消音器

tiêu bản d 标本: tiêu bản côn trùng 昆虫标本

tiêu bắc d 胡椒

tiêu biểu đg 典范, 代表: bài thơ tiêu biểu cho dòng thơ lãng mạn 浪漫诗派的代表作 t 模范: học sinh tiêu biểu 模范学生

tiêu chảy d; đg 腹泻: thuốc trị tiêu chảy 治腹泻药; bị tiêu chảy 拉肚子

tiêu chí d 标志: tiêu chí phân loại thực vật 植物分类的标志

tiêu chuẩn d ①标准: tiêu chuẩn đánh giá 评估标准②指标: cấp gạo theo tiêu chuẩn 按指标发放粮食 t 标准, 规范: động tác tiêu chuẩn 规范动作

tiêu cự d 焦距

tiêu cực t 消极: tiêu cực lãn công 消极怠工; hiện tượng tiêu cực 消极现象

tiêu dao t [旧] 逍遥: Ông ấy sống tiêu dao không lo gì đến chuyện đời. 他过着逍遥的生活, 什么都不用想。

tiêu diệt đg 歼灭, 消灭: tiêu diệt sinh lực địch 消灭敌人的有生力量

tiêu diệt chiến d [军] 歼灭战

tiêu diêu = tiêu dao

tiêu dùng đg 消费: xu hướng tiêu dùng 消费趋势

tiêu đề d ①标题: tiêu đề bài viết 文章标题②函头: giấy công văn in tiêu đề công ti 印有公司函头的公文纸

tiêu điểm d ①焦点: tiêu điểm của gương cầu

弧面镜的焦点; tiêu điểm quan tâm của dư luận 舆论关注的焦点②中心: tiêu điểm của phong trào thi đua 竞赛运动的中心

tiêu điều t 萧条, 不景气, 衰微, 冷淡, 冷清: kinh tế tiêu điều 经济萧条

tiêu giảm đg 削减, 节减, 减少: tiêu giảm quân phí 削减军事费用

tiêu hao đg 消耗, 损耗: tiêu hao sinh lực địch 消耗敌人的兵力

tiêu hoá đg 消化: bộ máy tiêu hoá 消化器官

tiêu hôn đg [旧] 离婚

tiêu huỷ đg 销毁, 毁掉, 毁坏, 摧毁: tiêu huỷ gia cầm vùng ổ dịch 焚毁疫区的家禽

tiêu khiển đg 消遣, 娱乐: Trò chơi tiêu khiển của các cụ là chơi bài. 老人们的消遣是玩扑克。

tiêu ma [口] 全没了: Cơ nghiệp bị tiêu ma. 基业被花光散尽。

tiêu mòn đg 消耗, 磨耗, 磨损

tiêu ngữ d 标语, 口号

tiêu pha đg 花销, 花费: tiêu pha phung phí 乱买东西

tiêu phí đg 浪费: tiêu phí tiền bạc 浪费金钱

tiêu phòng d [旧] 椒房

tiêu sọ d [植] 去皮老胡椒

tiêu sơ t 萧疏: Lá vàng tiêu sơ trên cành. 萧疏黄叶挂枝头。

tiêu tan đg 消散, 破灭: làm tiêu tan hi vọng 希望破灭

tiêu tán [旧] = tiêu tan

tiêu tao t [旧] 萧索: xóm vắng tiêu tao 荒村萧索

tiêu thoát đg 泄排: công trình tiêu thoát nước 泄排设施

tiêu thổ đg 焦土化: tiêu thổ kháng chiến 焦土抗战

tiêu thụ đg ①出售, 销售: mức tiêu thụ 销售额②消耗: Loại máy này tiêu thụ điện ít. 这机器耗电少。

T

tiêu thuỷ *đg* 排水: tiêu thuỷ cho nội thành khỏi úng 为城内防涝而排水

tiêu thức *d* 方式，方法: tiêu thức phân loại sản phẩm 产品的分类方法

tiêu tiền như rác 挥金如土

tiêu trừ *đg* 消除，排除: tiêu trừ tệ nạn tham nhũng 消除腐败现象

tiêu tùng [口] 全没了: Sự nghiệp tiêu tùng. 事业全没了。

tiêu vặt *d* 零花，零用: tiền tiêu vặt 零花钱; khoản tiền tiêu vặt 杂项支出

tiêu vong *đg* 消亡: Chế độ phong kiến tiêu vong. 封建制度消亡了。

tiêu xài *đg* 挥霍: thả sức tiêu xài 尽情挥霍

tiều₁ [汉] 樵 *d* 樵

tiều₂ [汉] 憔

tiều phu *d* 樵夫

tiều tụy *t* 憔悴: nét mặt tiều tụy 脸色憔悴

tiểu₁ *d* 小和尚，小尼姑: chú tiểu 小和尚; cô tiểu 小尼姑

tiểu₂ *d* 瓦棺 (盛死人骨骸的瓦器)

tiểu₃ *đg* 尿，小便: nước tiểu 尿液; đi tiểu 去小便

tiểu [汉] 小

tiểu ban *d* 小组，小组委员会: tiểu ban lãnh đạo 领导小组

tiểu cảng *d* 小港口，小码头

tiểu cao *d* 小口径高射炮

tiểu câu *d* 小渠

tiểu cầu *d* 血小板

tiểu chủ *d* 小业主

tiểu công nghệ *d* 手工艺

tiểu công nghiệp *d* 小工业

tiểu dẫn *d* 小序

tiểu dị *t* 小异: đại đồng tiểu dị 大同小异

tiểu đăng khoa *đg* [旧] 小登科 (大登科后娶妻)

Tiểu Đẩu *d* [天] 小熊星

tiểu đệ *d* [旧] 小弟

tiểu điền *d* (农耕) 小型自留地: cao su tiểu điền 私人耕作的橡胶

tiểu đoàn *d* [军] 营: tiểu đoàn pháo binh 炮兵营; tiểu đoàn bộ 营部; tiểu đoàn phó 副营长; tiểu đoàn trưởng 营长

tiểu đối *d* 对偶

tiểu đội *d* [军] 班: tiểu đội trưởng 班长

tiểu đồng *d* 小童

tiểu đường *d* 糖尿病

tiểu gia súc *d* 小家畜 (指猪、羊等)

tiểu giải *đg* 小解，小便，便溺

tiểu hàn *d* 小寒 (二十四节气之一)

tiểu hoạ *d* 小插图

tiểu học *d* 小学，小学教育

tiểu hổ *d* 猫: quán tiểu hổ 猫肉餐馆

tiểu hình *t* [法] 处理轻微案件的

Tiểu Hùng *d* [天] 小熊星座

tiểu khí hậu *d* 小气候

tiểu khoa *d* [旧] 小科举

tiểu khu *d* 小区

tiểu liên *d* [军] 冲锋枪

tiểu loại *d* 小类: phân thành các loại và tiểu loại khác nhau 分成不同的种类及各小类

tiểu luận *d* ①小论文: tập viết tiểu luận 学写小论文 ②短评: phát biểu bài tiểu luận 发表短评

tiểu mạch *d* 小麦

tiểu mãn *d* 小满 (二十四节气之一)

tiểu mục *d* 小题目，小标题

tiểu não *d* 小脑

tiểu ngạch *t* 小额的: mậu dịch tiểu ngạch 小额贸易

tiểu nhân *d* 小人: tiểu nhân đắc chí 小人得志

tiểu nông *d* 小农: kinh tế tiểu nông 小农经济

tiểu phẩm *d* ①短文: tiểu phẩm châm biếm 讽刺短文 ②小品: tiểu phẩm hài 幽默小品

tiểu phẫu *d* 小手术

tiểu qui mô *t* 小规模: hoạt động tiểu qui mô 小规模活动

tiểu sản xuất *d* 小生产

tiểu sinh *d*[旧][戏] 小生

tiểu sử *d* 简历: tiểu sử các ứng cử viên候选人简历

tiểu táo *d* 小灶

tiểu thặng=tiểu thừa

tiểu thủ công *d* 小手工业

tiểu thuỷ nông *d* 小型农业灌溉

tiểu thuyết *d* 小说: tiểu thuyết trữ tình 抒情小说; tiểu thuyết đăng dần 连载小说

tiểu thư *d* 大家闺秀, 千金小姐

tiểu thử *d* 小暑 (二十四节气之一)

tiểu thừa *d* 小乘 (佛教)

tiểu thương *d* 小商贩

tiểu tiện *đg* 小便, 撒尿: đi tiểu tiện 去小便

tiểu tiết *d* 小节, 细节: Bàn luận trên tổng thể, không nên sa đà vào tiểu tiết. 谈整体的, 不要陶醉于细节。

tiểu tinh *d* 小妾

tiểu truyện *d*[旧] 小传

tiểu tu *d* 小修

tiểu tuần hoàn *d* 小循环

tiểu tuyết *d* 小雪 (二十四节气之一)

tiểu tư sản *d* 小资本家: kinh tế tiểu tư sản 小资本经济 *t* 小资产阶级的: tư tưởng tiểu tư sản 小资产阶级的思想

tiểu vùng *d* 小区域, 次区域: tiểu vùng kinh tế 小经济区; tiểu vùng sông Mê Kông 湄公河次区域

tiểu xảo *d* 小聪明: tháo gỡ vướng mắc bằng tiểu xảo 用小聪明解决问题

tiểu yêu *d*[旧] 小妖

tiểu[汉] 剿 *đg* 剿, 讨伐: tiểu giặc 剿匪

tiểu diệt *đg* 剿灭: tiểu diệt bọn phỉ 剿灭土匪

tiểu phỉ *đg* 剿匪: đưa quân đi tiểu phỉ 派部队去剿匪

tiểu trừ *đg* 剿除: tiểu trừ thổ phỉ 剿除土匪

tiểu lâm *d* 笑林, 笑话集

tigôn *d* 珊瑚藤

tim *d* ① [解] 心脏 ② 中央, 中心, 核心: tim trái đất 地球中心 ③ 芯: tim đèn 灯芯

tim đen *d* ① 黑心, 坏心眼儿 ② 心坎, 心底: nói trúng tim đen 说到心坎上

tim la *d*[医] 花柳病

tim tím *t* 浅紫色的: hoa xoan tim tím 浅紫色的苦楝花

tim mạch *d* 心血管: bệnh tim mạch 心血管病

tim nghỉm *t* 萎靡: ra dạng tim nghỉm 萎靡的神情

tìm *đg* 寻找, 探求, 寻觅: tìm bạn 寻友; tìm luồng hàng 开辟货源; tìm sâu 深究

tìm cách *đg* 设法, 想办法, 找办法, 想方设法: tìm cách cải thiện đời sống 设法改善生活

tìm hiểu *đg* ① 了解, 调查, 弄清: tìm hiểu chân tướng sự thật 调查事实真相 ② 恋爱: Họ đang tìm hiểu nhau. 他们在恋爱。

tìm kiếm *đg* 找寻, 寻觅: tìm kiếm việc làm 找工作; tìm kiếm giải pháp 寻找解决办法

tìm ra *đg* 找出, 查出, 发现: tìm ra manh mối 找到线索

tìm tòi *đg* 钻研, 探求, 探索, 寻求: cặm cụi tìm tòi 刻苦钻研

tím *t* ① 紫色的: áo tím 紫衣 ② 青肿的, 发紫的: bị đánh tím cả mặt 被打得鼻青脸肿

tím gan *t* 大怒的, 肝火大的: giận tím gan 怒火中烧

tím lịm *t* 深紫色的: Quả nho chín tím lịm. 葡萄熟了呈深紫色。

tím rịm=tím lịm

tím ruột=tím gan

tím than *t* 工人蓝的: áo bảo hộ lao động màu tím than 工人蓝的劳保服

tím tím *t* 淡紫色的

tin₁ *d* 消息, 新闻: tin hàng ngày 每日新闻

tin₂ *đg* 传讯, 报信: tin cho bạn biết ngày tới把到达日期告诉朋友

tin₃[汉] *đg* 相信: nghe một chiều, tin một chiều 偏听偏信

tin buồn *d* 噩耗, 凶讯, 凶耗

tin cẩn *đg* 信任: Anh ta được sếp tin cẩn. 老板很信任他。

tin cậy *đg* 信赖, 相信, 信任: người đáng tin cậy 值得信赖的人

tin dùng *đg* 信任: được sếp tin dùng 得到老板信任

tin dữ *d* 噩耗

tin đọc chậm *d* 记录新闻

tin đồn *d* 传闻, 谣言, 流言蜚语

tin hin *t* [口] 非常狭小: cái lỗ tin hin 狭小的洞口

tin học *d* 信息学: tin học hoá 信息化

tin giật gân *d* 突发消息

Tin Lành *d* [宗] 福音, 喜信, 佳音: đạo Tin Lành 福音教

tin mừng *d* 喜讯, 好消息: nhận được tin mừng 收到好消息

tin ngắn *d* 短讯, 简讯, 零讯

tin nhảm *d* 谣言, 谗言, 无稽之谈

tin nhạn [旧] 鸿雁传书

tin nhanh *d* 快报, 快讯

tin phục *đg* 信服: làm cho người ta tin phục 令人信服

tin sét đánh 天大的噩耗

tin sương=tin nhạn

tin tặc *d* 黑客

tin theo *đg* 信从: tin theo lời bạn 信从朋友的话

tin tức *d* 信息, 讯息, 消息: thăm dò tin tức 刺探消息

tin tưởng *d* 信心, 信念: đầy tin tưởng 充满信心 *đg* 相信: tin tưởng tương lai 相信未来

tin vắn *d* 简讯

tin vỉa hè *d* 小道消息

tin vịt *d* 谎言, 谣言, 弥天大谎

tin vui *d* 喜讯: nhận được tin vui 收到喜讯

tin yêu *đg* 信任爱戴: được bạn bè tin yêu 受到朋友的信任爱戴

tìn tịt *t* 矮小: người đàn ông lùn tìn tịt 非常矮小的男人

tĩn *d* 小罐, 瓮: tĩn rượu 酒瓮; tĩn nước mắm 一瓮鱼露

tín [汉] 信 *d* ①(品德) 信用: thủ tín 守信②消息, 讯息: điện tín 电信

tín chấp *đg* 凭信用担保: vay tín chấp 信用担保贷款

tín chỉ *d* ①信纸②学历证明

tín chủ *d* 信主

tín dụng *d* [经] 信用: hợp tác xã tín dụng 信用合作社; ngân hàng tín dụng 信用银行; tín dụng thương nghiệp 商业信用; thư tín dụng không huỷ ngang 不可撤销的信用证

tín điện *d* 电信

tín điều *d* 信条: tín điều Cơ Đốc giáo 基督教的信条

tín điểu *d* 信鸟, 信鸽; 候鸟

tín đồ *d* 信徒, 教徒: tín đồ Thiên Chúa giáo 天主教徒

tín hiệu *d* 信号, 信息: tín hiệu cầu cứu 呼救信号

tín hữu *d* 教友

tín nghĩa *d* 信义: Anh ta là con người có tín nghĩa. 他是一个有信义的人。

tín ngưỡng *d* 信仰: tự do tín ngưỡng tôn giáo 宗教信仰自由

tín nhiệm *đg* 信任, 相信不疑: được mọi người tín nhiệm 得到大家的信任

tín nữ *d* 信女, 女信徒

tín phiếu *d* [经] 信用券, 有价证券

tín phong *d* 季候风

tín phục *đg* 信服

tín vật *d* 信物; 抵押物

tinh₁ [汉] 精 *d* 精灵, 妖精, 精: Con cáo đã thành tinh rồi. 狐狸成精。

tinh₂ *d* 竹青: cạo tinh tre làm thuốc 刨竹青做药

tinh₃ [汉] 精 *t* 精灵, 犀利: Đứa trẻ tinh mắt, nhận ra ngay mẹ từ xa. 小孩眼尖, 老远就认出妈妈了。

tinh₄ *t* 纯净: muối tinh 粗盐 *p* 净是, 光是: ăn tinh thịt 光是吃肉; Áo tinh một màu. 衣服光是一种颜色。

tinh₅ [汉] 旌, 星, 晶

tinh anh *t* 精粹 *d* 精英, 精华

tinh bạch *t* 清白

tinh binh *d* 精兵: tinh binh giản chính 精兵简政

tinh bột *d* [化] 淀粉

tinh cầu *d* [天] 星球

tinh chất *d* 高纯度的物质: vàng tinh chất 纯金

tinh chế *đg* 精制, 精炼: thức ăn tinh chế 精制食品

tinh chỉnh *đg* ①校准: tinh chỉnh lại máy móc 重新校准机器②整顿: tinh chỉnh đội ngũ cán bộ 整顿干部队伍

tinh dầu *d* 挥发油, 香精

tinh dịch *d* 精液

tinh đời *t* 老练, 练达, 深通世故的: đôi mắt tinh đời 一双深通世故的眼睛

tinh giảm *đg* 精减: tinh giảm quân số 精减人员

tinh giản *đg* 精简: tinh giản cơ cấu 精简机构

tinh gọn *t* 精干: đội ngũ quản lí tinh gọn 精干的管理队伍

tinh hà *d* [天] 天河, 银河, 星河

tinh hoa *d* 精华

tinh hoàn *d* 睾丸

tinh khí *d* 精气

tinh khiết *t* 纯净: nước tinh khiết 纯净水

tinh khôi *t* 纯美: nét mặt tinh khôi của cô bé 小姑娘那纯美的脸

tinh khôn *t* 精灵, 机灵: cậu bé tinh khôn 机灵的小男孩

tinh kì *d* 彩旗

tinh lọc *đg* 过滤: tinh lọc không khí 过滤空气

tinh luyện *t*; *đg* 精练, 精炼: ngôn ngữ tinh luyện 精练的语言; tinh luyện nhôm 炼铝

tinh lực *d* 精力: Biết giữ gìn tinh lực mới thi được tốt. 会保持精力才考得好。

tinh ma *t* 鬼灵精怪: những suy nghĩ tinh ma 鬼灵精怪的想法

tinh mơ *t* 蒙蒙亮: sớm tinh mơ 天蒙蒙亮 *d* (天) 蒙蒙亮时: dậy từ tinh mơ (天) 蒙蒙亮时起床

tinh nghịch *t* 调皮: cậu bé tinh nghịch dễ thương 调皮可爱的小男孩

tinh nhanh *t* 精敏, 伶俐, 机敏: đứa bé rất tinh nhanh 精敏的孩子

tinh nhạy *t* 灵敏: cái máy dò mìn tinh nhạy 灵敏的地雷探测仪

tinh nhuệ *t* 精锐: bộ đội tinh nhuệ 精锐部队

tinh quái *t* 精怪, 鬼精灵: trò đùa tinh quái 古怪的玩笑

tinh quặng *d* 精矿

tinh ranh *t* 鬼精灵, 机灵: con người tinh ranh 机灵的人

tinh sương = tinh mơ

tinh tế *t* 精确细腻: lời nhận xét tinh tế 精确细腻的评语

tinh thần *d* 精神: đời sống tinh thần 精神生活; xây dựng văn minh vật chất và văn minh tinh thần 物质文明和精神文明建设

tinh thể *d* 晶体

tinh thể lỏng *d* 液晶: màn hình tinh thể lỏng 液晶显示器

tinh thông *đg* 精通, 通晓: tinh thông tiếng Việt 精通越语

tinh tinh *d* 猩猩

tinh trùng *d*[生] 精子

tinh tú *d* 星宿

tinh tuý *d*；*t* 精髓，精华，精粹：những tinh tuý của văn minh loài người 人类文明的精髓；chắt lọc cái tinh tuý nhất của cuộc sống 提炼生活中最精粹的部分

tinh tuyền *t* 纯色的：chuỗi ngọc trắng tinh tuyền 纯白色的串珠

tinh tươm *t* 整齐，周全，详尽：Đồ ăn thức uống đã chuẩn bị tinh tươm. 吃的喝的都准备周全了。

tinh tường *t* ①敏锐：đôi mắt tinh tường 敏锐的目光②详尽：lời giảng tinh tường 详尽的讲解

tinh tướng *t*；*đg* 自作聪明，自以为聪明：đừng có mà tinh tướng 不要自作聪明

tinh vân *d* 星云

tinh vệ *d*（神话）精卫

tinh vi₁ *t* ①精细：máy móc tinh vi 精细仪器②巧妙：thủ đoạn tinh vi 巧妙的手段

tinh vi₂ *đg* 自作聪明

tinh xác *t* 精确：Máy đo rất tinh xác. 机器测量很精确。

tinh xảo *t* 精巧：đồ thủ công mĩ nghệ tinh xảo 精巧的手工艺品

tinh ý *t* 灵敏，敏锐：tinh ý phát hiện kẻ buôn ma tuý 敏锐地发现了毒贩

tình［汉］情 *d* ①情感：tình thầy trò 师生情；tình đồng chí 同志情谊；tình máu mủ ruột thịt 骨肉之情②情爱：chuyện tình 爱情故事③情义：ăn ở có tình (为人) 有情有义④情况，状况：nội tình 内情 *t*[口] 多情，妩媚：Trông cô ta tình lắm. 她看起来很妩媚。

tình ái *d* 情爱；爱情

tình bạn *d* 友情，友爱

tình báo *đg* 干情报工作：hoạt động tình báo 进行情报活动 *d* 情报员：Ông ta là tình báo của địch. 他是敌人的情报员。

tình ca *d* 情歌

tình cảm *d* 情感，感情：giàu tình cảm 感情丰富

tình cảnh=hoàn cảnh

tình chung *d*[旧] 矢志不移的爱情，专一的爱情

tình cờ *t* 偶然，意外：cuộc gặp tình cờ 偶然的会面

tình dục *d* 性欲：tình dục học 性欲学

tình duyên *d* 姻缘，缘分：tình duyên trắc trở 姻缘曲折

tình đầu *d*[旧] 来龙去脉，经过

tình đầu ý hợp =tâm đầu ý hợp

tình địch *d* 情敌

tình điệu *d* 情调

tình hình *d* 情形，情况，形势，局势，状况：tình hình chiến tranh gay go 严峻的战争局势；tình hình chính trị 政治形势

tình huống *d* 情况，状况

tình khúc *d* 情歌

tình lang *d* 情郎

tình ngay lí gian 合情不合理

tình nghi *đg* 怀疑：bị tình nghi là kẻ trộm 被怀疑是小偷；đối tượng tình nghi 怀疑对象

tình nghĩa *d* 情义：tình nghĩa anh em 兄弟情义

tình nguyện *đg* 情愿，志愿：quân tình nguyện 志愿军；người tình nguyện 志愿者

tình nhân *d* 情人

tình phụ *đg*[旧] 薄情

tình sâu nghĩa nặng 情深义重；深情厚谊

tình si *d* 情痴

tình sử *d* 情史

tình tang *đg*[口] 谈情说爱：Chưa lớn đã học người tình tang. 没长大就学人家谈情说爱。

tình thâm *d*[旧] 深情：mẫu tử tình thâm 母

子深情

tình thật=tình thực

tình thế *d* 情势，局势，形势，处境 *t* 应对的：
giải pháp tình thế 应对的解决办法

tình thú *d* 情趣

tình thư *d* 情书

tình thực *t* 真实，实在：tình thực mà nói 说
实在的

tình thương *d* 关爱

tình tiết *d* 情节：Tình tiết câu chuyện rất hay.
故事情节很精彩。

tình trạng *d* 状态，状况

tình trường *d* 情场

tình tứ *t* 含情脉脉的，深情的：đôi mắt tình
tứ 含情脉脉的眼睛

tình tự *d*[旧] 情思 *đg* 谈情说爱：Đôi trai gái
ngồi bên nhau tình tự. 一对男女在谈情说
爱。

tình tựa keo sơn 如胶似漆

tình ý *d* 情意：Hai người có tình ý với nhau.
两人互生情意。

tỉnh₁ [汉] 省 *d* ①省：tỉnh Cần Thơ 芹苴省
②省会，省城：ra tỉnh 上省城

tỉnh₂ [汉] 醒 *đg* 醒，清醒：như tỉnh như say
半梦半醒；Tuy bị thương nặng nhưng người
vẫn tỉnh. 虽受了重伤，但人还清醒。

tỉnh bộ *d*[政] 省党部，省委会

tỉnh bơ *t* 漠然，漠视，无动于衷：Mặt tỉnh bơ
như không biết gì. 脸上一副漠然，像什么
都不知道一样。

tỉnh đoàn *d*[政] 省团委

tỉnh đòn *đg* 清醒，醒悟：Cờ bạc bị thua trắng
tay mà vẫn chưa tỉnh đòn. 赌输到精光还
没清醒。

tỉnh đội *d* 省军事指挥部

tỉnh giấc *đg* 睡醒：Anh ta mệt quá ngủ suốt
đến nay vẫn chưa tỉnh giấc. 他太累了，睡

到现在还没醒。

tỉnh hội *d*[政]（协会）省分会

tỉnh khô *t*[口] 漠然，无动于衷：nét mặt tỉnh
khô 脸上表情无动于衷

tỉnh lẻ *d* 边远小省份

tỉnh lị *d* 省会，省城，首府

tỉnh lộ *d* 省级公路

tỉnh ngộ *đg* 醒悟：nghe lời khuyên mà tỉnh
ngộ 听劝而醒悟

tỉnh ngủ *đg* ①清醒：rửa mặt cho tỉnh ngủ 洗
脸清醒清醒②容易醒：Người già thường
tỉnh ngủ. 老人一般都容易醒。

tỉnh như không [口] 毫无表情，坦然：nói
dối mà mặt vẫn tỉnh như không 撒了谎还
很坦然

tỉnh như sáo[口] 清醒得很：Nửa đêm rồi mà
bé vẫn tỉnh như sáo. 半夜了小孩还清醒得
很。

tỉnh queo[口]=tỉnh khô

tỉnh táo *đg* 清醒：người bệnh vẫn tỉnh táo 病
人还清醒；đầu óc tỉnh táo 头脑清醒

tỉnh thành *d* 省城

tỉnh trưởng *d* 省长

tỉnh uỷ *d* 省委：tỉnh uỷ viên 省委委员

tĩnh₁ *d* ①祭坛，神坛② [口] 大烟枪

tĩnh₂ [汉] 静 *t* ①安静的：nơi ở rất tĩnh 住处
很安静②静态的：vẽ tĩnh vật 画静物

tĩnh dưỡng *đg* 静养，休养：về quê tĩnh dưỡng
vài ngày 回乡下休养一段时间

tĩnh điện *d* 静电

tĩnh điện kế *d* 静电计

tĩnh học *d* 静力学

tĩnh lặng *t* 寂静：khu rừng tĩnh lặng 寂静的
树林

tĩnh mạch *d* 静脉

tĩnh mịch *t* 静穆，静谧：cánh rừng tĩnh mịch
静穆的森林

tĩnh tại *t* 静止，固定：nhà sư ngồi tĩnh tại 静
坐的僧人

tĩnh tâm *đg* 静心: tĩnh tâm dưỡng thần 静心养神

tĩnh thổ *d*[旧] 净土

tĩnh toạ *đg* 静坐: sư cụ tĩnh toạ 师父静坐

tĩnh trí *đg* 平静: bình tâm tĩnh trí 平心静气

tĩnh vật *d* 静物: tranh tĩnh vật 静物画

tính₁ [汉] 性 *d* ①性, 本性: tính thiện 性善 ②本质, 特性 ③性质: tính chua 酸性

tính₂ *đg* ① 算, 计算: làm tính 演算; thước tính 计算尺 ② 考虑, 打算: tính danh cầu lợi 计较名利 ③包括: không tính cái này 不包括这个

tính cách *d* 性格: tính cách mạnh mẽ 刚强的性格

tính chất *d* 性质, 特性: tính chất cơ học 机械性能; tính chất dân tộc 民族性; tính chất giai cấp 阶级性

tính chuyện *đg*[口] 考虑, 打算: tính chuyện lấy vợ 考虑娶老婆

tính danh *d*[旧] 姓名

tính dục *d* 性欲

tính đàn hồi *d*[理] 弹性

tính đảng *d* 党性

tính đố *d* 猜谜

tính đồng nhất *d* 同一性

tính giai cấp *d* 阶级性

tính giao *đg* 性交, 交配

tính hạnh *d*[旧] 性格, 性情

tính hướng *d* 趋向性

tính khí *d* 性情, 秉性: tính khí thất thường 性情多变

tính kĩ lo xa 深谋远虑

tính kim loại *d* 金属性

tính lặn *d* 潜伏性

tính liệu=lo liệu

tính mạng *d* 生命, 性命

tính mệnh=tính mạng

tính một đằng ra một nẻo 事与愿违

tính năng *d* 性能: phát huy hết tính năng của

máy 充分发挥机器性能

tính nết *d* 性情, 脾气

tính ngữ *d* 修饰语, 形容语: "Rất đẹp" "hay quá" là những tính ngữ. "很美" "很精彩" 是修饰语。

tính nhẩm *d* 口算, 心算

tính nhân dân *d* 人民性

tính nhân quả *d* 因果性

tính nhớt *d* 黏性, 胶黏性

tính phác *đg* 大体估计

tính phỏng *đg* 估算, 约计, 概算

tính sổ *đg* ①盘点: Cửa hàng tính sổ cuối năm. 商店年终盘点。②清算, 清除: Phải tính sổ tên ác ôn này. 要清除这名恶霸。

tính siêu việt *d* 超越性, 优越性

tính tẩu *d* 天琴

tính tiêu cực *d* 消极性

tính tình *d* 性情: Hai người tính tình hợp nhau. 两人性情相投。

tính toán *đg* ①计算, 核算: tính toán sổ sách 核算账目 ②打算, 考虑: tính toán toàn diện 全盘考虑 ③掂量, 计较: Không tính toán gì trong quan hệ bạn bè. 朋友相处不计较得失。

tính tẩu

tính trạng *d* 性状

tính trời *d* 天性, 禀性

tính trước nghĩ sau 思前想后

tính tư tưởng *d* 思想性

tính từ *d*[语] 形容词

tịnh₁ [汉] 净 *đg* 计算总净重: tịnh hàng vào kho 算入库货物总净重 *t* 净重: trọng lượng tịnh 净重量

tịnh₂ *p* 完全, 绝对, 竟然: tịnh không biết gì 竟然什么都不知道

tịnh₃ [汉] 并 *tr*[口] 并（强调否定）

tịnh đế *t* 并蒂的：sen tịnh đế 并蒂莲

tịnh độ *d* 极乐世界

tịnh giới *đg* 净戒：vào chùa tịnh giới 出家净戒

tịnh tiến *đg* ①平移：chuyển động tịnh tiến 平行移动②渐进：Giá cả ngày một tịnh tiến. 物价日益上涨。

tịnh vô *t*；*p* 完全没有，绝对没有：tịnh vô tin tức 杳无音信 *tr* 并无：tịnh vô bóng người 并无人影

tịnh xá *d* 净地

tít₁ *t* 遥远：xa tít 远到看不见 *p* 之极，之甚：quay tít 直打转；say tít 醉醺醺；mê tít 迷晕了

tít₂ *d* 标题，大标题：đọc lướt các tít trên tờ báo 随意浏览一下报纸的标题

tít mắt *t*[口] 眯眼的，合眼的：cười tít mắt 笑得眼睛眯成一条缝

tít mù [口]=tít₁

tít mù tắp[口]=tít tắp

tít tắp *t* 遥远：con đường dài tít tắp 路途遥遥

tít thò lò *p*[口]（旋转）快且不停地：quay tít thò lò 不停地快速旋转

tít ra *đg* 喷出，射出

tịt₁ *d* 疙瘩：muỗi đốt nổi tịt 被蚊子叮起包

tịt₂ *t* ①（表示一种彻底消极的行为）：mắt nhắm tịt 眼睛紧闭；ngồi tịt xuống đất 一屁股坐到地上；biết nhưng cứ lờ tịt đi 知道但就是不说②封闭的，紧闭的，严密：lấp tịt cửa hang 洞口封得很严密③低矮：nhà cửa thấp tịt 低矮的房子 ④深嵌的：Đóng tịt cái đinh vào tường. 把钉子深嵌入墙壁。*đg* 卡住：nói được hai câu thì tịt 才说两句就卡壳了

tịt mít *t*[口] ①（头脑）一片空白的：đầu óc tịt mít 脑子一片空白②一无所知的：Hỏi gì cũng tịt mít, không trả lời được. 问什么都不知道，无法回答。

tịt ngòi [口] 缄默，哑口无言：Đuối lí, hắn tịt ngòi luôn. 理亏，他哑口无言。

tiu₁ *d* 铙（古乐器）

tiu₂ *đg*[体] 抽球：tiu mấy quả rất hay 抽了几个好球

tiu hiu *t* 寂寞，孤零，冷清：sống tiu hiu trong ngõ vắng 在偏僻的巷子里孤寂地生活

tiu nghỉu *t* 灰溜溜，垂头丧气，大失所望：vẻ mặt tiu nghỉu 满脸失望的神情

tíu *t* 忙乱：bận tíu lên 忙得晕头转向

tíu tít [拟] 叽叽喳喳：Lũ trẻ cười nói tíu tít. 孩子们叽叽喳喳地说笑。*t* 忙乱，忙忙叨叨：tíu tít thu dọn đồ đạc 忙乱收拾东西

TL=thừa lệnh [缩] 受命

T/M=thay mặt [缩] 谨…代表

to *t* ①大，巨大，粗：cái bát to 大碗；bé xé ra to 小题大做；dây thừng to 粗绳子；vải to mặt 粗布；to da hay nẻ 皮肤粗，容易干裂；món tiền to 一笔巨款②惨重：thua to 惨败

to bụng *đg* 大肚子（指怀孕）：Chị ấy to bụng mấy tháng nay rồi. 她已经怀孕几个月了。

to chuyện *t*[口] 把事情闹大的，把事态扩大的：Việc này chỉ xử lí nội bộ, không làm to chuyện. 这事只在内部处理，防止事态扩大。

to con *t*[口]（身材）高大，大块头的：Cậu ấy trông to con ra phết. 他看起来身材很高大。

to đầu *t*[口] 大块头的，头面的：Nhiều vị to đầu cũng dính vào vụ án này. 许多头面人物也牵扯到这个案件里。

to đầu mà dại 人老犯傻，老糊涂：Ông ta to đầu mà dại. 他老糊涂了。

to đùng *t*[口] 超大的：nồi cơm to đùng 超大的饭锅

to gan *t* 胆大：chả ai to gan dám cãi lại xếp 没有人胆大到敢顶撞老板

to gan lớn mật[口] 胆大包天

to hó *t* 处于深处的：Con ếch ngồi to hó trong hang. 青蛙坐在深深的洞里。

to kếch *t* [口] 大而丑：cái túi to kếch 袋子又大又丑

to kềnh *t* [口] 庞大，硕大：Đôi chân to kềnh không tìm được đôi giầy nào vừa. 那双大脚找不到合适的鞋。

to lớn *t* 巨大，重大：ý nghĩa to lớn 意义重大

to-lu-en *d* [化] 甲苯

to lù lù *t* 庞大，硕大

to miệng lớn lời 粗声粗气；声色俱厉

to mồm *t* [口] 大嗓门的说话无顾忌的：Đã sai rồi mà còn to mồm cãi lại. 错了还这么大嗓门。

to nhỏ *đg* [口] 窃窃私语：Con gái to nhỏ với mẹ. 女儿和母亲在窃窃私语。

to sều *t* 粗拉

to sù sù 庞然大物

to sụ *t* [口] 又大又重：chiếc áo bông to sụ 又大又重的棉衣

to tát *t* [口] 重要，严重：Chẳng có chuyện gì to tát cả. 没什么严重的事。

to tiếng *đg* 粗声粗气，大声吵闹：Suýt nữa họ to tiếng với nhau. 他们差点吵起来了。

to tướng *t* [口] 庞大，粗实，巨大：Quả mít to tướng. 好大一个波罗蜜。

to vật *t* 硕大：con trâu to vật 一头硕大的牛

to xác *t* 大块头的，大个子的（讽刺语）：Nó ta to xác mà dại. 他光长个不长心眼儿。

to xù *t* [口] 粗大：bàn tay to xù 粗大的双手

tò he *d* 面人儿：Bọn trẻ xúm quanh gánh hàng bán tò he. 孩子们围着捏面人的摊子。

tò mò *t* 好奇：tính tò mò 生性好奇 *đg* 好打听，好管闲事：tò mò chuyện người khác 爱打听别人的事

tò te₁ *t* 愕然，呆愣：lính mới tò te 愣头新兵

tò te₂ *d* 号声：kèn thổi tò te 号声响起

tò tí [拟] 喁喁（私语）

tò tò *p* 寸步不离地

tò vò *d* ① [动] 土蜂，细腰蜂 ② 拱形：cửa tò vò 拱形门

tỏ *t* 明亮，明朗：đèn tỏ 灯光明亮；trăng tỏ 明月；Lớn tuổi mà mắt vẫn rất tỏ. 老了但眼睛还很好。*đg* ① 明白，明显，清晰，清楚：chứng tỏ 证明 ② 表示，表现：bày tỏ 表述

tỏ bày =bày tỏ

tỏ lòng *đg* 表示，表达心意：tỏ lòng cảm ơn 表示谢意

tỏ lời *đg* 表示：tỏ lời cám ơn chân thành 表示衷心的感谢

tỏ ra *đg* 显出，露出，表现出：Càng thi đấu, đội bạn càng tỏ ra có ưu thế vượt trội. 比赛越到最后，客队的优势体现得更明显。

tỏ rạng *t* 光耀的，耀眼的：ánh sáng tỏ rạng 耀眼的光亮

tỏ rõ *đg* 表明，申明：tỏ rõ thái độ của mình 表明态度

tỏ tình *đg* 表示爱意：làm thơ tỏ tình 作诗表达爱意

tỏ tường *đg* 清楚：đã tỏ tường mọi việc 已清楚所有的事情 *t* 详细：kể lại tỏ tường 详细讲述

tỏ vẻ *đg* 表现出：tỏ vẻ không hài lòng 表现出不满

tỏ ý *đg* 示意，表示：tỏ ý hài lòng 表示满意

tó *d* 拐杖：Chân bị thương phải chống tó. 脚受伤要拄拐杖。

tó ré *t* 骨瘦如柴的，瘦骨嶙峋的：Ốm lâu người gầy tó ré. 病久了人瘦得皮包骨。

toa₁ *d* 单，方：kê toa hàng 开货单；xin toa thuốc 索取药方

toa₂ *d* 进谷斗（扬谷风箱上的漏斗）

toa₃ *d* 车厢，车皮：chở ba toa thóc 运三车皮的谷子

toa ăn *d* 餐车

toa cần trục *d* 起重机车

toa chở nặng *d* 载重车

toa hạng nhất *d* 头等厢

toa hành lí *d* 行李车

toa khách *d* 客车厢

toa khách ghế cứng *d* 硬席客车

toa khách ghế mềm *d* 软席客车

toa khám cân *d* 检衡车, 称重车

toa không mui *d* 敞车

toa-lét (toilet) *d* 卫生间

toa nằm cứng *d* 硬卧车厢

toa nằm mềm *d* 软卧车厢

toa rập *đg* 串通, 勾结, 拉帮结伙: toa rập với bọn xấu 勾结坏人

toa thơ *d* 邮车

toa thuốc *d* [医] 药方

toa ướp lạnh *d* 冷藏车

toa xe *d* 车皮

toa xếp hàng lẻ *d* 零担车

toà₁ *d* 法院, 法庭: ra toà 出庭

toà₂ *d* 幢: một toà nhà 一幢大房子

toà₃ *t* 阔绰, 大方, 阔气: ăn mặc rất toà 打扮得很阔气

toà án *d* [法] 法院, 法庭

toà án binh *d* 军事法庭

toà án dân sự *d* 民事法庭

toà án đại hình *d* 重刑裁判所

toà án hình sự *d* 刑事法庭

toà án hỗn hợp *d* 综合法庭

toà án phúc thẩm *d* 复审法庭

toà án quân sự *d* 军事法庭

toà án quốc tế *d* 国际法庭

toà án sơ cấp *d* 初级法院

toà án sơ thẩm *d* 初审法庭

toà án thương mại *d* 商业法庭

toà án thượng thẩm *d* 高级法庭

toà án tiểu hình *d* 轻刑裁判所

toà án tối cao *d* 高等法庭

toà báo *d* 报馆, 报社

toà đại sứ =đại sứ quán

toà giám mục *d* [宗] 主教邸第

toà giảng *d* 讲经堂

toà giảng kinh *d* 讲经台

toà phá án *d* [旧] [政] 大理院

toà phán xét *d* 法院审判庭

toà sen *d* [宗] 莲座

toà soạn *d* 编辑部

toà thánh *d* [宗] 教廷, 圣廷: toà thánh La-mã 罗马教廷

toà thị chính *d* [政] 市政厅

toà thượng thẩm =toà án thượng thẩm

toà trừng trị *d* 轻罪裁判所

toả₁ *đg* ①扩散, 散播, 辐射: khói toả ngút trời 烟雾弥漫; mặt trời toả ánh sáng 太阳光芒四射②遮蔽: cây to toả bóng 大树遮阴③散开: Hàng hoá từ đây toả đi các nơi. 货物从这里运往各地。

toả₂ *đg* 挫折, 摧折: ý chí vẫn không toả 意志仍不受挫

toả₃ [汉] 锁

toả nhiệt *đg* 散热: sự toả nhiệt của cơ thể 身体散热功能

toá *đg* 散开: Bọn trẻ chạy toá ra các ngả. 孩子们朝不同方向跑去。

toạ [汉] 座

toạ đàm *đg* 座谈: Toạ đàm về công tác giáo dục thiếu niên nhi đồng. 座谈有关少年儿童的教育工作。

toạ đăng *d* 煤油灯

toạ độ *d* 坐标: xác định toạ độ 确定坐标

toạ độ Các-tê-diêu *d* 笛卡尔坐标

toạ độ cong *d* 曲线坐标

toạ độ đẳng cấp *d* 同质坐标

toạ độ địa lí *d* 地理坐标

toạ độ địa tâm *d* 地球中心坐标

toạ độ độc cực *d* 极坐标

toạ độ hoàng đạo *d* 黄道坐标

toạ độ lưỡng cực *d* 两极坐标

toạ độ nhật tâm *d* 太阳中心坐标

toạ độ song song *d* 平行坐标

toạ độ thẳng góc *d* 正交曲线坐标

toạ độ thiên hà *d* 天河坐标

toạ độ tiếp tuyến *d* 切线坐标

toạ độ tuyệt đối *d* 绝对坐标

toạ độ xích đạo *d* 赤道坐标

toạ độ xiên góc *d* 斜角坐标

toạ lạc *đg* 坐落: Ngôi nhà toạ lạc ngay trung tâm thành phố. 房子位于市中心。

toạ thiền *đg* 坐禅: nhà sư toạ thiền 和尚坐禅

toác *đg* ①张开,张大,敞开,开裂: cười toác miệng ra 开口大笑; mở toác cửa ra 敞开大门②撕破,撕裂: xé toác tờ báo 把报纸撕破③[转] 直截了当,公开: nói toác ra 公开说出来

toác hoác *t* 洞开的: cửa mở toác hoác 房门洞开

toạc *đg* 破裂成条状: Gai cào toạc da. 荆棘划破皮。

toài *đg* ①匍匐而行,蛇行,爬行: Tập quân sự phải học lăn lê bò toài. 军训要学翻、滚、伏、爬。②鱼跃,跳跃: Cầu thủ toài người cứu bóng. 球员跃起救球。

toái [汉] 碎 *t* 碎,零碎: tế toái 细碎; toái ngọc 碎玉

toại [汉] 遂 *đg* 遂: công thành danh toại 功成名就

toại lòng *đg* 遂心, 如心所欲: có đi có lại mới toại lòng nhau 有来有往方遂心

toại nguyện *đg* 遂愿, 如愿, 得偿所愿: toại nguyện về cuộc sống hiện tại 对现在的生活很满足

toan₁ *đg* 计划,打算,图谋,意欲: Anh toan làm thế nào đây? 你打算怎么办呢?

toan₂ [汉] 酸 *d* 酸性: chất toan 酸性物质

toan₃ *d* 画布

toan định =dự định

toan mưu =mưu toan

toan tính *đg* 打算,盘算,考虑: toan tính chuyện làm ăn 盘算着做生意 *d* 计划: trong đầu đầy toan tính 满脑子的计划

toàn [汉] 全 *t* 完全,完整,完善: chết chẳng toàn thây 死无全尸 *d* 全,全部: toàn thế giới 全世界 *p* 全都,皆是: Trên phố toàn người là người. 街上到处都是人。

toàn bích *t* 完满,完美: bài thơ toàn bích 一首完美的诗

toàn bộ *d* 全部,全盘,全局,整套: tập trung toàn bộ nhân lực 集中全部人力

toàn cảnh *d* 全景: quay toàn cảnh khu di tích 拍摄遗址全景

toàn cầu *d* 全球,全世界: chiến lược toàn cầu 全球战略

toàn cầu hoá *đg* 使…全球化: toàn cầu hoá giáo dục 使教育全球化

toàn cục *d* 全局: phải có cách nhìn toàn cục 要有全局看法

toàn diện *t* 全面: giúp đỡ toàn diện 全面的帮助

toàn lực *d* 全力: dốc toàn lực vào công việc 倾尽全力工作

toàn mĩ *t* 完美,十全十美: Không có việc gì là toàn mĩ cả. 没有什么事情是十全十美的。

toàn năng *t* 全能: pháo thủ toàn năng 全能炮手

toàn phần *t* 百分之百的,全部的: nhật thực toàn phần 日全食

toàn quốc *d* 全国: toàn quốc kháng chiến 全国抗战

toàn quyền *d* 全权: đại sứ đặc mệnh toàn quyền 特命全权大使

toàn tâm toàn ý 全心全意

toàn tập *d* 全集: Lê Nin toàn tập 列宁全集

toàn thắng *đg* 全胜,大捷: chiến dịch Điện Biên toàn thắng 奠边战役大捷

toàn thân *d* 全身,周身: toàn thân đau nhừ 全身酸痛

toàn thể *d* ①全体: hội nghị toàn thể 全会②

全面,总体: nhìn trên toàn thể mà nói 总的来说

oàn thiện toàn mĩ 十全十美

oàn văn *d* 全文: đọc toàn văn báo cáo chính trị 宣读政治报告全文

oàn vẹn *t* 完整: toàn vẹn lãnh thổ 领土完整

oán₁ *d* 批,群,班,伙,帮,支: toán quân chia hai ngả 兵分两路; một toán thanh niên 一批青年

toán₂[汉] 算 *d* ①计算,算数: toán học 算术 ②数学: làm bài toán 做数学题

toán đố *d*[数] 算术题: giải bài toán đố 解算术题

toán học *d*[数] 数学,算术

toán kinh tế *d* 经济数学

toán loạn=tán loạn

toán thức *d*[数] 算式

toán trưởng *d* 组长

toán tử *d* ①算式符号②对应式

toang *t* [口] ①敞开: cánh cửa mở toang 门户大开②粉碎: cái kính rơi vỡ toang 镜子摔得粉碎

toang hoác *t*[口] 张大,敞开: Giầy bục toang hoác ra. 鞋子咧开了大大的口子。

toang hoang *t*[口] ① (门户) 洞开: Cửa mở toang hoang như thế này ai vào ai ra cũng không biết được. 大门这样洞开着,谁进谁出都不知道。②破败,破落 (同 tan hoang)

toang toác [拟] 噼啪: Gỗ nứt toang toác. 木头开裂噼噼啪啪响。 *t*[口] 大声嚷嚷: Người lắm điều lúc nào cũng toang toác. 多嘴的人随时都在嚷嚷。

toang toang *t*[口] 嘈杂,大声喧哗: nói toang toang trước đám đông 在众人面前大声说话

toáng *t* 大声的: hét toáng lên 大声喊叫; Chưa chi đã làm toáng cả lên. 还没怎么着呢就大声嚷嚷。

toát₁ *đg* ①冒出,涌出,沁出: toát mồ hôi 出

汗②透出,反映出,放射出: Đôi mắt toát lên vẻ thông minh. 眼睛透着聪明。

toát₂ *đg* 臭骂: bị toát cho một trận 被臭骂一顿

toát₃ *t* 纯粹: trắng toát 纯白

toát mồ hôi *đg* 冒汗,冒冷汗: sợ toát mồ hôi 吓得直冒冷汗

toát xì cấu [口] 汗流浃背,汗如雨下: mệt toát xì cấu 累得汗流浃背

toát yếu *đg* 概况,摘要,概括: toát yếu bản thuyết trình 简要地说明一下 *d* 摘要: Chỉ in toát yếu, không in toàn văn. 只印摘要部分,不印全文。

toáy *t* [口] 慌忙: giục toáy lên 催得慌

tóc *d* ①头发,发,青丝: uốn tóc 烫发② [口] 丝: tóc đèn 灯丝

tóc bạc *d* 白发

tóc bạc da mồi 白发玳肤

tóc chấm ngang vai *d* 齐肩黑发

tóc độn *d* 假发,发套

tóc đuôi gà *d* 鸡尾式发髻

tóc giả=tóc độn

tóc hạc *d* 鹤发

tóc hoa râm *t* 头发花白的

tóc mai *d* 鬓,鬓发

tóc máu *d* 胎发: cắt tóc máu cho cháu bé 给婴儿剃胎发

tóc mây *d* 云鬓

tóc mượt *d* 柔滑的头发

tóc ngứa=tóc sâu

tóc quăn *d* 卷发

tóc rễ tre *d* 又粗又硬的头发

tóc sâu *d* 致痒白发

tóc seo gà=tóc đuôi gà

tóc sương *t* 白发苍苍

tóc tai *d* 头发 (含贬义): tóc tai bù xù 头发乱蓬蓬的

tóc tang=tang tóc

tóc thề *d* 少女披肩发

tóc tiên *d* [植] 发菜

tóc tơ₁ *d* ①青丝, 丝发 ② [转] 丝毫 (形容纤细) ③结发

tóc tơ₂ *d* 幼儿的头发

tóc xanh *d* 黑发, 青丝

tọc mạch =thóc mách

toe₁ *đg* 咧: toe miệng cười 咧嘴笑

toe₂ *t* 破破烂烂: Sao anh ăn bận như tàu chuối toe? 你怎么穿得破破烂烂的?

toe₃ [拟] 嘟嘟 (汽车喇叭声): Tiếng kèn rúc toe lên. 喇叭嘟嘟响了起来。

toe toe [拟] 嘟嘟, 呜呜: Xe lửa hét còi toe toe. 火车呜呜呜笛。

toe toét₁ *đg* 咧着嘴: cười toe toét 咧嘴大笑

toe toét₂ *t* 沾满污物的: Mặt mũi toe toét bùn đất. 脸上沾满泥水。

toè *t* (尖头) 叉开; 散开: Ngòi bút bị toè. 笔头又开了。

toẻ =toè

toẽ *đg* 四散: Bọn trẻ toẽ ra tứ phía. 孩子们向四处跑开。

toé *đg* 喷, 泼, 溅: Nước toé ra. 水溅出来。

toé khói *p* [口] 极, 甚: bị đuổi chạy toé khói 被追得没命地跑

toé loe *đg* [口] 溅满, 撒满地: Thóc đổ toé loe khắp nơi. 谷子撒得满地都是。

toé phờ *t* [口] 累瘫, 累趴下: Cuốc bộ toé phờ mà chưa đến nơi. 走路累得够呛还没到目的地。

toen hoẻn *t* 狭小, 小小的: mảnh đất toen hoẻn 小小的一块地

toèn toẹt [拟] 啪啪: nhổ nước bọt toèn toẹt 啪啪地吐口水

toét₁ *đg* 自然地张开: cười toét 咧嘴笑

toét₂ *t* 稀烂: Quả chuối bị giẫm nát toét. 香蕉被踩得稀烂。

toét₃ *t* (眼睛) 红肿: Khói hun toét cả mắt. 烟熏红了眼睛。

toét nhèm *t* [口] (眼睛) 红肿潮湿: Mắt toét nhèm trông thật khó coi. 眼睛又红又肿很难看。

toẹt₁ [拟] 噗 (吐口水声, 泼水声): Hắt toẹt cốc nước xuống đất. 噗的一声把杯里的水泼到地上。

toẹt₂ *p* [口] 毫不犹豫, 敞开说: nói toẹt ra trước đám đông 在众人面前说开了

toi *đg* ① (家畜、家禽) 发瘟病: toi gà 鸡瘟 ② [口] 白费, 枉费, 徒劳: tiền toi 白花钱; công toi 白费劲儿 ③ [口] 死: toi đời 完蛋了

toi cơm *đg* 白费粮食, 吃了也白吃: nuôi nó chỉ toi cơm 养他白费粮食

toi dịch *d* (牲 畜) 瘟疫: phòng toi dịch cho gà vịt 做好鸡鸭瘟疫的防治工作

toi mạng *đg* 白白丧命, 白白送死: Đừng có dính dáng vào việc ấy mà toi mạng. 不要沾上那件事而白白送死。

tòi *đg* ①伸出来, 冒出来, 钻出来: Cây đã tòi nõn. 树枝露出嫩叶。②露出: Hỏi găng mãi nó mới tòi ra một vài chi tiết nhỏ. 质问他半天才露出些许小细节。

tỏi *d* 蒜: củ tỏi 蒜头

tỏi gà *d* 鸡腿: Nó cầm tỏi gà nhai ngấu nghiến. 他拿着鸡腿猛啃。

tỏi rừng *d* 百合

tỏi tây *d* 洋蒜

toilet(toa-lét) *d* 卫生间, 洗手间

tom [拟] 咚 (手鼓声)

tom góp *đg* 凑集: tom góp được một số tiền 凑了一些钱

tòm [拟] 咕咚, 扑通: Ngã đánh tòm xuống ao. 咕咚一声掉进水塘里。

tòm tem *đg* [口] 调情

tòm tõm [拟] 咕咚咕咚: Ếch nhảy tòm tõm xuống ao. 青蛙咕咚咕咚地跳进水塘里。

tõm [拟] 咕咚: Hòn đá rơi xuống ao đánh tõm một cái. 小石子咕咚一声掉进水塘里。

tóm *đg* ①抓: tóm lấy kẻ cắp 抓住小偷 ②收

lủng, quy nạp, tổng quát, khái quát: nói tóm lại khái quát địa nói

tóm cổ *đg* 抓获,抓住: tóm cổ tên trộm 抓住小偷

tóm lại=nói tóm lại

tóm lược *đg* 概括: tóm lược đại í bài văn 概括文章大意 *t* 扼要: bản tin tóm lược 简讯

tóm tắt *t* ; *đg* 概括: nói tóm tắt 概括地说; tóm tắt nội dung 概括内容

tóm tém *đg* 微微呡嘴, 微微抿嘴: Bà lão cười tóm tém. 老太太抿嘴笑。

ton hót *đg* 诌谀, 拍马屁, 巴结, 讨好, 吹捧: tính hay ton hót 爱拍马屁

ton tả *t* 急匆匆: ton tả về nhà 急匆匆地跑回家

ton ton *t* 小步快跑: ton ton chạy về trước báo tin 快步跑回去报信

tòn ten *t* 悬摆的, 悬吊的, 荡来荡去的: Khẩu súng tòn ten trên vai. 肩上的枪不停地摇来晃去。

tòn teng=tòn ten

tong *đg*[口] 全部消失: Tong mấy triệu đồng. 几百万盾全跑光了。

tong tả *t* 急匆匆: tong tả đi ra phố 急匆匆上街

tong teo *t*[口] 消瘦, 瘦弱: ốm tong teo 病恹恹

tong tong [拟] 滴答, 淙淙: Nước chảy tong tong từ nóc nhà xuống chậu. 水滴滴答答地从屋顶流到盆子里。

tong tổng [拟] 潺潺, 滴答: Nhà dột, nước mưa nhỏ tong tổng xuống đất. 屋漏, 雨水滴滴答答掉地上。

tòng[汉] 从 *đg*[方] 从: phục tòng 服从

tòng chinh *đg*[旧] 从征, 从军: lên đường tòng chinh 出征

tòng ngũ *đg*[旧] 入伍

tòng phạm *d* 从犯: Nó chỉ là tòng phạm mà thôi. 他只是从犯而已。

tòng phu *đg*[旧] 从夫: xuất giá tòng phu 出嫁从夫

tòng quân *đg* 从军: nhập ngũ tòng quân 从军入伍

tòng teng=tòn ten

tòng tọc *t*[口] (机器、车辆) 破烂不堪: chiếc xe tòng tọc 破车

tỏng *đg* [口] 清楚, 明了, 识破, 看穿: biết tỏng cái mẹo ông ta 早就看穿他的计谋

tỏng tòng tong [口] 一清二楚, 详解: Tôi đã biết tỏng tòng tong cái chuyện ấy rồi. 那件事我早就一清二楚了。

tọng *đg*[口] 塞满, 装填, 填满, 装满: tọng thuốc súng 填满火药; tọng đầy họng 塞满嘴

toòng teng *t* 摇晃的, 悬吊的, 荡来荡去的: Túi khoác toòng teng trên vai. 肩上的挎包荡来荡去。 *d* 耳坠: toòng teng bạc 银耳坠

top *d* 最前列

top ten *d* 前十名

tóp₁ *d* 伙, 帮, 群: tóp phu kéo nhau đi làm 一帮民夫一起开工

tóp₂ *t* 干瘪, 僵巴: Quả táo để lâu khô tóp lại. 枣子放久都瘪了。 *đg* 扎, 捏: tóp ống quần 扎裤腿

tóp khô *t* 干瘪, 干枯

tóp mỡ *d* 猪油渣: ăn mấy miếng tóp mỡ 吃几口猪油渣

tóp rọp *t* 干瘦, 瘦削, 消瘦: người gầy tóp rọp 人干瘦干瘦的

tóp ta tóp tép [拟] 吧唧吧唧: Bà cụ tóp ta tóp tép nhai trầu. 老太婆吧唧吧唧地嚼槟榔。

tóp tép[拟] 吧唧 (咀嚼声): miệng nhai kẹo tóp tép 嘴里吧唧吧唧地嚼糖

tóp tòm tọp *t*[口] 干瘦干瘦的: con bò đói ăn gầy tóp tòm tọp 饥饿的黄牛干瘦干瘦的

tóp tọp *t* 干瘦: chân tay tóp tọp 手脚干瘦

tọp *t* 消瘦: Sau trận ốm người cứ tọp đi. 大病过后人瘦成皮包骨了。

topo học(tô-pô học) *d* [数] 拓扑学

tót *đg* 吱溜一下子: nhảy tót lên giường 吱溜一下子跳上床

tót đời *t* 出众, 绝世: tài sắc tót đời 绝世才色

tót toét=toe toét

tót vời *t* [旧] 绝佳, 绝顶: tài ba tót vời 绝佳才能

tọt *đg* 快速隐身: Con chuột tọt nhanh vào hang. 老鼠一下子就钻进洞里。*p* 迅速地, 快捷地: sợ quá chạy tọt vào nhà 被吓得一溜烟跑回家

totem(tô-tem) *d* 图腾

totem giáo *d* 图腾教

tour *d* [口] 趟, 线路: làm một tour du lịch 进行一趟旅游

tô₁ *d* 海碗: Anh ấy đói quá ăn liền hai tô phở 他饿得一口气吃了两大碗粉。

tô₂ [汉] 租 *d* 租税: địa tô 地租

tô₃ *đg* 涂描: tô màu 上色

tô bốc *đg* 过誉

tô cao thuế nặng 苛捐杂税

tô điểm *đg* 化装, 打扮, 装饰, 粉饰, 装扮, 装点: Hoa đào, hoa mai tô điểm mùa xuân đất nước. 桃花、梅花装点着祖国的春天。

tô đọng *d* [经] 定租, 死租

tô giới *d* 租界: tô giới Anh ở Thượng Hải 英国在上海的租界

tô hô *t* [口] 赤裸, 赤条条: Thằng bé cởi truồng tô hô. 小孩子脱得光溜溜的。

tô hồng *đg* 美化, 粉饰: tô hồng cuộc sống 美化生活

tô lục chuốt hồng 涂脂抹粉

tô mộc *d* 苏木

tô nhân công *d* 劳役地租

tô-nô *d* 木酒桶

tô son điểm phấn 涂脂抹粉, 粉饰

tô son trát phấn=tô son điểm phấn

tô son vẽ phấn 涂脂抹粉; 粉饰

tô-tem(totem) 图腾

tô vẽ *đg* 粉饰, 装饰, 装扮: Dù tô vẽ đi nữa, người ta vẫn nhận ra thực chất của nó. 不管怎么粉饰, 别人还是能认出其内在本质。

tổ *t* [口] 笨拙: thằng bé tổ 笨小孩

tổ tổ [拟] 哗哗: Nước chảy tổ tổ. 水哗哗地流。

tổ₁ *d* 窝, 巢穴: tổ chim 鸟窝; làm tổ 筑巢

tổ₂ [汉] 组 *d* 小组

tổ₃ [汉] 祖

tổ₄ *p* [口] 更加, 更: Chiều con lắm càng tổ hư hỏng. 孩子溺爱多了只会变坏。

tổ ấm *d* 家庭, 乐园, 安乐窝: xây dựng tổ ấm của mình 建设自己的家庭

tổ bố *t* 超大, 特大: bao gạo to tổ bố 超大的一袋米

tổ cha₁ *d* [方] 小祖宗: Tổ cha mày, không biết ai là người nhà nữa hay sao? 小祖宗, 谁是家里人都不认识了?

tổ cha₂ *t* [方] 超大, 特大

tổ chảng [方]=tổ bố

tổ chấy *d* [口] 根底, 老底子

tổ chức *đg* 组织, 举行, 召开: tổ chức cuộc họp 举行会议 *d* 组织, 机构: tổ chức Đảng 党组织; tổ chức y tế thế giới 世界卫生组织

tổ dân phố *d* 居民小组 (城市街区以下的居民组织)

tổ đỉa *d* 汗疱疮

tổ đổi công *d* 互助组

tổ hợp *đg* 组合, 联合 *d* ①联营小组②组合: tổ hợp âm thanh 音响组合③电话听筒

tổ hợp sản xuất *d* 生产组合

tổ khúc *d* [乐] 组曲

tổ nghiệp *d* 祖业, 家产: giữ gìn tổ nghiệp 保住祖业

tổ ong *d* 蜂箱，蜂房，蜂巢：than tổ ong 蜂窝煤

tổ quốc *d* 祖国：yêu tổ quốc 爱祖国

tổ sâu *d* ①虫茧②螺旋状：hình tổ sâu 螺旋状

tổ sư *d* 祖师 (爷)：tổ sư Đạo 道教祖师爷

tổ tiên *d* 祖先：thờ cúng tổ tiên 供奉祖先

tổ tôm *d* 越南的一种纸牌，牌名有"万""素""文"等

tổ tôm

tổ tông *d* 祖宗：làm rạng rỡ tổ tông 光宗耀祖

tổ trưởng *d* 组长：bầu cử tổ trưởng tổ học tập 选举学习小组组长

tổ viên *d* 组员

tố₁ *d* 风暴：giông tố 暴风雨

tố₂ [汉] 诉 *đg* 控诉：tố hành vi tàn bạo của bọn cướp 控诉掠夺者的残暴行为

tố₃ [汉] 素

tố cáo *đg* 控诉，控告，告发：tố cáo vụ tham ô 告发贪污行为

tố chất *d* 素质：một vận động viên có tố chất thể lực và tinh thần 一名体力和精神素质俱佳的运动员

tố giác *đg* 检举，告发；揭露：thư tố giác 检举信

tố hộ *đg* (孔雀) 鸣叫：Con công tố hộ trên rừng. 孔雀在森林里鸣叫。

tố khổ *đg* 诉苦，控诉：tố khổ bọn địa chủ cường hào 控诉地主恶霸

tố nga *d* 素娥 (即嫦娥)

tố nữ *d* 素女 (美女)：tranh tố nữ 素女图

tố tụng *đg* [法] 诉讼：luật tố tụng dân sự 民事诉讼法

tộ *d* [方] 大口的钵：tộ đá 石钵

tốc₁ *đg* 翻起，掀起，扬起：Gió thổi tốc mái nhà. 风把屋顶掀翻了。

tốc₂ [汉] 速 *đg* [口] 疾走：chạy tốc về nhà 速跑回家

tốc chiến tốc quyết 速战速决

tốc độ *d* 速度，速率：tốc độ phát triển mạnh mẽ của nền kinh tế 经济强劲的发展速度

tốc hành *t* 速行的，快：tàu tốc hành 快车

tốc hoạ *đg* 速写

tốc kí *đg* 速记：người tốc kí 速记员

tốc lực *d* 速率，速度：chạy xả hết tốc lực 以最高速度前进

tộc [汉] 族 *d* 族：dân tộc 民族

tộc người *d* 族人

tộc phả *d* 族谱

tộc trưởng *d* 族长

T

tôi₁ *đ* 我：Tôi không biết. 我不知道。

tôi₂ *d* [旧] 仆役，勤务

tôi₃ *đg* ① (石灰) 沸化：tôi vôi 沸化石灰②淬火：tôi thép 钢淬火

tôi con *d* [旧] 臣子，奴仆：phận tôi con 奴仆的身份

tôi đòi *d* [旧] 仆役，奴仆，奴婢

tôi luyện *đg* 淬炼，锤炼：Cần được tôi luyện nhiều hơn trong cuộc sống. 在生活中，还要经受更多的锤炼。

tôi ngươi *d* [旧] 仆役，奴仆

tôi nịnh *d* 佞臣：Thời xưa tôi nịnh biết bao. 古时佞臣众多。

tôi rèn = tôi luyện

tôi tối *t* 有点黑的，擦黑的：Trời mới tôi tối mà mọi người đã về hết. 天刚黑人们就都回去了。

tôi tớ *d* [旧] 奴仆

tồi₁ *t* ①卑劣，拙劣，不良，恶劣：cử chỉ tồi 作风恶劣；Thằng cha kia tồi lắm! 那个人很

卑劣的！②不好，差劲儿：trình độ quá tồi 水平太差

tồi₂ [汉] 摧

tồi tàn *t* 残破，残缺，破破烂烂：chiếc xe đạp tồi tàn 残破的自行车

tồi tệ *t* 恶劣，很差：phong tục tồi tệ 颓风败俗；sức khoẻ tồi tệ lắm 身体很差

tối₁ *d* 夜晚：buổi tối 晚上；sớm tối 朝夕 *t* ① 黑暗，昏黑：buồng tối 暗房 ② [转] 暗色：Anh ta thích mặc màu tối. 他喜欢深色的衣服。③ 暧昧，晦涩，费解：Câu thơ hơi tối nghĩa. 诗句有点暧昧。④ 愚昧，呆笨：tối trí nên chậm hiểu 脑子笨所以理解慢

tối₂ [汉] 最 *p* 最，很：một việc tối quan trọng 一件最重要的事情

tối cao *t* 最高：mục đích tối cao 最高目标

tối dạ *t* [口] 愚笨：Cháu nó không đến nỗi tối dạ. 孩子他不至于那么笨。

tối đa *t* 最多，最大限度：tốc độ tối đa 最高速度

tối đất *t* [口] (黎明前) 黑漆漆：Bộ đội lên đường lúc còn tối đất. 部队黑漆漆的就出发了。

tối đen *t* 昏黑：Trời tối đen, nhìn chẳng thấy gì. 天色昏黑，什么都看不见。

tối giản *t* 最简 (分数)：phân số tối giản 最简分数

tối hậu *d* 最后，最终：quyết định tối hậu 最终的决定

tối hậu thư *d* [政] 最后通牒

tối hù *t* [口] 黑乎乎：Trời tối hù không thấy đường. 天黑乎乎的看不到路。

tối huệ quốc *d* 最惠国

tối khẩn *t* 火急，紧急：điện tối khẩn 加急电报

tối kị *t* 切忌的，最忌讳的：việc tối kị 最忌讳的事情

tối lửa tắt đèn 困难时刻：Anh em luôn bên nhau lúc tối lửa tắt đèn. 困难时刻兄弟在一起。

tối mày tối mặt [口] ① 灰头土脸：Anh bận tối mày tối mặt chăm lo vườn tược. 大哥整天灰头土脸地忙地里的事。② 昏天黑地：Tổ ong vỡ ra, cả bầy ong xông tới cắn cho anh ấy tối mày tối mặt. 蜂巢破了，一窝蜂冲出来把他蜇得昏天黑地的。

tối mắt *t* [口] 眼花的，昏眩的；昏聩，糊涂：thấy của là tối mắt lại 利令智昏

tối mắt tối mũi = tối mắt

tối mật *t* 绝密：nhiệm vụ tối mật 绝密任务

tối mịt *t* 漆黑：trời tối mịt 天漆黑

tối mò *t* [口] 黑沉沉，黑洞洞：trời tối mò 天黑沉沉的

tối mù *t* [口] 黑乎乎：trời tối mù 天黑乎乎的

tối mù tối mịt [口] 黑咕隆咚

tối ngày *d* 终日，夜以继日，白天黑夜：tối ngày đi chơi 整天只知道玩

tối nghĩa *t* 费解，晦涩：câu văn tối nghĩa 文章晦涩

tối nhọ mặt người 入夜，傍晚，傍黑

tối như bưng ① 黑漆漆，伸手不见五指：Đêm tối như bưng, chẳng biết mình đi đến đâu. 伸手不见五指，都不知道自己走到什么地方了。② (头脑) 空白：Tôi đã soạn nhiều bài vở về việc đó, nhưng đầu óc vẫn tối như bưng. 我准备了许多有关那方面的资料，但脑子里仍一片空白。

tối như mực 墨黑，漆黑：trời tối như mực 天漆黑

tối om *t* [口] 漆黑：nhà tối om 屋里漆黑

tối sầm *t* ① 变黑的：Trời bỗng tối sầm. 天空一下子黑了下来。② 不高兴的：Bỗng dưng mặt mũi tối sầm. 突然间脸黑了下来。

tối tăm *t* ① 昏暗，黯淡：Nhà cửa tối tăm, ẩm thấp. 房屋昏暗、潮湿。② 暗无天日的：sống cuộc sống tối tăm 过着暗无天日的生活 ③ 愚钝，晦涩：Đầu óc tối tăm chả nghĩ ra cách gì. 脑子愚钝想不出法子来。

tối tăm mặt mày[口]=tối tăm mặt mũi

tối tăm mặt mũi[口] 昏天黑地

tối tân *t* 最新的, 最新式的, 现代化的: vũ khí tối tân 最新式武器

tối thiểu *t* 最少的, 起码的, 最低限度的: lương tối thiểu 最低工资

tối thượng *t* 最高的

tối trời *t* 天色漆黑的, 暗无星光的

tối um *t*[口] 黑漆漆

tối ư *p* 很, 非常, 极其: Chuyện này tối ư quan trọng. 这事特别重要。

tối ưu *t* 最好的, 最优的: biện pháp tối ưu 最好的办法

tội₁[汉] 罪 *d* 罪, 罪过, 罪孽: tội ăn cắp 盗窃罪; tội bất hiếu 不孝之过

tội₂ *d* 苦难: tội đời 生活的苦难

tội ác *d* 罪恶, 罪过: tội ác tầy trời 滔天罪行

tội danh *d* 罪名: Cần phải đưa vào bộ luật hình sự một số tội danh mới. 应在刑事法里加入一些新的罪名。

tội đồ *d* 徒刑, 有罪之徒, 戴罪之身

tội gà vạ vịt 无妄之罪

tội gì *p*[口] 何苦, 何必, 犯不着: Tội gì phải làm như vậy? 何必这样做呢?

tội gì mà[口]=tội gì

tội lỗi *d* 罪过, 过失: ăn năn về tội lỗi của mình 对自身的过错感到自责

tội nghiệp *d*[宗] 罪孽 *t* 可怜: Đứa bé trông tội nghiệp quá. 这孩子看起来太可怜了。

tội nhân *d* 罪犯, 罪人

tội nợ *d*[口] 累赘: Thật là tội nợ, cái máy mới mà cứ hỏng lên hỏng xuống như thế này mãi. 新机器怎么老是坏, 真是累赘。

tội phạm *d* 罪犯: tội phạm chiến tranh 战犯

tội tình₁ *d* 罪情, 罪过: Nó chẳng có tội tình gì. 他没有任何罪过。

tội tình₂ *p* 何必, 何苦

tội trạng *d* 罪状

tội vạ *d* 罪罚: Cứ làm đi, tội vạ gì tôi chịu. 尽管做吧, 有什么后果我来扛。

tôm₁ *d*[动] 虾: tôm tông 虾松; mắm tôm 虾酱

tôm₂ *d* 果粒: tôm bưởi 柚子果粒

tôm₃ *đg* 抓, 逮: tôm cả nút 一网打尽

tôm bạc *d* 银虾

tôm bể *d* 海虾

tôm càng *d* 鳌虾

tôm càng xanh *d* 绿鳌虾

tôm he *d* 明虾

tôm hùm *d* 龙虾

tôm rảo *d* 基围虾

tôm rồng=tôm hùm

tôm tép *d* ①小鱼小虾: Cá mú tôm tép đều rẻ. 小鱼小虾都便宜。②喽啰, 小人物: phận tôm tép 小人物身份

tôn₁[汉] 孙 *d* ①孙: đích tôn 嫡孙②宗族: đồng tôn 同宗

tôn₂ *d* 镀锌铁皮: mái lợp tôn 铁皮房顶

tôn₃[汉] 尊 *đg* ①尊拜, 尊崇, 推崇: tôn làm thầy 尊拜为师②尊重, 敬重: tôn những người già cả 尊重老年人

tôn₄ *đg* ①衬托: Hình thức làm tôn thêm nội dung. 形式为内容加分。②加高: tôn cao con đê 加高堤坝

tôn chỉ *d* 宗旨, 目的: tôn chỉ của một tờ báo 报纸的宗旨

tôn giáo *d* 宗教: Ở nước ta có các tôn giáo khác nhau. 我国有多个不同的宗教。

tôn kính *đg* 尊敬: được mọi người tôn kính 受人尊敬

tôn miếu *d* 宗庙

tôn nghiêm *t* 尊严, 庄严: thờ kính tôn nghiêm 庄严供奉

tôn nữ *d* 皇戚女, 帝女

tôn sùng *đg* 尊崇, 崇拜, 推崇, 尊敬: tôn sùng cá nhân 个人崇拜

tôn sư trọng đạo 尊师重道

tôn tạo *đg* 修建, 修缮: tôn tạo các di tích văn

hoá 修缮文化遗址

tôn thất *d* 宗室

tôn thờ *đg* 崇拜: tôn thờ thần tượng của mình 崇拜自己的偶像

tôn ti *d* 尊卑, 上下, 封建礼教: xoá bỏ mọi tôn ti đẳng cấp trong xã hội phong kiến 清除封建社会遗留下来的尊卑等级

tôn trọng *đg* 尊重, 敬重, 遵守: tôn trọng lẫn nhau 互相尊重; tôn trọng hiệp định 遵守协定

tôn vinh *đg* 造就, 成就, 包装: tôn vinh vẻ vang dân tộc 成就民族辉煌; tôn vinh ngôi sao điện ảnh 包装电影明星

tôn xưng *đg* 尊称: tôn xưng là anh cả 尊称为大哥

tồn [汉] 存 *đg* 存, 保存: hàng tồn trong kho 货存在库里

tồn dư *đg* 结余, 残留: tồn dư kinh phí cuối năm 年终结余经费; tồn dư thuốc bảo vệ thực vật 农药残留

tồn đọng *đg* 结余, 滞压: tồn đọng vốn 结余资金; hàng tồn đọng 滞压货物

tồn giữ *đg* 留存, 保留: Nhà trường vẫn còn tồn giữ nhiều tài liệu quí. 学校还保留许多宝贵资料。

tồn kho *đg* 库存: hàng tồn kho 库存物资

tồn khoản *d* 存款

tồn lưu *đg* 残留: Thuốc bảo vệ thực vật tồn lưu trên rau quả. 农药残留在蔬菜上。

tồn nghi *t* 存疑的: Vụ án này còn nhiều tồn nghi. 这个案子还有多处存疑的地方。

tồn quĩ *d* (货币) 库存

tồn tại *đg* 存在, 残留: cùng tồn tại lâu dài 长期共存; Tồn tại xã hội quyết định ý thức tư tưởng. 社会存在决定思想意识。*d* ① 客观存在: tư duy và tồn tại 思维与存在 ② 缺点: Bên cạnh ưu điểm còn có những tồn tại nhất định. 优点之外还存在一定的缺点。

tồn trữ *đg* 贮藏, 贮存: Tồn trữ hàng trong kho. 把货贮存在仓库里。

tồn ứ *t* 滞留的: Trong kho có nhiều hàng tồn ứ. 仓库里有许多滞销货。

tồn vong *đg* 存亡: sự tồn vong của dân tộc 民族存亡

tổn [汉] 损 *đg* [口] ① 损耗, 消耗, 耗费: phí tổn 费用 ② 损害: làm tổn thanh danh 损害名声

tổn hại *đg* 损害, 损伤, 伤害: tổn hại lợi ích nhân dân 损害人民利益

tổn hao *đg* 损耗, 消耗: tổn hao sức lực 损害体力

tổn ích *đg* 损益: tổn ích về mặt kinh doanh 经营上的损益

tổn phí *đg* 耗费, 浪费, 损耗: tổn phí thì giờ 浪费时间

tổn thất *đg; d* 损失: tổn thất tiền của 损失钱财; gây tổn thất kinh tế 造成经济损失

tổn thọ *đg* 折寿, 减寿

tổn thương *đg* ① 损伤, 伤亡: Quân địch bị tổn thương nặng. 敌军伤亡惨重。② 伤害: tổn thương đến lòng tự trọng 伤害到自尊心

tốn₁ [汉] 巽 *d* 巽 (八卦之一); 东南: gió tốn 东南风

tốn₂ *đg* 耗费, 花费, 浪费: tốn công 费事; tốn công hại của 耗费人力物力

tốn₃ *đg* 逊: tốn vị 逊位

tốn kém *đg* 耗费, 浪费, 花费: Phải tốn kém lắm mới có cơ ngơi này. 要花费很大才有这样的家业。

tốn phí=tổn phí

tốn tiền *đg* 花钱, 浪费钱

tông₁ *d* 柄, 把子: tông dao 刀把

tông₂ *d* 色系: tông màu lạnh 冷色系

tông₃ *d* 声调: hát lạc cả tông 唱歌跑调

tông₄ *đg* 碰撞, 四散, 冲出, 送: hai xe tông nhau 两车相撞; tông cửa chạy ra ngoài 开

门冲到外面来

tông₅ [汉] 宗, 踪

tông chi d 宗支: biết rõ tông chi họ hàng 清楚自己的宗支亲戚关系

tông đồ d 信徒

tông-đơ d 理发推子

tông đường d 宗祠

tông miếu d 宗庙

tông môn d 宗门, 族门: rạng rỡ tông môn 光宗耀祖

tông nhân d 族人, 宗人

tông phái d 宗派; 族系

tông tích d 踪迹, 来历: hỏi cho ra tông tích 问清来历

tông tốc t 口无遮拦的

tông tộc d 宗族

tồng ngồng₁ t 赤裸: Đứa trẻ đứng tắm tồng ngồng. 小孩光着身子洗澡。

tồng ngồng₂ t 傻大个儿的: Lớn tồng ngồng rồi mà vẫn chưa biết gì. 这么大个了还什么都不懂。

tồng tộc t 一股脑儿的: Nói tồng tộc hết mọi điều. 一股脑儿什么都说了。

tổng [汉] 总 d ①总, 区 (旧行政区域名, 属县, 下辖数乡): chánh tổng 总长 (区长) ②总, 综: tổng công ti 总公司; tổng chiều dài 总长度; tổng hợp 综合

tổng bãi công d 总罢工: công nhân mỏ tổng bãi công 煤矿工人总罢工

tổng bí thư d 总书记

tổng biên tập d 总编辑: tổng biên tập Nhân Dân Nhật báo《人民日报》总编辑

tổng biểu d 总表, 综合表

tổng binh d [旧] 总兵

tổng bộ d [旧] 总部: tổng bộ Việt Minh 越盟总部

tổng chi d 总支出

tổng chỉ huy d 总指挥

tổng công đoàn d 总工会

tổng công hội = tổng công đoàn

tổng công kích đg 总攻

tổng công ti d 总公司

tổng công trình sư d 总工程师

tổng cộng đg 总共, 总计, 合计, 共计: tổng cộng các khoản chi tiêu 合计各类开支

tổng cục d 总局: tổng cục trưởng 总局局长

tổng cương d 总纲, 大纲

tổng diễn tập d 总演习

tổng duyệt đg (节目) 总审查, 总排练

tổng dự toán d [经] 总预算

tổng đài d 电话总机, 交换机, 交换台: tổng đài điều độ 总调度台

tổng đại diện d 总代表

tổng đại lí d 总代理

tổng đình công = tổng bãi công

tổng đoàn d 巡总

tổng đốc d 总督

tổng đội d 总队

tổng động viên đg 总动员: ra lệnh tổng động viên 宣布总动员

tổng giám đốc d 总经理, 总裁

tổng giám mục d [宗] 大主教

tổng hành dinh d [军] 大本营

tổng hoà d 综合, 总体

tổng hội d 总会: tổng hội sinh viên 大学生总会

tổng hợp đg 汇合, 综合: lợi dụng tổng hợp 综合利用 t 合成的, 复合的, 综合的: sợi tổng hợp 合成纤维; phân tổng hợp 复合肥; đại học tổng hợp 综合大学

tổng kết đg 总结: tổng kết kinh nghiệm 总结经验

tổng kho d 总库

tổng khởi nghĩa đg 总起义: tổng khởi nghĩa tháng tám 八月总起义

tổng khủng hoảng d 全面危机: tổng khủng hoảng của chủ nghĩa tư bản 资本主义的全面危机

tổng kim ngạch *d* 总金额

tổng lãnh sự *d* 总领事: tổng lãnh sự quán 总领事馆

tổng liên đoàn *d* 联合会, 总会

tổng loại *d* 总类, 大类

tổng luận *d* 总论

tổng lực *d* 综合力量: tổng lực quốc gia 综合国力

tổng lượng *d* 总量

tổng mục *d* 总目, 总目录: Tổng mục các bài đã đăng trong tạp chí cuối năm. 年末杂志刊登的已发表文章总目录。

tổng ngân sách *d* 总预算

tổng nha *d* 总署

tổng phản công *đg* 总反攻: giai đoạn tổng phản công 总反攻阶段

tổng phát hành *đg* 总发行

tổng phổ *d* 总谱

tổng quan *t* 综观的, 总体的: một báo cáo tổng quan 总体汇报

tổng quát *t* 总括的, 统括的, 概括的: nhận định tổng quát 概括评价

tổng sản lượng *d* 总产量: tổng sản lượng nông nghiệp 农业总产量

tổng sản phẩm *d* 总产值: tổng sản phẩm quốc gia 国民生产总值; tổng sản phẩm quốc nội 国内生产总值; tổng sản phẩm xã hội 社会生产总值

tổng sắp *đg* 总排序

tổng số *d* 总数, 总额, 总和: tổng số cán bộ trong cơ quan 机关干部总数

tổng tấn công *đg* 总攻

tổng tập *d* 总集, 丛书, 全集: tổng tập Lỗ Tấn 鲁迅全集

tổng tham mưu *d*[军] 总参谋 (部): tổng tham mưu trưởng 总参谋长

tổng thanh tra *d*[法] 检察长, 总检察官

tổng thành *d* 总成

tổng thể *d* 总体: tổng thể kiến trúc 建筑总体

t 总体的: qui hoạch tổng thể 总体规划

tổng thống *d* 总统: tranh cử tổng thống 竞选总统

tổng thu *d* 总收入

tổng thuật *đg* 综述: tổng thuật kinh tế tuần qua 上周经济综述

tổng thư kí *d* 秘书长

tổng tiến công *đg* 总攻

tổng trưởng *d* 总长 (相当于部长)

tổng tuyển cử *d*[政] 普选: tổng tuyển cử tự do 自由普选

tổng tư lệnh *d*[军] 总司令

tổng vệ sinh *đg* 大扫除: tổng vệ sinh đường phố 街道大扫除

tổng₁[汉] 送 *đg* ①赶, 撵, 排除: Tổng hết rác ra khỏi nhà. 把垃圾扫出门。②驱赶, 送走: tổng ra khỏi nhà 撵出家门; tổng vào tù 送进监狱③[口] 硬塞; 送: tổng tờ giấy báo phạt 送来罚款单; Tổng hết mọi thứ vào ngăn kéo. 把所有的东西都硬塞进抽屉里。

tổng₂ *đg*[口] 揍: tổng một quả đấm vào mặt 一拳打在脸上

tổng biệt *đg* 送别: mấy lời tổng biệt 临别赠言

tổng chung *đg* 送终

tổng cổ *đg* 赶出去, 滚蛋, 轰走: tổng cổ ra khỏi nhà 逐出家门

tổng đạt *đg* 送达, 转达, 转示: giấy tổng đạt 传票

tổng giam *đg* 扣押, 拘留, 关押, 送监: lệnh tổng giam 下令拘押

tổng gió *đg* 轰出去, 撵出去: Tổng gió nó đi cho rồi. 把他赶出去了。

tổng khứ *đg*[口] 赶跑, 轰跑: Tổng khứ đi đâu cho rành mắt. 丢得远远的省得看见心烦。

tổng táng₁ *đg* 送葬, 送丧: lo việc tổng táng 办理丧葬之事

tống táng₂ *p*[口] 匆忙, 急忙: ăn tống táng để mà đi cho kịp giờ 匆忙地吃几口以便赶时间

tống tiền *đg* 敲诈, 勒索: Bắt trẻ con để tống tiền. 绑架小孩来敲诈钱财。

tống tiễn *đg* 饯行, 送行: tống tiễn bạn hồi hương 送友人返乡

tống tình *đg*[口] 眉目传情: Hai người tống tình với nhau. 两人互送秋波。

tộng phộng *t* 中空的, 空空的: Trông thì to nhưng tộng phộng. 看起来很大但里面很空。

tốp₁ *d* 队, 组, 批, 群: một tốp người 一群人

tốp₂ *đg* 停止, 制止: Tôi yêu cầu hai người tốp lại không đánh nhau nữa. 我要求两人住手不要打了。

tốp ca *d* 小组唱: Tiết mục tiếp theo là tốp ca nam nữ. 下一个节目是男女小组唱。

tốp năm tốp ba 三五成群, 三三两两

tốt₁ [汉] 卒 *d* 卒, 兵: tốt đỏ 红卒

tốt₂ *t* ①好; 善良; 良好: người tốt 好人; tốt tính 好性子②相好的, 交好的: Chị Hoa tốt với anh ta. 华姐跟他要好。③好, 优秀, 有能耐的, 有本事: học tốt 学习好 *p* 好, 行, 不错, 可以: cũ nhưng vẫn dùng tốt 陈旧却好用

tốt bụng *t* 好心的: một bà lão tốt bụng 一个好心的老太太

tốt duyên *t* 良缘的, 佳配的; 好福气的: Tốt duyên mới lấy được vợ hiền. 好福气才娶得贤妻。

tốt đen *d* 小卒

tốt đẹp *t* 美好, 美丽, 美满: đời sống tốt đẹp 美好的生活; Mọi việc đều tốt đẹp cả. 一切都很好。

tốt đôi *t* 佳配的, 鸳鸯配的: Cô cậu trông thật tốt đôi. 你们俩看起来很般配。

tốt giọng *t* 好嗓子: tốt giọng như ca sĩ 像歌唱家一样的好嗓子

tốt giống *t* 良种: gà tốt giống 良种鸡

tốt lành *t* 善良, 良好: Chúc mọi điều tốt lành! 祝万事顺利！

tốt mã *t* 金玉其表的: tốt mã dẻ cùi 虚有其表

tốt nái *t*[口] 多产的: con lợn tốt nái 母猪多产

tốt nết *t* 正派的, 品行好的: một cô gái tốt nết 一个品行好的姑娘

tốt ngày *t* 黄道吉日的: chọn hôm tốt ngày mới khởi công 选个黄道吉日的日子开工

tốt nghiệp *đg* 毕业: bằng tốt nghiệp 毕业证

tốt nhịn *t* 忍耐, 能克制自己的, 能忍的: Phải tốt nhịn lắm mới không xảy ra sự cãi vã. 要很能克制才避免发生争吵。

tốt nói *t* 巧嘴的, 光说不干的: Nó chỉ được bộ dẻo mồm, tốt nói mà thôi. 他就是那种光说不练的人。

tốt phúc *t* 好福气的: Nhà nó tốt phúc thật. 他们家好福气。

tốt số *t* 幸运, 走运, 好福气的: Cậu ấy tốt số thật! 那小子好幸运！

tốt tính *t* 善良, 性格好的: cô gái tốt tính 善良的姑娘

tốt trời *t* 好天气的, 晴天的

tốt tươi *t* 繁茂: cây cối tốt tươi 树木繁茂

tột *p* 极端, 极顶: Sướng tột! 高兴极了！

tột bậc *d* 顶点, 极点, 最高峰: lên đến tột bậc 登峰造极 *t* 极其, 非常; 登峰造极的: đau tột bậc 非常痛苦

tột bực=tột bậc

tột cùng *t* 最大限度的: vui sướng tột cùng 非常高兴 *d* 极限

tột đỉnh *d* 顶峰, 绝顶 *t* 顶峰的, 至高无上的: tột đỉnh vinh quang 至高无上的光荣

tột độ *p* 极, 极度: vui sướng đến tột độ 高兴之极

tột vời *t* 绝妙, 绝好: cảnh đẹp tột vời 绝妙景色

tơ₁ [汉] 丝 *d* ①丝: hàng tơ 丝织品②纤维: tơ nhân tạo 人造纤维

tơ₂ *t* ①幼小: gà tơ 雏鸡②纤细: tóc tơ 丝发

tơ duyên *d* 姻缘

tơ đồng *d* 琴瑟, 琴声

tơ hào *đg* ①少量拿取: không tơ hào lấy một đồng tiền công quĩ 丝毫不拿公家一分一厘②指望: Đừng có tơ hào hắn tốt với cô. 别指望他会对你好。

tơ hoá học *d* 人造丝, 合成纤维

tơ hồng *d* 红绳, 赤绳, 红线

tơ lòng *d* 心绪, 思绪: tơ lòng bối rối 心绪紊乱

tơ lơ mơ *t* 稀里糊涂

tơ lụa *d* 丝绸

tơ màng *đg* 指望得到（常用于否定句）: không tơ màng được thưởng 不指望中奖

tơ mơ₁ *đg* 胡乱思忖: tơ mơ cô hàng xóm 暗地里想着邻家姑娘

tơ mơ₂ *t* ①糊里糊涂②装蒜的: đừng có tơ mơ nữa 别装蒜了

tơ nhân tạo *d* 人造丝

tơ nõn *d* 生丝

tơ rưng *d* [乐] 德朗琴（一种竹做的民间乐器）

tơ sợi *d* 纤维

tơ tình *d* 情丝

tơ tóc *d* 丝毫, 毫厘

tơ trúc *d* 丝竹（指琴箫等乐器）

tơ tưởng *đg* 日夜思恋, 一心想着: Đừng tơ tưởng chuyện làm giàu nữa. 别痴心妄想发财了。

tơ vò *t* 一团乱丝般的: Lòng rối như tơ vò. 心如一团乱麻般烦乱。

tơ vương *đg* ①思恋, 纠葛, 情累; 藕断丝连: tơ vương mối tình đầu 对初恋藕断丝连②情怀牵累, 为情所困: Đừng tơ vương nữa! 别再为情所困了！

tờ *d* ①张, 页: một tờ giấy 一张纸②文契,

文书: tờ khai 登记表③纸面（喻指平静）: Mặt hồ lặng như tờ. 湖面平静如纸。

tờ gấp *d* 折页

tờ hoa *d* 花笺

tờ mây *d* 云纹花笺

tờ mờ *t* 模糊, 含糊; 蒙蒙: tờ mờ sáng (天) 蒙蒙亮

tờ rơi *d* 卡片; 传单

tờ rời=tờ rơi

tờ sao *d* 抄本, 副本

tờ trình *d* 呈文, 意见书

tở *đg* 散开, 碎裂: Cơm khô tở ra từng hạt. 干米饭一粒一粒地散开。

tở mở *t* [方] ①透亮, 灿烂, 晴朗: trời sáng tở mở 天空灿烂②欢欣鼓舞: mặt mày tở mở 眉开眼笑

tớ₁ *d* 仆役: thầy tớ 主仆

tớ₂ *đ* [口] 我（对同辈自称）: Ngày mai sang nhà tớ chơi nhé. 明天来我家玩。

tợ *đg* [方] [旧] 似, 像: tương tợ 相似

tợ hồ *đg* [方] [旧] 好像

tơi₁ *d* 蓑衣: mang tơi che mưa 穿蓑衣挡雨

tơi₂ *t* 散开, 松散, 散碎, 粉糜: rách tơi 破破烂烂

tơi bời *t* 稀烂, 粉碎; 褴褛, 破烂不堪: Vườn cây tơi bời sau cơn bão. 暴风雨过后果园变得支离破碎。

tơi tả=tả tơi

tơi tới *p* 频频, 纷纷: thi nhau làm tơi tới 频频地比着干

tời *d* 卷扬机, 绞车

tới *đg* ①到, 到达, 达到, 抵达, 至: tới ga 到站; về tới nhà 回到家里②下一个: tuần tới 下周; tăng lên tới 增长到 *k* 至, 到: không biết tới bao giờ 不知到何时; tác động tới tâm hồn 触动到心灵

tới bến *t* 尽情地: nhậu một chầu tới bến 大吃一顿

tới hạn *đg* 临界

tới lui *đg* ① 进退：tới lui đều vướng 不知该如何进退②来往：thinh thoảng tới lui thăm nhau 偶尔来看望一次

tới số *đg* 气数已尽，日暮途穷：Bọn chúng đã tới số rồi. 他们的气数已尽。

tới tấp *t* 频繁，不断：Đạn pháo tới tấp rơi xuống trận địa. 炮弹不停地打到阵地上。

tởm *t* 可怕，恶心：trông phát tởm 看着恶心

tởm lởm *t* 反胃，恶心：trông tởm lởm quá 看着好想吐

tởn *đg*[方] 畏惧，害怕：bị một trận tởn đến già 被打一顿怕一辈子

tởn gà *t* 起鸡皮疙瘩的

tớn *đg* 撅起，翘起：môi cong tớn lên 嘴巴翘起

tớn tác *t*[口] 鼠窜般的：chạy tớn tác 窜逃

tợn *t* ① [方] 大胆：Thằng bé tợn lắm. 这小孩好大胆。② [口] 凶，凶恶：Con chó rất tợn. 这只狗很凶。*tr* [口] 真，太，很，十分，极：Cái áo này đẹp tợn. 这衣服太漂亮了。

tợn tạo *t*[口] 天不怕地不怕的，无所顾忌的：Thằng bé tợn tạo quá! 小男孩天不怕地不怕！

tớp *p* 草草，快速：làm tớp đi 快点做 *đg* 快速

tợp *đg* 喝，饮：tợp một hơi 一口气喝下去 *d* 一口，满口：một tợp rượu 一口酒

TP=thành phố [缩] 城市

tra₁ *đg* ①点，种：tra đỗ 点豆子②上，滴，放：tra dầu vào máy 给机器上油；tra thuốc nhỏ mắt 滴眼药水；tra ít muối vào canh 给汤放点盐③套上：tra gươm vào vỏ 插剑入鞘

tra₂ [汉] 查 *đg* 审问：tra hỏi 盘问

tra₃ [汉] 查 *đg* 查，检索：tra tài liệu 查资料

tra₄ *t*[方] 老：ông tra bà lão 老头老太

tra án *đg* 查案

tra-côm *d* 沙眼

tra cứu *đg* 查，检索，查究：tra cứu hồ sơ 查档案

tra hỏi *đg* 查问，审问：tra hỏi những người bị tình nghi 审问嫌疑人

tra khảo₁ *đg* 考证：tra khảo tài liệu 查考资料

tra khảo₂ *đg* 拷问：Tra khảo mấy cũng không khai. 怎么拷问都不说。

tra tấn *đg* 拷问，上刑：tra tấn dã man 严刑拷打

tra vấn *đg* 盘问，拷问：tra vấn kẻ tình nghi 盘问嫌疑人

tra xét *đg* 检查，考察：tra xét giấy tờ 检查证件

trà [汉] 茶

trà dư tửu hậu 茶余饭后

trà đạo *d* 茶道

trà hoa *d* 茶花，山茶花

trà lá *đg* 吸烟喝茶：suốt ngày trà lá với nhau 整天在一起吸烟喝茶

trà lâu *d* 茶楼

trà mi *d* 山茶花

trà phòng *d* 茶室

trà quán *d* 茶馆

trà thất *d* 茶室，茶馆

trà trộn *đg* 蒙混（进）：Kẻ gian trà trộn vào đám đông hòng tẩu thoát. 坏人混进人堆里企图逃跑。

trả₁ *d*[动] 翠鸟

trả₂ *đg*①还，交还，付还：trả lương 支付工资；trả nợ 还债②回报：trả lễ 答礼③还价：trả thấp nên không bán 还价太低不卖

trả bài *đg* 交作业

trả bữa *đg*（病后）食欲大增

trả chậm *đg* 分期付款，赊账：mua hàng trả chậm 赊账买东西；vay tiền trả chậm để mua nhà 分期付款买房

trả đũa *đg* 报复，以牙还牙：đánh trả đũa 报复性打击

trả giá *đg* ①还价，议价：Trả giá thấp quá họ không bán. 价还得太低人家不卖。②（付出）代价：trả giá bằng tính mạng 以生命为代价

trả góp=trả chậm

trả lời *đg* ①回答, 答复: viết thư trả lời 回信 ②回应, 回复: trả lời bằng sự im lặng 用沉默来回应

trả lương *đg* 发薪水

trả lương theo lao động *d* 按劳取酬

trả miếng *đg* 还嘴, 还击: bốp chát trả miếng ngay 大声地还嘴

trả nghĩa *đg* 报恩

trả ơn *đg* 报恩, 回报: giúp người chẳng màng người trả ơn cho mình 助人不求回报

trả phép *đg* 销假

trả thù *đg* 报仇, 报复: trả thù cho đồng bào bị giết hại 为被杀害的同胞们报仇

trả tiền *đg* 还款, 兑付, 偿付

trã *d* 砂锅

trã trẹt₁ *d* 翠鸟, 鱼狗

trã trẹt₂ *t* 嗲声嗲气: nói trã trẹt 说话嗲声嗲气的

trá₁ *đg* 酸洗: trá nhẫn vàng 酸洗金戒指

trá₂ *đg* 调换: trá của giả 以假乱真

trá₃ [汉] 诈: gian trá 奸诈

trá hàng *đg* 诈降: trá hàng lừa địch 诈降骗敌人

trá hình *đg* ①假扮, 乔装, 易容: Trá hình người bán hàng rong để che mắt địch. 假扮货郎骗过敌人。②伪装, 变形: trại tập trung trá hình 伪装过的集中营

trác₁ *đg*[方] 愚弄, 耍弄: bị trác mà không biết 被愚弄都不知道

trác₂ [汉] 琢, 卓

trác kiến *d* 卓见: người có trác kiến 有卓见之人

trác táng *t* 淫逸, 放浪: lối sống trác táng 放浪的生活

trác tuyệt *t* 卓绝: lời thơ trác tuyệt 卓绝的诗句

trạc₁ *d* 挑土的筐: Lấy trạc đựng đất khiêng đi đổ. 用筐装土拿去倒。

trạc₂ *d* 大概: Bà ấy trạc 60 tuổi. 她约莫60岁。

trách₁ *d*[方] 小砂锅

trách₂ [汉] 责 *đg* 责怪, 抱怨: trách bạn không nhớ tới mình 怪朋友没想到自己

trách cứ *đg* 责怪: Trách cứ mình chứ đừng trách cứ người khác. (要怪就) 怪自己不要怪别人。

trách mắng *đg* 责骂: đừng nên trách mắng nó như vậy 别这样责骂他

trách móc *đg* 责备, 埋怨: trách móc chồng không quan tâm đến con 埋怨丈夫不关心孩子

trách mà chẳng=trách nào chẳng

trách nào chẳng *đg* 难怪: Vội vàng thế trách nào chẳng bị sai. 这么匆忙, 难怪会出差错。

trách nhiệm *d* ①责任, 职责, 本分: trách nhiệm nặng nề 责任重大 ②负责任: Ai chịu trách nhiệm việc này đấy? 这事由谁负责任？

trách phạt *đg* 责罚: nói sai bị trách phạt 说错话被责罚

trạch [汉] 泽

trạch tả *d*[植] 泽泻

trai₁ *d* ①青年男子: anh trai 哥哥 ② [口] 情郎, 男朋友: dẫn trai về nhà 带男朋友回家

trai₂ *d*[动] 蚌: ngọc trai 珍珠蚌

trai gái *d* 男女: Trai gái cùng đi dự hội. 男女一起去看庙会。*đg*[口] 乱搞男女关系: Hai người trai gái với nhau. 两人乱搞男女关系。

trai giới *đg* 斋戒: Trai giới để tế thần. 斋戒以便祭神。

trai lơ *t* 轻佻, 轻浮: ăn nói trai lơ 举止轻浮

trai phòng *d* ①书斋 ②禅房

trai tài gái sắc 郎才女貌

trai tơ *d* 少年郎

trai tráng *d* 壮丁; 健儿 *t* 少壮, 身强力壮

trải₁ *d* 比赛用艇

trải₂ *đg* 经过, 经历, 阅历

trải₃ *đg* 铺开: trải đệm 铺垫子

trải nghiệm *đg* 经历, 阅历

trai trẻ *d* 年轻人 *t* 年轻, 少壮: thời trai trẻ 青春时代

trái₁ *d*[方] ①颗，个，座：trái lựu đạn 一颗手榴弹；trái núi 一座山②地雷：chôn trái đánh xe 埋地雷炸汽车

trái₂ *d* 天花，牛痘：lên trái 出痘

trái₃ *t* ①左：rẽ trái 往左拐②反：mặt trái 反面

trái₄ *t* ①违反的：trái lời mẹ dặn 不听妈妈的话；rau trái vụ 反季节蔬菜②错误的：phải phân biệt lẽ phải trái 要分清对或错

trái₅[汉] 债 *d* 债：trái phiếu 债券；công trái 国债

trái cây *d*[方] 水果

trái chứng *t* 反常：Dạo này bà trái chứng, hay cáu gắt. 这阵子她有点反常，爱发脾气。

trái cổ *d* 喉结

trái cựa *t* 相反，反常，悖谬：làm trái cựa 倒行逆施

trái đào *d* ①桃子②髻子

trái đất *d* 地球

trái gió trở trời ①变天；头痛脑热，闹病：Vết thương của chị khi trái gió trở trời lại tấy lên đau buốt. 大姐的伤口一变天就会痛。②性情反复无常：Tính người này hay trái gió trở trời.这个人性情反复无常。

trái khoán *d* 债券：trái khoán vô danh 无记名债券

trái khoáy *t* 反常，不合常理：làm ăn trái khoáy 做事不合常理

trái lại *k* 相反，反过来：Thành tích học tập không lên, trái lại còn tụt xuống. 学习成绩不但没上去，反而变差了。

trái lẽ *t* 悖理，悖谬

trái lệ *đg* 违反：trái lệ giao thông 违反交通规则

trái lí *t* 悖理，无理：nói năng trái lí 说话不讲理

trái mắt *t* 刺眼的，不顺眼的，看不惯的：ăn mặc trái mắt lắm 打扮得很刺眼

trái mùa *t* ①（作物）反季节：rau trái mùa 过季蔬菜②过时：ăn mặc trái mùa 打扮过时

trái nết=trái tính

trái nghĩa *t* 反义的：Từ "đẹp" trái nghĩa với từ "xấu". "美" 是 "丑" 的反义词。

trái ngược *t* ①相反：Hành động hoàn toàn trái ngược với lời nói. 行动与言论完全相反。②乖戾，乖谬，反常

trái phá *d* 炸弹

trái phép *t* ①违法的：hành động trái phép 违法行为②非法的，不法的：phần tử trái phép 不法分子

trái rạ *d*[方] 水痘

trái tai *t* 逆耳的，不顺耳的：Nghe trái tai quá! 太不顺耳了！*d* 耳垂

trái tim *d* 心，心灵：tiếng nói của trái tim 心声

trái tính *t* 乖僻，（脾气）怪：Người già hay trái tính. 老人脾气比较怪。

trái trời *t* 变天的，换季的，不合时节的：Lúc trái trời, bác lại bị đau lưng. 变天时，伯伯的腰会痛。

trái vụ *t* 反季节的：rau trái vụ 反季节蔬菜

trái xoan *t* 鹅蛋形的：mặt trái xoan 鹅蛋脸

trái ý *đg* 逆意，拂意：Chả ai dám trái ý sếp. 没有人敢逆老板的意。

trại₁[汉] 寨 *d* ①寨，庄园：trại chăn nuôi 养殖场②营房，宿舍：đóng trại 扎寨；cắm trại 扎营

trại₂ *d* 偏差，不正确：trại miệng 失言

trại ấp *d* ①庄园，田庄②种植园

trại cải tạo *d* 劳改场

trại chăn nuôi *d* 牧场，养殖场

trại giam *d* 监狱，监牢

trại hè *d* 夏令营：trại hè thiếu nhi 少年夏令营

trại hủi *d* 麻风病院

trại lính *d* 军营，兵营

trại mồ côi *d* 孤儿院: đến trại mồ côi xin nhận con nuôi 到孤儿院领养孩子

trại tạm giam *d* 拘留所, 看守所

trại tập trung *d* 集中营: bị bắt giam trong trại tập trung 被关进集中营

trại thu dung *d* 收容所, 救助站

tràm₁ *d*[植] 白千层

tràm₂ *đg* 燎烧, 蔓延, 扩散: lửa cháy tràm ra ngoài 火蔓延开来

trảm [汉] 斩 *đg*[旧] 斩: tiên trảm hậu tấu 先斩后奏

trám₁ *d* 橄榄: trám đen 乌榄; trám đường 糖榄; trám trắng 白榄

trám₂ *đg* 填补, 补足: trám răng 补牙填缝儿

trạm [汉] 站 *d* 站: trạm thu mua 收购站

trạm báo bão *d*[天] 台风警报站

trạm biến thế *d*[电] 变压器站

trạm phòng dịch *d* 防疫站

trạm thuỷ điện *d* 水电站

trạm trưởng *d* 站长: trạm trưởng trạm kiểm lâm 森林检查站站长

trạm vũ trụ *d* 宇航站

trạm xá *d* 医疗站: trạm xá xã 公社医疗站

tràn₁ *d* 栈: tràn hàng 货栈

tràn₂ *d* 筛, 箩

tràn₃ *đg* 溢出, 涌出: tràn ra 溢出; tràn vào 涌入; đập tràn 溢水坝 *p* 盲目地: làm tràn 蛮干

tràn cung mây *t*[口] 放任, 放怀, 任意: ăn uống tràn cung mây 大吃大喝

tràn đầy *t* ①充足的: nước sông tràn đầy 充足的河水②充满的, 漫溢的: tràn đầy hạnh phúc 充满幸福

tràn lan *t*; *đg* 漫溢, 蔓延: bệnh dịch tràn lan 疫病蔓延开来; Nước chảy tràn lan khắp phòng. 房间里到处都是水。

tràn ngập *t*; *đg* 充满, 洋溢, 充塞: trong lòng tràn ngập niềm vui 心里充满欢乐

tràn trề *t* 漫溢的

trán *d* 额, 额头

trang₁ *d* 页: trang sách 一页书

trang₂ *d* 辈: trang hảo hán 好汉

trang₃ *d* 木刮子: dồn thóc đống bằng cái trang 用木刮子把稻谷拢成堆 *đg* ①平整: trang đất 平整土地②翻匀, 掺匀: trang bài 洗牌③清理, 清偿: trang nợ 清债

trang₄ [汉] 庄: trang ấp 村庄

trang₅[汉] 装 *d* 装束: nữ trang 女装; thời trang 时装

trang₆[汉] 妆

trang bị *d* 装备, 装置: trang bị hiện đại 现代化装备 *đg* 配备: trang bị vũ khí kiểu mới cho quân đội 为军队配备了新型武器

trang chủ₁ *d*[旧] 庄主

trang chủ₂ *d* 首页

trang điểm *đg* 装点, 装饰, 化妆, 梳妆: trang điểm cho cô dâu 给新娘梳妆打扮

trang hoàng *đg* 装潢; 陈设; 敷设: đồ trang hoàng 陈列品

trang kim *đg* 贴金: tượng phật trang kim 贴金佛像

trang lứa *d* 同辈: các thế hệ học sinh thuộc nhiều trang lứa 不同年龄段的学生

trang mục *d* 栏目: các trang mục trên báo 报纸上不同的栏目

trang nghiêm *t* 庄严: không khí trang nghiêm 庄严的气氛

trang nhã *t* 文雅: con người trang nhã 文雅的人

trang nợ *đg* 偿债, 还债, 清债

trang phục *d* 服饰, 衣饰, 服装, 着装: chỉnh đốn trang phục 整理服装; trang phục kiểu nhà binh 军人式着装 *đg* 着装, 打扮

trang sức *đg* 装饰: trang sức bằng bạc 用银装饰 *d* 装饰品: tráng sức lễ cưới 嫁妆

trang thiết bị *d* 装备和设备

trang trải *đg* 清理, 清偿, 清债: trang trải nợ nần 清偿债务

trang trại *d* 庄园, 田庄: xây dựng trang trại 建设庄园

trang trí *đg* 布置, 装饰, 装潢, 陈设: trang trí hội trường 布置会场

trang trọng *t* 庄重: Lễ đón tiếp rất trang trọng. 欢迎仪式很庄重。

trang viên *d* 庄园, 田庄: cáo quan về nghỉ ở trang viên 辞官归田

trang web *d* 网页

tràng₁ *d* 长串, 阵: tràng vỗ tay 一阵鼓掌声; tràng hoa 花串

tràng₂ [汉] 肠: đại tràng 大肠

tràng₃ [汉] 长: phố Tràng Thi 长诗街

tràng giang đại hải 长篇大论

tràng hạt *d* 佛珠, 念珠, 串珠

tràng hoa *d* 花托

tràng kỉ *d* 长椅

tràng nhạc₁ *d* [医] 瘰疬

tràng nhạc₂ *d* 驼铃, 马铃

tràng *d* ① 林间空地, 平地: tràng cát 沙滩 ②开阔地: trồng cây chỗ tràng 在开阔地上植树

tràng nắng *t* 朝阳的, 向阳的: trồng cây chỗ tràng nắng 在向阳的地方种树

tráng₁ [汉] 壮 *d* 青壮年: trai tráng 健儿

tráng₂ *đg* ① 涮洗, 漱洗 ② 搪, 镀: tôn tráng kẽm 镀锌铁皮; tráng vàng 镀金③摊: tráng bánh 摊饼; tráng trứng 摊鸡蛋

tráng₃ *t* 空, 旷: phơi chỗ tráng gió 在通风的空地上晾晒

tráng kiện *t* 健壮: thân thể tráng kiện 身体健壮

tráng lệ *t* 壮丽: một thành phố tráng lệ 一座壮丽的城市

tráng men *d* 搪瓷

tráng miệng *đg* 饭后吃水果: ăn quả chuối tráng miệng 饭后吃根香蕉

tráng niên *d* 壮年: thuở tráng niên 壮年时

tráng phim *đg* 冲底片: Sau khi chụp ảnh thì thuê thợ ảnh tráng phim và rửa ảnh. 照完相, 请照相馆的专业人员冲底片和洗相片。

tráng sĩ *d* 壮士: tráng sĩ ra trận 壮士出征

trạng₁ [汉] 状 *d* 状纸: trình tờ trạng lên toà 向法院呈状纸

trạng₂ [汉] 状 *d* ①状元: ông trạng 状元公 ②能人 (讥讽): trạng cơm 饭桶; trạng nói chuyện 话匣子

trạng huống *d* 状况: gặp phải trạng huống trớ trêu 遇到尴尬的状况

trạng mạo *d* 相貌: trạng mạo nho nhã 相貌儒雅

trạng nguyên *d* 状元: Trạng nguyên về làng bái tổ vinh qui. 状元荣归故里拜祭祖先。

trạng ngữ *d* 状语

trạng sư *d* 律师, 状师: thuê trạng sư bào chữa cho 请辩护律师

trạng thái *d* 状态: Mọi vật ở trạng thái chuyển động. 各物体处于运动状态。

trạng thái khí *d* 气态

trạng thái lỏng *d* 液态

trạng thái rắn *d* 固态

trạng từ *d* [语] 副词

tranh₁ *d* 茅草: nhà tranh 茅屋

tranh₂ *d* 图画: tranh Việt Nam 越南画

tranh₃ [汉] 筝: đàn tranh 古筝

tranh₄ [汉] 争 *đg* ①争取, 夺: tranh nhau làm người tình nguyện 争着当志愿者②争光

tranh ảnh *d* 画, 画像, 图画, 图片: Báo có nhiều tranh ảnh đẹp. 报纸有好看的图片。

tranh áp phích *d* 招贴画

tranh biếm hoạ *d* 漫画, 讽刺画

tranh cãi *đg* 争辩, 舌战, 论战: cuộc tranh cãi gay go 激烈的论战

tranh chấp *đg* 争执, 争端, 纠纷, 争议: vùng tranh chấp giữa hai nước 两国之间的争议区

tranh cuộn *d* 轴子画

T

tranh cử *đg* 竞选: tranh cử tổng thống 竞选总统

tranh dân gian *d* 民间画

tranh dầu *d* 油画

tranh đả kích *d* 漫画

tranh đấu *đg* 斗争, 争斗: tranh đấu đòi quyền lợi 斗争争取权利

tranh đoạt *đg* 争夺: tranh đoạt quyền lợi 争权夺利

tranh đua *đg* 争: không tranh đua với đời 与世无争

tranh giành *đg* 角逐, 争夺, 钩心斗角: tranh giành quyền lợi 争权夺利

tranh hoành tráng *d* 巨幅画

tranh hùng *đg* 争雄: tam quốc tranh hùng 三国争雄

tranh in li-tô *d* 石版画

tranh khảm màu *d* 镶嵌画

tranh khắc đồng *d* 铜雕画

tranh khắc gỗ *d* 木版画, 版画

tranh lụa *d* 绢画

tranh luận *đg* 争论: tranh luận sôi nổi 争论激烈

tranh màu *d* 彩画

tranh sơn dầu *d* 漆画, 油画

tranh sơn mài *d* 磨漆画

tranh sơn thuỷ *d* 山水画

tranh Tết *d* 年画

tranh thần thoại *d* 神话画

tranh thờ *d* 供奉画

tranh thủ *đg* 争取: tranh thủ sự đồng tình của bạn 争取友人的同情; tranh thủ thời gian để học tập 争分夺秒地学习

tranh thuỷ mạc *d* 水墨画

tranh thuỷ mặc=tranh thuỷ mạc

tranh tối tranh sáng [口] 傍黑, 麻麻黑

tranh tôn giáo *d* 宗教画

tranh truyện *d* 连环画

tranh tứ bình *d* 四季画, 四屏画

tranh tường *d* 壁画, 墙画

tranh vui *d* 幽默画

trành₁ *d* 钝残的刀剑

trành₂ *đg* 倾, 斜, 歪倒, 失衡: Con thuyền trành đi như sắp bị lật úp. 船儿倾斜得好像快要翻过去。

tránh *đg* ①避让: tránh đường 让路②避免: tránh lãng phí 避免浪费③躲避: tránh mưa 躲雨

tránh đẻ *đg* 避孕: uống thuốc tránh đẻ 吃避孕药

tránh mặt *đg* 回避, 躲开, 避而不见: Nó tránh mặt bạn bè vì ngượng. 他因羞愧避而不见朋友。

tránh né *đg* 回避, 躲避: tránh né câu hỏi khó 躲避难题

tránh tiếng *đg* 避嫌: tránh tiếng thị phi 避免是非

tránh trớ *đg* 避嫌

trạnh₁ *d* [方] 海龟

trạnh₂ *d* 铧: trạnh cày 犁铧

trao *đg* 交, 交付, 交给: trao nhiệm vụ 交任务

trao đổi *đg* 交换, 交流, 沟通: trao đổi văn bản 交换文本; trao đổi tư tưởng 沟通思想; trao đổi kinh nghiệm 交流经验

trao gửi *đg* 托付: Tôi trao gửi con gái cho anh rồi đấy! 我把女儿托付给你了！

trao tay *đg* 面交, 亲手交: phải trao tay lá thư này cho thầy 要亲手交这封信给老师

trao tặng *đg* 授, 赠: trao tặng huân chương 授勋

trao trả *đg* 交还: trao trả tù binh 遣返俘虏

trao tráo *t* 直勾勾, 直瞪瞪: nhìn trao tráo vào mặt cô gái 直勾勾地看着姑娘的脸

trào₁ *đg* ①溢出, 涌出: Nước trào ra từ dưới đất. 水从地下涌出来。②潮涌: gió nổi sóng trào 风起浪涌

trào₂ [汉] 潮, 朝, 嘲

trào dâng *đg* 涌动, 掀起: sóng biển trào dâng 海浪汹涌

trào lộng *t* 嘲弄的: Bài viết mang ý trào lộng. 文章带有嘲弄的意味。

trào lưu *d* 潮流: trào lưu tư tưởng mới 新思潮

trào phúng *t* 嘲讽的, 讽刺的: tranh trào phúng 讽刺画

tráo *đg* ①换掉, 调包, 偷天换日: đánh tráo cặp tài liệu 文件夹被换掉②头尾调换: gỗ xếp tráo đầu đuôi 木头头交叉头尾摆放

tráo đổi *đg* 调换: tráo đổi chỗ ngồi 调换位置

tráo trở *t* 多变的, 出尔反尔的: lòng người tráo trở 人心莫测

tráo trưng *t* 虎视眈眈的, 圆瞪的: mắt tráo trưng nhìn xuôi nhìn ngược 大眼睛东张西望

trạo *đg* 搅动, 搅拌: trạo đều nồi cơm 把饭拌一拌

tráp *d* 小匣, 小盒: tráp cau槟榔盒; tráp phấn son 脂粉盒

trát₁ *đg* 涂, 涂抹: trát vôi 抹灰; trát phấn 抹粉

trát₂ [汉] 札 *d* 文札, 公牍: trát hầu toà 法庭传票

trát kí *d* 札记

trạt₁ *d* 石灰池残料: trạt vôi 底灰

trạt₂ *t* 密匝: Cỏ mọc trạt sân. 院子里杂草丛生。

trau₁ *đg* 琢, 磨: trau ngọc 磨玉

trau₂ *đg* 脱粒: trau lúa 打谷子

trau chuốt *đg* ①修饰, 装饰, 化装, 打扮: ăn mặc trau chuốt 穿着打扮②锤炼, 润饰: trau chuốt câu văn 润饰文句

trau dồi *đg* 磨炼, 提高: trau dồi nghiệp vụ 提高业务

tràu *d* 菱叶

trầu *d* [植] 桐, 油桐

tray *t* 麻烦, 危险: Làm ăn kiểu đó thì tray lắm. 那样做生意很麻烦。

trày=chày

trày trày *t* 结实, 健壮: da thịt trày trày 肌肉结实

trày trạy *t* 黝黑: da trày trạy 皮肤黝黑

trảy₁ *đg* 摘, 采: trảy cau 采槟榔

trảy₂ *đg* 削: trảy mắt tre 削竹子

trảy mảy *t* 零碎, 琐碎: làm chuyện trảy mảy 做一些杂事

trắc₁ [汉] 侧 *d* 侧柏, 扁柏

trắc₂ [汉] 仄 *t* [语] 仄声

trắc₃ [汉] 恻, 测

trắc ẩn *đg* 恻隐: lòng trắc ẩn 恻隐之心

trắc bá *d* 侧柏

trắc bách diệp=trắc bá

trắc đạc *đg* 测度, 测量

trắc địa *đg* 勘测: đội trắc địa 勘测队 *d* 勘测学: trắc địa học 测量学

trắc địa mỏ *d* 矿产勘测

trắc nghiệm *đg* ①检测②测验: trắc nghiệm tâm lí 心理测验

trắc thủ *d* 检测员, 标图员

trắc trở *d* ①阻碍, 障碍: công việc bị trắc trở 事情受阻②挫折: Trong đời gặp nhiều trắc trở. 生活遇到很多挫折。

trắc vi kế *d* 测微器

trặc₁ *đg* 用钩子拉: trặc dừa 勾椰子

trặc₂ *t* 错位: trặc chân 脚错位

trăm *d* 百, 一百: trăm tuổi 一百岁 *t* 很多: trăm nỗi bên lòng 千丝万缕的心事

trăm cay nghìn đắng 千辛万苦

trăm họ *d* 百家姓, 百姓: trăm họ yên vui 百姓安乐

trăm hoa đua nở 百花齐放

trăm năm *d* 百年: chọn bạn trăm năm 择百年之好

trăm ngàn *d* 成千上万

trăm nghìn=trăm ngàn

trăm nhà đua tiếng 百家争鸣

trăm phần trăm 百分之百；不折不扣

trăm phương nghìn kế 千方百计

trăm sự *d* 万事，所有事情：Trăm sự nhờ anh đấy. 万事都拜托你了。

trăm thứ bà giần 五花八门

trăm tuổi *d* ①长命百岁：Chúc cụ sống trăm tuổi. 祝您老长命百岁。②百年之后：khi cha mẹ trăm tuổi 父母百年之后

trằm₁ *d* 耳环

trằm₂ *đg* 削平，打磨：trằm góc 把边角磨平

trắm₁ *d*[动] 竹签鱼，梭子鱼

trắm₂ *đg* 沉：trắm thuyền 船沉

trăn *d* 蟒蛇

trăn gấm *d* 花蟒

trăn trở *đg* ①翻来覆去，辗转反侧：trăn trở suốt đêm 整晚辗转反侧②忧虑：trăn trở lo âu 忧虑担心

trần *đg* ① 扭动（身子）：Em bé trần mình không cho ẵm. 小孩扭身不让抱。②拼力，奋力：trần lưng ra làm 拼命干活

trần trọc *đg* 翻腾，辗转，翻来覆去：trần trọc suốt đêm không ngủ được 一夜辗转难眠

trăng *d* 月亮：trăng non 新月

trăng đến rằm trăng tròn 月到十五月又圆

trăng già *d*[旧] 媒婆

trăng gió *d* 风月：phường trăng gió 风月场

trăng hoa *d* 风花雪月

trăng khuyết *d* 月缺

trăng lưỡi liềm *d* 月牙，弯月，新月

trăng mật *d* 蜜月：tuần trăng mật 蜜月期

trăng non *d* 上弦月，新月

trăng trắng *t* 白白的，泛白的：dải ngân hà trăng trắng 泛白的银河

trăng treo *d* 下弦月

trăng tròn *d* 圆月

trăng trối *đg* 死前留言：lời trăng trối 遗言

trắng *t* ①白，亮（色）：vải trắng 白布② [政] 白色的：khủng bố trắng 白色恐怖③空无

所有：vừa nghèo vừa trắng 一穷二白④明白：nói trắng ra 说穿了

trắng án *t* 宣判无罪的：Toà xét anh ta trắng án. 法院判他无罪。

trắng bạch *t* 纯白

trắng bệch *t* 苍白：mặt trắng bệch 脸色苍白

trắng bóc *t* 雪白，白嫩：da trắng bóc 皮肤白嫩

trắng bong *t* 净白：Ga trải trong bệnh viện trắng bong. 医院的床单很净白。

trắng bốp *t* 白净：Làn da trắng bốp như quả trứng gà bóc. 皮肤像鸡蛋一样白。

trắng bợt *t* 惨白的，无血色的

trắng dã *t* (眼) 翻白的：mắt trắng dã 翻白的眼

trắng đen *t* 黑白，是非：lẫn lộn trắng đen 黑白不分

trắng đục *t* 灰白的，乳白的

trắng hếu *t* 白晃晃：Cá chết nổi trên mặt nước trắng hếu. 死鱼浮在水面上白晃晃一片。

trắng lôm lốp=trắng lốp

trắng lốp *t* 雪白：tường vôi trắng lốp 雪白的石灰墙

trắng mắt *t* 眼睁睁，干瞪眼：Nói không nghe, bây giờ trắng mắt chưa？不听劝，现在干瞪眼了吧？

trắng mởn *t* 白嫩

trắng muốt *t* 雪白：hàm răng trắng muốt 雪白的牙齿

trắng ngà *t* 象牙白，洁白无瑕：chiếc khăn lụa màu trắng ngà 象牙白的丝巾

trắng ngần *t* 雪白：hạt gạo trắng ngần 雪白的米粒

trắng nhởn *t* 白森森：răng sói trắng nhởn 白森森的狼牙

trắng nõn *t* 白皙

trắng nuột *t* 白亮，白皙

trắng ởn=trắng nhởn

trắng phau *t* 银白色：bãi cát trắng phau 银

色的沙滩

trắng phau phau=trắng phau

trắng phớt hồng *t* 白里透红

trắng tay *t* 白手的, 空手的: đánh bạc bị thua trắng tay 赌钱输个精光

trắng tinh *t* 纯白, 雪白, 白茫茫

trắng toát *t* 白皑皑, 白茫茫: ngọn núi tuyết phủ trắng toát 白皑皑的雪山

trắng trẻo *t* 白皙, 白嫩: làn da trắng trẻo 白嫩的皮肤

trắng trong *t* 皎洁无瑕的, 清白的

trắng trơn *t* 空空的: Trong phòng trắng trơn không một thứ gì. 房间里空空的, 什么都没有了。

trắng trợn *t* 露骨的, 肆无忌惮的, 明目张胆的: hành vi cướp bóc trắng trợn 肆无忌惮的掠夺行为

trắng xoá *t* 白茫茫, 白皑皑: màn sương trắng xoá 白茫茫的雾

trâm₁ [汉] 簪 *d* [植] 簪树: cây trâm 簪树

trâm₂ [汉] 簪 *d* 簪: cài trâm 插簪

trâm anh *d* 簪缨: dòng dõi trâm anh 簪缨世胄

trâm hốt *d* [旧] 簪笏

trầm₁ [汉] 沉 *d* 沉香: đốt trầm 点沉香

trầm₂ [汉] 沉 *đg* 沉没, 深藏: Trầm mình dưới nước. 把身子沉入水中。*t* 沉没: phù trầm 沉浮

trầm₃ *t* 低沉: lên xuống trầm bổng 高低抑扬

trầm₄ [汉] 沈

trầm bổng *t* 抑扬: tiếng nhạc trầm bổng 抑扬的音乐

trầm cảm *t* 抑郁: mắc chứng trầm cảm 患了抑郁症

trầm hùng *t* 雄壮: hành khúc trầm hùng 雄壮的进行曲

trầm hương *d* 沉香

trầm kha *d* 沉疴

trầm lắng *t* 深邃, 深沉: dòng suy nghĩ trầm lắng 深邃的思想

trầm lặng *t* 沉静, 凝重: bầu không khí trầm lặng 沉静的气氛

trầm luân *đg* 沉沦: Cuộc đời dân tộc đã trầm luân như thế! 民族已如此沉沦！

trầm mặc *t* 沉默, 沉寂: cánh rừng trầm mặc dưới ánh chiều tà 夕阳下沉寂的森林

trầm mình *đg* 自溺, 投河自尽

trầm ngâm *đg* 沉吟, 迟疑不决: ngồi trầm ngâm bên sông 在河边独坐沉吟

trầm tích *d* 沉积: lớp trầm tích dưới đáy hồ 湖底的沉积层

trầm tĩnh *t* 沉静, 沉稳: Anh ấy là con người trầm tĩnh. 他是一个沉稳的人。

trầm trệ *t* 沉滞, 伏积: buôn bán trầm trệ 生意冷清

trầm trọng *t* 沉重, 严重: sai sót trầm trọng 严重失误

trầm trồ *đg* 极口: trầm trồ khen ngợi 极口称赞

trầm tư *t* 深沉: nét mặt trầm tư 深沉的脸色 *đg* 沉思: ngồi trầm tư trước cửa sổ 坐在窗前沉思

trầm tư mặc tưởng 沉思默想

trầm uất *t* 忧郁: mắc chứng trầm uất 忧郁症; trầm uất trong lòng 心里忧郁

trậm *đg* ① [旧] 巧取, 私吞, 盗取: trậm tiền công 私吞公款 ② 僵芽: Trời rét quá hạt giống bị trậm nhiều. 天太冷, 种子僵芽了。

trẫm [汉] 朕 *d* [旧] 朕 (君主、皇帝自称)

trẫm mình *đg* 自溺, 投河自尽

trậm trầy *t* 黏腻, 呆滞, 不顺畅

trậm trầy trậm trật [口] 几经周折

trân₁ *t* ① 呆滞, 呆愣: đứng trân ra đó 呆愣地站在那儿 ② [口] 厚脸皮: bị mắng mà mặt vẫn trân ra 被骂了还不知羞耻

trân₂ [汉] 珍

trân châu *d* 珍珠

trân châu lùn *d* 珍珠矮 (稻种)

trân tráo *t* 恬不知耻

trân trân *t* ① 呆呆的, 直愣愣的: ngó trân trân vào mặt người khác 直愣愣地盯着人家的脸 ② 满不在乎的: Mặt cứ trân trân không biết xấu hổ. 脸上一直满不在乎的, 不知羞耻。

trân trọng *đg* 珍重: trân trọng tình bạn 珍重友情

trân trối *t* 直瞪瞪: nhìn trân trối vào mặt cô gái 直瞪瞪地看着姑娘的脸

trần₁ *d* 顶: trần nhà 天花板; trần xe 车顶

trần₂ *t* 暴露的, 半裸的: đi đầu trần giữa nắng 光着头在太阳底下走; cởi trần 光膀子 *p* 仅此而已, 只有, 仅仅: Trên người chỉ trần một chiếc áo lót. 身上只有一件内衣。

trần₃ [汉] 尘 *d* 世间, 人间: sống ở trên trần 生于尘世间

trần₄ [汉] 陈

trần ai *d* 尘埃, 尘世 *t* 辛苦: Cuộc sống cũng trần ai lắm. 生活也很辛苦。

trần bì *d*[药] 陈皮

trần duyên *d* 尘缘

trần đời *d* 尘世

trần gian *d* 空间, 尘世

trần giới *d* 尘界

trần hoàn *d* 尘寰, 尘世, 尘间

trần như nhộng 一丝不挂

trần thế *d*[宗] 尘世

trần thuật *đg* 陈述: văn trần thuật 叙述文

trần tình *đg* 陈述, 陈情: trần tình nỗi oan ức của mình 陈诉冤情

trần trùi trụi *t* 毫无遮掩的: mình trần trùi trụi 身上一丝不挂

trần trụi *t* ① 赤裸, 光秃: ngọn đồi trọc trần trụi 山上光秃秃的 ② 毫无遮掩

trần truồng *t* 赤身裸体的, 赤条精光的: Thằng bé trần truồng ngồi trong thau nghịch nước. 小男孩光着身子在盆子里玩水。

trần tục *t* 尘俗的: ham muốn trần tục 尘俗的欲望

trấn [汉] 镇 *d* 镇: thị trấn 镇子 *đg* ① 坐镇, 镇守: Du kích đã trấn ở các ngả đường. 游击队员们镇守各条道路。 ② (用符箓、法术等) 镇住 ③ [口] 打劫, 抢劫: Nó bị lưu manh trấn hết. 他被流氓抢光了钱。

trấn an *đg* 平定: trấn an dư luận 平定舆论

trấn áp *đg* 镇压: trấn áp cuộc bạo loạn 镇压暴乱

trấn giữ *đg* 镇守: trấn giữ cửa ngõ biên thuỳ 镇守国门

trấn lột *đg* 抢劫, 抢掠: bị trấn lột trên đường đi 在途中被抢劫

trấn thủ₁ *d* 棉背心: mặc thêm trấn thủ cho đỡ rét 加一件棉背心防寒

trấn thủ₂ *đg* 镇守: trấn thủ nơi xung yếu 镇守要塞

trấn tĩnh *đg* 镇静, 镇定: trấn tĩnh nhân tâm 镇定人心; sợ nhưng vẫn cố trấn tĩnh 害怕但努力镇定

trận [汉] 阵 *d* ① 阵: ra trận 出阵; mặt trận 阵线 ② 阵容, 阵势 ③ 一场, 一阵: một trận gió 一阵风

trận địa *d* 阵地: Ta giữ vững trận địa trước các đợt tấn công của địch. 我军在敌人一次又一次的进攻中坚守阵地。

trận địa chiến *d* 阵地战

trận đồ *d* 阵图, 作战地图: Nghiên cứu trận đồ để quyết định phương án tác chiến. 研究作战地图以决定作战方案。

trận đồ bát quái *d* 八卦阵图

trận mạc *d* ① 阵地, 战场: xông pha ngoài trận mạc 冲锋陷阵 ② 打仗, 交战: Trận mạc thì nay sống mai chết là chuyện bình thường. 打仗时生死是平常的。

trận pháp *d* 阵法: sử dụng trận pháp thần diệu như Khổng Minh 如孔明般神奇地运用阵

法

trận tiền *d* 阵前, 阵上: xông vào trận tiền 冲 到阵前

trận tuyến *d* ①(战场) 阵线, 战线: chọc thủng trận tuyến 突破战线②(立场) 阵线: thành lập trận tuyến chống chiến tranh 建 立反战阵线

trâng tráo *t* 明目张胆, 肆无忌惮: thái độ trâng tráo 肆无忌惮的态度

trấp₁ *d* 廿, 二十: trấp niên 廿年

trấp₂ ①洼地: Nước chảy vào trấp. 水流到洼 地。②漂浮物 (草和垃圾): một dề trấp 一堆漂浮物

trấp tay *đg* 合十: trấp tay làm lễ 合十为礼

trập *đg* 往下收: trập dù 收伞

trập trùng *t* 重重叠叠: đồi núi trập trùng 重 叠起伏的山峰

trật₁ [汉] 秩 *d* 阶, 级, 品, 序: giáng một trật 降一级

trật₂ *d* 一次, 一批: Gà đẻ một trật hơn hai chục quả trứng. 鸡一窝下了二十多个蛋。

trật₃ *d* 一段, 一截: Đi một trật nữa thì đến. 再走一段路就到了。

trật₄ *đg* 滑脱: xe lửa trật bánh 火车脱轨 *t* 歪 的, 偏的, 不准的: bắn trật mục tiêu 未击 中目标

trật khớp *t* 脱臼

trật lất *t*[方] 大错特错, 不中: Trả lời trật lất. 全都答错了。

trật tự *d* ①秩序: giữ trật tự 守秩序②纠察, 治安: mất trật tự nơi công cộng 破坏公共 场所治安

trâu₁ *d* 水牛

trâu₂ *d* 虫, 昆虫

trâu bò *d* 牛

trâu cày *d* 耕牛

trâu gié *d* 小种牛

trâu mộng *d* 大牡牛

trâu nái *d* 牝牛

trâu ngố *d* 大种牛

trâu ngựa *d* 牛与马: Nhà nuôi nhiều trâu ngựa. 家里养了很多牛马。*t* 做牛做马的: kiếp sống trâu ngựa 做牛做马的生活

trâu nước *d* 河马

trâu thiến *d* 犍水牛

trầu *d* ①槟榔 (即槟榔片、蒌叶、蚌灰三者 之合称): ăn trầu 吃槟榔②蒌叶

trầu cau *d* ①蒌叶与槟榔: bán trầu cau 卖蒌 叶与槟榔② [转] 聘礼: chia trầu cau cho họ hàng 分聘礼给亲戚

trầu héo cau ôi 婚姻生活不美满

trầu không *d*[植] 蒌叶

trầu thuốc *d* 掺烟槟榔

trẩu *d* 木油桐

trấu *d* 大糠, 老糠: bếp đun trấu 烧糠炉

trây₁ *đg* ①涂, 抹, 搽: trây bùn lên tường 往 墙上抹泥②玷污, 弄脏

trây₂ *đg*[口] 赖: trây nợ 赖账; trây ra không chịu đi 赖着不肯走

trây lười *t* 懒惰, 懈怠: kẻ trây lười 懒惰的 人

trầy *đg* 擦伤, 擦损: trầy da 擦破皮

trầy da sứt thịt ①皮开肉绽: Không biết nó bị đứa nào đánh đấm gì mà trầy da sứt thịt như thế này. 不知道他被谁打得皮开肉 绽。②损伤严重: Sau cuộc chiến cả hai bên đều trầy da sứt thịt. 战后双方都损伤 严重。

trầy trật *t* 艰难, 曲折: trầy trật cả ngày chưa xong 辛苦了一天都没做完

trầy trụa *t* 擦破的, 擦伤的, 挠伤的: trầy trụa cả chân tay 擦破了的手脚

trầy vi tróc vảy ① [口] 损伤惨重②累脱一 层皮, 辛苦劳累: Làm trầy vi tróc vảy mới được từng này. 这么辛苦就挣那么一点 儿。

trầy xước *t* 擦破皮的: tay bị trầy xước 擦破 皮的手

trẩy₁ *đg* 远出，赶，赴：trẩy hội 赶庙会

trẩy₂ *đg* 采摘（果实）：trẩy trám 摘橄榄

trẩy hội *đg* 赶庙会：đi trẩy hội "Na-ta-mu" 赶"那达慕"庙会

tre *d* [植] 厚竹，毛竹，实心竹：luỹ tre 竹丛

tre đằng ngà *d* [植] 金丝竹

tre gai *d* 刺竹

tre già khó uốn 孩子大了不好教

tre nứa *d* 竹子的通称

tre pheo *d* 竹子

tre tầm vông *d* 龙头竹，实心竹

tre trẻ *t* 有点年轻的

tre vầu *d* 大箣竹

trẻ *t* ①年青的，年少的：thời trẻ 年轻时②新生的，（属）新手的：những cây bút trẻ 新生作者 *d* 小孩子：có tiếng trẻ khóc 传来孩子的哭声

trẻ con *d* 儿童，小孩，幼儿：Trẻ con ở đây ngoan lắm. 这里的小孩很乖。 *t* 孩子气：Nó còn trẻ con lắm. 他还是孩子脾气。

trẻ hoá *đg* 使…年轻化：trẻ hoá đội ngũ cốt cán của cơ quan 使机关骨干队伍年轻化

trẻ không tha già không thương 肆无忌惮；任意妄为；肆行无忌

trẻ măng *t* 幼稚，年幼，年轻：Trông anh ta còn trẻ măng. 他看起来很年轻。

trẻ mỏ *d* 小孩，孩子：nhà đông trẻ mỏ 家里孩子多 *t* 年轻：Còn trẻ mỏ gì nữa mà không chịu lấy vợ đi. 不年轻了，该娶媳妇了。

trẻ người non dạ 年幼无知

trẻ nhãi *d* 顽童，毛头小伙子

trẻ nít *d* 小孩，幼儿，儿童

trẻ ranh *d* 小毛孩，小鬼头儿：Trẻ ranh thì biết gì mà bàn với luận. 小毛孩懂什么，又评又论的。

trẻ sơ sinh *d* 初生婴儿

trẻ thơ *d* 幼儿，婴儿：chăm sóc trẻ thơ 照看幼儿 *t* [转] 年幼无知，天真无邪

trẻ trai *t* 年轻力壮，血气方刚：thế mạnh trẻ trai 年轻的力量

trẻ trung *t* ①年轻，少壮：chẳng còn trẻ trung nữa 不再年轻②生气勃勃

trẽ *đg* 拐弯：trẽ vào bên tay phải 往右手拐 *d* 火炉的通条

trèm *đg* 烘，熏，（火）燎，（火势）蔓延：Lửa trèm vào mái nhà. 火势蔓延到房顶。

trèm trèm *t* 差点儿：đoán trèm trèm 猜得九不离十

trèm trụa *t* （火烧）肮脏不堪：Chiếc cột bị cháy trèm trụa. 木桩被烧得黑乎乎的。

trém=lém

trém mép *t* 多嘴的，话多的：chỉ được bộ trém mép 就知道多嘴

trèn trẹt *t* [口] 浅：nước nông trèn trẹt 水很浅

trẽn₁ *t* [方] 羞怯：trẽn mặt 丢脸

trẽn₂ *t* （柴火）潮湿，不干：Củi trẽn khó cháy. 柴太湿难点燃。

treo *đg* 悬，吊，悬挂：treo cờ 挂旗；treo đèn kết hoa 张灯结彩

treo cổ *đg* 绞刑，上吊：treo cổ kẻ tử tù 给死刑犯实施绞刑

treo đầu dê bán thịt chó 挂羊头卖狗肉

treo giò *đg* ① [口] 禁赛（取消比赛资格）：Cầu thủ bị treo giò một năm. 球员被禁赛一年。② [转] 束之高阁

treo gương *đg* 树立榜样：treo gương liêm chính 树立廉政的榜样

treo mỏ=treo niêu

treo mõm *đg* [口] 挨饿：Không chịu đi làm thì chỉ có treo mõm. 不肯工作就只好挨饿了。

treo niêu *đg* [口] 挨饿：Bị mất mùa thì ta phải treo niêu thôi. 如果歉收，我们就只好挨饿了。

treo trẻ *t* 磨磨蹭蹭，迟缓，拖沓：Treo trẻ trong công việc nộp thuế. 纳税工作做得太慢。

trèo *đg* ①攀, 登, 爬: trèo cao 登高②攀高枝儿

trèo cao ngã đau 爬得越高, 摔得越痛

trèo đèo lội suối 跋山涉水

trèo trẹo [拟] 嘎吱嘎吱, 嘎嗒嘎嗒: nghiến răng trèo trẹo 牙齿咬得嘎吱嘎吱响

trèo trẹo₂ *t* 贫嘴的, 缠磨的: Thằng bé theo mẹ xin tiền trèo trẹo. 小男孩缠着妈妈要钱。

trèo trà trèo trợt=trèo trợt

trèo trợt *t* 歪斜, 松垮: Chiếc bàn bị long mộng trèo trợt. 松了榫头的桌子歪歪斜斜的。

tréo *t* 交叉的: hai tay tréo sau lưng 双手交叉到背后

tréo giò *t* 拧着劲儿的, 不按规矩的: Bố trí công việc tréo giò, người ta làm sao nổi. 不按规矩安排工作, 人家怎么做嘛。

tréo kheo *đg* 盘腿, 交叉腿: nằm tréo kheo 双腿交叉而卧

tréo khoeo=tréo kheo

tréo mảy *t* [方] 盘腿的: ngồi tréo mảy 盘腿坐着

tréo ngoảy =tréo kheo

tréo ngoe *t* 反常: tình thế tréo ngoe 情形反常

trẹo₁ *t* ①错位的, 扭伤的: chân bị trẹo 脚扭伤了②歪, 偏: cố hiểu trẹo đi 故意想歪

trẹo₂ *d* 疤痕: Má bên phải có cái trẹo. 右边脸上有块疤。

trẹo họng 歪曲事实: trẹo họng nói điều phản phúc 歪曲事实诬赖人

trét *đg* ①填缝, 涂缝: trét vách 补墙缝儿②凑数, 充数: cố trét cho đủ số trang 尽量凑够页数

trẹt₁ *t* 浅: rổ trẹt 浅底筐

trẹt₂ *d* 簸箕

trê *d* [动] 塘虱, 鲶鱼 (cá trê 的简称)

trề *đg* 翘起, 撅起: trề môi chê đắt 噘嘴嫌贵

trễ₁ *đg* 低垂, 下垮 (同 sễ): kính trễ xuống 眼镜下垮

trễ₂ *đg* 耽误, 延误: trễ công việc 耽误工作

trễ₃ *t* 晚, 迟缓: đến trễ nửa giờ 迟到半个小时

trễ nải *t* 懒散, 拖拉, 消极, 怠惰: không nên trễ nải công việc 不要消极怠工

trễ phép *đg* 超假: mải chơi bị trễ phép 贪玩超假

trễ tràng *t* 迟缓, 慢吞吞, 慢条斯理: Việc gấp không nên trễ tràng. 急事不能慢吞吞的。

trệ₁ [汉] 滞 *đg* 停滞, 停顿: hàng trệ không chạy 商品滞销

trệ₂ *đg* 堕下, 垂下: trệ thai 堕胎

trệch *t* 歪, 偏, 错开: trệch hướng 偏离方向; bắn trệch 射偏了

trên *d* ①上面, 上头, 上边: trên đời 世上; cấp trên 上级②多, 余, …以上: trên 100 tuổi 一百多岁③前头, 前面: phía trên 前面④上好: hạng trên 上等 *k* ①在…上: trên cây 在树上②…的: sao trên trời 天上的星星③往…上: chạy lên trên đồi 往山上跑去; trồi lên trên mặt đất 从地下往上长出来④在…之上: trên cơ sở hiệp nghị 以协议为基础; phục vụ 24 giờ trên 24 giờ 全天 24 小时服务

trên cơ [口] 更胜一筹: một đối thủ trên cơ 对手更胜一筹

trên dưới *d* ①上下级: trên dưới một lòng 上下一条心②上下, 左右, 光景: Loại khá đạt trên dưới 50%. 良好率达百分之五十左右。

trên đe dưới búa 上下受压, 两头受夹: Trên đe dưới búa đằng nào cũng chết. 上下受压哪头都得死。

trên hết *d* 至上, 最重要的: hữu nghị trên hết 友谊至上

trên kính dưới nhường 上尊下礼: Ta phải kế thừa thuần phong mĩ tục trên kính dưới nhường. 我们要继承上尊下礼的美俗。

trên tài [口] =trên cơ

trển đ [方] 上面，上头：Trển có chỗ ngủ. 上面有地方睡。

trết đg [口] 粘，沾：Dầu mỡ trết vào quần áo. 油粘到衣服上。

trệt t ①席地的（坐、躺）：ngồi trệt xuống đất 一屁股坐在地上②挨地的，贴地的：nhà trệt 平房；tầng trệt 贴地阁楼

trêu đg 挑逗，打趣，戏耍：bị trêu ngượng đỏ mặt 被打趣脸都羞红了

trêu chọc đg 挑逗，戏弄：cứ trêu chọc con bé mãi 老是戏弄小孩

trêu chòng =trêu chọc

trêu gan đg 激怒，挑逗：Cứ trêu gan người ta mãi sao mà không bị đánh. 激怒了别人怪不得挨打。

trêu ghẹo đg 调戏，戏弄：trêu ghẹo phụ nữ 调戏妇女

trêu ngươi đg 捉弄，挑弄：Bảo nó vặn nhỏ đài nó lại mở to hết cỡ để trêu ngươi. 让他把收音机关小一点，他还开到最大来捉弄人。

trêu tức =trêu gan

trếu tráo =trệu trạo

trệu đg 脱臼，崴：mỏi trệu đầu gối 累得膝盖脱臼

trệu trạo [拟] 吧嗒吧嗒（咀嚼声）

tri [汉] 知

tri âm d 知音：gặp bạn tri âm 遇知音

tri ân đg [旧] 知恩：tỏ lòng tri ân 表示知恩之心

tri giác d 知觉：Tay tê mất cả tri giác. 手麻失去了知觉。

tri giao d 知交

tri huyện d 知县

tri kỉ d 知己，知心：bạn tri kỉ 知己朋友 t 知心的，体己的：lời tri kỉ 知心话

tri ngộ đg 知遇，赏识，宠遇：ơn tri ngộ 知遇

之恩

tri phủ d 知府

tri thức d 知识：tri thức khoa học 科学知识；cách mạng tri thức 知识革命

trì [汉] 池，驰，持，迟

trì độn t 迟钝：một kẻ trì độn 迟钝之人

trì hoãn t 迟缓：Việc rất gấp không thể trì hoãn được. 事情很急不能缓。

trì trệ t 迟滞，停滞：công việc trì trệ 工作停滞

trĩ₁ [汉] 雉 d 雉鸟（同 chim trĩ）

trĩ₂ [汉] 痔 d 痔疮

trĩ₃ [汉] 稚，峙

trĩ mũi d 鼻痔，鼻息肉

trí₁ [汉] 智 d 智：có trí có tài 才智兼备

trí₂ [汉] 致

trí dục d 智育：trí dục, đức dục và thể dục đều trọng cả 智育、德育和体育并重

trí giả d 智者

trí khôn d 智慧，智力，智能

trí lực d 智力，智慧：tập trung trí lực vào công việc 集中智慧于工作中

trí mạng t 致命的：bị giáng đòn trí mạng 受到致命的打击

trí năng d 智能，才智：phát triển trí năng của trẻ em 开发幼儿的才智

trí nhớ d 记忆力：Trí nhớ của nó không đến nỗi tồi. 他的记忆力不是很差。

trí óc d 头脑，智力：trí óc sáng suốt 头脑聪明

trí thức d 知识，知识分子：tầng lớp trí thức 知识分子阶层

trí trá t 奸诈，奸刁：ăn nói trí trá 为人奸诈

trí tuệ d 智慧

trí tuệ nhân tạo d 人工智能

trí tử t 致死的，致命的：giáng cho một đòn trí tử 给以致命的打击

trị₁ [汉] 治 đg ①治，治理：trị nước 治国；chính sách chia để trị 分而治之的政策②

医治，治疗：trị bệnh 治病③[口] 整治：trừng trị 惩治④驱除：thuốc trị muỗi 驱蚊药

trị₂[汉] 值

trị an *d* 治安：trị an xã hội 社会治安

trị bệnh cứu người 治病救人

trị giá *đg* 价值：Căn nhà trị giá bạc triệu. 这房子价值百万。

trị liệu *đg* 治疗：phương pháp trị liệu hoá học 化学治疗方法

trị ngoại pháp quyền[法] 治外法权

trị số *d*[数]值，数值，价值：trị số giới hạn 极限值；trị số trung bình 平均值

trị sự *d* 管理，经理：ban trị sự 办事处

trị thuỷ *đg* 治水：công tác trị thuỷ 治水工作

trị tội *đg* 治罪，惩罚：trị tội bọn ác ôn 惩罚恶棍

trị vì *đg*[旧] 在位，统治：trị vì thiên hạ 驾驭天下

trỉa *đg* 点播，点种：trỉa ngô 点播玉米

trích₁ *d* 翠鸟

trích₂[汉] 摘 *đg* ①摘：trích câu này dẫn câu kia 寻章摘句②抽拨，提取，提用：trích món tiền quĩ 提用公款

trích dẫn *đg* 摘引，引用：trích dẫn ý kiến của các nhà nghiên cứu khác 引用其他研究人员的意见

trích dịch *đg* 摘译，节译：trích dịch một số phần của cuốn tiểu thuyết 摘译小说里的部分文章

trích đăng *đg* 摘登：trích đăng một phần trên báo Văn Nghệ 摘登《文艺报》上的一段

trích đoạn *đg* 摘片段：trích đoạn vở kịch 戏剧选段；đọc trích đoạn báo 摘读报纸小段

trích lập *đg* 拨款建立：trích lập quĩ khen thưởng 拨款建立奖励基金

trích lục *đg* 摘录：trích lục cổ văn 摘录古文

trích ngang *đg* 摘抄：trích ngang lí lịch 摘抄履历

trích tiền *đg*[经] 拨款；提成

trích yếu *d* 摘要：bản trích yếu 摘录 *đg* 摘要，摘抄：chỉ nên trích yếu mà thôi 只需摘要就行

trịch thượng *t* 摆谱儿：nói giọng trịch thượng 打官腔

triền₁ *d* ①流域：triền sông Hồng Hà 红河流域②坡：triền núi 山坡

triền₂[汉] 缠

triền miên *t* 连绵：suy nghĩ triền miên 绵绵思绪

triền sông *d* 流域

triển[汉] 展

triển khai *đg* 开展

triển lãm *đg* 展览：phòng triển lãm 展览室

triển vọng *d* 希望，前途：triển vọng phát triển của đất nước 国家的发展前途 *đg* 展望：triển vọng tương lai 展望未来

triện[汉] 篆 *d* ①篆书：viết lối chữ triện 写篆体字②印篆，印章：triện đồng 铜章

triện khắc *d* 篆刻

triện thư *d* 篆书

triêng₁ *d* 挑筐儿：đôi triêng 一对挑筐

triêng₂ *d* 沿，檐：triêng mũ 帽檐

triêng=trành

triết[汉] 哲 *d* 哲学课（简说）：thầy dạy môn triết 哲学课老师

triết gia *d* 哲学家

triết giá *đg*[经] 折价

triết học *d* 哲学：nhà triết học 哲学家

triết khấu *d* 折扣

triết lí *d* 哲理：Bài thơ mang nhiều triết lí về nhân sinh và xã hội. 诗里包含了许多人生和社会哲理。 *đg* 人生说教：thích triết lí cao xa 喜欢高谈阔论

triết nhân=triết gia

triệt₁ *đg* 清除：triệt tận gốc tệ nạn xã hội 彻底清除社会弊病

triệt₂[汉] 彻

triệt để *t* 彻底,充分:chấp hành triệt để chính sách nhà nước 彻底落实国家政策

triệt hạ *đg* 洗劫,破坏,毁坏:Bọn giặc triệt hạ cả làng. 敌人洗劫了整个村子。

triệt phá *đg* 洗劫,毁灭:triệt phá cả khu rừng 毁灭了整片森林

triệt sản *đg* 绝育

triệt tiêu *đg* 消除,抵消:Hai con số đối xứng triệt tiêu nhau. 对称的正负两数相加等于零。

triều₁ [汉] 潮 *d* 潮:triều lưu 潮流;thuỷ triều 潮水

triều₂ [汉] 朝 *d* 朝廷,朝代:làm quan to trong triều 在朝廷当大官

triều chính *d* 朝政:tham dự triều chính 参与朝政

triều cống *đg* 朝贡:mang của quí đi triều cống 带宝物去朝贡

triều cường *d* 强潮

triều đại *d* 朝代:triều đại nhà Trần 陈氏朝代

triều đình *d* 朝廷:một triều đình thối tha tàn bạo 一个腐朽残暴的朝廷

triều kiến *đg* 朝见,朝晋,晋见:Tân trạng nguyên triều kiến hoàng thượng. 新状元晋见皇上。

triều phục *d* 朝服

triều suy *d* 弱潮

triều thần *d* 朝臣

triệu₁ [汉] 兆 *d* 百万:một triệu đồng 一百万元

triệu₂ [汉] 召 *đg* 召见:triệu các quan đến bàn việc nước 召见官员共商国是

triệu chứng *d* 预兆,征兆,症状:triệu chứng có mưa 下雨的征兆;triệu chứng của bệnh lao 结核病症状

triệu giun *d* [理] 光焦耳

triệu hồi *đg* 召回:triệu hồi đại sứ 召回大使

triệu oát *d* [理] 兆瓦

triệu ôm *d* [理] 光欧姆

triệu phú *d* 百万富翁:nhà triệu phú 百万富翁

triệu tập *đg* 召集,召开:triệu tập hội nghị 召开会议

triệu vôn *d* [理] 兆伏

trìm ngậm *đg* 沉没,下沉

trinh₁ *d* [旧] 文

trinh₂ [汉] 贞 *d* 贞:trung trinh 忠贞 *t* 童贞的,未婚的:con gái còn trinh 处女;màng trinh 处女膜

trinh₃ [汉] 侦 *đg* 侦:trinh sát 侦察

trinh bạch *t* 贞洁:một goá phụ trinh bạch 一位贞洁的寡妇

trinh khiết *t* 贞洁,贞烈

trinh nguyên *t* 纯洁:tấm lòng trinh nguyên 纯洁的心灵

trinh nữ₁ *d* 贞女,处女

trinh nữ₂ *d* [植] 含羞草

trinh sát *đg* 侦察:trinh sát hình sự 刑事侦查;trinh sát điện tử 电子侦察;trinh sát vũ trụ 航天侦察 *d* 侦察员(同 trinh sát viên)

trinh sát hàng không *d* [军] 空中侦查

trinh sát viên *d* 侦察员

trinh thám *đg* 侦探,侦察:trinh thám tình hình địch 侦察敌情 *d* 侦探员,密探,暗探:nhà trinh thám 侦探家 *t* 有侦探内容的,悬疑的:truyện trinh thám 悬疑小说

trinh tiết *t* 贞洁:người phụ nữ trinh tiết 贞洁的女人 *d* 贞节:giữ trọn trinh tiết 守住贞节

trinh trắng=trinh bạch

trình [汉] 呈 *đg* ①呈,呈递:trình quốc thư 递交国书②呈报:trình cấp trên 呈报上级

trình báo *đg* 呈报,报告:trình báo hộ khẩu 上户口

trình bày *đg* ①陈列,排列,摆设,展示:trình bày bìa cuốn sách 展示书的封面②介绍,说明,申明,交代,陈述:trình bày kế hoạch công tác 陈述工作计划；trình bày lí do đến muộn 说明迟到原因③表演，演出，扮演：Tác giả tự trình bày bài hát mới sáng tác. 作者亲自演唱刚创作的新歌曲。

trình chiếu *đg* 公演：bộ phim trình chiếu vào mới đây 最近公演的电影

trình diễn *đg* 公演，演出：Nhà hát cải lương trung ương trình diễn vở kịch mới. 中央改良剧院演出新剧。

trình diện *đg* ① 报到，自首：trình diện với nhà chức trách 向当局自首② 公开，示众，面见：Chú rể trình diện hai họ. 新郎面见双方家庭。

trình duyệt₁ *đg* 呈批，呈核，呈准，呈阅：trình duyệt kế hoạch 送批计划

trình duyệt₂ *d* [计] 浏览器：trình duyệt web 网页浏览器

trình dược viên *d* 医药代表

trình độ *d* 程度，水平，水准：trình độ văn hoá 文化水平；nâng cao trình độ tay nghề 提升工艺水平

trình làng *đg* [口] 发布，公演：Công ti sắp trình làng một sản phẩm mới. 公司即将发布新产品。

trình soạn thảo *d* 文件处理系统

trình tấu *đg* 演奏：trình tấu bản nhạc mới 演奏新乐曲

trình thức *d* 程式

trình tự *d* 程序：trình tự pháp luật 法律程序

trịnh trọng *t* 郑重，庄严，严肃，严正：trịnh trọng tuyên bố 郑重宣布

triod *d* 三极管

trít *đg* 塞紧，淤堵：trít chỗ đồ xôi 封锅蒸糯米饭 *t* 紧紧：mắt nhắm trít 紧闭眼睛

trìu mến *đg* 疼爱，偎依，关爱 *t* 相亲相爱，和蔼：thái độ trìu mến 态度和蔼

trìu trĩu *t* 沉甸甸：cành cây trìu trĩu quả 树上果实累累

trĩu *t* 沉甸甸：sai trĩu 果实累累

trĩu nặng *t* 沉甸甸

trĩu trịt *t* 沉甸甸，低沉：Cành cam trĩu trịt những quả. 橘子树上果实沉甸甸的。

tríu *đg* ①揪住，抓紧：tríu cành cây 抓紧树枝②死缠着，纠缠：Trẻ con tríu mẹ. 孩子老是缠着母亲。*t* 繁忙，不停：Công việc cứ tríu lên, làm cả ngày không xong. 工作太繁忙，一天都干不完。

tro₁ *d* 灰，灰烬：tro di hài 骨灰

tro₂ *d* 蒲葵：lợp nhà bằng tranh tro 用蒲葵盖房子

trò₁ *d* ①杂耍，戏法：làm trò 变戏法② [转] 花样，把戏，手段：dở trò 耍花招

trò₂ *d* 学生，学徒，仆人：thày trò 师徒

trò bởn *d* 玩笑，儿戏

trò chơi *d* 游戏，玩意儿，游艺活动：những trò chơi bổ ích 有益的游戏

trò chuyện *đg* 谈笑，谈心，倾谈，摆谈

trò cười *d* ①笑话，游戏，趣事：Bọn trẻ làm trò cười hay đáo để. 孩子们玩游戏挺有趣的。②笑柄，笑料：Làm việc ấy không khéo lại làm trò cười cho thiên hạ. 做那件事弄不好会成为天下人的笑柄。

trò đời *d* 世态，世故，世事：Trò đời xưa nay vẫn thế. 世态从来就如此。

trò đùa *d* 玩笑，儿戏：Chuyện thi cử đâu phải là trò đùa. 考试可不是儿戏。

trò hề *d* 丑剧，谐剧，滑稽戏：trò hề bầu cử của chính phủ bù nhìn 傀儡政府的选举丑剧

trò khỉ *d* 耍猴儿，鬼把戏，恶作剧

trò ma *d* [口] 欺骗手段，狡诈之计：giở trò ma 施展欺骗手段

trò trống *d* 玩意儿，名堂，把戏：Liệu có làm nên trò trống gì không？不知道能做出什么名堂来？

trò xiếc *d* 杂技，竞技，杂耍

trỏ *đg* 指，点：trỏ đường 指路

trỏ tay năm ngón =chỉ tay năm ngón

trọ *đg* 暂住：ở trọ 投宿；thuê phòng để trọ học 租房读书

trọ trẹ *t* 口齿不清的；带口音的：tiếng miền Trung trọ trẹ 很重的中部口音

tróc₁ *đg* 脱落，剥落：Vỏ cây bị tróc từng mảng. 树皮一片一片地剥落。

tróc₂[汉] 捉 *đg* 捉拿：bị tróc phu 遭捉夫（抓壮丁）

tróc₃ *đg* 弹舌；弹指：tróc tay làm nhịp 弹指打拍子

tróc da *đg* 蹭破皮，脱皮：ngã tróc da đầu gối 摔得膝盖破皮

tróc lóc *đg* 脱落，剥落：vỏ cây tróc lóc 树皮剥落

tróc nã *đg*[旧] 捉拿：tróc nã tù trốn trại 捉拿越狱犯

tróc vảy *đg* 脱鳞；[医] 脱痂

trọc₁ *t* 秃：núi trọc 秃顶山；trọc đầu 秃头

trọc₂ *t*[汉] 浊

trọc hếu *t* 光秃秃：đầu trọc hếu 头上光秃秃的

trọc lốc *t* 光溜溜：đầu trọc lốc 头上光溜溜的

trọc lông lốc=trọc lốc

trọc nhẵn *t* 光滑，光溜溜

trọc phú 愚蠢吝啬的富人

trọc tếu *t* 光秃秃，光溜溜：Đầu cạo trọc tếu. 头剃得光溜溜的。

trọc thế *d* 浊世，混世：tránh xa trọc thế 远离浊世

trọc trụi *t* 寸草不生的

trồi *đg* ①露出，探（头、身）：trồi lên mặt nước 浮出水面②吐出，掏出：trồi tiền ra 掏出钱

trói *đg* 捆，绑，缚：cởi trói 松绑

trói buộc *đg* 捆缚，捆绑；束缚：Lễ giáo phong kiến trói buộc tự do con người. 封建礼教束缚人身自由。

trói chân *đg* 阻碍，约束：bị trói chân bởi việc nhà 被家事所束缚

trói gà không chặt 手无缚鸡之力

trói giật cánh khuỷu 五花大绑

trọi₁ *đg* 斗：trọi gà 斗鸡

trọi₂ *đg* 用手指敲头：trọi cho mấy cái vào đầu 在头上（用手）敲了几个爆栗子

trọi₃ *t* 精光：hết trọi 精光

trọi lỏi *t*[口] ①精光，空落落：Trong túi trọi lỏi không có một xu. 口袋里一分钱都没有。②孤零零：trọi lỏi một mình 孤身一人

tròm trèm *t* ①[方] 差不多，差不离儿：tuổi tròm trèm sáu mươi 差不多六十岁②初燃的：lửa bén tròm trèm 火刚刚燃

trõm *t* 凹陷的：Thức khuya trõm cả mắt. 因为熬夜，眼睛都陷下去了。

trõm lõm *t*（眼睛）凹陷的：đôi mắt trõm lõm 双眼深凹

tróm trém *đg* [口] 细嚼，细嚼慢咽：Bà cụ nhai trầu tróm trém. 老婆婆细嚼着槟榔。

tron trót [拟] 呼呼：Roi quất tron trót. 鞭子抽得呼呼响。

tròn *t* ①圆：vòng tròn 圆圈；quả bóng tròn 圆球②整：một năm tròn 整一年③完全，完整，完善，圆满：làm tròn nhiệm vụ 圆满完成任务④圆滑，灵活：sống tròn 处世圆滑⑤圆润：giọng tròn 圆润的嗓子

tròn bóng *t*[口] 正午的，日当午的：Làm đến tròn bóng vẫn chưa được nghỉ. 干到中午了还不能休息。

tròn trặn *t* 圆圆的，满圆的，正圆的：khuôn mặt tròn trặn 满圆的脸儿

tròn trịa *t* ①滚圆，圆滚滚：cổ tay tròn trịa 手脖子圆滚滚的②圆润：Tiếng hát tròn trịa ngân vang. 歌声圆润悠扬。

tròn trĩnh *t* 丰满，结实：Vóc người tròn trĩnh. 身材丰满结实。

tròn vanh vạnh *t* 圆圆的，正圆的

tròn vo *t*[口] 溜圆的：hòn đá tròn vo 溜圆的石头

tròn xoay *t*[口] 圆滚滚: quả bóng tròn xoay 圆滚滚的皮球

tròn xoe *t*[口] 滴溜圆: con mắt tròn xoe 眼珠滴溜圆

trọn *đg* 尽,竭尽,极尽: trọn phận làm con 尽了儿女的责任 *t* 完整,全: trọn một bộ sách 全书

trọn đời *d* 毕生,终生,一生: yêu nhau trọn đời 恩爱一生

trọn gói *d* 一揽子,整套: phục vụ trọn gói 整套服务

trọn vẹn *t* 圆满,十全十美: hoàn thành trọn vẹn nhiệm vụ 圆满完成任务

trong₁ *d* ① 里面,里边: trong nhà 屋里 ② 内,里: việc xảy ra trong năm 年内发生的事 *k* ① 在…之中: học tập trong hoàn cảnh khó khăn 在困难的环境中学习 ② 要在… 期限内: phải hoàn thành trong vòng một tháng 要在一个月内完成

trong₂ *t* ① 清澈,洁净: nước sông trong 河水清澈 ② 晴朗,清脆: tiếng hát trong 歌声清脆

trong lành *t* 清新,清澄: dòng nước suối trong lành 清澄的溪流

trong sạch *t* 纯洁,清白,洁白无瑕: con người trong sạch 清白的人; lòng trong sạch 纯洁的心

trong sáng *t* ① 晴朗;明朗;明亮: cặp mắt trong sáng 明亮的双眼 ② 纯粹,纯正: giữ cho tiếng nói trong sáng 保持语言纯正

trong suốt *t* 清湛,透明,清澈: cốc thuỷ tinh trong suốt 透明玻璃杯

trong trắng *t* 纯白,纯洁,淳朴: tấm lòng trong trắng 襟怀坦荡

trong trẻo *t* 洁白,白净,清清的: bầu trời trong trẻo 洁净的天空

trong vắt *t* 清澈: nước suối trong vắt 清澈的溪水

trong veo *t* 清澈见底: dòng nước trong veo 清澈见底的水流

tròng₁ *d* 眼珠,眼球: tròng mắt đỏ hoe 眼珠发红

tròng₂ *d* ① 圈套,套索: vác tròng đi bắt chó 带上套索去捉狗 ② 陷阱: mắc tròng kẻ xấu 落入坏人的陷阱 *đg* ① 套圈,套绳: tròng vào cổ con vật 套圈到动物脖子上 ② 披上: tròng áo 披衣

tròng₃ *d* 小舟

tròng đen *d* 瞳孔,黑眼珠

tròng đỏ *d* 蛋黄

tròng lọng *d* 绞索,圈套

tròng ngao *d* 小木舟

tròng trành *t* 摇晃不定的,动荡不安的: Thuyền trôi tròng trành trên sông. 船在河里摇摇晃晃地漂着。

tròng trắng *d* 眼白

trổng *d*[方] 里面: mới từ trổng ra 才从里面出来

trọng [汉] 重 *đg* ① 看重,注重: coi trọng 重视; trọng nam khinh nữ 重男轻女 ② 敬重,尊敬: tôn sư trọng đạo 尊师重教 *t* 严重,重大: mắc bệnh trọng 患重病

trọng án *d* 重案,大案,要案: vụ trọng án 重大案件

trọng âm *d*[语] 重音: trọng âm của từ tiếng Nga 俄文的重音

trọng bệnh *d* 重病

trọng dụng *đg* 重用: được cấp trên trọng dụng 受到上级重用

trọng đãi *đg* 厚待,优待: trọng đãi quí khách 厚待贵客

trọng đại *t* 重大: sự kiện lịch sử trọng đại 重大的历史事件

trọng điểm *d* 重点: vùng trọng điểm 重点地区

trọng liên *d* 重机枪

trọng lực *d* 重力,引力: trọng lực nhân tạo 人造引力

trọng lượng *d* ①重力②重量, 分量: một luận chứng có trọng lượng 有分量的论证; tăng trọng lượng gia cầm 增加家禽的重量

trọng nghĩa khinh tài 重义轻财

trọng người ở phải, hãi người cho ăn 为人厚道, 必有好报

trọng phạm *d* 重犯, 要犯

trọng pháo *d* 重炮, 重型火炮

trọng tài *d* ①裁判: trọng tài bóng đá 足球裁判②公证人, 仲裁: hội đồng trọng tài kinh tế 经济仲裁委员会

trọng tải *d* ①载重, 吨位: Trọng tải của xe là 5 tấn. 汽车的载重吨数为 5 吨。②载重量: Cấm các loại xe có trọng tải 10 tấn qua cầu. 禁止载重量 10 吨的车辆过桥。③排水量, 吃水位: tàu thuyền trọng tải 5000 tấn 5000 吨级船舶

trọng tâm *d* 重心, 核心: Lương thực là trọng tâm của sản xuất nông nghiệp. 粮食是农业生产的重心。

trọng thần *d* 重臣

trọng thể *t* 隆重, 庄严: cuộc mít tinh trọng thể 隆重的集会

trọng thị *đg* 重视: trọng thị nông tang 重视农桑

trọng thương *d* 重伤, 重创: Bị trọng thương ở đầu. 头部受重伤。

trọng thưởng *đg* 重赏, 重奖: trọng thưởng người có thành tích thi đấu cao 重奖比赛取得好成绩的人

trọng tội *d* 重罪, 大罪

trọng trách *d* 重责, 重大责任: trọng trách của người cầm bút 笔耕者的重要责任

trọng trường *d* 磁场, 重力场: trọng trường Trái Đất 地球磁场

trọng vọng *đg* 敬重: được mọi người trọng vọng 受到大家敬重

trọng yếu *t* 重要: vị trí trọng yếu 重要位置

trót₁ *t* ①末尾的, 最后的: chuyến xe giờ trót 末班车②整整: trót một năm trời 整整一年③到底的: làm trót buổi 干到最后

trót₂ *đg* ①失手: trót đánh vỡ gương 失手打破镜子②抽, 挥: trót cho mấy roi vào người 抽几鞭子到身上

trót dại *đg* 犯傻, 犯浑: cháu nó trót dại 孩子犯浑

trót lọt *t* 顺当, 完好无损: làm trót lọt tất cả các đề thi 顺利答完试卷全部题目; chuyến đi trót lọt 顺当的旅程

trô trố *t* 直勾勾, 直瞪瞪: Lũ trẻ trô trố nhìn ông khách lạ. 孩子们直勾勾地看着陌生人。

trổ₁ *đg* ①苗生, 发芽: trổ bông 开花②卖弄, 显示, 炫耀: trổ tài 卖弄手艺

trổ₂ *đg* 雕, 雕镂: chạm trổ 雕刻

trổ₃ *đg* 洞穿, 开辟: trổ hàng rào lấy lối đi 在篱笆上开一个口以便行走 *d* 破洞: Chó chui qua trổ rào. 小狗钻过篱笆上的破洞。

trổ đòng *đg* 吐穗, 抽穗: lúa trổ đòng 水稻抽穗

trổ tài *đg* [口] 卖弄本事, 逞能: được dịp trổ tài 趁机卖弄本事

trổ *đg* 抽穗: lúa đang trổ 稻子在抽穗

trố *đg* 瞪目, 睁目: trố mắt kinh ngạc 愕然瞪目 *t* (眼) 稍突的: Mắt nó hơi trố. 他的眼睛有点突。

trộ₁ *đg* 恐吓: trộ trẻ con 吓小孩

trộ₂ *d* [方] (风、雨) 阵, 场: Trộ mưa to quá. 这场雨好大。

trốc₁ *d* ①头, 顶: đỉnh trốc 头顶②上面: ăn trên ngồi trốc 高高在上

trốc₂ *đg* 翻起, 扬起, 掀起: Bão trốc mái nhà. 台风掀开屋顶。

trôi₁ *d* [动] 鲮鱼

trôi₂ *d* 汤圆, 元宵

trôi₃ *đg* ①漂浮, 漂流: thuyền trôi 船顺水漂流②流逝, 飞逝: ngày tháng trôi qua 时光飞逝 *t* 顺利, 顺当, 畅达, 流利: nói trôi lắm 说得很流利

trôi chảy *t* ①流利, 流畅: văn viết trôi chảy 文笔流畅 ②顺利, 顺当: công việc trôi chảy 工作顺利

trôi dạt *đg* ①漂, 漂移: Bão cuốn chiếc thuyền trôi dạt đi đâu mất? 台风让船漂哪儿去了? ②漂泊, 飘零: cuộc đời trôi dạt 一生漂泊

trôi nổi *đg* ① 漂浮: Cánh bèo trôi nổi trên mặt nước. 浮萍漂浮在水面上。②漂泊: cuộc đời trôi nổi 一生漂泊不定

trôi sông *đg* [口] 流送, 漂流: thả đèn trôi sông 放河灯

trôi sông lạc chợ 流落街头; 无处安身: Hắn ngày trước là dân trôi sông lạc chợ, lúc nào cũng ghẻ chốc đầy mình. 他以前流落街头, 满身都是疥疮。

trồi *đg* 伸出, 冒出, 露出, 高出: bị ngã xương trồi ra 被摔得骨头都露了出来; trồi đầu ra mặt nước 从水里冒出头来

trồi sụt *đg* 起落, 高高低低: mặt đường trồi sụt 路面高低不平

trỗi *đg* ① [方] 爬起: gắng gượng mãi mới trỗi dậy được 艰难地爬了起来 ②掀起: trỗi lên nỗi nhớ 掀起思潮 ③ [方] 响起: trỗi lên tiếng kèn 响起号声

trỗi dậy *đg* 崛起, 兴起: lực lượng mới trỗi dậy 新崛起的力量

trối₁ *d* 秧头: nhổ mạ bị đứt trối 拔秧断根头

trối₂ *đg* (死前) 留话, 留下嘱托: chết không kịp trối 死时没来得及留下嘱托

trối chết *t* [口] 拼死拼活的, 没命的: làm trối chết 豁出命来干

trối già *đg* [口] 死而无憾: Đi chu du một chuyến trối già. 出去旅游一趟死而无憾。

trối kệ *đg* [口] 不管, 不睬, 不搭理: Trối kệ nó, muốn làm gì thì làm. 不管他, 想干啥就干啥。

trối thây *đg* [口] 不理睬, 不搭理, 置之不理:

Trối thây nó, muốn làm gì thì làm. 别理他, 想干啥就干啥。

trối trăng *đg* (死前) 留言, 留遗嘱: không kịp trối trăng 来不及留下遗嘱

trội *đg* ①露, 突: trội lên 露出来 ②多增加, 多出: tính trội lên 3 đồng 多算了 3 元钱 ③超越, 强过: học trội hơn các bạn cùng lớp 学习比同班同学强

trội bật *t* 突出, 出类拔萃: nhân tài trội bật 出类拔萃的人才

trội nổi *t* 显著, 突出: giành thành tích trội nổi 取得显著成绩

trội vượt *t* 优越: tính chất trội vượt 优越性

trôm-pét *d* [乐] 铜管

trộm *đg* ①偷窃, 偷盗: lấy trộm đồ đạc 偷窃财物 ②暗中作梗: làm trộm 背地里做 *d* 小偷: bắt được trộm 抓到小偷

trộm cắp *đg* 盗窃, 偷窃: Chúng nó trộm cắp như ranh. 他们经常偷盗。*d* 小偷: Nó là thằng trộm cắp. 他是一个小偷。

trộm cắp như rươi 盗贼多如牛毛

trộm cướp *đg* 行窃, 抢劫: phạm tội trộm cướp 犯抢劫罪 *d* 劫匪, 盗匪, 盗贼: hô bắt trộm cướp 高喊抓贼

trộm nghe *đg* 窃闻, 私下听说: Tôi cũng trộm nghe chuyện này, bây giờ xin phát biểu vài lời. 我私下也听说那件事, 现有几句话要说。

trộm nghĩ *đg* 暗想, 窃念

trộm nhớ thầm yêu = thầm yêu trộm nhớ

trộm phép *đg* 冒昧: Trộm phép bác, cháu xem trước rồi. 请见谅, 我冒昧先看了。

trôn *d* ① [口] 屁股: miệng nôn trôn tháo 上吐下泻 ②物体的底部: trôn bát 碗底 ③果脐: trôn quả táo 苹果脐

trôn kim *d* 针孔, 针鼻儿

trôn ốc *d* 螺旋: hình xoáy trôn ốc 螺旋状

trốn *đg* ①避开, 躲避, 规避: chạy trốn 逃避; trốn học 逃学 ②隐藏, 躲藏: trốn sau cánh cửa 躲在门背后

trốn lính *đg* 逃避兵役: bị bắt vì trốn lính 因逃避兵役被抓

trốn nắng *đg* 歇凉, 避暑: trốn nắng dưới bóng cây 在树荫下歇凉

trốn nợ *đg* 躲债: bỏ về quê để trốn nợ 回乡下躲债

trốn phu *đg* 逃避服役

trốn thuế *đg* 逃税: làm giả sổ sách để trốn thuế 造假账来逃税

trốn tránh *đg* 逃避: trốn tránh trách nhiệm 逃避责任

trộn *đg* ①搅拌, 调和, 拌和: trộn bê tông 搅拌混凝土②混合, 掺杂: cơm trộn muối vừng 掺芝麻盐的饭

trộn gỏi *d* ①脍菜②凉拌

trộn trạo *đg* 混淆; 混入: Tên gian trộn trạo vào đám đông. 坏人混入人群中。

trông *đg* ①观, 望, 瞧, 看: trông thấy tận mắt 亲眼所见②看守, 监视: trông nhà 看家③指望, 指靠: Chẳng biết trông vào ai lúc này. 此时不知指望谁。④朝向, 对着: Cửa sổ trông ra vườn. 窗户向着院子。

trông cậy *đg* 指望, 依靠, 依托: trông cậy vào tập thể 依托集体的力量

trông chờ *đg* 企盼, 期望, 期待: trông chờ ngày gặp nhau 期待见面的日子

trông chừng *đg* ①当心, 小心: trông chừng kẻ gian 小心小偷②看样子, 看来: Trông chừng trời sắp mưa. 看来要下雨了。

trông coi *đg* 看管, 管理, 照料: trông coi nhà cửa 看管家园

trông đợi *đg* 期待, 等待: trông đợi tin mừng 等待喜讯

trông gà hoá cuốc 看朱成碧, 看走眼

trông giỏ bỏ thóc 量体裁衣

trông mặt đặt tên 见微知著: Trông mặt đặt tên, mới gặp lần đầu là tôi biết anh là người tốt. 见微知著, 第一次看见你我就知道你

是好人。

trông mặt mà bắt hình dong=trông mặt đặt tên

trông mòn con mắt 望眼欲穿

trông mong *đg* 指望, 期望: trông mong vào con cái 指望儿女们

trông ngóng *đg* 翘企, 企望: trông ngóng mẹ về 翘盼母亲回家

trông người lại ngẫm đến ta 看到别人想到自己不免歆歔

trông nhờ *đg* 指靠, 依托

trông nom *đg* 料理, 照应, 照顾, 照管: trông nom người bệnh 照顾病人

trông thấy *t* 看得见的: tiến bộ trông thấy 看得见的进步

trông vời *đg* 遥望, 瞭望: trông vời cố hương 遥望故乡

trồng *đg* ①栽, 种, 栽种, 种植: trồng cây 植树②埋, 植, 立, 镶(牙): trồng răng 镶牙; trồng cây nêu 树幡旗

trồng cây chuối=trồng chuối

trồng chuối *đg* ①种蕉② [口] 拿大顶, 倒立: Bọn trẻ tập trồng chuối. 孩子们练倒立。

trồng răng *đg* 镶牙: hiệu trồng răng 镶牙店

trồng trọt *đg* 种植, 栽种: Phát triển cả trồng trọt lẫn chăn nuôi. 耕种和养殖都要发展。

trồng trộng *t* [方] 大个儿的: con cá trồng trộng 好大一条鱼

trống₁ *d* [乐] 鼓: đánh trống 击鼓

trống₂ *t* 雄性的: gà trống 雄鸡

trống₃ *t* ①空, 空落落, 空荡荡: để trống 空着②敞开的: cửa hầm để trống 洞口敞开③空白的, 空的: căn buồng trống 空房子

trống bỏi *d* 拨浪鼓

trống cái *d* 大鼓

trống canh *d* 更鼓

trống chầu *d* 阵鼓

trống chiến *d* 战鼓

trống chiêng *d* 鼓钲

trống con *d* 边鼓

trống cơm *d* 饭鼓（越南的一种乐器）

trống đại *d* 大鼓

trống đánh xuôi kèn thổi ngược 各行其是

trống đồng *d* 铜鼓

trống ếch *d* 仪仗鼓

trống hoác *t*[口] 空荡荡: Căn nhà trống hoác, không có đồ đạc gì. 房子空荡荡的，没有什么家具。

trống hoang trống huếch=trống huếch

trống hốc *t*[口] ①空, 空洞洞, 空旷②室空, 悬磬: nhà cửa trống hốc 房子空放着

trống hông hốc =trống hốc

trống hơ trống hoác=trống hoác

trống huếch *t*[口] 空荡荡: túp lều trống huếch 空荡荡的茅屋

trống huếch trống hoác=trống huếch

trống huơ trống hoác=trống huếch

trống khẩu *d* 柄鼓

trống không *t* ①空空的, 空旷: Nhà cửa trống không. 房子里什么都没有。②不加称呼的: nói trống không 说话不加称呼

trống lệnh=trống khẩu

trống lốc *t*[口] 空荡荡: Con đường trống lốc không một bóng cây. 大道空荡荡的一棵树都没有。

trống lổng *t*[方] 空空的: Túi trống lổng, không có lấy một xu. 口袋里空空的，一分钱都没有。

trống ngực *d* 心里打鼓, 心跳加速（或喜或惧）: Trống ngực đập thình thịch trước khi vào thi. 考试前心里直打鼓。

trống phách *d* 鼓乐声: Trống phách đã nổi lên nơi đình làng. 村子里响起了鼓乐声。

trống quân *d* 军鼓调

trống rỗng *t* ①空洞, 空虚: những lời nói trống rỗng 空洞的话语②空况无物: Nhà kho trống rỗng. 仓库全空了。

trống sấm *d* 雷鼓（大鼓的一种）

trống trải *t* ①空旷, 空落落: Nhà nằm giữa cánh đồng trống trải. 家就在一片空旷的田野里。②空虚: Sống một mình cảm thấy trống trải. 一个人生活感到空虚。

trống trơn *t* ①空洞, 空落: đồi trọc trống trơn 山坡光秃秃的②虚空, 空幻: Nó nói trống trơn ai mà dám tin. 他空口无凭，谁敢信。

trống tuếch *t* 空荡荡: khu đất trống tuếch 空荡荡的一片地

trống tuếch trống toác=trống tuếch

trống tuềnh trống toàng 空无一物, 空空如也: nhà cửa trống tuềnh trống toàng 房子里空空如也

trống vắng *t* 空虚, 空荡荡: cảm giác trống vắng, cô đơn 感觉空虚、孤独

trộng *t*[方] ①稍大的: Con cá này trộng hơn con cá kia. 这条鱼比那条鱼大一点。② 囫囵, 整个: nuốt trộng 一口吞掉

trốt *d* 龙卷风, 旋风: Cơn trốt cuốn sạch mái nhà. 旋风把屋顶全掀了。

trơ *t* ①愣, 呆: ngồi trơ ra như pho tượng 如雕像般呆坐着②坚硬, 稳定: Đất trơ không trồng được thứ gì. 地太硬什么都种不了。③厚脸皮的, 不知耻的: Mắng thế nào mặt nó vẫn trơ ra. 怎么骂他都觍着脸。④孤零零, 剩下的: Đồ đạc đã dọn đi, chỉ còn trơ lại chiếc giường. 所有家具都搬走了，只剩下一张床。⑤尴尬: đứng trơ giữa đám người xa lạ 尴尬地站在众多陌生人面前⑥很钝的: Dao trơ không dùng được. 刀钝得用不了了。

trơ khắc *t*[口] 孤零零: Đứng trơ khắc một mình. 一个人孤零零地站着。

trơ lì *t* 呆倔, 顽固: Thằng cha đó trơ lì lắm, không chịu nghe lời ai bao giờ. 他很倔的，谁的话都不听。

trơ mắt *t*[口] 眼睁睁, 干瞪眼: Mọi người chỉ trơ mắt ra nhìn. 大家只好干瞪眼。

trơ mắt ếch *t*[口] ①漠然，呆愣：Làm gì mà trơ mắt ếch ra đấy？ 在那里发什么愣？ ②干瞪眼：Mọi người giận mà không dám nói, chỉ có trơ mắt ếch ra nhìn. 大家敢怒不敢言，只能干瞪眼。

trơ như phỗng 呆若木鸡

trơ thổ địa *t* ①孤单一人的：Ông lão cứ trơ thổ địa suốt đời. 老人就这样孤单一人过了一辈子。②面无表情的：Hắn vẫn trơ thổ địa không nói năng gì. 他还是面无表情不作声。

trơ tráo *t* 厚颜无耻的：thái độ trơ tráo 厚颜无耻的态度

trơ trẽn *t* 恬不知耻的：ăn mặc hở hang trơ trẽn 穿着暴露恬不知耻

trơ trọi *t* 孤零零，孤独：Bà sống cô đơn trơ trọi một mình. 她一个人孤孤单单地过日子。

trơ trơ *t* ①厚实的；坚固的②厚脸皮，对别人的批评不以为然：Cứ trơ trơ như mặt thớt. 脸皮像砧板一样厚。

trơ trụi *t* ①（树木）光秃，精光，光杆儿：Cành cây trơ trụi không còn một cái lá. 树枝上一片叶子都没有。②凋零；孤零零，剩下的：chỉ còn trơ trụi một thân một mình 只剩下孤零零的一个人

trơ vơ *t* 孤独，孤单，孤零零：trơ vơ nơi đất khách 只身流落他乡

trở₁ *d*[方] 丧事：nhà có trở 家有丧事

trở₂ *đg* ①翻转：trở mặt vải 翻到布的另一面 ②返转，回转：trở về nhà 回家③改变：trở giọng 改变语调④反转，变调：trở mặt 反目⑤以…：từ mười tám tuổi trở xuống 从十八岁以下；25 tuổi trở lên 25 岁以上

trở₃（汉）阻 *đg* 阻：cản trở 阻碍

trở chứng *đg* 变症；变卦；闹别扭；出毛病：Chiếc xe lại trở chứng rồi. 车子又出毛病了。

trở dạ=chuyển dạ

trở gió *đg* 起风，刮风

trở giọng *đg* 反口，反悔，唱反调：Ra trước hội nghị, ông ta trở giọng nói những điều thật chối tai. 开会的时候他却反悔，说了很多不堪入耳的话。

trở gót *đg* 返回，折回

trở lại *đg* ①返回，重返：trở lại trường cũ 重返母校②重新恢复：Không gian yên tĩnh trở lại. 空间重新恢复安静。③最多不超过：chừng năm mươi tuổi trở lại 最多不超过五十岁

trở lên *đg* 以上：từ mười tám tuổi trở lên 十八岁以上

trở lực *d* 阻力，障碍：vượt qua mọi trở lực 超越所有遇到的阻力

trở mặt *đg* 翻脸：trở mặt nói xấu bạn 翻脸说朋友坏话

trở mình *đg* 转侧，翻来覆去，翻身：trở mình liên tục vì khó ngủ 翻来覆去睡不着

trở nên *đg* ①变得：Công việc càng ngày càng trở nên khó khăn. 事情变得越来越困难。②变成，成为：trở nên con ngoan trò giỏi 成为优秀的孩子

trở ngại *đg* 阻碍：trở ngại giao thông 阻碍交通 *d* 障碍：vượt mọi trở ngại 克服所有障碍

trở ngón *đg* ①变卦②耍手腕，耍花招

trở quẻ=trở ngón

trở tang 服丧，戴孝

trở tay *đg* 应付，对付：gặp tình huống bất ngờ không kịp trở tay 遇到突发事件来不及应付

trở tay không kịp 措手不及

trở thành *đg* 变成，成为：ước mơ trở thành phi công 梦想成为飞行员

trở trời [口] 变天：Khi trở trời vết thương lại đau. 变天时伤口就痛。

trở về *đg* 返回，折回：chiến thắng trở về 胜利归来

trở xuống *đg* 以下：mười tám tuổi trở xuống

十八岁以下

trớ₁ *đg* (婴儿) 吐奶，溢奶：Đứa bé vừa bú xong lại trớ ra hết. 婴儿刚吃完奶又吐了出来。

trớ₂ *đg* 避开，岔开：nói trớ đi 岔开话题

trớ trêu *t* 作弄的，嘲弄的：số phận trớ trêu 作弄人的命运

trợ [汉] 助

trợ bút *d* 特约通讯员：làm trợ bút cho đài 当电台特约通讯员

trợ cấp *đg* 补助：tiền trợ cấp 补助费

trợ chiến *đg* ① 增援：cử một tiểu đoàn tới trợ chiến 派一个营来增援 ② 协助，支援：Pháo binh trợ chiến cho bộ binh. 炮兵火力支援步兵。

trợ động từ *d* [语] 助动词

trợ giá *đg* 价格补贴

trợ giảng *d* 助教（职称）

trợ giáo *d* ①法属时期的小学教师②助教

trợ giúp *đg* 帮助，赞助：trợ giúp cho một khoản tiền nhất định 定额赞助款

trợ lí *d* 助理：trợ lí bộ trưởng 部长助理

trợ lực *đg* 助力：thuốc bổ trợ lực 增强体力的补品

trợ tá *d* 助手，助理

trợ thính *đg* 助听：máy trợ thính 助听器

trợ thủ *d* 助手：một trợ thủ đắc lực 得力助手

trợ tim *đg* 强心：tiêm thuốc trợ tim 打强心针

trợ từ *d* [语] 助词

trợ vốn *đg* 提供资金帮助：trợ vốn cho doanh nghiệp 为企业提供资金帮助

trời *d* ①天，天空：bầu trời 天空；mặt trời 太阳②天气：trời ấm 天气暖和③天色：trời nắng 晴天④天神：ông trời 老天爷 *t* ①野的，天生的，天然的：vịt trời 野鸭子②足足，整整：hơn ba năm trời 整整三年有余 *c* [口] 天啊：Trời, sao lại làm như thế? 天啊，太神奇了！

天啊！哪能这么做？

trời bể [口] =trời biển

trời biển *d* ①海天：trời biển một màu 海天一色②天地：trời đất mù mịt khói 天地一片烟雾 *t* [转] 海阔天空，不着边际：Thằng đó trời biển lắm. 那小子很不着边际的。

trời cao biển rộng 海阔天空

trời cao đất dày 天高地厚

trời có mắt 老天有眼

trời đánh [口] 天打雷劈的

trời đánh không chết =trời đánh

trời đánh thánh vật 天诛地灭，不得好死

trời đất *d* 天地：trời đất mù mịt khói 天地一片烟雾 *c* [口] 天啊：Trời đất, sao mà kì vậy! 天啊，太神奇了！

trời đất ơi [口] = trời đất

trời già *d* [旧] 天公，老天爷

trời giáng *đg* ①雷打，雷劈，天打雷劈②猛击，痛打：bị một trận trời giáng 被痛打一顿

trời nam đất bắc 天南地北：Bây giờ trời nam đất bắc mỗi người một nơi. 如今天南地北，人各一方。

trời ơi *t* ①非己的，不义的，天赐的：của trời ơi 不义之财②无根据的，无由来的：Nói toàn chuyện trời ơi! 全是瞎扯！ *c* [口] 天啊：Trời ơi, mày làm gì thế? 天啊，你干吗？

trời ơi đất hỡi =trời ơi

trời trồng [口] 呆若木鸡：Làm gì mà cậu đứng như trời trồng vậy? 你干吗像木头那样站着？

trời tru đất diệt 天诛地灭

trời xanh *d* 苍天

trời xui đất khiến 鬼使神差

trơn *t* ①滑，平滑，光溜，滑溜：đất trơn 地滑②流畅，流利，顺利：nói trơn 讲得流利③平，素，光身的：gạch trơn không có hoa văn 无花纹素色砖④ [口] 净，光：Không thấy ai hết trơn. 一个人都没看见。⑤普通，

无头衔的: lính trơn 普通士兵

trơn bóng *t* 滑亮, 油亮: tóc chải trơn bóng 头发梳得滑亮

trơn nhẫy *t* 油滑, 黏滑: da lươn trơn nhẫy 鳝鱼皮黏滑

trơn như đổ mỡ (道路) 油一样滑: Đường dốc trơn như đổ mỡ. 坡道又陡又滑。

trơn tru *t* ① 平滑, 光滑: bào cho thật trơn tru 刨得平平滑滑的 ② 流利: trả lời trơn tru 回答很流利 ③ [口] 顺利: Mọi việc đều trơn tru cả. 一切都很顺利。

trơn tuột *t* [口] 滑溜溜: con lươn trơn tuột 鳝鱼滑溜溜的

trớn₁ *d* 冲力, 惯性力: Xe lấy trớn leo dốc. 车子加速冲上坡。

trớn₂ *đg* 瞪着眼看

trớn trác *đg* (眼睛) 滴溜溜地转: Đôi mắt trớn trác ngó nghiêng. 眼睛滴溜溜地东张西望。

trợn₁ *đg* 瞪眼: mắt trợn ngược lên 两眼瞪圆

trợn₂ *t* 糙的, 夹生的: gạo nấu còn trợn 夹生饭

trợn mắt *đg* 瞪眼: trợn mắt nhìn 瞪眼看

trợn trạo *đg* (眼睛) 凶巴巴的, 瞪眼: mắt láo liêng trợn trạo 眼神凶巴巴的

trợn trừng *đg* 怒视, 瞠目: Nó hốt hoảng đứng sững lại, mắt trợn trừng. 他惊慌地停下来, 眼睛瞪得大大的。

trợn trừng trợn trạc 横眉竖眼

trớt₁ *đg* ① 翘, 鼓: trớt môi 翘唇 ② 划破皮: Gai cào trớt da. 荆棘划破点皮。③ 错过: đón xe mấy lần đều trớt hết 等了几趟车全都错过

trớt₂ *t* 干脆, 索性: bán trớt mà về cho sớm 干脆甩卖, 好早点回家

trợt₁ *t* 很浅的: nông trợt 浅得很

trợt₂ *đg* ① 滑, 砸: thi trợt 考砸了 ② 蹭破, 划破: gai cào trợt da 被荆棘划破皮

trợt lớt *t* 全错的: đoán trợt lớt hết 全猜错了

trợt nhả = cợt nhả

tru₁ *d* [方] 牛

tru₂ *đg* ① [口] 大声哭, 喊: tru rầm trời 哭崩天 ② 嗥, 嚎: tiếng sói tru từng hồi 一阵阵的狼嗥声

tru₃ *đg* 诛, 戮: trời tru đất diệt 天诛地灭

tru di *đg* [旧] 诛夷: tru di tam tộc 株连三族

tru tréo *đg* 大声嚷嚷, 大喊大叫: tru tréo lên cho làng xóm nghe 大喊大叫让乡邻都听见

trù₁ [汉] 筹 *đg* 筹划, 筹备: trù một món tiền 筹一笔款子; trù sẵn mọi việc 筹划好一切

trù₂ *đg* 穿小鞋, 被整: muốn nói nhưng lại sợ cấp trên trù 想说但又怕被上司整

trù bị *đg* 筹备: ban trù bị 筹备委员会 *t* 预备的: quân trù bị 预备役

trù dập *đg* 打击报复, 整人: trù dập người tố giác 打击报复告发者

trù ẻo *đg* [方] 诅咒: nói trù ẻo để nó không làm được 诅咒他干不了

trù hoạch *đg* 筹划: trù hoạch việc binh biến 筹划兵变

trù liệu *đg* 筹备, 筹措, 筹划: trù liệu đầy đủ nguyên vật liệu 筹备好原材料

trù phú *t* (人口) 稠密, 富饶: đồng bằng trù phú 富饶的平原地区

trù tính *đg* 筹划, 计算: trù tính sản lượng lúa 计算水稻产量

trù trừ *đg* 犹豫, 踌躇: trù trừ mãi mới quyết định 犹豫好久才做决定

trù úm *đg* 给…穿小鞋, 整人: trù úm ai thẳng thắn phê bình 给提出批评意见的人穿小鞋

trù *d* 粗丝织的布: thắt dây lưng trù 粗布缠腰

trú [汉] 住 *đg* ① 住宿, 暂住: trú ở nhà người quen 在熟人家住宿 ② 躲避: trú mưa 避雨 ③ 屯驻: trú quân 驻军

trú ẩn *đg* 隐藏, 防避, 躲避: hầm trú ẩn 防空

洞

trú chân *đg* 停留, 逗留, 驻足: Tối nay bọn tôi không biết trú chân ở đâu. 今晚我们都不知道到哪里落脚。

trú ngụ *đg* 暂住: trú ngụ nhà người quen 暂住熟人家里

trú quán *d* 住地, 所在地: trú quán ở Hà Nội 居住地在河内

trú quân *đg* 临时驻军, 临时安营扎寨: tìm nơi trú quân thích hợp 寻找合适的地方宿营

trụ₁ [汉] 柱 *d* 柱, 墩子: Chiếc cầu có 3 cột trụ. 桥有三个墩子。

trụ₂ [汉] 宙 *d* 宇宙: vũ trụ 宇宙

trụ₃ *đg* 驻扎: Bộ đội trụ trên đồi. 部队驻扎在山上。

trụ cầu *d* [建] 桥柱, 桥墩

trụ cột *d* 支柱; 栋梁, 中流砥柱: trụ cột gia đình 家里的顶梁柱

trụ cột quốc gia 国家栋梁

trụ sở *d* 机关, 事务所, 办事处, 总部, 本部: trụ sở toà báo 报社本部

trụ trì *đg* [宗] 住持

truân chuyên *t* 困窘, 艰苦: gặp bước truân chuyên 遇到困境

truất [汉] 黜 *đg* ①黜贬, 黜免: vua bị truất ngôi 皇帝遭黜位②剥夺: truất quyền thi đấu 剥夺参赛资格

trúc₁ [汉] 竹 *d* ① [植] 玉竹② 丝竹: tiếng trúc 丝竹声

trúc₂ *t* 倒栽葱的: ngã trúc xuống đất 倒栽葱摔到地上

trúc bâu *d* 白布

trúc đào *d* [植] 夹竹桃

trúc mai *d* ①竹梅② [转] 青梅竹马

trúc sênh *d* [乐] 芦笙

trúc tơ *d* [乐] 丝竹

trúc trắc *t* 不通顺, 不流利, 磕磕绊绊: Lời văn trúc trắc. 文章不通顺。

trục₁ *đg* ①提升, 吊运: trục tàu đắm 把沉船吊起来②碾: trục lúa 碾稻谷; trục đất 整地

trục₂ *d* ①起重用的 (机械): cần trục 起重机; máy trục 吊车②轴心, 枢纽: trục trái đất 地球轴心; trục giao thông 交通干道③轴: trục bánh xe 车轴

trục₃ [汉] 逐

trục cam *d* [机] 凸轮轴

trục hoành *d* 横轴

trục lăn *d* 滚子, 碾子

trục lợi *đg* 逐利, 图利, 牟利: đầu cơ trục lợi 投机牟利

trục quả đào *d* [机] 偏心轴

trục quay *d* 转轴

trục toạ độ *d* [数] 坐标轴

trục trặc *d* 故障: Máy bay bị trục trặc trước khi cất cánh. 飞机起飞前发生故障。*t* 不顺利, 有麻烦: công việc bị trục trặc 工作不顺利

trục tung *d* 纵轴

trục vít *d* 齿轮轴

trục vớt *đg* 打捞: trục vớt tàu bị đắm 打捞沉船

trục xuất *đg* 驱逐出境, 逐出: Trục xuất quan chức ngoại giao. 把外交官驱逐出境。

trui *đg* [方] 淬火, 炼: trui thép 炼钢

trui luyện *đg* [方] 锤炼

trui rèn *đg* [方] 锤炼: được trui rèn trong đấu tranh 在斗争中锤炼

trùi trũi *t* 黑黝黝, 纯黑: bị phơi đen trùi trũi 被晒得黑黝黝的

trụi *t* ①光秃: Cây trụi lá. 树没了叶子。② 干净, 精光: Nhà bị cháy trụi. 房子被烧光了。

trụi lủi *t* [口] 光秃秃: Đầu cạo trụi lủi. 头剃得光秃秃的。

trụi thui lủi *t* 光秃秃, 光溜溜: Cái đầu cạo trụi thui lủi. 头剃得溜光。

trụi thùi lụi [口] =trụi thui lủi

trùm₁ *đg* 盖, 蒙, 遮, 罩: trùm chăn lên đầu 被子蒙住头

trùm₂ *d* 头目, 头人: trùm cướp 匪首

trúm *d* 竹渔具 *t* 窄口: quần ống trúm 灯笼裤

trụm *t* 一窝子的, 全部的: bắt trụm cả bọn cướp 一锅端了贼窝

trụm lủm *t* 囫囵: nuốt trụm lủm miếng thịt 一口把整块肉吞下

trun *đg* 收缩, 收敛, 松紧: dây trun 松紧带

trùn *d* 蚯蚓

trùn bước *đg* 裹足不前, 退却: trùn bước trước khó khăn 在困难面前却步

trung₁ [汉] 中 *t* ①中间的, 中空的, 中等的: người miền Trung 中部人 ② (大写) 中国的简称: tình hữu nghị Trung Việt 中越友谊

trung₂ [汉] 忠 *t* ①忠心: trung thần 忠臣 ②忠诚: trung với Đảng 忠于党

Trung Á *d* [地] 中亚细亚

Trung Âu *d* [地] 中欧

trung bình *t* ①平均: thu nhập trung bình 平均收入 ②中等: mức sống trung bình 中等生活水平

trung bình cộng *d* [数] 数学平均

trung bình nhân *d* [数] 对比中数

trung cảnh *d* 中景

trung cao *d* 100 毫米高射炮

trung cáo *đg* 忠告

Trung Cận Đông *d* [地] 中近东

trung cấp *t* 中级, 中等: cán bộ trung cấp 中级干部

trung châu *d* 中州, 中原

trung chuyển *đg* 中转, 中继: trung chuyển hàng hoá 中转货物

trung cổ *d* 中古, 中世纪

trung du *d* 中游: vùng trung du 中游地带

trung dung *d* 中庸: đạo trung dung 中庸之道

trung dũng *t* 忠勇: người trung dũng 忠勇之士

trung đại *d* 中古时代

trung điểm *d* 中间点

trung đoàn *d* [军] 团: trung đoàn trưởng 团长

trung đoạn *d* [数] 中线

trung đội *d* [军] 排, 中队: trung đội trưởng 排长

Trung Đông *d* [地] 中东

trung gian *t* 中间的: vị trí trung gian 中间位置 *d* 中介, 中间人: làm trung gian hợp tác 做合作中介

trung hạn *t* 中期: cho vay trung hạn 中期贷款

trung hậu *t* 忠厚: người phụ nữ trung hậu đảm đang 忠厚贤良的妇人

trung hiếu *t* 忠孝: con người trung hiếu 忠孝之人

trung hoà *đg* [化] 中和: A-xít và ba-zơ trung hoà lẫn nhau. 酸和碱互相中和。

trung học *d* 中学: trung học chuyên nghiệp 中专; trung học cơ sở 初中; trung học phổ thông 高中

trung hưng *đg* ; *t* 复兴: nhà Lê trung hưng 黎朝复兴

trung khu *d* 中枢神经

Trung kì *d* 中圻 (越南中部旧称)

trung kiên *t* 忠坚, 忠贞: tấm lòng trung kiên 忠贞的心 *d* 中坚力量: bồi dưỡng trung kiên 培养中坚力量

trung lập *t* 中立: nước trung lập 中立国

trung liên *d* [军] 轻机枪

trung liệt *t* 忠烈: tấm lòng trung liệt 忠烈的心

trung lộ *d* (足球) 球门区: Cầu thủ hai đội bóng tranh bóng quyết liệt ở trung lộ. 双方球员在球门区展开激烈的争夺战。

trung lưu *d* ①中游: vùng đồi núi trung lưu 中游丘陵地区 ②中产阶级: tầng lớp trung lưu 中产阶层

Trung Mĩ *d*[地] 中美洲

trung não *d*[生] 中脑

trung nghĩa *t* 忠义: con người trung nghĩa 忠义之人

trung nguyên₁ *d* 中原: vùng trung nguyên 中原地区

trung nguyên₂ *d* 中元节: mừng tết Trung Nguyên 过中元节

trung niên *t* 中年的: người trung niên trạc tuổi bốn mươi 约四十岁的中年人

trung nông *d* 中农

trung phẫu *d* 中等手术

trung phong *d*[体] 中锋: một trung phong xuất sắc 一名优秀的中锋

trung quân₁ *d* 中军

trung quân₂ *đg*[旧] 忠君: tư tưởng trung quân ái quốc 忠君爱国思想

trung sĩ *d*[军] 中士

trung tá *d*[军] 中校

trung táo *d* 中灶

trung tâm *d* 中心: trung tâm thành phố 市中心; trung tâm nghe nhìn 视听中心 *t* 重心, 重点: công tác trung tâm 重点工作

trung tần *t*[无] 中频: khuếch đại trung tần 增大中频

trung thành *t* ①忠诚: trung thành với tổ quốc 忠于祖国 ② [口] 真实, 忠实: trình bày một cách trung thành 真诚地叙述

trung thần *d*[旧] 忠臣

Trung Thu *d* 中秋: tết Trung Thu 中秋节

trung thực *t* ① 忠实, 忠诚 老实: một con người trung thực 一个忠诚老实的人 ②真实: phản ánh trung thực cuộc sống 真实地反映生活

trung tiện *đg* 放屁

trung tín *t*[旧] 守信的: một con người trung tín 守信之人

trung tính *t* 中性的: muối trung tính 中性盐

trung tố *d*[语] 中缀

trung trinh *t* 忠 贞: tấm lòng trung trinh 忠贞之心

trung trực₁ *t* 忠直, 耿直: có tính trung trực 性格耿直

trung trực₂ *d* 垂直中线（面）

trung tu *đg* 中修: trung tu máy móc 中修机器

trung tuần *d* 中旬: trung tuần tháng ba 三月中旬

trung tuyến *d* ①（足球场）中线: tạm rút về trung tuyến 暂时退回中线 ②中线

trung tử *d* 中子

trung tướng *d*[军] 中将

trung uý *d*[军] 中尉

trung ương *t* ①中枢的: thần kinh trung ương 中枢神经 ② 中 央: ban chấp hành trung ương 中央执行委员会 ③中央的: nghị quyết trung ương 中央决议; cơ quan trung ương 中央机关 *d* 最高领导机构的简称（常用大写）: hội nghị Trung Ương ba 第三次中央执行委员会会议; thành phố trực thuộc Trung Ương 中央直辖市

trung ương tập quyền *d* 中央集权

trung vệ *d* 中后卫球员

trung y *d* 中医

trùng₁ [汉] 重 *đg* 重复, 重合: hai ngày trùng nhau 两个日子重合 *t* 层层, 叠叠: vượt qua muôn trùng núi non 越过万重山

trùng₂ [汉] 虫 *d* 虫; 细菌: côn trùng 昆虫

trùng₃ *d* 蛊: bị trùng bắt 被放蛊

trùng cửu *d* 重九, 重阳节

trùng dương₁ *d* 重洋: Con tàu vượt trùng dương. 船越过重洋。

trùng dương₂ *d* 重阳

trùng điệp *t* 重叠, 重重叠叠: núi non trùng điệp 重重叠叠的山林

trùng hôn *đg* [法] 重婚

trùng hợp₁ *đg* 聚合: chất trùng hợp 聚合物

trùng hợp₂ *t* ① 巧合: sự trùng hợp ngẫu nhiên 偶然的巧合 ② 相同: ý kiến hai người khá trùng hợp 两人意见比较一致

trùng khơi *d* 重洋, 海洋: tàu vượt trùng khơi 船漂洋过海

trùng lắp [口] =trùng lặp

trùng lặp *đg* 重复: xây dựng trùng lặp 重复建设

trùng phùng *đg* 重逢: bạn bè trùng phùng 朋友重逢

trùng phương *t* 偶级方程式的

trùng roi *d* 鞭毛虫

trùng triềng *t* 晃晃荡荡: Con thuyền trùng triềng giữa sông. 小船在河中间摇来晃去地漂荡。

trùng trục₁ *t* [口] ① 圆鼓鼓: người béo tròn trùng trục 身体又胖又圆 ② 赤裸, 一丝不挂: Mấy đứa trẻ ở trần trùng trục đang đùa nghịch với nhau. 几个小孩赤条条地在嬉闹。

trùng trục₂ *d* 淡水珠贝

trùng trùng *t* 层层叠叠: sóng biển trùng trùng 海浪层层叠叠

trùng trùng điệp điệp =trùng điệp

trùng tu *đg* 重修, 修缮: trùng tu ngôi đền 重修亭子

trũng *t* 低陷, 低洼: nước chảy chỗ trũng 水往低处流; vùng đất trũng 低洼地

trúng [汉] 中 *t* ① 准确击中的: ném trúng đích 投中目标 ② 符合的, 对的: đoán trúng ý 猜中心意; nói trúng tim đen 说中痛处 ③ [口] 刚好的: Ngày sinh trúng vào ngày quốc khánh. 生日那天正好是国庆。*đg* ① 中, 着, 遭, 触: trúng đạn 中弹; trúng mìn 触地雷; trúng gió 中风 ② 当选: trúng vào ban lãnh đạo 当选领导班子 (成员) ③ 中奖: trúng số độc đắc 中了头彩 ④ [口] 盈利: làm ăn trúng lớn 买卖大赚; trúng một quả đậm 大赚了一把

trúng cử *đg* 当选: trúng cử giám đốc nhà máy 当选厂长

trúng độc *đg* 中毒: Ăn uống thế nào mà trúng độc? 吃了什么中毒？

trúng giá *đg* [方] (以好的价格) 卖出: Cà phê năm nay trúng giá. 今年咖啡卖好价钱。

trúng kế *đg* 中计: trúng kế mới phải chịu thất thiệt 中计了只好认栽

trúng mánh *đg* [口] 中奖, 走大运: trúng mánh hốt bạc nhiều 走大运捞了不少钱

trúng phóc *t* [方] 完全对的: nói trúng phóc 说对了

trúng phong *đg* [医] 中风

trúng quả *t* 好运的: đi buôn trúng quả 买卖遇到好运

trúng thầu *đg* 中标: trúng thầu công trình 工程中标

trúng thực *đg* 食物中毒: Thức ăn bị thiu gây trúng thực. 食物变质引起食物中毒。

trúng tủ *đg* ① [口] 正如所料, 压中, 猜对: trúng tủ đề thi 压中试题 ② 一言道破, 正中要害: Ông nói trúng tủ quá! 你说得很对！

trúng tuyển *đg* ① 中举, 考上: trúng tuyển đại học 考上大学 ② 获选, 获聘: trúng tuyển vào làm công nhân 获聘当工人

trụng *đg* [方] 焯, 烫: trụng gà 烫鸡; Trụng bát trước khi dùng. 饭前烫碗。

truông *d* 草甸子, 荒草地

truồng *t* 裸的, 光屁股的: cởi truồng 脱光

trút₁ *đg* ① 倒, 倾: mưa như trút 大雨如注 ② 倾吐: trút bầu tâm sự 倾吐心事; trút hơi thở cuối cùng 长舒最后一口气 ③ 推卸, 转嫁: trút nạn 嫁祸

trút₂ *d* [动] 穿山甲

trụt₁ *đg* [方] 滑降, 滑落: từ trên cây trụt xuống 从树上滑下来

trụt₂ *đg* 塌陷: nhà trụt ngói 屋顶塌陷

truy [汉] 追 *đg* ①追查: truy cho ra mối 要把线索查出来②追问, 盘问: bị truy tợn 被紧紧追问③追加: truy nộp sản lượng 追缴产量; truy tặng danh hiệu anh hùng 追封英雄称号

truy bức *đg* 追逼: Truy bức mãi nó vẫn không nhận tội. 怎么追逼他都不肯认罪。

truy cập *đg* 登录: truy cập Internet 登录互联网

truy cập ngẫu nhiên *d* 随机登录

truy cập tuần tự *d* 循序登录

truy cứu *đg* 追究: truy cứu trách nhiệm 追究责任

truy điệu *đg* 追悼: lễ truy điệu các liệt sĩ 烈士追悼会

truy đuổi *đg* 追捕: truy đuổi tội phạm 追捕罪犯

truy ép=truy bức

truy gốc *đg* 追根究底

truy hoan *đg* [旧] 寻欢作乐

truy hoàn *đg* 赔还, 追还

truy hỏi *đg* 追究, 追问, 盘问: Bị truy hỏi nhưng nó trả lời rất thông minh. 受到盘查但他应答得很巧妙。

truy hô *đg* 边追边喊: Mọi người truy hô tên kẻ cắp. 众人边追边喊抓贼。

truy kích *đg* 追击: bám sát truy kích 跟踪追击

truy lãnh [方]=truy lĩnh

truy lĩnh *đg* 追领: truy lĩnh lương 追领工资

truy lùng *đg* 搜捕: truy lùng kẻ giết người 搜捕杀人者

truy nã *đg* 追捕, 缉拿: truy nã tù vượt ngục 缉拿越狱犯

truy nguyên *đg* 追源, 追根究底: Truy nguyên sự việc là do thiếu trách nhiệm. 追根究底是因为没有责任心。

truy nhận *đg* 追认: được truy nhận là liệt sĩ 被追认为烈士

truy nhập=truy cập

truy quét *đg* 追剿, 追歼: truy quét thổ phỉ 追剿土匪

truy sát *đg* [旧] 追杀, 追歼

truy tặng *đg* 追赠, 追授: truy tặng danh hiệu anh hùng 追授英雄称号

truy tầm *đg* 追寻

truy thu *đg* 追收: truy thu thuế 追税

truy tìm *đg* 追寻, 追查: truy tìm kẻ gây án mạng 追寻制造命案的罪犯

truy tố *đg* [法] 起诉: truy tố trước toà án 向法庭提起公诉

truy xét *đg* 审问: truy xét bị can 审问疑犯

truy xuất *đg* 拷贝, 下载: truy xuất thông tin từ Internet 从网上下载资料

trụy [汉] 堕

trụy lạc *đg* 堕落, 蜕化: đi vào con đường trụy lạc 走上堕落的道路

trụy thai *đg* 堕胎

trụy tim=trụy tim mạch

trụy tim mạch *đg* 心血管衰竭

truyền [汉] 传 *đg* ①传: truyền lệnh 传令; truyền thụ 传授②输送, 传输: truyền máu cho nạn nhân 给伤者输血; truyền điện 导电③传扬: truyền tin 传信

truyền bá *đg* 传播: truyền bá tư tưởng cách mạng 传播革命思想

truyền cảm *đg* 感染: giọng hát truyền cảm 具有感染力的歌声

truyền dẫn *đg* 传导, 传输: truyền dẫn tín hiệu 传输信号

truyền đạo *đg* [口] 传道, 传教

truyền đạt *đg* 传达: truyền đạt mệnh lệnh 传达命令

truyền đơn *d* 传单: rải truyền đơn 发传单

truyền giáo *đg* [宗] 传教: nhà truyền giáo 传教士

truyền giống *đg* [生] 传种

truyền hình đg 发送电视: vô tuyến truyền hình 无线发送电视 d[口] 电视: xem truyền hình 看电视

truyền khẩu đg 口传: văn học dân gian truyền khẩu 口传民间文学

truyền kiếp t 世传的, 传世的: mối thù truyền kiếp 世仇

truyền miệng=truyền khẩu

truyền ngôi đg 传位

truyền nhiễm đg 传染: bệnh truyền nhiễm 传染病

truyền tải đg 传输: truyền tải thông tin 传输信息

truyền thanh đg 播音, 广播: truyền thanh vô tuyến 无线广播

truyền thần t 传神: bức ảnh truyền thần 画像很传神

truyền thông đg 传输: công nghệ truyền thông 传输技术 d 传媒: phương tiện truyền thông 传媒工具

truyền thống d; t 传统: truyền thống văn hoá 文化传统; nghề thủ công truyền thống 传统手工业

truyền thụ đg 传授: truyền thụ kinh nghiệm 传授经验

truyền thuyết d 传说

truyền tụng đg 传颂, 颂扬: truyền tụng công đức của vị anh hùng 传颂英雄的功绩

truyện [汉] 传 d ①传, 传记, 故事, 小说: Kim Vân Kiều truyện 《金云翘传》②经传 (指《大学》《中庸》《论语》《孟子》)

truyện cổ d 古代传记故事

truyện cổ tích d 民间传说, 民间故事: sưu tầm truyện cổ tích 收集民间故事

truyện cười d 幽默故事

truyện dài d 长篇小说

truyện kí d 传记

truyện ngắn d 短篇小说

truyện nôm d 喃字小说作品

truyện phim d 电影故事

truyện thơ d 诗体小说

truyện vừa d 中篇小说

trừ₁ [汉] 除 đg ①除, 去除, 驱除: thuốc trừ sâu 驱虫药②扣掉, 去掉, 减掉: làm hỏng bị trừ tiền công 做坏了要扣钱的③除…以外: Mọi người phải có mặt, trừ người ốm. 除生病的以外, 大家都要来。

trừ₂ đg 以…代…: ăn khoai trừ cơm 以薯代饭

trừ bì đg 净重: 50 cân trừ bì 净重五十斤

trừ bị t 后备: quân trừ bị 后备军

trừ bỏ đg 去除, 革除, 肃清: trừ bỏ các tệ nạn xã hội 去除社会弊端

trừ bữa đg 充饥, 当饭: ăn khoai trừ bữa 吃红薯当饭

trừ diệt đg 灭除, 消除

trừ gian đg 除奸, 锄奸: Chú trọng công tác phòng gian và trừ gian. 注重防奸和除奸工作。

trừ hao đg [经] 减去损耗, 折旧: Cân dôi ra để trừ hao nữa là vừa. 称高点减掉耗损部分就刚好。

trừ khử đg 消除: trừ khử phần tử tham nhũng 清除腐败分子

trừ phi k 除非: Năm nay sẽ được mùa, trừ phi bị lụt lội bất thần. 今年将丰收, 除非突发洪涝。

trừ tà đg 驱邪除魔: thầy phù thuỷ trừ tà 巫师驱邪除魔

trừ tịch d 除夕

trữ [汉] 贮 đg 贮存: trữ hàng 囤积货物

trữ kim d[经] 黄金储备

trữ lượng d[矿] 储藏量: trữ lượng than 煤矿储藏量

trữ tích đg 贮积, 贮藏

trữ tình t 抒情: thơ trữ tình 抒情诗

trứ [汉] 著

trứ danh t 著名: tác giả trứ danh 著名作家

trứ tác *d* 著作，写作

trự *d*[方] 银两，钱币：cho vay mấy trự borrow some
银两

trưa *d* 午间，晌午：buổi trưa 中午 *t* (比上午)
迟，晚：đã trưa rồi 不早了

trưa trật *t*[口] 大晌午的：Trưa trật rồi mà
anh ấy vẫn chưa ngủ dậy. 都大晌午了他还
没起床。

trực₁ [汉] 值 *đg* 值守：bác sĩ trực ca 医生值
班；trực bên giường bệnh 守在病床边

trực₂ *p* 突然间：trực nhớ 突然间想起来

trực₃ [汉] 直 *t* 直：tính rất trực 性格很直

trực ban *đg* 值班：cán bộ trực ban 干部值班
d 值班员：gặp trực ban giải quyết 找值班
员解决

trực cảm *d* 直觉：trực cảm tâm linh trong văn
trương 文章里的心灵直觉；thông minh và
trực cảm 聪明与直觉

trực chiến *đg* 作战值班，战斗值勤：tổ trực
chiến 值勤小组

trực diện *t* 正面的，面对面的：đấu tranh trực
diện 正面斗争

trực giác *d* 直觉：hiểu bằng trực giác 依靠直
觉

trực giao *t* 直角交叉的：hai đường thẳng trực
giao 直角交叉的两条线

trực hệ *d* 直系

trực khuẩn *d*[医] 杆菌

trực nhật *đg* 值日：phân công trực nhật 分工
值日 *d* 值日生：Trực nhật làm chưa tốt. 值
日生没做好。

trực quan *đg* ①直观：phương pháp giảng dạy
trực quan 直观教学方法② [旧] 直觉

trực tâm *d* 三角形垂直线交叉点

trực thăng *d* 直升机

trực thu=thuế trực thu

trực thuộc *đg* 直属于，直接管辖：thành phố
trực thuộc trung ương 直辖市

trực tiếp *t* 直接：nói chuyện trực tiếp với nhau

直接接触；tường thuật trực tiếp 实况直播

trực tính *t* 直性子，刚直：Trực tính nên hay
nói thẳng. 直性子喜欢说真话。

trực tràng *d* 直肠

trực trùng *d* 杆菌：trực trùng kiết lị 痢疾杆
菌

trực tuyến *t* ① [计] 在线的：đường truyền
trực tuyến 在线登录② 直播的：chương
trình truyền hình trực tuyến 直播电视节目

trưng₁ *đg* 摆设：trưng cỗ 设宴

trưng₂ [汉] 征 *đg* 征收：trưng thuế chợ 收摊
税；trưng đất 征地

trưng bày *đg* 陈列，陈设，摆设：phòng trưng
bày hiện vật 实物陈列室

trưng bầy= trưng bày

trưng cầu *đg* 征求：trưng cầu ý kiến 征求意
见

trưng cầu dân ý *đg* 民意调查

trưng cầu ý dân=trưng cầu dân ý

trưng dụng *đg* 征用：trưng dụng ruộng đất 征
用土地

trưng khẩn *đg*[旧] 征垦：trưng khẩn đồn điền
征垦围田

trưng mua *đg*[经] 征购：trưng mua nông sản 征
购农产品

trưng tập *đg* 征集，征召：trưng tập các bác sĩ
phục vụ mặt trận 征召医生上前线

trưng thầu *đg* 承包：trưng thầu bến bãi 承包
场地

trưng thu *đg*[经] 征收：trưng thu ruộng đất
địa chủ 征收地主土地

trưng thuế *đg* 征税

trưng vay *đg* 征借：trưng vay thóc gạo 征借
稻谷

trừng *đg* 瞪，睁，盯：Chị trừng mắt ra hiệu
con không được nói láo. 她瞪了孩子一眼
示意不许胡说。

trừng phạt *đg* 惩罚，处分，制裁：bị trừng
phạt đích đáng 受到应当的惩罚

trừng trị *đg* 惩处, 惩治, 惩办: trừng trị bọn lưu manh côn đồ 惩处流氓团伙

trừng trộ *đg* 瞪眼: trừng trộ giận dữ 怒目而视

trừng trừng *t* 直瞪瞪: mắt mở trừng trừng 双目直瞪瞪的

trứng *d* 蛋, 卵: Gà đẻ trứng. 鸡下蛋。

trứng cá *d* [生] 粉刺

trứng chọi với đá 以卵击石

trứng cuốc *t* 熟透的, 起芝麻点的: chuối tiêu trứng cuốc 芝麻蕉

trứng dái *d* [生] 睾丸

trứng đen *d* 松花蛋, 皮蛋

trứng để đầu đẳng 危如累卵

trứng gà *d* 鸡蛋

trứng gà trứng vịt [口] 半斤八两, 彼此彼此

trứng khôn hơn vịt 人小鬼大

trứng khôn hơn rận = trứng khôn hơn vịt

trứng lộn *d* 毛蛋, 胚蛋

trứng muối *d* 咸蛋

trứng nước *t* 年幼, 幼稚, 蒙昧: thời kì trứng nước 蒙昧时期

trứng ốp lếp *d* 煎蛋

trứng sáo *d* [转] 天蓝色

trước *d* ①前方: đi về phía trước 往前走 ②前面, 正面: mặt trước tấm vải bố 布的正面; hai chân trước 两只前肢; hàng ghế trước 前面一排凳子 ③先前, 之前: trước đây 以前; về nhà trước khi trời sáng 天亮前回家; nghĩ kĩ trước khi nói 讲说之前想清楚 *k* (放在句中起连接作用, 表将要发生的事实): trước tình thế nguy ngập 面对危急情况

trước bạ *đg* 所有权登记: đăng kí trước bạ 注册营业执照

trước hết *d* 首先, 首要, 第一: Trước hết phải có kinh phí. 首先是要有经费。

trước kia *d* 以前, 从前, 过去: Trước kia tình hình phức tạp hơn. 以前情况更复杂。

trước lạ sau quen 一回生二回熟

trước mắt *d* 目前, 当前: nhiệm vụ trước mắt 目前的任务

trước mặt *d* 面前, 当前

trước nay *d* 今昔, 古今: Trước nay người ta đều làm như thế. 从古至今人家都这么做。

trước nhất *d* 最先, 首先, 头一个

trước sau *d* ①前后: nhìn ngó trước sau 前张后望 ②始终: trước sau như một 始终如一 ③迟早: Trước sau người ta cũng phải chấp nhận. 迟早大家都得承认。

trước sau như một 始终如一

trước tác *d* 著作: trước tác của vị lãnh tụ 领袖的著作 *đg* 创作, 著书: trước tác văn thơ 创作诗歌作品

trước tiên *d* 最先, 第一: về đích trước tiên 最先到达终点

trườn *đg* 爬, 伏行, 蠕行, 匍匐: Tân binh tập trườn. 新兵练习匍匐前进。

trương₁ *đg* 胀: ăn no trương cả bụng 吃撑了

trương₂ [汉] 张 *đg* 张开, 撑开: trương buồm ra khơi 扬帆出海

trương lực *d* 张力

trương mục *d* 账目

trương phềnh *t* 胀鼓鼓: Bụng con cóc trương phềnh. 蟾蜍的肚子胀鼓鼓的。

trường₁ *d* ①学校: trường đại học 大学 ②场地: trường bắn 射击场 ③场所, 舞台: trường quốc tế 国际舞台

trường₂ [汉] 场 *d* [理] 场: trường hấp dẫn 引力场; trường điện tử 电子场; trường vận tốc 速度场

trường₃ [汉] 长 *t* 长, 久: đường trường 长途

trường bay *d* 机场

trường bắn *d* ①靶场, 射击场: hội thao tại trường bắn quốc gia 国家靶场的射击比赛 ②刑场

trường ca *d* 长歌

trường cao đẳng *d* 大学专科

trường chinh *đg* 长征: cuộc vạn dặm trường chinh 万里长征

trường cửu *t* 长久: cơ nghiệp trường cửu 长久的基业

trường đấu *d* 格斗场

trường đoạn *d* 片段: trích một trường đoạn của bộ phim 剪辑电影片段

trường đời *d* 社会: kinh nghiệm trường đời 社会经验

trường đua *d* 赛场: dắt ngựa vào trường đua 牵马进赛场

trường giang *d* 长江 *t*[转] 冗长: lối văn trường giang đại hải 长篇大论

trường giáo dưỡng *d* 教养所

trường học *d* 学校: Các trường học chuẩn bị khai giảng. 各学校准备开学。

trường hợp *d* 状况, 情况: trường hợp phức tạp 状况复杂; gặp trường hợp khó khăn 遇到困难情况

trường kì *t* 长期, 持久: cuộc kháng chiến trường kì 长期的抗战

trường kỉ=tràng kỉ

trường ốc *d*[旧] ①考场②学校: trường ốc khá khang trang 学校挺宽敞

trường phái *d* 学派, 流派: trường phái hội hoạ lập thể 立体画流派

trường quay *d* 制片场, 演播厅

trường qui *d*[旧] 考场纪律: vi phạm trường qui 违反考场纪律

trường sinh *đg*[旧] 长生: trường sinh bất tử 长生不死

trường sinh học *d* 生物能场

trường sở *d* 校舍: xây dựng trường sở 修建校舍

trường thành *d* 长城: xây đắp trường thành 修建长城

trường thi *d*[旧] 考场

trường thọ *đg* 长寿: Chúc cụ trường thọ! 祝您长寿！

trường tồn *đg* 长存: tinh thần anh hùng trường tồn 英雄的精神长存

trường vốn *t* 资金充足的: Trường vốn mới làm ăn lâu được. 资金充足生意才做得久。

trưởng [汉] 长 *d* 长, 领导: bộ trưởng 部长; trưởng phái đoàn 代表团团长 *t* 领头的, 打头的: con trưởng 长子; anh trưởng 大哥

trưởng đoàn *d* 代表团长: trưởng đoàn ngoại giao 外交使团团长

trưởng giả *t* 小资的, 富足的: lối sống trưởng giả 有钱人的生活方式 *d*[旧] 白手发家的商人: Trưởng giả học làm sang. 小商贩也摆阔。

trưởng kíp *d* 组长, 工长, 领班

trưởng lão *d* 长老: các bậc trưởng lão trong làng 村子里的长老们

trưởng máy tàu *d* (轮船) 轮机长

trưởng nam *d* 长男

trưởng nữ *d* 长女

trưởng phòng *d* (科、处等) 科长, 处长, 主任

trưởng thành *đg* ①长成, 成长: Con cái đã trưởng thành cả. 孩子们都长大了。②成长, 成熟: trưởng thành về mặt chính trị 在政治方面成长成熟

trưởng thôn *d* 村主任

trưởng tộc *d* 族长

trướng₁ *d* 旗, 帐: cầm trướng 锦旗; trướng hoa 绣花帐

trướng₂ [汉] 涨, 胀 *t* 涨, 胀: bành trướng 膨胀; bụng trướng 腹胀

trượng₁ [汉] 杖 *d* 杖, 大板: đánh một trăm trượng 打一百大板

trượng₂ [汉] 丈 *d* 丈 (长度单位): trời cao muôn trượng 天高万丈

trượng₃ [汉] 仗

trượng hình *đg*[法] 杖刑

trượng phu *d* 大丈夫

trượt *đg* 滑, 滑动, 滑脱: cẩn thận kẻo trượt ngã 小心别滑倒 *t* 偏的, 不中的, 不准的:

thi trượt 没考上

trượt băng *đg* 滑冰

trượt giá *đg* 贬值: đồng tiền trượt giá 货币贬值

trượt tuyết *đg* 滑雪

trừu₁ [汉] 绸 *d* 绸

trừu₂ [汉] 抽

trừu tượng *t* 抽象: lối giải thích quá trừu tượng 解释得太抽象了

trừu tượng hoá *đg* 抽象化

TS=tiến sĩ [缩] 博士

tu₁ [汉] 修 *đg* [宗] 修行: đi tu 出家

tu₂ *đg* 狂饮, 畅饮, 牛饮: tu một hơi hết cả cốc nước 一口气喝完一杯水

tu₃ [拟] 嘟嘟: tiếng còi tu lên một hồi 一阵嘟嘟的笛鸣

tu bổ *đg* 修补, 修缮, 保养: tu bổ nhà cửa 修缮房屋

tu chí *đg* 修身养性: chú ý tu chí bản thân 注意自身修养

tu chỉnh *đg* [旧] 修整, 修饰: tu chỉnh cầu cống đê điều 修整沟渠堤坝

tu dưỡng *đg* 修养: tu dưỡng tư tưởng 思想修养

tu hành *đg* 修行: nhà tu hành 修行者

tu hú *d* 杜鹃鸟, 布谷鸟

tu huýt *d* 小哨子

tu kín *đg* 封闭修道: nhà tu kín 封闭修道者

tu luyện *đg* 修炼: tu luyện thành tiên 修炼成仙; tu luyện nhân cách 修炼人格

tu mi *d* 须眉 (指男子)

tu nghiệp *đg* 进修, 学习业务: tu nghiệp ở nước ngoài 到国外进修

tu nhân tích đức 修善积德

tu sĩ *d* 修士

tu sửa *đg* 修补, 修缮: tu sửa máy móc 修缮机器

tu tạo *đg* 修造: tu tạo chùa chiền 修造庙宇

tu thân *đg* 修身: quyết ý tu thân 决意修身

tu thư *đg* 修书, 著书: ban tu thư 编辑委员会

tu tỉnh *đg* 醒悟, 悔悟: Cậu ấy đã tu tỉnh, chịu khó làm ăn. 他已经悔悟, (开始) 努力工作。

tu trì *đg* 修持

tu tu [拟] ①嘟嘟: tàu kéo còi tu tu 嘟嘟的鸣笛声②呜呜: khóc tu tu 呜呜大哭

tu từ *đg* 修辞: tu từ học 修辞学

tu viện *d* [宗] 修道院

tù₁ [汉] 囚 *đg* 囚禁: bị phạt tù ba năm 被判囚禁三年 *d* ①囚徒, 徒刑: tử tù 死囚②监狱: nhà tù 囚室

tù₂ *t* ①不流动的: nước tù 死水②钝: mũi dùi bị tù 锥子钝了

tù₃ [汉] 酋

tù án treo *đg* 缓刑

tù binh *d* 俘虏, 战俘: trao trả tù binh 遣返战俘

tù cẳng *t* [口] 约束的, 束缚的: Ngồi nhà mãi, tù cẳng không chịu nổi. 老待在家里像禁闭一样难受。

tù chính trị *d* 政治犯

tù chung thân *d* [法] 无期徒刑

tù đày *đg* 监禁, 囚禁: bị tù đày nhiều năm 被囚禁多年

tù đầy=tù đày

tù đọng *đg* (污秽) 积压, 沉积: Ao hồ tù đọng. 湖水沉积着污秽。

tù giam *đg* 监禁: bị phạt tù giam 被判监禁

tù hãm *t* 困窘: sống trong cảnh tù hãm 生活在困窘之中

tù mù *t* ①微弱, 朦胧 (同 lù mù) ②模糊: kiểu tính toán tù mù 模糊计算方法

tù ngồi *đg* 坐牢, 囚禁: bị phạt năm năm tù ngồi 被判坐牢五年

tù nhân *d* 犯人, 囚犯: cho người nhà gặp tù nhân 允许亲属见犯人

tù tì *t* [口] 不间断的: đọc liền tù tì một mạch 不间断地读, 一口气读下去

tù tội *đg* 苦囚, 坐牢: bị tù tội nhiều năm 坐 了多年苦牢

tù treo [口]=tù án treo

tù trưởng *d* [旧] 酋长

tù túng *t* 困窘: cuộc sống tù túng 困窘的生 活

tù và₁ *d* 号角, 螺号: thổi tù và 吹螺号

tù và₂ *d* (做菜用的) 青蛙的胃, 可制作美食

tủ₁ *d* 柜, 橱: tủ áo 衣柜

tủ₂ *d* ① [口] 拿手的: bài (hát) tủ 拿手的歌 ② 押题: đề thi lệch tủ 押不中考题

tủ₃ *đg* 覆盖: tủ rơm rác vào gốc cây 把垃圾 覆盖到树根上

tủ bát *d* 碗柜, 碗橱

tủ búp-phê *d* 碗柜, 橱柜

tủ chè *d* 茶柜

tủ chữa cháy *d* 消火栓柜

tủ đá *d* 冰柜, 冰箱

tủ đứng *d* 立柜

tủ kính *d* 橱窗, 商品陈列窗

tủ lạnh *d* 电冰箱: mở tủ lạnh lấy thức ăn 开 电冰箱取食物

tủ lệch *d* 高低柜

tủ li *d* 酒柜

tủ sách *d* ① 书橱, 书柜: tủ sách gia đình 家 用书柜 ② 丛书, 文库: tủ sách văn học 文 学丛书

tủ sắt *d* [旧] 铁柜; 保险柜

tủ sấy *d* 烤箱

tủ thuốc *d* [医] 急救药箱, 急救药盒

tủ tường *d* 壁柜

tủ ướp lạnh *d* 冰柜

tú₁ [汉] 秀

tú₂ *d* 扑克牌 (tú lơ khơ 的简称): mua một bộ tú 买一副扑克牌

tú bà *d* 老鸨

tú hụ *t* 满当当: bát cơm đầy tú hụ 满满一碗 饭

tú lệ *t* 秀丽: non sông tú lệ 秀丽的山水

tú lơ khơ *d* 扑克牌

tú tài *d* ① [旧] 秀才: Thân sinh của ông là tú tài. 老人的父亲是秀才。② 高中毕业 生

tú ụ *t* 满满, 满当当: Ăn hai bát cơm đầy tú ụ mà vẫn chưa no. 吃了满满两碗饭还没饱。

tụ [汉] 聚 *đg* 聚集, 淤积: Nước tụ ngập phố. 水积满街道。*d* 电容器 (tụ điện 的简称)

tụ bạ *đg* [旧] 结伙, 聚众 (做不正当的事): tụ bạ nhau để đánh bạc 聚众赌博

tụ cư *đg* 聚居: nơi tụ cư của dân tộc ít người 少数民族聚居地

tụ điểm *d* 聚集点, 汇合点, 窝点: tụ điểm của bọn buôn lậu 走私犯的窝点

tụ điện *d* 电容器

tụ họp *đg* 聚合, 纠合, 集合: Bà con tụ họp tại sân đình. 乡亲们在庭院里聚集。

tụ hội *đg* 聚会, 汇集: cuộc tụ hội của các anh tài 各路英才汇集到一起

tụ huyết trùng *d* 巴斯德菌病, 禽类出血性 败血病

tụ nghĩa *đg* 聚义: Hào kiệt khắp nơi tìm đến tụ nghĩa. 各路豪杰都来聚义。

tụ tập *đg* 聚集, 荟萃: Bọn trẻ trong xóm tụ tập vui chơi ở câu lạc bộ thiếu nhi. 村里的 孩子们聚集到少年宫游玩。

tụ xoay *d* 调节电容

tua₁ *d* ① 流苏, 坠子, 缨: tua đèn lồng 灯笼 坠子 ② 触须: tua cá mực 墨鱼须

tua₂ *d* 次, 圈, 周, 顿: ba tua 三圈; đánh cho một tua nên thân 被痛打一顿

tua₃ *đg* 倒带: tua lại đoạn đầu của bộ phim 倒 到电影开头的片段

tua-bin (turbin) *d* [机] 涡轮机: tua-bin hơi nước 蒸气涡轮; tua-bin phản lực 喷气式涡轮

tua tủa *t* 拉碴的, 枝杈的: râu mọc tua tủa 胡 子拉碴一大把

tua vít *d* 改锥, 螺丝刀

tủa *đg* ① 散出; 撒出: thóc để tủa ra 稻子散

开放② [口] 分散开: Mọi người tủa ra khắp các ngõ phố. 人们散向各街头巷尾。

túa *đg* ①冒，喷: Vòi nước vỡ nước túa ra ngập phố. 水管爆裂，水冒出来浸了街道。②涌出: Ong từ tổ túa ra. 蜜蜂从窝里涌出来。

tuân [汉] 遵 *đg* 遵，遵循，依照: tuân theo kỉ luật 遵守纪律

tuân thủ *đg* 遵守: tuân thủ pháp luật 遵守法律法规

tuần₁ *d* ①星期，周: một tuần 一个星期②祭七: cúng tuần đầu 做头七

tuần₂ [汉] 巡 *đg* 巡逻: đi tuần 出巡 *d* 巡，轮: thắp một tuần hương 烧一圈香; rượu đã 3 tuần 酒过三巡

tuần₃ [汉] 旬 *d* 旬，时候: thượng tuần 上旬

tuần₄ [汉] 驯

tuần báo *d* 周报，周刊

tuần duyên *đg* 近岸巡逻: tàu tuần duyên 近岸巡逻艇

tuần dương hạm *d* [军] 巡洋舰

tuần hành *đg* 巡行，游行: tuần hành trên phố 在大街上游行

tuần hoàn *đg* 循环: tư bản tuần hoàn 资本循环; tuần hoàn máu 血液循环

tuần lễ *d* 星期，礼拜: ngày đầu của tuần lễ 星期的头一天

tuần lộc *d* 驯鹿

tuần phòng *đg* 巡防: bộ đội tuần phòng biên giới 边境巡防部队

tuần phủ *d* [旧] 巡抚

tuần san *d* 旬刊: tuần san văn nghệ 文艺旬刊

tuần thám *đg* 巡探

tuần thú *đg* [旧] 巡幸，巡视: Nhà vua đi tuần thú. 皇帝出行巡视。

tuần tiễu *đg* 巡逻，巡弋: Tàu hải quân tuần tiễu trên mặt biển. 海军舰艇在海上巡弋。

tuần tra *đg* 巡查，巡逻: tuần tra biên giới 边界巡逻

tuần trăng mật *d* 蜜月

tuần tự *p* 循序，仿效: tuần tự nhi tiến 循序渐进

tuần vận *d* 时运: tuần vận may mắn 时来运转

tuần vũ=tuần phủ

tuẫn nạn *đg* [旧] 殉难

tuẫn táng *đg* [旧] 殉葬

tuẫn tiết *đg* [旧] 殉节: tuẫn tiết để khỏi rơi vào tay địch 殉节以免被捕

tuấn kiệt *d* [旧] 俊杰

tuấn mã *d* 骏马

tuấn tú *t* 俊秀，英俊: Cậu bé tuấn tú khôi ngô. 小朋友长得眉清目秀。

tuất₁ [汉] 戌 *d* 戌（地支第十一位）: năm tuất 戌年; giờ tuất 戌时

tuất₂ *d* 抚恤金: nhận tuất 领取抚恤金

tuất dưỡng *đg* 抚恤: tuất dưỡng kẻ cô cùng 抚恤孤儿

túc₁ *đg* 吹响: túc còi 吹哨子

túc₂ [汉] 足，宿，夙

túc cầu *d* [旧] 蹴鞠

túc hạ *d* [旧] 足下

túc khiên *d* 夙愆

túc mệnh *d* [宗] 宿命: túc mệnh luận 宿命论

túc nho *d* [旧] 宿儒: bậc túc nho 宿儒之辈

túc tắc *t* [口] 从容: túc tắc làm dần cũng xong 慢慢做也可以做完

túc trái *d* 宿债: túc trái nhân duyên 姻缘宿债

túc trực *đg* 宿值，守候: túc trực ngày đêm bên giường bệnh 日夜在病床前守候

túc túc [拟] 咯咯: Gà mẹ túc túc gọi con. 母鸡咯咯召唤小鸡。

túc xá *d* 宿舍

tục₁ [汉] 俗 *d* 俗: tục cưới xin 婚俗

tục₂ *d* ①尘俗: xa lánh cõi tục 远离尘俗②俗称: Hồ Hoàn Kiếm, còn tục gọi là Hồ

Gươm. 还剑湖的俗称是剑湖。*t* 粗俗，不雅：nói tục chửi tục 讲粗话

tục danh *d* 俗名，小名，乳名

tục duyên *d* 俗缘

tục hôn *đg* 续婚，再婚

tục huyền *đg* 续弦，再娶

tục lệ *d* 俗例，惯例

tục lụy *d*[宗] 俗累

tục ngữ *d* 俗语，谚语

tục tằn *t* 粗俗，粗野，庸俗，猥亵：ăn nói tục tằn 言语粗俗

tục tĩu *t* 粗俗，粗野：chửi bới tục tĩu 粗野的叫骂声

tục truyền *đg* 俗传，传说：Tục truyền rằng những ao hồ này có vàng bạc châu báu. 传说这些湖里有金银珠宝。

tục tử *d*[旧] 俗子，俗人

tuế₁[汉] 岁

tuế₂ *d* 铁树类的统称

tuế nguyệt *d*[旧] 岁月：tuế nguyệt như thoi 岁月如梭

tuế toá *t*[口] 随便说说的：nói tuế toá cho qua chuyện 随口说说了事

Tuệ Tinh *d*[天] 彗星

tuệch toạc *t*[口] 心直口快：ăn nói tuệch toạc 说话心直口快

tuềnh toàng *t*[口] ① 简陋，空阔：nhà cửa tuềnh toàng 房子简陋 ② 随性，随意：ăn mặc tuềnh toàng 穿着很随便

tui *d*[方] 我：Việc đó, trừ tui mới biết. 那事，我到现在才知道。

tủi *đg* 自怜，自我感伤：gặp nhau vừa mừng vừa tủi 相见之时悲喜交加

tủi cực *t* 忧伤，忧烦：Chị ấy tủi cực vì thân phận nghèo hèn. 她对自己贫贱的身份感到忧烦。

tủi hổ *t* 惭愧：tủi hổ về những lỗi lầm của mình 对自己所犯的错误感到惭愧

tủi hờn *đg* 怨恨：ánh mắt tủi hờn 怨恨的眼神

tủi nhục *t* 羞辱，耻辱：cuộc sống tủi nhục 耻辱的生活

tủi phận hờn duyên 怨天尤人

tủi thân *t*；*đg* 委屈：tủi thân vì bị hiểu nhầm 因被误会而感到委屈

tủi thẹn *t* 惭愧，羞愧

túi₁ *d* ①口袋：túi áo 衣袋②囊，包，袋子：túi mật 胆囊；túi da mới mua 新买的皮包

túi₂ *t*[方] 黑暗：trời túi như mực 天漆黑

túi bóng *d* 塑料袋

túi bụi *t* 忙乱：bận túi bụi 忙得不可开交

túi dết *d* 挎包：mở túi dết lấy giấy tờ 打开挎包拿证件

túi du lịch *d* 旅行袋

túi không đáy（贪心）无底洞

túi mật *d* 胆囊

túi tham *d* 贪欲，贪婪的心，私囊：túi tham vô đáy 欲壑难填

túi tiền *d*[口] 钱袋

túi trườm đá *d* 冰袋

túi xách *d* 手提包

tụi *d*[口] 群，批，伙：cùng tụi với nhau 同一伙；tụi con nít 那帮小不点

tụi bay *d*[口] 尔辈，你们

tụi mình *d*[口] 我们，咱们

tụi nó *d*[口] 他们

tum₁ *d* 瓮

tum₂ *d* 阁楼

tum húm *t*[口] 狭，小，窄：cái nhà tum húm 房子狭小

tum húp *t*[口] 肿胀：mắt sưng tum húp 眼睛肿胀

tùm₁[拟] 咕咚：nhảy tùm xuống nước 咕咚一声跳到水里

tùm₂ *d* 簇，丛：tùm lá 树叶丛

tùm hum *t* 遮蔽，严实：Chiếc khăn quấn tùm hum trên đầu. 头巾包得严严实实的。

tùm hụp *t* 遮蔽：Mũ kéo tùm hụp cả mặt. 帽子拉下遮住了脸。

T

tùm lum *t*[口] 杂乱, 纷杂: cỏ mọc tùm lum 杂草丛生; bàn tán tùm lum 议论纷纷

tùm lum tà la *đg*[方]=tùm lum

tùm tũm [拟] 扑通扑通: Ếch nhảy tùm tũm xuống ao. 青蛙扑通扑通跳到水塘里。

tủm tỉm *đg* 微笑, 抿嘴笑: Cô gái cười tủm tỉm. 姑娘抿着嘴笑。

tũm=tõm

túm *đg* ① 拢 紧, 束 扎: túm chặt ống quần 系紧裤腿 ② 揪住: túm lấy tóc 揪住头发 ③ [口] 抓住: túm được tên kẻ trộm 抓住小偷 ④ [口] 围拢聚集: Mọi người túm lại xem rất đông. 很多人围过来看。 *d* 一扎, 一把, 一束: một túm lá 一把叶子

túm năm túm ba 三五成群: Dân làng túm năm túm ba bàn tán xôn xao. 村民三五成群议论纷纷。

túm tụm *đg* 聚拢, 靠拢: ngồi túm tụm với nhau 坐到一起

tụm *đg* 聚拢, 靠拢: Mọi người tụm lại bàn tán. 大伙儿聚到一起商量。

tun hủn *t* 短橛橛: chiếc quần ngắn tun hủn 短橛橛的裤子

tun hút *t* 深邃; 深长: đường hầm tun hút sâu dài 深长的隧道

tủn mủn *t* 烦琐, 琐碎; 小气, 吝啬: tính toán tủn mủn 斤斤计较

tủn ngủn *t* 短橛橛: Tay chân gì mà trông tủn ngủn thế. 手脚怎么这么短。

tung₁ *đg* ① 抛, 扬: Gió thổi tung bụi. 风刮得尘土飞扬。② 抛撒: tung truyền đơn 散发传单; tung lưới bắt cá 撒网 ③ 散布, 抛出: tung tin đồn nhảm 散布谣言; tung hàng ra bán 甩货 ④ 碎散: Mìn nổ tung. 地雷炸飞了。⑤ 打乱: Lục tung va li. 把旅行箱翻得乱七八糟。Làm đối tung mọi việc. 把事情搞乱了。

tung₂ [汉] 纵, 踪

tung độ *d* 纵度

tung hoành *đg* 纵横: bốn phương tung hoành 纵横天下

tung hô *đg* 高呼, 山呼: tung hô vạn tuế 山呼万岁

tung hứng *d* (杂技) 抛接技巧

tung lưới *đg* 破网, (球) 进网: sút tung lưới 一脚破网

tung tăng *t* 雀跃的, 欢蹦乱跳的: Các em nhỏ tung tăng tới trường. 小朋友们蹦蹦跳跳上学去。

tung tẩy *đg* ① 摆动, 摇摆, 跳动: Đôi bím tóc tung tẩy theo nhịp bước. 头发随脚步摆动。② [口] 自由无束缚: tự do tung tẩy khắp nơi 自由自在四处活动

tung thâm *d* 纵深: lọt vào tung thâm phòng thủ của địch 陷进敌人纵深防护圈

tung tích *d* ① 踪迹: tìm ra tung tích kẻ gian 找出坏人的踪迹 ② 行踪, 来历: không để lộ tung tích 不暴露行踪

tung toé *đg* 四溅, 四射, 泼溅, 喷溅, 飞溅: nước bắn tung toé 水四处飞溅

tung tung [拟] 咚咚 (小鼓点声)

tùng₁ [汉] 松 *d*[植] 松

tùng₂ [拟] 咚咚 (大鼓点声)

tùng bách *d* 松柏

tùng chinh *đg* 从征, 出征: lính đi tùng chinh 士兵出征

tùng hương *d* 松香

tùng lâm *d* 丛林

tùng phèo=lộn tùng phèo

tùng quân *d*[旧] 从军

tùng thư *d*[旧] 丛书

tùng tiệm *đg* 从俭, 节省: Số tiền ít nhưng tùng tiệm cũng đủ. 钱虽少但节省一点也够用。

tùng xẻo *đg* 凌迟

túng *t* ① 拮据, 贫困, 穷苦: túng ăn túng mặc 缺衣少食; túng tiền 手头拮据; Túng thì phải tính. 穷就要做计划。② 缺少: Làm văn túng từ. 写文章没素材。

túng bấn t 窘迫, 穷困: cảnh nhà túng bấn 家境穷困

túng quẫn t 穷困, 困窘, 窘迫: ở vào thế túng quẫn 处在窘迫的境地

túng thế t 没办法的, 山穷水尽的, 无计可施的: Túng thế thì liều một phen. 没办法那就冒一次险。

túng thiếu t 拮据, 经济困难的, 手头紧的: gia đình túng thiếu 家庭贫困

tụng [汉] 诵 đg 诵念: tụng kinh 诵经

tụng ca đg 歌颂: tụng ca đất nước 歌颂祖国

tụng niệm đg 念诵: tụng niệm kinh phật 诵经念佛

tuốc-nơ-vít (tournevis) d [机] 起子

tuộc =mực tuộc

tuổi đg 爬, 滑行: Rắn tuổi ra khỏi hang. 蛇从洞里爬出来。 Đứa bé tuổi khỏi lưng mẹ. 小孩从妈妈背上滑了下来。

tuổi d ①岁: hai mươi tuổi 二十岁; sống lâu trăm tuổi 长命百岁②年限: hai mươi năm tuổi nghề 二十年工龄③龄: con gà mười ngày tuổi 十日龄小鸡④生肖: Nó tuổi khỉ. 他属猴。⑤时代, 时期: tuổi xuân 青春时代; tuổi thơ ấu 幼年时期⑥足色: vàng mười tuổi 十成金

tuổi dậy thì d [生] 发育期, 青春期, 冲动期

tuổi đầu d 这个年龄, 这个岁数: Ngần ấy tuổi đầu rồi mà còn dại. 这个岁数了还这么笨。

tuổi hạc d 鹤龄

tuổi hoa d 花季年华

tuổi mụ d 虚岁: Năm nay ba mươi tuổi, tính cả tuổi mụ nữa là ba mươi mốt tuổi. 今年周岁三十, 虚岁三十一。

tuổi ta d [口] 虚岁

tuổi tác d 年龄, 年纪: tuổi tác đã cao 年岁已高

tuổi tây d [口] 实龄, 周岁: Tuổi tây của nó

là hai mươi chín, tuổi ta là ba mươi. 他二十九周岁, 虚岁三十。

tuổi thọ d ①寿命: nâng cao tuổi thọ của con người 提高人的寿命②年限: tuổi thọ của thiết bị 设备使用年限

tuổi thơ d 童年, 幼年时代: kí ức tuổi thơ 童年的回忆

tuổi tôi d 足岁: Đức bé vừa đầy tuổi tôi. 小孩刚满一岁。

tuổi trẻ d 青少年

tuổi xanh =tuổi trẻ

tuổi xuân d 青春, 妙龄

tuổi vàng d 黄金的成色

tuôn đg 流出, 溢出, 涌出, 冒出: nước mắt tuôn rơi 泪如泉涌; Mồm tuôn ra những lời nói tục tằn. 嘴里冒出的全是粗话。

tuồn đg ①溜走, 滑走: Con rắn tuồn đi đâu mất. 蛇不知道溜哪去了。②[口] 暗地里转移: Tuồn hàng qua biên giới. 把货物偷运过边界。 Tuồn rác ra đường. 把垃圾偷倒在路上。

tuồn tuột t 一直不停的, 连续不停的: nói tuồn tuột một thôi một hồi 连续不停地说; Xe đứt phanh chạy tuồn tuột xuống dốc. 车子刹车闸断了直冲下坡。

tuông đg [方] ① 直冲: tuông qua hàng rào 冲过篱笆墙②漏下, 掉: Đất cát tuông rào rào. 泥沙哗哗地往下掉。

tuồng₁ d ①戏, 剧: một vở tuồng 一出戏② 样子, 架势: Xem tuồng việc đã xong xuôi. 看样子事情办好了。

tuồng₂ d 帮, 群, 伙: tuồng ô hợp 乌合之众

tuồng cổ d 古戏, 古剧

tuồng đồ d 滑稽呶剧

tuồng như p 宛若, 好像, 似乎: Cậu ấy nhấp nhứ tay, tuồng như muốn phát biểu điều gì đó. 他举了举手, 好像想发表意见。

tuốt₁ đg ①抽出, 拔出: tuốt gươm 拔剑②捋脱: tuốt lúa 脱谷 t [口] 远远的: Nhà nó ở tuốt đằng kia. 他家在远远的那头。

tuốt₂ *d*[口] 全部，一切：hơn tuốt mọi người biết ai đều强

tuốt luốt *d*[方] 全部，一切：Đạn bắn tuốt luốt vào tường. 子弹全部打到墙上。

tuốt tuồn tuột *d*[口] 全部，一切：khai tuốt tuồn tuột 一股脑儿全招了

tuốt tuột[口]=tuốt

tuột *đg* ①滑落：tuột trên xuống 从上面滑下来②滑脱：tuột tay 失手③脱：tuột dép 脱鞋 *t* 快速利索：rơi tuột xuống hang 一下子掉进洞里；rũ tuột trách nhiệm 把责任推得一干二净

tuột dốc *đg*[口] 下滑：nền kinh tế bị tuột dốc 经济下滑

túp *d* 一小间：túp lều tranh 一小间茅屋

tút *d* 整条烟：mua hai tút thuốc 买两条烟

tụt *đg* ①滑落，脱落：tụt từ trên cây xuống 从树上滑下来②陷落，陷入：Bị tụt chân vào hố. 脚陷到泥坑里。③落下：tụt lại sau hàng quân 落到队伍后面；ngồi tụt vào một góc 退坐到角落里④下降，减少：nhiệt độ tụt xuống 温度下降

tụt hậu *đg* 落后，拖后，滞后：cố gắng để khỏi bị tụt hậu 努力以免拖后

tuy [汉] 虽 *k* 虽，虽然，纵然，纵使：Tuy ốm nhưng bạn ấy vẫn đến lớp. 虽然生病但他还是坚持上学。

tuy-líp (tulipe) *d* 郁金香

tuy nhiên *k* 然而：Cách lập luận khá chắc chắn, tuy nhiên có chỗ vẫn chưa đủ chứng cớ. 论述方法很好，然而有些地方论据不足。

tuy rằng *k* 虽然：Nó không phát biểu, tuy rằng nó biết rất rõ sự việc đó. 他不发表意见，虽然他了解整件事。

tuy thế=tuy vậy

tuy vậy *k* 虽然如此，话虽如此：Nó thi trượt, tuy vậy nó không buồn lắm. 他考砸了，虽然如此他并不伤心。

tuỳ [汉] 随 *đg* ①顺势而为，量力而行：làm việc tuỳ theo sức mình 做事力量而行②随便，听便，听凭：Hãy cứ để tuỳ nó! 随他去吧！Việc này tuỳ anh quyết định. 这件事由你决定。

tuỳ bút *d* 随笔，漫笔

tuỳ cơ *đg* 依势：tuỳ cơ mà hành động 见机行动

tuỳ cơ ứng biến 随机应变

tuỳ hứng *t* 随兴的，随感的：sáng tác tuỳ hứng 随兴而发

tuỳ nghi *t* 因地制宜的：tuỳ nghi tìm cách phát triển 因地制宜地寻求发展

tuỳ phái *d*[旧] 外勤，杂差

tuỳ táng *t* 随葬的：đồ tuỳ táng ở các ngôi mộ cổ 古墓里的随葬品

tuỳ tâm *đg* 随心：tuỳ tâm mà chơi 随心玩耍

tuỳ thân *t* 随身的：những vật tuỳ thân 随身的携带物品

tuỳ theo *đg* 随着，依照

tuỳ thế *đg* 因势利导

tuỳ thích *đg* 听其所好：nhân tâm tuỳ thích 各随所好

tuỳ thời *đg* 因时制宜

tuỳ thuộc *đg* 附属，从属，取决于：Thi đỗ hay không là tuỳ thuộc vào sự cố gắng của mỗi người. 考不考得上取决于个人努力。

tuỳ tiện *t* ①随便，听便：ăn nói tuỳ tiện 说话随便②[旧] 因地制宜

tuỳ tòng[方]=tuỳ tùng

tuỳ tùng *d* 随从：cử tuỳ tùng đi theo 派人跟随 *đg* 随行：nhân viên tuỳ tùng 随行人员

tuỳ tướng *d* 副将

tuỳ viên *d* ①随员：tuỳ viên sứ quán 使馆随员②参赞，武官：tuỳ viên quân sự 武官

tuỳ viên thương mại *d* 商务参赞

tuỳ ý *đg* 随意：muốn ăn gì tuỳ ý 想吃什么随意

tuỷ [汉] 髓 *d* ①骨髓，脊髓：viêm tuỷ 脊髓

炎②髓: viêm tuỷ răng 牙髓炎

tuỷ sống *d* 脊髓

tuỷ xương *d* 骨髓: tuỷ xương sống 脊髓

tuý [汉] 醉

tuý luý *t* 烂醉如泥, 酩酊大醉: nhậu nhẹt say tuý luý 喝得酩酊大醉

tuỵ [汉] 胰 *d* [解] 胰, 胰腺

tuyên [汉] 宣 *đg* [口] 宣判: bị tuyên tử hình 被宣判死刑

tuyên án *đg* 宣判, 判决, 下判词, 宣读判决书, 宣布判决: công khai tuyên án 公开宣布判决

tuyên bố *đg* 宣布: tuyên bố danh sách trúng tuyển 宣布录取名单 *d* 声明, 公报: lời tuyên bố 声明; tuyên bố chung 联合声明

tuyên cáo *đg* 宣告, 宣读: Chính phủ tuyên cáo về việc tổ chức tổng tuyển cử. 政府宣告有关大选事宜。

tuyên chiến *đg* [军] 宣战: không tuyên chiến mà đánh 不宣而战

tuyên dương *đg* 表扬, 颂扬, 表彰: lễ tuyên dương anh hùng 英雄表彰大会

tuyên đọc *đg* 宣读: tuyên đọc quyết định của hội đồng chấm thi 宣读阅卷委员会决定

tuyên giáo *đg* 宣传教育, 宣教: ban tuyên giáo 宣教委员会

tuyên huấn *đg* 宣传训练: cán bộ tuyên huấn 宣传训练干部

tuyên ngôn *d* 宣言: bản tuyên ngôn độc lập 独立宣言

tuyên phạt *đg* [法] 判罚: Toà tuyên phạt tù giam. 法院判罚监禁。

tuyên thệ *đg* 宣誓, 发誓: tuyên thệ trước quân kì 军旗前宣誓

tuyên truyền *đg* 宣传: đội tuyên truyền văn nghệ 文艺宣传队

tuyên truyền viên *d* 通讯员, 宣传员

tuyên uý *d* [宗] 随军神甫

tuyên xử *đg* [法] 宣判, 判决: Toà tuyên xử 3

năm tù. 法院判决 3 年徒刑。

tuyền *t* ① [方] [旧] 全, 完整②纯: màu trắng tuyền 纯白色 *d* 全部: Tuyền một màu xanh. 全都是绿色。

tuyền đài *d* [旧] 泉台, 黄泉

tuyển *đg* 选, 征选, 招收, 征募, 录取, 录用: tuyển người đẹp 选美; tuyển nhân viên 招聘员工

tuyển chọn *đg* 选择: tuyển chọn giống lúa nước 稻选种

tuyển cử *đg* 选举: tổng tuyển cử 普选

tuyển dụng *đg* 选用, 录用: tuyển dụng công nhân 录用工人

tuyển khoáng *đg* 选矿

tuyển lựa *đg* 选择, 挑选, 选拔, 甄拔: tuyển lựa được nhiều giống tốt 选到许多良种

tuyển mộ *đg* 招募, 募集: tuyển mộ công nhân đồn điền cao su 招募橡胶林工人

tuyển quân *đg* 征兵: công tác tuyển quân 征兵工作

tuyển sinh *đg* 招生: ban tuyển sinh 招生办公室

tuyển tập *d* 选集: tuyển tập thơ 诗选

tuyển thủ *d* [体] 选手, 代表队: tuyển thủ bóng đá 足球选手

tuyến₁ [汉] 腺 *d* 腺体: tuyến sinh dục 性腺

tuyến₂ [汉] 线 *d* ① 界线: tiền tuyến 前线; tuyến phòng ngự 防御线②车行道: tuyến ô tô 机动车道③交通线: tuyến xe buýt 公交车线路; tuyến máy bay 航线

tuyến giáp trạng *d* 甲状腺

tuyến lệ *d* 泪腺

tuyến mật *d* (花的) 蜜腺

tuyến mồ hôi *d* 汗腺

tuyến ngoại tiết *d* 外分泌腺

tuyến nội tiết *d* 内分泌腺

tuyến nước bọt *d* 唾液腺

tuyến thượng thận *d* 肾上腺

tuyến tiền liệt *d* 前列腺

T

tuyến tính *d* 线性: phương trình tuyến tính 线性方程; hàm số tuyến tính 线性函数

tuyến vú *d* 乳腺

tuyến yên *d* 垂体, 脑垂体

tuyết₁ [汉] 雪 *d* 雪: mưa tuyết 下雪

tuyết₂ *d* ①绒: tuyết nhung 平绒 ②绒毛: chè tuyết 白毫茶

tuyết sương *d* 雪霜

tuyệt [汉] 绝 *đg* 断绝: tuyệt giống 绝种 *p* ① 很, 十分: tuyệt hay 极好; tuyệt đại đa số 绝大多数 ②绝对: tuyệt không ai biết 绝对没人知道

tuyệt bút₁ *d* [口] 妙笔生花

tuyệt bút₂ *d* 绝笔

tuyệt chiêu *d* 绝招

tuyệt chủng *đg* 绝种, 灭绝: Nhiều loài sinh vật đã tuyệt chủng. 很多生物已经绝种。

tuyệt cú₁ *d* 绝句: thơ tuyệt cú 绝句诗

tuyệt cú₂ *d* 绝妙的诗句

tuyệt diệt *đg* 灭绝, 灭迹: giống nòi bị tuyệt diệt 种类已灭绝

tuyệt diệu *t* 绝妙: một bài thơ tuyệt diệu 一首绝妙的诗

tuyệt đại bộ phận 绝大部分: Tuyệt đại bộ phận đều bỏ phiếu ủng hộ. 绝大部分投了赞成票。

tuyệt đại đa số 绝大多数

tuyệt đích *d* 绝顶, 最高水平: kĩ thuật đạt đến tuyệt đích 技术达到最高水平

tuyệt đỉnh *d* ; *t* 绝顶: tuyệt đỉnh vinh quang 绝顶光荣

tuyệt đối *t* 绝对: tập quyền tuyệt đối 绝对集权

tuyệt giao *đg* 绝交, 断绝关系: Do hiềm khích mà hai người đã tuyệt giao mấy năm nay. 因为分歧两人已绝交多年。

tuyệt hảo *t* 绝好: chất lượng tuyệt hảo 绝好的质量

tuyệt kĩ *d* 绝技

tuyệt mật *t* 绝密: tài liệu tuyệt mật 绝密材料

tuyệt mệnh *đg* 绝命: bức thư tuyệt mệnh 绝命书

tuyệt mĩ *t* 美丽, 绝美: phong cảnh tuyệt mĩ 风景绝美

tuyệt nhiên *p* 决然: tuyệt nhiên không hé miệng nói một lời 决然不开口说一句话

tuyệt nọc *đg* 绝迹, 灭绝: làm tuyệt nọc bệnh dịch 让细菌彻底绝迹

tuyệt sắc *d* 绝色: tuyệt sắc giai nhân 绝色佳人

tuyệt tác *d* 绝作: được coi là tuyệt tác 被视为绝作

tuyệt thế *d* [旧] 绝世: tài ba tuyệt thế 绝世才华

tuyệt thực *đg* 绝食: tù nhân tuyệt thực 囚犯绝食

tuyệt tích *đg* 绝迹: bỏ nhà đi tuyệt tích 离家出走音讯全无

tuyệt tình *đg* ; *t* 绝情: ăn ở tuyệt tình với bạn bè 对朋友很绝情

tuyệt trần *t* 举世无双的, 绝无仅有的: đẹp tuyệt trần 举世无双的美貌

tuyệt tự *đg* 绝子: một gia đình tuyệt tự 无子嗣家庭

tuyệt vọng *đg* 绝望: Không nên để người ta tuyệt vọng. 不要让人家绝望。

tuyệt vô âm tín 杳无音信

tuyệt vời *p* 绝顶, 极其: Đẹp tuyệt vời! 美极了!

tuyệt xảo *t* 精妙绝伦的, 绝对精巧的

tuyn *d* 网布: màn tuyn 尼龙蚊帐

týp *d* 管, 支, 筒: một týp thuốc vẽ 一管颜料

tuýt [拟] 嘟嘟: tiếng còi tuýt tuýt 嘟嘟的喇叭声 *đg* [口] 吹: Trọng tài tuýt còi phạt bóng. 裁判吹哨罚球。

tư₁ *d* (序数词) 四: tháng tư 四月

tư₂ [汉] 私 *t* 私人的: xe tư 私家车

tư₃ [汉] 咨, 资, 思, 司, 姿, 滋

tư bản *d* ①资本: lưu thông tư bản 资本流通 ②资本家: tư bản mại bản 买办资本家 *t* 资本主义的: các nước tư bản 资本主义国家; tư bản dân tộc 民族资本主义

tư bản bất biến *d* 不变资本

tư bản chủ nghĩa *t* 资本主义的

tư bản cố định *d* 固定资本

tư bản khả biến *d* 可变资本

tư biện *đg* 思辨: triết học tư biện 思辨哲学

tư cách *d* ①资格: xác định tư cách 资格审查 ②身份: với tư cách ⋯ 身份 ③品质, 品德, 人品, 人格: mất hết tư cách 斯文扫地

tư cách pháp nhân *d* 法人资格

tư chất *d* 天资: một học sinh có tư chất 天资聪慧的学生

tư dinh *d* 私邸

tư doanh *d* 私营: công thương nghiệp tư doanh 私营工商业

tư duy *đg* 思维: khả năng tư duy 思维能力

tư gia *d* 私宅, 私家

tư hữu *t* 私有的; 私有制的: ruộng đất tư hữu 私有土地

tư hữu hoá *đg* 私有化

tư lệnh *d*[军] 司令, 司令官, 司令员: tư lệnh trưởng 司令官

tư liệu *d* ①物资: tư liệu sinh hoạt 生活物资 ②资料: tư liệu tham khảo 参考资料; tư liệu lao động 劳动资料; tư liệu sản xuất 生产资料

tư lợi *d* 私利: làm việc vì tư lợi 为私利而工作

tư lự *đg* 思虑, 思索: ngồi tư lự một mình 独自思索

tư nhân *d* 私人 *t* 私人的: công thương nghiệp tư nhân 私营工商业

tư pháp *d*[法] 司法: Bộ Tư pháp 司法部

tư sản *d* 资产: giai cấp tư sản 资产阶级; tư sản dân tộc 民族资产 *t* 资产阶级的: lối sống tư sản 资产阶级的生活方式

tư thất *d* 私宅, 私室

tư thế *d* ①姿势: tư thế đứng nghiêm 立正姿势 ②风姿: tư thế của người chỉ huy 指挥员的风姿

tư thông *đg* 私通: tư thông với địch 与敌私通; hai người tư thông với nhau 两人私通

tư thù *d* 私仇: xoá bỏ tư thù 消除私仇

tư thục *d* 私塾; 私立学校: mở trường tư thục 创办私塾

tư thương *d* 私商, 个体户: Tư thương bao tiêu sản phẩm. 个体户包销产品。

tư tình *d* 私情: Hai người có tư tình với nhau. 两人有私情。 *đg* 偷情: tư tình với trai 与男人偷情

tư trang *d* ①嫁妆: tư trang của cô dâu 新娘的嫁妆 ②私人物品; 行李: Bị cắp mất hết tư trang. 行李全被偷了。

tư túi *d* 私囊: tư túi công quĩ 贪污公款中饱私囊

tư tưởng *d* ①思想: tư tưởng danh lợi 名利思想; tư tưởng hẹp hòi 思想狭隘 ②思绪, 想法: đấu tranh tư tưởng 思想斗争

tư vấn *đg* 询问, 咨询: cơ quan tư vấn 咨询机关

tư vị *đg* 徇私, 偏袒

từ₁ [汉] 祠 *d*[口] 庙祝: ông từ 庙祝

từ₂ [汉] 词 *d* 词: động từ 动词

từ₃ *d* 辞赋

từ₄ [汉] 磁 *d* 磁性: thanh kim loại bị nhiễm từ 金属条被磁化

từ₅ [汉] 辞 *đg* ①辞职: từ chức giám đốc 辞去经理职务 ②排除: Chửi rủa không từ một ai. 逮谁骂谁, 一个都跑不掉。③不认: từ đứa con hư 不认这个坏孩子

từ₆ *k* 从, 自从: từ nay đến cuối tháng 从现在到月底; đến từ lúc 6 giờ 六点钟就到了;

giống từ cái mắt, cái miệng 从眼睛到嘴巴都很像

từ₇ [汉] 慈

từ A đến Z [口] 从头自尾: nhận làm từ A đến Z 从头到尾全部接受

từ bi t [宗] 慈悲: lòng từ bi 慈悲之心

từ biệt đg 告别, 告辞: từ biệt mọi người ra đi 向大家告别离开

từ bỏ đg ①遗弃, 抛弃: từ bỏ đứa con nuôi 遗弃养子②离开, 脱离: từ bỏ con đường tội lỗi 脱离罪恶之路

từ chối đg 推辞; 拒绝, 谢绝: từ chối lời mời 谢绝邀请

từ chức đg 辞职: giám đốc xin từ chức 经理请辞

từ chương d [旧] 辞章, 文章: chuộng từ chương 爱好诗词

từ điển d 词典, 辞典: soạn từ điển 编辞典; từ điển Việt Hán 越汉词典

từ điển bách khoa d 百科全书: biên soạn từ điển bách khoa Việt Nam 编辑越南百科全书

từ điển điện tử d 电子词典

từ điển giải thích d 释义词典

từ điển song ngữ d 双语词典

từ điển tường giải d 详解词典

từ đồng âm d 同音词: "Ca" (để uống nước) và "ca" (mổ) là hai từ đồng âm. (喝水用的) "ca" 和 (做手术的) "ca" 是同音词。

từ đồng nghĩa d 同义词: "Đẹp" và "xinh" là từ đồng nghĩa. "美" 和 "漂亮" 是同义词。

từ đường d 祠堂

từ giã đg 告辞, 辞别: từ giã bạn bè 辞别朋友

từ hải d 辞海

từ hoá đg [理] 磁化, 励磁: Lõi thép đã được từ hoá. 钢芯已被磁化。

từ học d 磁学

từ hôn đg 退婚: Bên nhà gái từ hôn. 女方提出退婚。

từ hư = hư từ

từ khoá d 关键词

từ khuynh d 磁倾角

từ kiêng kị d 讳词, 忌语

từ láy d 叠音词: "Lấp lánh" "lúng túng" là các từ láy. "闪闪烁烁" "慌慌张张" 是叠音词。

từ loại d 词类

từ mẫu d 慈母

từ nguyên d 辞源: từ nguyên học 辞源学

từ ngữ d 词语, 词汇: từ ngữ học 词汇学

từ phản nghĩa d 反义词: "Mất" và "còn" là từ phản nghĩa. "生" 和 "死" 是反义词。

từ pháp d 词法: phạm trù từ pháp 词法范畴

từ phổ d 词谱

từ phú d 辞赋

từ phụ d 慈父

từ rày k 从此

từ tâm d 慈心, 爱心: một bà cụ từ tâm 一个老太太的慈爱之心

từ thạch d 磁石

từ thiện t 慈善: làm việc từ thiện 行善

từ thông d [理] 磁通量

từ tính d [理] 磁性: có từ tính 有磁性; từ tính động vật 动物磁气

từ tổ d 词组

từ tố d 词素

từ tốn t (态度) 温顺谦虚, 慈蔼: nói năng từ tốn 说话慈蔼

từ trái nghĩa d 反义词

từ trần đg 逝世, 与世长辞: Cụ già đã từ trần. 老爷爷与世长辞了。

từ trong trứng d 萌芽状态: đạp tan âm mưu bạo loạn từ trong trứng 粉碎处于萌芽状态下的暴乱阴谋

từ trở d [理] 磁阻

từ trường d 磁场: từ trường quả đất 地球磁场

từ từ *t* 徐徐, 慢慢: đi từ từ 慢慢走

từ vị *d* 词汇, 词

từ vựng *d* 词汇: từ vựng học 词汇学

tử₁ [汉] 子 *d* 子: quí tử 贵子

tử₂ [汉] 死 *đg* 死: tham sinh uý tử 贪生怕死

tử biệt sinh li 生离死别

tử chiến *đg* 激战, 殊死战斗: trận tử chiến 决一死战

tử cung *d* [解] 子宫

tử địa *d* 死地: Giặc sa vào tử địa. 敌人陷入死地。

tử hình *d* 死刑: bị lãnh án tử hình 被判死刑

tử huyệt *d* 死穴

tử nạn *đg* 死难: đồng bào tử nạn 死难同胞

tử ngoại tuyến *d* 紫外线 (同 tia tử ngoại)

tử ngữ *d* 古语言: Tiếng Latin, tiếng Hi Lạp cổ là những tử ngữ. 拉丁语和古希腊语是古语言。

tử sĩ *d* [旧] 阵亡士兵: được công nhận là tử sĩ 被承认为阵亡士兵

tử sinh hữu mệnh 生死由命

tử số *d* [数] 分子

tử tế *t* ①完备, 整齐: được ăn học tử tế 受到良好教育; áo quần tử tế 衣冠整齐 ②正派, 厚đạo, 善良: ăn ở tử tế 为人正派

tử thần *d* 死神

tử thi *d* 死尸: khám nghiệm tử thi 查看死尸

tử thù *d* ① 死仇: Hai nhà có tử thù. 两家有死仇。②死敌, 死对头: Hai người coi nhau như tử thù. 两人视对方为死对头。

tử thương *đg* 死伤: tử thương ngoài mặt trận 战场上死伤的人

tử tội *d* [旧] 死罪: lãnh án tử tội 领死罪

tử trận *đg* 阵亡: các tướng sĩ tử trận 阵亡将士

tử tù *d* 死囚: kẻ tử tù 死囚犯

tử vi₁ *d* [植] 紫薇

tử vi₂ *d* 生辰八字: xem tử vi 看生辰八字

tử vì đạo *đg* 殉道, 殉教

tử vong *đg* 死亡: Nhiều người bị tử vong vì ngộ độc thức ăn. 很多人死于食物中毒。

tứ₁ [汉] 四 *d* (数词) 四: tứ thời 四时

tứ₂ [汉] 思 *d* 思: ý tứ 意思

tứ bề *d* 四方, 周遭: Tứ bề là rừng rú. 四周都是森林。

tứ bình *d* 四屏, 四季画

tứ chi *d* [解] 四肢

tứ chiếng *d* ①四面八方: Dân tứ chiếng đến ngụ cư. 八方百姓都来这里居住。②四方: Trai tứ chiếng, gái giang hồ. 男走四方, 女走江湖。

tứ cố vô thân 举目无亲

tứ đại đồng đường 四代同堂

tứ đức *d* 四德

tứ giác *d* 四角: hình tứ giác 四边形

tứ kết *d* 四分之一赛

tứ linh *d* [旧] 四灵 (龙、麟、龟、凤)

tứ lục *d* 四六体诗

tứ ngôn *d* 四言诗

tứ phía *d* 四周, 四面: Giặc bị bao vây tứ phía. 敌人被四面包围。

tứ phương *d* 四方 (东南西北)

tứ quí *d* 四季 (春夏秋冬); 四君 (梅兰菊竹)

tứ sắc *d* 四色牌 (赌博)

tứ tán *đg* 四散: Giặc thua chạy tứ tán. 敌人败溃四散而逃。

tứ thời *d* 四时: tứ thời bát tiết 四时八节

tứ thư *d* 四书

tứ tuần *d* 四旬

tứ tung *t* [口] ①到处: Bọn trẻ chạy tứ tung. 小孩子到处乱跑。②散乱: Sách vở đề tứ tung. 书本散乱放着。

tứ tuyệt *d* 四绝诗

tứ xứ *d* 四处: Người tứ xứ đều về dự hội. 四方的人都来赶集。

tự₁ [汉] 字 *d* 字: Hồng thập tự 红十字

tự₂ [汉] 寺 *d* 寺: Thiếu Lâm Tự 少林寺

tự₃ [汉] 自 *d* 自己: Bé tự làm bài. 小孩自己

做作业。Tự làm khổ mình. 自己折磨自己。

tự₄ [汉] 自 k ① 自，从：tự cổ chí kim 从古至今 ② 因为，由于：Tự anh nên việc mới hỏng bét. 因为你事情才办砸了。

tự ái đg (过于) 自尊：lòng tự ái 自尊心

tự biên đg 自编：tự biên tự diễn 自编自演

tự cảm đg 自感

tự cao t 自大：tự cao tự đại 自高自大

tự cấp đg 自给，自供：tự cấp tự túc 自给自足；tự cấp vốn 自筹资金

tự chủ đg 自主：quyền tự chủ 自主权

tự cung tự cấp đg 自供自给

tự cường đg 自强：ý thức tự cường dân tộc 民族自强意识

tự dạng d 笔迹：so tự dạng để tìm thủ phạm 核对笔迹以便找出犯罪分子

tự do d 自由：đấu tranh cho tự do của dân tộc 为民族自由而斗争；tự do báo chí 出版自由；tự do ngôn luận 言论自由；tự do tín ngưỡng 宗教信仰自由 t 自由：tự do cạnh tranh 自由竞争；tự do chủ nghĩa 自由主义；tự do mậu dịch 自由贸易

tự dưng p [口] 平白，无端：tự dưng cãi nhau 无端吵架

tự dưỡng đg 自养

tự đắc t 自得：dương dương tự đắc 洋洋自得

tự điền d 祀田

tự động t ① 自动：máy tự động 自动装置 ② 主动：tự động tiến hành công việc 主动工作

tự động hoá d 自动化：tự động hoá trong quá trình sản xuất 生产过程自动化

tự giác t 自觉：tự giác tự nguyện 自觉自愿

tự hành t 自行，自动：pháo tự hành 自动火炮

tự hào t 自豪，骄傲：lòng tự hào 自豪感

tự hoại đg 自毁

tự học đg 自学：tự học thành tài 自学成才

tự khắc p 自然：Cứ học đi tự khắc sẽ làm được.

学懂了自然就会做。

tự kỉ ám thị 自我暗示

tự kiêu t 骄傲，自大：đừng có tự kiêu 不要骄傲

tự kiêu tự đại 自高自大

tự lập đg 自立：tinh thần tự lập 自立精神

tự lực đg 自力：tự lực cánh sinh 自力更生

tự mãn đg 自满：mới có chút thành tích đã tự mãn 才取得一点成绩就自满

tự nguyện đg 自愿：tự nguyện đến giúp bạn 自愿来帮朋友

tự nhiên d 自然：khoa học tự nhiên 自然科学 t ① 天然，自然：cao su tự nhiên 天然橡胶；tự nhiên chủ nghĩa 自然主义 ② 随便，自便：Anh cứ tự nhiên, đừng khách khí! 请随便，别客气！③ 自然而然：tự nhiên trở nên giàu có 自然而然地富了起来 ④ 正常：thuận theo lẽ tự nhiên 按照常情

tự nhủ đg 自叮咛，自勉，自忖：Cô bé tự nhủ phải cố gắng học hành chăm ngoan. 小女孩自忖要努力学习做好孩子。

tự phát t 自发的，自生的：tính chất tự phát 自发性 tư bản 资本主义自发性

tự phê bình đg 自我批评

tự phụ đg 自负：tự phụ là thông minh học giỏi 自负聪明好学

tự phục vụ đg 自助：cửa hàng ăn tự phục vụ 自助餐馆

tự quản đg 自管，自律：Kí túc xá do sinh viên tự quản. 大学生自我管理大学宿舍。

tự quyền đg [口] 自己有权，自己做主

tự quyết đg ① 自决：quyền dân tộc tự quyết 民族自决权 ② 自我决定：Phải đưa ra bàn tập thể, không dám tự quyết. 要经过集体讨论，不敢私自决定。

tự sản tự tiêu 自产自销

tự sát đg 自杀：rút súng tự sát 拔枪自杀

tự sự d 叙述，叙事：lối văn tự sự 记叙文

tự tại t 自由自在：ung dung tự tại 从容自在

tự tạo *t* 自造: vũ khí tự tạo 自造的武器

tự tận *đg* 自尽

tự thân *d* 自身, 本身: Tự thân sự việc đã nói lên điều đó. 事情本身已证明这点。

tự thiêu *đg* 自焚: Nhà sư tự thiêu phản đối chiến tranh. 和尚自焚反对战争。

tự thú *đg* 自首: Thủ phạm đã tự thú. 首犯已自首。

tự thuật *đg* 自述: văn tự thuật 自述文

tự ti *t* 自卑: Vì tự ti mà nó không dám làm gì. 因为自卑他什么都不敢做。

tự tiện *đg* 擅自: tự tiện lục sách của bạn 擅自翻朋友的书

tự tin *đg* 自信: tự tin làm được 自信能胜任

tự tín=tự tin

tự tình *t* 抒情的: thơ tự tình 抒情诗

tự tôn₁ *d* 嗣孙

tự tôn₂ *t* 自尊, 自爱: lòng tự tôn dân tộc 民族自尊心

tự trách *đg* 自责

tự trào *đg* 自嘲

tự trầm *đg* 自溺

tự trị *đg* 自治: tự trị dân tộc 民族自治

tự trọng *đg* 自重, 自尊, 自爱: một người biết tự trọng 一个懂得自尊的人

tự truyện *d* 自传

tự túc *đg* 自足, 自给: kinh tế tự túc 自给经济

tự tư *t* 自私: tự tư tự lợi 自私自利

tự tử *đg* 自杀: nhảy xuống sông tự tử 跳河自杀

tự vẫn *đg* 自刎: rút gươm tự vẫn 拔剑自刎

tự vấn *đg* 自问; 自省: tự vấn lương tâm 扪心自问

tự vệ *đg* 自卫: quyền tự vệ 自卫权 *d* 自卫队: tự vệ nông trường 农场自卫队

tự xúc tác *đg*[化] 自生催化

tự xưng *đg* ①自我介绍: Không tự xưng thì ai mà biết được. 不自我介绍就没人知道。

②号称: một tổ chức tự xưng là dân chủ 一个号称民主的组织③自称: Lê Lợi tự xưng Bình Định Vương. 黎利自称平定王。

tự ý *t* 随意, 随便: tự ý thay đổi kế hoạch 随意改变计划

tưa₁ *d* ①[医] 鹅口疮, 霉菌性口炎: Cháu bé bị tưa lưỡi. 婴儿得了鹅口疮。②舌苔

tưa₂ *t* 破烂不堪: quần áo tưa như xơ mướp 衣服破烂不堪

từa tựa *t* 有点像的: khuôn mặt từa tựa giống nhau 脸型有点像

tứa *đg* ①流出, 淌出: mồ hôi tứa ra 汗水淌流②溢, 吐: Thằng bé bú no quá dễ bị tứa. 婴儿吃奶太多容易吐奶。

tựa₁ [汉] 序 *d* 序言

tựa₂ *đg* 倚, 靠: tựa vào cửa 靠着门 *d* 靠背: ghế tựa 靠背椅

tựa₃ [汉] 似 *t* 好像, 好似: sáng tựa ánh trăng rằm 亮如中秋的月

tựa hồ *p* 好像: Toàn thân đau như tựa hồ bị một trận đòn. 浑身痛得好像被打了一顿。

tựa nương=nương tựa

tựa như *p* 仿如, 犹如, 似乎是: Nhớ mang máng tựa như đã gặp ở đâu đây. 有点印象, 好像在哪里见过面。

tức₁ *đg* ①憋着, 闷着: tức ngực 胸闷②激怒, 生气: tức anh ách 一肚子气

tức₂ *t* 紧窄: Áo chật, mặc hơi tức. 衣服小, 穿着有点紧。

tức₃ [汉] 息 *d* 利息: giảm tức 减息

tức₄ [汉] 即 *k* 即: Ta đi vào ngày kia, tức chủ nhật. 我们后天, 即星期天走。

tức cảnh *đg* 触景: tức cảnh sinh tình 触景生情

tức cười *t*[方] 好笑的, 搞笑的: ngó mà tức cười 看起来很好笑

tức giận *đg* 生气, 恼怒, 气愤: Nghe nó nói ai cũng tức giận. 听他说人人都很气愤。

tức khắc *p* 即刻, 马上: Biết chuyện là nó tức

khắc bỏ đi. 得知事情他马上离开。

tức khí *đg* 恼羞成怒：vì tức khí mà đánh nhau 恼羞成怒而打起架来

tức là 即是，就是说，也就是：Nó không nói gì tức là ưng thuận. 他不再说话就是同意了。

tức mình *đg* 愤慨，气愤：Dỗ mãi không nín, tức mình cho mấy roi. 哄了半天还哭，气愤打了几下。

tức nước vỡ bờ 物极必反

tức thì *p* 即时，即刻，瞬时：Thấy vậy nó bỏ đi tức thì. 看到这样子他即刻走人。

tức thị *đg*［旧］［口］就是：Người đó tức thị tôi đây. 那个人就是我。

tức thở *đg*［医］闷气，憋气

tức thời = tức thì

tức tốc *p*［口］立刻，马上：nhận được tin, tức tốc lên đường 接到消息马上上路

tức tối *đg* ①郁闷，闷闷不乐：tức tối không thèm nói chuyện 闷闷不乐不肯说话②恼火，气愤：Nó tức tối khi thấy đối thủ hơn mình. 他见对手超过自己很气恼。

tức tưởi *t* 呜咽的，抽泣的，抽咽的：Bé khóc tức tưởi. 小孩抽抽搭搭地哭。

tưng = tâng

tưng bừng *t* 热烈，兴高采烈，欢欣鼓舞：không khí tưng bừng ngày hội 热闹的节日气氛

tưng hửng = chưng hửng

tưng tức *t*；*đg* 气不忿，气不顺：tưng tức trong bụng 憋着一肚气

tưng tưng₁ *t*［口］蹦跳的（同 tâng tâng）

tưng tưng₂［拟］叮叮咚咚：tiếng đàn tưng tưng 叮叮咚咚的琴声

tưng tửng *t* 一本正经的：giọng nói tưng tửng 一本正经地说

từng₁ *p* 曾经：Anh ấy từng đến đây chơi. 他曾到过这里玩。

từng₂ *p* 成，上：từng đàn 成群

từng₃ *p* 逐一地：từng cơn 一阵阵；từng cái 逐件；kế hoạch từng thời kì 分期计划；gặt hái từng đợt 分批采摘

từng₄ *d*［方］层（同 tầng）：từng gác thứ ba 第三层楼

từng₅ *đ* 这么：Từng ấy năm rồi mà vẫn không thay đổi. 这么多年了还没有变化。

từng bước *t* 逐步的，有步骤的：tiến dần từng bước 一步一步地向前进

từng li từng tí 一点一滴，无微不至：săn sóc từng li từng tí 无微不至的关怀

từng lớp *d*［方］阶层

từng trải *đg* 历经：đã từng trải việc đời 历经世事 *t* 老练，有经验：Cậu ấy từng trải lắm. 他很有经验。

tước₁［汉］爵 *d* 爵位：phong tước 封爵

tước₂［汉］雀 *d* 雀：tước bình 雀屏

tước₃ *đg* ①剥落，剥夺，解除：tước vũ khí 解除武装②撕，剥：Tước sợi dây làm đôi. 把绳子剥成两半。

tước đoạt *đg* 掠夺，剥夺：tước đoạt quyền lợi chính trị 剥夺政治权利

tước giảm *đg* 削减，减少，删减

tước hiệu *d* 封号

tước lộc *d* 爵位，俸禄：hưởng tước lộc của triều đình 领取朝廷俸禄

tước vị *d* 爵位

tược *d*［方］嫩芽：Cây đâm tược. 树发芽。

tươi₁ *t* ①新鲜：cá tươi 鲜鱼；rau còn rất tươi 蔬菜很新鲜②鲜艳：màu rất tươi 色彩鲜艳③［口］甜美：nụ cười rất tươi 笑得很甜

tươi₂ *t*（秤）高，旺（秤）：Cân tươi cho chị rồi! 给你称多了！

tươi cười *t* 笑逐颜开的，喜形于色的：mặt tươi cười, niềm nở đón khách 满脸堆笑，殷勤迎客

tươi hơn hớn *t* 欢快，容光焕发：Ai nấy mặt tươi hơn hớn. 人人满面春风。

tươi mát *t* 鲜艳: màu áo tươi mát 衣服颜色鲜艳

tươi nhuận *t* 鲜润: làn da tươi nhuận 肤色鲜润

tươi như hoa nở 笑开了花: Nhận tin mừng cả nhà tươi như hoa nở. 好消息让大家都笑开了花。

tươi rói *t* 鲜灵, 水灵: bông hoa tươi rói 水灵灵的花朵

tươi rói rói=tươi rói

tươi sáng *t* ①光明, 美好: tương lai tươi sáng 前途光明②鲜亮: màu tươi sáng 颜色鲜亮

tươi sống *t* 鲜活: hàng nông sản tươi sống 鲜活农产品

tươi tắn *t* 娇美: nụ cười tươi tắn 娇美的笑容

tươi thắm *t* 鲜丽, 鲜艳: bông hoa tươi thắm 鲜艳的花朵

tươi tỉnh *t* 快活, 欢快

tươi tốt *t* 鲜美, 葱茏, 美好: cây mọc tươi tốt 树木葱茏

tươi trẻ *t* 青春的: nét mặt tươi trẻ 青春的脸庞

tươi vui *t* 快乐, 快活

tưới *dg* 洒, 浇, 灌溉: tưới rau 浇菜 *p* 随意, 乱来: nói tưới cho đã 乱说一通

tưới tắm *dg*[口] 浇灌: Cụ tưới tắm cho cây. 老先生给树浇水。

tưới tiêu *dg* 排灌: hệ thống tưới tiêu 排灌系统

tươm₁ *dg* 渗出, 冒出: mình tươm mồ hôi 身上冒汗

tươm₂ *t*[口] 不错, 过得去: Có bằng ấy là tươm rồi. 有那么多就不错了。

tươm₃ *t* 破破烂烂: quần áo rách tươm 破破烂烂的衣服

tươm₄[汉] 纤

tươm tất *t* 纤悉, 详尽, 充分, 妥当: ăn mặc tươm tất 穿着打扮妥当

tương₁[汉] 酱 *d* 酱; 浆: nhũ tương 乳浆

tương₂ *dg*[口] 喷出, 吐出: Nó tương ra những câu nói chối tai. 他嘴里喷出不堪入耳的话。

tương₃[汉] 相, 将

tương can *dg* 相干, 连带: hai bên tương can 双方都有关联

tương đắc *t* 相得的, 相投的, 投契的: bạn bè tương đắc 投契的朋友

tương đối *t* ①还可以的, 还不错的: Vụ mùa này thu hoạch tương đối. 这一季收成还不错。②相对的, 比较的: tương đối khá 比较不错

tương đồng *t* 相同: những nét tương đồng 相同之处

tương đương *t* 相当的, 同级的, 同等的: lực lượng hai bên tương đương nhau 双方势均力敌 *dg* ①相似, 类似: hai thứ này tương đương nhau 这两样相类似②相当于: trình độ tương đương đại học 相当于大学水平; Một USD tương đương với bao nhiêu VNĐ? 一美元相当于多少越南盾?

tương giao *dg*[旧] 相交, 结交, 结亲: nghĩa tương giao 结义 *d* 相交点: tương giao của hai đường 两线的相交点

tương hỗ *t* 相互的, 交互的: tác dụng tương hỗ 相互作用

tương hợp *dg* 符合, 相投: tính tình tương hợp 性格相投; nội dung và hình thức tương hợp 内容与形式相符

tương kế tựu kế 将计就计

tương khắc *t* 相克的, 不合的: Hai anh em tương khắc. 两兄弟性格不合。

tương kị *t* 相斥的, 排斥的: Các vị thuốc tương kị, không nên dùng một lúc. 有些药性相斥, 不能一起用。

tương lai *d* ①将来: cuộc sống trong tương lai 将来的生活②未来, 前途: lo cho tương lai của các con 操心孩子们的前途

tương ngộ *đg* 相遇: anh hùng tương ngộ 英雄相遇

tương ớt *d* 辣酱: Mực nướng chấm tương ớt. 烤鱿鱼蘸辣酱。

tương phản *t* 相反的: hình ảnh tương phản 相反的影像

tương phối *t* 相配的, 配合的

tương phù *t* 相符的, 符合的

tương phùng *đg* 相逢

tương quan *t* ①对比的: tương quan lực lượng 力量对比②相关的, 相互联系的, 有关的: vấn đề tương quan 有关问题

tương tác *đg* ①相互作用, 相互促进: các nhân tố tương tác lẫn nhau 各种因素相互作用②互动: tương tác giữa người và máy 人机互动

tương tàn *đg* 相残, 互相残杀: huynh đệ tương tàn 兄弟相残

tương thân tương ái 相亲相爱

tương thích *t* 兼容的: phần mềm tương thích 兼容软件

tương tri *đg* 知知, 知己: bạn tương tri 知心朋友

tương trợ *đg* 相助, 互助: tương trợ lẫn nhau 相互帮助

tương truyền *đg* 传说: Tương truyền Chị Ba Lưu là nàng tiên hát. 传说刘三姐是歌仙。

tương tư *t* 相思的: ốm tương tư 相思病

tương tự *t* 相似的, 类似的: chưa thấy hiện tượng tương tự như thế 未看到类似情况

tương ứng *t* 相应的, 应合的: Công việc tương ứng với tiền lương. 工作与收入相符。

tương xứng *t* 相称的, 对称的: năng lực không tương xứng với chức vụ 不能胜任工作

tường₁ [汉] 墙 *d* 墙: xây tường 砌墙

tường₂ [汉] 详, 蔷

tường bao *d* 围墙

tường giải *d* 详解: từ điển tường giải 详解词典

tường hoa *d* 花墙

tường minh *t* 详明, 详细: giải thích một cách tường minh 详细地解释

tường tận *t* 详尽: biết tường tận sự việc 知道整件事的详尽情况

tường thành *d* 城墙, 城垣

tường thuật *đg* 详述; 现场直播: Tường thuật trận bóng đá trên đài phát thanh. 通过电台现场直播足球比赛。

tường trình *đg* 详细汇报: tường trình về tình hình kinh doanh của công ti 详细汇报公司的经营情况

tường vây *d* [建] 围墙

tường vi *d* [植] 蔷薇

tưởng [汉] 想 *đg* ①想, 思: tư tưởng 思想; tưởng niệm 思念②以为: Tôi tưởng anh không đến. 我以为你不来了。③认为: Việc đó tôi tưởng cũng dễ thôi. 我认为这事不难。

tưởng bở *đg* [口] 想得美, 异想天开: Đừng có tưởng bở. 别异想天开了。

tưởng chừng *đg* 以为, 认为: Mới xem qua tưởng chừng đơn giản, kì thực rất phức tạp. 乍看以为简单, 其实很复杂。

tưởng nhớ *đg* 悼念, 追悼, 怀念, 哀悼: tưởng nhớ các anh hùng liệt sĩ 怀念英烈们

tưởng niệm *đg* 怀念: tưởng niệm vị anh hùng 怀念英雄

tưởng thưởng *đg* 奖赏: tưởng thưởng người có công 奖赏有功之人

tưởng tượng *đg* 想象: sức tưởng tượng 想象力

tưởng vọng *đg* ①向往: tưởng vọng những điều viển vông 向往虚无缥缈的东西②悼念: tưởng vọng các liệt sĩ 悼念烈士

tướng₁ [汉] 将 *d* ①将军: đại tướng 大将②[转] 伙计: Thôi, làm đi các tướng! 好了, 伙计们干活吧!*t* [口] 很大: ăn một bát tướng cơm 吃一大碗饭 *p* [口] 大声地: Chị ta sợ quá, hét tướng lên. 她被惊吓, 大

声喊起来。

tướng₂ [汉] 相 d ①相貌: xem tướng 面相; tốt tướng 吉相 ②相: thừa tướng 丞相

tướng công d[旧] ①相公②宰相

tướng cướp d 贼头儿, 匪首, 山大王: bắt được tên tướng cướp 抓了山大王

tướng lãnh [方] =tướng lĩnh

tướng lĩnh d 将领: nhiều tướng lĩnh tài ba 许多才艺卓著的将领

tướng mạo d 相貌, 面相: tướng mạo oai nghiêm 相貌威严

tướng quân d 将军

tướng quốc d 相国, 宰相

tướng sĩ d 将士: tướng sĩ một lòng 将士一心

tướng soái d[军] 将帅

tướng số d 命相: Tướng số của nó rất tốt. 他的命相很好。

tướng tá₁ d[军] 将校

tướng tá₂ d 相貌: một kẻ tướng tá dị thường 一个相貌异常之人

tượng₁ [汉] 像 d 像: tượng tạc 塑像; tượng phật 佛像

tượng₂ [汉] 象

tượng binh

tượng binh d 象骑兵

tượng đài d 纪念台, 纪念碑

tượng hình d[语] 象形: văn tự tượng hình 象形文字

Tượng Quận d[旧] 象郡

tượng thanh d[语] 拟声: từ tượng thanh 拟声词

tượng trưng đg 象征, 代表: Bồ câu tượng trưng cho hoà bình. 鸽子象征和平。d 象征: Xiềng xích là tượng trưng của chế độ nô lệ. 枷锁是奴隶制度的象征。t 象征性的: trao tặng phẩm tượng trưng 象征性地发送赠品

tướp t 稀巴烂, 破破烂烂: rách tướp 破破烂烂的 đg(血) 流出, 溢出: Da xước tướp máu. 皮碰破了出血。d 絮: tướp đay 麻皮絮

tướt₁ d 拉肚子: Cháu bị tướt, do sốt mọc răng. 小儿出牙发烧引起拉肚子。

tướt₂ đg 划伤, 擦伤, 擦破: Gai cào tướt da. 荆棘划破皮肤。

tướt₃ p 立马, 立即: làm tướt đi 立马就干

tướt₄ t 艰辛, 费力: làm tướt mới xong 要很费力才干完

tướt bơ t 费很多工夫的, 艰辛的: làm tướt bơ mà chưa xong 费了很大力气还没做好

tượt=suốt

tườu d 猴子(骂语): Đồ con tườu! 死猴子!

tửu [汉] 酒 d 酒: Làm tí tửu cho vui. 喝点酒来点气氛。

tửu điếm d 酒店

tửu lượng d 酒量: Tửu lượng của ông ta khá lắm. 他的酒量很大。

tửu quán d 酒馆

tửu sắc d[旧] 酒色: ham mê tửu sắc 沉迷酒色

tửu thánh d 酒圣

tựu [汉] 就

tựu chức đg 就职, 就任

tựu nghĩa đg 就义, 殉义

tựu trung k 终究, 其实: Có nhiều ý kiến khác nhau, tựu trung lại thì có hai điểm. 有多个不同意见, 但终究只有两点。

tựu trường đg 开学: ngày tựu trường 开学日

TW (television) [缩] 电视

TW=trung ương [缩] 中央

U u

u₁, **U₁** 越语字母表的第 25 个字母

u₂ *d* 瘤：Có u ở trán. 额头长了个瘤。*đg* 肿大，瘀肿：Va vào tường u đầu. 头撞到墙肿起一个包。

u₃ *d* 妈，娘（农村俗称）

u₄ *t* 幽暗

U [化] 铀的元素符号

u ám *t* 幽暗，昏暗：Trời u ám sắp mưa. 天色昏暗快下雨了。

u ẩn *t* 幽隐，深藏不露：mối tình u ẩn 感情深藏不露

u buồn *t* 幽忧，忧郁：nét mặt u buồn 满脸愁容

u cốc *d* 幽谷

u cư *đg* 幽居，隐居

u em *d* 奶妈，阿姨，保姆

u già *d* [旧] 老妈子，奶妈（同 vú già）

u hoài *t* 忧闷：nỗi u hoài khó tả 忧闷的心情难以言表

u hoe=u ve

u hồn *d* 幽魂

u linh *d* 幽灵：thế giới u linh 幽灵世界

u mặc *t* 幽默

u mê *t* 愚昧，愚笨，懵懂：tâm trí u mê 心智愚笨

u minh₁ *d* 幽明（阴间和阳间）

u minh₂ *t* 幽暗：cõi u minh 阴间

u môn *d* 幽门

u nang *d* 囊肿，包囊

u nần *d* 疥疮，痤疮

u nhã *t* 幽雅，幽静：chùa u nhã 幽静的寺院

u nhàn *t* 悠闲

u nhọt *d* [医] 疮瘤

u ơ [拟] 咿呀：khóc u ơ 呀呀的哭声 *đg* 牙牙学语（小孩学说话）：nói u ơ 牙牙学语

u-ra-ni(uranium) *d* [化] 铀

u-rê(urea) *d* [化] 尿素

u-rê-ít *d* [化] 酰脲

u sầu=u buồn

u su *d* 武术

u sùm *t* 吵吵嚷嚷

u thâm *t* 幽深

u tì *t* [口] 一窍不通；莫名其妙

u tịch *t* 幽寂，幽静：Đi trên lối nhỏ u tịch trong đêm trăng. 月夜走在幽静的小路上。

u tịnh *t* 幽静

u tối *t* 幽暗：căn nhà u tối 幽暗的房间

u trầm *t* 幽沉，沉闷，沉默而忧愁：sống trong cảnh u trầm 生活在沉闷中

u tư *đg* 静思

u u *t* 幽幽，暗暗

u uẩn=u ẩn

u uất *t* 幽郁，幽怨：Bao nhiêu tâm tình u uất biết kể với ai. 多少幽怨竟不知向谁诉说。*d* 幽屈

u ư [拟] 呜唔

u ve *t* 半开的，开启的

u xơ *d* 纤维瘤

u xù *t* 乱蓬蓬，乱七八糟

ù₁ *đg* 和牌：liền ù ba ván 连和三局

ù₂ *t* 快速：chạy ù ra chợ 快速地跑到市场

ù₃ [拟] 呼呼：Tai ù đặc, không nghe thấy gì. 耳朵呼呼响，什么也听不见。

ù₄ *d* 雷公

ù à ù ờ=ù ờ

ù cạc *t* 莫名其妙；一问三不知：Công an hỏi gì nó cũng ù cạc. 公安问什么他都一问三不知。

ù ì *t* 迟钝，慢吞吞

ù lì *t* 痴呆，呆头呆脑：Anh ấy ngồi ù lì một bên. 他呆呆地坐在一旁。

ù ờ *t* 支吾：Anh ù ờ khi trả lời vấn đề. 他回答问题时支支吾吾。

ù tai *t* 耳鸣: Dạo này bà hay bị ù tai. 近来她常常耳鸣。

ù té *t* 快速，急速: Nghe thấy tiếng báo động, mọi người chạy ù té. 听到警笛响起，大家四散而逃。

ù ù [拟]: Gió thổi ù ù. 风呜呜地吹。

ù xoẹ *t* 随便，随意，草率: Làm việc ù xoẹ cho xong. 做事草率了事。

ủ[1] *đg* 沤: ủ phân 沤肥

ủ[2] *đg* 捂，捂盖: ủ chặt 捂紧

ủ[3] *đg* ①枯萎，凋谢，萎谢②愁眉苦脸: mặt ủ mày chau 愁眉苦脸

ủ[4] [汉] 伛

ủ ấp=ấp ủ

ủ bệnh *d* (病前的) 潜伏期: thời gian ủ bệnh 发病潜伏期

ủ dột *t* ①忧郁，苦闷: vẻ mặt ủ dột 脸色忧郁②阴沉沉: bầu trời ủ dột 天阴沉沉

ủ ê *t* 伤心，凄凉，悲伤: nét mặt ủ ê 悲伤的面容

ủ ỉ *t* 疲累，疲乏

ủ lò *đg* 封火，封炉子

ủ mốc *đg* 发酵: Những nguyên liệu ủ mốc là gạo. 用于发酵的原料是稻米。

ủ phân *đg* 沤肥: ủ phân ở nhà 在家沤肥

ủ rũ *t* ①郁闷，愁眉不展，闷闷不乐: Cả lũ ngồi ủ rũ không lên tiếng. 大伙闷闷不乐地坐着不说话。②垂头丧气，颓丧: mặt mày ủ rũ 垂头丧气的样子 *đg* 凋落，凋谢，耷拉: Vườn cây ủ rũ dưới nắng hè. 树木在夏日的阳光下耷拉着叶子。

ú[1] *d* 角粽

ú[2] *d* 坛，罐: ú nước 水坛

ú[3] *đg* ①淤积，堆积: Quần áo dơ ú hàng đống mà anh ta cũng không chịu giặt. 脏衣服积了一堆他也不肯洗。②溢，漫

ú[4] *t* 痴肥: ăn béo ú ra 吃得痴肥

ú a ú ớ=ú ớ

ú hụ *t* 满满: đầy ú hụ 盛得满满的; giàu ú hụ

富得流油

ú na ú núc=ú núc

ú nú *t* 胖嘟嘟

ú núc *t* 肥嘟嘟

ú ớ [拟] 支吾，呜噜呜噜: ú ớ nói mê 呜噜呜噜梦呓; trả lời ú ớ 支吾着回答

ú sụ *t* 富有

ú sữa *t* 胖嘟嘟: thằng bé ú sữa lắm 胖嘟嘟的婴儿

ú tim[1] *d* 捉迷藏

ú tim[2] *đg* 心脏停止跳动: Nghe nó kể chuyện muốn ú tim. 听他说故事，心都快停止跳动了。

ú ú [拟] 呜呜 (梦中惊喊声)

ú ụ=ú hụ

ụ[1] *d* ①土堆，土丘，小冈: một ụ đất 一堆土②船坞

ụ[2] *t* 高起，凸起: bát cơm đầy ụ 满满一碗饭

ụ đất *d* 土堆; 胸墙

ụ động *d* [方] 顶针

ụ ghe *d* 小船坞

ụ nổi *d* 浮船坞

ụ pháo *d* (炮) 掩体，炮台

ụ súng *d* [军] 掩体

ụ tàu *d* 船坞

ụ xị *t* 混乱，没头绪: nói năng ụ xị không đâu vào đâu 说话让人摸不着头脑 *đg* 使模糊，糊弄: Vấn đề này nó cũng ụ xị luôn. 这问题也被他糊弄过去了。

ua *c* 啊，咦，哟，哦，唷

ùa *đg* 涌出，拥，蜂拥: ùa vào 涌进; Bọn trẻ ùa ra sân chơi. 小孩子蜂拥而出到院子里玩。

ùa ạt *t* 挤涌，蜂拥

ùa theo *đg* 随声附和，随大流，起哄: Nghe lãnh đạo như thế, mọi người ùa theo. 听到领导这么说，大家随声附和。

ùa vào *đg* 涌进: Nước lũ ùa vào phố ngõ. 洪水涌进街道。

U

ủa *c* 咦，哟，哎哟，喔唷

úa *t* 枯萎，凋谢，枯黄：rau úa 菜枯黄；Cơn lũ qua đi nhưng mạ úa. 洪水退去但秧苗却枯黄了。

úa vàng *đg* 枯黄，凋谢：Gặp nạn hạn hán rau đều úa vàng hết. 碰到干旱，菜都枯黄了。

úa xào *đg* 枯黄

ụa₁ *đg* 呕吐，恶心：Người chửa hay ụa khan. 孕妇常常恶心。

ụa₂ *c* 唷，哟

ụa khan *đg* 干哕，干呕

uẩn khúc *d* 隐情，秘密；奥妙：có nhiều uẩn khúc 有许多隐情

uẩn súc *t* ① (蕴蓄) 饱，博：học vấn uẩn súc 博学 ②含蓄

uất [汉] 郁 *đg* 愤怒，怨恨：Thái độ của con làm cho bố uất lên. 孩子的态度让父亲愤怒。

uất hận *d*；*đg* 怨恨，愤怒：Lòng đầy uất hận. 心里充满了怨恨。Hành vi của bọn cướp biển gây nên sự uất hận của nhiều người. 海盗的行径引起了许多人的怨恨。

uất nghẹn *đg* 郁闷：Anh thổ lộ tâm tình bằng giọng nói uất nghẹn. 他以郁闷的语气道出了想法。

uất trì *t* 郁迟，迟钝

uất ức *đg* 抑郁，抱屈：bị điều uất ức 受了委屈

UB=uỷ ban [缩] 委员会

UBND=uỷ ban nhân dân [缩] 人民委员会

Úc châu=châu Úc

úc núc *t* 胖嘟嘟

ục₁ *đg* 捶打，揍：bị ục mạnh vào ngực 被狠狠地打在胸口上

ục₂ *đg* 脱落，掉落，垮塌：Nước lũ làm cho đê bị ục. 洪水将堤坝冲垮。

ục₃ *đg* 扑下：ngã ục 扑倒

ục ịch *t* 腹胀的：béo ục ịch 大腹便便

ục nục=úc núc

ục ục=ùng ục

uể oải *t* 怠懒，不振作：Đi suốt mấy ngày người thấy uể oải. 连着走了几天人都累趴下了。

uế [汉] 秽 *t* 秽，不净：ô uế 污秽

uế khí *d* 秽气，臭气：Bãi rác để lâu đầy uế khí. 垃圾堆放久了臭气难闻。

uế tạp *t* 污秽，污浊：Nhà trường mà uế tạp thế này cho các đứa trẻ học sao được. 学校如此脏乱，叫学生们怎么学习？

uế vật *d* 秽物，污物：Dọn những uế vật này đi. 把这些污物收拾干净。

ui *c* 喔唷，哎哟，哎呀 [拟] 嘘 (赶鸡犬声)

ui ui *t* (天气) 略微闷热：Hôm nay trời ui ui như sắp mưa. 今天天气闷热想要下雨的样子。

ùi *đg* 勾芡起锅

ủi₁ *đg* 熨 (平)：ủi quần áo 熨衣服

ủi₂ *đg* 推：máy ủi 推土机

ủi ủi [拟] 嘘 (赶家畜声)

úi₁ *đg* (鱼) 翻白肚：Tôm cá úi đầy mặt ao. 鱼塘上满是翻白肚的鱼虾。

úi₂ *c* 哟，哎哟

úi cha *c* 哎哟，哎呀：Úi cha, đẹp quá！哟！真漂亮！

úi chà=úi cha

úi dào=úi cha

úi úi *đg* 发抖，发颤 *t* 微冷，冷飕飕

úi xùi=lúi xùi

um₁ *đg* 煨

um₂ *t* 茂盛浓密

um₃ *t* 嘈杂

um sùm=om sòm

um tùm *t* 浓密，繁茂，茂密，茂盛：cây cối um tùm 树木葱茏

ùm [拟] 咕咚，扑通：nhảy ùm xuống ao 扑通跳进塘

ùm ùm [拟] 扑通，咕咚 (重物落水声)

ủm *t* 幽暗，阴森 (南部语)

úm₁ *đg* 欺骗，蒙蔽：Đừng úm nhau nữa. 别

互相欺骗了。

úm₂ *đg* 搂,偎,抱: Mẹ úm con nhỏ. 母亲抱着小孩。

úm ấp=ôm ấp

úm ba la *đg* 蒙蔽: Già rồi mà bị lừa trẻ úm ba la. 老了还被小青年蒙蔽。

un *đg* 熏烟,火攻

un đúc=hun đúc

ùn *đg* 滞塞,拥堵,拥塞,积压: Rác rưởi ùn lên. 垃圾堆积如山。Ga xe mỗi giờ một ùn lên. 车站越来越拥堵。

ùn tắc *đg* 堵塞,拥塞: giải quyết vấn đề ùn tắc giao thông 解决交通拥堵问题

ùn ùn *t* 源源不断的,蜂拥而至的: Nhân viên cứu trợ ùn ùn kéo đến. 救援人员源源不断地到来。

ùn in [拟] 哼哼（猪叫声）: Đàn lợn ùn in đòi ăn. 猪群哼哼地吃食。

ùn xìn *t* 倒霉: gặp nhiều chuyện ùn xìn 遇到倒霉事

ún *đg* 努力,加油,加把劲: làm ún lên 加油干

ung₁ [汉] 痈 *d* [医] 痈: lên ung 长痈

ung₂ *t* 腐臭: trứng ung 臭蛋

ung₃ [汉] 雍

ung bướu *d* [医] 痈,突块,肿瘤: chữa trị ung bướu 治痈

ung dung *t* ①雍容,从容不迫: đi đứng ung dung 举止雍容②舒适: sống ung dung (生活) 过得舒服

ung độc *d* [医] 痈疽,毒瘤

ung mục *t* 和睦

ung nhọt *d* [医] 痈

ung thư *d* [医] 恶性肿瘤,癌症,癌: tế bào ung thư 癌细胞

ung thư gan *d* 肝癌

ung thư vú *d* 乳腺癌

ung ủng *t* 腐臭: Quả cam đã ung ủng. 橘子都腐臭了。

ùng oàng [拟] 隆隆（炮弹声）: tiếng pháo ùng oàng 炮声隆隆

ùng ục [拟] 咕嘟咕嘟（水沉闷的响声）: Nước sôi ùng ục. 水咕嘟咕嘟开了。

ủng₁ *d* ①古时武官的马靴②水鞋: Bác đi ủng để lội nước. 伯伯穿水鞋淌水。

ủng₂ *t* (果子等) 烂熟: cam chín ủng 柑子烂熟; chuối chín ủng 香蕉熟过头了

ủng₃ [汉] 拥,臃

ủng da *d* 毡靴

ủng hộ *đg* ①拥护,赞成,支援,支持: được mọi người ủng hộ 得到众人的拥护②捐助,捐献: ủng hộ tiền và của 捐献钱物

ủng sũng *t* 臃肿

úng [汉] 壅 *đg* ①淤水,积水: đường phố bị úng 街道积水②水淹,泡烂: lúa bị úng 稻子被泡烂了

úng tắc *đg* 淤塞,堵塞: Mạch máu bị úng tắc. 血管堵塞。

úng tế *đg* 掩人耳目: Chỉ là phép úng tế tai mắt người ta. 只是掩人耳目的做法。

úng thuỷ *đg* 淤水: Cơn mưa to làm cho cánh đồng bị úng thuỷ. 一场大雨使得田地淤水。

uốn *đg* ①扳弯,拗弯: uốn câu 拗弯鱼钩②纠正,指教: Uốn con từ lúc còn nhỏ. 要从小纠正孩子的缺点。

uốn ba tấc lưỡi 三寸不烂之舌

uốn câu *đg* (稻谷) 抽穗: lúa đã uốn câu 稻谷已抽穗

uốn dẻo *đg* (杂技) 表演软功: biểu diễn tiết mục xiếc uốn dẻo 表演软功杂技

uốn éo *đg* 撒娇,矫揉造作,娇里娇气: Trẻ con hay uốn éo. 小孩子喜欢撒娇。

uốn khúc *t* 弯曲,蜿蜒: dòng sông uốn khúc 弯弯曲曲的河流

uốn lưng *đg* 弯腰; 屈膝,卑躬屈节: Hắn uốn lưng trước bọn địch. 在敌人面前他卑躬屈节。

uốn lượn *đg* 蜿蜒,逶迤: Đường lên núi uốn

lượn triền miên. 上山的路蜿蜒。

uốn mình=uốn lưng

uốn nắn *đg* 纠正,矫正: uốn nắn lệch lạc 纠正偏差

uốn quanh *đg* 蜿蜒,逶迤: sông Hồng uốn quanh 红河蜿蜒

uốn quăn *t* 卷曲,卷弯: bộ tóc uốn quăn 卷卷的头发

uốn tóc *đg* 烫发,卷发

uốn ván *d* [医] 破伤风

uông mang *t* (水) 汪汪

uổng [汉] 枉 *đg* 枉费,徒然,白费: uổng công chờ đợi 白费时间; chết uổng mạng 枉死

uổng công *đg* 白费劲儿,徒劳无功: Làm theo cách này chắc chắn là việc uổng công. 按此做法肯定是白费劲。

uổng phí *đg* 枉费,白费: uổng phí tâm cơ 枉费心机

uổng tử *đg* 枉死

uống *đg* ①喝,饮: uống nước 喝水②吃: uống thuốc 吃药

uống máu ăn thề 歃血为盟

uống nước nhớ nguồn 饮水思源

úp *đg* 罩,覆,翻: nằm úp mặt 俯卧

úp bô *đg* 抓捕; 一窝端

úp chụp=úp

úp giá *đg* 发豆芽: máy úp giá 豆芽机

úp mở *đg* 暧昧不明地说,模棱两可地说,遮遮掩掩地说: Chuyện này anh cứ nói thẳng, không cần úp mở. 这件事你直说吧,不用遮遮掩掩。

úp thìa *đg* 从后面抱着: úp thìa cho đỡ rét 一起取暖

úp úp mở mở 模棱两可,含糊其辞,遮遮掩掩

úp súp *đg* 坍塌: Túp lều úp súp. 茅草房塌了。

ụp₁ *đg* ①罩,盖,扣: Ụp nón lên đầu. 把帽子往头上扣。②冲进,涌入: ụp vào nhà 冲进屋里

ụp₂ *đg* 倒塌: Nhà đổ ụp xuống. 房子倒塌。

USD (United States Dollar) 美元

út *t* 最小的,最末的,老幺的: em út 最小的弟弟 (或妹妹)

út ít=út

ụt *d* [动] 鸥 *đg* 黑着个脸

ụt ịt₁ [拟] (猪发出小且连续的叫声)

ụt ịt₂ *t* 痴肥

uy [汉] 威 *d* 威 (同 oai): có uy với nhân viên 在属下中有威信

uy chấn *đg* [旧] 威震: uy chấn tứ phương 威震四方

uy danh *d* 威名

uy hiếp *đg* 威胁: không sợ uy hiếp 不怕威胁

uy linh *d* [旧] 威灵

uy lực *d* 威力

uy-mua *t* 幽默,诙谐

uy nghi *t* 有威仪的

uy nghiêm *t* 威严

uy phong *d* 威风: uy phong lẫm liệt 威风凛凛

uy quyền *d* 威权: không khuất phục trước mọi uy quyền 不向威权屈服

uy thế *d* 威势: uy thế của quân đội ta 我军的威势

uy tín *d* 威信: có uy tín với nhân dân 立信于民

uy vệ *t* 尊严,庄严; 赫赫

uy vọng *d* 威望

uy vũ *t* 威武

uỳ *đg* 好,同意: uỳ một tiếng cho xong chuyện 嗯一声完事

uỷ₁ [汉] 委 *đg* ①委托,托付: Đơn vị uỷ tôi tới thăm nhân viên nghỉ hưu. 单位委托我来看望退休人员。②委派,委任: Cấp trên uỷ cho tôi một nhiệm vụ vẻ vang. 上级委派我一个光荣的任务。

uỷ₂ [汉] 慰,萎,诿,喂

uỷ ban *d* 委员会: Uỷ ban Kế hoạch nhà nước 国家计划委员会; Uỷ ban nhân dân 人民

委员会（越南的地方政权）；Uỷ ban Nhân dân thành phố 市人民委员会（越南市级政府）

uỷ giao *đg* 交付，委托：uỷ giao trọng trách 委以重任

uỷ khúc *t* 委曲

uỷ lạo=uý lạo

uỷ mị *t* 萎靡，消沉：Dạo này thấy anh ta có vẻ uỷ mị. 近来看他一副消沉的样子。

uỷ ngân *đg* 拨款：phiếu uỷ ngân 拨款单

uỷ nhiệm *đg* 委任，授权：thư uỷ nhiệm 委任书

uỷ quyền *đg* 授权：giấy uỷ quyền 授权书

uỷ thác *đg* 委托：chịu sự uỷ thác của Đảng 受党的委托

uỷ trị *đg* 委治，托管：dưới sự uỷ trị của Pháp 在法国的托管下

uỷ viên *d* 委员

uỷ viên ban chấp hành *d* 执行委员会委员

uỷ viên Bộ Chính trị *d* 政治局委员

uỷ viên hội đồng nhân dân *d* 人民代表大会委员

uỷ viên trưởng *d* 委员长

uý$_1$[汉] 尉 *d* 尉：đại uý 大尉

uý$_2$[汉] 畏 *đg* 畏，畏惧：hậu sinh khả uý 后生可畏

uý$_3$ *đg* 慰：uý lạo 慰劳

uý$_4$ *c* 噢，啊：Uý! không được đâu! 啊！不可以！

uý cụ *đg* 畏惧

uý kị *đg* 畏惧，惧怕：Tiếng của ông nghe oai phong mà uý kị. 他的声音听起来很威风，令人生畏。

uý lạo *đg* 慰劳

uý tội *đg* 畏罪

uỵch$_1$ [拟] 吧嗒，扑通：nhảy uỵch xuống đất 吧嗒掉地上

uỵch$_2$ *đg* 揍；捅：uỵch cho một trận 揍一顿

uyên$_1$ [汉] 鸳 *d* 鸳

uyên$_2$[汉] 渊 *t* 渊深

uyên áo *t*[旧] 渊奥，渊深

uyên bác *t* 渊博：kiến thức uyên bác 知识渊博

uyên nguyên *t* 渊源

uyên thâm *t* 渊深，渊博：học vấn uyên thâm 学识渊博

uyên ương *d* 鸳鸯：đôi uyên ương 一对鸳鸯

uyên viễn *t* 渊远

uyển$_1$ *d* 腕：thủ uyển 手腕

uyển$_2$ [汉] 苑 *d* 苑：văn uyển 文苑

uyển$_3$ [汉] 宛，婉，碗，惋，菀

uyển chuyển *t* 婉转，婀娜：bài hát uyển chuyển êm tai 婉转动听的歌曲

uyển ngữ *d* 婉言，婉转的语气：Khi trao đổi với bà phải bằng uyển ngữ. 跟她交谈要用婉转的语气。

uyển nhã *t* 优雅，婉约，婉丽：hình dạng uyển nhã 姿态优雅

uỳnh uỵch[拟]（重物落地或拳头打在身上的声音）

uýt-xki（whisky）*d* 威士忌

Ư ư

ư₁, Ư₁ 越语字母表的第 26 个字母

ư₂ *tr* 是 … 吗: Vậy ư? 是这样吗？

ư₃ *tr* 极, 太: Việc tối ư cần thiết. 这事太需要了。

ư₄ *c* 哦, 噢, 嗯 (应诺语)

ư₅ [汉] 于, 於

ư hử =ừ hử

ư ư [拟] 哼哼: Cô bé vừa đi vừa hát ư ư trong cổ. 小女孩边走边哼哼地唱。

ư ử [拟] (呻 吟 声): tiếng rên ư ử không ngớt 不断的呻吟声

ư ứ [拟] 唔唔 (含糊不清的叫声): nằm mơ kêu ư ứ 做梦时唔唔地叫

ừ *c* 唔, 嗯, 哎, 欸 (表允诺或承认) *đg* 同意: Bác ấy đã ừ rồi. 老伯同意了。

ừ ào *đg* 应付, 敷衍: ừ ào cho xong việc 敷衍了事

ừ è=ừ ào

ừ hử *đg* 支支吾吾, 含糊其辞: Nghe mẹ hỏi, nó chỉ trả lời ừ hử. 母亲问起，他只支支吾吾地应答。

ứ₁ [汉] 淤 *đg* ①积压, 冻结: hàng hoá ứ lại 物资积压②淤积, 淤塞

ứ₂ *c* 哼 *p* 不 (带撒娇语气): Con ứ làm. 我不干嘛。

ứ đọng *đg* ①积压, 冻结: Tiền vốn bị ứ đọng. 资金被冻结。②淤积, 淤塞

ứ hơi *đg* 气过头, 气不打一处来: Con Hùng làm cho tôi ứ hơi. 阿雄 (那小子) 让我气不打一处来。

ứ hự *c* 哼, 唔 (表示不满)

ứ tắc *đg* 淤塞: Ông thoát nước lại bị ứ tắc. 下水道又被堵塞了。

ứ trệ *đg* 淤滞, 滞销: Cuộc khủng hoảng tài chính dẫn đến nhiều hàng hoá bị ứ trệ. 金融危机使大批商品滞销。

ứ ừ *c* 唔 (带撒娇语气): Ứ ừ, thế thì chúng mình hẹn gặp vào tối mai nhé. 唔, 那我们明晚见吧。

ưa *đg* 喜爱, 爱好: ưa nhau 相爱; Xấu tính nên chẳng ai ưa. 脾气坏没人爱。

ưa chuộng *đg* 喜爱, 爱好: Ông ưa chuộng thư pháp. 他喜爱书法。

ưa đèn *t* (灯光下) 显得美的: Tối nay em ưa đèn quá. 今晚灯下的你太漂亮了。

ưa mới nới cũ 喜新厌旧

ưa nhìn *t* 耐看, 经看: khuôn mặt ưa nhìn 脸蛋耐看; Đồ án thiết kế rất ưa nhìn. 设计图案很经看。

ưa thích *đg* 喜好, 喜爱: Nhiều nam giới ưa thích xem đá bóng. 很多男士喜爱看足球。

ứa *đg* ①溢出, 涌出, 流出: Ai nấy đều ứa nước mắt. 人人流泪。②淤积, 积压: Hàng bị ứa trong kho. 货被积压在仓库。*t* 漫, 溢, 盈满: Thóc lúa ứa thừa. 稻谷满仓。

ứa gan 生气: Thấy mặt nó là ứa gan. 看到他就很来气。

ựa *đg* 呕吐, 吐出: Thằng bé khóc đến ựa cơm. 孩子哭到呕吐。

ức₁ [汉] 臆 *d* 臆, 胸: đánh vào ức 打中胸

ức₂ [汉] 亿 *d* [旧] 旧指十万

ức₃ [汉] 抑 *đg* ①抑, 压制: ức chế nỗi phẫn nộ 抑制愤怒的心情②憋气, 生气, 委屈: bị mắng oan nên rất ức 被冤枉觉得很憋屈

ức₄ [汉] 忆

ức bách *đg* 抑迫, 逼迫

ức chế *đg* 抑制: ức chế lạm phát 抑制通货膨胀

ức đạc *đg* 臆度: Anh đừng ức đạc í muốn của người khác. 你不要臆度别人。

ức đoán *đg*; *d* 臆断, 预测: Sự việc xảy ra đúng như ức đoán. 事情的发生正如预测。Đây chỉ là sự ức đoán của anh. 这只是你的臆断。

ức hiếp *đg* 欺压, 欺负, 欺凌: ức hiếp dân thường 欺压百姓

ức lượng=ước lượng

ức tả *đg* 逼迫签字, 逼迫画押: Cô bị ức tả văn nợ tiền. 她被迫在欠款条上签字。

ức thuyết *d* [旧] 臆说

ức uất *t* 抑郁

ực [拟] 咕嘟

ực ực [拟] 咕嘟咕嘟 (大口喝水声)

ưng₁ [汉] 鹰 *d* 鹰: dùng chim ưng đi săn 用鹰捕猎

ưng₂ *đg* ①应, 应允, 同意: Nói mãi mà ông cũng không ưng. 讲了半天他还是不同意。②遵令: ưng lệnh 依令

ưng₃ [汉] 膺

ưng chịu *đg* 应允, 答应, 接受

ưng chuẩn *đg* 准许, 允诺, 许可, 应准: Đề án này đã qua sự ưng chuẩn của cấp trên. 此提案已通过上级许可。

ưng doãn=ưng chuẩn

ưng khuyển *d* [旧] 鹰犬, 帮凶, 走狗

ưng theo *đg* 允从, 听: ưng theo lời dạy 听从教导

ưng thuận *đg* 应从, 答应, 应允: Tất cả mọi điều kiện chúng tôi đều ưng thuận. 所有条件我们都答应。

ưng ức *đg* 郁郁不乐, 生闷气

ưng ửng *t* (因难为情而) 微红: Nghe cô giáo khen, mặt em ấy ưng ửng đỏ. 听到老师的夸奖, 她的脸红起来了。

ưng ý *t* 称心, 满意: Em chọn được bộ đồ ưng ý. 我挑选到满意的衣服。

ừng ực=ực ực

ửng *t* 淡红的, 粉红的: Hai má đỏ ửng. 两颊泛起红晕。 *đg* (颜色) 渐变: Bình minh ửng đỏ. 清晨天渐渐红了。 Trái cam ửng vàng. 橘子渐渐黄了。

ứng₁ *đg* 预垫, 预付: ứng trước tiền lương 预支工资

ứng₂ [汉] 应 *đg* ①对应: ứng nhau từng chữ 对应每个字② [旧] 应: báo ứng 报应

ứng biến *đg* 应变: Anh phải tuỳ cơ ứng biến. 你要随机应变。

ứng cấp *đg* ①垫付 (款子) ②补助, 应急

ứng chiến *đg* 应战: Chúng tôi sẵn sàng ứng chiến. 我们随时应战。

ứng cử *đg* 参加竞选, 应选: ứng cử chức tổng thống 竞选总统

ứng cứu *đg* 救应, 救急, 应急: nhân viên ứng cứu 救急人员

ứng dụng *đg* ; *d* 应用: ứng dụng trong thực tiễn 实际应用; những ứng dụng khoa học 科学应用; lợi ích do ứng dụng công nghệ thông tin mang lại 信息技术应用带来的益处

ứng đáp *đg* 应答, 回答: ứng đáp trôi chảy 对答如流

ứng đối *đg* 应对, 应酬: ung dung ứng đối 从容应对

ứng hiện *đg* 出现, 呈现, 显灵, 应验

ứng khẩu *đg* 即兴而作: dịch ứng khẩu 即兴翻译; hát ứng khẩu 即兴唱

ứng lực *d* [理] 应力

ứng mộ *đg* [旧] 应募, 应征

ứng mộng *đg* 梦兆

ứng nghiệm *đg* 应验: Nhiều năm sau chuyện này đã được ứng nghiệm. 多年后此事得到了应验。

ứng phó *đg* 应付, 应对: cùng ứng phó với khủng hoảng tài chính 共同应付金融危机

ứng tác *đg* 即兴创作: Thầy ứng tác ra bài hát ngay tại hiện trường. 老师在现场即兴创作歌曲。

ứng thí *đg* [旧] 应试

ứng thù *đg* 应酬: Anh suốt ngày bận về ứng thù. 他整天忙于应酬。

ứng tiếp *đg* 接应, 接待: Vườn bách thú ứng tiếp nhiều du khách vào cuối tuần. 周末动

物园接待许多游客。

ứng trước *đg* 垫付，预付：ứng trước một nửa 预付一半

ứng tuyển *đg* 应选，竞选，应聘：hồ sơ ứng tuyển 应聘简历；ứng tuyển vào vị trí kế toán 应聘会计职位

ứng viên *d* 候选人；应聘人员：ứng viên duy nhất 唯一候选人；Một số ứng viên đã được tuyển dụng. 一些应聘人员已经被选用。

ứng viện *đg* 应援，接应：Nhân viên canh gác đã kịp thời đến ứng viện. 警卫人员及时来接应。

ứng xử *đg* 待人接物：biết cách ứng xử 懂待人接物

ước₁〔汉〕约 *d*〔旧〕约定 *đg*〔旧〕约定，制约：phụ lời ước 违背约定 *p* 大约，估计：Việc đó, ước khoảng hai ngày thì xong. 那件事大概两天就完了。

ước₂ *đg* 盼望，渴望：Ước trúng xổ số. 盼望彩票能中奖。

ước ao *đg* 渴望，期望，希冀：ước ao tự do 渴望自由

ước chừng *p* 大概，约莫：Ước chừng khoảng một tiếng sau xe sẽ đến ga. 车大概一小时后到站。

ước định *đg* ①约定：Hai người ước định sẽ gặp lại 10 năm sau. 两人约定十年后再见。②推测，判断：ước định thời tiết 50 năm sau 推测五十年后的气候

ước giá *đg* 估价：Đây chỉ là sự ước giá của chuyên gia. 这只是专家的估价。

ước hẹn *đg* 允约，约定：Vì bận quá đã quên lời ước hẹn. 因太忙而忘了约定。

ước khoản *d* 条款

ước khoảng *p* 大约，大概，左右

ước lệ *d* 惯例

ước lược *đg* 约略

ước lượng *đg* 估计，估量：tính ước lượng 大概估算

ước mong *đg* 期望，企望，盼望：Niềm ước mong trăm năm rốt cuộc biến thành hiện thực. 百年期盼终成现实。

ước mơ *đg* 幻想，梦想，憧憬：ước mơ chung 共同的憧憬

ước muốn *đg* 企望，渴望：ước muốn trở thành người nổi tiếng 企望成为名人 *d* 愿望，希望：đạt được ước muốn 实现愿望

ước nguyện *đg* 希望，期望：Tôi ước nguyện được đi du lịch nguyện quanh trái đất. 我期望能环球旅游。

ước phân *d*〔数〕约分

ước số *d*〔数〕约数

ước thúc *đg* 约束：bị ước thúc trong vòng giáo lí phong kiến 被封建礼教约束

ước tính *đg* 估计，估算：Theo ước tính công trình này sẽ hoàn thành vào sang năm. 据估计，这个工程明年完工。

ước vọng *d* 愿望，希望：Ước vọng của tôi là làm người tình nguyện. 我的愿望是做志愿者。*đg* 期望，盼望：Tôi ước vọng thế giới hoà bình. 我盼望世界和平。

ươm₁ *đg* 缫：ươm tơ 养蚕缫丝

ươm₂ *đg* 培育，孕育：ươm giống 育苗

ươm ướm *đg* 试探，探口风：Anh ươm ướm xem í định của cấp trên thế nào. 他试探上级的想法怎样。

ướm *đg* ①度，比，试：ướm quần áo 试衣服 ②试探：Anh phải mạnh dạn ướm lòng của em. 你要大胆试探她的心意。

ướm hỏi *đg* 试探，探问，打听：Bà cẩn thận ướm hỏi quan toà vụ án của con bà ra sao. 她小心地向法官打听她儿子的案子。

ươn *t* ①腐，腐烂，腐败：cá ươn 腐鱼 ②微恙的：Thằng bé hôm nay ươn. 孩子今天身体不适。③怠惰无能：Con suốt ngày nằm nghỉ ở nhà như thế thì ươn quá. 你这样整天躺在家里太懒了。

ươn hèn *t* 懒惰，怠惰，懒惰无能：Thanh niên

mà ươn hèn không muốn đi làm. 年轻人却
如此懒惰，不愿出去找活干。

ươn mình *t* 微恙的：Hai hôm nay thấy ươn
mình. 这两天觉得不太舒服。

ươn thối *t* 腐臭

ươn ưởi₁ *t* 笨拙，迟钝

ươn ưởi₂ *t* 虚弱

ươn ướt *t* 微湿，湿：Quần áo phơi cả ngày vẫn
ươn ướt. 衣服晒了一天还有点湿。

ườn *t*；*đg* 死挺挺，僵直：Chị cứ nằm ườn cả
ngày sau khi về nhà. 回家后她就整天死挺
挺地躺着不动。

ưỡn *đg* 挺起：ưỡn ngực 挺胸

ưỡn à ưỡn ẹo=ưỡn ẹo

ưỡn ẹo *t* 扭扭捏捏：Chị đi ưỡn ẹo. 她走路扭
扭捏捏的。

ương₁ *đg* 育苗：ương cá 培育鱼苗

ương₂ *t* 青，生，未成熟

ương₃ *t* 犟，不听话：Thằng bé rất ương, bảo
mãi nó không nghe. 这孩子很犟，总也讲
不听。

ương₄ [汉] 央 *t* 央：trung ương 中央

ương₅ [汉] 殃

ương₆ [汉] 鸯 *d* 鸯：uyên ương 鸳鸯

ương ách *t* 倔强，固执 *d* 厄运，灾殃

ương bướng *t* 固执，倔强：tính ương bướng
倔脾气

ương cây *đg* 育苗

ương dở *t* 乖僻，乖戾，神经质

ương gàn *t* 顽梗，倔强，顽固：Tính ương gàn
của anh ta không ai thuyết phục nổi. 那倔
脾气没人能说服得了他。

ương giống *đg* 育（鱼）苗

ương ngạnh *t* 倔强：Con này ương ngạnh lắm.
这孩子倔得很。

ương ương *t*(果子)有点生的：Quả ổi ương
ương. 番石榴有点生。

ương ương dở dở =ương dở

ương ưỡng *t* 随便，应付

ưởng *d* 回声

ướp *đg* ①腌，腌制：ướp muối 盐渍② (茶叶)
熏香：chè ướp sen 荷香茶

ướp lạnh *đg* 冷藏，冰冻，冰镇：thịt ướp lạnh
冻肉

ướp nóng *đg* [医] 热敷

ướt *t* 湿，潮：trời ẩm ướt 天气潮湿

ướt át *t* 湿，湿润，潮湿：Mưa to làm ướt át quần
áo phơi trên ban công. 大雨把晒在阳台上的
衣服都打湿了。

ướt ẩm=ẩm ướt

ướt dầm *t* 湿淋淋，湿漉漉：Nước mắt làm
cho vạt áo bị ướt dầm. 泪水打湿了衣襟。

ướt dề=ướt dầm

ướt đẫm=ướt dầm

ướt mèm *t* 又湿又黏的：Quần áo của anh ấy
ướt mèm. 他的衣服又湿又黏的。

ướt nhè *t* 浸湿的

ướt nhèm=ướt mèm

ướt nhẹp *t*[口] 湿透的

ướt rượt *t*[方] 湿淋淋：đầu tóc ướt rượt 头发
湿淋淋

ướt sũng *t* 湿淋淋，透湿：mũ vải ướt sũng 布
帽湿淋淋

ướt sườn sượt *t* 湿淋淋

ướt sượt *t* 湿漉漉

ưu₁ [汉] 优 *d* 优点：Ai cũng có cả ưu lẫn khuyết.
谁都有优点和缺点。*t* 优胜：sản phẩm hạng
ưu 优胜产品

ưu₂ [汉] 忧

ưu ái *đg* 厚爱：được các bạn ưu ái 得到大家
厚爱

ưu du *t* 悠闲

ưu đãi *đg* 优待：đặc biệt ưu đãi 特别优待

ưu điểm *d* 优点

ưu khuyết điểm *d* 优缺点

ưu phẫn *đg* 忧愤：Bà đừng có mà ưu phẫn.
你别忧愤。

ưu phiền *đg* 忧烦，忧闷：Em chớ ưu phiền,

lần này thi trượt, sang năm thi tiếp. 你别
烦了,这次没考上明年再考。

ưu sầu *đg* 忧愁: Nỗi ưu sầu của em có ai hiểu.
我的忧愁有谁知晓?

ưu sinh *d* 优生: ưu sinh học 优生学; ưu sinh
ưu dục 优生优育

ưu thắng *t* 优胜: địa vị ưu thắng(处于)优
胜的地位

ưu thắng liệt bại 优胜劣败

ưu thế *d* 优势,上风

ưu tiên *t* 优先: quyền ưu tiên 优先权

ưu tú *t* 优秀: Anh được bầu làm nghệ sĩ ưu
tú. 他被评为优秀艺术家。Chúng ta phải
học tập những nhân vật ưu tú. 我们要向优
秀人物学习。

ưu tư *d* 忧思

ưu việt *t* 优越: tính ưu việt của chế độ xã hội
chủ nghĩa 社会主义优越性

Ư

V v

v, V 越语字母表的第 27 个字母

va₁ *đg* 碰，撞：va chạm 碰 撞；va đầu vào tường 头撞墙

va₂ *đ* 他，那厮：Hôm nay va không đến. 今天他不来。

va chạm *đg* ①碰撞，撞击：Cốc chén va chạm vào nhau loảng xoảng. 杯子碰撞发出嘟嘟的响声。②矛盾，冲突：Trong quá trình làm việc đôi khi cũng va chạm nhau. 工作过程中有时会发生矛盾。

va-dơ-lin(vaselin) *d*［化］凡士林

va đập *đg*（猛烈）碰撞：Hàng dễ vỡ, tránh va đập. 易碎品，禁止碰撞。

va đũa chạm bát 碗筷相碰（喻家庭小矛盾）

va-gông(wagon) *d* 火车车厢

va-li *d*(valise) 皮箱

va-na-đi-nít *d*［矿］褐钒铅矿

va nát *d*［化］钒

va-ni(vanille) *d* ①香草，香子兰②香兰素

va-ni-lin *d*［化］香草醛，香兰素

va quệt *đg* 刮碰：vụ va quệt ô tô 汽车刮碰事故

va-ri =va-rơi

va-rơi *d* 短大衣，短褛

va vấp *đg* ①相撞，相碰②磕碰，出差错：Không tránh khỏi va vấp trong cuộc sống. 生活中免不了磕磕碰碰。

và₁ *d* 几，若干：gửi và câu thương siếc几句思念的话

và₂ *đg* 扒，喂：và cơm ăn 扒饭吃

và₃ *k* ①和，与，跟：Nói và làm đi đôi với nhau. 言行要一致。②而且，并且：Nó thi đỗ, và đỗ rất cao. 他考上了，而且分数还很高。Nó lắng nghe, và khẽ gật đầu. 他认

真地听，并轻轻地点头。

vả₁ *d*［植］三龙瓜：cây vả 三龙瓜

vả₂ *đg* 掴，扇：vả cho mấy cái 掴几下耳光

vả₃ *đ* 它，那厮，他：Nhớ biểu vả lại tôi chơi. 记得叫他到我这儿玩。

vả₄ *k* 而且：Tôi không thích, và cũng không có thì giờ, nên không đi xem. 我不喜欢，而且也没有时间，所以我不去看。

vả chạt *đg* 猛掴，狠掴

vả chăng *k* 何况，况且：Tôi không đi, và chăng đi cũng vô ích. 我不去，何况去了也没用。

vả lại *k* 而且，况且，再说

vả mặt *đg* 掴脸，扇耳光

vã₁ *đg* 轻拍：Vã nước lên mặt cho tinh táo. 往脸上拍点水清醒一下。

vã₂ *đg* 冒，出：vã mồ hôi 冒汗

vã₃ *t* ①长时间地（聊或骂）：nói vã cả đêm 闲扯了一晚上；chửi vã不停谩骂②徒步的：Không có xe nên phải gánh vã. 没车，只好挑着走。

vã₄ *t* 净（吃），光（吃）：bốc rau ăn vã 净吃菜

vã thuốc *đg*［方］敷药

vá₁ *d* ①铁锹：cái vá đào đất 挖土的铁锹②汤勺

vá₂ *d* 小孩脑门上留的小撮头发

vá₃ *đg* 补，缝补：vá áo 补衣服；vá lốp xe 补车胎 *t* 花搭，斑驳：chó vá 花斑狗

vá₄ *d* 蜇过人以后没剌儿的蜂

vá chằng vá đụp 东补西补；补丁加补丁

vá chín *đg* 火补（轮胎）

vá hấp =vá chín

vá may *đg* 缝补，缝缀

vá quàng *đg* 打补丁，补一大块

vá răng *đg* 补牙

vá sống *đg* 生补，干补（轮胎）

vá trùm vá đụp =vá chằng vá đụp

vá víu *đg* 东补西补，凑合，拼凑：nhà cửa cũ nát, vá víu 房子破旧，东补西补；bài văn vá víu 拼凑成的文章

vạ₁ *d* ①祸，灾殃：mang vạ vào thân 惹祸上身 ②科罚，罚款：tiền vạ 罚款；nộp vạ 交罚款

vạ₂ *đg* 赖：nằm vạ 耍赖；ăn vạ 耍刁

vạ₃ *đg* 培，添：vạ thêm đất vào gốc cây 给树根添土

vạ đá quyền rơm = quyền rơm vạ đá

vạ gì mà 划不来，不值得，犯不着：Vạ gì mà sinh sự với nó. 犯不着跟他惹事。

vạ lây *đg* 牵累，株连

vạ miệng *đg* 口舌之祸：Đừng nóng nảy mà mắc vạ miệng. 不要那么急躁免得惹来口舌之祸。

vạ mồm vạ miệng = vạ miệng

vạ vật *t* ①乱七八糟，乱扔乱放：để vạ vật lạ放②随便：Ngồi vạ vật ở sân ga chờ tàu. 随便坐在车站等火车。

vạ vịt *d* 横祸：bỗng dưng phải cái vạ vịt 突遭飞来横祸

vạ vịt chưa qua, vạ gà đã đến 一波未平一波又起；灾祸连连

VAC = vườn ao chuồng [缩] (菜园、鱼塘、猪圈的简写) 生态立体农业模式

vác *đg* 扛，捐，背：vác củi 背柴 *d* 捆：Một buổi chiều chặt được mấy vác củi. 一下午砍了几捆柴。*t* (秤砣) 微翘的：một kí lô thịt hơi vác một chút 一公斤多的肉

vác búa đến nhà Lỗ Ban = múa rìu qua mắt thợ

vác mặt *đg* ①觍着脸，厚着脸皮：Vác mặt đến xin tiền. 觍着脸来要钱。②傲物，骄傲自大：Mới có chút thành tích đã vác mặt lên với mọi người. 才有一点成绩就骄傲自大。

vác nêu cắm ruộng chùa, vác bùa cắm nhà ban 多此一举

vác xác *đg* 来，去 (贬义)：Mấy hôm nay vác xác đi đâu giờ mới về. 这几天死到哪去了现在才回来。

vác-xin (vaccin, vacxin) *d* 疫苗：vác-xin phòng bại liệt 预防小儿麻痹症疫苗

vạc₁ *d* 大铁锅，鼎，镬

vạc₂ *d* [动] 鹭鸶

vạc₃ *đg* 割，削：vạc gỗ 削木头；vạc cỏ 割草

vạc₄ *đg* (炭火) 将熄：Bếp đã vạc lửa. 灶里的火已经熄灭。

vạc dầu *d* 油锅

vạc hoa *d* [动] 花鹭鸶

vạc rạ *d* [动] 鹭鸶

vạc rừng *d* 野鹤

vách *d* ① (用木、竹搭或糊成的) 墙：trát vách 糊墙②壁：vách đá 石壁；vách giếng 井壁

vách băng *d* 冰崖

vách chắn *d* 壁垒，隔墙

vách hút tiếng *d* 隔音板

vách kẽ núi *d* 谷壁

vách ngăn *d* 间壁，隔板

vách tường *d* 墙壁

vạch *đg* ①划，画：vạch một đường thẳng 画一条直线②划分，划定：vạch định đường biên giới 划定边境线③拨开，揭开，翻开：vạch rào chui vào 拨开篱笆钻进去；vạch áo ra 拨开衣服④揭露，指出：vạch tội 揭露罪行；vạch ra sai lầm 指出错误⑤提出，制订：vạch kế hoạch 制订计划；vạch chủ trương 提出主张 *d* ①线条：những vạch chỉ xanh đỏ 红红绿绿的铅笔线；vượt qua vạch cấm 越过禁区线②裁缝用的画尺

vạch áo cho người xem lưng 自扬家丑

vạch đùi cho người ta véo 自揭短处

vạch đường *đg* 指路：vạch đường cho hươu chạy 指路让鹿跑 (喻为虎作伥)

vạch lá tìm sâu 吹毛求疵

vạch mắt *đg* 张开眼；弄清是非

vạch mặt *đg* 揭穿：vạch mặt kẻ gian 揭穿奸人的真面目

vạch mặt chỉ tên 指名道姓

vạch ra *đg* 指出，揭穿，揭示

vạch rõ *đg* 指明，说穿

vạch thuyền tìm kiếm 刻舟求剑

vạch trần *đg* 揭破，揭穿：vạch trần âm mưu của địch 揭穿敌人的阴谋

vạch vế cho người ta nom=vạch áo cho người xem lưng

vai *d* ①肩膀：Khoác súng trên vai. 肩上扛着枪。②辈分：vai trên 上一辈③角色：đóng vai chính 担任主角

vai cày *d* 牛轭

vai gánh tay cuốc 肩挑手挖（喻农村妇女辛劳）

vai chính *d* 主角，主要演员

vai hề *d* 丑角

vai ngang *d* 同辈，平辈

vai phụ *d* 配角

vai trò *d* ①角色：đóng vai trò quan trọng 担任重要角色②作用：giữ vai trò chính 起主要作用

vai u thịt bắp 四肢发达；体格健壮

vai vế *d* 头脸，头面：người có vai vế 头面人物

vài *d* 几，些许，若干：vài người 几个人

vài ba *d* 几，数，若干，三五：vài ba ngày 三五天

vải₁ *d* 布：áo vải 布衣

vải₂ *d*[植] 荔枝

vải bạt *d* 帆布

vải băng *d*[医] 绷带

vải bò *d* 牛仔布

vải bóng *d* 丝光布

vải bô *d* 粗布，次布

vải bông *d* 棉布

vải buồm *d* 帆布

vải chéo go *d* 斜纹布

vải diềm bâu *d* 市布

vải gai *d* 麻布

vải giả da *d* 人造革

vải ka-ki *d* 咔叽布

vải ka-tê *d* 涤棉布

vải kếp *d* 泡泡纱

vải không cháy *d* 防火布

vải không thấm *d* 防水布

vải láng đen *d* 单面丝光黑布

vải lót *d* 衬布

vải màn *d* 蚊帐布（纱布）

vải mành *d* 挑花窗帘布

vải mịn *d* 厚身布

vải mỏng *d* 细布（薄布）

vải mộc *d* 坯布

vải mười *d* 粗布

vải nhám *d* 砂布

vải nhựa *d* 塑料布（尼龙布）

vải nylon=vải nhựa

vải phin *d* 细布

vải phin nõn *d* 精纺棉布

vải pô-ly-vi-nin *d* 聚氯乙烯薄膜

vải pô-pơ-lin *d* 府绸

vải ráp *d* 砂布（金刚砂布）

vải sơn *d* 漆布

vải thiều *d* 米脂荔枝

vải thô bố *d* 粗布（手工织布）

vải thưa *d* 疏布

vải thưa che mắt thánh 掩耳盗铃，枉费心机

vải thượng=vải diềm bâu

vải trắng *d* 漂布（白布）

vải tuyn *d* 网目布（蚊帐布）

vải ú *d* 黑色粗布

vải vóc *d* 布匹

vãi₁ *d* 尼姑：sãi vãi 尼姑

vãi₂ *đg* ①播，撒：vãi hạt giống 播撒种子；vãi ngô cho gà ăn 撒玉米给鸡吃②撒落：nhặt cơm rơi vãi dưới đất 捡拾撒落在地上的饭粒③禁不住：cười vãi nước mắt 笑得眼泪流；sợ vãi đái 害怕得尿裤子

vãi cứt *đg* 拉稀：vãi cứt vãi đái 屁滚尿流

vãi đái *đg* 尿裤子

vãi rắm *đg*（憋不住）放屁

vãi ruột=vãi rắm

vãi thây=vãi rắm

vái *đg* 揖，拜：cúng vái 祭拜

vái cả hai tay 双手作揖（喻非常佩服）

vái cả nón [口]=lạy cả nón

vái cả tơi lẫn nón=lạy cả nón

vái như tế sao 拜如捣蒜

vái van *đg* 祈求，拜求

vái xin *đg* 恳求，哀求，祈求

vại *d* ①瓦缸，泥缸：vại nước 水缸；bình chân như vại 作壁上观②半升装的啤酒杯：một vại bia 一大杯啤酒

vam *d* 扳手

vàm *d* 河口，溪口，浦口

vạm vỡ *t* 魁梧，强壮，高大，壮实：đôi cánh tay vạm vỡ 粗壮的双臂

van₁ *đg* 恳求，求：Có van cũng bằng thừa. 求也没有用。

van₂ *d* 气门，活门阀：van xe đạp 自行车内胎气门

van₃ (vals) *d* 华尔兹

van an toàn *d* 安全阀

van cấp cứu *d* 非常阀

van chặn hơi *d* 遮断阀

van công khất nợ 求人赊债

van điều chỉnh hơi *d* 调整阀

van hơi nước *d* 蒸汽阀

van lạy *đg* 祈求，拜求：van lạy trời xanh chứng cho 祈求老天做证

van lệ *đg* [方] 拭泪

van lơn *đg* 恳求，哀求：ánh mắt van lơn 哀求的眼神

van mở hơi *d* 通气阀

van mở sớm *d* 先锋阀

van nài=van lơn

van như tế sao=lạy như tế sao

van nước xả *d* 出水阀

van tháo nước thừa *d* 泄水阀

van thay lạy mướn 替人跑腿办事（替人求情）

van vái=van lạy

van vỉ=van lơn

van xin=van lơn

vàn *d* [数] 万：muôn vàn 成千上万

vãn₁ [汉] 挽 *d* 挽词：hát vãn 唱挽词 *đg* 挽，挽扶：vãn cứu 挽救

vãn₂ *đg* 散，消：vãn chợ 散圩；vãn nợ 销账；vãn giận 消气；Khách vãn dần. 客人逐渐散了。

vãn₃ *đg* 观赏：khách vãn cảnh 观光客

vãn₄ [汉] 晚 *d* 晚，迟暮：vãn niên 晚年

vãn ca *d* 挽歌

vãn cảnh₁ *d* 晚景，晚年

vãn cảnh₂ *đg* 玩景，赏景

vãn cảnh chi giao *d* 忘年之交

vãn hồi *đg* 挽回：tình thế khó có thể vãn hồi 局势难以挽回

vãn niên *d* 晚年

vãn niên đắc tử 晚年得子

vãn sinh *d* 晚生

vãn thành *đg* 晚成，大器晚成

vãn tiết *d* 晚节

ván₁ *d* 板，木板：xẻ ván 锯木板；ván lát面板

ván₂ *d* 盘，局：chơi một ván cờ 下一盘棋

ván cầu *d* 桥板，桥面板；跳板

ván cống *d* 闸板

ván cốt-pha *d* 模板

ván đã đóng thuyền 木已成舟

ván ống *d* 管状板

ván sợi *d* 纤维板

ván thiên *d* 棺材盖板

ván thôi *d* 废旧棺材板

ván trượt *d* 滑板

ván trượt tuyết *d* 滑雪板

vạn₁ [汉] 万 *d* ①一万（同 vàn）：một vạn bạc 一万元②（不确定的多）：vạn sự như ý 万事如意

vạn₂ *d* ①渔村②行业协会,商会: vạn buôn 商会

vạn an *t*[旧] 万安

vạn bang *d*[旧] 万邦,万国

vạn bảo *d*[旧] 当铺

vạn bất đắc dĩ 万不得已

vạn biến bất li kì tông 万变不离其宗

vạn bội *t* 万倍的,千万倍的: cảm ơn vạn bội 千恩万谢

vạn chài *d* 渔村,渔会

vạn cổ *d* 万古: vạn cổ bất diệt 万古长春

vạn cổ thiên thu 万古千秋

vạn đại *d* 万代

vạn đò=vạn chài

vạn hạnh *t* 万幸: Gặp được ngài, thật là vạn hạnh. 能见到阁下真是万幸。

vạn kiếp *d* 万世,世世代代

vạn kim bất hoán 千金不换

vạn mã thiên quân 千军万马

vạn lưới=vạn chài

vạn năng *t* 万能: vạn năng kế 万能表

vạn nhất *p* 万一: Vạn nhất có điều gì thì đánh điện ngay về. 万一有什么事就马上打电话回来。

vạn niên thanh *d*[植] 万年青

vạn pháp *d*[宗] 万法

vạn quốc *d* 万国

vạn sự bình an 万事平安

vạn sự đại cát 万事大吉

vạn sự khởi đầu nan 万事开头难

vạn sự như ý 万事如意

vạn thế trường tồn 万世长存

vạn thỉ chi đích 众矢之的

vạn thặng *d*[旧] 万乘

vạn thọ₁ *đg* 万寿,万岁: vạn thọ vô cương 万寿无疆(祝愿的话); lễ vạn thọ 万岁礼(皇帝或皇后的寿诞仪式)

vạn thọ₂ *d*[植] 万寿菊

vạn toàn *t* 万全: kế vạn toàn 万全之策

vạn tội bất như bần 万罪不如贫

vạn tuế₁ *d* 万岁

vạn tuế₂ *d*[植] 铁树

vạn tử nhất sinh 千钧一发

vạn tử thiên hồng 万紫千红

vạn vật *d* 万物

vạn vô nhất thất 万无一失

vang₁ *d*[植] 苏木

vang₂ *d* 葡萄酒,红酒

vang₃ *đg* 鸣响: Pháo nổ vang khắp phố. 大街上爆竹声声响。

vang bóng một thời 名震一时

vang dậy *đg* 响彻: Tiếng vỗ tay vang dậy khắp hội trường. 掌声响彻礼堂。

vang dội *đg* ①响震: Tiếng hoan hô vang dội quảng trường. 欢呼声响震广场。② [转] 响亮,显赫: chiến công vang dội 战功显赫

vang động= vang dậy

vang giời=vang trời

vang lừng *đg* 响彻,响亮,雷动: danh tiếng vang lừng 名声大振

vang mình sốt mẩy=váng mình sốt mẩy

vang rân *đg* 响动,大响

vang trời *đg* 喧天,惊天,震天: tiếng trống vang trời 鼓声震天

vang trời dậy đất 惊天动地

vang vang *đg* 传响,响遍: Tiếng loa truyền thanh vang vang khắp xóm. 广播声响遍全村。

vang vọng *đg* 响彻,(声音)回荡: Núi rừng vang vọng tiếng sấm. 雷声在山林里回荡。

vàng₁ *d* ①金子,黄金: nhẫn vàng 金戒指②冥宝,冥纸: đốt vàng 烧冥纸

vàng₂ *d*[方] 盖子(中部语): Nồi mô úp vàng nó.(Nồi nào úp vung nấy.) 什么锅配什么盖。

vàng₃ *t* ①黄色: đốt vàng 金黄色; hoa cúc vàng 黄菊花; Nhà nuôi một con chó vàng 家有一条黄狗。②金贵,难得: ông bạn vàng 黄

V

金朋友（指绝好的朋友）；tấm lòng vàng 一颗真心③优秀：giọng ca vàng 金嗓子；nhạc vàng 流行金曲

vàng anh *d* [动] 黄莺：chim vàng anh 黄莺鸟

vàng ánh *t* 鲜黄色的

vàng ạnh *t* 金灿灿，黄灿灿

vàng ẳng *t* 土黄色的

vàng bạc *d* 金银

vàng biết đâu mà móc, cóc biết đâu mà tìm 财富来之不易

vàng chái *t* 黄澄澄

vàng choé *t* 金黄色的

vàng cốm *d* 沙金

vàng da *d* [医] 皮肤发黄

vàng dây *d* 金线，金丝

vàng diệp *d* 金叶子

vàng đá *d* 金石：lời vàng đá 金玉之言

vàng đen *d* 黑金（指焦炭或油气）

vàng đeo ngọc dát 披金戴银

vàng đỏ *d* 赤金

vàng ệch *t* 暗黄：nước da vàng ệch 暗黄的肤色

vàng hoa *d* 冥宝

vàng hoe *t* 昏黄

vàng hồ *d* 冥宝，纸钱

vàng hực *t* 黄灿灿，金灿灿：Ánh nắng vàng hực lúc hoàng hôn. 黄昏的阳光金灿灿的。

vàng hươm *t* 鲜黄，黄澄澄

vàng khè *t* 蜡黄色的

vàng khé *t* 艳黄色的

vàng khối *d* 金块，金锭

vàng lá *d* ①金叶子（同 vàng diệp）②冥宝

vàng lụi *d* 黄锈病

vàng lưới *d* （海洋捕捞用）大渔网

vàng lườm = vàng nghếnh

vàng mã *d* 冥纸

vàng mười *d* 足金

vàng nghếnh *t* 黄灿灿

vàng ngoách *t* 淡黄，浅黄

vàng ngọc *d* 金玉：những lời nói vàng ngọc 金玉良言

vàng như nghệ *t* 姜黄色的

vàng nhạt *t* 米黄色的

vàng óng *t* 金灿灿

vàng ối *t* 金红色的

vàng quì *d* 金片

vàng ròng *d* 纯金

vàng rộm *t* 金黄

vàng son *d* 黄金（时期）；辉煌（时期）：quá khứ vàng son 辉煌的过去

vàng tám *d* 八成金

vàng tấm *d* 沙金

vàng tây *d* 西金，混有铜的金子

vàng thoi *d* 金条，金锭

vàng thử lửa, gian nan thử sức 真金不怕火炼

vàng tơ *t* 鹅黄色的

vàng trắng *d* 白金

vàng vàng *t* 淡黄，微黄

vàng võ *t* （脸色）蜡黄

vàng vọt *t* 浅黄

vàng xuộm = vàng ối

vàng y = vàng ròng

vãng *đg* ①往，去：vãng lai 往来②往昔

vãng hát *đg* [方] 剧终，散场

vãng phản *đg* 往返

vãng sự *đg* 往事

vãng tuồng = vãng hát

váng₁ *d* ①液体表面的薄膜：váng sữa 奶皮子；váng đậu 豆腐皮②蜘蛛网：váng nhện 蜘蛛网

váng₂ *t* ①尖叫的：hét váng lên 大声尖叫②震耳：Nghe váng cả tai. 耳朵都给震聋了。

váng₃ *t* 晕眩：đầu váng mắt hoa 头晕眼花

váng đầu *đg* 头晕

váng mình *đg* 身体不适；头疼脑热

váng mình sốt mẩy 头疼脑热（指身体有不适）

váng mình váng mẩy 身体不舒服

váng vất *đg* 晕眩，昏眩：Ngủ dậy, thấy đầu váng vất. 刚睡醒，觉得头有点儿晕乎乎的。

vanh *đg* 修剪

vanh vách *t* 朗朗；清清楚楚：tiếng đọc bài vanh vách 朗朗的读书声；nhớ vanh vách 记得清清楚楚的

vanh vũm *đg* 修剪成圆形：Hớt tóc vanh vũm làm xấu cái đầu. 剪个锅盖头头好难看。

vành₁ *d* 圈，箍，环：vành thùng 桶箍；vành bánh xe đạp 自行车的钢圈 *đg* 睁开，竖起：vành tai ra mà nghe 竖起耳朵听

vành₂ *d* 手段，手腕，伎俩：trăm vành nghìn vẻ 千方百计；xoay đủ vành 挖空心思

vành bánh *d*（车轮）瓦圈

vành cửa mình *d*[解] 阴唇

vành đai *d* 环带，地带：vành đai cây chắn gió 防风林带；vành đai trắng 无人地带；đường vành đai thành phố 城市的环道

vành hoa *d*［植］花冠

vành khuyên *d* ①耳环②翠鸟

vành mai *d* 拱形，穹窿形：vành mai cửa 拱门

vành móng ngựa *d* 马蹄席；被告席

vành mũ *d* 帽檐

vành ngoài cửa mình *d*[解] 大阴唇

vành nguyệt *d* 转向齿轮

vành tai *d* 耳轮，耳郭

vành trong cửa mình *d*[解] 小阴唇

vành trục *d* 轴瓦

vành vạnh *t* 圆滴溜，圆溜溜：trăng rằm vành vạnh 十五的月亮圆圆的

vảnh=**vềnh**

vánh *t* 快速：chạy chóng vánh 快速地跑

vạnh vạnh=**vành vạnh**

vào₁ *đg*①进，入，加入，进入：vào bộ đội 参军；vào năm học mới 进入新学期；Vào đây! 进来！Đầu óc rối bời, đọc mãi mà không vào. 头脑乱乱的，总是学不进。②到，往（由北向南）：vào Nam 去南方③属于，列

入：một người thợ vào loại giỏi 一名优秀的匠师；vào loại biết điều 属于懂事的人 ④开始：vào tiệc 入席；Chuông rồi, chúng ta vào học nhé. 打铃了，咱们开始上课吧。

*k*①向着，朝着：quay mặt vào tường 面壁②于：Tôi đến đây vào năm ngoái. 我于去年来到这里。

vào₂ *tr*（表示劝告或反诘的祈使语气）：Làm nhanh vào! 快点做喔！Chơi lắm vào, bây giờ thi trượt. 老去玩啊，现在考试不及格了吧。

vào cầu *t*（做生意）顺利，走运：Dạo này anh ấy làm ăn vào cầu lắm. 近来他做生意很顺利。

vào cuộc *đg* 入局，介入：các nhà chức trách đã vào cuộc 职能部门已介入

vào cửa mạch ra cửa tà 进正门出偏门（指行为不光明正大）

vào đề *đg* 入题：Lúng túng mãi, không nên vào đề như thế nào. 紧张了半天，都不知道该如何入题。

vào hang hùm *đg* 入虎穴（喻入险境）

vào hùa *đg* 伙同；起哄：Mấy người vào hùa với nhau để bắt nạt thằng bé. 几个人起哄一起欺负那小孩。

vào hùn *đg*①合伙，搭伙：vào hùn buôn bán 合伙做生意②起哄，帮凶：Vào hùn kẻ mạnh bắt nạt những kẻ yếu đuối. 给强势的人做帮凶欺负弱小。

vào kho *đg* 入库

vào khoảng *p* 大约，大概：Thu nhập vào khoảng 1 triệu đô. 收入大约 100 万美金。

vào khuôn vào phép 遵规守矩；循规蹈矩

vào làng *đg* 入（乡、国）籍

vào liệm *đg* 入殓

vào lỗ hà ra lỗ hổng 入不敷出

vào lỗ tai ra lỗ miệng 耳朵进，嘴巴出（传话精）

vào lộng ra khơi *đg*（渔民）辛苦劳作

vào luồn ra cúi 卑躬屈膝

vào mẩy *đg* 结籽

vào quả cà ra quả táo 偷鸡摸狗

vào sinh ra tử 出生入死

vào sổ *đg* 入账，入册，登记

vào sống ra chết=vào sinh ra tử

vào trạc *p*（年龄）大约，约莫

vào trong mắc đó, ra ngoài mắc đăng 进退两难；骑虎难下

vào tròng *đg* 上当，上钩，中套：Khéo nhé, không lại vào tròng người ta. 当心啊，要不然又上别人的当了。

vào trước ra sau 前脚进后脚出

vào tù ra tội 屡遭牢狱之灾：Vào tù ra tội mà vẫn chứng nào tật ấy. 坐过几回牢了本性还是不改。

vào vai *đg* 入戏

VAT=thuế giá trị gia tăng [缩] 增值税

vát *t* 偏，斜：Cho thuyền chạy vát. 让船靠边儿一点。*đg* 削，刮：vát đầu gậy 把棍子一头削尖

vát kế *d* [电] 瓦特计

vạt₁ *d* 衣襟：vạt áo 衣襟；vạt bé 底襟；vạt cả 大襟

vạt₂ *d* 一厢（田地）：trồng vạt rau 种一厢菜

vạt₃ *d* 尾，结果：nói có vĩ có vạt 说得有头有尾

vay₁ *đg* ①借，贷：vay tiền 借钱；tiền cho vay 贷款②替：thương vay khóc mướn 替（别人）伤心替（别人）哭；nghĩ mướn lo vay 替（别人）考虑替（别人）分忧

vay₂ *tr* 嗟叹，是呼，呜呼（表示感叹、惋惜或疑问的语气）

vay bơ *đg* 借（钱）：Cuộc sống bần cùng, phải vay bơ qua ngày. 生活穷困，要借钱过日子。

vay không lãi *đg* 无息贷款

vay lãi *đg* 有息贷款：cho vay lãi 提供有息贷款

vay mượn *đg* 借贷，借用：sự vay mượn giữa các ngôn ngữ 语言之间的借用

vay nợ *đg* 借债，举债

vay trước *đg* 预支，借支

vày₁ *d* 翎，箭羽：vày tên 箭翎

vày₂ *d* 绞盘：vày quay tơ 绞丝盘

vày₃ *d* [建] 梁：vày nhà 房梁

vày₄ *đg* 乱捆，缠绕：vày thành một đống to tướng 捆成一大垛

vày vò *đg* 揉搓，揉捏

vảy₁ *d* 鳞，鳞甲：róc vảy 刮皮脱落

vảy₂ *đg* 抖掉，甩，泼，撩泼：vảy nước 抖掉水

vảy cá *d* 鱼鳞

vảy mắt *d* [医] 眼翳

vảy mụn *d* [医] 疮痂

vảy ốc *d* 螺掩（田螺的外盖膜）

vãy *đg* 挥，摇，摆，招：vãy tay 挥手

váy₁ *d* 裙子

váy₂ *đg* 挖，掏：váy tai 掏耳朵

váy áo *d* 裙子和衣服（泛指女装）

váy bó *d* 紧身裙

váy đầm *d* 西式连衣裙

váy liền áo *d* 连衣裙

váy lót *d* 衬裙

váy xoè *d* 公主裙

vạy₁ *d* 轭

vạy₂ *t* ①弯曲，卷曲：Cạy mạnh vạy mũi dao. 撬得太用力刀口都卷了。②歪：vạy cổ 歪脖子

vạy nẹ=vạy ngoẹ

vạy ngoẹ *t* 卷曲

vạy vọ *t* 弯弯曲曲

vắc hất=vác hất

vắc-xin=vác-xin

vặc *đg* 破口骂人（表示反对）：Vừa nghe nói đã vặc lại ngay. 刚一听说就破口大骂。

vặc vặc *t* 明亮，皎洁：ánh trăng vặc vặc 皎洁的月光

vằm *đg* 剁，斫：vằm thịt 剁肉；Đồ chết vằm！挨千刀的！（骂语）

vặm vo *t* 魁梧

văn₁ [汉] 文 *d* ① 文学: nhà văn 文学家; khoa văn 文学系 ② 文章: làm văn 写文章 ③ 文人

văn₂ [汉] 纹 *d* 纹, 纹路, 花纹: hoa văn 纹路

văn₃ *đg* 揉成团: văn tờ giấy 把纸揉成团

văn₄ [汉] 闻 *đg* 听闻: văn kì thanh bất văn kì hình 闻其声不见其形

văn án *d* 文案

văn bài *d* 文卷, 文章

văn bản *d* 文本, 书面

văn bằng *d* 文凭

văn cảnh *d* 上下文, 语境

văn châm biếm *d* 小品文, 讽刺性文章

văn chỉ *d* 祭孔坛 (规模比孔庙小)

văn chức *d* 文职

văn chương *d* 文章

văn công *d* 文工团

văn dốt vũ dát 文不精武不通

văn đàn *d* 文坛: nức tiếng trên văn đàn 驰名文坛

văn gia *d* 作家, 文学家

văn giai *d* [旧] 小文官 (统称)

văn giáo *d* 文教

văn giở văn, võ giở võ ① 文武双全 ② 有求必应

văn giới *d* 文学界

văn hài *d* 纹鞋, 绣花鞋

văn hào *d* 文豪

văn hay chữ tốt 文笔好, 字也漂亮

văn hiến *d* 文献

văn hoa *d* 文华, 文采, 文雅

văn hoá *d* 文化

văn học *d* 文学: văn học dân gian 民间文学; văn học thành văn 成文文学; văn học truyền khẩu 口头文学

văn học sử *d* 文学史

văn khế *d* 文契

văn khoa *d* 文科

văn khố *d* 文库

văn kiện *d* 文件: văn kiện bí mật 秘密文件

văn lí *d* 文理: bất thành văn lí 文理不通

văn liệu *d* 文学资料

văn mặc *d* [旧] 文墨

văn miếu *d* 文庙

văn minh *d* 文明: văn minh tinh thần 精神文明

văn nghệ *d* 文艺: giới văn nghệ 文艺界; văn nghệ sĩ 文艺工作者

văn nghĩa *d* 文意

văn nghiệp *d* 写作生涯

văn ngôn *d* 文言

văn ngược *d* 倒装文法

văn nhã *t* 文雅

văn nhược *t* [旧] 文弱: văn nhược thư sinh 文弱书生

văn Nôm *d* 喃字作品 (用越南喃字写作的文学作品)

văn ôn võ luyện 习文练武; 文韬武略

văn phái *d* 文派, 文学派别

văn phạm *d* 文范, 文法, 语法: văn phạm tiếng Việt 越语语法

văn pháp *d* 文法

văn phẩm *d* 文学作品

văn phong *d* 文风

văn phòng *d* 办公室: văn phòng phẩm 办公用品

văn quan *d* 文官

văn sách *d* [旧] 科举文章

văn sĩ *d* 文士, 文学人士

văn tài *d* 文才: người có văn tài 有文才的人

văn tập *d* 文集

văn tế *d* 祭文

văn thái *d* 文采

văn thân *d* 文绅

văn thể₁ *d* (文章) 文体

văn thể₂ *d* 文艺和体育

văn thơ *d* 诗文

văn thư *d* ①文书，公文②秘书：phòng văn thư 秘书科③文秘工作

văn tinh *d* 文曲星

văn tuyển *d* 文选

văn từ *d* ①文庙②作家的风格

văn tự *d* ①文字②文契

văn uyển *d* 文苑

văn ước *d* 文约，文契

văn vắn *d* 短文

văn vần *d* 韵文，韵体文

văn vật *d* 文物：văn vật lịch sử 历史文物

văn vẻ *t* 书面的；文绉绉：Anh ấy ăn nói văn vẻ lắm. 他说话文绉绉的。

văn võ *d* 文武：văn võ kiện toàn 文武双全

văn xuôi *d* 散文

vằn *d* 花纹，斑纹：ngựa vằn 斑马 *đg*（眼）红，冒火：Mắt vằn lên tức tối. 气得眼睛都红了。

vằn thắn *d* 馄饨

vằn vèo *t* 弯弯曲曲，七拐八弯：Đường lên núi vằn vèo. 上山的路弯弯曲曲。

vằn vện *t*［方］有斑纹的，五彩缤纷：Bộ quần áo lính dù vằn vện như da hổ. 伞兵的斑纹服装像虎皮一样。

vằn vọc *đg* 拿，捏（水果）：Trái cây bị vằn vọc sẽ hư thối. 水果被捏来捏去的容易坏。

vằn vọt *đg* 掐弄，逗弄，逗玩：Đứa bé bị vằn vọt mệt đừ. 小孩子被逗玩累了。

vắn *t* 短：than vắn thở dài 长吁短叹

vắn tắt *t* 简短，简要：Nói vắn tắt vài câu. 简短说几句。

vắn vỏi *t* 短促

vắn xủn *t* 短短，短橛橛

vặn *đg* ①拧，扭：vặn máy 开动机器②盘诘，反驳：hỏi vặn 诘问；tìm mọi cách để vặn lại 想方设法反驳

vặn lại *đg* 反诘，反问，反驳

vặn vẹo *đg* ①扭来扭去，摆来摆去：Ngồi vặn vẹo trên ghế. 坐在凳子上扭来扭去。②掰来掰去，折来折去：Vặn vẹo chiếc mũ vả trong tay. 将手中的布帽折来折去。③盘问，诘问：Vặn vẹo mãi, nhưng cậu ấy đều trả lời được. 盘问了很久，但他都答得上来。*t* 弯曲，蜿蜒：đường lối vặn vẹo 道路蜿蜒曲折

vặn vọt *đg* ①扭紧，拧紧②诘问，盘问

văng$_1$ *d* 撑竿：cắm văng 支起撑竿

văng$_2$ *đg* ①抛，甩，撒：văng lưới 撒网②脱口而出：văng mấy câu thô tục 顺口说几句粗话 *p* 瞬间，马上：làm văng 立马就干

văng đơ *d* 售货员

văng mạng *t* 玩命的，拼命的，不顾后果的：chơi bời văng mạng 拼命地玩

văng tê *t* 搏命的，不顾一切的

văng tục *đg* 说粗话，说脏话

văng tục nói rác 满嘴脏话

văng vẳng *t*（响声）隐隐约约：tiếng hát văng vẳng đâu đây 隐隐约约传来歌声

văng vắng *t* 寂静，冷清

văng vên *đg* ①失去，丢失：Văng vên mất cái trục truyền của máy. 机器传动轴丢了。②坏了，丢掉，完了：Kì thi này bị văng vên. 这次考试考砸了。

vằng *đg* ①（牛用角）猛甩，顶：Con trâu vằng phải đứa bé toạc đầu. 牛甩头把小孩的头顶破了。②顶撞，争吵，拉扯：Uống rượu say rồi vằng nhau. 喝醉酒吵起来了。

vằng vặc *t*（月亮）明亮，皎洁：Ánh trăng vằng vặc như ban ngày. 月光明亮如白昼。

vẳng *đg*（远处）传来：Tiếng gọi từ xa vẳng lại. 叫声从远处传来。

vắng *t* ①不在位的，不在场的：đi vắng 外出②稀拉，冷清，静寂，萧条：vắng người 人很稀拉

vắng bặt *t* 杳然：tăm hơi vắng bặt 杳无音讯

vắng chúa nhà gà bươi bếp 山中无老虎猴子称大王

vắng khách *t* 顾客稀少的：Cửa hàng hôm nay

vắng khách lắm. 今天商店顾客很少。

vắng lặng *t* 沉寂, 静寂: Mấy hôm nay mặt biển vắng lặng. 这几天海面一片沉寂。

vắng mặt *đg* 不在场, 缺席

vắng mặt thì thiếu, có mặt thì thừa 缺之则少, 有之则多 (喻食之无味, 弃之可惜)

vắng ngắt *t* 寂静, 空无一人的: Buổi trưa mọi người về hết rồi sân trường vắng ngắt. 中午大家都回去了, 整个校园一片寂静。

vắng như chùa Bà Đanh 门可罗雀

vắng sao hôm có sao mai=vắng trăng có sao

vắng tanh *t* 空寂, 萧条, 凄清: Trời chưa tối, nhưng đường đã vắng tanh. 天还没晚, 路上已经很凄清了。

vắng teo *t* 荒僻, 凄清: Đã mười giờ rồi mà chợ còn vắng teo. 都十点钟了, 市场还那么冷清。

vắng tiếng *t* 无声无息, 匿声匿迹: Nó đã vắng tiếng mười mấy hôm nay rồi. 他已经匿声匿迹十多天了。

vắng tin *t* 音讯全无的: Vắng tin anh, em càng thấy bồn chồn. 没有你的消息, 我更加焦虑不安。

vắng trăng có sao 少了月亮还有星星 (喻人才多得是)

vắng vẻ *t* 静寂, 安静: canh đêm vắng vẻ 安静的夜晚

vắt₁ *d* 山蚂蟥

vắt₂ *d* 把, 团: một vắt cơm 一把饭

vắt₃ *đg* 拧, 扭, 挤, 绞: vắt chanh 挤柠檬汁; vắt sữa 挤奶

vắt₄ *đg* 挂, 搭: vắt áo lên vai 搭衣服到肩上

vắt chanh bỏ vỏ 鸟尽弓藏; 兔死狗烹

vắt chân chữ ngũ *đg* 跷二郎腿

vắt chân lên cổ 三步并作两步 (形容跑得很快)

vắt cổ chày ra nước 铁公鸡一毛不拔

vắt mũi chưa sạch 乳臭未干

vắt ngang *đg* 横搭着

vắt nước *đg* 脱水, 挤水

vắt nước không lọt tay 守财奴

vắt óc *đg* 绞尽脑汁: vắt óc suy nghĩ 绞尽脑汁地想

vắt sổ *đg* (制衣服时) 锁边: máy vắt sổ 锁边机

vắt va vắt vẻo=vắt vẻo

vắt vẻo *t* ①晃悠悠, 不稳固: Chiếc cầu tre vắt vẻo bắc qua dòng suối. 架在小溪上的竹桥摇摇晃晃的。Ngồi vắt vẻo trên ngọn cây. 晃悠悠地坐在树枝上。②垂的, 吊的, 耷拉的: Lúa đã vắt vẻo đuôi gà. 水稻已经垂穗了。③高高在上的, 不可一世的: Ngồi vắt vẻo trên công đường. 不可一世地坐在公堂上。

vặt *t* 零碎, 琐碎: ăn vặt 吃零食; tiền tiêu vặt 零花钱; chuyện vặt 琐事

vặt đầu vặt tai 抓头挠耳

vặt vãnh *t* 零碎, 琐碎: mua mấy thứ vặt vãnh 买一些零碎的东西; Chuyện vặt vãnh, chẳng đáng bận tâm. 小事一桩, 用不着介意。

vặt vạnh=vặt vãnh

vâm *d* 大象

vâm vạp *t* 大块头的, 强壮, 壮实: một chàng trai vâm vạp 壮实的小伙子

vân₁ [汉] 纹 *d* 纹路: vân đá 石纹; vân gỗ 木纹; vân chéo 斜纹

vân₂ [汉] 云, 芸

vân hương *d* [植] 芸香

vân mẫu=mi-ca

vân mòng *d* 踪迹, 消息: Dò tìm mãi, vẫn chưa thấy vân mòng gì. 寻找了很久, 也没有什么消息。

vân phòng *d* [宗] 云房

vân tay *d* 指纹

vân thê *d* 云梯

vân vân *d* ①始末, 原委: Kể hết vân vân sự tình. 把事情原委全说出来。②[口] 云云, 等等

vân vê *đg* 把玩，抚摸：vân vê mấy sợi râu 把弄胡须

vân vũ *d* 云雨

vân vụ *d* 云雾

vần₁ *d* 韵，诗韵，韵律：đánh vần 拼音；gieo vần 押韵；xếp theo vần 按音序排列

vần₂ *đg* ①挪移，翻移：vần tảng đá 挪大块石头②翻转，涌动：gió giật mây vần 风起云涌③影响不大，没关系（常用于否定句）：Bão lụt cũng chẳng vần gì. 洪涝也影响不大。Rét thế chứ rét nữa cũng chẳng vần gì. 就这么点冷算什么，再冷也没关系。

vần chân *d* 脚韵

vần chêm *d* 韵尾

vần chuyển *đg* 轮流，轮转

vần chữ cái *d* 字母表

vần công *đg* 轮转，换工

vần đeo *t* 很溜的，很顺的：nói vần đeo 说得很顺溜

vần lưng *d* 腰韵

vần ngược *d* ①[语] 元音后附辅音韵母（如"am, ăm, it"等）②逆韵

vần thơ *d* ①诗韵②诗句：mấy vần thơ chúc Tết 几首贺岁诗

vần vật=quần quật

vần vè *t* 押韵的，有韵调的

vần vò *đg* 翻揉：Bối rối, vần vò chiếc mũ trong tay. 很窘迫，不停地翻揉手中的帽子。

vần vũ *đg*（风云）涌动，翻滚：Mây đen vần vũ đầy trời. 满天乌云在翻滚。

vần vụ=vần vũ

vần xoay *đg* 循环，转回

vần xuôi *d* ①拼音（如"ba, be, bi"等）②顺韵

vẩn₁ *đg* 搞混，搅浑，掺杂：Đàn vịt làm vẩn bùn một góc ao. 鸭子把水塘一角的水搅浑了。

vẩn₂ *t* 胡乱，茫然（同 quần）：nghĩ vẩn 胡思乱想

vẩn đục *t* 混浊

vẩn vơ *t* 茫然，浮泛，漫无目的：Đi vẩn vơ ngoài đường. 在路上漫无目的地走。Vẩn vơ nghĩ những chuyện không đâu. 浮想联翩，信马由缰。

vẫn₁ *p* 仍然，依旧，还是：Cô ấy vẫn chờ anh ở văn phòng. 她还在办公室等你。Lòng tôi vẫn như xưa. 我心依旧。

vẫn₂ *đg* 刎：vẫn cổ 刎颈

vẫn hợp *t* 吻合的

vẫn thạch *d* 陨石

vấn₁ [汉] 问 *đg* 问，询：phỏng vấn 访问；tự vấn lương tâm 扪心自问

vấn₂ *đg* 卷，盘：vấn tóc 盘发；vấn điếu thuốc lá 卷烟

vấn an *đg* 问安，请安

vấn danh *đg* 换帖，问名：lễ vấn danh 问名礼（古代婚聘仪式之一）

vấn đáp *đg* 问答：thi vấn đáp 口试

vấn đề *d* 问题

vấn kế *đg* 问计：vấn kế trong dân 问计于民

vấn nạn *d*（社会性的）弊端，问题：Tham nhũng là một vấn nạn trong xã hội. 贪污腐败是社会弊病。

vấn tâm *đg* 自问：vấn tâm không thẹn 问心无愧

vấn vít *đg* 缠绕，纠缠

vấn vương=vương vấn

vận₁ [汉] 运 *d* 运气：vận đỏ 红运；gặp vận 走运

vận₂ [汉] 韵 *d* 韵（同 vần）：Câu thơ ép vận. 诗句很押韵。

vận₃ [汉] 运 *đg* 转运：vận chuyển 运输

vận₄ *đg* 穿：vận áo 穿衣服

vận₅ *đg* 揽，套，归：Gặp chuyện gì cô cũng vận vào mình. 遇什么事她都往身上揽。Đem chuyện nắng mưa vận vào chuyện đời. 晴天下雨的事也往命运上套。

vận ai nấy lo 各扫门前雪；各顾各的

vận cước *d* 运费

vận dụng *đg* 运用, 应用

vận động *d* 运动: vận động viên 运动员 *đg* 鼓动, 动员: vận động quần chúng 动员群众

vận đơn *d* 货运单, 托运单: vận đơn hàng không 空运单

vận hạn *d* 舛运, 背运

vận hành *đg* 运行: vòng vận hành của nền kinh tế thế giới 世界经济的运行周期

vận học *d* 音韵学

vận hội *d* ①时运, 运数: vận hội mở mang 时来运转②机遇: vận hội lịch sử 历史机遇

vận khí *d* 运气

vận mạng=vận mệnh

vận mệnh *d* 命运: vận mệnh của nhà nước 国家的命运

vận phí=vận cước

vận tải *đg* 运载, 运输: vận tải ô-tô 汽车运输

vận tốc *d* 运行速度, 航速

vận trù *đg* 运筹: vận trù học 运筹学

vận văn *d* 韵文

vận xuất *đg* 运出

vâng *đg* ①好的, 是, 遵命 (尊敬应诺之词): vâng vâng 唯唯诺诺②顺从

vâng dạ *đg* 应诺: Thấy người lớn gọi mà chẳng vâng dạ một tiếng. 听到大人喊也不应一声。

vâng lệnh *đg* 奉命, 遵命

vâng lời *đg* 答应, 听命, 听从: Nó chỉ vâng lời mẹ nó. 他只听他妈妈的话。

vâng vâng dạ dạ 唯唯诺诺

vầng *d* 晕, 半圆: vầng trăng 月晕

vầng dương *d* 太阳

vầng đông *d* 旭日

vấp *đg* ①磕, 绊, 碰②卡住, 停顿: Đọc rất trôi chảy, không vấp một chữ nào. 读得很流利, 一个字都没卡。

vấp chân *đg* 绊脚

vấp ngã *đg* 绊倒, 摔倒 (喻挫折): Bị vấp ngã trên đường đời. 人生道路上受挫。

vấp váp *đg* 受阻, 受挫: Đọc liền một mạch không hề vấp váp. 一口气无停顿读完的。*d* 难题, 挫折, 阻碍: những vấp váp trong công tác 工作中的挫折

vập *đg*(头) 撞击, 碰撞: vập đầu vào tường 用头撞墙; Ngã vập mặt xuống. 摔倒了, 脸碰到地上。

vất₁ *đg* 丢, 甩, 扔, 抛

vất₂ *t* 辛苦

vất va vất vưởng=vất vưởng

vất vả *t* 劳碌, 辛苦

vất vơ *đg* 浪荡, 流浪, 漂泊

vất vưởng *t* ①被丢弃的, 被弃置的: Chiếc máy bơm cũ nằm vất vưởng bên lề đường. 旧抽水机被弃置路边。②流浪, 漂泊: Sống vất vưởng nay đây mai đó. 生活漂泊不定。

vật₁ [汉] 物 *d* ①动物: thú vật 野兽; con vật 动物②物体, 物件, 物品: vật báu 宝物; của ngon vật lạ 奇珍异品

vật₂ *đg* ①摔跤, 扭打: xem đấu vật 看摔跤比赛②扑倒, 摔倒: Mệt quá, nằm vật xuống giường. 太累了, 一下扑倒在床上。③摔, 翻滚: vật mình than khóc 滚地大哭④倾, 歪: Gió vật ngọn cây. 风吹倒树。⑤(鱼) 产卵: mùa cá vật 鱼产卵的季节⑥宰: vật vò khao quân 宰牛犒军

vật₃ *đg* 拼搏, 搏斗, 较量: vật nhau với sóng gió 与风浪搏斗; đánh vật với bài toán 与数学题较量

vật bán dẫn *d* [理] 半导体

vật bất li thân 物不离身

vật cách điện *d* [电] 绝缘物, 绝缘材料

vật cản *d* 障碍物

vật cầm cố *d* 抵押品, 典当物

vật chất *d* 物质: văn minh vật chất 物质文明; đời sống vật chất đầy đủ 物质生活充裕

vật chủ *d* 物主

vật chứa *d* 容器

vật chứng *d* 物证

vật chướng ngại=chướng ngại vật

vật cổ *d* 文物，古物

vật dằn tàu *d* 船锭，锚锭

vật dẫn *d*[理] 导体：vật dẫn điện tốt 良导体

vật dễ cháy *d* 易燃物

vật dục *d* 物欲

vật dụng *d* 日用品：vật dụng hàng ngày 日常用品

vật dự trữ *d* 储存品，储藏品

vật đến keo trèo đến mái 有始有终

vật đổi sao dời 物换星移

vật giá *d* 物价：chỉ số vật giá 物价指数

vật hậu học *d* 物候学；自然学

vật hoá *d* 物化

vật hỗn hợp *d*[化] 混合物

vật hữu cơ *d* [化] 有机物

vật kết cấu *d*[建] 构件

vật khinh tình trọng 礼轻情重

vật kỉ niệm *d* 纪念品，纪念物

vật kiến trúc *d* 建筑物

vật kiện *d* 物件

vật kính *d* 物镜

vật liệu *d* 物资，材料：vật liệu xây dựng 建筑材料

vật lí *d* 物理 *t* 具有物理学性质的：tác động vật lí 物理作用；tính chất vật lí 物理性

vật lí hạt nhân *d* 核物理学

vật lí học *d* 物理学

vật lí khí quyển *d* 气象物理学

vật lí năng lượng cao *d* 高能物理学

vật lí phân tử *d* 分子物理学

vật lí sinh vật *d* 生物物理学

vật lí trái đất *d* 地球物理学

vật lí trị liệu *d* 理疗

vật lộn *đg* 挣扎，抗争，搏斗：vật lộn với bão gió 与风雨搏斗

vật lực *d* 物力

vật mang *d* 载体：vật mang thông tin 信息载体；vật mang năng lượng 能量载体

vật mẫu *d* 标本，样品

vật nài *đg* 苦求，央求：Vật nài mãi nó mới cho đấy. 央求了好久他才给的。

vật ngang giá *d* 等价物

vật nuôi *d* 家畜，家禽：chuyển đổi vật nuôi và cây trồng 转变种植养殖（结构）

vật phẩm *d* 物品

vật sản *d* 物产

vật sáng *d* 发光物

vật thể *d* 物体

vật tổ *d* 图腾

vật trong suốt *d*[理] 透明体

vật tư *d* 物资

vật tự nó *d*[哲] 自在物

vật vã *đg* ①打滚，翻滚，翻来滚去：Bệnh nhân vật vã trên giường. 病人在床上打滚。②挣扎，搏斗：Con tàu vật vã trong giông tố. 船在风暴中挣扎。

vật vật *t* 劳碌，艰辛：làm vật vật cả ngày 整天忙忙碌碌地干活

vật vô cơ *d* [化] 无机物

vật vờ *đg* 摇晃，晃动，飘摇：Ngọn cờ vật vờ theo gió. 旗子随风飘摇。*t* 漂泊，漂泊不定：Sống vật vờ đầu đường xó chợ. 过着流浪街头的生活。

vật xúc tác *d* [化] 触媒剂，催化剂

vầu *d*[植] 大笋竹

vẩu *t* 龅：răng vẩu 龅牙

vấu₁ *d* 爪：vấu hổ 虎爪；vấu diều hâu 鹰爪

vấu₂ *d* 平底土锅

vấu₃ *d* 节，支点：vấu tre 竹节

vây₁ *d* 鱼鳍，鱼翅：vây cá 鱼翅

vây₂ *đg* 围，包围，围困：vòng vây 包围圈；vây bắt 围捕；cờ vây 围棋；ngồi vây quanh đống lửa 围着火堆坐

vây₃ *t* 牛气的，自傲的，目中无人的：Thằng này vây lắm. 这家伙牛得很。

vây bọc *đg* 包围,围住: vây bọc bằng dây thép gai 用铁丝网围住

vây bủa *đg* 围捕: vây bủa tội phạm 围捕罪犯

vây cánh *d* 党羽,帮派,羽翼

vây ép *đg* 围逼

vây hãm *đg* 围困

vây ráp *đg* 围捕,搜捕

vây săn *đg* 围猎

vây vo *đg* 逞强,炫耀: Chị ấy hay vây vo với bạn bè. 她喜欢在朋友面前炫耀。

vây quét *đg* 围剿,扫荡: chống vây quét 反围剿

vầy₁ *đg* 搅动,玩弄,踩踩: vầy nước 玩水; Đám cỏ bị trâu vầy nát. 草地被牛踩烂了。

vầy₂ *đg* 团聚,团圆: vui vầy 欢聚

vầy₃ *d* 此,斯,这: làm như vầy 这样做

vầy vậy *t* 马马虎虎(过得去),一般般: Công việc vẫn vầy vậy thôi. 工作还马马虎虎过得去。

vầy vò *đg* 把玩,把弄: vầy vò đất cát suốt ngày 整天玩泥沙

vẩy₁ *d* 鳞片

vẩy₂ *đg* 甩,洒: Vẩy nước rồi quét nhà cho đỡ bụi. 洒过水再扫,灰尘少一些。

vẫy *đg* 摇,招,挥: vẫy cánh 振翼; vẫy tay 招手

vẫy gọi *đg* 召唤,催促: tương lai vẫy gọi 未来在召唤

vẫy vùng *đg* 自由翻腾,纵横,扑腾: Nước giếng trong con cá nó vẫy vùng. 鱼在清澈的井水里自由翻腾。

vấy *đg* ①沾上,粘上: Quần áo vấy bùn. 衣服沾了污泥。②推卸,推脱: đổ vấy trách nhiệm 推卸责任

vấy vá *đg* ①沾污: Chân tay mặt mũi vấy vá bùn đất. 全身上下都沾满泥土。②胡诌,胡乱做,随便做: làm vấy vá cho xong chuyện 胡乱做了事

vậy *đ* 这,此: như vậy 如此; Nói sao làm vậy. 怎么说就怎么干。*k* 因此,所以,那么(置于句子或分句之首): vậy thì 那就; Vậy anh tính sao? 那你有什么打算? *tr*(置于句末,表示只好如此之意): Việc này nhờ anh vậy. 这件事就拜托你了。Hàng xấu, nhưng cũng đành phải mua vậy. 东西不好,但也只好买了。

vậy mà *k* 然而,却: Ai cũng biết, vậy mà nó còn chối. 每个人都知道,然而他还狡辩。

vậy ôi *tr* 啊,呀,哟(用于句末,表示惋惜的语气): Đau đớn lắm vậy ôi! 多么痛苦啊!

vậy ra *k* 原来,这么说: Vậy ra là anh cái gì cũng không biết à? 这么说你什么都不懂啊?

vậy thay *tr* 呀,啊(用于句末,表示肯定语气): Thương vậy thay! 多可怜啊!

vậy thì *k* 那么,那只好: Đắt quá, vậy thì thôi không mua. 太贵了,那就别买了。

vậy vay *tr* 是吗,是吧(用于句末,表示肯定语气的发问): Người như thế thật đáng phục vậy vay? 这样的人真值得佩服,是吧?

ve₁ *d* 蝉

ve₂ *d* 牛和狗身上的蜱

ve₃ *d* 眼睑上的小疤

ve₄ *d* 小瓶子,小壶: ve rượu 酒壶

ve₅ *d* 衣领: áo ve to 大翻领衣服

ve₆ *đg* 调戏: ve gái 泡妞

ve₇ *t* 嫩绿色的,浅绿色的

ve áo *d* 翻领

ve bầu *d* 黑蝉

ve chai *d* 破烂,烂铜烂铁: hàng ve chai 废旧商品店

ve chó *d* 狗蜱

ve sầu *d* 蝉,知了

ve trâu *d* 牛蜱

ve văn *đg* 调戏,勾引

ve vẩy *đg* 摇晃：Con chó ve vẩy đuôi. 小狗摇晃尾巴。

ve ve [拟] 喳喳，嗡嗡（知了叫或小昆虫拍打翅膀的声音）

ve vuốt *đg* 抚摸：người mẹ ve vuốt bàn tay con 母亲轻抚孩子的手

vè₁ *d* 水位标尺：cắm vè 插上标尺

vè₂ *d* 车轮挡板

vè₃ *d* 分枝，分权：chia vè 分权

vè₄ *d* 顺口溜

vè₅ *đg* 靠近，挨近：Xuồng vè vô bờ. 小船靠岸。

vè₆ *đg* 瞟：vè mắt nhìn trộm 瞟了一眼；Đôi mắt cứ vè vè nhìn. 两只眼睛骨碌碌地到处看。

vè văn *d* 快板

vè vè [拟] 嗡嗡

vẻ *d* 样子，神态，表情：mỗi người một vẻ 神态各异

vẻ mặt *d* 面容，外表

vẻ vang *t* 光辉，光荣，光彩：sự nghiệp vẻ vang 光辉的事业

vẽ₁ *đg* ①绘，画：vẽ tranh 绘画②指出：vẽ đường 指路③（没事）找事，来事，多事：Mày chỉ khéo vẽ. 你就会来事。Vẽ, quà với cáp làm gì. 多事，送什么礼呢。

vẽ₂ *đg* 剥开：vẽ bắp ngô 剥玉米粒

vẽ chân rắn, giặm lông lươn ①画蛇添足②没事找事

vẽ chuyện *đg* 多事，出花样：Đừng có vẽ chuyện. 不要多事。

vẽ đường cho hươu chạy 为虎作伥

vẽ hổ ra chó 画虎不成反类犬

vẽ hùm dễ, vẽ xương khó 画虎画皮难画骨，知人知面不知心

vẽ hùm thêm cánh 为虎添翼

vẽ kiểu *đg* 设计，打样

vẽ mày vẽ mặt 涂脂抹粉

vẽ mặt *đg* 粉饰，粉墨

vẽ mẫu=vẽ kiểu

vẽ mô-típ *đg* 构图

vẽ phác *đg* 打底稿，画草图

vẽ rắn thêm chân 画蛇添足

vẽ thập ác *đg* [宗] 画十字

vẽ trò=vẽ chuyện

vẽ voi *đg* 乱画乱涂，涂鸦

vẽ vời *đg* ①绘画：cũng biết vẽ vời đôi chút 也略懂绘画②描绘，添彩，搞花样：thích phô trương vẽ vời 喜欢铺张搞花样

vé *d* ①票：vé tàu 船票（火车票）；vé máy bay 飞机票② [口] 一百美元

vé nằm *d* 卧铺票

vé ngồi cứng *d* 硬座票

vé khứ hồi *d* 双程票，往返票

vé xổ số *d* 彩票

vé tháng *d* 月票

véc-ni (vecni) *d* 清漆

véc-tơ (vector) *d* [数] 向量，矢量：bán kính véc-tơ 辐距

vẹc *d* 长尾猴

vẹc-xê *đg* 上缴，纳入

vẹm *d* 蚌

ven₁ *d* 边缘：ven đường 路边；ven sông 河边 *đg* 沿着：ven theo 沿着

ven₂ (vein) *d* 静脉：tiêm ven 静脉注射

ven theo *đg* 沿着：đi ven theo sườn đồi 沿着山坡走

vẻn vẹn *t* 仅有的：Tôi chỉ có vẻn vẹn hai đồng. 我仅有两元钱。

vén *đg* ①卷起，拉起：vén tay áo 卷起衣袖②盘起，拢起：vén tóc 盘头发③整，收拾：Bát đũa ăn xong, chẳng buồn vén lại. 吃完饭都懒得收拾碗筷。

vén màn *đg* 揭幕，开幕：trận vén màn（体育比赛）揭幕战

vén ót *đg* ①往后盘发：chải vén ót 盘头②修发根：hót vén tóc 修发根③收拾，干掉：lừa dịp vén ót đối phương 趁机收拾对方

vẹn *t* ①尽，全：vẹn đạo làm con 尽儿女之责 ②完整无缺，完全，完美

vẹn cả đôi bề 两全其美

vẹn nguyên *t* 原样的

vẹn toàn *t* 完全，完美，圆满：trung hiếu vẹn toàn 忠孝两全；hạnh phúc vẹn toàn 幸福完美

vẹn vẽ *t* 完美，完满

veo₁ *p* 空落落，光光：bụng đói veo 肚子空空；tiêu veo cả tiền 花光了钱

veo₂ [拟] 嗖嗖：Đạn bay veo qua tai. 子弹嗖嗖地从耳边掠过。

veo veo *t* 飞快：Thuyền lướt veo veo trên sông. 船在江面上飞快地滑行。

vèo *p* 一下子，一刹那：Lá khô vừa cho vào lửa đã cháy vèo. 干树叶一放到火里就烧光了。*đg* 掠过，飞过：Đạn vèo qua bên tai. 子弹在耳边飞过。

vèo vèo [拟] 嗖嗖

vẻo *d* 端，尖头：vẻo núi 山头；vẻo tre 竹尖

véo *đg* 捏，掐：Tức quá, nó véo cho bạn một cái thật đau. 太气人了，他在朋友身上狠狠地掐了一把。

véo vó *t* 歪歪扭扭

véo von *t* 清脆：tiếng chim hót véo von 清脆的鸟叫声

vẹo *t* 偏，斜，扭歪：Đi vẹo người. 走路时人往一边歪。Con lừa thồ nặng, vẹo cả lưng. 驴驮的东西太重了，腰都扭歪了。

vẹo ne *t* 歪斜，弯曲：cây thước vẹo ne 弯弯的尺子

vẹo ngoe=vẹo ne

vẹo vọ *t* 歪扭，不平衡：ngồi vẹo vọ 歪歪扭扭地坐着；bàn ghế vẹo vọ 歪歪斜斜的桌椅

vét₁ *d* 西服：áo vét nữ 女式西服

vét₂ *đg* ①挖，掏：vét sông 疏浚河道②搜刮：Vét hết tiền trong túi. 兜里的钱都被搜光了。

vét đĩa *t* 最差劲的：đồ vét đĩa 最差的东西

vét-tông (veston) *d* 男士西装外套

vét túi đổ rương 翻箱倒柜

vét voi *đg* 搜刮：vét voi hết chẳng trừ thứ gì 搜刮一空

vét-xi (vetxi) *d* 球胆，笔囊

vẹt₁ *d* [动] 鹦鹉：học vẹt 鹦鹉学舌

vẹt₂ *d* [植] 红树

vẹt₃ *t* 磨损：Giầy vẹt gót. 鞋跟被磨平了。

vẹt₄ *đg* ①拨开，散开：vẹt cỏ mà đi 拨开草赶路②溅开：Tàu chạy nhanh nước vẹt ra hai bên. 船跑得快，水往两边溅。

vê *đg* 搓，捻，卷：vê điếu thuốc 卷一支烟；vê sợi chỉ 捻线

vê-no-nan *d* [化] 佛罗拿，巴比妥

về *đg* 回，返，归：về nhà 回家 *k* ①往，向：từ nay về sau 从今往后；nhìn về bốn phía 环顾四周②关于：về nghệ thuật truyền thống 关于传统艺术 ③因：Ông ta chết về bệnh lao. 他因患肺结核而死。

về chầu âm phủ 到阴曹地府去了（喻死亡）

về chầu ông vải 去见祖宗了（喻死亡）

về già *đg* 到老，垂老，岁暮：Nuôi thằng con trai để về già còn nơi nương tựa. 养儿子以便老时有依靠。

về quê *đg* 回乡，归省

về sau *p* 以后，往后，日后：Từ nay về sau con sẽ không làm thế nữa. 从今以后我再也不这么做了。

về số *d* (汽车等）降速，回挡

về trời *đg* 归天

về vườn *đg* 归隐田园

vế *đg* 垂钓

vế *d* ①股，大腿上的肉②联，（词）阕：ra một vế đối 出一个上联③势力：mạnh vế 强势；lép vế 弱势

vế câu *d* (句子的) 半句

vế dưới *d* (对联的) 下联

vế đùi *d* 大腿

vế trên *d* (对联的) 上联

vệ₁ *d* 边缘: vệ hè 人行道; vệ sông 河岸

vệ₂ [汉] 卫 *d* ① [旧] 卫 (古代军队的一种编制单位, 约 500 人) ② [旧] 卫国军: vệ quốc quân 卫国军

vệ binh *d* 卫兵

vệ đội *d* 卫队

vệ quốc *đg* 卫国

vệ sĩ *d* 卫士

vệ sinh *d* 卫生: phong trào vệ sinh yêu nước 爱国卫生运动 *t* 清洁, 卫生: Đồ ăn ở đây rất vệ sinh. 这里吃的东西很卫生。 *đg* ① 如厕, 解手: Tôi đi vệ sinh cái đã. 我上一下厕所。② 搞卫生: Sáng dậy phải vệ sinh răng miệng. 早晨起来要搞口腔卫生。

vệ sinh viên *d* 卫生员

vệ thân *đg* 护身

vệ tinh *d* 卫星: vệ tinh nhân tạo 人造卫星; một thành phố vệ tinh của thủ đô 首都的一个卫星城

vệ uý *d* [旧] 卫尉

vếch *đg* 掀起, 翘起, 仰起: vếch mặt 仰脸

vếch vạc *t* 歪斜

vên *d* ①锹, 铲子②机器传送轴

vên vên = chò

vện *t* ①花斑的: chó vện 花斑狗②有裂纹的: cái chén vện 有裂纹的杯子

vênh *đg*; *t* ①翘起: tấm ván vênh 木板翘起来②仰起, 昂起 (高傲的姿态): vênh mặt 昂着头; vênh mày vênh mặt 趾高气扬

vênh như bánh đa phải lửa *t* 七翘八凸的

vênh vác *t* 高傲, 傲慢

vênh vang *t* 目中无人, 趾高气扬

vênh váo *t* ①翘起的, 不平的: Mấy tấm ván phơi ngoài trời vênh váo cả. 几块木板晒在外边都翘了。②趾高气扬: đi vênh váo ngoài đường 在路上大摇大摆地走

vênh váo như khố rợ phải lấm 七扭八歪; 这里鼓那里凹的

vênh vênh *t* ①有点翘的②满脸自负的

vênh vênh váo váo = vênh váo

vểnh *đg* 竖起: vểnh tai 竖起耳朵

vểnh cưỡng *t* 蛮横无理

vểnh váng *t* 晕眩

vết *d* 痕迹, 印迹, 瑕疵: vết chân 足迹; bới lông tìm vết 吹毛求疵

vết chàm *d* 胎记

vết dơ = vết nhơ

vết mực *d* 墨迹

vết nhơ *d* 污点: vết nhơ trong cuộc đời sinh 生活的污点

vết thương *d* 伤痕, 创伤: vết thương chiến tranh 战争创伤

vết tích *d* 痕迹, 踪迹

vệt *d* 擦痕, 印子: vệt bánh xe 车辙

vệt đen *d* 黑点, 黑印

vêu₁ *t* 发愣, 发呆: Ngồi vêu cả ngày chẳng bán được hàng. 整天呆坐, 一件货品都没卖出去。

vêu₂ *t* 消瘦: đói vêu mõm 饿得脸都瘦了

vêu vao *t* (脸) 消瘦, 憔悴: Mặt mũi vêu vao như người ốm đói. 病恹恹的满脸消瘦憔悴。

vều *t* (嘴唇) 肿起, 鼓起: Ngã vều môi. 摔跤把嘴巴都摔肿了。

vếu *t* 隆起的, 肿起的: cong vếu 翘棱

vi₁ [汉] 围 *d* [旧] 围场 (科举时的小考场): Trường thi chia làm bốn vi. 考场分成四个小围场。

vi₂ *d* 鱼鳍 (同 vây): vẽ rồng ai vẽ được vi 画虎画皮难画骨

vi₃ [汉] 微, 违

vi ánh = kính hiển vi

vi ẩn *đg* 隐匿, 隐藏, 隐蔽

vi ba = vi sóng

vi bạc *t* 微薄

vi bội *đg* 违背

vi cảnh *đg* 违反交规

vi chất *d* 微量元素

vi-da(visa) *d* 签证

vi diệu *t* 微妙

vi điện tử *d* 微电子: vi điện tử học 微电子学

vi-đê-ô(video) *d* 放像机; 录像机, 录像: xem vi-đê-ô 看录像

vi-đê-ô cát-xét(video cassette) *d* 录像机

vi hành *đg* 微服出行

vi hoà *đg*[旧] 微恙

vi huyết quản *d* 微血管

vi khí hậu *d* 小气候, 小环境

vi khốn *đg* 围困: bị vi khốn trong ba ngày đêm 被围困三天三夜

vi khuẩn *d* 细菌

vi kì *d* 围棋

vi-la(villa) *d* 别墅

vi lệnh *đg* 违令

vi lí *đg* 违理; 没道理

vi lô *d* [植] 芦苇

vi lượng *d* 微量: nguyên tố vi lượng 微量元素

vi mạch *d*[电] 超微电路: bảng vi mạch 电脑主板

vi mô *d* 微观: thế giới vi mô 微观世界

vi nã *đg* 围捕, 围捉

vi nấm *d* 微生物菌

vi-ni-lông(vinylon) *d* 维尼龙

vi-ô-lông(violon) *d* [乐] 小提琴

vi-ô-lông-xen(violoncelle) *d* [乐] 大提琴

vi phạm *đg* 违犯, 违反: vi phạm hiệp định 违反协定

vi phản *đg* 违反

vi pháp *đg* 违法: những hành vi vi pháp 违法行为

vi phân học *d* [数] 微分学

vi phẫu thuật *d* 显微镜手术

vi phim *d* 缩微胶卷

vi-rút(virus) *d* 病毒: vi-rút máy tính 计算机病毒

vi sinh vật *d* [生] 微生物

vi sóng *d* [理] 微波: lò vi sóng 微波炉

vi-ta-min(vitamin) *d* [医] 维生素

vi tế *t* 微细, 微小

vi thành *d* 小小诚意, 小小心意: Gọi là có chút vi thành, mong ngài nhận cho. 小小心意, 敬请笑纳。*đg* 孝敬, 意思意思 (指贿赂): Không có gì vi thành quan thì việc này không xong đâu. 没有什么"孝敬"当官的, 这件事是不可能了结的。

vi tích *d* [数] 微积

vi tiện *t* 微贱

vi tính *d* 微机, 电脑: máy vi tính 电脑

vi trùng *d* [医] 微生物, 细菌

vi trùng bệnh *d* [医] 病菌

vi ước *đg* 违约

vi vơ *đg* 沾到, 触摸: chẳng hề vi vơ một tí tẹo 从来不沾

vi vu *t* ① (风) 萧萧, 悠悠, 轻轻: gió thổi vi vu 风轻轻吹 ② 自在, 逍遥: Làm một chuyến vi vu vào Nam. 去南方逍遥一趟。

vi vút *t*(拟) (风) 飕飕, 呼呼

vi-xcô(visco, viscos, viscose) *d* 纤粘胶

vi xử lí *đg* 处理

vì₁ *d* 一颗, 一位, 一名: những vì sao lấp lánh 闪烁的星星

vì₂ *d* 道, 排: một vì tường 一道墙

vì₃ *đg* 迁就, 看在 (面子上): nể vì mặt cụ già 看在老人的面子上

vì₄ *k* 因为, 为了: Vì vội nên hỏng việc. 因为太急所以坏事。

vì cầu *d* 桥梁

vì chống *d* 支架, 撑架

vì đâu *k* 为何, 因何, 何故: Vì đâu anh phải nói thế? 你为何这么说?

vì kèo *d* 房梁

vì nể *đg* 看面子, 留情面: Vì nể tình bạn bè nên thôi. 看在朋友的情面上所以作罢了。

vì sao=tại sao

vì thế *k* 因此，所以：Không đi học, vì thế không làm được bài. 不去上学，所以不会做作业。

vì vậy=vì thế

vỉ *d* ①一板：mua hai vỉ cúc bấm 买两板暗扣；mỗi vỉ sáu viên thuốc 每板六颗药②竹垫子

vỉ buồm *d* 苇席

vỉ ruồi *d* 蝇拍

vĩ [汉] 伟，纬，尾

vĩ đại *t* 伟大

vĩ độ *d*[地] 纬度

vĩ mô *d* 宏观：thế giới vĩ mô 宏观世界；kinh tế vĩ mô 宏观经济

vĩ nghiệp *d* 伟业：gây dựng vĩ nghiệp 建立伟业

vĩ nhân *d* 伟人

vĩ quan *t* 壮观

vĩ tài *d* 宏才

vĩ tố=hậu tố

vĩ tích *d* 丰功伟绩

vĩ tuyến *d* 纬线

ví₁ *d* 皮夹，钱包：ví tiền 钱包

ví₂ *đg* 比喻，比方；对比

ví₃ *đg* 捆边：khăn xanh có ví hai đầu 两头捆边的绿围巾

ví₄ *k* 比如，例如：ví như hôm qua chẳng hạn 比如像昨天那样

ví bằng *k* 如果，要是，倘若，若是：Ví bằng thú thật cùng ta, cũng dung kẻ dưới mới là lượng trên. 倘若如实招供来，上方大肚亦宽容。

ví dầu=ví dù

ví dù *k* 假如，倘若，就算是：Làm con đâu dám cãi cha, ví dù ngàn dặm đường xa cũng đành. 做孩子的哪敢和父亲争吵，就算是父亲叫走千万里路也不敢抗命。

ví dụ *k* 比如，例如 *d* 例子：Xin anh cho thêm một ví dụ. 请你再举一个例子。

ví đầm *d* 提包，挎包

ví như 比如，比作：Con gái được ví như bông hoa. 女孩被比作花朵。

ví phỏng *đg* 比方：Ví phỏng nó không đến thì sao? 比方说他不来怎么办？

ví thử *k* 假使，就说是：Ví thử là dại, một mình mình dại chứ cả làng này người ta dại à? 就说是笨吧，自己一个人笨难道整个村的人都笨吗？

ví von *đg* 打比方

vị₁ [汉] 位 *d* 位，位置：các vị 各位；địa vị 地位；cương vị 岗位

vị₂ [汉] 胃 *d* 胃：thuốc bổ vị 补胃药

vị₃ [汉] 味 *d* ①味道：vị thơm 香味；vị cay 辣味②味（药方）：một vị thuốc 一味药

vị₄ [汉] 为 *k* 为了：Vị tình vị nghĩa, ai vị đĩa xôi đầy. 为情为义，谁为一碟糯米饭而来？

vị₅ [汉] 未，谓

vị cây dây leo 因树识藤（比喻人事互相关联）

vị chi [口] 谓之，即是：Năm với năm vị chi mười. 五加五即十。

vị chủng *t* 本民族主义的，民族本位主义的：tư tưởng vị chủng 民族本位主义思想

vị dịch *d* 胃液

vị định *đg* 未定：số vị định 未定数

vị giác *d* 味觉

vị hôn *d* 未婚：vị hôn phu 未婚夫；vị hôn thê 未婚妻

vị kỉ *t* 为己的，利己的：lòng vị kỉ 私心

vị liệu *d* 调味料

vị lợi *t* 唯利是图的：Hắn là một kẻ vị lợi. 他是个唯利是图的家伙。

vị nể=vì nể

vị ngã *t* 利己主义的，以自我为中心的

vị ngữ *d* 谓语

vị nhân *t* 为他人着想的

vị quan *d* 味觉器官

vị sao *d* 星辰：những vị sao trên trời 天上的

星辰

vị tất *p* 未必：Anh ấy vị tất đã đến. 他未必已经来了。

vị tha *t* 为他的，为他人着想的

vị thành niên *t* 未成年的：người vị thành niên 未成年人

vị thế *d* 地位：có vị thế cao trong xã hội 有崇高的社会地位；vị thế dân tộc 民族地位

vị toan *d* 胃酸

vị trí *d* ①位置：vị trí địa lí 地理位置② (社会) 地位：vị trí trong xã hội 社会地位

vị từ *d* 谓语词

vị tự *d* [数] 同位数

vị tướng *d* [无] 相位

vị vong *d* 未亡人，寡妇

vìa *đg* [方] 回，归：vìa nhà 回家

vỉa₁ *d* 边：vỉa đường 路边

vỉa₂ *d* (越南嘲戏入主调前的) 调子：vỉa nồi niêu "砂锅" 调

vỉa₃ *d* [矿] 层面：vỉa quặng 矿层

vỉa cụt *d* [矿] 断层

vỉa hè *d* 人行道，便道

vỉa kẹp *d* 夹矸

vỉa than *d* 煤层

vía *d* ①魂魄：mất hồn mất vía 失魂落魄；ba hồn bảy vía 三魂七魄②命相：lành vía 吉相；xấu vía 凶相③灵符，护身符：Buộc chỉ tay làm vía. 在手上绑根丝线作护身符。④招魂幡：cờ vía 招魂幡

vía van *d* 鬼魂：gọi vía gọi van 招魂招鬼

vích₁ *đg* 掀，扬，溅：Vích bùn văng tứ tung. 泥巴被溅得到处都是。

vích₂ *d* [动] 海鳖

vích đốc *đg* 跷二郎腿

video (vi-đê-ô) *d* 录像机

việc *d* ①工作，事情，事务：làm việc 做事②(作冠词，使动词名词化)：việc phân phối vốn 资金分配

việc bé xé ra to 小题大做

việc đã rồi 已成定局，事情已至此

việc gì *k* 干吗，没必要，犯不着：Việc gì phải làm hộ nó? 干吗要帮他做？

việc hình *d* [旧] 刑事

việc hộ *d* [旧] 民事

việc làm *d* ①工作：tìm việc làm 找工作②行动，所做的事：Ông ấy rất hài lòng việc làm của anh. 他对你所做的事很满意。

việc nhà thì nhác việc chú bác thì siêng 不管自家门前雪，却管他人瓦上霜

việc như cơm bữa 家常便饭 (喻经常发生)

việc to chớ lo tốn 做大事莫怕花钱

việc trâu trâu lo, việc bò bò liệu 各司其职，各行其是

việc vua việc quan *d* 国家大事；公家事

viêm [汉] 炎 *d* 炎症

viêm bang *d* 炎热之地，酷热之地

viêm dạ dày *d* 胃炎

viêm khớp xương *d* 关节炎

viêm lương *d* 炎凉：thói đời viêm lương 世态炎凉

viêm nhiễm *đg* 发炎，感染

viêm nhiệt *t* 炎热：mùa viêm nhiệt 炎热的季节

viêm thận *d* 肾炎

viêm trung nhĩ *d* 中耳炎

viêm tuyến sữa *d* 乳腺炎

viêm tử cung *d* 子宫肌炎

viên₁ *đg* 搓圆：Hai tay viên hòn đất cho tròn vào. 两手把泥巴搓圆。

viên₂ [汉] 园 *d* 园：công viên 公园

viên₃ [汉] 员 *d* ①员：nhân viên 工作人员②粒，颗，丸：thuốc viên 药丸；một viên gạch 一块砖

viên cầu *d* 圆球，圆形：hình viên cầu 圆球形

viên chu *d* 圆周：viên chu suất 圆周率

viên chức *d* 职员，公务人员，员工：công nhân viên chức 职工；thi viên chức 公务员考试

viên giác *đg* [宗] 圆觉

viên hầu *d* 猿猴

viên hoạt *t* 圆滑

viên hồ *d* [数] 圆弧

viên kính *d* [数] 圆径, 直径

viên mãn *t* 圆满, 满意: kết quả viên mãn 圆满的结果; nụ cười viên mãn 满意的笑容

viên ngoại *d* [旧] 员外

viên nhộng *d* [医] 胶囊, 胶丸

viên quang *d* [宗] 圆光

viên thông *đg* [宗] 圆通

viên tịch *đg* [宗] 圆寂

viên trụ thể *d* 圆柱体

viền *đg* (衣服) 钩边, 锁边

viển vông *t* 虚幻, 缥缈, 漫无边际: câu chuyện viển vông 无稽之谈

viễn [汉] 远 *t* 远: kính viễn 远视镜

viễn ảnh *d* 远景, 远影

viễn biệt *đg* 远别, 别离

viễn cảnh *d* 远景: qui hoạch viễn cảnh 远景规划

viễn chí *d* [药] 远志

viễn chinh *đg* 远征: quân viễn chinh 远征军

viễn cổ *t* 远古: thời kì viễn cổ 远古时代

viễn du *đg* 远游: khách viễn du 远客

viễn dương *d* 远洋: tàu viễn dương 远洋轮船

viễn đại *t* 远大: chí hướng viễn đại 远大志向

Viễn Đông *d* 远东

viễn khách *d* 远客

viễn kính *d* 望远镜

viễn lự *đg* 远虑

viễn phương *d* 远方

viễn tâm lực *d* 离心力

viễn thám *đg* 远探, 遥感探测: viễn thám mặt trăng 遥感探测月球

viễn thị *t* 远视的

viễn thông *d* 远程通信, 电信: công ti viễn thông quốc tế 国际电信公司

viễn tiêu *d* 瞭望塔, 观察哨: trạm viễn tiêu 观察哨

viễn tưởng *t* 幻想的: truyện khoa học viễn tưởng 科幻故事

viễn vọng *đg* 远望, 遥望: kính viễn vọng 望远镜; viễn vọng tương lai 远望未来

viễn xứ *d* 远方: lá thư từ viễn xứ 远方来信

viện₁ [汉] 院 *d* 院, 所: Anh ấy làm việc tại Viện Khoa học xã hội Trung Quốc. 他在中国社会科学院工作。

viện₂ [汉] 援 *đg* 援: cứu viện 救援

viện bảo tàng *d* 博物院, 陈列馆, 文物馆

viện binh *d* 援兵

viện chứng *đg* 引证, 援引, 引据

viện cớ *đg* 借故, 推故: Đã mời anh ấy, nhưng anh ấy viện cớ không đến. 已邀请他了, 但他借故不来。

viện dẫn *đg* 援引, 引用: viện dẫn sách kinh điển 引用经典著作.

viện đô sát *d* 都察院

viện hàn lâm *d* 翰林院; 科学院

viện kiểm sát *d* 检察院

viện nghiên cứu *d* 研究院

viện phí *d* 住院费

viện quí tộc *d* 贵族院 (即英国的上议院)

viện sĩ *d* 院士

viện thẩm mĩ *d* 美容院

viện trợ *đg* 援助: viện trợ kinh tế 经济援助; viện trợ quân sự 军事援助; viện trợ không hoàn lại 无偿援助

viện trưởng *d* 院长

viện Văn học *d* 文学院

viếng *đg* ①访, 探: thăm viếng 拜访 ②凭吊

viếng mộ *đg* 祭墓, 谒陵, 谒墓

viếng thăm *đg* 探访, 访问: viếng thăm nước láng giềng 访问邻国

viết *đg* 写, 著: viết chữ 写字; viết sách 著书 *d* 笔杆子: cây viết 作家

viết chì *d* 铅笔

viết dáp *đg* 拟稿,打草稿

viết hoa *đg* (字母) 大写

viết lách *đg* 抄抄写写: Gần đây không viết lách gì cả. 近来什么都没写。

viết ngoáy *đg* 写字潦草,写字不工整

viết nháp=viết dáp

viết tay *đg* 手写: tài liệu viết tay 手写材料

viết tắt *đg* 缩写, 简写: chữ viết tắt 简体字

viết thảo *đg* 草书: Anh viết thảo quá, tôi không đọc được. 你写得太潦草了,我辨认不出。

viết thường *đg* (字母) 小写

việt₁ *d* 越南的简称 (大写): nước Việt 越南

việt₂ [汉] 粤: phương ngôn Việt của tiếng Hán 汉语的粤语方言

việt dã *đg* 越野

Việt gian *d* 越奸

Việt hoá *đg* 越南化: quá trình Việt hoá các từ ngữ mượn Hán 汉语借词的越南化过程

Việt kiều *d* 越侨

Việt ngữ *d* 越语

Việt văn *d* 越文

việt vị *đg* [体] 越位

vịm *d* 瓷罐

vin *đg* ①拉,拽: vin cành hái quả 拽树枝下来摘果子②赖,借故

vin cớ *đg* 借口,借故

vin-la=vi-la

vin lẽ=vin cớ

vin theo *đg* 依据, 援例

vịn *đg* 扶: tay vịn 扶手

vinh [汉] 荣 *t* 光荣: Chết vinh còn hơn sống nhục. 光荣地死去胜过耻辱地活着。

vinh diệu *t*; *d* 荣耀,体面

vinh dự *t*; *d* 荣幸, 荣誉: lấy làm vinh dự 觉得很荣幸; niềm vinh dự lớn lao 莫大的荣誉

vinh hạnh *t* 荣幸: Rất vinh hạnh quen biết ông. 很荣幸认识您。*d* 有幸, 荣幸: Được đón

tiếp các vị là vinh hạnh của chúng tôi. 能接待各位是我们的荣幸。

vinh hoa *t* 荣华: vinh hoa phú quí 荣华富贵

vinh nhục *t* 荣辱: vinh nhục có nhau 荣辱与共

vinh quang *t*; *d* 荣光, 光荣: lao động là vinh quang 劳动光荣

vinh qui *đg* 荣归: vinh qui bái tổ 荣归故里

vinh thăng *đg* 荣升

vinh thân phì gia 荣身耀祖; 光宗耀祖

vinh váo=vênh váo

vĩnh biệt *đg* 永别

vĩnh cửu *t* 永远, 永久: tình yêu vĩnh cửu 永远的爱

vĩnh hằng *t* 永恒: người bảo vệ vĩnh hằng cho tình yêu 爱情的永恒守护者

vĩnh quyết *đg* 永诀 (喻死去)

vĩnh tồn *t* 永存, 长存: tình hữu nghị vĩnh tồn 友谊长存

vĩnh viễn *t* 永远, 永久: nền hoà bình vĩnh viễn 永久的和平

vịnh₁ *d* 海湾: Vịnh Bắc Bộ 北部湾

vịnh₂ [汉] 咏 *đg* 咏: ca vịnh 歌咏

VIP [缩] 贵宾

vít₁ *d* [工] 螺钉

vít₂ *đg* 扳, 掰: vít cành cây 掰树枝

vít₃ *đg* 堵, 塞: vít chặt các lỗ rò rỉ 堵住漏洞

vịt *d* ①鸭子: lông vịt 鸭毛; vịt áo lá 雏鸭; vịt bầu 大种鸭; vịt con 小鸭; vịt giời 野鸭 ②鸭子形状器物: vịt dầu 油瓶; vịt nước mắm 鱼露瓶 *t* [口] 虚构的,不确实的: tin vịt 小道消息

vịt cỏ *d* 麻鸭 (小种鸭)

vịt đàn=vịt cỏ

vịt lạp *d* 腊鸭

vịt muối *d* 板鸭

vịt hằng =vịt cỏ

vịt quay *d* 烤鸭

vịt tần *d* 炖鸭

V

vịt xiêm=con ngan

víu *đg* 攀，搭，抓，揪

vo₁ *đg* ①捏，搓（成圆状）②淘：vo gạo để thổi cơm 淘米煮饭

vo₂ *đg* 卷：Quần vo đến gối. 裤腿卷到膝盖。

vo ve [拟]（小昆虫的叫声）

vo viên *đg* 搓圆，揉成团

vo vo [拟] 嗡嗡，呜呜

vò₁ *d* 瓮

vò₂ *đg* 搓，揉：vò quần áo 搓洗衣服

vò đầu bóp trán 冥思苦想

vò đầu bứt tai 抓耳挠腮

vò vẽ *d* 马蜂

vò vò *d* [动] 蜉游

vò võ *t* 孤单，孤独，孤零零：Ông cụ sống vò võ một mình. 老大爷孤零零地一个人生活。

vò xé *đg* 撕裂，折磨：vò xé tâm can 撕心裂肺

vỏ *d* 皮，壳：vỏ gươm 剑鞘；tránh vỏ dưa gặp vỏ dừa 躲过西瓜皮又遇椰子壳（喻灾难重重）

vỏ bào *d* 刨花

vỏ chai *d* 空瓶

vỏ đất *d* 地壳

vỏ máy *d* [工] 机壳，机匣

vỏ não *d* 大脑皮层

vỏ quýt dày có móng tay nhọn 强中更有强中手；一物降一物

vỏ trai *d* 蚌壳，贝壳

võ₁ [汉] 武 *d* 武：Anh ta giỏi võ. 他武功强。

võ₂ *t* 瘦弱，病恹恹：Cụ già nằm võ trên giường. 老人病恹恹地躺在床上。

võ bị *d* 军备：giải trừ võ bị 裁减军备

võ biền *d* 武官，武弁

võ chức *d* 武职

võ công *d* 武功

võ cử *d* 武举

võ đài *d* ①擂台，比武台②舞台

võ đoán *t* ①武断②随意，任意：tính võ đoán của kí hiệu ngôn ngữ 语言符号的任意性

võ đường *d* 武馆

võ học *d* 武学

võ khí *d* 武器

võ lực *d* 武力

võ nghệ *d* 武艺

võ phái *d* 武学门派

võ phu *d* 武夫

võ quan *d* 武官

võ sĩ *d* 武士

võ sĩ đạo *d* 武士道

võ sinh *d* 武生，武术练习者

võ sư *d* 武师，武术教练

võ thuật *d* 武术：võ thuật Trung Quốc 中国武术

võ trang=vũ trang

võ tướng *d* 武将

võ vàng *t* 憔悴：mặt võ vàng 憔悴的面容

võ vẽ *t* 粗通，一知半解：Chỉ biết võ vẽ thôi. 只是一知半解。

vó₁ *d* 板罾（渔具）

vó₂ *d* 蹄：vó trâu 牛蹄

vó câu [旧]=vó ngựa

vó ngựa *d* 马蹄

vọ₁ *d* 猫头鹰：mũi vọ 鹰钩鼻

vọ₂ *đg* [口] 蹭，插一脚，凑上来：ăn vọ 蹭饭吃

voan *d* 丝纱：khăn quàng voan 丝纱围巾

vóc₁ *d* 丝光绸：gấm vóc 锦绣

vóc₂ *d* 身材，体形：vóc người nhỏ nhắn 身材小巧

vóc dạc *d* [方] 身材，体型：vóc dạc tầm thước 中等身材

vóc dáng *d* 身材，体型：vóc dáng cân đối 身材匀称

vóc hạc *t* 瘦高

vóc quắn cột cầu, ngó lâu cũng đẹp 三分人才，七分打扮

vóc vạc=vóc dạc

vọc *đg* (用手、脚) 拌，搅 (着玩)：Trẻ con vọc đất. 小孩搅泥巴玩。

vọc nhớt *đg* 沾手，触碰，做样子：Nó chỉ vọc nhớt chớ làm gì được. 他只不过沾一下手，什么都干不了。

vọc vạch=võ vẽ

voi *d* 大象：ngà voi 象牙

voi biết voi, ngựa biết ngựa 君子有自知之明

voi cày chim nhặt 各司其职

voi chẳng đẻ, đẻ thì to 不鸣则已，一鸣惊人

voi đẻ trứng 大象下蛋（喻不可能的事，扯淡）

voi giày ngựa xé 象踩车裂（恶毒的咒语，意同五马分尸）

voi một ngà *d* 独牙象

voi một ngà, đàn bà một mắt 单牙象，独眼妇（喻狠毒凶恶）

vòi₁ *d* ①管子，象鼻：vòi voi 象鼻子②喷嘴：vòi nước 水龙头

vòi₂ *đg* 缠磨，索要：suốt ngày vòi ăn 整天要吃的

vòi hoa sen *d* 花洒

vòi phun *d* 喷嘴

vòi rồng *d* ①龙卷风②消防水龙

vòi sen=vòi hoa sen

vòi vĩnh *đg* 索要，缠磨：vòi vĩnh hết thứ này lại thứ khác 索要这样那样

vòi vọi *t* 眼望不到尽头的：Đỉnh núi cao vòi vọi. 山高耸入云，望不到顶。

với *đg* ①够得着，摸得着：tay ngắn chẳng với được 手短够不着②喊话：nói với sang nhà bên cạnh 向隔壁喊话

vọi₁ *d* 征兆，兆头，表象，样子：coi vọi sắp mưa 看样子快下雨了

vọi₂ *d* 水柱，喷泉 *t* 高耸，极高

vọi vọi=vòi vọi

vòm *d* 拱形物，穹：hình vòm 拱形

vòm canh *d* 瞭望塔

vòm cứng *d* 硬腭

vòm đường *d* [建] 路拱

vòm họng *d* 鼻咽

vòm trời *d* 苍穹

vòm *d* 岩，崖：vòm đá 石崖

von₁ (volt) *d* [电] 伏特：von kế 伏特计

von₂ *d* (植物) 疯长病：lúa von 禾苗疯长

von vót *t* 峻峭，高耸：cao von vót 高高的

vòn vọt *t* 迅猛，迅速：giá cả tăng vòn vọt 物价猛涨

vỏn vẹn *t* 仅有的，只有的：Chỉ có vỏn vẹn mấy đồng bạc thì ăn thua gì? 仅有这几块钱顶得什么事呢？

vón *đg* 结块：Bột mì bị ẩm vón và mốc. 面粉受潮结块并发霉。

vong₁ [汉] 亡 *d* 亡魂：cúng vong 供祭亡魂

vong₂ [汉] 忘

vong ân *đg* 忘恩：vong ân bội nghĩa 忘恩负义

vong bản *đg* 忘本

vong gia bại sản 亡家败产

vong gia thất thổ 倾家荡产

vong hồn=vong linh

vong kỉ *đg* 忘我

vong linh *d* 亡灵

vong mạng *đg* 亡命，拼命：chạy vong mạng 拼命地跑

vong nhân *d* 亡人：ngày xá tội vong nhân 亡人赦罪日（即中元节）

vong niên *d* 忘年（之交）

vong quốc *đg* 亡国：vong quốc nô 亡国奴

vong tình *đg* 忘情

vòng *d* ①环，圈：vòng tròn 圆圈；vòng cổ vàng 金项圈②范围，限度：trong vòng… 在…范围内；vòng danh lợi 名利场③（体育比赛）轮次：vòng bán kết 半决赛；vòng chung kết 决赛 *đg* 圈起，围绕，环抱：Vòng tay ra sau lưng giữ đứa trẻ. 手绕到背后护着

小孩。*t* 弯,绕: nói vòng (说话) 绕弯子

vòng bi *d* [机] 轴承; 滚珠

vòng cao-su *d* 胶皮圈

vòng cổ *d* ①颈项②项圈

vòng cung *d* [数] 圆弧

vòng dây *d* [电] 线环, 线圈

vòng đai=vành đai

vòng đệm *d* [机] 圆板, 衬圈, 垫圈: vòng đệm đanh ốc 螺垫

vòng đu *d* [体] 吊环

vòng ghép *d* [无] 耦合环

vòng hãm *d* [机] 制动圈

vòng hoa *d* 花圈

vòng hương *d* 盘香

vòng kiềng *d* 罗圈腿

vòng loại *d* [体] 淘汰赛

vòng lót xăm *d* (车轮) 衬带

vòng lồng *d* [机] 子母环

vòng mép *d* 嘴唇的轮廓

vòng pít-tông *d* [机] 活塞环

vòng quanh *đg* 环绕, 围绕: đi dạo vòng quanh hồ 绕着湖边散步

vòng quay *đg* 周转: vòng quay vốn lưu động 流动资金周转

vòng tai *d* 耳环

vòng tay *d* 怀抱: Sống trong vòng tay âu yếm của bà ngoại. 在外婆慈爱的怀抱里成长。*đg* 双手交叉胸前

vòng tên *đg* 除名

vòng thành *d* 城郭

vòng tránh thai *d* 避孕环

vòng treo *d* [体] 吊环

vòng tròn *d* 圆, 圆圈: vòng tròn đồng tâm 同心圆; vòng tròn ngoại tiếp 外接圆

vòng trong vòng ngoài 里三圈外三圈

vòng trời *d* 天寰

vòng trục *d* [机] 轴圈

vòng vây *d* 包围圈

vòng vèo *t* 弯曲, 蜿蜒: đường núi vòng vèo

山路蜿蜒

vòng vo *t* (说话) 兜圈子的, 绕弯弯的: nói vòng vo 说话兜圈子

vồng *t* (饭) 多水的: Cơm chan vồng. 饭煮得太烂了。

võng *d* 网床, 吊床 *đg* (用担架) 抬走: võng người ốm đi viện 抬病人去医院 *t* (往下) 弯塌的, 垂的: dây điện võng xuống 电线往下弯垂

võng giá *d* 担架; 轿子 (指古代官员、贵族出行的仪仗)

võng mạc *d* 视网膜

võng mắc *d* 吊网, 吊床

võng vải *d* 软床

võng vãnh *t* 一摊一摊的 (指水零散分布的状态): Sàn nhà võng vãnh nước. 地上这一摊水那一摊水的。

vóng₁ *đg* 抬头望, 探头望: vóng nhìn bốn phía 探头看四周

vóng₂ *t* 高, 细长: người cao vóng 个子高高瘦瘦的; Lúa mọc vóng dễ đổ. 稻子长得太高容易倒伏。

vọng₁ *d* 瞭望塔, 观测塔

vọng₂ [汉] 望 *đg* 望, 往远处看望

vọng₃ *đg* (封建) 拜望, 遥祭: vọng bái quan viên 拜望官员

vọng₄ *đg* (声音) 传来: Tiếng đàn từ trong nhà vọng ra. 琴声从房子里传出来。

vọng₅ [汉] 妄

vọng canh *d* 瞭望哨

vọng cáo *d* [法] 妄告

vọng cổ *d* 望古 (越南戏剧之一) *đg* 忆故, 怀古

vọng gác *d* 瞭望哨

vọng lâu *d* 瞭望楼

vọng môn *d* 望门

vọng ngôn *d* 妄言

vọng nguyệt *d* 望月

vọng ngữ *d* 妄语

vọng nhật *d* 望日

vọng niệm *đg* 妄念

vọng phu *đg* 望夫: hòn vọng phu 望夫崖

vọng tiêu=vọng gác

vọng tộc *d* 望族: danh gia vọng tộc 名门望族

vọng từ *d* 望祠

vọng tưởng *đg* 妄想

vọng viễn kính=kính viễn vọng

voọc đầu trắng *d* 白头叶猴

vọp *d* 蛤蜊

vọp bẻ=chuột rút

vót *đg* 削: vót đũa 削筷子 *t* 又高又尖的: cao chót vót 高耸入云

vọt₁ *d* 绳子, 鞭子: roi vọt 鞭笞

vọt₂ *đg* ①喷, 溅: máu vọt ra 血溅出来②跳跃: nhảy vọt 跳跃③挤压, 揉搓: vọt cho mềm 挤一挤就软 *t* 急骤, 飞速: giá hàng lên vọt 物价暴涨

vọt miệng *đg* 脱口而出

vọt tiến *đg* 跃进, 突飞猛进: vọt tiến về mọi mặt 全面跃进

vô₁ *đg* [方] ①进, 入, 加入, 进入: vô ra 进出; đọc mãi mà không vô 总是学不进; Vô đây! 进来! ②去, 往 (由北向南): Vô đâu? 去哪儿? Vô nam. 去南方。 *k* ①向着, 朝着: quay mặt vô tường 面壁②于: Tôi đến đây vô năm ngoái. 我于去年来到这里。③属于, 列入: một người thợ vô loại giỏi 一名优秀的匠师; vô loại biết điều 属于懂事的人

vô₂ [汉] 无

vô cảm *t* 冷漠无情, 无动于衷

vô băng₁ *đg* 录音, 录磁带: vô băng bài hát 录歌

vô băng₂ *đg* 入伙, 入帮: Bọn trộm cướp vô băng với nhau. 盗贼拉帮结派。

vô biên *t* 无边无际, 无尽: niềm hạnh phúc vô biên 无尽的幸福

vô bổ *t* 无益的, 无用的, 没有意义的: làm một việc vô bổ 做了件毫无意义的事

vô bờ =vô biên

vô cảm *t* [无] 无感的

vô can *t* 无关的, 不相干的, 无关系的: Tôi hoàn toàn vô can với việc này. 我跟这件事完全无关。

vô chính phủ *t* 无政府的, 无政府主义的

vô chính trị *t* 非政治的

vô chủ *t* 无主的: ngôi nhà vô chủ 无主房

vô chừng *t* 无限度的, 无止境的: thương nhớ vô chừng 无尽的思念

vô cố *t* 无故的

vô công rồi nghề 无所事事

vô cơ *t* [化] 无机: hoá vô cơ 无机化学

vô cùng *t* 无穷, 无限 *p* 万分, 极度, 极为: đẹp vô cùng 万分漂亮

vô cùng tận=vô cùng

vô cùng vô tận 无穷无尽

vô cực *t* 极, 无限: vô cực âm 极阴; vô cực dương 极阳

vô cương *t* 无疆: vạn thọ vô cương 万寿无疆

vô danh *t* 无名: nhà thơ vô danh 无名诗人

vô danh tiểu tốt 无名小卒

vô duyên₁ *t* 无缘的, 没缘分的

vô duyên₂ *t* 无聊, 不可爱: Vô duyên chưa nói đã cười. 无聊, 还没说就先笑了。

vô dụng *t* 无用的: đồ vô dụng 没用的家伙 (骂语)

vô đạo *t* 无道的

vô đề *d* 无题

vô địch *t* 无敌 *d* 冠军: đoạt giải vô địch 夺得冠军

vô điều kiện *t* 无条件的: đầu hàng vô điều kiện 无条件投降

vô định *t* ①不定的, 无定的: phương trình vô định 不定式②不安定: Cuộc sống phiêu lưu vô định. 生活漂泊不定。

vô đoan *t* 无端的

vô độ *t* 无度,无节制: lòng tham vô độ 贪得无厌

vô gia cư *t* 无处可居的,无家无室的: cuộc đời vô gia cư 居无定所的生活

vô giá *t* 无价的: của quí vô giá 无价之宝

vô giá trị *t* 没有价值的

vô giáo dục *t* 没家教的: đồ vô giáo dục 没有家教之徒

vô hại *t* 无害的

vô hạn *t* 无限的,无期的: kì tiền gửi vô hạn 活期存款

vô hậu *t* 无后的

vô hiệu *t* 无效的,失效的: vô hiệu hoá 无效化

vô hình *t* 无形的: Một sợi dây vô hình buộc họ lại với nhau. 一根无形的绳子将他们拴在一起。

vô hình trung *p* 无形中: Anh làm như thế, vô hình trung đã tiếp tay cho giặc. 你这样做,无形中帮助了敌人。

vô học *t* 不学无术的: kẻ vô học 不学无术之徒

vô học vô thuật 不学无术

vô hồi *t* 无边的,无穷的: sung sướng vô hồi 极为高兴; nhớ vô hồi 无边的思念

vô hồi kì trận *t* 连续不断的,密密麻麻的: Súng bắn vô hồi kì trận. 枪连续不断地打个不停。Mưa vô hồi kì trận. 雨密密麻麻地下个不停。

vô hồn *t* 呆呆,呆滞: đôi mắt vô hồn 呆滞的眼神

vô ích *t* 无益的,白搭的,白费的: nói nhiều vô ích 说多也白搭

vô kể *t* 不计其数的,数不胜数的: Hàng hoá nhiều vô kể. 商品种类不计其数。

vô kế khả thi 无计可施

vô khối *t* 许许多多,无穷无尽: làm mất vô khối thì giờ của người ta 浪费了人家的时间

vô kì hạn *t* 不定期的,(存款)活期的

vô kỉ luật *t* 无纪律的

vô lại *t* 无赖: đồ vô lại 无赖之徒

vô-lăng₁ *d* [机] 方向盘: vô-lăng chuyển hướng 转向盘

vô-lăng₂ *d* 花边,缀边

vô lễ *t* 无礼的,没礼貌的: Sao mày vô lễ thế? 你怎么这么无礼？

vô lí *t* 无理的,没有道理的: Anh nói như thế là vô lí. 你这样说是没道理的。

vô liêm sỉ *t* 无耻,不知羞耻,毫无廉耻: đồ vô liêm sỉ 无耻之徒

vô lo vô lự 无忧无虑

vô loài=vô loại

vô loại *t* 无耻,没良心的: đồ vô loại bất nhân 没良心没仁义的家伙

vô lối *t* 无理的,无端的: Sao lại đánh người vô lối như vậy? 为什么这样无端地打人？

vô luân *t* 不守纲常的,不守道德的

vô luận *p* 无论,不论: Việc gì cũng làm, vô luận lớn hay nhỏ. 什么事都做,不论大小。

vô lực *t* 软弱无力

vô lương *t* 不良的,没良心的: Anh ta thật là vô lương. 他真是没良心。

vô lượng *t* 不可估量的,无量的: công đức vô lượng 功德无量

vô mưu *t* 无谋: hữu dũng vô mưu 有勇无谋

vô năng *t* 无能: kẻ vô năng 无能之辈

vô ngã *t* 忘我的,无我的: tinh thần làm việc vô ngã 忘我的工作精神

vô ngần *t* 无与伦比的: đẹp vô ngần 美丽得无与伦比

vô nghề *t* ①不学无术的,一无所长的②无业的: những người vô nghề 无业游民

vô nghĩa₁ *t* 毫无意义的

vô nghĩa₂ *t* 不仁义的: kẻ bất nhân vô nghĩa 不仁不义的家伙

vô nghiệm *t*[数] 无定数的,无解的

vô nguyên tắc *t* 无原则的, 不遵守规则的

vô nhân *t* 不仁

vô nhân đạo *t* 不仁义, 不人道

vô ơn *t* 忘恩的: đồ vô ơn 忘恩负义的人

vô phép *t* 无礼, 没礼貌: đứa bé vô phép 小孩没礼貌 *đg* 失礼, 对不起: Vô phép bác ngồi chơi tôi dở tí việc. 对不起, 您先坐会儿, 我忙点儿事。

vô phép vô tắc 无法无天; 没大没小

vô phúc *t* ①没福气, 不幸: Nó trèo cây, vô phúc bị ngã què chân. 他爬树, 不幸摔瘸了腿。②不孝: Đứa con vô phúc bỏ mặc bố mẹ già. 不孝之子扔下年迈的父母不管。

vô phương *t* 无法的, 没办法的: căn bệnh vô phương cứu chữa 不治之症

vô sản *d* ; *t* 无产, 无产者: cách mạng vô sản 无产阶级革命; vô sản chuyên chính 无产阶级专政

vô sản hoá *đg* 无产化

vô sỉ *t* 无耻

vô sinh₁ *t* 无生机的, 非生命的: Đất đá là những chất vô sinh. 土石是非生命体。

vô sinh₂ *t* 不孕不育的: Chị ấy bị bệnh vô sinh. 她得了不孕症。

vô song *t* 无双的, 独一无二的: thiên hạ vô song 天下无双

vô số *t* 无数的, 不计其数的: Vô số công việc đang chờ đấy. 还有很多事情在等着呢。

vô sư vô sách 没教养, 没文化

vô sư vô sách, quỉ thần bất trách 不知者无罪

vô sự *t* 无事的: bình yên vô sự 平安无事

vô sừng vô sẹo 年幼无知

vô tác gác mở 无作不食 (不劳动者不得食)

vô tài=bất tài

vô tâm *t* ①大大咧咧: Ông ta vô tâm nói trước rồi quên sau. 他大大咧咧的刚说完就忘。②没有心计的, 毫不顾忌的: Họ cười nói một cách vô tâm. 他们毫不顾忌地说说

笑笑。

vô tận *t* 无尽, 无穷: niềm vui vô tận 无尽的欢乐

vô thanh *t* 无声的: phụ âm vô thanh 清辅音

vô thần *t* 无神的: vô thần luận 无神论

vô thiên lủng *t* 多得不得了的, 不计其数的: Cá ở ao này thì vô thiên lủng. 这个池塘的鱼多得不得了。

vô thời hạn *t* 无限期的, 长期的: Hội nghị hoãn vô thời hạn. 会议被无限期推迟。

vô thuỷ vô chung 无穷无尽; 无始无终

vô thừa nhận *t* 无人承认的, 无人认领的: đứa trẻ vô thừa nhận 无人认领的小孩

vô thức *t* 无意识的, 下意识的: cử chỉ vô thức 下意识的举动

vô thường *t* 变化无常的: sự vô thường của cuộc đời 生活无常

vô thưởng vô phạt 不奖也不罚

vô thượng *t* 无上的: vinh dự vô thượng 无上的荣誉

vô ti=số vô ti

vô tích sự *t* 没用的, 无益的, 百无一用: Con người vô tích sự, suốt ngày chỉ ăn với chơi. 没用的家伙, 整天就会吃喝玩乐。

vô tiền *t* 空前的, 前所未有的: vô tiền khoáng hậu 空前绝后

vô tiểu nhân bất thành quân tử 无小人就没有君子

vô tình *t* ①无情的: ăn ở vô tình 待人无情②无意的: vô tình nói lỡ lời 无意中说错话

vô tính *t* 无性的: phồn thực vô tính 无性繁殖

vô tổ chức *t* 无组织的, 无组织性的: Làm một cách vô tổ chức như thế là không được đâu. 这样无组织地干是不行的。

vô tội *t* 无罪的

vô tội vạ *t* 随随便便, 百无禁忌: ăn nói vô tội vạ 讲话随随便便的

vô trách nhiệm *t* 无责任心的, 不负责任的:

vô trách nhiệm đối với con cái 对子女不负
责任

vô tri *t* 无知的: vô tri vô giác 无知无觉

vô trùng *t* 无菌的: dụng cụ phẫu thuật vô
trùng 无菌手术用具; phòng vô trùng 无菌
室 *đg* 消毒: vô trùng đồ tiêm 消毒针管

vô tuyến *d* ①无线电②电视节目: xem vô
tuyến 看电视

vô tuyến điện *d* 无线电

vô tuyến điện thoại *d* 无线电话

vô tuyến truyền hình 电视

vô tuyến truyền thanh 无线电广播

vô tư₁ *t* 无忧无虑,无所顾忌: Sống vô tư nên
trẻ lâu. 生活无忧无虑所以(显得)年轻。

vô tư₂ *t* ①无私: chí công vô tư 大公无私②
公正

vô tư lự *t* 无忧无虑

vô tửu bất thành lễ 无酒不成礼

vô uý *t* 无畏: tinh thần vô uý 大无畏精神

vô vàn *p* 无数,盈千累万,数不胜数: gặp vô
vàn khó khăn 经历千辛万苦

vô vi *đg* 无为,无谓: tư tưởng vô vi 无为思想

vô vị *t* 无味,无聊: thức ăn vô vị 食物无味;
cuộc sống vô vị 生活无聊

vô vọng *t* 无望的,没有希望的

vô vớ *t* 无端,无故,无缘无故: bắt người một
cách vô vớ 无端抓人

vô ý *đg* ①无意的,无意中的: Tôi đang quét
nhà, vô ý nhặt được một đồng xu. 我在扫
地,无意中捡到一枚硬币。②大大咧咧

vô ý thức *t* 无意识的,下意识的

vô ý vô tứ 大大咧咧;没心没肺;不拘礼节

võ₁ *d* 打夯用的木槌

võ₂ *đg* 扑,抓住: võ lấy dịp may 抓住好时机;
Mèo võ chuột. 猫扑老鼠。

võ₃ *t* 突出,凸起: trán võ 前额凸出

võ ếch *đg* 摔倒,扑倒: Đường trơn, võ ếch mấy
lần. 路滑,摔了几跤。

võ vập *t* 热情,殷勤: Thái độ rất võ vập. 态

度很热情。

vỗ₁ *d* 一捧,一把: một vỗ hương 一捧香

vỗ₂ *d* 大竹(竹子的一种)

vỗ₁ *đg* ①拍: vỗ tay 拍手②拍击,打击: Chim
vỗ cánh. 鸟儿拍打着翅膀。③安抚: vỗ
yên trăm họ 安抚百姓

vỗ₂ *đg* 推脱,耍赖: vỗ nợ 赖账

vỗ₃ *đg* 催肥,促膘: nuôi gà vỗ béo 催肥鸡

vỗ lòng *đg* 安抚,安慰: vỗ lòng dân 抚慰民心

vỗ ngực *đg* 拍胸脯,自以为是: vỗ ngực ta đây
拍胸自傲

vỗ nợ *đg* 不认账,赖账

vỗ ơn *đg* 忘恩,忘本

vỗ tay *đg* 鼓掌,拍手: vỗ tay hoan nghênh 鼓
掌欢迎

vỗ tuột *đg* 抛弃,推卸: vỗ tuột trách nhiệm
推卸责任

vỗ về *đg* 抚慰,安抚: vỗ về dân chúng 安抚
民众

vố₁ *d* 烟斗: Mỗi ngày anh ta hút hết ba vố. 他
每天抽三斗烟。

vố₂ *d* ①(驯象用的)斧子: đánh con voi mấy
vố 打大象几斧子②阵,顿,次: Nó bị lừa
mấy vố liền. 他连续被骗了几次。

vố₃ *đg* ①痛击,狠揍: Phen này bọn địch bị một
vố đau. 这次敌人到受了一轮痛击。②狠
训,痛骂: Ông bà vố cho nó một trận. 两口
子痛骂了他一顿。③压实: Nó vố cho chén
cơm đầy nhóc. 他把一碗饭压得满满的。

vốc *đg* 掬: lấy tay vốc nước 用手掬水 *d* 一捧:
một vốc gạo 一捧米

vôi *d* 石灰: đá vôi 石灰石

vôi bột *d* 石灰粉

vôi cát *d* 砂浆

vôi chín *d* 熟石灰

vôi cục *d* 生石灰

vôi hồ *d* 灰浆

vôi sống *d* 生石灰

vôi tôi *d* 熟石灰

või *d* [植] 水榕

vội *t* 匆忙, 慌忙: đi vội 匆匆去

vội vã *t* 匆忙, 急忙, 慌忙, 草率, 仓促: vội vã bỏ chạy 慌忙逃跑

vội vàng *t* 急忙, 匆忙: vội vàng ra cửa đón khách 急忙到门口迎客

vội vội vàng vàng 匆匆忙忙

vôn (volt) *d* [电] 伏特: nghìn vôn 千伏

vồn vã *t* 殷勤, 热情

vồn vập=vồn vã

vốn₁ *d* ①资金, 资本: vốn to 资本雄厚 ②本钱, 本金, 本事: Người là vốn quí nhất. 生命是最宝贵的财产。

vốn₂ *p* 原本, 本来, 素来: Nó vốn sáng trí. 他天生聪明。

vốn có *p* 原有, 固有, 素有: Dân tộc ta vốn có truyền thống cách mạng vẻ vang. 我们的民族素来有着光荣的革命传统。

vốn cổ đông *d* 股东资金

vốn cổ phần *d* 股份资金

vốn cố định *d* 固定资金, 固定资产

vốn danh nghĩa *d* 注册资金

vốn dĩ *p* 一贯, 向来, 本来: Người vốn dĩ thật thà. 他一贯老实。

vốn dự phòng *d* 备用资金

vốn đăng kí=vốn danh nghĩa

vốn điều lệ *d* 参股资金

vốn đọng *d* 资金冻结, 积压资金

vốn hoạt động *d* 活动资金

vốn lãi *d* 本利, 本息

vốn liếng *d* 资本, 本钱, 资金

vốn luân chuyển *d* 周转资金

vốn lưu động *d* 流动资金

vốn nước ngoài *d* 外国投资

vốn pháp định *d* 法定资金

vốn phát hành *d* 上市资金

vốn nhà *d* [口] 本钱

vốn nhàn rỗi *d* 闲置资金

vốn nổi *d* 游资

vốn sẵn *p* 素有, 天生就有

vốn sống *d* 生活经验

vốn thực hiện *d* 到位资金

vốn tự có *d* 自有资金

vốn vay *d* 贷款

vồng₁ *d* ①垅, 行: đánh vồng 起垅 ②虹: cầu vồng 彩虹

vồng₂ *đg* (快速地) 长大: Lợn vồng lên trông thấy. 猪看得见般地长大。

vồng₃ *đg* ①弹起, 抛高: Cái banh chạm đất vồng lên. 球掉地上弹起来。②颠簸: Xe chạy đường gồ nghề bị vồng mạnh. 车子在坑坑洼洼的路上颠簸前进。③卷起, 拱起

vổng *t* 翘高的: Tóc buộc vổng. 头发绑翘起来。

vổng=vồng

vơ₁ *đg* ①搂, 捞, 扒拉: vơ cỏ 搂草 ②揽: Cái gì cũng vơ vào. 什么都往自己身上揽。

vơ₂ *t* 胡乱, 漫不经心的, 毫无根据的: hỏi vơ 胡乱地问

vơ bèo gạt tép 七零八碎的什么都捡

vơ đũa cả nắm 眉毛胡子一把抓; 不加区别, 一棍子打死

vơ váo *đg* 聚敛, 捞取: Thấy cái gì cũng muốn vơ váo cho mình. 看到什么都想捞回家。*t* (做事) 毛糙, 随便: Ăn vơ váo mấy bát cơm rồi đi ngay. 随便吃几碗饭就走了。

vơ vẩn=vẩn vơ

vơ vất=vất vưởng

vơ vét *đg* 搜刮, 聚敛, 榨取, 盘剥: vơ vét của dân 搜刮民脂民膏

vờ₁ *d* [动] 蜉蝣

vờ₂ *đg* 假装, 佯装: vờ như không biết 假装不知道

vờ điên giả dại 装疯卖傻

vờ vẫn=vờ vĩnh

vờ vĩnh *đg* 装糊涂, 装傻, 装呆: Đã biết rồi lại còn vờ vĩnh. 都已经知道了还装糊涂。

vờ vịt *đg* 假装,装蒜: Đừng có vờ vịt. 不要装蒜。

vở *d* ①本子,簿子: vở tập练习本②幕,出: vở hát 一出戏

võ₁ *d* 深水处

võ₂ *đg* ①破,毁坏,破裂: gương võ lại lành 破镜重圆②暴露,露馅: Võ chuyện thì phiền. 事情暴露就麻烦了。③大悟,了解: Tập làm rồi võ dần ra thôi. 做练习后慢慢就懂了。④开荒: Võ đồi trồng ngô. 在坡地上开荒种植玉米。

võ chợ *t* (如集市般) 喧闹,喧嚣

võ chuyện *đg* 事情败露

võ da *đg* [生] 脱皮

võ đất *đg* 开垦荒地

võ đầu *đg* ①头破: đánh nhau võ đầu 打架打得头破血流②开始,破天荒

võ đầu sứt trán 焦头烂额

võ đê *đg* 决堤

võ giọng *đg* (声音) 破声

võ hoang *đg* 开荒,垦荒: đất võ hoang 刚开荒的处女地

võ kế hoạch *đg* [口] 超生: sinh đẻ võ kế hoạch 超生

võ lẽ *đg* 明白,了解,弄清楚: Bàn cãi mãi mới võ lẽ. 争论了半天才弄清楚。

võ lòng *đg* 启蒙,开智: thầy giáo võ lòng 启蒙老师

võ lở *đg* 败露: Chuyện đã võ lở ra rồi, có che giấu cũng không được. 事情已经败露了,再怎么掩盖都没用。

võ mộng *đg* 梦想破灭: võ mộng làm giàu 致富的梦想破灭

võ mủ *đg* [医] 破疮,流脓

võ nợ *đg* 破产: Chịu sự tác động của cuộc khủng hoảng tài chính, nhiều công ti võ nợ. 受金融危机的影响,许多公司破产。

võ ruộng *đg* 开荒

võ tiếng *đg* 破声,破嗓

võ tổ *đg* 炸窝,倾巢而出: Địch ra như ong võ tổ. 敌人倾巢而出。

võ vạc *đg* ①开垦荒地: mảnh đất mới võ vạc 刚刚开垦的土地②知晓,恍然大悟: Giảng cho họ võ vạc về quyền lợi của họ. 让他们知晓他们的权利。

võ việc = võ chuyện

vớ₁ *d* 袜子

vớ₂ *đg* 抓取,逮着: Vớ lấy hòn gạch cầm ném ngay. 抓起砖头就砸。

vớ bở *đg* 走大运: Đến sau mà lại vớ bở. 后来的反而走大运。

vớ lấy *đg* (胡乱地) 抓取

vớ va vớ vẩn = vớ vẩn

vớ vẩn *t* 没意思的,无意义的,乱七八糟的: nghĩ vớ vẩn 胡思乱想; Chuyện vớ vẩn, bận tâm làm gì. 乱七八糟的事,想那么多干吗。*đg* 瞎掰,胡说,乱整: ăn nói vớ vẩn 胡编乱说

vợ *d* 妻,老婆,爱人

vợ bé *d* 妾,小老婆,偏房

vợ bìu con ríu 拖家带口

vợ cả *d* 发妻,原配,正室

vợ chính *d* 发妻,正房

vợ chồng *d* 夫妻: vợ chồng con cái 妻儿老小

vợ chưa cưới *d* 未婚妻

vợ con *d* 妻儿

vợ hai *d* 二房

vợ kế *d* 继室,继配

vợ lẽ *d* 小妾,小老婆

vợ mọn = vợ lẽ

vợ nhỏ = vợ lẽ

vơi *t* 还不满的,还差一点点的: chum nước vơi 水缸未满 *đg* 消减,消退,减少: vơi sầu 消愁

vời₁ *t* 远远: xa vời 遥远的

vời₂ *đg* (招手示意) 请,招揽: vời khách 招揽客人; vời ngồi (用手示意) 请坐

vời vợi *t* 极,无限: cao vời vợi 极高的; xa

vời vợi 极远的; thương nhớ vời vợi 无限的思念

với₁ *đg* ① (伸手) 触摸: với không tới 够不着; tầm với 摸高②仰望, 高攀: Tôi đâu dám với tới con gái ông ấy? 我哪敢高攀他女儿呀?

với₂ *k* ① 与, 和, 及, 跟, 同, 就, 因: anh với tôi 你和我; trứng trọi với đá 以卵击石; Đi với tôi. 跟我走。② 在, 以, 凭着, 对于, 根据 (表示条件、方式、原因、特点等意义): căn hộ với đầy đủ tiện nghi 家具齐备的套间; Được bầu với số phiếu cao. 以高票当选。Với những thuận lợi trên, chúng tôi đảm bảo hoàn thành đúng kế hoạch. 凭借上述便利条件, 我们保证按计划完成。Nó còn khổ với chuyện này. 他还为这件事而苦恼。Với căn nhà làm vật bảo lãnh. 以房子做抵押。

với₃ *tr* 吧, 啊, 嘛 (表示请求): Giúp tôi với! 帮帮我吧!

với lại *k* 而且, 并且, 再说: Tôi không muốn đi, với lại cũng không có tiền. 我不想去, 再说也没有钱。

với nhau 一起, 互相: làm việc với nhau 一起工作

vợi *đg* 减去, 减少: Hàng bán đã vợi. 货已卖掉不少了。Nói ra cho vợi nỗi đau khổ trong lòng. 说出来以减轻心里的痛苦。

vòn₁ *đg* 戏耍, 舞弄: Mèo vòn chuột. 猫耍老鼠。Sư tử vòn ngọc. 狮子戏玉球。

vòn₂ *đg* 着色, 打彩, 显影: Lấy thuốc vòn cho ảnh nổi lên. 用药使相片显出来。

vòn vơ *đg* (漫不经心地) 闲逛: vòn vơ ngoài phố 在街上闲逛

vợn *t* ①荡漾: mặt nước sóng vợn 水波荡漾 ②混浊: nước vợn 水混浊不清

vợn vợn *t* (水波) 荡漾

vớt *đg* ①捞起, 打捞: vớt tầu đắm 打捞沉船 ②挽救, 搭救, 补救: nhớ ơn cứu vớt 铭记搭救之恩; nước đổ khó vớt 覆水难收③截

取: Chưa kịp xài đã bị nó vớt mất. 钱还没来得及花就被他截走了。④ (录取考试) 补录: đỗ vớt 补录

vớt đòn *đg* (代替) 挨打, 被罚: Người anh luôn phải vớt đòn cho em. 这个哥哥总是替弟弟挨打。

vớt vát *đg* 挽救, 补救: Nói vài câu vớt vát để giữ thể diện. 讲几句挽回面子的话。

vợt *d* ①球拍: vợt cầu lông 羽毛球拍② cây vợt 网球拍 (网球选手) ③渔捞, 捞鱼兜 *đg* 网捕, 兜捕: đi vợt cá 去网鱼

vu₁ [汉] 诬 *đg* 诬陷: bị vu là ăn cắp 被诬陷成小偷; vu báng 诬谤

vu₂ [汉] 迂, 芜, 于

vu cáo *đg* 诬告: báo bỏ lời vu cáo của nó 反驳他的诬告

vu hoặc *đg* 迷惑, 谎惑, 蛊惑: Đừng có đến đây vu hoặc nhân dân. 别来这里蛊惑人民。

vu hồi *đg* 迂回: đánh vu hồi 迂回战法

vu khoát *t* 虚无缥缈, 虚幻, 不现实: lời nói vu khoát 不切实际的言辞

vu khống *đg* 诬告, 诬蔑: Nó bịa chuyện vu khống tôi. 他捏造事实诬蔑我。

vu khúc *t* 迂回曲折

vu oan *đg* 诬陷: vu oan giá hoạ 诬陷并嫁祸

vu qui *đg* [旧] 出阁, 出嫁

vu sát *đg* 诬害

vu thác *đg* 诬蔑

vu vạ *đg* 诬赖, 诬陷: bị người khác vu vạ 被别人诬陷

vu vơ *t* 漫无目的, 随意: Bắn vu vơ vài phát rồi bỏ đi. 乱打几枪就走。Hát vu vơ mấy câu tình ca. 随口乱哼几句情歌。

vu vu [拟] (风) 呜呜

vù [拟] ①呼呼: Gió thổi vù. 风呼呼地吹。②嗖: chạy vù đi 嗖地跑了

vù vù [拟] 呼呼 (同 vù): Quạt máy chạy vù vù suốt ngày đêm. 电风扇呼呼地没日没夜地吹。

vũ [汉] 羽,雨,武,字,舞

vũ bão *d* 暴风雨: cuộc tiến công vũ bão 暴风雨般的进攻

vũ bị =võ bị

vũ biến *d* [旧] 武编,武官

vũ cầu *d* 羽毛球

vũ công *d* 武功

vũ cử *d* [旧] 武举

vũ dũng *t* 武勇,勇猛: một viên tướng vũ dũng 一员猛将

vũ dực *d* 羽翼

vũ đài *d* 舞台

vũ đạo *d* 舞蹈

vũ điệu *d* 舞步

vũ đoán [旧][方] =võ đoán

vũ giai *d* [旧] 武阶,武官

vũ hội *d* 舞会

vũ kế *d* 雨量计

vũ khí *d* 武器

vũ khí hoá học *d* 化学武器

vũ khí huỷ diệt lớn *d* 大规模杀伤性武器

vũ khí la-de *d* 激光武器

vũ khí lạnh *d* 冷兵器

vũ khí nóng *d* 热兵器

vũ khí sinh học *d* 生物武器

vũ khí tên lửa *d* 火箭武器

vũ khí tên lửa-hạt nhân *d* 核导弹武器

vũ khí thô sơ *d* 手工制造武器

vũ khí thông thường *d* 常规武器

vũ khúc *d* 舞曲

vũ kịch *d* 舞剧

vũ loại *d* 飞禽类 (动物)

vũ lộ *d* 雨露,恩泽

vũ lực *d* 武力

vũ nghệ *d* 武艺

vũ nữ *d* 舞女

vũ phu *t* 粗鲁: Hắn ta là một kẻ vũ phu. 他是个粗鲁的人。*d* 武夫

vũ sĩ *d* 武士

vũ sư *d* 舞师,舞蹈教练

vũ thuật *d* 武术

vũ thuỷ *d* 雨水 (二十四节气之一)

vũ tộc *d* 羽族,飞禽,鸟类

vũ trang *đg* 武装: vũ trang tận răng 武装到牙齿 (喻装备精良)

vũ trụ *d* 宇宙: con tàu vũ trụ 宇宙飞船; nhà du hành vũ trụ 宇航员

vũ trụ dẫn lực *d* [理] 万有引力

vũ trụ quan *d* [哲] 宇宙观

vũ trường *d* 舞场,舞厅

vũ tướng *d* 武将

vũ y *d* 羽衣

vú *d* ①乳房: núm vú 乳头 ②奶妈,乳母 ③乳房状物

vú bõ *d* ①旧时老仆人 ② (天主教徒) 义父母

vú cao-su *d* 橡胶奶嘴

vú đá *d* 钟乳石

vú em *d* 乳母,奶妈

vú già *d* [旧] 老奶妈或老保姆

vú giả *d* 橡皮奶嘴,假乳房

vú mớm *d* 乳房,奶子

vú sữa *d* ①奶妈,乳娘 ②牛奶果树

vú vê *d* (贬义) 奶子,乳房

vụ₁ [汉] 务 *d* 季节,农时,造,季: ruộng lúa làm 2 vụ 双造稻田

vụ₂ [汉] 务 *d* (案件) 起,桩,件: vụ giết người 杀人案

vụ₃ [汉] 务 *d* (行政部门) 司,局: vụ quản lí xuất nhập khẩu 进出口管理局; giám đốc vụ 司 (局) 长

vụ₄ *d* 陀螺: buông vụ 抽陀螺

vụ₅ [汉] 务 *đg* 图,谋取,追求: vụ danh lợi 图名利

vụ₆ [汉] 雾: vân vụ 云雾

vụ chiêm *d* 早稻,夏稻: cấy vụ chiêm 冬耕; gặt vụ chiêm 夏收

vụ danh vụ lợi *đg* 追名逐利

vụ mùa *d* 晚稻, 秋稻: cấy vụ mùa 夏耕; thu hoạch vụ mùa 秋收

vụ nông *đg* 务农

vụ tai tiếng *d* 丑闻

vụ trưởng *d* 司（局）长

vụ việc *d* 案件, 事件

vua *d* 王, 皇帝

vua bếp *d* 灶君, 灶王爷

vua bếp chê ông công nhọ mồm 五十步笑百步, 半斤八两

vua bếp chê ông công nhọ mũi=vua bếp chê ông công nhọ mồm

vua chúa *d* 帝王

vua phá lưới *d*[体] 最佳射手

vua quan *d* 帝王和官吏 (总指统治者)

vua tôi *d* 君臣

vùa *d* 盂, 钵: vùa hương 香炉

vùa sãi *d*（僧人用的）钵, 盂

vùa vàng *d* 金瓯, 金钵

vúc vắc *đg* 摇摆, 摆动: Con chó vúc vắc cái đuôi. 小狗摇晃尾巴。*t* 趾高气扬, 蛮横无理: dáng điệu vúc vắc 一副趾高气扬的模样

vục *đg* ①（头）插入, 钻进: Vục đầu vào bể nước. 头伸到水里面。②扣舀: Vục đầy hai thùng nước. (用桶直接扣下去) 舀满两桶水。③ (迅速) 爬起: Vấp ngã, rồi lại vục lên chạy tiếp. 被绊摔了一跤, 马上爬起来继续跑。

vục vịch *t* 肥胖: béo vục vịch 臃肿肥胖

vui *t* 喜, 乐, 高兴, 兴奋, 愉快: vui cảnh 乐景; chuyện vui 趣话

vui chân *đg* (很有兴趣地) 走: vui chân đi liền một mạch cho đến 乘兴一口气走到; Vui chân đi đến nơi lúc nào không biết. 饶有兴趣地走, 什么时候到达 (目的地) 都不知道。

vui chơi *đg* 游乐, 娱乐: nơi vui chơi giải trí 娱乐场所

vui cười *đg* 欢笑

vui dạ *t* 欢心, 开心

vui đùa *đg* 嬉戏, 玩耍: Trẻ con đang ở ngoài sân vui đùa. 小孩正在外面玩耍。

vui lòng *t* 欢心, 称心, 乐意: làm vui lòng cha mẹ 讨父母欢心; vui lòng cho vay 乐意放贷

vui mắt *t* 悦目, 好看

vui miệng *t* 爽口, 津津乐道: vui miệng kể hết mọi chuyện 津津乐道地什么事都说

vui mồm=vui miệng

vui mừng *t* 高兴, 欢欣, 喜悦: vui mừng hớn hở 欢天喜地

vui nhộn *t* 欢腾, 活跃, 热闹: không khí vui nhộn 热闹的气氛

vui như hội 像过节一样热闹

vui như mở cờ trong lòng 心花怒放

vui như sáo 欢呼雀跃

vui như Tết=vui như hội

vui sướng *t* 快活, 高兴, 兴奋

vui tai *t* 悦耳: tiếng chim hót vui tai 悦耳的鸟鸣声

vui thích *t* 喜欢

vui thú *t* 有兴趣的

vui tính *t* (性格) 乐观, 开朗

vui tươi *t* 热闹, 活泼: vui tươi khỏe mạnh 健康活泼

vui vầy *đg* 欢聚, 喜洋洋: xum họp vui vầy 欢聚一堂

vui vẻ *t* 愉快, 高兴, 喜悦: chuyện trò vui vẻ 谈笑风生

vùi *t* 迷糊, 沉迷: say vùi 酩酊大醉; ngủ vùi 迷迷糊糊地睡; Mệt quá cứ nằm vùi. 太累了, 一直在沉睡。*đg* 埋: vùi xác chết 埋死尸

vùi dập *đg* ① 埋没: Nhiều tài năng bị vùi dập. 许多才能被埋没。②虐待, 残害: vùi dập vợ con 虐待妻儿

vùi đầu *đg* 埋头, 专注: vùi đầu vào công tác 埋头苦干

vùi hoa dập liễu 摘花折柳

vũm *t* 凹陷的: vũm lòng 中间凹下

vun *đg* 堆起,积起：vun gốc cây 培树根 *t* 堆高的,冒尖的：cây lớn vun 树长得高高的；đĩa thức ăn đầy vun 堆得高高的一碟菜

vun bón *đg*［农］培土追肥,培壅

vun cây *đg* 培苗,育苗

vun chùn *t* 满满,高高

vun đắp *đg* 培育,培养：vun đắp tình hữu nghị 培育友谊；vun đắp cho hạnh phúc của con cái 培育孩子的幸福

vun đất *đg* 培土

vun đống *đg* 堆成垛,堆成堆

vun quén *đg* 拾掇,建立：lo vun quén gia đình 考虑成家立业问题

vun trồng *đg* 栽培,培养,培育

vun vào *đg* 搭腔；搭手：Mọi người vun vào cho anh chị thành vợ thành chồng. 大家一起成就了他俩的姻缘。

vun vén *đg* 安排,收拾：khéo vun vén 善于安排；vun vén bếp núc 收拾厨房

vun vồng *đg* 作畦,打垄

vun vút ［拟］嗖嗖：Đạn bay vun vút. 子弹嗖嗖地飞。

vun xới *đg* ①中耕培土②栽培,培养：vun xới nhân tài 培养人才

vùn *t* 涌起：sóng vùn 浪涌

vùn vụt ［拟］呼呼,忽忽（用鞭子抽打的声音）

vụn *t* 碎,零散,琐碎：vải vụn 破布；món tiền vụn 零散的款项；tán chuyện vụn 聊一些琐碎的事 *d* 碎片：vụn thuỷ tinh 玻璃碎片

vụn nát *t* 破碎：những đống gạch vụn nát 碎砖堆

vụn vặt *t* 琐碎,鸡毛蒜皮的：chuyện vụn vặt 鸡毛蒜皮的事

vung₁ *d* 盖子：vung trời 天穹；Nồi tròn thì đội vung tròn, nồi méo vung méo xoay quanh cũng vừa. 烂锅自有烂锅盖,蛤蟆自有蛤蟆爱。

vung₂ *đg* ①挥动,扔,撒：vung gươm 挥剑②

胡乱：nói vung 乱说；Bà ấy tìm vung lên khắp xóm. 她胡乱地找遍整个村。

vung phí *đg* 挥霍,浪费：vung phí tiền bạc 挥霍钱财；ăn tiêu vung phí 铺张浪费

vung tàn tán *p* 胡乱地,毫无目的地：bắn vung tàn tán rồi chạy 胡乱打一通就跑

vung tay *đg* 甩手,拂袖：vung tay mà đi 拂袖而去

vung tay quá trán 大手大脚；挥霍无度

vung thiên địa *p* 肆意地,胡乱地：chửi vung thiên địa 胡乱地骂一通；Nói vung thiên địa ở cơ quan. 在单位里乱说。

vung vai *đg* 伸懒腰

vung vãi *đg* ①乱扔,乱撒：Gạo vung vãi khắp nhà. 大米撒了一地。②挥霍：vung vãi tiền của 挥霍钱财

vung vảy *đg* 摇晃,摇摆：ngồi vung vảy hai chân 两只脚摇晃晃地坐着

vung văng *đg* 甩手甩脚（表示不满、气愤）：Vung văng bỏ ra về. 气呼呼地甩手回去了。

vung vít =vung vãi

vùng₁ *d* 地区,地带,区域：vùng mỏ 矿区；vùng núi 山区

vùng₂ *đg* 挣扎,奋起：Nhân dân vùng lên lật đổ ách thống trị của bọn vua chúa. 人民奋起推翻（封建）帝王的统治。

vùng biển *d* 海域

vùng bóng đen *d* 暗影区

vùng cao *d* 高山区,高原地区

vùng đất *d* 领土,地界

vùng đệm *d* 中间地带,过渡地区,中转地区

vùng giải phóng *d* 解放区

vùng kinh tế mới *d* 新经济区

vùng sâu vùng xa *d* 偏远地区

vụng tạm chiếm *d* 敌占区

vùng trời *d* 领空

vùng tự do *d* 自由区,解放区

vùng và vùng vằng *t* 扭扭捏捏,甩手甩脚（表示不满、气愤）：Vì không được vừa lòng, nó vùng và vùng vằng không chịu đi. 因为不满意，他扭扭捏捏不肯走。

vùng vằng=vung văng

vùng vẫy *đg* ①挣扎: Nó đang vùng vẫy trong sông. 他在河里挣扎。②自由,无拘无束

vùng ven *d* 周边地区

vũng *d* ①泊坑,洼: vũng nước 水洼②海湾

vụng₁ *d* 港口

vụng₂ *t* 笨拙,不善: vụng nấu bếp 不善厨艺

vụng₃ *t* 偷偷摸摸: ăn vụng 偷吃

vụng ăn vụng nói 笨嘴拙舌

vụng chèo khéo chống 喻干活不力,但善于辩驳

vụng dại *t* ①笨手笨脚: Chân tay vụng dại, làm gì hỏng nấy. 笨手笨脚的,做什么事都会搞砸。②愚钝,不懂事: Em còn vụng dại, nhờ các chị bảo ban cho. 小妹还很不懂事,请各位姐姐多多指教。

vụng làm *t* 做事不麻利的: Mày vụng làm thế thì còn ai dám nhận cho mày làm việc? 你做事这么不麻利还有谁敢雇你干活?

vụng miệng *t* 嘴笨,不善言谈: Tôi vụng miệng không biết nói, xin các vị đừng cười. 我不善言谈,请各位不要见笑。

vụng nghĩ *đg* 暗想,窃思,窃念

vụng ở *t* 脾气不好的,不善处事的: Nó vụng ở thế, thảo nào không mấy bạn bè. 他那么不善处事,怪不得没几个朋友。

vụng suy =vụng nghĩ

vụng trộm *t* 偷偷摸摸: yêu nhau vụng trộm 偷偷摸摸地谈恋爱

vụng về *t* 笨拙: nói năng vụng về 笨嘴笨舌

vuông *t* ①方,方形的: mặt vuông chữ điền 国字脸②直角: góc vuông 直角; tam giác vuông 直角三角形 *d* [数] 平方: mét vuông 平方米

vuông chành chạnh *t* 四四方方

vuông chữ điền *t* 正方的(脸),国字脸的

vuông thành sắc cạnh 方方正正;顺顺利利

vuông tre *d* (方形的)竹篱笆

vuông tròn *t* (常指生育或情缘)圆满,顺利: sinh nở vuông tròn 分娩顺利

vuông tượng *t* 方脸的

vuông vắn *t* 方方正正: khuôn mặt vuông vắn 方方正正的脸

vuông vuông *t* 方方的

vuông vức *t* 四四方方: gói quà vuông vức 方方正正的礼盒

vuốt₁ *d* 利爪

vuốt₂ *đg* ①捋,抚摸: vuốt râu 捋胡子②消退,减轻: vuốt giận 消气

vuốt đuôi *đg* ①摸尾巴②(事后假意)抚慰,做样子: Xong việc rồi mới hỏi vuốt đuôi. 事情都结束了才假意问候。

vuốt đuôi lươn 捋黄鳝尾巴(喻白费劲、劳而无获)

vuốt giận *đg* 消气,息怒: Anh hãy vuốt giận, không hẳn như anh nghĩ đâu. 您稍息怒,(事情)不完全像您想象的那样。

vuốt mắt *đg* 用手为逝者合上眼睛(指送终): Không kịp về vuốt mắt cho bà mẹ già. 来不及回来给老母亲送终。

vuốt mặt còn nể mũi 打狗还要看主人

vuốt mặt còn phải nể mũi=vuốt mặt còn nể mũi

vuốt mặt không kịp 无力还口

vuốt phẳng *đg* 抚平,摸平

vuốt râu hùm 捋虎须(喻做危险的事)

vuốt ve *đg* ①抚摸②溜须奉承: Đe doạ không được, thì quay sang vuốt ve. 威胁行不通,转而溜须拍马。

vuột *đg* ①脱,掉: bị bỏng vuột da 被烫脱皮; vuột khỏi tay 脱手②溜掉,脱逃: Thằng ăn cắp chạy vuột mất. 小偷溜走了。

vuột nợ *đg* ①赖账: cãi phăng để vuột nợ 抵死不认账②清账: vuột nợ xong sẽ dành dụm tiền 清账后再攒钱

vút₁ *đg* 抽打: vút cho mấy roi 抽几鞭子

vút₂ [拟] 嗖嗖: nghe vút bên tai 耳边嗖嗖响

vút₃ *đg* ①淘洗: vút gạo nấu cơm 淘米做饭

V

②（飞快地）冲，奔：Lao vút đi như tên bắn. 像箭一样飞奔过去。

vút vút =vun vút

vụt *đg* ①猛打，抽打：vụt cho mấy đòn gánh 用扁担抽几下②（体育）扣球：vụt một quả dứt điểm 扣球得分③投掷：vụt lựu đạn 投手榴弹④飞速，一闪而过：đèn vụt tắt 灯突然灭了；Bóng người vụt qua cửa. 人影闪过门口。

vụt bóng *đg* [体] 扣球

vụt chạc *t* (说话) 生硬，冲，轻率：ăn nói vụt chạc 讲话很冲

vụt một cái *p* 一转眼，一瞬间，一刹那：Vụt một cái, biến đâu mất. 一转眼就不知消失到哪去了。

vụt vụt =vùn vụt

vừa₁ *t* ①适中，适合：Áo này tôi mặc không vừa. 这件衣服我穿不合身。②普通，一般：không phải là người vừa đâu 不是一般的人

vừa₂ *p* ①刚好，刚刚：vừa đủ 刚好够②刚才，方才：vừa ăn xong 刚吃完③边…边…；又…又…：vừa cười vừa nói 边笑边谈

vừa ăn, vừa nói, vừa gói mang về 有吃有喝还有拿；(便宜) 好处占尽

vừa ăn cướp vừa la làng 贼喊捉贼

vừa chân *t* 合脚的：Đôi giày này đi vừa chân lắm. 这双鞋穿起来很合脚。

vừa chê vừa khen 毁誉参半

vừa chừng *t* 适当的，适度的，恰到好处：ăn nói vừa chừng 说话恰到好处

vừa cỡ *t* 对尺寸的，合身的：Anh mặc áo này rất vừa cỡ. 你穿这件衣服很合身。

vừa dịp *p* 适值，正值，值此之际：Lúc ấy vừa dịp mùa xuân. 当时正值春季。

vừa đánh trống vừa ăn cướp =vừa ăn cướp vừa la làng

vừa đấm vừa xoa 边加害边安抚，喻手段狡诈，做了坏事又卖乖

vừa đói vừa rét 饥寒交迫

vừa đôi *t* 般配：vừa đôi phải lứa 天生一对

vừa làm vừa học 半工半读

vừa lòng *t* 合意，满意：Anh làm như thế cô ấy rất vừa lòng. 你这么做她很满意。

vừa lứa =vừa đôi

vừa may *p* 凑巧，恰巧，正巧：Vừa may anh cũng ở đây. 正巧你也在这里。

vừa mắt *t* 顺眼，中意：Nó hư lắm, nhìn ai không vừa mắt là đánh luôn. 他很坏的，看谁不顺眼就打。

vừa miệng *t* 爽口，可口，好吃：Món nào cũng vừa miệng. 每个菜都好吃。

vừa mồm *t* (说话) 点到为止，不过分：Vừa mồm thôi, kẻo mất lòng nhau. 话点到为止就行了，免得伤了和气。

vừa mới *p* 刚刚：Chúng tôi vừa mới nói đến anh là anh đã đến. 我们刚说到你，你就来了。

vừa nãy *p* 刚刚，刚才，适才：Vừa nãy tôi lỡ lời, xin bác đừng giận. 适才我失言了，请您别生气。

vừa phải *t* 适度，适中，适当，适宜：giá cả vừa phải 价格适中

vừa qua *p* 最近，上一个，刚过去的：trong tuần vừa qua 在上周

vừa rồi =vừa qua

vừa tay *t* 顺手的，对劲儿的

vừa vặn *t* 刚好，正好：Lá thư rất ngắn, vừa vặn nửa trang giấy. 信写得很短，刚好半页纸。

vừa vừa *t* ①适可而止的，不过分的：Làm việc gì cũng nên vừa vừa thôi, đừng quá đáng. 做什么事都应该适可而止，不要过分。②一般般，普普通通，马马虎虎：-Dạo này anh thế nào?-Cũng vừa vừa thôi. 一近来你过得怎么样? 一也一般般。

vừa...vừa... *k* 又…又…：vừa mừng vừa lo 亦喜亦忧

vừa ý *t* 合意，满意：Anh nói như vậy, rất vừa ý tôi. 你这么说，我很满意。

vữa₁ *d* 灰浆，胶泥

vữa₂ *t* 发糟的，发馊的：trứng vữa lòng 烂心蛋；Cháo để lâu bị vữa ra. 稀饭放久都发馊了。

vữa ba ta *d* 泥灰浆

vựa *d* 囤，仓：nhà vựa 仓库

vựa cá *d* 鱼仓

vựa hàng *d* 货栈

vựa lúa *d* 谷仓，粮库：Đồng bằng sông Cửu Long là vựa lúa của cả nước. 九龙江平原是全国的谷仓。

vựa thóc=vựa lúa

vực₁ *d* 渊：Xe lao xuống vực. 车冲下深渊。

vực₂ *d* 域：khu vực 区域；lĩnh vực 领域

vực₃ *đg* ①帮扶，扶：Anh vực người ốm dậy！你把病人扶起来！vực học sinh kém 帮扶差生②驯导（动物）

vừng₁ *d* 芝麻：rang vừng 炒芝麻

vừng₂ *d* 轮（月亮）(同 vầng)：vừng trăng 一轮明月

vững *t* ①稳固，牢靠：đứng vững 站稳②扎实：tay nghề vững 手艺扎实

vững bền *t* 坚固，稳固：cơ nghiệp vững bền 基业稳固

vững bụng *t* 胸有成竹的，心里踏实的：Làm xong việc này tôi mới vững bụng. 做完这件事我心里才踏实。

vững chãi *t* ①稳固，牢固：bức tường vững chãi 牢固的墙②稳健：bước đi vững chãi 步伐稳健

vững chắc *t* 坚固，牢固：thành đồng vững chắc 铜墙铁壁

vững dạ *t* 心安的，心定的：Đi đêm, nhưng có hai người cũng vững dạ. 走夜路，但是有两个人一起也心定些。

vững lòng *t* 意志坚强的，坚定不移的：vững lòng đi trên con đường xã hội chủ nghĩa 坚定不移地走社会主义道路

vững mạnh *t* 牢靠，坚定：nền kinh tế vững mạnh 坚定的经济基础

vững như bàn thạch 坚如磐石

vững như núi Thái Sơn 稳如泰山

vững vàng *t* 坚定，坚实，稳固：cơ sở vững vàng 坚实的基础；lập trường vững vàng 立场坚定

vững tâm *t* 心中有数的，踏实

vựng₁[汉] *đg* 汇聚；汇集：từ vựng 词汇

vựng₂[汉] 晕 *đg* 晕眩：vựng đầu 头晕

vựng tập *d* 收藏目录：vựng tập của viện bảo tàng 博物馆的收藏目录

vựng thuyền *đg* 晕船

vược *d* [动] 鲈鱼

vươn *đg* ①伸，伸长：vươn cổ lên mà cãi 伸长脖子吵②延伸：Ống khói vươn cao. 烟囱高高地立着。③力争：vươn lên hàng đầu 力争上游

vươn mình *đg* [政] 翻身，站起来：Nhân dân ta đã vươn mình làm chủ đất nước. 我们的人民已翻身做了国家的主人。

vươn vai *đg* 伸懒腰，伸腰

vườn *d* ①园，圃，园林②园艺：làm vườn 从事园艺 土气的，乡土的：cây nhà lá vườn 自家种养的

vườn bách thảo *d* 植物园，百草园

vườn bách thú *d* 动物园，百兽园

vườn cảnh *d* 园林

vườn cây *d* 果园

vườn địa đàng *d* 伊甸园

vườn hoa *d* 花园

vườn không nhà trống 坚壁清野

vườn quốc gia *d* 国家森林公园

vườn ruộng *d* 田园

vườn trẻ *d* 幼儿园

vườn trường *d* 校园

vườn tược *d* 田地，园林

vườn ươm *d* 苗圃，苗床

vượn *d* 猿

vượn dài tay *d*[动] 长臂猿

vượn người *d* 类人猿

vượn khỉ *d* [动] 猿猴

vương₁ *đg* ① 羁绊，牵扯，勾住：vương phải gai 被蒺藜勾住；Bỏ thì thương, vương thì tội. 食之无味，弃之可惜。② 撒落：Rác rưởi vương trên sân. 垃圾撒落在院子里。

vương₂ [汉] 王

vương bá *d* [旧] 王侯

vương công *d* [旧] 王公

vương cung *d* [旧] 王宫

vương đạo *d* [旧] 王道 (与霸道相对)

vương giả *d* [旧] 王者

vương hầu *d* [旧] 王侯 (指显爵)

vương hậu *d* [旧] 王后

vương miện *d* [旧] 王冠

vương phi *d* [旧] 王妃

vương phủ *d* [旧] 王府

vương quốc *d* 王国：Nơi đây là vương quốc của loài chim. 这里是鸟类的王国。

vương quyền *d* 王权

vương tôn *d* [旧] 王孙

vương triều *d* [旧] 王朝

vương tướng *d* 帝王将相

vương vãi *đg* 撒落：Hạt đỗ vương vãi xuống đất. 豆子撒落一地。

vương vấn *đg* 纠葛，有牵连：Tôi và cô ấy không còn vương vấn gì nữa. 我和她再也没有任何牵连了。

vương vất *đg* ① 缠绕，萦绕：Mùi nước hoa còn vương vất đâu đây. 香水味依然萦绕四周。Hình ảnh cô ấy vẫn vương vất trong tôi. 她的影子依然在我心中缠绕。② 牵挂：Anh ra đi không còn vương vất gì nữa. 他了无牵挂地离开了。

vương vị *d* 王位

vương víu *đg* 纠葛，纠缠：Anh ta đang vương víu với mấy cuộc tình. 他被几段情缘纠缠着。

vương vướng = vướng

vướng *đg* 缠着，碍着，绊着：Vướng phải dây bị ngã. 被绳子缠着，摔倒了。Vướng việc nhà, không đi được. 家务缠身，走不开。

vướng mắc *đg* 阻碍 *d* 障碍，疑难：tháo gỡ vướng mắc 排除障碍

vướng nợ *đg* 欠债，债务缠身：Tôi còn đang vướng nợ, làm gì có tiền vay cho anh？我还欠着别人的债呢，哪有钱借给你？

vướng vít *đg* 纠缠，牵挂：vướng vít với chuyện cũ 纠缠往事

vượng [汉] 旺：hưng vượng 兴旺

vượng khí *t* 旺气的

vượt *đg* ① 越过，翻过，跨过：trèo đèo vượt núi 翻山越岭 ② 渡过，克服：vượt khó khăn 克服困难

vượt bậc *đg* 越级，跨越：Nền kinh tế Quảng Tây đã có sự phát triển vượt bậc. 广西的经济已取得了跨越式发展。

vượt biên *đg* 偷渡

vượt cạn *đg* [口] 临盆，生育

vượt cấp *đg* 越级：đề bạt vượt cấp 越级提拔

vượt hẳn *đg* 明显超过：Sản lượng năm nay vượt hẳn năm ngoái. 今年的产量明显超过去年。

vượt khỏi *đg* 渡过，克服：Mọi khó khăn đều có thể vượt khỏi. 任何困难都是可以克服的。

vượt mức *đg* 超额：hoàn thành vượt mức kế hoạch 超额完成计划任务

vượt ngục *đg* 越狱

vượt núi băng ngàn *đg* 跋山涉水

vượt qua = vượt khỏi

vượt quyền *đg* 越权

vượt rào *đg* ① 越过栏杆 (喻冲破阻碍) ② [体] 跨栏

vượt trội *đg* 超越，突出

vứt *đg* 扔，丢，甩，抛：Đồ không dùng nữa thì vứt đi. 不用的东西就扔了。

vứt bỏ *đg* 抛弃，丢掉

vưu vật *d* 尤物

W w

w , W 拉丁字母,常用于外来词

W ① [理] 瓦特 (电功率单位) ② [化] 钨
的元素符号

watt kế *d* 瓦特计

wh(watt-giờ) [缩] 瓦特小时 (功和能量单
位)

wolfram *d*[化] 钨

WTO(World Trade Organization)[缩] 世界
贸易组织

X x

x₁, X₁ 越语字母表的第 28 个字母

x₂, X₂ ①代数中的未知数②某个,某某③罗马数字 10

X-quang *d* X 光:chụp X-quang 拍 X 光片

xa₁ *d* 纺车:tay quay xa 手摇纺车

xa₂ *t* 远:đường xa 路远;kém xa 差得远 *đg* 离开,远离:xa nhà ra đi kháng chiến 离家去抗战

xa₃ [汉] 车,奢

xa cách *đg* 远离:xa cách quê hương 远离家乡 *d* 隔阂:Giữa anh và tôi không có xa cách. 你我之间没有隔阂。

xa chạy cao bay 远走高飞

xa chùa vắng tiếng, gần chùa điếc tai 离开又想,相处又烦

xa gần *t* 远近:xa gần nổi tiếng 远近闻名

xa hoa *t* 奢华,奢侈:cuộc sống xa hoa 奢侈的生活

xa khơi *t* 遥远:nơi xa khơi 遥远的地方

xa lạ *t* ①陌生:người xa lạ 陌生人②奇异,不适宜:Lối sống xa lạ với mọi người. 生活方式与众不同。

xa lánh *đg* 远离,回避:xa lánh ma tuý 远离毒品

xa lắc *t* [口] 遥遥,遥远:đường đi xa lắc 途遥远

xa lắc xa lơ 远在天涯

xa lìa *đg* 脱离,离别,分离:xa lìa quan hệ 脱离关系

xa lộ *d* 高等级公路,大道

xa lộ thông tin *d* 信息网络:thời đại xa lộ thông tin 信息网络时代

xa lông *d* ①沙发②客厅③沙龙

xa phí *t* 奢侈浪费:ăn chơi xa phí 吃喝玩乐奢侈浪费

xa phia *d* 蓝宝石

xa rời *đg* 脱离,远离:xa rời quần chúng 脱离群众;xa rời người thân 远离亲人

xa tanh *d* 绸布,丝织品,印度绸:quần xa tanh 丝绸裤

xa tắp *t* 迢迢,遥远:chân trời xa tắp 遥远的天边

xa thẳm *t* 悠远,遥远:bầu trời xa thẳm 遥远的天空

xa thơm gần thối [口] 常处互相轻慢,远离方觉珍惜

xa tít *t* 远远:Mặt trời đã lặn phía chân trời xa tít. 太阳落在远远的天角下。

xa tít mù tắp *t* 遥远,迢迢,遥无边际

xa trưởng *d* 车长,列车长

xa vắng *t* 远僻,荒远,荒凉:vùng núi xa vắng 荒凉的山区 *đg* 远离:xa vắng chồng 远离丈夫

xa vời *t* 遥远:ước mơ xa vời 遥远的梦想;Giữa thành phố và miền núi còn có khoảng cách xa vời. 城市与山村之间还有一段很长的距离。

xa vời vợi *t* 非常遥远

xa xa *t* ①稍远的:Đứng xa xa một chút! 站远一点! ②远远的:Tiếng súng xa xa vọng lại. 枪声远远地传来。

xa xăm *t* 遥远,远古,深奥:bầu trời xa xăm 遥远的天空;thời đại xa xăm 远古时代

xa xỉ *t* 奢侈:xa xỉ phẩm 奢侈品

xa xôi *t* ①遥远:đường sá xa xôi 路途遥远②(还很)远,深远:nghĩ ngợi xa xôi 深远考虑

xa xưa *t* 从前的,古时候的,很久以前的:chuyện thần thoại xa xưa 古时候的神话

xà₁ *d* ①[建]檩,桁,梁:xà nhà 屋檩②[体]单杠、双杠、高低杠的统称:tập xà 练单杠

xà₂ [汉] 蛇

xà bản *d* [口][方] 建筑垃圾

xà beng *d* 铁锹, 撬棍

xà bông *d*[方] 肥皂

xà cạp *d* 绑腿布, 裹腿布: quấn xà cạp 打绑
腿

xà cừ₁ *d*[植] 一种红木

xà cừ₂ *d* 贝壳里层的彩壳

xà dọc *d*[建] 屋椽, 屋梁

xà đôi *d* 双杠

xà đơn *d* 单杠

xà gồ *d* 棚梁, 屋梁木

xà kép *d* 双杠

xà lách *d*[植] 球生菜, 包生菜

xà lan *d* 驳船

xà lệch *d* 高低杠

xà lim *d* 单人囚室

xà lỏn *d*[方] 短裤

xà-lúp *d*[方] 小汽艇

xà mâu *d*[旧] 蛇形矛

xà nen *d*[方] 鱼篓

xà ngang *d* 横梁

xà phòng *d* 肥皂

xà quần *đg*[方] 缠 (着), 赖 (在): Nó cứ xà
quần theo con nhỏ hoài. 他老是缠着小姑
娘。

xà rông *d* 筒裙: mặc xà rông 穿筒裙

xà tích *d* 银链 (饰品)

xà xẻo *đg*[口] 克扣, 私吞, 揩油: xà xẻo tiền
công 克扣工钱

xả₁ *đg* 放, 下, 落: xả buồm 收帆

xả₂ *đg* 喷, 扫 (射): xả nước 喷水; xả súng
bắn 扫射

xả₃ *đg* 抖, 砍: Xả con lợn làm tư. 把猪砍成
四块。

xả₄ [汉] 舍

xả đông *đg* 解冻: xả đông thực phẩm 解冻食
品

xả hơi *đg*[口] 放气, 歇息, 松口气, 歇歇气:
Xả hơi cái đã ! 歇一下吧!

xả láng *đg*[口] 放纵, 自由自在: ăn chơi xả

láng 生活放纵

xả thân *đg* 舍身, 捐躯: Các chiến sĩ xả thân
cho cách mạng. 战士们为革命捐躯。

xã [汉] 社 *d* ① 乡 ② [口] 乡政府的简称:
lên xã 到乡政府去 ③ [旧] 封建社会的乡
村小官职 ④ 社 (古代供土神和祭土神的
地方): tế xã 祭社

xã đoàn *d* 乡级青年团组织

xã đội *d* 乡级军事指挥部

xã đội trưởng *d* 乡级军事指挥员

xã giao *d* 社交: phép xã giao 社交礼节 *đg* 社
交, 交际: người kém xã giao 不善于交际
的人 *t* 礼节性的: đi thăm xã giao 礼节性
拜访

xã hội *d* ① 社会: xã hội loài người 人类社会
② 社会阶层: xã hội thượng lưu 上流社会

xã hội chủ nghĩa *d*[旧] 社会主义: xây dựng
xã hội chủ nghĩa 建设社会主义 *t* 社会主
义的: nước xã hội chủ nghĩa 社会主义国
家

xã hội đen *d* 黑社会

xã hội hoá *đg*[政] 社会化: xã hội hoá nền
giáo dục 教育社会化

xã hội học *d* 社会学

xã luận *d* 社论: phát biểu xã luận 发表社论

xã tắc *d* 社稷: sơn hà xã tắc 山河社稷

xã viên *d* 社员

xá₁ *đg* 拜: xá ba xá 拜三拜

xá₂ [汉] 赦 *đg* 赦, 赦免: đại xá 大赦

xá lị *d* 舍利

xá tội *đg* 赦罪: Phật tổ xá tội chúng sinh. 佛
祖赦罪众生。

xá xị₁ *d* 汽水

xá xị₂ *d*[旧] 白绸

xá xíu *d* 叉烧

xạ₁ [汉] 麝 *d* 麝香 (xạ hương 的简称)

xạ₂ [汉] 射

xạ can *d*[药] 射干草

xạ hương *d* 麝香

xạ kích *đg* 射击: tập xạ kích 练习射击

xạ thủ *d* 射手, 枪手

xạ trị *đg* [医] 放射性治疗

xác₁ [汉] 壳 *d* ① 身体: hồn lìa khỏi xác 魂不附体② [口] 身躯 (含轻蔑意): Kệ xác nó!不理他！③ 尸体: xác động vật 动物尸体④ 蜕，外壳: xác ve 蝉蜕⑤ 渣滓: xác mía 甘蔗渣 *t* (程度) 精光的，只剩下空架子的: nhà nghèo xác 家徒四壁

xác₂ [汉] 确, 推

xác chết *d* 尸体

xác chứng *d* 佐证, 铁证: xác chứng rõ ràng 铁证如山

xác đáng *t* 恰当, 得当, 正当: vận dụng xác đáng 运用恰当; phòng vệ xác đáng 正当防卫

xác định *đg* 确定: xác định phương hướng 确定方向 *t* 确定的, 预定的: quĩ đạo xác định 预定轨道

xác lập *đg* 确立: xác lập mục tiêu 确立目标

xác minh *đg* 证实, 核实, 鉴定: xác minh lời khai miệng 核实口供

xác nhận *đg* 确认: xác nhận không sai 确认无误

xác suất *d* 准确率, 概率: xác suất không lớn 准确率不高; Xác suất là 10%. 概率为10%。

xác tín *đg* 确信: xác tín đúng như vậy 确信正是如此

xác thịt *d* 躯壳, 肉体

xác thực *t* 确实, 确凿: xác thực đúng vậy 确实如此; chứng cứ xác thực 证据确凿

xác ướp *d* 木乃伊

xác vờ *t* 一贫如洗: nghèo xác vờ 贫困潦倒

xác xơ =xơ xác

xạc *đg* [口] 咒骂: xạc nó một trận 骂他一顿

xạc xào [拟] 瑟瑟: tiếng gió xạc xào 风声瑟瑟

xách *đg* ①提, 拎: xách va-li 提旅行箱② [口] 携带, 带领: xách em đi chơi 带妹妹去玩

xách mé *t* (说话) 不恭, 傲慢无礼: ăn nói xách mé 说话傲慢无礼

xài *đg* [方] 花费, 使用: xài hàng trong nước 用国产货

xài phí *đg* [方] 挥霍: xài phí vô độ 挥霍无度

xài xạc *t* 萧条, 零落: cảnh tượng xài xạc 萧条的景象

xài *d* 漆筐 (竹编筐涂上漆可盛液体)

xái *d* (京烟、鸦片的) 烟灰

xam xẳm *t* [方] 稍粗糙

xam xám *t* 微灰的

xam xưa *t* (饮食方面) 不讲究: ăn uống xam xưa 饮食不讲究

xàm xỡ *t* [旧] 粗鄙, 胡来

xảm *đg* 填塞, 糊, 泥: xảm thuyền 泥船

xảm xì xảm xịt [方] 非常粗糙

xám *t* 灰色的: Mây đen làm cho trời xám lại. 乌云把天空变成了灰色的。

xám ngắt *t* 灰白, 惨白: bầu trời xám ngắt 天空灰白

xám ngoét [口] =xám ngắt

xám xịt *t* 灰黑色的: da xám xịt 灰黑色的皮肤

xám tro *t* 灰色的

xám xám *t* 微灰色的

xan *d* [方] 厢房, 专用房

xán₁ *đg* 凑近, 贴紧, 依偎: Con cứ xán theo mẹ. 孩子依偎着母亲。

xán₂ *đg* [方] 投, 掷, 扔: Xán cái chén xuống đất. 把杯子往地上一扔。

xán lạn *t* 灿烂, 绚丽: ánh nắng xán lạn 阳光灿烂

xán xả *t* [方] 气汹汹: chạy xán xả vào nhà 气汹汹地跑进屋

xang₁ *d* [乐] 商 (五音之一)

xang₂ *đg* [方] 跑来跑去: Trẻ con xang ra xang vô. 小孩跑进跑出。

xàng xàng *t* [方] ①一般般: làm ăn xàng xàng đủ sống 生意一般还过得去②差, 旧: quần áo xàng xàng 衣服破旧

xàng xê₁ d[乐]（越南改良剧中）柔和的曲调

xàng xê₂ đg[方] 截留，揩油：Nó xàng xê một ít thóc của hợp tác xã. 他截留合作社的稻子。

xáng₁ d[机] 挖掘机

xáng₂ đg[方] 打，揍：xáng cho một trận 揍一顿

xanh₁ d 平底铜锅

xanh₂ d[旧] 天，老天爷

xanh₃ d 革命老区：đến khu xanh 到革命老区

xanh₄ t ①绿，碧绿：lá xanh 绿叶②未熟，生涩：đu đủ xanh 生木瓜③少壮：tuổi xanh 青年

xanh biếc t 碧绿色：nước non xanh biếc 青山绿水

xanh bủng xanh beo 青黄浮肿：mặt xanh bủng xanh beo 脸色青黄浮肿

xanh cánh trả d 宝石蓝

xanh cỏ [口]（坟头）已长满青草的（喻早已死亡）：Ông cụ sớm đã xanh cỏ. 爷爷早已去世。

xanh da trời t 天蓝色，蓝色

xanh-đi-ca (syndicat) d[经] 辛迪加（垄断组织形式之一）

xanh hoà bình [口]=xanh da trời

xanh không thủng cá đi đằng nào 原物仍在；完好无损

xanh lá cây t 叶绿色

xanh lá mạ t 苹果绿，翠绿，嫩绿

xanh lam t 天蓝色

xanh lè t①青绿色②青涩，未成熟（的水果）：chuối xanh lè 青涩的香蕉

xanh lét t(颜色) 发蓝的

xanh lơ t 浅蓝

xanh mắt t[口] 眼睛发直的,惊恐：Cô bé sợ xanh mắt. 小姑娘被吓得眼睛发直。

xanh mét t(皮肤)苍白：mặt xanh mét 脸色苍白

xanh mơn mởn t 嫩绿，绿油油：cánh đồng xanh mơn mởn 绿油油的田野

xanh ngắt t 深蓝色：bầu trời xanh ngắt 深蓝色的天空

xanh rì t 翠绿,青翠,葱绿：bãi cỏ xanh rì 草地一片葱绿

xanh rờn t 碧绿：nước hồ xanh rờn 湖水碧绿

xanh rớt t 憔悴,病弱：da mặt xanh rớt 脸色苍白憔悴

xanh thắm t 深绿色

xanh thẫm t 深蓝

xanh tươi t 鲜绿,翠绿：cây cối xanh tươi 树木翠绿

xanh um t 翠绿茂密：cây cối xanh um 树木翠绿茂密

xanh vỏ đỏ lòng 表里不一：Người này xanh vỏ đỏ lòng. 此人表里不一。

xanh xao t(肤色) 苍白：da dẻ xanh xao 肤色苍白

xanh xương t[口] 皮包骨的：gầy xanh xương 瘦得皮包骨

xành xạch [方][拟] ①（拖拽声）：lôi xành xạch cái bao bố 拖着一个大麻袋②噗噗：máy chạy xành xạch 机器噗噗响 t 不停地：ăn xành xạch cái miệng 嘴不停地吃

xao đg 晃动，荡漾：Gió xao mặt hồ. 风吹湖水荡漾。

xao động đg 拂动，晃动：bóng cây xao động 树影晃动

xao nhãng=sao nhãng

xao xác [拟] 啾啾（禽类嘈杂声）：chim xao xác 鸟声啾啾

xao xuyến đg 使（心情）不安，使复杂，使百感交集：lòng xao xuyến 心情百感交集

xào đg 炒：xào rau xanh 炒青菜

xào nấu đg 烹调：kĩ thuật xào nấu 烹调技术

xào thập cẩm *d* 越南佛教徒的一种什锦菜

xào xạc [拟] 飒飒, 瑟瑟: Tiếng lá cây xào xạc. 树叶飒飒响。

xào xáo *đg* [口] ①烹煮, 烹调: Xào xáo hai món ăn cho qua chuyện. 随便炒两个菜吃算了。②抄袭, 照抄: Anh ta chỉ giỏi xào xáo sách của người khác. 他就知道抄袭别人书上的东西。

xào xạo [拟] 嚓嚓, 沙沙: Tiếng chân bước trên cát sỏi xào xạo. 脚踩在沙石上嚓嚓响。

xảo [汉] 巧 *t* 狡猾: con người rất xảo quyệt 的人

xảo diệu *t* 巧妙: kế sách xảo diệu 巧妙的计策

xảo ngôn *d* 巧言, 花言巧语: xảo ngôn lừa đảo (用) 花言巧语行骗

xảo quyệt *t* 狡诈, 狡黠: âm mưu xảo quyệt 狡诈阴谋

xảo thuật *d* 技巧, 巧术: xảo thuật ảo thuật 魔术技巧

xảo trá *t* 狡诈: thủ đoạn xảo trá 狡诈手段

xáo *đg* ① (乱) 翻: Xáo cả quần áo trong tủ. 把柜子里的衣服都翻乱了。②翻动: xáo đất 翻土

xáo động *đg* 骚乱, 扰乱: xáo động trật tự xã hội 扰乱社会秩序

xáo trộn *đg* 混杂, 混淆, 混乱: xáo trộn phải trái 混淆是非

xáo xác *t* 惊慌失措, 慌乱: Mặt mày xáo xác như gà phải cáo. 满脸惊慌像鸡碰见狐狸一样。

xáo xới *đg* 翻: xáo xới đất 翻土

xạo xự *t* [方] ①嘈杂, 热闹, 纷纷: Mọi người xạo xự về cái tin đó. 大家都对此消息议论纷纷。②乱窜的, 跑上跑下的: Trẻ con đừng có xạo xự chỗ người lớn. 小孩儿不要在大人周围跑来跑去的。

xáp *đg* ①贴近, 接近, 靠近: xáp mục tiêu 接近目标 ② [方] 临近: xáp Tết 临近春节

xáp lá cà *đg* [方] 肉搏战

xát *đg* 擦, 拭, 搓: xát xà phòng 搓肥皂

xay *đg* 碾, 磨: xay bột 磨粉

xay lúa thì khỏi ẳm em 一心不要二用

xay xát *đg* 碾磨 (谷物): xưởng xay xát gạo 碾米厂

xảy *đg* 发生, 突发: xảy ra hoả hoạn 发生火灾; sự việc xảy bất ngờ 突发事件

xáy *đg* [方] ①扒开, 刨开, 钻: Cua xáy lỗ. 螃蟹钻洞。②捣, 舂: Cô bé lấy ống xáy trầu cho bà lão. 小姑娘给老阿婆舂槟榔。

xắc *d* 提包

xắc cốt *d* 挎包

xắc da *d* 皮挎包

xăm₁ *d* 签: xin xăm 求签

xăm₂ *d* (捞小虾用的) 细网

xăm₃ *đg* ①文身, 刺: Ngực hắn xăm đầy những hình quái gở. 他胸前文了很多怪图形。②插, 串: xăm gừng 串姜 ③探测: xăm đúng đường hầm 探到地道

xăm xăm *p* (走路) 急: cúi bước xăm xăm 低头急行

xăm xắm *=xăm xăm*

xăm xắn *t* 轻快, 敏捷: Chị ấy xăm xắn bước lên trước dẫn đường. 她轻快地走在前面领路。

xăm xắp *t* (水) 刚好到边缘的: Bể bơi nước xăm xắp. 游泳池水位刚好到 (泳池) 边缘。

xăm xúi *p* 急忙赶路: bước đi xăm xúi 快步赶路

xắm nắm *t* 欢欣, 欢天喜地: xắm nắm đi đón dâu 欢天喜地去接新娘

xăn [方] =xắn

xắn₁ *đg* 卷起, 窝起, 挽起: xắn tay áo 挽袖子

xắn₂ *đg* 切割, 分割: Xắn bánh chưng thành 4 miếng. 把粽子切成四块。

xắn móng lợn (裤腿) 卷过膝盖

xăng *d* 汽油

xăng đan *d* 凉鞋

xăng nhớt *d* 汽油和润滑油的统称

xăng-ti-mét (centimetre) *d* 厘米

xăng văng *t*［方］匆忙，匆匆忙忙：xăng văng đi làm 匆忙上班

xăng xái *t* 殷勤，勤快，麻利：xăng xái dẫn đường 殷勤带路

xăng xắc *p*［方］忙碌：làm xăng xắc suốt ngày 整天忙忙碌碌

xăng xít=lăng xăng

xằng *t*［口］胡乱：nói xằng 乱说

xằng bậy *t* 胡闹，乱七八糟：nói xằng bậy hồ说八道

xằng xịt *t* ①不对，错误：Luận điệu xằng xịt của bọn phản động. 反动派的错误言论。②零碎：Ghép gỗ xằng xịt thành cái bàn. 用碎木头凑合成一张桌子。

xẵng *t* (说话语调) 生硬，不满：Hắn xẵng giọng trả lời. 他生硬地回答。

xăng xở *t*［口］热情，殷勤：xăng xở dẫn đường 热情带路

xắp₁ *t* 临时的，将就的：thợ làm xắp 临时工

xắp₂ *p* 将近，将及：Nước xắp mắt cá chân. 水将近淹到脚踝。

xắt *đg* 切割：xắt miếng 切片

xấc *t* 无礼，粗野：nói xấc 说话无礼

xấc láo *t* 无礼，不礼貌：trẻ con xấc láo 小孩不礼貌

xấc xược *t* (对长辈) 没大没小，放肆，不恭：ăn nói xấc xược 言行放肆

xâm ［汉］侵 *đg* 侵入，侵进，动用到：ăn xâm vào vốn 吃老本

xâm canh *đg* 侵耕，侵种他人田地：ruộng xâm canh 侵耕田

xâm chiếm *đg* ①侵占，夺取，掠夺：xâm chiếm đất đai 侵占土地 ② 占据：Nỗi buồn xâm chiếm lòng anh. 忧愁占据了他的心。

xâm cư *đg* 非法占据：xây nhà xâm cư 非法占用土地建房

xâm đoạt *đg* 掠夺：xâm đoạt tài sản 掠夺财产

xâm hại *đg* 侵害：xâm hại quyền lợi tập thể 侵害集体利益

xâm lăng *đg* 侵略：quân xâm lăng 侵略军

xâm lấn *đg* 侵占：xâm lấn đất đai 侵占土地

xâm lược *đg* 侵略：Quân địch xâm lược tổ quốc. 敌军侵略祖国。

xâm nhập *đg* ①入侵：kẻ xâm nhập 入侵者 ②进入：Vi-rút xâm nhập phổi. 细菌进入肺部。

xâm nhiễm *đg* 渗透，侵蚀

xâm phạm *đg* 侵犯：xâm phạm quyền lợi 侵犯权利

xâm thực *đg* 侵蚀，腐蚀：Nước biển xâm thực vách đá. 海水侵蚀岩石。

xâm xẩm=sâm sẩm

xâm xấp［方］=xăm xấp

xầm xì *đg*［方］①窃窃私语：Hai cô gái xầm xì với nhau. 两个姑娘窃窃私语。②议论纷纷：Mọi người xầm xì. 大家议论纷纷。

xẩm₁ *d* 盲人流浪歌手

xẩm₂ *t* 晦暗，阴暗 (同 sẩm)

xẩm sờ voi 盲人摸象

xẩm vớ được gậy 瞎猫碰到死老鼠；瞌睡碰到枕头

xẩm xoan *d* (越南北部地区) 盲人歌曲

xân xẩn *t*［方］①矫健，灵活：Cụ Trương già rồi mà đi đứng còn xân xẩn. 张大爷老了走路还这么矫健。② (买卖) 顺利，兴隆：làm ăn xân xẩn 生意兴隆

xấp₁ *d* 沓，刀 (纸的计量单位)：một xấp giấy 一刀纸

xấp₂ *đg*［方］蘸湿，浸湿 (同 dấp)

xấp xải *đg*［方］①上下跳动：Mái tóc của cô bé xấp xải theo nhịp bước. 小姑娘的头发随着脚步上下跳动。②持平，齐平：Tóc xấp xải ngang vai. 头发与肩膀齐平。

xấp xỉ *t* 差不多一样的，相差无几的：Hai đứa trẻ cao xấp xỉ. 两个小孩身高差不多一样。

xập xệ *t* 随随便便，凌乱，差劲：ăn mặc xập xệ 穿着随随便便

xập xí xập ngầu 计算不清；克扣，缺斤短两；账目不清：Hắn xập xí xập ngầu tiền làm ngoài giờ của công nhân. 他克扣工人加班费。

xập xình [拟] 嗡嗡（音乐齐鸣声）：nhạc xập xình 乐声嗡嗡

xập xoè *t* 开合，张合：bướm bay xập xoè 蝴蝶振翅

xập xụi *t* ①随随便便，凌乱，差劲②转眼的，瞬间的：xập xụi đã mười năm rồi 转眼十年过去了

xâu₁ *d* 帮，群：một xâu trẻ con 一帮小孩

xâu₂ *đg* 穿：xâu chỉ luồn kim 穿针引线 *d* 串：một xâu chìa khoá 一串钥匙

xâu chuỗi *đg* 串联，链接：bắt rễ xâu chuỗi 扎根串连

xâu xé *đg* 撕扯，瓜分，宰割，分割：Kẻ xâm lược xâu xé đất đai. 侵略者瓜分国土。

xấu *t* ①丑，难看②恶，坏，不好：người xấu 坏人③质量差：hàng xấu 次品

xấu bụng *t* 坏心眼的，居心不良的：kẻ xấu bụng 坏心眼的人

xấu chơi *t* [口] 缺德，自私：Nó xấu chơi nên bị bạn bè xa lánh. 他缺德，所以被朋友疏远。

xấu gỗ, tốt nước sơn 金玉其外，败絮其中

xấu hổ *đg* ①惭愧：trong lòng rất xấu hổ 心里很惭愧②害羞：hơi tí là xấu hổ đỏ mặt 动不动就害羞脸红 *d* 含羞草

xấu như ma 丑八怪

xấu nết *t* 品行不端的，脾气坏的：Nó xấu nết lắm. 他脾气很坏。

xấu số *t* [口] 背运，命蹇，倒霉：toàn gặp phải chuyện xấu số 全碰到倒霉事

xấu tính = xấu nết

xấu xa *t* 丑恶，下流，卑鄙：thủ đoạn xấu xa

卑鄙手段

xấu xí *t* 丑陋，丑恶

xây₁ *đg* 建，兴建，建造：xây nhà 建房

xây₂ *đg* [方] 转向，侧向：xây lưng lại 背过身去

xây cất *đg* 建造，修建：xây cất nhà cửa 修建房屋

xây dựng *đg* 建设，建造，筑造：xây dựng nhà cửa 兴建房屋；xây dựng tổ quốc 建设祖国 *t*（意见、态度）善意的，有建设性的：góp ý kiến xây dựng 提出有建设性的意见

xây dựng gia đình *đg* 结婚，成家

xây đắp *đg* 建设，建造，建树：xây đắp hạnh phúc cho nhân dân 为民造福；xây đắp thành trì 修建城池

xây lắp *đg* 建筑安装，土建安装：xây lắp công trình 建设安装工程

xây lâu đài trên cát 空中楼阁：đặt ra một kế hoạch kiểu xây lâu đài trên cát 制定出一个空中楼阁般的计划

xây xẩm *t* 头晕眼花的，天旋地转的：Ông cụ xây xẩm mặt mày ngã xuống. 老大爷（感到）头昏眼花仰面跌倒。

xẩy [方] = xảy

xe₁ *d* 车，车辆：lái xe 开车

xe₂ *d* 烟杆

xe₃ *đg* ①纺，搓：xe sợi dây 纺线②结姻缘：duyên trời xe 天赐良缘

xe ba gác *d* 手板车，小板车，排子车

xe ba ngựa *d* 三套车

xe bàn *d* 平车，斗车

xe ben *d* 自卸大卡车

xe bình bịch *d* [口] 摩托车

xe bò *d* 牛车

xe bọc thép *d* 铁甲车，装甲车

xe buýt *d* 公共汽车

xe ca *d* 客车

xe cải tiến *d* 手推两轮车

xe cáp *d* 缆车

xe cần trục *d*[机] 起重机,搬运吊车

xe cầu trục *d*[机] 桥式吊车

xe chỉ huy *d* 指挥车

xe chữa cháy *d* 消防车,救火车

xe con *d* 小轿车,小车

xe cộ *d* 车辆

xe cơ giới *d* 机动车

xe cút kít *d* 手推独轮车

xe cứu hoả *d* 消防车

xe cứu thương *d* 救护车

xe dây buộc mình 作茧自缚

xe díp=xe jeep

xe dò đường *d*(铁道) 压道车

xe du lịch *d* 旅游车

xe đám ma *d* 殡葬车

xe đạp *d* 自行车:xe đạp địa hình 山地自行车

xe đạp nước *d* 脚蹬水车

xe đẩy *d* 手推车

xe điện *d* 电车:xe điện bánh hơi 无轨电车; xe điện ngầm 地下电车(地铁); xe điện treo 悬空电车(缆车)

xe điếu *d* 烟杆,烟枪

xe đò *d*[方] 客车,公共汽车

xe đổ rác *d* 垃圾车

xe gắn máy *d* 助力车

xe gió *d* 鼓风机,风箱,扇谷机

xe goòng *d* 斗车:xe goòng máy 轨道斗车; xe goòng mỏ 矿(斗)车

xe hành khách *d* 客车

xe hoả *d*[旧] 火车

xe hòm *d* 厢包货车

xe hơi *d*[口] 汽车

xe jeep *d* 吉普车

xe kéo *d*[口] ①人力车,黄包车②牵引车: xe kéo pháo 火炮牵引车

xe khách *d*[口] 客车

xe lam *d* 有篷三轮摩托车

xe lăn *d* 轮椅,残疾人车

xe lăn đường *d* 压路机

xe loan *d*[旧] 銮驾

xe lội nước *d*[军] 水陆两栖车

xe lu=xe lăn đường

xe lửa *d* 火车,列车:xe lửa bọc sắt 装甲列车

xe máy *d* 摩托车

xe mở mui *d* 敞篷车

xe ngựa *d* 马车

xe nhà binh *d*[口] 军车,兵车

xe nôi *d*(婴幼儿) 小摇车

xe nước *d* 大水车

xe ôm *d*[口] 摩的

xe pháo *d*[口] 营运车辆

xe phun nước *d* 洒水车

xe quân sự *d* 军用车

xe quẹt *d* 拖车(畜力拉的无轮车)

xe riêng *d* 专用车,专车;私家车

xe tải *d* 卡车,货车

xe taxi *d* 出租车

xe tay *d* 人力车,黄包车

xe tăng *d* 坦克

xe téc *d* 罐车

xe thiết giáp *d* 装甲车

xe thồ *d*(经改装后用来驮货的) 自行车

xe thổ mộ *d*(越南南方的) 马车

xe thông tin *d* 通讯车

xe thư *d*[方] 邮政车

xe tốc hành *d* 快车

xe vận tải *d* 运输车

xe xích-lô *d* 人力三轮车

xè xè [拟](金属相碰时的响声) 锵锵:Máy cưa chạy xè xè. 铁锯锵锵响。

xẻ *đg* ①劈,锯开:xẻ gỗ 锯木头②裁开:áo xẻ tà 给衣服开叉③挖开,开凿:xẻ mương 开渠

xẻ núi lấp biển 劈山填海

xé *đg* 撕,扯:xé rách 撕破

xé lẻ *đg* 分散,拆零:Xé lẻ 100 đồng này chia cho mọi người. 把这 100 元拆零分给大

家。

xé phay *đg* 撕碎, 撕烂: thịt gà xé phay 手撕鸡

xé rào *đg*[口][经] 冲破壁垒, 突破限制: xé rào thương mại 冲破贸易壁垒

xé ruột xé gan 撕心裂肺: tiếng khóc xé ruột xé gan 哭声撕心裂肺

xé xác *đg*[口] 分尸, 碎尸: xé xác trăm mảnh 碎尸万段

xem *đg* ①观, 看, 阅: xem sách 看书② (观察, 评审) 看看, 试试看: Việc này để nó làm xem, nhất định được. 这件事让他来办, 肯定行。③占卜: xem bói 看相④看作, 当作: xem như người thân 视为亲人

xem chừng₁ *đg* 当心: xem chừng xe hỏng 当心车坏

xem chừng₂ *p* 可能, 也许: xem chừng không ổn 也许不妥

xem hội đi cho đến chùa 做事有始有终

xem khinh=coi khinh

xem lại *đg* 重新考虑, 再研究, 再看: xem lại vấn đề 重新考虑问题

xem mạch *đg* 按脉, 把脉: xem mạch cho bệnh nhân 为病人把脉

xem mặt *đg*(到女方家) 相亲, 提亲: đi xem mặt 到女方家提亲

xem ngày *đg* 看皇历, 择日: xem ngày khởi công 择日开工

xem ra *đg*[口] 看来, 看起来: Mẹo này xem ra được đấy. 这个办法看来可行。

xem tay *đg*(算命) 看手相

xem thường *đg* 轻视, 忽视

xem trọng=coi trọng

xem tuổi *đg*(算命) 看生辰

xem tử vi *đg*(算命) 看生辰八字

xem tướng *đg*(算命) 看相

xem xét *đg* 查看, 检查, 观察: xem xét hiện trường 查看现场; xem xét thiết bị 检查设备

xen *đg* ①插入, 挤进: xen vào đám đông 挤进人群里②参与, 插手: Không xen vào việc riêng của người ta！不插手别人的私事！

xen cài *đg* 插入: xen cài vào giữa 插入中间

xen canh *đg* 间种: xen canh ngô với lạc (将) 玉米和花生间种

xen cư=xâm cư

xen đầm *d*[军] 宪兵: xen đầm quốc tế 国际宪兵

xen kẽ *đg* 穿插, 间隔, 交错: xen kẽ ngang dọc 纵横交错; Ngồi xen kẽ nam nữ. 男女间隔而坐。

xen lẫn *đg* 穿插, 混入, 参入: vui buồn xen lẫn 喜忧参半

xen-lu-lô (cellulose) *d* 纤维素

xèn xẹt [拟] 吱吱: Cưa điện kêu xèn xẹt. 电锯吱吱地响。

xẻn lẻn *t*[方] 怯怯, 忸怩, 害羞: nói năng xẻn lẻn 怯怯地说话

xén *đg* ①削剪, 裁: xén tóc 削头发②克扣: xén tiền thưởng 克扣奖金

xén đầu bớt đuôi 掐头去尾

xèng *d* 铅币, 硬币: có mấy xèng 有几枚硬币

xẻng *d* 铲子

xenon *d*[化] 氙

xeo₁ *đg* 撬起, 挑起: xeo gỗ 撬木头

xeo₂ *đg* 灌纸浆入模框造纸

xeo xéo *t* 稍微斜的: nhìn xeo xéo 稍稍斜眼看

xèo [拟] 滋啦滋啦: Mỡ rán xèo trong chảo. 锅里的油滋啦滋啦响。

xẻo₁ *d*[方] 小河沟, 小溪, 小渠

xẻo₂ *đg* 剐, 割, 切: xẻo miếng thịt 割一块肉

xéo₁ *đg* 践踏, 踩踏: giày xéo 踩躏

xéo₂ *đg*[口] 滚蛋: Xéo đi nơi khác! 滚一边儿去！

xéo₃ *t* 斜, 偏: cắt xéo 斜切

xẹo *t* 偏, 倾斜: cột điện xẹo 电线杆倾斜

xẹo xọ *t* 歪斜, 也乜斜斜: Chữ viết xẹo xọ. 字写得歪歪扭扭。

xếp₁ *d* 小水湾

xếp₂ *t* 小的, 附设的: gác xếp 小阁楼

xếp xẹp *t*[口] 瘪塌塌: Bánh xe xếp xẹp. 车轮瘪了。

xẹp *t* ① 泄气, 瘪气: Quả bóng bị xẹp. 球瘪了。② [口] 消退, 不支: Sức khoẻ xẹp dần. 身体慢慢不行了。

xẹp lép *t*[口] 干瘪瘪, 漏气: quả bóng đá xẹp lép 漏气的足球

xét *đg* ① 审查, 审核: xét lí lịch 审查履历 ② 检查: xét vé 查票

xét duyệt *đg* 审批: xét duyệt đơn xin 审批申请书

xét đoán *đg* 判断, 推测: xét đoán chính xác 判断正确

xét hỏi *đg* 查问, 审问, 审讯: xét hỏi người đương sự 审问当事人

xét lại *t* 修正主义的: phần tử xét lại 修正主义分子

xét nét *đg* 找碴儿: xét nét gây khó dễ 故意找碴儿刁难

xét nghiệm *đg* 检验, 查验, 化验: xét nghiệm máu 化验血液

xét soi=soi xét

xét xử *đg*[法] 审判, 审理, 处分: xét xử vụ án 审理案件

xẹt *đg*[口] 掠过, 滑过: Mũi tên xẹt qua đinh đầu. 箭头掠过头顶。

xê₁ *d*[乐] 胡曲中的第 4 个单调

xê₂ *đg* 移动, 挪移: Xê ra! 靠边站！

xê dịch *đg* 移动, 挪动: xê dịch cái bàn 挪动桌子

xê ra *đg* 闪开, 让开, 躲开: Xê ra, đừng chắn đường！让开, 别挡道！

xê-ri (series) *d* 系列: xê ri sản phẩm 系列产品

xê xích *t* 相差的, 误差的: Các thông số hai lần thí nghiệm xê xích không đáng kể. 两次试验的数据相差不大。*đg* 移动, 浮动: Thu nhập có thể xê xích theo từng tháng. 收入可按月浮动。

xề xệ *đg* 沉坠, 下坠: Hành lí trên vai xề xệ. 肩上的行李 (往) 下坠。

xế₁ *đg* ① 斜落, 倾斜: nắng xế 太阳西斜 ② 错开, 斜开: Nhà ở xế cổng trường. 家在学校斜对门。

xế₂ *d*[方] 下午 2~3 点

xế bóng *t* 夕阳西下的, 斜照: mặt trời xế bóng 太阳西下

xế chiều *t* 后半晌的, 傍晚的

xế lô *d*[方] 人力三轮车: đạp xế lô 踩三轮车

xế tà *t* (太阳) 西斜的, 西下的: mặt trời xế tà 西斜的太阳

xệ *t* (因过重而) 沉降, 下坠: bụng xệ (大) 肚皮下坠

xếch *t* 歪斜: lông mày xếch 斜眉毛 *đg*[口] 使变斜: méo xếch 乜乜斜斜的

xếch mé *t* 放肆, 轻浮

xệch *t* 倾斜, 歪斜: cửa bị xệch 门歪斜

xệch xạc *t* 歪歪斜斜, 松松垮垮, 变形的: cửa tre xệch xạc 歪歪斜斜的竹门

xẹm xẹp *p*[口] 呆 (坐), 瘫坐, 长时间 (趴着): ngồi xẹm xẹp trên ghế 呆坐在凳子上

xên *đg* ① 用蛋清过滤糖水, 滤净: xên nước 过滤水 ② 用小火焖: xên mứt 小火焖果脯

xện *t*[方] 坏: xện chuyện 坏事

xênh xang *t* ① (衣着) 光鲜, 阔气: ăn mặc xênh xang 穿着阔气 ② 大摇大摆, 得意: xênh xang bước vào 得意地走进来

xềnh xệch *p* 硬拖, 硬拽: lôi bao xi măng xềnh xệch 硬拖着一袋水泥

xềnh xoàng *t* 随便, 马虎, 邋遢, 不修边幅

xếp₁ *đg* ① 安排, 安放, 列入: được xếp vào loại giỏi 被列为优秀 ② 搁置, 延后: Xếp việc đó lại đã.那件事先放一放。

xếp₂ *đg* 堆置,摆放:Xếp quần áo vào tủ. 把衣服放入衣柜。*d* 沓:một xếp giấy 一沓白纸

xếp ải *đg* [农] 翻晒泥土

xếp bằng *đg* [口] 盘腿:ngồi xếp bằng 盘腿而坐

xếp bằng tròn =xếp bằng

xếp chữ *đg* (印刷) 排字

xếp dọn *đg* 拾掇,收拾,整理:xếp dọn phòng 整理房间

xếp dỡ *đg* 装卸:công nhân xếp dỡ 装卸工

xếp đặt *đg* 安排,安置:xếp đặt công việc 安排工作

xếp hàng *đg* 排队:xếp hàng mua vé 排队买票

xếp hạng *đg* 排序,排列,列入,排名:xếp hạng ba 排名第三

xếp xó *đg* [口] 搁置,闲置,束之高阁:đồ xếp xó 闲置物品

xẹp *p* 趴(坐),瘫(坐),瘫(躺):Nhận được tin xấu bà xẹp ngay dưới đất. 听到不幸消息她瘫坐在地上。

xêu *d* [方] 主筷,大筷子 *đg* [方] 用大筷子盛饭

xều *đg* [方] 流出,冒出,溢出:xều bọt mép(嘴里)冒出白沫

XHCN =xã hội chủ nghĩa [缩] 社会主义

xi₁ *d* 火漆,封蜡:gắn xi 上火漆

xi₂ *d* 油膏,油蜡:xi đánh giầy 鞋油

xi₃ *d* 克西(希腊字母"ξ"的越南语读音)

xi₄ *đg* (给小孩) 把(屎、尿):xi trẻ đái 给小孩把尿

xi-đa (SIDA) *d* 艾滋病(又称 AIDS)

xi-lanh (cylinder) *d* [机] 汽缸

xi líp *d* 三角裤

xi măng *d* 水泥

xi-nê (cine) *d* [旧] 电影:xem xi-nê 看电影

xi-nhan (signal) *d* 交通信号灯 *đg* 打信号(汽车等交通工具用信号灯示意转弯或倒车)

xi-phông (siphon) *d* 虹吸管

xi-rô (sirop) *d* 糖浆

xi-ta *d* (越南抗法时期中南部常用) 粗麻布

xì *đg* ①泄,漏:xì hơi 泄气 ② [口] 擤:xì mũi 擤鼻涕 ③ [口] 透露;脱出,挤出:Nó không bao giờ xì ra cho ai một đồng xu. 他从来不会给别人一分钱。④ [口] (表示不满或轻蔑):Xì ! Loại người này đáng ghét. 哼!这种人可恶。

xì-căng-đan (scandal) *d* [口] 绯闻,丑闻:vụ xì-căng-đan chính trị 政治丑闻

xì dầu *d* 酱油

xì gà *d* 雪茄烟

xì ke *d* [口] 毒品 *t* [口] 有毒瘾的:nghiện xì ke ma tuý 吸毒成瘾

xì xà xì xồ =xì xồ

xì xà xì xụp =xì xụp

xì xào [拟] 叽叽喳喳:Trong lớp có tiếng xì xào. 教室里发出叽叽喳喳声。*đg* 私下议论:Mọi người xì xào. 大家私下议论。

xì xằng *t* [口] 一般,小:Nó buôn bán xì xằng. 他做小生意。

xì xầm =xầm xì

xì xèo *đg* 嘟嘟囔囔,发牢骚:Chúng nó đang xì xèo. 他们在发牢骚。

xì xị *đg* 拉长脸:Nó bị bố mắng, mặt xì xị. 他挨父亲骂,拉长脸。

xì xồ *đg* (交谈) 叽咕:Bọn trẻ trổ tiếng Tây ra xì xồ với nhau. 年轻人用西方语言叽叽咕咕。

xì xục *đg* [方] 辗转反侧:xì xục không ngủ được 翻来覆去难入睡

xì xụp [拟] 稀里哗啦(喝汤发出的响声):ăn uống xì xụp 稀里哗啦地吃喝

xỉ₁ *d* (冶炼矿产的) 渣滓:xỉ than 煤渣滓

xỉ₂ *đg* 擤:xỉ mũi 擤鼻涕

xỉ₃ [汉] 齿,侈

xì vả *đg* 痛斥, 辱骂: xì vả bọn bán nước 痛斥卖国贼

xí₁ *đg* 占, 留份儿: xí chỗ ngồi 占位子

xí₂ *t*[方] 一丁点, 少量: mỗi người một xí 每人一丁点儿

xí₃ [汉] 企, 厕

xí bệt *d*[口] 坐厕, 马桶, 坐便器

xí cùi *t*[方] 完蛋的, 丢个精光的: Làm ăn kiểu đó có mà xí cùi. 那样做生意肯定完蛋。

xí lắt léo [方]*đg* ①丧命, 了结: Xí lắt léo đời tên gian ác! 了结这个恶棍的生命! ②有去无回: Mày gửi tiền cho nó coi như xí lắt léo. 你给他寄钱等于白给。③不省人事; (爽) 到死: Chúng mày cho nó nhậu một bữa xí lắt léo. 你们让他喝个不省人事 (吧)。

xí móc *c*[方] (置于句子前面表示否定): Xí móc, làm gì có chuyện ấy. 瞎说, 没有的事。

xí nghiệp *d* 企业: xí nghiệp ba loại vốn 三资企业

xí xoá *đg*[口] 放过, 不算, 勾销: Có điều gì sơ suất các anh xí xoá cho. 哪里不妥请你们见谅。

xí xổm *d*[口] 蹲厕

xí xớn *đg*[口] 勾引: Anh ấy có gia đình rồi còn xí xớn với gái. 他有家室了还勾引女孩。

xị₁ *d*[方] 小瓶子 (装四分之一升)

xị₂ *đg*[口] 沉着脸, 拉长脸

xìa [方]=chìa

xìa *đg* ①穿, 刺: Xìa lưỡi lê vào ngực. 刺刀刺进胸膛。②剔: xìa răng 剔牙③干涉, 掺和: Chớ xìa vào chuyện riêng của người khác! 不要干涉别人的私事! ④摊开, 展开: Xìa bài ra xem. 把牌摊开看。

xìa xói *đg* 指着脸辱骂: xìa xói chửi rủa nhau 指着脸对骂

xỉa *đg*[方] 插入: nói xỉa 插嘴

xích₁ *d* 链子: xiềng xích 锁链 *đg* 上锁, 上拴: Xích con chó lại. 把狗拴起来。

xích₂ *đg* 挪移, 靠近: xích lại gần tường 挪到墙边

xích₃ [汉] 赤, 斥

xích đái *d*[医] 赤带

xích đạo *d*[地] 赤道: xích đạo lưu 赤道流

xích đông *d* 墙壁固定架子

xích đới *d*[地] 赤道带

xích đu *d* ①摇椅②铁链秋千

xích lô *d* 人力三轮车

xích mích *đg* 闹矛盾, 闹别扭: Chúng nó xích mích vì một chuyện không đâu. 他们为了一件没由来的事闹别扭。*d* 矛盾, 纠纷: xích mích kinh tế 经济纠纷

xích thố *d* 赤兔马

xích vệ *d* 赤卫: đội xích vệ 赤卫队

xịch₁ [拟] (汽车停下来发出的声音)

xịch₂ *đg*[方] 挪动: xịch ra 挪过去

xịch đụi *t*[方] 不顺, 坎坷: Làm ăn xịch đụi mấy năm nay. 这几年生意不顺。

xịch xạc *t*[方] ①破烂: quần áo xịch xạc 破烂衣服②直爽, 质朴: ăn nói xịch xạc 言语质朴

xiếc *d* 马戏, 杂技, 杂耍: xem xiếc 看杂技表演 *đg*[口] 骗, 行骗: Bọn lừa đảo chuyên xiếc người già cao tuổi. 骗子专门骗高龄老人。

xiêm [汉] 襜 *d* 襜褕 (越南古代权贵穿的半身短便衣)

xiêm áo *d*[旧] 长衫 (越南古时的国服)

Xiêm La *d*[旧] 暹罗 (泰国旧名)

xiên₁ *đg* 穿, 串, 插: Mảnh tre xiên qua viên thịt. 竹签穿过肉丸子。*d* 扦子: cầm xiên đi xiên cá 拿着扦子去叉鱼

xiên₂ *t* 倾斜: Nắng chiếu xiên qua cửa sổ. 阳光斜照过窗口。

xiên xéo=xiên xẹo

xiên xẹo *t* ①歪歪斜斜: chữ viết xiên xẹo 字

体歪歪斜斜②狡诈：ăn nói xiên xẹo 言辞狡诈

xiên xỏ=xỏ xiên

xiềng *d* 铁链，镣铐：mở xiềng cho anh ta 帮他打开镣铐 *đg* 上镣铐：Xiềng nó vào！给他上镣铐！

xiềng gông=gông xiềng

xiềng xích *d* 枷锁，锁链 *đg* 桎梏，禁锢：bị xiềng xích trong lao tù 被囚禁在牢笼里

xiềng liểng *t* 一塌糊涂，七零八落：thua xiềng liểng 一败涂地

xiết₁ *đg* ①刮，擦，划：xiết que diêm trên vỏ diêm 擦火柴②（水）奔流：dòng nước chảy xiết 河水奔流

xiết₂ *đg* 收紧（同 siết）：xiết cái đinh ốc 拧紧螺丝

xiết₃ *đg* 当，抵押：xiết nợ 抵债

xiết₄ *p* 穷尽：mừng khôn xiết 无比高兴

xiết bao *p* 多么，太：Đẹp xiết bao！多么漂亮哇！

xiêu *đg* ①歪，倾，侧：Cột điện xiêu. 电线杆歪了。②动摇；倾向（于）：Nghe nó nói mãi cũng hơi xiêu. 听他游说有点儿动摇。

xiêu bạt=phiêu bạt

xiêu dạt *đg* 漂泊：xiêu dạt bất định 漂泊不定

xiêu lòng *đg* 倾心，动心，动摇：Nó đã xiêu lòng nghe ý kiến của anh. 他已经动摇要接受你的意见了。

xiêu vẹo *t* 歪斜，倾斜：Nhà lều bị gió thổi xiêu vẹo. 棚屋被风吹得歪歪斜斜的。

xiêu xiêu *đg* 稍倾斜，稍歪斜：Cột điện xiêu xiêu. 电线杆有点倾斜

xin *đg* ①求，请求，申请，征求：đơn xin 申请书；xin ý kiến 征求意见②（礼貌用语）请，谨，敬：xin hứa 谨保证

xin âm dương *đg* 算卦，求阴阳卦

xin đểu *đg* 强索，强要，无理要求：Bọn lưu manh xin đểu tiền bảo vệ an toàn. 流氓强索保护费。

xin đủ [口] 难以忍受，不能再受，够了：Tôi không nghe anh nữa đâu, xin đủ！够了！我不会再听你的了！

xin lỗi *đg* ①对不起②劳驾，麻烦：Xin lỗi, anh cho tôi vào trước. 麻烦您让我先进去。

xin nghỉ *đg* 请假，告假

xin phép *đg* ①申请，请准许，请示：xin phép lãnh đạo 请示领导②请假：xin phép về quê 请假回乡

xin quẻ *đg* 求签：lên chùa xin quẻ 到寺庙求签

xin việc *đg* 求职，找工作，找活儿：giải quyết vấn đề xin việc khó 解决求职难问题

xin xỏ *đg* 乞求，求讨：xin xỏ người khác 乞求他人

xin₁ *t* 灰黑色：răng bị xin 牙齿呈灰黑色

xin₂ *t* [口]（状态）醉：uống xin 喝醉

xịn *t* [口] 高档，名贵：xe xịn 高档车

xinh *t* ①（专指小孩、姑娘、少妇）漂亮，美丽，可爱：cô gái xinh 美丽的姑娘②（物体）小巧玲珑，好看：chiếc nhẫn xinh 小巧玲珑的戒指

xinh đẹp *t* 美丽，婀娜，玲珑：cô gái xinh đẹp 美女

xinh tươi *t* 娇嫩，甜美：nụ cười xinh tươi 甜美的笑容

xinh xắn *t* 娇小，娇美，窈窕，娇俏，可爱，好看：vóc người xinh xắn 娇小的身材

xinh xẻo [口]=xinh xắn

xinh xinh *t* 小巧，娇美：khuyên tai xinh xinh 小巧的耳环

xình xịch [拟] 轰轰（机器轰鸣声）：máy trộn kêu xình xịch 搅拌机轰轰响

xít [方]=xích

xịt₁ *đg* 喷，射，洒：xịt nước hoa 喷香水

xịt₂ *t* ①泄，漏：xịt hơi 漏气②坏：pháo xịt 哑炮

xịt₃ *t* (颜色) 深暗: màu tím xịt 深紫色

xiu *t* [方] 干巴巴, 干瘪: cái nhọt đã xiu miệng 疮口已结痂

xìu *t* [方] ①变色的, 沉着脸的: Chưa phê bình đã xìu mặt. 还没批评就沉着脸。② (车胎) 没气的, 疲软的: xe đạp xìu 自行车胎没气儿了 ③泄气, 服软的: Nó xìu rồi, không dám làm phách. 他已服软不敢再捣乱了。

xỉu *đg* 昏迷, 晕厥, 瘫软: đói xỉu 饿晕了

xíu *t*; *d* 丁点儿, 少量: một chút xíu 一星半点

xíu mại *d* 烧卖

XN=xí nghiệp [缩] 企业

xo *đg* 耸, 微抬: xo vai 耸肩 *t* 颓丧, 郁闷, 怅 怅: ốm xo 病怅怅

xo ro *t* 蜷缩的, 缩作一团的: Trời rét, mấy thằng ăn mày ngồi xo ro đầu đường. 天冷, 几个乞丐在街头缩作一团。

xo ro như chó tiền rưỡi 畏畏缩缩

xo vai rụt cổ 缩头缩脑

xỏ *đg* ①套, 穿: xỏ giầy 穿鞋子; xỏ kim 穿针 ②干涉, 插手: Đừng xỏ vào chuyện riêng của người khác! 不要干涉别人的私事! ③ [口] 愚弄, 耍弄, 捉弄: chơi xỏ bạn 捉弄朋友

xỏ chân lỗ mũi [口] 牵着鼻子走

xỏ chân vào tròng 自投罗网

xỏ lá *t* 奸诈, 骗人的: Nó xỏ lá lắm. 他很奸诈。

xỏ lá ba que=ba que xỏ lá

xỏ mũi *đg* [口] 任人摆布, 牵着鼻子走: Mày phải khôn lên một tí, đừng để chúng nó xỏ mũi. 你要精明一点, 别让他们牵着鼻子走。

xỏ ngọt *đg* [口] 捉弄, 嘲弄: bị chúng nó xỏ ngọt 被他们捉弄

xỏ xiên *đg* 愚弄: xỏ xiên với bạn 愚弄朋友

xó *d* 隅, 角, 角落: gác xó 搁置一隅

xó xỉnh *d* 角落, 旮旯: đầu đường xó xỉnh 街 头巷尾

xọ *đg* 岔开, 插进, 扯进: Đang chuyện nọ xọ chuyện kia. 正说这个事却扯进那个事去了。

xoa *đg* ①揉搓, 摩挲: xoa tay 搓手 ②涂, 敷, 抹: xoa dầu gió 涂风油精

xoa bóp *đg* 按摩, 揉捏: xoa bóp cả người 全身按摩

xoa dịu *đg* 安慰, 抚慰, 平息: nói xoa dịu mấy câu 安慰几句

xoà *đg* 下垂, 耷拉: cành liễu xoà xuống 柳枝垂下

xoã *đg* 垂散: tóc xoã xượi 披头散发

xoá *đg* ①擦, 抹擦: xoá bảng đen 擦黑板 ②取消, 注销, 删除: Xoá cả một đoạn trong bài viết. 文章被删除一大段。③消除, 扫除, 消灭: xoá nạn mù chữ 扫盲

xoá bỏ *đg* 取消, 废除: xoá bỏ chế độ phong kiến 废除封建制度

xoá đói giảm nghèo 脱贫, 扶贫, 脱贫致富: công tác xoá đói giảm nghèo 扶贫工作

xoá mờ *đg* 冲淡, 消除: Không thể xoá mờ được dấu ấn lịch sử. 历史的印记是消除不了的。

xoá mù *đg* [口] 扫盲: công tác xoá mù 扫盲工作

xoá nhoà *đg* 变模糊, 冲淡: Sương mù dày đặc, xoá nhoà cảnh vật. 大雾笼罩, 景物变得模糊。

xoá nợ *đg* 清账, 销账: Giữa anh và tôi đã xoá nợ. 你我之间已清账。

xoá sổ *đg* [口] 消灭, 一笔勾销: xoá sổ bọn xâm lược 消灭侵略者

xoác₁ *d* [方] 架势, 模样, 样子: Trông xoác nhà ấy là biết giàu sang. 看那模样家里很有钱。

xoác₂ *đg* [方] 搂抱: xoác ngang lưng 搂住腰 *d* 一抱, 一捆: một xoác lúa 一抱稻子

xoạc₁ *đg* 甩开, 迈开: xoạc chân bước đi 甩开

步子走

xoạc₂ *đg* 撕裂: Áo bị xoạc một mảnh. 衣服被撕裂掉一块。

xoai *t*[方] 瘫软, 绵软: mệt xoai 累得无力

xoai xoải=thoai thoải

xoài₁ *d* 杧果: xoài cát 大杧果; xoài cơm 小杧果

xoài₂ *đg* (身体直直的, 四仰八叉的) 伸展: Nó nằm xoài trên giường. 他伸展着躺在床上。

xoài hương *d* 香杧

xoài muỗm *d* 北越酸杧

xoài thanh ca *d* 象牙杧果

xoài tượng *d* 金边杧

xoài voi *d* 象牙杧

xoải₁ *đg* 张开: xoải bước 大跨步; xoải cánh 大张翅膀

xoải₂ *t* 斜, 倾斜: dốc xoải 斜坡

xoan₁ *d* 苦楝子

xoan₂ *t* 青春, 壮年的, 当年的: Trai ba mươi tuổi đang xoan. 男儿三十正当年。

xoàn *d* [方] 钻石: nhẫn hột xoàn 钻石戒指

xoang₁ [汉] 腔 *d* [医] 腔, 窦: viêm xoang mũi 鼻窦炎

xoang₂ *d* [乐][旧] 曲调, 腔调

xoàng *t*[口] 平庸, 平凡, 粗俗, 普通, 一般般: ăn mặc xoàng 衣着简朴

xoàng xĩnh *t*[口] 普普通通, 一般般: cảnh nhà xoàng xĩnh 家境一般

xoạng=xoạc

xoành xoạch *p*[口] 接连地, 不断地, 接二连三地, 一而再地 (含贬义): kế hoạch thay đổi xoành xoạch 不断地改变计划

xoay *đg* ①旋转: bánh xe xoay tít 车轮旋转 ②扭, 旋: Xoay chiếc ốc cho thật chặt. 把螺丝旋紧。③斡旋, 周旋, 钻营, 想方设法: Xoay mãi mới được ít tiền. 周旋了半天才搞到一点钱。④转向: gió đã xoay chiều 风已转向

xoay chiều *đg*[理] ①交变②交流: điện xoay chiều 交流电

xoay chuyển *đg* 扭转, 力挽, 改变: xoay chuyển tình hình 扭转局势

xoay như chong chóng ①忙得不可开交②经常变动: Kế hoạch của chúng nó xoay như chong chóng. 他们的计划经常变动。

xoay quanh *đg* 围绕, 环绕: Vệ tinh xoay quanh quả đất. 卫星环绕地球。

xoay trần *đg*[口] 赤膊, 光膀子: xoay trần làm việc nhà nông 赤膊干农活

xoay trở *đg* ① 兜圈子, 转来转去: Xe ca xoay trở nhặt khách. 客车兜圈子拉客。② [口] 想方设法: xoay trở kiếm tiền 想方设法赚钱

xoay trời chuyển đất 翻天覆地: sự thay đổi xoay trời chuyển đất 翻天覆地的变化

xoay vần *đg* 轮回, 循环: ngày đêm xoay vần 昼夜循环

xoay vòng *đg* 旋转: bánh xe xoay vòng 车轮旋转

xoay xoả=xoay xở

xoay xở *đg* 想方设法, 钻营: xoay xở tiền mua nhà 想方设法找钱买房子

xoáy₁ *đg* ①旋转, 回转: cơn gió xoáy 旋风② 打钻: Xoáy mũi khoan vào tường xi măng. 钻头钻进水泥墙面。③围绕: Mọi người thảo luận xoáy vào công tác chính. 大家围绕主要工作进行讨论。 *d* 漩涡: Nước chảy thành nhiều xoáy. 水流形成很多漩涡。

xoáy₂ *đg*[口] 偷, 窃: bị kẻ cắp xoáy mất ví tiền 被小偷偷了钱包

xoáy nước *d* 漩涡, 盘涡

xoáy ốc *d* 螺纹线

xoăn *t* 卷曲: tóc xoăn 卷发

xoắn *p*[口] ①精 (光): tiêu xoắn cả túi tiền 钱袋花个精光②刚刚: vừa xoắn 刚刚好

xoắn *đg* ①绞, 缠: xoắn dây lại 绳子绞在一

起②纠缠,缠扰: xoắn lấy không tha 纠缠
着不放

xoắn khuẩn *d* 螺旋体属细菌

xoắn ốc *d*[数] 螺旋形

xoắn trùng=xoắn khuẩn

xoắn xít=xoắn xuýt

xoắn xuýt *đg* 缠住,纠缠: Đứa con xoắn xuýt
mẹ. 孩子缠着母亲。

xóc₁*đg* 摇晃,颠簸: Đoạn đường này xe xóc
lắm. 这段路车子颠得很。*t* ①坑坑洼洼,
凹凸不平: đường núi xóc 山路坑坑洼洼
② [口] 呛: mùi xóc lắm 味道很呛

xóc₂ *đg* 插入: bị chông xóc vào chân 被尖物
刺了脚 *d* 串: mua vài xóc cua 买几串螃蟹

xóc đĩa *d* 摇钱押宝 (赌博方式)

xóc thẻ *đg* 摇签,求签: xóc thẻ lành 求吉祥
签

xóc xách [拟] 叮当 (小件硬物碰撞的响声):
Mấy đồng tiền xóc xách trong túi. 几枚硬
币在口袋里叮当响。

xọc₁ *đg* 插入: đâm đầu nọ xọc đầu kia 穿过
这头插入那头

xọc₂ *đg*(木工) 垂直方向刨

xọc xạch=xóc xách

xoè₁ *d*(越南) 泰族舞蹈

xoè₂ *đg* 展开,张开: xoè cánh 展翅

xoen xoét *đg* 说个没完,喋喋不休: nói điêu
xoen xoét 骗人的话说个没完

xoèn xoẹt [拟] 唰唰,嚓嚓: Tiếng liềm cắt
lúa xoèn xoẹt. 镰刀割稻唰唰响。

xoẹt [拟] 咔嚓: cắt đánh xoẹt một cái 咔嚓
一声剪掉了 *p*[方] 顷刻: làm xoẹt một cái
là xong ngay 顷刻间做完

xoi *đg* ①捅破,疏通,疏导: xoi thông hai
đường ngầm với nhau 疏通两个暗道②
雕刻,钻,刻: xoi lỗ 钻孔

xoi bói [方]=soi mói

xoi móc=soi mói

xoi mói=soi mói

xoi xói *t* ① (眼神) 盯着的: nhìn xoi xói vào
người khách 盯着客人②接二连三,不停
(含贬义): gắp xoi xói thịt gà 不停地夹鸡
肉

xói *đg* ① 冲刷: Nước không ngừng xói vào
chân cầu. 水不停地冲刷桥墩。②直射:
Nắng xói vào mắt. 阳光直射入眼睛。

xói lở *đg* (水) 冲塌,冲垮: Nước lũ xói lở
đê. 洪水冲垮河堤。

xói móc=soi mói

xói mòn *đg* 侵蚀: Nước biển xói mòn đá. 海
水侵蚀岩石。

xom *d*[方] 叉子 *đg*[方] 叉,叉住: đi xom cá
去叉鱼

xóm *d* ①屯: xóm Tân Việt 新越屯②做同一
工种的村庄: xóm chài 渔村

xóm ấp=ấp xóm

xóm giềng *d* 乡邻,邻居

xóm làng=làng xóm

xóm thôn=làng xóm

xon xón *p*(小孩) 颠颠儿地走或跑: Đứa con
chạy xon xón theo mẹ. 孩子颠颠儿地跟
在妈妈身后。

xon xót *t* 有点痛的: Tay bị dao cào xon xót.
手被刀划破有点痛。

xong *đg* ①结束,完成: công việc đã xong 工
作做完了②稳妥,顺当: Mày chống lại lão
ta thì không xong đâu. 你与他对着干很
不妥。

xong chuyện *đg*[口] 了事: làm cho xong chuyện
敷衍了事

xong đời *đg*[口] 毙命; 绝望: xong đời tên
cướp 强盗毙命

xong xả *đg*[方] 完结,完成: công việc xong
xả rồi 工作完成了

xong xạy *t*[方] 妥当,了结的: Công việc vẫn
chưa xong xạy gì cả. 事情还没办妥。

xong xuôi *t* 完毕,停当: chuẩn bị xong xuôi
准备完毕

X

xòng xõng *t*[方] 漫长：làm xòng xõng từ sáng đến tối 从早到晚不停地做

xõng *t*（说话态度）无礼，没大没小：hỏi xõng 问话没礼貌

xoong=soong

xóp xọp=xọp

xọp *t* ①干（瘦），枯（瘦）：gầy xọp 枯瘦 ②空心的，空空的，飘飘然：nhẹ xọp 轻飘飘的

xót *đg* ①感到辣痛，感到刺痛：Nước muối thấm vào vết thương xót lắm. 盐水渗到了伤口刺痛得很。②心痛，痛惜：thương xót 哀痛

xót ruột *đg* ①肠胃燥热难受 ②痛心，痛楚：Gã đánh con mình mà không xót ruột. 他打自己的孩子不心痛。

xót thương *đg* 痛惜，怜惜：Anh hùng sớm qua đời, khiến mọi người xót thương. 英雄早逝，令人痛惜。

xót xa *t* 悲痛，辛酸：vô cùng xót xa 万分悲痛

xọt *đg*[方] ①钩：Nó lấy gậy xọt trái xoài cho rụng. 他用棍子把杧果钩下来。②冲进，突入：Nó xọt vào trong nhà. 他冲进屋里。③插进：Xọt tay vào túi quần. 手插到裤兜里。

xô₁ *d* 水桶：mua chiếc xô nhựa 买一个塑料水桶

xô₂ *đg* ①猛推：Mọi người xô đổ tường. 大家把墙壁推倒。②冲，涌：xô đến hỏi chuyện 涌上来问话

xô₃ *t*[口] 混合的，不分优劣的：bốc xô không cho chọn 一把抓不准挑

xô bát xô đũa [口] 摔筷砸碗（指夫妻不和）

xô bồ *t* ①混杂，优劣不分的：mua xô bồ đủ loại 不论好坏什么都买 ②随随便便，不分青红皂白的：ăn nói xô bồ 随便乱说

xô-đa (soda) *d* 小苏打

xô đẩy *đg* ①推搡，争先恐后：Không nên chen lấn xô đẩy! 不要推搡拥挤！②逼迫，迫害：xô đẩy đến bước đường cùng 被逼迫到走投无路

xô gai *d* 缌麻服（丧服）

xô nát (sonata) 奏鸣曲

Xô-viết *d*[政] 苏维埃：chính quyền Xô-viết 苏维埃政权

xô xát *đg* 冲突，冲撞，摩擦：xảy ra xô xát 发生冲突

xổ *đg*[口] 冲（出来）：một con chó xổ ra一只狗冲出来

xổ *đg* ①扑向，冲出：xổ ra đường 冲到路中间 ②松开，脱出：xổ tóc ra 松开头发 ③喷射：xổ ra một băng đạn 喷射出一梭子弹 ④[方]去除，清除：uống thuốc xổ giun 吃驱虫药

xổ số *d* 彩票

xốc₁ *d* 帮，群，伙，窝：bắt hàng xốc tên trộm cướp 抓了整一窝盗贼

xốc₂ *đg* ①挎起，拎起，翻出：xốc rơm rạ 翻稻草 ②扛起：Xốc bó củi lên vai. 把柴扛上肩。③抽，拉：Xốc lại quần áo cho chỉnh tề. 把衣服拉整齐。

xốc₃ *đg* ①[口] 猛（地）：chạy xốc đến 猛跑进来 ②拱：Lợn xốc vào thức ăn. 猪用嘴拱食物。

xốc nổi *t* 轻率，浮躁：tính xốc nổi 性情浮躁

xốc vác *t* 能干的，劲头十足的：tính xốc vác 积极能干 *đg* 担当，担负：Anh ấy không thể xốc vác mọi việc được. 他不可能担负所有工作。

xốc xa xốc xếch=xốc xếch

xốc xáo=xông xáo

xốc xếch *t* 很随便，邋遢：ăn mặc xốc xếch 穿着太随便

xộc *đg*[口] ①闯，冲：Con chó xộc ra. 狗冲出来。②直冒：Khói đen đặc xộc lên. 浓烟直冒上来。

xộc xà xộc xệch=xộc xệch

xộc xệch *t* ①松垮，破烂，松弛：cái bàn xộc

xệch 桌子松垮②邋遢, 随随便便: quần áo
xộc xệch 衣着邋遢③ [口] 不协调的, 不
吻合的: kết cấu xộc xệch 结构松散

xôi d 糯米饭: xôi gấc 木鳖糯米饭; xôi nếp
糯米饭; xôi thập cẩm 什锦糯米饭; xôi vò
绿豆糯米饭

xôi hỏng bỏng không 鸡飞蛋打

xôi lúa=xôi xéo

xôi thịt d[口][旧] 糯米和肉 (指吃喝风气)
t 贪婪, 只知吃喝的: bọn đầu óc xôi thịt 一
群贪婪的家伙 (酒囊饭袋)

xôi thịt nó bịt lấy miệng 吃人家的嘴软, 拿
人家的手短

xôi thịt thì ít, con nít thì nhiều 僧多粥少

xôi xéo d 香葱绿豆糯米饭

xổi t 临时的: ăn xổi ở thì 苟且求生

xối đg 淋, 浇, 倾注: mưa như xối nước 大雨
如注

xối xả t 倾注的, 倾盆的: mắng xối xả 大骂;
mưa xối xả 倾盆大雨

xôm₁ t[方] 考究, 阔气, 挺括: ăn mặc xôm 衣
着考究

xôm₂ t 热闹, 热烈: Tổ chức liên hoan rất xôm.
联欢会很热闹。

xôm trò t[方] 热闹, 热烈: ngày Tết xôm trò
春节热闹

xôm tụ t[方] 热闹: Mọi người cùng hát mới
xôm tụ. 大家一起唱歌才热闹。

xôm xốp t 松软: chăn bông xôm xốp 棉被松
软

xồm t 毛茸茸: chó xồm 毛茸茸的狗 (茸毛
狗)

xồm xoàm t[口] 茸茸的, 拉碴: râu xồm xoàm
胡子拉碴

xổm₁ đg 蹲: ngồi xổm 蹲坐

xổm₂ đg ① [方] 扒, 窃: Bị xổm mất cái đồng
hồ. 手表被扒走了。② [方] 拣, 拿: xổm
cái bự nhất 拣最大的

xôn xang t 忐忑不安, 心潮澎湃

xôn xao t 喧闹, 涌动: tiếng cười nói xôn xao 谈
笑声喧闹 đg 议论纷纷: dư luận xôn xao 舆
论哗然

xốn t[方] 刺痛, 刺激: xốn mắt 眼睛刺痛

xốn xác t[方] 惊慌, 慌乱: Gà chạy xốn xác
tứ tung. 鸡慌乱四散。

xốn xang t ①心烦意乱, 忐忑不安, 喜忧参
半: xốn xang chờ đợi tin 忐忑不安等待消
息② [方] 刺痛: vết thương xốn xang 伤口
刺痛

xốn xáo t[方] ①吵闹, 热闹, 嘈杂: xốn xáo
cả khu chợ 整个集市都热闹起来②纷纷:
dư luận xốn xáo 舆论纷纷

xông₁ đg 冲进: đẩy cửa xông vào 推门冲进
来

xông₂ đg (白蚁) 蛀: Gỗ bị mối xông hỏng. 木
头被白蚁蛀坏。

xông₃ đg ① (烟、味道) 呛, 熏: xông muỗi 熏
蚊子②蒸汽: xông hơi 桑拿

xông đất đg (大年初一) 冲年喜 (越南习俗
之一)

xông hơi đg 蒸汽浴, 桑拿浴

xông nhà=xông đất

xông pha đg 冲锋, 勇往, 奔赴: xông pha trận
mạc 冲锋陷阵

xông xáo đg 闯荡: xông xáo mọi nơi 闯荡江
湖 t 积极肯干的, 敢闯的: tính xông xáo có
一股闯劲儿

xông xênh t[口] 钱多的, 富有: con nhà xông
xênh 富家子女

xồng xộc đg[口] 直冲, 直闯: xồng xộc bước
vào 直闯进来

xổng=sổng

xổng xểnh=sổng sểnh

xống áo=áo xống

xốp t ①松软, 松脆, 松散: bánh xốp 酥饼② (瓜
果类) 水分少的

xốp xồm xộp [口]=xốp xộp

xốp xộp t[口] 非常松软: kẹo bông xốp xộp

很松软的棉花糖

xộp *đg*[方] 抓住，逮着：xộp được con cá lớn 逮着一条大鱼

xốt *d*（勾芡用的）浆，汁：xốt cà chua 番茄 芡汁 *đg* 荤菜勾芡：xốt cá cà chua 勾芡番 茄鱼

xốt vang *d* 葡萄酒炖牛肉

xơ *d* 丝，筋，络（指瓜果里的纤维）：xơ mướp 苦瓜丝 *t* 破损的，破成条状的：mũ đã xơ vành 帽檐破了

xơ cua *t* 储备的，备用的：Xe có lốp xơ cua. 汽车有备用轮胎。

xơ cứng *t* ①（细胞）硬化，僵硬：xơ cứng động mạch 动脉硬化②迟钝：đầu óc xơ cứng 头 脑迟钝

xơ gan *d* 肝硬化

xơ hoá *đg* 硬化，纤维化：xơ hoá phổi 肺纤维化

xơ lơ *t*[方] ①茫然：vẻ mặt xơ lơ 一脸茫然 ②羞答答，羞怯：xơ lơ bẽn lẽn 羞答答的

xơ múi *d*[口] 油水，好处（带贬义）：Có được xơ múi gì không? 有什么油水吗？*đg*[口] 谋利益，捞好处（带贬义）：Chắc chẳng xơ múi được gì. 肯定没捞到什么好处。

xơ rơ *t*[方] 残垣断壁，满目疮痍，凋残：Động đất phá hoại quê nhà, khắp nơi xơ rơ. 地震 摧毁家园，到处残垣断壁。

xơ rơ xác rác *t*[方] 满目疮痍

xơ vữa *t* 硬化：xơ vữa động mạch 动脉硬化

xơ xác *t* 残垣断壁，破烂不堪：nhà tranh xơ xác 草房破烂不堪

xờ xạc=xơ xác

xở *đg*[方] 拆解，打开：xở dây 拆解绳索

xớ lợ *t*[方] 虚伪，虚假：nói xớ lợ 说假话

xớ rớ [方]=lớ xớ

xơi *đg* ①享用，请用：Mời anh xơi cơm. 请 您用餐。② [口] 消灭，吃掉：xơi cả sư đoàn địch 消灭敌军整个师③ [口] 被，挨， 承担，承受：xơi đòn 挨揍

xơi tái *đg*[口] 轻易得到：xơi tái chức vô địch

轻易获得冠军

xơi xơi *t*[口] 喋喋不休：nói xơi xơi 话说个 不停

xới *đg* 弄散，弄碎，弄松：xới đất 松土

xới lới *t*[口] ①热情，平易近人：tiếp đón xới lới 热情接待②大方：tính xới lới 性格大 方豪爽

xới₁ *d*[口] 故乡，家乡，老家：rời khỏi xới 离 开家乡

xới₂ *đg* ①翻松，打松：xới đất 松土②舀，盛： xới cơm 盛饭

xới xáo *đg* 翻地，松土：cuốc đất xới xáo 锄 地松土

xơn xớt *t*[方] 滔滔不绝，不停（说）：Bà ta nói xơn xớt không ngớt lời. 她滔滔地说 个不停。

xớt₁ *đg*[口] 攫取，抓：Diều hâu xớt gà con. 老鹰抓住小鸡。

xớt₂ *đg*[方] 掠过，擦过（同 sướt）

xu₁ *d* ①（货币单位）分：Một hào có mười xu. 一角钱合十分。② [口] 微不足道的 事，极少的东西：Đáng được mấy xu! 值 几个子儿！

xu₂ [汉] 趋

xu chiêng *d* 胸罩

xu hào *d*[植] 芥蓝头

xu hướng *d* 趋向：xu hướng giảm sản lượng 减产趋势

xu nịnh *đg* 献殷勤，谄媚：xu nịnh bà ta 向她 献殷勤

xu-páp (soupape) *d* 阀，阀门

xu thế *d* 趋势：xu thế phát triển 发展趋势

xu thời *đg* 趋时，适时，识时务：kẻ xu thời 识 时务者

xu xê=su sê

xu xoa *d*[方] 凉粉，果冻

xù₁ *đg* 竖起（毛）：Gà mái xù lông. 母鸡竖 起羽毛。

xù₂ *t*[口] 粗大，巨大：tàu chở hàng kếch xù

巨大的货轮

xù₃ *đg*[方] 赖账，骗钱，跑单：Thằng này xù nợ! 这家伙赖账！ *t* 蓬松：tóc xù 蓬松的头发

xù lông *t* 毛茸茸：chó xù lông 毛茸茸的狗（茸毛狗）

xù xì *t* 粗糙，（表面）坑坑洼洼：da xù xì 皮肤粗糙

xú[汉] 臭

xú uế *t* 臭，恶臭

xú vị tương đầu 臭味相投

xụ *đg* ① [方] 耷拉，下垂：những tàu lá xụ xuống 树叶耷拉下来 ② 蹙敛：buồn xụ mặt 愁眉苦脸

xua *đg* ① 驱赶，驱散：xua ruồi 驱赶苍蝇 ② 摆手，挥手：xua tay từ chối 摆手拒绝 ③ 消除，解除：xua nỗi buồn phiền 消除烦恼

xua đuổi *đg* ① 驱赶，驱逐：xua đuổi đàn trâu 驱赶牛群 ② 消除，解除：nghe nhạc xua đuổi nỗi buồn 听音乐消除烦闷

xua như xua tà 驱赶恶魔

xua tan *đg* 驱散：Cảnh sát xua tan hàng ngũ biểu tình. 警察驱散游行队伍。

xua tay *đg* 摆手：xua tay ra hiệu 摆手示意

xuân₁ [汉] 春 *d* ① 春，春天，春季：mùa xuân 春季 ② 年岁，岁月：đã mấy xuân qua 几年过去了 *t* 青春，青年：thời đại tuổi xuân 青年时代

xuân₂ [汉] 椿

xuân bất tái lai 青春不再来

xuân huyên *d* [旧] 父母

xuân lan thu cúc 春兰秋菊

xuân phân *d* 春分（二十四节气之一）

xuân phong đắc ý 春风得意

xuân sắc *d* 春色：đầy vườn xuân sắc 满园春色

xuân thu *d* [旧] 春秋，岁月

xuân xanh *d* 青春：tuổi xuân xanh 青春年华

xuất [汉] 出 *đg* ① 支出：xuất tiền mặt 现金支出 ② 出口，输出：hàng xuất 出口商品 ③ 发出，出自：xuất phát từ đáy lòng 发自内心深处

xuất bản *đg* 出版：sách mới xuất bản 新出版的书

xuất bản phẩm *d* 出版物

xuất binh *đg* 出兵

xuất cảng *đg* [旧] 出口，出港，输出：hàng xuất cảng 出口货物

xuất cảnh *đg* 出境：thủ tục xuất cảnh 出境手续

xuất chinh *đg* [旧] 出征，参战：chiến sĩ xuất chinh 战士出征

xuất chúng *t* 出众：có tài xuất chúng 有出众的才华

xuất đầu lộ diện 抛头露面

xuất gia *đg* 出家：xuất gia làm sư 出家当和尚

xuất hành *đg* 起程，出行：Bao giờ xuất hành? 何时起程？

xuất hiện *đg* ① 出现：xuất hiện mục tiêu 目标出现 ② 发生，掀起：xuất hiện trào lưu mới 掀起新的潮流

xuất huyết *đg* 出血：xuất huyết dạ dày 胃出血

xuất khẩu *đg* [商] 出口：hàng xuất khẩu 出口商品

xuất khẩu lao động *d* 劳务输出

xuất khẩu thành chương 出口成章

xuất khẩu thành thơ 出口成诗

xuất khẩu tư bản 资本输出

xuất kì bất ý 出其不意

xuất kì chế thắng 出奇制胜

xuất kích *đg* 出击：xuất kích tiêu diệt địch 出击消灭敌人

xuất lộ *đg* 显露：xuất lộ tài năng 显露才能

xuất nạp *đg* 出纳：sổ xuất nạp 出纳账本

xuất ngoại *đg* 出国：xuất ngoại du học 出国留学

X

xuất nhập cảnh *đg* 出入境

xuất nhập cân bằng *đg*[经] 收支平衡

xuất nhập khẩu *đg*[商] 进出口

xuất phát *đg* 出发：điểm xuất phát 出发点

xuất quân *đg*[军] 出兵

xuất quỉ nhập thần 出神入化

xuất sắc *t* 优秀，出色：học sinh xuất sắc 优秀的学生

xuất siêu *d*[经] 顺差：xuất siêu mậu dịch 贸易顺差

xuất thân *đg* 出身：xuất thân từ gia đình nông dân 农民家庭出身

xuất thế *đg* 隐居：xuất thế tu hành 隐居修行

xuất thổ *đg* 出土：văn vật xuất thổ 出土文物

xuất tinh *đg* 射精

xuất trận *đg*[旧] 出征，上阵：anh hùng xuất trận 英雄出征

xuất trình *đg* 呈献，出示：xuất trình giấy tờ 出示证件

xuất viện *đg* 出院

xuất xứ *d* 出处，来源，产地：nơi xuất xứ không rõ 产地不明

xuất xưởng *đg* 出厂：giá xuất xưởng 出厂价

xúc₁ *đg* ①铲起，盛，舀：xúc đất 铲土②捞起：xúc cá 捞鱼

xúc₂[汉] 触，促

xúc cảm *đg* 感触

xúc cảnh sinh tình 触景生情

xúc động *đg* ；*d* 激动，感动：dễ xúc động 容易激动；cố nén xúc động 使劲抑制激动

xúc giác *d* 触觉

xúc mục *đg* 触目：xúc mục thương tâm 触目伤心

xúc phạm *đg* 触犯，冒犯：xúc phạm pháp luật 触犯法律；xúc phạm bậc bề trên 冒犯老前辈

xúc tác *đg*[化] 催化：phản ứng xúc tác 催化反应

xúc tiến *đg* 促进：xúc tiến tăng kinh tế 促进经济增长

xúc tu *d*（动物的）触须

xúc xắc=súc sắc

xúc xích₁ *d* 香肠

xúc xích₂ *d*[口] 链条：xúc xích sắt 铁链条

xúc xiểm *đg* 挑唆，唆使，煽动：Hắn xúc xiểm quan hệ giữa chúng tôi. 他挑唆我们之间的关系。

xuê xoa *đg* 不计较，随随便便，不考究：ăn mặc xuê xoa 穿着随随便便

xuề xoà *t* 不拘泥，随和：Tính ông cụ cũng xuề xoà. 老人性格很随和。

xuể *p* 尽，能，完：nhiều quá không đếm xuể 太多了数不尽；một người làm không xuể 一个人做不完（不了）

xuệch xoạc[方]=xệch xạc

xuệch xoạng *t*[方] 跟 跄：xuệch xoạng ngã 跟跄跌倒

xuềnh xoàng *t* 简陋，随意：Gian phòng bố trí xuềnh xoàng. 房间布置得简陋随意。

xui₁ *đg* 怂恿，唆使，煽动：xui đánh nhau 唆使打架

xui₂ *t*[方] 倒霉：số xui 霉运

xui bẩy[口]=xúi bẩy

xui dại *đg* 出馊主意：Mày toàn xui dại để nó làm. 你尽出馊主意让他干。

xui giục=xúi giục

xui khiến *đg* 唆使，指使：Không ai xui khiến nó cả！没有人指使他！

xui nguyên giục bị 煽风点火

xui xẻo *t*[方] 倒霉

xui xiểm[旧]=xúc xiểm

xúi₁ *đg* 唆使，煽火，挑拨：xúi trẻ con đánh nhau 挑拨小孩子打架

xúi₂ *t*[口] 倒霉：vận xúi 霉运

xúi bẩy *đg*[口] 挑拨，煽动：xúi bẩy hai bên cãi nhau 挑拨双方吵架

xúi giục *đg* 唆使，怂恿，挑拨，煽动：xúi giục nó đi ăn cắp 唆使他去偷盗

xúi quẩy *t*[口] 倒霉: gặp nhiều chuyện xúi quẩy 遇到许多倒霉事

xụi *t*[方] (手脚) 瘫软: Mệt rồi, xụi cả tay chân. 累了, 手脚瘫软。

xúm *đg* 扎堆, 聚集: Mọi người xúm quanh nghe kể chuyện. 大家聚集成一圈听故事。

xúm đen xúm đỏ [口] 里三层外三层: Xúm đen xúm đỏ xem chọi gà. 里三层外三层地看斗鸡。

xúm đông xúm đỏ [口]=xúm đen xúm đỏ

xúm xít *đg* 聚集, 聚拢, 簇拥: Đám trẻ con xúm xít dưới gốc cây đa chơi đùa. 一群小孩聚集在榕树下玩耍。

xun xoe *đg* 献殷勤, 献媚: xun xoe với nó 向他献殷勤

xung₁ *đg* 动怒: nổi xung 发怒

xung₂ *t* 忌讳的, 相克的, 不吉利 (迷信思想): năm xung 灾年

xung₃ *d*[理] 脉冲

xung₄ [汉] 冲, 仲, 舯

xung điện *d*[理] 脉冲

xung động *d* ①刺激波: xung động thần kinh 刺激波 神经 ②冲动, 激动: phát ra một xung động nào đó (心中) 升起一股莫名的冲动

xung đột *đg*; *d* 冲突: xung đột võ trang 武装冲突; giải quyết xung đột 解决冲突

xung khắc *t* 相冲的, 相克的, 不和的: anh em xung khắc với nhau 兄弟不和

xung kích *đg* 突击: đội xung kích 突击队 *d*[口] 突击人员, 先锋

xung lực *d* ①突击力量, 突击队, 先锋队, 冲力②带头作用: Tổ A là xung lực trong sản xuất. 甲组在生产中起带头作用。

xung phong *đg* ①冲锋, 前进: xung phong vào trận địa quân địch 冲进敌阵②带头, 自告奋勇: xung phong hát một bài 自告奋勇唱一首歌

xung quanh *d* ①周围, 四周: xung quanh quảng trường 广场周围②范围, 周围界限: Mọi người thảo luận xung quanh vấn đề trị an. 大家在治安问题范围内进行讨论。

xung thiên *đg* 冲天: nộ khí xung thiên 怒气冲天

xung trận *đg* 冲锋陷阵: xung trận đánh kẻ xâm lược 冲锋陷阵打击侵略者

xung yếu *t* 要冲的, 要害的, 重要的: vị trí xung yếu 重要位置

xùng xình [方]=thùng thình

xủng xẻng=xủng xoảng

xủng xoảng [拟] 叮叮当当: Tiếng xích sắt khua xùng xoảng. 铁链叮叮当当响。

xúng xa xúng xính=xúng xính

xúng xính *t* (衣服肥大) 不合体的: áo quần rộng xúng xính 衣服肥大不合体

xuôi *t* 顺, 顺当: công việc xuôi 工作顺当; viết rất xuôi 写得很顺 *d* 下游平原地区: miền xuôi 平原山区 *đg*[口] ①往下游走, 顺着往下: Tàu hoả xuôi Nam Định. 火车下南定。②同意, 听从: Ông ấy đã xuôi rồi. 他已经同意了。

xuôi chèo mát mái 一帆风顺

xuôi chiều *đg* 赞成, 同意, 顺流, 顺道: ý kiến xuôi chiều 赞成意见; thuyền xuôi chiều 船顺流而下

xuôi dòng *t* 顺流的: Thuyền đi xuôi dòng. 船顺水行走。

xuôi gió *t* 顺风的, 顺利: thuận buồm xuôi gió 一帆风顺

xuôi ngược *t* 来来去去: tàu thuyền xuôi ngược 来来往往的船只

xuôi tai *t* 顺耳, 中听: Bài hát này không xuôi tai. 这首歌曲不好听。

xuôi xả *t*[方] 顺利, 顺遂, 顺当: công việc xuôi xả 工作顺利

xuôi xị *t*[方] 瘫软无力: tay chân xuôi xị 手脚无力

xuôi xuôi *t*[口] ①顺遂的, 合意的: Tôi nói

mãi ông ta mới xuôi xuôi. 我说了半天他才有点合意。②较顺利的，妥当的：Công việc cũng đã xuôi xuôi. 事情办得也比较顺利。

xuộm *t* 纯红的，纯黄的：vàng xuộm 金黄色

xuồng *d* 艇，无篷小船：xuồng cấp cứu 救生艇；xuồng máy 摩托艇

xuổng [方]=thuổng

xuống *đg* ①下，往下：xuống núi 下山②降，赐：xuống phúc 降福③下降，降下：giá hàng xuống 物价下降

xuống cân *đg* 掉磅，掉斤，减重：bị ốm xuống cân 生病掉斤

xuống cấp *đg* (建筑物) 失修，质量下降：nhà xuống cấp 房屋失修

xuống dòng *đg* 另起一行，下一行

xuống dốc *đg* ① 下坡：Xe đang xuống dốc. 车正在下坡。② [口] (经济) 下滑，不景气：kinh tế xuống dốc 经济下滑

xuống đường *đg* 上街游行：Công nhân xuống đường biểu tình. 工人上街游行。

xuống giống *đg* [口] 播种：thời vụ xuống giống 播种季节；Xuống giống khó, tiêu thụ lo. 播种难，销售急。

xuống lỗ *đg* [口] 进棺材，入土

xuống mã *đg* [口] 色衰，衰老：tuổi già xuống mã 年老色衰

xuống nước *đg* [口] 妥协，认输：đuối lí đành phải xuống nước 理亏只好妥协

xuống tay₁ *đg* [口] (使用暴力) 下手：không dám xuống tay 不敢下手

xuống tay₂ *đg* [口] 业务水平下降：Nghề của anh ấy đã xuống tay rồi. 他的业务水平下降了。

xuống tóc *đg* [宗] 削发，落发 (出家当和尚或尼姑)

xuống trần *đg* 下凡：tiên nữ xuống trần 仙女下凡

xúp *d* (西餐) 汤，羹：ăn xúp 喝羹

xút *d* 纯碱

xuý xoá *đg* 勾销，抵销：xuý xoá món nợ 抵销债务

xuyên₁ [汉] 穿 *đg* ①穿，透：xuyên qua 穿过②越过：xuyên qua quả núi 越过山岭

xuyên₂ [汉] 川

xuyên bối mẫu *d* [药] 川贝母

xuyên cầm *d* [药] 川芩

xuyên khung *d* [药] 川芎

xuyên liên *d* [药] 川莲

xuyên ô *d* [药] 川乌

xuyên phác *d* [药] 川朴

xuyên tạc *đg* 歪曲：xuyên tạc sự thật 歪曲事实

xuyên táo *đg* (射) 连珠串：bắn một phát xuyên táo hai con chim 一枪打中俩鸟

xuyên tâm liên *d* [药] 穿心莲

xuyên tục đoạn *d* [药] 川续断

xuyến₁ *d* 钏，镯子：xuyến vàng 金手镯

xuyến₂ *d* 纱布绸缎

xuyến₃ *d* [方] 专用茶壶

xuýt₁ *đg* [口] ①唆使：xuýt trẻ con đánh nhau 唆使小孩打架②吹牛，吹嘘：những lời nói xuýt chẳng ai tin 吹牛无人信

xuýt₂ *p* [旧] 差点儿，差不多 (同 suýt)

xuýt nữa *p* 差一点儿，险些儿，几乎：xuýt nữa thì ngã 差一点就摔跤

xuýt xoa [拟] 吁吁 (因疼痛等原因发出的声音)：bị ngã xuýt xoa 被摔得吁吁 (喊疼)

xuýt xoát *t* [旧] 差不多，大同小异：xuýt xoát bằng nhau 大小差不多

xừ₁=xự

xừ₂ *d* [旧] [口] 先生：Xừ ấy là ai? 那位先生是谁?

xử [汉] 处 *đg* ①处理，对待：xử tốt với em gái 善待妹妹②惩处：xử bắn 枪毙③判决：Toà án xử thắng kiện. 法院判决胜诉。

xử bắn *đg* [法] 处决

xử công khai *đg* [法] 公审

xử giảo *đg* [旧] 处以绞刑

xử hoà *đg* 和解, 调和：hai bên xử hoà 双方和解

xử lí *đg* 处理：xử lí các công việc hàng ngày 处理日常事务

xử lí từ xa *đg* [电] 远程处理

xử phạt *đg* 处罚, 判罚

xử quyết *đg* [旧] 处决, 处死

xử sự *đg* 处事：xử sự khéo léo 善于处事

xử thế *đg* 处世：xử thế đúng mức 处世得当

xử thử *d* 处暑（二十四节气之一）

xử trảm *đg* [旧] 处斩

xử trí *đg* 处置, 处理, 对付：không biết xử trí ra sao 不知如何对付

xử tử *đg* [法] 处死, 判处死刑

xứ [汉] 处 *d* ①地区, 地方：xứ cá cơm 鱼米之乡 ② [宗]（天主教）小教区

xứ sở *d* 家乡, 故土, 籍贯, 处所, 地方：xứ sở hoa quả 水果之乡

xự *d* [旧] 音律里的第二宫

xưa *t* ①古的：đời xưa 古代 ②往昔的, 以往的：việc xưa 往事 *d* 古：từ xưa đến nay 从古至今

xưa nay *d* 自古以来, 古往今来, 一直：Nó xưa nay vẫn siêng ăn nhác làm. 他一直是好吃懒做。

xức *đg* 敷, 擦拭：xức dầu 擦油

xực *đg* [口] 食, 吃（含贬义）：Xực lắm thế! 吃那么多!

xưng [汉] 称 *đg* ①称谓：xưng hô 称呼 ②自封, 自称：tự xưng là Hoàng đế 自封皇帝 ③自我介绍：xưng tên tuổi 自报姓名年龄

xưng danh *đg* 自称, 自报姓名：Mọi người tự xưng danh. 大家自报姓名。

xưng đế *đg* [旧] 称帝：bá chiếm đất đai tự xưng đế 霸占土地自称帝

xưng hô *đg* 称呼：thay đổi cách xưng hô 改变称呼

xưng hùng xưng bá [旧] 称王称霸：Bọn đế

quốc xưng hùng xưng bá. 帝国主义称王称霸。

xưng tội *đg*（信徒）忏悔, 悔罪：đến nhà thờ xưng tội 到教堂忏悔

xưng tụng *đg* 称颂, 歌颂：xưng tụng lãnh tụ 歌颂领袖

xưng xưng *đg* 一口咬定（不实的事）, 无中生有：Nó xưng xưng nói rằng bị người ta đánh. 他一口咬定被人打了。

xừng *đg* [方] 耸起, 竖起：xừng lông 毛发耸起来

xửng *d* 笼屉, 蒸笼

xửng vửng *t* [方] 眩晕, 头晕目眩：ngã một cái đầu óc xửng vửng 跌一跤头脑眩晕

xứng *t* 相称的, 相配的, 配得上的：Anh ấy không xứng làm thầy giáo. 他不配当老师。

xứng chức *t* 称职的：không xứng chức 不称职

xứng đáng *t* 相称的, 当之无愧的：Chị Ba xứng đáng là một cán bộ tốt. 三姐是一名当之无愧的好干部。

xứng đôi *t* 匹配, 般配, 相称：Hai đứa nó thật xứng đôi. 他们俩很般配。

xứng đôi vừa lứa 两相匹配；门当户对

xứng hợp *t* 般配, 门当户对：vợ chồng xứng hợp 夫妻般配

xước₁ *đg* [方] 削：xước vỏ mía 削甘蔗皮

xước₂ *t*（痕迹）擦破的, 破损的：Chiếc gương bị xước nhiều chỗ. 镜子有多处被擦破（的痕迹）。

xước măng rô *d* 手指倒刺

xược *t* [口]（小孩）没大没小, 没礼貌：nói xược 妄言；hỗn xược 无礼, 犯上

xương₁ *d* ①骨头：xương cá 鱼刺 ②骨架子：xương quạt 扇架子；xương quai xanh 锁骨 *t* ①瘦削：Ông ấy xương lắm. 他很瘦。②[口] 不好办的, 棘手, 难：Bài toán này xương lắm. 这道数学题很难解。

xương₂ [汉] 菖

xương bả vai *d* 肩胛骨

xương bàn tay *d* 掌骨

xương bánh chè *d* 膝盖骨；髌骨

xương chậu *d* 盆骨

xương cốt *d* 骨骼

xương cụt *d* 尾椎骨

xương dăm *d* 小鱼刺

xương đòn *d* 锁骨

xương hàm *d* 颌骨

xương máu *d* ① 骨肉 ② 血：bài học xương máu 血的教训

xương mỏ ác *d* 胸骨

xương ngón chân *d* 趾骨

xương ống *d*[解] ①小腿骨②筒子骨

xương rồng *d* 火殃簕

xương sống *d* 脊骨

xương sụn *d* 软骨

xương sườn *d*[解] ①肋骨②排骨

xương trán *d* 额骨

xương tuỷ *d*[解] 骨髓

xương xấu[旧]=xương xẩu

xương xẩu *d* ① 骨头：vứt xương xẩu ra hố rác 扔骨头到垃圾堆里 ② 废物：Còn lại toàn là xương xẩu. 剩下的都是废物。 *t* 瘦削

xương xương *t* 瘦削：người xương xương 瘦削的人

xường xám *d* 贴身高领连衣裙，长袍，长衫

xưởng *d* ①车间，厂：xưởng in 印刷厂②（画家或雕刻家工作的）室，场所：xưởng vẽ 画室

xướng[汉] 唱 *đg* 大声唱：xướng một bài 唱一首歌

xướng hoạ *đg*[旧] 对诗：Hai bên xướng hoạ với nhau. 双方互相对诗。

xướng nghị *đg* 倡议：Chúng tôi xướng nghị triển khai thi đua lao động. 我们倡议开展劳动竞赛。

Y y

y₁, Y₁ 越语字母表的第 29 个字母

y₂ [汉] 医 *d* 医学, 医科: đại học Y 医科大学

y₃ *d* 他, 它, 那厮 (贬义): Không ai biết y từ đâu đến. 没人知道他是从哪里来的。

y₄ [汉] 依 *t* 一样的: y như cũ 和原来一样

y₅ [汉] 衣, 咿

y án *dg* [法] 依照原判: quyết định y án tử hình 决定依照原判判死刑

y bạ *d* 病历簿

y bóc *t* [方] ① 一模一样: Nét mặt thằng bé y bóc cha nó. 孩子的脸长得跟他爸一模一样。② 完全正确: nói y bóc không sai 说得一点儿都不差

y cẩm hoàn hương = áo gấm về làng

y chang *t* [方] 很像的, 一样的: hai cái y chang 两个都一个样

y cụ *d* 医具, 医用用具

y dạng hồ lô 依样画葫芦

y đức *d* 医德

y giá *d* 原价, 规定价: Áo này bán y giá cho cô. 这件衣服按原价卖给你。

y giới *d* 医学界

y hệt *t* [口] 像极了的, 一模一样的: Hai đứa trẻ sinh đôi y hệt nhau. 双胞胎小孩长得一模一样。

y học *d* 医学: tiến sĩ y học 医学博士

y khoa *d* 医科

y lệnh *d* 医嘱, 医生的治疗方案: làm theo y lệnh 遵照医嘱

y lí *d* 医学理论

y nguyên *t* 依然如故: Gia cụ bày y nguyên. 家具摆设依然如故。

y như *t* ① 一模一样的, 酷似的: nói y như thật 说得像真的一样 ② [口] 总是: Để nó đi làm việc đó y như hỏng. 让他去办此事总是搞砸。

y như rằng [口] 果然, 不出所料, 总是

y phục *d* 衣服, 服装

y sì *t* [口] 一模一样: Tính nết y sì ba nó. 性格和他爸一样。

y sĩ *d* ① 医士 ② 太医

y sinh *d* 医科学生

y tá *d* 护士: y tá trưởng 护士长

y tế *d* ① 卫生: Bộ Y tế 卫生部 ② 医务, 医疗: công tác y tế 医务工作

y thuật *d* 医术: y thuật Trung Quốc 中国医术

y trang *d* 衣服和个人用品: mua sắm y trang 购买衣服和个人用品

y viện *d* 医院: quân y viện 军医院

y vụ *d* 医务科

y xá *d* 卫生院

ỳ = ì

ỳ ạch *t* ① 吃力: ỳ ạch khuân đồ lên gác 吃力地把东西扛上楼 ② 累赘: Bà béo như vậy trông ỳ ạch lắm. 你这么胖看起来很累赘。

ỷ₁ *d* 神龛, 神位: Nó để đồ cúng lên ỷ. 他把供品放在神位上。

ỷ₂ *dg* 倚, 恃, 仗: ỷ thế hiếp người 仗势欺人

ỷ lại *dg* 依赖: tư tưởng ỷ lại 依赖思想

ỷ quyền ỷ thế 依仗权势: Thằng này ỷ quyền ỷ thế hiếp đáp dân thường. 这家伙依仗权势欺压百姓。

ý₁ [汉] 意 *d* ① 意思, 想法: làm theo ý người ta 照别人的意思去做 ② 情意: Hai đứa chúng nó sớm có ý với nhau. 他们俩早有情意。③ 表现: nét mặt có ý không vui 脸上有不高兴的表现

ý₂ [汉] 薏, 懿

ý chí *d* 意志: ý chí sắt đá 坚强的意志

ý chí luận *d* 意志论

ý chừng *p* 似乎, 好像: Ý chừng anh ấy không muốn đi. 他好像不想去。

ý dĩ *d* 薏米

ý định *d* 打算，念头，想法：Không biết ý định của anh thế nào? 不知道你的打算怎样？

ý đồ *d* 意图：hiểu ý đồ đối phương 了解对方意图

ý hợp tâm đầu=tâm đầu ý hợp

ý hướng *d* 意向：ý hướng hợp tác 合作意向

ý kiến *d* 意见，看法：góp ý kiến 提意见

ý muốn *d* 愿望：thực hiện ý muốn 实现愿望

ý nghĩ *d* 想法：ý nghĩ sai lầm 错误的想法

ý nghĩa *d* ①意义：có ý nghĩa lịch sử 具有历史意义②意思：Bài văn này không có ý nghĩa. 这篇文章没有意思。

ý nguyện *d* 意愿，愿望：ý nguyện hoà bình 和平愿望

ý nhị *t* 含蓄，耐人寻味：Lời nói của ông ấy ý nhị. 他的话耐人寻味。

ý niệm *d* 意念，观念：ý niệm thời gian 时间观念

ý tại ngôn ngoại 言外之意

ý thức *d* 思想，观念，观点：không có ý thức trách nhiệm 没有责任感[口] 意识：ý thức được hành vi của mình 意识到自己的行为

ý tình *d* 情意：ý tình vương vấn 情意绵绵

ý trung nhân *d* 意中人

ý tứ *d* 分寸：Đi đứng có ý tứ. 举止有分寸。*t*[口] 规矩，拘谨：ăn nói rất ý tứ 说话很谨慎

ý tưởng *d* 想法：ý tưởng hay 好的想法

ý vị *d* ①意味：ý vị sâu xa 意味深远②意思：không có ý vị 没意思

yard *d* 码（长度计量单位）：1 yard bằng 0,9144 mét 一码等于 0.9144 米

yểm₁ [汉] 掩 *đg* 压，镇（迷信做法）：vật báu yểm nhà 镇宅之宝

yểm₂ [汉] 奄，罨

yểm giấu *đg* 隐藏：yểm giấu tiền bạc của quí 隐藏财宝

yểm hộ *đg* 掩护：Xe tăng yểm hộ bộ binh. 坦克掩护步兵。

yểm nhân nhĩ mục 掩人耳目

yểm nhĩ đạo linh 掩耳盗铃

yểm trợ =yểm hộ

yểm *d* ①动物的胸甲②旧时代妇女用的胸围、文胸、兜肚③围裙

yểm dãi *d* 围嘴，口水兜（婴幼儿专用）

yểm thế *t* 厌世：tư tưởng yểm thế 厌世思想

yên₁ [汉] 鞍 *d* ①鞍：yên ngựa 马鞍②坐垫：yên xe đạp 单车座

yên₂ [汉] 安 *t* ①不动：ngồi yên một chỗ 坐着不动②安静：Yên, để nó nói! 安静，让他说！

yên₃ *d* 元（日本货币单位）

yên₄ [汉] 烟，胭，晏，焉，咽

yên ả *t* 平静，恬静：cuộc sống yên ả 平静的生活

yên ắng *t* 寂静，静谧：đêm khuya yên ắng 静谧的夜晚

yên ấm=êm ấm

yên bình *t* 太平，平安

yên giấc *đg* 安睡，熟睡：Em bé đã yên giấc. 婴儿已熟睡。

yên giấc ngàn thu=yên giấc nghìn thu

yên giấc nghìn thu 与世长辞：Cụ già đã yên giấc nghìn thu. 老人已与世长辞。

yên lành *t* 安好，安康：mọi sự đều yên lành 一切平安

yên lặng *t* 沉静，寂静，安静：yên lặng nghe giảng 安静听课

yên lòng *t* 安心，放心：cứ việc yên lòng 尽管放心

yên nghỉ *đg* 安息：Anh hùng liệt sĩ yên nghỉ trên quả đồi. 英雄烈士在山头上安息。

yên như bàn thạch 坚如磐石

yên ổn *t* 安稳，稳定：cuộc sống yên ổn 生活稳定

yên phận *đg* 安分：yên phận thủ thường 安

分守己

yên sóng *t* 风平浪静: mặt biển yên sóng hải
面上风平浪静

yên tâm *t* 安心, 放心: yên tâm công tác 安心
工作

yên thân *t* 安宁: không được yên thân 不得
安宁

yên tĩnh *t* 安静: Trong phòng đọc rất yên tĩnh.
阅览室里很安静。

yên trí *đg* 放心: Cứ yên trí, mọi việc sẽ đâu
vào đấy. 尽管放心, 一切会好的。

yên vị *đg* 安坐, 就座: mọi người yên vị 各就
各位

yên vui *t* 安乐, 康乐: cuộc sống yên vui 生
活快乐

yến₁ [汉] 燕 *d* [动] 燕子

yến₂ [汉] 宴 *d* [旧] 宴: Vua ban yến. 皇帝赐
宴。

yến₃ *d* 重量单位, 合十公斤: một yến bột mì
十公斤面粉

yến mạch *d* 燕麦

yến sào *d* 燕窝

yến tiệc *d* [旧] 宴席, 大宴会

yến tước yên tri hồng hộc chí 燕雀焉知鸿
鹄志

yêng hùng *d* [口] 所谓的英雄 (讽刺语)

yểng *d* 八哥儿

yết₁ [汉] 揭 *đg* 揭示, 张贴: yết danh sách 张
贴名单

yết₂ [汉] 谒, 歇

yết bảng *đg* [旧] 揭榜, 发榜, 出榜: yết bảng
trạng nguyên 揭榜状元

yết giá *đg* [经] 公布价格: cửa hàng yết giá
商场公布价格 *d* 价目表: yết giá của công
ti 公司的价目表

yết hầu *d* ① 咽喉, 喉咙 ② 交通要道: vị trí
yết hầu 咽喉要地

yết hậu *d* 歇后语

yết kiến *đg* [旧] 谒见: yết kiến đại thần 谒见

大臣

yết thị *đg* [旧] 公示, 揭示, 榜示: ra yết thị
出告示 *d* 布告, 榜文: xem yết thị 看榜文

yêu₁ *đg* ① 爱, 热爱: yêu tổ quốc 爱祖国 ②
恋爱: hai đứa yêu nhau 两人相爱; người
yêu 恋人

yêu₂ [汉] 妖 *d* 妖, 妖怪: yêu ma qui quái 妖
魔鬼怪

yêu cầu *đg* 要求: yêu cầu đình chiến 要求停
战 *d* 要求: yêu cầu của nhà trường 学校的
要求; sản phẩm đạt yêu cầu 产品合格

yêu chiều *đg* 宠爱: Bà nội yêu chiều cháu gái.
奶奶宠爱孙女。

yêu chuộng *đg* 爱好, 喜好, 喜爱: yêu chuộng
hoà bình 爱好和平

yêu con chị, vị con em 爱屋及乌

yêu dấu *t* 亲爱, 可爱: quê hương yêu dấu 亲
爱的故乡

yêu đời *đg* 热爱生活: lạc quan yêu đời 乐观
热爱生活

yêu đương *đg* 恋爱: quan hệ yêu đương 恋爱
关系

yêu kiều *t* 窈窕: cô gái yêu kiều 窈窕淑女

yêu kính=kính yêu

yêu ma *d* 妖魔

yêu mến *đg* 喜欢, 喜爱: kính già yêu mến trẻ
thơ 敬老爱幼

yêu nhau lắm cắn nhau đau 爱得深恨得切

yêu nước thương nòi 爱国忧民

yêu quái *d* 妖怪

yêu quí *đg* 喜爱, 疼爱: yêu quí trẻ thơ 疼爱
小孩

yêu sách *đg* 强烈要求, 情愿, 提出条件: Công
nhân yêu sách tăng lương. 工人强烈要求加
薪。*d* 要求: yêu sách phi lí 无理要求

yêu thích *đg* 喜爱: yêu thích vận động 喜爱
运动

yêu thuật *d* 妖术: yêu thuật của phù thuỷ 巫
婆的妖术

Y

yêu thương *đg* 疼爱: yêu thương con cái 疼
爱孩子

yêu tinh *d* 妖精

yểu *t* 夭, 短命的: chết yểu 夭折

yểu điệu *t* 窈窕: dáng người yểu điệu 身材窈
窕

yểu điệu thục nữ 窈窕淑女

yểu tướng *t* 夭相, 短命相: người yểu tướng
夭相之人

yếu₁ *t* ①弱, 衰弱: sức khoẻ yếu lắm bệnh 体
弱多病②少, 小: ăn yếu 饭量少 *đg* 生病:
Ông cụ lại yếu rồi ! 爷爷又生病了!

yếu₂ [汉] 要 *t* 要害的: đánh trúng chỗ yếu 打
中要害处

yếu bóng vía 胆子小

yếu chân chạy trước 笨鸟先飞

yếu đạo *d* 要道: yếu đạo giao thông 交通要
道

yếu địa *d* 要地, 重地: chiếm lĩnh yếu địa 占
领要地

yếu điểm *d* 重点, 关键: yếu điểm công tác 工
作重点

yếu đuối *t* 弱小, 懦弱, 脆弱: bé gái yếu đuối
弱小的女孩

yếu hèn=hèn yếu

yếu kém *t* 差: trình độ yếu kém 水平差

yếu lĩnh *d* 要领: nắm vững yếu lĩnh 掌握要
领

yếu lược *t* [旧] 简要: sử yếu lược 简史

yếu như sên 软弱无力: tay chân yếu như sên
手脚无力

yếu ớt *t* 软弱, 微弱: hơi thở yếu ớt 微弱呼吸

yếu quyết *d* 要诀

yếu thế *d* 弱势: ở vào yếu thế 处于弱势

yếu tố *d* ①要素: yếu tố tạo từ 组词的要素
②因素: Kiến thức là yếu tố quyết định của
phát triển. 知识是发展的决定因素。

yếu xìu *t* [口] 软弱无力: người yếu xìu 身体
无力

yoga *d* ①瑜伽派 (印度哲学派别) ②瑜伽
术: tập yoga 练瑜伽

Z z

z, Z 拉丁文字母，常用于外来词

zero *d* 零：zero phẩy năm 零点五

zeta *d* 希腊字母"Z"的读音

zê-rô=zero

zê-ta=zeta

zigzag *d* 曲折前进，Z 字形

zloty *d* 兹罗提 (波兰的货币单位)

Zn[化] 锌的元素符号

PHỤ LỤC
附　录

1. CÁC TỈNH VÀ THÀNH PHỐ TRONG TOÀN QUỐC VIỆT NAM
越南各省市名称表

Thành phố trực thuộc 直辖市	
Thành phố Hà Nội	河内市
Thành phố Hồ Chí Minh	胡志明市
Thành phố Hải Phòng	海防市
Thành phố Đà Nẵng	岘港市
Thành phố Cần Thơ	芹苴市

Tỉnh 省		Tỉnh lị-Thành phố 省会/城市	
Tỉnh Hà Giang	河江省	Thị xã Hà Giang	河江市
Tỉnh Cao Bằng	高平省	Thị xã Cao Bằng	高平市
Tỉnh Bắc Kạn	北𣴓省	Thị xã Bắc Kạn	北𣴓市
Tỉnh Tuyên Quang	宣光省	Thị xã Tuyên Quang	宣光市
Tỉnh Lào Cai	老街省	Thành phố Lào Cai	老街市
Tỉnh Điện Biên	奠边省	Thành phố Điện Biên Phủ	奠边府市
Tỉnh Lai Châu	莱州省	Thị xã Lai Châu	莱州市
Tỉnh Sơn La	山萝省	Thị xã Sơn La	山萝市
Tỉnh Yên Bái	安沛省	Thành phố Yên Bái Thị xã Nghĩa Lộ	安沛市（省会） 义路市
Tỉnh Hoà Bình	和平省	Thành phố Hoà Bình	和平市
Tỉnh Thái Nguyên	太原省	Thành phố Thái Nguyên	太原市
Tỉnh Lạng Sơn	谅山省	Thành phố Lạng Sơn	谅山市
Tỉnh Quảng Ninh	广宁省	Thành phố Hạ Long Thị xã Móng Cái	下龙市（省会） 芒街市
Tỉnh Bắc Giang	北江省	Thành phố Bắc Giang	北江市
Tỉnh Phú Thọ	富寿省	Thành phố Việt Trì Thị xã Phú Thọ	越池市（省会） 富寿市

续表

Tỉnh 省		Tỉnh lị-Thành phố 省会/城市	
Tỉnh Vĩnh Phúc	永福省	Thành phố Vĩnh Yên	永安市
Tỉnh Bắc Ninh	北宁省	Thành phố Bắc Ninh	北宁市
Tỉnh Hải Dương	海阳省	Thành phố Hải Dương	海阳市
Tỉnh Hưng Yên	兴安省	Thị xã Hưng Yên	兴安市
Tỉnh Thái Bình	太平省	Thành phố Thái Bình	太平市
Tỉnh Hà Nam	河南省	Thị xã Phủ Lý	府理市
Tỉnh Nam Định	南定省	Thành phố Nam Định	南定市
Tỉnh Ninh Bình	宁平省	Thành phố Ninh Bình	宁平市
Tỉnh Thanh Hoá	清化省	Thành phố Thanh Hoá Thị xã Bim Sơn Thị xã Sầm Sơn	清化市（省会） 丙山市 岑山市
Tỉnh Nghệ An	义安省	Thành phố Vinh Thị xã Cửa lò	荣市（省会） 炉门市
Tỉnh Hà Tĩnh	河静省	Thị xã Hà Tĩnh Thị xã Hồng Lĩnh	河静市（省会） 鸿岭市
Tỉnh Quảng Bình	广平省	Thành phố Đồng Hới	同海市
Tỉnh Quảng Trị	广治省	Thị xã Đông Hà Thị xã Quảng Trị	东河市（省会） 广治市
Tỉnh Thừa Thiên Huế	承天－顺化省	Thành phố Huế	顺化市
Tỉnh Quảng Nam	广南省	Thành phố Tam Kỳ Thị xã Hội An	三圻市（省会） 会安市
Tỉnh Quảng Ngãi	广义省	Thành phố Quảng Ngãi	广义市
Tỉnh Bình Định	平定省	Thành phố Quy Nhơn	归仁市
Tỉnh Phú Yên	富安省	Thành phố Tuy Hoà	绥和市
Tỉnh Khánh Hoà	庆和省	Thành phố Nha Trang	芽庄市
Tỉnh Ninh Thuận	宁顺省	Thành phố Phan Rang- Tháp Chàm	潘朗－占塔市

续表

Tỉnh 省		Tỉnh lị-Thành phố 省会/城市	
Tỉnh Bình Thuận	平顺省	Thành phố Phan Thiết	藩切市
Tỉnh Kon Tum	崑嵩省	Thị xã Kon Tum	崑嵩市
Tỉnh Gia Lai	嘉莱省	Thành phố Pleiku	波来古市
Tỉnh Đắk Lắk	多乐省	Thành phố Buôn Ma Thuột	邦美蜀市
Tỉnh Đắk Nông	多农省	Thị xã Gia Nghĩa	嘉义市
Tỉnh Lâm Đồng	林同省	Thành phố Đà Lạt	大叻市
Tỉnh Bình Phước	平福省	Thị xã Đồng Xoài	同帅市
Tỉnh Tây Ninh	西宁省	Thị xã Tây Ninh	西宁市
Tỉnh Bình Dương	平阳省	Thị xã Thủ Dầu Một	土龙木市
Tỉnh Đồng Nai	同奈省	Thành phố Biên Hoà	边和市
Tỉnh Bà Rịa-Vũng Tàu	巴地—头顿省	Thành phố Vũng Tàu Thị xã Bà Rịa	头顿市（省会） 巴地市
Tỉnh Long An	隆安省	Thị xã Tân An	新安市
Tỉnh Tiền Giang	前江省	Thành phố Mỹ Tho Thị xã Gò Công	美获市 （省会） 鹅贡市
Tỉnh Bến Tre	槟椥省	Thị xã Bến Tre	槟椥市
Tỉnh Trà Vinh	茶荣省	Thị xã Trà Vinh	茶荣市
Tỉnh Vĩnh Long	永隆省	Thị xã Vĩnh Long	永隆市
Tỉnh Đồng Tháp	同塔省	Thành phố Cao Lãnh Thị xã Sa Đéc	高岭市（省会） 沙沥市
Tỉnh An Giang	安江省	Thành phố Long Xuyên	龙川市
Tỉnh Kiên Giang	坚江省	Thành phố Rạch Giá	迪石市
Tỉnh Hậu Giang	后江省	Thị Xã Vị Thành	渭城市
Tỉnh Sóc Trăng	朔庄省	Thành phố Sóc Trăng	朔庄市
Tỉnh Bạc Liêu	薄辽省	Thị xã Bạc Liêu	薄辽市
Tỉnh Cà Mau	金瓯省	Thành phố Cà Mau	金瓯市

（本表资料依据《越南2004年统计年鉴》，2005年河内国家统计出版社）

2. DANH MỤC DÂN TỘC VIỆT NAM
越南民族名录

Tên gọi chính thức 官方名称		Địa bàn cư trú（Việt Nam） 分布区域（越南）
Ba Na	巴拿族	崑嵩、嘉莱、平定、富安、庆和
Bố Y	布依族	河江、老街
Brâu	布娄族	崑嵩
Bru-Vân Kiều	布鲁-云乔族	广平、广治、承天－顺化
Chăm	占族	宁顺、平顺、富安、胡志明市、安江、同奈、西宁
Chơ Ro	遮罗族	同奈
Chu Ru	朱鲁族	林同、宁顺
Chứt	哲族	广平、河静
Co	戈族	广南、广义
Cống	贡族	莱州
Cơ Ho	格贺族	林同、宁顺、平顺、庆和
Cơ Lao	仡佬族	河江
Cơ Tu	格都族	广南、承天－顺化
Dao	瑶族	宣光、安沛、老街、高平、太原、谅山、莱州、山萝、广宁、河西、北泮
Ê Đê	埃地族	多乐、嘉莱、庆和、富安
Gia Rai	嘉莱族	嘉莱、崑嵩、多乐
Giáy	热依族	老街、河江、莱州、高平
Giẻ-Triêng	耶坚族	广南、崑嵩
Hà Nhì	哈尼族	莱州、老街
Hoa (Hán)	华族（汉）	胡志明市、同奈、芹苴、朔庄、安江、北江、河江、宣光、广宁

续表

Tên gọi chính thức 官方名称		Địa bàn cư trú（Việt Nam） 分布区域（越南）
Hrê	赫列族	广义、平定
Kháng	康族	莱州、山萝
Khmer	高棉族	朔庄、茶荣、坚江、安江、永隆、芹苴、薄辽、金瓯
Khơ mú	克木族	义安、山萝、莱州、老街、安沛、和平
Kinh（Việt）	京族（越）	全境
La Chí	拉基族	河江、老街
La Ha	拉哈族	山萝、老街
La Hủ	拉祜族	莱州
Lào	佬族	莱州、山萝、老街
Lô Lô	倮倮族	高平、河江、老街
Lự	泐族	莱州
Mạ	麻族	林同、同奈、多乐
Mảng	莽族	莱州
Mnông	墨侬族	多乐、林同、平福
Mông	赫蒙族（苗）	河江、老街、奠边、莱州、山萝、安沛、清化、和平、义安、高平、北𣷱、太原
Mường	芒族	和平、清化、山萝、富寿、河西、安沛
Ngái	艾族	广宁、高平、谅山、北江
Nùng	侬族	谅山、高平、河江、北江、宣光、老街、北𣷱、太原
Ơ Đu	尔都族	义安
Pà Thẻn	巴天族	河江、宣光
Phù Lá	普拉族	老街、河江、莱州、山萝

续表

Tên gọi chính thức 官方名称		Địa bàn cư trú（Việt Nam） 分布区域（越南）
Pu Péo	布标族	河江
Raglay	拉格莱族	宁顺、平顺、富安、庆和、林同
Rơ Măm	勒曼族	崑嵩
Sán Chay	山斋族	宣光、河江、太原、高平、老街、谅山、安沛、北江、北浒
Sán Dìu	山由族	太原、广宁、北江、永福、富寿、北浒
Si La	西拉族	莱州
Tà Ôi	达维族	承天-顺化、广治
Tày	岱族	高平、谅山、宣光、太原、北江、广宁、河江、老街、安沛、北浒
Thái	泰族	山萝、奠边、清化、莱州、义安、和平、安沛、老街
Thổ	土族	义安、清化
Xinh Mun	兴门族	山萝、莱州
Xơ Đăng	色登族	崑嵩、广义、广南
Xtiêng	斯丁族	平福、西宁、同奈

（本表资料源自越南统计局2009年4月1日人口普查表）

3. BẢNG NGUYÊN TỐ HOÁ HỌC
化学元素表

Tên tiếng Việt 越语名称	Tên tiếng Hán 汉语名称	Tên tiếng Latinh 拉丁名称	Tên tiếng Anh 英语名称	Ký hiệu nguyên tố hóa học 元素符号
actini	锕	actinium	actinium	Ac
americi	镅	americium	americium	Am
antimon	锑	stibium	antimony	Sb
agon	氩	argonium	argon	Ar
asen	砷	arsenium	arsenic	As
astatin	砹	astatium	astatine	At
bạc	银	argentum	silver	Ag
bạch kim	铂	platinum	platinum	Pt
bari	钡	baryum	barium	Ba
berkeli	锫	berkelium	berkelium	Bk
beryli	铍	beryllium	beryllium	Be
bitmut	铋	bismuthum	bismuth	Bi
bo	硼	borun	boron	B
bohri	铍	bohrium	bohrium	Bh
brôm	溴	bromium	bromine	Br
cacbon	碳	carbonium	carbon	C
cađmi	镉	cadmium	cadmium	Cd
californi	锎	californium	californium	Cf
canxi	钙	calcium	calcium	Ca
chì	铅	plumbum	lead	Pb
clo	氯	chlorum	chlorine	Cl

续表

Tên tiếng Việt 越语名称	Tên tiếng Hán 汉语名称	Tên tiếng Latinh 拉丁名称	Tên tiếng Anh 英语名称	Ký hiệu nguyên tố hóa học 元素符号
coban	钴	cobaltum	cobalt	Co
crom	铬	chromium	chromium	Cr
curi	锔	curium	curium	Cm
darmstadti	𫟼	darmstadtium	darmstadtium	Ds
dubni	𨧀	dubnium	dubnium	Db
điprozi	镝	dysprosium	dysprosium	Dy
đồng	铜	cuprum	copper	Cu
einsteini	锿	einsteinium	einsteinium	Es
erbi	铒	erbium	erbium	Er
europi	铕	europium	europium	Eu
femi	镄	femium	femium	Fm
flo	氟	fluorum	fluorine	F
franci	钫	francium	francium	Fr
gadolini	钆	gadolinium	gadolinium	Gd
gali	镓	gallium	gallium	Ga
gecmani	锗	germanium	germanium	Ge
hafni	铪	hafnium	hafnium	Hf
hassi	𫟼	hassium	hassium	Hs
heli	氦	helium	helium	He
hiđrô	氢	hydrogenium	hydrogen	H
honmi	钬	holmium	holmium	Ho
indi	铟	indium	indium	In
iốt	碘	iodium	iodine	I

续表

Tên tiếng Việt 越语名称	Tên tiếng Hán 汉语名称	Tên tiếng Latinh 拉丁名称	Tên tiếng Anh 英语名称	Ký hiệu nguyên tố hóa học 元素符号
iriđi	铱	iridium	iridium	Ir
kali	钾	kalium	potassium	K
kẽm	锌	zincum	zinc	Zn
krypton	氪	kryptonum	krypton	Kr
lantan	镧	lanthanum	lanthanum	La
laurenci	铹	lawrentium	lawrencium	Lr
lithi	锂	lithium	lithium	Li
luteti	镥	lutecium	lutetium	Lu
lưu huỳnh	硫	sulphur	sulphur	S
magiê	镁	magnesium	magnesium	Mg
mangan	锰	manganum	manganese	Mn
meitneri	鿏	meitnerium	meitnerium	Mt
mendelevi	钔	mendelevium	mendelevium	Md
molipđen	钼	molybdanium	molybdenum	Mo
natri	钠	natrium	sodium	Na
neođim	钕	neodymium	neodymium	Nd
neon	氖	neonum	neon	Ne
neptuin	镎	neptunium	neptunium	Np
nhôm	铝	aluminium	aluminium	Al
niken	镍	niccolum	nickel	Ni
niobi	铌	niobium	niobium	Nb
nitơ	氮	nitrogenium	nitrogen	N
nobeli	锘	nobelium	nobelium	No

续表

Tên tiếng Việt 越语名称	Tên tiếng Hán 汉语名称	Tên tiếng Latinh 拉丁名称	Tên tiếng Anh 英语名称	Ký hiệu nguyên tố hóa học 元素符号
osmi	锇	osmium	osmium	Os
ôxy	氧	oxygenium	oxygen	O
paladi	钯	palladium	palladium	Pd
phốtpho	磷	phosphorum	phosphorus	P
plutoni	钚	plutonium	plutonium	Pu
poloni	钋	polonium	polonium	Po
praseođyn	镨	praseodymium	praseodymium	Pr
promethi	钷	promethium	promethium	Pm
protactini	镤	protactinium	protactinium	Pa
rađi	镭	radium	radium	Ra
rađon	氡	radon	radon	Rn
reni	铼	rhenium	rhenium	Re
rođi	铑	rhodium	rhodium	Rh
roentgeni	轮	roentgenium	roentgenium	Rg
rubiđi	铷	rubidium	rubidium	Rb
ruteni	钌	ruthenium	ruthenium	Ru
ruthefordi	𬬻	rutherfordium	rutherfordium	Rf
samari	钐	samarium	samarium	Sm
sắt	铁	ferrum	iron	Fe
scanđi	钪	scandium	scandium	Sc
seaborgi	𬭳	seaborgium	seaborgium	Sg
selen	硒	selenium	selenium	Se

续表

Tên tiếng Việt 越语名称	Tên tiếng Hán 汉语名称	Tên tiếng Latinh 拉丁名称	Tên tiếng Anh 英语名称	Ký hiệu nguyên tố hóa học 元素符号
silic	硅	silicium	silicon	Si
stronti	锶	strontium	strontium	Sr
tali	铊	thallium	thallium	Tl
tantali	钽	tantalum	tantalum	Ta
tecneti	锝	technetium	technetium	Tc
teluri	碲	tellurium	tellurium	Te
terbi	铽	terbium	terbium	Tb
thiếc	锡	stannum	tin	Sn
thori	钍	thorium	thorium	Th
tuli	铥	thulium	thulium	Tm
thuỷ ngân	汞	hydrargyum	mercury	Hg
titan	钛	titanium	titanium	Ti
urani	铀	uranium	uranium	U
vanađi	钒	vanadium	vanadium	V
vàng	金	aurum	gold	Au
vonfam	钨	vonlfram	tungsten	W
xenon	氙	xenonum	xenon	Xe
xeri	铈	cerium	cerium	Ce
xêzi	铯	caesium	caesium	Cs
ytecbi	镱	ytterbium	ytterbium	Yb
ytri	钇	yttrium	yttrium	Y
ziriconi	锆	zirconium	zirconium	Zr

4. BẢNG TÊN CÁC NƯỚC (KHU VỰC), THỦ ĐÔ (THỦ PHỦ)TRÊN THẾ GIỚI

世界各国家（地区）和首都（首府）名称表

Gọi tắt 简称	Toàn danh 全称	Thủ đô （thủ phủ） 首都（首府）
A-déc-bai-gian 阿塞拜疆	Cộng hoà A-déc-bai-gian 阿塞拜疆共和国	Ba-cu 巴库
A-rập Thống nhất 阿联酋	Các Tiểu vương quốc A-rập Thống nhất 阿拉伯联合酋长国	A-bu Da-bi 阿布扎比
A-rập Xê-út 沙特阿拉伯	Vương quốc A-rập Xê-út 沙特阿拉伯王国	Ri-át 利雅得
Ác-hen-ti-na 阿根廷	Cộng hoà Ác-hen-ti-na 阿根廷共和国	Bu-ê-nốt Ai-rét 布宜诺斯艾利斯
Ác-mê-ni-a 亚美尼亚	Cộng hoà Ác-mê-ni-a 亚美尼亚共和国	E-ri-van 埃里温
Ai Cập 埃及	Cộng hoà A-rập Ai Cập 阿拉伯埃及共和国	Cai-rô 开罗
Ai-len 爱尔兰	Ai-len 爱尔兰	Đô-blin 都柏林
Ai-xơ-len 冰岛	Cộng hoà Ai-xơ-len 冰岛共和国	Rây-kia-vích 雷克雅未克
An-ba-ni 阿尔巴尼亚	Cộng hoà An-ba-ni 阿尔巴尼亚共和国	Ti-ra-na 地拉那
An-đô-ra 安道尔	Công quốc An-đô-ra 安道尔公国	An-đô-ra 安道尔城

续表

Gọi tắt 简称	Toàn danh 全称	Thủ đô （thủ phủ） 首都（首府）
An-giê-ri 阿尔及利亚	Cộng hoà Dân chủ Nhân dân An-giê-ri 阿尔及利亚民主人民共和国	An-giê 阿尔及尔
An-ti-goa và Bác-bu-đa 安提瓜和巴布达	An-ti-goa và Bác-bu-đa 安提瓜和巴布达	Xan Giôn 圣约翰
Anh 英国	Vương quốc Liên hợp Anh và Bắc Ai-len 大不列颠及北爱尔兰联合王国	Luân Đôn 伦敦
Áo 奥地利	Cộng hoà Áo 奥地利共和国	Viên 维也纳
Áp-ga-nít-xtan 阿富汗	Cộng hoà Hồi giáo Áp-ga-nít-xtan 阿富汗伊斯兰共和国	Ca-bun 喀布尔
Ăng-gô-la 安哥拉	Cộng hoà Ăng-gô-la 安哥拉共和国	Lu-an-đa 罗安达
Ấn Độ 印度	Cộng hoà Ấn Độ 印度共和国	Niu Đê-li 新德里
Ba-ha-mát 巴哈马	Khối Thịnh vượng chung Ba-ha-mát 巴哈马国	Na-xâu 拿骚
Ba Lan 波兰	Cộng hoà Ba Lan 波兰共和国	Vác-sa-va 华沙
Ba-ren 巴林	Vương quốc Ba-ren 巴林王国	Ma-na-ma 麦纳麦

续表

Gọi tắt 简称	Toàn danh 全称	Thủ đô （thủ phủ） 首都（首府）
Bác-ba-đốt 巴巴多斯	Bác-ba-đốt 巴巴多斯	Brít-giơ-tao-nơ 布里奇顿
Băng-la-đét 孟加拉国	Cộng hoà Nhân dân Băng-la-đét 孟加拉人民共和国	Đắc-ca 达卡
Bê-la-rút 白俄罗斯	Cộng hoà Bê-la-rút 白俄罗斯共和国	Min-xcơ 明斯克
Bê-li-xê 伯利兹	Bê-li-xê 伯利兹	Ben-mô-pan 贝尔莫潘
Bê-nanh 贝宁	Cộng hoà Bê-nanh 贝宁共和国	Poóc-tô Nô-vô 波多诺伏
Bỉ 比利时	Vương quốc Bỉ 比利时王国	Brúc-xen 布鲁塞尔
Bosnia-Herzegovina 波黑	Bosnia-Herzegovina 波斯尼亚和黑塞哥维那	Sarajevo 萨拉热窝
Bô-li-vi-a 玻利维亚	Nhà nước Đa dân tộc Bô-li-vi-a 多民族玻利维亚国	Sucre 苏克雷
Bồ Đào Nha 葡萄牙	Cộng hoà Bồ Đào Nha 葡萄牙共和国	Li-xboa 里斯本
Bốt-xoa-na 博茨瓦纳	Cộng hoà Bốt-xoa-na 博茨瓦纳共和国	Ga-bô-ron 哈博罗内

续表

Gọi tắt 简称	Toàn danh 全称	Thủ đô （thủ phủ） 首都（首府）
Bra-xin 巴西	Cộng hoà Liên bang Bra-xin 巴西联邦共和国	Bra-xi-li-a 巴西利亚
Bu-run-đi 布隆迪	Cộng hoà Bu-run-đi 布隆迪共和国	Bu-gium-bu-ra 布琼布拉
Bu-tan 不丹	Vương quốc Bu-tan 不丹王国	Thim-bu 廷布
Bun-ga-ri 保加利亚	Cộng hoà Bun-ga-ri 保加利亚共和国	Xô-phi-a 索非亚
Buốc-ki-na Pha-xô 布基纳法索	Buốc-ki-na Pha-xô 布基纳法索	U-a-ga-đu-gu 瓦加杜古
Bru-nây 文莱	Bru-nây Đa-rút-xa-lam 文莱达鲁萨兰国	Xơ-ri Bơ-ga-van 斯里巴加湾市
Ca-dắc-xtan 哈萨克斯坦	Cộng hoà Ca-dắc-xtan 哈萨克斯坦共和国	Nu-xun-tan 努尔苏丹
Ca-mơ-run 喀麦隆	Cộng hoà Ca-mơ-run 喀麦隆共和国	Y-a-un-đê 雅温得
Ca-na-đa 加拿大	Ca-na-đa 加拿大	Ốt-ta-oa 渥太华
Ca-ta 卡塔尔	Nhà nước Ca-ta 卡塔尔国	Đô-ha 多哈
Cam-pu-chia 柬埔寨	Vương quốc Cam-pu-chia 柬埔寨王国	Phnôm Pênh 金边

续表

Gọi tắt 简称	Toàn danh 全称	Thủ đô （thủ phủ） 首都（首府）
Cáp-ve 佛得角	Cộng hoà Cáp-ve 佛得角共和国	Pra-i-a 普拉亚
Chi-lê 智利	Cộng hoà Chi-lê 智利共和国	Xan-ti-a-gô 圣地亚哥
Cô-lôm-bi-a 哥伦比亚	Cộng hoà Cô-lôm-bi-a 哥伦比亚共和国	Bô-gô-ta 波哥大
Cô-mô-rốt 科摩罗	Liên bang Cô-mô-rốt 科摩罗联盟	Mô-rô-ni 莫罗尼
Cô-oét 科威特	Nhà nước Cô-oét 科威特国	Cô-oét 科威特城
Công-gô 刚果（布）	Cộng hoà Công-gô 刚果共和国	Bra-da-vin 布拉柴维尔
Công-gô 刚果（金）	Cộng hoà Dân chủ Công-gô 刚果民主共和国	Kin-sa-xa 金沙萨
Cốt-đi-voa 科特迪瓦	Cộng hoà Cốt-đi-voa 科特迪瓦共和国	Ya moussoukro 亚穆苏克罗
Cốt-xta Ri-ca 哥斯达黎加	Cộng hoà Cốt-xta Ri-ca 哥斯达黎加共和国	Xan Hô-xê 圣何塞
Croatia 克罗地亚	Cộng hoà Croatia 克罗地亚共和国	Zagreb 萨格勒布
Cu-ba 古巴	Cộng hoà Cu-ba 古巴共和国	Havana 哈瓦那

续表

Gọi tắt 简称	Toàn danh 全称	Thủ đô （thủ phủ） 首都（首府）
Cư-rơ-gư-xtan 吉尔吉斯斯坦	Cộng hoà Cư-rơ-gư-xtan 吉尔吉斯共和国	Bi-xkec 比什凯克
Dăm-bi-a 赞比亚	Cộng hoà Dăm-bi-a 赞比亚共和国	Lu-xa-ca 卢萨卡
Dim-ba-bu-ê 津巴布韦	Cộng hoà Dim-ba-bu-ê 津巴布韦共和国	Harare 哈拉雷
Đan Mạch 丹麦	Vương quốc Đan Mạch 丹麦王国	Cô-pen-ha-ghen 哥本哈根
Đô-mi-ni-ca 多米尼克	Đô-mi-ni-ca 多米尼克国	Rô-xô 罗索
Đô-mi-ni-ca-na 多米尼加	Cộng hoà Đô-mi-ni-ca-na 多米尼加共和国	Xan-tô Đô-min-gô 圣多明各
Đông Ti-mo 东帝汶	Cộng hoà Dân Chủ Đông Ti-mo 东帝汶民主共和国	Đi-li 帝力
Đức 德国	Cộng hoà Liên bang Đức 德意志联邦共和国	Béc-lin 柏林
En Xan-va-đo 萨尔瓦多	Cộng hoà En Xan-va-đo 萨尔瓦多共和国	Xan Xan-va-đo 圣萨尔瓦多市
Eritrea 厄立特里亚	Nhà nước Eritrea 厄立特里亚国	Asmara 阿斯马拉
Ê-cu-a-đo 厄瓜多尔	Cộng hoà Ê-cu-a-đo 厄瓜多尔共和国	Ki-tô 基多

续表

Gọi tắt 简称	Toàn danh 全称	Thủ đô (thủ phủ) 首都（首府）
Ê-ti-ô-pi-a 埃塞俄比亚	Cộng hoà Dân chủ Liên bang Ê-ti-ô-pi-a 埃塞俄比亚联邦民主共和国	A-đi A-bê-ba 亚的斯亚贝巴
Ê-xtô-ni-a 爱沙尼亚	Cộng hoà Ê-xtô-ni-a 爱沙尼亚共和国	Ta-lin 塔林
Ga-bông 加蓬	Cộng hoà Ga-bông 加蓬共和国	Li-bơ-rơ-vin 利伯维尔
Găm-bi-a 冈比亚	Cộng hoà Găm-bi-a 冈比亚共和国	Ban-giun 班珠尔
Gha-na 加纳	Cộng hoà Gha-na 加纳共和国	A-cơ-ra 阿克拉
Ghi-nê 几内亚	Cộng hoà Ghi-nê 几内亚共和国	Cô-na-cơ-ri 科纳克里
Ghi-nê Bít-xao 几内亚比绍	Cộng hoà Ghi-nê Bít-xao 几内亚比绍共和国	Bít-xao 比绍
Ghi-nê Xích đạo 赤道几内亚	Cộng hoà Ghi-nê Xích đạo 赤道几内亚共和国	Ma-la-bô 马拉博
Gi-bu-ti 吉布提	Cộng hoà Gi-bu-ti 吉布提共和国	Gi-bu-ti 吉布提市
Gia-mai-ca 牙买加	Gia-mai-ca 牙买加	King-xtơn 金斯敦

续表

Gọi tắt 简称	Toàn danh 全称	Thủ đô （thủ phủ） 首都（首府）
Gioóc-đa-ni 约旦	Vương quốc Ha-si-mít Gioóc-đa-ni 约旦哈希姆王国	Am-man 安曼
Goa-tê-ma-la 危地马拉	Cộng hoà Goa-tê-ma-la 危地马拉共和国	Goa-tê-ma-la 危地马拉城
Grê-na-đa 格林纳达	Grê-na-đa 格林纳达	Xan Gióoc-giơ 圣乔治
Gru-di-a 格鲁吉亚	Gru-di-a 格鲁吉亚	Tbi-li-xi 第比利斯
Guy-a-na 圭亚那	Cộng hoà Hợp tác Guy-a-na 圭亚那合作共和国	Gióoc-giơ-tao-nơ 乔治敦
Ha-i-ti 海地	Cộng hoà Ha-i-ti 海地共和国	Po Pren-xơ 太子港
Hà Lan 荷兰	Vương quốc Hà Lan 荷兰王国	Am-xtéc-đan 阿姆斯特丹
Hàn Quốc 韩国	Đại Hàn Dân Quốc 大韩民国	Xê-un 首尔
Hi Lạp 希腊	Cộng hoà Hi Lạp 希腊共和国	A-tem 雅典
Hung-ga-ri 匈牙利	Hung-ga-ri 匈牙利	Bu-đa-pét 布达佩斯

续表

Gọi tắt 简称	Toàn danh 全称	Thủ đô （thủ phủ） 首都（首府）
I-ran 伊朗	Cộng hoà Hồi giáo I-ran 伊朗伊斯兰共和国	Tê-hê-ran 德黑兰
I-rắc 伊拉克	Cộng hoà I-rắc 伊拉克共和国	Bát-đa 巴格达
I-ta-li-a 意大利	Cộng hoà I-ta-li-a 意大利共和国	Rô-ma 罗马
I-xra-en 以色列	Nhà nước I-xra-en 以色列国	Ten Avip 特拉维夫①
In-đô-nê-xi-a 印度尼西亚	Cộng hoà In-đô-nê-xi-a 印度尼西亚共和国	Gia-các-ta 雅加达
Kê-ni-a 肯尼亚	Cộng hoà Kê-ni-a 肯尼亚共和国	Nai-rô-bi 内罗毕
Ki-ri-ba-ti 基里巴斯	Cộng hoà Ki-ri-ba-ti 基里巴斯共和国	Ta-ra-oa 塔拉瓦
Lào 老挝	Cộng hoà Dân chủ Nhân dân Lào 老挝人民民主共和国	Viêng Chăn 万象
Lát-vi-a 拉脱维亚	Cộng hoà Lát-vi-a 拉脱维亚共和国	Ri-ga 里加
Lê-xô-thô 莱索托	Vương quốc Lê-xô-thô 莱索托王国	Ma-xê-ru 马塞卢

续表

Gọi tắt 简称	Toàn danh 全称	Thủ đô （thủ phủ） 首都（首府）
Li-băng 黎巴嫩	Cộng hoà Li-băng 黎巴嫩共和国	Bây-rút 贝鲁特
Li-bê-ri-a 利比里亚	Cộng hoà Li-bê-ri-a 利比里亚共和国	Môn-rô-vi-a 蒙罗维亚
Libya 利比亚	Nhà nước Libya 利比亚国	Tri-pô-li 的黎波里
Lích-ten xtên 列支敦士登	Công quốc Lích-ten xtên 列支敦士登公国	Va-đu 瓦杜兹
Lít-va 立陶宛	Cộng hoà Lít-va 立陶宛共和国	Vi-ni-út 维尔纽斯
Lúc-xăm-bua 卢森堡	Đai công quốc Lúc-xăm-bua 卢森堡大公国	Lúc-xăm-bua 卢森堡市
Ma-đa-ga-xca 马达加斯加	Cộng hoà Ma-đa-ga-xca 马达加斯加共和国	An-ta-na-na-vơ 塔那那里佛
Ma-la-uy 马拉维	Cộng hoà Ma-la-uy 马拉维共和国	Li-lông-uê 利隆圭
Ma-lai-xi-a 马来西亚	Ma-lai-xi-a 马来西亚	Cu-a-la Lăm-pơ 吉隆坡
Ma-li 马里	Cộng hoà Ma-li 马里共和国	Ba-ma-cô 巴马科
Ma-rốc 摩洛哥	Vương quốc Ma-rốc 摩洛哥王国	Ra-bát 拉巴特

续表

Gọi tắt 简称	Toàn danh 全称	Thủ đô （thủ phủ） 首都（首府）
Quần đảo Ma-san 马绍尔群岛	Cộng hoà Quần đảo Ma-san 马绍尔群岛共和国	Ma-giu-rô 马朱罗
Bắc Macedonia 北马其顿	Cộng hoà Bắc Macedonia 北马其顿共和国	Skopje 斯科普里
Man-đi-vơ 马尔代夫	Cộng hoà Man-đi-vơ 马尔代夫共和国	Ma-lơ 马累
Man-ta 马耳他	Cộng hoà Man-ta 马耳他共和国	Va-lét-ta 瓦莱塔
Mê-hi-cô 墨西哥	Hợp chủng quốc Mê-hi-cô 墨西哥合众国	Thành phố Mê-hi-cô 墨西哥城
Mi-an-ma 缅甸	Cộng hoà Liên bang Mi-an-ma 缅甸联邦共和国	Nay pyidaw 内比都
Mĩ 美国	Hợp chủng quốc Hoa Kì 美利坚合众国	Washington, D. C. 华盛顿哥伦比亚特区
Micronesia 密克罗尼西亚联邦	Liên bang Micronesia 密克罗尼西亚联邦	Palikir 帕利基尔
Montenegro 黑山	Montenegro 黑山	Podgorica 波德戈里察
Mô-dăm-bích 莫桑比克	Cộng hoà Mô-dăm-bích 莫桑比克共和国	Ma-pu-tô 马普托
Mô-na-cô 摩纳哥	Công quốc Mô-na-cô 摩纳哥公国	Mô-na-cô 摩纳哥

续表

Gọi tắt 简称	Toàn danh 全称	Thủ đô （thủ phủ） 首都（首府）
Mô-ri-ta-ni 毛里塔尼亚	Cộng hòa Hồi giáo Mô-ri-ta-ni 毛里塔尼亚伊斯兰共和国	Nu-ác-sốt 努瓦克肖特
Mô-ri-xơ 毛里求斯	Cộng hoà Mô-ri-xơ 毛里求斯共和国	Po Lu-i 路易港
Môn-đô-va 摩尔多瓦	Cộng hoà Môn-đô-va 摩尔多瓦共和国	Ki-si-nhép 基希讷乌
Mông Cổ 蒙古	Mông Cổ 蒙古国	U-lan-ba-to 乌兰巴托
Na-mi-bi-a 纳米比亚	Cộng hoà Na-mi-bi-a 纳米比亚共和国	Vin-húc 温得和克
Nam Xu-đăng 南苏丹	Cộng hoà Nam Xu-đăng 南苏丹共和国	Juba 朱巴
Na-u-ru 瑙鲁	Cộng hoà Na-u-ru 瑙鲁共和国	Yaren 亚伦区^②
Na-uy 挪威	Vương quốc Na-uy 挪威王国	Ô-xlô 奥斯陆
Nam Phi 南非	Cộng hoà Nam Phi 南非共和国	Prê-tô-ri-a 比勒陀利亚
Nê-pan 尼泊尔	Cộng hoà Dân chủ Liên bang Nê-pan 尼泊尔联邦民主共和国	Cát-man-đu 加德满都
Nga 俄罗斯	Liên bang Nga 俄罗斯联邦	Mát-xcơ-va 莫斯科

续表

Gọi tắt 简称	Toàn danh 全称	Thủ đô （thủ phủ） 首都（首府）
Nhật Bản 日本	Nhật Bản 日本国	Tô-ki-ô 东京
Ni-ca-ra-goa 尼加拉瓜	Cộng hoà Ni-ca-ra-goa 尼加拉瓜共和国	Ma-na-goa 马那瓜
Ni-giê 尼日尔	Cộng hoà Ni-giê 尼日尔共和国	Ni-a-mây 尼亚美
Ni-giê-ri-a 尼日利亚	Cộng hoà Liên bang Ni-giê-ri-a 尼日利亚联邦共和国	Abuja 阿布贾
Niu Di-lân 新西兰	Niu Di-lân 新西兰	Oen-linh-tân 惠灵顿
Niu-ê 纽埃	Niu-ê 纽埃	A-lô-phi 阿洛菲
Ôn-đu-rát 洪都拉斯	Cộng hoà Ôn-đu-rát 洪都拉斯共和国	Tê-gu-xin-gan-pa 特古西加尔巴
Ô-man 阿曼	Vương quốc Ô-man 阿曼苏丹国	Ma-xcát 马斯喀特
Ô-xtrây-li-a 澳大利亚	Liên bang Ô-xtrây-li-a 澳大利亚联邦	Can-be-ra 堪培拉
Pa-ki-xtan 巴基斯坦	Nước Cộng hoà Hồi giáo Pa-ki-xtan 巴基斯坦伊斯兰共和国	Islanmabad 伊斯兰堡
Pa-le-xtin 巴勒斯坦	Pa-le-xtin 巴勒斯坦国	Gie-ru-xa-len 耶路撒冷[③]

续表

Gọi tắt 简称	Toàn danh 全称	Thủ đô （thủ phủ） 首都（首府）
Pa-na-ma 巴拿马	Cộng hoà Pa-na-ma 巴拿马共和国	Thành phố Pa-na-ma 巴拿马城
Pa-pua Niu Ghi-nê 巴布亚新几内亚	Nhà nước Độc lập Pa-pu-a Niu Ghi-nê 巴布亚新几内亚独立国	Po Mô-xbi 莫尔兹比港
Pa-ra-goay 巴拉圭	Cộng hoà Pa-ra-goay 巴拉圭共和国	A-xun-xi-ôn 亚松森
Palau 帕劳	Cộng hoà Palau 帕劳共和国	Melekeok 梅莱凯奥克
Pê-ru 秘鲁	Cộng hoà Pê-ru 秘鲁共和国	Li-ma 利马
Pháp 法国	Cộng hoà Pháp 法兰西共和国	Pa-ri 巴黎
Phần Lan 芬兰	Cộng hoà Phần Lan 芬兰共和国	Hen-xin-ki 赫尔辛基
Phi-gi 斐济	Công hoà Phi-gi 斐济共和国	Xu-va 苏瓦
Phi-lip-pin 菲律宾	Cộng hoà Phi-lip-pin 菲律宾共和国	Ma-ni-la 大马尼拉市
Quần đảo Cúc 库克群岛	Quần đảo Cúc 库克群岛	A-va-ru-a 阿瓦鲁阿
Ru-an-đa 卢旺达	Cộng hoà Ru-an-đa 卢旺达共和国	Ki-ga-li 基加利

续表

Gọi tắt 简称	Toàn danh 全称	Thủ đô （thủ phủ） 首都（首府）
Ru-ma-ni 罗马尼亚	Ru-ma-ni 罗马尼亚	Bu-ca-rét 布加勒斯特
Sa-moa 萨摩亚	Cộng hoà Độc lập Sa-moa 萨摩亚独立国	A-pi-a 阿皮亚
Sát 乍得	Cộng hoà Sát 乍得共和国	Da-mơ-na 恩贾梅纳
Séc（Tiệp khắc） 捷克	Cộng hoà Séc 捷克共和国	Prague 布拉格
Serbia 塞尔维亚	Cộng hoà Serbia 塞尔维亚	Belgrade 贝尔格莱德
Síp 塞浦路斯	Cộng hoà Síp 塞浦路斯共和国	Ni-cô-xi-a 尼科西亚
Slovenia 斯洛文尼亚	Cộng hoà Slovenia 斯洛文尼亚共和国	Ljubljana 卢布尔雅那
Tan-da-ni-a 坦桑尼亚	Cộng hoà thống nhất Tan-da-ni-a 坦桑尼亚联合共和国	Đô-đô-ma 多多马
Tát-gi-ki-xtan 塔吉克斯坦	Cộng hoà Tát-gi-ki-xtan 塔吉克斯坦共和国	Dushanbe 杜尚别
Tây Ban Nha 西班牙	Vương quốc Tây Ban Nha 西班牙王国	Ma-đrit 马德里
Thái Lan 泰国	Vương quốc Thái Lan 泰王国	Băng-cốc 曼谷

续表

Gọi tắt 简称	Toàn danh 全称	Thủ đô （thủ phủ） 首都（首府）
Thổ Nhĩ Kì 土耳其	Cộng hoà Thổ Nhĩ Kì 土耳其共和国	An-ca-ra 安卡拉
Thụy Điển 瑞典	Thụy Điển 瑞典	Xtốc-khôm 斯德哥尔摩
Thụy Sĩ 瑞士	Liên bang Thụy Sĩ 瑞士联邦	Béc-nơ 伯尔尼
Tô-gô 多哥	Cộng hoà Tô-gô 多哥共和国	Lô-mê 洛美
Tôn-ga 汤加	Vương quốc Tôn-ga 汤加王国	Nu-qua-lô-pha 努库阿洛法
Tri-ni-đát và Tô-ba-gô 特立尼达和多巴哥	Cộng hoà Tri-ni-đát và Tô-ba-gô 特立尼达和多巴哥共和国	Po-óp-xpên 西班牙港
Triều Tiên 朝鲜	Cộng hoà Dân chủ Nhân dân Triều Tiên 朝鲜民主主义人民共和国	Bình Nhưỡng 平壤
Trung Phi 中非	Cộng hoà Trung Phi 中非共和国	Ban-ghi 班吉
Trung Quốc 中国	Cộng hoà Nhân dân Trung Hoa 中华人民共和国	Bắc Kinh 北京
Tu-va-lu 图瓦卢	Tu-va-lu 图瓦卢	Phu-na-phu-ti 富纳富提
Tuốc-mê-ni-xtan 土库曼斯坦	Tuốc-mê-ni-xtan 土库曼斯坦	A-skha-bát 阿什哈巴德

续表

Gọi tắt 简称	Toàn danh 全称	Thủ đô （thủ phủ） 首都（首府）
Tuy-ni-di 突尼斯	Cộng hoà Tuy-ni-di 突尼斯共和国	Tuy-ni 突尼斯市
U-dơ-bê-ki-xtan 乌兹别克斯坦	Cộng hoà U-dơ-bê-ki-xtan 乌兹别克斯坦共和国	Ta-sken 塔什干
U-crai-na 乌克兰	U-crai-na 乌克兰	Ki-ép 基辅
U-gan-đa 乌干达	Cộng hoà U-gan-đa 乌干达共和国	Cam-pa-la 坎帕拉
U-ru-goay 乌拉圭	Cộng hoà Đông U-ru-goay 乌拉圭东岸共和国	Môn-tvi-đê-ô 蒙得维的亚
Va-nu-a-tu 瓦努阿图	Cộng hoà Va-nu-a-tu 瓦努阿图共和国	Po Vi-la 维拉港
Va-ti-căng 梵蒂冈	Thành Quốc Va-ti-căng 梵蒂冈城国	Va-ti-căng 梵蒂冈城
Vê-nê-xu-ê-la 委内瑞拉	Cộng hoà Bolivar Vê-nê-xu-ê-la 委内瑞拉玻利瓦尔共和国	Ca-ra-cát 加拉加斯
Việt Nam 越南	Cộng hoà xã hội chủ nghĩa Việt Nam 越南社会主义共和国	Hà Nội 河内
Xan Kít và Nê-vít 圣基茨和尼维斯	Liên bang Xan Kít và Nê-vít 圣基茨和尼维斯联邦	Ba-xơ-te-nơ 巴斯特尔
Xan Lu-xi-a 圣卢西亚	Xan Lu-xi-a 圣卢西亚	Ca-xtơ-ri 卡斯特里

续表

Gọi tắt 简称	Toàn danh 全称	Thủ đô （thủ phủ） 首都（首府）
Xan Ma-ri-nô 圣马力诺	Cộng hoà Xan Ma-ri-nô 圣马力诺共和国	Xan Ma-ri-nô 圣马力诺
Xan Tô-mê và Prin-xi-pê 圣多美和普林西比	Cộng hoà Dân chủ Xan Tô-mê và Prin-xi-pê 圣多美和普林西比民主共和国	Xan Tô-mê 圣多美
Xan Vin-xen và Grê-na-đin 圣文森特和格林纳丁斯	Xan Vin-xen và Grê-na-đin 圣文森特和格林纳丁斯	King-xtơn 金斯敦
Xây-sen 塞舌尔	Cộng hoà Xây-sen 塞舌尔共和国	Vích-to-ri-a 维多利亚
Xê-nê-gan 塞内加尔	Cộng hoà Xê-nê-gan 塞内加尔共和国	Đa-ca 达喀尔
Xi-ê-ra Lê-ôn 塞拉利昂	Cộng hoà Xi-ê-ra Lê-ôn 塞拉利昂共和国	Phri-tao 弗里敦
Xin-ga-po 新加坡	Cộng hoà Xin-ga-po 新加坡共和国	Xin-ga-po 新加坡
Xlô-va-ki-a 斯洛伐克	Cộng hoà Xlô-va-ki-a 斯洛伐克共和国	Bra-ti-xla-va 布拉迪斯拉发
Xoa-di-len 斯威士兰	Vương quốc Xoa-di-len 斯威士兰王国	Mơ-ba-ban 姆巴巴内
Quần đảo Xô-lô-môn 所罗门群岛	Quần đảo Xô-lô-môn 所罗门群岛	Hô-ni-a-ra 霍尼亚拉

续表

Gọi tắt 简称	Toàn danh 全称	Thủ đô （thủ phủ） 首都（首府）
Xô-ma-li 索马里	Cộng hoà Liên bang Xô-ma-li 索马里联邦共和国	Mô-ga-đi-xi-ô 摩加迪沙
Xri Lan-ca 斯里兰卡	Cộng hoà Xã hội chủ nghĩa Dân chủ Xri Lan-ca 斯里兰卡民主社会主义共和国	Cô-lôm-bô 科伦坡
Xu-đăng 苏丹	Cộng hoà Xu-đăng 苏丹共和国	Khác-tum 喀土穆
Xu-ri-nam 苏里南	Cộng hoà Xu-ri-nam 苏里南共和国	Pa-ra-ma-ri-bô 帕拉马里博
Xy-ri 叙利亚	Cộng hoà A-rập Xy-ri 阿拉伯叙利亚共和国	Đa-mát 大马士革
Y-ê-men 也门	Cộng hoà Y-ê-men 也门共和国	Xa-na 萨那

①以色列建国时首都初设特拉维夫，后宣布迁都耶路撒冷。但未获国际社会普遍承认。目前，国际社会同以建交的国家基本将使馆设在特拉维夫或其周边城市。

②瑙鲁不设首都，行政管理中心在亚伦区。

③1988年11月，巴勒斯坦全国委员会通过《独立宣言》，宣布耶路撒冷为新成立的巴勒斯坦国首都。目前，巴勒斯坦总统府等政府主要部门均设在拉马拉。

5. BẢNG VIẾT TẮT TỔ CHỨC QUỐC TẾ
部分国际组织缩写表

Viết tắt 缩写	Tiếng Việt, tiếng Hán, tiếng Anh 越语、汉语、英语名称
ADB	Ngân hàng phát triển châu Á 亚洲开发银行 Asian Development Bank
AG	Đại hội thể thao châu Á 亚洲运动会 Asian Games
APEC	Diễn đàn Hợp tác Kinh tế Châu Á Thái Bình Dương 亚太经济合作组织 Asia-Pacific Economic Cooperation
ASEAN	Hiệp hội các nước Đông Nam Á 东南亚国家联盟 Association of Southeast Asian Nations
BIS	Ngân hàng thanh toán quốc tế 国际清算银行 Bank for International Settlements
CAFTA	Khu Thương mại tự do Trung Quốc-ASEAN 中国-东盟自由贸易区 China-ASEAN Free Trade Area
CCC	Hội đồng hợp tác hải quan 关税合作理事会 Customs Cooperation Council
CIS	Cộng đồng các quốc gia độc lập 独联体 Commonwealth of Independent States
CISAC	Hiệp hội các Nhà soạn nhạc và Soạn lời Quốc tế 国际作者和作曲者协会联合会 the International Confederation of Societies of Authors and Composers
COMMON WEALTH	Khối liên hiệp Anh 英联邦 Commonwealth of Nations

续表

Viết tắt 缩写	Tiếng Việt, tiếng Hán, tiếng Anh 越语、汉语、英语名称
ECOSOC	Hội đồng kinh tế và xã hội LHQ 联合国经济及社会理事会 Economic and Social Council
EFTA	Hiệp hội Thương mại tự do châu Âu 欧洲自由贸易联盟 European Free Trade Association
ESCAP	Uỷ ban kinh tế và xã hội châu Á-Thái Bình Dương 亚洲及太平洋经济社会委员会 Economic and Social Commission for Asia and the Pacific
EU	Liên minh châu Âu 欧洲联盟 European Union
FAO	Tổ chức lương thực và nông nghiệp LHQ 联合国粮食及农业组织 Food and Agriculture Organization of the United Nations
FIFA	Liên đoàn bóng đá quốc tế 国际足球联合会（国际足联） International Federation of Association Football
G-7	Bảy nước công nghiệp 西方七国首脑会议 G-7 Summit
IAEA	Cơ quan năng lượng nguyên tử quốc tế 国际原子能机构 International Atomic Energy Agency
IATA	Hiệp hội Vận tải hàng không Quốc tế 国际航空运输协会 International Air Transport Association
IBRD	Ngân hàng quốc tế để khôi phục và phát triển (Ngân hàng thế giới) 国际复兴开发银行 International Bank for Reconstruction and Development

续表

Viết tắt 缩写	Tiếng Việt, tiếng Hán, tiếng Anh 越语、汉语、英语名称
ICAO	Hiệp hội Vận tải hàng không Quốc tế 国际民用航空组织（民航组织） International Civil Aviation Organization
ICRC	Ủy ban Chữ thập đỏ Quốc tế 红十字国际委员会 International Committee of the Red Cross
IEA	Cơ quan năng lượng quốc tế 国际能源机构 International Energy Agency
IFAD	Quỹ Quốc tế về Phát triển nông nghiệp 国际农业发展基金 International Fund for Agricultural Development
ILO	Tổ chức lao động quốc tế 国际劳工组织 International Labor Organization
IMF	Quĩ tiền tệ quốc tế 国际货币基金组织 International Monetary Fund
IOC (CIO)	Uỷ ban O-lim-pích quốc tế 国际奥林匹克委员会 International Olympic Committee
IOJ	Liên đoàn Quốc tế Các Nhà báo 国际新闻工作者协会 International Organization of Journalists
IPU	Liên minh Nghị viện Thế giới 各国议会联盟 Inter-Parliamentary Union
IUS	Liên đoàn Sinh viên Quốc tế 国际学生联合会 International Union of Students

续表

Viết tắt 缩写	Tiếng Việt, tiếng Hán, tiếng Anh 越语、汉语、英语名称
LAES	Hệ thống kinh tế Mĩ La-tinh(LAES) 拉丁美洲经济体系 Latin American Economic System
LAS	Liên đoàn các nước A-rập 阿拉伯国家联盟 League of Arab States
NATO	Khối quân sự Bắc Đại Tây Dương 北大西洋公约组织 North Atlantic Treaty Organization
OANA	Tổ chức các hãng thông tấn châu Á-Thái Bình Dương 亚洲太平洋通讯社组织 Organization of Asian-Pacific News Agencies
OAPEC	Tổ chức các nước A-rập xuất khẩu dầu mỏ 阿拉伯石油输出国组织 Organization of the Arab Petroleum Exporting Countries
OAS	Tổ chức các nước châu Mĩ 美洲国家组织 Organization of American States
OAU	Tổ chức đoàn kết châu Phi 非洲统一组织 Organization of African Unity
OCA	Hội đồng O-lim-pích châu Á 亚洲奥林匹克理事会 Olympic Council of Asia
OECD	Tổ chức hợp tác và phát triển kinh tế 经济合作与发展组织（经合组织） Organization for Economic Cooperation and Development
OPEC	Tổ chức các nước xuất khẩu dầu mỏ 石油输出国组织（欧佩克） Organization of the Petroleum Exporting Countries

续表

Viết tắt 缩写	Tiếng Việt, tiếng Hán, tiếng Anh 越语、汉语、英语名称
OSCE	Tổ chức An ninh và Hợp tác châu Âu 欧洲安全与合作组织（欧安组织） Organization for Security and Cooperation in Europe
PECC	Hội đồng Hợp tác kinh tế Thái Bình Dương 太平洋经济合作理事会 Pacific Economic Cooperation Council
UN (ONU)	Liên Hợp Quốc (LHQ) 联合国 United Nations
UNCTAD	Hội nghị của LHQ về thương mại và phát triển 联合国贸易和发展会议 United Nations Conference on Trade and Development
UNDP	Chương trình phát triển LHQ 联合国开发计划署 United Nations Development Programme
UNEP	Chương trình môi trường LHQ 联合国环境规划署 United Nations Environment Programme
UNESCO	Tổ chức LHQ về giáo dục, khoa học và văn hoá 联合国教育、科学及文化组织（联合国教科文组织） United Nations Educational, Scientific and Cultural Organization
UNFPA	Quĩ LHQ về hoạt động dân số 联合国人口活动基金会 United Nations Fund for Population Activities
UNHCR	Cao uỷ LHQ về vấn đề người tị nạn 联合国难民事务高级专员公署 United Nations High Commissioner for Refugees
UNICEF	Quĩ nhi đồng LHQ 联合国儿童基金会 United Nations International Children's Emergency Fund

续表

Viết tắt 缩写	Tiếng Việt, tiếng Hán, tiếng Anh 越语、汉语、英语名称
UNIFEM	Quĩ phát triển LHQ cho phụ nữ 联合国妇女发展基金会 United Nations Development Fund for Women
UNIDO	Tổ chức LHQ về phát triển công nghiệp 联合国工业发展组织 United Nations Industrial Development Organization
WB	Ngân hàng thế giới 世界银行 World Bank
WEF	Diễn đàn kinh tế thế giới 世界经济论坛 World Economic Forum
WFP	Chương trình lương thực thế giới 世界粮食计划署 World Food Programme
WHO	Tổ chức Y tế thế giới 世界卫生组织 World Health Organization
WTO	Tổ chức thương mại thế giới 世界贸易组织 World Trade Organization

6. BẢNG CÁC ĐƠN VỊ ĐO LƯỜNG
计量单位表

Bảng1   Bảng chuyển đổi đơn vị đo lường cũ và mới của Việt Nam

表1   越南新旧计量单位换算表

Đơn vị đo lường 计量单位	Đơn vị cũ 旧单位名称	Tên tiếng Hán 汉语名称	Tương đương ĐVĐL cũ 旧单位换算	Tương đương ĐVĐL mới 相当于新单位
Độ dài 长度	dặm	里		444.444m
	trượng	丈	2 ngũ	4.25m
	ngũ	五	5 thước	2.125m
	thước	尺	10 tấc	0.425m
	tấc	寸	10 phân	0.0425m
	phân	分	10 li	0.00425m
	li	厘		0.000425m
Dung tích 容积	hộc	斛	10 đấu	100 lít
	giạ（thùng）	桶	4 đấu	40 lít
	phương	方	3 đấu	30 lít
	đấu	斗	10 thăng	10 lít
	thăng（thưng）	升		1 lít
Trọng lượng 重量	cân	斤	16 lạng	605/600 gam
	lạng, lượng（cây）	两	10 hoa	37.8/37.5 gam
	hoa（chỉ, đồng,cân）	钱	10 phân	3.78/3.75 gam
	phân	分	10 li	0.378/0.375 gam
	li	厘		0.0378/0.0375 gam
Diện tích 面积	công	公		1000m²（南部）
	mẫu	亩	10 sào	3600m²（北部）， 4970m²（中部）
	sào	分	15 thước	360m²（北部）， 497m²（中部）
	thước	（平方）尺	10 Tấc	24m²（北部）， 33m²（中部）
	tấc	（平方）寸		2.4m²（北部）， 3.3m²（中部）

Bảng2　Bảng đối chiếu đơn vị độ dài
表2　长度单位对照表

Tên tiếng Việt 越语名称	Tên tiếng Anh 英语名称	Tên tiếng Hán 汉语名称	Viết tắt 缩写
millimet	millimetre	毫米	mm
centimet	centimetre	厘米	cm
decimet	decimetre	分米	dm
mét	metre	米	m
decamet	decametre	十米	dam
hectomet	hectometre	百米	hm
kilomet	kilometer	千米	km

Bảng3　Bảng đối chiếu đơn vị diện tích
表3　面积单位对照表

Tên tiếng Việt 越语名称	Tên tiếng Anh 英语名称	Tên tiếng Hán 汉语名称	Viết tắt 缩写
centimet vuông	square centimetre	平方厘米	cm^2
decimet vuông	square decimetre	平方分米	dm^2
mét vuông	square metre	平方米	m^2
a(100m²)	are	一百平方米	a
hecta(10000m²)	hectare	公顷（一万平方米）	ha
kilomet vuông	square kilometer	平方千米	km^2

Bảng4　Bảng đối chiếu đơn vị trọng lượng
表4　重量单位对照表

Tên tiếng Việt 越语名称	Tên tiếng Anh 英语名称	Tên tiếng Hán 汉语名称	Viết tắt 缩写
milligram	milligram	毫克	mg
centigram	centigram	厘克	cg
decigram	decigram	分克	dg
gram	gram	克	g
decagram	decagram	十克	dag
hectogram	hectogram	百克	hg
kilogram	kilogram	千克	kg

Bảng5 **Bảng đối chiếu đơn vị dung tích**

表5 容积单位对照表

Tên tiếng Việt 越语名称	Tên tiếng Anh 英语名称	Tên tiếng Hán 汉语名称	Viết tắt 缩写
millilit	millitre	毫升	ml
centilit	centilitre	厘升	cl
decilit	decilitre	分升（公合）	dl
lít	litre	升	l
decalit	decalitre	十立升（公斗）	dal
hetolit	hectolitre	百升	hl
kilolit	kiloliter	千升	kl

Bảng6 **Bảng đối chiếu đơn vị thể tích**

表6 体积单位对照表

Tên tiếng Việt 越语名称	Tên tiếng Anh 英语名称	Tên tiếng Hán 汉语名称	Viết tắt 缩写
centimet khối	cubic centimetre	立方厘米	cm³
decimet khối	cubic decimetre	立方分米	dm³
mét khối	cubic metre	立方米	m³

PHÂN LOẠI HÌNH MINH HOẠ
分类配图
1. ĐẶC SẮC VIỆT NAM 越南特色

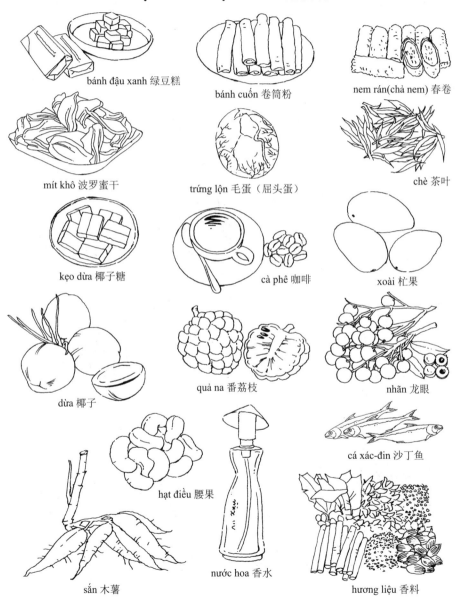

bánh đậu xanh 绿豆糕

bánh cuốn 卷筒粉

nem rán(chả nem) 春卷

mít khô 波罗蜜干

trứng lộn 毛蛋（屈头蛋）

chè 茶叶

kẹo dừa 椰子糖

cà phê 咖啡

xoài 杧果

quả na 番荔枝

nhãn 龙眼

dừa 椰子

hạt điều 腰果

cá xác-đin 沙丁鱼

sắn 木薯

nước hoa 香水

hương liệu 香料

đồ dùng bằng gỗ quí 红木家具

gỗ tếch 柚木

gỗ đàn hương 檀香木

cây huệ mộc 花梨木

thớt gỗ 木砧板

bạch hổ hoạt lạc cao 白虎活络膏

cao su 橡胶

dép lê 拖鞋

lược sừng trâu 牛角梳

than A-tra-xít 无烟煤

tranh sơn mài 磨漆画

hát chèo 嘲戏

tranh vẽ dân gian 民间绘画

đồ công nghệ than 煤雕工艺品

múa rối nước 水上木偶戏

kịch cung đình 宫廷戏

tranh thêu 丝绣画

đồ gốm 陶器

đồ sơn 漆器

đồ trang sức đồi mồi 玳瑁饰品

đàn tre 竹琴

đàn đá 石琴

đàn gỗ 木琴

đàn bầu 独弦琴

áo dài 越南长袍

Hồ Hoàn Kiếm(Hồ Gươm) 还剑湖

hội chùa Tết 春节庙会

Vịnh Hạ Long 下龙湾

Hồ Tây 西湖

Chùa Một Cột 独柱寺

Quảng Trường Ba Đình 巴亭广场

bưu diện Trung Ương 中央邮局

cố cung Huế 顺化故宫

sông Cửu Long 九龙江

Đà Lạt (nơi nghỉ mát) 大叻避暑胜地

Vũng Tàu 头顿

nhà thờ Đức Bà 圣母教堂

lăng tẩm Huế 顺化皇陵

sông Sài Gòn 西贡河

Văn Miếu 文庙

2. ẨM THỰC 食品

đường 糖

bánh gio 凉粽

gạo 大米

muối 盐

dầu 油

cơm tẻ 大米饭

bánh bao 包子

bánh chẻo 饺子

vằn thắn 馄饨

phở 米粉

dấm 醋

dăm bông, Ba-tê 火腿

thịt 肉

tôm 虾

xì dầu 酱油

cua 蟹

trứng 蛋

đồ hộp 罐头

rượu 酒

cá 鱼

cà chua 西红柿 (番茄)

khoai lang 红薯 (番薯)

khoai tây 马铃薯

cà rốt 胡萝卜

cà tím 茄子

ngô (bắp) 玉米

hành tây 洋葱

gừng 姜

tỏi 蒜

bạc hà 薄荷

rau mùi 芫荽

hành 葱

bột cà ri 咖喱粉

chanh 柠檬

rau cần 芹菜

hồ tiêu 胡椒

dưa chuột 青瓜

cây sả 香茅

quả táo 苹果

quả đào 桃子

quả nho 葡萄

quả vải 荔枝

chuối 芭蕉

dứa 菠萝（凤梨）

quả mận 李子

dâu tây 草莓

sữa 牛奶

quả cam 橙子

đu đủ 木瓜

lạc 花生

sữa đậu nành 豆浆

kem 冰激凌

dưa hấu 西瓜

bánh bích-quy 饼干

hạt điều 腰果

trà xanh 绿茶

trà đen 红茶

3. NGHỀ NGHIỆP 职业

giáo viên 教师   bác sĩ 医生   luật sư 律师   người lái xe 司机   y tá 护士   hướng dẫn viên du lịch 导游   kĩ sư 工程师

người thu ngân 收银员   công nhân xây dựng 建筑工人   giám đốc 经理   thư kí 秘书   người đưa thư 邮递员   công nhân làm vệ sinh 清洁工

cảnh sát 警察   quân nhân 军人   mô-đen 模特   cô tiếp viên hàng không 空姐   công chức 公务员   thợ mỏ 矿工   nhân viên cứu hoả 消防员

đầu bếp 厨师   vận động viên 运动员   diễn viên múa 舞蹈演员   thợ cắt tóc 理发师   thợ nhiếp ảnh 摄影师   ca sĩ 歌星

4. GIA ĐÌNH 家庭

ông nội 祖父　bà nội 祖母

cô 姑妈　dượng 姑父

thím 婶婶　chú 叔叔
bác gái 伯母　bác trai 伯伯

Bố
父亲

anh họ 表兄　chị họ 表姐
em(trai)họ 表弟　em(gái)họ 表妹

anh họ 堂兄　chị họ 堂姐
em(trai)họ 堂弟　em(gái)họ 堂妹

chị dâu 嫂子　anh trai 哥哥
em dâu 弟媳　em trai 弟弟

chồng
丈夫

cháu trai 侄儿　cháu gái 侄女

con dâu 儿媳　con trai 儿子

cháu trai 孙子　cháu gái 孙女

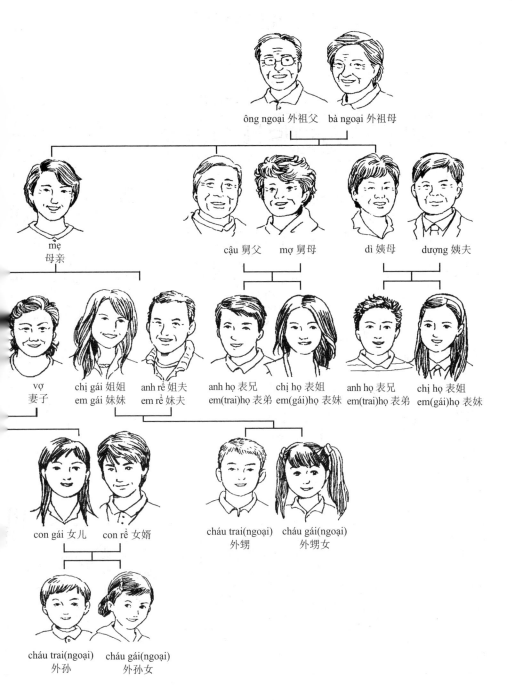

ông ngoại 外祖父   bà ngoại 外祖母

mẹ
母亲

cậu 舅父   mợ 舅母   dì 姨母   dượng 姨夫

vợ
妻子

chị gái 姐姐
em gái 妹妹

anh rể 姐夫
em rể 妹夫

anh họ 表兄
em(trai)họ 表弟

chị họ 表姐
em(gái)họ 表妹

anh họ 表兄
em(trai)họ 表弟

chị họ 表姐
em(gái)họ 表妹

con gái 女儿   con rể 女婿

cháu trai(ngoại)   cháu gái(ngoại)
外甥   外甥女

cháu trai(ngoại)   cháu gái(ngoại)
外孙   外孙女

5. THỊ TRẤN 城镇

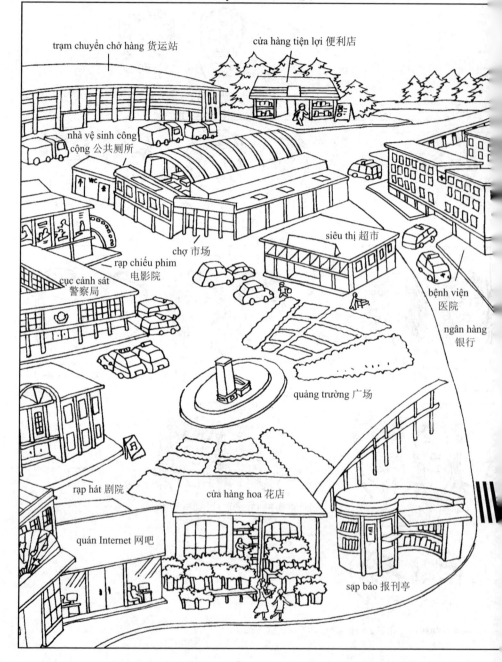

trạm chuyển chở hàng 货运站

cửa hàng tiện lợi 便利店

nhà vệ sinh công cộng 公共厕所

siêu thị 超市

chợ 市场

rạp chiếu phim 电影院

cục cảnh sát 警察局

bệnh viện 医院

ngân hàng 银行

quảng trường 广场

rạp hát 剧院

cửa hàng hoa 花店

quán Internet 网吧

sạp báo 报刊亭

nhà máy 工厂

công viên 公园

trường học 学校

khách sạn 酒店

hiệu sách 书店

nhà hàng 餐馆

quán bar 酒吧

quán café 咖啡馆

bốt điện thoại công cộng 公共电话亭

bách hoá đại lầu 百货大楼

bưu điện 邮局

6. GIAO THÔNG VẬN TẢI 交通运输

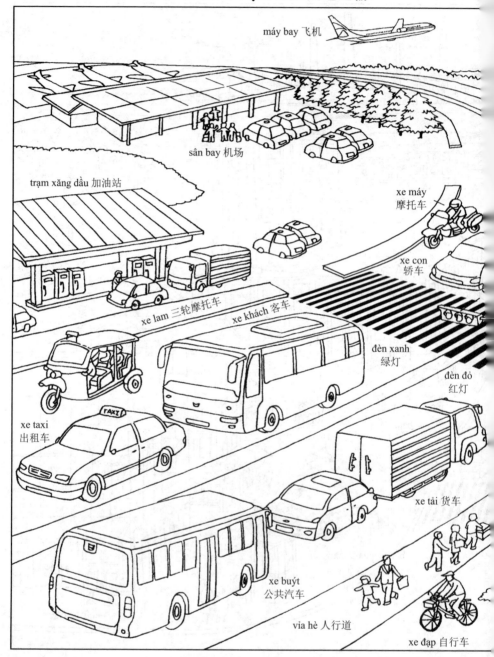

máy bay 飞机

sân bay 机场

trạm xăng dầu 加油站

xe máy 摩托车

xe con 轿车

xe lam 三轮摩托车

xe khách 客车

đèn xanh 绿灯

đèn đỏ 红灯

xe taxi 出租车

xe tải 货车

xe buýt 公共汽车

via hè 人行道

xe đạp 自行车

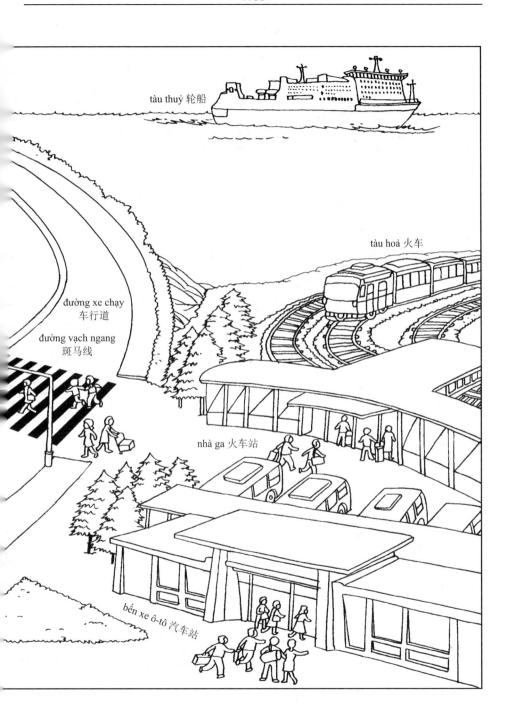

tàu thuỷ 轮船

tàu hoả 火车

đường xe chạy 车行道

đường vạch ngang 斑马线

nhà ga 火车站

bến xe ô-tô 汽车站

7. BẾN CẢNG 港口

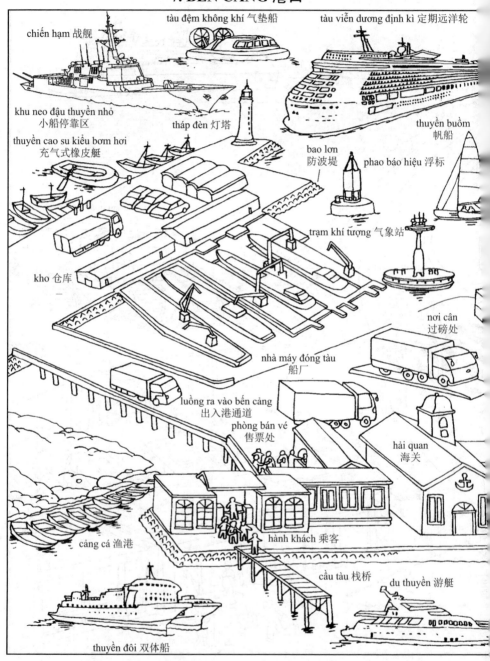

chiến hạm 战舰

tàu đệm không khí 气垫船

tàu viễn dương định kì 定期远洋轮

khu neo đậu thuyền nhỏ 小船停靠区

tháp đèn 灯塔

thuyền buồm 帆船

thuyền cao su kiểu bơm hơi 充气式橡皮艇

bao lơn 防波堤

phao báo hiệu 浮标

trạm khí tượng 气象站

kho 仓库

nơi cân 过磅处

nhà máy đóng tàu 船厂

luồng ra vào bến cảng 出入港通道

phòng bán vé 售票处

hải quan 海关

cảng cá 渔港

hành khách 乘客

cầu tàu 栈桥

du thuyền 游艇

thuyền đôi 双体船

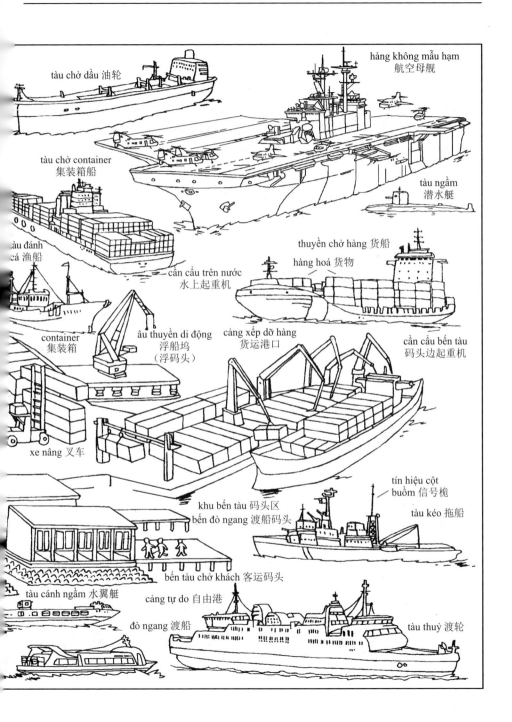

tàu chở dầu 油轮

hàng không mẫu hạm
航空母舰

tàu chở container
集装箱船

tàu ngầm
潜水艇

tàu đánh
cá 渔船

thuyền chở hàng 货船

hàng hoá 货物

cần cẩu trên nước
水上起重机

container
集装箱

âu thuyền di động
浮船坞
（浮码头）

cảng xếp dỡ hàng
货运港口

cần cẩu bến tàu
码头边起重机

xe nâng 叉车

tín hiệu cột
buồm 信号桅

khu bến tàu 码头区
bến đò ngang 渡船码头

tàu kéo 拖船

bến tàu chở khách 客运码头

tàu cánh ngầm 水翼艇

cảng tự do 自由港

đò ngang 渡船

tàu thuỷ 渡轮

8. THỂ DỤC THỂ THAO 体育

chạy 跑步

bơi lội 游泳

nhảy cầu 跳水

ngựa gỗ tay quay 鞍马

cầu thăng bằng 平衡木

xà lệch 高低杠

nhảy xa 跳远

nhảy cao 跳高

đấu kiếm 击剑

bóng đá 足球

bóng chuyền 排球

lướt sóng 冲浪

thể dục tự do 自由体操

vòng treo 吊环

bóng rổ 篮球

bắn súng(sạ kích) 射击

cầu lông 羽毛球

đấu vật 摔跤

khúc côn cầu (hockey) 曲棍球

golf 高尔夫球

trượt băng 滑冰

bóng bàn 乒乓球

quyền Anh 拳击

cử tạ 举重

bóng chày 棒球

quần vợt(tennis) 网球

9. HỘI CHỢ 会展

phòng triển lãm 展览馆

trung tâm hội chợ triển lãm 会展中心

dựng ki-ốt 搭建展位

gian hàng ngoài trời 室外展台

nơi tiếp đãi 会客区　tấm nền 背景板　biểu ngữ 横幅

bàn tư vấn 咨询台

hàng mẫu miễn phí 免费样品

biển quảng cáo 广告牌

gian hàng 展位

máy nước 饮水机

nơi tiếp khách 接待处

phiên dịch 翻译

hàng triển lãm 展品

thương nhân 商人

người bán buôn 批发商

kệ triển lãm 展示柜

lễ tân 礼仪小姐

hướng dẫn tham quan 参观指南

vé vào cửa 入场券

thẻ ra vào 出入许可证

sơ đồ hướng dẫn tham quan 导览图

tình nguyện viên 志愿者

10. KHÁCH SẠN 宾馆

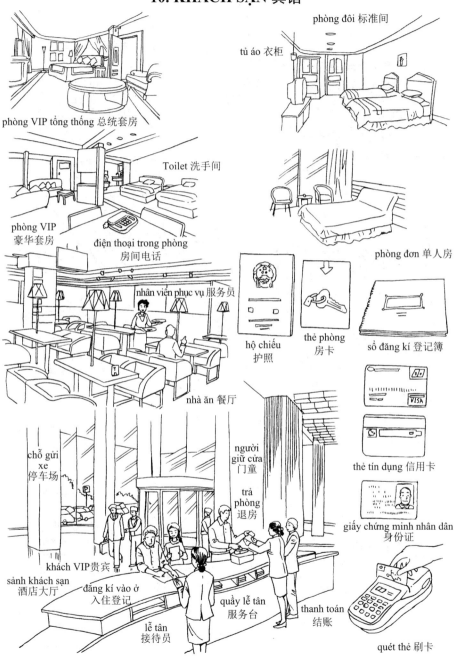

phòng đôi 标准间

tù áo 衣柜

phòng VIP tổng thống 总统套房

Toilet 洗手间

phòng VIP 豪华套房

điện thoại trong phòng 房间电话

phòng đơn 单人房

nhân viên phục vụ 服务员

hộ chiếu 护照

thẻ phòng 房卡

sổ đăng kí 登记簿

nhà ăn 餐厅

thẻ tín dụng 信用卡

chỗ gửi xe 停车场

người giữ cửa 门童

trả phòng 退房

giấy chứng minh nhân dân 身份证

khách VIP 贵宾

sảnh khách sạn 酒店大厅

đăng kí vào ở 入住登记

quầy lễ tân 服务台

thanh toán 结账

lễ tân 接待员

quét thẻ 刷卡

11. MÁY MÓC 机械

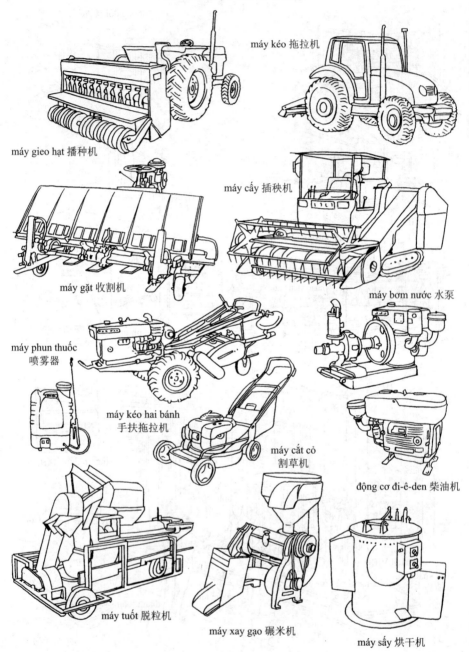

máy kéo 拖拉机

máy gieo hạt 播种机

máy cấy 插秧机

máy gặt 收割机

máy bơm nước 水泵

máy phun thuốc 喷雾器

máy kéo hai bánh 手扶拖拉机

máy cắt cỏ 割草机

động cơ đi-ê-den 柴油机

máy tuốt 脱粒机

máy xay gạo 碾米机

máy sấy 烘干机

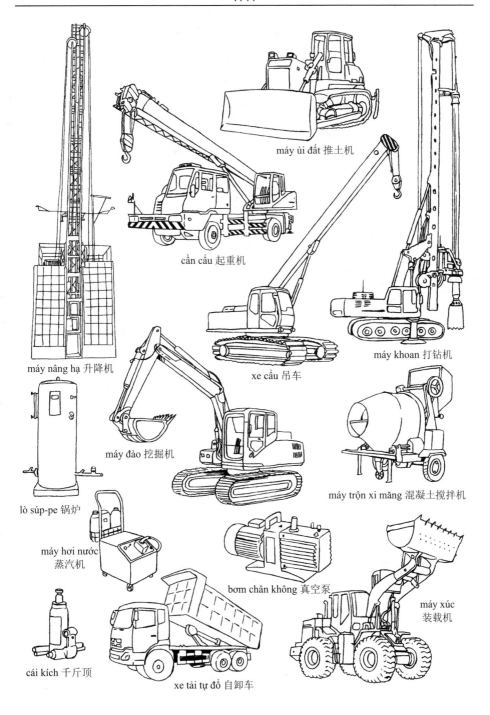

máy ùi đất 推土机

cần cẩu 起重机

máy khoan 打钻机

xe cẩu 吊车

máy nâng hạ 升降机

máy đào 挖掘机

máy trộn xi măng 混凝土搅拌机

lò súp-pe 锅炉

máy hơi nước
蒸汽机

bơm chân không 真空泵

máy xúc
装载机

cái kích 千斤顶

xe tải tự đổ 自卸车

12. SẢN PHẨM ĐIỆN TỬ 电子产品

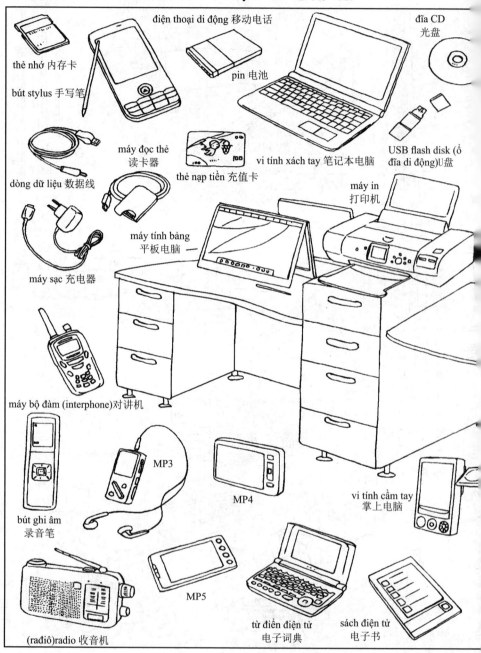

thẻ nhớ 内存卡

điện thoại di động 移动电话

đĩa CD 光盘

bút stylus 手写笔

pin 电池

máy đọc thẻ 读卡器

vi tính xách tay 笔记本电脑

thẻ nạp tiền 充值卡

USB flash disk (ổ đĩa di động)U盘

dòng dữ liệu 数据线

máy in 打印机

máy tính bảng 平板电脑

máy sạc 充电器

máy bộ đàm (interphone)对讲机

MP3

MP4

vi tính cầm tay 掌上电脑

bút ghi âm 录音笔

MP5

(rađiô)radio 收音机

từ điển điện tử 电子词典

sách điện tử 电子书

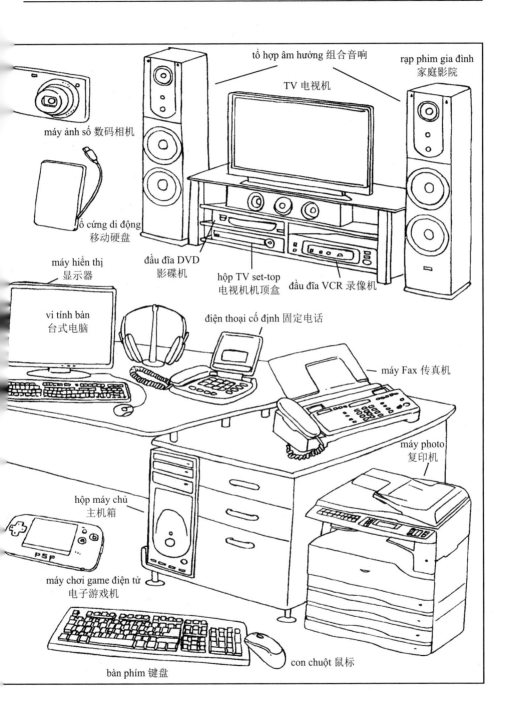

tổ hợp âm hưởng 组合音响

rạp phim gia đình 家庭影院

TV 电视机

máy ảnh số 数码相机

ổ cứng di động 移动硬盘

máy hiển thị 显示器

đầu đĩa DVD 影碟机

hộp TV set-top 电视机机顶盒

đầu đĩa VCR 录像机

vi tính bàn 台式电脑

điện thoại cố định 固定电话

máy Fax 传真机

máy photo 复印机

hộp máy chủ 主机箱

máy chơi game điện tử 电子游戏机

bàn phím 键盘

con chuột 鼠标

13. GIẢI TRÍ 休闲娱乐

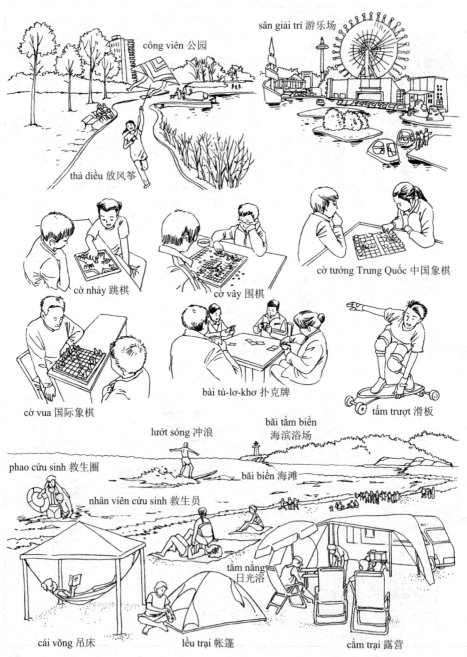

sân giải trí 游乐场

công viên 公园

thả diều 放风筝

cờ nhảy 跳棋

cờ vây 围棋

cờ tướng Trung Quốc 中国象棋

cờ vua 国际象棋

bài tú-lơ-khơ 扑克牌

tấm trượt 滑板

lướt sóng 冲浪

bãi tắm biển 海滨浴场

phao cứu sinh 救生圈

bãi biển 海滩

nhân viên cứu sinh 救生员

tắm nắng 日光浴

cái võng 吊床

lều trại 帐篷

cắm trại 露营

hội múa hoá trang 化装舞会

karaoke 卡拉OK

tắm hơi 桑拿（蒸气浴）

mát-xa (massage) 按摩

quầy hàng thực phẩm 小吃摊

bi-a 台球

đi trên dây thép 走钢丝

đội nhạc 乐队

bong bóng 气球

chong chóng 风车

biểu diễn Xiếc 马戏团表演

rạp chiếu phim 电影院

máy chiếu 放映机

camera 摄像机

dạ hội 夜总会

sân khấu 舞台

芭蕾舞 múa ba-lê

rạp hát 剧院

quán café 咖啡吧

quán bar 酒吧

14. CUNG (CHÒM SAO) HOÀNG ĐẠO 星座

cung Bạch Dương 白羊座

cung Kim Ngưu 金牛座

cung Song Tử 双子座

cung Cự Giải 巨蟹座

cung Sư Tử 狮子座

cung Xử Nữ 处女座

cung Thiên Bình 天秤座

cung Bọ Cạp 天蝎座

cung Xạ Thủ 射手座

cung Ma Hạt 摩羯座

cung Thuỷ Bình 水瓶座

cung Song Ngư 双鱼座

BẢNG TỰ CHỮ HÁN ÂM VIỆT
汉字越音检字表

				嗳 ái		熬 ngao			胈 bạt
	A			暖 ái		鳌 ngao			菝 bạt
				嫒 ái		翱 cao			跋 bạt
ā	吖 a	ān	安 an,yên	ǎo	袄 áo			鲅 bạt
	阿 a		鞍 an,yên		媪 ổn			魃 bạt
	啊 a		桉 an	ào	鏊 ngao	bǎ	靶 bà
	锕 a		氨 an		傲 ngạo		把 bà
á	啊 a		谙 am		骜 ngao		钯 ba
ǎ	啊 a		庵 am		岙 diểu,diệu	bà	霸 bá
à	啊 a		鹌 am		奥 áo		灞 bá
āi	哀 ai		盦 am		澳 úc		坝 bá
	锿 ai	ǎn	俺 yêm		懊 áo		罢 bãi
	哎 ai		铵 an		坳 ao		耙 bà
	埃 ai	àn	案 án		拗 ảo		把 bà
	挨 ai		按 án				爸 bà
	唉 ai		胺 án		**B**	ba	吧 ba
	欸 ai		黯 ãm			bāi	刮 bách
ái	挨 nhai		暗 ám	bā	捌 bát		踣 bai
	癌 nham		岸 ngạn		八 bát		掰 bài
	皑 ngai		犴 hãn		叭 ba	bái	白 bạch
	骏 ngãi	āng	肮 khăng		巴 ba	bǎi	百 bách
ǎi	毐 ái	áng	昂 ngang		扒 bát		佰 bách
	霭 ái	àng	盎 áng		朳 bát		摆 bài,bãi
	蔼 é	āo	熬 ngao		峇 ba		捭 bài
	嗳 ái		凹 ao		疤 ba		柏 bách,bá
	矮 nụy,oài	áo	麈 ao		粑 ba		伯 bá
	欸 ái		敖 ngao,ngạo		芭 ba	bài	呗 bối
ài	隘 ải		熬 ngao		奤 ba		败 bại
	艾 ngải		警 ngao		犯 ba		拜 bái
	砹 ngãi		廒 ngao		吧 ba		稗 bái
	碍 ngại		遨 ngao		岜 ba	bai	唄 bái
	爱 ái		聱 ngao		笆 ba	bān	斑 ban
	瑷 ái		嗷 ngao	bá	茇 bạt		癍 ban
	嗳 ái		螯 ngao		拔 bạt		

	班 ban		搒 bang		卑 ti		泵 bơm
	攽 ban		锛 bảng		椑 bề		蚌 bạng
	㔉 ban		蜯 bạng		碑 bi		蹦 bảng
	扳 ban		傍 bàng	běi	北 bắc	bī	逼 bức
	颁 ban		稖 bạng	bèi	焙 bồi	bí	荸 bột
	般 ban		棒 bổng		碚 bối,bội		鼻 tị
	瘢 ban,bàn		蚌 bạng		倍 bội,bồi	bǐ	鄙 bi
	搬 ban		膀 bàng		蓓 bối,bội		笔 bút
bǎn	坂 phản		艕 bảng		孛 bội		俾 ti
	板 bản	bāo	褒 bao		悖 bội		匕 chuỷ,
	钣 bản		煲 bao		糒 bị		ti
	版 bản		包 bao		辈 bối		比 ti
	舨 bản		炮 bào		背 bối,bội		沘 ti
	蝂 bản		苞 bào		褙 bối		秕 ti
bàn	瓣 biện		鲍 bao		贝 bối		妣 ti
	半 bán		胞 bào		钡 bối		彼 bi
	柈 bạn		孢 bao		狈 bái	bì	濞 tụy
	拌 bạn		剥 bác		备 bị		愎 phức
	坢 bạn	báo	雹 bạc		惫 bị,bải		闭 bế
	湴 bám		薄 bạc		被 bị		敝 tệ
	靽 bạn	bǎo	宝 bảo,bửu	bei	臂 tí		蔽 tế
	伴 bạn		保 bảo	bēn	贲 bôn		弊 tệ
	绊 bạn		褓 bão		拼 bôn		必 tất
	扮 phân		堡 bảo		奔 bôn		泌 tiết
	办 biện		葆 bảo		锛 bôn		闷 bí
bāng	浜 bang,		饱 bão		犇 bôn		芯 tất
	băng		鸨 bảo	běn	本 bản,		毖 bí
	邦 bang	bào	报 báo		bổn		铋 bí
	哺 bang		暴 bạo,bộc		苯 bàn		秘 bí
	梆 bang		瀑 bạo		畚 bản		邲 bí
	帮 bang		爆 bạo,bộc	bèn	奔 bôn		碧 bích
bǎng	榜 bảng		趵 báo		倴 bôn		赑 bí
	膀 bàng		豹 báo		坌 buộn		湢 bức
	绑 bảng		抱 bão		笨 bát		髀 tất
bàng	谤 báng		刨 bào	bēng	崩 băng		皕 bức
	蒡 bàng		鲍 bào		绷 băng		庇 ti
	棓 bổng	bēi	杯 bôi	béng	甭 bằng		毕 tất
	塝 bạng		悲 bi	běng	绷 bảng		荜 tất
	磅 bàng		背 bối	bèng	迸 bình		哔 tất

踮 tất	辩 biện	玢 phân	博 bác
笓 tất	辫 biện	邠 mân	薄 bạc
毙 tệ	卞 biện	**bìn** 鬓 mấn,tấn	礴 bạc
狴 bệ	汴 biện	殡 thấn,tẫn	搏 bác
陛 bệ	忭 biện	摈 tấn	镈 bác
畀 tí	变 biến	髌 tẫn	膊 bác
痹 tê	遍 biến	膑 tẫn	馎 bác
算 ti,bịch	便 tiện	**bīng** 冰 băng	钹 bạt
裨 tí	弁 biện,biện	并 tính	踣 bặc
髀 bễ　**biāo** 镳 phiêu		槟 tân	泊 bạc
婢 tì	标 tiêu	兵 binh	箔 bạc
币 tệ	杓 tiêu　**bǐng** 禀 bẩm		帛 bạch
蓖 xế	镖 phiêu	饼 bính	铂 bạc,bạch
箅 xế	膘 phiêu,phiêu	屏 bính	伯 bá
辟 bích	骠 phiêu	丙 bính	舶 bách
襞 tích	飙 tiêu	炳 bính	驳 bác
避 ti	彪 bưu	柄 bính　**bǒ** 跛 phả	
璧 bích　**biǎo** 表 biểu		昺 bính	簸 pha
壁 bích	裱 biểu	邴 bính　**bò** 薄 bạc	
薜 tiết	婊 biểu	秉 binh	簸 pha
臂 tí　**biào** 摽 tiêu		**bìng** 病 bệnh,bịnh	擘 phách
嬖 bế	鳔 biểu	并 tính,tinh,tịnh　**bo** 卜 bặc	
髮 bị	俵 biểu	摒 bính,tính	啵 pô
弼 bật　**biē** 憋 biệt,miết		**bō** 饽 bột　**bū** 逋 bô	
biān 蝙 biển	鳖 biết	拨 bát	晡 bộ
鳊 biên　**bié** 整 biết		播 bá　**bú** 醭 phác	
编 biên	别 biệt	嶓 bà,bá　**bǔ** 捕 bổ	
鞭 tiên　**biě** 瘪 biết		钵 bát	哺 bô,bộ
砭 biêm　**biè** 别 biết		波 ba	卜 bốc
边 biên　**bīn** 濒 tân,tần		菠 ba	补 bổ
biǎn 扁 biển	宾 tân	玻 pha　**bù** 瓿 phẫu	
褊 biển	滨 tân	剥 bóc	部 bộ
萹 biển	槟 tân　**bó** 亳 bột		埠 phụ
藊 biển	镔 tân	孛 bột	铺 bô,bộ
碥 biển	傧 tân	浡 bột	不 bất
匾 biển	缤 tân	鹁 bột	钚 bất
窆 biếm	斌 bân	脖 bột	布 bố
贬 biếm	彬 bân	勃 bột	怖 bố
biàn 辨 biện	豳 mân	渤 bột	步 bộ

簿 bạ,bộ

C

cā 擦 sát
cǎ 礤 sát
cāi 猜 xai
cái 裁 tài
才 tài
材 tài
财 tài
cǎi 采 thái,thể
睬 thái
踩 thái
彩 thái,thể
cài 菜 thái
蔡 thái
cān 餐 xan
参 tham
骖 tham
cán 惭 tàm
蚕 tàm
残 tàn
cǎn 惨 thảm
穇 sam
càn 灿 xán
粲 xán
璨 xán
孱 sàn
cāng 仓 thương
沧 thương
苍 thương
伧 sương
舱 thương
鸧 thương
cáng 藏 tàng
cāo 糙 thao
操 thao,tháo
cáo 曹 tào

漕 tào
槽 tao
嘈 tào
螬 tào
cǎo 懆 thao
草 thảo
cè 测 trắc
恻 trắc
厕 xí
侧 trắc
策 sách
册 sách
cēn 参 sâm
cén 岑 sầm
涔 sầm
céng 曾 tằng
嶒 tằng
层 tằng,tầng
cèng 蹭 tắng
chā 差 sai
喳 tra
插 tháp
锸 sáp
叉 xoa
扠 xoa
杈 xoa
chá 察 sát
垞 xá
茬 truy
茶 trà
搽 chà
槎 tra
查 tra
碴 tra
嵖 tra
叉 xoa
chǎ 蹅 tra
镲 sát
叉 xoa

衩 sái
chà 诧 sá
姹 sá
差 sai,ta
刹 sát
岔 xá
汊 xá
杈 xoa
叉 xoa
chāi 差 sai
拆 sách
钗 thoa,xoa
chái 柴 sài
豺 sài
侪 sài
chǎi 茝 chỉ,thái
chài 虿 mại
chān 襜 xiêm
搀 sàm
掺 sàm
觇 chiêm
chán 廛 triền
澶 triền
躔 chiền
缠 triền
单 thiền
禅 thiền,thiện
蝉 thiền
婵 thiền
蟾 thiềm
谗 sàm
馋 sàm
镵 sàm
孱 sán
潺 sàn
chǎn 产 sản
浐 sản
铲 sản
阐 xiển

辗 triển
谄 siểm
刬 sản
蒇 xiển
chàn 颤 chiên
忏 sám
羼 sạn
chāng 昌 xương
阊 xương
菖 xương
猖 xương
鲳 xương
娼 xướng
伥 trành,
　　 xương
cháng 尝 thường
偿 thường
裳 thường
常 thường
嫦 thường
倘 thường
徜 thường
长 trường,
　　 tràng
苌 trành,trường
场 trường
肠 trường
chǎng 昶 sưởng
场 trường
厂 xưởng
敞 thưởng
氅 xưởng
chàng 唱 xướng
倡 xướng
鬯 xướng
怅 trướng
畅 sướng
chāo 抄 sao
钞 sao

	超 siêu		称 xứng		媸 si		抽 trừu
	剿 tiễu	chēng	琤 tránh	chí	墀 trì		紬 trừu
cháo	朝 trào,triều		瞠 sanh		茌 trì	chóu	畴 trù
	潮 trào,triều		撑 xanh		持 trì		踌 trù
	嘲 trào		瞠 xanh		匙 chủy		帱 trù
	晁 chiêu		称 xưng		踟 trừ		筹 trù
	巢 xào		柽 sanh		篪 trì		俦 thù
chǎo	炒 sao		蛏 sanh		迟 trì		酬 thù
	吵 sao	chéng	成 thành		池 trì		愁 sầu
chē	车 xa		诚 thành		弛 thi		雠 thù
	砗 xà		城 thành		驰 trì		仇 thù
chě	扯 xả,chỉ		盛 thành,thịnh	chǐ	褫 trĩ,trị		惆 trù
	尺 chỉ		铖 thành		耻 si		裯 trù
chè	澈 triệt		郕 thành		豉 thị		稠 trù
	撤 triệt		呈 trình		齿 xỉ		绸 trù
	彻 triệt		裎 sính,trình		侈 xi	chǒu	瞅 thiếu
	坼 sách,xích		埕 trình,trình		尺 xích		丑 sửu,xú
	掣 xiết		醒 trình	chì	啻 xí	chòu	臭 xú
chēn	琛 tham		程 trình		炽 xí	chū	初 sơ
	郴 sâm		乘 thừa		赤 xích		樗 vu
	嗔 sân		惩 trừng		敕 sắc		摴 thư
	瞋 sân		塍 thăng		翅 sí		出 xuất
	抻 thân		澄 trừng		叱 sất	chú	厨 trù
chén	沉 trầm		橙 chanh		斥 xích		橱 trù
	忱 thầm		承 thừa		饬 sức		蹰 trù
	谌 thầm,trầm		丞 thừa	chōng	憧 sung		躇 trù
	辰 thần,thìn	chěng	逞 sính		艟 xung		蜍 thừ
	宸 thần		骋 sánh,sính		充 sung		除 trừ
	晨 thần	chèng	秤 xứng		春 thung		滁 từ
	臣 thần	chī	痴 si		冲 xung		钼 sừ
	尘 trần		摛 xi		忡 xung		锄 sừ
	陈 trần		魑 si		舂 xung		刍 sô
chěn	碜 sầm		眵 si	chóng	虫 trùng		雏 sô,sồ
chèn	疢 sẩn		哧 xích		种 xung	chǔ	褚 chử,trừ
	榇 sẩn		吃 ngật		崇 sùng		储 sừ
	衬 sẩn		笞 xuy		重 trùng		楚 sở
	谶 sấm		鸱 si	chǒng	宠 sủng		杵 chử
	趁 sấn		蚩 suy	chòng	铳 súng		础 sở
	龀 sẩn		嗤 si	chōu	瘳 trừu		处 xử

chù	畜 súc		垂 thuỳ			thứ		篡 soán
	搐 súc		捶 chuỳ			赐 tứ		爨 thoãn
	怵 truật		锤 chuỳ			伺 tứ	cuī	榱 thôi
	亍 súc		陲 thuỳ	cōng	囱 thông			崔 thôi,tồi
	蓄 xúc	chūn	春 xuân		璁 thông			摧 tồi,thôi
	俶 thúc		椿 xuân		骢 thông			催 thôi
	处 xứ	chún	淳 thuần		聪 thông	cuǐ	璀 thối
	黜 truất		醇 thuần		匆 thông	cuì	淬 tôi
	绌 truất		鹑 thuần		葱 song,		瘁 tụy
	触 xúc		唇 thần		thông		悴 tụy
chuāi	搋 trī		纯 thuần		苁 thung		粹 tuý
	揣 suỷ		莼 thuần		枞 tung		萃 tụy
chuǎi	揣 suỷ	chǔn	蠢 xuẩn	cóng	淙 tông		膵 tụy
chuài	踹 xuyễn	chuō	踔 trác		琮 tông		啐 thối
chuān	穿 xuyên		戳 trốc		从 tùng,		倅 thối
	川 xuyên		齪 xúc		tòng		翠 thuý
	氚 xuyên		辵 xước		丛 tùng		綷 tuý
chuán	椽 duyên		惙 tuyết	còu	凑 tấu		毳 tuyệt
	传 truyền		辍 chuyết		辏 tấu		脆 xuệ
	船 thuyền		啜 suyết		腠 thấu	cūn	村 thôn
	遄 thuyên		绰 xước	cū	粗 thô		皴 suân
chuǎn	喘 suyễn	cī	差 si	cú	殂 tồ	cún	存 tồn
	舛 xuyễn		疵 tì		徂 tồ	cǔn	忖 thổn
chuàn	串 quán,		呲 tử	cù	蹙 xúc	cùn	寸 thốn
	xuyến	cí	茨 từ		卒 thốt	cuō	磋 tha
	钏 xuyến		瓷 từ		猝 thốt		搓 ta,tha
chuāng	窗 song		糍 từ		蔟 thốc		蹉 sa
	疮 sang		慈 từ		簇 thốc		撮 toát
	创 sang		磁 từ		醋 thố	cuó	嵯 ta
chuáng	幢 chàng		鹚 từ		蹴 xúc,		嵯 ta
	幢 chàng		雌 thư		thích		矬 toa
	床 sàng		辞 từ		促 thúc,xúc		痤 toạ
chuǎng	闯 sấm		词 từ	cuān	撺 soán,	cuǒ	脞 thoả
chuàng	怆 thương		祠 từ		thoán	cuò	厝 thố
	创 sáng	cǐ	此 thử		蹿 thoãn		措 thố
chuī	炊 xuy		泚 tỉ		氽 thoàn		错 thác,thố
	吹 xuy,xúy		跐 chỉ	cuán	攒 toàn		挫 toạ
chuí	椎 chuỳ	cì	次 thứ	cuàn	窜 soán,		锉 toạ
	槌 chuỳ		刺 thích,		thoán		莝 toạ

	D		怠 đãi		裆 đang	**děng**	戥 đẳng	
			殆 đãi		铛 đương		等 đẳng	
dā	褡 đáp		骀 đai	**dǎng**	挡 đáng	**dèng**	澄 trừng	
	搭 đáp		绐 đãi		党 đảng		磴 đặng	
	嗒 đát		逮 đãi		谠 đảng		瞪 trừng	
	答 đáp		埭 đại	**dàng**	宕 đãng		镫 đáng	
	耷 đạp	**dān**	单 đơn		氹 đãng		凳 đẳng	
	哒 đát		瘅 đan		菪 đãng		邓 đặng	
dá	瘩 đáp		禅 đơn		当 đáng	**dī**	滴 trích	
	达 đạt		殚 đan,đàn		档 đang		镝 đích	
	鞑 thát		箪 đan		荡 đãng		堤 đê	
	打 tá		郸 đan		砀 đãng		氐 chi,đê	
	怛 đát		眈 đam		凼 đãng		羝 đê	
	炟 đát		眈 đam	**dāo**	氘 đao		低 đê	
	靼 đát		聃 đan		刀 đao	**dí**	涤 địch	
	笪 đát		担 đảm		叨 đao		嘀 đích	
	妲 đát		丹 đan,đơn	**dǎo**	祷 đảo		蹢 địch	
	答 đáp		儋 đam		蹈 đạo		镝 đích	
dǎ	打 đả	**dǎn**	掸 đản		倒 đáo		嫡 đích	
dà	大 đại		亶 đãn		岛 đảo		髢 thế	
da	瘩 đáp		疸 đảm		捣 đảo		觌 địch	
	嗒 đáp		胆 đảm		导 đạo		迪 địch	
dāi	呆 ngai		澹 đạm	**dào**	盗 đạo		笛 địch	
	待 đãi		瘅 đơn		悼 điệu		籴 địch	
dǎi	歹 đãi		惮 đạn		道 đạo		敌 địch	
	傣 thái		弹 đạn		到 đáo		的 đích	
	逮 đài		淡 đạm		倒 đảo		狄 địch	
dài	戴 đái,đói		啖 giảm		稻 đạo		荻 địch	
	襶 đái		氮 đạm	**dé**	锝 đắc		翟 địch	
	带 đái,đói		诞 đàn		得 đắc	**dǐ**	氐 đê	
	大 đại		萏 nạm		德 đức		底 đê	
	代 đại		譚 đàm	**de**	地 địa		诋 đê	
	袋 đại		赙 đảm		的 đích		坻 đê	
	玳 đại		旦 đản		得 đắc		柢 đê	
	黛 đại		担 đảm	**děi**	得 đắc		砥 đê	
	贷 thải		但 đàn	**dēng**	灯 đăng		骶 đê	
	岱 đại		萏 đàn		登 đăng		抵 đê	
	待 đãi		蛋 đàn		蹬 đăng		羝 đê	
	迨 đãi	**dāng**	当 đương,đang		簦 đăng		邸 đê	

dì
帝 đế
谛 đế
蒂 đế
碲 đế
缔 đế
弟 đệ
递 đệ
睇 đệ
俤 đệ
娣 đệ
地 địa
棣 đệ
踶 đề
第 đệ
的 đích

diān
滇 điền
颠 điên
癫 điên
攧 điên
巅 điên
掂 điếm

diǎn
踮 điếm
点 điểm
典 điển
碘 điển

diàn
淀 điện
靛 điện
奠 điện
垫 điếm
店 điếm
惦 điếm
玷 điếm
坫 điếm
阽 điếm
电 điện
钿 điền
佃 điền
甸 điện
殿 điện

癜 điến
diāo 貂 điêu
凋 điêu
碉 điêu
雕 điêu
鲷 điêu
刁 điêu
汈 điêu
叼 điêu
diào 鸟 điểu
调 điều,điệu
荼 điếu
掉 trạo
吊 điếu
铫 điêu
钓 điếu
diē 跌 điệt
爹 ta
dié 谍 điệp
堞 điệp
碟 điệp
喋 điệp
蝶 điệp
蹀 điệp
牒 điệp
鲽 điệp
垤 điệt
耋 điệt
绖 điệt
迭 điệp,điệt
昳 điệt
瓞 điệt
叠 điệp
dīng 丁 đinh
疔 đinh
玎 đinh
酊 đinh
叮 đinh
盯 đinh

钉 đinh
仃 đinh
dǐng 酊 đinh
顶 đính,đỉnh
鼎 đỉnh
dìng 定 định
碇 đính
锭 đính,đỉnh
腚 đính,đỉnh
订 đính
钉 đính
钉 đính
diū 丢 đốc
铥 đốc
dōng 东 đông
鸫 đông
冬 đông
咚 đông
氡 đông
dǒng 董 đổng
懂 đổng
dòng 动 động
冻 đống
栋 đống
洞 động
恫 động
硐 động
峒 động
侗 động
胴 động
dōu 都 đô
兜 đâu
篼 đâu
dǒu 斗 đẩu
料 đẩu
抖 đẩu
蚪 đẩu
陡 đẩu
dòu 斗 đấu

窦 đậu
读 đậu
豆 đậu
痘 đậu
逗 đậu
脰 đậu
饾 đậu
dū 阇 đô
都 đô
嘟 đô
督 đốc
dú 毒 độc
渎 độc
读 độc
椟 độc
黩 độc
犊 độc
牍 độc
髑 độc
独 độc
碡 độc
dǔ 堵 đổ
睹 đổ
赌 đổ
笃 đốc
肚 đổ
dù 度 độ
渡 độ
镀 độ
杜 đỗ
肚 đỗ
蠹 đố
妒 đố
duān 端 đoan
duǎn 短 đoản
duàn 断 đoán,
đoạn
簖 đoạn
段 đoàn,đoạn

	煅 đoàn		舵 đà		腭 ngạc			翻 phiên
	椴 đoán		柁 đà		鳄 ngạc	fán	氾 phàn
	锻 đoàn		垛 đóa		鄂 ngạc		烦 phiền
	缎 đoạn		剁 đóá		饿 ngã		樊 phàn
duī	堆 đôi		跺 đà	ēn	恩 ân		繙 phiên
duì	憝 đội		堕 đoạ		蒽 ân		燔 phiên
	兑 đoái,đoài			èn	摁 ân		璠 phiền
	碓 đôi		**E**	ér	而 nhi		墦 phiền
	对 đối				儿 nhi		蕃 phồn
	怼 tủi	ē	阿 a	ěr	耳 nhĩ		膰 phiên
	队 đội		屙 a		洱 nhị, nhĩ		繁 phồn,
dūn	惇 đôn	é	额 ngạch		珥 nhĩ		phiên
	敦 đôn		莪 nga		铒 nhĩ		凡 phàm
	墩 đôn		哦 nga		饵 nhĩ		矾 phàm
	吨 đốn		蛾 nga		尔 nhĩ		钒 phiến
	蹲 đôn		峨 nga		迩 di, nhĩ	fǎn	反 phản
dǔn	趸 đốn		锇 nga	èr	二 nhị		返 phản
	旽 độn		俄 nga		弍 nhị	fàn	泛 phiếm
dùn	沌 độn		鹅 nga		贰 nhị		范 phạm
	炖 đồn		娥 nga				梵 phạm, phạn
	顿 đốn		讹 ngoa		**F**		畈 phạn
	囤 đốn	ě	恶 ửa				贩 phán
	盾 thuẫn	è	颔 át	fā	发 phát		饭 phạn
	遁 độn		阏 át,ứ		酦 phát		犯 phạm
	钝 độn		恶 ác	fá	罚 phạt	fāng	方 phương
duō	咄 đốt		垩 á		乏 phạp		芳 phương
	多 đa		噩 ngạc		伐 phạt		坊 phường
	哆 đa		厄 ách		阀 phiệt		枋 phương
	裰 đoạt, xuyét		扼 ách		垡 phạt		钫 phương
	掇 chuyết, đốt		轭 ách		筏 phiệt		邡 phương
duó	度 đạc		呃 ách	fǎ	法 pháp	fáng	房 phòng
	踱 đạc		遏 át		砝 pháp		肪 phương
	夺 đoạt		愕 ngạc		珐 pháp		鲂 phòng
	铎 đạc		谔 ngạc		发 phát		防 phòng
duǒ	朵 đóa		萼 ngạc	fān	帆 phàm		妨 phòng,
	垛 đóa		颚 ngạc		番 phiên		phường,
	躲 đóa		锷 ngạc		蕃 phiên		phương
duò	惰 đoạ,noạ		鹗 ngạc		藩 phiên	fǎng	访 phóng,
	驮 đà				幡 phan		phòng

	昉 phỏng		玢 phân		赗 phúng		桴 phù
	仿 phỏng,		芬 phân,phần		凤 phượng		蜉 phù
	phưởng		棻 phân		缝 phùng		俘 phù
	彷 phưởng		酚 phân	fó	佛 phật		郛 phù
	舫 phảng		吩 phân	fǒu	否 bỉ,phù		伏 phục
	纺 phưởng		氛 phân		缶 phẫu		洑 phục
fàng	放 phóng		纷 phân	fū	鄜 phù		袱 phục
fēi	非 phi	fén	坟 phần		夫 phu		茯 phục
	扉 phi,phị		濆 phần		玞 phu		苻 phù
	霏 phi		焚 phần,phần		麸 phu		符 phù
	菲 phi		汾 phần		砆 phu		凫 phù
	啡 phi		棼 phân		趺 phu		服 phục
	绯 phi	fěn	粉 phần		跌 phu		菔 phục
	绯 phi	fèn	粪 phần,phấn		伕 phu		鹏 phục
	飞 phi		愤 phún		肤 phu		弗 phất
	妃 phi		偾 phấn		敷 phu		怫 phất
féi	腓 phì		奋 phấn		稃 phu		艴 phất
	肥 phì		分 phận		孵 phu		砩 phất
	淝 phì		忿 phẫn		跗 phu		拂 phất
fěi	斐 phi		份 phận	fú	涪 bồi	fú	氟 phất
	悱 phi	fēng	丰 phong		芙 phù		彿 phất
	诽 phi		沣 phong		扶 phò, phù		绋 phất
	菲 phi		鄷 phong		蚨 phù		咈 phất
	匪 phi		封 phong		福 phúc,		辐 bức
	榧 phí		葑 phong		phước	fǔ	府 phủ
	篚 phí		烽 phong		幅 bức		腐 hủ,phụ
	蜚 phi		蜂 phong		蝠 bức		俯 phủ
	翡 phi		峰 phong		匐 bặc		腑 phủ
fèi	吠 phệ		锋 phong		市 phất		拊 phủ
	痱 phì		风 phong		芾 phất		甫 phủ
	废 phế		疯 phong		茀 phù		辅 phụ
	蒂 phế		枫 phong		罘 phù		黼 phủ
	肺 phế	féng	冯 phùng		黻 phất		簠 phủ
	沸 phí		逢 phùng		绂 phất		脯 phủ
	费 phí		缝 phùng		襆 phác		抚 phủ
	镄 phí	fěng	讽 phúng		幞 phác, phốc		斧 phủ
	狒 phí		唪 phụng		孚 phù		釜 phẫu
fēn	分 phân	fèng	奉 phụng		浮 phù		滏 phẫu
	雰 phân		俸 bổng		莩 phù	fù	赗 phụ

	傅 phó		丐 cái		罡 canh		纥 hột
	缚 phọc, phược		钙 cái		堽 canh		鸽 cáp,各
	富 phú		戤 cái		冈 cương		胳 cách
	副 phó		溉 khái		刚 cương	gé	革 cách
	讣 phó		概 khái		钢 cương		葛 cát
	赴 phó	gān	干 can		纲 cương		鬲 cách
	赋 phú		玕 can	gǎng	港 cảng		滆 cách
	父 phù,phụ		杆 can		岗 cang,		塥 cách
	复 phúc,phục		酐 can		cương		镉 cách
	覆 phúc		竿 can	gàng	戆 cống		膈 cách
	蝮 phúc		肝 can		杠 cống		隔 cách
	馥 phức		甘 cam	gāo	高 cao		阁 cáp
	腹 phúc		泔 cam		膏 cao		蛤 cáp
	鰒 phục		疳 cam		篙 cao		辂 cách
	付 phó		坩 cam		羔 cao		阁 các
	咐 phó		苷 cam		糕 cao		格 cách
	鮒 phụ		柑 cam		皋 cao		骼 cách
	附 phụ		尴 giám		槔 cao		胳 cách
	驸 phò,phụ	gǎn	赶 hãn		睾 cao	gě	盖 cái
	阜 phụ		秆 cán,hãn	gǎo	藁 cảo		葛 cát
	负 phụ		秆 càn		槁 cảo		舸 kha
	妇 phụ		感 cảm		搞 cảo		合 hợp
			敢 cảm		镐 cảo	gè	圪 khất
	G		澉 cảm		稿 cảo		个 cá
			橄 cảm		缟 cảo		各 các
gā	嘎 ca		擀 cán		杲 cảo		铬 các
	旮 ca	gàn	淦 cán	gào	告 cáo	gěi	给 cấp
	伽 ca		赣 cán,cống		诰 cáo	gēn	根 căn
gá	轧 ca		干 cán		锆 cáo		跟 căn, ngắn
gǎ	尕 ca		旰 cán		郜 cốc	gén	哏 ngận
gà	尬 giới		骭 cán	gē	割 cát	gèn	亘 cang,
gāi	该 cai		绀 cám		哥 ca,kha		hằng
	垓 cai	gāng	江 giang		歌 ca		艮 cấn
	荄 cai		杠 giang		戈 qua		茛 cấn
	赅 cai		矼 giang		搁 各	gēng	庚 canh
	陔 cai		扛 giang		疙 ngật		赓 canh
			釭 giang		圪 khất		鹒 canh
gǎi	改 cải		缸 hàng		屹 ngật		羹 canh
gài	盖 cái		肛 giang		仡 ngật, khất		耕 canh

	更 canh		枸 cẩu		钴 cổ	guān	官 quan
gěng	耿 cảnh		岣 cẩu,câu		盬 cổ		棺 quan
	埂 canh,		笱 cù		牯 cổ		倌 quán
	ngạnh		狗 cẩu		罅 hỗ		关 quan
	梗 ngạnh,		耇 cẩu		贾 cổ		冠 quan, quán
	cánh	gòu	菁 cẩu		蛊 cổ		莞 quan
	哽 cánh		遘 cấu		骨 cốt		瘝 quan
	鲠 ngạnh		觏 cấu		鹘 cốt		鳏 quan
	绠 cánh		媾 cấu		谷 cốc		观 quan
gèng	更 cánh		彀 cấu		鹄 cốc		纶 quan
gōng	宫 cung		诟 cấu		殺 cổ	guǎn	莞 quản
	工 công		垢 cấu		股 cổ		筦 quản
	攻 công		够 cấu		縠 cốc		管 quản
	功 công		勾 cấu		瀔 cốc		馆 quản
	龚 cung		构 cấu	gù	雇 cố	guàn	冠 quán
	供 cung		购 cấu		顾 cố		灌 quán
	恭 cung		姤 cấu		故 cố		瓘 quán
	塨 cung	gū	沽 cô		估 cổ		罐 quán
	公 công		辜 cô		固 cố		鹳 quán
	蚣 công		酤 cô		痼 cố		观 quán
	肱 quăng		呱 cô		堌 cố		盥 quán
	觥 quăng		蛄 cô		崮 cố		贯 quán
	弓 cung		估 cô		锢 cố		惯 quán
	躬 cung		鸪 cô		梏 cốc		掼 quán
gǒng	巩 cùng		姑 cô	guā	括 quát	guāng	光 quang
	汞 hống		菇 cô		刮 quát		洸 quang
	珙 cũng		菁 cốt		鸹 quát		胱 quang
	棋 cùng		箍 cơ		瓜 qua		咣 quang
	拱 cùng		觚 cô		呱 qua		珖 quang
gòng	贡 cống		孤 cô		胍 qua		桄 quang
	共 cộng		菰 cô	guǎ	寡 quả	guǎng	广 quảng
	供 cúng		骨 cốt		剐 qua		犷 quảng
gōu	篝 câu	gǔ	汩 cốt	guà	褂 quái	guàng	桄 quang
	句 câu		鼓 cổ		挂 quải		逛 cuống
	佝 câu		瞽 cổ		卦 quái	guī	规 qui
	勾 câu		臌 cổ		罣 quải		圭 khuê
	沟 câu		古 cổ	guāi	乖 quai		闺 khuê
	钩 câu		诂 hỗ	guǎi	拐 quải		珪 khuê
gǒu	苟 cẩu		罟 cổ	guài	怪 quái		硅 khuê

	鲑 khuê		国 quốc		韩 hàn		嚆 cảo
	邦 khuê		涸 quốc		含 hàm		薅 cao
	归 qui		掴 quách, quắc,		浛 hàm	háo	豪 hào
	皈 qui		quốc		焓 hàm		壕 hào
	瑰 côi, khôi		帼 quắc		琀 hàm		嚎 hào
	龟 qui		虢 quắc		晗 hàm		号 hiệu
	妫 quì	guǒ	椁 quách		函 hàm		嗥 hào
guǐ	庋 qui, kỉ		果 quả		涵 hàm		貉 lạc
	晷 quĩ		裹 loả		汗 hàn		毫 hào
	鬼 qui		蜾 quả	hǎn	罕 hãn		蚝 hào
	宄 quĩ		輠 quả		喊 hàm	hǎo	郝 hách
	诡 nguỵ	guò	过 qua, quá	hàn	汉 hán		好 hào
	轨 quĩ				汗 can, hãn	hào	镐 hạo
	匦 quĩ		**H**		闬 hãn		耗 hao
	癸 quị				旱 hán		颢 hạo
guì	桂 quế	hā	哈 cáp		悍 hãn		灏 hạo
	柜 quĩ		铪 cáp		焊 hàn		昊 hạo,
	贵 quí	há	蛤 cáp		埯 hán		hiệu
	跪 quị	hǎ	哈 cáp		捍 cản, hãn		号 hiệu
	桧 côi	hāi	嗨 hải		熯 hán		浩 hạo
	刽 khoái		咳 khái		暵 hán		皓 hạo
	鳜 quyết	hái	骸 hài		翰 hàn		暤 hão
gǔn	衮 cổn		孩 hài		瀚 hạn		好 hiếu
	滚 cổn		还 hoàn		菡 hạm	hē	诃 kha
	辊 cổn	hǎi	海 hải		憾 hám		呵 ha, kha
	绲 cổn		醢 hải		撼 hám		嗬 hơ
	鲧 cổn	hài	害 hại		撖 hám		喝 hát
	磙 cổn		嗐 hại		颔 hàm	hé	涸 hạc
gùn	棍 côn		亥 hợi	hāng	夯 kháng		阂 ngại
guō	崞 quách		氦 hợi	háng	杭 hàng		核 hạch
	郭 quách		骇 hãi		颃 hàng		劾 hạch
	聒 quát	hān	预 hiên		吭 hàng		盍 hạp
	过 qua		鼾 han		航 hàng		阖 hạp
	蝈 quắc		憨 ham		行 hàng		翮 cách
	呙 oa		酣 cam, ham		绗 hàng		河 hà
	涡 oa		蚶 kham		桁 hàng		菏 hà
	埚 oa	hán	寒 hàn	hàng	沆 hãng		何 hà
	锅 oa		邗 hàn		巷 hạng		荷 hà
guó	蔮 quắc		邯 hàn	hāo	蒿 khao		曷 hạt

	鞨 hát		哄 hồng		惚 hốt		华 hoa	
	鶷 hát		薨 hoăng	hú	壶 hồ	huá	划 hoa	
	合 hợp,hiệp		轰 oanh		胡 hồ		滑 hoạt	
	盒 hạp		訇 oanh		湖 hồ		猾 hoạt	
	禾 hoà	hóng	鸿 hồng		糊 hồ		华 hoa	
	和 hoà		黉 hoành		瑚 hồ		哗 hoa	
	齕 hột		虹 hồng		葫 hồ		铧 hoa	
	纥 hột		虹 hồng		醐 hồ		骅 hoa	
	貉 lạc		红 hồng		蝴 hồ	huà	话 thoại	
hè	鹤 hạc		荭 hồng		鹕 hồ		画 hoạ,	
	赫 hách		洪 hồng		猢 hồ		hoạch	
	荷 hà		宏 hoành,hồng		鹘 cốt		划 hoạch	
	壑 hắc		闳 hoằng		囫 hốt		化 hoá	
	吓 hách		弘 hoằng		鹄 hộc		华 hoa	
	褐 hạt		泓 hoằng		狐 hồ		桦 hoa	
	喝 hát		泜 hồng		弧 hồ	huái	淮 hoài	
	和 hoạ	hŏng	哄 hồng		斛 hộc		怀 hoài	
	贺 hạ	hòng	讧 công,hồng		槲 hộc		槐 hoè	
hēi	黑 hắc		哄 hồng		觳 hộc		踝 hoả	
	镳 hắc	hōu	驹 câu	hŭ	浒 hử		徊 hồi	
hén	痕 ngấn	hóu	侯 hầu		虎 hổ	huài	坏 hoại	
hěn	很 hẵn		糇 hầu		琥 hổ	huān	谨 hoan	
	狠 ngận,		喉 hầu		唬 hổ		獾 hoan	
	ngoan		篌 hầu	hù	糊 hồ		骥 hoan	
hèn	恨 hận		猴 hầu		户 hộ		欢 hoan	
hēng	亨 hanh	hŏu	吼 hồng		戽 hộ	huán	洹 hoàn,viên	
	哼 hanh	hòu	厚 hậu		沪 hộ		桓 hoàn	
	脖 hanh		埃 hậu		护 hộ		还 hoàn	
héng	恒 hằng		候 hậu		扈 hộ		环 hoàn	
	姮 hằng		后 hậu		鄠 hộ		澴 hoàn	
	横 hoành		逅 hậu		怙 hộ,hô		寰 hoàn	
	珩 hoành		屋 hậu		祜 hộ		阛 hoàn	
	桁 hằng		鲎 hậu		岵 hộ		鬟 hoàn	
	衡 hành,		郈 hậu		瓠 hồ		圜 hoàn	
	hoành	hū	糊 hồ		互 hỗ		缳 hoàn	
	蘅 hoành		乎 hồ		冱 hộ		镮 hoàn	
	行 hạnh		滹 hô		笏 hốt		镮 hoàn	
hèng	横 hoạnh		呼 hô	huā	花 hoa	huăn	缓 hoãn	
hōng	烘 hồng		忽 hốt		哗 hoa	huàn	浣 hoán,cán	

	皖 hoản		幌 hoàng		荟 cối, hội		庯 tê	
	宦 hoạn	huàng	晃 hoáng		桧 cối		跻 tệ	
	逭 hoán	huī	麾 huy		绘 hội		积 tích	
	豢 hoạn		珲 huy		诲 hối		击 kích	
	患 hoạn		挥 huy		晦 hối		基 cơ	
	擐 hoàn		辉 huy	hūn	荤 huân		箕 cơ	
	鲩 hoàn		晖 huy		昏 hôn		赍 tê	
	奂 hoán		翚 huy		惛 hôn		奇 cơ, ki	
	涣 hoán		灰 khôi		阍 hôn		剞 cơ	
	痪 hoán		恢 khôi		婚 hôn		畸 cơ	
	焕 hoán		诙 khôi	hún	浑 hồn		犄 cơ	
	换 hoán		虺 khôi		珲 hồn		觭 kì	
	唤 hoán		扴 huy		魂 hồn		乩 kê	
	幻 ảo, huyễn		徽 huy		混 hồn		唧 tức	
huāng	肓 hoang		燩 huy	hùn	焜 hồn		羁 ki	
	荒 hoang	huí	回 hồi		混 hỗn		笄 kê	
	慌 hoảng		洄 hồi		诨 hộn		嵇 kê	
	塃 hoang		茴 hồi		溷 hỗn		稽 kê	
huáng	黄 hoàng,		蛔 hồi		浑 hỗn		几 ki	
	huỳnh		徊 hồi	huō	豁 hoát		讥 cơ	
	潢 hoàng	huǐ	悔 hối	huó	活 hoạt		玑 cơ	
	璜 hoàng		尵 huỷ	huǒ	火 hoả		机 cơ	
	磺 hoàng		毁 huỷ		钬 hoả		矶 cơ	
	蟥 hoàng	huì	汇 hối, hội		伙 hoả, loả,		叽 cơ	
	簧 hoàng		讳 huý		khoả		肌 cơ	
	皇 hoàng		彗 tuệ	huò	豁 khoát		饥 cơ	
	湟 hoàng		慧 tuệ		祸 hoạ		畿 ki, kì	
	惶 hoàng		恚 huệ		霍 hoắc		圾 cấp	
	煌 hoàng		卉 huỷ		藿 hoắc		芨 cập	
	遑 hoàng		惠 huệ		蠖 hoắc		鸡 kê	
	蝗 hoàng		蕙 huệ		镬 hoạch		屐 kịch	
	篁 hoàng		蟪 huệ		获 hoạch		姬 cơ	
	徨 hoàng		喙 dế		或 hoặc		缉 tập	
	凰 hoàng		阓 hội		惑 hoặc		稽 kê	
	鳇 hoàng		颒 huỷ		货 hoá	jí	疾 tật	
	隍 hoàng		秽 uế				蒺 tật	
huǎng	谎 hoang		贿 hối		**J**		嫉 tật	
	恍 hoảng		会 hội				汲 cấp	
	晃 hoàng		烩 khoái	jī	激 kích, khích		脊 tích	

	瘠 tích		蓟 kế		笳 già		尖 tiêm	
	蹐 tích		芰 kị		伽 già		艰 gian	
	鶺 tích		技 kĩ	jiá	夹 giáp		犍 kiên	
	吉 cát		伎 kĩ		荚 giáp		奸 gian	
	佶 cát		妓 kĩ		颊 giáp	jiǎn	謇 kiển	
	藉 tịch,tạ		寄 kí		蛱 giáp		蹇 kiển	
	籍 tịch		冀 kí		铗 giáp		简 giản	
	踖 tích		骥 kí		郏 giáp		谫 giản	
	棘 cức		屦 kệ		恝 giáp		鬋 tiễn	
	楫 tiếp		觊 kí	jiǎ	贾 già		翦 tiễn	
	辑 tập		稷 tắc		甲 giáp		剪 tiễn	
	戢 trấp		季 quí		岬 giáp		戬 tiễn	
	集 tập		悸 quí		钾 giáp		茧 kiển	
	及 cập		洎 kị		胛 giáp		柬 giản	
	极 cực		祭 tế		假 giả		拣 giản	
	岌 ngập		鲫 tức	jià	稼 giá		减 giảm	
	笈 cập		既 kí		嫁 giá		碱 kiềm	
	级 cấp		暨 hí		价 giá		趼 kiển	
	急 cấp		记 kí		假 giá		笕 kiển	
	即 tức		忌 kị		架 giá		检 kiểm	
	亟 cức		纪 kỉ		驾 giá		硷 kiểm	
	殛 cức		际 tế	jiān	煎 tiên,tiễn		捡 kiểm	
jǐ	济 tế		继 kế		湔 tiên		睑 kiểm	
	挤 tê,tệ		迹 tích		兼 kiêm		俭 kiểm	
	戟 kích		绩 tích		蒹 kiêm	jiàn	渐 tiệm	
	几 kỉ	jiā	家 gia		搛 kiêm		间 gián	
	麂 kỉ		镓 gia		鹣 kiêm		涧 gián,giản	
	虮 cơ		夹 giáp		鳒 kiêm		瞷 gián	
	己 kỉ,ti		浃 giáp		缣 kiêm		谏 gián	
	纪 kỉ		葭 hà		间 gian		践 tiễn	
	给 cấp		佳 giai		肩 khiên		贱 tiện	
jì	寂 tịch		加 gia		戋 tiên		溅 tiễn	
	济 tế		痂 già		笺 tiên		饯 tiễn	
	霁 tễ		袈 cà		菅 gian		荐 tiễn	
	荠 tễ		迦 già		歼 tiêm		鉴 giám	
	剂 tệ,tễ		珈 già		瑊 giam		监 giám	
	鲚 tệ		嘉 gia		缄 giam		槛 giám	
	计 kê,kế		枷 già		监 giam		见 kiến	
	髻 kế		跏 gia		坚 kiên		舰 hạm	

剑 kiếm
箭 tiễn
僭 tiếm
件 kiện
建 kiến
键 kiện
键 kiện
健 kiện
腱 kiến,kiện

jiāng 将 tương
浆 tương
姜 khương
江 giang
豇 giang
僵 cương
疆 cương
缰 cương

jiǎng 蒋 tưởng
桨 tương
奖 tưởng
讲 giảng

jiàng 酱 tương
将 tướng
匠 tượng
虹 hồng
泽 hàng, hồng
降 giáng
绛 giáng
强 cưỡng
糨 cưỡng
犟 cưỡng

jiāo 浇 kiêu
交 giao
茭 giao
蛟 giao
峧 giao
胶 giao
鲛 giao

郊 giao
姣 giao
教 giáo
椒 tiêu
艽 cù jiē
娇 kiêu, kiều
骄 kiêu
焦 tiêu
蕉 tiêu
礁 tiêu
僬 tiêu
鹪 tiêu

jiáo 嚼 tước
矫 kiều

jiǎo 铰 giảo
佼 giảo
皎 hiệu
狡 giảo
饺 giảo
绞 giảo
搅 giảo
挢 kiểu
矫 kiều
侥 kiều
敫 kiều
噭 kiểu,hạo
徼 khiếu
缴 chước, kiều
脚 cước
角 giác
剿 tiễu

jiào 窖 giáo
觉 giác
校 hiệu
较 giảo
教 giáo
酵 diếu
叫 khiếu jiě
噍 tiêu,tước

轿 kiệu
峤 kiều
醮 tiếu
噍 tiêu
秸 giai jiē
结 kết
接 tiếp
揭 kiết, yết
皆 giai
喈 giai
阶 giai
嗟 ta
街 nhai
疖 tiết
讦 kiết jié
絜 khiết
洁 khiết
诘 cật
袺 kiết
桔 cát
颉 hiệt
拮 kiết
劼 cật jǐn
结 kết, kiết
截 tiệt
劫 kiếp
节 tiết
捷 tiệp
睫 tiệp
婕 tiệp
竭 kiệt
羯 hạt, kiệt jìn
碣 kiệt
偈 kệ
桀 kiệt
杰 kiệt
孑 kiết
解 giải jiě
姐 thư

jiè 戒 giới
诫 giới
藉 tạ
介 giới
疥 giới
玠 giới
芥 giới
界 giới
蚧 giới
借 tá
解 giải
届 giới

jīn 津 tân
禁 cấm
襟 khâm
巾 cân
今 kim
衿 khâm
矜 căng
金 kim
筋 cân
斤 cân

jǐn 谨 cẩn
瑾 cẩn
槿 cẩn
馑 cận
紧 khẩn
锦 cẩm
仅 cẩn
尽 tận
卺 cẩn

jìn 进 tiến, tấn
晋 tấn
搢 tấn
缙 tấn
殣 cận
觐 cận
禁 cấm

	嗪 cấm		竞 cạnh		柩 cữu		蒟 cù
	近 cận		净 tịnh, tĩnh		舅 cậu, cữu		枸 cử
	靳 cận		静 tĩnh, tịnh		疚 cứu, cữu	jù	窶 lũ
	劲 kình		靖 tịnh, tĩnh		枢 cữu		聚 tụ
	浸 tẩm		靓 tĩnh		咎 cữu		巨 cự
	褧 tẩm		婧 tĩnh	jū	鞠 cúc		炬 cự
	尽 tận		敬 kính		疽 thư		讵 cự
	浕 tận		痉 kinh		趄 thư		苣 cự
	烬 tẩn		径 kính		苴 thư		拒 cự
	荩 tận		胫 cảnh		罝 tư		距 cự
	赆 tận		劲 kình		雎 thư		钜 cự
	妗 cấm	jiōng	扃 quynh		俱 câu		澽 cự
jīng	京 kinh		垧 quynh		狙 thư, trớ		遽 cự
	惊 kinh	jiǒng	窘 quẫn		鞠 cúc		醵 cừ
	鲸 kinh		炅 quýnh		掬 cúc		具 cụ
	旌 tinh		炯 quýnh		沟 câu		惧 cụ,
	粳 canh		迥 quýnh		拘 câu		quắc
	精 tinh	jiū	阄 câu		驹 câu		惧 câu
	菁 tanh		樛 cù		居 cư		飓 cụ
	睛 tình		揪 tù		裾 cư		句 cú
	荆 kinh		啾 tu		琚 cư		据 cứ
	兢 căng		究 cứu		椐 cử		踞 cứ
	晶 tinh		鸠 cưu		锔 cục		剧 kịch
	泾 kinh		赳 củ		锯 cứ		锯 cứ
	茎 hành, kinh		纠 củ	jú	菊 cúc		倨 cự
	经 kinh	jiǔ	酒 tửu		桔 quất		屦 lũ
jǐng	井 tỉnh		韭 cửu		橘 quất		秬 cự
	汫 tỉnh		九 cửu		局 cục		
	阱 tỉnh		久 cửu		锔 cục	juān	蠲 quyên
	警 cảnh	jǔ	灸 cứu		举 cử		圈 khuyên
	儆 cảnh		玖 cửu		榉 cử		涓 quyên
	景 cảnh		玖 cửu		柜 cự		捐 quyên
	憬 cảnh	jiù	就 tựu		矩 củ		鹃 quyên
	璟 cảnh		僦 tựu		沮 tử		娟 quyên
	颈 cảnh		鹫 tựu		蛆 thư		镌 huề,
	刭 kình		厩 cứu		咀 thư, tử		thuyên
jìng	竟 cánh		救 cứu		踽 vũ		脧 thuyên
	境 cảnh		旧 cựu		莒 cử	juǎn	卷 quyển
	镜 kính		臼 cậu, cửu		筥 cử	juàn	眷 quyến

卷 quyển
圈 khuyên
倦 quyện
鄄 quyên
睊 quyến
罥 quyển
狷 quyến, quyền
绢 quyến
隽 tuyển
juē 撅 quyết
噘 quyết
jué 觉 giác
珏 giác
厥 quyết
潏 quyết
蕨 quyết
橛 quyết
阙 khuyết
蹶 quê,quyết
獗 quyết
矍 quắc
攫 quắc
噱 cự
爵 tước
爝 tước
嚼 tước
桷 giác
谲 quyệt
镢 quyết
决 quyết
诀 quyết
玦 quyết
抉 quyết
鸩 quyết
掘 quật
崛 quật
倔 quật
孓 quyết

绝 tuyệt
蹶 quặc
潏 quyết
jūn 军 quân
皲 quân
均 quân
筠 quân
钧 quân
麇 quần
菌 khuẩn
龟 quân
君 quân
jùn 菌 khuẩn
浚 tuấn
竣 thoan
畯 tuấn
峻 tuấn
俊 tuấn
餕 tuân
骏 tuấn
珺 quận
捃 quận
郡 quận
隽 tuấn

K

kā 喀 ca
咖 ca
kǎ 卡 ca
佧 kha
咯 khạc
kāi 开 khai
锎 khai
揩 khi,khải
kǎi 慨 khái
楷 giai,khai
锴 khải
恺 khải

闿 khải
垲 khải
剀 khải
铠 khải
凯 khải
kài 忾 khái
kān 刊 san
堪 kham
戡 kham
勘 khám
龛 kham
看 khan
kǎn 槛 hạm
轗 khảm
侃 khản
坎 khảm
砍 khảm
kàn 阚 khám
瞰 hám
墈 khám
磡 khám
崁 khám
嵌 khám
看 khán
kāng 康 khang
慷 khảng
糠 khang
káng 扛 giang
kàng 亢 cang
炕 kháng
抗 kháng
钪 cang
伉 khang
kāo 尻 khao
kǎo 考 khảo
烤 khảo
栲 khảo
拷 khảo
铐 khảo
kào 靠 kháo

靠 kháo
犒 khao
kē 颏 cai
磕 khải
瞌 hạp
疴 kha
珂 kha
苛 hà
柯 kha
轲 kha
牁 kha
窠 khoa
颗 khoả
颗 loả, khoả
髁 khoá
稞 khoả
科 khoa
蝌 khoa
ké 咳 khái
壳 xác
kě 渴 khát
可 khả
坷 kha
岢 khả
kè 刻 khắc
溘 khạp
嗑 hạp
克 khắc
氪 khắc
可 khả
课 khoá
锞 quả
骒 khoả
客 khách
恪 khác
kěn 肯 khẳng
啃 khẳng
恳 khẩn

	垦 khẩn		跨 khoá	kuí	逵 quì	kuò	廓 khoách
	龈 khẩn		胯 khoá		奎 khuê		扩 khuếch
kèn	掯 khắng	kuǎi	蒯 khoái		魁 khôi		阔 khoát,
kēng	坑 khanh	kuài	会 cối		隗 quì		khuếch
	吭 khang		浍 khoái		馗 quì		括 quát
	硁 khanh		哙 khoái		葵 quì		蛞 khoát
	铿 khanh		侩 khoái		揆 quĩ,quị		
kōng	空 không		脍 khoái		暌 khuê		**L**
	崆 không		狯 cối,		睽 khuê		
	箜 không		khoái		骙 quì	lā	垃 lạp
kǒng	恐 khủng		郐 khoái		夔 quì		拉 lạp
	倥 không		块 khối	kuǐ	跬 khuể		啦 lạp
	孔 khổng		快 khoái		傀 ổi,		邋 lạp
kòng	空 không		筷 khoái		khổi	lá	旯 lạp
	鞚 khống	kuān	宽 khoan	kuì	愧 quí	lǎ	喇 lạt
	控 khống		髋 khoan		溃 hội	là	蜡 lạp
kōu	抠 khu	kuǎn	款 khoản		愦 hội		腊 lạp
	眍 khu	kuāng	匡 khuông		蒉 quị		辣 lạt
kǒu	口 khẩu		洭 khuông		聩 hội		剌 lạt
kòu	寇 khấu		诓 cuống		匮 quĩ		瘌 lạt
	蔻 khấu		筐 khuông		篑 quĩ		鬎 lạt
	彀 khấu		劻 khuông		馈 quĩ		镴 lạp
	扣 khấu		哐 khuông		喟 vị		落 lạc
	筘 khấu	kuáng	狂 cuồng	kūn	堃 khôn	la	鞡 la
	叩 khấu		诳 cuống		裈 côn		啦 lạp
kū	窟 quật	kuàng	圹 khoáng		髡 khôn	lái	来 lai
	枯 khô		矿 khoáng		坤 khôn		涞 lai
	骷 cô		旷 khoáng		昆 côn		莱 lai
	刳 khô		邝 quảng		焜 côn		崃 lai
	矻 quật		框 khuông		琨 côn		铼 lai
	哭 khốc		眶 khuông		醌 côn		徕 lai,lại
kǔ	苦 khổ		况 huống		锟 côn		睐 lai
kù	库 khố		贶 huống		鲲 côn	lài	赉 lại
	裤 khố	kuī	窥 khuy		鹍 côn		赖 lại
	绔 khoá		悝 khuy	kǔn	悃 khổn		濑 lại
	酷 khốc		亏 khuy		阃 khổn		癞 lại
kuā	夸 khoa		刲 khuê		捆 khổn		籁 lại
kuǎ	垮 khoa		盔 khôi		壸 khổn	lán	阑 lan
kuà	挎 khoá		岿 khuy	kùn	困 khốn		澜 lan

澜 lan
谰 lan
镧 lan
兰 lan
栏 lan
拦 lan
婪 lam
褴 lam
蓝 lam
篮 lam
岚 lam

lǎn 懒 lại, lãn
览 lãm
榄 lãm
揽 lãm
缆 lãm
罱 lãm

làn 滥 lạm
烂 lạn

láng 郎 lang
廊 lang
榔 lang
螂 lang
锒 lang
嫏 lang
琅 lang
稂 lang
硠 lang
鋃 lang
粮 lang
狼 lang
阆 lãng

lǎng 烺 lãng
朗 lãng
塱 lãng

làng 浪 lãng
阆 lãng
莨 lang
蒗 lãng

崀 lãng
lāo 捞 lao, lạo
láo 牢 lao
劳 lao
痨 lao
唠 lạo
崂 lao
铹 lao
醪 lao
lǎo 潦 lạo
老 lão
栳 lão
铑 lão
佬 lão
姥 lão
涝 lạo
耢 lạo
烙 lạc
落 lạo
酪 lạc
络 lạc
唠 lao
嫪 lạo
lè 乐 lạc
叻 lợi
勒 lặc
le 了 liễu
lēi 勒 lặc
léi 嬴 luy
雷 lôi
礌 lỗi
擂 lôi
镭 lôi
蠝 lôi
累 luy
螺 luy
缧 luy
lěi 耒 lội, lỗi
蕾 lội

磊 lỗi
累 luỹ
儡 lỗi
垒 luỹ
lèi 泪 lệ
类 loại
酹 loại
擂 lôi
累 luy
肋 lặc
lēng 棱 lăng
léng 棱 lăng
崚 lăng
塄 lăng
楞 lăng
lěng 冷 lãnh, linh
lèng 愣 lăng
塄 lăng
睖 lăng
lí 离 li
漓 li
璃 li
蓠 li
醨 li
篱 li
缡 li
嫠 li
藜 li
丽 li
鹂 li
骊 li
厘 li
喱 li
狸 li
罹 li
梨 lê
蜊 lợi
犁 lê

黎 lê
藜 lê
蠡 lãi
lǐ 礼 lễ
李 lí
逦 lí
里 lí
理 lí
锂 lí
俚 lí
鲤 lí
娌 lí
澧 lễ
醴 lễ
鳢 lễ
蠡 lãi
lì 立 lập
粒 lạp, lập
苙 lị
笠 lạp, lip
戾 lệ
唳 lệ
丽 lệ
俪 lệ
郦 lịch
鬲 lịch
栗 lật
溧 lật
溧 lật
篥 lật
傈 lật
吏 lại
厉 lệ
疠 lệ
粝 lệ
砺 lệ
励 lệ
詈 lệ

	利 lợi, lị		莲 liên		燎 liệu		璘 lân
	痢 lị, lợi		椑 liên		撩 liêu		磷 lân
	鬁 lợi		鲢 liên		嘹 lạo		辚 lân
	莉 lợi, lị	liǎn	琏 liễn		僚 liêu		瞵 lân
	俐 lợi		裣 liêm		鹩 liêu		嶙 lân
	猁 lợi		敛 liễm		獠 liêu		鳞 lân
	例 lệ		蔹 liễm		嫽 liêu		林 lâm
	珠 lịch		脸 kiệm		缭 liễu		淋 lâm
	栎 lịch	liàn	恋 luyến		潦 liêu		霖 lâm
	砾 lịch		楝 luyện		寥 liêu		琳 lâm
	轹 lịch		炼 luyện		疗 liệu		临 lâm, lậm
	隶 đại		练 luyện		辽 lieu		邻 lân
	力 lực		潋 liễm		潦 lạo	lǐn	凛 lẫm
	历 lịch		殓 liễm	liǎo	蓼 liễu		廪 lẫm
	沥 lịch		链 liên		澪 lạo		懔 lẫm
	疬 lịch		涷 luyện		憭 liêu		檩 lẫm, bẩm
	雳 lịch	liáng	梁 lương		了 liễu	lìn	淋 lâm
	坜 lịch		梁 lương		钌 liễu		吝 lận
	苈 lịch		椋 lương	liào	廖 liêu		蔺 lận
	枥 lịch		凉 lương		料 liệu		躏 lận
	呖 lịch		良 lương, lang		撂 lược		赁 nhẩm
	荔 lệ		粮 lương		镣 liêu	líng	凌 lăng
	沴 lệ		量 lường		瞭 liêu		棱 lăng
li	哩 li	liǎng	两 lưỡng,	liě	咧 liệt		菱 lăng
liǎ	俩 lạng, lưỡng		lượng	liè	埒 liệt		棱 lăng
lián	帘 liêm		俩 lưỡng		列 liệt		鲮 lăng
	廉 liêm		魉 lạng		烈 liệt		陵 lăng
	濂 liêm	liàng	凉 lượng		洌 liệt		绫 lăng
	鬑 liêm		谅 lạng, lượng		冽 liệt		令 linh
	磏 liêm		晾 lượng		裂 liệt		泠 linh
	蠊 liêm		亮 lượng		趔 liệt		羚 linh
	镰 liêm		喨 lượng		捩 liét		零 linh
	臁 liêm		踉 lương		劣 liệt		玲 linh
	怜 lân, liên		辆 lưỡng		猎 lạp		苓 linh
	联 liên, liễn		量 lượng		鬣 liệp		聆 linh
	奁 liêm	liāo	撩 liêu		躐 lạp, liệp		瓴 linh
	连 liên		蹽 liêu	līn	拎 linh		龄 linh
	涟 liên	liáo	聊 liêu	lín	麟 lân		囹 linh
	裢 liên		寮 liêu		遴 lân		蛉 linh

笒 linh	遛 lưu	篓 lâu	戮 lục
铃 linh	镏 lựu	**lòu** 漏 lậu	录 lục
伶 linh	馏 lựu	瘘 lâu	渌 lộc
舲 linh	蹓 lưu	镂 lậu,lu	禄 lộc
鸰 linh	鹨 lưu	露 lộ	逯 lộc,lục
翎 linh	陆 lục	陋 lậu	菉 lục
灵 linh	**lo** 咯 lạc	**lū** 噜 lỗ	醁 lộc
棂 linh	**lóng** 龙 long	撸 lỗ	碌 lộc,lục
醽 linh	泷 lung	**lú** 庐 lô	箓 lục
酃 linh	珑 lung	炉 lô,lư	绿 lục
lǐng 领 lãnh,lĩnh	茏 lung	芦 lô,lư	陆 lục
岭 lãnh,lĩnh	聋 lung	卢 lô,lư	甪 lộc,lục
lìng 另 lánh	栊 long,lung	泸 lô,lư	**lu** 氇 lỗ
令 lệnh,lạnh,	砻 lung	垆 lư	**lú** 闾 lư
lịnh	咙 lung	颅 lư	榈 lử
liū 溜 lưu	昽 lung	轳 lô,lư	驴 lư
liú 刘 lưu	眬 lung	舻 lô,lư	**lǔ** 旅 lử
浏 lưu	笼 lung	鸬 lộ,lư	膂 lử
流 lưu	胧 lung	胪 lư	褛 lũ
鎏 lưu	隆 long	鲈 lư	屡 lũ
旒 lưu	窿 long	**lǔ** 卤 lỗ	缕 lũ
琉 lưu	癃 long	虏 lỗ	吕 lử,lã
硫 lưu	**lǒng** 垄 lũng	掳 lỗ	铝 lã
镠 lưu	拢 lũng	鲁 lỗ	侣 lử
留 lưu	笼 lũng	橹 lỗ	履 lí
瘤 lựu	陇 lũng	镥 lỗ	捋 lũ
遛 lưu	**lòng** 弄 lộng	**lù** 鹿 lộc	**lǜ** 率 suất
榴 lưu,lựu	**lōu** 搂 lâu	漉 lộc	虑 lự
镏 lưu	**lóu** 娄 lâu	麓 lộc	滤 lự
鹠 lưu	溇 lâu	辘 lộc	律 luật
飗 lưu	楼 lâu	簏 lộc	氯 lục
馏 lưu	蒌 lâu	辂 lộ	绿 lục
骝 lưu	楼 lâu	赂 lộ	**luán** 栾 loan
liǔ 柳 liễu	喽 lâu	路 lộ	滦 loan
罶 liễu	蝼 lâu	潞 lộ	圝 loan
绺 liêu	髅 lâu	露 lộ	脔 loan
锍 lưu	偻 lũ	璐 lộ	峦 loan
liù 六 lục	**lǒu** 搂 lâu	鹭 lộ	銮 loan
溜 lựu	嵝 lũ	蓼 lục	挛 luyên

	鸾 loan		络 lạc		螨 mãn	mào	袤 mậu
	娈 loan		漯 lạc	màn	曼 man		懋 mậu
	孪 loan,		跞 lạc		漫 man		瞀 mậu
	luyến				慢 mạn		茂 mậu
luǎn	卵 noãn		**M**		谩 man		冒 mạo
luàn	乱 loạn				幔 màn		瑁 mạo
lüè	掠 lược	mā	蚂 mã		镘 man		帽 mạo
	略 lược		妈 ma		嫚 mạn		耄 mạo
lūn	抡 luân		抹 mạt		缦 mán, mạn		眊 mạo
lún	仑 luân	má	麻 ma	máng	忙 mang		貌 mạo
	沦 luân		痳 ma		芒 mang		贸 mậu
	论 luân		吗 ma		茫 mang	me	么 ma
	轮 luân		蟆 mô		杧 mang	méi	没 một
	囵 luân	mǎ	马 mã		硭 mang		糜 mi
	伦 luân		玛 mã		铓 mang		煤 môi
	纶 luân		码 mã		盲 manh		槑 môi
lùn	论 luận		蚂 mã		氓 manh		媒 môi,
luō	捋 liệt, loát		吗 ma		邙 manh		mai
	啰 la	mà	祃 mã		龙 mang		玫 mai,
luó	螺 loa		蚂 mã	mǎng	莽 mãng		mân
	骡 loa		骂 mạ		漭 mạng		枚 mai
	罗 la	ma	嘛 ma		蟒 mãng		霉 mai, mi
	逻 la		吗 ma	māo	猫 miêu		莓 môi
	萝 la	mái	霾 mai	máo	茆 mão		梅 mai
	箩 la		埋 mai		毛 mao		酶 môi
	锣 la	mǎi	买 mãi		旄 mao		眉 mi
	脶 loa	mài	麦 mạch		髦 mao		湄 mi
luǒ	瘰 loa, lỗi,		卖 mại		牦 li		楣 mi
	luy		迈 mại		锚 miêu		嵋 mi
	蓏 loả		劢 mại		矛 mâu		镅 mi
	裸 loả		脉 mạch		茅 mao		郿 mi
luò	荦 lạc	mǎn	颟 man		髳 mao	měi	浼 mỗi
	漯 đạp	mán	蛮 man		蝥 mâu		美 mĩ
	洛 lạc		埋 man		蟊 miêu		渼 mĩ
	烙 lạc		瞒 man	mǎo	卯 mão		镁 mĩ
	珞 lạc		蔓 man		泖 mão		每 mỗi
	落 lạc		鳗 man		昴 mão	mèi	袂 duệ
	雒 lạc		馒 man		峁 mão		沫 muội
	骆 lạc	mǎn	满 mãn		铆 mão		寐 mị

昧 muội　迷 mê　miàn 面 diện, miến　溟 minh
魅 mị　谜 mê　miāo 喵 miêu　蓂 minh
妹 muội　醚 mê　miáo 苗 mèo　暝 minh
媚 mị　祢 di　描 miêu　瞑 minh
mēn 闷 muộn　弥 di　瞄 miêu　螟 minh
mén 门 môn　猕 mị　miǎo 杪 diểu, mạo　明 minh
扪 môn　眯 mê　秒 xao, miểu　鸣 minh
钔 môn　mǐ 靡 mi, mị　眇 diêu　名 danh
们 môn　米 mễ　渺 diêu　洺 danh
mèn 懑 muộn　洣 mễ　缈 diêu　茗 minh
闷 muộn　芈 mễ　邈 mạc　铭 minh
焖 muộn　弭 nhị　藐 diểu　mǐng 酩 dánh,
men 们 môn　mì 汨 mịch　淼 diểu　　mính
mēng 蒙 mông　泌 tiết　miào 庙 miếu　mìng 命 mạnh, mạng,
méng 蒙 mông　秘 bí　妙 diệu　　mệnh
檬 mông　宓 mệt　缪 mậu　miù 谬 mậu
曚 mông　蜜 mật　miē 咩 nhĩ, mã　缪 mậu
朦 mông　密 mật　乜 khiết　mō 摸 mạc, mô
朦 mung　谧 bật, mật　miè 灭 diệt　mó 磨 ma
萌 manh　幂 mịch　蔑 miệt　蘑 ma
盟 minh　幎 mịch　篾 miệt　劘 ma
měng 懵 mông,　觅 mích, mịch　mín 旻 mân　嬷 ma
　mộng　嘧 mật　民 dân　摩 ma
蒙 mông　mián 眠 miên　珉 mân　魔 ma
蠓 mông　棉 miên　岷 mân, dân　谟 mô
蜢 mănh　绵 miên　缗 mân　模 mạc, mô
锰 mạng,　miǎn 丏 miện　mǐn 闵 mẫn　摹 mô
　mãng　沔 miến, miện　悯 mẫn　膜 mạc
艋 mănh　眄 miến　闽 mân　馍 mô
猛 mănh　湎 miến　黾 mẫn　嫫 mô
黾 mănh　视 miễn　傄 mẫn　mǒ 抹 mạt
mèng 梦 mộng　腼 diễn　皿 mănh　mò 磨 ma
孟 mạnh　缅 diễn, miến　敏 mẫn　礳 ma
mī 咪 mị　黾 mănh　愍 mẫn　末 mạt
眯 mê, mế　渑 mănh　鳘 mẫn　沫 mạt
mí 醚 mê　免 miễn　泯 dân, dẫn　茉 mạt
縻 mi　冕 miện　抿 mân　靺 mạt
麋 mi　勉 miễn　慜 mẫn　抹 mạt
麋 mê　娩 miễn　míng 冥 minh　秣 mạt

	妹 mạt		木 mộc		喃 nam, nôm		霓 nghê
	莫 mạc		沐 mộc		男 nam		輗 nghê
	漠 mạc		霖 mộc		难 nan		蜺 nghê
	寞 mịch		目 mục	nǎn	赧 hà, noãn		倪 nghê
	瘼 mạc		苜 mục		蝻 nấm		鯢 nghê
	蓦 mạch		钼 mục		腩 nàm		猊 nghê
	陌 mạch		睦 mục	nàn	难 nạn		婗 nghê
	墨 mặc		牧 mục	nāng	囔 nang		尼 nê, nệ,
	默 mặc		穆 mục		囊 nang		nật, ni
	嘿 mặc			náng	囊 nang		泥 nê,nệ
	眽 mạch		N		馕 nang		怩 ni
	脉 mạch			nǎng	攮 nang		坭 nê,nệ
	歿 một	ná	拿 nã		曩 nãng		呢 ni
	没 một		锋 nã		馕 nang		铌 ni
	冒 mạo		挐 nã	nàng	齉 nang		齯 nghê
mōu	哞 mu	nǎ	哪 ná	nāo	孬 nao	nǐ	拟 nghĩ
móu	谋 mưu	nà	捺 nại	náo	硇 nạo		祢 nễ
	牟 mâu		衲 nạp		譊 nao		你 nhĩ
	桙 mâu		呐 niệt		挠 náo		旎 nị,ni
	眸 mâu		钠 nạp		蛲 nhiêu	nì	溺 nịch
	蛑 mâu		肭 nạp		铙 nhiêu		逆 nghịch
	侔 mâu		纳 nạp		呶 nô, nao		匿 nặc
	鍪 mâu		那 na		猱 nao		坭 nghê
	缪 mâu, mậu		娜 na	nǎo	恼 não		睨 nghệ
mǒu	某 mỗ	na	哪 ná		瑙 não		腻 nhi
mú	模 mô	nǎi	乃 nãi		堖 não		昵 nặc
mǔ	亩 mẫu		艿 nhân, nãi		脑 não		伲 ni
	牡 mẫu		氖 nãi	nào	淖 náo	niān	拈 chiêm, niêm
	姥 mẫu		奶 nãi		闹 náo		蔫 yên
	母 mẫu	nài	褦 nại	nè	讷 nột	nián	黏 niêm
	坶 mẫu		奈 nại	ne	呢 ni		鲇 niềm
	拇 mẫu		奈 nại	něi	馁 nỗi		年 niên
	钼 mẫu		萘 nại	nèi	内 nội		粘 niêm
	姆 mẫu		耐 nại	nèn	恁 nhậm	niǎn	辇 liễn
mù	墓 mộ		佴 nại		嫩 nộn		撵 liễn
	暮 mộ		鼐 nãi, nại	néng	能 năng		捻 niệm, niệp
	幕 mạc	nān	囡 nợp, nam	nī	妮 ni		碾 nhiễn, niễn,
	募 mộ	nán	南 nam	ní	兒 nghê		nghiên
	慕 mộ		楠 nam		麑 nghê		蹍 triển

	辗 nhiễn	niū	妞 nựu		搦 nặc	pài	湃 bái
niàn	廿 niệm,trấp	niú	牛 ngưu				派 phái
	念 niệm	niǔ	忸 nựu		**O**		蒎 phái
	埝 điếm		扭 nữu				哌 phái
niáng	娘 nương		钮 nữu	ō	噢 úc	pān	攀 phan
niàng	酿 nhưỡng		狃 nứu,nữu		喔 ốc		扳 phàn
niǎo	袅 niểu		纽 nựu,nữu	ò	哦 nga		番 phiên
	鸟 điểu	niù	拗 nữu	ōu	区 âu		潘 phan
	茑 điểu	nóng	农 nông		讴 âu	pán	蹒 man
	嬲 niểu		浓 nùng		瓯 âu		磻 bàn
niào	尿 niểu,niệu		酞 nùng		鸥 âu		蟠 bàn
	溺 niệu		秾 nùng		欧 âu		盘 bàn
niē	捏 niết		侬 nùng		殴 ẩu		槃 bàn
nié	苶 niết		脓 nùng	ǒu	耦 ngẫu		磐 bàn
niè	聂 nhiếp		哝 nông		藕 ngẫu		胖 bàn
	颞 nhiếp	nòng	弄 lộng		偶 ngẫu	pàn	泮 phán
	嗫 nhiếp		齈 nỗng		呕 ẩu		判 phán
	蹑 nhiếp	nòu	耨 nậu	òu	沤 âu		畔 bạn
	镊 nhiếp	nú	奴 nô		怄 a,âu		叛 bạn
	蘖 nghiệt		孥 noa				襻 phạn
	孽 nghiệt		驽 nô		**P**		拚 biền
	涅 nát,niết		帑 nô				盼 phán
	陧 niết,nghiệt	nǔ	努 nỗ	pā	葩 ba	pāng	滂 bàng
	啮 giảo		弩 nỗ		啪 phách		雱 bàng
	臬 niết,nghiệt		努 nỗ		趴 vát		乓 bàng
	镍 niết	nù	怒 nộ	pá	耙 bà	páng	旁 bàng
	摄 nhiếp	nǚ	女 nữ		琶 bà		磅 bàng
nín	您 nỉn		钕 nữ		杷 bà		螃 bàng
níng	宁 ninh	nù	衄 nục		筢 bà		膀 bàng
	柠 ninh	nuǎn	暖 noãn		爬 bà		彷 bàng
	拧 ninh	nüè	疟 ngược		扒 bát		庞 bàng
	咛 ninh		虐 ngược	pà	怕 phạ	pǎng	嗙 banh
	狞 ninh	nuó	傩 na		帕 bạc	pàng	胖 bàng
	凝 ngưng		挪 na	pāi	拍 phách	pāo	抛 phao
nǐng	拧 ninh		娜 na	pái	排 bài		脬 phao
nìng	宁 ninh	nuò	懦 noạ		俳 bài		泡 bào
	泞 ninh		糯 noạ		徘 bồi	páo	庖 bào
	佞 nịnh		诺 nặc		牌 bài		炮 bào
	拧 ninh		锘 nặc		簰 bài		袍 bào

	匏 bào, biều		篷 bồng		仳 tǐ		僄 phiêu
	咆 bào		朋 bằng		癖 tịch		嘌 phiêu
	刨 bào		棚 bằng		劈 phách	piē	撇 phách
	狍 bào		硼 bằng		否 bǐ		瞥 tê, miệt
	炰 bào		鹏 bằng	pì	睥 bễ		氕 phiết
pǎo	跑 bāo		蟛 bành		屁 tí, thí	piě	苤 phiết
pào	泡 bào		膨 bành		媲 tì		撇 phách
	疱 bào	pěng	捧 bổng		辟 tịch	pīn	拼 phanh
	炮 pháo	pèng	碰 bàng		譬 sí, tì, thí		姘 biền, biện
pēi	醅 phôi		椪 bàng		僻 tịch	pín	频 tần
	呸 phôi	pī	丕 phi		濞 tì		蘋 tần
	胚 phôi		坯 phôi	piān	篇 thiên		颦 tần
péi	培 bồi		邳 phi		偏 thiên		贫 bần
	赔 bồi		砒 phê		翩 phiên		嫔 tân
	锫 bàu		批 phê		片 phiến	pǐn	品 phẩm
	陪 bồi		纰 phi		扁 biển	pìn	聘 sính
	裴 bùi		披 phi	pián	胼 biển		牝 tẫn
pèi	沛 bái		霹 phanh		骈 biển	pīng	娉 sính
	霈 bái		噼 tích		蹁 biển		乒 binh
	旆 bái		劈 phách		便 tiện		俜 sính
	配 phối	pí	琵 tì	piǎn	谝 biển	píng	瓶 bình
	帔 phi		枇 tì	piàn	片 phiến		帲 bình
	佩 bội		毗 tì		骗 biển		屏 bình
	辔 bí		蚍 tì	piāo	漂 phiêu, xiếu		平 bình
pēn	喷 phún		貔 tì		螵 phiêu		评 bình
	濆 phún		罴 pha		剽 phiếu, phiêu		坪 bình
pén	盆 bồn		裨 tì		飘 phiêu		苹 tần
	溢 bồn		埤 bì		摽 phiêu		萍 bình
pèn	喷 phún		鼙 tì	piáo	朴 phác		枰 bình
pēng	烹 phanh		啤 ti		瓢 biều		凭 bằng
	怦 phanh		脾 tì		嫖 phiêu	pō	钋 bộc
	砰 phanh		郫 bì	piǎo	漂 phiêu		坡 pha
	抨 phanh		皮 bì		瞟 phiêu		颇 pha
	澎 bành		疲 bì		缥 phiêu		陂 pha
	嘭 bành		铍 phi		殍 biểu		泼 bát
péng	彭 bành		陂 bi		膘 phiêu		泊 bạc
	澎 bành	pǐ	圮 bǐ	piào	票 phiêu, phiếu	pó	婆 bà
	芃 bồng		痞 dǐ, bǐ		漂 phiếu		皤 bà
	蓬 bồng		匹 thất		骠 phiêu		鄱 phiền, phồn

	繁 phồn		圃 phó		棋 kì		亟 cức
pǒ	叵 phả		蹼 phốc		蜞 kì	qiā	掐 cáp
	笸 phả	pù	铺 phố		綦 kì	qiǎ	卡 tạp
	钷 phả		瀑 bộc		骐 kì	qià	洽 hiệp
	颇 phả		曝 bộc		跂 xí		恰 kháp
pò	朴 phác				岐 kì	qiān	搴 khiên
	破 phá		**Q**		奇 kì		搴 khiên
	粕 phách				琦 kì		褰 khiên
	迫 bách	qī	期 kì		崎 kì		悭 kiên,khanh
	珀 phách		欺 khi		锜 kì		谦 khiêm
	魄 phách		栖 thê		骑 kì		牵 khiên
pōu	剖 phẫu		漆 tất		畦 huề		佥 thiên
póu	裒 phầu		攲 khi		祈 kì		签 kiềm,thiêm,
	抔 phầu		戚 thích		圻 kì		tiêm
	掊 phầu		七 thất		祇 kì		铅 diên
pū	扑 phốc		柒 thất		芪 kì		千 thiên
	仆 phó		沏 thế	qǐ	启 khải		迁 thiên
	噗 phốc		妻 thê,thế		企 xí		芊 thiên
	铺 phô		凄 thê		稽 khể		扦 thiên
pú	菩 bồ		萋 thê		乞 khất		钎 thiên
	莆 phù,bồ		蹊 khê		起 khởi,khỉ		仟 thiên
	蒲 bồ		缉 tập		杞 khởi		阡 thiên
	葡 bồ	qí	齐 tề		岂 khỉ		愆 khiên
	匍 bồ		荠 tề,tê		屺 kỉ,tỉ	qián	潜 tiềm
	脯 phù,bô		蛴 tề		绮 khởi		前 tiền
	濮 bộc		脐 tê	qì	泣 khấp		乾 kiền
	璞 phác		祁 kì		弃 khí		荨 tầm
	镤 mộc,bộc		颀 kì		契 khế,khiết,		掮 kiên
	仆 bộc		耆 kì		tiết		虔 kiền
	襆 bộc		鬐 kì		葺 tập		黔 kiềm
	幞 bộc		鳍 kì		碛 thích		钤 kiềm
pǔ	普 phổ		蕲 kì		砌 thế		钱 tiền,tiễn
	谱 phả,phổ		其 kì		器 khí		钳 kiềm
	镨 phổ		淇 kì		气 khí	qiǎn	浅 thiển
	氆 phổ		麒 kì		汽 khí		嗛 kiểm
	朴 phác		旗 kì		憩 khê		遣 khiển
	浦 phổ		祺 kì		迄 hất		谴 khiển
	溥 phổ		琪 kì		迤 ngật		缱 khiển
	埔 phố		其 cơ			qiàn	慊 khiển

	歉 khiểm		蹺 nghiêu	qīn	亲 thân	qìng	庆 khánh
	倩 sảnh, thiến		锹 thâu		衾 khâm		清 sảnh
	茜 xuyến		悄 xao		钦 khâm		綮 khánh
	堑 khiếm	qiáo	翘 kiều		嵚 khâm		罄 khánh
	槧 tạm		乔 kiều		侵 xâm		亲 thân
	欠 khiếm		荞 kiều		骎 xâm	qióng	穹 khung
	芡 khiếm		桥 kiều	qín	秦 tần		穷 cùng
	嵌 khảm		侨 kiều		蓁 tần		琼 quỳnh
	纤 khiên		憔 tiều		勤 cần		蛩 cùng
qiāng	锖 tương		谯 tiều,tiệu		芹 cần		跫 cùng
	羌 khương		樵 tiều		覃 đàm		邛 cùng
	蜣 khương		瞧 tiều		禽 cầm		筇 cùng
	枪 sang,		峤 kiều		檎 cầm	qiū	秋 thu
	thương	qiǎo	悄 thiểu		擒 cầm		湫 thu
	跄 thương		愀 thiểu		噙 cầm		楸 thu
	腔 xoang		巧 xảo		琴 cầm		鳅 thu
	戕 tường		雀 tước,		芩 cầm		丘 khưu
	抢 thương		thước	qǐn	寝 tẩm		蚯 khâu
	呛 thương	qiào	窍 khiếu		锓 xâm		邱 khâu
	戗 thương		壳 xác	qìn	沁 tẩm		龟 cưu
	将 tương		撬 khiêu		揿 khẩm		鳈 thu
qiáng	墙 tường		翘 kiều	qīng	青 thanh	qiú	酋 tù
	蔷 tường		诮 tiếu		清 thanh		遒 tù
	樯 tường		鞘 sao, tiếu		圊 thanh		蝤 tù
	嫱 tường		峭 tiếu		蜻 thanh		求 cầu
	强 cường		俏 tiếu		鲭 thanh		裘 cầu
qiǎng	抢 sang, thảng,	qiē	切 thiết		倾 khuynh		逑 cầu
	thương	qié	茄 gia		卿 khanh		球 cầu
	强 cưỡng		伽 già		轻 khinh		虬 cầu
	襁 cưỡng	qiě	且 thả		氢 khinh		囚 tù
	镪 cưỡng	qiè	妾 thiếp	qíng	鲸 kình		泅 tù
qiàng	炝 sang		锲 kết		情 tình		仇 cừu
	呛 sang		挈 khiết		晴 tình		犰 cừu
	跄 thương		怯 khiếp		氰 thanh	qiǔ	糗 khưu
	戗 sang		惬 thiếp		檠 kình	qū	麹 khúc
	蹌 thương		箧 khiếp		擎 kình		趋 xu
qiāo	敲 xao		切 thiết	qǐng	请 thỉnh		祛 khư
	橇 khiêu		窃 thiết		謦 khánh		胠 khư
	硗 nghiêu,khao		趄 thư		顷 khoảnh		区 khu

	岖 khu		权 quyền	rǎn	染 nhiễm		仞 nhẫn
	躯 khu,xu		全 toàn,tuyền		冉 nhiễm		纫 nhẫn
	驱 khu		痊 thuyên		苒 nhiễm		恁 nhẫn
	蛆 thư		诠 thuyên	rāng	嚷 nhưỡng	rēng	扔 nhưng
	曲 khúc		荃 thuyên	ráng	瀼 nhương	réng	礽 nhưng
	蛐 khúc		醛 thuyên		禳 nhương		仍 nhưng
	诎 khuất		辁 thuyên		穰 nhương	rì	日 nhật
	屈 khuất		筌 thuyên		瓤 nhương		驲 nhật
	趍 xu		铨 thuyên	rǎng	壤 nhưỡng	róng	容 dung
qú	渠 cừ		泉 tuyền		攘 nhưỡng		溶 dung
	蕖 cừ		跧 thuyên		嚷 nhưỡng		熔 dung
	磲 cừ	quǎn	犬 khuyển	ràng	让 nhượng		蓉 dung
	璖 cừ		畎 khuyển	ráo	荛 nhiêu		榕 dung
	蘧 cừ		绻 quyền		桡 náo		戎 nhung
	瞿 cồ,cù	quàn	券 khoán		饶 nhiêu		绒 nhung
	癯 cù		劝 khuyên		娆 nhiêu		荣 vinh
	氍 cù	quē	阙 khuyết	rǎo	扰 nhiễu		蝾 vanh
	衢 cù		炔 khuyết	rào	绕 nhiễu		嵘 vanh
	鸲 cù		缺 khuyết	rě	若 nhã		茸 nhung
	臞 cù	qué	瘸 cài		惹 nhạ		融 dung
	鼩 cù	què	阕 khuyết,		喏 nhạ		镕 dung
	劬 cù		quyết	rè	热 nhiệt	rǒng	冗 nhũng
qǔ	取 thủ		阙 khuyết	rén	人 nhân	róu	柔 nhu
	娶 thú		却 khước		壬 nhâm		糅 nứu
	龋 khũ		鹊 thước		任 nhậm		鞣 nhu
	曲 khúc		榷 dác,xác		仁 nhân		揉 nhu
qù	阒 khuất		雀 tước,thước	rěn	荏 nhẫm		蹂 nhụ
	趣 thú		确 xác		稔 nẫm	ròu	肉 nhục
	去 khứ,khử	qūn	逡 thoan		忍 nhẫn	rú	濡 nhu
	觑 thứ	qún	麋 quần	rèn	认 nhận		襦 nhu
quān	悛 thoan,toan		群 quần		葚 thậm		颥 nho
	棬 quyền		裙 quần		衽 nhậm,nhẫm		蠕 nhuyễn
	圈 khuyên,				任 nhiệm,nhậm		儒 nho
	quyền		**R**		饪 nhẫm		孺 nhũ
quán	拳 quyền				妊 nhâm		如 như
	惓 quyền,quyển	rán	髯 nhiêm		刃 nhẫn		茹 nhự
	鬈 quyền		蚺 nhiễm		切 nhẫn		铷 như
	蜷 quyền		然 nhiên		韧 nhẫn		挐 như
	颧 quyền		燃 nhiên		轫 nhẫn	rǔ	汝 nhữ

辱 nhục

乳 nhũ

女 nhữ

rù 溽 nhục

褥 nhục

蓐 nhục

缛 nhục

入 nhập

ruǎn 阮 nguyễn

软 nhuyến

ruí 蕤 nhuy

ruǐ 蕊 nhị, nhụy

ruì 瑞 thụy

睿 nhuệ, duệ, tuấn

汭 nhuế

芮 nhuế

枘 nhuế

蚋 nhuế

锐 nhuệ

rùn 闰 nhuận

润 nhuận

ruò 爇 nhược

若 nhược

篛 nhược

偌 nhược

弱 nhược

蒻 nhược

S

sā 撒 tát

仨 ta

sǎ 洒 sái

靸 táp

撒 táp, tán

sà 飒 táp

萨 tát

卅 nằm

---

sāi 塞 tắc

腮 tai

鰓 tai

sài 塞 tái

赛 trại

sān 三 tam

叁 tam

sǎn 糁 tảm

散 tản

馓 tản

伞 tản, tán

sàn 散 tản

sāng 丧 tang

桑 tang

sǎng 磉 tảng

颡 tảng

搡 tảng

嗓 tang, tảng

sàng 丧 táng

sāo 臊 tao

搔 tao, tráo

骚 tao

缫 tao

sǎo 扫 tảo

嫂 tẩu

sào 臊 tao

扫 táo

sè 涩 xát

瑟 sắt

啬 sắc

穑 sắc

色 sắc

铯 sắc

sēn 森 sâm

sēng 僧 tăng

shā 杉 sam

沙 sa

痧 sa

裟 sa

莎 sa

鲨 sa

砂 sa

纱 sa

杀 sái, sát

刹 sa

铩 sát

煞 sát

shá 啥 xá

shǎ 傻 soả

shà 霎 sáp

厦 hạ

嗄 hạ

箑 sáp

歃 sáp

煞 sát

shāi 筛 sư

shǎi 色 sắc

shài 晒 sái

shān 扇 phiến

芟 sam

疝 điểm

苫 chiêm

山 sơn

舢 san

衫 sam

杉 sam

钐 sam

膻 thiện

珊 san

跚 san

删 san

煽 phiến

姗 san

shǎn 闪 thiểm

睒 thiểm

陕 thiểm

shàn 擅 thiện

嬗 thiện

善 thiến, thiện

蟮 thiện

膳 thiện

鳝 thiện

鄯 thiện

缮 thiện

单 thiền, thiện

扇 phiến

骟 phiến

赡 thiệm

汕 sán

疝 sán

讪 sán

shāng 商 thương

墒 thương

伤 thương

殇 thương

觞 thương

shǎng 赏 thưởng

上 thưởng

垧 thưởng

晌 hưởng

shàng 尚 thượng

绱 thượng

上 thượng

shang 裳 thường

shāo 烧 thiêu

梢 tiêu

捎 sảo

蛸 tiêu

筲 tiêu

稍 sảo

艄 tiêu

sháo 勺 chước

芍 thược

杓 thược

韶 thiều

shǎo	少 thiểu		身 thân		诗 thi		拭 thức	
shào	哨 tiêu,tiệu		参 sâm		蓍 thi		轼 thức	
	少 thiểu		娠 thần		师 sư		弑 thí	
	召 thiệu		珅 thân		狮 sư		示 thị	
	邵 thiệu		燊 sâm		酾 xỉ		士 sĩ	
	邵 thiệu	shén	神 thần		失 thất		仕 sĩ	
	劭 thiệu		什 thậm		施 thi,thí,thỉ		恃 thị	
	绍 thiệu	shěn	沈 thẩm		葹 thi		侍 thị	
	潲 sảo,tiêu		审 thẩm		尸 thi		世 thế	
shē	奢 xa		婶 thẩm		虱 sắt		贳 thế	
	畬 xa		谂 thẩm	shí	实 thực,thiệt		事 sự	
	畲 xa		哂 sẩn,thần		识 thức		誓 thệ	
	赊 xa		矧 thần		十 thập		逝 thệ	
	猞 xá	shèn	慎 thận		什 thập		势 thế	
shé	折 triệt		甚 thậm		石 thạch		是 thị	
	蛇 xà		甚 thậm		鼫 thạch		嗜 thị	
	佘 xa		蜃 thần,thận,		拾 thập		释 thích	
	舌 thiệt		thần		湜 thực		筮 phệ	
shě	舍 xả		肾 thận		时 thì,thời		噬 phệ	
shè	涉 thiệp		渗 sâm		埘 thì		适 thích	
	社 xã	shēng	声 thanh		莳 thì		氏 thị	
	设 thiết		生 sinh,sanh		鲥 thì		舐 sị	
	赦 xá		甥 sanh		食 thực		饰 sức	
	慑 triếp		笙 sênh		蚀 thực	shi	匙 thìa	
	摄 nhiếp		牲 sinh	shǐ	豕 thi	shōu	收 thu,thâu	
	庫 xá		胜 thắng		史 sử	shóu	熟 thục	
	舍 xá		升 thăng		使 sứ,sử	shǒu	守 thú,thù	
	射 xạ		昇 thăng		驶 sử		首 thú,thù	
	歙 hấp	shéng	渑 thằng		矢 thi		手 thủ	
	麝 xạ		绳 thằng		屎 thi	shòu	瘦 sấu	
shéi	谁 thuỳ	shěng	省 tinh		始 thỉ,thuỷ		兽 thú	
shēn	深 thâm	shèng	晟 thạnh	shì	室 thất		寿 thọ	
	莘 sằn		盛 thịnh,thạnh		市 thị		受 thọ,thụ	
	申 thân		乘 thặng		柿 thị		授 thụ	
	砷 thân		剩 thặng		铈 thị		绶 thụ	
	呻 thân		嵊 thặng		谥 thụy		售 thụ	
	伸 thân		胜 thắng		视 thị		狩 thú	
	绅 thân		圣 thánh		式 thức	shū	梳 sơ	
	甡 sằn	shī	湿 thấp		试 thí		疏 sơ,só	

	蔬 sơ		墅 thự		厮 tê		惚 tung, tùng
	枢 xu		恕 thứ		撕 ti, tê		耸 tùng
	摅 thư	shuā	刷 loát		嘶 tê, tư	sòng	宋 tống
	叔 thúc	shuǎ	耍 xoạ		蛳 sư		送 tống
	淑 thục	shuāi	衰 suy, thoai		思 tư, tứ		诵 tụng
	菽 thúc		摔 suất		锶 tư		讼 tụng
	输 thâu, du	shuǎi	甩 suý		飔 tư		颂 tụng
	殊 thù	shuài	率 suất	sōu	私 tư		溲 sưu
	姝 khu		蟀 suất		司 ti, tư		搜 sưu
	倏 thúc		帅 soái, suý		丝 ti		锼 sưu
	殳 thù	shuān	闩 thuyên		鸶 ti		艘 tầu
	抒 trữ		栓 thuyên	sǐ	死 tử		飕 sưu
	舒 thư		拴 thuyên	sì	肆 tứ		馊 sưu
	纾 trữ	shuàn	涮 loát		寺 tự		螋 sưu
	书 thư	shuāng	泷 song		耜 tự	sŏu	薮 tẩu
shú	孰 thục		霜 sương		四 tứ		擞 tầu
	熟 thục		孀 sương		泗 tứ		嗽 tẩu, tậu,
	塾 thục		双 song		驷 tứ		thốc
	赎 thục	shuǎng	爽 sảng		似 tự		叟 tẩu
	秫 thuật	shuí	谁 thuỳ		姒 tự		瞍 tầu
shǔ	数 sổ	shuǐ	水 thuỷ		涘 sī	sòu	嗾 thấu, tấu
	暑 thử	shuì	说 thuế, thuyết		俟 sī		擞 tầu
	署 thự		税 thuế	sū	嗣 tự		苏 tô
	薯 thự		睡 thuỵ		笥 tứ		酥 tô
	曙 thự	shǔn	楯 thuẫn		饲 tự		稣 tô
	黍 thử		吮 doãn		巳 tị		窣 tô, tốt
	鼠 thử	shùn	舜 thuấn		汜 tị	sú	俗 tục
	属 thuộc		瞬 thuấn		祀 tự	sù	宿 túc
shù	澍 chú		顺 thuận		伺 tứ		溯 tố
	树 thụ, thọ	shuō	说 thuyết		食 tự		愬 tố
	漱 thấu	shuò	朔 sóc	sōng	松 tùng		塑 sóc, tố
	庶 thứ		蒴 tố		淞 tùng		谡 tốc
	数 sổ		槊 sóc		凇 tùng		诉 tố
	术 thuật		硕 thạc, thạch		菘 tùng		素 tố
	沭 thuật		烁 thước		嵩 tùng		愫 tố
	述 thuật		铄 thước		崧 tùng		嗉 tố
	束 thúc		妁 chước		忪 tùng		速 tốc
	戍 thú		数 sác	sŏng	竦 tùng		觫 tốc
	竖 thụ	sī	斯 ti, tư		悚 tùng		簌 tốc

	籔 tốc		桫 sa	tái	台 đài	tāng	汤 thang
	粟 túc		挲 sa		薹 đài		嘡 thang
	傈 túc		娑 sa		臺 thai		镗 thang
	夙 túc		蓑 soa		苔 đài		蹚 thang
	肃 túc		嗦 sách		抬 đài	táng	唐 đường
	骕 túc		梭 thoa		邰 đài, thai		溏 đường
suān	酸 toan		唆 toa		骀 thai		糖 đường
	狻 toan		缩 súc	tài	泰 thái		塘 đường
suàn	蒜 toán		羧 thoa		太 thái		搪 đường
	算 toán	suǒ	索 sách, tác		汰 thải		蟐 đường
suī	荽 tuy		琐 toả		态 thái		堂 đường
	眭 huy		唢 toả		钛 thai		棠 đường
	睢 tuy		锁 toả		酞 thái		螳 đường
	濉 tuy		所 sở	tān	坍 than		膛 đường
	虽 tuy				贪 tham		饧 đường
	尿 tuy		**T**		滩 thán	tǎng	淌 xướng
suí	遂 toại, tụy				瘫 than		惝 sưởng
	隋 tuỷ	tā	它 tha		摊 than		倘 thảng
	随 tuỷ		铊 tha	tán	痰 đàm		躺 thảng
	绥 tuy		遢 tháp		谈 đàm		傥 thảng
suǐ	髓 tuỷ		塌 tháp		郯 đàm		帑 thảng
suì	谇 toái		他 tha		坛 đàn, đàm	tàng	烫 thang
	碎 toái		她 tha		昙 đàm		趟 thãng
	遂 toại	tǎ	塔 tháp		檀 đàn	tāo	叨 đào
	邃 thuý, tụy		鳎 tháp		覃 đàm		涛 đào
	燧 toại		獭 lạt, thát		潭 đàm		掏 đào
	隧 toại, tụy	tà	闼 thát		谭 đàm		饕 thao
	岁 tuế		挞 thát		醰 đạm		叨 thao
	穗 tuệ, tuệ		拓 tháp		镡 đàm		滔 thao
	祟 tụy		嗒 tháp		弹 đàn		韬 thao
sūn	飧 tôn		阘 thác	tǎn	毯 thảm		绦 thao
	孙 tôn, tốn		榻 tháp		忐 thảm		慆 thao
	荪 tôn		蹋 đạp		袒 đản		弢 thao
	狲 tôn		遢 đạp		坦 thản	táo	梼 đào
sǔn	损 tổn		沓 đạp		钽 đán		洮 thao
	笋 duẩn		踏 đạp	tàn	探 thám		逃 đào
	隼 chuẩn	tāi	台 thai		叹 thán		鼗 đào
	榫 chuẩn		苔 thai		炭 thán		桃 đào
suō	莎 toa		胎 thai		碳 than		

	淘 đào		俶 thích		巢 thiếu		仝 đồng
	萄 đào		倜 thích	tiē	帖 thiếp		佟 đồng
	啕 đào		逖 dịch,		贴 thiếp		彤 đồng
	陶 đào		thích	tiě	帖 thiếp		茼 đồng
tǎo	讨 thảo		屉 thế		铁 thiết	tǒng	筒 đồng
tào	套 sáo		绨 đè,đễ	tiè	饕 thiết		桶 thống
tè	忒 thắc	tiān	添 thiêm		帖 thiếp		捅 thống
	慝 thắc		天 thiên	tīng	烃 thinh		统 thống
	忑 thức	tián	恬 điềm		汀 thinh	tòng	恸 đồng,động
	特 đặc		菾 điềm		厅 sảnh		痛 thống
téng	疼 đông		阗 điền		听 thính		通 thông
	誊 đằng		填 điền	tíng	亭 đình		同 đồng
	滕 đằng		田 điền		渟 đình	tōu	偷 du,thâu
	藤 đằng		畋 điền		葶 đình	tóu	头 đầu
	腾 đằng		甜 điêm		停 đình		投 đầu
tī	梯 thê	tiǎn	忝 thiệm		婷 đình		骰 đầu
	锑 đệ,thê		舔 thiêm		廷 đình	tòu	透 thấu
	剔 tích		殄 điền		庭 đình	tū	突 đột
	踢 dịch		悿 điền		霆 đình		葖 đột
tí	啼 đề,đế		腆 thiển		莛 đình		凸 đột
	蹄 đề		觍 điển		蜓 đình		秃 thốc
	鹈 đề		舑 điêm		筳 đình	tú	屠 đồ
	绨 đề	tiāo	桃 khiêu	tǐng	町 đĩnh		图 đồ
	荑 đề		挑 khiêu		梃 đĩnh		涂 đồ
	醍 đề		佻 khiêu		挺 đĩnh		途 đồ
	题 đề	tiáo	条 điều		铤 đĩnh		荼 đồ
	提 đề		鲦 điều		艇 đình, đĩnh		酴 đồ
	缇 đi		调 điều	tōng	恫 thông		徒 đồ
	褆 đề		蜩 điêu		通 thông		腯 đột
tǐ	体 thể		髫 điều		嗵 thông	tǔ	土 thổ
tì	涕 di		苕 điêu, điều	tóng	童 đồng		吐 thổ
	悌 thế		韶 điều		潼 đồng		钍 thổ
	悌 đễ		岧 điều		橦 đồng	tù	吐 thổ
	剃 thế		笤 điều		瞳 đồng		兔 thỏ, thổ
	替 thế	tiǎo	窕 điệu		曈 đồng		堍 thỏ
	趯 dịch		挑 khiêu		同 đồng		菟 thỏ
	薙 thể	tiào	眺 thiêu		桐 đồng	tuān	湍 suyền
	惕 thích		跳 khiêu, đào		酮 đồng	tuán	抟 đoàn
	嚏 đế				铜 đồng		团 đoàn

	博 đoàn		妥 thoả		皖 hoàn		透 uỷ
tuī	推 suy	tuò	柝 thác		脘 hoàn		萎 uỷ
tuí	隤 đồi		拓 thác		宛 uyển		巍 nguy
	颓 đồi		萚 thác		惋 uyển		危 nguy
tuǐ	腿 thoái,thối		箨 thác		琬 uyển	wéi	沩 qui
tuì	蜕 thuế		跅 thác		菀 uyển		为 vi
	退 thoái,thối		唾 thoá,xoa		碗 uyển		韦 vi
	褪 thoái		魄 phách		畹 uyển		闱 vi
tūn	吞 thôn				婉 uyển		违 vi
	暾 đôn		**W**		挽 vãn		围 vi
tún	屯 đồn				晚 vãn		帏 vi
	囤 đốn	wā	挖 oát		娩 vãn		圩 vu
	鲀 đồn		洼 oa		绾 quán		嵬 nguy,vĩ
	饨 đồn		哇 oa	wàn	蔓 man		惟 duy
	豚 đồn		蛙 oa		万 vạn,vàn		唯 duy
	臀 đồn		凹 ao		腕 uyển		帷 duy
tǔn	氽 thốn		娲 oa	wāng	汪 uông		维 duy
tùn	褪 thốn	wá	娃 oa	wáng	亡 vong,vương		潍 duy
tuō	脱 thoát	wǎ	瓦 ngoã		王 vương,		桅 nguy
	拖 đà		佤 ngoã		vượng	wěi	亹 vĩ
	托 thác	wà	袜 miệt	wǎng	枉 uổng		伪 ngụy
	饦 thác		瓦 ngoã		罔 võng		炜 vĩ
tuó	沱 đà		腽 oát		惘 võng		玮 vĩ
	坨 đà	wāi	歪 oai		辋 võng		苇 vi,vĩ
	柁 đà	wǎi	崴 uy,oai		魍 võng		諉 vĩ
	酡 đà	wài	外 ngoại		网 võng		伟 vĩ
	砣 đà	wān	剜 uyển		往 vãng		纬 vĩ
	跎 đà		蜿 uyển	wàng	忘 vong,vương		洧 vị
	佗 đà		弯 loan		妄 vọng		痏 vĩ
	鼧 đà		湾 loan		望 vọng		鲔 vị
	驼 đà	wán	完 hoàn		旺 vượng		唯 duy
	陀 đà		烷 hoàn	wēi	威 uy,oai		骫 uỷ
	驮 đà		玩 ngoạn		葳 uy		委 uỷ
	橐 thác		顽 ngoan		崴 uy		痿 nuy
	鼍 đà		丸 hoàn		煨 ôi		诿 uỷ
	驮 đà		汍 hoàn		偎 ôi		萎 uỷ
	铊 đà		纨 hoàn		隈 ôi		隗 nguy
tuǒ	庹 sải				微 vi		猥 ổi
	椭 thoả	wǎn	莞 hoàn,oản		薇 vi		尾 vĩ

	娓 vĩ	wèng	瓮 ủng		鹉 vũ		熹 hi
wèi	为 vị		瓮 ủng,ung		庑 vũ		谚 hi
	未 vị		鎓 ung		怃 vũ		嘻 hi
	味 vị	wō	涡 oa		妩 vũ		嬉 hi
	畏 uý		窝 oa		五 ngũ		昔 tích
	喂 uy,ổi,uỷ		萵 oa		伍 ngũ		惜 tích
	胃 vị		蜗 oa		捂 ô		熙 hi
	渭 vị		倭 oải,noải,nuy		悟 ngô		析 tích
	谓 vị		喔 ốc		午 ngọ		淅 tích
	猬 vị		挝 oa		忤 ngỗ		晰 tích
	遗 di	wǒ	我 ngã		连 ngỗ		皙 tích
	魏 nguỵ	wò	沃 ốc		仵 ngọ		蜥 tích
	位 vị		斡 oát,quản		舞 võ,vũ		西 tây
	罻 vệ		卧 ngoạ		侮 vụ		恓 tây
	尉 uý		硪 nga,ngã	wù	误 ngộ		粞 tây
	慰 uỷ		渥 ốc		恶 ố		栖 tê
	蔚 uý		握 ác		寤 ngộ		硒 tây
	卫 vệ		醒 ốc		痦 ngộ		牺 hi
wēn	温 ôn		幄 ốc		悟 ngộ		醯 hi
	瘟 ôn	wū	污 ô		焐 ngộ		褐 tích
wén	文 văn		圬 ô		晤 ngộ		锡 tích
	炆 văn		巫 vu		兀 ngột		吸 hấp
	雯 văn		诬 vu		靰 ngột		奚 hề
	蚊 mân,văn		乌 ô		机 ngột		溪 khê
	纹 văn		呜 ô		阢 ngột		蹊 khê
	闻 văn		钨 ô		戊 mậu		谿 khê
wěn	抆 vẫn		邬 ô,ổ		务 vụ		傒 hề
	紊 vặn		屋 ốc		雾 vụ		騱 hề
	稳 ổn	wú	无 vô		勿 vật		徯 hề
	刎 vẫn		芜 vu		物 vật		翕 hấp
	吻 vẫn		吾 ngô		坞 ổ		希 hi
wèn	汶 văn,vấn		浯 ngô		鹜 vụ		烯 hi
	问 vấn		梧 ngô		婺 vụ		唏 hi
	璺 vấn		齬 ngô		骛 vụ		晞 hi
	搵 vẫn		吴 ngô		**X**		稀 hi
wēng	翁 ông		蜈 ngô				欷 hi
	嗡 ong		毋 vô	xī	羲 hi		郗 si
wěng	滃 ông		亡 vô		曦 hi		兮 hề
	蓊 ông	wǔ	武 võ,vũ				悉 tất

	蟋 tất		细 tế		癇 nhàn		箱 sương,
	息 tức	xiā	瞎 hạt		娴 nhàn		tương
	熄 tức		虾 hà		咸 hàm		缃 tương
	螅 tức		呷 áp		贤 hiền		香 hương
	夕 tịch	xiá	袷 giáp		衔 hàm		乡 hương
	汐 tịch		硖 hiệp		嫌 hiềm		芗 hương
	歺 tịch		峡 hiệp	xiǎn	燹 tiển	xiáng	庠 tường
	矽 tịch		侠 hiệp		显 hiển		详 tường
	膝 tất		狭 hiệp		蚬 hiện		祥 tường
	肸 hất		辖 hạt		险 hiểm		翔 tường
	犀 tê		黠 hiệp, hiệt		洗 tẩy		降 hang
	樨 tê		柙 háp		冼 tiển	xiǎng	享 hưởng
xí	席 tịch		匣 hạp		跣 tiển		鲞 tưởng
	觋 hịch		狎 hạp, hiệp		筅 tiển		想 tưởng
	檄 hịch		遐 hà		铣 tiển		响 hưởng
	袭 tập		霞 hà		鲜 tiển		饷 hướng
	媳 tức		瑕 hà		藓 tiển		飨 hưởng
	习 tập		暇 hạ		狝 hiểm	xiàng	项 hạng
	隰 thấp	xià	下 hạ	xiàn	宪 hiến		衖 lộng
xǐ	喜 hỉ		吓 hách		羡 tiển		巷 hạng
	禧 hỉ		夏 hạ		酰 tán		相 tướng
	蟢 hỉ		厦 hạ		献 hiến		向 hướng
	葸 tỉ		罅 hách		县 huyện		象 tượng
	洗 tiển, tẩy	xiān	籼 tiên		现 hiện		橡 tượng
	铣 tiện		仙 tiên		苋 hiện		像 tượng
	徙 si		氙 tiên		岘 nghiễn	xiāo	哓 hiêu
	葰 si		袄 hiên		腺 tuyến,		骁 kiêu
	屣 si		暹 xiêm		duyến		肖 tiêu
	玺 tỉ		跹 tiên		馅 hãm		消 tiêu
	枲 tí		铦 tiêm		陷 hạm		宵 tiêu
xì	阋 huých		先 tiên		限 hạn		逍 tiêu
	隙 khích		酰 tiên		线 tuyến		霄 tiêu
	盻 hệ		鲜 tiên, tiển	xiāng	襄 tương		硝 tiêu
	郤 khích		掀 hân		镶 hương,		削 tước
	绤 khích		纤 tiêm		tương		蛸 tiêu
	潟 tịch	xián	涎 diên		骧 tương		销 tiêu
	系 hệ		舷 huyền		相 tương		魈 tiêu
	饩 hí		弦 huyền		湘 tương		虓 kiêu
	戏 hí		闲 nhàn		厢 tương		猇 khiêu

	枵 hiêu		勰 hiệp		信 tin,tín		庥 hưu
	鸮 kiêu	xiě	写 tả		衅 hấn		髹 hưu
	嚣 hiêu		血 huyết		凶 tín		咻 hưu
	翛 tiêu	xiè	燮 nhiếp	xīng	兴 hưng		貅 hưu
	枭 kiêu		躞 tiếp		星 tinh		鵂 hưu
	潇 tiêu		亵 tiết		惺 tinh	xiǔ	宿 tú
	萧 tiêu		泻 tả		腥 tinh		朽 hủ
	箫 tiêu		械 giới		猩 tinh	xiù	宿 tú
xiáo	洨 hào		泄 tiết		骍 tinh		袖 tụ
	淆 hào		绁 tiết	xíng	形 hình		岫 tụ
	崤 hào		瀣 giới		邢 hình		秀 tú
	殽 hào		薤 giới		刑 hình		琇 tú
xiǎo	晓 hiểu		卸 xả		型 hình		锈 tú
	筱 tiểu		谢 tạ		行 hành		绣 tú
	小 tiểu		榭 tạ		饧 đường		臭 khứu
xiào	校 hiệu		解 giải		陉 hình		溴 khứu
	效 hiệu		廨 giải	xǐng	醒 tinh		嗅 khứu
	孝 hiếu		懈 giải		擤 hanh	xū	需 nhu
	肖 tiếu		邂 giải		省 tỉnh		吁 hu
	啸 khiếu		蟹 giải	xìng	兴 hứng		盱 hu
	笑 tiếu		嶰 giải		幸 hạnh		项 húc
	哮 hao		獬 giải		悻 hãnh		须 tu
xiē	楔 tiết		屑 tiết		荇 hạnh		戌 tuất
	些 ta,tá	xīn	辛 tân		杏 hạnh		虚 hư
	蝎 hạt		莘 tân		性 tính		墟 khư
	歇 hát		锌 tân		姓 tính		嘘 hư
xié	絜 hiệp		新 tân	xiōng	芎 khung		歔 hư
	鞋 hài		薪 tân		兄 huynh		胥 tư
	颉 hiệt		歆 hâm		凶 hung	xú	徐 từ
	撷 hiệt		心 tâm		汹 húng	xǔ	许 hứa
	挟 hiệp		芯 tâm		匈 hung		诩 hủ
	携 huề		馨 hinh		恟 hung		栩 hủ
	谐 hài		鑫 hâm		胸 hung		糈 tư
	偕 giai		忻 hân	xióng	雄 hùng	xù	畜 súc
	邪 tà		昕 hân		熊 hùng		蓄 súc
	叶 hiệp		欣 hân	xiū	羞 tu		酗 hú
	斜 tà		䜣 hân		馐 tu		勖 húc
	协 hiệp	xìn	焮 hân		修 tu		煦 hú
	胁 hiệp		芯 tâm		休 hưu		叙 tự

	溆 tự	xué 学 học	逊 tốn	嫣 yên
	洫 hức	穴 huyệt	驯 tuần	燕 yến
	恤 tuất	踅 tuyệt	浚 tuấn	淹 yêm
	旭 húc	噱 cược		阉 yêm
	序 tự	xuě 雪 tuyết	Y	腌 yêm
	絮 tự	鳕 tuyết		烟 yên
	婿 tế	xuè 谑 hước	yā 丫 a	咽 yết
	绪 tự	血 huyết	桠 nha	胭 yên
	续 tục	xūn 窨 âm	压 áp	殷 yên
	怵 tự	埙 huân	呀 a	奄 yêm
xu	蓿 túc	勋 huân	鸦 a,nha	yán 颜 nhan
xuān	宣 tuyên	熏 huân	押 áp	言 ngôn
	煊 huyên	薰 huân	鸭 áp	阎 diêm
	萱 huyên	醺 huân	哑 a	炎 viêm
	揎 huyên	曛 huân	yá 涯 nhai	研 nghiên
	喧 huyên	xún 循 tuần	睚 nhai	妍 nghiên,
	暄 huyên	旬 tuần	崖 nhai	nghiễn
	褕 huyên	洵 tuân	牙 nha	盐 diêm
	轩 hiên	恂 tuân	玡 da	严 nghiêm
	翾 huyên	询 tuân	芽 nha	檐 thiềm
	谖 huân,huyên	珣 tuân	蚜 da	岩 nham
xuán	旋 tuyền,triền	荀 tuân	衙 nha	延 diên
	漩 toàn	峋 tuân	伢 nha	蜒 diên
	璇 triền,toàn	巡 tuần	yǎ 痖 á	筵 diên
	玄 huyền	寻 tầm	哑 á	沿 diên
	悬 huyền	浔 tầm	雅 nhã	yǎn 演 diễn
xuǎn	癣 tiển	鲟 tầm	yà 亚 á	兖 duyện
	烜 huyễn	荨 tầm	氩 á	琰 viêm
	选 tuyển	燖 tầm	娅 á	剡 diêm,viêm
xuàn	渲 huyên	训 huấn	揠 kiền,loát	偃 yển
	楦 huyễn	xùn 蕈 nấm	轧 át, trát	郾 yển
	旋 triền,toàn	汛 tấn	讶 nhạ	奄 yểm
	炫 huyễn	讯 tấn	迓 nhạ	掩 yểm
	铉 huyễn	迅 tấn	砑 nhạ	罨 yểm
	眩 huyễn	yān 殉 tuận,tuẫn	湮 yêm	魇 yểm
	绚 huyển	徇 tuận	恹 yêm	眼 nhãn
xuē	靴 ngoa	巽 tốn	阏 ứ	弇 yêm
	薛 tuyết	噀 tốn	焉 yên	俨 nghiễm
	削 tước		鄢 yên	鼹 yển

	衍 diễn		扬 dương	yǎo	杳 yểu		依 y	
yàn	宴 yến		旸 dương		窈 yểu		祎 y	
	堰 yển		飏 dương		杏 diểu		一 nhất	
	彦 ngạn	yǎng	痒 dương,		咬 giảo		壹 nhất	
	谚 ngạn		dưỡng		窅 diểu		猗 y	
	焱 yên		氧 dưỡng	yào	药 dược		漪 y	
	孽 nghiệt		养 dưỡng		要 yếu		医 y	
	艳 diễm,diễm		仰 ngưỡng		鹞 diều		鹥 ê	
	滟 diễm	yàng	漾 dạng		钥 dược		繄 y	
	燕 yến		恙 dạng		燿 diệu		揖 ấp,trấp	
	酽 nghiễm		样 dạng		耀 diệu		黟 y	
	厌 yếm		怏 ưởng		曜 diệu		噫 y	
	餍 yếm		烊 dạng	yē	耶 da		伊 y	
	雁 nhạn		鞅 ưởng		椰 da		咿 y	
	赝 yến	yāo	要 yêu		噎 ế	yí	沂 nghi	
	唁 ngạn		腰 yêu		暍 yết		宜 nghi	
	晏 yên		夭 yêu,yểu		掖 da		圯 dĩ	
	咽 yên,yến		妖 yêu	yé	揶 da		宧 hoạn	
	砚 nghiễn		邀 yêu		爷 da		颐 di	
	焰 diệm		幺 yêu		邪 da		夷 di	
	验 nghiệm		吆 yêu	yě	冶 dả		痍 di	
	谳 yến		徼 yêu		野 dã		咦 di	
yāng	央 ương	yáo	尧 nghiêu		也 giã		胰 di	
	泱 ương		侥 nghiêu	yè	夜 dạ		姨 di	
	鞅 ưởng		珧 diêu		液 dịch		蛇 di	
	殃 ương		铫 dao		掖 dịch		遗 di	
	秧 ương		姚 diêu		腋 dịch		仪 nghi	
	鸯 ương		肴 hào		谒 yết		移 di	
yáng	羊 dương		爻 hào		靥 diệp		桋 di	
	洋 dương		窑 dao,diêu		页 hiệt		疑 nghi	
	烊 dương,		谣 dao		叶 diệp		嶷 nghi	
	蛘 dương,		遥 dao		业 nghiệp		怡 di	
	dưỡng		瑶 dao		曳 duệ		诒 di	
	佯 dương		摇 dao		咽 nhiết		眙 sí	
	徉 dương		徭 dao		烨 diệp		贻 di	
	阳 dương		鳐 dao		晔 diệp,việp		饴 di	
	疡 dương		猺 dao		馌 diệp		咦 di	
	炀 dạng		飖 dao,diêu	yī	衣 y		迤 dĩ	
	杨 dương		繇 dao		铱 y		扡 di	

	黅 di		易 dị,dịch		堙 yên		莺 oanh
	彝 di		蜴 dịch		因 nhân		英 anh
yǐ	扆 vĩ		邑 ấp		洇 nhân		瑛 anh
	旖 ỷ		浥 ấp		茵 nhân		媖 anh
	椅 ỷ		悒 ấp		铟 nhân		罂 anh
	犄 ỷ		挹 ấp		氤 nhân		婴 anh
	踦 nghị		义 nghĩa		姻 nhân		璎 anh
	倚 ỷ		议 nghị		绲 nhân		樱 anh
	蚁 nghị		乂 nghệ		殷 ân		撄 anh
	舣 nghị		刈 ngải		阴 âm		嘤 anh
	乙 ất		泆 dật		荫 âm		鹦 anh
	钇 ất		轶 dật	yín	淫 dâm		缨 anh
	已 dĩ		佚 dật		霪 dâm	yíng	赢 doanh
	迤 dĩ		屹 ngật		寅 dần		嬴 doanh
	以 dĩ		诣 chỉ,nghệ		夤 dần		瀛 doanh
	苡 dĩ		逸 dật		阍 ngân		荧 huỳnh
	矣 hĩ		肄 dị		狺 ngân		莹 doanh,
	尾 vĩ		毅 nghị		鄞 ngân		oánh
yì	意 ý		疫 dịch		嚚 ngân		滢 huỳnh
	薏 ý		役 dịch		吟 ngâm		茔 doanh
	镱 ý		忆 ức		龂 ngân		萤 huỳnh
	臆 ức		亿 ức		龈 ngân		营 dinh,
	亦 diệc		艺 nghệ		银 ngân		doanh
	奕 dịch		呓 nghệ	yǐn	饮 ẩm		萦 vinh
	弈 dịch		怿 dịch		尹 doãn		荥 vinh
	衣 ý		译 dịch		引 dẫn		蝇 dăng,
	裔 duệ		峄 dịch		蚓 dẫn		nhăng
	益 ích		驿 dịch		隐 ẩn		盈 doanh
	溢 dật		绎 dịch		瘾 ẩn		楹 doanh
	镒 dật		翌 dực	yìn	窨 âm		迎 nghênh
	缢 ải		翊 dực		荫 ấm		潆 doanh
	谊 nghị		熠 dực		印 ấn		瑩 doanh
	懿 ý		羿 nghệ		胤 dận	yǐng	嬰 ảnh
	殪 ê		翼 dực		饮 ẩm		影 ảnh
	馌 ý		异 dị	yīng	应 ưng		郢 ảnh
	杝 dị	yīn	音 âm		膺 ưng		颖 dĩnh
	翳 ế		暗 ấm		鹰 ưng		颍 dĩnh
	弋 dực		闉 nhân		莺 anh	yìng	应 ứng
	抑 ức		裎 yên				硬 ngạnh

	映 ánh		悠 du		纡 vu		语 ngữ
	塍 ánh		麀 u		吁 vu		圄 ngữ
yō	唷 dục	yóu	游 du	yú	于 vu		龉 ngữ
	哟 yêu		蝣 du		盂 vu		雨 vũ
yōng	庸 dung		貁 du		竽 vu		与 dư,dữ
	慵 dung		蚰 cưu		雩 vu		屿 dữ
	墉 dung		尤 vưu		与 dư		圉 vũ
	镛 dung		疣 vưu		欤 dư		伛 ủ
	雍 ung		鱿 vưu		虞 ngu		庾 dũ
	壅 ùng		犹 do		娱 ngu		瘐 dũ
	饔 ung		莸 du		禹 ngung		禹 vũ
	臃 ùng		由 do		愚 ngu		羽 vũ
	痈 ung		油 du		嵎 ngu		予 dữ
	拥 ủng		蚰 do		隅 ngung		俣 ngủ,vũ
	佣 dung		铀 do	yú	余 dư		誉 dự
	邕 ung		邮 bưu		畬 dư	yù	育 dục
	鳙 dung		柚 dựu		俞 du		玉 ngọc
yóng	颙 ngung	yǒu	莠 hựu		渝 du		芋 vu
	喁 ngung,ngu		酉 dậu		窬 du		吁 dự,hu
yǒng	永 vĩnh		有 hữu		愉 du		阈 vực
	泳 vịnh		铕 hữu		逾 du		域 vực
	咏 vịnh		友 hữu		瑜 du		棫 vực
	甬 dõng,dũng		黝 ào		榆 du		蜮 vực
	涌 dõng		牖 dụ		揄 du		彧 húc
	恿 dũng	yòu	诱 dụ		觎 du		郁 úc,uất
	蛹 dõng,dũng,		右 hữu		舻 du		昱 dục
	动ộng		佑 hựu		舆 dư		煜 dục
	踊 dõng		又 hựu		舁 nghê		寓 ngụ
	俑 dõng		宥 hựu		臾 du		遇 ngộ
	勇 dũng,dõng		囿 hựu		谀 du,dụ		浴 dục
	湧 dõng		侑 hựu		萸 du		裕 dụ
	鲬 dũng		柚 hựu		腴 du		峪 dụ
yòng	用 dụng		釉 du		鱼 ngư		欲 dục
	佣 dụng		鼬 dứu		渔 ngư		谕 dụ
yōu	忧 ưu		幼 ấu		予 dư		愈 dũ
	优 ưu		蚴 ấu		圩 du		喻 dụ
	呦 u,ao	yū	於 ư		喁 ngung		毓 dục
	幽 u		淤 ứ	yǔ	宇 vũ		燠 úc
	攸 du		迂 vu		窳 dũ		隩 áo

	御 ngự,ngữ		圆 viên		煴 vân		哉 tai
	狱 ngục		援 viên,viện	yún	云 vân		甾 tai
	饫 ứ		缘 duyên		沄 vân	zǎi	宰 tể
	豫 dự		橼 duyên		耘 vân		载 tái
	预 dự		媛 viên		芸 vân		崽 tải
	滪 dự		螈 nguyên		纭 vân		仔 tái
	蓣 dự		圜 viên		郧 vân	zài	载 tải
	矞 duật	yuǎn	远 viễn		匀 vân		再 tái
	潏 quyệt	yuàn	垸 viện		筼 duân		在 tại
	遹 duật		院 viện	yǔn	殒 vẫn	zān	簪 tram
	鹬 duật		愿 nguyện		陨 vẫn		糌 ta,tàm
	聿 duật		瑗 viên		允 doãn	zán	咱 ta
	尉 uẩn		媛 viên		狁 doãn	zǎn	拶 tán
	熨 uất		怨 oán	yùn	韵 vần,vận		趱 toản
	蔚 uất		苑 uyển		恽 vận,uẩn		攒 toản
	鬻 dục	yuē	矱 quặc		晕 vưng	zàn	暂 tạm
	妪 ẩu		曰 viết		郓 vận		錾 tạm
	驭 ngự		约 ước		运 vận		赞 tán
yuān	渊 uyên	yuě	哕 uế		酝 ôn,uẩn		瓒 toản
	冤 oan	yuè	悦 duyệt		愠 uẩn	zāng	赃 tang
	鸢 diên		阅 duyệt		韫 uẩn		脏 tang
	眢 oan		越 việt		缊 uẩn		臧 tang,tạng
	鸳 uyên		樾 việt		蕴 uẩn	zǎng	驵 tảng
	鹓 uyên		钺 việt		员 viên	zàng	葬 táng
	箢 uyên		跃 dược		孕 dựng		藏 tang,tạng
	蜎 oan,uyên		龠 thược		熨 uý		脏 tạng
yuán	爰 viên		瀹 thược				奘 tráng
	元 nguyên		岳 nhạc		**Z**	zāo	糟 tao
	沅 nguyên		粤 việt				遭 tao
	芫 nguyên	zā	匝 táp			záo	凿 tạc
	园 viên		咂 táp,trát			zǎo	枣 tảo
	鼋 nguyên		扎 trát				早 tảo
	袁 viên		臜 trâm				澡 tảo
	辕 viên	zá	砸 tạp				藻 táo,tào
	猿 viên		咱 ta				蚤 tảo
	垣 viên		杂 tạp			zào	灶 táo
yūn	晕 huân						燥 táo
	氲 huân,uân	zǎ	咋 trách				噪 táo,tháo
	缊 vân	zāi	灾 tai				躁 táo
	赟 vân		栽 tài				

	造 tạo, tháo		扎 trát		詹 chiêm		涨 trướng
	慥 tháo		札 trát		谵 thiêm		帐 trương,
	皂 tạo		轧 loát		瞻 chiêm		trướng
	唣 tao	zhǎ	眨 chắp	zhǎn	盏 trản		账 trướng
zé	责 trách		砟 tra		斩 trảm		胀 trướng
	赜 trách		鲊 tra		崭 tảm	zhāo	着 trước,
	啧 trách		拃 tra		飐 chiêm		trứ
	赜 trách	zhà	溠 trá, tra		展 triển		朝 triêu
	齰 trách		咤 sá		搌 triển		嘲 trào
	则 tắc		栅 sách		辗 triển		钊 chiêu
	咋 tắc		蜡 trá		蹍 triển		招 chiêu
	舴 trá		乍 sạ	zhàn	湛 trạm		昭 chiêu
	泽 trạch		痄 trá		蘸 trám	zháo	着 trước, trứ
	择 trạch		炸 tạc		栈 sạn	zhǎo	沼 chiểu
zè	仄 trắc		诈 trá		占 chiêm		找 trảo
	昃 trắc		蚱 trách		站 trạm		爪 trảo
zéi	贼 tặc		柞 tạc		战 chiến	zhào	肇 triệu
	鲗 tặc		榨 trá		颤 chiên		赵 triệu
zěn	怎 chẩm		醡 trá		绽 điện		棹 trác
zèn	谮 tiếm, trầm	zhāi	斋 trai	zhāng	章 chương		罩 trạo
zēng	曾 tăng, tằng		摘 trích		漳 chương		兆 triệu
	憎 tăng	zhái	宅 trạch		璋 chương		旐 triệu
	增 tăng		翟 trác		樟 chương		笊 trảo
	罾 tăng		择 trạch		蟑 chương		召 triệu
	缯 tăng	zhǎi	窄 trách		彰 chương		诏 chiếu
zèng	甑 tăng	zhài	寨 trại		獐 chương		照 chiếu
	赠 tặng		砦 trại		鄣 chương		曌 chiếu
	锃 tránh		债 trái		嫜 chương	zhē	遮 già
	缯 tăng		瘵 trái		张 trương		蜇 thích
zhā	查 tra		祭 sái, trái	zhǎng	掌 chưởng		折 chiết
	渣 tra	zhān	遭 chiên		长 trưởng	zhé	谪 trị,trích
	楂 tra		鹯 chiên		涨 trưởng		磔 cách
	喳 tra		鳣 chiên	zhàng	瘴 chướng		折 chiết,
	扎 trát		馕 chiên		嶂 chưởng		chiếp
	吒 tra		旃 chiên		幛 trưởng		哲 triết
zhá	闸 hạp, sạp		占 chiêm		障 chướng		蜇 triết
	剳 trát		沾 triêm		丈 trượng		蛰 trập
	铡 trát		粘 chiêm		杖 trượng		辙 triệt
	炸 trá		毡 chiên		仗 trượng		辄 triếp

	摺 chiết		畛 chẩn		之 chi		咫 chỉ
	憎 triết		纱 chẩn		芝 chi		徵 chuỷ
zhě	褶 chấp		稹 chẩn		支 chi		抵 chỉ
	者 giả	zhèn	鸩 trấm		枝 chi		纸 chỉ
	赭 giả		震 chấn		吱 chi		旨 chỉ
	锗 giả		振 chấn,chẩn		肢 chi		酯 chỉ
zhè	浙 chiết		赈 chẩn		只 chích		指 chỉ
	这 giá		圳 quyến		织 chức	zhì	滞 trệ
	蔗 giá		镇 trấn	zhì	知 tri,trí		治 trị
	鹧 giá		朕 trẫm		蜘 tri		瘈 chế
	柘 giá		阵 trận		卮 chi		志 chí
zhe	着 trước,trứ		填 chấn		栀 chi		痣 chí
zhēn	溱 trăn	zhēng	正 chánh,chính		祇 chi		痔 trĩ
	蓁 trăn		症 trứng		胝 chi		峙 trĩ
	榛 trăn		怔 chinh		脂 chi,chỉ		栉 trất
	臻 trăn		钲 chinh		胝 chi		至 chí
	斟 châm		征 chinh,trưng		柳 tri		室 trất
	椹 thầm		鲭 tranh	zhí	摭 chích		桎 trất
	甄 chân		争 tranh,tránh		职 chức		庢 chí
	真 chân		挣 tranh,trênh		直 trực		轾 chí
	砧 chiêm		睁 tránh		植 thực		蛭 chất
	贞 trinh		峥 tranh		殖 thực		铚 trất
	浈 trinh		筝 tranh		值 trực,trị		致 trí
	祯 trinh		铮 tranh		执 chấp		郅 chất
	桢 trinh		狰 tranh		絷 chấp		膣 chất
	侦 trinh		烝 chưng		蹢 trịch		摘 trích
	箴 châm		蒸 chưng		踯 trịch		掷 trích
	鍼 châm	zhěng	整 chỉnh		跖 chích		贽 chí
	珍 trân		拯 chưng,chửng		侄 điệt		挚 chí
	胗 chẩn	zhèng	郑 trịnh	zhǐ	止 chỉ		鸷 chí
	针 châm		正 chính,chánh		沚 chỉ		识 chí
	帧 trinh		症 chứng		祉 chỉ		帜 xí
	禛 chân		证 chứng		址 chỉ		置 trí
zhěn	枕 chẩm		政 chính,chánh		芷 chỉ		豸 sải, trãi,
	缜 chẩn		净 tránh		趾 chỉ		trở
	疹 chẩn		挣 tránh,trênh		黹 chi		制 chế
	诊 chẩn		铮 tránh		只 chỉ		帙 trật
	袗 chẩn		怔 tránh		枳 chỉ		秩 trật
	轸 chẩn	zhī	汁 trấp		织 chỉ		智 trí

	雉 trĩ		粥 chúc		逐 trục	zhuài	拽 duệ
	稚 trĩ		㑇 châu		竺 trúc	zhuān	专 chuyên
	质 chất,chí	zhóu	磰 độc		竹 trúc		砖 chuyên
	踬 chí		轴 trục		舳 trục		膞 chuyên
	炙 chá,chích		妯 trừu	zhǔ	主 chủ,chúa		颛 chuyên
	狋 chế	zhǒu	肘 chẩu,trửu		麈 chù	zhuǎn	转 chuyển
	陟 trắc		帚 trửu		拄 trụ	zhuàn	转 chuyển
	忮 chí,kĩ	zhòu	纣 trụ		煮 chủ		啭 chuyển
	蟄 trất		宙 trụ		渚 chử		传 truyện
	鸷 chất		胄 trụ		嘱 chúc		赚 khiểm
	噬 phệ		咒 chú		瞩 chúc		撰 soạn
	鹰 trãi		籀 trụ		讉 trử		馔 soạn
zhōng	中 trung		㤖 trụ		属 chúc		篆 triện
	衷 trung		皱 sô		褚 chử		瑑 triện
	忠 trung		绉 trớ	zhù	苎 trữ	zhuāng	装 trang
	盅 trung		昼 trú		贮 trữ		妆 trang
	钟 chung		骤 sậu		伫 trữ		庄 trang
	銿 chung		轴 trụ		纻 trữ		桩 trang
	终 chung	zhū	诸 chư,gia		注 chú	zhuǎng	奘 tráng
	松 chung		猪 trư		疰 chú	zhuàng	撞 chàng
zhǒng	冢 trủng		潴 trư		炷 chú		幢 chàng
	种 chủng		橥 trư		柱 trụ		僮 chàng
	肿 thũng		朱 châu,chu		硅 trụ		戆 tráng
	踵 chủng		洙 tru		蛀 chú		壮 tráng
	種 chủng		诛 tru		住 trú		状 trạng
zhòng	中 trúng		珠 châu		驻 trú	zhuī	隹 chuỳ
	种 chủng		茱 thù		祝 chúc		椎 chuỳ
	仲 trọng		株 chu		著 trứ		锥 chuỳ
	众 chúng		蛛 thù		箸 trợ		骓 chuy
	種 chủng		铢 thù		翥 chử		追 truy
	重 trọng		侏 thù		助 trợ	zhuì	惴 chuỷ
zhōu	州 châu		邾 chu		筑 trúc		赘 chuế
	洲 châu		薴 trư		铸 chú		缒 chuỳ
	诌 trâu		楮 chử		杼 trữ		缀 xuyết
	鸼 châu	zhú	烛 chúc	zhuā	挝 qua		坠 trụy
	舟 châu		蠋 chúc		抓 trảo	zhūn	谆 truân
	辀 châu		躅 trục	zhuǎ	爪 trảo		屯 truân
	周 chu,châu		术 truật	zhuāi	拽 duệ		窀 truân
	赒 châu		瘃 trác	zhuǎi	跩 duệ		肫 truân

	迍 truân		菑 truy		缴 trâu		昨 tạc
zhǔn	准 chuẩn		辎 tri	zǒu	走 tẩu		笮 tác
zhuō	涿 trác		锱 tri	zòu	奏 tấu		琢 tác
	捉 tróc		缁 tri		揍 tấu	zuǒ	左 tà,tả
	拙 chuyết		觜 tư	zū	菹 thư		佐 tá
	焯 trác	zǐ	滓 trể		租 tô		撮 toát
	桌 trác		梓 tử	zú	卒 tốt	zuò	凿 tạc
	倬 trác		訾 tử		族 tộc		坐 toạ
	棹 trác		紫 tử		镞 thốc		座 toà
zhuó	浊 trọc		秭 tỉ		足 túc		阼 tạc
	卓 trác		姊 tỉ	zǔ	诅 chú		祚 tộ
	着 trước		子 tử,tí		祖 tổ		柞 tạc
	灼 chước		籽 tử		俎 trở		酢 tạc
	酌 chước		仔 tử		阻 trở		岞 tạc
	茁 truật	zì	渍 tứ		组 tổ		作 tác
	诼 trác		字 tự	zuān	躜 toàn		胙 tạc
	琢 trác		恣 tứ		钻 toàn		阼 tộ
	椓 trác		裁 trị	zuǎn	纂 soạn		做 tố
	啄 trác		眦 xế		缵 toàn		唑 toạ
	镯 trọc,trúc		自 tự	zuàn	攥 toàn		
	斫 chước		牸 tư		赚 toàn		
	濯 trạc	zōng	宗 tôn,tông		钻 toàn		
	擢 trạc		鬃 tung	zuǐ	觜 chuỷ		
zī	粢 tư		棕 tông		嘴 chuỷ		
	趑 tư		踪 tung		咀 chuỷ		
	咨 tư		综 tổng	zuì	醉 tuý		
	资 tư		枞 tùng		晬 tối		
	姿 tư		堫 tung		最 tối		
	兹 tư	zǒng	总 tổng		蕞 tối		
	滋 tư		偬 tổng		槜 tuy		
	嗞 tư	zòng	粽 tung		罪 tội		
	镃 tư		疭 túng	zūn	尊 tôn		
	髭 tư		纵 tung,túng		遵 tuân		
	龇 thử		从 tùng		樽 tôn		
	赀 tư,xi	zōu	诹 trâu		鳟 tôn		
	孳 tử		鲰 tâu	zǔn	撙 tổn		
	孜 tư		陬 tâu	zuō	嘬 soả		
	仔 tử		邹 trâu		作 tác		
	淄 truy		驺 châu	zuó	捽 tốt		

SÁCH THAM KHẢO CHÍNH
主要参考书目

[1] Nguyễn Như Ý. *Đại từ điển tiếng Việt*. Hà Nội: NXB Văn hoá thông tin, 1998.

[2] Nguyễn Như Ý. *Từ điển tiếng Việt*. Hồ Chí Minh: NXB Đại học quốc gia thành phố Hồ Chí Minh, 2010.

[3] Hội đồng quốc gia chỉ đạo biên soạn từ điển bách khoa Việt Nam. *Từ điển bách khoa Việt Nam 1 (tái bản lần thứ nhất)*. Hà Nội: NXB Từ điển bách khoa,2007.

[4] Hoàng Phê.*Từ điển tiếng Việt*. Đà Nẵng: NXB Đà Nẵng, 1992, 2005, 2007, 2009.

[5] Hoàng Phê,Vũ Xuân Lương, Hoàng Thị Tuyền Linh, Phạm Thị Thuý, Đào Thị Minh Thu, Đặng Thanh Hoà. *Từ điển tiếng Việt*. Đà Nẵng: NXB Đà Nẵng, 2008.

[6] Phan Văn Các. *Từ Điển Hán -Việt*. Hà Nội: NXB Khoa học xã hội, 2007.

[7] Khổng Đức. *Từ điển Hoa-Việt bằng hình (theo chữ đề)* . Hà Nội: NXB Thống kê, 2003.

[8] Nguyễn Văn Khang.*Từ Điển Thành ngữ - Tục ngữ Hoa -Việt*. Hà Nội:NXB Khoa học xã hội, 1998, 1999.

[9] Nguyễn Như Ý. *Từ điển thành ngữ Việt Nam*. Hà Nội: NXB Văn hoá thông tin, 1994.

[10] Nguyễn Lân. *Từ Điển Từ Và Ngữ Việt Nam*. Hồ Chí Minh: NXB TP. Hồ Chí Minh,1998.

[11] Trần Vũ Khánh. *Từ điển thuật ngữ chuyên ngành Anh - Việt*. Hà Nội: NXB Thanh niên, 2003.

[12] Nguyễn Hạnh, Nguyễn Duy Linh. *Từ Điển Kỹ Thuật Tổng Hợp Anh-Việt*. Hà Nội: NXB Lao Động-Xã Hội,2002.

[13] Ban từ điển Nhà xuất bản Khoa học và Kỹ thuật. *Từ Điển Khoa học & Công nghệ Việt-Anh*. Hà Nội:NXB Khoa học & kỹ thuật,1998.

[14] Hoàng Trọng Bá. *Từ điển Kỹ thuật tổng hợp Việt Nam*. Thanh Hoá: NXB Thanh Hoá, 1997.

[15] Đỗ Tất Lợi. Những cây thuốc và vị thuốc Việt Nam. Hà Nội: NXB Y học, 2005.

[16] Phạm Ngọc Trí. Từ điển Y học Anh-Việt. Hà Nội: NXB Y học, 2002.

[17] 何成，等. *Từ điển Việt Hán*. Hồ Chí Minh: NXB Đại học và Giáo dục Chuyên nghiệp,1991.

[18] 雷航. 现代越汉词典. 北京：外语教学与研究出版社，1998，2006.

[19] 何成，郑卧龙，朱福丹，等.越汉词典.北京：商务印书馆，1966，1979.

[20] 蔡杰，曾瑞莲. 新越汉词典.南宁：广西教育出版社，1993.

[21] 中国社会科学院语言研究所词典编辑室. 现代汉语词典（第5版）. 北京：商务印书馆，2005.

[22] 中国社会科学院语言研究所词典编辑室. 现代汉语词典（第3版）. 北京：商务印书馆，1995.

[23] 常州市《成语词典》编写组. 成语词典.南京：江苏人民出版社，1981.

[24] 清华大学外语系《英汉科学技术词典》编写组. 英汉科学技术词典（缩印本）. 北京：国防工业出版社，1994.

[25] 《新英汉词典》编写组. 新英汉词典.北京：商务印书馆，1985.

[26] 祁广谋.越汉–汉越经贸词典. 北京：北京师范大学音像出版社，2005.

[27] 《汉越词典》编写组. 汉越词典.北京：商务印书馆，1994.

[28] 李经纬，等. 中医大辞典. 北京：人民卫生出版社,1998.

[29] 王涛，等.中国成语大辞典.上海：上海辞书出版社,1998.

[30] 《英汉医学词典》编纂组.英汉医学词典.香港：商务印书馆香港分馆,1980.

[31] 王晓鹰，章宜华.中山汉英医学词典.北京：外语教学与研究出版社,2003.

[32] 郭健福.医学生辞典.太原：山西高校联合出版社,1994.

[33] 《法汉词典》编写组.法汉词典.上海：上海译文出版社,1984.

[34] 商务印书馆辞书研究中心.新华词典（2001年修订版）.北京：商务印书馆,2001.

[35] 化学工业出版社.英汉·汉英化学化工词汇（汉英部分）（第二版）.北京：化学工业出版社,2001.

[36] 贾博琦，鲁云兰.现代临床实用药物手册.北京：北京医科大学，中国协和医科大学联合出版社,1996.

[37] 王正.法汉科学技术词典.上海：上海科学技术出版社,1991.

鸣　谢

本书在编写过程中得到以下同志的大力协助，特此表示感谢！

祁广谋	陈智睿（越南）	范宏贵
赖世雄（越南）	王德春	刘上扶
黄天源	黄秀莲	阮明德（越南）
黎氏梦玄（越南）	彭　茜	黄荟霖
阮氏玉李（越南）	温科胜	黄大胜